ക്രിസ്തുവിന്റെ
അന്ത്യപ്രലോഭനം

Kristhuvinte Anthyapralobhanam
Novel

Original
The Last Temptation of Christ

Nikos Kazantzakis

Translation
P Sarathchandran

CHINTHA PUBLISHERS
Thiruvananthapuram

First Edition
September 2022

Second Impression
July 2023

Third Impression
September 2024

Published
Chintha Publishers, Thiruvananthapuram

Printed at
Repro India Ltd, Mumbai

Cover Design
Vinod Mangoes

ISBN - 978-93-94753-28-0

CO - 3186 / 6955

₹ 800

Email: chinthapublishers@gmail.com
Website: www.chinthapublishers.com

A version is available at National Libraries
Kolkata, Mumbai, Chennai and Delhi

Distribution
DESHABHIMANI BOOKHOUSE
H O Thiruvananthapuram 695035

Branch
Head Office Kunnukuzhi • Statue Thiruvananthapuram
Saphalyam Complex Thiruvananthapuram
Machingal Lane Thrissur • IG Road Kozhikode
Mavoor Road Kozhikode • NGO Union Building Kannur
Central Bus Terminal Complex Thavakkara Kannur

ക്രിസ്തുവിന്റെ
അന്ത്യപ്രലോഭനം

നിക്കോസ് കസാൻദ്സാകീസ്

പരിഭാഷ

പി ശരത്ചന്ദ്രൻ

ചിന്ത പബ്ലിഷേഴ്സ്
തിരുവനന്തപുരം-695 035
വില : ₹ 800

നിക്കോസ് കസാൻദ്സാകീസ്

ആധുനിക ഗ്രീക്ക് സാഹിത്യത്തിലെ കുലപതി എന്ന് അറിയപ്പെടുന്നു. ഒമ്പതുവട്ടം നൊബേൽ പുരസ്കാരത്തിന് നാമനിർദ്ദേശം ചെയ്യപ്പെട്ടു. 1883 മാർച്ച് 2 ന് ഒട്ടോമൻ സാമ്രാജ്യത്തിലെ ക്രിദിൽ ജനനം. കവി, നോവലിസ്റ്റ്, ഉപന്യാസകാരൻ, യാത്രാ എഴുത്തുകാരൻ, തത്ത്വചിന്തകൻ, നാടകകൃത്ത്, പത്രപ്രവർത്തകൻ, പരിഭാഷകൻ എന്നീ നിലകളിൽ സംഭാവന. ഏദൻസ് സർവ്വകലാശാലയിൽ നിയമപഠനം. നീത്ഷെയുടെ ദർശനത്തെപ്പറ്റിയുള്ള പഠനത്തിൽ ഡോക്ടറേറ്റ്. രണ്ടു വിവാഹങ്ങളും ഒരു ദീർഘപ്രണയജീവിതവും. 1957 ൽ മരണം.

പ്രധാനകൃതികൾ: *സോർബ ദ ഗ്രീക്ക്, ക്രൈസ്റ്റ് റിക്രൂസിഫൈഡ്, ക്യാപ്റ്റൻ മൈക്കാലിസ്, ദ ലാസ്റ്റ് ടെംപ്റ്റേഷൻ ഓഫ് ക്രൈസ്റ്റ്, റിപ്പോർട്ട് റ്റു ഗ്രെക്കോ. രാഷ്ട്രീയ ദർശനം: സോഷ്യലിസം മാത്രമാണ് ലക്ഷ്യം ജനാധിപത്യം അതിലേക്കുള്ള മാർഗ്ഗവും*

പി ശരത്ചന്ദ്രൻ

ആലപ്പുഴ ജില്ലയിൽ മുതുകുളത്ത് 1949 ൽ ജനിച്ചു. അച്ഛൻ: മഹാകവി അഴകത്ത് പത്മനാഭക്കുറുപ്പിന്റെ ചെറുമകൻ പരമേശ്വരനുണ്ണിത്താൻ. അമ്മ: പ്രശസ്ത സാഹിത്യകാരനും ചലച്ചിത്രകാരനുമായ പി പത്മരാജന്റെ സഹോദരി പത്മിനി അമ്മ.

എഞ്ചിനീയറിങ്ങിൽ ഡിഗ്രി.

ആനുകാലികങ്ങളിൽ എഴുതിയ ചെറുകഥകൾ പുറമെ വിശ്വസാഹിത്യത്തിലെ നിരവധി നോവലുകളുടെ മലയാള പരിഭാഷകൾ പ്രസിദ്ധീകരിച്ചിട്ടുണ്ട്.

ഭാര്യ	:	ശിവലത
മകൻ	:	ഉണ്ണികൃഷ്ണൻ
വിലാസം	:	ടി സി 29/1065, അംബാ ഗാർഡൻസ് പാൽക്കുളങ്ങര, തിരുവനന്തപുരം.
ഫോൺ	:	9947070782

പ്രസാധകക്കുറിപ്പ്

ആയിരത്തിത്തൊള്ളായിരത്തി അൻപത്തിയഞ്ചിൽ ഗ്രീക്ക് ഭാഷയിൽ പ്രസിദ്ധീകൃതമായതും 1960 ൽ ഇംഗ്ലീഷിൽ പരിഭാഷപ്പെടുത്തപ്പെട്ടതുമായ നിക്കോസ് കസാൻദ്സാകീസിന്റെ വിഖ്യാത നോവലായ *ദ ലാസ്റ്റ് ടെംറ്റേഷൻ ഓഫ് ക്രൈസ്റ്റിന്റെ* മലയാള പരിഭാഷയാണ് *ക്രിസ്തുവിന്റെ അന്ത്യപ്രലോഭനം*. ജൂദായിൻ മരുഭൂമിയിൽ വച്ച് ചെകുത്താൻ ക്രിസ്തുവിനെ നാല്പതു ദിവസം വിവിധ പ്രലോഭനങ്ങൾക്ക് വിധേയമാക്കിയതായി വിശുദ്ധ വേദപുസ്തകത്തിലെ മത്തായി, മാർക്കോസ്, ലൂക്കോസ് എന്നിവരുടെ സുവിശേഷങ്ങളിൽ നാം വായിക്കുന്നു. *ബൈബിളിൽ*നിന്നും ക്രിസ്തുവിനെ ചരിത്രപരിസരത്തേക്ക് ആനയിക്കുകയാണ് കസാൻദ്സാകീസ്, *ക്രിസ്തുവിന്റെ അന്ത്യപ്രലോഭന*ത്തിൽ. ഭയം, സംശയം, വിഷാദം, വിരക്തി, കാമം തുടങ്ങിയ പ്രലോഭനങ്ങളെ ക്രിസ്തുവിന് അതിജീവിക്കേണ്ടിവന്നു. ഇതെല്ലാം തന്നെ മനുഷ്യൻ എന്ന നിലയ്ക്കുള്ള ദൗർബല്യങ്ങളാണ്. ദൈവഹിതം നിറവേറ്റാൻ ശരീരത്തിന്റെ കാമനകളെ അതിജീവിക്കുകയാണ് ക്രിസ്തു. ഏതെങ്കിലും പ്രലോഭനത്തിന് കീഴ്പ്പെട്ടിരുന്നുവെങ്കിൽ (പ്രത്യേകിച്ച് കുരിശുമരണത്തിൽനിന്നും സ്വയം രക്ഷനേടാനുള്ള പ്രലോഭനം) ക്രിസ്തുവിന്റെ ജീവിതം ഒരു തത്ത്വജ്ഞാനി എന്നതിനപ്പുറം പ്രാധാന്യം നേടുമായിരുന്നില്ല എന്ന് കസാൻദ്സാകീസിന്റെ ഈ നോവൽ സ്ഥാപിക്കുന്നു. സ്നേഹം, സാഹോദര്യം, മാനവികത, പരിത്യാഗം തുടങ്ങിയ ആദ്യകാല ക്രിസ്തീയ മൂല്യങ്ങളെ തിരിച്ചുപിടിക്കാനുള്ള ശ്രമമാണ് ഈ നോവലിലൂടെ കസാൻദ്സാകീസ് നടത്തുന്നതെന്നും നിരീക്ഷിക്കപ്പെട്ടിട്ടുണ്ട്. ക്രിസ്തു ഉൾപ്പെടെയുള്ള മനുഷ്യരെല്ലാം നന്മ

തിന്മകളിന്മേലുള്ള പോരാട്ടങ്ങളിലൂടെയാണ് മുന്നോട്ടുപോകുന്നതെന്ന യാഥാർത്ഥ്യം ഈ നോവൽ വെളിപ്പെടുത്തുന്നു. മൂലകൃതിയുടെ ഭാവതീവ്രത ഒട്ടും ചോരാതെ പരിഭാഷ നിർവ്വഹിച്ച ശരത്ചന്ദ്രന്റെ യത്നത്തെ സ്മരിക്കുന്നു. ഭാഷയിലും ആഖ്യാനത്തിലും നോവൽ എന്ന സാഹിത്യരൂപത്തെ ഏറെ മുന്നോട്ടു കൊണ്ടുപോയ ഈ വിശ്വക്ലാസിക്, ചിന്തയിലൂടെ പുറത്തുകൊണ്ടുവരാൻ കഴിഞ്ഞതിൽ ഞങ്ങൾക്ക് ചാരിതാർത്ഥ്യമുണ്ട്. .

ചിന്ത പബ്ലിഷേഴ്സ്

ഒന്ന്

ഒരു തണുത്ത സ്വർഗ്ഗീയമായ ഇളംകാറ്റ് അയാളെ സ്വന്തമാക്കിയിരുന്നു. മുകളിൽ, ആകാശത്തിന്റെ വിശാലത നക്ഷത്രങ്ങളുടെ സങ്കീർണ്ണതകൾക്ക് തുറന്നുകൊടുത്തിരുന്നു. നിലത്ത് പകലിന്റെ അസാമാന്യമായ ചൂടിൽ പാറകൾ ഇപ്പോഴും തിളച്ചുകൊണ്ടിരുന്നു. ആകാശവും ഭൂമിയും ശാന്തമായിരുന്നു. രാത്രിയുടെ നിത്യമായ ശബ്ദങ്ങളുടെ ആഴമുള്ള നിശ്ശബ്ദത നിറഞ്ഞ ആകാശവും ഭൂമിയും നിശ്ശബ്ദതയേക്കാൾ നിശ്ശബ്ദമായിരുന്നു. നേരം ഇരുട്ടിക്കഴിഞ്ഞിരുന്നു. ഒരുപക്ഷേ, അർദ്ധരാത്രി. ദൈവത്തിന്റെ കണ്ണുകൾ-ചന്ദ്രനും സൂര്യനും കണ്ണുകൾ അടച്ച് ഉറക്കത്തിലായിരുന്നു. സൗമ്യമായ ഇളംകാറ്റിൽ ചെറുപ്പക്കാരൻ ആവേശത്തോടെ ആലോചിച്ചു. പക്ഷേ, ആലോചിക്കുമ്പോൾ: എന്തൊരു ഏകാന്തത! എന്തൊരു ആനന്ദം! പെട്ടെന്ന് കാറ്റിന് വ്യത്യാസം വന്നു. അതിന്റെ രൂപം മാറി. അത് സ്വർഗ്ഗീയമായ ഇളംകാറ്റ് അല്ലാതായി. അത് ഒരു കൊടുംകാട്ടിലെ കനത്ത ദുസ്സഹമായ കാറ്റായി മാറി. അല്ലെങ്കിൽ അയാളുടെ തൊട്ടുതാഴെയുള്ള തഴച്ചു വളരുന്ന തണുപ്പുള്ള കായ്കറിത്തോട്ടത്തിലെ ഒരു വീട്ടുമൃഗത്തിന്റെ വീർപ്പുമുട്ടലായി. അല്ലെങ്കിൽ ഉറങ്ങാൻ കഴിയാതെ ഉറങ്ങാൻ ശ്രമിക്കുന്ന ഒരു ഗ്രാമത്തിന്റെ പിടച്ചിലായി മാറി. അന്തരീക്ഷം കനത്തു. അത് അസ്വസ്ഥമായി. ദൈവികമല്ലാത്ത വിയർപ്പിന്റെയും അടുപ്പിൽനിന്നും പുറത്തെടുത്ത പുതിയ അപ്പത്തിന്റെയും സ്ത്രീകളുടെ മുടിയിലെ സുഗന്ധ തൈലങ്ങളുടെയും രൂക്ഷഗന്ധങ്ങളിൽ മനുഷ്യരുടെയും മൃഗങ്ങളുടെയും ഭൂതങ്ങളുടെയും തളർന്ന നിശ്വാസങ്ങൾ ഒരുമിച്ചു ചേർന്നു.

നിങ്ങൾ മണം പിടിച്ചു. നിങ്ങൾ മനസ്സിലാക്കി. നിങ്ങൾ ഊഹിച്ചു-. പക്ഷേ, നിങ്ങൾ ഒന്നും കണ്ടില്ല. നിങ്ങളുടെ കണ്ണുകൾ സാവധാനം ഇരു

ട്ടുമായി പരിചിതമാകുന്നു. നിങ്ങൾക്ക് രാത്രിയേക്കാൾ ഇരുണ്ട വിശാലമായ സൈപ്രസ് തിരിച്ചറിയാൻ കഴിഞ്ഞു. കാറ്റിൽ ഉലഞ്ഞ് ഒച്ചയുണ്ടാക്കുന്ന ഈന്തപ്പനകളുടെ ജലധാരപോലെ തോന്നുന്ന മരക്കൂട്ടങ്ങൾ. ഇരുട്ടിൽ വെള്ളിത്തിളക്കമുള്ള ഏതാനും ഇലകളുമായി നില്ക്കുന്ന ഒലിവ് മരങ്ങൾ. പച്ചപ്പ് ഉള്ള സ്ഥലത്ത് കട്ടയും ചെളിയും കൊണ്ട് നിർമ്മിച്ച് വെള്ളപൂശിയ ഒറ്റപ്പെട്ട കുടിലുകളെ ഇരുട്ട് ഒന്നിപ്പിച്ചിരുന്നു. മാലിന്യങ്ങളുടെ ദുർഗ്ഗന്ധത്തിലൂടെ വെളുത്ത പുതപ്പുകൾ പുതച്ചും പുതയ്ക്കാതെയും മേൽക്കൂരകളിൽ കിടന്നുറങ്ങുന്ന മനുഷ്യരൂപങ്ങൾ നിങ്ങളുടെ ഓർമ്മയിൽ എത്തുന്നു.

നിശ്ശബ്ദത ഒളിച്ചോടിപ്പോയി. ശൂന്യതയുടെ നിർവൃതിയിലായിരുന്ന രാത്രി തീവ്രവേദനകൊണ്ട് നിറഞ്ഞു. മനുഷ്യരുടെ കൈകാലുകൾ സ്വസ്ഥത കണ്ടെത്താൻ കഴിയാതെ ഞെളിപിരികൊണ്ടു. മനുഷ്യഹൃദയങ്ങൾ നെടുവീർപ്പിട്ടു. നൂറുകണക്കിന് ചുണ്ടുകളിൽ നിന്ന് പുറത്തുവന്ന നൈരാശ്യത്തിന്റെ പിടിവാശിയുള്ള നിലവിളികൾ ദൈവം തെളിച്ചുതന്ന നിശ്ശബ്ദതയുടെ ഈ കൂരിരുട്ടുമായി യുദ്ധം ചെയ്ത് അവർ പറയാൻ മോഹിച്ച കാര്യങ്ങൾ ആവിഷ്കരിക്കാനുള്ള ശ്രമം നടത്തി. പക്ഷേ, അവർക്ക് അത് കഴിഞ്ഞില്ല. അവരുടെ നിലവിളികൾ പരസ്പരബന്ധമില്ലാത്ത ആർത്തിയുടെ നിശ്വാസങ്ങളിൽ തട്ടി ചിന്നിച്ചിതറിപ്പോയി.

പക്ഷേ, ഓർക്കാപ്പുറത്ത് ഗ്രാമത്തിന്റെ ഒത്തനടുക്കമുള്ള ഏറ്റവും ഉയർന്ന മേൽക്കൂരയിൽനിന്നും ഹൃദയം പിളർക്കുന്ന രൂക്ഷമായ ഒരു നിലവിളി ഉയർന്നു. ഒരു മനുഷ്യന്റെ നെഞ്ച് സ്വയം രണ്ടായി പിളരുകയായിരുന്നു. "ഇസ്രയേലിന്റെ ദൈവമേ എന്താണ് വേണ്ടത്?" അത് ഒരു മനുഷ്യനായിരുന്നില്ല-അത് മുഴുവൻ ഗ്രാമത്തിന്റെയും സ്വപ്നത്തിലുള്ള അലർച്ച ആയിരുന്നു. അത് ജനിപ്പിക്കാനും നിലവിളി ഉയർത്താനും കഴിയാതെ പോയിട്ടും പ്രസവവേദന സഹിച്ച ഇസ്രയേലിന്റെ നിലവിളി ആയിരുന്നു. മരിച്ചവരുടെ അസ്ഥികളും മരങ്ങളുടെ വേരുകളും നിറഞ്ഞ ഇസ്രയേലിന്റെ മണ്ണിന്റെ നിലവിളി ആയിരുന്നു.

നീണ്ട ഒരു നിശ്ശബ്ദതയ്ക്ക് ശേഷം വീണ്ടും ആ നിലവിളി അന്തരീക്ഷം പിളർന്ന് ഭൂമിയിൽനിന്നും ആകാശത്തേക്ക് പോയി. പക്ഷേ, ഈ പ്രാവശ്യം അതിൽ കോപവും സങ്കടവും കൂടുതലായിരുന്നു. "എന്തു വേണം? എന്തു വേണം?" ഗ്രാമത്തിലെ പട്ടികൾ ഉണർന്നു കുരയ്ക്കാൻ തുടങ്ങി. പൊടിപിടിച്ചു നിറംമങ്ങിയ മേല്ക്കൂരകൾക്കു മുകളിൽ പേടിച്ചുപോയ സ്ത്രീകൾ അവരുടെ തലകൾ ഭർത്താക്കന്മാരുടെ കക്ഷത്തിനടിയിലേക്ക് തിരുകിക്കയറ്റി.

ചെറുപ്പക്കാരൻ സ്വപ്നം കാണുകയായിരുന്നു– അയാൾ അയാളുടെ ആടുകൾ അനങ്ങുന്നതും കരയുന്നതും കേട്ടു. സ്വപ്നം പേടിപ്പെടുത്താൻ തുടങ്ങി. അത് ഓടി ഒളിക്കാൻ ആരംഭിച്ചു. പർവ്വതത്തിന്റെ കട്ടി കുറഞ്ഞു. അതിന്റെ ഉൾഭാഗങ്ങൾ പ്രത്യക്ഷപ്പെട്ടു. അത് പാറകൊണ്ട് തീർത്തതായിരുന്നില്ല. അത് ഉറക്കവും തളർച്ചയും കൊണ്ട് തീർത്തതായിരുന്നു.

വളരെ വലിയ മനുഷ്യരൂപങ്ങൾ അവരുടെ രാക്ഷസീയമായ ചുവടുകൾ വച്ച് അതിനുള്ളിൽ കോപത്തോടെ ചവിട്ടിമെതിച്ച് നടക്കുകയായിരുന്നു—എല്ലാവർക്കും താടിയും മീശയും കട്ടി പുരികങ്ങളും നീണ്ട കൈകളും ഉണ്ടായിരുന്നു—അവരുടെ ശരീരം നേർത്തു. നീളം കൂടി. വിസ്താരം കൂടി. അവരുടെ ഉൾഭാഗം ശക്തമായ കാറ്റിൽ പെട്ടു. പടർന്നുപോയ മേഘങ്ങൾ പോലെ ചെറിയ കഷണങ്ങളായി ചിതറിത്തെറിച്ചു. കുറച്ചുകൂടി കഴിഞ്ഞിരുന്നെങ്കിൽ ഉറങ്ങുന്ന മനുഷ്യന്റെ മനസ്സിൽനിന്ന് അവ അപ്രത്യക്ഷമാകുമായിരുന്നു.

പക്ഷേ, ഇതു സംഭവിക്കുന്നതിനുമുമ്പ് അയാളുടെ തലയുടെ ഭാരം കൂടി. അയാൾ കൂടുതൽ അഗാധമായ ഉറക്കത്തിലേക്ക് വഴുതിവീണു. പർവ്വതം വീണ്ടും പാറകളായി മാറി. മേഘങ്ങൾ അസ്ഥിയും മാംസവുമായി ഘനീഭവിച്ചു. അയാൾ, ആരോ കിതച്ചുകൊണ്ട് അതിവേഗത്തിൽ നടന്നു നീങ്ങുന്നതു കേട്ടു. ചുവന്ന താടിക്കാരൻ വീണ്ടും പർവ്വതത്തിന്റെ കൊടുമുടിയിൽ പ്രത്യക്ഷപ്പെട്ടു. അയാളുടെ വസ്ത്രം തുറന്നുകിടന്നു. അയാളുടെ പാദങ്ങൾ നഗ്നമായിരുന്നു. അയാളുടെ ചുവന്നമുഖം വിയർത്തുകൊണ്ടിരുന്നു. അസംഖ്യം അനുയായികൾ അയാളുടെ പിന്നിൽ ഉണ്ടായിരുന്നു. അവർ പർവ്വതത്തിന്റെ പരുക്കൻ പാറകൾക്കിടയിൽ മറഞ്ഞിരിക്കുകയായിരുന്നു. ആകാശത്തിന്റെ താഴികക്കുടത്തിനു മുകളിൽ ശക്തമായ ഒരു മേൽക്കൂര വീണ്ടും രൂപം കൊണ്ടു. പക്ഷേ, ഇപ്പോൾ അവിടെ ഒരു നക്ഷത്രം മാത്രമേ ഉണ്ടായിരുന്നുള്ളൂ. അത് കൊതിതോന്നുന്ന ഒരു തീഗോളം പോലെ കിഴക്കു ഭാഗത്ത് തൂങ്ങിക്കിടന്നു. പകലിന്റെ ആരംഭം ആയിരുന്നു.

ചെറുപ്പക്കാരൻ പകലത്തെ അത്യദ്ധ്വാനത്തിനുശേഷം തടിച്ചീളുകൾക്കു മുകളിൽ മലർന്നുകിടന്ന് ആഴത്തിൽ ശ്വസിച്ചു കൊണ്ടിരുന്നു. പ്രഭാതനക്ഷത്രം കണ്ടതുപോലെ അയാളുടെ കൺപോളകൾ ഒരുനിമിഷം മുകളിലേക്ക് ഉയർന്നു. പക്ഷേ, അയാൾ ഉണർന്നില്ല. സ്വപ്നം വീണ്ടും കൗശലത്തോടെ അയാളെ പൊതിഞ്ഞുവച്ചു. ചുവന്നതാടിക്കാരൻ നടത്തം നിർത്തിയതായി അയാൾ സ്വപ്നം കണ്ടു. അയാളുടെ കക്ഷങ്ങളിൽ നിന്നും കാലുകളിൽനിന്നും ആഴത്തിൽ ചുളിവുകൾ വീണ നെറ്റിയിൽ നിന്നും വിയർപ്പിന്റെ അരുവികൾ ഒഴുകിയിറങ്ങി. അദ്ധ്വാനവും ദേഷ്യവും കൊണ്ട് അയാളുടെ ചുണ്ടുകൾ തിളച്ചു മറിയുന്നുണ്ടായിരുന്നു. അയാൾ ശപിക്കാൻ തുടങ്ങി. പക്ഷേ, അയാൾ സ്വയം നിയന്ത്രിച്ചു. ശാപം വിഴുങ്ങിക്കൊണ്ട് അയാൾ വിഷാദത്തോടെ മുറുമുറുത്തു. "എത്രകാലം? പിതാവേ, എത്രകാലം?" പക്ഷേ, അയാളുടെ കോപം അടങ്ങിയില്ല. അയാൾ നാലുചുറ്റും നോക്കി. അയാളുടെ ഉള്ളിൽ മിന്നലിന്റെ വേഗതയോടെ സുദീർഘമായ നടത്തത്തിന്റെ ചുരുളുകൾ സ്വയം അഴിഞ്ഞു.

പർവ്വതങ്ങൾ മുങ്ങിത്താണു. മനുഷ്യർ അപ്രത്യക്ഷരായി. സ്വപ്നത്തെ ഉറക്കം ഒരു പുതിയ സ്ഥലത്തേക്ക് പിടിച്ചുവലിച്ചുകൊണ്ടുപോയി. ഉറങ്ങുന്ന മനുഷ്യൻ അയാളുടെ വീടിന്റെ ഉയരം കുറഞ്ഞ ചൂരൽ

കൊണ്ടുള്ള മച്ചിൽ കാനാനിലെ ഭൂമി വെളിവാക്കപ്പെടുന്നതു കണ്ടു. പല നിറത്തിൽ വിചിത്രമായി അലങ്കരിച്ച തുറന്ന പ്രദേശം പോലെ അയാൾ അതു കണ്ടു. തെക്കുഭാഗത്ത് ഒരു പുള്ളിപ്പുലിയുടെ പുറംപോലെ തോന്നുന്ന ഇളകി മറിഞ്ഞുകൊണ്ടിരിക്കുന്ന ഇദുമിയാ മരുഭൂമി. ഇതിനു ശേഷം “ചാവുകടൽ”. വെളിച്ചം മുങ്ങിച്ചത്ത അപകടകരമായ ‘ചാവുകടൽ’ ഇതിനും അപ്പുറത്ത് നാലുചുറ്റും യഹോവയുടെ കല്പനകളുടെ കിടങ്ങുകൾക്കുള്ളിൽ മനുഷ്യത്വമില്ലാത്ത ജറുസലേം നില്ക്കുന്നു. അതിന്റെ മിനുസമായ പാറകൾ നിരത്തിയ തെരുവിലൂടെ ദൈവത്തിന്റെ ഇരകളിൽനിന്നും ആടുകളിൽനിന്നും പ്രവാചകരിൽനിന്നും ഉള്ള ചോര ഒഴുകി ഇറങ്ങിയിരിക്കുന്നു. അടുത്തത് സമരിയാ. വിഗ്രഹാരാധകർ ചവിട്ടി നടന്ന വൃത്തിഹീനമായ സമരിയാ. കവിളിൽ മിനുക്കുപൊടി പുരട്ടി മുഖം മിനുക്കിയ സ്ത്രീ വെള്ളം കോരിക്കൊണ്ടിരിക്കുന്ന കിണറിനു ചുറ്റുമായുള്ള സമരിയാ. അവസാനം വടക്കേ അറ്റത്ത്: ഗലീലി-സൂര്യപ്രകാശമുള്ള മാന്യതയുള്ള ഫലഭൂയിഷ്ഠമായ ഗലീലി. സ്വപ്നത്തിന്റെ ഒരറ്റത്തു നിന്നും മറ്റേ അറ്റത്തേക്ക് ദൈവത്തിന്റെ രാജകീയ ധമനിയായ ജോർദ്ദാൻ നദി ഒഴുകിക്കൊണ്ടിരിക്കുന്നു. അത് പ്രയോജനം ഇല്ലാത്ത മണൽപ്പരപ്പിലൂടെയും സമ്പന്നമായ തോട്ടങ്ങളിലൂടെയും ഒരുപോലെ ഒഴുകി. അത് “ജോൺ ദി ബാപ്റ്റിസ്റ്റിനും” വേശ്യകൾക്കും ഗാനേസറത്തിലെ മീൻപിടിത്തക്കാർക്കും പക്ഷപാതമില്ലാതെ വെള്ളം കൊടുത്തു.

ചെറുപ്പക്കാരൻ വിശുദ്ധ നദിയും മണ്ണും കാണാൻ വേണ്ടി ഉറക്കത്തിൽ ആഹ്ലാദിച്ചു. അയാൾ അതിൽ തൊടാൻ വേണ്ടി കൈനീട്ടി. പക്ഷേ, മൂടൽമഞ്ഞും കാറ്റും യുഗങ്ങളുടെ പഴക്കമുള്ള മനുഷ്യമോഹങ്ങളും കൊണ്ട് തീർത്ത, സന്ധ്യയിലെ റോസാപ്പൂവിനോളം തിളക്കമുള്ള, ആ വാഗ്ദത്ത ഭൂമി പെട്ടെന്ന് മൃദുലമായ ഇരുട്ടിൽ ഒരുതവണ മിന്നിത്തിളങ്ങിയതിനുശേഷം അണഞ്ഞുപോയി. അത് അപ്രത്യക്ഷമാകുന്നതിനിടയിൽ അയാൾ അലർച്ചകളും ശാപങ്ങളും കേട്ടു. കൂർത്ത പാറകളുടെ മറവിൽനിന്നും ആൾക്കൂട്ടം വീണ്ടും പ്രത്യക്ഷപ്പെട്ടു. പക്ഷേ, അവർ ഇപ്പോൾ തിരിച്ചറിയാൻ കഴിയാത്ത വിധത്തിൽ അങ്ങേയറ്റം മാറിപ്പോയിരുന്നു. അതികായന്മാർ ചുക്കിച്ചുളിഞ്ഞു പോയിരുന്നു. ഞെട്ടിപ്പോകും! അവർ കിതയ്ക്കുന്ന കുള്ളന്മാരായി മാറി. അവർ വീർപ്പുമുട്ടുന്ന കുട്ടിപ്പിശാചുക്കൾ ആയിരുന്നു. അവരുടെ താടി നിലത്തുകൂടി ഇഴയുന്നുണ്ടായിരുന്നു. ഓരോരുത്തരുടെ കൈയിലും പീഡനത്തിനുള്ള അസാധാരണമായ ഒരു ഉപകരണം ഉണ്ടായിരുന്നു. ചിലർ ഇരുമ്പുമൊട്ടുകളുള്ള രക്തം പുരണ്ട തുകൽ ബൽറ്റുകൾ പിടിച്ചിരുന്നു. ചിലരുടെ കൈയിൽ ചാട്ടയും കത്തിയും ഉണ്ടായിരുന്നു. ചിലർ വലിയ ആണികൾ കരുതിയിരുന്നു. മൂന്നു ചെറിയ മനുഷ്യർ അവരുടെ കൈയിൽ ഒതുങ്ങാത്ത ഒരു വലിയ കുരിശ് ചുമക്കുന്നുണ്ടായിരുന്നു. അവരിൽ ഏറ്റവും നികൃഷ്ടനായവൻ ഏറ്റവും അവസാനമാണ് വന്നത്— ഒരു മുൾക്കിരീടം പിടിച്ചിരുന്ന കോങ്കണ്ണൻ നാടോടി.

ചുവന്ന താടിക്കാരൻ ചരിഞ്ഞുനിന്ന് അവരെ നോക്കിയതിനുശേഷം

തന്റെ വലിയ തല അവജ്ഞയോടെ കുലുക്കി. ഉറങ്ങുന്ന മനുഷ്യൻ അയാളുടെ ചിന്തകൾ കേട്ടു: അവർ വിശ്വസിക്കുന്നില്ല. അതുകൊണ്ടാണ് അവർ അധഃപതിച്ചത്. അതുകൊണ്ടാണ് ഞാൻ പീഡിപ്പിക്കപ്പെടുന്നത്. അവർ വിശ്വസിക്കുന്നില്ല.

രോമാവൃതമായ കൈ താഴത്തെ നിരപ്പായ പ്രദേശത്തേക്ക് ചൂണ്ടിക്കൊണ്ട് അയാൾ പറഞ്ഞു. "നോക്കൂ!"

"ഞങ്ങൾ ഒന്നും കാണുന്നില്ല. ഇരുട്ടാണ്."

"നിങ്ങൾ ഒന്നും കാണുന്നില്ലേ? അപ്പോൾ പിന്നെ, നിങ്ങൾ വിശ്വസിക്കുന്നുണ്ടോ?"

"ഞങ്ങൾ വിശ്വസിക്കുന്നുണ്ട്. ഞങ്ങൾ വിശ്വസിക്കുന്നുണ്ട്. അതുകൊണ്ടാണ് ഞങ്ങൾ നിങ്ങളെ പിന്തുടരുന്നത്. പക്ഷേ, ഞങ്ങൾ ഒന്നും കാണുന്നില്ല."

"വീണ്ടും നോക്കൂ!"

അയാൾ കൈ താഴ്ത്തിക്കൊണ്ട് പൊടിപടലങ്ങളുടെ മൂടാപ്പിലൂടെ താഴെയുള്ള നിരപ്പുള്ള ഭൂമിയിലേക്ക് സൂക്ഷിച്ചു നോക്കി. ഒരു നീലത്തടാകം ഉണർന്നിരിക്കുന്നുണ്ടായിരുന്നു. അത് മൂടാപ്പിന്റെ പുതപ്പു വലിച്ചു മാറ്റി ഉണർന്നെഴുന്നേറ്റമട്ടിൽ തിളക്കത്തോടെ പുഞ്ചിരിച്ചു. നിറയെ മുട്ടകളുള്ള വലിയ പക്ഷിക്കൂടുകൾ-ഗ്രാമങ്ങളും ചേരികളും- ചരൽക്കല്ലുകൾ നിറഞ്ഞ തീരത്തിനു ചുറ്റുമുള്ള ഈന്തപ്പനകൾക്കു താഴെ ഗോതമ്പു പാടങ്ങൾക്കിടയിൽ അവ വെളുത്തനിറത്തിൽ തിളങ്ങി.

"അയാൾ അവിടെ ഉണ്ട്" പച്ച പുൽത്തകിടികൾ ചുറ്റുപാടും പരന്നു കിടക്കുന്ന വലിയ ഗ്രാമം ചൂണ്ടിക്കാണിച്ചുകൊണ്ട് നേതാവ് പറഞ്ഞു. ഗ്രാമത്തിലേക്ക് നോക്കിനില്ക്കുന്ന മൂന്ന് കാറ്റാടികൾ പുലരിയിൽതന്നെ ചിറകുകൾ വിടർത്തി കറങ്ങാൻ തുടങ്ങിയിരുന്നു.

ഉറങ്ങുന്ന മനുഷ്യന്റെ ഗോതമ്പുനിറമുള്ള മുഖത്ത് പെട്ടെന്ന് ഭയം കോരിയൊഴിക്കപ്പെട്ടു. സ്വപ്നം അയാളുടെ കൺപോളകളിൽ ഉറഞ്ഞുകൂടി അവിടെ അടയിരിക്കുകയായിരുന്നു. അയാൾ സ്വപ്നത്തെ ഒഴിവാക്കാൻ വേണ്ടി കൺപോളകൾ കൈകൊണ്ട് തിരുമ്മി. അയാൾ കഴിയുന്നത്ര കഠിനമായി ഉറക്കം ഉണരാൻ വേണ്ടി ശ്രമിച്ചു. ഇത് ഒരു സ്വപ്നമാണ്. അയാൾ ആലോചിച്ചു. എനിക്ക് സ്വയം രക്ഷപ്പെടാൻ നിശ്ചയമായും ഉണർന്നേപറ്റൂ. പക്ഷേ, ചെറിയ മനുഷ്യർ പിടിവാശിയോടെ അയാളെ വലം വച്ചുകൊണ്ടിരുന്നു. അവർ വിട്ടുപോകാൻ ആഗ്രഹിച്ചില്ല. രാക്ഷസീയമുഖമുള്ള ചുവന്ന താടിക്കാരൻ ഇപ്പോൾ അവരോട് സംസാരിക്കുകയായിരുന്നു. അയാൾ താഴെയുള്ള നിരപ്പുപ്രദേശത്തെ വലിയ ഗ്രാമത്തിലേക്ക് വിരൽ ചൂണ്ടിയിരുന്നു.

"അവൻ അവിടെ ഉണ്ട്. അവൻ നഗ്നപാദനായി കീറത്തുണികൾ ധരിച്ച് താനല്ല അവൻ എന്ന ഭാവത്തിൽ ആശാരിചമയുകയാണ്. അവൻ സ്വയം രക്ഷപ്പെടാൻ ആഗ്രഹിക്കുന്നു— പക്ഷേ, അവന് നമ്മളിൽ നിന്ന് എങ്ങനെ രക്ഷപ്പെടാൻ പറ്റും: ദൈവത്തിന്റെ കണ്ണുകൾ അവനെ കണ്ടു

കഴിഞ്ഞിട്ടുണ്ട്! കുട്ടികളേ, അവന്റെ പിന്നാലെ പോകൂ!"

അയാൾ കാൽ ഉയർത്തി നടക്കാൻ ആരംഭിച്ചു. പക്ഷേ, കുള്ളന്മാർ അയാളുടെ കൈകാലുകളിൽ തൂങ്ങിക്കിടന്നു. അയാൾ വീണ്ടും കാൽ നിലത്തുവച്ചു.

"നേതാവേ, നഗ്നപാദരായി കീറത്തുണികൾ ധരിച്ച് നടക്കുന്ന ധാരാളം ആശാരിമാരുണ്ട്. ഞങ്ങൾക്ക് അവൻ ആരാണെന്നുള്ളതിന്റെ ഒരു സൂചന തരണം. അവൻ കാഴ്ചയിൽ എങ്ങനെയാണെന്നോ എവിടെയാണ് താമസിക്കുന്നതെന്നോ പറയണം. അങ്ങനെയാണെങ്കിൽ ഞങ്ങൾക്ക് അവനെ തിരിച്ചറിയാൻ പറ്റും. അല്ലെങ്കിൽ ഞങ്ങൾ വരുന്നില്ല. നേതാവിന് അത് മനസ്സിലാകും. ഞങ്ങൾ വരുന്നില്ല. ഞങ്ങൾ ക്ഷീണിച്ചിരിക്കുന്നു."

"ഞാൻ അവനെ കെട്ടിപ്പിടിച്ച് ചുംബിക്കും. അതായിരിക്കും നിങ്ങൾക്കുള്ള സൂചന. ഇപ്പോൾ മുന്നോട്ടു നീങ്ങാം. ശബ്ദം ഉണ്ടാക്കരുത്. അലറാൻ പാടില്ല. ഇപ്പോൾ അവൻ ഉറങ്ങുകയാണ്. അവർ ഉണർന്ന് നമ്മളിൽ നിന്ന് രക്ഷപ്പെടാതിരിക്കാൻ ശ്രദ്ധിക്കണം. ദൈവത്തെ വിചാരിച്ച് അവനെ പിൻതുടരൂ!"

"അവനെ പിൻതുടരാം." കുള്ളന്മാർ ഒന്നിച്ച് വിളിച്ചുകൂവി. അവർ ഓടാൻവേണ്ടി അവരുടെ വലിയ പാദങ്ങൾ ഉയർത്തി.

പക്ഷേ, അവരിൽ മുൾക്കിരീടം പിടിച്ചിരുന്ന കോങ്കണ്ണുള്ള മെലിഞ്ഞ കൂനൻ ഒരു വലിയ മുൾച്ചെടിയിൽ മുറുകെപ്പിടിച്ചുകൊണ്ട് എതിർത്തു പറഞ്ഞു.

"ഞാൻ എവിടെയും പോകുന്നില്ല." അയാൾ വിളിച്ചുകൂവി. "എനിക്കു മടുത്തു. നമ്മൾ അവനെ എത്ര രാത്രികളായി വേട്ടയാടുകയാണ്? നമ്മൾ എത്ര രാജ്യങ്ങളിലൂടെയും ഗ്രാമങ്ങളിലൂടെയും അലഞ്ഞു തിരിഞ്ഞു? എണ്ണി നോക്കണം: ഇദുമിയായിലെ മരുഭൂമിയിൽ എസനസിന്റെ സന്ന്യാസി മഠങ്ങൾ ഒന്നൊന്നായി നമ്മൾ പരിശോധിച്ചു. നമ്മൾ ബഥനിവഴി പോയി. അവിടെ നമ്മൾ യാതൊരു പ്രയോജനവും ഇല്ലാതെ പാവം ലാസറസിനെ ഏറക്കുറെ കൊന്നു. നമ്മൾ ജോർദ്ദാനിൽ എത്തി. പക്ഷേ, ബാപ്റ്റിസ്റ്റ് നമ്മളെ ഓടിച്ചുവിട്ടു. അയാൾ പറഞ്ഞു: "നിങ്ങൾ അന്വേഷിക്കുന്ന ആൾ ഞാനല്ല. അതുകൊണ്ട് നിങ്ങൾക്കുപോകാം." നമ്മൾ അവിടം ഉപേക്ഷിച്ച് ജറുസലേമിലേക്ക് പ്രവേശിച്ചു. അമ്പലത്തിലും അനസിന്റെയും കെയാഫസിന്റെയും കൊട്ടാരങ്ങളിലും സ്ക്രൈബുകളുടെയും ഫാർസീകളുടെയും കുടിലുകളിലും നമ്മൾ പരിശോധന നടത്തി. ആരും ഉണ്ടായിരുന്നില്ല! തെമ്മാടികളും നുണയന്മാരും കൊള്ളക്കാരും വേശ്യകളും കൊലപാതകികളും ഒഴിച്ച് മറ്റാരും ഉണ്ടായിരുന്നില്ല. നമ്മൾ ഭ്രഷ്ടുകല്പിച്ചിട്ടുള്ള സമരിയായിലൂടെ ഓടി ഗലീലിയിലെത്തി. നമ്മൾ ഒന്നിച്ച് മഗ്ദലയിലും കാനായിലും കാപ്പർനാമിലും ബത്സൈഡായിലും അന്വേഷിച്ചു. നമ്മൾ കുടിലുകൾതോറും വള്ളങ്ങൾ തോറും ഏറ്റവും ഗുണവാനും ദൈവഭയം ഉള്ളവനും ആയവനെ അന്വേഷിച്ചു. ഓരോ തവണയും അവനെ കണ്ടെന്ന്

നമ്മൾ വിളിച്ചു കൂവി. "ഞങ്ങൾ അന്വേഷിക്കുന്നവൻ നീയാണ്– നീ എന്തിനാണ് ഒളിച്ചിരിക്കുന്നത്. എഴുന്നേറ്റ് വന്ന് ഇസ്രയേലിനെ രക്ഷിക്കൂ!" പക്ഷേ, നമ്മളുടെ കൈയിലുള്ള ആയുധങ്ങൾ കണ്ടപ്പോൾ അവന്റെ രക്തം തണുത്തു. അവൻ തൊഴിച്ചു. ചവിട്ടി. നിലവിളിച്ചു "അത് ഞാനല്ല, ഞാനല്ല." അവൻ സ്വയം രക്ഷപ്പെടാൻ വേണ്ടി വീഞ്ഞിന്റെയും ചൂതുകളിയുടെയും സ്ത്രീകളുടെയും ജീവിതത്തിലേക്ക് സ്വയം എടുത്തുചാടി. അവൻ മദ്യപിച്ചു. ദൈവത്തെ നിന്ദിച്ചു. വ്യഭിചരിച്ചു– അത് അവൻ ഒരു പാപിയാണെന്നും ഞങ്ങൾ അന്വേഷിക്കുന്നവൻ അവനല്ലെന്നും സ്ഥാപിക്കാൻവേണ്ടി മാത്രം ആയിരുന്നു. "നേതാവേ, എനിക്ക് ദുഃഖം ഉണ്ട്. പക്ഷേ, ഇവിടെയും നമ്മൾ അനുഭവിക്കാൻ പോകുന്നത് ഇതേകാര്യം തന്നെ ആയിരിക്കും. നമ്മൾ പ്രയോജനം ഇല്ലാതെയാണ് അവനെ പിൻതുടരുന്നത്. നമുക്ക് അവനെ കണ്ടെത്താൻ കഴിയില്ല. അവൻ ഇതുവരെ ജനിച്ചിട്ടില്ല."

ചുവന്നതാടിക്കാരൻ അയാളുടെ പിടലിക്ക് പിടിച്ച് കുറേനേരം അന്തരീക്ഷത്തിൽ തൂക്കിനിർത്തി പൊട്ടിച്ചിരിച്ചുകൊണ്ട് പറഞ്ഞു. "നീ സംശയാലുവായ തോമസ് ആണ്. എനിക്ക് നിന്നെ ഇഷ്ടമാണ്."

അയാൾ മറ്റുള്ളവരുടെ നേർക്ക് തിരിഞ്ഞു. "അവൻ ഒരു ചാട്ടയാണ്. നമ്മൾ അദ്ധ്വാനിക്കുന്ന കാളകളും. അവൻ നമ്മളെ വേദനിപ്പിക്കട്ടെ. അതുകൊണ്ട് നമ്മൾ ഒരിക്കലും വിശ്രമിക്കാതിരിക്കും."

കഷണ്ടിയുള്ള തോമസ് വേദനകൊണ്ട് നിലവിളിച്ചു. ചുവന്ന താടിക്കാരൻ അയാളെ നിലത്തു നിർത്തി. അയാൾ വീണ്ടും പൊട്ടിച്ചിരിച്ചുകൊണ്ട് പലതരത്തിലുള്ള ആ ആൾക്കൂട്ടത്തെ നോക്കി.

"നമ്മൾ എത്രപേർ ഉണ്ട്?" അയാൾ ചോദിച്ചു "പന്ത്രണ്ട്, ഇസ്രയേലിലെ ഒരു ഗോത്രത്തിൽനിന്നും ഓരോരുത്തർ. പിശാചുക്കളും മാലാഖമാരും കുട്ടിപ്പിശാചുക്കളും കുള്ളന്മാരും: ദൈവത്തിന്റെ എല്ലാത്തരം പ്രസവങ്ങളും ഗർഭച്ഛിദ്രങ്ങളും. ഇഷ്ടമുള്ളത് നിങ്ങൾക്ക് സ്വീകരിക്കാം."

അയാൾ നല്ല മനോഭാവത്തിൽ ആയിരുന്നു. പരുന്തിന്റേതുപോലെയുള്ള അയാളുടെ ഉണ്ടക്കണ്ണുകൾ തിളങ്ങി. അയാൾ വലിയ കൈനീട്ടി കൂട്ടുകാരെ ഓരോരുത്തരെ ആയി ദേഷ്യപ്പെട്ട് പൊക്കിയെടുത്ത് ചിരിച്ചുകൊണ്ട് അടിമുടി പരിശോധിച്ചു. ഒരാളെ മോചിപ്പിക്കുമ്പോൾതന്നെ അയാൾ മറ്റൊരാളെ പിടികൂടി.

"ക്രൂരൻ മുതൽ പേടിത്തൂറി വരെ ഇവിടെ ഉണ്ട്. നിങ്ങൾ കൊന്നിട്ടില്ല, മോഷ്ടിച്ചിട്ടില്ല, വ്യഭിചരിച്ചിട്ടില്ല– കാരണം നിങ്ങൾക്ക് ഭയമാണ്. നിങ്ങളുടെ എല്ലാ നന്മകളും ഭയത്തിന്റെ സന്തതികളാണ്– നിങ്ങൾ എന്താണ്? അവർ അടിച്ച് തൊലി പൊളിക്കുന്ന വെറും കഴുതകൾ. വിശപ്പും തണുപ്പും ചാട്ടയടിയും അനുഭവിക്കുന്നുണ്ടെങ്കിലും നിങ്ങൾ മുന്നേറിക്കൊണ്ടിരിക്കുന്നു. നിങ്ങളുടെ ആത്മാഭിമാനം ശ്രദ്ധിക്കാതെ നിങ്ങൾ കാലിപ്പാത്രം നക്കിത്തുടയ്ക്കുന്നു. നിങ്ങളുടെ എല്ലാ നന്മകളും ദാരിദ്ര്യത്തിന്റെ സന്തതികളാണ്. നിങ്ങൾ സൂത്രശാലിയായ കുറുക്കനാണ്: നിങ്ങൾ സിംഹത്തിന്റെ ഗുഹയുടെ പുറത്തു നില്ക്കുന്നു. യഹോവയുടെ ഗുഹയുടെ

പുറത്തു നില്ക്കുന്നു. നിങ്ങൾ അകത്തു പോകുന്നില്ല... നിഷ്കളങ്കനായ കുഞ്ഞാടായ നിങ്ങൾ കരഞ്ഞുകൊണ്ട് നിങ്ങളെ തിന്നാൻ പോകുന്ന ഒരു ദൈവത്തിനെ പിൻതുടരുന്നു. ലവിയുടെ മകനായ നിങ്ങൾ ദൈവത്തെ ഔൺസ് കണക്കിന് കൊണ്ടുനടന്നു വില്ക്കുന്നു. സത്രം നോട്ടക്കാരനായ നിങ്ങൾ സഹായിയായി മാറി മനുഷ്യർക്ക് ദൈവത്തെ കുടിക്കാൻ കൊടുക്കുന്നു. അവർ അതു കുടിച്ച് ലഹരി കയറിക്കഴിയുമ്പോൾ അവർ തന്നെ അവരുടെ പണസഞ്ചിയും ഹൃദയവും നിങ്ങൾക്കു മുമ്പിൽ തുറക്കുന്നു- നിങ്ങൾ തെമ്മാടികളുടെ തെമ്മാടിയാണ്. വിദ്വേഷവും മതഭ്രാന്തും തന്നിഷ്ടവും ഉള്ള നിങ്ങൾ സ്വന്തം മുഖം നോക്കിക്കൊണ്ട് വിദ്വേഷവും മതഭ്രാന്തും തന്നിഷ്ടവും ഉള്ള ഒരു ദൈവത്തെ നിർമ്മിക്കുന്നു. അതിനുശേഷം ദൈവം നിങ്ങളെപ്പോലെ ഇരിക്കുന്നതുകൊണ്ട് അദ്ദേഹത്തിന്റെ മുമ്പിൽ സാഷ്ടാംഗം നമസ്കരിക്കുന്നു. നിങ്ങളുടെ അനശ്വരമായ ആത്മാവ് ഒരു പണമിടപാട് സ്ഥാപനം തുടങ്ങി. നിങ്ങൾ ഉമ്മറപ്പടിയിൽ ഇരുന്ന് ചാക്കിൽ കൈയിട്ട് പാവങ്ങൾക്ക് ഭിക്ഷ കൊടുത്ത് ദൈവത്തിന് കടം കൊടുക്കുന്നു. നിങ്ങൾ കണക്കു പുസ്തകത്തിൽ എല്ലാം കുറിച്ചുവയ്ക്കുന്നു. ഇന്ന ദിവസം ഇന്ന സമയത്ത് ഇന്നയാൾക്ക് ഞാൻ ഇത്ര ഫാർതിങ് ഭിക്ഷയായി കൊടുത്തു. നിങ്ങൾ ആ കണക്കു പുസ്തകം ശവപ്പെട്ടിക്കുള്ളിൽ വെക്കാനുള്ള നിർദ്ദേശം കൊടുക്കുന്നു. അതുകൊണ്ട് നിങ്ങൾക്ക് അത് ദൈവത്തിന്റെ മുമ്പിൽ തുറന്നുകാണിച്ച് നിങ്ങൾക്ക് കിട്ടാനുള്ള അനശ്വരമായ കോടികൾ വസൂലാക്കാൻ പറ്റും... ആത്മപ്രശംസയുടെ കഥകൾ പറയുന്ന നുണയനായ നിങ്ങൾ ദൈവത്തിന്റെ എല്ലാ കല്പനകളും കാൽക്കീഴിലിട്ട് ചവിട്ടിമെതിക്കുന്നു. നിങ്ങൾ കൊല്ലുന്നു; മോഷ്ടിക്കുന്നു; വ്യഭിചരിക്കുന്നു. അതിനുശേഷം നിങ്ങൾ പൊട്ടിക്കരയുന്നു. നെഞ്ചിൽ ഇടിക്കുന്നു. പിന്നീട് നിങ്ങളുടെ ഗിറ്റാർ എടുത്ത് ഈ പാപത്തെ ഒരു പാട്ടാക്കിമാറ്റുന്നു. നിങ്ങൾ തന്ത്രശാലിയായ പിശാചാണ്. ദൈവം പാട്ടിനുവേണ്ടി മരിക്കുമെന്നും എന്തുചെയ്താലും അദ്ദേഹം പാട്ടുകാരോട് ക്ഷമിക്കുമെന്നും നിങ്ങൾക്ക് നല്ലപോലെ അറിയാം... തോമസ്, നീ ഞങ്ങളുടെ പൃഷ്ഠത്തിലെ പരുഷമായ ചാട്ടയാണ്. ഞാൻ ചുമതലാബോധം ഇല്ലാത്ത അമിതാവേശം കാണിക്കുന്ന വിഡ്ഢിയാണ്. എന്റെ തൊപ്പിക്കുള്ളിൽ ഒരു തേനീച്ച കയറി. ഞാൻ മിശിഹായെ അന്വേഷിക്കാൻ വേണ്ടി എന്റെ ഭാര്യയെയും കുട്ടികളെയും ഉപേക്ഷിച്ചു! പിശാചുക്കളും മാലാഖമാരും കുട്ടിപ്പിശാചുക്കളും കുള്ളന്മാരുമായ നമ്മൾ എല്ലാവരും നമ്മുടെ മഹത്തായ പ്രവൃത്തിക്ക് ആവശ്യം ഉള്ളവരാണ്!... കുട്ടികളേ, അവനെ പിൻതുടരൂ."

അയാൾ കൈപ്പത്തി തുടച്ചുകൊണ്ട് കാലുകൾ ഉയർത്തി നടക്കാൻ തുടങ്ങി.

"കുട്ടികളേ, അവനെ പിൻതുടരൂ!" അയാൾ വീണ്ടും വിളിച്ചു പറഞ്ഞു. പിന്നീട് അയാൾ നസറേത്തിലേക്കുള്ള ഇറക്കം അതിവേഗത്തിൽ ഇറങ്ങി.

പർവ്വതങ്ങളും മനുഷ്യരും പുകയായി മാറിക്കൊണ്ട് അപ്രത്യക്ഷമായി. ഉറങ്ങുന്ന മനുഷ്യന്റെ കണ്ണുകളിൽ സ്വപ്നങ്ങൾ നഷ്ടമായതിന്റെ

ഇരുട്ടുനിറഞ്ഞു. ഒടുവിൽ ഇപ്പോൾ അയാളുടെ അനന്തമായ ഉറക്കത്തിൽ പർവ്വതത്തിലൂടെ നടന്നിറങ്ങുന്നതിന്റെ ശബ്ദം ഒഴിച്ച് മറ്റൊന്നും കേൾക്കുന്നുണ്ടായിരുന്നില്ല.

അയാളുടെ ഹൃദയം വന്യമായി മിടിച്ചു. സ്വന്തം അടിവയറ്റിൽ നിന്നും ആഴത്തിൽ തുളച്ചിറങ്ങുന്ന ഒരു നിലവിളി അയാൾ കേട്ടു. അവർ വന്നുകൊണ്ടിരിക്കുകയാണ്! അവർ വന്നുകൊണ്ടിരിക്കുകയാണ്! അയാൾ ചാടി എഴുന്നേറ്റു (ഉറക്കത്തിൽ അയാൾക്ക് അങ്ങനെയാണ് അനുഭവപ്പെട്ടത്) അയാൾ ജോലി ചെയ്യുന്ന ബഞ്ച് പിടിച്ചിട്ട് വാതിൽ തടസ്സപ്പെടുത്തി. അയാൾ അതിന്റെ മുകളിൽ വാളുകളും ചുറ്റികകളും തടിക്കഷണങ്ങളും ചിന്തേരുകളും കൂനകൂട്ടി വച്ചു. അയാൾ അപ്പോൾ പണിഞ്ഞുകൊണ്ടിരുന്ന ഒരു വലിയ കുരിശ് അവസാനം ബഞ്ചിന്റെ മുകളിൽ പിടിച്ചുവച്ചു. പിന്നീട് അയാൾ തടിച്ചീളുകളും കഷണങ്ങളും വിരിച്ച് അതിനു മുകളിൽ വീണ്ടും കാതോർത്തു കിടന്നു.

അവിടെ അസാധാരണമായ ഒരു ശാന്തത ഉണ്ടായിരുന്നു– ശ്വാസം മുട്ടിക്കുന്ന ശക്തമായ നിശ്ശബ്ദത. അയാൾ ഒന്നും കേട്ടില്ല. ഗ്രാമീണരുടെ നിശ്വാസം പോലും അയാൾ കേട്ടില്ല. ജാഗ്രതയുള്ള പിശാചുപോലും ഇരുട്ടിന്റെ അഗാധമായ പൊട്ടക്കിണറ്റിനുള്ളിൽ മുങ്ങിപ്പോയിരുന്നു. ഇത് ഉറക്കം ആയിരുന്നോ? ദൈവമേ, ഇത് മരണമായിരുന്നോ? അതോ ഇത് അനശ്വരത ആയിരുന്നോ? ചെറുപ്പക്കാരൻ പേടിച്ചുപോയി. അയാൾ എല്ലാ ശക്തിയുമെടുത്ത് മുങ്ങിത്താണുകൊണ്ടിരിക്കുന്ന മനസ്സിൽ നിന്ന് സ്വയം രക്ഷപ്പെടാൻ അപകടം തിരിച്ചറിഞ്ഞുകൊണ്ട് പരിശ്രമം നടത്തി- അയാൾ ഉണർന്നു.

അയാൾ വിയർപ്പിൽ കുതിർന്നിരുന്നു. ഉറക്കത്തിലെ സ്വപ്നം അയാൾക്ക് ഓർമ്മയുണ്ടായിരുന്നില്ല. ഇത്രമാത്രം അയാൾക്ക് ഓർമ്മയുണ്ടായിരുന്നു: ആരോ അയാളെ വേട്ടയാടുന്നുണ്ടായിരുന്നു. ആരാണ് വേട്ടയാടുന്നത്? ഒരാളാണോ? ഒന്നിലധികം ആളുകൾ ഉണ്ടോ? മനുഷ്യരാണോ? പിശാചുക്കൾ ആണോ? അയാൾക്ക് ഓർമ്മിക്കാൻ പറ്റുന്നില്ല. അയാൾ ശ്രദ്ധയോടെ ചെവിയോർത്തു. രാത്രിയുടെ നിശ്ശബ്ദതയിൽ ഇപ്പോൾ ഗ്രാമീണരുടെ നിശ്വാസം കേൾക്കാൻ കഴിഞ്ഞു. ധാരാളം നെഞ്ചുകൾ ഉയർന്നു താഴുന്നു. ധാരാളം ആത്മാവുകൾ നിശ്വസിക്കുന്നു. ഒരു നായ ദുഃഖത്തോടെ കുരച്ചു. ഇടവിട്ടിടവിട്ടുള്ള കാറ്റിൽ ഒരു മരം ഉലഞ്ഞു. ഗ്രാമത്തിന്റെ അതിർത്തിയിൽ ഒരമ്മ അവരുടെ കുഞ്ഞിനെ താരാട്ടുപാടി ഉറക്കി... അയാൾക്ക് പരിചിതവും അയാൾ ഇഷ്ടപ്പെടുന്നതുമായ മുറുമുറുക്കലുകളും നെടുവീർപ്പുകളും കൊണ്ട് രാത്രി പൂർണ്ണതയിൽ എത്തി. ഭൂമി സംസാരിക്കുകയായിരുന്നു; ദൈവം സംസാരിക്കുകയായിരുന്നു, ചെറുപ്പക്കാരൻ ശാന്തനായി. നിമിഷനേരത്തേക്ക് ഈ ലോകത്ത് ഒറ്റപ്പെട്ടുപോയതായി ചെറുപ്പക്കാരൻ ഭയന്നു.

അയാൾ തൊട്ടടുത്ത മുറിയിൽ കിടന്ന് ഉറങ്ങുന്ന വൃദ്ധനായ അച്ഛന്റെ നിശ്വാസങ്ങൾ കേട്ടു. നിർഭാഗ്യവാനായ ആ മനുഷ്യന് ഉറങ്ങാൻ കഴി

ഞ്ഞിരുന്നില്ല. അയാൾ സംസാരിക്കാനുള്ള ശ്രമത്തിൽ ചുണ്ടുകൾ അട യ്ക്കാനും തുറക്കാനും ബുദ്ധിമുട്ടുന്നുണ്ടായിരുന്നു. അയാൾ വായ് ചുളിച്ചു കൊണ്ടിരുന്നു. വർഷങ്ങളായി ഒരു മനുഷ്യശബ്ദം പുറപ്പെടുവിക്കാൻ വേണ്ടി അയാൾ ഈ രീതിയിൽ സ്വയം പീഡിപ്പിച്ചു കൊണ്ടിരിക്കുകയാണ്. പക്ഷേ, നാക്കിനെ നിയന്ത്രിക്കാൻ പറ്റാതെ അദ്ദേഹം കിടക്കയിൽ മരവി ച്ചുകിടക്കുന്നു. അദ്ദേഹം പരിശ്രമിച്ചു. വിയർത്തു. ഉമിനീരൊഴുക്കി. ഇട യ്ക്കിടയ്ക്ക് അതിഭയങ്കരമായ പോരാട്ടത്തിനുശേഷം ഓരോ അക്ഷര ങ്ങളും പ്രത്യേകം പ്രത്യേകം നിരാശയോടെ ഉച്ചരിച്ച് ഒരു വാക്കാക്കി മാറ്റി യെടുത്തു. ഒരു വാക്ക്— ഒറ്റവാക്ക്— ഒരിക്കലും അതിന് വ്യത്യാസം ഇല്ല. പിതാവേ— മറ്റൊന്നും ഇല്ല— പിതാവ് മാത്രം.. ഈ വാക്ക് പൂർത്തിയാക്കി ക്കഴിഞ്ഞാൽ വീണ്ടും അതിനായുള്ള പോരാട്ടം ആരംഭിക്കുന്നതുവരെ ഒന്നുരണ്ടു മണിക്കൂർ നേരത്തേക്ക് അദ്ദേഹം ശാന്തനായിരിക്കും. വീണ്ടും ആ വാക്കിനുവേണ്ടിയുള്ള പോരാട്ടത്തിന്റെ പിടിയിലാകുമ്പോൾ ഒരി ക്കൽക്കൂടി അദ്ദേഹം വായ് തുറക്കാനും അടയ്ക്കാനും തുടങ്ങും.

"അത് എന്റെ കുറ്റമാണ്.... എന്റെ കുറ്റം..." കണ്ണുകളിൽ കണ്ണുനീർ നിറച്ചുകൊണ്ട് ചെറുപ്പക്കാരൻ പിറുപിറുത്തു.

രാത്രിയുടെ നിശ്ശബ്ദതയിൽ മകൻ അച്ഛന്റെ തീവ്രവേദന കേട്ടു. അയാളും തീവ്രവേദനയ്ക്ക് കീഴടങ്ങിക്കൊണ്ട് ഓർക്കാപ്പുറത്ത് വിയർക്കാനും വായ് തുടർച്ചയായി തുറന്നടയ്ക്കാനും തുടങ്ങി. അയാൾ കണ്ണടച്ചുകിടന്ന് അയാളുടെ അച്ഛൻ ചെയ്യുന്നതെല്ലാം ശ്രദ്ധിച്ചു കേട്ടു. അതുകൊണ്ട് അയാൾക്കും അതെല്ലാം ചെയ്യാൻ കഴിയുന്നുണ്ടായിരുന്നു. അയാൾ വൃദ്ധനോടൊപ്പം നെടുവീർപ്പിട്ടു. വൃദ്ധനോടൊപ്പം അവ്യക്തമായ ഗതികെട്ട നിലവിളികൾ പുറപ്പെടുവിച്ചു. ഇത് തുടരുന്നതിനിടയിൽ അയാൾ ഒരിക്കൽകൂടി ഉറക്കത്തിലേക്കു വീണു.

പക്ഷേ, അയാൾ ഉറങ്ങാൻ തുടങ്ങിയപ്പോൾ തന്നെ വീട് ഭയങ്കര മായി കുലുങ്ങി. ജോലി ചെയ്യുന്ന ബഞ്ച് മറിഞ്ഞുവീണ് പണി ആയുധ ങ്ങളും കുരിശും നിലത്ത് ചിതറിത്തെറിച്ചു. ചുവന്ന താടിക്കാരൻ കൈ വിടർത്തി വന്യമായി പൊട്ടിച്ചിരിച്ചുക്കൊണ്ട് കട്ടിളപ്പടിയിൽ നിവർന്നു നിന്നു.

ചെറുപ്പക്കാരൻ വിളിച്ചുകൂവിക്കൊണ്ട് ഉറക്കത്തിൽ നിന്ന് ഉണർന്നു.

രണ്ട്

അയാൾ എഴുന്നേറ്റ് ഭിത്തിയിൽ ചാരി ഇരുന്നു. അയാൾ തടിച്ചീളു കൾക്കു മുകളിലാണ് ഇരുന്നിരുന്നത്. രണ്ടു നിര കൂർത്ത ആണികൾ ഉറ പ്പിച്ചിട്ടുള്ള ഒരു തുകൽപ്പട്ട അയാളുടെ തലയ്ക്കുമുകളിൽ തൂങ്ങിക്കിട ന്നിരുന്നു. എല്ലാദിവസവും രാത്രിയിൽ ധിക്കാരം പ്രവർത്തിക്കാതിരിക്കാൻ വേണ്ടി അയാൾ ഉറങ്ങാൻ പോകുന്നതിനുമുമ്പ് തുകൽപ്പട്ടകൊണ്ട് ശരീ

രത്തിൽ അടിച്ച് മുറിവുണ്ടാക്കി. അതുകൊണ്ട് അയാളുടെ ഉറക്കം ശാന്തമായിരുന്നു. ഒരു ചെറിയ വിറയൽ അയാളെ പിടികൂടിയിരുന്നു. ഉറക്കത്തിൽ എന്ത് പ്രലോഭനങ്ങളാണ് വീണ്ടും കടന്നുവന്നതെന്ന് ഓർക്കാൻ അയാൾക്ക് കഴിഞ്ഞില്ല. പക്ഷേ, താൻ ഒരു വലിയ അപകടത്തിൽനിന്ന് രക്ഷപ്പെട്ടതായി അയാൾക്ക് തോന്നി. "എനിക്ക് സഹിക്കാൻ പറ്റുന്നില്ല; എനിക്ക് മതിയായി." അയാൾ മുകളിലേക്ക് നോക്കി നെടുവീർപ്പിട്ടുകൊണ്ട് മുറുമുറുത്തു. വിളറിയ പ്രഭാതകിരണങ്ങൾ വാതിലിന്റെ വിടവുകളിലൂടെ തെന്നിയിറങ്ങി ഇളം മഞ്ഞ നിറമുള്ള ചൂരലിന്റെ മേല്ക്കൂരയ്ക്ക് ആനക്കൊമ്പിന്റേതുപോലെ മെഴുമെഴുപ്പുള്ള അസാധാരണമായ അഴക് നല്കിയിരുന്നു. "എനിക്ക് സഹിക്കാൻ പറ്റുന്നില്ല. എനിക്ക് മതിയായി..." ധാർമ്മികരോഷത്തോടെ പല്ലുകടിച്ചുകൊണ്ട് അയാൾ വീണ്ടും മുറുമുറുത്തു. അയാൾ അന്തരീക്ഷത്തിൽ കണ്ണുകൾ ഉറപ്പിച്ചു. പെട്ടെന്ന് സ്വന്തം ജീവിതം അയാളുടെ മുന്നിലൂടെ കടന്നുപോയി. വിവാഹനിശ്ചയദിവസത്തിൽ അച്ഛനെ തളർത്തിക്കിടത്തിയ മിന്നലിന്റെ വെളിച്ചം അയാളുടെ മനസ്സിലേക്ക് കടന്നുവന്നു. അതിനുശേഷം ഒന്നും പറയാതെ അയാളുടെ അമ്മ സ്വന്തം മകനെ നോക്കിയ നോട്ടം എന്തായിരിക്കും? പക്ഷേ, അവരുടെ നിശ്ശബ്ദമായ പരാതി അയാൾ കേട്ടു— അവൾ പറഞ്ഞത് ശരിയായിരുന്നു! രാത്രിയും പകലും സ്വന്തം പാപങ്ങൾ അയാളുടെ ഹൃദയത്തിലെ കത്തികൾ ആയിരുന്നു. ഈ അവസാന വർഷങ്ങളിൽ അവശേഷിക്കുന്ന ഒരേ ഒരു പിശാചായ ഭയത്തെ പരാജയപ്പെടുത്താൻ വേണ്ടി അയാൾ പ്രയോജനമില്ലാതെ യുദ്ധം ചെയ്തിരുന്നു. മറ്റുള്ളവയെ എല്ലാം അയാൾ പരാജയപ്പെടുത്തിക്കഴിഞ്ഞിരുന്നു: ദാരിദ്ര്യം, സ്ത്രീകളോടുള്ള ആസക്തി, യൗവ്വനത്തിന്റെ ആഹ്ലാദങ്ങൾ, കുടുംബത്തിന്റെ സന്തോഷം. ഇതിന്റെയെല്ലാം മുകളിൽ അയാൾ വിജയിച്ചുകഴിഞ്ഞിരുന്നു— ഭയം ഒഴിച്ച് മറ്റെല്ലാം അയാൾക്ക് കീഴ്പ്പെട്ടു കഴിഞ്ഞു. ഇതിനെക്കൂടി അയാൾക്ക് പരാജയപ്പെടുത്താൻ കഴിഞ്ഞാൽ - അപ്പോൾ അയാൾ ഒരു മനുഷ്യൻ ആയിരിക്കും: സമയം ആയിരിക്കുന്നു.

"എന്റെ അച്ഛൻ തളർന്നത് എന്റെ കുറ്റമാണ്." അയാൾ മുറുമുറുത്തു "മഗ്ദലന വ്യഭിചാരത്തിലേക്ക് കൂപ്പുകുത്തിയത് എന്റെ കുറ്റമാണ്. ഇസ്രയേൽ ഇപ്പോഴും നുകത്തിന്റെ അടിയിൽ കിടന്ന് ഞരങ്ങുന്നത് എന്റെ കുറ്റമാണ്..."

ഒരു പൂവൻ കോഴി— അത് മിക്കവാറും അടുത്ത വീട്ടിൽ താമസിക്കുന്ന ആചാര്യനായ അയാളുടെ അമ്മാവന്റേതായിരിക്കും— മേൽക്കൂരയിൽ കയറിനിന്ന് ദേഷ്യത്തോടെ ചിറകടിച്ചുകൊണ്ട് തുടർച്ചയായി കൂവിക്കൊണ്ടിരുന്നു. കൃത്യമായും രാത്രി അതിനെ ക്ഷീണിപ്പിച്ചിരിക്കും. രാത്രിക്ക് ദൈർഘ്യം കൂടുതലായിരുന്നു. അത് അവസാനം സൂര്യനെ വിളിച്ചുവരുത്തുകയായിരുന്നു.

ചെറുപ്പക്കാരൻ ഭിത്തിയിൽ ചാരി ഇരുന്ന് ശ്രദ്ധിച്ചു. വീടുകളിൽ വെളിച്ചം കയറി. കതകുകൾ തുറന്നു. തെരുവുകൾക്ക് ജീവൻ വച്ചു.

അല്പാല്പമായി പ്രഭാതത്തിന്റെ മർമ്മരം ഭൂമിയിൽനിന്നും മരങ്ങളിൽനിന്നും ഉയർന്നുവന്നു. അത് വാതിലുകളുടെ വിടവിലൂടെ വീടുകൾക്കുള്ളിലേക്ക് വഴുതി വീണു. നസറേത്ത് ഉണരുകയായിരുന്നു. പെട്ടെന്ന് അടുത്ത വീട്ടിൽ നിന്ന് അഗാധമായ ഒരു ഞരക്കം കേട്ടു. ഉടൻ തന്നെ അതിനെ പിന്തുടർന്ന് ആചാര്യന്റെ പ്രാകൃതമായ നിലവിളി ഉയർന്നു. അയാൾ ദൈവത്തെ ഉണർത്തി ഇസ്രയേലിന് അദ്ദേഹം കൊടുത്ത വാഗ്ദാനം ഓർമ്മിപ്പിക്കുകയായിരുന്നു. “ഇസ്രയേലിന്റെ ദൈവമേ, ഇസ്രയേലിന്റെ ദൈവമേ; എത്രകാലം?” ആചാര്യൻ നിലവിളിച്ചു.

അയാളുടെ കാൽമുട്ടുകൾ നിലത്ത് പലകകളിൽ തിടുക്കത്തിൽ ശക്തിയായി ഇടിക്കുന്നത് ചെറുപ്പക്കാരൻ കേട്ടു.

അയാൾ തലകുലുക്കി, “അയാൾ പ്രാർത്ഥിക്കുകയാണ്” ചെറുപ്പക്കാരൻ മുറുമുറുത്തു. “അയാൾ ദൈവത്തെ വിളിച്ചുകൊണ്ട് സാഷ്ടാംഗം നമസ്കരിക്കുകയാണ്. അയാൾ ഇപ്പോൾ എന്നോട് സാഷ്ടാംഗം നമസ്കരിക്കാൻ പറഞ്ഞുകൊണ്ട് ഭിത്തിയിൽ ഇടിക്കാൻ തുടങ്ങും.” യുവാവ് ദേഷ്യപ്പെട്ട് നെറ്റിചുളിച്ചു. “മനുഷ്യരെ സഹിച്ചുകൊണ്ട് ദൈവവുമായി ഇടപെടേണ്ടി വരുന്നത് വളരെ കൂടുതൽ വിഷമമാണ്!”

താൻ ഉണർന്ന് പ്രാർത്ഥിക്കുകയാണെന്ന് ഭയങ്കരനായ ആചാര്യനെ മനസ്സിലാക്കിക്കാൻ വേണ്ടി അയാൾ വീടുകൾക്കിടയിലുള്ള ഭിത്തിയിൽ ശക്തിയായി ഇടിച്ചു.

അയാൾ ചാടി എഴുന്നേറ്റു നിന്നു. തോളിൽ നിന്ന് ഊർന്നുവീണ് അയാളുടെ കറുപ്പും ചുവപ്പും വടുക്കൾ ഉള്ള സൂര്യതാപം ഏറ്റു മെലിഞ്ഞ ശരീരം പ്രദർശിപ്പിച്ച മേൽവസ്ത്രം ചെറുപ്പക്കാരൻ വീണ്ടും വീണ്ടും എടുത്ത് ശരീരം മൂടി. അയാൾ ധൃതിയിൽ വേഷം ചുരുട്ടിക്കൂട്ടിയെടുത്ത് തന്റെ നഗ്നമായ മാംസത്തെ പൊതിഞ്ഞുവച്ചു.

പ്രഭാതത്തിലെ വിളറിയ വെളിച്ചം തെളിഞ്ഞ അന്തരീക്ഷത്തിലൂടെ കടന്നുവന്ന് അയാളുടെ മുഖത്തിന് മൃദുലമായ തിളക്കം നല്കി. എല്ലാം പിടിവാശിയാണ്. അഹങ്കാരവും പീഡനങ്ങളും... അയാളുടെ കവിളിനും താടിക്കും ചുറ്റുമുള്ള മൃദുരോമങ്ങൾ കൽക്കരിപോലെ കറുത്ത ചുരുണ്ട താടിയായി മാറിയിരുന്നു. അയാളുടേത് കൂർത്ത് അറ്റം വളഞ്ഞ മൂക്കായിരുന്നു. അയാളുടെ ചുണ്ടുകൾ തടിച്ചതായിരുന്നു. അവ തമ്മിൽ അല്പം അകന്നിരുന്നതുകൊണ്ട് വെളിച്ചത്തിൽ അയാളുടെ പല്ലു തിളങ്ങി. അത് ഒരു മനോഹരമായ മുഖം ആയിരുന്നില്ല. പക്ഷേ, അതിന്റെ പിന്നിൽ സ്വൈരക്കേടുണ്ടാക്കുന്ന ഒരു ആകർഷണ ശക്തി മറഞ്ഞിരിക്കുന്നുണ്ടായിരുന്നു. അതിന് അയാളുടെ കൺപീലികളെയാണോ കുറ്റപ്പെടുത്തേണ്ടത്? നീളം കൂടുതലുള്ള ഇടതൂർന്ന കൺപീലികൾ അയാളുടെ മുഖത്ത് അസാധാരണമായ ഒരു നീലനിഴൽ പരത്തിയിരുന്നു. അല്ലെങ്കിൽ അതിന്റെ ഉത്തരവാദിത്വം അയാളുടെ കണ്ണുകൾക്കായിരുന്നോ? അവ വെളിച്ചവും ഇരുട്ടും നിറഞ്ഞു തുളുമ്പുന്ന വലിയ കണ്ണുകൾ ആയിരുന്നു– എല്ലാ ഭീഷണികളും എല്ലാ മാധുര്യങ്ങളും അവയിൽ ഉണ്ടായിരുന്നു. ഒരു പാമ്പിന്റെ

കണ്ണുകളുടെ വെട്ടിത്തിളക്കവുമായി നീളം കൂടിയ കൺപീലികൾക്ക് ഇടയിൽ നിന്ന് അവ നിങ്ങളെ തുറിച്ചു നോക്കിയാൽ നിങ്ങളുടെ തലചുറ്റും.

അയാൾ കക്ഷത്തിലും താടിയിലും കുരുങ്ങിയിരുന്ന തടിച്ചീളുകൾ കുടഞ്ഞുകളഞ്ഞു. കനത്ത കാൽപ്പെരുമാറ്റത്തിന്റെ ശബ്ദം അയാളുടെ ചെവികൾ പിടിച്ചെടുത്തു. അവ അടുത്തേക്ക് വന്നുകൊണ്ടിരിക്കുകയായിരുന്നു. അയാൾ അവ തിരിച്ചറിഞ്ഞു. “ഇത് അയാളാണ്. അയാൾ വീണ്ടും വരികയാണ്.” അയാൾ വെറുപ്പോടെ ഞരങ്ങി. “അയാൾക്ക് എന്നെക്കൊണ്ട് എന്തുവേണം?” അയാൾ ശ്രദ്ധിച്ചു കേൾക്കാൻ വേണ്ടി വാതിലിനടുത്തേക്ക് നീങ്ങി. പക്ഷേ, അയാൾ പെട്ടെന്ന് നിന്നു. അയാൾ ഭയന്നുപോയി. വാതിലിനു പിന്നിൽ അയാളുടെ ജോലി ചെയ്യുന്ന ബഞ്ച് പിടിച്ചിട്ട് അതിനു മുകളിൽ പണി ആയുധങ്ങളും കുരിശും എടുത്തുവച്ചത് ആരാണ്? ആര്? എപ്പോൾ? രാത്രി ദുർഭൂതങ്ങളും സ്വപ്നങ്ങളും നിറഞ്ഞതായിരുന്നു. നമ്മൾ ഉറങ്ങുമ്പോൾ അവർ വാതിൽ തുറന്നുകിടക്കുന്നതു കാണുന്നു. അവർ ഇഷ്ടംപോലെ അകത്തു വരികയും പുറത്തു പോകുകയും ചെയ്തുകൊണ്ട് നമ്മുടെ വീടുകളെയും തലച്ചോറുകളെയും തകിടം മറിക്കുന്നു.

“ഇന്നലെ രാത്രിയിൽ എന്റെ ഉറക്കത്തിൽ ആരോ വന്നിരുന്നു.” ആ സന്ദർശകൻ ഇപ്പോഴും വീട്ടിനുള്ളിൽ ഉണ്ടെന്നും അയാൾ കേൾക്കുമെന്ന് ഭയക്കുന്നുണ്ടെന്നും തോന്നുന്ന മട്ടിൽ ചെറുപ്പക്കാരൻ രഹസ്യമായി മുറുമുറുത്തു. “ആരോ വന്നിരുന്നു. തീർച്ചമായും അത് ദൈവം ആയിരിക്കും. ദൈവം... അല്ലെങ്കിൽ അത് പിശാചായിരിക്കുമോ? അവരെ പ്രത്യേകം പ്രത്യേകം ആർക്ക് തിരിച്ചറിയാൻ പറ്റും? അവർ മുഖം വെച്ചുമാറാറുണ്ട്. ചിലപ്പോൾ ദൈവം ഇരുട്ടായി മാറുന്നു. പിശാച് വെളിച്ചമായും മാറുന്നു. മനുഷ്യന്റെ മനസ്സ് നാനാവിധമായി ഉപേക്ഷിക്കപ്പെടുന്നു.” അയാൾ ഞെട്ടി. അവിടെ രണ്ടുവഴികൾ ഉണ്ടായിരുന്നു. അയാൾ ഏതുവഴിക്കാണ് പോകേണ്ടത്? അയാൾ ഏതു വഴിയാണ് തെരഞ്ഞെടുക്കേണ്ടത്?

കനത്ത കാൽപ്പെരുമാറ്റം കൂടുതൽ അടുത്തേക്ക് വന്നുകൊണ്ടിരുന്നു. ചെറുപ്പക്കാരൻ ഉൽക്കണ്ഠയോടെ ചുറ്റുപാടും നോക്കി. അയാൾ രക്ഷപ്പെടാൻ വേണ്ടി ഒളിച്ചിരിക്കാനുള്ള സ്ഥലം അന്വേഷിക്കുകയാണെന്ന് തോന്നി. അയാൾ ഈ മനുഷ്യനെ ഭയന്നു. ഈ മനുഷ്യൻ വരണമെന്ന് അയാൾ ആഗ്രഹിച്ചിട്ടില്ല. കാരണം അയാളുടെ ഉള്ളിൽ കരിയാത്ത ഒരു പഴയ മുറിവ് ഉണ്ടായിരുന്നു. ഒരിക്കൽ അവർ കുട്ടികളായിരിക്കുമ്പോൾ ഒന്നിച്ച് കുളിക്കുന്നതിനിടയിൽ മറ്റെയാൾ അയാളെ തള്ളിത്താഴെയിട്ട് ചവിട്ടിമെതിച്ചിരുന്നു. മറ്റെയാൾക്ക് അയാളേക്കാൾ മൂന്നുവയസ്സ് കൂടുതൽ ആയിരുന്നു. അയാൾ തനിയേ എഴുന്നേറ്റെങ്കിലും സംസാരിച്ചില്ല. പക്ഷേ, അതിനുശേഷം അയാൾ മറ്റുകുട്ടികളുടെ കൂടെ കളിക്കാൻ പോയില്ല. അയാൾക്ക് നാണക്കേടും ഭയവും ഉണ്ടായിരുന്നു. ഒരു ദിവസം സ്വന്തം നാണക്കേട് എങ്ങനെ കഴുകിക്കളഞ്ഞ് താൻ മറ്റുള്ളവരേക്കാൾ കേമനാണെന്ന് തെളിയിക്കുമെന്ന് ചിന്തിച്ചുകൊണ്ട് അയാൾ ഒറ്റയ്ക്ക് വീട്ടുമുറ്റത്തു

ചുരുണ്ടു കൂടി ഇരുന്നു. ഇത്രയും വർഷങ്ങൾ കഴിഞ്ഞിട്ടും. ആ മുറിവ് കരിഞ്ഞിരുന്നില്ല. അതിൽനിന്നുള്ള രക്തപ്രവാഹം അവസാനിച്ചിരുന്നില്ല.

"അയാൾ ഇപ്പോഴും എന്നെ പിൻതുടരുകയാണ്" അയാൾ മുറുമുറുത്തു "ഇപ്പോഴും? അയാൾക്ക് എന്നെക്കൊണ്ട് എന്തു വേണം? ഞാൻ അയാളെ അകത്തു കടത്തില്ല."

ഒരു തൊഴിയുടെ ശക്തിയിൽ വാതിൽ വിറച്ചു. ചെറുപ്പക്കാരൻ മുന്നോട്ടു കുതിച്ചു. എല്ലാ ശക്തിയുമെടുത്ത് ബഞ്ച് മാറ്റിയിട്ടതിനുശേഷം അയാൾ വാതിൽ തുറന്നു. ഉമ്മറപ്പടിയിൽ ചുരുണ്ട ചുവന്ന താടിയും നഗ്ന പാദങ്ങളും നഗ്നശരീരവും ചുവന്ന മുഖവും ഉള്ള ഒരു ആജാനുബാഹു വിയർത്തൊലിച്ചു നില്ക്കുന്നുണ്ടായിരുന്നു. അയാൾ കൈയിൽ പിടിച്ചിരുന്ന വറുത്ത ചോളത്തിന്റെ കുല ചവച്ചുകൊണ്ട് പണിപ്പുരയ്ക്കുള്ളിൽ കണ്ണോടിച്ചു. ഭിത്തിയിൽ ചാരിവച്ചിരുന്ന കുരിശുകണ്ടപ്പോൾ അയാൾ നെറ്റിചുളിച്ചു. അതിനുശേഷം അയാൾ കാൽനീട്ടിവച്ച് മുറിക്കുള്ളിൽ കടന്നു.

അയാൾ ഒന്നും സംസാരിക്കാതെ ഭ്രാന്തമായി ചോളം ചവച്ചുകൊണ്ട് മുറിയുടെ ഒരു മൂലയ്ക്ക് പോയി ചുരുണ്ടുകൂടി ഇരുന്നു. ചെറുപ്പക്കാരൻ ഇപ്പോഴും നില്ക്കുകയായിരുന്നു. അയാൾ മറ്റേയാളുടെ മുഖത്തുനിന്നും കണ്ണെടുത്ത് അസമയത്ത് ഉണർന്ന ഇടുങ്ങിയ തെരുവിലേക്ക് തുറന്നു കിടന്ന വാതിലിലൂടെ നോക്കി. പൊടിപടലങ്ങൾ ഇതുവരെ ഉയർന്നുതുടങ്ങിയിട്ടില്ല. മണ്ണിന് നനഞ്ഞ മണം ഉണ്ടായിരുന്നു. രാത്രിയിലെ മഞ്ഞിന്റെ നനവും പുലിയുടെ വെളിച്ചവും എതിർവശത്തുണ്ടായിരുന്ന ഒലിവു മരത്തിന്റെ ഇലകളിൽ പറ്റിപ്പിടിച്ചുകിടന്ന് ഊഞ്ഞാലാടി. നിർവൃതിയിലായിരുന്ന ചെറുപ്പക്കാരൻ ഉണരുന്ന ലോകത്തിലേക്ക് കണ്ണുതുറന്നു.

പക്ഷേ, ചുവന്ന താടിക്കാരൻ അയാളുടെ നേർക്ക് തിരിഞ്ഞു.

"വാതിൽ അടയ്ക്കൂ" അയാൾ മുറുമുറുത്തു. "എനിക്ക് നിങ്ങളോട് ചില കാര്യങ്ങൾ പറയാനുണ്ട്."

അപരിഷ്കൃതമായ ശബ്ദം കേട്ടപ്പോൾ ചെറുപ്പക്കാരൻ വിറച്ചു. അയാൾ വാതിൽ അടച്ചതിനുശേഷം ബഞ്ചിന്റെ അറ്റത്ത് നിശ്ശബ്ദനായി കാത്തിരുന്നു.

"ഞാൻ വന്നു" ചുവന്നതാടിക്കാരൻ പറഞ്ഞു. "എല്ലാം തയ്യാറാണ്."

അയാൾ ചോളം ദൂരെ എറിഞ്ഞു. അയാൾ തന്റെ നീലക്കണ്ണുകൾ ബുദ്ധിമുട്ടി ഉയർത്തി ധാരാളം ചുളിവുകളുള്ള തടിച്ച കഴുത്തുനീട്ടി ചെറുപ്പക്കാരനെ തുറിച്ചുനോക്കി.

"നിങ്ങൾ എന്തു പറയുന്നു. നിങ്ങളും തയ്യാറാണോ?"

കൂടുതൽ വെളിച്ചം വീണിരുന്നു. ചെറുപ്പക്കാരന് ഇപ്പോൾ ചുവന്ന താടിക്കാരന്റെ പരുക്കൻ മുഖം കൂടുതൽ വ്യക്തമായി കാണാൻ കഴിഞ്ഞിരുന്നു. അത് ഒരു മുഖം ആയിരുന്നില്ല. രണ്ടു മുഖം ആയിരുന്നു. ഒരു പകുതി പൊട്ടിച്ചിരിച്ചപ്പോൾ മറ്റേ പകുതി ഭീഷണിപ്പെടുത്തി. ഒരു പകുതി വേദനിക്കുമ്പോൾ മറ്റേ പകുതി നിർവ്വികാരതയോടെ നിശ്ചലമായിനിന്നു.

നിമിഷ നേരത്തേക്ക് രണ്ടു പകുതികളും യോജിപ്പിലെത്തുന്ന സമയത്തു പോലും നിങ്ങൾക്ക് ആ യോജിപ്പിനു പിന്നിൽ ദൈവവും ചെകുത്താനും പൊരുത്തപ്പെടാൻ പറ്റാതെ ഗുസ്തി പിടിക്കുന്നുണ്ടെന്ന് തോന്നും.

ചെറുപ്പക്കാരൻ മറുപടി പറഞ്ഞില്ല. ചുവന്നതാടിക്കാരൻ കോപത്തോടെ ചെറുപ്പക്കാരനെ നോക്കി.

"നിങ്ങൾ തയ്യാറാണോ?" അയാൾ വീണ്ടും ചോദിച്ചു. ചെറുപ്പക്കാരനെ പിടിച്ചു കുലുക്കി അയാളെക്കൊണ്ട് ഒരു മറുപടി പറയിക്കാൻ വേണ്ടി ചുവന്നതാടിക്കാരൻ എഴുന്നേല്ക്കാൻ തുടങ്ങിയിരുന്നു. പക്ഷേ, അയാൾക്ക് അത് ചെയ്യാൻ കഴിയുന്നതിനുമുമ്പ് ഒരു പെരുമ്പറ മുഴങ്ങി. റോമൻ പട്ടാളക്കാരുടെ പടനീക്കത്തിന്റെ താളത്തിനൊപ്പം ഇടുങ്ങിയ വഴിയിലേക്ക് കുതിരപ്പട്ടാളം ഇരച്ചുവന്നു. ചുവന്നതാടിക്കാരൻ മുഷ്ടി ചുരുട്ടി മുകളിലേക്ക് ഉയർത്തി.

"ഇസ്രയേലിന്റെ ദൈവമേ" അയാൾ അലറി. "സമയം ആയിരിക്കുന്നു. ഇന്ന്! നാളെ അല്ല. ഇന്ന് തന്നെ!"

അയാൾ വീണ്ടും ചെറുപ്പക്കാരന്റെ നേർക്ക് തിരിഞ്ഞു.

"നിങ്ങൾ തയ്യാറാണോ?" അയാൾ വീണ്ടും ചോദിച്ചു. പക്ഷേ, ഈ പ്രാവശ്യം അയാൾ മറുപടിക്കുവേണ്ടി കാത്തുനിന്നില്ല :

"ഇല്ല, ഇല്ല, നിങ്ങൾ കുരിശ് കൊണ്ടുവരില്ല— അതാണ് ഞാൻ പറഞ്ഞത്! ആളുകൾ കൂട്ടംകൂടിയിരിക്കുന്നു. ബാറബാസ് അയാളുടെ ആളുകളുമായി മലയിറങ്ങി വന്നിട്ടുണ്ട്. നമുക്ക് ജയിൽ തകർത്ത് അകത്തു കയറി മതതീവ്രവാദിയെ തട്ടിയെടുക്കാം. അപ്പോൾ അത് സംഭവിക്കും— നിങ്ങൾ തലകുലുക്കണ്ട! — അപ്പോൾ ആ ദിവ്യാത്ഭുതം സംഭവിക്കും. നിങ്ങളുടെ അമ്മാവനായ ആചാര്യനോട് ചോദിച്ചു നോക്കൂ. ഇന്നലെ അദ്ദേഹം സിനെഗോഗിൽ ഞങ്ങളെ വിളിച്ചുകൂട്ടിയിരുന്നു. നിങ്ങളും വരേണ്ടതായിരുന്നു? തിരുമനസ്സ് എന്താണ് വരാതിരുന്നത്? അദ്ദേഹം എഴുന്നേറ്റ് നിന്ന് ഞങ്ങളോട് സംസാരിച്ചു. "മിശിഹാ വരില്ല" അദ്ദേഹം പറഞ്ഞു. "നമ്മൾ കൈയും കെട്ടി നില്ക്കുന്ന കാലത്തോളം മിശിഹാ വരില്ല. മിശിഹാ വരണമെന്നുണ്ടെങ്കിൽ ദൈവവും മനുഷ്യരും ഒന്നിച്ച് പോരാടണം." അദ്ദേഹം അങ്ങനെയാണ് ഞങ്ങളോടു പറഞ്ഞത്. ഞാൻ ഇത് നിങ്ങളുടെ അറിവിലേക്കു വേണ്ടി പറയുകയാണ്. ദൈവം മാത്രം പോരാ. മനുഷ്യർ മാത്രം പോരാ.. ഇരുകൂട്ടരും പോരാടണം— ഒന്നിച്ച്! നിങ്ങൾ കേൾക്കുന്നുണ്ടോ?"

അയാൾ ചെറുപ്പക്കാരന്റെ കൈയിൽ പിടിച്ച് കുലുക്കി.

"നിങ്ങൾ കേൾക്കുന്നുണ്ടോ? നിങ്ങളുടെ മനസ്സ് എവിടെയാണ്? നിങ്ങൾ നിങ്ങളുടെ അമ്മാവൻ പറയുന്നത് കേൾക്കാൻ വരേണ്ടതായിരുന്നു, ഒരുപക്ഷേ, നിങ്ങൾക്ക് കാര്യബോധം ഉണ്ടാകുമായിരുന്നു. പാവം! അദ്ദേഹം മതതീവ്രവാദി എന്നാണ് പറഞ്ഞത്. അതെ, ഇന്ന് റോമൻ അവിശ്വാസികൾ കുരിശിലേറ്റാൻ പോകുന്നത് മതതീവ്രവാദിയെ ആണ്— ഒരു പക്ഷേ, തലമുറകളായി നമ്മൾ കാത്തിരിക്കുന്നത് അയാളെ ആയിരിക്കാം.

നമ്മൾ അയാളെ സഹായിച്ചില്ലെങ്കിൽ, നമ്മൾക്ക് പെട്ടെന്ന് ചെന്ന് അയാളെ രക്ഷപ്പെടുത്താൻ കഴിഞ്ഞില്ലെങ്കിൽ, താൻ ആരായിരുന്നെന്ന് വെളിപ്പെടുത്താതെ അയാൾ മരിച്ചുപോകും. പക്ഷേ, നമ്മൾ ഓടിച്ചെന്ന് അയാളെ രക്ഷപ്പെടുത്തിയാൽ ആ അത്യത്ഭുതം സംഭവിക്കും. എന്ത് അത്യത്ഭുതം? അയാൾ അയാളുടെ കീറത്തുണികൾ വലിച്ചെറിയും. ഡേവിഡിന്റെ രാജകീയ കിരീടം അയാളുടെ തലയിൽ തിളങ്ങും! അദ്ദേഹം ഞങ്ങളോട് അങ്ങനെയാണ് പറഞ്ഞത്. അദ്ദേഹം പറയുന്നതു കേട്ടപ്പോൾ ഞങ്ങൾ എല്ലാവരും കരഞ്ഞു. വൃദ്ധനായ ആചാര്യൻ ആകാശത്തേക്ക് കൈ ഉയർത്തിക്കൊണ്ട് വിളിച്ചുപറഞ്ഞു. "ഇസ്രയേലിന്റെ ദൈവമേ, ഇന്നാണ്! നാളെ അല്ല. ഇന്ന്!" ഞങ്ങൾ എല്ലാവരും പേടിച്ച് പൊട്ടിക്കരഞ്ഞുകൊണ്ട് ആകാശത്തേക്ക് കൈ ഉയർത്തി: "ഇന്നാണ്! നാളെ അല്ല. ഇന്ന്!" ആശാരിയുടെ മകൻ ഞാൻ പറയുന്നത് കേൾക്കുന്നുണ്ടോ? അതോ ഞാൻ ഒരു മതിലിനോടാണോ സംസാരിക്കുന്നത്?"

എതിർവശത്തെ ഭിത്തിയിൽ തൂങ്ങിക്കിടന്ന കൂർത്ത ആണികളുള്ള പട്ടയിൽ ഉറച്ചുപോയ പകുതി അടഞ്ഞ കണ്ണുകളുമായി ചെറുപ്പക്കാരൻ ഏതോ ഒരുകാര്യം ശ്രദ്ധയോടെ കേട്ടുകൊണ്ടിരിക്കുകയായിരുന്നു. ചുവന്ന താടിക്കാരന്റെ ഭീഷണി ഉയർത്തുന്ന പരുക്കൻ ശബ്ദത്തിനടിയിൽ അടുത്ത മുറിയിൽക്കിടക്കുന്ന ചെറുപ്പക്കാരന്റെ വൃദ്ധനായ അച്ഛൻ സംസാരിക്കാൻ ശ്രമിച്ചുകൊണ്ട് വായ് തുറന്നടയ്ക്കുന്നതിന്റെ ശബ്ദം കേൾക്കാൻ കഴിഞ്ഞിരുന്നു. ചെറുപ്പക്കാരന്റെ മനസ്സിൽ ഈ രണ്ടു ശബ്ദങ്ങളും ഒന്നിച്ചുചേർന്നു. പെട്ടെന്ന് അയാൾക്ക് മനുഷ്യവർഗ്ഗത്തിന്റെ എല്ലാ പോരാട്ടങ്ങളും അപഹാസ്യമാണെന്ന് തോന്നി.

ഈ സമയത്ത് ചുവന്നതാടിക്കാരൻ അയാളുടെ തോളിൽ പിടിച്ച് തള്ളി.

"നിങ്ങളുടെ മനസ്സ് എവിടെയാണ്? നിങ്ങളുടെ അമ്മാവൻ ശിമയോൻ ഞങ്ങളോട് പറഞ്ഞകാര്യം നിങ്ങൾ കേട്ടില്ലേ?"

"മിശിഹാ ഈ വഴിക്ക് വരാൻ പോകുന്നില്ല" ചെറുപ്പക്കാരൻ മുറുമുറുത്തു. ചെറുപ്പക്കാരന്റെ കണ്ണുകൾ ഇപ്പോൾ പുലരിവെളിച്ചത്തിൽ കുളിച്ചുനില്ക്കുന്ന പുതിയതായി നിർമ്മിച്ച കുരിശിൽ തറച്ച് നില്ക്കുകയായിരുന്നു. "ഇല്ല. മിശിഹാ ഈ വഴിക്ക് വരാൻ പോകുന്നില്ല. അവൻ ഒരു രാജകീയ കിരീടം ചൂടൻ വേണ്ടി ഒരിക്കലും അവന്റെ കീറത്തുണികൾ ഉപേക്ഷിക്കില്ല. മനുഷ്യരോ ദൈവമോ അവനെ രക്ഷപ്പെടുത്താൻ ഒരിക്കലും ചാടിപ്പുറപ്പെടില്ല. കാരണം അവനെ രക്ഷപ്പെടുത്താൻ പറ്റില്ല. അവൻ മരിക്കും; അവന്റെ കീറത്തുണികൾ ധരിച്ചുകൊണ്ട് മരിക്കും. എല്ലാവരും ഏറ്റവും വിശ്വസ്തനായവൻപോലും— അവനെ ഉപേക്ഷിക്കും. തരിശായ ഒരു കുന്നിന്റെ മുകളിൽ തലയിൽ ഒരു മുൾക്കിരീടവും ധരിച്ച് അവൻ തനിച്ച് മരിക്കും."

ചുവന്ന താടിക്കാരൻ അത്ഭുതത്തോടെ അയാളെ തിരിഞ്ഞുനോക്കി. അയാളുടെ മുഖത്തിന്റെ ഒരു പകുതി തിളങ്ങി. മറ്റേ പകുതിയിൽ ഇരുട്ടാ

യിരുന്നു.

"നിങ്ങൾക്ക് എങ്ങനെ അറിയാം?" അയാൾ ചോദിച്ചു. "നിങ്ങളോട് ആരാണ് പറഞ്ഞത്?"

പക്ഷേ, ചെറുപ്പക്കാരൻ മറുപടി പറഞ്ഞില്ല. ഇപ്പോൾ മുഖത്തെ ഇരുട്ട് പൂർണ്ണമായിരുന്നു. അയാൾ ബെഞ്ചിൽനിന്ന് ചാടി എഴുന്നേറ്റ് ഒരു കൈ നിറയെ ആണിയും ചുറ്റികയും എടുത്തുകൊണ്ട് കുരിശിനടുത്തേക്ക് നടന്നു.

"നിങ്ങൾക്ക് നാണമില്ലേ?" അയാൾ ഉറക്കെ വിളിച്ചുകൂവി. "നസറേത്തിലേയും കാനായിലെയും കാപ്പർനാമിലെയും എല്ലാ ആശാരിമാരും ആ മതഭ്രാന്തനുവേണ്ടി കുരിശുണ്ടാക്കാൻ പറ്റില്ലെന്നു പറഞ്ഞു. നിങ്ങൾ... നിങ്ങൾക്ക് നാണക്കേടില്ല. ഭയവും ഇല്ല. നിങ്ങൾ മിശിഹായുടെ കുരിശുണ്ടാക്കുന്നത് അദ്ദേഹം വന്ന് കണ്ടെന്ന് വിചാരിക്കുക. ഇന്ന് കുരിശിലേറ്റാൻ പോകുന്ന മതതീവ്രവാദി മിശിഹാ ആണെന്നും വിചാരിക്കുക. നിങ്ങൾക്ക് മറ്റുള്ളവരെപ്പോലെ "ഞാൻ ഇസ്രയേലിന്റെ വീരന്മാർക്ക് വേണ്ടി കുരിശുണ്ടാക്കില്ലെന്ന്" പറയാനുള്ള ധൈര്യം ഇല്ലാത്തത് എന്തുകൊണ്ടാണ്?"

അയാൾ മറ്റെന്തോ ചിന്തിച്ചുകൊണ്ടുനിന്ന ആശാരിയുടെ തോളിൽ പിടിച്ചു.

"നിങ്ങൾ എന്താണ് മറുപടി പറയാത്തത്? നിങ്ങൾ എന്തിനെയാണ് തുറിച്ചുനോക്കുന്നത്."

അയാൾ ചെറുപ്പക്കാരനോട് തട്ടിക്കയറിക്കൊണ്ട് ഭിത്തിയോടു ചേർത്ത് പിടിച്ചുനിർത്തി. "നിങ്ങൾ ഒരു ഭീരു ആണ്". അയാൾ ചെറുപ്പക്കാരന്റെ നേർക്ക് അവജ്ഞ വലിച്ചെറിഞ്ഞു. "ഒരു ഭീരു, ഒരു ഭീരു. ഞാൻ അങ്ങനെതന്നെ പറയും! നിങ്ങളുടെ ജീവിതത്തിൽ ന്യായമായ ഒന്നും സംഭവിക്കാൻ പോകുന്നില്ല."

തുളച്ചുകയറുന്ന ഒരു ശബ്ദം അന്തരീക്ഷത്തെ കീറിമുറിച്ചുകൊണ്ട് കടന്നുവന്നു. ചെറുപ്പക്കാരനെ ഉപേക്ഷിച്ചതിനുശേഷം ചുവന്നതാടിക്കാരൻ വാതിലിന്റെ നേർക്ക് മുഖംതിരിച്ച് ശ്രദ്ധിച്ചു. പുറത്ത് ഒരു ഒച്ചപ്പാട് ഉണ്ടായിരുന്നു: സ്ത്രീകളും പുരുഷന്മാരും അടങ്ങുന്ന ഒരു വലിയ ആൾക്കൂട്ടം വിളിച്ചുകൂവി. "വിളംബരം നടത്തുന്ന ആൾ! വിളംബരം നടത്തുന്ന ആൾ!" അതിനുശേഷം തുളച്ചിറങ്ങുന്ന ആ ശബ്ദം വീണ്ടും അന്തരീക്ഷത്തിലേക്ക് അതിക്രമിച്ചുകയറി.

"എബ്രഹാമിന്റെയും ഐസക്കിന്റെയും ജേക്കബ്ബിന്റെയും പുത്രന്മാരെ, പുത്രികളെ ചക്രവർത്തിയുടെ ഉത്തരവ്: ശ്രദ്ധിച്ചു കേൾക്കൂ! നിങ്ങളുടെപണിശാലകളും മദ്യശാലകളും അടയ്ക്കുക. നിങ്ങൾ നിങ്ങളുടെ പാടത്തേക്ക് പോകാൻ പാടില്ല. അമ്മമാർ അവരുടെ കുട്ടികളെ എടുത്തുകൊണ്ടുവരണം. വൃദ്ധർ അവരുടെ ഊന്നുവടികൾ എടുത്തുകൊണ്ടുവരണം! മുടന്തന്മാരും പൊട്ടന്മാരും തളർന്നുപോയവരും വരണം— നമ്മുടെ യജമാനനായ ചക്രവർത്തിയുടെ നേർക്ക് കൈ ഉയർത്തുന്നവരെ ശിക്ഷി

ക്കുന്നതു കാണാൻ എല്ലാവരും വരണം— ചക്രവർത്തി നീണാൾ വാഴട്ടെ! ദ്രോഹിയായ മതതീവ്രവാദി എങ്ങനെയാണ് മരിക്കുന്നതെന്നു കാണാൻ എല്ലാവരും വരണം!"

ചുവന്ന താടിക്കാരൻ വാതിൽ തുറന്നപ്പോൾ നിശ്ശബ്ദരായി വിളംബരക്കാരനെ ശ്രദ്ധിച്ചുകേട്ടുകൊണ്ടു നില്ക്കുന്ന ഇളകിമറിഞ്ഞുകൊണ്ടിരുന്ന ജനക്കൂട്ടത്തെ കണ്ടു. അയാൾ ഒരു പാറയുടെ മുകളിൽ കയറിനിന്ന് വിളിച്ചുകൂവുന്ന മെലിഞ്ഞ കൈകാലുകളും നീണ്ട കഴുത്തും ഉള്ള തൊപ്പി വെക്കാത്ത വിളംബരക്കാരനെ കണ്ടു. "ഈ വൃത്തികെട്ട ഒറ്റുകാരൻ നശിക്കട്ടെ!" അയാൾ അലറി. ദേഷ്യപ്പെട്ട് വാതിൽ അടച്ചുകൊണ്ട് അയാൾ ചെറുപ്പക്കാരന്റെ നേർക്ക് തിരിഞ്ഞു. അയാളുടെ കോപം കണ്ണുകളിൽ വ്യക്തമായിരുന്നു.

"നിങ്ങൾക്ക് ഒറ്റുകാരനായ നിങ്ങളുടെ സഹോദരൻ സൈമണെപ്പറ്റി അഭിമാനിക്കാം!" അയാൾ മുറുമുറുത്തു.

"അത് അയാളുടെ കുറ്റമല്ല." ചെറുപ്പക്കാരൻ പശ്ചാത്താപത്തോടെ പറഞ്ഞു. "അത് എന്റെ കുറ്റമാണ്. എന്റെ കുറ്റം.."

നിമിഷനേരത്തെ ഇടവേളയ്ക്ക് ശേഷം അയാൾ വീണ്ടും പറഞ്ഞു.

"ഞാൻ കാരണമാണ് എന്റെ അമ്മ അയാളെ വീട്ടിൽനിന്നും പുറത്താക്കിയത്. ഞാൻ കാരണം—ഇപ്പോൾ അയാൾ..."

ചെറുപ്പക്കാരനോട് അനുകമ്പ തോന്നിയിട്ടെന്ന മട്ടിൽ ചുവന്ന താടിക്കാരന്റെ മുഖത്ത് നിമിഷനേരത്തേക്ക് മങ്ങിയ തിളക്കം പ്രത്യക്ഷപ്പെട്ടു.

"പാവം പിശാച്! ഈ പാപങ്ങളെല്ലാം ഏതെങ്കിലും കാലത്ത് നിങ്ങൾ എങ്ങനെയാണ് കൊടുത്തു തീർക്കുന്നത്?" അയാൾ ചോദിച്ചു.

ചെറുപ്പക്കാരൻ വളരെനേരം നിശ്ശബ്ദനായിരുന്നു. അയാളുടെ ചുണ്ടുകൾ ചലിച്ചു. പക്ഷേ, ശബ്ദം പുറത്തുവന്നില്ല.

"എന്റെ ജീവിതംകൊണ്ട്. എന്റെ സഹോദരൻ യൂദാസ് മനസ്സിലാക്കണം." അവസാനം അയാൾ പറഞ്ഞൊപ്പിച്ചു. "എനിക്ക് പകരം കൊടുക്കാൻ മറ്റൊന്നും ഇല്ല."

ചുവന്ന താടിക്കാരൻ ഞെട്ടി. വാതിലിന്റെ വിടവുകളിലൂടെ വെളിച്ചം ഇപ്പോൾ പണിശാലയ്ക്കുള്ളിൽ കടന്നുകഴിഞ്ഞിരുന്നു. ചെറുപ്പക്കാരന്റെ കറുകറുത്ത വലിയ കണ്ണുകൾ തിളങ്ങി. അയാളുടെ ശബ്ദത്തിൽ ഭയവും വിദ്വേഷവും നിറഞ്ഞിരുന്നു.

"നിങ്ങളുടെ ജീവിതം കൊണ്ടോ?" മറ്റേയാളുടെ താടി പിടിച്ചുയർത്തിക്കൊണ്ട് ചുവന്നതാടിക്കാരൻ പറഞ്ഞു. "എന്റെ മുഖത്തുനിന്നും നിങ്ങൾ മുഖം തിരിക്കരുത്. നിങ്ങൾ ഇപ്പോൾ ഒരു മനുഷ്യനാണ്. എന്റെ കണ്ണുകളിലേക്ക് നോക്കണം... നിങ്ങളുടെ ജീവിതംകൊണ്ടെന്ന് പറയുമ്പോൾ എന്താണ് ഉദ്ദേശിക്കുന്നത്?"

"ഒന്നുമില്ല."

അയാൾ തലതാഴ്ത്തി നിശ്ശബ്ദനായി നിന്നു പക്ഷേ, പെട്ടെന്ന് അയാൾ കൂട്ടിച്ചേർത്തു.

"എന്റെ സഹോദരൻ യൂദാസ് എന്നോട് ചോദിക്കരുത്. എന്നോട് ചോദിക്കരുത്."

ചെറുപ്പക്കാരന്റെ മുഖം യൂദാസ് കൈപ്പത്തികൾക്കുള്ളിലാക്കി. അയാൾ അത് ഉയർത്തിപ്പിടിച്ചുകൊണ്ട് ഒന്നും സംസാരിക്കാതെ വളരെ നേരം നോക്കിക്കൊണ്ടിരുന്നു. ഒടുവിൽ അയാൾ അത് മനസ്സമാധാനത്തോടെ ഉപേക്ഷിച്ചുകൊണ്ട് വാതിലിനടുത്തേക്ക് നടന്നു. അയാളുടെ ഹൃദയം പെട്ടെന്ന് ഉത്സാഹഭരിതമായി.

പുറത്തെ ഇരമ്പലിന് ശക്തി കൂടിക്കൊണ്ടിരുന്നു. നഗ്നമായ പാദങ്ങളുടെയും ചെരുപ്പുകളുടെയും കിരുകിരുപ്പിനൊപ്പം സ്ത്രീകളുടെ ഓട്ടുവളകളും കാൽത്തളകളും കിലുങ്ങുന്ന ശബ്ദം കൂടി അന്തരീക്ഷത്തിൽ ഉയർന്നു കൊണ്ടിരുന്നു. ഇടവഴികളിൽനിന്നും തുടർച്ചയായി പ്രവഹിച്ചുകൊണ്ടിരുന്ന ജനക്കൂട്ടത്തെ ചുവന്നതാടിക്കാരൻ വാതില്പടിയിൽ നിവർന്നു നിന്ന് ശ്രദ്ധിച്ചു. എല്ലാവരും കുരിശിലേറ്റൽ നടക്കാൻ പോകുന്ന ഗ്രാമത്തിന്റെ എതിർവശത്തുള്ള ശപിക്കപ്പെട്ട കുന്നിലേക്ക് കയറിപ്പോകുകയായിരുന്നു. മനുഷ്യർ സംസാരിച്ചിരുന്നില്ല. അവർ പല്ലുഞെരിച്ച് ശാപവാക്കുകൾ ഉരുവിട്ടുകൊണ്ട് ഊന്നുവടികൾ ഉയർത്തി പാറകളിൽ അടിച്ചു. അവരിൽ ചിലർ അവരുടെ വസ്ത്രങ്ങൾക്കടിയിൽ കൈപ്പത്തിക്കുള്ളിൽ കത്തികൾ ഒളിച്ചുവച്ചിരുന്നു. സ്ത്രീകൾ കരഞ്ഞിരുന്നു. അവരിൽ പലരും തലയിൽ ഇട്ടിരുന്ന ഉറുമാൽ വലിച്ചെറിഞ്ഞ് മുടി അഴിച്ചിട്ട് ചരമഗീതങ്ങൾ ചൊല്ലാൻ തുടങ്ങിയിരുന്നു. സംഘത്തെ നയിക്കുന്ന മൂട്ടനാട് നസറേത്തിലെ വൃദ്ധനായ ആചാര്യൻ ശിമയോൻ ആയിരുന്നു. ക്ഷയം പിടിച്ചിട്ട് വർഷങ്ങൾ കഴിഞ്ഞിരുന്നതുകൊണ്ട് അയാൾ മെലിഞ്ഞു ചുളുങ്ങി കൂനിപ്പോയിരുന്നു. അയാൾ നശിപ്പിക്കാൻ പറ്റാത്ത ആത്മാവു കൊണ്ട് കെട്ടിയുറപ്പിച്ച് നിർത്തിയിരിക്കുന്ന വരണ്ട എല്ലുകളുടെ ഒരു ചട്ടക്കൂട് ആയിരുന്നു. പക്ഷികളുടെ നഖങ്ങൾ പോലെ രക്ഷസീയമായ നഖങ്ങളുള്ള അയാളുടെ മെലിഞ്ഞ കൈയിൽ മുറുക്കിപ്പിടിച്ചിരുന്ന അഗ്രഭാഗത്ത് ഇണപിരിയുന്ന രണ്ട് പാമ്പുകളുടെ രൂപങ്ങളുള്ള മതാധികാരത്തിന്റെ അംശവടി പാറകളിൽ തട്ടി മുഴങ്ങുന്നുണ്ടായിരുന്നു. ജീവനുള്ള ഈ ജഡത്തിന് എരിയുന്ന ഒരു നഗരത്തിന്റെ മണം ആയിരുന്നു. അയാളുടെ കണ്ണുകളിലെ ജ്വാല കാണുമ്പോൾ ജീർണ്ണിച്ച ആ ശരീരത്തിലെ എല്ലുകളും മാംസവും മുടിയും കത്തി എരിയുകയാണെന്ന് നിങ്ങൾക്ക് തോന്നും.... അയാൾ വായ് തുറന്ന് "ഇസ്രയേലിന്റെ ദൈവമേ!" എന്നു വിളിച്ചുകൂവുമ്പോൾ അയാളുടെ തലയ്ക്ക് മുകളിൽനിന്നും പുക ഉയരുന്നുണ്ടെന്ന് തോന്നും. അയാളുടെ പിന്നിൽ പ്രായം ചെന്ന അസ്ഥികളുള്ള ഊന്നുവടികളിൽ നടക്കുന്ന കൂനിപ്പോയ വൃദ്ധന്മാരുടെ നിര ഉണ്ടായിരുന്നു. അവർക്ക് ഇടതൂർന്ന പുരികങ്ങളും പിരിഞ്ഞുനില്ക്കുന്ന താടിയും ഉണ്ടായിരുന്നു. അവർക്കു പിന്നിൽ ആരോഗ്യമുള്ള കണ്ണുകൾ. അതിനുശേഷം സ്ത്രീകൾ. പിന്നിലുള്ളവരോടൊപ്പം കൈയിൽ ഓരോ കല്ലും എടുത്തുകൊണ്ട് കുട്ടികൾ ഉണ്ടായിരുന്നു. ചില കുട്ടികളുടെ തോളിൽ കവണ

തൂക്കിയിരുന്നു. അവർ ഒരു കടൽപോലെ നിശ്ശബ്ദവും സൗമ്യവും ആയ ഇരമ്പലോടെ മുന്നോട്ട് നീങ്ങി.

യൂദാസ് കട്ടിളപ്പടിയിൽ ചാരിനിന്ന് അവരെ ശ്രദ്ധിച്ചുകൊണ്ടിരിക്കുമ്പോൾ അയാളുടെ ഹൃദയം വിങ്ങി. തലയിലേക്ക് രക്തം ഇരച്ചു കയറുന്നതിനിടയിൽ അയാൾ ആലോചിച്ചു. അവരാണ് ദൈവത്തിന്റെ കൂടെ അത്യത്ഭുതം നടത്താൻ പോകുന്നത്. ഇന്ന്! നാളെ അല്ല, ഇന്ന് തന്നെ!

പുരുഷൻ എന്ന് തോന്നിക്കുന്ന ഉന്തിയ പിൻഭാഗം ഉള്ള ഒരുസ്ത്രീ ആൾക്കൂട്ടത്തിൽനിന്നും പുറത്തേക്ക് വന്നു. അവൾക്ക് ഭ്രാന്ത് ഉണ്ടെന്നു തോന്നി. അവളുടെ വസ്ത്രങ്ങൾ തോളിൽ നിന്ന് വഴുതി വീണുകൊണ്ടിരുന്നു. അവൾ ഒരു കല്ലു കുനിഞ്ഞെടുത്ത് ആശാരിയുടെ കതകിനു നേരെ വലിച്ചെറിഞ്ഞു.

"കുരിശുപണിയുന്ന നീ നരകത്തിൽ പോകട്ടെ!" അവൾ വിളിച്ചു പറഞ്ഞു.

പെട്ടെന്ന് തെരുവിന്റെ ഒരറ്റത്തുനിന്ന് മറ്റേ അറ്റംവരെ ശാപങ്ങളും അലർച്ചകളും മുഴങ്ങികേട്ടു. കുട്ടികൾ തോളിൽ കിടന്ന കവണകൾ കൈയിൽ എടുത്തു. ചുവന്നതാടിക്കാരൻ വാതിൽ വലിച്ചടച്ചു.

"കുരിശു പണിയുന്നവൻ! കുരിശുപണിയുന്നവൻ!" എല്ലാ ഭാഗത്തുനിന്നും കൂക്കുവിളി ഉയർന്നു. തെരുതെരെയുള്ള കല്ലേറിൽ വാതിൽ വിറച്ചു.

തെരുവിൽനിന്നുള്ള കൂക്കുവിളികളും ശാപങ്ങളും കേൾക്കാൻ ആഗ്രഹിക്കാത്തതുപോലെ ചെറുപ്പക്കാരൻ കുരിശിന്റെ മുമ്പിൽ മുട്ടുകുത്തിയിരുന്ന് ആണികളിൽ ചുറ്റികകൊണ്ട് ആഞ്ഞടിച്ചു. അയാളുടെ നെഞ്ച് തിളയ്ക്കുന്നുണ്ടായിരുന്നു. അയാളുടെ മൂക്കിന്റെ പാലത്തിലൂടെ അതിന്റെ ജ്വാലകൾ പുറത്തേക്ക് ചാടി. അയാൾ ക്ഷോഭത്തോടെ ചുറ്റിക കൊണ്ട് ഭ്രാന്തമായി അടിച്ചുകൊണ്ടിരുന്നു. അയാളുടെ നെറ്റിയിലൂടെ വിയർപ്പ് ഒഴുകിയിറങ്ങി.

ചുവന്നതാടിക്കാരൻ മുട്ടുകുത്തിയിരുന്ന് അയാളുടെ കൈയിൽനിന്നും ചുറ്റിക പിടിച്ചുപറിച്ചു. അയാൾ കുരിശ് തള്ളി താഴെ ഇട്ടു.

"നിങ്ങൾ അത് കൊണ്ടുപോകുന്നുണ്ടോ?"

"ഉണ്ട്."

"നിങ്ങൾക്ക് ലജ്ജ ഇല്ലേ?"

"ഇല്ല."

"ഞാൻ നിങ്ങളെ അനുവദിക്കില്ല. ഞാൻ അത് തകർത്തു തരിപ്പണമാക്കും."

അയാൾ ചുറ്റുപാടും നോക്കിക്കൊണ്ട് ഒരു വീതുളി കണ്ടെത്താൻ വേണ്ടി കൈകൊണ്ട് പരതിനോക്കി

"യൂദാസ്, എന്റെ സഹോദരനായ യൂദാസ്" ചെറുപ്പക്കാരൻ സാവധാനം യാചനയുടെ സ്വരത്തിൽ പറഞ്ഞു. "എന്റെ വഴിയിൽ കടന്നുവരരുത്." അയാളുടെ ശബ്ദത്തിന്റെ ഗാംഭീര്യം പെട്ടെന്ന് കൂടി. അത് തിരിച്ചറിയാൻ പറ്റാത്ത രീതിയിൽ അവ്യക്തമായി മാറി. ചുവന്ന താടിക്കാരൻ

ചിന്താക്കുഴപ്പത്തിലായി.

"എന്തു വഴി?" അയാൾ പതുക്കെ ചോദിച്ചു. അയാൾ ചെറുപ്പക്കാരനെ ഉൽക്കണ്ഠയോടെ നോക്കിക്കൊണ്ട് കാത്തുനിന്നു. ഇപ്പോൾ വെളിച്ചം ആശാരിയുടെ മുഖത്തും മെലിഞ്ഞ ശരീരത്തും നേരിട്ട് വീണു. ഒരു വലിയ നിലവിളി അടക്കിനിർത്താൻ പാടുപെടുന്നതുപോലെ അയാൾ ചുണ്ടുകൾ ഇറുക്കി അടച്ചിരുന്നു. അയാൾ എന്തുമാത്രം മെലിഞ്ഞിട്ടുണ്ടെന്നും വിളറിയിട്ടുണ്ടെന്നും ചുവന്ന താടിക്കാരനു മനസ്സിലായി. ലോകത്തോടുതന്നെ വിദ്വേഷമുള്ള അയാളുടെ ഹൃദയത്തിന് ആശാരിയോട് അനുകമ്പ തോന്നി. അയാൾ ഉരുകിത്തീരുകയായിരുന്നു. ഓരോ ദിവസവും അയാളുടെ കവിളുകൾ കൂടുതൽ കൂടുതൽ കുഴിഞ്ഞുകൊണ്ടിരുന്നു. ചെറുപ്പക്കാരനെ അവസാനം കണ്ടത് എത്രകാലം മുമ്പായിരുന്നു? ഏതാനും ദിവസങ്ങൾ മാത്രമാണ് കഴിഞ്ഞിരിക്കുന്നത്. അയാൾ ഗാനേസറത്ത് ഗ്രാമത്തിലൂടെയുള്ള അയാളുടെ യാത്രയ്ക്ക് പോയതായിരുന്നു. അയാൾ ഇരുമ്പു പണി നടത്തുന്ന കൊല്ലൻ ആയിരുന്നു. അയാൾ പിക് ആക്സുകളും കലപ്പകളും അരിവാളുകളും ഉണ്ടാക്കി. പക്ഷേ, മതപണ്ഡിതനെ കുരിശിലേറ്റുന്നതിന്റെ സന്ദേശം ലഭിച്ചതുകാരണം അയാൾ തിടുക്കത്തിൽ നസറേത്തിലേക്ക് തിരിച്ചുപോന്നു. അയാൾ പഴയകൂട്ടുകാരനെ വിട്ടുപോകുമ്പോഴുള്ള അവസ്ഥ ഓർമ്മിച്ചു— ഇപ്പോൾ അയാളെ എങ്ങനെയാണ് കണ്ടുമുട്ടിയിരിക്കുന്നത്! അയാളുടെ കണ്ണുകൾ എന്തു മാത്രം വീങ്ങിയിരിക്കുന്നു. അയാളുടെ ശരീരം എന്തുമാത്രം ശോഷിച്ചിരിക്കുന്നു. അയാളുടെ ചുണ്ടുകൾക്കു ചുറ്റുംകാണുന്ന വിദ്വേഷത്തിന്റെ കാരണം എന്താണ്?

"നിങ്ങൾക്ക് എന്തുപറ്റി?" അയാൾ ചോദിച്ചു. "നിങ്ങൾ എന്താണ് ഉരുകിത്തീർന്നത്? നിങ്ങളെ ആരാണ് പീഡിപ്പിക്കുന്നത്?"

ചെറുപ്പക്കാരൻ ദുർബ്ബലമായി ചിരിച്ചു. അയാളെ പീഡിപ്പിക്കുന്നത് ദൈവമാണെന്ന് പറയാൻ തുടങ്ങുകയായിരുന്നു. പക്ഷേ, അയാൾ നിയന്ത്രിച്ചു. അയാളുടെ ഉള്ളിലെ വലിയ നിലവിളി ഇതായിരുന്നു. പക്ഷേ, അത് ചുണ്ടിൽ നിന്ന് രക്ഷപ്പെട്ടുപോകാൻ അയാൾ ആഗ്രഹിച്ചില്ല.

"ഞാൻ മല്ലയുദ്ധം നടത്തുകയാണ്" അയാൾ മറുപടി പറഞ്ഞു.

"ആരുമായാണ് മല്ലയുദ്ധം?"

"എനിക്ക് അറിയില്ല... ഞാൻ മല്ലയുദ്ധം നടത്തിക്കൊണ്ടിരിക്കുകയാണ്."

ചുവന്ന താടിക്കാരന്റെ കണ്ണുകൾ ചെറുപ്പക്കാരന്റെ കണ്ണുകളിലേക്ക് തുളച്ചിറങ്ങി. അയാൾ അവയെ ചോദ്യം ചെയ്തു; അവയോട് യാചിച്ചു; ഭീഷണിപ്പെടുത്തി— പക്ഷേ, ആശ്വസിപ്പിക്കാൻ കഴിയാത്ത ഭയം നിറഞ്ഞ ആ കണ്ണുകൾ മറുപടി പറഞ്ഞില്ല.

പെട്ടെന്ന് യൂദാസിന്റെ മനസ്സിന് ചാഞ്ചാട്ടം വന്നു. ഒന്നും വെളിപ്പെടുത്താത്ത ഇരുണ്ട കണ്ണുകളിലേക്ക് കുനിഞ്ഞുനോക്കുമ്പോൾ പൂത്തുനില്ക്കുന്ന മരങ്ങളും വിശാലമായ സമുദ്രവും ആൾക്കൂട്ടങ്ങളും കാണാൻ കഴിയുന്നുണ്ടെന്ന് അയാൾക്ക് തോന്നി. കൃഷ്ണമണിയുടെ ആഴങ്ങളിൽ

പൂത്തുനില്ക്കുന്ന മരങ്ങൾക്കും സമുദ്രത്തിനും ആൾക്കൂട്ടത്തിനും പിന്നിൽ ദൃഷ്ടിമണ്ഡലത്തെ പൂർണ്ണമായും കൈവശപ്പെടുത്തിക്കൊണ്ട് ഒരു വലിയ കറുത്ത കുരിശും ഉണ്ടായിരുന്നു.

അയാൾ ചാടിഎഴുന്നേറ്റ് നിവർന്നുനിന്നു. അയാളുടെ കണ്ണുകൾ പുറത്തേക്ക് തള്ളിപ്പോയിരുന്നു. അയാൾ സംസാരിക്കാൻ ആഗ്രഹിച്ചു. ചോദിക്കാൻ ആഗ്രഹിച്ചു: "നിങ്ങളാണോ... നിങ്ങൾ?" പക്ഷേ, അയാളുടെ ചുണ്ടുകൾ മരവിച്ചുപോയിരുന്നു. അയാൾ ചെറുപ്പക്കാരനെ നെഞ്ചോടുചേർത്ത് കെട്ടിപ്പിടിച്ച് ചുംബിക്കാൻ ആഗ്രഹിച്ചു. പക്ഷേ, അന്തരീക്ഷത്തിലേക്ക് നീട്ടിയ അയാളുടെ കൈകൾ പെട്ടെന്ന് തടിപോലെ വിറങ്ങലിച്ചുപോയി.

പിന്നീട് നീട്ടിപ്പിടിച്ച കൈകളും പുറത്തേക്ക് ഉന്തിനില്ക്കുന്ന കണ്ണുകളും എഴുന്നുനില്ക്കുന്ന തലമുടിയുമായി അയാളെ കണ്ടപ്പോൾ ചെറുപ്പക്കാരൻ നിലവിളിച്ചു. ഭയാനകമായ ആ ദുഃസ്വപ്നം അയാളുടെ മനസ്സിന്റെ കിളിവാതിൽ തുറന്ന് പുറത്തേക്ക് ചാടി. കുരിശിലേറ്റാനുള്ള ഉപകരണങ്ങളുമായി വന്ന് കോലാഹലം ഉണ്ടാക്കിക്കൊണ്ടിരുന്ന കുള്ളന്മാരുടെ സംഘത്തിന്റെ "കുട്ടികളേ, അവനെ പിൻതുടരൂ." എന്ന നിലവിളിയും അതോടെ പുറന്തള്ളപ്പെട്ടു. എന്നാൽ അവരുടെ നേതാവായ ചുവന്ന താടിക്കാരനെ അയാൾ ഇപ്പോൾ തിരിച്ചറിഞ്ഞു: അത് യൂദാസ് ആയിരുന്നു. അത് വന്യമായി പൊട്ടിച്ചിരിച്ചുകൊണ്ട് മുന്നിലേക്ക് തള്ളിക്കയറിയ കൊല്ലനായ യൂദാസ് ആയിരുന്നു.

ചുവന്ന താടിക്കാരന്റെ ചുണ്ടുകൾ ചലിച്ചു.

"നിങ്ങളാണോ... നിങ്ങൾ?" അയാൾ വിക്കി.

"ഞാൻ...? ആരാണെന്നാണോ?"

മറ്റേയാൾ മറുപടി പറഞ്ഞില്ല. അയാൾ മേൽമീശ ചവച്ചുകൊണ്ട് ചെറുപ്പക്കാരനെ നോക്കി. വീണ്ടും അയാളുടെ മുഖത്തിന്റെ പകുതി ഭാഗത്ത് പ്രകാശവും മറ്റേ പകുതിയിൽ ഇരുട്ടും ആയിരുന്നു. ജനനത്തിനു മുമ്പു തന്നെ ഈ ചെറുപ്പക്കാരനെ ചുറ്റിപ്പറ്റിയുള്ള സൂചനകളും അപൂർവ്വതകളും അയാളുടെ മനസ്സിൽ കൂട്ടിമുട്ടിക്കൊണ്ടിരുന്നു. വിവാഹത്തിനുള്ള അപേക്ഷകരിൽ ജോസഫിന്റെ ഊന്നുവടി മാത്രം തളിർത്തിരുന്നു. അതുകൊണ്ടാണ് യഹൂദഗുരു അനുപമ സൗന്ദര്യമുള്ള ദൈവത്തിന് സമർപ്പിക്കപ്പെട്ട മറിയത്തെ അയാൾ സമ്മാനിച്ചത്. പിന്നീട് വിവാഹദിവസംതന്നെ വധുവിനെ സ്പർശിക്കാൻ കഴിയുന്നതിനുമുമ്പ് ഒരു മിന്നലേറ്റ് വരൻ തളർന്നുപോയിരുന്നു. പിന്നീട് വധു ഒരു വെളുത്ത ലില്ലിപ്പൂ മണപ്പിച്ച് ഒരു മകനെ ഗർഭം ധരിച്ചെന്നും പറയപ്പെടുന്നു. അയാളുടെ ജനനത്തിന്റെ തലേന്ന് രാത്രിയിൽ സ്വർഗ്ഗവാതിൽതുറന്ന് മാലാഖമാർ താഴോട്ട് വന്നെന്ന് അവൾ സ്വപ്നം കണ്ടിരുന്നു. അവർ വരിവരിയായി പക്ഷികളെപ്പോലെ അവളുടെ വീടിന്റെ ചെറിയ മേൽക്കൂരയിൽ നിരന്നിരുന്നു. അവർ കൂടുകൂട്ടി പാട്ടുപാടാൻ തുടങ്ങി. ചിലർ അവളുടെ പടിവാതിലിൽ കാവൽ നിന്നു. ചിലർ അവളുടെ മുറിയിൽ കയറി ജനിക്കാൻ പോകുന്ന കുഞ്ഞിനുവേണ്ടി അടുപ്പുകൂട്ടി വെള്ളം ചൂടാക്കി. ചിലർ പ്രസവിച്ചുകിടക്കുന്ന

സ്ത്രീക്കു കുടിക്കാനുള്ള സൂപ്പു തിളപ്പിച്ചു...

ചുവന്ന താടിക്കാരൻ സാവധാനം മടിയോടെ ചെറുപ്പക്കാരന്റെ അടുത്തുവന്ന് കുനിഞ്ഞുനിന്നു. ഇപ്പോൾ അയാളുടെ ശബ്ദം പ്രതീക്ഷയും യാചനയും ഭയവും നിറഞ്ഞതായിരുന്നു.

"നിങ്ങൾ ആണോ... നിങ്ങൾ...?" അയാൾ ഒരിക്കൽക്കൂടി ചോദിച്ചു. പക്ഷേ, വീണ്ടും ആ ചോദ്യം പൂർത്തിയാക്കാൻ അയാൾ ധൈര്യപ്പെട്ടില്ല.

ചെറുപ്പക്കാരൻ പേടിച്ചുവിറച്ചു.

"ഞാനോ?" അയാൾ പരിഹാസത്തോടെ അടക്കിച്ചിരിച്ചുകൊണ്ട് ചോദിച്ചു. "പക്ഷേ, നിങ്ങൾ എന്നെ കാണുന്നില്ലേ? എനിക്ക് പ്രസംഗിക്കാനുള്ള കഴിവില്ല. എനിക്ക് സിനെഗോഗിൽ* പോകാനുള്ള ധൈര്യം ഇല്ല.ആളുകളെ കാണുമ്പോൾ ഞാൻ കടന്നുകളയും. ഞാൻ ലജ്ജയില്ലാതെ ദൈവത്തിന്റെ കല്പനകൾ അനുസരിക്കാതിരിക്കും. ശാബത്ത് ദിവസം ഞാൻ ജോലി ചെയ്യും."

അയാൾ നിലത്തുകിടന്ന കുരിശുയർത്തിവച്ചതിനുശേഷം ചുറ്റിക കൈയിൽ എടുത്തു.

"നോക്കൂ. ഞാൻ കുരിശുണ്ടാക്കുന്നു. കുരിശിലേറ്റുന്നു." വീണ്ടും അയാൾ ചിരിക്കാൻ വേണ്ടി ബുദ്ധിമുട്ടി.

ചുവന്നതാടിക്കാരൻ ചിന്താക്കുഴപ്പത്തിലായിരുന്നു. അയാൾ സംസാരിച്ചില്ല. അയാൾ വാതിൽ തുറന്നു. തെരുവിന്റെ അറ്റത്ത് ബഹളം ഉണ്ടാക്കിക്കൊണ്ടിരുന്ന ഗ്രാമീണരുടെ ഒരു പുതിയ ആൾക്കൂട്ടം പ്രത്യക്ഷപ്പെട്ടു. ചപ്രത്തലമുടിയുള്ള വൃദ്ധകൾ, രോഗികളായ കിഴവന്മാർ, മുടന്തർ, കണ്ണു കാണാത്തവർ, കുഷ്ഠരോഗികൾ - നസറേത്തിന്റെ അവശിഷ്ടങ്ങൾ മൊത്തം ഉണ്ടായിരുന്നു. അവരും അണച്ചുകൊണ്ട് കയറ്റം കയറുകയായിരുന്നു. അവരും കുരിശിലേറ്റൽ നടക്കുന്ന കുന്നിലേക്ക് നിരങ്ങി നീങ്ങുകയായിരുന്നു— നിശ്ചയിച്ചുറപ്പിച്ച സമയം അടുത്തുകൊണ്ടിരുന്നു. "ഞാൻ ആളുകളോടൊപ്പം യോജിക്കേണ്ട സമയം ആയിരിക്കുന്നു." ചുവന്ന താടിക്കാരൻ ആലോചിച്ചു. "നമുക്ക് ഒന്നിച്ചു പാഞ്ഞുചെന്ന് ആ മനുഷ്യനെ തട്ടിയെടുക്കാനുള്ള സമയം ആയിരിക്കുന്നു. അപ്പോൾ അയാൾ രക്ഷകനാണോ എന്ന കാര്യം വ്യക്തമാകും...." പക്ഷേ, അയാൾ മടിച്ചുനിന്നു. പെട്ടെന്ന് ഒരു ഇളംകാറ്റ് അയാളെ തഴുകി കടന്നുപോയി. അല്ല, അയാൾ ചിന്തിച്ചു. "പല നൂറ്റാണ്ടുകളായി യഹൂദർ കാത്തിരിക്കുന്നവൻ ഈ കുരിശിലേറ്റപ്പെടാൻ പോകുന്ന ഈ മനുഷ്യൻ അല്ല;" അയാൾ ആലോചിച്ചു. "നാളെ! നാളെ! നാളെ! എബ്രഹാമിന്റെ ദൈവമേ, അവിടുന്ന് എത്ര വർഷങ്ങളായി ഞങ്ങളെ മുഴുവൻ ഈ നാളയെപ്പറ്റിയുള്ള ആലോചനയിൽ ഉറപ്പിച്ചു നിർത്തിയിരിക്കുന്നു. നാളെ! നാളെ! ശരി- എപ്പോൾ? ഞങ്ങൾ മനുഷ്യരാണ്. ഞങ്ങൾ ആവശ്യത്തിന് സഹിച്ചുകഴിഞ്ഞു!"

അയാൾ കോപിച്ചിരുന്നു. കുരിശിന്റെ അടുത്ത് കുനിഞ്ഞുകിടന്ന് ആണിയടിച്ചുകൊണ്ടിരുന്ന ചെറുപ്പക്കാരനെ അയാൾ കോപത്തോടെ

---

* യഹൂദദേവാലയം

നോക്കി. അയാൾ ഒരു ഞെട്ടലോടെ സ്വയം ചോദിച്ചു. ഇയാൾ അവനായിരിക്കുമോ? ഇയാൾ അവൻ ആയിരിക്കുമോ? ഈ കുരിശുണ്ടാക്കുന്നവൻ അവൻ ആണോ? ദൈവത്തിന്റെ വഴികൾ വളവുകൾ നിറഞ്ഞതും ഇരുണ്ടതും ആണ്. ഇയാൾ അയാൾ ആയിരിക്കുമോ?

വൃദ്ധകൾക്കും വികലാംഗർക്കും പിന്നിലായി ഇപ്പോൾ റോമൻ പട്ടാളക്കാർ പരിചകളും കുന്തങ്ങളും ഓട്ടുതൊപ്പികളുമായി പ്രത്യക്ഷപ്പെട്ടു. യഹൂദരെ പുച്ഛത്തോടെ നോക്കിക്കൊണ്ട് അവർ ആ ആൾക്കൂട്ടത്തെ മുന്നോട്ടു നടത്തി.

ചുവന്ന താടിക്കാരൻ അവരെ രാക്ഷസീയമായി നോക്കി. അയാളുടെ ചോര തിളയ്ക്കുന്നുണ്ടായിരുന്നു. അയാൾ ചെറുപ്പക്കാരന്റെ നേർക്ക് തിരിഞ്ഞു. അയാൾക്ക് ഇപ്പോൾ ചെറുപ്പക്കാരനെ കാണണമെന്ന് ആഗ്രഹം ഉണ്ടായിരുന്നില്ല: എല്ലാ കാര്യങ്ങളും അയാളുടെ കുറ്റമാണെന്നു തോന്നി.

“ഞാൻ പോകുന്നു!” അയാൾ മുഷ്ടിചുരുട്ടിക്കൊണ്ട് വിളിച്ചു പറഞ്ഞു. “നിങ്ങൾ - നിങ്ങൾക്ക് നിങ്ങളുടെ ഇഷ്ടംപോലെ ചെയ്യാം. കുരിശു പണിയുന്ന നിങ്ങൾ ഒരു ഭീരുവാണ്. പക്ഷേ, ദൈവം നിങ്ങളുടെ അച്ഛന്റെ നേർക്ക് തീ വലിച്ചെറിഞ്ഞതുപോലെ നിങ്ങളുടെ നേർക്കും തീ വലിച്ചെറിഞ്ഞ് നിങ്ങളെ ചുട്ടുകരിക്കും. നിങ്ങൾ നിങ്ങളുടെ സഹോദരൻ വിളംബരക്കാരനെപ്പോലെ ഒന്നിനും കൊള്ളാത്ത ഒരു ചതിയനാണ്. അതാണ് എന്റെ അഭിപ്രായം— അത് നിങ്ങൾക്ക് എന്നെപ്പറ്റി ഓർമ്മിക്കാനുള്ള ഒരു കാര്യമായി മാറട്ടെ!”

മൂന്ന്

ചെറുപ്പക്കാരൻ തനിച്ചായി. അയാൾ കുരിശിൽ ചാരിനിന്ന് നെറ്റിയിൽനിന്നും വിയർപ്പ് തുടച്ചുമാറ്റി. ശ്വാസം അയാളുടെ തൊണ്ടയിൽ കുരുങ്ങി: അയാൾ കിതച്ചിരുന്നു. നിമിഷനേരത്തേക്ക് ലോകം അയാളുടെ ചുറ്റും കറങ്ങി. പക്ഷേ, പിന്നീട് അത് വീണ്ടും നിശ്ചലമായി. അയാൾ അമ്മ തീകത്തിക്കുന്നതിന്റെ ശബ്ദം കേട്ടു. അതുകൊണ്ട് അവർക്ക് ഭക്ഷണം നേരത്തേതന്നെ വെളിച്ചത്തിൽ വിളമ്പി വച്ചതിനുശേഷം മറ്റുള്ളവരെ പോലെ കുരിശിലേറ്റുന്നതു കാണാൻ കൃത്യസമയത്തുതന്നെ അവിടെയുണ്ടാകാൻ പറ്റും. അവരുടെ അയൽക്കാരെല്ലാം പോയിക്കഴിഞ്ഞിരുന്നു. അവരുടെ ഭർത്താവ് നാക്ക് ചലിപ്പിക്കാനുള്ള പോരാട്ടം നടത്തിക്കൊണ്ട് ഇപ്പോഴും ഞരങ്ങുന്നുണ്ടായിരുന്നു. പക്ഷേ, അയാളുടെ ശ്വാസനാളത്തിനു മാത്രമേ ജീവൻ ഉണ്ടായിരുന്നുള്ളൂ. അയാൾ ചില അവ്യക്ത ശബ്ദങ്ങൾ മാത്രമേ പുറപ്പെടുവിച്ചിരുന്നുള്ളൂ. പുറത്ത് തെരുവ് വീണ്ടും വിജനമായിരുന്നു.

പക്ഷേ, ചെറുപ്പക്കാരൻ സ്വന്തം ഹൃദയത്തിന്റെ സ്പന്ദനം ഒഴിച്ച് മറ്റൊന്നും കേൾക്കാതെയും ആലോചിക്കാതെയും കുരിശിൽ ചാരി

നില്ക്കുമ്പോൾ പെട്ടെന്ന് അയാൾ വേദനകൊണ്ട് പുളഞ്ഞു. അദൃശ്യനായ ആ കഴുകൻ ഒരിക്കൽകൂടി അയാളുടെ തലയോട്ടിക്കുള്ളിൽ നഖം കൊണ്ട് ആഴത്തിൽ മാന്തി. "അവൻ വീണ്ടും വന്നു, അവൻ വീണ്ടും വന്നു...." അയാൾ മുറുമുറുത്തു കൊണ്ട് വിറയ്ക്കാൻ തുടങ്ങി. ആ നഖങ്ങൾ അയാളുടെ തലയോട്ടി പൊളിച്ച് തലച്ചോറിനുള്ളിലേക്ക് കൂടുതൽ ആഴത്തിൽ തുരന്നുകയറുന്നത് അയാൾ അറിഞ്ഞിരുന്നു. അയാൾ വിളിച്ചു കൂവാതിരിക്കാൻ വേണ്ടി പല്ലുകൾ ഇറുക്കിപ്പിടിച്ചു. അയാളുടെ അമ്മ വീണ്ടും പേടിച്ച് നിലവിളിക്കാൻ അയാൾക്ക് ആഗ്രഹം ഉണ്ടായിരുന്നില്ല. സ്വന്തം തല നഷ്ടപ്പെടുമെന്നു ഭയക്കുന്ന മട്ടിൽ അയാൾ തല കൈപ്പത്തികൾകൊണ്ട് മുറുക്കിപ്പിടിച്ചു. "അവൻ വീണ്ടും വന്നു, അവൻ വീണ്ടും വന്നു..." അയാൾ വിറച്ചുകൊണ്ട് മുറുമുറുത്തു.

ആദ്യത്തെ തവണ– അയാൾക്ക് പന്ത്രണ്ടുവയസ്സ് കഴിഞ്ഞിരുന്നു. അയാൾ സിനെഗോഗിനുള്ളിൽ വിയർത്തുകുളിച്ച് നെടുവീർപ്പിട്ടുകൊണ്ടിരുന്ന മുതിർന്നവരുടെ കൂടെ ഇരുന്ന് ദൈവത്തിന്റെ വാക്കുകളുടെ വിശദീകരണം കേൾക്കുകയായിരുന്നു– അയാൾക്ക് ഒരു തലോടൽ പോലെ വാത്സല്യം നിറഞ്ഞ നീണ്ടുനില്ക്കുന്ന മൃദുവായ ഒരു സ്പന്ദനം തലയ്ക്കുമുകളിൽ അനുഭവപ്പെട്ടു. അയാൾ കണ്ണുകൾ അടച്ചിരുന്നു. മൃദുവായ ആ ചിറകുകൾ അയാളെ ഏഴാം സ്വർഗ്ഗത്തിലേക്ക് എടുത്തുകൊണ്ടു പോയത് എത്ര വലിയ അനുഗ്രഹം ആയിരുന്നു! ഇത് നിശ്ചയമായും സ്വർഗ്ഗം ആയിരിക്കും! അയാൾ ആലോചിച്ചു. അയാളുടെ അടഞ്ഞ കൺപോളകളുടെയും പകുതി തുറന്ന സന്തോഷമുള്ള ചുണ്ടുകളുടെയും അടിയിൽ നിന്ന് അവസാനം ഇല്ലാത്ത ഒരു പുഞ്ചിരി പുറത്തേക്ക് ഒഴുകി. അത് തീക്ഷ്ണമായ ആർത്തിയോടെ അയാളുടെ മുഖത്തു നിന്നും മാംസം നക്കിത്തുടച്ച് അപ്രത്യക്ഷമാകുന്ന ഒരു പുഞ്ചിരി ആയിരുന്നു. മുതിർന്നവർ മനുഷ്യനെ തിന്നു തീർക്കുന്ന നിഗൂഢമായ ഈ പുഞ്ചിരി കണ്ടു. അവർ ദൈവം അദ്ദേഹത്തിന്റെ നഖങ്ങളിൽ ആ ആൺകുട്ടിയെ തട്ടിയെടുത്തതാണെന്ന് അനുമാനിച്ചു.

വർഷങ്ങൾ കഴിഞ്ഞു. അയാൾ കാത്തിരുന്നു. വീണ്ടും കാത്തിരുന്നു. പക്ഷേ, ആ തലോടൽ തിരിച്ചുവന്നില്ല. പിന്നീട് ഒരു ദിവസം വസന്തത്തിലെ തിളങ്ങുന്ന കാലാവസ്ഥയിൽ അയാൾ ഒരു ഭാര്യയെ തെരഞ്ഞെടുക്കാൻ വേണ്ടി അമ്മയുടെ ഗ്രാമമായ കാനായിലേക്ക് പോയി. ഇത് അയാളുടെ യൗവ്വനത്തിന്റെ മൂർദ്ധന്യാവസ്ഥയെ അയാളുടെ അമ്മ പ്രയോജനപ്പെടുത്തിയതായിരുന്നു. അയാളുടെ അമ്മ അയാളെ നിർബ്ബന്ധിച്ചു. അവർ അയാൾ വിവാഹിതനായി കാണാൻ ആഗ്രഹിച്ചു. അയാൾക്ക് ഇരുപത് വയസ്സ് തികഞ്ഞിരുന്നു. അയാളുടെ കവിളുകൾ ഇടതൂർന്ന മൃദുലരോമങ്ങൾകൊണ്ട് മൂടിയിരുന്നു. അയാളുടെ രക്തം അതിരൂക്ഷമായി വെട്ടിത്തിളച്ചിരുന്നതുകൊണ്ട് ഇപ്പോൾ അയാൾക്ക് രാത്രിയിൽ ഉറങ്ങാൻ കഴിഞ്ഞിരുന്നില്ല. അയാളുടെ അമ്മ ഇത് പ്രയോജനപ്പെടുത്തി. അവർ ഭാര്യയെ തെരഞ്ഞെടുക്കാൻ വേണ്ടി സ്വന്തം ഗ്രാമമായ കാനായിൽ പോകാൻ

വേണ്ടി അയാളെ സ്വാധീനിച്ചു.

അങ്ങനെ അയാൾ കൈയിൽ ഒരു ചുവന്ന റോസാപ്പൂവുമായി തളിർത്തുനിന്ന ഒരു പോപ്ലാർമരത്തിന്റെ ചുവട്ടിൽ നൃത്തം ചെയ്തുകൊണ്ടിരുന്ന ഗ്രാമത്തിലെ പെൺകുട്ടികളെ നോക്കി നിന്നു. അവരെ പരസ്പരം താരതമ്യം ചെയ്ത് നോക്കിക്കൊണ്ടു നില്ക്കുമ്പോൾ— അയാൾ എല്ലാവരെയും ആഗ്രഹിച്ചു. പക്ഷേ, അയാൾക്ക് തെരഞ്ഞെടുക്കാനുള്ള ധൈര്യം ഉണ്ടായിരുന്നില്ല— അയാൾ പെട്ടെന്ന് പിന്നിൽ ഒരു പൊട്ടിച്ചിരി കേട്ടു: ഭൂമിയുടെ ഉള്ളിൽ നിന്നും ഉയർന്നുകൊണ്ടിരുന്ന ഒരു തണുത്ത ജലധാര. അയാൾ തിരിഞ്ഞുനോക്കി. അത് കൈവളകളും കാൽത്തളകളും കമ്മലും അണിഞ്ഞ് അഴിച്ചിട്ട തലമുടിയുമായി കാറ്റിനൊത്ത് സഞ്ചരിക്കുന്ന ഒരു യുദ്ധക്കപ്പൽപോലെ അയാളുടെ അടുത്തേക്ക് ഇറക്കം ഇറങ്ങിവരുന്ന ആചാര്യനായ അമ്മാവന്റെ ഏകമകൾ മഗ്ദലന ആയിരുന്നു. “എനിക്ക് ഇവളെയാണ് വേണ്ടത്, ഇവളെയാണ് വേണ്ടത്.” അയാൾ വിളിച്ചു കൂവിക്കൊണ്ട് റോസാപ്പൂ അവളുടെ നേർക്ക് നീട്ടി. പക്ഷേ, അയാൾ ഇങ്ങനെ ചെയ്തപ്പോൾ പത്തു നഖങ്ങൾ അയാളുടെ തലയ്ക്കുള്ളിലേക്ക് സ്വയം തുളച്ചിറങ്ങി. രണ്ട് ഉന്മത്തമായ ചിറകുകൾ അയാളുടെ തലയുടെ ഇരുവശവും മൂടിക്കൊണ്ട് തലയ്ക്ക് മുകളിലായി വീശിക്കൊണ്ടിരുന്നു. അയാൾ നിലവിളിച്ചുകൊണ്ട് കമഴ്ന്നു വീണു. വായിൽ നിന്ന് നുരയും പതയും. വരുന്നുണ്ടായിരുന്നു. അയാളുടെ ഭാഗ്യദോഷിയായ അമ്മയ്ക്ക് ഉറുമാൽ അഴിച്ച് അയാളുടെ മുഖം മൂടിയതിനുശേഷം അയാളെ താങ്ങിയെടുത്തുകൊണ്ട് അവിടെനിന്ന് വിടപറയേണ്ടിവന്നു.

അന്നു മുതൽ അയാളുടെ നഷ്ടം പൂർണ്ണമായിരുന്നു. പലപ്പോഴും വസന്തകാലത്ത് ലോകം മുഴുവൻ പൂത്തു സുഗന്ധം പരത്തുമ്പോൾ അത് വന്നു. രാത്രിയുടെ നിശ്ശബ്ദതയിൽ അയാൾ ഉറങ്ങുന്ന സമയത്ത് അല്ലെങ്കിൽ നിലാവുള്ള രാത്രിയിൽ അയാൾ പാടത്ത് ചുറ്റിത്തിരിയുന്ന സമയത്ത് അതുവന്നു. അയാൾക്ക് സന്തോഷിക്കാനുള്ള ഓരോ അവസരത്തിലും അത് വന്നു. അയാൾ ഏറ്റവും ചെറിയ മാനുഷികമായ ആഹ്ലാദങ്ങൾ ആസ്വദിക്കുന്ന സമയത്തുപോലും അത് വന്നു— തിന്നുമ്പോൾ, ഉറങ്ങുമ്പോൾ, കൂട്ടുകൂടി പൊട്ടിച്ചിരിക്കുമ്പോൾ, തെരുവിൽ ഒരു പെൺകുട്ടിയെക്കണ്ട് എനിക്ക് അവളെ ഇഷ്ടമായെന്ന് ചിന്തിക്കുമ്പോൾ— പെട്ടെന്ന് പത്തു നഖങ്ങൾ അയാളിലേക്ക് ആഴത്തിൽ തുളച്ചിറങ്ങി. അയാളുടെ താല്പര്യം അതോടെ അപ്രത്യക്ഷമായി.

പക്ഷേ, ഇന്നു രാവിലെ അനുഭവപ്പെട്ട ക്രൂരതയോടെ അത് ഇതിനു മുമ്പ് ഒരിക്കലും അയാളുടെ പുറത്ത് വീണിട്ടില്ല. അയാൾ തല നെഞ്ചിൽ ഒളിപ്പിച്ചുകൊണ്ട് ജോലിചെയ്യുന്ന ബഞ്ചിന്റെ അടിയിൽ വളരെനേരം ചുരുണ്ടുകൂടിക്കിടന്നു. ലോകം താഴ്ന്നുപോയി. അയാൾ മുകളിൽ കേട്ടുകൊണ്ടിരുന്ന ക്രൂരമായ ചിറകടി ഒഴിച്ച് സ്വന്തം മനസ്സിൽനിന്ന് ഉയരുന്ന ഒരു മൂളൽ മാത്രമേ കേൾക്കുന്നുണ്ടായിരുന്നുള്ളൂ.

അല്പാല്പമായി നഖങ്ങൾ അയഞ്ഞു. അവ സ്വയം വേർപെട്ട് സ്വത

ന്ത്രമായി പതുക്കെ ഒന്നൊന്നായി സ്വതന്ത്രമാക്കപ്പെട്ടു— ആദ്യം അയാളുടെ മനസ്സ്, അതിനുശേഷം അയാളുടെ അസ്ഥികൾ, അവസാനം അയാളുടെ തലയിലെ ചർമ്മം. പെട്ടെന്ന് അയാൾക്ക് വലിയ ആശ്വാസവും വലിയ ക്ഷീണവും തോന്നി. അയാൾ ജോലി ചെയ്യുന്ന ബഞ്ചിന്റെ അടിയിൽ നിന്ന് എഴുന്നേറ്റുകൊണ്ട് പെട്ടെന്ന് കൈ തലയിൽ വച്ച് തലമുടിക്കുള്ളിലൂടെ തലയോട്ടി പരിശോധിച്ചു. അത് തുളയ്ക്കപ്പെട്ടിരുന്നതായി അയാൾക്ക് തോന്നി. പക്ഷേ, പരതി നടന്ന അയാളുടെ വിരലുകൾക്ക് മുറിവുകൾ ഒന്നും തന്നെ കണ്ടെത്താൻ കഴിഞ്ഞില്ല. അവസാനം അയാൾ ശാന്തനായി പക്ഷേ, തലയിൽ നിന്ന് കൈ എടുത്ത് വെളിച്ചത്തിൽ പരിശോധിച്ചപ്പോൾ അയാൾ ഞെട്ടിപ്പോയി. അയാളുടെ വിരലുകളിൽ നിന്ന് രക്തത്തുള്ളികൾ ഇറ്റുവീഴുന്നുണ്ടായിരുന്നു.

"ദൈവം കോപിച്ചിരിക്കുന്നു." അയാൾ മുറുമുറുത്തു. "കോപിച്ചിരിക്കുന്നു... രക്തം ഒഴുകാൻ തുടങ്ങിയിരിക്കുന്നു."

അയാൾ തല ഉയർത്തി നോക്കി: ആരും ഇല്ല. പക്ഷേ, അന്തരീക്ഷത്തിൽ അയാൾക്ക് ഒരു വന്യമൃഗത്തിന്റെ ഗന്ധം അനുഭവപ്പെട്ടു. അവൻ വീണ്ടും വന്നിട്ടുണ്ട്. അയാൾ ഭയത്തോടെ ആലോചിച്ചു, അവൻ എനിക്കു ചുറ്റും ഉണ്ട്. എന്റെ പാദങ്ങൾക്ക് അടിയിലും എന്റെ തലയ്ക്കു മുകളിലും അവൻ ഉണ്ട്..

അയാൾ തല താഴ്ത്തി കാത്തിരുന്നു. അന്തരീക്ഷം നിശ്ചലവും നിശ്ശബ്ദവും ആയിരുന്നു. കാഴ്ചയിൽ നിഷ്കളങ്കവും നിരുപദ്രവവും ആയ വെളിച്ചം എതിർവശത്തെ ഭിത്തിയിലും ചൂരൽ കൊണ്ടുള്ള മേൽത്തട്ടിലും ഒളിച്ചു കളിക്കുന്നുണ്ടായിരുന്നു. ഞാൻ വായ് തുറക്കില്ല. അയാൾ ഉള്ളിൽ തീരുമാനം എടുത്തു. ഞാൻ ഒന്നും സംസാരിക്കില്ല. ഒരുപക്ഷേ, അവന് എന്നോട് അനുകമ്പ തോന്നി എന്നെ ഉപേക്ഷിച്ചെന്ന് വരും.

പക്ഷേ, അയാൾ തീരുമാനം എടുക്കുന്നതിനിടയിൽ അയാളുടെ ചുണ്ടുകൾ അകന്നു. അയാൾ സംസാരിച്ചു. അയാളുടെ ശബ്ദത്തിൽ പരാതി നിറഞ്ഞിരുന്നു.

"നീ എന്തിനാണ് എന്റെ രക്തം ഊറ്റിയത്? നീ എന്തിനാണ് കോപിക്കുന്നത്? നീ എന്നെ എത്രകാലം പിന്തുടരും?"

അയാൾ ചോദ്യങ്ങൾ അവസാനിപ്പിച്ചു. ഭയം കൊണ്ട് അയാളുടെ ചുണ്ടുകൾ തുറന്നിരുന്നു. അയാൾ കുനിഞ്ഞിരുന്ന് ശ്രദ്ധിച്ചു. അയാളുടെ കണ്ണുകളിൽ ഭയം നിറഞ്ഞിരുന്നു.

ആദ്യം ഒന്നും ഉണ്ടായിരുന്നില്ല. അന്തരീക്ഷം നിശ്ശബ്ദവും നിശ്ചലവും ആയിരുന്നു. പക്ഷേ, പിന്നീട് പെട്ടെന്ന് മുകളിൽ ഉണ്ടായിരുന്ന ആരോ ഒരാൾ അയാളോട് സംസാരിച്ചു. അയാൾ സംസാരം ശ്രദ്ധിച്ചു കേട്ടു. വളരെ ശ്രദ്ധിച്ചു കേട്ടു. "ഇല്ല, ഇല്ല, ഇല്ല" എന്നു പറയുന്നതുപോലെ അയാൾ തുടർച്ചയായി തലകുലുക്കി.

അവസാനം അയാളും സംസാരിച്ചു. അയാളുടെ ശബ്ദത്തിൽ ഇപ്പോൾ വിറയൽ ഉണ്ടായിരുന്നില്ല.

"എനിക്ക് പറ്റില്ല! ഞാൻ എല്ലാ കാര്യങ്ങളെയും പേടിക്കുന്ന നിരക്ഷരനായ ഒരു മടിയനാണ്. എനിക്ക് നല്ലഭക്ഷണവും വീഞ്ഞും ചിരിയും ഇഷ്ടമാണ്. എനിക്ക് വിവാഹം കഴിക്കണം. കുട്ടികൾ വേണം... എന്നെ ഉപദ്രവിക്കാതെ പോകൂ!"

അയാൾ വീണ്ടും നിശ്ശബ്ദനായിരുന്നു ശ്രദ്ധിച്ചു കേട്ടു.

"നീ എന്താണ് പറഞ്ഞത്? എനിക്ക് കേൾക്കാൻ കഴിഞ്ഞില്ല."

പെട്ടെന്ന് സ്വന്തം തലയ്ക്കുമുകളിൽ നിന്ന് കേട്ട രാക്ഷസീയമായ ശബ്ദത്തിന്റെ തീക്ഷ്ണത കുറയ്ക്കാൻ വേണ്ടി അയാൾക്ക് ചെവി പൊത്തേണ്ടി വന്നു. ഇപ്പോൾ ശ്വാസം അടക്കിപ്പിടിച്ചിരുന്ന് കേട്ടതിനു ശേഷം അയാൾ മറുപടി പറഞ്ഞു.

"അതെ, ശരിയാണ്. എനിക്ക് ഭയമാണ്... ഞാൻ എഴുന്നേറ്റു നിന്ന് സംസാരിക്കാനല്ലേ നീ ആഗ്രഹിക്കുന്നത്? ശരിയല്ലേ? എനിക്ക് എന്താണ് പറയാൻ പറ്റുന്നത്? ഞാൻ അത് എങ്ങനെയാണ് പറയുന്നത്? എനിക്ക് പറ്റില്ല. ഞാൻ നിന്നോട് പറഞ്ഞു! എനിക്ക് അക്ഷരാഭ്യാസം ഇല്ല. നീ എന്താണ് പറഞ്ഞത്?.... സ്വർഗ്ഗരാജ്യം?... എനിക്ക് സ്വർഗ്ഗരാജ്യം വേണ്ട. എനിക്ക് ഈ ഭൂമി ഇഷ്ടമാണ്. എനിക്ക് വിവാഹം കഴിക്കണം. ഞാൻ നിന്നോട് പറഞ്ഞു. മഗ്ദലന ഒരു വേശ്യ ആണെങ്കിൽ പോലും എനിക്ക് അവൾ വേണം. അവൾ അങ്ങനെ ആയത് എന്റെ കുറ്റമാണ്. എന്റെ കുറ്റം. -ഞാൻ അവളെ രക്ഷിക്കും. അവളെ രക്ഷിക്കും! ഭൂമിയെയോ ഈ ലോകത്തിലെ ഈ രാജ്യത്തെയോ അല്ല എനിക്ക് രക്ഷപ്പെടുത്തേണ്ടത്. ഞാൻ രക്ഷപ്പെടുത്താൻ ആഗ്രഹിക്കുന്നത് മഗ്ദലനയെ ആണ്. എനിക്ക് അതു മതി....! ശബ്ദം താഴ്ത്തി സംസാരിക്കൂ, എനിക്ക് നീ പറയുന്നത് മനസ്സിലാകുന്നില്ല."

അയാൾ കൈപ്പത്തികൊണ്ട് കണ്ണുകൾ മറപിടിച്ചു: ആകാശത്തുകൂടി കടന്നുവന്ന മൃദുലമായ വെളിച്ചം അയാൾക്ക് താങ്ങാൻ കഴിഞ്ഞിരുന്നില്ല. അയാൾ ഇപ്പോൾ തലയ്ക്കുമുകളിലുള്ള മച്ചിൽ നോട്ടം ഉറപ്പിച്ചുകൊണ്ട് കാത്തിരിക്കുകയായിരുന്നു. അയാൾ ശ്വാസം അടക്കിപ്പിടിച്ചിരുന്ന് ശ്രദ്ധിച്ചു കേട്ടു. കൂടുതൽ കേൾക്കുന്തോറും അയാളുടെ മുഖം കുസൃതി നിറഞ്ഞ സംതൃപ്തിയോടെ കൂടുതൽ തിളങ്ങി. അയാളുടെ ശുദ്ധമായ തടിച്ച ചുണ്ടുകളിൽ മരവിപ്പിന്റെ തരിപ്പ് തോന്നി. പെട്ടെന്ന് അയാൾ പൊട്ടിച്ചിരിച്ചു.

"ശരിയാണ്, ശരിയാണ്" അയാൾ മുറുമുറുത്തു. "നീ അത് ശരിക്കും മനസ്സിലാക്കിയിരിക്കുന്നു. അതെ, ഞാൻ അത് മനപൂർവ്വം ചെയ്യുന്നതാണ്. എന്നെ വെറുത്തിട്ട് നീ മറ്റൊരാളെ കണ്ടെത്തണമെന്നാണ് ഞാൻ ആഗ്രഹിക്കുന്നത്. ഞാൻ നിന്നിൽ നിന്ന് ഒഴിവാക്കപ്പെടാൻ ആഗ്രഹിക്കുന്നു!...

"അതെ, അതെ, മനഃപൂർവ്വമാണ്" സംസാരിക്കാനുള്ള ധൈര്യം കണ്ടെത്തിക്കൊണ്ട് അയാൾ തുടർന്നു.

"ഞാൻ ജീവിതകാലം മുഴുവൻ കുരിശ് ഉണ്ടാക്കും. അതുകൊണ്ട് നീ തെരഞ്ഞെടുക്കുന്ന മിശിഹായെ കുരിശിലേറ്റാൻ പറ്റും!"

ഇത് പറഞ്ഞുകഴിഞ്ഞ് അയാൾ ഭിത്തിയിൽനിന്നും ആണികൾ

നിറഞ്ഞ തോൽപ്പട്ട അഴിച്ചെടുത്ത് ദേഹത്ത് മുറുക്കിച്ചുറ്റി. അയാൾ ആകാശത്തേക്ക് നോക്കി. അവസാനം സൂര്യൻ ഉയരത്തിൽ എത്തിയിരുന്നു. ആകാശത്തിന് നീലനിറമായിരുന്നെങ്കിലും ഉരുക്കിന്റെ ഉറപ്പുണ്ടായിരുന്നു. അയാൾക്ക് തിടുക്കം ഉണ്ടായിരുന്നില്ല. കുരിശിലേറ്റൽ നടക്കേണ്ടത് സൂര്യന്റെ പൂർണ്ണമായ രൗദ്രഭാവത്തിൻ കീഴിൽ നട്ടുച്ചസമയത്തായിരുന്നു.

അയാൾ മുട്ടുകുത്തി നിന്നുകൊണ്ട് കുരിശ് തോളിൽ ഉയർത്താൻ ശ്രമിച്ചു. അയാൾ ഒരു മുട്ട് നിവർത്തി. അയാൾ തനിച്ച് താങ്ങിയെടുത്തു. അതിന് ഉയർത്താൻ പറ്റാത്ത തരത്തിൽ അവിശ്വസനീയമായ ഭാരം ഉള്ളതായി അയാൾക്ക് തോന്നി– അയാൾ വാതിലിനടുത്തേക്ക് വേച്ചുവേച്ചു നടന്നു. അയാൾ കിതച്ചുകൊണ്ട് രണ്ടു ചുവട് മുന്നോട്ടുവച്ചു. ഒടുവിൽ മൂന്നാമത്തെ ചുവടോടുകൂടി അയാൾ വാതിലിൽ എത്തി. പക്ഷേ, പെട്ടെന്ന് അയാളുടെ മുട്ടുമടങ്ങി. അയാൾ കുരിശിനടിയിൽ പെട്ട് ചതഞ്ഞരഞ്ഞ് ഉമ്മറപ്പടിയിലേക്ക് തലകറങ്ങി കമഴ്ന്നു വീണു.

ആ ചെറിയ വീട് വിറച്ചു. അകത്തു നിന്ന് തുളച്ചിറങ്ങുന്ന ശബ്ദത്തിൽ ഒരു സ്ത്രീയുടെ നിലവിളി കേട്ടു; ഒരു വാതിൽ തുറന്ന് അയാളുടെ അമ്മ പ്രത്യക്ഷപ്പെട്ടു. അവർക്ക് ഉയരവും വലിയ കണ്ണുകളും ഗോതമ്പിന്റെ നിറവും ഉണ്ടായിരുന്നു. അവൾ യൗവ്വനത്തിന്റെ ഘട്ടം കടന്നുകഴിഞ്ഞ് വാർദ്ധക്യത്തിന്റെ അസ്വസ്ഥതയുണ്ടാക്കുന്ന ഇരട്ടി മധുരമുള്ള വിദ്വേഷത്തിലേക്ക് പ്രവേശിച്ചുകഴിഞ്ഞിരുന്നു. അവളുടെ കണ്ണുകളെ നീലവൃത്തങ്ങൾ വലയം ചെയ്തിരുന്നു. അവളുടെ വായും മകന്റേതുപോലെ ചുളിവുകൾ ഉള്ളതായിരുന്നു. പക്ഷേ, അവളുടെ താടി അവന്റെ താടിയേക്കാൾ ഉറപ്പുള്ളതായിരുന്നു. അവൾ വയലറ്റ് നിറമുള്ള ഒരു ഉറുമാലും ദീർഘചതുരാകൃതിയിലുള്ള വെള്ളിവളയങ്ങളും ധരിച്ചിരുന്നു. കാതുകളിൽ കിലുങ്ങിക്കൊണ്ടിരുന്ന ആ വളയങ്ങളായിരുന്നു അവളുടെ ഏക ആഭരണം.

അവൾ വാതിൽ തുറന്നപ്പോൾ പിന്നിലായി വൃദ്ധനായ അച്ഛനെ കാണാൻ കഴിഞ്ഞിരുന്നു. അയാൾ അരയ്ക്ക് മുകളിലേക്ക് വസ്ത്രം ഇല്ലാതെ കിടക്കയിൽ ഇരിക്കുകയായിരുന്നു. അയാളുടെ തൂങ്ങിക്കിടക്കുന്ന തൊലിക്ക് വിളറിയ മഞ്ഞനിറം ആയിരുന്നു. അയാളുടെ കണ്ണുകൾ നിശ്ചലമായിരുന്നു. അവൾ അയാൾക്ക് ഭക്ഷണം കൊടുത്തിട്ട് വരുന്നവഴി ആയിരുന്നു. അയാൾ റൊട്ടിയും ഒലിവും ഉള്ളിയും ബുദ്ധിമുട്ടി ചവച്ചു കൊണ്ടിരിക്കുന്നുണ്ടായിരുന്നു. അയാളുടെ നെഞ്ചത്തെ ചുരുണ്ട നരച്ച രോമങ്ങളിൽ ഉമിനീരും ആഹാരത്തിന്റെ ഉച്ഛിഷ്ടങ്ങളും കുരുങ്ങിക്കിടന്നിരുന്നു. അയാളുടെ വിവാഹ നിശ്ചയത്തിന്റെ ദിവസം പൂത്തുലയാൻ വിധിക്കപ്പെട്ടിരുന്ന സുപ്രസിദ്ധമായ വടി കിടക്കയുടെ തൊട്ടടുത്ത് ഉണ്ടായിരുന്നു. അത് ഇപ്പോൾ ഉണങ്ങി ചുക്കിച്ചുളിഞ്ഞുപോയിരുന്നു.

അമ്മ കടന്നുവന്ന് മകൻ കുരിശിനടിയിൽ കിടന്ന് പിടയുന്നതു കണ്ടിട്ടും അവർ അയാളെ പൊക്കിയെടുക്കാൻ പാഞ്ഞു ചെല്ലാതെ താടിക്ക് കൈയും കൊടുത്ത് നോക്കിനില്ക്കുകയായിരുന്നു. ഇടയ്ക്കി

ടയ്ക്ക് ആരെങ്കിലും അയാളെ ബോധമില്ലാതെ താങ്ങിയെടുത്തുകൊണ്ടു വരുന്നതും, പാടത്തും ആളൊഴിഞ്ഞ സ്ഥലങ്ങളിലും അയാൾ അലഞ്ഞു തിരിയുന്നതും, രാത്രിയും പകലും ജോലിയും ഭക്ഷണവും ഇല്ലാതെ അയാൾ അന്തരീക്ഷത്തിലേക്ക് വെറുതെ നോക്കിയിരിക്കുന്നതും അയാളുടെ ജീവിതം അങ്ങനെ നേട്ടങ്ങളില്ലാത്ത ഒരു ദിവാസ്വപ്നക്കാരന്റെ ജീവിതമായി മാറുന്നതും കണ്ട് അവൾ തളർന്നു പോയിരുന്നു. ഒരു കുരിശിലേറ്റലിനു വേണ്ടി കുരിശുണ്ടാക്കുന്ന ആജ്ഞ കിട്ടുമ്പോൾ മാത്രം അയാൾ അതിന്റെ പണിയിൽ ശരീരവും മനസ്സും അർപ്പിച്ച് രാത്രിയും പകലും ഒരു ഭ്രാന്തനെ പോലെ ജോലിചെയ്തു. അയാൾ ഇപ്പോൾ സിനെഗോഗിൽ പോയിരുന്നില്ല. ഒരിക്കൽക്കൂടി കാനായിൽ പോകാൻ അയാൾക്ക് ആഗ്രഹം ഇല്ലായിരുന്നു. ഏതെങ്കിലും ഉത്സവങ്ങൾക്ക് പോകാനും അയാൾക്ക് ആഗ്രഹം ഉണ്ടായിരുന്നില്ല. പൂർണ്ണ ചന്ദ്രനുള്ളപ്പോൾ അയാളുടെ മനസ്സ് തേങ്ങി. അയാൾ പിശാചിനോട് വഴക്കിടുന്നതുപോലെ അബോധാവസ്ഥയിൽ അലറുന്നതും പുലമ്പുന്നതും ഭാഗ്യദോഷിയായ അമ്മ കേട്ടിരുന്നു. പിശാചുക്കളെ ഒഴിപ്പിക്കുന്നതിൽ തഴക്കമുള്ള അവന്റെ അമ്മാവൻകൂടിയായ വൃദ്ധനായ ആചാര്യന്റെ മുമ്പിൽ അവൾ പലതവണ സാഷ്ടാംഗം നമസ്കരിച്ചിരിക്കുന്നു. ഭൂമിയുടെ അറ്റത്തുനിന്നുപോലും ബാധ കയറിയവർ ആചാര്യനെ കാണാൻ വന്നു. ആചാര്യൻ അവരെ എല്ലാം സുഖപ്പെടുത്തി. കഴിഞ്ഞദിവസം അവൾ അയാളുടെ കാല്ക്കൽ വീണ് പരാതി പറഞ്ഞിരുന്നു. "നിങ്ങൾ അപരിചിതരെ സുഖപ്പെടുത്തുന്നു. പക്ഷേ, എന്റെ മകനെ സുഖപ്പെടുത്താൻ നിങ്ങൾക്ക് ആഗ്രഹം ഇല്ല." ആചാര്യൻ തലകുലുക്കി.

"മറിയം, നിന്റെ കുട്ടിയെ പീഡിപ്പിക്കുന്നത് ചെകുത്താനല്ല. അത് ദൈവമാണ്– അതുകൊണ്ട് എനിക്ക് എന്ത് ചെയ്യാൻ പറ്റും?"

"സുഖപ്പെടുത്താൻ പറ്റില്ലേ?" ദുഃഖിതയായ അമ്മ ചോദിച്ചു.

"അത് ദൈവമാണ്. ഞാൻ നിന്നോട് പറഞ്ഞില്ലേ? ഇല്ല. സുഖപ്പെടുത്താൻ പറ്റില്ല."

"അദ്ദേഹം എന്തിനാണ് അവനെ പീഡിപ്പിക്കുന്നത്?"

വൃദ്ധനായ മന്ത്രവാദി നെടുവീർപ്പിട്ടു. പക്ഷേ, മറുപടി പറഞ്ഞില്ല.

"അദ്ദേഹം എന്തിനാണ് അവനെ പീഡിപ്പിക്കുന്നത്?" അമ്മ വീണ്ടും ചോദിച്ചു.

"കാരണം അദ്ദേഹം അവനെ സ്നേഹിക്കുന്നു." അവസാനം വൃദ്ധൻ മറുപടി പറഞ്ഞു.

മറിയം പരിഭ്രമത്തോടെ വൃദ്ധനെ നോക്കി. കൂടുതൽ ചോദ്യം ചെയ്യാൻ വേണ്ടി അവൾ വായ് തുറന്നു. പക്ഷേ, ആചാര്യൻ അവളുടെ ചുണ്ടുകൾ അടപ്പിച്ചു.

"ചോദിക്കരുത്." അയാൾ അവളോട് പറഞ്ഞു. "ദൈവത്തിന്റെ നിയമം അങ്ങനെയാണ്." അയാൾ ദേഷ്യപ്പെട്ട് കണ്ണുരുട്ടിയതിനുശേഷം അവളോട് അവിടെനിന്ന് പോകാൻ ആംഗ്യം കാണിച്ചു.

രോഗം വർഷങ്ങളോളം നീണ്ടുനിന്നു. മറിയം അവന്റെ അമ്മയാണെങ്കിൽ പോലും അവസാനം തളർന്നു പോയിരുന്നു. ഇപ്പോൾ നെറ്റി പൊട്ടി ചോര ഒലിപ്പിച്ച് മകൻ വാതിൽപ്പടിയിൽ കമഴ്ന്നു വീണിട്ടുപോലും അവൾ അനങ്ങിയില്ല. അവൾ സ്വന്തം ഹൃദയത്തിന്റെ അടിത്തട്ടിൽനിന്നും നെടുവീർപ്പിട്ടു. എന്തായാലും അവൾ നെടുവീർപ്പിട്ടത് മകനു വേണ്ടി ആയിരുന്നില്ല. സ്വന്തം വിധിക്ക് വേണ്ടി ആയിരുന്നു. ജീവിതത്തിൽ അവൾ അങ്ങേയറ്റം ഭാഗ്യദോഷി ആയിരുന്നു. ഭർത്താവിന്റെ കാര്യത്തിൽ ഭാഗ്യദോഷി ആയിരുന്നു. മകന്റെ കാര്യത്തിൽ ഭാഗ്യദോഷി ആയിരുന്നു. അവൾ വിവാഹിതയാകുന്നതിനു മുമ്പുതന്നെ വിധവയായി. ഗർഭിണിയാകാതെ അമ്മയായി. ഇപ്പോൾ അവൾ വൃദ്ധയായിക്കൊണ്ടിരിക്കുന്നു— ഓരോ ദിവസവും വെളുത്ത തലമുടിയുടെ എണ്ണം പെരുകുന്നു— എന്നിട്ടും അവൾ യൗവനം എന്താണെന്ന് ഒരിക്കലും അറിഞ്ഞിട്ടില്ല. ഒരു ഭാര്യയും അമ്മയും ആകുന്നതിന്റെ മാധുര്യം അവൾക്ക് മനസ്സിലായിട്ടില്ല. അവസാനം അവളുടെ കണ്ണുകൾ ഒഴുകിഒഴുകി വറ്റിപ്പോയിരുന്നു. ദൈവം അവൾക്കു പങ്കിട്ടു കൊടുത്ത കണ്ണുനീർ മുഴുവൻ ചൊരിഞ്ഞു കഴിഞ്ഞിരുന്നു. ഭർത്താവിനെയും മകനെയും അവൾ വരണ്ട കണ്ണുകൾകൊണ്ട് നോക്കി. എപ്പോഴെങ്കിലും അവൾ കരയുന്നത് വസന്തം പൂവണയിച്ച മരങ്ങളുടെ സുഗന്ധം ആസ്വദിച്ച് കൊണ്ട് തളിരിടുന്ന പാടത്തേക്ക് അവൾ തനിയെ നോക്കിയിരിക്കുന്ന സമയത്ത് മാത്രം ആയിരുന്നു. ഈ സമയങ്ങളിലെല്ലാം അവൾ കരഞ്ഞത് ഭർത്താവിനോ മകനോ വേണ്ടി ആയിരുന്നില്ല. അവളുടെ പാഴായിപ്പോയ ജീവിതത്തിനുവേണ്ടി ആയിരുന്നു.

ചെറുപ്പക്കാരൻ എഴുന്നേറ്റുനിന്ന് അയാളുടെ വസ്ത്രത്തിന്റെ അറ്റം കൊണ്ട് രക്തം ഒപ്പിയെടുക്കുകയായിരുന്നു. അയാൾ തിരിഞ്ഞു നോക്കി. അയാളുടെ അമ്മ പരിഗണനയില്ലാതെ നോക്കിനില്ക്കുന്നത് അയാൾ കണ്ടു. അയാൾക്ക് ദേഷ്യം വന്നു. അയാളോട് ഒരു തരത്തിലും ക്ഷമിക്കാൻ തയ്യാറല്ലാത്ത ആ നോട്ടം അയാൾക്ക് പരിചിതമാണ്. വിദ്വേഷം നിറഞ്ഞ ആ അടഞ്ഞ ചുണ്ടുകളുടെ അർത്ഥം അയാൾക്ക് മനസ്സിലാകും. അയാൾക്ക് ഇത് സഹിക്കാൻ കഴിഞ്ഞിരുന്നില്ല. പക്ഷാഘാതത്തിന്റെ അവശതയും ആശ്വസിപ്പിക്കാൻ കഴിയാത്ത അമ്മയും ദിവസേന കേട്ടുകൊണ്ടിരിക്കുന്ന തിന്നാനും ജോലിചെയ്യാനും വിവാഹം കഴിക്കാനുമുള്ള താക്കീതും മാത്രമുള്ള ഈ വീട് അയാൾക്ക് മടുത്തു തുടങ്ങിയിരുന്നു.

അയാളുടെ അമ്മ അടച്ചുവച്ചിരുന്ന ചുണ്ടുകൾ തുറന്നു;

"യേശു" അവൾ കുറ്റപ്പെടുത്തുന്നമട്ടിൽ ചോദിച്ചു. "ഇന്ന് വെളുപ്പാൻകാലത്ത് നീ ആരോടാണ് വീണ്ടും വഴക്കിട്ടത്?"

ക്രൂരമായ ഒരു വാക്ക് ചുണ്ടിൽനിന്നും രക്ഷപ്പെടാതിരിക്കാൻ വേണ്ടി മകൻ ചുണ്ടുകടിച്ചു. അയാൾ വാതിൽ തുറന്നു. സൂര്യൻ അകത്തുകടന്നു. ഒപ്പം മരുഭൂമിയിൽനിന്നുള്ള ചുട്ടുപൊള്ളുന്ന പൊടിക്കാറ്റും മുറിക്കുള്ളിലെത്തി. അയാൾ നെറ്റിയിൽ നിന്ന് വിയർപ്പും രക്തവും തുടച്ചു മാറ്റിയതിനുശേഷം വീണ്ടും തോളുകൊണ്ട് കുരിശു പൊക്കി.

അമ്മയുടെ തലമുടി തോളിലേക്ക് ഒഴുകിക്കിടന്നിരുന്നു. അവൾ അത് കൈകൊണ്ട് ഉറുമാലിനുള്ളിലേക്ക് മാടി ഒതുക്കി വച്ചതിനുശേഷം മകന്റെ അടുത്തേക്ക് നടന്നു. പക്ഷേ, അവന്റെ മുഖം വെളിച്ചത്തിൽ വ്യക്തമായി കാണാൻ കഴിഞ്ഞ നിമിഷത്തിൽ അവൾ അത്ഭുതം കൊണ്ട് വിറച്ചു പോയി. അവന്റെ മുഖത്തിന് നിരന്തരമായി എന്തുമാത്രം വ്യത്യാസമാണ് വന്നുകൊണ്ടിരിക്കുന്നത്! സമുദ്രം പോലെ അത് അലയടിക്കുന്നത് എന്തു കൊണ്ടാണ്! ഓരോ ദിവസവും അവനെ ആദ്യമായി കാണുമ്പോൾ അവന്റെ നെറ്റിയിലും കണ്ണിലും ചുണ്ടുകളിലും അജ്ഞാതമായ ഒരു വെളിച്ചം അവൾ കണ്ടു. ചിലപ്പോൾ സന്തോഷവും ചിലപ്പോൾ ദുഃഖവും നിറഞ്ഞ പുഞ്ചിരി അവൾ കാണാറുണ്ടായിരുന്നു. ഒരു തിളക്കം അത്യാർത്തിയോടെ അവന്റെ നെറ്റിയും താടിയും കഴുത്തും നക്കിത്തു ടച്ചു— അവനെ അത് വിഴുങ്ങി.

ഇന്ന് അവന്റെ കണ്ണിൽ കറുത്ത തീജ്ജ്വാലകൾ ആളിക്കത്തിയി രുന്നു. പേടികൊണ്ട് ഒരു നിമിഷത്തിൽ അവൾക്ക് അവൻ ആരാണെന്ന് ചോദിക്കാൻ ആഗ്രഹം തോന്നിയിരുന്നു. പക്ഷേ, അവൾ സ്വയം നിയ ന്ത്രിച്ചു. “എന്റെ കുട്ടീ!” അവളുടെ ചുണ്ടുകൾ വിറയ്ക്കുന്നുണ്ടായിരുന്നു. ഈ മുതിർന്ന മനുഷ്യൻ സത്യത്തിൽ തന്റെ മകനാണോ എന്ന് അറിയു ന്നതിനുവേണ്ടി അവൾ ഒരു നിമിഷം കാത്തുനിന്നു. അവൻ അവളുടെ മുഖത്തുനോക്കി സംസാരിക്കാൻ വേണ്ടി തിരിഞ്ഞു നോക്കാൻ സാദ്ധ്യ തയുണ്ടോ? അവൻ തിരിഞ്ഞു നോക്കിയില്ല. അവൻ പുറത്തിരുന്ന കുരിശ് ഒന്നുകൂടി പൊന്തിച്ച് നിവർത്തിവച്ചതിനുശേഷം വീട്ടിൽ നിന്ന് പുറത്തേക്ക് സാവധാനം നടന്നു.

അവൻ പാറയിൽ നിന്ന് പാറയിലേക്ക് അനായാസമായി കയറിപോകു ന്നത് അമ്മ കട്ടിളപ്പടിയിൽ ചാരിനിന്നുകൊണ്ട് ശ്രദ്ധിച്ചു. ഇത്രയും ആരോഗ്യം അവൻ എവിടെനിന്ന് കണ്ടെത്തിയെന്ന് അറിയാവുന്നത് ദൈവ ത്തിന് മാത്രമാണ്! അവന്റെ പുറത്ത് കുരിശായിരുന്നില്ല; രണ്ട് ചിറകു കൾ ആയിരുന്നു. അവ അവനെ മുന്നോട്ടു നയിച്ചു.

“എന്റെ ദൈവമേ” ചിന്താക്കുഴപ്പത്തിലായ അമ്മ ശബ്ദം താഴ്ത്തി പറഞ്ഞു. “അവൻ ആരാണ്? അവൻ ആരുടെ മകനാണ്? അവന് അവന്റെ അച്ഛന്റെ ഛായ ഇല്ല. അവന് ഒരാളുടെയും സാമ്യം ഇല്ല. ഓരോ ദിവ സവും അവന് വ്യത്യാസം വന്നുകൊണ്ടിരിക്കുന്നു. അവൻ ഒരു മനുഷ്യൻ അല്ല. അവൻ പല മനുഷ്യരാണ്... ഹോ! എന്റെ തലകറങ്ങുന്നു.”

അവനെ നെഞ്ചോട് ചേർത്തു പിടിച്ചുകൊണ്ട് മുറ്റത്ത് കിണറിനടുത്ത് ഇരുന്നിരുന്ന ഒരു വൈകുന്നേരം അവളുടെ ഓർമ്മയിൽ വന്നു. അന്ന് വേനൽക്കാലം ആയിരുന്നു. അവളുടെ തലയ്ക്ക് മുകളിൽ ഉണ്ടായിരുന്ന വള്ളിക്കുടിലിനുള്ളിൽ ഭാരമുള്ള മുന്തിരിക്കുലകൾ തൂങ്ങിക്കിടന്നിരുന്നു. കുഞ്ഞിനെ താലോലിക്കുന്നതിനിടയിൽ അവൾ അഗാധമായ ഉറക്കത്തി ലേക്ക് വീണു. പക്ഷേ, ഉറങ്ങാൻ തുടങ്ങുന്നതിനുമുമ്പ് അവൾക്ക് ഉറക്കം വരുന്നുണ്ടെന്ന് മനസ്സിലായിരുന്നില്ല— ഒരു നിമിഷത്തിനുള്ളിൽ അവൾ

അനന്തമായ ഒരു സ്വപ്നത്തിലേക്ക് വഴുതിവീണു. കൈയിൽ ഒരു റാന്തൽ പോലെയുള്ള നക്ഷത്രം തൂക്കിപ്പിടിച്ചിരിക്കുന്ന ഒരു മാലാഖ സ്വർഗ്ഗത്തിൽ നിന്ന് ഭൂമിയിലേക്ക് ഇറങ്ങിവന്ന് താഴെയുള്ള ലോകം മുഴുവൻ വെളിച്ചം നല്കുന്നതായി അവൾക്കുതോന്നി. അവിടെ ഇരുട്ടിൽ മിന്നൽപോലെ തിളങ്ങുന്ന ധാരാളം വളവും തിരിവും ഉള്ള ഒരു വഴി ഉണ്ടായിരുന്നു. അത് അടുത്തേക്ക് ഇഴഞ്ഞുവന്ന് അവളുടെ പാദങ്ങളിൽ തൊട്ടു. പെട്ടെന്ന് ആ വഴിയുടെ തിളക്കം അണയാൻ തുടങ്ങി. അവൾ അത്ഭുതത്തോടെ നോക്കിക്കൊണ്ട് ഈ വഴി എവിടെനിന്ന് തുടങ്ങിയെന്നും തന്റെ പാദങ്ങളിൽ എത്തി എന്തുകൊണ്ടാണ് അവസാനിച്ചതെന്നും സ്വയം ചോദിച്ചുകൊണ്ട് കണ്ണുകൾ ഉയർത്തി- അവൾ കണ്ടത് എന്തായിരുന്നു: നക്ഷത്രം അവളുടെ തലയ്ക്ക് മുകളിൽ യാത്ര അവസാനിപ്പിച്ചിരിക്കുന്നു. നക്ഷത്രത്തിന്റെ പ്രകാശം വീണിരുന്ന വഴിയുടെ അറ്റത്ത് മൂന്നു കുതിരക്കാർ പ്രത്യക്ഷപ്പെട്ടിരിക്കുന്നു. അവരുടെ തലകളിൽ മൂന്ന് സ്വർണ്ണക്കിരീടങ്ങൾ തിളങ്ങുന്നു. അവർ ഒരു നിമിഷം യാത്ര അവസാനിപ്പിച്ച് ആകാശത്തേക്ക് നോക്കി. നക്ഷത്രം പ്രയാണം അവസാനിപ്പിച്ചത് അവർ കണ്ടു. അവർ കുതിരമുള്ളുകൊണ്ട് കുതിരകളെ ഉത്സാഹിപ്പിച്ചുകൊണ്ട് അവളുടെ സമീപത്തേക്ക് പാഞ്ഞുവന്നു. ഇപ്പോൾ അമ്മയ്ക്ക് അവരുടെ മുഖങ്ങൾ വ്യക്തമായി കാണാൻ കഴിഞ്ഞു. മദ്ധ്യത്തിൽ ഉള്ളവൻ ഒരു വെള്ള റോസാപ്പൂപോലെ ആയിരുന്നു. ഭംഗിയുള്ള മുടിയും കവിളിൽ മൃദുലരോമങ്ങളും ഉള്ള സുന്ദരനായ ഒരു ചെറുപ്പക്കാരൻ. വലതുവശത്തു നിന്നിരുന്നത് കൂർത്ത കറുത്ത താടിയും കോങ്കണ്ണും ഉള്ള ഒരു മഞ്ഞമനുഷ്യൻ ആയിരുന്നു. ഇടതുവശത്ത് ഒരു കാപ്പിരി ആയിരുന്നു. അയാൾക്ക് ചുരുണ്ട വെളുത്ത മുടിയും കാതിൽ സ്വർണ്ണവളയങ്ങളും തിളങ്ങുന്ന പല്ലുകളും ഉണ്ടായിരുന്നു. പക്ഷേ, അമ്മയ്ക്ക് അവരെ കൂടുതൽ വ്യക്തമായി തിരിച്ചറിയാൻ കഴിയുന്നതിനും തീക്ഷ്ണമായ വെളിച്ചത്തിൽ മകന്റെ കണ്ണുകൾ മങ്ങാതിരിക്കാൻ വേണ്ടി പൊത്തിപ്പിടിക്കാൻ കഴിയുന്നതിനും മുമ്പ് മൂന്നുപേരും കുതിരപ്പുറത്തു നിന്നിറങ്ങി അവളുടെ മുമ്പിൽ മുട്ടുകുത്തി.

ആദ്യം മുന്നോട്ടു വന്നത് വെളുത്ത രാജകുമാരൻ ആയിരുന്നു. കുഞ്ഞ് മാറിൽനിന്നും ഇറങ്ങിവന്ന് ഇപ്പോൾ അമ്മയുടെ മടിയിൽ എഴുന്നേറ്റ് നില്ക്കുകയായിരുന്നു. രാജകുമാരൻ കിരീടം തലയിൽ നിന്ന് ഊരിയെടുത്ത് വിനയത്തോടെ കുഞ്ഞിന്റെ കാല്ക്കൽ വച്ചു. അടുത്തതായി കാപ്പിരി കാൽമുട്ടിൽ മുന്നോട്ടുവന്ന് അയാളുടെ വസ്ത്രത്തിനടിയിൽ നിന്നും കൈനിറയെ മരതകങ്ങളും മാണിക്യങ്ങളും എടുത്ത് അങ്ങേയറ്റം വാത്സല്യത്തോടെ കുഞ്ഞിന്റെ കൊച്ചു തലയ്ക്ക് മുകളിൽ വച്ചു. അവസാനം മഞ്ഞ മനുഷ്യൻ കുഞ്ഞിനു കളിക്കാൻ വേണ്ടി ഒരുകെട്ട് നീളമുള്ള മയിൽപ്പീലികൾ കുഞ്ഞിന്റെ കാൽക്കൽ വച്ചു. .... കുഞ്ഞ് മൂന്നുപേരുടെയും മുഖത്തുനോക്കി പുഞ്ചിരിച്ചു. പക്ഷേ, അവൻ കൊച്ചുകൈകൊണ്ട് അവരുടെ സമ്മാനങ്ങൾ തൊട്ടുനോക്കിയില്ല.

പെട്ടെന്ന് മൂന്നുരാജാക്കന്മാരും അപ്രത്യക്ഷരായി. അവിടെ അടപ്പുള്ള

ഒരു മൺപാത്രത്തിൽ പാലുമായി ആട്ടിൻതോൽ ധരിച്ച ചെറുപ്പക്കാരനായ ഒരു ഇടയൻ പ്രത്യക്ഷപ്പെട്ടു. കുഞ്ഞ് പാൽ കണ്ടപ്പോൾ അമ്മയുടെ മുട്ടിൽ നിന്ന് നൃത്തം വച്ചു. അവൻ പാത്രത്തിലേക്ക് മുഖം കുനിച്ച് സന്തോഷത്തോടെ പാൽ കുടിക്കാൻ തുടങ്ങി...

അമ്മ കട്ടിളപ്പടിയിൽ ചാരിനിന്നുകൊണ്ട് അനന്തമായ ആ സ്വപ്നത്തിന്റെ ഓർമ്മയിൽ നെടുവീർപ്പിട്ടു. ഈ ഏകമകൻ അവൾക്ക് എന്തെല്ലാം പ്രതീക്ഷകളാണ് നല്കിയിരുന്നത്! മന്ത്രവാദികൾ അവനെപ്പറ്റി എന്തെല്ലാം അത്ഭുതങ്ങളാണ് പ്രവചിച്ചിരുന്നത്! വൃദ്ധനായ ആചാര്യൻപോലും ദിവ്യഗ്രന്ഥങ്ങൾ തുറന്ന് അവനെ നോക്കിക്കൊണ്ട് അവന്റെ ചെറിയ തലയ്ക്ക് മുകളിൽ പ്രവാചകന്മാരെ വായിക്കുകയും, കുഞ്ഞിന്റെ നെഞ്ചിലും കണ്ണിലും മാത്രമല്ല പാദങ്ങളുടെ അടിയിൽപോലും എന്തെങ്കിലും ഒരു സൂചനയ്ക്കു വേണ്ടി അന്വേഷിക്കുകയും ചെയ്തിരുന്നില്ലേ? പക്ഷേ, കഷ്ടം! കാലം കഴിയുന്തോറും അവളുടെ പ്രതീക്ഷകൾ വാടിക്കരിഞ്ഞ് കൊഴിഞ്ഞുപോയി. അവളുടെ മകൻ ഒരു ചീത്ത വഴിയാണ് തെരഞ്ഞെടുത്തത്. അത് മനുഷ്യരുടെ വഴികളിൽനിന്ന് അവനെ കൂടുതൽ കൂടുതൽ ദൂരത്തേക്കാണ് നയിച്ചത്...

അവൾ ഉറുമാൽ മുറുക്കിക്കെട്ടിയതിനുശേഷം വാതിൽ അടച്ചു. അതിനുശേഷം അവളും കുന്നുകയറാൻ തുടങ്ങി. അവൾ കുരിശിലേറ്റൽ കാണാൻ പോകുകയായിരുന്നു– വെറുതെ സമയം കളയാൻ വേണ്ടി.

നാല്

അമ്മ ആൾക്കൂട്ടത്തിനിടയിൽ കയറി അപ്രത്യക്ഷയാകാൻ വേണ്ടി തിടുക്കത്തിൽ നടന്നു. അവൾ മുന്നിൽ പോയിരുന്ന സ്ത്രീകളുടെ ആരവം കേട്ടു. ചീകി ഒതുക്കാത്ത മുടിയും മുഷിഞ്ഞ ശരീരവും വസ്ത്രങ്ങൾക്കടിയിൽ കഠാരകളുമായി നഗ്നപാദരായി ഈർഷ്യയോടെ നെടുവീർപ്പിട്ടുകൊണ്ടു നീങ്ങുന്ന പുരുഷന്മാർ സ്ത്രീകളുടെ തൊട്ടുപിന്നിൽ ആയിരുന്നു. അവരെ വൃദ്ധന്മാർ പിന്തുടർന്നു. മുടന്തന്മാരും അന്ധന്മാരും കുറേക്കൂടി പിന്നിലായിരുന്നു. മനുഷ്യരുടെ ചവിട്ടുകൊണ്ട് ഭൂമി പൊടിഞ്ഞു. പൊടിപടലം മേഘങ്ങളായി പറന്നുയർന്നു. അന്തരീക്ഷം ദുസ്സഹമായി. മുകളിൽ സൂര്യൻ കോപത്തോടെ കത്തി എരിയാൻ തുടങ്ങിക്കഴിഞ്ഞിരുന്നു.

ഒരു വൃദ്ധ ചുറ്റുപാടും കണ്ണോടിച്ചപ്പോൾ മറിയത്തിനെ കണ്ടു. അവർ ശപിച്ചു. രണ്ട് അയൽക്കാർ ആ ദുർന്നിമിത്തം ഒഴിവാക്കാൻ വേണ്ടി മുഖം തിരിച്ചു കൊണ്ട് നിലത്തുതുപ്പി. കടന്നുപോകുന്നതിനിടയിൽ കുരിശുപണിയുന്നവന്റെ അമ്മയെ തൊടാതിരിക്കാൻ വേണ്ടി പുതുതായി വിവാഹം കഴിഞ്ഞ ഒരു പെൺകുട്ടി അവളുടെ വസ്ത്രം ചുരുട്ടിക്കൂട്ടിപ്പിടിച്ചു. മറിയം നെടുവീർപ്പിട്ടുകൊണ്ട് ബദാംകായയുടെ ആകൃതിയുള്ള ആത്മനിന്ദ നിഴലിക്കുന്ന കണ്ണുകളും പകയോടെ അടച്ചു പിടിച്ചിരിക്കുന്ന ചുണ്ടുകളും

മാത്രം പുറത്തു കാണിച്ചുകൊണ്ട് വയലറ്റ് ഉറുമാലിനുള്ളിൽ സ്വയം പൊതിഞ്ഞു വച്ചു. ആൾക്കൂട്ടത്തിനിടയിൽ അപ്രത്യക്ഷമാകാൻ വേണ്ടി അവൾ പാറകൾക്കിടയിലൂടെ കഷ്ടപ്പെട്ട് മുന്നോട്ടു നീങ്ങി. അവളുടെ നാലു ചുറ്റും നിന്ന് കുശുകുശുപ്പുകൾ പൊട്ടിപ്പുറപ്പെട്ടു. പക്ഷേ, അവൾ ഹൃദയത്തിനുചുറ്റും കോട്ടകെട്ടിക്കൊണ്ട് മുന്നോട്ടുനടന്നു. “എന്റെ മകൻ ഏത് അവസ്ഥയിലേക്കാണ് താണുപോയിരിക്കുന്നത്?” അവൾ ആലോചിച്ചുകൊണ്ടിരുന്നു. “എന്റെ മകൻ എന്റെ മകൻ, എന്റെ പൊന്നുമോൻ!” അവൾ പൊട്ടിക്കരയാതിരിക്കാൻ വേണ്ടി ഉറുമാലിന്റെ മൂല കടിച്ചുകൊണ്ട് മുന്നോട്ടുനീങ്ങി.

അവൾ ആൾക്കൂട്ടത്തിൽ എത്തി. പുരുഷന്മാരെ പിൻതള്ളിക്കൊണ്ട് സ്ത്രീകളുടെ ഇടയിൽക്കയറി ഒളിച്ചു. അവൾ കൈപ്പത്തികൊണ്ട് വായ പൊത്തി - ഇപ്പോൾ പുറത്തുകാണുന്നത് അവളുടെ കണ്ണുകൾ മാത്രം ആയിരുന്നു. “എന്റെ അയൽക്കാരാരും എന്നെ തിരിച്ചറിയില്ല” അവൾ സ്വയം പറഞ്ഞു. അവൾക്ക് സമാധാനം തോന്നി.

പെട്ടെന്ന് അവളുടെ പിന്നിൽ ഒരു കോലാഹലം ഉണ്ടായി. പുരുഷന്മാരുടെ വേഗത കൂടി. അവർ മുന്നിലെത്താൻ വേണ്ടി സ്ത്രീകൾക്കിടയിലൂടെ തള്ളിക്കയറി. മതതീവ്രവാദിയെ അടച്ചിട്ടിരുന്ന കൂടിനടുത്ത് അവർ എത്തിക്കഴിഞ്ഞിരുന്നു. അവർ വാതിൽ തല്ലിപ്പൊളിച്ച് കൂട്ടിലടയ്ക്കപ്പെട്ടവനെ മോചിപ്പിക്കാനുള്ള തിടുക്കത്തിലായിരുന്നു. മറിയം ഒരു വശത്തേക്ക് ഒഴിഞ്ഞുമാറി മറവുള്ള ഒരു ഉമ്മറപ്പടിയിൽകയറി ഒളിച്ചുനിന്നുകൊണ്ട് നോക്കി - എണ്ണമയമുള്ള താടി, നീണ്ട എണ്ണമയമുള്ള മുടി, നുരവരുന്ന വായ— രാക്ഷസീയ മുഖഭാവം ഉള്ള അതികായന്റെ തോളിൽ ഇരുന്ന് ആകാശത്തേക്ക് കൈകൾ ഉയർത്തി അലറിക്കൊണ്ടിരിക്കുന്ന ആചാര്യൻ എന്താണ് അലറുന്നത്? മറിയം ചെവിയോർത്തു. അവൾ കേട്ടു:

“എന്റെ കുട്ടികളേ, ഇസ്രയേലിലെ മനുഷ്യരെ വിശ്വസിക്കുക. മുന്നോട്ടുപോകട്ടെ— എല്ലാവരും ഒന്നിച്ച്. പേടിക്കരുത്. റോം പുകയാണ്. ദൈവം റോമിനെ ഊതിപ്പറപ്പിക്കും! മക്കാബീകളെ ഓർക്കുക. അവർ ഗ്രീക്കുകാരെ എങ്ങനെ പുറത്താക്കിയെന്ന് ഓർക്കുക. ലോകത്തിന്റെ മുഴുവൻ ഭരണാധികാരികളെ അവർ എങ്ങനെ നാണം കെടുത്തിയെന്ന് ഓർക്കുക. അതേരീതിയിൽ നമുക്ക് റോമാക്കാരെ പുറത്താക്കാം! നമുക്ക് അവരെ നാണംകെടുത്താം! ജനങ്ങൾക്ക് ഒരു ദൈവമേ ഉള്ളൂ. അദ്ദേഹം നമ്മുടെ ദൈവം ആണ്!”

ദിവ്യമായ നിർവൃതിയുടെ പിടിയിലായ വൃദ്ധനായ ആചാര്യൻ അതികായന്റെ തോളിൽ ചാടിക്കയറി നൃത്തം ചെയ്തു. പട്ടിണിയും തളർച്ചയും വലിയ പ്രതീക്ഷകളും കൂടി അയാളെ വിഴുങ്ങിക്കഴിഞ്ഞിരുന്നു. അയാൾക്ക് ഓടാനുള്ള കരുത്ത് ഉണ്ടായിരുന്നില്ല. വലിയ ശരീരമുള്ള ആ പർവ്വതാരോഹകൻ ആചാര്യനെ തൂക്കിയെടുത്തുകൊണ്ട് ഇപ്പോൾ ആളുകളുടെ മുമ്പിൽ കയറി ഓടുകയായിരുന്നു. അയാൾ ആചാര്യനെ ഒരു കൊടി പോലെ അങ്ങോട്ടും ഇങ്ങോട്ടും വീശിക്കൊണ്ടിരുന്നു.

“ബാറബ്ബാസ്, നിങ്ങൾ അയാളെ താഴെ ഇടും.” ആളുകൾ വിളിച്ചു കൂവി.

പക്ഷേ, ബാറബ്ബാസ് യാതൊരു ബുദ്ധിമുട്ടും ഇല്ലാതെ വൃദ്ധനെ സ്വന്തം തോളിലിട്ട് അമ്മാനമാടി താലോലിച്ചുകൊണ്ട് മുന്നോട്ടുപോയി.

ആളുകൾ ദൈവത്തിനു വേണ്ടി കരഞ്ഞിരുന്നു. അവരുടെ തലയ്ക്ക് മുകളിലെ അന്തരീക്ഷത്തിന് തീപിടിച്ച് വെളിച്ചം കുതിച്ചുയർന്ന് സ്വർഗ്ഗത്തെ ഭൂമിയോട് യോജിപ്പിച്ചു. അവരുടെ മനസ്സുകൾ നൃത്തം ചെയ്തു. കല്ലിന്റെയും പുല്ലിന്റെയും മാംസത്തിന്റെയും ഈ ലോകം മെലിഞ്ഞുമെലിഞ്ഞു സുതാര്യമായി മാറി. അതോടെ വെളിച്ചവും മാലാഖമാരും ഉള്ള അടുത്ത ലോകം അതിന്റെ പിന്നിൽ പ്രത്യക്ഷപ്പെട്ടു.

യൂദാസിനു തീപിടിച്ചു. അയാൾ വൃദ്ധനായ ആചാര്യനെ ബാറബ്ബാസിന്റെ തോളിൽ നിന്ന് തട്ടിപ്പറിച്ച് സ്വന്തം തോളിലേക്ക് മാറ്റിക്കൊണ്ട് വിളിച്ചുകൂവാൻ തുടങ്ങി. “ഇന്നാണ്, നാളെ അല്ല. ഇന്ന്!” ആചാര്യനും ആവേശം കയറിയിട്ട് ഒരു കാൽ ശവക്കുഴിയിലായ ഒരു മനുഷ്യന്റെ ശബ്ദത്തിൽ ഉറക്കെ ചൊല്ലാൻ തുടങ്ങി. ഒരു നിമിഷംകൊണ്ട് ആൾക്കൂട്ടം മുഴുവൻ ഈണത്തിൽ അത് ഏറ്റുപാടി:

> ദേശവാസികൾ എനിക്ക് ചുറ്റും പരിധി വച്ചു; എന്റെ ദൈവത്തിന്റെ പേരിൽ ഞാൻ അവരെ പിരിച്ചുവിട്ടു! ദേശവാസികൾ എന്നെ വലയം ചെയ്തു; എന്റെ ദൈവത്തിന്റെ പേരിൽ ഞാൻ അവരെ പിരിച്ചു വിട്ടു! അവർ കടന്നലിനെപ്പോലെ എന്നെ വളഞ്ഞു; എന്റെ ദൈവത്തിന്റെ പേരിൽ ഞാൻ അവരെ പിരിച്ചുവിട്ടു!

പക്ഷേ, അവർ മനസ്സിൽ ദേശവാസികളെ പിരിച്ചുവിട്ടുകൊണ്ട് പാടിക്കൊണ്ടിരിക്കുമ്പോൾ അവർക്കുമുമ്പിൽ നസറേത്തിന്റെ ഹൃദയത്തിൽ പെട്ടെന്ന് ശത്രുവിന്റെ കോട്ട അവ്യക്തമായി കാണാൻ തുടങ്ങിയിരുന്നു. നാലുമൂലകളിലും നാല് ഗോപുരങ്ങളും നാല് വലിയ ഓടുകൊണ്ടുള്ള കഴുകന്മാരും ഉള്ള ബലമായി പണിഞ്ഞ ചതുരാകൃതിയിലുള്ള കോട്ട. ഇതിന്റെ ഓരോ ഇഞ്ചിലും ചെകുത്താൻ താമസിക്കുന്നുണ്ട്. ഗോപുരങ്ങളുടെ ഏറ്റവും മുകളിൽ കറുപ്പും മഞ്ഞയും നിറത്തിൽ കഴുകന്റെ പടമുള്ള റോമൻ പതാകകൾ, അവയ്ക്കു താഴെ നസറേത്തിന്റെ രക്തദാഹിയായ സേനാനായകൻ റൂഫുസും അയാളുടെ സൈന്യവും, അതിനും താഴെ കുതിരകളും പട്ടികളും ഒട്ടകങ്ങളും അടിമകളും; കൂടുതൽ താഴെയായി കത്രികതൊടാത്ത മുടിയും വീഞ്ഞുതൊടാത്ത ചുണ്ടുകളും സ്ത്രീ തൊടാത്ത ശരീരവുമായി— മതതീവ്രവാദി. ഈ നിഷേധി തലകുലുക്കിയാൽ അയാളുടെ മുകളിലുള്ള എല്ലാ ശപിക്കപ്പെട്ട തലങ്ങളും - മനുഷ്യരും അടിമകളും കുതിരകളും ഗോപുരങ്ങളും— നിലംപതിക്കും. ദൈവം എപ്പോഴും ഈ രീതിയിലാണ് പ്രവർത്തിക്കുന്നത്. തെറ്റിന്റെ അടിത്തറയുടെ ആഴങ്ങളിലാണ് അദ്ദേഹം നീതിയുടെ അവജ്ഞതോന്നിപ്പിക്കുന്ന

നിലവിളി അടക്കം ചെയ്യുന്നത്.

മക്കാബികളുടെ ദീർഘമായ പരമ്പരയിലെ അവസാന മനുഷ്യനായിരുന്നു ഈ മതതീവ്രവാദി. ഇസ്രയേലിന്റെ ദൈവം അവന്റെ തലയിൽ കൈവച്ച് ദിവ്യമായ ആ പരമ്പര അപ്രത്യക്ഷമാകാതെ സൂക്ഷിച്ചു. ജൂദിയായിലെ വൃദ്ധനായ രാജാവ് ഹെറോഡ് - അയാൾ ദുഷ്ടനായ ഒരു ചതിയൻ ആയിരുന്നു - നാല്പത് ഇളംപ്രായക്കാരെ അമ്പലത്തിന്റെ ജനൽപ്പടിയിൽ അയാൾ ഉറപ്പിച്ചു വച്ചിരുന്ന സ്വർണ്ണക്കഴുകനെ വലിച്ചുതാഴെയിട്ടതിന് അവരുടെ ദേഹത്ത് ടാർ പുരട്ടി വെളിച്ചത്തിനു വേണ്ടി തീ കൊളുത്തിയിരുന്നു. നാല്പത്തിഒന്ന് ഗൂഢാലോചനക്കാരിൽ നാല്പതുപേരെ പിടികൂടി. പക്ഷേ, നേതാവ് രക്ഷപ്പെട്ടു. ഇസ്രയേലിന്റെ ദൈവം അയാളുടെ മുടിയിൽ പിടിച്ചുവലിച്ച് രക്ഷപ്പെടുത്തി. അത് ഈ മതതീവ്രവാദി ആയിരുന്നു. മക്കബികളുടെ പേരക്കുട്ടികളുടെ പേരക്കുട്ടികളുടെ പേരക്കുട്ടി - അയാൾ ഈ സമയത്ത് മൃദുരോമങ്ങൾ മുളച്ചിട്ടുള്ള സുന്ദരനായ ചെറുപ്രായക്കാരൻ ആയിരുന്നു.

അതിനുശേഷം വർഷങ്ങളോളം അയാൾ ഇസ്രയേലിന് ദൈവം നല്കിയ വിശുദ്ധമായ മണ്ണിനെ രക്ഷപ്പെടുത്താൻ വേണ്ടി മലനിരകളിൽ അലഞ്ഞുനടന്നു. "നമുക്ക് ഒരു യജമാനൻ മാത്രമേ ഉള്ളൂ— ദൈവം" അയാൾ വിളിച്ചു പറയാറുണ്ടായിരുന്നു. "ഭൂമിയിലെ ദണ്ഡനാധികാരിക്ക് നമ്മൾ തലവരി കൊടുക്കരുത്. കഴുകന്റെ ആകൃതിയിലുള്ള അവരുടെ വിഗ്രഹങ്ങൾകൊണ്ട് ദൈവത്തിന്റെ ആരാധനാലയങ്ങൾ അശുദ്ധമാക്കരുത്. കാളകളെയും ആടുകളെയും സ്വേച്ഛാധിപതിയായ ചക്രവർത്തിക്കുള്ള ബലിദാനമായി കശാപ്പു ചെയ്യരുത്! ഉള്ളത് ഒരു ദൈവമാണ്; നമ്മുടെ ദൈവം. ഉള്ളത് ഒരു ജനതയാണ്. ഇസ്രയേലിലെ ജനത. ലോകത്തുള്ള മൊത്തം മരങ്ങളിലും കൂടി ഉള്ളത് ഒരു പഴം ആണ്— മിശിഹാ."

പക്ഷേ, ഇസ്രയേലിന്റെ ദൈവം പെട്ടെന്ന് അവന്റെ തലയിൽനിന്ന് കൈ എടുത്തു. അങ്ങനെ അവനെ നസറേത്തിലെ സൈന്യാധിപൻ റൂഫുസ് തടവിലാക്കി. അടുത്തുള്ള ഗ്രാമങ്ങളിൽനിന്നും കർഷകരും തൊഴിലാളികളും മുതലാളിമാരും ഒന്നിച്ച് പുറപ്പെട്ടു. മീൻപിടിത്തക്കാർ ഗാനേസറത്തിലെ തടാകത്തിൽ നിന്ന് വന്നു. ദിവസങ്ങളായി ഇരുണ്ട ഒരു സന്ദേശം വീടുകളിലും മീൻവള്ളങ്ങളിലും വഴിയാത്രക്കാർക്കിടയിലും കയറിയിറങ്ങുന്നുണ്ടായിരുന്നു: "അവർ മതതീവ്രവാദിയെ കുരിശിലേറ്റാൻ പോകുന്നു" പക്ഷേ, മറ്റു സമയങ്ങളിൽ സന്ദേശം ഇങ്ങനെ ആയിരുന്നു. "സഹോദരന്മാരേ, സ്വാഗതം. രക്ഷകൻ വന്നിരിക്കുന്നു. വലിയ ഈന്തപ്പന ചില്ലുകളുമായി ഒന്നിച്ച് മുന്നോട്ടുപോകാം - അവനെ സ്വീകരിക്കാൻ നസറേത്തിലേക്ക് പ്രയാണം ചെയ്യൂ!"...

വൃദ്ധനായ ആചാര്യൻ ചുവന്ന താടിക്കാരന്റെ തോളിൽ മുട്ടുകുത്തിനിന്ന് കോട്ടയുടെ നേർക്ക് ചൂണ്ടിക്കൊണ്ട് വീണ്ടും വിളിച്ചുപറയാൻ തുടങ്ങി.

"അവൻ വന്നു! അവൻ വന്നു! ആ പൊട്ടക്കിണറിനുള്ളിൽ മിശിഹാ

ഉണ്ട്- മേൽപോട്ടു നോക്കിക്കൊണ്ട് കാത്തിരിക്കുകയാണ്. ആരെയാണ് കാത്തിരിക്കുന്നത്? നമ്മളെ, ഇസ്രയേലിലെ മനുഷ്യരെ! മുന്നോട്ടുപോകൂ! കതക് തല്ലിത്തകർക്കൂ, രക്ഷകനെ രക്ഷിക്കൂ, അപ്പോൾ അദ്ദേഹം നമ്മളെ രക്ഷിക്കും!"

"ഇസ്രയേലിന്റെ ദൈവത്തിന്റെ നാമത്തിൽ!" ബാറബാസ് വന്യമായ ശബ്ദത്തിൽ വിളിച്ചുകൂവിക്കൊണ്ട് കൈയിലിരുന്ന മഴു ഉയർത്തി.

ആളുകൾ അലറിവിളിച്ചു. അവരുടെ വസ്ത്രങ്ങൾക്കടിയിൽ കഠാരികൾ അനങ്ങി. കുട്ടികൾ കവണകൾ ഉന്നം പിടിച്ചു– ബാറബാസിന്റെ നേതൃത്വത്തിൽ ഓരോരുത്തരും ഇരുമ്പു വാതിലിനെ ആക്രമിച്ചു. പക്ഷേ, ദൈവത്തിന്റെ മഹത്തായ വെളിച്ചംകൊണ്ട് എല്ലാ കണ്ണുകളുടെയും കാഴ്ച നഷ്ടപ്പെട്ടിരുന്നു. ഒരു ചെറിയ വിടവുപോലെയുള്ള പട്ടാളത്താവളത്തിന്റെ വാതിൽ ആരും കണ്ടില്ല. മരണംപോലെ വിളറിയ മഗ്ദലനയെ അവളുടെ കണ്ണുനീർ തുടച്ചുകൊണ്ട് ആ വാതിലിലൂടെ കാണാൻ കഴിഞ്ഞിരുന്നു. ശിക്ഷിക്കപ്പെട്ട മനുഷ്യനോട് അവൾക്ക് അനുകമ്പ തോന്നിയിരുന്നു. അവൾ ഈ ലോകത്തിന് നല്കാൻ കഴിയുന്ന ഏറ്റവും മാധുര്യമുള്ള പരമമായ ആഹ്ലാദം അയാൾക്ക് നല്കാൻ വേണ്ടി രാത്രിയിൽ ആ കുഴിക്കുള്ളിലേക്ക് ഇറങ്ങിപ്പോയിരുന്നു. പക്ഷേ, അയാൾ മതവിശ്വാസികളുടെ മെരുങ്ങാത്ത സേനാവിഭാഗത്തിൽ ഉള്ളവനായിരുന്നു. ഇസ്രയേലിന്റെ മോചനം വരെ അയാൾ മുടിമുറിക്കില്ലെന്നും വീഞ്ഞ് ചുണ്ടിൽ തൊടില്ലെന്നും സ്ത്രീകളോടൊപ്പം ഉറങ്ങില്ലെന്നും ശപഥം ചെയ്തിരുന്നു. രാത്രി മുഴുവൻ മഗ്ദലന അയാളെ എതിർവശത്ത് ഇരുന്ന് നോക്കിക്കൊണ്ടിരുന്നു; പക്ഷേ, അയാളുടെ കണ്ണുകൾ ആ സ്ത്രീയുടെ കറുത്തമുടിയിൽ ആയിരുന്നില്ല. വളരെ ദൂരത്തുള്ള ജറുസലേമിലായിരുന്നു. അന്നത്തെ വേശ്യാവൃത്തിക്ക് വിധേയമാക്കപ്പെട്ട ജറുസലേമിനെ അല്ല അയാൾ നോക്കിക്കൊണ്ടിരുന്നത്. ഏഴ് കാവൽമാലാഖമാരും അവരുടെ കാല്ക്കൽ നമസ്കരിക്കുന്ന ഈ ഭൂമിയിലെ എഴുപത്തേഴ് മനുഷ്യരും ഉള്ള വിജയത്തിന്റെ ഏഴ് കോട്ടവാതിലുകൾ കാവലുള്ള ഭാവിയിലെ ജറുസലെമിനേയാണ് അയാൾ നോക്കിക്കൊണ്ടിരുന്നത്. ശിക്ഷിക്കപ്പെട്ട മനുഷ്യൻ ഭാവിയിലെ ജറുസലേമിന്റെ തണുത്ത മാറിടത്തിൽ സ്പർശിച്ചപ്പോൾ മരണം അപ്രത്യക്ഷമായി. അയാൾക്ക് ചുറ്റുമുള്ള ലോകത്തിന്റെ മാധുര്യം വർദ്ധിച്ചു. അത് കൂടുതൽ ഉരുണ്ട് അയാളുടെ കൈക്കുള്ളിൽ നിറഞ്ഞു. അയാൾ കണ്ണുകൾ അടച്ച് കൈപ്പത്തിക്കുള്ളിൽ ജറുസലേമിന്റെ മാറിടവും പിടിച്ച് ഒറ്റക്കാര്യം മാത്രം ആലോചിച്ചു– ജറുസലേമിന്റെ ദൈവത്തെപ്പറ്റിമാത്രം; ഒരിക്കലും കത്രികതൊട്ടിട്ടില്ലാത്ത തലമുടിയും ഒരിക്കലും വീഞ്ഞ് തൊട്ടിട്ടില്ലാത്ത ചുണ്ടുകളും ഒരിക്കലും സ്ത്രീതൊട്ടിട്ടില്ലാത്ത ശരീരവും ഉള്ള ഇസ്രയേലിന്റെ ദൈവം. മതവിശ്വാസി രാത്രി മുഴുവൻ ജറുസലേമിനെ മടിയിലിരുത്തി അയാളുടെ ഉള്ളിന്റെ ഉള്ളിൽ സ്വർഗ്ഗരാജ്യം നിർമ്മിച്ചു. മേഘങ്ങളും മാലാഖമാരും ഉള്ള സ്വർഗ്ഗരാജ്യം അല്ല. അത് അയാൾ ആഗ്രഹിച്ച രീതിയിലുള്ള സ്വർഗ്ഗരാജ്യം ആയിരുന്നു. മഞ്ഞുകാലത്ത് ഇളംചൂടും

വേനലിൽ തണുപ്പും ഉള്ള മണ്ണുകൊണ്ടും മനുഷ്യരെക്കൊണ്ടും സൃഷ്ടിക്കപ്പെട്ടിട്ടുള്ള ഒരു സ്വർഗ്ഗരാജ്യം.

വൃദ്ധനായ ആചാര്യൻ ചീത്തപ്പേരുള്ള മകൾ പട്ടാളപ്പാളയത്തിൽ പ്രത്യക്ഷപ്പെട്ടതുകണ്ടു. അയാൾ മറുവശത്തേക്ക് മുഖം തിരിച്ചു. ഇത് അയാളുടെ ജീവിതത്തിലെ വലിയ നാണക്കേടായിരുന്നു. അയാളുടെ ദൈവഭയവും പാതിവ്രത്യവുമുള്ള അടിവയറ്റിൽനിന്നും ഈ വേശ്യ എങ്ങനെയാണ് പുറത്തുവന്നത്? ഈ നാണക്കേടിന്റെ വഴിയിലൂടെ അവളെ സഞ്ചരിക്കാൻ ഇടയാക്കിയത് ഏത് തീവ്രമായ വേദനകളാണ്? അല്ലെങ്കിൽ അതിനുവേണ്ടി അവളെ പ്രാപിച്ചത് ഏതു പിശാചാണ്? ഒരു ദിവസം കാനായിലെ ഉത്സവത്തിനു പോയി വന്ന അവൾ പൊട്ടിക്കരഞ്ഞുകൊണ്ട് ആത്മഹത്യചെയ്യാൻ മോഹമുണ്ടെന്ന് പ്രഖ്യാപിച്ചു. പിന്നീട് അവൾ പൊട്ടിച്ചിരിച്ചു. കവിളുകളിൽ നിറം പുരട്ടി. അവളുടെ മൊത്തം ആഭരണങ്ങളും അണിഞ്ഞ് തെരുവുകൾതോറും നടക്കാൻ തുടങ്ങി. പിന്നീട് അവൾ വീടിന്റെ മേൽക്കൂര ഉപേക്ഷിച്ച് മഗ്ദലയിൽ എത്തി. എല്ലാ സാർത്ഥവാഹക സംഘങ്ങളും കടന്നുപോകുന്ന നാൽക്കവലയിൽ കടസ്ഥാപിച്ചു...

അവൾ അടിവസ്ത്രങ്ങൾ അണിയാതെ യാതൊരു ഭയവും ഇല്ലാതെ ആൾക്കൂട്ടത്തിന്റെ നേർക്ക് നടന്നുചെന്നു. അവളുടെ ചുണ്ടുകളിലും കവിളുകളിലും പുരട്ടിയ ചമയങ്ങൾ അലിഞ്ഞുപോയിരുന്നു. രാത്രി മുഴുവൻ ആ മനുഷ്യനെ നോക്കിയിരുന്ന് പൊട്ടിക്കരഞ്ഞതുകൊണ്ട് അവളുടെ കണ്ണുകൾക്ക് തിളക്കം ഉണ്ടായിരുന്നില്ല. അവ വിരസമായിരുന്നു. നാണക്കേടു തോന്നിയ അച്ഛൻ മറുവശത്തേക്ക് നോക്കുന്നതു കണ്ടപ്പോൾ അവൾ പകയോടെ പുഞ്ചിരിച്ചു. ദൈവഭയവും അച്ഛനോടുള്ള സ്നേഹവും നാണക്കേടും വളരെ പിന്നിൽ എവിടെയോ അവൾ ഉപേക്ഷിച്ചുകഴിഞ്ഞിരുന്നു. ആളുകളുടെ അഭിപ്രായങ്ങൾ അവൾ ശ്രദ്ധിക്കാതായിട്ടും കാലം കഴിഞ്ഞിരുന്നു. അവളെ ഏഴ് പിശാചുക്കൾ ബാധിച്ചിട്ടുള്ളതായി അപവാദം ഉണ്ടായിരുന്നു. പക്ഷേ, അവളുടെ ഹൃദയത്തിൽ ഏഴ് പിശാചുക്കൾ ഉണ്ടായിരുന്നില്ല. അതിൽ ഏഴ് കത്തികളാണ് ഉണ്ടായിരുന്നത്.

വൃദ്ധനായ ആചാര്യൻ വീണ്ടും വിളിച്ചുകൂവാൻ തുടങ്ങി. ആളുകൾ അയാളുടെ മകളെ കാണാതിരിക്കാൻ വേണ്ടി അയാളുടെ മുഖത്തേക്ക് നോക്കണമെന്നതായിരുന്നു വൃദ്ധന്റെ ആഗ്രഹം. ദൈവം അവളെ കണ്ടു; അതുമതി. അദ്ദേഹം തീരുമാനിക്കട്ടെ.

"ആത്മാവിന്റെ കണ്ണുകൾ തുറന്ന് സ്വർഗ്ഗങ്ങളെ ആദരിക്കൂ" ചുവന്ന താടിക്കാരന്റെ തോളിൽ ഇരുന്ന് തിരിഞ്ഞുകൊണ്ട് വൃദ്ധൻ വിളിച്ചു പറഞ്ഞു. "ദൈവം നമ്മുടെ മുകളിൽ ഉണ്ട്. സ്വർഗ്ഗങ്ങൾ തുറന്നിട്ടുണ്ട്. മാലാഖമാരുടെ സംഘം പുറത്തു വന്നിരിക്കുന്നു. ആകാശത്ത് നീല ചിറകുകളും ചുവന്ന ചിറകുകളും നിറഞ്ഞിരിക്കുന്നു!"

ആകാശം ജ്വാലകളായി മാറി. മനുഷ്യർ കണ്ണുകൾ ഉയർത്തി മുകളിലേക്ക് നോക്കി. അവർ ആയുധധാരിയായി ഇറങ്ങിവരുന്ന ദൈവത്തെ കണ്ടു. ബാറബാസ് അയാളുടെ മഴു ഉയർത്തി. "ഇന്ന്! നാളെ അല്ല, ഇന്ന്!"

അയാൾ വിളിച്ചുകൂവി. ആൾക്കൂട്ടം പട്ടാളത്താവളം ആക്രമിച്ചു. അവർ ഇരുമ്പുവാതിലിൽ ഇടിച്ചു; ഇരുമ്പുപാരകൾ പ്രയോഗിച്ചു, ഭിത്തിയിൽ ഏണികൾ ചാരിവച്ചു കയറി; തീ കത്തിക്കാൻ പന്തങ്ങൾ കൊണ്ടുവന്നു. പക്ഷേ, പെട്ടെന്ന് ഇരുമ്പുവാതിൽ തുറന്ന് രണ്ട് കുതിരപ്പടയാളികൾ പ്രത്യക്ഷപ്പെട്ടു. അവരുടെ പല്ലുകൾവരെ കവചങ്ങൾക്കുള്ളിലായിരുന്നു. അവർ ആത്മവിശ്വാസമുള്ള ആയുധധാരികൾ ആയിരുന്നു. ഉറച്ച മുഖഭാവത്തോടെ അവർ കുന്തങ്ങൾ ഉയർത്തിക്കൊണ്ട് കുതിരപ്പുറത്ത് മുന്നോട്ടു കുതിച്ചു- പെട്ടെന്ന് കുരിശിലേറ്റൽ നടക്കുന്ന കുന്നിലേക്ക് ഓടുന്ന മനുഷ്യരെക്കൊണ്ട് തെരുവ് നിറഞ്ഞു.

ശപിക്കപ്പെട്ട കുന്ന് ശൂന്യമായിരുന്നു. തീക്കല്ലുകളും മുള്ളുകളും ഒഴിച്ച് മറ്റൊന്നും ഇല്ല. ഉയർത്താൻ ഇടവരുന്ന ഏതു കല്ലിന്റെ അടിയിലും നിങ്ങൾക്ക് ഉണങ്ങിപ്പിടിച്ച രക്തത്തുള്ളികൾ കാണാം. സ്വാതന്ത്ര്യത്തിനു വേണ്ടി യഹൂദന്മാർ റോമാക്കാർക്കെതിരായി ഓരോ തവണ കൈ ഉയർത്തുമ്പോഴും ഈ കുന്ന് കുരിശുകൾകൊണ്ട് നിറഞ്ഞു. അവയിൽ നിഷേധികൾ വേദനകൊണ്ട് പുളഞ്ഞു. ഞരങ്ങി. രാത്രിയിൽ ചെന്നായകൾ വന്ന് അവരുടെ പാദങ്ങൾ തിന്നു. അടുത്ത പ്രഭാതത്തിൽ കാക്കകൾ പറന്നിറങ്ങിവന്ന് അവരുടെ കണ്ണുകൾ കൊത്തിപ്പറിച്ചു.

കുന്നിന്റെ അടിവാരത്തിൽ എത്തിയപ്പോൾ ആളുകൾ കിതച്ചു. അവർ ഓട്ടം നിർത്തി. കൂടുതൽ കുതിരപ്പടയാളികൾ അവരെ പൊതിഞ്ഞു. അവർ കുതിരപ്പുറത്ത് അങ്ങോട്ടും ഇങ്ങോട്ടും പാഞ്ഞു നടന്ന് യഹൂദരെ ഒരു ഭാഗത്ത് തടുത്തുകൂട്ടി. അതിനുശേഷം അവർ അവർക്കുചുറ്റും ഒരു വലയം സൃഷ്ടിച്ചു. ഇപ്പോൾ ഏകദേശം ഉച്ചയായിരുന്നു. കുരിശ് ഇതുവരെ എത്തിച്ചേർന്നിരുന്നില്ല. കുന്നിന്റെ മുകളിൽ രണ്ടു നാടോടികൾ കൈയിൽ ആണിയും ചുറ്റികയുമായി കാത്തു നില്ക്കുന്നുണ്ടായിരുന്നു. തിന്നാനുള്ള അത്യാർത്തിയോടെ ഗ്രാമത്തിലെ പട്ടികൾ എത്തി. മനുഷ്യരുടെ മുഖങ്ങൾക്ക് തീപിടിച്ചിരുന്നു. അവർ പൊള്ളുന്ന ആകാശത്തിനു താഴെയുള്ള കുന്നിലേക്ക് നോക്കി. കറുകറുത്ത കണ്ണുകൾ, അറ്റം വളഞ്ഞ മൂക്കുകൾ, സൂര്യതാപം ഏറ്റ ചൊട്ടിയ കവിളുകൾ; എണ്ണമയമുള്ള രോമങ്ങൾ നിറഞ്ഞ കവിളുകൾ... വിയർത്തൊലിക്കുന്ന കക്ഷങ്ങളും വിയർപ്പ് ഇറ്റിറ്റു വീഴുന്ന തലമുടിയും ഉള്ള തടിച്ചികൾ സൂര്യന്റെ ചൂടേറ്റ് ഉരുകി ഒലിച്ച് ദുർഗ്ഗന്ധം വമിപ്പിച്ചു. അത്ഭുതംകൊണ്ട് വിടർന്നുപോയ കണ്ണുകളുമായി ഗാനേസറത്തിലെ തടാകത്തിൽനിന്നുള്ള മീൻപിടിത്തക്കാരും മറ്റുള്ളവരെപ്പോലെ ദിവ്യാത്ഭുതം കാണാൻ എത്തിയിരുന്നു: നിയമം അനുവദിക്കാത്ത അന്യമതക്കാർ മതതീവ്രവാദിയെ കുരിശിലേറ്റാൻ കൊണ്ടു വരുന്നതിനിടയിൽ കീറിപ്പറിഞ്ഞ വസ്ത്രങ്ങൾ വലിച്ചെറിയാൻ തുടങ്ങുമ്പോൾ ഭൂമിക്കടിയിൽ നിന്നും കൈയിൽ വാളുമായി ഒരു മാലാഖ കുതിച്ചുയർന്നുവരും... മീൻപിടിത്തക്കാരുടെ മുഖങ്ങൾ കാറ്റും സൂര്യതാപവും ഏറ്റ് തുരുമ്പിച്ചു പോയിരുന്നു. അവർ തലേന്ന് രാത്രിയിൽ കുട്ടയിൽ മീൻ കുത്തിനിറച്ചു കൊണ്ട് വന്നവരായിരുന്നു. അതെല്ലാം നല്ലവിലയ്ക്ക് വിറ്റതിനുശേഷം

അവരിൽ ചിലർ സത്രത്തിൽ താമസിച്ചു. അവർ അവിടെയിരുന്ന് കുടിച്ച് തങ്ങൾ നസറേത്തിൽ വന്നതിന്റെ ഉദ്ദേശ്യം പോലും മറന്നുപോയി. അവർ സ്ത്രീകളെ ഓർമ്മിച്ചു. അവളുടെ സൗന്ദര്യത്തെ സ്തുതിച്ചു. അപ്പോൾ അവർ പരസ്പരം അടിപിടികൂടാൻ ആരംഭിച്ചു. വീണ്ടും അവർ കൂട്ടുകാരായി— നേരം പുലർന്നപ്പോൾ അവർ പെട്ടെന്ന് ഇസ്രയേലിലെ ദൈവത്തെ ഓർത്തു. മുഖം കഴുകി അത്യത്ഭുതം കാണാൻ പകുതി ഉറക്കത്തിൽ യാത്ര തിരിച്ചു.

ഇപ്പോൾ അവർ കാത്തുനിന്ന് കാത്തുനിന്ന് തളർന്നുപോയിരുന്നു. ഇവിടെ വന്നതിൽ അവർക്ക് ശക്തമായ പശ്ചാത്താപം തോന്നാൻ കുന്തം കൊണ്ട് പുറത്തു കിട്ടിയ ഒരു അടി ധാരാളമായിരുന്നു.

“നമുക്ക് നമ്മുടെ ബോട്ടിലേക്ക് തിരിച്ചു പോകാം.” ചുരുണ്ട നരച്ചതാടിയുള്ളവൻ പറഞ്ഞു. അയാളുടെ പ്രായം കണക്കിലെടുത്താൽ അയാളുടെ ആരോഗ്യം അപാരമായിരുന്നു. അയാൾക്ക് മുത്തുച്ചിപ്പിയുടെ തോടുപോലെ ഉള്ള നെറ്റി ഉണ്ടായിരുന്നു. “മതതീവ്രവാദിയും മറ്റുള്ളവരെപ്പോലെ കുരിശിലേറ്റപ്പെടും. എന്റെ വാക്കുകൾ ഓർമ്മ വേണം. സ്വർഗ്ഗങ്ങൾ തുറക്കാൻ പോകുന്നില്ല. ദൈവത്തിന്റെ ദേഷ്യത്തിനോ മനുഷ്യന്റെ അനീതിക്കോ അവസാനം ഇല്ല.... സബിബിയുടെ മകൻ എന്തു പറയുന്നു?”

“ഞാൻ പീറ്ററിന്റെ മണ്ടത്തരത്തിന് അവസാനമില്ലെന്നു പറയുന്നു.” അയാളുടെ കൂട്ടുകാരൻ പൊട്ടിച്ചിരിച്ചു. അയാൾ ഒതുങ്ങാത്ത താടിയും വന്യമായ കണ്ണുകളും ഉള്ള ഒരു മീൻപിടിത്തക്കാരനായിരുന്നു. “പീറ്റർ എന്നോട് ക്ഷമിക്കണം. പക്ഷേ, നിങ്ങൾ നിങ്ങളുടെ വെളുത്ത തലമുടിക്ക് ചേരുന്ന രീതിയിൽ വളർന്നിട്ടില്ല. നിങ്ങൾ ആളിക്കത്തിയിട്ട് പെട്ടെന്ന് അണഞ്ഞുപോകും. നിങ്ങളല്ലേ ആദ്യം ഇവിടെ വരാൻ വേണ്ടി ഞങ്ങളെ കുത്തിപ്പൊക്കിയത്? നിങ്ങൾ ഭ്രാന്തനെപ്പോലെ വിളിച്ചുകൂവിക്കൊണ്ട് ബോട്ടുതോറും ഓടിനടന്നു. “സഹോദരന്മാരേ, സകലതും നിർത്തിവെക്കൂ. ഒരു മനുഷ്യന് ജീവിതത്തിൽ ഒരിക്കൽമാത്രമേ അത്യത്ഭുതം കാണാൻ കഴിയുകയുള്ളൂ. വരൂ നമുക്ക് അത്ഭുതം കാണാൻ നസറേത്തിലേക്ക് പോകാം! ഇപ്പോൾ നിങ്ങൾക്ക് കുന്തംകൊണ്ട് ഒന്നോ രണ്ടോ അടികിട്ടിയിരിക്കുന്നു. ഉടൻ തന്നെ നിങ്ങളുടെ മനസ്സ് തകിടം മറിഞ്ഞിരിക്കുന്നു. നിങ്ങൾ മറ്റൊരു കാര്യം വിളിച്ചുകൂവുന്നു. “സകലതും നിർത്തി വെക്കൂ! സഹോദരന്മാരേ, നമുക്ക് വീട്ടിൽ പോകാം! നിങ്ങളെ വെറുതെ അല്ല “കാറ്റാടി” എന്നു വിളിക്കുന്നത്!”

രണ്ടുമൂന്നു മീൻപിടിത്തക്കാർ ഈ സംസാരം കേട്ട് പൊട്ടിച്ചിരിച്ചു; കോലാടിന്റെ ഗന്ധമുള്ള ഒരു ഇടയൻ അയാളുടെ വടി ഉയർത്തി: “ജേക്കബ് അയാളെ ആക്ഷേപിക്കരുത്. അയാൾ കാറ്റാടി ആണെങ്കിൽപ്പോലും നമ്മുടെ കൂട്ടത്തിൽ ഏറ്റവും നല്ലവൻ അയാളാണ്. അയാളുടെ മനസ്സ് തങ്കംകൊണ്ടാണ്.”

“ഫിലിപ്പ് പറഞ്ഞത് ശരിയാണ്— തങ്കപ്പെട്ട മനസ്സാണ്.” അവർ എല്ലാവരും സമ്മതിച്ചു. അവർ കോപംകൊണ്ട് പുകഞ്ഞുകൊണ്ടിരുന്ന അയാളെ

തലോടി സാന്ത്വനപ്പെടുത്താൻ വേണ്ടി കൈനീട്ടി. അവർക്ക് ഇഷ്ടമുള്ളത് പറയാം. അയാൾ ആലോചിച്ചുകൊണ്ടിരുന്നു– "എന്നെ കാറ്റാടി എന്ന് വിളിക്കുന്നതൊഴിച്ച് എന്തുവേണമെങ്കിലും പറയാം. ഞാൻ ഒരുപക്ഷേ, ഒരു കാറ്റാടി ആയിരിക്കാം. ഒരുപക്ഷേ, ഏത് ഇളം കാറ്റിലും ഞാൻ തിരിയുമായിരിക്കും. പക്ഷേ, അത് ഭയംകൊണ്ടല്ല. എന്റെ നല്ല മനസ്സുകൊണ്ടാണ്.."

ജേക്കബ് പീറ്ററിന്റെ ഇരുണ്ട മുഖഭാവം കണ്ടു. അയാൾക്ക് വിഷമം തോന്നി. തന്നേക്കാൾ പ്രായമുള്ള മനുഷ്യനോട് വീണ്ടുവിചാരം ഇല്ലാതെ സംസാരിച്ചതിൽ അയാൾ പശ്ചാത്തപിച്ചു. വിഷയം മാറ്റാൻ വേണ്ടി അയാൾ ചോദിച്ചു.

"പീറ്റർ, നിങ്ങളുടെ സഹോദരൻ ആൻഡ്രൂ ഇപ്പോൾ എവിടെയാണ്? ഇപ്പോഴും ജോർദ്ദാൻ മരുഭൂമിയിൽ ആണോ?"

"അതെ, ഇപ്പോഴും അവിടെയാണ്." പീറ്റർ നെടുവീർപ്പിട്ടുകൊണ്ട് മറുപടി പറഞ്ഞു. "അവർ പറയുന്നത് അവനെ അവന്റെ ഗുരുവിനെപ്പോലെ ജ്ഞാനസ്നാനം ചെയ്യിച്ചെന്നാണ്. ഞാൻ പറയുന്നത് കള്ളമാണെന്ന് ദൈവം തെളിയിച്ചിരുന്നെങ്കിൽ? പക്ഷേ, അവൻ താമസിയാതെ ഗ്രാമങ്ങൾതോറും "പശ്ചാത്തപിക്കൂ. പശ്ചാത്തപിക്കൂ! സ്വർഗ്ഗരാജ്യം വന്നിരിക്കുന്നു!" എന്ന് മറ്റുള്ളവരെപ്പോലെ നിലവിളിച്ചു കൊണ്ട് നടക്കുമെന്ന് ഞാൻ പന്തയം വെക്കാം. എന്ത് സ്വർഗ്ഗരാജ്യം– നമുക്ക് ചുറ്റുമുള്ള ഇതാണോ? നമുക്ക് നാണമില്ലേ എന്നാണ് ഞാൻ നിങ്ങളോട് ചോദിക്കുന്നത്."

ജേക്കബ് തലകുലുക്കിക്കൊണ്ട് നെറ്റിചുളിച്ചു:

"എല്ലാവർക്കും അറിയുന്ന എന്റെ സഹോദരൻ ജോണിനും ഇതേ കാര്യം സംഭവിച്ചത്. ഞാൻ കണ്ടിട്ടുണ്ട്." അയാൾ പറഞ്ഞു. "അവൻ ഗാനേസറത്തിലെ മരുഭൂമിയിലെ സന്ന്യാസിമഠത്തിൽ സന്ന്യാസിയാകാൻ പോയി. അവൻ മീൻപിടിത്തക്കാരനാകാൻ ജനിച്ചവനല്ലെന്ന് തോന്നി. അതുകൊണ്ട് രണ്ട് നരച്ച താടിക്കാരും അഞ്ചു ബോട്ടും വേണ്ടെന്നുവച്ച സമയത്ത് എന്നെക്കൂടി ഉപേക്ഷിച്ചുപോയി."

"പക്ഷേ, അവനെപ്പോലെ ഒരു ഭാഗ്യവാന് എന്തിന്റെ കുറവായിരുന്നു?" ഇടയൻ ഫിലിപ്പ് ചോദിച്ചു. "ദൈവത്തിനു നല്കാവുന്ന എല്ലാ ഭാഗ്യവും അവന് ഉണ്ടായിരുന്നു! യൗവനത്തിൽ അവന് എന്താണ് സംഭവിച്ചത്?" അയാൾ ചോദിച്ചു. പക്ഷേ, സമ്പന്നർക്കും അവരെ വിഴുങ്ങുന്ന ഒരു ഇഴജന്തു ഉണ്ടെന്നുള്ളതിൽ അയാൾ രഹസ്യമായി സന്തോഷിച്ചു.

"അവൻ പെട്ടെന്ന് അസ്വസ്ഥനായി" ജേക്കബ് മറുപടി പറഞ്ഞു. "ഒരു പെണ്ണിനെവേണ്ട ചെറുപ്രായക്കാരനെപ്പോലെ അവൻ രാത്രിമുഴുവൻ കിടക്കയിൽ തിരിഞ്ഞും മറിഞ്ഞും കിടക്കാൻ തുടങ്ങി."

"എങ്കിൽ അവന് വിവാഹം കഴിക്കരുതായിരുന്നോ?"

"അവന് വിവാഹം വേണ്ടെന്നാണ് പറഞ്ഞത്"

"പിന്നെ എന്താണ് വേണ്ടത്?"

"അവന് ആൻഡ്രുവിനെപ്പോലെ സ്വർഗ്ഗരാജ്യമാണ് വേണ്ടത്."

അയാൾ പൊട്ടിച്ചിരിച്ചു.

"അവർ എല്ലാ കാലത്തും സന്തോഷമായി ജീവിക്കട്ടെ." തഴമ്പുള്ള കൈപ്പത്തികൾ കുസൃതിയോടെ കൂട്ടിത്തിരുമ്മിക്കൊണ്ട് വൃദ്ധനായ മീൻപിടിത്തക്കാരൻ പറഞ്ഞു.

പീറ്റർ സംസാരിക്കാൻ തുനിഞ്ഞെങ്കിലും അയാൾക്ക് എന്തെങ്കിലും ഉച്ചരിക്കാൻ കഴിയുന്നതിനുമുമ്പ് പരുഷമായ നിലവിളികൾകൊണ്ട് അന്തരീക്ഷം നിറഞ്ഞു.

"നോക്കൂ! കുരിശു പണിയുന്നവൻ! കുരിശുപണിയുന്നവൻ!"

നിലവിളികേട്ട് അവർ സംഭ്രമത്തോടെ തലതിരിച്ചു. കുരിശിന്റെ ഭാരം താങ്ങാൻ കഴിയാതെ കിതച്ചുകൊണ്ട് ആശാരിയുടെ മകൻ വേച്ചുവേച്ചു വഴിയിലൂടെ കയറിവരുന്നത് കാണാമായിരുന്നു.

"കുരിശുപണിയുന്നവൻ! കുരിശു പണിയുന്നവൻ!" ആൾക്കൂട്ടം ഉറക്കെ വിളിച്ചു പറഞ്ഞു. "ചതിയൻ!"

കുന്നിന്റെ മുകളിൽ നിന്നിരുന്ന രണ്ട് നാടോടികൾ താഴോട്ടു നോക്കി. കുരിശ് അടുത്തടുത്തു വരുന്നതുകണ്ട് അവർ സന്തോഷം കൊണ്ട് തുള്ളിച്ചാടി. സൂര്യൻ അവരെ പൊരിച്ചെടുക്കുകയായിരുന്നു. അവർ കൈവെള്ളയിലേക്ക് തുപ്പിയതിനുശേഷം പിക്കാക്സ് എടുത്ത് ഒരുകുഴികുഴിക്കാൻ തുടങ്ങി. അവർ പരന്നമൊട്ടുള്ള ആണികൾ അടുത്തു കിടന്ന കല്ലിൽ വച്ചു. മൂന്നെണ്ണം മതിയെങ്കിലും അവർ അഞ്ചെണ്ണം ഉണ്ടാക്കിച്ചിരുന്നു.

പുരുഷന്മാരും സ്ത്രീകളും കുരിശുപണിയുന്നവന്റെ വഴിമുടക്കാൻ വേണ്ടി കൈകോർത്തുപിടിച്ച് ഒരുചങ്ങല സൃഷ്ടിച്ചിരുന്നു. മഗ്ദലന ആൾക്കൂട്ടത്തിൽനിന്ന് ഒഴിഞ്ഞുനിന്ന് കുന്നുകയറിവന്നു കൊണ്ടിരുന്ന മറിയത്തിന്റെ മകനെ നോക്കുകയായിരുന്നു. അവർ കൊച്ചുകുട്ടികൾ ആയിരുന്നപ്പോൾ കളിച്ച കളികൾ ഓർമ്മവന്നപ്പോൾ അവളുടെ ഹൃദയം വിങ്ങി. അവന് മൂന്നു വയസ്സായിരുന്നു. അവൾക്ക് നാലും. എത്ര ആഴമുള്ള വെളിപ്പെടുത്താൻ പറ്റാത്ത ആഹ്ലാദമാണ് അവർ അനുഭവിച്ചത്. പറഞ്ഞറിയിക്കാൻ പറ്റാത്ത എത്രമാത്രം മാധുര്യങ്ങളാണ് അവർ അറിഞ്ഞത്! ഒരാൾ പുരുഷനാണെന്നും മറ്റേയാൾ സ്ത്രീയാണെന്നും അവർ രണ്ടുപേരും ആദ്യമായി തിരിച്ചറിയുകയായിരുന്നു. ഒരു കാലത്ത് രണ്ടും ഒന്നാണെന്ന് തോന്നിയ രണ്ടു ശരീരങ്ങൾ. പക്ഷേ, ഏതോ അനുകമ്പയില്ലാത്ത ദൈവം അവരെ വേർതിരിച്ചു. ഇപ്പോൾ അവർ വീണ്ടും പരസ്പരം കാണുന്നു. അവർ വീണ്ടും ഒന്നിക്കാൻ ശ്രമിക്കുന്നു. അവർ വളർന്നപ്പോൾ ഒരാൾ പുരുഷനും മറ്റേയാൾ സ്ത്രീയും ആയത് എത്ര അത്ഭുതകരമാണെന്ന് അവർക്ക് കൂടുതൽ വ്യക്തമായി അനുഭവപ്പെട്ടു. അവർ ദൈവം വേർതിരിച്ചതിനെ വീണ്ടും ഒന്നിപ്പിക്കാൻ വേണ്ടി, ഒരാൾ മറ്റൊരാളിലേക്ക് ഒഴുകുന്ന സമയവും പ്രതീക്ഷിച്ച് വിശപ്പുകൂടാൻ വേണ്ടി കാത്തുനില്ക്കുന്ന രണ്ട് വന്യമൃഗങ്ങളെ പോലെ പരസ്പരം നോക്കിയിരുന്നു. പക്ഷേ, കാനായിലെ ഉത്സവത്തിന്റെ അന്ന് അവളുടെ പ്രിയൻ അവരുടെ വിവാഹ

നിശ്ചയം ഉറപ്പിക്കാൻ വേണ്ടി റോസാപ്പൂ നീട്ടിയപ്പോൾ അനുകമ്പയില്ലാത്ത ദൈവം അവരിലേക്ക് തള്ളിക്കയറിവന്ന് അവരെ ഒരിക്കൽ കൂടി വേർപെടുത്തി. അതിനുശേഷം...

മഗ്ദലനയുടെ കണ്ണുകളിൽ കണ്ണുനീർ നിറഞ്ഞു. അവൾ മുന്നോട്ടു നീങ്ങിനിന്നു. കുരിശു ചുമക്കുന്നവൻ അവളുടെ തൊട്ടുമുമ്പിലൂടെ കടന്നു പോകുകയായിരുന്നു.

അവൾ അയാളുടെ മുകളിലേക്ക് ചാഞ്ഞു. അവളുടെ മണമുള്ള തല മുടി അയാളുടെ രക്തമയമുള്ള തോളുകളിൽ സ്പർശിച്ചു.

"കുരിശു പണിക്കാരാ!" അവൾ അടക്കം പറയുന്ന ശബ്ദത്തിൽ മുരണ്ടു. അവൾ വിറയ്ക്കുന്നുണ്ടായിരുന്നു.

ചെറുപ്പക്കാരൻ നിമിഷനേരത്തേക്ക് തലതിരിച്ച് അയാളുടെ ദുഃഖം നിഴലിക്കുന്ന കണ്ണുകൾകൊണ്ട് അവളെ നോക്കി. അയാളുടെ ചുണ്ടു കൾക്ക് ചുറ്റും വിറയൽ ഉണ്ടാക്കുന്ന പിരിമുറുക്കം കാണാനുണ്ടായിരുന്നു. അയാളുടെ ചുണ്ടുകൾക്കു ചുറ്റും ചുളിവുകൾ പ്രത്യക്ഷപ്പെട്ടു. പക്ഷേ, അയാൾ പെട്ടെന്ന് തലകുനിച്ചു കളഞ്ഞു. ആ ചുളിവുകൾ രൂപപ്പെട്ടത് വേദനകൊണ്ടാണോ ഭയം കൊണ്ടാണോ അതോ പുഞ്ചിരികൊണ്ടാണോ എന്ന് തിരിച്ചറിയാനുള്ള സമയം മഗ്ദലനയ്ക്ക് കിട്ടിയില്ല. എന്നിട്ടും അവൾ അയാളുടെ മുകളിലേക്ക് കുനിഞ്ഞുകിടന്ന് കിതച്ചുകൊണ്ട് പറഞ്ഞു.

"നിങ്ങൾക്ക് അഭിമാനം ഇല്ലേ? നിങ്ങൾ ഓർക്കുന്നില്ലേ? നിങ്ങൾക്ക് ഇത്രത്തോളം താഴാൻ എങ്ങനെയാണ് കഴിയുന്നത്!"

ഒരു നിമിഷം കഴിഞ്ഞ് അയാളുടെ ശബ്ദം മറുപടി പറയുന്നതു കേട്ട മട്ടിൽ അവൾ വിളിച്ചുകൂവി.

"അല്ല, അല്ല, അത് ദൈവം അല്ല, പിശാചാണ്."

അതിനിടയിൽ അയാളുടെ വഴി തടയാൻ വേണ്ടി ആൾക്കൂട്ടം മുന്നോട്ടു ചാടി വീണിരുന്നു. ഒരു കിഴവൻ വടി ഉയർത്തി അയാളെ അടിച്ചു. മറ്റുള്ളവരുടെ കൂടെ അത്യത്ഭുതം കാണാൻ വേണ്ടി ടാബോർ കൊടുമു ടിയിൽ പാഞ്ഞുവന്ന രണ്ട് പശുവിനെ നോട്ടക്കാർ അവരുടെ വടിയുടെ അറ്റം കൊണ്ട് അയാളെ കുത്തി. ബാറബാസിന്റെ കൈയിൽ ഇരുന്ന മഴു പലതവണ ഉയർന്നു താഴുന്നത് അയാൾ അറിഞ്ഞു പക്ഷേ, അപകടം മനസ്സിലാക്കിയ വൃദ്ധനായ ആചാര്യൻ ചുവന്നതാടിക്കാരന്റെ കഴുത്തിൽ നിന്നും തെന്നിയിറങ്ങി അനന്തിരവനെ രക്ഷിക്കാൻ വേണ്ടി ഓടിയെത്തി.

"കുട്ടികളെ, മതിയാക്കൂ" അയാൾ വിളിച്ചു കൂവി. "ദൈവത്തിന്റെ വഴി തടയുന്നത്— വലിയ പാപമാണ് അതു ചെയ്യരുത്. വിധിച്ചിരിക്കു ന്നത് നിശ്ചയമായും നടന്നിരിക്കണം. അതിനിടയിൽ തടസ്സം ഉണ്ടാക്ക രുത്. കുരിശ് കടന്നുപോകട്ടെ; അത് ദൈവം അയച്ചതാണ്; നാടോടികൾ അവരുടെ ആണികൾ തയ്യാറാക്കട്ടെ, ദൈവത്തിന്റെ അപ്പോസ്തലൻ കുരി ശിൽ കയറട്ടെ. പേടിക്കരുത്; വിശ്വാസം വേണം! കത്തി എല്ലിൽ തൊട ണമെന്നതാണ് ദൈവത്തിന്റെ നിയമം. അല്ലെങ്കിൽ അത്ഭുതം നടക്കുക യില്ല! കുട്ടികളേ, നിങ്ങളുടെ വൃദ്ധനായ ആചാര്യൻ പറയുന്നതിന് ചെവി

കൊടുക്കണം. ഞാൻ നിങ്ങളോട് പറയുന്നത് സത്യമാണ്. ആദ്യം അഗാധമായ ഗർത്തത്തിന്റെ അരികിൽ എത്തിയില്ലെങ്കിൽ മനുഷ്യന് ചിറകു മുളയ്ക്കില്ല."

പശു നോട്ടക്കാർ അവരുടെ വടികൾ പിൻവലിച്ചു. ചുരുട്ടിയ കൈപ്പത്തികളിൽനിന്നും കല്ലുകൾ താഴെ വീണു. ദൈവത്തിന്റെ വഴി തടസ്സപ്പെടാതിരിക്കാൻ വേണ്ടി ആളുകൾ ഒരുവശത്തേക്ക് മാറി നിന്നു. മറിയത്തിന്റെ മകൻ പുറത്ത് കുരിശുമായി ഇടറിയ കാൽവെപ്പുകളോടെ മുന്നോട്ടുനടന്നു. ദൂരെയുള്ള ഒലിവ് തോട്ടത്തിൽനിന്നും പച്ചക്കുതിരകളുടെ കിരുകിരുപ്പ് കേൾക്കാൻ കഴിഞ്ഞു. കശാപ്പുകാരന്റെ വിശപ്പുള്ള പട്ടി കുന്നിന്റെ മുകളിൽനിന്ന് സന്തോഷത്തോടെ കുരച്ചു. കുറച്ചുദൂരെ ആൾക്കൂട്ടത്തിനിടയിൽ വയലറ്റ് ഉറുമാൽ തലയിൽ ചുറ്റിയിരുന്ന ഒരു സ്ത്രീ കരഞ്ഞുകൊണ്ട് മോഹാലസ്യപ്പെട്ടു.

പീറ്ററിന്റെ കണ്ണുതള്ളിപ്പോയിരുന്നു. അയാൾ മറിയത്തിന്റെ മകനെ ശ്രദ്ധിക്കുകയായിരുന്നു. പീറ്ററിന് അയാളെ അറിയാം. കാനായിൽ മറിയത്തിന്റെ കുടുംബവീട് അയാളുടെ വീടിന്റെ എതിർവശത്തായിരുന്നു. അവളുടെ മാതാപിതാക്കൾ ആനിയും ജൊവാച്ചിമും പീറ്ററിന്റെ മാതാപിതാക്കളുടെ അടുത്ത കൂട്ടുകാർ ആയിരുന്നു. അവർ പുണ്യവാന്മാരായിരുന്നു. മാലാഖമാർ പതിവായി അവരുടെ ചെറിയ കുടിലിനുള്ളിൽ വന്നുപോകാറുണ്ടായിരുന്നു. ഒരു രാത്രിയിൽ ദൈവം തന്നെ ഒരു ഭിക്ഷക്കാരനായി അവരുടെ ഉമ്മറപ്പടിയിലൂടെ കടന്നുപോകുന്നത് അയൽവാസികൾ കണ്ടിട്ടുണ്ട്. അത് ദൈവം ആയിരുന്നെന്ന് അവർക്ക് മനസ്സിലായി. കാരണം വീട് ഭൂമികുലുക്കം ഉണ്ടായതുപോലെ കുലുങ്ങി. ഒൻപതുമാസം കഴിഞ്ഞ് ആ അത്ഭുതം സംഭവിച്ചു. അറുപതു വയസ്സുകഴിഞ്ഞ ആനി മറിയത്തിനെ പ്രസവിച്ചു. പീറ്ററിന് അന്ന് പ്രായം അഞ്ചു വയസ്സിൽ താഴെയാണ്. പക്ഷേ, അതിനുശേഷം നടന്ന എല്ലാ ആഘോഷങ്ങളും അയാൾക്ക് വ്യക്തമായി ഓർമ്മയുണ്ട്. സ്ത്രീകളും പുരുഷന്മാരും അഭിനന്ദനങ്ങൾ അറിയിക്കാൻ വന്നതും, ഗ്രാമം മുഴുവൻ അത് സംസാരവിഷയമായതും ചിലർ ധാന്യപ്പൊടിയും പാലും കൊണ്ടുവന്നതും മറ്റു ചിലർ ഈന്തപ്പഴവും തേനും കൊണ്ടുവന്നതും, മറ്റു ചിലർ കുഞ്ഞുടുപ്പുകൾ കൊണ്ടുവന്നതും മറ്റുചിലർ പ്രസവിച്ച സ്ത്രീക്കുള്ള സമ്മാനങ്ങളുമായി വന്നതും എല്ലാം അയാൾക്ക് ഓർമ്മയുണ്ട്. പരിചാരിക പീറ്ററിന്റെ അമ്മ ആയിരുന്നു. അവർ വെള്ളം തിളപ്പിച്ചു. ഉപ്പു വിതറി. കരഞ്ഞുകൊണ്ടിരുന്ന കുഞ്ഞിനെ കുളിപ്പിച്ചു... ഇപ്പോൾ ആ മറിയത്തിന്റെ മകൻ അയാളുടെ മുന്നിലൂടെ കുരിശിന്റെ ഭാരവും ചുമന്ന് കടന്നു പോകുകയായിരുന്നു. ഈ സമയത്ത് എല്ലാവരും അയാളെ തുപ്പുകയും കല്ലുവലിച്ചെറിയുകയും ചെയ്യുന്നുണ്ടായിരുന്നു... പീറ്റർ അയാളെ കണ്ണെടുക്കാതെ നോക്കിക്കൊണ്ടിരുന്നപ്പോൾ അയാൾക്ക് അസ്വസ്ഥത തോന്നി. മറിയത്തിന്റെ മകൻ ഒരു ഭാഗ്യദോഷി ആയിരുന്നു. ഇസ്രയേലിന്റെ ദൈവം പ്രവാചകന്മാരെ കുരിശിലേറ്റാൻ വേണ്ടി കുരിശുണ്ടാക്കാൻ കരുണ കാണിക്കാതെ തെരഞ്ഞെടുത്തത് മറിയത്തിന്റെ മകനെ

ആയിരുന്നു. അദ്ദേഹം സർവ്വശക്തനാണ്. പീറ്റർ ഒരു ഞെട്ടലോടെ ആലോചിച്ചു. അദ്ദേഹത്തിന് ഇതിനുവേണ്ടി വേണമെങ്കിൽ എന്നെ തെരഞ്ഞെടുക്കാമായിരുന്നു. പക്ഷേ, അദ്ദേഹം പകരം മറിയത്തിന്റെ മകനെ തെരഞ്ഞെടുത്തു. അങ്ങനെ ഞാൻ രക്ഷപ്പെട്ടു... പെട്ടെന്ന് പീറ്ററിന്റെ മനസ്സ് ശാന്തമായി. ആ നിമിഷത്തിൽ ഒറ്റയ്ക്ക് പാപം തോളിൽ ചുമന്നുകൊണ്ടുപോകുന്ന മറിയത്തിന്റെ മകനോട് അയാൾക്ക് ആഴത്തിലുള്ള കടപ്പാട് തോന്നി.

ഈ കാര്യങ്ങളെല്ലാം അയാളുടെ മനസ്സിലേക്ക് തള്ളിക്കയറിക്കൊണ്ടിരിക്കുമ്പോൾ കുരിശുചുമക്കുന്നവൻ ശ്വാസം കിട്ടാതെ നടത്തം നിർത്തി.

"ഞാൻ തളർന്നു. തളർന്നു." അയാൾ പിറുപിറുത്തു. അയാൾ പിടിച്ചു നില്ക്കാൻ ഒരു മനുഷ്യനോ പാറയോ കണ്ടെത്താൻ വേണ്ടി നാലുചുറ്റും തിരഞ്ഞു. പക്ഷേ, വെറുപ്പോടെ നോക്കുന്ന ആയിരക്കണക്കിനു കണ്ണുകളും ഉയർത്തിപ്പിടിച്ചിരിക്കുന്ന ചുരുട്ടിപ്പിടിച്ച കൈപ്പത്തികളും ഒഴിച്ച് മറ്റൊന്നും അയാൾ കണ്ടില്ല. പിന്നീട് ആകാശത്തിൽ ചിറകടിയൊച്ച കേട്ട പോലെ അയാൾക്ക് തോന്നി. അയാളുടെ ഹൃദയം തുള്ളിച്ചാടി. ഒരുപക്ഷേ, അവസാനനിമിഷത്തിൽ ദൈവത്തിന് അയാളോട് അനുകമ്പതോന്നി അദ്ദേഹത്തിന്റെ മാലാഖമാരെ പറഞ്ഞുവിട്ടതായിരിക്കാം. അയാൾ കണ്ണുകൾ ഉയർത്തി. അതെ, അയാളുടെ മുകളിൽ ചിറകുകൾ ഉണ്ടായിരുന്നു: കാക്കകൾ! അയാൾക്ക് ദേഷ്യം വന്നു. അയാൾ പിടിവാശിയുടെ അധീനതയിലായി. അയാൾ കുന്നുകയറാനുള്ള നടത്തം തുടരാനുള്ള തീരുമാനം എടുത്തുകൊണ്ട് കാലുയർത്തി. പക്ഷേ, കല്ലുകൾ അയാളുടെ കാല്പാദത്തിനടിയിൽ താഴ്ന്നുപോയി. അയാൾ കാലുതെറ്റി മുന്നോട്ടു വീഴാൻ തുടങ്ങി. പീറ്റർ കൃത്യസമയത്ത് പാഞ്ഞുവന്ന് അയാളെ താഴെവീഴാതെ പിടിച്ചുനിർത്തി. അയാൾ കുരിശ് മറിയത്തിന്റെ മകന്റെ തോളിൽ നിന്ന് സ്വന്തം തോളിലേക്ക് കയറ്റിവച്ചു.

"ഞാൻ നിങ്ങളെ സഹായിക്കട്ടെ" അയാൾ പറഞ്ഞു. "നിങ്ങൾ തളർന്നിരിക്കുന്നു."

മറിയത്തിന്റെ മകൻ തലതിരിച്ച് മീൻപിടിത്തക്കാരനെ നോക്കി. പക്ഷേ, അയാൾ പീറ്ററിനെ തിരിച്ചറിഞ്ഞില്ല. ഈ യാത്ര അയാൾക്ക് ഒരു സ്വപ്നം ആണെന്നു തോന്നി. പെട്ടെന്ന് അയാളുടെ തോളിൽ നിന്ന് ഭാരം ഒഴിഞ്ഞുപോയിരിക്കുന്നു. ഇപ്പോൾ ഒരാൾ സ്വപ്നത്തിൽ പറക്കുന്നതുപോലെ അയാൾ അന്തരീക്ഷത്തിൽ പറന്നുകൊണ്ടിരിക്കുകയായിരുന്നു. അത് ഒരു കുരിശ് ആകരുതായിരുന്നു. അയാൾ ആലോചിച്ചു. അത് രണ്ടു ചിറകുകൾ ആകേണ്ടതായിരിക്കുന്നു!... മുഖത്തുനിന്ന് രക്തവും വിയർപ്പും തുടച്ചുകൊണ്ട് അയാൾ ഉറച്ച ചുവടുകളോടെ പീറ്ററിനെ പിന്തുടർന്നു.

അന്തരീക്ഷം പാറകളെ നക്കിത്തുടയ്ക്കുന്ന ഒരു തീജ്ജ്വാല ആയിരുന്നു. ചോര നക്കിക്കുടിക്കാൻ വേണ്ടി നാടോടികൾ കൂട്ടിക്കൊണ്ടുവന്നിരുന്ന പെൺപട്ടികൾ പാറയുടെ താഴെ അവരുടെ യജമാനന്മാർ കുഴിച്ച

കുഴിയുടെ കരയിൽ എഴുന്നേറ്റുനിന്നുകൊണ്ട് മൂരി നിവർന്നു. അവർ കിതയ്ക്കുന്നുണ്ടായിരുന്നു. അവരുടെ ഞാന്നുകിടന്ന നാക്കിൽനിന്നും തുപ്പൽ ഒലിച്ചിറങ്ങുന്നുണ്ടായിരുന്നു. ഈ ചുടുകാട്ടിൽ മനുഷ്യരുടെ തലയ്ക്കുള്ളിൽ അവരുടെ തലച്ചോറുകൾ തിളച്ചുമറിയുന്നത് നിങ്ങൾക്ക് കേൾക്കാൻ കഴിയും. ഇതുപോലുള്ള ചൂടിൽ എല്ലാ ആലോചനകളും അകന്നുപോകുന്നു– വിവേകവും വിഡ്ഢിത്തവും കുരിശും ചിറകുകളും ദൈവവും മനുഷ്യനും എല്ലാം നാടുകടത്തപ്പെടുന്നു.

അവളിലെ കാരുണ്യമുള്ള സ്ത്രീ മറിയത്തിനെ ചിന്തകളിൽ നിന്ന് വീണ്ടും ഉണർത്തി. അവൾ കണ്ണുതുറന്ന് നഗ്നപാദനായ തന്റെ മെലിഞ്ഞ മകനെ കണ്ടു. അവൻ അവസാനം കൊടുമുടിയിൽ എത്താറായിരുന്നു. അവന്റെ മുമ്പിൽ കുരിശു ചുമന്നുകൊണ്ട് മറ്റൊരു മനുഷ്യനും ഉണ്ടായിരുന്നു. അവൾ നെടുവീർപ്പിട്ടുകൊണ്ട് സഹായം അന്വേഷിക്കുന്നതുപോലെ നാലുചറ്റും നോക്കി. സ്വന്തം നാട്ടുകാരെയും മീൻപിടിത്തക്കാരെയും കണ്ടപ്പോൾ അവരോടൊപ്പം ചേരാൻ വേണ്ടി അവൾ മുന്നോട്ടുകുതിച്ചു– പക്ഷേ, താമസിച്ചുപോയി! പട്ടാളപ്പാളയത്തിൽ കാഹളം മുഴങ്ങിക്കഴിഞ്ഞു. പുതിയ കുതിരപ്പട്ടാളം കാഴ്ചയിലേക്ക് കടന്നുവന്നു. പൊടിപടലങ്ങൾ പറന്നുയർന്നു. ആളുകൾ വീണ്ടും ഒന്നിച്ചുകൂടി. എന്നാൽ മറിയത്തിന് പാറപ്പുറത്തു കയറിനിന്ന് നോക്കാൻ കഴിയുന്നതിനുമുമ്പ് വെള്ളോടുകൊണ്ടുള്ള തൊപ്പിയും ചുവന്ന വേഷവും ധരിച്ച കുതിരപ്പട്ടാളക്കാരുടെ തലയെടുപ്പുള്ള കുതിരകൾ കാൽച്ചുവട്ടിലുള്ള യഹൂദന്മാരെ ചവിട്ടിത്തേച്ചു.

പിന്നിൽ കൈമുട്ടുകൾ ചേർത്തു കെട്ടിയ നിഷേധിയായ മതതീവ്രവാദി മുന്നോട്ടുവന്നു. അയാളുടെ കീറിപ്പറിഞ്ഞവേഷത്തിൽ ചോരപുരണ്ടിരുന്നു. അയാളുടെ നീണ്ട തലമുടി ചോരയിലും വിയർപ്പിലും നനഞ്ഞ് തോളിൽ ഒട്ടിപ്പിടിച്ചിരുന്നു. അയാളുടെ എഴുന്നു നില്ക്കുന്ന നരച്ചതാടി വളർന്നുകിടന്നു. അയാളുടെ ചലനമില്ലാത്ത കണ്ണുകൾ മുന്നോട്ടു നോക്കുന്നുണ്ടായിരുന്നു.

മനുഷ്യർ ഈ കാഴ്ച കണ്ട് ഭയന്നുപോയിരുന്നു. ഈ കീറത്തുണികൾക്കുള്ളിൽ മറഞ്ഞിരിക്കുന്നത് ഒരു മനുഷ്യനാണോ? അതോ അടഞ്ഞ ചുണ്ടുകൾക്കുള്ളിൽ ഭയാനകവും ഏറ്റുപറയാൻ പറ്റാത്തതുമായ ഒരു രഹസ്യം കാത്തുസൂക്ഷിക്കുന്ന ഒരു മാലാഖയോ പിശാചോ ഒളിഞ്ഞിരിക്കുന്നുണ്ടോ? മതതീവ്രവാദിക്ക് ധൈര്യം കൊടുക്കാൻ വേണ്ടി അയാൾ പ്രത്യക്ഷപ്പെടുന്ന നിമിഷത്തിൽ "എന്റെ ശത്രുക്കൾ ചിന്നിച്ചിതറട്ടെ" എന്ന യുദ്ധഗാനം ഉറക്കെ പാടണമെന്ന് വൃദ്ധനായ ആചാര്യനും ആളുകളും തീരുമാനം എടുത്തിരുന്നു. പക്ഷേ, ഇപ്പോൾ അവരുടെ വാക്കുകൾ തൊണ്ടയിൽ കുരുങ്ങി. ഈ മനുഷ്യന് ധൈര്യത്തിന്റെ ആവശ്യമില്ലെന്ന് എല്ലാവർക്കും തോന്നി. അയാൾ ധീരതയ്ക്ക്- അപ്പുറത്തായിരുന്നു. അയാൾ കീഴടക്കാൻ പറ്റാത്തവനായിരുന്നും, അടിച്ചമർത്താൻ പറ്റാത്തവനായിരുന്നു. അയാളുടെ പിൻവശത്ത് കെട്ടിയിട്ടിരുന്ന ആ കൈകൾക്കുള്ളിൽ സ്വാതന്ത്ര്യം അടക്കം ചെയ്തിരുന്നു. അവർ എല്ലാവരും അയാളെ ഭയ

ത്തോടെ നോക്കിക്കൊണ്ട് നിശ്ശബ്ദരായി നിന്നു.

ജീനിയിൽ കെട്ടിയിരുന്ന ഒരു ചരടിൽ അയാളെ കെട്ടിവലിച്ചുകൊണ്ട് ഒരു സൈന്യാധിപൻ അയാളുടെ മുമ്പിൽ കുതിരപ്പുറത്തു സഞ്ചരിച്ചിരുന്നു. അയാളുടെ തൊലി സൂര്യതാപം ഏറ്റ് തഴമ്പിച്ചിരുന്നു. അയാൾ വളരെക്കാലം മുമ്പുതന്നെ യഹൂദന്മാരെ വെറുക്കാൻ തുടങ്ങിക്കഴിഞ്ഞിട്ടുണ്ട്. പത്തുവർഷമായി അയാൾ കുരിശുകൾ കുഴിച്ചിട്ട് അവരെ കുരിശിലേറ്റിക്കൊണ്ടിരിക്കുന്നുണ്ട്. പത്തുവർഷമായി അവരെ നിശ്ശബ്ദരാക്കാൻ വേണ്ടി അയാൾ അവരുടെ വായിൽ കല്ലും അഴുക്കും കുത്തിനിറച്ചിട്ടുണ്ട്– പക്ഷേ, പ്രയോജനം ഉണ്ടായിട്ടില്ല! ഒരാൾ കുരിശിലേറ്റപ്പെടുമ്പോൾ ആയിരംപേർ അവരുടെ ഊഴവും കാത്ത് അവരുടെ ഒരു പഴയ രാജാവിന്റെ ധിക്കാരം നിറഞ്ഞ കീർത്തനങ്ങളും ചൊല്ലിക്കൊണ്ട് അണിനിരന്നു. അവർക്ക് മരണത്തെ പേടി ഉണ്ടായിരുന്നില്ല. അവർക്ക് ആദ്യം ജനിക്കുന്ന ആൺകുട്ടികളുടെ ചോര നക്കിക്കുടിക്കുന്ന രക്തദാഹിയായ സ്വന്തം ദൈവം ഉണ്ടായിരുന്നു. അവർക്ക് അവരുടെ സ്വന്തം നിയമം ഉണ്ടായിരുന്നു. അവർക്ക് മനുഷ്യനെ തിന്നുന്ന പത്തുകൊമ്പുള്ള മൃഗം ഉണ്ടായിരുന്നു. അത് അവരെ എവിടെവച്ച് പിടികൂടും? അവരെ അതിന് എങ്ങനെ കീഴടക്കാൻ പറ്റും? അവർക്ക് മരണത്തെ ഭയം ഉണ്ടായിരുന്നില്ല– ഇവിടെ കിഴക്കിരുന്നുകൊണ്ട് ആ പട്ടാള മേധാവി പലപ്പോഴും ആലോചിച്ചിരുന്നു– മരണത്തെ ഭയക്കാത്തവന് നാശം ഇല്ല. അവൻ അനശ്വരനാണ്.

അയാൾ കടിഞ്ഞാൺ പിന്നോട്ടു വലിച്ച് കുതിരയെ നിർത്തി. അയാൾ യഹൂദന്മാരുടെ പുറത്തുകൂടി കണ്ണോടിച്ചു: ദ്രവിച്ചുപോയ മുഖങ്ങൾ, എരിയുന്ന കണ്ണുകൾ, അഴുക്കു പുരണ്ട താടികൾ, കൊഴുപ്പുപുരണ്ട മുടിച്ചുരുളുകൾ.. അയാൾ വെറുപ്പോടെ കാർക്കിച്ചുതുപ്പി. അയാൾക്ക് ഇവിടം ഉപേക്ഷിച്ചു പോകാൻ കഴിഞ്ഞിരുന്നെങ്കിൽ! അയാൾക്ക് ഒരിക്കൽകൂടി റോമിലേക്ക് തിരിച്ചുപോകാൻ കഴിഞ്ഞിരുന്നെങ്കിൽ! അവിടുത്തെ സ്നാനത്തൊട്ടികൾ, അവിടത്തെ നാടകശാലകൾ, അവിടത്തെ വൃത്തിയുള്ള സ്ത്രീകൾ! അയാൾ കിഴക്കിനെ വെറുത്തു. അതിന്റെ ഗന്ധങ്ങളെ, അതിന്റെ അഴുക്കിനെ, അതിന്റെ യഹൂദന്മാരെ അയാൾ വെറുത്തു!

നാടോടികൾ പാറകൾക്ക് മുകളിലേക്ക് അവരുടെ വിയർപ്പ് കുടഞ്ഞുകളഞ്ഞു. അവർ കുന്നിന്റെ മുകളിലെ കുഴിയിൽ കുരിശു നാട്ടിക്കഴിഞ്ഞിരുന്നു. മറിയത്തിന്റെ മകൻ പാറയുടെ മുകളിൽ ഇരുന്ന് അവരെ നോക്കി. അയാൾ കുരിശിലേക്ക് നോക്കി. മനുഷ്യരെ നോക്കി. ആൾക്കൂട്ടത്തിന്റെ മുന്നിൽ കുതിരപ്പുറത്തുനിന്ന് താഴെ ഇറങ്ങിയ പട്ടാളമേധാവിയെ നോക്കി. അയാൾ നോട്ടം തുടർന്നു. പക്ഷേ, ജ്വലിക്കുന്ന ആകാശത്തിനു ചുവട്ടിൽ തലയോടുകളുടെ ഒരു സമുദ്രം ഒഴിച്ച് അയാൾ മറ്റൊന്നും കണ്ടില്ല. പീറ്റർ അയാളുടെ അടുത്തുവന്ന് സംസാരിക്കാൻവേണ്ടി കുനിഞ്ഞു. അയാൾ സംസാരിച്ചു. പക്ഷേ, ഇളകിമറിയുന്ന ഒരു കടൽ ചെറുപ്പക്കാരന്റെ ചെവിയിൽ ഇരമ്പിക്കൊണ്ടിരിക്കുകയായിരുന്നു. അയാൾ പീറ്ററിന്റെ സംസാരം കേട്ടില്ല.

പട്ടാളമേധാവി തലയാട്ടിയപ്പോൾ മതതീവ്രവാദി സ്വതന്ത്രനാക്കപ്പെട്ടിരുന്നു. അയാൾ മരവിപ്പിൽനിന്നും തിരിച്ചുകയറാൻ വേണ്ടി ഒരുവശത്തേക്ക് മാറിനിന്നു സമാധാനത്തോടെ വസ്ത്രം അഴിക്കാൻ തുടങ്ങി. മഗ്ദലന കുതിരകളുടെ കാലുകൾക്ക് ഇടയിലൂടെ നീട്ടിയ കൈകളുമായി അയാളുടെ അടുത്തെത്താൻ ശ്രമിച്ചു. പക്ഷേ, അയാൾ അവളെ കൈവീശിക്കാണിച്ച് തിരിച്ചോടിച്ചു. കുലീനത നിഴലിക്കുന്ന ഒരു വൃദ്ധ ആൾക്കൂട്ടത്തിനിടയിലൂടെ നിശ്ശബ്ദയായി തള്ളിക്കയറി മുമ്പോട്ടുവന്ന് അയാളെ കെട്ടിപ്പിടിച്ചു. അയാൾ തലതാഴ്ത്തി അവരുടെ രണ്ടു കൈകളിലും വളരെനേരം ചുംബിച്ചു. അയാൾ അവരെ നെഞ്ചോടു ചേർത്ത് അമർത്തി കെട്ടിപ്പിടിച്ചതിനുശേഷം മുഖം തിരിച്ചു. വൃദ്ധ കുറച്ചുസമയം നിശ്ശബ്ദയായി വരണ്ടകണ്ണുകൾ കൊണ്ട് അയാളെ നോക്കിക്കൊണ്ട് നിന്നു.

"നിനക്ക് എന്റെ അനുഗ്രഹങ്ങൾ ഉണ്ട്" അവസാനം അവർ പറഞ്ഞു. പിന്നീട് വിരളമായ നിഴലിൽ കിതച്ചുകൊണ്ടു നിന്ന നാടോടികളുടെ പെൺപട്ടികളോടൊപ്പം എതിർവശത്തെ പാറയുടെ പുറത്തു ചാരിനിന്നു.

പട്ടാളമേധാവി നിലത്തുചവിട്ടി ശബ്ദം ഉണ്ടാക്കിക്കൊണ്ട് എല്ലാവർക്കും അയാളെ കാണാനും കേൾക്കാനും കഴിയാൻ വേണ്ടി കുതിരപ്പുറത്തേക്ക് ചാടിക്കയറി. ആൾക്കൂട്ടത്തെ നിശ്ശബ്ദരാക്കാൻ വേണ്ടി ചാട്ടവീശിയതിനുശേഷം അയാൾ സംസാരിച്ചു:

"യഹൂദർ എന്റെ വാക്കുകൾ ശ്രദ്ധിക്കണം. റോം സംസാരിക്കുന്നു. നിങ്ങൾ സംസാരിക്കരുത്!"

അയാൾ തള്ളവിരൽ മതതീവ്രവാദിയുടെ നേർക്ക് ചൂണ്ടി. അയാൾ നേരത്തെ തന്നെ പഴന്തുണികൾ അഴിച്ചുവച്ച് സൂര്യനുതാഴെ കാത്തുനില്ക്കുകയായിരുന്നു.

"റോമൻ സാമ്രാജ്യത്തിനു മുമ്പിൽ ഇപ്പോൾ നഗ്നനായി നില്ക്കുന്ന ഈ മനുഷ്യൻ അയാളുടെ കൈ റോമിനെതിരെ ഉയർത്തി. ചെറുപ്പത്തിൽ തന്നെ അയാൾ പരമാധികാരിയായ കഴുകനെ വലിച്ചു താഴെയിട്ടു. അതിനുശേഷം അയാൾ മല കയറി. നിങ്ങളെല്ലാവരും അയാളോടൊപ്പം ചെല്ലാൻ യാചിച്ചു. നിങ്ങളുടെ ഇടയിൽ നിന്ന് മിശിഹാ പുറത്തു വന്ന് റോമിനെ നശിപ്പിക്കാനുള്ള സമയം വന്നെത്തിയെന്ന് അയാൾ നിങ്ങളോട് പറഞ്ഞു!.... അവിടെ നില്ക്കുന്നവർ അലർച്ച അവസാനിപ്പിക്കണം!.... വിപ്ലവം, കൊലപാതകം, വഞ്ചന: അതൊക്കെയാണ് അയാളുടെ കുറ്റങ്ങൾ. യഹൂദർ ഇപ്പോൾ ഞാൻ ചോദിക്കുന്ന കാര്യം ശ്രദ്ധിച്ചുകേൾക്കണം - ശിക്ഷ വിധിക്കുന്നത് നിങ്ങൾ ആയിരക്കണമെന്നാണ് ഞാൻ ആഗ്രഹിക്കുന്നത്. അയാൾ അർഹിക്കുന്നത് എന്ത് ശിക്ഷയാണ്?"

അയാൾ താഴെ കൂട്ടംകൂടി നിന്നിരുന്ന ആളുകൾക്ക് മുകളിലൂടെ കണ്ണോടിച്ചശേഷം കാത്തുനിന്നു. മനുഷ്യർ കോലാഹലം കൂട്ടുകയായിരുന്നു. അവർ അലറി. പരസ്പരം തള്ളി. അവർക്ക് അനുവദിച്ചു കൊടുത്തിരുന്ന സ്ഥലത്തുനിന്നും പട്ടാളമേധാവിയുടെ കുതിരയുടെ കാലിനടുത്തുവരെ പാഞ്ഞുവന്നു. പക്ഷേ, പിന്നീട് ഭയത്തോടെ പെട്ടെന്ന് പിൻവാ

ങ്ങിക്കൊണ്ട് എതിർദിശയിലേക്ക് ഒരു തിരമാലപോലെ ഒഴുകിമാറി.

പട്ടാളമേധാവിയുടെ ദേഷ്യം കൂടി. അയാൾ കുതിരമുള്ള് കുത്തി കുതിരയെ അതിവേഗത്തിൽ ആൾക്കൂട്ടത്തിന്റെ നേർക്ക് പായിച്ചു.

അയാൾ അലറി, “ഈ നിഷേധിക്ക്, ഈ കൊലപാതകിക്ക്, ഈ വഞ്ചകന് എന്ത് ശിക്ഷയാണ് കൊടുക്കേണ്ടത്?”

ചുവന്ന താടിക്കാരൻ മനസ്സിനെ നിയന്ത്രിക്കാൻ കഴിയാതെ ആവേശത്തോടെ മുന്നോട്ടുകുതിച്ചു. അയാൾ “സ്വാതന്ത്ര്യം നീണാൾ വാഴട്ടെ!” എന്ന് വിളിച്ചു കൂവാൻ ആഗ്രഹിച്ചു. അയാൾ വായ് തുറന്നതായിരുന്നു. പക്ഷേ, അയാളുടെ കൂട്ടുകാരൻ ബാറബാസ് അയാളെ പിടിച്ചുനിർത്തി വായ് പൊത്തിപ്പിടിച്ചു.

അവിടെ കുറേനേരത്തേക്ക് കടലിന്റെ ഇരമ്പം പോലെയുള്ള ശബ്ദം ഒഴിച്ച് മറ്റൊന്നും കേട്ടിരുന്നില്ല. ആർക്കും സംസാരിക്കാൻ ധൈര്യം ഉണ്ടായിരുന്നില്ല. പക്ഷേ, എല്ലാവരും നിശ്ശബ്ദമായി നെടുവീർപ്പിട്ടു. പെട്ടെന്ന് അസ്വസ്ഥമായ ഈ കോലാഹലത്തിനു മുകളിൽ തുളച്ചിറങ്ങുന്ന ഒരു ശബ്ദം ഉയർന്നുകേട്ടു. എല്ലാവരും ഭയംകൊണ്ടും ആഹ്ലാദം കൊണ്ടും ശബ്ദം കേട്ട ഭാഗത്തേക്ക് തിരിഞ്ഞുനോക്കി. വൃദ്ധനായ ആചാര്യൻ ഒരിക്കൽകൂടി ചുവന്നതാടിക്കാരന്റെ ചുമലിൽ പിടിച്ചുകയറിയിരുന്നു. അയാൾ പ്രാർത്ഥിക്കാനോ ശപിക്കാനോ ആഗ്രഹിക്കുന്നമട്ടിൽ മെലിഞ്ഞ് അസ്ഥി പോലെയുള്ള രണ്ടുകൈയും മുകളിലേക്ക് ഉയർത്തിപ്പിടിച്ചുകൊണ്ട് നിർഭയമായി വിളിച്ചുപറഞ്ഞു:

“എന്തു ശിക്ഷ? രാജാവിന്റെ കിരീടം!”

അയാളെപ്പറ്റി സഹതാപം തോന്നിയതുകൊണ്ട് അയാളുടെ ശബ്ദം മുക്കിക്കളയാൻ ശ്രമിച്ചുകൊണ്ട് ആളുകൾ അലറിവിളിച്ചു. പട്ടാളമേധാവി അയാൾ വിളിച്ചുപറഞ്ഞത് കേട്ടില്ല.

“ആചാര്യൻ എന്താണ് പറഞ്ഞത്?” അയാൾ ചെവിക്കു പിന്നിൽ കൈപ്പത്തി പിടിച്ചുകൊണ്ട് വിളിച്ചുചോദിച്ചു.

“രാജാവിന്റെ കിരീടം!” ആചാര്യൻ എല്ലാ ശക്തിയും എടുത്ത് ആവർത്തിച്ചു. അയാളുടെ മുഖം തിളങ്ങി. അയാളുടെ ശരീരത്തിൽ തീ പടർന്നു. അയാൾ വിറച്ചു. അയാൾ തുള്ളി. കൊല്ലന്റെ ചുമലിൽ ഇരുന്ന് അയാൾ നൃത്തം ചെയ്തു: അയാൾ അന്തരീക്ഷത്തിൽ പറന്നു നടക്കാൻ ആഗ്രഹിക്കുന്നുണ്ടെന്നു തോന്നി.

പട്ടാളമേധാവിയുടെ നിയന്ത്രണം പോയി. അയാൾ കുതിരപ്പുറത്തു നിന്ന് ചാടിയിറങ്ങി ചാട്ട ജീനിയിൽ നിന്ന് ഊരി എടുത്തുകൊണ്ട് ആൾക്കൂട്ടത്തിന്റെ നേർക്ക് നടന്നടുത്തു. പാറകളിൽ നിന്ന് ഒഴിഞ്ഞുമാറി ഒരു മെരുങ്ങാത്ത കരടിയോ കാട്ടുപോത്തോ നടക്കുന്നതുപോലെ അയാൾ സാവധാനം നിശ്ശബ്ദനായി നടന്നു. ആൾക്കൂട്ടം ശ്വാസം അടക്കിപ്പിടിച്ച് നിന്നു. ഒരിക്കൽകൂടി ഒലിവു തോട്ടത്തിലെ പച്ചക്കുതിരകളുടെയും അക്ഷമരായ കാക്കകളുടെയും ശബ്ദം ഒഴിച്ച് മറ്റൊന്നും തന്നെ കേൾക്കാൻ ഉണ്ടായിരുന്നില്ല.

അയാൾ രണ്ടുചുവട് വച്ചതിനുശേഷം വീണ്ടും നിന്നു. തുറന്ന വായകളിൽ നിന്നും കുളിക്കാത്ത വിയർത്ത ശരീരങ്ങളിൽ നിന്നുമുള്ള നാറ്റം അയാളെ ആക്രമിച്ചിരുന്നു. ഈ യഹൂദന്മാർ! അയാൾ കൂടുതൽ മുന്നോട്ടു നടന്ന് ആചാര്യന്റെ മുമ്പിൽ എത്തി. വൃദ്ധൻ കൊല്ലന്റെ തോളിൽ ഇരുന്നുകൊണ്ട് അയാളെ കുനിഞ്ഞു നോക്കി. വൃദ്ധന്റെ മുഖത്ത് സ്വർഗ്ഗീയാനന്ദത്തിന്റെ ഒരു പുഞ്ചിരി പടർന്നിരുന്നു. ജീവിതകാലം മുഴുവൻ അയാൾ ഈ നിമിഷത്തിനു വേണ്ടി ആഗ്രഹിച്ചിരുന്നു. ഇപ്പോൾ അത് വന്നുചേർന്നിരിക്കുന്നു: പ്രവാചകന്മാരെപ്പോലെ അയാളും കൊല്ലപ്പെടുന്ന ആ നിമിഷം.

പട്ടാളമേധാവി കണ്ണ് പകുതി അടച്ചുകൊണ്ട് അയാളെ നോക്കി. ഒറ്റ ഇടിക്ക് വൃദ്ധന്റെ കലഹിക്കുന്ന തല തകർക്കാൻ വേണ്ടി ഉയർന്നു കഴിഞ്ഞ കൈ വളരെ പണിപ്പെട്ടാണ് പട്ടാളമേധാവി നിയന്ത്രിച്ചുനിർത്തിയത്. പക്ഷേ, അയാൾ ദേഷ്യം തുറന്നുവിട്ടില്ല. കാരണം വൃദ്ധനെ കൊല്ലുന്നത് റോമിന്റെ താല്പര്യങ്ങളിൽ ഉണ്ടായിരുന്നില്ല. വഴങ്ങാത്ത ശപിക്കപ്പെട്ട ഈ മനുഷ്യർ വീണ്ടും. സ്വന്തം കാലിൽ എഴുന്നേറ്റ് നിന്ന് ഒളിയുദ്ധം തുടങ്ങും. യഹൂദന്മാരുടെ കടന്നൽകൂട്ടിൽ കൈ ഇടുന്നത് റോമിന്റെ താല്പര്യങ്ങളിൽ ഇല്ലായിരുന്നു. അതുകൊണ്ട് സ്വന്തം ശക്തിയെ നിയന്ത്രിച്ചുകൊണ്ട് അയാൾ ചാട്ട കൈയിൽ ചുറ്റിവച്ചതിനുശേഷം ആചാര്യന്റെ നേർക്ക് തിരിഞ്ഞു. അയാളുടെ ശബ്ദം കൂടുതൽ പരുഷമായി മാറിയിരുന്നു:

"ആചാര്യാ, നിങ്ങളുടെ മുഖം ആദരവ് അർഹിക്കുന്നതാണെന്ന് കരുതപ്പെടുന്നത് ഞാൻ അതിനെ ആദരിക്കുന്നതുകൊണ്ട് മാത്രമാണ്. ഞാൻ, അതായത് റോം അതിന് മൂല്യം നല്കണമെന്ന് ആഗ്രഹിക്കുന്നതാണ് അതിന്റെ ഒരേ ഒരു കാരണം— അതിന് സ്വന്തമായി ഒരു മൂല്യവും ഇല്ല. അതുകൊണ്ടാണ് ഞാൻ ചാട്ട ഉയർത്താതിരിക്കുന്നത്. ഞാൻ നിങ്ങൾ പറഞ്ഞത് കേട്ടു. നിങ്ങൾ വിധി പറഞ്ഞു. ഇപ്പോൾ ഞാനും അതുതന്നെ ചെയ്യാം."

അയാൾ കുരിശിന്റെ ഇരുവശത്തുമായി കാത്തുനിന്നിരുന്ന നാടോടികളുടെ നേർക്ക് തിരിഞ്ഞു:

"അവനെ കുരിശിലേറ്റൂ!" അയാൾ വിളിച്ചുകൂവി.

"ഞാൻ വിധി പറഞ്ഞു" ആചാര്യൻ ശാന്തമായ ശബ്ദത്തിൽ പറഞ്ഞു. "പട്ടാളമേധാവിയും വിധി പറഞ്ഞു കഴിഞ്ഞു. പക്ഷേ, ഒരാൾ വിധി പറയാൻ ബാക്കിയുണ്ട്. ഏറ്റവും പ്രധാനപ്പെട്ട അയാളുടെ വിധിയും നിശ്ചയമായും കേൾക്കേണ്ടതായുണ്ട്."

"ചക്രവർത്തിയുടേതാണോ?"

"അല്ല.... ദൈവത്തിന്റെ."

പട്ടാളമേധാവി പൊട്ടിച്ചിരിച്ചു. "ഞാൻ നസറേത്തിലെ ചക്രവർത്തിയുടെ വക്താവാണ്. ചക്രവർത്തി ഈ ലോകത്തെ ദൈവത്തിന്റെ വക്താവാണ്. ദൈവവും ചക്രവർത്തിയും റുഫുസും വിധി പറഞ്ഞുകഴിഞ്ഞിരിക്കുന്നു."

ഇത്രയും പറഞ്ഞതിനുശേഷം അയാൾ ചാട്ട അഴിച്ച് താഴെയുള്ള

കല്ലിലും മുൾച്ചെടികളിലും വീശിക്കൊണ്ട് കുന്നിന്റെ മുകളിലേക്ക് കയറിപ്പോയി.

വൃദ്ധൻ ആകാശത്തേക്ക് കൈകൾ ഉയർത്തി: "ചെകുത്താനേ, ദൈവം നിന്റെ തലയിലും നിന്റെ കുട്ടികളുടെ തലയിലും നിന്റെ പേരക്കുട്ടികളുടെ തലയിലും ഈ പാപങ്ങളെല്ലാം കുന്നുകൂട്ടട്ടെ!"

ഇതിനിടയിൽ കുതിരപ്പട്ടാളക്കാർ കുരിശിനുചുറ്റും ഒരു വലയം തീർത്തിരുന്നു. താഴെ കാഴ്ച കാണാൻ വേണ്ടി ആളുകൾ അമർഷത്തോടെ മുരണ്ടുകൊണ്ട് നിരന്നുനിന്നിരുന്നു. അവർ തീവ്രമായ മാനസിക സമ്മർദ്ദം കൊണ്ട് വിറയ്ക്കുന്നുണ്ടായിരുന്നു: അത്യത്ഭുതം സംഭവിക്കുമോ അതോ സംഭവിക്കാതിരിക്കുമോ? സ്വർഗ്ഗം എപ്പോഴാണ് തുറക്കുന്നതെന്ന് കാണാൻ വേണ്ടി പലരും ആകാശത്തേക്ക് നോക്കി. സ്ത്രീകൾ ആകാശത്തിൽ പലനിറത്തിലുള്ള ചിറകുകൾ തിരിച്ചറിഞ്ഞുകഴിഞ്ഞിരുന്നു. ആചാര്യൻ കൊല്ലന്റെ വിശാലമായ ചുമലിൽ കുനിഞ്ഞിരുന്ന് കുതിരപ്പട്ടാളത്തിന്റെ ചുവന്നവേഷങ്ങൾക്കും കുതിരകളുടെ കുളമ്പുകൾക്കും ഇടയിലൂടെ കാര്യങ്ങൾ കാണാൻ വേണ്ടി പാടുപെട്ടു. അയാൾ കുരിശിനുമുകളിൽ എന്താണ് സംഭവിക്കുന്നതെന്ന് കണ്ടുപിടിക്കാൻ ആഗ്രഹിച്ചു. അയാൾ നോക്കി. അയാൾ പ്രത്യാശയുടെ കൊടുമുടിയിലേക്ക് നോക്കി. നൈരാശ്യത്തിന്റെ കൊടുമുടിയിലേക്ക് നോക്കി- അയാൾ നോക്കിക്കൊണ്ടിരുന്നു. പക്ഷേ, സംസാരിച്ചില്ല. അയാൾ കാത്തിരിക്കുകയായിരുന്നു. വൃദ്ധനായ ആചാര്യന് അവനെ അറിയാം. ഇസ്രയേലിന്റെ ഈ ദൈവത്തെ ആചാര്യന് നല്ലപോലെ അറിയാം. അവൻ കരുണയില്ലാത്തവനായിരുന്നു. അവന് അവന്റേതായ നിയമങ്ങൾ ഉണ്ടായിരുന്നു. അവന്റേതായ പത്തുകല്പനകൾ ഉണ്ടായിരുന്നു. അതെ, അവൻ അവന്റെ വാക്കുകൊടുക്കുകയും അത് പാലിക്കുകയും ചെയ്തു. പക്ഷേ, അവന് തിരക്ക് ഉണ്ടായിരുന്നില്ല: അവൻ സമയത്തെ സ്വന്തം അളവുപാത്രം കൊണ്ട് അളന്നു. അവന്റെ വാക്കുകൾ തലമുറകൾ തലമുറകളായി അന്തരീക്ഷത്തിൽ പ്രാവർത്തികമാകാതെ നിലകൊള്ളും. അവ ഭൂമിയിലേക്ക് ഇറങ്ങിവരില്ല. അവസാനം അത് ഇറങ്ങിവരുമ്പോൾ അവൻ അത് ഏല്പിക്കാൻ തീരുമാനിച്ച മനുഷ്യൻ മൂന്നുതവണ നശിച്ചിരിക്കും! ദിവ്യഗ്രന്ഥത്തിന്റെ ഒരറ്റം മുതൽ മറ്റേ അറ്റം വരെ, ദൈവം തെരഞ്ഞെടുത്തവൻ എത്രതവണയാണ് കൊല്ലപ്പെട്ടിട്ടുള്ളത്? — പക്ഷേ, ദൈവം എന്നെങ്കിലും അവരെ രക്ഷിക്കാൻ ഒരു വിരലെങ്കിലും ഉയർത്തിയിട്ടുണ്ടോ? എന്തുകൊണ്ട്? എന്തുകൊണ്ട്? അവർ അവന്റെ ആഗ്രഹം പിന്തുടർന്നില്ലേ? അതോ തെരഞ്ഞെടുക്കപ്പെട്ടവരെല്ലാം കൊല്ലപ്പെടണമെന്നത് ഒരുപക്ഷേ, ദൈവത്തിന്റെ ആഗ്രഹം ആയിരിക്കുമോ? ആചാര്യൻ ഈ ചോദ്യങ്ങൾ സ്വയം ചോദിച്ചിട്ടുണ്ട്. പക്ഷേ, അയാളുടെ ചിന്തകളെ മുന്നോട്ട് തള്ളിവിടാനുള്ള ധൈര്യം അയാൾക്ക് ഉണ്ടായിരുന്നില്ല. "ദൈവം അഗാധമായ ഒരു കുഴി ആണ്." അയാൾ ആലോചിച്ചു. "അഗാധമായ ഒരുകുഴി. ഞാൻ അതിന്റെ അടുത്തേക്ക് പോകാതിരിക്കുന്നതാണ് നല്ലത്!"

മറിയത്തിന്റെ മകൻ പാറയുടെ ഒരുവശത്ത് ഇപ്പോഴും ഇരിക്കുന്നുണ്ടായിരുന്നു. അയാൾ വിറയ്ക്കുന്ന കാൽമുട്ടുകളിൽ രണ്ടുകൈകൊണ്ടും അമർത്തിപിടിച്ചിരുന്നാണ് നാലുചുറ്റും ശ്രദ്ധിച്ചുകൊണ്ടിരുന്നത്. രണ്ടു നാടോടികളും കൂടി മതവിശ്വാസിയെ ബലമായി പിടിച്ചു. റോമൻ പട്ടാളക്കാരും മുന്നോട്ടുവന്നു. അവർ എല്ലാവരുംകൂടി പൊട്ടിച്ചിരികളുടെയും ശാപവാക്കുകളുടെയും അകമ്പടിയോടെ വിപ്ലവകാരിയെ കുരിശിലേക്ക് പിടിച്ചു വലിച്ച് തള്ളിക്കയറ്റാൻ വേണ്ടി പരിശ്രമിച്ചു. കാവൽപട്ടികൾ ഈ പോരാട്ടം കണ്ടപ്പോൾ കാര്യം മനസ്സിലാക്കിക്കൊണ്ട് ചാടി എഴുന്നേറ്റ് നിന്നു.

കുലീനയും വൃദ്ധയുമായ അമ്മ അവർ ചാരിനിന്നിരുന്ന പാറ ഉപേക്ഷിച്ച് മുന്നോട്ടു നടന്നുചെന്നു.

"മോൻ ധൈര്യം കൈവിടരുത്." അവർ വിളിച്ചു പറഞ്ഞു. "ഞരങ്ങരുത്. നിന്നെപ്പറ്റി ഞങ്ങൾക്ക് ലജ്ജ തോന്നാൻ ഇടയാക്കരുത്!"

"അത് അയാളുടെ അമ്മയാണ്" വൃദ്ധനായ ആചാര്യൻ മുറുമുറുത്തു. "മക്കാബികളുടെ പിൻഗാമിയായ അയാളുടെ കുലീനയായ അമ്മ."

രണ്ട് കട്ടിയുള്ള ചരടുകൾ വിപ്ലവകാരിയുടെ കക്ഷങ്ങൾക്കടിയിലൂടെ വലിച്ചുചുറ്റിയിരുന്നു. നാടോടികൾ കുരിശിന്റെ ശാഖകളിൽ കപ്പികൾ കൊളുത്തിയിട്ടുകൊണ്ട് അയാളെ സാവധാനം ഉയർത്താൻ തുടങ്ങി. അയാൾക്ക് ഭാരമുള്ള വലിയ ശരീരം ഉണ്ടായിരുന്നു. കുരിശ് പെട്ടെന്ന് ചരിഞ്ഞ് തലകുത്തി വീഴുമായിരുന്നു. പട്ടാളമേധാവി മറിയത്തിന്റെ മകനെ തൊഴിച്ചു. അയാൾ വേച്ചുവേച്ച് എഴുന്നേറ്റ് കൂന്താലി എടുത്തുകൊണ്ട് കല്ലും ആപ്പുകളും തിരുകിവെച്ച് കുരിശ് ഉറപ്പിച്ചുനിർത്താൻ വേണ്ടി പോയി.

ഇത് മറിയത്തിന് താങ്ങാൻ കഴിഞ്ഞില്ല. അവൾ അവന്റെ അമ്മയാണല്ലോ. അവളുടെ മകനെ കുരിശിലേറ്റാൻ നില്ക്കുന്നവരുടെ കൂട്ടത്തിൽ കാണുന്നതിൽ മറിയം ലജ്ജിച്ചു. അവൾ മനസ്സു കല്ലാക്കിക്കൊണ്ട് ആൾക്കൂട്ടത്തിനിടയിലൂടെ തള്ളിക്കയറി. ഗാനേസറത്തിലെ മീൻപിടിത്തക്കാർക്ക് അവളെപ്പറ്റി ദുഃഖം തോന്നിയെങ്കിലും അവർ അവളെ കണ്ടതായി ഭാവിച്ചില്ല. മകനെ പിടികൂടാൻ വേണ്ടി അവൾ കുതിരകൾക്കിടയിലൂടെ കുതിക്കാൻ തുടങ്ങി. പക്ഷേ, പ്രായം ചെന്ന ഒരു അയൽക്കാരിക്ക് അവളെപ്പറ്റി സഹതാപം തോന്നിയിട്ട് അവളുടെ കൈയ്ക്ക് കയറിപ്പിടിച്ചു. "മറിയം" അവർ പറഞ്ഞു. "അത് ചെയ്യരുത്. നീ എവിടെയാണ് പോകുന്നത്? അവർ നിന്നെ കൊല്ലും!"

"എന്റെ മകനെ എനിക്ക് അവിടെനിന്ന് കൂട്ടിക്കൊണ്ടുവരണം" മറിയം മറുപടി പറഞ്ഞുകൊണ്ട് പൊട്ടിക്കരഞ്ഞു.

"മറിയം കരയരുത്" വൃദ്ധ പറഞ്ഞു. "മറ്റേ അമ്മയെ നോക്ക്. അവൾ മകനെ കുരിശിലേറ്റുന്നത് ചലനമില്ലാതെ നോക്കിക്കൊണ്ടു നില്ക്കുകയാണ്. അവളുടെ കാര്യം ആലോചിച്ചുനോക്ക്."

"ഞാൻ മകനെ നോക്കി മാത്രമല്ല കരയുന്നത്. ഞാൻ ആ അമ്മയ്ക്കു

കൂടി വേണ്ടിയാണ് കരയുന്നത്."

നിശ്ചയമായും ജീവിതത്തിൽ വളരെ കൂടുതൽ സഹിച്ചിട്ടുള്ള വൃദ്ധ അവരുടെ കഷണ്ടികയറിയ തല കുലുക്കി.

അവർ പറഞ്ഞു. "കുരിശിൽ ഏറ്റപ്പെടുന്നവന്റെ അമ്മയാകുന്നതിലും നല്ലത് കുരിശിലേറ്റുന്നവന്റെ അമ്മ ആകുന്നതാണ്."

പക്ഷേ, മറിയം ധൃതിയിൽ ആയിരുന്നു. അവൾ അവർ പറഞ്ഞതു കേട്ടില്ല. അവൾ കുന്നുകയറാൻ തുടങ്ങി. അവളുടെ നിറഞ്ഞ കണ്ണുകൾ എല്ലായിടത്തും മകനെ തിരഞ്ഞു. ലോകം മുഴുവൻ വിലപിക്കാൻ തുടങ്ങി. അത് കൂടുതൽ മങ്ങിക്കൊണ്ടിരുന്നു. ആഴമുള്ള ആ മങ്ങലിലൂടെ കുതിരകളും ഓടുകൊണ്ട് നിർമ്മിച്ച പടച്ചട്ടകളും ഭൂമി മുതൽ ആകാശം വരെ നീണ്ടു നില്ക്കുന്ന ഒരു പുതിയ കുരിശും അമ്മയ്ക്ക് തിരിച്ചറിയാൻ കഴിഞ്ഞു.

ഒരു കുതിരപ്പട്ടാളക്കാരൻ തിരിഞ്ഞുനോക്കിയപ്പോൾ അവളെ കണ്ടു. അയാൾ കുന്തം ഉയർത്തിക്കൊണ്ട് അവളോട് തിരിച്ചുപോകാൻ ആംഗ്യം കാണിച്ചു. അമ്മ നടത്തം അവസാനിപ്പിച്ചു. അവൾ കുനിഞ്ഞിരുന്ന് കുതിരകളുടെ വയറുകൾക്ക് അടിയിലൂടെ മകനെ കണ്ടു. അവൻ മുട്ടുകുത്തി ഇരുന്ന് കൂന്താലികൊണ്ട് കല്ലുനീക്കിയിട്ട് കുരിശ് ഉറപ്പിച്ചുനിർത്തുകയായിരുന്നു.

"എന്റെ കുട്ടീ" അവൾ പൊട്ടിക്കരഞ്ഞു. "ദൈവമേ!"

അമ്മയുടെ കരച്ചിൽ ഹൃദയം പിളർക്കുന്നതായിരുന്നു. പുരുഷന്മാരുടെയും കുതിരകളുടെയും പട്ടിണികൊണ്ട് കുരയ്ക്കുന്ന പട്ടികളുടെയും ബഹളത്തിനു മുകളിൽ അവളുടെ കരച്ചിൽ ഉയർന്നുനിന്നു. മകൻ തിരിഞ്ഞുനോക്കിയപ്പോൾ അമ്മയെ കണ്ടു. അവന്റെ മുഖം ഇരുണ്ടു. അവൻ കൂടുതൽ രോഷത്തോടെ ജോലി തുടർന്നു.

നാടോടികൾ കയർ ഏണികളിൽ കയറി മതതീവ്രവാദി തെന്നി താഴെ വീഴാതിരിക്കാൻ വേണ്ടി കയറുകൊണ്ട് കുരിശിൽ കെട്ടിവച്ചു. ഇപ്പോൾ അവർ ആണികൾ എടുത്ത് അയാളുടെ കൈകളിൽ ആണി അടിക്കാൻ ആരംഭിച്ചു. രക്തത്തുള്ളികൾ ശക്തിയോടെ യേശുവിന്റെ മുഖത്ത് തെറിച്ചുവീണു. അയാൾ കൂന്താലി ഉപേക്ഷിച്ച് ഭയത്തോടെ പിന്നോട്ടുമാറി കുതിരകളുടെ പിന്നിലെത്തിയപ്പോൾ മരിക്കാൻ പോകുന്ന മനുഷ്യന്റെ അമ്മയുടെ തൊട്ടടുത്താണ് എത്തിയിരിക്കുന്നതെന്ന് അയാൾക്ക് മനസ്സിലായി. കീറിപ്പറിയുന്ന മാംസത്തിന്റെ ശബ്ദം കേൾക്കാൻ വേണ്ടി അയാൾ വിറച്ചുകൊണ്ട് കാത്തുനിന്നു. അയാളുടെ രക്തം മുഴുവൻ കൈപ്പത്തികളുടെ മദ്ധ്യത്തിലേക്ക് ഇരച്ചു കയറി. ഞരമ്പുകൾ എഴുന്നുനിന്ന് തീക്ഷ്ണമായി മിടിച്ചു— അവ തകരാൻ പോകുകയാണെന്ന് തോന്നി. അയാളുടെ ഓരോ കൈപ്പത്തിയിലും ആണി തുളഞ്ഞിറങ്ങുന്ന വേദന അയാൾ അനുഭവിച്ചു.

അയാളുടെ അമ്മയുടെ ശബ്ദം ഒരിക്കൽ കൂടി മുഴങ്ങി "യേശൂ, എന്റെ കുട്ടീ!"

കുരിശിൽനിന്നും ആഴമുള്ള ഒരു അലർച്ച താഴോട്ട് ഒഴുകി: ആ മനു

ഷ്യന്റെ ഉള്ളിൽനിന്ന് ഉയരാത്ത വന്യമായ ഒരു നിലവിളി. ഭൂമിയുടെ ഉള്ളിൽനിന്നും പുറത്തുവന്ന ഒരു ശബ്ദം:

"പിതാവേ!"

ആളുകൾ അത് കേട്ടു - അത് അവരുടെ ഉള്ളിലേക്ക് ഇടിച്ചുകയറി. നിലവിളിച്ചത് ആളുകൾ തന്നെ ആയിരുന്നോ? അതോ അത് ഭൂമിയായിരുന്നോ? അതോ ആദ്യത്തെ ആണി അടിച്ചു കയറ്റുമ്പോൾ അയാൾ വിളിച്ചുകൂവിയതാണോ? എല്ലാവരും ഒന്നായി മാറിയിരുന്നു. എല്ലാവരും കുരിശിലേറ്റപ്പെട്ടിരുന്നു. മനുഷ്യരും ഭൂമിയും മതതീവ്രവാദിയും അലറുകയായിരുന്നു. ചോര കുതിരകളുടെ പുറത്ത് തെറിച്ചുവീണു. ഒരു വലിയ തുള്ളി യേശുവിന്റെ ചുണ്ടിൽ വീണു. അതിന് ചൂടും ഉപ്പുരസവും ഉണ്ടായിരുന്നു.... കുരിശു പണിയുന്നവന്റെ കാലുകൾ ഇടറി. പക്ഷേ, അയാളുടെ അമ്മ പാഞ്ഞുവന്ന് വീഴുന്നതിനുമുമ്പ് അയാളുടെ കൈയിൽ കയറി പിടിച്ചു.

"എന്റെ കുട്ടീ" അവർ വീണ്ടും പിറുപിറുത്തു. "യേശു!"

പക്ഷേ, അയാളുടെ കണ്ണുകൾ അടഞ്ഞിരിക്കുകയായിരുന്നു. കൈയിലും കാലിലും ഹൃദയത്തിലും അയാൾക്ക് അസ്സഹനീയമായ വേദന അനുഭവപ്പെട്ടു.

കുലീനയായ വൃദ്ധ കുരിശിൽകിടക്കുന്ന മകന്റെ ചലനങ്ങൾ യാതൊരു ചലനവും ഇല്ലാതെ നോക്കിനിന്നു. അവൾ ശബ്ദം പുറത്തു വരാതിരിക്കാൻ വേണ്ടി ചുണ്ടുകടിച്ചിരുന്നു. പക്ഷേ, ആ സമയത്ത് അവൾ പിന്നിൽ നിന്ന് ആശാരിയുടെ മകന്റെയും അവന്റെ അമ്മയുടെയും ശബ്ദം കേട്ടു. അവൾ ദേഷ്യത്തോടെ തിരിഞ്ഞു നോക്കി. ഇത് അവളുടെ മകന്റെ കുരിശു നിർമ്മിച്ച മതത്തെ പരിത്യജിച്ച യഹൂദനും അവനെ ഗർഭംധരിച്ച അമ്മയും ആയിരുന്നു. ഇതുപോലെ ഒരു മകൻ— ഒരു ഒറ്റുകാരൻ— എന്തിനാണ് ജീവിക്കുന്നത്? അവളുടെ മകൻ കുരിശിൽ വേദനകൊണ്ട് അലറുമ്പോൾ ഇവൻ എന്തിനാണ് ജീവിക്കുന്നത്? അവൾ ദുഃഖംകൊണ്ട് രണ്ടു കൈയും ആശാരിയുടെ മകന്റെ നേർക്ക് നീട്ടിക്കൊണ്ട് അവന്റെ അടുത്തു ചെന്ന് തൊട്ടുമുന്നിൽ നിന്നു. അവൻ കണ്ണുകൾ ഉയർത്തി അവളെ കണ്ടു. അവളുടെ കണ്ണുകളിൽ അനുകമ്പ ഇല്ലായിരുന്നു. അവൾ വിളറിയിരുന്നു. അയാൾ അവളെ കണ്ടതിനുശേഷം തല കുനിച്ചു. അവളുടെ ചുണ്ടുകൾ ചലിച്ചു:

"ഞാൻ നിന്നെ ശപിക്കുന്നു" അവളുടെ ശബ്ദം പരുഷവും വന്യവും ആയിരുന്നു. "ആശാരിയുടെ മകനെ, ഞാൻ നിന്നെ ശപിക്കുന്നു. നീ മറ്റൊരാളെ കുരിശിലേറ്റുമ്പോൾ, നീ സ്വയം കുരിശിലേറ്റപ്പെടട്ടെ!"

അവൾ അമ്മയുടെ നേർക്ക് തിരിഞ്ഞു:

"മറിയം, എനിക്ക് തോന്നിയ വേദന നീയും അനുഭവിക്കട്ടെ!"

ഇത്രയും പറഞ്ഞതിനുശേഷം അവൾ തലതിരിച്ച് വീണ്ടും മകനെ ത്തന്നെ നോക്കി. മഗ്ദലന ഇപ്പോൾ കുരിശിന്റെ ചുവട്ടിൽ കെട്ടിപ്പിടിച്ചു കൊണ്ട് മതതീവ്രവാദിക്കുവേണ്ടി ചരമഗീതം പാടുകയായിരുന്നു. അവ

ളുടെ കൈകൾ അയാളുടെ കാലുകളിൽ സ്പർശിച്ചിരുന്നു. അവളുടെ തലമുടിയും കൈയും രക്തത്തിൽ മുങ്ങിയിരുന്നു.

നാടോടികൾ അവരുടെ കത്തിയെടുത്ത് കുരിശിലേറ്റപ്പെട്ട മനുഷ്യന്റെ വസ്ത്രങ്ങൾ കഷണങ്ങളായി മുറിച്ചെടുത്ത് താഴെ എറിഞ്ഞു. വലിയ ചോരത്തുള്ളികൾ തെറിച്ചുവീണ പാടുകളുള്ള അയാളുടെ വെളുത്ത ശിരോവസ്ത്രം ഒഴിച്ച് മറ്റൊന്നും അയാളുടെ ദേഹത്ത് അവശേഷിച്ചിരുന്നില്ല.

"ഇത് നമുക്ക് ആശാരിയുടെ മകന് കൊടുക്കാം" നാടോടികൾ പരസ്പരം പറഞ്ഞു. "പാവം, അവനും നല്ലപോലെ പണിയെടുത്തിട്ടുണ്ട്."

അവൻ ചുരുണ്ടുകൂടി വിറച്ചുകൊണ്ട് വെയിലത്തിരിക്കുന്നത് അവർ കണ്ടു.

"ആശാരീ, ഇത് നിന്റെ പങ്കാണ്" അവരിൽ ഒരാൾ രക്തം പുരണ്ട ശിരോവസ്ത്രം അയാളുടെ നേർക്ക് എറിഞ്ഞുകൊണ്ട് വിളിച്ചു പറഞ്ഞു. "വരാനിരിക്കുന്ന അസംഖ്യം കുരിശിലേറ്റലുകൾക്കുള്ള മംഗളാശംസകൾ!"

"ആശാരി, നിന്റെ സ്വന്തം കുരിശിലേറ്റലിനുള്ള ആശംസയും ഈ കൂട്ടത്തിൽ ഉണ്ട്!" മറ്റേ നാടോടി സ്നേഹത്തോടെ അയാളുടെ പുറത്തു തട്ടികൊണ്ട് പൊട്ടിച്ചിരിച്ചു.

അഞ്ച്

"എന്റെ കുട്ടികളേ, നമുക്ക് പോകാം" നൈരാശ്യം ബാധിച്ച പരിഭ്രാന്തരായ ജനക്കൂട്ടത്തെ തടുത്തു കൂട്ടാൻ വേണ്ടി കൈവിടർത്തിക്കൊണ്ട് വൃദ്ധനായ ആചാര്യൻ വിളിച്ചു പറഞ്ഞു. "നമുക്ക് പോകാം. എനിക്ക് നിങ്ങളോട് ഒരു വലിയ രഹസ്യം പറയാനുണ്ട്. ധൈര്യം വേണം!"

അവർ ഇടുങ്ങിയ ഇടവഴികളിലൂടെ ഓടാൻ തുടങ്ങി. അവരെ മേയ്ച്ചുകൊണ്ട് അവരുടെ പിന്നിൽ കുതിരപ്പട്ടാളം ഉണ്ടായിരുന്നു. സ്ത്രീകൾ നിലവിളിച്ചുകൊണ്ട് വാതിലുകൾ അടച്ചു— കൂടുതൽ ചോര ചൊരിയാൻ പോകുന്നുണ്ട്. വൃദ്ധനായ ആചാര്യൻ ഓടുന്നതിനിടയിൽ രണ്ടുതവണ വീണു. അയാൾ വീണ്ടും ചുമച്ച് രക്തം തുപ്പാൻ തുടങ്ങി. യൂദാസും ബാറബാസും ചേർന്ന് അയാളെ പൊക്കിയെടുത്തു. ആളുകൾ കൂട്ടംകൂട്ടമായി സിനെഗോഗിനുള്ളിലേക്ക് തള്ളിക്കയറി. അവർ കിതയ്ക്കുന്നുണ്ടായിരുന്നു. അവരെക്കൊണ്ട് സിനെഗോഗും മുറ്റവും നിറഞ്ഞു. അവർ തെരുവിലേക്കുള്ള കതക് പൂട്ടി.

ആചാര്യന്റെ ചുണ്ടുകൾ തുറക്കുന്നതു പ്രതീക്ഷിച്ച് അവർ കാത്തുനിന്നു. ഇത്രയധികം ബുദ്ധിമുട്ടുകൾക്കിടയിൽ അവരുടെ മനസ്സിന് സന്തോഷം കിട്ടാൻ വേണ്ടി ഈ വൃദ്ധന് എന്തു രഹസ്യമാണ് വെളിപ്പെടുത്താൻ കഴിയുന്നത്? വർഷങ്ങളായിട്ട് അവർ ഒന്നൊന്നായി ഭാഗ്യദോഷങ്ങൾ അനുഭവിച്ചുകൊണ്ടിരിക്കുന്നു. കുരിശുമരണത്തിനുശേഷം

വീണ്ടും കുരിശുമരണം. ദൈവത്തിന്റെ സുവിശേഷകർ തുടർച്ചയായി ജറുസലേമിലും ജോർദ്ദാനിലും മരുഭൂമിയിലും മുളച്ചുവന്നു. അല്ലെങ്കിൽ അവർ പർവ്വതങ്ങളിൽനിന്ന് വായിൽനിന്ന് നുരയും പതയും ഒലിപ്പിച്ച് കീറിപ്പറിഞ്ഞ വസ്ത്രങ്ങളും ചങ്ങലകളും അണിഞ്ഞ് ഓടിയിറങ്ങിവന്നു. അവർ എല്ലാവരും തന്നെ കുരിശിലേറ്റപ്പെട്ടിരുന്നു.

കോപംകൊണ്ടുള്ള ഒരു മുറുമുറുപ്പ് ഉയർന്നു. ഭിത്തികളെ അലങ്കരിക്കുന്ന മരച്ചില്ലകൾ, പനമരങ്ങൾ, അഞ്ചു കോണുകളുള്ള ചിത്രങ്ങൾ, പ്രസംഗപീഠത്തിലെ ആഡംബരം നിറഞ്ഞ വാക്കുകൾ, അവിടെനിന്നുള്ള ദിവ്യമായ രേഖകൾ, വാഗ്ദത്ത ഭൂമി, സ്വർഗ്ഗരാജ്യം, തെരഞ്ഞെടുക്കപ്പെടുന്ന മനുഷ്യർ, മിശിഹാ- ഇവയ്ക്കൊന്നിനുംതന്നെ അവരെ സാന്ത്വനിപ്പിക്കാൻ കഴിഞ്ഞില്ല. വളരെക്കാലം നീണ്ടുനിന്ന പ്രതീക്ഷകൾ നിരാശയായി മാറാൻ തുടങ്ങിക്കഴിഞ്ഞിരുന്നു. ദൈവത്തിന് ധൃതി ഇല്ല. പക്ഷേ, മനുഷ്യന് ധൃതി ഉണ്ട്. അവർക്ക് ഇനിയും കൂടുതൽ കാത്തിരിക്കാൻ പറ്റില്ല. സിനെഗോഗിന്റെ രണ്ടു ഭിത്തികളിലും ചിത്രീകരിച്ചിട്ടുള്ള പ്രതീക്ഷകൾക്ക് പോലും ഇപ്പോൾ അവരെ വഞ്ചിക്കാൻ കഴിയുന്നില്ല. ഒരിക്കൽ എസെക്കിയേൽ പ്രവാചകനെ വായിക്കുമ്പോൾ ആചാര്യനെ ദൈവം തൂത്തുവാരിക്കൊണ്ടുപോയി. അയാൾ ചാടി എഴുന്നേറ്റ് അലറി; പൊട്ടിക്കരഞ്ഞു. നൃത്തം ചെയ്തു. പക്ഷേ, എന്നിട്ടും ആശ്വാസം കണ്ടെത്തിയില്ല. പ്രവാചകന്റെ വാക്കുകൾ അയാളുടെ ജീവിതത്തിന്റെ ഭാഗമായി മാറിക്കഴിഞ്ഞിരുന്നു. സ്വയം ആശ്വസിക്കാൻ വേണ്ടി അയാൾ ബ്രഷും പെയിന്റും കൈയിൽ എടുത്തു. അയാൾ സിനെഗോഗിനകത്ത് അടച്ചുപൂട്ടി ഇരുന്ന് ദിവ്യമായ ആവേശത്തോടെ പ്രവാചകന്റെ ഉൾക്കാഴ്ചകൾകൊണ്ട് ഭിത്തികൾ ആവരണം ചെയ്യാൻ തുടങ്ങി: അനന്തമായ മരുഭൂമി, തലയോട്ടികളും അസ്ഥികളും, മനുഷ്യരുടെ അസ്ഥികൂടങ്ങളുടെ പർവ്വതങ്ങൾ, അതിനുമുകളിൽ ചുട്ടുപഴുത്ത ഇരുമ്പുപോലെ തിളക്കമുള്ള ഒരു സ്വർഗ്ഗം. സ്വർഗ്ഗത്തിന്റെ നടുക്കുനിന്നും പുറത്തേക്ക് തള്ളി നില്ക്കുന്ന വളരെ വലിയ ഒരു കൈ എസെക്കീയേലിന്റെ പിടലിക്ക് പിടിച്ച് അന്തരീക്ഷത്തിൽ ഉയർത്തിനിർത്തിയിരിക്കുന്നു... പക്ഷേ, ഈ കാഴ്ച അടുത്ത ഭിത്തിയിലേക്കും പടർന്നു കയറിയിരുന്നു. ഇവിടെ എസെക്കിയേലിന്റെ കാൽമുട്ടുവരെ അസ്ഥികൾക്കുള്ളിൽ മുങ്ങിപ്പോയിരുന്നു. അയാളുടെ തുറന്നിരുന്ന വായുടെ നിറം തിളങ്ങുന്ന പച്ച ആയിരുന്നു. അതിന്റെ ഉള്ളിൽനിന്നും ചുവന്ന അക്ഷരങ്ങളുടെ ഒരു നാട പുറത്തേക്ക് നീണ്ടു കിടന്നു. “ഇസ്രയേലിലെ മനുഷ്യർ അറിയണം, ഇസ്രയേലിലെ മനുഷ്യർ അറിയണം, മിശിഹാ വന്നിട്ടുണ്ട്!” അസ്ഥികൾ പരസ്പരം കോർത്ത് ഒന്നായി മാറി, ചെളിപുരണ്ട തലയോടുകൾ മുപ്പത്തിരണ്ടു പല്ലുമായി എഴുന്നേറ്റു നിന്നു. ഭയനാകമായ കൈ കൈപ്പത്തിക്കുള്ളിൽ പുതിയ ജറുസലേമിനെ കൈവശം വച്ചുകൊണ്ട് സ്വർഗ്ഗത്തിൽനിന്നും ഉദിച്ചുയർന്നു. പുതുതായി നിർമ്മിച്ച ഉജ്ജ്വലമായി പ്രകാശിക്കുന്ന മരതകവും മാണിക്യക്കല്ലും നിറഞ്ഞ പുതിയ ജറുസലേം!

ആളുകൾ ഈ ചിത്രങ്ങളിൽ നോക്കി മുറുമുറുത്തുകൊണ്ട് തല കുലുക്കി. ഇത് കണ്ടപ്പോൾ വൃദ്ധനായ ആചാര്യന് ദേഷ്യം വന്നു.

"നിങ്ങൾ എന്താണ് മുറുമുറുക്കുന്നത്?" അയാൾ അവരുടെ നേർക്ക് അട്ടഹസിച്ചു. "നിങ്ങൾ നമ്മുടെ പിതാക്കന്മാരുടെ ദൈവത്തിൽ വിശ്വസിക്കുന്നില്ലേ? ഒരാൾ കൂടി കുരിശിലേറ്റപ്പെട്ടിരിക്കുന്നു: രക്ഷകൻ ഒരു ചുവടു കൂടി അടുത്തേക്ക് വന്നിരിക്കുന്നു. എന്നാൽ നിങ്ങൾ വിശ്വസിക്കുന്നില്ല; കുരിശാരോഹണത്തിന്റെ അർത്ഥം അതാണ്."

അയാൾ പ്രസംഗപീഠത്തിൽ നിന്ന് ഒരു കടലാസുചുരുൾ വലിച്ചെടുത്ത് അക്രമാസക്തമായ ഒരു ചലനത്തിലൂടെ അതിന്റെ ചുരുൾ നിവർത്തി. തുറന്നുകിടന്ന ജനാലയിലൂടെ സൂര്യൻ അകത്തുവന്നു; ഒരു കൊക്ക് ആകാശത്ത് നിന്ന് പറന്നിറങ്ങിവന്ന് അതിനും കേൾക്കാൻ ആഗ്രഹം ഉണ്ടെന്ന മട്ടിൽ എതിർവശത്തെ വീടിന്റെ മേൽക്കൂരയിൽ ഇരുന്ന് ചുറ്റുപാടും നോക്കി. ശൂന്യമായ നെഞ്ചിൽനിന്നും സന്തോഷം നിറഞ്ഞ വിജയത്തിന്റെ നിലവിളി കുതിച്ചുചാടി. "വിജയത്തിന്റെ കാഹളം മുഴങ്ങട്ടെ! ജറുസലേമിൽ സന്തോഷവാർത്ത പ്രഖ്യാപിക്കട്ടെ! വിളിച്ചു പറയൂ! യഹോവാ അദ്ദേഹത്തിന്റെ ആളുകളെ കാണാൻ വന്നിരിക്കുന്നു. ജറുസലേം ഉണരട്ടെ! നിങ്ങളുടെ ഹൃദയങ്ങൾ ഉയർത്തപ്പെടട്ടെ! നോക്കൂ! കിഴക്കുനിന്നും പടിഞ്ഞാറുനിന്നും ഈശ്വരൻ നിങ്ങളുടെ പുത്രന്മാരെ തടുത്തുകൂട്ടുന്നു. പർവ്വതങ്ങൾ നിരപ്പാക്കപ്പെട്ടിരിക്കുന്നു. കുന്നുകൾ അപ്രത്യക്ഷമായിരിക്കുന്നു. എല്ലാ മരങ്ങളും അവയുടെ സുഗന്ധം ചൊരിഞ്ഞിരിക്കുന്നു. ജറുസലേമേ, നീ നിന്റെ കീർത്തിയുടെ വേഷഭൂഷാദികൾ അണിയണം. എന്നെന്നേക്കുമായി ഇസ്രയേലിലെ മനുഷ്യർക്ക് സന്തോഷം വന്നു ചേർന്നിരിക്കുന്നു."

"എപ്പോൾ, എപ്പോൾ!" ആൾക്കൂട്ടത്തിൽനിന്ന് ആരോ ചോദിക്കുന്നതു കേട്ടു. എല്ലാവരും തിരിഞ്ഞുനോക്കി. ഉണക്കമുന്തിരിപോലെ ചുളിഞ്ഞ ഒരു കിഴവൻ അവിടെ നില്ക്കുന്നുണ്ടായിരുന്നു. "എപ്പോഴാണ് പിതാവേ, എപ്പോൾ?"

ആചാര്യൻ ദേഷ്യപ്പെട്ട് പ്രവചനങ്ങൾ ചുരുട്ടിവച്ചു.

"മനാസസ്, നിങ്ങൾക്ക് തിടുക്കം ഉണ്ടോ?" ആചാര്യൻ ചോദിച്ചു.

"ഉണ്ട്" മെലിഞ്ഞ വൃദ്ധൻ മറുപടി പറഞ്ഞു. അയാളുടെ മുഖത്തു കൂടി കണ്ണുനീർ ഒഴുകുന്നുണ്ടായിരുന്നു. "എനിക്ക് സമയം ഇല്ല. ഞാൻ മരിക്കാറായിട്ടുണ്ട്."

ആചാര്യൻ കൈ ഉയർത്തി അസ്ഥികൾക്കുള്ളിൽ മൂടിപ്പോയ എസെക്കിയേലിനെ ചൂണ്ടിക്കാണിച്ചു.

"നോക്കൂ മനാസസ്! നിങ്ങൾ ഉയിർത്തെഴുന്നേല്ക്കും!"

"ഞാൻ വൃദ്ധനാണ്. അന്ധനുമാണ്. എനിക്ക് കാണാൻ കഴിയില്ല."

പീറ്റർ ഇടപെട്ടു. പകൽ അവസാനിക്കാറായിരുന്നു. രാത്രിയിൽ അയാൾ ഗാനേസറത്തിലെ തടാകത്തിൽ മീൻ പിടിച്ചിരുന്നു. അതുകൊണ്ട് അയാൾക്ക് തിരക്കുണ്ടായിരുന്നു. "പിതാവേ" അയാൾ പറഞ്ഞു, "നിങ്ങൾ

ഞങ്ങളുടെ ഹൃദയങ്ങൾക്ക് ആശ്വാസം കിട്ടാൻ ഒരു രഹസ്യം വാഗ്ദാനം ചെയ്തിരുന്നു. ആ രഹസ്യം എന്താണ്?"

അവർ എല്ലാവരും ശ്വാസം അടക്കിപിടിച്ച് വൃദ്ധനായ ആചാര്യന്റെ ചുറ്റും കൂട്ടംകൂടി. സിനെഗോഗിനുള്ളിൽ കയറിനില്ക്കാൻ കഴിയുന്നിടത്തോളം ആളുകൾ ഉള്ളിലേക്ക് തള്ളിക്കയറി. ചൂട് തീക്ഷ്ണമായിരുന്നു. അവിടെ മനുഷ്യരുടെ വിയർപ്പിന്റെ ശക്തമായ ഗന്ധം ഉണ്ടായിരുന്നു. കപ്യാർ അന്തരീക്ഷത്തിലെ ദുർഗ്ഗന്ധം അകറ്റാൻ വേണ്ടി ദേവദാരു നീരിൽ നിന്നും ഉണ്ടാക്കിയ ഗുളികകൾ ധൂപക്കുറ്റിയിലേക്ക് എറിഞ്ഞു.

വൃദ്ധനായ ആചാര്യൻ ശ്വാസം മുട്ടാതിരിക്കാൻ വേണ്ടി ഒരു തട്ടിന്റെ മുകളിൽ പിടിച്ചുകയറി.

"എന്റെ കുട്ടികളേ" അയാൾ വിയർപ്പു തുടച്ചുകൊണ്ട് വിളിച്ചു പറഞ്ഞു. "നമ്മുടെ ഹൃദയങ്ങളിൽ കുരിശുകൾ നിറഞ്ഞിരിക്കുന്നു. എന്റെ കറുത്ത താടി വളരെ മുമ്പ് നിറം മങ്ങിപ്പോയിരുന്നു. എന്റെ നിറം മങ്ങിയ താടി വെളുത്തുപോയിരിക്കുന്നു. എന്റെ പല്ലുകൾ തറയിൽ കൊഴിഞ്ഞു വീണു. വൃദ്ധനായ മനാസസിന്റെ കരച്ചിൽ ഞാൻ വർഷങ്ങളായി കരഞ്ഞുകൊണ്ടിരിക്കുകയാണ്: "ഈശ്വരാ, എത്ര കാലമായി ഞാൻ കരയുന്നു. ഞാൻ മരിക്കുന്നത് മിശിഹായെ കാണാതെയായിരിക്കുമോ?" ഞാൻ ഇത് വീണ്ടും വീണ്ടും ചോദിച്ചിരുന്നു. ഒരു രാത്രിയിൽ ആ അത്യത്ഭുതം നടന്നു: ദൈവം മറുപടി പറഞ്ഞു. അല്ല, അത്യത്ഭുതം അതായിരുന്നില്ല. നമ്മൾ ചോദ്യം ചെയ്യുമ്പോഴെല്ലാം ദൈവം മറുപടി പറയുന്നു. പക്ഷേ, നമ്മുടെ കാതുകൾ ഏറക്കുറെ ബധിരമാണ്: നമ്മൾ കേൾക്കുന്നില്ല. എന്തായാലും അന്നത്തെ രാത്രിയിൽ ഞാൻ കേട്ടു- അത്ഭുതം അതായിരുന്നു."

"പിതാവേ, എന്താണ് കേട്ടത്. ഞങ്ങളോട് എല്ലാം പറയൂ!" പീറ്റർ വിളിച്ചു പറഞ്ഞു. അയാൾ ആൾക്കൂട്ടത്തിലൂടെ തിക്കിത്തിരക്കി മുന്നോട്ടു വന്ന് ആചാര്യന്റെ മുമ്പിൽവന്ന് നിന്നു. വൃദ്ധൻ പീറ്ററെ കുനിഞ്ഞു നോക്കിക്കൊണ്ട് പുഞ്ചിരിച്ചു.

"പീറ്റർ, ദൈവം നിന്നെപ്പോലെയുള്ള ഒരു മീൻപിടിത്തക്കാരനാണ്. പൂർണ്ണചന്ദ്രനുള്ള രാത്രികളിലും പൂർണ്ണചന്ദ്രനോട് അടുത്തുള്ള രാത്രികളിലും ദൈവവും രാത്രിയിൽ മീൻപിടിക്കാൻ പോകാറുണ്ട്. അന്നുരാത്രിയിൽ പൂർണ്ണചന്ദ്രൻ ആയിരുന്നു– അത് പാലിന്റെ വെണ്മയോടെ ആകാശത്ത് സഞ്ചരിച്ചു. അത് അങ്ങേയറ്റത്തെ കാരുണ്യത്തോടെയും ഔദാര്യത്തോടെയും കാണപ്പെട്ടു. അതുകൊണ്ട് എനിക്ക് കണ്ണടയ്ക്കാൻ പറ്റിയില്ല. വീട് എന്നെ ഞെരിച്ചു. ഞാൻ ഇടുങ്ങിയ ഇടവഴികളിലൂടെ നടന്ന് നസറേത്തിനെ ഉപേക്ഷിച്ചു പോയി. ഞാൻ ഉയരങ്ങളിലേക്ക് പിടിച്ചുകയറി. ഒരു പാറയുടെ മുകളിൽ ചേക്കേറിക്കൊണ്ട് തെക്കോട്ട് നോക്കി. വിശുദ്ധമായ ജറുസലേമിലേക്ക് നോക്കി. ചന്ദ്രൻ കുനിഞ്ഞുനിന്ന് ഒരു മനുഷ്യജീവിയെപ്പോലെ എന്നെനോക്കി പുഞ്ചിരിച്ചു. ഞാൻ അതിന്റെ ചുണ്ടുകളിലേക്കും കവിളുകളിലേക്കും കൺകോണുകളിലേക്കും നോക്കിക്കൊണ്ട് നെടുവീർപ്പിട്ടു. എനിക്ക് അത് എന്നോട് സംസാരിച്ചുകൊണ്ടിരിക്കുന്ന

തായി തോന്നി. രാത്രിയുടെ നിശ്ശബ്ദതയിൽ എന്നോട് സംസാരിക്കുന്നു: എന്നിട്ടും എനിക്ക് കേൾക്കാൻ കഴിഞ്ഞില്ല.... ഭൂമിയിൽ ഒരിലപോലും അന ങ്ങിയില്ല. പുതിയ പ്രദേശത്തിന് റൊട്ടിയുടെ മണം ഉണ്ടായിരുന്നു. എനിക്ക് ചുറ്റുമുള്ള പർവ്വതങ്ങളിൽ നിന്ന് പാല് അരുവിയായി ടബോറിലേക്കും ഗിബോവയിലേക്കും കാർമലിലേക്കും ഒഴുകിയിറങ്ങി... ഞാൻ ഇത് ദൈവ ത്തിന്റെ രാത്രിയാണെന്ന് വിചാരിച്ചു. ഈ പൂർണ്ണചന്ദ്രൻ നിശ്ചയമായും ഈശ്വരന്റെ രാത്രിയിലെ മുഖം ആയിരിക്കും. ഭാവി ജറുസലേമിന്റെ രാത്രി കൾ ഇതുപോലെ ആയിരിക്കും..."

"ഈ ചിന്ത എന്റെ മനസ്സിലേക്ക് കടന്നു വന്ന നിമിഷത്തിൽതന്നെ എന്റെ കണ്ണു നിറഞ്ഞു. ഭയവും ദുഃഖവുംഎന്നെ പിടികൂടി. "എനിക്ക് പ്രായമായിരിക്കുന്നു." ഞാൻ അലറി "മിശിഹായുടെ കാഴ്ചയുടെ സന്തോഷം കിട്ടാതെ ഞാൻ മരിക്കാൻ പോകുകയാണോ?"

"ഞാൻ ചാടി എഴുന്നേറ്റു. എന്നെ ദിവ്യമായ ഉന്മാദം പിടികൂടി. ഞാൻ അമ്മ എന്നെ പ്രസവിച്ച രൂപത്തിൽ വസ്ത്രങ്ങളും അരപ്പട്ടയും അഴിച്ചു കളഞ്ഞ് ദൈവത്തിന്റെ കണ്ണുകൾക്കു മുമ്പിൽ നിന്നു. അദ്ദേഹം എനിക്ക് പ്രായമായത് കാണണമെന്ന് ഞാൻ ആഗ്രഹിച്ചു. ഞാൻ കിളികൾ കൊത്തി പ്പറിച്ച ശരല്ക്കാലത്തെ ഒരു മുന്തിരിക്കുലയുടെ തണ്ടുപോലെ, ഉണങ്ങിയ ഇലകളുമായി ചുക്കി ചുളിഞ്ഞിരിക്കുന്നത് അദ്ദേഹം കാണണം. അദ്ദേഹം എന്നെ കാണണമെന്നും എന്നോട് സഹതപിക്കണമെന്നും പെട്ടെന്ന് ഉണർന്നു പ്രവർത്തിക്കണമെന്നും ഞാൻ ആഗ്രഹിച്ചു!"

"അവിടെ ഈശ്വരന്റെ മുമ്പിൽ പരിപൂർണ്ണ നഗ്നനായി നില്ക്കുമ്പോൾ നിലാവ് എന്റെ ശരീരത്തിലേക്ക് തുളച്ചിറങ്ങുന്നതായി എനിക്ക് തോന്നി. ഞാൻ ദൈവത്തിനോട് ഒന്നു ചേർന്ന് പരിശുദ്ധാത്മാവായി മാറിയിരുന്നു. ഞാൻ ദൈവത്തിന്റെ ശബ്ദം കേട്ടത് പുറത്തുനിന്നോ മുകളിൽ നിന്നോ ആയിരുന്നില്ല. എന്റെ ഉള്ളിൽനിന്നുതന്നെ ആയിരുന്നു. എന്റെ ഉള്ളിൽനിന്ന്! ദൈവത്തിന്റെ യഥാർത്ഥ ശബ്ദം എല്ലായ്പ്പോഴും നമ്മിലേക്ക് കടന്നുവരുന്നത് അവരവരുടെ ഉള്ളിൽനിന്നുമാണ്. "ശിമയോൻ, ശിമ യോൻ" ആ വിളി ഞാൻ കേട്ടു. "മിശിഹായെ കാണുന്നതിനും സംസാരം കേൾക്കുന്നതിനും നിന്റെ കൈകൊണ്ട് കെട്ടിപ്പിടിക്കുന്നതിനും മുമ്പ് ഞാൻ നിന്നെ മരിക്കാൻ അനുവദിക്കുകയില്ല."

"എനിക്ക് അങ്ങേയറ്റം സന്തോഷമായി. എന്റെ ബോധം പോലും പോയി. ഞാൻ പൂർണ്ണനഗ്നനായി കാല് നിലത്തു ചവിട്ടി കൈകൊട്ടി ക്കൊണ്ട് ചന്ദ്രന്റെ താഴെ നിന്ന് നൃത്തം ചെയ്തു. ഈ നൃത്തം ഒരു നിമിഷം ആയിരുന്നോ അതോ ആയിരം വർഷങ്ങൾ നീണ്ടു നിന്നിരുന്നോ? എനിക്ക് അറിയില്ല. അത് എന്തായാലും ഞാൻ ആവശ്യത്തിന് നൃത്തം ചെയ്തു— ഞാൻ ആശ്വാസം കണ്ടെത്തി. ഞാൻ വസ്ത്രങ്ങൾ അണിഞ്ഞ് അരപ്പട്ട കെട്ടിയതിനുശേഷം നസറേത്തിലേക്ക് ഇറങ്ങിപ്പോയി. മേൽക്കൂരകൾക്കു മുകളിലിരുന്ന പൂവൻകോഴികൾ എന്നെ കണ്ടതും വിളിച്ചുകൂവാൻ തുടങ്ങി. ആകാശം പൊട്ടിച്ചിരിച്ചു. കിളികൾ ഉണർന്നു. വാതിലുകൾ തുറക്കപ്പെട്ടു

കയും എനിക്ക് അഭിവാദനങ്ങൾ നല്കുകയും ചെയ്തു. എന്റെ ജീർണ്ണിച്ച വീട് അടിമുടി തിളങ്ങുന്നുണ്ടായിരുന്നു: വാതിലുകളും ജനലുകളും എല്ലാം തന്നെ തിളങ്ങുന്നുണ്ടായിരുന്നു: എല്ലാം മാണിക്യക്കല്ലു കൊണ്ടായിരുന്നു. തടിയും പാറയും മനുഷ്യരും കിളികളും. എനിക്ക് ചുറ്റുമുള്ള എല്ലാ കാര്യങ്ങളിലും ദൈവത്തിന്റെ സാന്നിദ്ധ്യത്തിന്റെ ഗന്ധം ഉണ്ടായിരുന്നു. രക്തം കുടിക്കുന്ന പട്ടാള മേധാവി പോലും അത്ഭുതംകൊണ്ട് നിശ്ചലനായി നിന്നു. “ആചാര്യാ, നിങ്ങൾക്ക് എന്തുപറ്റി?” അയാൾ എന്നോടു ചോദിച്ചു. “നിങ്ങൾ കത്തുന്ന ഒരു പന്തമാണ്. സൂക്ഷിക്കണം. നസറേത്തിന് തീ വയ്ക്കരുത്! പക്ഷേ, ഞാൻ മറുപടി പറഞ്ഞില്ല: അയാൾ എന്റെ ശ്വാസം ദുഷിപ്പിക്കാൻ ഞാൻ ആഗ്രഹിച്ചിരുന്നില്ല.”

“ഞാൻ ഈ രഹസ്യം വർഷങ്ങളായി എന്റെ തൊലിക്കടിയിൽ സൂക്ഷിക്കുകയായിരുന്നു. എന്റെ ജീവിതകാലം മുഴുവൻ ഞാൻ ഇത് അഭിമാനത്തോടെയും അസൂയയോടെയും ആസ്വദിക്കുകയായിരുന്നു– അതോടൊപ്പം ഞാൻ കാത്തിരുന്നു. പക്ഷേ, ഇന്നത്തെ ഈ കറുത്ത ദിവസത്തിൽ നമ്മുടെ ഹൃദയത്തിലേക്ക് ഒരു പുതിയ കുരിശ് ആണിയടിച്ച് ഇറക്കിയിരിക്കുന്നു. എനിക്ക് ഇനിയും അത് കൂടുതൽകാലം കാത്തുസൂക്ഷിക്കാൻ കഴിവില്ലാതായിരിക്കുന്നു. ഇസ്രയേലിലെ മനുഷ്യരോട് ഞാൻ സഹതപിക്കുന്നു. അതുകൊണ്ട് ആഹ്ലാദം തരുന്ന വാർത്തകൾ ഞാൻ നിങ്ങൾക്കു മുമ്പിൽ അനാവരണം ചെയ്യുന്നു: അവൻ വരുന്നുണ്ട്. അവൻ അടുത്തെത്തിയിട്ടുണ്ട്. അവൻ ഒരുപക്ഷേ, അടുത്തുള്ള ഏതോ കിണറിൽനിന്നും വെള്ളം കുടിക്കാൻ വേണ്ടി നിന്നിട്ടുണ്ടാകും. അല്ലെങ്കിൽ ഒരു അപ്പക്കഷണം കഴിക്കാൻ വേണ്ടി അപ്പം ചുട്ടുകൊണ്ടിരിക്കുന്ന ഏതെങ്കിലും അടുപ്പിനടുത്ത് നിന്നിട്ടുണ്ടാകും. പക്ഷേ, അവൻ എവിടെയാണെങ്കിലും കാര്യമാക്കേണ്ടതില്ല. അവൻ പ്രത്യക്ഷപ്പെടും– കാരണം ദൈവം അങ്ങനെ പറഞ്ഞിട്ടുണ്ട്. അദ്ദേഹം എന്താണ് പറഞ്ഞത്? അദ്ദേഹം പറഞ്ഞത്. “ശിമയോൻ, മിശിഹായെ കാണുന്നതിനും കേൾക്കുന്നതിനും നിന്റെ കൈകൊണ്ട് കെട്ടിപ്പിടിക്കുന്നതിനും മുമ്പ് നീ മരിക്കില്ല. ദിവസംകഴിയുന്തോറും എന്റെ ശക്തി എന്നെ വിട്ടുപോകുന്നത് ഞാൻ അറിയുന്നുണ്ട്. പക്ഷേ, രക്ഷകൻ വരുന്നതിനുമുമ്പ് അത് എത്രത്തോളം വിട്ടുപോകുമെന്ന് അറിയില്ല. എനിക്ക് എൺപത്തിഅഞ്ച് വയസ്സായിരിക്കുന്നു. അദ്ദേഹത്തിന് കൂടുതൽ സമയം എടുക്കാൻ പറ്റില്ല!”

കൂർത്ത മൂക്കുള്ള ഒരു കഷണ്ടിക്കാരൻ കോങ്കണ്ണൻ ചാടി എഴുന്നേറ്റു. അയാളെ കണ്ടാൽ അയാൾ കുഴച്ചുകൊണ്ടിരുന്ന മാവിൽ പുളിപ്പിക്കാനുള്ള യീസ്റ്റ് ചേർക്കാൻ മറന്നുപോയതു പോലെ തോന്നി.

“പക്ഷേ, പിതാവേ, നിങ്ങൾ ആയിരം കൊല്ലം ജീവിക്കുകയാണെങ്കിൽ എന്ത് സംഭവിക്കും?” അയാൾ ഇടയ്ക്കുകയറി പറഞ്ഞു. “നിങ്ങൾ ഒരിക്കലും മരിച്ചില്ലെങ്കിൽ? അങ്ങനെ സംഭവിച്ചത് നമ്മൾ കണ്ടിട്ടുണ്ട്. ഇനോശും എലിജായും ഇപ്പോഴും ജീവിക്കുന്നുണ്ട്!” അയാളുടെ ചെറിയ കോങ്കണ്ണുകൾ അതിവേഗത്തിൽ നാലുചുറ്റും പറന്നു നടന്നു.

ആചാര്യൻ അയാൾ പറഞ്ഞത് കേട്ടില്ലെന്ന് നടിച്ചു. പക്ഷേ, കോങ്കണ്ണൻ പുറത്തേക്ക് ചീറ്റിയ വാക്കുകൾ അയാളുടെ ഹൃദയത്തിൽ തറച്ച കത്തികൾ ആയിരുന്നു. അയാൾ ആജ്ഞാപിക്കുന്ന മട്ടിൽ കൈ ഉയർത്തി:

"ഞാൻ ദൈവത്തിന്റെ കൂടെ തനിച്ചിരിക്കാൻ ആഗ്രഹിക്കുന്നു. എല്ലാവരും പോകണം!"

അവിടം ശൂന്യമായി. ആൾക്കൂട്ടം പിരിഞ്ഞുപോയി. വൃദ്ധനായ ആചാര്യൻ മാത്രം അവശേഷിച്ചു. അയാൾ നിരത്തിലേക്കുള്ള കതക് പൂട്ടിയതിനുശേഷം എസെക്കിയേൽ പ്രവാചകൻ ചിറകടിച്ച് അന്തരീക്ഷത്തിൽ ഉയർന്നു നില്ക്കുന്ന ഭിത്തിയിൽ ചാരിനിന്ന് ആഴമുള്ള ആലോചനകളിൽ മുഴുകി. ആചാര്യൻ ആലോചിച്ചു. അവൻ ദൈവമാണ്. സർവ്വശക്തനാണ്. അവൻ ഇഷ്ടമുള്ളതെല്ലാം ചെയ്യും. ആ തെമ്മാടി തോമസ് പറഞ്ഞത് ശരിയായിരിക്കുമോ? ഞാൻ ആയിരം വർഷങ്ങൾ ജീവിക്കണമെന്ന് ദൈവം തീരുമാനിച്ചാൽ എന്റെ കാര്യം കഷ്ടമാണ്! അവൻ ഞാൻ ഒരിക്കലും മരിക്കണ്ട എന്ന് തീരുമാനിച്ചാൽ അപ്പോൾ മിശിഹാ..? ഇസ്രയേലിലെ മനുഷ്യവർഗ്ഗത്തിന്റെ മഹത്തായ പ്രതീക്ഷകൾ വിഫലമാകുമോ? ദൈവത്തിന്റെ വാക്കുകളെ അമ്മ ഗർഭസ്ഥ ശിശുവിനെ പരിപാലിക്കുന്നതുപോലെ ആയിരക്കണക്കിന് വർഷങ്ങളായി അവർ അവരുടെ ഉള്ളിൽ പരിപാലിച്ചുകൊണ്ടിരിക്കുന്നു. ഞങ്ങളുടെ മാംസവും അസ്ഥികളും നശിപ്പിക്കപ്പെട്ടിരിക്കുന്നു. ഈ മകനുവേണ്ടി മാത്രം ജീവിച്ച ഞങ്ങൾ ഉരുകിത്തീർന്നിരിക്കുന്നു. പക്ഷേ, ഇപ്പോൾ മനുഷ്യവർഗ്ഗം ബുദ്ധിമുട്ടിലായിരിക്കുന്നു. എബ്രഹാമിന്റെ വിത്ത് ഉറക്കെ നിലവിളിക്കുന്നു. ഈശ്വരാ, അതിനെ അവസാനം വിട്ടയച്ചാലും! നീ ദൈവമാണ്, നിനക്ക് സഹിക്കാൻ കഴിയും— ഞങ്ങൾക്ക് കഴിയില്ല.. ദയ കാണിക്കണം!

അയാൾ സിനഗോഗിനുള്ളിൽ അങ്ങോട്ടും ഇങ്ങോട്ടും നടന്നു. അവസാനം ആ ദിവസം അടുത്തിരിക്കുന്നു. നിഴലുകൾ ചിത്രത്തിന് മങ്ങൽ ഏല്പിച്ച് എസെക്കിയേലിനെ വിഴുങ്ങിക്കഴിഞ്ഞു. വൃദ്ധനായ ആചാര്യൻ എസെക്കിയേലിനു ചുറ്റും ഇറങ്ങി വന്നിരുന്ന നിഴലും വെളിച്ചവും പരസ്പരം ലയിച്ചുചേർന്നിരിക്കുന്ന ഭാഗത്തേക്ക് നോക്കി. പെട്ടെന്ന് അയാളുടെ ജീവിതത്തിൽ കണ്ടതും അനുഭവിച്ചതുമായ എല്ലാ കാര്യങ്ങളും അയാളുടെ മനസ്സിലേക്ക് ഇരച്ചുകയറിവന്നു. അയാൾ ഗലീലിയിൽ നിന്ന് ജറുസലേമിലേക്കും ജറുസലേമിൽ നിന്ന് മരുഭൂമിയിലേക്കും മിശിഹായെ അന്വേഷിച്ച് എത്രമാത്രം പ്രതീക്ഷയോടെ എത്രപ്രാവശ്യം പാഞ്ഞുവന്നിരിക്കുന്നു! പക്ഷേ, കൃത്യനിഷ്ഠയോടെ ഒരു കുരിശ് അയാളുടെ പ്രതീക്ഷകൾക്ക് അന്ത്യം കുറിച്ചു. അയാൾ നാണക്കേടോടെ നസറേത്തിലേക്ക് തിരിച്ചുപോയി. ഇന്ന് എന്തായാലും...

അയാൾ കൈപ്പത്തികൾക്കിടയിൽ വച്ച് തല ഞെരിച്ചു.

"ഇല്ല, ഇല്ല" അയാൾ ഭയത്തോടെ മുറുമുറുത്തു. "ഇല്ല, ഇല്ല, ഇത് അസാദ്ധ്യമാണ്."

ഇപ്പോൾ പകലുകളിലും രാത്രികളിലും അയാളുടെ മനസ്സ് പിളർന്നു

മാറാൻ തയ്യാറായിക്കൊണ്ട് മുഴങ്ങിക്കൊണ്ടിരിക്കുകയായിരുന്നു. ഒരു പുതിയ പ്രതീക്ഷ അയാളിലേക്ക് കടന്നുവന്നിരുന്നു. അയാളെ മനസ്സിന് താങ്ങാൻ പറ്റുന്നതിനേക്കാൾ വലിയ ഒരു പ്രതീക്ഷ- അയാളുടെ വിഴുങ്ങിക്കൊണ്ടിരിക്കുന്ന ഒരു ഭൂതത്തെപ്പറ്റിയുള്ള പ്രതീക്ഷ. ഒരു ഭ്രാന്ത് പക്ഷേ, ഇത് ആദ്യത്തെ പ്രാവശ്യം ആയിരുന്നില്ല. ഈ ഭ്രാന്ത് വർഷങ്ങളായി അയാളുടെ മനസ്സിലേക്ക് അതിന്റെ നഖങ്ങൾ കുത്തിയിറക്കിക്കൊണ്ടിരിക്കുകയായിരുന്നു. അയാൾ അതിനെ പുറത്താക്കും. എന്നാൽ അത് വീണ്ടും വന്നുചേരും. പക്ഷേ, അത് ഒരിക്കലും പകൽസമയത്ത് വരാൻ ധൈര്യം കാണിച്ചിട്ടില്ല. എല്ലാ സമയത്തും അത് രാത്രിയുടെ ഇരുട്ടിലാണ് വന്നിട്ടുള്ളത്. അല്ലെങ്കിൽ അയാളുടെ സ്വപ്നങ്ങളിൽ. ഇന്ന് എന്തായാലും ഉച്ചനേരത്തെ സ്പഷ്ടമായ പകൽവെളിച്ചത്തിൽ അത് വന്നു!... അത് അവൻ ആയിരുന്നോ?"

അയാൾ ഭിത്തിയിൽ ചാരിനിന്ന് കണ്ണുകൾ അടച്ചു. അവൻ ഒരിക്കൽകൂടി പുറത്ത് കുരിശുമായി കിതച്ചുകൊണ്ട് അയാളുടെ മുമ്പിലൂടെ കടന്നുപോയി. ദൈവദൂതന്മാർക്ക് ചുറ്റും ഉള്ളതെല്ലാം വിറയ്ക്കുന്നതുപോലെ അവന്റെ നാലുചുറ്റും ഉള്ള അന്തരീക്ഷം വിറച്ചു.... നോക്കൂ! അവൻ കണ്ണുകൾ ഉയർത്തുന്നു. വൃദ്ധനായ ആചാര്യൻ മനുഷ്യന്റെ കണ്ണുകളിൽ ഇതുവരെ ഒരിക്കൽപോലും ഇത്രയധികം സ്വർഗ്ഗം കണ്ടിട്ടില്ല! അവൻ അതാണോ? ഈശ്വരാ ആചാര്യൻ പിറുപിറുത്തു." നീ എന്തിനാണ് എന്നെ പീഡിപ്പിക്കുന്നത്? നീ എന്താണ് മറുപടി പറയാത്തത്?"

പ്രവചനങ്ങൾ മിന്നൽപ്പിണരുകൾ പോലെ അയാളുടെ മനസ്സിലൂടെ പിളർന്നിറങ്ങി. ഒരു നിമിഷത്തിൽ അയാളുടെ പ്രായംചെന്ന തലയിൽ പ്രകാശം നിറഞ്ഞു. അടുത്ത നിമിഷത്തിൽ പ്രതീക്ഷയ്ക്കു വകയില്ലാതെ അത് ഇരുട്ടിൽ മുങ്ങിപ്പോയി. അയാളുടെ ഉൾഭാഗം തുറന്നു. ഗോത്ര ഭരണാധികാരി പുറത്തുവന്നു. മോസസ് നയിക്കുന്ന മുറിവുകൾ നിറഞ്ഞ ശരീരമുള്ള പരിശ്രമികളായ അയാളുടെ വംശം അടിമത്തത്തിന്റെ നാട്ടിൽ നിന്നും കാനാനിലേക്കുള്ള അവസാനമില്ലാത്ത യാത്ര വീണ്ടും ആരംഭിച്ചിരിക്കുന്നു. അവിടെനിന്നും ഭാവിയിലെ ജറുസലേമിലേക്ക് ആ യാത്ര തുടരുന്നു. ഈ പുതിയ യാത്രയിൽ എന്തായാലും മോസസിനെ അല്ല അവർ പിന്തുടർന്നത്. അത് മറ്റൊരാൾ ആയിരുന്നു— ആചാര്യന്റെ മനസ്സ് തുടിച്ചു— മറ്റൊരാൾ, തോളിൽ കുരിശും ചുമന്നുകൊണ്ട് മറ്റൊരാൾ..

അയാൾ ഒറ്റക്കുതിപ്പിന് നിരത്തിലേക്കുള്ള വാതിലിനടുത്തെത്തി. അയാൾ വാതിൽ തുറന്നു. അയാളുടെ മുഖത്ത് കാറ്റടിച്ചു. അയാൾ ആഴത്തിൽ അത് ശ്വസിച്ചു. സൂര്യൻ അസ്തമിച്ചിരുന്നു. പക്ഷികൾ ഉറങ്ങാൻ വേണ്ടി കൂട് അണഞ്ഞുകൊണ്ടിരുന്നു. ഇടുങ്ങിയ വഴികളിൽ നിഴലുകൾ നിറഞ്ഞിരുന്നു. ഭൂമിയുടെ തണുപ്പ് വർദ്ധിച്ചു. അയാൾ വാതിൽ പൂട്ടി വലിയ താക്കോൽ അരപ്പട്ടയുടെ അടിയിൽ തിരുകി. ഒരു നിമിഷത്തേക്ക് അയാളുടെ ധൈര്യം നഷ്ടപ്പെട്ടു. പക്ഷേ, പെട്ടെന്നുതന്നെ അയാൾ തീരുമാനം എടുത്തു. കുനിഞ്ഞ തലയുമായി അയാൾ മറിയത്തിന്റെ വീട്ടിലേക്ക്

തിരിച്ചു.

മറിയം അവളുടെ വീടിന്റെ ചെറിയ മുറ്റത്തു കിടന്ന ഒരു ഉയരമുള്ള സ്റ്റൂളിൽ ഇരിക്കുകയായിരുന്നു. അവൾ നൂൽ നൂല്ക്കുകയായിരുന്നു. പുറത്ത് ഇപ്പോഴും വെളിച്ചം ഉണ്ടായിരുന്നു: വേനലിന്റെ തെളിച്ചം ഭൂമിയുടെ മുഖത്തുനിന്നും സാവധാനം പിൻവാങ്ങിയിരുന്നെങ്കിലും അതിന് വിട്ടുപോകാൻ ആഗ്രഹം ഉണ്ടായിരുന്നില്ല. മനുഷ്യരും കാളകളും പാടത്തെ ജോലികഴിഞ്ഞ് തിരിച്ചുപോകുന്നുണ്ടായിരുന്നു. ഭാര്യമാർ രാത്രിഭക്ഷണത്തിനുള്ള അടുപ്പുകൂട്ടിയിരുന്നു. വിറകു കത്തുന്നതിന്റെ സുഗന്ധം വൈകുന്നേരത്തെ അന്തരീക്ഷത്തെ ആക്രമിച്ചിരുന്നു. മറിയം നൂൽ നൂത്തു. അവളുടെ മനസ്സ് തക്ലി തിരിയുന്നതിന്റെ കൂടെ ഇങ്ങോട്ടും അങ്ങോട്ടും തിരിഞ്ഞു. ഓർമ്മയും ഭാവനയും ഒന്നിച്ചു ചേർന്നു: അവൾക്ക് അവളുടെ ജീവിതം പകുതി സത്യവും പകുതി കെട്ടുകഥയും ആണെന്നു തോന്നി. ദൈനംദിന ജോലികളുടെ അർത്ഥശൂന്യമായ ആവർത്തനം വർഷങ്ങളായി തുടരുകയായിരുന്നു. പിന്നീട് ആ അത്ഭുതം— ക്ഷണിക്കാതെ ഒരു ആശ്ചര്യപ്പെടുത്തുന്ന മയിൽ പറന്നു വന്ന് അവളുടെ പീഢനം നിറഞ്ഞ നിലനില്പിനെ അതിന്റെ സ്വർണ്ണച്ചിറകുകൾ കൊണ്ടു മൂടി.

"ദൈവമേ, എന്നെ അവിടുന്ന് ആഗ്രഹിക്കുന്നിടത്തേക്ക് കൊണ്ടുപോകൂ. എന്നെക്കൊണ്ട് അങ്ങ് ആഗ്രഹിക്കുന്നത് ചെയ്യൂ. അങ്ങ് എന്റെ ഭർത്താവിനെ തെരഞ്ഞെടുത്തു, അങ്ങ് എന്റെ മകനെ എനിക്ക് സമ്മാനിച്ചു. അങ്ങ് എനിക്ക് എന്റെ കഷ്ടപ്പാടുകൾ തന്നു. അങ്ങ് എന്നോട് കരയാൻ പറഞ്ഞു. ഞാൻ ഉറക്കെക്കരഞ്ഞു. അങ്ങ് എന്നോട് നിശ്ശബ്ദയാകാൻ പറഞ്ഞു. ഞാൻ നിശ്ശബ്ദയായി. ദൈവമേ, ഞാൻ എന്താണ്? അങ്ങയുടെ കൈയിലെ ഒരുപിടി ചേറ്. അങ്ങ് അങ്ങയുടെ ഇഷ്ടംപോലെ എന്നെ കുഴച്ചു അങ്ങേക്ക് എന്തുവേണമെങ്കിലും ചെയ്യാം. ഞാൻ അങ്ങയോട് ഒരു കാര്യം മാത്രമേ യാചിക്കുന്നുള്ളൂ: ദൈവമേ, എന്റെ മകനോട് കരുണ കാണിക്കണം!"

വളരെ ഭംഗിയുള്ള ഒരു വെളുത്ത പ്രാവ് എതിർവശത്തെ വീടിന്റെ മേൽക്കൂരയിൽനിന്നും പറന്നിറങ്ങിവന്ന് ഒരു നിമിഷം അവളുടെ തലയ്ക്കു മുകളിൽ വട്ടം ഇട്ടതിനുശേഷം അന്തസ്സോടെ മുറ്റത്തെ ചരൽകല്ലിൽ ഇരുന്നു. എന്നിട്ട് അത് മറിയത്തിന്റെ കാലുകൾക്കു ചുറ്റും ചിട്ടയോടെ കറങ്ങിക്കറങ്ങി നടക്കാൻ തുടങ്ങി. അത് വാലിലെ തൂവലുകൾ വിതിർത്തു; കഴുത്തു കുനിച്ചു, തല ചരിച്ച് മറിയത്തിനെ നോക്കി— അതിന്റെ ഉണ്ടക്കണ്ണുകൾ സന്ധ്യയുടെ വെളിച്ചത്തിൽ മാണിക്യം പോലെ മിന്നിത്തിളങ്ങി. അത് അവളെ നോക്കി. അവളോട് സംസാരിച്ചു കാണും. "അത് എന്നോട് എന്തോ രഹസ്യം പറയാൻ നിശ്ചയമായും ആഗ്രഹിക്കുന്നുണ്ട്." അവൾ സ്വയം പറഞ്ഞു. വൃദ്ധനായ ആചാര്യൻ വന്നിരുന്നെങ്കിൽ? പക്ഷികളുടെ ഭാഷയെപ്പറ്റി ആചാര്യന് എല്ലാ കാര്യങ്ങളും അറിയാം. എനിക്കു വേണ്ടി അത് വ്യാഖ്യാനിച്ചുതരാൻ ആചാര്യന് കഴിയും.. അവൾ പ്രാവിനെ നോക്കി. അവൾക്ക് അതിനെപ്പറ്റി വിഷമം തോന്നി. അവൾ തക്ലി ഉപേ

ക്ഷിച്ചതിനുശേഷം പ്രാവിനെ അങ്ങേയറ്റം വാത്സല്യത്തോടെ വിളിച്ചു. പ്രാവ് ഒറ്റച്ചാട്ടത്തിന് ആഹ്ലാദത്തോടെ അവളുടെ മടിയിൽക്കയറി ഇരുന്നു. അത് അവളോടു പറഞ്ഞ രഹസ്യത്തിന്റെ പൊരുൾ ആ മടിയിൽക്കയറി ഇരിക്കാൻ അതിന് ആഗ്രഹം ഉണ്ടെന്ന് അറിയിക്കുകയാണെന്ന് തോന്നി– അത് അനക്കം ഇല്ലാതെ ചിറകുകൾ ഒതുക്കി പതുങ്ങി ഇരുന്നു.

മറിയത്തിന് അതിന്റെ സുഖമുള്ള ഭാരം അനുഭവപ്പെട്ടു. അവൾ പുഞ്ചിരിച്ചു. ഹാ! ദൈവത്തിന് മനുഷ്യരുടെ മുകളിലേക്ക് ഇത്രമാത്രം മാധുര്യത്തോടെ എപ്പോഴും പറന്നിറങ്ങാൻ കഴിഞ്ഞിരുന്നെങ്കിൽ! അവൾ ഈ കാര്യം വിചാരിച്ചപ്പോൾ അവളും അവളുടെ പ്രതിശ്രുതവരൻ ജോസഫും കൂടി എലി ജാ പ്രവാചകന്റെ കൊടുമുടി കയറിയ പ്രഭാതം അവൾക്ക് ഓർമ്മവന്നു. അവർ പ്രവാചകനോട് അവർക്ക് ഒരു മകനെ ലഭിക്കാൻ വേണ്ടി ദൈവത്തിനോട് അഭ്യർത്ഥിക്കണമെന്ന് യാചിക്കാൻ ആഗ്രഹിച്ചു. ആ മകനെ പിന്നീട് അവർ പ്രവാചകന്റെ കൃപയ്ക്കു വേണ്ടി സമർപ്പിക്കും. അവർ വിവാഹിതരാകുന്നത് അന്നു വൈകുന്നരത്തുതന്നെ ആയിരുന്നു. അവർ ഇടിവെട്ടുമ്പോൾ ഏറ്റവും ആഹ്ലാദിക്കുന്ന ഈ ജ്വലിക്കുന്ന പ്രവാചകന്റെ അനുഗ്രഹം സ്വീകരിക്കാൻ വേണ്ടി, നേരം പുലരുന്നതിന് മുമ്പു തന്നെ പുറപ്പെട്ടിരുന്നു. അത് മനോഹരമായ ഒരു ശരത്ക്കാലം ആയിരുന്നു. ആകാശത്ത് ഒരു മേഘംപോലും ഇല്ല. ആ സമയത്ത് മറിയത്തിന് പതിനഞ്ച് വയസ്സായിരുന്നു. അവളുടെ വരൻ മുടി നരച്ച ഒരു വൃദ്ധനും. പക്ഷേ, തളിരിടാൻ വിധിച്ചിട്ടുള്ള വടി ഒരു താങ്ങായി അയാൾ കൈയിൽ മുറുക്കിപ്പിടിച്ചിരുന്നു.

അവർ കൃത്യം ഉച്ചസമയത്ത് വിശുദ്ധമായ കൊടുമുടിയിൽ എത്തിച്ചേർന്നു. അവർ വിറച്ചുകൊണ്ട് രക്തക്കറ പുരണ്ട കൂർത്തകരിങ്കല്ലിൽ വിരലറ്റം കൊണ്ട് തൊട്ടു. കരിങ്കല്ലിൽനിന്ന് ഒരു തീപ്പൊരി പുറത്തുവന്ന് മറിയത്തിന്റെ കൈയിൽ മുറിവുണ്ടാക്കി. ജോസഫ് കൊടുമുടിയിലെ അന്തേവാസിയെ വിളിക്കാൻ വേണ്ടി വായ് തുറന്നു. പക്ഷേ, അയാൾക്ക് ഒരു ശബ്ദം പോലും പുറപ്പെടുവിക്കാൻ കഴിയുന്നതിനുമുമ്പ് സ്വർഗ്ഗത്തിന്റെ അടിത്തറയിൽനിന്നും മഞ്ഞുകട്ടകളുടെ ഭാരം ചുമക്കുന്ന മുഴങ്ങുന്ന കാർമേഘങ്ങൾ കോപത്തോടെ താഴോട്ട് കുതിച്ചിറങ്ങിവന്ന് കൂർത്ത കരിങ്കല്ലിന്റെ മുകളിൽ ചോർപ്പിന്റെ ആകൃതിയിലുള്ള ഒരു ചുഴിയായി മാറി. ജോസഫ് അയാളുടെ പ്രതിശ്രുതവധുവിനെ ഏതെങ്കിലും ഗുഹയിലേക്ക് പിടിച്ചുകൊണ്ടുപോകാൻ വേണ്ടി മുന്നോട്ടുകുതിച്ചു. ദൈവം ഭയാനകമായ ഒരു മിന്നൽപ്പിണർ വലിച്ചെറിഞ്ഞു. സ്വർഗ്ഗവും ഭൂമിയും ഒന്നായി മാറി. മറിയം ബോധംകെട്ട് പിന്നോട്ടു വീണു. അവൾ ബോധം തിരിച്ചു കിട്ടി കണ്ണുതുറന്നു ചുറ്റുപാടും നോക്കുമ്പോൾ ജോസഫ് കരിങ്കല്ലിന്റെ മുകളിൽ ശരീരം തളർന്ന് കമഴ്ന്നു കിടക്കുന്നതു കണ്ടു...

മറിയം മടിയിൽ ഇരുന്ന പ്രാവിന്റെ പുറത്ത് കൈവച്ചു. അവൾ പ്രാവിനെ ഭയപ്പെടുത്താതെ അതിന്റെ പുറത്ത് മൃദുവായി തലോടി. “ദൈവം പർവ്വതത്തിന്റെ മുകളിൽ പ്രാകൃതമായ രൂപത്തിൽ ഇറങ്ങിവന്ന്

പ്രാകൃതമായ രീതിയിൽ എന്നോട് സംസാരിച്ചു. അവൾ പിറുപിറുത്തു. “എന്നോട് അദ്ദേഹം എന്താണ് പറഞ്ഞത്?”

പലപ്പോഴും ആചാര്യൻ അവളെ ചോദ്യം ചെയ്തിട്ടുണ്ട്. അവൾക്കു ചുറ്റും ആവർത്തിച്ചുകൊണ്ടിരുന്ന അത്ഭുതങ്ങൾ കാരണം ആചാര്യൻ അമ്പരന്നു പോയിരുന്നു.

“മറിയം ഓർക്കാൻ ശ്രമിക്കൂ” ആചാര്യൻ പറയും “ദൈവം ചിലപ്പോൾ മനുഷ്യരോട് സംസാരിക്കുന്നത് ഈ രീതിയിലാണ്– ഒരു മിന്നൽപ്പിണർ പ്രയോജനപ്പെടുത്തിക്കൊണ്ട്... ഓർമ്മിക്കാൻ ശ്രമിച്ചുനോക്കൂ. അതുകൊണ്ട് നിന്റെ മകന്റെ വിധി ഒരുപക്ഷേ, നമുക്ക് കണ്ടെത്താൻ പറ്റും.”

“പിതാവേ, അവിടെ ഒരു മിന്നൽപ്പിണർ ഉണ്ടായി. അത് സ്വർഗ്ഗത്തിൽ നിന്നും കർക്കശമായ ശബ്ദം ഉണ്ടാക്കുന്ന ഒരു കാളവണ്ടിപോലെ താഴോട്ട് ഉരുണ്ടുപോന്നു.”

“മറിയം, ആ മിന്നൽപ്പിണരിനു പിന്നിൽ?”

“പിതാവു പറഞ്ഞത് ശരിയാണ്. മിന്നൽപ്പിണരിനു പിന്നിൽ നിന്ന് ദൈവം സംസാരിച്ചു. പക്ഷേ, യഥാർത്ഥ വാക്കുകൾ കണ്ടെത്താൻ എനിക്കു കഴിഞ്ഞില്ല. എന്നോട് ക്ഷമിക്കണം.”

അവൾ പ്രാവിനെ തലോടിക്കൊണ്ട് മുപ്പതു വർഷങ്ങൾക്കുശേഷം ആ മിന്നൽപ്പിണരിനെ മനസ്സിലേക്ക് തിരിച്ചുവിളിച്ചുകൊണ്ടു വന്ന് അതിൽ ഒളിഞ്ഞിരിക്കുന്ന അർത്ഥം കുരുക്കഴിച്ചെടുക്കാൻ പാടുപെട്ടു...

അവൾ കണ്ണുകൾ അടച്ചു. കൈപ്പത്തിക്കുള്ളിൽ പ്രാവിന്റെ ചൂടുള്ള കൊച്ചു ശരീരവും മിടിക്കുന്ന ഹൃദയവും അവൾക്ക് അനുഭവിക്കാൻ കഴിഞ്ഞു... പെട്ടെന്ന് എങ്ങനെയാണെന്ന് അവൾക്ക് മനസ്സിലായില്ല, എന്തുകൊണ്ടാണെന്ന് അവൾക്ക് മനസ്സിലായില്ല. പ്രാവും മിന്നൽപ്പിണരും ഒന്നായിത്തീർന്നിരുന്നു. അവൾക്ക് ഈ കാര്യം ഉറപ്പുണ്ടായിരുന്നു– ഈ ഹൃദയമിടിപ്പും ആ മിന്നൽപ്പിണരും– എല്ലാം ദൈവം ആയിരുന്നു! അവൾ നിലവിളിച്ചുകൊണ്ട് ഭയത്തോടെ ചാടി എഴുന്നേറ്റു. ഇപ്പോൾ ആദ്യമായി മിന്നൽപ്പിണരിനും പ്രാവിന്റെ കുറുകലിനും പിന്നിൽ ഒളിഞ്ഞിരിക്കുന്ന വാക്കുകൾ അവൾക്ക് മനസ്സിലാക്കാൻ കഴിഞ്ഞു. “നന്മ നിറഞ്ഞ മറിയമേ സ്വസ്തി!” ദൈവം വിളിച്ചുപറഞ്ഞത് ഇങ്ങനെ ആയിരുന്നു. അതിൽ സംശയം ഉണ്ടായിരുന്നില്ല “നന്മ നിറഞ്ഞ മറിയമേ...”

തിരിഞ്ഞപ്പോൾ ഭർത്താവ് ഭിത്തിയിൽ ചാരിനിന്ന് വായിലൂടെ ശ്വാസം എടുക്കാൻ ബുദ്ധിമുട്ടുന്നത് അവൾ കണ്ടു. ഇപ്പോൾ നേരം ഇരുട്ടിയിരുന്നു. എന്നിട്ടും അയാൾ പ്രയാസം അനുഭവിച്ചു. അയാൾ വിയർത്തു... അവൾ അയാളുടെ മുന്നിലൂടെ വാതിലിലേക്ക് നടന്നു. പക്ഷേ, അയാളോട് സംസാരിച്ചില്ല. സ്വന്തം മകൻ എങ്ങനെയെങ്കിലും തിരിച്ചുവരുന്നതുകാണാൻ അവൾ ആഗ്രഹിച്ചു. കുരിശിലേറ്റപ്പെട്ട മനുഷ്യന്റെ രക്തം പുരണ്ട ഉറുമാൽ തലയിൽ ഇട്ടുകൊണ്ട് അവൻ വഴിയിലൂടെ താഴോട്ട് ഇറങ്ങാൻ തുടങ്ങുന്നത് അവൾ കണ്ടിരുന്നു. അവൻ എവിടെയാണ് പോയത്? അവൻ എന്താണ് താമസിക്കുന്നത്? അവൻ വീണ്ടും നേരം വെളുക്കുന്നതുവരെ

വയലുകളിൽ കഴിച്ചുകൂട്ടാൻ പോകുകയാണോ?

ഉമ്മറപ്പടിയിൽ നില്ക്കുമ്പോൾ അവൾ ആചാര്യൻ വരുന്നത് കണ്ടു. കാർമൽ കൊടുമുടിയിൽനിന്നും ഒഴുകി വരാൻ തുടങ്ങിയ വൈകുന്നേരത്തെ കാറ്റിൽ അയാളുടെ നെറ്റിയുടെ ഇരുവശത്തുമുള്ള നരച്ച മുടിച്ചുരുളുകൾ ഇളകുന്നുണ്ടായിരുന്നു.

മറിയം ബഹുമാനത്തോടെ ഒരു വശത്തേക്ക് ഒതുങ്ങിനിന്നു. ആചാര്യൻ അകത്തു കടന്നു.

ആചാര്യൻ അയാളുടെ സഹോദരന്റെ കൈയിൽ തലോടി, പക്ഷേ, അയാളോട് സംസാരിച്ചില്ല. അയാൾക്ക് എന്തു പറയാൻ കഴിയും? അയാളുടെ മനസ്സ് ഇരുണ്ട ആഴങ്ങളിൽ മുങ്ങിപ്പോയിരുന്നു. അയാൾ മറിയത്തിന്റെ നേർക്ക് തിരിഞ്ഞു.

“മറിയം, നിന്റെ കണ്ണുകൾ തിളങ്ങുന്നുണ്ട്” അയാൾ പറഞ്ഞു. “എന്താണ് കാര്യം? ദൈവം വീണ്ടും വന്നിരുന്നോ?”

“പിതാവേ, ഞാൻ അത് കണ്ടെത്തി!” സ്വയം അടക്കി നിർത്താൻ കഴിയാതെ മറിയം പറഞ്ഞു.

“നീ കണ്ടെത്തിയെന്നോ? ദൈവത്തിന്റെ പേരിൽ നീ എന്താണ് കണ്ടെത്തിയത്?”

“മിന്നൽപ്പിണരിന്റെ പിന്നിലെ വാക്കുകൾ.”

ആചാര്യൻ ഞെട്ടി എഴുന്നേറ്റു. അയാൾ കൈകൾ ഉയർത്തിക്കൊണ്ട് പറഞ്ഞു. “ഇസ്രയേലിന്റെ ദൈവം ഉന്നതനാണ്. ഇതാണ് ഞാൻ വന്നതിന്റെ കൃത്യമായ കാരണം. മറിയം - നിന്നോട് വീണ്ടും ചോദിക്കണമായിരുന്നു... ഇന്ന് നമ്മുടെ ഒരു പ്രതീക്ഷയെ കുരിശിലേറ്റിയെന്ന് നിനക്ക് അറിയാം. എന്റെ ഹൃദയം...”

“പിതാവേ, ഞാൻ അത് കണ്ടെത്തി.” മറിയം ആവർത്തിച്ചു. “ഞാൻ ഇന്നു വൈകുന്നേരം മിന്നൽപ്പിണരിനെപ്പറ്റി ആലോചിച്ച് തക്ലിയിൽ നൂൽ നൂത്തു കൊണ്ടിരിക്കുമ്പോൾ, എന്റെ ഉള്ളിൽ ആദ്യമായി ആ മിന്നൽപ്പിണർ നിശ്ശബ്ദമായി മുളയ്ക്കുന്നത് ഞാൻ അനുഭവിച്ചു. അതിന്റെ പിന്നിൽ ഞാൻ ദൈവത്തിന്റെ പ്രശാന്തമായ ശബ്ദം വ്യക്തമായികേട്ടു. “നന്മനിറഞ്ഞ മറിയമേ!”

ആചാര്യൻ ഇരിപ്പിടത്തിലേക്ക് വീണു. അയാൾ നെറ്റിതിരുമ്മിക്കൊണ്ട് ആഴത്തിലുള്ള ആലോചനയിൽ മുഴുകി. ദീർഘമായ ഒരു ഇടവേളയ്ക്ക് ശേഷം അയാൾ തല ഉയർത്തി.

“മറിയം, ദൈവം മറ്റൊന്നും പറഞ്ഞില്ലേ? നീ നിന്റെ ഉള്ളിലേക്ക് കൂടുതൽ കുനിഞ്ഞു ശ്രദ്ധിക്കണം. അതുകൊണ്ട് നിനക്ക് കേൾക്കാൻ കഴിയുന്നുണ്ടെന്ന് ഉറപ്പിക്കാൻ പറ്റും. ഇസ്രയേലിന്റെ വിധി നീ പറയുന്നതിനെ ആശ്രയിച്ചാണ് ഇരിക്കുന്നത്.”

ആചാര്യന്റെ സംസാരം കേട്ടപ്പോൾ മറിയം പേടിച്ചു. അവളുടെ മനസ്സ് വിറയ്ക്കാൻ തുടങ്ങി. ഒരിക്കൽക്കൂടി അവളുടെ മനസ്സ് മിന്നൽപ്പിണരിന്റെ പിന്നിൽ എന്താണെന്ന് കണ്ടെത്താൻ വേണ്ടി പരിശ്രമിച്ചു.

അവസാനം അവൾ പിറുപിറുത്തു. "പിതാവേ, എനിക്ക് പറ്റുന്നില്ല... അദ്ദേഹം കൂടുതൽ പറഞ്ഞിരുന്നു. വളരെ കൂടുതൽ പറഞ്ഞിരുന്നു. പക്ഷേ, എനിക്ക് കേൾക്കാൻ കഴിഞ്ഞില്ല. ഞാൻ കഴിയുന്നത്ര ശ്രമിച്ചു നോക്കി. പക്ഷേ, എനിക്കു അദ്ദേഹം പറഞ്ഞത്. കേൾക്കാൻ കഴിഞ്ഞില്ല."

ആചാര്യൻ അവളുടെ വലിയ കണ്ണുകൾ മൂടിക്കൊണ്ട് കൈ അവളുടെ തലയിൽ വച്ചു.

"മറിയം, പെട്ടെന്ന് ആലോചിച്ചുകൊണ്ട് പ്രാർത്ഥിക്കൂ. ദിവസവും ഉള്ള കാര്യങ്ങളിലേക്ക് മനസ്സ് ചിതറിപോകരുത്. നിന്റെ മുഖത്തിനു ചുറ്റും ചില സമയങ്ങളിൽ മിന്നൽപ്പിണരിന്റെ തിളക്കമുള്ള ഒരു ദീപ്തിവലയം ചലിക്കുന്നുണ്ട്. അത് തീർച്ചയായും വെളിച്ചമാണെന്ന് ഞാൻ അത്ഭുതപ്പെടുന്നു. എനിക്ക് ഉറപ്പിച്ചു പറയാൻ കഴിയില്ല.... പെട്ടെന്ന് പ്രാർത്ഥിക്കൂ നിനക്ക് കേൾക്കാൻ പറ്റും. "നന്മനിറഞ്ഞ മറിയമേ ദൈവത്തിന്റെ സന്ദേശം ദയയിൽ തുടങ്ങുന്നു. അതിനുശേഷം വരുന്നതു കേൾക്കാൻ കഠിനമായി പരിശ്രമിക്കൂ."

മറിയം അവളുടെ അസ്വസ്ഥത മറച്ചുവെക്കാൻ വേണ്ടി അവൾ ഭരണികൾ സൂക്ഷിച്ചിരുന്ന അലമാരയുടെ അടുത്തേക്ക് പോയി. അവൾ ഒരു പിച്ചളക്കപ്പിൽ തണുത്തവെള്ളവും ഒരു പിടി ഈന്തപ്പഴവും വാരിഎടുത്തു കൊണ്ട് വന്ന് വൃദ്ധന് കൊടുക്കാൻ വേണ്ടി കുനിഞ്ഞു.

"മറിയം, എനിക്ക് വിശപ്പോ, ദാഹമോ ഇല്ല" അയാൾ പറഞ്ഞു. "നന്ദി. മറിയം ഇരിക്കൂ. എനിക്ക് നിന്നോട് ചില കാര്യങ്ങൾ പറയാനുണ്ട്."

മറിയം ആചാര്യന്റെ മുന്നിൽ കിടന്നിരിക്കുന്നതിൽ ഏറ്റവും പൊക്കം കുറഞ്ഞ സ്റ്റൂളിൽ ഇരുന്നു. അവൾ ചെവികൂർപ്പിച്ചു കൊണ്ട് കാത്തിരുന്നു.

വൃദ്ധൻ വാക്കുകൾ ഒന്നൊന്നായി പെറുക്കിയെടുത്തു മനസ്സിൽ ഇട്ട് പരിശോധിച്ചു. അയാൾ പറയാനാഗ്രഹിച്ചത് പറയാൻ ബുദ്ധിമുട്ടായിരുന്നു. അത് അങ്ങേയറ്റം സംശയകരവും പ്രവചനാതീതവും ആയ ഒരു പ്രതീക്ഷ ആയിരുന്നു. അതിന് കൂടുതൽ ഊന്നൽ നല്കിയാൽ അത് വ്യക്തതയുള്ള ഒരു വസ്തുതയായി മാറും. അയാൾ ആ അമ്മയെ ഭയപ്പെടുത്താൻ ആഗ്രഹിച്ചില്ല.

"മറിയം" അവസാനം അയാൾ പറഞ്ഞു "ഈ വീടിനു പുറത്ത് മരുഭൂമിയിലെ സിംഹത്തെപോലെയുള്ള ഒരു രഹസ്യം അലഞ്ഞുതിരിയുന്നുണ്ട്. മറിയം, നീ മറ്റൊരു സ്ത്രീയെപ്പോലെ അല്ല. അത് നിനക്ക് അനുഭവപ്പെടുന്നില്ലേ?"

"ഇല്ല പിതാവേ, എനിക്ക് അങ്ങനെ തോന്നുന്നില്ല." അവൾ പിറുപിറുത്തു. "ഞാൻ മറ്റുള്ള സ്ത്രീകളെപ്പോലെ ആണ്. സ്ത്രീകളുടെ എല്ലാ താല്പര്യങ്ങളും ആഹ്ലാദങ്ങളും പാചകം ചെയ്യാനും വെള്ളം കൊണ്ടുവരാൻ പോകാനും, അയൽക്കാരോട് സന്തോഷത്തോടെ സംസാരിക്കാനും വൈകിട്ട് എന്റെ പടിവാതിലിൽ ഇരുന്ന് വഴിയാത്രക്കാരെ കാണാനും ഇഷ്ടമാണ്. എന്റെ ഹൃദയവും മറ്റുള്ള സ്ത്രീകളുടെ മനസ്സുകൾ പോലെ വേദന നിറഞ്ഞതാണ്."

“മറിയം, നീ മറ്റു സ്ത്രീകളെപ്പോലെ അല്ല” ആചാര്യൻ എല്ലാ തർക്കങ്ങളും തടഞ്ഞു നിർത്താൻ ആഗ്രഹിക്കുന്നമട്ടിൽ കൈ ഉയർത്തിക്കൊണ്ട് ഗൗരവത്തിൽ പറഞ്ഞു. “നിന്റെ മകൻ...”

ആചാര്യൻ സംസാരം അവസാനിപ്പിച്ചു. ഏറ്റവും ബുദ്ധിമുട്ടുള്ള ഭാഗം വിശദീകരിക്കാനുള്ള വാക്കുകൾ അയാൾ എങ്ങനെ കണ്ടെത്തും? അയാൾ ആകാശത്തേക്ക് തല ഉയർത്തിക്കൊണ്ട് ചെവിയോർത്തു. മരത്തിലുണ്ടായിരുന്ന ചില കിളികൾ ഉറങ്ങാൻ തയ്യാറെടുക്കുകയായിരുന്നു. മറ്റു ചിലത് ഉണരാനും. ഭൂഗോളം തിരിഞ്ഞു. മനുഷ്യരുടെ കാൽക്കീഴിൽ പകൽ അസ്തമിച്ചു.

ആചാര്യൻ നെടുവീർപ്പിട്ടു. ദിവസങ്ങൾ എത്ര പെട്ടെന്നാണ് കടന്നുപോകുന്നത്. ഒരു ദിവസത്തെ അടുത്ത ദിവസം എത്ര ഭ്രാന്തമായാണ് പിൻതുടരുന്നത്. പുലരി, സന്ധ്യ, സൂര്യന്റെ പ്രയാണം, ചന്ദ്രനുശേഷം വീണ്ടും വരുന്ന ചന്ദ്രന്റെ പ്രയാണം..., കുട്ടികൾ മുതിർന്ന മനുഷ്യരാകുന്നു, കറുത്ത മുടികൾ വെളുക്കുന്നു. കടൽ കരയെ കാർന്നുതിന്നുന്നു, പർവ്വതങ്ങൾ നഗ്നമാക്കപ്പെടുന്നു; എന്നിട്ടും പ്രതീക്ഷിക്കുന്ന ആ ഒരു ദിവസം വന്നുചേർന്നില്ല.

“എന്റെ മകൻ...?” മറിയം വിറച്ചു കൊണ്ട് പറഞ്ഞു. “പിതാവേ, എന്റെ മകൻ...?”

“മറിയം, അവൻ മറ്റു പുത്രന്മാരെപ്പോലെ അല്ല.” ആചാര്യൻ ആത്മവിശ്വാസത്തോടെ പറഞ്ഞു.

അയാൾ സ്വന്തം വാക്കുകളെ ഒരു പ്രാവശ്യംകൂടി തൂക്കിനോക്കി. ഒരു നിമിഷത്തിനു ശേഷം അയാൾ തുടർന്നു.

“ചിലപ്പോൾ രാത്രിയിൽ ആരും അവനെ കാണുന്നില്ലെന്ന് വിചാരിച്ച് അവൻ ചിന്തിച്ചു കൊണ്ടിരിക്കുമ്പോൾ അവന്റെ മുഖത്തിനു ചുറ്റുമുള്ള അന്തരീക്ഷം ഇരുട്ടിൽ തിളങ്ങുന്നതു കാണാം. എന്റെ ദൈവം എന്നോടുക്ഷമിക്കണം. പക്ഷേ, മറിയം, ഞാൻ ഭിത്തിയിൽ കുറച്ച് ഉയരത്തിലായി ഒരു തുളയുണ്ടാക്കിയിട്ട് പൊക്കത്തിൽ കയറിനിന്ന് അതിലൂടെ അവനെ ശ്രദ്ധിക്കാറുണ്ടായിരുന്നു. അവന്റെ പ്രവൃത്തികൾ ഞാൻ ഒളിഞ്ഞുനോക്കി. എന്തിന്? കാരണം എന്തായാലും എന്റെ അറിവുകൾ എനിക്ക് സഹായകമാകാത്തതിൽ ഞാൻ പൂർണ്ണമായും ചിന്താക്കുഴപ്പത്തിലായിരുന്നു— ഞാൻ കുറ്റം ഏറ്റുപറയുന്നു. ഞാൻ വേദപുസ്തകം തുടർച്ചയായി അഴിച്ചു പരിശോധിച്ചു. പക്ഷേ, അവൻ എന്താണെന്നോ ആരാണെന്നോ എനിക്ക് മനസ്സിലായില്ല... അതുകൊണ്ട് ഞാൻ രഹസ്യമായി അവനെ ഉളിഞ്ഞുനോക്കി. ഇരുട്ടിൽ അവനെ നക്കിത്തുടയ്ക്കുകയും അവന്റെ മുഖത്തെ വിഴുങ്ങുകയും ചെയ്യുന്ന ഈ പ്രകാശത്തെപ്പറ്റി ഞാൻ മനസ്സിലാക്കി. ദിവസംതോറും അവൻ കൂടുതൽ കൂടുതൽ വിളറിവെളുത്ത് ഉരുകിത്തീരുന്നതിന്റെ കാരണം അതാണ്. അത് പട്ടിണികൊണ്ടോ പ്രാർത്ഥന കൊണ്ടോ അസുഖം കൊണ്ടോ അല്ല. ഈ വെളിച്ചം അവനെ വിഴുങ്ങിക്കൊണ്ടിരിക്കുകയാണ്.”

മറിയം നെടുവീർപ്പിട്ടു. മറ്റുള്ളവരെപോലെ അല്ലാത്ത ഒരു മകനെ പ്രസവിക്കുന്ന അമ്മയുടെ ഭാവി ശപിക്കപ്പെട്ടതാവാം. അവൾ വിചാരിച്ചു. പക്ഷേ, പുറത്തു പറഞ്ഞില്ല.

വൃദ്ധൻ അവളുടെ മുകളിലേക്ക് കുനിഞ്ഞു കൊണ്ട് ശബ്ദം താഴ്ത്തി. അയാളുടെ ചുണ്ടുകൾ വിറയ്ക്കുന്നുണ്ടായിരുന്നു.

"നന്മ നിറഞ്ഞ മറിയമേ" അയാൾ പറഞ്ഞു. "ദൈവം സർവ്വശക്തനാണ്. അദ്ദേഹത്തിന്റെ പദ്ധതികൾ ദുർഗ്രാഹ്യമാണ്.... നിന്റെ മകൻ ഒരു പക്ഷേ..."

പക്ഷേ, ഭാഗ്യദോഷിയായ അമ്മയിൽനിന്ന് ഒരു നിലവിളിയാണ് പുറത്തുവന്നത്.

"പിതാവേ, എന്നോട് കരുണ കാണിക്കണം! ഒരു പ്രവാചകനാണോ? ഒരിക്കലും അല്ല. ദൈവം അങ്ങനെ എഴുതിയിട്ടുണ്ടെങ്കിൽ അവൻ അത് തേച്ചുമായ്ക്കട്ടെ! ഞാൻ എന്റെ മകൻ മറ്റുള്ളവരെപ്പോലെ ഒരു മനുഷ്യനാകാൻ ആഗ്രഹിക്കുന്നു. അതിനേക്കാൾ കൂടുതലും കുറവും ഞാൻ ആഗ്രഹിക്കുന്നില്ല. മറ്റുള്ള മനുഷ്യരെപ്പോലെ... അവൻ അവന്റെ അച്ഛനെപ്പോലെ വെള്ളത്തൊട്ടികളും കലപ്പകളും തൊട്ടിലുകളും നിർമ്മിക്കട്ടെ! ഇപ്പോൾ ചെയ്യുന്നതുപോലെ മനുഷ്യജീവികളെ കുരിശിലേറ്റാനുള്ള കുരിശുകൾ നിർമ്മിക്കാതിരിക്കട്ടെ! അവൻ ആദരണീയമായ ഒരു കുടുംബത്തിൽനിന്നും നല്ല ഒരു പെൺകുട്ടിയെ സ്ത്രീധനം വാങ്ങി വിവാഹം കഴിക്കട്ടെ. അവൻ ഉദാരമതിയായ ഒരു ഭർത്താവാകട്ടെ. അവന് കുട്ടികൾ ഉണ്ടാകട്ടെ... അതിനുശേഷം ഞങ്ങൾ എല്ലാവരും കൂടി— അമ്മൂമ്മയും കുട്ടികളും കൊച്ചുമക്കളും ചേർന്ന്— എല്ലാ ശനിയാഴ്ചയും ചുറ്റിനടക്കാൻ ഇറങ്ങും— എല്ലാവരും ഞങ്ങളെ ആദരിക്കും. പ്രശംസിക്കും."

ആചാര്യൻ അദ്ദേഹത്തിന്റെ അംശവടിയിൽ ബലം കൊടുത്ത് ബുദ്ധിമുട്ടി എഴുന്നേറ്റു.

"മറിയം" ആചാര്യൻ ഗൗരവത്തിൽ പറഞ്ഞു. "ദൈവം അമ്മമാർ പറയുന്നതു ശ്രദ്ധിച്ചിരുന്നെങ്കിൽ നമ്മൾ എല്ലാവരും സുരക്ഷിതത്വത്തിന്റെയും അനായാസ ജീവിതത്തിന്റെയും ചതുപ്പുനിലത്തിൽ കിടന്ന് ചീഞ്ഞു പോകുമായിരുന്നു. തനിച്ചിരിക്കുമ്പോൾ നമ്മൾ സംസാരിച്ച കാര്യങ്ങളെപ്പറ്റി നീ ആലോചിച്ചു നോക്ക്."

അയാൾ ശുഭരാത്രി ആശംസിക്കാൻ വേണ്ടി സഹോദരന്റെ നേർക്ക് തിരിഞ്ഞു. ജോസഫ് പുറത്തേക്ക് നീണ്ടുകിടക്കുന്ന നാക്കു ചലിപ്പിക്കാൻ ശ്രമിച്ചു. അയാളുടെ നിശ്ചലമായ കണ്ണുകൾ അന്തരീക്ഷത്തിൽ തറഞ്ഞു നിന്നു. മറിയം അവളുടെ തല കുലുക്കി.

ജോസഫ് രാവിലെ മുതൽ ശ്രമിക്കുകയാണ്. ഇതുവരെ പുറത്തു പറയാൻ പറ്റിയില്ല. അവൾ അയാളുടെ അടുത്തുചെന്ന് തുപ്പൽ ഒലിച്ചു കൊണ്ടിരുന്ന കോടിപ്പോയ വായ തുടച്ചുകൊടുത്തു.

പക്ഷേ, മറിയത്തിന് ശുഭരാത്രി ആശംസിക്കാൻവേണ്ടി ആചാര്യൻ കൈ നീട്ടിയ നിമിഷത്തിൽ രഹസ്യമായി വാതിൽ തുറന്ന് ഇരുട്ടിൽ തിള

ങ്ങിക്കൊണ്ടിരുന്ന മുഖവുമായി മകൻ ഉമ്മറപ്പടിയിൽ പ്രത്യക്ഷപ്പെട്ടു ചോര പുരണ്ട ഉറുമാൽ കൊണ്ട് അയാളുടെ തലമുടി കെട്ടിയിരുന്നു. പക്ഷേ, രാത്രി അയാളുടെ കവിളിലൂടെ നിലയ്ക്കാതെ ഒഴുകിക്കൊണ്ടിരുന്ന വലിയ കണ്ണുനീർത്തുള്ളികളെയും അയാളുടെ കാലുകളിൽ പറ്റിപ്പിടിച്ചിരുന്ന പൊടിപിടിച്ച ചോരത്തുള്ളികളെയും കാഴ്ചയിൽ നിന്ന് മറച്ചിരുന്നു.

അയാൾ ഉമ്മറത്തു കൂടി അങ്ങോട്ടും ഇങ്ങോട്ടും നടന്നു. ഒറ്റനോട്ടത്തിൽ അയാൾ അമ്മയെയും ആചാര്യനെയും കണ്ടുപിടിച്ചു. ഇരുട്ടിൽ ഭിത്തിയുടെ അടുത്തായി അച്ഛന്റെ നിശ്ചലമായ കണ്ണുകളും അയാൾ കണ്ടെത്തി.

മറിയം വിളക്കു കൊളുത്താൻ തുടങ്ങി. പക്ഷേ, ആചാര്യൻ അവളെ പിടിച്ചുനിർത്തി.

"അല്പം കാത്തുനില്ക്കൂ." അയാൾ പിറുമുറുത്തു. "ഞാൻ അയാളോട് സംസാരിക്കട്ടെ." ഹൃദയത്തിൽ ധൈര്യം ശേഖരിച്ചുകൊണ്ട് ആചാര്യൻ അയാളുടെ അടുത്തേക്ക് ചെന്നു.

"യേശു" അമ്മ കേൾക്കാതിരിക്കാൻ വേണ്ടി ശബ്ദം താഴ്ത്തിക്കൊണ്ട് ആചാര്യൻ വാത്സല്യത്തോടെ പറഞ്ഞു. "യേശു, എന്റെ കുട്ടീ, നീ അവനെ എത്രകാലമാണ് എതിർത്തു നില്ക്കാൻ പോകുന്നത്?"

അടുത്ത നിമിഷത്തിൽ പ്രാകൃതമായ ഒരു അലർച്ചയിൽ ആ കുടിൽ മൊത്തമായി കുലുങ്ങി.

"ഞാൻ മരിക്കുന്നതു വരെ!"

ഉടൻതന്നെ അയാളുടെ ശക്തി മുഴുവൻ ചോർന്നു പോയതുപോലെ മറിയത്തിന്റെ മകൻ ബോധംകെട്ടു വീണു. അയാൾ കിതച്ചുകൊണ്ട് ഭിത്തിയിൽ ചാരിക്കിടന്നു. ആചാര്യൻ അയാളോട് സംസാരിക്കാൻ വീണ്ടും ആഗ്രഹിച്ചു. അയാൾ മറിയത്തിന്റെ മകന്റെ മുകളിലേക്ക് കുനിഞ്ഞു. പക്ഷേ, ഉടൻ തന്നെ ഒരു ഞെട്ടലോടെ പിൻവാങ്ങി. ഒരു തീക്കുണ്ഡത്തിന്റെ അടുത്തേക്ക് ചെന്ന് മുഖം പൊള്ളിച്ചതു പോലെ അയാൾക്ക് തോന്നി. "ദൈവം അവന്റെ ചുറ്റിലും ഉണ്ട്." അയാൾ ആലോചിച്ചു. "അതെ, അവന്റെ ചുറ്റും ഉള്ളത് ദൈവം തന്നെയാണ്. അദ്ദേഹം ആരെയും അടുത്തു ചെല്ലാൻ അനുവദിക്കുന്നില്ല. ഞാൻ ഇവിടം വിട്ടു പോകുന്നതാണ് നല്ലത്!"

ആചാര്യൻ ആലോചനയിൽ മുഴുകി പുറത്തേക്ക് നടന്നു. വാതിൽ അടച്ചെങ്കിലും മറിയം വിളക്കുകൊളുത്താൻ ധൈര്യപ്പെട്ടില്ല: ഇരുട്ടിൽ ഒരു വന്യമൃഗം അവൾക്കുവേണ്ടി കാത്തുകിടന്നിരുന്നു. മുറിയുടെ നടുക്ക് നിന്നുകൊണ്ട് അവൾ ഭർത്താവിന്റെ ആശയറ്റ ഞരക്കം ശ്രദ്ധിച്ചു. ആരോ കഴുത്തു ഞെരിക്കുന്നതുപോലെ ഭയത്തോടെ കിതച്ചുകൊണ്ട് ചുരുണ്ടു കൂടിക്കിടക്കുന്ന മകന്റെ ശബ്ദവും അവൾ ശ്രദ്ധിച്ചു. ആരോ അവനെ ശ്വാസം മുട്ടിക്കുന്നുണ്ട്— അത് ആരാണ്? ഭാഗ്യദോഷിയായ അമ്മ അവരുടെ നഖങ്ങൾ കവിളിൽ കുത്തിയിറക്കിക്കൊണ്ട് ദൈവത്തിനോട് വീണ്ടും വീണ്ടും ചോദിച്ചു. പരാതി പറഞ്ഞു. അലറിവിളിച്ചു. "ഞാൻ അമ്മയാണ്. എന്നോട് ദൈവത്തിന് അനുകമ്പയില്ലേ?"— പക്ഷേ, ആരും മറുപടി പറ

ഞ്ഞില്ല.

അവൾ ശരീരത്തിലെ ഓരോ നാഡിയും വിറയ്ക്കുന്നതറിഞ്ഞു കൊണ്ട് നിശ്ശബ്ദയായി ഉറച്ചു നില്ക്കുമ്പോൾ അവിടെ വന്യമായ ഒരു വിജയാഹ്ലാദത്തിന്റെ നിലവിളി ഉയർന്നു. അയാളുടെ കോടിപ്പോയ ചുണ്ടുകളിൽനിന്നും അവസാനം ഓരോരോ അക്ഷരങ്ങളായി ഒരു വാക്ക് പൂർണ്ണമായും പുറത്തുവന്നു. "പിതാവേ!" അത് ആ വീടു മുഴുവൻ മാറ്റൊലിക്കൊണ്ടു. പക്ഷേ, വൃദ്ധന്റെ വായിൽനിന്നും ഈ വാക്ക് പുറത്തുവന്ന നിമിഷത്തിൽ അയാൾ കാരീയം പോലെ ഉറക്കത്തിന്റെ ആഴങ്ങളിലേക്ക് മുങ്ങിപ്പോയി.

മറിയം സ്വയം ധൈര്യം കണ്ടെത്തി വിളക്കുകൊളുത്തി. ഭക്ഷണം തിളച്ചുകൊണ്ടിരിക്കുകയായിരുന്നു. അവൾ അടുപ്പിനടുത്തെത്തി മുട്ടുകുത്തി ഇരുന്നുകൊണ്ട് വെള്ളത്തിന്റെയോ ഒരുപക്ഷേ, അല്പം ഉപ്പിന്റെയോ കുറവുണ്ടോ എന്ന് പരിശോധിക്കാൻ വേണ്ടി മൺപാത്രത്തിന്റെ അടപ്പ് എടുത്തു മാറ്റി..

ആറ്

ആകാശം വിളറിയ നീലനിറത്തിൽ തിളങ്ങി. നസറേത്ത് ഉറക്കത്തിൽ സ്വപ്നം കാണുകയായിരുന്നു. പ്രഭാത നക്ഷത്രം അതിന്റെ തലയണയിൽ ഉയർന്നു കിടന്നു. ചെറുനാരകങ്ങളും ഈന്തപ്പനകളും ഇപ്പോഴും ഇളം നീല മൂടുപടത്തിനുള്ളിലായിരുന്നു. അഗാധമായ നിശ്ശബ്ദത. ഒരു കറുത്ത പൂവൻകോഴിപോലും കരഞ്ഞിരുന്നില്ല. മറിയത്തിന്റെ മകൻ വാതിൽ തുറന്നു. അയാളുടെ കണ്ണിനുചുറ്റും ഇരുണ്ട നീലവലയങ്ങൾ ഉണ്ടായിരുന്നു. പക്ഷേ, അയാളുടെ കൈ വിറച്ചില്ല. അയാൾ പുറത്തേക്കുള്ള വാതിൽ തുറന്നു. അച്ഛനെയോ അമ്മയെയോ കാണാൻ വേണ്ടി തിരിഞ്ഞുനോക്കാതെ അയാൾ സ്വന്തം വീടിന്റെ മേൽക്കൂര എന്നെന്നേക്കുമായി ഉപേക്ഷിച്ചു. അയാൾ രണ്ടു ചുവട് നടന്നു. മൂന്ന് ചുവട് നടന്നു. അതിനുശേഷം നിന്നു. അയളോടൊപ്പം മറ്റ് രണ്ട് ശക്തിയുള്ള കാലുകൾ ചലിക്കുന്നതായി അയാൾ വിചാരിച്ചു. അയാൾ പിന്നോട്ട് തിരിഞ്ഞു നോക്കി: ആരും ഇല്ല. മൊട്ടാണികൾ ഉറപ്പിച്ച തുകൽ ബെൽറ്റ് അയാൾ മുറുക്കിക്കെട്ടി. ചുവന്ന പാടുകളുള്ള ഉറുമാൽ തലയിൽ ചുറ്റിക്കൊണ്ട് വളഞ്ഞുപുളഞ്ഞ ഇടവഴികളിലൂടെ അയാൾ താഴോട്ടുനടന്നു. ഒരു പട്ടി അയാളെ നോക്കി മോങ്ങി. ഒരു മൂങ്ങ നേരം പുലരാൻ പോകുന്നത് മനസ്സിലാക്കിക്കൊണ്ട് അയാളുടെ തലയ്ക്ക് മുകളിലൂടെ ശബ്ദം ഉണ്ടാക്കാതെ പറന്നുപോയി. അയാൾ അടഞ്ഞ കതകുകൾ പിന്നിൽ ഉപേക്ഷിച്ച് വളരെ വേഗം തോട്ടത്തിൽ എത്തി. ആദ്യം ഉണരുന്ന പക്ഷികൾ ചിലയ്ക്കാൻ തുടങ്ങിക്കഴിഞ്ഞിരുന്നു. ഒരു വൃദ്ധൻ അടുക്കളത്തോട്ടം നനയ്ക്കാൻ വേണ്ടി കപ്പി തിരിക്കാൻ പാടുപെടുന്നുണ്ടായിരുന്നു. പകൽ തുടങ്ങിക്ക

ഴിഞ്ഞിരിക്കുന്നു.

അയാൾക്ക് ഭാണ്ഡക്കെട്ടോ, വടിയോ ചെരുപ്പോ ഇല്ല. അയാൾക്ക് പോകേണ്ട ദൂരം വളരെ കൂടുതലാണ്. അയാൾക്ക് കാനായും ടിബരിയസും മഗ്ദലയും കാപ്പർ നാമും താണ്ടിയതിനുശേഷം ഗാനേസറത്തിലെ തടാകത്തിന് വലയം വച്ച് മരുഭൂമിയിലേക്ക് പ്രവേശിക്കണം... നീതിബോധമുള്ള സാധാരണക്കാർക്കുവേണ്ടി അവിടെ ഒരു സന്ന്യാസിമഠം ഉണ്ടെന്ന് അയാൾ കേട്ടിരുന്നു: അവർ പരിപൂർണ്ണമായും വെളുത്തവേഷങ്ങൾ ധരിച്ചു, ഇറച്ചി കഴിച്ചില്ല, വീഞ്ഞുകുടിച്ചില്ല. ഒരിക്കലും ഒരു സ്ത്രീയെ സ്പർശിച്ചില്ല— ദൈവത്തിനോട് പ്രാർത്ഥിക്കുന്നതൊഴിച്ച് മറ്റൊന്നും ചെയ്തില്ല. അവർ ഔഷധച്ചെടികളെപ്പറ്റി അറിവുള്ളവരായിരുന്നു. ശരീരത്തിന്റെ അസുഖങ്ങൾ അവർ ഭേദപ്പെടുത്തി. അവർ മന്ത്രവിദ്യകളിലും പ്രാവീണ്യം നേടിയവരായിരുന്നു. അതിലൂടെ അവർ ചെകുത്താന്റെ പിടിയിലായ ആത്മാവുകളെ രക്ഷിച്ചെടുത്തു. അയാളുടെ അമ്മാവനായ ആചാര്യൻ ഈ സന്ന്യാസിമഠത്തെപ്പറ്റി തുടർച്ചയായി നെടുവീർപ്പിട്ടുകൊണ്ട് എത്ര പ്രാവശ്യം അയാളോട് പറഞ്ഞിരിക്കുന്നു! അദ്ദേഹം ദൈവത്തെ സ്തുതിച്ചും മനുഷ്യരെ സുഖപ്പെടുത്തിയും ഒരു സന്ന്യാസിയായി അവിടെ പതിനൊന്നു വർഷം ചെലവഴിച്ചിട്ടുണ്ട്. പക്ഷേ, കഷ്ടം! ഒരു ദിവസം അദ്ദേഹം ഒരു മാനസികാവസ്ഥയുടെ കൊടുമുടിയിൽ എത്തി (നിശ്ചയമായും അദ്ദേഹവും സർവ്വശക്തനാണ്): അദ്ദേഹം ഒരു സ്ത്രീയെ കണ്ടു; വിശുദ്ധജീവിതം അദ്ദേഹം കൈയൊഴിഞ്ഞു; വെളുത്ത ളോഹ അദ്ദേഹം അഴിച്ചുവച്ചു; വിവാഹം കഴിച്ചു— മഗ്ദലനയുടെ അച്ഛനായി. ദൈവം പ്രവാചകന് അർഹിക്കുന്ന സമ്മാനം നല്കി....

“ഞാൻ അവിടെയാണ് പോകുന്നത്” മറിയത്തിന്റെ മകൻ നടത്തത്തിന്റെ വേഗത കൂട്ടിക്കൊണ്ട് പറഞ്ഞു. “അവിടെ സന്ന്യാസിമഠത്തിനുള്ളിൽ ഞാൻ അദ്ദേഹത്തിന്റെ ചിറകുകൾക്കടിയിൽ ഒളിക്കും...”

ഇത് എത്രമാത്രം സന്തോഷം തന്നിരുന്ന കാര്യമായിരുന്നു! പന്ത്രണ്ടാം പിറന്നാളു മുതൽ അയാൾ എത്ര കാലമായി അച്ഛനമ്മമാരെയും വീടും കൈയൊഴിയാൻ ആഗ്രഹിക്കുന്നു. അമ്മയുടെ താക്കീതുകളിൽ നിന്നും അച്ഛന്റെ ഞരക്കങ്ങളിൽനിന്നും ആത്മാവിനെ വിഴുങ്ങുന്ന നിസ്സാര ജോലികളിൽനിന്നും രക്ഷപ്പെടാൻ അയാൾ എത്രകാലമായി ആഗ്രഹിച്ചിരുന്നു. മനുഷ്യരെ കാലിൽ പറ്റിപ്പിടിച്ച പൊടിപോലെ കുടഞ്ഞുകളഞ്ഞ് മരുഭൂമിയിൽ അഭയം തേടാൻ അയാൾ വളരെക്കാലമായി ആഗ്രഹിക്കുന്നു. അവസാനം ഇന്ന് കഴിഞ്ഞതെല്ലാം ഒറ്റ ഉന്തിന് തള്ളിമാറ്റിക്കൊണ്ട് മനുഷ്യരുടെ പിടിയിൽ നിന്ന് രക്ഷപ്പെട്ട് അയാൾ ദൈവത്തിന്റെ ആത്മാവിനെയും ശരീരത്തെയും സ്വന്തമാക്കിയിരിക്കുന്നു. അയാൾ രക്ഷിക്കപ്പെട്ടിരിക്കുന്നു.

അയാളുടെ വിഷാദം നിറഞ്ഞ വിളറിയ മുഖം പെട്ടെന്ന് തിളങ്ങി. ഒരുപക്ഷേ, ആ വർഷങ്ങളിലെല്ലാം ഇപ്പോൾ സ്വന്തം ആഗ്രഹപ്രകാരം അയാൾ പോകുന്ന സ്ഥലത്ത് എത്തിക്കാൻ വേണ്ടി ഒരു പക്ഷേ, ദൈവം

അയാളെ പിടിച്ചുനിർത്തിയിരുന്നതായിരിക്കാം. ഇതിന്റെ അർത്ഥം ദൈവത്തിന്റെ ആഗ്രഹങ്ങളും അയാളുടെ ആഗ്രഹങ്ങളും ഒന്നാകുന്നുണ്ടെന്നാണോ? ഇത് മനുഷ്യന്റെ ചുമതലകളിൽ ഏറ്റവും മഹത്തരവും ഏറ്റവും ബുദ്ധിമുട്ടുള്ളതും അല്ലേ? സന്തോഷത്തിന്റെ അർത്ഥം ഇതല്ലേ?

അയാളുടെ മനസ്സിന് സമാധാനം തോന്നി. ആരും പിടിച്ചു നിർത്തുന്നില്ല. മൽപിടിത്തം ഇല്ല. നിലവിളികൾ ഇല്ല... ഇന്നു രാവിലെ നേരം പുലരുമ്പോൾ ദൈവം തണുത്ത ഒരു ഇളംകാറ്റുപോലെ അനുകമ്പയോടെ അയാളുടെ അടുത്തുവന്ന് പറഞ്ഞു. “നമുക്ക് പോകാം!” അയാൾ വാതിൽ തുറന്നപ്പോൾ— സൗഹൃദത്തിന്റെ എത്രമാത്രം ആനന്ദകരമായ ഒരു തോന്നൽ ആയിരുന്നു! “ഇത് എനിക്ക് വളരെ കൂടുതൽ ആണ്.” അയാൾ പിറുപിറുത്തു. “ഞാൻ തല ഉയർത്തിപ്പിടിച്ച് മോചനത്തിന്റെ സ്തോത്രം പാടും; ദൈവമേ, അവിടുന്ന് എന്റെ ആശ്രയസ്ഥാനവും അഭയകേന്ദ്രവും ആണ്...” അയാളുടെ ആഹ്ലാദം ഹൃദയത്തിനുള്ളിൽ ഒതുങ്ങിയില്ല. അത് കരകവിഞ്ഞൊഴുകി. പുലരിയുടെ മനോഹരമായ പ്രകാശത്തിൽ അയാൾ മുന്നോട്ടു നീങ്ങി. ദൈവത്തിന്റെ മഹത്തായ സമ്പത്ത് അയാൾക്ക് ചുറ്റും ഉണ്ടായിരുന്നു— ഒലിവ് മരങ്ങളും മുന്തിരിത്തോട്ടങ്ങളും ഗോതമ്പു പാടങ്ങളും അയാളുടെ ഉള്ളിൽനിന്നും ആഹ്ലാദത്തിന്റെ സ്തോത്രം പുറത്തേക്ക് കുതിച്ചുചാടി ആകാശത്തിലെത്താൻ പരിശ്രമിച്ചു. അയാൾ തല ഉയർത്തിപ്പിടിച്ച് വായ് തുറന്നു. പക്ഷേ, പെട്ടെന്ന് അയാളുടെ ഒരു ഹൃദയമിടിപ്പ് നഷ്ടപ്പെട്ടു: അയാളുടെ പിന്നിൽ നഗ്നമായ രണ്ടു കാലുകൾ ഓടി അടുക്കുന്നതിന്റെ ശബ്ദം കേട്ടു. അയാൾ നടത്തത്തിന്റെ വേഗത കുറച്ചുകൊണ്ട് ശ്രദ്ധയോടെ ചെവിയോർത്തു. ആ രണ്ടുകാലുകളും അവയുടെ വേഗത കുറച്ചു. അയാളുടെ കാൽമുട്ടുകൾ തോല്വി സമ്മതിച്ചു. അയാൾ നിന്നു. ആ രണ്ടുകാലുകളും ഓട്ടം നിർത്തി.

“അത് ആരാണെന്ന് എനിക്ക് അറിയാം” അയാൾ വിറച്ചുകൊണ്ട് മന്ത്രിച്ചു “എനിക്ക് അറിയാം...”

പക്ഷേ, അയാൾ മനസ്സിന് ധൈര്യം കൊടുത്തുകൊണ്ട് അവൾ അപ്രത്യക്ഷപ്പെടുന്നതിനുമുമ്പ് കാണാൻ വേണ്ടി പെട്ടെന്ന് തിരിഞ്ഞു... ആരും ഉണ്ടായിരുന്നില്ല.

കിഴക്കുദിക്കിലെ ആകാശത്തിന് ഇരുണ്ട ചെറിപ്പഴത്തിന്റെ നിറം ആയിരുന്നു. കതിർക്കുലകൾ പൂർണ്ണമായും പാകമായിക്കഴിഞ്ഞിരുന്നു. കാറ്റിൽ വൈക്കോൽത്തണ്ടുകൾ അരിവാളിനുവേണ്ടി തലകുനിച്ചു കാത്തുനിന്നു. പ്രദേശത്ത് ഒന്നും ഉണ്ടായിരുന്നില്ല. ഒരു മനുഷ്യനോ ഒരു മൃഗമോ കാഴ്ചയിൽ പെട്ടില്ല. അയാളുടെ പിന്നിൽ നസറേത്തിൽ മാത്രമായിരുന്നു എന്തെങ്കിലും ജീവന്റെ ലക്ഷണം ഉണ്ടായിരുന്നത്. ഒന്നോ രണ്ടോ വീടുകളിൽ നിന്ന് പുക ഉയരാൻ തുടങ്ങിക്കഴിഞ്ഞിരുന്നു. സ്ത്രീകൾ ഉണർന്നു തുടങ്ങിയിരുന്നു.

അയാൾക്ക് സാമാന്യം ധൈര്യം തോന്നി. സമയം പാഴാക്കാതിരിക്കുന്നതാണ് കൂടുതൽ നല്ലത്. അയാൾ ആലോചിച്ചു. അവളിൽ നിന്ന്

അകലാൻ വേണ്ടി അയാൾക്ക് കുന്നിന്റെ മറുവശത്തേക്ക് ഓടിപ്പോകാം. അയാൾ ഓടാൻ തുടങ്ങി.

അയാളുടെ ഇരുവശത്തും ഗോതമ്പ് ഒരു മനുഷ്യന്റെ പൊക്കത്തിൽ ഉയർന്നുനിന്നു. ഇവിടെ ഗലീലിയിലെ ഈ സമതലങ്ങളാണ് ഗോതമ്പിന്റെ തുടക്കം കുറിച്ചത്. മുന്തിരിയും തുടങ്ങിയത് ഇവിടെത്തന്നെയാണ്. മലയോരങ്ങളിൽ ഇപ്പോഴും വന്യമായ മുന്തിരിവള്ളികൾ പടർന്നുകയറുന്നുണ്ട്. ദൂരെനിന്നും ഒരുകാളവണ്ടിയുടെ ശബ്ദം കേട്ടു. കഴുതകൾ എഴുന്നേറ്റു നിന്ന് സടകുടഞ്ഞ് അന്തരീക്ഷം മണപ്പിച്ചതിനുശേഷം വാലുയർത്തിക്കൊണ്ട് കരഞ്ഞു. അയാൾ പൊട്ടിച്ചിരിയും സംസാരവും കേട്ടു. ചാണയ്ക്ക് വെച്ച അരിവാളുകൾ മിന്നിത്തിളങ്ങി. ആദ്യത്തെ കൊയ്ത്തുകാർ പ്രത്യക്ഷപ്പെട്ടു. സൂര്യൻ അവരെകണ്ടു. അവരുടെ മനോഹരമായ കൈകളുടെയും കഴുത്തുകളുടെയും കണങ്കാലുകളുടെയും പ്രലോഭനത്തിന് സൂര്യൻ കീഴടങ്ങി.

മറിയത്തിന്റെ മകൻ ദൂരത്തുകൂടി ഓടിപ്പോകുന്നതു കണ്ടപ്പോൾ അവർ പൊട്ടിച്ചിരിച്ചു.

"നിങ്ങൾ ആരുടെ പിന്നാലെയാണ് ഓടുന്നത്?" അവർ വിളിച്ചു ചോദിച്ചു. "അല്ലെങ്കിൽ ആരാണ് നിങ്ങളെ പിൻതുടരുന്നത്?"

പക്ഷേ, അയാൾ കൂടുതൽ അടുത്തു വന്നപ്പോൾ അവർക്ക് അയാളെ കൂടുതൽ വ്യക്തമായി കാണാൻ കഴിഞ്ഞു. അയാൾ ആരായിരുന്നെന്ന് അവർക്ക് മനസ്സിലായി. അവർ എല്ലാവരും കൊയ്ത്തു നിർത്തി കൂട്ടം കൂടി നിന്നു.

"കുരിശു പണിയുന്നവൻ!" അവർ മുറുമുറുത്തു. "അവൻ നശിക്കട്ടെ! ഇന്നലെ അവൻ കുരിശിലേറ്റുന്നത് ഞാൻ കണ്ടു."

"അവൻ തലയിൽ കെട്ടിയിരിക്കുന്ന ചോര പുരണ്ട ഉറുമാൽ നോക്കൂ."

"അത് കുരിശിലേറ്റപ്പെട്ട മനുഷ്യന്റെ വസ്ത്രങ്ങളിൽ അവനുള്ള പങ്കാണ്. ശുദ്ധനായ ആ മനുഷ്യന്റെ ചോര അവന്റെ തലയിൽ വീഴട്ടെ!" അവർ തിടുക്കത്തിൽ അവരുടെ ജോലി തുടർന്നു. പക്ഷേ, ഇപ്പോൾ അവരുടെ പൊട്ടിച്ചിരി അവരുടെ തൊണ്ടയിൽ കുരുങ്ങി. അവർ നിശ്ശബ്ദരായിരുന്നു.

മറിയത്തിന്റെ മകൻ അവരെ പിന്നിലാക്കിക്കൊണ്ട് കടന്നുപോയി. അയാൾ ഗോതമ്പുവയലുകൾ കുറുകെക്കടന്ന് മലഞ്ചെരിവിലെ മുന്തിരിത്തോട്ടങ്ങളിൽ എത്തി. ഒരു അത്തിമരം കണ്ടപ്പോൾ അതിന്റെ ഒരു ഇല പറിച്ച് മണപ്പിച്ചു നോക്കാൻ വേണ്ടി അയാൾ നടത്തത്തിന്റെ വേഗത കുറച്ചു. അത്തി ഇലകളുടെ മണം അയാൾക്ക് വലിയ ഇഷ്ടമായിരുന്നു: അയാൾ കൊച്ചുകുട്ടി ആയിരുന്നപ്പോൾ കണ്ണ് അടച്ചുപിടിച്ച് ഇല മണപ്പിക്കുന്നത് അയാളുടെ പതിവായിരുന്നു. താൻ അമ്മയുടെ മാറത്ത് മുല കുടിച്ചുകൊണ്ട് വീണ്ടും പറ്റിച്ചേർന്ന് കിടക്കുന്നതായി അയാൾ അപ്പോൾ സങ്കല്പിച്ചിരുന്നു. പക്ഷേ, ഇല പറിച്ചെടുക്കാൻ വേണ്ടി നടത്തം നിർത്തിയ നിമിഷത്തിൽ തണുത്ത വിയർപ്പ് അയാളുടെ ശരീരത്തിലൂടെ ഒഴുകി. അയാ

ളുടെ പിന്നിൽ ഓടിക്കൊണ്ടിരുന്ന ആ രണ്ടു കാലുകളും പെട്ടെന്ന് ഓട്ടം അവസാനിപ്പിച്ചു. അയാളുടെ മുടി എഴുന്നുനിന്നു. അയാൾ നാലുപാടും നോക്കി. ഏകാന്തത. ദൈവം ഒഴിച്ച് മറ്റാരും ഇല്ല. മണ്ണ് നനഞ്ഞിരുന്നു. ഇലകളിൽ നിന്ന് വെള്ളത്തുള്ളികൾ ഇറ്റുവീണുകൊണ്ടിരുന്നു. മരത്തിന്റെ പൊത്തിനുള്ളിൽ ഒരു നനഞ്ഞുപോയ ചിത്രശലഭം അതിന്റെ ചിറകു വിടർത്തി പറന്നുപോകാൻ പോരാടി.

ഞാൻ നിലവിളിക്കും, അയാൾ തീരുമാനിച്ചു. "ആശ്വാസം കണ്ടെത്താൻ വേണ്ടി ഞാൻ നിലവിളിക്കും."

പർവ്വതത്തിൽ അയാൾ തനിച്ചാകുമ്പോൾ അല്ലെങ്കിൽ ഉച്ചയ്ക്ക് ആളൊഴിഞ്ഞ സമതലത്തിലെത്തുമ്പോൾ, വളരെക്കൂടിയ തോതിൽ അയാൾക്ക് അനുഭവിക്കാൻ കഴിഞ്ഞിരുന്ന കാര്യം എന്താണ്?... അത് ആഹ്ലാദം ആയിരുന്നോ? അത് വിദ്വേഷം ആയിരുന്നോ? അതോ സകലതിനും മുകളിൽ നില്ക്കുന്ന ഭയം ആയിരുന്നോ? ദൈവം അയാളെ നാലു ചുറ്റും വലയം ചെയ്തിരിക്കുന്നതായാണ് അയാൾക്ക് എപ്പോഴും അനുഭവപ്പെട്ടത്. അതിൽനിന്നും രക്ഷപ്പെടാനുള്ള ആശയറ്റ പരിശ്രമം നടത്താൻ ആഗ്രഹിക്കുന്നമട്ടിൽ അയാൾ നിലവിളിച്ചു. ചില സമയങ്ങളിൽ അയാൾ ഒരു പൂവൻകോഴിയെ പോലെ കൂവി. ചിലപ്പോൾ അയാൾ ഒരു വിശക്കുന്ന കുറുക്കനെ പോലെ ഓരിയിട്ടു. ചിലപ്പോൾ അടികിട്ടിയ പട്ടിയെപ്പോലെ മോങ്ങി... പക്ഷേ, ഇപ്പോൾ ഉറക്കെ നിലവിളിക്കാൻ വേണ്ടി വായ് തുറന്നപ്പോൾ ചിറകുകൾ വിടർത്താൻ പാടുപെടുന്ന ഒരു ചിത്രശലഭം അയാളുടെ കണ്ണിൽപെട്ടു. അയാൾ കുനിഞ്ഞ് സാവധാനം അതിനെ പൊക്കിയെടുത്ത് അത്തിമരത്തിന്റെ സൂര്യപ്രകാശം വീഴുന്ന ഒരു ഇലയിൽ വച്ചു.

"എന്റെ സഹോദരീ, എന്റെ സഹോദരീ" അയാൾ അതിനെ അനുകമ്പയോടെ നോക്കിക്കൊണ്ട് പിറുപിറുത്തു.

ചിത്രശലഭത്തെ ചൂടുകിട്ടാൻ വേണ്ടി ഉപേക്ഷിച്ചതിനു ശേഷം അയാൾ വീണ്ടും യാത്ര തുടങ്ങി. ഉടൻ തന്നെ ഏതാനും ചുവടു പിന്നിലായി നനഞ്ഞമണ്ണിൽ നഗ്നമായ ആ രണ്ടു പാദങ്ങൾ പിൻതുടരുന്നതിന്റെ അവ്യക്തമായ ശബ്ദം അയാൾ കേട്ടു. തുടക്കത്തിൽ അയാൾ ആദ്യമായി നസറേത്ത് വിട്ടുപോരുമ്പോൾ അവളുടെ ശബ്ദം വളരെ ദുർബ്ബലമായിരുന്നു. അല്പാല്പമായി ആ കാലുകൾക്ക് ധൈര്യം കൂടിക്കൊണ്ടിരുന്നു. അത് കൂടുതൽ അടുത്തേക്ക് വന്നു. അത് അയാളെ പിടികൂടുമെന്ന് മറിയത്തിന്റെ മകൻ ഒരു ഞെട്ടലോടെ ആലോചിച്ചു. "ദൈവമേ," അയാൾ പിറുപിറുത്തു. "അവൾ എന്റെ മുകളിൽ ചാടിവീഴുന്നതിനുമുമ്പ് എന്നെ പെട്ടെന്ന് സന്ന്യാസിമഠത്തിൽ എത്തിക്കേണമേ!"

ഇപ്പോൾ പക്ഷികളെയും മൃഗങ്ങളെയും മനുഷ്യരെയും തോല്പിച്ചുകൊണ്ട് സൂര്യൻ ആ സമതലത്തിലേക്ക് അതിക്രമിച്ചു കയറി. മണ്ണിൽ നിന്നും വിഭിന്നമായ ഒരു ഗർജ്ജനം ഉയർന്നു. മലയോരത്ത് ആടുകൾ ഇളകാൻ തുടങ്ങി. ആട്ടിടയന്മാർ അവരുടെ കുഴലുകൾ ഊതാൻ ആരംഭിച്ചു. ലോകം കൂടുതൽ മെരുങ്ങി. കൂടുതൽ സംസ്കാരസമ്പന്നമായി.

മുന്നിൽ ഇടതുവശത്തു നില്ക്കുന്ന ഉയരമുള്ള പോപ്ലാർ മരത്തിന്റെ അടുത്തെത്തുമ്പോൾ അയാൾക്ക് കാനാ കാണാൻ കഴിയും. അയാൾ വളരെ കൂടുതൽ ഇഷ്ടപ്പെട്ടിരുന്ന സന്തോഷം നിറഞ്ഞ ഗ്രാമം. അയാൾ താടിയില്ലാത്ത ഒരു കൊച്ചുകുട്ടി ആയിരുന്നപ്പോൾ - ദൈവം അദ്ദേഹത്തിന്റെ നഖങ്ങൾ അയാളിലേക്ക് കുത്തിയിറക്കുന്നതിനുമുമ്പ്— അയാളും അമ്മയും കൂടി കോലാഹലം നിറഞ്ഞ ഉത്സവങ്ങൾ കാണാൻ എത്ര പ്രാവശ്യം ഇവിടെ എത്തിയിരിക്കുന്നു! ഇലപ്പടർപ്പുകൾ നിറഞ്ഞ ചില്ലകളുമായി തഴച്ചു വളർന്നുനിന്ന ഈ പോപ്ലാർ മരത്തിന്റെ ചുവട്ടിൽ ചുറ്റുപാടുമുള്ള ഗ്രാമങ്ങളിലെ പെൺകുട്ടികൾ നൃത്തം ചെയ്യുമ്പോൾ അവരെ അഭിനന്ദിക്കാൻ എത്ര തവണ അയാൾ മറ്റുള്ളവർക്കൊപ്പം ഒത്തു ചേർന്നിരിക്കുന്നു. സന്തുഷ്ടയായ ഭൂമി അവളുടെ ചുവടുവയ്ക്കുന്ന പാദങ്ങൾക്കടിയിൽ വിറച്ചു. പക്ഷേ, ഒരിക്കൽ അയാൾക്ക് ഇരുപത് വയസ്സ് ആയിരുന്നപ്പോൾ കൈയിൽ ഒരു റോസാപ്പൂവും പിടിച്ച് പോപ്ലാർ മരത്തിന്റെ താഴെ കിതച്ചുകൊണ്ട് നില്ക്കുമ്പോൾ...

അയാൾ ഞെട്ടി. പെട്ടെന്ന് ആയിരം രഹസ്യ ചുംബനങ്ങളുമായി അവൾ ഒരിക്കൽക്കൂടി മുന്നിൽ നില്ക്കുന്നത് അയാൾ കണ്ടു. അവളുടെ മാറിടത്തിന്റെ ഇടതുവശത്തും വലതുവശത്തുമായി സൂര്യനെയും ചന്ദ്രനെയും ഒളിപ്പിച്ചിരുന്നു. അവളുടെ വസ്ത്രത്തിന്റെ സുതാര്യമായ തിരശ്ശീലയ്ക്കു പിന്നിൽ പകലും രാത്രിയും ഉദിച്ചുയർന്നു. തളർന്നുവീണു.

“എന്നെ ഉപേക്ഷിക്കൂ. എന്നെ ഉപേക്ഷിക്കൂ!” അയാൾ നിലവിളിച്ചു. “ഞാൻ ദൈവത്തിന് സമർപ്പിക്കപ്പെട്ടിരിക്കുന്നു; ഞാൻ അദ്ദേഹത്തെ കാണാൻ വേണ്ടി മരുഭൂമിയിലേക്ക് പോയിക്കൊണ്ടിരിക്കുകയാണ്!” അയാൾ തിടുക്കത്തിൽ പോപ്ലാർ മരം കടന്നുപോയി. പെട്ടെന്ന് കാനാ അയാളുടെ മുമ്പിൽ വെളിവാക്കപ്പെട്ടു: കുമ്മായം പൂശിയ പതുങ്ങി നില്ക്കുന്ന വീടുകൾ, സമചതുരാകൃതിയിൽ ധാന്യങ്ങൾ ഉണക്കാനുള്ള തട്ടുകൾ; സൂര്യന്റെ താഴെ പടർന്നു പുറത്തേക്ക് വരുന്ന ചോളവും പച്ചക്കറികളും. നഗ്നമായ കാലുകൾ ആട്ടിക്കൊണ്ട് വീട് അലങ്കരിക്കാൻ വേണ്ടി ചുവന്ന കുരുമുളകുകൾ നൂലിൽ കോർത്തുകൊണ്ടിരിക്കുന്ന ചെറുപ്പക്കാരികൾ.

അയാൾ തലതാഴ്ത്തി ചെകുത്താന്റെ ഈ കെണിയിൽനിന്നും കഴിയുന്നതും വേഗം രക്ഷപ്പെടാൻ വേണ്ടി വേഗം നടന്നു. അയാൾക്ക് ആരെയെങ്കിലും കാണണമെന്ന് ആഗ്രഹം ഉണ്ടായിരുന്നില്ല. ആരെങ്കിലും അയാളെ കാണണമെന്നും ആഗ്രഹം ഉണ്ടായിരുന്നില്ല. അയാളുടെ പിന്നിൽ നഗ്നമായ ആ രണ്ടു കാലുകൾ ഇപ്പോൾ പാറക്കല്ലുകൾ ശബ്ദത്തോടെ ചവിട്ടിമെതിച്ചു: അവയും തിടുക്കത്തിൽ ആയിരുന്നു.

സൂര്യൻ മുകളിലെത്തി. ഇപ്പോൾ അത് ഭൂമിയെ പൊതിഞ്ഞു. സന്തോഷത്തോടെ പാടിക്കൊണ്ട് കൊയ്ത്തുകാർ അരിവാൾ വീശി കൊയ്ത്തു തുടർന്നു. കൊയ്തെടുത്ത ധാന്യങ്ങൾ പെട്ടെന്ന് കെട്ടുകളായിമാറി നിലത്ത് കുന്നുകൂടി. മുന്നോട്ടു പോകുന്നതിനിടയിൽ മറിയത്തിന്റെ മകൻ

സ്ഥലത്തിന്റെ ഉടമസ്ഥർക്ക് ഒരു നല്ല കൊയ്ത്തുണ്ടാക്കട്ടെ എന്ന് തിടുക്കത്തിൽ ആശംസിച്ചു. “ഓരോ കതിരിനും ഒരു ചാക്കു നിറയ്ക്കാനുള്ള വലിപ്പം ഉണ്ടാകട്ടെ!”

ഒലിവ് തോട്ടങ്ങളുടെ പിന്നിൽ കാനാ അപ്രത്യക്ഷപ്പെട്ടു. നിഴലുകൾ മരങ്ങളുടെ ചുവട്ടിലേക്ക് ചുരുണ്ടുകൂടി. ഏറക്കുറെ ഉച്ചയായിക്കഴിഞ്ഞിരുന്നു. മറിയത്തിന്റെ മകൻ അയാൾക്കു ചുറ്റുമുള്ള എല്ലാ കാര്യങ്ങളിലും മനസ്സിൽ ദൈവത്തെ ഉറപ്പിച്ചു നിർത്തിക്കൊണ്ട് ആഹ്ലാദിച്ചുകൊണ്ടിരുന്നപ്പോൾ പുതിയതായി ചുട്ടെടുക്കുന്ന അപ്പത്തിന്റെ മണം അയാളുടെ മൂക്കിലേക്ക് ഇടിച്ചുകയറി. പെട്ടെന്ന് അയാൾക്ക് വിശപ്പു തോന്നി. ആ നിമിഷത്തിൽ അയാളുടെ ശരീരം ആഹ്ലാദംകൊണ്ട് തുള്ളി. അയാൾ എത്ര വർഷങ്ങളായി വിശപ്പ് അനുഭവിച്ചിരിക്കുന്നു. എങ്കിലും അപ്പത്തിനുവേണ്ടിയുള്ള ഈ പവിത്രമായ അഭിലാഷം ഇതുവരെ അനുഭവപ്പെട്ടിരുന്നില്ല! പക്ഷേ, ഇപ്പോൾ...

അയാളുടെ നാസാരന്ധ്രങ്ങൾ അന്തരീക്ഷത്തിൽ മണം പിടിച്ചു. ആ സുഗന്ധത്തെ പിൻതുടർന്ന് അയാൾ ഒരു കുഴിയിൽ ഇറങ്ങിക്കയറി. ഒരു വേലിയുടെ മുകളിലൂടെ കയറിയിറങ്ങി. അയാൾ ഒരു മുന്തിരിത്തോപ്പിൽ പ്രവേശിച്ചു. ഒരു പോടുള്ള ഒലിവു മരത്തിന്റെ താഴെ പതുങ്ങിയിരുന്ന ഒരു കുടിൽ അയാൾ കണ്ടെത്തി. പുക പുല്ലുമേഞ്ഞ കുടിലിനു മുകളിലേക്ക് ഉയർന്നു. കുടിലിന്റെ പ്രവേശനകവാടത്തിൽ ഒരു വൃദ്ധ അടുപ്പിനു മുകളിൽ കുനിഞ്ഞുകിടന്ന് അടുപ്പുമായി ഗുസ്തി പിടിക്കുന്നുണ്ടായിരുന്നു. അവരുടെ ചലനങ്ങൾക്ക് വേഗത ഉണ്ടായിരുന്നു. അവരുടെ കണ്ണിന് കൺപീലികൾ ഇല്ലായിരുന്നു. അവരുടെ ഒരുവശത്ത് മഞ്ഞപ്പുള്ളികളുള്ള കറുത്തപട്ടി കിടക്കുന്നുണ്ടായിരുന്നു. അവൻ മുൻകാലുകൾ അടുപ്പിനു മുകളിലേക്ക് നീട്ടിവച്ചിരുന്നു. അവന്റെ പല്ലുകൾ നിറഞ്ഞ വിശക്കുന്ന വായ വിശാലമായി തുറന്നുവച്ചിരുന്നു. മുന്തിരിത്തോട്ടത്തിൽ കാൽപ്പെരുമാറ്റം കേട്ടപ്പോൾ അവൻ കുരച്ചുകൊണ്ട് അതിക്രമിച്ചു കയറിയവന്റെ നേർക്ക് പാഞ്ഞുചെന്നു. വൃദ്ധ അത്ഭുതപ്പെട്ടു. അവർ തിരിഞ്ഞു നോക്കി. ചെറുപ്പക്കാരനെ കണ്ടപ്പോൾ അവരുടെ ഇടുങ്ങിയ കണ്ണുകൾ തിളങ്ങി. അവരുടെ ഏകാന്തതയിലേക്ക് ഒരു മനുഷ്യൻ കടന്നുവന്നതിന്റെ ആഹ്ലാദത്തിൽ അവർ ജോലി നിർത്തി. തടികൊണ്ടുള്ള തവി അവർ താഴെ വച്ചിരുന്നില്ല.

“വരൂ” അവർ പറഞ്ഞു. “വിശക്കുന്നുണ്ടോ? ദൈവത്തിന്റെ കൃപകൊണ്ട് നിങ്ങൾ എവിടെ നിന്നാണ് വരുന്നത്?”

“നസറേത്തിൽ നിന്ന്.”

“വിശക്കുന്നുണ്ടോ?” വൃദ്ധ ചിരിച്ചുകൊണ്ട് വീണ്ടും ചോദിച്ചു. “നിങ്ങളുടെ മൂക്ക് ഒരു വേട്ടപ്പട്ടീടെ മൂക്കുപോലെ തുടിച്ചുകൊണ്ടിരിക്കുന്നു.”

“അമ്മ പറഞ്ഞത് ശരിയാണ്. എനിക്ക് വിശക്കുന്നുണ്ട്. എന്നോട് ക്ഷമിക്കണം.”

പക്ഷേ, വൃദ്ധയ്ക്ക് ചെവി കേൾക്കില്ലായിരുന്നു. അവർ അത് കേട്ടില്ല.

“എന്താണ് പറഞ്ഞത്?” അവർ പറഞ്ഞു. “ഉറക്കെ പറയൂ.”

"എനിക്ക് വിശക്കുന്നു. അമ്മ എന്നോട് ക്ഷമിക്കണം."

"നിങ്ങളോട് എന്തിനാണ് ക്ഷമിക്കുന്നത്. എന്റെ കുട്ടീ, വിശപ്പിനെ പറ്റി ലജ്ജിക്കേണ്ട കാര്യം ഇല്ല. ദാഹത്തെപ്പറ്റിയും സ്നേഹത്തെക്കുറിച്ചും ആരും ലജ്ജിക്കേണ്ട ആവശ്യം ഇല്ല. അവയെല്ലാം ദൈവം തന്നതാണ്— അതുകൊണ്ട് അടുത്തേക്ക് വരൂ. നാണക്കേട് വിചാരിക്കേണ്ട."

അവർ വീണ്ടും പൊട്ടിച്ചിരിച്ചു. അവരുടെ അമൂല്യമായ ഒരേ ഒരു പല്ല് പുറത്തുകണ്ടു.

"ഇവിടെ നിങ്ങൾക്ക് അപ്പവും വെള്ളവും കിട്ടും. സ്നേഹത്തിന് കുറച്ചുകൂടി മുമ്പോട്ട് പോകണം. മഗ്ദല വരെ..."

അടുപ്പിനടുത്തുകിടന്ന ചാരുബഞ്ചിൽ വെച്ചിരുന്ന അപ്പങ്ങളിൽ നിന്ന് ഒരെണ്ണം അവർ കൈയിലെടുത്തു. "നോക്കൂ, ഇത് ഞങ്ങൾ വഴിയാത്ര ക്കാർക്കു വേണ്ടി ഓരോ തവണ അടുപ്പ് അണയ്ക്കുന്ന സമയത്ത് പ്രത്യേകം മാറ്റിവെക്കുന്നതാണ്. ഞങ്ങൾ ഇതിനെ പച്ചക്കുതിരയുടെ അപ്പം എന്നാണ് വിളിക്കുന്നത്. ഇത് എന്റെയല്ല. നിങ്ങളുടേതാണ്. ഒരു കഷണം മുറിച്ചെടുത്ത് നിങ്ങൾക്ക് കഴിക്കാം."

മറിയത്തിന്റെ മകന് സമാധാനം തോന്നി. അയാൾ പ്രായമുള്ള ആ ഒലിവു മരത്തിന്റെ വേരിൽ ഇരുന്ന് അപ്പം തിന്നാൻ തുടങ്ങി. ഈ അപ്പം എത്രമാത്രം സ്വാദുള്ളതാണ്. ഈ വെള്ളം എത്രമാത്രം ക്ഷീണം മാറ്റുന്ന താണ്. അവർ അയാൾക്ക് അപ്പത്തിന്റെ കൂടെ കൊടുത്ത രണ്ട് ഒലിവ് പഴങ്ങൾ എന്തുമാത്രം മധുരമുള്ളതാണ്. അവ ആപ്പിളുപോലെ കൊഴുത്തു മാംസളമായിരുന്നു! ഇപ്പോൾ ശരീരവും ആത്മാവും ഒന്നായിമാറി അപ്പവും ഒലിവ് പഴങ്ങളും വെള്ളവും ഒരുവായിലൂടെ സ്വീകരിച്ച് ആത്മാവിനും ശരീരത്തിനും ഒരേപോലെ ആഹ്ലാദവും പോഷണവും കിട്ടുന്നുണ്ടെന്ന മട്ടിൽ അയാൾ മനഃസമാധാനത്തോടെ ചവച്ചുതിന്നു.

വൃദ്ധ അടുപ്പിൽ ചാരി നിന്ന് അയാളെ വിസ്മയത്തോടെ നോക്കി.

"നിങ്ങൾക്ക് തീർച്ചയായും നല്ല വിശപ്പ് ഉണ്ടായിരുന്നു." അവർ ചിരിച്ചുകൊണ്ട് പറഞ്ഞു. "കഴിക്കൂ. നിങ്ങൾ ചെറുപ്പമാണ്. നിങ്ങൾക്ക് ഇനിയും ഒരു വലിയ ദൂരം താണ്ടാനുണ്ട്. ബുദ്ധിമുട്ടുകൾക്ക് അവസാനം ഇല്ല. കഴിക്കൂ. നിങ്ങൾ സ്വയം ശക്തനായാൽ നിങ്ങൾക്ക് കൂടുതൽ സഹി ക്കാനുള്ള കഴിവു കിട്ടും."

അവർ മറ്റൊരപ്പത്തിന്റെ കഷണവും രണ്ട് ഒലിവ് പഴങ്ങളും കൂടി അയാൾക്ക് കൊടുത്തു. അവരുടെ കഷണ്ടിത്തല വെളിച്ചത്തുകൊണ്ടുവ ന്നുകൊണ്ട് അവർ തലയിൽ കെട്ടിയിരുന്ന തൂവാല അഴിഞ്ഞുവീണു. അവർ തിടുക്കത്തിൽ അത് വീണ്ടും തലയിൽ കെട്ടിവച്ചു.

"ദൈവത്തിന്റെ കൃപകൊണ്ട് നിങ്ങൾ എവിടേക്കാണ് പോകുന്നത്?" അവർ ചോദിച്ചു.

"മരുഭൂമിയിലേക്ക്!"

"എവിടേക്കാണ് പോകുന്നത്? ഉറക്കെ പറയണം."

"മരുഭൂമിയിലേക്ക്."

വൃദ്ധ പല്ലില്ലാത്ത വായ് കോട്ടിക്കാണിച്ചു.

“സന്ന്യാസിമഠത്തിലേക്കാണോ?” അപ്രതീക്ഷിതമായ കോപ ത്തോടെ വൃദ്ധ നിലവിളിച്ചു. “എന്തിന്? അവിടെ നിങ്ങൾക്ക് എന്താണ് കാര്യം? നിങ്ങളുടെ യൗവനത്തോട് നിങ്ങൾക്ക് അനുകമ്പ ഇല്ലേ?”

അയാൾ സംസാരിച്ചില്ല. വൃദ്ധ അവരുടെ കഷണ്ടിത്തല കുലുക്കി ക്കൊണ്ട് ഒരു പാമ്പിനെപ്പോലെ ചീറ്റി. “നിങ്ങൾക്ക് ദൈവത്തിനെ കണ്ടെ ത്തണം. ഇല്ലേ” അവർ പരിഹാസത്തോടെ ചോദിച്ചു.

“അതെ” ചെറുപ്പക്കാരൻ ശബ്ദം താഴ്ത്തി പറഞ്ഞു.

വൃദ്ധ അവരുടെ ചുള്ളിക്കമ്പുപോലുള്ള കാലിൽ ചുറ്റിപ്പിണഞ്ഞു കൊണ്ടിരുന്ന പട്ടിയെ തൊഴിച്ചു മാറ്റിയതിനുശേഷം ചെറുപ്പക്കാരന്റെ അടു ത്തുവന്നു.

“ഭാഗ്യമില്ലാത്ത പിശാചേ” അവർ അലറി “ദൈവം സന്ന്യാസിമഠ ത്തിലല്ല കണപ്പെടുന്നതെന്ന് നിങ്ങൾക്ക് അറിയില്ലേ? മനുഷ്യരുടെ വീടു കളിലാണ് ദൈവത്തെ കാണാൻ കഴിയുന്നത്! ഭാര്യയെയും ഭർത്താവി നെയും കാണാൻ കഴിയുന്ന സ്ഥലങ്ങളിലെല്ലാം നിങ്ങൾക്ക് ദൈവത്തെ കാണാൻ പറ്റും. കുട്ടികളും നിസ്സാരമായ ഉൽക്കണ്ഠകളും പാചകവും തർക്കങ്ങളും ഒത്തുതീർപ്പുകളും നിങ്ങൾക്ക് കാണാൻ കഴിയുന്ന എല്ലാ സ്ഥലത്തും ദൈവവും ഉണ്ടാകും. ആ ആണത്തമില്ലാത്തവന്മാരെ ശ്രദ്ധി ക്കരുത്. ഞാൻ നിങ്ങളോട് പറയുന്നു ദൈവം വീട്ടിലാണ് ഉള്ളത്. സന്ന്യാസിമഠത്തിൽ അല്ല: അതാണ് യഥാർത്ഥ ദൈവം. നിങ്ങൾ ആരാ ധിക്കേണ്ടത് ആ ദൈവത്തിനെയാണ്. മറ്റേ ദൈവത്തിനെ മരുഭൂമിയിലെ ആണത്തമില്ലാത്ത മടിയന്മാരായ വിഢ്ഢികൾക്ക് വിട്ടുകൊടുക്കുക!”

വൃദ്ധ കൂടുതൽ സംസാരിക്കുംതോറും കൂടുതൽ ജ്വലിച്ചു. അവരുടെ പ്രതികാരത്തിന്റെ ചുഴലി ശാന്തമാകുന്നതുവരെ അവർ സംസാരിച്ചു. അവർ നിലവിളിച്ചു.

“എന്റെ ധീരനായ കുട്ടി എന്നോട് ക്ഷമിക്കണം” ചെറുപ്പക്കാരന്റെ തോളിൽ തട്ടിക്കൊണ്ട് അവർ പറഞ്ഞു. “പക്ഷേ, ഒരിക്കൽ എനിക്ക് ഒരു മകൻ ഉണ്ടായിരുന്നു. നിങ്ങളെപ്പോലെ കൊള്ളാവുന്ന ഒരു ചെറുപ്പക്കാ രൻ. ഒരു ദിവസം രാവിലെ അവന്റെ ബുദ്ധി നഷ്ടപ്പെട്ടു. അവൻ കതകു തുറന്ന് മരുഭൂമിയിലെ സന്ന്യാസിമഠത്തിലെ രോഗം ശമിപ്പിക്കുന്നവരുടെ അടുത്തേക്ക് പോയി. അവർ ജീവിക്കുന്ന കാലത്തോളം ആരുടെയും രോഗം അവർ ശമിപ്പിക്കാതിരിക്കട്ടെ! അവർക്ക് വിഷപ്പനി വരട്ടെ! എന്തു പറയാൻ, എനിക്ക് അവൻ നഷ്ടപ്പെട്ടു. ഇപ്പോൾ ഞാൻ ഈ അപ്പച്ചട്ടി നിറ യ്ക്കുന്നു. ഒഴിപ്പിച്ചെടുക്കുന്നു– ആർക്ക് ഭക്ഷണം കൊടുക്കാൻ? എന്റെ കുട്ടികൾക്ക് ഭക്ഷണം കൊടുക്കാനാണോ? എന്റെ പേരക്കുട്ടികൾക്ക് ഭക്ഷണം കൊടുക്കാനാണോ? ഞാൻ ഉണങ്ങിപ്പോയ കായ്ഫലം ഇല്ലാത്ത ഒരു മരമാണ്.”

അവർ കണ്ണുതുടയ്ക്കാൻ വേണ്ടി ഒരു നിമിഷം സംസാരം നിർത്തി. അതിനുശേഷം വീണ്ടും ആരംഭിച്ചു. “വർഷങ്ങളോളം ഞാൻ ദൈവത്തിന്റെ

നേർക്ക് കൈ ഉയർത്തി. “എന്തിനാണ് ഞാൻ ജനിച്ചത്?” ഞാൻ അലറി. “എനിക്ക് ഒരു മകൻ ഉണ്ടായിരുന്നു. നിങ്ങൾ എന്തിനാണ് അവനെ എന്റെ അടുത്തുനിന്നും വശീകരിച്ചത്?” ഞാൻ വീണ്ടും വീണ്ടും അലറി. പക്ഷേ, അദ്ദേഹം കേൾക്കുമെന്ന് ആർക്ക് പ്രതീക്ഷിക്കാൻ പറ്റും! സ്വർഗ്ഗം തുറക്കുന്നത് ഞാൻ ഒരിക്കൽ മാത്രം കണ്ടു. അത് അർദ്ധരാത്രിയിൽ ഏശയ്യ പ്രവാചകന്റെ പർവ്വതത്തിനു മുകളിൽ വെച്ചായിരുന്നു. ഞാൻ ഇടിവെട്ടുന്നപോലൊരു ശബ്ദം കേട്ടു. “പരുഷമായി അലറി വിളിക്കൂ!” അതിനു ശേഷം സ്വർഗ്ഗങ്ങൾ വീണ്ടും അടഞ്ഞു. അന്നായിരുന്നു ഞാൻ അവസാനമായി ദൈവത്തിനെ വിളിച്ചത്.

മറിയത്തിന്റെ മകൻ എഴുന്നേറ്റു. അയാൾ വൃദ്ധയോട് വിട പറയാൻ വേണ്ടി കൈനീട്ടി. പക്ഷേ, അവർ പിന്നോട്ടു മാറി. അവർ ഒരിക്കൽ കൂടി പാമ്പിനെ പോലെ ചീറ്റാൻ തുടങ്ങി.

“അപ്പോൾ മരുഭൂമിയാണ് വേണ്ടത്? നിങ്ങൾക്കും മണ്ണിനോട് ഒരു ആസക്തി ഉണ്ട്. ഇല്ലേ? പക്ഷേ, എന്റെ കുട്ടീ, നിങ്ങളുടെ കണ്ണുകൾ എവിടെയാണ്? നിങ്ങൾ സൂര്യനെയും മുന്തിരിത്തോട്ടങ്ങളെയും സ്ത്രീകളെയും കാണുന്നില്ലേ? നിങ്ങൾ മഗ്ദലയിലേക്ക് പോകൂ— നിങ്ങൾ മഗ്ദലയുടെ ഭാഗമാണ്. നിങ്ങൾ ഒരിക്കലും വേദപുസ്തകം വായിച്ചിട്ടില്ലേ? ദൈവം പറയുന്നു: എനിക്ക് ഉപവാസവും പ്രാർത്ഥനയും വേണ്ട. എനിക്ക് വേണ്ടത് മാംസം ആണ്!” മറ്റു രീതിയിൽ പറഞ്ഞാൽ “നിങ്ങൾ കുട്ടികളെ സൃഷ്ടിക്കണമെന്ന് അദ്ദേഹം ആഗ്രഹിക്കുന്നു!”

“അമ്മേ ഞാൻ പോകുന്നു.” ചെറുപ്പക്കാരൻ പറഞ്ഞു. “ദൈവം നിങ്ങൾക്ക് എനിക്കു തന്ന അപ്പത്തിനു പ്രതിഫലം തരട്ടെ!”

“നിങ്ങൾക്കും ദൈവം പ്രതിഫലം തരട്ടെ” വൃദ്ധ അയാളെ സാന്ത്വനപ്പെടുത്തുന്ന മട്ടിൽ പറഞ്ഞു. “നിങ്ങൾ എന്നോടു ചെയ്ത സൽപ്രവൃത്തിക്ക് ദൈവം നിങ്ങൾക്ക് പ്രത്യുപകാരം ചെയ്യട്ടെ. എന്റെ തകർന്ന ചെറ്റപ്പുരയിൽ ആരെങ്കിലും വന്നിട്ട് വർഷങ്ങൾ കഴിഞ്ഞിരിക്കുന്നു. അഥവാ ആരെങ്കിലും കടന്നുപോയിട്ടുണ്ടെങ്കിൽ അവരെല്ലാം വൃദ്ധന്മാരായിരുന്നു.”

അയാൾ മുന്തിരിത്തോട്ടത്തിലൂടെ തിരിച്ചുനടന്നു. വേലി ചാടിക്കടന്ന് പ്രധാന വഴിയിൽ എത്തി.

“എനിക്ക് മനുഷ്യരുടെ കാഴ്ച സഹിക്കാൻ പറ്റില്ല.” അയാൾ പിറുപിറുത്തു. “ഞാൻ അവരെ കാണാൻ ആഗ്രഹിക്കുന്നില്ല. അവർ നിങ്ങൾക്കു തരുന്ന അപ്പം പോലും വിഷമാണ്. ദൈവത്തിലേക്ക് ഒരു വഴിമാത്രമേ ഉള്ളൂ. ഞാൻ ഇന്ന് തെരഞ്ഞെടുത്തിരിക്കുന്ന വഴി. ആ വഴി അവരെ സ്പർശിക്കാതെ അവർക്കിടയിലൂടെ കടന്നുപോയി മരുഭൂമിയിൽ എത്തിച്ചേരുന്നു. ഞാൻ എപ്പോഴാണ് അവിടെ എത്താൻ പോകുന്നത്!”

അയാളുടെ പിന്നിൽ പൊട്ടിച്ചിരി മുഴങ്ങിയപ്പോൾ അയാളുടെ വാക്കുകൾ അവസാനിച്ചിരുന്നില്ല. അയാൾ ഞെട്ടിത്തിരിഞ്ഞുനോക്കി. അന്തരീക്ഷത്തെ ഉടമസ്ഥനില്ലാത്ത ഒരു പൊട്ടിച്ചിരി ഇളക്കിമറിച്ചു. വിദ്വേഷ

ത്തോടെ ചീറുന്നതു പോലെയുള്ള ഒരു പൊട്ടിച്ചിരി.

"പിതാവേ!" അയാളുടെ അടഞ്ഞുപോയ തൊണ്ടയിൽനിന്നും രക്ഷപ്പെട്ടത് ഈ അലർച്ച ആയിരുന്നു.

എഴുന്നു നില്ക്കുന്ന മുടിയോടെ അയാൾ പൊട്ടിച്ചിരിക്കുന്ന അന്തരീക്ഷത്തിലേക്ക് നോക്കി. അതിനുശേഷം അയാൾ ഒരു കിറുക്കനെപോലെ ഓടാൻ തുടങ്ങി. ഉടൻതന്നെ അയാളുടെ പിന്നാലെ ഓടിക്കൊണ്ടിരുന്ന നഗ്നമായ കാലുകളുടെ ശബ്ദം അയാൾ കേട്ടു.

"ആ ശബ്ദം എവിടെനിന്നായാലും ഉടൻതന്നെ അത് എന്നെ പിടികൂടാതിരിക്കില്ല." അയാൾ പിറുപിറുത്തു കൊണ്ട് ഓട്ടം തുടർന്നു.

സ്ത്രീകൾ ഇപ്പോഴും കൊയ്ത്തു തുടരുന്നുണ്ടായിരുന്നു. ആണുങ്ങൾ മെതിക്കുന്ന തട്ടിലേക്ക് കെട്ടുകൾ ചുമന്നു കൊണ്ടുപോയി. മറ്റു ചിലർ അല്പംകൂടി ദൂരെനിന്ന് പതിരു തൂറ്റാൻ തുടങ്ങിക്കഴിഞ്ഞിരുന്നു. ഒരു ഇളം കാറ്റ് ധാന്യം മെതിക്കുന്ന തട്ടിൽ ഉപേക്ഷിച്ചതിനുശേഷം പതിരുകൾ സ്വർണ്ണപ്പൊടിപോലെ ഭൂമിയിൽ വിതറിയിട്ടു. അതുവഴി കടന്നുപോയവർ ഒരു പിടി ഗോതമ്പെടുത്ത് ചുംബിച്ചതിനുശേഷം അടുത്ത വർഷവും ജന്മിമാർക്ക് ഇതുപോലെ ഒരു വിളവെടുപ്പ് ഉണ്ടാകട്ടെ എന്ന് ആശംസിച്ചു.

ദൂരെയുള്ള രണ്ടു കുന്നുകൾക്കിടയിൽ പ്രതിമകളും നാടകശാലകളും നിറംപുരട്ടിയ സ്ത്രീകളും നിറഞ്ഞ വിഗ്രഹാരാധികമാരുടെ "ടൈബരിയാസ്" ഗാംഭീര്യത്തോടെ ഉറച്ചുനിന്നു. അതിന്റെ കാഴ്ച മറിയത്തിന്റെ മകനിൽ ഭയം നിറച്ചു. ഒരിക്കൽ കുട്ടിക്കാലത്ത് ആചാര്യനായ അമ്മാവന്റെ കൂടെ അയാൾ ഇവിടെ വന്നിരുന്നു. നല്ല നിലയിലുള്ള ഒരു റോമൻ പ്രഭ്വിയുടെ പിശാചുക്കളിൽനിന്നും അവരെ രക്ഷപ്പെടുത്താൻ വേണ്ടിയാണ് അമ്മാവനെ വിളിച്ചുവരുത്തിയത്. അവളുടെ മുകളിൽ കയറിയത് തീർച്ചയായും "കുളിയുടെ പിശാച്" ആയിരിക്കും. കാരണം അവൾ നഗ്നയായി തെരുവിലിറങ്ങി വഴിയാത്രക്കാരെ ഒളിച്ചിരുന്ന് ആക്രമിച്ചിരുന്നു. ആ കുലീനയായ സ്ത്രീയെ പിശാച് നിയന്ത്രിച്ചുകൊണ്ടിരുന്ന സമയത്താണ് അവളുടെ കൊട്ടാരത്തിലേക്ക് ആചാര്യനും അനന്തിരവനും കടന്നുചെന്നത്. അവൾ തെരുവിലേക്കുള്ള വഴി ലക്ഷ്യംവച്ച് ഓടിവരികയായിരുന്നു. അടിമകൾ തൊട്ടുപിന്നിൽ അവളെ പിന്തുടരുന്നുണ്ടായിരുന്നു. ആചാര്യൻ അദ്ദേഹത്തിന്റെ അധികാരദണ്ഡ് താഴെ ഇട്ട് അവളെ തടഞ്ഞുനിർത്തി. പക്ഷേ, ആൺകുട്ടിയെ കണ്ട നിമിഷത്തിൽ അവൾ അവന്റെ പുറത്ത് ചാടിക്കയറി. മറിയത്തിന്റെ മകൻ നിലവിളിച്ചുകൊണ്ട് ബോധംകെട്ടുവീണു. അതിനു ശേഷം അവൻ ഈ നാണം കെട്ട കൊട്ടാരത്തെപ്പറ്റി ഓർക്കുന്ന സമയത്തെല്ലാം വിറച്ചു.

"ഈ പട്ടണം ദൈവം ശപിച്ചതാണ്." ആചാര്യൻ അയാളോട് പതിവായി പറഞ്ഞിരുന്നു. "നിങ്ങൾ ഈ വഴി കടന്നുപോകുമ്പോൾ പെട്ടെന്ന് പോകണം. ഒന്നുകിൽ നിങ്ങൾ തലകുനിച്ച് ഭൂമിയിലേക്ക് നോക്കി മരണത്തെപ്പറ്റി മനസ്സിൽ വിചാരിക്കണം. അല്ലെങ്കിൽ ആകാശത്തേക്ക് നോക്കി ദൈവത്തെപ്പറ്റി മനസ്സിൽ ചിന്തിക്കണം. കേപ്പർനാമിലേക്ക് പോകു

മ്പോൾ നിങ്ങൾക്ക് എന്റെ അനുഗ്രഹം വേണമെന്ന് ആഗ്രഹം ഉണ്ടെങ്കിൽ, മറ്റൊരു വഴിയിലൂടെ പോകണം.”

ഇപ്പോൾ ആ വൃത്തികെട്ട പെണ്ണ് പകൽ വെളിച്ചത്തിൽ പൊട്ടിച്ചിരിച്ചു. അവളുടെ പടിവാതിലുകളിലൂടെ നടന്നു കുതിരപ്പുറത്തുകയറിയും ധാരാളം ആളുകൾ അകത്തേക്കും പുറത്തേക്കും ഒഴുകി. രണ്ടു തലയുള്ള കഴുകന്റെ ചിത്രമുള്ള കൊടി അവളുടെ ഗോപുരങ്ങൾക്കു മുകളിൽ പറന്നു. ഓടുകൊണ്ടുള്ള ആയുധങ്ങൾ മിന്നിത്തിളങ്ങി... ഒരിക്കൽ നസറേത്തിനു പുറത്തുള്ള പച്ചപിടിച്ച ചതുപ്പുസ്ഥലത്ത് ഒരു പെൺകുതിരയുടെ ശവം കിടക്കുന്നത് മറിയത്തിന്റെ മകൻ കണ്ടിരുന്നു. അതിന്റെ കുടൽമാലയും അഴുക്കും നിറഞ്ഞ് തുറന്നുകിടന്ന വയറിനുള്ളിലേക്കും പുറത്തേക്കും ഞണ്ടുകളും വണ്ടുകളും കവാത്തു നടത്തി. അതിന്റെ മുകളിലുള്ള അന്തരീക്ഷത്തിൽ ഒരു മേഘം പോലെ മണിയൻ ഈച്ചകൾ കൂട്ടംകൂടി നിന്നു മുരളുന്നുണ്ടായിരുന്നു. നീണ്ട കൺപീലികൾക്കു താഴെയുള്ള വലിയ കണ്ണ് രണ്ടുകാക്കകൾ കൂർത്ത ചുണ്ടുകൊണ്ട് കൊത്തിവലിച്ച് പുറത്തെടുത്തിരുന്നു. ശവത്തിന് തേജസ്സ് ഉണ്ടായിരുന്നു. ചൈതന്യമുള്ള ശവം ജീവിതത്തിലേക്ക് തിരിച്ചുവന്ന് പൂർണ്ണസംതൃപ്തിയോടെ അതിന്റെ നാലുകുളമ്പുകളും ആകാശത്തേക്ക് ഉയർത്തി വസന്തകാലത്തെ പുല്ലിൽ ആഹ്ലാദത്തോടെ ഉരുണ്ടു കളിക്കുകയാണെന്ന് തോന്നി.

“ടിബരിയാസും പെൺകുതിരയുടെ ശവം പോലെയാണ്” തിളങ്ങുന്ന പട്ടണത്തിൽ നിന്ന് കണ്ണെടുക്കാൻ കഴിയാതെ മറിയത്തിന്റെ മകൻ പിറുപിറുത്തു. “സൊഡോമും ഗൊമോറായും ഇതുപോലെയാണ്. മനുഷ്യന്റെ പാപം നിറഞ്ഞ ആത്മാവ് ഇങ്ങനെയാണ്...”

പൗരുഷമുള്ള തമാശക്കാരനായ ഒരു കിഴവൻ കഴുതയേയും തെളിച്ചുകൊണ്ട് അതുവഴി പോയി. യേശു അവിടെ നില്ക്കുന്നത് അയാൾ കണ്ടു.

“കുട്ടി എന്തുകണ്ടിട്ടാണ് വാ പൊളിച്ചു നില്ക്കുന്നത്?” അയാൾ ചോദിച്ചു. “നിങ്ങൾക്ക് അവളെ അറിയില്ലേ? അവൾ നമ്മുടെ പുതിയ രാജകുമാരി ആണ്. വേശ്യയായ ടിബരിയാസ്. ഗ്രീക്കുകാരും റോമാക്കാരും നാടോടികളും യഹൂദന്മാരും അവളുടെ മുകളിൽ കയറും. അവൾ എപ്പോഴും കൂടുതൽ ആളുകൾക്കുവേണ്ടി തയ്യാറാണ്. ഞാൻ പറയുന്നത് നിങ്ങൾ കേൾക്കുന്നുണ്ടോ? രണ്ടും രണ്ടും ചേർന്നാൽ നാലാണ്!”

അയാൾ ജീനിയിൽ തൂക്കിയിരുന്ന സഞ്ചിയിൽനിന്നും ഒരു പിടി ആക്രോട്ടണ്ടിപ്പരിപ്പുകൾ എടുത്ത് യേശുവിനെ സൽക്കരിച്ചു. “നിങ്ങളെ കണ്ടിട്ട് സത്യസന്ധനായ ഒരു മനുഷ്യനാണെന്നു തോന്നുന്നു. ഒരു സാധാരണക്കാരനാണെന്നും തോന്നുന്നുണ്ട്.” അയാൾ പറഞ്ഞു. “ഇത് വഴിയിൽ വെച്ച് ചവയ്ക്കാൻ എടുത്തുകൊള്ളൂ. പക്ഷേ, ഇങ്ങനെ പറയാൻ മറന്നുപോകരുത്– കാപ്പർനാമിലെ കിഴവൻ സബിദീക്ക് ദൈവത്തിന്റെ അനുഗ്രഹം ഉണ്ടാകട്ടെ!”

അയാളുടെ ഇരുവശത്തേക്കും രണ്ടായി പിളർന്നിരുന്ന താടി പൂർണ്ണ

മായും വെളുത്തുപോയിരുന്നു. അയാൾക്ക് ഇടുങ്ങിയ കാളക്കഴുത്തും അത്യാർത്തിയോടെ പെട്ടെന്ന് ചലിക്കുന്ന കറുത്ത കണ്ണുകളും ഉണ്ടായിരുന്നു. അയാളുടെ തടിച്ചു കുറുകിയ ശരീരം നിശ്ചയമായും അതിന്റെ സമയത്ത് സമൃദ്ധമായി കഴിക്കുകയും കുടിക്കുകയും ചുംബിക്കുകയും ചെയ്തിട്ടുണ്ടെന്ന് ഉറപ്പായിരുന്നു— ഇപ്പോഴും അത് സംതൃപ്തിയിൽ നിന്ന് വളരെ ദൂരത്തായിരുന്നു.

ഒരു അതികായൻ അതുവഴി വന്നു. അയാളുടെ ഉടുപ്പിന്റെ മുൻഭാഗം തുറന്നുകിടന്നു. അയാളുടെ കാൽമുട്ടുകൾ നഗ്നമായിരുന്നു. ആട്ടിടയന്റെ അറ്റം വളഞ്ഞ വടി അയാൾ കൈയിൽ പിടിച്ചിരുന്നു. അയാൾ അസ്വസ്ഥതയോടെ നടത്തം നിർത്തി. വൃദ്ധനെ കണ്ട ഭാവം ഇല്ലാതെ അയാൾ മറിയത്തിന്റെ മകന്റെ നേരെ തിരിഞ്ഞു.

“അങ്ങ് നസറേത്തിലെ ആശാരിയുടെ മകൻ അല്ലല്ലോ? കുരിശുണ്ടാക്കി ഞങ്ങളെ കുരിശിലേറ്റുന്നത് നിങ്ങൾ അല്ലല്ലോ?”

എതിർവശത്തെ പാടത്ത് കൊയ്തുകൊണ്ടിരുന്ന രണ്ടു വൃദ്ധകൾ സംസാരം കേട്ട് അവരുടെ അടുത്തേക്ക് വന്നു.

“ഞാൻ...” മറിയത്തിന്റെ മകൻ പറഞ്ഞു. “ഞാൻ...” അതിനുശേഷം അയാൾ പോകാൻ തുടങ്ങി.

“നിങ്ങൾ എവിടെ പോകുമെന്നാണ് നിങ്ങൾ വിചാരിക്കുന്നത്?” അയാളുടെ കൈയിൽ കയറിപിടിച്ചുകൊണ്ട് അതികായൻ അലറി. “നിങ്ങൾക്ക് അത്ര എളുപ്പത്തിൽ പോകാൻ പറ്റില്ല. കുരിശുണ്ടാക്കുന്ന ചതിയൻ— ഞാൻ നിങ്ങളെ കൊല്ലും!”

പക്ഷേ, തമാശക്കാരനായ വൃദ്ധൻ അതികായന്റെ വളഞ്ഞവടി അയാളുടെ കൈയിൽനിന്നും തട്ടിപ്പറിച്ചു.

അയാൾ പറഞ്ഞു. “ഒരു നിമിഷം ഫിലിപ്പ് ആലോചിച്ചു നോക്കൂ. ഒരു വൃദ്ധന് പറയാനുള്ളതെന്താണെന്ന് ഒന്ന് ശ്രദ്ധിക്കണം. ദയവായി ഇതിന്റെ മറുപടി നിങ്ങൾ എനിക്ക് പറഞ്ഞു തരണം: ഈ ലോകത്തു നടക്കുന്ന എല്ലാ കാര്യങ്ങളും ദൈവത്തിന്റെ ആഗ്രഹം ആണ്. ശരിയല്ലേ?”

“സബിദീ പറഞ്ഞത് ശരിയാണ്. എല്ലാ കാര്യങ്ങളും അങ്ങനെതന്നെ ആണ്.”

“ശരി. അപ്പോൾ ഇയാൾ കുരിശു പണിയുന്നത് ദൈവത്തിന്റെ ആഗ്രഹംകൊണ്ടാണ്. ഇയാളെ വിട്ടയക്കാം. ഒരു ഉപദേശം പറയാം. ദൈവത്തിന്റെ കാര്യങ്ങളിൽ ഇടപെടാതിരിക്കുന്നതാണ് ഏറ്റവും നല്ലത്. രണ്ടും രണ്ടും ചേർന്നാൽ നാലാണ്.”

ഈ സമയംകൊണ്ട് മറിയത്തിന്റെ മകൻ മറ്റേയാളുടെ പിടിയിൽ നിന്ന് സ്വയം രക്ഷപ്പെട്ട് ഓട്ടം തുടങ്ങിക്കഴിഞ്ഞിരുന്നു. ഭ്രാന്തു പിടിച്ചപോലെ അരിവാൾ ചുഴറ്റിക്കൊണ്ട് കൊയ്ത്തുകാരായ കിഴവികൾ വിളിച്ചുകൂവിക്കൊണ്ട് അയാളെ പിന്തുടർന്നു.

“സബിദീ” അതികായൻ പറഞ്ഞു. “നമ്മൾ കുരിശു പണിയുന്നവനെ തൊട്ടതുകൊണ്ട് നമുക്ക് പോയി കൈകഴുകാം. നമ്മൾ അവനോട് സംസാ

രിച്ചതു കൊണ്ട് നമുക്ക് വായും കഴുകണം."

"അതിനെപ്പറ്റി പ്രയാസപ്പെടേണ്ട." വൃദ്ധൻ പറഞ്ഞു. "ഒരുപക്ഷേ, നമുക്ക് ഇവിടെ നിന്ന് പോകാം. എന്റെ കൂടെ വരൂ. ഞാൻ തിരക്കിലാണ്. എന്റെ ആൺമക്കൾ ദൂരെ പോയിരിക്കുന്നു. ഒരുത്തൻ കുരിശിലേറ്റുന്നതു കാണാൻ നസറേത്തിൽ പോയിരിക്കുന്നു. അങ്ങനെയാണ് അവൻ പറഞ്ഞത്. മറ്റേയാൾ ഒരു വിശുദ്ധൻ ആകാൻ വേണ്ടി മരുഭൂമിയിൽ കഴിയുന്നു. അതുകൊണ്ട് എന്റെ മീൻ പിടിക്കുന്ന ബോട്ടുകളുമായി ഞാൻ ഇവിടെ തനിച്ചാണ്! വരൂ. വല വലിച്ചുകയറ്റാൻ എന്നെ സഹായിക്കൂ— അവ ഇപ്പോൾ മിക്കവാറും മീനിനെക്കൊണ്ട് നിറഞ്ഞുകാണും. ഞാൻ നിങ്ങൾക്ക് ഒരുചരുവം നിറയെ മീൻ തരാം."

അവർ യാത്ര തിരിച്ചു. വൃദ്ധൻ സന്തോഷത്തിലായിരുന്നു.

"ദൈവമേ, പ്രായമായ പാവം ദൈവം എത്രമാത്രം ബുദ്ധിമുട്ടിക്കാണും." അയാൾ ചിരിച്ചുകൊണ്ട് പറഞ്ഞു. "ലോകം സൃഷ്ടിച്ചുകഴിഞ്ഞപ്പോൾ അദ്ദേഹത്തിന് തീർച്ചയായും ചൂടുവെള്ളത്തിൽ വീണെന്ന് തോന്നിക്കാണും. മീൻ നിലവിളിക്കും "എന്റെ ദൈവമേ, എന്നെ അന്ധനാക്കരുത്. എന്നെ വലയ്ക്കുള്ളിൽ കയറാൻ ഇടയാക്കരുത്" മീൻപിടിത്തക്കാരൻ നിലവിളിക്കും. "ദൈവമേ, മീനിന്റെ കാഴ്ച നഷ്ടപ്പെടുത്തേണമേ, അവയെ വലയ്ക്കുള്ളിൽ കയറ്റിത്തരേണമേ! "ഇതിൽ ഏതു നിലവിളിയാണ് ദൈവം കേൾക്കേണ്ടത്? ചിലപ്പോൾ അദ്ദേഹം മീൻ പറയുന്നത് കേൾക്കും, ചിലപ്പോൾ മീൻപിടിത്തക്കാരൻ പറയുന്നത് കേൾക്കും, ഈ രീതിയിലാണ് ലോകം ഉരുണ്ടുപോകുന്നത്."

ഇതിനിടയിൽ മഗ്ദല ഒഴിവാക്കാൻ വേണ്ടി മറിയത്തിന്റെ മകൻ ആടുകൾ പോകുന്ന കിഴുക്കാംതൂക്കായ വഴിയിലൂടെ നടക്കാൻ തുടങ്ങി. യൂഫ്രറ്റീസിൽനിന്നും അറേബ്യൻ മരുഭൂമിയിൽനിന്നും വലിയ കടലിലേക്കും, ഡമാസ്ക്കസിൽനിന്നും ഫൊണിഷ്യയിൽനിന്നും നൈലിന്റെ മൃദുലമായ പുൽത്തകിടിയിലേക്കും പോകുന്ന സാർത്ഥവാഹക സംഘങ്ങൾ രാവും പകലും ഒരുപോലെ കടന്നു പോകുന്ന സമ്പന്നമായ കവലകളിൽ ഈന്തപ്പനകൾക്കിടയിൽ നിരന്നുകിടക്കുന്ന ഒരേസമയം ആകർഷണീയവും അധാർമ്മികവുമായ ചേരികളുടെ അഴുക്കുപുരളാൻ അയാൾ ആഗ്രഹിച്ചിരുന്നില്ല. ഗ്രാമകവാടത്തിൽ തണുത്ത വെള്ളമുള്ള ഒരു കിണർ ഉണ്ടായിരുന്നു. അതിന്റെ വക്കിൽ നിറങ്ങൾ വാരിപ്പൂശിയ ഒരു പെണ്ണ് നഗ്നമായ മാറിടങ്ങളുമായി കച്ചവടക്കാരെ നോക്കി പുഞ്ചിരിക്കുന്നുണ്ടായിരുന്നു. ഇവിടെനിന്ന് വഴിമാറ്റിയാൽ നേരിട്ട് തടാകത്തിലെത്തി അവിടെ നിന്ന് മരുഭൂമിയിലേക്ക് ഒളിച്ചോടാൻ പറ്റും. അവിടെ വരണ്ട ഒരു കിണറിൽ ദൈവം അയാൾക്കു വേണ്ടി കാത്തിരിക്കുന്നുണ്ട്.

ദൈവത്തെപ്പറ്റി ഓർത്തപ്പോൾ അയാളുടെ ഹൃദയം ഇളകിമറിഞ്ഞു. അയാൾ നടത്തത്തിന്റെ വേഗത കൂട്ടി. അവസാനം സൂര്യന് കൊയ്ത്തുകാരികളോട് അനുകമ്പ തോന്നി. അത് അസ്തമിക്കാൻ തുടങ്ങി. അന്തരീക്ഷത്തിൽ തണുപ്പുകൂടി. കൊയ്ത്തുകാരികൾ അവരുടെ മനസ്സിന്റെ

ആശ്വാസത്തിനു വേണ്ടി ഒന്നോ രണ്ടോ നിറം മങ്ങിയ ഫലിതങ്ങൾ പറഞ്ഞുകൊണ്ട് കച്ചിക്കൂനകൾക്കു മുകളിൽ മലർന്നുകിടന്ന് ക്ഷീണം തീർത്തു. വിയർക്കുന്ന പുരുഷന്മാരുടെ അടുത്തു നിന്ന് പുറത്തു കാണുന്ന മാറിടങ്ങളുമായി പകൽ മുഴുവനും ജോലി ചെയ്തും വിയർത്തും അവർക്ക് തീ പിടിച്ചിരുന്നു. അതിനുശേഷം ഇപ്പോൾ ഫലിതങ്ങളും പൊട്ടിച്ചിരിയും കൊണ്ട് അവർ തണുപ്പിക്കുകയായിരുന്നു.

അവരുടെ പൊട്ടിച്ചിരിയും കളിവാക്കുകളും മറിയത്തിന്റെ മകൻ യാദൃച്ഛികമായി കേട്ടു. അയാളുടെ മുഖം തുടുത്തു. മനുഷ്യജീവികളുടെ ശബ്ദം കേൾക്കാനുള്ള ക്ഷമ അപ്പോൾ ഇല്ലാത്തതുകൊണ്ട് അയാൾ ചിന്തകളെ ബലമായി മറ്റുവഴികളിലേക്ക് തിരിച്ചുവിട്ടുകൊണ്ട് മണ്ടത്തരം വിളിച്ചുകൂവുന്ന ഇടയൻ ഫിലിപ്പിന്റെ വാക്കുകൾ മനസ്സിനുള്ളിൽ മറിച്ചുനോക്കാൻ തുടങ്ങി.

"ഞാൻ എന്തുമാത്രം സഹിക്കുന്നുണ്ടെന്ന് ആരും തിരിച്ചറിയുന്നില്ല." അയാൾ നെടുവീർപ്പിട്ടുകൊണ്ട് മുറുമുറുത്തു. "എന്തിനാണ് ഞാൻ കുരിശുണ്ടാക്കുന്നതെന്നും ആരോടാണ് ഞാൻ ഗുസ്തിപിടിക്കുന്നതെന്നും ഒരാൾ പോലും മനസ്സിലാക്കുന്നില്ല.."

രണ്ടു കൃഷിക്കാർ ഒരു കുടിലിന്റെ മുമ്പിൽ നിന്ന് അവരുടെ താടിയിലും മുടിയിലും പറ്റിപ്പിടിച്ച പതിരുകൾ കുടഞ്ഞുകളഞ്ഞുകൊണ്ടിരുന്നു. അവർ സഹോദരന്മാർ ആയിരിക്കും. അടുപ്പിന്റെ അടുത്തുകിടന്ന "കല്ല് അലമാര"യുടെ മുകളിൽ അവരുടെ വൃദ്ധയായ അമ്മ അവരുടെ ദരിദ്രമായ ഭക്ഷണം നിരത്തിവെക്കുകയായിരുന്നു. ചോളം ചൂടുള്ള കൽക്കരിയുടെ മുകളിൽകിടന്ന് പൊരിയുന്നതിന്റെ സുഗന്ധം അന്തരീക്ഷത്തിൽ നിറഞ്ഞുനിന്നു.

കൃഷിക്കാർ രണ്ടും മറിയത്തിന്റെ മകനെ കണ്ടു. അയാളെ പൊടിപടലങ്ങൾ മൂടിയിരുന്നു. അയാൾ ക്ഷീണിതനായിരുന്നു. അവർക്ക് അയാളെപ്പറ്റി ദുഃഖം തോന്നി.

"നിങ്ങൾ, എവിടേക്കാണ് ഓടുന്നത്?" അവർ വിളിച്ചുകൂവി. "നിങ്ങൾ ഒരുപാട് ദൂരം വന്നിരിക്കുന്നതായി തോന്നുന്നു. പക്ഷേ, നിങ്ങളുടെ കൈയിൽ ഭാണ്ഡക്കെട്ടില്ല. ഒരു കഷണം അപ്പം ഞങ്ങളോടൊപ്പം കഴിക്കാൻ വേണ്ടി കുറച്ചുസമയം ഓട്ടം നിർത്തു."

"കുറച്ച് ചോളം കൂടി കഴിക്കണം." അവരുടെ അമ്മ പറഞ്ഞു.

"നിങ്ങളുടെ കവിളിന്റെ നിറം തിരിച്ചുവരാൻ വേണ്ടി അല്പം വീഞ്ഞു കൂടി കുടിക്കണം."

"എനിക്ക് വിശപ്പില്ല. എനിക്ക് ഒന്നും വേണ്ട. നിങ്ങൾക്ക് നന്ദി." മറിയത്തിന്റെ മകൻ അവിടെ നിന്ന് പോകുന്നതിനിടയിൽ മറുപടി പറഞ്ഞു. അയാൾ ആലോചിക്കുന്നുണ്ടായിരുന്നു. "ഞാൻ ആരാണെന്ന് ഒരിക്കൽ അവർ മനസ്സിലാക്കി കഴിയുമ്പോൾ എന്നെ തൊട്ടതിലും എന്നോട് സംസാരിച്ചതിലും അവർക്ക് നാണക്കേട് തോന്നും."

"നിങ്ങളുടെ പന്നിത്തലയ്ക്ക് മൂന്ന് തവണ ഞങ്ങൾ ആർപ്പുവിളി

ക്കുന്നു." സഹോദരന്മാരിൽ ഒരാൾ അയാളോട് വിളിച്ചുകൂവി. "നിങ്ങൾക്ക് ഞങ്ങൾ മോശക്കാരായിരിക്കും. അല്ലേ?"

"ഞാനാണ് കുരിശു പണിയുന്നവൻ" യേശു മറുപടി പറയാൻ തുടങ്ങിയതാണ്. പക്ഷേ, അയാൾ പേടികൊണ്ട് മുഖം കുനിച്ച് അയാളുടെ വഴിക്ക് പോയി.

രാത്രി അധികാരത്തോടെ ഇറങ്ങിവന്നു. കുന്നുകൾക്ക് ഇളംചുവപ്പു നിറത്തിൽ തിളങ്ങാൻ കഴിയുന്നതിനുമുമ്പ് ഭൂമി ചുവന്നതിനു ശേഷം നേരിട്ട് കറുത്ത നിറമായി മാറി. മരങ്ങളുടെ മുകളിൽ കയറിപ്പറ്റിയിരുന്ന വെളിച്ചം ആകാശത്തേക്ക് ചാടി അപ്രത്യക്ഷമായി. ഇരുട്ട് മറിയത്തിന്റെ മകനെ കുന്നിന്റെ മുകളിൽ കണ്ടു. കാലപ്പഴക്കം ചെന്ന ഒരു ദേവദാരു മരം കുന്നിന്റെ മുകളിൽ വേരുറപ്പിച്ചിരുന്നു. കാറ്റ് അതിനെ തുടർച്ചയായി വീശി അടിച്ച് പീഡിപ്പിച്ചിരുന്നെങ്കിലും ദേവദാരുമരം ശക്തിയായി ഉറച്ചു നിന്നു. അതിന്റെ വേരുകൾ പാറകൾക്കിടയിലേക്ക് നുഴഞ്ഞുകയറിയിരുന്നു. ഗോതമ്പിന്റെയും എരിയുന്ന വിറകിന്റെയും ഗന്ധം സമതലത്തിൽനിന്ന് മുകളിലേക്ക് കയറിവന്നു. ചിതറിക്കിടക്കുന്ന കുടിലുകളിൽ നിന്നും അത്താഴത്തിന്റെ പുക ഉയർന്നു.

മറിയത്തിന്റെ മകന് വിശപ്പും ദാഹവും ഉണ്ടായിരുന്നു. അരനിമിഷത്തേക്ക് പകലത്തെ ജോലി കഴിഞ്ഞ് ക്ഷീണിച്ചു കുടിലിൽ തിരിച്ചെത്തി അല്പം ദൂരത്ത് ഭാര്യമാർ അത്താഴം ഉണ്ടാക്കുന്ന അടുപ്പിൽ നിന്ന് തീയും പുകയും ഉയരുന്നതുകാണുന്ന കൂലിപ്പണിക്കാരോട് മറിയത്തിന്റെ മകന് അസൂയ തോന്നി.

അയാൾക്ക് പെട്ടെന്ന് താൻ കുറുക്കന്മാരേക്കാളും മൂങ്ങകളേക്കാളും കൂടുതൽ ഒറ്റപ്പെട്ടവനാണെന്ന് തോന്നി. അവർക്ക് കുറഞ്ഞപക്ഷം ഒരു കൂടോ ഒരു മാളമോ ഉണ്ട്. അതുകൂടാതെ അവരെക്കാത്തിരിക്കുന്ന സ്നേഹവും വാത്സല്യവും ഉള്ള ജന്തുക്കൾ ഉണ്ട്. അയാൾക്ക് ആരുമില്ല. അയാളുടെ അമ്മ പോലും ഇല്ല. അയാൾ ദേവദാരുമരത്തിന്റെ ചുവട്ടിലേക്ക് കുടിയേറ്റം നടത്തി. അയാൾ അവിടെ ഒരു പന്തു പോലെ ചുരുണ്ടുകൂടി. അയാൾ വിറയ്ക്കുന്നുണ്ടായിരുന്നു.

"ദൈവമേ" അയാൾ പിറുപിറുത്തു. "സകലതിനും ഞാൻ അങ്ങയോട്? നന്ദി പറയുന്നു. ഈ ഏകാന്തതയ്ക്കും ഈ വിശപ്പിനും ഈ തണുപ്പിനും ഞാൻ അങ്ങയോട് നന്ദി പറയുന്നു. എനിക്ക് ഒന്നിനും കുറവില്ല."

ഇതു പറയുമ്പോൾ എന്തായാലും അയാളോട് ചെയ്തുകൊണ്ടിരിക്കുന്ന അനീതി അയാൾ മനസ്സിലാക്കുന്നുണ്ടെന്നു തോന്നി. അയാൾ കെണിയിൽപെട്ട ഒരുകാട്ടുമൃഗത്തെപ്പോലെ ചുറ്റുപാടും നോക്കി. അയാളുടെ നെറ്റിയുടെ ഇരുവശങ്ങളും ദേഷ്യവും ഭയവും കൊണ്ട് തുടിച്ചുകൊണ്ടിരുന്നു. അയാൾ മുട്ടുകാലിൽ എഴുന്നേറ്റുനിന്ന് കണ്ണുകൾ ഇരുണ്ട വഴിയിലൂടെ ഇഴയാൻ വിട്ടു. ഇപ്പോഴും നഗ്നമായ പാദങ്ങളുടെ ശബ്ദം കേൾക്കുന്നുണ്ടായിരുന്നു. അവ കല്ലുകൾ തട്ടിത്തെറിപ്പിച്ച് കയറ്റം കയറിക്കൊണ്ടി

രുന്നു. അവ അവസാനം കൊടുമുടിയിൽ എത്തിച്ചേർന്നു– പിന്നീട് സ്വന്തം ശബ്ദം കേട്ട് അയാൾ മനഃപൂർവ്വം അല്ലാതെ സ്വയം ഞെട്ടി. മറിയത്തിന്റെ മകൻ വിളിച്ചുകൂവി:

"എന്റെ മാന്യസ്ത്രീയേ, അടുത്തു വരൂ. ഒളിക്കരുത്– ഇപ്പോൾ രാത്രി യാണ്. നിങ്ങളെ ആരും കാണില്ല... സ്വയം വെളിപ്പെടുത്തുക!"

അയാൾ ശ്വാസം അടക്കി കാത്തിരുന്നു.

ആരും മറുപടി പറഞ്ഞില്ല. രാത്രി ശാന്തമായി വളർന്നുവരുന്നതിന്റെ ശാശ്വതമായ ശബ്ദങ്ങൾ ഒഴിച്ച് അന്തരീക്ഷത്തിൽ മറ്റൊരു ശബ്ദവും ഉണ്ടാ യിരുന്നില്ല: ചീവീടുകളുടെയും പച്ചക്കുതിരകളുടെയും നെടുവീർപ്പുകൾ മാത്രം. ദൂരെ എവിടെയോ ഇരുട്ടിൽ മനുഷ്യർക്കു കാണാൻ കഴിയാത്ത കാര്യങ്ങൾ കണ്ടെത്തിയ പട്ടികൾ കുരച്ചു. അയാൾ കഴുത്ത് മുമ്പോട്ടു നീട്ടി. അയാളുടെ മുമ്പിൽ ദേവദാരുവിന്റെ ചുവട്ടിൽ ആരോ നില്ക്കുന്നു ണ്ടെന്ന് അയാൾക്ക് ഉറപ്പുണ്ടായിരുന്നു.

"എന്റെ മാന്യയായ സ്ത്രീ...." അദൃശ്യമായതിനെ വശീകരിക്കാൻ ശ്രമിച്ചുകൊണ്ട് ഇപ്പോൾ അയാൾ സാചിക്കുന്ന സ്വരത്തിൽ അടക്കം പറഞ്ഞു. അയാൾ കാത്തിരുന്നു. അയാളുടെ വിറയൽ നിന്നു. അയാളുടെ കക്ഷങ്ങളിൽനിന്നും പുരികങ്ങളിൽ നിന്നും വിയർപ്പ് പുറത്തേക്ക് ഒഴുകി.

അയാൾ തീക്ഷ്ണമായ ശ്രദ്ധയോടെ നോക്കി. ഒരു നിമിഷത്തിൽ ഇരുട്ടിൽ നിന്ന് ആ പൊട്ടിച്ചിരി വീണ്ടും ആർദ്രതയോടെ പുറത്തു വരു ന്നത് കേട്ടതായി അയാൾ സങ്കല്പിച്ചു. മറ്റൊരു നിമിഷത്തിൽ ചുഴലി ക്കാറ്റ് ഉറഞ്ഞുകൂടി ഒരു രൂപം ഉണ്ടായതായും അത് രൂപപ്പെട്ടപ്പോൾതന്നെ രൂപം നഷ്ടപ്പെട്ട് അപ്രത്യക്ഷപ്പെട്ടതായും അയാൾ സങ്കല്പിച്ചു.

ഈ പരിശ്രമത്തിൽ ഉരുകിയൊലിച്ച് മറിയത്തിന്റെ മകൻ അന്തരീ ക്ഷത്തിലെ ഇരുട്ടിന്റെ പരിധി കണ്ടെത്താൻ വേണ്ടി പോരാടി. അയാൾ ഇപ്പോൾ നിലവിളിച്ചില്ല. യാചിച്ചില്ല. അയാൾ വെറുതെ ഉരുകിയൊലിച്ചു കൊണ്ട് ദേവദാരുവിന്റെ താഴെ മുട്ടുകുത്തി തലനീട്ടി ഇരുന്നു....

പാറകൾ അയാളുടെ കാൽമുട്ടിൽ ചതവുണ്ടാക്കി. അയാൾ സ്ഥാനം മാറ്റിക്കൊണ്ട് ദേവദാരുവിൽ ചാരി ഇരുന്ന് കണ്ണുകൾ അടച്ചു. അപ്പോൾ അയാളുടെ സ്വസ്ഥത നഷ്ടപ്പെടാതെയും വിളിച്ചുകൂവാതെയും അയാൾ അവളെ കണ്ടു– കണ്ടത് അയാളുടെ കണ്ണിനുള്ളിൽ ആയിരുന്നു. പക്ഷേ, അയാൾ പ്രതീക്ഷിച്ച രീതിയിലല്ല അവൾ വന്നത്. അയാൾ രണ്ടു കൈയും അയാളുടെ തലയിൽവെച്ച് ശപിച്ചുകൊണ്ടുനില്ക്കുന്ന ദുഃഖിതയായ അമ്മയെ കാണുമെന്നാണ് പ്രതീക്ഷിച്ചിരുന്നത്. പക്ഷേ, ഇപ്പോൾ ഇത് എന്തായിരിക്കുന്നു! അയാൾ വിറച്ചുകൊണ്ട് സാവധാനം കണ്ണുതുറന്നു. അയാളുടെ മുന്നിൽ കട്ടിയുള്ള ഓട്ടുപടച്ചട്ടകൾ കൊണ്ട് അടിമുടി മൂടിയ പ്രാകൃതമായ ഒരു സ്ത്രീശരീരം ജ്വലിച്ചു. പക്ഷേ, തല മനുഷ്യന്റെ തല ആയിരുന്നില്ല. മഞ്ഞക്കണ്ണുകളും വളഞ്ഞ ചുണ്ടുകളും ഉള്ള അവളുടെ തല ഒരു കഴുകന്റേതായിരുന്നു. വളഞ്ഞ ചുണ്ടിൽ അവൾ ഇറച്ചികടിച്ചു പിടിച്ചിരുന്നു. അവൾ നിർദ്ദയമായ ശാന്തയോടെ മറിയത്തിന്റെ മകനെ

നോക്കി.

"ഞാൻ പ്രതീക്ഷിച്ചതു പോലെ അല്ല നീ വന്നിരിക്കുന്നത്." അയാൾ പിറുപിറുത്തു. "നിങ്ങൾ അമ്മ അല്ല.... ദയവായി എന്നോട് പറയണം. നിങ്ങൾ ആരാണ്?"

അയാൾ ചോദിച്ചു. കാത്തുനിന്നു. വീണ്ടും ചോദിച്ചു. പക്ഷേ, ഇരുട്ടിൽ ഉരുണ്ട മഞ്ഞക്കണ്ണുകളുടെ തിളക്കം ഒഴിച്ച് മറ്റൊന്നും ഉണ്ടായിരുന്നില്ല.

പക്ഷേ, പെട്ടെന്ന് മറിയത്തിന്റെ മകൻ അവളെ തിരിച്ചറിഞ്ഞു.

"ശാപം!" അയാൾ നിലവിളിച്ചുകൊണ്ട് ഭൂമിയുടെ ഉപരിതലത്തിലേക്ക് കമഴ്ന്നടിച്ചു വീണു.

ഏഴ്

താഴെയുള്ള ഭൂമി അതിന്റെ കല്ലുകളും മുള്ളുകളും കൊണ്ട് അയാളെ വ്രണപ്പെടുത്തിയപ്പോൾ അയാൾക്കു മുകളിൽ സ്വർഗ്ഗങ്ങൾ മിന്നിത്തിളങ്ങി. മൊത്തം ഭൂമിയും അയാളെ കുരിശിലേറ്റിയിരിക്കുന്ന ഒരു കുരിശാണെന്ന മട്ടിൽ അയാൾ കൈകൾ നീട്ടിവച്ച് അസ്വസ്ഥതയോടെ പിടഞ്ഞുകൊണ്ട് ഞരങ്ങി.

ഇരുട്ട് അതിന്റെ വലതും ചെറുതുമായ പ രിചാരകരോടൊപ്പം— രാത്രിയുടെ നക്ഷത്രങ്ങളും പക്ഷികളും— അയാളുടെ മുകളിലൂടെ കടന്നുപോയി. എല്ലാ ഭാഗത്തുനിന്നും മനുഷ്യനോട് വിധേയത്വമുള്ള പട്ടികൾ ഗോതമ്പുമെതിക്കുന്ന തറകളിൽ കിടന്ന് കുരച്ചുകൊണ്ട് അവരുടെ യജമാനന്റെ സ്വത്തിന് കാവൽ നിന്നു. ഉറക്കം നിമിഷനേരത്തേക്ക് അയാളെ പരാജയപ്പെടുത്തിക്കൊണ്ട് ഇളംചൂടുള്ള വിദൂരമായ പ്രദേശങ്ങളിലേക്ക് ഉല്ലാസയാത്രയ്ക്ക് കൂട്ടിക്കൊണ്ടുപോയി. പക്ഷേ, ഉടൻതന്നെ വീണ്ടും ഭൂമിയിലെ കല്ലുകളുടെ മുകളിലേക്ക് വലിച്ചെറിഞ്ഞു.

അർദ്ധരാത്രിയോടടുത്ത് കുന്നിന്റെ താഴെക്കൂടി കടന്നുപോകുന്ന ഒരു മണിയടി അയാൾ കേട്ടു. മണിയടിക്കുന്ന ശബ്ദത്തിനു പിന്നിൽ ഒരു ഒട്ടകത്തെ നയിച്ചുകൊണ്ടുപോകുന്നവന്റെ വിഷാദം നിറഞ്ഞ പാട്ട് ഉണ്ടായിരുന്നു. ആരോ സംസാരിക്കുന്ന ശബ്ദം കേൾക്കാം. ആരോ നെടുവീർപ്പിട്ടു. രാത്രിയുടെ മുകളിലേക്ക് ഒരു സ്ത്രീയുടെ പുതുമയുള്ള തെളിഞ്ഞ ശബ്ദം തെറിച്ചുവീണു. പക്ഷേ, വഴി ഒരിക്കൽകൂടി പെട്ടെന്ന് നിശ്ശബ്ദതയിലേക്ക് കൂപ്പുകുത്തി.... സ്വർണ്ണനിറമുള്ള ജീനിയിട്ട ഒട്ടകത്തിന്റെ പുറത്തിരുന്ന അവളുടെ മുഖം തേങ്ങലുകൾകൊണ്ട് വികൃതമായിരുന്നു. അവളുടെ കവിളിലെ ചമയങ്ങൾ അലിഞ്ഞ് ചെളിയായി മാറി. അർദ്ധരാത്രിയിൽ മഗ്ദലന കടന്നുപോകുകയായിരുന്നു. ഭൂമിയുടെ നാലുമൂലയിൽ നിന്നും സമ്പന്നരായ കച്ചവടക്കാർ എത്തിയിരുന്നു. കിണറിന്റെ കരയിലും അവളുടെ വീട്ടിലും അവളെ കാണാത്തതുകൊണ്ട് അവർ ഏറ്റവും

കൂടുതൽ പൊൻനിറമുള്ള അലങ്കാരങ്ങൾ അണിഞ്ഞ ഒട്ടകത്തിനെ അവരുടെ ജോലിക്കാരനോടൊപ്പം അവളെ കൂട്ടിക്കൊണ്ടുവരാൻ വേണ്ടി പറഞ്ഞയച്ചു. കച്ചവടക്കാരുടെ യാത്ര സുദീർഘവും അപകടകരവും ആയിരുന്നു. പക്ഷേ, അവർ മഗ്ദലയിൽ കാണാൻ പോകുന്ന രൂപത്തെക്കുറിച്ച് മനസ്സിൽ തുടർച്ചയായി ആലോചിച്ചുകൊണ്ടിരുന്നു. അത് അവർക്ക് ശക്തി നല്കി. എന്തായാലും അവർ അത് കണ്ടില്ല. അതുകൊണ്ട് അവർ വണ്ടിക്കാരനെ പറഞ്ഞുവിട്ടതിനുശേഷം മഗ്ദലനയുടെ മുറ്റത്ത് വരിവരിയായി നിന്നു. ഇപ്പോൾ അവർ അവിടെ കണ്ണുകളടച്ച് കാത്തിരിക്കുകയായിരുന്നു.

അല്പാല്പമായി രാത്രിയിലെ മണിയടിയുടെ ശബ്ദം കുറഞ്ഞുകൊണ്ടിരുന്നു. അത് കൂടുതൽ മാധുര്യം ഉള്ളതായി മാറി. ആ ശബ്ദം ഇപ്പോൾ മറിയത്തിന്റെ മകന് കായ്കറിത്തോട്ടത്തിലേക്ക് ഒഴുകിവീഴുന്ന ജലധാരയുടെ ശബ്ദം പോലെതോന്നി. അല്ലെങ്കിൽ വാത്സല്യത്തോടെ പുഞ്ചിരിച്ചുകൊണ്ട് ആരോ അയാളെ പേരെടുത്ത് വിളിക്കുന്നതുപോലെ തോന്നി. ഒട്ടകത്തിന്റെ പ്രലോഭിപ്പിക്കുന്ന ഈ മണിനാദത്തെ പിൻതുടർന്നുകൊണ്ടിരുന്ന അയാൾ വീണ്ടും ഉറക്കത്തിലേക്ക് സാവധാനം വഴുതിവീണു.

അയാൾക്ക് ഒരു സ്വപ്നം ഉണ്ടായി. ലോകം അയാൾക്ക് പൂത്തുനില്ക്കുന്ന ഒരു പച്ച പുൽത്തകിടി ആണെന്ന് തോന്നി. ദൈവം വെള്ളത്തൊട്ടിയുടെ അടുത്ത് ഓടക്കുഴൽ വായിച്ചുകൊണ്ടിരിക്കുന്ന കിളിർത്തുവരുന്ന രണ്ട് വളഞ്ഞ് കൊമ്പുകളും എണ്ണമയമുള്ള തൊലിയും ഉള്ള ഒരു ഇടയബാലൻ ആണെന്നും തോന്നി. ജീവിതത്തിൽ ഒരിക്കൽപോലും മറിയത്തിന്റെ മകൻ ഇതുപോലെ വശ്യവും മനോഹരവുമായ ഒരു ശബ്ദം കേട്ടിട്ടില്ല. ദൈവമായ ഇടയബാലൻ ഓടക്കുഴൽ വായിച്ചു കൊണ്ടിരിക്കുമ്പോൾ മണ്ണ് ഉരുണ്ടുരുണ്ടു ഗോളങ്ങളായി മാറി. ഗോളങ്ങൾ ഇളകി വിറച്ചു. പെട്ടെന്ന് വളഞ്ഞുപുളഞ്ഞ കൊമ്പുകളുള്ള മാനുകൾ പുൽത്തകിടിയിൽ നിറഞ്ഞു. ദൈവം കുനിഞ്ഞു നിന്ന് വെള്ളത്തിലേക്ക് നോക്കി. വെള്ളത്തൊട്ടിയിൽ മീനുകൾ നിറഞ്ഞു. അദ്ദേഹം മരങ്ങളിലേക്ക് കണ്ണുകൾ ഉയർത്തി. ഇലകളുടെ നിറം മാറി. അവയെല്ലാം ചിലയ്ക്കുന്ന കിളികളായി മാറി. അയാളുടെ പാട്ടിന്റെ ശക്തികൂടി. അയാളുടെ സംഗീതം കൂടുതൽ കഠോരമായി. മനുഷ്യന്റെ വലിപ്പമുള്ള രണ്ടു ഷഡ്പദങ്ങൾ ഭൂമിയിൽ നിന്നും ഉയർന്നുവന്നു. ഉടൻതന്നെ അവ വസന്തത്തിലെ പുൽത്തകിടിയിൽ കിടന്ന് കെട്ടിപ്പിടിച്ചു. അവ പുൽത്തകിടിയുടെ ഒരറ്റത്തുനിന്നും മറ്റേ അറ്റത്തേക്ക് ഉരുണ്ടു. ഇണചേർന്നു. പിരിഞ്ഞുപോയി. വീണ്ടും ഇണചേർന്നു. അസഭ്യമായി ചിരിച്ചു. ഇടയബാലനെ അവ പരിഹസിച്ചു. അവന്റെ നേർക്ക് ചീറിയടുത്തു; കുട്ടി ഓടക്കുഴൽ താഴെവച്ച് ധിക്കാരികളായ ഇണകളെ ഉറ്റുനോക്കി. പെട്ടെന്ന് അവന്റെ ക്ഷമ അവസാനിച്ചു. ഒറ്റ ചവിട്ടിന് അവൻ ഓടക്കുഴൽ ഞെരിച്ചുടച്ചു. പെട്ടെന്നുതന്നെ മാനുകളും കിളികളും മരങ്ങളും വെള്ളവും ഒട്ടിപ്പിടിച്ചു നിന്ന ഇണകളും എല്ലാം കൂടി ഒന്നിച്ച് അപ്രത്യക്ഷമായി..

മറിയത്തിന്റെ മകൻ നിലവിളിച്ചുകൊണ്ട് ഞെട്ടി ഉണർന്നു. ഉണരുന്ന നിമിഷത്തിൽ അയാളുടെ കണ്ണുകൾ, ഒട്ടിപ്പിടിച്ച ഇണകൾ അയാളുടെ ഉള്ളിലെ ഇരുണ്ട നിലവറ വാതിലിലേക്ക് എടുത്തെറിയപ്പെടുന്ന കാഴ്ച കണ്ടുകൊണ്ടിരിക്കുകയായിരുന്നു. അയാൾ ചാടി എഴുന്നേറ്റു "അതായത് എന്റെ ഉള്ളിലെ ചെളി ഇതാണ്. ഇത്തരം അഴുക്ക്."

അയാൾ ആണികൾ തറച്ച തുകൽ ബെൽറ്റ് ഊരിമാറ്റി. അയാൾ ധരിച്ചിരുന്ന വസ്ത്രങ്ങൾ കാലിനടിയിലിട്ട് ചവിട്ടിമെതിച്ചു. അയാൾ സംസാരിക്കാതെ സ്വന്തം തുടകളിലും പുറത്തും മുഖത്തും ആണിതറച്ച തുകൽ ബൽറ്റുകൊണ്ട് അടിക്കാൻ തുടങ്ങി. രക്തം പുറത്തു വന്ന് ശരീരം മുഴുവൻ തെറിച്ചുവീണു. അയാൾ അത് അനുഭവിച്ചു. അയാൾക്ക് ആശ്വാസം ലഭിച്ചു.

പുലരി... നക്ഷത്രങ്ങളുടെ തിളക്കം മങ്ങി. തണുത്തകാറ്റ് അയാളുടെ എല്ലുകളിൽ തിളച്ചിറങ്ങി. അയാളുടെ മുകളിലുള്ള ദേവദാരുമരത്തിൽ ചിറകടിയും പാട്ടും നിറഞ്ഞു. അയാൾ ചുറ്റുപാടും തിരിഞ്ഞുനോക്കി. അന്തരീക്ഷം ശൂന്യമായിരുന്നു. പകൽ വെളിച്ചത്തിൽ കഴുകന്റെ തലയുള്ള "ശാപം" വീണ്ടും അപ്രത്യക്ഷമായിക്കഴിഞ്ഞിരുന്നു.

"എനിക്ക് നിശ്ചയമായും ഇവിടെ നിന്ന് പോകണം. നിശ്ചയമായും രക്ഷപ്പെടണം." അയാൾ ആലോചിച്ചു. "ഞാൻ മഗ്ദലയിൽ കാലുകുത്താൻ പാടില്ല— ഇവിടം ശപിക്കപ്പെട്ട സ്ഥലമാണ്! മരുഭൂമിയിലെത്തി സന്ന്യാസി മഠത്തിനുള്ളിൽ സ്വയം കുഴിച്ചു മൂടുന്നതുവരെ ഞാൻ നില്ക്കില്ല. അവിടെ വച്ച് ഞാൻ മാംസത്തെക്കൊന്ന് അതിനെ ആത്മാവാക്കി മാറ്റും."

അയാൾ കൈപ്പത്തികൊണ്ട് പ്രായം ചെന്ന ദേവദാരുമരത്തിൽ തലോടി. ആ മരത്തിന്റെ ആത്മാവ് വേരുകളിൽ നിന്ന് ഉയർന്നു വന്ന് ഏറ്റവും ഉയരത്തിലുള്ള ഏറ്റവും മൂപ്പുകുറഞ്ഞ മരക്കൊമ്പായി മാറിയിരിക്കുന്നതായി അയാൾക്ക് തോന്നി.

"സഹോദരിയോട് വിട പറയുന്നു" അയാൾ പിറുപിറുത്തു. "ഇന്നലെ രാത്രിയിൽ നിന്റെ തണലിൽ കഴിഞ്ഞുകൊണ്ട് ഞാൻ എനിക്കുതന്നെ നാണക്കേട് വരുത്തിവച്ചു. എന്നോട് ക്ഷമിക്കണം."

അയാൾ സംസാരിച്ചതിനു ശേഷം ഇരുണ്ട ദുഃസൂചനകൾ ഓർത്തുകൊണ്ട് കുന്നിറങ്ങാൻ തുടങ്ങി.

അയാൾ പ്രധാനവഴിയിൽ എത്തി. സമതലം ഉണരാൻ തുടങ്ങിയിരുന്നു. സൂര്യന്റെ ആദ്യ കിരണങ്ങൾ മെതിക്കുന്ന തറകളെ സ്വർണ്ണം കൊണ്ട് നിറച്ചു. "ഞാൻ മഗ്ദലയിലൂടെ ഒരിക്കലും പോകാൻ പാടില്ല." അയാൾ വീണ്ടും പിറുപിറുത്തു. "എനിക്ക് പേടിയാണ്..." അയാൾ തടാകത്തിലേക്കുള്ള വഴി തീരുമാനിക്കാൻ വേണ്ടി നടത്തം നിർത്തി. അയാൾ വലതുവശത്തു കണ്ട ആദ്യത്തെ ഇടുങ്ങിയ വഴി തെരഞ്ഞെടുത്തു. മഗ്ദല ഇടത്തുവശത്തും തടാകം വലതുവശത്തും ആണെന്ന് അയാൾക്ക് അറിയാം. അയാൾ ആത്മവിശ്വാസത്തോടെ മുന്നോട്ടുനടന്നു.

അയാൾ നടത്തം തുടർന്നു. അയാളുടെ മനസ്സ് അലഞ്ഞുതിരിഞ്ഞു. അയാൾ വേശ്യയായ മഗ്ദലനയിൽനിന്ന് ദൈവത്തിലേക്കും കുരിശിൽ നിന്ന് സ്വർഗ്ഗത്തിലേക്കും അച്ഛനമ്മമാരിൽനിന്ന് വിദൂരമായ ദേശങ്ങളിലേക്കും കടലുകളിലേക്കും വെള്ളയും മഞ്ഞയും കറുപ്പും മുഖങ്ങളുള്ള അസംഖ്യം മനുഷ്യരിലേക്കും ഓടുകയായിരുന്നു. അയാൾ ഒരിക്കലും ഇസ്രയേലിന്റെ അതിരുകൾ കടന്ന് പുറത്തുപോയിട്ടില്ല. കുട്ടിക്കാലം മുതൽ അച്ഛന്റെ വിനീതമായ കുടിലിനുള്ളിൽ അയാൾ കണ്ണടച്ചിരിക്കുകയായിരുന്നു. അയാളുടെ മനസ്സ് സ്വർണ്ണമണികെട്ടിയ, പരിശീലിപ്പിച്ചെടുത്ത പ്രാവിനെപ്പോലെ ഒരു രാജ്യത്തുനിന്നും മറ്റൊരു രാജ്യത്തേക്കും ഒരു കടലിൽ നിന്ന് മറ്റൊരു കടലിലേക്കും ആഹ്ലാദത്തോടെ വിളിച്ചുകൂവിക്കൊണ്ട് ശരംപോലെ പാഞ്ഞുപോയിരുന്നു. അയാളുടെ ഈ പ്രാവിന്റെ മനസ്സ് ഒന്നിനെയും വേട്ടയാടുകയായിരുന്നില്ല. അയാൾ ശരീരത്തെപ്പറ്റി വ്യക്തമായി മനസ്സിലാക്കിയിരുന്നു. അയാൾ സ്വർഗ്ഗത്തിലേക്ക് കയറിച്ചെന്നുകൊണ്ട് മാംസത്തിൽ നിന്ന് രക്ഷപ്പെടുകയായിരുന്നു– ഒരു പക്ഷേ, അയാൾക്ക് ആഗ്രഹിക്കാൻ കഴിഞ്ഞിരുന്നത് ഇതുമാത്രം ആയിരുന്നിരിക്കാം.

അയാൾ വീണ്ടും വീണ്ടും മുന്നോട്ടു നടന്നു. വളഞ്ഞു പുളഞ്ഞുകിടക്കുന്ന വഴി പച്ചക്കറിത്തോട്ടങ്ങളിലേക്ക് കടന്നുചെന്നു. പുറത്തുവന്നു. ഒരിക്കൽക്കൂടി കയറ്റം കയറി ഒലിവ് തോട്ടങ്ങളിൽ എത്തി. ഒഴുകുന്ന വെള്ളത്തെ പിൻതുടരുന്നതുപോലെ മറിയത്തിന്റെ മകൻ ആ വഴിയെ പിൻതുടർന്നു. അയാളുടെ മൊത്തം യാത്രയും അയാൾക്ക് ഒരു സ്വപ്നം ആണെന്ന് തോന്നി. അയാൾ ഭൂമിയെ ചവിട്ടിയില്ല. അയാളുടെ ഉപ്പൂറ്റിയും അഞ്ചു വിരലുകളും മണ്ണിൽ പതിപ്പിച്ച മുദ്രകൾ നിസ്സാരമായിരുന്നു. ഒലിവ് മരങ്ങൾ അവയുടെ ഭാരമുള്ള ചില്ലകൾ വീശി അയാളെ സ്വാഗതം ചെയ്തു. മുന്തിരിവള്ളികൾ തിളങ്ങാൻ തുടങ്ങിക്കഴിഞ്ഞിരുന്നു. ഭാരമുള്ള മുന്തിരിക്കുലകൾ നിലത്തു തൊടുന്നതുവരെ വളർന്നു തൂങ്ങിക്കിടന്നു. വെളുത്ത ഉറുമാലുകൾ കെട്ടി വെയിലുകൊണ്ടാൽ തളരാത്ത പശുക്കുട്ടികളുമായി കടന്നുപോയി പെൺകുട്ടികൾ, അയാളെ മാധുര്യത്തോടെ അഭിവാദ്യം ചെയ്തു. “നമസ്തേ!”

ചിലപ്പോൾ വഴിയിൽ ഒരാത്മാവിനെപോലും കാണാനില്ലാത്തപ്പോൾ, അയാൾ ആ കനത്ത കാൽപെരുമാറ്റം വീണ്ടും കേട്ടു. ഓടിന്റെ ഒരുജ്വാല അന്തരീക്ഷത്തിലൂടെ ആളിക്കത്തിയതിനുശേഷം അണഞ്ഞു. അയാളുടെ തലയ്ക്ക് മുകളിൽ അസുഖകരമായ ആ പൊട്ടിച്ചിരി ഒരിക്കൽകൂടി പൊട്ടിത്തെറിച്ചു. പക്ഷേ, മറിയത്തിന്റെ മകൻ ക്ഷമ കൈവിടാതിരിക്കാൻ സ്വയം ബുദ്ധിമുട്ടി. അയാൾ വിമോചനത്തോട് അടുത്തുകൊണ്ടിരിക്കുകയായിരുന്നു. അയാൾക്ക് ഉടൻതന്നെ എതിർവശത്തുള്ള നീലത്തടാകവും അതിനു പിന്നിൽ ചുവന്ന പാറകൾക്കിടയിൽ പരുന്തിന്റെ കൂടുപോലെ തൂങ്ങിക്കിടക്കുന്ന സന്ന്യാസിമഠവും കാണാൻ കഴിയും.

അയാൾ സ്വന്തം മനസ്സ് മുന്നോട്ടു പാഞ്ഞുകൊണ്ടിരുന്ന വഴിയാണ് പിന്തുടർന്നത്. പക്ഷേ, അയാൾ പെട്ടെന്ന് പരിഭ്രമത്തോടെ നടത്തം

നിർത്തി. അവിടെ അയാളുടെ മുമ്പിൽ അല്പം താഴെയായി ഈന്തപ്പന കൾക്കിടയിൽ "മഗ്ദല" പരന്നു കിടന്നിരുന്നു. അയാളുടെ മനസ്സ് തിരിച്ചു നടന്നു. വീണ്ടും തിരിച്ചു നടന്നു. പക്ഷേ, കാലുകൾ അയാളുടെ ആഗ്രഹ ത്തിനു വിപരീതമായി ബന്ധുവായ മഗ്ദലനയുടെ സുഗന്ധം നിറഞ്ഞ പർണ്ണശാലയിലേക്ക്- നരകത്തിലെ തീ പടരാൻ ശപിക്കപ്പെട്ട ആ വീട്ടി ലേക്ക്— ഉറച്ച ചുവടുവെച്ച് അയാളെ നയിച്ചുകൊണ്ട് പോകാൻ തുടങ്ങി.

"ഇല്ല, എനിക്ക് പോകണ്ട, എനിക്ക് പോകാൻ ആഗ്രഹം ഇല്ല!" അയാൾ ഭയത്തോടെ പിറുപിറുത്തു. അയാൾ തിരിഞ്ഞുനടക്കാൻ ശ്രമിച്ചു. പക്ഷേ, അയാളുടെ ശരീരം അത് അംഗീകരിച്ചില്ല. അത് ഒരു വേട്ടപ്പട്ടി യെപ്പോലെ അവിടെ ഉറച്ചു നിന്നുകൊണ്ട് അന്തരീക്ഷത്തിന്റെ മണം പിടിച്ചു.

"ഞാൻ തിരിച്ചുപോകും!" അയാൾ ഒരിക്കൽക്കൂടി ഉള്ളിൽ തീരു മാനം എടുത്തു. പക്ഷേ, അയാൾ വഴങ്ങിയില്ല. അയാൾക്ക് വൃത്തിയുള്ള വെള്ള പൂശിയ വീടുകളും വെണ്ണക്കല്ലുകെട്ടിയ പഴയ കിണറും കാണാൻ കഴിഞ്ഞിരുന്നു. പട്ടികൾ കുരയ്ക്കുകയായിരുന്നു. പിടക്കോഴികൾ കൊക്കു കയായിരുന്നു. സ്ത്രീകൾ ചിരിക്കുകയായിരുന്നു. കിണറിനു ചുറ്റും പുറത്തുഭാരം കയറ്റിയ ഒട്ടകങ്ങൾ മുട്ടുകുത്തിക്കിടന്ന് അയവിറക്കിക്കൊ ണ്ടിരുന്നു... എനിക്ക് അവളെ കാണണം. കണ്ടേ പറ്റൂ. അയാളുടെ ഉള്ളിൽ നിന്നും മധുരമുള്ള ഒരു ശബ്ദം അയാൾ കേട്ടു. അത് ആവശ്യമാണ്. എന്റെ കാലുകളെ നയിച്ചത് ദൈവം ആയിരുന്നു— ദൈവം; എന്റെ മനസ്സല്ല— കാരണം ഞാൻ അവളെ നിശ്ചയമായും കാണേണ്ടതാണ്. അവളുടെ കാല്ക്കൽവീണ് അവളോട് ക്ഷമ യാചിക്കണം— ഇത് എന്റെ തെറ്റാണ്! എന്റെ മാത്രം തെറ്റാണ്! സന്ന്യാസിമഠത്തിൽ കടന്ന് വെളുത്തവസ്ത്രം അണിയുന്നതിനുമുമ്പ് ഞാൻ നിശ്ചയമായും അവളോട് ക്ഷമ ചോദി ക്കണം. അല്ലെങ്കിൽ ഞാൻ രക്ഷപ്പെടുത്തപ്പെടാനുള്ള വഴി ഉണ്ടാകില്ല. ഞാൻ വരാൻ ആഗ്രഹിക്കാത്തിടത്ത് എന്നെ കൊണ്ടുവരുന്നതിന് ദൈവ ത്തിന് നന്ദി!

അയാൾക്ക് സന്തോഷം തോന്നി. തുകൽബെൽറ്റ് മുറുക്കിക്കെട്ടി ക്കൊണ്ട് അയാൾ മഗ്ദലയിലേക്കുള്ള ഇറക്കം ഇറങ്ങാൻ തുടങ്ങി.

കിണറിനു ചുറ്റും ഒരു കൂട്ടം ഒട്ടകങ്ങൾ കിടന്നിരുന്നു. അവയുടെ പുറത്ത് ഇപ്പോഴും ഭാരം കയറ്റിയിരുന്നു. അവ ഭക്ഷണം കഴിക്കുന്നതു നിർത്തി ഇപ്പോൾ സാവധാനം അയവിറക്കുകയായിരുന്നു. അവിടെയെല്ലാം സുഗന്ധവ്യഞ്ജനങ്ങളുടെ മണം പരന്നിരുന്നു. അവർ നിശ്ചയമായും സുഗ ന്ധമുള്ള വിദൂരപ്രദേശങ്ങളിൽനിന്ന് വരുന്നവരായിരിക്കും.

യേശു കിണറിനരികിൽ നടത്തം നിർത്തി. വെള്ളം കോരിക്കൊണ്ടി രുന്ന ഒരു വൃദ്ധ അവരുടെ പാത്രം അയാൾക്ക് കൊടുത്തു. അയാൾ കുടിച്ചു. അയാൾ മറിയം വീട്ടിലുണ്ടോ എന്ന് ചോദിക്കാൻ ആഗ്രഹിച്ചു. പക്ഷേ, അയാൾക്ക് കൂടുതൽ നാണക്കേട് തോന്നുന്നുണ്ടായിരുന്നു. "ദൈവം എന്നെ അവളുടെ വീട്ടിലേക്ക് തള്ളിവിട്ടിരിക്കുകയാണ്." അയാൾ

ആലോചിച്ചു. "എനിക്ക് വിശ്വാസം ഉണ്ട്. അവൾ നിശ്ചയമായും അവിടെ ഉണ്ടാകും?"

അയാൾ നല്ല തണലുള്ള ഒരു ഇടവഴിയിലൂടെ നടക്കാൻ തുടങ്ങി. പട്ടണത്തിൽ ധാരാളം അപരിചിതർ ഉണ്ടായിരുന്നു. ചിലർ അറേബ്യയിലെ ബെഡുഇനുകളെ* പോലെ വെളുത്ത നീണ്ട വസ്ത്രങ്ങൾ ധരിച്ചിരുന്നു. ചിലർ ഇന്ത്യയിൽനിന്നുള്ള വില കൂടിയ കാശ്മീർ ഷാളുകൾ പുതച്ചിരുന്നു. ഒരു ചെറിയ വാതിൽ തുറന്ന് കറുത്ത മേൽമീശയും തടിച്ച നിതംബവും ഉള്ള ഒരു സ്ത്രീ പ്രത്യക്ഷപ്പെട്ടു. അയാളെ കണ്ടപ്പോൾത്തന്നെ അവൾ പൊട്ടിച്ചിരിച്ചു.

"നല്ല കാര്യം!" അവൾ വിളിച്ചുകൂവി. "ആശാരിക്ക് അഭിവാദ്യങ്ങൾ. അപ്പോൾ നിങ്ങളും അൾത്താരയിൽ പ്രാർത്ഥിക്കാൻ പോകുകയാണ്. അല്ലേ?" പൊട്ടിച്ചിരിയുടെ മുഴക്കങ്ങൾക്കിടയിൽ അവൾ വാതിൽ അടച്ചു.

മറിയത്തിന്റെ മകന്റെ മുഖം ലജ്ജകൊണ്ട് ചുവന്നു തുടുത്തു. പക്ഷേ, അയാൾ ശക്തി സംഭരിച്ചു. അയാൾ വിചാരിച്ചു: എനിക്ക് നിശ്ചയമായും അവളുടെ കാലിൽ വീണ് ക്ഷമ ചോദിച്ചേ പറ്റൂ. നിശ്ചയമായും അതു വേണം.

അയാൾ നടത്തത്തിന്റെ വേഗത കൂട്ടി. അവളുടെ വീട് ഗ്രാമത്തിന്റെ മറ്റേ അറ്റത്ത് ആയിരുന്നു. വീടിനു ചുറ്റും മാതള നാരകത്തിന്റെ ഒരു ചെറിയ തോട്ടം ഉണ്ടായിരുന്നു. അയാൾ അത് നല്ലപോലെ ഓർക്കുന്നുണ്ട്. ഇണചേരുന്ന കറുപ്പും വെളുപ്പും നിറമുള്ള രണ്ടുപാമ്പുകളുടെ ചിത്രം കൊണ്ട് അലങ്കരിച്ച പച്ചനിറമുള്ള ഒറ്റപ്പാളികതക് അയാളുടെ ഓർമ്മയിൽ നിന്ന് പോയിരുന്നില്ല. അത് അവളുടെ കാമുകന്മാരിൽ ഒരാളുടെ സൃഷ്ടിയാണ്– ഒരു അറേബ്യൻ നാടോടി. വാതിലിന്റെ പടിക്കുമുകളിൽ കുരിശിലേറ്റിയതുപോലെ തോന്നുന്ന രണ്ടു കൈയും വിടർത്തി നില്ക്കുന്ന മഞ്ഞനിറത്തിലുള്ള ഒരു വലിയ പല്ലിയുടെ ചിത്രവും ഉണ്ടായിരുന്നു.

അയാൾക്ക് വഴിതെറ്റി. നാണക്കേടു കൊണ്ട് വഴി ചോദിക്കാതെ അയാൾ ആദ്യം നിന്നിരുന്ന സ്ഥലത്തുതന്നെ വീണ്ടും തിരിച്ചെത്തി. അപ്പോൾ ഉച്ചയോടടുത്തിരുന്നു. അയാൾ ക്ഷീണം തീർക്കാൻ വേണ്ടി ഒരു ഒലിവ് മരത്തിന്റെ തണലിൽ നടത്തം നിർത്തി. സമ്പന്നനായ ഒരു കച്ചവടക്കാരൻ കടന്നുപോയി. അയാൾക്ക് കറുത്തു ചുരുണ്ട താടിയും ബദാംകായയുടെ ആകൃതിയിലുള്ള കറുത്ത കണ്ണുകളും ധാരാളം മോതിരങ്ങളും കുലീനമായ മുഖഭാവവും ഉണ്ടായിരുന്നു. മറിയത്തിന്റെ മകൻ അയാളെ പിന്തുടർന്നു.

"അയാൾ നിശ്ചയമായും ദൈവത്തിന്റെ ഒരു മാലാഖ ആയിരിക്കും." അയാളുടെ കുലീനമായ രൂപത്തിലേക്കും അയാൾ പുതച്ചിരുന്ന പൂക്കളും കിളികളും തുന്നിപ്പിടിപ്പിച്ചിട്ടുള്ള വിലകൂടിയ കാശ്മീർഷാളിലേക്കും മറിയത്തിന്റെ മകൻ വിസ്മയത്തോടെ നോക്കി. "അയാൾ നിശ്ചയമായും

---

* അറേബ്യയിലെ ഒരു നാടോടിവർഗ്ഗം

ദൈവത്തിന്റെ മാലാഖമാരിൽ ഒരാളാണ്. അയാൾ എനിക്ക് വഴി കാണിക്കാൻ വേണ്ടി ഇറങ്ങിവന്നതാണ്."

വിദേശിയായ കുലീനൻ വളഞ്ഞു പുളഞ്ഞ ഇടവഴികളിലൂടെ പിഴയ്ക്കാത്ത ചുവടുകൾ വച്ച് മുന്നോട്ടുനടന്നു. വലിയ താമസം ഇല്ലാതെ ഇണപിരിയുന്ന പാമ്പുകളുള്ള പച്ചക്കതക് കാഴ്ചയിൽ വന്നു. പുറത്ത് ഒരു സ്റ്റൂളിൽ ഒരു പടുകിഴവി ഇരിക്കുന്നുണ്ടായിരുന്നു. അവർ മുന്നിലുണ്ടായിരുന്ന കല്ക്കരി അടുപ്പിൽ ഞണ്ടു വേവിക്കുകയായിരുന്നു. അതിനടുത്തായി രണ്ട് തടിപ്പാത്രങ്ങളിൽ വറുത്ത മത്തങ്ങാക്കുരുവും കുരുമുളകും പുരട്ടി വില്ക്കുന്ന ഇറച്ചി ഉണ്ടകളും ഉണ്ടായിരുന്നു.

ചെറുപ്പക്കാരനായ കുലീനൻ കിഴവിക്ക് ഒരു വെള്ളിനാണയം കൊടുത്തതിനുശേഷം അകത്തു കടന്നു. മറിയത്തിന്റെ മകൻ അയാളുടെ പിന്നാലെ അകത്തുകടന്നു. നിറം പുരട്ടിയ കൺപീലികളുള്ള രണ്ടു പ്രായമായ മനുഷ്യരും കറുത്ത താടിയും മേൽമീശയും ഉള്ള ചെറുപ്പക്കാരും ഒന്നിനു പിറകിൽ ഒന്നായി നടുമുറ്റത്ത് ചമ്രം പിണഞ്ഞ് ഇരിക്കുന്നുണ്ടായിരുന്നു. അവരുടെ എല്ലാവരുടെയും കണ്ണുകൾ മറിയത്തിന്റെ അറയുടെ ചെറിയ വാതിലിൽ ഉറച്ചുനിന്നു. അത് അടഞ്ഞുകിടക്കുകയായിരുന്നു. അകത്തുനിന്നും ഒരു അലർച്ച അല്ലെങ്കിൽ ഒരു പൊട്ടിച്ചിരി, അല്ലെങ്കിൽ ആരെയോ ഇക്കിളിപ്പെടുത്തുന്നതിന്റെ ശബ്ദം, അല്ലെങ്കിൽ കട്ടിലിന്റെ ഞരക്കം, ഇവയിലേതെങ്കിലും ഇടയ്ക്കിടയ്ക്ക് പുറത്തുവന്നു. ആരാധകർ അവർ ആരംഭിച്ച സംസാരം പെട്ടെന്ന് നിർത്തി നെടുവീർപ്പിട്ടുകൊണ്ട് ഇരിപ്പിന്റെ രീതി മാറ്റി. വളരെനേരം മുമ്പ് മുറിക്കുള്ളിൽകടന്ന അറബി പുറത്തുവരാൻ താമസിച്ചു. മുറ്റത്തിരുന്നിരുന്ന വൃദ്ധരും ചെറുപ്പക്കാരും ഒരുപോലെ തിടുക്കത്തിലായിരുന്നു. ഇന്ത്യാക്കാരനായ ചെറുപ്പക്കാരൻ അയാൾ ഇരിക്കേണ്ട സ്ഥലത്ത് ഇരുന്നു. മറിയത്തിന്റെ മകൻ അയാളുടെ പിന്നിൽ ഇരുന്നു.

പഴങ്ങളുടെ ഭാരം ചുമക്കുന്ന ഒരു വലിയ മാതളനാരകം മുറ്റത്തിന്റെ നടുക്ക് നില്ക്കുന്നുണ്ടായിരുന്നു. വഴിയിലേക്കുള്ള വാതിലിന്റെ ഇരുവശത്തുമായി രണ്ട് അത്ഭുതം തോന്നുന്ന പൊങ്കമരങ്ങൾ ഉണ്ടായിരുന്നു. ഒന്ന് ഒരു വാളുപോലെ നിവർന്നു നില്ക്കുന്ന ആൺമരം. മറ്റേത് വിശാലമായി പടർന്നുകിടക്കുന്ന ചില്ലകളുള്ള പെൺമരം. മാതളനാരകത്തിൽ തൂക്കിയിരുന്ന കൂടിനുള്ളിൽ കൂടുതൽ അലങ്കരിച്ച ഒരു തിത്തിരിപ്പക്ഷി, മേലോട്ടും താഴോട്ടും കുതിച്ചുചാടി കൂടിന്റെ അഴികളിൽ വന്ന് ഇടിച്ചുകൊണ്ട് ചിലച്ചു.

ആരാധകർ അവരുടെ അരപ്പട്ടയിൽ നിന്നും പുറത്തെടുത്ത ഈന്തപ്പഴങ്ങൾ ചവയ്ക്കുകയായിരുന്നു. അല്ലെങ്കിൽ അവരുടെ ശ്വാസത്തിന് സുഗന്ധം കിട്ടാൻ വേണ്ടി ജാതിക്കാ കടിക്കുകയായിരുന്നു. അവർ സമയം കളയാൻ വേണ്ടി പരസ്പരം സംസാരത്തിൽ ഏർപ്പെട്ടു. ചെറുപ്പക്കാരനായ കുലീനനെ അവർ മുഖം തിരിച്ച് അഭിവാദ്യം ചെയ്തു. അയാളുടെ പിന്നിൽ മുഷിഞ്ഞ വേഷത്തിൽ ഇരുന്നിരുന്ന മറിയത്തിന്റെ മകനെ അവർ

അവജ്ഞയോടെ നോക്കി. ഏറ്റവും മുമ്പിൽ ഉണ്ടായിരുന്ന വൃദ്ധൻ നെടു വീർപ്പിട്ടു.

"എന്റെ പീഡാനുഭവത്തേക്കാൾ വലിയ പീഡാനുഭവം ഇല്ല." അയാൾ പറഞ്ഞു. "ഞാൻ ഇവിടെ സ്വർഗ്ഗത്തിന്റെ തൊട്ടുമുന്നിലാണ്. എന്നാൽ സ്വർഗ്ഗത്തിന്റെ വാതിൽ അടച്ചിരിക്കുന്നു?"

കൈത്തണ്ടയിൽ സ്വർണ്ണപ്പട്ട കെട്ടിയ ചെറുപ്പക്കാരൻ പൊട്ടിച്ചിരിച്ചു.

"ഞാൻ യൂഫ്രറ്റീസിൽനിന്ന് വലിയ കടലിലേക്ക് സുഗന്ധ ദ്രവ്യങ്ങൾ കടത്തുന്നു. ഇവിടെ നമ്മുടെ മുമ്പിലുള്ള ചുവന്ന നഖങ്ങളുള്ള തിത്തിരി പ്പക്ഷിയെ നിങ്ങൾ കണ്ടില്ലേ? ഞാൻ ഒരു കപ്പൽ നിറയെ കറുവാപ്പട്ടയും കുരുമുളകും കൊടുത്ത് മറിയത്തിനെ വാങ്ങാൻ പോകുകയാണ്. ഞാൻ അവളെ ഒരു സ്വർണ്ണക്കൂട്ടിലിട്ട് കൊണ്ടുപോകാൻ പോകുകയാണ്. അതു കൊണ്ട് ശക്തന്മാരായ കൂട്ടുകാർ ചെയ്യാനുള്ളതൊക്കെ പെട്ടെന്ന് ചെയ്യണം: ഇത് നിങ്ങൾക്ക് കിട്ടാൻ പോകുന്ന അവസാനത്തെ ചുംബന മാണ്."

"നന്ദി" രണ്ടാമത്തെ വൃദ്ധൻ ഈ സമയത്ത് ഇടയ്ക്കുകയറി പറഞ്ഞു. അയാൾക്ക് സുഗന്ധം പുരട്ടിയ മഞ്ഞുപോലെ വെളുത്ത താടിയും കുലീ നമായ മെലിഞ്ഞ കൈകളും ഉണ്ടായിരുന്നു. കൈവെള്ളകളിൽ അയാൾ ക്വയിനാകൊണ്ട് നിറം പിടിപ്പിച്ചിരുന്നു. "നിങ്ങൾ ഇപ്പോൾ പറഞ്ഞതിന് നന്ദിയുണ്ട്. ഇന്നത്തെ ചുംബനം കൂടുതൽ മെച്ചമാക്കാം."

ചെറുപ്പക്കാരനായ കുലീനൻ അയാളുടെ തടിച്ച കൺപോളകൾ താഴ്ത്തി. അയാളുടെ ശരീരം സാവധാനം മുന്നോട്ടും പിന്നോട്ടും ആടി. പ്രാർത്ഥനയിലാണെന്നു തോന്നുന്ന മട്ടിൽ അയാളുടെ ചുണ്ടുകൾ അനങ്ങി. സ്വർഗ്ഗത്തിലേക്ക് കടക്കുന്നതിനു മുമ്പുതന്നെ അയാൾ ശാശ്വ തമായ പരമാനന്ദത്തിൽ മുങ്ങിക്കഴിഞ്ഞിരുന്നു. അയാൾ തിത്തിരിപ്പക്ഷി യുടെ കരച്ചിലും അടഞ്ഞ മുറിക്കുള്ളിലെ ഇക്കിളിപ്പെടുത്തലുകളും ഞര ക്കങ്ങളും കേട്ടു. അയാൾ വാതിലിൽ ഇരുന്നിരുന്ന വൃദ്ധ അവരുടെ ഇരു മ്പു ചൂളയിൽ കല്ക്കരിയിലേക്ക് എടുത്തു ചാടുന്ന ജീവനുള്ള ഞണ്ടു കളെ നിറയ്ക്കുന്നതിന്റെ ശബ്ദം കേട്ടു...

"ഇതാണ് സ്വർഗ്ഗം" അയാൾ ക്ഷീണത്തിന് കീഴടങ്ങിക്കൊണ്ട് അഗാ ധമായി ആലോചിച്ചു. "ഈ ആഴമുള്ള ഉറക്കത്തെയാണ് നമ്മൾ ജീവിതം എന്നു വിളിക്കുന്നത്. സ്വർഗ്ഗത്തെപ്പറ്റി നമ്മൾ സ്വപ്നം കാണുന്ന ഈ ഉറക്കം. ഇതല്ലാതെ വേറൊരു സ്വർഗ്ഗം ഇല്ല. ഇപ്പോൾ എനിക്ക് ഇവിടെ നിന്ന് എഴുന്നേറ്റ് പോകാം. കാരണം എനിക്ക് കൂടുതൽ ആഹ്ലാദത്തിന്റെ ആവശ്യം ഇല്ല."

അയാളുടെ മുന്നിൽ ഉണ്ടായിരുന്ന തലപ്പാവ് വെച്ച തടിയൻ അയാളെ കാൽമുട്ടുകൊണ്ട് തള്ളിക്കൊണ്ട് പൊട്ടിച്ചിരിച്ചു. "ഇന്ത്യയിലെ രാജകു മാരാ, ഇതിനെപ്പറ്റിയൊക്കെ നിങ്ങളുടെ ദൈവത്തിന് എന്താണ് പറയാ നുള്ളത്?"

ചെറുപ്പക്കാരൻ അയാളുടെ കണ്ണുകൾ തുറന്നു. "എന്തിനെപ്പറ്റി?"

“ഇവിടെ നിങ്ങളുടെ മുമ്പിലുള്ള പുരുഷന്മാരെയും സ്ത്രീകളെയും ഞങ്ങളെയും സ്നേഹത്തെയും പറ്റി...”

“അവയെല്ലാം ഒരുസ്വപ്നമാണ്.”

“അങ്ങനെയാണെങ്കിൽ, എന്റെ ധീരന്മാരായ കുട്ടികൾ ശ്രദ്ധിക്കണം” ജപമാലയിലെ മുത്തുകൾ തിരിച്ചുകൊണ്ടിരുന്ന വെളുത്തതാടിയുള്ള വൃദ്ധൻ ഇടയ്ക്കുകയറി പറഞ്ഞു. “ഉണരാതിരിക്കാൻ ശ്രദ്ധിക്കണം.”

ചെറിയവാതിൽ തുറന്ന് അറേബ്യൻ നാടോടി പ്രത്യക്ഷപ്പെട്ടു. വീർത്ത കണ്ണുകളുമായി ചുണ്ടുകൾ നക്കിക്കൊണ്ട് അയാൾ സാവധാനം മുന്നോട്ടുവന്നു. അടുത്ത അവസരത്തിന്റെ ഉടമസ്ഥനായ വൃദ്ധൻ ഉടൻതന്നെ ഇരുപതു വയസ്സുള്ള ശക്തനായ ഒരു ആൺകുട്ടിയെപ്പോലെ ചുറുചുറുക്കോടെ ചാടി എഴുന്നേറ്റു.

“അപ്പൂപ്പൻ വേഗം തിരിച്ചുവരണം. ഞങ്ങളോട് അനുകമ്പ കാണിക്കണം!” അടുത്ത അവസരങ്ങളുള്ള മൂന്നുപേരും ചേർന്ന് നിലവിളിച്ചു.

പക്ഷേ, വൃദ്ധൻ അപ്പോഴേക്കും അരപ്പട്ട അഴിച്ചുകൊണ്ട് അറയുടെ അടുത്തേക്ക് നടന്നു കഴിഞ്ഞിരുന്നു. ഇത് സംസാരിച്ചുനില്ക്കാനുള്ള സമയം ആയിരുന്നില്ല! അയാൾ മുറിയിൽ കടന്ന് വാതിൽ അടച്ചു.

അവർ എല്ലാവരും അറേബ്യൻ നാടോടിയോട് സംസാരിക്കാൻ ധൈര്യം ഇല്ലാതെ അയാളെ അസൂയയോടെ നോക്കി. അയാൾ വളരെ വളരെ ദൂരത്തുള്ള ആഴക്കടലിനുമുകളിലൂടെ സഞ്ചരിക്കുകയായിരുന്നെന്ന് അവർക്ക് ബോദ്ധ്യമായി. നിശ്ചയമായും അയാൾ അവരെ തിരിഞ്ഞുനോക്കിയില്ല. അയാൾ മുറ്റത്തുകൂടി ആടി ആടി നടന്ന് പടുകിഴവിയുടെ അടുപ്പിൽ തട്ടാതെ കഷ്ടിച്ച് രക്ഷപ്പെട്ട് തെരുവിലേക്കുള്ള ഗേറ്റിനടുത്തെത്തി വളഞ്ഞു പുളഞ്ഞുകിടക്കുന്ന ഇടവഴിയിലേക്കിറങ്ങി അവസാനം അപ്രത്യക്ഷപ്പെട്ടു. ആ സമയത്ത് അവരുടെ ചിന്തകളുടെ ചിന്തകൾ തിരിച്ചുവിടാൻ വേണ്ടി, പച്ചതലപ്പാവുള്ള തടിയൻ സിംഹങ്ങളെപ്പറ്റിയും കടലുകളെപറ്റിയും പവിഴപ്പുറ്റുകളുള്ള ചെറിയ ദ്വീപുകളെപ്പറ്റിയും സംസാരിക്കാൻ തുടങ്ങി.

സമയം കടന്നുപോയി ഇടയ്ക്കിടയ്ക്ക് വളരെ സാവധാനത്തിൽ ജപമാലയുടെ മണികൾ തിരിയുന്നതിന്റെ ശബ്ദം കേൾക്കാൻ കഴിഞ്ഞിരുന്നു. എല്ലാ കണ്ണുകളും ഒരിക്കൽക്കൂടി അടഞ്ഞവാതിലിൽ തറച്ചുനിന്നു. വൃദ്ധൻ പുറത്തുവരാൻ സമയം എടുത്തു. വളരെക്കൂടുതൽ സമയം എടുത്തു.

കുലീനനായ ഇന്ത്യാക്കാരൻ എഴുന്നേറ്റു. മറ്റുള്ളവർ അത്ഭുതത്തോടെ അയാളെ നോക്കി. അയാൾ എന്തിനാണ് എഴുന്നേറ്റത്? അയാൾ അയാൾക്കുള്ള ചുംബനങ്ങൾ ആസ്വദിക്കാൻ പോകുന്നില്ലേ? അയാൾ പോകാൻ തുടങ്ങുകയാണോ? അയാൾ സന്തുഷ്ടനായിരുന്നു. അയാളുടെ മുഖം പ്രകാശിച്ചിരുന്നു. സൗമ്യമായ ഒരു തിളക്കം അയാളുടെ കവിളുകളിൽ പറ്റിപ്പിടിച്ചിരുന്നു. അയാൾ കാശ്മീർ ഷാൾ പുതച്ചുകൊണ്ട് കൈ ഉയർത്തി ഹൃദയവും ചുണ്ടും സ്പർശിച്ചു. അയാൾ അവിടെനിന്ന് ഇറങ്ങി നടന്നു. അയാളുടെ നിഴൽ ശാന്തമായി ഉമ്മറപ്പടിയിലൂടെ കടന്നുപോയി.

“അയാൾ ഉണർന്നു...” കണങ്കാലിൽ സ്വർണ്ണ വളയങ്ങളുള്ള ചെറുപ്പക്കാരൻ പറഞ്ഞു. അയാൾ ചിരിക്കാൻ ശ്രമിച്ചു. പക്ഷേ, അസാധാരണമായ ഒരു ഭയം അവരെ വളരെ പെട്ടെന്ന് കീഴടക്കിയിരുന്നു. അവർ ഉൽക്കണ്ഠകലർന്ന തിടുക്കത്തോടെ അലക്സാൻഡ്രിയയിലെയും ഡമാസ്കസിലെയും അടിമച്ചന്തകളിൽ ഇപ്പോഴുള്ള വിലയും ലാഭനഷ്ടങ്ങളും ചർച്ച ചെയ്യാൻ തുടങ്ങി... എന്തായാലും സ്ത്രീകളെപ്പറ്റിയും ആൺകുട്ടികളെ പറ്റിയും ഉള്ള തുറന്ന സംസാരത്തിലേക്ക് അവർ വളരെ പെട്ടെന്ന് തിരിച്ചുവന്നു. അവർ നാക്കുകൾ പുറത്തേക്ക് നീട്ടി ചുണ്ടുനക്കി.

“എന്റെ ദൈവം തമ്പുരാനേ!” മറിയത്തിന്റെ മകൻ പിറുപിറുത്തു. “എന്നെ അങ്ങ് ഏതു മുറ്റത്തേക്കാണ് വലിച്ചെറിഞ്ഞത്? ഏതുതരം മുറ്റത്തേക്ക്? ഏതുതരം മനുഷ്യരുടെ കൂടെയാണ് ഞാൻ വരിയിൽ നില്ക്കുന്നത്! ഈശ്വരാ, ഇത് ഏറ്റവും വലിയ അധഃപതനം ആണ്. ഇത് സഹിക്കാനുള്ള കഴിവ് അങ്ങ് എനിക്ക് നല്കണം!”

സഞ്ചാരികൾക്ക് വിശക്കുന്നുണ്ടായിരുന്നു. അവരിൽ ഒരാൾ വിളിച്ചു കൂവി. പടുകിഴവി കടന്നു വന്നു. അപ്പവും ഞണ്ടും ഇറച്ചിഉണ്ടകളും അവർ നാലുപേർക്കുമായി പകുത്തു കൊടുത്തു. അവർക്കുവേണ്ടി ഒരു ഭരണി “ഈന്തപ്പഴവീഞ്ഞും” കൊണ്ടുവന്നു. അവർ ചമ്രം പിണഞ്ഞിരുന്ന് ഭക്ഷണം മടിയിൽ വച്ച് ചവയ്ക്കാൻ ആരംഭിച്ചു. അവരിൽ നല്ല മാനസികാവസ്ഥയിൽ ആയിരുന്ന ഒരാൾ ഞണ്ടിന്റെ തോടെടുത്ത് അടഞ്ഞ വാതിലിലേക്ക് എറിഞ്ഞുകൊണ്ട് വിളിച്ചു പറഞ്ഞു. “അപ്പൂപ്പാ, പെട്ടെന്ന് അവസാനിപ്പിക്കണം. പകൽ മുഴുവൻ അവിടെ ചിലവാക്കരുത്.” അവർ എല്ലാവരും കൂടി പൊട്ടിച്ചിരിച്ചു.

“ഈശ്വരാ!” മറിയത്തിന്റെ മകൻ വീണ്ടും പിറുപിറുത്തു. “എന്റെ അവസരം വരുന്നതുവരെ കാത്തിരിക്കാനുള്ള കരുത്ത് എനിക്ക് നല്കണമേ!”

സുഗന്ധം പുരട്ടിയ താടിയുള്ള വൃദ്ധന് അയാളെപ്പറ്റി അനുകമ്പ തോന്നി.

അയാൾ തലതിരിച്ചുകൊണ്ട് ചോദിച്ചു. “എന്റെ കുട്ടീ, നിനക്ക് വിശപ്പും ദാഹവും ഇല്ലേ? ഇവിടെവന്ന് കുറച്ചെടുത്ത് കഴിക്കൂ. അത് നിനക്ക് ശക്തിതരും.”

“ശരിയാണ് നിങ്ങൾ ഭക്ഷണം കഴിക്കുന്നതാണ്. നല്ലത്.” പച്ച തലപ്പാവുള്ള തടിയൻ പൊട്ടിച്ചിരിച്ചുകൊണ്ട് കൂട്ടിച്ചേർത്തു. “നിങ്ങളുടെ അവസരം വന്ന് അകത്തുപോകുമ്പോൾ നിങ്ങൾ കാരണം ഞങ്ങൾ ആണുങ്ങൾക്ക് നാണക്കേടുണ്ടാക്കാൻ ഞങ്ങൾക്ക് ആഗ്രഹം ഇല്ല.”

മറിയത്തിന്റെ മകൻ ചുവന്നുതുടുത്തു. അയാൾ സംസാരിക്കാതെ തലകുനിച്ചിരുന്നു.

“ഇയാളും സ്വപ്നം കാണുകയാണ്.” താടിയിൽ പറ്റിപ്പിടിച്ചിരുന്ന അപ്പക്കഷണങ്ങളും ഞണ്ടിന്റെ തുണ്ടുകളും കുടഞ്ഞുകളഞ്ഞുകൊണ്ട് വൃദ്ധൻ പറഞ്ഞു. “ബീൽസാബുബ് വിശുദ്ധനെക്കൊണ്ട് സത്യം ചെയ്യാം.

അയാൾ സ്വപ്നം കാണുകയാണ്. അയാൾ ഇപ്പോൾ എഴുന്നേറ്റ് മറ്റേയാളെപ്പോലെ സ്ഥലം വിടും. എന്റെ വാക്കുകൾക്ക് അടിവര ഇട്ടോളൂ."

മറിയത്തിന്റെ മകൻ ഭയത്തോടെ ചുറ്റുപാടും നോക്കി. കുലീനനായ ഇന്ത്യാക്കാരൻ പറഞ്ഞത് സത്യത്തിൽ ശരിയാണോ? ഈ മുറ്റവും മാതളനാരകവും ഇരുമ്പടുപ്പും തിത്തിരിപ്പക്ഷിയും മനുഷ്യരും എല്ലാംതന്നെ സ്വപ്നം ആണോ? ഒരുപക്ഷേ, അയാൾ ഇപ്പോഴും ദേവദാരുവിന്റെ ചുവട്ടിൽ ഇരുന്ന് സ്വപ്നം കാണുകയായിരിക്കാം.

അയാൾ സഹായം അന്വേഷിക്കുന്നമട്ടിൽ തെരുവിലേക്കുള്ള വാതിലിന്റെ നേർക്ക് തിരിഞ്ഞു. ആൺ പൊങ്കമരത്തിനടുത്ത് പല്ലുവരെ ഓടുകൊണ്ടുള്ള കവചങ്ങളിൽ പൊതിഞ്ഞ കഴുകന്റെ തലയുള്ള സഹയാത്രിക അനക്കമില്ലാതെ നില്ക്കുന്നത് അയാൾ കണ്ടു. ഇപ്പോൾ ആദ്യമായി അവളുടെ കാഴ്ച അയാൾക്ക് സുരക്ഷിതത്വവും ആശ്വാസവും നല്കി.

വൃദ്ധൻ കിതച്ചു കൊണ്ട് പുറത്തുവന്നു. പച്ചത്തലപ്പാവുള്ള തടിയൻ അകത്തുപോയി. മണിക്കൂറുകൾ കഴിഞ്ഞ് കണങ്കാലിൽ സ്വർണ്ണവളയങ്ങളുള്ള ചെറുപ്പക്കാരന്റെ അവസരം വന്നു. അതു കഴിഞ്ഞ് കുന്തിരിക്കത്തിന്റെ ജപമാലയുള്ള വൃദ്ധന്റെ അവസരം ആയിരുന്നു. ഇപ്പോൾ മറിയത്തിന്റെ മകൻ മുറ്റത്ത് തനിച്ച് കാത്തിരിക്കുകയായിരുന്നു.

സൂര്യൻ അസ്തമിക്കാൻ തുടങ്ങിയിരുന്നു. രണ്ടുമേഘങ്ങൾ ആകാശത്തുകൂടി കടന്നുപോകുന്നുണ്ടായിരുന്നു. അവയുടെ മുകളിൽ വീണ സ്വർണ്ണനിറത്തിന്റെ ഭാരം കൊണ്ട് രണ്ടുമേഘങ്ങളും നിശ്ചലമായി. മണ്ണിനും മരങ്ങൾക്കും മനുഷ്യരുടെ മുഖങ്ങൾക്കും മുകളിൽ മൂടൽമഞ്ഞ് ഒരു നേർത്ത സ്വർണ്ണമൂടുപടം പുതപ്പിച്ചിരുന്നു.

ജപമാലയുള്ള വൃദ്ധൻ പുറത്തു വന്നു. ഉമ്മറപ്പടിയിൽ ഒരു നിമിഷം നിന്നതിനുശേഷം അയാൾ കരയുന്ന കണ്ണുകളും മൂക്കും ചുണ്ടും തുടച്ചു. അതിനുശേഷം തോളുകൾ താഴ്ത്തി തെരുവിലേക്കുള്ള വാതിലിന്റെ നേർക്ക് ഒഴിഞ്ഞുമാറി നടന്നു.

മറിയത്തിന്റെ മകൻ എഴുന്നേറ്റു നിന്ന് ആൺപൊങ്കമരത്തിന്റെ നേർക്ക് തിരിഞ്ഞു. അയാളുടെ കൂട്ടുകാരി പിൻതുടരുന്നതിനുവേണ്ടി അവളുടെ കാൽ ഉയർത്തിക്കഴിഞ്ഞിരുന്നു. അയാൾ തനിച്ചിരിക്കാൻ ആഗ്രഹിച്ചു. അയാൾക്ക് അവളോട് പുറത്തിറങ്ങി കാത്തുനില്ക്കാൻ പറയണമെന്ന് തോന്നി. അതുകൂടാതെ താൻ അവിടെനിന്ന് ഒളിച്ചോടില്ലെന്ന് അവളെ അറിയിക്കാൻ അയാൾ ആഗ്രഹിച്ചു. പക്ഷേ, അതുകൊണ്ട് പ്രയോജനം ഇല്ലെന്ന് അയാൾക്ക് അറിയാം. അയാൾ നിശ്ശബ്ദനായി ഇരുന്നു. അയാൾ അരപ്പട്ട മുറുക്കിക്കൊണ്ട് കണ്ണുകൾ ഉയർത്തി സ്വർഗ്ഗങ്ങളിലേക്ക് നോക്കി. അയാൾ അറച്ചുനിന്നു. പക്ഷേ, മുറിക്കുള്ളിൽനിന്നും ഒരു പരുഷമായ ശബ്ദം കോപത്തോടെ വിളിച്ചുചോദിച്ചു. "അവിടെ മറ്റാരെങ്കിലും ഉണ്ടോ? അകത്തേക്ക് വരൂ!" അത് മഗ്ദലന ആയിരുന്നു. അയാൾ എല്ലാ ശക്തിയും സംഭരിച്ച് മുന്നോട്ടു നടന്നു. വാതിൽ പകുതി തുറന്നിരുന്നു.

അയാൾ വിറച്ചുകൊണ്ട് അകത്തു കടന്നു.

മഗ്ദലന വിയർപ്പിൽ കുതിർന്ന് നഗ്നയായി മലർന്നുകിടക്കുകയായിരുന്നു. അവളുടെ കറുകറുത്ത തലമുടി തലയിണയിൽ വിതിർന്നുകിടന്നു. അവൾ കൈരണ്ടും തലയ്ക്കടിയിൽ പിണച്ചുവെച്ചിരുന്നു. അവൾ മുഖം ഭിത്തിയുടെ ഭാഗത്തേക്ക് തിരിച്ചുവച്ചുകൊണ്ട് കോട്ടുവാ ഇടുകയായിരുന്നു. നേരം പുലർന്നപ്പോൾ മുതൽ കിടക്കയിൽ പുരുഷന്മാരുമായി ഗുസ്തി പിടിച്ച് അവൾ തളർന്നുപോയിരുന്നു. അവളുടെ തലമുടിയും നഖങ്ങളും ശരീരത്തിലെ ഓരോ അണുവും എല്ലാ രാജ്യങ്ങളുടെയും ഗന്ധങ്ങൾ പ്രസരിപ്പിച്ചു. അവളുടെ കൈയും കഴുത്തും മാറിടവും കടിയേറ്റ പാടുകൾകൊണ്ട് മൂടിയിരുന്നു.

മറിയത്തിന്റെ മകൻ കണ്ണുകൾ താഴ്ത്തി. അയാൾ മുന്നോട്ടു നടക്കാൻ വയ്യാതെ മുറിയുടെ നടുക്കെത്തിയപ്പോൾ നടത്തം നിർത്തിയിരുന്നു. മഗ്ദലന ഭിത്തിയിൽ നിന്ന് മുഖം തിരിക്കാതെ കാത്തുകിടന്നു. പക്ഷേ, അവൾ പിന്നിൽനിന്നും പുരുഷന്റെ മൂളലുകളൊന്നും കേട്ടില്ല. ആരും വസ്ത്രം അഴിക്കുന്നതിന്റെ ശബ്ദം കേട്ടില്ല. വീർപ്പുമുട്ടലോടെയുള്ള ഒരു നിശ്വാസം പോലും കേട്ടില്ല. അവൾ എന്തു സംഭവിച്ചെന്ന് അറിയാൻ വേണ്ടി ഭയത്തോടെ പെട്ടെന്ന് മുഖം തിരിച്ചു– ഉടൻതന്നെ അവൾ നിലവിളിച്ചുകൊണ്ട് പുതപ്പ് ചാടിയെടുത്ത് ശരീരം മൂടി.

“നിങ്ങൾ! നിങ്ങൾ!” കൈപ്പത്തികൊണ്ട് ചുണ്ടും കണ്ണും പൊത്തിക്കൊണ്ട് അവൾ വിളിച്ചുകൂവി.

“മറിയം” അയാൾ പറഞ്ഞു. “എന്നോടു ക്ഷമിക്കണം.”

മറിയം ഹൃദയം പിളർക്കുന്ന രീതിയിൽ ആവേശത്തോടെ പരുഷമായി പൊട്ടിച്ചിരിച്ചു. അവളുടെ തൊണ്ട ആയിരം കഷണങ്ങളായി പൊട്ടിത്തെറിക്കാൻ തുടങ്ങുകയാണെന്ന് തോന്നും.

“മറിയം” അയാൾ ആവർത്തിച്ചു. “എന്നോട് ക്ഷമിക്കണം!”

പിന്നീട് അവൾ പുതപ്പ് മുറുക്കി ചുറ്റിക്കൊണ്ട് മുട്ടുകാലിൽ ചാടി എഴുന്നേറ്റു കൊണ്ട് കൈ ഉയർത്തി:

“സ്ത്രീകളോടു മര്യാദ കാണിക്കുന്ന ചെറുപ്പക്കാരനായ നിങ്ങൾ എന്റെ മുറ്റത്തു കടക്കുന്നത് ഈ രീതിയിൽ ആണോ? നിങ്ങൾ എന്റെ കാമുകന്മാരുമായി ഇടപെടുന്നത് ഈ രീതിയിൽ ആണോ? എന്റെ ചൂടുള്ള കിടക്കയിലേക്ക് ദൈവത്തെ കൊണ്ടുവരാനുള്ള നിങ്ങളുടെ തട്ടിപ്പ് ഈ രീതിയിലാണോ? സുഹൃത്തേ, നിങ്ങൾ താമസിച്ചുപോയി. വളരെ താമസിച്ചുപോയി. നിങ്ങളുടെ ദൈവത്തിന്റെ കാര്യം പറഞ്ഞാൽ, എനിക്ക് അദ്ദേഹത്തെ വേണ്ട– അദ്ദേഹം ഇപ്പോൾത്തന്നെ എന്റെ ഹൃദയം തകർത്തുകഴിഞ്ഞിരിക്കുന്നു!”

അവൾ ഒരേസമയം വിങ്ങിപ്പൊട്ടുകയും സംസാരിക്കുകയും ചെയ്തു. പുതപ്പിനടിയിൽ അവളുടെ കലിതുള്ളുന്ന മാറിടം ഉയർന്നുതാണു.

“അദ്ദേഹം എന്റെ ഹൃദയം തകർത്തു. എന്റെ ഹൃദയം തകർത്തു.” അവൾ വീണ്ടും വിങ്ങിപ്പൊട്ടി. രണ്ടുതുള്ളി കണ്ണുനീർ അവളുടെ കണ്ണുക

ളിൽ ഉറഞ്ഞുകൂടി നീളമുള്ള കൺപീലികളിൽ തൂങ്ങിക്കിടന്നു.

"മറിയം, ദൈവത്തെ നിന്ദിക്കരുത്. ദൈവത്തെ അല്ല, എന്നെ ആണ് കുറ്റപ്പെടുത്തേണ്ടത്. അതുകൊണ്ടാണ് ഞാൻ വന്നത്. എനിക്ക് നിന്നോട് ക്ഷമ ചോദിക്കണം."

പക്ഷേ, മഗ്ദലന പൊട്ടിത്തെറിച്ചു:

"നിങ്ങൾക്കും നിങ്ങളുടെ ദൈവത്തിനും ഒരേ മുഖഭാവമാണ്. നിങ്ങൾ ഒന്നുതന്നെ ആണ്. എനിക്ക് നിങ്ങളെ വേർതിരിച്ചുപറയാൻ പറ്റില്ല. ചില പ്പോൾ രാത്രിയിൽ ഞാൻ അദ്ദേഹത്തെപ്പറ്റി ആലോചിച്ചു പോകാറുണ്ട്. ഞാൻ അങ്ങനെ ചിന്തിക്കുന്ന സമയത്തെ ശപിക്കണം! ഇരുട്ടിൽനിന്ന് നിങ്ങളുടെ മുഖവുമായി വന്നാണ് ദൈവം എന്നെ പരാജയപ്പെടുത്തുന്നത്. നിങ്ങളെ തെരുവിൽവെച്ച് ഞാൻ കാണാൻ ഇടവരുന്ന സമയത്തെ ശപി ക്കണം!— എനിക്ക് ഈ സമയത്തും ദൈവം എനിക്കുവേണ്ടി നേരിട്ട് ഓടി യടുക്കുകയാണെന്ന് തോന്നും."

അവൾ കൈചുരുട്ടിപ്പിടിച്ച് അന്തരീക്ഷത്തിലേക്ക് ഉയർത്തി:

"ദൈവത്തിന്റെ കാര്യം പറഞ്ഞ് എന്നെ ശല്യപ്പെടുത്തരുത്." അവൾ ഉറക്കെപ്പറഞ്ഞു. "നിങ്ങൾ ഇവിടെ നിന്ന് പുറത്തുപോകണം. നിങ്ങൾ വീണ്ടും എന്നെ കാണാനുള്ള സന്ദർഭം ഉണ്ടാക്കരുത്. എനിക്ക് അഭയ സ്ഥാനവും ആശ്വാസവും ഒന്നേ ഉള്ളൂ- ചേറ്! പ്രാർത്ഥിക്കാനും സ്വയം ശുചീകരിക്കാനും എനിക്ക് ഒരേ ഒരു ആരാധനാലയം മാത്രമാണ് ഉള്ളത്. ചേറ്!"

"മറിയം, ഞാൻ പറയുന്നത് ശ്രദ്ധിക്കൂ. നിരാശയിലേക്ക് വീഴരുത്. എന്റെ സഹോദരി, ഞാൻ യഥാർത്ഥത്തിൽ വന്നത് അതിനുവേണ്ടിയാണ്. നിങ്ങളെ ചേറിൽ നിന്ന് വലിച്ച് പുറത്തിടാനാണ് ഞാൻ വന്നത്. ഞാൻ ധാരാളം പാപങ്ങൾ ചെയ്തിട്ടുണ്ട്— അവയ്ക്ക് പ്രായശ്ചിത്തം ചെയ്യാൻ വേണ്ടി ഞാൻ മരുഭൂമിയിലേക്ക് പോകുന്ന വഴിയാണ് ഇവിടെ വന്നിരി ക്കുന്നത്— ധാരാളം പാപങ്ങൾ ചെയ്തിട്ടുണ്ട്. മറിയം, പക്ഷേ, എന്നെ ഏറ്റവും കൂടുതൽ അലട്ടുന്നത് നിന്റെ ആപത്താണ്."

മഗ്ദലന അപ്രതീക്ഷിതമായി വന്ന അതിഥിയുടെ കവിൾ വലിച്ചു കീറാൻ ആഗ്രഹിക്കുന്നതുപോലെ അവളുടെ കൂർത്തനഖങ്ങൾ അയാ ളുടെ മുഖത്ത് ഭ്രാന്തമായി കുത്തിയിറക്കി.

"എന്ത് ആപത്ത്?" അവൾ വിളിച്ചുകൂവി. "ഞാൻ നല്ലപോലെ ജീവി ക്കുന്നുണ്ട്. നിങ്ങളുടെ വിശുദ്ധമായ അനുകമ്പ എനിക്ക് ആവശ്യം ഇല്ല! ഞാൻ തനിച്ച് എന്നോടുതന്നെയാണ് യുദ്ധം ചെയ്യുന്നത്. ഞാൻ മനുഷ്യ രിൽ നിന്നോ ദൈവങ്ങളിൽ നിന്നോ ചെകുത്താന്മാരിൽ നിന്നോ യാതൊരു സഹായവും ആവശ്യപ്പെടുന്നില്ല. ഞാൻ എന്നെ രക്ഷിക്കാൻ വേണ്ടിയാണ് യുദ്ധം ചെയ്തുകൊണ്ടിരിക്കുന്നത്. ഞാൻ എന്നെ രക്ഷിക്കുകയും ചെയ്യും."

"നിന്നെ എന്തിൽ നിന്ന് രക്ഷിക്കാൻ? ആരിൽ നിന്ന് രക്ഷിക്കാൻ?"

"നിങ്ങൾ വിചാരിക്കുന്നതുപോലെ ചേറിൽ നിന്നല്ല. ദൈവം അനു

ഗ്രഹിക്കട്ടെ! എന്റെ എല്ലാ പ്രതീക്ഷകളും അവിടെയാണ്- ആ ചേറിനുള്ളിൽ. അതാണ് എന്റെ മോചനത്തിലേക്കുള്ള വഴി."

"ആ ചേറോ?"

"അതെ, ചേറു തന്നെ: നാണക്കേടും അഴുക്കും നിറഞ്ഞ ഈ കിടക്ക! ലോകത്തിന്റെ മുഴുവൻ ഉമിനീരും വിയർപ്പും ചേറും കൊണ്ട് കടിയേറ്റ പാടുകൾ മറച്ചുവെച്ചിരിക്കുന്ന എന്റെ ഈ ശരീരം! നിങ്ങളുടെ കൊതിയുള്ള ആട്ടിൻകണ്ണുകൾ കൊണ്ട് എന്നെ ഇതുപോലെ നോക്കരുത്! ഭീരു, നിങ്ങൾ ദൂരെ നില്ക്കുന്നതാണ് നല്ലത്! എനിക്ക് നിങ്ങളെ ഇവിടെ ആവശ്യം ഇല്ല. നിങ്ങളോട് എനിക്ക് വെറുപ്പാണ്. എന്നെ തൊടരുത്! ഒരു പുരുഷനെ മറക്കാൻ വേണ്ടി, എന്നെ സ്വയം രക്ഷപ്പെടുത്തി എടുക്കാൻ വേണ്ടി. ഞാൻ എല്ലാ പുരുഷന്മാർക്കും എന്റെ ശരീരം അടിയറവെക്കുകയായിരുന്നു!"

മറിയത്തിന്റെ മകൻ തല താഴ്ത്തി.

"ഇത് എന്റെ കുറ്റമാണ്." അയാൾ വീർപ്പുമുട്ടലോടെ ആവർത്തിച്ചു. ഇപ്പോഴും ശരീരത്തിൽ ചുറ്റിയിരുന്ന തുകൽപട്ടയിൽ നിന്ന് ചോര തെറിക്കുന്നുണ്ടായിരുന്നു. അയാൾ അതിൽ ബലമായി പിടിച്ചു. "എന്റെ സഹോദരി എന്നോട് ക്ഷമിക്കണം. ഇത് എന്റെ കുറ്റമാണ്. പക്ഷേ, ഞാൻ ഈ കടം വീടും."

വീണ്ടും പ്രാകൃതമായ ഒരു പൊട്ടിച്ചിരിയിൽ സ്ത്രീയുടെ തൊണ്ട വലിഞ്ഞുപൊട്ടി:

"നിങ്ങൾ അനുകമ്പയില്ലാതെ മോങ്ങുന്നു. ഇതെന്റെ കുറ്റമാണ്.... സഹോദരീ, ഇതെന്റെ കുറ്റമാണ്... ഞാൻ നിന്നെ രക്ഷിക്കാം... പക്ഷേ, നിങ്ങൾ ഒരു മനുഷ്യനെപ്പോലെ സത്യം ഏറ്റുപറയാൻ വേണ്ടി തല ഉയർത്തുന്നില്ല. അങ്ങനെ പറയാൻ ധൈര്യം ഇല്ലാതെ നിങ്ങൾ എന്റെ ശരീരത്തെ കൊതിക്കുന്നു. നിങ്ങൾ എന്റെ ആത്മാവിനെ രക്ഷിക്കാൻ ആഗ്രഹിക്കുന്നുണ്ടെന്ന് പറഞ്ഞുകൊണ്ട് അതിനെ കുറ്റപ്പെടുത്താൻ തുടങ്ങുന്നു. ദിവാസ്വപ്നക്കാരാ, എന്ത് ആത്മാവാണ്? ഒരു സ്ത്രീയുടെ ആത്മാവ് അവളുടെ മാംസം ആണ്. അത് നിങ്ങൾക്ക് അറിയാം. പക്ഷേ, ആണുങ്ങളെപ്പോലെ ഈ ആത്മാവിനെ നിങ്ങളുടെ കൈയിലെടുത്ത് ചുംബിക്കാനുള്ള ധൈര്യം നിങ്ങൾക്കില്ല. അതിനെ ചുംബിച്ച് രക്ഷിക്കാനുള്ള ധൈര്യം ഇല്ല! എനിക്ക് നിങ്ങളോട് അനുകമ്പയുണ്ട്! ഞാൻ നിങ്ങളെ വെറുക്കുന്നു!"

"വേശ്യേ നിന്നെ ഏഴുപിശാചുക്കൾ സ്വന്തമാക്കിയിരിക്കുന്നു." ഇപ്പോൾ നാണക്കേടുകൊണ്ട് ചുവന്നു പോയ മുഖമുള്ള ചെറുപ്പക്കാരൻ വിളിച്ചുകൂവി. "ഏഴു പിശാചുക്കൾ, അതെ, നിന്റെ ഭാഗ്യദോഷിയായ അച്ഛൻ പറഞ്ഞത് ശരിയാണ്."

മഗ്ദലന ഞെട്ടി. അവൾ ദേഷ്യപ്പെട്ട് മുടിചുരുട്ടിക്കൂട്ടി ഒരുചുവന്ന പട്ടുനാടകൊണ്ട് കെട്ടിവച്ചു. വളരെ നേരത്തേക്ക് അവൾ സംസാരിച്ചില്ല. പക്ഷേ, അവസാനം അവളുടെ ചുണ്ടുകൾ ചലിച്ചു:

"ഏഴ് പിശാചുക്കളല്ല എന്നെ ബാധിച്ചിരിക്കുന്നത്. മറിയത്തിന്റെ മകൻ മനസ്സിലാക്കണം. അത് ഏഴ് മുറിവുകളാണ്. ഒരു സ്ത്രീ മുറിവേറ്റ ഒരു മാടപ്രാവാണെന്ന് നിങ്ങൾ മനസ്സിലാക്കണം. പാവം, അവൾക്ക് അവളുടെ മുറിവുകൾ നക്കിത്തുടയ്ക്കുന്നതല്ലാതെ മറ്റ് ആഹ്ലാദങ്ങൾ ഇല്ല.."

അവളുടെ കണ്ണുകൾ നിറഞ്ഞു. അവൾ പെട്ടെന്ന് കൈപ്പത്തിക്കൊണ്ട് കണ്ണുനീർ തുടച്ചുമാറ്റിയതിനുശേഷം ഭ്രാന്തമായി പൊട്ടിത്തെറിച്ചു:

"ഇവിടെ നിങ്ങൾ വന്നത് എന്തിനാണ്? എന്റെ കിടക്കയുടെ അടുത്തു നിങ്ങൾ എന്തിനാണ് കുനിഞ്ഞു നില്ക്കുന്നത്? നിങ്ങൾ എന്റെ അടുത്തു നിന്ന് എന്താണ് ആഗ്രഹിക്കുന്നത്? ദൂരെ പോകൂ!"

ചെറുപ്പക്കാരൻ അവളുടെ അടുത്തേക്ക് ഒരു ചുവട് മുന്നോട്ടുവന്നു.

"മറിയം, നമ്മൾ കൊച്ചു കുട്ടികൾ ആയിരുന്ന കാലം ഓർക്കാൻ ശ്രമിക്കൂ."

"എനിക്ക് ഓർമ്മയില്ല! നിങ്ങൾ എന്തുതരം മനുഷ്യനാണ്? നിങ്ങൾ ഇപ്പോഴും തുപ്പൽ ഒലിപ്പിച്ചുകൊണ്ടിരിക്കയാണോ? നിങ്ങൾ നിങ്ങളെപ്പറ്റി ലജ്ജിക്കണം! നിങ്ങൾക്ക് ആരെയെങ്കിലും വിശ്വസിക്കാനോ ഒരു മനുഷ്യനെപ്പോലെ നിവർന്നു നില്ക്കാനോ ഉള്ള ധൈര്യം ഒരിക്കലും ഉണ്ടായിട്ടില്ല. നിങ്ങൾ അമ്മയുടെ പാവാടച്ചരടിൽ തൂങ്ങിയില്ലെങ്കിൽ എന്റെ പാവാടച്ചരടിൽ തൂങ്ങുന്നുണ്ടാകും. അല്ലെങ്കിൽ ദൈവത്തിന്റെ പാവാടച്ചരടിൽ. നിങ്ങൾക്ക് പേടിയുള്ളതുകൊണ്ട് തനിച്ച് നില്ക്കാൻ കഴിയില്ല. നിങ്ങളുടെ ആത്മാവിലേക്ക് ആഴത്തിൽ നോക്കാനുള്ള ധൈര്യം നിങ്ങൾക്കില്ല– അതിനുവേണ്ടി നിങ്ങളുടെ ശരീരത്തിലേക്ക് നോക്കാനുള്ള ധൈര്യവും ഇല്ല. കാരണം നിങ്ങൾക്ക് പേടിയാണ്. പേടിയാണ്. പേടിയാണ്. പാവം. എനിക്ക് നിങ്ങളോട് വെറുപ്പാണ്. എനിക്ക് നിങ്ങളോട് അനുകമ്പയാണ്. ഞാൻ നിങ്ങളെപ്പറ്റി ഓർക്കുന്ന സമയത്തെല്ലാം എന്റെ ഹൃദയം രണ്ടായി പിളരുന്നു."

സംസാരം തുടരാൻ കഴിയാതെ അവൾ കരയാൻ തുടങ്ങി. അവൾ ഭ്രാന്തമായി കണ്ണുതുടച്ചെങ്കിലും കണ്ണുനീരും ചമയങ്ങളും കൂടി ഒഴുകി ഇറങ്ങി പുതപ്പ് നനഞ്ഞുകൊണ്ടിരുന്നു.

ചെറുപ്പക്കാരന് ഹൃദയത്തിൽ ഒരു പിരിമുറുക്കം തോന്നി. ദൈവത്തെപ്പറ്റിയുള്ള ഭയം നഷ്ടപ്പെട്ടാൽ മാത്രമേ അയാൾക്ക് അവളെ കെട്ടിപ്പിടിച്ച് കണ്ണുനീർ തുടച്ചുമാറ്റി മുടിയിൽ തഴുകി സാന്ത്വനപ്പെടുത്തിയതിനുശേഷം കൂട്ടിക്കൊണ്ടുപോകാൻ സാധിക്കുകയുള്ളൂ!

സത്യത്തിൽ അയാൾ ഒരു മനുഷ്യനാണെങ്കിൽ അവളെ രക്ഷപ്പെടുത്താൻ അയാൾ അതാണ് ചെയ്യേണ്ടത്. ഉപവാസവും പ്രാർത്ഥനയും സന്ന്യാസിമഠങ്ങളും അവൾ എന്തിനാണ് ശ്രദ്ധിക്കുന്നത്? അല്ല, ഇതൊന്നും അതിന്റെ വഴിയല്ല– ഇതൊക്കെ എങ്ങനെയാണ് ഒരു സ്ത്രീയെ രക്ഷിക്കുന്നത്? അവളെ ഈ കിടക്കയിൽനിന്ന് വിളിച്ചുകൊണ്ടുപോയി. ദൂരെയുള്ള ഒരു ഗ്രാമത്തിലെത്തി ഭാര്യാഭർത്താക്കന്മാരായി ജീവിച്ച് കുട്ടികൾ ഉണ്ടായി മനുഷ്യജീവികളെപ്പോലെ കഷ്ടപ്പെട്ടും സന്തോ

ഷിച്ചും ജീവിക്കണം. ഒരു സ്ത്രീയുടെ മോചനത്തിനുള്ള വഴി അതായിരുന്നു. അവളോടൊപ്പം ഒരു പുരുഷനും മോചനം കിട്ടുന്ന വഴി അതായിരുന്നു— അതുമാത്രം ആയിരുന്നു!

ഇപ്പോൾ നേരം ഇരുട്ടുകയായിരുന്നു. ദൂരെ എവിടെയോ ഇടി മുഴങ്ങി. ഒരു മിന്നലിന്റെ ജ്വാല വാതിലിന്റെ വിടവിലൂടെ ഉള്ളിൽകടന്ന് മറിയത്തിന്റെ വിളറിയ മുഖത്തു വീണതിനുശേഷം വീണ്ടും അണഞ്ഞു. പുതിയ ഇടിമുഴക്കങ്ങൾ കൂടുതൽ അടുത്ത് കേൾക്കുന്നുണ്ടായിരുന്നു. ഇരുണ്ട അകാശം താഴോട്ടു വന്ന് ഭൂമിയെ തൊട്ടു.

പെട്ടെന്ന് ഒരു വലിയ ക്ഷീണം ചെറുപ്പക്കാരനെ കീഴടക്കി. അയാളുടെ കാൽമുട്ടുകൾ വളഞ്ഞു. അയാൾ ചമ്രം പിണഞ്ഞ് നിലത്തിരുന്നു. മൃഗമദത്തിന്റെയും വിയർപ്പിന്റെയും ആണാടുകളുടെയും ഓക്കാനം ഉണ്ടാക്കുന്ന ദുർഗ്ഗന്ധം അയാളുടെ മൂക്കിലേക്ക് ഇടിച്ചുകയറി. ഛർദ്ദിക്കാതിരിക്കാൻ വേണ്ടി അയാൾ കഴുത്തിൽ തടവി.

ഇരുട്ടിൽ നിന്ന് അയാൾ മറിയത്തിന്റെ ശബ്ദം കേട്ടു. "നിങ്ങൾ മുഖം മറുവശത്തേക്ക് തിരിച്ചു പിടിക്കണം. എനിക്ക് എഴുന്നേറ്റ് വിളക്കു കൊളുത്തണം. ഞാൻ നഗ്നയാണ്."

"ഞാൻ പോകുകയാണ്." ചെറുപ്പക്കാരൻ ശബ്ദം താഴ്ത്തി പറഞ്ഞു.

പക്ഷേ, മറിയം കേട്ടതായി ഭാവിച്ചില്ല. "മുറ്റത്തു നോക്കിയിട്ട് അവിടെ ആരെങ്കിലും ഉണ്ടെങ്കിൽ അയാളോട് പോകാൻ പറയൂ."

ചെറുപ്പക്കാരൻ കതകു തുറന്ന് തല പുറത്തേക്കിട്ടു. ചുറ്റുപാടും ഇരുട്ടിത്തുടങ്ങിയിരുന്നു. ചിതറിവീണ മഴത്തുള്ളികൾ മാതളനാരകത്തിന്റെ ഇലകളിൽ തൂങ്ങിക്കിടന്നിരുന്നു. ആകാശം വീഴാൻ തയ്യാറായിക്കൊണ്ട് ഭൂമിക്ക് മുകളിൽ ഞാന്നുകിടന്നു. കിഴവി അവരുടെ അടുപ്പും എടുത്തുകൊണ്ട് മുറ്റത്തുവന്ന് ആൺപൊങ്കമരത്തിനോട് പറ്റിച്ചേർന്ന് ഒളിച്ചു നില്ക്കുന്നുണ്ടായിരുന്നു. വലിയ തുള്ളികൾ കൂടുതൽ കൂടുതൽ ശക്തിയോടെ താഴോട്ടു വീഴാൻ തുടങ്ങി.

"ആരും ഇല്ല" പെട്ടെന്ന് വാതിൽ അടച്ചുകൊണ്ട് ചെറുപ്പക്കാരൻ പറഞ്ഞു.

ഈ സമയം കൊണ്ട് മഗ്ദലന കിടക്കയിൽ നിന്ന് ചാടി എഴുന്നേറ്റ് ഇന്നു രാവിലെ സ്നേഹമുള്ള ഒരുഎത്യോപ്യക്കാരൻ കാമുകൻ അവൾക്കു സമ്മാനിച്ച മാനിന്റെയും സിംഹങ്ങളുടെയും ചിത്രങ്ങൾ തുന്നിയ ചൂടുള്ള പുതപ്പെടുത്ത് പുതച്ചു. കമ്പിളിയുടെ മനോഹരമായ ഇളംചൂടിൽ അവളുടെ തോളുകളും സിംഹങ്ങളും വിറച്ചു. അവൾ ശബ്ദം ഉണ്ടാക്കാതെ നടന്നുചെന്ന് ഭിത്തിയിൽനിന്നും വിളക്ക് അഴിച്ചെടുത്തു.

"ആരും ഇല്ല" ചെറുപ്പക്കാരൻ ആവർത്തിച്ചു. അയാളുടെ ശബ്ദത്തിൽ സന്തോഷം ഉണ്ടായിരുന്നു.

"കിഴവി?"

"പൊങ്കമരത്തിന്റെ ചുവട്ടിലുണ്ട്. അവർ സത്യത്തിൽ പേടിച്ചു നിലവിളിക്കുകയാണ്."

മറിയം മുറ്റത്തേക്ക് പറന്നുചെന്ന് കത്തുന്ന അടുപ്പ് കണ്ടുപിടിച്ച് അടുത്തുചെന്നു.

"നൊയിമി അമ്മൂമ്മേ" അവൾ തെരുവിലേക്കുള്ള ഗേറ്റിനു നേരെ വിരൽ ചൂണ്ടിക്കൊണ്ട് പറഞ്ഞു. "അടുപ്പും ഞണ്ടും എടുത്തു വീട്ടിൽ പൊയ്ക്കോളൂ. ഞാൻ വാതിൽ അടച്ചുകൊള്ളാം. ഇന്നു രാത്രിയിൽ മറ്റാരും ഇല്ല!"

"നിനക്ക് നിന്റെ കാമുകൻ അകത്തുണ്ട്. അല്ലേ?" അവരുടെ രാത്രിയിലെ പറ്റുവരവുകാർ നഷ്ടപ്പെടുന്നതിന്റെ വിഷമത്തോടെ കിഴവി ചീറ്റി.

"അതെ" മഗ്ദലന പറഞ്ഞു. "അയാൾ അകത്തുണ്ട്. പൊയ്ക്കോളൂ."

കിഴവി മുറുമുറുത്തുകൊണ്ട് അവരുടെ സാധനങ്ങൾ പെറുക്കിക്കൂട്ടി.

"നിന്റെ കീറിപ്പറിഞ്ഞ വേഷക്കാരൻ ശരിക്കും ഒരു സുന്ദരൻ ആണ്." അവർ പല്ലില്ലാത്ത മോണകൊണ്ട് പിറുപിറുത്തു. പക്ഷേ, മറിയം തിടുക്കത്തിൽ അവരെ പുറത്താക്കി വാതിൽ അടച്ചു. സ്വർഗ്ഗവാതിലുകൾ തുറന്നിരുന്നു; ആകാശം മുഴുവൻ അവളുടെ മുറ്റത്തേക്ക് ചൊരിഞ്ഞുകൊണ്ടിരുന്നു. ആദ്യത്തെ ശരത്ക്കാല മഴ കാണുമ്പോൾ കുട്ടിക്കാലത്ത് വിളിച്ചുകൂവിയിരുന്നതുപോലെ അവൾ ആഹ്ലാദത്തോടെ വിളിച്ചുകൂവി. അവൾ അകത്തു കടന്നപ്പോൾ പുതപ്പ് കുതിർന്നുപോയിരുന്നു.

ചെറുപ്പക്കാരൻ പോകണോ പോകേണ്ടയോ എന്ന തീരുമാനം എടുക്കാൻ കഴിയാതെ മുറിയുടെ നടുക്ക് നിന്നു. ഏതായിരുന്നു ദൈവത്തിന്റെ ആഗ്രഹം? ഇവിടെ നല്ല കാലാവസ്ഥ ആയിരുന്നു. ഇളം ചൂട് ഉണ്ടായിരുന്നു. അയാൾ ഓക്കാനം ഉണ്ടാക്കുന്ന ദുർഗ്ഗന്ധത്തോടുപോലും യോജിപ്പിലെത്തിക്കഴിഞ്ഞിരുന്നു. പുറത്ത് കാറ്റും മഴയും തണുപ്പും. മഗ്ദലയിൽ അയാൾക്ക് പരിചയക്കാരില്ല. കേപ്പർനാം വളരെ ദൂരത്താണ്. അയാൾ പോകണോ അതോ തങ്ങണോ? അയാളുടെ ആത്മാവ് മുഴങ്ങിക്കൊണ്ടിരിക്കുന്ന ഒരു മണി പോലെ മുന്നോട്ടും പിന്നോട്ടും ചാഞ്ചാടി.

"യേശു, മഴ തകർത്തു പെയ്യുകയാണ്. ഇന്ന് നിങ്ങൾ ഒന്നും കഴിച്ചിട്ടില്ലെന്ന് ഞാൻ പന്തയം വെക്കാം. എന്നെ അടുപ്പുകൂട്ടാൻ സഹായിക്കൂ. നമുക്ക് ഭക്ഷണം ഉണ്ടാക്കാം." അവളുടെ ശബ്ദം ഒരു അമ്മയുടേതുപോലെ മൃദുലവും ശ്രദ്ധ നിറഞ്ഞതും ആയിരുന്നു.

"ഞാൻ പോകുകയാണ്." വാതിലിന്റെ നേർക്ക് തിരിഞ്ഞുകൊണ്ട് ചെറുപ്പക്കാരൻ പറഞ്ഞു.

"ഇരിക്കൂ. നമുക്ക് ഒന്നിച്ച് ഭക്ഷണം കഴിക്കാം!" മഗ്ദലന ആജ്ഞാപിച്ചു. "ഇത് ആലോചിക്കുമ്പോൾ നിങ്ങൾക്ക് ഓക്കാനം വരുന്നുണ്ടോ? ഒരു വേശ്യയുടെ കൂടെ ഭക്ഷണം കഴിച്ചാൽ നിങ്ങൾക്ക് അശുദ്ധി വരുമെന്നുള്ള പേടി ഉണ്ടോ?"

ചെറുപ്പക്കാരൻ അടുപ്പിലേക്ക് കുനിഞ്ഞു നിന്ന് വിറകുകൊള്ളികൾ കത്തിച്ചു. അടുപ്പിന്റെ പാതകത്തിൽ ഇരുന്ന അടുപ്പ് ഇളക്കാനുള്ള രണ്ട് ഇരുമ്പു ദണ്ഡുകൾക്ക് മുന്നിലാണ് അയാൾ കുനിഞ്ഞു നിന്നത്.

മഗ്ദലനയുടെ ഹൃദയം ശാന്തമായി. അവൾ ഇപ്പോൾ പുഞ്ചിരിച്ചു

കൊണ്ട് ഒരു പാത്രത്തിൽ വെള്ളം നിറച്ച് അടുപ്പിൽ വച്ചു. അവൾ ഭിത്തിയിൽ തൂക്കിയിരുന്ന സഞ്ചിയിൽ നിന്ന് കൈനിറയെ പയറുവാരി രണ്ടു തവണ പാത്രത്തിലേക്ക് ഇട്ടു. പിന്നീട് അവൾ കത്തുന്ന അടുപ്പിനടുത്ത് മുട്ടുകുത്തി ഇരുന്നുകൊണ്ട് ചെവി കൂർപ്പിച്ചു. പുറത്ത് സ്വർഗ്ഗത്തിലെ വെള്ളപ്പൊക്കത്തിന്റെ വാതിലുകൾ തുറന്നു കഴിഞ്ഞിരുന്നു

"യേശു" അവൾ പെട്ടെന്ന് പറഞ്ഞു. "നമ്മൾ കുട്ടികൾ ആയിരുന്നപ്പോൾ ഒന്നിച്ച് കളിച്ചിരുന്നത് എനിക്ക് ഓർമ്മയുണ്ടോ എന്ന് നിങ്ങൾ ചോദിച്ചു...."

പക്ഷേ, ചെറുപ്പക്കാരൻ അടുപ്പിനടുത്ത് വെറുതെ മഗ്ദലന നില്ക്കുന്നതുപോലെ കുനിഞ്ഞു നില്ക്കുകയായിരുന്നു. അയാളുടെ മനസ്സ് വളരെ ദൂരം ആയിരുന്നു. അയാൾക്ക് താൻ മരുഭൂമിയിലെ സന്ന്യാസിമഠത്തിൽ എത്തിക്കഴിഞ്ഞതായി തോന്നി. അയാൾ വെളുത്തവസ്ത്രം അണിഞ്ഞ് ചുറ്റിക്കറങ്ങാൻ തുടങ്ങിയെന്നും തോന്നി. അയാളുടെ ഹൃദയം ദൈവത്തിന്റെ ശാന്തമായ തടാകത്തിൽ നീന്തിത്തുടിക്കുന്ന സന്തോഷമുള്ള ഒരു സ്വർണ്ണമത്സ്യം ആയിരുന്നു. പുറത്ത് ലോകം തകർന്നടിഞ്ഞുകൊണ്ടിരുന്നു. അയാളുടെ ഉള്ളിൽ സമാധാനവും സ്നേഹവും വിശ്വാസവും നിറഞ്ഞു കൊണ്ടിരുന്നു.

"യേശു" അയാളുടെ തൊട്ടടുത്തുനിന്നും ഉയർന്ന ശബ്ദം ആവർത്തിച്ചു. "യേശു, നമ്മൾ കുട്ടികൾ ആയിരുന്നപ്പോൾ ഒന്നിച്ച് കളിച്ചിരുന്നത് എനിക്ക് ഓർമ്മയുണ്ടോ എന്ന് നിങ്ങൾ ചോദിച്ചു....."

തീജ്വാലകളുടെ വെളിച്ചം പ്രതിഫലിക്കുന്ന മഗ്ദലനയുടെ മുഖം ചുട്ടുപഴുത്ത ഇരുമ്പുപോലെ തിളങ്ങി. പക്ഷേ, മരുഭൂമിയിൽ മുങ്ങിപ്പോയ ചെറുപ്പക്കാരൻ അവൾ പറഞ്ഞതൊന്നും കേട്ടില്ല.

"യേശു" സ്ത്രീ വീണ്ടും പറഞ്ഞു. "നിങ്ങൾക്ക് മൂന്നുവയസ്സ് ആയിരുന്നു. ഞാൻ ഒരു വയസ്സിന് മൂത്തതായിരുന്നു. നമ്മുടെ വീട്ടുവാതിലിലേക്ക് കയറാൻ മൂന്നുപടികൾ ഉണ്ടായിരുന്നു. ഞാൻ ഏറ്റവും മുകളിലുള്ള പടിയിൽ ഇരുന്ന് മണിക്കൂറുകളോളം നിങ്ങൾ ആദ്യത്തെ പടി കയറാൻ വേണ്ടി കഷ്ടപ്പെടുന്നത് പതിവായി നോക്കിയിരിക്കാറുണ്ടായിരുന്നു. നിങ്ങൾ വീണു. വീണ്ടും എഴുന്നേറ്റു. ഞാൻ നിങ്ങളെ സഹായിക്കാൻ വേണ്ടി ചെറുവിരൽപോലും ഉയർത്തിയില്ല. നിങ്ങൾ എന്റെ അടുത്ത് വരണമെന്ന് ഞാൻ ആഗ്രഹിച്ചിരുന്നു. പക്ഷേ, നല്ലപോലെ കഷ്ടപ്പെടാതെ വരണമെന്ന് ആഗ്രഹിച്ചിരുന്നില്ല... നിങ്ങൾ ഓർക്കുന്നുണ്ടോ?"

അവളുടെ ഏഴുപിശാചുക്കളിൽ ഒരു പിശാച് അയാളോടു സംസാരിച്ച് അയാളെ പ്രലോഭിപ്പിക്കാൻ അവളെ പ്രോത്സാഹിപ്പിക്കുകയായിരുന്നു.

"മണിക്കൂറുകൾ കഴിഞ്ഞ് നിങ്ങൾ അവസാനം ആദ്യത്തെ പടികയറും. പിന്നീട് രണ്ടാമത്തെ പടികയറാൻ നിങ്ങൾ പോരാട്ടം തുടങ്ങും... പിന്നീട് മൂന്നാമത്തേത്... അവിടെ ഞാൻ നിങ്ങൾക്കുവേണ്ടി അനങ്ങാതെ കാത്തിരിക്കും. അതിനുശേഷം..."

ചെറുപ്പക്കാരൻ ഞെട്ടലോടെ കൈ മുന്നോട്ടു നീട്ടി.

"മതിയാക്കൂ." അയാൾ അലറി. "കൂടുതൽ മുന്നോട്ട് പോകണ്ട!"

പക്ഷേ, സ്ത്രീയുടെ മുഖം വെട്ടിത്തിളങ്ങി. തീജ്വാലകൾ അവളുടെ പുരികങ്ങളും ചുണ്ടുകളും താടിയും നഗ്നമായ കഴുത്തും നക്കിത്തുടച്ചു. അവൾ പുന്നമരത്തിന്റെ ഒരു പിടി ഇലകൾ എടുത്ത് അടുപ്പിലേക്ക് എറിഞ്ഞുകൊണ്ട് നെടുവീർപ്പിട്ടു.

"പിന്നീട് നിങ്ങൾ എന്റെ കൈയിൽ പിടിച്ചു– അതെ, ശരിയാണ്, നിങ്ങൾ എന്റെ കൈയിൽ പിടിച്ചു. നമ്മൾ അകത്തുപോയി മുറ്റത്തെ ചരൽക്കല്ലുകളിൽ കിടന്നു. നമ്മൾ നമ്മുടെ പാദങ്ങൾ തമ്മിൽ ഒട്ടിച്ചു ചേർത്തു. നമ്മുടെ ശരീരങ്ങളുടെ ഇളംചൂട് പരസ്പരം കലരുന്നത് നമ്മൾ അനുഭവിച്ചു. അത് നമ്മുടെ പാദങ്ങളിൽ നിന്ന് ഉയർന്ന് നമ്മുടെ തുടകളിലേക്കും, തുടകളിൽനിന്ന് അരക്കെട്ടിൽ പടരുന്നത് നമ്മൾ അറിഞ്ഞു. അപ്പോൾ നമ്മൾ കണ്ണുകൾ അടച്ചു. പിന്നീട്.."

"മിണ്ടാതിരിക്കൂ." ചെറുപ്പക്കാരൻ വീണ്ടും അലറി. അയാൾ അവളുടെ വായ് പൊത്തിപ്പിടിക്കാൻ വേണ്ടി കൈ ഉയർത്തി. പക്ഷേ, സ്വയം പിൻതിരിഞ്ഞു– അവളുടെ ചുണ്ടുകളിൽ തൊടാൻ അയാൾക്ക് ഭയമായിരുന്നു.

സ്ത്രീ ഇപ്പോൾ നെടുവീർപ്പിട്ടു. അവൾ ശബ്ദം താഴ്ത്തിക്കൊണ്ട് സംസാരം തുടർന്നു.

"എന്റെ ജീവിതത്തിൽ ഒരിക്കലും ഞാൻ അതുപോലെ മാധുര്യം അനുഭവിച്ചിട്ടില്ല." അവൾ അല്പനേരം സംസാരം നിർത്തി. അതിനുശേഷം അവൾ പറഞ്ഞു.

"യേശു, എന്നും പുരുഷനിൽനിന്ന് പുരുഷനിലേക്ക് ഞാൻ അന്വേഷിച്ചു കൊണ്ടിരുന്നത് ആ മാധുര്യം ആയിരുന്നു. പക്ഷേ, ഞാൻ അത് കണ്ടെത്തിയിട്ടില്ല....."

ചെറുപ്പക്കാരൻ കാൽമുട്ടുകൾക്കുള്ളിൽ മുഖം ഒളിപ്പിച്ചു. "പിതാവേ" അയാൾ മുറുമുറുത്തു. "പിതാവേ, സഹായിക്കണം!"

സുഗന്ധം പരത്തിക്കൊണ്ട് പാത്രത്തിൽ പയർ തിളച്ചുമറിയുന്നതിന്റെ ശബ്ദവും വിറകുകൊള്ളികൾ കത്തുന്നതിന്റെ ചീറ്റലും ഒഴിച്ചാൽ സ്ത്രീയുടെ ശാന്തമായ മുറിക്കുള്ളിൽ നിശ്ശബ്ദത ആയിരുന്നു. പുറത്ത് ആകാശത്തുനിന്നും മഴ പൗരുഷത്തോടെ അലറിക്കൊണ്ട് പെയ്തിറങ്ങി. ഭൂമി അതിന്റെ തുടകൾ തുറന്നുകൊണ്ട് കുലുങ്ങിച്ചിരിച്ചു.

"യേശു, നിങ്ങൾ എന്താണ് ചിന്തിക്കുന്നത്?" ഇപ്പോൾ അയാളുടെ മുഖത്തുനോക്കാനുള്ള ധൈര്യമില്ലാതെ മഗ്ദലന ചോദിച്ചു.

"ഞാൻ ദൈവത്തെപ്പറ്റി ആലോചിക്കുകയാണ്." അയാൾ അടക്കിപ്പിടിച്ച ശബ്ദത്തിൽ മറുപടി പറഞ്ഞു. "ദൈവമായ പിതാവിനെപ്പറ്റി.."

സംസാരത്തിനിടയിൽ ഇതുപോലെ ഒരു വീട്ടിൽവച്ച് വിശുദ്ധമായ ആ പേര് ഉച്ചരിച്ചതിൽ അയാൾ പശ്ചാത്തപിച്ചു.

മഗ്ദലന ചാടി എഴുന്നേറ്റ് അടുപ്പിനും വാതിലിനും ഇടയിൽ അങ്ങോട്ടും ഇങ്ങോട്ടും നടന്നു. അവളുടെ മനസ്സ് കോപം കൊണ്ട് തിളച്ചു

മറിഞ്ഞു.

അവളുടെ ആലോചനയിലെ വലിയ ശത്രു ദൈവം ആയിരുന്നു. അതെ. ദൈവം. അയാൾ ഒരിക്കലും അതിക്രമിച്ചു കടക്കുന്നതിൽ പരാജയപ്പെട്ടില്ല. അയാൾ തിന്മയാണ്. അയാൾക്ക് അസൂയ ഉണ്ട്. അയാൾ മനുഷ്യനെ സന്തോഷിക്കാൻ അനുവദിക്കില്ല... അവൾ വാതിലിനു പിന്നിൽ നടത്തം നിർത്തിക്കൊണ്ട് ചെവിയോർത്തു. സ്വർഗ്ഗങ്ങൾ അലറുകയായിരുന്നു. ചുഴലിക്കാറ്റ് പറന്നുയർന്നു കഴിഞ്ഞിരുന്നു. മാതള നാരകത്തിന്റെ ചില്ലകൾ പരസ്പരം കൂട്ടിയിടിച്ച് ഒടിഞ്ഞുവീഴാൻ തയ്യാറായിക്കഴിഞ്ഞിരുന്നു.

“മഴ അല്പം കുറഞ്ഞിട്ടുണ്ട്.” അവൾ പറഞ്ഞു.

“ഞാൻ പോകാം.” ചെറുപ്പക്കാരൻ എഴുന്നേറ്റു കൊണ്ട് മറുപടി പറഞ്ഞു.

“ആദ്യം എന്തെങ്കിലും കഴിച്ച് നിങ്ങളുടെ ശരീരത്തിന് ബലം ഉണ്ടാകട്ടെ. ഈ നേരത്ത് നിങ്ങൾക്ക് എവിടെ പോകാൻ പറ്റും? പുറത്ത് കൂരിരുട്ടാണ്. മഴ തോർന്നിട്ടുമില്ല.”

അവൾ വൃത്താകൃതിയിലുള്ള പായ ഭിത്തിയിൽ നിന്ന് എടുത്ത് നിലത്തുവിരിച്ചു. അവൾ അടുപ്പിൽ നിന്ന് പാത്രം മാറ്റിവച്ചു. ഭിത്തിയുടെ ഒഴിഞ്ഞകോണിൽ ഉണ്ടായിരുന്ന ചെറിയ ഭിത്തി അലമാരയിൽ നിന്ന് അവൾ മൊരിച്ച ബാർലിറോളും സൂപ്പ് കുടിക്കുന്നതിനുള്ള രണ്ട് മൺപാത്രങ്ങളും പുറത്തെടുത്തു.

“ഇത് ഒരു വേശ്യയുടെ ഭക്ഷണമാണ്.” അവൾ പറഞ്ഞു. “ദൈവഭക്തിയുടെ സാരാംശമായ നിങ്ങൾ ഭക്ഷണം കഴിക്ക്. അതിനോട് നിങ്ങൾക്ക് വെറുപ്പില്ലെങ്കിൽ.”

വിശന്നിരുന്ന ചെറുപ്പക്കാരൻ മടിച്ചു നിന്നില്ല.

“ഈ രീതിയിലാണോ നിങ്ങൾ ആഹാരം കഴിക്കുന്നത്?” അവൾ ചീറ്റി. “ഒരു സ്തുതിപോലും പറയാതെ? അപ്പവും പയറും വേശ്യകളും നിങ്ങൾക്കുവേണ്ടി കൊടുത്തുവിട്ടതിന് നിങ്ങൾ ദൈവത്തിന് നന്ദിപറയേണ്ടതല്ലേ?”

അയാൾ കഴിക്കാൻ തുടങ്ങിയ ഭക്ഷണം തൊണ്ടയിൽ കുരുങ്ങി,.

“മറിയം, നീ എന്നെ എന്തിനാണ് വെറുക്കുന്നത്?” അയാൾ പറഞ്ഞു. “എന്തിനാണ് നീ എന്നെ കളിയാക്കുന്നത്? നോക്കൂ, ഇന്നു രാത്രിയിൽ ഞാൻ നിന്റെ കൂടെ അപ്പം പങ്കിടാൻ പോകുകയാണ്. നമ്മൾ വീണ്ടും കൂട്ടുകാർ ആയിരിക്കുന്നു– കഴിഞ്ഞതെല്ലാം കഴിഞ്ഞു. എനിക്ക് മാപ്പുതരണം. ഞാൻ വന്നത് അതിനുവേണ്ടിയാണ്.”

“ആവലാതി അവസാനിപ്പിച്ച് ഭക്ഷണം കഴിക്കാൻ നോക്ക്. മാപ്പു തന്നില്ലെങ്കിൽ അത് കൈവശപ്പെടുത്തണം! നിങ്ങൾ ഒരു പുരുഷനാണ്.”

അവൾ പൊട്ടിച്ചിരിച്ചുകൊണ്ട് അപ്പം പങ്കുവച്ചു:

“അപ്പവും പയറും വേശ്യകളും അയച്ചു തരുന്നവന്റെ നാമം വാഴ്ത്തപ്പെടട്ടെ– ഈശ്വരഭക്തിയുള്ള അതിഥികളെ അയച്ചുതരുന്നവന്റെ നാമവും

വാഴ്ത്തപ്പെടട്ടെ."

വിളക്കിന്റെ വെളിച്ചത്തിൽ അവർ പരസ്പരം മുഖത്തോടുമുഖം നോക്കി മുട്ടുകുത്തി ഇരുന്നു. കൂടുതലൊന്നും സംസാരിച്ചില്ല. രണ്ടു പേർക്കും വിശപ്പുണ്ടായിരുന്നു. ഇന്നത്തെ ദിവസം രണ്ടുപേരും തീവ്രമായ ശാരീരിക വേദന അനുഭവിച്ചിട്ടുണ്ട്. അവർ അതുകൊണ്ട് നഷ്ടപ്പെട്ട ബലത്തിന്റെ കുറവു നികത്താൻ വേണ്ടി ഭക്ഷണം കഴിച്ചു.

പുറത്ത് മഴ കുറയാൻ തുടങ്ങി. ആകാശം ആശ്വാസം കണ്ടെത്തി. ഭൂമി സംതൃപ്തയായി ഗ്രാമത്തിലെ ചരൽക്കല്ലുകൾ നിറഞ്ഞ വഴികളിലൂടെ സന്തോഷത്തോടെ ഒഴുകി ഇറങ്ങുന്ന നീർച്ചാലുകളുടെ പൊട്ടിച്ചിരിയല്ലാതെ മറ്റൊരു ശബ്ദവും ഉണ്ടായിരുന്നില്ല.

അവർ ഭക്ഷണം കഴിക്കുന്നത് അവസാനിപ്പിച്ചു. ചെറിയ ഭിത്തി അലമാരയ്ക്കുള്ളിൽ അല്പം വീഞ്ഞ് ഉണ്ടായിരുന്നു. നല്ലപോലെ പഴുത്ത, പല്ലു മധുരിക്കുന്ന ഈന്തപ്പഴങ്ങളും ഉണ്ടായിരുന്നു. കുറച്ചുസമയം രണ്ടുപേരും നിശ്ശബ്ദരായി അണയാൻ പോകുന്ന തീയിലേക്ക് നോക്കി ഇരുന്നു. അവരുടെ മനസ്സുകൾ തീജ്വാലകൾക്കൊപ്പം ഉയർന്നു. തളർന്നു ചാഞ്ചാടി.

തണുപ്പായിരുന്നു. ചെറുപ്പക്കാരൻ എഴുന്നേറ്റ് കൂടുതൽ വിറക് തീയിലേക്ക് ഇട്ടു. മഗ്ദലന ഒരു കൈനിറയെ പുന്ന ഇല എടുത്ത് അതിന്റെ മുകളിലേക്ക് എറിഞ്ഞു. മുറിക്കുള്ളിൽ സുഗന്ധം നിറഞ്ഞു. അവൾ വാതിൽ തുറന്നിട്ടു. കാറ്റ് വീശുന്നുണ്ടായിരുന്നു. മേഘങ്ങൾ ചിന്നിച്ചിതറിക്കഴിഞ്ഞിരുന്നു. കുളികഴിഞ്ഞെത്തിയ രണ്ട് വലിയ നക്ഷത്രങ്ങൾ അവളുടെ മുറ്റത്തിനു മുകളിൽ ഉജ്ജ്വലമായി പ്രകാശിച്ചു.

"ഇപ്പോഴും മഴ പെയ്യുന്നുണ്ടോ?" വീണ്ടും മുറിയുടെ നടുക്കു നില്ക്കുകയായിരുന്ന ചെറുപ്പക്കാരൻ തീരുമാനം എടുക്കാൻ കഴിയാതെ ചോദിച്ചു.

പക്ഷേ, മഗ്ദലന മറുപടി പറഞ്ഞില്ല. അവൾ ഒരു പായ നിവർത്തിയിട്ടു. അവളുടെ പെട്ടിയുടെ അടുത്തെത്തി വിരിപ്പുകളും കട്ടിയുള്ള കമ്പിപ്പുതപ്പുകളും പുറത്തെടുത്തു– അവളുടെ കാമുകന്മാർ കൊടുത്ത സമ്മാനങ്ങൾ. നെരിപ്പോടിന്റെ മുമ്പിൽ അവൾ ഒരു കിടക്ക ഒരുക്കി.

"നിങ്ങൾക്ക് ഇവിടെ ഉറങ്ങാം." അവൾ പറഞ്ഞു. "പുറത്ത് കാറ്റും തണുപ്പമാണ്. ഏതാണ്ട് അർദ്ധരാത്രി ആയിട്ടുണ്ട്. നിങ്ങൾക്ക് എവിടെ പോകാൻ പറ്റും? നിങ്ങൾ പനിപിടിച്ച് മരിച്ചുപോകും. ഇവിടെയാണ് നിങ്ങൾ ഉറങ്ങാൻ പോകുന്നത്: തീയുടെ തൊട്ടടുത്ത്."

ചെറുപ്പക്കാരൻ ഞെട്ടി.

"ഇവിടെയോ!"

"നിങ്ങൾക്ക് പേടിയാണോ?" തീർച്ചയായും നിങ്ങൾക്ക് വിശ്രമിക്കാൻ കഴിയും. എന്റെ നിഷ്കളങ്കനായ മാടപ്രാവേ, ഞാൻ നിങ്ങളെ ബുദ്ധിമുട്ടിക്കില്ല. ഞാൻ നിങ്ങളുടെ കന്യകാത്വത്തെ തൊടില്ല. അത് തൊട്ടുനോക്കാൻ യോഗ്യമാണെങ്കിലും!"

അവൾ തീയിലേക്ക് കൂടുതൽ വിറകുകൊള്ളികൾ ഇട്ടതിനുശേഷം വിളക്കിന്റെ തിരി താഴ്ത്തി.

"മധുര സ്വപ്നങ്ങൾ കാണാൻ കഴിയട്ടെ." അവൾ പറഞ്ഞു. "നാളെ നമുക്ക് രണ്ടുപേർക്കും ധാരാളം കാര്യങ്ങൾ ചെയ്യാനുണ്ട്. നിങ്ങൾ നിങ്ങളുടെ പാപമോചനം അന്വേഷിച്ച് വഴിയിലിറങ്ങി നടക്കാൻ തുടങ്ങും. ഞാൻ എന്റെ സ്വന്തമായ മറ്റൊരു വഴിയിലൂടെ സഞ്ചാരം തുടങ്ങും. ഞാനും മോചനത്തിന്റെ അന്വേഷണത്തിൽ ആയിരിക്കും. ഓരോരുത്തർക്കും അവരവരുടെ സ്വന്തം വഴി. നമ്മൾ ഒരിക്കലും വീണ്ടും കാണാൻ പോകുന്നില്ല. ശുഭരാത്രി."

അവൾ മെത്തയിലേക്ക് വീണ് തലയണയിൽ മുഖം അമർത്തി. രാത്രി മുഴുവൻ കരച്ചിൽ അടക്കാൻ വേണ്ടി അവൾ വിരിപ്പുകൾ കടിച്ചുകൊണ്ടിരുന്നു. തീയുടെ അടുത്തുകിടന്ന് ഉറങ്ങുന്ന മനുഷ്യൻ അവളുടെ തേങ്ങൽ കേട്ടാൽ എഴുന്നേറ്റ് സ്ഥലം വിടുമെന്നുള്ള പേടി അവളെ പിടികൂടിയിരുന്നു. രാത്രി മുഴുവൻ മുലകുടിച്ചുറങ്ങുന്ന ഒരു കുഞ്ഞിനെപോലെ അയാൾ ശാന്തമായി ശ്വസിക്കുന്നത് അവൾ കേട്ടുകൊണ്ടുകിടന്നു. അവൾ മൃദുലമായ തേങ്ങലുകളും വല്ലപ്പോഴുമുള്ള നേർത്ത നെടുവീർപ്പുകളുമായി ഒരു അമ്മയെപോലെ അയാളുടെ ഉറക്കം കാത്തു സൂക്ഷിച്ചുകൊണ്ട് ഉണർന്നു കിടന്നു.

അടുത്ത ദിവസം അതിരാവിലെ അയാൾ എഴുന്നേറ്റ് തുകൽ ബൽറ്റ് അരയിൽ മുറുക്കിക്കെട്ടിക്കൊണ്ട് കതകുതുറക്കുന്നത് പകുതി അടഞ്ഞ കൺപീലികൾക്കിടയിലൂടെ അവൾ കണ്ടു. അയാൾ അവിടെ നിന്നു. അയാൾ പോകാൻ ആഗ്രഹിച്ചു. പക്ഷേ, അതേസമയം അയാൾ പോകാതിരിക്കാനും ആഗ്രഹിച്ചു. അയാൾ കിടക്കയിലേക്ക് തിരിഞ്ഞുനോക്കിക്കൊണ്ട് തിടുക്കത്തിൽ അതിനടുത്തേക്ക് നടന്നു. അയാൾ കിടക്കയുടെ മുകളിലേക്ക് കുനിഞ്ഞുനിന്നു– മുറിക്കുള്ളിൽ ഇപ്പോഴും വെളിച്ചം കുറവായിരുന്നു– സ്ത്രീയെ കണ്ടെത്തി അവളെ തൊടാൻ ആഗ്രഹിക്കുന്നതുപോലെ അയാൾ കിടക്കയിലേക്ക് ചാരിനിന്നു. അയാൾ ഇടതുകൈ തുകൽബൽറ്റിനടിയിലേക്ക് തിരുകിവെച്ചിരുന്നു. വലതുകൈകൊണ്ട് താടിയും വായും പൊത്തിപ്പിടിച്ചിരുന്നു.

സ്ത്രീ അഴിഞ്ഞുവീണ മുടിയിഴകളുടെ മൂടുപടവും നഗ്നമായ മാറിടങ്ങളുമായി കിടക്കയിൽ മലർന്നുകിടന്നു. അവൾ കൺപീലികൾക്കിടയിലൂടെ അയാളെ ശ്രദ്ധിച്ചു. അവളുടെ ശരീരത്തിൽ ഒരു വിറയൽ പടർന്നു.

അയാളുടെ ചുണ്ടുകൾ ചലിച്ചു: "മറിയം"

പക്ഷേ, സ്വന്തം ശബ്ദംകേട്ട നിമിഷത്തിൽ അയാൾ ഞെട്ടിപ്പോയി. അയാൾ ഒറ്റക്കുതിപ്പിന് ഉമ്മറപ്പടിയിലെത്തി. അതിവേഗത്തിൽ മുറ്റം കുറുകെക്കടന്ന് ഗേറ്റ് തുറന്നു.

അതിനുശേഷം - വിരിപ്പുകൾ ദൂരെ എറിഞ്ഞ് കിടക്കയിൽ നിന്ന് ചാടി എഴുന്നേറ്റുകൊണ്ട് മഗ്ദലന മറിയം പൊട്ടിക്കരയാൻ തുടങ്ങി.

എട്ട്

ഗാനേസറത്തിലെ തടാകത്തിനപ്പുറത്ത് സന്ന്യാസിമഠം നില്ക്കുന്ന മരുഭൂമി ഉയർന്നുനിന്നു. ഇരുണ്ട ചുവപ്പുനിറമുള്ള കല്ലുകൊണ്ട് തീർത്ത സന്ന്യാസിമഠം അതേനിറമുള്ള വലിയ പാറകൾക്കുള്ളിൽ തിക്കിത്തിരക്കി ഒളിഞ്ഞിരിക്കുകയായിരുന്നു. അർദ്ധരാത്രി... ആകാശത്തുനിന്നും വെള്ളത്തുള്ളികളല്ല വീണുകൊണ്ടിരിക്കുന്നത്. വെള്ളം ധാര മുറിയാതെ ഒഴുകുകയായിരുന്നു. കഴുതപ്പുലികളും ചെന്നായ്ക്കളും കുറുക്കന്മാരും തുടർച്ചയായുള്ള ഇടിമുഴക്കംകേട്ട് കുറേക്കൂടി ദൂരത്തുനിന്ന് ഉയരുന്ന രണ്ട് സിംഹങ്ങളുടെ ഓരിയിടലിനോടൊപ്പം ഓരിയിട്ടു. തുളച്ചുകയറാൻ പറ്റാത്ത ഇരുട്ടിൽ മിന്നലിന്റെ വെളിച്ചത്തിൽ സന്ന്യാസിമഠം ഇടയ്ക്കിടയ്ക്ക് നഗ്നമാക്കപ്പെടുന്നുണ്ടായിരുന്നു: [1]സീനായിലെ ദൈവം അതിനെ ചമ്മട്ടികൊണ്ട് അടിക്കുകയാണെന്ന് തോന്നി. സന്ന്യാസിമാർ അവരുടെ അറകളിൽ ഭൂമിയെ ഒരിക്കൽകൂടി വെള്ളത്തിൽ മുക്കിക്കൊല്ലരുതെന്ന് പിതാവിനോടു യാചിച്ചു കൊണ്ട് കമഴ്ന്നു വീണു. അദ്ദേഹം വന്ദ്യനായ നോഹയ്ക്ക് വാക്ക് കൊടുത്തതല്ലേ? സൗഹൃദത്തിന്റെ അടയാളമായി ഭൂമിയിൽനിന്ന് സ്വർഗ്ഗത്തിലേക്ക് അദ്ദേഹം ഒരു മഴവില്ലിനെ വിരിയിച്ചതല്ലേ?

ഏക വെളിച്ചം മഠാധിപതിയുടെ മുറിയിൽ ആയിരുന്നു. മഠാധിപതിയായ ജൊവാച്ചിം ഏഴ് ശാഖകളുള്ള മെഴുകുതിരിക്കാലിനു താഴെ പൊങ്കമരത്തിന്റെ തടികൊണ്ടു പണിഞ്ഞ തന്റെ ഉയർന്ന ഇരിപ്പിടത്തിൽ ഇരിക്കുകയായിരുന്നു. അയാൾ ചെറുപ്പക്കാരനായ നവാഗതൻ ജോൺ പ്രസംഗപീഠത്തിൽ നിന്നുകൊണ്ട് അയാൾക്കു വേണ്ടി പ്രവാചകൻ ദാനിയേലിനെ ഉറക്കെ വായിക്കുന്നത് ശ്രദ്ധിച്ചുകേട്ടു. മെലിഞ്ഞവനും ശ്വാസതടസ്സം ഉള്ളവനും ഒരു നദിപോലെ ഒഴുകുന്ന വെളുത്തതാടി ഉള്ളവനുമായ ജൊവാച്ചിം കണ്ണടച്ച് കൈകെട്ടി ഇരുന്ന് ജോണിന്റെ വായന കേട്ടു:

"രാത്രിയുടെ ഒരു കാഴ്ച എന്റെ മുകളിൽ പതിച്ചു. ഞാൻ സ്വർഗ്ഗത്തിലെ നാലുകാറ്റുകളും വലിയ കടലിനു മുകളിലൂടെ കുതിച്ചുവരുന്നത് കണ്ടു. നാല്, പരസ്പരം സാമ്യമില്ലാത്ത വലിയ മൃഗങ്ങൾ കടലിൽ നിന്ന് മുകളിലേക്ക് പൊന്തി വന്നു. ആദ്യത്തേത് സിംഹത്തിനെപ്പോലെയായിരുന്നു. അതിന് ഒരു കഴുകന്റെ ചിറകുകൾ ഉണ്ടായിരുന്നു. അത് ചിറകുകൾ പിഴുതുവീണ് ഒരു മനുഷ്യനെപോലെ കാലിൽ നിവർന്നു നില്ക്കാൻ കഴിയുന്നതുവരെ നോക്കിക്കൊണ്ടുനിന്നു. അതിന്റെ നെഞ്ചിൽ ഒരു മനുഷ്യഹൃദയം വെച്ചുപിടിപ്പിച്ചിരുന്നു. നോക്കിനില്ക്കുമ്പോൾ രണ്ടാമത്തെ മൃഗം ഉയർന്നുവന്നു. അതിന് ഒരു കരടിയോട് സാമ്യം ഉണ്ടായിരുന്നു. ആരോ അതിനോട് പറഞ്ഞു. "എഴുന്നേറ്റുപോയി ധാരാളം മാംസം വാരിവിഴുങ്ങ്." ഞാൻ അതിനെ നോക്കിയപ്പോൾ മൂന്നാമത്തെ മൃഗം വന്നു. അതിന് ഒരു പുള്ളിപ്പുലിയോട് സാമ്യം തോന്നി. അതിന് ഒരു പക്ഷിയുടെ ചിറകുകൾ പോലെയുള്ള നാലുചിറകുകൾ ഉണ്ടായിരുന്നു. ഈ മൃഗത്തിന് നാലുതലകൾ ഉണ്ടായിരുന്നു. ആധിപത്യം ഇതിനാണ് നല്കിയിരുന്നത്."

1. മോശയ്ക്ക് പത്തുകല്പനകൾ നല്കിയ സ്ഥലം

നവാഗതന് അസ്വസ്ഥത തോന്നി. അയാൾ വായന നിർത്തി. മഠാധിപതി നെടുവീർപ്പിടുന്നതും അസ്വസ്ഥതയോടെ നഖങ്ങൾ ഇരിപ്പിടത്തിൽ ചുരണ്ടുന്നതും അയാൾക്ക് ഇപ്പോൾ കേൾക്കാൻ കഴിഞ്ഞില്ല. അയാളുടെ ശ്വാസോച്ഛ്വാസം പോലും ഇപ്പോൾ കേൾക്കുന്നുണ്ടായിരുന്നില്ല. അയാൾ മരിച്ചോ? ഇപ്പോൾ പല ദിവസങ്ങളായി അയാൾ ഭക്ഷണം വായിൽ തൊടാൻ സമ്മതിച്ചിട്ടില്ല. അയാൾക്ക് ദൈവത്തിനോട് ദേഷ്യം ആയിരുന്നു. അയാൾ മരിക്കാൻ ആഗ്രഹിച്ചു. അയാൾ മരിക്കാൻ ആഗ്രഹിക്കുന്നുണ്ടെന്ന് മറ്റു സന്ന്യാസിമാരോട് സംശയത്തിനു വകയില്ലാതെ വ്യക്തമാക്കിയിരുന്നു. അതുകൊണ്ട് അയാളുടെ ആത്മാവിന് ശരീരത്തിന്റെ ഭാരം ഒഴിവാക്കാൻ പറ്റും. ഈ ഭാരം ഒഴിവായിക്കിട്ടിയാൽ അയാൾക്ക് ദൈവത്തെ കാണാൻ വേണ്ടി സ്വർഗ്ഗത്തിലേക്ക് പ്രവേശിക്കാൻ കഴിഞ്ഞെന്നു വരും. അയാൾക്ക് ദൈവവുമായി ധാരണയിലെത്താൻ ഒരു പരാതി ഉണ്ടായിരുന്നു: അദ്ദേഹത്തെ കണ്ടു സംസാരിക്കേണ്ടത് അയാളുടെ ആവശ്യം ആയിരുന്നു. പക്ഷേ, ശരീരത്തിന് ഈയത്തിന്റെ ഭാരം ആയിരുന്നു. അതു അയാളുടെ കയറ്റത്തെ തടഞ്ഞു. അതുകൊണ്ട് അതിനെ അതിന്റെ വഴിക്ക് പറഞ്ഞയയ്ക്കാൻ അയാൾ തീരുമാനിച്ചു. അതിനെ ശ്മശാനത്തിൽ കൈയൊഴിയുകയാണെങ്കിൽ അതുകൊണ്ട് യഥാർത്ഥ ജൊവാച്ചിമ്മിന് സ്വർഗ്ഗത്തിലേക്ക് കയറിച്ചെന്ന് ദൈവത്തിനോട് അയാളുടെ പരാതി ബോധിപ്പിക്കാൻ പറ്റും. ഇത് അയാളുടെ ചുമതല ആയിരുന്നു. അയാൾ ഇസ്രയേലിലെ പിതാക്കന്മാരിൽ ഒരുവനല്ലേ? മനുഷ്യർക്ക് വായ് ഉണ്ട്. പക്ഷേ, ശബ്ദം ഇല്ല. അവർക്ക് ദൈവത്തിന്റെ മുമ്പിൽ വന്നുനിന്ന് അവരുടെ ദുരിതങ്ങൾ പറയാൻ കഴിയില്ല. പക്ഷേ, ജൊവാച്ചിമ്മിന് കഴിയും: അയാൾക്ക് പറയാതിരിക്കാൻ പറ്റില്ല.

മഠത്തിലെ നവാഗതൻ തിരിഞ്ഞുനോക്കി. ഏഴ് തീജ്വാലകൾക്കു താഴെ മഠാധിപതി ജൊവാച്ചിമിന്റെ തല— ചൂടും ഉപവാസവും കൊണ്ട് ചിതലു പിടിച്ച തടി പോലെ കുണ്ടും കുഴിയും നിറഞ്ഞ പരുക്കൻ മുഖം: സാർത്ഥവാഹക സംഘങ്ങൾ ചിലപ്പോൾ മരുഭൂമിയിൽ വെച്ച് കണ്ടുമുട്ടാറുള്ള മഴ കഴുകിയെടുത്ത അനാദികാലത്തെ മൃഗങ്ങളുടെ തലയോടുമായി അതിന് എത്രമാത്രം സാമ്യം തോന്നുന്നു! ആ തല എന്തെല്ലാം കാഴ്ചകൾ കണ്ടിരിക്കുന്നു! അതിന്റെ മുമ്പിൽ എത്ര തവണ സ്വർഗ്ഗം തുറന്നിരിക്കുന്നു! എത്ര തവണ അതിന്റെ മുമ്പിൽ നരകം പ്രത്യക്ഷമായിരിക്കുന്നു! അയാളുടെ മനസ്സ് ഇസ്രയേലിന്റെ എല്ലാ ഉൽക്കണ്ഠകളും പ്രതീക്ഷകളും കയറി ഇറങ്ങുന്ന ഒരു "ജേക്കബ്ബിന്റെ ഗോവണി" ആയിരുന്നു.

കണ്ണു തുറന്നപ്പോൾ മഠാധിപതി തൊട്ടുമുമ്പിൽ മാരകമായി വിളറിയ മുഖവുമായി നില്ക്കുന്ന നവാഗതനെ കണ്ടു. മെഴുകുതിരിക്കാലിന്റെ വെളിച്ചത്തിൽ അയാളുടെ തുടുത്ത കവിളുകൾ അതിന്റെ എല്ലാ പാതിവ്രത്യത്തോടും കൂടി തിളങ്ങി. വിദൂരതയിലേക്ക് പറന്നുപോയ അയാളുടെ കണ്ണുകളിൽ ദുഃഖം നിറഞ്ഞിരുന്നു.

മഠാധിപതിയുടെ ഗൗരവം നിറഞ്ഞ മുഖഭാവം ആകർഷകമായി മാറി.

അയാൾക്ക് അരോഗ്യദൃഢഗാത്രനായ ഈ ചെറുപ്പക്കാരനെ ഇഷ്ടമായിരുന്നു. മഠാധിപതി യുവാവിനെ അയാളുടെ അച്ഛൻ സബിദീയുടെ അടുത്തുനിന്നും തട്ടിപ്പറിച്ചുകൊണ്ടുവന്ന് ദൈവത്തിന് സമർപ്പിച്ചതായിരുന്നു. ജൊവാച്ചിമിന് യുവാവിന്റെ വിധേയത്വവും ക്രൗര്യവും നിശ്ശബ്ദമായ ചുണ്ടുകളും ആ സന്തുഷ്ടമായ കണ്ണുകളും മനോഹരമായ പെരുമാറ്റവും, ബുദ്ധിശക്തിയും ഇഷ്ടപ്പെട്ടു. "ഒരു ദിവസം ഈ കുട്ടി ദൈവവുമായി സംസാരിക്കും" അയാൾ ആലോചിച്ചു. "അവൻ എനിക്ക് സാധിക്കാത്ത കാര്യം സാധിക്കും. എന്റെ തോളിലുള്ള ഈ രണ്ടു മുറിവുകളെ അവൻ ചിറകുകളായി പരിണമിപ്പിക്കും. എന്റെ ജീവിതകാലത്ത് ഞാൻ സ്വർഗ്ഗത്തിലേക്ക് ഉയർന്നില്ല. അവന്റെ ജീവിതകാലത്ത് അവൻ ഉയരും.

ഈ കുട്ടി ഒരിക്കൽ അവന്റെ അച്ഛനമ്മമാരുടെ കൂടെ സന്ന്യാസിമഠത്തിൽ വന്നിരുന്നു. അത് പെസഹാ ആഘോഷിക്കാനായിരുന്നു. വൃദ്ധനായ സബിദീയുടെ ഒരു അകന്ന ബന്ധുവായ മഠാധിപതി അവരെ സന്തോഷത്തോടെ സ്വന്തം മേശയിൽ തന്നെ സ്വീകരിച്ചിരുത്തി. ആ സമയത്ത് ജോണിന് ഇരുപത് വയസ്സ് ഉണ്ടായിരുന്നു. അവൻ കുനിഞ്ഞിരുന്ന് ഭക്ഷണം കഴിക്കുമ്പോൾ മഠാധിപതിയുടെ കണ്ണുകൾ അവന്റെ തലയോട്ടിയുടെ തോലുരിഞ്ഞുകളഞ്ഞ് എല്ലുകൾ വകഞ്ഞുമാറ്റി തലച്ചോറിലേക്ക് കടന്നുപോകുന്നതുപോലെ അവന് അനുഭവപ്പെട്ടു. അവൻ പേടിച്ച് തല ഉയർത്തി നോക്കി. തീൻമേശയുടെ മദ്ധ്യത്തിലുള്ള അന്തരീക്ഷത്തിൽ രണ്ടു നോട്ടങ്ങളും തമ്മിൽ കൂട്ടിമുട്ടി... ആ ദിവസം മുതൽ ജോണിന് തടാകത്തിലെ മീൻപിടിക്കുന്ന ബോട്ടുകൾക്കും ഗാനേസറത്തിലെ തടാകത്തിനും വലിപ്പം കുറഞ്ഞുപോയി. ഒരു ദിവസം വൃദ്ധനായ സബിദീ മടുപ്പുതോന്നി അവനോട് "നിന്റെ മനസ്സ് മീൻപിടിക്കുന്നതിലല്ല. അത് ദൈവത്തിലാണ്. ശരി സന്ന്യാസിമഠത്തിൽ പൊയ്ക്കോളൂ. എനിക്ക് രണ്ട് ആൺമക്കൾ ഉണ്ട്. ഞാൻ അവരെ ദൈവവുമായി പങ്കിടണമെന്ന് അദ്ദേഹം ആഗ്രഹിച്ചു. അതുകൊണ്ട് നമുക്ക് അവരെ പങ്കുവെക്കാം— അദ്ദേഹം അദ്ദേഹത്തിന്റെ രീതികൾ തുടരട്ടെ!" എന്ന് അലറുന്നതുവരെ അവൻ നെടുവീർപ്പിട്ടുകൊണ്ട് ചുരുണ്ടുകൂടി ഇരുന്നു.

മഠാധിപതി അയാളുടെ മുമ്പിൽ നിന്നിരുന്ന ആൺകുട്ടിയെ നോക്കി അയാൾ അവനെ ശകാരിക്കാൻ ഉദ്ദേശിച്ചിരുന്നു. പക്ഷേ, അവനെ നോക്കിക്കൊണ്ടിരുന്നപ്പോൾ അയാളുടെ മുഖഭാവം കൂടുതൽ ആകർഷമായി മാറി.

"എന്റെ കുട്ടീ, നീ എന്താണ് വായന നിർത്തിയത്?" അയാൾ ചോദിച്ചു. "നീ സ്വപ്നം പാതിവഴിയിൽ ഉപേക്ഷിച്ചു. അതു ചെയ്യാൻ പാടില്ല. അദ്ദേഹം ഒരു പ്രവാചകനാണ്. പ്രവാചകന്മാരെ ബഹുമാനിക്കണം."

ആൺകുട്ടിയുടെ മുഖം ചുവന്നുതുടുത്തു. അയാൾ ഒരിക്കൽകൂടി തുകൽ ചുരുൾ പ്രസംഗപീഠത്തിൽ നിവർത്തിവച്ചുകൊണ്ട് വായിക്കേണ്ട ഭാഗം മാറ്റമില്ലാതെ വായിച്ചുതുടങ്ങി:

"ഇതിനു ശേഷം എന്റെ രാത്രിയിലെ കാഴ്ചകളിൽ ഞാൻ നാലാമത്തെ മൃഗത്തെ കണ്ടു. അത് പൈശാചികവും ഭയാനകവും ആയിരുന്നു.

അതിന് ഭയങ്കരമായ ശക്തി ഉണ്ടായിരുന്നു. അതിന് വലിയ ഇരുമ്പുപല്ലുകൾ ഉണ്ടായിരുന്നു. അത് എന്തും കടിച്ച് പറിച്ച് കഷണങ്ങളാക്കി. ബാക്കി വന്ന കഷണങ്ങൾ കാലുകൊണ്ട് ചവിട്ടിമെതിച്ചു. അതിന് മറ്റു മൃഗങ്ങളോടൊന്നും സാമ്യം ഉണ്ടായിരുന്നില്ല. അതിന് പത്തുകൊമ്പുകൾ ഉണ്ടായിരുന്നു...."

"നിർത്തൂ!" മഠാധിപതി അലറി "അതുമതി."

അയാളുടെ നിലവിളി കേട്ട് ആൺകുട്ടി ഭയന്നു. അയാൾ വിശുദ്ധ ഗ്രന്ഥം ചുരുട്ടി എടുത്ത് ചുംബിച്ചതിനുശേഷം മൂലയ്ക്ക് മാറിനിന്നു. അയാളുടെ കണ്ണുകൾ മേലധികാരിയിൽ തറച്ചുനിന്നു. മഠാധിപതി കൈനഖങ്ങൾ ഇരിപ്പിടത്തിലേക്ക് തുളച്ചിറക്കിക്കൊണ്ട് അലറി:

"ദാനിയേൽ, നിങ്ങളുടെ എല്ലാപ്രവചനങ്ങളും നിറവേറ്റപ്പെട്ടിരിക്കുന്നു. നാലു മൃഗങ്ങളും ഞങ്ങളെ കടന്നുപോയിരിക്കുന്നു. കഴുകന്റെ ചിറകുകളുള്ള സിംഹം ഞങ്ങളെ വലിച്ചുകീറി തുറന്നിട്ടു. യഹൂദമാംസം കഴിക്കുന്ന കരടി വന്ന് ഞങ്ങളെ തിന്നു. നാലുതലയുള്ള പുള്ളിപ്പുലി വന്ന് ഞങ്ങളെ തലങ്ങും വിലങ്ങും കടിച്ചു. ഇരുമ്പുപല്ലുകളും പത്തുകൊമ്പുകളും ഉള്ള നാണംകെട്ട മൃഗം ഇപ്പോൾ ഞങ്ങളുടെ മുകളിൽ ഇരിക്കുന്നുണ്ട്. അവൻ ഇതുവരെ വന്നിട്ടില്ല. അവൻ പിൻമാറിയിട്ടുമില്ല. അങ്ങ് ഞങ്ങൾക്ക് അയച്ചുതരുമെന്ന് പ്രവചിച്ച എല്ലാ കളങ്കങ്ങളും ഭയവും അങ്ങയച്ചുതന്നിരിക്കുന്നു– അങ്ങേയ്ക്ക് നന്ദി! പക്ഷേ, അങ്ങ് നല്ല കാര്യങ്ങളും ഞങ്ങൾക്ക് വേണ്ടി പ്രവചിച്ചിരുന്നു. അവയെ എന്തുകൊണ്ടാണ് അയച്ചുതരാഞ്ഞത്? അവയുടെ കാര്യം വരുമ്പോൾ അങ്ങ് എന്തുകൊണ്ടാണ് ഇത്രയധികം പിശുക്കുകാണിക്കുന്നത്? അങ്ങ് ഞങ്ങൾക്ക് ഉദാരമായി അത്യാപത്തുകൾ തന്നിട്ടുണ്ട്. ഇപ്പോൾ ഞങ്ങൾക്ക് പ്രയോജനങ്ങളും ഉദാരമായി തരണം! അങ്ങ് ഞങ്ങൾക്ക് പ്രവചിച്ചിരുന്ന മനുഷ്യപുത്രൻ എവിടെ?.... ജോൺ, വായിക്കൂ!"

തുകൽച്ചുരുൾ വേഷത്തിനടിയിൽ സൂക്ഷിച്ചുകൊണ്ട് മുറിയുടെ മൂലയ്ക്ക് നിന്നിരുന്ന ജോൺ പ്രസംഗ പീഠത്തിനടുത്തുവന്ന് വീണ്ടും വായിക്കാൻ തുടങ്ങി. പക്ഷേ, അയാളുടെ ശബ്ദം ഇപ്പോൾ അയാളുടെ മേലധികാരിയുടേതുപോലെ തീവ്രമായി കഴിഞ്ഞിരുന്നു.

"ഞാൻ എന്റെ നിശാദർശനങ്ങളിലേക്ക് നോക്കി. മനുഷ്യപുത്രനെപ്പോലെ ഒരാൾ ആകാശത്തിലെ മേഘങ്ങൾക്കു മുകളിൽ കയറിവന്നു. അവനെ പുരാതനനായവന്റെ അടുത്തു കൊണ്ടുവന്നു. ആധിപത്യവും മഹിമയും രാജ്യവും അവനു നല്കി. എല്ലാ മനുഷ്യരും രാഷ്ട്രങ്ങളും ഭാഷക്കാരും അവനെ സേവിച്ചു. അവന്റെ ആധിപത്യം ശാശ്വതമായ ആധിപത്യം ആണ്: അത് ഒരിക്കലും അവസാനിക്കില്ല. അവന്റെ രാജ്യം അനശ്വരമാണ്."

മഠാധിപതി സ്വയം നിയന്ത്രിക്കാൻ കഴിയാതെ ഇരിപ്പിടം ഉപേക്ഷിച്ചു. അയാൾ ഒരു ചുവടു വച്ചു. പിന്നീട് ഒന്നുകൂടി വച്ചു. അയാൾ പ്രസംഗ പീഠത്തിനടുത്തായി കാലുതെറ്റി വീഴേണ്ടതായിരുന്നു. പക്ഷേ, അയാൾ

കൈപ്പത്തിക്കൊണ്ട് വിശുദ്ധമായ കൃതിയുടെ മുകളിൽ ശക്തിയായി പിടിച്ച് സ്വയം നിവർന്നുനിന്നു.

"അങ്ങ് ഞങ്ങൾക്ക് വാഗ്ദാനം ചെയ്ത മനുഷ്യപുത്രൻ എവിടെ? അങ്ങ് ഞങ്ങൾക്ക് വാക്കുതന്നിരുന്നോ? അതോ തന്നിട്ടില്ലെന്നുണ്ടോ? അങ്ങേയ്ക്ക് അത് നിരസിക്കാൻ പറ്റില്ല— എഴുതിവച്ചത് ഇവിടെ തന്നെ ഉണ്ട്!" അയാൾ ദേഷ്യത്തോടെ വിജയഭാവത്തിൽ പ്രവചനത്തിന്റെ മുകളിൽ കൈകൊണ്ട് ആഞ്ഞടിച്ചു. "ഇവിടെ അത് എഴുതിവച്ചിട്ടുണ്ട്! ജോൺ, അത് വീണ്ടും വായിക്കൂ!"

പക്ഷേ, മഠാധിപതിക്ക് കാത്തിരിക്കാൻ കഴിഞ്ഞില്ല. ജോണിന് വായന തുടങ്ങാൻ കഴിയുന്നതിനുമുമ്പ് അയാൾ വേദപുസ്തകം പിടിച്ചെടുത്ത് വെളിച്ചത്തിലേക്ക് ഉയർത്തിപ്പിടിച്ചു കൊണ്ട് അതിലേക്ക് നോക്കാതെ തന്നെ വിജയിയുടെ ശബ്ദത്തിൽ വിളിച്ചു കൂവാൻ തുടങ്ങി:

"ആധിപത്യവും മഹിമയും രാജ്യവും അവനു നല്കി. എല്ലാ മനുഷ്യരും രാഷ്ട്രങ്ങളും ഭാഷക്കാരും അവനെ സേവിച്ചു. അവന്റെ ആധിപത്യം ശാശ്വതമായ ആധിപത്യം ആണ്. അത് ഒരിക്കലും അവസാനിക്കില്ല. അവന്റെ രാജ്യം അനശ്വരമാണ്."

അയാൾ തുകൽച്ചുരുൾ പ്രസംഗപീഠത്തിൽ തുറന്നുവച്ചതിനുശേഷം ജനലിലൂടെ പുറത്തെ ഇരുട്ടിലേക്ക് നോക്കി.

"ശരി; മനുഷ്യപുത്രൻ എവിടെ?" ഇരുട്ടിലേക്ക് നോക്കിക്കൊണ്ട് അയാൾ അലറി. "അവനെ ഞങ്ങൾക്ക് വാഗ്ദാനം ചെയ്തതുകൊണ്ട് ഇപ്പോൾ അവൻ നിങ്ങളുടെയല്ല— അവൻ ഞങ്ങളുടെയാണ്! ശരി, അവൻ എവിടെയാണ്? അവന് അങ്ങ് ആധിപത്യവും മഹിമയും രാജ്യവും കൊടുക്കാത്തത് എന്താണ്? അങ്ങനെ ചെയ്താൽ അങ്ങയുടെ ആളുകളായ ഇസ്രയേലിലെ മനുഷ്യർക്ക് പ്രപഞ്ചത്തെ മുഴുവൻ നയിക്കാൻ കഴിയില്ലേ? അതിനു വേണ്ടി ആകാശം തുറക്കപ്പെടാൻ കാത്തുനിന്ന് ഞങ്ങളുടെ കഴുത്തുകൾ വേദനിക്കുന്നു. എപ്പോൾ? എപ്പോൾ? അതെ- അതെ— അങ്ങേക്ക് അതിനുവേണ്ടി വാദിച്ചുകൂടേ— അങ്ങയുടെ ഒരു നിമിഷം മനുഷ്യരുടെ ആയിരം വർഷങ്ങളാണെന്ന് ഞങ്ങൾക്ക് വ്യക്തമായി അറിയാം. ശരി, പക്ഷേ, അങ്ങ് നീതിമാനാണെങ്കിൽ മനുഷ്യന്റെ അളവുകൊണ്ട് സമയത്തെ അളക്കണം. അങ്ങയുടെ അളവുകൊണ്ട് അളക്കരുത്. നീതിയുടെ അർത്ഥം അതാണ്!"

അയാൾ ജനലിന്റെ അടുത്തേക്ക് നടന്നു. പക്ഷേ, അയാളുടെ കാൽമുട്ടുകൾ മടങ്ങി. അയാൾ അന്തരീക്ഷത്തിൽ നിവർന്നുനില്ക്കാൻ ആഗ്രഹിക്കുന്നതുപോലെ കൈകൾ നിവർത്തി. ജോൺ അയാളെ താങ്ങി നിർത്താൻ വേണ്ടി ഓടിച്ചെന്നു. പക്ഷേ, മഠാധിപതി അയാളോട് തൊടാൻ പാടില്ലെന്ന് കോപത്തോടെ ആംഗ്യം കാണിച്ചു. എല്ലാ ശക്തിയുമെടുത്ത് അയാൾ ജനലിന്റെ അടുത്തെത്തി തല കഴിയുന്നത്ര പുറത്തേക്ക് നീട്ടി ഇരുട്ടിലേക്ക് നോക്കി. ഇരുട്ട്... ഇപ്പോൾ മിന്നലിന്റെ എണ്ണം കുറഞ്ഞിരുന്നു. പക്ഷേ, സന്ന്യാസിമഠത്തിനു ചുറ്റുമുള്ള പാറകളിൽ മഴ ഇപ്പോഴും ശക്തി

യായി പെയ്യുന്നുണ്ടായിരുന്നു. ഓരോ തവണയും കള്ളിമുള്ളുകളിൽ മിന്നലിന്റെ വെളിച്ചം തട്ടിയപ്പോൾ അവ ചുരുണ്ടുകൂടി രൂപം മാറുന്നതുപോലെ തോന്നി: അവ ആകാശത്തേക്ക് കുഷ്ഠംപിടിച്ച കൈകൾ ഉയർത്തിനില്ക്കുന്ന അംഗഭംഗം വന്നവരുടെ ഒരു സംഘമായി മാറി.

മനസ്സിലും ശരീരത്തിലും പിരിമുറുക്കം അനുഭവിച്ചുകൊണ്ട് മഠാധിപതി ചെവിയോർത്തു. ദൂരെനിന്നും മരുഭൂമിയുടെ വന്യമായ മത്സരക്കളിയുടെ കൂക്കുവിളി കേൾക്കുന്നുണ്ടായിരുന്നു. മൃഗങ്ങൾക്ക് വിശപ്പ് ഉണ്ടായിരുന്നില്ല. അവ ഭയന്നുപോയിരുന്നു. അവയുടെ വളരെ അടുത്ത് ഏറക്കുറെ അവയുടെ മുകളിലായി തീയിലും ചുഴലിക്കാറ്റിലും പൊതിഞ്ഞ ഒരു മൃഗം ഇരുട്ടിൽ മുക്കറയിട്ടു. അത് അവയുടെ അടുത്തേക്ക് വന്നു... മഠാധിപതി മരുഭൂമിയുടെ ശബ്ദങ്ങൾക്ക് ചെവികൊടുത്തു. അയാൾ അത് കേൾക്കുന്നതിനിടയിൽ പെട്ടെന്ന് ഞെട്ടിത്തിരിഞ്ഞ് നോക്കി. അദൃശ്യമായ ഏതോ ജീവി അയാളുടെ അറയ്ക്കുള്ളിൽ കടന്നിരിക്കുന്നു! അയാൾ നോക്കി. മെഴുകുതിരിക്കാലിന്റെ ശിഖരങ്ങളിലെ ഏഴ് തീനാളങ്ങളും ആളിക്കത്തിക്കൊണ്ട് അണഞ്ഞുപോകാൻ തുടങ്ങുകയായിരുന്നു. മുറിയുടെ മൂലയിൽ ഉപയോഗിക്കാതെ ചാരിവച്ചിരുന്ന സംഗീതോപകരണത്തിന്റെ കമ്പികൾ അദൃശ്യമായ ഏതോ കൈകൾ കോപത്തോടെ പൊട്ടിച്ചുകളയാൻ ശ്രമിക്കുന്നതുപോലെ വന്യമായി പ്രകമ്പനം കൊണ്ടു. മഠാധിപതി വിറയ്ക്കാൻ തുടങ്ങി.

"ജോൺ" അയാൾ ചുറ്റുപാടും നോക്കിക്കൊണ്ട് സൗമ്യമായി പറഞ്ഞു. "എന്റെ അടുത്തുവരൂ."

ജോൺ അയാളുടെ മൂലയിൽ നിന്നും മഠാധിപതിയുടെ അടുത്തേക്ക് പറന്നുചെന്നു.

"പിതാവേ, ആജ്ഞാപിച്ചാലും" നമസ്കരിക്കാൻ വേണ്ടി അയാൾ നിലത്ത് മുട്ടുകുത്തി നിന്നുകൊണ്ട് പറഞ്ഞു.

"ജോൺ പോയി സന്ന്യാസിമാരോട് വരാൻ പറയൂ. ഞാൻ വേർപിരിയുന്നതിനുമുമ്പ് അവരോട് ചില കാര്യങ്ങൾ പറയാനുണ്ട്."

"പിതാവ് വേർപിരിയുന്നതിനു മുമ്പോ?" ജോൺ ഞെട്ടി. വൃദ്ധന്റെ പിന്നിലായി രണ്ട് വലിയ കറുത്ത ചിറകുകൾ അയാളുടെ കണ്ണിൽപെട്ടു.

"ഞാൻ പോകുന്നു" മഠാധിപതി പറഞ്ഞു. പെട്ടെന്ന് അയാളുടെ ശബ്ദം മറ്റൊരു പ്രദേശത്തിനപ്പുറത്തുനിന്ന് വരുന്നതുപോലെ തോന്നി. ഏഴു തീനാളങ്ങൾ അണഞ്ഞുപോകാൻ തുടങ്ങുന്നത് നീ കാണുന്നില്ലേ? സാരംഗിയുടെ ഒമ്പത് കമ്പികൾ പൊട്ടാൻ തയ്യാറെടുത്തുകൊണ്ട് ഭ്രാന്തമായി പ്രകമ്പനം കൊള്ളുന്നത് നീ കേൾക്കുന്നില്ലേ? ജോൺ, ഞാൻ പോകുകയാണ്. ഓടിപ്പോയി സന്ന്യാസികളെ വിളിച്ചുകൊണ്ടുവരൂ. എനിക്ക് അവരോട് സംസാരിക്കണം."

ജോൺ തല കുമ്പിട്ടതിനുശേഷം അപ്രത്യക്ഷപ്പെട്ടു. മഠാധിപതി മുറിയുടെ നടുക്ക് ഏഴ് ശിഖരങ്ങളുള്ള മെഴുകുതിരിക്കാലിനു ചുവട്ടിൽ നിന്നു. ഇപ്പോൾ അവസാനം അയാൾ ദൈവത്തിന്റെ കൂടെ തനിച്ചായിരിക്കുന്നു.

അയാൾക്ക് സ്വതന്ത്രമായി മറ്റൊരാൾ കേൾക്കുമെന്നുള്ള ഭയം ഇല്ലാതെ മനസ്സിലുള്ള കാര്യങ്ങൾ പറയാം. അയാൾ സമാധാനത്തോടെ തല ഉയർത്തി. ദൈവം അയാളുടെ മുമ്പിൽ നില്ക്കുന്നുണ്ടെന്ന് അയാൾക്ക് അറിയാം.

"ഞാൻ വരുന്നു. ഞാൻ വരുന്നു." അയാൾ ദൈവത്തിനോട് പറഞ്ഞു. അങ്ങ് എന്തിനാണ് എന്റെ മുറിയിൽ കടന്നത്? അങ്ങ് എന്തിനാണ് വെളിച്ചം കെടുത്താൻ ശ്രമിച്ചത്? എന്തിനാണ് സാരംഗി തകർത്ത് എന്നെ പിടികൂടാൻ ശ്രമിച്ചത്? ഞാൻ വരുന്നു. എന്റെ ആളുകളുടെ ആവലാതികൾ എഴുതിയ പട്ടിക കൈയിൽ എടുത്തിട്ടുണ്ട്. ഞാൻ അങ്ങയെ കണ്ട് സംസാരിക്കാൻ ആഗ്രഹിക്കുന്നു. അങ്ങ് ശ്രദ്ധിക്കില്ലെന്ന് എനിക്ക് അറിയാം. അല്ലെങ്കിൽ കുറഞ്ഞപക്ഷം ശ്രദ്ധിക്കുന്നതായി അഭിനയിക്കുക പോലും ഇല്ല. പക്ഷേ, ഞാൻ അങ്ങയുടെ കതകിൽ തുറക്കുന്നതുവരെ ഉറക്കെ മുട്ടിവിളിക്കും. അങ്ങ് കതകു തുറന്നില്ലെങ്കിൽ ഞാൻ അത് പൊളിച്ച് താഴെ ഇടും! അങ്ങ് ക്രൂരനാണ്. അങ്ങ് ക്രൂരന്മാരെയാണ് സ്നേഹിക്കുന്നത്. അവരെ മാത്രമേ അങ്ങ് പുത്രന്മാരായി കണക്കാക്കുന്നുള്ളൂ. ഇതുവരെ ഞാൻ കരഞ്ഞു. ഞങ്ങൾ സ്വയം നമസ്കരിച്ചുകൊണ്ട് പറഞ്ഞു: അങ്ങയുടെ ആഗ്രഹം സഫലമാകട്ടെ! പക്ഷേ, ദൈവം തമ്പുരാനേ! ഞങ്ങൾക്ക് കൂടുതൽ കാത്തിരിക്കാൻ പറ്റില്ല. എത്രകാലം ഞങ്ങൾ കാത്തിരിക്കേണ്ടി വരും? അങ്ങ് ക്രൂരനാണ്. അങ്ങ് സ്നേഹിക്കുന്നത് ക്രൂരന്മാരെ ആണ്— ഞങ്ങളും ക്രൂരന്മാരാകാം. അപ്പോൾ ഞങ്ങളുടെ ആഗ്രഹങ്ങൾ സഫലമാകും— ഞങ്ങളുടെ ആഗ്രഹങ്ങൾ!"

മഠാധിപതി സംസാരിച്ചുകൊണ്ടിരിക്കുമ്പോൾ അന്തരീക്ഷത്തിലെ മറ്റു ശബ്ദങ്ങൾ കേൾക്കാൻ വേണ്ടി അയാൾ ചെവികൂർപ്പിച്ചിരുന്നു. പക്ഷേ, മഴയുടെ ശക്തികുറഞ്ഞ് ഇടിമുഴക്കം അകലങ്ങളിലേക്ക് പിൻവാങ്ങിയിരുന്നു. മരുഭൂമിയുടെ മുകളിലൂടെ വളരെ ദൂരെ കിഴക്കുനിന്നും ബലഹീനമായ മുഴക്കങ്ങൾ കേൾക്കുന്നുണ്ടായിരുന്നു. വൃദ്ധന്റെ നരച്ച തലയ്ക്ക് മുകളിൽ ഏഴു തീനാളങ്ങൾ ഇളക്കമില്ലാതെ കത്തിക്കൊണ്ടിരുന്നു.

മഠാധിപതി നിശ്ശബ്ദനായി കാത്തിരുന്നു. തീനാളങ്ങൾ കരിന്തിരി എരിയാൻ വേണ്ടിയും സാരംഗി ഒരിക്കൽകൂടി ഭയത്തോടെ വിറയ്ക്കാൻ വേണ്ടിയും അയാൾ വളരെനേരം കാത്തിരുന്നു... ഒന്നും സംഭവിച്ചില്ല! അയാൾ തലുകുലുക്കി. "മനുഷ്യന്റെ ശരീരം ശപിക്കപ്പെട്ടതാണ്." അയാൾ പിറുപിറുത്തു "ആത്മാവിന് അദൃശ്യമായതിനെ കാണാനും കേൾക്കാനും അനുവദിക്കാതെ എപ്പോഴും ഇടപെട്ട് തടസ്സപ്പെടുത്തുന്നത് ഈ ശരീരമാണ്. ദൈവമേ! എന്നെ നശിപ്പിച്ചാലും. ഞാൻ അങ്ങയുടെ മുമ്പിൽ ഈ മാംസത്തിന്റെ അതിർവരമ്പ് ഇല്ലാതെ സ്വതന്ത്രനായിനിന്ന് സംസാരിക്കാൻ ആഗ്രഹിക്കുന്നു. അതുകൊണ്ട് അങ്ങ് എന്നോടു സംസാരിക്കുമ്പോൾ എനിക്ക് അത് നിശ്ചയമായും കേൾക്കാൻ കഴിയും!"

ഈ സമയത്ത് മുറിയുടെ വാതിൽ ശബ്ദം ഉണ്ടാകാതെ തുറന്ന് അസമയത്ത് ഉണർന്ന വെളുത്ത വസ്ത്രം ധരിച്ച സന്ന്യാസിമാർ മുറിക്കുള്ളിൽ

നിറഞ്ഞു. അവർ പിശാചുക്കളെപോലെ ഭിത്തിയിൽ ചാരി കാത്തുനിന്നു. അവർ മഠാധിപതിയുടെ അവസാനവാക്കുകൾ കേട്ടിരുന്നു. ശ്വാസം അവരുടെ തൊണ്ടയിൽ കുരുങ്ങിപ്പോയി. "അദ്ദേഹം ദൈവവുമായി സംസാരിക്കുകയാണ്" അവർ പരസ്പരം പറഞ്ഞു. "അദ്ദേഹം ദൈവത്തെ കുറ്റപ്പെടുത്തുകയാണ്. ഇപ്പോൾ നമ്മുടെ മുകളിൽ ഇടിത്തീവീഴും!" അവർ വിറച്ചു കൊണ്ട് ഭിത്തിയിൽ ചാരി നിന്നു.

മഠാധിപതി വിദൂരതയിലേക്ക് നോക്കി. അയാളുടെ കണ്ണുകൾ മറ്റെവിടെയോ ആയിരുന്നു– അവ കാണുന്നുണ്ടായിരുന്നില്ല. ജോൺ അടുത്തുചെന്ന് സ്വയം നമസ്കരിച്ചു.

"പിതാവേ, അവർ വന്നിട്ടുണ്ട്." അയാൾ പറഞ്ഞു. മഠാധിപതി ഭയപ്പെടാതിരിക്കാൻ വേണ്ടി അയാൾ ശാന്തമായാണ് സംസാരിച്ചത്.

മഠാധിപതി തന്റെ ആജ്ഞാനുവർത്തിയുടെ ശബ്ദം കേട്ടു. തിരിഞ്ഞു നോക്കിയപ്പോൾ അയാൾ മറ്റുള്ളവരെ കണ്ടു. അയാൾ മുറിയുടെ നടുക്കു നിന്നും ഊർദ്ധ്വശ്വാസം വലിക്കുന്ന ശരീരം കഴിയുന്നത്ര നിവർത്തിനിർത്തിക്കൊണ്ട് ഇരിപ്പിടത്തിനടുത്തേക്ക് സാവധാനം നടന്നു. അയാൾ ഇരിപ്പിടത്തിന്റെ മുമ്പിൽ ഉണ്ടായിരുന്ന പൊക്കം കുറഞ്ഞ സ്റ്റൂളിൽ ഇരുന്നുകൊണ്ട് നടത്തം അവസാനിപ്പിച്ചു. അയാളുടെ കൈയിൽ കെട്ടിയിരുന്ന വിശുദ്ധ വചനങ്ങൾ അടങ്ങിയ[1] ഫൈലാക്ടറി അഴിഞ്ഞു വീഴാൻ തുടങ്ങി. അത് നമ്മൾ നടക്കുന്ന തറയിൽ വീണ് അശുദ്ധമാകാതിരിക്കാൻ വേണ്ടി ജോൺ കൃത്യസമയത്തുതന്നെ മുമ്പോട്ടുകുതിച്ചു.

മഠാധിപതി ഇരിപ്പിടത്തിന്റെ അടുത്തിരുന്ന ആനക്കൊമ്പിന്റെ പിടിയുള്ള അംശവടി കൈനീട്ടി എടുത്തു. പുതിയ ശക്തിയോടെ അയാൾ തല ഉയർത്തി. ഭിത്തിയിൽ ചാരി നിരന്നുനിന്നിരുന്ന സന്ന്യാസിമാരുടെ മുഖങ്ങളിലൂടെ കണ്ണോടിച്ചു.

"സന്ന്യാസിമാരെ" അയാൾ പറഞ്ഞു. "എനിക്ക് നിങ്ങളോട് ഏതാനും വാക്കുകൾ പറയാനുണ്ട്." എന്റെ അവസാന വാക്കുകൾ. നിങ്ങൾ ചെവി തുറന്ന് കേൾക്കണം. ആർക്കെങ്കിലും ഉറക്കം വരുന്നുണ്ടെങ്കിൽ അവർക്ക് പോകാം. ഞാൻ പറയാൻ പോകുന്നത് ബുദ്ധിമുട്ടുള്ള കാര്യമാണ്. എനിക്ക് ഒരു മറുപടി തരാൻ വേണ്ടി നിങ്ങളുടെ എല്ലാ പ്രതീക്ഷകളും ഭയങ്ങളും ഉണർത്തിക്കൊണ്ട് ചെവിയോർക്കണം!"

"വിശുദ്ധനായ മഠാധിപതി പറയുന്നത് ഞങ്ങൾ ശ്രദ്ധിച്ചു കേൾക്കുന്നുണ്ട്. മഠാധിപതിയുടെ പരിവാരങ്ങളിൽ ഏറ്റവും കൂടുതൽ പ്രായമുള്ള ഹബാക്കുക്ക് പിതാവ് നെഞ്ചത്തു കൈവച്ച് കൊണ്ടു പറഞ്ഞു.

"ഇത് എന്റെ അവസാന വാക്കുകളാണ്. നിങ്ങൾ എല്ലാവരും മടയന്മാരാണ്. അതുകൊണ്ട് ഞാൻ ഉദാഹരണങ്ങൾ പറയാം."

"വിശുദ്ധനായ മഠാധിപതി പറയുന്നത് ഞങ്ങൾ ശ്രദ്ധിച്ചു കേൾക്കുകയാണ്." ഹബാക്കുക്ക് പിതാവ് ആവർത്തിച്ചു.

1. വിശുദ്ധവചനങ്ങൾ അടങ്ങിയ തുകൽപെട്ടി. തുകൽ വള്ളികൊണ്ട് കൈയിലും നെറ്റിയിലും ചുറ്റിവെച്ചിരുന്നു.

മഠാധിപതി തലകുമ്പിട്ടതിനുശേഷം ശബ്ദം താഴ്ത്തി.

"ആദ്യം ചിറകുകൾ വന്നു, അതിനുശേഷം മാലാഖ!" അയാൾ സംസാരം നിർത്തി സന്ന്യാസിമാരെ ഓരോരുത്തരെയായി നോക്കി. പിന്നീട് അയാൾ തലകുലുക്കി.

"സന്ന്യാസിമാർ എന്നെ വാ പൊളിച്ച് ഇങ്ങനെ നോക്കുന്നത് എന്തിനാണ്? ഹബാക്കുക്ക് പിതാവേ, നിങ്ങൾ കൈ ഉയർത്തുകയും ചുണ്ട് അനക്കുകയും ചെയ്തു. നിങ്ങൾക്ക് എന്തെങ്കിലും എതിർപ്പ് ഉണ്ടോ?"

സന്ന്യാസി നെഞ്ചത്ത് കൈവച്ചു. അയാൾ പറഞ്ഞു. "ആദ്യം ചിറകുകൾ വന്നു, അതിനുശേഷം മാലാഖ! ഞങ്ങൾ വേദപുസ്തകത്തിൽ മഠാധിപതി പറഞ്ഞ ഈ വാക്കുകൾ ഒരിക്കലും ശ്രദ്ധിച്ചിട്ടില്ല."

"ഹബാക്കുക്ക് പിതാവേ, നിങ്ങൾ അതൊക്കെ എങ്ങനെ ശ്രദ്ധിക്കാനാണ്. കഷ്ടം! നിങ്ങളുടെ മനസ്സുകൾക്ക് ഇപ്പോഴും തെളിച്ചം കുറവാണ്. നിങ്ങൾ പ്രവചനങ്ങൾ തുറന്നുനോക്കിയാൽ നിങ്ങളുടെ കണ്ണുകൾക്ക് അക്ഷരങ്ങളല്ലാതെ മറ്റൊന്നും കാണാൻ കഴിയില്ല. പക്ഷേ, അക്ഷരങ്ങൾക്ക് എന്താണ് പറയാൻ കഴിയുന്നത്? അവ ആത്മാവ് പോലും സ്വയം നിലവിളിച്ചുകൊണ്ട് കിടന്ന് വീർപ്പുമുട്ടുന്ന തടവറയുടെ കറുത്ത ഇരുമ്പഴികളാണ്. അക്ഷരങ്ങൾക്കിടയിലും വരികൾക്കിടയിലും ചുറ്റുപാടുമുള്ള ശൂന്യമായ അരികുകളിലും ആത്മാവ് സ്വതന്ത്രമായി ചുറ്റിത്തിരിയുന്നു. ഞാൻ ആത്മാവിനോടൊപ്പം ചുറ്റിത്തിരിഞ്ഞ് ഈ മഹത്തായ സന്ദേശം നിങ്ങൾക്ക് എത്തിച്ചുതരുന്നു: സന്ന്യാസിമാരെ, ആദ്യം ചിറകുവന്നു. അതിനുശേഷം മാലാഖ!"

ഹബാക്കുക്ക് പിതാവ് വീണ്ടും വായ് തുറന്നു.

"വിശുദ്ധനായ മഠാധിപതി, ഞങ്ങളുടെ മനസ്സ് അണഞ്ഞുപോയ വിളക്കുകൾ ആണ്. അവ കൊളുത്തിത്തരൂ! അവയുടെ വെളിച്ചംകൊണ്ട് ഞങ്ങൾക്ക് ഉദാഹരണത്തിന്റെ ഉള്ളിൽ കടന്ന് കാര്യങ്ങൾ മനസ്സിലാക്കാൻ കഴിഞ്ഞേക്കും."

"ഹബാക്കുക്ക് പിതാവേ, തുടക്കത്തിൽ സ്വാതന്ത്ര്യത്തിനുവേണ്ടിയുള്ള ആഗ്രഹം ഉണ്ടായിരുന്നു. സ്വാതന്ത്ര്യം നിലനിന്നിരുന്നില്ല. പക്ഷേ, പെട്ടെന്ന് അടിമത്തത്തിന്റെ ആഴത്തിൽ നിന്ന് ഒരു മനുഷ്യൻ കൈവിലങ്ങിട്ട സ്വന്തം കൈകൾ അവ ചിറകുകൾ ആണെന്ന മട്ടിൽ വളരെ പെട്ടെന്ന് അക്രമാസക്തമായി ചലിപ്പിച്ചു. പിന്നീട് മറ്റൊരാൾ ചലിപ്പിച്ചു. അതിനുശേഷം മറ്റൊരാൾ. അവസാനം മൊത്തം മനുഷ്യരും ചലിപ്പിച്ചു."

ചോദ്യം ചെയ്യുന്ന ശബ്ദങ്ങൾ ആഹ്ലാദത്തോടെ ഉയർന്നു. "ഇസ്രയേലിലെ മനുഷ്യരാണോ?"

"അതെ, സന്ന്യാസിമാരേ, ഇസ്രയേലിലെ മനുഷ്യർതന്നെ! നമ്മൾ ഇപ്പോൾ കടന്നുപോകുന്നത് മഹത്തരവും ഭയാനകവും ആയ നിമിഷത്തിലൂടെയാണ്. സ്വാതന്ത്ര്യത്തിനുവേണ്ടിയുള്ള ആഗ്രഹം ഇപ്പോൾ ക്രൂരതയായി വളർന്നിരിക്കുന്നു. ചിറകുകൾ വന്യമായി അടിച്ചു കൊണ്ടിരിക്കുന്നു. രക്ഷകൻ വന്നുകൊണ്ടിരിക്കുകയാണ്! കാരണം... ഒരു നിമിഷം—

ഈ സ്വാതന്ത്ര്യത്തിന്റെ മാലാഖയെ എന്തുകൊണ്ടാണ് നിർമ്മിച്ചിരിക്കുന്നതെന്നാണ് നിങ്ങൾ വിചാരിക്കുന്നത്? ദൈവത്തിന്റെ ദാക്ഷിണ്യവും അനുകമ്പയും കൊണ്ടാണോ? ദൈവത്തിന്റെ സ്നേഹം കൊണ്ടാണോ? ദൈവത്തിന്റെ നീതികൊണ്ടാണോ? അല്ല. ഈ മാലാഖയെ സൃഷ്ടിച്ചിരിക്കുന്നത് മനുഷ്യവർഗ്ഗത്തിന്റെ ക്ഷമയും പിടിവാശിയും പോരാട്ടവും കൊണ്ടാണ്!"

"വിശുദ്ധനായ മഠാധിപതി, അങ്ങ് മനുഷ്യന്റെ മുകളിൽ ഒരു വലിയ ചുമതലയുടെ താങ്ങാൻ പറ്റാത്ത ഭാരമാണ് കയറ്റിവയ്ക്കുന്നത്." വൃദ്ധനായ ഹബാക്കുക്ക് എതിർക്കാനുള്ള ധൈര്യം കാണിച്ചു. "അങ്ങേക്ക് അവനിൽ അത്രമാത്രം വിശ്വാസം ഉണ്ടോ?"

"അവൻ നമ്മുടെ ആൺമക്കളിൽ ഒരുവനാണ്." അയാൾ വിളിച്ചു കൂവി. "അതുകൊണ്ടാണ് വേദപുസ്തകം അവനെ മനുഷ്യപുത്രൻ എന്ന് വിളിക്കുന്നത്! തലമുറകളോളം ഇസ്രയേലിലെ പുരുഷന്മാരും സ്ത്രീകളും ഇണചേർന്നത് എന്തിനുവേണ്ടിയാണെന്നാണ് നിങ്ങൾ ചിന്തിക്കുന്നത്? അവരുടെ പിൻഭാഗം ഉലയുന്നതിനും നാഭി പ്രദേശം ഇളക്കാനും വേണ്ടിയാണെന്നാണോ? അല്ല! ഒരു മിശിഹായെ സൃഷ്ടിക്കാൻ ആയിരക്കണക്കിനുള്ള ചുംബനങ്ങളുടെ ആവശ്യം ഉണ്ടായിരുന്നു!"

മഠാധിപതി അദ്ദേഹത്തിന്റെ അംശവടികൊണ്ട് ഇരിപ്പിടത്തിൽ ആഞ്ഞടിച്ചു. "സന്ന്യാസിമാർക്ക് ശ്രദ്ധവേണം! അവൻ ഉച്ചസമയത്ത് വരാം. അവൻ അർദ്ധരാത്രിയിൽ വരാം. നിങ്ങൾ എപ്പോഴും കുളിച്ച് വിശന്ന് ജാഗരൂഗരായിരിക്കണം. അവൻ നിങ്ങളെ വൃത്തിഹീനരായോ സംതൃപ്തരായോ കാണുകയാണെങ്കിൽ ആപത്താണ്. ഉറങ്ങുന്നതായി കണ്ടാലും ക്ലേശിക്കേണ്ടിവരും!"

സന്ന്യാസിമാർ പരസ്പരം അടുത്തടുത്തേക്ക് നീങ്ങിനിന്നു. മഠാധിപതിയെ കാണാൻ വേണ്ടി തല ഉയർത്തിനോക്കാൻ അവർ ധൈര്യപ്പെട്ടില്ല. അയാളുടെ ശിരസ്സിൽനിന്നും വന്യമായ ഒരു ജ്വാല പുറത്തുവന്ന് അവരെ ആക്രമിക്കുന്നതായി അവർക്ക് തോന്നി.

ഇരിപ്പിടത്തിൽനിന്നും താഴെ ഇറങ്ങിയ മൃതപ്രായനായ മനുഷ്യൻ ഭയന്നുപോയ പിതാക്കന്മാരുടെ സംഘത്തിനടുത്തേക്ക് ഉറച്ച കാൽവെപ്പുകളോടെ മുന്നോട്ടുവന്നു. അയാൾ അംശവടി ഉയർത്തി അവരെ ഒന്നൊന്നായി തൊട്ടു.

"സന്ന്യാസിമാർക്ക് ശ്രദ്ധവേണം." അയാൾ വിളിച്ചു പറഞ്ഞു. "ഈ താല്പര്യത്തിന് നിമിഷനേരത്തേക്ക് പോലും ഭംഗം വരുകയാണെങ്കിൽ ചിറകുകൾ വീണ്ടും ചങ്ങലകളായിമാറും. ജാഗ്രതയോടെ പോരാടണം. നിങ്ങളുടെ ആത്മാവിലെ പന്തം പകലും രാത്രിയും എരിഞ്ഞുകൊണ്ടിരിക്കണം. ചിറകുകൾ ശക്തിപ്പെടുത്തണം! ഞാൻ പോകുകയാണ്– എനിക്ക് ദൈവത്തിനോട് സംസാരിക്കാൻ തിടുക്കമുണ്ട്. ഞാൻ പോകുകയാണ്. ഇതാണ് എന്റെ അവസാനവാക്കുകൾ. കണ്ടെത്തുക! ചിറകുകൾ ശക്തിപ്പെടുത്തുക!"

പെട്ടെന്ന് അയാൾ ശ്വസിക്കാതായി. അംശവടി അയാളുടെ കൈയിൽനിന്നും താഴെ വീണു. വൃദ്ധൻ ശബ്ദം ഉണ്ടാക്കാതെ ശാന്തമായി നിലത്തു മുട്ടുകുത്തി വീണ് നിശ്ശബ്ദമായി ഉരുണ്ടു. നവാഗതൻ നിലവിളിച്ചുകൊണ്ട് അയാളുടെ മേലധികാരിയെ സഹായിക്കാൻ വേണ്ടി ഓടി അടുത്തു. സന്ന്യാസിമാർ ഭിത്തിയിൽ നിന്ന് മുന്നോട്ട് വന്ന് മഠാധിപതിയെ കുനിഞ്ഞുനിന്ന് മലർത്തിക്കിടത്തിയതിനുശേഷം ഏഴ് ശിഖരങ്ങളുള്ള മെഴുകുതിരിക്കാൽ താഴെ ഇറക്കി അയാളുടെ വിളറിയ നിശ്ചലമായ മുഖത്തിന്റെ തൊട്ടടുത്ത് സ്ഥാപിച്ചു. അയാളുടെ താടി തിളങ്ങി. വൃദ്ധന്റെ ശരീരം മൂടിയിരുന്ന പരുക്കൻ വേഷം പുറത്തുകാണിച്ചുകൊണ്ട് അയാളുടെ വെളുത്ത വേഷം തുറന്നുപോയിരുന്നു.

ഹബാക്കുക്ക് പിതാവ് കൈകൾ മഠാധിപതിയുടെ തലയിൽവച്ചു.

"അദ്ദേഹം കാലം ചെയ്തു."

"അദ്ദേഹത്തിന്റെ വിമോചനം വന്നു." മറ്റാരോ പറഞ്ഞു.

"രണ്ടു സുഹൃത്തുക്കൾ വേർപിരിഞ്ഞ് അവരവരുടെ വീടുകളിലേക്ക് പോയിരിക്കുന്നു." മൂന്നാമതൊരാൾ രഹസ്യം പറഞ്ഞു. "മാംസം മണ്ണിലേക്കും ആത്മാവ് ദൈവത്തിലേക്കും പോയിരിക്കുന്നു."

അവർ അദ്ദേഹത്തെ കുളിപ്പിക്കാൻ വേണ്ടി ചൂടുവെള്ളം ഉണ്ടാക്കാൻ പറഞ്ഞതിനുശേഷം സംസാരിച്ചു കൊണ്ടുനില്ക്കുമ്പോൾ മഠാധിപതി കണ്ണുതുറന്നു. സന്ന്യാസിമാർ ഭയത്തോടെ പിന്നോട്ടുമാറിക്കൊണ്ട് അയാളെ നോക്കി. അയാളുടെ മുഖത്ത് തേജസ്സ് ഉണ്ടായിരുന്നു. നീണ്ട വിരലുകൾ ഉള്ള അയാളുടെ മെലിഞ്ഞ കൈകൾ ചലിച്ചു. അയാളുടെ കണ്ണുകൾ നിർവൃതിയോടെ അന്തരീക്ഷത്തിൽ ഉറച്ചുനിന്നു.

ഹബാക്കുക്ക് പിതാവ് മുട്ടിൽ ഇരുന്ന് വീണ്ടും മഠാധിപതിയുടെ നെഞ്ചത്ത് കൈ വച്ചു.

"മിടിക്കുന്നുണ്ട്." അയാൾ പറഞ്ഞു. "അദ്ദേഹം മരിച്ചിട്ടില്ല."

അയാൾ വൃദ്ധന്റെ പാദങ്ങളിൽ ചുംബിച്ചുകൊണ്ട് നമസ്കരിച്ചു കിടന്ന നവാഗതനോടു പറഞ്ഞു.

"ജോൺ എഴുന്നേറ്റ് ഏറ്റവും വേഗതയുള്ള ഒട്ടകത്തിന്റെ പുറത്ത് നസറേത്തിലേക്ക് ഓടിച്ചെന്ന് ആചാര്യനായ ശിമയോനെ വിളിച്ചു കൊണ്ടു വരണം. വൃദ്ധൻ അദ്ദേഹത്തെ സുഖപ്പെടുത്തും. പെട്ടെന്ന് പോകൂ. നേരം വെളുക്കാറായി!"

പകൽ തുടങ്ങുകയായിരുന്നു. മേഘങ്ങൾ ചിതറിപ്പോയിരുന്നു. സംതൃപ്തിയോടെ കുളികഴിഞ്ഞെത്തിയ തിളങ്ങുന്ന ഭൂമി ആകാശത്തെ നന്ദിയോടെ നോക്കി. രണ്ടു പരുന്തുകൾ ചിറകുകൾ ഉണങ്ങാൻ വേണ്ടി ആകാശത്തേക്ക് പറന്നുയർന്ന് സന്ന്യാസിമഠത്തിനു മുകളിൽ വട്ടമിട്ട് പറന്നു.

നവാഗതൻ കണ്ണുനീർ തുടച്ചുകൊണ്ട് ലായത്തിലേക്ക് പോയി. അയാൾ ഏറ്റവും വേഗതയുള്ള ഒട്ടകത്തിനെ തെരഞ്ഞെടുത്തു. നെറ്റിയിൽ വെളുത്ത നക്ഷത്രമുള്ള പ്രായംകുറഞ്ഞ ഒരു മെലിഞ്ഞ ഒട്ടകം. അയാൾ അവളെ മുട്ടുകുത്തിച്ചു. അതിനുശേഷം പുറത്തുകയറിക്കൊണ്ട് തൊണ്ട

യിൽ തങ്ങിനില്ക്കുന്ന ശബ്ദം മാറ്റിയുള്ള ഒരു നിലവിളി പുറപ്പെടുവിച്ചു. ഒട്ടകം സ്വയം ഇളകിക്കൊണ്ട് എഴുന്നേറ്റ് നിന്നു. അതിനുശേഷം നീണ്ട ചുവടുകൾ വച്ച് നസറേത്തിലേക്ക് ഓടാൻ തുടങ്ങി.

ഗാനേസറത്തിലെ തടാകത്തിനു മുകളിൽ പ്രഭാതം തിളങ്ങി. വെള്ളം ആദ്യകിരണങ്ങളേറ്റ് തിളങ്ങി. രാത്രിയിൽ ഒഴുകിയിറങ്ങിയ മഴവെള്ളം കൊണ്ട് തടാകക്കരയിലെ വെള്ളം കലങ്ങിയിരുന്നു. കൂടുതൽ ഉള്ളിലേക്ക് പോകുമ്പോൾ വെള്ളത്തിന് നീലനിറം കലർന്ന പച്ചനിറം ആയിരുന്നു. കുറേക്കൂടി ഉള്ളിലേക്ക് മാറി അത് പാലുപോലെ വെളുത്തിരുന്നു. കപ്പൽ പായകൾ ഉണങ്ങാൻ വേണ്ടി നിവർത്തിയിട്ടിരിക്കുകയായിരുന്നു. ചില ബോട്ടുകൾ വെള്ളത്തിൽ ഇറങ്ങിക്കഴിഞ്ഞിരുന്നു. മീൻപിടിത്തം തുടങ്ങിക്കഴിഞ്ഞിരിക്കുന്നു. ഇളം ചുവപ്പുനിറമുള്ള കുളക്കോഴികൾ ഇളകുന്ന വെള്ളത്തിനുമുകളിൽ സന്തോഷത്തോടെ ചേക്കേറി കുത്തിയിരുന്നു. കറുത്ത നീർക്കാക്കകൾ ഏതെങ്കിലും മത്സ്യം വെള്ളത്തിന്റെ പതയുടെ മുകളിലേക്ക് തുള്ളിക്കളിക്കാൻ വേണ്ടി ഉയർന്നു വരുന്നുണ്ടോ എന്ന ശ്രദ്ധയോടെ കറുത്തകണ്ണുകൾ തടാകത്തിനു മുകളിൽ ഉറപ്പിച്ചുകൊണ്ട് പാറകളുടെ മുകളിൽ കഴുത്തുനീട്ടി നിന്നു. തീരത്തിനു തൊട്ടടുത്ത് കാപ്പർനാം പട്ടണം ഉണരുകയായിരുന്നു: പൂവൻ കോഴികൾ തൂവലുകളിലെ വെള്ളം കുടഞ്ഞു കളഞ്ഞു. കഴുതകൾ കരഞ്ഞു. പശുക്കുട്ടികൾ ജാഗ്രതയോടെ നിലവിളിച്ചു... പരസ്പരം യോജിക്കാത്ത ഈ ശബ്ദങ്ങൾക്കൊപ്പം കൂടിക്കലരുന്ന മനുഷ്യജീവികളുടെ അർത്ഥമുള്ള സംസാരം അന്തരീക്ഷത്തിൽ സുരക്ഷിതത്വവും സന്തോഷവും കൂട്ടിച്ചേർത്തു.

ആളൊഴിഞ്ഞ ആഴിമുഖത്ത് പത്തോളം മീൻപിടിത്തക്കാർ നൈപുണ്യത്തോടെ അവരുടെ വലിയ കാലുകൾ ചരൽക്കല്ലുകളിൽ ഉറപ്പിച്ച് സാവധാനം വല വലിച്ചുകയറ്റുന്നതിനിടയിൽ പാടുന്നുണ്ടായിരുന്നു. അവരേക്കാൾ ഏഴിരട്ടി കൗശലക്കാരനും വായാടിയും ആയ അവരുടെ മേധാവി കിഴവൻ സബിദീ ഏറ്റവും പിന്നിൽ ഉണ്ടായിരുന്നു. അയാൾ അവരെ എല്ലാവരേയും സ്വന്തം മക്കളെപ്പോലെ സ്നേഹിക്കുന്നതായി ഭാവിച്ച് അവരോട് അനുകമ്പ കാണിച്ചു പക്ഷേ, അയാൾ അവരെ ഒരുനിമിഷം പോലും വിശ്രമിക്കാൻ അനുവദിച്ചില്ല. അവർക്ക് ദിവസവും ശമ്പളം കൊടുത്തു. അതോടൊപ്പം അത്യാർത്തിയുള്ള പഴകിയ താടിയെല്ലുകൾ ഒരു നിമിഷംപോലും അവർ വിശ്രമിക്കുന്നില്ലെന്ന് ഉറപ്പുവരുത്തി.

കൂട്ടമണി മുഴങ്ങി. ഒരു പറ്റം ആടുകൾ തടാകക്കരയിലേക്ക് കുതിച്ചെത്തി. പട്ടികൾ കുരച്ചു. ആരോ ചൂളമടിച്ചു... മീൻപിടിത്തക്കാർ തിരിഞ്ഞു നോക്കി. പക്ഷേ, കിഴവൻ സബിദീ മുന്നോട്ടു കുതിച്ചു.

“അത് ഫിലിപ്പും അവന്റെ കൂട്ടാളികളും ആണ്” അയാൾ അസ്വസ്ഥയോടെ പറഞ്ഞു. “നമുക്ക് ജോലിയിലേക്ക് തിരിച്ചുപോകാം!”

അയാൾ വടത്തിൽ കയറി പിടിച്ച് സഹായിക്കുന്നതായി അഭിനയിച്ചു.

മീൻപിടിത്തക്കാർ ഗ്രാമത്തിൽ നിന്ന് വലയും ചുമന്നുകൊണ്ട് തുടർച്ചയായി പ്രത്യക്ഷപ്പെട്ടു. ആ ദിവസത്തെ സാധനങ്ങൾ തലയിൽ ചുമന്നു

കൊണ്ട് അവരുടെ ഭാര്യമാർ അവരെ പിൻതുടർന്നു. വെയിലുകൊണ്ട് കരുവാളിച്ച ആൺകുട്ടികൾ തുഴയെടുത്ത് തുഴയാൻ വേണ്ടി സമയം നഷ്ട പ്പെടുത്തിയില്ല. അവർ രണ്ടുമൂന്നു തുഴ തുഴഞ്ഞതിനുശേഷം കൈയിൽ ഉണ്ടായിരുന്ന അപ്പക്കഷണങ്ങൾ കടിച്ചു. ഫിലിപ്പ് അയാളെ കാണാൻ കഴിയുന്ന ഒരു പാറയുടെ മുകളിൽ കയറി നിന്ന് ചൂളമടിച്ചു. അയാൾ സംസാരിക്കാൻ ആഗ്രഹിച്ചു. പക്ഷേ, കിഴവൻ സബിദീ നെറ്റിചുളിച്ചു. അയാൾ ചുണ്ടിനുമുകളിൽ കൈപ്പത്തികൾ വളച്ചു വെച്ചുകൊണ്ട് വിളിച്ചു കൂവി.

"ഫിലിപ്പ്, ഞങ്ങളെ ഒഴിവാക്ക്. ഞങ്ങൾക്ക് ജോലി ചെയ്യാനുണ്ട്. മറ്റ് എങ്ങോട്ടെങ്കിലും പോകൂ!" അയാൾ ഫിലിപ്പിനെ കരുതിക്കൂട്ടി അവഗ ണിച്ചു.

"അവൻ പോയി യോനായോട് സംസാരിക്കട്ടെ! അയൾ അവിടെനിന്ന് വല എറിയുന്നുണ്ട്." സബീദി മുറുമുറുത്തു. "കുട്ടികളേ, നമുക്ക് ചെയ്യാൻ ജോലി ഉണ്ട്." അയാൾ ഒരിക്കൽക്കൂടി വടത്തിൽ കെട്ടുള്ള ഭാഗത്തു പിടിച്ച് വലിക്കാൻ തുടങ്ങി.

മീൻപിടിത്തക്കാർ അവരുടെ മാറ്റം ഇല്ലാത്ത ജോലിയുടെ ഈരടി കൾ ആവർത്തിച്ചു. അവരുടെ എല്ലാം കണ്ണുകൾ അടുത്തടുത്തു വരുന്ന പൊങ്ങുകളിലും, ചുവന്ന ചുരയ്ക്കാത്തോടുകളിലും തങ്ങി നിന്നു.

പക്ഷേ, അവർ മീൻ നിറഞ്ഞവല കരയ്ക്ക് വലിച്ചുകയറ്റാറായപ്പോൾ ദൂരെ നിന്നും ഒരുകരച്ചിലിന്റെ ശബ്ദം എല്ലായിടത്തും പരക്കുന്നതു കേട്ടു. അതിന്റെ കൂടെ ചരമഗീതംപോലെയുള്ള ഒരു തുളച്ചിറങ്ങുന്ന നിലവി ളിയും ഉണ്ടായിരുന്നു. കിഴവൻ സബിദീ അയാളുടെ രോമം നിറഞ്ഞ വലിയ ചെവി വ്യക്തമായി കേൾക്കാൻ വേണ്ടി കൂർപ്പിച്ചു പിടിച്ചു. അയാളുടെ ആളുകൾ ഈ അവസരം ജോലി നിർത്താൻ വേണ്ടി വിനിയോഗിച്ചു.

"എന്തു പറ്റി കുട്ടികളേ?" സബിദീ ചോദിച്ചു.

"അത് ചരമഗീതമാണ്. പെണ്ണുങ്ങൾ കരയുകയാണ്."

"ഏതോ വലിയ മനുഷ്യൻ മരിച്ചു." ഒരു പ്രായം ചെന്ന മീൻ പിടി ത്തക്കാരൻ അയാളോട് മറുപടി പറഞ്ഞു. "യജമാനന് ദൈവം ആയുസ്സ് നീട്ടിത്തരട്ടെ!"

പക്ഷേ, കിഴവൻ സബിദീ ഒരു പാറയുടെ പുറത്തു കയറിക്കഴിഞ്ഞി രുന്നു. അയാളുടെ അത്യാർത്തിയുള്ള കണ്ണുകൾ മനുഷ്യർ പാടങ്ങളിലൂടെ ഓടുന്നതും വീഴുന്നതും വീണ്ടും എഴുന്നേറ്റ് ഓടുന്നതും കാണാൻ കഴി ഞ്ഞിരുന്ന സ്ഥലങ്ങളിൽ മുഴുവൻ പരതി നടന്നു. അവർ ചരമഗീതങ്ങൾ ഉരുവിടുന്നുണ്ടായിരുന്നു. ഗ്രാമം മുഴുവൻ തലകീഴായി മറിഞ്ഞു. സ്ത്രീകൾ അവരുടെ തലമുടി വലിച്ചുപറിച്ചു. പക്ഷേ, അവർക്കു പിന്നിൽ പുരുഷ ന്മാർ തല കുനിച്ചുപിടിച്ച് നിശ്ശബ്ദരായി നടന്നു.

"എന്തുപറ്റി?" സബീദി അവരോട് വിളിച്ചു ചോദിച്ചു. "നിങ്ങൾ എവിടെ പോകുന്നു? സ്ത്രീകൾ എന്തിനാണ് കരയുന്നത്?"

പക്ഷേ, അവർ മെതിക്കുന്ന തറകൾ ലക്ഷ്യമാക്കി തിരക്കിട്ടു നടന്നു.

അവർ മറുപടി പറഞ്ഞില്ല.

ഒരു പൊക്കം കുറഞ്ഞ കുറ്റിയാൻ പുകയൂതിക്കൊണ്ട് നടത്തം നിർത്തി.

“ഗോതമ്പ്!” അയാൾ മറുപടി പറഞ്ഞു.

“ചോദിച്ചതിന്റെ മറുപടി പറയൂ. ഞാൻ സബിദീ ആണ്. ആളുകൾ എന്നോട് തമാശ പറയാറില്ല. ആരാണ് മരിച്ചത്!”

എല്ലാ ദിശകളിലും നിന്ന് വന്ന കരച്ചിൽ അയാൾക്ക് മറുപടി കൊടുത്തു.”

“ഗോതമ്പും ബാർലിയും ഒഴുകിപ്പോയി. അപ്പത്തിന് എന്തുചെയ്യും?”

കിഴവൻ സബിദീ വാ പൊളിച്ചു നിന്നു. പക്ഷേ, അയാൾ പെട്ടെന്ന് തലയുടെ പിൻഭാഗത്ത് അടിച്ചു– അയാൾക്ക് കാര്യം മനസ്സിലായി. “ഇത് വെള്ളപ്പൊക്കമാണ്.” അയാൾ പിറുപിറുത്തു. “ബഹളം മെതിക്കുന്ന തറ കളിൽ കിടന്ന ധാന്യം മുഴുവൻ ഒഴുകിപ്പോയതിനാണ്. പാവങ്ങൾ പരാതി പറയട്ടെ. ഇത് എന്നെ ബാധിക്കുന്ന കാര്യം അല്ല.”

പ്രദേശം മുഴുവൻ നിലവിളികളിൽ മുങ്ങി. ഗ്രാമത്തിലെ ഓരോ മനു ഷ്യനും പുറത്തു വന്നിരുന്നു. സ്ത്രീകൾ മെതിക്കുന്ന തറകളിൽ കിടന്ന് ഉരുണ്ടു. അവർ ചാലുകളിലും കുഴികളിലും അടിഞ്ഞുകിടന്ന ബാർലി വാരി എടുക്കാൻ വേണ്ടി തിടുക്കം കൂട്ടി. സബീദിയുടെ ജോലിക്കാരുടെ കൈകൾ ഉപയോഗമില്ലാതെ അവരുടെ വശങ്ങളിൽ ഞാന്നു കിടന്നു. അവർക്ക് വല വലിക്കാനുള്ള ശക്തി ഇല്ലായിരുന്നു. അവർ ജോലി ചെയ്യാതെ പാടത്തേക്ക് നോക്കിനില്ക്കുന്നതുകണ്ടപ്പോൾ സബീദിക്ക് ദേഷ്യം വന്നു.

“ജോലി ചെയ്യണം!” പാറപ്പുറത്തുനിന്ന് താഴെ ഇറങ്ങിക്കൊണ്ട് അയാൾ പറഞ്ഞു. “പൊങ്ങട്ടെ!” അയാൾ വീണ്ടും വടം എടുത്തു വലി ക്കുന്നതായി ഭാവിച്ചു. “നമ്മൾ മീൻപിടിത്തക്കാരാണ്. കർഷകർ അല്ല. ദൈവത്തിനു സ്തുതി! വെള്ളപ്പൊക്കം വരട്ടെ! മീനുകൾ എല്ലാം വിദ ഗ്ദ്ധരായ നീന്തൽക്കാരാണ്. ഒന്നും മുങ്ങിച്ചാകില്ല. രണ്ടും രണ്ടും നാലാണ്!”

ഫിലിപ്പ് അയാളുടെ ആട്ടിൻകൂട്ടത്തെ ഉപേക്ഷിച്ച് പാറകളുടെ മുക ളിലൂടെ ചാടിച്ചാടി വന്നു. അയാൾ സംസാരിക്കാൻ ആഗ്രഹിച്ചു.

“കുട്ടികളേ, ഒരു പുതിയ പ്രളയം!” അവരുടെ മുമ്പിൽ പ്രത്യക്ഷപ്പെ ട്ടുകൊണ്ട് ഫിലിപ്പ് വിളിച്ചുകൂവി.” ദൈവത്തെ വിചാരിച്ച് ഇതൊന്ന് അവ സാനിപ്പിക്കൂ. നമുക്ക് സംസാരിക്കാം. ഇത് ലോകാവസാനമാണ്! ആപ ത്തുകളുടെ എണ്ണം കൂട്ടി നോക്കൂ. നമ്മുടെ വലിയ പ്രതീക്ഷയായിരുന്ന വനെ അവർ മിനിഞ്ഞാന്ന് കുരിശിലേറ്റി. ഇന്നലെ ദൈവം സ്വർഗ്ഗത്തിലെ വെള്ളപ്പൊക്കത്തിന്റെ വാതിലുകൾ മെതിക്കുന്ന തറകൾ നിറഞ്ഞുകിട ക്കുന്ന സമയത്തുതന്നെ വെള്ളപ്പൊക്കം വന്നു- അതോടെ നമ്മുടെ അപ്പം എല്ലാം ഒഴുകിപ്പോയി. എന്റെ ഒരു പെണ്ണാട് ഇരട്ടത്തലയുള്ള ആട്ടിൻകു ട്ടിയെ പ്രസവിച്ചിട്ട് ഒരുപാട് കാലം കഴിഞ്ഞിട്ടില്ല.... ഞാൻ നിങ്ങളോട്

പറയുന്നു. ഇത് ലോകാവസാനമാണ്! കാരണം ദൈവത്തിന്റെ സ്നേഹം പ്രവർത്തിക്കുന്നില്ല. നമുക്ക് സംസാരിക്കാം."

പക്ഷേ, കിഴവൻ സബീദിക്ക് തീപിടിച്ചു. "ഞങ്ങളെ ഇവിടെ തനിച്ചാക്കിയിട്ട് നിനക്ക് ഇവിടെ നിന്ന് മറ്റ് എവിടേക്കെങ്കിലും മാറി പോകരുതോ?" അയാൾ ദേഷ്യപ്പെട്ട് ചോദിച്ചു. രക്തം അയാളുടെ തലയിലേക്ക് ഇരച്ചുകയറി. "ഫിലിപ്പ്, ഞങ്ങൾക്ക് ഇവിടെ ജോലിയുണ്ടെന്ന് നിനക്ക് കണ്ടുകൂടേ? ഞങ്ങൾ മീൻപിടിത്തക്കാരാണ്. നീ ഇടയനാണ് അതുകൊണ്ട് കർഷകർ പരാതിപറയട്ടെ– നമ്മൾ അത് എന്തിനാണ് ശ്രദ്ധിക്കുന്നത്?– നിങ്ങൾ നിങ്ങളുടെ ജോലി ചെയ്താൽ മതി."

"സബീദി, വിശന്നു മരിക്കാൻ പോകുന്ന കൃഷിക്കാരെപ്പറ്റി നിങ്ങൾക്ക് അനുകമ്പ ഇല്ലേ?" ഇടയൻ എതിർത്തു. "അവരും ഇസ്രയേലിലെ മനുഷ്യരാണ്. നമ്മുടെ സഹോദരന്മാരാണെന്ന് നിങ്ങൾക്ക് അറിയില്ലേ? നമ്മൾ എല്ലാവരും ഒരു മരത്തിന്റെ ചില്ലകളാണ്. നമ്മുടെ എല്ലാവരുടെയും വേരുകൾ കർഷകരാണെന്നുള്ള കാര്യം വളരെ വ്യക്തമാണ്.... അവർ ഉണങ്ങിപ്പോയാൽ നമ്മളും ഉണങ്ങിപ്പോകും... ഒരു കാര്യം കൂടി പറയാം. മിശിഹാ വരുന്ന സമയത്തിനുള്ളിൽ നമ്മൾ എല്ലാവരും മരിച്ചുകഴിഞ്ഞാൽ രക്ഷപ്പെടുത്താൻ അദ്ദേഹത്തിന് ആരെങ്കിലും ഇവിടെ അവശേഷിക്കുമോ? നിങ്ങൾക്ക് കഴിയുമെങ്കിൽ എനിക്ക് ഇതിന്റെ മറുപടി തരണം!"

കിഴവൻ സബിദീ നീരസം കാണിച്ചു. അയാൾ ചീറി. നിങ്ങൾ അയാളുടെ മൂക്കിൽ പിച്ചിയിരുന്നെങ്കിൽ നിശ്ചയമായും അയാൾ പൊട്ടിത്തെറിക്കുമായിരുന്നു.

"പോകൂ. നിങ്ങളുടെ ആടുകളുടെ അടുത്തേക്ക് തിരിച്ചുപോകൂ. ഞാൻ മിശിഹാമാരെക്കുറിച്ച് കേട്ടുകേട്ട് തളർന്നു. ഒരാൾവരും, അയാളെ കുരിശിലേറ്റും. അടുത്തയാൾ വരും. അയാളും കുരിശിലേറ്റപ്പെടും. ആൻഡ്രൂ അവന്റെ അച്ഛൻ യോനായ്ക്ക് കൊണ്ടുവന്ന സന്ദേശത്തെപ്പറ്റി കേട്ടിട്ടില്ലേ: എവിടെപ്പോയാലും എങ്ങോട്ടുപോയാലും നിങ്ങൾ ഒരു കുരിശുകാണും. നിലവറകൾ എല്ലാം മിശിഹാമാരെക്കൊണ്ട് നിറഞ്ഞു... ഹോ, മതിമതി! നമ്മൾ മിശിഹാമാർ ഇല്ലാതെതന്നെ വലിയ കുഴപ്പം ഒന്നും ഇല്ലാതെ കഴിഞ്ഞുകൂടുകയായിരുന്നു– അവർ കഴുത്തിലെ വേദനയല്ലാതെ മറ്റൊന്നുമല്ല. എനിക്ക് കുറച്ച് പാൽക്കട്ടി കൊണ്ടുത്തരണം. ഞാൻ നിനക്ക് പാത്രം നിറയെ മീൻതരാം. നീ എനിക്ക് തരുന്നു. ഞാൻ നിനക്ക് തരുന്നു: അതാണ് മിശിഹാ!"

അയാൾ പൊട്ടിച്ചിരിച്ചുകൊണ്ട് സ്വന്തം ദത്തുപുത്രന്മാരുടെ നേർക്ക് തിരിഞ്ഞു.

"ധീരന്മാരായ കുട്ടികളേ, ഉന്മേഷത്തോടെ ജോലി ചെയ്യൂ. അതുകൊണ്ട് നമുക്ക് പാത്രം അടുപ്പിൽ വെച്ച് ഭക്ഷണം കഴിക്കാൻ പറ്റും. നോക്കൂ, സൂര്യൻ മൂന്നടി പൊങ്ങിക്കഴിഞ്ഞു. നമ്മൾ ഒന്നും ചെയ്തിട്ടില്ല."

ഫിലിപ്പ് അയാളുടെ ആട്ടിൻപറ്റങ്ങളുടെ അടുത്തേക്ക് തിരിച്ചുപോകാൻ കാൽ ഉയർത്തിയതും അയാൾ നിന്നു. തടാകക്കരയെ പുണരുന്ന

ഇടവഴിയിൽ ചെവിയുടെ മുകളിൽവരെ സാധനങ്ങളും കയറ്റി ഭാരം കൊണ്ട് മരിക്കാറായ ഒരു കഴുത പ്രത്യക്ഷപ്പെട്ടു. അതിന്റെ പിന്നിൽ നഗ്ന പാദനായ ഒരു ആജാനുബാഹു ഉണ്ടായിരുന്നു- അയാൾക്ക് ചുവന്ന താടി ഉണ്ടായിരുന്നു. അയാൾ കൈയിൽ ശിഖരങ്ങൾ ഉള്ള കമ്പ് പിടിച്ചിരുന്നു. അതുകൊണ്ട് അയാൾ കഴുതയെ കുത്തി: അയാൾ തിടുക്കത്തിലായിരുന്നു.

"നോക്കൂ! ആ കിഴവൻ പിശാച് യൂദാസ് ഇസ്കാരിയോട്ട് ആണെന്നാണ് ഞാൻ വിചാരിക്കുന്നത്." ഇടയൻ പറഞ്ഞു. "അയാൾ കോവർ കഴുതകൾക്ക് ലാടം തറയ്ക്കാനും പിക് ആക്സുകൾ ഉണ്ടാക്കാനും വേണ്ടിയുള്ള യാത്ര വീണ്ടും തുടങ്ങിക്കഴിഞ്ഞിരിക്കുന്നു. അയാൾക്ക് എന്താണ് പറയാനുള്ളതെന്ന് നമുക്ക് നോക്കാം."

"അവന് വിഷപ്പനി പിടിക്കട്ടെ!" സബീദി മുറുമുറുത്തു. "എനിക്ക് അവന്റെ തലമുടി ഇഷ്ടമല്ല. അവന്റെ പൂർവ്വികൻ കെയിനിനും ഇതുപോലെ ഒരുതാടി ഉണ്ടായിരുന്നെന്ന് ഞാൻ കേട്ടിട്ടുണ്ട്."

"ഭാഗ്യദോഷിയായ അവൻ ജനിച്ചത് ഇദുമിയായിലെ മരുഭൂമിയിലായിരുന്നു." ഫിലിപ്പ് പറഞ്ഞു. "അവിടെ ഇപ്പോഴും സിംഹങ്ങൾ കറങ്ങി നടക്കാറുണ്ട്. അതുകൊണ്ട് അവനോട് തർക്കിക്കാൻ പോകാതിരിക്കുന്നതാണ് നല്ലത്." അയാൾ രണ്ടു വിരലുകൾ വായിൽ തിരുകി കോവർ കഴുതയുടെ ഉടമസ്ഥനെ ചൂളമടിച്ചു വിളിച്ചു.

"യൂദാസ്" അയാൾ വിളിച്ചുകൂവി. "നിങ്ങളെക്കണ്ടതിൽ സന്തോഷം ഉണ്ട്. ഇതുവഴി വരൂ. ഞങ്ങൾ നിങ്ങളെ ഒന്ന് ശരിക്ക് കാണട്ടെ."

ചുവന്ന താടിക്കാരൻ ശപിച്ചുകൊണ്ട് തുപ്പി. അയാൾക്ക് ആ ഇടയനെ ഇഷ്ടമല്ലായിരുന്നു. പരാന്നഭോജിയായ സബീദിയെ ഇഷ്ടമല്ലായിരുന്നു— സബീദിയെ ഒട്ടും തന്നെ ഇഷ്ടമല്ലായിരുന്നു. പക്ഷേ, അയാൾ ഒരു കൊല്ലനായിരുന്നു. ആവശ്യക്കാരനായ ഒരു മനുഷ്യൻ. അയാൾ അടുത്തേക്ക് വന്നു.

"നിങ്ങളുടെ യാത്രയിൽ കണ്ട ഗ്രാമങ്ങളിൽ നിന്ന് എന്തു വാർത്തയാണ് ഞങ്ങൾക്ക് കൊണ്ടുവന്നിരിക്കുന്നത്?" ഫിലിപ്പ് ചോദിച്ചു. "പ്രദേശത്ത് എന്താണ് സംഭവിച്ചുകൊണ്ടിരിക്കുന്നത്?"

ചുവന്നതാടിക്കാരൻ കോവർ കഴുതയുടെ വാലിൽ പിടിച്ചുവലിച്ച് അതിന്റെ നടത്തം നിർത്തി.

"എല്ലാ കാര്യങ്ങളും നന്നായി പോകുന്നു." അയാൾ ഒരു വരണ്ട ചിരിയോടെ മറുപടി പറഞ്ഞു. "ദൈവത്തിന് അനുകമ്പ കൂടുതലാണ്. അദ്ദേഹത്തിന് അനുഗ്രഹം ഉണ്ടാകട്ടെ! അതെ. അദ്ദേഹം അദ്ദേഹത്തിന്റെ ആളുകളെ സ്നേഹിക്കുന്നു. നസറേത്തിൽ അദ്ദേഹം പ്രവാചകന്മാരെ കുരിശിലേറ്റുന്നു. ഇവിടെ ഈ സമതല ഭൂമിയിൽ അദ്ദേഹം പ്രളയത്തെ പറഞ്ഞു വിട്ട് അദ്ദേഹത്തിന്റെ ആളുകളുടെ അപ്പം തട്ടിയെടുക്കുന്നു. നിലവിളികൾ നിങ്ങൾക്ക് കേൾക്കാൻ കഴിയുന്നില്ലേ? പെണ്ണുങ്ങൾ ഗോതമ്പിനു വേണ്ടി മുറവിളി കൂട്ടിക്കൊണ്ടിരിക്കുന്നു. ഗോതമ്പ് അവരുടെ സ്വന്തം മക്കളാണെന്നു തോന്നും."

"ദൈവം ചെയ്യുന്നതെല്ലാം ശരിയാണ്." സബിദീ അസ്വസ്ഥതയോടെ എതിർപ്പ് പ്രകടിപ്പിച്ചു. കാരണം ഈ സംസാരം അയാളുടെ ജോലിയുടെ വേഗത കുറച്ചു. "അദ്ദേഹം എന്തു ചെയ്താലും. എനിക്ക് അദ്ദേഹത്തിൽ പൂർണ്ണ വിശ്വാസം ഉണ്ട്. എല്ലാവരും വെള്ളത്തിൽ മുങ്ങിമരിച്ചിട്ട് ഞാൻ മാത്രം രക്ഷപ്പെടുകയാണെങ്കിൽ ദൈവമാണ് എന്നെ സംരക്ഷിക്കുന്നത്. എല്ലാവരും രക്ഷപ്പെട്ടിട്ട് ഞാൻ മാത്രം മുങ്ങിമരിക്കുകയാണെങ്കിൽ, ആ സമയത്തും ദൈവം എന്നെ സംരക്ഷിച്ചുകൊണ്ടിരിക്കുന്നു. എനിക്ക് വിശ്വാസം ഉണ്ട്. ഞാൻ നിങ്ങളോട് പറയുന്നു. രണ്ടും രണ്ടും കൂട്ടിയാൽ നാലാണ്."

ഈ വാക്കുകൾ കേട്ടപ്പോൾ ചുവന്ന താടിക്കാരൻ താൻ അന്നന്നത്തെ ഭക്ഷണത്തിന് ജോലി ചെയ്തിരുന്ന ഒരു ദിവസജോലിക്കാരൻ ആയിരുന്നെന്ന് അയാൾ മറന്നുപോയി. ഈ മുഷ്യരെ എല്ലാം അയാളുടെ ഉപജീവനത്തിനുവേണ്ടി ആശ്രയിച്ചിരുന്ന കാര്യവും അയാൾ മറന്നുപോയി. അയാളുടെ ദുഷിച്ച മനോഭാവത്തിന്റെ പൊള്ളലേറ്റ് അയാൾ കടിഞ്ഞാണില്ലാതെ സംസാരിച്ചു.

"സബിദീ, നിങ്ങൾക്ക് പൂർണ്ണവിശ്വാസം ഉള്ളതിന്റെ ഏകകാരണം സർവ്വശക്തൻ നിങ്ങൾക്കും നിങ്ങളുടെ കാര്യങ്ങൾക്കും മനോഹരവും മൃദുലവും ആയ ഒരു കിടക്ക വിരിച്ചുതന്നിരിക്കുന്നതുകൊണ്ടാണ്. നിങ്ങൾക്ക് അദ്ദേഹത്തിന്റെ ആരാധനയ്ക്ക് വേണ്ടി അഞ്ച് മീൻപിടിക്കുന്ന ബോട്ടുകളും അൻപത് അടിമകളായ മീൻ പിടിത്തക്കാരും ഉണ്ട്. നിങ്ങൾക്കുവേണ്ടി ജോലി ചെയ്യാനുള്ള ആരോഗ്യത്തിനും പട്ടിണികൊണ്ട് മരിക്കാതിരിക്കാനും വേണ്ടിയാണ് നിങ്ങൾ അവരെ തീറ്റിപ്പോറ്റുന്നത്. അതിനുവേണ്ട കൃത്യമായ ഭക്ഷണമാണ് നിങ്ങൾ അവർക്ക് കൊടുക്കുന്നത്. ഈ സമയത്തെല്ലാം അങ്ങ് അങ്ങയുടെ പണപ്പെട്ടികളും കലവറകളും വയറും കുത്തിനിറയ്ക്കുന്നു. അതിനുശേഷം നിങ്ങൾ സ്വർഗ്ഗത്തിലേക്ക് കൈ ഉയർത്തിക്കൊണ്ട് പറയുന്നു. ദൈവം നീതിമാനാണ്. എനിക്ക് അദ്ദേഹത്തിൽ വിശ്വാസം ഉണ്ട്: അടുത്ത കാലത്തു കുരിശിലേറ്റിയ മതവിശ്വാസിയോട് അയാൾ നമ്മളെ സ്വതന്ത്രരാക്കാൻ എന്തിനാണ് പോരാടിയതെന്ന് നിങ്ങൾക്ക് ചോദിച്ചുകൂടേ? അല്ലെങ്കിൽ കർഷകരുടെ ഒരു വർഷത്തെ ഗോതമ്പ് ഒരു രാത്രികൊണ്ട് പിടിച്ചുപറിച്ചത് എന്തിനാണെന്ന് ചോദിച്ചുകൂടേ?— അവരോട് ചോദിച്ചുകൂടെ? അവർ ഇപ്പോൾ കണ്ണീരോടെ ഓരോരോ ഗോതമ്പുമണികൾ പെറുക്കിയെടുത്തുകൊണ്ട് ചേറിൽ കിടന്ന് ഉരുണ്ടുകൊണ്ടിരിക്കുകയാണ്. അല്ലെങ്കിൽ എന്നോട് ചോദിക്കൂ: ഞാൻ ഗ്രാമങ്ങളിൽ ചുറ്റിത്തിരിഞ്ഞ് ഇസ്രയേലിന്റെ കഷ്ടപ്പാടുകൾ കാണുന്നവനും കേൾക്കുന്നവനും ആണ്. എത്രകാലം ഇതു കാണും? എത്രകാലം? സബിദീ, അത് നിങ്ങൾ എന്നെങ്കിലും സ്വയം ചോദിച്ചിട്ടുണ്ടോ?"

"സത്യം പറഞ്ഞാൽ" വൃദ്ധൻ മറുപടി പറഞ്ഞു. "എനിക്ക് ചുവന്ന മുടിക്കാരിൽ വിശ്വാസം ഇല്ല. നിങ്ങൾ സഹോദരനെ കൊന്ന കെയിനിന്റെ കുലത്തിൽ നിന്നാണ്. സുഹൃത്തേ; ഞാൻ നിങ്ങളെപ്പോലെ ഉള്ളവരോട്

സംസാരിക്കാൻ ആഗ്രഹിക്കുന്നില്ല!"

ഇത് പറഞ്ഞതിനുശേഷം അയാൾ തിരിച്ചുപോകാൻ തുടങ്ങി.

ചുവന്ന താടിക്കാരൻ ശിഖരങ്ങളുള്ള കമ്പുകൊണ്ട് കഴുതയെ ഒരു കുത്തുകുത്തി. കഴുത തല ഉയർത്തി ഓടാൻ തുടങ്ങി.

"കിഴവൻ സബിദീ ഒരിക്കലും പേടിക്കരുത്." യൂദാസ് പിറുപിറുത്തു. "എല്ലാം നേരെയാക്കാൻ മിശിഹാ വരും."

പാറകളുടെ അടുത്ത് എത്തിയപ്പോൾ അയാൾ തിരിഞ്ഞുനിന്നു.

"സബിദീ, നമുക്ക് ഈ കാര്യം ചർച്ച ചെയ്യാൻ ഇനിയും അവസരം വരും" അയാൾ വിളിച്ചുപറഞ്ഞു: "ഒരുദിവസം മിശിഹാവരും. വരില്ലേ? അദ്ദേഹം വരും. അപ്പോൾ അദ്ദേഹം എല്ലാ തെമ്മാടികളെയും അവരവരുടെ സ്ഥാനത്ത് നേരിട്ട് എത്തിക്കും. വിശ്വാസം ഉള്ളത് നിങ്ങൾക്ക് മാത്രം അല്ല. അപ്പോൾ പിന്നെ കാണാം— ന്യായവിധിയുടെ ദിവസത്തിൽ."

"ചുവന്ന മുടിക്കാരാ, നീ പോയി തുലയടാ" സബിദീയുടെ മറുപടി ഇതായിരുന്നു. വലയുടെ ഉത്ഭവസ്ഥാനം അവസാനം കാഴ്ചയിൽ വന്നു. അതു മുഴുവൻ കണമ്പും നവരയും ആയിരുന്നു.

ഫിലിപ്പ് ആരോട് യോജിക്കണമെന്ന് അറിയാതെ അവരുടെ നടുക്ക് നിന്നു. യൂദാസ് പറഞ്ഞത് സത്യമായിരുന്നു. യൂദാസിന് ധൈര്യം ഉണ്ടായിരുന്നു. ഫിലിപ്പിനു പലപ്പോഴും കിഴവന്റെ അത്യാർത്തിയുള്ള താടിയെല്ലുകളിൽ നിന്ന് ഇത്തരം വാക്കുകൾ അനുഭവിക്കാൻ കഴിഞ്ഞിരുന്നു. പക്ഷേ, അയാൾക്ക് ധൈര്യം ഇല്ലായിരുന്നു. നവീകരിക്കാൻ പറ്റാത്ത അയാൾ അധികാരമുള്ള ഒരു ഭൂവുടമസ്ഥൻ ആയിരുന്നു. അയാൾ കരയിലും കടലിലും ശക്തൻ ആയിരുന്നു. ഫിലിപ്പ് ആടുകളെ മേയിച്ചിരുന്ന പുൽത്തകിടികൾ എല്ലാം അയാളുടേതായിരുന്നു. അതുകൊണ്ട് ആട്ടിടയന് എങ്ങനെയാണ് അയാളെ എതിർക്കാൻ പറ്റുന്നത്? അങ്ങനെ ചെയ്യണമെങ്കിൽ ഒരാൾക്ക് ഭ്രാന്തായിരിക്കണം. അല്ലെങ്കിൽ അയാൾ ഒരു ധീരൻ ആയിരിക്കണം. ഫിലിപ്പ് ഇതിൽ എന്തെങ്കിലും ആയിരുന്നില്ല. അയാൾ വെറുതെ ധാരാളം വലിയ കാര്യങ്ങൾ സംസാരിച്ചു. എന്നാൽ അയാൾ ഒരിക്കലും ആവശ്യമില്ലാത്ത ഒന്നിലും ഇടപെടില്ല.

അതുകൊണ്ട് മറ്റുള്ളവർ രണ്ടുപേരും വഴക്കടിച്ചപ്പോൾ അയാൾ നിശ്ശബ്ദനായി നില്ക്കുകയായിരുന്നു. അയാൾ ഇപ്പോഴും ആത്മവിശ്വാസം ഇല്ലാതെ അവിടെത്തന്നെ നില്ക്കുകയായിരുന്നു. മീൻ പിടിത്തക്കാർ വല വലിച്ചുകയറ്റിക്കഴിഞ്ഞിരുന്നു. അയാൾ അവരോടൊപ്പം കുനിഞ്ഞുനിന്ന് കുട്ടകൾ നിറയ്ക്കാൻ സഹായിച്ചു. സബിദീ പോലും അരയറ്റം വെള്ളത്തിൽ ഇറങ്ങിനിന്നുകൊണ്ട് മനുഷ്യർക്കും മത്സ്യങ്ങൾക്കും നിർദ്ദേശങ്ങൾ കൊടുത്തു.

പക്ഷേ, നിറഞ്ഞുകവിഞ്ഞുകൊണ്ടിരുന്ന കുട്ടകളെ അവർ അത്യാഹ്ലാദത്തോടെ പുകഴ്ത്തിക്കൊണ്ടിരുന്നപ്പോൾ എതിർവശത്തെ പാറയിൽ നിന്നും ചുവന്നതാടിക്കാരന്റെ ശബ്ദം പെട്ടെന്ന് പ്രതിദ്ധ്വനിച്ചു:

"സബിദീ!"

വൃദ്ധനായ സബിദീ കേട്ടതായി ഭാവിച്ചില്ല. ശബ്ദം വീണ്ടും മുഴങ്ങി.

“സബിദീ. എന്റെ ഉപദേശം കേട്ട് നിങ്ങളുടെ മകൻ ജേക്കബ്ബിനെ കൂട്ടിക്കൊണ്ടുവരൂ.”

“ജേക്കബ്ബിനെ കൂട്ടിക്കൊണ്ടുവരാനോ?” വൃദ്ധൻ അസ്വസ്ഥതയോടെ വിളിച്ചുചോദിച്ചു. അയാളുടെ ഇളയമകനെ സംബന്ധിച്ചിടത്തോളം ക്ഷതം സംഭവിച്ചു കഴിഞ്ഞു. അയാൾക്ക് അവനെ നഷ്ടപ്പെട്ടു: അയാൾക്ക് ഇവനെകൂടി നഷ്ടപ്പെടണമെന്നില്ല. അയാൾക്ക് മറ്റ് ആൺമക്കൾ ഇല്ല. ഇവനെ അയാൾക്ക് അയാളുടെ ജോലിയിൽ ആവശ്യം ഉണ്ട്.... അയാൾ വേവലാതിയോടെ യൂദാസിനോട് വിളിച്ചു ചോദിച്ചു. “നാശം പിടിച്ച ചുവന്ന മുടിക്കാരാ, നിനക്ക് ജേക്കബ്ബിനെക്കുറിച്ച് എന്താണ് പറയാനുള്ളത്?”

“അയാൾ വഴിയിൽ നിന്ന് കുരിശ് പണിക്കാരനോട് സംസാരിക്കുന്നതു ഞാൻ കണ്ടു. അവർ സുഹൃത്തുക്കളെപോലെ സന്തോഷത്തോടെയാണ് സംസാരിച്ചിരുന്നത്.”

“അവിശ്വാസി വ്യക്തമായി പറയൂ! ഏത് കുരിശു പണിക്കാരൻ?”

“ആശാരിയുടെ മകൻ, നസറേത്തിൽ കുരിശ് ഉണ്ടാക്കി പ്രവാചകന്മാരെ കുരിശിലേറ്റുന്നവൻ.. സബിദീ, നിങ്ങൾ വളരെ താമസിച്ചുപോയി. ജേക്കബ്ബിനെയും നിങ്ങൾക്ക് നഷ്ടപ്പെട്ടു. നിങ്ങൾക്ക് രണ്ട് ആൺമക്കൾ ഉണ്ടായിരുന്നു. ഒരുത്തനെ ദൈവം തട്ടിപ്പറിച്ചു. മറ്റവനെ ചെകുത്താനും.”

സബിദീ അത്ഭുതത്തോടെ വാ പൊളിച്ചുനിന്നു. ഒരു പറക്കുന്ന മീൻ വെള്ളത്തിൽ നിന്ന് ചാടി ഉയർന്ന് അയാളുടെ തലയ്ക്ക് മീതെ പറന്ന് വീണ്ടും തടാകത്തിൽ വീണ് അപ്രത്യക്ഷമായി.

“മോശം ശകുനം മോശം ശകുനം!” വൃദ്ധൻ പരിഭ്രമത്തോടെ മുറുമുറുത്തു. “എന്റെ മകൻ ഈ പറക്കുന്ന മീനിനെപോലെ എന്നെ ഉപേക്ഷിച്ച് ആഴങ്ങളിലേക്ക് മുങ്ങാൻ പോകുകയാണോ?”

“നിങ്ങൾ പറക്കുന്ന മീനിനെ കണ്ടോ? ഈ ലോകത്ത് അർത്ഥം ഇല്ലാതെ ഒന്നുംതന്നെ സംഭവിക്കുന്നില്ല. ഈ മീനിന്റെ അർത്ഥം എന്താണെന്ന് നിങ്ങൾ ഇടയന്മാർക്ക് എന്നോട് പറയാൻ പറ്റും!”

“ഒരു ആടാണ് ചാടിയതെങ്കിൽ എനിക്ക് സബിദീ പിതാവിനോട് പറയാൻ പറ്റുമായിരുന്നു. അതിന്റെ പിൻവശം മാത്രം കണ്ടാൽപോലും എനിക്ക് പറയാൻ പറ്റും. പക്ഷേ, മീൻ എന്റെ വകുപ്പിൽ ഉൾപ്പെടുന്നില്ല.” അയാൾക്ക് ദേഷ്യം ഉണ്ടായിരുന്നു. കാരണം അയാൾക്ക് ഒരു മനുഷ്യനെപ്പോലെ തുറന്നു സംസാരിക്കാനുള്ള ധൈര്യം ഇല്ലായിരുന്നു. “ഞാൻ എന്റെ മൃഗങ്ങളെ നോക്കാൻ വേണ്ടി പോകുകയാണ്” അയാൾ വളഞ്ഞ കമ്പ് തോളത്ത് വച്ചുകൊണ്ട് യൂദാസിന്റെ ഒപ്പം എത്താൻ വേണ്ടി ഒരു പാറയിൽ നിന്ന് അടുത്ത പാറയുടെ മുകളിലേക്ക് ചാടിക്കൊണ്ട് വിളിച്ചു പറഞ്ഞു. “സഹോദരാ, അല്പം കാത്തുനില്ക്ക്” അയാൾ യൂദാസിനോടു പറഞ്ഞു. “എനിക്ക് നിങ്ങളോട് സംസാരിക്കാനുണ്ട്?”

“പേടിത്തൂറി, നീ നിന്റെ ആടിന്റെ അടുത്തുപോയി സംസാരിക്ക്. നീ ആണുങ്ങളുടെ കാര്യങ്ങളിൽ ഇടപെടേണ്ട.... എന്നെ സഹോദരൻ എന്ന്

വിളിക്കരുത്. ഞാൻ നിന്റെ സഹോദരൻ അല്ല!"

"ഒന്നു നില്ക്കൂ. ഞാൻ പറയട്ടെ. എനിക്ക് നിങ്ങളോട് ചില കാര്യങ്ങൾ പറയാനുണ്ട്. ദേഷ്യപ്പെടരുത്."

യൂദാസ് നടത്തം നിർത്തി. അയാൾ അവജ്ഞയോടെ ഫിലിപ്പിനെ നോക്കി.

"നിനക്ക് വാ തുറന്നാൽ എന്താണ്? നീ എന്തിനാണ് അയാളെ പേടിക്കുന്നത്? എന്താണ് സംഭവിക്കുന്നതെന്നും ആരാണ് വരുന്നതെന്നും എവിടേക്കാണ് നമ്മൾ നയിക്കപ്പെടുന്നതെന്നും മനസ്സിലായിക്കഴിഞ്ഞിട്ടും നീ എന്തിനാണ് പേടിക്കുന്നത്? ഒരുപക്ഷേ, ഇതുവരെ നീ അത് മനസ്സിലാക്കിയിട്ടുണ്ടാവില്ല. ശരി. എടാ പിശാചേ, സമയം അടുത്തിരിക്കുന്നു. യഹൂദന്മാരുടെ രാജാവ് വന്നുകൊണ്ടിരിക്കുന്നു– പേടിത്തൂറികൾ നശിക്കട്ടെ!"

"പറഞ്ഞോ യൂദാസേ പറഞ്ഞോ." ഫിലിപ്പ് പറഞ്ഞു. "എന്നെ കല്ക്കരിയുടെ മുകളിലൂടെ വലിച്ചിഴച്ചുകൊള്ളൂ. നിങ്ങളുടെ ശിഖരങ്ങൾ ഉള്ള കമ്പുകൊണ്ട് തല്ലി എനിക്ക് അല്പം ആത്മാഭിമാനം ഉണ്ടാക്കിത്തന്നുകൂടേ? വിട്ടുമാറാത്ത ഭയംകൊണ്ട് ഞാൻ മടുത്തിരിക്കുന്നു."

യൂദാസ് സാവധാനം അയാളുടെ അടുത്തു വന്ന് കൈയിൽ കയറിപ്പിടിച്ചു. "ഇത് നിങ്ങളുടെ ഹൃദയത്തിൽ നിന്ന് വരുന്നതാണോ? അതോ ഫിലിപ്പ് വെറുതെ പൊള്ളവാക്കുകൾ പറയുന്നതാണോ?"

"സത്യമായും എനിക്ക് മടുത്തിരിക്കുന്നു. ഇന്ന് എനിക്ക് എന്നോടു തന്നെ മടുപ്പു തോന്നുന്നു. യൂദാസ് എന്റെ മുന്നിൽ നടന്ന് എനിക്ക് വഴി കാണിച്ചുതരണം. ഞാൻ തയ്യാറാണ്."

ചുവന്ന താടിക്കാരൻ ചുറ്റുപാടും നോക്കിയതിനുശേഷം ശബ്ദം താഴ്ത്തി പറഞ്ഞു.

"ഫിലിപ്പ്, നിനക്ക് കൊല്ലാൻ പറ്റുമോ?"

"മനുഷ്യരെ ആണോ?"

"സ്വാഭാവികമായും. നിനക്ക് അതു പറ്റുമെന്ന് തോന്നുന്നുണ്ടോ?"

"ഞാൻ ഇതുവരെ ഒരു മനുഷ്യനെ കൊന്നിട്ടില്ല. പക്ഷേ, എനിക്ക് ചെയ്യാൻ പറ്റും. സംശയിക്കേണ്ട കാര്യം ഇല്ല. കഴിഞ്ഞ മാസം ഞാൻ ഒരു കാളയെ ക്രൂരമായി ഒരാളുടെ പോലും സഹായം ഇല്ലാതെ കൊന്നിരുന്നു."

"മനുഷ്യനെ കൊല്ലുന്നത് കൂടുതൽ എളുപ്പമാണ്. എന്റെ കൂടെ വരൂ!"

ഫിലിപ്പ് ഞെട്ടി. അയാൾക്ക് കാര്യം മനസ്സിലായി.

"നിങ്ങൾ അവരിൽ ഒരാളാണോ?.... മതപ്രവാചകരിൽ ഒരുവൻ?" അയാൾ ചോദിച്ചു. അയാളുടെ മുഖം ഭയത്തിൽ കുളിച്ചിരുന്നു അയാൾ ഈ 'വിശുദ്ധ കൊലപാതകികൾ' എന്ന ഭയങ്കരമായ സാഹോദര്യത്തെ പറ്റി ധാരാളം കേട്ടിരുന്നു. അവർ ഹെർമോൺ പർവ്വതം മുതൽ താഴോട്ട് ചാവുകടൽവരെ മാത്രം അല്ല അതിനേക്കാൾ തെക്കോട്ട് ഇദുമിയാ മരുഭൂമിവരെയുള്ള എല്ലാവരെയും ഭയപ്പെടുത്തി. ഇരുമ്പു പാരകളും വടങ്ങളും കത്തികളും മറ്റും എടുത്തുകൊണ്ട് അവർ ചുറ്റിനടന്ന് പ്രഖ്യാപനങ്ങൾ നടത്തി: അവിശ്വാസികളെ ആദരിക്കരുത്. നമുക്ക് ഒരു ദൈവം മാത്രമേ

ഉള്ളൂ. പിതാവായ ദൈവം. ഈ വിശുദ്ധനിയമം അനുസരിക്കാത്ത എല്ലാ യഹൂദന്മാരെയും കൊല്ലണം. നമ്മുടെ ദൈവത്തിന്റെ ശത്രുക്കളായ റോമാക്കാരുടെ കൂടെ ചിരിക്കുകയും സംസാരിക്കുകയും ജോലിചെയ്യുകയും ചെയ്യുന്ന എല്ലാവരെയും കൊല്ലണം. മിശിഹായ്ക്ക് കടന്നുപോകാൻ വേണ്ടി തല്ലിക്കൊന്ന് വഴി വൃത്തിയാക്കിയിടണം! നിരത്തുകൾ തയ്യാറാക്കി ഇടണം! ലോകം വൃത്തിയാക്കണം! അദ്ദേഹം വന്നുകൊണ്ടിരിക്കുന്നു.

അവർ പകൽവെളിച്ചത്തിൽ മറ്റാരോടും ആലോചിക്കാതെ കൊല്ലാൻ വേണ്ടി ഗ്രാമങ്ങളിലേക്കും നഗരങ്ങളിലേക്കും കടന്നു ചെന്നു. ജന്മിമാരും പുരോഹിതന്മാരും അവരുടെ മുമ്പിൽ വിറച്ചു. അവരെ ശപിച്ചു. ബഹളങ്ങൾക്കുള്ള പ്രേരണ അവരായിരുന്നു. അവരാണ് റോമൻ പട്ടാളത്തെ പുറത്തുകൊണ്ടുവന്നത്. അതിന്റെ ഫലമായി കൂട്ടക്കൊല കൃത്യമായ ഇടവേളകളിൽ പൊട്ടിപ്പുറപ്പെട്ടു. യഹൂദ രക്തത്തിന്റെ നദികൾ കരകവിഞ്ഞൊഴുകി.

“നിങ്ങൾ മതത്തിൽ ആവേശം കൊള്ളുന്നവരിൽ ഒരാൾ ആണോ?” ഫിലിപ്പ് അടക്കിപ്പിടിച്ച ശബ്ദത്തിൽ വീണ്ടും ചോദിച്ചു.

“എന്റെ ധീരനായ ചങ്ങാതിക്ക് പേടിയാണോ?” അവജ്ഞയോടെ പൊട്ടിച്ചിരിച്ചുകൊണ്ട് ചുവന്ന താടിക്കാരൻ ചോദിച്ചു. “പേടി വേണ്ട. ഞങ്ങൾ കൊലപാതകികൾ അല്ല. ഫിലിപ്പ്, ഞങ്ങൾ സ്വാതന്ത്ര്യത്തിനു വേണ്ടി യുദ്ധം ചെയ്യുകയാണ്. ഞങ്ങളുടെ ദൈവത്തെയും ഞങ്ങളുടെ ആത്മാവുകളെയും മോചിപ്പിക്കാൻ വേണ്ടി യുദ്ധം ചെയ്യുകയാണ്. എഴുന്നേല്ക്കൂ. നിനക്കും നീ ഒരു മനുഷ്യനാണെന്ന് ലോകത്തെ കാണിച്ചു കൊടുക്കാനുള്ള നിമിഷം വന്നിരിക്കുന്നു. ഞങ്ങളോടൊപ്പം ചേരൂ!”

ഫിലിപ്പ് നിലത്തേക്കു നോക്കി. ഇത്തരം കാര്യങ്ങൾ യൂദാസുമായി തുറന്നു സംസാരിച്ചതിൽ അയാൾക്ക് പശ്ചാത്താപം ഉണ്ടായിരുന്നു. ഒരു കൂട്ടുകാരനോടൊപ്പം തിന്നും കുടിച്ചും ഇരുന്നുകൊണ്ട് “ഞാൻ ഉറപ്പായും ചെയ്യും” “ഞാൻ തീർച്ചയായും കാണിച്ചുകൊടുക്കും.” എന്നിങ്ങനെയുള്ള പൊങ്ങച്ചം നിറഞ്ഞ ചർച്ചകൾ നടത്തുന്നത് ശരിക്കും ആഹ്ലാദകരമാണ്. പക്ഷേ, സ്വയം സംരക്ഷിക്കാൻ വേണ്ടി ഫിലിപ്പ് കൂടുതൽ മുന്നോട്ടു പോയില്ല. അല്ലെങ്കിൽ നിങ്ങൾ തനിയേ ചൂടുവെള്ളത്തിൽ പോയി വീഴും.

യൂദാസ് അവന്റെ തോളിൽ കൈയിട്ടുകൊണ്ട് പുതിയൊരു ശബ്ദത്തിൽ സംസാരിച്ചു. അയാളുടെ തടിച്ച കൈപ്പത്തി ഇപ്പോൾ ഫിലിപ്പിന്റെ തോളിൽ സാവധാനം തഴുകി. “മനുഷ്യന്റെ ജീവിതം എന്താണ്? അതിന്റെ വില എന്താണ്? അത് സ്വതന്ത്രമല്ലെങ്കിൽ യാതൊരു വിലയും ഇല്ല. നമ്മൾ സ്വാതന്ത്ര്യത്തിനുവേണ്ടി യുദ്ധം ചെയ്യുകയാണെന്ന് ഞാൻ നിന്നോട് പറഞ്ഞു. ഞങ്ങളോടൊപ്പം ചേരൂ.”

ഫിലിപ്പ് നിശ്ശബ്ദത പാലിച്ചു. അയാൾക്ക് ഒഴിഞ്ഞുമാറാൻ കഴിഞ്ഞിരുന്നെങ്കിൽ! പക്ഷേ, യൂദാസ് അയാളുടെ തോളിലെ പിടിമുറുക്കി.

“ഞങ്ങളോടൊപ്പം ചേരൂ! നീ ആണല്ലേ? തീരുമാനം എടുക്കൂ. നിനക്ക് ഒരു കത്തി ഉണ്ടോ?”

"ഉണ്ട്."

"അത് എപ്പോഴും ഉടുപ്പിനടിയിൽത്തന്നെ സൂക്ഷിക്കണം. ഏതു നിമിഷവും നിങ്ങൾക്ക് അത് ഉപയോഗപ്പെട്ടെന്നു വരും. എന്റെ സഹോദരാ, നമ്മൾ വിഷമം പിടിച്ച ദിവസങ്ങളിലൂടെയാണ് കടന്നുപോകുന്നത്. ഉന്മേഷമുള്ള ചുവടുകൾ അടുത്തടുത്തു വരുന്നത് നീ കേൾക്കുന്നില്ലേ? അത് മിശിഹാ ആണ് വഴി അടഞ്ഞു കിടക്കുന്നത് അദ്ദേഹം കാണാൻ പാടില്ല. ഈ കാര്യത്തിന് അപ്പത്തേക്കാൾ ഉപകരിക്കുന്നത് കത്തിയാണ്. എന്നെ നോക്കൂ!"

അയാൾ ഉടുപ്പ് അഴിച്ചുകാണിച്ചു. അയാളുടെ നഗ്നമായ ഇരുണ്ട നെഞ്ചിന്റെ ഇരുവശത്തുമായി മൂർച്ചയുള്ള ചെറിയ കത്തികൾ തിളങ്ങുന്നുണ്ടായിരുന്നു.

"ഇത് സബിദീയുടെ അവിവേകിയായ മകൻ ജേക്കബ്ബിനുവേണ്ടി അല്ലായിരുന്നെങ്കിൽ ഞാൻ ഇത് ഒരു ചതിയന്റെ ഹൃദയത്തിൽ കുത്തിയിറക്കുമായിരുന്നു. ഇന്നലെ നസറേത്തിൽ നിന്ന് ഞാൻ പോരുന്നതിനു മുമ്പ് "സാഹോദര്യം" അയാൾക്ക് മരണം വിധിച്ചിരുന്നു."

"ആരെ?"

"അയാളെ കൊല്ലാനുള്ള നറുക്ക് വീണത് എനിക്കാണ്?"

"ആരെ?" ഫിലിപ്പ് വീണ്ടും ചോദിച്ചു. അയാൾ ഭയന്നു പോയിരുന്നു.

"അത് എന്റെ കാര്യമാണ്" ചുവന്നതാടിക്കാരൻ പെട്ടെന്ന് മറുപടി പറഞ്ഞു. "ഞങ്ങളുടെ കാര്യങ്ങളിൽ നിങ്ങൾ ഇടപെടരുത്."

"നിങ്ങൾക്ക് എന്നെ വിശ്വാസം ഇല്ലേ?"

യൂദാസ് ചുറ്റുപാടും കണ്ണോടിച്ചു. അതിനുശേഷം അടുത്തേക്ക് വന്ന് ഫിലിപ്പിന്റെ കൈയിൽ കയറിപ്പിടിച്ചു.

"ഞാൻ നിന്നോട് പറയാൻ പോകുന്നത് ശ്രദ്ധിച്ചു കേൾക്കണം. അതിൽ ഒറ്റ വാക്കുപോലും ഫിലിപ്പ് മറ്റാരോടും പറയരുത്— അല്ലെങ്കിൽ അതോടെ നിങ്ങളുടെ കഥ അവസാനിക്കും! ഞാൻ മരുഭൂമിയിലെ സന്ന്യാസിമഠത്തിലേക്ക് പോകുന്ന വഴി ആണ്. സന്ന്യാസിമാർ എന്ന ചില ഉപകരണങ്ങൾ ഉണ്ടാക്കാൻ വേണ്ടി വിളിച്ചിരുന്നു. മൂന്നുനാലു ദിവസങ്ങൾക്കുള്ളിൽ ഞാൻ നിങ്ങളുടെ പാളയം വഴി വീണ്ടും കടന്നുവരും. നമ്മൾ കൈമാറിയ വാക്കുകൾ നിങ്ങൾ മനസ്സിൽ തിരിച്ചും മറിച്ചും ഇട്ട് നല്ലപോലെ ആലോചിക്കണം. എല്ലാം നിങ്ങൾ തനിയെ തീരുമാനിക്കണം. നിങ്ങൾ ശരിയായ തീരുമാനം ആണുങ്ങളെപ്പോലെ എടുക്കുകയാണെങ്കിൽ ഞങ്ങൾ ആരെയാണ് തട്ടാൻ പോകുന്നതെന്ന് ഞാൻ നിങ്ങളോട് വെളിപ്പെടുത്താം."

"ആരെയാണ്? എനിക്ക് പരിചയമുള്ള ആരെങ്കിലും ആണോ?"

"തിടുക്കം കൂട്ടരുത്. നിങ്ങൾ ഇതുവരെ സഹോദരന്മാരിൽ ഒരുവൻ ആയിട്ടില്ല." അയാൾ അയാളുടെ വലിയ കൈ നീട്ടിപ്പിടിച്ചു. "ഫിലിപ്പ്, ഞാൻ പോകുന്നു. നിങ്ങൾ ഇതുവരെ ഒന്നും ആയിരുന്നില്ല. നിങ്ങൾ ജീവിച്ചോ മരിച്ചോ എന്ന് ആരും ശ്രദ്ധിച്ചിരുന്നില്ല. ഞാനും "സാഹോദ

ര്യത്തിൽ" ചേരുന്നതുവരെ ഇതുപോലെ ആയിരുന്നു. ഒന്നും ആയിരുന്നില്ല. പക്ഷേ, അതിനുശേഷം ഞാൻ ഒരു വ്യത്യസ്തനായ വ്യക്തിയായി മാറി. ഞാൻ ഒരു മനുഷ്യനായി. ഈ കാലുകളും ഈ വയറും ഈ വൃത്തികെട്ട മോന്തയും പരിപോഷിപ്പിക്കാൻ വേണ്ടി ഒരു അടിമയെപ്പോലെ പണിയെടുക്കുന്ന ചുവന്ന താടിക്കാരൻ കൊല്ലൻ യൂദാസ് ഇപ്പോൾ ഇല്ല. ഇപ്പോൾ ഞാൻ ഒരു വലിയ ലക്ഷ്യത്തിനുവേണ്ടിയാണ് ജോലി ചെയ്യുന്നത്– നിങ്ങൾ കേൾക്കുന്നുണ്ടോ? ഒരു വലിയ ലക്ഷ്യത്തിനുവേണ്ടി. ഒരു വലിയ ലക്ഷ്യത്തിനുവേണ്ടി ആരുജോലി ചെയ്താലും, അവൻ കൂട്ടത്തിലെ ഏറ്റവും എളിയവനാണെങ്കിൽപ്പോലും അവൻ മഹാനായി മാറുന്നു. മനസ്സിലായോ? ഞാൻ ഇതിൽ കൂടുതൽ ഒന്നും നിങ്ങളോട് പറയുന്നില്ല. ഞാൻ പോകുന്നു!"

അയാൾ കഴുതയെ തോണ്ടിത്തെളിച്ചുകൊണ്ട് മരുഭൂമിയിലേക്കുള്ള യാത്ര ആരംഭിച്ചു.

ഫിലിപ്പ് തനിച്ചായി. അയാൾ താടി വടിയിൽ ഊന്നിക്കൊണ്ട് യൂദാസ് പാറകളുടെ മറുവശത്ത് അപ്രത്യക്ഷമാകുന്നതുവരെ നോക്കിക്കൊണ്ട് നിന്നു.

'ചുവന്ന താടിക്കാരൻ ഒരു വിശുദ്ധനെപ്പോലെ നന്നായി സംസാരിച്ചു.' ഫിലിപ്പ് ആലോചിച്ചു. 'ഒരുപക്ഷേ, അല്പം പൊങ്ങച്ചം കാണും. അതിനെന്ത്? ഒരാൾ സംസാരത്തിൽ മാത്രം ഒതുങ്ങി നില്ക്കുകയാണെങ്കിൽ എല്ലാം മുറപോലെ നടന്നുകൊള്ളും. പക്ഷേ, അയാൾ പ്രവർത്തനത്തിലേക്ക് പോകുകയാണെങ്കിൽ? ഫിലിപ്പേ, നീ സൂക്ഷിക്കണം. നിന്റെ കുഞ്ഞാടുകളെപ്പറ്റി ആലോചിക്കൂ. ഈ ഇടപാടിന് ചിലതൊക്കെ ആലോചിക്കണം. ഏറ്റവും നല്ലത് അത് നടക്കട്ടെ– എന്താണ് സംഭവിക്കുന്നതെന്ന് കാത്തിരുന്ന് കാണാം.'

അയാൾ വളഞ്ഞവടി എടുത്ത് തോളിൽ വെച്ചു– ആടുകളുടെ കഴുത്തിലെ മണികിലുങ്ങുന്നത് അയാൾ കേട്ടിരുന്നു. അയാൾ ചൂളമടിച്ചുകൊണ്ട് പെട്ടെന്ന് നടന്നു.

ഇതിനിടയിൽ സബിദീയുടെ ദത്തുപുത്രന്മാർ ഒരു അടുപ്പുകൂട്ടി ചൗദർ[1] ഉണ്ടാക്കാൻ വേണ്ടി വെള്ളം തിളപ്പിച്ചു. അവർ അതിനുവേണ്ട മീനും പച്ചക്കറികളും പാത്രത്തിൽ ഇട്ടു. വിശക്കുന്ന മീൻപിടിത്തക്കാർ പാത്രത്തിനു ചുറ്റും പരസ്പരം ആകാംക്ഷയോടെ ശബ്ദം താഴ്ത്തി സംസാരിച്ചുകൊണ്ട് ക്ഷമയോടെ കുത്തിയിരുന്നു. ഏറ്റവും പ്രായം കൂടിയ മനുഷ്യൻ അടുത്തിരുന്നവന്റെ തോളിലേക്ക് ചാരിക്കിടന്നു.

എല്ലാവർക്കും കൊല്ലൻ അത് പറയുന്നതുകണ്ടപ്പോൾ അത്ഭുതം തോന്നി. ക്ഷമ വേണം. പാവങ്ങൾ മുകളിൽ എത്തുകയും സമ്പന്നർ അടിത്തട്ടിലേക്ക് താഴുകയും ചെയ്യുന്ന ഒരു ദിവസം വരും. നീതിയുടെ അർത്ഥം അതാണ്.

---

1. സൂപ്പ് പോലെയുള്ള ഒരു വിഭവം

“അത് എന്നെങ്കിലും നടക്കുമെന്ന് നീ വിചാരിക്കുന്നുണ്ടോ?” യുവാവായതിനു ശേഷം വിശപ്പ് മാറിയിട്ടില്ലാത്ത മറ്റേയാൾ മറുപടി പറഞ്ഞു. “ഈ ഭൂമിയിൽ എന്നെങ്കിലും അങ്ങനെ സംഭവിക്കുമെന്ന് നിങ്ങൾ വിചാരിക്കുന്നുണ്ടോ?”

“ഒരു ദൈവം ഉണ്ട്, ഇല്ലേ?” വൃദ്ധൻ മറുപടി പറഞ്ഞു. “ഉണ്ട്. തീർച്ചയായും ഉണ്ട്. അദ്ദേഹം നീതിമാനാണ്. അല്ലേ? അദ്ദേഹം നീതിമാനാണ്! അതുകൊണ്ട് അത് സംഭവിക്കുമെന്ന് നിങ്ങൾ മനസ്സിലാക്കണം. നമുക്ക് അതിന് ആവശ്യം ഉള്ളത് ക്ഷമ മാത്രമാണ്. ക്ഷമ.”

“ഹേ, അവിടെ നിങ്ങൾ എന്തിനെപ്പറ്റിയാണ് പിറുപിറുക്കുന്നത്?” അവരുടെ സംസാരത്തിന്റെ വാലും തുമ്പും കേട്ട സബിദീ സംശയത്തോടെ ചോദിച്ചു. “നിങ്ങൾ ദൈവത്തിന്റെ കാര്യം മറന്ന് നിങ്ങളുടെ ജോലിയെപ്പറ്റി ആലോചിക്കൂ. അദ്ദേഹം എന്താണ് ചെയ്യേണ്ടതെന്ന് അദ്ദേഹത്തിന് നിങ്ങളേക്കാൾ നല്ലപോലെ അറിയാം. എന്റെ ദൈവമേ, ഇനിയെന്ത്?”

അവർ എല്ലാവരും ഉടൻതന്നെ നിശ്ശബ്ദരായി. പ്രായം കൂടിയ മീൻപിടിത്തക്കാരൻ എഴുന്നേറ്റു. അയാൾ തടികൊണ്ടുള്ള തവി എടുത്ത് സൂപ്പ് ഇളക്കി.

ഒൻപത്

ദത്തുപുത്രന്മാർ വലകൾ പൊക്കിയെടുത്തു തോളത്തുവച്ചു. അപ്പോഴേക്കും അങ്ങേയറ്റത്തെ പുതുമയോടെ പ്രഭാതം തടാകത്തിനു മുകളിൽ വീണിരുന്നു. സ്രഷ്ടാവിന്റെ കൈയിൽനിന്നും അത് നേരിട്ട് വന്നിറങ്ങിയതാണെന്ന് തോന്നി. മറിയത്തിന്റെ മകൻ സബിദീയുടെ മൂത്തമകനോടൊപ്പം സഞ്ചരിക്കുകയായിരുന്നു. അവർ മഗ്ദല പിന്നിട്ടിരുന്നു. അവർ നഷ്ടപ്പെട്ട ഗോതമ്പിനെപ്പറ്റി വിലപിക്കുന്ന സ്ത്രീകളെ ആശ്വസിപ്പിക്കാൻ വേണ്ടി ഇടയ്ക്കിടയ്ക്ക് നടത്തം നിർത്തി. പിന്നീട് അവർ സംസാരിച്ചുകൊണ്ട് യാത്ര തുടർന്നു. ജേക്കബ്ബും രാത്രി ചെലവഴിച്ചത് മഗ്ദലയിലെ ഒരു സുഹൃത്തിന്റെ വീട്ടിലായിരുന്നു. അയാളും പുലരുന്നതിനുമുമ്പ് എഴുന്നേറ്റ് യാത്ര ആരംഭിച്ചിരുന്നു.

അയാൾ പകുതി ഇരുണ്ട നീല വെളിച്ചത്തിൽ ഗാനേസറത്തിലെ തടാകത്തിൽ എത്താൻ വേണ്ടി ചേറിലൂടെ ശബ്ദം ഉണ്ടാക്കിക്കൊണ്ട് നടന്നു. നസറേത്തിൽ കണ്ട കാഴ്ചകളുടെ കയ്പ് അയാളുടെ ഉള്ളിൽ അടിഞ്ഞു കൂടാൻ തുടങ്ങിക്കഴിഞ്ഞിരുന്നു. കുരിശിലേറ്റപ്പെട്ട മതവിശ്വാസി വിദൂരമായ ഒരു ഓർമ്മയായി മാറിക്കഴിഞ്ഞിരുന്നു. ഒരിക്കൽകൂടി അയാളുടെ അച്ഛന്റെ മീൻപിടിക്കുന്ന ബോട്ടുകളും മനുഷ്യരും ജേക്കബ്ബിന്റെ മനസ്സിനെ കീഴടക്കി. അയാൾ മഴവെള്ളം നിറഞ്ഞു കിടന്ന കുഴികളുടെ മുകളിലൂടെ മുന്നോട്ടു നടന്നു. മരങ്ങൾ പകുതി പുഞ്ചിരിയും പകുതി ദുഃഖവുമായി മഴത്തുള്ളികൾ വിതറിയിട്ടു. അയാളുടെ തലയ്ക്കുമുകളിൽ ആകാശം

പൊട്ടിച്ചിരിച്ചു. കിളികൾ ഉണർന്നു. അന്ന് മനോഹരമായ ഒരു ദിവസം ആയിരുന്നു. പക്ഷേ, വെളിച്ചം കൂടിയപ്പോൾ കവിഞ്ഞൊഴുകിയ മഴവെള്ളം മെതിക്കുന്ന തറകളെ എന്തുമാത്രം മലിനമാക്കിയെന്ന് അയാൾക്ക് കാണാൻ കഴിഞ്ഞു. കൂനകൂട്ടിയിട്ടിരുന്ന ഗോതമ്പും ബാർലിയും വെള്ളത്തിൽ ഒഴുകി വഴിയിലെത്തിയിരുന്നു. ആദ്യം ഉണർന്ന കൃഷിക്കാരും അവരുടെ ഭാര്യമാരും പാടങ്ങളിലേക്ക് ഒഴുകിവന്ന് നിലവിളിക്കാൻ തുടങ്ങിക്കഴിഞ്ഞിരുന്നു. പെട്ടെന്ന് നാശമായിക്കിടന്ന മെതിക്കുന്ന തറയിൽ രണ്ടു വൃദ്ധകളോടൊപ്പം കുനിഞ്ഞു നില്ക്കുന്ന മറിയത്തിന്റെ മകനെ അയാൾകണ്ടു.

അയാൾ വടിയിൽ ദൃഢമായി പിടിച്ചുകൊണ്ട് മറിയത്തിന്റെ മകനെ ശപിച്ചു. നസറേത്ത് കുരിശിനോടും കുരിശിലേറ്റപ്പെട്ട മനുഷ്യനോടുമൊപ്പം അയാളുടെ മനസ്സിലേക്ക് വീണ്ടും ചാടിക്കയറി— എന്നാൽ ഇപ്പോൾ നോക്കൂ! ഇവിടെ കുരിശു പണിയുന്നവൻ സ്ത്രീകളുടെ കൂടെ നഷ്ടപ്പെട്ട ഗോതമ്പിനുവേണ്ടി ഇപ്പോൾ വിലപിച്ചുകൊണ്ടിരിക്കുന്നു! ജേക്കബ്ബിന്റെ ആത്മാവിന് പാരുഷ്യം ഉണ്ടായിരുന്നു. അത് ഒത്തുതീർപ്പിന് തയ്യാറല്ലായിരുന്നു. എടുത്തുചാട്ടവും അത്യാർത്തിയും ഉള്ള അയാൾക്ക് അച്ഛന്റെ സ്വഭാവം മുഴുവൻ കിട്ടിയിരുന്നു. അനുകമ്പ അയാളെ തൊട്ടുതീണ്ടിയിരുന്നില്ല. അയാൾക്ക് നന്മ നിറഞ്ഞ അമ്മ സലോമിയുമായോ സ്നേഹിക്കാൻ കൊള്ളാവുന്ന സഹോദരൻ ജോണുമായോ യാതൊരു സാമ്യവും ഉണ്ടായിരുന്നില്ല. അയാൾ വടി മുറുക്കിപ്പിടിച്ചുകൊണ്ട് ദേഷ്യത്തോടെ മെതിക്കുന്ന തറയിലേക്ക് കയറിവന്നു.

അതേനിമിഷത്തിൽ കവിളിലൂടെ കണ്ണുനീർ ഒലിപ്പിച്ചുകൊണ്ടിരുന്ന മറിയത്തിന്റെ മകൻ യാത്ര തുടരാൻ വേണ്ടി എഴുന്നേറ്റു. രണ്ടു വൃദ്ധകളും കൂടി അയാളുടെ കൈയിൽ കയറിപ്പിടിച്ചു. അവർ അയാളെ ചുംബിച്ചുകൊണ്ട് വിട്ടുപോകാൻ അനുവദിച്ചില്ല. അറിയപ്പെടാത്ത ദുഃഖിതകളെ ആശ്വസിപ്പിക്കാൻ പറ്റിയ വാക്കുകൾ ആർക്കാണ് കണ്ടെത്താൻ കഴിയുന്നത്?

"കരയരുത്, കരയരുത്, ഞാൻ തിരിച്ചുവരും" വാർദ്ധക്യം ബാധിച്ച കൈപ്പത്തികളിൽ നിന്നും സ്വന്തം കൈ സാവധാനം വിടുവിക്കുന്നതിനിടയിൽ അയാൾ പറഞ്ഞു.

ജേക്കബ് നടത്തം നിർത്തി. അയാൾ അത്ഭുതത്തോടെ തുറിച്ചുനോക്കിക്കൊണ്ട് നിന്നു. കുരിശുപണിയുന്നവന്റെ കണ്ണുകൾ നിറഞ്ഞു തുളുമ്പിക്കൊണ്ട് തിളങ്ങി. ഒരു നിമിഷത്തിൽ അവ ഇളം ചുവപ്പുനിറമുള്ള ആകാശത്തേക്ക് നോക്കി. അടുത്ത നിമിഷത്തിൽ അവ ഭൂമിയിൽ കുനിഞ്ഞുകിടന്ന് കരഞ്ഞുകൊണ്ട് ചേറ് തൂത്തുകൂട്ടുന്ന മനുഷ്യരെ നോക്കി.

"ഇത് കുരിശുപണിയുന്നവൻ ആണോ?" ജേക്കബ് മുറുമുറുത്തു. അയാൾ വിഷമത്തോടെ ഒരു വശത്തേക്ക് മാറിനിന്നു. "അയാളുടെ മുഖം എലിജാ പ്രവാചകനെപ്പോലെ തിളങ്ങുന്നു!" മറിയത്തിന്റെ മകൻ ഇപ്പോൾ

മെതിക്കുന്ന തറയുടെ തിട്ടയിൽ കയറി നില്ക്കുകയായിരുന്നു. അവൻ ജേക്കബ്ബിനെ കണ്ടു. അയാളെ അഭിവാദനം ചെയ്യുന്നതിന്റെ സൂചനയായി അവൻ നെഞ്ചത്ത് കൈവച്ചു. അവൻ അയാളെ തിരിച്ചറിഞ്ഞിരുന്നു.

"മറിയത്തിന്റെ മകൻ എവിടെ പോകുന്നു?" സബ്ദീദിയുടെ മകൻ ശബ്ദത്തിൽ മാധുര്യം വരുത്തിക്കൊണ്ട് ചോദിച്ചു. പക്ഷേ, മറ്റേയാൾക്ക് മറുപടി പറയാൻ കഴിയുന്നതിനു മുമ്പ് അയാൾ കൂട്ടിച്ചേർത്തു. "നമുക്ക് ഒന്നിച്ചു പോകാം. വളരെ ദൂരം പോകാനുണ്ട്. ഒരു കൂട്ട് ആവശ്യമാണ്."

"വളരെ ദൂരം പോകാനുണ്ട്. ഒരു കൂട്ട് ആവശ്യമാണ്." മറിയത്തിന്റെ മകൻ സ്വയം ആവർത്തിച്ചു. പക്ഷേ, അവൻ സ്വന്തം ചിന്തകളിൽ നിന്ന് വ്യതിചലിച്ചില്ല.

"നമുക്ക് പോകാം" അവൻ പറഞ്ഞു. അവർ രണ്ടുപേരും കൂടി കേപ്പർ നോമിലേക്കുള്ള കല്ലുപാകിയ വഴിയിലൂടെ താഴോട്ടു നടന്നു.

അവർ കുറച്ചുസമയത്തേക്ക് സംസാരിച്ചില്ല. ഗോതമ്പു മെതിക്കുന്ന എല്ലാ തറകളിൽനിന്നും സ്ത്രീകളുടെ വിലാപം ഉയർന്നു. വൃദ്ധന്മാർ ഗോതമ്പ് വെള്ളത്തിൽ ഒഴികിപ്പോകുന്നത് വടികുത്തിപ്പിടിച്ചു നോക്കിക്കൊണ്ടുനിന്നു. കർഷകർ പകുതി കൊയ്ത പാടങ്ങളിലും നശിച്ചുപോയ കൃഷിയിടങ്ങളിലും ഇരുണ്ട മുഖവുമായി നിശ്ശബ്ദരായി നിന്നു. ചിലർ നിശ്ശബ്ദരായിരുന്നു. ചിലർ ശപിച്ചുകൊണ്ടിരുന്നു.

മറിയത്തിന്റെ മകൻ നെടുവീർപ്പിട്ടു:

"ഓ, മരണംവരെ പട്ടിണികിടന്ന് മനുഷ്യരെ മുഴുവൻ വിശപ്പുകൊണ്ട് മരിക്കാതെ രക്ഷിക്കാൻ ശക്തിയുള്ള ഒരു മനുഷ്യൻ ഉണ്ടായിരുന്നെങ്കിൽ!"

ജേക്കബ് അയാളെ ഇടംകണ്ണിട്ട് നോക്കി.

"നിങ്ങൾക്ക് ഗോതമ്പ് ആകാൻ കഴിഞ്ഞിരുന്നെങ്കിൽ ആളുകൾക്ക് നിങ്ങളെ തിന്ന് രക്ഷപ്പെടാൻ കഴിയുമായിരുന്നു. നിങ്ങൾ അത് ചെയ്യാമോ?"

"ആര് ചെയ്യാതിരിക്കും?" മറിയത്തിന്റെ മകൻ പറഞ്ഞു.

ജേക്കബ്ബിന്റെ ചാടിവീഴുന്ന കണ്ണുകളും മുമ്പോട്ടുതള്ളിനില്ക്കുന്ന ചുണ്ടുകളും വിറച്ചു.

"ഞാൻ" അയാൾ മറുപടി പറഞ്ഞു.

മറിയത്തിന്റെ മകൻ നിശ്ശബ്ദനായിരുന്നു. മറ്റേയാൾ സംശയിച്ചു. "ഞാൻ എന്തിനാണ് മരിക്കുന്നത്?" അയാൾ മുറുമുറുത്തു. "വെള്ളപ്പൊക്കത്തെ പറഞ്ഞുവിട്ടത് ദൈവം ആയിരുന്നു. ഞാൻ എന്തു തെറ്റു ചെയ്തു?" അയാൾ ആകാശത്തേക്ക് തീക്ഷ്ണമായി നോക്കി. "ദൈവം അങ്ങനെ എന്തിനാണ് ചെയ്തത്? ആളുകൾ എങ്ങനെയാണ് അദ്ദേഹത്തെ ദ്രോഹിച്ചത്? എനിക്ക് മനസ്സിലാകുന്നില്ല— മറിയത്തിന്റെ മകന് മനസ്സിലായോ?"

"സഹോദരൻ അത് ചോദിക്കരുത്: അത് പാപമാണ്. കുറച്ചുദിവസം മുമ്പ് ഞാനും അത് ചോദിച്ചു. പക്ഷേ, ഇപ്പോൾ എനിക്ക് മനസ്സിലായി. "ഇത്" ആദിമ ജീവികളെ ദുഷിപ്പിച്ച് ദൈവത്തെക്കൊണ്ട് നമ്മളെ സ്വർഗ്ഗ

ത്തിൽനിന്നും പുറത്താക്കിച്ച സർപ്പമാണ്.”

“നിങ്ങൾ ‘ഇത്’ എന്ന് പറഞ്ഞത് എന്തിനെ ഉദ്ദേശിച്ചാണ്?”

“ചോദ്യങ്ങൾ ചോദിക്കുന്നതിനെ...”

“എനിക്ക് മനസ്സിലാകുന്നില്ല.” നടത്തത്തിന്റെ വേഗത കൂട്ടിക്കൊണ്ട് സബീദിയുടെ മകൻ പറഞ്ഞു.

അയാൾ ഇപ്പോൾ കുരിശുപണിയുന്നവന്റെ ചങ്ങാത്തം ആഗ്രഹിച്ചിരുന്നില്ല. മറിയത്തിന്റെ മകന്റെ നിശ്ശബ്ദതയ്ക്ക് ജേക്കബ്ബിന്റെ മുകളിൽ കൂടുതൽ ഭാരം ഉണ്ടായിരുന്നു. അയാളുടെ നിശ്ശബ്ദതകൾ അയാളുടെ വാക്കുകളേക്കാൾ അസ്സഹനീയം ആയിരുന്നു.

അവർ ഇപ്പോൾ സമതലത്തിലെ അല്പം ഉയർന്ന ഒരു ഭാഗത്ത് എത്തിച്ചേർന്നിരുന്നു. ഗാനേസറത്തിലെ തിളങ്ങുന്ന തടാകം ദൂരത്തായി കാണാൻ കഴിഞ്ഞിരുന്നു. ബോട്ടുകൾ തടാകത്തിന്റെ നടുക്കെത്തി മീൻപിടുത്തം തുടങ്ങിയിരുന്നു. സൂര്യൻ മരുഭൂമിയിൽ നിന്ന് തിളങ്ങുന്ന ചുവപ്പു നിറത്തിൽ ഉദിച്ചുപൊങ്ങി. തടാകക്കരയിൽ സമ്പന്നമായ ഒരു വാണിജ്യനഗരം അതിന്റെ എല്ലാ വെണ്മയോടും കൂടി തിളങ്ങി.

ജേക്കബ് ദൂരത്തായി അയാളുടെ ബോട്ടുകൾ കണ്ടു. അയാളുടെ മനസ്സിൽ മത്സ്യങ്ങൾ നിറഞ്ഞു. അയാൾ അസൗകര്യം ഉണ്ടാക്കുന്ന കൂട്ടുകാരന്റെ നേർക്ക് തിരിഞ്ഞു.

“മറിയത്തിന്റെ മകൻ എവിടെയാണ് പോകുന്നത്?” അയാൾ ചോദിച്ചു. “നോക്കൂ. കാപ്പർ നാം എത്തിക്കഴിഞ്ഞു.”

മറിയത്തിന്റെ മകൻ തലകുലുക്കിയെങ്കിലും മറുപടി പറഞ്ഞില്ല. സന്ന്യാസിമഠത്തിൽ ചേർന്ന് സന്ന്യാസിയാകാൻ പോകുകയാണെന്ന് പറയാൻ അവന് ലജ്ജ തോന്നി.

ജേക്കബ് തലകുലുക്കിയതിനുശേഷം അവനെ നോക്കി. അയാളുടെ മനസ്സിലേക്ക് പെട്ടെന്ന് ഒരു ദുഷിച്ച ചിന്ത കടന്നുവന്നു.

“നിങ്ങൾ അത് പറയില്ല. അല്ലേ?” അയാൾ ചോദിച്ചു. “നിങ്ങൾ അത് രഹസ്യമായി സൂക്ഷിക്കുകയാണ്. അല്ലേ?”

അയാൾ കൂട്ടുകാരന്റെ താടിക്ക് പിടിച്ച് മുഖം ഉയർത്തി. “എന്റെ കണ്ണിലേക്ക് നോക്കി പറയൂ. നിങ്ങളെ ആരാണ് പറഞ്ഞയച്ചത്?”

മറിയത്തിന്റെ മകൻ നെടുവീർപ്പിട്ടു. “എനിക്ക് അറിയില്ല. എനിക്ക് അറിയില്ല.” അവൻ പിറുപിറുത്തു. “അത് ദൈവമായിരിക്കാം. അല്ലെങ്കിൽ അത്...”

അവൻ അറച്ചുനിന്നു. അവൻ അങ്ങേയറ്റം ഭയന്നുപോയിരുന്നതുകൊണ്ട് പറയാൻ വന്ന വാക്ക് തൊണ്ടയിൽ കുരുങ്ങി. അവനെ യഥാർത്ഥത്തിൽ പറഞ്ഞയച്ചത് ചെകുത്താനാണെങ്കിൽ...?

അവജ്ഞ നിറഞ്ഞ ഒരു വരണ്ട ചിരി ജേക്കബ്ബിന്റെ ചുണ്ടുകളിൽ നിന്നും പുറത്തു വന്നു. അയാൾ അവന്റെ കൈകളിൽ ബലമായി പിടിച്ച് അക്രമാസക്തമായി കുലുക്കി.

“ആ പട്ടാളമേധാവി” അയാൾ മൃദുവായി മുരണ്ടു. “നിങ്ങളുടെ ചങ്ങാ

തിയായ ആ പട്ടാളമേധാവി— അയാളാണോ നിങ്ങളെ പറഞ്ഞയച്ചത്?"

അതെ, അതായിരിക്കാം: പട്ടാളമേധാവി അവനെ ഒരു ചാരനായി പറഞ്ഞയച്ചതായിരിക്കും. പർവ്വതങ്ങളിലും മരുഭൂമിയിലും പുതിയ മതതീവ്രവാദികൾ പെട്ടെന്ന് പ്രത്യക്ഷപ്പെട്ടിരുന്നു. അവർ ഗ്രാമങ്ങളിലേക്ക് ഇറങ്ങിവന്നു. രഹസ്യമായി ഗ്രാമീണരെ പിടികൂടി അവരോട് സ്വാതന്ത്ര്യത്തെപ്പറ്റിയും പ്രതികാരത്തെപ്പറ്റിയും സംസാരിച്ചു. നസറേത്തിലെ രക്തദാഹിയായ പട്ടാളമേധാവി എല്ലാ ഗ്രാമങ്ങളിലും ഒരു യഹൂദനെ കൈക്കൂലികൊടുത്ത് ചാരനായി തുറന്നുവിട്ടിട്ടുണ്ട്. ഈ കുരിശു പണിയുന്നവൻ ആ ചാരന്മാരിൽ ഒരുവനാണെന്ന കാര്യത്തിൽ സംശയം ഇല്ല.

ജേക്കബ് നെറ്റി ചുളിച്ചുകൊണ്ട് അവനെ അയാളുടെ അടുത്തുനിന്ന് തള്ളിമാറ്റി. "ആശാരിയുടെ മകൻ ഞാൻ പറയുന്നത് ശ്രദ്ധിക്കണം" അയാൾ ശബ്ദം താഴ്ത്തി പറഞ്ഞു. "ഇവിടെയാണ് നമ്മുടെ വഴികൾ രണ്ടായി പിരിയുന്നത്. നിങ്ങൾക്ക് പോകുന്നത് എങ്ങോട്ടാണെന്ന് അറിയില്ല. പക്ഷേ, എനിക്ക് അറിയാം. ശരി, ഇപ്പോൾ പൊയ്ക്കോളൂ, പക്ഷേ, നിങ്ങൾ എന്നെ കാണുന്നതും കേൾക്കുന്നതും ഇതോടെ അവസാനിക്കില്ല. പാവം ചെകുത്താൻ. നിങ്ങൾ എന്നെ എങ്ങോട്ടു നയിച്ചാലും ഞാൻ നിങ്ങളെ പിൻതുടരും— നാശം നിങ്ങൾക്കാണ്! എനിക്ക് ഇത്രമാത്രമാണ് പറയാനുള്ളത്. പക്ഷേ, എന്റെ വാക്കുകൾക്ക് അടിവര ഇടണം. നിങ്ങൾ തിരഞ്ഞെടുത്ത ഈ വഴി, ജീവനോടെ നിങ്ങൾ ഉപേക്ഷിച്ചുപോകില്ല!"

ഇതും പറഞ്ഞ് മറിയത്തിന്റെ മകന് കൈകൊടുക്കാൻ നില്ക്കാതെ അയാൾ ഇറക്കം ഓടിയിറങ്ങി.

സബിദിയുടെ ദത്തുപുത്രന്മാർ ചെമ്പുകുട്ടകം അടുപ്പിൽനിന്നും ഇറക്കി മാറ്റിവച്ച് അതിന്റെ ചുറ്റും വട്ടത്തിൽ ഇരുന്നു. തടിത്തവി എടുത്ത് ആദ്യം കുട്ടകത്തിൽ മുക്കിയത് യജമാനൻ തന്നെ ആയിരുന്നു. അയാൾ ഏറ്റവും വലിയ സ്രാവിനെ തെരഞ്ഞെടുത്തു തിന്നാൻ തുടങ്ങി. പക്ഷേ, കൂട്ടത്തിൽ ഏറ്റവും പ്രായം കൂടിയ മനുഷ്യൻ അയാളെ തടയാൻ വേണ്ടി കൈ നീട്ടി.

"നമ്മൾ സ്തുതി പറയാൻ മറന്നുപോയി യജമാനൻ" അവൻ അയാളെ ഓർമ്മപ്പെടുത്തി.

ഭക്ഷണം ചവച്ചുകൊണ്ടിരുന്ന വൃദ്ധനായ സബിദീ തടിത്തവി ഉയർത്തിക്കൊണ്ട് മത്സ്യവും ധാന്യവും വീഞ്ഞും എണ്ണയും ദൈവത്തിന്റെ ദിവസം വരെ നിലനില്പിനുവേണ്ടി യഹൂദന്മാരുടെ തലമുറകൾക്ക് കൊടുത്തുവിടുന്നതിന് ഇസ്രയേലിന്റെ ദൈവത്തിനോട് നന്ദി പറഞ്ഞു— അന്ന് അവരുടെ ശത്രുക്കൾ ചിന്നിച്ചിതറിപ്പോകും. അന്ന് എല്ലാ ജനതകളും അവളുടെ കാല്ക്കൽ സാഷ്ടാംഗം നമസ്കരിക്കും. അന്ന് എല്ലാ ദൈവങ്ങളും പിതാവിന്റെ കാല്ക്കൽ കമഴ്ന്നു വീണ് അദ്ദേഹത്തെ ആരാധിക്കും. "അതുകൊണ്ടാണ് ദൈവമേ; ഞങ്ങൾ ഭക്ഷിക്കുന്നത്. അതുകൊണ്ടാണ് ഞങ്ങൾ സന്തോഷിക്കുന്നത്. അതുകൊണ്ടാണ് ഞങ്ങൾക്ക് കുട്ടികൾ ഉള്ളത്. അതുകൊണ്ടാണ് ഞങ്ങൾ ജീവിക്കുന്നത്— എല്ലാം അവിടത്തേക്ക് വേണ്ടി!"

ഇതും പറഞ്ഞ് അയാൾ സ്രാവിനെ ഒറ്റയടിക്ക് വിഴുങ്ങി.

അവർക്ക് ആഹാരം കൊടുക്കുന്ന അമ്മയായ തടാകത്തിലേക്ക് നോക്കിയിരുന്ന് യജമാനനും മറ്റുള്ളവരും അവരുടെ അദ്ധ്വാനത്തിന്റെ ഫലം ആസ്വദിച്ചുകൊണ്ടിരിക്കുമ്പോൾ– ചേറിൽ പൊതിഞ്ഞ ശരീരവുമായി കിതച്ചുകൊണ്ട് ജേക്കബ് അവരുടെ മുമ്പിൽ പ്രത്യക്ഷപ്പെട്ടു. അയാൾക്ക് സ്ഥലം ഉണ്ടാക്കാൻ വേണ്ടി മീൻപിടിത്തക്കാർ കൂടുതൽ ഒത്തുകൂടി ഇരുന്നു. സന്തോഷത്തിലായിരുന്ന സബിദീ വിളിച്ചുപറഞ്ഞു. "എന്റെ ആദ്യത്തെ മകന് സ്വാഗതം! നിനക്ക് ഭാഗ്യം ഉണ്ട്. ഇരുന്ന് ഭക്ഷണം കഴിക്കൂ. എന്തുണ്ട് വിശേഷങ്ങൾ?"

മറുപടി ഉണ്ടായില്ല. മകൻ അച്ഛന്റെ അടുത്ത് ഇരുന്നു. പക്ഷേ, സുഗന്ധം പരത്തുന്ന ആവി പറക്കുന്ന കുട്ടകത്തിനു നേരെ അയാൾ കൈ നീട്ടിയില്ല.

കിഴവൻ സബിദീ തലചരിച്ച് ആശങ്കയോടെ മകനെ നോക്കി. അധികം സംസാരിക്കാത്ത മുൻകോപിയായ മകനെ സബിദീക്ക് പൂർണ്ണമായും അറിയാം. അയാൾ അവനെ ഭയപ്പെട്ടിരുന്നു.

"നിനക്ക് വിശപ്പില്ലേ?" അയാൾ ചോദിച്ചു. "നിന്റെ മുഖം എന്താണ് ഇങ്ങനെ ഇരിക്കുന്നത്? ഈ പ്രാവശ്യം നീ ആരോടാണ് വഴക്കിട്ടത്?

"ദൈവത്തിനോടും പിശാചിനോടും മനുഷ്യരോടും" ജേക്കബ് ദേഷ്യപ്പെട്ട് മറുപടി പറഞ്ഞു. "എനിക്ക് വിശക്കുന്നില്ല."

"ഹോ! ഇവൻ ഞങ്ങളുടെ സൂപ്പ് നശിപ്പിക്കാൻ വന്നിരിക്കുകയാണ്." സബിദീ സ്വയം പറഞ്ഞു. പക്ഷേ, അയാൾ വിഷയം മാറ്റിക്കൊണ്ട് മുഖത്തെ പുഞ്ചിരി നിലനിർത്താൻ പരിശ്രമിച്ചു. "എടാ തെമ്മാടി" അയാൾ അവനെ നോക്കി കണ്ണിറുക്കിക്കൊണ്ട് ചോദിച്ചു. "നീ വഴിയിൽ ആരോടാണ് സംസാരിച്ചുകൊണ്ടിരുന്നത്?"

ജേക്കബ് തിരിച്ചു ചോദിച്ചു.

"അപ്പോൾ നമുക്ക് ചാരന്മാർ ഉണ്ട്. അല്ലേ? അച്ഛനോട് ആരാണ് പറഞ്ഞത്?... ഞാൻ ആരോടും സംസാരിച്ചിരുന്നില്ല."

അയാൾ എഴുന്നേറ്റ് തടാകത്തിൽ ഇറങ്ങി മുട്ടറ്റം വെള്ളത്തിൽ നിന്നുകൊണ്ട് ശരീരം കഴുകി. പിന്നീട് അയാൾ സംഘത്തിനടുത്തെത്തി. പക്ഷേ, അവർ തിന്നും പൊട്ടിച്ചിരിച്ചും എന്തുമാത്രം സന്തോഷത്തിലാണെന്ന് അയാൾ മനസ്സിലാക്കി. അയാൾ പൊട്ടിത്തെറിച്ചു.

"നിങ്ങൾ തിന്നും കുടിച്ചും ഇരിക്കുന്നു. നസറേത്തിൽ നിങ്ങൾക്കുവേണ്ടി മറ്റുള്ളവർ കുരിശിലേറ്റപ്പെടുന്നു!"

അവരെ കൂടുതൽ സമയം കണ്ടു നില്ക്കാൻ കഴിയാതെ അയാൾ മുറുമുറുത്തുകൊണ്ട് ഗ്രാമത്തിലേക്ക് നടന്നു.

കിഴവൻ സബിദീ മകൻ അകന്നു പോകുന്നത് നോക്കിക്കൊണ്ടു നിന്നു.

"എന്റെ ആൺമക്കൾ എന്റെ കഴുത്തിലെ വേദനയാണ്" വലിയ തല കുലുക്കിക്കൊണ്ട് അയാൾ പറഞ്ഞു. "ഒരുത്തൻ അങ്ങേയറ്റത്തെ ഈശ്വര

ഭക്തനായി മാറി. മറ്റവൻ അങ്ങേയറ്റം ദുശ്ശാഠ്യക്കാരനായി. അവൻ പോകുന്നിടത്തും നില്ക്കുന്നിടത്തും ഒരു വഴക്ക് തുടങ്ങുമെന്ന് ഉറപ്പാണ്. കഴുത്തിലെ വേദന തന്നെയാണ്... അവരിൽ ഒരാളും ഒരു യഥാർത്ഥ മനുഷ്യനായി വളർന്നില്ല: ചുരുക്കത്തിൽ അല്പം അനുകമ്പയും അല്പം കാർക്കശ്യവും ഉള്ള ചിലപ്പോൾ ദയാലുവും ചിലപ്പോൾ പരുക്കനും ആയ ഒരു യഥാർത്ഥ മനുഷ്യൻ!"

അയാൾ നെടുവീർപ്പിട്ടുകൊണ്ട് മനപ്രയാസം മാറ്റാൻ വേണ്ടി കുട്ടകത്തിനുള്ളിൽ നിന്ന് ഒരു പരവമീനിനെ പിടിച്ചെടുത്തു. "നമുക്ക് പരവമീനുകൾ ഉള്ളതിന് നന്ദി പറയണം." അയാൾ പറഞ്ഞു. "അവയെ സൃഷ്ടിക്കുന്ന തടാകങ്ങളും തടാകങ്ങൾ ഉണ്ടാക്കുന്ന ദൈവവും ഉള്ളതിന് നന്ദി പറയണം."

"യജമാനൻ ഇങ്ങനെ പറയുകയാണെങ്കിൽ പഴയ യോനാ എന്താണ് പറയേണ്ടത്?" കൂട്ടത്തിലെ വൃദ്ധൻ പറഞ്ഞു. "പാവം എല്ലാ വൈകുന്നേരവും പാറപ്പുറത്തുകയറി ജറുസലേമിലേക്ക് നോക്കിയിരുന്ന് മകൻ ആൻഡ്രൂവിനുവേണ്ടി ദുഃഖിക്കുന്നു. അയാൾ അതീന്ദ്രിയജ്ഞാനം ഉള്ള മറ്റൊരാളാണ്. അവർ പറയുന്നത് അയാൾ ഒരു പ്രവാചകനെ കണ്ടെത്തി അയാളുടെ കൂടെ വെട്ടുകിളികളും തേനും ഒഴിച്ച് മറ്റൊന്നും കഴിക്കാതെ ചുറ്റിത്തിരിഞ്ഞെന്നും മനുഷ്യരുടെ പാപങ്ങൾ പൂർണ്ണമായി കഴുകിക്കളയാൻ വേണ്ടി അവരെ പിടികൂടി ജോർദ്ദാനിലാക്കിയെന്നുമാണ്."

"നമുക്ക് പെരുകാൻ ആൺമക്കൾ കാണുമെന്ന് പറഞ്ഞിരുന്നു." സബിദീ പറഞ്ഞു. ചുരയ്ക്ക കൊണ്ടുവരൂ. അതിൽ കുറച്ച് വീഞ്ഞ് കാണും. ഇല്ലേ? "എന്റെ ആത്മാവിന് ഒരു ഉന്നമനം ആവശ്യമാണ്."

അവർ ചരൽക്കല്ലുകൾക്കു മുകളിൽ ആരോ സാവധാനം നടക്കുന്നതിന്റെ കാലൊച്ച കേട്ടു. ഏതോ കാട്ടുമൃഗം രോഷത്തോടെ നടന്നടുത്തുകൊണ്ടിരിക്കുകയാണെന്ന് തോന്നി. കിഴവൻ സബിദീ തിരിഞ്ഞുനോക്കി.

"നല്ലവനായ യോനയ്ക്ക് സ്വാഗതം!" അയാൾ വിളിച്ചുകൂവി. അയാൾ വീഞ്ഞുപറ്റിയ താടി തുടച്ചുകൊണ്ട് ബഹുമാനത്തോടെ എഴുന്നേറ്റ് സ്വന്തം സ്ഥലം മറ്റയാൾക്ക് സമ്മാനിച്ചു. "ഞാൻ ഇപ്പോൾ എന്റെ ആൺമക്കളോടും പരവകളോടും യുദ്ധം ചെയ്യുകയായിരുന്നു. ഇവിടെ വന്ന് ഈ പരവയിൽ ഒന്നു കൈവച്ചുനോക്കിയിട്ട് നിങ്ങളുടെ മകൻ ആൻഡ്രൂപുണ്യവാളന്റെ വാർത്തകൾ പറയൂ."

അവരുടെ മുമ്പിൽ വൃദ്ധനായ ഒരു മീൻപിടുത്തക്കാരൻ പ്രത്യക്ഷപ്പെട്ടു. അയാൾ പൊക്കം കുറഞ്ഞ ഒരു കുറ്റിയാനായിരുന്നു. നഗ്നപാദനായ അയാൾ സൂര്യതാപമേറ്റ് വരണ്ടുപോയിരുന്നു. അയാൾക്ക് നിർജ്ജീവമായ പഴഞ്ചൻ കണ്ണുകളും നരച്ച ചുരുളൻ തലമുടി മൂടിയ വലിയ തലയും മീനിന്റെ തൊലി പോലെ ചെതുമ്പലുകൾ പിടിച്ച തൊലിയും ഉണ്ടായിരുന്നു. മുന്നോട്ടു കുനിഞ്ഞുനിന്ന് അയാൾ ആരെയോ അന്വേഷിക്കുന്നമട്ടിൽ അവരെ ഓരോരുത്തരെയായി നോക്കി.

"യോനാ പിതാവേ, നിങ്ങൾ ആരെയാണ് അന്വേഷിക്കുന്നത്?"

സബിദീ ചോദിച്ചു. "നിങ്ങൾക്ക് സംസാരിക്കാൻ കഴിയാത്തത്ര ക്ഷീണം ഉണ്ടോ?"

അയാൾ കിഴവന്റെ കാലുകളിലേക്ക് നോക്കി. മീൻമുള്ളുകൾ ചുറ്റിപ്പിണഞ്ഞിരുന്ന താടിയിലേക്കും മുടിയിലേക്കും നോക്കി. മീനിന്റെ വായ പോലെ നിശ്ശബ്ദമായി അടഞ്ഞുതുറന്നുകൊണ്ടിരുന്ന അയാളുടെ ചുണ്ടുകളിലേക്ക് നോക്കി. സബിദീ പൊട്ടിച്ചിരിക്കാൻ ആഗ്രഹിച്ചു. പക്ഷേ, പെട്ടെന്ന് അയാൾ ഭയത്തിന് അടിമപ്പെട്ടു. അയാളുടെ മനസ്സിലൂടെ വിഡ്ഢിത്തം നിറഞ്ഞ ഒരു സംശയം അതിവേഗത്തിൽ പാഞ്ഞുപോയി. അയാൾ കിഴവൻ യോനാ കൂടുതൽ അടുത്തേക്ക് വരുന്നത് തടയാൻ ആഗ്രഹിക്കുന്നതുപോലെ രണ്ടുകൈയും ഭയത്തോടെ മുന്നോട്ടു നീട്ടി.

ദൈവമേ, ഇയാൾ യോനാ പ്രവാചകൻ ആയിരിക്കുമോ? അയാൾ ചാടി എഴുന്നേറ്റുകൊണ്ട് വിളിച്ചുകൂവി. "ഇത്രയും കാലം ഇയാൾ ഞങ്ങളുടെ ഇടയിൽ ഒളിച്ചിരിക്കുകയായിരുന്നോ? ഞാൻ പിതാവിന്റെ പേരിൽ ആത്മാർത്ഥമായി അഭ്യർത്ഥിക്കുന്നു! സംസാരിക്കൂ! യോനാപ്രവാചകനെ സ്രാവു വിഴുങ്ങിയതിനെപ്പറ്റിയും പിന്നീട് ഛർദ്ദിച്ചപ്പോൾ പ്രവാചകൻ പൂർണ്ണരൂപത്തിൽ അതിന്റെ വായിൽനിന്നും പുറത്തേക്ക് ചാടിവന്നതിനെക്കുറിച്ചും സന്ന്യാസിമഠത്തിലെ വിശുദ്ധനായ മഠാധിപതി പ്രസംഗിക്കുന്നത് ഞാൻ കേട്ടിട്ടുണ്ട്. ദൈവം നേരിട്ട് എന്നെ സഹായിക്കാൻ വന്നിരിക്കുന്നു. മഠാധിപതിയുടെ വിശദീകരണം നിങ്ങൾക്ക് യോജിക്കുന്നുണ്ട്. മുടിയിലും താടിയിലും കുരുങ്ങിക്കിടക്കുന്ന മീൻ മുള്ളുകൾ താടിയിൽ മുഴുവൻ ഞണ്ടിൻകുഞ്ഞുങ്ങൾ. യോനയ്ക്ക് രസക്കേട് തോന്നരുത്. പക്ഷേ, തപ്പിനോക്കിയാൽ നിങ്ങളുടെ താടിയിൽ ഞണ്ടുകൾ കാണുമെന്ന് പന്തയം വെക്കാൻ എനിക്ക് തോന്നുന്നുണ്ട്."

വൃദ്ധനായ മീൻപിടിത്തക്കാരൻ പൊട്ടിച്ചിരിച്ചു. പക്ഷേ, സബിദീ അയാളുടെ പഴയ ചങ്ങാതിയെ ഭയത്തോടെ നോക്കിയിരിക്കുകയായിരുന്നു.

"ആദരണീയനായ അങ്ങ് സംസാരിക്കൂ." സബിദീ പറഞ്ഞു. "അങ്ങ് യോനാപ്രവാചകൻ ആണോ?"

കിഴവൻ യോനാ തലകുലുക്കി. ഏതെങ്കിലും മീൻ അയാളെ വിഴുങ്ങിയിരുന്നതായി യോനയ്ക്കും ഓർമ്മിക്കാൻ കഴിഞ്ഞിരുന്നില്ല. എന്തായാലും അത് സംഭാവ്യമായിരുന്നു. പല വർഷങ്ങളോളം മീനുമായി മല്ലിട്ടതിനുശേഷം അയാൾ എങ്ങനെ ഓർക്കാനാണ്?"

"ഇത് അദ്ദേഹമാണ്. അദ്ദേഹമാണ്." സ്വയം രക്ഷപ്പെടാൻ ആഗ്രഹിക്കുന്നതുപോലെ കണ്ണുകൾ ഇരുവശത്തേക്കും പായിച്ചുകൊണ്ട് കിഴവൻ സബിദീ പിറുപിറുത്തു. പ്രവാചകന്മാർ വിശ്വാസിക്കാൻ പറ്റാത്ത വിചിത്ര സ്വഭാവങ്ങളുള്ള മനുഷ്യരാണെന്ന് അയാൾക്ക് അറിയാമായിരുന്നു. അവർ അന്തരീക്ഷത്തിലും കടലിലും തീയിലും അപ്രത്യക്ഷപ്പെടും– അതിനുശേഷം ഒട്ടും പ്രതീക്ഷിക്കാത്ത സമയത്ത് അവർ നിങ്ങളുടെ മുമ്പിൽ പ്രത്യക്ഷപ്പെടും. "എലിജാ പ്രവാചകൻ സ്വർഗ്ഗത്തിലേക്ക് ഉയർന്നത് തീയുടെ മുകളിൽക്കയറിയിരുന്ന് ആയിരുന്നില്ലേ? എന്നിട്ടും അദ്ദേഹം ജീവിച്ചില്ലേ?

അദ്ദേഹം ശക്തൻ ആയിരുന്നില്ലേ? നിങ്ങൾ ഏതു പർവ്വതത്തിന്റെ കൊടുമുടിയിൽ എത്തിയാലും അവിടെ നിങ്ങളുടെ മുമ്പിൽ അദ്ദേഹം ഉണ്ടായിരിക്കും. ഇനോച്ചിന്റെ കാര്യത്തിലും ഇത് സത്യം ആയിരുന്നു. അദ്ദേഹത്തിനും നാശം ഇല്ലായിരുന്നു. ഇപ്പോൾ ഇവിടെ യോനാ പ്രവാചകൻ വന്നിരിക്കുന്നു. അദ്ദേഹം ഇപ്പോൾ നാടകം കളിക്കുന്നു." സബിദീ പറഞ്ഞു. "അദ്ദേഹം പീറ്ററിന്റെയും ആൻഡ്രൂവിന്റെയും അച്ഛനായ മീൻപിടിത്തക്കാരനാണെന്ന് ഭാവിക്കുന്നു. അദ്ദേഹത്തെ അനുകമ്പയോടെ കൈകാര്യം ചെയ്യുന്നതാണ് കൂടുതൽ നല്ലത്. ഈ പ്രവാചകന്മാർ ദുശ്ശാഠ്യക്കാരാണ്. സൂക്ഷിച്ചുനിന്നില്ലെങ്കിൽ നിങ്ങൾ കുഴപ്പത്തിൽ ചാടും... അയാൾ ശബ്ദം കൂടുതൽ മധുരമുള്ളതാക്കി.

"സ്നേഹമുള്ള അയൽക്കാരനായ യോനാ പിതാവേ!" അയാൾ ആരംഭിച്ചു. "നിങ്ങൾ ആരെയോ അന്വേഷിക്കുന്നുണ്ട്. ജേക്കബ്ബിനെയാണോ? അയാൾ നസറേത്തിൽ നിന്ന് തിരിച്ചുവന്ന് ഗ്രാമത്തിലേക്ക് പോയെന്നാണ് തോന്നുന്നത്. പക്ഷേ, അയാൾക്ക് ക്ഷീണം ഉണ്ടായിരുന്നു. നിങ്ങൾക്ക് നിങ്ങളുടെ മകൻ പീറ്ററിന്റെ കാര്യമാണ് അറിയേണ്ടതെങ്കിൽ അയാൾക്ക് സുഖമാണെന്നും, അയാളെപ്പറ്റി വിഷമിക്കരുതെന്നുമാണ് പീറ്റർ പറയുന്നത്. അയാൾ ഉടൻതന്നെ വരുന്നുണ്ടെന്ന് അറിയിച്ചിട്ടുണ്ട്. ...യോനാ, നിങ്ങൾ ഞാൻ പറയുന്നത് കേൾക്കുന്നുണ്ടോ? ഉണ്ടെങ്കിൽ അതിന്റെ ഒരു സൂചന എനിക്ക് തരണം."

സബിദീ സ്നേഹത്തോടെ സംസാരിച്ചുകൊണ്ട് കിഴവന്റെ എല്ലും തോലുമായ തോളിൽ തടവി. ആർക്കു പറയാൻ പറ്റും. എല്ലാം സംഭാവ്യമാണ്. ഈ മരത്തലയൻ മുക്കുവൻ ഒരുപക്ഷേ, യോനാ പ്രവാചകൻ ആയിരിക്കും. അതുകൊണ്ട് ശ്രദ്ധിക്കുന്നതാണ് കൂടുതൽ നല്ലത്.

കിഴവൻ യോനാ കുനിഞ്ഞ് കുട്ടകത്തിൽ നിന്ന് ഒരു കടൽതേളിനെ പിടികൂടി മൊത്തമായി വായിൽ കുത്തിനിറച്ചുകൊണ്ട് എല്ലുസഹിതം ചവയ്ക്കാൻ തുടങ്ങി.

"ഞാൻ പോകുന്നു." അയാൾ മുറുമുറുത്തു കൊണ്ട് തിരിഞ്ഞുനടന്നു. ചരൽക്കല്ലുകൾ ഒരിക്കൽകൂടി പിറുപിറുക്കാൻ തുടങ്ങി. ഒരു കടൽക്കാക്ക അയാളുടെ തലയ്ക്ക് മുകളിലൂടെ തെന്നിപ്പറക്കുന്നതിനിടയിൽ മുക്കുവന്റെ മുടിക്കുള്ളിൽ ഞണ്ടിനെ കണ്ടതുപോലെ ഒരു നിമിഷം ആകാശത്ത് ചിറകുവീശി നിശ്ചലമായി നിന്നു. പക്ഷേ, പേടിച്ചിട്ടെന്നപോലെ ഒരു പരുക്കൻ നിലവിളി ഉറക്കെ വിളിച്ചുകൂവിക്കൊണ്ട് അത് വീണ്ടും പറന്നുപോയി.

"കുട്ടികളേ, ശ്രദ്ധിക്കൂ" കിഴവൻ സബിദീ പറഞ്ഞു. "ഞാൻ എന്റെ എല്ലുകൾ പന്തയം വെക്കുന്നു. അയാൾ യോനാപ്രവാചകൻ ആണ്. പീറ്റർ ദൂരത്തായതുകൊണ്ട് നിങ്ങളിൽ രണ്ടുപേർ അയാളെ സഹായിക്കാൻ പോകുന്നത് നല്ലകാര്യമാണ്. അല്ലെങ്കിൽ നമുക്ക് എന്ത് സംഭവിക്കുമെന്ന് ആർക്ക് പറയാൻ പറ്റും."

രണ്ടു തടിയന്മാർ എഴുന്നേറ്റ് അവരുടെ യജമാനനോട് പകുതി തമാശ

മട്ടിൽ പറഞ്ഞു. അവരുടെ സംസാരത്തിൽ പകുതി ഭയവും കലർന്നിരുന്നു.

"ഇതിന്റെ അനന്തരഫലങ്ങളുടെ ചുമതല യജമാനനായിരിക്കും. പ്രവാചകന്മാർ വന്യമൃഗങ്ങളാണ്. അവർ ആകാശത്തുനിന്ന് വാ പൊളിച്ച് നിങ്ങളുടെ അവസാനത്തെ എല്ലുവരെ വിഴുങ്ങിക്കളയും! ശരി, നമുക്ക് പോകാം. ഞങ്ങൾ പോകുന്നു!"

കിഴവൻ സബിദീ സംതൃപ്തിയോടെ നിവർന്നിരുന്നു. പ്രവാചകന്റെ കാര്യം അയാൾ ശരിയായ രീതിയിൽ കൈകാര്യം ചെയ്തിരിക്കുന്നു. ഇപ്പോൾ അയാൾ മറ്റു ദത്തുപുത്രന്മാരുടെ നേർക്ക് തിരിഞ്ഞു.

"പെട്ടെന്ന് കുട്ടയിൽ മീൻ നിറച്ച് ചുറുചുറുക്കോടെ ഗ്രാമത്തിൽ ചുറ്റിക്കറങ്ങാൻ ഇറങ്ങൂ. പക്ഷേ, ശ്രദ്ധവേണം. കർഷകർ കുറുക്കന്മാരാണ്. അവർ മുക്കുവരെപോലെ അല്ല— നമ്മൾ ദൈവത്തിനു വേണ്ടപ്പെട്ടവരാണ്! മീൻ കഴിയുന്നത്ര കുറച്ചുമാത്രമേ കൊടുക്കാൻ പാടുള്ളൂ. ഗോതമ്പും വീഞ്ഞും എണ്ണയും കോഴികളും മുയലുകളും കിട്ടുന്നതിന്റെ പരമാവധി കൈക്കലാക്കുകയും വേണം. നിങ്ങൾക്ക് മനസ്സിലാകുന്നുണ്ടോ? രണ്ടും രണ്ടും ചേർന്നാൽ നാലാണ്."

വളർത്തുപുത്രന്മാർ ചാടി എഴുന്നേറ്റ് കുട്ടകൾ നിറയ്ക്കാൻ തുടങ്ങി.

ദൂരെ ഒരു പന്തയ ഒട്ടകത്തിന്റെ പുറത്ത് ഒരു മനുഷ്യൻ പ്രത്യക്ഷപ്പെട്ടു. കിഴവൻ സബിദീ കണ്ണുകൾക്കു മുകളിൽ കൈപ്പത്തിചേർത്തുവച്ച് നോക്കി.

അയാൾ വിളിച്ചുകൂവി., "നിങ്ങൾ അങ്ങോട്ടുനോക്കൂ. അത് എന്റെ മകൻ ജോൺ ആണെന്ന് നിങ്ങൾക്ക് തോന്നുന്നുണ്ടോ?"

ഇപ്പോൾ ഒട്ടകക്കാരൻ പൊടി മണ്ണിനു മുകളിലൂടെ സഞ്ചരിച്ച് അവരുടെ സമീപത്തേക്ക് വന്നുകൊണ്ടിരിക്കുകയായിരുന്നു.

"അത് അയാളാണ്. അയാളാണ്" മുക്കുവർ വിളിച്ചുകൂവി. "യജമാനന്റെ മകന് സ്വാഗതം!"

"ജോൺ" വൃദ്ധനായ അച്ഛൻ ഉറക്കെ വിളിച്ചുചോദിച്ചു. "നീ എന്തിനാണ് ഇത്രയും തിടുക്കം കൂട്ടുന്നത്? നീ എവിടേക്കാണ് പോകുന്നത്? ഒരു മിനിറ്റ് നില്ക്കൂ. ഞങ്ങൾ നിന്നെ ഒന്നു കാണട്ടെ!"

"മഠാധിപതി മരിച്ചുകൊണ്ടിരിക്കുകയാണ്. എനിക്ക് സമയം ഇല്ല."

"അയാൾക്ക് എന്തുപറ്റി?"

"അദ്ദേഹം ആഹാരം കഴിക്കാൻ ആഗ്രഹിക്കുന്നില്ല. അദ്ദേഹം മരിക്കാൻ ആഗ്രഹിക്കുന്നു."

"എന്തുകൊണ്ട്? എന്തുകൊണ്ട്?"

പക്ഷേ, ഒട്ടകക്കാരന്റെ മറുപടി അന്തരീക്ഷത്തിൽ നഷ്ടപ്പെട്ടു.

കിഴവൻ സബിദീ ചുമച്ചു. ഒരു നിമിഷം ആലോചിച്ചതിനുശേഷം അയാൾ തലകുലുക്കി.

"ദൈവമേ, ഞങ്ങളെ സന്ന്യാസത്തിൽ നിന്ന് സംരക്ഷിക്കണമേ!" അയാൾ പറഞ്ഞു.

ജേക്കബ് കോപത്തോടെ കാപ്പർനാമിലേക്ക് നടന്നിറങ്ങുന്നത് മറി

യത്തിന്റെ മകൻ നോക്കിക്കൊണ്ടു നിന്നു. പിന്നീട് ദുഃഖം നിറഞ്ഞ ഹൃദയത്തോടെ അയാൾ നിലത്ത് ചമ്രം പിണഞ്ഞിരുന്നു. സ്നേഹിക്കാനും സ്നേഹിക്കപ്പെടാനും അങ്ങേയറ്റം ആഗ്രഹിച്ച അയാൾ മനുഷ്യമനസ്സുകളിൽ ഇത്രമാത്രം വെറുപ്പ് ഉണർത്തിയത് എന്തുകൊണ്ടാണ്. അത് അയാളുടെ കുറ്റം ആയിരുന്നു. ദൈവത്തിന്റെ കുറ്റം അല്ല. മനുഷ്യരുടെ കുറ്റം അല്ല. അയാളുടെ മാത്രം കുറ്റമാണ്. അയാൾ ഇത്രമാത്രം ഭീരുത്വത്തോടെ പെരുമാറുന്നത് എന്തുകൊണ്ടാണ്? സഞ്ചരിക്കാൻ ഒരു വഴി തെരഞ്ഞെടുത്തതിനുശേഷം അതിന്റെ അറ്റംവരെ തുടരാനുള്ള ധൈര്യം അയാൾക്ക് നഷ്ടപ്പെടുന്നത് എന്തുകൊണ്ടാണ്? അയാൾ ഒരു വികലാംഗൻ ആയിരുന്നു. അയാൾ അനുകമ്പ അർഹിക്കുന്ന ഒരു ഭീരു ആയിരുന്നു. നാണക്കേടിൽനിന്നും മരണത്തിൽനിന്നും മഗ്ദലനയെ രക്ഷിക്കാൻ വേണ്ടി അവളെ ഭാര്യയാക്കാനുള്ള ധൈര്യം അയാൾ എന്തുകൊണ്ട് കാണിച്ചില്ല? അയാളെ ദൈവം റാഞ്ചി എടുത്തുകൊണ്ട് എഴുന്നേല്ക്കാൻ കല്പിച്ചപ്പോൾ അയാൾ എഴുന്നേല്ക്കാൻ കൂട്ടാക്കാതെ നിലത്ത് പറ്റിപ്പിടിച്ച് കിടന്നത് എന്തുകൊണ്ടാണ്? ഇപ്പോൾ എന്തുകൊണ്ടാണ് ഭയം അയാളെ ഭരിക്കുന്നത്? ഇപ്പോൾ ഒളിച്ചിരിക്കാൻ വേണ്ടി അയാൾ മരുഭൂമിയിൽ പോകുന്നത് എന്തുകൊണ്ടാണ്? മറ്റ് ഏതു സ്ഥലത്തുവച്ചും അയാളെ കണ്ടെത്തുന്നതുപോലെ ദൈവം അയാളെ അവിടെവച്ച് കണ്ടെത്തില്ലെന്ന് അയാൾ ചിന്തിക്കുന്നുണ്ടോ?

സൂര്യൻ ഏറക്കുറെ അയാളുടെ തലയ്ക്കു മുകളിലായി നില്ക്കുന്നുണ്ടായിരുന്നു. ഗോതമ്പിനുവേണ്ടിയുള്ള വിലാപം നിലച്ചിരുന്നു. പീഡിതരായ ഈ മനുഷ്യർക്ക് ദുരന്തങ്ങൾ പരിചിതമായിരുന്നു. അവരുടെ നിലവിളികൾ ഒരിക്കലും സ്വാസ്ഥ്യം കൊണ്ടുവന്നിട്ടില്ലെന്ന് അവർ ഓർമ്മിച്ചു. അവർ നിശ്ശബ്ദരായി. ആയിരക്കണക്കിന് വർഷങ്ങളായി അനീതി അനുഭവിച്ചിട്ടുണ്ട്. വിശപ്പ് അനുഭവിച്ചിട്ടുണ്ട് ദൃശ്യമായ ശക്തികളും അദൃശ്യമായ ശക്തികളും അവരെ അമ്മാനമാടിയിട്ടുണ്ട്. പക്ഷേ, അവർ എങ്ങനെയൊക്കെയോ രണ്ടറ്റവും കൂട്ടിമുട്ടിച്ചുകൊണ്ട് സ്വന്തം ജീവിതത്തിലൂടെ മുടന്തി നടന്നു. ഇത് അവരെ ക്ഷമ പഠിപ്പിച്ചു.

ഒരു പച്ചനിറമുള്ള അരണ കുറ്റിക്കാട്ടിൽനിന്ന് പ്രത്യക്ഷപ്പെട്ടു. അത് വെയിൽ കായാൻ വേണ്ടി സ്വയം പുറത്തുവന്നതായിരുന്നു. ഭയാനകമായ മനുഷ്യമൃഗത്തെ കണ്ടപ്പോൾ അരണയുടെ ഹൃദയം അതിന്റെ കഴുത്തിനു തൊട്ടുതാഴെ ഇരുന്ന് മിടിക്കാൻ തുടങ്ങി. പക്ഷേ, അത് സ്വയം സമാധാനം കണ്ടെത്തി. അത് ഇളം ചൂടുള്ള പാറയിലേക്ക് പൂർണ്ണമായും പറ്റിച്ചേർന്നുകൊണ്ട് മറിയത്തിന്റെ മകനെ സ്വാഗതം ചെയ്യുന്ന മട്ടിൽ ഉണ്ടക്കണ്ണുകൾ ഉയർത്തി ആത്മവിശ്വാസത്തോടെ നോക്കി. അത് അയാളോട് പറയുന്നതുപോലെ തോന്നി.

"എനിക്ക് നിങ്ങൾ തനിച്ചാണെന്ന് അറിയാമായിരുന്നു. അതുകൊണ്ട് ഞാൻ നിങ്ങൾക്ക് ഒരുകൂട്ടിനുവേണ്ടി വന്നതാണ്." മറിയത്തിന്റെ മകൻ പുതിയ സന്ദർശകൻ ഭയപ്പെടാതിരിക്കാൻ വേണ്ടി സന്തോഷത്തോടെ

ശ്വാസം അടക്കി നിന്നു. അയാൾക്കു സ്വന്തം ഹൃദയം അരണയുടെ ഹൃദയം പോലെ മിടിക്കുന്നുണ്ടെന്ന് തോന്നിയിരുന്നു. കറുപ്പിൽ ചുവന്ന പുള്ളികളുള്ള രണ്ട് ചിത്രശലഭങ്ങൾ വിട്ടുപോകാൻ ആഗ്രഹിക്കാതെ അവർക്കിടയിൽ അങ്ങോട്ടും ഇങ്ങോട്ടും പറന്നു നടന്നു. അവർ വെയിലിൽ കളിച്ചുരസിച്ച് സന്തോഷത്തോടെ നൃത്തം ചെയ്തു. അവസാനം അവ അയാളുടെ ചോരക്കറ പുരണ്ട ഉറുമാലിലെ ചുവന്ന പാടുകൾക്കു മുകളിൽ ചോര കുടിക്കാൻ ആഗ്രഹിക്കുന്നതുപോലെ മൂക്കുചേർത്തുവച്ച് പറന്നിറങ്ങി. തലയ്ക്കു മുകളിൽ അവയുടെ തലോടൽ അനുഭവിച്ചപ്പോൾ അയാൾ ദൈവത്തിന്റെ നഖങ്ങളെപ്പറ്റി ഓർത്തു. നഖങ്ങളും ചിത്രശലഭങ്ങളും ഒരേ സന്ദേശമാണ് കൊണ്ടുത്തരുന്നതെന്ന് അയാൾക്ക് തോന്നി. ദൈവത്തിന് മിന്നൽപ്പിണരോ മാന്തിപ്പറിക്കുന്ന കഴുകനോ ആകാതെ ഒരു ചിത്രശലഭമായി പറന്നിറങ്ങാൻ കഴിഞ്ഞിരുന്നെങ്കിൽ!

മനസ്സിനുള്ളിൽ ചിത്രശലഭങ്ങളെയും ദൈവത്തെയും ഒന്നാക്കിമാറ്റുമ്പോൾ കാൽച്ചുവട്ടിൽ എന്തോ ഇക്കിളിപ്പെടുത്തുന്നതായി അയാൾക്ക് തോന്നി. അയാൾ താഴോട്ട് നോക്കി. പാദങ്ങൾക്കിടയിലൂടെ കറുപ്പും മഞ്ഞയും നിറങ്ങൾ ഇടകലരുന്ന തടിച്ച ഉറുമ്പുകളുടെ നിര കടന്നുപോകുന്നത് അയാൾ കണ്ടു. അവ രണ്ടോ മൂന്നോ അംഗങ്ങളുള്ള ചെറുസംഘങ്ങളായി പിരിഞ്ഞ് ഓരോരോ ഗോതമ്പുമണികൾ താടിയെല്ലിൽ ചുമന്നുകൊണ്ടു പോകുകയായിരുന്നു. അവർ അത് മനുഷ്യരുടെ വായിൽ നിന്ന് മോഷ്ടിച്ച് അവരുടെ ഉറുമ്പിൻകൂടിലേക്ക് കൊണ്ടുപോകുന്നതിനിടയിൽ അവരുടെ ദൈവമായ മഹാനായ ഉറുമ്പിനെ വാഴ്ത്തിക്കൊണ്ടിരുന്നു. അവരുടെ ദൈവമായ മഹാനായ ഉറുമ്പ് അദ്ദേഹം സ്വന്തം ആളുകളായി തെരഞ്ഞെടുത്ത ഉറുമ്പുകൾക്ക് എന്നും ഒരു പ്രേരണയായിരുന്നു. ദൈവമായ മഹാനായ ഉറുമ്പ് ഗോതമ്പു മെതിച്ചുകൂട്ടിയിരുന്ന നിമിഷത്തിൽ കൃത്യമായി വെള്ളപ്പൊക്കത്തെ പറഞ്ഞുവിട്ടതിന് അവർ അദ്ദേഹത്തെ പ്രശംസിച്ചു.

മറിയത്തിന്റെ മകൻ നെടുവീർപ്പിട്ടു. ഉറുമ്പുകളും ദൈവത്തിന്റെ ജന്തുക്കളാണ്. അയാൾ ആലോചിച്ചു. മനുഷ്യരും അരണകളും ഒലിവ് തോട്ടങ്ങളിൽ എനിക്ക് കേൾക്കാൻ കഴിയുന്ന പച്ചക്കുതിരകളും രാത്രിയിൽ ഓരിയിടുന്ന ചെന്നായകളും വെള്ളപ്പൊക്കവും വിശപ്പും എല്ലാംതന്നെ ദൈവത്തിന്റെ സ്വന്തമാണ്.

അയാൾ പിന്നിൽ ആരുടെയോ നിശ്വാസം കേട്ടു. ഭയം അയാളെ പിടികൂടി. കുറച്ചു സമയമായി അയാൾ അവളെ മറന്നിരിക്കുകയായിരുന്നു. പക്ഷേ, അവൾ അയാളെ മറന്നിരുന്നില്ല. ഇപ്പോൾ അവൾ തൊട്ടുപിന്നിലായി തന്നെപ്പോലെ നെടുവീർപ്പിട്ടുകൊണ്ട് നിലത്ത് ചമ്രം പിണഞ്ഞിരിക്കുന്നുണ്ടെന്ന് അയാൾക്ക് തോന്നുന്നുണ്ടായിരുന്നു.

“ശാപവും ദൈവത്തിന്റേതാണ്” അയാൾ മുറുമുറുത്തു.

ദൈവത്തിന്റെ ശ്വാസം തന്നെ പൂർണ്ണമായും പൊതിഞ്ഞിരിക്കുന്നതായി അയാൾക്ക് തോന്നി. ചിലപ്പോൾ അത് അനുകമ്പയുടെ ഇളം

ചൂടോടെ അയാളെ തഴുകി. ചിലപ്പോൾ അത് നിർദ്ദയവും പ്രാകൃതവും ആയിരുന്നു. അരണ, ചിത്രശലഭങ്ങൾ, ഉറുമ്പുകൾ, ശാപം— അതെല്ലാം തന്നെ ദൈവം ആയിരുന്നു.

വഴിയിലൂടെ കടന്നുപോകുന്ന മണിമുഴക്കങ്ങളും ശബ്ദങ്ങളും കേട്ട് അയാൾ തിരിഞ്ഞുനോക്കി. വിനീതനായ ഒരു കഴുത നയിക്കുന്ന വിലപിടിപ്പുള്ള സാധനങ്ങൾ ചുമക്കുന്ന ഒട്ടകങ്ങളുടെ നീണ്ടനിരയുമായി ഒരു സാർത്ഥവാഹകസംഘം കടന്നുപോകുന്നുണ്ടായിരുന്നു. ഈ സംഘം നൈൽവിയിൽനിന്നും ബാബിലോണിൽനിന്നും യാത്ര തുടങ്ങിയതായിരിക്കും. അവർ അബ്രഹാമിന്റെ സമ്പന്നമായ നദീതീരത്തുനിന്നും സിൽക്കും ആനക്കൊമ്പും സുഗന്ധദ്രവ്യങ്ങളുമായി മരുഭൂമി കുറുകെ ക്കടന്ന് വരുന്നവരായിരിക്കും. ഒരു പക്ഷേ, വൻകടലിലെ പലനിറമുള്ള കപ്പലുകളിലേക്ക് അവർ അടിമകളായ സ്ത്രീപുരുഷന്മാരെ കൊണ്ടുവന്നിരിക്കും.

ജാഥ നീങ്ങിക്കൊണ്ടിരുന്നു. അതിന് അവസാനം ഇല്ലെന്ന് തോന്നി. ഈ മനുഷ്യർക്ക് എന്തെല്ലാം സമ്പത്തുക്കൾ ഉണ്ട്. മറിയത്തിന്റെ മകൻ ആലോചിച്ചു. എന്തെല്ലാം വിസ്മയകരമായ നേട്ടങ്ങൾ ഉണ്ട്. സംഘത്തിന്റെ അറ്റത്ത് കാതിൽ സ്വർണ്ണവളയങ്ങളും പച്ചത്തലപ്പാവുകളും ധരിച്ച കച്ചവടക്കാർ പ്രത്യക്ഷപ്പെട്ടു. അവർക്ക് ഇടതൂർന്ന കറുത്തതാടി ഉണ്ടായിരുന്നു. അവർ ഇപ്പോൾ ആടിയാടി നീങ്ങുന്ന ഒട്ടകങ്ങളുടെ കുലുക്കത്തിനൊപ്പം ബുദ്ധിമുട്ടി ഉറച്ചിരുന്നുകൊണ്ട് അയാളുടെ മുന്നിലൂടെ കടന്നുപോകുകയായിരുന്നു.

മറിയത്തിന്റെ മകൻ പെട്ടെന്ന് ഞെട്ടി. അയാൾക്ക് അവർ മഗ്ദലയിൽ തങ്ങാൻ പോകുകയാണെന്ന് തോന്നി. മഗ്ദലനയുടെ വാതിൽ രാവും പകലും തുറന്നുകിടക്കുകയാണ്. അവർ അകത്തു കടക്കും. അയാൾ സ്വയം പറഞ്ഞു.... മഗ്ദലനാ, എനിക്ക് നിന്നെ നിശ്ചയമായും രക്ഷപ്പെടുത്തണം— എനിക്ക് അത് ചെയ്യാൻ കഴിഞ്ഞില്ലെങ്കിൽ! ഇസ്രയേലിന്റെ മനുഷ്യസമൂഹത്തെ അല്ല, നിന്നെയാണ് എനിക്ക് രക്ഷപ്പെടുത്താനുള്ളത്. അത് എനിക്ക് ചെയ്യാൻ കഴിയുന്നില്ല. ഞാൻ പ്രവാചകൻ അല്ല. വായ തുറന്നാൽ എന്ത് പറയണമെന്ന് എനിക്ക് അറിയില്ല. ദൈവം എരിയുന്ന കല്ക്കരി കൊണ്ട് എന്റെ ചുണ്ടുകളെ അഭിഷേകം ചെയ്തിട്ടില്ല. ചുട്ടുപൊള്ളിക്കാൻ വേണ്ടി ദൈവം എന്റെ വയറിനകത്തേക്ക് അദ്ദേഹത്തിന്റെ മിന്നൽപ്പിണരിനെ പറഞ്ഞുവിട്ടിട്ടില്ല. തെരുവുകളിലേക്ക് ഭ്രാന്തെടുത്ത് പാഞ്ഞുചെന്ന് സംസാരിക്കണം... എന്റെ വാക്കുകൾ അദ്ദേഹത്തിന്റെ ആയിരിക്കണം. എന്റേത് ആകരുത്. എനിക്ക് ആ വാക്കുകൾ കൊണ്ട് ഒന്നും ചെയ്യാൻ ആഗ്രഹം ഇല്ല. ഞാൻ വെറുതെ വായ തുറക്കും. അദ്ദേഹം എനിക്കു വേണ്ടി സംസാരിക്കും. ഞാൻ പ്രവാചകൻ അല്ല. ഞാൻ എല്ലാ കാര്യങ്ങളിലും ഭയം ഉള്ള ഒരു സാധാരണ മനുഷ്യനാണ്. മഗ്ദലനാ, എനിക്ക് നിന്നെ നാണക്കേടിന്റെ കിടക്കയിൽനിന്നും വലിച്ചുപുറത്തിടാൻ കഴിയില്ല. അതുകൊണ്ട് ഞാൻ മരുഭൂമിയിലേക്ക് പോകുകയാണ്.

സന്ന്യാസിമഠത്തിലേക്ക് പോകുകയാണ്. നിനക്കുവേണ്ടി പ്രാർത്ഥിക്കാൻ പോകുകയാണ്. പ്രാർത്ഥനയ്ക്ക് പരിപൂർണ്ണമായ ശക്തി ഉണ്ട്. മോസസ് സ്വർഗ്ഗത്തേക്ക് കൈ ഉയർത്തി നിന്ന സമയത്തെല്ലാം ഇസ്രയേലിന്റെ പുത്രന്മാർ യുദ്ധം വിജയിച്ചെന്നാണ് അവർ പറയുന്നത്. അദ്ദേഹം ക്ഷീണിച്ച് കൈ താഴ്ത്തിയപ്പോൾ അവർ പരാജയം ഏറ്റുവാങ്ങി.... മഗ്ദലനാ, ഞാൻ രാവും പകലും എന്റെ കൈ നിനക്കു വേണ്ടി സ്വർഗ്ഗത്തിലേക്ക് ഉയർത്തിപ്പിടിക്കും.

സൂര്യൻ അസ്തമിക്കുന്ന സമയം കണക്കാക്കാൻ വേണ്ടി അയാൾ മുകളിലേക്ക് നോക്കി. അയാൾ ഇരുട്ടിലൂടെ മുന്നോട്ടു പോകാൻ ആഗ്രഹിച്ചു. അതുകൊണ്ട് ആരും കാണാതെ കാപ്പർനാം കടന്ന് തടാകത്തിന് പ്രദക്ഷിണം വച്ച് മരുഭൂമിയിൽ പ്രവേശിക്കാൻ പറ്റും. അയാൾക്ക് അവിടെ എത്തിച്ചേരാനുള്ള ആകാംക്ഷ കൂടിക്കൊണ്ടിരുന്നു.

“എനിക്ക് ഈ വെള്ളത്തിനു മുകളിലൂടെ നടന്ന്, തടാകം കുറുകെ കടക്കാൻ കഴിഞ്ഞിരുന്നെങ്കിൽ!” ഒരിക്കൽകൂടി നെടുവീർപ്പിട്ടുകൊണ്ട് അയാൾ പിറുപിറുത്തു.

അരണ ഇപ്പോഴും പാറയിൽ പറ്റിച്ചേർന്നിരുന്ന് വെയിൽ കായുകയായിരുന്നു. ചിത്രശലഭങ്ങൾ ആകാശത്തേക്ക് പറന്നുയർന്ന് വെളിച്ചത്തിനുള്ളിൽ അപ്രത്യക്ഷമായിക്കഴിഞ്ഞിരുന്നു. ഉറുമ്പുകൾ ഗോതമ്പുകൊണ്ടുപോകുന്നത് തുടർന്നുകൊണ്ടിരുന്നു. അവർ അത് അവരുടെ പത്തായപ്പുരകളിൽ കുന്നുകൂട്ടിയതിനുശേഷം പെട്ടെന്ന് തിരിച്ചുപോയി പുതിയ ചുമടുമായി തിരിച്ചുവന്നു. സൂര്യൻ അസ്തമിക്കാൻ തയ്യാറായിരുന്നു. യാത്രക്കാരുടെ എണ്ണം കുറഞ്ഞു. നിഴലുകൾക്ക് നീളം കൂടി. സന്ധ്യ മണ്ണിനും മരങ്ങൾക്കും തിളക്കം നല്കി. തടാകത്തിലെ വെള്ളം പരിപൂർണ്ണമായ ചിന്താക്കുഴപ്പത്തിൽ ആയിരുന്നു. കണ്ണടച്ചുതുറക്കുന്ന സമയംകൊണ്ട് അതിന്റെ രൂപം മാറി അത് കൂടുതൽ ചുവന്നു. ഇളം ചുവപ്പായി– കൂടുതൽ ഇരുണ്ടു. ഇപ്പോൾ രാത്രിയാകും. മറിയത്തിന്റെ മകൻ ആലോചിച്ചു. ദൈവത്തിന്റെ കറുത്തമകൾ അവളുടെ നക്ഷത്രങ്ങളുടെ സ്വാർത്ഥവാഹകസംഘവുമായി താമസിയാതെ വന്നുചേരും. നക്ഷത്രങ്ങൾക്ക് പുറത്തുവന്ന് ആകാശത്തിൽ നിറയാൻ കഴിയുന്നതിനുമുമ്പ് തടാകത്തിന്റെ നിറങ്ങൾ അയാളുടെ മനസ്സിൽ നിറഞ്ഞു. ഒരു വലിയ നക്ഷത്രം ആകാശത്തിന്റെ പടിഞ്ഞാറുഭാഗത്തു തൂങ്ങിക്കിടന്നിരുന്നു.

പിന്നിൽ നിന്ന് ഒരു ശബ്ദം കേട്ടസമയത്ത് അയാൾ എഴുന്നേറ്റ് യാത്രയ്ക്കുള്ള തയ്യാറെടുപ്പുകൾ തുടങ്ങിക്കഴിഞ്ഞിരുന്നു. അത് ഒരു യാത്രക്കാരൻ അയാളെ പേരെടുത്ത് വിളിച്ചതായിരുന്നു. അയാൾ തിരിഞ്ഞുനോക്കിയപ്പോൾ വൈകുന്നേരത്തെ അരണ്ടവെളിച്ചത്തിൽ ഒരു വലിയ ചുമടുമായി ഒരാൾ കയറ്റം കയറി വരുന്നതുകണ്ടു. അത് ആരായിരിക്കും? ചുമടിനുതാഴെ അയാളുടെ രൂപം തിരിച്ചറിയാൻ കഷ്ടപ്പെട്ടുകൊണ്ട് അയാൾ സ്വയം ചോദിച്ചു. ആ വിളറിയ മുഖവും ചെമ്പിച്ച കുറ്റിത്താടിയും മെലിഞ്ഞ കണങ്കാലുകളും അയാൾ മുമ്പ് എവിടെയോ കണ്ടിട്ടുണ്ട്. പെട്ടെന്ന്

അയാൾ വിളിച്ചുകൂവി:

"തോമസ് അല്ലേ? നിങ്ങൾ വീണ്ടും ഗ്രാമങ്ങളിലൂടെയുള്ള കറക്കം തുടങ്ങിയോ?"

സാധനങ്ങൾ കൊണ്ടുനടന്ന് വില്പന നടത്തുന്ന കൗശലക്കാരനായ കോങ്കണ്ണൻ സഞ്ചാരി ഇപ്പോൾ അയാളുടെ മുമ്പിൽ നടത്തം അവസാനിപ്പിച്ച് കിതച്ചുകൊണ്ടുനിന്നു. അയാൾ ചുമട് താഴെവച്ചിട്ട് നെറ്റിയിലെ വിയർപ്പ് ഒപ്പി. അയാളുടെ പരിഹാസം നിഴലിക്കുന്ന ചെറിയ കണ്ണുകളുടെ അനിശ്ചിതമായ വൈകാരിക നിലപാടുകളുടെ നൃത്തം ആഹ്ലാദം കൊണ്ടാണോ പരിഹാസം കൊണ്ടാണോ എന്ന് തിരിച്ചറിയാൻ നിങ്ങൾക്ക് കഴിയില്ല.

മറിയത്തിന്റെ മകന് തോമസിനെ വളരെ ഇഷ്ടമായിരുന്നു. തന്റെ പണിപ്പുരയുടെ മുന്നിലൂടെ അരയിൽ തിരുകി വച്ച കൊമ്പുവാദ്യവുമായി അയാൾ തിരിച്ചുപോകുന്നത് മറിയത്തിന്റെ മകൻ. പലപ്പോഴും കണ്ടിട്ടുണ്ട്. അയാൾ പരിഹസിച്ചു. കളിയാക്കി. പൊട്ടിച്ചിരിച്ചു. അയാൾക്ക് ഇസ്രയേലിന്റെ ദൈവത്തിലോ മറ്റേതെങ്കിലും ദൈവത്തിലോ വിശ്വാസം ഉണ്ടായിരുന്നില്ല. അയാൾ പറയും; അവർ എല്ലാവരും അവർക്കുവേണ്ടി നമ്മളെക്കൊണ്ട് കുട്ടികളെ കശാപ്പുചെയ്യിക്കുന്നു. അതിനുശേഷം നമ്മളെ പരിഹസിക്കുന്നു. അവർ നമ്മളെക്കൊണ്ട് അവർക്കുവേണ്ടി സുഗന്ധദ്രവ്യങ്ങൾ കത്തിക്കാൻ നിർബ്ബന്ധിക്കുന്നു. അവർ നമ്മളെകൊണ്ട് അവരുടെ സൗന്ദര്യം വാഴ്ത്തുന്ന സ്തോത്രങ്ങൾ ഉറക്കെ ചൊല്ലിക്കുന്നു.... മറിയത്തിന്റെ മകൻ അയാൾ പറയുന്നതു ശ്രദ്ധിച്ചുകേട്ടു. മറിയത്തിന്റെ മകന്റെ പിരിമുറുക്കം ഉള്ള മനസ്സിന് അല്പം അയവു വന്നു. ദാരിദ്ര്യവും അടിമത്തവും കഷ്ടപ്പാടും ഉണ്ടായിട്ടും അതിനെ എല്ലാം പരിഹാസം കൊണ്ടും പൊട്ടിച്ചിരികൊണ്ടും കീഴടക്കാനുള്ള ശക്തി കണ്ടെത്തിയ തോമസിന്റെ കുരുത്തംകെട്ട മനസ്സിനെ മറിയത്തിന്റെ മകൻ ആരാധിച്ചു.

കൊണ്ടുനടന്ന് വില്പന നടത്തുന്ന തോമസും മറിയത്തിന്റെ മകനെ ഇഷ്ടപ്പെട്ടു. അയാൾ മറിയത്തിന്റെ മകനെ ഒളിച്ചിരിക്കാൻ ദൈവത്തിന്റെ നിഴൽ അന്വേഷിക്കുന്ന ദുർബ്ബലനും നിഷ്കളങ്കനുമായ ഒരു ആട്ടിൻകുട്ടിയെപ്പോലെ കണക്കാക്കി.

"മറിയത്തിന്റെ മകൻ ഒരു ആട്ടിൻകുട്ടിയാണ്." തോമസ് അയാളോട് എന്നും പൊട്ടിച്ചിരിച്ചുകൊണ്ട് പറയാറുണ്ടായിരുന്നു. "പക്ഷേ, നിങ്ങളുടെ ഉള്ളിൽ ഒരു ചെന്നായ ഉണ്ട്. ആ ചെന്നായ നിങ്ങളെ തിന്നുതീർക്കും." പിന്നീട് അയാൾ തോട്ടത്തിൽ നിന്ന് മോഷ്ടിച്ച് ഉടുപ്പിനുള്ളിൽ ഒളിച്ചുവച്ചിരുന്ന ഈന്തപ്പഴമോ ആപ്പിളോ മാതളനാരങ്ങയോ പുറത്തെടുത്ത് അയാളെ സല്കരിക്കും.

"നിങ്ങളെ കണ്ടതു നന്നായി." കിതപ്പ് അവസാനിച്ച നിമിഷത്തിൽ അയാൾ പറഞ്ഞു. "ദൈവത്തിന് നിങ്ങളെ സ്നേഹമാണ്. നിങ്ങൾ എവിടേക്കാണ് പോകുന്നത്?"

"സന്ന്യാസിമഠത്തിലേക്ക്" യേശു തടാകത്തിന്റെ ഭാഗത്തേക്ക് നോക്കി

ക്കൊണ്ട് മറുപടി പറഞ്ഞു.

“ശരി. നിങ്ങളെ കണ്ടത് കൂടുതൽ നന്നായി. തിരിച്ചുപോകൂ.”

“എന്തിന്? ദൈവം.”

പക്ഷേ, തോമസ് പൊട്ടിത്തെറിച്ചു.

“എനിക്ക് ഒരു സഹായം ചെയ്യണം. വീണ്ടും ദൈവത്തെപ്പറ്റി പറഞ്ഞു തുടങ്ങരുത്. അദ്ദേഹത്തെ സംബന്ധിച്ചിടത്തോളം ഒന്നിനും അതിരുകൾ ഇല്ല. ഇന്നും നാളെയും നിങ്ങൾ അദ്ദേഹത്തിന്റെ അടുത്തെത്താൻ വേണ്ടി നടക്കുന്നു. നിങ്ങൾ ജീവിതം മുഴുവൻ നടക്കുന്നു. പക്ഷേ, അനുഗ്ൃഹീതനായ അദ്ദേഹത്തിന്റെ യാത്ര ഒരിടത്തും അവസാനിക്കുന്നില്ല. അതുകൊണ്ട് അദ്ദേഹത്തിന്റെ കാര്യം മറക്കുക. നമ്മുടെ കാര്യങ്ങളുമായി അദ്ദേഹത്തെ കൂട്ടിക്കുഴയ്ക്കരുത്. ഞാൻ പറയുന്നത് കേൾക്കൂ. ഇവിടെ നമുക്ക് ഇടപെടേണ്ടത് മനുഷ്യരോടാണ്— ആത്മാർത്ഥത ഇല്ലാത്ത ഏഴിരട്ടി സാമർത്ഥ്യമുള്ള മനുഷ്യരോടാണ്. ആദ്യം ഒരു കാര്യം പറയാം. ചുവന്ന താടിക്കാരൻ യൂദാസിനെ ശ്രദ്ധിക്കണം. ഞാൻ നസറേത്തിൽ നിന്ന് പോരുന്നതിനുമുമ്പ് യൂദാസ് കുരിശിലേറ്റപ്പെട്ടവന്റെ അമ്മയോട് കുശുകുശുക്കുന്നതു കണ്ടു. അതിനുശേഷം അയാളുടെ സാഹോദര്യസംഘത്തിൽപ്പെട്ട രണ്ടോ മൂന്നോ കത്തി ധരിച്ച ചങ്ങാതിമാരുമായി അയാൾ സംസാരിച്ചു. അവർ നിങ്ങളുടെ പേരുപറയുന്നത് ഞാൻ കേട്ടു. അതുകൊണ്ട് നിങ്ങൾ ജാഗ്രതയായിരിക്കണം. സന്ന്യാസിമഠത്തിലേക്ക് പോകരുത്.”

പക്ഷേ, യേശു തലകുനിച്ചു.

“ജീവനുള്ളതെല്ലാം ദൈവത്തിന്റെ കൈയിലാണ്. ആരെ രക്ഷിക്കണമെന്നും ആരെ വധിക്കണമെന്നും തീരുമാനിക്കുന്നത് അദ്ദേഹമാണ്. നമുക്ക് എന്ത് എതിർപ്പാണ് പ്രകടിപ്പിക്കാനുള്ളത്? ഞാൻ പോകും. ദൈവം എന്നെ സഹായിക്കട്ടെ!”

“നീ പോകുമോ?” തോമസ് ദേഷ്യപ്പെട്ട് വിളിച്ചുകൂവി. “പക്ഷേ, ഇപ്പോൾ, നമ്മൾ നടന്നുകൊണ്ടിരിക്കുന്ന ഈ സമയത്ത് ഉടുപ്പിനടിയിൽ കത്തി ഒളിപ്പിച്ചുകൊണ്ട് യൂദാസ് സന്ന്യാസിമഠത്തിൽ ഉണ്ട്. നിന്റെ കൈയിൽ കത്തിയുണ്ടോ?” മറിയത്തിന്റെ മകൻ ഞെട്ടിപ്പോയി.

“ഇല്ല.” അയാൾ പറഞ്ഞു. “എനിക്ക് അതുകൊണ്ട് എന്ത് ഉപയോഗമാണ് ഉള്ളത്?”

“ആട്ടിൻകുട്ടി, ആട്ടിൻകുട്ടി തന്നെ” തോമസ് പിറുപിറുത്തു കൊണ്ട് ചുമട് ഉയർത്തി തലയിൽ വച്ചു.

“ഞാൻ പോകുന്നു. നിങ്ങൾ ഇഷ്ടംപോലെ ചെയ്തോ! ഞാൻ നിങ്ങളോട് തിരിച്ചുപോകാൻ പറഞ്ഞു. നിങ്ങൾ പറയുന്നു. ഞാൻ പോകും. ശരി. നിങ്ങൾക്ക് പോകാം.”

പരിഹാസത്തോടെ യേശുവിനെ നോക്കി കണ്ണു ചിമ്മിയതിനുശേഷം അയാൾ ചൂളം അടിച്ചുകൊണ്ട് ഇറക്കം ഇറങ്ങാൻ തുടങ്ങി.

ഇപ്പോൾ ശരിക്കും രാത്രിയായിക്കഴിഞ്ഞു. ഭൂമി ഇരുണ്ടു. തടാകം മാഞ്ഞുപോയി. കാപ്പർനാമിൽ ആദ്യത്തെ വിളക്കുകൾ കത്തിച്ചിരുന്നു.

പകലിന്റെ പക്ഷികൾ തല ചിറകുകൾക്കുള്ളിൽ ഒളിപ്പിച്ച് ഉറക്കം തുടങ്ങിക്കഴിഞ്ഞിരുന്നു. രാത്രിയുടെ പക്ഷികൾ ഉണർന്ന് എഴുന്നേറ്റ് വേട്ടയാടാൻ വേണ്ടി പുറത്തിറങ്ങിത്തുടങ്ങി.

"ഇത് ദിവ്യമായ സമയം ആണ്. ഉപേക്ഷിച്ചുപോകാൻ പറ്റിയ സമയം. മറിയത്തിന്റെ മകൻ വിചാരിച്ചു– "എന്നെ ആരും കാണാൻ പോകുന്നില്ല. അതുകൊണ്ട് പെട്ടെന്ന് പോകാം!"

അയാൾ തോമസിന്റെ വാക്കുകൾ ഓർത്തു "ദൈവം എന്താണോ ആഗ്രഹിക്കുന്നത് അതാണ് സംഭവിക്കാൻ പോകുന്നത്" അയാൾ പിറുപിറുത്തു. "എന്റെ കൊലപാതകിയെ കാണാൻ ദൈവമാണ് എന്നെ തള്ളിവിടുന്നതെങ്കിൽ, ഞാൻ പെട്ടെന്ന് പോയി എന്റെ മരണം ഏറ്റുവാങ്ങട്ടെ! കുറഞ്ഞപക്ഷം എനിക്ക് അത് ചെയ്യാൻ കഴിയുന്നുണ്ട്. ഞാൻ അത് ചെയ്യുകയാണ്! അയാൾ പിന്നോട്ട് തിരിഞ്ഞുനോക്കി.

"നമുക്ക് പോകാം" അയാൾ അദൃശ്യയായ അയാളുടെ ചങ്ങാതിയോടു പറഞ്ഞതിനുശേഷം തടാകത്തിന്റെ നേർക്ക് നടന്നു.

ഈർപ്പവും ഇളംചൂടും ഉള്ള രാത്രി മനോഹരമായിരുന്നു. തെക്കുനിന്നും മൃദുലമായ കാറ്റ് വീശിക്കൊണ്ടിരുന്നു. കാപ്പർനാമിന് മീനിന്റെയും മുല്ലപ്പൂവിന്റെയും ഗന്ധം ഉണ്ടായിരുന്നു. കിഴവൻ സബിദീ അയാളുടെ വീട്ടുമുറ്റത്തെ വലിയ ബദാം മരത്തിന്റെ ചുവട്ടിൽ ഇരിക്കുകയായിരുന്നു. അയാളുടെ ഭാര്യ സലോമിയും അടുത്തുണ്ടായിരുന്നു. അവർ ഭക്ഷണം കഴിഞ്ഞ് സംസാരിക്കുകയായിരുന്നു. കുരിശിലേറ്റപ്പെട്ട മനുഷ്യനും ആളുകളുടെ ഗോതമ്പ് തിരിച്ചെടുത്തുകൊണ്ട് ദൈവം ചെയ്ത പുതിയ അന്യായവും ഒരുചാരനായി മാറിക്കൊണ്ട് അവനവനെ വിറ്റ മറിയത്തിന്റെ മകനും കൂടി സബിദീയുടെ മനസ്സിൽ ചുറ്റിപ്പിണഞ്ഞ് വിദ്വേഷമായി മാറി. ഈ ചിന്തകൾ അയാളെ ഉറങ്ങാൻ അനുവദിച്ചില്ല. അയാളുടെ അച്ഛന്റെ സംസാരം അയാളെ കൂടുതൽ ചൊടിപ്പിച്ചു. അയാൾ ദേഷ്യപ്പെട്ട് ചാടി എഴുന്നേറ്റ് മുറ്റത്തുകൂടി നടന്ന് പുറത്തേക്ക് ഇറങ്ങി.

"നീ എവിടെപോകുന്നു." അയാളുടെ അമ്മ ജിജ്ഞാസയോടെ വിളിച്ചു ചോദിച്ചു.

"ശുദ്ധവായു ശ്വസിക്കാൻ തടാകംവരെ പോകുന്നു." അയാൾ മുറുമുറുത്തുകൊണ്ട് ഇരുട്ടിൽ അപ്രത്യക്ഷപ്പെട്ടു. കിഴവൻ സബിദീ തലകുലുക്കിക്കൊണ്ട് നെടുവീർപ്പിട്ടു.

"ലോകം ഇപ്പോൾ പഴയ ലോകം അല്ല." അയാൾ പറഞ്ഞു. "ഇന്ന് ചെറുപ്പക്കാർ കൂടുതൽ വളർന്നുപോയി. അവർ പക്ഷിയോ മീനോ അല്ല. അവർ പറക്കുന്ന മീനാണ്. കടൽ അവർക്ക് വളരെ ചെറുതാണ്. അതുകൊണ്ട് അവർ അന്തരീക്ഷത്തിൽ പറക്കുന്നു. പക്ഷേ അവർക്ക് കൂടുതൽ സമയം അവിടെ കഴിച്ചുകൂട്ടാൻപറ്റില്ല. അതുകൊണ്ട് അവർ വീണ്ടും കടലിൽ വീഴുന്നു. അതിനുശേഷം വീണ്ടും ആദ്യം മുതൽ തുടങ്ങുന്നു. അവർക്ക് ഭ്രാന്തു പിടിച്ചിരിക്കുന്നു. എന്താണിത്? നിന്റെ പ്രിയപുത്രൻ ജോണിനെ നോക്കൂ. അവൻ നമ്മളോടു പറയുന്നു. ഞാൻ സന്ന്യാസിമഠ

ത്തിനു വേണ്ടിയാണ്. പ്രാർത്ഥന, ഉപവാസം, ദൈവം അവൻ അങ്ങനെ യാണ്. അടുത്തത് നമ്മുടെ മറ്റൊരു മകൻ– ജേക്കബ്. അവന്റെ തലയിൽ അല്പം ബുദ്ധിയുണ്ടെന്ന് ഞാൻ വിചാരിച്ചിരുന്നു. എന്റെ വാക്കുകൾക്ക് അടിവര ഇട്ടോളൂ. അവനും പങ്കായം ഉറപ്പിച്ചിരിക്കുന്നത് ആ ദിശയിലേ ക്കാണ്. ഇന്നുരാത്രിയിൽ അവൻ ദേഷ്യപ്പെട്ട് പൊട്ടിത്തെറിക്കാൻ തുട ങ്ങിയത് നീ ശ്രദ്ധിച്ചോ? ഈ വീട് അവന് എങ്ങനെയാണ് തീരെ ചെറു തായിപ്പോയതെന്ന് നിനക്ക് മനസ്സിലായോ? ശരി, അത് ഞാൻ കാര്യമാ ക്കുന്നില്ല. പക്ഷേ, എന്റെ ബോട്ടുകൾ ആരു നോക്കും? എന്റെ ആളുകളെ ആര് സംരക്ഷിക്കും? എന്റെ എല്ലാ പ്രയത്നവും പാഴായിപ്പോകുക യാണോ? എനിക്ക് വിഷമം ഉണ്ട്. ക്ഷീണം മാറാൻ നീരാളിയുടെ ഒരു കഷണവും കുറച്ചുവീഞ്ഞും കൊണ്ടുവരൂ."

വൃദ്ധയായ സലോമി കേട്ടതായി ഭാവിച്ചില്ല. അവളുടെ പ്രായമായ ഭർത്താവ് ഇപ്പോൾ തന്നെ ആവശ്യത്തിന് കുടിച്ചിട്ടുണ്ട്. അവൾ വിഷയം മാറ്റാൻ നോക്കി.

"അവർ ചെറുപ്പമല്ലേ" അവൾ പറഞ്ഞു. "നിങ്ങൾ അതോർത്തു വിഷ മിക്കരുത്. അത് വീർത്തു പൊട്ടി പൊയ്ക്കോളും."

"ദൈവം സത്യമായിട്ടും നീ പറഞ്ഞത് ശരിയാണ്! നിനക്ക് തോളിനു മുകളിൽ വളക്കൂറുള്ള ഒരുതല ഉണ്ട്. ഞാൻ എന്തിനാണ് ഇവിടെ ഇരുന്ന് തലവേദന വിളിച്ചുവരുത്തുന്നത്? അതാണ് കാര്യം. അവർ ചെറുപ്പമാ ണ്. എന്റെ ചെറുപ്പത്തിൽ എനിക്കും ദേഷ്യം വന്നിട്ട് തലതിരിഞ്ഞിട്ടുണ്ട്. ഞാനും ദൈവത്തെ അന്വേഷിക്കുകയാണെന്ന് വിചാരിച്ചു. പക്ഷേ, സത്യ ത്തിൽ ഞാൻ അന്വേഷിച്ചിരുന്നത് ഒരു ഭാര്യയെ ആയിരുന്നു– നിന്നെ– ഈ സലോമിയെ ഞാൻ വിവാഹം കഴിച്ച് ശാന്തനായി. നമ്മുടെ മക്കളും അതുതന്നെ ചെയ്യും. അതിനെപ്പറ്റി കൂടുതൽ ആലോചിക്കേണ്ട. ഞാൻ ഇപ്പോൾ സംതൃപ്തനാണ്. പ്രിയപ്പെട്ടവളേ, എനിക്ക് നീരാളിയെ എടു ത്തുകൊണ്ടുവരൂ. അല്പം വീഞ്ഞും. നിന്റെ ആരോഗ്യത്തിനുവേണ്ടി എനിക്കു കുടിക്കണം!"

അല്പം ദൂരത്തുള്ള മറ്റൊരു കുടിലിൽ കിഴവൻ യോനാ തനിച്ചി രുന്ന് വിളക്കിന്റെ വെളിച്ചത്തിൽ അയാളുടെ വലകളുടെ കേടുപാടുകൾ തുന്നിച്ചേർത്തു. അയാൾ ആ ജോലി തുടർന്നു.കൊണ്ടിരുന്നു. പക്ഷേ, അയാളുടെ ആലോചനകൾ ഒരു വർഷം മുമ്പ് മരിച്ചുപോയ പ്രിയപ്പെട്ട ഭാര്യയെക്കുറിച്ച് ആയിരുന്നില്ല. തിരുമണ്ടനായ മകൻ ആൻഡ്രൂസിനെ കുറിച്ച് ആയിരുന്നില്ല. നസറേത്തിലെ മദ്യശാലകളിൽ ചുറ്റിത്തിരിഞ്ഞു കൊണ്ടിരിക്കുന്ന അടുത്ത മകൻ പീറ്ററിനെക്കുറിച്ച് ആയിരുന്നില്ല. മീനു മായി ഗുസ്തിപിടിക്കാൻ തന്നെ തനിച്ചാക്കിയിട്ട് അവനും പോയി. അവനെ പറ്റിയും അയാൾ ആലോചിച്ചില്ല. അയാൾ സബിദീയുടെ വാക്കുകളെ പറ്റിയാണ് ആലോചിച്ചത്. അയാളുടെ മനസ്സ് അസ്വസ്ഥമായിരുന്നു. ഒരു പക്ഷേ, യഥാർത്ഥത്തിൽ അയാൾ യോനാ പ്രവാചകൻ ആയിരുന്നിരിക്കാം. അയാൾ സ്വന്തം കൈകളിലും പാദങ്ങളിലും തുടകളിലും നോക്കി.

മൊത്തം ചെതുമ്പലുകൾ ആണ്. അയാളുടെ വിയർപ്പിനും ശ്വാസത്തിനും പോലും മീനിന്റെ മണം ഉണ്ടായിരുന്നു. മറ്റൊരു ദിവസം അയാൾ ഭാര്യയെപ്പറ്റി ഓർത്തു കരഞ്ഞുകൊണ്ടിരുന്നപ്പോൾ അയാളുടെ കണ്ണുനീരിന് മീനിന്റെ മണം ഉണ്ടായിരുന്ന കാര്യം അയാൾ ഓർത്തു. കൗശലക്കാരനായ കിഴവൻ സബിദീ ഞണ്ടുകളെപ്പറ്റി പറഞ്ഞത് ശരിയായിരുന്നു. വല്ലപ്പോഴും താടിക്കുള്ളിൽ അയാൾ ചില ഞണ്ടുകളെ കണ്ടിട്ടുണ്ട്. ഒരുപക്ഷേ, അയാൾ യോനാപ്രവാചകൻ ആയിരുന്നിരിക്കാം! ങാ! ഒരിക്കലും അയാൾ സംസാരിക്കാൻ താല്പര്യം കാണിക്കാത്തതിന്റെയും വാക്കുകൾ വായിൽ നിന്ന് തോട്ടിയിട്ട് വലിച്ചുപുറത്തിടേണ്ടിവരുന്നതിന്റെയും വരണ്ടുണങ്ങിയ നിലത്തുകൂടി നടക്കുമ്പോൾ കാൽ വഴുതി വീഴാൻ പോകുന്നതിന്റെയും വിശദീകരണം ഇതായിരിക്കും. പക്ഷേ, അയാൾ തടാകത്തിൽ മുങ്ങിയപ്പോൾ: അത് എത്രമാത്രം ആശ്വാസമായിരുന്നു! എത്രമാത്രം ആഹ്ലാദമായിരുന്നു! വെള്ളം അയാളെ നെഞ്ചിലേറ്റി അയാളെ നക്കി. അയാളുടെ ചെവിക്കുള്ളിൽ രഹസ്യം പറഞ്ഞു. അയാൾ ഒരു മീനിനെപ്പോലെ വാക്കുകൾ ഇല്ലാതെ അതിനെല്ലാം മറുപടി പറഞ്ഞു. അയാളുടെ വായിൽ നിന്ന് കുമിളകൾ പുറത്തേക്ക് വന്നു!

"ഞാൻ യോനാ പ്രവാചകൻ ആണെന്ന കാര്യത്തിൽ സംശയം ഇല്ല." അയാൾ സ്വയം പറഞ്ഞു. "ഞാൻ ഉയിർത്തെഴുന്നേറ്റിരിക്കുകയാണ്. സ്രാവ് എന്നെ വീണ്ടും ഛർദ്ദിച്ചിരിക്കുകയാണ്. പക്ഷേ, ഈ പ്രാവശ്യം എനിക്ക് അല്പം ബുദ്ധിയുണ്ട്. ഞാൻ ഒരു പ്രവാചകൻ ആണ്. പക്ഷേ, ഞാൻ ഒരു മുക്കുവനായി അഭിനയിക്കുന്നു. ഞാൻ ഒരുവാക്കുപോലും ആരോടും സംസാരിക്കുന്നില്ല. ഞാൻ വീണ്ടും കുഴപ്പത്തിൽ ചാടിയിരിക്കുന്നതുകാണാൻ ആഗ്രഹിക്കുന്നില്ല. അയാൾ സ്വന്തം കൗശലം മനസ്സിലാക്കിക്കൊണ്ട് സംതൃപ്തിയോടെ പുഞ്ചിരിച്ചു. ഞാൻ അത് മനോഹരമായി നിർവ്വഹിച്ചിരിക്കുന്നു. അയാൾ ആലോചിച്ചു. എത്രവർഷങ്ങളായി ആർക്കും ഈ രഹസ്യം മനസ്സിലായിട്ടില്ല. എനിക്ക് പോലും... ആ ദുഷ്ടനായ സബീദി സംസാരിക്കുന്നതുവരെ— നന്നായി. എന്തായാലും അയാൾ എന്റെ കണ്ണു തുറന്നത് നല്ല കാര്യമാണ്.

അയാൾ പണി ആയുധങ്ങൾ താഴെയിട്ടതിനുശേഷം സംതൃപ്തിയോടെ കൈകൾ കൂട്ടിത്തിരുമ്മി. അയാൾ ഭിത്തി അലമാരയിൽ നിന്ന് വീഞ്ഞുനിറച്ച ചുരയ്ക്ക പുറത്തെടുത്ത് പിടക്കോഴി കൊക്കുന്ന ശബ്ദം ഉണ്ടാക്കിക്കൊണ്ട് കുടിക്കാൻ തുടങ്ങി.

സംതൃപ്തരായ ഈ രണ്ടു കിഴവന്മാരും കാപ്പർനാമിൽ കുടിച്ചുകൊണ്ടിരിക്കുമ്പോൾ നമ്മുടെ രാത്രിയിലെ യാത്രക്കാരൻ തടാകത്തിന്റെ തീരത്തുകൂടി ആലോചനയിൽ മുഴുകി നടക്കുകയായിരുന്നു. അയാൾ തനിച്ചായിരുന്നില്ല. അയാൾ പിന്നിൽ നിന്ന് മണൽ ചതഞ്ഞരയുന്ന ശബ്ദം കേൾക്കുന്നുണ്ടായിരുന്നു. മഗ്ദലനയുടെ മുറ്റത്ത് വ്യാപാരികൾ ഇപ്പോൾ ഒട്ടകങ്ങളുടെ പുറത്തുനിന്ന് താഴെ ഇറങ്ങിയിരുന്നു. അവർ ഇപ്പോൾ ചരൽക്കല്ലുകൾക്കു മുകളിൽ ചമ്രം പിണഞ്ഞ് ഇരിക്കുകയായിരുന്നു.

അവർ ഊഴം കാത്ത് കാത്തിരിക്കുന്നതിനിടയിൽ ഞണ്ടു വറുത്തതും ഈന്തപ്പഴങ്ങളും ചവച്ചുകൊണ്ട് സംസാരിച്ചു. സന്ന്യാസിമഠത്തിൽ സന്ന്യാസിമാർ മുറിക്കുള്ളിൽ കിടക്കുന്ന മഠാധിപതിയെ ജാഗ്രതയോടെ ശ്രദ്ധിച്ചു. അദ്ദേഹം ഇപ്പോഴും ശ്വസിച്ചുകൊണ്ടിരുന്നു. അദ്ദേഹത്തിന്റെ പുറത്തേക്ക് ഉന്തിവന്ന കണ്ണുകൾ തുറന്നുകിടന്ന വാതിലിലേക്ക് നോക്കി. അദ്ദേഹത്തിന്റെ ക്ഷീണിച്ച മുഖത്ത് പിരിമുറുക്കം ഉണ്ടായിരുന്നു. അദ്ദേഹം എന്തോ കേൾക്കാൻ വേണ്ടി ആയാസപ്പെടുന്നതുപോലെ തോന്നി.

സന്ന്യാസിമാർ അദ്ദേഹത്തെ നോക്കിക്കൊണ്ട് രഹസ്യം പറഞ്ഞു:

"അദ്ദേഹം ചികിത്സിക്കാൻ നസറേത്തിൽ നിന്ന് ആചാര്യൻ വന്നോ എന്ന് കേൾക്കാൻ ശ്രമിക്കുകയാണ്."

"അദ്ദേഹം അടുത്തടുത്തുവരുന്ന മിശിഹായുടെ കാലൊച്ച ശ്രദ്ധിക്കുകയാണ്."

അവർ കുശുകുശുത്തുകൊണ്ട് അദ്ദേഹത്തെ നോക്കി. ആ സമയത്ത് അവരിൽ ഓരോരുത്തരുടെയും ആത്മാവ് ദിവ്യാത്ഭുതത്തെ സ്വാഗതം ചെയ്യാൻ തയ്യാറായിരുന്നു. എല്ലാവരും കാതുകൂർപ്പിച്ചുനിന്നു. പക്ഷേ, ഒരു ചുറ്റിക അടകല്ലിൽ പതിക്കുന്ന ശബ്ദം ഒഴിച്ച് മറ്റൊന്നും അവർ കേട്ടില്ല. യൂദാസ് ദൂരെയുള്ള പറമ്പിന്റെ മൂലയ്ക്ക് തീകൂട്ടി രാത്രിയിലും അയാളുടെ ജോലി തുടർന്നുകൊണ്ടിരുന്നു.

പത്ത്

വളരെ ദൂരെ നസറേത്തിൽ ജോസഫിന്റെ ഭാര്യ മറിയം കുടിലിനുള്ളിൽ വിളക്കു കൊളുത്തിവച്ച് വാതിൽ തുറന്നിട്ടിരിക്കുകയായിരുന്നു. പെട്ടെന്ന് അയാൾ നെയ്തുകൊണ്ടിരുന്ന കുമ്പിളിനൂൽ ചുരുട്ടിവച്ച് പുറത്തേക്ക് പോയി അവളുടെ മകനെ ഗ്രാമത്തിൽ ഇറങ്ങി തിരയാൻ തീരുമാനിച്ചിരുന്നു. അവൾ നെയ്ത്ത് തുടരുന്നുണ്ടായിരുന്നെങ്കിലും അവളുടെ മനസ്സ് ആ ജോലിയിൽ ആയിരുന്നില്ല. അത് തനിയേ നൈരാശ്യത്തോടെ മഗ്ദലയും കാപ്പർ നാമും സന്ദർശിച്ചു. പാടങ്ങളിൽ ചുറ്റിത്തിരിഞ്ഞു. അത് ഗാനേസറത്തിലെ തടാകത്തിന്റെ കര മുഴുവൻ പരിശോധിച്ചു. അവൾ അവളുടെ മകനെ അന്വേഷിക്കുകയായിരുന്നു. അവൻ വീണ്ടും ഓടിപ്പോയിരിക്കുന്നു. ദൈവം ഒരിക്കൽകൂടി അദ്ദേഹത്തിന്റെ കുത്തുകോൽകൊണ്ട് കുത്തി അവനെ പുറത്തുചാടിച്ചിരിക്കുന്നു. ദൈവത്തിന് അവനോട് ദയ ഇല്ലേ? അവൾ സ്വയം ചോദിച്ചു. ദൈവത്തിന് എന്നോട് ദയ ഇല്ലേ? ഞങ്ങൾ അദ്ദേഹത്തോട് എന്തുചെയ്തു? അദ്ദേഹം ഞങ്ങൾക്ക് വാഗ്ദാനം ചെയ്ത കീർത്തി ഇതാണോ? ദൈവമേ; അവിടുന്ന് കാരണം പൂത്തുലഞ്ഞ ജോസഫിന്റെ വടിയാണോ ഒരു കിഴവനെ വിവാഹം കഴിക്കാൻ എന്നെ നിർബ്ബന്ധിതയാക്കിയത്? എന്തിനാണ് അങ്ങയുടെ മിന്നൽപ്പിണറിനെ പറഞ്ഞുവിട്ട് എന്റെ വയറ്റിൽ ദിവാസ്വപ്നക്കാരനും രാത്രിസഞ്ചാരിയുമായ ഈ

ഏകപുത്രനെ മുളപ്പിച്ചത്? ഞാൻ ഗർഭിണിയായിരുന്ന സമയത്തെല്ലാം അയൽവാസികൾ എന്റെ അടുത്തുവന്ന് എന്നെ ആരാധിച്ചു. അവർ പറഞ്ഞു. "മറിയം നീ എല്ലാ സ്ത്രീകളേക്കാളും അനുഗൃഹീതയാണ്. "ഞാൻ പുഷ്പിച്ചു. ഞാൻ വേരു മുതൽ മുകളറ്റത്തെ ചില്ലവരെ പൂത്തുലഞ്ഞുനില്ക്കുന്ന ഒരു ബദാം മരം ആയിരുന്നു. "ഈ പൂത്തുനില്ക്കുന്ന ബദാം ആരാണ്?" അതുവഴി കടന്നുപോകുന്ന കച്ചവടക്കാർ പതിവായി ചോദിക്കാറുണ്ടായിരുന്നു. സാർത്ഥവാഹക സംഘങ്ങൾ യാത്ര അവസാനിപ്പിച്ച് ഒട്ടകപ്പുറത്തുനിന്ന് താഴെ ഇറങ്ങി എന്റെ മടി നിറയെ സമ്മാനങ്ങൾ നിറച്ചു. അതിനുശേഷം പെട്ടെന്ന് ഒരു കാറ്റുവീശി. ഞാൻ നഗ്നയാക്കപ്പെട്ടു.... ഞാൻ എന്റെ തരിശായ മാറിടത്തിനു മുകളിൽ കൈ പിണച്ചു വച്ചു. ദൈവമേ, അങ്ങയുടെ ആഗ്രഹം നടന്നിരിക്കുന്നു. അങ്ങ് എന്നെ പൂത്തുലയിച്ചു. അങ്ങ് കാറ്റായി വീശി. എന്റെ ഇതളുകൾ കൊഴിഞ്ഞു വീണു. ദൈവമേ, എനിക്ക് വീണ്ടും പൂവിടാൻ പറ്റുമെന്ന് പ്രതീക്ഷിക്കാൻ പാടില്ലേ?..

എന്റെ ഹൃദയം ശാന്തമാകുമെന്ന് പ്രതീക്ഷിക്കാൻ പാടില്ലേ? അടുത്ത ദിവസം പ്രഭാതത്തിൽ അവളുടെ മകൻ സ്വയം ചോദിച്ചു. അയാൾ തടാകം വലംവച്ചുകഴിഞ്ഞിരുന്നു. അയാൾ ഇപ്പോൾ എതിർവശത്തായി സന്ന്യാസിമഠം കണ്ടു. ഞാൻ സന്ന്യാസിമഠത്തിലേക്ക് നടന്നടുത്തുകൊണ്ടിരിക്കുമ്പോൾ എന്റെ മനസ്സ് കൂടുതൽ കൂടുതൽ അസ്വസ്ഥമാകുന്നു. എന്തുകൊണ്ട്? ദൈവമേ, ഞാൻ തെരഞ്ഞെടുത്തത് ശരിയായ വഴിയല്ലേ? അവിടന്ന് എന്നെ ദിവ്യമായ പ്രാർത്ഥനയിലേക്കല്ലേ തള്ളിവിട്ടിരിക്കുന്നത്? അപ്പോൾ പിന്നെ അവിടന്ന് എന്തുകൊണ്ട് എന്റെ മനസ്സിനെ സന്തോഷിപ്പിക്കാൻ വേണ്ടി കൈനീട്ടിത്തരുന്നില്ല?

സന്ന്യാസിമഠത്തിന്റെ വലിയ വാതിലിൽ രണ്ട് സന്ന്യാസിമാർ വെളുത്ത വേഷത്തിൽ പ്രത്യക്ഷപ്പെട്ടു. അവർ ഒരു പാറപ്പുറത്തു കയറി നിന്ന് കാപ്പർനാമിന്റെ ഭാഗത്തേക്ക് നോക്കി.

"ഇതുവരെ ഒരുസൂചനയും ഇല്ല." പൃഷ്ഠം നിലത്ത് ഉരയുന്ന മട്ടിൽ കൂനുള്ള സന്ന്യാസി പറഞ്ഞു.

"അവർ വരുമ്പോഴേക്കും അദ്ദേഹം മരിക്കും" ഒരു സ്രാവിനെപോലെ ചെവിയുടെ അടുത്തുവരെ വായുള്ള തടിയൻ സന്ന്യാസി അഭിപ്രായം പറഞ്ഞു. "ജോറു ബോം പൊയ്ക്കോളൂ. ഞാൻ ഒട്ടകത്തെ കാണുന്നതു വരെ ഇവിടെ നിന്ന് നോക്കാം."

"നന്നായി" പാറപ്പുറത്തു നിന്ന് തെന്നി ഇറങ്ങിക്കൊണ്ട് കൂനൻ ആഹ്ലാദത്തോടെ പറഞ്ഞു. "ഞാൻ പോയി അദ്ദേഹം മരിക്കുന്നതു ശ്രദ്ധിക്കാം"

മറിയത്തിന്റെ മകൻ സന്ന്യാസി മഠത്തിന്റെ വാതിൽപ്പടിയിൽ തീരുമാനം എടുക്കാൻ കഴിയാതെ നിന്നു. അയാളുടെ മനസ്സ് ഒരു ഓട്ടുമണി പോലെ ആടിക്കൊണ്ടിരുന്നു. അയാൾ അകത്തുകടക്കണോ കടക്കാതിരിക്കണോ? മഠം വൃത്താകൃതിയിൽ ആയിരുന്നു. നിലത്ത് കല്ലുപാകിയി

രുന്നു. മുറ്റത്തിന് അലങ്കാരമായി ഒരു പച്ചമരം പോലും ഉണ്ടായിരുന്നില്ല. ഒരു കിളിയോ പൂവോ ഇല്ല. നാലുചുറ്റും കള്ളിമുള്ളുകൾ വന്യമായി പടർന്നിരുന്നു. നിർവ്വികാരമായ ഏകാന്തതയുടെ ഈ വൃത്താകാരത്തിന്റെ പരിധിയിൽ ശവക്കല്ലറകൾ പോലെ പാറ തുരന്നുണ്ടാക്കിയ അറകൾ ഉണ്ടായിരുന്നു.

"ഇതാണോ സ്വർഗ്ഗരാജ്യം?" മറിയത്തിന്റെ മകൻ സ്വയം ചോദിച്ചു. "ഇവിടെയാണോ മനുഷ്യന്റെ മനസ്സ് ശാന്തമാകുന്നത്?"

പടിപ്പുര കടക്കാനുള്ള തീരുമാനം എടുക്കാൻ കഴിയാതെ അയാൾ വളരെ നേരം നോക്കിക്കൊണ്ടുനിന്നു. രണ്ടു കറുത്ത പെൺപട്ടികൾ ഒരു മൂലയിൽനിന്നും പറന്നുവന്ന് അയാളെ നോക്കി കുരയ്ക്കാൻ തുടങ്ങി.

അത്ഭുതപ്പെട്ടുപോയ കൂനൻ സന്ദർശകനെ കണ്ടു. അയാൾ ചൂളം വിളിച്ച് പട്ടികളെ നിശ്ശബ്ദരാക്കി. പിന്നീട് അയാൾ നവാഗതന്റെ നേർക്ക് തിരിഞ്ഞ് അയാളെ അടിമുടി പരിശോധിച്ചു. ചെറുപ്പക്കാരന്റെ കണ്ണുകളിൽ ദുഃഖം നിറഞ്ഞിരിക്കുന്നതായി അയാൾക്ക് തോന്നി. വസ്ത്രങ്ങൾ അങ്ങേയറ്റം ദരിദ്രമായിരുന്നു. അയാളുടെ പാദങ്ങളിൽ നിന്ന് രക്തം ഇറ്റിറ്റു വീണു. സന്ന്യാസിക്ക് അയാളെപ്പറ്റി വിഷമം തോന്നി.

"സഹോദരനു സ്വാഗതം" അയാൾ പറഞ്ഞു. "നിങ്ങളെ ഇവിടെ ഈ മരുഭൂമിയിലേക്ക് തള്ളിയിട്ടത് ഏതു കാറ്റാണ്?"

"ദൈവം!" മറിയത്തിന്റെ മകൻ അങ്ങേയറ്റം നിരാശ ബാധിച്ച സ്വരത്തിൽ മറുപടി പറഞ്ഞു. സന്ന്യാസിയെ ഭയം പിടികൂടി: മനുഷ്യന്റെ ചുണ്ടുകൾ ഇത്രമാത്രം ഭയത്തോടെ ദൈവത്തിന്റെ പേര് ഉച്ചരിക്കുന്നത് അയാൾ ഒരിക്കലും കേട്ടിരുന്നില്ല. അയാൾ ഒന്നുംമിണ്ടാതെ കൈകെട്ടിനിന്നു.

അല്പസമയത്തിനുശേഷം സന്ദർശകൻ സംസാരം തുടർന്നു:

"ഞാൻ മഠാധിപതിയെ കാണാൻ വന്നതാണ്."

"നിങ്ങൾക്ക് അദ്ദേഹത്തെ കാണാൻ കഴിയുമായിരിക്കും. പക്ഷേ, അദ്ദേഹം നിങ്ങളെ കാണില്ല. നിങ്ങൾ എന്തിനാണ് അദ്ദേഹത്തെ കാണുന്നത്."

"എനിക്ക് അറിയില്ല. ഞാൻ ഒരു സ്വപ്നം കണ്ടിരുന്നു. ഞാൻ നസറേത്തിൽ നിന്നാണ് വരുന്നത്?"

"ഒരു സ്വപ്നം കണ്ടെന്നോ?" സന്ന്യാസി പൊട്ടിച്ചിരിച്ചുകൊണ്ട് ചോദിച്ചു.

"അത് ഒരു ഭയങ്കര സ്വപ്നം ആയിരുന്നു. അതിനുശേഷം എന്റെ മനസ്സിന് സമാധാനം ഇല്ല. മഠാധിപതി ഒരു വിശുദ്ധനാണ്. പക്ഷികളുടെ ഭാഷയും സ്വപ്നങ്ങളും വിശദീകരിക്കാൻ ദൈവം അദ്ദേഹത്തെ പഠിപ്പിച്ചിട്ടുണ്ട്. ഞാൻ വന്നത് അതുകൊണ്ടാണ്."

കുരിശു നിർമ്മിച്ച രാത്രിയിൽ അയാൾ കണ്ട സ്വപ്നം വിശദീകരിക്കാൻ മഠാധിപതിയെ കാണാൻ വേണ്ടി മഠത്തിൽ വരണമെന്ന ചിന്ത ഒരിക്കൽപോലും അയാളുടെ മനസ്സിൽ കടന്നുവന്നിരുന്നില്ല: ഏറ്റവും മുന്നിൽ ചുവന്നതാടിക്കാരനോടൊപ്പം പീഡിപ്പിക്കാനുള്ള ഉപകരണവു

മായി കുള്ളന്മാർ പിൻതുടരുന്നത് അയാൾ സ്വപ്നത്തിൽ കണ്ടിരുന്നു. പക്ഷേ, ഇപ്പോൾ വാതിൽപ്പടിയിൽ നില്ക്കുമ്പോൾ ഈ സ്വപ്നം ഒരു മിന്നൽപ്പിണർപോലെ അയാളുടെ മനസ്സിലേക്ക് തുളച്ചിറങ്ങി. അതാണ് കാര്യം! അയാൾ വിളിച്ചുകൂവി. "ഞാൻ വന്നത് സ്വപ്നം കാരണമാണ്. എന്റെ വഴി കാണിച്ചുതരാൻ വേണ്ടി അതിനെ ദൈവം പറഞ്ഞുവിട്ടതാണ്. മഠാധിപതി എനിക്കുവേണ്ടി അതിന്റെ ചുരുൾ അഴിക്കാൻ പോകുകയാണ്."

"മഠാധിപതി മരിച്ചുകൊണ്ടിരിക്കുകയാണ്." സന്ന്യാസി പറഞ്ഞു. "സഹോദരാ, നിങ്ങൾ വളരെ താമസിച്ചുപോയി; തിരിച്ചുപോകൂ."

"ഇവിടെ വരാൻ ദൈവം എന്നോട് കല്പിച്ചു." മറിയത്തിന്റെ മകൻ മറുപടി പറഞ്ഞു. "അദ്ദേഹത്തിന് അദ്ദേഹത്തിന്റെ കുട്ടികളെ പറ്റിക്കാനുള്ള കഴിവുണ്ടോ?"

സന്ന്യാസി മുറുമുറുത്തു. ജീവിതത്തിൽ അയാൾ ധാരാളം അനുഭവിച്ചിട്ടുണ്ട്. ദൈവത്തെപ്പറ്റി അയാൾക്ക് ആത്മവിശ്വാസം ഇല്ല.

"അദ്ദേഹം ദൈവമാണ്, അല്ലേ? അതുകൊണ്ട് അദ്ദേഹത്തിന് മനസ്സിൽ തോന്നുന്നതെല്ലാം അദ്ദേഹം ചെയ്യും. അദ്ദേഹത്തിന് അന്യായം അടിച്ചേല്പിക്കാൻ കഴിഞ്ഞില്ലെങ്കിൽ അദ്ദേഹം എങ്ങനെയുള്ള ഒരു സർവ്വശക്തൻ ആയിരിക്കും?"

അയാൾ സന്ദർശകന്റെ മുതുകിൽ അടിച്ചു. ഈ അടികൊണ്ട് അയാൾ ഉദ്ദേശിച്ചത് ഒരു തലോടൽ ആയിരുന്നു. പക്ഷേ, അയാളുടെ വലിയ കൈപ്പത്തിക്ക് ഭാരം ഉണ്ടായിരുന്നു. ചെറുപ്പക്കാരന് വേദനിച്ചു.

"ശരി, വിഷമിക്കേണ്ട കാര്യം ഇല്ല." അയാൾ പറഞ്ഞു. അകത്തേക്ക് കടന്നുവരാം. ഞാനാണ് അതിഥികളുടെ കാര്യങ്ങൾ നോക്കുന്നത്."

അവർ സന്ന്യാസിമഠത്തിൽ പ്രവേശിച്ചു. കാറ്റുവീശിത്തുടങ്ങിയിരുന്നു. നിലത്തു പാകിയിരുന്ന കല്ലുകൾക്കു മുകളിലൂടെ പൊടിമണൽ പറന്നുതുടങ്ങി. ഒരു ഇരുണ്ട ചുഴലിക്കാറ്റ് സൂര്യനെ വരിഞ്ഞു മുറുക്കി. അന്തരീക്ഷത്തിൽ ഇരുട്ട് ഇരട്ടിച്ചു.

മുറ്റത്തിന്റെ മദ്ധ്യത്തിൽ ഒരു ശൂന്യമായ കിണർ വാപൊളിച്ചു കിടന്നിരുന്നു. മറ്റു സമയങ്ങളിൽ അതിൽ വെള്ളം ഉണ്ടാകും. പക്ഷേ, ഇപ്പോൾ അത് മണ്ണ് വീണ് നിറഞ്ഞിരിക്കുന്നു. അതിന്റെ പൊളിഞ്ഞ തിട്ടയിൽ രണ്ട് അരണകൾ ചൂടുകിട്ടാൻ വേണ്ടി കുത്തിയിരിക്കുന്നുണ്ടായിരുന്നു.

മഠാധിപതിയുടെ മുറി തുറന്നു കിടക്കുകയായിരുന്നു. സന്ന്യാസി സന്ദർശകന്റെ കൈ പിടിച്ച് അകത്തേക്ക് കൊണ്ടുപോയി.

"ഞാൻ സഹോദരന്മാരുടെ അനുവാദം മേടിക്കുന്നതുവരെ കാത്തുനില്ക്കണം. പോകരുത്."

അയാൾ കൈകെട്ടിക്കൊണ്ട് കാത്തുനിന്നു. പട്ടികൾ മഠാധിപതിയുടെ വാതിലിന്റെ ഇരുവശത്തുമായി സ്ഥാനം പിടിച്ചിരുന്നു. കഴുത്തുനീട്ടി അന്തരീക്ഷത്തിൽ മണം പിടിച്ചുകൊണ്ട് അവ ദുഃഖത്തോടെ ഓരിയിട്ടു.

മഠാധിപതി മുറിയുടെ നടുക്ക് കാലുനീട്ടിവച്ച് മലർന്നു കിടന്നു. അദ്ദേഹത്തിനു ചുറ്റും രാത്രിയിൽ കാവൽ നിന്നതിന്റെ ക്ഷീണംകൊണ്ട് സന്ന്യാ

സിമാർ ഉറക്കംതൂങ്ങി. പായയിൽ മലർന്നുകിടന്ന് ഊർദ്ധ്വശ്വാസം വലിക്കുന്ന മനുഷ്യന്റെ കണ്ണുകൾ തുറന്നുകിടന്ന വാതിലിൽ പിരിമുറുക്കത്തോടെ ഉറച്ചുനിന്നു. ഏഴ് ശാഖകൾ ഉള്ള മെഴുകുതിരിക്കാല് ഇപ്പോഴും അയാളുടെ മുഖത്തിന്റെ തൊട്ടടുത്ത് ഉണ്ടായിരുന്നു. അത് അയാളുടെ മിനുങ്ങുന്ന നെറ്റിക്കും പരുന്തിന്റെ ചുണ്ടുപോലുള്ള മൂക്കിനും വിളറിയ നീലനിറമുള്ള ചുണ്ടുകൾക്കും എല്ലുന്തിയ നഗ്നമായ നെഞ്ചുമൂടിക്കൊണ്ട് അരക്കെട്ടുവരെ പടർന്നുകിടക്കുന്ന നരച്ച താടിക്കും കൂടുതൽ തിളക്കം നല്കി. സന്ന്യാസിമാർ കളിമണ്ണിൽ തീർത്ത ധൂപകലശത്തിൽ കത്തുന്ന കല്ക്കരിയിലേക്ക് ഉണക്കിയ റോസാപ്പൂദലങ്ങളും സുഗന്ധദ്രവ്യങ്ങളും വിതറിയിട്ടു. അന്തരീക്ഷത്തിൽ സുഗന്ധം പടർന്നുകയറി.

സന്ന്യാസി കടന്നുവന്നു. അയാൾ എന്തിനാണ് കടന്നുവന്നതെന്ന് മറന്നുപോയി. അയാൾ വാതിൽപ്പടിയിൽ കിടന്ന പട്ടികളുടെ നടുക്കുകയറി പതുങ്ങി നിന്നു.

വാതിൽ ഇപ്പോൾ സൂര്യന്റെ ആധിപത്യത്തിൽ ആയിരുന്നു. സൂര്യൻ അകത്തുകടന്ന് മഠാധിപതിയുടെ പാദങ്ങളിൽ സ്പർശിക്കാൻ ശ്രമിക്കുന്നുണ്ടായിരുന്നു. മറിയത്തിന്റെ മകൻ പുറത്തു കാത്തുനിന്നു. പട്ടികളുടെ ആവലാതികളും ദൂരെ എവിടെയോ ചുട്ടുപഴുത്ത ഇരുമ്പിൽ കൂടംകൊണ്ട് അടിക്കുന്നതിന്റെ താളത്തിലുള്ള മുഴക്കവും ഒഴിച്ച് മറ്റു ശബ്ദങ്ങൾ ഉണ്ടായിരുന്നില്ല.

സന്ദർശകൻ വളരെനേരം കാത്തുനിന്നു. പകൽ മുന്നോട്ടു നീങ്ങി. അവർ അയാളെ മറന്നുപോയി. രാത്രിയിൽ അവിടെ ഒരു മഞ്ഞുവീഴ്ച ഉണ്ടായിരുന്നു. പക്ഷേ, മുറിക്ക് പുറത്തു കാത്തുനിന്ന് കാത്തുനിന്ന് ഇപ്പോൾ അവന്റെ അസ്ഥികളിലേക്ക് പ്രഭാതസൂര്യന്റെ സുന്ദരമായ ഇളംചൂട് കടന്നുവന്നു.

പെട്ടെന്ന് പാറപ്പുറത്ത് കാവൽനിന്നിരുന്ന സന്ന്യാസിയുടെ ശബ്ദം നിശ്ശബ്ദതയെ തകർത്തു.

"അവർ വരുന്നു! അവർ വരുന്നു!"

മഠാധിപതിയുടെ അറയിലെ സന്ന്യാസിമാർ ഞെട്ടിയുണർന്ന് അദ്ദേഹത്തെ തനിച്ചാക്കിയിട്ട് പുറത്തേക്ക് പറന്നുവന്നു.

മറിയത്തിന്റെ മകൻ സ്വയം ധൈര്യം സംഭരിച്ച് ദുഃഖത്തോടെ മുന്നോട്ടു നീങ്ങി വാതിൽപ്പടിയിൽ നടത്തം നിർത്തി. അകത്ത് മരണത്തിന്റെ അനശ്വരമായ ശാന്തത ഉണ്ടായിരുന്നു. മഠാധിപതിയുടെ മെലിഞ്ഞുവിളറിയ പാദങ്ങൾ സൂര്യപ്രകാശത്തിൽ തിളങ്ങി. ഒരു വണ്ട് മുറിയുടെ മേൽക്കൂരയുടെ അടുത്ത് പറക്കുന്നുണ്ടായിരുന്നു. മറ്റൊരു വണ്ട് സ്വന്തം ചിത തിരഞ്ഞെടുക്കാൻ ശ്രമിക്കുന്നതുപോലെ മഠാധിപതിയുടെ അടുത്ത് കത്തിക്കൊണ്ടിരുന്ന ഏഴു തീനാളങ്ങൾക്കിടയിൽ ഒന്നിൽ നിന്ന് മറ്റൊന്നിലേക്ക് ചാടിക്കൊണ്ടിരുന്നു.

പെട്ടെന്ന് മഠാധിപതി അനങ്ങി. എല്ലാ ശക്തിയും എടുത്ത് അദ്ദേഹം തല ഉയർത്തി– ഉടൻ തന്നെ അദ്ദേഹത്തിന്റെ കണ്ണുകൾ പുറത്തേക്ക്

തള്ളി. അദ്ദേഹത്തിന്റെ ചുണ്ടുകൾ പിളർന്നു. നാസാരന്ധ്രങ്ങൾ വിറച്ചു കൊണ്ട് അത്യാർത്തിയോടെ അന്തരീക്ഷത്തെ ഉള്ളിലേക്ക് വലിച്ചെടുത്തു. മറിയത്തിന്റെ മകൻ അഭിവാദനം ചെയ്യുന്നതിന്റെ സൂചനയായി സ്വന്തം നെഞ്ചത്തും നെറ്റിയിലും കൈപ്പത്തി അമർത്തി. മഠാധിപതിയുടെ ചുണ്ടുകൾ ചലിച്ചു.

"നിങ്ങൾ വന്നു, നിങ്ങൾ വന്നു, നിങ്ങൾ വന്നു.," അയാൾ അവ്യക്തമായി പിറുപിറുത്തു. മറിയത്തിന്റെ മകന് അത് കേൾക്കാൻ കഴിഞ്ഞില്ല. പക്ഷേ, മഠാധിപതിയുടെ വെറുപ്പും ഗൗരവവും നിറഞ്ഞ മുഖത്ത് പറഞ്ഞറിയിക്കാൻ പറ്റാത്ത ഒരു നിർവൃതിയുടെ പുഞ്ചിരി പടർന്നു. അതിനുശേഷം അദ്ദേഹത്തിന്റെ കണ്ണുകൾ അടഞ്ഞു. നാസാരന്ധ്രങ്ങൾ നിശ്ചലമായി. ചുണ്ടുകൾ അടഞ്ഞു. നെഞ്ചത്ത് മടക്കിവെച്ചിരുന്ന കൈകൾ രണ്ടും തുറന്ന കൈപ്പത്തികളോടെ ഇരുവശത്തേക്കും നീണ്ട് നിലത്ത് വിശ്രമിച്ചു.

ഈ സമയത്ത് രണ്ട് ഒട്ടകങ്ങൾ മഠത്തിന്റെ മുറ്റത്ത് കുമ്പിട്ടു. വൃദ്ധനായ ആചാര്യനെ ഒട്ടകത്തിന്റെ പുറത്തുനിന്ന് താഴെ ഇറങ്ങാൻ സഹായിക്കാൻ വേണ്ടി സന്ന്യാസിമാർ മുന്നോട്ടു കുതിച്ചു.

"അദ്ദേഹം ജീവിച്ചിരിക്കുന്നുണ്ടോ? അദ്ദേഹത്തിന് ഇപ്പോഴും ജീവനുണ്ടോ?" ചെറുപ്പക്കാരനായ നവാഗതൻ ചോദിച്ചു.

"അദ്ദേഹം ഇപ്പോഴും ശ്വസിക്കുന്നുണ്ട്." ഹബാക്കുക്ക് പിതാവ് മറുപടി പറഞ്ഞു. "അദ്ദേഹം എല്ലാം കേൾക്കുന്നുണ്ട്. കാണുന്നുണ്ട്. പക്ഷേ, സംസാരിക്കുന്നില്ല."

ആചാര്യൻ ആദ്യം അകത്തുകടന്നു. തൈലങ്ങളും പച്ചമരുന്നുകളും മന്ത്രത്തകിടുകളും പൂട്ടിവെച്ചിരിക്കുന്ന അമൂല്യമായ പെട്ടിയും ചുമന്നുകൊണ്ട് നവാഗതനും അയാളുടെ പിന്നിലായി ഉള്ളിൽ കടന്നു. വാല് കാലിനിടയിൽ തിരുകി താഴെ കിടന്നിരുന്ന പട്ടികൾ അവരെ മുഖം തിരിച്ച് നോക്കിയതുപോലും ഇല്ല. അവർ കഴുത്ത് നിലത്തു ചേർത്തുവച്ച് കമഴ്ന്നു കിടന്ന് മനുഷ്യരെപ്പോലെ നിലവിളിച്ചു.

ആചാര്യൻ അവരുടെ കരച്ചിൽ കേട്ടുകൊണ്ട് തലകുലുക്കി. 'ഞാൻ താമസിച്ചാണ് വന്നത്.' അയാൾ ആലോചിച്ചു. പക്ഷേ, അയാൾ സംസാരിച്ചില്ല.

അയാൾ മഠാധിപതിയുടെ ഒരു വശത്ത് മുട്ടുകുത്തി ഇരുന്ന് അദ്ദേഹത്തിന്റെ നെഞ്ചത്ത് കൈവച്ചുകൊണ്ട് മുന്നോട്ടു കുനിഞ്ഞു. ആചാര്യന്റെ ചുണ്ടുകൾ മഠാധിപതിയുടെ ചുണ്ടുകളിൽ ഏറെക്കുറെ തൊടുന്നുണ്ടായിരുന്നു.

"വളരെ താമസിച്ചുപോയി" അയാൾ മന്ത്രിച്ചു. "ഞാൻ വന്നത് വളരെ താമസിച്ചാണ്. പിതാക്കന്മാരെ നിങ്ങൾ ദീർഘായുസ്സ് ആകട്ടെ!"

സന്ന്യാസിമാർ കരഞ്ഞുകൊണ്ട് ശവശരീരത്തിൽ ചുംബിച്ചു. ഓരോരുത്തരും ആചാരം അനുവദിക്കുന്ന രീതിയിൽ അവരവരുടെ സേവനത്തിന്റെ ദൈർഘ്യത്തിന് ആനുപാതികമായിട്ടായിരുന്നു ചുംബിച്ചത്. ഹബാക്കുക്ക് പിതാവ് കണ്ണുകളിൽ ചുംബിച്ചു. ബാക്കിയുള്ള സന്ന്യാസി

മാർ താടിയിലും മലർത്തിവെച്ചിരുന്ന കൈപ്പത്തികളിലും ചുംബിച്ചു. നവാഗതർ പാദങ്ങളിൽ ചുംബിച്ചു. അവരിൽ ഒരാൾ മഠാധിപതിയുടെ ആചാരവടി അതിന്റെ സ്ഥാനത്തുനിന്ന് എടുത്ത് ദിവ്യശരീരത്തിനോടു ചേർത്തു വച്ചു.

വൃദ്ധനായ ആചാര്യൻ ജഡത്തിൽനിന്ന് കണ്ണെടുക്കാൻ കഴിയാതെ കുനിഞ്ഞിരുന്ന് അദ്ദേഹത്തെ ആദരിച്ചു. ഈ വിജയിയുടെ പുഞ്ചിരി എന്തായിരുന്നു? അദ്ദേഹത്തിന്റെ അടഞ്ഞ കണ്ണുകൾക്ക് ചുറ്റുമുള്ള ഈ ദുരൂഹമായ തിളക്കത്തിന്റെ അർത്ഥം എന്തായിരുന്നു. അസ്തമിക്കാത്ത ഒരു സൂര്യൻ അദ്ദേഹത്തിന്റെ മുഖത്തേക്ക് വീണ് അവിടെത്തന്നെ ഉറച്ചുനിന്നിരുന്നു. ഈ സൂര്യൻ എന്തായിരുന്നു?

അയാൾ നാലുചുറ്റും നോക്കി. സന്ന്യാസിമാർ ഇപ്പോഴും മുട്ടുകുത്തി ഇരുന്ന് മരിച്ച മനുഷ്യന് ആദരാഞ്ജലികൾ അർപ്പിക്കുകയായിരുന്നു. ജോൺ അയാളുടെ ചുണ്ടുകൾ മഠാധിപതിയുടെ പാദങ്ങളിൽ ചേർത്തു വച്ച് പൊട്ടിക്കരഞ്ഞു. വൃദ്ധനായ ആചാര്യൻ സന്ന്യാസിമാരെ ചോദ്യം ചെയ്യുന്ന മട്ടിൽ അവരെ ഓരോരുത്തരെയായി നോക്കി. പെട്ടെന്ന് അറയുടെ മൂലയിൽ അനങ്ങാതെ ശാന്തനായി നിന്നിരുന്ന മറിയത്തിന്റെ മകൻ ആചാര്യന്റെ കണ്ണിൽ പെട്ടു. അയാൾ രണ്ടുകൈയും നെഞ്ചത്ത് പിണച്ചു വച്ചിരുന്നു. പക്ഷേ, അയാളുടെ മുഖത്ത് മഠാധിപതിയുടെ മുഖത്ത് കണ്ട വിജയിയുടെ ശാന്തമായ പുഞ്ചിരി ഉണ്ടായിരുന്നു.

“സർവ്വശക്തനായ പിതാവേ!” ഭയന്നു പോയ ആചാര്യൻ പതുക്കെപ്പറഞ്ഞു. “അവിടുന്ന് എന്റെ ഹൃദയത്തെ പ്രലോഭിപ്പിക്കുന്നത് ഒരിക്കലും അവസാനിപ്പിക്കില്ലേ? അങ്ങ് മനസ്സിലാക്കാനും തീരുമാനം എടുക്കാനും എന്റെ മനസ്സിനെ സഹായിക്കേണമേ!”

അടുത്ത ദിവസം ഇരുണ്ട കൊടുങ്കാറ്റു വലയം ചെയ്യുന്ന രക്തച്ചുവപ്പുനിറമുള്ള ഒരു സൂര്യൻ മരുഭൂമിയിൽ നിന്ന് ഉദിച്ചുയർന്നു. ഭയാനകമായ ഒരു കിഴക്കൻ കാറ്റ് മരുഭൂമിയിൽനിന്നും ഉണർന്നെഴുന്നേറ്റു. ലോകം കറുപ്പുനിറമായി മാറി. സന്ന്യാസിമഠത്തിലെ രണ്ട് കറുത്ത പട്ടികളും കുരയ്ക്കാൻ ശ്രമിച്ചു. പക്ഷേ, അവരുടെ വായിലേക്ക് മണ്ണും പൊടിയും പാഞ്ഞുകയറി. അവർ നിശ്ശബ്ദരായി. ഒട്ടകങ്ങൾ കണ്ണടച്ചുകൊണ്ട് നിലത്ത് പറ്റിച്ചേർന്നുകിടന്നു.

സന്ന്യാസിമാർ കൈകോർത്തുപിടിച്ചുകൊണ്ട് തപ്പിത്തടഞ്ഞു മുന്നോട്ടു നീങ്ങി. അവർ വീഴാതിരിക്കാൻ കഷ്ടപ്പെടുന്നുണ്ടായിരുന്നു. മഠാധിപതിയുടെ ജഡം കാറ്റുകൊണ്ടുപോകാതിരിക്കാൻ ഇറുക്കിപ്പിടിച്ചുകൊണ്ട് അവർ അദ്ദേഹത്തെ സംസ്കരിക്കാൻ വേണ്ടി ഒന്നിച്ച് മുന്നോട്ടു നടന്നു. മരുഭൂമി ഉലഞ്ഞു. അത് ഒരുകടൽപോലെ അലയടിച്ചു.

“ഇത് മരുഭൂമിയുടെ കാറ്റാണ്. യഹോവയുടെ ശ്വാസം.” മറിയത്തിന്റെ മകന്റെ തോളിൽ ചാരിക്കിടന്നുകൊണ്ട് ജോൺ പിറുപിറുത്തു. “ഇത് എല്ലാ പച്ചിലയും തല്ലിക്കൊഴിക്കും. എല്ലാ അരുവികളും വറ്റിക്കും. നിങ്ങളുടെ വായിലെല്ലാം മണ്ണുവാരിനിറയ്ക്കും. നമുക്ക് വിശുദ്ധമായ ജഡം ഏതെ

ങ്കിലും കുഴിയിൽ ഉപേക്ഷിക്കാം. അത് മണ്ണിട്ടു മൂടാൻ കാറ്റ് വരും."

അവർ സന്ന്യാസിമഠത്തിന്റെ പടിവാതിൽ കടന്ന നിമിഷത്തിൽ ചുഴലിക്കാറ്റു വകവെക്കാതെ കൂടം തോളിൽ വച്ചുകൊണ്ടു ചുവന്ന താടിക്കാരൻ കൊല്ലൻ പ്രത്യക്ഷപ്പെട്ടു. അയാൾ ഒരു നിമിഷം അവരെ നോക്കിനിന്നതിനുശേഷം ചുഴറ്റിയടിക്കുന്ന പൊടിക്കാറ്റിനുള്ളിൽ പെട്ടെന്ന് അപ്രത്യക്ഷപ്പെട്ടു. സബിദീയുടെ മകൻ മണൽ കാറ്റിനുള്ളിൽ ചുവന്ന താടിക്കാരന്റെ ഭയാനകമായ രൂപം കണ്ടു. അയാൾ ഭയത്തോടെ തന്റെ പങ്കാളിയുടെ കൈയിൽ പിടിച്ചു.

"അത് ആരായിരുന്നു" അയാൾ പതുക്കെ ചോദിച്ചു. "നിങ്ങൾ അയാളെ കണ്ടോ?" പക്ഷേ, മറിയത്തിന്റെ മകൻ മറുപടി പറഞ്ഞില്ല. "ദൈവം എല്ലാകാര്യങ്ങളും അദ്ദേഹം ചിന്തിക്കുന്നതുപോലെ കുറ്റമറ്റ രീതിയിൽ ക്രമീകരിക്കുന്നു." അയാൾ ആലോചിച്ചു. "അദ്ദേഹം ഈ മരുഭൂമിയിൽ എന്നോടൊപ്പം യൂദാസിനെ കൊണ്ടുവന്നതു നോക്കൂ! നന്നായി ദൈവമേ, അങ്ങയുടെ ആഗ്രഹം നടക്കട്ടെ."

തിളച്ചമണ്ണിൽ അവർ കുനിഞ്ഞ് കാലുകൾ ഊന്നിക്കൊണ്ട് മുന്നോട്ടു നടന്നു. അവർ അവരുടെ വായും മൂക്കും കുപ്പായത്തിന്റെ അറ്റം ഉയർത്തി മൂടാൻ ശ്രമിച്ചു. പക്ഷേ, പൊടിമണ്ണ് അവരുടെ തൊണ്ടയിലേക്കും നെഞ്ചിലേക്കും ഇറങ്ങിച്ചെന്നുകഴിഞ്ഞിരുന്നു. ഏറ്റവും മുന്നിൽ ഉണ്ടായിരുന്ന ഹബാക്കുക്ക് പിതാവിനെ പെട്ടെന്ന് കാറ്റുപിടികൂടി. അത് അദ്ദേഹത്തെ വലിച്ചിഴച്ച് താഴെ ഇട്ടു. പൊടിപടലം കാരണം കണ്ണുകാണാൻ കഴിയാതെ സന്ന്യാസിമാർ അദ്ദേഹത്തിന്റെ മുകളിലൂടെ നടന്നുനീങ്ങി. മരുഭൂമി ചൂളം അടിച്ചു. പാറക്കല്ലുകൾ അതിനൊപ്പം കിലുങ്ങി. വൃദ്ധനായ ഹബാക്കുക്ക് പിതാവ് ഒരു പരുക്കൻ നിലവിളി പുറപ്പെടുവിച്ചു. പക്ഷേ, ആരും കേട്ടില്ല.

യഹോവയുടെ ശ്വാസത്തിന് എന്തുകൊണ്ട് വൻകടലിൽനിന്ന് നമ്മുടെ അടുത്ത് വരുന്ന ശാന്തമായ ഇളംകാറ്റായി മാറിക്കൂടാ? മറിയത്തിന്റെ മകൻ ആലോചിക്കുകയായിരുന്നു. അയാൾ കൂട്ടുകാരനോട് ചോദിക്കാൻ ആഗ്രഹിച്ചു. പക്ഷേ, വായ് തുറക്കാൻ പറ്റിയില്ല. യഹോവയുടെ ശ്വാസത്തിന് എന്തുകൊണ്ട് മരുഭൂമിയിലെ വരണ്ടുണങ്ങിയ കിണറുകളിൽ വെള്ളം നിറച്ചുകൂടാ? ദൈവത്തിന് പച്ചിലകളെ എന്തുകൊണ്ട് സ്നേഹിച്ചുകൂടാ? അദ്ദേഹത്തിന് എന്തുകൊണ്ട് മനുഷ്യരോട് ദയ തോന്നിക്കൂടാ? പക്ഷേ, ഒരാളെങ്കിലും ചാരമായി തരംതാഴുന്നതിനുമുമ്പ് അദ്ദേഹത്തിന്റെ അടുത്തെത്തി പാദങ്ങളിൽ വീണ് മനുഷ്യന്റെ യാതനകളെപ്പറ്റിയും ഭൂമിയുടെയും പച്ചിലയുടെയും യാതനയെപ്പറ്റിയും അദ്ദേഹത്തോട് പറയുന്നതിൽ വിജയിച്ചിരുന്നെങ്കിൽ?

കൊല്ലന്റെ പണിപ്പുരയാക്കാൻ വേണ്ടി സന്ന്യാസിമാർ നല്കിയ അറയുടെ ഉയരം കുറഞ്ഞ വാതിലിൽ യൂദാസ് ഇപ്പോഴും നില്ക്കുന്നുണ്ടായിരുന്നു. അയാൾ ശവസംസ്കാര ഘോഷയാത്ര ഉരുണ്ടു പിരണ്ടു നീങ്ങുന്നത് പൊട്ടിച്ചിരിച്ചുകൊണ്ട് നോക്കിനിന്നു. അയാൾ അന്വേഷിച്ചുകൊണ്ടിരുന്ന മനുഷ്യനെ യൂദാസ് കണ്ടു അയാളുടെ കറുത്ത കണ്ണുകൾ

സന്തോഷംകൊണ്ട് തിളങ്ങി "ഇസ്രയേലിന്റെ ദൈവം മഹാനാണ്" അയാൾ പറഞ്ഞു. "അദ്ദേഹം എല്ലാം മനോഹരമായി ക്രമീകരിക്കുന്നു. അദ്ദേഹം ആ വഞ്ചകനെ എന്റെ കത്തിമുനയിൽ എത്തിച്ചിരിക്കുന്നു."

അയാൾ സന്തോഷത്തോടെ മീശ തടവിക്കൊണ്ട് അകത്തേക്ക് പോയി. അറയ്ക്കുള്ളിൽ ഇരുട്ടായിരുന്നു. പക്ഷേ, ഒരു മൂലയ്ക്ക് കത്തിയിരുന്ന ചെറിയ അടുപ്പിൽ കല്ക്കരി രൂക്ഷമായി തിളങ്ങി. പകുതി ഭ്രാന്തനും പകുതി ദിവ്യനുമായ താഴ്ന്ന പൃഷ്ഠം ഉള്ള സന്യാസി ഉല കൊണ്ട് തീ ആളിക്കത്തിച്ചു കൊണ്ടിരുന്നു.

കൊല്ലൻ നല്ല മാനസികാവസ്ഥയിൽ ആയിരുന്നു. "ജറോബോം പിതാവേ" അയാൾ പറഞ്ഞു. "അവർ ദൈവത്തിന്റെ ശ്വാസം എന്നു പറയുന്നത് ഇതിനെ ആണോ? ഇത് എനിക്ക് ഇഷ്ടപ്പെട്ടു. എനിക്ക് ഇത് വളരെ ഇഷ്ടപ്പെട്ടു. ഞാൻ ദൈവം ആയിരുന്നെങ്കിൽ ഞാനും ഇതുപോലെ വീശി അടിക്കും."

സന്ന്യാസി ചിരിച്ചു. "ഞാൻ ഒരിക്കലും വീശി അടിക്കില്ല. എനിക്ക് ക്ഷീണം ഉണ്ട്." അയാൾ നെറ്റിയിലെ വിയർപ്പ് തുടച്ചു കളയാൻ വേണ്ടി ഉല താഴെവച്ചു. യൂദാസ് സന്ന്യാസിയുടെ അടുത്തേക്ക് നീങ്ങിനിന്നു.

"ജറോബോം പിതാവ് എനിക്ക് ഒരു സഹായം ചെയ്യുമോ?" അയാൾ ചോദിച്ചു. "ഇന്നലെ ചെറിയ കറുത്തതാടിയുള്ള ഒരു ചെറുപ്പക്കാരൻ സന്ന്യാസി മഠത്തിൽ അതിഥിയായി വന്നിരുന്നു. ഒരു പകുതി ഭ്രാന്തൻ അയാൾ നഗ്നപാദനായിരുന്നു. തലയിൽ ചുവന്ന പാടുകളുള്ള ഒരു ഉറുമാൽ ധരിച്ചിരുന്നു."

"ഞാനാണ് അവനെ ആദ്യം കണ്ടത്." വലിയ കാര്യം ചെയ്ത ഭാവത്തിൽ സന്ന്യാസി പറഞ്ഞു: "പക്ഷേ, എന്റെ പ്രിയപ്പെട്ട കൊല്ലപ്പണിക്കാരാ, അയാൾ പകുതി ഭ്രാന്തനല്ല. മുഴുഭ്രാന്തനാണ്! അവൻ പറയുന്നത്. മഠാധിപതി അവൻ കണ്ട ഒരു സ്വപ്നത്തിന്റെ കുരുക്ക് അഴിക്കുമെന്നുള്ള പ്രതീക്ഷയിൽ നസറേത്തിൽനിന്ന് ഇവിടെവരെ നടന്നുവന്നെന്നാണ്"

"ശരി, അപ്പോൾ ഞാൻ ഒരു കാര്യം പറയാം. നിങ്ങളാണല്ലോ അതിഥികളുടെ നോട്ടക്കാരൻ അല്ലേ? എപ്പോഴെങ്കിലും ഒരു അതിഥി വന്നാൽ അറ തയ്യാറാക്കുന്നതും കിടക്കവിരിച്ചുകൊടുക്കുന്നതും ഭക്ഷണം കഴിക്കാൻ കൊണ്ടുപോകുന്നതും നിങ്ങളല്ലേ?"

"അത് ഞാനാണ്. ഒരു സംശയവും ഇല്ല. മറ്റു ജോലികളിൽ ഞാൻ മെച്ചമല്ലെന്ന് തോന്നുന്നു. അതുകൊണ്ട് അവർ എന്നെ അതിഥികളുടെ നോട്ടക്കാരനാക്കി. ഞാൻ സന്ദർശകർക്ക് ഭക്ഷണം കൊടുക്കുന്നു. തൂത്തുവരുന്നു. തുണി അലക്കുന്നു."

"നല്ല കാര്യം! അയാളുടെ കിടക്ക ഇന്നു രാത്രിയിൽ എന്റെ മുറിയിൽ വിരിക്കണം. എനിക്ക് തനിച്ച് കിടന്ന് ഉറങ്ങാൻ പറ്റുന്നില്ല– ഞാൻ അത് ജറോബോമിനോട് എങ്ങനെയാണ് വിശദീകരിക്കേണ്ടത്. ഞാൻ ദുഃസ്വപ്നങ്ങൾ കാണാറുണ്ട്. പിശാച് എന്റെ അടുത്തുവന്ന് എന്നെ പ്രലോഭിപ്പിക്കുന്നു. എനിക്ക് ഭയമാണ്. എന്നെ നരകത്തിൽ പോകാൻ ശപിക്കും.

പക്ഷേ, എന്റെ സമീപത്ത് ഒരു മനുഷ്യജീവിയുടെ ശ്വാസംകേട്ടാൽ ഞാൻ ശാന്തനാകും. നിങ്ങൾ ഞാൻ പറഞ്ഞകാര്യം ചെയ്തുതരണം. ഞാൻ നിങ്ങൾക്ക് ഒരു സമ്മാനം തരും. ആടിന്റെ രോമം വെട്ടുന്ന ഒരു കത്രിക. അതുകൊണ്ട് നിങ്ങൾക്ക് നിങ്ങളുടെ താടിയുടെ നീളം കുറയ്ക്കാം. കൂടാതെ നിങ്ങൾക്ക് സന്ന്യാസിമാരുടെ മുടിയും താടിയും മുറിച്ചുകൊടുക്കാം— ഒട്ടകങ്ങളുടെ രോമം മുറിക്കാം— ആരും മേലിൽ നിങ്ങളെ സാമർത്ഥ്യം ഇല്ലാത്തവൻ എന്ന് പറയില്ല. ഞാൻ പറയുന്നത് നിങ്ങൾ കേൾക്കുന്നുണ്ടോ?"

"എന്റെ കത്രിക കൊണ്ടുവരൂ."

കൊല്ലൻ അയാളുടെ സഞ്ചിക്കുള്ളിൽ സൂക്ഷ്മപരിശോധന നടത്തി. ഒടുവിൽ തുരുമ്പെടുത്ത ഒരു വലിയ കത്രിക അയാൾ പുറത്തെടുത്തു. സന്ന്യാസി അത് തട്ടിപ്പറിച്ച് വെളിച്ചത്തിനടുത്ത് കൊണ്ടുവന്ന് അടച്ചും തുറന്നും നോക്കി. അയാളുടെ കൗതുകത്തിന് അതിരില്ലായിരുന്നു.

"ദൈവമേ, അങ്ങ് മഹാനാണ്. അങ്ങയുടെ സൃഷ്ടികൾ അത്ഭുതകരമാണ്."

"നന്നായി'' സന്ന്യാസിയെ സ്വപ്നലോകത്തുനിന്ന് ഉണർത്താൻ വേണ്ടി കുലുക്കി വിളിച്ചു കൊണ്ട് യൂദാസ് മറുപടി പറഞ്ഞു.

"ഇന്നു രാത്രിയിൽ അയാൾ നിങ്ങൾക്ക് കൂട്ടിനുണ്ടാകും." സന്ന്യാസി പറഞ്ഞു. കത്രിക കൈവശപ്പെടുത്തിക്കൊണ്ട് അയാൾ മുറിയിൽനിന്ന് പുറത്തുപോയി.

മറ്റുള്ളവർ തിരിച്ചു വന്നുകഴിഞ്ഞിരുന്നു. അവർക്ക് വളരെ ദൂരം പോകാൻ കഴിഞ്ഞിരുന്നില്ല. കാരണം യഹോവയുടെ ശ്വാസം അവരെ ചുറ്റിവരിഞ്ഞ് നിലത്തെറിഞ്ഞുകളഞ്ഞു. അവർ ഒരു കുഴി കണ്ടു. ജഡം അതിലേക്ക് ഉരുട്ടിയിട്ടതിനുശേഷം അവർ പ്രാർത്ഥന ചൊല്ലാൻ ഹബാക്കുക്ക് പിതാവിനെ വിളിച്ചു. പക്ഷേ, അദ്ദേഹത്തെ അവിടെയെങ്ങും കാണാൻ ഉണ്ടായിരുന്നില്ല. വൃദ്ധനായ ആചാര്യൻ കുഴിയിലേക്ക് കുനിഞ്ഞുനിന്ന് ആത്മാവ് ഒഴിഞ്ഞുപോയ മാംസത്തോട് വിളിച്ചുകൂവി. "മനുഷ്യാ' നീ മണ്ണാകുന്നു. മണ്ണിലേക്ക് മടങ്ങുക. നിന്റെ ഉള്ളിലെ ആത്മാവ് പറന്നുപോയിരിക്കുന്നു. നിന്നെ ഇനിയങ്ങോട്ട് ആവശ്യം ഇല്ല. നീ നിന്റെ ചുമതല നിർവ്വഹിച്ചു കഴിഞ്ഞു. മാംസമേ, നീ നിന്റെ ചുമതല നിർവ്വഹിച്ചു കഴിഞ്ഞു. നീ ആത്മാവിനെ അതിന്റെ ഭൂമിയിലെ പാർപ്പിടത്തിലേക്ക് ഇറങ്ങിവരാൻ സഹായിച്ചു. ഏതാനും പകലുകളിലും രാത്രികളിലും കല്ലിനും മുള്ളിനും മുകളിലൂടെ നടന്നു നീങ്ങാൻ നീ ആത്മാവിനെ സഹായിച്ചു. ആത്മാവിന്റെ പിതൃഭൂമിയായ സ്വർഗ്ഗത്തിനു വേണ്ടിയും പിതാവായ ദൈവത്തിനു വേണ്ടിയും തീവ്രമായി അഭിലഷിക്കാൻ നീ അതിനെ സഹായിച്ചു. പാപം ചെയ്യാനും വേദന അനുഭവിക്കാനും നീ ആത്മാവിനെ സഹായിച്ചു. മാംസമേ, ഇനി മുന്നോട്ട് മഠാധിപതിക്ക് നിന്റെ ആവശ്യം ഇല്ല. ദ്രവിച്ചു ചേരൂ!"

ആചാര്യൻ സംസാരിച്ചു കൊണ്ടിരിക്കുന്നതിനിടയിൽ മഠാധിപതി

യുടെ ജഡം മണ്ണിനുള്ളിൽ മുങ്ങിപ്പോയി. വീണ്ടും മണൽമേഘങ്ങൾ ഉയർന്നു പറക്കാൻ തുടങ്ങി. സന്ന്യാസിമാർ ധൃതിപിടിച്ച് തിരിച്ചുപോന്നു.

അതിഥികളുടെ നോട്ടക്കാരനായ ഭ്രാന്തൻ സന്ന്യാസി കത്രിക കൈവശപ്പെടുത്തിക്കൊണ്ട് കൊല്ലനെ ഉപേക്ഷിച്ചുപോന്ന നിമിഷത്തിൽ സന്ന്യാസിമാർ ഹബാക്കുക്ക് പിതാവിനെ ചുമന്നുകൊണ്ട് മഠത്തിൽ തിരിച്ചെത്തി. പൊടിമണ്ണുകൊണ്ട് കണ്ണുകാണാൻ കഴിയാതെ വരണ്ടുണങ്ങിയ ചുണ്ടുകളുമായി തിരിച്ചുവരുന്ന വഴിക്ക് അവർ ഹബാക്കുക്ക് പിതാവിനെ പകുതിമണ്ണുമൂടിയ അവസ്ഥയിൽ കണ്ടെത്തിയിരുന്നു.

വൃദ്ധനായ ആചാര്യൻ കണ്ണും ചുണ്ടും കഴുത്തും നനഞ്ഞ തുണികൊണ്ട് തുടച്ചതിനു ശേഷം മഠാധിപതിയുടെ ഒഴിഞ്ഞ ഇരിപ്പിടത്തിനു മുന്നിലായി താഴെ ഇരുന്നു. അടച്ചിട്ടിരുന്ന വാതിലിലൂടെ യഹോവയുടെ ശ്വാസം ലോകത്തെ തുടച്ചുമാറ്റുന്നതും പൊരിച്ചെടുക്കുന്നതും അയാൾക്ക് കേൾക്കാൻ കഴിഞ്ഞിരുന്നു. പ്രവാചകന്മാർ അയാളുടെ ഇടത്തെ ചെന്നിയിൽ നിന്ന് വലത്തെ ചെന്നിയിലേക്ക് തലച്ചോറിനുള്ളിലൂടെ സവാരി ചെയ്തു. ഇത്തരം പൊള്ളുന്ന അന്തരീക്ഷത്തിലാണ് അവർ ദൈവത്തെ വിളിച്ച് കരഞ്ഞിട്ടുള്ളത്. സർവ്വശക്തനായ യഹോവ സമീപത്തേക്ക് വരുമ്പോൾ കണ്ണിലും ചുണ്ടിലും സമാനമായ പുകച്ചിൽ അവർക്ക് നിശ്ചയമായും അനുഭവപ്പെട്ടിട്ടുണ്ടാകും. “തീർച്ചയായും ഉണ്ടാകും. ദൈവം അസ്സഹനീയമായ ഒരു ചൂടുകാറ്റാണ്. ഒരു മിന്നൽപ്പിണർ - ഞാൻ അത് മനസ്സിലാക്കിയിട്ടുണ്ട്....” അയാൾ പിറുപിറുത്തു. അദ്ദേഹം പൂത്തുലഞ്ഞു നില്ക്കുന്ന ഒരു പൂന്തോട്ടം അല്ല, മനുഷ്യന്റെ ഹൃദയം ഒരു പച്ചിലയാണ്. ദൈവം ആ ഇലയുടെ തണ്ടുപിടിച്ച് തിരിക്കുന്നു. അത് കൊഴിഞ്ഞുവീഴുന്നു. അദ്ദേഹത്തിന്റെ സൂചനകൾ കൂടുതൽ മാധുര്യം ഉള്ളതാക്കാൻ നമുക്ക് അദ്ദേഹത്തോട് എങ്ങനെ ആവശ്യപ്പെടാൻ പറ്റും? നമ്മൾ അദ്ദേഹത്തിന് ബലിയാടുകളെ വാഗ്ദാനം ചെയ്താൽ അദ്ദേഹം വിളിച്ചു പറയുന്നു. ഞാൻ അത് ആഗ്രഹിക്കുന്നില്ല. എനിക്ക് മാംസം വേണ്ട. എന്റെ വിശപ്പ് ശമിക്കുന്നത് സ്തോത്രം കൊണ്ടാണ്. നമ്മൾ നാക്കെടുത്ത് സ്തോത്രം ചൊല്ലാൻ തുടങ്ങിയാൽ അദ്ദേഹം വിളിച്ചു പറയുന്നു. “വാക്കുകൾ ഞാൻ ആഗ്രഹിക്കുന്നില്ല. ആടിന്റെയും പുത്രന്റെയും— “അതും ആദ്യത്തെ പുത്രന്റെ തന്നെ”— മാംസം അല്ലാതെ മറ്റൊന്നും എന്റെ വിശപ്പിനു തൃപ്തി തരില്ല!”

ദൈവം തന്നെ തളർത്തിയിരിക്കുകയാണെന്നുള്ള ചിന്തയിൽ വൃദ്ധനായ ആചാര്യൻ നെടുവീർപ്പിട്ടു. അദ്ദേഹം കിടക്കാൻ പറ്റിയ ഒരു മൂല അന്വേഷിച്ചു. ഉറക്കം നഷ്ടപ്പെട്ടതിന്റെ ക്ഷീണം ഉള്ള സന്ന്യാസിമാർ അവരുടെ കിടക്കകളിൽ കിടന്ന് മഠാധിപതിയെ സ്വപ്നം കാണാൻ കഴിയുമെന്ന ചിന്തയോടെ ചിന്നിച്ചിതറി പോയി. മഠാധിപതിയുടെ ആത്മാവ് നാല്പതു ദിവസം മഠത്തിനുള്ളിൽ ചുറ്റിത്തിരിയും. സന്ന്യാസിമാർ ഉറങ്ങുമ്പോൾ അവരെ കാണാൻ വരും. അവർ ചെയ്തിരുന്നത് എന്താണെന്ന് മനസ്സിലാക്കി നിർദ്ദേശങ്ങൾ കൊടുക്കും. അല്ലെങ്കിൽ അവരെ ശകാരിക്കും.

ആചാര്യൻ നാലുചുറ്റും നോക്കി. അദ്ദേഹം ഒരാളെപ്പോലും കണ്ടില്ല. കറുത്ത രണ്ട് പട്ടികൾ ഇല്ലായിരുന്നെങ്കിൽ മഠാധിപതിയുടെ അറ ശൂന്യമായിരുന്നു. അവർ മഠാധിപതിയുടെ ഇരിപ്പിടത്തിനു താഴെ പാകിയിരുന്ന കല്ലുകളിൽ കമഴ്ന്നു കിടന്ന് അദ്ദേഹത്തിന്റെ ഇരിപ്പിടം മണപ്പിച്ചുകൊണ്ടിരുന്നു. പുറത്ത് ഭ്രാന്തമായ കാറ്റ് വാതിലിൽ മുട്ടിവിളിച്ചു. അത് അകത്തു വരാൻ ആഗ്രഹിച്ചു.

പക്ഷേ, ആചാര്യൻ പട്ടികളുടെ സമീപത്ത് കിടക്കാൻ തയ്യാറെടുക്കുമ്പോൾ മുറിയുടെ മൂലയിൽ തന്നെ ശ്രദ്ധിച്ചുകൊണ്ട് നിശ്ചലനായി നില്ക്കുന്ന മറിയത്തിന്റെ മകനെ കണ്ടു. പെട്ടെന്ന് ഉറക്കം അദ്ദേഹത്തിന്റെ കൺപോളകളിൽനിന്ന് പറന്നകന്നു. അദ്ദേഹം ബുദ്ധിമുട്ടി എഴുന്നേറ്റിരുന്ന് അനന്തരവനോട് അടുത്തുവരാൻ വേണ്ടി തലയാട്ടി കാണിച്ചു. ചെറുപ്പക്കാരൻ അദ്ദേഹത്തിന്റെ ക്ഷണം കാത്തുനില്ക്കുകയായിരുന്നെന്ന് തോന്നി. അയാൾ ചുണ്ടിൽ വിറച്ചുകൊണ്ടിരുന്ന കയ്പ് നിറഞ്ഞ പുഞ്ചിരിയോടെ മുന്നോട്ടുവന്നു.

"യേശു ഇരിക്കൂ." ആചാര്യൻ പറഞ്ഞു. "എനിക്ക് നിന്നോട് സംസാരിക്കണം."

"ഞാൻ കേൾക്കുന്നുണ്ട്." ചെറുപ്പക്കാരൻ മറുപടി പറഞ്ഞു. അയാൾ ആചാര്യന്റെ എതിർവശത്ത് മുട്ടുകുത്തി ഇരുന്നു. "എനിക്കും അമ്മാവനോട് സംസാരിക്കണമെന്നുണ്ട്."

"നീ ഇവിടെ എന്താണ് അന്വേഷിക്കുന്നത്. നിന്റെ അമ്മ കരഞ്ഞുകൊണ്ട് ഗ്രാമം മുഴുവൻ നിന്നെ അന്വേഷിച്ച് നടക്കുകയാണ്."

"അമ്മ എന്നെ അന്വേഷിക്കുന്നു. ഞാൻ ദൈവത്തിനെ അന്വേഷിക്കുന്നു. ഞങ്ങൾ ഒരിക്കലും കണ്ടുമുട്ടില്ല." ചെറുപ്പക്കാരൻ മറുപടി പറഞ്ഞു.

"നിനക്ക് ഹൃദയം ഇല്ല. നീ ഒരിക്കലും ഒരു മനുഷ്യജീവിയെപ്പോലെ അച്ഛനമ്മമാരെ സ്നേഹിച്ചിട്ടില്ല."

"അത് നല്ലകാര്യമാണ്. എന്റെ ഹൃദയം കത്തിക്കൊണ്ടിരിക്കുന്ന കല്ക്കരിയാണ്. അതിൽ തൊടുന്നവർ ആരുതന്നെയായാലും അവർക്ക് പൊള്ളും."

"നിനക്ക് എന്തുപറ്റി? നിനക്ക് എങ്ങനെയാണ് ഇങ്ങനെ സംസാരിക്കാൻ കഴിയുന്നത്? നിനക്ക് എന്തിന്റെ കുറവാണ്?" മറിയത്തിന്റെ മകനെ കൂടുതൽ വ്യക്തമായി കാണാൻ വേണ്ടി കഴുത്തുനീട്ടിക്കൊണ്ട് ആചാര്യൻ പറഞ്ഞു. ചെറുപ്പക്കാരന്റെ കണ്ണുകളിൽ കണ്ണുനീർ തുളുമ്പിയിരുന്നു.

"എന്റെ കുട്ടീ, ഒളിഞ്ഞിരിക്കുന്ന ഒരു വേദന നിന്നെ വിഴുങ്ങിക്കൊണ്ടിരിക്കുന്നു. അത് നീ എന്നോട് ഏറ്റുപറഞ്ഞ് നീ സ്വയം ആശ്വാസം കണ്ടെത്തുകയാണ് വേണ്ടത്— ആഴത്തിൽ ഒളിച്ചു വെച്ചിരിക്കുന്ന ആ വേദന എന്താണ്—"

"ഒന്നോ?" ചെറുപ്പക്കാരൻ ഇടയ്ക്കുകയറി പറഞ്ഞു. കയ്പ് നിറഞ്ഞ ഒരു പുഞ്ചിരി അയാളുടെ മുഖം മുഴുവൻ പടർന്നു. "ഒന്നല്ല. ധാരാളം

വേദനകൾ!"

ഹൃദയഭേദകമായ ഈ പൊട്ടിത്തെറിയുടെ ശബ്ദം കേട്ട് ആചാര്യൻ ഭയന്നുപോയി. അയാൾ ചെറുപ്പക്കാരന് ധൈര്യം കൊടുക്കാൻ വേണ്ടി അയാളുടെ കാൽമുട്ടിൽ കൈവച്ചു.

"എന്റെ കുട്ടീ, ഞാൻ കേട്ടുകൊണ്ടിരിക്കുകയാണ്." അയാൾ പതുക്കെ പറഞ്ഞു. "നിന്റെ വേദനകൾ പുറത്തുകൊണ്ടുവരൂ. അവയെ നിന്റെ ഉള്ളിൽനിന്നും വലിച്ച് പുറത്തെടുക്കൂ. അവ ഇരുട്ടിലാണ് തഴച്ചു വളരുന്നത്. പക്ഷേ, വെളിച്ചം അവയെ കൊല്ലുന്നു. ലജ്ജിക്കരുത്. ഭയക്കരുത്— സംസാരിക്കൂ."

പക്ഷേ, മറിയത്തിന്റെ മകന് എങ്ങനെ തുടങ്ങണമെന്നോ എന്ത് ചെയ്യണമെന്നോ അറിയില്ലായിരുന്നു. അവന്റെ ഹൃദയത്തിന്റെ ആഴങ്ങളിൽ പുറത്തെടുക്കാതെ കരുതിവെക്കേണ്ടത് എന്തൊക്കെയാണെന്ന് അയാൾക്ക് അറിയില്ലായിരുന്നു. സ്വയം ആശ്വസിക്കാൻ വേണ്ടി എന്തൊക്കെയാണ് സമ്മതിച്ചുകൊടുക്കേണ്ടതെന്നും അയാൾക്ക് അറിയില്ലായിരുന്നു. മഗ്ദലന, ഏഴു പാപങ്ങൾ, കുരിശുകൾ, കുരിശിലേറ്റപ്പെട്ടവർ - അയാളുടെ അന്തർഭാഗങ്ങളെ കീറിമുറിച്ചുകൊണ്ട് ഇവയൊക്കെ കടന്നുപോകുന്നുണ്ടായിരുന്നു.

ആചാര്യൻ നിശ്ശബ്ദമായി അഭ്യർത്ഥിക്കുന്ന മട്ടിൽ ചെറുപ്പക്കാരന്റെ കാൽമുട്ടിൽ അടിച്ചു.

"എന്റെ കുട്ടീ, നിനക്ക് കഴിയില്ലേ?" അദ്ദേഹം ഒടുവിൽ ശബ്ദം താഴ്ത്തി ചോദിച്ചു.

"ഇല്ല. അമ്മാവാ, എനിക്ക് കഴിയില്ല."

"പല പ്രലോഭനങ്ങളും നിന്നെ ശല്യപ്പെടുത്തുന്നുണ്ടോ?" ആചാര്യൻ കൂടുതൽ വാത്സല്യത്തോടെ ചോദിച്ചു.

"ധാരാളം" ചെറുപ്പക്കാരൻ മറുപടി പറഞ്ഞു. "ധാരാളം"

"എന്റെ ചെറുപ്പത്തിൽ ഞാനും വളരെ കൂടുതൽ കഷ്ടപ്പെട്ടു." ആചാര്യൻ നെടുവീർപ്പിട്ടുകൊണ്ട് പറഞ്ഞു. "ദൈവം നിന്നെ പരിശോധിക്കുകയും പീഡിപ്പിക്കുകയും ചെയ്യുന്നതുപോലെ എന്നെയും പീഡിപ്പിച്ചു. എനിക്ക് അതെല്ലാം താങ്ങാൻ പറ്റുമോ എന്ന് ദൈവത്തിന് മനസ്സിലാക്കണമായിരുന്നു. ദൈവത്തിന്റെ ആഗ്രഹം അതായിരുന്നു. എത്രകാലം... എനിക്ക് ധാരാളം പ്രലോഭനങ്ങൾ ഉണ്ടായിരുന്നു. അവയിൽ ചിലതിനെ ഞാൻ ഭയപ്പെട്ടിരുന്നില്ല. വന്യവും അപരിഷ്കൃതവുമായ മുഖമുള്ള പ്രലോഭനങ്ങളെ ഞാൻ ഭയന്നിരുന്നില്ല— പക്ഷേ, മാധുര്യം നിറഞ്ഞ സൗമ്യമായ പ്രലോഭനങ്ങളെ ഞാൻ ഭയപ്പെട്ടു. നീ ചെയ്തതുപോലെ സ്വസ്ഥത കണ്ടെത്താൻ വേണ്ടി ഞാൻ സന്ന്യാസിമഠത്തിൽ വന്നു. പക്ഷേ, ദൈവം എന്നെ പിന്തുടരുന്നത് ഉപേക്ഷിച്ചിരുന്നില്ല. ഇവിടെ വച്ചാണ് അദ്ദേഹം എന്നെ ശരിക്കും പിടികൂടിയത്. അദ്ദേഹം ഒരു സ്ത്രീയുടെ വേഷത്തിൽ ഒരു പ്രലോഭനത്തെ പറഞ്ഞുവിട്ടു. കഷ്ടം, ഈ പ്രലോഭനത്തിനു മുമ്പിൽ ഞാൻ വീണു. അന്നുമുതൽ— ഒരുപക്ഷേ, ദൈവം ആഗ്രഹിച്ചത് അതായിരിക്കാം.

ഒരുപക്ഷേ, അദ്ദേഹം എന്നെ പീഡിപ്പിച്ചത് അതുകൊണ്ടായിരിക്കാം— അന്നുമുതൽ എനിക്ക് സ്വസ്ഥത ഉണ്ടായിരുന്നു. ദൈവത്തിനും സ്വസ്ഥത ഉണ്ടായിരുന്നു ഞങ്ങൾ യോജിപ്പിൽ എത്തിയിരുന്നു. അതിനുശേഷം ഇപ്പോൾ. ഞങ്ങൾ ചങ്ങാതിമാരാണ്. എന്റെ കുട്ടീ, ഇതേരീതിയിൽ നീയും ദൈവത്തിനോട് യോജിപ്പിലെത്തും— നിനക്കും സ്വസ്ഥത കിട്ടും."

മറിയത്തിന്റെ മകൻ തലകുലുക്കി. "എനിക്ക് ഇത്ര എളുപ്പത്തിൽ സ്വസ്ഥത കിട്ടുമെന്ന് ഞാൻ വിചാരിക്കുന്നില്ല." അയാൾ പിറുപിറുത്തു. അയാൾ നിശ്ശബ്ദനായി. തൊട്ടടുത്ത് ആചാര്യനും നിശ്ശബ്ദനായി. അവർ രണ്ടുപേരും ശ്വസിക്കുന്നതിനിടയിൽ അതിവേഗത്തിൽ കിതയ്ക്കുന്നുണ്ടായിരുന്നു.

"എനിക്ക് എവിടെയാണ് തുടങ്ങേണ്ടതെന്ന് അറിയില്ല." എഴുന്നേല്ക്കാൻ ശ്രമിച്ചുകൊണ്ട് ചെറുപ്പക്കാരൻ പറഞ്ഞു. "ഞാൻ ഒരിക്കലും തുടങ്ങില്ല. എനിക്ക് ഭയങ്കര ലജ്ജയാണ്."

പക്ഷേ, ആചാര്യൻ ചെറുപ്പക്കാരന്റെ മുട്ടിലെ പിടിവിടില്ല. "എഴുന്നേല്ക്കരുത്." അദ്ദേഹം ആജ്ഞാപിച്ചു. "പോകരുത്" ലജ്ജയും ഒരു പ്രലോഭനമാണ്. അതിനെ കീഴടക്കണം! ഇവിടെ ഇരിക്കൂ. ഞാൻ നിന്നോട് ചില ചോദ്യങ്ങൾ ചോദിക്കാൻ പോകുകയാണ്. ഞാൻ ചോദ്യങ്ങൾ ചോദിക്കും. നീ ക്ഷമയോടെ എനിക്ക് ഉത്തരം തരാൻ പോകുന്നു. നീ എന്തിനാണ് സന്ന്യാസിമഠത്തിൽ വന്നത്?"

"സ്വയം രക്ഷപ്പെടാൻ"

"സ്വയം രക്ഷപ്പെടാനോ? എന്തിൽ നിന്ന്? ആരിൽ നിന്ന്?"

"ദൈവത്തിൽ നിന്ന്"

"ദൈവത്തിൽ നിന്നോ?" ആചാര്യൻ അസ്വസ്ഥതയോടെ വിളിച്ചു കൂവി.

"ദൈവം എന്നെ വേട്ടയാടുകയായിരുന്നു. അദ്ദേഹം എന്റെ തലയിലും ഹൃദയത്തിലും നഖങ്ങൾ കുത്തിയിറക്കുകയായിരുന്നു. അദ്ദേഹം എന്നെ തള്ളിക്കയറ്റാൻ ആഗ്രഹിക്കുന്നു."

"എവിടെ"

"പാറയുടെ മുകളിലേക്ക്"

"ഏത് പാറപ്പുറത്തേക്ക്"

"അദ്ദേഹത്തിന്റെ പാറപ്പുറത്തേക്ക്. ഞാൻ എഴുന്നേറ്റുനിന്ന് സംസാരിക്കണമെന്നാണ് അദ്ദേഹം പറയുന്നത്. പക്ഷേ, എനിക്ക് എന്താണ് പറയാൻ പറ്റുന്നത്! "എന്നെ തനിച്ചിരിക്കാൻ അനുവദിക്കൂ. എനിക്ക് ഒന്നും തന്നെ പറയാനില്ല" ഞാൻ അദ്ദേഹത്തോട് വിളിച്ചു പറഞ്ഞു പക്ഷേ, അദ്ദേഹം സമ്മതിച്ചില്ല. "ശരി, അപ്പോൾ ഞാൻ കാണിച്ചുതരാം. അങ്ങ് എന്നെ വെറുക്കുന്നത് ഞാൻ കാണിച്ചുതരാം. അപ്പോൾ അങ്ങ് എന്നെ ഉപേക്ഷിച്ചു പോകും. അതിനുവേണ്ടി ഞാൻ സങ്കല്പിക്കാൻ കഴിയുന്ന എല്ലാ പാപങ്ങളിലും ചെന്ന് വീഴും!"

"സങ്കല്പിക്കാവുന്ന എല്ലാ പാപങ്ങളിലും ചെന്ന് വീഴുമെന്നാണോ

പറയുന്നത്!" ആചാര്യൻ വിളിച്ചുകൂവി.

പക്ഷേ, ചെറുപ്പക്കാരൻ കേട്ടില്ല അയാൾ അനുഭവിക്കുന്ന അമർഷവും വേദനയും കൂടി ചെറുപ്പക്കാരനെ മറ്റൊരു ലോകത്ത് എത്തിച്ചിരുന്നു.

"അദ്ദേഹം എന്നെ തെരഞ്ഞെടുത്തത് എന്തുകൊണ്ടാണ്? അദ്ദേഹത്തിന് എന്റെ നെഞ്ച് തുറന്ന് നോക്കിക്കൂടേ? അതിനുള്ളിൽ എല്ലാ സർപ്പങ്ങളും പിണഞ്ഞുകിടന്ന് ചീറ്റിക്കൊണ്ടിരിക്കുന്നുണ്ട്. എല്ലാ പാപങ്ങളും ചീറിക്കൊണ്ടിരിക്കുന്നുണ്ട്. നൃത്തം ചെയ്തുകൊണ്ടിരിക്കുന്നുണ്ട്. അതിനെല്ലാം ഉപരി"— വാക്ക് അയാളുടെ തൊണ്ടയിൽ കുരുങ്ങി. അയാൾ സംസാരം അവസാനിപ്പിച്ചു. അയാളുടെ മുടിയുടെ അടിവേരുകളിൽ നിന്ന് വിയർപ്പ് ഒഴുകിയെത്തി.

"അതിനെല്ലാം ഉപരിയായി..?"

"മഗ്ദലന" യേശു തല ഉയർത്തിക്കൊണ്ട് പറഞ്ഞു.

"മഗ്ദലന" ആചാര്യന്റെ മുഖം വിളറി.

"ഇത് എന്റെ തെറ്റാണ്. എന്റെ തെറ്റ്. അവൾ ഈ വഴി സ്വീകരിച്ചത് എന്റെ തെറ്റാണ്. ഒരു ചെറിയ കുട്ടിയായിരുന്ന സമയത്തുതന്നെ ഞാൻ അവളെ മാംസത്തിന്റെ ആഹ്ലാദങ്ങളിലേക്ക് തള്ളിവിട്ടു. അതെ. അത് ഞാൻ ഏറ്റുപറയുന്നു. ആചാര്യന് ഞെട്ടണമെന്നുണ്ടെങ്കിൽ ഞാൻ പറയുന്നത് ശ്രദ്ധിച്ചാൽ മതി. അത് സംഭവിച്ചത് എനിക്ക് ഏതാണ്ട് മൂന്നുവയസ്സുള്ളപ്പോൾ ആയിരുന്നിരിക്കണം. ഒരിക്കൽ ആരും അമ്മാവന്റെ വീട്ടിൽ ഇല്ലാത്തസമയത്ത് ഞാൻ അവിടെ എത്തിയിരുന്നു. ഞാൻ മഗ്ദലനയുടെ കൈയിൽ പിടിച്ചു. ഞങ്ങൾ വസ്ത്രങ്ങൾ ഊരിമാറ്റിയിട്ട് നഗ്നമായ പാദങ്ങൾ പരസ്പരം അമർത്തിക്കൊണ്ട് നിലത്തുകിടന്നു. അത് എന്തുമാത്രം ആഹ്ലാദം ആയിരുന്നു. എന്തുമാത്രം ആഹ്ലാദകരമായ ഒരു പാപം! അന്നുമുതൽ മഗ്ദലന എനിക്ക് നഷ്ടപ്പെട്ടു. അവൾക്ക് ഒരു പുരുഷൻ ഇല്ലാതെ ജീവിക്കാൻ കഴിയാതായി. പുരുഷൻ ഇല്ലാതെ..."

അയാൾ ആചാര്യനെ നോക്കി. പക്ഷേ, ആചാര്യൻ തല കാൽമുട്ടിൽ ഉറപ്പിച്ച് നിശ്ശബ്ദനായി ഇരിക്കുകയായിരുന്നു.

"അത് എന്റെ തെറ്റാണ്. എന്റെ തെറ്റ്!" മറിയത്തിന്റെ മകൻ നെഞ്ചിൽ അടിച്ചുകൊണ്ട് പറഞ്ഞു. ഒരു നിമിഷം കഴിഞ്ഞ് അയാൾ സംസാരം തുടർന്നു. "ഇതു മാത്രമായിരുന്നെങ്കിൽ സാരമില്ലായിരുന്നു!" അയാൾ ഒരു നിമിഷത്തിനുശേഷം തുടർന്നു. "പക്ഷേ, ചെറുപ്പം മുതൽ ഞാൻ എന്റെ ഉള്ളിൽ വ്യഭിചാരത്തിന്റെ പിശാചിനെമാത്രമല്ല അഹംഭാവത്തിന്റെ പിശാചിനെയും രഹസ്യമായി സൂക്ഷിച്ചിരുന്നു. ഞാൻ കൊച്ചുകുഞ്ഞായിരിക്കുമ്പോൾ— എനിക്ക് കഷ്ടിച്ച് നടക്കാൻ പോലും പറ്റാത്ത കാലത്ത്— ഞാൻ താഴെ വീഴാതെ ഭിത്തിയിൽ അള്ളിപ്പിടിച്ച് നടക്കുമായിരുന്നു. എന്തൊരു ധിക്കാരമാണെന്ന് ആലോചിച്ചുനോക്കൂ. അന്നുപോലും ഞാൻ സ്വയം വിളിച്ചുകൂവിയിരുന്നു— എന്ത് അധികപ്രസംഗമാണെന്ന് നോക്കൂ. ദൈവമേ എന്നെ ദൈവം ആക്കൂ. ദൈവമേ എന്നെ ദൈവം ആക്കൂ. ഒരു ദിവസം

ഒരു നാടോടി സ്ത്രീ അടുത്തുകൂടി കടന്നുപോകുമ്പോൾ ഞാൻ ഒരു കുല മുന്തിരിങ്ങ കൈയിൽ പിടിച്ചിരുന്നു. അവൾ എന്റെ അടുത്തുവന്ന് പതുങ്ങി നിന്നു. പിന്നീട് എന്റെ കൈയിൽ കയറി പിടിച്ചുകൊണ്ട് പറഞ്ഞു. "മുന്തിരിങ്ങ എനിക്കു തന്നാൽ ഞാൻ നിങ്ങളുടെ വിധി പ്രവചിക്കാം! ഞാൻ മുന്തിരിങ്ങ അവൾക്ക് കൊടുത്തു. അവൾ കുനിഞ്ഞു നിന്ന് എന്റെ കൈവെള്ളയിൽ നോക്കി. "ഓ!" അവൾ വിളിച്ചുകൂവി. "ഞാൻ കുരിശുകൾ കാണുന്നു— "കുരിശുകളും നക്ഷത്രങ്ങളും" പിന്നീട് അവൾ പൊട്ടിച്ചിരിച്ചു. "നിങ്ങൾ യഹൂദരുടെ രാജാവാകും!" ഇത്രയും പറഞ്ഞതിനു ശേഷം അവൾ പോയി. പക്ഷേ, ഞാൻ അവളെ വിശ്വസിച്ചു. പ്രശംസിച്ചു. അതിനുശേഷം എന്റെ മനസ്സ് ശരിയായ വഴിക്ക് ആയിരുന്നില്ല. ഇത് ഞാൻ ആദ്യം പറയുന്നത് അമ്മാവനോടാണ്. ഇന്നുവരെ ഇത് ഞാൻ ആരോടും പറഞ്ഞിട്ടില്ല. ആ ദിവസം മുതൽ എന്റെ മനസ്സ് ശരിയായിരുന്നില്ല."

അയാൾ ഒരു നിമിഷം നിശ്ശബ്ദമായി. പക്ഷേ, അതിനുശേഷം അയാൾ നിലവിളിച്ചു.

"ഞാൻ പിശാചാണ്! ഞാൻ പിശാചാണ്!"

ആചാര്യൻ കാൽമുട്ടുകൾക്കിടയിൽ നിന്ന് തല വലിച്ചൂരിക്കൊണ്ട് ചെറുപ്പക്കാരന്റെ വായ് പൊത്തിപ്പിടിച്ചു.

"അടങ്ങി ഇരിക്കൂ." അയാൾ ആജ്ഞാപിച്ചു.

"ഇല്ല. ഞാൻ അടങ്ങിയിരിക്കില്ല." തളർന്നുപോയ ചെറുപ്പക്കാരൻ പറഞ്ഞു. ഞാൻ ഇപ്പോൾ തുടങ്ങുകയാണ്. ഞാൻ വളരെ താമസിച്ചു പോയി ഞാൻ അടങ്ങിയിരിക്കില്ല. ഞാൻ കള്ളം പറയുന്നവനാണ്. ഞാൻ ഒരു ആത്മവഞ്ചകനാണ്. എനിക്ക് എന്റെ നിഴലിനെപ്പോലും ഭയമാണ്. ഞാൻ ഒരിക്കലും സത്യം പറയില്ല. എനിക്ക് അതിനുള്ള ധൈര്യം ഇല്ല. ഒരു സ്ത്രീ കടന്നുപോകുന്നതു കാണുമ്പോൾ എന്റെ മുഖം തുടുക്കുന്നു. പക്ഷേ, എന്റെ കണ്ണുകളിൽ കാമം നിറയുന്നു. ഞാൻ ഒരിക്കലും പിടിച്ചുപറിക്കാനോ കൊല്ലാനോ അടിക്കാനോ വേണ്ടി എന്റെ കൈ ഉയർത്തിയിട്ടില്ല— എനിക്ക് ആഗ്രഹം ഇല്ലാത്തതുകൊണ്ടല്ല. എനിക്ക് ഭയം ഉള്ളതുകൊണ്ടാണ്. ഞാൻ അമ്മയോട് കലഹിക്കാൻ ആഗ്രഹിക്കുന്നു. പട്ടാളമേധാവിയായ ദൈവത്തെ എതിർക്കാൻ ആഗ്രഹിക്കുന്നു. പക്ഷേ, എനിക്ക് ഭയമാണ്. ഭയം! ഭയം! നിങ്ങൾ എന്റെ ഉള്ളിലേക്ക് നോക്കുകയാണെങ്കിൽ നിങ്ങൾക്ക് ഭയം കാണാൻ കഴിയും. എന്റെ ഉദരത്തിനുള്ളിൽ വിറച്ചുകൊണ്ടിരിക്കുന്ന ഒരു എലിയെ നിങ്ങൾക്ക് കാണാം. അത് ഭയം അല്ലാതെ മറ്റൊന്നും അല്ല. എന്റെ പിതാവും മാതാവും ദൈവവും ഭയമാണ്."

ആചാര്യൻ അയാളെ സമാധാനിപ്പിക്കാൻ വേണ്ടി കൈപ്പത്തിയിൽ മുറുകെപ്പിടിച്ചു. പക്ഷേ, യേശുവിന്റെ ശരീരം അപസ്മാരരോഗിയെപ്പോലെ വിറയ്ക്കുന്നുണ്ടായിരുന്നു.

"കുട്ടീ, ഭയക്കേണ്ട ആവശ്യം ഇല്ല." ആചാര്യൻ അയാളെ സാന്ത്വനപ്പെടുത്തിക്കൊണ്ട് പറഞ്ഞു. നമ്മുടെ ഉള്ളിൽ കൂടുതൽ പിശാചുക്കൾ

ഉണ്ടെങ്കിൽ നമുക്ക് മാലാഖമാർ ആകാനുള്ള അവസരവും കൂടുതലാണ്. പക്ഷേ, ഞാൻ നിന്നോട് ഒരുകാര്യം കൂടി ചോദിക്കാൻ ആഗ്രഹിക്കുന്നുണ്ട്. യേശു, നീ എന്നെങ്കിലും ഒരുസ്ത്രീയുടെ കൂടെ ഉറങ്ങിയിട്ടുണ്ടോ?"

"ഇല്ല" ചെറുപ്പക്കാരൻ സൗമ്യമായി മറുപടി പറഞ്ഞു.

"നീ അത് ആഗ്രഹിക്കാത്തതു കൊണ്ടാണോ?" വൃദ്ധൻ വീണ്ടും ചോദിച്ചു.

"എനിക്ക് ആഗ്രഹം ഉണ്ട്." ചെറുപ്പക്കാരൻ ശബ്ദം താഴ്ത്തി പറഞ്ഞതുകൊണ്ട് ആചാര്യന് കേൾക്കാൻ കഴിഞ്ഞില്ല.

പക്ഷേ, ആ നിമിഷത്തിൽ ഉറക്കം ഉണർന്നമട്ടിൽ ചാടി എഴുന്നേറ്റുകൊണ്ട് ചെറുപ്പക്കാരൻ പറഞ്ഞു.

"ഇല്ല, ഇല്ല. എനിക്ക് ആഗ്രഹം ഇല്ല."

"എന്തുകൊണ്ടില്ല." ചെറുപ്പക്കാരന്റെ വേദനയ്ക്ക് മറ്റ് പരിഹാരം ഒന്നും കണ്ടെത്താൻ കഴിയാതെ ആചാര്യൻ ചോദിച്ചു. സ്വന്തം അനുഭവത്തിൽ നിന്നും, പിശാചുബാധകൊണ്ട് ഈ ലോകം തങ്ങൾക്ക് വളരെ ചെറുതായിപ്പോയെന്ന് നിലവിളിച്ചും ശപിച്ചും വന്നു ചേരുന്ന അസംഖ്യം മനുഷ്യരുടെ അനുഭവത്തിൽനിന്നും ആചാര്യൻ ഒരു കാര്യം മനസ്സിലാക്കിയിരുന്നു: അവർ വിവാഹം കഴിച്ചപ്പോൾ പെട്ടെന്ന് ലോകം അവർക്ക് വളരെ ചെറുതല്ലാതായി. അവർക്ക് കുട്ടികൾ ജനിച്ചു. അതോടെ അവർ ശാന്തരായി.

"ഇത് എനിക്ക് പോരാ" ചെറുപ്പക്കാരൻ ഉറച്ച ശബ്ദത്തിൽ പറഞ്ഞു. "എനിക്ക് കൂടുതൽ വലിയ ലോകം വേണം."

"നിനക്ക് ഈ ലോകം പോരെന്നാണോ തോന്നുന്നത്?" ആചാര്യൻ അത്ഭുതത്തോടെ ഉറക്കെ പറഞ്ഞു. "ശരി, നിനക്ക് എന്താണ് വേണ്ടത്?" അണിഞ്ഞൊരുങ്ങി തുടുത്ത നിതംബവും പുറത്തുകാണുന്ന മാറിടവുമായി അഹംഭാവത്തോടെ നടന്നു നീങ്ങുന്ന മഗ്ദലന ചെറുപ്പക്കാരന്റെ മനസ്സിലൂടെ കടന്നുപോയി. അവൾ ചിരിച്ചു. സൂര്യപ്രകാശത്തിൽ അവളുടെ പല്ലുകൾ തിളങ്ങി. പക്ഷേ, അയാളുടെ മുമ്പിൽ അവൾ അങ്ങോട്ടും ഇങ്ങോട്ടും പുളഞ്ഞപ്പോൾ അവളുടെ രൂപം മാറി. അവൾ പെരുകി. ഇപ്പോൾ മറിയത്തിന്റെ മകൻ അയാളുടെ മുമ്പിൽ ഒരുതടാകം കണ്ടു. അത് ഗാനേസറത്തിലെ തടാകം ആയിരിക്കും. അതിനുചുറ്റും ആയിരക്കണക്കിന് സ്ത്രീപുരുഷന്മാരെ കണ്ടു— ആയിരക്കണക്കിന് ചിരിക്കുന്ന മുഖം ഉള്ള മഗ്ദലനമാരെ കണ്ടു. സൂര്യൻ അവർക്കുമുകളിൽ കമഴ്ന്നു വീണു. അവർ തിളങ്ങി. പക്ഷേ, ഇല്ല. വീണത് സൂര്യൻ ആയിരുന്നില്ല. അത് അയാൾ തന്നെ ആയിരുന്നു. നസറേത്തിലെ യേശു. ആ മുഖങ്ങളോട് അഭിരുചി പ്രകടമാക്കിക്കൊണ്ട് അവയിൽ നിന്ന് സൗന്ദര്യം കവിഞ്ഞൊഴുകാൻ ഇടയാക്കിയത് അയാൾ തന്നെ ആയിരുന്നു. അയാൾ ആകെ കണ്ടത് ആ സൗന്ദര്യം മാത്രമായിരുന്നു. അതിന്റെ കാരണം ആഹ്ലാദമാണോ അതോ ആഗ്രഹമാണോ എന്ന് അയാൾക്ക് തിരിച്ചറിയാൻ കഴിഞ്ഞില്ല.

"നീ എന്താണ് ആലോചിക്കുന്നത്?" ആചാര്യൻ ചോദിച്ചു. "നീ എന്താണ് മറുപടി പറയാത്തത്?"

ചെറുപ്പക്കാരന്റെ മറുപടി ആകസ്മികമായ ഒരുചോദ്യം ആയിരുന്നു. "അമ്മാവാ, അമ്മാവൻ സ്വപ്നങ്ങളിൽ വിശ്വസിക്കുന്നുണ്ടോ? ഞാൻ വിശ്വസിക്കുന്നുണ്ട്. ഞാൻ മറ്റൊന്നിലും വിശ്വസിക്കുന്നില്ല. എന്റെ മറഞ്ഞിരിക്കുന്ന ശത്രുക്കൾ എന്നെ ഒരു ശവത്തിനോടൊപ്പം കെട്ടിയിട്ടിരിക്കുന്നതായി ഒരു രാത്രിയിൽ ഞാൻ സ്വപ്നം കണ്ടു. ചുവന്ന നീളമുള്ള അമ്പുകൾ എന്റെ തലമുതൽ പാദം വരെ തുളച്ചിറങ്ങിയിരുന്നു. രക്തം ഒഴുകുന്നുണ്ടായിരുന്നു. അവർ എന്റെ തലയിൽ ഉറപ്പിച്ചിരുന്ന മുൾക്കിരീടത്തിന്റെ മുള്ളുകളിൽ ഭയാനകമായ അക്ഷരങ്ങൾ ചരടുകൊണ്ട് കെട്ടിവെച്ചിരുന്നു. "ദൈവ നിന്ദയുടെ പ്രവാചകൻ." ഞാൻ ദൈവനിന്ദയുടെ പ്രവാചകനാണ്. അതുകൊണ്ട് അമ്മാവൻ എന്നോട് ഒന്നുംതന്നെ ചോദിക്കാതിരിക്കുന്നതാണ് നല്ലത്. അല്ലെങ്കിൽ ഞാൻ എന്റെ ദൈവനിന്ദ പറയാൻ തുടങ്ങും."

"എന്റെ കുട്ടീ, നീ പറഞ്ഞുതുടങ്ങിക്കോളൂ." ആചാര്യൻ യേശുവിന്റെ കൈയിൽ വീണ്ടും കയറിപ്പിടിച്ചുകൊണ്ട് അക്ഷോഭ്യനായി പറഞ്ഞു. "നിന്റെ ദൈവനിന്ദകൾ ആരംഭിക്കൂ. അങ്ങനെ നീ സ്വയം മോചിതനാകട്ടെ!"

"എന്റെ ഉള്ളിൽ കരഞ്ഞുകൊണ്ടിരിക്കുന്ന ഒരു പിശാചുണ്ട്– നീ ആശാരിയുടെ മകൻ അല്ല. നീ ഡേവിഡ് രാജാവിന്റെ മകനാണ്. നീ ഒരു മനുഷ്യൻ അല്ല. നീ ദാനിയേൽ പ്രവചിച്ച മനുഷ്യ പുത്രൻ ആണ്– അതിനും അപ്പുറമാണ്! നീ ദൈവത്തിന്റെ മകനാണ്! അതിനും അപ്പുറമാണ്! നീ ദൈവമാണ്!"

ആചാര്യൻ തലകുനിച്ചിരുന്ന് ശ്രദ്ധിച്ചുകേട്ടു. അയാളുടെ ജീർണ്ണിച്ച ശരീരം വിറച്ചു. ചെറുപ്പക്കാരന്റെ വരണ്ടുണങ്ങിയ ചുണ്ടുകളുടെ അറ്റത്ത് നുരയും പതയും പ്രത്യക്ഷപ്പെട്ടു. അയാളുടെ നാക്ക് അണ്ണാക്കിൽ പറ്റിപ്പിടിച്ചു. അയാൾക്ക് ഇപ്പോൾ സംസാരിക്കാൻ കഴിയുന്നില്ല. പക്ഷേ, അയാൾക്ക് മറ്റെന്താണ് സംസാരിക്കാനുള്ളത്. അയാൾ എല്ലാ കാര്യങ്ങളും പറഞ്ഞുകഴിഞ്ഞു. അയാൾക്ക് ഹൃദയം വാർന്നുപോയതുപോലെ തോന്നി. ആചാര്യന്റെ പിടിയിൽനിന്നും കൈകൾ മോചിപ്പിച്ചുകൊണ്ട് അയാൾ എഴുന്നേറ്റു. അതിനുശേഷം അയാൾ വൃദ്ധന്റെ നേർക്ക് തിരിഞ്ഞു:

"മറ്റെന്തെങ്കിലും കാര്യം ചോദിക്കാനുണ്ടോ?" അയാൾ പരിഹാസത്തോടെ ചോദിച്ചു.,

"ഇല്ല." വൃദ്ധൻ മറുപടി പറഞ്ഞു. അയാൾക്ക് സ്വന്തം ശക്തി മുഴുവൻ ഭൂമിയിലേക്ക് പ്രവഹിച്ച് നശിച്ചുപോയതായി തോന്നി. ജീവിതകാലത്ത് മനുഷ്യരുടെ വായിൽനിന്നും പല പിശാചുക്കളെയും അയാൾ വലിച്ചു പുറത്തുകൊണ്ടുവന്നിട്ടുണ്ട്. പിശാചുബാധയുള്ളവർ ഭൂമിയുടെ പരിധികളിൽ നിന്നുപോലും വന്നിരുന്നു. അയാൾ അവരെ സുഖപ്പെടുത്തി. എന്തായാലും അവരുടെ പിശാചുക്കൾ ദുർബ്ബലരായിരുന്നു. അവരെ രക്ഷിക്കാൻ എളുപ്പമായിരുന്നു. അവർ കുളിമുറിയിലെ പിശാച്, കോപം ഉണ്ടാ

ക്കുന്ന പിശാച്, അസുഖം വരുത്തുന്ന പിശാച് തുടങ്ങിയ ചെറിയ പിശാചുക്കൾ ആയിരുന്നു. പക്ഷേ, ഇപ്പോൾ? ഇതുപോലെയുള്ള ഒരു പിശാചുമായി അയാൾക്ക് എങ്ങനെ മല്ലിടാൻ കഴിയും?

ഈ സമയത്തും പുറത്ത് യഹോവയുടെ ശ്വാസം അകത്തു കടന്നു വരാൻ വേണ്ടി വാതിലിൽ തട്ടിവിളിക്കുന്നുണ്ടായിരുന്നു. മറ്റുശബ്ദങ്ങൾ ഒന്നുംതന്നെ ഉണ്ടായിരുന്നില്ല. ഭൂമിയിൽ ഒരു കുറുക്കൻ ഉണ്ടായിരുന്നില്ല. ആകാശത്ത് ഒരു പക്ഷി ഉണ്ടായിരുന്നില്ല– ദൈവത്തിന്റെ കോപം കടന്നുപോകാൻ വേണ്ടി എല്ലാ ജീവികളും പേടിച്ച് പതുങ്ങി ഇരിക്കുകയായിരുന്നു.

പതിനൊന്ന്

മറിയത്തിന്റെ മകൻ ഭിത്തിയിൽ ചാരിനിന്ന് കണ്ണുകൾ അടച്ചു. അയാളുടെ വായ് കയ്ക്കുന്നുണ്ടായിരുന്നു. വിഷം പോലെ കയ്ക്കുന്നുണ്ടായിരുന്നു. ആചാര്യൻ ഒരിക്കൽകൂടി തല കാൽമുട്ടുകൾക്കിടയിൽ തിരുകിക്കൊണ്ട് നരകത്തെക്കുറിച്ചും പിശാചുക്കളെക്കുറിച്ചും മനുഷ്യമനസ്സിനെക്കുറിച്ചും ആലോചിച്ചുകൊണ്ടിരുന്നു.... അല്ല. നരകം അതിന്റെ പിശാചുക്കളോടൊപ്പം ഭൂമിയുടെ താഴെയുള്ള അഗാധമായ ഒരു ഗർത്തത്തിനുള്ളിലല്ല. അത് മനുഷ്യരുടെ നെഞ്ചിനുള്ളിൽ ആയിരുന്നു. അത് ഏറ്റവും നീതിബോധമുള്ള ഏറ്റവും നന്മയുള്ള മനുഷ്യരുടെ നെഞ്ചിനുള്ളിലായിരുന്നു. ദൈവം അഗാധമായ ഒരു കുഴി ആയിരുന്നു. മനുഷ്യൻ അഗാധമായ ഒരു കുഴി ആയിരുന്നു– വൃദ്ധനായ ആചാര്യൻ അതിനുള്ളിൽ എന്താണെന്ന് കാണാൻ വേണ്ടി കണ്ണുതുറക്കാൻ ധൈര്യപ്പെട്ടിട്ടില്ല.

അവർ കുറച്ചുസമയം സംസാരിച്ചില്ല. ആഴമുള്ള നിശ്ശബ്ദത... കറുത്ത പട്ടികൾ പോലും ഉറങ്ങിക്കഴിഞ്ഞിരുന്നു. മരിച്ചവനുവേണ്ടി വിലപിച്ച് അവ തളർന്നുപോയിരുന്നു. പെട്ടെന്ന് മുറ്റത്തുനിന്നും മനോഹരമായ ഒരു ചീറ്റൽകേട്ടു. തുളഞ്ഞിറങ്ങുന്ന ഒരു സീൽക്കാരം. ആദ്യം അതുകേട്ട പകുതി ഭ്രാന്തനായ ജറോബോം ചാടി എഴുന്നേറ്റു. യഹോവയുടെ ശ്വാസത്തിന്റെ കൂടെ എല്ലാ സമയത്തും മുറ്റത്തുനിന്നുള്ള ഈ ചീറ്റൽ ഉണ്ടായിരുന്നു. ആ ശബ്ദം ചെവിയിൽ എത്തുമ്പോഴെല്ലാം ജറോബോം സന്തോഷത്തോടെ ചാടി എഴുന്നേറ്റു. സൂര്യൻ അസ്തമിക്കുകയായിരുന്നു. പക്ഷേ, മുറ്റം പൂർണ്ണമായും വെളിച്ചത്തിൽ കുളിച്ചുനിന്നു. വരണ്ട കിണറിന്റെ ചുറ്റും പാകിയിരുന്ന പല്ലുകളിൽ മഞ്ഞയും കറുപ്പും പുള്ളികളുള്ള ഒരു വലിയ പാമ്പ് പത്തിവിടർത്തി നാക്കു നീട്ടി ചീറ്റിക്കൊണ്ട് നില്ക്കുന്നുണ്ടെന്ന് സന്യാസിയുടെ കണ്ണ് തിരിച്ചറിഞ്ഞു. ഈ പാമ്പിന്റെ കഴുത്തിൽ നിന്ന് വരുന്നതിനേക്കാൾ പ്രലോഭിപ്പിക്കുന്ന ഒരു നാദം ജറോബോം ജീവിതത്തിൽ കേട്ടിട്ടില്ല. വസന്തത്തിൽ ഇടയ്ക്കിടയ്ക്ക് അയാളും ഒരു സ്ത്രീയെ സ്വപ്നം കണ്ടിരുന്നു. കിടക്കയിലൂടെ ഇഴഞ്ഞുവന്ന് അയാളുടെ ചെവി

ക്കുള്ളിൽ സീൽക്കാരം പുറപ്പെടുവിക്കുന്ന ഒരു പാമ്പിനെപ്പോലെ ആയിരുന്നു അവൾ പ്രത്യക്ഷപ്പെട്ടിരുന്നത്.

ഇന്നു രാത്രിയിൽ ഒരിക്കൽ കൂടി ജറോബോം അറയ്ക്ക് പുറത്തേക്ക് പറന്നിറങ്ങിയിരിക്കുന്നു. ഇപ്പോൾ അയാൾ ശ്വാസം അടക്കിപ്പിടിച്ചുകൊണ്ട് തിളങ്ങുന്ന പാമ്പിന്റെ അടുത്തേക്ക് നടന്നു. അയാൾ അതിനെ നോക്കി. വീണ്ടും നോക്കി. നോക്കി നോക്കി അയാളും സീൽക്കാരം പുറപ്പെടുവിക്കാൻ തുടങ്ങി. പാമ്പിന്റെ ഇളംചൂട് സ്വന്തം ശരീരത്തിലേക്ക് കടന്നുവരുന്നതായി അയാൾക്ക് അനുഭവപ്പെട്ടു തുടങ്ങി. പിന്നീട് വരണ്ട കിണറിൽ നിന്നും മണ്ണിൽനിന്നും അല്ലെങ്കിൽ മുൾപ്പടർപ്പുകളുടെ ചുറ്റുപാടിൽ നിന്നും അങ്ങിങ്ങായി മറ്റു പാമ്പുകൾ ഉയർന്നുവന്നു: അവയിൽ ഒന്നിന് നീല തലപ്പാവ് ഉണ്ടായിരുന്നു. മറ്റൊന്നിന് പച്ചനിറമുള്ള തലയും രണ്ടുകൊമ്പുകളും. മറ്റുള്ളവ മഞ്ഞയിൽ കറുപ്പുപുള്ളികൾ ഉള്ളവയായിരുന്നു. പെട്ടെന്ന് അവ വെള്ളം പോലെ മുന്നോട്ടുതെന്നിവന്ന് ആകർഷണീയത കൂടുതൽ ഉള്ള ആദ്യത്തെ പാമ്പിനോട് ഒത്തുചേർന്നു. അവ സ്വയം ചുറ്റിപ്പിണഞ്ഞു. പരസ്പരം നക്കി. പാമ്പുകളുടെ ഒരു മുന്തിരിക്കുല മുറ്റത്ത് തൂങ്ങിനിന്നു. ജറോബോം വായും പിളർന്നുനിന്ന് തുപ്പൽ ഒലിപ്പിച്ചു. ഇത് കാമമാണ്. അയാൾ ആലോചിച്ചു. ആണും പെണ്ണും ഇതുപോലെ ഇണചേരാറുണ്ട്. അതുകൊണ്ടാണ് ദൈവം നമ്മളെ സ്വർഗ്ഗത്തിൽനിന്നും പുറത്താക്കിയത്. ചുംബനം അറിഞ്ഞിട്ടില്ലാത്ത അയാളുടെ ശരീരം ഇണപിരിയുന്ന പാമ്പുകൾക്കൊപ്പം അങ്ങോട്ടും ഇങ്ങോട്ടും ആടി.

ആചാര്യൻ ആ പ്രലോഭിക്കുന്ന ശബ്ദം കേട്ടു. അയാൾ ചെവിയോർത്തു. “ദൈവത്തിന്റെ ഭയാനകമായ ശ്വാസം വീശിക്കൊണ്ടിരിക്കുന്നു.” അയാൾ സ്വയം പറഞ്ഞു. “അതിനിടയിൽ പാമ്പുകൾ ഇണചേരുന്നു. ദൈവം ഈ ലോകത്തെ ഊതിക്കത്തിച്ച് ചാമ്പലാക്കാൻ ആഗ്രഹിക്കുന്നു. അതിനിടയിൽ പാമ്പുകൾ ഇണചേരാൻ എഴുന്നേറ്റ് വരുന്നു...” ഒരു നിമിഷം വൃദ്ധന്റെ മനസ്സ് പാമ്പുകളുടെ പ്രലോഭനത്തിന് അടിമപ്പെട്ട് അലഞ്ഞുതിരിഞ്ഞു. പക്ഷേ, അയാൾ പെട്ടെന്ന് ഞെട്ടിപ്പോയി. “എല്ലാം ദൈവത്തിന്റേതാണ്.” അയാൾ ആലോചിച്ചു. “എല്ലാ കാര്യങ്ങൾക്കും രണ്ട് അർത്ഥം ഉണ്ട്. ഒന്ന് പ്രകടമാക്കപ്പെടുന്ന അർത്ഥം. ഒന്ന് ഒളിഞ്ഞിരിക്കുന്ന അർത്ഥം.” സാധാരണ മനുഷ്യൻ പ്രകടമാക്കപ്പെടുന്ന അർത്ഥം മാത്രം മനസ്സിലാക്കുന്നു അവർ പറയും ഇത് ഒരു പാമ്പാണ് അവരുടെ മനസ്സ് അവിടെനിന്ന് മുന്നോട്ടുപോകില്ല. പക്ഷേ, ദൈവത്തിൽ കുടിയിരിക്കുന്ന മനസ്സ് പ്രകടമാക്കപ്പെടുന്നതിന്റെ പിന്നിൽ എന്താണെന്ന് മനസ്സിലാക്കുന്നു. അയാൾ ഒളിഞ്ഞിരിക്കുന്ന അർത്ഥം മനസ്സിലാക്കുന്നു. ഇന്ന് മറിയത്തിന്റെ മകന്റെ കുറ്റസമ്മതം കഴിഞ്ഞ നിമിഷത്തിൽ ഈ അറയുടെ വാതിലിനു മുന്നിലേക്ക് പാമ്പുകൾ ഇഴഞ്ഞിറങ്ങിവന്ന് സീൽക്കാരം പുറപ്പെടുവിക്കാൻ തുടങ്ങിയതിനു പിന്നിൽ നിശ്ചയമായും ആഴത്തിൽ ഒളിച്ചു വെച്ചിട്ടുള്ള ഒരു അർത്ഥം ഉണ്ട്. പക്ഷേ, ആ അർത്ഥം എന്താണ്?

അയാൾ ഒരു പന്തുപോലെ നിലത്തു ചുരുണ്ട് കൂടിക്കിടന്നു. അയാ

ളുടെ നെറ്റിയുടെ ഇരുവശവും വിങ്ങിക്കൊണ്ടിരുന്നു. ആ അർത്ഥം എന്താ യിരുന്നു? അയാളുടെ വെയിലുകൊണ്ട് കരുവാളിച്ച മുഖത്തു കൂടി തണുത്ത വിയർപ്പുതുള്ളികൾ ഒഴുകിയിറങ്ങി. ഇടയ്ക്കിടയ്ക്ക് തൊട്ടടുത്ത് ഉണ്ടായിരുന്ന ചെറുപ്പക്കാരനെ അയാൾ ഇടംകണ്ണിട്ട് നോക്കി. ഇടയ്ക്കി ടയ്ക്ക് അയാൾ കണ്ണുകൾ അടച്ചുപിടിച്ച് വായ് തുറന്നുവെച്ചു കൊണ്ട് പുറത്തെ പാമ്പുകളുടെ സീൽക്കാരം ശ്രദ്ധിച്ചു കേട്ടു. ആ അർത്ഥം എന്താ യിരുന്നു.

പക്ഷികളുടെ ഭാഷ അയാൾ മഹാനായ മന്ത്രവാദി ജോസഫാറ്റിന്റെ അടുത്തുനിന്നും പഠിച്ചിരുന്നു. അയാൾ സന്ന്യാസിയാകാൻ മഠത്തിൽ വരുന്ന കാലത്ത് അദ്ദേഹം ആയിരുന്നു മഠാധിപതി. അദ്ദേഹത്തിന് മാട പ്രാവിന്റെയും നാരായണപ്പക്ഷിയുടെയും കഴുകന്റെയും ഭാഷ വ്യാഖ്യാ നിക്കാൻ കഴിഞ്ഞിരുന്നു. പാമ്പുകളുടെ ഭാഷ അയാൾക്ക് പഠിപ്പിച്ചുകൊ ടുക്കാമെന്ന് ജോസഫാറ്റ് വാക്കുകൊടുത്തിരുന്നതാണ്. പക്ഷേ, അദ്ദേഹം മരിച്ചുപോയതുകൊണ്ട് ആ രഹസ്യം അദ്ദേഹം കൂടെ കൊണ്ടുപോയി... ഇന്നു രാത്രിയിൽ ഈ പാമ്പുകൾ ഒരു സന്ദേശം കൊണ്ടുവന്നിരിക്കുക യാണെന്ന കാര്യത്തിൽ സംശയം ഇല്ല. പക്ഷേ, ആ സന്ദേശം എന്തായി രുന്നു?

അയാൾ തല കൈകൾക്കിടയിൽ വെച്ച് ഞെരിച്ചുകൊണ്ട് വീണ്ടും ചുരുണ്ടുകൂടിക്കിടന്നു. അയാളുടെ മനസ്സ് കിലുകിലാ കിലുങ്ങുന്നുണ്ടാ യിരുന്നു. അയാൾ വളരെനേരം ഞെളിപിരിക്കൊണ്ടു. നെടുവീർപ്പിട്ടു. തല ച്ചോറിലൂടെ ഇരുട്ടും വെളിച്ചവും ഇടകലരുന്ന മിന്നൽപ്പിണരുകൾ പിളർന്നി റങ്ങുന്നതായി അയാൾക്ക് തോന്നി. ആ അർത്ഥം എന്തായിരുന്നു? ആ സന്ദേശം എന്തായിരുന്നു? ആചാര്യൻ മഠാധിപതിയുടെ അധികാരവടി കൈയിൽ എടുത്ത് ഊന്നി എഴുന്നേറ്റു നിന്നുകൊണ്ട് ശബ്ദംതാഴ്ത്തി പറഞ്ഞു.

"യേശു നിന്റെ മനസ്സിൽ എന്തുതോന്നുന്നു?"

പക്ഷേ, ചെറുപ്പക്കാരൻ ചോദ്യം കേട്ടില്ല. അയാൾ പറഞ്ഞറിയിക്കാൻ പറ്റാത്ത സന്തോഷത്തിൽ മുങ്ങിപ്പോയിരുന്നു. വളരെ വർഷങ്ങൾക്കു ശേഷം ഇന്നത്തെ രാത്രിയിൽ കുമ്പസാരം നടത്തി കാര്യങ്ങൾ തുറന്നു പറയാൻ അയാൾ തീരുമാനിച്ചിരുന്നു. അയാളുടെ മനസ്സിലേക്ക് നോക്കി അതിനുള്ളിൽ ചീറ്റിക്കൊണ്ടിരുന്ന പാമ്പുകളെ ഓരോന്നായി കണ്ടെത്താൻ അയാൾക്ക് കഴിഞ്ഞു. അയാൾ അവയ്ക്ക് പേരുകൾ കൊടുത്തു. അയാൾ അവയെ പേരെടുത്തു വിളിച്ചപ്പോൾ അവ അയാളുടെ ഉള്ളിൽനിന്നും പുറ ത്തിറങ്ങി അയാളെ സ്വതന്ത്രനാക്കിക്കൊണ്ട് ഇഴഞ്ഞകന്നു.

"യേശു നിനക്ക് മനസ്സിൽ എന്തു തോന്നുന്നു!" വൃദ്ധൻ വീണ്ടും ചോദിച്ചു." മനസ്സിന് ആശ്വാസം കിട്ടിയോ?" അയാൾ ചെറുപ്പക്കാരന്റെ കൈയിൽ പിടിച്ചു. "വരൂ" അയാൾ ചുണ്ടത്ത് വിരൽ വെച്ചുകൊണ്ട് വാത്സ ല്യത്തോടെ പതുക്കെ പറഞ്ഞു.

അയാൾ ഒരു വാതിൽ തുറന്നു. അയാൾ യേശുവിന്റെ കൈയിലെ

പിടി വിട്ടിരുന്നില്ല. അവർ വാതിൽപ്പടി കുറുകെ കടന്നു. ധിക്കാരികളായ പാമ്പുകൾ വാൽ ഭൂമിയിൽ കുത്തി ഉയർന്നുകൊണ്ട് പൊടിക്കാറ്റിനുള്ളിൽകിടന്ന് പരസ്പരം ഒട്ടിച്ചേർന്നു. അവ ദൈവത്തിന്റെ ശ്വാസം അനുവദിച്ചു കൊടുത്ത അനുകമ്പയുടെ ബലത്തിൽ നിരനിരയായി നിന്ന് നൃത്തം ചെയ്യുകയായിരുന്നു. ഇടയ്ക്കിടയ്ക്ക് അവയുടെ വഴക്കം നഷ്ടപ്പെട്ടു. അവയുടെ ചലനം നിന്നു. അവ തളർന്നു.

മറിയത്തിന്റെ മകൻ ആ കാഴ്ച കണ്ട് പിന്നോട്ടുമാറി. പക്ഷേ, ആചാര്യൻ അയാളുടെ കൈ പിടിച്ച് ഞെരിച്ചുകൊണ്ട് അംശവടി നീട്ടി ഇണപിരിയുന്ന രണ്ടു പാമ്പുകളുടെ വാലറ്റത്തു തൊട്ടു.

"അവർ ഇവിടെ എത്തിയിരിക്കുന്നു" ചെറുപ്പക്കാരനെ നോക്കി പുഞ്ചിരിച്ചുകൊണ്ട് ആചാര്യൻ സൗമ്യമായി പറഞ്ഞു. "അവർ പുറത്തു ചാടിയിരിക്കുന്നു."

"പുറത്തു ചാടിയെന്നോ?" ചെറുപ്പക്കാരൻ ചോദിച്ചു. "എവിടെ നിന്ന് പുറത്തു ചാടിയെന്നാണ് പറയുന്നത്?"

"നിനക്ക് മനസ്സിന്റെ ഭാരം ഒഴിഞ്ഞതായി തോന്നുന്നില്ലേ? ഇല്ലേ? അവർ നിന്റെ മനസ്സിൽ നിന്ന് പുറത്തു ചാടിയിരിക്കുന്നു."

മറിയത്തിന്റെ മകൻ തന്നെ നോക്കി പുഞ്ചിരിച്ചു കൊണ്ടു നില്ക്കുന്ന ആചാര്യനെ നോക്കി. പിന്നീട് ഇപ്പോൾ വരണ്ട കിണറിനെ ലക്ഷ്യമാക്കി നൃത്തം ചെയ്ത് നീങ്ങിക്കൊണ്ടിരിക്കുന്ന പാമ്പുകളുടെ സംഘത്തെ നോക്കി. അയാൾ നെഞ്ചത്തു കൈവെച്ചു. ഹൃദയം അതിവേഗത്തിൽ ആവേശത്തോടെ മിടിക്കുന്നുണ്ടെന്ന് അയാൾക്ക് തോന്നി.

"നമുക്ക് അകത്തുപോകാം." വീണ്ടും അയാളുടെ കൈപിടിച്ചുകൊണ്ട് ആചാര്യൻ പറഞ്ഞു. അവർ അകത്തുകടന്നു. ആചാര്യൻ വാതിൽ അടച്ചു.

"ദൈവത്തിനു സ്തുതി!" ആചാര്യൻ വികാരാധിക്യത്തോടെ പറഞ്ഞുകൊണ്ട് മറിയത്തിന്റെ മകനെ നോക്കി.

"ഇത് ഒരു അത്ഭുതമാണ്." അയാൾ സ്വയം പറഞ്ഞു. "എന്റെ മുന്നിൽ നില്ക്കുന്ന ഈ ആൺകുട്ടിയുടെ ജീവിതം അത്ഭുതമല്ലാതെ മറ്റൊന്നുമല്ല..." ഒരു നിമിഷത്തിൽ അയാൾ യേശുവിന്റെ തലയിൽ കൈവച്ച് അനുഗ്രഹിക്കാൻ ആഗ്രഹിച്ചു. അടുത്ത നിമിഷത്തിൽ അയാൾ യേശുവിന്റെ പാദങ്ങളിൽ ചുംബിക്കാൻ ആഗ്രഹിച്ചു... പക്ഷേ, അയാൾ സ്വയം നിയന്ത്രിച്ചു. ദൈവം ഈ നിമിഷംവരെ അയാളെ വഞ്ചിക്കുകയായിരുന്നില്ലേ? രാത്രിയിൽ മരുഭൂമിയിൽനിന്നും പർവ്വതങ്ങളിൽനിന്നും ഇറങ്ങിവന്ന പ്രവാചകന്മാർക്ക് അയാൾ എത്രപ്രാവശ്യം ചെവികൊടുത്തിരിക്കുന്നു. എത്ര പ്രാവശ്യം അയാൾ പറഞ്ഞു. "ഇത് മിശിഹാ ആണ്!" ഓരോ തവണയും ദൈവം അയാളെ വഞ്ചിച്ചു. പൂക്കാൻ തയ്യാറായിരുന്ന അയാളുടെ മനസ്സ് പൂവിടാത്ത ഒരു മരച്ചില്ലയായി അവശേഷിച്ചു. അതുകൊണ്ട് അയാൾ സ്വയം നിയന്ത്രിച്ചു. "എനിക്ക് അദ്ദേഹത്തെ നിശ്ചയമായും പരിശോധിക്കണം." അയാൾ വിചാരിച്ചു. "അവ അങ്ങനെ വിഴുങ്ങിക്കൊണ്ടി

രുന്ന സർപ്പങ്ങൾ ആയിരുന്നു. അവ സ്ഥലം വിട്ടിരിക്കുന്നു. അവൻ ശുദ്ധീകരിക്കപ്പെട്ടിരിക്കുന്നു. അവന് ഇപ്പോൾ ഉന്നതിയിൽ എത്താനുള്ള കഴിവുണ്ട്. അവൻ മനുഷ്യരോട് സംസാരിക്കും. പിന്നീട് എന്താണ് സംഭവിക്കുന്നതെന്ന് നമുക്ക് കാണാം."

അതിഥികളുടെ നോട്ടക്കാരൻ ജറോബോം കതകുതുറന്ന് അകത്തുവന്നു. ബാർലി റൊട്ടിയും ഒലിവുകളും പാലും ഉൾപ്പെടുന്ന തുച്ഛമായ അത്താഴം സന്ദർശകർക്കുവേണ്ടി ജറോബോം കൂടെ കൊണ്ടുവന്നിരുന്നു. അയാൾ യേശുവിന്റെ നേർക്ക് തിരിഞ്ഞു.

"ഞാൻ നിങ്ങളുടെ കിടക്ക ഇന്ന് മറ്റൊരു അറയിൽ വിരിച്ചിട്ടുണ്ട്. അതുകൊണ്ട് നിങ്ങൾക്ക് ഒരു കൂട്ടുണ്ടാകും."

പക്ഷേ, സന്ദർശകരുടെ മനസ്സ് വളരെ ദൂരെ ആയിരുന്നു. അവർ കേട്ടില്ല. കിണറിന്റെ അടിത്തട്ടിൽനിന്നും പാമ്പുകളുടെ ശബ്ദം കേൾക്കാൻ കഴിഞ്ഞു. അവ കിതച്ചുകൊണ്ട് ചൂളം അടിച്ചുകൊണ്ടിരുന്നു.

"അവ വിവാഹം കഴിക്കുകയാണ്" സന്ന്യാസി ശബ്ദം ഉണ്ടാക്കാതെ കള്ളച്ചിരി ചിരിച്ചു. "ദൈവത്തിന്റെ ശ്വാസം വീശുന്നു. അവ ആ സമയത്ത്... അവ നശിച്ചു പോകട്ടെ! അവ ഭയപ്പെടുന്നില്ല. അവ വിവാഹം കഴിക്കുന്നു!"

അയാൾ ആചാര്യനെ നോക്കി കണ്ണുചിമ്മി. പക്ഷേ, വൃദ്ധൻ റൊട്ടി പാലിൽ മുക്കി ചവയ്ക്കാൻ തുടങ്ങിയിരുന്നു. അയാൾ മനശ്ശക്തി കൂട്ടാൻ ആഗ്രഹിച്ചു. റൊട്ടിയും പാലും ഒലിവും വിവേകമായി മാറണമെന്നും അങ്ങനെ മറിയത്തിന്റെ മകനോട് സംസാരിക്കാനുള്ള ശക്തി വർദ്ധിക്കണമെന്നും ആചാര്യൻ ആഗ്രഹിച്ചു. വളർച്ച മുരടിച്ച കൂനൻ ആദ്യം ഒരാളെ നോക്കി. പിന്നീട് മറ്റേയാളെ നോക്കി. അതിനുശേഷം അയാൾക്ക് മടുപ്പു തോന്നി. അയാൾ സ്ഥലം വിട്ടു.

രണ്ടുപേരും മുഖത്തോടു മുഖം നോക്കി നിശ്ശബ്ദരായി ചമ്രം പിണഞ്ഞിരുന്ന് ഭക്ഷണം കഴിച്ചു. അറയ്ക്കുള്ളിൽ ഇരുട്ടു വർദ്ധിച്ചു. സ്റ്റൂളുകളും മഠാധിപതിയുടെ ഇരിപ്പിടവും പ്രസംഗ പീഠത്തിൽ തുറന്നുവെച്ചിരുന്ന ദാനിയേൽ പ്രവാചകന്റെ ഗ്രന്ഥവും ഇരുട്ടിൽ അവ്യക്തമായി തിളങ്ങി. അറയ്ക്കുള്ളിലെ അന്തരീക്ഷത്തിന് ഇപ്പോഴും സുഗന്ധദ്രവ്യങ്ങളുടെ മണം ഉണ്ടായിരുന്നു. പുറത്ത് കാറ്റിന്റെ രൂക്ഷത കുറഞ്ഞുവന്നു.

"കാറ്റ് ശമിച്ചിട്ടുണ്ട്." ആചാര്യൻ പറഞ്ഞു. "ദൈവം വന്നിട്ട് പോയി."

"ചെറുപ്പക്കാരൻ മറുപടി പറഞ്ഞില്ല. "അവർ പോയി. അവർ പോയി" അയാൾ ആലോചിച്ചുകൊണ്ടിരുന്നു. "എന്റെ ഉള്ളിൽനിന്നും സർപ്പങ്ങൾ ഒളിച്ചോടിയിരിക്കുന്നു.... ഒരു പക്ഷേ, ദൈവത്തിന്റെ ആഗ്രഹം അതായിരുന്നിരിക്കാം. ഒരുപക്ഷേ, അദ്ദേഹം എന്നെ മരുഭൂമിയിലേക്ക് കൊണ്ടുവന്നത് അതിനുവേണ്ടി ആയിരിക്കാം. എന്നെ ചികിത്സിച്ച് ഭേദമാക്കാൻ വേണ്ടി ആയിരുന്നിരിക്കാം. അദ്ദേഹം വീശിയടിച്ചു. സർപ്പങ്ങൾ അദ്ദേഹത്തിന്റെ ശബ്ദം കേട്ടു. അവർ എന്റെ മനസ്സിൽ നിന്ന് പുറത്തുവന്ന് ഒളിച്ചോടി... ദൈവത്തിന് സ്തുതി!"

ഭക്ഷണം കഴിച്ചുകഴിഞ്ഞ് ആചാര്യൻ കൈ ഉയർത്തി ദൈവത്തിന്

നന്ദി പറഞ്ഞു. അതിനുശേഷം അയാൾ ചങ്ങാതിയുടെ നേർക്ക് തിരിഞ്ഞു:

"ക്രിസ്തു, നിന്റെ മനസ്സ് എവിടെയാണ്? ഞാൻ നസറേത്തിലെ ആചാര്യനാണ്. ഞാൻ പറയുന്നത് നീ കേൾക്കുന്നുണ്ടോ?"

"അമ്മാവൻ പറയുന്നത് ഞാൻ കേൾക്കുന്നുണ്ട്." ചെറുപ്പക്കാരൻ ആലസ്യത്തിൽ നിന്ന് ഞെട്ടി ഉണർന്നുകൊണ്ട് പറഞ്ഞു.

"എന്റെ കുട്ടീ, സമയം എത്തിയിരിക്കുന്നു. നീ തയ്യാറാണോ?"

"തയ്യാറാണ്... എന്തിനാണ് തയ്യാറാകേണ്ടത്?" യേശു വിറച്ചുകൊണ്ട് ചോദിച്ചു.

"നിനക്ക് അത് നല്ലപോലെ അറിയാം— നീ എന്തിനാണ് എന്നോട് ചോദിക്കുന്നത്. എഴുന്നേറ്റ് നിന്ന് സംസാരിക്കാൻ തയ്യാറാണോ?"

"ആരോട്?"

"മനുഷ്യവർഗ്ഗത്തോട്."

"എന്ത് സംസാരിക്കാൻ?"

"അതിനെപ്പറ്റി വിഷമിക്കേണ്ട. നീ വെറുതെ വായ് തുറന്നാൽ മതി. ദൈവം നിന്റെ അടുത്തുനിന്ന് കൂടുതലൊന്നും ആവശ്യപ്പെടുന്നില്ല. നീ മനുഷ്യവർഗ്ഗത്തെ ഇഷ്ടപ്പെടുന്നുണ്ടോ?"

"എനിക്ക് അറിയില്ല. ഞാൻ മനുഷ്യരെ കാണുന്നു. എനിക്ക് അവരെപ്പറ്റി ദുഃഖം തോന്നുന്നു."

"എന്റെ കുട്ടീ. അതുമതി. അത് മതിയാകും. എഴുന്നേറ്റ് നിന്ന് അവരോട് സംസാരിക്കൂ. അപ്പോൾ നിന്റെ ദുഃഖങ്ങൾ വർദ്ധിച്ചെന്നുവരും. പക്ഷേ, അവരുടേതിന് ആശ്വാസം കിട്ടും. ഒരുപക്ഷേ, നിന്നെ ദൈവം ലോകത്തിലേക്ക് അയച്ചത് അതിനുവേണ്ടി ആയിരിക്കാം. നമുക്ക് നോക്കാം!"

"ഒരുപക്ഷേ, ദൈവം എന്നെ ലോകത്തിലേക്ക് അയച്ചത് അതിനുവേണ്ടി ആയിരിക്കാം?" ചെറുപ്പക്കാരൻ ആവർത്തിച്ചു. "ആചാര്യന് എങ്ങനെ അറിയാം?" അയാളുടെ ആത്മാവ് സ്വസ്ഥത പ്രതീക്ഷിച്ച് ശരീരത്തിൽ നിന്ന് വിട്ടുമാറി അസുഖകരമായ സന്ദിഗ്ദ്ധാവസ്ഥയിൽ തൂങ്ങിക്കിടന്നു.

"എനിക്ക് അറിയില്ല. ആരും എന്നോട് പറഞ്ഞിട്ടില്ല. പക്ഷേ, എന്നാലും അത് സംഭവിക്കാവുന്നതാണ്. ഞാൻ സൂചനകൾ കണ്ടിരുന്നു. ഒരിക്കൽ നീ കുട്ടിയായിരിക്കുമ്പോൾ നീ കളിമണ്ണുകൊണ്ട് ഒരു ഉരുള ഉരുട്ടി വച്ചു. നീ അതിൽ തലോടിക്കൊണ്ട് സംസാരിച്ചപ്പോൾ അത് ഒരു കിളിയാണെന്നും അതിന് ചിറകുമുളച്ച് നിന്റെ കൈയിൽ നിന്ന് പറന്നുപോയെന്നും എനിക്ക് തോന്നി. ... എന്റെ കുട്ടീ, യേശു ഈ കളിമണ്ണിന്റെ കിളി മനുഷ്യന്റെ ആത്മാവാകാൻ സാദ്ധ്യത ഉണ്ട്— നിന്റെ കൈകളിലെ മനുഷ്യന്റെ ആത്മാവ്."

ചെറുപ്പക്കാരൻ എഴുന്നേറ്റ് ശ്രദ്ധയോടെ കതകു തുറന്നു. അയാൾ തല പുറത്തേക്ക് നീട്ടി ശ്രദ്ധയോടെ ചെവിയോർത്തു. അവസാനം— ഇപ്പോൾ പാമ്പുകൾ പൂർണ്ണമായും നിശ്ശബ്ദരായിക്കഴിഞ്ഞിരുന്നു. ചെറു

പ്പക്കാരൻ സംതൃപ്തിയോടെ ആചാര്യനെ നോക്കി.

"അങ്ങ് എന്നെ അനുഗ്രഹിക്കണം. എന്നോട് മറ്റൊന്നും പറയരുത്. അങ്ങ് ധാരാളം സംസാരിച്ചുകഴിഞ്ഞു. എനിക്ക് കൂടുതൽ കേൾക്കാനുള്ള ശക്തി ഇല്ല." അല്പ സമയം കഴിഞ്ഞ് അയാൾ പറഞ്ഞു. "എനിക്ക് ക്ഷീണം ഉണ്ട്. ഞാൻ ഉറങ്ങാൻ പോകുന്നു. ചിലപ്പോൾ ദൈവം രാത്രിയിൽ വന്ന് പകലത്തെ സംഭവങ്ങൾ വിശദീകരിക്കാറുണ്ട്.. അമ്മാവൻ നല്ലപോലെ ഉറങ്ങാൻ നോക്കണം." അതിഥികളുടെ യജമാനൻ വാതിലിനുപുറത്ത് അയാൾക്കു വേണ്ടി കാത്തുനില്ക്കുന്നുണ്ടായിരുന്നു. "നമുക്ക് പോകാം" അയാൾ പറഞ്ഞു. "നിങ്ങളുടെ പായ വിരിച്ചിരിക്കുന്ന സ്ഥലം ഞാൻ കാണിച്ചു തരാം. സ്നേഹിതന്റെ പേരെന്താണ്?"

"ആശാരിയുടെ മകൻ"

"എന്റെ പേര് ജറോബോം എന്നാണ്. എന്നെ കൂനൻ എന്നും വട്ടൻ എന്നും വിളിക്കും. അതിനെന്ത്! ഞാൻ കഠിനമായി ജോലിചെയ്യുന്നു. ദൈവം തരുന്ന എച്ചിൽ കഴിക്കുന്നു."

"എന്ത് എച്ചിൽ?"

"മണ്ടൻ, നിങ്ങൾക്ക് മനസ്സിലാകുന്നില്ലേ? എന്റെ ജോലി കഴിഞ്ഞു– സന്തോഷകരമായ സ്വപ്നങ്ങൾ കാണാൻ കഴിയട്ടെ. ശുഭരാത്രി–"

അയാൾ നടത്തം നിർത്തിയതിനുശേഷം ഒരു ചെറിയ കതക് തുറന്നു.

"അകത്തു പൊയ്ക്കോളൂ." അയാൾ പറഞ്ഞു. ഇടത്തെ മൂലയിൽ നിങ്ങളുടെ പായ് ഇരിപ്പുണ്ട്! പൊട്ടിച്ചിരിച്ചുകൊണ്ട് അയാൾ യേശുവിനെ അകത്തേക്ക് തള്ളിവിട്ടു. സ്നേഹിതൻ നല്ലവണ്ണം ഉറങ്ങാൻ നോക്ക്. നല്ല സ്വപ്നങ്ങൾ കാണാൻ ഇടവരട്ടെ. പക്ഷേ, ഒരിക്കലും ഭയക്കേണ്ട– നിങ്ങൾ സ്ത്രീകളെപ്പറ്റി സ്വപ്നം കാണും. ഇത് സന്ന്യാസിമഠത്തിന്റെ അന്തരീക്ഷമാണ്."

പൊട്ടിച്ചിരിച്ചുകൊണ്ട് അയാൾ ഇടിമുഴക്കത്തിന്റെ ശബ്ദത്തോടെ കതക് വലിച്ചടച്ചു.

മറിയത്തിന്റെ മകൻ അനങ്ങാതെ നിന്നു. ഇരുട്ട്... ആദ്യം അയാൾ ഒന്നും തന്നെ തിരിച്ചറിഞ്ഞില്ല. പിന്നീട് അവ്യക്തമായി വെള്ളപൂശിയ ചുമരുകൾ കണ്ടുതുടങ്ങി. ഭിത്തിയിലെ പൊത്തിനുള്ളിൽ ഒരു കൂജ തിളങ്ങി. മുറിയുടെ മൂലയ്ക്ക് നിന്ന് ജ്വലിക്കുന്ന രണ്ടു കണ്ണുകൾ അയാളുടെ മുകളിൽ ഉറച്ചു നിന്നു.

അയാൾ സാവധാനം തപ്പിത്തടഞ്ഞ് മുന്നോട്ടു നീങ്ങി. അയാളുടെ കാൽ നിവർത്തിയിട്ട പായയിൽ തട്ടി. അയാൾ നിന്നു. രണ്ടു കണ്ണുകൾ അയാളെ പിൻതുടർന്നുകൊണ്ടിരുന്നു.

മറിയത്തിന്റെ മകൻ കൂട്ടുകാരനെ അഭിവാദനം ചെയ്തു. പക്ഷേ, ആരും മറുപടി പറഞ്ഞില്ല.

കാൽമുട്ടിൽ താടിചേർത്തുവച്ച് ഒരു പന്തുപോലെ ചുരുണ്ടുകൂടി ഭിത്തിയിൽ ചാരി ഇരുന്നുകൊണ്ട് യൂദാസ് അയാളെ ശ്രദ്ധിച്ചു. യൂദാസിന്റെ ആഴത്തിലുള്ള കിതപ്പ് അറയ്ക്കുള്ളിൽ പ്രതിദ്ധ്വനിക്കുന്നുണ്ടായിരുന്നു.

വരൂ... വരൂ.. അയാൾ സ്വയം മനസ്സിനുള്ളിൽ പിറുപിറുത്തു. നെഞ്ചത്ത് ചേർത്തുവച്ചിരുന്ന കത്തിയിൽ അയാളുടെ കൈപ്പത്തിയുടെ മുറുക്കംകൂടി. "വരൂ... വരൂ.. വരൂ.." മറിയത്തിന്റെ മകൻ അടുത്തേക്ക് നടന്നുവരുന്നതു ശ്രദ്ധിച്ചുകൊണ്ട് യൂദാസ് മുറുമുറുത്തു. "വരൂ... വരൂ... വരൂ..." ക്രിസ്തുവിനെ വശീകരിക്കാനുള്ള ലക്ഷ്യത്തോടെ അയാൾ വീണ്ടും മുറുമുറുത്തു.

അയാളുടെ മനസ്സ് വളരെ ദൂരെ ഇദുമിയായിലെ അയാൾ ജനിച്ച കെരിയോത്ത് എന്ന ഗ്രാമത്തിലേക്ക് തിരിച്ചുപോയി. മന്ത്രവാദിയായിരുന്ന അയാളുടെ അമ്മാവൻ കൊല്ലാൻ ആഗ്രഹിച്ചിരുന്ന കുറുക്കന്മാരെയും മുയലുകളെയും തിത്തിരിപ്പക്ഷികളെയും ഇതേരീതിയിലാണ് വശീകരിച്ചിരുന്നതെന്ന് യൂദാസ് ഓർമ്മിച്ചു. അയാൾ എരിയുന്ന കണ്ണുകൾ ഇരയുടെ മുകളിൽ ഉറപ്പിച്ചുകൊണ്ട് നിലത്ത് കമഴ്ന്നുകിടന്ന് പ്രതീക്ഷയും യാചനയും കല്പനയും നിറഞ്ഞ ഒരു സീൽക്കാരം സൃഷ്ടിക്കും. വരൂ... വരൂ... വരൂ.. പെട്ടെന്നു തന്നെ മൃഗത്തിന്റെ ബോധം നശിക്കും. അത് തലകുനിച്ചുപിടിച്ചുകൊണ്ട് ശ്വാസം വിടാതെ സീൽക്കാരം പുറപ്പെടുവിച്ച വായുടെ സമീപത്തേക്ക് ഇഴഞ്ഞു തുടങ്ങും...

പെട്ടെന്ന് യൂദാസ് സീൽക്കാരം പുറപ്പെടുവിക്കാൻ തുടങ്ങി— തുടക്കത്തിൽ അത് വാത്സല്യം നിറഞ്ഞ മൃദുലമായ ശബ്ദം ആയിരുന്നു. പക്ഷേ, പെട്ടെന്നുതന്നെ ആ ശബ്ദം കൂടുതൽ ശക്തവും ക്രൂരവുമായി മാറി. പിന്നീട് അത് ഭീഷണിയുടെ ഒരു മുഴക്കമായിത്തീർന്നു. ഉറങ്ങാൻ കിടന്ന മറിയത്തിന്റെ മകൻ ഭയത്തോടെ ചാടി എഴുന്നേറ്റു. ആരാണ് അയാളുടെ അടുത്തുള്ളത്? ആരാണ് സീൽക്കാരം പുറപ്പെടുവിക്കുന്നത്? അയാൾക്ക് അന്തരീക്ഷത്തിൽ വെറിപിടിച്ച മൃഗത്തിന്റെ ഗന്ധം ഉണ്ടെന്ന് തോന്നി. അയാൾക്ക് മനസ്സിലായി.

"യൂദാസേ, സഹോദരാ, അത് നിങ്ങൾ അല്ലേ?" അയാൾ അക്ഷോഭ്യനായി പറഞ്ഞു.

"കുരിശിലേറ്റുന്നവനേ!" ദേഷ്യപ്പെട്ട് നിലത്തു ചവിട്ടിക്കൊണ്ട് മറ്റേയാൾ മുറുമുറുത്തു.

"സഹോദരാ, യൂദാസേ," ചെറുപ്പക്കാരൻ മറുപടി പറഞ്ഞു. "കുരിശിലേറ്റപ്പെട്ടവനേക്കാൾ കുരിശിലേറ്റുന്നവൻ പീഡനം അനുഭവിക്കുന്നുണ്ട്."

ചുവന്ന താടിക്കാരൻ ചുരുണ്ടുകൂടി ഇരുന്ന ഇരുപ്പിൽ ഒരു കറക്കം കറങ്ങി മറിയത്തിന്റെ മകന് അഭിമുഖമായി നിലയുറപ്പിച്ചു.

"ഞാൻ കുരിശിലേറ്റപ്പെട്ടവന്റെ അമ്മയ്ക്കും മതവിശ്വാസികളായ എന്റെ സഹോദരന്മാർക്കും നിങ്ങളെ കൊല്ലുമെന്ന് വാക്കുകൊടുത്തിട്ടുണ്ട്. കുരിശു പണിയുന്നവന് സ്വാഗതം. ഞാൻ സീൽക്കാരം പുറപ്പെടുവിച്ചു. നിങ്ങൾ വന്നു."

അയാൾ ചാടി എഴുന്നേറ്റ് കതക് കുറ്റിയിട്ടതിനുശേഷം തിരിച്ചുവന്ന് മുറിയുടെ മൂലയിൽ യേശുവിന് അഭിമുഖമായി വീണ്ടും ഒരു പന്തുപോലെ ചുരുണ്ടുകൂടി ഇരുന്നു.

"നിങ്ങൾ ഞാൻ പറഞ്ഞത് കേട്ടോ? വീണ്ടും നിങ്ങൾ കരച്ചിലും പിഴിച്ചിലും ആരംഭിക്കണ്ട. തയ്യാറെടുക്കൂ."

"ഞാൻ തയ്യാറാണ്."

"ഒച്ചവയ്ക്കരുത്! പെട്ടെന്ന് തുടങ്ങണം! എനിക്ക് രാത്രിയിൽ തന്നെ സ്ഥലം വിടണം."

"യൂദാസേ, സഹോദരാ, എനിക്ക് നിങ്ങളെ കണ്ടതിൽ സന്തോഷം ഉണ്ട്. ഞാൻ തയ്യാറാണ്. സീൽക്കാരം പുറപ്പെടുവിച്ചത്. നിങ്ങൾ ആയിരുന്നില്ല. അത് ദൈവം ആയിരുന്നു– അതുകൊണ്ട് ഞാൻ വന്നു. അദ്ദേഹത്തിന്റെ വഴങ്ങിക്കൊടുക്കാത്ത അനുകമ്പ എല്ലാ കാര്യങ്ങളും കൃത്യമായി ക്രമീകരിച്ചിരിക്കുന്നു. യൂദാസേ, എന്റെ സഹോദരാ, നിങ്ങൾ കൃത്യസമയത്ത് വന്നിരിക്കുന്നു. ഇന്നു രാത്രിയിൽ എന്റെ ഹൃദയത്തിന്റെ ഭാരം ഇറക്കിവെച്ചു. എന്റെ ഹൃദയം നിർമ്മലമാക്കപ്പെട്ടു. ഇപ്പോൾ എനിക്ക് എന്നെ ദൈവത്തിന്റെ മുമ്പിൽ അവതരിപ്പിക്കാം. ഞാൻ അദ്ദേഹവുമായി ഗുസ്തി പിടിച്ച് തളർന്നിരിക്കുന്നു. ഞാൻ ജീവിതം കൊണ്ടുതന്നെ തളർന്നിരിക്കുന്നു... യൂദാസ്, ഞാൻ എന്റെ കഴുത്ത് നിങ്ങൾക്ക് വാഗ്ദാനം ചെയ്യുന്നു– ഞാൻ തയ്യാറാണ്."

കൊല്ലൻ നെറ്റി ചുളിച്ചുകൊണ്ട് മുറുമുറുത്തു. അയാൾക്ക് ഇഷ്ടപ്പെട്ടില്ല. തീരെ ഇഷ്ടപ്പെട്ടില്ല– ഒരു ആടിനെപ്പോലെ യാതൊരു ചെറുത്തുനില്പുമില്ലാതെ വാഗ്ദാനം ചെയ്യപ്പെടുന്ന കഴുത്തിൽ തൊടാൻ പോലും അയാൾക്ക് വെറുപ്പു തോന്നി. അയാൾ ആഗ്രഹിച്ചത് എതിർപ്പായിരുന്നു. ശരീരങ്ങൾ തമ്മിലുള്ള ഒരു മല്ലയുദ്ധം. യഥാർത്ഥ മനുഷ്യർക്ക് അതിന്റെ അവസാനം കടന്നുവരുന്ന മരണമാണ് ഉചിതമായിട്ടുള്ളത്– രക്തം ചൂടായതിനുശേഷമുള്ള മരണം: പോരാട്ടത്തിന്റെ ന്യായമായ പ്രതിഫലം.

മറിയത്തിന്റെ മകൻ കഴുത്തുനീട്ടിക്കൊണ്ട് കാത്തുനിന്നു. പക്ഷേ, കൊല്ലൻ അയാളുടെ വലിയ കൈകൊണ്ട് യേശുവിനെ തള്ളിമാറ്റി.

"നിങ്ങൾക്ക് എതിർത്തുകൂടേ?" അയാൾ മുറുമുറുത്തു. "നിങ്ങൾ എന്തുതരം മനുഷ്യനാണ്? എഴുന്നേറ്റ് പൊരുതിക്കൂടേ?"

"എന്റെ സഹോദരൻ യൂദാസ് മനസ്സിലാക്കണം. എനിക്ക് അതിന് ആഗ്രഹം ഇല്ല. ഞാൻ എന്തിനാണ് എതിർക്കുന്നത്? നിങ്ങൾ എന്താണ് ആഗ്രഹിക്കുന്നത്? നിങ്ങൾ ആഗ്രഹിക്കുന്നതുതന്നെയാണ് ഞാനും ആഗ്രഹിക്കുന്നത്. തീർച്ചയായും അതുതന്നെയാണ് ദൈവവും ആഗ്രഹിക്കുന്നത്. നിങ്ങൾക്ക് മനസ്സിലാകുന്നില്ലേ? ഞാൻ സന്ന്യാസി മഠത്തിലേക്ക് വന്നുചേരുന്നു. ആ നിമിഷത്തിൽ നിങ്ങളും വരുന്നു. ഞാൻ വന്നുകഴിഞ്ഞ് കൃത്യമായി എന്റെ മനസ്സ് നിർമ്മലമാക്കപ്പെടുന്നു: ഞാൻ കൊല്ലപ്പെടാൻ സ്വയം തയ്യാറെടുക്കുന്നു. നിങ്ങൾ ഈ മൂലയ്ക്ക് ചുരുണ്ടുകൂടി ഇരുന്ന് കത്തി കൈയിൽ എടുത്ത് കൊല്ലാൻ സ്വയം തയ്യാറെടുക്കുന്നു. കതകു തുറന്ന് ഞാൻ കടന്നു വരുന്നു.. ഇതിനു അപ്പുറത്ത് എന്തു സൂചനയാണ് സഹോദരാ നിങ്ങൾക്ക് ആഗ്രഹിക്കാൻ കഴിയുന്നത്?"

പക്ഷേ, കൊല്ലൻ സംസാരിച്ചില്ല. അയാൾ ഭ്രാന്തമായി മേൽമീശ

ചവച്ചു. ആവേശത്തോടെ കുതിച്ചുയരുന്ന തിളയ്ക്കുന്ന രക്തം അയാളുടെ തലയിലേക്ക് തള്ളിക്കയറി തലച്ചോറിന് തീപിടിപ്പിച്ചു. ചുവന്നു തിളങ്ങുന്ന തലച്ചോറിനെ വിവർണ്ണമാക്കിക്കൊണ്ട് രക്തം വീണ്ടും താഴോട്ട് ഒഴുകി. അതിനുശേഷം വീണ്ടും മുകളിലേക്ക് തള്ളിക്കയറി...

"നിങ്ങൾ എന്തിനാണ് കുരിശുകൾ ഉണ്ടാക്കുന്നത്?"

ചെറുപ്പക്കാരൻ തല കുനിച്ചു. അയാളുടെ രഹസ്യം അതായിരുന്നു— അത് അയാൾക്ക് എങ്ങനെ പുറത്തുപറയാൻ പറ്റും? ദൈവം അയാൾക്ക് അയച്ചുകൊടുക്കുന്ന സ്വപ്നങ്ങളെപ്പറ്റിയും, തനിച്ചാകുമ്പോൾ അയാൾ കേൾക്കുന്ന ശബ്ദങ്ങളെപ്പറ്റിയും, തലയിലേക്ക് ആഴ്ന്നിറങ്ങി അയാളെ സ്വർഗ്ഗത്തിലേക്ക് ഉയർത്താൻ ആഗ്രഹിക്കുന്ന നഖങ്ങളെപ്പറ്റിയും കൊല്ലന് വിശ്വാസം പകർന്നുകൊടുക്കാൻ എങ്ങനെ പറ്റും? അയാൾ എതിർത്തു. അയാൾ പോകാൻ ആഗ്രഹിക്കുന്നില്ല. യൂദാസിന് ഇത് എങ്ങനെ മനസ്സിലാക്കാൻ പറ്റും? അയാൾ ഈ ലോകത്ത് സ്വയം നിലനില്ക്കാനുള്ള ഒരു മാർഗ്ഗം എന്ന രീതിയിൽ മറ്റുവഴികൾ ഇല്ലാതെ പാപത്തെ അള്ളിപ്പിടിച്ചിരിക്കുന്നു.

"യൂദാസ്, സഹോദരാ' എനിക്ക് അത് നിങ്ങളോട് വിശദീകരിക്കാൻ കഴിയില്ല. എന്നോട് ക്ഷമിക്കണം.'' അയാൾ പശ്ചാത്താപത്തോടെ പറഞ്ഞു. "പക്ഷേ, എനിക്ക് കഴിയില്ല."

കൊല്ലൻ ഇരുട്ടിൽ ചെറുപ്പക്കാരന്റെ മുഖം കൂടുതൽ വ്യക്തമായി കാണാവുന്ന ഒരു സ്ഥാനത്തേക്ക് നീങ്ങി ഇരുന്നു. അയാൾ യേശുവിന്റെ മുഖത്തേക്ക് ആർത്തിയോടെ നോക്കി. പിന്നീട് സാവധാനം പിന്നോട്ട് മാറി വീണ്ടും ഭിത്തിയിൽ ചാരി ഇരുന്നു. ഇത് ഏതുതരം മനുഷ്യനാണ്? അയാൾ സ്വയം ചോദിച്ചു. എനിക്ക് മനസ്സിലാകുന്നില്ല. അയാൾക്ക് വഴി കാണിക്കുന്നത് ദൈവമാണോ? അതോ പിശാച് ആണോ? എനിക്ക് അത്ഭുതം തോന്നുന്നു. രണ്ടായാലും അയാൾക്ക് ഗുണമില്ല! അയാൾ ഉറപ്പോടെയാണ് യേശുവിനെ നയിക്കുന്നത്! യേശു ഒരിക്കലും എതിർക്കുന്നില്ല. അതാണ് ഏറ്റവും വലിയ എതിർപ്പ്. എനിക്ക് ആടുകളുടെ തലവെട്ടാൻ കഴിയില്ല. മനുഷ്യരുടെ തല വെട്ടാൻ കഴിയും, അതുപറ്റും— പക്ഷേ, ആടുകളുടെ തല പറ്റില്ല.

"നിങ്ങൾ ഒരു ഭീരു ആണ്. ഒരു നികൃഷ്ടനായ അധമൻ!" അയാൾ പൊട്ടിത്തെറിച്ചു. "ഓ.... നിങ്ങൾ എന്തുകൊണ്ട് നരകത്തിൽ പോകുന്നില്ല! നിങ്ങൾക്ക് ഒരു കവിളിൽ അടി കിട്ടുന്നു. നിങ്ങൾ എന്താണ് ചെയ്യുന്നത്. നിങ്ങൾ ഉടൻതന്നെ മറ്റേ കവിൾ കാണിച്ചുകൊടുക്കുന്നു. നിങ്ങൾ ഒരു കത്തി കാണുന്നു. ഉടൻതന്നെ നിങ്ങൾ കഴുത്തു നീട്ടിക്കൊടുക്കുന്നു. ഒരു മനുഷ്യന് വെറുപ്പോടെയല്ലാതെ നിങ്ങളെ തൊടാൻ കഴിയില്ല."

"ദൈവത്തിന് കഴിയും" മറിയത്തിന്റെ മകൻ ശാന്തമായി പിറുപിറുത്തു.

തീരുമാനം എടുക്കാൻ കഴിയാതെ കൊല്ലൻ കത്തി കൈക്കുള്ളിലിട്ട് തിരിച്ചു. നിമിഷനേരത്തേക്ക് ചെറുപ്പക്കാരന്റെ കുനിച്ചു പിടിച്ച തലയ്ക്ക്

ചുറ്റും ഇരുട്ടിൽ വിറച്ചുകൊണ്ടിരിക്കുന്നു. ഒരു പ്രകാശവലയം കണ്ടതായി അയാൾക്ക് തോന്നി. ഭയം അയാളെ കീഴ്പ്പെടുത്തി. അയാളുടെ കൈകളുടെ സന്ധികൾ അയഞ്ഞു.

"ഞാൻ മഠയൻ ആയിരിക്കാം." അയാൾ മറിയത്തിന്റെ മകനോട് പറഞ്ഞു. "പക്ഷേ, പറഞ്ഞാൽ എനിക്ക് മനസ്സിലാകും. നിങ്ങൾ ആരാണ്? നിങ്ങൾക്ക് എന്താണ് വേണ്ടത്? നിങ്ങൾ എവിടെനിന്നാണ് വരുന്നത്? നിങ്ങളുടെ നാലുചുറ്റും ചൂഴ്ന്നു നില്ക്കുന്ന ഈ കഥകൾ എന്താണ്: ഒരു പൂത്തു തളിർക്കുന്ന വടി, ഒരു മിന്നൽപ്പിണർ, നടക്കുന്നതിനിടയിൽ നിങ്ങളെ പിടികൂടുന്ന മോഹാലസ്യത്തിന്റെ മന്ത്രശക്തികൾ, ഇരുട്ടിൽ നിങ്ങൾ കേൾക്കുന്നതായി പറയപ്പെടുന്ന ശബ്ദങ്ങൾ?"

"സഹോദരാ, യൂദാസേ, എനിക്ക് പരിതാപമാണ്." ആരോട് പരിതാപം? നിങ്ങൾ ആരോടാണ് പരിതപിക്കുന്നത്? നിങ്ങളോടു തന്നെയാണോ? നിങ്ങളുടെ ദാരിദ്ര്യത്തോടും നിർഭാഗ്യത്തോടും ആണോ? അല്ലെങ്കിൽ ഒരുപക്ഷേ, നിങ്ങൾക്ക് ഇസ്രയേലിനോടാണോ പരിതാപം തോന്നുന്നത്? അതാണ് ഞാൻ പറയാൻ ആഗ്രഹിച്ചത്? നിങ്ങൾ കേൾക്കുന്നുണ്ടോ? ഇസ്രയേലിന്റെ ദുരിതങ്ങൾ നിങ്ങളെ വിഴുങ്ങിക്കൊണ്ടിരിക്കുകയാണോ?"

"യൂദാസേ, മനുഷ്യന്റെ ദുരിതങ്ങളാണ്. എന്നെ വിഴുങ്ങിക്കൊണ്ടിരിക്കുന്നത്?"

"മനുഷ്യന്റെ കാര്യം മറക്കൂ. വളരെ വർഷങ്ങളായി നമ്മളെ കൂട്ടക്കൊല ചെയ്തുകൊണ്ടിരിക്കുന്ന ഗ്രീക്കുകാർ. അവരെ ശപിക്കണം! അവരും മനുഷ്യരാണ്. റോമാക്കാർ മനുഷ്യരാണ്. അവർ ഇപ്പോഴും നമ്മളെ കൂട്ടക്കൊല ചെയ്തുകൊണ്ടിരിക്കുന്നു. നമ്മുടെ ആരാധനാലയങ്ങളെയും നമ്മുടെ ദൈവങ്ങളെയും അവർ മലിനമാക്കിക്കൊണ്ടിരിക്കുന്നു. അവരെ എന്തിനാണ് ശ്രദ്ധിക്കുന്നത്? നിങ്ങൾ കണ്ണുതുറന്ന് നോക്കേണ്ടത് ഇസ്രയേലിനെ ആണ്. നിങ്ങൾക്ക് അനുകമ്പ തോന്നുന്നുണ്ടെങ്കിൽ അത് ഇസ്രയേലിനു വേണ്ടിയുള്ള അനുകമ്പ ആയിരിക്കണം. ബാക്കി എല്ലാവർക്കും പിശാചിന്റെ അടുത്തേക്ക് പോകാം!"

"യൂദാസേ, സഹോദരാ, പക്ഷേ, എനിക്ക് കുറുക്കന്മാരോടും കുരുവികളോടും പുൽനാമ്പുകളോടും അനുകമ്പ തോന്നുന്നു."

"ഹാ! ഹാ!" ചുവന്ന താടിക്കാരൻ പരിഹാസത്തോടെ പൊട്ടിച്ചിരിച്ചു. "ഉറുമ്പുകളോടും അനുകമ്പ തോന്നുന്നുണ്ടോ?"

"ഉറുമ്പുകളോടും അനുകമ്പ തോന്നുന്നുണ്ട്. എല്ലാം ദൈവത്തിന്റേതാണ്. ഉറുമ്പിനെ ഞാൻ കുനിഞ്ഞു നോക്കുമ്പോൾ അതിന്റെ തിളങ്ങുന്ന കറുത്ത കണ്ണുകൾക്കുള്ളിൽ ഞാൻ ദൈവത്തെ കാണുന്നു."

"ആശാരിയുടെ മകൻ എന്റെ മുഖത്തു കുനിഞ്ഞു നോക്കുമ്പോൾ എന്താണ് കാണുന്നത്?"

"അവിടെയും വളരെ ആഴത്തിലായി ഞാൻ ദൈവത്തിന്റെ മുഖംതന്നെയാണ് കാണുന്നത്."

"അപ്പോൾ നിങ്ങൾക്ക് മരണത്തെ ഭയമില്ലേ?"

"എന്റെ സഹോദരൻ യൂദാസേ, ഞാൻ എന്തിനാണ് ഭയക്കുന്നത്? മരണം അടയുന്ന ഒരു കതക് അല്ല. അത് തുറക്കുന്ന ഒരു കതകാണ്. അതു തുറക്കുന്നു. അതിനു ശേഷം നിങ്ങൾ അകത്തു കടക്കുന്നു."

"എവിടേക്കാണ് നിങ്ങൾ കടന്നു ചെല്ലുന്നത്?"

"ദൈവത്തിന്റെ മാറിലേക്ക്."

യൂദാസ് അതൃപ്തിയോടെ നെടുവീർപ്പിട്ടു. "ഇയാളെ മനസ്സിലാക്കാൻ പറ്റില്ല." അയാൾ ആലോചിച്ചു. "ഇയാൾക്ക് മരണത്തെ പേടി ഇല്ലാത്തതു കൊണ്ട് ഇയാളെ മനസ്സിലാക്കാൻ പറ്റുന്നില്ല." താടിക്ക് കൈകൊടുത്തിരുന്നുകൊണ്ട് അയാൾ യേശുവിനെ സൂക്ഷിച്ചു നോക്കിയെങ്കിലും ഒരു തീരുമാനത്തിലെത്താൻ അയാൾക്ക് കഴിഞ്ഞില്ല.

"ഞാൻ നിങ്ങളെ കൊന്നില്ലെങ്കിൽ നിങ്ങൾ എന്തു ചെയ്യാനാണ് ഉദ്ദേശിക്കുന്നത്?" അവസാനം അയാൾ ചോദിച്ചു.

"എനിക്ക് അറിയില്ല. ദൈവം തീരുമാനിക്കുന്നതെന്തും... എഴുന്നേറ്റ് നിന്ന് മനുഷ്യരോട് സംസാരിക്കാൻ എനിക്ക് താല്പര്യം ഉണ്ടായിരിക്കും."

"മനുഷ്യരോട് എന്തു സംസാരിക്കാൻ?"

"സഹോദരാ, യൂദാസേ, എനിക്ക് അത് അറിയാമെന്ന് നിങ്ങൾ എന്തു കൊണ്ടാണ് പ്രതീക്ഷിക്കുന്നത്? ഞാൻ എന്റെ വായ് തുറക്കും. അതിനു ശേഷം ദൈവം സംസാരിച്ചുകൊള്ളും."

ചെറുപ്പക്കാരന്റെ തലയ്ക്ക് ചുറ്റും ഉള്ള പ്രകാശവലയത്തിന്റെ തിളക്കം വർദ്ധിച്ചു. അയാളുടെ തളർന്ന മുഖം ഒരു മിന്നൽപ്പിണർപോലെ ജ്വലിച്ചു. അയാളുടെ കറുത്തിരുണ്ട കണ്ണുകൾ അതിന്റെ അവാച്യമായ സൗന്ദര്യംകൊണ്ട് യൂദാസിനെ വശീകരിച്ചു. ചുവന്ന താടിക്കാരന് ബുദ്ധിമുട്ടു തോന്നി. അയാൾ കണ്ണുകൾ താഴ്ത്തി. "ഞാൻ ഇയാളെ കൊല്ലില്ല" അയാൾ ആലോചിച്ചു. "ഇയാൾ പുറത്തുപോയി സംസാരിച്ച് ഇസ്രയേലുകാരെ ഉണർത്തി റോമാക്കാരെ ആക്രമിക്കാൻ തയ്യാറാക്കിയെടുത്തിരുന്നെങ്കിൽ!"

"യൂദാസേ, സഹോദരാ, നിങ്ങൾ എന്തിനുവേണ്ടിയാണ് കാത്തിരിക്കുന്നത്?" ചെറുപ്പക്കാരൻ ചോദിച്ചു. ഒരുപക്ഷേ, ദൈവം നിങ്ങളെ അയച്ചത് എന്നെ കൊല്ലാൻ ആയിരിക്കില്ല. ഒരുപക്ഷേ, അദ്ദേഹത്തിന്റെ ആഗ്രഹം മറ്റെന്തെങ്കിലും ആയിരിക്കാം. നിങ്ങൾക്കു പോലും അറിയാത്ത മറ്റെന്തോ കാര്യം. നിങ്ങൾ എന്നെ നോക്കിയിരുന്ന് അത് എന്താണെന്ന് ഊഹിക്കാൻ കഷ്ടപ്പെടുന്നു. ഞാൻ കൊല്ലപ്പെടാൻ തയ്യാറാണ്. അതുപോലെ ജീവിക്കാനും തയ്യാറാണ്. തീരുമാനിച്ചുകൊള്ളൂ."

"തിരക്കു കൂട്ടരുത്." മറ്റേയാൾ വൈമനസ്യത്തോടെ മറുപടി പറഞ്ഞു. രാത്രിക്കു കൂടുതൽ ദൈർഘ്യം ഉണ്ട്. നമുക്ക് ധാരാളം സമയം കിട്ടും."

പക്ഷേ, അല്പസമയത്തിനു ശേഷം അയാൾ ഭ്രാന്തെടുത്തു വിളിച്ചു കൂവി. "ഒരാൾക്ക് സ്വയം കുഴപ്പത്തിൽ ചാടാതെ നിങ്ങളോട് സംസാരിക്കാൻ പോലും പറ്റില്ല. ഞാൻ നിങ്ങളോട് ഒരു കാര്യം ചോദിക്കും. നിങ്ങൾ

മറ്റൊരു കാര്യം മറുപടി പറയും. നിങ്ങളെ എനിക്ക് മനസ്സിലാക്കാൻ പറ്റു ന്നില്ല. നിങ്ങളെ കാണുകയും നിങ്ങൾ പറയുന്നത് കേൾക്കുകയും ചെയ്യു ന്നതിനുമുമ്പ് എന്റെ മനസ്സും ഹൃദയവും ഇതിലും കൂടുതൽ ഉറപ്പുള്ളതാ യിരുന്നു.... എന്നെ തനിച്ചു വിട്ടേക്കൂ. നിങ്ങൾ മറുവശത്തേക്കു തിരിഞ്ഞു കിടന്ന് ഉറങ്ങിക്കോളൂ. എനിക്ക് തനിച്ചു കിടന്ന് ഇതെല്ലാം ഒന്ന് ക്രമപ്പെ ടുത്തിയെടുക്കണം. അതിനുശേഷം ഞാൻ എന്താണ് ചെയ്യാൻ പോകു ന്നതെന്ന് ആലോചിക്കണം."

ഇത്രയും പറഞ്ഞു കഴിഞ്ഞ് അയാൾ മുറുമുറുത്തുകൊണ്ട് ഭിത്തി യുടെ നേർക്ക് തിരിഞ്ഞു കിടന്നു.

മറിയത്തിന്റെ മകൻ പായയിൽ മലർന്നുകിടന്ന് സമാധാനത്തോടെ കൈകൾ പിണച്ചുവെച്ചു.

"ദൈവം എന്തെല്ലാം ആഗ്രഹിക്കുന്നുണ്ടോ അതെല്ലാമാണ് സംഭവി ക്കാൻ പോകുന്നത്." അയാൾ ചിന്തിച്ചു. അതിനുശേഷം അയാൾ ആത്മ വിശ്വാസത്തോടെ കണ്ണുകൾ അടച്ചു.

അവരുടെ എതിർവശത്തുള്ള പാറയിലെ ഒരു തുളയിൽനിന്നും ഒരു മൂങ്ങ പ്രത്യക്ഷപ്പെട്ടു. ദൈവത്തിന്റെ ചുഴലിക്കാറ്റ് കെട്ടടങ്ങിയെന്ന് മന സ്സിലായപ്പോൾ ശബ്ദം ഉണ്ടാക്കാതെ അങ്ങോട്ടും ഇങ്ങോട്ടും പറന്നതിനു ശേഷം ഇണയെ വിളിച്ചുവരുത്താൻ വേണ്ടി വാത്സല്യത്തോടെ കരയാൻ ആരംഭിച്ചു. "ദൈവം പോയി." അത് വിളിച്ചു പറഞ്ഞു. "നമ്മൾ ഒരിക്കൽ കൂടി രക്ഷപ്പെട്ടു. ഓമനേ... വരൂ!..." ഉയരങ്ങളിൽ ആകാശത്ത് നക്ഷത്ര ങ്ങൾ നിറഞ്ഞു. മറിയത്തിന്റെ മകൻ കണ്ണു തുറന്നു. നക്ഷത്രങ്ങളുടെ കാഴ്ച അയാളെ സന്തോഷിപ്പിച്ചു. അവ സാവധാനം ചലിച്ചു. അപ്രത്യ ക്ഷപ്പെട്ടു. മറ്റു ചില നക്ഷത്രങ്ങൾ ഉദിച്ചു... മണിക്കൂറുകൾ കഴിഞ്ഞുകൊ ണ്ടിരുന്നു.

യൂദാസ് എന്നിട്ടും പായയിൽ ചമ്രം പിണഞ്ഞിരുന്നുകൊണ്ട് ഞെളി പിരിക്കൊണ്ടു. ഇടയ്ക്കിടയ്ക്ക് അയാൾ എഴുന്നേറ്റ് മുറുമുറുത്തു കൊണ്ട് വാതിലിനടുത്തുവരെ പോയി തിരിച്ചുവന്നു. മറിയത്തിന്റെ മകൻ പകുതി അടച്ചുപിടിച്ച കണ്ണുകൾകൊണ്ട് അയാളെ ശ്രദ്ധിച്ചു. ദൈവം എന്തെല്ലാം ആഗ്രഹിക്കുന്നുണ്ടോ അതെല്ലാമാണ് സംഭവിക്കാൻ പോകുന്നത്. അയാൾ വിചാരിച്ചു. അതിനുശേഷം അയാൾ കാത്തിരുന്നു. മണിക്കൂറുകൾ കടന്നു പോയി.

അവരുടെ അടുത്തുണ്ടായിരുന്ന ലായത്തിലെ ഒരു ഒട്ടകം ഭയം കൊണ്ട് ചിനച്ചു. അവൾ ഉറക്കത്തിൽ ഒരു സിംഹത്തിനെയോ ചെന്നായ യെയോ കണ്ടിട്ടുണ്ടാകും. കിഴക്കുനിന്നും കല്പന കിട്ടിയിട്ടു വരുന്ന പട്ടാ ളത്തെപോലെ ധാരാളം പുതിയ നക്ഷത്രങ്ങൾ ധീരതയോടെ മേലോട്ടു യർന്നു.

പെട്ടെന്നു ആഴമുള്ള ഇരുട്ടിനുള്ളിൽ നിന്ന് ഒരു പൂവൻ കോഴി കൂവി. യൂദാസ് ചാടി എഴുന്നേറ്റു. ഒറ്റക്കുതിപ്പിന് അയാൾ വാതിലിൽ എത്തി. അയാൾ ശക്തിയായി അത് വലിച്ചുതുറന്നു. പുറത്തിറങ്ങിയതിനുശേഷം

അയാൾ വാതിൽ അടച്ചു. പാവുകല്ലുകൾക്കുമുകളിൽ അയാളുടെ നഗ്നമായ പാദങ്ങൾ ശക്തിയായി അമരുന്നതിന്റെ ശബ്ദം കേൾക്കുന്നുണ്ടായിരുന്നു.

അതിനുശേഷം മറിയത്തിന്റെ മകൻ തിരിഞ്ഞു നോക്കിയപ്പോൾ വിശ്വസ്തയായ സഹയാത്രികയെ അയാൾ കണ്ടു. അവൾ മുറിയുടെ മൂലയിൽ ഇരുട്ടത്ത് ജാഗ്രതയോടെ നിവർന്നു നില്ക്കുന്നുണ്ടായിരുന്നു.

"സഹോദരി എന്നോട് ക്ഷമിക്കണം" അയാൾ അവളോട് പറഞ്ഞു. "ഇതുവരെ സമയം വന്നെത്തിയിട്ടില്ല."

പന്ത്രണ്ട്

ഇന്ന് ഗാനേസറത്തിലെ തടാകത്തിൽ വലിയ തിരമാലകൾ ഉയർത്തിയ ഇളംചൂടുള്ള ഒരു തണുത്തകാറ്റ് ഉണ്ടായിരുന്നു. ശരത്ക്കാലം വന്നുകഴിഞ്ഞിരുന്നു. ഭൂമിക്കു മുന്തിരിവള്ളികളുടെയും മൂത്തുപഴുത്ത മുന്തിരിക്കുലകളുടെയും മണം ഉണ്ടായിരുന്നു. ആണുങ്ങളും പെണ്ണുങ്ങളും പുലർച്ചേതന്നെ കാപ്പർനാമിൽ നിന്ന് പുറത്തേക്ക് ഒഴുകിയിറങ്ങി. മുന്തിരിവിളവെടുപ്പിന്റെ കാലം അതിന്റെ പ്രതാപത്തിന്റെ മൂർദ്ധന്യത്തിൽ ആയിരുന്നു. മുന്തിരിച്ചാറു നിറഞ്ഞ മുന്തിരിക്കുലകൾ ഭൂമിയിലെല്ലാം കാത്തുകിടന്നു. മുന്തിരിക്കുലകൾ തിന്നുതിന്ന് മുന്തിരിപോലെ തിളങ്ങുന്ന പെൺകുട്ടികളുടെ മുഖങ്ങളിൽ മുന്തിരിച്ചാറുപുരണ്ടിരുന്നു. ചെറുപ്പക്കാർ ചെറുപ്പത്തിന്റെ പരിപൂർണ്ണമായ വീർപ്പുമുട്ടലോടെ മുന്തിരിക്കുലകൾ പറിക്കുന്നതിനിടയിൽ കുലുങ്ങിച്ചിരിക്കുന്ന പെൺകുട്ടികളെ ഒളികണ്ണിട്ടു നോക്കി. എല്ലാ മുന്തിരിത്തോപ്പുകളിലും പൊട്ടിച്ചിരിയും ബഹളവും ഉണ്ടായിരുന്നു. പെൺകുട്ടികൾക്ക് ധൈര്യം കൂടി. ആവേശം കൂടികൂടി വന്നപ്പോൾ കൂടുതൽ കൂടുതൽ അടുത്തേക്ക് വന്നുകൊണ്ടിരുന്ന ആൺകുകുട്ടികളെ അവർ കളിയാക്കി. മുന്തിരിവിളവെടുപ്പിന്റെ പിശാച് പെൺകുട്ടികളെ നുള്ളിക്കൊണ്ട് അങ്ങോട്ടും ഇങ്ങോട്ടും ഓടി നടക്കുന്നതിനിടയിൽ ഇടയ്ക്കിടയ്ക്ക് പൊട്ടിച്ചിരിച്ചു.

കിഴവൻ സബിദീയുടെ ഗ്രാമത്തിലെ വലിയ വീട് ഒച്ചപ്പാടും ബഹളവും പുറപ്പെടുവിച്ചുകൊണ്ട് തുറന്നുകിടക്കുകയായിരുന്നു. മുന്തിരിത്തോപ്പുകളിൽ നിന്ന് ചെറുപ്പക്കാർ ചുമന്നുകൊണ്ടുവന്ന നിറഞ്ഞ കുടകൾ മുറ്റത്ത് ഇടതുഭാഗത്തായി ഉറപ്പിച്ചിരുന്ന വീഞ്ഞു ചക്കിൽ നിറയ്ക്കുന്നുണ്ടായിരുന്നു. നാലു തടിയന്മാർ— ഫിലിപ്പും ജേക്കബ്ബും പീറ്ററും ഗ്രാമത്തിലെ ചെരുപ്പുകുത്തിയായ നതാനെലും (മനുഷ്യരുടെ കൂട്ടത്തിലെ നിഷ്കളങ്കനായ ഒരു ഒട്ടകം)— മുന്തിരിക്കുലകൾ ഞെരിക്കാൻ ചക്കിനുള്ളിൽ കയറാൻ വേണ്ടി രോമാവൃതമായ അവരുടെ കണങ്കാലുകൾ കഴുകുകയായിരുന്നു. കാപ്പർനാമിലെ ഓരോ ഇരപ്പാളിയും ആ വർഷത്തെ വീഞ്ഞിനുള്ള അല്പം മുന്തിരിത്തോപ്പിന്റെ അവകാശം ഉറപ്പിച്ചിരുന്നു.

ഓരോ വർഷവും അയാളുടെ വിളവ് ഈ ചക്കിൽ കയറ്റാൻ വേണ്ടി ഇവിടേക്ക് കൊണ്ടുവരും. അയാളുടെ പങ്ക് മുന്തിരിച്ചാറ് അയാൾ തിരിച്ചു കൊണ്ടുപോകും. ചക്ക് ഉപയോഗിക്കുന്നതിന്റെ പ്രതിഫലമായി കൈക്കലാക്കുന്ന മുന്തിരിച്ചാറുകൊണ്ട് പോക്കറ്റ് നിറയ്ക്കുന്ന കിഴവൻ സബിദീ അതാതു വർഷത്തേക്കുള്ള സ്വന്തം ഭരണികളും വീപ്പകളും നിറച്ചു. അയാൾ ഉയരത്തിലുള്ള ഒരു തട്ടിൽ ഇരിക്കും. ഒരു നീളമുള്ള വടിയിൽ കൊച്ചു പിച്ചാത്തികൊണ്ട് പോറലുകൾ വരച്ച് ഓരോരുത്തരുടെയും മുന്തിരികൂടകളുടെ എണ്ണം അയാൾ തിട്ടപ്പെടുത്തും. പക്ഷേ, അതിന്റെ ഉടമസ്ഥന്മാരും അവരുടെ മനസ്സിൽ ഒരു കുറിപ്പ് സൂക്ഷിക്കും. അടുത്തതിന്റെ അടുത്ത ദിവസം ചാറു പങ്കുവയ്ക്കുമ്പോൾ വഞ്ചിക്കപ്പെടാൻ അവർ ആഗ്രഹിച്ചിരുന്നില്ല. കിഴക്കൻ സബിദീ പിടിച്ചുപറിക്കുന്ന സ്വഭാവം ഉള്ളവനായിരുന്നു— ആരും അയാളെ വിശ്വസിച്ചില്ല. എല്ലാവർക്കും തലയുടെ പിന്നിലും കണ്ണ് ഉണ്ടായിരിക്കണം.

മുറ്റത്തേക്ക് തുറക്കുന്ന അകത്തെ വീടിന്റെ ജനൽ തുറന്നു കിടക്കുകയായിരുന്നു. ഒരു ദിവാനിൽ വീട്ടുകാരിയായ സലോമി എന്ന വൃദ്ധ നിവർന്നു കിടക്കുന്നുണ്ട്. അവൾ പുറത്തേക്കു നോക്കി മുറ്റത്തു നടക്കുന്ന എല്ലാ കാര്യങ്ങളും ശ്രദ്ധിച്ചു. ഈ രീതിയിൽ അവർ കാൽമുട്ടിലെയും സന്ധികളിലെയും വേദന മറന്നു. അവർ ചെറുപ്പത്തിൽ നിശ്ചയമായും അതീവ സുന്ദരി ആയിരുന്നിരിക്കണം— മെലിഞ്ഞ് ഉയരമുള്ള അവരുടെ തൊലിക്കു തവിട്ടു നിറം ആയിരുന്നു. അവർക്ക് നല്ല പാരമ്പര്യം ധ്വനിപ്പിക്കുന്ന വലിയ കണ്ണുകൾ ഉണ്ടായിരുന്നു. മൂന്നു ഗ്രാമങ്ങൾ— കാപ്പർനാമും മഗ്ദലയും ബസൈദയും അവർക്കുവേണ്ടി പോരാടി. മൂന്നു വിവാഹാർത്ഥികൾ ഒരേസമയം വന്നു കപ്പലുമുതലാളിയായ അവളുടെ അച്ഛനെ കണ്ടു. അവരിൽ ഓരോരുത്തരും സുഹൃത്തുക്കളുടെയും ഒട്ടകങ്ങളുടെയും നിറഞ്ഞുകവിയുന്ന കൂടകളുടെയും അകമ്പടിയോടെയാണ് വന്നത്. തന്ത്രശാലിയായ വൃദ്ധൻ അവരിൽ ഓരോരുത്തരുടെയും ശരീരവും ആത്മാവും സമ്പത്തും സ്വന്തം മനസ്സിലിട്ട് തൂക്കി നോക്കിയതിനുശേഷം സബിദീയെ തെരഞ്ഞെടുത്തു. സബിദീ അവളെ വിവാഹം കഴിച്ചു. അവൾ അവനെ സന്തോഷിപ്പിച്ചിരുന്നു. പക്ഷേ, ആ അനുപമ സൗന്ദര്യമുള്ള പെൺകുട്ടിക്ക് ഇപ്പോൾ പ്രായം കൂടിയിരിക്കുന്നു. കാലം അവളുടെ സൗന്ദര്യത്തെ തിന്നുതീർത്തിരിക്കുന്നു. ഇപ്പോൾ പ്രധാനപ്പെട്ട ഉത്സവദിവസങ്ങളിൽ ചോരയും നീരും വറ്റിയിട്ടില്ലാത്ത അവളുടെ ഭർത്താവ് രാത്രിയിൽ ചുറ്റിത്തിരിഞ്ഞ് വിധവകളുടെ കൂടെ സമയം കളഞ്ഞു.

ഇന്ന് എന്തായാലും വൃദ്ധയായ സലോമിയുടെ മുഖം തിളങ്ങുന്നുണ്ടായിരുന്നു. തലേന്ന് അവളുടെ പ്രിയപ്പെട്ട മകൻ ജോൺ സന്ന്യാസിമഠത്തിൽനിന്നും വീട്ടിൽ വന്നിട്ടുണ്ട്. അവൻ ശരിക്കും മെലിഞ്ഞു വിളർത്തുപോയിരുന്നു. പ്രാർത്ഥനയും ഉപവാസവും അവനെ തകർത്തിരുന്നു. പക്ഷേ, മേലിൽ അവൾ അവനെ വീണ്ടും പോകാൻ അനുവദിക്കില്ല. അവനെ അവളുടെ അടുത്തുതന്നെ പിടിച്ചുനിർത്തും. അവൾ അവന്

നല്ല ഭക്ഷണം കൊടുക്കും. നല്ല വീഞ്ഞു കൊടുക്കും അവൻ ശക്തനാകും. അവന്റെ കവിളുകൾ വീണ്ടും തിളങ്ങും. “ദൈവം നല്ലവനാണ്.” അവൾ സ്വയം പറഞ്ഞു. “അദ്ദേഹത്തിന്റെ കൃപയെ ഞങ്ങൾ നമിക്കുന്നു. അതെ, അദ്ദേഹം നല്ലവനാണ്– പക്ഷേ, അദ്ദേഹം ഞങ്ങളുടെ കുട്ടികളുടെ രക്തം കുടിക്കാൻ ആഗ്രഹിക്കരുത്. മിതമായ ഉപവാസം മിതമായ പ്രാർത്ഥന: അത് മനുഷ്യനും ദൈവത്തിനും നല്ലകാര്യം ആയിരിക്കും. അവർ ഈ രീതിയിൽ കാര്യങ്ങൾ ക്രമീകരിക്കണം– യുക്തിയുക്തമായി ക്രമീകരിക്കണം..” അവൾ ആകാംക്ഷയോടെ വാതിലിലേക്ക് നോക്കി. അവൾ മുന്തിരിവിളവെടുപ്പിന് സഹായിക്കാൻ പോയ അവളുടെ കുഞ്ഞു മകൻ ജോൺ തിരിച്ചുവരാൻ വേണ്ടി കാത്തിരിക്കുകയായിരുന്നു.

മുറ്റത്തിന്റെ നടുക്ക് പഴങ്ങളുടെ ഭാരം താങ്ങി നില്ക്കുന്ന ബദാം മരത്തിനടിയിൽ ചുവന്ന താടിക്കാരൻ യൂദാസ് നിശ്ശബ്ദനായി കുനിഞ്ഞു നിന്ന് വീഞ്ഞുവീപ്പകൾക്കുചുറ്റും ഇരുമ്പുപട്ടകൾ ഉറപ്പിക്കുകയായിരുന്നു. നിങ്ങൾ വലതുവശത്തുനിന്നും നോക്കുകയാണെങ്കിൽ അയാളുടെ മുഖം ഇരുണ്ടിരുന്നു. അവിടെ വിദ്വേഷം നിറഞ്ഞു നിന്നിരുന്നു. നിങ്ങൾ ഇടത്തുനിന്ന് നോക്കിയാൽ അത് ദുഃഖിതന്റെ മുഖം ആയിരുന്നു. അത് അസ്വസ്ഥമായിരുന്നു. അയാൾ സന്ന്യാസിമഠത്തിൽ നിന്ന് ഒരു കള്ളനെപ്പോലെ ഒളിച്ചോടിയിട്ട് ധാരാളം ദിവസങ്ങൾ കഴിഞ്ഞിരുന്നു. ഈ സമയത്ത് പുതിയ മുന്തിരിച്ചാറിനുവേണ്ട വീപ്പകൾ തയ്യാറാക്കാൻ വേണ്ടി അയാൾ ഗ്രാമത്തിൽ ചുറ്റിത്തിരിഞ്ഞിരുന്നു. അയാൾ വീടുതോറും നടന്ന് ജോലി ചെയ്യും. അവിടുത്തെ സംസാരം ശ്രദ്ധിക്കും. അവരുടെ വാക്കുകളും പ്രവൃത്തികളും അയാളുടെ സാഹോദര്യത്തിൽ അറിയിക്കാൻ വേണ്ടി മനസ്സിനുള്ളിൽ വിശദമായി രേഖപ്പെടുത്തും.... പക്ഷേ, പോക്കിരിയും വഴക്കാളിയുമായ പഴയ ചുവന്ന താടിക്കാരൻ എവിടെയായിരുന്നു! അയാൾ സന്ന്യാസിമഠത്തിൽനിന്ന് വന്ന ദിവസം മുതൽ അയാളെ തിരിച്ചറിയാൻ കഴിയാത്ത അവസ്ഥയിൽ ആയിരുന്നു.

“യൂദാസേ, നീ വാ തുറക്ക്” സബിദീ അലറി “നീ എന്തിനെപ്പറ്റിയാണ് ആലോചിക്കുന്നത്? രണ്ടും രണ്ടും നാലാണ്– ഇതുവരെ നിനക്ക് അത് മനസ്സിലായിട്ടില്ലേ? എടാ അനുഗൃഹീതനായ തെമ്മാടി, നീ വാ തുറന്ന് എന്തെങ്കിലും പറ. ഇത് മുന്തിരിവിളവെടുപ്പിന്റെ കാലമാണ്. ചെറിയ കാര്യമല്ല. ഇതുപോലുള്ള ഒരു ദിവസത്തിൽ എല്ലാവരും പൊട്ടിച്ചിരിക്കും. മുഖം കറുപ്പിച്ചു നടക്കുന്ന കരിങ്കാലിപോലും ചിരിക്കും.”

“സബിദീ, അയാളെ പ്രലോഭിപ്പിക്കരുത്” ഫിലിപ്പ് സംസാരം തടസ്സപ്പെടുത്തി. “അയാൾ സന്ന്യാസി മഠത്തിൽ പോയിരുന്നു. അയാൾ മേൽക്കുപ്പായം തുന്നാൻ ആഗ്രഹിക്കുന്നുണ്ടെന്നു തോന്നുന്നു. നിങ്ങൾ കേട്ടിട്ടില്ലേ? പിശാചിനു പ്രായം ആകുമ്പോൾ, അയാൾ സന്ന്യാസിമായി മാറും.”

യൂദാസ് ഫിലിപ്പിനെ വിദ്വേഷത്തോടെ തിരിഞ്ഞുനോക്കി. പക്ഷേ, സംസാരിച്ചില്ല. യൂദാസ് അയാളെ വെറുത്തിരുന്നു. അയാൾ ഒരു മനുഷ്യൻ ആയിരുന്നില്ല: ഇല്ല. അയാൾ പൂർണ്ണമായും വാചകങ്ങൾ മാത്രം

ആയിരുന്നു. പ്രവൃത്തി ആയിരുന്നില്ല. ഒരു വാചകവീരൻ. അവസാന നിമിഷത്തിൽ അയാൾ ഭയംകൊണ്ട് തളർന്നുപോയി. സാഹോദര്യത്തിൽ ചേരാൻ അയാൾ വിസമ്മതിച്ചു. "എനിക്ക് ആടുകൾ ഉണ്ട്. "അതായിരുന്നു അയാളുടെ ഒഴികഴിവ്. "ഞാൻ അവയെ എങ്ങനെ ഉപേക്ഷിക്കും?"

വൃദ്ധനായ സബിദീ പൊട്ടിച്ചിരിച്ചുകൊണ്ട് ചുവന്ന താടിക്കാരന്റെ നേർക്ക് തിരിഞ്ഞു. "നീ സൂക്ഷിക്കണം." അയാൾ യൂദാസിനോട് വിളിച്ചു പറഞ്ഞു. "സന്ന്യാസം ഒരു പകരുന്ന രോഗമാണ്. അത് നിനക്ക് പിടിപെടാതെ ശ്രദ്ധിക്കണം!... എന്റെ മകൻ ഒരു തലനാരിഴയ്ക്കാണ് രക്ഷപ്പെട്ടത്. എന്റെ കിഴവിക്ക് സുഖം ഇല്ലാതായി. അവളെ അനുഗ്രഹിക്കണം. അവളുടെ പുന്നാരമോൻ അത് കേൾക്കാൻ ഇടയായി. അവൻ മഠാധിപതിയുടെ അടുത്തുനിന്ന് പച്ചിലമരുന്നുകളെപ്പറ്റി പഠിച്ചുകഴിഞ്ഞിരുന്നു. അതുകൊണ്ട് അവളെ ചികിത്സിക്കാൻ വേണ്ടി അവൻ വീട്ടിൽ തിരിച്ചുവന്നു. അവൻ വീണ്ടും അവളെ ഉപേക്ഷിച്ച് പോകില്ല. എന്റെ വാക്കുകൾക്ക് അടിവര ഇട്ടോളൂ. എവിടെ പോകാൻ? അവന് ഭ്രാന്തില്ല. ഉണ്ടോ? മരുഭൂമിയിൽ അവിടെ വിശപ്പും ദാഹവും തളർച്ചയും ഉണ്ട്. ദൈവവും ഉണ്ട്– ഇവിടെയാണെങ്കിൽ ഭക്ഷണവും വീഞ്ഞും സ്ത്രീകളും ഉണ്ട്. ദൈവം ഉണ്ട്– ദൈവവും എല്ലായിടത്തും ഉണ്ട്. അതുകൊണ്ട് അദ്ദേഹത്തെ അന്വേഷിച്ച് എന്തിനാണ് മരുഭൂമിയിൽ പോകുന്നത്? യൂദാസേ, നിന്റെ അഭിപ്രായം എന്താണ്?"

പക്ഷേ, ചുവന്നതാടിക്കാരൻ അയാളുടെ ചുറ്റിക ആട്ടിക്കൊണ്ടുനിന്നു. മറുപടി പറഞ്ഞില്ല. അയാൾക്ക് ഇയാളോട് എന്തു പറയാൻ പറ്റും? ഈ വൃത്തികെട്ട പട്ടിക്ക് എല്ലാ കാര്യങ്ങളും അയാൾ ആഗ്രഹിച്ചതുപോലെ നടന്നിട്ടുണ്ട്. അടുത്തയാളിന്റെ ബുദ്ധിമുട്ടുകൾ ഇയാൾക്ക് എങ്ങനെ മനസ്സിലാക്കാൻ പറ്റും? ഒരു ചെള്ള് കടിച്ചാൽ മറ്റുള്ള മനുഷ്യരെ ഈ ലോകത്തിന്റെ മുഖത്തുനിന്ന് തുടച്ചുമാറ്റുന്ന ദൈവം പോലും ഈ നീചനെ, ഈ നക്കിയെ, ഈ പരാന്നഭോജിയെ കഷ്ടപ്പാടുകളിൽനിന്നും ഏറ്റവും ചെറിയ ബുദ്ധിമുട്ടിൽ നിന്നുപോലും രക്ഷപ്പെടുത്തി താലോലിച്ചിരിക്കുന്നു. ദൈവം ഇവന്റെ മുകളിലേക്ക് മഞ്ഞുകാലത്ത് കമ്പിളിപ്പുതപ്പുപോലെ വന്നുവീണിരിക്കുന്നു. ചൂടുകാലത്ത് നേർത്ത ലിനൻ തുണിപോലെ വന്നു വീണിരിക്കുന്നു. എന്തിന്? ഇവനിൽ അദ്ദേഹം എന്താണ് കണ്ടത് ഈ കിഴവൻ ജാരസന്തതി ഇസ്രയേലിനോടുള്ള താല്പര്യം കൊണ്ടാണോ ആർത്തി കാണിക്കുന്നത്? എന്തിനാണിത്? അയാൾ ഇസ്രയേലിനെ സഹായിക്കാൻ കുഞ്ഞുവിരൽ പോലും ഉയർത്തുകയില്ല– റോമൻ കുറ്റവാളികൾ അയാളുടെ സ്വത്ത് സംരക്ഷിക്കുന്നതുകൊണ്ട് അയാൾക്ക് അവരോട് സ്നേഹമാണ്. "ദൈവം അവരെ സംരക്ഷിക്കട്ടെ!" അയാൾ പറഞ്ഞു. "അവർ സമാധാനം പുലർത്തുന്നതിന് ദൈവം അവരെ സംരക്ഷിക്കട്ടെ! അവർ ഇല്ലായിരുന്നെങ്കിൽ അക്രമികളും അധമന്മാരും നമ്മുടെ പുറത്തു കയറും. നമ്മുടെ സ്വത്തുക്കൾ നമ്മൾ അവസാനം കാണുന്നത് അന്നായിരിക്കും. പക്ഷേ, എടാ ജാരസന്തതി, നീ ഒരിക്കലും

ഭയക്കേണ്ട. അതിന്റെ സമയം വരും. ദൈവം മറന്നുപോയതുകൊണ്ട് ചെയ്യാത്തതൊക്കെ മതവിപ്ലവകാരികൾ ഓർമിച്ച് ചെയ്തുകൊള്ളും. അവർക്ക് അനുഗ്രഹം ഉണ്ടാകും... പക്ഷേ, നിനക്ക് ക്ഷമ വേണം. യൂദാസ് ഒരു വാക്കു പോലും പറഞ്ഞില്ല. "യഹോവയുടെ ശബാത്ത് ദിവസം വരും."

അയാൾ നീലക്കണ്ണുകൾ ഉയർത്തി സബിദീയെ നോക്കി. സബിദീ വീഞ്ഞു ചക്കിനുള്ളിൽ നില്ക്കുന്നത് അയാൾ കണ്ടു. അയാളുടെ മുഖത്ത് നിറഞ്ഞ പുഞ്ചിരി ഉണ്ടായിരുന്നു.

ഇതിനിടയിൽ ശ്രദ്ധയോടെ കാലുകൾ തുടച്ചതിനുശേഷം നാലു തടിയന്മാരും ചക്കിനുള്ളിൽ ചാടിക്കയറി. കാൽമുട്ടുവരെ മുന്തിരിക്കുള്ളിൽ മുങ്ങിനിന്നുകൊണ്ട് അവർ ചവിട്ടിത്തേച്ചു. അവർ കൈനിറയെ മുന്തിരി കുനിഞ്ഞെടുത്ത് തണ്ടുകൾ താടിയിൽ അവശേഷിപ്പിച്ചുകൊണ്ട് തിന്നു. ചിലപ്പോൾ അവർ കൈകോർത്തു പിടിച്ച് നൃത്തം ചെയ്തു. ചിലപ്പോൾ അവർ ഓരോരുത്തരായി വിളിച്ചുകൂവിക്കൊണ്ട് ചക്കിനുള്ളിൽ കിടന്ന് ചാടി. മുന്തിരിച്ചാറിന്റെ ഗന്ധം അവരെ മത്തുപിടിപ്പിച്ചു— മത്തുപിടിച്ചത് മുന്തിരിച്ചാറുകൊണ്ട് മാത്രം ആയിരുന്നില്ല: അവർ തുറന്നുകിടന്ന മുൻവാതിലിലൂടെ പുറത്തേക്ക് നോക്കിയപ്പോൾ മുന്തിരിത്തോപ്പിൽ പെൺകുട്ടികൾ മുന്തിരി പെറുക്കിയെടുക്കാൻ വേണ്ടി കുനിഞ്ഞുനില്ക്കുന്നതുകണ്ടു. അവരുടെ കാൽമുട്ടുകൾക്ക് മുകളിലെ സൗന്ദര്യം പോലും കാണാൻ കഴിയുമായിരുന്നു. മുന്തിരി ഇലകൾക്ക് മുകളിലൂടെ മുന്തിരിക്കുലകൾ പോലെയുള്ള അവരുടെ മാറിടങ്ങൾ മുന്നോട്ടും പിന്നോട്ടും ആടി.

ചവിട്ടിത്തേപ്പുകാർ അവരെ കണ്ടു. അവരുടെ മനസ്സുകൾ കലുഷമായി. ഇത് ഒരു വീഞ്ഞു ചക്ക് അല്ലായിരുന്നു. അത് ഒരു മുന്തിരിത്തോപ്പ് അല്ലായിരുന്നു. പക്ഷേ, സ്വർഗ്ഗം ആയിരുന്നു. കൈയിൽ നീളമുള്ള വടിയും പേനാക്കത്തിയുമായി ഓരോരുത്തർക്കുമുള്ള കൃത്യമായ ബാദ്ധ്യത ദൈവം തട്ടിനുമുകളിൽ ഇരുന്ന് കുറിച്ചിട്ടുകൊണ്ടിരിക്കുന്ന സ്വർഗ്ഗം: ഓരോരുത്തരും എത്രകൂട മുന്തിരിങ്ങാ കൊണ്ടുവന്നു. മറ്റന്നാൾ അവർ മരിക്കുമ്പോൾ അയാൾ എത്രമാത്രം വീഞ്ഞ് അവർക്ക് വാഗ്ദാനം ചെയ്യും— എത്ര കൂജ വീഞ്ഞ്. എത്ര കുട്ടകം ഭക്ഷണം. എത്ര സ്ത്രീകൾ!

പീറ്റർ പൊട്ടിത്തെറിച്ചു. "ഈ നിമിഷത്തിൽ ദൈവം എന്റെ അടുത്തുവന്ന് എന്നെ വിളിച്ചുപറയുന്നു: ഹേ പീറ്ററേ, എന്റെ കൊച്ചുപീറ്ററേ, ഞാൻ ഇന്ന് അങ്ങേയറ്റം സന്തോഷത്തിലാണ്. എന്നോട് ഒരു സഹായം ചോദിക്കൂ. എന്ത് സഹായവും ചോദിക്കൂ. ഞാൻ അത് നിനക്ക് ചെയ്തു തരും: നിനക്ക് എന്താണ് വേണ്ടത്?"— അദ്ദേഹം അങ്ങനെ ചോദിച്ചാൽ ഞാൻ തീർച്ചയായും മറുപടി പറയണം. "ദൈവമേ എനിക്ക് മുന്തിരി ചവിട്ടിത്തേച്ചാൽ മതി. അനശ്വരതയോളം എനിക്ക് മുന്തിരി ചവിട്ടിമെതിച്ചാൽ മതി."

"എടാ മറയാ, വീഞ്ഞുകുടിക്കാനുള്ള അനുഗ്രഹം അല്ലേ വേണ്ടത്?" സബിദീ അയാളോട് പരുക്കൻ മട്ടിൽ ചോദിച്ചു.

"അല്ല. എന്റെ ഹൃദയത്തിന്റെ അടിത്തട്ടിൽ നിന്ന് പറയുന്നു: മുന്തിരി

ചവിട്ടിമെതിച്ചാൽ മതി!" അയാൾ ചിരിച്ചില്ല. അയാളുടെ മുഖത്ത് ഗൗരവമുള്ള ആലോചന ആയിരുന്നു. അയാൾ ഒരു നിമിഷം മുന്തിരി ചവിട്ടുന്നത് അവസാനിപ്പിച്ചുകൊണ്ട് സൂര്യനെ നോക്കി മൂരി നിവർന്നു. അയാളുടെ ശരീരത്തിന്റെ മുകൾഭാഗം നഗ്നമായിരുന്നു. അയാളുടെ ഹൃദയത്തിനു മുകളിൽ ഒരുവലിയ കറുത്തമീനിനെ പച്ചകുത്തിയിരുന്നു. അത് പണ്ട് ഒരു തടവുകാരനായിരുന്ന ഒരു കൈത്തൊഴിൽ വിദഗ്ദ്ധൻ വർഷങ്ങൾക്കു മുമ്പ് ഒരു സൂചികൊണ്ട് വിദഗ്ദ്ധമായി ചെയ്തുതീർത്ത ഒരു ജോലി ആയിരുന്നു. അത് കണ്ടാൽ പീറ്ററിന്റെ നെഞ്ചിലെ രോമങ്ങൾക്കിടയിലൂടെ സന്തോഷത്തോടെ വാലിളക്കി നീന്തുകയാണെന്ന് തോന്നും. മീനിന്റെ മുകളിൽ നാല് ചൂണ്ടക്കൊളുത്തുകൾ ഉള്ള ഒരു ചെറിയ നങ്കൂരവും ഉണ്ടായിരുന്നു.

പക്ഷേ, ഫിലിപ്പ് അയാളുടെ ആടുകളെ ഓർമ്മിച്ചു. അയാൾ നിലം ഉഴുതു മറിക്കാനും മുന്തിരിപ്പാടങ്ങൾ ശ്രദ്ധിക്കാനും മുന്തിരി ചവിട്ടിമെതിക്കാനും ഇഷ്ടപ്പെട്ടിരുന്നില്ല.

അയാൾ പരിഹസിക്കുന്ന മട്ടിൽ പറഞ്ഞു. "അതുകൊള്ളാം. പീറ്റർ നീ സ്വയം ഒരു ജോലി കണ്ടുപിടിച്ചിരിക്കുന്നു— അനശ്വതയോളം മുന്തിരി ചവിട്ടിമെതിക്കുന്ന പണി! ഞാൻ ദൈവത്തിനോട് ഭൂമിയെയും സ്വർഗ്ഗത്തെയും ചെമ്മരിയാടുകളും കോലാടുകളും നിറഞ്ഞ ഒരു മേച്ചിൽപ്പുറമാക്കാൻ ആവശ്യപ്പെടുമായിരുന്നു. എനിക്ക് അപ്പോൾ അവയുടെ പാൽ കറന്ന് മലഞ്ചെരിവിലൂടെ ഒഴുക്കാൻ കഴിയുമായിരുന്നു. അത് ഒരു നദി പോലെ താഴോട്ട് ഒഴുകി സമതലത്തിലെത്തി തടാകങ്ങളായി മാറും. അതുകൊണ്ട് അത് പാവങ്ങൾക്ക് കുടിക്കാൻ കിട്ടും. ഓരോ രാത്രിയിലും നമ്മൾ എല്ലാവരും ഒത്തുകൂടണം. എല്ലാ ഇടയന്മാരും മുഖ്യ ഇടയനായ ദൈവത്തിനോടൊപ്പം ഒത്തുകൂടണം— നമുക്ക് ഒരു തീക്കുണ്ഡം കത്തിച്ച് ഒരു ആടിനെ ചുട്ടെടുത്തുകൊണ്ട് കഥകൾ പറഞ്ഞിരിക്കണം. അതാണ് സ്വർഗ്ഗത്തിന്റെ അർത്ഥം!"

"തിരുമണ്ടൻ! നിനക്ക് ദൈവശിക്ഷ കിട്ടും." യൂദാസ് മുറുമുറുത്തു. അയാൾ പീറ്ററിനെ വീണ്ടും വിദ്വേഷത്തോടെ നോക്കി.

കൗമാരപ്രായക്കാർ അരയിൽ ഒരു നിറമുള്ള തുണിചുറ്റിക്കൊണ്ട് മുറ്റത്തുകൂടി അകത്തേക്കും പുറത്തേക്കും നടന്നുകൊണ്ടിരുന്നു. അവർ ഈ അങ്ങും ഇങ്ങുംതൊടാതുള്ള ചർച്ച കേട്ട് പൊട്ടിച്ചിരിച്ചു. അവർക്കും അവരുടെ ഉള്ളിൽ ഒരു സ്വർഗ്ഗം ഉണ്ടായിരുന്നു. പക്ഷേ, അത് എന്തായിരുന്നെന്ന് അവർ ഏറ്റുപറഞ്ഞില്ല. അവർ കൂടകൾ ചക്കിനുള്ളിൽ തട്ടിയിട്ടതിനുശേഷം ഒറ്റക്കുതിപ്പിന് വരാന്ത മറികടന്ന് സുന്ദരികളായ മുന്തിരിവിളവെടുപ്പുകാരികളോടൊപ്പം വീണ്ടും എത്തിച്ചേർന്നു.

സബിദീ ചുണ്ടുപിളർന്ന് ബുദ്ധിപൂർവ്വമുള്ള ഒരു അഭിപ്രായം കൂട്ടിച്ചേർത്തു. പക്ഷേ, അയാൾ വായും പിളർന്ന് നിന്നുപോയി. വാതിലിൽ അപരിചിതനായ ഒരു സന്ദർശകൻ പ്രത്യക്ഷപ്പെട്ടിരുന്നു. അയാൾ അവരുടെ സംസാരം ശ്രദ്ധിച്ചുകൊണ്ടിരിക്കുകയായിരുന്നു. അയാൾ കഴുത്തിൽ

നിന്ന് തൂക്കിയിട്ടിരുന്ന ഒരു കറുത്ത ആട്ടിൻതോലാണ് ധരിച്ചിരുന്നത്. അയാളുടെ പാദങ്ങൾ നഗ്നമായിരുന്നു. അയാളുടെ തലമുടി പാറിപ്പറന്നു കിടന്നിരുന്നു. അയാളുടെ മുഖം ഗന്ധകംപോലെ മഞ്ഞിച്ചിരുന്നു. അയാൾക്ക് ജ്വലിക്കുന്ന വിശാലമായ കറുത്ത കണ്ണുകൾ ഉണ്ടായിരുന്നു.

കാലുകൾ ചവിട്ടിമെതിക്കുന്നതു നിർത്തി. സബിദീ അയാളുടെ ബുദ്ധിപൂർവ്വമുള്ള അഭിപ്രായങ്ങൾ വിഴുങ്ങി. എല്ലാവരും വാതിലിനു നേരെ നോക്കി. വാതിൽപ്പടിയിൽ നില്ക്കുന്ന ഈ ജീവനുള്ള ശവം ആരായിരിക്കും? പൊട്ടിച്ചിരി അവസാനിച്ചു. വൃദ്ധയായ സലോമി ജനാലയുടെ അടുത്തുവന്ന് നോക്കിയതിനുശേഷം പെട്ടെന്ന് വിളിച്ചുകൂവി. "ഇത് ആൻഡ്രൂ ആണ്!"

"എന്റെ ദൈവമേ, ആൻഡ്രൂവാണെന്നോ" സബിദീ വിളിച്ചുകൂവി. "നീ പാതാളത്തിൽ നിന്ന് ഞങ്ങളുടെ അടുത്തേക്ക് തിരിച്ചുവന്നതാണോ? അല്ലെങ്കിൽ ഒരുപക്ഷേ, നീ അങ്ങോട്ട് പോകുന്ന വഴി ആയിരിക്കും!"

പീറ്റർ വീഞ്ഞുചക്കിൽനിന്നും ചാടി ഇറങ്ങി. അയാൾ ഒന്നും പറയാതെ സഹോദരന്റെ കൈയിൽ കയറി പിടിച്ചു. പിന്നീട് അയാൾ ആൻഡ്രുവിനെ നോക്കിക്കൊണ്ടു നിന്നു. അയാളുടെ കണ്ണുകളിൽ സ്നേഹവും ഭയവും ഉണ്ടായിരുന്നു. എന്റെ ദൈവമേ, ഇത് ആൻഡ്രു ആയിരുന്നോ? ആൻഡ്രു എന്ന ധീരനായ കൊഴുത്തുരുണ്ട ചെറുപ്പക്കാരൻ. ജോലിയിലും കളിയിലും ഒന്നാമനായ സുപ്രസിദ്ധ കായികാഭ്യാസി. ഗ്രാമത്തിലെ ഏറ്റവും സുന്ദരിയായ സ്വർണ്ണ തലമുടിക്കാരി റൂത്തുമായി വിവാഹം ഉറപ്പിച്ചിരുന്ന ആ ആൻഡ്രു ഇയാളാണോ? ഒരു രാത്രിയിൽ ദൈവം അതിഭയങ്കരമായ ഒരു കാറ്റ് ഉയർത്തിവിട്ടപ്പോൾ അവൾ അച്ഛനോടൊപ്പം തടാകത്തിൽ മുങ്ങിമരിച്ചു. ആൻഡ്രു നിരാശയോടെ കൈയും കാലും കെട്ടി സ്വയം ദൈവത്തിന്റെ മുമ്പിൽ അടിയറവു പറയാൻ തുടങ്ങിയതായിരുന്നു. അയാൾ ആലോചിച്ചതെന്താണെന്ന് ആർക്ക് പറയാൻ പറ്റും. "ഞാൻ ദൈവത്തിന്റെ കൂടെ ചേരുകയാണെങ്കിൽ ഒരുപക്ഷേ, എനിക്ക് അവളെ അദ്ദേഹത്തോടൊപ്പം കണ്ടെത്താൻ കഴിയും." തീർച്ചയായും അയാൾ അന്വേഷിച്ചത് അയാളുടെ കാമുകിയെ ആയിരുന്നു. ദൈവത്തിനെ അല്ല.

പീറ്റർ ആൻഡ്രുവിനെ ഭയത്തോടെ നോക്കി. അയാൾ ദൈവത്തിന് അടിയറവു പറഞ്ഞപ്പോഴുള്ള രൂപം പീറ്റർ ഓർത്തു. ഇപ്പോൾ ദൈവം അയാളെ അവരുടെ അടുത്തേക്ക് ഏതുരൂപത്തിലാണ് തിരിച്ചെത്തിച്ചിരിക്കുന്നതെന്ന് നോക്കൂ!

"ഹേ!" സബിദീ പീറ്ററിനോട് ഉറക്കെ വിളിച്ചുകൂവി. "നീ അയാളെ ഇന്നു മുഴുവൻ വാപൊളിച്ച് നോക്കിക്കൊണ്ടു നില്ക്കാൻ പോകുകയാണോ? അയാൾ അകത്തേക്ക് വരട്ടെ. അവിടെ പുറത്തുനിന്നാൽ അയാൾ കാറ്റടിച്ച് താഴെ വീഴാൻ ഇടയുണ്ട്! എന്റെ കുട്ടി, ആൻഡ്രു, കുറച്ച് മുന്തിരിങ്ങ കുനിഞ്ഞെടുത്ത് കഴിക്കൂ. ഞങ്ങൾ റൊട്ടിയും കരുതിയിട്ടുണ്ട്. ദൈവത്തിന് സ്തുതി! അതു കഴിച്ചിട്ട് നിന്റെ കവിളിന് അല്പം നിറം

കിട്ടട്ടെ! നിന്റെ പാവം അച്ഛൻ ഈ കോലത്തിൽ നിന്നെ കണ്ടാൽ അയാൾ പേടിച്ചിട്ട് അയാളുടെ സ്രാവിന്റെ അകത്തേക്ക് തിരിച്ചുകയറിപ്പോയി ഒളിച്ചിരിക്കും!"

പക്ഷേ, ആൻഡ്രൂ അയാളുടെ മെലിഞ്ഞുണങ്ങിയ കൈ ഉയർത്തി. "നിങ്ങൾക്ക് നിങ്ങളെപ്പറ്റി ലജ്ജയില്ലേ!" അയാൾ അവരോട് എല്ലാവരോടുമായി വിളിച്ചു ചോദിച്ചു. "നിങ്ങൾക്ക് ദൈവത്തെ ഭയം ഇല്ലേ? ലോകം നശിച്ചുകൊണ്ടിരിക്കുന്നു. നിങ്ങൾ ഇവിടെ പൊട്ടിച്ചിരിച്ചുകൊണ്ട് മുന്തിരി ചവിട്ടിമെതിക്കുന്നു."

"വിശുദ്ധന്മാർ നമ്മളെ സംരക്ഷിക്കുന്നു. ഇവിടെ മറ്റൊരാൾ നമുക്ക് ബുദ്ധിമുട്ടുണ്ടാക്കാൻ വന്നിരിക്കുന്നു." സബിദീ മുറുമുറുത്തു. അതു കഴിഞ്ഞ് അയാൾ കോപത്തോടെ ആൻഡ്രൂവിന്റെ നേർക്ക് തിരിഞ്ഞു. "നിങ്ങൾ ഞങ്ങളെ തനിച്ചാക്കിയിട്ട് പോകില്ല. അല്ലേ? നിങ്ങൾക്ക് അറിയണമെങ്കിൽ പറഞ്ഞുതരാം. ഞങ്ങൾ തൊണ്ടവരെ ഭക്ഷണം കഴിച്ചിട്ടുണ്ട്. നിങ്ങളുടെ മാമോദീസ ചെയ്യിക്കുന്ന പ്രവാചകൻ പ്രഖ്യാപിക്കുന്നത് ഇതാണോ? ശരി, നിങ്ങൾ അയാളോട് അയാളുടെ രീതി മാറ്റാൻ പറയുന്നതാണ് കൂടുതൽ നല്ലത്. ലോകത്തിന്റെ അവസാനം വന്നെത്തിയെന്നാണ് അയാൾ പറയുന്നത്. ശവക്കുഴികൾ തുറന്ന് മരിച്ചവർ പറന്ന് പുറത്തുവരും. ദൈവം ഇറങ്ങിവരുമെന്ന് അയാൾ പറയുന്നു. രണ്ടാംവരവ്– കള്ളം! കള്ളം! കള്ളം! കുട്ടികളേ, അയാൾ പറയുന്നത് ശ്രദ്ധിക്കരുത്. നിങ്ങൾ ജോലിയുമായി മുന്നോട്ടു പോകൂ! മുന്തിരിങ്ങാ ചവിട്ടിത്തേക്കൂ.

"പശ്ചാത്തപിക്കൂ! പശ്ചാത്തപിക്കൂ!" യോനയുടെ മകൻ അലറി. . അയാൾ സഹോദരന്റെ ആലിംഗനത്തിൽ നിന്ന് കുതറിമാറി. മുറ്റത്തിന്റെ നടുക്ക് സബിദീയുടെ തൊട്ടുമുമ്പിൽ ആകാശത്തേക്ക് വിരൽ ഉയർത്തി കൊണ്ട് നിന്നു.

സബിദീ പറഞ്ഞു "ആൻഡ്രൂ, നീ നിന്റെ നന്മയ്ക്കുവേണ്ടി ഇവിടെ ഇരുന്ന് ഭക്ഷണം കഴിക്കൂ. നിന്റെ ബോധം ശരിയാകാൻ വേണ്ടി അല്പം വീഞ്ഞുകുടിക്കൂ. പാവം വിശപ്പ് നിന്നെ ഭ്രാന്തനാക്കിയിരിക്കുന്നു!"

"അനായാസമായ ജീവിതം സബിദീയെ ഭ്രാന്തുപിടിപ്പിച്ചിരിക്കുന്നു" യോനയുടെ മകൻ മറുപടി പറഞ്ഞു. "പക്ഷേ, നിങ്ങളുടെ കാൽക്കീഴിൽ ഭൂമി പിളർന്നു കൊണ്ടിരിക്കുകയാണ്. ദൈവം ഒരു ഭൂമികുലുക്കം ആണ്. അദ്ദേഹം നിങ്ങളുടെ വീഞ്ഞു ചക്കും നിങ്ങളുടെ ലാഭവും വിഴുങ്ങും. നിങ്ങളെയും വിഴുങ്ങും. നിങ്ങളെയും നിങ്ങളുടെ താറുമാറായ വയറിനെയും വിഴുങ്ങും."

യോനയുടെ മകന് തീ പിടിച്ചിരുന്നു. അയാൾ ഇരുവശത്തേക്കും മാറിമാറി നോക്കി. അയാൾ ഒരാളെ സൂക്ഷിച്ചു നോക്കി. ഇപ്പോൾ മറ്റൊരാളെ സൂക്ഷിച്ചുനോക്കി. ഒടുവിൽ വിളിച്ചുകൂവി. "ഈ മുന്തിരി വീഞ്ഞാകുന്നതിനു മുമ്പ് ഈ ലോകം അവസാനിക്കും! രോമക്കുപ്പായം ധരിക്കൂ, നിങ്ങളുടെ തലയിൽ ചാരം വിതറൂ, നെഞ്ചത്തടിച്ച് നിലവിളിക്കൂ. ഞാൻ പാപം ചെയ്തിരിക്കുന്നു. ഞാൻ പാപം ചെയ്തിരിക്കുന്നു. ഭൂമി ഒരു മരം

ആണ്. അത് ദ്രവിച്ചിരിക്കുന്നു. മിശിഹ ഒരു കോടാലിയുമായി വന്നുകൊണ്ടിരിക്കുകയാണ്."

യൂദാസ് അയാളുടെ ചുറ്റിക താഴെവച്ചു. അയാളുടെ മേൽച്ചുണ്ട് മുകളിലേക്ക് തെറുത്തുകയറി. അയാളുടെ കൂർത്ത പല്ലുകൾ സൂര്യപ്രകാശത്തിൽ തിളങ്ങി. പക്ഷേ, സബിദീക്ക് സ്വയം നിയന്ത്രിക്കാൻ കഴിഞ്ഞില്ല.

അയാൾ അലറി. "പീറ്റർ, ദൈവത്തെ വിചാരിച്ച് ആൻഡ്രൂവിനെ ഇവിടെ നിന്ന് പിടിച്ചുകൊണ്ടു പോകൂ. ഞങ്ങൾക്ക് ഇവിടെ ജോലി ഉണ്ട്."

"അദ്ദേഹം വന്നുകൊണ്ടിരിക്കുകയാണ്!.... അദ്ദേഹം വന്നുകൊണ്ടിരിക്കുകയാണ്! ചിലപ്പോൾ അദ്ദേഹത്തിന്റെ കൈയിൽ തീയുണ്ടാകും. ചിലപ്പോൾ ഒരു കണക്കുപുസ്തകം ഉണ്ടാകും— അടുത്തത് എന്താണ്! ജനങ്ങളെ വഞ്ചിക്കുന്നവരും ആൾമാറാട്ടക്കാരുമായ നിങ്ങൾക്ക് ഞങ്ങളെ വിട്ടുപോകാൻ പറ്റാത്തത് എന്തുകൊണ്ടാണ്? ലോകം കാത്തുനില്ക്കുകയാണ്. നല്ലതിനു വേണ്ടി കാത്തുനില്ക്കുകയാണ്— അതാണ് ഞാൻ പറയുന്നത്. മുന്തിരി ചവിട്ടിമെതിക്കൂ! ബാക്കി എല്ലാം നടന്നുകൊള്ളും."

പീറ്റർ സഹോദരനെ ശാന്തനാക്കാൻ വേണ്ടി അയാളുടെ പുറത്തു തട്ടി. "മറുപടി പറയണ്ട. വിളിച്ചുകൂവണ്ട. നീ യാത്ര കൊണ്ട് ക്ഷീണിച്ചിരിക്കുന്നു. നമുക്ക് വീട്ടിൽ പോകാം. അതുകൊണ്ട് നിനക്ക് അല്പം വിശ്രമം കിട്ടും. അച്ഛന് നിന്നെ കണ്ടാൽ മനസ്സമാധാനം ആകും." അയാൾ സഹോദരന്റെ കൈപിടിച്ചു ആൻഡ്രു അന്ധനാണെന്നമട്ടിൽ സാവധാനം പുറത്തേക്ക് നടന്നു. അവർ ഇടുങ്ങിയ വഴിയിലൂടെ നടന്ന് അപ്രത്യക്ഷപ്പെട്ടു.

കിഴവൻ സബിദീ പൊട്ടിപ്പൊട്ടി ചിരിച്ചു. "ഹോ കഷ്ടപ്പാടുകാരനായ യോനാ, എന്റെ പാവം പിടിച്ച മത്സ്യ പ്രവാചകാ, ഈ ലോകം മുഴുവൻ കിട്ടിയാലും എനിക്ക് നിന്റെ സ്ഥാനത്തു വരാൻ ആഗ്രഹം ഇല്ല!"

പക്ഷേ, ഇപ്പോൾ വൃദ്ധയായ സലോമിക്ക് വായ് തുറക്കാനുള്ള അവസരം ആയിരുന്നു. ആൻഡ്രുവിന്റെ വലിയ കണ്ണുകൾ ഇപ്പോഴും അവളെ തുറിച്ചുനോക്കി പൊള്ളിച്ചുകൊണ്ടിരിക്കുകയാണെന്ന് അവൾക്ക് തോന്നി. "സബിദീ" അവൾ നരച്ച മുടിയുള്ള തല കുലുക്കിക്കൊണ്ട് പറഞ്ഞു. "പാപി കിഴവാ, പറയുന്നത് എന്താണെന്ന് ശ്രദ്ധ വേണം. ചിരിക്കരുത്. നമ്മുടെ മുകളിൽ ഒരു മാലാഖ എഴുതിക്കൊണ്ട് നില്ക്കുന്നുണ്ട്. നിങ്ങളുടെ പരിഹാസം അതേ രീതിയിൽതന്നെ നിങ്ങൾക്ക് തിരിച്ചുകിട്ടും."

"അമ്മ പറഞ്ഞത് ശരിയാണ്" ഇതുവരെ ഒന്നും പറയാതിരുന്ന ജേക്കബ് പറഞ്ഞു. "അച്ഛന്റെ പൊന്നുമോൻ ജോണിന്റെ കാര്യത്തിൽ അച്ഛനും ഇതേ കഷ്ടപ്പാടുവരാൻ ഒരു തലനാരിഴയുടെ അകലംമാത്രമാണ് ഉണ്ടായിരുന്നത്. ഞാൻ മനസ്സിലാക്കിയതുവച്ച് അച്ഛൻ ഇപ്പോഴും അപകടനില തരണം ചെയ്തിട്ടില്ല. ജോൺ മുന്തിരിവിളവെടുപ്പിൽ സഹായിക്കുന്നില്ല. എന്നോട് ചുമട്ടുകാർ പറഞ്ഞത് അങ്ങനെയാണ്. അയാൾ ദൈവത്തെപ്പറ്റിയും ഉപവാസത്തെപ്പറ്റിയും ശാശ്വതമായ ആത്മാവുകളെ പറ്റിയും സ്ത്രീകളോട് തുപ്പൽ ഒലിപ്പിക്കുകയാണ്. അച്ഛന്റെ സ്ഥാനത്തെത്താൻ ഞാനും ആഗ്രഹിക്കുന്നില്ല."

അയാൾ വരണ്ട ചിരി ചിരിച്ചു. ലാളിച്ചുവഷളാക്കിയ മടിയനായ സഹോദരനെ അയാൾക്ക് സഹിച്ചില്ല. അയാൾ അതിവേഗത്തിൽ മുന്തിരിങ്ങ ചവിട്ടിമെതിക്കാൻ തുടങ്ങി.

സബിദീയുടെ വലിയ തലയിലേക്ക് രക്തം ഇരച്ചുകയറി. അയാളുടെ ഭാഗത്തുനിന്നും അയാൾ മൂത്ത മകനെ സഹിച്ചിരുന്നില്ല— അവർ തമ്മിൽ വളരെ കൂടുതൽ സാമ്യം ഉണ്ടായിരുന്നു. ആ നിമിഷത്തിൽ ജോണിന്റെ തോളിൽ ചാരി നസറേത്തിലെ ജോസഫിന്റെ ഭാര്യ മറിയം വാതിലിൽ പ്രത്യക്ഷപ്പെട്ടില്ലായിരുന്നെങ്കിൽ ഒരു വഴക്ക് പൊട്ടിപ്പുറപ്പെടുമായിരുന്നു. അവളുടെ മെലിഞ്ഞ ചോരപുരണ്ട കാലുകൾ നീണ്ടു നില്ക്കുന്ന യാത്രകൾ കാരണം പൊടികൊണ്ട് മൂടിയിരുന്നു. അവൾ ദിവസങ്ങളായി വീട് ഉപേക്ഷിച്ചിട്ട് ഗ്രാമങ്ങൾ തോറും അവളുടെ ഭാഗ്യദോഷിയായ മകനെ അന്വേഷിച്ച് കരഞ്ഞുകൊണ്ട് നടക്കുകയായിരുന്നു. ദൈവം അവന്റെ ബുദ്ധി കൊള്ളയടിച്ചു. അവൻ മനുഷ്യന്റെ വഴികളോട് വിട പറഞ്ഞു. അവൻ ജീവിച്ചിരിക്കുമ്പോൾ തന്നെ അവന്റെ അമ്മ മകന്റെ ചരമഗീതം നെടുവീർപ്പിട്ടുകൊണ്ട് പാടി. അവനെ ആരെങ്കിലും കണ്ടോ എന്ന ചോദ്യം ആവർത്തിച്ചുകൊണ്ട് അവൾ നടത്തം തുടർന്നു. “അവന് പൊക്കം ഉണ്ട്. അവൻ മെലിഞ്ഞതാണ്. അവന്റെകാലിൽ ചെരിപ്പില്ല. അവൻ ധരിച്ചിരിക്കുന്നത് ഒരു നീലക്കുപ്പായവും കറുത്ത ബൽറ്റും ആയിരുന്നു. ഒരു പക്ഷേ, നിങ്ങൾ അവനെ എവിടെയെങ്കിലും വെച്ച് ശ്രദ്ധിച്ചിരിക്കാം?” ആരും അവനെ കണ്ടിരുന്നില്ല. ഇപ്പോൾ മാത്രമാണ് അവൾക്ക് അവൻ സഞ്ചരിച്ച വഴികൾ മനസ്സിലാകുന്നത്. സബിദീയുടെ ഇളയമകന് നന്ദി. അയാൾ മരുഭൂമിയിലെ സന്ന്യാസിമഠത്തിൽ ഉണ്ടായിരുന്നു. അയാൾ വെളുത്ത വേഷം ധരിച്ച് ഭൂമിയെ പ്രാർത്ഥനയോടെ സാഷ്ടാംഗം നമസ്കരിച്ചിരുന്നു. ജോണിന് അവളെപ്പറ്റി ദുഃഖം തോന്നിയിട്ട് അയാൾ എല്ലാ കാര്യങ്ങളും വെളിപ്പെടുത്തിയിരുന്നു. ഇപ്പോൾ മരുഭൂമിയിലേക്ക് തിരിക്കുന്നതിനുമുമ്പ് അവൾ ജോണിന്റെ തോളിൽ ചാരിക്കിടന്ന് സബിദീയുടെ മുറ്റത്തേക്ക് അല്പം വിശ്രമിക്കാൻ വേണ്ടിയാണ് കടന്നുവന്നത്.

വൃദ്ധയായ സലോമി പ്രതാപത്തോടെ എഴുന്നേറ്റു “പ്രിയപ്പെട്ട മറിയത്തിനു സ്വാഗതം” അവൾ പറഞ്ഞു. “അകത്തു വരൂ.”

മറിയം ഉറുമാൽ പുരികം വരെ താഴ്ത്തിക്കൊണ്ട് മുറ്റത്തു നോക്കി തലകുനിച്ചു മുന്നോട്ടു നടന്നു. അവൾ മുതിർന്ന കൂട്ടുകാരിയുടെ കൈയിൽ മുറുകെ പിടിച്ചുകൊണ്ട് കരയാൻ തുടങ്ങി.

“എന്റെ കുട്ടി, നീ കരയുന്നത് നിനക്കുള്ള ഒരു വലിയ പാപം ആണ്.” വൃദ്ധയായ സലോമി പറഞ്ഞു. സലോമി അവളെ ദിവാനിൽ പിടിച്ചിരുത്തിക്കൊണ്ട് തൊട്ടടുത്ത് ഇരുന്നു. “നിന്റെ മകൻ ഇപ്പോൾ സംരക്ഷണത്തിലാണ്. അവൻ ദൈവത്തിന്റെ മേൽക്കൂരയ്ക്ക് താഴെയാണ്.”

“സലോമി അമ്മേ, ഒരു അമ്മയുടെ ദുഃഖം വളരെ വലുതാണ്.” മറിയം നെടുവീർപ്പിട്ടുകൊണ്ട് പറഞ്ഞു. “ദൈവം എനിക്ക് ഒരു മകനെ മാത്രമാണ് അയച്ചുതന്നത്. പക്ഷേ, അപൂർവ്വതകൾ ഉള്ള ഒരു മകൻ.”

വൃദ്ധനായ സബിദീ അവളുടെ പരാതി കേട്ടു. (അയാളുടെ ലാഭത്തിൽ ഇടപെടുന്നില്ലെങ്കിൽ അയാൾ ഒരു നല്ല മനുഷ്യൻ ആയിരുന്നു.) അയാൾ അവളെ ആശ്വസിപ്പിക്കാൻ വേണ്ടി തട്ടിന്റെ മുകളിൽ നിന്ന് താഴെ ഇറങ്ങി വന്നു. "മറിയം, അത് അവന്റെ ചെറുപ്പം കാരണമാണ്." അയാൾ പറഞ്ഞു. "അവന്റെ ചെറുപ്പം. അതിനെപ്പറ്റി വിഷമിക്കേണ്ട കാര്യം ഇല്ല– അത് കടന്നുപോകും. ചെറുപ്പം വീഞ്ഞുപോലെ ആണ്. അതിനെ ആശീർവദിക്കണം. പക്ഷേ, പെട്ടെന്നുതന്നെ അതിന്റെ ലഹരി വിട്ടൊഴിഞ്ഞ് നമ്മൾ കൂടുതൽ ചവിട്ടും തൊഴിയും ഇല്ലാതെ നുകത്തിനടിയിലേക്ക് നുഴഞ്ഞു കയറിക്കൊള്ളും. നിന്റെ മകന്റെ ലഹരിയും ഒഴിഞ്ഞുപോകും. നിന്റെ മുമ്പിൽ നില്ക്കുന്ന എന്റെ മകനെ നോക്കൂ: ഇപ്പോൾ അവന്റെ ലഹരി ഇറങ്ങാൻ തുടങ്ങിയിട്ടുണ്ട്. ദൈവത്തിനു സ്തുതി!"

ജോൺ ലജ്ജിച്ചു തലതാഴ്ത്തി പക്ഷേ, അയാൾ ഒരു വാക്കുപോലും പറഞ്ഞില്ല. ഒരു കപ്പ് തണുത്ത വെള്ളവും പാകമായ കുറച്ച് അത്തിപ്പഴങ്ങളും എടുത്തുകൊണ്ടുവരാൻ വേണ്ടി അയാൾ അകത്തേക്ക് പോയി. സ്ത്രീകൾ രണ്ടും അടുത്തടുത്ത് തല തമ്മിൽ തൊടുന്ന രീതിയിൽ ഇരുന്നുകൊണ്ട് ദൈവം തൂത്തുവാരിക്കൊണ്ടുപോയ ആൺകുട്ടിയെപ്പറ്റി സംസാരിച്ചുകൊണ്ടിരുന്നു. അവരുടെ സംസാരം പുരുഷന്മാർ കേൾക്കാതിരിക്കാനും അവർ അതിൽ ഇടപെട്ട് വേദന നല്കുന്ന സ്ത്രൈണമായ ആഹ്ലാദം നശിക്കാതിരിക്കാനും വേണ്ടി സ്ത്രീകൾ സംസാരിച്ചുകൊണ്ടിരുന്നത് രഹസ്യങ്ങൾ കൈമാറുന്നതു പോലെ ആയിരുന്നു.

"അവൻ പ്രാർത്ഥന അവസാനിപ്പിക്കുന്നില്ല. സലോമി അമ്മയുടെ മകൻ എന്നോടു പറഞ്ഞു. അവൻ വളരെ കൂടുതൽ സമയം സാഷ്ടാംഗം നമസ്കരിക്കുന്നു. അവന്റെ കൈയിലും മുട്ടിലും തഴമ്പു വന്നിട്ടുണ്ട്. അവൻ ഭക്ഷണം കഴിക്കുന്നില്ലെന്നാണ് ജോൺ പറയുന്നത്. അവൻ ആകാശത്ത് ചിറകുകൾ കാണാൻ തുടങ്ങിയിട്ടുണ്ട്. അവൻ മാലാഖമാരെ കാണാൻ വേണ്ടി വെള്ളം കുടിക്കാൻ പോലും വിസമ്മതിക്കുന്നു.... സലോമി അമ്മേ, ഈ പീഡനം എവിടെച്ചെന്ന് അവസാനിക്കും? അവന്റെ അമ്മാവനായ ആചാര്യനുപോലും അവനെ സുഖപ്പെടുത്താൻ പറ്റുന്നില്ല. പിശാചു ബാധയുള്ള എത്ര മനുഷ്യരെ അദ്ദേഹം സുഖപ്പെടുത്തിയിട്ടുണ്ടെന്ന് ആലോചിച്ചുനോക്കണം... സലോമി അമ്മേ, ദൈവം എന്നെ എന്തിനാണ് ശപിച്ചത്? അദ്ദേഹത്തിനോട് ഞാൻ എന്തു ചെയ്തു?"

അവൾ മുതിർന്ന കൂട്ടുകാരിയുടെ കാൽമുട്ടിൽ തല ചായ്ച്ചു കൊണ്ട് കരയാൻ തുടങ്ങി.

ഒരു പിത്തള കപ്പിൽ വെള്ളവും അത്തി ഇലയിൽ അഞ്ചോ ആറോ അത്തിപ്പഴങ്ങളുമായി ജോൺ പ്രത്യക്ഷപ്പെട്ടു. "അമ്മ കരയരുത്." അയാൾ അത്തിപ്പഴങ്ങൾ മറിയത്തിന്റെ മടിയിൽ വെച്ചുകൊണ്ട് പറഞ്ഞു. "നിങ്ങളുടെ മകന്റെ മുഖത്തിന് ചുറ്റും ദിവ്യമായ ഒരു വെളിച്ചം പരന്നിട്ടുണ്ട്. എല്ലാവരും അത് കാണുന്നില്ല. പക്ഷേ, ഒരു രാത്രിയിൽ ഞാൻ അത് കണ്ടു. അത് അയാളുടെ മുഖത്തെ നക്കിനക്കി വിഴുങ്ങിക്കളയുന്നത് ഞാൻ കണ്ടു.

ഞാൻ ഭയന്നുപോയിരുന്നു. മഠാധിപതിയുടെ മരണം കഴിഞ്ഞ് എല്ലാ രാത്രിയിലും ഹബാക്കുക്ക് പിതാവ് അയാളെ സ്വപ്നം കണ്ടു. അദ്ദേഹം പറയുന്നത് നിങ്ങളുടെ മകന്റെ കൈപിടിച്ചുകൊണ്ട് മഠാധിപതി സന്ന്യാസിമഠത്തിന്റെ അറകൾ തോറും കയറിയിറങ്ങിയെന്നാണ്. അദ്ദേഹം ഒന്നും സംസാരിക്കാതെ പുഞ്ചിരിച്ചുകൊണ്ട് നിങ്ങളുടെ മകനെ ഓരോ അറയും സ്വപ്നത്തിൽ ചൂണ്ടിക്കാണിച്ചു കൊണ്ടിരുന്നു.. അവസാനം ഹബാക്കുക്ക് പിതാവ് ഭയത്തോടെ ചാടി എഴുന്നേറ്റുകൊണ്ട് മറ്റുള്ള മുഴുവൻ സന്ന്യാസിമാരെയും വിളിച്ചുണർത്തി... അവർ എല്ലാവരുംകൂടി ഈ സ്വപ്നത്തിന്റെ കുരുക്ക് അഴിച്ചെടുക്കാൻവേണ്ടി പോരാട്ടം നടത്തി. മഠാധിപതി എന്തായിരുന്നു. അവരോട് പറയാൻ ആഗ്രഹിച്ചത്? അദ്ദേഹം പുഞ്ചിരിച്ചുകൊണ്ട് അവരുടെ പുതിയ അതിഥിയെ എന്താണ് ചൂണ്ടിക്കാണിച്ചത്? പെട്ടെന്ന് മിനിഞ്ഞാന്ന് ഞാൻ മഠത്തിൽനിന്ന് പോരുന്ന ദിവസം സന്ന്യാസിമാർക്ക് ദൈവം വെളിച്ചം കാണിച്ചുകൊടുത്തു. അവർ സ്വപ്നത്തിന്റെ കുരുക്കഴിച്ചു. മരിച്ച മനുഷ്യൻ നിങ്ങളുടെ മകനെ മഠാധിപതിയാക്കാൻ അവരോട് നിർദ്ദേശിക്കുകയായിരുന്നു... ഒരു നിമിഷംപോലും നഷ്ടപ്പെടുത്താതെ സന്ന്യാസിമഠത്തിലെ സന്ന്യാസിമാർ എല്ലാവരും ചേർന്ന് നിങ്ങളുടെ മകനെ കണ്ടെത്തി. അയാൾ മഠാധിപതി ആകേണ്ടത് ദൈവത്തിന്റെ ആഗ്രഹം ആണെന്ന് അവർ നിങ്ങളുടെ മകന്റെ കാലിൽ വീണ് വിളിച്ചു കൂവി. പക്ഷേ, നിങ്ങളുടെ മകൻ പറ്റില്ലെന്ന് പറഞ്ഞു. "ഇല്ല, ഇല്ല, ഇത് എന്റെ വഴിയല്ല" അയാൾ പറഞ്ഞു. "ഞാൻ യോഗ്യനല്ല. ഞാൻ പോകുകയാണ്!" ഉച്ചയ്ക്ക് സന്ന്യാസിമഠത്തിൽ നിന്ന് ഇറങ്ങുന്ന സമയത്ത് ഞാൻ നിങ്ങളുടെ മകൻ പറ്റില്ലെന്ന് പറഞ്ഞ് വിളിച്ചുകൂവുന്നതു കേട്ടു. സന്ന്യാസിമാർ അയാളെ അറയ്ക്കുള്ളിലിട്ട് പൂട്ടി രക്ഷപ്പെടാതിരിക്കാൻ വാതിലിൽ കാവല്ക്കാരെ നിയോഗിക്കണമെന്ന് ഭീഷണിപ്പെടുത്തുന്നുണ്ടായിരുന്നു."

"മറിയത്തിന് അഭിനന്ദനങ്ങൾ" വൃദ്ധയായ സലോമി പറഞ്ഞു. അവരുടെ വാർദ്ധക്യം ബാധിച്ച മുഖം തിളങ്ങുന്നുണ്ടായിരുന്നു. "ഭാഗ്യവതിയായ അമ്മ! ദൈവം നിങ്ങളുടെ ഗർഭപാത്രത്തിനുള്ളിലേക്ക് വീശിയടിച്ചിരിക്കുന്നു. എന്നാൽ നിങ്ങൾ അത് തിരിച്ചറിയുന്നില്ല"

ദൈവം സ്നേഹിക്കുന്ന സ്ത്രീ സലോമി പറഞ്ഞതു കേട്ടു. അവൾക്ക് സാന്ത്വനം ലഭിച്ചില്ല. അവൾ തലകുലുക്കി. "എന്റെ മകൻ വിശുദ്ധനാകണമെന്ന് ഞാൻ ആഗ്രഹിക്കുന്നില്ല." അവൾ മുറുമുറുത്തു. "അവൻ മറ്റുള്ളവരെപ്പോലെ ഒരു മനുഷ്യനാകണമെന്നാണ് ഞാൻ ആഗ്രഹിക്കുന്നത്. അവൻ വിവാഹം കഴിച്ച് എനിക്ക് കൊച്ചുമക്കളെ തരണമെന്നാണ് ഞാൻ ആഗ്രഹിക്കുന്നത്. അതാണ് ദൈവത്തിന്റെ വഴി."

"അത് മനുഷ്യന്റെ വഴിയാണ്" എതിർക്കാൻ ലജ്ജിക്കുന്ന മട്ടിൽ ജോൺ സൗമ്യമായി പറഞ്ഞു. "നിങ്ങളുടെ മകൻ പിൻതുടരുന്ന മറ്റേവഴിയാണ് ദൈവത്തിന്റെ വഴി."

മുന്തിരിത്തോപ്പുകളുടെ ദിശയിൽ നിന്ന് അവർ പൊട്ടിച്ചിരികളും ശബ്ദ

ങ്ങളും കേട്ടു. രണ്ട് ചോരത്തുടുപ്പുള്ള ചെറുപ്പക്കാരായ ചുമട്ടുകാർ മുറ്റത്തേക്ക് കടന്നുവന്നു.

"യജമാനന്മാരെ മോശം വാർത്ത വന്നിരിക്കുന്നു" അവർ പൊട്ടിച്ചിരിച്ചുകൊണ്ട് വിളിച്ചുപറഞ്ഞു. "മഗ്ദല ഉയിർത്തെഴുന്നേറ്റപോലെ തോന്നുന്നു. ആളുകൾ കല്ലെടുത്തുകൊണ്ട് അവരുടെ മത്സ്യകന്യകയെ കൊല്ലാൻ വേണ്ടി നായാട്ടു തുടങ്ങിയിരിക്കുന്നു."

"ഏത് മത്സ്യകന്യകയാണ് വേട്ടയാടപ്പെടുന്നത്." നൃത്തം മതിയാക്കിക്കൊണ്ട് മുന്തിരി ചവിട്ടിത്തേക്കുന്നവർ ചോദിച്ചു. "കുട്ടികളേ, മഗ്ദലനയാണോ?"

"അതെ, മഗ്ദലനയെ ആണ്. അവൾക്ക് അനുഗ്രഹം ഉണ്ടാകട്ടെ! പോകുന്നവഴിക്ക് രണ്ട് കോവർകഴുതകളെ തെളിച്ചുകൊണ്ടുവന്നവരാണ് ഞങ്ങൾക്ക് ഈ വാർത്ത കൊണ്ടുത്തന്നത്. അവർ പറഞ്ഞത് കൊള്ളത്തലവൻ ബാറബാസ് ഇന്നലെ ശനിയാഴ്ച നസറേത്ത് ഉപേക്ഷിച്ചിട്ട് മഗ്ദലയിലേക്ക് അതിക്രമിച്ചുകടന്നെന്നാണ്— ഫൂ, എല്ലാവരും പേടിച്ചു വിറയ്ക്കുന്നത് അവനെപ്പറ്റിയാണ്."

"വിശുദ്ധന്മാരാണ് നമ്മളെ സംരക്ഷിക്കുന്നത്. നമ്മളെ കുഴപ്പിക്കാൻ ഇവിടെ മറ്റൊരാൾ വന്നിട്ടുണ്ട്!" സബിദീ ദേഷ്യപ്പെട്ട് മുറുമുറുത്തു. "അവൻ നശിച്ചുപോകട്ടെ! അവൻ ഒരു മതാചാര്യൻ ആണ്— അതുകൊണ്ട് ഇസ്രയേലിനെ അവൻ രക്ഷപ്പെടുത്തും. എന്നൊക്കെയാണ് അവൻ പറയുന്നത്. അവനും അവന്റെ മൃഗീയമായ മോന്തയും. അവൻ നരകത്തിൽ കിടന്ന് ചീഞ്ഞുപോകട്ടെ. വൃത്തികെട്ട ജാരസന്തതി! എന്നിട്ട്?"

"എന്നിട്ട് ബറാബാസ് വൈകുന്നേരത്ത് മഗ്ദലനയുടെ വീട്ടിൽപോയി. അവളുടെ മുറ്റം നിറഞ്ഞിട്ടുണ്ടെന്ന് അയാൾക്ക് മനസ്സിലാക്കി. സഭയ്ക്ക് പുറത്തായവൾ വിശുദ്ധ ശാബത്ത് ദിവസം ജോലി ചെയ്യുകയായിരുന്നു. ഈ ദൈവവിചാരം ഇല്ലായ്മ അയാൾക്ക് താങ്ങാവുന്നതിനും അപ്പുറം ആയിരുന്നു. അയാൾ ഉടുപ്പിനടിയിൽ നിന്ന് കത്തിവലിച്ചൂരിക്കൊണ്ട് മുന്നോട്ടു കുതിച്ചു. കച്ചവടക്കാർ അവരുടെ വാളുകൾ വലിച്ചെടുത്തു. അയൽക്കാരും തടിച്ചുകൂടി. അവർ എല്ലാവരും പരസ്പരം ഉന്തും തള്ളും നടത്തി. എന്താണ് നടക്കുന്നതെന്ന് തിരിച്ചറിയുന്നതിനു മുമ്പ് മുറ്റം ഒരു യുദ്ധക്കളമായി മാറി. നമ്മുടെ രണ്ട് ആളുകൾ മുറിവേറ്റ് വീണു. കച്ചവടക്കാർ അവരുടെ ഒട്ടകങ്ങളുടെ പുറത്തുകയറി ജീവനും കൊണ്ട് ഓടി രക്ഷപ്പെട്ടു. ബാറബാസ് പ്രശ്നക്കാരിയായ സ്ത്രീയെ കണ്ടുപിടിച്ചു കഴുത്തുവെട്ടാൻ വേണ്ടി വാതിൽ ചവിട്ടിപ്പൊളിച്ചു. പക്ഷേ, മഗ്ദലന എവിടെയായിരുന്നു? അവൾ കൂടിനു പുറത്തേക്ക് പറന്നിറങ്ങി. പിൻവാതിലിലൂടെ അവൾ പുറത്തുപോയി. അപ്രത്യക്ഷപ്പെട്ടു! ഗ്രാമം മുഴുവൻ കൂടി വേട്ടയാടൽ ഏറ്റെടുത്തു. പക്ഷേ, പെട്ടെന്നുതന്നെ നേരം ഇരുട്ടി. അവളെ കണ്ടെത്താനുള്ള ഒരു വഴിയും ഉണ്ടായിരുന്നില്ല. രാവിലെ അവർ പല ദിശകളിലേക്കും ചിന്നിച്ചിതറി. അവർ അന്വേഷിച്ചു. അവർ അവളുടെ വഴിയിലൂടെ മുന്നേറി. അവർക്ക് മണ്ണിൽ അവളുടെ കാൽപ്പാടുകൾ കണ്ടെ

ത്തിയെന്ന് തോന്നി— അവൾ കാപ്പർനാമിലേക്കാണ് പോയത്.

"കുട്ടികളേ അവൾ വന്നാൽ എന്ത് ഭാഗ്യമാണ്!" കോലാടിന്റെ ചുണ്ടു പോലെ തള്ളിനില്ക്കുന്ന ചുണ്ടുനക്കിക്കൊണ്ട് ഫിലിപ്പ് പറഞ്ഞു. "നമ്മുടെ സ്വർഗ്ഗത്തിൽ ഇല്ലാത്ത ഒരു വസ്തു അവൾ ആയിരുന്നു. അതെ നമ്മൾ ഹവ്വയെ മറന്നു. പിന്നീട് ഇപ്പോൾ അവളെ കണ്ടാൽ നമ്മൾ നിശ്ചയമായും ആഹ്ലാദിക്കും."

"ശാബത്ത് ദിവസവും അവളുടെ വെള്ളത്തൊട്ടി തുറന്നുവെച്ചിരിക്കുകയാണ്. അവൾക്ക് അനുഗ്രഹം ഉണ്ടാവട്ടെ." താടിക്കുള്ളിൽ ഇരുന്ന് കൗശലത്തോടെ കള്ളച്ചിരി ചിരിച്ചുകൊണ്ട് നിഷ്കളങ്കനായ നതാനൽ പറഞ്ഞു. ഒരിക്കൽ ശബാത്ത് ദിവസത്തിന്റെ തലേന്നാൾ കുളിച്ച് താടിവടിച്ച് വൃത്തിയുള്ള വേഷം ധരിച്ചത് നതാനലിന് ഓർമ്മവന്നു. അന്ന് പെട്ടെന്ന് കുളിയുടെ പ്രലോഭനം കടന്നുവന്ന് അയാളുടെ കൈയിൽ പിടിച്ചു. അയാൾ പ്രലോഭനത്തോടൊപ്പം മഗ്ദലയിൽ എത്തി മഗ്ദലനയുടെ വീട്ടിലെ ഋജുരേഖയുടെ ഭാഗം ആയി— അവൾ അനുഗ്രഹിക്കപ്പെടട്ടെ! അന്ന് മഞ്ഞുകാലം ആയിരുന്നു. കച്ചവടം മോശമായിരുന്നു. ശാബത്ത് ദിവസം മുഴുവൻ നതാനൽ അവളുടെ വീട്ടിൽ ഉണ്ടായിരുന്നു... അയാൾ സംതൃപ്തിയോടെ പുഞ്ചിരിച്ചു. 'ഒരു വലിയ പാപം' ഒരാൾ പറഞ്ഞെന്നുവരും. തീർച്ചയായും ഒരു വലിയ പാപം ആണ്. പക്ഷേ, ഞങ്ങൾ ദൈവത്തിൽ എല്ലാ വിശ്വാസവും അർപ്പിക്കുന്നു. ദൈവം ഞങ്ങൾക്ക് മാപ്പു തരുന്നു... ശാന്തനും ദരിദ്രനും പീഡിപ്പിക്കപ്പെടുന്നവനും അവിവാഹിതനും ആയ നതാനൽ ഗ്രാമത്തിലെ തെരുവിന്റെ മൂലയിൽ കിടക്കുന്ന ചെറിയ ബെഞ്ചിൽ ഇരുന്ന് ജീവിതകാലം മുഴുവൻ ഗ്രാമീണർക്കു വേണ്ടി മെതിയടികളും ഇടയന്മാർക്കുവേണ്ടി തടിച്ച ചെരിപ്പുകളും നിർമ്മിച്ചുകൊണ്ടിരിക്കുന്നു. അത് എന്തുതരം ജീവിതമാണ്! അതുകൊണ്ട് ഒരിക്കൽ അയാൾ എല്ലാം വലിച്ചെറിഞ്ഞ് ഒരു മനുഷ്യനെപ്പോലെ സ്വയം ആനന്ദിച്ചു- അത് ശാബത്ത് ദിവസം ആയിരുന്നെങ്കിലും അയാളുടെ ജീവിതകാലത്തെ അമൂല്യ നിമിഷങ്ങൾ ആയിരുന്നു. നമ്മൾ പറഞ്ഞതുപോലെ ഇത്തരം കാര്യങ്ങൾ ദൈവം മനസ്സിലാക്കുന്നു— ക്ഷമിക്കുന്നു..

പക്ഷേ, വൃദ്ധനായ സബിദീ നെറ്റി ചുളിച്ചു.

"കഷ്ടം! കഷ്ടം!" അയാൾ മുറുമുറുത്തു. "അവർക്ക് എല്ലാ സമയത്തും എന്റെ മുറ്റത്തുവെച്ചു വേണോ അവരുടെ വഴക്കുകൾ തീർപ്പാക്കേണ്ടത്? ആദ്യം പ്രവാചകന്മാർ, പിന്നീട് വേശ്യകൾ അല്ലെങ്കിൽ കരഞ്ഞുകൊണ്ടിരിക്കുന്ന മുക്കുവർ. ഒടുവിൽ ഇപ്പോൾ ബാറബാസ്. ഇത് വളരെ കൂടുതലാണ്!" അയാൾ മുന്തിരി ചവിട്ടിമെതിക്കുന്നവരുടെ നേർക്ക് തിരിഞ്ഞു.

"എന്റെ നല്ല കുട്ടികളേ, നിങ്ങൾ നിങ്ങളുടെ ജോലിയിൽ ശ്രദ്ധിക്കൂ. മുന്തിരി ചവിട്ടിമെതിക്കൂ!"

ആ വാർത്ത വീട്ടിൽ ഉണ്ടായിരുന്ന സലോമിയും ജോസഫിന്റെ ഭാര്യ മറിയവും കേട്ടു. അവർ പരസ്പരം നോക്കിയിട്ട് ഒന്നും സംസാരിക്കാതെ പെട്ടെന്ന് തല കുനിച്ചു. യൂദാസ് ചുറ്റിക ഉപേക്ഷിച്ചതിനുശേഷം നിര

ത്തിലേക്ക് തുറക്കുന്ന വാതിലിനടുത്തേക്ക് പോയി. അയാൾ എല്ലാ കാര്യങ്ങളും കേട്ട് മനസ്സിൽ പതിച്ചുവെച്ചിരുന്നു. വാതിലിനടുത്തേക്ക് പോകുന്നതിനിടയിൽ അയാൾ വൃദ്ധനായ സബിദീയെ അപരിഷ്കൃതമായ ഒരു നോട്ടം നോക്കി.

അയാൾ വാതിൽപ്പടിയിൽ നിന്ന് കൊണ്ട് ശ്രദ്ധിച്ചു. അയാൾ ശബ്ദങ്ങൾ കേട്ടു. പൊടിപടലങ്ങൾ ഉയരുന്നതു കണ്ടു. പുരുഷന്മാർ ഓടുന്നുണ്ടായിരുന്നു. സ്ത്രീകൾ വിളിച്ചുകൂവുന്നുണ്ടായിരുന്നു. അവളെ അടി! അവളെ പിടി! വീഞ്ഞുചക്കിൽനിന്നും മൂന്നു മനുഷ്യർക്ക് ചാടിപ്പുറത്തു വരാനും തട്ടിൽ നിന്നും വൃദ്ധന് നിരങ്ങി ഇറങ്ങാനും സമയം ലഭിക്കുന്നതിനു മമ്പ് മഗ്ദലന അവളുടെ കീറിപ്പറിഞ്ഞ വസ്ത്രങ്ങളും ധരിച്ച് മുറ്റത്തേക്ക് കടന്നുവന്ന് വൃദ്ധയായ സലോമിയുടെ കാൽക്കൽ വീണു. അവളുടെ നാക്ക് വായിൽ നിന്നും പുറത്തേക്ക് നീണ്ടുകിടന്നിരുന്നു.

"സഹായിക്കണേ!" അവൾ കരഞ്ഞു. "സഹായിക്കണേ! അവർ വരുന്നുണ്ട്."

വൃദ്ധയായ സലോമിക്ക് പാപിയോട് അനുകമ്പ തോന്നി. അവർ എഴുന്നേറ്റ് ജനാല അടച്ചു. അവരുടെ മകനോട് വാതിൽ കുറ്റിയിടാൻ പറഞ്ഞു.

"നിലത്ത് പതുങ്ങി ഇരിക്ക്" അവർ മഗ്ദലനയോട് പറഞ്ഞു. "ഒളിക്കാൻ നോക്ക്."

ജോസഫിന്റെ ഭാര്യ മറിയം പാപത്തിലേക്ക് വഴുതിവീണ ആ സ്ത്രീയെ അനുകമ്പയോടെ കുനിഞ്ഞു നോക്കി. മറിയത്തിന്റെ മുഖത്ത് ഭയവും ഉണ്ടായിരുന്നു. ചാരിത്രശുദ്ധി എത്രമാത്രം അനിശ്ചിതവും പരുഷവുമാണെന്ന് നെറിയുടെ സ്ത്രീകൾക്കല്ലാതെ മറ്റാർക്കും അറിയില്ല. മറിയത്തിന് അവളോട് അനുകമ്പ തോന്നി. പക്ഷേ, ആ സമയത്തുതന്നെ പാപപങ്കിലമായ ഈ ശരീരം അപകടകാരിയായ ഒരു കറുത്ത വന്യമൃഗമാണെന്ന് മറിയത്തിനു തോന്നി. ഈ വന്യമൃഗം അവളുടെ മകനെ കഷ്ടിച്ച് ഇരുപതു വയസ്സുള്ള സമയത്ത് ഏകദേശം തട്ടിപ്പറിച്ച് സ്വന്തമാക്കിയതായിരുന്നു. പക്ഷേ, അവൻ തലനാരിഴയ്ക്ക് രക്ഷപ്പെട്ടു. അതേ, അവൻ സ്ത്രീയിൽ നിന്ന് രക്ഷപ്പെട്ടു. മറിയം നെടുവീർപ്പിട്ടുകൊണ്ട് ആലോചിച്ചു. പക്ഷേ, ദൈവത്തിന്റെ കാര്യം വന്നപ്പോൾ എന്താണ് സംഭവിക്കുന്നത്.

വൃദ്ധയായ സലോമി മഗ്ദലനയുടെ കത്തിയെരിയുന്ന തലയിൽ കൈവച്ചു. "എന്റെ കുട്ടി എന്തിനാണ് കരയുന്നത്?" അവൾ അനുകമ്പയോടെ ചോദിച്ചു.

"എനിക്ക് മരിക്കാൻ ആഗ്രഹം ഇല്ല." മഗ്ദലന മറുപടി പറഞ്ഞു. "ജീവിതം നല്ലതാണ്. ഞാൻ മരിക്കാൻ ആഗ്രഹിക്കുന്നില്ല."

ജോസഫിന്റെ ഭാര്യ മറിയം ഈ സമയത്തും അവളുടെ കൈ മഗ്ദലനയുടെ നേർക്ക് നീട്ടി. ഇപ്പോൾ മറിയം അവളെ ഭയക്കുന്നില്ല. അവളെ വെറുക്കുന്നില്ല. "മഗ്ദലന പേടിക്കരുത്" അവളെ തൊട്ടുകൊണ്ട് മറിയം പറഞ്ഞു. "ദൈവം നിങ്ങളെ സംരക്ഷിക്കുന്നുണ്ട്. നിങ്ങൾ മരിക്കില്ല."

"മറിയം മാതാവിന് എങ്ങനെ മനസ്സിലായി? മഗ്ദലന ചോദിച്ചു. അവളുടെ കണ്ണുകൾ തിളങ്ങി "മഗ്ദലന, ദൈവം നമുക്ക് പശ്ചാത്തപിക്കാനുള്ള സമയം തരും." യേശുവിന്റെ അമ്മ പൂർണ്ണവിശ്വാസത്തോടെ മറുപടി പറഞ്ഞു.

പക്ഷേ, മൂന്നുസ്ത്രീകളും സംസാരിച്ച് വേദനയുടെ കാര്യത്തിൽ യോജിപ്പിലെത്താറായപ്പോൾ "അവർ വരുന്നു! അവർ വരുന്നു! അവർ ഇവിടെ എത്തിക്കഴിഞ്ഞു!" എന്ന നിലവിളി മുന്തിരിത്തോപ്പുകളിൽനിന്നും ഒഴുകിയെത്തി. വൃദ്ധനായ സബിദീക്ക് തട്ടിൽനിന്നും ഒരിക്കൽകൂടി തെന്നിയിറങ്ങാൻ കഴിയുന്നതിനു മുമ്പ് തെരുവിലേക്കുള്ള വാതിലിൽ ജ്വലിക്കുന്ന മനുഷ്യർ പ്രത്യക്ഷപ്പെട്ടു. വിയർപ്പിൽ കുതിർന്ന ബാറബ്ബാസ് പടിവാതിൽ കുറുകെകടന്ന് അലറി വിളിച്ചുകൊണ്ട് അധികാരത്തോടെ മുന്നോട്ടു നടന്നു.

"ഹേ, സബിദീ," അയാൾ അലറി "ഞങ്ങൾക്ക് നിങ്ങളുടെ അനുവാദം ഉണ്ടെങ്കിലും ഇല്ലെങ്കിലും ഒരുപോലെ ആണ്. ഞങ്ങൾ അകത്തേക്ക് വരുന്നു. ഇസ്രയേലിലെ ദൈവത്തിന്റെ പേരിൽ ഞങ്ങൾ അകത്തേക്ക് വരുന്നു."

വൃദ്ധനായ മുതലാളിക്ക് വായ് തുറക്കാൻ കഴിയുന്നതിനു മുമ്പ് ബാറബാസിന്റെ ഒറ്റത്തള്ളിന് കതകിന്റെ വിജാഗിരി പറിഞ്ഞുപോയി. അയാൾ മഗ്ദലനയുടെ മുടിയിൽ പിടിച്ചുവലിച്ചു.

"പുറത്തുവാടി! വേശ്യേ! പുറത്തുവാടി" അവളെ മുറ്റത്തേക്ക് വലിച്ചിഴച്ചുകൊണ്ട് അയാൾ അട്ടഹസിച്ചു. ഈ സമയത്ത് മഗ്ദലയിലെ പൗരന്മാർ കടന്നുവന്നു. അവർ അവളെ പിടിച്ചുപറിച്ചുപൊക്കിയെടുത്ത് കൂക്കുവിളികളുടെയും പൊട്ടിച്ചിരികളുടെയും അകമ്പടിയോടെ ചുമന്നുകൊണ്ടുവന്ന് തടാകത്തിനടുത്തുള്ള ഒരു കുഴിയിലേക്ക് വലിച്ചെറിഞ്ഞു. അതിനുശേഷം സ്ത്രീകളും പുരുഷന്മാരും ഒരുപോലെ നാലു ഭാഗത്തേക്കും ചിന്നിച്ചിതറിപ്പോയി അവരുടെ മേൽക്കുപ്പായത്തിനുള്ളിൽ കല്ലുകൾ ശേഖരിച്ചു.

ഇതിനിടയിൽ വൃദ്ധയായ സലോമി അവളെ പീഡിപ്പിച്ചുകൊണ്ടിരിക്കുന്ന വേദന കണക്കിലെടുക്കാതെ കിടക്കയിൽനിന്ന് ചാടി എഴുന്നേറ്റു ഭർത്താവിനെ ശകാരിക്കാൻ വേണ്ടി മുറ്റത്തേക്ക് സ്വയം വലിച്ചിഴച്ചുകൊണ്ടുവന്നു.

"നിങ്ങൾക്ക് നിങ്ങളെപ്പറ്റി ലജ്ജ തോന്നണം." അവൾ അയാളോട് വിളിച്ചുകൂവി. "നിങ്ങൾ ആ തെമ്മാടികളെ വീട്ടിനുള്ളിൽ കടന്ന് നിങ്ങളുടെ കൺമുമ്പിൽ നിന്ന് നിങ്ങളുടെ ദയ യാചിച്ചു വന്ന ഒരു സ്ത്രീയെ വലിച്ചിഴച്ചുകൊണ്ടുപോകാൻ അനുവദിച്ചു."

അവൾ മുറ്റത്തിന്റെ നടുക്ക് എന്ത് ചെയ്യണമെന്നറിയാതെ നിന്നിരുന്ന അവളുടെ മകൻ ജേക്കബിന്റെ നേർക്കും തിരിഞ്ഞു.

"നീ- നിന്റെ അച്ഛന്റെ കാലടികളാണ് പിന്തുടരുന്നത്. നിനക്ക് നാണം ഇല്ലേ! നിനക്ക് കുറച്ചുകൂടി നല്ല ഒരു മനുഷ്യൻ ആകാൻ പറ്റില്ലേ? നീയും ലാഭത്തെ നിന്റെ ദൈവം ആക്കാൻ പോകുകയാണോ? ഒരു ഗ്രാമം മുഴു

വൻ കൊല്ലാൻ ആഗ്രഹിക്കുന്ന ആ സ്ത്രീയെ ഓടിച്ചെന്ന് രക്ഷിക്കൂ. അവർ അവരെപ്പറ്റി ലജ്ജിക്കണം."

"അമ്മ ബഹളം ഉണ്ടാക്കരുത്. ഞാൻ പോകുകയാണ്." അമ്മയെ അല്ലാതെ ഈ ലോകത്ത് ആരെയും ഭയക്കാത്ത അവളുടെ മകൻ മറുപടി പറഞ്ഞു. ഓരോ തവണ അവൾ അവനോട് ദേഷ്യപ്പെടുന്ന സമയങ്ങളിലെല്ലാം അവൻ ഭയത്തിന് അടിമപ്പെട്ടിരുന്നു. കാരണം അവളുടെ ഗൗരവമുള്ള വന്യമായ ശബ്ദം അവളുടെ ശബ്ദമാണെന്ന് അവനു തോന്നിയില്ല. അത് ഇസ്രയേലിന്റെ ദുർവാശിയുള്ള വംശത്തിന്റെ ശബ്ദം ആയിരുന്നു.

ജേക്കബ് പോകാൻ വേണ്ടി തിരിഞ്ഞുനിന്നുകൊണ്ട് ഫിലിപ്പിനോടും നതാനലിനോടും തലയാട്ടി. "നമുക്ക് പോകാം" അയാൾ പറഞ്ഞു. അയാൾ വീപ്പകൾക്ക് നാലുചുറ്റും യൂദാസിനെ അന്വേഷിച്ചു. പക്ഷേ, കൊല്ലൻ സ്ഥലം വിട്ടിരുന്നു.

"ഞാനും വരുന്നുണ്ട്." ഭാര്യയോടൊപ്പം തനിച്ചിരിക്കാൻ ഭയം ഉള്ളതുകൊണ്ട് അസ്വസ്ഥത തോന്നിയ സബിദീ പറഞ്ഞു. അയാൾ വടി കൈയിൽ എടുത്തുകൊണ്ട് മകനെ പിന്തുടർന്നു.

മഗ്ദലന നിലവിളിക്കുകയായിരുന്നു. ശരീരം മുഴുവൻ മുറിവുകളുമായി അവൾ കുഴിയുടെ ഒരു മൂലയിൽ മുഖം കൈകൊണ്ട് മറച്ചുകൊണ്ട് ചുരുണ്ടുകൂടിക്കിടന്നു. ആണുങ്ങളും പെണ്ണുങ്ങളും കുഴിയുടെ അരികിൽ നിന്ന് പൊട്ടിച്ചിരിച്ചുകൊണ്ട് അവളെ നോക്കി. സമീപപ്രദേശങ്ങളിൽ നിന്നുള്ള എല്ലാ ചുമട്ടുകാരും വിളവെടുപ്പുകാരും ജോലി അവസാനിപ്പിച്ച് കുഴിയുടെ അടുത്തേക്ക് വന്നുകൊണ്ടിരിക്കുകയായിരുന്നു. ചെറുപ്പക്കാർ പ്രശസ്തമായ ആ ശരീരത്തെ രക്തംപുരണ്ട് പകുതി നഗ്നമായ അവസ്ഥയിൽ കാണാനുള്ള ആർത്തിയിലായിരുന്നു. പെൺകുട്ടികൾക്ക് അവർക്ക് അനുഭവിക്കാൻ ഒരു പുരുഷൻ പോലും ഇല്ലാതിരിക്കുമ്പോൾ എല്ലാ പുരുഷന്മാരെയും ആസ്വദിച്ച ആ സ്ത്രീയോട് അസൂയ ഉണ്ടായിരുന്നു. അവർ അവളെ വെറുത്തു.

ബാറബാസ് ഒച്ചയും ബഹളവും അവസാനിപ്പിക്കാനുള്ള സൂചനയായി കൈ ഉയർത്തി. അയാൾ കല്ലെറിയാനുള്ള കല്പന പുറപ്പെടുവിക്കാൻ ആഗ്രഹിച്ചു. ആ നിമിഷത്തിൽ ജേക്കബ് പ്രത്യക്ഷപ്പെട്ടു. അയാൾ കൊള്ളത്തലവനായ മതഭ്രാന്തന്റെ അടുത്തെത്താൻ വേണ്ടി മുന്നോട്ടു നടന്നു. പക്ഷേ, ഫിലിപ്പ് അയാളുടെ കൈയിൽ കയറി മുറുകെ പിടിച്ചു.

"നിങ്ങൾ എവിടെ പോകുന്നു." അയാൾ പറഞ്ഞു. "നമുക്ക് തനിച്ച് എന്തുചെയ്യാൻ പറ്റും. നമ്മൾ വിരലിൽ എണ്ണാവുന്ന ആളുകൾ മാത്രമാണ് ഉള്ളത്. അവർ ഗ്രാമം മുഴുവൻ ഉണ്ട്. നമുക്ക് അവസരം ഇല്ല."

പക്ഷേ, ജേക്കബ് അവന്റെ അമ്മയുടെ അപരിഷ്കൃതമായ ശബ്ദം തുടരെത്തുടരെ കേൾക്കുന്നുണ്ടായിരുന്നു.

"ഹേ ബാറബാസ്, കൊലയാളി" അവൻ അലറി. "നീ ഞങ്ങളുടെ ഗ്രാമത്തിൽ വന്നിരിക്കുന്നത് മനുഷ്യനെ കൊല്ലാനാണോ? ശരി, ആ

സ്ത്രീയെ തനിച്ച് വിട്ടേക്കൂ. ഞങ്ങൾ അവളുടെ വിധി പറയാം. മദ്ഗല യിലെയും കാപ്പർനാമിലെയും പ്രായമായവർ അവളുടെ വിധി പറയാൻ വരും. നസറേത്തിലെ ആചാര്യനായ അവളുടെ അച്ഛനും വരും. അതാണ് നിയമം!"

"എന്റെ മകൻ പറഞ്ഞത് ശരിയാണ്." വലിയ ഗദയും ചുമന്നുകൊണ്ട് വന്ന കിഴവൻ സബിദീ ഇടയ്ക്കുകയറി പറഞ്ഞു. "അവൻ പറഞ്ഞത് ശരി യാണ്. അതാണ് നിയമം!"

ബാറബാസ് ഒരുകറക്കം കറങ്ങി അവരുടെ തൊട്ടുമുന്നിൽ വന്ന് നിവർന്നു നിന്നു. "ഗ്രാമത്തിലെ മുതിർന്നവരുടെ കൈകൾ വഴുവഴുപ്പു ള്ളതാണ്." അയാൾ അലറി. "സബിദീയുടെ കൈയും അങ്ങനെതന്നെ ആണ്. ഞാൻ അവരെ വിശ്വസിക്കുന്നില്ല. നിങ്ങളിൽ ആർക്കെങ്കിലും ധൈര്യം ഉണ്ടെങ്കിൽ അവർ മുന്നോട്ടുവന്ന് എന്നോട് മാറ്റുരച്ചുനോക്കട്ടെ!"

മഗ്ദലയിൽനിന്നും കാപ്പർനാമിൽനിന്നും ഉള്ള ആണുങ്ങളും പെണ്ണു ങ്ങളും അവരുടെ കണ്ണുകളിൽ കൊലപാതകത്തിന്റെ തിളക്കവുമായി ബാറ ബാസിനു ചുറ്റും കൂട്ടംകൂടി. ഗ്രാമത്തിൽ നിന്നും കവണകളുമായി ഒരു സംഘം ആൺകുട്ടികൾ വന്നുചേർന്നു.

ഫിലിപ്പ് നതാനലിന്റെ കൈപിടിച്ച് വലിച്ചുകൊണ്ട് പിന്നോട്ടുമാറി. അയാൾ ജേക്കബ്ബിന്റെ നേർക്ക് തിരിഞ്ഞു.

"സബിദീയുടെ മകന് വേണമെങ്കിൽ തനിച്ച് മുന്നോട്ടുപോകാം— ഞങ്ങൾ തയ്യാറല്ല. ഞങ്ങൾക്ക് ഭ്രാന്തുണ്ടെന്ന് നിങ്ങൾ വിചാരിക്കു ന്നുണ്ടോ?"

"ഭീരുക്കൾ. നിങ്ങൾക്ക് നിങ്ങളെപ്പറ്റി ലജ്ജിക്കാൻ തോന്നുന്നില്ലേ?"

"ഇല്ല. ഞങ്ങൾക്ക് തോന്നുന്നില്ല."

ജേക്കബ് അച്ഛന്റെ മുഖത്തേക്ക് നോക്കി. പക്ഷേ, സബിദീ ആ സമ യത്ത് ചുമച്ചു.

"ഞാൻ ഒരു കിഴവൻ ആണ്." അയാൾ പറഞ്ഞു.

"ആരെങ്കിലും ഉണ്ടോ?" ബാറബാസ് പൊട്ടിച്ചിരിച്ചുകൊണ്ട് വിളിച്ചു കൂവി.

വൃദ്ധയായ സലോമി അവളുടെ ഇളയമകൻ ജോണിന്റെ കൈയിൽ മുറുകെ പിടിച്ചുകൊണ്ട് വന്നുചേർന്നു. അവരുടെ തൊട്ടുപുറകെ നിറഞ്ഞ കണ്ണുകളുമായി ജോസഫിന്റെ ഭാര്യ മറിയം വന്നു. ജോക്കബ് തിരിഞ്ഞു നോക്കിയപ്പോൾ അമ്മയെ കണ്ടു. അയാൾ വിറച്ചു. അയാളുടെ മുന്നിൽ ഭ്രാന്തുപിടിച്ച ജനക്കൂട്ടത്തിന്റെ കൂടെ കൊലയാളി ഉണ്ടായിരുന്നു. പിന്നിൽ നിശ്ശബ്ദയായി നില്ക്കുന്ന അപരിഷ്കൃതയായ അയാളുടെ അമ്മയും ഉണ്ടായിരുന്നു.

"ആരെങ്കിലും ഉണ്ടോ?" കുപ്പായത്തിന്റെ കൈ ചുരുട്ടിക്കയറ്റിക്കൊണ്ട് ബാറബാസ് വീണ്ടും വിളിച്ചുകൂവി.

"ഞാൻ അവർക്ക് നാണക്കേട് ഉണ്ടാക്കില്ല!" സബിദീയുടെ മകൻ മുറുമുറുത്തു. അയാൾ മുന്നോട്ടു നടക്കാൻ തുടങ്ങി. പെട്ടെന്ന് ബാറബാസ്

അയാളുടെ നേർക്ക് പാഞ്ഞടുത്തു.

"അയാൾ ചേട്ടനെ കൊല്ലും" ജേക്കബിന്റെ അടുത്തേക്ക് പാഞ്ഞെത്താൻ വേണ്ടി മനുഷ്യരുടെ പിടിയിൽനിന്നും കുതറിമാറാൻ ശ്രമിച്ചുകൊണ്ട് ജോൺ പറഞ്ഞു. പക്ഷേ, അവരുടെ അമ്മ അയാളെ പിടിച്ചു നിർത്തി.

പക്ഷേ, എതിരാളികൾ രണ്ടും പരസ്പരം ഏറ്റുമുട്ടാൻ തുടങ്ങുമ്പോൾ തടാകത്തിന്റെ കരയിൽനിന്നും സന്തോഷമുള്ള ഒരു നിലവിളി കേട്ടു. "രാജാവ് വരുന്നു! രാജാവ് വരുന്നു!" അയാൾ വിളിച്ചുകൂവി. "രാജാവ് വന്നുകൊണ്ടിരിക്കുന്നു!"

"ആരാണ് വരുന്നത്?" അവർ അയാളുടെ നാലുചുറ്റും പൊതിഞ്ഞു നിന്നുകൊണ്ട് ചോദിച്ചു.

"രാജാവ്" ചെറുപ്പക്കാരൻ ഉത്തരം പറഞ്ഞു. അയാൾ അയാളുടെ പിന്നിലെ മരുഭൂമിയിലേക്ക് വിരൽ ചൂണ്ടി. "രാജാവ്– അദ്ദേഹം അവിടെയുണ്ട്."

എല്ലാവരും അങ്ങോട്ട് തിരിഞ്ഞു. സൂര്യൻ ഇപ്പോൾ അസ്തമിച്ചുകൊണ്ടിരിക്കുകയായിരുന്നു. ചൂട് കുറഞ്ഞുകൊണ്ടിരുന്നു. താഴെ നിന്നും ഒരു മനുഷ്യൻ നടന്നുകയറി വരുന്നത് കാണാൻ കഴിഞ്ഞിരുന്നു. അയാൾ സന്ന്യാസിമഠത്തിൽനിന്നുള്ള ഒരു സന്ന്യാസിയെപ്പോലെ വെളുത്ത വസ്ത്രം ആയിരുന്നു ധരിച്ചിരുന്നത്. തടാകത്തിന്റെ മുന്നിലെ അരളികൾ പൂത്തിരുന്നു. വെളുത്തവേഷം ധരിച്ച മനുഷ്യൻ ഒരുചുവന്ന പൂവ് കുനിഞ്ഞെടുത്ത് ചുണ്ടുകൾക്കിടയിൽവച്ചു. ചരൽക്കല്ലുകൾക്ക് മുകളിൽ കൂടി രണ്ട് കടൽക്കാക്കകൾ നടക്കുന്നുണ്ടായിരുന്നു. അവ അയാൾക്ക് കടന്നുപോകാൻവേണ്ടി ഒരുവശത്തേക്ക് ഒഴിഞ്ഞുമാറികൊടുത്തു.

വൃദ്ധയായ സലോമി നരച്ച തല ഉയർത്തി അന്തരീക്ഷത്തിന്റെ മണം പിടിച്ചു. "ആരാണ് വരുന്നത്?" അവർ മകനോട് ചോദിച്ചു. "കാറ്റ് മാറിയിട്ടുണ്ട്."

"അമ്മേ, എന്റെ ഹൃദയം പൊട്ടിത്തെറിക്കാൻ തയ്യാറാണ്. അത് അയാൾ ആണെന്നാണ് ഞാൻ വിചാരിക്കുന്നത്." മകൻ മറുപടി പറഞ്ഞു.

"ആര്?"

"ശ്... സംസാരിക്കാതിരിക്ക്."

"അയാളുടെ പിന്നിലുള്ള ആ മനുഷ്യർ ആരാണ്? എന്റെ ദൈവമേ, അയാളുടെ പിന്നിൽ ഒരു പട്ടാളം മുഴുവൻ ഉണ്ട്."

"അമ്മേ, അവർ മുന്തിരിവിളപ്പെടുപ്പിനുശേഷം അവശേഷിക്കുന്നവ ശേഖരിക്കാൻ വന്ന പാവങ്ങളാണ്. അവർ പട്ടാളക്കാരല്ല. പേടിക്കണ്ട."

സത്യത്തിൽ അയാളുടെ പിന്നിൽ പ്രത്യക്ഷപ്പെടാൻ തുടങ്ങിയ മുഷിഞ്ഞ വേഷക്കാരുടെ സംഘം ഒരു പട്ടാളംതന്നെ ആയിരുന്നു. അവർ പെട്ടെന്ന് വിളവെടുപ്പുകഴിഞ്ഞ മുന്തിരിപ്പാടങ്ങളിൽ ചിന്നിച്ചിതറി–ചാക്കും കുട്ടയും കരുതിയിട്ടുള്ള ആണുങ്ങളും പെണ്ണുങ്ങളും കുട്ടികളും പരിശോധന ആരംഭിച്ചു. ഓരോ വർഷവും വിളവെടുപ്പ് സമയത്ത് ഗലീലിയുടെ

എല്ലാ ഭാഗത്തുനിന്നും വിശക്കുന്നവരുടെ ഈ സംഘം ഒഴുകിയെത്തി ഭൂവുടമകളിൽനിന്നും ഇസ്രയേലിന്റെ നിയമം അനുശാസിക്കുന്ന ഗോതമ്പും ഒലിവും മുന്തിരിയും ശേഖരിച്ചിരുന്നു.

വെളുത്തവേഷം ധരിച്ച മനുഷ്യൻ പെട്ടെന്ന് നടത്തം നിർത്തി. ആൾക്കൂട്ടത്തിന്റെ കാഴ്ച അയാളെ ഭയപ്പെടുത്തിയിരുന്നു. 'ഞാൻ നിശ്ച യമായും പോകണം.' പഴയ ഭയത്തിനടിമപ്പെട്ട് അയാൾ സ്വയം പറഞ്ഞു. "ഇത് മനുഷ്യരുടെ ലോകം ആണ്. ഞാൻ നിശ്ചയമായും പോകണം. ഞാൻ നിശ്ചയമായും മരുഭൂമിയിലേക്ക് തിരിച്ചുപോകണം. അവിടെ ദൈവം..."ഒരിക്കൽ കൂടി അയാളുടെ വിധി ഒരു നേർത്ത ചരടിൽ തൂങ്ങി ക്കിടന്നു. ഏതുവഴിക്കാണ് അയാൾ പോകേണ്ടത്? മുന്നിലേക്കോ? അതോ പിന്നിലേക്കോ?

കുഴിയുടെ ചുറ്റും ഉണ്ടായിരുന്ന എല്ലാവരും അയാളെ ശ്രദ്ധിച്ചു കൊണ്ട് അനങ്ങാതെ നിന്നു. ജേക്കബ്ബും ബാറബ്ബാസും ഉടുപ്പിന്റെ കൈതെറുത്തുകയറ്റിക്കൊണ്ട് പരസ്പരം മുഖത്തോടു മുഖം നോക്കി നില്ക്കുകയായിരുന്നു. മഗ്ദലനപോലും അവളുടെ തല ഉയർത്തി ശ്രദ്ധി ച്ചു. ജീവിതമാണോ? മരണമാണോ? ഈ നിശ്ശബ്ദത എന്തായിരുന്നു? കാറ്റിന് വ്യത്യാസം വന്നിരുന്നു. പെട്ടെന്ന് അവൾ ചാടി എഴുന്നേറ്റ് കൈ ഉയർത്തിക്കൊണ്ട് നിലവിളിച്ചു. "സഹായിക്കണേ!"

വെളുത്ത വേഷം ധരിച്ച മനുഷ്യൻ ആ ശബ്ദം കേട്ടു. അയാൾ അത് തിരിച്ചറിഞ്ഞു. അയാൾ വിറച്ചു.

"അത് മഗ്ദലനയാണ്." അയാൾ മുറുമുറുത്തു. "എനിക്ക് നിശ്ചയ മായും മഗ്ദലനയെ രക്ഷപ്പെടുത്തിയേ പറ്റൂ." അയാൾ കൈകൾ വിടർത്തി പിടിച്ചുകൊണ്ട് ആൾക്കൂട്ടത്തിലേക്ക് അതിവേഗത്തിൽ നടന്നു.

കൂടുതൽ അടുത്തേക്ക് വന്ന് ആളുകളുടെ ദേഷ്യം നിറഞ്ഞ കണ്ണു കളും അവരുടെ മുഖഭാവങ്ങളിലെ ഇരുണ്ട വിദ്വേഷം നിറഞ്ഞ ക്രൂരതയും മനസ്സിലാക്കിയപ്പോൾ അയാളുടെ ഹൃദയം കൂടുതൽ ഇളകിമറിഞ്ഞു. അയാളുടെ മനസ്സിൽ നിന്ന് അഗാധമായ അനുകമ്പയും സ്നേഹവും കവി ഞ്ഞൊഴുകി. 'ഇവർ മനുഷ്യരാണ്.' അയാൾ ആലോചിച്ചു. 'ഇവർ എല്ലാ വരും സഹോദരന്മാരാണ്. ഇവരിൽ ഓരോരുത്തരും സഹോദരന്മാരാണ്. പക്ഷേ, അവർ അത് മനസ്സിലാക്കുന്നില്ല— അതുകൊണ്ടാണ് അവർ കഷ്ട പ്പെടുന്നത്. അവർക്ക് അത് മനസ്സിലായിരുന്നെങ്കിൽ എന്തെല്ലാം ആഘോ ഷങ്ങൾ ഉണ്ടാകുമായിരുന്നു! എത്രമാത്രം ചുംബനങ്ങളും ആലിംഗന ങ്ങളും ഉണ്ടാകുമായിരുന്നു! എത്രമാത്രം സന്തോഷം ഉണ്ടാകുമായിരുന്നു!

അയാൾ അവസാനം അവിടെയെത്തി ഇടത്തോട്ടും വലത്തോട്ടും കൈ വിടർത്തി പിടിച്ചുകൊണ്ട് ഒരു പാറയുടെ മുകളിൽ കയറി നിന്നു. അയാളുടെ ഉള്ളിന്റെ ഉള്ളിൽ നിന്നും ആഹ്ലാദം നിറഞ്ഞതും ജയഘോഷം മുഴക്കുന്നതുമായ ഒരു വാക്ക് പുറത്തേക്ക് വന്നു.

"സഹോദരന്മാരേ!"

അത്ഭുതപ്പെട്ടുപോയ മനുഷ്യർ പരസ്പരം നോക്കി. ആരും മറുപടി

പറഞ്ഞില്ല.

"സഹോദരന്മാരേ!" ജയഘോഷം മുഴക്കുന്ന ആ അപേക്ഷ വീണ്ടും പ്രതിദ്ധ്വനിച്ചു. "സഹോദരന്മാരേ! നിങ്ങളെ കണ്ടതിൽ എനിക്ക് സന്തോഷം ഉണ്ട്."

"ശരി കുരിശ് പണിയുന്നവനെ കണ്ടതിൽ ഞങ്ങൾക്ക് സന്തോഷം ഇല്ല." തറയിൽ നിന്ന് ഒരു ഭാരമുള്ള കല്ല് കൈയിൽ എടുത്തുകൊണ്ട് ബാറബാസ് അയാളോട് മറുപടി പറഞ്ഞു.

"എന്റെ കുട്ടീ!" ഹൃദയം പിളർക്കുന്ന ശബ്ദത്തിൽ ആരോ വിളിച്ചു കൂവി. മറിയം ആൾക്കൂട്ടത്തിൽ നിന്ന് തിക്കിതിരക്കി പുറത്തുവന്ന് അവ ളുടെ മകനെ കെട്ടിപ്പിടിച്ചു. പക്ഷേ, അയാൾ ഒന്നും പറയാതെ അമ്മ യുടെ കൈകൾ അടർത്തിമാറ്റിയതിനുശേഷം ബാറബാസിന്റെ അടു ത്തേക്ക് നടന്നു. അയാൾ പറഞ്ഞു. "എന്റെ സഹോദരൻ ബാറബാസിനെ കണ്ടതിൽ എനിക്ക് സന്തോഷം ഉണ്ട്. ഞാൻ ഒരു ചങ്ങാതിയാണ്. ഞാൻ വലിയ സന്തോഷം തരുന്ന ഒരുസന്ദേശം കൊണ്ടുവന്നിട്ടുണ്ട്."

"കൂടുതൽ അടുത്തേക്ക് വരരുത്." ബാറബാസ് അലറി. അയാൾ മറ്റുള്ളവരുടെ കണ്ണിൽ നിന്ന് മഗ്ദലനയെ മറച്ചുവെക്കാൻ വേണ്ടി അവ ളുടെ മുന്നിൽകയറിനിന്നു. പക്ഷേ, അവൾക്ക് ഏറ്റവും പ്രിയങ്കരമായ ആ ശബ്ദം അവൾ കേട്ടു. അവൾ ചാടി എഴുന്നേറ്റു നിന്നു.

"യേശു" അവൾ നിലവിളിച്ചു "സഹായിക്കണേ."

ഒരേ ഒരു കുതിപ്പ് യേശുവിനെ കുഴിയുടെ വക്കിൽ എത്തിച്ചു. മഗ്ദ ലന പാറകളിൽ പിടിച്ച് കാലുറപ്പിച്ചുകൊണ്ട് മുകളിലേക്ക് കയറാൻ തുട ങ്ങിയിരുന്നു. യേശു കുനിഞ്ഞ് കൈനീട്ടിക്കൊടുത്തു. അവൻ കൈയിൽ കയറി പിടിച്ചു. അയാൾ അവളെ വലിച്ചു പുറത്തു കൊണ്ടുവന്നു.

ബാറബാസ് മുന്നോട്ടു പാഞ്ഞുവന്ന് അവളുടെ മുതുകിൽ ചവുട്ടി. "ഇവൾ എന്റെയാണ്" അയാൾ കൈയിൽ ഇരുന്ന കല്ല് ഉയർത്തിക്കൊണ്ട് അലറി. "ഞാൻ ഇവളെ കൊല്ലും— ഇവൾ ശാബത്ത് ദിവസത്തിന്റെ വിശുദ്ധി കെടുത്തി. ഇവളെ കൊല്ലണം!"

"കൊല്ലണം! കൊല്ലണം" അവരുടെ ബലിമൃഗം രക്ഷപ്പെടുമെന്നുള്ള ഭയം കൊണ്ട് ആളുകൾ അവരുടെ ഭാഗം വ്യക്തമാക്കിക്കൊണ്ട് ഈ സമ യത്ത് വിളിച്ചുകൂവി.

മുഷിഞ്ഞ വേഷക്കാർ അവളുടെ ചുറ്റും കൂടുന്നതുകണ്ടപ്പോൾ— അവ രുടെ തലയിൽ പലതരം വിചിത്രമായ ആശയങ്ങളും നിറഞ്ഞിട്ടുണ്ടെന്ന് ആർക്കും ഉറപ്പാക്കാൻ പറ്റും— സബിദീയും വിളിച്ചുകൂവി "കൊല്ലണം!" ഇരപ്പാളികളെ അവരുടെ ആഗ്രഹത്തിനൊത്ത് പ്രവർത്തിക്കാൻ അനുവ ദിച്ചാൽ നമുക്കാണ് ദുർഗതി. "കൊല്ലണം!" കൈയിൽ ഇരുന്ന ഗദ തറ യിൽ ഇടിച്ചുകൊണ്ട് സബിദീ വീണ്ടും വിളിച്ചുകൂവി. "കൊല്ലണം!"

യേശു കല്ലെറിയാൻ ഉയർത്തിയ ബാറബാസിന്റെ കൈയുടെ ചലന ങ്ങളെ നിയന്ത്രിച്ചു. "ബാറബാസ്" യേശു ദുഖം നിഴലിക്കുന്ന ശാന്തമായ ശബ്ദത്തിൽ പറഞ്ഞു. "നിങ്ങൾ ദൈവത്തിന്റെ ഏതെങ്കിലും ഒരുകല്പന

ഒരിക്കൽപോലും അനുസരിക്കാതിരുന്നിട്ടില്ലേ? നിങ്ങൾ ഒരിക്കലും മോഷ്ടിച്ചിട്ടില്ലേ? ഒരിക്കലും കൊന്നിട്ടില്ലേ? ഒരിക്കലും പരസ്ത്രീ സംഗമം നടത്തിയിട്ടില്ലേ? ഒരിക്കലും കള്ളം പറഞ്ഞിട്ടില്ലേ?"

അയാൾ ഇരമ്പുന്ന ജനക്കൂട്ടത്തിന്റെ നേർക്ക് തിരിഞ്ഞ് സാവധാനം ഓരോരുത്തരെയായി സൂക്ഷിച്ചുനോക്കി.

"നിങ്ങളിൽ പാപം ഇല്ലാത്തവർ ആദ്യത്തെ കല്ലെറിയട്ടെ!"

ആൾക്കൂട്ടം ഇളകിമറിഞ്ഞു. അവരുടെ ഓർമ്മകൾ തോണ്ടിപുറത്തു കൊണ്ടുവന്ന അയാളുടെ മാന്തിക്കീറുന്ന നോട്ടത്തിൽ നിന്ന് രക്ഷപ്പെടാൻ വേണ്ടി അവർ ഓരോരുത്തരായി പിന്നോട്ടുമാറി. മനുഷ്യർ ജീവിതകാലത്ത് അവർ പറഞ്ഞ എല്ലാ കള്ളങ്ങളും ഓർമ്മിച്ചു. അവർ ചെയ്തുകൂട്ടിയ എല്ലാ അനീതികളും ഓർമ്മിച്ചു. അവർ കൂടെ കിടന്ന മറ്റുള്ളവരുടെ എല്ലാ ഭാര്യമാരെയും ഓർമ്മിച്ചു. സ്ത്രീകൾ അവരുടെ ഉറുമാലുകൾ മുഖത്തേക്ക് താഴ്ത്തിയിട്ടു. അവർ കൈയിൽ കരുതിയിരുന്ന കല്ലുകൾ നിലത്തേക്ക് തെന്നിവീണു.

അപരിഷ്കൃതരുടെ സംഘം വിജയികളാകാൻ പോകുകയാണെന്ന് മനസ്സിലാക്കിയപ്പോൾ സബിദീയുടെ കോപം കവിഞ്ഞൊഴുകി. ഒരിക്കൽകൂടി യേശു ആളുകളുടെ നേർക്ക് തിരിഞ്ഞ് അവരിൽ ഓരോരുത്തരുടെയും കണ്ണിന്റെ ആഴത്തിലേക്ക് സൂക്ഷിച്ചു നോക്കി.

"നിങ്ങളിൽ പാപം ഇല്ലാത്തവൻ ആദ്യത്തെ കല്ലെറിയട്ടെ."

"ഞാൻ എറിയാം" സബിദീ പൊട്ടിത്തെറിച്ചു. "ബാറബാസ്, നിങ്ങളുടെ കല്ല് എനിക്ക് തരണം. നിരപരാധിക്ക് ഭയക്കേണ്ട കാര്യം ഇല്ല: ഞാൻ എറിയാം."

ബാറബാസ് സന്തോഷിച്ചു. അയാൾ കല്ല് സബിദീയെ ഏല്പിച്ചിട്ട് ഒരു വശത്തേക്ക് മാറി നിന്നു. സബിദീ കല്ലിന്റെ ഭാരം കൈ കൊണ്ട് തൂക്കിനോക്കിക്കൊണ്ട് മഗ്ദലനയുടെ അടുത്തേക്ക് നീങ്ങിനിന്നു. കൃത്യമായി അവളുടെ തലയിൽ തന്നെ എറിയണം എന്നതായിരുന്നു അയാളുടെ ഉദ്ദേശ്യം. അവൾ സ്വസ്ഥമായി യേശുവിന്റെ പാദങ്ങളിൽ ഒരു പന്തുപോലെ ചുരുണ്ടുകൂടിക്കിടന്നു. കാരണം ഇവിടെ അവൾക്ക് മരണത്തെ ഭയക്കേണ്ടതില്ലെന്ന് തോന്നി.

കോപാകുലരായ മുഷിഞ്ഞ വേഷക്കാർ വൃദ്ധനായ സബിദീയെനോക്കി. അവരുടെ കൂട്ടത്തിൽ ഏറ്റവും മെലിഞ്ഞ മനുഷ്യൻ മുന്നോട്ടു ചാടിവീണു.

"ഹേ സബിദീ," അയാൾ അലറി "നിങ്ങൾക്ക് ഒരു ദൈവം ഉണ്ടെന്ന് അറിയില്ലേ?" നിങ്ങളുടെ കൈ തളർന്നുപോകും. നിങ്ങൾക്ക് ഭയം തോന്നുന്നില്ലേ? കഴിഞ്ഞതെല്ലാം ആലോചിച്ചു നോക്കൂ: നിങ്ങൾ ഒരിക്കലും പാവങ്ങളുടെ അവകാശങ്ങൾ അത്യാർത്തിയോടെ വിഴുങ്ങിയിട്ടില്ലേ? നിങ്ങൾ ഒരിക്കലും ഒരു അനാഥന്റെ മുന്തിരിപ്പാടം ലേലത്തിൽ വില്ക്കാൻ കാരണക്കാരൻ ആയിട്ടില്ലേ? നിങ്ങൾ ഒരിക്കലും രാത്രിയിൽ ഒരു വിധവയുടെ വീട്ടിലേക്ക് കാലെടുത്തുകുത്തിയിട്ടില്ലേ?"

അതുകേട്ടപ്പോൾ വൃദ്ധനായ പാപിക്ക് അയാളുടെ കൈയിൽ ഇരുന്ന കല്ലിന്റെ ഭാരം കൂടിക്കൂടി വന്നു. അയാൾ സ്വയം നിയന്ത്രിച്ചു. പെട്ടെന്ന് അയാൾ വിളിച്ചുകൂവി. ഉടൻതന്നെ അയാളുടെ കൈ ഉപയോഗശൂന്യമായി. അത് തളർന്നു പോയി. വലിയ കല്ല് അയാളുടെ കൈയിൽനിന്നും പാദത്തിന്റെ മുകളിൽ വീണ് കാൽവിരൽ ഒടിഞ്ഞു.

മുഷിഞ്ഞ വേഷക്കാർ ആഹ്ലാദംകൊണ്ട് വിളിച്ചുകൂവി.

"അത്യത്ഭുതം! അത്യത്ഭുതം! മഗ്ദലന നിഷ്കളങ്കയാണ്!"

ബാറബാസിന്റെ നിയന്ത്രണം പോയി അയാളുടെ വസൂരിക്കുത്തുള്ള മുഖം ദേഷ്യം കൊണ്ട് ചുവന്നുതുടുത്തു. അയാൾ മറിയത്തിന്റെ മകന്റെ നേർക്ക് പാഞ്ഞടുത്തു കൊണ്ട് കൈ ഉയർത്തി ചെകിട്ടത്തടിച്ചു. പക്ഷേ, യേശു ശാന്തനായി മറ്റേകവിൾ കാണിച്ചുകൊടുത്തു.

"സഹോദരാ, മറ്റേ കവിളത്തും അടിച്ചുകൊള്ളൂ." യേശു പറഞ്ഞു.

ബാറബാസിന്റെ കൈ മരവിച്ചുപോയി. അയാളുടെ കണ്ണുകൾ പുറത്തേക്ക് തള്ളിവന്നു. ഈ മനുഷ്യൻ ആരാണ്? ഇയാൾ ആരായിരുന്നു? ഇയാൾ ഒരു പ്രേതമാണോ? മനുഷ്യനാണോ? പിശാച് ആണോ? അയാൾ പരിഭ്രമത്തോടെ പിന്നോട്ട് നീങ്ങിനിന്ന് യേശുവിനെ നോക്കി.

"സഹോദരാ, മറ്റേകവിളിൽ അടിച്ചുകൊള്ളൂ." മറിയത്തിന്റെ മകൻ അയാളെ ഒരിക്കൽകൂടി പ്രലോഭിപ്പിച്ചു.

ഈ സന്ദർശനത്തിൽ യൂദാസ് ഒരു അത്തിമരത്തിന്റെ തണലിൽ നിന്ന് പുറത്തുവന്നു. അയാൾ അവിടെ മാറിനിന്ന് ശ്രദ്ധിച്ചുകൊണ്ടിരിക്കുകയായിരുന്നു. അയാൾ എല്ലാ കാര്യങ്ങളും കണ്ടിരുന്നു. പക്ഷേ, സംസാരിച്ചില്ല. മഗ്ദലന കൊല്ലപ്പെടുന്നതും കൊല്ലപ്പെടാതിരിക്കുന്നതും തമ്മിൽ അയാൾക്ക് വ്യത്യാസം ഒന്നും ഇല്ല. പക്ഷേ, ബാറബാസും മുഷിഞ്ഞ വേഷക്കാരും സബിദീയെ എതിർത്ത് അയാളുടെ പാപങ്ങൾ പരസ്യമായി പ്രഖ്യാപിച്ചത് യൂദാസിന് ഇഷ്ടപ്പെട്ടു. യേശു പുതിയ വെളുത്ത വേഷത്തിൽ തടാകക്കരയിൽ പ്രത്യക്ഷപ്പെട്ടിരിക്കുന്നതുകണ്ടപ്പോൾ അയാൾ മനസ്സിൽ പല കാര്യങ്ങളും ആലോചിച്ചിരുന്നു. "അയാൾ ആരാണെന്നും അയാളുടെ ആഗ്രഹം എന്താണെന്നും അയാൾക്ക് മനുഷ്യരോട് പറയാനുള്ള സന്ദേശം എന്താണെന്നും ഇപ്പോൾ വ്യക്തമാക്കപ്പെടും." അയാൾ ചെവി കൂർപ്പിച്ചുകൊണ്ട് മുറുമുറുത്തു. പക്ഷേ, തുടങ്ങുമ്പോൾതന്നെ പുറത്തുവന്ന 'സഹോദരന്മാരേ' എന്ന ആദ്യത്തെ വാക്ക് അയാൾക്ക് മുഷിച്ചിൽ ഉണ്ടാക്കി. അയാളുടെ മുഖഭാവം രൂക്ഷമായി. 'അയാൾ ഇപ്പോഴും തലയ്ക്കുള്ളിൽ എന്തെങ്കിലും ബുദ്ധി നിറച്ചിട്ടില്ല.' യൂദാസ് മുറുമുറുത്തു. അല്ല. നമ്മൾ എല്ലാവരും സഹോദരന്മാർ അല്ല. ഇസ്രയേലുകാരും റോമാക്കാരും സഹോദരന്മാർ അല്ല. ഇസ്രയേലുകാർ തമ്മിൽ തമ്മിലും സഹോദരന്മാർ അല്ല. റോമിന് സ്വയം വില്ക്കുന്ന സാദ്യൂസികളും[1] ഗ്രാമത്തലവന്മാരും സഹോദരന്മാരല്ല. മറഞ്ഞിരിക്കുന്ന സ്വേച്ഛാധിപതികളായ ഗ്രാമത്തലവന്മാർ സഹോദരന്മാരല്ല. അവരാരും നമ്മുടെ

സഹോദരന്മാരല്ല... ശരിയല്ല. നിങ്ങളുടേത് ഒരു മോശം തുടക്കമാണ്. ആ ശരിയുടെ മകൻ കുറേക്കൂടി ശ്രദ്ധിക്കണം. 'പക്ഷേ, യേശു ദേഷ്യപ്പെടാതെ അങ്ങേയറ്റം അമാനുഷികമായ രമ്യതയോടെ മറ്റേകരണം കാണിച്ചുകൊടുക്കുന്നതുകണ്ടപ്പോൾ യൂദാസ് ഭയക്കാൻ തുടങ്ങി. ഈ മനുഷ്യൻ എന്താണ്? അയാൾ സ്വയം അലറി. "ഈ മറ്റേകരണം ദാനം ചെയ്യുന്നത്." ഒരു മാലാഖയ്ക്ക് മാത്രമേ ചെയ്യാൻ കഴിയുകയുള്ളൂ. ഒരു മാലാഖയ്ക്ക് മാത്രം— അല്ലെങ്കിൽ ഒരു പട്ടിക്ക്...

ബാറബാസ് മറിയത്തിന്റെ മകന്റെ പുറത്തേക്ക് ചാടിവീഴാൻ തുടങ്ങുന്ന സമയത്ത് യൂദാസ് ഒറ്റക്കുതിപ്പിന് അയാളുടെ അടുത്തെത്തി കൈയിൽ കയറിപ്പിടിച്ചു.

അയാളെ തൊടരുത്'' അടഞ്ഞ ശബ്ദത്തിൽ പറഞ്ഞു. "വീട്ടിൽപോകൂ." ബാറബാസ് യൂദാസിനെ അത്ഭുതത്തോടെ നോക്കി. അവർ രണ്ടുപേരും ഒരേ കൂട്ടായ്മയിൽ പെട്ടവർ ആയിരുന്നു. അവർ ഒന്നിച്ച് പല ഗ്രാമങ്ങളിലും പട്ടണങ്ങളിലും കൂടെക്കൂടെ കടന്നുചെന്ന് ഇസ്രയേലിനെ വഞ്ചിച്ചവരെ കൊന്നിട്ടുണ്ട്. എന്നിട്ട് ഇപ്പോൾ..

"യൂദാസ്" അയാൾ മുറുമുറുത്തു. "നിങ്ങൾ?"

"അതെ. ഞാൻ തന്നെ. നിങ്ങൾക്ക് പോകാം!"

യൂദാസ് അയാളുടെ നിലപാടിൽ ഉറച്ചുനിന്നു. കൂട്ടായ്മയ്ക്കുള്ളിൽ യൂദാസ് അയാളേക്കാൾ മുകളിലുള്ള സ്ഥാനത്തായിരുന്നു. ബാറബാസിന് യൂദാസിനെ എതിർക്കാൻ കഴിയില്ല. പക്ഷേ, അയാളുടെ ആത്മാഭിമാനം അയാളെ വഴങ്ങാൻ അനുവദിച്ചില്ല.

"പോകൂ!" ചുവന്നതാടിക്കാരൻ ഒരിക്കൽകൂടി ആജ്ഞാപിച്ചു.

കൊള്ളത്തലവൻ തലകുനിച്ച് മറിയത്തിന്റെ മകനെ അപരിഷ്കൃതമായ ഒരു നോട്ടം നോക്കി. "നിങ്ങൾ എന്റെ അടുത്തുനിന്ന് രക്ഷപ്പെടില്ല." ബാറബാസ് മുഷ്ടിചുരുട്ടിക്കൊണ്ട് മുറുമുറുത്തു. "നമ്മൾ വീണ്ടും കാണും."

ഒപ്പം ഉള്ളവരുടെ നേർക്ക് തിരിഞ്ഞുകൊണ്ട് അയാൾ പകുതി മനസ്സോടെ ആജ്ഞാപിച്ചു.

"നമുക്ക് പോകാം."

പതിമൂന്ന്

സൂര്യൻ ആകാശത്തിന്റെ അടിത്തട്ടിനെ തൊടാൻ തുടങ്ങുകയായിരുന്നു. ആ ദിവസത്തെ വേവലാതികൾ അവസാനിച്ചു. കാറ്റ് മരിച്ചുവീണു. തടാകം നീലനിറത്തിൽ തിളങ്ങി. അനേകം വിശക്കുന്ന കൊക്കുകൾ വെള്ളത്തിൽ ഉറപ്പിച്ചു നിർത്തിയ കണ്ണുകളുമായി ഈ സമയത്തും പാറകൾക്കുമുകളിൽ ഒറ്റക്കാലിൽ നില്ക്കുന്നുണ്ടായിരുന്നു.

മുഷിഞ്ഞ വേഷം ധരിച്ചവർ തിരിച്ചുപോകാൻ ആഗ്രഹിക്കാതെ മറി

1. യദൂഹരുടെ ഇടയിലെ സമ്പന്നരായ ഒരു അവാന്തരവിഭാഗം

യത്തിന്റെ മകനെ കണ്ണെടുക്കാതെ നോക്കിക്കൊണ്ട് കാത്തുനിന്നു. അവർ കാത്തുനില്ക്കുന്നത് എന്തിനുവേണ്ടി ആയിരുന്നു? അവർ അവരുടെ വിശപ്പും നഗ്നതയും മറന്നുപോയിരുന്നു. ദരിദ്രരുടെ തൊണ്ട മധുരിക്കാൻ വേണ്ടി വിളവെടുപ്പു കഴിഞ്ഞ മുന്തിരിവള്ളികളിൽ അല്പം പോലും മുന്തിരിക്കുലകൾ ഉപേക്ഷിക്കാനുള്ള നന്മ ഹൃദയത്തിൽ ഇല്ലാത്ത ഭൂവുടമകളോടുള്ള വിദ്വേഷം അവർ മറന്നു പോയിരുന്നു. രാവിലെ മുതൽ അവർ മുന്തിരിത്തോപ്പിൽ നിന്ന് മുന്തിരിത്തോപ്പിലേക്ക് പാഞ്ഞുനടക്കുകയായിരുന്നു. എന്നാൽ അവരുടെ കൂടകൾ ശൂന്യമായിരുന്നു. കൊയ്ത്തുപാടത്തും ഇതുതന്നെ സംഭവിച്ചിരുന്നു. അവർ ഒഴിഞ്ഞ ചാക്കുകൾ തോളിൽതൂക്കിക്കൊണ്ട് പാടങ്ങളിൽ നിന്ന് പാടങ്ങളിലേക്ക് സഞ്ചരിച്ചു. ഓരോ വൈകുന്നേരത്തും തുറന്നുവെച്ച വായുമായി അവരുടെ കുട്ടികൾ അവരെ കാത്തുനിന്നിരുന്നു. പക്ഷേ, ഇപ്പോൾ എന്തുകൊണ്ടാണെന്നോ എങ്ങനെയാണെന്നോ അവർക്ക് അറിയില്ല— തോളിൽ തൂക്കിയിരുന്ന ചാക്കുകൾ വളരെ പെട്ടെന്ന് നിറഞ്ഞിരിക്കുന്നതുപോലെ അവർക്കു തോന്നി. അവർ വെളുത്തവേഷത്തിൽ മുന്നിൽ നില്ക്കുന്ന മനുഷ്യനെ നോക്കി. അവർക്ക് അവിടം വിട്ടുപോകുന്നത് ചിന്തിക്കാൻ പോലും കഴിഞ്ഞില്ല. അവർ കാത്തുനിന്നു. എന്തിനു വേണ്ടി കാത്തുനിന്നു? അത് അവർക്കുപോലും അറിയില്ല.

മറിയത്തിന്റെ മകൻ അവരുടെ നോട്ടം തിരിച്ചുകൊടുത്തു. അയാളും കാത്തുനില്ക്കുകയായിരുന്നു. എല്ലാ ആത്മാവുകളും തന്റെ കഴുത്തിൽ തൂങ്ങിക്കിടക്കുകയാണെന്ന് അയാൾക്ക് തോന്നി. അവർ അയാളിൽ നിന്ന് എന്താണ് ആഗ്രഹിക്കുന്നത്? അവർ എന്താണ് അന്വേഷിക്കുന്നത്? ഒന്നും സ്വന്തമായില്ലാത്ത അയാളുടെ കൈയിൽ അവർക്കു കൊടുക്കാൻ എന്താണുള്ളത്? അയാൾ അവരെ നോക്കി. വീണ്ടും നോക്കി. ഒരു നിമിഷം അയാൾക്ക് ധൈര്യം നഷ്ടപ്പെട്ടു. അയാൾ ഒളിച്ചോടാൻ ആഗ്രഹിച്ചു. പക്ഷേ, നാണക്കേട് ആ ആഗ്രഹത്തെ തടഞ്ഞു. അയാളുടെ കാലിൽ കെട്ടിപ്പിടിച്ചുകിടക്കുന്ന മഗ്ദലനയ്ക്ക് എന്ത് സംഭവിക്കും? ധാരാളം കണ്ണുകൾ അയാളെ ഉൽക്കണ്ഠയോടെ നോക്കിക്കൊണ്ടിരിക്കുമ്പോൾ അവരെ സാന്ത്വനപ്പെടുത്താതെ അയാൾക്ക് എങ്ങനെ പോകാൻ കഴിയും? എങ്ങനെ പോകും...? പക്ഷേ, എവിടെ പോകാൻ? നാലുചുറ്റും ദൈവം ഉണ്ട്. അദ്ദേഹത്തിന്റെ കൃപ അതിന് ഇഷ്ടമുള്ള ഭാഗത്തേക്ക് അയാളെ തള്ളിവിടുന്നു— അല്ല, അദ്ദേഹത്തിന്റെ കൃപ അല്ല. അദ്ദേഹത്തിന്റെ ശക്തി; അദ്ദേഹത്തിന്റെ എല്ലാ ശക്തിയും ഉൾക്കൊള്ളുന്ന ശക്തി. ഈ ലോകം ഇപ്പോൾ തന്റെ വീടാണെന്ന് മറിയത്തിന്റെ മകന് തോന്നി— അയാൾക്ക് മറ്റു വീടുകൾ ഇല്ല— മനുഷ്യർ അയാളുടെ മരുഭൂമിയാണെന്ന് അയാൾക്ക് തോന്നി— അയാൾക്ക് മറ്റു മരുഭൂമികൾ ഇല്ല.

“ദൈവമേ അങ്ങയുടെ ആഗ്രഹം നടക്കട്ടെ” അയാൾ തലകുനിച്ച് ദൈവത്തിന്റെ കാരുണ്യത്തിന് സ്വയം അടിയറവു പറഞ്ഞുകൊണ്ട് പിറുപിറുത്തു.

മുഷിഞ്ഞ വേഷക്കാരുടെ ഇടയിൽനിന്നും ഒരു വൃദ്ധൻ എഴുന്നേറ്റ് നിന്ന് സംസാരിച്ചു. "മറിയത്തിന്റെ മകൻ മനസ്സിലാക്കണം. ഞങ്ങൾക്ക് വിശക്കുന്നുണ്ട്. പക്ഷേ, ഞങ്ങൾ നിങ്ങളോട് ആവശ്യപ്പെടുന്നത് അപ്പം അല്ല. ഞങ്ങളെപ്പോലെ നിങ്ങളും ദരിദ്രനാണ്. നിങ്ങൾ വായ തുറന്ന് ഞങ്ങളോട് ഒരു നല്ല വാക്ക് പറഞ്ഞാൽ മതി. ഞങ്ങൾക്ക് നിറയും."

ഒരു ചെറുപ്പക്കാരൻ ധൈര്യം കാണിച്ചു. അയാൾ മറിയത്തിന്റെ മകനോടു പറഞ്ഞു. "അനീതി ഞങ്ങളെ ഞെക്കിക്കൊന്നുകൊണ്ടിരിക്കുന്നു. ഞങ്ങളുടെ ഹൃദയത്തിന് കൂടുതൽ താങ്ങാൻ കഴിയില്ല. നിങ്ങൾ കാരുണ്യമുള്ള ഒരു വാക്ക് കൊണ്ടുവന്നിട്ടുണ്ടെന്ന് പറഞ്ഞു. ആ കാരുണ്യമുള്ള വാക്ക് ഞങ്ങളോട് പറയണം. ഞങ്ങൾക്ക് നീതി കൊണ്ടുത്തരണം."

മറിയത്തിന്റെ മകൻ മനുഷ്യരെ നോക്കി. അയാൾ സ്വാതന്ത്ര്യത്തിന്റെ ശബ്ദം കേട്ടു. വിശപ്പിന്റെ ശബ്ദം കേട്ടു. അയാൾ ആഹ്ലാദിച്ചു. താൻ വർഷങ്ങളായി ഈ ശബ്ദങ്ങൾക്കു വേണ്ടി കാത്തിരിക്കുകയായിരുന്നെന്ന് അയാൾക്ക് തോന്നി. ഇപ്പോൾ അടുത്തുവന്ന് അയാളെ പേരെടുത്തുവിളിച്ച ഈ ശബ്ദത്തിനുവേണ്ടി അയാൾ കാത്തിരിക്കുകയായിരുന്നു. അയാൾ കൈകൾ വിടർത്തിപ്പിടിച്ചുകൊണ്ട് മനുഷ്യരുടെ നേർക്ക് തിരിഞ്ഞു.

"സഹോദരന്മാരേ" അയാൾ പറഞ്ഞു "നമുക്ക് പോകാം." പെട്ടെന്ന് ഈ ശബ്ദത്തിനുവേണ്ടി വർഷങ്ങളായി കാത്തിരിക്കുന്ന മട്ടിൽ അവർ ആഹ്ലാദിച്ചു. യഥാർത്ഥ പേര് ആദ്യം കേൾക്കുന്നതുപോലെ അവർ ബഹളം വെച്ചു.

"ദൈവത്തിന്റെ പേരിൽ നമുക്ക് പോകാം!"

മറിയത്തിന്റെ മകൻ അവരെ നയിച്ചു. മറ്റുള്ളവർ ഒത്തൊരുമയോടെ പിന്തുടർന്നു. പകൽ മുഴുവൻ തല്ലിത്തകർത്ത സൂര്യന്റെ വേനൽച്ചൂടിലും തടാകക്കരയിലെ കുന്നിന് വിളറിയ പച്ചനിറം ഉണ്ടായിരുന്നു. ഇപ്പോൾ വൈകുന്നേരത്തിന്റെ മാധുര്യത്തിൽ അതിന് സുഗന്ധ സസ്യങ്ങളുടെ മണം ഉണ്ടായിരുന്നു. അതിന്റെ കൊടുമുടിയിൽ പുരാതനകാലത്തെ ഏതോ അപരിഷ്കൃതരുടെ അമ്പലം ഉണ്ടായിരുന്നിരിക്കും. കാരണം ധാരാളം കൊത്തുപണികളുള്ള തൂണുകളുടെ കഷണങ്ങൾ ഇപ്പോഴും നിലത്ത് ചിതറിക്കിടക്കുന്നുണ്ട്.

അതീന്ദ്രിയജ്ഞാനമുള്ള മുക്കുവർ രാത്രിയിൽ തടാകത്തിലെ മീൻപിടിക്കുമ്പോൾ വെണ്ണക്കല്ലിനു മുകളിൽ ഒരു വെളുത്ത ഭൂതം ഇരിക്കുന്നത് പതിവായി കാണാറുണ്ടായിരുന്നു– കിഴവൻ യോനാ ഒരു രാത്രിയിൽ അത് കരയുന്നതുപോലും കേട്ടിരുന്നു.... മുന്നിൽ മറിയത്തിന്റെ മകനും പിന്നിൽ ദരിദ്രരുടെ വലിയ കുടുംബവുമായി അവർ എല്ലാവരും കൂടി ഒരു മയക്കത്തിലെന്നപോലെ നീങ്ങിക്കൊണ്ടിരിക്കുന്നത് ഈ കുന്നിന്റെ സമീപത്തേക്ക് ആയിരുന്നു.

വൃദ്ധയായ സലോമി അവളുടെ ഇളയമകന്റെ നേർക്ക് തിരിഞ്ഞു. "നീ എന്നെ നിന്റെ കൈയിൽ എടുത്തുകൊണ്ടു പോകണം. നമുക്കും പോകാം." അവൾ മറിയത്തിന്റെ കൈയിൽ പിടിച്ചു.

"മറിയം, കരയരുത്." സലോമി പറഞ്ഞു. "നിന്റെ മകന്റെ മുഖത്തിനു ചുറ്റുമുള്ള ഒരു തിളക്കം നീ കാണുന്നില്ലേ?"

"എനിക്ക് മകൻ ഇല്ല, എനിക്ക് മകൻ ഇല്ല" ഏങ്ങലടിക്കാൻ തുടങ്ങിക്കൊണ്ട് അമ്മ മറുപടി പറഞ്ഞു. "ആ കീറിപ്പറിഞ്ഞ വേഷക്കാർക്കെല്ലാം ആൺമക്കൾ ഉണ്ട്. എനിക്ക് ആരും ഇല്ല." അവൾ നിലവിളിച്ചുകൊണ്ട് കുന്നിനടുത്തേക്ക് തിരിച്ചു. ഇപ്പോൾ അവളുടെ മകൻ എന്നെന്നേക്കുമായി അവളെ ഉപേക്ഷിച്ചെന്ന് അവൾക്ക് ഉറപ്പുണ്ടായിരുന്നു. അവൾ അവനെ കെട്ടിപ്പിടിച്ച് വീട്ടിലേക്ക് കൊണ്ടുപോകാൻ ഓടിച്ചെന്നപ്പോൾ അവൻ അവളെ ഒരു അപരിചിതയെ നോക്കുന്നതുപോലെ അത്ഭുതത്തോടെയാണ് നോക്കിയത്. അവൾ അവനോട് "ഞാൻ നിന്റെ അമ്മയാണെന്ന്" പറഞ്ഞപ്പോൾ അവൻ കൈകൊണ്ട് അവളെ തള്ളിമാറ്റുകയായിരുന്നു.

ആൾക്കൂട്ടത്തോടൊപ്പം ഭാര്യ കുന്നുകയറിപ്പോകുന്നത് കിഴവൻ സബിദീ കണ്ടു. അയാൾ നെറ്റിച്ചുളിച്ചുകൊണ്ട് അയാളുടെ ഗദയിൽക്കയറി പിടിച്ചു. അയാൾ മകൻ ജേക്കബ്ബിന്റെ മുഖത്തേക്കും അയാളുടെ കൂട്ടുകാരായ ഫിലിപ്പിന്റെയും നതാനലിന്റെയും മുഖങ്ങളിലേക്കും നോക്കിക്കൊണ്ട് ഇളകിമറിയുന്ന ആൾക്കൂട്ടത്തിന്റെ നേർക്ക് വിരൽചൂണ്ടി.

"അവർ പട്ടിണികിടക്കുന്ന ചെന്നായ്ക്കളാണ്. അവരെല്ലാം നശിക്കട്ടെ! നമ്മൾ അവരോടൊപ്പം ചേർന്ന് ഓരിയിടുന്നതാണ് നല്ലത്. അതുകൊണ്ട് അവർ നമ്മളെ ആടുകളാണെന്ന് ധരിച്ച് പിടിച്ചുതിന്നാതിരിക്കും. നമുക്ക് പിന്നിൽ പോകാം— പക്ഷേ, ഓർമ്മ വേണം. മറിയത്തിന്റെ ആ കാറ്റാടിയായ മകൻ അവരോട് എന്തുപറഞ്ഞാലും നമ്മൾ അത് കാര്യമാക്കേണ്ട. നമ്മൾ അവനെ കൂവും. നിങ്ങൾ കേൾക്കുന്നുണ്ടോ! അവന് മേൽക്കൈ നേടാൻ നമ്മൾ അനുവദിക്കരുത്! നമുക്ക് സൂക്ഷിച്ച് ഒരുമയോടെ മുന്നോട്ടു പോകാം!"

അയാളും ഇതു പറഞ്ഞതിനുശേഷം ഒരു മുടന്തൻ കഴുതയെപ്പോലെ സാവധാനം കുന്നുകയറാൻ തുടങ്ങി.

ആ നിമിഷത്തിൽ യോനയുടെ രണ്ട് ആൺമക്കൾ പ്രത്യക്ഷപ്പെട്ടു. പീറ്റർ അയാളുടെ സഹോദരൻ ദേഷ്യപ്പെടാതിരിക്കാൻ വേണ്ടി അങ്ങേയറ്റം ശാന്തമായി സംസാരിച്ചു. പക്ഷേ, മറ്റേയാൾ അസ്വസ്ഥനായിരുന്നു. അയാൾ കുന്നുകയറിപ്പോകുന്ന ആൾക്കൂട്ടത്തിൽനിന്നും അവരെ നയിക്കുന്ന വെളുത്ത വേഷക്കാരനിൽനിന്നും കണ്ണെടുത്തില്ല.

"അവർ ആരാണ്? അവർ എവിടെയാണ് പോകുന്നത്?" ഈ സമയത്തും തീരുമാനം എടുക്കാൻ കഴിയാതെ തെരുവിൽ നിന്നിരുന്ന യൂദാസിനോട് പീറ്റർ ചോദിച്ചു.

"മറിയത്തിന്റെ മകൻ" ചുവന്ന താടിക്കാരൻ വെറുപ്പോടെ പറഞ്ഞു.

"അയാളുടെ പിന്നിലുള്ള ആൾക്കൂട്ടം?"

"മുന്തിരിവിളവെടുപ്പു കഴിഞ്ഞ് ചിതറിപ്പോയ മുന്തിരി പെറുക്കിയെടുക്കാൻ വരുന്ന പാവങ്ങൾ. അവർ ഒറ്റ നോട്ടംകൊണ്ട് അയാളുമായി അടു

പ്പത്തിലായി. അയാൾ മുകളിലേക്ക് കയറുന്നത് അവരോട് സംസാരിക്കാനാണെന്നാണ് ഞാൻ വിചാരിക്കുന്നത്."

"അയാൾ എന്തു പറയാനാണ്? രണ്ട് കഴുതകൾക്ക് വൈക്കോൽ പങ്കിട്ടു കൊടുക്കാൻ പോലും അയാളെക്കൊണ്ട് പറ്റില്ല."

യൂദാസ് അതിൽ സംശയം പ്രകടിപ്പിച്ചുകൊണ്ട് തോൾ വെട്ടിച്ചു. "നമുക്ക് നോക്കാം" അയാൾ മുരണ്ടു. പിന്നീട് അയാളും കുന്നുകയറാൻ തുടങ്ങി.

രണ്ട് ആരോഗ്യമുള്ള സ്ത്രീകൾ മുന്തിരിപ്പാടങ്ങളിൽ നിന്ന് തലയിൽ ഓരോ വലിയ കൂട മുന്തിരിക്കുലകളും ചുമന്നു കൊണ്ട് ചൂടുതട്ടി ക്ഷീണിച്ചു വരുകയായിരുന്നു. മറ്റുള്ളവരുടെ ഈ കൂട്ടായ്മകണ്ട് അസൂയ തോന്നിയിട്ട് അവരും സമയം കളയാൻ വേണ്ടി ഘോഷയാത്രയുടെ വാലറ്റത്ത് അണിചേരാൻ തീരുമാനിച്ചു.

കിഴവൻ യോനാ വലയും തോളിലിട്ട് അയാളുടെ കുടിലിലേക്ക് സ്വയം വലിച്ചിഴച്ചു കൊണ്ടു പോകുകയായിരുന്നു. അയാൾക്ക് വിശപ്പ് ഉണ്ടായിരുന്നു. അയാൾക്ക് കുടിലിൽ എത്താൻ തിടുക്കം തോന്നിയിരുന്നു. അയാളുടെ ആൺമക്കളും ആൾക്കൂട്ടവും കൂടി കുന്നു കയറുന്നതു കണ്ടപ്പോൾ യോനാ വാ പൊളിച്ചു നിന്നും മീനിന്റെ കണ്ണുകൾ പോലെ ഉരുണ്ട കണ്ണുകൾ കൊണ്ട് അയാൾ അവരെ നോക്കി. അയാൾ ഒരു കാര്യവും ആലോചിച്ചില്ല. ആരാണ് മരിച്ചതെന്ന് അയാൾ സ്വയം ചോദിച്ചില്ല. ആരാണ് വിവാഹിതരാകുന്നതെന്ന് അയാൾ അന്വേഷിച്ചില്ല. ഇത്രയധികം മനുഷ്യർ ഒന്നിച്ച് എവിടെയാണ് പോകുന്നതെന്നും അയാൾ തിരക്കിയില്ല. അയാൾ ഒരു കാര്യവും ആലോചിച്ചില്ല. അയാൾ വെറുതെ വായും പൊളിച്ച് നോക്കി നിന്നു.

"മത്സ്യപ്രവാചകൻ യോന വന്നാട്ടെ! നമുക്കു പോകാം." സബിദീ അയാളോട് വിളിച്ചു പറഞ്ഞു. "ഇത് ഒരു വിരുന്നാണ്! മഗ്ദലനമറിയം വിവാഹിതയാകുന്നെന്നാണ് തോന്നുന്നത്. വരൂ, നമുക്ക് അത് ആഘോഷമാക്കാം."

യോനാ അയാളുടെ തടിച്ച ചുണ്ടുകൾ ചലിപ്പിച്ചു. അയാൾ സംസാരിക്കാൻ തുടങ്ങുകയായിരുന്നു. പക്ഷേ, അയാൾ മനസ്സുമാറ്റി. പുറത്തു കിടന്ന വല നേരെയാക്കാൻ വേണ്ടി തോൾ ഉയർത്തിയതിനുശേഷം അയാൾ തൊട്ടടുത്ത വീട്ടിലേക്ക് കാൽ വലിച്ചുവെച്ച് നടന്നു. വളരെ നേരം കഴിഞ്ഞ ഒടുവിൽ വീടിനടുത്ത് എത്താറായപ്പോൾ ധാരാളം പ്രസവവേദനകൾക്കു ശേഷം അയാളുടെ മനസ്സ് പുറത്തേക്ക് വന്നു. "സബിദീ തിരുമണ്ടാ, നീ പിശാചിന്റെ അടുത്ത് പൊയ്ക്കോളൂ!" അയാൾ മുറുമുറുത്തു. പിന്നീട് വാതിൽ തള്ളിത്തുറന്ന് അയാൾ വീട്ടിനുള്ളിൽ കടന്നു.

സബിദീയും കൂട്ടുകാരും കുന്നിന്റെ മുകളിൽ എത്തിയപ്പോൾ യേശു ഒരു തൂണിന്റെ തലപ്പത്ത് ചമ്രം പിണഞ്ഞിരിക്കുകയായിരുന്നു. അദ്ദേഹം ഇതുവരെ വായ് തുറന്നിരുന്നില്ല— അദ്ദേഹം അവർക്കു വേണ്ടി കാത്തിരിക്കുകയായിരുന്നെന്ന് തോന്നി. ദരിദ്രരുടെ കൂട്ടം അദ്ദേഹത്തിന്റെ മുമ്പിൽ

ഉണ്ടായിരുന്നു. പുരുഷന്മാർ നിലത്ത് ചമ്രം പിണഞ്ഞ് ഇരുന്നിരുന്നു. സ്ത്രീകൾ അവരുടെ പിന്നിലായി അദ്ദേഹത്തെ നോക്കിക്കൊണ്ട് നിന്നു. സൂര്യൻ അസ്തമിച്ചിരുന്നു. പക്ഷേ, ഹിബ്രോൺ കൊടുമുടി അതിന്റെ വടക്കുവശത്തായി വെളിച്ചത്തെ ഇപ്പോഴും പിടിച്ചു നിർത്തിയിരുന്നു. അവിടെ നിന്ന് ഒളിച്ചോടാൻ കൊടുമുടി വെളിച്ചത്തെ അനുവദിച്ചില്ല.

യേശു കൈകെട്ടി ഇരുന്നുകൊണ്ട് വെളിച്ചം ഇരുട്ടിനോട് മൽപ്പിടിത്തം നടത്തിക്കൊണ്ടിരിക്കുന്നത് ശ്രദ്ധിച്ചു. അദ്ദേഹത്തിന്റെ മുഖത്തേക്ക് നോക്കി യിരിക്കുന്ന ആളുകളുടെ മുഖത്തേക്ക് യേശു സാവധാനം തിരിഞ്ഞു നോക്കി. അവരുടെ മുഖങ്ങൾ വിശപ്പുകൊണ്ട് ചുക്കിച്ചുളിഞ്ഞുപോയി രുന്നു. യേശുവിന്റെ മുഖത്ത് ഉറച്ചുനിന്ന അവരുടെ കണ്ണുകളിൽ അദ്ദേഹ മാണ് അവരുടെ വിശപ്പിന്റെ കാരണക്കാരൻ എന്ന കുറ്റപ്പെടുത്തൽ ഉണ്ടാ യിരുന്നു.

സബിദീയും അയാളുടെ ആളുകളും അവിടെ എത്തിയെന്ന് കണ്ട പ്പോൾ യേശു എഴുന്നേറ്റു.

“സ്വാഗതം” അദ്ദേഹം പറഞ്ഞു. “എല്ലാവരും, നിങ്ങൾ എല്ലാവരും അടുത്തേക്ക് വരൂ. എന്റെ ശബ്ദത്തിന് വലിയ ശക്തിയില്ല. ഞാൻ നിങ്ങ ളോട് സംസാരിക്കാൻ ആഗ്രഹിക്കുന്നു.”

സബിദീ ഗ്രാമത്തിലെ പ്രായം ചെന്ന മനുഷ്യൻ എന്ന പദവി പ്രയോ ജനപ്പെടുത്തിക്കൊണ്ട് ഏറ്റവും മുന്നിൽ എത്തി ഒരു കല്ലിൽ ആസനസ്ഥ നായി. അയാളുടെ വലതുവശത്ത് രണ്ടു മക്കളെ കൂടാതെ ഫിലിപ്പും നതാ നലും കൂടി ഉണ്ടായിരുന്നു. ഇടതുവശത്ത് പീറ്ററും ആൻഡ്രൂവും ഉണ്ടാ യിരുന്നു. വൃദ്ധയായ സലോമിയും ജോസഫിന്റെ ഭാര്യ മറിയവും കുറേ ക്കൂടി പിന്നോട്ടുമാറി സ്ത്രീകളുടെ ഇടയിലാണ് നിന്നിരുന്നത്. മറ്റേ മറിയം— മഗ്ദലനമറിയം— മുഖം കൈപ്പത്തികൾക്കുള്ളിൽ ഒളിപ്പിച്ചു കൊണ്ട് യേശുവിന്റെ കാല്ക്കൽ കിടക്കുകയായിരുന്നു. യൂദാസ് ഒരുവശ ത്തേക്ക് മാറിനിന്നിരുന്ന കാറ്റിന്റെ പീഡനം ധാരാളം സഹിച്ച പൈൻമര ത്തിന്റെ അടിയിൽ കാത്തു നിന്നു. അയാളുടെ കടും നീലക്കണ്ണുകൾ പൈൻ ചില്ലകൾക്കിടയിലൂടെ കഠാര പോലെ മറിയത്തിന്റെ മകനെ നോക്കി.

യേശു മറ്റാരും അറിയാതെ വിറച്ചു. അദ്ദേഹം ധൈര്യം കണ്ടെത്താൻ വേണ്ടി പോരാടി. അദ്ദേഹം വളരെ വർഷങ്ങളായി ഭയന്നിരുന്ന നിമിഷം ഇതായിരുന്നു. അത് വന്നു ചേർന്നിരിക്കുന്നു. ദൈവം വിജയിച്ചിരിക്കുന്നു. ദൈവം യേശുവിനെ ബലം പ്രയോഗിച്ച് അദ്ദേഹം ആഗ്രഹിച്ചിരുന്ന സ്ഥലത്ത് സംസാരിക്കാൻ വേണ്ടി പിടിച്ചു കൊണ്ടുവന്നിരിക്കുന്നു. ഇനി യിപ്പോൾ യേശുവിന് അവരോട് എന്തു പറയാൻ കഴിയും? സ്വന്തം ജീവി തത്തിലെ ചുരുക്കം ചില സന്തോഷങ്ങൾ യേശുവിന്റെ മനസ്സിലൂടെ കടന്നു പോയി. അതിനുശേഷം ജീവിതത്തിലെ, മത്സരം, ഏകാന്തമായ അദ്ദേഹ ത്തിന്റെ അലച്ചിലിനിടയിൽകണ്ട പല പല കാര്യങ്ങൾ ധാരാളം ദുഃഖ ങ്ങൾ പിന്നീട് ദൈവവുമായുള്ള പർവ്വതങ്ങൾ പൂക്കളും, പക്ഷികളും,

തോളിൽ ഒറ്റപ്പെട്ടുപോയ ആട്ടിൻകുട്ടിയെ ചുമന്നുകൊണ്ട് സന്തോഷത്തോടെ വീട്ടിലേക്ക് മടങ്ങുന്ന ആട്ടിടയൻ, മീൻ പിടിക്കാൻ വേണ്ടി വല വീശുന്ന മുക്കുവൻ, വിതയ്ക്കുകയും കൊയ്യുകയും പതിരുകൾ തൂറ്റി ധാന്യം വീട്ടിലേക്ക് കൊണ്ടുപോകുകയും ചെയ്യുന്ന കർഷകർ— അദ്ദേഹത്തിന്റെ മനസ്സിനുള്ളിൽ തുടർച്ചയായി സ്വർഗ്ഗവും നരകവും തുറന്നടഞ്ഞുകൊണ്ടിരുന്നു. ദൈവത്തിന്റെ എല്ലാ അത്യത്ഭുതങ്ങളും അദ്ദേഹത്തിന്റെ മനസ്സിലൂടെ കടന്നുപോയി— അവയിൽ ആദ്യം ഏത് തെരഞ്ഞെടുക്കണമെന്ന് യേശുവിന് അറിയില്ല! ആശ്വസിപ്പിക്കാൻ പറ്റാത്ത ഈ മനുഷ്യരെ ആശ്വസിപ്പിക്കാൻ വേണ്ടി ദൈവത്തിന്റെ എല്ലാ അത്ഭുതങ്ങളും വെളിപ്പെടുത്താൻ അദ്ദേഹം ആഗ്രഹിച്ചു... യേശുവിന്റെ മുമ്പിൽ വെളിവാക്കപ്പെട്ട ഈ ലോകം കരയാതിരിക്കാൻ വേണ്ടി അയാളുടെ അമ്മൂമ്മ പറഞ്ഞുകൊടുത്തിരുന്ന രാജകുമാരിമാരും മദിരോത്സവങ്ങളും നിറഞ്ഞ കഥകൾ പോലെയുള്ള ദൈവത്തിന്റെ യക്ഷിക്കഥ ആയിരുന്നു. ദൈവം സ്വർഗ്ഗത്തിന്റെ വക്കിൽ വന്ന് കുനിഞ്ഞുനിന്നുകൊണ്ട് മനുഷ്യരോട് ഇതെല്ലാം വിവരിച്ചുകൊടുക്കുന്നു.

അദ്ദേഹം പുഞ്ചിരിച്ചുകൊണ്ട് കൈകൾ വിടർത്തി.

“സഹോദരന്മാരേ” ഇപ്പോഴും അദ്ദേഹത്തിന്റെ ശബ്ദത്തിന് വിറയൽ ഉണ്ടായിരുന്നു. അദ്ദേഹം ഇടറിയ ശബ്ദത്തിൽ പറഞ്ഞു. “സഹോദരന്മാരേ, ഞാൻ ഉദാഹരണങ്ങൾ പറഞ്ഞ് സംസാരിക്കുകയാണെങ്കിൽ എന്നോട് ക്ഷമിക്കണം. ഞാൻ നിങ്ങളെപ്പോലെ ദരിദ്രനും നിന്ദിതനും ആയ, എഴുത്തും വായനയും അറിയാത്ത സാധാരണക്കാരനാണ്. എന്റെ ഹൃദയത്തിന് പറയാൻ ധാരാളം കാര്യങ്ങൾ ഉണ്ട്. പക്ഷേ, അത് വിശദമാക്കാൻ എന്റെ മനസ്സിന് കഴിവില്ല. ഞാൻ വായ് തുറക്കുമ്പോൾ എന്റെ ഭാഗത്തുനിന്നും ആഗ്രഹം ഇല്ലാതെ വാക്കുകൾ ഒരു കഥപോലെ പുറത്തേക്ക് വരുന്നു. എന്റെ സഹോദരന്മാർ എന്നോട് ക്ഷമിക്കണം. പക്ഷേ, ഞാൻ ഉദാഹരണങ്ങൾ പറഞ്ഞ് സംസാരിക്കും.”

“മറിയത്തിന്റെ മകൻ പറയുന്നത് ഞങ്ങൾ ശ്രദ്ധിക്കുന്നുണ്ട്” ആളുകൾ വിളിച്ചു പറഞ്ഞു. “ഞങ്ങൾ ശ്രദ്ധിക്കുന്നുണ്ട്.”

യേശു ഒരിക്കൽക്കൂടി വായ് തുറന്നു.

“വിതയ്ക്കുന്നവൻ അയാളുടെ പാടം വിതയ്ക്കാൻ വേണ്ടി പുറത്തുവന്നു. ഒരു വിത്ത് വഴിയിൽ വീണു. അത് കിളികൾ വന്ന് തിന്നു. മറ്റൊന്ന് കല്ലിന്റെ മുകളിൽ വീണു. തീറ്റിപ്പോറ്റി വളർത്താനുള്ള മണ്ണ് കണ്ടെത്താൻ കഴിഞ്ഞില്ല. അതുകൊണ്ട് അത് വരണ്ടുണങ്ങിപ്പോയി. മറ്റൊന്ന് മുൾച്ചെടികൾക്കു മുകളിൽ വീണു. മുൾച്ചെടികൾ വളർന്നപ്പോൾ അത് അവയ്ക്കുള്ളിൽ പെട്ട് ഞെരുങ്ങി മുരടിച്ചുപോയി. അവസാനം മറ്റൊന്ന് വളമുള്ള മണ്ണിൽ വീണു. അത് മുളപൊട്ടി പുറത്തുവന്ന് കതിരുകൾ വിളയിച്ച് മനുഷ്യവർഗ്ഗത്തെ തീറ്റിപ്പോറ്റി... നിങ്ങളിൽ കേൾക്കാൻ ചെവിയുള്ളവർ അവനെ കേൾക്കട്ടെ!”

ആരും സംസാരിച്ചില്ല. അവർ എല്ലാവരും അമ്പരപ്പോടെ പരസ്പരം

നോക്കി. പക്ഷേ, ഒരു കോലാഹലത്തിനു പകരം ഒരു ഒഴികഴിവ് അന്വേഷിച്ച കിഴവൻ സബിദീ ചാടി എഴുന്നേറ്റു.

"എനിക്ക് ദുഃഖം ഉണ്ട്." അയാൾ പറഞ്ഞു. "പക്ഷേ, എനിക്ക് മനസ്സിലാകുന്നില്ല. എനിക്ക് ചെവിയുണ്ട്. ദൈവത്തിന് സ്തുതി. എനിക്ക് ചെവിയുണ്ട്. ഞാൻ കേൾക്കുന്നുമുണ്ട്– പക്ഷേ, എനിക്ക് മനസ്സിലാകുന്നില്ല. എന്താണ് നിങ്ങൾ പറയാൻ ശ്രമിക്കുന്നത്? നിങ്ങൾക്ക് അത് കുറച്ചുകൂടി വ്യക്തമാക്കാൻ കഴിയില്ലേ?" അയാൾ അവജ്ഞയോടെ പൊട്ടിച്ചിരിച്ചുകൊണ്ട് നരച്ച താടിയിൽ അഭിമാനത്തോടെ തടവി.

"ഏതെങ്കിലും തരത്തിൽ നിങ്ങൾ ഒരു വിത്തു വിതയ്ക്കുന്നവൻ ആണോ?"

"അതെ" യേശു എളിമയോടെ മറുപടി പറഞ്ഞു. "ഞാനാണ് വിത്തു വിതയ്ക്കുന്നവൻ."

"ദൈവം നമ്മളെ സംരക്ഷിക്കട്ടെ!" ഗദ നിലത്ത് ഇടിച്ചുകൊണ്ട് സബിദീ ഉറക്കെ പറഞ്ഞു. "ഞങ്ങൾ അപ്പോൾ നിശ്ചയമായും നിങ്ങൾ വിത്തു വിതച്ച കല്ലുകളും മുള്ളുകളും പാടങ്ങളും ആയിരിക്കും. അല്ലേ?"

"അതെ" മറിയത്തിന്റെ മകൻ മറുപടി പറഞ്ഞു. യേശുവിന്റെ ശബ്ദം ഇപ്പോഴും ശാന്തമായിരുന്നു.

ആൻഡ്രൂ ചെവികൂർപ്പിച്ചുകേട്ടു. യേശുവിനെ നോക്കിക്കൊണ്ടിരുന്നപ്പോൾ അയാളുടെ ഉത്തേജിതമായ ഹൃദയം അതിവേഗത്തിൽ മിടിച്ചു. ജോർദ്ദാൻ നദിയുടെ തീരത്ത് വെച്ചു സ്നാപകയോഹന്നാനെ ആദ്യമായി കാണുമ്പോഴും അയാളുടെ ഹൃദയം ഇതേരീതിയിൽ മിടിച്ചിരുന്നു– അന്ന് സ്നാപകനെ കാണുമ്പോൾ സൂര്യതാപം ഏറ്റും പ്രാർത്ഥനയും ഉറക്കമില്ലായ്മയും വിശപ്പും സഹിച്ചും രണ്ട് രാക്ഷസീയമായ കണ്ണുകൾ ഒഴിച്ച് മറ്റൊന്നും അയാളിൽ അവശേഷിച്ചിരുന്നില്ല– രണ്ട് കത്തുന്ന കല്ക്കരിത്തുണ്ടുകളും വിളിച്ചു കൂവുന്ന ഒരു ശബ്ദനാളവും– അയാൾ അതായിരുന്നു. "പശ്ചാത്തപിക്കൂ! പശ്ചാത്തപിക്കൂ!" അയാൾ വിളിച്ചുകൂവിയപ്പോൾ ജോർദ്ദാൻ നദിയിൽ വലിയ തിരമാലകൾ ഉയർന്നു. സാർത്ഥവാഹക സംഘങ്ങൾ യാത്ര അവസാനിപ്പിച്ചു. ഒട്ടകങ്ങൾക്ക് ചലിക്കാൻ കഴിഞ്ഞില്ല. പക്ഷേ, ഇപ്പോൾ അയാളുടെ മുമ്പിൽ മറ്റേ മനുഷ്യൻ– നില്ക്കുന്നു. പുഞ്ചിരിക്കുന്ന ശാന്തമായ ശബ്ദം ഉള്ള മറ്റേ മനുഷ്യൻ. അയാൾ ആദ്യമായി ചിലയ്ക്കാൻ പോരാട്ടം നടത്തുന്ന ഒരു വിടുവായൻ പക്ഷി ആയിരുന്നു. അയാളുടെ കണ്ണുകൾ കത്തി എരിയുന്നതിനു പകരം തഴുകുകയായിരുന്നു. ഈ രണ്ടുപേർക്കും ഇടയിൽപെട്ട് ആൻഡ്രൂവിന്റെ ഹൃദയം പരിപൂർണ്ണമായ പരിഭ്രമത്തോടെ അങ്ങോട്ടുമിങ്ങോട്ടും ചിറകടിച്ചു പറന്നു.

ജോൺ മടിച്ചുമടിച്ച് അച്ഛന്റെ അടുത്തുനിന്നും അകന്ന് യേശുവിന്റെ സമീപത്തേക്ക് നടന്നടുത്തു. സബിദീ അയാളെ കാണുന്ന സമയത്ത് ജോൺ ഏറക്കുറെ യേശുവിന്റെ കാല്ക്കൽ എത്തിക്കഴിഞ്ഞിരുന്നു. സബിദീയുടെ ദേഷ്യം അതോടെ ഇരട്ടിയായി. അയാൾ കള്ളപ്രവാചകന്മാരെക്കൊണ്ട് മടുത്തിരുന്നു. പുതിയ വർഷത്തിൽ എല്ലാ ദിവസവും മുളച്ചു

പൊന്തി ലോകത്തിന്റെ ഭാരം മുഴുവൻ അവരുടെ തോളിൽ കയറ്റിവെച്ചു. അവരിൽ ഓരോരുത്തർക്കും ഒരു മുൻധാരണ ഉള്ളമട്ടിൽ ജന്മിമാരോടും പുരോഹിതന്മാരോടും രാജാക്കന്മാരോടും അവർ എതിർപ്പ് പ്രകടിപ്പിച്ചു. അവർ ഈ ലോകത്ത് നന്മയും ഉറപ്പും ഉള്ള കാര്യങ്ങളെ നാമാവശേഷ മാക്കാൻ ആഗ്രഹിച്ചു. എന്നിട്ട് ഇപ്പോൾ— അടുത്തത് ആരാണ്!— ഇവിടെ നഗ്നപാദനായ മറിയത്തിന്റെ മകൻ എത്തിയിരിക്കുന്നു. ങ്ങാ! സബിദീ ആലോചിച്ചു. "ഞാൻ തുടക്കത്തിൽത്തന്നെ അവന്റെ കഴുത്തുഞെരിക്കു ന്നതാണ് നല്ലത്."

അയാൾ മറ്റുള്ളവരുടെ പ്രോത്സാഹനം മനസ്സിലാക്കാൻ വേണ്ടി തിരിഞ്ഞു നോക്കി. അയാൾ ചുളിഞ്ഞ പുരികത്തോടെ നില്ക്കുന്ന അയാളുടെ മൂത്ത മകൻ ജേക്കബ്ബിനെ കണ്ടു. പക്ഷേ, ഇപ്പോൾ ജേക്കബ്ബിന്റെ പുരികങ്ങൾ ചുളിഞ്ഞുപോയത് ദുഃഖം കൊണ്ടാണോ കോപം കൊണ്ടാണോ എന്ന് അറിയാൻ അയാൾക്ക് കഴിഞ്ഞില്ല. അയാൾ ഈ സമയത്ത് തന്റെ സമീപം എത്തി കണ്ണുതുടച്ചുകൊണ്ടുനില്ക്കുന്ന അയാളുടെ ഭാര്യയെ കണ്ടു. അയാൾ നോട്ടം കീറിപ്പറിഞ്ഞ വേഷക്കാരുടെ നേർക്ക് മാറ്റി. അമ്മ ഭക്ഷണം കൊടുക്കുമ്പോൾ വായും പിളർന്ന് ഇരിക്കുന്ന പക്ഷിക്കുഞ്ഞുങ്ങളെപ്പോലെ യേശുവിന്റെ മുമ്പിൽ വാ പൊളിച്ചു നില്ക്കുന്ന ആ പട്ടിണികിടക്കുന്ന ഇരപ്പാളികളെ ഒന്നിച്ചുകണ്ടപ്പോൾ സബിദീ ഭയന്നുപോയി. അവർ മറിയത്തിന്റെ മകനെ തുറിച്ചുനോക്കിക്കൊണ്ട് നില്ക്കുകയായിരുന്നു.

"എല്ലാ തെണ്ടികളും നശിക്കട്ടെ!" മകന്റെ അടുത്ത് പതുങ്ങി ഇരിക്കുന്നതിനിടയിൽ അയാൾ മുറുമുറുത്തു. "ഞാൻ മിണ്ടാതിരിക്കുന്നതാണ് ഏറ്റവും നല്ലത്." അയാൾ സ്വയം പറഞ്ഞു. "ഞാൻ സ്വയം കുഴപ്പത്തിൽ പോയി ചാടും."

ഒരു ശാന്തമായ ദയനീയ ശബ്ദം കേട്ടു. യേശുവിന്റെ കാല്ക്കൽ ഇരുന്ന ആരോ സംസാരിക്കാൻ തുടങ്ങിയിരുന്നു. പിന്നിൽ ഇരുന്നവർ കാണാൻ വേണ്ടി എത്തിനോക്കി. അത് സബിദീയുടെ ഇളയ മകൻ ആയിരുന്നു. അയാൾ സാവധാനം നിരങ്ങി യേശുവിന്റെ കാല്ക്കൽ എത്തിയതിനുശേഷം ഇപ്പോൾ മുകളിലേക്ക് നോക്കിക്കൊണ്ട് സംസാരിക്കുകയായിരുന്നു.

"നിങ്ങൾ വിതയ്ക്കുന്നവനാണ്. ഞങ്ങൾ കല്ലുകളും മുള്ളുകളും പാടങ്ങളും ആണ്. പക്ഷേ, നിങ്ങളുടെ കൈവശം ഉള്ള വിത്ത് എന്താണ്?"

അയാളുടെ വിശുദ്ധമായ മുഖം കത്തിയെരിയുകയായിരുന്നു. അയാളുടെ ബദാംകായ പോലുള്ള കറുത്ത കണ്ണുകൾ തീവ്രവേദനയോടെ യേശുവിനെ തുറിച്ചു നോക്കി. അയാളുടെ കൊഴുത്തുരുണ്ട വെളുത്ത ശരീരം വിറയലോടെ വലിഞ്ഞു മുറുകികൊണ്ട് കാത്തുനില്ക്കുകയായിരുന്നു. അയാളുടെ മുഴുവൻ ജീവിതവും ആശ്രയിക്കാൻ പോകുന്നത് അയാൾക്ക് ലഭിക്കാൻ പോകുന്ന ഉത്തരത്തെ ആണെന്നുള്ള ഒരു അനിഷ്ട സൂചന അയാൾക്ക് മുൻകൂട്ടി ലഭിച്ചിരുന്നു— ഈ ജീവിതം മാത്രമല്ല

അടുത്ത ജീവിതവും അതിനെയാണ് ആശ്രയിക്കുന്നത്.

യേശു കേൾക്കാൻ വേണ്ടി കുനിഞ്ഞു നിന്നിരുന്നു. അയാൾ വളരെ നേരം അയാളുടെ മനസ്സ് പറയുന്നത് ശ്രദ്ധിച്ചു കൊണ്ടുനിന്നു. അയാൾ ശരിയായ വാക്ക്– അനശ്വരമായ ആ സാധാരണ വാക്ക്– കണ്ടെത്താൻ വേണ്ടി പോരാടി. ചൂടുള്ള വിയർപ്പ് യേശുവിന്റെ മുഖത്തെ മരവിപ്പിച്ചു.

"നിങ്ങൾ കൈവശം വെച്ചിരിക്കുന്നത് എന്ത് വിത്താണ്?" സബിദിയുടെ മകൻ ഉൽക്കണ്ഠയോടെ ആവർത്തിച്ചു.

വളരെ പെട്ടെന്ന് യേശു ചാടി എഴുന്നേറ്റ് നിവർന്നുനിന്നു. അദ്ദേഹം കൈകൾ വിടർത്തിക്കൊണ്ട് ആൾക്കൂട്ടത്തോടെ പറഞ്ഞു.

"പരസ്പരം സ്നേഹിക്കൂ!" കൃത്യമായി അദ്ദേഹത്തിന്റെ അടിവയറ്റിൽ നിന്ന് ഈ നിലവിളി പുറത്തേക്ക് വന്നു. "പരസ്പരം സ്നേഹിക്കൂ!"

ഇത് പറഞ്ഞുകൊണ്ടിരിക്കുമ്പോൾ സ്വന്തം ഹൃദയം പെട്ടെന്ന് ശൂന്യമാക്കപ്പെട്ടതായി യേശുവിന് തോന്നി. യേശു തൂണിന്റെ തലപ്പത്തേക്ക് തളർന്നു വീണു.

കുശുകുശുപ്പ് ഉയർന്നു. ആളുകൾ ഉണർന്നു കഴിഞ്ഞിരുന്നു. പലരും അവരുടെ തലകുലുക്കി. ചിലർ പൊട്ടിച്ചിരിച്ചു.

"അയാൾ എന്താണ് പറഞ്ഞത്?" കേൾവിക്കുറവുള്ള വൃദ്ധൻ അന്വേഷിച്ചു.

"അതായത്, നമ്മൾ പരസ്പരം സ്നേഹിക്കണമെന്നാണ്."

"ഒരിക്കലും സംഭവിക്കില്ല!" വർദ്ധിച്ചുകൊണ്ടിരുന്ന കോപത്തോടെ കിഴവൻ പറഞ്ഞു. "പട്ടിണികിടക്കുന്ന ഒരു മനുഷ്യന് വയറുനിറഞ്ഞവനെ സ്നേഹിക്കാൻ കഴിയില്ല. അനീതിയുടെ ഇരയ്ക്ക് അയാളുടെ മർദ്ദകനെ സ്നേഹിക്കാൻ കഴിയില്ല. ഒരിക്കലും സംഭവിക്കില്ല! നമുക്ക് വീട്ടിൽ പോകാം!"

യൂദാസ് പൈൻ മരത്തിൽ ചാരി നിന്ന് കോപത്തോടെ അയാളുടെ ചുവന്ന താടിയിൽ തടവി. അയാൾ മുറുമുറുത്തു. "അപ്പോൾ നീ ഞങ്ങളോട് പറയാൻ വന്ന കാര്യം ഇതാണ്. അല്ലേ? ആശാരിയുടെ മകൻ ഞങ്ങൾക്കുവേണ്ടി കൊണ്ടുവന്ന വിഡ്ഢിത്തം നിറഞ്ഞ സന്ദേശം ഇതാണോ? ഞങ്ങൾ റോമാക്കാരെ സ്നേഹിക്കണമെന്ന് നീ ആഗ്രഹിക്കുന്നു. ശരിയല്ലേ? നീ കരണം കാണിച്ചുകൊടുത്തതുപോലെ ഞങ്ങൾ കഴുത്തു നീട്ടിയിട്ട് പറയണമായിരിക്കും. "പ്രിയപ്പെട്ട സഹോദരാ, ദയവായി എന്നെ കശാപ്പു ചെയ്യൂ!"

യേശു കുശുകുശുപ്പുകൾ കേട്ടു നീരസമുള്ള മുഖങ്ങൾ കണ്ടു. യേശുവിന് കാര്യം മനസ്സിലായി. അദ്ദേഹത്തിന്റെ മുഖത്തുകൂടി വിദ്വേഷം ഒഴുകി പടർന്നു. യേശു എല്ലാ ശക്തിയുമെടുത്ത് എഴുന്നേറ്റു.

"പരസ്പരം സ്നേഹിക്കൂ! പരസ്പരം സ്നേഹിക്കൂ!" അദ്ദേഹം യാചനയുടെ സ്വരത്തിൽ തുടർച്ചയായി ആവർത്തിച്ചു. "ദൈവം സ്നേഹമാണ്! ഞാനും അദ്ദേഹം അപരിഷ്കൃതനാണെന്ന് വിചാരിച്ചിരുന്നു. അദ്ദേഹത്തിന്റെ സ്പർശനംകൊണ്ട് പർവ്വതങ്ങൾ പുകയുമെന്നും മനുഷ്യർ മരി

ക്കുമെന്നും ഞാൻ വിചാരിക്കാറുണ്ടായിരുന്നു. ഞാൻ രക്ഷപ്പെടാൻ വേണ്ടി സന്ന്യാസി മഠത്തിൽ ഒളിച്ചിരുന്നു. ഞാൻ കമഴ്ന്നു കിടന്ന് കാത്തിരുന്നു. അദ്ദേഹം ഇപ്പോൾ വരും. ഞാൻ സ്വയം പറഞ്ഞു. "ഇപ്പോൾ അദ്ദേഹം ഒരു മിന്നൽപ്പിണർ പോലെ എന്റെ മുകളിൽ വീഴും. ഒടുവിൽ ഒരു പ്രഭാതത്തിൽ അദ്ദേഹം വന്നു. അദ്ദേഹം എന്റെ മുകളിലൂടെ ഒരുതണുത്ത ഇളംകാറ്റുപോലെ വീശിക്കൊണ്ട് എന്നോടു പറഞ്ഞു. "എന്റെ കുട്ടി, എഴുന്നേല്ക്കൂ..." ഞാൻ എഴുന്നേറ്റു ഞാൻ വന്നു. ഞാൻ ഇപ്പോൾ ഇവിടെ നില്ക്കുന്നു!"

അദ്ദേഹം കൈ കെട്ടി നിന്നുകൊണ്ട് മുമ്പിലുള്ള മനുഷ്യരെ അഭിവാദ്യം ചെയ്യുന്നതുപോലെ മുന്നോട്ടു കുനിഞ്ഞു.

കിഴവൻ സബിദീ അയാളുടെ ഗദയിൽ ഞെരിച്ചുകൊണ്ട് ചുമച്ചു. അതിനുശേഷം തുപ്പി.

"ദൈവം തണുത്ത ഇളംകാറ്റ്!" അയാൾ ദേഷ്യപ്പെട്ട് രഹസ്യമായി മുറുമുറുത്തു. "പോയി തുലയട്ടെ! പൊട്ടൻ!"

മറിയത്തിന്റെ മകൻ സംസാരം തുടർന്നു. യേശു ഇപ്പോൾ ആളുകളുടെ ഇടയിലേക്ക് ഇറങ്ങിച്ചെന്നു. അവരെ ഓരോരുത്തരെയായി നോക്കി. അവരിൽ ഓരോരുത്തരോടും അപേക്ഷിച്ചു. അദ്ദേഹം സ്വർഗ്ഗത്തേക്ക് ഉയർത്തിപ്പിടിച്ച കൈകളുമായി അങ്ങോട്ടുമിങ്ങോട്ടും നടന്നു.

"അദ്ദേഹം നമ്മുടെ പിതാവാണ്." യേശു പറഞ്ഞു. "അദ്ദേഹം ഒരു വേദനയും സാന്ത്വനപ്പെടുത്താതെ ഉപേക്ഷിക്കില്ല. ഒരു മുറിവും ഉണങ്ങാതെ ഉപേക്ഷിക്കില്ല. എന്തായാലും ഈ ലോകത്ത് നമ്മൾ കൂടുതൽ വേദനയും വിശപ്പും സഹിക്കുന്നതിനനുസരിച്ച് സ്വർഗ്ഗത്തിൽ നമ്മൾ അതിലും കൂടുതൽ ആഹ്ലാദിക്കും..."

ക്ഷീണംകൊണ്ട് യേശു വീണ്ടും തൂണിന്റെ തലപ്പത്ത് പോയി ഇരുന്നു.

"നമ്മൾ മരിച്ചുകഴിഞ്ഞാൽ നമുക്ക് നല്ല കാലമാണ്?" ഒരു ശബ്ദം വിളിച്ചു പറഞ്ഞു. ഒരു പൊട്ടിച്ചിരി പൊട്ടിപ്പുറപ്പെട്ടു.

പക്ഷേ, യേശുവിനെ ദൈവം തൂത്തുവാരിക്കൊണ്ടുപോയിരുന്നു. അദ്ദേഹം അതു കേട്ടില്ല.

"നീതിക്കുവേണ്ടി വിശക്കുന്നവരും ദഹിക്കുന്നവരും അനുഗൃഹീതരാണ്." യേശു പെട്ടെന്ന് വിളിച്ചു പറഞ്ഞു.

"നീതി മാത്രം പോരാ." പട്ടിണിക്കാരിൽ ഒരാൾ ഇടയ്ക്കുകയറി പറഞ്ഞു. "നീതി മാത്രം പോരാ. ഞങ്ങൾക്ക് അപ്പം വേണം."

"അപ്പവും ഉണ്ട്" യേശു നെടുവീർപ്പിട്ടുകൊണ്ട് പറഞ്ഞു. "അപ്പവും ഉണ്ട്... നീതിക്കുവേണ്ടി വിശക്കുന്നവരും ദാഹിക്കുന്നവരും അനുഗൃഹീതരാണ്. കാരണം അവരുടെ വയർ നിറയും. ദുഃഖിക്കുന്നവർ അനുഗൃഹീതരാണ്. കാരണം ദൈവം അവരെ സാന്ത്വനപ്പെടുത്തും. ദരിദ്രരും ക്ഷമിക്കുന്നവരും നീതികിട്ടാത്തവരും അനുഗൃഹീതരാണ്. അവർക്കുവേണ്ടിയാണ്— ദരിദ്രർക്കും ക്ഷമിക്കുന്നവർക്കും നീതികിട്ടാത്തവർക്കും വേണ്ടി

യാണ്. ദൈവം സ്വർഗ്ഗരാജ്യം തയ്യാറാക്കിയത്."

ഇപ്പോഴും മുന്തിരിക്കൂട തലയിൽ ചുമന്നുകൊണ്ടു നിന്നിരുന്ന ഉയരവും ആരോഗ്യവും ഉള്ള ആ രണ്ടു സ്ത്രീകൾ പെട്ടെന്ന് പരസ്പരം നോക്കിയിട്ട് ഒന്നും പറയാതെ കൂടകൾ തലയിൽ നിന്ന് താഴെ ഇറക്കിവെച്ചു. അവരിൽ ഒരാൾ വലതുഭാഗത്തും മറ്റയാൾ ഇടതുഭാഗത്തും ഉള്ള ദരിദ്രരുടെ ഇടയിൽ മുന്തിരിങ്ങ പങ്കിട്ടു കൊടുത്തു. യേശുവിന്റെ കാല്ക്കൽ വീണിരുന്ന മഗ്ദലനയ്ക്ക് ഇപ്പോഴും തല ഉയർത്തി അവളുടെ മുഖം മനുഷ്യരെ കാണിക്കാനുള്ള ധൈര്യം ഉണ്ടായിരുന്നില്ല. പക്ഷേ, അവളുടെ മുടികൊണ്ട് മറഞ്ഞിരുന്ന യേശുവിന്റെ പാദങ്ങളിൽ മഗ്ദലന രഹസ്യമായി ചുംബിച്ചു.

ജേക്കബ്ബിന്റെ സഹനശക്തി അവസാനിച്ചു. അയാൾ ചാടി എഴുന്നേറ്റ് സ്ഥലം വിട്ടു. ആൻഡ്രൂ രോഷാകുലനായിരുന്നു. അയാൾ സഹോദരന്റെ പിടിത്തത്തിൽ നിന്ന് സ്വയം രക്ഷപ്പെട്ട് യേശുവിന്റെ മുന്നിൽ പോയിരുന്നു.

"ഞാൻ യൂദയായിലെ ജോർദ്ദാൻ നദിയിൽ നിന്ന് വരുന്നവഴിയാണ്." അയാൾ പറഞ്ഞു. "അവിടെ ഒരു പ്രവാചകൻ പ്രഖ്യാപിക്കുന്നു. "മനുഷ്യർ പതിരാണ്. ഞാൻ തീയാണ്. ഞാൻ ഭൂമിയെ ചുട്ടെരിച്ച് ശുദ്ധീകരിക്കാൻ വന്നതാണ്. മിശിഹാ മുന്നോട്ടുവരാൻ വേണ്ടി ആത്മാവിനെ ശുദ്ധീകരിക്കാനാണ് ഞാൻ വന്നിരിക്കുന്നത്! ആശാരിയുടെ മകനായ നിങ്ങൾ ഇവിടെ സ്നേഹം ഉപദേശിക്കുന്നു! എന്തുകൊണ്ട് നിങ്ങൾക്ക് നാലു ചുറ്റും ഒന്ന് നോക്കിക്കൂടാ? എല്ലായിടത്തും കള്ളം പറയുന്നവരും കൊലപാതകികളും പിടിച്ചു പറിക്കാരും! എല്ലാവരും സത്യസന്ധത ഇല്ലാത്തവരാണ്. സമ്പന്നരും ദരിദ്രരും, മർദ്ദകനും മർദ്ദിതനും, സ്ക്രൈബുകളും ഫാരീസുകളും[1]– എല്ലാവരും സത്യസന്ധത ഇല്ലാത്തവരാണ്! ഞാനും കള്ളം പറയുന്നവനാണ്. ഞാനും സത്യസന്ധനല്ല. അവിടെ നില്ക്കുന്ന എന്റെ സഹോദരൻ പീറ്ററും കള്ളം പറയുന്നവനാണ്. തടിച്ച കുടവയറുള്ള സബിദീയും അങ്ങനെതന്നെയാണ്: അയാൾ "സ്നേഹം" എന്ന് കേൾക്കുന്നു. ഉടൻതന്നെ അയാളുടെ ആളുകളെപ്പറ്റിയും ബോട്ടുകളെപ്പറ്റിയും അയാൾ ആലോചിക്കുന്നു. വീഞ്ഞുചക്കിൽ നിന്ന് എത്രമാത്രം മോഷ്ടിക്കാൻ പറ്റുമെന്ന് അയാൾ ചിന്തിക്കുന്നു."

കിഴവൻ സബിദീ ഇതുകേട്ടു. അയാൾ കോപം കൊണ്ട് പറന്നുയർന്നു. അയാളുടെ ഞാവൽ പഴത്തിന്റെ നിറമുള്ള കഴുത്ത് തീപോലെ ചുവന്നു. അയാളുടെ കഴുത്തിലെ ഞരമ്പുകൾ വീർത്തു. അയാൾ അടിക്കാൻ തയ്യാറെടുത്തുകൊണ്ട് ഉയർത്തിപ്പിടിച്ച ഗദയുമായി മുന്നോട്ടു പാഞ്ഞു. പക്ഷേ, സലോമി സമയത്തുതന്നെ അയാളുടെ കൈയിൽ കയറി പിടിച്ചു.

"എന്തൊരു നാണക്കേടാണ് കാണിക്കുന്നത്." അവൾ അയാളോട് മയത്തിൽ പറഞ്ഞു. "വരൂ, നമുക്ക് വീട്ടിൽ പോകാം."

---

1. ഇസ്രയേലിലെ അധികാരവർഗ്ഗത്തിലെയും സമ്പന്നവർഗ്ഗത്തിലെയും ചില സമൂഹങ്ങൾ.

"എന്റെ നാട്ടിൽ വന്ന് ഒരു തെണ്ടികളും മേൽക്കൈ നേടേണ്ട!" കഴിയുന്നത്ര ഉച്ചത്തിൽ എല്ലാവരും കേൾക്കാൻ വേണ്ടി അയാൾ വിളിച്ചു പറഞ്ഞു. സബിദീ നീരസത്തോടെ മറിയത്തിന്റെ മകന്റെ നേർക്ക് തിരിഞ്ഞു അയാൾ കിതയ്ക്കുന്നുണ്ടായിരുന്നു.

"ആശാരി. എന്റെ അടുത്ത് മിശിഹാ കളിക്കണ്ട. കാരണം നീ നശിച്ചവനാണ്. പാവം നീ മറ്റുള്ളവരെപ്പോലെ കുരിശിലാണ് അവസാനിക്കാൻ പോകുന്നത്. അങ്ങനെയാണ് നീ നിന്റെ പ്രശ്നങ്ങൾ മറക്കുന്നത്! പക്ഷേ, എനിക്ക് സഹതാപം നിന്നോടല്ല. നീ ഒന്നിനും കൊള്ളാത്തവനാണ്. നിന്നെ ഒറ്റമകനായി കിട്ടിയ നിന്റെ ഭാഗ്യദോഷിയായ അമ്മയോടാണ് എനിക്ക് സഹതാപം തോന്നുന്നത്."

അയാൾ നിലത്ത് വീണുകിടന്ന് കല്ലുകളിൽ തലയിട്ടടിച്ചുകൊണ്ടിരുന്ന മറിയത്തിന്റെ നേർക്ക് വിരൽ ചൂണ്ടി.

പക്ഷേ, കിഴവന്റെ കോപം ഇതുവരെ തണുത്തിരുന്നില്ല. അയാൾ ഗദ തറയിൽ ഇടിച്ചുകൊണ്ട് വിളിച്ചു പറഞ്ഞു.

"അയാൾ പറയുന്നു. സ്നേഹത്തോടെ എല്ലാവരും മുന്നോട്ടു പോകാൻ— നിങ്ങൾ എല്ലാവരും സഹോദരന്മാരാണ്. അതുകൊണ്ട് വീട്ടിൽ ഉള്ള എല്ലാ കാര്യങ്ങളിലും നിങ്ങൾക്ക് പിടിച്ചു പറിക്കാൻ പറ്റുന്നതെല്ലാം സ്വന്തമാക്കാം. പക്ഷേ, എനിക്ക് എന്റെ ശത്രുവിനെ സ്നേഹിക്കാൻ പറ്റുമോ? എന്റെ വാതിൽ തല്ലിപ്പൊളിച്ച് വീടുകൊള്ളയടിക്കാൻവേണ്ടി എന്റെ പുരയിടത്തിനു പുറത്ത് അതിമോഹവുമായി കറങ്ങി നടക്കുന്ന തെണ്ടിയെ എനിക്ക് സ്നേഹിക്കാൻ പറ്റുമോ? അയാൾ സ്നേഹിക്കാൻ പറയുന്നു. അയാളുടെ ബുദ്ധി ഒന്ന് ശ്രദ്ധിച്ചുകേൾക്കണം. റോമാക്കാർക്ക് വേണ്ടി മൂന്നുതവണ ആർപ്പു വിളിക്കണം. അവർ അവിശ്വാസികളാണെങ്കിലും ഞാൻ പറയുന്ന കാര്യം അതുതന്നെയാണ് മൂന്നു തവണ ആർപ്പു വിളിക്കുന്നു. അവർ നിയമം സംരക്ഷിക്കുന്നു!"

ഇത് ഇരപ്പാളികളെ പ്രകോപിപ്പിച്ചു. അവർ ബഹളം ഉണ്ടാക്കിക്കൊണ്ട് സബിദീയുടെ നേർക്ക് തിരിഞ്ഞു. യൂദാസ് അയാളുടെ പൈൻ മരത്തിനു പുറത്തേക്ക് ചാടി വന്നു. വൃദ്ധയായ സലോമി ഭയന്നുപോയിരുന്നു. അവൾ ഭർത്താവിന്റെ വായ് അവളുടെ കൈകൊണ്ട് പൊത്തിപ്പിടിച്ച് അയാളെ നിശ്ശബ്ദനാക്കി. പിന്നീട് അവൾ ഭീഷണി ഉയർത്തിക്കൊണ്ട് ഇരമ്പിയടുത്തുകൊണ്ടിരുന്ന ജനക്കൂട്ടത്തിന്റെ നേർക്ക് തിരിഞ്ഞു.

"എന്റെ കുട്ടികളേ, അയാൾ പറയുന്നത് ശ്രദ്ധിക്കണ്ട. കോപിച്ചിരിക്കുന്നതുകൊണ്ട് അയാൾ ഒരുകാര്യം പറയാൻ ഉദ്ദേശിക്കുമ്പോൾ മറ്റൊന്നാണ് വായിൽ നിന്ന് പുറത്തുവരുന്നത്."

അവൾ കിഴവന്റെ നേർക്ക് തിരിഞ്ഞു. "നമുക്ക് പോകാം." ആജ്ഞയുടെ സ്വരത്തിൽ അവൾ പറഞ്ഞു.

യേശുവിന്റെ കാല്ക്കൽ സ്വസ്ഥമായി ഇരുന്നിരുന്ന അവളുടെ പ്രിയപ്പെട്ട മകനെ നോക്കി സലോമി തലകുലുക്കി.

"എന്റെ കുട്ടി. വരൂ." അവൾ പറഞ്ഞു. "നേരം ഇരുട്ടിയിരിക്കുന്നു."

"അമ്മേ, ഞാൻ ഇവിടെ ഇരിക്കുകയാണ്." മകൻ മറുപടി പറഞ്ഞു.

മറിയം സ്വയം അവളെ എടുത്തെറിഞ്ഞിരുന്ന പാറകളിൽ നിന്ന് എഴുന്നേറ്റു. അവൾ കണ്ണുതുടച്ചു കൊണ്ട് അവളുടെ മകനെ വീട്ടിലേക്ക് വിളിച്ചു കൊണ്ടു പോകാൻ വേണ്ടി ഇടറിയ ചുവടുകൾ വെച്ച് മുന്നോട്ടു നടന്നു. ദരിദ്രർ അവനോടു കാണിക്കുന്ന സ്നേഹംകൊണ്ടും ഗ്രാമത്തിലെ സമ്പന്നനായ മുതിർന്ന മനുഷ്യൻ അവന്റെ നേർക്ക് വലിച്ചെറിഞ്ഞ ഭീഷണി കൊണ്ടും ഭാഗ്യദോഷിയായ മറിയം ഭയന്നുപോയിരുന്നു.

"ദൈവത്തിന്റെ പേരിൽ അവൻ പറയുന്നതിന് ചെവികൊടുക്കരുതെന്ന് ഞാൻ നിങ്ങളോട് യാചിക്കുന്നു." അവൾ മുന്നോട്ടു പോകുന്നതിനിടയിൽ ഓരോരുത്തരോടും പറഞ്ഞുകൊണ്ടിരുന്നു. "അവന് സുഖം ഇല്ല... സുഖമില്ല."

അവൾ വിറച്ചുകൊണ്ട് അവളുടെ മകനെ സമീപിച്ചു. യേശു ഇപ്പോൾ തടാകത്തിലേക്ക് നോക്കിക്കൊണ്ട് കൈയും കെട്ടി നില്ക്കുകയായിരുന്നു.

"എന്റെ കുട്ടി, വരൂ" അവൾ വാത്സല്യത്തോടെ യേശുവിനോട് പറഞ്ഞു. "വരൂ, നമുക്ക് ഒന്നിച്ച് വീട്ടിൽ പോകാം."

അദ്ദേഹം ആ ശബ്ദം കേട്ടിട്ട് അത്ഭുതത്തോടെ അവളെ തിരിഞ്ഞു നോക്കി. അവൾ ആരാണെന്ന് ചോദിക്കാൻ തുടങ്ങുന്നതുപോലെ ഉണ്ടായിരുന്നു..

"എന്റെ കുട്ടീ, വരൂ" യേശുവിന്റെ അരക്കെട്ടിൽ ചുറ്റിപ്പിടിച്ചു കൊണ്ട് മറിയം ആവർത്തിച്ചു. "നീ എന്തിനാണ് എന്നെ ഇങ്ങനെ നോക്കുന്നത്?" നിനക്ക് എന്നെ അറിയില്ലേ? ഞാൻ നിന്റെ അമ്മയാണ്. വരൂ. നസറേത്തിൽ നിന്റെ സഹോദരന്മാരും വൃദ്ധനായ അച്ഛനും നിനക്കുവേണ്ടി കാത്തിരിക്കുന്നുണ്ട്...."

മകൻ തലകുലുക്കി. "എന്ത് അമ്മ" അയാൾ ശാന്തമായി പറഞ്ഞു. "എന്ത് സഹോദരന്മാർ? എന്റെ അമ്മയും സഹോദരന്മാരും ഇവിടെയുണ്ട്."

അയാൾ കൈനീട്ടി കീറിപ്പറിഞ്ഞ വേഷക്കാരേയും അവരുടെ ഭാര്യമാരേയും പൈൻമരത്തിന്റെ മുമ്പിൽ കോപത്തോടെ അയാളെ നോക്കിക്കൊണ്ടു നില്ക്കുന്ന ചുവന്ന താടിക്കാരൻ യൂദാസിനെയും ചൂണ്ടിക്കാണിച്ചു.

"എന്റെ അച്ഛൻ..." അയാൾ സ്വർഗ്ഗത്തേക്ക് വിരൽ ഉയർത്തി. "ദൈവമാണ് എന്റെ അച്ഛൻ."

ദൈവത്തിന്റെ മിന്നൽപ്പിണരിന്റെ ഭാഗ്യഹീനയായ ഇരയുടെ കണ്ണിൽ നിന്ന് കണ്ണുനീർ ഒഴുകാൻ തുടങ്ങി. എന്നേക്കാൾ ദുരിതം അനുഭവിക്കുന്ന ഏതെങ്കിലും സ്ത്രീ ഈ ലോകത്ത് ഉണ്ടോ? അവൾ പറഞ്ഞു. "എനിക്ക് ഒരു മകൻ ഉണ്ടായിരുന്നു. ഒരേയൊരു മകൻ. അവൻ ഇപ്പോൾ..."

വൃദ്ധയായ സലോമി ഹൃദയഭേദകമായ ആ കരച്ചിൽ കേട്ടു. അവൾ ഭർത്താവിന്റെ അടുത്തുനിന്നും വിട്ടുമാറി മറിയത്തിന്റെ അടുത്തുവന്ന് അവളുടെ കൈയിൽ പിടിച്ചു. പക്ഷേ, മറിയം അവളെ തടസ്സപ്പെടുത്തിക്കൊണ്ട് ഒരിക്കൽകൂടി മകന്റെ നേർക്ക് തിരിഞ്ഞു.

“നീ വരുന്നില്ലേ?” അവൾ പൊട്ടിക്കരഞ്ഞു. “ഞാൻ ഇത് നിന്നോട് അവസാനമായി പറയുകയാണ്: വരൂ.”

അവൾ കാത്തുനിന്നു. മകൻ നിശ്ശബ്ദനായിരുന്നു. അദ്ദേഹം തടാകത്തിന്റെ നേർക്ക് വീണ്ടും മുഖം തിരിച്ചു.

“നീ വരുന്നില്ലേ?” അമ്മ ഹൃദയഭേദകമായ ശബ്ദത്തിൽ നിലവിളിച്ചു. അവൾ കൈ ഉയർത്തി.

“നിനക്ക് നിന്റെ അമ്മയുടെ ശാപത്തെ പേടിയില്ലേ?”

“എനിക്ക് ഒന്നിനോടും പേടി ഇല്ല.” അമ്മയുടെ മുഖത്തേക്ക് തിരിഞ്ഞു നോക്കാതെ മകൻ മറുപടി പറഞ്ഞു. “ഞാൻ ദൈവം ഒഴിച്ച് മറ്റ് ആരേയും ഭയക്കുന്നില്ല.”

മറിയത്തിന്റെ മുഖത്തുനിന്നും അനുകമ്പ അപ്രത്യക്ഷപ്പെട്ടു. അവൾ മുഷ്ടി ഉയർത്തി ശപിക്കാൻ വേണ്ടി വായ് തുറക്കാൻ തുടങ്ങിയതായിരുന്നു. പക്ഷേ, വൃദ്ധയായ സലോമി കൃത്യസമയത്തുതന്നെ അവളുടെ കൈ കൊണ്ട് അമ്മയുടെ വായ് പൊത്തിപ്പിടിച്ചു.

“വേണ്ട! വേണ്ട!” അവൾ പറഞ്ഞു അവൾ മറിയത്തിന്റെ അരക്കെട്ടിൽ ചുറ്റിപ്പിടിച്ച് ബലമായി വലിച്ചുമാറ്റി ദൂരത്തേക്ക് കൊണ്ടുപോയി. “എന്റെ കുട്ടി മറിയം, വരൂ, എനിക്ക് നിന്നോട് ചില കാര്യങ്ങൾ പറയാനുണ്ട്.”

രണ്ടു സ്ത്രീകളും കൂടി കാപ്പർനാമിലെ കുന്നിറങ്ങാൻ തുടങ്ങി. കിഴവൻ സബിദീ ദേഷ്യപ്പെട്ട് മുൾച്ചെടികളുടെ തല ഗദകൊണ്ട് തല്ലിത്തെറിപ്പിച്ചുകൊണ്ട് അവരുടെ മുന്നിൽ നടന്നു. സലോമി മറിയത്തിനോടു പറഞ്ഞു.

“എന്റെ കുട്ടി മറിയം, നീ എന്തിനാണ് കരയുന്നത്? നീ അത് കണ്ടില്ലേ?”

മറിയം സലോമിയെ അത്ഭുതപ്പെട്ട് നോക്കിക്കൊണ്ട് കരച്ചിൽ നിർത്തി. “എന്തു കണ്ടില്ലേ എന്നാണ് ചോദിക്കുന്നത്? അവൾ ചോദിച്ചു.

“നീ യേശു സംസാരിക്കുമ്പോൾ അയാളുടെ പിന്നിൽ ആയിരക്കണക്കിന് നീലച്ചിറകുകൾ കണ്ടില്ലേ? മറിയം, ഞാൻ നിന്നോട് സത്യം ചെയ്യാം. അവിടെ മാലാഖമാരുടെ ഒരു പടതന്നെ ഉണ്ടായിരുന്നു.”

പക്ഷേ, മറിയം നിരാശയോടെ തലകുലുക്കി. “ഞാൻ ഒന്നും കണ്ടില്ല.” അവൾ പിറുപിറുത്തു. “ഒരു കാര്യവും ഞാൻ കണ്ടില്ല... ഒന്നും തന്നെ കണ്ടില്ല.” പിന്നീട് ഒരു ഇടവേളയ്ക്ക് ശേഷം അവൾ പറഞ്ഞു. സലോമി അമ്മേ എനിക്ക് മാലാഖമാരെക്കൊണ്ട് എന്ത് പ്രയോജനം? എനിക്ക് അവനെ പിന്തുടർന്ന് മക്കളും കൊച്ചുമക്കളുമാണ് വേണ്ടത്. മാലാഖമാർ അല്ല.”

പക്ഷേ, വൃദ്ധയായ സലോമിയുടെ കണ്ണുകളിൽ നീലച്ചിറകുകൾ നിറഞ്ഞു നില്ക്കുകയായിരുന്നു. അവൾ കൈനീട്ടി മറിയത്തിന്റെ മാറത്തു തൊട്ടുകൊണ്ട് ഒരു വലിയ രഹസ്യം വെളിപ്പെടുത്തുന്നതുപോലെ അവളോട് മന്ത്രിച്ചു. “മറിയം, നീ അനുഗൃഹീതയാണ്. നിന്റെ ഗർഭപാത്രത്തിന്റെ

കനിയും അനുഗൃഹീതമാണ്."

പക്ഷേ, മറിയത്തെ ആശ്വസിപ്പിക്കാൻ കഴിയില്ലായിരുന്നു. അവൾ തലകുലുക്കിയതിനുശേഷം പൊട്ടിക്കരഞ്ഞുകൊണ്ട് പിന്നിൽ നടന്നു.

രോഷാകുലരായ മുഷിഞ്ഞവേഷക്കാർ ഈ സമയം കൊണ്ട് യേശുവിനെ വലയം ചെയ്തിരുന്നു. അവർ ഭീഷണികൾ മുഴക്കി. അവരുടെ വടികൾ തറയിൽ അടിച്ചു. ഒഴിഞ്ഞ കൂടകൾ അന്തരീക്ഷത്തിൽ വീശി.

"പണക്കാരന് മരണം!" അവർ അലറി. "നിങ്ങൾ ഭംഗിയായി സംസാരിച്ചു. പണക്കാരന് മരണം!"

"ഞങ്ങളെ നയിച്ചുകൊണ്ടുപോകൂ. ഞങ്ങൾ സബിദീയുടെ വീടിനു തീവയ്ക്കാം."

"വേണ്ട, നമ്മൾ അതിന് തീവെക്കണ്ട." മറ്റു ചിലർ എതിർത്തു. "നമുക്ക് ചവിട്ടിപ്പൊളിച്ച് അകത്തുകടന്ന് അയാളുടെ ഗോതമ്പും എണ്ണയും വീഞ്ഞും പണപ്പെട്ടിയും വിലകൂടിയ വേഷങ്ങളും പങ്കിട്ടെടുക്കാം... പണക്കാരന് മരണം!"

യേശു നിരാശയോടെ കൈവീശി. "ഞാൻ അങ്ങനെ പറഞ്ഞില്ല! ഞാൻ അങ്ങനെ പറഞ്ഞില്ല!" യേശു വിളിച്ചുകൂവി. "ഞാൻ, സഹോദരന്മാരേ, സ്നേഹിക്കൂ എന്നാണ് പറഞ്ഞത്!"

പക്ഷേ, പാവങ്ങൾക്ക് വിശപ്പു കൊണ്ട് ഭ്രാന്ത് പിടിച്ചിരുന്നു. യേശു വിളിച്ചുകൂവിയത് അവർ എങ്ങനെയാണ് ശ്രദ്ധിക്കുന്നത്!

"ആൻഡ്രൂ പറഞ്ഞത് ശരിയാണ്." അവർ ഉറക്കെവിളിച്ചു പറഞ്ഞു. "ആദ്യം തീവെപ്പും കോടാലിയും അതിനുശേഷം സ്നേഹം!"

യേശുവിന്റെ അടുത്തുനിന്നിരുന്ന ആൻഡ്രു ഇത് കേട്ടു. പക്ഷേ, അയാൾ തലകുനിച്ചുനിന്ന് ആലോചിക്കുകയായിരുന്നു. അയാൾ മറുപടി പറഞ്ഞില്ല. "മരുഭൂമിയിലെ തന്റെ ഗുരു സംസാരിക്കുമ്പോൾ അദ്ദേഹത്തിന്റെ വാക്കുകൾ കല്ലുകൾപോലെ മനുഷ്യരുടെ തലയിൽവീണു. മനുഷ്യരുടെ തല അതിനിടയിൽപെട്ട് ഞെരിഞ്ഞു." ആൻഡ്രു ആലോചിച്ചു. പക്ഷേ, എന്റെ അടുത്തുനില്ക്കുന്ന ഈ മനുഷ്യൻ അയാളുടെ വാക്കുകൾ അപ്പം പോലെ മനുഷ്യർക്ക് പങ്കിട്ടു കൊടുക്കുന്നു... ആരാണ് ശരി? ഈ രണ്ടുവഴികളിൽ ഏതു വഴിയാണ് ലോകത്തെ മോക്ഷത്തിലേക്ക് നയിക്കുന്നത്— ശക്തിയാണോ? അതോ സ്നേഹം ആണോ?

ഈ കാര്യങ്ങൾ എല്ലാം അയാളുടെ മനസ്സിൽ ചുറ്റിത്തിരിഞ്ഞുകൊണ്ടിരിക്കുമ്പോൾ രണ്ട് കൈപ്പത്തികൾ ഉച്ചിയിൽ സ്പർശിക്കുന്നതായി അയാൾക്കു തോന്നി. യേശു ആൻഡ്രുവിന്റെ അടുത്തെത്തി അയാളുടെ തലയിൽ തന്റെ കൈപ്പത്തികൾ കമഴ്ത്തിയിരുന്നു. വിരലുകൾ അതിമനോഹരമായ വഴക്കം ഉള്ളവയും വളരെ കൂടുതൽ നീളം ഉള്ളവയും ആയിരുന്നു. അതുകൊണ്ട് ഏത് വസ്തുവിനെ പിടിച്ചാലും അവ അതിനെ ആലിംഗനം ചെയ്തു. ആ വിരലുകൾ ആൻഡ്രൂവിന്റെ തല മുഴുവൻ പടർന്നു കിടന്നു. ആൻഡ്രു അനങ്ങിയില്ല. അയാൾക്ക് തലയോട്ടിയിലെ അസ്ഥികൾ കൂട്ടിയോജിപ്പിക്കുന്ന രേഖകൾ പിളർന്നുമാറി. അതിലൂടെ

പറഞ്ഞു ബോദ്ധ്യപ്പെടുത്താൻ പറ്റാത്ത തേനിനു സമാനമായ ഒരു മാധുര്യം ഉള്ളിലേക്ക് ഒഴുകിയിറങ്ങി തലച്ചോറിലേക്ക് ഇറങ്ങിച്ചെന്ന് വായും കഴുത്തും ഹൃദയവും പിന്നിട്ട് അയാളുടെ അരക്കെട്ടിലേക്കും പാദങ്ങളിലേക്കും ശാഖകളായി പിരിഞ്ഞു പോകുന്നതായി അനുഭവപ്പെട്ടു. വെയിലിൽ ദാഹിച്ചു വലഞ്ഞ ഒരു മരത്തിനു നനവു കിട്ടിയതുപോലെ അയാളുടെ ശരീരവും ആത്മാവും മാത്രമല്ല അയാളുടെ ജീവന്റെ അടിവേരുവരെ ആ സ്പർശനംകൊണ്ട് ആഴത്തിൽ ആഹ്ലാദിച്ചു. അയാൾ സംസാരിച്ചില്ല. അയാളുടെ തലയ്ക്ക് മുകളിലുള്ള ഈ കൈപ്പത്തികൾ ഒരിക്കലും അകന്നുപോകാതിരുന്നെങ്കിൽ! വളരെ അധികം പോരാട്ടങ്ങൾക്കുശേഷം ഇപ്പോൾ അവസാനം അയാൾക്ക് സംരക്ഷണവും മനസ്സമാധാനവും അനുഭവപ്പെട്ടിരിക്കുന്നു.

അല്പം അകലെ വേർപിരിക്കാൻ പറ്റാത്ത ചങ്ങാതിമാരായ ഫിലിപ്പും നതാനലും സംസാരിച്ചുകൊണ്ടുനിന്നിരുന്നു.

"എനിക്ക് അയാളെ ഇഷ്ടമാണ്" നീണ്ടു മെലിഞ്ഞ ചെരുപ്പുകുത്തി പറഞ്ഞു. "അയാളുടെ വാക്കുകൾക്ക് തേനിന്റെ മാധുര്യം ഉണ്ട്. നിങ്ങൾ അത് വിശ്വസിക്കുന്നുണ്ടോ: അയാൾ പറയുന്നത് കേട്ടപ്പോൾ ഞാൻ സത്യത്തിൽ ചുണ്ടനക്കി!"

ആട്ടിടയന്റെ അഭിപ്രായം മറ്റൊന്നായിരുന്നു. "എനിക്ക് അയാളെ ഇഷ്ടമല്ല. അയാൾ ഒരുകാര്യം പറയുകയും മറ്റൊന്ന് പ്രവർത്തിക്കുകയും ചെയ്യുന്നു. അയാൾ "സ്നേഹം! സ്നേഹം! എന്ന് വിളിച്ചു കൂവുന്നു. എന്നിട്ട് കുരിശുണ്ടാക്കുന്നു! കുരിശിലേറ്റുന്നു!"

"ഞാൻ ഫിലിപ്പിനോട് ഒരുകാര്യം പറയാം. അതെല്ലാം അവസാനിച്ചിരിക്കുന്നു. അയാൾക്ക് ആ കാലഘട്ടത്തിലൂടെ കടന്നു പോകേണ്ടതുണ്ട്. കുരിശുകളുടെ കാലഘട്ടം. ഇപ്പോൾ അയാൾ അതിലൂടെ കടന്നുപോയിരിക്കുന്നു. അയാൾ ഇപ്പോൾ ദൈവത്തിന്റെ വഴി സ്വീകരിച്ചിരിക്കുന്നു."

"എനിക്ക് ജോലി വേണം!" ഫിലിപ്പ് വാശിയോടെ പറഞ്ഞു. "എന്റെ ആടുകൾക്ക് ചൊറിച്ചിൽ തുടങ്ങിയിരിക്കുന്നു. അയാൾ ആദ്യം വന്ന് എന്റെ ആടുകളെ അനുഗ്രഹിക്കട്ടെ! അവയുടെ ചൊറിച്ചിൽ മാറിയാൽ ഞാൻ അയാളെ വിശ്വസിക്കാം. അല്ലെങ്കിൽ അയാൾക്ക് അയാളെപ്പോലെയുള്ളവരെയും കൊണ്ട് എവിടെവേണമെങ്കിലും പോകാം. നിങ്ങൾ എന്തിനാണ് തലകുലുക്കുന്നത്? അയാൾ ലോകത്തെ രക്ഷിക്കാൻ ആഗ്രഹിക്കുന്നുണ്ടെങ്കിൽ എന്റെ ആടുകളിലൂടെ അതിനുള്ള തുടക്കം കുറിക്കട്ടെ!"

രാത്രി തടാകത്തെ മൂടി. മുന്തിരിപ്പാടങ്ങളെ മൂടി. മനുഷ്യരുടെ മുഖങ്ങളെ മൂടി. ഡേവിഡിന്റെ ചരക്കുവണ്ടി ആകാശത്ത് പ്രത്യക്ഷപ്പെട്ടു. കിഴക്കു മരുഭൂമിയുടെ മുകളിൽ വീണ്ടുതുള്ളിപോലെ ഒരു ചുവന്ന നക്ഷത്രം തൂങ്ങിക്കിടന്നിരുന്നു.

യേശുവിന് പെട്ടെന്ന് വിശപ്പും ക്ഷീണവും തോന്നി. അദ്ദേഹം ഒറ്റപ്പെടാൻ ആഗ്രഹിച്ചു. മറ്റാളുകൾ സാവധാനം വീട്ടിൽ തിരിച്ചുപോകുന്ന കാര്യം ആലോചിച്ചു. അവർ അവരുടെ വീടുകളെക്കുറിച്ചും അവരെ പ്രതീ

ക്ഷിച്ചിരിക്കുന്ന കൊച്ചുകുട്ടികളെക്കുറിച്ചും ആലോചിച്ചു. അവരുടെ ദൈനംദിന കാര്യങ്ങൾ വീണ്ടും അവരെ ഞെരിച്ചു. ഇത് ഒരു മിന്നൽപ്പിണർ ആയിരുന്നു. അവരെ തൂത്തുവാരിക്കൊണ്ടു പോകാൻ ഈ മിന്നൽപ്പിണരിന് അവർ തന്നെ അനുവാദം കൊടുത്തു. പക്ഷേ, ഇപ്പോൾ അത് കടന്നു പോയിരിക്കുന്നു. ഓരോ ദിവസത്തെയും ആവശ്യങ്ങളുടെ ചക്രം അവരെ വീണ്ടും കൈവശപ്പെടുത്തിക്കഴിഞ്ഞു. അവർ ഓരോരുത്തരായും ഈ രണ്ടുപേർ ചേർന്നും ഒളിച്ചോടുന്നവരെപോലെ അതീവരഹസ്യമായി അവിടെ നിന്ന് വഴുതിമാറി വീടുകളിലേക്ക് തിരിച്ചുപോയി.

യേശു ദുഃഖത്തിന് കീഴടങ്ങിക്കൊണ്ട് പുരാതനമായ ആ വെണ്ണക്കല്ലിനു മുകളിൽ കിടന്നു. അദ്ദേഹത്തിനോട് വിട പറയാൻ വേണ്ടി ഒരാൾ പോലും കൈനീട്ടിയില്ല. അദ്ദേഹത്തിന് വിശക്കുന്നുണ്ടോ എന്ന് ഒരാൾപോലും ചോദിച്ചില്ല. അദ്ദേഹത്തിന് ഉറങ്ങാൻ സ്ഥലമുണ്ടോ എന്ന് ഒരാൾപോലും അന്വേഷിച്ചില്ല. യേശു കൂടുതൽ കൂടുതൽ ഇരുണ്ടുകൊണ്ടിരുന്ന ഭൂമിയെ നോക്കി. ധൃതിപിടിച്ചുള്ള കാലൊച്ചകൾ അകന്നകന്നു പോകുന്നത് അദ്ദേഹം കേട്ടു. അതിനുശേഷം അവ നിലച്ചു. പെട്ടെന്ന് എല്ലാം നിശ്ശബ്ദമായി. അദ്ദേഹം തല ഉയർത്തി. ആരും ഇല്ല. അദ്ദേഹം നാലുപാടും നോക്കി. ഇരുട്ടു മാത്രം. ആളുകൾ പോയിക്കഴിഞ്ഞു. അദ്ദേഹത്തിന്റെ അടുത്ത് മുകളിലുള്ള നക്ഷത്രങ്ങൾ അല്ലാതെ മറ്റൊന്നും ഇല്ല. അദ്ദേഹത്തിന്റെ ഉള്ളിൽ വിശപ്പും ക്ഷീണവും അല്ലാതെ മറ്റൊന്നും ഇല്ല. യേശുവിന് എവിടെ പോകാൻ പറ്റും? ഏത് വാതിലിൽ അദ്ദേഹം മുട്ടി വിളിക്കും? യേശു വിങ്ങുന്ന മനസ്സുമായി ആത്മനിന്ദയോടെ വീണ്ടും തറയിൽ ചുരുണ്ടുകൂടിക്കിടന്നു. "കുറുക്കന്മാർക്കുപോലും ഉറങ്ങാൻ മാളങ്ങൾ ഉണ്ട്." അദ്ദേഹം പിറുപിറുത്തു. "എനിക്ക് ഒന്നും ഇല്ല." യേശു കണ്ണുകൾ അടച്ചു. രാത്രിയോടൊപ്പം കുത്തിത്തുളയ്ക്കുന്ന തണുപ്പും ഇറങ്ങിവന്നിരുന്നു. യേശു വിറയ്ക്കുന്നുണ്ടായിരുന്നു.

പെട്ടെന്ന് വെണ്ണക്കല്ലിന്റെ പിന്നിൽനിന്നും യേശു ഒരു ഞരക്കം കേട്ടു. അതിനു ശേഷം അടക്കിപ്പിടിച്ചുള്ള ഒരു തേങ്ങൽ അദ്ദേഹത്തിന്റെ ചെവിയിൽ വീണു. കണ്ണു തുറന്നപ്പോൾ ഇരുട്ടിൽ ഒരു സ്ത്രീ നാലുകാലിൽ ഇഴഞ്ഞ് അടുത്തേക്ക് വരുന്നുണ്ടെന്ന് യേശുവിന് മനസ്സിലായി. അടുത്തെത്തിക്കഴിഞ്ഞപ്പോൾ അവൾ മുടി അഴിച്ച് കല്ലുകൾ തട്ടി ക്രൂരമായി കീറിമുറിക്കപ്പെട്ട അയാളുടെ പാദങ്ങൾ തുടച്ചു. അയാൾ അവളെ ഗന്ധം കൊണ്ട് തിരിച്ചറിഞ്ഞു.

"എന്റെ സഹോദരി, മഗ്ദലന, വീട്ടിലേക്ക് തിരിച്ചുപോകൂ. കൂടുതൽ പാപങ്ങൾ ചെയ്യരുത്!" അദ്ദേഹം സുഗന്ധങ്ങൾ പൂശിയ അവളുടെ തലയിൽ കൈപ്പത്തിവെച്ചുകൊണ്ട് പറഞ്ഞു.

"എന്റെ സഹോദരനായ യേശു" യേശുവിന്റെ കാലുകളിൽ ചുംബിച്ചുകൊണ്ട് അവൾ പറഞ്ഞു. "ഞാൻ മരിക്കുന്നതുവരെ അങ്ങയുടെ നിഴലിനെ പിന്തുടരാൻ അങ്ങ് എന്നെ അനുവദിക്കണം. സ്നേഹം എന്താണെന്ന് ഇപ്പോൾ എനിക്ക് മനസ്സിലായി."

“വീട്ടിലേക്ക് തിരിച്ചു പോകൂ.” യേശു ആവർത്തിച്ചു.“സമയം ആകുമ്പോൾ ഞാൻ നിങ്ങളെ വിളിക്കും.”

“എന്റെ കുട്ടി, നിനക്കു വേണ്ടി മരിക്കാൻ ഞാൻ ആഗ്രഹിക്കുന്നു.”

“മഗ്ദലന ക്ഷമ കാണിക്കണം. സമയം വരും. പക്ഷേ, ഇതുവരെ വന്നിട്ടില്ല. അത് വരുമ്പോൾ ഞാൻ നിങ്ങളെ വിളിക്കും. ഇപ്പോൾ പോകൂ.”

യേശുവിന്റെ ശബ്ദം വീണ്ടും ആവർത്തിച്ച സമയത്ത് അവൾ എതിർക്കാൻ തുടങ്ങുകയായിരുന്നു.

“പോകൂ!”

ഈ പ്രാവശ്യം യേശുവിന്റെ ശബ്ദം അങ്ങേയറ്റം ഉറപ്പുള്ളതായിരുന്നു.

മഗ്ദലന കുന്നിറങ്ങാൻ തുടങ്ങി. അവളുടെ മൃദുവായ കാലൊച്ച കുറച്ചു സമയത്തേക്ക് കേൾക്കാൻ കഴിഞ്ഞിരുന്നു. പിന്നീട് അത് കുറഞ്ഞു കുറഞ്ഞു കേൾക്കാതായി. അവസാനം അന്തരീക്ഷത്തിൽ അവളുടെ ശരീരത്തിന്റെ ഗന്ധം ഒഴിച്ച് മറ്റൊന്നും അവശേഷിച്ചില്ല. പക്ഷേ, രാത്രിയിലെ ഇളംകാറ്റ് ഇതിനെ ദൂരത്തേക്ക് വലിച്ചുകൊണ്ടുപോയി.

ഇപ്പോൾ മറിയത്തിന്റെ മകൻ പൂർണ്ണമായും ഒറ്റപ്പെട്ടിരുന്നു. യേശുവിന്റെ മുകളിൽ: കരിമരംപോലെ കറുത്തതും നക്ഷത്രങ്ങൾകൊണ്ട് മോടിപിടിപ്പിച്ചതുമായ ദൈവത്തിന്റെ രാത്രിയിലെ മുഖം. നക്ഷത്രങ്ങൾ നിറഞ്ഞ ഇരുട്ടിൽനിന്നും ഒരു ശബ്ദം കേൾക്കാൻ ആഗ്രഹിക്കുന്നതുപോലെ യേശു ചെവികൂർപ്പിച്ചു. അദ്ദേഹം കാത്തിരുന്നു. ഒന്നും കേട്ടില്ല. അദ്ദേഹം വായ് തുറന്ന് അദൃശ്യമായവനോട് ചോദിക്കാൻ ആഗ്രഹിച്ചു. ദൈവമേ അങ്ങയ്ക്ക് എന്നെ ഇഷ്ടമാണോ? പക്ഷേ, ധൈര്യപ്പെട്ടില്ല. യേശു അദൃശ്യമായവനോട് പലതും പറയാൻ ആഗ്രഹിച്ചു. പക്ഷേ, ധൈര്യം ഉണ്ടായിരുന്നില്ല. യേശുവിനെ ഉള്ളിലാക്കി പൊതിഞ്ഞുവെച്ച മര്യാദയില്ലാത്ത നിശ്ശബ്ദതയെ അദ്ദേഹം ഭയന്നു. തീർച്ചയായും ദൈവത്തിന് എന്നെ ഇഷ്ടമായിട്ടില്ല. യേശു ഞെട്ടലോടെ പെട്ടെന്ന് ആലോചിച്ചു. പക്ഷേ, ദൈവമേ, എന്നെ എന്തിനാണ് കുറ്റപ്പെടുത്തുന്നത്? ഞാൻ അങ്ങയോട് എത്ര പ്രാവശ്യം പറഞ്ഞു. എനിക്ക് സംസാരിക്കാൻ പറ്റില്ല. പക്ഷേ, അങ്ങ് ചിലപ്പോൾ പൊട്ടിച്ചിരിച്ചും ചിലപ്പോൾ ദേഷ്യപ്പെട്ട് കണ്ണുരുട്ടിയും എന്നെ നിർബ്ബന്ധിച്ച് മുന്നോട്ട് തള്ളിവിട്ടു. അതുകഴിഞ്ഞ് ഇന്നുരാവിലെ എന്നെ മഠാധിപതിയാക്കാൻ വേണ്ടി സന്ന്യാസിമാർ പിന്തുടർന്നപ്പോൾ എനിക്ക് അതിനുള്ള യോഗ്യത ഇല്ല– അവർ ഞാൻ രക്ഷപ്പെടാതിരിക്കാൻ വേണ്ടി എല്ലാ കതകുകളും അടച്ച് കുറ്റിയിട്ടു. അങ്ങ് എനിക്കുവേണ്ടി ഒരു വളരെ ചെറിയ ഒളിവാതിൽ തുറന്നു തന്നു. അങ്ങ് എന്റെ തലമുടിക്കുള്ളിലേക്ക് കൈനഖങ്ങൾ കുത്തിയിറക്കി എന്നെ ഈ ആൾക്കൂട്ടത്തിന്റെ മുന്നിലേക്ക് വലിച്ചെറിഞ്ഞു. “സംസാരിക്കൂ” അങ്ങ് ആജ്ഞാപിച്ചു. “സമയം ആയിരിക്കുന്നു!” പക്ഷേ, ഞാൻ എന്റെ ചുണ്ടുകൾ മുറുക്കി അടച്ചു. ഞാൻ ഒന്നും സംസാരിച്ചില്ല. അങ്ങ് അലറി. പക്ഷേ, ഞാൻ സംസാരിച്ചില്ല. അവസാനം അങ്ങയുടെ ക്ഷമ നശിച്ചു. അങ്ങ് അമ്പുപോലെ പാഞ്ഞുവന്ന് എന്റെ വായ് തുറന്നു. ഞാൻ വായ് തുറന്നില്ല. അങ്ങ് എനിക്കുവേണ്ടി അത് ബല

മായി വലിച്ചു തുറന്നു. അങ്ങയ്ക്ക് അങ്ങയുടെ പ്രവാചകന്മാരുടെ ചുണ്ട് കത്തുന്ന കല്ക്കരിക്കൊണ്ട് അഭിഷേകം ചെയ്ത് പരിചയം ഉണ്ടെങ്കിലും എന്റെ ചുണ്ടുകൾ അങ്ങ് അതുകൊണ്ട് അഭിഷേകം ചെയ്തില്ല. പക്ഷേ, അങ്ങ് എന്റെ ചുണ്ട് തേൻ കൊണ്ട് അഭിഷേകം ചെയ്തു. എന്നിട്ട് ഞാൻ സംസാരിച്ചു. എന്റെ മനസ്സിൽ ദേഷ്യം ഉണ്ടായിരുന്നു. അത് എന്നെ വിളിച്ചുകൂവാൻ പ്രേരിപ്പിച്ചു. ദൈവം തീയാണ്! അതെ, അങ്ങയുടെ പ്രവചാകൻ യോഹന്നാനെ പോലെ— ദൈവം തീയാണ്! അദ്ദേഹം വന്നുകൊണ്ടിരിക്കുന്നു. നിയമവും നീതിയും അഭിമാനവും ഇല്ലാത്ത മനുഷ്യരേ: നിങ്ങൾ എവിടെ ഒളിക്കും? അദ്ദേഹം വന്നുകൊണ്ടിരിക്കുന്നു. എന്റെ ഹൃദയം വിളിച്ചുകൂവാൻ ശ്രമിച്ചത് ഈ കാര്യം ആയിരുന്നു. പക്ഷേ, അങ്ങ് എന്റെ ചുണ്ടുകളിൽ തേൻ പുരട്ടി. പകരം ഞാൻ വിളിച്ചു പറഞ്ഞു. സ്നേഹം! സ്നേഹം!

"ദൈവമേ! എന്റെ ദൈവമേ!" അദ്ദേഹം മുറുമുറുത്തു. "എനിക്ക് അങ്ങയോട് യുദ്ധം ചെയ്യാൻ പറ്റില്ല. ഇന്നു രാത്രിയിൽ ഞാൻ എന്റെ ആയുധങ്ങൾ അങ്ങേയ്ക്ക് അടിയറവയ്ക്കുന്നു. അങ്ങയുടെ ആഗ്രഹംപോലെ നടക്കട്ടെ!"

ഇത്രയും പറഞ്ഞുകഴിഞ്ഞപ്പോൾ യേശുവിന് ആശ്വാസം കിട്ടിയിരിക്കുന്നതായി സ്വയം ബോദ്ധ്യപ്പെട്ടു. അദ്ദേഹം ഉറങ്ങുന്ന ഒരു കിളിയെ പോലെ തല നെഞ്ചിലേക്ക് കുനിച്ച് കണ്ണടച്ചുറങ്ങി. ഉടുപ്പിനടിയിൽ നിന്ന് ഒരു ആപ്പിൾ പുറത്തെടുത്ത് രണ്ടായി മുറിച്ച് ഉള്ളിൽ നിന്നും ഒരു കുരു തോണ്ടിയെടുത്ത് നിലത്ത് തൊട്ടുമുമ്പിൽ കുഴിച്ചിട്ടതായി യേശുവിന് തോന്നി. അതു കുഴിച്ചിട്ടപ്പോൾതന്നെ മുളപൊട്ടി ഭൂമിയുടെ പുറത്തേക്ക് വന്ന് ചില്ലകളും ഇലകളും പൂക്കളും രൂപപ്പെട്ട് നൂറുകണക്കിന് ആപ്പിളുകൾ ഉല്പാദിപ്പിച്ചു...

കല്ലുകൾ അനങ്ങി. മനുഷ്യന്റെ കാൽപ്പെരുമാറ്റം കേട്ടു. യേശുവിന്റെ ഉറക്കം പേടിച്ച് ഒളിച്ചോടി. അദ്ദേഹം കൺപോളകൾ ഉയർത്തിയപ്പോൾ ആരോ മുന്നിൽ നില്ക്കുന്നതുകണ്ടു. താൻ ഇപ്പോൾ തനിച്ചല്ലെന്നുള്ള സന്തോഷത്തോടെ അദ്ദേഹം ആ മനുഷ്യന്റെ ഊഷ്മളമായ സാന്നിദ്ധ്യത്തെ നിശ്ശബ്ദമായി സ്വാഗതം ചെയ്തു.

രാത്രിയിലെ സന്ദർശകൻ മുന്നോട്ടുവന്ന് മുട്ടുകുത്തി.

"നിങ്ങൾക്ക് വിശക്കുന്നുണ്ടാകും" അയാൾ പറഞ്ഞു. "ഞാൻ നിങ്ങൾക്ക് അപ്പവും തേനും മീനും കൊണ്ടുവന്നിട്ടുണ്ട്."

"സഹോദരാ, നിങ്ങൾ ആരാണ്?"

"ഞാൻ യോനായുടെ മകൻ ആൻഡ്രൂ ആണ്."

"അവർ എല്ലാവരും എന്നെ ഉപേക്ഷിച്ചിട്ടു പോയി. അതെ. എനിക്ക് വിശപ്പുണ്ടെന്നുള്ളത് സത്യമാണ്. സഹോദരാ, നിങ്ങൾക്ക് എങ്ങനെയാണ് എന്നെ ഓർത്ത് എനിക്ക് അപ്പവും തേനും മീനും അടങ്ങുന്ന ദൈവത്തിന്റെ സമ്പത്ത് കൊണ്ടുത്തരാൻ തോന്നിയത്? സ്നേഹപൂർവ്വമുള്ള ഒരു വാക്ക് ഒഴിച്ച് ഞാൻ മറ്റൊന്നും ആഗ്രഹിക്കുന്നില്ല."

"അതും ഞാൻ അങ്ങയ്ക്കുവേണ്ടി കൊണ്ടു വന്നിട്ടുണ്ട്." ആൻഡ്രു പറഞ്ഞു. ഇങ്ങനെ പറയാൻ ഇരുട്ട് ആൻഡ്രുവിന് ധൈര്യം കൊടുത്തിരുന്നു. ആ ചെറുപ്പക്കാരന്റെ വിറയ്ക്കുന്ന കൈകളോ അയാളുടെ വിളറിയ കവിളുകളിലൂടെ ഒഴുകിയിറങ്ങിക്കൊണ്ടിരുന്ന കണ്ണുനീർത്തുള്ളികളോ ഒന്നുംതന്നെ യേശു കാണുന്നുണ്ടായിരുന്നില്ല.

"ആദ്യം— സ്നേഹപൂർവ്വമുള്ള വാക്ക്" കൈ മുന്നോട്ടു നീട്ടി പുഞ്ചിരിച്ചുകൊണ്ട് യേശു പറഞ്ഞു.

"എന്റെ യജമാനനായ ഗുരു.." യോനായുടെ മകൻ മന്ത്രിച്ചു. അതിനുശേഷം യേശുവിന്റെ പാദങ്ങളിൽ ആൻഡ്രു കുനിഞ്ഞിരുന്ന് ചുംബിച്ചു.

പതിനാല്

സമയം മുഴക്കോലുകൊണ്ട് അളക്കാൻ പറ്റുന്ന പാടം അല്ല. മൈലുകളായി അളക്കാൻ പറ്റുന്ന കടലും അല്ല. അത് ഒരു ഹൃദയസ്പന്ദനം ആണ്. എത്രകാലം ഈ വിവാഹനിശ്ചയം നീണ്ടുനില്ക്കും? ദിവസങ്ങൾ? മാസങ്ങൾ? വർഷങ്ങൾ? ചുണ്ടിൽ നല്ല വാക്കുകളുമായി ആർദ്രചിത്തനായ മറിയത്തിന്റെ മകൻ ഗ്രാമങ്ങളിൽ നിന്ന് ഗ്രാമങ്ങളിലേക്ക് ആഹ്ലാദത്തോടെ സഞ്ചരിച്ചു. ഗ്രാമങ്ങളിൽ നിന്ന് ഗ്രാമങ്ങളിലേക്കും പർവ്വതങ്ങളിൽ നിന്ന് പർവ്വതങ്ങളിലേക്കും ചിലപ്പോൾ തുഴവള്ളങ്ങളിൽ തടാകത്തിന്റെ ഒരു കരയിൽ നിന്ന് മറുകരയിലേക്കും ഒരു നവവരനെപ്പോലെ വെളുത്ത വസ്ത്രങ്ങൾ ധരിച്ചുകൊണ്ട് യേശു സഞ്ചാരം തുടർന്നു. യേശുവിന്റെ നവവധു ഭൂമി ആയിരുന്നു. അദ്ദേഹം കാലുയർത്തുന്ന നിമിഷത്തിൽ അദ്ദേഹം നടക്കുന്ന ഭൂമിയിലെല്ലാം പൂക്കൾ നിറഞ്ഞു. അദ്ദേഹം മരങ്ങളിലേക്ക് നോക്കുമ്പോൾ അവയെല്ലാം പൂവിട്ടു. അദ്ദേഹം ബോട്ടിലേക്ക് കാലെടുത്തു കുത്തുന്ന നിമിഷത്തിൽ അനുകൂലമായ ഒരു കാറ്റ് വന്ന് കപ്പൽ പായ വിടർത്തിക്കഴിയും. ആളുകൾ അദ്ദേഹം പറയുന്നത് ശ്രദ്ധിച്ചുകേട്ടു. അവരുടെ ഉള്ളിലെ കളിമണ്ണ് ചിറകുകളായി മാറി. കാലം മുഴുവൻ ഈ വിവാഹനിശ്ചയം നീണ്ടുനിന്നു. ഒരു കല്ല് ഉയർത്തിയാൽ അതിനിടയിൽ നിങ്ങൾ ദൈവത്തെ കണ്ടു. ഒരു വാതിലിൽ മുട്ടിയാൽ നിങ്ങൾക്കുവേണ്ടി കതകുതുറക്കാൻ ദൈവം നേരിട്ടുവന്നു. നിങ്ങൾ ചങ്ങാതിയുടെയോ ശത്രുവിന്റെയോ കണ്ണിലേക്ക് നോക്കിയാൽ കൃഷ്ണമണിക്കുള്ളിൽ ദൈവം നിങ്ങളെനോക്കി ചിരിച്ചുകൊണ്ടിരിക്കുന്നത് നിങ്ങൾ കണ്ടു.

[1]ഫാരീസികൾ അവജ്ഞയോടെ തലകുലുക്കി "സ്നാപകയോഹന്നാൻ ഉപവസിക്കുന്നു. പൊട്ടിക്കരയുന്നു." അവരുടെ ചൈതന്യമില്ലാത്ത കണ്ണുകൾ തിളങ്ങി. അവർ യേശുവിനെ ആക്ഷേപിച്ചു. "അയാൾ ഭീഷണിപ്പെടുത്തുന്നു. അയാൾ ചിരിക്കുന്നില്ല. പക്ഷേ, നിങ്ങൾ എവിടെയെ

1. ദൈവത്തിന്റെ എല്ലാ കല്പനകളും അനുസരിക്കുന്നവർ എന്നു സ്വയം വിശ്വസിച്ചിരുന്ന യഹൂദ വർഗ്ഗം.

ങ്കിലും ആഹ്ലാദകരമായ ഒരു കൂട്ടായ്മയുണ്ടെങ്കിൽ അവിടെ ഏറ്റവും ആദ്യം എത്തുന്നത് നിങ്ങളാണ്. നിങ്ങൾ തിന്നുന്നു കുടിക്കുന്നു. മറ്റുള്ള വരുടെ കൂടെ പൊട്ടിച്ചിരിക്കുന്നു. ഇന്നാളൊരു ദിവസം കാനായിലെ ഒരു വിവാഹത്തിന് ചെറുപ്പക്കാരികളുടെ കൂടെ നൃത്തം ചെയ്യാൻ നിങ്ങൾക്ക് ലജ്ജ ഇല്ലായിരുന്നു. പൊട്ടിച്ചിരിക്കുകയും നൃത്തം ചെയ്യുകയും ചെയ്യുന്ന ഒരു പ്രവാചകനെപ്പറ്റി ആരെങ്കിലും കേട്ടിട്ടുണ്ടോ?"

പക്ഷേ, അദ്ദേഹം പുഞ്ചിരിച്ചു.

"എന്റെ സഹോദരന്മാരായ ഫാരീസികളേ, ഞാൻ പ്രവാചകൻ അല്ല. ഞാൻ ഒരു നവവരൻ ആണ്."

"ഒരു നവവരനോ?" ഫാരീസികൾ ഓരിയിട്ടു.

"എന്റെ സഹോദരന്മാരായ ഫാരീസികളേ ഞാൻ ഒരു നവവരൻ ആണ്. എന്നോട് ക്ഷമിക്കണം. പക്ഷേ, എനിക്ക് അത് മറ്റൊരു രീതിയിൽ നിങ്ങൾക്ക് വിശദീകരിച്ചുതരാൻ കഴിയുന്നില്ല."

അദ്ദേഹം കൂട്ടുകാരായ ജോണിന്റെയും ആൻഡ്രുവിന്റെയും യൂദാസിന്റെയും നേർക്ക് തിരിയും. പാടങ്ങളും വള്ളങ്ങളും ഉപേക്ഷിച്ച് അദ്ദേഹം പറയുന്നത് കേൾക്കാൻ വേണ്ടി ഓടിയെത്തിയ കർഷകരുടെയും മുക്കുവരുടെയും നേർക്ക് തിരിയും. കൈയിൽ പിഞ്ചുകുഞ്ഞുങ്ങളുമായി അദ്ദേഹത്തിന്റെ ശബ്ദത്തിന്റെ മാധുര്യത്താൽ വശീകരിക്കപ്പെട്ട് ഓടിയെത്തിയ സ്ത്രീകളുടെ നേർക്ക് തിരിയും.

"നവവരൻ നിങ്ങളോടൊപ്പം ഉള്ളപ്പോൾതന്നെ ആഹ്ലാദിക്കൂ" അദ്ദേഹം അവരോട് പറയും. "നിങ്ങൾ വിധവകളും അനാഥരും ആകുന്ന ദിവസങ്ങളും വരും. പക്ഷേ, നിങ്ങളുടെ പിതാവിൽ വിശ്വാസം അർപ്പിക്കൂ. ആകാശത്തെ പറവകളുടെ വിശ്വാസം നോക്കൂ. അവർ വിതയ്ക്കുന്നില്ല. കൊയ്യുന്നില്ല. എന്നിട്ടും പിതാവ് അവർക്ക് ഭക്ഷണം കൊടുക്കുന്നു. ലോകത്തെ പൂക്കളെപ്പറ്റി ആലോചിക്കൂ. അവർ നൂൽ നൂക്കുന്നില്ല. നെയ്യുന്നില്ല. പക്ഷേ, ഏത് രാജാവിന് അവരെ ഇത്രമാത്രം പ്രൗഢിയോടെ വേഷം അണിയിക്കാൻ കഴിയും? നിങ്ങളുടെ ശരീരം എന്ത് തിന്നുന്നെന്നോ എന്ത് കുടിക്കുന്നെന്നോ എന്ത് ധരിക്കുന്നെന്നോ ചിന്തിക്കാതിരിക്കൂ. നിങ്ങളുടെ ശരീരം പൊടിയായിരുന്നു. അത് പൊടിയിലേക്കു തന്നെ തിരിച്ചുപോകും. നിങ്ങളുടെ ആലോചന സ്വർഗ്ഗരാജ്യത്തിനും അനശ്വരമായ നിങ്ങളുടെ ആത്മാവിനും വേണ്ടി ആകട്ടെ!"

യൂദാസ് യേശുവിന്റെ സംസാരം കേട്ടുകൊണ്ടു നിന്നതിനുശേഷം നെറ്റിചുളിച്ചു. അയാൾക്ക് സ്വർഗ്ഗരാജ്യത്തിൽ താല്പര്യം ഇല്ലായിരുന്നു. അയാളുടെ വലിയ വേവലാതി ഭൂമിയിലെ രാജ്യത്തിനു വേണ്ടി ആയിരുന്നു. ഈ ഭൂമിക്ക് മുഴുവൻ വേണ്ടി ആയിരുന്നില്ല; പ്രാർത്ഥനയും മേഘങ്ങളും കൊണ്ട് സൃഷ്ടിക്കപ്പെടാത്തതും കല്ലുകളും മനുഷ്യരും ചേർന്ന് സൃഷ്ടിച്ചിട്ടുള്ളതും ആയ ഇസ്രയേലിന്റെ പ്രദേശത്തിനു വേണ്ടി മാത്രം ആയിരുന്നു. അപരിഷ്കൃതരും അവിശ്വാസികളുമായ റോമാക്കാർ ഈ പ്രദേശത്തെ ചവിട്ടിത്തേച്ചിരുന്നു. ആദ്യം അവരെ പുറത്താക്കണം. അതി

നുശേഷം നമുക്ക് സ്വർഗ്ഗരാജ്യത്തെപ്പറ്റി വേവലാതിപ്പെടാം.

യേശു ചുവന്നതാടിക്കാരൻ നെറ്റിചുളിക്കുന്നത് കണ്ടു. അയാളുടെ നെറ്റിയെ ആക്രമിച്ച ചുളിവുകളിൽനിന്നും ചുവന്ന താടിക്കാരൻ ഒളിച്ചു വെച്ചിരിക്കുന്ന ആലോചനകൾ യേശു മനസ്സിലാക്കി.

"എന്റെ സഹോദരൻ യൂദാസ്, സ്വർഗ്ഗവും ഭൂമിയും ഒന്നാണ്." അയാളെ നോക്കി പുഞ്ചിരിച്ചുകൊണ്ട് യേശു പറയും. "കല്ലുകളും മേഘങ്ങളും ഒന്നാണ്. സ്വർഗ്ഗരാജ്യം ആകാശത്തിൽ അല്ല. അത് നമ്മുടെ ഉള്ളിലാണ്. നമ്മുടെ ഹൃദയത്തിൽ ഞാൻ അതിനെപ്പറ്റി പറയുന്നു. ഹൃദയത്തെപ്പറ്റി. നിങ്ങളുടെ ഹൃദയത്തെ രൂപാന്തരപ്പെടുത്തു. സ്വർഗ്ഗവും ഭൂമിയും അപ്പോൾ ആലിംഗനം ചെയ്യും. ഇസ്രയേലുകാരും റോമാക്കാരും ആലിംഗനം ചെയ്യും. അവർ ഒന്നാകും."

പക്ഷേ, ചുവന്നതാടിക്കാരൻ അയാളുടെ കോപം ഉള്ളിൽതന്നെ സൂക്ഷിച്ചു. അയാൾ അതിന്റെ മുകളിൽ അടയിരുന്നുകൊണ്ട് ക്ഷമയോടെ കാത്തുനില്ക്കാൻ സ്വയം നിർബ്ബന്ധം പിടിച്ചു. അയാൾ എന്താണ് സംസാരിക്കുന്നതെന്ന് അയാൾക്ക് അറിയില്ല. അയാൾ സ്വയം മുറുമുറുത്തു. "അയാൾ ഒരു സ്വപ്ന ലോകത്താണ് ജീവിക്കുന്നത്. അയാൾക്ക് ചുറ്റും എന്താണ് നടക്കുന്നതെന്നതിനെപ്പറ്റി യാതൊരു രൂപവും അയാൾക്ക് ഇല്ല... എനിക്ക് ചുറ്റുമുള്ള ലോകത്തിന് രൂപാന്തരം വന്നാൽ മാത്രമേ എന്റെ ഹൃദയത്തിൽ രൂപാന്തരം വരൂ! റോമാക്കാർ ഇസ്രയേലിന്റെ പ്രദേശത്തു നിന്നും അപ്രത്യക്ഷമായാൽ മാത്രമേ, എനിക്ക് ആശ്വാസം കണ്ടെത്താൻ കഴിയൂ!"

ഒരു ദിവസം സബിദീയുടെ ഇളയ മകൻ യേശുവിന്റെ നേർക്ക് തിരിഞ്ഞു. "ആചാര്യൻ എന്നോട് ക്ഷമിക്കണം" അയാൾ പറഞ്ഞു. "പക്ഷേ, ഞാൻ യൂദാസിനെ സ്നേഹിക്കുന്നില്ലെന്ന് എനിക്ക് മനസ്സിലായി. ഞാൻ അയാളുടെ അടുത്തു പോകുമ്പോൾ ഒരു ഇരുണ്ട ശക്തി അയാളുടെ ശരീരത്തിൽനിന്നും പുറത്തേക്ക് പ്രവഹിക്കുന്നു. ആയിരക്കണക്കിന് കൊച്ചുകൊച്ചു സൂചികൾ എന്നെ കുത്തിമുറിവേല്പിക്കുന്നു. ഇന്നാളൊരുദിവസം സന്ധ്യയ്ക്ക് ഒരു കറുത്ത മാലാഖ അയാളുടെ ചെവിയിൽ എന്തോ കുശുകുശുക്കുന്നത് ഞാൻ കണ്ടു. അയാൾ പറഞ്ഞത് എന്തായിരിക്കും?"

"അയാൾ പറഞ്ഞതിനെപ്പറ്റി എനിക്ക് ഒരു മുൻധാരണ ഉണ്ട്." നെടുവീർപ്പിട്ടുകൊണ്ട് യേശു പറഞ്ഞു.

"എന്താണത്? എനിക്ക് ഭയം തോന്നുന്നു. അയാൾ പറഞ്ഞകാര്യം ആചാര്യൻ പറയണം?"

"സമയം ആകുമ്പോൾ നിങ്ങൾക്ക് അത് മനസ്സിലാകും. എനിക്ക് പോലും അത് വ്യക്തമായി മനസ്സിലായിട്ടില്ല."

"ആചാര്യൻ എന്തിനാണ് അയാളെ കൂടെക്കൊണ്ടു നടക്കുന്നത്? രാത്രിയും പകലും ആചാര്യനെ പിന്തുടരാൻ അയാളെ എന്തിനാണ് അനുവദിക്കുന്നത്? അയാളോട് സംസാരിക്കുമ്പോൾ ആചാര്യന്റെ ശബ്ദത്തിന്

ഞങ്ങളോട് സംസാരിക്കുന്നതിനേക്കാൾ കൂടുതൽ മാധുര്യം ലഭിക്കുന്നത് എന്തുകൊണ്ടാണ്?"

"എന്റെ സഹോദരൻ ജോൺ മനസ്സിലാക്കണം. അത് അങ്ങനെതന്നെയാണ് വേണ്ടത്. കാരണം അയാൾക്കാണ് സ്നേഹത്തിന്റെ കൂടുതൽ ആവശ്യം ഉള്ളത്."

ആൻഡ്രു പുതിയ ഗുരുവിനെ പിന്തുടർന്നു. ദിവസംതോറും ലോകത്തിന് അയാളുടെ കണ്ണിൽ വ്യത്യാസം വന്നു. അതിന്റെ മാധുര്യം വർദ്ധിച്ചു. ലോകത്തിനായിരുന്നില്ല. അയാളുടെ ഹൃദയത്തിനാണ് മാധുര്യം വർദ്ധിച്ചത്! ഭക്ഷണവും പൊട്ടിച്ചിരിയും പാപങ്ങൾ അല്ലാതായി. കാൽച്ചുവട്ടിലെ ഭൂമി ഉറപ്പുള്ളതായി മാറി. ആകാശം അതിന്റെ മുകളിൽ ഒരു അച്ഛനെപ്പോലെ കുനിഞ്ഞു നോക്കി. ദൈവത്തിന്റെ ദിവസം അമർഷത്തിന്റെയും തീപിടിത്തത്തിന്റെയും ദിവസം അല്ലാതായി. അത് ലോകാവസാനം അല്ലാതായി. അത് കൊയ്ത്തും മുന്തിരിവിളവെടുപ്പും വിവാഹങ്ങളും നൃത്തങ്ങളും ആയിരുന്നു. ഭൂമിയുടെ കന്യകാത്വത്തിന്റെ ശാശ്വതമായ നവീകരണം. ഓരോ പുലരിയും ഒരു രണ്ടാം ജന്മം ആയിരുന്നു. ഓരോ പ്രഭാതത്തിലും ഭൂമിയെ ദിവ്യമായ കൈവെള്ളയിൽ സംരക്ഷിക്കാമെന്ന വാഗ്ദാനം ദൈവം പുതുക്കി.

ദിവസങ്ങൾ കടന്നുപോയപ്പോൾ ആൻഡ്രു ശാന്തനായി. അയാൾ ഭക്ഷണത്തോടും പൊട്ടിച്ചിരിയോടും ചങ്ങാത്തം സ്ഥാപിച്ചു. അയാളുടെ വിളറിയ കവിളുകൾ ചുവന്നു. ഉച്ചനേരത്തോ വൈകിട്ടോ ഒരു മരത്തണലിൽ ഭക്ഷണത്തിനു തയ്യാറെടുക്കുന്ന സമയത്ത് അല്ലെങ്കിൽ കൂട്ടുകാർ ഏതെങ്കിലും വീട്ടിൽ സൽക്കാരം നടത്തുന്ന സമയത്ത് ആശീർവദിച്ചതിനുശേഷം അപ്പം പങ്കുവയ്ക്കുന്നത് യേശുവിന്റെ ശീലം ആയിരുന്നു. ആൻഡ്രുവിന്റെ ആമാശയം ഈ അപ്പം സ്വീകരിച്ചതിനുശേഷം ഉടൻ തന്നെ അതിനെ സ്നേഹവും പൊട്ടിച്ചിരിയുമായി രൂപാന്തരപ്പെടുത്തി... എന്തായാലും സ്വന്തം കുടുംബത്തെയും കൂട്ടുകാരെയും ഓർക്കുന്ന സമയത്തെല്ലാം അയാൾ ഇപ്പോഴും ഇടയ്ക്കിടയ്ക്ക് നെടുവീർപ്പ് ഇട്ടിരുന്നു.

"യോനായ്ക്കും സബിദീക്കും എന്ത് സംഭവിക്കും?" വിദൂരതയിലേക്ക് കണ്ണു നട്ടുകൊണ്ട് ഒരു ദിവസം അയാൾ ചോദിച്ചു. ഈ രണ്ടു കിഴവന്മാർ ലോകത്തിന്റെ രണ്ടറ്റങ്ങളിലാണെന്ന് അയാൾക്ക് തോന്നി. "ജേക്കബ്ബും പീറ്ററും എന്തു ചെയ്യുന്നു? അവർ എവിടെയാണ്? ഇപ്പോൾ അവർ ഏതു ചുറ്റുപാടുകളിലാണ് പീഡിപ്പിക്കപ്പെട്ടുകൊണ്ടിരിക്കുന്നത്?"

"നമുക്ക് അവരെ എല്ലാം കണ്ടെത്തണം" യേശു പുഞ്ചിരിച്ചുകൊണ്ട് മറുപടി പറഞ്ഞു. "കൂടാതെ അവരിൽ ഓരോരുത്തരും നമ്മളെ കണ്ടെത്തും. ആൻഡ്രു ദുഃഖിക്കരുത്. എന്റെ പിതാവിന്റെ മുറ്റങ്ങൾ വളരെ വിശാലമാണ്. അവിടെ എല്ലാവർക്കും സ്ഥലം ഉണ്ട്."

ഒരുവൈകുന്നേരം യേശു ബേത് സയ്ദായിൽ പ്രവേശിച്ചു. കുട്ടികൾ ഒലിവ് ചില്ലകളും പനയോലകളും എടുത്തുകൊണ്ട് യേശുവിനെ അഭിവാദ്യം ചെയ്യാൻ വേണ്ടി ഓടിച്ചെന്നു. വാതിലുകൾ തുറന്നു. വീട്ടുകാരി

കൾ പ്രത്യക്ഷപ്പെട്ടു. അവർ വീട്ടുജോലികൾ ഉപേക്ഷിച്ച് നല്ല വാക്കുകൾ കേൾക്കാൻ വേണ്ടി യേശുവിന്റെ പിന്നാലെ ഓടി. ആൺമക്കൾ തളർന്ന മാതാപിതാക്കളെ തോളിൽ എടുത്തു. പേരക്കുട്ടികൾ അന്ധരായ അപ്പൂപ്പന്മാരെയും അമ്മൂമ്മമാരേയും കൈപിടിച്ച് മുന്നോട്ടു നയിച്ചു. കരുത്തന്മാർ പിശാചുബാധയുള്ളവരെയും വലിച്ചുകൊണ്ട് യേശുവിനെ പിന്തുടർന്നു. യേശുവിനെക്കൊണ്ട് അവരുടെ തലയിൽ കൈവെപ്പിച്ച് അവരുടെ ഭ്രാന്ത് മാറ്റിയെടുക്കാൻ വേണ്ടിയായിരുന്നു കരുത്തന്മാർ പിശാചുബാധിതരെ വലിച്ചുകൊണ്ടുപോയത്.

അന്ന് കൊണ്ടുനടന്ന് കച്ചവടം നടത്തുന്ന തോമസ് ഗ്രാമത്തിൽ കറങ്ങിനടന്നുകൊണ്ടിരുന്ന ദിവസം ആയിരുന്നു. അയാൾ നൂലുചുറ്റിവെച്ച ചക്രങ്ങളും ചീപ്പുകളും സ്ത്രീകളിൽ അത്ഭുതങ്ങൾ കാണിക്കുന്ന ഓട്ടുവളകളും വെള്ളിക്കമ്മലുകളും ഉൾപ്പെടെയുള്ള കച്ചവടസാധനങ്ങളുടെ ഭാരംകൊണ്ട് ആടിയാടി മുന്നോട്ടുനടന്നു. അയാൾ അയാളുടെ കുഴൽ ഊതി ശബ്ദം ഉണ്ടാക്കിക്കൊണ്ട് നീങ്ങുന്നത് യേശു കണ്ടു. പെട്ടെന്ന് ഒരു കാറ്റുവീശി... അയാൾ ഇപ്പോൾ തോമസ് എന്ന കോങ്കണ്ണൻ കച്ചവടക്കാരൻ ആയിരുന്നില്ല. അയാൾ കൈയിൽ ഒരു ആശാരിയുടെ മുഴക്കോൽ പിടിച്ചിരുന്നു. ദൂരെയുള്ള മറ്റൊരു രാജ്യത്തെ ഒരു കൂട്ടം ആളുകൾ അയാളുടെ ചുറ്റും കൂടിയിരുന്നു. ജോലിക്കാർ കല്ലും സിമന്റും വലിച്ചിഴച്ചുകൊണ്ടിരുന്നു. കൽപ്പണിക്കാർ ഒരു വലിയ ദേവാലയത്തിന്റെ അത്ഭുതകരമായ മണിമാളിക പണിയുകയായിരുന്നു. പ്രധാന പണിക്കാരനായ തോമസ് കൽപ്പണിക്കാരുടെ ജോലിയുടെ നിരപ്പ് മുഴക്കോൽപിടിച്ച് പരിശോധിച്ചുകൊണ്ട് അവിടെയും ഇവിടെയും ഓടിനടന്നു.. യേശു കണ്ണുചിമ്മി തോമസ് തിരിച്ചും കണ്ണുചിമ്മി. പെട്ടെന്ന് അയാൾ വീണ്ടും യേശുവിന്റെ മുമ്പിൽ വില്പനച്ചരക്കുകളും ചുമന്നു കൊണ്ട് നില്ക്കുകയാണെന്ന് തോമസിന് മനസ്സിലായി. അയാളുടെ കാപട്യം നിറഞ്ഞ കോങ്കണ്ണുകൾ കൗശലത്തോടെ നൃത്തം ചെയ്തു.

യേശു കച്ചവടക്കാരന്റെ തലയിൽ കൈവെച്ചു.

“തോമസ്, എന്റെ കൂടെ വരൂ. ഞാൻ നിങ്ങൾക്ക് ചുമക്കാൻ മറ്റു സാധനങ്ങൾ തരാം: ആത്മാവിന്റെ ആഭരണങ്ങളും സുഗന്ധവ്യഞ്ജനങ്ങളും തരാം. നിങ്ങളുടെ ചുറ്റി നടത്തം നിങ്ങളെ അപ്പോൾ ഭൂമിയുടെ അറ്റങ്ങളിലേക്ക് കൊണ്ടുപോകും. നിങ്ങൾ നിങ്ങളുടെ പുതിയ സാധനങ്ങൾക്കുവേണ്ടി വിളിച്ചുകൂവും. നിങ്ങൾ അവയെല്ലാം മനുഷ്യർക്ക് വീതിച്ചു നല്കും.”

“ഞാൻ ഈ സാധനങ്ങൾ ആദ്യം വിറ്റുതീർക്കാം.” അടക്കിച്ചിരിച്ചുകൊണ്ട് കൗശലക്കാരനായ കച്ചവടക്കാരൻ പറഞ്ഞു. “അതിനുശേഷം എന്തു സംഭവിക്കുമെന്ന് നമുക്ക് കാത്തിരുന്ന് കാണാം.” അയാൾ തുളച്ചിറങ്ങുന്ന ശബ്ദത്തിൽ അയാളുടെ ചീപ്പിനും നൂലിനും അത്ഭുതം പ്രവർത്തിക്കുന്ന സുഗന്ധദ്രവ്യങ്ങൾക്കും വേണ്ടി വിളിച്ചുകൂവാൻ തുടങ്ങി..

വളരെ ധനവാനും ക്രൂരനും ആത്മാർത്ഥത ഇല്ലാത്തവനുമായ ഗ്രാമ

ത്തിലെ ഒരു പ്രമാണി അടുത്തേക്ക് വന്നുകൊണ്ടിരുന്ന ആൾക്കൂട്ടത്തെ വാതിലിൽ നിന്നുകൊണ്ട് ജിജ്ഞാസയോടെ തുറിച്ചു നോക്കി. ഏറ്റവും മുന്നിൽ ഒലിവ് ചില്ലകളും വീശിക്കൊണ്ട് ഓടിയിരുന്ന കുട്ടികൾ വാതിലുകളിൽ മുട്ടിവിളിച്ചുകൊണ്ട് വിളിച്ചുകൂവി. "അവൻ വന്നുകൊണ്ടിരിക്കുന്നു! അവൻ വന്നുകൊണ്ടിരിക്കുന്നു! ഡേവിഡിന്റെ മകൻ വന്നുകൊണ്ടിരിക്കുന്നു!" അവരെ തോളറ്റം വരെ മുടി വിടർത്തിയിട്ടിരുന്ന വെളുത്ത വസ്ത്രം ധരിച്ച ഒരു മനുഷ്യൻ പിന്തുടരുന്നുണ്ടായിരുന്നു. അയാൾ ഇരുവശത്തും ഉള്ള വീടുകളെ ആശീർവദിക്കുന്ന മട്ടിൽ രണ്ടു കൈയും വിടർത്തി പിടിച്ചുകൊണ്ട് ശാന്തമായി പുഞ്ചിരിക്കുന്നുണ്ടായിരുന്നു. അയാളുടെ പിറകെ ഓടിക്കൊണ്ടിരുന്ന ആണുങ്ങളും പെണ്ണുങ്ങളും അയാളെ സ്പർശിച്ച് പരിപാവനത്വവും ശക്തിയും ആർജ്ജിക്കാൻ പോകുന്നത് ആരാണെന്ന് അറിയാൻ വേണ്ടി മത്സരിക്കുകയായിരുന്നു. ഇതുകൂടാതെ അയാളുടെ പിന്നിൽ അന്ധന്മാരും തളർവാതം പിടിച്ചവരും വരുന്നുണ്ടായിരുന്നു. പുതിയ വാതിലുകൾ തുടർച്ചയായി തുറന്നു. പുതിയ ആൾക്കൂട്ടം തുടർച്ചയായി പ്രത്യക്ഷപ്പെട്ടു.

വൃദ്ധനായ പ്രമാണിക്ക് അസ്വസ്ഥത തോന്നി. "ഇപ്പോൾ ഇത് ആരാണ്?" ആൾക്കൂട്ടം വീടിനുള്ളിലേക്ക് തിക്കിത്തിരക്കി കടന്നു വന്ന് സ്വത്ത് കൊള്ളയടിക്കാതിരിക്കാൻ വേണ്ടി അയാൾ വാതിൽപ്പടിയിൽ മുറുക്കിപ്പിടിച്ചു.

ആരോ ഒരാൾ നടത്തം നിർത്തി അയാൾക്ക് മറുപടി കൊടുത്തു. "അനാനിയാസ് ഇത് പുതിയ പ്രവാചകൻ ആണ്. നിങ്ങളുടെ മുമ്പിൽകാണുന്ന വെളുത്ത വേഷം ധരിച്ച മനുഷ്യൻ ഒരു കൈയിൽ ജീവിതവും മറ്റേ കൈയിൽ മരണവും കരുതിയിട്ടുണ്ട്. അയാൾ അയാളുടെ ഇഷ്ടം പോലെ അതെല്ലാം പങ്കിട്ടുകൊടുക്കുന്നു. അനാനിയാസിന് ഒരു ബുദ്ധി പറഞ്ഞുതരാം. അയാളെ പുകഴ്ത്തി അയാളോട് നല്ല രീതിയിൽ പെരുമാറുക."

വൃദ്ധനായ അനാനിയാസ് ഇത് കേട്ടു. അയാൾ പേടിച്ചുപോയി. അയാളുടെ ആത്മാവിനു മുകളിൽ ധാരാളം ദുഃഖങ്ങളുടെ ഭാരം ഉണ്ട്. അയാൾ രാത്രിയിൽ ഭയം കാരണം ഞെട്ടിവിറച്ചുകൊണ്ട് ഉറക്കം ഉണരാറുണ്ട്. അയാളുടെ പേടിസ്വപ്നങ്ങളിൽ നരകത്തിലെ തീജ്വാലകളിൽ അയാൾ കഴുത്തുവരെ മുങ്ങിനിന്ന് പൊരിഞ്ഞുകൊണ്ടിരിക്കുന്നതായി അയാൾക്ക് തോന്നിയിരുന്നു.... ഒരുപക്ഷേ, ഈ മനുഷ്യന് അയാളെ രക്ഷിക്കാൻ കഴിയുമായിരിക്കും. ഈ ലോകത്തിലെ എല്ലാ കാര്യങ്ങളും മന്ത്രവാദമാണ്. അയാൾ ആലോചിച്ചു. 'ഈ മനുഷ്യൻ ഒരു മന്ത്രവാദി ആണ്.... അതുകൊണ്ട് ഇയാൾക്കു വേണ്ടി ഒരു മേശ ഒരുക്കാം. ഇയാൾക്ക് ഭക്ഷണം കൊടുക്കാൻ വേണ്ടി നമുക്ക് അല്പം പണം മുടക്കാം. ഒരുപക്ഷേ, ഇയാൾ ഒരു അത്ഭുതം കാണിച്ചേക്കാം."

അയാൾ തീരുമാനം എടുത്തുകൊണ്ട് വഴിയുടെ നടുക്ക് കയറി നിന്നു. ഹൃദയത്തിനു മുകളിൽ കൈപ്പത്തി അമർത്തിക്കൊണ്ട് അയാൾ പറഞ്ഞു.

“ഡേവിഡിന്റെ മകനേ, ഞാൻ വൃദ്ധനായ അനാനിയാസ് ആണ്. ഒരു പാപി. നിങ്ങൾ ഒരു വിശുദ്ധനാണ്. ഞങ്ങളുടെ ഗ്രാമത്തെ അനുഗ്രഹിക്കാൻ വേണ്ടി നിങ്ങൾ കാലുകുത്തിയെന്ന് അറിഞ്ഞപ്പോൾതന്നെ ഞാൻ നിങ്ങൾക്കു വേണ്ടി മേശകൾ ഒരുക്കിക്കഴിഞ്ഞു. അതുകൊണ്ട് നിങ്ങൾക്ക് ഭക്ഷണം കഴിക്കാം. നിങ്ങൾക്ക് അനുകമ്പ ഉണ്ടെങ്കിൽ ദയവായി കടന്നു വരണം. പാപികൾക്കു വേണ്ടിയാണ് വിശുദ്ധന്മാർ ലോകത്ത് വരുന്നതെന്ന് നമുക്ക് എല്ലാവർക്കും അറിവുള്ള കാര്യമാണ്. എന്റെ വീട് പരിപാവനത്വത്തിനു വേണ്ടി ദാഹിക്കുകയാണ്.”

യേശു നടത്തം നിർത്തി. “അനാനിയാസ് നിങ്ങൾ പറഞ്ഞ കാര്യം എന്നെ സന്തോഷിപ്പിക്കുന്നു. എനിക്ക് നിങ്ങളെ കണ്ടതിൽ സന്തോഷം ഉണ്ട്!”

അദ്ദേഹം ഗ്രാമത്തിലെ സമ്പന്നമായ വീട്ടിലേക്ക് പ്രവേശിച്ചു. അടിമകൾ മുറ്റത്ത് മേശകൾ ക്രമീകരിച്ചു. തലയണകൾ കൊണ്ടുവന്നു. യേശു വിശ്രമിച്ചു. അദ്ദേഹത്തിന്റെ ഇരുവശത്തുമായി ജോണും ആൻഡ്രുവും യൂദാസും കൗശലക്കാരനായ തോമസും വിശ്രമിച്ചു. തോമസ് ഭക്ഷണം കഴിക്കാൻ വേണ്ടി യേശുവിന്റെ ശിഷ്യനാണെന്ന് അഭിനയിച്ചു. വൃദ്ധനായ ഉടമസ്ഥൻ അവരുടെ എതിർവശത്ത് സ്വയം ഇരിപ്പുറപ്പിച്ചു. അയാൾ സംസാരത്തെ സ്വപ്നങ്ങളുടെ പൊരുളിലേക്ക് നയിക്കാനുള്ള തിരിച്ചറിയാൻ പറ്റാത്ത ഒരുവഴിക്കുവേണ്ടി അന്വേഷിക്കുകയായിരുന്നു. മന്ത്രവാദിയെക്കൊണ്ട് അയാളുടെ പേടിസ്വപ്നങ്ങളെ ഉച്ചാടനം ചെയ്യിക്കാനായിരുന്നു തോമസിന്റെ ഉദ്ദേശ്യം. അടിമകൾ ആഹാരവും രണ്ടു കുടം വീഞ്ഞും കൊണ്ടുവച്ചിരുന്നു. ആളുകൾ അവർ ഭക്ഷണം കഴിച്ചുകൊണ്ട് ദൈവത്തെപ്പറ്റിയും കാലാവസ്ഥയെപ്പറ്റിയും മുന്തിരിപ്പാടങ്ങളെപ്പറ്റിയും പറയുന്നത് പുറത്തു നിന്നുകൊണ്ട് ശ്രദ്ധിച്ചു. അവർ ആഹാരവും വീഞ്ഞും കഴിച്ചു കഴിഞ്ഞപ്പോൾ അടിമകൾ ബേസിനും പാത്രങ്ങളും കൊണ്ടുവന്നു. അതിഥികൾ കൈകഴുകിയതിനുശേഷം എഴുന്നേല്ക്കാൻ തയ്യാറെടുത്തു. ഈ സമയത്ത് കിഴവൻ അനാനിയാസിന്റെ ക്ഷമ അവസാനിച്ചു. ‘ഞാൻ അയാൾക്ക് ഭക്ഷണം കൊടുക്കുന്നതിന്റെ പണംവരെ ചെലവാക്കിക്കഴിഞ്ഞു.’ അയാൾ സ്വയം പറഞ്ഞു. ‘അയാളും അയാളുടെ പരിചാരകന്മാരും ഭക്ഷണം കഴിച്ചു. വീഞ്ഞു കുടിച്ചു. ഇപ്പോൾ അയാൾപകരം ഉപകാരം ചെയ്യുന്നത് ശരിയായ കാര്യം ആണ്.’

“ഗുരുവേ, ഞാൻ പേടിസ്വപ്നങ്ങൾ കാണാറുണ്ട്” അയാൾ പറഞ്ഞു. “നിങ്ങളെ ഒരു വലിയ മന്ത്രവാദിയായി കണക്കാക്കിയിട്ടുണ്ടെന്ന് ഞാൻ മനസ്സിലാക്കുന്നു. ഞാൻ നിങ്ങൾക്കു വേണ്ടി എനിക്ക് ചെയ്യാവുന്നതെല്ലാം ചെയ്തു. ഇപ്പോൾ അങ്ങ് എനിക്കുവേണ്ടി എന്തെങ്കിലും ചെയ്തു തരണം. എന്നോട് അനുകമ്പ തോന്നി എന്റെ സ്വപ്നങ്ങളെ ഉച്ചാടനം ചെയ്തു തരണം: അങ്ങ് ഉദാഹരണങ്ങൾ പറഞ്ഞ് ഉച്ചാടനം ചെയ്യാറുണ്ടെന്ന് അവർ പറഞ്ഞു. അതുകൊണ്ട് എന്നോട് ഒരു ഉദാഹരണം പറയാൻ കരുണ തോന്നണം. ഞാൻ അതിന്റെ അർത്ഥം മനസ്സിലാക്കാം. അതോടെ എന്റെ

അസുഖം മാറും. ഈ ലോകത്തെ എല്ലാ കാര്യങ്ങളും മന്ത്രവാദം ആണ്. അല്ലേ? ശരി, അപ്പോൾ ഗുരുവിന്റെ മന്ത്രവാദം ഗുരുവിന് നടത്താം."

യേശു പുഞ്ചിരിച്ചുകൊണ്ട് വൃദ്ധന്റെ കണ്ണുകളിലേക്ക് നോക്കി. അത്യാർത്തിയുള്ള താടിയെല്ലുകളും തടിച്ച കഴുത്തും പെട്ടെന്ന് ചലിച്ചു കൊണ്ടിരിക്കുന്ന അത്യാർത്തിയുള്ള കണ്ണുകളും യേശു ആദ്യമായി കാണുകയായിരുന്നില്ല. പക്ഷേ, അവയെല്ലാം കൂടി അയാളെ ഞെട്ടിച്ചു. ഈ മനുഷ്യർ ഈ ലോകം മുഴുവൻ അവരുടേതാണെന്ന മട്ടിൽ ഭക്ഷണം കഴിച്ചു. കുടിച്ചു. പൊട്ടിച്ചിരിച്ചു. അവർ നരകത്തിലെ തീകുണ്ഡത്തിൽ എരിഞ്ഞു കൊണ്ടിരിക്കും എന്നുള്ള ഏറ്റവും ചെറിയ ആലോചന പോലും ഇല്ലാതെ അവർ മോഷ്ടിച്ചു. നൃത്തം ചെയ്തു. വ്യഭിചരിച്ചു. അപൂർവ്വം സമയങ്ങളിൽ മാത്രം ഉറക്കത്തിൽ നിന്ന് അവർ കണ്ണു തുറന്നു കണ്ടു.... യേശു അത്യാർത്തിക്കാരനായ കിഴവനെ നോക്കി. അയാളുടെ മാംസത്തിലേക്കും കണ്ണുകളിലേക്കും ഭയത്തിലേക്കും യേശു നോക്കി. അതോടെ ഒരിക്കൽകൂടി യേശുവിന്റെ ഉള്ളിലെ സത്യം ഒരു കഥയായി മാറി.

"അനാനിയാസ് നിങ്ങൾ ചെവി തുറന്നു വെക്കണം." യേശു പറഞ്ഞു. "നിങ്ങൾ ഹൃദയവും തുറന്നുവെക്കണം. കാരണം ഞാൻ സംസാരിക്കും."

"ഞാൻ ചെവിയും ഹൃദയവും തുറന്നുവെച്ചിരിക്കുകയാണ്. ഞാൻ കേട്ടുകൊണ്ടിരിക്കുകയാണ്. ദൈവത്തിന് സ്തുതി!"

"അനാനിയാസ്, ഒരിക്കൽ അനീതികാരനും ആത്മാർത്ഥത ഇല്ലാത്തവനുമായ ഒരു പണക്കാരൻ ഉണ്ടായിരുന്നു. അയാൾ തിന്നു. കുടിച്ചു. ചുവന്ന സിൽക്ക് വസ്ത്രങ്ങൾ ധരിച്ചു. അയാൾ തന്റെ ദരിദ്രനായ അയൽക്കാരനായ ലാസറസിന് ഒരു പച്ചിലപോലും കൊടുത്തിരുന്നില്ല. അയാൾക്ക് വിശന്നു. അയാൾ തണുത്തു വിറച്ചു. ലാസറസ് എല്ലുകൾ നക്കാനും എച്ചിൽ ശേഖരിക്കാനും വേണ്ടി മേശകളുടെ അടിയിലേക്ക് നിരങ്ങിക്കയറി. പക്ഷേ, അയാളെ അടിമകൾ പുറത്താക്കി. അയാൾ ഉമ്മറപ്പടിയിൽ ഇരിക്കുമ്പോൾ പട്ടികൾ അയാളുടെ വ്രണങ്ങളിൽ നക്കി. അതിനുശേഷം നിശ്ചയിച്ചുറപ്പിച്ചിട്ടുള്ള ദിവസം വന്നു. അവർ രണ്ടുപേരും മരിച്ചു. ഒരാൾ നിത്യമായ തീകുണ്ഡത്തിലേക്ക് പോയി. മറ്റേയാൾ എബ്രാഹാമിന്റെ മാറിലേക്ക് പോയി. ഒരു ദിവസം പണക്കാരൻ തല ഉയർത്തി നോക്കി. അയൽക്കാരൻ ലാസറസ് എബ്രഹാമിന്റെ നെഞ്ചിനുള്ളിൽ പൊട്ടിച്ചിരിക്കുന്നതും ആഹ്ലാദിക്കുന്നതും പണക്കാരൻ കണ്ടു. എബ്രഹാം പിതാവേ എബ്രഹാം പിതാവേ അയാൾ വിളിച്ചു കൂവി. "ലാസറസിനെ താഴോട്ടു പറഞ്ഞയക്കൂ. അയാൾ വിരലിന്റെ അറ്റം നനച്ച് എന്റെ ചുണ്ടുകൾ തണുപ്പിക്കട്ടെ. ഞാൻ പൊരിഞ്ഞുകൊണ്ടിരിക്കുകയാണ്. പക്ഷേ, എബ്രഹാം അയാൾക്ക് മറുപടി കൊടുത്തു. നിങ്ങൾ തിന്നുകയും കുടിക്കുകയും നാട്ടിലെ ആദായം ആസ്വദിക്കുകയുംചെയ്ത ദിവസങ്ങൾ ഓർമ്മിക്കൂ. അപ്പോൾ ലാസറസ് വിശന്നു വിറയ്ക്കുകയായിരുന്നു. നിങ്ങൾ അയാൾക്ക് ഒരിക്കൽ പോലും ഒരു പച്ചിലയെങ്കിലും കൊടുത്തിട്ടുണ്ടോ? ഇപ്പോൾ അയാൾക്ക് ആഹ്ലാദിക്കാനുള്ള അവസരമാണ്. നിങ്ങൾക്ക്

എന്നെന്നേക്കുമായി പൊരിഞ്ഞുകൊണ്ടിരിക്കാനുള്ള അവസരമാണ്."

യേശു നെടുവീർപ്പിട്ടതിനുശേഷം നിശ്ശബ്ദനായി. കിഴവൻ അനാനിയാസ് കൂടുതൽ കേൾക്കാൻ വേണ്ടി വാ പൊളിച്ചു നിന്നു. അയാളുടെ ചുണ്ടുകൾ വരണ്ടു പോയിരുന്നു. അയാളുടെ തൊണ്ട ഉണങ്ങിപ്പോയിരുന്നു. അയാൾ കണ്ണുകളിൽ യാചനയോടെ യേശുവിനെ നോക്കി.

"കഴിഞ്ഞോ" അയാൾ വിറച്ചുകൊണ്ട് ചോദിച്ചു. "ഇത്രമാത്രം കൂടുതലായി ഒന്നും ഇല്ലേ?"

"അയാൾക്ക് ശരിയായ ശിക്ഷ കിട്ടി!" യൂദാസ് പൊട്ടിച്ചിരിച്ചു കൊണ്ട് പറഞ്ഞു. "ഭൂമിയിൽ വെച്ച് കൂടുതൽ തിന്നുകയും കുടിക്കുകയും ചെയ്യുന്നവൻ ആരായാലും നരകത്തിൽ അവൻ അതു മുഴുവൻ ഛർദ്ദിക്കും."

പക്ഷേ, സബിദീയുടെ ഇളയമകൻ യേശുവിന്റെ നെഞ്ചത്തേക്ക് ചാരി നിന്നു.

"ആചാര്യന്റെ വാക്കുകൾകൊണ്ട് എന്റെ ഹൃദയത്തിന്റെ ഭാരം ഇല്ലാതാകുന്നില്ല." അയാൾ പറഞ്ഞു. "നമ്മുടെ ശത്രുക്കൾക്ക് മാപ്പുകൊടുക്കാൻ അങ്ങ് എത്രപ്രാവശ്യം ഞങ്ങളോട് നിർദ്ദേശിച്ചിരിക്കുന്നു! നിങ്ങൾ നിശ്ചയമായും നിങ്ങളുടെ ശത്രുവിനെ സ്നേഹിക്കണം, അങ്ങ് ഞങ്ങളോട് പറഞ്ഞു. അയാൾ നിങ്ങളോട് ഏഴ് എഴുപത്തേഴു തവണ തെറ്റുചെയ്യുകയാണെങ്കിൽ, നിങ്ങൾ ഏഴ് എഴുപത്തേഴു തവണ അയാൾക്ക് നന്മ ചെയ്തുകൊടുക്കണം. ലോകത്തുനിന്ന് വെറുപ്പ് തൂത്തുമാറ്റാനുള്ള ഏക വഴി ഇതാണെന്നാണ് അങ്ങ് പറഞ്ഞത്... പക്ഷേ, ഇപ്പോൾ? ദൈവത്തിന് മാപ്പുകൊടുക്കാനുള്ള കഴിവില്ലേ?"

"ദൈവം നീതിമാനാണ്." വൃദ്ധനായ അനാനിയാസിനെ അവജ്ഞയോടെ നോക്കിക്കൊണ്ട് യൂദാസ് പറഞ്ഞു.

"ദൈവം പരിപൂർണ്ണമായ നന്മയാണ്." ജോൺ എതിർത്തു.

"ഇതിന്റെ അർത്ഥം പ്രതീക്ഷയ്ക്കു വകയില്ലെന്നാണോ?" വൃദ്ധനായ പണക്കാരൻ വിക്കിവിക്കി പറഞ്ഞു. "ഗുണപാഠകഥ പറഞ്ഞുകഴിഞ്ഞോ"

തോമസ് എഴുന്നേറ്റ് തെരുവിലേക്കുള്ള വാതിലിനടുത്തെത്തി നടത്തം നിർത്തി.

"ഇല്ല മുതലാളീ, കഥ കഴിഞ്ഞിട്ടില്ല." അയാൾ അവജ്ഞയോടെ പറഞ്ഞു. "കഥ ബാക്കിയുണ്ട്"

"എന്റെ കുട്ടീ ബാക്കി കഥ കൂടി പറയൂ. നിനക്ക് എന്റെ അനുഗ്രഹം ഉണ്ടാകും."

"പണക്കാരന്റെ പേര് അനാനിയാസ് എന്നാണ്?" തോമസ് പറഞ്ഞു. അയാൾ വില്പനച്ചരക്കുകളുടെ കെട്ടും എടുത്തുകൊണ്ട് പെട്ടെന്ന് തെരുവിന്റെ നടുക്ക് എത്തിച്ചേർന്നു. അയാൾ അവിടെ നിന്നുകൊണ്ട് അയൽക്കാരോട് പൊട്ടിച്ചിരിച്ചുകൊണ്ട് സംസാരിച്ചു.

വൃദ്ധനായ പ്രമാണിയുടെ വലിയ തലയിലേക്ക് രക്തം ഇരച്ചുകയറി. അസ്തമിക്കുന്ന സൂര്യനെപ്പോലെ അയാളുടെ കണ്ണുകളുടെ തിളക്കം മങ്ങി.

യേശു അയാളുടെ പ്രിയപ്പെട്ട കൂട്ടുകാരന്റെ ചുരുണ്ട മുടിയിൽ

തലോടി. “ജോൺ” യേശു വിളിച്ചു. “എല്ലാവർക്കും ചെവിയുണ്ട്. എല്ലാവരും കേട്ടു. എല്ലാവർക്കും മനസ്സുണ്ട്. എല്ലാവരും വിധി പറഞ്ഞു. ദൈവം നീതിമാനാണ്. അവർ പറഞ്ഞു. അതിനുശേഷം മുന്നോട്ടു പോകാൻ അവർക്ക് കഴിഞ്ഞിരുന്നില്ല. പക്ഷേ, നിങ്ങൾക്ക് ഒരു ഹൃദയംകൂടി ഉണ്ട്. നിങ്ങൾ പറഞ്ഞു: “അതെ, ദൈവം നീതിമാനാണ്. പക്ഷേ, ഇത്രമാത്രം പോരാ. അദ്ദേഹം പരിപൂർണ്ണമായ നന്മയാണ്. ഗുണപാഠകഥയ്ക്ക് ഇതുപോലെ നിലനില്ക്കാനുള്ള കഴിവില്ല. അതിന് വ്യത്യസ്തമായ ഒരു അവസാനം വേണം.”

“ആചാര്യൻ എന്നോട് ക്ഷമിക്കണം” ജോൺ പറഞ്ഞു. “പക്ഷേ, കൃത്യമായി എന്റെ മനസ്സിന് തോന്നിയത് അങ്ങനെയായിരുന്നു. മനുഷ്യൻ മാപ്പു കൊടുക്കുന്നു. ഞാൻ സ്വയം പറഞ്ഞു. അപ്പോൾ ദൈവവും മാപ്പു കൊടുക്കില്ലേ? ശരിയല്ല. അങ്ങനെ സംഭവിക്കില്ല. ഗുണപാഠകഥ ഒരു വലിയ ദൈവദൂഷണം ആണ്. അതിന് ഈ രീതിയിൽ നിലനില്ക്കാൻ കഴിയില്ല. അതിന് നിശ്ചയമായും മറ്റൊരു അവസാനം ഉണ്ടാകണം.”

“പ്രിയപ്പെട്ട ജോൺ അതിന് മറ്റൊരു അവസാനം ഇല്ല.” യേശു പുഞ്ചിരിച്ചുകൊണ്ട് പറഞ്ഞു. “അനാനിയാസ് ശ്രദ്ധിച്ചു കേൾക്കൂ. നിങ്ങൾക്ക് സമാശ്വാസം കിട്ടും. മുറ്റത്തു നില്ക്കുന്നവരും തെരുവിൽ ചിരിച്ചു കൊണ്ടു നില്ക്കുന്ന അയൽക്കാരും ശ്രദ്ധിച്ചു കേൾക്കൂ. ദൈവം നീതിമാൻ മാത്രം അല്ല. അദ്ദേഹം നല്ലവനാണ്. അദ്ദേഹം നല്ലവൻ മാത്രം അല്ല. അദ്ദേഹം പിതാവും കൂടി ആണ്. ലാസറസ് എബ്രഹാമിന്റെ വാക്കുകൾ കേട്ടപ്പോൾ നെടുവീർപ്പിട്ടു. അതിനുശേഷം മനസ്സിൽ ദൈവത്തിന്റെ മുമ്പിൽ നിവേദനം സമർപ്പിച്ചു. “ദൈവമേ, ഒരു മനുഷ്യൻ-ഒരു ആത്മാവ്-ശാശ്വതമായി എരിഞ്ഞുകൊണ്ടിരിക്കുകയാണെന്ന് ഒരാൾ മനസ്സിലാക്കുമ്പോൾ അയാൾക്ക് എങ്ങനെയാണ് സ്വർഗ്ഗത്തിൽ സന്തോഷം കിട്ടുന്നത്? ദൈവമേ, അയാളെ മോചിപ്പിക്കൂ. അതുകൊണ്ട് ഞാനും മോചിപ്പിക്കപ്പെടട്ടെ. ദൈവമേ, അയാളെ കുളിർപ്പിക്കൂ. അതുകൊണ്ട് ഞാനും കുളിർപ്പിക്കപ്പെടട്ടെ. അല്ലെങ്കിൽ തീജ്ജ്വാലകളുടെ ചൂട് എനിക്കും അനുഭവപ്പെടാൻ തുടങ്ങും. ദൈവം അയാളുടെ ആലോചന കേട്ട് സന്തോഷിച്ചു. “പ്രിയപ്പെട്ട ലാസറസ്” ദൈവം പറഞ്ഞു. “താഴെ പോയി ദാഹിച്ചു വരണ്ടവന്റെ കൈ പിടിക്കൂ. എന്റെ ജലധാരകൾ ഒരിക്കലും വറ്റില്ല. അയാളെ ഇവിടെ കൊണ്ടുവരൂ. അയാൾ വെള്ളം കെട്ടിച്ച് സ്വയം കുളിർപ്പിക്കട്ടെ. നിങ്ങളും അയാൾക്കൊപ്പം സ്വയം കുളിർപ്പിക്കൂ...” “ശാശ്വതമായാണോ?” ലാസറസ് ചോദിച്ചു. ദൈവം മറുപടി പറഞ്ഞു. “അതെ ശാശ്വതമായി.”

ഒരു വാക്കുപോലും കൂടുതൽ പറയാതെ യേശു എഴുന്നേറ്റു. രാത്രി ഭൂമിയെ കീഴടക്കിക്കഴിഞ്ഞിരുന്നു. ആളുകൾ പിരിഞ്ഞുപോയി. ആളുങ്ങളും പെണ്ണുങ്ങളും പരസ്പരം പിറുപിറുത്തുകൊണ്ട് അവരുടെ ദയനീയമായ ചെറ്റപ്പുരകളിലേക്ക് തിരിച്ചു പോയി.

വൃദ്ധനായ മുതലാളിയോട് വിടപറയാൻ വേണ്ടി യേശു കൈനീട്ടി. പക്ഷേ, അനാനിയാസ് യേശുവിന്റെ പാദങ്ങളിലേക്ക് വീണു.

"ആചാര്യൻ എന്നോട് ക്ഷമിക്കണം!" പിന്നീട് അയാൾ പൊട്ടിക്കരഞ്ഞു.

അതേ രാത്രിയിൽ അവർ ഉറങ്ങാൻ കിടന്ന ഒലിവ് മരത്തിന്റെ അടിയിൽവെച്ച് യൂദാസ് മറിയത്തിന്റെ മകനെ അടുത്തുചെന്ന് കണ്ടു. അയാൾക്ക് സ്വയം സമാധാനം കണ്ടെത്താൻ കഴിഞ്ഞിരുന്നില്ല. അയാൾക്ക് യേശുവിനെ നേരിട്ടുകണ്ട് സംസാരിക്കണം. അങ്ങനെ അവരുടെ എല്ലാവരുടെയും ചീട്ടുകൾ മേശപ്പുറത്തു നിരത്തി എല്ലാ കാര്യങ്ങളും പരിപൂർണ്ണമായി വ്യക്തമാക്കപ്പെടണം. അനാനിയാസ് എന്ന അപരാധിയുടെ വീട്ടിൽവെച്ച് ആ പണക്കാരനു കിട്ടിയ ശിക്ഷയിൽ അയാൾ ആഹ്ലാദിച്ചിരുന്നു. അയാൾ കൈയടിച്ചുകൊണ്ട് വിളിച്ചുകൂവി. "അയാൾക്ക് ശരിയായ ശിക്ഷ ലഭിച്ചു." യേശു അയാളെ ശകാരിക്കുന്ന മട്ടിൽ വളരെനേരം രഹസ്യമായി ഇടംകണ്ണിട്ട് നോക്കുന്നുണ്ടായിരുന്നു. അതുകൊണ്ട് അവരുടെ കണക്കുകൾ, വ്യക്തമാക്കേണ്ടത് അനിവാര്യമായ കാര്യം ആയിരുന്നു. അവ്യക്തമായ വർത്തമാനങ്ങളും രഹസ്യമായ നോട്ടങ്ങളും യൂദാസിന് ഇഷ്ടമായിരുന്നില്ല.

"സ്വാഗതം" യേശു പറഞ്ഞു. "ഞാൻ നിങ്ങൾക്കു വേണ്ടി കാത്തിരിക്കുകയായിരുന്നു.

"മറിയത്തിന്റെ മകൻ മനസ്സിലാക്കണം. ഞാൻ മറ്റുള്ളവരുമായി യോജിക്കുന്നില്ല." ചുവന്ന താടിക്കാരൻ നേരിട്ട് കാര്യത്തിലേക്ക് കടന്നു. "എനിക്ക് ജോണിന്റെും നന്മയും വിശുദ്ധിയും ഇല്ല. ഞാൻ ആൻഡ്രുവിനെപ്പോലെ ഓരോ ഇളങ്കാറ്റിലും മനസ്സ് മാറിക്കൊണ്ടിരിക്കുന്ന സ്ഥിരബുദ്ധിയില്ലാത്ത ദിവാസ്വപ്നക്കാരൻ അല്ല. ഞാൻ വിട്ടുവീഴ്ചയില്ലാത്ത ഒരു വന്യമൃഗം ആണ്. ഞാൻ വിവാഹബന്ധത്തിലൂടെ ജനിച്ചവനാണ്. എന്റെ അമ്മ എന്നെ വനത്തിനുള്ളിൽ ഉപേക്ഷിച്ചു. ഞാൻ അവിടെ ചെന്നായയുടെ മുലപ്പാൽ കുടിച്ച് വളർന്നു. ഞാൻ പരുക്കനും വഴങ്ങാത്തവനും സത്യസന്ധനുമായി മാറി. ഞാൻ ആരെ സ്നേഹിച്ചാലും ഞാൻ അവരുടെ കാല്പാദങ്ങളിൽ പറ്റിപ്പിടിക്കുന്ന അഴുക്കാണ്— ഞാൻ ആരെ വെറുത്താലും— അവരെ ഞാൻ കൊല്ലും."

അയാൾ സംസാരിക്കുന്നതിനിടയിൽ അയാളുടെ ശബ്ദം കൂടുതൽ പരുക്കനായി. അയാളുടെ കണ്ണുകൾ ഇരുട്ടിലേക്ക് അഗ്നിസ്ഫുലിംഗങ്ങൾ വലിച്ചെറിഞ്ഞു. ഭയാനകമായ ആ തലച്ചോറ് ശാന്തമാക്കാൻ വേണ്ടി യേശു യൂദാസിന്റെ തലയിൽ കൈവെച്ചു. പക്ഷേ, ചുവന്നതാടിക്കാരൻ സമാധാനത്തിന്റെ ആ കൈപ്പത്തി തലയിൽനിന്ന് തട്ടിമാറ്റി.

ഓരോ വാക്കും തൂക്കിനോക്കിക്കൊണ്ട് യൂദാസ് സംസാരം തുടർന്നു. "എനിക്ക് ഞാൻ സ്നേഹിക്കുന്ന ഒരുവനെപ്പോലും കൊല്ലാൻ കഴിയും. യഥാർത്ഥ വഴിയിൽ നിന്ന് അയാൾ വ്യതിചലിക്കുന്നതായി കാണുകയാണെങ്കിൽ!"

"എന്റെ സഹോദരനായ യൂദാസേ, ഏതാണ് യഥാർത്ഥ വഴി?"

"ഇസ്രേയലിന്റെ വിമോചനം."

യേശു മറുപടി പറയാതെ കണ്ണുകൾ അടച്ചു. യൂദാസിന്റെ വാക്കുകളും ഇരുട്ടിൽ നിന്ന് അയാളുടെ കണ്ണുകൾ വീശിയെറിഞ്ഞ തീജ്വാലകളും യേശുവിനെ പൊള്ളിച്ചു. ഇസ്രയേൽ എന്തായിരുന്നു? എന്തുകൊണ്ട് ഇസ്രയേൽ മാത്രം? നമ്മൾ എല്ലാവരും സഹോദരന്മാരല്ലേ?"

ചുവന്ന താടിക്കാരൻ ഒരു മറുപടിക്കു വേണ്ടി കാത്തുനിന്നു. പക്ഷേ, മറിയത്തിന്റെ മകൻ സംസാരിച്ചില്ല. യൂദാസ് അയാളെ ഉണർത്താൻ ശ്രമിക്കുന്നതുപോലെ യേശുവിന്റെ കൈയിൽ പിടിച്ചുകുലുക്കി. "നിങ്ങൾക്ക് മനസ്സിലായോ?" അയാൾ ചോദിച്ചു. "ഞാൻ പറഞ്ഞത് നിങ്ങൾ കേട്ടോ?"

"കേട്ടു. ഞാൻ മനസ്സിലാക്കുന്നു." യേശു കണ്ണുതുറന്നുകൊണ്ട് മറുപടി പറഞ്ഞു.

"ഞാൻ നിങ്ങളോട് വളഞ്ഞു മൂക്കു പിടിക്കാതെ നേരിട്ട് കാര്യം പറഞ്ഞു. കാരണം ഞാൻ ആരാണെന്നും എന്റെ ആഗ്രഹം എന്താണെന്നും മനസ്സിലാക്കിക്കൊണ്ട് നിങ്ങൾ എനിക്ക് മറുപടി തരണമെന്നാണ് എന്റെ ആഗ്രഹം. ഞാൻ നിങ്ങളോടൊപ്പം വരണമെന്ന് നിങ്ങൾ ആഗ്രഹിക്കുന്നുണ്ടോ? അല്ലെങ്കിൽ നിങ്ങൾ അത് ആഗ്രഹിക്കുന്നില്ലേ? അത് എനിക്ക് അറിയണം."

"സഹോദനായ യൂദാസേ, നിങ്ങൾ വരണമെന്നാണ് ഞാൻ ആഗ്രഹിക്കുന്നത്."

"അതോടൊപ്പം നിങ്ങൾ എന്നെ മനസ്സ് തുറന്നു സംസാരിക്കാൻ അനുവദിക്കില്ലേ? എന്നെ എതിർപ്പ് പ്രകടിപ്പിക്കാൻ അനുവദിക്കില്ലേ? നിങ്ങൾ അതെ എന്നു പറയുമ്പോൾ എന്നെ അല്ല. എന്ന് പറയാൻ അനുവദിക്കില്ലേ? ഞാൻ അങ്ങനെ പറയുന്നതിന്റെ കാരണം നിങ്ങളുടെ മനസ്സിൽ പിന്നീട് സംശയങ്ങൾ അവശേഷിക്കാൻ പാടില്ല. മറ്റെല്ലാവരും നിങ്ങൾ പറയുന്നത് വായും പിളർന്ന് കേട്ടിരിക്കുമായിരിക്കും. പക്ഷേ, ഞാൻ അങ്ങനെ കേട്ടിരിക്കില്ല! ഞാൻ അടിമയല്ല. ഞാൻ സ്വതന്ത്രനായ ഒരു മനുഷ്യനാണ്. കാര്യങ്ങൾ അങ്ങനെയാണ്. നിങ്ങൾ ഇതിനെ കഴിയുന്നത്ര പ്രയോജനപ്പെടുത്തുന്നതാണ് നല്ലത്."

"പക്ഷേ, ഞാൻ ആഗ്രഹിക്കുന്നതും സ്വാതന്ത്ര്യം ആണ്. യൂദാസ് അത് മനസ്സിലാക്കണം."

ചുവന്നതാടിക്കാരൻ ചാടി എഴുന്നേറ്റു. യേശുവിന്റെ തോളിൽ പിടിച്ചുകൊണ്ട് യൂദാസ് അലറി: "നിങ്ങൾ ഇസ്രയേലിനെ റോമാക്കാരിൽ നിന്ന് സ്വതന്ത്രമാക്കാൻ ആഗ്രഹിക്കുന്നുണ്ടോ?"

"...ആത്മാവിനെ പാപത്തിൽ നിന്ന് സ്വതന്ത്രമാക്കാനാണ് ഞാൻ ആഗ്രഹിക്കുന്നത്..?"

യൂദാസ് യേശുവിന്റെ തോളിൽ നിന്ന് ഒരു ഞെട്ടലോടെ കൈമാറ്റി. അയാൾ ഒരു ഭ്രാന്തനെപ്പോലെ മുഷ്ടിചുരുട്ടി ഒലിവ് മരത്തിൽ ഇടിച്ചു. "നമ്മുടെ വഴികൾ പിരിയുന്നത് ഇവിടെയാണ്" യൂദാസ് യേശുവിന്റെ മുഖത്തേക്ക് വെറുപ്പോടെ നോക്കിക്കൊണ്ട് മുറുമുറുത്തു. "ആദ്യം റോമാക്കാരിൽ നിന്ന് ശരീരം സ്വതന്ത്രമാക്കണം. അതിനുശേഷം പാപത്തിൽ നിന്ന്

ആത്മാവിനെ സ്വതന്ത്രമാക്കണം. അതാണ് വഴി. നിങ്ങൾക്ക് അത് സ്വീകാര്യമാണോ? ഒരുവീട് നിർമ്മിക്കുന്നത് മേൽക്കൂരയിൽ നിന്ന് താഴോട്ടല്ല. അടിത്തറയിൽ നിന്ന് മുകളിലേക്കാണ്."

"യൂദാസേ, അടിത്തറ ആത്മാവാണ്."

"അടിത്തറ ശരീരമാണ്. അവിടെ നിന്നാണ് നിങ്ങൾ ആരംഭിക്കേണ്ടത്. മറിയത്തിന്റെ മകൻ ഈ കാര്യം ശ്രദ്ധിക്കണം. ഞാൻ ഒരിക്കൽ ഇത് പറഞ്ഞിരുന്നു. ഇപ്പോൾ ഞാൻ വീണ്ടും ഇത് പറയുന്നു. ഞാൻ പറയുന്ന വഴി സ്വീകരിക്കൂ. ഞാൻ നിങ്ങളോടൊപ്പം സഞ്ചരിക്കുമെന്ന് നിങ്ങൾ എന്തിനാണ് ചിന്തിക്കുന്നത്? അതെ, നിങ്ങൾ കാര്യങ്ങൾ മനസ്സിലാക്കുന്നത് നന്നായിരിക്കും. അതുകൊണ്ട് നിങ്ങൾക്ക് നിങ്ങളുടെ വഴി കണ്ടെത്താൻ പറ്റും?"

ആൻഡ്രൂ അടുത്തു നിന്നിരുന്ന ഒലിവ് മരത്തിന്റെ അടിയിൽ ഉണ്ടായിരുന്നു. അയാൾ ഉറക്കത്തിൽ സംസാരം കേട്ട് ഉണർന്നു. ചെവിയോർത്തപ്പോൾ ആചാര്യന്റെ ശബ്ദവും ആരോ കോപത്തോടെ സംസാരിക്കുന്നതിന്റെ മറ്റൊരു ശബ്ദവും അയാൾ തിരിച്ചറിഞ്ഞു. അയാൾ ഞെട്ടി എഴുന്നേല്ക്കുന്ന ഒരു മാനിനെപ്പോലെ വിറച്ചു. ആചാര്യനെ ഉപദ്രവിക്കാൻ വേണ്ടി മനുഷ്യർ രാത്രിയിൽ വന്നിരിക്കുകയാണോ? ഗുരു പുറത്തു പോകുന്ന സമയങ്ങളിലെല്ലാം അദ്ദേഹത്തെ സ്നേഹിക്കുന്ന സ്ത്രീകളെയും യുവാക്കളെയും ദരിദ്രരുടെ സംഘത്തെയും മാത്രമല്ല അദ്ദേഹത്തിന്റെ അധഃപതനം ആഗ്രഹിക്കുന്ന ധാരാളം പ്രമാണിമാരെയും പണക്കാരായ വൃദ്ധന്മാരെയും കൂടെ കൊണ്ടുവരാറില്ലെന്ന് ആൻഡ്രൂവിന് അറിയാം. ഈ കുറ്റവാളികൾ അദ്ദേഹത്തെ ഉപദ്രവിക്കാൻ വേണ്ടി തെമ്മാടികളെ പറഞ്ഞയയ്ക്കാൻ സാദ്ധ്യതയുണ്ടോ? അയാൾ ശബ്ദം കേട്ട സ്ഥലത്തേക്ക് നാലുകാലിൽ ഇഴഞ്ഞു. പക്ഷേ, ചുവന്നതാടിക്കാരൻ ഇഴയുന്ന ശബ്ദം കേട്ടു. അയാൾ മുട്ടുകുത്തി എഴുന്നേറ്റിരുന്നു.

"അവിടെ ആരാണ്?" അയാൾ വിളിച്ചു ചോദിച്ചു.

ആൻഡ്രൂ ശബ്ദം തിരിച്ചറിഞ്ഞു. "യൂദാസേ ഇതു ഞാനാണ്. ആൻഡ്രൂ" അയാൾ മറുപടി പറഞ്ഞു.

"യോനായുടെ മകൻ തിരിച്ചുപോയിക്കിടന്ന് ഉറങ്ങൂ. ഞങ്ങൾക്ക് സ്വകാര്യമായി സംസാരിക്കാനുണ്ട്."

"ആൻഡ്രൂ, എന്റെ കുട്ടീ പോയിക്കിടന്ന് ഉറങ്ങൂ." യേശുവും പറഞ്ഞു.

യൂദാസ് ഇപ്പോൾ ശബ്ദം താഴ്ത്തി. ചുവന്നതാടിക്കാരന്റെ ആഴത്തിലുള്ള നിശ്വാസം യേശുവിന്റെ മുഖത്ത് അനുഭവപ്പെട്ടു.

"സാഹോദര്യം നിങ്ങളെ കൊല്ലാൻ വേണ്ടി എന്നെ നിയോഗിച്ചിരിക്കുകയാണെന്ന് ഞാൻ മരുഭൂമിയിൽ വെച്ച് വെളുപ്പെടുത്തിയത് ഓർക്കുന്നുണ്ടാകും. പക്ഷേ, അവസാന നിമിഷത്തിൽ ഞാൻ എന്റെ മനസ്സ് മാറ്റി. ഞാൻ കത്തി ഉറയിൽ തിരിച്ചുവെച്ചു. ഞാൻ സന്ന്യാസിമഠത്തിൽ നിന്ന് ഒരു കള്ളനെപ്പോലെ ഒളിച്ചോടി.

“എന്റെ സഹോദരാ, യൂദാസേ, നിങ്ങൾ എന്തിനാണ് മനസ്സു മാറിയത്? ഞാൻ തയ്യാറായിരുന്നല്ലോ.”

“ഞാൻ കാത്തിരിക്കാമെന്ന് വിചാരിച്ചു.” യൂദാസ് നിമിഷനേരത്തേക്ക് നിശ്ശബ്ദനായി. പിന്നീട് പെട്ടെന്നു പറഞ്ഞു.

“ഇസ്രായേൽ കാത്തിരിക്കുന്ന ആ ഒരുവൻ നിങ്ങളാണോ എന്ന് എനിക്ക് മനസ്സിലാക്കണം.”

യേശു ഞെട്ടി. അദ്ദേഹം വിറച്ചുകൊണ്ട് ഒലിവ് മരത്തിലേക്ക് ചാരി നിന്നു.

“ഞാൻ തിരക്കിട്ട് രക്ഷകനെ കൊല്ലാൻ ആഗ്രഹിക്കുന്നില്ല. ഇല്ല. ഞാൻ അത് ആഗ്രഹിക്കുന്നില്ല!” പെട്ടെന്ന് വിയർപ്പിൽ കുതിർന്ന പുരികം തുടച്ചുകൊണ്ട് യൂദാസ് വിളിച്ചു പറഞ്ഞു. “നിങ്ങൾക്ക് മനസ്സിലാകുന്നുണ്ടോ?” ആരോ അയാളുടെ കഴുത്തിനു കുത്തിപ്പിടിച്ച് ഞെരിക്കുന്ന മട്ടിൽ യൂദാസ് ഞരങ്ങി. “നിങ്ങൾക്ക് മനസ്സിലാകുന്നുണ്ടോ? ഞാൻ അത് ആഗ്രഹിക്കുന്നില്ല.”

യൂദാസ് ആഴത്തിൽ നെടുവീർപ്പിട്ടു.

“അത് അയാൾ സ്വയം മനസ്സിലാക്കിയിട്ടുണ്ടാവില്ല. ഞാൻ പറഞ്ഞു. ക്ഷമിക്കുന്നതാണ് നല്ലത്. അയാൾ കുറച്ചുകാലം കൂടി ജീവിക്കട്ടെ. അപ്പോൾ അയാൾ പറയുന്നതും ചെയ്യുന്നതും എന്തൊക്കെയാണെന്നു നമുക്ക് മനസ്സിലാക്കാൻ പറ്റും. നമ്മൾ കാത്തിരിക്കുന്നവൻ ഇയാൾ അല്ലെങ്കിൽ ഇയാളെ ഒഴിവാക്കാൻ ധാരാളം സമയം ഉണ്ട്... ഞാൻ സ്വയം പറഞ്ഞത് ഇതൊക്കെ ആയിരുന്നു. അതുകൊണ്ടാണ് ഞാൻ നിങ്ങളെ ജീവിക്കാൻ അനുവദിച്ചത്.”

അയാൾ വലിയ കാൽവിരലുകൾ കൊണ്ട് മണ്ണ് ചുരണ്ടിക്കളഞ്ഞുകൊണ്ട് അല്പനേരം കിതച്ചു. പെട്ടെന്ന് അയാൾ യേശുവിന്റെ കൈയിൽ കയറിപ്പിടിച്ചു. അയാളുടെ ശബ്ദം പരുഷമായിരുന്നു. നിരാശ നിഴലിക്കുന്നതായിരുന്നു:

“എനിക്ക് നിങ്ങളെ എന്ത് വിളിക്കണമെന്ന് അറിയില്ല— മറിയത്തിന്റെ മകൻ എന്ന് വിളിക്കണോ? ആശാരിയുടെ മകൻ എന്ന് വിളിക്കണോ? ഡേവിഡിന്റെ മകൻ എന്ന് വിളിക്കണോ? ഇപ്പോഴും എനിക്ക് നിങ്ങൾ ആരാണെന്ന് അറിയില്ല. പക്ഷേ, അത് നിങ്ങൾക്കും അറിയില്ല. നമുക്ക് രണ്ടുപേർക്കും നിശ്ചയമായും അതിന്റെ ഉത്തരം കണ്ടെത്തണം! നമുക്ക് രണ്ടുപേർക്കും നിശ്ചയമായും ആശ്വാസം കണ്ടെത്തണം! ഇല്ല. ഈ അവസരം നീണ്ടു നില്ക്കില്ല. മറ്റുള്ളവരെ ശ്രദ്ധിക്കണ്ട— അവർ ആടുകളെപോലെ കരഞ്ഞുകൊണ്ട് നിങ്ങളെ പിന്തുടരും. സ്ത്രീകളെ ശ്രദ്ധിക്കണ്ട. അവർ നിങ്ങളെ ആരാധിക്കും. കണ്ണുനീരൊഴുക്കും. മറ്റൊന്നും അവർ ചെയ്യില്ല. എന്തായാലും അവർ സ്ത്രീകളാണ്. അവർക്ക് ഹൃദയങ്ങൾ ഉണ്ട്. പക്ഷേ, മനസ്സുകൾ ഇല്ല. അവർക്ക് നമ്മളെക്കൊണ്ട് പ്രയോജനം ഇല്ല. നിങ്ങൾ ആരാണെന്നും നിങ്ങളെ പൊളിച്ചുകൊണ്ടിരിക്കുന്ന തീജ്ജ്വാല ദൈവം ആണോ അതോ പിശാചാണോ എന്നും കണ്ടെത്തേണ്ടത് നിശ്ച

യമായും നമ്മൾ രണ്ടു പേരും കൂടി ആയിരിക്കണം. നമുക്ക് നിശ്ചയമായും കണ്ടെത്തണം! നിശ്ചയമായും!"

യേശുവിന്റെ ശരീരം മുഴുവൻ വിറച്ചു. "യൂദാസ്, നമുക്ക് എന്തുചെയ്യാൻ കഴിയുമെന്ന് സഹോദരൻ പറയൂ. നമുക്ക് എങ്ങനെ മറുപടി കണ്ടെത്താൻ കഴിയും? എന്നെ സഹായിക്കൂ."

"ഒരു വഴി ഉണ്ട്."

"എന്തു വഴി?"

"നമ്മൾ സ്നാപകയോഹന്നാന്റെ അടുത്ത് പോകും. അദ്ദേഹത്തിന് നമ്മളോട് പറയാൻ കഴിയും. അദ്ദേഹം അലറുന്നു. 'അവൻ വരുന്നുണ്ട്! അവൻ വന്നുകൊണ്ടിരിക്കുന്നു!' അദ്ദേഹത്തിന് കഴിയില്ലേ? ശരി, അപ്പോൾ അദ്ദേഹം നിങ്ങളെ കാണുന്ന സമയത്ത് നിങ്ങളാണോ വരാനുള്ളതെന്ന് അദ്ദേഹത്തിനു പറയാൻ കഴിയും. നിങ്ങൾ അല്ലെങ്കിലും അദ്ദേഹത്തിന് മനസ്സിലാക്കാൻ പറ്റും. നമുക്ക് പോകാം: നിങ്ങൾക്ക് നിങ്ങളുടെ സിരകളെ ശാന്തമാക്കാം. എനിക്ക് എന്താണ് ചെയ്യാനുള്ളതെന്ന് ഞാൻ കണ്ടെത്താം."

യേശു അഗാധമായ ധ്യാനത്തിൽ മുങ്ങി. എത്രതവണ ഈ ഉൽക്കണ്ഠ അയാളെ കൈവശപ്പെടുത്തിയിരിക്കുന്നു! അപസ്മാരം ബാധിച്ച് വായിൽ നിന്ന് നുരയും പതയും പുറത്തേക്ക് ഒഴുക്കിക്കൊണ്ട് അയാൾ എത്രപ്രാവശ്യം നിലത്ത് കമഴ്ന്നു വീണിരിക്കുന്നു! ആളുകൾ അയാൾക്ക് ഭ്രാന്താണെന്ന് വിചാരിച്ചു. അയാളെ പിശാച് ബാധിച്ചതാണെന്ന് വിചാരിച്ചു. അവർ ഭയത്തോടെ അമിതവേഗത്തിൽ നടന്നുനീങ്ങി. പക്ഷേ, അയാൾ ഏഴാം സ്വർഗ്ഗത്തിൽ ആയിരുന്നു. അയാളുടെ മനസ്സ് അതിന്റെ തടവറയിൽനിന്നും ഒളിച്ചോടി ഉയരങ്ങളിലെത്തി ദൈവത്തിന്റെ വാതിലിൽ മുട്ടി വിളിച്ചുകൊണ്ട് ചോദിച്ചു: ഞാൻ ആരാണ്? ഞാൻ എന്തിനാണ് ജനിച്ചത്? ഈ ലോകത്തെ രക്ഷിക്കാൻ ഞാൻ എന്താണ് ചെയ്യേണ്ടത്? ഏതാണ് അതിലേക്കുള്ള ഏറ്റവും ദൂരം കുറഞ്ഞ വഴി?— ഒരുപക്ഷേ, അത് എന്റെ മരണം തന്നെ ആണോ?

യേശു തല ഉയർത്തി. യൂദാസ് യേശുവിന്റെ മുകളിലേക്ക് കുനിഞ്ഞു നില്ക്കുകയായിരുന്നു.

"എന്റെ സഹോദരനായ യൂദാസേ, എന്റെ അടുത്തു വന്ന് കിടക്കൂ." യേശു പറഞ്ഞു. "ദൈവം ഉറക്കത്തിന്റെ രൂപത്തിൽ വന്ന് നമ്മളെ ദൂരത്തേക്ക് കൊണ്ടുപോകും. നാളെ ദൈവം തീരുമാനിക്കുന്നതെല്ലാം സംഭവിക്കും. നമുക്ക് നാളെ അതിരാവിലെ യൂദിയായിലെ പ്രവാചകനെ കണ്ടെത്താൻ വേണ്ടിയുള്ള യാത്ര തുടങ്ങാം. ഞാൻ തയ്യാറാണ്."

"ഞാനും തയ്യാറാണ്." യൂദാസ് പറഞ്ഞു. അവർ അടുത്തടുത്തായി ഉറങ്ങാൻ കിടന്നു.

അവർ രണ്ടുപേരും അങ്ങേയറ്റം ക്ഷീണിതരായിരുന്നു. കാരണം അവർ കിടന്നവഴി ഉറങ്ങിപ്പോയി. അടുത്ത ദിവസം അതിരാവിലെ ആദ്യം ഉണർന്ന ആൻഡ്രൂ അവർ പരസ്പരം കെട്ടിപ്പിടിച്ചുകിടന്ന് ഉറങ്ങുന്നതു

കണ്ടു.

സൂര്യൻ തടാകത്തിനുമുകളിൽ വീണ് ലോകത്തെ പ്രകാശിപ്പിച്ചു. ചുവന്ന താടിക്കാരൻ ജ്വലിക്കുന്ന ഒരു പരീക്ഷണം എന്ന നിലയിൽ വഴികാട്ടിയായി മുന്നിൽ നടന്നു. യേശു വിശ്വസ്തരായ കൂട്ടുകാരായ ആൻഡ്രൂവിനും ജോണിനും ഒപ്പം യൂദാസിനെ പിൻതുടർന്നു. ഇപ്പോഴും സാധനങ്ങൾ വില്ക്കാൻ ബാക്കിയുണ്ടായിരുന്ന തോമസ് ഗ്രാമത്തിൽ തങ്ങി. മറിയത്തിന്റെ മകൻ പറയുന്ന കാര്യങ്ങൾ എനിക്ക് ഇഷ്ടപ്പെട്ടു. കൗശലക്കാരനായ വഴി വാണിഭക്കാരൻ തലച്ചോറിനുള്ളിലിട്ട് തക്ലി തിരിച്ചു. അയാൾ ഈ സന്ദർഭത്തിന്റെ ഇരുവശങ്ങളിൽനിന്നും ഏറ്റവും കൂടുതൽ പ്രയോജനം ഉണ്ടാക്കാൻ പരിശ്രമിക്കുകയായിരുന്നു. പാവങ്ങൾ തിന്നും കുടിച്ചും കഴിയുന്നതും വേഗം മരിച്ചുപോകും. അതുകൊള്ളാം. പക്ഷേ, ഈ സമയം കൊണ്ട് ഇവിടെ താഴെയുള്ള നമുക്ക് എന്ത് സംഭവിക്കുമെന്ന് നോക്കണം. തോമസ്! നീ ശ്രദ്ധിക്കണം— ഒരു സ്ഥലത്തും സ്ഥിരമായി നില്ക്കരുത്. കുഴപ്പത്തിൽ ചാടാതിരിക്കാൻ കൂടയ്ക്കുള്ളിൽ രണ്ടുതരം സാധനങ്ങൾ നിറയ്ക്കുന്നതാണ് കൂടുതൽ നല്ലത്: മുകളിൽ എല്ലാവർക്കും കാണാൻ വേണ്ടി ചീപ്പുകളും സൗന്ദര്യവർദ്ധക സാധനങ്ങളും. താഴെ അടിയിലായി ഒന്നാം തരം ഇടപാടുകാർക്കു വേണ്ടി- സ്വർഗ്ഗരാജ്യം. അയാൾ കുലുങ്ങിച്ചിരിച്ചു. ഒരിക്കൽക്കൂടി പുറത്തു ചുമടെടുത്തു വെച്ചു കൊണ്ട് അയാൾ കുഴൽ ഊതി. അയാൾ ഉറക്കെ വിളിച്ചുകൂവിക്കൊണ്ട് ഭൂമിയിലെ സാധനങ്ങൾ വില്ക്കാൻ വേണ്ടി ബേത്സയ്ദായിലെ ഊടുവഴികളിലൂടെയുള്ള കറക്കം വീണ്ടും ആരംഭിച്ചു.

കാപ്പർനാമിൽ വല വലിച്ചു കയറ്റാൻ വേണ്ടി പീറ്ററും ജേക്കബ്ബും അതിരാവിലെ ഉയർന്ന് എഴുന്നേറ്റിരുന്നു. വലയ്ക്കുള്ളിൽ പിടയ്ക്കുന്ന മത്സ്യങ്ങൾ നിറഞ്ഞുകഴിഞ്ഞിരുന്നു. അവ സൂര്യപ്രകാശത്തിൽ വെട്ടിത്തിളങ്ങി. മറ്റ് ഏതു സമയത്തായിരുന്നെങ്കിലും രണ്ടു മുക്കുവരും വലയുടെ ഭാരം കണ്ട് ആഹ്ലാദിക്കുമായിരുന്നു. പക്ഷേ, ഇന്ന് അവരുടെ മനസ്സ് അവിടെ നിന്ന് വളരെ ദൂരത്ത് ആയിരുന്നു. അവർ സംസാരിച്ചിരുന്നില്ല. അവർ നിശ്ശബ്ദരായിരുന്നു. പക്ഷേ, അവരുടെ ഉള്ളിൽ അവർ രണ്ടുപേരും ഒരു വഴക്ക് തുടങ്ങിക്കഴിഞ്ഞിരുന്നു. ചിലപ്പോൾ തലമുറ തലമുറയായി അവരെ ഈ തടാകവുമായി ബന്ധിപ്പിച്ചു നിർത്തുന്ന സ്വന്തം വിധിയോട് അവർ വഴക്കടിച്ചു. ചിലപ്പോൾ കണക്കുകൂട്ടലുകൾ നടത്തി, വീണ്ടും കണക്കുകൂട്ടലുകൾ നടത്തി അവരുടെ ഹൃദയങ്ങൾക്ക് ചിറകുകൾ മുളയ്ക്കാൻ അനുവദിക്കാത്ത സ്വന്തം മനസ്സുകളോട് അവർ വഴക്കിട്ടു. ഇത് എന്തു തരം ജീവിതമാണ്! അവർ സ്വയം വിളിച്ചുകൂവി. വലവീശുന്നു. മീൻപിടിക്കുന്നു. തിന്നുന്നു, ഉറങ്ങുന്നു: ഓരോ പുതിയ ദിവസവും തുടങ്ങുമ്പോൾ അസംതൃപ്തമായ ഈ ജീവിതം വീണ്ടും ആവർത്തിക്കുന്നു. എല്ലാ ദിവസവും എല്ലാ വർഷവും ജീവിതം മുഴുവനും ഇത് ആവർത്തിച്ചുകൊണ്ടിരിക്കുന്നു. എത്രകാലം? എത്രകാലം? നമ്മൾ മരിക്കുന്നതുപോലും ഈ രീതിയിൽ ആയിരിക്കും?... അവർ ഇതൊന്നും ഇതുവരെ ആലോചിച്ചിരു

ന്നില്ല. അവരുടെ ഹൃദയങ്ങൾ എല്ലാ സമയത്തും ശാന്തമായിരുന്നു. അവർ യുഗങ്ങളുടെ പഴക്കം ഉള്ള വഴികൾ പരാതികൾ ഇല്ലാതെ പിൻതുടരുകയായിരുന്നു. അവരുടെ അച്ഛനമ്മമാർ ഈ രീതിയിലാണ് ജീവിച്ചിരുന്നത്. ആയിരക്കണക്കിനു വർഷങ്ങളായി അവരുടെ പിതാമഹന്മാർ ഈ തടാകത്തിനു ചുറ്റുമാണ് കഴിഞ്ഞുകൂടിയിരുന്നത്. ഇതേ തടാകത്തിനു ചുറ്റും മത്സ്യങ്ങളുമായി മല്ലിട്ടാണ് അവർ ജീവിച്ചത്. ഒരു ദിവസം അവരുടെ മരവിച്ച കൈകൾ പിണച്ചുവെച്ച് അവർ മരിച്ചു. അതിനുശേഷം അവരുടെ കുട്ടികൾ വന്നു. കുട്ടികളുടെ കുട്ടികൾ വന്നു. അവർ എല്ലാവരും പരാതികൾ ഇല്ലാതെ ഒരേ ഒരു വഴിയിലൂടെ സഞ്ചരിച്ചു... അവരുടെ നോട്ടം ഇപ്പോൾ തടാകത്തിനപ്പുറത്തേക്ക് എത്തിയിരിക്കുന്നു. എവിടേക്ക്? എന്തിലേക്ക്? അവർക്കുപോലും അറിയില്ല. അവർക്ക് അറിയാവുന്ന കാര്യം അവർക്ക് ശ്വാസം മുട്ടുന്നതു മാത്രം ആയിരുന്നു. ഇവർ രണ്ടും പീറ്ററും ജേക്കബ്ബും— ഇതുവരെ പ്രശ്നങ്ങളില്ലാതെ കഴിഞ്ഞുകൂടുകയായിരുന്നു. അവർക്കും പരാതികൾ ഉണ്ടായിരുന്നില്ല. പക്ഷേ, ഇപ്പോൾ പെട്ടെന്ന് അവരുടെ ചുറ്റുപാടുകൾ ഇടുങ്ങിപ്പോയിരിക്കുന്നു. അവർക്ക് ശ്വാസം മുട്ടുന്നുണ്ടായിരുന്നു.

ഈ പീഡനം തൃപ്തികരമല്ലെന്ന മട്ടിൽ ഓരോ ദിവസവും പുതിയ വാർത്തകളുമായി വഴിയാത്രക്കാർ കടന്നു വന്നുകൊണ്ടിരുന്നു: ശവങ്ങൾ പുനർജ്ജീവിച്ചു. തളർന്നവർ നടന്നു. അന്ധർക്ക് കാഴ്ച കിട്ടി. "ഈ പുതിയ പ്രവാചകൻ ആരാണ്?" വഴിയാത്രക്കാർ രണ്ടു മുക്കുവരെ ഒന്നിച്ചുകണ്ടപ്പോൾ ചോദിച്ചു. "നിങ്ങളുടെ സഹോദരന്മാർ അദ്ദേഹത്തോടൊപ്പം ഉണ്ട്. അതുകൊണ്ട് നിങ്ങൾക്ക് തീർച്ചയായും അറിവുണ്ടായിരിക്കും. അദ്ദേഹം നസറേത്തിലെ ആശാരിയുടെ മകനല്ലെന്ന് ഞങ്ങൾ കേട്ടിരുന്നു. അദ്ദേഹം ഡേവിഡിന്റെ മകനാണെന്ന് പറയുന്നു. അത് സത്യമാണോ? പക്ഷേ, പീറ്ററും ജേക്കബ്ബും തോളുകൾ ഉയർത്തിക്കൊണ്ട് പിൻവലിഞ്ഞു. അവർ വീണ്ടും വലകളുടെ മുകളിലേക്ക് കുനിഞ്ഞു. അവർക്ക് സ്വന്തം ആശ്വാസത്തിനുവേണ്ടി വിങ്ങിക്കരയണമെന്ന് തോന്നി. ചിലപ്പോൾ വഴിയാത്രക്കാർ മടങ്ങിപ്പോയതിനുശേഷം പീറ്റർ ജേക്കബ്ബിന്റെ നേർക്ക് തിരിഞ്ഞു.

"ജേക്കബ്, നിങ്ങൾ ഈ അത്ഭുതങ്ങളിൽ വിശ്വസിക്കുന്നുണ്ടോ?"

"വല വലിച്ചു കയറ്റിയിട്ട് മിണ്ടാതിരിക്ക്!" വലിയ ശബ്ദം ഉള്ള സബിദീയുടെ മകൻ മറുപടി പറയും. ഒരു നെടുവീർപ്പിനുശേഷം അയാൾ വല ഒരു കൈനീളത്തിൽ വലിച്ചടുപ്പിക്കും.

ഇന്നും അതിരാവിലെ കൂടുതൽ വാർത്തകളുമായി ഒരു വണ്ടിക്കാരൻ കടന്നുപോയിരുന്നു.

"പുതിയ പ്രവാചകൻ ബേത്സയ്ദായിൽ അനാനിയാസ് എന്ന വൃദ്ധനായ പിശുക്കന്റെ വീട്ടിലാണ് ഭക്ഷണം കഴിച്ചതെന്ന് അവർ പറയുന്നു. ഭക്ഷണം കഴിഞ്ഞപ്പോൾ അടിമകൾ വെള്ളം കൊണ്ടു വന്നു. അദ്ദേഹം കൈകഴുകി. അതിനുശേഷം അദ്ദേഹം അനാനിയാസിന്റെ അടുത്തുചെന്ന്

ചെവിയിൽ മന്ത്രിച്ചു. പെട്ടെന്ന് കിഴവന്റെ മനസ്സ് കീഴ്മേൽ മറിഞ്ഞു. അയാൾ പൊട്ടിക്കരഞ്ഞുകൊണ്ട് അയാളുടെ സാധനങ്ങൾ പാവങ്ങൾക്ക് പങ്കുവെച്ചുകൊടുക്കാൻ തുടങ്ങി."

"അദ്ദേഹം ചെവിയിൽ എന്താണ് പറഞ്ഞത്?" ഒരിക്കൽ കൂടി തടാകത്തിനപ്പുറത്തെ വിദൂരതയിലേക്ക് നോക്കിക്കൊണ്ട് പീറ്റർ ചോദിച്ചു.

"എനിക്ക് അത് അറിയാമായിരുന്നെങ്കിൽ ഞാൻ അത് ലോകത്തുള്ള സകല പണക്കാരുടെയും ചെവിയിലേക്ക് അടിച്ചു കയറ്റുമായിരുന്നു. അതുവഴി പാവങ്ങൾക്ക് ശ്വസിക്കാനുള്ള അവസരം സൃഷ്ടിക്കുമായിരുന്നു... ഞാൻ പോകുന്നു." അയാൾ യാത്ര തുടരുന്നതിനിടയിൽ വിളിച്ചു പറഞ്ഞു. "ധാരാളം മീൻ കിട്ടട്ടെ!"

പീറ്റർ കൂട്ടുകാരനോട് സംസാരിക്കാൻ വേണ്ടി തിരിഞ്ഞു. പക്ഷേ, പെട്ടെന്ന് അയാൾ മനസ്സുമാറ്റി. അയാൾ ജേക്കബ്ബിനോട് എന്തു പറയും? കൂടുതൽ വാക്കുകൾ? ഇപ്പോൾ തന്നെ ആവശ്യത്തിന് അയാൾ പറഞ്ഞു കഴിഞ്ഞിട്ടില്ലേ? അയാൾക്ക് മൊത്തം ജോലിയും വലിച്ചെറിഞ്ഞിട്ട് എന്നെന്നേക്കുമായി നാടുവിടാൻ തോന്നി. അതെ, അയാൾ പോകും! അയാൾക്ക് യോനായുടെ കുടിലിന് ഇപ്പോൾ വലിപ്പം കുറഞ്ഞുപോയിരിക്കുന്നു. ഗാനേസറത്തിലെ തടാകത്തിനും വലിപ്പം കുറഞ്ഞിരിക്കുന്നു. "ഇത് ജീവിതം അല്ല. "അയാൾ പിറുപിറുത്തു. "ഇതല്ല ജീവിതം! ഞാൻ പോകും."

ജേക്കബ് തിരിഞ്ഞു നോക്കി. "നിങ്ങൾ എന്താണ് പിറുപിറുക്കുന്നത്? അയാൾ ചോദിച്ചു. "സംസാരിക്കരുത്." അയാൾ പറഞ്ഞു.

"ഒന്നും ഇല്ല. നാശം!" പീറ്റർ മറുപടി പറഞ്ഞതിനുശേഷം അതിവേഗത്തിൽ വല വലിക്കാൻ തുടങ്ങി.

ആ നിമിഷത്തിൽ യേശു ആളുകളോട് ആദ്യം സംസാരിച്ച പച്ചക്കുന്നിന്റെ കൊടുമുടിയിൽ യൂദാസിന്റെ ഒറ്റപ്പെട്ട രൂപം പ്രത്യക്ഷപ്പെട്ടു. വഴിയിൽ കണ്ട ഓക്കുമരത്തിൽനിന്നും മുറിച്ചെടുത്ത ഒരുവളഞ്ഞ കമ്പ് യൂദാസിന്റെ കൈയിൽ ഉണ്ടായിരുന്നു. അയാൾ നടക്കുന്നതിനിടയിൽ അതുകൊണ്ട് തറയിൽ ഇടിച്ചുകൊണ്ടിരുന്നു. അയാൾക്ക് ശേഷം മറ്റ് മൂന്ന് കൂട്ടുകാർ പ്രത്യക്ഷപ്പെട്ടു. അവർ ഒരു നിമിഷം താഴെയുള്ള ലോകത്തെ നിരീക്ഷിക്കാൻ വേണ്ടി കുന്നിന്റെ കൊടുമുടിയിൽ ശ്വാസം അടക്കിനിന്നു. തടാകം ആഹ്ലാദത്തോടെ തിളങ്ങി. സൂര്യൻ അതിനെ തഴുകി. അത് പൊട്ടിച്ചിരിച്ചു. മീൻപിടിക്കുന്ന ബോട്ടുകൾ വെള്ളത്തിനു മുകളിൽ ചുവപ്പും വെള്ളയും കലർന്ന ചിത്രശലഭങ്ങൾ ആയിരുന്നു. അവയ്ക്കു മുകളിലൂടെ ചിറകുള്ള മീൻ പിടിത്തക്കാരായ കടൽക്കാക്കകൾ പറന്നുനടന്നു. കാപ്പർനാം ദൂരത്തു കിടന്ന് ഇരമ്പി. സൂര്യൻ ഉയരങ്ങളിൽ എത്തിക്കഴിഞ്ഞു: പകൽ അതിന്റെ പ്രതാപത്തിൽ ആയിരുന്നു.

"നോക്കൂ, പീറ്റർ അവിടെ ഉണ്ട്." അയാളുടെ സഹോദരൻ വല വലിച്ചുകൊണ്ടിരുന്ന തീരത്തേക്ക് വിരൽ ചൂണ്ടിക്കൊണ്ട് ആൻഡ്രു പറഞ്ഞു.

"ജേക്കബ്ബും ഉണ്ട്!" ജോൺ നെടുവീർപ്പിട്ടുകൊണ്ട് പറഞ്ഞു.

“അവർക്ക് ഇപ്പോഴും ലോകത്തുനിന്ന് അവരെ സ്വയം പിടിച്ചുവലിക്കാൻ കഴിയുന്നില്ല.”

യേശു പുഞ്ചിരിച്ചു. “പ്രിയപ്പെട്ട കൂട്ടുകാരാ, നെടുവീർപ്പിടരുത്.” അദ്ദേഹം പറഞ്ഞു. “നിങ്ങൾ എല്ലാവരും ഇവിടെ കിടന്ന് വിശ്രമിക്കൂ. ഞാൻ താഴെ പോയി അവരെ കൂട്ടിക്കൊണ്ടുവരാം.”

അദ്ദേഹം പെട്ടെന്ന് ഉത്സാഹത്തോടെ നടന്നിറങ്ങാൻ തുടങ്ങി. അദ്ദേഹം ഒരു മാലാഖയെപ്പോലെയാണ്. അദ്ദേഹത്തെ ആദരിച്ചുകൊണ്ട് ജോൺ ആലോചിച്ചു. ചിറകുകൾ ഒഴിച്ച് മറ്റൊന്നിന്റെയും കുറവില്ല... പാറയിൽ നിന്ന് പാറയിലേക്ക് കാലെടുത്തുവെച്ചുകൊണ്ട് അദ്ദേഹം താഴോട്ടിറങ്ങി. തീരത്തെത്തിയപ്പോൾ അദ്ദേഹം നടത്തത്തിന്റെ വേഗത കുറച്ചു. വലകൾക്കു മുകളിൽ ചാരിനിന്നിരുന്ന മുക്കുവരുടെ അടുത്തേക്ക് അദ്ദേഹം നടന്നുചെന്നു. അദ്ദേഹം അവരുടെ പിന്നിൽ നിശ്ശബ്ദനായി നിന്ന് വളരെ നേരം അവരെ നോക്കിക്കൊണ്ടു നിന്നു. അദ്ദേഹത്തിന്റെ മനസ്സിൽ ആലോചനകൾ ഒന്നും തന്നെ ഉണ്ടായിരുന്നില്ല. പക്ഷേ, സ്വയം ഒലിച്ചു പോകുന്നതായി അദ്ദേഹത്തിനു തോന്നി: അദ്ദേഹത്തിന്റെ ഉള്ളിൽനിന്നും ഒരു ശക്തി രക്ഷപ്പെട്ടുകൊണ്ടിരിക്കുന്നു. എല്ലാ വസ്തുക്കൾക്കും ഭാരം കുറഞ്ഞ് അന്തരീക്ഷത്തിലേക്ക് പറന്നുയർന്ന് തടാകത്തിനു മുകളിൽ ഒരു മേഘം പോലെ ഒഴുകി നടന്നു. രണ്ട് മുക്കുവന്മാരുടെ ഭാരവും കുറഞ്ഞു. അവരും അന്തരീക്ഷത്തിലേക്ക് പറന്നുയർന്നു. അവരുടെ വലകൾക്കും അഭ്യുന്നതി ഉണ്ടായി: അത് ഇപ്പോൾ വല അല്ലായിരുന്നു. അതിനുള്ളിൽ ഉള്ളത് ഇപ്പോൾ മീൻ അല്ലായിരുന്നു. അവരെല്ലാം മനുഷ്യർ ആയിരുന്നു. സന്തോഷത്തോടെ നൃത്തം ചെയ്യുന്ന ആയിരക്കണക്കിനു മനുഷ്യർ.

പെട്ടെന്ന് ആ രണ്ട് മീൻപിടിത്തക്കാർക്കും അവരുടെ തലയ്ക്കു മുകളിൽ അസാധാരണമായ ഒരുതരിപ്പ് അനുഭവപ്പെട്ടു. ഒരുതരം മാധുര്യമുള്ള മരവിപ്പ്. അവർ ചാടി എഴുന്നേറ്റ് ഭയത്തോടെ തിരിഞ്ഞുനോക്കി. അവർക്കു പിന്നിൽ യേശു അനക്കം ഇല്ലാതെ നിശ്ശബ്ദനായി നില്ക്കുന്നുണ്ടായിരുന്നു.

“ആചാര്യൻ ഞങ്ങളോട് ക്ഷമിക്കണം!” പീറ്റർ അപമാനത്തോടെ വിളിച്ചു പറഞ്ഞു.

“പീറ്റർ എന്തിനാണ് ലജ്ജിക്കുന്നത്? ഞാൻ മാപ്പുതരേണ്ട എന്ത് കാര്യമാണ് നിങ്ങൾ ചെയ്തത്?”

“ഒന്നും ചെയ്തിട്ടില്ല” പീറ്റർ പിറുപിറുത്തു. “ഇതിനെ അങ്ങ് ജീവിതം എന്ന് വിളിക്കുന്നുണ്ടോ? എനിക്ക് ഇത് മടുത്തുകഴിഞ്ഞു.”

“എനിക്കും മടുത്തിരിക്കുന്നു.” ജേക്കബ് പറഞ്ഞു. അയാൾ വല തറയിലേക്ക് വലിച്ചെറിഞ്ഞു.

“വരൂ.” യേശു അവരുടെ നേർക്ക് കൈകൾ നീട്ടിക്കൊണ്ട് പറഞ്ഞു. “വരൂ. ഞാൻ നിങ്ങളെ മനുഷ്യരുടെ മുക്കുവർ ആക്കാം.”

അദ്ദേഹം അവരുടെ ഓരോരുത്തരുടെയും നേർക്ക് കൈനീട്ടിക്കൊണ്ട് നടുക്ക് കയറി നിന്നു. “നമുക്ക് പോകാം.” യേശു പറഞ്ഞു.

“എന്റെ അച്ഛനോട് ഞാൻ യാത്ര ചോദിക്കണ്ടേ?” വൃദ്ധനായ

യോനായെ ഓർത്തുകൊണ്ട് പീറ്റർ ചോദിച്ചു.

"പീറ്റർ, തിരിഞ്ഞു നോക്കാൻ പോലും പാടില്ല. നമുക്ക് സമയം ഇല്ല. നമുക്ക് പോകാം."

"എവിടെ?" നടത്തം നിർത്തിക്കൊണ്ട് ജേക്കബ് ചോദിച്ചു.

"ജേക്കബ് എന്തിനാണ് ചോദിക്കുന്നത്? കൂടുതൽ ചോദ്യങ്ങൾ വേണ്ട! വരൂ."

ഈ സമയത്തെല്ലാം കിഴവൻ യോനാ അടുപ്പിനു മുകളിലേക്ക് കുനിഞ്ഞു നിന്ന് പാചകം ചെയ്യുകയായിരുന്നു. അയാൾ മകൻ പീറ്റർ വന്നതിനുശേഷം ഒന്നിച്ചിരുന്ന് ഭക്ഷണം കഴിക്കാൻ വേണ്ടി കാത്തു നില്ക്കുകയായിരുന്നു. ദൈവം അയാൾക്കു കൊടുത്തതിൽ ഇപ്പോൾ അയാൾക്കൊപ്പം അവശേഷിക്കുന്നത് ഒരു മകൻ മാത്രമാണ്. പീറ്റർ ബുദ്ധിയുള്ള കുട്ടിയായിരുന്നു– ഒരു നല്ല നടത്തിപ്പുകാരൻ. മറ്റേ മകൻ ആൻഡ്രുവിനെ കിഴവൻ വളരെക്കാലം മുമ്പുതന്നെ എഴുതിത്തള്ളിയിരുന്നു. അവൻ ഈ കപട വേഷക്കാരനെ തുടക്കത്തിൽതന്നെ പിന്തുടർന്നു. അതിനുശേഷം മറ്റേ കപടവേഷക്കാരനെ പിന്തുടർന്നു. അവൻ മീൻപിടിക്കുന്ന ബോട്ടിനോടും കാറ്റിനോടും മല്ലിടാനും വലയുടെ കേടുപാടുകൾ തീർക്കാനും വൃദ്ധനായ അച്ഛനെ തനിച്ചാക്കിയിട്ടു പോയി. അയാളുടെ ഭാര്യ മരിച്ചതിനുശേഷം യോനാ ഇത്തരം വീട്ടുകാര്യങ്ങളുമായി മല്ലിടുകയായിരുന്നു. പക്ഷേ, പീറ്റർ - അവന് എന്റെ അനുഗ്രഹങ്ങൾ ഉണ്ട് യോന ആലോചിച്ചു. പീറ്റർ എന്നോടൊപ്പം നിന്ന് എനിക്ക് ശക്തി തന്നുകൊണ്ടിരിക്കുന്നു... യോനാ ഭക്ഷണത്തിന്റെ സ്വാദ് പരിശോധിച്ചു. തയ്യാറായിക്കഴിഞ്ഞിരിക്കുന്നു. അയാൾ സൂര്യനെ നോക്കി ഏറക്കുറെ ഉച്ചയോടടുത്തിരിക്കുന്നു. "എനിക്ക് വിശക്കുന്നു." അയാൾ പിറുപിറുത്തു. "പക്ഷേ, അവൻ വരുന്നതുവരെ ഞാൻ ആഹാരം കഴിക്കില്ല." അയാൾ കൈയും കെട്ടി അവനു വേണ്ടി കാത്തുനിന്നു...

അല്പം അകലെ സബിദീയുടെ വീട് തുറന്നു കിടക്കുകയായിരുന്നു. മുറ്റത്ത് കൂടകളും കൂജകളും നിറഞ്ഞിരുന്നു. ഒരു മൂലയ്ക്ക് വാറ്റുന്ന അറ ഉണ്ടായിരുന്നു. വീഞ്ഞു ചക്കിൽ അവശേഷിക്കുന്ന മുന്തിരിത്തൊലിയിൽനിന്നും വാറ്റിയെടുക്കുന്ന ചാരായം ഊറ്റിയെടുക്കുന്ന ദിവസങ്ങൾ ആയിരുന്നു. വീടു മുഴുവൻ ചാരായത്തിന്റെ മണം ഉണ്ടായിരുന്നു. സബിദീയും ഭാര്യയും കവർന്നെടുത്ത മുന്തിരിക്കുലകളുടെ അടുത്തു കിടന്ന ചെറിയ മേശയിൽ ഇരുന്ന് ആഹാരം കഴിക്കുകയായിരുന്നു. കിഴവൻ സബിദീ പല്ലില്ലാത്ത മോണ കൊണ്ട് കഴിയുന്നത്ര ആവേശത്തോടെ ഭക്ഷണം കടിച്ചുപറിക്കുന്നതിനിടയിൽ തന്റെ കച്ചവടം മെച്ചപ്പെടുത്തുന്നതിനെക്കുറിച്ച് സംസാരിച്ചുകൊണ്ടിരുന്നു. ഇപ്പോൾ വളരെക്കാലമായി സബീദിയുടെ കണ്ണുകൾ അയാളുടെ വൃദ്ധനായ അയൽവാസി നാഹുമിന്റെ കുടിലിൽ ആയിരുന്നു. നാഹും അയാളുടെ കടക്കാരൻ ആയിരുന്നു. കടം തിരിച്ചു കൊടുക്കാൻ നാഹുമിന് പറ്റില്ല. അടുത്ത ആഴ്ച ദൈവം ആഗ്രഹിക്കുന്നുണ്ടെങ്കിൽ നാഹുവിന്റെ വീട് ലേലത്തിൽ വാങ്ങാൻ

സബിദീ പദ്ധതിയിട്ടിരുന്നു. ആ വീടു വാങ്ങി ഇടയിലുള്ള മതിൽ ഇടിച്ചു പൊളിച്ചു കളഞ്ഞ് മുറ്റം വലുതാക്കാൻ അയാൾ വർഷങ്ങളായി ആഗ്രഹിക്കുകയാണ്. അയാൾക്ക് ഒരു വീഞ്ഞു ചക്ക് ഉണ്ടായിരുന്നു. അയാൾക്ക് ഒരു ഒലിവ് ചക്കുകൂടി വേണം. അതുകൊണ്ട് ഗ്രാമം മുഴുവൻ ഒലിവ് എണ്ണ പിഴിഞ്ഞെടുക്കാൻ വേണ്ടി അയാളുടെ അടുത്തേക്ക് വരും. അങ്ങനെ ഒലിവ് എണ്ണയുടെ ഒരു പങ്ക് അയാൾക്ക് സ്വന്തമാക്കാം. അയാളുടെ സ്വന്തം കൂജകൾ ഒരുവർഷത്തേക്ക് നിറച്ചുവെക്കാൻ കഴിയും. പക്ഷേ, വീഞ്ഞു ചക്ക് എവിടെക്കൊണ്ട് വെക്കും? എന്തുതന്നെയായാലും അയാൾക്ക് നാഹുമിന്റെ വീട് കിട്ടിയേ പറ്റൂ. വൃദ്ധയായ സലോമി അയാളുടെ സംസാരം കേട്ടു. പക്ഷേ, അവളുടെ മനസ്സ് അവളുടെ ഏറ്റവും പ്രിയപ്പെട്ട ജോണിൽ ആയിരുന്നു. അവൻ എവിടെ ആയിരിക്കും? പുതിയ പ്രവാചകന്റെ ചുണ്ടുകളിൽനിന്നും ഇറ്റുവീണ തേൻതുള്ളികൾ എന്തൊക്കെ ആയിരുന്നു? അയാളെ വീണ്ടും കാണാനും അയാളുടെ സംസാരം കേട്ട് ദൈവത്തെ മനുഷ്യരുടെ മനസ്സിലേക്ക് വീണ്ടും കൊണ്ടുവരാനും അവൾ ആഗ്രഹിച്ചു! എന്റെ മകൻ ശരിയായി പ്രവർത്തിച്ചു. അവൾ ആലോചിച്ചു. അവൻ ശരിയായ വഴി സ്വീകരിച്ചു. ഞാൻ എന്റെ അനുഗ്രഹങ്ങൾ അവനു നല്കി... ദിവസങ്ങൾക്കു മുൻപ് കണ്ട ഒരു സ്വപ്നം അവളുടെ ഓർമ്മയിൽ വന്നു. ആ സ്വപ്നത്തിൽ വീഞ്ഞു ചക്കുകളും നിറഞ്ഞു തുളുമ്പുന്ന കലവറകളും ഉള്ള ഈ വീട് ഉപേക്ഷിച്ച് വാതിൽതുറന്നടച്ചുകൊണ്ട് അവൾ പുതിയ പ്രവാചകനോടൊപ്പം നടന്നു... ഞാൻ വിശന്നു പൊരിഞ്ഞ് നഗ്നപാദയായി അദ്ദേഹത്തിന്റെ പിന്നാലെ ഓടി. അവൾ വിചാരിച്ചു. അതോടെ ജീവിതത്തിൽ ആദ്യമായി സന്തോഷത്തിന്റെ അർത്ഥം ഞാൻ മനസ്സിലാക്കി...

"നീ ഞാൻ പറയുന്നതു കേൾക്കുന്നുണ്ടോ?" ഭാര്യയുടെ കണ്ണുകൾ നിമിഷനേരത്തേക്ക് വഴുതിമാറുന്നതു കണ്ടപ്പോൾ കിഴവൻ സബിദീ ഉറക്കെ ചോദിച്ചു. "നിന്റെ മനസ്സ് എവിടെയാണ്?"

"ഞാൻ കേൾക്കുന്നുണ്ട്" സലോമി മറുപടി പറഞ്ഞു. അയാളെ ഇതുവരെ കണ്ടിട്ടില്ലാത്ത മട്ടിൽ അവൾ ഭർത്താവിനെ നോക്കി.

ആ നിമിഷത്തിൽ വൃദ്ധൻ തെരുവിൽനിന്നും പരിചിതമായ ശബ്ദങ്ങൾ കേട്ടു. അയാൾ മുഖം ഉയർത്തി.

"അവർ അവിടെ ഉണ്ട്!" അയാൾ വിളിച്ചു കൂവി. സ്വന്തം ആൺമക്കളോടൊപ്പം വെളുത്ത വേഷക്കാരനെ കണ്ടപ്പോൾ അയാൾ വാ നിറച്ച് ഭക്ഷണവുമായി ഉമ്മറത്തേക്ക് പറന്നുചെന്നു.

അയാൾ വിളിച്ചു കൂവി. "കുട്ടികളേ, നിങ്ങൾ എവിടെ പോകുന്നു? ഇത് എന്റെ വീട്ടിലേക്കുള്ള വഴിയാണ്. നില്ക്കൂ."

മറ്റുള്ളവർ മുന്നോട്ടു നീങ്ങുന്നതിനിടയിൽ പീറ്റർ അയാൾക്ക് മറുപടി കൊടുത്തു.

"ഞങ്ങൾക്ക് ഇപ്പോൾ ഒരു ജോലി ചെയ്യാനുണ്ട്."

"എന്ത് ജോലി?"

"വളരെ ശ്രദ്ധ ആവശ്യമുള്ള വൈഷമ്യമുള്ള ഒരു ജോലിയാണ്." പീറ്റർ പറഞ്ഞു. അതിനുശേഷം അയാൾ പൊട്ടിച്ചിരിച്ചു.

വൃദ്ധന്റെ കണ്ണുതള്ളിപ്പോയി. "ജേക്കബ് നിനക്കും ജോലിയുണ്ടോ?" ആഹാരം ചവയ്ക്കാതെ വിഴുങ്ങിക്കൊണ്ട് അയാൾ വിളിച്ചുചോദിച്ചു. രണ്ടായി പിളർന്നുപോയ തൊണ്ടയുമായി അയാൾ അകത്തുകടന്ന് ഭാര്യയെ നോക്കി.

"സബിദീ, നിങ്ങൾ ആൺമക്കളോട് വിട പറഞ്ഞുകൊള്ളൂ." അവൾ തലകുലുക്കിക്കൊണ്ടു പറഞ്ഞു. "അയാൾ അവരെ നമ്മുടെ അടുത്തു നിന്ന് തട്ടിയെടുത്തു കഴിഞ്ഞു."

"ജേക്കബ്ബിനെയും കൊണ്ടുപോയോ?" ചിന്തിക്കേണ്ടതെന്തെന്നു പോലും അറിയാതെ വൃദ്ധൻ പറഞ്ഞു. "പക്ഷേ, അവന്റെ തലയിൽ അല്പം ബുദ്ധി ഉണ്ടായിരുന്നതാണ്. അങ്ങനെ സംഭവിക്കാൻ ഇടയില്ല."

സലോമി സംസാരിച്ചില്ല. അവൾക്ക് അയാളോട് എന്തു പറയാൻ കഴിയും? അവൾ വിശപ്പു തോന്നാതെ എഴുന്നേറ്റ് ഉമ്മറത്തു പോയിനിന്നു. ജോർദ്ദാനിൽ നിന്ന് ജറുസലേമിലേക്ക് പോകുന്ന രാജകീയ പാതയിലൂടെ അവരുടെ സംഘം സന്തോഷത്തോടെ നടന്നുനീങ്ങുന്നത് അവൾ നോക്കിക്കൊണ്ടുനിന്നു. അവൾ ഭർത്താവ് കേൾക്കാതിരിക്കാൻ വേണ്ടി കൈ ഉയർത്തിക്കൊണ്ട് ശബ്ദം താഴ്ത്തി പറഞ്ഞു.

"നിങ്ങൾക്ക് എല്ലാവർക്കും എന്റെ അനുഗ്രഹങ്ങൾ...."

ഗ്രാമത്തിൽനിന്ന് പുറത്തേക്കു ഇറങ്ങുമ്പോൾ താടകക്കരയിലേക്ക് ആടുകളെ നയിച്ചുകൊണ്ടുപോകുന്ന ഫിലിപ്പിനെ അവർ കണ്ടുമുട്ടി. അയാൾ വടി ഉയർത്തിക്കൊണ്ട് ചുവന്ന പാറയുടെ മുകളിൽ കയറി നിന്ന് തടാകത്തിൽ ഒരു കറുത്ത ഓളമായി മാറിയ സ്വന്തം നിഴൽ ആസ്വദിക്കാൻ വേണ്ടി കുനിഞ്ഞു നോക്കുകയായിരുന്നു. താഴെ വഴിയിൽ നിന്ന് ചിലർ കല്ലുകൾ ചവിട്ടിമെതിക്കുന്നതിന്റെ ശബ്ദം കേട്ടപ്പോൾ അയാൾ നിവർന്നുനിന്നു.

വഴിയാത്രക്കാരെ തിരിച്ചറിഞ്ഞുകൊണ്ട് അയാൾ വിളിച്ചുകൂവി. "ഹേ! നിങ്ങൾക്ക് എന്നെ കാണാൻ കഴിയുന്നുണ്ടോ? നിങ്ങൾ എവിടെ പോകുന്നു?"

"ഞങ്ങൾ സ്വർഗ്ഗരാജ്യത്തേക്ക് പോകുന്നു." ആൻഡ്രു വിളിച്ചു പറഞ്ഞു. "നിങ്ങൾ വരുന്നുണ്ടോ?"

"ആൻഡ്രൂ, വിവേകത്തോടെ സംസാരിക്കില്ലേ? നിങ്ങൾ വിവാഹത്തിൽ പങ്കെടുക്കാൻ മഗ്ദലയിലേക്ക് പോകുകയാണെങ്കിൽ ഞാനും നിങ്ങളുടെ കൂടെ വരുന്നുണ്ട്. നതാനൽ എന്നെയും ക്ഷണിച്ചിട്ടുണ്ട്. അയാൾ അയാളുടെ അനന്തിരവളെ വിവാഹം കഴിക്കാൻ പോകുകയാണ്?"

"നിങ്ങൾ മഗ്ദലയിൽ നിന്ന് മുന്നോട് പോകില്ലേ?" ജേക്കബ് അയാളോട് വിളിച്ചു ചോദിച്ചു.

"എനിക്ക് ആടുകൾ ഉണ്ട്." ഫിലിപ്പ് മറുപടി പറഞ്ഞു. "അവയെ

ഞാൻ എവിടെ ഉപേക്ഷിക്കും?"

"ദൈവത്തിന്റെ കൈകളിൽ" യേശു തിരിഞ്ഞു നോക്കാതെ പറഞ്ഞു.

"അവയെ ചെന്നായ തിന്നും!"

"തിന്നട്ടെ!" ജോൺ വിളിച്ചു പറഞ്ഞു.

"എന്റെ ദൈവമേ, ഇവർക്കെല്ലാം പൂർണ്ണമായും ഭ്രാന്ത് പിടിച്ചിരിക്കുന്നു." ഇടയൻ സംസാരം അവസാനിപ്പിച്ചു. ആടുക്കളെ തടുത്തുകൂട്ടാൻ വേണ്ടി അയാൾ ചൂളം അടിച്ചു.

കൂട്ടുകാർ മുന്നോട്ടു നീങ്ങി. വളഞ്ഞ വടിയുമായി യൂദാസ് വീണ്ടും മുന്നിലെത്തി. എത്തിച്ചേരാൻ ഏറ്റവും കൂടുതൽ തിടുക്കം യൂദാസിനായിരുന്നു. മറ്റുള്ളവരുടെ മനസ്സിൽ സന്തോഷം ആയിരുന്നു. അവർ നടക്കുന്നതിനിടയിൽ കുയിലുകളെപ്പോലെ ചൂളം അടിച്ചു. പൊട്ടിച്ചിരിച്ചു. പീറ്റർ ഏറ്റവും മുന്നിൽ നടന്നിരുന്ന യൂദാസിന്റെ അടുത്തെത്തി. കൂട്ടത്തിൽ അയാളുടെ മുഖഭാവം മാത്രം ഇരുണ്ടുപോയിരുന്നു. അയാൾ ചൂളം അടിച്ചില്ല. പൊട്ടിച്ചിരിച്ചില്ല. അയാൾ എത്തിച്ചേരാനുള്ള ഉൽക്കണ്ഠയോടെ ഏറ്റവും മുന്നിൽ നടന്നു.

"യൂദാസ് നമ്മൾ എവിടെയാണ് പോകുന്നതെന്ന് ഒരുപ്രാവശ്യം എന്നോട് പറയൂ." പീറ്റർ യൂദാസിനോട് ശാന്തമായി ആവശ്യപ്പെട്ടു.

ചുവന്ന താടിക്കാരന്റെ മുഖത്തിന്റെ പകുതി ഭാഗം ചിരിച്ചു. "സ്വർഗ്ഗരാജ്യത്തേക്ക്"

"ദൈവത്തെ വിചാരിച്ച് തമാശ പറയരുത്. നമ്മൾ എവിടെയാണ് പോകുന്നതെന്ന് പറയൂ. എനിക്ക് ഗുരുവിനോടു ചോദിക്കാൻ ഭയമാണ്.

"ജറുസലേമിലേക്ക്"

"ഹോ! മൂന്നു ദിവസത്തെ നടത്തം!" നരച്ച താടിയിൽ പിടിച്ചുവലിച്ചുകൊണ്ട് പീറ്റർ പറഞ്ഞു. "ഞാൻ ഇത് അറിഞ്ഞിരുന്നെങ്കിൽ എന്റെ മെതിയടികളും കുറച്ച് അപ്പവും ഒരു ചുരയ്ക്ക നിറയെ വീഞ്ഞും എന്റെ വടിയും കൊണ്ടുവരുമായിരുന്നു."

ഇപ്പോൾ ചുവന്നതാടിക്കാരന്റെ മുഖം പൂർണ്ണമായി ചിരിച്ചു. "പാവം പീറ്റർ" അയാൾ പറഞ്ഞു. "ഇപ്പോൾ പന്ത് ഉരുണ്ടുകൊണ്ടിരിക്കുകയാണ്. അതിനെ നിർത്താൻ കഴിയില്ല. നിങ്ങളുടെ മെതിയടികളോടും അപ്പത്തോടും വീഞ്ഞിനോടും വടിയോടും വിട പറയുക. നമ്മൾ ഉപേക്ഷിച്ചു കഴിഞ്ഞു. പീറ്ററിന് അത് മനസ്സിലായില്ലേ? പീറ്റർ— നമ്മൾ ലോകത്തെ ഉപേക്ഷിച്ചിരിക്കുന്നു. കരയെയും കടലിനെയും ഉപേക്ഷിച്ചിരിക്കുന്നു. നമ്മൾ അന്തരീക്ഷത്തിലേക്ക് ഉയർന്നുപോയിരിക്കുന്നു!" അയാൾ പീറ്ററിന്റെ ചെവിയിലേക്ക് കുനിഞ്ഞുകൊണ്ട് പറഞ്ഞു.

"തിരിച്ചു പോകാൻ ഇപ്പോഴും സമയം ഉണ്ട്?"

"ഇപ്പോൾ ഞാൻ എങ്ങനെയാണ് തിരിച്ചു പോകുന്നത്?" പീറ്റർ പറഞ്ഞു. അയാളെ എന്തൊക്കെയോ വലയം ചെയ്ത് ശ്വാസം മുട്ടിച്ചു കൊണ്ടിരിക്കുന്നമട്ടിൽ പീറ്റർ കൈകൾ വിടർത്തി നാലുചുറ്റം തിരിഞ്ഞു നോക്കി. "ഇപ്പോൾ ഇതെല്ലാം തന്നെ എനിക്ക് അരോചകമായി

തോന്നുന്നു." അയാൾ മീൻപിടിക്കുന്ന വള്ളങ്ങളിലേക്കും കാപ്പർനാമിലെ വീടുകളുടെ നേർക്കും വിരൽ ചൂണ്ടിക്കൊണ്ട് പറഞ്ഞു.

"സമ്മതിച്ചല്ലോ!" ചുവന്ന താടിക്കാരൻ അയാളുടെ വലിയ തല കുലുക്കിക്കൊണ്ട് പറഞ്ഞു. "ശരി, അപ്പോൾ നിങ്ങളുടെ മുറുമുറുപ്പ് അവസാനിപ്പിക്കൂ. നമുക്ക് മുന്നോട്ടു പോകാം."

പതിനഞ്ച്

ആദ്യം ഗ്രാമത്തിലെ പട്ടികൾ അദ്ദേഹത്തിന്റെ മണം പിടിച്ചെടുത്തുകൊണ്ട് കുരയ്ക്കാൻ തുടങ്ങി. അല്പസമയത്തിനുള്ളിൽ കുട്ടികൾ വാർത്തയും കൊണ്ട് മഗ്ദലയിലേക്ക് ഓടുന്നുണ്ടായിരുന്നു. അവൻ വരുന്നു. അവൻ വരുന്നു!

"കുട്ടികളേ ആരാണ് വരുന്നത്?" ഗ്രാമീണർ വാതിൽ തുറന്നുകൊണ്ട് ചോദിച്ചു.

"പുതിയ പ്രവാചകൻ!"

ഉമ്മറപ്പടികളിൽ കിഴവികളും ചെറുപ്പക്കാരികളും നിറഞ്ഞു. പുരുഷന്മാർ അവരുടെ ജോലി ഉപേക്ഷിച്ചു. രോഗികൾ ആഹ്ലാദത്തോടെ ചാടി എഴുന്നേറ്റു കൊണ്ട് അദ്ദേഹത്തെ തൊടാൻ വേണ്ടി ഇഴഞ്ഞു നീങ്ങാനുള്ള തയ്യാറെടുപ്പുകൾ നടത്തി. ഗാനേസറത്തിലെ തടാകത്തിന്റെ പരിസരങ്ങളിൽ അദ്ദേഹം ഇപ്പോൾ തന്നെ വലിയ പേര് സമ്പാദിച്ചുകഴിഞ്ഞിരുന്നു. ഗ്രാമങ്ങളിൽ നിന്ന് ഗ്രാമങ്ങളിലേക്ക് അദ്ദേഹം സുഖപ്പെടുത്തിയ അന്ധരും അപസ്മാരരോഗികളും തളർവാതം പിടിച്ചവരും അദ്ദേഹത്തിന്റെ ശക്തിയെക്കുറിച്ചും ദാനങ്ങളെക്കുറിച്ചും പ്രഖ്യാപനങ്ങൾ നടത്തിക്കൊണ്ട് അലഞ്ഞു തിരിയുന്നുണ്ടായിരുന്നു.

"എന്റെ പൊട്ടിയ കണ്ണുകളിൽ അദ്ദേഹം തൊട്ടു. ആ നിമിഷത്തിൽ ഞാൻ പ്രകാശം കണ്ടു."

"അദ്ദേഹം എന്നോട് ഊന്നുകോലുകൾ ഉപേക്ഷിച്ചിട്ട് നടക്കാൻ ആജ്ഞാപിച്ചപ്പോൾ ഞാൻ നൃത്തം ചെയ്യാൻ തുടങ്ങി."

"പിശാചുക്കളുടെ മൊത്തം പട്ടാളവും എന്റെ ഉള്ളാണ് ഭക്ഷണമാക്കിയിരുന്നത്. അദ്ദേഹം കൈ ഉയർത്തി അവരോട് ആജ്ഞാപിച്ചു. 'കടന്നുപോകൂ.' പന്നികളുടെ അടുത്തേക്ക് പോകൂ! ഉടൻ തന്നെ അവർ എന്റെ ഉള്ളിൽനിന്നും തിക്കിത്തിരക്കി പുറത്തു ചാടിവന്ന് തടാകക്കരയിൽ മേഞ്ഞുകൊണ്ടുനിന്ന പന്നികളുടെ ഉള്ളിലേക്ക് കടന്നുകയറി. പന്നികൾക്ക് ഭ്രാന്തു പിടിച്ചു. അവ ഒന്നിനു മുകളിൽ ഒന്നായി ചാടിക്കയറി. അവ സ്വയം വെള്ളത്തിലേക്ക് ഉരുണ്ടു വീണു മുങ്ങിച്ചത്തു."

ഈ നല്ല വാർത്ത കേട്ടപ്പോൾ മഗ്ദലന അവളുടെ കുടിലിൽനിന്ന് പുറത്തു വന്നു. വീട്ടിൽ തിരിച്ചുപോയി പാപങ്ങൾ തുടരാതിരിക്കാൻ മറിയത്തിന്റെ മകൻ ആജ്ഞാപിച്ച ദിവസത്തിനു ശേഷം അവൾ അവളുടെ

കുടിലിന്റെ വാതിലിൽ പ്രത്യക്ഷപ്പെട്ടിട്ടില്ല. അവൾ കണ്ണുനീർകൊണ്ട് ആത്മാവിനെ കഴുകിവൃത്തിയാക്കി. എല്ലാ കാര്യങ്ങളും മറന്ന് മനസ്സിൽനിന്ന് കഴിഞ്ഞകാലത്തെ തുടച്ചുമാറ്റാൻ അവൾ അങ്ങേയറ്റം ബുദ്ധിമുട്ടി. നാണക്കേടും ആഹ്ലാദങ്ങളും ഉറക്കമില്ലാത്ത രാത്രികളും മായ്ച്ചുകളഞ്ഞുകൊണ്ട് വീണ്ടും ഒരു കന്യകയുടെ ശരീരവുമായി ജനിക്കാൻ വേണ്ടി അവൾ സ്വയം പോരാടി. ആദ്യത്തെ കുറച്ചു ദിവസങ്ങളിൽ അവൾ തല തറയിൽ ഇടിച്ചു കൊണ്ട് പൊട്ടിക്കരഞ്ഞു. പക്ഷേ, സമയം കടന്നുപോയപ്പോൾ അവൾ ശാന്തയായി. അവളുടെ വേദനയുടെ ശക്തി കുറഞ്ഞു. അവളെ പീഡിപ്പിച്ചുകൊണ്ടിരുന്ന പേടി സ്വപ്നങ്ങൾ അപ്രത്യക്ഷപ്പെട്ടു. ഇപ്പോൾ എല്ലാ രാത്രികളിലും യേശു ഗൃഹനാഥനെപ്പോലെ കതകു തുറന്ന് മുറ്റത്തേക്ക് കടന്നുവന്ന് പൂത്തുലഞ്ഞുനില്ക്കുന്ന മാതളനാരകത്തിന്റെ ചുവട്ടിൽ ഇരിക്കുന്നതായി അവൾ സ്വപ്നം കണ്ടു. അദ്ദേഹം വളരെ ദൂരം യാത്ര ചെയ്ത് ക്ഷീണിച്ചിരുന്നു. അദ്ദേഹത്തിന്റെ ശരീരം മുഴുവൻ പൊടികൊണ്ട് മൂടിയിരുന്നു. അദ്ദേഹം മനുഷ്യരെകൊണ്ട് കൂടുതൽ ബുദ്ധിമുട്ടിയിരുന്നു. എല്ലാ വൈകുന്നേരവും മഗ്ദലന വെള്ളം ചൂടാക്കും. അവൾ അദ്ദേഹത്തിന്റെ വിശുദ്ധ പാദങ്ങൾ കഴുകിയതിനുശേഷം മുടികൊണ്ട് തുടച്ചുണക്കി. അദ്ദേഹം പുഞ്ചിരിച്ചുകൊണ്ട് അവളോട് സംസാരിക്കുന്നതിനിടയിൽ വിശ്രമിക്കും. അദ്ദേഹം പറഞ്ഞതൊന്നും അവൾക്ക് ഒരിക്കലും ഓർമ്മയില്ല. പക്ഷേ, രാവിലെ ഉണരുമ്പോൾ അവൾ കിടക്കയിൽ നിന്ന് ഉത്സാഹത്തോടെ ചാടി എഴുന്നേറ്റു. ഒടുവിൽ കുറച്ചുദിവസങ്ങളായിട്ട് അവൾ ഒരു ഗോൾഡ് ഫിഞ്ച് പക്ഷിയെപ്പോലെ താഴ്ന്ന ശബ്ദത്തിൽ അയൽക്കാർ കേൾക്കാതെ ചിലയ്ക്കാൻ തുടങ്ങിയിരുന്നു. ഇപ്പോൾ അവൻ വരുന്നു എന്നുള്ള കുട്ടികളുടെ കൂക്കുവിളികേട്ട് ഒരുപാട് ചുംബനങ്ങൾ ഏറ്റുവാങ്ങിയ മുഖം ഉറുമാൽ കൊണ്ട് മൂടിക്കൊണ്ട് അവൾ ചാടി എഴുന്നേറ്റുവന്ന് കതകു തുറന്ന് അദ്ദേഹത്തെ സ്വീകരിക്കാൻ വേണ്ടി പുറത്തു വന്നു. അവളുടെ വലിയ കറുത്ത കണ്ണുകൾ മാത്രമാണ് പുറത്തു കാണാൻ കഴിഞ്ഞിരുന്നത്.

വൈകുന്നേരത്ത് ഗ്രാമം ഉത്സാഹത്തിൽ ആയിരുന്നു. ചെറുപ്പക്കാരികൾ അവരുടെ ആഭരണങ്ങൾ മിനുക്കിയെടുക്കാൻ തുടങ്ങിക്കഴിഞ്ഞിരുന്നു. അവർ വിവാഹത്തിനുള്ള വിളക്കുകൾ തയ്യാറാക്കിക്കൊണ്ടിരുന്നു. നതാനലിന്റെ അനന്തിരവളുടെ വിവാഹം ആയിരുന്നു. അയാളുടെ അമ്മാവനെ പോലെ ഇയാളും ഒരുചെരുപ്പുകുത്തിയായിരുന്നു. ഇയാൾ ഗദയുടെ ആകൃതിയിലുള്ള മൂക്കുള്ള ഒരു കൊഴുത്തുരുണ്ട തടിയൻ ആയിരുന്നു. ഇയാൾക്ക് ഇരുണ്ട തവിട്ടുനിറം ആയിരുന്നു. വധുവിനെ കട്ടിയുള്ള ഒരു മൂടുപടം കൊണ്ട് മൂടിയിരുന്നു. അതുകൊണ്ട് അതിലൂടെ തുളച്ചിറങ്ങുന്ന രണ്ടുകണ്ണുകളും അവളുടെ കാതിലെ വലിയ വെള്ളിവളയങ്ങളും മാത്രമേ നിങ്ങൾക്ക് കാണാൻ കഴിയുകയുള്ളൂ. അവൾ വീടിന്റെ നടുക്ക് ഇട്ടിരുന്ന കൈയുള്ള കസേരയിൽ ഇരുന്നു. കസേര അല്പം ഉയരത്തിൽ ആയിരുന്നു. മാന്യന്മാരായ അതിഥികളും കത്തിച്ച വിളക്കുകളുമായി നില്ക്കുന്ന

ഗ്രാമത്തിലെ പെൺകുട്ടികളും ആചാര്യൻ വന്ന് വേദപുസ്തകം തുറന്ന് അനുഗ്രഹങ്ങൾ വായിക്കാൻവേണ്ടി കാത്തുനില്ക്കുകയായിരുന്നു. അവൾ അവസാനം എല്ലാവരും പോയതിനുശേഷം അവളുടെ ഗദമൂക്കനോടൊപ്പം ഒറ്റപ്പെടുന്ന നിമിഷത്തിനുവേണ്ടി കാത്തിരുന്നു.

നതാനൽ കുട്ടികൾ വിളിച്ചു കൂവുന്നതു കേട്ടു. അവൻ വരുന്നു. അവൻ വരുന്നു. അയാൾകൂട്ടുകാരെ വീവഹത്തിനു ക്ഷണിക്കാൻ വേണ്ടി പുറത്തേക്ക് ഓടിയിറങ്ങി. ഗ്രാമത്തിന്റെ പ്രവേശനകവാടത്തിലുള്ള കിണറിനടുത്ത് അവർ ദാഹം മാറ്റാൻ വേണ്ടി വെള്ളം കുടിച്ചുകൊണ്ടിരിക്കുന്നത് അയാൾ കണ്ടു. മഗ്ദലന യേശുവിന്റെ മുന്നിൽ കുനിഞ്ഞിരിക്കുന്നുണ്ടായിരുന്നു. അവൾ അദ്ദേഹത്തിന്റെ കാൽകഴുകിയതിനുശേഷം അവളുടെ മുടികൊണ്ട് പാദങ്ങൾ തുടച്ചുണക്കുകയായിരുന്നു.

"ഇന്ന് രാത്രിയിൽ എന്റെ അനന്തിരവൻ വിവാഹിതനാകുന്നു." അയാൾ പറഞ്ഞു. "അങ്ങ് വിവാഹത്തിനു വരാനുള്ള ദയ കാണിക്കണം. ദയവായി വിവാഹത്തിനു വരണം ഈ വസന്തത്തിൽ ഞാൻ സബിദീയുടെ മുറ്റത്തിട്ടു ചവിട്ടിമെതിച്ച മുന്തിരിങ്ങക്കുലകളുടെ വീഞ്ഞ് നമ്മൾ കുടിക്കുക.

അയാൾ യേശുവിന്റെ നേർക്ക് തിരിഞ്ഞു. "മറിയത്തിന്റെ മകന്റെ ദിവ്യത്വത്തെപ്പറ്റി ഞങ്ങൾ ധാരാളം കേട്ടിരിക്കുന്നു. പുതിയ വധൂവരന്മാരെ അനുഗ്രഹിക്കാൻ വന്നാൽ എനിക്ക് അത് ഒരു ബഹുമതി ആയിരിക്കും. അതുകൊണ്ട് അവർക്ക് ഇസ്രയേലിന്റെ കീർത്തി ഉയർത്തുന്ന പുത്രന്മാരെ ലഭിക്കും.

യേശു എഴുന്നേറ്റു. "ആളുകളുടെ ആഹ്ലാദം എന്നെ സന്തോഷിപ്പിക്കുന്നു. അദ്ദേഹം മറുപടി പറഞ്ഞു. കൂട്ടുകാരേ, നമുക്ക് പോകാം."

അദ്ദേഹം മഗ്ദലനയുടെ കൈയിൽ പിടിച്ച് എഴുന്നേല്ക്കാൻ സഹായിച്ചു. "മറിയം, ഞങ്ങളോടൊപ്പം വരൂ." അദ്ദേഹം പറഞ്ഞു.

അദ്ദേഹം സന്തോഷത്തോടെ ഏറ്റവും മുന്നിൽ നടന്നു. ആഘോഷങ്ങൾ അദ്ദേഹത്തിന് ഇഷ്ടമായിരുന്നു. മനുഷ്യരുടെ തിളങ്ങുന്ന മുഖങ്ങളോട് അദ്ദേഹത്തിന് സ്നേഹമായിരുന്നു. ചെറുപ്പക്കാർ വിവാഹിതരാകുന്നതും അടുപ്പുകൾ എരിഞ്ഞു കൊണ്ടിരിക്കുന്നതും അദ്ദേഹം ഇഷ്ടപ്പെട്ടു. ചെടികളും ചീവീടുകളും കിളികളും മൃഗങ്ങളും മനുഷ്യരും എല്ലാം തന്നെ ദൈവികമാണ്— വിവാഹത്തിനു പുറപ്പെടുമ്പോൾ അദ്ദേഹം ആലോചിച്ചു. എല്ലാം ദൈവത്തിന്റെ സൃഷ്ടികളാണ്. അവർ എന്തിനാണ് ജീവിക്കുന്നത്? ദൈവത്തിന്റെ കീർത്തിക്കുവേണ്ടിയാണ് അവർ ജീവിക്കുന്നത്. അതുകൊണ്ട് അവർ എന്നെന്നേക്കുമായി ജീവിതം തുടർന്നുകൊണ്ടിരിക്കട്ടെ!"

കുളികഴിഞ്ഞ് വെളുത്തവേഷം ധരിച്ചുവന്ന പെൺകുട്ടികൾ ആഡംബരങ്ങളോടെ അലങ്കരിച്ച വാതിലിനു പുറത്തു നേരത്തെ തന്നെ നില്ക്കുന്നുണ്ടായിരുന്നു. വധുവിനെ പുകഴ്ത്തിയും വരനെ കളിയാക്കിയും ഉള്ള പുരാതനമായ വിവാഹഗാനങ്ങൾ ആലപിക്കുന്നതിനിടയിൽ അവർ ദൈവ

ത്തിനോട് മറ്റുള്ളവരുടെ ഇടയിലേക്ക് ഇറങ്ങി വന്ന് അനുഗ്രഹങ്ങൾ ചൊരിയാൻ ആവശ്യപ്പെടുന്നുണ്ടായിരുന്നു. ഒരു വിവാഹം നടക്കുകയായിരുന്നു. ഒരു ഇസ്രയേലുകാരൻ വിവാഹം കഴിക്കുകയാണ്. ആ രാത്രിയിൽ ഇണ ചേരുന്ന രണ്ടു ശരീരങ്ങൾ ഒരുപക്ഷേ, മിശിഹായെ സൃഷ്ടിച്ചെന്നുവരാം.. വരൻ വരാൻ താമസിച്ചതുകൊണ്ട് പെൺകുട്ടികൾ സമയത്തെ കബളിപ്പിക്കാൻ വേണ്ടി പാട്ടുപാടി. അവർ അയാൾ വന്ന് കതകുതുറക്കാൻ വേണ്ടി കാത്തിരിക്കുകയായിരുന്നു. അതോടെ ചടങ്ങുകൾക്ക് ആരംഭമാകും.

പക്ഷേ, അവൾ പാടിക്കൊണ്ടിരുന്നപ്പോൾ യേശു അദ്ദേഹത്തിന്റെ അകമ്പടിക്കാരോടൊപ്പം പ്രത്യക്ഷപ്പെട്ടു: കന്യകകൾ തിരിഞ്ഞു നോക്കി. അവർ മഗ്ദലനയെ കണ്ട നിമിഷത്തിൽ പെട്ടെന്ന് പാട്ട് അവസാനിപ്പിച്ചു. അവർ പുരികം ചുളിച്ചു തുറിച്ചു നോക്കിക്കൊണ്ട് പിൻവാങ്ങി. ഈ തേവിടിശ്ശിക്ക് കന്യകകളുടെ കൂട്ടത്തിൽ എന്ത് കാര്യം? വിവാഹം മലിനമാക്കപ്പെട്ടിരിക്കുന്നു. വിവാഹിതരായ സ്ത്രീകളും കോപത്തോടെ അവളെ നോക്കി. മുറുമുറുത്തു കൊണ്ടിരുന്ന ക്ഷണിക്കപ്പെട്ടവരുടെ ഇടയിൽ ഒന്നൊന്നായി ചലനങ്ങളുടെ തിരമാലകൾ കാണാനുണ്ടായിരുന്നു. ബഹുമാന്യരായ അതിഥികളും അടഞ്ഞവാതിലിനു പുറത്തു കാത്തുനില്ക്കുകയായിരുന്നു. എന്തായാലും മഗ്ദലന കത്തുന്ന വിളക്കുപോലെ ഉജ്ജ്വലമായി പ്രകാശിക്കുന്നുണ്ടായിരുന്നു. ഇതുപോലെ യേശുവിന്റെ തൊട്ടടുത്തു നില്ക്കുന്ന സമയത്ത് അവൾക്ക് സ്വന്തം ആത്മാവിന്റെ ചാരിത്രശുദ്ധി അനുഭവപ്പെടുന്നുണ്ടായിരുന്നു. അവളുടെ ചുണ്ടുകളിൽ ഇതുവരെ ആരും ചുംബിച്ചിട്ടില്ലെന്ന് അവൾക്ക് തോന്നി. പെട്ടെന്ന് ആൾക്കൂട്ടം വഴിമാറി. ഗ്രാമത്തലവൻ മെലിഞ്ഞുണങ്ങിയ ഒരു കിഴവൻ ആയിരുന്നു. വിഷം ഇറ്റുവീഴുന്ന മൂക്കുള്ള ആ കിഴവൻ ആൾക്കൂട്ടത്തിനിടയിലെ വഴിയിലൂടെ മുന്നോട്ടു വന്ന് മഗ്ദലനയെ ഒരു വടികൊണ്ട് തോണ്ടിയിട്ട് പുറത്തുപോകാൻ ആംഗ്യം കാണിച്ചു.

ആളുകളുടെ വിഷം ചീറ്റുന്ന നോട്ടം യേശു അനുഭവിച്ചു. യേശുവിന്റെ നഗ്നമായ കൈകളിലും നെഞ്ചിലും മനുഷ്യർ ശത്രുതയോടെ നോക്കി. സ്വന്തം ശരീരത്തിൽ അദൃശ്യമായ അസംഖ്യം മുള്ളുകൾ തറച്ചിറങ്ങിയതുപോലെ യേശുവിന്റെ ശരീരം കത്തിജ്വലിച്ചു. വൃദ്ധനായ ഗ്രാമത്തലവനെയും സത്യസന്ധരായ ഭാര്യമാരെയും മുഷിച്ചിൽ കാട്ടുന്ന പുരുഷന്മാരെയും അമ്പരന്നു നില്ക്കുന്ന കന്യകമാരെയും നോക്കിക്കൊണ്ട് യേശു നെടുവീർപ്പിട്ടു. നമ്മൾ എല്ലാവരും സഹോദരന്മാരാണെന്ന് മനസ്സിലാക്കാൻ കഴിയാതെ മനുഷ്യരുടെ കണ്ണുകൾ എത്രകാലം അന്ധമായി തുടരും?

മുറുമുറുപ്പ് ഇപ്പോൾ തീക്ഷ്ണമായിക്കഴിഞ്ഞിരുന്നു. ഇരുട്ടിൽ നിന്ന് ആദ്യത്തെ ഭീഷണികൾ പ്രതിദ്ധ്വനിച്ചുകഴിഞ്ഞു. നതാനൽ സംസാരിക്കാൻ വേണ്ടി യേശുവിന്റെ അടുത്തേക്ക് ചെന്നു. പക്ഷേ, യേശു ശാന്തമായി അയാളെ ഒരുവശത്തേക്ക് തള്ളിമാറ്റിയതിനുശേഷം ആൾക്കൂട്ടത്തിനിട

യിലൂടെ കന്യകമാരുടെ അടുത്തെത്തി. വിളക്കുകൾ ഉലഞ്ഞു. അദ്ദേഹത്തിനു കടന്നുപോകാനുള്ള വഴി തയ്യാറായിക്കഴിഞ്ഞിരുന്നു. അദ്ദേഹം അവരുടെ നടുക്ക് നടത്തം നിർത്തിക്കൊണ്ട് കൈകൾ ഉയർത്തി:

"കന്യകമാരേ, സഹോദരിമാരേ, ഈ പരിശുദ്ധമായ വിവാഹരാത്രിയിൽ നിങ്ങളോട് പറയാൻ വേണ്ടി ദൈവം കരുണാർദ്രമായ ഒരു വാക്ക് എന്നെ വിശ്വസിച്ച് എന്റെ ചുണ്ടിൽ തൊട്ടുകൊണ്ട് ഏല്പിച്ചിരിക്കുന്നു. കന്യകമാരേ, എന്റെ സംസാരം കേൾക്കാൻ വേണ്ടി നിങ്ങൾ കാതും ഹൃദയവും തുറക്കൂ! സഹോദരന്മാരേ, നിശ്ശബ്ദരാകൂ!"

അവർ എല്ലാവരും അസ്വസ്ഥതയോടെ തിരിഞ്ഞു നോക്കി. അദ്ദേഹത്തിന്റെ ശബ്ദത്തിൽ നിന്നും പുരുഷന്മാർ കോപം തിരിച്ചറിഞ്ഞു. സ്ത്രീകൾക്ക് അദ്ദേഹം ദുഃഖിതനാണെന്ന് തോന്നി. ആരും സംസാരിച്ചില്ല. വീടിന്റെ മുറ്റത്തു നിന്നിരുന്ന അന്ധരായ രണ്ടു സംഗീതജ്ഞർ അവരുടെ വിപഞ്ചികൾ ശ്രുതിചേർക്കുന്നത് കേൾക്കാൻ കഴിഞ്ഞിരുന്നു. യേശു കൈ ഉയർത്തി:

"കന്യകമാരേ, സഹോദരിമാരേ, സ്വർഗ്ഗരാജ്യം എങ്ങനെയൊക്കെയാണെന്നാണ് നിങ്ങൾ വിചാരിക്കുന്നത്? അത് ഒരു വിവാഹം പോലെ ആണ്. ദൈവം വരനും മനുഷ്യന്റെ ആത്മാവ് വധുവും ആണ്. സ്വർഗ്ഗത്തിൽ നടക്കുന്ന ഒരു വിവാഹം. മനുഷ്യവർഗ്ഗത്തെ മുഴുവനും ക്ഷണിച്ചിരിക്കുന്നു. എന്റെ സഹോദരന്മാർ എന്നോട് ക്ഷമിക്കണം. പക്ഷേ, ദൈവം എന്നോട് സംസാരിക്കുന്നത് ഗുണപാഠങ്ങളിലൂടെയാണ്. ഞാൻ ഇപ്പോൾ സംസാരിക്കുന്നതും ഗുണപാഠ കഥകൾ ആണ്."

"ഒരു ഗ്രാമത്തിൽ ഒരു വിവാഹം നടക്കാൻ പോകുകയായിരുന്നു. പത്തു കന്യകമാർ അവരുടെ വിളക്കുകളുമായി വരനെ സ്വീകരിക്കാൻ വേണ്ടി പുറത്തു പോയി. അവരിൽ അഞ്ചുപേർ ബുദ്ധിമതികൾ ആയിരുന്നു. അവർ എണ്ണനിറച്ച കുപ്പികൾ കൂടെകൊണ്ടുപോയി. ബാക്കി അഞ്ചുപേർ വിഡ്ഢികൾ ആയിരുന്നു. അവർ കൂടുതൽ എണ്ണ കരുതിയിരുന്നില്ല. അവർ വരന്റെ വീടിനു പുറത്ത് കാത്തു നിന്നു. വളരെനേരം കാത്തുനിന്നു. പക്ഷേ, വരൻ താമസിച്ചു. അവർ ക്ഷീണം കൊണ്ട് ഉറങ്ങിപ്പോയി. രാത്രിയായപ്പോൾ ഒരു അലർച്ച കേട്ടു. "നോക്കൂ! വരൻ വരുന്നു! വരനെ സ്വീകരിക്കാൻ ഓടിപ്പോകൂ!" പത്തു കന്യകമാരും പെട്ടെന്ന് അണഞ്ഞു പോകാറായ വിളക്കുകളിൽ എണ്ണ ഒഴിക്കാൻ വേണ്ടി ചാടി എഴുന്നേറ്റു. പക്ഷേ, വിഡ്ഢികളായ അഞ്ചു കന്യകമാർക്ക് ഒഴിക്കാൻ എണ്ണ ഉണ്ടായിരുന്നില്ല. "ഞങ്ങൾക്ക് കൂടി അല്പം എണ്ണ തരണം സഹോദരിമാരേ." അവർ ബുദ്ധിമതികളായ കന്യകമാരോട് പറഞ്ഞു. "ഞങ്ങളുടെ വിളക്കുകൾ അണയാൻ തുടങ്ങുന്നു." പക്ഷേ, ബുദ്ധിമതികൾ മറുപടി പറഞ്ഞു. "നിങ്ങൾക്കു തരാൻ ഞങ്ങളുടെ കൈയിൽ എണ്ണയില്ല. നിങ്ങൾ പോയി എണ്ണ എടുത്തുകൊണ്ടു വരൂ!" പക്ഷേ, വിഡ്ഢികളായ കന്യകമാർ എണ്ണ കൊണ്ടുവരാൻ വേണ്ടി ഓടിപ്പോയിരുന്ന സമയത്ത് വരൻ എത്തിച്ചേർന്നു. ബുദ്ധിമതികളായ കന്യകമാർ അകത്തുപോയതിനുശേഷം വാതിൽ

അടഞ്ഞു.

"അല്പസമയം കഴിഞ്ഞ് വിഡ്ഢികളായ കന്യകമാർ വിളക്കുകൾ കൊളുത്തിക്കൊണ്ട് തിരിച്ചുവന്നു. അവർ വാതിലിൽ മുട്ടിവിളിക്കാൻ തുടങ്ങി. "ഞങ്ങൾക്കു വേണ്ടി വാതിൽ തുറക്കൂ!" അവർ കരഞ്ഞുകൊണ്ട് അഭ്യർത്ഥിച്ചു. പക്ഷേ, ഉള്ളിൽ ഉണ്ടായിരുന്ന ബുദ്ധിമതികൾ പൊട്ടിച്ചിരിച്ചു. "നിങ്ങൾക്ക് ശരിയായ ശിക്ഷയാണ് കിട്ടിയിരിക്കുന്നത്." അവർ മറുപടി പറഞ്ഞു. "ഇപ്പോൾ വാതിൽ അടച്ചിരിക്കുകയാണ്. തിരിച്ചു പോകൂ!" പക്ഷേ, വിഡ്ഢികൾ കരഞ്ഞുകൊണ്ട് യാചിച്ചു. "വാതിൽതുറക്കൂ! വാതിൽ തുറക്കൂ! അതിനു ശേഷം..."

യേശു സംസാരം അവസാനിപ്പിച്ചു. അദ്ദേഹം വൃദ്ധനായ ഗ്രാമത്തലവനെയും അതിഥികളെയും സത്യസന്ധരായ ഭാര്യമാരെയും കത്തുന്ന വിളക്കുകളും പിടിച്ച് നില്ക്കുന്ന കന്യകമാരെയും ഒരിക്കൽകൂടി നോക്കി. അദ്ദേഹം പുഞ്ചിരിച്ചു.

"അതിനുശേഷം..." വായും പിളർന്ന് കേട്ടുകൊണ്ടുനിന്ന നതാനൽ ചോദിച്ചു. അയാളുടെ ചുണയില്ലാത്ത നിഷ്കളങ്കമായ മനസ്സിന് അനക്കം വെച്ചു തുടങ്ങിയിരുന്നു. "ആചാര്യൻ പറഞ്ഞുതരണം. അതിനുശേഷം എന്താണ് സംഭവിച്ചത്?"

"നതാനൽ, നിങ്ങൾ എന്തു ചെയ്യുമായിരുന്നു?" യേശു ചോദിച്ചു. "നിങ്ങൾ വരൻ ആയിരുന്നെങ്കിൽ എന്തു ചെയ്യുമായിരുന്നു?"

നതാനൽ മറുപടി പറഞ്ഞില്ല. അയാൾ എന്തു ചെയ്യുമായിരുന്നെന്ന് നതാനലിന് പൂർണ്ണമായ വ്യക്തത ഉണ്ടായിരുന്നില്ല. ഒരു നിമിഷം അയാൾ അവരെ പറഞ്ഞുവിടാൻ ആലോചിച്ചു. വാതിൽ തീർച്ചയായും അടച്ചിരിക്കുകയായിരിക്കും. അതാണ് നിയമം ആവശ്യപ്പെടുന്നത്. പക്ഷേ, അടുത്ത നിമിഷത്തിൽ അയാൾക്ക് അവരോട് അനുകമ്പ തോന്നി. അയാൾ അവരെ അകത്തേക്ക് പ്രവേശിക്കാൻ ആലോചിച്ചു...

"നതാനൽ നിങ്ങൾ വരൻ ആയിരുന്നെങ്കിൽ എന്തു ചെയ്യുമായിരുന്നു?" യേശു വീണ്ടും ചോദിച്ചു. അദ്ദേഹം തന്റെ യാചിക്കുന്ന കണ്ണുകൾകൊണ്ട് നിർബ്ബന്ധപൂർവ്വം ചെരുപ്പുകുത്തിയുടെ നിഷ്കളങ്കമായ മുഖം തലോടിക്കൊടുത്തു.

"ഞാൻ വാതിൽ തുറന്നു കൊടുക്കുമായിരുന്നു..." നതാനൽ ഗ്രാമത്തലവൻ കേൾക്കാതിരിക്കാൻ വേണ്ടി ശബ്ദം താഴ്ത്തി മറുപടി പറഞ്ഞു. അയാൾക്ക് മറിയത്തിന്റെ മകന്റെ കണ്ണുകളെ എതിർത്തുനില്ക്കാൻ കഴിയുമായിരുന്നില്ല.

"കൂട്ടുകാരൻ നതാനലിന് അഭിനന്ദനങ്ങൾ" യേശു സന്തോഷത്തോടെ പറഞ്ഞു. അദ്ദേഹം നതാനലിനെ ആശീർവദിക്കുന്നതുപോലെ കൈവിടർത്തി. "ഈ നിമിഷത്തിൽ നിങ്ങൾ ജീവിക്കുകയാണെങ്കിലും നിങ്ങൾ സ്വർഗ്ഗത്തിൽ പ്രവേശിക്കുന്നു. കൃത്യമായി നിങ്ങൾ പറഞ്ഞ കാര്യം തന്നെ വരനും ചെയ്തു. അയാൾ വാതിൽ തുറന്നു കൊടുക്കാൻ വേണ്ടി ജോലിക്കാരെ വിളിച്ചു. "ഇത് ഒരു വിവാഹമാണ്." അയാൾ വിളിച്ചു

പറഞ്ഞു. "എല്ലാവരും തിന്നട്ടെ, കുടിക്കട്ടെ, സന്തോഷിക്കട്ടെ! വിഡ്ഢികളായ കന്യകമാർക്കുവേണ്ടി വാതിൽ തുറന്നു കൊടുക്കൂ. അവർ ഒരു പാട് ഓടിയതുകൊണ്ട് അവരുടെ പാദങ്ങൾ കഴുകിക്കൊടുക്കൂ. അവർ ക്ഷീണം തീർക്കട്ടെ."

മഗ്ദലനയുടെ നീണ്ട കൺപീലികൾക്കിടയിൽ കണ്ണുനീർ തളംകെട്ടി നിന്നു. ഹാ! ഇത്തരം വാക്കുകൾ ഉച്ചരിച്ച ആ ചുണ്ടുകളിൽ അവൾക്ക് ചുംബിക്കാൻ കഴിഞ്ഞിരുന്നെങ്കിൽ! നേരത്തേതന്നെ സ്വർഗ്ഗത്തിൽ എത്തിച്ചേർന്നതുപോലെ നിഷ്കളങ്കനായ നതാനലിന്റെ കാൽനഖം തൊട്ട് മുടിയിഴകൾ വരെ തിളങ്ങി. പക്ഷേ, വൃദ്ധനായ ഗ്രാമത്തലവൻ വടി ഉയർത്തി. അയാളുടെ മൂക്ക് വിഷം ചീറ്റി.

"മറിയത്തിന്റെ മകൻ ഒരു കാര്യം മനസ്സിലാക്കണം. നിങ്ങൾ നിയമത്തിനു വിരുദ്ധമായാണ് നീങ്ങുന്നത്." അയാൾ അലറി.

"നിയമം എന്റെ ഹൃദയത്തിനു വിരുദ്ധമായാണ് നീങ്ങുന്നത്." യേശു ശാന്തമായി മറുപടി പറഞ്ഞു.

വരൻ കുളികഴിഞ്ഞ് സുഗന്ധങ്ങൾ പുരട്ടി ചുരുണ്ട മുടിയുള്ള തലയ്ക്കു മുകളിൽ പുഷ്പകിരീടവും അണിഞ്ഞ് പ്രത്യക്ഷപ്പെടുന്ന സമയത്തും യേശു സംസാരിച്ചു കൊണ്ടിരിക്കുകയായിരുന്നു. അല്പം വീഞ്ഞ് അദ്ദേഹത്തെ അനുകൂലമായ മനോഭാവത്തിൽ എത്തിച്ചിരുന്നു. അദ്ദേഹത്തിന്റെ മൂക്ക് തിളങ്ങുന്നുണ്ടായിരുന്നു. ഒറ്റത്തള്ളിന് അദ്ദേഹം വാതിൽ തുറന്നു. അതിഥികൾ അദ്ദേഹത്തെ പിന്തുടർന്നുകൊണ്ട് മുറിക്കുള്ളിൽ പ്രവേശിച്ചു. യേശു മഗ്ദലനയുടെ കൈപിടിച്ചുകൊണ്ടാണ് കടന്നു ചെന്നത്.

"ആരാണ് വിഡ്ഢികളായ കന്യകമാർ? ആരാണ് ബുദ്ധിമതികൾ?" പീറ്റർ ജോണിനോട് ശബ്ദം താഴ്ത്തി ചോദിച്ചു. "ഇതിൽ നിന്നും നിങ്ങൾക്ക് എന്ത് മനസ്സിലായി?"

"...ദൈവം നമ്മുടെ പിതാവാണെന്ന്..." സബിദീയുടെ മകൻ മറുപടി പറഞ്ഞു.

ആചാര്യൻ വന്ന് ചടങ്ങുകൾ നടത്തി. അതിനുശേഷം വരനും വധുവും അതിഥികൾ നിറഞ്ഞിരുന്ന വീടിന്റെ മദ്ധ്യത്തിൽ സ്വയം ഇരിപ്പിടം കണ്ടെത്തി. അതിഥികൾ അവരെ ചുംബിച്ചുകൊണ്ട് ഇസ്രയേലിനെ അതിന്റെ അടിമത്തത്തിൽനിന്ന് രക്ഷപ്പെടുത്തുന്ന ഒരു പുത്രൻ ജനിക്കട്ടെ എന്നുള്ള ആഗ്രഹം പ്രകടിപ്പിച്ചു. അതിനുശേഷം വിപഞ്ചികകൾ മീട്ടാൻ ആരംഭിച്ചു. അതിഥികൾ നൃത്തം ചെയ്തു. കുടിച്ചു. യേശുവും കൂട്ടുകാരും അവരോടൊപ്പം നൃത്തം ചെയ്തു. കുടിച്ചു. മണിക്കൂറുകൾ കടന്നു പോയി. ചന്ദ്രൻ ഉദിച്ചപ്പോൾ അവർ യാത്ര തുടർന്നു. ഇപ്പോൾ ശരത്ക്കാലം ആയിരുന്നു. പക്ഷേ, പകലുകളിലെ വലിയ ചൂട് ശമിച്ചിരുന്നില്ല. രാത്രിയുടെ നനവുള്ള തണുപ്പിലൂടെയുള്ള സഞ്ചാരം ആഹ്ലാദകരമായിരുന്നു.

ജറുസലേമിലേക്ക് മുഖം തിരിച്ചുകൊണ്ട് അവർ യാത്ര ആരംഭിച്ചു. അവർ കുടിച്ചിരുന്നതുകൊണ്ട് എല്ലാ കാര്യങ്ങൾക്കും മാറ്റം വന്നിട്ടുണ്ടെന്ന്

തോന്നി. അവരുടെ ശരീരങ്ങൾക്ക് ആത്മാവുകളെ പോലെ ഭാരം ഇല്ലാതായി. അവരുടെ വലതുവശത്ത് വളക്കൂറുള്ള സാബുലോൺ സമതലവും ഇടതുവശത്ത് ജോർദ്ദാനും നിലാവിൽ കുളിച്ചുകിടന്നു. അവർ ചിറകുമുളച്ച കാലുകളിൽ നടന്നു നീങ്ങി. സാബുലോൺ സമതലം ദൈവം നൂറ്റാണ്ടുകളായി അതിനെ ഏല്പിച്ച ജോലി ഒരിക്കൽ കൂടി നിറവേറ്റിയതിനു ശേഷം സംതൃപ്തിയോടെ തളർന്നുകിടക്കുകയായിരുന്നു: മനുഷ്യന്റെ പൊക്കത്തോളം വളരുന്ന ധാന്യങ്ങൾ ഉണ്ടായിക്കാണും. മുന്തിരിക്കുലകളുടെ ഭാരം കൊണ്ട് കുനിഞ്ഞുപോയ മുന്തിരിവള്ളികൾ ഉണ്ടായിക്കാണും. ഒലിവ് നിറഞ്ഞ ഒലിവ് മരങ്ങൾ ഉണ്ടായിക്കാണും. ഒരു കുട്ടിക്കു ജന്മം കൊടുത്ത അമ്മയെപ്പോലെ സാബുലോൺ സമതലം സംതൃപ്തിയോടെ തളർന്നുകിടന്നു.

"സഹോദരന്മാരേ, ഇത് എത്രമാത്രം ആഹ്ലോദകരമാണ്!" പീറ്റർ വീണ്ടും വീണ്ടും പറഞ്ഞു. രാത്രിസഞ്ചാരം കൊണ്ടും സൗഹൃദങ്ങളുടെ മാധുര്യം കൊണ്ടും അയാൾക്കു കിട്ടിയ ആഹ്ലാദത്തിന് അതിരില്ലായിരുന്നു. "ഇതു സത്യമാണോ? ഇത് ഒരു സ്വപ്നം ആണോ? നമ്മൾ ആഭിചാരത്താൽ സ്വാധീനിക്കപ്പെട്ടിരിക്കുകയാണോ? എനിക്ക് നടക്കുന്നതിനിടയിൽ പാട്ടുപാടണമെന്ന് തോന്നുന്നു. അല്ലെങ്കിൽ ഞാൻ പൊട്ടിത്തെറിക്കും!"

"എല്ലാവരും ഒന്നിച്ച് പാടണം" യേശു വിളിച്ചു പറഞ്ഞു. അദ്ദേഹം തല ഉയർത്തിപ്പിടിച്ച് ഏറ്റവും മുന്നിൽ നടന്നു. ആദ്യം പാടാൻ തുടങ്ങിയതും അദ്ദേഹം ആയിരുന്നു. അദ്ദേഹത്തിന്റെ ശബ്ദം ദുർബ്ബലമായിരുന്നു. പക്ഷേ, അത് ഇമ്പമുള്ളതും വികാരസാന്ദ്രവും ആയിരുന്നു. അതിന്റെ വലത്തും ഇടത്തുമായി ജോണിന്റെയും ആൻഡ്രുവിന്റെയും ശബ്ദം ഉണ്ടായിരുന്നു. അവരുടെ ശബ്ദത്തിന് ഇമ്പവും മാധുര്യവും ഉണ്ടായിരുന്നു. കുറച്ചു സമയത്തേക്ക് ഈ മൂന്നു ശബ്ദങ്ങളുടെ ആകർഷണീയത അവരുടെ ഉല്ലാസം ഉയർത്തി. അവയുടെ ആകർഷണീയതകൊണ്ട് നിങ്ങളുടെ ഹൃദയത്തിന്റെ ഒരു മിടിപ്പ് നഷ്ടമാകും. ഇത്രയധികം മാധുര്യം അവരെ ഓരോരുത്തരെയായി മയക്കത്തിലേക്ക് തള്ളിയിടും. പക്ഷേ, ഈ ശബ്ദങ്ങൾ ആഴമുള്ള ഉറവിടങ്ങളിൽനിന്നാണ് പൊന്തി വന്നിരുന്നത്. ഓരോ തവണയും അവ ഇടറാൻ തുടങ്ങുമ്പോൾ വീണ്ടും സ്വയം പൂർവ്വസ്ഥിതിയിലായി. പെട്ടെന്ന്– പാട്ടിന്റെ ശക്തിയും ആഹ്ലാദവും എത്രമാത്രം വർദ്ധിച്ചു! പീറ്ററിന്റെയും ജേക്കബ്ബിന്റെയും യൂദാസിന്റെയും പൗരുഷമുള്ള ശബ്ദങ്ങൾ അന്തരീക്ഷത്തെ പിടിച്ചുകുലുക്കി. പൗരുഷവും സന്തോഷവും നിറഞ്ഞ ആ ശബ്ദങ്ങൾക്ക് ഓരോന്നിനും അതിന്റേതായ ശക്തിയും സൗന്ദര്യവും ഉണ്ടായിരുന്നു. കൂട്ടുകാർ എല്ലാവരും കൂടി വിശുദ്ധയാത്രയുടെ വിജയാഹ്ലാദം തുടിക്കുന്ന കീർത്തനത്തെ സ്വർഗ്ഗീയമായ ഉയരങ്ങളിലേക്ക് ഉയർത്തിവിട്ടു.

ഓ, സഹോദരന്മാർ ഒന്നിച്ചുള്ള യാത്രയേക്കാൾ മെച്ചപ്പെട്ടത് ഒന്നുമില്ല. മാധുര്യമുള്ളത് ഒന്നുമില്ല. അതു ആരോണിന്റെ അപ്പത്തിൽ

നിന്നും ഒഴുകുന്ന എണ്ണപോലെയാണ്. അത് സിയോൺ പർവ്വത ങ്ങളിൽ വീഴുന്ന ഹെർമോൺ കൊടുമുടിയുടെ മഞ്ഞുതുള്ളികൾ പോലെയാണ്. ദൈവം അങ്ങോട്ട് എപ്പോഴും ജീവിതവും അനുഗ്ര ഹങ്ങളും പറഞ്ഞു വിട്ടുകൊണ്ടിരിക്കുന്നു.

മണിക്കൂറുകൾ കടന്നുപോയി. നക്ഷത്രങ്ങൾ മങ്ങി. അവർ ഗലീലി യിലെ ചുവന്ന മണ്ണിനെ ഉപേക്ഷിച്ചതിനുശേഷം കറുത്ത മണ്ണുള്ള സമരി യായിൽ പ്രവേശിച്ചു.

"യൂദാസ് നടത്തം നിർത്തി. "നമുക്ക് നമ്മുടെ വഴി മാറ്റാം." അയാൾ നിർദ്ദേശിച്ചു." ഇത് ദൈവനിഷേധമുള്ള ശപിക്കപ്പെട്ട പ്രദേശമാണ്. നമുക്ക് ജോർദ്ദാൻ പാലം കുറുകെകടന്ന് മറുകരയിലൂടെ പോകാം. നിയമത്തെ അതിലംഘിക്കുന്നവരെ തൊടുന്നത് പാപമാണ്. അവരുടെ ദൈവവും വെള്ളവും അപ്പവും മലിനമാക്കപ്പെട്ടതാണ്. എന്റെ അമ്മ എന്നോട് പതി വായി പറയാറുണ്ടായിരുന്നു. സമരിയാക്കാരുടെ ഒരു വായ് അപ്പം ഒരു വായ് പന്നിയിറച്ചിയാണ്. നമുക്ക് നമ്മുടെ വഴി മാറ്റാം!"

പക്ഷേ, യേശു യൂദാസിന്റെ കൈയിൽ ആത്മവിശ്വാസത്തോടെ കയ റിപ്പിടിച്ചു. അവർ ഒന്നിച്ചു മുന്നോട്ടു നടന്നു. അദ്ദേഹം യൂദാസിനോടു പറഞ്ഞു. "സഹോദരാ, യൂദാസേ, വിശുദ്ധൻ അശുദ്ധിയുള്ളവനെ തൊടു മ്പോൾ അശുദ്ധിയുള്ളവൻ വിശുദ്ധനായിത്തീരും. എതിർപ്പ് വേണ്ട. നമ്മൾ അവർക്കുവേണ്ടിയാണ് വരുന്നത്– പാപികൾക്കു വേണ്ടി. നമ്മളെപോലെ നീതിബോധം ഉള്ളവർ എന്താണ് ചെയ്യേണ്ടത്? ഇവിടെ സമരിയായിൽ ഒരു നല്ല വാക്ക് ഒരു ആത്മാവിനെ രക്ഷപ്പെടുത്തിയെന്നു വരും– യൂദാസ് അതിന് ഒരു നല്ല വാക്ക് മതിയാകും. വഴിപോക്കനായ സമരിയാക്കാര നോടുള്ള ഒരു പുഞ്ചിരിപോലും ഒരു നല്ല പ്രവൃത്തിയാണ്. നിങ്ങൾക്ക് മനസ്സിലായോ?"

യൂദാസ് മറ്റുള്ളവർ കേൾക്കുന്നില്ലെന്ന് ഉറപ്പുവരുത്താൻ വേണ്ടി നാലുചുറ്റും നോക്കി. "ഇതല്ല വഴി" അയാൾ മയത്തിൽ പറഞ്ഞു. "അല്ല. ഇതല്ല വഴി. പക്ഷേ, കാട്ടുമനുഷ്യനായ സന്ന്യാസിയുടെ അടുത്തെത്തു ന്നതുവരെ ഞാൻ ക്ഷമിക്കും. അയാൾ തീർപ്പുകല്പിക്കും. അതുവരെ നിങ്ങൾക്ക് ഇഷ്ടമുള്ളിടത്തു പോകാം. ഇഷ്ടമുള്ളത് ചെയ്യാം ഞാൻ നിങ്ങളെ വിട്ടു പോകില്ല."

അയാൾ വളഞ്ഞവടി തോളിൽ കുറുകെ വെച്ചുകൊണ്ട് തനിയെ മുന്നിൽക്കയറി നടന്നു.

മറ്റുള്ളവർ നടക്കുന്നതിനിടയിൽ സംസാരിച്ചുകൊണ്ടിരുന്നു. യേശു അവരോട് സ്നേഹത്തെപ്പറ്റിയും പിതാവിനെപ്പറ്റിയും സ്വർഗ്ഗരാജ്യത്തെ പ്പറ്റിയും സംസാരിച്ചു. വിഡ്ഢികളായ കന്യകമാർ ഏത് ആത്മാവുകൾ ആയിരുന്നെന്നും ബുദ്ധിമതികൾ ഏത് ആത്മാവുകൾ ആയിരുന്നെന്നും വിളക്കുകൾ എന്തായിരുന്നെന്നും വരൻ ആരായിരുന്നെന്നും അദ്ദേഹം അവരോട് വിശദീകരിച്ചു. വിഡ്ഢികളായ കന്യകമാർ ബുദ്ധിമതികളെ

പോലെ വീട്ടിൽ പ്രവേശിച്ചെന്നു മാത്രമല്ല ജോലിക്കാർ അവരുടെ തളർന്ന കാലുകൾ മാത്രമാണ് കഴുകിയത്. അവരുടെ കാലുകൾമാത്രം എന്തു കൊണ്ട് കഴുകിയെന്നും അദ്ദേഹം വിശദീകരിച്ചു. നാലു കൂട്ടുകാരും അദ്ദേഹം പറയുന്നതു ശ്രദ്ധിച്ചുകൊണ്ടിരിക്കുമ്പോൾ അവരുടെ മനസ്സ് വലുതായി. അവരോടു പറഞ്ഞുകൊണ്ടിരുന്നതെല്ലാം അവർ സ്വീകരിച്ചു. അവരുടെ മനസ്സിന്റെ ഉറപ്പ് വർദ്ധിച്ചു. അവർക്ക് പാപം ഇപ്പോൾ ദൈവത്തിന്റെ വാതിലിനുമുന്നിൽ കരഞ്ഞു യാചിച്ചുകൊണ്ട് അണഞ്ഞുപോയ വിളക്കും പിടിച്ച് നില്ക്കുന്ന വിഡ്ഢിയായ കന്യകയാണെന്നു തോന്നി...

അവർ നടത്തം തുടർന്നു. അവർക്കു മുകളിലെ ആകാശത്ത് മേഘങ്ങൾ നിറഞ്ഞു. ഭൂമിയുടെ മുഖം കൂടുതൽ ഇരുണ്ടു. അന്തരീക്ഷത്തിൽ മഴയുടെ മണം ഉണ്ടായിരുന്നു.

അവർ അവരുടെ പിതാമഹന്മാരുടെ വിശുദ്ധ പർവ്വതമായ ഗരീസിം പർവ്വതത്തിന്റെ അടിവാരത്തിലുള്ള ആദ്യത്തെ ഗ്രാമത്തിൽ എത്തിച്ചേർന്നു. ഈന്തപ്പനകളും കാട്ടുചൂരലുകളും കൊണ്ട് ചുറ്റപ്പെട്ട പ്രവേശനകവാടത്തിനടുത്ത് ജേക്കബിന്റെ യുഗങ്ങളുടെ പഴക്കമുള്ള കിണർ ഉണ്ടായിരുന്നു. വന്ധ്യവയോധികൻ വെള്ളം കോരിക്കുടിക്കാൻ വേണ്ടി ആടുകളുമായി വന്നിരുന്നത് ഇവിടെ ആയിരുന്നു. കിണറിന്റെ കല്ലുകൊണ്ടുള്ള തിട്ടയെ തലമുറകൾ തലമുറകളായി ഉരഞ്ഞു കൊണ്ടിരിക്കുന്ന വടങ്ങൾ കാർന്നു തിന്നിരുന്നു.

യേശുവിന് ക്ഷീണം തോന്നി. കല്ലുകൾ അദ്ദേഹത്തിന്റെ പാദങ്ങളിൽ മുറിവുണ്ടാക്കി. കാലുകളിൽ നിന്ന് ചോര ഒലിക്കുന്നുണ്ടായിരുന്നു. "ഞാൻ ഇവിടെ തങ്ങാം." അദ്ദേഹം പറഞ്ഞു. "നിങ്ങൾ ഗ്രാമത്തിനുള്ളിലേക്ക് പോയി വാതിലുകളിൽ മുട്ടണം. ഏതെങ്കിലും നല്ല മനുഷ്യൻ നമുക്ക് അപ്പക്കഷണം ഭിക്ഷയായി തരും. നമുക്ക് വെള്ളം കുടിക്കാൻ വേണ്ടി എന്തെങ്കിലും സ്ത്രീ വെള്ളം കോരാൻ കിണറിനടുത്തേക്കു വരും. ദൈവത്തിലും മനുഷ്യരിലും വിശ്വസിക്കൂ."

അഞ്ചുപേർ ഗ്രാമത്തിലേക്ക് പോയി. പക്ഷേ, വഴിയിൽ വെച്ച് യൂദാസിന്റെ മനസ്സുമാറി. "ഞാൻ മലിനമാക്കപ്പെട്ട ഗ്രാമത്തിലേക്ക് വരുന്നില്ല." അയാൾ പറഞ്ഞു. "ഞാൻ മലിനമാക്കപ്പെട്ട അപ്പം കഴിക്കാൻ പോകുന്നില്ല. ഞാൻ ഇവിടെ ഈ അത്തിമരത്തിന്റെ ചുവട്ടിൽ നിങ്ങൾക്കു വേണ്ടി കാത്തിരിക്കാം."

യേശു ഈ സമയത്ത് കാട്ടു ചൂരലിന്റെ നിഴലിൽ കിടന്നുകഴിഞ്ഞിരുന്നു. അദ്ദേഹത്തിന് ദാഹം ഉണ്ടായിരുന്നു. പക്ഷേ, കിണറിന് ആഴം ഉണ്ടായിരുന്നു. അദ്ദേഹം എങ്ങനെ വെള്ളം കുടിക്കും? അദ്ദേഹം തല ചരിഞ്ഞുകിടന്ന് ആലോചിച്ചുകൊണ്ടിരുന്നു. അദ്ദേഹത്തിന്റെ മുമ്പിൽ ഉള്ളത് ദുർഘടം പിടിച്ച വഴിയാണ്. അദ്ദേഹത്തിന്റെ ശരീരം ദുർബ്ബലമായിരുന്നു. അദ്ദേഹത്തിന് ക്ഷീണം ഉണ്ടായിരുന്നു. അദ്ദേഹത്തിന്റെ കാൽമുട്ടുകൾ ഉലഞ്ഞു. അദ്ദേഹത്തിന് സ്വന്തം ആത്മാവിനെ താങ്ങിനിർത്താനുള്ള ശക്തി ഉണ്ടായിരുന്നില്ല. അദ്ദേഹം വീണു. പക്ഷേ, ഉടൻതന്നെ

ദൈവം എല്ലാ സമയത്തും അദ്ദേഹത്തിന്റെ മുകളിലൂടെ ഒരു തണുത്ത ഇളം കാറ്റിനെ പറഞ്ഞുവിടും. അദ്ദേഹത്തിന്റെ ശരീരം വീണ്ടും ശക്തി കണ്ടെത്തും. അദ്ദേഹം എഴുന്നേറ്റ് യാത്ര തുടരും... എത്ര കാലത്തേക്ക്? മരണം വരെ? മരണത്തിനുശേഷവും?

അദ്ദേഹം ദൈവത്തെപ്പറ്റിയും മനുഷ്യനെപ്പറ്റിയും മരണത്തെപ്പറ്റിയും ചിന്തിച്ചു കൊണ്ടിരിക്കുമ്പോൾ കൈവളയും കാതിൽ വളവും അണിഞ്ഞ ഒരുചെറുപ്പക്കാരി തലയിൽ ഒരുകൂജയുമായി കിണറ്റിന്റെ അടുത്തെത്തി. അവൾ കൂജ കിണറിന്റെ തിട്ടയിൽ വെച്ചു. യേശു കാട്ടു ചൂരലിനിടയിലൂടെ അവൾ കൊണ്ടുവന്ന ഒരു കയറിൽ തൊട്ടികെട്ടി കിണറിലേക്ക് താഴ്ത്തി വെള്ളം കോരി കൂജയിൽ നിറയ്ക്കുന്നതു കണ്ടു.

ചൂരലിന്റെ നിഴലിൽനിന്ന് എഴുന്നേറ്റു കൊണ്ട് അദ്ദേഹം പറഞ്ഞു. "സ്ത്രീയേ, എനിക്ക് കുടിക്കാൻ വെള്ളം തരൂ."

അദ്ദേഹം പെട്ടെന്ന് മുമ്പിൽ പ്രത്യക്ഷപ്പെട്ടപ്പോൾ സ്ത്രീ ഞെട്ടിപ്പോയി.

"ഭയക്കണ്ട." അദ്ദേഹം പറഞ്ഞു. "ഞാൻ ഒരു സത്യസന്ധനായ മനുഷ്യനാണ്. എനിക്ക് ദാഹിക്കുന്നു. എനിക്കു കുടിക്കാൻ വെള്ളം തരൂ."

"അതെങ്ങനെയാണ്?" സ്ത്രീ മറുപടി പറഞ്ഞു. "നിങ്ങൾ ഗലീലിയിൽ നിന്നാണ്. നിങ്ങളുടെ വേഷത്തിൽ നിന്ന് എനിക്ക് പറയാൻ കഴിയും— നിങ്ങൾ ഒരു സമരിയാക്കാരിയായ എന്റെ അടുത്തു നിന്ന് വെള്ളം ചോദിക്കുന്നോ?"

"സ്ത്രീയേ എനിക്ക് കുടിക്കാൻ വെള്ളം തരൂ എന്ന് ചോദിക്കുന്നത് ആരാണെന്ന് നിങ്ങൾ അറിഞ്ഞിരുന്നെങ്കിൽ നിങ്ങൾ അയാളുടെ കാല്ക്കൽ വീണ് നിങ്ങൾക്കു കുടിക്കാൻ അനശ്വരമായ വെള്ളം തരാൻ ചോദിക്കുമായിരുന്നു."

സ്ത്രീ അമ്പരന്നുപോയിരുന്നു. "നിങ്ങൾക്ക് കയറോ തൊട്ടിയോ ഇല്ല. കിണറിന് ആഴം ഉണ്ട്. എനിക്ക് വെള്ളം തരാൻ നിങ്ങൾ എങ്ങനെ വെള്ളം കോരും?"

"ഈ കിണറ്റിലെ വെള്ളം കുടിക്കുന്നവന് വീണ്ടും ദാഹിക്കും" യേശു മറുപടി പറഞ്ഞു. "പക്ഷേ, ഞാൻ കൊടുക്കുന്ന വെള്ളം കുടിക്കുന്നവന് ഒരു കാലത്തും ദാഹിക്കില്ല."

അപ്പോൾ സ്ത്രീ പറഞ്ഞു. "എനിക്ക് ഒരുകാലത്തും ദാഹിക്കാത്ത വെള്ളം തരണം. അല്ലെങ്കിൽ എല്ലാ ദിവസവും എനിക്ക് ഇവിടെ ഈ കിണറിന്റെ അടുത്ത് വരേണ്ടിവരും."

"പോയി നിന്റെ ഭർത്താവിനെ വിളിച്ചുകൊണ്ടുവരൂ." യേശു അവളോടു പറഞ്ഞു.

"എനിക്ക് ഭർത്താവില്ല."

"എനിക്ക് ഭർത്താവില്ലെന്ന് നീ പറഞ്ഞത് ശരിയാണ്. കാരണം നിനക്ക് ഇതുവരെ അഞ്ച് ഭർത്താക്കന്മാർ ഉണ്ടായിരുന്നു. ഇപ്പോൾ നിന്റെ കൂടെ ഉള്ള മനുഷ്യൻ നിന്റെ ഭർത്താവല്ല."

"അങ്ങ് ഒരു പ്രവാചകൻ ആണോ?" സ്ത്രീ പരിപൂർണ്ണമായ ആദരവോടെ ചോദിച്ചു. "അങ്ങയ്ക്ക് എല്ലാ കാര്യങ്ങളും അറിയാമോ?"

യേശു പുഞ്ചിരിച്ചു. "നീ എന്നോട് എന്തെങ്കിലും ചോദിക്കാൻ ആഗ്രഹിക്കുന്നുണ്ടോ? മടിക്കാതെ ചോദിക്കൂ."

"ഉണ്ട്. ഒരു കാര്യം ചോദിക്കാനുണ്ട്. അങ്ങയുടെ മറുപടി കേൾക്കാൻ എനിക്ക് ആഗ്രഹം ഉണ്ട്. ഇതുവരെ ഞങ്ങളുടെ പിതാക്കന്മാർ വിശുദ്ധമായ ഗരീസിം പർവ്വതത്തിന്റെ ദൈവത്തെയാണ് ആരാധിച്ചത്. ഇപ്പോൾ നിങ്ങൾ പ്രവാചകന്മാർ പറയുന്നത്. ഞങ്ങൾ ജറുസലേമിലെ ദൈവത്തെ മാത്രം ആരാധിക്കണമെന്നാണ്. ഏതാണ് ശരി? ദൈവം എവിടെയാണുള്ളത്? എനിക്ക് പറഞ്ഞു തരൂ!"

യേശു തലകുനിച്ചു. അദ്ദേഹം സംസാരിച്ചില്ല. ദൈവത്തെക്കുറിച്ചുള്ള ചിന്തകൊണ്ട് അങ്ങേയറ്റം പീഡിപ്പിക്കപ്പെടുന്ന ഈ പാപിയായ സ്ത്രീ അദ്ദേഹത്തിന്റെ ഹൃദയത്തെ ആഴത്തിൽ അസ്വസ്ഥമാക്കി. അദ്ദേഹം അവർക്കുവേണ്ടി കഷ്ടപ്പെട്ടു. അവളെ സാന്ത്വനപ്പെടുത്താനുള്ള ശരിയായ വാക്കുകൾ കണ്ടെത്താൻ വേണ്ടി അദ്ദേഹം സ്വയം ബുദ്ധിമുട്ടി. പെട്ടെന്ന് അദ്ദേഹം തല ഉയർത്തി. അദ്ദേഹത്തിന്റെ മുഖം തിളങ്ങുന്നുണ്ടായിരുന്നു.

"സ്ത്രീയേ ഞാൻ പറയുന്നത് ഹൃദയത്തിന്റെ ആഴത്തിൽ സൂക്ഷിക്കുക. മനുഷ്യർ ഈ പർവ്വതത്തിലോ ജറുസലേമിലോ ദൈവത്തെ ആരാധിക്കാത്ത ദിവസം വരും— അത് വന്നു കഴിഞ്ഞു. ദൈവം ആത്മാവാണ് ആത്മാവിനെ നിശ്ചയമായും ആരാധിക്കേണ്ടത് ആത്മാവിനുള്ളിൽ മാത്രമാണ്."

സ്ത്രീ ചിന്താക്കുഴപ്പത്തിലായി. അവൾ ഉൽക്കണ്ഠയോടെ തല ഉയർത്തി യേശുവിനെ നോക്കി. "നിങ്ങളാണോ?" അവൾ വിറയ്ക്കുന്ന ശബ്ദത്തിൽ സാവധാനം ചോദിച്ചു. "ഞങ്ങൾ കാത്തിരിക്കുന്ന ഒരാൾ നിങ്ങൾ ആണോ?"

"നിങ്ങൾ ആരെയാണ് കാത്തിരിക്കുന്നത്?"

"നിങ്ങൾക്ക് അറിയാം. എന്നെക്കൊണ്ട് എന്തിനാണ് അദ്ദേഹത്തിന്റെ പേര് പറയിക്കുന്നത്? നിങ്ങൾക്ക് അത് അറിയാം. എന്റെ ചുണ്ടുകൾ പാപം ചെയ്തവയാണ്."

യേശു നെഞ്ചിലേക്ക് തല കുനിച്ചു. അദ്ദേഹം ഹൃദയത്തിൽ നിന്ന് മറുപടി പ്രതീക്ഷിക്കുകയാണെന്ന് തോന്നി. അദ്ദേഹത്തിന്റെ മുന്നിൽ കുനിഞ്ഞു നില്ക്കുന്ന സ്ത്രീ വേവലാതിയോടെ മറുപടിക്കു വേണ്ടി കാത്തുനിന്നു.

പക്ഷേ, ഇവർ രണ്ടുപേരും അസ്വസ്ഥതയോടെ നിശ്ശബ്ദരായി നില്ക്കുമ്പോൾ സന്തോഷമുള്ള ശബ്ദങ്ങൾ കേട്ടു. ശിഷ്യന്മാർ വിജയാഹ്ലാദത്തോടെ അപ്പക്കഷണം ഉയർത്തിക്കാണിച്ചുകൊണ്ട് പ്രത്യക്ഷപ്പെട്ടു. ഗുരുവിനെ അജ്ഞാതയായ ഒരു സ്ത്രീയോടൊപ്പം കണ്ടപ്പോൾ അവർ നിന്നു. അവരെ കണ്ടതിൽ യേശുവിന് സന്തോഷം ഉണ്ടായിരുന്നു. കാരണം ആ സ്ത്രീയുടെ ഭയാനകമായ ചോദ്യത്തിന്റെ മറുപടിയിൽനിന്നും അദ്ദേഹം

രക്ഷപ്പെട്ടിരിക്കുന്നു. അദ്ദേഹം കൂട്ടുകാരോട് അടുത്തേക്ക് വരാൻവേണ്ടി തലയാട്ടി.

"വരൂ." അദ്ദേഹം വിളിച്ചു പറഞ്ഞു. "ഈ നല്ല സ്ത്രീയെ നമുക്കു കുടിക്കാനുള്ള വെള്ളം കോരാൻ വേണ്ടി ഗ്രാമത്തിൽനിന്നും ദൈവം പറഞ്ഞുവിട്ടതാണ്."

യൂദാസ് ഒഴിച്ച് മറ്റുള്ളവർ അടുത്തേക്ക് വന്നു. സമരിയാക്കാരുടെ വെള്ളം കൊണ്ട് അശുദ്ധമാകാതിരിക്കാൻ വേണ്ടി അയാൾ മാത്രം ഒരു വശത്തേക്ക് മാറിനിന്നു.

സ്ത്രീ അവളുടെ കൂജ ചരിച്ചു. ദാഹിച്ചിരുന്ന മനുഷ്യർ വെള്ളം കുടിച്ചു. അവൾ വീണ്ടും കൂജ നിറച്ചു. അവൾ അത് വൈദഗ്ദ്ധ്യത്തോടെ തലയിൽ ചുമന്നുകൊണ്ട് ഗ്രാമത്തിലേക്ക് തിരിച്ചു. അവൾ നിശ്ശബ്ദമായി ആലോചിക്കുന്നുണ്ടായിരുന്നു.

"ആചാര്യ, ആ സ്ത്രീ ആരായിരുന്നു?" പീറ്റർ ചോദിച്ചു. "വർഷങ്ങളായി പരിചയം ഉള്ളതുപോലെയാണ് നിങ്ങൾ സംസാരിച്ചുകൊണ്ടിരുന്നത്."

"അവൾ എന്റെ സഹോദരിമാരിൽ ഒരുവളാണ്." യേശു മറുപടി പറഞ്ഞു. "എനിക്ക് ദാഹിച്ചിരുന്നതുകൊണ്ട് ഞാൻ അവളോട് വെള്ളം ചോദിച്ചു. അതുകൊണ്ട് ശമിച്ചത് അവളുടെ ദാഹം ആയിരുന്നു.

പീറ്റർ അയാളുടെ കട്ടിയുള്ള തലയോട്ടിയിൽ ചൊറിഞ്ഞു. "എനിക്ക് മനസ്സിലാകുന്നില്ല." അയാൾ പറഞ്ഞു.

"അത് സാരമില്ല." കൂട്ടുകാരന്റെ നരച്ച തലയിൽ തടവിക്കൊണ്ട് യേശു പറഞ്ഞു. "തിരക്കുകൂട്ടണ്ട. സമയമാകുമ്പോൾ അല്പാല്പമായി മനസ്സിലാക്കിക്കൊള്ളും. ഇപ്പോൾ നമുക്ക് വിശപ്പുണ്ട്. നമുക്ക് ഭക്ഷണം കഴിക്കാം!"

അവർ ഈന്തപ്പനകളുടെ ചുവട്ടിൽ നിരന്നിരുന്നു. ആൻഡ്രു അവർ ഗ്രാമത്തിൽ പ്രവേശിച്ച് ഭിക്ഷ ചോദിച്ചതെങ്ങനെയെന്ന് വിവരിക്കാൻ തുടങ്ങി.

ഞങ്ങൾ വീടുകളിൽ മുട്ടിവിളിച്ചു. മനുഷ്യർ ഞങ്ങളെ വാതിലിൽനിന്ന് വാതിലിലേക്ക് ആട്ടിയോടിച്ചു. അവസാനം ഗ്രാമത്തിന്റെ മറ്റേ അറ്റത്തു താമസിക്കുന്ന ഒരു മെലിഞ്ഞ കിഴവി വാതിൽ തുറന്ന് അങ്ങോട്ടും ഇങ്ങോട്ടും സൂക്ഷിച്ചു. നോക്കി. വഴിയിൽ ഒരാളെപ്പോലും കാണാൻ ഉണ്ടായിരുന്നില്ല... അവർ രഹസ്യമായി അപ്പക്കഷണം ഞങ്ങളുടെ കൈയിൽ തന്നിട്ട് ഉടൻതന്നെ വാതിൽ അടച്ചു. ഞങ്ങൾ അത് പിടിച്ചു മേടിച്ചുകൊണ്ട് ജീവനുംകൊണ്ട് ഓടി.

"ഞങ്ങൾക്ക് ആ സ്ത്രീയുടെ പേര് മനസ്സിലാക്കാൻ കഴിയാതെ പോയത് നാണക്കേടാണ്." പീറ്റർ പറഞ്ഞു. "അവളെ ഓർമ്മിക്കാൻ നമുക്ക് ദൈവത്തിനോട് ആവശ്യപ്പെടാം."

യേശു ചിരിച്ചു. "പീറ്റർ അതിനെപ്പറ്റി വിഷമിക്കേണ്ട കാര്യമില്ല." യേശു പറഞ്ഞു. "അവളുടെ പേര് ദൈവത്തിന് അറിയാം."

യേശു അപ്പം കൈയിലെടുത്ത് ആശീർവദിച്ചു. അവർക്ക് അപ്പം കൊടുക്കാൻ വേണ്ടി അവിടെ കിഴവിയെ നിയോഗിച്ചതിന് യേശു ദൈവത്തിനോട് നന്ദി പറഞ്ഞു. അതിനുശേഷം ഓരോരുത്തർക്കും വേണ്ടി അതിനെ ആറു വലിയ കഷണങ്ങളായി ഭാഗിച്ചു. പക്ഷേ, യൂദാസ് അയാളുടെ കഷണം വടികൊണ്ട് നീക്കിത്തള്ളിയതിനുശേഷം മുഖം തിരിച്ചു. “സമരിയാക്കാരന്റെ അപ്പം ഞാൻ തിന്നില്ല.” അയാൾ പറഞ്ഞു. “ഞാൻ പന്നിയിറച്ചി കഴിക്കില്ല.”

യേശു അയാളോട് വാദിച്ചില്ല. യൂദാസിന്റെ ഹൃദയത്തിന് കാഠിന്യം ഉണ്ടെന്ന് യേശുവിന് അറിയാം. അത് മൃദുലമാകാൻ സമയം വേണം— സമയവും കൗശലവും ധാരാളം സ്നേഹവും വേണ്ടിവരും.

“നമുക്ക് ഭക്ഷണം കഴിക്കാം.” യേശു മറ്റുള്ളവരോടു പറഞ്ഞു. “സമരിയാക്കാരുടെ അപ്പം ഗലീലിക്കാർ കഴിക്കുമ്പോൾ അത് ഗലീലിക്കാരുടെ അപ്പമായി മാറുന്നു. പന്നിയിറച്ചി മനുഷ്യർ കഴിക്കുമ്പോൾ അത് മനുഷ്യരുടെ ഇറച്ചിയായി മാറുന്നു. അതുകൊണ്ട് ദൈവത്തിന്റെ പേരിൽ!”

കൂട്ടുകാർ നാലുപേരും പൊട്ടിച്ചിരിച്ചുകൊണ്ട് അപ്പം തിന്നു. സമരിയാക്കാരന്റെ അപ്പത്തിന് എല്ലാ അപ്പവും പോലെ സ്വാദ് ഉണ്ടായിരുന്നു. അവർ സന്തോഷിച്ചു. ഭക്ഷണത്തിനു ശേഷം അവർ ക്ഷീണിച്ചു പോയിരുന്നു. അവർ ഉറങ്ങി– യൂദാസ് ഒഴിച്ച് മറ്റുള്ളവർ എല്ലാവരും ഉറങ്ങി. അയാൾ മാത്രം ഉണർന്നിരുന്ന്. ഭൂമിയെ ഇടിക്കുന്നതുപോലെ വടികൊണ്ട് നിലത്തുകുത്തിക്കൊണ്ടിരുന്നു. വിശപ്പ് നാണക്കേടിനേക്കാൾ മെച്ചമാണ്.” അയാൾ ആലോചിച്ചു ഈ ആലോചന അയാളെ സാന്ത്വനപ്പെടുത്തി.

മഴയുടെ ആദ്യതുള്ളികൾ കാട്ടുചൂരലിനുമുകളിൽ വീഴാൻ തുടങ്ങി. ഉറങ്ങുന്നവർ ചാടി എഴുന്നേറ്റു.

“ഇത് ആദ്യത്തെ മഴയാണ്” ജേക്കബ് പറഞ്ഞു. “ഭൂമിയുടെ ദാഹം ശമിക്കാൻ പോകുകയാണ്.”

പക്ഷേ, അവർ അഭയത്തിനുവേണ്ടി ഒരു ഗുഹ കണ്ടെത്താനുള്ള ആലോചന തുടങ്ങുമ്പോൾ വടക്കുനിന്നും ഉയർന്നുവന്ന ഒരു കാറ്റ് മേഘങ്ങളെ പറത്തിക്കൊണ്ടുപോയി. ആകാശം തെളിഞ്ഞു. അവർ വീണ്ടും നടത്തം ആരംഭിച്ചു.

അത്തിമരങ്ങളിൽ അവശേഷിച്ചിരുന്ന അത്തിക്കായ്കൾ നനഞ്ഞ അന്തരീക്ഷത്തിൽ തിളങ്ങുന്നുണ്ടായിരുന്നു. മാതള നാരകങ്ങൾ പഴങ്ങളുടെ ഭാരംകൊണ്ട് കുനിഞ്ഞുപോയിരുന്നു. കൂട്ടുകാർ മാതളനാരങ്ങകൾ പറിച്ച് തിന്ന് ക്ഷീണം തീർത്തു. കർഷകർ ഭൂമിയിൽ നിന്ന് മുഖം ഉയർത്തി. അവർ ഗലീലിക്കാരെ അത്ഭുതത്തോടെ നോക്കി. സമരിയായിൽ ഇവർക്ക് എന്ത് കാര്യം? ഇവർ എന്തിന് സമരിയാക്കാരുമായി ഇടപെടുന്നു? ഇവർ എന്തുകൊണ്ട് സമരിയാക്കാരുടെ അപ്പം ഭക്ഷിക്കുന്നു? ഇവർ ആരുടെ മാതളനാരകത്തിൽ നിന്ന് മാതളനാരങ്ങകൾ പറിക്കുന്നു? ഇവർ നമ്മുടെ മുമ്പിൽ നിന്ന് എത്രയും പെട്ടെന്ന് പോകുന്നതാണ് നല്ലത്. ഒരു വൃദ്ധന് ഇത് സഹിക്കാൻ കഴിഞ്ഞില്ല. അയാൾ അയാളുടെ തോട്ടത്തിൽ നിന്ന്

പുറത്തുവന്ന് അവരുടെ മുമ്പിൽ നിന്നു.

"ഗലീലിക്കാരെ" വൃദ്ധൻ വിളിച്ചുകൂവി. "നിങ്ങൾ ഇപ്പോൾ നടന്നു നീങ്ങിക്കൊണ്ടിരിക്കുന്ന പരിപാവനമായ പ്രദേശത്തിന്റെ മുകളിലേക്ക് നിങ്ങളുടെ നിയമവിരുദ്ധമായ നിയമം ശാപം വലിച്ചെറിഞ്ഞിരിക്കുന്നു. അപ്പോൾ ഞങ്ങളുടെ മണ്ണിൽ നിങ്ങൾക്ക് എന്ത് കാര്യം? നിങ്ങളെ ഞങ്ങളുടെ കണ്ണിൽ കാണാൻ പാടില്ല?"

"ഞങ്ങൾ ആരാധിക്കാൻ വേണ്ടി പവിത്രമായ ജറുസലേമിലേക്ക് പോകുകയാണ്." പീറ്റർ വൃദ്ധനോട് മറുപടി പറഞ്ഞു. അയാൾ വൃദ്ധന്റെ മുമ്പിൽ ചലനമില്ലാതെ നെഞ്ചു വിരിച്ചു നിന്നു.

"വിശ്വാസത്യാഗികളായ നിങ്ങൾ ഇവിടെയാണ് ആരാധിക്കേണ്ടത്— ദൈവം ചവിട്ടി മെതിച്ച ഗരീസിം പർവ്വതിന്റെ മുകളിൽ." വൃദ്ധൻ അലറി. "നിങ്ങൾ വേദപുസ്തകങ്ങൾ വായിച്ചിട്ടുണ്ടോ? ദൈവം എബ്രഹാമിന്റെ മുമ്പിൽ പ്രത്യക്ഷപ്പെട്ടത് ഈ ഗരീസിം പർവ്വതത്തിന്റെ അടിവാരത്തിലുള്ള ഓക്കുമരങ്ങളുടെ ചുവട്ടിൽ വെച്ചായിരുന്നു. അദ്ദേഹം ഒരറ്റം മുതൽ മറ്റേ അറ്റം വരെയുള്ള പർവ്വതങ്ങളും സമതലങ്ങളും എബ്രഹാമിനു കാണിച്ചു കൊടുത്തു. ഹെബ്രോൻ കൊടുമുടി മുതൽ ഇദുമെയവെരെയും മിദിയാൻ പ്രദേശവും ചൂണ്ടിക്കാണിച്ചുകൊണ്ട് അദ്ദേഹം പറഞ്ഞു. "വാഗ്ദത്തഭൂമിയിലേക്ക് നോക്കൂ. തേനും പാലും ഒഴുകുന്ന പ്രദേശം. ഞാൻ അത് നിങ്ങൾക്ക് കാണിച്ചുതരാമെന്ന് വാക്കുതന്നിരുന്നു. ഞാൻ അത് നിങ്ങൾക്ക് കാണിച്ചുതരും." അവർ കൈകുലുക്കലിലൂടെ സമ്മതപത്രത്തിൽ മുദ്ര വെച്ചു... ഗലീലിക്കാർ കേൾക്കുന്നുണ്ടോ? വേദപുസ്തകം പറയുന്നത് അങ്ങനെയാണ്. അതുകൊണ്ട് ആർക്കെങ്കിലും ആരാധിക്കണമെന്നുണ്ടെങ്കിൽ അവർ അത് ചെയ്യേണ്ടത് ഈ പരിശുദ്ധഭൂമിയിലാണ്. പ്രവാചകന്മാരെ കൊന്നൊടുക്കുന്ന ജറുസലേമിൽ അല്ല."

"എല്ലാ പ്രദേശങ്ങളും വിശുദ്ധമാണ്." യേശു ശാന്തമായ ശബ്ദത്തിൽ പറഞ്ഞു. "ദൈവം എല്ലായിടത്തും ഉണ്ട്. നമ്മൾ എല്ലാവരും സഹോദരന്മാരാണ്."

വൃദ്ധൻ അത്ഭുതത്തോടെ തിരിച്ചു ചോദിച്ചു. "സമരിയാക്കാരും ഗലീലിക്കാരും സഹോദരന്മാരാണോ?"

"സമരിയാക്കാരും ഗലീലിക്കാരും മാത്രമല്ല യൂദയാക്കാരും സഹോദരന്മാരാണ്. എല്ലാവരും സഹോദരന്മാരാണ്."

വൃദ്ധൻ താടിതടവിക്കൊണ്ട് ആലോചനയിൽ മുഴുകി. അയാൾ യേശുവിനെ അടിമുടി പരിശോധിച്ചു.

"ദൈവവും ചെകുത്താനും സഹോദരന്മാരാണോ?" വൃദ്ധൻ അവസാനം ചോദിച്ചു. അദൃശ്യമായ ആ ശക്തികൾ കേൾക്കാതിരിക്കാൻ വേണ്ടി വൃദ്ധൻ ശബ്ദം താഴ്ത്തിയാണ് സംസാരിച്ചത്.

യേശു ഭയന്നുപോയി. പക്ഷേ, ലൂസിഫറിന് മാപ്പുകൊടുത്ത് സ്വർഗ്ഗരാജ്യത്തേക്ക് വീണ്ടും സ്വാഗതം ചെയ്യാനുള്ള കാരുണ്യം ദൈവം കാണിക്കുമോ എന്ന ചോദ്യം ഒരിക്കലും യേശുവിനോട് ആരും ചോദിച്ചിരുന്നില്ല.

“എനിക്ക് അറിയില്ല.” യേശു മറുപടി പറഞ്ഞു. “എനിക്ക് അറിയില്ല. ഞാൻ ഒരു മനുഷ്യനാണ്. എന്റെ ആലോചനകൾ മനുഷ്യനുവേണ്ടിയാണ്. അതിനപ്പുറം ഉള്ളതെല്ലാം ദൈവത്തിന്റെ കാര്യങ്ങളാണ്.”

വൃദ്ധൻ സംസാരിച്ചില്ല. അയാൾ ഇപ്പോഴും താടിതടവിക്കൊണ്ട് ആഴത്തിലുള്ള ആലോചനയിൽ ആയിരുന്നു. അയാൾ അപരിചിതരായ വഴിയാത്രക്കാർ ഈരണ്ടു പേർ വീതം മരങ്ങൾക്കിടയിൽ അപ്രത്യക്ഷപ്പെടുന്നത് നോക്കിക്കൊണ്ടു നിന്നു.

നേരം ഇരുട്ടി. ഒരു തണുത്തകാറ്റ് വീശാൻ തുടങ്ങി. അവർ ഒരു ഗുഹ കണ്ടെത്തി. അതിന്റെ ഉള്ളിലേക്ക് നുഴഞ്ഞുകയറി. അവർ ചൂടുകിട്ടാൻ വേണ്ടി ഒന്നിച്ച് ഒരു പന്തുപോലെ ചുരുണ്ടുകൂടിക്കിടന്നു. അപ്പത്തിന്റെ ഓരോ ചെറിയകഷണം ബാക്കി വന്നത് അവർ തിന്നു. ചുവന്നതാടിക്കാരൻ പുറത്തുപോയി വിറകുശേഖരിച്ചുകൊണ്ടുവന്ന് തീ കൂട്ടി. ഇതോടെ കൂട്ടുകാർക്ക് ഉന്മേഷം വന്നു. അവർ നിശ്ശബ്ദരായി തീനാളങ്ങൾ ശ്രദ്ധിച്ചുകൊണ്ട് വട്ടത്തിൽ ഇരുന്നു. അവർ കാറ്റിന്റെ ചൂളംവിളി. കേട്ടു. ചെന്നായ്ക്കളുടെ ഓരിയിടൽ കേട്ടു. ദൂരെ ഗരീംസിം കൊടുമുടിയിൽനിന്നും ഉരുണ്ടിറങ്ങി വരുന്ന കുഴഞ്ഞുമറിയുന്ന ഇടിമുഴക്കങ്ങൾ കേട്ടു. ഗുഹയുടെ കവാടത്തിലൂടെ സാന്ത്വനം പകർന്നു നില്ക്കുന്ന ഒരു വലിയ നക്ഷത്രം കാണാനുണ്ടായിരുന്നു. പക്ഷേ, പെട്ടെന്ന് മേഘങ്ങൾ പറന്നുവന്ന് അതിനെ മൂടിക്കളഞ്ഞു. ജോൺ രഹസ്യമായി അയാൾ പുതച്ചിരുന്ന കമ്പിളിത്തുണി യേശുവിന്റെ പുറത്തേക്ക് വലിച്ചിട്ടു. അവർ എല്ലാവരും വവ്വാലുകളെപ്പോലെ പരസ്പരം ഞെരുങ്ങിക്കിടന്ന് ഉറങ്ങി.

അടുത്ത ദിവസം അവർ യൂദയയിൽ പ്രവേശിച്ചു. അവർ മരങ്ങളുടെ കാര്യത്തിൽ മെല്ലെ മെല്ലെ ഒരു വ്യത്യാസം വരുന്നുണ്ടെന്ന് നിരീക്ഷിച്ചു. വഴിയരികിൽ ഇപ്പോൾ മഞ്ഞഇലകളുള്ള പോപ്ലാർമരങ്ങൾ നിരന്നുനിന്നിരുന്നു. പ്രദേശം പരുക്കൻ പാറകൾ നിറഞ്ഞു. തരിശുഭൂമി ആയിരുന്നു. പൊക്കം കുറഞ്ഞ ഇരുണ്ട ഉമ്മറപ്പടികളിൽ പ്രത്യക്ഷപ്പെട്ടു. കർഷകർ പോലും തീക്കല്ലുകൊണ്ട് നിർമ്മിച്ചവരാണെന്ന് തോന്നി. വളരെ വിരളമായി ഒരു നീലക്കാട്ടുപൂവ് പാറകൾക്കിടയിൽ നിന്ന് ഉയർന്നുനിന്നിരുന്നു. ചിലപ്പോൾ ഏകാന്തതയുടെ മൂകത തളം കെട്ടിയ ഏതെങ്കിലും മലയിടുക്കിന്റെ ആഴങ്ങളിൽനിന്നും ഒരു തിത്തിരിപ്പക്ഷി ചിലച്ചു. അത് നിശ്ചയമായും കുടിക്കാനുള്ള ഒരു തുള്ളി വെള്ളം എവിടെയെങ്കിലും കണ്ടിരിക്കും. പക്ഷിയുടെ ശബ്ദം കേട്ടപ്പോൾ യേശു ആലോചിച്ചു. സ്വന്തം കൈപ്പത്തിയിൽ അതിന്റെ ഇളം ചൂടുള്ള നെഞ്ച് അമർന്നിരിക്കുന്നതായി യേശുവിനു തോന്നി.

അവർ ജറുസലേമിലേക്ക് കൂടുതൽ അടുത്തപ്പോൾ ഭൂമി കൂടുതൽ തീക്ഷ്ണമായിക്കൊണ്ടിരുന്നു. ദൈവത്തിനും വ്യത്യാസം വന്നു. ഇവിടത്തെ ഭൂമി ഗലീലിയിലെ ഭൂമിയെപ്പോലെ പൊട്ടിച്ചിരിച്ചില്ല. ഗ്രാമങ്ങളും മനുഷ്യരും നിർമ്മിക്കപ്പെട്ടിരിക്കുന്നതുപോലെ ദൈവം പോലും തീക്കല്ലുകൊണ്ട് നിർമ്മിക്കപ്പെട്ടതായിരുന്നു. ഇപ്പോൾ സമരിയായിലെ ആകാശ

ങ്ങൾ ഒരു നിമിഷത്തേക്കെങ്കിലും മഴ പൊഴിച്ച് ഭൂമിയുടെ കാഠിന്യം മാറ്റാൻ കുറഞ്ഞപക്ഷം പരിശ്രമിച്ചിരുന്നു. ഈ അഗാധമായ അടുപ്പിലൂടെ കൂട്ടുകാർ കിതച്ചുകൊണ്ട് മുന്നോട്ടു നീങ്ങി. രാത്രിയായപ്പോൾ അവർ പാറകൾ തുരന്നുണ്ടാക്കിയ ധാരാളം തിളക്കമുള്ള കറുത്ത ശവക്കുഴികൾ കണ്ടു. അവരുടെ ആയിരക്കണക്കിന് പൂർവ്വികർ ഈ കറുത്ത പാറകൾക്കുള്ളിൽകിടന്ന് ദ്രവിച്ച് വീണ്ടും പാറകളായി മാറിയിട്ടുണ്ട്. അവർ ഒഴിഞ്ഞ ശവക്കുഴികളിലേക്ക് നുഴഞ്ഞുകയറിക്കിടന്ന് സമയം പാഴാക്കാതെ ഉറങ്ങി. അതുകൊണ്ട് നാളെ വിശുദ്ധനഗരത്തിലേക്കുള്ള അവരുടെ പ്രവേശനത്തിന് ഉന്മേഷം ഉണ്ടായിരിക്കും.

ഉറങ്ങാതിരുന്ന ഒരേ ഒരാൾ യേശു മാത്രം ആയിരുന്നു. അദ്ദേഹം രാത്രിയുടെ ശബ്ദങ്ങൾ തീക്ഷ്ണമായി ശ്രദ്ധിച്ചുകൊണ്ട് ശവക്കുഴികളുടെ സമീപത്തുകൂടി ചുറ്റിത്തിരിഞ്ഞു. അദ്ദേഹത്തിന്റെ ഹൃദയം അസ്വസ്ഥമായിരുന്നു. അദ്ദേഹത്തിന്റെ ഉള്ളിൽ ആയിരക്കണക്കിന് കഷ്ടപ്പെടുന്ന മനുഷ്യരുടെ വിലാപമോ അലർച്ചയോ പോലെയുള്ള അവ്യക്തമായ ഒരു ശബ്ദം ഉണ്ടായിരുന്നു... അർദ്ധരാത്രിയോടടുത്തപ്പോൾ കാറ്റു നിലച്ചു. രാത്രി കൂടുതൽ നിശ്ശബ്ദമായി. അതിനുശേഷം ഹൃദയഭേദകമായ ഒരു നിലവിളി അന്തരീക്ഷത്തെ കീറിമുറിച്ചു. ആദ്യം അദ്ദേഹം അത് ഒരു ചെന്നായയുടെ നിലവിളിയാണെന്ന് വിചാരിച്ചു. പക്ഷേ, അതിനുശേഷം അത് സ്വന്തം ഹൃദയംതന്നെയാണെന്ന് ഭീതിയോടെ അദ്ദേഹം തിരിച്ചറിഞ്ഞു.

“പ്രിയപ്പെട്ട ദൈവമേ” അദ്ദേഹം പിറുപിറുത്തു. “എന്റെ ഉള്ളിൽ ആരാണ് അലറുന്നത്? ആരാണ് പൊട്ടിക്കരയുന്നത്?”

ക്ഷീണിച്ചപ്പോൾ അവിടെ ഉണ്ടായിരുന്ന ഒരു ശവക്കുഴിയിലേക്ക് അദ്ദേഹവും പ്രവേശിച്ചു. അദ്ദേഹം ദൈവത്തിന്റെ കാരുണ്യത്തിനുവേണ്ടി സ്വയം സമർപ്പിച്ചു. അദ്ദേഹത്തിന് താൻ മഗ്ദലനമറിയത്തിനോടൊപ്പം ആണെന്ന് തോന്നി. അവർ രണ്ടുപേരും കൂടി ആ വലിയ പട്ടണത്തിന്റെ മേൽക്കൂരകൾ നോക്കിക്കൊണ്ട് അവയ്ക്കു മുകളിലൂടെ പറന്നുപോകുന്നതായി അദ്ദേഹത്തിനു തോന്നി. അവർ പട്ടണത്തിന്റെ അറ്റത്തെത്തിയപ്പോൾ അവസാനത്തെ വാതിൽ തുറന്ന് ഒരു ഉയരമുള്ള തടിച്ച വൃദ്ധൻ പ്രത്യക്ഷപ്പെട്ടു. അയാൾക്ക് ഒഴുകുന്ന താടിയും നക്ഷത്രങ്ങൾ പോലെ തിളങ്ങുന്ന നീലക്കണ്ണുകളും ഉണ്ടായിരുന്നു. അയാളുടെ ഉടുപ്പിന്റെ കൈചുരുട്ടിവെച്ചിരുന്നു. അയാളുടെ കൈപ്പത്തികളും കൈയും ചെളികൊണ്ട് മൂടിയിരുന്നു. അയാൾ തല ഉയർത്തിയപ്പോൾ അവർ മുകളിലൂടെ പറന്നുപോകുന്നതു കണ്ടു. വൃദ്ധൻ വിളിച്ചുകൂവി: “നില്ക്കൂ എനിക്ക് നിങ്ങളോട് ചില കാര്യങ്ങൾ പറയാനുണ്ട്.” അവർ നിന്നു.

“എന്താണ് പറയാനുള്ളത്. ഞങ്ങൾ ശ്രദ്ധിക്കുന്നുണ്ട്.”

“മിശിഹാ ഈ ലോകത്തെ മുഴുവൻ സ്നേഹിക്കുന്നവനാണ്. മിശിഹാ ഈ ലോകത്തെ മുഴുവൻ സ്നേഹിച്ചതുകൊണ്ട് മരിക്കുന്നവനാണ്.”

“മറ്റെന്തെങ്കിലും പറയാനുണ്ടോ?” മഗ്ദലന ചോദിച്ചു.

“ഇതുകൊണ്ടു നിനക്ക് തൃപ്തിയായില്ലേ?” വൃദ്ധൻ ദേഷ്യപ്പെട്ട്

വിളിച്ചു കൂവി.

"ഞങ്ങൾക്ക് നിങ്ങളുടെ പണിപ്പുരയിൽ പ്രവേശിക്കാമോ?" മഗ്ദലന ചോദിച്ചു.

"പറ്റില്ല. എന്റെ കൈയിൽ കളിമണ്ണ് പറ്റിപിടിച്ചിരിക്കുന്നത് നിങ്ങൾക്ക് കാണാൻ കഴിയുന്നില്ലേ? ഞാൻ അകത്തിരുന്ന് മിശിഹായെ നിർമ്മിക്കുകയാണ്."

യേശു ഞെട്ടി ഉണർന്നു. അദ്ദേഹത്തിന്റെ ശരീരത്തിന് സത്യത്തിൽ ഭാരം ഇല്ലായിരുന്നു. അദ്ദേഹം പറന്നുകൊണ്ടിരിക്കുകയായിരുന്നെന്ന് അദ്ദേഹത്തിന് തോന്നി. നേരം പുലർന്നുകഴിഞ്ഞിരുന്നു. കൂട്ടുകാർ ഉണർന്നു കഴിഞ്ഞിരുന്നു. അവരുടെ കണ്ണുകൾ ജറുസലേമിന്റെ ദിശയിലുള്ള പാറയിൽ നിന്ന് പാറയിലേക്കും കുന്നിൽ നിന്ന് കുന്നിലേക്കും എടുത്തു ചാടിക്കൊണ്ടിരുന്നു.

അവർ എത്തിച്ചേരാനുള്ള ആകാംക്ഷയോടെ യാത്രതിരിച്ചു. അവർ നടന്നു. വീണ്ടും നടന്നു. പക്ഷേ, അവരുടെ മുന്നിലുണ്ടായിരുന്ന പർവ്വതങ്ങൾ പിൻവാങ്ങിക്കൊണ്ടിരിക്കുന്നതായും വഴിയുടെ നീളം കൂടിക്കൊണ്ടിരിക്കുന്നതായും തോന്നി.

"സഹോദരന്മാരേ, നമ്മൾ ഒരിക്കലും ജറുസലേമിൽ എത്തുമെന്ന് ഞാൻ വിചാരിക്കുന്നില്ല." പീറ്റർ നിരാശപ്പെട്ടു. "നമുക്ക് എന്താണ് സംഭവിച്ചുകൊണ്ടിരിക്കുന്നത്? അത് കൂടുതൽ കൂടുതൽ ദൂരത്തേക്ക് അകന്നു പോകുന്നത് നിങ്ങൾ കാണുന്നില്ലേ?"

"അത് കൂടുതൽ കൂടുതൽ അടുത്തേക്കാണ് വരുന്നത്." യേശു ആഴമുള്ള ശബ്ദത്തിൽ പറഞ്ഞു. "പീറ്റർ, ധൈര്യമായിരിക്കൂ. നമ്മൾ ജറുസലേം കണ്ടെത്താൻ വേണ്ടി മുന്നേറുന്നു. ജറുസലേം നമ്മളെ കണ്ടെത്താൻ വേണ്ടി മിശിഹായെപ്പോലെ മുന്നേറുന്നു.

"മിശിഹായെപ്പോലെ മുന്നേറുകയാണെന്നോ?" യൂദാസ് പെട്ടെന്നു തിരിഞ്ഞു നിന്നുകൊണ്ട് ചോദിച്ചു.

"മിശിഹാ വന്നുകൊണ്ടിരിക്കുകയാണ്." യേശു ഗൗരവത്തിൽ പറഞ്ഞു. "നമ്മൾ അദ്ദേഹത്തെ കണ്ടെത്താൻ വേണ്ടി ശരിയായ ദിശയിലാണോ അതോ തെറ്റായ ദിശയിലാണോ മുന്നേറുന്നതെന്ന് എന്റെ സഹോദരൻ യൂദാസിന് നല്ലപോലെ അറിയാം. നമ്മൾ നീതിയുക്തമായ ഒരു നല്ല പ്രവൃത്തി ചെയ്യുകയാണെങ്കിൽ അല്ലെങ്കിൽ ഒരു നല്ല വാക്കു പറയുകയാണെങ്കിൽ മിശിഹാ നമ്മുടെ അടുത്തേക്കുള്ള യാത്രയുടെ വേഗത കൂട്ടും. നമ്മൾ എല്ലാ കാര്യങ്ങളോടും ഭയം ഉള്ളവരും ആത്മാർത്ഥത ഇല്ലാത്തവരും തിന്മ നിറഞ്ഞവരും ആണെങ്കിൽ മിശിഹാ നമ്മുടെ അടുത്തു നിന്നും പുറംതിരിഞ്ഞ് കൂടുതൽ ദൂരത്തേക്ക് പോകും. സഹോദരന്മാരേ, മിശിഹാ ചലിച്ചുകൊണ്ടിരിക്കുന്ന ജറുസലേം ആണ്. ജറുസലേമിന് തിരക്കുണ്ട്. നമുക്കും തിരക്കുണ്ട്. നമുക്ക് പെട്ടെന്ന് പോയി ജറുസലേമിനെ കണ്ടെത്താം! ദൈവത്തിലും മനുഷ്യന്റെ അനശ്വരമായ ആത്മാവിലും വിശ്വസിക്കൂ!"

പ്രോത്സാഹനം കിട്ടിയപ്പോൾ അവർ യാത്രയുടെ വേഗത കൂട്ടി. യൂദാസ് വീണ്ടും ഏറ്റവും മുന്നിൽ നടന്നു. അയാളുടെ മുഖം മുഴുവൻ ഇപ്പോൾ സന്തോഷം ഉണ്ടായിരുന്നു. നടക്കുന്നതിനിടയിൽ യൂദാസ് സ്വയം പറഞ്ഞു. "അദ്ദേഹം നന്നായി സംസാരിക്കുന്നു. ശരിയാണ് മറിയത്തിന്റെ മകൻ പറഞ്ഞത്. ശരിയാണ്. വൃദ്ധനായ ആചാര്യനും ഞങ്ങളോട് ഇതു തന്നെയാണ് വിളിച്ചു പറയുന്നത്. മോചനം ആശ്രയിക്കുന്നത് നമ്മളെ തന്നെ ആണ്. നമ്മൾ കൈയും കെട്ടി ഇരിക്കുകയാണെങ്കിൽ ഇസ്രയേൽ ഒരിക്കലും സ്വതന്ത്രമാകില്ല. നമ്മൾ എല്ലാവരും ആയുധങ്ങൾ എടുത്താൽ നമുക്ക് സ്വാതന്ത്ര്യം കണ്ടെത്താൻ കഴിയും.

യൂദാസ് സ്വയം സംസാരിച്ചുകൊണ്ട് നടത്തം തുടർന്നു. പക്ഷേ, പെട്ടെന്ന് അസ്വസ്ഥതയോടെ അയാൾ നടത്തം നിർത്തി. "മിശിഹാ ആരാണ്?" അയാൾ പിറുപിറുത്തു. "ആരാണ് മിശിഹാ? ഒരുപക്ഷേ, അത് സമ്പൂർണ്ണനായ മനുഷ്യനാണോ?"

വിയർപ്പുതുള്ളികൾ അയാളുടെ പൊള്ളുന്ന പുരികങ്ങളിലൂടെ ഒഴുകാൻ തുടങ്ങി. അത് ഒരു പക്ഷേ, സമ്പൂർണ്ണനായ മനുഷ്യനാണോ? ഈ ആലോചന അയാളിലേക്ക് ആദ്യമായാണ് കടന്നുവരുന്നത്. അയാൾക്ക് ബുദ്ധിമുട്ടു തോന്നി. മിശിഹാ സമ്പൂർണ്ണനായ മനുഷ്യനാണോ? അയാൾ വീണ്ടും വീണ്ടും സ്വയം ചോദിച്ചു. പക്ഷേ, അപ്പോൾ നമുക്ക് ഈ പ്രവാചകന്മാരെക്കൊണ്ടും കള്ള പ്രവാചകന്മാരെക്കൊണ്ടും എന്താണ് ആവശ്യം? ആരാണ് മിശിഹാ എന്ന് കണ്ടെത്താൻ വേണ്ടി നമ്മൾ എന്തിനാണ് ബുദ്ധിമുട്ടി തപ്പിത്തടയുന്നത്? അതു ശരിയാണ്. മനുഷ്യനാണ് മിശിഹാ— ഞാനും നിങ്ങളും നമ്മളിൽ ഓരോരുത്തരും മിശിഹാ ആണ്. നമ്മൾ ചെയ്യേണ്ട ഏകകാര്യം ആയുധങ്ങൾ എടുക്കുക മാത്രമാണ്!

അയാൾ വീണ്ടും ഗദ അന്തരീക്ഷത്തിൽ വീശിക്കൊണ്ട് നടക്കാൻ തുടങ്ങി. അയാൾ പുതിയ ചിന്തയും ഗദയും വീശിക്കൊണ്ട് സന്തോഷത്തോടെ മുന്നോട്ടു നീങ്ങുന്നതിനിടയിൽ പെട്ടെന്ന് വിളിച്ചുകൂവി. അയാളുടെ മുന്നിൽ ഇരട്ടക്കൊടുമുടിയുള്ള പർവ്വതത്തിനു മുകളിൽ വിശുദ്ധ ജറുസലേം മിന്നിത്തിളങ്ങി. അയാൾ പിന്നിൽ നടന്നുവരുന്നവരോടല്ല വിളിച്ചുകൂവിയത്. ആ കാഴ്ച കഴിയുന്നത്ര സമയം സ്വയം ആസ്വദിക്കാനാണ് അയാൾ ആഗ്രഹിച്ചത്. അയാളുടെ നീലക്കണ്ണുകളിൽ സ്തൂപങ്ങളും കൊട്ടാരങ്ങളും കോട്ടവാതിലുകളും മിന്നിത്തിളങ്ങി. ഏറ്റവും മദ്ധ്യത്തിലായി സ്വർണ്ണത്തിലും വെണ്ണക്കല്ലിലും ദേവദാരുവിലും തീർത്ത ദൈവം സംരക്ഷിക്കുന്ന ആരാധനാലയം ഉണ്ടായിരുന്നു.

ബാക്കിയുള്ള കൂട്ടുകാരും കാഴ്ച കണ്ടു. അവരും ആഹ്ലാദംകൊണ്ട് വിളിച്ചുകൂവി.

"വരൂ, നമുക്ക് നമ്മുടെ കുലസ്ത്രീയുടെ സൗന്ദര്യത്തെപ്പറ്റി പാട്ടു പാടാം!"

അഞ്ചു പേരുംകൂടി നിശ്ചലനായി നില്ക്കുന്ന യേശുവിന്റെ ചുറ്റും നിന്ന് നൃത്തം ചെയ്യാൻ തുടങ്ങി. അതിന്റെ കൂടെ അവർ വിശുദ്ധ

സ്തോത്രം ചൊല്ലാനും ആരംഭിച്ചു.

അവർ എന്നോടു എഴുന്നേല്ക്കൂ നമുക്ക് ദൈവത്തിന്റെ വീട്ടിൽ പോകാമെന്ന് പറഞ്ഞപ്പോൾ എനിക്ക് സന്തോഷം ആയിരുന്നു.

അല്ലയോ ജറുസലേമേ, നിന്റെ മുറ്റത്തിന്റെ മുമ്പിൽ
എന്റെ കാലുകൾ നടത്തം നിർത്തി
ജറുസലേമിന്റെ ബലമുള്ള കോട്ടകൾക്കും ശക്തമായ ഗോപുരങ്ങൾക്കും ഇടയിൽ സമാധാനം ഉണ്ടാകട്ടെ!
ജറുസലേമേ, എന്റെ സഹോദരന്മാർക്കും കൂട്ടുകാർക്കും വേണ്ടി
നിനക്കു മുകളിൽ സമാധാനം വിളയാടട്ടെ!

പതിനാറ്

തെരുവുകൾ, മേൽക്കൂരകൾ, നടുമുറ്റങ്ങൾ: ജറുസലേം പൂർണ്ണമായും പച്ച പുതച്ചിരുന്നു. സത്യത്തിൽ ഇത് മഹത്തായ ശരത്കാല ഉത്സവം ആയിരുന്നു. ഒലിവ് ചില്ലകളും മുന്തിരിവള്ളികളും പനയോലകളും പൈനും ദേവദാരുവും കൊണ്ട് ജറുസലേമുകാർ ആയിരക്കണക്കിന് കൂടാരങ്ങൾ കെട്ടിയുണ്ടാക്കിയിരുന്നു. അവരുടെ പിതാമഹന്മാർ കാട്ടിനുള്ളിലെ കൂടാരങ്ങളിൽ നാല്പതുവർഷം ജീവിച്ചതിന്റെ ഓർമ്മയ്ക്കുവേണ്ടി ഇസ്രയേലിന്റെ ദൈവം ആജ്ഞാപിച്ച കാര്യം അവർ അനുസരിക്കുകയായിരുന്നു. കൊയ്ത്തും വിളവെടുപ്പും കഴിഞ്ഞിരുന്നു. വർഷം അവസാനിച്ചുകഴിഞ്ഞു. ആളുകൾ ഒരുകറുത്ത തടിയൻ ആണാടിന്റെ കഴുത്തിൽ അവരുടെ ഒരു വർഷത്തെ എല്ലാ പാപങ്ങളും കെട്ടിത്തൂക്കിയിട്ടതിനുശേഷം അതിനെ മരുഭൂമിയിലേക്ക് കല്ലെറിഞ്ഞ് ഓടിച്ചുകഴിഞ്ഞിരുന്നു. ഇപ്പോൾ അവർക്ക് സമാധാനം തോന്നി. അവരുടെ ആത്മാവുകൾ ശുദ്ധീകരിക്കപ്പെട്ടിരിക്കുന്നു. ഒരു പുതിയ വർഷം ആരംഭിച്ചിരിക്കുന്നു. ദൈവം ഒരു പുതിയ കണക്കു പുസ്തകം തുറന്നിരിക്കുന്നു. അവർ എട്ടു ദിവസം വിളവെടുപ്പിനെ അനുഗ്രഹിക്കുകയും അവരുടെ പാപങ്ങൾ വഹിക്കാൻ വേണ്ടി കോലാടിനെ അയച്ചു കൊടുക്കുകയും ചെയ്ത ഇസ്രയേലിന്റെ ദൈവത്തെ പുകഴ്ത്തിപ്പാടും. അവർ പച്ചക്കൂടാരങ്ങൾക്ക് താഴെ തിന്ന് കുടിച്ച് പാട്ടു പാടിക്കൊണ്ടിരിക്കും. അദ്ദേഹവും ദൈവം അയച്ച ഒരു മിശിഹാ ആയിരുന്നു. അദ്ദേഹവും മനുഷ്യരുടെ പാപങ്ങൾ മുഴുവൻ ചുമന്നു. മരുഭൂമിയിൽക്കിടന്ന് വിശപ്പും ദാഹവും കൊണ്ട് അടിയറവു പറഞ്ഞു– അതോടെ അദ്ദേഹത്തോടൊപ്പം അവരുടെ പാപങ്ങളും അടിയറവു പറഞ്ഞു.

ആരാധനാലയങ്ങളുടെ വന്യമായ മുറ്റങ്ങൾ രക്തംകൊണ്ട് നിറഞ്ഞു തുളുമ്പി. എല്ലാ ദിവസവും മൃഗങ്ങൾ സംഘമായി തലവെട്ടി കുരുതികൊടുക്കപ്പെട്ടു. വിശുദ്ധനഗരം ഇറച്ചിയുടെയും ചാണകത്തിന്റെയും ഇറച്ചി ഉരുകിയ എണ്ണയുടെയും ഗന്ധംകൊണ്ട് നാറി. വിശുദ്ധ അന്തരീക്ഷത്തിൽ

കൊമ്പുവാദ്യങ്ങളും പെരുമ്പറയും മുഴങ്ങി. മനുഷ്യർ അമിതമായി ഭക്ഷിച്ചു. അമിതമായി കുടിച്ചു. അവരുടെ ആത്മാവുകൾക്ക് ഭാരം കൂടി. ആദ്യത്തെ ദിവസം സ്തോത്രങ്ങളും പ്രാർത്ഥനകളും നമസ്കാരങ്ങളും ആയിരുന്നു. യഹോവാ അദൃശ്യനായി കൂടാരത്തിനുള്ളിൽ കടന്നു വന്ന് തിന്നും കുടിച്ചും ആളുകളോടൊപ്പം ആഘോഷത്തിൽ പങ്കുചേർന്നു. അദ്ദേഹം ചുണ്ടുകൾ തുടയ്ക്കുന്നതും താടിതടവുന്നതും സ്വന്തം കണ്ണുകൊണ്ട് പലരും കണ്ടിരുന്നു. പക്ഷേ, രണ്ടും മൂന്നും ദിവസങ്ങൾ ആരംഭിച്ചപ്പോൾ അധികമുള്ള ഇറച്ചിയും വീഞ്ഞും ആളുകളുടെ തലച്ചോറിലേക്ക് കടന്നു. അതോടെ വൃത്തികെട്ട ഫലിതങ്ങളും മദ്യശാലയിലെ പാട്ടുകളും പൊട്ടിച്ചിരിയും ആരംഭിച്ചു. ആണുങ്ങളും പെണ്ണുങ്ങളും നാണം ഇല്ലാതെ പകൽവെളിച്ചത്തിൽ ഇണചേർന്നു. തുടക്കത്തിൽ കൂടാരങ്ങളിൽ ആയിരുന്നു. പിന്നീട് തുറസ്സായ വഴികളിലേക്കും പുൽത്തകിടികളിലേക്കും മാറി. എല്ലാ അയൽപക്കങ്ങളിലും മുഖത്തു നിറം വാരിത്തേച്ച് സുഗന്ധതൈലങ്ങളുടെ വാസനയുമായി ജറുസലേമിലെ എണ്ണം പറഞ്ഞ വേശ്യകൾ പ്രത്യക്ഷപ്പെട്ടു. കാനാനിലെ ദേശങ്ങളുടെ അറ്റത്തുനിന്നു വന്ന പാവപ്പെട്ട കർഷകരും മുക്കുവരും നൈപുണ്യമുള്ള ഇവരുടെ കൈകൾക്കുള്ളിൽ വീണ് തളർന്നുകഴിഞ്ഞിരുന്നു. ഒരുചുംബനത്തിൽ ഇത്രമാത്രം കലയും സ്വാദും അന്തർഭവിച്ചുണ്ടെന്ന് അവർ ഒരിക്കലും സ്വപ്നം കണ്ടിരുന്നില്ല.

യേശു കുടിച്ച് ബോധം കെട്ട് വഴിയിൽക്കിടന്ന് ഉരുളുന്ന മനുഷ്യരുടെ മുകളിലൂടെ ശ്വാസം അടക്കിപ്പിടിച്ച് കോപത്തോടെ വേഗത്തിൽ നടന്നു. നാണംകെട്ട അട്ടഹാസങ്ങളുടെ ഗന്ധവും അഴുക്കും കൊണ്ട് യേശുവിന് ഛർദ്ദിക്കാൻ തോന്നി. "പെട്ടെന്ന് നടക്ക്! പെട്ടെന്ന് നടക്ക്!" അദ്ദേഹം കൂട്ടുകാരെ പ്രേരിപ്പിച്ചു. അദ്ദേഹം വലതുകൈകൊണ്ട് ജോണിനെയും ഇടതുകൈ കൊണ്ട് ആൻഡ്രുവിനെയും ചുറ്റിപ്പിടിച്ചുകൊണ്ട് മുന്നോട്ടുനടന്നു.

"എന്റെ ദൈവമേ, ഗുരു നമ്മളെ മനുഷ്യജീവികളെപ്പോലെ സ്വതന്ത്രമായി ശ്വാസം വിടാൻ അനുവദിക്കുന്നില്ല. "സന്തോഷമുള്ള മാനസികാവസ്ഥയിലേക്ക് എത്തിക്കഴിഞ്ഞിരുന്ന പീറ്റർ പിറുപിറുത്തു. "നമ്മൾ എന്തിലാണ് സ്വയം ഉൾപ്പെട്ടിരിക്കുന്നത്."

"പീറ്റർ, ഇത്രയും സമയം നിങ്ങൾ എവിടെയായിരുന്നു? പാവം" യൂദാസ് തലകുലുക്കിക്കൊണ്ട് പറഞ്ഞു. "നമ്മൾ ഇവിടെ വന്നിരിക്കുന്നത് ഉല്ലസിക്കാനാണെന്ന് നിങ്ങൾ വിചാരിക്കുന്നുണ്ടോ? നിങ്ങളുടെ വിചാരം നമ്മൾ ഒരു വിവാഹത്തിന് പോകുകയാണെന്നാണോ?"

പക്ഷേ, അവർ പാഞ്ഞുപോകുന്നതിനിടയിൽ ഒരു കൂടാരത്തിൽ നിന്നും ഒരു പരുക്കൻ ശബ്ദം കേട്ടു. "യോനായുടെ മകൻ പീറ്ററേ, എടാ വൃത്തികെട്ട ഗലീലിക്കാരാ നീ ഓടിപ്പോകുമ്പോൾ നമ്മുടെ തല തമ്മിൽ സത്യത്തിൽ കൂട്ടിയിടിച്ചു. നീ അതു ശ്രദ്ധിച്ചില്ല. അല്പം കുടിക്കാൻ വേണ്ടി ഓട്ടം നിർത്തൂ. അതുകഴിഞ്ഞാൽ നിനക്ക് കാഴ്ച കിട്ടും. അപ്പോൾ എന്നെ നിനക്ക് കാണാൻ പറ്റും!"

പീറ്റർ ശബ്ദം തിരിച്ചറിഞ്ഞു. അയാൾ ഓട്ടം നിർത്തി" എടാ വൃത്തി കെട്ട സൈറീൻകാരൻ സൈമൺ, നിന്നോട് കൂട്ടിമുട്ടാൻ കഴിഞ്ഞത് നല്ല കാര്യമാണ്." പീറ്റർ അയാളുടെ കൂട്ടുകാരുടെ നേർക്ക് തിരിഞ്ഞു.

"കുട്ടികളേ, ഈ പ്രാവശ്യം നമുക്ക് രക്ഷപ്പെടാൻ പറ്റില്ല. നമുക്ക് അല്പം കുടിക്കാൻ വേണ്ടി ഓട്ടം നിർത്താം. സൈമൺ പേരെടുത്ത ഒരു കുടിയനാണ്. അയാൾ ഡേവിഡിന്റെ ഗേറ്റിനടുത്തുള്ള പ്രശസ്തമായ ഒരു സത്രത്തിന്റെ സൂക്ഷിപ്പുകാരനാണ്. അയാൾ തൂക്കിലേറ്റിയതിനുശേഷം തല ശൂലത്തിൽ കുത്തിനിർത്താനുള്ള യോഗ്യത ഉള്ളവനാണ്. പക്ഷേ, അതേസമയം അയാൾ ഒരു നല്ല മനുഷ്യനാണ്. നമ്മൾ അയാളെ തഴ യാൻ പാടില്ല."

സത്യത്തിൽ സൈമൺ ചെറുപ്പത്തിൽ ഒരു നല്ല മനുഷ്യൻ ആയി രുന്നു. ചെറുപ്പത്തിൽ അയാൾ സൈറീനിൽനിന്ന് കപ്പൽ കയറിവന്ന് ഒരു മദ്യശാല തുടങ്ങി. ജറുസലേമിൽ വരുമ്പോഴെല്ലാം പീറ്റർ അയാളുടെ മദ്യ ശാലയിൽ താമസിച്ചു. അവർ രണ്ടുപേരും ഒന്നിച്ചു കുടിച്ചു. ഭക്ഷണം കഴിച്ചു. സംസാരിച്ചു. ഫലിതം പറഞ്ഞു. ചിലപ്പോൾ അവർ ഒന്നിച്ചു പാട്ടു പാടി. ചിലപ്പോൾ അവർ വഴക്കടിച്ചു. വീണ്ടും അവർ കൂട്ടുകാരായി. വീണ്ടും കുടിച്ചു. അതുകഴിഞ്ഞ് കട്ടിയുള്ള ഒരു പുതപ്പുപുതച്ചുകൊണ്ട് പീറ്റർ ബഞ്ചിൽ കിടന്ന് ഉറങ്ങി. ഇപ്പോൾ സൈമൺ മുന്തിരിവള്ളികൾ ചുറ്റിപ്പടരുന്ന കൂടാരത്തിനുള്ളിൽ കക്ഷത്തിൽ കൂജയും കൈയിൽ ഓട്ടു കപ്പുമായി ഇരിക്കുകയായിരുന്നു. അയാൾ തനിച്ചിരുന്ന് കുടിക്കുകയായി രുന്നു.

കൂട്ടുകാർ ആലിംഗനം ചെയ്തു. അവർ രണ്ടുപേരും പകുതി ലഹരി യിൽ ആയിരുന്നു. അവർക്ക് പരസ്പരം അങ്ങേയറ്റത്തെ സ്നേഹം തോന്നി യതുകൊണ്ട് രണ്ടുപേരുടെയും കണ്ണുകളിൽ കണ്ണുനീർ നിറഞ്ഞു. ആദ്യത്തെ അലർച്ചയും ആലിംഗനങ്ങളും പാനോപചാരങ്ങളും കഴിഞ്ഞ പ്പോൾ സൈമൺ പൊട്ടിച്ചിരിക്കാൻ തുടങ്ങി.

"എനിക്ക് നീ ജ്ഞാനസ്നാനത്തിന് പോകുകയാണെന്ന് ഉറപ്പുണ്ട്. ഞാൻ എന്റെ എല്ലുകൾ പന്തയം വെക്കാം. സൈമൺ പറഞ്ഞു. "നീ ശരി യായ കാര്യമാണ് ചെയ്യുന്നത്. കുറച്ചു ദിവസം മുമ്പ് ഞാനും ജ്ഞാന സ്നാനം ചെയ്തു. എനിക്ക് അതിൽ പരിഭവം ഇല്ല. അത് അതീവ തൃപ്തി കരമാണ്."

"അതുകൊണ്ട് എന്തെങ്കിലും നേട്ടം നിങ്ങളുടെ ശ്രദ്ധയിൽപെട്ടോ?" ഭക്ഷണം കഴിച്ചുകൊണ്ടിരുന്ന യൂദാസ് ചോദിച്ചു. അയാൾ മദ്യപിച്ചിരു ന്നില്ല. അയാളുടെ മനസ്സിനുള്ളിൽ മുള്ളുകൾ കുത്തുന്നുണ്ടായിരുന്നു."

"എന്റെ ചങ്ങാതി, ഞാൻ നിങ്ങളോട് എന്തു പറയാനാണ്? ഞാൻ വെള്ളത്തിലായിട്ട് വർഷങ്ങൾ കഴിഞ്ഞിരിക്കുന്നു. വെള്ളവും ഞാനും പര സ്പരം വാൾമുനയിലാണ്. ഞാൻ വീഞ്ഞിനുവേണ്ടി സൃഷ്ടിക്കപ്പെട്ടവ നാണ്. വെള്ളം പോക്കാന്തവളയ്ക്കുവേണ്ടിയാണ്. കുറച്ചു ദിവസം മുമ്പ് ഞാൻ എന്നോടു പറഞ്ഞു: "നോക്കൂ, പോയി ജ്ഞാനസ്നാനം ചെയ്തു

കൂടെ? ലോകം മുഴുവൻ പൊയ്ക്കൊണ്ടിരിക്കുകയാണ്. പുതിയതായി ജ്ഞാനോദയം കിട്ടിയവരുടെ കൂട്ടത്തിൽ വീഞ്ഞുകുടിക്കുന്ന ചിലരെങ്കിലും കാണുമെന്ന് തീർച്ചയാണ്. അവർ മുഴുവൻ ബുദ്ധിമാന്ദ്യം ഉള്ളവർ ആയിരിക്കില്ല. അതുകൊണ്ട് എനിക്ക് കുറച്ചു പരിചയക്കാരെ ഉണ്ടാക്കാൻ കഴിയും. ചില ഇടപാടുകാരെ പിടികൂടാനും പറ്റും. ഡേവിഡിന്റെ ഗേറ്റിലുള്ള എന്റെ മദ്യശാലയെപ്പറ്റി എല്ലാവർക്കും അറിയാം. ശരി, കഥ ചുരുക്കിപ്പറയാം. ഞാൻ പോയി. പ്രവാചകൻ ഒരു മെരുങ്ങാത്ത കാട്ടുമൃഗമാണ്. ഞാൻ അദ്ദേഹത്തെ എങ്ങനെയാണ് വിവരിക്കേണ്ടത്? അദ്ദേഹത്തിന്റെ നാസാരന്ധ്രങ്ങളിൽനിന്നും ജ്വാലകൾ പുറത്തേക്ക് പറന്നു വരും— ദൈവമേ, എന്നെ രക്ഷിക്കണേ! അദ്ദേഹം എന്റെ കഴുത്തിൽ പിടിച്ചു താടിമുങ്ങുന്നതുവരെ വെള്ളത്തിൽ മുക്കിവെച്ചു. ഞാൻ ഞരങ്ങി. അയാൾ എന്നെ മുക്കിക്കൊല്ലാൻ പോകുകയായിരുന്നു. അവിശ്വാസി! പക്ഷേ, ഞാൻ രക്ഷപ്പെട്ട് പുറത്തുവന്നു— അതുകൊണ്ട് ഞാൻ ഇപ്പോൾ ഇവിടെ നില്ക്കുന്നു!"

"അതുകൊണ്ട് എന്തെങ്കിലും നേട്ടം നിങ്ങളുടെ ശ്രദ്ധയിൽപ്പെട്ടോ?" യൂദാസ് ആവർത്തിച്ചു.

"കുളി എനിക്ക് ധാരാളം നന്മ ചെയ്തു. അതെ. ധാരാളം നന്മകൾ എന്റെ വീഞ്ഞിനെക്കൊണ്ട് ഞാൻ സത്യം ചെയ്യാം. എനിക്ക് ആശ്വാസം തോന്നി. സ്നാപകൻ പറയുന്നത് ഞാൻ എന്റെ പാപങ്ങളിൽ നിന്ന് മോചിതനായെന്നാണ്. പക്ഷേ, നമ്മൾ മാത്രം അറിയാൻ ഞാൻ ഒരു കാര്യം പറയാം. ഞാൻ കുറച്ച് എണ്ണമയത്തിൽ നിന്ന് മോചിതനായെന്നാണ് ഞാൻ വിചാരിക്കുന്നത്. കാരണം ഞാൻ ജോർദ്ദാനിൽനിന്ന് കരയ്ക്കുകയറുമ്പോൾ വെള്ളത്തിനുമുകളിൽ ഒരിഞ്ചു കനത്തിൽ എണ്ണ ഉണ്ടായിരുന്നു.

അയാൾ പൊട്ടിച്ചിരിച്ചുകൊണ്ട് കപ്പിൽ വീഞ്ഞൊഴിച്ചുകുടിച്ചു. അതിനുശേഷം പീറ്ററും ജേക്കബ്ബും കുടിച്ചു. അയാൾ വീണ്ടും സ്വന്തം കപ്പു നിറച്ച് യൂദാസിന്റെ നേർക്ക് നീട്ടി:

"കൊല്ലൻ കുടിക്കുന്നില്ലേ? അനുഗൃഹീതനായ വിഡ്ഢി, ഇത് വീഞ്ഞാണ്. വെള്ളം അല്ല."

"ഞാൻ ഒരിക്കലും കുടിക്കില്ല." കപ്പ് തള്ളിമാറ്റിക്കൊണ്ട് ചുവന്ന താടിക്കാരൻ പറഞ്ഞു.

സൈമണിന്റെ കണ്ണുതള്ളിപ്പോയി അയാൾ ശബ്ദം താഴ്ത്തി ചോദിച്ചു. "നിങ്ങൾ അവരിൽ ഒരാളാണോ?"

"അതെ, അവരിൽ ഒരാളാണ്." യൂദാസ് പറഞ്ഞു. അയാൾ ഒരു തവണ കൈപ്പത്തി ഉയർത്തിക്കാണിച്ചുകൊണ്ട് സംസാരം അവസാനിപ്പിച്ചു.

"സ്ത്രീകളുമായി ബന്ധമില്ലേ?" സൈമൺ അമ്പരപ്പോടെ ചോദിച്ചു.

"ഇല്ല." യൂദാസ് താല്പര്യമില്ലാതെ മറുപടി പറഞ്ഞു.

"പിന്നെ എന്താണ് ഉള്ളത്?" സൈമൺ ഉറക്കെ ചോദിച്ചു. അയാൾക്ക് ഇതൊന്നും ചിന്തിക്കാൻ കഴിയുമായിരുന്നില്ല. "അപ്പോൾ ദൈവം വീഞ്ഞ്

സൃഷ്ടിച്ചത് എന്തിനാണ്? സ്ത്രീകളെ സൃഷ്ടിച്ചത് എന്തിനാണ്? നിങ്ങൾക്ക് പറയാൻ പറ്റുമോ? അദ്ദേഹത്തിന് വെറുതെ സമയം കളയാൻ വേണ്ടിയാണോ?"

ആ സമയത്ത് ആൻഡ്രൂ ഓടിവന്നു. "പെട്ടെന്നു വരൂ." അയാൾ വിളിച്ചു കൂവി. "ഗുരു തിടുക്കം കൂട്ടുന്നു."

"ഏത് ഗുരു?" സൈമൺ ചോദിച്ചു. "വെളുത്തവേഷം ധരിച്ച് ചെരിപ്പിടാതെ നടക്കുന്ന മനുഷ്യനാണോ?"

പക്ഷേ, അപ്പോഴേക്കും കൂട്ടുകാർ മൂന്നുപേരും സ്ഥലം വിട്ടിരുന്നു. സൈറീൻകാരൻ സൈമൺ കൈയിൽ ഒഴിഞ്ഞ കപ്പും കൂജയും പിടിച്ചുകൊണ്ട് തിരിച്ചുപോകുന്ന കൂട്ടുകാരെ നോക്കി അമ്പരപ്പോടെ തലകുലുക്കി. "ഇയാൾ നിശ്ചയമായും മറ്റൊരു സ്നാപകൻ ആയിരിക്കും. മറ്റൊരു ഭ്രാന്തൻ. പക്ഷേ, അയാൾക്കു ചുറ്റും അവർ കൂണുകൾ പോലെ മുളച്ചുവന്നുകൊണ്ടിരിക്കുകയാണ്. നമുക്ക് അയാളുടെ ആരോഗ്യത്തിനുവേണ്ടി കുടിക്കാം." കപ്പുനിറച്ചുകൊണ്ട് സൈമൺ പറഞ്ഞു. "ദൈവം അയാൾക്ക് അല്പം ബുദ്ധികൊടുക്കട്ടെ!"

ഈ സമയം കൊണ്ട് യേശുവും കൂട്ടുകാരും ആരാധനാലയത്തിന്റെ വിശാലമായ മുറ്റത്തു പ്രവേശിച്ചുകഴിഞ്ഞിരുന്നു. അവർ അതിനുള്ളിൽ കടന്ന് ആരാധന നടത്താൻ വേണ്ടി കൈയും കാലും വായും കഴുകി. അവർ തിടുക്കത്തിൽ നാലുചുറ്റും നോക്കി: ഓരോന്നായി നിരന്നു നില്ക്കുന്ന മനുഷ്യരുടെയും മൃഗങ്ങളുടെയും സംഘങ്ങളുടെ നിരകൾ, നല്ലപോലെ തണൽ തരുന്ന വളച്ചുവാതിലുകൾ സ്വർണ്ണനിറമുള്ള മുന്തിരിവള്ളികളും മുന്തിരിക്കുലകളും ചുറ്റിപ്പിണയുന്ന നീലവെണ്ണക്കല്ലിലും വെള്ള വെണ്ണക്കല്ലിലും തീർത്ത തൂണുകൾ. എവിടെ നോക്കിയാലും കൂടാരങ്ങളും കുടിലുകളും ഉന്തുവണ്ടികളും പണമിടപാട് നടത്തുന്നവരും മുടിവെട്ടുകാരും വീഞ്ഞു വില്പനക്കാരും ഇറച്ചിവെട്ടുകാരും. അന്തരീക്ഷത്തിൽ അലർച്ചയും അടിപിടിയും അട്ടഹാസങ്ങളും പ്രതിദ്ധ്വനിച്ചു. ദൈവത്തിന്റെ വീട് വിയർപ്പും അഴുക്കും കൊണ്ട് നാറി.

യേശു കൈപ്പത്തികൊണ്ട് മൂക്കും വായും പൊത്തിപ്പിടിച്ചു. അദ്ദേഹം ചുറ്റുപാടും നോക്കി. പക്ഷേ, ദൈവം ഒരിടത്തും ഉണ്ടായിരുന്നില്ല. "എനിക്ക് വെറുപ്പു തോന്നുന്നു. എനിക്ക് നിങ്ങളുടെ ഉത്സവങ്ങളോട് അവജ്ഞയാണ്. നിങ്ങൾ എനിക്കുവേണ്ടി കഴുത്തറുക്കുന്ന കൊഴുത്ത മൃഗങ്ങളുടെ ഗന്ധം കൊണ്ട് എനിക്ക് ഛർദ്ദിക്കാൻ തോന്നുന്നു. നിങ്ങളുടെ സ്തോത്രങ്ങളുടെയും വിപഞ്ചികകളുടെയും ആരവം എന്റെ അടുത്തുനിന്നും ദൂരത്തേക്ക് കൊണ്ടു പോകൂ.." ഇതു പറഞ്ഞത് ദൈവമോ പ്രവാചകനോ ആയിരുന്നില്ല. ഇത് കുഴഞ്ഞുമറിഞ്ഞുപോയ യേശുവിന്റെ ഹൃദയത്തിന്റെ കരച്ചിൽ ആയിരുന്നു. പെട്ടെന്ന് അദ്ദേഹം ബോധംകെട്ടു വീണു. എല്ലാകാര്യങ്ങളും അപ്രത്യക്ഷപ്പെട്ടു. സ്വർഗ്ഗങ്ങൾ തുറന്ന് കത്തുന്ന മുടിയുള്ള ഒരു മാലാഖ ചാടി ഇറങ്ങിവന്നു. മാലാഖയുടെ കാലുകൾ അന്തരീക്ഷത്തിൽ പറന്നുനടന്നു. തലമുടിയിലെ തീയിൽ നിന്ന് ഉയരുന്ന തീജ്വാലകളും

പുകയും ചുമന്നുകൊണ്ട് മാലാഖ മുറ്റത്തു കിടന്നിരുന്ന ഒരു കറുത്ത പാറയുടെ മുകളിലേക്ക് വലിഞ്ഞുകയറി. അയാൾ സ്വർണ്ണം പൊതിഞ്ഞ പ്രൗഢമായ ആരാധനാലയത്തിന്റെ നേർക്ക് സ്വന്തം വാൾ ചൂണ്ടി...

യേശു വിറച്ചു. അദ്ദേഹം ആൻഡ്രുവിന്റെ കൈപിടിച്ച് നിവർന്നുനിന്നു കൊണ്ട് ആരാധനാലയം കണ്ടു. ശബ്ദം ഉണ്ടാക്കിക്കൊണ്ടിരുന്ന മനുഷ്യരെ കണ്ണു തുറന്നുകണ്ടു. വലിയ പ്രകാശത്തിനുള്ളിൽ മാലാഖ സ്വയം ഒളിച്ചുകഴിഞ്ഞിരുന്നു. യേശു കൂട്ടുകാരുടെ നേർക്ക് കൈനീട്ടി

"എന്നോട് ക്ഷമിക്കണം." യേശു പറഞ്ഞു. "പക്ഷേ, എനിക്ക് ഇവിടെ നില്ക്കാൻ കഴിയില്ല. എനിക്ക് ബോധക്കേട് വരും. നമുക്ക് പോകാം."

"ആരാധന നടത്താതെ തിരിച്ചു വരാനോ?" ജേക്കബ് അപവാദം കേട്ട മട്ടിൽ ചോദിച്ചു.

"ജേക്കബ് നമുക്ക് നമ്മുടെ ഉള്ളിൽ തന്നെ ആരാധന നടത്താം." യേശു പറഞ്ഞു. "നമ്മുടെ ഓരോരുത്തരുടെയും ശരീരം ഓരോരോ ആരാധനാലയങ്ങൾ ആണ്."

അവർ നടന്നു. യൂദാസ് അയാളുടെ വടി നിലത്തുകുത്തിക്കൊണ്ട് ഏറ്റവും മുന്നിൽ നടന്നു. "യേശുവിനു അഴുക്കും ചോരയും ബഹളവും സഹിക്കാൻ കഴിയുന്നില്ല." യൂദാസ് ആലോചിച്ചു. "യേശു മിശിഹാ അല്ല."

ഒരു അപരിഷ്കൃതനായ ഫരീസി ആരാധനാലയത്തിന്റെ അവസാനത്തെ പടിയിൽ കമഴ്ന്നു കിടന്ന് വെണ്ണക്കല്ലിനെ അത്യാർത്തിയോടെ ചുംബിച്ചുകൊണ്ടിരുന്നു. വേദപുസ്തകത്തിലെ ഭയാനകമായ വചനങ്ങൾ കുത്തിനിറച്ച ഏലസുകൾ അയാളുടെ കൈയിലും കഴുത്തിലും കനമുള്ള ചരടുകളിൽ കെട്ടിത്തൂക്കിയിട്ടിരുന്നു. തുടർച്ചയായ സാഷ്ടാംഗപ്രണാമങ്ങൾ കൊണ്ട് അയാളുടെ കാൽമുട്ടുകളിൽ ഒട്ടകത്തിന്റെ കാൽമുട്ടുകളിലെപോലെ തഴമ്പു വന്നിരുന്നു. അയാളുടെ മുഖത്തും കഴുത്തിലും നെഞ്ചത്തും രക്തം വാർന്നുകൊണ്ടിരിക്കുന്ന മുറിവുകൾ ഉണ്ടായിരുന്നു. ഓരോ പ്രാവശ്യവും ദൈവത്തിന്റെ ഈ കൊടുങ്കാറ്റ് അയാളെ തള്ളിയിടുമ്പോൾ അയാൾ കൂർത്തകല്ലുകൾ എടുത്തു സ്വയം മുറിവേല്പിക്കും.

ആൻഡ്രുവും ജോണും യേശു ഫരീസിയെ കാണാതിരിക്കാൻ വേണ്ടി പെട്ടെന്ന് അദ്ദേഹത്തിന്റെ മുമ്പിൽ കയറി നിന്നു. പീറ്റർ ജേക്കബ്ബിന്റെ അടുത്തു വന്ന് ചെവിയിൽ പറഞ്ഞു. "നിങ്ങൾക്ക് അയാളെ അറിയില്ലേ? അയാൾ ആശാരി ജോസഫിന്റെ ഏറ്റവും മൂത്തമകൻ ജേക്കബ് ആണ്. അയാൾ ഏലസ്സുകൾ വില്ക്കാൻ വേണ്ടി ചുറ്റിത്തിരിയുന്നു. ഓരോ രണ്ടു മിനിറ്റിലും അയാളെ ദുരാത്മാവുകൾ പിടികൂടും. അയാൾ നിലത്തുവീണു കിടന്ന് ഉരുളും. യഥാർത്ഥത്തിൽ അയാൾ സ്വയം കൊലപാതകം നടത്തുകയാണ്."

"ഗുരുവിനെ അങ്ങേയറ്റത്തെ ആർത്തിയോടെ വേട്ടയാടിക്കൊണ്ടിരിക്കുന്നത് ഇയാൾ ആണോ? "ജേക്കബ് നിമിഷനേരത്തേക്ക് നടത്തം. നിർത്തിക്കൊണ്ട് ചോദിച്ചു.

"അതെ, അയാൾ പറയുന്നത്, അയാൾ സ്വന്തം വീടിന് അപമാനം

ആണെന്നാണ്."

അവർ ആരാധനാലയത്തിന്റെ സ്വർണ്ണവാതിലിലൂടെ പുറത്തുകടന്നു. ഡിഡ്രോൺ താഴ്വര കടന്ന് അവർ ചാവുകടലിനെ ലക്ഷ്യംവെച്ച് നടക്കാൻ തുടങ്ങി. അവരുടെ വലതുവശത്ത് ഉണ്ടായിരുന്ന ഗത്സിമനിലെ ഒലിവ് തോട്ടങ്ങൾ അവർ പിന്നിട്ടു. അവരുടെ മുകളിലെ ആകാശം വെളുത്ത നിറത്തിൽ എരിയുകയായിരുന്നു. അവർ ഒലിവുകളുടെ കൊടുമുടിയിൽ എത്തിച്ചേർന്നു. ലോകത്തിന് അല്പം മാധുര്യം കൂടിയിരുന്നു. ഒലിവ് മരങ്ങളുടെ ഓരോ ഇലയിൽനിന്നും പ്രകാശം ഇറ്റുവീണു. കാക്കകളുടെ സംഘങ്ങൾ ഒന്നിനു പിറകെ ഒന്നായി ജറുസലേമിലേക്ക് പാഞ്ഞുപോയി.

യേശുവിനെ കൈകൊണ്ട് ചുറ്റിപ്പിടിച്ചിരുന്ന ആൻഡ്രു അയാളുടെ പഴയ യജമാനൻ സ്നാപകനെപ്പറ്റി പറഞ്ഞുകൊണ്ടിരുന്നു. പഴയ യജമാനന്റെ മടയിലേക്ക് അടുക്കുമ്പോൾ ഭയംകൊണ്ട് ആൻഡ്രുവിന്റെ ശ്വാസത്തിന്റെ വേഗത കൂടി.

"അദ്ദേഹം നിശ്ചയമായും ഏലിയാ ആണ്. അദ്ദേഹം ഒരിക്കൽകൂടി മനുഷ്യരുടെ ആത്മാവിനെ സുഖപ്പെടുത്താൻ വേണ്ടി കാർമൽ കൊടുമുടിയിൽനിന്നും ഇറങ്ങിവന്നിരിക്കുന്നു. ഒരിക്കൽ അദ്ദേഹത്തിന്റെ തലയ്ക്കു മുകളിൽ ഒരു ജ്വലിക്കുന്ന രഥം ചുറ്റിത്തിരിയുന്നത് ഞാൻ എന്റെ കണ്ണുകൊണ്ട് കണ്ടു. മറ്റൊരു രാത്രിയിൽ അദ്ദേഹത്തിന് തിന്നാൻ വേണ്ടി ഒരു കാക്ക കത്തുന്ന കൽക്കരി കൊത്തിക്കൊണ്ടുവരുന്നത് ഞാൻ കണ്ടു... ഒരു ദിവസം ഞാൻ ധൈര്യം സംഭരിച്ച് അദ്ദേഹത്തോട് ചോദിച്ചു. "അങ്ങ് മിശിഹാ ആണോ?" അദ്ദേഹം പാമ്പിനെ ചവിട്ടിയതു പോലെ ഞെട്ടി. "അല്ല." അദ്ദേഹം നെടുവീർപ്പിട്ടുകൊണ്ട് മറുപടി പറഞ്ഞു. "ഞാൻ കലപ്പ വലിക്കുന്ന കാളയാണ്. മിശിഹാ വിത്താണ്."

"ആൻഡ്രു നിങ്ങൾ അദ്ദേഹത്തെ വിട്ടുപോന്നത് എന്തുകൊണ്ടാണ്?

"എനിക്ക് വിത്തുകണ്ടെത്തണം."

"എന്നിട്ട് കണ്ടെത്തിയോ?"

ആൻഡ്രു യേശുവിന്റെ കൈ അയാളുടെ ഹൃദയത്തിൽ അമർത്തി. അയാളുടെ മുഖം ചുവന്നുതുടുത്തു. "കണ്ടെത്തി" അയാൾ പറഞ്ഞു. പക്ഷേ, അയാൾ ശബ്ദം താഴ്ത്തി സംസാരിച്ചതു കൊണ്ട് യേശു കേട്ടില്ല.

അവർ സാവധാനം ചാവുകടലിലേക്കുള്ള ഇറക്കം ശ്വാസം വിടാതെ ഇറങ്ങി. സൂര്യൻ അവരുടെ തലയ്ക്കുള്ളിൽ കിലുങ്ങിത്തുടങ്ങുന്നതുവരെ അവരുടെ പുറത്തേക്ക് തീജ്വാലകൾ കോരിയൊഴിച്ചു. അവരുടെ മുമ്പിൽ മൊവാബ് പർവ്വതങ്ങൾക്ക് ഉയരം കൂടിക്കൂടിവന്നു. ഒരു ഊഷരമായ മതിൽ. അവർക്കു പിന്നിൽ കുമ്മായം പോലെ വെളുത്ത ഇദുമെയ പർവ്വതങ്ങൾ. വഴി വളഞ്ഞുപുളഞ്ഞ് കൂടുതൽ കൂടുതൽ താഴോട്ട് ഇറങ്ങി. അവർ ഒരു ആഴമുള്ള കിണറിലേക്ക് കടന്നുചെല്ലുകയായിരുന്നു. അവർ എല്ലാവരും ശ്വാസം അടക്കിയിരുന്നു.

നമ്മൾ തീജ്വാലകളിലേക്ക് ഇറങ്ങിക്കൊണ്ടിരിക്കുകയാണ്.... അവർ എല്ലാവരും വിചാരിക്കുന്നുണ്ടായിരുന്നു. അവർക്ക് ടാറിന്റെയും ഗന്ധ

കത്തിന്റെയും ഗന്ധം അനുഭവപ്പെടുന്നുണ്ടായിരുന്നു.

വെളിച്ചം അവരെ അന്ധരാക്കി. അവർ തപ്പിത്തടഞ്ഞ് മുന്നോട്ടു നീങ്ങി. അവരുടെ പാദങ്ങൾ കീറിമുറിഞ്ഞു. അവരുടെ കണ്ണുകൾ എരിഞ്ഞു. അവർ മണിമുഴക്കങ്ങൾ കേട്ടു: രണ്ട് ഒട്ടകങ്ങൾ കടന്നുപോയി— അത് ഒട്ടകങ്ങൾ ആയിരുന്നില്ല. തീക്ഷ്ണമായ ചൂടിൽ ഉരുകിയൊലിക്കുന്ന രണ്ട് മൃഗതൃഷ്ണകൾ ആയിരുന്നു.

"എനിക്ക് പേടിയാണ്" സബിദീയുടെ ഇളയ മകൻ രഹസ്യം പറഞ്ഞു. "ഇത് നരകമാണ്."

"ധൈര്യമായിരിക്ക്." ആൻഡ്രൂ മറുപടി പറഞ്ഞു. "സ്വർഗ്ഗം നരകത്തിന്റെ ഹൃദയത്തിലാണെന്ന് കേട്ടിട്ടില്ലേ?"

"സ്വർഗ്ഗമാണെന്നോ?"

"താമസിയാതെ നിങ്ങൾക്ക് കാണാൻ കഴിയും!"

അവസാനം സൂര്യൻ താഴോട്ട് പോയി. മൊവാബ് പർവ്വതങ്ങൾ ഇരുണ്ട ചുവപ്പുനിറമായി ഇദുമെയപർവ്വതങ്ങൾ മനുഷ്യരുടെ കണ്ണുകൾക്ക് ആശ്വാസം പകർന്നുകൊണ്ട് ഇളം ചുവപ്പുനിറമായി പെട്ടെന്ന് വഴിയുടെ ഒരു തിരിവിൽവെച്ച് അവരുടെ കാഴ്ചയും ശരീരവും തണുത്ത വെള്ളത്തിൽ മുങ്ങിയതുപോലെ ഉത്സാഹഭരിതമായി. അവരുടെ മുമ്പിൽ അപ്രതീക്ഷിതമായി പ്രത്യക്ഷപ്പെട്ടത് ഏത് പുൽത്തകിടി ആയിരുന്നു? തിരയടിക്കുന്ന ഈ തടാകം ഏതാണ്? പഴങ്ങളുടെ ഭാരം കൊണ്ടു കുനിഞ്ഞ ഈ മാതള നാരകവും വെള്ളനിറം പൂശിയ ഈ കുടിലുകളും ഏതാണ്? അന്തരീക്ഷത്തിൽ പെട്ടെന്ന് മുല്ലപ്പൂവിന്റെയും റോസാപ്പൂവിന്റെയും സുഗന്ധങ്ങൾ നിറഞ്ഞു.

"ജെറിക്കോ" ആൻഡ്രൂ സന്തോഷത്തോടെ വിളിച്ചുകൂവി. "അവർക്ക് ഇവിടെ ലോകത്തിലെ ഏറ്റവും മധുരമുള്ള ഈന്തപ്പനകൾ ഉണ്ട്. ഏറ്റവും അത്ഭുതകരമായ റോസാപ്പൂക്കളും ഉണ്ട്. പൂക്കൾ വാടുകയാണെങ്കിൽ അവയെ നിങ്ങൾ വെള്ളത്തിൽ മുക്കിയാൽ മതി. അവയ്ക്ക് അതോടെ പുതുമ ലഭിക്കും.

പെട്ടെന്ന് രാത്രിയായി. ആദ്യത്തെ വിളക്കുകൾ കൊളുത്തിക്കഴിഞ്ഞിരുന്നു.

"ഇരുട്ടു വീഴുന്നതുകണ്ടുകൊണ്ട് ഒരു ഗ്രാമത്തിൽ എത്തിച്ചേരുന്നു. ആദ്യത്തെ വിളക്കുകൾ കൊളുത്തിയിരിക്കുന്നതു കാണുന്നു. കഴിക്കാൻ ഒന്നും ഇല്ലാതെ ഉറങ്ങാൻ സ്ഥലമില്ലാതെ എല്ലാ കാര്യങ്ങളും ദൈവത്തിന്റെ കാരുണ്യത്തിനും മനുഷ്യന്റെ നന്മയ്ക്കും വിട്ടുകൊടുക്കുന്ന ഈ അവസ്ഥ ലോകത്തിലെ ഏറ്റവും പരിശുദ്ധവും മഹനീയവുമായ ആഹ്ലാദങ്ങളിൽ ഒന്നാണെന്നാണ് ഞാൻ വിചാരിക്കുന്നത്!" വിശുദ്ധമായ ഈ നിമിഷം പൂർണ്ണമായും ആസ്വദിക്കാൻ വേണ്ടി നടത്തം നിർത്തിക്കൊണ്ട് യേശു പറഞ്ഞു.

ഗ്രാമത്തിലെ പട്ടികൾ അപരിചിതരുടെ മണം പിടിച്ചുകൊണ്ട് കുരയ്ക്കാൻ തുടങ്ങി. വാതിലുകൾ തുറന്നു. കൊളുത്തിയ വിളക്കുകൾ പ്രത്യ

ക്ഷപ്പെട്ടു. ഇരുട്ടിൽ അന്വേഷണങ്ങൾ നടത്തിയതിനുശേഷം വിളക്കുകൾ അകത്തേക്ക് തിരിച്ചുപോയി. കൂട്ടുകാർ എല്ലാ വാതിലുകളിലും മുട്ടിവിളിച്ചു. അവർ അപ്പവും മാതളനാരങ്ങകളും സന്തോഷത്തോടെ കൊടുക്കാൻ തയ്യാറായിരുന്നു. കൂട്ടുകാർക്ക് കൈനിറയെ മുന്തിരിയും പച്ച ഒലിവുകളും കിട്ടി. അവർ ദൈവത്തിൽനിന്നും മനുഷ്യരിൽനിന്നുമുള്ള ഈ ഭിക്ഷകൾ ശേഖരിച്ചുകൊണ്ട് ഒരു തോട്ടത്തിന്റെ മൂലയ്ക്ക് കയറിയിരുന്ന് ഭക്ഷിച്ചു. പെട്ടെന്നുതന്നെ അവർ ഉറക്കത്തിലായി. രാത്രി മുഴുവൻ കടലിനെപ്പോലെ മരുഭൂമി താരാട്ടുപാടി ഉറക്കുന്നത് അവർ സ്വപ്നത്തിൽ കേട്ടു. പക്ഷേ, യേശു ഉറക്കത്തിൽ പെരുമ്പറകൾ കേട്ടു. ജറിക്കോ പട്ടണത്തിന്റെ മതിലുകൾ ഇടിഞ്ഞുവീഴുന്നതു കേട്ടു.

മാരകമായി വിളറി തളർച്ചകൊണ്ട് നാക്കു തള്ളിപ്പോയ കൂട്ടുകാർ ശപിക്കപ്പെട്ട ചാവു കടലിൽ എത്തുമ്പോൾ ഉച്ചയോടടുത്തിരുന്നു. ജോർദ്ദാനിലെ ഒഴുക്കിലൂടെ താഴോട്ടു വന്ന മീനുകൾ അവർ തൊട്ടപ്പോൾ നശിച്ചുപോയി. കരയിൽ ഉണ്ടായിരുന്ന ഏതാനും മരങ്ങൾ കുത്തിനിർത്തിയ അസ്ഥികൾപോലെ ആയിരുന്നു. കൊഴുത്ത വെള്ളം ഇരുണ്ടതും നിശ്ചലവും ആയിരുന്നു. നിങ്ങൾ ദൈവഭക്തിയുള്ളവർ ആയിരുന്നെങ്കിൽ കുനിഞ്ഞുനോക്കുമ്പോൾ കറുത്ത അടിത്തട്ടിൽ ആലിംഗനം ചെയ്തു നില്ക്കുന്ന സോദോം ഗോമോറ* എന്നീ ചീഞ്ഞളിഞ്ഞ വേശ്യകളെ കാണാൻ കഴിയുമായിരുന്നു.

യേശു ഒരു പാറപ്പുറത്തു കയറിനിന്ന് ദൂരത്തേക്ക് നോക്കി. ശൂന്യത മാത്രം. ഭൂമി ചുട്ടുപൊള്ളുകയായിരുന്നു. പർവ്വതങ്ങൾ ഉരുകിയൊലിച്ചു. അദ്ദേഹം ആൻഡ്രുവിന്റെ കൈപിടിച്ചുകൊണ്ട് ചോദിച്ചു. "സ്നാപകയോഹന്നാൻ എവിടെ? ഞാൻ ആരെയും കാണുന്നില്ല. ആരെയും..."

ആൻഡ്രു പറഞ്ഞു. "അവിടെ കാട്ടുചൂരലിനു പിന്നിൽ നദിയുടെ ഒഴുക്കു നിലയ്ക്കുന്നു. വെള്ളം ഒരു കുളമായി രൂപപ്പെടുന്നു. അതിൽ പ്രവാചകൻ ജ്ഞാനസ്നാനം ചെയ്യിക്കുന്നു. നമുക്കുപോയി പ്രവാചകനെ കണ്ടെത്താം. എനിക്ക് വഴി അറിയാം."

"ആൻഡ്രുവിന് ക്ഷീണം ഉണ്ട്. മറ്റുള്ളവരുടെ കൂടെ വിശ്രമിക്കൂ. ഞാൻ തനിച്ചു പോകാം."

"അദ്ദേഹം നിഷ്ഠുരനാണ്. ഞാൻ ആചാര്യന്റെ കൂടെ വരാം."

"എനിക്ക് തനിച്ചു പോകണം. ആൻഡ്രു ഇവിടെ വിശ്രമിക്കൂ."

അദ്ദേഹം കാട്ടുചൂരലിന്റെ അടുത്തേക്ക് നടന്നു. അദ്ദേഹത്തിന്റെ ഹൃദയം ശക്തിയായി മിടിക്കുന്നുണ്ടായിരുന്നു. അദ്ദേഹം കാട്ടുചൂരലിനെ നിശ്ചലമാക്കാൻ വേണ്ടി അതിന്റെ മുകളിൽ കൈവച്ചു. മരുഭൂമിയിൽ നിന്ന് പ്രത്യക്ഷപ്പെട്ട കാക്കകളുടെ ഒരു പുതിയ സംഘം ജറുസലേം ലക്ഷ്യമാക്കി തിടുക്കത്തിൽ പറന്നുപോയി.

പെട്ടെന്ന് ആരോ പിന്നിൽ നിന്ന് നടന്നുവരുന്നത് യേശു കേട്ടു. അത്

1. ധാർമ്മികമായി അധഃപതിച്ചതിന് ദൈവം ചുട്ടെരിച്ച രണ്ട് നഗരങ്ങൾ

യൂദാസ് ആയിരുന്നു.

"എന്നെ വിളിക്കാൻ മറന്നുപോയി" പൊള്ളുന്ന ചിരിചിരിച്ചുകൊണ്ട് ചുവന്ന താടിക്കാരൻ പറഞ്ഞു. "ഇതാണ് ഏറ്റവും ബുദ്ധിമുട്ടുള്ള സമയം ഞാൻ ആചാര്യനോടൊപ്പം ഉണ്ടാകാൻ ആഗ്രഹിക്കുന്നു."

"വരൂ." യേശു പറഞ്ഞു.

"യേശു മുന്നിൽ നടന്നു. യൂദാസ് പിന്നിൽ നടന്നു. അവർ കാട്ടുചൂരലുകൾ വകഞ്ഞുമാറ്റി അവരുടെ പാദങ്ങൾ നദിയുടെ ഇളംചൂടുള്ള ചേറിൽ മുങ്ങി. ഒരു കറുത്ത പാമ്പ് ഞെട്ടിത്തിരിഞ്ഞ് ഒരു പാറയുടെ മുകളിലേക്ക് തെന്നിക്കയറി തല ഉയർത്തി നിന്നു. അത് കൗശലമുള്ള കണ്ണുകൾകൊണ്ട് അവരെ നോക്കുന്നതിനിടയിൽ ചീറ്റി. അതിന്റെ പകുതി ശരീരം പാറയിൽ പറ്റിക്കിടന്നു. പകുതിശരീരം എഴുന്നേറ്റ് നിവർന്നുനിന്നു. യേശു നിമിഷനേരത്തേക്ക് നടത്തം നിർത്തിക്കൊണ്ട് അതിനെ സ്വാഗതം ചെയ്യുന്ന മട്ടിൽ സൗഹൃദയത്തോടെ കൈവീശി. യൂദാസ് അയാളുടെ ഓക്കു തടിയിൽ തീർത്ത ഗദ ഉയർത്തി. പക്ഷേ, യേശു കൈ ഉയർത്തി അയാളെ നിയന്ത്രിച്ചു.

"എന്റെ സഹോദരൻ യൂദാസ് അതിനെ ഉപദ്രവിക്കരുത്" അദ്ദേഹം പറഞ്ഞു "കടിക്കുമ്പോൾ, അത് അതിന്റെ കടമ ചെയ്യുകയാണ്."

ചൂട് അട്ടഹസിക്കുകയായിരുന്നു. ചാവു കടലിൽനിന്ന് വീശി തെക്കൻ കാറ്റ് ചീഞ്ഞ ശവങ്ങളുടെ കനത്ത ഗന്ധം കൂടെ കൊണ്ടുവന്നിരുന്നു. യേശു ഇപ്പോൾ വന്യമായ ഒരു പരുക്കൻ ശബ്ദം കേൾക്കാൻ തുടങ്ങി. ഇടയ്ക്കിടയ്ക്ക് ഏതാനും വാക്കുകൾ അദ്ദേഹത്തിന് തിരിച്ചറിയാൻ കഴിഞ്ഞു. "തീ... കോടാലി... കായ്ക്കാത്ത മരം..." അതിനുശേഷം കുറേക്കൂടി ഉച്ചത്തിൽ: "പശ്ചാത്തപിക്കൂ! പശ്ചാത്തപിക്കൂ!" പെട്ടെന്ന് യാതൊരു മുന്നറിയിപ്പും ഇല്ലാതെ ഒരു വലിയ ജനക്കൂട്ടത്തിൽ നിന്ന് അലർച്ചയും വിലാപങ്ങളും പൊട്ടിപ്പുറപ്പെട്ടു. യേശു ഒരുവന്യമൃഗത്തിന്റെ ഗുഹയിലേക്ക് പോകുന്നതുപോലെ സാവധാനം കൗശലത്തോടെ മുന്നോട്ടു നീങ്ങി. അദ്ദേഹം കാട്ടുചൂരൽ ഇരുവശത്തേക്കും തള്ളിമാറ്റി. ഒച്ചപ്പാട് വർദ്ധിച്ചു. പെട്ടെന്ന് നിലവിളിക്കാതിരിക്കാൻ വേണ്ടി യേശു ചുണ്ടുകടിച്ചു– കാരണം ഇവിടെ ജോർദ്ദാനിലെ വെള്ളത്തിനു മുകളിൽ ഉയർന്നു നിന്ന ഒരു പാറയുടെ മുകളിൽ ചൂരൽ പോലെയുള്ള കാലുകളിൽ അയാൾ നില്ക്കുന്നുണ്ടായിരുന്നു. ഇത് ഒരു മനുഷ്യൻ ആണോ? ഇത് നശീകരണ വാസനയുള്ളവൻ ആണോ? ഇത് വിശപ്പിന്റെ മാലാഖ ആണോ? അതോ പ്രതികാരത്തിന്റെ ദൈവദൂതൻ ആണോ? അലറിവിളിക്കുന്ന മനുഷ്യർ തിരമാലകൾ പോലെ പാറകളിൽ ആർത്തലച്ചു– വിരൽനഖങ്ങളിലും കൺപീലികളിലും ചായം തേച്ച എത്യോപ്യക്കാർ, മൂക്കിൽ കനമുള്ള ഓട്ടുവളയങ്ങളുമായി ചാൽ ദിയാക്കാർ നീളമുള്ള എണ്ണമയം പുരണ്ട കൃതാവുകളുമായി ഇസ്രയേലുകാർ. സ്നാപകയോഹന്നാൻ നുരയും പതയും ഒലിപ്പിച്ചുകൊണ്ട് തെക്കൻ കാറ്റിൽ ആടി ഉയരുന്ന കാട്ടുചൂരൽ പോലെ ആയിരുന്നു. സ്നാപകയോഹന്നാൻ വിളിച്ചുകൂവിക്കൊണ്ടിരുന്നു. "പശ്ചാത്ത

പിക്കൂ! പശ്ചാത്തപിക്കൂ! ദൈവത്തിന്റെ ദിവസം വന്നിരിക്കുന്നു! നിലത്തു കിടന്ന് ഉരുളൂ! മരിക്കൂ! നിലവിളിക്കൂ! ദൈവം പറഞ്ഞിരുന്നു: ആ ദിവസം ഉച്ചയ്ക്ക് അസ്തമിക്കാൻ ഞാൻ സൂര്യനോട് ആജ്ഞാപിക്കും. ഞാൻ കറുത്തവാവിനെ പിഴിഞ്ഞെടുത്ത് സ്വർഗ്ഗത്തിലും ഭൂമിയിലും ഇരുട്ടു കോരിയൊഴിക്കും. ഞാൻ നിങ്ങളുടെ പൊട്ടിച്ചിരിയെ തലകീഴാക്കും. അതിനെ ഞാൻ കരച്ചിലാക്കി മാറ്റും. നിങ്ങളുടെ പാട്ടുകളെ ഞാൻ വിലാപങ്ങളാക്കി മാറ്റും. ഞാൻ വീശിയടിക്കും. നിങ്ങളുടെ കൈയും കാലും മൂക്കും ചെവിയും തലമുടിയും ഉൾപ്പെടെയുള്ള എല്ലാ അലങ്കാരങ്ങളും നിലം പൊത്തും."

യൂദാസ് മുന്നോട്ടു വന്ന് യേശുവിന്റെ കൈയിൽ പിടിച്ചു. യേശു കേൾക്കുന്നുണ്ടോ? നോക്കൂ! മിശിഹാ ഇങ്ങനെയാണ് സംസാരിക്കുന്നത്. അദ്ദേഹം മിശിഹാ ആണ്."

"അല്ല. സഹോദരാ, അല്ല" യേശു മറുപടി പറഞ്ഞു. "കോടാലിയുമായി മിശിഹായുടെ വഴി തെളിക്കുന്നവനാണ് ഇങ്ങനെ സംസാരിക്കുന്നത്. പക്ഷേ മിശിഹാ ഇങ്ങനെ സംസാരിക്കില്ല." അദ്ദേഹം കൂർത്ത ഇല പറിച്ചെടുത്ത് ചുണ്ടുകൾക്കിടയിൽ വെച്ചു.

"മിശിഹായുടെ വഴി തെളിക്കുന്നവൻ" യൂദാസ് മുറുമുറുത്തു. കാട്ടുചൂരലിനുള്ളിൽ നിന്ന് പുറത്തുവന്ന് സ്വയം വെളിപ്പെടാൻ വേണ്ടി യൂദാസ് യേശുവിനെ മുന്നോട്ടു തള്ളി.

"മുന്നോട്ടു പോകൂ. അയാൾ ആചാര്യനെ കാണട്ടെ" യൂദാസ് ആജ്ഞാപിച്ചു. "അയാൾ തീരുമാനിക്കട്ടെ."

യേശു വെളിച്ചത്തിലേക്ക് വന്നു അദ്ദേഹം സംശയിച്ചു രണ്ടു ചുവട് മുന്നോട്ടുവെച്ചതിനുശേഷം അറച്ചു നിന്നു. പ്രവാചകന്റെ മുകളിൽ പതിഞ്ഞുപോയ കണ്ണുകളോടെ യേശു നടത്തം നിർത്തി. അദ്ദേഹത്തിന്റെ ആത്മാവ് പ്രവാചകന്റെ ചൂരലുപോലെയുള്ള കാലുകളിലും ജ്വലിക്കുന്ന മുഖത്തും അതിനു മുകളിലുള്ള അദൃശ്യമായ ഔന്നത്യങ്ങളിലും തങ്ങിനില്ക്കുന്ന ഒരു നോട്ടമായി രൂപം മാറി. സ്നാപകൻ പുറം തിരിഞ്ഞ് നില്ക്കുകയായിരുന്നു. സ്വന്തം ശരീരത്തിലൂടെ പരിശോധന നടത്തിക്കൊണ്ടിരിക്കുന്ന തീക്ഷ്ണമായ നോട്ടത്തെ അയാൾ തിരിച്ചറിഞ്ഞു. അയാൾക്ക് ദേഷ്യം വന്നു. അയാൾ പൂർണ്ണമായും തിരിഞ്ഞു നിന്നുകൊണ്ട് കൂടുതൽ വ്യക്തമായി കാണാൻ വേണ്ടി പരുന്തിന്റെ കണ്ണുപോലെയുള്ള രണ്ടു കണ്ണുകളും പകുതി അടച്ചു പിടിച്ചുകൊണ്ട് നോക്കി.

നിശ്ശബ്ദനായി അനക്കം ഇല്ലാതെ അയാളെ നോക്കിക്കൊണ്ടു നില്ക്കുന്ന വെളുത്ത വസ്ത്രംധരിച്ച ഈ ചെറുപ്പക്കാരൻ ആരായിരിക്കും? എന്നോ എവിടെയോവെച്ച് ഈ ചെറുപ്പക്കാരനെ കണ്ടിട്ടുണ്ട്. എന്ന്? എവിടെവെച്ച്? എപ്പോൾ? അയാൾ ഓർമ്മിച്ചെടുക്കാനുള്ള വേദന കൊണ്ട് കഷ്ടപ്പെട്ടു. ഇത് ഒരു സ്വപ്നം ആണോ? അയാൾ പലപ്പോഴും ഇതുപോലെ വെളുത്ത വസ്ത്രം ധരിച്ച മനുഷ്യരെപ്പറ്റി സ്വപ്നം കണ്ടിട്ടുണ്ട്. അവർ ഒരിക്കലും അയാളോട് സംസാരിച്ചിരുന്നില്ല. അവർ അയാളോട് വിട പറ

യുന്ന മട്ടിൽ അല്ലെങ്കിൽ അയാളെ അഭിവാദനം ചെയ്യുന്നമട്ടിൽ കൈവീശിക്കൊണ്ട് വെറുതെ കണ്ണു തുറന്നു നോക്കി. അപ്പോൾ പുലരിയിൽ കൂവുന്ന പൂവൻകോഴി കൂവും. അതോടെ അവർ വെളിച്ചമായി മാറിക്കൊണ്ട് അപ്രത്യക്ഷപ്പെടും.

ഈ സമയം മുഴുവൻ യേശുവിനെ നോക്കിക്കൊണ്ടുനിന്ന സ്നാപകൻ പെട്ടെന്ന് വിളിച്ചുകൂവി. അയാൾക്ക് ഓർമ്മവന്നു. ഒരു ദിവസം ഉച്ചയ്ക്ക് അയാൾ നദിക്കരയിൽ കിടക്കുകയായിരുന്നു. അവിടെ കിടന്നുകൊണ്ട് ആട്ടിൻ തോലിൽ എഴുതിയ ഏശയ്യ പ്രവാചകന്റെ ഗ്രന്ഥം അയാൾ പുറത്തെടുത്തു. യാതൊരു മുന്നറിയിപ്പും ഇല്ലാതെ കല്ലുകളും വെള്ളവും മനുഷ്യരും കാട്ടുചൂരലും നദിയും അപ്രത്യക്ഷപ്പെട്ടു. അന്തരീക്ഷത്തിൽ തീജ്വാലകളും പെരുമ്പറകളും ചിറകടികളും നിറഞ്ഞു. പ്രവാചകന്റെ വാക്കുകൾ വാതിലുകൾ പോലെ തുറന്ന് മിശിഹാ മുന്നോട്ടു വന്നു. മിശിഹാ പൂർണ്ണമായും വെള്ള വസ്ത്രമാണ് ധരിച്ചിരുന്നതെന്നും അദ്ദേഹം ഈ ചെറുപ്പക്കാരനെപോലെ നഗ്നപാദനായിരുന്നെന്നും അദ്ദേഹം പല്ലുകൾക്കിടയിൽ ഒരു പച്ചില കടിച്ചുപിടിച്ചിരുന്നെന്നും സ്നാപകന് ഓർമ്മ വന്നു.

പ്രവാചകന്റെ കണ്ണുകളിൽ ആഹ്ലാദവും ഭയവും നിറഞ്ഞു. അയാൾ പാറപ്പുറത്തുനിന്നും കാലിടറി വീണു. പരുപരുത്ത കഴുത്തുനീട്ടിക്കൊണ്ട് അയാൾ യേശുവിന്റെ അടുത്തേക്ക് നടന്നുവന്നു.

“നിങ്ങൾ ആരാണ്? ആരാണ്?” അയാളുടെ ഭയാനകമായ ശബ്ദം വിറയ്ക്കുന്നുണ്ടായിരുന്നു.

“നിങ്ങൾക്ക് എന്നെ അറിയില്ലേ?” ഒരു ചുവട് മുന്നോട്ടുവെച്ചുകൊണ്ട് യേശു ചോദിച്ചു. അദ്ദേഹത്തിന്റെ ശബ്ദവും വിറയ്ക്കുന്നുണ്ടായിരുന്നു. സ്വന്തം വിധി സ്നാപകന്റെ മറുപടിയെ ആശ്രയിക്കുന്നുണ്ടെന്ന് അദ്ദേഹത്തിന് അറിയാം.

“ഇത് അദ്ദേഹമാണ്. അദ്ദേഹം തന്നെയാണ്.” സ്നാപകൻ ആലോചിച്ചുകൊണ്ടിരുന്നു. അയാളുടെ ഹൃദയം തീക്ഷ്ണമായി മിടിച്ചു. അയാൾക്ക് തീരുമാനിക്കാൻ കഴിഞ്ഞില്ല. തീരുമാനിക്കാനുള്ള ധൈര്യവും ഉണ്ടായിരുന്നില്ല. ഒരിക്കൽകൂടി അയാൾ കഴുത്തു നീട്ടിക്കൊണ്ട് മുന്നോട്ടു നീങ്ങി. “നിങ്ങൾ ആരാണ്?” അയാൾ വീണ്ടും ചോദിച്ചു.

“നിങ്ങൾ വേദപുസ്തകം വായിച്ചിട്ടില്ലേ?” യേശു അയാളോട് പരാതി പറയുന്ന രീതിയിൽ മധുരമുള്ള ശബ്ദത്തിൽ മറുപടി പറഞ്ഞു. “നിങ്ങൾ പ്രവാചകന്മാരെ വായിച്ചിട്ടില്ലേ? ഏശയ്യ എന്താണ് പറയുന്നത്? നിങ്ങൾക്ക് ഓർമ്മയില്ലേ മുൻഗാമി?”

“അത് നിങ്ങളാണോ?” സന്ന്യാസി ശബ്ദം താഴ്ത്തി പറഞ്ഞു. അയാൾ യേശുവിന്റെ തോളിൽ കൈവെച്ചുകൊണ്ട് അദ്ദേഹത്തിന്റെ കണ്ണുകൾ പരിശോധിച്ചു.

“ഞാൻ വന്നു...” യേശു മടിയോടെ പറഞ്ഞു. അതിനു ശേഷം സംസാരം തുടരാൻ കഴിയാതെ ശ്വാസം എടുക്കാൻ കഴിയാതെ അദ്ദേഹം

സംസാരം നിർത്തി. അത് ഒരാൾ താഴെ വീഴാതെ നടക്കാൻ കഴിയുമോ എന്ന് കാലെടുത്തു വെച്ച് പരിശോധിക്കുന്നതുപോലെ ആയിരുന്നു.

അപരിഷ്കൃതനായ പ്രവാചകൻ അദ്ദേഹത്തിന്റെ പുറത്തേക്ക് ചാരി നിന്ന് പരിശോധിച്ചു. "യേശുവിന്റെ ചുണ്ടിൽ നിന്ന് രക്ഷപ്പെട്ട അത്ഭുത കരവും ഭയാനകവുമായ വാക്കുകൾ എന്നെങ്കിലും കേട്ടിട്ടുണ്ടോ?" അയാൾ അത്ഭുതപ്പെട്ടു.

"ഞാൻ വന്നു..." മറിയത്തിന്റെ മകൻ തൊട്ടുപിന്നിൽ ചെവികൂർപ്പി ച്ചുനില്ക്കുന്ന യൂദാസിനുപോലും കേൾക്കാൻ കഴിയാത്ത വിധത്തിൽ ശബ്ദം താഴ്ത്തി പറഞ്ഞു. ഈ പ്രാവശ്യം പ്രവാചകൻ ഞെട്ടി. അയാൾക്ക് മനസ്സിലായിക്കഴിഞ്ഞിരുന്നു.

"എന്താണ് പറഞ്ഞത്?" ചോദിക്കുമ്പോൾ അയാളുടെ മുടി എഴുന്നു നിന്നിരുന്നു.

പൊട്ടിച്ചിരിക്കുകയോ എന്തോ കാര്യത്തെ പരിഹസിക്കുകയോ ചെയ്തുകൊണ്ട് മുങ്ങിമരിക്കുന്ന ഒരു മനുഷ്യന്റെ പരുഷമായ ശബ്ദത്തിൽ നിലവിളിച്ചുകൊണ്ട് ഒരു കാക്ക അവരുടെ മുകളിലൂടെ പറന്നുപോയി. കാക്കയെ എറിയാൻ വേണ്ടി അയാൾ ഒരുകല്ല് കുനിഞ്ഞെടുത്തു. കാക്ക ദൂരത്തേക്ക് പറന്നുപോയിരുന്നു. പക്ഷേ, അയാൾ അതിനെ കണ്ടെത്താൻ വേണ്ടി നോട്ടം തുടർന്നു. സമയം പോകുന്നതിൽ അയാൾ സന്തോഷി ക്കുന്നുണ്ടായിരുന്നു. കാരണം അതുകൊണ്ട് അയാളുടെ മനസ്സ് സാവ ധാനം ശാന്തമായിക്കൊണ്ടിരുന്നു. അയാൾ എഴുന്നേറ്റുകൊണ്ട് നിർവൃതി യോടെ പറഞ്ഞു.

"സ്വാഗതം" യേശു അയാളെ നോക്കി. പക്ഷേ, അയാളുടെ കണ്ണുക ളിൽ സ്നേഹം ഉണ്ടായിരുന്നില്ല.

യേശുവിന്റെ ഹൃദയം ഉലഞ്ഞു. അദ്ദേഹത്തിന്റെ ചെവികൾ കബളി പ്പിക്കപ്പെടുകയാണോ? അതോ പ്രവാചകൻ അദ്ദേഹത്തെ സ്വാഗതം ചെയ്തത് സത്യം ആയിരുന്നോ? സത്യം ആണെങ്കിൽ അത് എത്രമാത്രം അത്ഭുതകരവും ആഹ്ലാദകരവും ഭയാനകവും ആണ്!

സ്നാപകൻ ചുറ്റുപാടും നോക്കി. അയാളുടെ കണ്ണുകൾ ജോർദ്ദാൻ നദിയുടെയും കാട്ടുചൂരലുകളുടെയും, പാപങ്ങൾ ഏറ്റുപറഞ്ഞ് ചേറിൽ മുട്ടുകുത്തിയിരിക്കുന്ന മനുഷ്യരുടെയും മുകളിലൂടെ ഇഴഞ്ഞു നീങ്ങി. അയാൾ അയാളുടെ സാമ്രാജ്യത്തെ പെട്ടെന്ന് ആലിംഗനം ചെയ്തു കൊണ്ട് വിടപറഞ്ഞു. അതിനു ശേഷം അയാൾ യേശുവിന്റെ നേർക്ക് തിരിഞ്ഞു.

"ഇപ്പോൾ എനിക്ക് വിടപറയാം."

"മുൻഗാമീ, അതിനുള്ള സമയം ആയിട്ടില്ല. ആദ്യം നിങ്ങൾ എന്നെ ജ്ഞാനസ്നാനം ചെയ്യിക്കണം." യേശുവിന്റെ ശബ്ദത്തിൽ തീരുമാനം എടു ത്തതിന്റെ ഉറപ്പ് ഉണ്ടായിരുന്നു.

"ഞാനോ? ദൈവമേ, എന്നെ ജ്ഞാനസ്നാനം ചെയ്യിക്കേണ്ടവൻ നിങ്ങളാണ്."

"ഉറക്കെ സംസാരിക്കരുത്. അവർ നമ്മൾ പറയുന്നത് കേൾക്കാൻ ഇടയുണ്ട്. എന്റെ സമയം ഇതുവരെ ആയിട്ടില്ല. നമുക്ക് പോകാം!"

യൂദാസ് കേൾക്കാൻ വേണ്ടി ചെവികൂർപ്പിക്കുകയായിരുന്നു. പക്ഷേ, രണ്ട് അരുവികൾ ഒന്നിക്കുന്നതിന്റെ കളകളാരവം പോലെയുള്ള ആഹ്ലാദം നിറഞ്ഞ ഒരു മർമ്മരം മാത്രമാണ് അയാൾക്ക് കേൾക്കാൻ കഴിഞ്ഞത്.

നദിക്കരയിൽ കൂട്ടംകൂടി നിന്ന ആൾക്കൂട്ടം വഴികൊടുത്തു. വെളുത്ത വസ്ത്രം ഊരിമാറ്റി സൂര്യപ്രകാശത്തിൽ പൊതിഞ്ഞു നില്ക്കുന്ന ഈ തീർത്ഥാടകൻ ആരാണ്? പാപങ്ങൾ ഏറ്റുപറയാതെ ഇത്രമാത്രം ആത്മ വിശ്വാസത്തോടും പ്രൗഢിയോടും വെള്ളത്തിലേക്ക് പ്രവേശിക്കുന്ന ഈ മനുഷ്യൻ ആരാണ്? സ്നാപകൻ മുന്നിലും ചെറുപ്പക്കാരൻ പിന്നിലുമായി അവർ അരുവിയിലേക്ക് ഇറങ്ങിച്ചെന്നു. സ്നാപകൻ വെള്ളത്തിന്റെ ഉപരി തലത്തിൽ പൊന്തിനിന്നിരുന്ന ഒരു പാറയുടെ മുകളിലേക്ക് പിടിച്ചുകയറി. യേശു അയാളുടെ അടുത്തുതന്നെ കഴുത്തറ്റം വെള്ളത്തിൽ നിന്നു.

സ്നാപകൻ ആശീർവാദങ്ങൾ ഉരുവിട്ടുകൊണ്ട് യേശുവിന്റെ മുഖത്ത് വെള്ളം ഒഴിക്കാൻ വേണ്ടി കൈ ഉയർത്തിയ നിമിഷത്തിൽ ആളുകൾ വിളിച്ചുകൂവി: ജോർദ്ദാനിലെ ഒഴുക്ക് പെട്ടെന്ന് നിലച്ചു പോയിരുന്നു. പല നിറങ്ങളുള്ള മീനുകളുടെ സംഘങ്ങൾ എല്ലാ ദിശകളിൽ നിന്നും മുകളി ലേക്ക് പൊന്തി വന്നു. അവ യേശുവിന്റെ ചുറ്റും നിന്ന് വാലാട്ടിയും ചിറ കുകൾ വിടർത്തിയും നൃത്തം ചെയ്യാൻ തുടങ്ങി. കടൽക്കളകളിൽ പൊതിഞ്ഞ ഒരു പാവം വൃദ്ധൻ നദിയുടെ അടിത്തട്ടിൽ നിന്ന് പൊന്തി വന്ന് അയാളുടെ മുന്നിൽ നടക്കുന്ന കാര്യങ്ങൾ കാട്ടുചൂരലിൽ ചാരി നോക്കിക്കൊണ്ടു നിന്നു. സന്തോഷവും ഭയവും കൊണ്ട് വൃദ്ധന്റെ കണ്ണു തള്ളിപ്പോയിരുന്നു.

ഇത്തരം അത്ഭുതങ്ങൾ കാണുന്ന മനുഷ്യർ സ്തംഭിച്ചുപോകും. ധാരാളം ആളുകൾ അവരുടെ കണ്ണുകൾ ഒളിച്ചുവെക്കാൻ വേണ്ടി നദിക്ക രയിൽ കമഴ്ന്നു വീണു. മറ്റുള്ളവർ രൂക്ഷമായ ചൂടിൽ വിറച്ചു. നദിയുടെ ആഴങ്ങളിൽ നിന്ന് ചെളിയിൽ പൊതിഞ്ഞ് വൃദ്ധൻ പൊന്തിവരുന്നതുക ണ്ടപ്പോൾ ഒരു മനുഷ്യൻ "ജോർദ്ദാന്റെ ആത്മാവ്" എന്ന് വിളിച്ചുകൂവിയ തിനുശേഷം ബോധം കെട്ടു വീണു.

സ്നാപകൻ ഒരു വലിയ ചിപ്പിക്കുള്ളിൽ വെള്ളം നിറച്ച് വിറയ്ക്കുന്ന കൈകൊണ്ട് യേശുവിന്റെ മുഖത്ത് ഒഴിക്കാൻ തുടങ്ങി. "ദൈവത്തിന്റെ ജോലിക്കാരനെ ജ്ഞാനസ്നാനം ചെയ്യിച്ചിരിക്കുന്നു.." അയാൾ ആരംഭി ച്ചു. പക്ഷേ, അയാൾ പെട്ടെന്നു തന്നെ അവസാനിപ്പിച്ചു: എന്ത് പേര് നല്ക ണമെന്ന് അയാൾക്ക് അറിയില്ല.

അയാൾ യേശുവിനോട് ചോദിക്കാൻ വേണ്ടി തിരിഞ്ഞു. പക്ഷേ, എല്ലാവരും പേര് കേൾക്കാൻ വേണ്ടി ശബ്ദം അടക്കി നില്ക്കുമ്പോൾ സ്വർഗ്ഗങ്ങളിൽ നിന്ന് ചിറകടികൾ ഇറങ്ങിവരുന്നതു കേൾക്കുന്നുണ്ടായി രുന്നു. അതോടൊപ്പം വെളുത്ത തൂവലുകളുള്ള ഒരു പക്ഷി– അത് പക്ഷി ആയിരുന്നോ അതോ യഹോവായുടെ മാലാഖമാരിൽ ഒരാളായിരുന്നോ–

മുന്നോട്ടു പാഞ്ഞുവന്ന് ജ്ഞാനസ്നാനം ചെയ്തവന്റെ തലയിൽ ഇരുന്നു. കുറച്ചു നിമിഷങ്ങൾ ചലനമില്ലാതെ ഇരുന്നതിനു ശേഷം പെട്ടെന്ന് അയാളുടെ തലയ്ക്ക് മുകളിൽ മൂന്നുതവണ വലംവെച്ചു. മൂന്നുപ്രകാശവലയങ്ങൾ അന്തരീക്ഷത്തിൽ തിളങ്ങി. അതിനുശേഷം ആ പക്ഷി ഒരിക്കലും കേട്ടിട്ടില്ലാത്ത രഹസ്യമായ ഒരു പേര് പ്രഖ്യാപിക്കുന്നതുപോലെ ഒരുകരച്ചിൽ പുറപ്പെടുവിച്ചു. സ്നാപകന്റെ മൂകമായ ചോദ്യത്തിന് സ്വർഗ്ഗങ്ങൾ മറുപടി പറയുകയാണെന്ന് തോന്നി.

മനുഷ്യരുടെ ചെവികളിൽ മൂളൽ കേട്ടു. അവരുടെ മനസ്സുകളുടെ ചുരുൾ അഴിഞ്ഞു. അവിടെ വാക്കുകൾക്കൊപ്പം ചിറകടികളും കേൾക്കുന്നുണ്ടായിരുന്നു. ദൈവത്തിന്റെ ശബ്ദമോ പക്ഷിയുടെ ശബ്ദമോ? അത് അസാധാരണമായ ഒരു അത്യത്ഭുതം ആയിരുന്നു. യേശുവിന്റെ ശരീരം കേൾക്കാനുള്ള പരിശ്രമം കൊണ്ട് വലിഞ്ഞുമുറുകി. ഇതാണ് തന്റെ യഥാർത്ഥ പേരെന്ന് യേശുവിന് മുൻധാരണ ഉണ്ടായിരുന്നു. പക്ഷേ, അത് എന്താണെന്ന് യേശുവിന് തിരിച്ചറിയാൻ കഴിഞ്ഞില്ല. ഉള്ളിൽ ധാരാളം തിരമാലകൾ ഉടയുന്നതും മഹത്തായ കയ്പേറിയ വാക്കുകൾക്കൊപ്പം ധാരാളം ചിറകടികളും മാത്രമാണ് യേശു കേട്ടത്. അദ്ദേഹം തല ഉയർത്തി. പക്ഷേ, സ്വർഗ്ഗങ്ങളുടെ കൊടുമുടിയിലേക്ക് പറന്നുകഴിഞ്ഞിരുന്നു. അത് വെളിച്ചത്തിനുള്ളിലെ വെളിച്ചമായി മാറി.

മരുഭൂമിയിലെ വർഷങ്ങളും ക്രൂരമായ ഏകാന്തതയും കൊണ്ട് ദൈവത്തിന്റെ ഭാഷയിൽ പ്രാവീണ്യം നേടാൻ കഴിഞ്ഞ സ്നാപകനുമാത്രം കാര്യം മനസ്സിലായി. അയാൾ വിറച്ചുകൊണ്ട് സ്വയം ശബ്ദം താഴ്ത്തി പറഞ്ഞു. ഇന്ന് ജ്ഞാനസ്നാനം ചെയ്യപ്പെട്ടവൻ ദൈവത്തിന്റെ മകനും ജോലിക്കാരനും മനുഷ്യവർഗ്ഗത്തിന്റെ പ്രതീക്ഷയും ആണ്!

അയാൾ ജോർദ്ദാൻ നദിയിലെ വെള്ളത്തിനോട് ഒഴുക്കു തുടരാൻ ആംഗ്യം കാണിച്ചു. വിശുദ്ധ കർമ്മം കഴിഞ്ഞിരുന്നു.

പതിനേഴ്

സൂര്യൻ ഒരു സിംഹത്തെപോലെ മരുഭൂമിയിൽനിന്നും പുറത്തുവന്ന് ഇസ്രയേലിലെ എല്ലാ വാതിലുകളിലും മുട്ടിവിളിച്ചു. എല്ലാ യഹൂദരുടെ വീടുകളിൽനിന്നും അവരുടെ ദുശ്ശാഠ്യമുള്ള ദൈവത്തിനു വേണ്ടി പ്രാകൃതമായ പ്രഭാത പ്രാർത്ഥന ഉയർന്നു.

“ഞങ്ങളുടെയും ഞങ്ങളുടെ പിതാക്കന്മാരുടെയും ദൈവമായ അങ്ങയുടെ സ്തോത്രം ചൊല്ലി ഞങ്ങൾ അങ്ങയെ വാഴ്ത്തുന്നു. സർവ്വശക്തനും പേടിപ്പെടുത്തുന്നവനുമായ അങ്ങാണ് ഞങ്ങളുടെ ആശ്രയം. അനശ്വരനായ അവിടുത്തേക്ക് സ്വാഗതം. എബ്രഹാമിന്റെ രക്ഷകനായ അങ്ങയ്ക്ക് സ്വാഗതം. ശക്തിയിൽ അങ്ങയോട് മത്സരിക്കാൻ അല്ലയോ രാജാവേ, ആർക്കു കഴിയും? വധിക്കുകയും പുനർജ്ജീവിപ്പിക്കുകയും രക്ഷിക്കു

കയും ചെയ്യുന്ന അങ്ങയോട് ആർക്കു മത്സരിക്കാൻ കഴിയും? ഇസ്രയേലിന്റെ രക്ഷകനായ അങ്ങയ്ക്ക് സ്തുതി! പെട്ടെന്ന് ഞങ്ങൾ ജീവിച്ചിരിക്കുമ്പോൾതന്നെ ഞങ്ങളുടെ ശത്രുക്കളെ കശക്കി നശിപ്പിച്ച് ഛിന്നഭിന്നമാക്കൂ!

പ്രഭാതം കണ്ടത്, യേശുവും സ്നാപകയോഹന്നാനും ജോർദ്ദാൻ നദിയുടെ മുകളിലുള്ള ചെങ്കുത്തായ ഒരുപാറയുടെ പൊത്തിൽ ഇരിക്കുന്നതാണ്. രാത്രി മുഴുവൻ അവർ രണ്ടുപേരും ലോകത്തെ കൈവെള്ളയിൽ എടുത്ത് അതുകൊണ്ട് എന്തുചെയ്യണമെന്ന് ഗാഢമായി ചിന്തിക്കുകയായിരുന്നു. ചില സമയങ്ങളിൽ ഒരാൾ അതിനെ കൈയിൽ എടുത്തു. ചിലപ്പോൾ മറ്റേയാൾ. ഒരാളുടെ മുഖത്ത് ഗൗരവവും ഉറപ്പും ഉണ്ടായിരുന്നു. അയാളുടെ കൈകൾ ഒരു കോടാലി പിടിച്ചിരിക്കുന്നതുപോലെ മേലോട്ടും കീഴോട്ടും ചലിച്ചു. മറ്റേയാളുടെ മുഖത്ത് വിധേയത്വവും അനിശ്ചിതത്വവും ഉണ്ടായിരുന്നു. അദ്ദേഹത്തിന്റെ കണ്ണുകളിൽ അനുകമ്പ നിറഞ്ഞിരുന്നു.

"സ്നേഹം മാത്രം പോരേ?" അദ്ദേഹം ചോദിച്ചു.

"പോരാ" സ്നാപകൻ ദേഷ്യപ്പെട്ട് മറുപടി പറഞ്ഞു. "മരം ദ്രവിച്ചിരിക്കുന്നു. ദൈവം എന്നെ വിളിച്ച് കോടാലി തന്നു. ഞാൻ അത് മരത്തിന്റെ വേരിൽ വെച്ചിട്ടുണ്ട്. ഞാൻ എന്റെ ജോലി ചെയ്തു. ഇപ്പോൾ നിങ്ങൾ നിങ്ങളുടെ ജോലി ചെയ്യണം. കോടാലി എടുത്ത് വെട്ടണം!"

"തീ ആയിരുന്നെങ്കിൽ ഞാൻ എരിക്കുമായിരുന്നു. മരംവെട്ടുകാരനായിരുന്നെങ്കിൽ വെട്ടുമായിരുന്നു. പക്ഷേ, ഞാൻ ഒരു ഹൃദയമാണ്. അതുകൊണ്ട് ഞാൻ സ്നേഹിക്കുന്നു."

"ഞാനും ഒരു ഹൃദയമാണ്. അതുകൊണ്ടാണ് എനിക്ക് അനീതിയും നാണക്കേടും അപകീർത്തിയും സഹിക്കാൻ പറ്റാത്തത്. എങ്ങനെയാണ് നിങ്ങൾക്ക് അനീതിക്കാരെയും നാണംകെട്ടവരെയും ദുഷ്കീർത്തിയുള്ളവരെയും സ്നേഹിക്കാൻ കഴിയുന്നത്. അടികൊടുക്കൂ! മനുഷ്യന്റെ ഏറ്റവും വലിയ ധാർമ്മികബാദ്ധ്യതകളിൽ ഒന്ന് ദേഷ്യമാണ്."

"ദേഷ്യം" ഹൃദയത്തിന്റെ എതിർപ്പോടെ യേശു പറഞ്ഞു. "നമ്മൾ എല്ലാവരും സഹോദരന്മാരല്ലേ?"

"സഹോദരന്മാർ?" സ്നാപകൻ പരിഹാസത്തോടെ മറുപടി പറഞ്ഞു. "ദൈവത്തിന്റെ വഴി സ്നേഹമാണെന്ന് നിങ്ങൾ വിചാരിക്കുന്നുണ്ടോ സ്നേഹം? ഇവിടെ നോക്കൂ—"

അയാൾ ചീഞ്ഞ ശവത്തിന്റെ വാടയുള്ള ചാവുകടലിന്റെ നേർക്ക് രോമാവൃതമായ എല്ലുപോലുള്ള കൈ ചൂണ്ടിക്കാണിച്ചു.

"നിങ്ങൾ എന്നെങ്കിലും അതിന്റെ അടിത്തട്ടിൽ സോദോം ഗോമോറാ എന്നീ വേശ്യകളെ കാണാൻ വേണ്ടി കുനിഞ്ഞു നോക്കിയിട്ടുണ്ടോ? ദൈവത്തിനു ദേഷ്യം വന്നു. തീ വലിച്ചെറിഞ്ഞു. ഭൂമിയെ ചവിട്ടിമെതിച്ചു. കര കടലായി മാറി. സോദോമിനെയും ഗോമോറായേയും വിഴുങ്ങിക്കളഞ്ഞു. അതാണ് ദൈവത്തിന്റെ വഴി— അതിനെ പിന്തുടരുക. പ്രവചനങ്ങൾ

എന്താണ് പറയുന്നത്? "ദൈവത്തിന്റെ ദിവസത്തിൽ തടിയിൽ നിന്ന് രക്തം ഒഴുകും, വീടിന്റെ കല്ലുകൾക്ക് ജീവൻ വെച്ച് എഴുന്നേറ്റുവന്ന് വീട്ടുടമസ്ഥരെ കൊല്ലും!" ദൈവത്തിന്റെ ദിവസം പുറപ്പെട്ടിരിക്കുന്നു. അത് വന്നുകൊണ്ടിരിക്കുന്നു. അത് ആദ്യമായി തിരിച്ചറിഞ്ഞത് ഞാൻ ആയിരുന്നു. ഞാൻ വിളിച്ചുകൂവി. ദൈവത്തിന്റെ കോടാലി ഞാൻ ലോകത്തിന്റെ വേരിൽ കൊണ്ടുവെച്ചു. ഞാൻ നിങ്ങൾ വരാൻ വേണ്ടി വിളിച്ചു പറഞ്ഞുകൊണ്ടിരുന്നു. നിങ്ങൾ വന്നു. ഇനിയിപ്പോൾ എനിക്ക് വിട പറയാം."

കൈയിൽ ഒരു വലിയ കോടാലി വെച്ചുകൊടുക്കുന്നമട്ടിൽ അയാൾ യേശുവിന്റെ കൈയിൽ പിടിച്ചു. യേശു ഭയത്തോടെ പിന്നോട്ടു മാറി. കുറച്ചുനേരം കൂടി ക്ഷമിക്കൂ. ഞാൻ നിങ്ങളോട് യാചിക്കുന്നു. അദ്ദേഹം പറഞ്ഞു. "തിടുക്കം കൂട്ടരുത്. ഞാൻ പോയി മരുഭൂമിയിലെ ദൈവത്തിനോട് സംസാരിക്കാം. അവിടെ അദ്ദേഹത്തിന്റെ ശബ്ദം കൂടുതൽ വ്യക്തമായി കേൾക്കാൻ കഴിയും."

"പ്രലോഭനത്തിന്റെ ശബ്ദവും വ്യക്തമായി കേൾക്കും. സൂക്ഷിക്കണം— പിശാച് അയാളുടെ പട്ടാളത്തെ തയ്യാറാക്കിക്കൊണ്ട് നിങ്ങൾക്കു വേണ്ടി കാത്തു കിടക്കുന്നുണ്ട്. അയാൾക്കു വേണ്ടി നിങ്ങൾ ഉദ്ദേശിക്കുന്നത് ജീവിതമോ മരണമോ ആണെന്ന് അയാൾക്ക് നല്ലപോലെ അറിയാം. അയാൾ അയാളുടെ എല്ലാ വന്യതയും മാധുര്യവുമായി നിങ്ങളുടെ മുകളിലേക്ക് വീഴും. സൂക്ഷിക്കണം. മരുഭൂമി നിറച്ചും മാധുര്യമുള്ള ശബ്ദങ്ങൾ ഉണ്ട്. മരണം ഉണ്ട്."

"സുഹൃത്തേ, മധുരമുള്ള ശബ്ദങ്ങൾക്കും മരണത്തിനും എന്നെ വഞ്ചിക്കാൻ കഴിയില്ല. എന്നെ വിശ്വസിക്കൂ."

"ഞാൻ വിശ്വസിക്കുന്നു. കഷ്ടം, എന്നെ വിശ്വാസം ഇല്ലെങ്കിൽ! പോയി പിശാചിനോട് സംസാരിക്കൂ. ദൈവത്തിനോടും സംസാരിക്കൂ. അതിനുശേഷം തീരുമാനിക്കൂ. ഞാൻ കാത്തിരിക്കുന്ന ഒരുവൻ നിങ്ങളാണെങ്കിൽ നിങ്ങൾക്ക് രക്ഷപ്പെടാൻ കഴിയില്ല. ദൈവം തീരുമാനം എടുത്തു കഴിഞ്ഞതാണ്. നിങ്ങൾ അല്ലെങ്കിൽ ഞാൻ നിങ്ങളുടെ നാശം എന്തിനാണ് ശ്രദ്ധിക്കുന്നത്? മുന്നോട്ടു പോകൂ. നമുക്ക് കാണാം. പക്ഷേ, പെട്ടെന്നു വേണം. ലോകത്തെ തനിച്ചാക്കിയിട്ട് പോകാൻ എനിക്ക് ആഗ്രഹം ഇല്ല."

"എന്നെ ജ്ഞാനസ്നാനം ചെയ്യിക്കുമ്പോൾ എന്റെ മുകളിൽ ചിറകടിച്ച മെരുങ്ങാത്ത മാടപ്രാവ് എന്തു കാര്യമാണ് പറഞ്ഞത്?"

"അത് മെരുങ്ങാത്ത മാടപ്രാവ് അല്ല. അത് ഉച്ചരിച്ച വാക്കുകൾ കേൾക്കാൻ കഴിയുന്ന ഒരു ദിവസം വരും. പക്ഷേ, അതുവരെ ആ വാക്കുകൾ വാളുകൾപോലെ നിങ്ങളുടെ മുകളിൽ തൂങ്ങിക്കിടക്കും."

യേശു എഴുന്നേറ്റുനിന്ന് കൈനീട്ടി. "പ്രിയപ്പെട്ട മുൻഗാമി" അദ്ദേഹം പറഞ്ഞു. "ഞാൻ പോകുന്നു. ഒരുപക്ഷേ, എന്നെന്നേക്കുമായി" അദ്ദേഹത്തിന്റെ ശബ്ദത്തിൽ വിറയൽ ഉണ്ടായിരുന്നു.

സ്നാപകൻ അയാളുടെ ചുണ്ടുകൾ യേശുവിന്റെ ചുണ്ടുകളിൽ അമർത്തിവെച്ചുകൊണ്ടിരുന്നു. അയാളുടെ ചുണ്ടുകൾ തിളങ്ങുന്ന

കല്ക്കരി ആയിരുന്നു. യേശുവിന്റെ ചുണ്ടുകൾ ചുട്ടുപൊള്ളി. "ഞാൻ അവസാനം എന്റെ ആത്മാവ് തിരിച്ചേല്പിക്കുന്നത് നിങ്ങളെയാണ്." യേശുവിന്റെ ദുർബ്ബലമായ കൈ ഞെരിച്ചുകൊണ്ട് അയാൾ പറഞ്ഞു. "ഞാൻ കാത്തിരുന്നയാൾ നിങ്ങളാണെങ്കിൽ എന്റെ അവസാനത്തെ നിർദ്ദേശം കേൾക്കൂ... കാരണം ഈ ഭൂമിയിൽ വെച്ച് നിങ്ങളെ വീണ്ടും ഒരിക്കൽ കൂടി കാണുമെന്ന് ഞാൻ വിചാരിക്കുന്നില്ല."

"ഞാൻ കേൾക്കുന്നുണ്ട്" യേശു വിറച്ചു കൊണ്ട് മന്ത്രിച്ചു. "എന്ത് നിർദ്ദേശങ്ങൾ?"

"നിങ്ങളുടെ മുഖഭാവം മാറ്റണം, കൈകൾക്ക് ബലം കൂട്ടണം. ഹൃദയത്തെ ഉറപ്പുള്ളതാക്കണം. നിങ്ങളുടെ ജീവിതം ഭാരമുള്ളതാണ്. ഞാൻ നിങ്ങളുടെ പുരികങ്ങളിൽ മുള്ളുകളും ചോരയും കാണുന്നു. എന്റെ സഹോദരനും മേലാവുമായ നിങ്ങൾ ധൈര്യത്തോടെ സഹിക്കണം! നിങ്ങളുടെ മുമ്പിൽ രണ്ടു വഴികൾ തുറന്നു കിടക്കുന്നു. ഒന്ന് നിരപ്പുള്ള വഴിയായ മനുഷ്യരുടെ വഴി. അടുത്തത് ദൈവത്തിന്റെ വഴി. അത് കയറ്റമാണ്. കൂടുതൽ ബുദ്ധിമുട്ടുള്ള വഴി തെരഞ്ഞെടുക്കുക. നിങ്ങളുടെ ചുമതല കരയാനല്ല. ശിക്ഷിക്കാനാണ്. ശിക്ഷിക്കണം! നിങ്ങൾക്ക് ഇടറാത്ത കൈ ഉണ്ടാകട്ടെ! വിട! വിട പറയുമ്പോൾ ദുഃഖം തോന്നരുത്. അതാണ് നിങ്ങളുടെ വഴി. രണ്ടു വഴികളും ദൈവത്തിന്റെ പെൺമക്കൾ ആണ്. അത് മറക്കരുത്. പക്ഷേ, ആദ്യം ജനിച്ചത് തീ ആയിരുന്നു. അതിനുശേഷമാണ് സ്നേഹം ജനിച്ചത്. അതുകൊണ്ട് നമുക്ക് തീയിൽ നിന്ന് തുടങ്ങാം. മുന്നോട്ടു പോകൂ. ഭാഗ്യം ഉണ്ടാകട്ടെ!"

സൂര്യൻ ഉയരത്തിലെത്തിക്കഴിഞ്ഞിരുന്നു. മുട്ടത്തലകൾക്ക് മുകളിൽ പല നിറങ്ങളുള്ള തലപ്പാവുവെച്ച പുതിയ തീർത്ഥാടകരെയും കൊണ്ട് അറേബ്യൻ മരുഭൂമിയിൽ നിന്നുള്ള സാർത്ഥവാഹക സംഘങ്ങൾ പ്രത്യക്ഷപ്പെട്ടു. ചിലർക്ക് ചന്ദ്രക്കലയുടെ ആകൃതിയിൽ പന്നിയുടെ പല്ലു കൊണ്ടു നിർമ്മിച്ച ഏലസുകൾ ഉണ്ടായിരുന്നു. അവർ അത് കഴുത്തിൽ കെട്ടിത്തൂക്കിയിരുന്നു. മറ്റുള്ളവരുടെ അരയിൽ ഓടുകൊണ്ടു നിർമ്മിച്ച വളരെ ചെറിയ ദേവതമാർ ഉണ്ടായിരുന്നു. മറ്റുചിലർക്ക് ശത്രുക്കളുടെ പല്ലു കൊണ്ടുണ്ടാക്കിയ കണ്ഠാഭരണം ഉണ്ടായിരുന്നു. അവർ ജ്ഞാനസ്നാനം ചെയ്യിക്കാൻ വേണ്ടി കിഴക്കുനിന്നും വരുന്ന വന്യമൃഗങ്ങൾ ആയിരുന്നു. സ്നാപകൻ അവരെ കണ്ടു അയാൾ തുളച്ചിറങ്ങുന്ന ഒരു നിലവിളി പുറപ്പെടുവിച്ചു കൊണ്ട് പാറയിൽനിന്നും ചാടി ഇറങ്ങി. ഒട്ടകങ്ങൾ ജോർദ്ദാനിലെ ചേറിൽ മുട്ടുകുത്തി. മരുഭൂമിയുടെ ശബ്ദം നിർദ്ദയമായി പ്രതിദ്ധ്വനിക്കുന്നത് കേൾക്കുന്നുണ്ടായിരുന്നു. "പശ്ചാത്തപിക്കൂ. പശ്ചാത്തപിക്കൂ, ദൈവത്തിന്റെ ദിവസം വന്നിരിക്കുന്നു!"

ഇതിനിടയിൽ യേശു കൂട്ടുകാരെ കണ്ടെത്തി. അവർ നദിക്കരയിൽ അദ്ദേഹത്തെ പ്രതീക്ഷിച്ച് വിഷമത്തോടെ നിശ്ശബ്ദരായി ഇരിക്കുകയായിരുന്നു. അദ്ദേഹത്തെ കാണാതായിട്ട് ഇപ്പോൾ മൂന്നു പകലും മൂന്നു രാത്രിയും കഴിഞ്ഞിരുന്നു. സ്നാപകൻ അദ്ദേഹത്തിനോട് സംസാരിക്കാൻ

വേണ്ടി മൂന്നു പകലുകളിലെയും മൂന്നു രാത്രികളിലെയും ജ്ഞാനസ്നാനം ഉപേക്ഷിച്ചിരുന്നു. അയാൾ സംസാരം തുടർന്നു. യേശു തല കുമ്പിട്ടിരുന്നു കേട്ടു. അദ്ദേഹത്തിനോട് ഒരു കഴുകനെപ്പോലെ അയാൾ തർക്കിച്ചു പറഞ്ഞുകൊണ്ടിരുന്നത് എന്ത് കാര്യമാണ്? എന്തുകൊണ്ടാണ് ഒരാൾ അങ്ങേയറ്റം ഉന്മത്തനായത്? എന്തുകൊണ്ടാണ് മറ്റേയാൾ അങ്ങേയറ്റം ദുഃഖിതനായത്? യൂദാസ് ദേഷ്യപ്പെട്ട് കിതച്ചുകൊണ്ട് അങ്ങോട്ടും ഇങ്ങോട്ടും നടന്നു. രാത്രിയായപ്പോൾ കേൾക്കാൻ വേണ്ടി അയാൾ രഹസ്യമായി പാറയുടെ അടുത്തെത്തി. അവർ രണ്ടുപേരും അടുത്തടുത്തിരുന്ന് സംസാരിക്കുകയായിരുന്നു. യൂദാസ് ചെവി കൂർപ്പിച്ചു. പക്ഷേ, അയാൾക്ക് ഒഴുകുന്ന വെള്ളത്തിന്റെ മർമ്മരം പോലെയുള്ള ഒരു മുറുമുറുപ്പ് മാത്രമേ തിരിച്ചറിയാൻ കഴിഞ്ഞുള്ളൂ. മറിയത്തിന്റെ മകൻ ഒരു ടാപ്പിനു താഴെ ഇരിക്കുന്ന കൂജയാണെന്ന മട്ടിൽ ഒരാൾ വിവരം അറിയിച്ചുകൊണ്ടിരുന്നു. മറ്റേയാൾ അത് സ്വീകരിച്ചുകൊണ്ടിരുന്നു. മറിയത്തിന്റെ മകൻ ടാപ്പിനു താഴെ നിറയാൻ വെച്ചിരിക്കുന്ന കൂജയാണെന്ന് തോന്നി. ചുവന്ന താടിക്കാരൻ പാറപ്പുറത്തുനിന്നും ദേഷ്യപ്പെട്ട് തെന്നിയിറങ്ങി വീണ്ടും ഇരുട്ടിലൂടെ നടക്കാൻ തുടങ്ങി. "എനിക്ക് ലജ്ജ തോന്നുന്നു. എനിക്ക് ലജ്ജ തോന്നുന്നു." അയാൾ മുറുമുറുത്തു. "ഞാനില്ലാത്തപ്പോൾ അവരെ ഇസ്രയേലിനെപ്പറ്റി ചർച്ച നടത്താൻ അനുവദിച്ചതിൽ എനിക്ക് ലജ്ജ തോന്നുന്നു! സ്നാപകൻ അയാളുടെ രഹസ്യം എന്നെ ഏല്പിക്കണമായിരുന്നു. കോടാലി എനിക്ക് തരണമായിരുന്നു. ഇസ്രയേലിന്റെ വേദന അനുഭവിക്കുന്നവൻ ഞാൻ മാത്രമാണ്. കോടാലി ഉപയോഗിക്കാൻ എനിക്ക് കഴിവുണ്ട്. അതീന്ദ്രിയജ്ഞാനിക്ക് അതിനുള്ള കഴിവില്ല. കെടുതി വരുത്തുന്നവരും കെടുതി അനുഭവിക്കുന്നവരും— റോമാക്കാരും ഗ്രീക്കുകാരും ഇസ്രയേലുകാരും സഹോദരന്മാരാണെന്ന് അദ്ദേഹം നാണമില്ലാതെ പ്രഖ്യാപിക്കുന്നു."

അയാൾ മറ്റുള്ള കൂട്ടുകാരിൽനിന്നും ദൂരെമാറി പാറയുടെ താഴെ കിടന്നു. അയാൾക്ക് അവരെ കാണാൻ ആഗ്രഹം ഉണ്ടായിരുന്നില്ല. നിമിഷ നേരത്തേക്ക് അയാൾ ഉറങ്ങി. സ്നാപകന്റെ നൈരാശ്യം ബാധിച്ച് ചിതറി വീഴുന്ന വാക്കുകൾ കേൾക്കുന്നതായി അയാൾക്ക് തോന്നി: "തീ" "സോദോമും ഗോമോറായും" "ശിക്ഷിക്കൂ!" അയാൾ ചാടി എഴുന്നേറ്റു. എന്തായാലും ഉണർന്നു കഴിഞ്ഞപ്പോൾ അയാൾ രാപ്പാടികളുടെ കരച്ചിലും ചെന്നായ്ക്കളുടെ ഓരിയിടലും കാട്ടുചൂരലിൽ ജോർദ്ദാൻ സൃഷ്ടിക്കുന്ന മർമ്മരവും ഒഴിച്ച് മറ്റൊന്നും കേട്ടില്ല... അയാൾ നദിയിലേക്ക് ഇറങ്ങിച്ചെന്ന് കത്തുന്ന തലയിലെ തീകെടുത്താൻ വേണ്ടി വെള്ളത്തിൽ മുങ്ങി. "അയാൾ പാറപ്പുറത്തുനിന്ന് താഴെ ഇറങ്ങിവരും. ഇല്ലേ?" അയാൾ പിറുപിറുത്തു. അയാൾ വരും. അപ്പോൾ അയാൾക്ക് ഇഷ്ടപ്പെട്ടാലും ഇല്ലെങ്കിലും ഞാൻ അയാളുടെ രഹസ്യം മനസ്സിലാക്കും!"

അതുകൊണ്ട് യേശു അടുത്തേക്ക് വരുന്നതു കണ്ടപ്പോൾ അയാൾ മറ്റുകൂട്ടുകാരെപ്പോലെ ചാടി എഴുന്നേറ്റു. അവർ അദ്ദേഹത്തെ സ്വീകരി

ക്കാൻ വേണ്ടി സന്തോഷത്തോടെ ഓടിച്ചെന്നു. അദ്ദേഹത്തിന്റെ തോളിലും പുറത്തും തൊട്ടു. അദ്ദേഹത്തെ തലോടി. ജോണിന്റെ കണ്ണുകളിൽ കണ്ണുനീർ നിറഞ്ഞു— ഇപ്പോൾ ഗുരുവിന്റെ നെറ്റിയുടെ മദ്ധ്യത്തിൽ ആഴത്തിലുള്ള ഒരുചുളിവ് പതിഞ്ഞിരുന്നു.

പീറ്ററിന് ഒതുക്കിവെക്കാൻ കഴിഞ്ഞില്ല. അയാൾ പറഞ്ഞു. “സ്നാപകൻ ദിവസങ്ങളോളം അങ്ങയോട് സംസാരിക്കാൻ കാരണം എന്താണ്? അങ്ങയ്ക്ക് ഇത്രയധികം ദുഃഖം തോന്നാൻ അയാൾ പറഞ്ഞത് എന്താണ്? അങ്ങയുടെ മുഖം തന്നെ മാറിപ്പോയി.”

“അയാൾക്ക് കുറച്ചു ദിവസങ്ങളേ ബാക്കിയുള്ളൂ” യേശു മറുപടി പറഞ്ഞു. “നിങ്ങൾ എല്ലാവരും അയാളുടെ കൂടെ താമസിച്ച് ജ്ഞാനസ്നാനം സ്വീകരിക്കൂ. ഞാൻ പോകുകയാണ്.”

“ആചാര്യൻ എങ്ങോട്ടാണ് പോകുന്നത്?” യേശുവിന്റെ വസ്ത്രത്തിൽ പിടിച്ചുകൊണ്ട് സബിദീയുടെ ഇളയ മകൻ വിളിച്ചുചോദിച്ചു. “ഞങ്ങൾ എല്ലാവരും അങ്ങയുടെ കൂടെ വരും.”

“ഞാൻ തനിച്ച് മരുഭൂമിയിലേക്ക് പോകുകയാണ്. അവിടെ കൂട്ടുകാരുടെ ആവശ്യം ഇല്ല. ദൈവത്തിനോട് സംസാരിക്കാനാണ് ഞാൻ അവിടെ പോകുന്നത്.”

“ദൈവത്തിനോട് സംസാരിക്കാനോ?” പീറ്റർ മുഖം പൊത്തിക്കൊണ്ട് ചോദിച്ചു. “പക്ഷേ, അപ്പോൾ ആചാര്യൻ ഒരിക്കലും തിരിച്ചുവരില്ല!”

“ഞാൻ തിരിച്ചുവരും.” യേശു നെടുവീർപ്പിട്ടു കൊണ്ടു പറഞ്ഞു. “എനിക്ക് തിരിച്ചുവന്നേപറ്റൂ. ലോകം ഒറ്റച്ചരടിലാണ് തൂക്കിയിട്ടിരിക്കുന്നത്. ദൈവം എനിക്ക് നിർദ്ദേശങ്ങൾ തരും. അതുകഴിഞ്ഞ് ഞാൻ തിരിച്ചുവരും.”

“എന്ന്? വീണ്ടും എത്ര ദിവസം അങ്ങ് ഇവിടെ ഉണ്ടാകില്ല? അങ്ങ് ഞങ്ങളെ വിട്ടുപോകുന്നത് എങ്ങനെയാണെന്ന് നോക്കൂ!” അദ്ദേഹം പോകാതിരിക്കാൻ വേണ്ടി എല്ലാവരും കൂടി കയറിപ്പിടിച്ചുകൊണ്ട് വിളിച്ചുകൂവി. പക്ഷേ, യൂദാസ് അവരെ പരിഹാസത്തോടെ നോക്കിക്കൊണ്ട് നിശ്ശബ്ദനായി തനിച്ചുനിന്നു. “ആട്ടിൻകുട്ടികൾ ആട്ടിൻകുട്ടികൾ” അയാൾ മുറുമുറുത്തു. “ഞാൻ ചെന്നായ ആയതിന് ഇസ്രയേലിലെ ദൈവത്തിനോട് നന്ദി പറയുന്നു.”

“സഹോദരന്മാരേ, ദൈവം ആഗ്രഹിക്കുമ്പോൾ ഞാൻ തിരിച്ചുവരും. ഞാൻ പോകുന്നു. എനിക്കുവേണ്ടി ഇവിടെ കാത്തുനില്ക്കണം. അതുവരെ എനിക്ക് വിടതരണം!”

സഹോദരന്മാർ അദ്ദേഹം സാവധാനം മരുഭൂമിയിലേക്ക് പോകുന്നതു നോക്കിക്കൊണ്ട് സ്തംഭിച്ചു നിന്നു. അദ്ദേഹം മുമ്പ് നടന്നിരുന്നതുപോലെ അല്ല ഇപ്പോൾ നടന്നത്. മുമ്പ് അദ്ദേഹം ഭൂമിയെ കഷ്ടിച്ചാണ് സ്പർശിച്ചിരുന്നത്. പക്ഷേ, ഇപ്പോൾ അദ്ദേഹം ആലോചനയോടെ ഭാരമുള്ള ചുവടുകളാണ് വെച്ചുകൊണ്ടിരുന്നത്. അദ്ദേഹം കുത്തി നടക്കാൻ ഒരു കാട്ടുചൂരൽ കുനിഞ്ഞെടുത്തു. വില്ലുപോലെ വളഞ്ഞ പാലത്തിന്റെ നടുക്കെത്തിയപ്പോൾ അദ്ദേഹം താഴോട്ടുനോക്കി. എല്ലാ വശങ്ങളിലും സൂര്യതാപം

ഏറ്റമുഖങ്ങളിൽ സന്തോഷത്തിന്റെ തിളക്കവുമായി തീർത്ഥാടകർ നദിയിലെ ചെളിവെള്ളത്തിൽ ഇറങ്ങിനില്ക്കുന്നുണ്ടായിരുന്നു. അവരുടെ എതിർവശത്ത് കരയിൽ മറ്റുള്ളവർ ഇപ്പോഴും നെഞ്ചത്തടിച്ചുകൊണ്ട് അവരുടെ പാപങ്ങൾ അന്തരീക്ഷത്തിനോട് കുമ്പസാരിക്കുന്നുണ്ടായിരുന്നു. വിശുദ്ധ നദിയിലേക്കിറങ്ങാനുള്ള സ്നാപകന്റെ സൂചനയ്ക്ക് വേണ്ടി ജ്വലിക്കുന്ന കണ്ണുകളുമായി അവർ കാത്തുനില്ക്കുകയായിരുന്നു. ജോർദ്ദാനിലെ വെള്ളത്തിൽ അരയറ്റം ഇറങ്ങി നിന്നുകൊണ്ട് സ്നാപകൻ സ്നേഹം ഇല്ലാതെ ദേഷ്യപ്പെട്ടുകൊണ്ട് ആളുകളെ കൂട്ടംകൂട്ടമായി ജ്ഞാനസ്നാനം ചെയ്യിച്ചതിനുശേഷം കരയിലേക്ക് തള്ളിക്കയറ്റി. അവരെ പുതിയ ആൾക്കൂട്ടം പിന്തുടർന്നു. അയാളുടെ കറുകറുത്ത കൂർത്ത താടിയും ഇതുവരെ മുറിച്ചിട്ടില്ലാത്ത നേർത്ത മുടിയും സൂര്യപ്രകാശത്തിൽ തിളങ്ങി. അയാളുടെ ശാശ്വതമായി തുറന്നിരിക്കുന്ന വന്യമായ വലിയ വായിൽ നിന്നും തുടർച്ചയായി അലർച്ചകൾ പുറത്തുവന്നുകൊണ്ടിരുന്നു.

യേശു നദിക്കും മനുഷ്യർക്കും ദൂരെയുള്ള ചാവുകടലിനും അറേബ്യയിലെ പർവ്വതങ്ങൾക്കും മരുഭൂമിക്കും മുകളിലൂടെ കണ്ണോടിച്ചു. ചാവുകടലിലേക്കുള്ള ഒഴുക്കിൽ സ്വന്തം നിഴൽ കല്ലോലം ആടുന്നത് യേശു കണ്ടു.

രാത്രിയിൽ മരങ്ങളും പക്ഷികളും മേഘങ്ങളും നക്ഷത്രങ്ങളും പ്രതിഫലിപ്പിച്ചുകൊണ്ട് ഒഴുകുന്ന നദിക്കരയിൽ അതെല്ലാം ശ്രദ്ധിച്ചുകൊണ്ട് നോക്കിയിരിക്കാൻ എത്രമാത്രം രസമായിരിക്കും. അദ്ദേഹം ആലോചിച്ചു. എനിക്കും ഈ ലോകത്തെപ്പറ്റിയുള്ള ശ്രദ്ധയിൽ ആർത്തിയില്ലാതെ അവയോടൊപ്പം ഒഴുകി നീങ്ങാൻ കഴിഞ്ഞിരുന്നെങ്കിൽ എത്രമാത്രം രസമായിരിക്കും...

പക്ഷേ, അദ്ദേഹം സ്വയം ഇളകിക്കൊണ്ട് ആ പ്രലോഭനത്തെ നാടുകടത്തി. പിന്നീട് പാലത്തിൽ നിന്ന് പെട്ടെന്ന് നടന്നിറങ്ങി നിറം മങ്ങിയ പാറകൾക്കു പിന്നിൽ അപ്രത്യക്ഷപ്പെട്ടു. ചുവന്നതാടിക്കാരൻ അദ്ദേഹത്തിന്റെ പുറത്തുനിന്നും കണ്ണെടുക്കാതെ നദിക്കരയിൽ നിന്നു. അദ്ദേഹം കണ്ണിൽ നിന്ന് മറയുന്നത് അയാൾ കണ്ടു. അയാൾ അദ്ദേഹം രക്ഷപ്പെടുമെന്നുള്ള പേടികൊണ്ട് ഉടുപ്പിന്റെ കൈ ചുരുട്ടിവെച്ചുകൊണ്ട് അദ്ദേഹത്തെ പിന്തുടർന്നു. അനന്തമായ മണൽ സമുദ്രത്തിലേക്ക് കടക്കുന്നതിന്റെ തൊട്ടു മുമ്പ് അയാൾ അദ്ദേഹത്തിന്റെ മുന്നിലെത്തി.

“ഡേവിഡിന്റെ മകൻ ഒന്നു നില്ക്കണം!” അയാൾ അദ്ദേഹത്തിനോട് വിളിച്ചു പറഞ്ഞു. “എന്നെ എന്തുകൊണ്ടാണ് ഇങ്ങനെ ഉപേക്ഷിച്ചു പോകുന്നത്?”

യേശു അയാളെ നോക്കി. “എന്റെ സഹോദരനായ യൂദാസ്; ഇനിയും മുന്നോട്ടുവരരുത്. ഞാൻ തനിച്ചായിരിക്കണം.” അദ്ദേഹം യാചിക്കുന്ന മട്ടിൽ പറഞ്ഞു.

“ഞാൻ നിങ്ങളുടെ രഹസ്യം അറിയാൻ ആഗ്രഹിക്കുന്നു!” യൂദാസ് മുന്നോട്ടുവന്നു കൊണ്ട് പറഞ്ഞു.

"തിടുക്കം കൂട്ടരുത്. സമയം ആകുമ്പോൾ നിങ്ങൾക്ക് അത് മനസ്സിലാകും. പക്ഷേ, ഞാൻ നിങ്ങളോട് ഇത്രയും പറയാം. സഹോദരൻ യൂദാസ് സന്തോഷമായി കഴിയണം. എല്ലാ കാര്യങ്ങളും ശരിയായിട്ടാണ് പോകുന്നത്!"

"എല്ലാം ശരിയായി പോകുന്നതുകൊണ്ടുമാത്രം ഞാൻ തൃപ്തനല്ല. വാക്കുകൾ കൊണ്ട് ഒരു ചെന്നായയുടെ വിശപ്പിന് സമാധാനം ആകില്ല. ഒരുപക്ഷേ, യേശുവിന് അതു അറിയില്ലായിരിക്കാം. പക്ഷേ, എനിക്ക് അറിയാം."

"നിങ്ങൾ എന്നെ സ്നേഹിക്കുന്നുണ്ടെങ്കിൽ ക്ഷമ വേണം. ആ മരങ്ങളെ നോക്കൂ. അവയുടെ പഴങ്ങൾ പാകമാകാൻ അവയ്ക്ക് തിടുക്കം ഉണ്ടോ?"

"ഞാൻ മരമല്ല, ഞാൻ ഒരു മനുഷ്യനാണ്" കൂടുതൽ അടുത്തേക്ക് വന്നുകൊണ്ട് ചുവന്ന താടിക്കാരൻ എതിർത്തു. "ഞാൻ ഒരു മനുഷ്യനാണ്. അതിന്റെ അർത്ഥം ഞാൻ തിടുക്കംകൂട്ടുന്ന ഒരു വസ്തു ആണെന്നാണ് ഞാൻ എന്റെ സ്വന്തം നിയമങ്ങൾ അനുസരിച്ചാണ് പോകുന്നത്."

"യൂദാസേ, മരങ്ങൾക്കായാലും മനുഷ്യർക്കായാലും ദൈവത്തിന്റെ നിയമം ഒന്നുതന്നെയാണ്."

ചുവന്നതാടിക്കാരൻ പല്ലുഞെരിച്ചു. "എന്താണ് ആ നിയമത്തിന്റെ പേര്?" യൂദാസ് അവജ്ഞയോടെ ചോദിച്ചു.

"കാലം."

യൂദാസ് മറുപടി പറയാതെ നിശ്ശബ്ദനായി നിന്നുകൊണ്ട് മുഷ്ടിചുരുട്ടി. അയാൾ ഈ നിയമം അംഗീകരിക്കില്ല. അതിന്റെ നടപടി അങ്ങേയറ്റം സാവധാനത്തിലാണ്. യഥാർത്ഥത്തിൽ അയാൾക്ക് ഒരു നിമിഷം പോലും നഷ്ടപ്പെടുത്താൻ ഇല്ല.

"ദൈവം വളരെ വർഷങ്ങൾ ജീവിക്കുന്നു." അയാൾ വിളിച്ചു പറഞ്ഞു. "അദ്ദേഹം അനശ്വരനാണ്. അതുകൊണ്ട് അദ്ദേഹത്തിന് ക്ഷമയോടെ കാത്തിരിക്കാം. പക്ഷേ, ഞാൻ ഒരു മനുഷ്യജീവി ആണ്. ഞാൻ നിങ്ങളോട് പറയുന്നു. അതിന് തിടുക്കം ഉണ്ട്. ഇപ്പോൾ എന്റെ മനസ്സിൽ മാത്രം ഉള്ളത് നേരിട്ടുകാണുന്നതിനു മുമ്പ് മരിച്ചുപോകാൻ ഞാൻ ആഗ്രഹിക്കുന്നില്ല. കാണുക മാത്രമല്ല എനിക്ക് അതിനെ എന്റെ കൈകൊണ്ട് തൊട്ടുനോക്കുകയും വേണം!"

"നിങ്ങൾ അത് കാണും" അയാളെ ശാന്തനാക്കാൻ കൈവീശിക്കൊണ്ട് യേശു പറഞ്ഞു. "എന്റെ സഹോദരൻ യൂദാസ്, നിങ്ങൾക്ക് അതു കാണാം. തൊട്ടു നോക്കാം. വിശ്വസിക്കൂ. ഞാൻ പോകുന്നു! മരുഭൂമിയിൽ ദൈവം എന്നെ പ്രതീക്ഷിക്കുന്നുണ്ട്."

"ഞാൻ കൂടെ വരാം."

"മരുഭൂമിക്ക് രണ്ടു പേർക്കുള്ള വലിപ്പം ഇല്ല. പോകൂ."

ചുവന്നതാടിക്കാരൻ യജമാനന്റെ ശബ്ദം കേട്ട പെൺപട്ടിയെപ്പോലെ മുറുമുറുത്തു കൊണ്ട് പല്ലിളിച്ചു. അയാൾ തലകുനിച്ചു തനിയെ സംസാ

രിച്ചുകൊണ്ട് പാലത്തിലൂടെ തിരിച്ചു നടന്നു. അയാൾ ബാറബ്ബാസിന്റെ കൂടെ കറങ്ങിനടന്നിരുന്ന കാലം ഓർമ്മിച്ചു— ദൈവം അയാളെ അനുഗ്രഹിക്കട്ടെ! മറ്റുള്ള നിഷേധികളെയും അനുഗ്രഹിക്കട്ടെ! ക്രൂരതയുടെയും സ്വാതന്ത്ര്യത്തിന്റെയും മാനസികഭാവം! ഇസ്രയേലിന്റെ ദൈവം കൊലയാളികളുടെ എത്രമാത്രം പ്രതാപമുള്ള നേതാവ് ആയിരുന്നു! അയാൾക്ക് ആവശ്യമുള്ള നേതാവ് ആ രീതിയിൽ ഉള്ളവൻ ആയിരുന്നു. രക്തത്തെ ഭയക്കുകയും ഒരു കൗമാരക്കാരിയെപ്പോലെ "സ്നേഹം! സ്നേഹം!" എന്ന് വിളിച്ചു കൂവുകയും ചെയ്യുന്ന ഈ അതീന്ദ്രിയജ്ഞാനിയെ അയാൾ എന്തിനാണ് പിന്തുടരുന്നത്? പക്ഷേ, നമുക്ക് ക്ഷമയോടെ കാത്തിരിക്കാം. യൂദാസ് ആലോചിച്ചു. അദ്ദേഹം മരുഭൂമിയിൽ നിന്ന് എന്താണ് തിരിച്ചു കൊണ്ടുവരുന്നതെന്ന് നമുക്ക് നോക്കാം!

യേശു ഇപ്പോൾ മരുഭൂമിയിൽ പ്രവേശിച്ചുകഴിഞ്ഞു. കൂടുതൽ മുന്നോട്ടുപോകുമ്പോൾ ഒരു സിംഹത്തിന്റെ ഗുഹയിലേക്ക് കടന്നുചെന്നിരിക്കുകയാണെന്ന് അദ്ദേഹത്തിന് തോന്നി. അദ്ദേഹം വിറച്ചത് ഭയം കൊണ്ട് ആയിരുന്നില്ല. വിശദീകരിക്കാൻ പറ്റാത്ത ഒരുതരം ഇരുണ്ട ആഹ്ലാദം കൊണ്ടായിരുന്നു. അദ്ദേഹം സന്തുഷ്ടനായിരുന്നു. എന്തുകൊണ്ട്? അദ്ദേഹത്തിന് അത് വിശദീകരിക്കാൻ കഴിയുന്നില്ല. പെട്ടെന്ന് കഷ്ടിച്ച് സംസാരിക്കാൻ കഴിയുന്ന പ്രായമുള്ള കുട്ടിയായിരുന്ന സമയത്ത് ഒരു രാത്രിയിൽ കണ്ട സ്വപ്നം അദ്ദേഹത്തിന് ഓർമ്മ വന്നു. അത് ആയിരക്കണക്കിനു വർഷങ്ങൾക്ക് മുമ്പ് നടന്നതുപോലെ തോന്നി; അദ്ദേഹത്തിന് ഓർമ്മിക്കാൻ കഴിയുന്ന ഏറ്റവും ആദ്യത്തെ സ്വപ്നം... അദ്ദേഹം ഒരു ഗുഹയ്ക്കുള്ളിലേക്ക് കടന്നുചെന്നപ്പോൾ സിംഹക്കുട്ടികൾക്ക് മുലകൊടുക്കുന്ന ഒരുപെൺസിംഹത്തെ കണ്ടു. അവളെ കണ്ടപ്പോൾ അദ്ദേഹത്തിന് വിശപ്പും ദാഹവും തോന്നി. അദ്ദേഹം അവളുടെ അടുത്തുകിടന്ന് സിംഹക്കുട്ടികളുടെ കൂടെ പാലുകുടിക്കാൻ തുടങ്ങി. അതിനുശേഷം അവർ ഒന്നിച്ചു പുറത്തു വന്ന് ഒരു പുൽത്തകിടിയിലെ സൂര്യപ്രകാശത്തിൽ കളിക്കുന്നതായി തോന്നി. പക്ഷേ, അവ തുള്ളിക്കളിച്ചുകൊണ്ടിരിക്കുമ്പോൾ അദ്ദേഹത്തിന്റെ അമ്മ മറിയം അദ്ദേഹത്തിന്റെ സ്വപ്നത്തിൽ പ്രത്യക്ഷപ്പെട്ടു. സിംഹങ്ങളുടെ കൂടെ അദ്ദേഹത്തെ കണ്ടപ്പോൾ അവർ നിലവിളിച്ചു. അദ്ദേഹം ഞെട്ടി ഉണർന്ന് അടുത്തുകിടന്നുറങ്ങുന്ന അമ്മയുടെ നേർക്ക് ദേഷ്യപ്പെട്ടുകൊണ്ട് തിരിഞ്ഞുകിടന്നു." നിങ്ങൾ എന്നെ എന്തിനാണ് ഉണർത്തിയത്? ഞാൻ എന്റെ അമ്മയോടും സഹോദരന്മാരോടും ഒപ്പം ആയിരുന്നു." അദ്ദേഹം അമ്മയോട് അട്ടഹസിച്ചു.

"ഞാൻ സന്തുഷ്ടനായതിന്റെ കാരണം ഇപ്പോൾ എനിക്ക് മനസ്സിലായി. അദ്ദേഹം ആലോചിച്ചു. "ഞാൻ എന്റെ അമ്മയുടെ ഗുഹയിലേക്ക് കടന്നു ചെല്ലുകയാണ്. പെൺ സിംഹത്തിന്റെ ഗുഹ. ഏകാന്തതയുടെ ഗുഹ..."

അദ്ദേഹം പാമ്പുകളുടെ അസ്വസ്ഥത ഉണ്ടാക്കുന്ന സീൽക്കാരവും പറകൾക്കിടയിലൂടെ വീശിയടിക്കുന്ന പൊള്ളുന്ന കാറ്റിന്റെ ഇരമ്പവും

കേട്ടു. മരുഭൂമിയിലെ അദൃശ്യമായ ആത്മാവുകളുടെ മർമ്മരവും അദ്ദേഹം കേട്ടു.

യേശു കുനിഞ്ഞ് അദ്ദേഹത്തിന്റെ ആത്മാവിനോട് സംസാരിച്ചു: "എന്റെ ആത്മാവേ, ഇവിടെ നിങ്ങൾ അനശ്വരനാണോ അല്ലയോ എന്ന് കാണിക്കണം."

പിന്നിൽനിന്നും കാലൊച്ചകേട്ട് അദ്ദേഹം ചെവിയോർത്തു. മണൽ ചവിട്ടിമെതിക്കുന്നതിന്റെ ശബ്ദം ഉണ്ടായിരുന്നു. ആരോ അദ്ദേഹത്തിന്റെ അടുത്തേക്ക് നടന്നുവരുന്നുണ്ടായിരുന്നു. ഞാൻ അവളെ മറന്നു. അദ്ദേഹം വിറച്ചുകൊണ്ട് ആലോചിച്ചു. പക്ഷേ, അവൾ എന്നെ മറന്നില്ല. അവൾ എന്നോടൊപ്പം വരുകയാണ്. എന്റെ അമ്മ എന്നോടൊപ്പം വരുകയാണ്. അത് ശാപം ആയിരുന്നെന്ന് അദ്ദേഹത്തിന് നല്ലപോലെ അറിയാം. പക്ഷേ, ഇപ്പോൾ വളരെ സമയംകൊണ്ട് അദ്ദേഹം അവളെ അമ്മയെന്നാണ് വിളിച്ചുകൊണ്ടിരുന്നത്...

അദ്ദേഹം ചിന്തകളെ മറ്റെവിടേക്കോ തള്ളിവിട്ടുകൊണ്ട് മുന്നോട്ടു നടന്നു. അദ്ദേഹം മെരുങ്ങാത്ത മാടപ്രാവിനെ ഓർമ്മിച്ചു. അദ്ദേഹത്തിന്റെ ഉള്ളിൽ ഒരു കാട്ടുപക്ഷി തടവിലുണ്ടെന്ന് തോന്നി– അല്ലെങ്കിൽ അത് രക്ഷപ്പെടാൻ തിടുക്കം കൂട്ടുന്ന അദ്ദേഹത്തിന്റെ ആത്മാവ് ആയിരുന്നോ? ഒരുപക്ഷേ, അത് രക്ഷപ്പെട്ടിരിക്കാം. ഒരുപക്ഷേ, അദ്ദേഹത്തെ ജ്ഞാന സ്നാനം ചെയ്യിക്കുന്ന സമയം മുഴുവൻ തലയ്ക്കു മുകളിൽ ചലിച്ചു കൊണ്ടു വട്ടമിട്ടു പറന്ന കാട്ടുപ്രാവ് അദ്ദേഹത്തിന്റെ തന്നെ ആത്മാവ് ആയിരിക്കാം. അത് ഒരു പക്ഷിയോ ദേവദൂതനോ ആയിരിക്കില്ല. അത് അദ്ദേഹത്തിന്റെ സ്വന്തം ആത്മാവായിരിക്കാം.

ഉത്തരം ഇതായിരുന്നു. അദ്ദേഹം ശാന്തനായി വീണ്ടും നടക്കാൻ ആരംഭിച്ചു. പിന്തുടരുന്ന കാലടികൾ മണ്ണു ചവിട്ടിമെതിക്കുന്നത് അദ്ദേഹം കേട്ടു– പക്ഷേ, അദ്ദേഹത്തിന്റെ ഹൃദയം ഇപ്പോൾ അചഞ്ചലമായിരുന്നു. അവസാനം എല്ലാ കാര്യങ്ങളും അദ്ദേഹത്തിന് അന്തസ്സോടെ സഹിക്കാൻ കഴിഞ്ഞിരിക്കുന്നു. അദ്ദേഹം ആലോചിച്ചു, മനുഷ്യന്റെ ആത്മാവ് സർവ്വ ശക്തിയും ഉള്ളതാണ്. അതിന് ഇഷ്ടമുള്ള രൂപങ്ങൾ സ്വീകരിക്കാം. നിമി ഷനേരംകൊണ്ട് അത് ഒരുപക്ഷിയായിമാറി എന്റെ മുകളിൽ പറന്നു... പക്ഷേ, അദ്ദേഹം സ്വസ്ഥമായി മുന്നോട്ടു നീങ്ങുമ്പോൾ പെട്ടെന്ന് വിളിച്ചു കൂവിക്കൊണ്ട് നടത്തം നിർത്തി. ഒരുപക്ഷേ, മാടപ്രാവ് ഒരു മായക്കാ ഴ്ചയോ ചെവിയിലെ ഒരു മുരളലോ വായുവിന്റെ ഒരുഭ്രമണമോ ആയി രിക്കാം എന്ന ചിന്ത അദ്ദേഹത്തിലേക്ക് കടന്നുവന്നു– കാരണം അദ്ദേഹ ത്തിന്റെ ശരീരം എങ്ങനെ തിളങ്ങിയിരുന്നെന്നും എങ്ങനെ ആത്മാവു പോലെ ഭാരമില്ലാത്തതും സർവ്വശക്തവും ആയെന്നും അദ്ദേഹത്തിന് ഓർമ്മവന്നു. കേൾക്കാൻ ആഗ്രഹിച്ചതെല്ലാം അദ്ദേഹം കേട്ടത് എങ്ങനെ യാണെന്ന് ഓർമ്മവന്നു. കാണാൻ ആഗ്രഹിച്ചതെല്ലാം അദ്ദേഹം കണ്ട തെങ്ങനെയാണെന്ന് ഓർമ്മ വന്നു... അദ്ദേഹം അന്തരീക്ഷത്തിൽ കോട്ട കൾ കെട്ടി. "ദൈവമേ" അദ്ദേഹം പിറുപിറുത്തു. "ഇപ്പോൾ നമ്മൾ തനി

ച്ചായിരിക്കുന്നു. എന്നോട് സത്യം പറയണം. എന്നെ വഞ്ചിക്കരുത്. അന്ത രീക്ഷത്തിലെ ശബ്ദങ്ങൾ കേട്ട് ഞാൻ തളർന്നിരിക്കുന്നു"

അദ്ദേഹം മുന്നോട്ടു നടന്നു. സൂര്യനും അദ്ദേഹത്തിന്റെ കൂടെ മുന്നോട്ടു നടന്നു. അവസാനം സൂര്യൻ അദ്ദേഹത്തിന്റെ തലയ്ക്ക് മുകളി ലായി ആകാശത്തിന്റെ ഉയരത്തിൽ എത്തി. അദ്ദേഹത്തിന്റെ പാദങ്ങൾ പൊള്ളുന്ന മണലിൽ ദഹിക്കുകയായിരുന്നു. ഏതെങ്കിലും നിഴൽ കണ്ടെ ത്താൻ വേണ്ടി അദ്ദേഹം ചുറ്റുപാടും നോക്കി. അദ്ദേഹം അതു ചെയ്തു കൊണ്ടിരിക്കുമ്പോൾ മുകളിൽ ചിറകടികൾ കേട്ടു. ഒരു പറ്റം കാക്കകൾ ജീർണ്ണിച്ചുകൊണ്ടിരുന്ന ഒരു നാറുന്ന കറുത്ത വസ്തു കിടന്നിരുന്ന കുഴി യിലേക്ക് പാഞ്ഞിറങ്ങി.

യേശു മൂക്കുപൊത്തിക്കൊണ്ട് അടുത്തേക്ക് ചെന്നു. കാക്കകൾ ശവ ത്തിന്റെ മുകളിൽ വീണ് നഖങ്ങൾ കുത്തിയിറക്കി കൊത്തിത്തിന്നാൻ തുടങ്ങിയിരുന്നു. ഒരു മനുഷ്യൻ നടന്നടുക്കുന്നതുകണ്ടപ്പോൾ കൊക്കിൽ കൊള്ളുന്ന മാംസവുമായി അവ ദേഷ്യപ്പെട്ട് പറന്നുപോയി. യേശു കുനിഞ്ഞു നോക്കി. തുറന്നു കിടക്കുന്ന വയറും പകുതി ഉരിഞ്ഞുമാറ്റിയ കറുത്ത തോലും പൊക്കം കുറഞ്ഞ പിരിഞ്ഞ കൊമ്പും അഴുകിയ കഴു ത്തിനു ചുറ്റും മന്ത്രത്തകിടുകളുടെ ചരടുകളും അദ്ദേഹം കണ്ടു.

"കോലാട്!" അദ്ദേഹം ഞെട്ടലോടെ പിറുപിറുത്തു. "മനുഷ്യരുടെ പാപങ്ങൾ ചുമക്കുന്ന വിശുദ്ധകോലാട്. ഗ്രാമങ്ങളിൽ നിന്ന് ഗ്രാമങ്ങളി ലേക്കും പർവ്വതങ്ങളിൽ നിന്ന് പർവ്വതങ്ങളിലേക്കും അവൻ തുരത്തപ്പെ ട്ടിരിക്കുന്നു. ഒടുവിൽ അവൻ മരുഭൂമിയിലെത്തി അവസാനിച്ചിരിക്കുന്നു..."

അദ്ദേഹം കുനിഞ്ഞുനിന്ന് കഴിയുന്നത്ര ആഴത്തിൽ കൈകൊണ്ട് കുഴിയെടുത്ത് ശവം മറവു ചെയ്തു.

അദ്ദേഹം പറഞ്ഞു. "ഓരോ മൃഗത്തെയും പോലെ എന്റെ സഹോദ രനും നിഷ്കളങ്കനായിരുന്നു. പക്ഷേ, ഭീരുക്കളായ മനുഷ്യർ അവരുടെ പാപങ്ങൾ നിന്നെക്കൊണ്ട് ചുമപ്പിച്ചു നിന്നെ വകവരുത്തി. സ്വസ്ഥമായി ദ്രവിച്ചുചേരൂ. അവരോട് വിദ്വേഷം തോന്നരുത്. പാവപ്പെട്ട ദുർബ്ബലരായ ജന്തുക്കളായ മനുഷ്യർക്ക് അവരുടെ പാപങ്ങൾക്ക് സ്വയം കടം വീട്ടാ നുള്ള ധൈര്യം ഇല്ല; അവർക്ക് അത് പാപങ്ങളില്ലാത്ത ഒരുവന്റെ മുക ളിൽ ആരോപിക്കുന്നു. എന്റെ സഹോദരൻ അവരുടെ പാപങ്ങൾക്ക് നന്മ ചെയ്തുകൊടുക്കണം. പോയ് വരൂ!"

അദ്ദേഹം യാത്ര തുടർന്നെങ്കിലും ഏതാനും നിമിഷങ്ങൾ കഴിഞ്ഞ പ്പോൾ ദുഃഖത്തോടെ നടത്തം നിർത്തി. അദ്ദേഹം കൈവീശിക്കൊണ്ട് വിളിച്ചു പറഞ്ഞു. "നമ്മൾ വീണ്ടും കണ്ടുമുട്ടുന്നതു വരെ മാത്രം!"

കാക്കകൾ ഭ്രാന്തെടുത്ത് അദ്ദേഹത്തെ പിന്തുടരാൻ തുടങ്ങി. അവ രുടെ രുചിയുള്ള ശവത്തെ അവർക്ക് നഷ്ടപ്പെടുത്തിയത് അദ്ദേഹമാണ്. ഇപ്പോൾ അവർ അദ്ദേഹത്തെ പിന്തുടർന്നുകൊണ്ടിരിക്കുന്നു. അവർ അവ സാനിക്കാനുള്ള അദ്ദേഹത്തിന്റെ അവസരം പ്രതീക്ഷിച്ച് വയറു പിളർന്ന് ഭക്ഷിക്കാൻ വേണ്ടി കാത്തുനില്ക്കുകയായിരുന്നു. ഈ അനീതി അവ

രോട് കാണിക്കാൻ അദ്ദേഹത്തിന് എന്താണ് അവകാശം. ദൈവം കാക്ക കളെ ആസൂത്രണം ചെയ്തിരിക്കുന്നത് ശവങ്ങൾ തിന്നാനല്ലേ! അദ്ദേഹം മറുപടി പറയണം!

അവസാനം രാത്രി വന്നു കൊണ്ടിരിക്കുകയായിരുന്നു. അദ്ദേഹം ക്ഷീണം കൊണ്ട് ഒരു ആട്ടുകല്ലിന്റെ വലിപ്പമുള്ള ഒരു ഉരുണ്ട പാറയുടെ മുകളിൽ കുത്തിയിരുന്നു. "ഞാൻ കൂടുതൽ മുന്നോട്ട് പോകുന്നില്ല." അദ്ദേഹം പിറുപിറുത്തു. "ഇവിടെ ഈ പാറയുടെ മുകളിൽ ഞാൻ എന്റെ കോട്ടപണിഞ്ഞ് യുദ്ധം ചെയ്യും." ഇരുട്ട് ആകാശത്തു നിന്നും നേരിട്ട് ഒഴുകിവീണ് മണ്ണിനു മുകളിൽ പരന്ന് ഭൂമിയെ മൂടി. ഇരുട്ടിനോടൊപ്പം മൂടൽ മഞ്ഞും വന്നു. അദ്ദേഹത്തിന്റെ പല്ലുകൾ കൂട്ടിയിടിച്ചുകൊണ്ടിരുന്നു. അദ്ദേഹം വെളുത്ത വേഷത്തിനുള്ളിൽ ഒരു പന്തുപോലെ ചുരുണ്ടുകൂടി ക്കിടന്ന് കണ്ണടച്ചു. പക്ഷേ, കണ്ണടച്ചപ്പോൾ അദ്ദേഹത്തിന്റെ ഭയം വർദ്ധിച്ചു. അദ്ദേഹം കാക്കകളെ ഓർമ്മിച്ചു. ഓരോവശത്തുനിന്നും പട്ടിണികിടക്കുന്ന ചെന്നായ്ക്കൾ ഓരിയിടാൻ തുടങ്ങുന്നത് അദ്ദേഹം കേട്ടു. മരുഭൂമി അദ്ദേ ഹത്തിനു ചുറ്റും ഒരു വന്യമൃഗത്തെപോലെ തക്കം നോക്കി പതുങ്ങി നട ക്കുകയാണെന്ന് തോന്നി... അദ്ദേഹം പേടിച്ച് വീണ്ടും കണ്ണുതുറന്നു. ആകാ ശത്ത് നക്ഷത്രങ്ങൾ നിറഞ്ഞിരുന്നു. അദ്ദേഹത്തിന് ആശ്വാസം തോന്നി. ദൈവദൂതൻ എനിക്ക് കൂട്ടുതരാൻ വേണ്ടി പുറത്തു വന്നിരിക്കുന്നു. അദ്ദേഹം സ്വയം പറഞ്ഞു. ആറ് പാർശ്വങ്ങളുള്ള വെളിച്ചം അവരാണ്. ദൈവത്തിന്റെ സിംഹാസനത്തിനു ചുറ്റും നിന്ന് സ്തോത്രം പാടുന്നവർ അവരാണ് പക്ഷേ, അവർ വളരെ ദൂരത്താണ്. ദൂരം വളരെ കൂടുതൽ ആയ തുകൊണ്ട് നമുക്ക് അവരുടെ പാട്ട് കേൾക്കാൻ കഴിയില്ല. .. നക്ഷത്രങ്ങ ളുടെ വെളിച്ചം അദ്ദേഹത്തിന്റെ മനസ്സിനെ പ്രകാശിപ്പിച്ചു. വിശപ്പും തണുപ്പും അദ്ദേഹം മറന്നു. അദ്ദേഹവും ജീവനുള്ള ഒരു വസ്തു ആണ്. ഇരുട്ടിൽ വഴി കാണിക്കുന്ന നൈമിഷികമായ ഒരു ദീപം; അദ്ദേഹവും ദൈവത്തിനോട് സ്തുതിഗീതങ്ങൾ പാടിയിട്ടുണ്ട്. അദ്ദേഹത്തിന്റെ ആത്മാവ് ഒരു ചെറിയ ദീപസ്തംഭം ആയിരുന്നു; "മാലാഖമാരുടെ ദരിദ്ര മായ വസ്ത്രം ധരിച്ച സഹോദരി" അദ്ദേഹത്തിന്റെ ഉന്നതമായ ഈ ഉത്ഭ വത്തെക്കുറിച്ച് അദ്ദേഹം ചിന്തിച്ചു, ദൈവത്തിന്റെ സിംഹാസനത്തിനു ചുറ്റുമുള്ള മാലാഖമാരുടെ കൂടെ അദ്ദേഹത്തിന്റെ ആത്മാവു നില്ക്കു ന്നതുകണ്ടു. അതിനു ശേഷം സമാധാനത്തോടെ ഭയം ഇല്ലാതെ അദ്ദേഹം കണ്ണടച്ചു. ഉറങ്ങി.

ഉണർന്നപ്പോൾ അദ്ദേഹം കിഴക്കോട്ടു നോക്കി സൂര്യനെ കണ്ടു, മണ ലിനു മുകളിൽ ഉയർന്നു നില്ക്കുന്ന ലോഹങ്ങൾ ഉരുക്കുന്ന ഭയാനക മായ ഒരു ചൂള. അത് ദൈവത്തിന്റെ മുഖമാണ്. കണ്ണുമങ്ങാതിരിക്കാൻ വേണ്ടി കൈപ്പത്തികൊണ്ട് കണ്ണുമൂടിക്കൊണ്ട് അദ്ദേഹം ആലോചിച്ചു. "ദൈവമേ" അദ്ദേഹം മന്ത്രിച്ചു. "ഞാൻ ഒരു മണൽത്തരിയാണ്. അങ്ങേയ്ക്ക് മരുഭൂമിയിൽ എന്നെ കാണാൻ കഴിയുന്നുണ്ടോ? ഞാൻ

ശ്വസിക്കുകയും അങ്ങയോട് സംസാരിക്കുകയും അങ്ങയെ സ്നേഹിക്കുകയും ചെയ്യുന്ന ഒരു മണൽത്തരിയാണ്. അങ്ങയെ പിതാവെന്ന് വിളിച്ച് സ്നേഹിക്കുന്ന ഒരു മണൽത്തരി– എനിക്ക് സ്നേഹം, അല്ലാതെ, മറ്റ് ആയുധങ്ങൾ ഒന്നും സ്വന്തമായില്ല. അതുമായാണ് ഞാൻ യുദ്ധം ചെയ്യാൻ വന്നിരിക്കുന്നത്. എന്നെ സഹായിക്കണം!"

അദ്ദേഹം എഴുന്നേറ്റു. അദ്ദേഹം ഉറങ്ങിയ പാറയ്ക്കുചുറ്റും കാട്ടു ചൂരൽ കൊണ്ട് ഒരു വട്ടം വരച്ചു.

"ഈ മെതിക്കുന്ന തറ ഞാൻ ഉപേക്ഷിക്കില്ല." അദ്ദേഹത്തിനു വേണ്ടി കാത്തു കിടക്കുന്ന അദൃശ്യ ശക്തികൾ കേൾക്കാൻ വേണ്ടി അദ്ദേഹം ഉറക്കെ പറഞ്ഞു. "ദൈവത്തിന്റെ ശബ്ദം കേൾക്കാതെ ഞാൻ ഈ മെതിക്കുന്ന തറ ഉപേക്ഷിക്കില്ല. പക്ഷേ, എനിക്ക് അത് വ്യക്തമായി കേൾക്കണം. പതിവുള്ള അസ്ഥിരമായ മൂളലോ ചിലയ്ക്കലോ ഇടിമിന്നലോ കൊണ്ട് ഞാൻ തൃപ്തനാകില്ല. ഞാൻ എന്നോട് അങ്ങ് വ്യക്തമായി സംസാരിക്കാൻ ആഗ്രഹിക്കുന്നു. മനുഷ്യരുടെ വാക്കുകളിൽ സംസാരിക്കണം. അദ്ദേഹം എന്താണ് എന്നെക്കൊണ്ട് ആഗ്രഹിക്കുന്നതെന്നും എനിക്ക് എന്ത് ചെയ്യാൻ കഴിയുമെന്നും ഞാൻ ചെയ്യേണ്ടത് എന്താണെന്നും എന്നോട് പറയണം. അതിനുശേഷം മാത്രമേ ഞാൻ ഈ മെതിക്കുന്ന തറയിൽ നിന്ന് എഴുന്നേറ്റ് മനുഷ്യരുടെ അടുത്തേക്ക് പോകുകയുള്ളൂ. അദ്ദേഹത്തിന്റെ ആജ്ഞ അങ്ങനെയാണെങ്കിൽ ഞാൻ പോകും. അതല്ല അദ്ദേഹത്തിന്റെ ആഗ്രഹം മരിക്കണമെന്നാണെങ്കിൽ ഞാൻ മരിക്കും. അദ്ദേഹം ആഗ്രഹിക്കുന്ന എന്ത് കാര്യവും ഞാൻ ചെയ്യും. പക്ഷേ, അത് എന്താണെന്ന് എനിക്ക് അറിയണം... ദൈവത്തിന്റെ പേരിൽ!"

വിശാലമായ മരുഭൂമിയിലെ സൂര്യനെ നോക്കിക്കൊണ്ട് അദ്ദേഹം പാറപ്പുറത്ത് മുട്ടുകുത്തിയിരുന്നു. അദ്ദേഹംകണ്ണടച്ചിരുന്ന് നസറേത്തിലും മഗ്ദലയിലും കാപ്പർനാമിലും ജേക്കബ്ബിന്റെ കിണറിലും ജോർദ്ദാൻ നദിയിലും വെച്ച് മനസ്സിൽ തങ്ങിനിന്നിരുന്ന ചിന്തകളെ വീണ്ടും ഒന്നിച്ചു ചേർത്ത് അണിനിരത്തി. അദ്ദേഹം യുദ്ധത്തിന് തയ്യാറെടുക്കുകയായിരുന്നു.

അദ്ദേഹം കൺപോളകൾ അടച്ച് വലിഞ്ഞുമുറുകിയ കഴുത്തോടെ സ്വയം ഉള്ളിലേക്ക് മുങ്ങിത്താണു. അദ്ദേഹം വെള്ളം ഇരമ്പുന്നതും കാട്ടുചൂരലുകളുടെ മർമ്മരവും മനുഷ്യരുടെ വിലാപങ്ങളും കേട്ടു... ജോർദ്ദാൻ നദിയിൽനിന്നും വിലാപങ്ങളുടെയും ഭീതിയുടെയും അകലങ്ങളിലെ സാങ്കല്പികമായ പ്രതീക്ഷകളുടെ തിരമാലകൾ ഒന്നൊന്നായി വന്നുകൊണ്ടിരുന്നു.... അദ്ദേഹത്തിന്റെ മനസ്സിൽ ആദ്യം എഴുന്നേറ്റുനിന്നത് അപരിഷ്കൃതനായ സന്ന്യാസിയുടെ കൂടെ പാറപ്പുറത്ത് ചെലവഴിച്ച മൂന്നു രാത്രികൾ ആയിരുന്നു. ആ രാത്രികൾ അദ്ദേഹത്തിന്റെ ഭാഗത്തെ യുദ്ധത്തിൽ കടന്നുവരാൻ വേണ്ടി പടച്ചട്ടയണിഞ്ഞ് മരുഭൂമിയിലേക്ക് പാഞ്ഞുകയറി. ഗോതമ്പിന്റെ മഞ്ഞനിറമുള്ള ക്രൂരമായ കണ്ണുകളും ചാവുകടലിന്റെ ഇര

മ്പൽ പോലെ ശ്വസിക്കുകയും ഉദരത്തിൽ വിചിത്രമായ പച്ച അക്ഷരങ്ങളും ഉള്ള ഒരു ഭീമാകാരനായ വെട്ടുകിളിയെപ്പോലെ ആദ്യത്തെ രാത്രി അദ്ദേഹത്തിന്റെ മുകളിലേക്ക് ചാടി വീണു. അത് അദ്ദേഹത്തിന്റെ പുറത്ത് പറ്റിപ്പിടിച്ചു. അതിന്റെ ചിറകുകൾ അതിവേഗത്തിൽ അന്തരീക്ഷത്തെ പിളർന്നു. യേശു വിളിച്ചുകൂവിക്കൊണ്ടു തിരിഞ്ഞു. കൂരിരുട്ടിൽ അദ്ദേഹത്തിന്റെ തൊട്ടടുത്ത് എല്ലുപോലെയുള്ള കൈചൂണ്ടിക്കൊണ്ട് സ്നാപകൻ നില്ക്കുന്നുണ്ടായിരുന്നു.

"നോക്കൂ. നിങ്ങൾ എന്ത് കാണുന്നു?"

"ഒന്നും കാണുന്നില്ല."

"ഒന്നും കാണുന്നില്ലേ? നിങ്ങളുടെ മുമ്പിൽ വേശ്യയായ വിശുദ്ധ ജറുസലേം ആണ്. നിങ്ങൾ അവളെ കാണുന്നില്ലേ? അവൾ റോമാക്കാരന്റെ കൊഴുത്ത കാൽമുട്ടുകളിൽ ഇരുന്ന് കുലുങ്ങിച്ചിരിക്കുന്നു. ദൈവം വിളിച്ചു പറയുന്നു എനിക്ക് അവളെ വേണ്ട. ഇത് എന്റെ ഭാര്യയാണോ?" എനിക്ക് അവളെ ആവശ്യം ഇല്ല." ഞാനും ദൈവത്തിന്റെ കാല്ക്കലെ പട്ടിയെപ്പോലെ കുരയ്ക്കുന്നു: "എനിക്ക് അവളെ വേണ്ട!" ഞാൻ അവളുടെ മണിമാളികകൾക്കു ചുറ്റും കറങ്ങിനടന്നു കൊണ്ട് അവളെനോക്കി കുരയ്ക്കുന്നു: "വേശ്യ! വേശ്യ!" അവൾക്ക് നാലു വലിയ കോട്ട വാതിലുകൾ ഉണ്ട്. ആദ്യത്തെ വാതില്ക്കൽ വിശപ്പ് ഇരിക്കുന്നു. അടുത്തതിൽ ഭയം. മൂന്നാമത്തേതിൽ അനീതി. വടക്കുവശത്തെ നാലാമത്തെ വാതിലിൽ അപകീർത്തി. ഞാൻ അകത്തുകടന്ന് അവളുടെ തെരുവുകളിലൂടെ അങ്ങോട്ടും ഇങ്ങോട്ടും നടക്കുന്നു. ഞാൻ അവളുടെ താമസക്കാരുടെ അടുത്തു ചെന്ന് അവരെ പരിശോധിക്കുന്നു: അവരുടെ മുഖങ്ങളെ നിരീക്ഷിക്കുന്നു: മൂന്നു മുഖങ്ങൾ കൊഴുത്തുതടിച്ച് പരിപൂർണ്ണ സംതൃപ്തി ഉള്ളവയാണ്. മൂവായിരം മുഖങ്ങൾ പട്ടിണി കൊണ്ട് മെലിഞ്ഞു പോയവയാണ്. ഒരു ലോകം എപ്പോഴാണ് അപ്രത്യക്ഷപ്പെടുന്നത്? അത് മൂന്നു യജമാനന്മാർ അമിതമായി ഭക്ഷണം കഴിക്കുമ്പോഴും മൂവായിരം മനുഷ്യർ പട്ടിണികൊണ്ട് മരിക്കുകയും ചെയ്യുന്ന സമയത്താണ്. അവരുടെ മുഖങ്ങളിലേക്ക് ഒരിക്കൽക്കൂടി നോക്കൂ. എല്ലാവരുടെ മുഖത്തും ഭയം കയറിയിരിക്കുന്നുണ്ട്. അവരുടെ നാസാരന്ധ്രങ്ങൾ വിറയ്ക്കുന്നു. അവർക്ക് ദൈവത്തിന്റെ ദിവസത്തിന്റെ മണം ഉണ്ട്. സ്ത്രീകളെ പരിഗണിച്ചുനോക്കൂ. ഏറ്റവും സത്യസന്ധമായ നോട്ടങ്ങളിൽ പോലും രഹസ്യമായി അവളുടെ അടിമത്തം ഉണ്ട്. അവൾ ചുണ്ടനക്കിക്കൊണ്ട് അവനോട് തലയാട്ടുന്നു: വരൂ!... ഞാൻ അവരുടെ കൊട്ടാരങ്ങളുടെ മേല്ക്കൂരകൾ എടുത്തുമാറ്റി. നോക്കൂ. രാജാവ് അയാളുടെ സഹോദരന്റെ ഭാര്യയെ മടിയിലിരുത്തി അവളുടെ നഗ്നതയിൽ തലോടുന്നു. വിശുദ്ധ വേദപുസ്തകം പറയുന്നത് എന്താണ്? "സഹോദരന്റെ ഭാര്യയുടെ നഗ്നതയിൽ നോക്കുന്നവന് മരണം!" ഈ സമയത്ത് അരുതാത്ത ബന്ധം ഉള്ള രാജാവല്ല കൊല്ലപ്പെടാൻ പോകുന്നത്.

പക്ഷേ, അത് ഞാൻ എന്ന സന്ന്യാസി ആണ്. എന്തുകൊണ്ട്– കാരണം ദൈവത്തിന്റെ ദിവസം വന്നിരിക്കുന്നു."

അന്നത്തെ ആദ്യത്തെ രാത്രിയിൽ യേശു സ്നാപകന്റെ കാല്ക്കൽ ഇരുന്ന് ജറുസലേമിന്റെ തുറന്നുകിടക്കുന്ന നാലു കോട്ടവാതിലുകളിലൂടെ വിശപ്പും ഭയവും അനീതിയും അപകീർത്തിയും അകത്തേക്കും പുറത്തേക്കും പോകുന്നത് നോക്കിക്കൊണ്ടിരുന്നു. വിശുദ്ധയായ വേശ്യയുടെ മുകളിൽ കോപവും വിജയാഹ്ലാദവും നിറഞ്ഞ മേഘങ്ങൾ ഒത്തുകൂടിയിരുന്നു.

രണ്ടാമത്തെ രാത്രിയിൽ സ്നാപകൻ ചൂരലുപോലുള്ള കൈനിവർത്തി ഒറ്റത്തള്ളിന് കാലത്തിനും ദേശത്തിനും ഇടയിലൂടെ മുന്നോട്ടു തള്ളിക്കയറി:

"ശ്രദ്ധിക്കൂ, നിങ്ങൾ കേൾക്കുന്നത് എന്താണ്?"

"ഒന്നും ഇല്ല."

"ഒന്നും ഇല്ലേ! നിങ്ങൾ അനീതി കേൾക്കുന്നില്ലേ? നാണം ഇല്ലാതെ സ്വർഗ്ഗത്തിലേക്ക് ചാടിക്കയറി ദൈവത്തിന്റെ വാതിലിൽ കുരച്ചുകൊണ്ടു നില്ക്കുന്ന പെൺപട്ടിയുടെ കുര നിങ്ങൾ കേൾക്കുന്നില്ലേ? നിങ്ങൾ ജറുസലേമിലൂടെ പോയിരുന്നില്ലേ? ആരാധനാലയത്തിനു ചുറ്റും നിന്ന് ഓരിയിടുന്ന പുരോഹിതന്മാരെയും ഉന്നത പുരോഹിതന്മാരെയും പകർപ്പ് എഴുത്തുകാരെയും ഫാരിസീകളെയും നിങ്ങൾ കണ്ടിട്ടില്ലേ? പക്ഷേ, ദൈവം ഇനിയും ഭൂമിയുടെ മര്യാദകേട് സഹിക്കില്ല. അദ്ദേഹം എഴുന്നേറ്റ് മലയടിവാരങ്ങളിലൂടെ താഴോട്ട് നടന്നുകൊണ്ടിരിക്കുന്നു. അദ്ദേഹത്തിന്റെ മുമ്പിൽ അമർഷം ഉണ്ട്. പിന്നിൽ സ്വർഗ്ഗത്തിലെ മൂന്നു പെൺപട്ടികളായ തീയും കുഷ്ഠവും ഭ്രാന്തും ഉണ്ട്. സ്വർണ്ണം കൊണ്ട് അലങ്കരിച്ച പ്രൗഢമായ തൂണുകൾ താങ്ങി നിർത്തുന്ന "അനശ്വരം! അനശ്വരം! അനശ്വരം!" എന്ന് പ്രഖ്യാപിക്കുന്ന ആരാധനാലയം എവിടെയാണ്? ആരാധനാലയം ചാമ്പലാക്കുക, പുരോഹിതന്മാരെയും ഉന്നതപുരോഹിതന്മാരെയും സ്ക്രൈബുകളെയും ഫാരിസീകളെയും വിശുദ്ധ മന്ത്രത്തകിടുകളെയും അവരുടെ പട്ടുവസ്ത്രങ്ങളെയും സ്വർണ്ണവളയങ്ങളെയും എരിച്ച് ചാമ്പലാക്കുക! ചാമ്പലാക്കുക! ചാമ്പലാക്കുക! ചാമ്പലാക്കുക!..... ജറുസലേം എവിടെ? ഒരു കത്തിച്ച റാന്തൽ എന്റെ കൈയിൽ ഉണ്ട്. ഞാൻ പർവ്വതങ്ങളിലെ ദൈവത്തിന്റെ ഇരുട്ടിൽ അന്വേഷിക്കുന്നു. ഞാൻ ഉച്ചത്തിൽ വിളിക്കുന്നു. "ജറുസലേം! ജറുസലേം!..." പൂർണ്ണമായും പരിത്യക്തമായ മരുഭൂമി മാത്രം....: ഒരു കാക്ക പോലും മറുപടി പറയുന്നില്ല- കാക്കകൾ ഭക്ഷണം കഴിഞ്ഞ് തിരിച്ചുപോയിരുന്നു. ഞാൻ മുട്ടുവരെ ആഴമുള്ള തലയോട്ടികൾക്കും എല്ലുകൾക്കും ഇടയിലൂടെ കാലുവലിച്ചുവെച്ച് നടന്നു. എന്റെ കണ്ണുകളിൽ കണ്ണുനീർ വന്നു. പക്ഷേ, ഞാൻ എല്ലുകൾ തള്ളിനീക്കി ദൂരെ മാറ്റി. ഞാൻ ചിരിച്ചുകൊണ്ട് ഏറ്റവും നീളമുള്ള എല്ല് കുനിഞ്ഞെടുത്തു. അതുകൊണ്ട് ഒരു ഫ്ളൂട്ട് ഉണ്ടാക്കി ദൈവത്തിന്റെ മഹിമ പാടി സ്തുതിച്ചു."

രണ്ടാമത്തെ രാത്രി മുഴുവൻ ദൈവത്തിന്റെ ഇരുട്ടിൽ നിന്നുകൊണ്ട് സ്നാപകൻ ചിരിച്ചു. അയാൾ തീയെയും കുഷ്ഠത്തെയും ഭ്രാന്തിനെയും പ്രശംസിച്ചു. യേശു പ്രവാചകന്റെ കാൽമുട്ടുകളിൽ ചുറ്റിപ്പിടിച്ചു.

"സ്നേഹം കൊണ്ട് ലോകത്തിലേക്ക് മോചനം വന്നുചേരില്ലേ?" യേശു ചോദിച്ചു. "സ്നേഹം കൊണ്ടും സന്തോഷം കൊണ്ടും കാരുണ്യം കൊണ്ടും."

അദ്ദേഹത്തെ തിരിഞ്ഞു നോക്കുകപോലും ചെയ്യാതെ സ്നാപകൻ മറുപടി പറഞ്ഞു.

"നിങ്ങൾ ഒരിക്കലും വേദപുസ്തകങ്ങൾ വായിച്ചിട്ടില്ലേ? രക്ഷകൻ നമ്മുടെ കടിപ്രദേശങ്ങൾ തകർക്കും. പല്ലുകൾ ഒടിക്കും. തീ വാരി എറിയും. പാടങ്ങൾ ചുട്ടെരിക്കും— എല്ലാം വിതയ്ക്കാൻ വേണ്ടി അദ്ദേഹം മുള്ളുകളും നാറുന്ന കാട്ടുപുല്ലുകളും കളകളും പിഴുതുമാറ്റും. കള്ളം പറയുന്നവരെയും അനീതി കാണിക്കുന്നവരെയും ദുഷ്ടന്മാരെയും വേരോടെ പിഴുതെറിഞ്ഞില്ലെങ്കിൽ നിങ്ങൾക്ക് എങ്ങനെ ഈ ലോകത്തു നിന്നും കാപട്യവും ദുഷ്കീർത്തിയും അന്യായവും തുടച്ചുമാറ്റാൻ കഴിയും. ഭൂമി നിശ്ചയമായും വൃത്തിയാക്കപ്പെടണം— അതിൽ അനുകമ്പ വേണ്ട. അത് നിശ്ചയമായും പുതിയ വിത്തുകൾ വിതയ്ക്കാൻ വേണ്ടി തയ്യാറാകണം."

രണ്ടാമത്തെ രാത്രി കഴിഞ്ഞുപോയി. യേശു സംസാരിച്ചില്ല. അദ്ദേഹം മൂന്നാമത്തെ രാത്രി പ്രതീക്ഷിക്കുകയായിരുന്നു. ഒരുപക്ഷേ, പ്രവാചകന്റെ ശബ്ദം കൂടുതൽ മധുരമുള്ളതായേക്കാം.

മൂന്നാമത്തെ രാത്രിയിൽ സ്നാപകൻ അസ്വസ്ഥതയോടെ പാറപ്പുറത്തിരുന്ന് ഞെളിപിരിക്കൊണ്ടു. അയാൾ ചിരിക്കുകയോ സംസാരിക്കുകയോ ചെയ്യാതെ യേശുവിനെ തീവ്രവേദനയോടെ പരിശോധിച്ചു. അയാൾ യേശുവിന്റെ കൈയും കാലും കാൽമുട്ടുകളും പരിശോധിച്ചതിനു ശേഷം അന്തരീക്ഷത്തിന്റെ മണം പിടിച്ചുകൊണ്ട് തലകുലുക്കി. അതുകഴിഞ്ഞ് അയാൾ മിണ്ടാതിരുന്നു. നക്ഷത്രങ്ങളുടെ വെളിച്ചത്തിൽ അയാളുടെ കണ്ണുകൾ വ്യക്തമായിരുന്നു. അവ ചിലപ്പോൾ പച്ചനിറത്തിലും ചിലപ്പോൾ മഞ്ഞനിറത്തിലും തിളങ്ങി. അയാളുടെ സൂര്യതാപമേറ്റ നെറ്റിയിൽ നിന്നും ചോരകലർന്ന വിയർപ്പ് താഴോട്ട് ഒഴുകി. അവസാനം വെളുത്ത പുലരി അവരുടെ പുറത്തുവന്നു വീണപ്പോൾ അയാൾ യേശുവിന്റെ കൈ പിടിച്ച് കണ്ണുകളിലേക്ക് നോക്കിക്കൊണ്ട് നെറ്റിചുളിച്ചു. അയാൾ പറഞ്ഞു.

"ഞാൻ നിങ്ങൾ ജോർദ്ദാന്റെ കരയിലെ കാട്ടുചൂരലിൽനിന്നും ആദ്യമായി എന്റെ നേർക്കു ഇറങ്ങിവരുന്നതു കണ്ടപ്പോൾ എന്റെ ഹൃദയം ഒരു കൊച്ചു പശുക്കുട്ടിയെപോലെ തുള്ളിച്ചാടി. ചുവന്നമുടിയുള്ള താടിയില്ലാത്ത ഇടയൻ ഡേവിഡിനെ ആദ്യം കണ്ടപ്പോൾ സാമുവലിന്റെ ഹൃദയം എങ്ങനെ കുതിച്ചുചാടിയിരിക്കുമെന്ന് നിങ്ങൾക്ക് ചിന്തിക്കാൻ കഴിയുന്നുണ്ടോ? അങ്ങനെയാണ് എന്റെ ഹൃദയം കുതിച്ചുചാടിയത്. പക്ഷേ, ഹൃദയം മാംസം ആണ്. അത് മാംസത്തെ സ്നേഹിക്കുന്നു. എനിക്ക് അതിൽ വിശ്വാസം ഇല്ല. കഴിഞ്ഞ രാത്രിയിൽ ഞാൻ നിങ്ങളെ പരിശോ

ധിച്ചു. ആദ്യമായി കാണുന്നതുപോലെ ഞാൻ നിങ്ങളെ മണപ്പിച്ചു നോക്കി— പക്ഷേ, എനിക്ക് സമാധാനം കണ്ടെത്താൻ കഴിഞ്ഞില്ല. ഞാൻ നിങ്ങളുടെ കൈകൾ നോക്കി. അത് രക്ഷകനായ ഒരു തടിവെട്ടുകാരന്റെ കൈകൾ ആയിരുന്നില്ല. വളരെ മൃദുലവും വളരെ കാരുണ്യം ഉള്ളതും ആയിരുന്നു. അവയ്ക്ക് എങ്ങനെ കോടാലി വീശാൻ കഴിയും? ഞാൻ നിങ്ങളുടെ കണ്ണുകളിൽ നോക്കി. അവ രക്ഷകന്റെ കണ്ണുകൾ ആയിരുന്നില്ല. സഹാനുഭൂതി നിറഞ്ഞു തുളുമ്പുന്ന കണ്ണുകൾ ആയിരുന്നു. ഞാൻ എഴുന്നേറ്റുനിന്ന് നെടുവീർപ്പിട്ടു. 'ദൈവമേ' ഞാൻ പിറുപിറുത്തു. "അങ്ങയുടെ വഴികൾ ഇരുണ്ടതും വളവുകൾ ഉള്ളതും ആണ്. ഈ ലോകത്തെ കത്തിച്ച് ചാമ്പലാക്കി മാറ്റാനുള്ള ഒരു വെളുത്ത മാടപ്രാവിനെ അയയ്ക്കാൻ അങ്ങേയ്ക്ക് കഴിവുണ്ട്. ഞങ്ങൾ ഒരു ഇടിമിന്നലിനെയോ ഒരു കഴുകനെയോ ഒരു കാക്കയെയോ പ്രതീക്ഷിച്ച് സ്വർഗ്ഗങ്ങളെ ശ്രദ്ധിക്കുന്നു— അങ്ങ് ഞങ്ങൾക്ക് ഒരു വെള്ളപ്രാവിനെ തരുന്നു. ചോദ്യം ചെയ്യുന്നതുകൊണ്ടോ എതിർക്കുന്നതുകൊണ്ടോ എന്ത് പ്രയോജനം? അങ്ങേയ്ക്ക് ഇഷ്ടമുള്ളത് ചെയ്യാം!" അയാൾ കൈ വിടർത്തി യേശുവിനെ ആലിംഗനം ചെയ്തു. അദ്ദേഹത്തിന്റെ വലത്തെ തോളിൽ ചുംബിച്ചു. അതിനുശേഷം ഇടത്തെ തോളിലും ചുംബിച്ചു. അയാൾ പറഞ്ഞു. "ഞാൻ കാത്തിരുന്നത് നിങ്ങളെ ആണെങ്കിൽ നിങ്ങൾ വരുമെന്ന് ഞാൻ സങ്കല്പിച്ചിരുന്ന രൂപത്തിൽ അല്ല നിങ്ങൾ വന്നിരിക്കുന്നത്. അപ്പോൾ ഞാൻ കോടാലി കൊണ്ടുനടന്നതും അത് മരത്തിന്റെ വേരിൽ കൊണ്ടുവെച്ചതും എല്ലാം വെറുതെ ആയിരുന്നോ? അതോ സ്നേഹത്തിനും ഒരു കോടാലിയെടുത്ത് വീശാൻ കഴിയുമോ?" അയാൾ ഒരു നിമിഷം ആലോചിച്ചു. "എനിക്ക് തീരുമാനിക്കാൻ കഴിയുന്നില്ല." അവസാനം അയാൾ പിറുപിറുത്തു. "ഫലം കാണാൻ കഴിയാതെ ഞാൻ മരിക്കും. മരുഭൂമിയിലെ ദൈവത്തിന്റെ അടുത്തുപോയി സംസാരിക്കൂ. പക്ഷേ, ലോകം തനിച്ചാകാതിരിക്കാൻ വേണ്ടി പെട്ടെന്ന് തിരിച്ചുവരണം."

യേശു കണ്ണു തുറന്നു. ജോർദ്ദാൻ നദിയും സ്നാപകനും ജ്ഞാനസ്നാനം ചെയ്തവരും ഒട്ടകങ്ങളും മനുഷ്യരുടെ വിലാപങ്ങളും— എല്ലാം തന്നെ അന്തരീക്ഷത്തിൽ മിന്നിത്തിളങ്ങിക്കൊണ്ടു അണഞ്ഞുപോയി. ഇപ്പോൾ അദ്ദേഹത്തിന്റെ മുമ്പിൽ മരുഭൂമി പരന്നുകിടന്നു. സൂര്യൻ ഉയരങ്ങളിലെത്തി എരിഞ്ഞുകൊണ്ടിരിക്കുകയായിരുന്നു. കല്ലുകൾ ആവി പൊന്തുന്ന അപ്പക്കഷണങ്ങളെ അദ്ദേഹത്തിന്റെ ഓർമ്മയിലേക്ക് കൊണ്ടുവന്നു. വിശപ്പുകൊണ്ട് അദ്ദേഹത്തിന് വയർ ഇളിച്ചുകാട്ടുന്നതുപോലെ തോന്നി "എനിക്ക് വിശക്കുന്നു." അദ്ദേഹം കല്ലുകളിലേക്ക് നോക്കിക്കൊണ്ട് പിറുപിറുത്തു "എനിക്ക് വിശക്കുന്നു!" വൃദ്ധയായ സമരിയാക്കാരി കൊടുത്ത അപ്പത്തെപ്പറ്റി അദ്ദേഹം ഓർമ്മിച്ചു. അതിന് തേനിന്റെ മാധുര്യം പോലെ സ്വാദ് ഉണ്ടായിരുന്നു! ഗ്രാമത്തിലൂടെ അദ്ദേഹം കടന്നുപോകുന്ന സമയത്തും ഗാനേസറത്തിലെ തടാകക്കരയിൽ അവർ മുഴങ്കാൽ മടക്കിയിരുന്ന് കഴിച്ച വിശുദ്ധ അത്താഴത്തിന്റെ സമയത്തും

സൽക്കരിക്കാൻ കൊണ്ടുവന്ന തേനും ഈന്തപ്പഴങ്ങളും ഒലിവും അദ്ദേഹത്തിന്റെ ഓർമ്മയിലേക്ക് കടന്നു വന്നു. അതിനു ശേഷം അത്തിപ്പഴങ്ങളും മുന്തിരിയും മാതളനാരങ്ങകളും അദ്ദേഹത്തിന്റെ മനസ്സിനെ പിടിച്ചു കുലുക്കി.

അദ്ദേഹത്തിന്റെ തൊണ്ട വിശപ്പുകൊണ്ട് വരണ്ടുണങ്ങിയിരുന്നു. ഈ ലോകത്ത് എത്ര നദികൾ ഒഴുകുന്നുണ്ട്! പാറയിൽ നിന്ന് പാറയിലേക്ക് കുതിക്കുന്ന ഈ വെള്ളം മുഴുവൻ ഇസ്രയേലിന്റെ ഒരറ്റത്തുനിന്നും മറ്റേ അറ്റം വരെ ഒഴുകി ചാവുകടലിലേക്ക് ഓടിച്ചെന്ന് അപ്രത്യക്ഷപ്പെടുന്നു — അദ്ദേഹത്തിനു കുടിക്കാൻ ഒരു തുള്ളിപോലും ഇല്ല! അദ്ദേഹം ഈ നദികളെപ്പറ്റി ആലോചിച്ചു. അദ്ദേഹത്തിന്റെ ദാഹം വർദ്ധിച്ചു. അദ്ദേഹത്തിന് തലകറങ്ങുന്നതുപോലെ തോന്നി. അദ്ദേഹത്തിന്റെ കണ്ണുകൾ നിർത്താതെ തുടിച്ചു. പൊള്ളുന്ന മണലിൽനിന്നും രണ്ട് കൗശലക്കാരായ പിശാചുക്കൾ മുയൽക്കുഞ്ഞുങ്ങളുടെ രൂപത്തിൽ പ്രത്യക്ഷപ്പെട്ട് പിൻകാലുകളിൽ എഴുന്നേറ്റുനിന്ന് നൃത്തം ചെയ്തു. അവർ തിരിഞ്ഞു നോക്കിയപ്പോൾ സന്ന്യാസിയെ കണ്ടു. സന്തോഷത്തോടെ കരഞ്ഞുകൊണ്ട് അവർ അദ്ദേഹത്തിന്റെ അടുത്തേക്ക് ചാടിവന്നു. അവർ അദ്ദേഹത്തിന്റെ കാൽമുട്ടിലും തോളത്തും ചാടിക്കയറി. ഒന്ന് വെള്ളം പോലെ തണുത്തിരുന്നു. മറ്റേത് അപ്പത്തിന്റെ പോലെ ഇളംചൂടും മണവും ഉള്ളതായിരുന്നു. പക്ഷേ, അദ്ദേഹം അവരെ പിടിക്കാൻ വേണ്ടി ആഗ്രഹത്തോടെ കൈനീട്ടിയപ്പോൾ ഒറ്റച്ചാട്ടത്തിന് അവർ അന്തരീക്ഷത്തിൽ മറഞ്ഞു.

വിശപ്പും ദാഹവും ചിതറിയിട്ട ചിന്തകൾ ഓർത്തെടുത്തുകൊണ്ട് അദ്ദേഹം കണ്ണടച്ചു. ദൈവം അദ്ദേഹത്തിന്റെ മനസ്സിലേക്ക് വന്നു: അദ്ദേഹത്തിന് ഇപ്പോൾ വിശപ്പോ ദാഹമോ ഉണ്ടായിരുന്നില്ല. അദ്ദേഹം ലോകത്തിന്റെ മോചനത്തെപ്പറ്റി ആലോചിച്ചു. ഹാ, ദൈവത്തിന്റെ ദിവസം സ്നേഹത്തിലൂടെ മാത്രം വന്നെത്തിയിരുന്നെങ്കിൽ! ദൈവം സർവ്വശക്തൻ ആയിരുന്നില്ലേ? അദ്ദേഹത്തിന് എന്തുകൊണ്ട് ഒരു അത്ഭുതം പ്രവർത്തിച്ചുകൂടാ? എന്തുകൊണ്ട് അദ്ദേഹത്തിന് മനുഷ്യഹൃദയങ്ങളെ തൊട്ടുണർത്തിക്കൂടാ? ഓരോ വർഷവും പെസഹാസമയത്ത് അദ്ദേഹത്തിന്റെ സ്പർശനം കൊണ്ട് മരങ്ങളും പുൽത്തകിടികളും മുൾച്ചെടികളും എങ്ങനെയാണ് കാണപ്പെടുന്നതെന്ന് നോക്കൂ. ഒരു ദിവസം മനുഷ്യർക്ക് അവരുടെ ഏറ്റവും ആഴമുള്ള ആത്മാവ് പൂത്തുനില്ക്കുന്നതുകണ്ട് ഉണരാൻ കഴിഞ്ഞിരുന്നെങ്കിൽ!

അദ്ദേഹം ചിരിച്ചു. അദ്ദേഹത്തിന്റെ ചിന്തകളിൽ ലോകം പൂത്തുലഞ്ഞിരുന്നു. നിഷിദ്ധ സംഗമം നടത്തിയ രാജാവിനെ ജ്ഞാനസ്നാനം ചെയ്തിരിക്കുന്നു. അയാളുടെ ആത്മാവ് ശുദ്ധീകരിക്കപ്പെട്ടിരിക്കുന്നു. അയാൾ അയാളുടെ സഹോദരന്റെ ഭാര്യ ഹിറോഡിയാസിനെ പറഞ്ഞു വിട്ടിരിക്കുന്നു. അവൾ അവളുടെ ഭർത്താവിന്റെ അടുത്തേക്ക് തിരിച്ചു പോയിരിക്കുന്നു. ഉന്നതപുരോഹിതന്മാരും മാന്യന്മാരും അവരുടെ കല

വറകളും ഭണ്ഡാരങ്ങളും തുറന്നിട്ടിരുന്നു. അവർ അവരുടെ സാധനങ്ങൾ പാവങ്ങൾക്ക് വീതിച്ചുകൊടുത്തു. പാവങ്ങൾ അവരുടെ ഭാഗത്തുനിന്നും ഒരിക്കൽക്കൂടി സ്വതന്ത്രമായി ശ്വസിച്ചുകൊണ്ട് അവരുടെ ഹൃദയങ്ങളിൽനിന്ന് വെറുപ്പിനെയും അസൂയയെയും ഭയത്തെയും നാടുകടത്തി.... യേശു അദ്ദേഹത്തിന്റെ കൈകളിലേക്ക് നോക്കി. അദ്ദേഹത്തിന്റെ മുൻഗാമി അടിയുറച്ചുവെച്ച കോടാലി പൂത്തുലഞ്ഞിരുന്നു: ഇപ്പോൾ അദ്ദേഹത്തിന്റെ കൈയിൽ ഉള്ളത് പൂവിട്ട ഒരു ബദാംചില്ല ആയിരുന്നു.

ദിവസം അവസാനിച്ചത് ആശ്വാസത്തിന്റെ ആർദ്രതയോടെ ആയിരുന്നു. അദ്ദേഹം പാറപ്പുറത്തു കിടന്ന് ഉറങ്ങി. ഉറക്കത്തിൽ രാത്രി മുഴുവൻ അദ്ദേഹം വെള്ളം ഒഴുകുന്നതും മുയൽക്കുഞ്ഞുങ്ങൾ നൃത്തം ചെയ്യുന്നതും അസാധാരണമായ ഒരു മർമ്മരവും രണ്ടു നനഞ്ഞ നാസാരന്ധ്രങ്ങൾ അദ്ദേഹത്തെ പരിശോധിക്കുന്നതും അറിയുന്നുണ്ടായിരുന്നു. അർദ്ധരാത്രിയോടടുത്തപ്പോൾ ഒരു വിശക്കുന്ന ചെന്നായ അദ്ദേഹത്തിന്റെ അടുത്തുവന്ന് മണംപിടിച്ചതായി യേശുവിന് തോന്നി. ഇത് ഒരു ശവം ആയിരുന്നോ? അതോ ഇത് ശവം അല്ലെന്നുണ്ടോ? ചെന്നായ തീരുമാനം എടുക്കാൻ കഴിയാതെ ഒരു നിമിഷം അനങ്ങാതെ നിന്നു. അദ്ദേഹം നെഞ്ചു തുറന്ന് അതിന് ആഹാരം കൊടുക്കാൻ ആഗ്രഹിച്ചു. പക്ഷേ, സ്വയം നിയന്ത്രിച്ചു. യേശുവിന് ഉറക്കത്തിൽ ചെന്നായയോട് സഹതാപം തോന്നി. അദ്ദേഹം അദ്ദേഹത്തിന്റെ മാംസം മനുഷ്യർക്കുവേണ്ടി സൂക്ഷിക്കുകയായിരുന്നു.

നേരം പുലരുന്നതിനു മുമ്പ് അദ്ദേഹം ഉണർന്നു. വലിയ നക്ഷത്രങ്ങളുടെ വലക്കണ്ണികൾ ആകാശത്തെ മൂടിയിരുന്നു. പതുപതുത്ത അന്തരീക്ഷത്തിന് നീലനിറം ആയിരുന്നു. ഈ സമയത്ത് പൂവൻ കോഴികൾ ഉണർന്ന് ഗ്രാമത്തെ വിളിച്ചുണർത്തും. അദ്ദേഹം ആലോചിച്ചു. മനുഷ്യർ കണ്ണു തുറന്ന് ഒരിക്കൽക്കൂടി കടന്നുവന്ന ആകാശത്തിലെ വെളിച്ചത്തിന്റെ തിളക്കത്തിലേക്ക് നോക്കും. കുഞ്ഞുങ്ങൾ ഉണർന്ന് നിലവിളി ആരംഭിക്കും. അമ്മമാർ അവരുടെ നിറഞ്ഞ മാറിടങ്ങൾ അടക്കി നിർത്തിക്കൊണ്ട് കുഞ്ഞുങ്ങളുടെ അടുത്തേക്ക് ചെല്ലും... നിമിഷനേരത്തേക്ക് ലോകം അതിന്റെ മനുഷ്യരും വീടുകളും പൂവൻകോഴികളും കുഞ്ഞുങ്ങളും അമ്മമാരുമായി മരുഭൂമിയുടെ മുകളിലൂടെ തിരമാലപോലെ ഒഴുകി. പക്ഷേ, അതെല്ലാം വിഴുങ്ങാൻ വേണ്ടി സൂര്യൻ ഇപ്പോൾ ഉയർന്നുവരും!.... സന്ന്യാസിയുടെ ഹൃദയത്തിന്റെ ഒരു മിടിപ്പ് നഷ്ടപ്പെട്ടു. ഈ പ്രഭാതത്തിന്റെ മൂടൽമഞ്ഞിനെ എനിക്ക് ശാശ്വതമായി നിലനിർത്താൻ കഴിഞ്ഞിരുന്നെങ്കിൽ! അദ്ദേഹം ആലോചിച്ചു. പക്ഷേ, ദൈവത്തിന്റെ മനസ്സ് അഗാധമായ ഒരു ഗർത്തം ആണ്. അദ്ദേഹത്തിന്റെ സ്നേഹം ഭയാനകമായ ഒരു കയറ്റം ആണ്. അദ്ദേഹം ഒരു ലോകത്തെ നടുന്നു. അതിൽ ഫലം ഉണ്ടാകാറാകുമ്പോൾ അതിനെ നശിപ്പിക്കുന്നു. പിന്നീട് വീണ്ടും ഒരെണ്ണം നടുന്നു. അദ്ദേഹം സ്നാപകന്റെ വാക്കുകൾ ഓർത്തു: “ആർക്കറിയാം, ഒരുപക്ഷേ, സ്നേഹം ഒരു കോടാലികൊണ്ടു നടക്കുന്നുണ്ടാകാം...” അദ്ദേഹം ഞെട്ടി.

യേശു മരുഭൂമിയിലേക്ക് നോക്കി. കൊടുങ്കാറ്റ് വലയം ചെയ്തതു കൊണ്ട് ഇന്ന് സൂര്യൻ ഉണർന്നത് ദേഷ്യപ്പെട്ടായിരുന്നു. ആ സൂര്യനു താഴെ നിർദ്ദയമായ ചുവപ്പു നിറത്തിൽ മരുഭൂമി ഇളകിമറിഞ്ഞു. കാറ്റുവീശി. ടാറിന്റെയും സൾഫറിന്റെയും ഗന്ധം അദ്ദേഹത്തിന്റെ നാസാരന്ധ്രങ്ങളിലേക്ക് വന്നു. അദ്ദേഹം സോദോമിനെയും ഗോമോറായെയും പറ്റി ആലോചിച്ചു — കൊട്ടാരങ്ങളും നാടകശാലകളും മദ്യശാലകളും വേശ്യകളും എല്ലാം ടാറിൽ മുങ്ങിക്കിടക്കുന്നു. എബ്രഹാം നിലവിളിച്ചിരുന്നു: ദൈവമേ, കരുണ കാണിക്കണം. അവരെ ചുട്ടെരിക്കരുത്. അങ്ങ് നല്ലവനല്ലേ? അങ്ങയുടെ ജന്തുക്കളോട് അനുകമ്പ കാട്ടണം അതിന് ദൈവം അയാളോട് മറുപടി പറഞ്ഞു: "ഞാൻ നീതിമാനാണ്. ഞാൻ അവരെ എല്ലാം ചുട്ടെരിക്കും!"

അപ്പോൾ ദൈവത്തിന്റെ വഴി ഇതായിരുന്നോ? അങ്ങനെയാണെങ്കിൽ ഇത് ഹൃദയത്തിന് ഒരു വലിയ നാണക്കേടാണ്— പതുപതുത്ത ഒരു ചെളിക്കുണ്ട്— എഴുന്നേറ്റുനിന്ന് വിളിച്ചു പറയൂ: നിർത്തൂ!.... ഞങ്ങളുടെ ചുമതല എന്താണ്? അദ്ദേഹം സ്വയം ചോദിച്ചു. അത് താഴോട്ടു നോക്കി ദൈവത്തിന്റെ സഞ്ചാരപഥം കണ്ടുപിടിച്ച് പിന്തുടരുന്നതാണോ? ഞാൻ താഴോട്ടു നോക്കി. ഞാൻ സോദോമിലും ഗോമോറായിലും ദൈവത്തിന്റെ മുദ്ര വ്യക്തമായി കണ്ടു. ചാവുകടൽ പൂർണ്ണമായും ദൈവത്തിന്റെ മുദ്രയാണ്. ദൈവം ചുവടുവെച്ചു. സോദോമിലെയും ഗോമോറയിലെയും മുഴുവൻ സ്ഥലത്തും ദൈവം ചുവടുവെച്ചു— കൊട്ടാരങ്ങളിലും നാടകശാലകളിലും മദ്യശാലകളിലും വേശ്യാലയങ്ങളിലും— എല്ലാം ദൈവം വിഴുങ്ങി. ദൈവം ഒരിക്കൽക്കൂടി ചുവടുവെക്കും. ഒരിക്കൽ കൂടി ഈ ലോകം - രാജാക്കന്മാരും ഉന്നത പുരോഹിതന്മാരും ഫരിസീകളും സദ്യൂസികളും— എല്ലാം അടിത്തട്ടിലേക്ക് മുങ്ങിപ്പോകും.

ഇതൊന്നും ആലോചിക്കാതെ അദ്ദേഹം അലറാൻ തുടങ്ങി. അദ്ദേഹത്തിന്റെ മനസ്സിന് അമർഷംകൊണ്ട് ഭ്രാന്തുപിടിച്ചിരുന്നു. കാൽമുട്ടുകൾക്ക് അദ്ദേഹത്തെ താങ്ങി നിർത്താൻ കഴിയുന്നില്ലെന്നുള്ള കാര്യം മറന്ന് അദ്ദേഹം എഴുന്നേല്ക്കാൻ ശ്രമിച്ചു. ദൈവത്തിന്റെ വിചാരണയ്ക്ക് പോകാൻ വേണ്ടിയാണ് അദ്ദേഹം എഴുന്നേല്ക്കാൻ ശ്രമിച്ചത്. പക്ഷേ, അദ്ദേഹം ശ്വസിക്കാൻ കഴിയാതെ മലർന്നടിച്ചു വീണു. "എനിക്ക് പറ്റുന്നില്ല. അങ്ങ് എന്നെ കാണുന്നില്ലേ?" എരിയുന്ന ആകാശത്തേക്ക് നോക്കിക്കൊണ്ട് അദ്ദേഹം വിളിച്ചുകൂവി "എനിക്ക് പറ്റുന്നില്ല. അങ്ങ് എന്നെ എന്തിനാണ് തിരഞ്ഞെടുത്തത്? എനിക്ക് സഹിക്കാൻ പറ്റുന്നില്ല." നിലവിളിക്കുന്നതിനിടയിൽ മുന്നിലെ മണലിൽ അദ്ദേഹം ഒരു കറുത്ത വസ്തു കണ്ടു: അന്തരീക്ഷത്തിലേക്ക് കാലുകൾ ഉയർത്തി കുടൽമാല നഷ്ടപ്പെട്ട ആട്. അദ്ദേഹം അതിന്റെ അടുത്തുവന്ന് കുനിഞ്ഞു നോക്കിയപ്പോൾ ആടിന്റെ നിശ്ചലമായ കണ്ണുകളിൽ അദ്ദേഹത്തെ കണ്ടത് എങ്ങനെയായിരുന്നെന്ന് യേശു ഓർത്തു. "ആട് ഞാനാണ്" അദ്ദേഹം മുറുമുറുത്തു. ഞാൻ ആരാണെന്നും എവിടേക്കാണ് പോകുന്നതെന്നും മനസ്സിലാക്കിത്തരാൻ വേണ്ടി ദൈവം അവനെ എന്റെ വഴിയിൽ നിക്ഷേപി

ക്കുന്നു.” പെട്ടെന്ന് അദ്ദേഹം കരയാൻ തുടങ്ങി. “എനിക്ക് ആഗ്രഹം ഇല്ല... എനിക്ക് ആഗ്രഹം ഇല്ല...” അദ്ദേഹം പിറുപിറുത്തു. “തനിച്ചാകാൻ എനിക്ക് ആഗ്രഹം ഇല്ല. സഹായിക്കണം!”

അതിനുശേഷം അദ്ദേഹം ചുരുണ്ടുകൂടിക്കിടന്ന് കരയുമ്പോൾ സുഖകരമായ ഒരു ഇളംകാറ്റ് വീശി. ടാറിന്റെയും ശവത്തിന്റെയും ഗന്ധം അപ്രത്യക്ഷപ്പെട്ടു. ലോകം മുഴുവൻ മനോഹരമായ ഒരു മണം പരന്നു. അദ്ദേഹം ദൂരത്തുനിന്നും വെള്ളത്തിന്റെ ശബ്ദവും വളകളുടെ ശബ്ദവും പൊട്ടിച്ചിരിയും ചിലമ്പലുകളും അടുത്തടുത്തു വരുന്നത് കേട്ടു. അദ്ദേഹത്തിന് കൺപീലികളും കക്ഷങ്ങളും തൊണ്ടയും ഉണർച്ച കൈവരിച്ചതുപോലെ തോന്നി. അദ്ദേഹം കണ്ണുകൾ ഉയർത്തി. അദ്ദേഹത്തിന്റെ മുമ്പിൽകിടന്ന ഒരു കല്ലിൽ ഒരു സ്ത്രീയുടെ കണ്ണുകളും മാറിടങ്ങളും ഉള്ള ഒരു പാമ്പ് ചുണ്ടുകൾ നക്കിക്കൊണ്ട് അദ്ദേഹത്തെ നിരീക്ഷിച്ചുകൊണ്ടിരുന്നു. അദ്ദേഹം ഭയത്തോടെ പിന്നോട്ട് നീങ്ങി. ഇത് ഒരു പാമ്പാണോ? ഒരു സ്ത്രീയാണോ? അല്ലെങ്കിൽ മരുഭൂമിയിലെ കൗശലക്കാരനായ ഒരു ദുർദ്ദേവത ആണോ? സ്വർഗ്ഗത്തിലെ വിലക്കപ്പെട്ട വൃക്ഷത്തിൽ ഇത്തരം ഒരു സർപ്പം സ്വയം ചുറ്റിപ്പിണഞ്ഞിരുന്നിരുന്നു. ആദ്യ പുരുഷനെയും സ്ത്രീയെയും വഴിതെറ്റിച്ചതും അവരെ ഒരുമിപ്പിച്ച് പാപത്തിന് ജന്മം കൊടുപ്പിച്ചതും ഇത്തരം ഒരു സർപ്പം ആയിരുന്നു. അദ്ദേഹം ഒരു സ്ത്രീയുടെ പൊട്ടിച്ചിരിയും വശീകരിക്കുന്ന ഒരു ശബ്ദവും കേട്ടു.

“മറിയത്തിന്റെ മകനെപ്പറ്റി എനിക്ക് ദുഃഖം തോന്നി. നിങ്ങൾ കരഞ്ഞു: എനിക്ക് ഒറ്റപ്പെടാൻ ആഗ്രഹം ഇല്ല. സഹായിക്കണം! എനിക്ക് നിങ്ങളോട് അനുകമ്പയുണ്ട്. അതുകൊണ്ടാണ് ഞാൻ വന്നത്. നിങ്ങൾക്കുവേണ്ടി എനിക്ക് എന്തുചെയ്യാൻ കഴിയും!”

“എനിക്ക് നിങ്ങളെ വേണ്ട. ഞാൻ നിങ്ങളെ വിളിച്ചില്ല. നിങ്ങൾ ആരാണ്?”

“നിങ്ങളുടെ ആത്മാവ്.”

“എന്റെ ആത്മാവോ!” യേശു ഉറക്കെവിളിച്ചു കൂവി. ഭയം കൊണ്ട് അദ്ദേഹം കണ്ണടച്ചു.

“അതെ, നിങ്ങളുടെ ആത്മാവുതന്നെ. നിങ്ങൾക്ക് ഒറ്റപ്പെടാൻ പേടിയാണ്. നിങ്ങളുടെ പിതാമഹൻ ആദത്തിനും ഇതേ ഭയം ഉണ്ടായിരുന്നു. അയാളും സഹായത്തിനുവേണ്ടി വിളിച്ചുകൂവി. അയാളുടെ മാംസവും ആത്മാവും ഒന്നിച്ചു ചേർന്നു. അയാളുടെ വാരിയെല്ലിൽനിന്നും അയാൾക്ക് കൂട്ടിനു വേണ്ടി സ്ത്രീ ആവിർഭവിച്ചു.”

“എനിക്ക് നിങ്ങളെ വേണ്ട, നിങ്ങളെ വേണ്ട. നിങ്ങൾ ആദത്തിനു കഴിക്കാൻ കൊടുത്ത ആപ്പിൾ എനിക്ക് ഓർമ്മയുണ്ട്. വാൾ ഉണ്ടായിരുന്ന മാലാഖയെ എനിക്ക് ഓർമ്മയുണ്ട്.”

“നിങ്ങൾക്ക് ഓർമ്മയുണ്ട്. അതുകൊണ്ടാണ് നിങ്ങൾക്ക് വേദനിക്കുന്നതും നിങ്ങൾ കരയുന്നതും. നിങ്ങളുടെ വഴി കണ്ടെത്താൻ കഴിയാത്തതും അതുകൊണ്ടാണ്. ഞാൻ അത് നിങ്ങൾക്ക് കാണിച്ചു തരാം.

നിങ്ങൾ എന്റെ കൈയിൽ പിടിക്കൂ. പിന്നോട്ട് നോക്കരുത്. ഒന്നും ഓർമ്മിക്കരുത്. എന്റെ ഹൃദയം എങ്ങനെ വഴികാട്ടുമെന്ന് നോക്കൂ. എന്റെ ഭർത്താവ് അതിനെ പിന്തുടർന്നുകൊള്ളു. അതിന് ആ വഴി നല്ലപോലെ അറിയാം."

"നിങ്ങൾ എന്നെ മധുരമുള്ള പാപത്തിലേക്കാണ് നയിച്ചുകൊണ്ടുപോകുന്നത്. ഞാൻ വരുന്നില്ല. എന്റേത് മറ്റൊരു വഴിയാണ്."

സർപ്പം അവളുടെ വിഷപ്പല്ലുകൾ പുറത്തു കാണിച്ചുകൊണ്ട് പരിഹാസത്തോടെ കുലുങ്ങിച്ചിരിച്ചു. "പുഴുവായ നിങ്ങൾ കഴുകന്റെ വഴി അല്ലെങ്കിൽ ദൈവത്തിന്റെ വഴി പിന്തുടരാൻ ആഗ്രഹിക്കുന്നുണ്ടോ! ആശാരിയുടെ മകനായ നിങ്ങൾ ഒരു മനുഷ്യവർഗ്ഗത്തിന്റെ മുഴുവൻ പാപങ്ങളും ചുമക്കാനാണ് ആഗ്രഹിക്കുന്നത്! നിങ്ങൾക്ക് നിങ്ങളുടെ സ്വന്തം പാപങ്ങൾ മതിയാകില്ലേ? ഈ ലോകത്തെ രക്ഷപ്പെടുത്തേണ്ടത്. നിങ്ങളുടെ ചുമതലയായി കരുതുന്നത് എന്ത് അധികപ്രസംഗമാണ്!"

"അവൾ പറഞ്ഞത് ശരിയാണ്" അദ്ദേഹം വിറച്ചുകൊണ്ട് ആലോചിച്ചു. "ലോകത്തെ രക്ഷിക്കാൻ ആഗ്രഹിക്കുന്നത് എന്ത് അധികപ്രസംഗമാണ്."

"മറിയത്തിന്റെ പ്രിയപ്പെട്ട മകനോട് എനിക്ക് ഒരു രഹസ്യം പറയാനുണ്ട്..." സർപ്പം മധുരമുള്ള ശബ്ദത്തിൽ പറഞ്ഞു. അവളുടെ കണ്ണുകൾ തിളങ്ങുന്നുണ്ടായിരുന്നു. അവൾ പാറയിൽ നിന്ന് വെള്ളം ഒഴുകുന്നതുപോലെ തെന്നിയിറങ്ങി അദ്ദേഹത്തിന്റെ അടുത്തേക്ക് ആഡംബരത്തോടെ ഇഴഞ്ഞടുത്തു. അവൾ അദ്ദേഹത്തിന്റെ കാല്ക്കൽ എത്തി. കാൽമുട്ടുകളിലേക്ക് പിടിച്ചുകയറിയതിനുശേഷം ചുരുണ്ടു കൂടിയിരുന്നു. എന്നിട്ട് ഒറ്റക്കുതിപ്പിന് അദ്ദേഹത്തിന്റെ തുടയും അരക്കെട്ടും നെഞ്ചും പിന്നിട്ട് അവസാനം തോളിലേക്ക് ചാഞ്ഞു കിടന്നു. അദ്ദേഹം മുഷിച്ചിൽ കണക്കിലെടുക്കാതെ അവൾ പറയുന്നതു കേൾക്കാൻ വേണ്ടി തല ചരിച്ചു. സർപ്പം അവളുടെ നാക്കുകൊണ്ട് യേശുവിന്റെ ചെവിയിൽ നക്കി. അവളുടെ ശബ്ദം പ്രലോഭിപ്പിക്കുന്നതായിരുന്നു. അത് ഗലീലിയിലെ ഗാനേസറത്ത് തടാകക്കരയിൽ നിന്ന് വരുന്നതുപോലെ തോന്നി.

"മഗ്ദലനയെ ആണ്... മഗ്ദലനയെ ആണ്... മഗ്ദലനയെ ആണ്..."

"എന്ത്?" യേശു ഞെട്ടലോടെ ചോദിച്ചു.

"മഗ്ദലനയെ ആണ് നിങ്ങൾ രക്ഷപ്പെടുത്തേണ്ടത്!" സർപ്പം അടിയന്തരമായി സീൽക്കാരം പുറപ്പെടുവിച്ചു. "ഭൂമിയെ അല്ല– ഭൂമിയെപ്പറ്റി മറക്കൂ. അവളെ; മഗ്ദലനയെ ആണ് നിങ്ങൾ രക്ഷപ്പെടുത്തേണ്ടത്!"

യേശു സർപ്പത്തെ തലയിൽ നിന്ന് കുടഞ്ഞുകളയാൻ ശ്രമിച്ചു. പക്ഷേ, അവൾ സ്വയം മുമ്പോട്ട് തള്ളി പറ്റിച്ചേർന്നുകൊണ്ട് അദ്ദേഹത്തിന്റെ ചെവിക്കുള്ളിൽ നാക്കിട്ട് വിറപ്പിച്ചു. "അവളുടെ ശരീരം തണുപ്പുള്ളതും സുന്ദരവും നൈപുണ്യം ഉള്ളതും ആണ്. എല്ലാ ജനതകളും അവളുടെ മുകളിലൂടെ കടന്നുപോയിട്ടുണ്ട്. പക്ഷേ, കുട്ടിക്കാലം മുതൽ അവൾ നിങ്ങൾക്കുള്ളതാണെന്ന് ദൈവത്തിന്റെ കൈപ്പടയിൽ എഴുതിവെച്ചിട്ടുണ്ട്.

അവളെ കൈവശപ്പെടുത്തുക! ദൈവം പുരുഷനെയും സ്ത്രീയെയും താക്കോലും പൂട്ടുംപോലെ പരസ്പരം പൊരുത്തപ്പെടുത്തിയാണ് സൃഷ്ടിച്ചത്. താക്കോൽ എടുത്ത് അവളെ തുറക്കണം! നിങ്ങളുടെ കുട്ടികൾ അവളുടെ ഉള്ളിൽ മരവിച്ച് ചുരുണ്ടുകൂടി ഇരിക്കുന്നുണ്ട്. അവരുടെ മരവിപ്പ് മാറി പുറത്തുവന്ന് സൂര്യപ്രകാശത്തിൽ നടക്കാൻ വേണ്ടി അവർ കാത്തിരിക്കുകയാണ്. നിങ്ങൾ അവരുടെ മരവിപ്പിനെ ഊതിപ്പറത്തുമെന്ന് അവർ പ്രതീക്ഷിക്കുന്നു. ഞാൻ പറയുന്നത് നിങ്ങൾ കേൾക്കുന്നുണ്ടോ? നിങ്ങൾ മുഖം ഉയർത്തിനോക്കി എനിക്ക് എന്തെങ്കിലും സൂചന തരണം. പ്രിയപ്പെട്ടവനെ, നിങ്ങൾ ഒന്നു തലകുലുക്കിയാൽ മതി. ഞാൻ നിങ്ങളുടെ പുതിയ കിടക്കയിലേക്ക് നിങ്ങളുടെ ഭാര്യയെ കൊണ്ടുവരാം."

"എന്റെ ഭാര്യയെ കൊണ്ടുവരാമെന്നോ?"

"നിങ്ങളുടെ ഭാര്യയെത്തന്നെ. ദൈവം ജറുസലേം എന്ന വേശ്യയെ വിവാഹം കഴിച്ചതു നോക്കൂ. ജനതകൾ അവളുടെ പുറത്തുകൂടി കടന്നുപോയി. പക്ഷേ, അവളെ രക്ഷപ്പെടുത്താൻ വേണ്ടി ദൈവം അവളെ വിവാഹം കഴിച്ചു. ദിബിലെയിമിന്റെ മകളായ ഗോമർ എന്ന വേശ്യയെ ഹോസിയാ പ്രവാചകൻ എങ്ങനെയാണ് വിവാഹം കഴിച്ചതെന്ന് നോക്കൂ. അതേരീതിയിൽ മഗ്ദലനമറിയത്തിനോടൊപ്പം ഉറങ്ങി, അവളെ ഭാര്യയും അമ്മയുമാക്കി മാറ്റി രക്ഷപ്പെടുത്താൻ ദൈവം നിങ്ങളോട് ആജ്ഞാപിക്കുന്നു."

സർപ്പം ഇപ്പോൾ അതിന്റെ തണുപ്പും ഉറപ്പും ഉള്ള ഉരുണ്ട മാറിടങ്ങൾ യേശുവിന്റെ മാറിൽ അമർത്തിവെച്ചുകൊണ്ട് സാവധാനം വളഞ്ഞുപുളഞ്ഞ് വരിഞ്ഞുചുറ്റി. യേശു വിളറി. അദ്ദേഹം കണ്ണടച്ചു. അദ്ദേഹം ഗാനേസറത്തിലെ തടാകക്കരയിലൂടെ മഗ്ദലനയുടെ ഉയർന്ന നിതംബമുള്ള ഉറച്ച ശരീരം വളഞ്ഞു പുളഞ്ഞു നീങ്ങുന്നത് കണ്ടു. അവൾ ജോർദ്ദാൻ നദിയിലേക്ക് നോക്കി നെടുവീർപ്പിടുന്നതു കണ്ടു. അവൾ കൈനീട്ടി— അവൾ അദ്ദേഹത്തെ അന്വേഷിക്കുകയായിരുന്നു. അവളുടെ മാറിടങ്ങൾ കുട്ടികളെക്കൊണ്ട് നിറഞ്ഞിരുന്നു: എല്ലാം അദ്ദേഹത്തിന്റെ കുട്ടികൾ. അദ്ദേഹം സ്വന്തം കൺകോണുകൾ ഒന്നു വിറപ്പിച്ചാൽ മതി പെട്ടെന്നു തന്നെ അത് ഒരു സൂചനയായി മാറും: എന്തൊരു സന്തോഷം! അദ്ദേഹത്തിന്റെ ജീവിതം എത്രമാത്രം വ്യത്യാസപ്പെടും! എത്രമാത്രം മാധുര്യമുള്ളതാകും! എത്രമാത്രം കൂടുതൽ മാനുഷികമാകും! ഇതായിരുന്നു വഴി! ഇതുതന്നെ ആയിരുന്നു! അദ്ദേഹം നസറേത്തിലെ അമ്മയുടെ വീട്ടിലേക്ക് തിരിച്ചുപോകും! സഹോദരന്മാരുമായി യോജിപ്പിലെത്തും. ഇത് ചെറുപ്പത്തിന്റെ മണ്ടത്തരം ആയിരുന്നു— വെറും ഭ്രാന്ത് — മനുഷ്യവർഗ്ഗത്തിനുവേണ്ടി മരിക്കാനും ലോകത്തെ രക്ഷിക്കാനുമുള്ള ആഗ്രഹം. പക്ഷേ, മഗ്ദലനയ്ക്ക് നന്ദി പറയണം. ദൈവം അവളെ അനുഗ്രഹിക്കും. അദ്ദേഹത്തിന് സ്വസ്ഥത ലഭിക്കും. അദ്ദേഹം പണിപ്പുരയിലേക്ക് മടങ്ങിപ്പോകും. വീണ്ടും അദ്ദേഹം ഇഷ്ടപ്പെടുന്ന ജോലിയിലേക്ക് തിരിച്ചുപോകും. വീണ്ടു കലപ്പകളും തൊട്ടിലുകളും വെള്ളത്തൊട്ടികളും നിർമ്മിക്കും. അദ്ദേ

ഹത്തിന് കുട്ടികൾ ഉണ്ടാകും. അദ്ദേഹം ഒരു മനുഷ്യജീവിയായി മാറും. അദ്ദേഹം വീടിന്റെ യജമാനൻ ആകും. കൃഷിക്കാർ അദ്ദേഹത്തെ ബഹുമാനിക്കും. അദ്ദേഹം കടന്നുപോകുമ്പോൾ അവർ എഴുന്നേറ്റു നില്ക്കും. ആഴ്ച മുഴുവൻ അദ്ദേഹം ജോലി ചെയ്യും. ശനിയാഴ്ച അദ്ദേഹത്തിന്റെ ഭാര്യ മഗ്ദലന നെയ്തു കൊടുത്ത വൃത്തിയുള്ള ലിനൻ വേഷങ്ങളും തലയിൽ വില കൂടിയ ഉറുമാലും വിരലിൽ വിവാഹത്തിന്റെ സ്വർണ്ണമോതിരവും ധരിച്ച് [1]സിനഗോഗിൽ എത്തി മുതിർന്നവർക്കൊപ്പം ഇരിക്കും. ഈ സമയത്ത് പകുതിഭ്രാന്തന്മാരും അസ്വസ്ഥരുമായ സ്ക്രൈബുകളും ഫാരിസീകളും വിശുദ്ധവേദപുസ്തകങ്ങൾ വ്യാഖ്യാനിക്കാൻ വേണ്ടി വിയർത്തു. വിറച്ചു... അദ്ദേഹം അവരെ അടക്കിച്ചിരിച്ചുകൊണ്ട് അനുകമ്പയോടെ നോക്കും. ഈ ദൈവശാസ്ത്ര പണ്ഡിതന്മാർ എന്നെങ്കിലും എവിടെയാണ് ഒടുവിൽ എത്തിച്ചേരാൻ പോകുന്നത്! അദ്ദേഹം ഒരു ഭാര്യയെ സ്വീകരിച്ച് കുട്ടികളെ സ്വന്തമാക്കിക്കൊണ്ട് കലപ്പകളും തൊട്ടിലുകളും വെള്ളത്തൊട്ടികളും നിർമ്മിക്കുമ്പോൾ വിശുദ്ധ വേദപുസ്തകത്തെ ശരിയായ രീതിയിൽ നിശ്ശബ്ദമായി വ്യാഖ്യാനിക്കുകയായിരുന്നു...

അദ്ദേഹം കണ്ണുതുറന്ന് മരുഭൂമി കണ്ടു. പകൽ എവിടെപോയിരിക്കുന്നു! സൂര്യൻ ഒരിക്കൽക്കൂടി ചക്രവാളത്തിലേക്ക് ചാഞ്ഞിരിക്കുന്നു. സർപ്പം അവളുടെ മാറിടം അദ്ദേഹത്തിന്റെ നെഞ്ചിനോട് ചേർത്തുവെച്ചുകൊണ്ട് കാത്തിരിക്കുകയായിരുന്നു. അവൾ വശീകരിക്കുന്ന രീതിയിൽ നിർവൃതിയോടെ സീൽക്കാരം പുറപ്പെടുവിച്ചു. അതിനോടൊപ്പം ദുഃഖം നിഴലിക്കുന്ന വാത്സല്യം നിറഞ്ഞ ഒരു താരാട്ട് വൈകുന്നേരത്തെ അന്തരീക്ഷത്തിലേക്ക് ഒഴുകിയിറങ്ങി. മരുഭൂമി അമ്മയെപ്പോലെ തൊട്ടിലാട്ടിക്കൊണ്ട് താരാട്ടുപാടി.

“ഞാൻ കാത്തിരിക്കുകയാണ്... ഞാൻ കാത്തിരിക്കുകയാണ്.” സർപ്പം കാമം ഉണർത്തുന്ന രീതിയിൽ ചീറ്റി. “രാത്രി നമ്മളെ കടന്നുപോയിരിക്കുന്നു. എനിക്ക് തണുക്കുന്നു. തീരുമാനം എടുക്കൂ. എന്നോട് തല കുലുക്കി സമ്മതിക്കൂ. അതോടെ സ്വർഗ്ഗത്തിന്റെ വാതിലുകൾ നിങ്ങൾക്കു വേണ്ടി തുറന്നു കിടക്കും. എന്റെ പ്രിയപ്പെട്ടവൻ തീരുമാനം എടുക്കൂ. മഗ്ദലന കാത്തിരിക്കുകയാണ്...”

യേശു ഭയംകൊണ്ട് തളർന്നു പോയി. “ശരി.” എന്നു പറയാൻ വേണ്ടി അദ്ദേഹം വായ് തുറക്കാൻ തുടങ്ങുമ്പോൾ ആരോ മുകളിൽ നിന്ന് അദ്ദേഹത്തെ നോക്കുന്നതായി തോന്നി. അദ്ദേഹം ഭയത്തോടെ തല ഉയർത്തിയപ്പോൾ അന്തരീക്ഷത്തിൽ രണ്ടു കണ്ണുകൾ കണ്ടു. രാത്രിപോലെ ഇരുണ്ട രണ്ടു കണ്ണുകൾ. അതോടൊപ്പം അദ്ദേഹത്തിന് സൂചനകൾ നല്കിക്കൊണ്ടിരിക്കുന്ന ചലിക്കുന്ന രണ്ട് പുരികങ്ങളും ഉണ്ടായിരുന്നു: ഇല്ല! ഇല്ല! യേശുവിന്റെ ഹൃദയം ചുരുങ്ങി. അദ്ദേഹം നിലവിളിക്കാൻ ആഗ്രഹിക്കുന്നതുപോലെ യാചിക്കുന്ന മട്ടിൽ മുകളിലേക്ക് നോക്കി: എന്നെ തനിച്ചു

1. യഹൂദരുടെ ആരാധനാലയം

വിടൂ! എനിക്ക് അനുവാദം തരൂ! എന്നോട് ദേഷ്യം തോന്നരുത്! പക്ഷേ, ആ കണ്ണുകളിൽ ക്രൂരത നിറഞ്ഞുകഴിഞ്ഞിരുന്നു. പുരികങ്ങൾ ഭീഷണിപ്പെടുത്തുന്ന രീതിയിൽ വിറച്ചു.

"ഇല്ല! ഇല്ല! ഇല്ല!" ആ സമയത്ത് യേശു വിളിച്ചുകൂവി. രണ്ട് വലിയ കണ്ണുതീർത്തുള്ളികൾ അദ്ദേഹത്തിന്റെ കണ്ണുകളിൽ നിന്ന് ഒഴുകിയിറങ്ങി.

പെട്ടെന്ന് സർപ്പം പുളഞ്ഞുമറിഞ്ഞു. അവൾ അദ്ദേഹത്തിൽനിന്ന് അകന്നുമാറിക്കൊണ്ട് ഒരു അടക്കിപ്പിടിച്ച അലർച്ചയോടെ പൊട്ടിത്തെറിച്ചു. അന്തരീക്ഷത്തെ ആ പൊട്ടിത്തെറിയുടെ ഗന്ധം ആർത്തിയോടെ വിഴുങ്ങി.

യേശു കമഴ്ന്നടിച്ചു വീണു. അദ്ദേഹത്തിന്റെ കണ്ണിലും മൂക്കിലും വായിലും മണ്ണുനിറഞ്ഞു. അദ്ദേഹത്തിന്റെ മനസ്സ് ശൂന്യമായിരുന്നു. വിശപ്പും ദാഹവും മറന്ന് അദ്ദേഹം പൊട്ടിക്കരഞ്ഞു– അദ്ദേഹത്തിന്റെ ഭാര്യയും മക്കളും മരിച്ച് ജീവിതം നശിച്ചുകഴിഞ്ഞതുപോലെ യേശു പൊട്ടിക്കരഞ്ഞു.

"ദൈവമേ" മണ്ണ് കടിച്ചു കൊണ്ട് അദ്ദേഹം മുറുമുറുത്തു. "പിതാവേ അങ്ങേയ്ക്ക് അനുകമ്പ ഇല്ലേ? അങ്ങയുടെ ആഗ്രഹം നടക്കും. ഇതുവരെ ഞാൻ ഇത് എത്രതവണ അങ്ങയോട് പറഞ്ഞിരിക്കുന്നു. ഭാവിയിലും ഞാൻ ഇത് പറയണോ? ജീവിതകാലം മുഴുവൻ ഞാൻ വിറച്ചുകൊണ്ട് എതിർപ്പോടെ ഇത് പറഞ്ഞുകൊണ്ടിരിക്കും: അങ്ങയുടെ അനുഗ്രഹം നടക്കും!"

ഈ രീതിയിൽ മണ്ണ് വിഴുങ്ങിക്കൊണ്ട് പിറുപിറുക്കുന്നതിനിടയിൽ അദ്ദേഹം ഉറങ്ങി. അദ്ദേഹത്തിന്റെ ശരീരത്തിലെ കണ്ണുകൾ അടഞ്ഞപ്പോൾ ആത്മാവിലെ കണ്ണുകൾ തുറന്നു. രാത്രിയുടെ ഒരറ്റം മുതൽ മറ്റേ അറ്റം വരെ നീളമുള്ളതും ഒരു മനുഷ്യശരീരത്തിന്റ്രേ വണ്ണം ഉള്ളതും ആയ ഒരു സർപ്പത്തിന്റെ മായാരൂപം അദ്ദേഹം കണ്ടു. അവൾ ചുവന്നു തിളങ്ങുന്ന വലിയവായ് തുറന്നുവെച്ചുകൊണ്ട് അദ്ദേഹത്തിന്റെ അടുത്ത് മണ്ണിൽ നിവർന്നുകിടക്കുകയായിരുന്നു. വായുടെ എതിർവശത്ത് അലങ്കരിച്ച ഒരു തിത്തിരിപ്പക്ഷി ചിറകുകൾ തുറന്ന് രക്ഷപ്പെടാൻവേണ്ടി വിറച്ചുകൊണ്ട് ഒറ്റക്കാലിൽ പോരാടുന്നുണ്ടായിരുന്നു. ഭയംകൊണ്ട് എഴുന്നുനില്ക്കുന്ന തൂവലുകളുമായി അത് ദുർബ്ബലമായി കരഞ്ഞുകൊണ്ട് ഇടറി ഇടറി മുന്നോട്ട് നീങ്ങി. സർപ്പം ചലനമില്ലാതെ വായും പിളർന്ന് അതിനെത്തന്നെ നോക്കിക്കൊണ്ടു കിടന്നു. ഇരയെപ്പറ്റി ഉറപ്പുള്ളതുകൊണ്ട് അവൾക്ക് തിടുക്കം ഉണ്ടായിരുന്നില്ല. തിത്തിരിപ്പക്ഷി അതിന്റെ തകർന്ന കാലുകളിൽ തുറന്നിരുന്ന വായുടെ അടുത്തേക്ക് ആടിയാടി മുന്നേറി. യേശു തിത്തിരിപ്പക്ഷിയെപോലെ വിറച്ചുകൊണ്ട് അതിന്റെ മുന്നേറ്റം ശ്രദ്ധിച്ചുകൊണ്ടുനിന്നു... അവസാനം പ്രഭാതത്തിൽ പക്ഷി തുറന്നിരുന്ന വായുടെ അടുത്തെത്തി. ഒരു നിമിഷം അത് വിറച്ചു. അത് സഹായം അന്വേഷിക്കുന്നതുപോലെ നാലു ചുറ്റും നോക്കി. പിന്നീട് കഴുത്ത് നീട്ടി കാലുകൾ ഒന്നിച്ചു ചേർത്തു വച്ചുകൊണ്ട് കൈകോർത്തു കടന്നു. വായ്

അടയണം. തിത്തിരിപ്പക്ഷിയെ തൂവലുകളുടെയും മാസത്തിന്റെയും കടും ചുവപ്പുനിറമുള്ള കാലുകളുടെയും ഒരു ഉരുളയായി യേശുവിന് കാണാൻ കഴിഞ്ഞു. പാമ്പിന്റെ വയറ്റിലേക്ക് അത് സാവധാനം അല്പാല്പമായി ഇറങ്ങിപ്പോകുന്നത് അദ്ദേഹം കണ്ടു.

അദ്ദേഹം പേടിച്ച് ചാടി എഴുന്നേറ്റു. മരുഭൂമി ഇളകിമറിയുന്ന ഇളം ചുവപ്പ് തിരമാലകളുടെ ഒരു കൂട്ടായ്മ ആയിരുന്നു.

സൂര്യൻ ഉയർന്നുകൊണ്ടിരിക്കുകയായിരുന്നു. "അത് ദൈവമാണ്." അദ്ദേഹം വിറച്ചുകൊണ്ട് പിറുപിറുത്തു. "തിത്തിരിപ്പക്ഷി..."

അദ്ദേഹത്തിന്റെ ശബ്ദം മുറിഞ്ഞു സ്വന്തം ആലോചന പൂർത്തിയാക്കാനുള്ള ധൈര്യം അദ്ദേഹത്തിന് ഉണ്ടായിരുന്നില്ല:

".....മനുഷ്യന്റെ ആത്മാവാണ്. തിത്തിരിപ്പക്ഷി മനുഷ്യന്റെ ആത്മാവാണ്!"

അദ്ദേഹം മണിക്കൂറുകളോളം ഈ ആലോചനയിൽ മുങ്ങിക്കിടന്നു. സൂര്യൻ ഉയർന്നുവന്ന് മണ്ണിന് തീപിടിപ്പിച്ചു. അത് തലയോട്ടി തുളച്ചിറങ്ങി അകത്തുചെന്ന് അദ്ദേഹത്തിന്റെ മനസ്സും തൊണ്ടയും നെഞ്ചും പൊരിച്ചെടുത്തു. അദ്ദേഹത്തിന്റെ കുടൽമാലകൾ വിളവെടുപ്പുകഴിഞ്ഞ് ഉപേക്ഷിക്കപ്പെട്ട മുന്തിരിക്കുലകൾ പോലെ തൂങ്ങിക്കിടന്നു. അദ്ദേഹത്തിന്റെ നാക്ക് അണ്ണാക്കിൽ ഒട്ടിപ്പിടിച്ചു. അദ്ദേഹത്തിന്റെ തൊലി ഉരിഞ്ഞുപോകുന്നുണ്ടായിരുന്നു. അദ്ദേഹത്തിന്റെ എല്ലുകൾ കാണാൻ കഴിഞ്ഞിരുന്നു. അദ്ദേഹത്തിന്റെ വിരലുകളുടെ അറ്റം പരിപൂർണ്ണമായും നീലനിറമായി മാറിയിരുന്നു.

അദ്ദേഹത്തിന്റെ ഉള്ളിൽ സമയം ഒരു ഹൃദയമിടിപ്പോളം ചെറുതും മരണത്തോളം വലുതുമായി മാറിയിരുന്നു. അദ്ദേഹത്തിന് ഇപ്പോൾ വിശപ്പോ ദാഹമോ ഉണ്ടായിരുന്നില്ല. അദ്ദേഹത്തിന് ഇപ്പോൾ ഭാര്യയോ കുട്ടികളോ വേണമെന്ന് ആഗ്രഹം ഉണ്ടായിരുന്നില്ല. അദ്ദേഹത്തിന്റെ ആത്മാവ് പൂർണ്ണമായും കണ്ണുകളിലേക്ക് തിക്കിത്തിരക്കി പ്രവേശിച്ചിരുന്നു. അദ്ദേഹം കണ്ടു: അത്രമാത്രം: അദ്ദേഹം കണ്ടു. പക്ഷേ, കൃത്യം ഉച്ച സമയത്ത് അദ്ദേഹത്തിന്റെ കാഴ്ച മങ്ങി. ലോകം അപ്രത്യക്ഷപ്പെട്ടു. ഒരു വളരെ വലിയ വായ് അദ്ദേഹത്തിന്റെ മുന്നിൽ എവിടെയോ തുറന്നിരിക്കുന്നുണ്ടായിരുന്നു. അതിന്റെ മുകളിലത്തെ എല്ല് ആകാശവും താഴത്തെ താടിയെല്ല് ഭൂമിയും ആയിരുന്നു. അദ്ദേഹം വിറച്ചുകൊണ്ട് സാവധാനം മുന്നോട്ട് നീട്ടിപ്പിടിച്ച കഴുത്തുമായി ആ വായുടെ അടുത്തേക്ക് നീങ്ങി...

വെളുത്തതും കറുത്തതുമായ മിന്നൽപ്പിണരുകൾ പോലെ പകലുകളും രാത്രികളും കടന്നുപോയി. ഒരു ദിവസം അർദ്ധരാത്രിയിൽ അഭിമാനത്തോടെ സടകുടഞ്ഞുകൊണ്ട് ഒരു സിംഹം അദ്ദേത്തിന്റെ മുമ്പിൽ വന്നുനിന്നു. അതിന്റെ ശബ്ദം ഒരു മനുഷ്യന്റേതായിരുന്നു:

"എന്റെ ഒളിച്ചിരിക്കുന്ന വിജയശ്രീലാളിതനായ സന്ന്യാസിക്ക് സ്വാഗതം. ചെറിയ നന്മകളും സന്തോഷങ്ങളും ആഹ്ലാദങ്ങളും കീഴടക്കിയ മനുഷ്യനെ ഞാൻ ആദരിക്കുന്നു! എളുപ്പമുള്ളതും ഉറപ്പുള്ളതുമായ കാര്യ

ങ്ങൾ നമ്മൾ ഇഷ്ടപ്പെടുന്നില്ല. നമ്മുടെ നോട്ടം ബുദ്ധിമുട്ടുള്ള കാര്യങ്ങളിലാണ്. മഗ്ദലന നമുക്ക് വേണ്ടത്ര വലിപ്പം ഉള്ള ഒരു ഭാര്യ അല്ല. നമ്മൾ മുഴുവൻ ഭൂമിയെയും വിവാഹം കഴിക്കാൻ ആഗ്രഹിക്കുന്നു. വരൻ എഴുന്നേറ്റു വരൂ. വധു നെടുവീർപ്പിട്ടുകഴിഞ്ഞു. സ്വർഗ്ഗത്തിലെ വിളക്കുകൾ കൊളുത്തിയിരിക്കുന്നു. അതിഥികൾ വന്നു കഴിഞ്ഞു. നമുക്കു പോകാം."

"നിങ്ങൾ ആരാണ്?"

"നിങ്ങൾ തന്നെ - ഈ ലോകത്തിലെ രാജ്യങ്ങളായ ആട്ടിൻ തൊഴുത്തുകൾക്കുചുറ്റും ചാടിക്കയറി പിടിച്ചു തിന്നണോ വേണ്ടയോ എന്ന് ആലോചിച്ചുകൊണ്ട് രാത്രിയിൽ പുതുങ്ങിനടക്കുന്ന നിങ്ങളുടെ ഹൃദയത്തിനും അരക്കെട്ടിനും ഉള്ളിലെ വിശക്കുന്ന സിംഹം. ഞാൻ ബാബിലോണിൽ നിന്ന് ജറുസലേമിലേക്കും ജറുസലേമിൽ നിന്ന് അലക്സാൻഡ്രിയയിലേക്കും അലക്സാൻഡ്രിയയിൽ നിന്ന് റോമിലേക്കും വിളിച്ചു കൂവിക്കൊണ്ട് പാഞ്ഞു നടക്കുന്നു: എനിക്ക് വിശക്കുന്നു. എല്ലാം എന്റേതാണ്! പ്രഭാതത്തിൽ ഞാൻ നിങ്ങളുടെ നെഞ്ചിലേക്ക് വീണ്ടും പ്രവേശിച്ച് ചുക്കിച്ചുളിയുന്നു. ഭയപ്പെടുത്തുന്ന സിംഹം ആട്ടിൻകുട്ടിയായി മാറുന്നു. ഞാൻ ആഗ്രഹങ്ങൾ ഒന്നും ഇല്ലാത്ത ഒരു ഗോതമ്പു തരി കൊണ്ടും ഒരു കവിൾ വെള്ളം കൊണ്ടും പിതാവ് എന്ന് വിളിച്ച് പുകഴ്ത്താൻ കഴിയുന്ന നിഷ്കളങ്കനും ഒത്തുതീർപ്പിനു തയ്യാറുള്ളവനുമായ ദൈവത്തെക്കൊണ്ടും ജീവിക്കാൻ കഴിയുന്ന വിനീതനായ സന്ന്യാസിയുടെ ഭാഗം അഭിനയിക്കുന്നു... പക്ഷേ, മനസ്സിൽ എനിക്ക് രഹസ്യമായ നാണക്കേട് ഉണ്ട്. ഞാൻ രാത്രിയാകാൻ വേണ്ടി തീവ്രമായി ആശിച്ചു. രാത്രിയായാൽ എനിക്ക് ആട്ടിൻതോൽ വലിച്ചെറിഞ്ഞിട്ട് ബാബിലോണിലും ജറുസലേമിലും അലക്സാൻഡ്രിയയിലും റോമിലും ഒരിക്കൽക്കൂടി എന്റെ നാലു കാലുകളും ഉറപ്പിച്ച് ചുറ്റിത്തിരിയാനും ഗർജ്ജിക്കാനും കഴിയും."

"നിങ്ങൾ ആരാണെന്ന് എനിക്ക് അറിയില്ല. ഞാൻ ഒരിക്കലും ഈ ലോകത്തെ സാമ്രാജ്യം ആഗ്രഹിച്ചിട്ടില്ല. ഞാൻ സ്വർഗ്ഗരാജ്യം കൊണ്ട് തൃപ്തനാണ്."

"അതല്ല കാര്യം. ചങ്ങാതി. നിങ്ങൾ സ്വയം വഞ്ചിക്കുന്നു. നിങ്ങൾ അതുകൊണ്ട് തൃപ്തനല്ല. നിങ്ങൾക്ക് സ്വയം ഉള്ളിലേക്ക് നോക്കാനുള്ള ധൈര്യം ഇല്ല. നിങ്ങളുടെ മനസ്സിന്റെയും അരക്കെട്ടിന്റെയും ആഴങ്ങളിലേക്ക് നോക്കി എന്നെ കണ്ടെത്താൻ ധൈര്യം ഇല്ല.... നിങ്ങൾ എന്നെ സംശയത്തോടെ നോക്കുന്നതും എന്നെപ്പറ്റി മോശമായി വിചാരിക്കുന്നതും എന്തുകൊണ്ടാണ്? ഞാൻ നിങ്ങളെ വഴിതെറ്റിക്കാൻ വന്ന പ്രലോഭനം എന്ന കൗശലക്കാരനായ രഹസ്യദൂതൻ ആണെന്ന് വിശ്വസിക്കുന്നുണ്ടോ? തലച്ചോറില്ലാത്ത സന്ന്യാസി, പുറത്തുനിന്നുള്ള പ്രലോഭനത്തിന് എന്ത് ശക്തിയാണ് ഉള്ളത്? കോട്ട ഉയരുന്നത് ഉള്ളിൽ നിന്ന് മാത്രമാണ്. നിങ്ങളുടെ ഏറ്റവും ആഴമുള്ള ചിന്തയുടെ ഏറ്റവും ആഴമുള്ള ശബ്ദം ഞാനാണ്. നിങ്ങളുടെ ഉള്ളിലെ സിംഹം ഞാനാണ്. നിങ്ങളുടെ അടുത്തുവരാൻ മനു

ഷ്യരെ പ്രോത്സാഹിപ്പിക്കാൻ വേണ്ടി നിങ്ങൾ ആട്ടിൻതോലുകൊണ്ട് സ്വയം പൊതിഞ്ഞു. അതുകൊണ്ട് നിങ്ങൾക്ക് അവരെ വാരിവിഴുങ്ങാം. നിങ്ങൾ ഒരു കൊച്ചുകുട്ടിയായിരിക്കുമ്പോൾ ഒരു യഹൂദമന്ത്രവാദിനി കൈനോക്കിയത് ഓർക്കുന്നില്ലേ? ഞാൻ ധാരാളം നക്ഷത്രങ്ങൾ—കാണുന്നു." അവൾ പറഞ്ഞു. "ധാരാളം കുരിശുകൾ കാണുന്നു. നിങ്ങൾ രാജാവാകും. നിങ്ങൾ എന്തിനാണ് മറന്നുപോയതായി ഭാവിക്കുന്നത്? നിങ്ങൾ അത് രാത്രിയും പകലും ഓർക്കുന്നുണ്ട്. ഡേവിഡിന്റെ മകൻ എഴുന്നേറ്റ് സ്വന്തം രാജ്യത്തിലേക്ക് പ്രവേശിക്കൂ!"

യേശു തലകുനിച്ചിരുന്ന് കേട്ടു. അല്പാല്പമായി അദ്ദേഹം ആ ശബ്ദം തിരിച്ചറിഞ്ഞു. അല്പാല്പമായി ആ ശബ്ദം ചിലപ്പോൾ സ്വപ്നങ്ങളിൽ താൻ കേട്ടിരുന്നതാണെന്ന് അദ്ദേഹത്തിന് ഓർമ്മ വന്നു. ഒരിക്കൽ കുട്ടിക്കാലത്ത് യൂദാസ് അദ്ദേഹത്തെ അടിച്ച സമയത്ത് ഈ ശബ്ദം കേട്ടിരുന്നു. പിന്നീട് ഒരിക്കൽ വീട്ടിൽനിന്നും ഇറങ്ങി പകലുകളും രാത്രികളും തുളച്ചിറങ്ങുന്ന വിശപ്പുമായി പാടത്ത് ചുറ്റിത്തിരിഞ്ഞതിനുശേഷം നാണമില്ലാതെ വീട്ടിലേക്ക് കയറിച്ചെല്ലുമ്പോൾ അദ്ദേഹം ഈ ശബ്ദം കേട്ടിരുന്നു. അന്ന് അദ്ദേഹത്തിന്റെ സഹോദരന്മാരായ ഞൊണ്ടി സൈമണും ഭക്തൻ ജേക്കബ്ബും കൂക്കുവിളികളോടെ യേശുവിനെ ഉമ്മറത്തുനിന്നുകൊണ്ട് സ്വാഗതം ചെയ്തിരുന്നു. അപ്പോൾ ഉള്ളിൽനിന്ന് സിംഹം ഗർജ്ജിക്കുന്നത് അദ്ദേഹം സത്യത്തിൽ കേട്ടിരുന്നു. കഷ്ടിച്ച് ഏതാനും ദിവസങ്ങൾക്ക് മുമ്പ് മതഭ്രാന്തനെ കുരിശിലേറ്റുന്നതിനുവേണ്ടി ഇളകിമറിയുന്ന ആൾക്കൂട്ടത്തിനിടയിലൂടെ കുരിശുചുമന്നുകൊണ്ടു പോകുമ്പോൾ എല്ലാവരും വെറുപ്പോടെ അദ്ദേഹത്തിന് വഴിമാറിക്കൊടുത്തിരുന്നു. അപ്പോൾ സിംഹം വീണ്ടും അദ്ദേഹത്തിന്റെ ഉള്ളിൽക്കിടന്ന് കിതച്ചുചാടി. അതിന്റെ അപാരമായ ശക്തിയിൽ അദ്ദേഹം തറയിലേക്ക് വലിച്ചെറിയപ്പെട്ടു.

അതിനുശേഷം ഇപ്പോൾ ഈ പരിത്യക്തമായ രാത്രിയിൽ— നോക്കൂ! അദ്ദേഹത്തിന്റെ ഉള്ളിലെ അലറുന്ന സിംഹം പുറത്തുവന്ന് മുന്നിൽ നില്ക്കുന്നു. അത് സ്വയം അദ്ദേഹത്തിന്റെ ശരീരത്തിൽ ഉരസി. അത് അദ്ദേഹത്തിന്റെ ഉള്ളിലേക്കും പുറത്തേക്കും എത്തുന്നതുപോലെ അപ്രത്യക്ഷപ്പെടുകയും വീണ്ടും പ്രത്യക്ഷപ്പെടുകയും ചെയ്തു. അത് തമാശയായി അദ്ദേഹത്തെ വാലുകൊണ്ട് പതുക്കെ തട്ടി... യേശുവിന് അദ്ദേഹത്തിന്റെ ഹൃദയം കൂടുതൽ കൂടുതൽ തീവ്രമാകുന്നതായി തോന്നി. "സിംഹം പരിപൂർണ്ണമായും ശരിയാണ്." അദ്ദേഹം വിചാരിച്ചു. "ഞാൻ ഇതെല്ലാം ആവശ്യത്തിന് അനുഭവിച്ചു കഴിഞ്ഞു. വിശപ്പ് അനുഭവിച്ച് ഞാൻ മടുത്തിരിക്കുന്നു. എളിമ നടിക്കാനുള്ള ആഗ്രഹം എനിക്ക് മടുത്തിരിക്കുന്നു. അടി കിട്ടാൻ വേണ്ടി മറ്റേകരണം കാണിച്ചു കൊടുത്ത് എനിക്ക് മടുത്തിരിക്കുന്നു. കൂടുതൽ മാന്യനാകാൻ വേണ്ടി മനുഷ്യനെ തിന്നുന്ന ഈ ദൈവത്തെ പുകഴ്ത്തി വശത്താക്കാൻ പിതാവ് എന്ന് വിളിച്ച് വിളിച്ച് എനിക്ക് മടുത്തിരിക്കുന്നു. സഹോദരന്മാരുടെ ശാപവും അമ്മയുടെ കരച്ചിലും, നഗ്നപാദനായി ഞാൻ നടന്നുപോകുമ്പോഴുള്ള മനുഷ്യരുടെ പൊട്ടിച്ചിരിയും

കേട്ട് ഞാൻ തളർന്നിരിക്കുന്നു. എനിക്ക് നഗ്നപാദനായി നടന്ന് മതിയായി. ചന്തയിലൂടെ പോകുമ്പോൾ കാണുന്ന തേനും വീഞ്ഞും സ്ത്രീകളെയും സ്വന്തമാക്കാൻ കഴിയാത്തതിൽ എനിക്ക് അസ്വസ്ഥത തോന്നുന്നു. ഉറക്കത്തിൽ മാത്രം ദൈവം അതെല്ലാം എനിക്ക് കൊണ്ടുത്തരുന്നു. അതുകൊണ്ട് എനിക്ക് അതിന്റെയെല്ലാം സ്വാദ് നോക്കാനും ശൂന്യമായ അന്തരീക്ഷത്തെ ആലിംഗനം ചെയ്യാനും കഴിയുന്നു! എനിക്ക് ഇതെല്ലാം മടുത്തിരിക്കുന്നു! ഞാൻ എഴുന്നേറ്റ് പൈതൃകമായ വാളുകൊണ്ട് സ്വയം തയ്യാറെടുത്തുകൊണ്ട് എന്റെ സാമ്രാജ്യത്തിലേക്ക് കടന്നു ചെല്ലും!– ഞാൻ ഡേവിഡിന്റെ മകൻ അല്ല? സിംഹം പറഞ്ഞത് ശരിയാണ്! ആശയങ്ങളും ആകാശങ്ങളും സ്വർഗ്ഗരാജ്യങ്ങളും മതിയാക്കാം! കല്ലും മണ്ണും മാംസവും – അതാണ് എന്റെ സാമ്രാജ്യം!"

അദ്ദേഹം എഴുന്നേറ്റു. ചാടി എഴുന്നേറ്റ് സിംഹത്തെപ്പോലെ അലറിക്കൊണ്ട് അദൃശ്യമായ വാളെടുത്ത് സ്വയം കച്ചകെട്ടാനുള്ള ശക്തി എവിടെനിന്നോ അദ്ദേഹം കണ്ടെത്തി. അദ്ദേഹം തയ്യാറായിക്കഴിഞ്ഞിരുന്നു. "മുന്നോട്ട്!" അദ്ദേഹം അലറി. അദ്ദേഹം തിരിഞ്ഞു നോക്കി. പക്ഷേ, സിംഹത്തെ കാണാനുണ്ടായിരുന്നില്ല. അദ്ദേഹം മുകളിൽനിന്നും പ്രകമ്പനം സൃഷ്ടിക്കുന്ന ഒരു പൊട്ടിച്ചിരിയും ശബ്ദവും കേട്ടു. "നോക്കൂ!".... രാത്രിയിലൂടെ പിളർന്നിറങ്ങിയ ഒരു മിന്നൽപിണർ ചലനമില്ലാതെ അന്തരീക്ഷത്തിൽ ഉറച്ചു നിന്നു. അതിന്റെ താഴെ മതിലുകളും മണിമാളികകളും വീടുകളും വഴികളും നടുമുറ്റങ്ങളും മനുഷ്യരും അതുകൂടാതെ ചുറ്റുപാടും സമതലങ്ങളും പർവ്വതങ്ങളും കടലും ഉള്ള പട്ടണങ്ങൾ ഉണ്ടായിരുന്നു. ബാബിലോൺ വലതുവശത്തായിരുന്നു. ജറുസലേമും അലക്സാൻഡ്രിയയും ഇടതുവശത്തും. കടലിന്റെ മറുവശത്ത് റോം. അദ്ദേഹം ഒരിക്കൽക്കൂടി ആ ശബ്ദം കേട്ടു. "നോക്കൂ!"

യേശു കണ്ണുകൾ ഉയർത്തി. മഞ്ഞച്ചിറകുള്ള ഒരു മാലാഖ ആകാശത്തുനിന്നും ആദ്യമായി തലകുത്തിവീണു. വിലാപങ്ങൾ കേൾക്കുന്നുണ്ടായിരുന്നു. നാലു രാജ്യങ്ങളിലും മനുഷ്യർ അവരുടെ കൈകൾ സ്വർഗ്ഗത്തിലേക്ക് ഉയർത്തി. പക്ഷേ, അവരുടെ കൈകളെ കുഷ്ഠം കാർന്നുതിന്നു. അവ തളർന്നു താഴോട്ടുവീണു. അവർ സഹായത്തിനു വേണ്ടി വിളിച്ചു കൂവാൻ ചുണ്ടുകൾ അകറ്റി! അവരുടെ ചുണ്ടുകളെ കുഷ്ഠം വിഴുങ്ങി. ചുണ്ടുകൾ അടർന്നു താഴെവീണു. കൈകളും മൂക്കുകളും ചുണ്ടുകളും കൊണ്ട് നിരത്തുകൾ നിറഞ്ഞു.

യേശു കൈ ഉയർത്തിക്കൊണ്ട് "ദൈവമേ, മനുഷ്യവർഗ്ഗത്തോട് കരുണ കാണിക്കണം!" എന്ന് നിലവിളിച്ചപ്പോൾ, പലനിറങ്ങളുള്ള ചിറകുകൾ ഉള്ള മറ്റൊരു മാലാഖ സ്വർഗ്ഗത്തിൽനിന്നും തലകുത്തിവീണു. പെട്ടെന്ന് ഭൂമിയിൽനിന്നും ഉച്ചത്തിലുള്ള പൊള്ളച്ചിരി പൊട്ടിപ്പുറപ്പെട്ടു: കുഷ്ഠരോഗികൾ ഭ്രാന്തുപിടിച്ച് ബഹളം ഉണ്ടാക്കിക്കൊണ്ട് ഓടിനടക്കുകയായിരുന്നു. അവരുടെ ശരീരത്തിൽ ഇപ്പോൾ അവശേഷിച്ചിരുന്നതെല്ലാം പൊട്ടിച്ചിരിയുടെ ഇടിമുഴക്കങ്ങളായി പൊട്ടിത്തെറിച്ചു.

യേശു വിറച്ചുകൊണ്ട് ബഹളം കേൾക്കാതിരിക്കാൻ വേണ്ടി ചെവി പൊത്തിപ്പിടിച്ചു. ആ സമയത്ത് ചുവന്ന ചിറകുകൾ ഉള്ള മൂന്നാമത്തെ മാലാഖ ആകാശത്തുനിന്നും കൊള്ളിമീൻ പോലെ ഭൂമിയിലേക്ക് വീണു. തീജ്വാലകളുടെ നാല് ജലധാരകൾ ആകാശത്തേക്ക് ഉയർന്നു. പുകയുടെ നാലു തൂണുകൾ ഉയർന്നുപൊങ്ങി. വായു ഇല്ലാതെ നക്ഷത്രങ്ങൾ അണഞ്ഞു പോയി. പുകയെ ചിന്നിച്ചിതറിച്ചുകൊണ്ട് ഒരു ഇളംകാറ്റ് വീശി. യേശു നോക്കി. നാലു രാജ്യങ്ങൾ നാലുപിടി ചാമ്പലായി മാറിയിരുന്നു.

ഒരിക്കൽക്കൂടി ആ ശബ്ദം മുഴങ്ങുന്നതു കേട്ടു. "നിങ്ങൾ സ്വന്തമാക്കാൻ പുറപ്പെടുന്ന ഈ ലോകത്തെ രാജ്യങ്ങൾ ഈ നികൃഷ്ടമായ പ്രദേശങ്ങൾ ആണ്. അവർ എന്റെ പ്രിയപ്പെട്ട മാലാഖമാരാണ്: കുഷ്ഠവും ഭ്രാന്തും തീജ്വാലകളും. ദൈവത്തിന്റെ ദിവസം വന്നിരിക്കുന്നു– എന്റെ ദിവസം, എന്റെ സ്വന്തം ദിവസം!" അവസാനത്തെ ഈ ഇടിവെട്ടിന്റെ മുഴക്കത്തോടെ മിന്നൽപ്പിണർ അപ്രത്യക്ഷപ്പെട്ടു.

പുലരി മണ്ണിൽ പുതഞ്ഞുപോയ മുഖവുമായികിടക്കുന്ന യേശുവിനെ കണ്ടു. അദ്ദേഹം രാത്രിയിൽ പാറപ്പുറത്തുനിന്ന് ഉരുണ്ടുവീണുകാണും. അദ്ദേഹം നിർത്താതെ കരഞ്ഞിട്ടുണ്ടാകും. കാരണം അദ്ദേഹത്തിന്റെ കണ്ണുകൾക്ക് കരഞ്ഞുകരഞ്ഞു കനം വെച്ചിരുന്നു. അദ്ദേഹം നാലു ചുറ്റും നോക്കി. അനന്തമായ ഈ മണൽപ്പരപ്പ് അദ്ദേഹത്തിന്റെ ആത്മാവ് ആയിരിക്കുമോ? മരുഭൂമി കൗശലം കാണിക്കുകയായിരുന്നു. അതിന് ബോധം വീണ്ടുകിട്ടുകയായിരുന്നു. അദ്ദേഹം തുളച്ചിറങ്ങുന്ന നിലവിളികളും പരിഹാസത്തിന്റെ പൊട്ടിച്ചിരികളും ഏങ്ങലടികളും കേട്ടു. ചോരച്ചുവപ്പ് കണ്ണുകളുള്ള മുയലിനോടും അണ്ണാനോടും കീരിയോടും സാമ്യമുള്ള ചെറിയ മൃഗങ്ങൾ അദ്ദേഹത്തിന്റെ അടുത്തേക്ക് ചാടി വരുന്നുണ്ടായിരുന്നു. ഇത് ഭ്രാന്താണ്. അദ്ദേഹം വിചാരിച്ചു. എന്നെ വിഴുങ്ങാൻ വരുന്ന ഭ്രാന്ത്... അദ്ദേഹം നിലവിളിച്ചപ്പോൾ മൃഗങ്ങൾ അപ്രത്യക്ഷപ്പെട്ടു.

കഴുത്തിൽ നിന്ന് അർദ്ധചന്ദ്രനെ തൂക്കിയിട്ടിരുന്ന ഒരു പ്രധാന ദൈവദൂതൻ അദ്ദേഹത്തിന്റെ മുമ്പിൽ വന്ന് ഉയർന്നുനിന്നുകൊണ്ട് അയാളുടെ പച്ചനിറമുള്ള ചിറകുകൾ വിടർത്തി. അയാളുടെ പുരികങ്ങൾക്കിടയിൽ തിളങ്ങുന്ന നക്ഷത്രം ഉണ്ടായിരുന്നു.

യേശു കണ്ണഞ്ചിപ്പിക്കുന്ന വെളിച്ചത്തിനെതിരെ കണ്ണുകൾ കൈകൊണ്ട് പകുതി മൂടിവെച്ചു. "പ്രധാന ദൈവദൂതൻ" അദ്ദേഹം മന്ത്രിച്ചു.

പ്രധാന ദൈവദൂതൻ ചിറകുകൾ അടച്ചുകൊണ്ട് പുഞ്ചിരിച്ചു. "എന്നെ നിങ്ങൾക്ക് തിരിച്ചറിയാൻ കഴിയുന്നില്ലേ?" അയാൾ ചോദിച്ചു. "നിങ്ങൾ എന്നെ ഓർക്കുന്നില്ലേ?"

"ഇല്ല, ഇല്ല! നിങ്ങൾ ആരാണ്? ദൈവദൂതൻ ദൂരെപോകൂ. എനിക്ക് കണ്ണുകാണുന്നില്ല. നിങ്ങൾ എന്നെ അന്ധനാക്കുന്നു."

"നിങ്ങൾ നടക്കാൻ പോലും കഴിയാത്ത ഒരു കൊച്ചുകുട്ടി ആയിരുന്നപ്പോൾ വീട്ടുപടിക്കൽ വീഴാതിരിക്കാൻ വേണ്ടി അമ്മയുടെ വേഷത്തിൽ

ഞാന്നുകിടന്നുകൊണ്ട് ഉറക്കെവിളിച്ചു കൂവിയത് ഓർമ്മയുണ്ടോ! ദൈവമേ, എന്നെ ദൈവം ആക്കൂ! എന്നെ ദൈവം ആക്കൂ! ദൈവമേ, എന്നെ ദൈവം ആക്കൂ!"

"ആ നാണംകെട്ട ഈശ്വരനിന്ദ എന്നെ ഓർമ്മിപ്പിക്കരുത്. ഞാൻ അത് ഓർക്കുന്നുണ്ട്."

"ഉള്ളിൽ നിന്നുള്ള ആ ശബ്ദം ഞാനാണ്. ഞാൻ അന്ന് വിളിച്ചുപറഞ്ഞിരുന്നു. ഞാൻ ഇപ്പോഴും വിളിച്ചു പറയുന്നുണ്ട്. പക്ഷേ, നിങ്ങൾക്ക് പേടിയാണ്. കേട്ടതായി നിങ്ങൾ ഭാവിക്കുന്നില്ല. ഇപ്പോൾ ഇഷ്ടപ്പെട്ടാലും ഇല്ലെങ്കിലും നിങ്ങൾ ഞാൻ പറയുന്നത് കേൾക്കാൻ പോകുകയാണ്. സമയം ആയിരിക്കുന്നു. മൊത്തം മനുഷ്യവർഗ്ഗത്തിൽ നിന്ന് ജനിക്കുന്നതിനുമുമ്പുതന്നെ ഞാൻ നിങ്ങളെ തിരഞ്ഞെടുത്തിരുന്നു. നിങ്ങൾ നിസ്സാര നേട്ടങ്ങളിലും ചെറിയ ആഹ്ലാദങ്ങളിലും സന്തോഷങ്ങളിലും വീഴുന്നത് തടയാൻ വേണ്ടി ഞാൻ നിങ്ങളുടെ ഉള്ളിലിരുന്ന് മിന്നിത്തിളങ്ങി. ഞാൻ നിങ്ങളെകൊണ്ടുവന്ന മരുഭൂമിയിലേക്ക് സ്ത്രീ കടന്നുവന്നപ്പോൾ അവളെ ഞാൻ എങ്ങനെയാണ് അല്പം മുമ്പ് നാടുകടത്തിയതെന്ന് നോക്കൂ! രാജ്യങ്ങൾ വന്നു. ഞാൻ രാജ്യങ്ങളെ നാടുകടത്തി. ഞാനാണ് ചെയ്തത്. ഞാൻ. നിങ്ങളല്ല. ഇതിലും കൂടുതൽ പ്രാധാന്യം ഉള്ളതും ബുദ്ധിമുട്ടുള്ളതുമായ ഒരു വിധിക്കുവേണ്ടി ഞാൻ നിങ്ങളെ കരുതി വച്ചിരിക്കുന്നു.

"കൂടുതൽ പ്രധാന്യം— കൂടുതൽ ബുദ്ധിമുട്ട്?"

"നിങ്ങൾ കുട്ടിയായിരുന്നപ്പോൾ എന്താണ് ആഗ്രഹിച്ചത്? ദൈവം ആയിത്തീരാൻ. നിങ്ങൾ അതുതന്നെയാണ് ആകാൻ പോകുന്നത്!"

"ഞാനോ!"

"പിന്തിരിയരുത്. വിലപിക്കരുത്. നിങ്ങൾ ആകാൻ പോകുന്നത് അതുതന്നെയാണ്. നിങ്ങൾ അതായിക്കഴിഞ്ഞു. ജോർദ്ദാനിൽ വച്ച് കാട്ടുപ്രാവ് നിങ്ങളുടെ മുകളിലേക്ക് എറിഞ്ഞ വാക്കുകൾ എന്താണെന്നാണ് നിങ്ങൾ വിചാരിക്കുന്നത്?"

"എനിക്ക് പറഞ്ഞു തരൂ! പറഞ്ഞു തരൂ!"

"നീ എന്റെ മകനാണ്! എന്റെ ഒരേയൊരു മകൻ! കാട്ടുപ്രാവ് നിങ്ങൾക്കു കൊണ്ടുവന്ന സന്ദേശം അതായിരുന്നു. പക്ഷേ, അത് കാട്ടുപ്രാവ് ആയിരുന്നില്ല. അത് പ്രധാന ദൈവദൂതൻ ഗബ്രിയേൽ ആയിരുന്നു. അതുകൊണ്ട് ഞാൻ നിങ്ങളെ ബഹുമാനിക്കുന്നു: ദൈവത്തിന്റെ ഒരേ ഒരു മകൻ!"

യേശുവിന്റെ നെഞ്ചിനുള്ളിൽ രണ്ടു ചിറകുകൾ തുടിച്ചു. അദ്ദേഹത്തിന് സ്വന്തം പുരികങ്ങൾക്കിടയിൽ നിഷേധിയായ ഒരു വലിയ പ്രഭാത നക്ഷത്രം എരിയുന്നതുപോലെ തോന്നി. അദ്ദേഹത്തിന്റെ ഉള്ളിൽനിന്ന് ഒരു നിലവിളി ഉയർന്നു: ഞാൻ ഒരു മനുഷ്യനോ മാലാഖയോ അങ്ങയുടെ അടിമയോ അല്ല. പിതാവേ, ഞാൻ അങ്ങയുടെ മകനാണ്. ജീവിക്കുന്നവരെയും മരിച്ചവരെയും പറ്റി വിധി പറയാൻ വേണ്ടി ഞാൻ അങ്ങയുടെ സിംഹാസനത്തിൽ ഇരിക്കും. എന്റെ വലതുകൈയിൽ ഞാൻ ഒരു

ഗോളം പിടിച്ചിരിക്കും— അത് ഈ ലോകം ആണ് — അതുകൊണ്ട് ഞാൻ കളിക്കും. എനിക്ക് ഇരിക്കാൻ ഇടം ഉണ്ടാക്കിത്തരണം!"

അദ്ദേഹം അന്തരീക്ഷത്തിൽ പൊട്ടിച്ചിരിയുടെ ഇടിമുഴക്കങ്ങൾ കേട്ടു. യേശു ഞെട്ടിപ്പോയി: മാലാഖ അപ്രത്യക്ഷപ്പെട്ടിരുന്നു. അദ്ദേഹം തുളച്ചിറങ്ങുന്ന ഒരു നിലവിളി പുറപ്പെടുവിച്ചു; "ലൂസിഫർ!" അതിനുശേഷം അദ്ദേഹം മണലിലേക്ക് കമഴ്ന്നടിച്ചു വീണു.

"നിങ്ങളെ വീണ്ടും കാണാം." പരിഹസിക്കുന്ന ശബ്ദം പറഞ്ഞു. "ഒരു ദിവസം നമ്മൾ വീണ്ടും കാണും— ഉടൻ തന്നെ!"

"സാത്താനെ, നിന്നെ ഒരിക്കലും കാണണ്ട." യേശു മണ്ണിൽ മുഖം പൂഴ്ത്തി വെച്ചുകൊണ്ട് അലറി.

"നിങ്ങളെ ഉടൻതന്നെ കാണും." ശബ്ദം ആവർത്തിച്ചു. "നികൃഷ്ടനായ നിർഭാഗ്യവാൻ! ഈ പെസഹായ്ക്ക് നിങ്ങളെ കാണും!"

യേശു കരയാൻ തുടങ്ങി. അദ്ദേഹത്തിന്റെ കണ്ണുനീർ ആത്മാവിനെ കഴുകി അലക്കി ശുദ്ധീകരിച്ചുകൊണ്ട് ഇളംചൂടുള്ള തുള്ളികളായി മരുഭൂമിയിൽ വീണു. ഏകദേശം വൈകുന്നേരം ആയപ്പോൾ ഒരു തണുത്ത ഇളം കാറ്റ് വീശി. സൂര്യൻ സൗമ്യനായി അകലെയുള്ള പർവ്വതങ്ങളിൽ സൂര്യൻ ഇളം ചുവപ്പുനിറം പുരട്ടി. അതിനുശേഷം അദൃശ്യമായ ഒരു കൈ അദ്ദേഹത്തിന്റെ തോളിൽ സ്പർശിച്ചു. അതിനോടൊപ്പം യേശു കാരുണ്യം നിറഞ്ഞ ഒരു കല്പനകേട്ടു "എഴുന്നേല്ക്കൂ. ദൈവത്തിന്റെ ദിവസം എത്തിച്ചേർന്നിരിക്കുന്നു. ഓടിപ്പോയി ഈ സന്ദേശം മനുഷ്യരെ അറിയിക്കൂ: ഞാൻ വന്നുകൊണ്ടിരിക്കുന്നു!"

പതിനെട്ട്

മരുഭൂമി കുറുകെ കടന്ന് ചാവുകടലിലെത്തി അതിനെ പ്രദക്ഷിണം വച്ച് മനുഷ്യരുടെ ഗന്ധം നിറഞ്ഞ ഉഴുതുമറിച്ച മണ്ണിലേക്ക് അദ്ദേഹം കടന്നു ചെന്നത് എത്ര പെട്ടെന്നായിരുന്നു! സഹായം കിട്ടാതെ അദ്ദേഹം നടക്കില്ല- എവിടെ നിന്ന് അദ്ദേഹത്തിന് ശക്തി കണ്ടെത്താൻ കഴിഞ്ഞു? രണ്ട് അദൃശ്യമായ കൈകൾ അദ്ദേഹത്തെ കക്ഷങ്ങൾക്കിടയിലൂടെ പിടിച്ച് നിവർത്തിനിർത്തിയിരുന്നു. മരുഭൂമിക്ക് മുകളിൽ പ്രത്യക്ഷപ്പെട്ട നേർത്ത മേഘം കട്ടപിടിച്ച് കറുത്തിരുണ്ട് ആകാശത്തെ കീഴടക്കി. ഒരു ഇടിമുഴക്കം ഉണ്ടായി. അതിനെത്തുടർന്ന് മഴയുടെ ആദ്യതുള്ളികൾ വീണു. ഭൂമി ഇരുണ്ടു. വഴികൾ അപ്രത്യക്ഷപ്പെട്ടു. പെട്ടെന്ന് സ്വർഗ്ഗത്തിലെ വെള്ളച്ചാട്ടങ്ങൾ സ്വതന്ത്രമാക്കപ്പെട്ടിരുന്നു. യേശു കൈപ്പത്തികൾ കോപ്പയുടെ ആകൃതിയിൽ ചേർത്തുവച്ചു. അതിൽ വെള്ളം നിറഞ്ഞു. അദ്ദേഹം അത് കുടിച്ചു. പോകേണ്ടത് ഏതു വഴിയാണെന്ന് സംശയിച്ചുകൊണ്ട് അദ്ദേഹം നടത്തം നിർത്തി. നിമിഷനേരത്തേക്ക് ഭൂമിയുടെ മുഖം വിളറിയ ഇരുണ്ട മഞ്ഞനി

റത്തിൽ തിളങ്ങി. അതിനുശേഷം വളരെ പെട്ടെന്ന് ഇരുട്ടിൽ മുങ്ങി. ജറുസലേമിലേക്കുള്ള വഴി ഏതായിരുന്നു? സ്നാപകയോഹന്നാന്റെ വഴി ഏതായിരുന്നു? നദിക്കരയിലെ കാട്ടുചൂരലുകളിൽ അദ്ദേഹത്തിനു വേണ്ടി കാത്തിരിക്കുന്ന കൂട്ടുകാർക്ക് എന്തു സംഭവിച്ചു? "ദൈവമേ" അദ്ദേഹം പറഞ്ഞു. "എനിക്ക് വെളിച്ചം നല്കൂ! ഒരു മിന്നൽ പിണർ വലിച്ചെറിയൂ! എന്റെ വഴി എനിക്കുകാണിച്ചു തരൂ!" അദ്ദേഹം സംസാരിച്ചുകൊണ്ടിരിക്കുമ്പോൾ ഒരു മിന്നൽപ്പിണർ സ്വർഗ്ഗത്തെ കീറിമുറിച്ചുകൊണ്ട് അദ്ദേഹത്തിന്റെ കൺമുമ്പിൽ വന്നു വീണു. ദൈവം അദ്ദേഹത്തിന് ഒരു സൂചന കൊടുത്തിരിക്കുന്നു. ദൈവം കാണിച്ചുകൊടുത്ത ദിശയിലേക്ക് അദ്ദേഹം ആത്മവിശ്വാസത്തോടെ മുന്നോട്ടു നീങ്ങി.

മഴ പെയ്യുന്നുണ്ടായിരുന്നു. സ്വർഗ്ഗത്തിലെ പൗരുഷമുള്ള വെള്ളം താഴോട്ട് ചീറ്റിയൊഴുകി ഭൂമിയിലെ തടാകങ്ങളിലും നദികളിലും ഉള്ള സ്ത്രൈണമായ വെള്ളവുമായി ഒന്നിച്ചുചേർന്നു. ഭൂമിയും ആകാശവും മഴയും ഒന്നായി മാറി. അവ അദ്ദേഹത്തെ മനുഷ്യവർഗ്ഗത്തിന്റെ അടുത്തേക്ക് വഴി കാണിച്ചു കൊണ്ട് പിന്തുടർന്നു. അദ്ദേഹം ചേറിലൂടെ ഇറങ്ങി നടന്നു. വേരുകളിലും മരച്ചില്ലകളിലും ചുറ്റിപ്പിണഞ്ഞുകിടന്ന് ബുദ്ധിമുട്ടി. അദ്ദേഹം കുഴികൾ കുറുകെ കടന്നു. മിന്നലിന്റെ തിളക്കത്തിൽ അദ്ദേഹം ഒരു മാതളനാരകം കണ്ടു. അദ്ദേഹം ഒരു മാതളനാരങ്ങ അടർത്തിയെടുത്തു: അദ്ദേഹത്തിന്റെ കൈയിൽ മാണിക്യക്കല്ലുകൾ നിറഞ്ഞു. അദ്ദേഹത്തിന്റെ തൊണ്ട ഉന്മേഷം വീണ്ടെടുത്തു. അദ്ദേഹം മറ്റൊന്ന് പറിച്ചു. അതിനുശേഷം മറ്റൊന്ന്. അദ്ദേഹം അത് തിന്നുകൊണ്ട് ആ മരം നട്ടുപിടിപ്പിച്ച കൈയ്ക്ക് അനുഗ്രഹങ്ങൾ ചൊരിഞ്ഞു. പുതിയ ശക്തിയോടെ അദ്ദേഹം വീണ്ടും യാത്ര ആരംഭിച്ചു. അദ്ദേഹം നടന്നു. വീണ്ടും നടന്നു. ഇരുട്ട്. ഇത് പകൽ ആയിരുന്നോ? ഇത് രാത്രിയായിരുന്നോ? അദ്ദേഹത്തിന്റെ കാലുകൾക്ക് ചേറ് പറ്റിപ്പിടിച്ച് ഭാരം കൂടി. ഓരോ ചുവടുവെക്കുമ്പോഴും അദ്ദേഹം ഭൂമിയെ മൊത്തത്തിൽ ഉയർത്തുകയാണെന്ന് തോന്നി. പെട്ടെന്ന് അദ്ദേഹം മിന്നൽപ്പിണരിന്റെ തിളക്കം കണ്ടു. അദ്ദേഹത്തിന്റെ മുമ്പിൽ ഉണ്ടായിരുന്ന കുന്നിന്റെ മുകളിൽ ഒരു ഗ്രാമം ഉണ്ടായിരുന്നു. മിന്നൽപ്പിണർ വെളുത്ത വീടുകളെ ജ്വലിപ്പിച്ചതിനുശേഷം അവയെ അണച്ചു വച്ചു. അദ്ദേഹത്തിന്റെ ഹൃദയം സന്തോഷംകൊണ്ട് തുള്ളിച്ചാടി. ആ വീടുകളിൽ മനുഷ്യർ ഉണ്ടായിരുന്നു— സഹോദരന്മാർ അദ്ദേഹം ഒരു മനുഷ്യന്റെ കൈ തൊടാൻ ആഗ്രഹിച്ചു. മനുഷ്യന്റെ ഉച്ഛ്വാസം ശ്വസിക്കാൻ ആഗ്രഹിച്ചു. അപ്പം തിന്നാൻ ആഗ്രഹിച്ചു. വീഞ്ഞു കുടിക്കാൻ ആഗ്രഹിച്ചു. സംസാരിക്കാൻ ആഗ്രഹിച്ചു. എത്രവർഷക്കാലം അദ്ദേഹം ഏകാന്തത ആഗ്രഹിച്ചിരുന്നു! എത്ര വർഷക്കാലം അദ്ദേഹം പാടത്തും പർവ്വതങ്ങളിലും അലഞ്ഞുതിരിഞ്ഞിരുന്നു! എത്രവർഷക്കാലം അദ്ദേഹം മനുഷ്യരെ കാണാൻ ആഗ്രഹിക്കാതെ കിളികളോടും മൃഗങ്ങളോടും സംസാരിച്ചിരുന്നു! പക്ഷേ, ഇപ്പോൾ ഒരു മനുഷ്യന്റെ കൈയിൽ തൊടുന്നത് എത്രമാത്രം ആഹ്ലാദകരമായിരിക്കുന്നു!

അദ്ദേഹം നടത്തത്തിന്റെ വേഗത കൂട്ടിക്കൊണ്ട് പാറക്കല്ലുകൾ നിറഞ്ഞ കയറ്റം കയറാൻ തുടങ്ങി. അദ്ദേഹം അതിനുള്ള ശക്തി കണ്ടെത്തി. കാരണം എവിടെയാണ് പോകുന്നതെന്ന് ഇപ്പോൾ അദ്ദേഹത്തിന് അറിയാം. ദൈവം കാണിച്ചുകൊടുത്ത വഴി എവിടെക്കാണ് നയിക്കുന്നതെന്ന് അദ്ദേഹത്തിന് മനസ്സിലായിട്ടുണ്ട്. അദ്ദേഹം കയറ്റം കയറിക്കൊണ്ടിരിക്കുമ്പോൾ മേഘങ്ങൾ നേർത്തുവന്നതു കാരണം ആകാശത്തിന്റെ ഒരു കഷണം പ്രത്യക്ഷപ്പെട്ടു. അസ്തമിക്കാൻ തുടങ്ങുന്നതിനു മുമ്പുള്ള സൂര്യനെ കാണാൻ കഴിഞ്ഞിരുന്നു. അദ്ദേഹം ഗ്രാമത്തിലെ പൂവൻ കോഴികൾ കൂവുന്നതും പട്ടികൾ കുരയ്ക്കുന്നതും വീടുകളുടെ മേൽത്തട്ടിൽ നിന്നിരുന്ന സ്ത്രീകൾ പരസ്പരം വിളിച്ചുകൂവുന്നതും കേട്ടു. പുകക്കുഴലുകളിൽ നിന്നും നീലപ്പുക ഉയർന്നു. അദ്ദേഹത്തിന് കത്തുന്ന വിറകിന്റെ മണം ശ്വസിക്കാൻ കഴിഞ്ഞു.

"മനുഷ്യന്റെ മക്കൾ അനുഗൃഹീതരാണ്..." ഗ്രാമത്തിലെ ആദ്യത്തെ വീടിനു മുന്നിലൂടെ കടന്നുപോകുമ്പോൾ അദ്ദേഹം പിറുപിറുത്തു. അദ്ദേഹം വീട്ടിനുള്ളിൽ മനുഷ്യരുടെ സംസാരം കേട്ടു.

പാറക്കല്ലുകളും വെള്ളവും വീടുകളും തിളങ്ങുന്നുണ്ടായിരുന്നു— അല്ല, തിളങ്ങുകയല്ല. ചിരിക്കുന്നുണ്ടായിരുന്നു. വരണ്ട ഭൂമി അതിന്റെ ദാഹം ശമിപ്പിച്ചു. പേമാരി മനുഷ്യരെയും മൃഗങ്ങളെയും ഭയപ്പെടുത്തി. പക്ഷേ, പിന്നീട് കടുംനീലനിറമുള്ള ആകാശത്തെ വെളിപ്പെടുത്തിക്കൊണ്ട് മേഘങ്ങൾ ചിന്നിച്ചിതറാൻ തുടങ്ങി. അപ്രത്യക്ഷപ്പെട്ട് സൂര്യൻ ഒരിക്കൽകൂടി ലോകത്തിന് വീണ്ടും ധൈര്യം കൊടുത്തുകൊണ്ട് തിരിച്ചുവന്നു. യേശു സന്തോഷത്തിന്റെ ലഹരിയിൽ ഇടുങ്ങിയ വെള്ളം കെട്ടിനില്ക്കുന്ന ഇടവഴികളിലൂടെ മുന്നോട്ടു നടന്നു. പുൽത്തകിടിയിലേക്ക് വലിച്ചുകൊണ്ടുപോകുന്ന ഒരു വലിയ അകിടുള്ള ആടുമായി ഒരു പെൺകുട്ടി പ്രത്യക്ഷപ്പെട്ടു.

"നിങ്ങളുടെ ഗ്രാമത്തിന്റെ പേരെന്താണ്?" യേശു പുഞ്ചിരിച്ചുകൊണ്ട് അവളോട് ചോദിച്ചു.

"ബഥനി"

"ഉറങ്ങാൻ ഒരു സ്ഥലം കണ്ടെത്താൻ ഞാൻ മുട്ടേണ്ടത് ഏതു വാതിലാണ്? ഞാൻ ഇവിടെ ഒരു അപരിചിതനാണ്."

"എവിടെ തുറന്ന വാതിൽ കണ്ടാലും കടന്നു ചെല്ലാം" പെൺകുട്ടി ചിരിച്ചുകൊണ്ട് മറുപടി പറഞ്ഞു.

എവിടെ തുറന്ന വാതിൽ കണ്ടാലും നിങ്ങൾക്ക് കടന്നുചെല്ലാം. ഇത് ആതിഥ്യമര്യാദയുള്ള ഗ്രാമമാണ്. കരുണാർദ്രമായ മനസ്സുള്ള ഗ്രാമമാണ്. യേശു ആലോചിച്ചു. അദ്ദേഹം തുറന്നുകിടക്കുന്ന വാതിൽ കണ്ടെത്താൻ വേണ്ടി മുന്നോട്ടു നടന്നു. തെരുവുകൾ അരുവികളായി മാറിയിരുന്നു. പക്ഷേ, ഏറ്റവും വലിയ കല്ലുകൾ വെള്ളത്തിനു മുകളിൽ ഉയർന്നു നിന്നു. യേശു കല്ലിൽനിന്നും കല്ലിലേക്ക് ഒറ്റക്കാലിൽ ചാടിക്കൊണ്ട് യാത്ര തുടർന്നു. മഴ കാരണം വീടുകളുടെ എല്ലാ വാതിലുകളും അടഞ്ഞുകി

ടന്നു. അദ്ദേഹം ആദ്യത്തെ കവല തിരിഞ്ഞു. നീലനിറം അടിച്ച ഒരു വളച്ചു വാതിൽ തുറന്നു കിടന്നിരുന്നു. മാംസളമായ താടിയും തടിച്ച ചുണ്ടുകളും ഉള്ള കൊഴുത്തുരുണ്ട് പൊക്കം കുറഞ്ഞ ഒരുചെറുപ്പക്കാരി ഉമ്മറത്ത് നിന്നിരുന്നു. വിളറിയ വെളിച്ചം ഉണ്ടായിരുന്ന വീടിനുള്ളിൽ മറ്റൊരു സ്ത്രീയെ കൂടി കാണാൻ കഴിഞ്ഞിരുന്നു. അവൾ പാട്ടു മൂളിക്കൊണ്ട് തറിയുടെ അടുത്തിരുന്ന് നെയ്തുകൊണ്ടേയിരിക്കുകയായിരുന്നു. യേശു അടുത്തു ചെന്ന് വരാന്തയിൽ നിന്നുകൊണ്ട് അഭിവാദനം ചെയ്യുന്നതിന്റെ സൂചനയായി നെഞ്ചത്തു കൈവെച്ചു.

"ഞാൻ അന്യനാട്ടുകാരനാണ്." അദ്ദേഹം പറഞ്ഞു. ഒരു ഗലീലിക്കാരൻ. എനിക്ക് വിശപ്പും തണുപ്പും ഉണ്ട്. എനിക്ക് ഉറങ്ങാൻ സ്ഥലം ഇല്ല. ഞാൻ സത്യസന്ധനായ ഒരു മനുഷ്യനാണ്. ഇന്നുരാത്രി നിങ്ങളുടെ വീട്ടിൽ താമസിക്കാൻ എന്നെ അനുവദിക്കണം. ഞാൻ വാതിൽ തുറന്നു കിടക്കുന്നതുകണ്ട് കടന്നു വന്നതാണ്. എന്നോട് ക്ഷമിക്കണം."

ചെറുപ്പക്കാരി തിരിഞ്ഞു നോക്കി. അവളുടെ കൈനിറയെ ഇപ്പോഴും കോഴിത്തീറ്റ ഇരിക്കുന്നുണ്ടായിരുന്നു. അവൾ ശാന്തമായി അദ്ദേഹത്തെ അടിമുടി പരിശോധിച്ചു. അതിനു ശേഷം പുഞ്ചിരിച്ചു.

അവൾ പറഞ്ഞു. "സ്വാഗതം" കടന്നുവരൂ."

നെയ്ത്തുകാരി തറിയിൽ നിന്നും തല വലിച്ചൂരിക്കൊണ്ട് മുറ്റത്തു പ്രത്യക്ഷപ്പെട്ടു. അവൾ മുടി തലയ്ക്ക് മുകളിൽ രണ്ടായി പിന്നിക്കെട്ടി വെച്ചിരുന്നു. ഒറ്റനോട്ടത്തിൽ അവൾ മെലിഞ്ഞു വിളറിയതായിരുന്നു. അവളുടെ വലിയ കണ്ണുകളിൽ മനസ്സിലാക്കാൻ പറ്റാത്ത ദുഃഖം ഉണ്ടായിരുന്നു. അവൾ കരിങ്കണ്ണിനെ പ്രതിരോധിക്കാൻ മെലിഞ്ഞ കഴുത്തിൽ നീലക്കല്ലുവെച്ച ഒരു കണ്ഠാഭരണം അണിഞ്ഞിരുന്നു. അവൾ സന്ദർശകനെ ലജ്ജയോടെ നോക്കി.

"ഞങ്ങൾ തനിച്ചാണ്" അവൾ പറഞ്ഞു. "ഞങ്ങളുടെ സഹോദരൻ ലാസറസ് ഇവിടെ ഇല്ല. അദ്ദേഹം ജോർദ്ദാനിൽ ജ്ഞാനസ്നാനത്തിന് പോയിരിക്കുകയാണ്."

"നമ്മൾ തനിച്ചായതുകൊണ്ട് എന്ത് വ്യത്യാസമാണ് ഉള്ളത്?" മറ്റവൾ പറഞ്ഞു. "അയാൾ നമ്മളെ പിടിച്ച് തിന്നത്തില്ല. അകത്തു വരൂ. അവൾ പറയുന്നത് ശ്രദ്ധിക്കണ്ട. അവൾക്ക് അവളുടെ നിഴലിനെപോലും പേടിയാണ്. ഞങ്ങൾ നിങ്ങൾക്ക് കൂട്ടിനുവേണ്ടി ഗ്രാമവാസികളെ വിളിക്കാം. നിങ്ങൾ ആരാണെന്നും എവിടെ പോകുന്നെന്നും നിങ്ങൾ എന്തു വാർത്ത ഞങ്ങൾക്ക് കൊണ്ടു വന്നിട്ടുണ്ടെന്നും നിങ്ങളോട് ചോദിച്ചറിയാൻ വേണ്ടി മുതിർന്നവർ വരും. അതുകൊണ്ട് നിങ്ങൾക്ക് ഇഷ്ടം ഉണ്ടെങ്കിൽ ഞങ്ങളുടെ ദരിദ്രമായ വീട്ടിലേക്ക് കടന്നുവരാം. നിങ്ങൾക്ക് എന്തുപറ്റി. നിങ്ങൾക്ക് തണുക്കുന്നുണ്ടോ?"

"എനിക്ക് തണുപ്പും വിശപ്പും ഉണ്ട്. ഉറക്കവും വരുന്നുണ്ട്." ഉമ്മറത്തുകൂടി അങ്ങോട്ടും ഇങ്ങോട്ടും നടന്നുകൊണ്ട് യേശു മറുപടി പറഞ്ഞു.

"മൂന്നിനും പരിഹാരം ഉണ്ടാക്കാം. പേടിക്കണ്ട." അവൾ പറഞ്ഞു.

“ഇപ്പോൾ നിങ്ങൾ ഒരു കാര്യം അറിയണമെന്ന് ഞാൻ ആഗ്രഹിക്കുന്നു. അതായത് എന്നെ മാർത്തയെന്നാണ് വിളിക്കുന്നത്. ഇത് എന്റെ സഹോദരി മറിയം. നിങ്ങളുടെ പേര്?”

“ഞാൻ നസറേത്തുകാരൻ യേശു.”

“ഒരു നല്ല മനുഷ്യൻ?” മാർത്ത അദ്ദേഹത്തെ കളിയാക്കി ചിരിച്ചു.

“അതെ, നല്ല മനുഷ്യൻ” അദ്ദേഹം ഗൗരവത്തിൽ മറുപടി പറഞ്ഞു. “എന്റെ സഹോദരി, ഞാൻ എന്റെ കഴിവിന്റെ പരമാവധി നല്ലവനാണ്.”

അദ്ദേഹം കുടിലിനുള്ളിൽ പ്രവേശിച്ചു. മറിയം വിളക്കുകൊളുത്തി അതിന്റെ സ്ഥാനത്തു തൂക്കിയിട്ടു. മുറിയിലും വെള്ള പൂശിയ അഴുക്കു പുരളാത്ത ഭിത്തികളിലും വെളിച്ചം വീണു. അതിൽ രണ്ടു തടിപ്പെട്ടികളും ധാരാളം സ്റ്റൂളുകളും ഉണ്ടായിരുന്നു. കൂടാതെ ഭിത്തിയിൽ മെത്തകളും തലയണകളും വെച്ചിരുന്ന തടികൊണ്ടുള്ള ഒരുതട്ടും ഉണ്ടായിരുന്നു. തറി ഒരു മൂലയ്ക്കായിരുന്നു. മറ്റൊരു മൂലയിൽ ഒലിവുകളും എണ്ണയും സൂക്ഷിച്ചിരുന്ന രണ്ട് മൺഭരണികൾ ഉണ്ടായിരുന്നു. വാതിലിന്റെ വലതുവശത്തുള്ള അലമാരയിൽ കൂജയ്ക്കുള്ളിൽ തണുത്ത വെള്ളം ഉണ്ടായിരുന്നു. അതിന്റെ തൊട്ടടുത്ത് ഒരു ടൗവ്വൽ തൂക്കിയിട്ടിരുന്നു. വീടിന് തടിയുടെയും പുളിപ്പിച്ച മാതളത്തിന്റെയും മണം ഉണ്ടായിരുന്നു. പിൻവശത്ത് തീരെ വെളിച്ചം ഇല്ലാത്ത ഒരു വലിയ അടുപ്പിനു ചുറ്റും ഭക്ഷണം ഉണ്ടാക്കാനുള്ള പാത്രങ്ങൾ തൂക്കിയിട്ടിരുന്നു.

“നിങ്ങളുടെ തണുപ്പുമാറ്റാൻ വേണ്ടി ഞാൻ തീ കത്തിക്കാം.” മാർത്ത ഒരു സ്റ്റൂൾ തെരഞ്ഞെടുത്ത് യേശുവിനു വേണ്ടി നെരിപ്പോടിന്റെ മുമ്പിൽ ഇട്ടു. പിന്നീട് മുറ്റത്തേക്ക് പാഞ്ഞുപോയി മുന്തിരിവള്ളികളും ചുള്ളിക്കമ്പുകളും ഒലിവ് വിറകിന്റെ രണ്ടുകെട്ടുകളും എടുത്തുകൊണ്ട് തിരിച്ചുവന്നു. അവൾ താഴെ ഇരുന്ന് എല്ലാംകൂടി കൂനകൂട്ടിയിട്ട് കത്തിച്ചു.

കൈമുട്ട് കാൽമുട്ടിൽ ഊന്നി താടിക്ക് കൈയും കൊടുത്തിരുന്ന് യേശു ശ്രദ്ധിച്ചു. ഇത് എത്രമാത്രം വിശുദ്ധമായ ഒരു ചടങ്ങാണ്. അദ്ദേഹം ആലോചിച്ചു. തണുപ്പുള്ള ദിവസം വിറക് ശേഖരിച്ചു കൊണ്ടുവന്ന് തീ കത്തിക്കുന്നത് തീർച്ചയായും വിശുദ്ധമായ ഒരു ചടങ്ങാണ്: തീനാളങ്ങൾ അനുകമ്പയുള്ള ഒരു സഹോദരിയെപ്പോലെ നിങ്ങൾക്ക് ചൂടുതരാൻ വേണ്ടി വരുന്നു. നിങ്ങൾ വിശന്നു തളർന്ന് അന്യരാജ്യത്തെ ഒരു വീട്ടിലേക്ക് കയറിച്ചെല്ലുന്നു. അവിടെ നിങ്ങളെ സാന്ത്വനപ്പെടുത്താൻ അപരിചിതരായ രണ്ടു സഹോദരികളെ കണ്ടുമുട്ടുന്നു.... അദ്ദേഹത്തിന്റെ കണ്ണു നിറഞ്ഞു.

മാർത്ത എഴുന്നേറ്റ് കലവറയിലേക്ക് പോയി അപ്പം എടുത്തുകൊണ്ടുവന്നു. അവൾ തേനും വീഞ്ഞു നിറച്ച പിച്ചളക്കുടവും അപരിചിതന്റെ കാല്ക്കൽ വെച്ചു.

“ഇതു കുടിച്ചാൽ വിശപ്പു കൂടും.” അവൾ പറഞ്ഞു. “ഞാൻ ചൂടു നില്ക്കുന്ന പാത്രം ശരിയാക്കാം. അതുകൊണ്ട് ചൂടുള്ള ഭക്ഷണം കഴിച്ച് നിങ്ങൾക്ക് ശക്തി വീണ്ടെടുക്കാം. നിങ്ങൾ വളരെ ദൂരെ നിന്ന് വരുകയാ

ണെന്നാണ് എനിക്ക് തോന്നുന്നത്.”

“ലോകത്തിന്റെ അറ്റത്തു നിന്ന്,” അദ്ദേഹം മറുപടി പറഞ്ഞു. അദ്ദേഹം ഉത്സാഹത്തോടെ അപ്പത്തിന്റെയും തേനിന്റെയും അടുത്തേക്ക് കുനിഞ്ഞിരുന്നു. അവ എത്രമാത്രം അത്ഭുതകരമാണ്! എത്രമാത്രം ആഹ്ലാദകരമാണ്! ദൈവം എത്രമാത്രം ഔദാര്യത്തോടെയാണ് അതെല്ലാം മനുഷ്യർക്ക് എത്തിച്ചുകൊടുക്കുന്നത്! അദ്ദേഹം ദൈവത്തിനെ ആശീർവദിച്ചുകൊണ്ട് സംതൃപ്തിയോടെ ഭക്ഷണം കഴിച്ചു.

മറിയം ഈ സമയത്തെല്ലാം വിളക്കുകാലിന്റെ അടുത്തുനിന്നുകൊണ്ട് ആദ്യം നെരിപ്പോടിലേക്ക് നോക്കി നിന്നു. പിന്നീട് അപ്രതീക്ഷിതമായി കടന്നുവന്ന അതിഥിയെയും വീട്ടിൽ ഒരു പുരുഷനെ സൽക്കരിക്കാൻ കിട്ടിയതിന്റെ ആഹ്ലാദത്തിൽ ചിറകുമുളച്ച സഹോദരിയെയും അവൾ സൂക്ഷ്മമായി പരിശോധിച്ചു.

യേശു വീഞ്ഞുകുടം ഉയർത്തിക്കൊണ്ട് സ്ത്രീകളെ നോക്കി. അദ്ദേഹം പറഞ്ഞു. “എന്റെ സഹോദരിമാരായ മാർത്തയും മറിയവും നോഹയുടെ കാലത്തെ വെള്ളപ്പൊക്കത്തെപ്പറ്റി നിശ്ചയമായും കേട്ടിട്ടുണ്ടാകും. എല്ലാ മനുഷ്യരും പാപികൾ ആയിരുന്നു. പെട്ടകത്തിൽ കയറിയ കുറച്ച് നല്ല മനുഷ്യർ ഒഴിച്ച് മറ്റുള്ളവരെല്ലാം മുങ്ങിച്ചത്തു. മറ്റൊരു വെള്ളപ്പൊക്കം ഉണ്ടാകുകയാണെങ്കിൽ മാർത്തയെയും മറിയത്തെയും പുതിയ പേടകത്തിലേക്ക് ക്ഷണിക്കേണ്ടത് എന്റെ ചുമതല ആയിരിക്കും. എന്റെ സഹോദരിമാരേ, ഞാൻ അങ്ങനെ ചെയ്തിരിക്കും. കാരണം ഇന്നു വൈകുന്നേരം നിങ്ങളുടെ വാതിലിൽ പ്രത്യക്ഷപ്പെട്ട കീറിപ്പറിഞ്ഞ വേഷം ധരിച്ച അജ്ഞാതനായ ഒരു നഗ്നപാദനു വേണ്ടി നിങ്ങൾ നെരിപ്പോടു കത്തിച്ചു. അയാൾക്ക് ചൂടുകിട്ടി. നിങ്ങൾ അയാൾക്ക് അപ്പം കൊടുത്തു. അയാൾക്ക് നിറഞ്ഞു. നിങ്ങൾ അയാളോട് സ്നേഹമുള്ള വാക്കുകൾ പറഞ്ഞു. സ്വർഗ്ഗരാജ്യം താഴോട്ട് ഇറങ്ങിവന്ന് അയാളുടെ ഹൃദയത്തിൽ പ്രവേശിച്ചു. ഞാൻ എന്റെ സഹോദരിമാരുടെ ആരോഗ്യത്തിനുവേണ്ടി ഈ വീഞ്ഞ് കുടിക്കുന്നു; നിങ്ങളെ കണ്ടുമുട്ടിയതിൽ ഞാൻ ആഹ്ലാദിക്കുന്നു!”

മറിയം അടുത്തേക്ക് വന്ന് അദ്ദേഹത്തിന്റെ കാല്ക്കൽ ഇരുന്നു. “എനിക്ക് അപരിചിതനായ അങ്ങയുടെ ശബ്ദം കേൾക്കാൻ കഴിയുന്നില്ല.” അവൾ ഭയാനകമായി ചുവന്നു തുടുത്തുകൊണ്ട് പറഞ്ഞു. “കൂടുതൽ സംസാരിക്കൂ.”

മാർത്ത ചൂടുപോകാത്ത പാത്രം അടുപ്പിൽ വെച്ചു. മേശ ഒരുക്കിയതിനുശേഷം മുറ്റത്തെ കിണറ്റിൽനിന്നും തണുത്ത വെള്ളം കോരിക്കൊണ്ടുവന്നു. പിന്നീട് അവരുടെ വീട്ടിൽ ഒരു സന്ദർശകൻ വന്നതുകൊണ്ട് അവിടേക്ക് വരാനുള്ള നല്ല മനസ്സ് കാണിക്കണമെന്ന് ഗ്രാമത്തിലെ മുതിർന്നവരോട് പറയാൻ വേണ്ടി അയൽവാസിയായ ഒരു ചെറുപ്പക്കാരനെ അവൾ പറഞ്ഞയച്ചു.

“കൂടുതൽ കാര്യങ്ങൾ പറയൂ” യേശു നിശ്ശബ്ദനാണെന്നു കണ്ട്

മറിയം ആവർത്തിച്ചു.

"ഞാൻ എന്ത് പറയണമെന്നാണ് മറിയം ആഗ്രഹിക്കുന്നത്?" യേശു ചോദിച്ചു. അദ്ദേഹം അവളുടെ പിന്നിയിട്ട കറുത്ത മുടിയിൽ ആലോചന യില്ലാതെ സ്പർശിച്ചു. നിശ്ശബ്ദത നല്ലതാണ്. അത് എല്ലാ കാര്യങ്ങളും പറയുന്നുണ്ട്.

"നിശ്ശബ്ദത ഒരു സ്ത്രീയെ തൃപ്തിപ്പെടുത്തുന്നില്ല. പാവപ്പെട്ടവൾ. അവൾക്ക് സ്നേഹമുള്ള വാക്കിന്റെ ആവശ്യം ഉണ്ട്."

"അവൾ പറയുന്നത് ശ്രദ്ധിക്കണ്ട. ഒരു സ്നേഹമുള്ള വാക്കുപോലും സ്ത്രീയെ തൃപ്തയാകുന്നില്ല." മുതിർന്നവർ വീട്ടിൽ വരുന്നതുവരെ സമയം ഉള്ളതു കൊണ്ട് ആടിനെ എണ്ണകുടിപ്പിച്ചുകൊണ്ടിരുന്ന മാർത്ത ഇടയ്ക്കുകയറി പറഞ്ഞു. അവർ വന്നുകഴിയുമ്പോൾ സന്ദർശകനുമായി ആഴമുള്ള ചർച്ചകളിൽ ഏർപ്പെടും. "ഒരു പാവം സ്ത്രീയെ സ്നേഹമുള്ള വാക്കുപോലും തൃപ്തിപ്പെടുത്തില്ല. ഭർത്താവിന്റെ കാൽപ്പെരുമാറ്റം കൊണ്ട് വീട് കുലുങ്ങുന്നതു കാണാൻ സ്ത്രീ ആഗ്രഹിക്കുന്നു. അവ ളുടെ മാറിടത്തെ സാന്ത്വനപ്പെടുത്താൻ മുല കുടിക്കുന്ന കുഞ്ഞിനെ അവൾ ആഗ്രഹിക്കുന്നു... ഗലീലിയിലെ യേശു മനസ്സിലാക്കണം. അവൾ പല കാര്യങ്ങളും ആഗ്രഹിക്കുന്നുണ്ട്- പക്ഷേ, അത്തരം കാര്യങ്ങളെപ്പറ്റി നിങ്ങൾ പുരുഷന്മാർക്ക് എന്തറിയാം!"

അവൾ ചിരിക്കാൻ ശ്രമിച്ചു. പക്ഷേ, കഴിഞ്ഞില്ല. അവൾക്ക് മുപ്പതു വയസ്സ് ഉണ്ടായിരുന്നെങ്കിലും അവിവാഹിത ആയിരുന്നു.

ഒലിവ് വിറകിനെ തീജ്ജ്വാലകൾ വിഴുങ്ങുന്നതിന്റെ ശബ്ദം കേട്ടു കൊണ്ട് അവർ നിശ്ശബ്ദരായി ഇരുന്നു. മൂന്നുപേരുടെയും കണ്ണുകൾ തീജ്ജ്വാലകളിൽ നഷ്ടപ്പെട്ടിരുന്നു. അവസാനം മറിയം സംസാരിച്ചു:

"ഒരു സ്ത്രീ നെയ്തുകൊണ്ടിരിക്കുമ്പോൾ അവളുടെ മനസ്സിലൂടെ എന്തെല്ലാം കടന്നുപോകുന്നുണ്ടെന്ന് നിങ്ങൾക്ക് മനസ്സിലാക്കാൻ കഴി ഞ്ഞിരുന്നെങ്കിൽ! നസറേത്തിലെ യേശുവിന് അത് മനസ്സിലായിരുന്നെ ങ്കിൽ നിങ്ങൾ അവളോട് സഹതപിക്കും."

"എനിക്ക് അറിയാം." യേശു പുഞ്ചിരിച്ചുകൊണ്ട് പറഞ്ഞു. "ഞാനും ഒരിക്കൽ ഒരു സ്ത്രീ ആയിരുന്നു – മറ്റൊരു ജന്മത്തിൽ. മാത്രമല്ല, ഞാൻ നെയ്യാറുണ്ടായിരുന്നു."

"നിങ്ങൾ എന്താണ് ചിന്തിച്ചിരുന്നത്?"

"ദൈവത്തെപ്പറ്റി. മറ്റൊന്നും ചിന്തിച്ചിട്ടില്ല മറിയം. ദൈവത്തെപ്പറ്റി മാത്രം. നിങ്ങൾ എന്താണ് ചിന്തിക്കുന്നത്?"

മറിയം മറുപടി പറഞ്ഞില്ല. പക്ഷേ, അവളുടെ മനസ്സ് ഇളകി മറിഞ്ഞു. മാർത്ത അവരുടെ സംസാരം കേട്ട് നെടുവീർപ്പിട്ടു. പക്ഷേ, അവൾ സംസാ രത്തിൽ ഇടപെടുന്നതിൽ നിന്ന് സ്വയം നിയന്ത്രിച്ചു. അവസാനം അത് സഹിക്കാൻ അവൾക്ക് കഴിയാതായി.

"ഒരിക്കലും പേടിക്കണ്ട" അവൾ പറഞ്ഞു. അവളുടെ ശബ്ദം പെട്ടെന്ന് കർക്കശമായി. "മറിയവും ഞാനും ഉൾപ്പടെ ലോകത്തെ എല്ലാ അവിവാ

ഹിതകളും ദൈവത്തെപ്പറ്റി ചിന്തിക്കുന്നുണ്ട്. ഞങ്ങൾ അദ്ദേഹത്തെ ഒരു ഭർത്താവിനെപ്പോലെ കാൽമുട്ടിലാണ് ഇരുത്തിയിരിക്കുന്നത്."

യേശു തലകുനിച്ചു. അദ്ദേഹം സംസാരിച്ചില്ല. മാർത്ത അടുപ്പിൽ നിന്നും ചൂടു പോകാത്ത പാത്രം വാങ്ങിവെച്ചു. അത്താഴം തയ്യാറായിരുന്നു. അവൾ ഭക്ഷണം വിളമ്പാനുള്ള മൺപാത്രങ്ങൾ കൊണ്ടുവരാൻ വേണ്ടി കലവറയിലേക്ക് പോയി.

"ഒരിക്കൽ നെയ്തുകൊണ്ടിരിക്കുമ്പോൾ മനസ്സിൽ തട്ടിയ ഒരു കാര്യം നിങ്ങളോട് പറയണമെന്ന് ഞാൻ ആഗ്രഹിക്കുന്നു" കലവറയിൽ നില്ക്കുന്ന സഹോദരി കേൾക്കാതിരിക്കാൻ വേണ്ടി മറിയം ശബ്ദം താഴ്ത്തി പറഞ്ഞു. "ആ ദിവസം ഞാനും ദൈവത്തെപ്പറ്റി ചിന്തിക്കുകയായിരുന്നു. അന്ന് ഞാൻ അദ്ദേഹത്തോട് സംസാരിച്ചു. "ദൈവമേ" ഞാൻ പറഞ്ഞു. "അങ്ങ് എന്നെങ്കിലും ഞങ്ങളുടെ ദരിദ്രമായ വീട്ടിൽ വരാൻ കനിവു കാട്ടുകയാണെങ്കിൽ അങ്ങായിരിക്കും ഞങ്ങളുടെ വീടിന്റെ യജമാനൻ. ഞങ്ങൾ അങ്ങയുടെ അതിഥികളായിരിക്കും. എന്നാൽ ഇപ്പോൾ..." അവളുടെ തൊണ്ട അടഞ്ഞു. അവൾ നിശ്ശബ്ദയായി.

"എന്നാൽ ഇപ്പോൾ?" കേൾക്കാൻ വേണ്ടി അവളുടെ അടുത്തേക്ക് കുനിഞ്ഞുകൊണ്ട് യേശു ചോദിച്ചു. മാർത്ത പാത്രങ്ങളുമായി പ്രത്യക്ഷപ്പെട്ടു.

"ഒന്നും ഇല്ല." മറിയം എഴുന്നേറ്റുകൊണ്ട് പതുക്കെ പറഞ്ഞു.

"ആഹാരം കഴിക്കാം" മാർത്ത പറഞ്ഞു. "മുതിർന്നവർ ഏതു സമയത്തും ഇവിടെ വന്നെന്നുവരും. വരുമ്പോൾ നമ്മൾ ഭക്ഷണം കഴിച്ചുകൊണ്ടിരിക്കുന്നത് അവർ കാണണ്ട."

മൂന്നുപേരും മുട്ടുകുത്തിയിരുന്നു. യേശു അപ്പം എടുത്ത് ഉയർത്തിക്കൊണ്ട് അങ്ങേയറ്റം താല്പര്യത്തോടെ ആശീർവാദം ഉരുവിട്ടു. അതിന്റെ ആർദ്രഭാവം കേട്ട് അത്ഭുതപ്പെട്ടുപോയ സഹോദരിമാർ അദ്ദേഹത്തെ തുറിച്ചു നോക്കി. പക്ഷേ, അദ്ദേഹത്തെകണ്ടപ്പോൾ അവർ ഭയന്നുപോയി. കാരണം അദ്ദേഹത്തിന്റെ മുഖം തിളങ്ങുന്നുണ്ടായിരുന്നു. അദ്ദേഹത്തിന്റെ തലയ്ക്കു പിന്നിലെ അന്തരീക്ഷം തീപിടിച്ച് വിറയ്ക്കുന്നുണ്ടായിരുന്നു. മറിയം കൈകൂപ്പി.

അവൾ നിലവിളിച്ച് "ദൈവമേ, അങ്ങ് യജമാനനും ഞങ്ങൾ അതിഥികളും ആണ്. ഞങ്ങളോട് ആജ്ഞാപിച്ചാലും!"

താൻ എത്രമാത്രം അസ്വസ്ഥനാണെന്ന് അവർ കാണാതിരിക്കാൻ വേണ്ടി യേശു തലകുനിച്ചു. ഇത് ആദ്യത്തെ നിലവിളി ആയിരുന്നു. ആദ്യമായി ഒരു ആത്മാവ് അദ്ദേഹത്തെ തിരിച്ചറിഞ്ഞതിനുശേഷം നടത്തുന്ന നിലവിളി.

മുൻവശത്ത് ഇരുട്ടു പരന്നപ്പോൾ അവർ പൊക്കം കുറഞ്ഞ മേശയുടെ അടുത്തുനിന്ന് എഴുന്നേറ്റു. ഈ സമയത്ത് ഉമ്മറപ്പടിയിൽ ഒരു അതികായൻ പ്രത്യക്ഷപ്പെട്ടു. അയാളുടെ താടി ഒരു നദി പോലെ ഒഴുകി. അയാൾക്ക് ഉറച്ച കൈകളും ഉറപ്പുള്ള എല്ലുകളും ഉണ്ടായിരുന്നു. അയാ

ളുടെ നെഞ്ച് ആണാടിന്റേതുപോലെ രോമാവൃതമായിരുന്നു. അയാൾ അയാളേക്കാൾ ഉയരമുള്ള ഒരു വളഞ്ഞ വടി പിടിച്ചിരുന്നു. അയാൾ അതു കുത്തിനടക്കാനല്ല ഉപയോഗിച്ചിരുന്നത്. പക്ഷേ, മറ്റുള്ളവർക്ക് അടി കൊടുത്ത് ഗ്രാമത്തിൽ സമാധാനം നിലനിർത്താനായിരുന്നു.

"മെൽചിസിഡക് പിതാവിന് ഞങ്ങളുടെ ദരിദ്രമായ വീട്ടിലേക്ക് സ്വാഗതം" രണ്ടു സ്ത്രീകളും ബഹുമാനത്തോടെ പറഞ്ഞു.

അയാൾ കടന്നുവന്നു. ശൂന്യമായ ഉമ്മറപ്പടിയിൽ രണ്ടാമത് ഒരു വൃദ്ധൻ പ്രത്യക്ഷപ്പെട്ടു. ഇയാൾ കുതിരയുടേതുപോലെ നീണ്ട തലയും പല്ലില്ലാത്ത വായും ഉള്ള ഒരു മെലിഞ്ഞ മനുഷ്യൻ ആയിരുന്നു. അയാളുടെ തീരെ ചെറിയ കണ്ണുകളിൽ നിന്ന് തീജ്ജ്വാലകൾ പാഞ്ഞു വന്നിരുന്നു. വളരെ നേരം അയാളുടെ മുഖത്ത് നോക്കിനില്ക്കുന്നത് അസാദ്ധ്യമായിരുന്നു. പാമ്പിന്റെ വിഷം അതിന്റെ കണ്ണുകൾക്ക് പിന്നിൽ ആണെന്ന് കരുതപ്പെടുന്നു. ഈ മനുഷ്യന്റെ കണ്ണുകൾക്കു പിന്നിൽ തീ ആയിരുന്നു. ആ തീയുടെ പിന്നിൽ വളവും തിരിവും ഉള്ള നെറികെട്ട ഒരു മനസ്സും.

രണ്ടു സ്ത്രീകളും ബഹുമാനത്തോടെ അയാളെ സ്വാഗതം ചെയ്തു. അയാളും അകത്തേക്ക് പോയി. അയാളുടെ പിന്നിൽ പന്നിയെപ്പോലെ തടിച്ചുകൊഴുത്ത പൊക്കം കുറഞ്ഞ മൂന്നാമത്തെ വൃദ്ധൻ പ്രത്യക്ഷപ്പെട്ടു. അന്ധനായ അയാൾ ഒരു നല്ല മനുഷ്യൻ ആയിരുന്നു. അയാൾ ഫലിതം പറയാൻ ഇഷ്ടപ്പെട്ടു. ഗ്രാമീണരെ പരിഗണിച്ചപ്പോൾ അവരിൽ ഒരാളെ പോലും ശിക്ഷിക്കാനുള്ള മനസ്സ് അയാൾക്ക് ഉണ്ടായിരുന്നില്ല. "ഞാൻ ദൈവം അല്ല." അയാൾ പറയും. "വിധി പറയുന്നവൻ വിധിക്കപ്പെടും. എന്റെ കുട്ടികൾ നിങ്ങളുടെ വാദങ്ങളിലെ തെറ്റുതിരുത്തണം. അതുകൊണ്ട് അടുത്തലോകത്ത് ഞാൻ കുഴപ്പത്തിൽ ചാടില്ല!" ചിലപ്പോൾ അയാൾ നഷ്ടപരിഹാരം സ്വന്തം കീശയിൽ നിന്ന് കൊടുത്തു. ചിലപ്പോൾ കുറ്റവാളിയെ രക്ഷിക്കാൻ വേണ്ടി അയാൾ സ്വയം ജയിലിൽ പോയി. ചിലർ അയാളെ വിഡ്ഢി എന്ന് വിളിച്ചു. ചിലർ വിശുദ്ധൻ എന്ന് വിളിച്ചു. കിഴവൻ മെൽചിസിഡക്കിന് അയാളെ കാണുന്നതുപോലും ഇഷ്ടമായിരുന്നില്ല— പക്ഷേ, അയാൾക്ക് എന്തു ചെയ്യാൻ പറ്റും: അയാൾക്ക് ഇടപെടേണ്ടത് ആറോനിന്റെ പുരോഹിത വംശത്തിലെ പിന്തുടർച്ചക്കാരനായ മനുഷ്യനെ ആണ്. അതുമാത്രമല്ല അയാൾ ഗ്രാമത്തിലെ ഏറ്റവും പ്രബലനായ ഗൃഹനാഥനും ആയിരുന്നു.

"മാർത്താ" മേൽക്കൂരയിൽ തൊടുന്ന വടിയും പിടിച്ചു നില്ക്കുന്ന മെൽചിസിഡക്ക് പറഞ്ഞു. "നമ്മുടെ ഗ്രാമത്തിൽ കടന്നുവന്ന അപരിചിതൻ എവിടെ?" നിശ്ശബ്ദനായി പുകക്കുഴലിനടുത്ത് തീജ്ജ്വാലകൾ ശ്രദ്ധിച്ചുകൊണ്ടിരുന്ന യേശു എഴുന്നേറ്റു.

"നിങ്ങളാണോ?" യേശുവിനെ അടിമുടി പരിശോധിച്ചുകൊണ്ട് വൃദ്ധൻ പറഞ്ഞു.

"അതെ, ഞാനാണ്" യേശു മറുപടി പറഞ്ഞു. "ഞാൻ നസറേത്തിൽ

നിന്നാണ് വരുന്നത്."

"ഗലീലിക്കാരൻ" വിഷമുള്ള രണ്ടാമത്തെ വൃദ്ധൻ നാക്കുതിരിയാതെ മോണകൊണ്ട് പറഞ്ഞു. "നസറേത്തിൽനിന്ന് നല്ലതൊന്നും വരില്ല. അത് വേദപുസ്തകങ്ങൾ പ്രഖ്യാപിക്കുന്നുണ്ട്."

"സാമുവൽ പിതാവ് അയാളെ ആക്ഷേപിക്കരുത്." അന്ധനായ വൃദ്ധൻ ഇടയ്ക്കുകയറി പറഞ്ഞു. ഗലീലിക്കാർ ജല്പനങ്ങൾ നടത്തുന്ന വരും വിഡ്ഢികളും സങ്കുചിത മനസ്ഥിതിക്കാരും ആണെന്നുള്ളത് സത്യമാണ്– പക്ഷേ, അവർ സത്യസന്ധരാണ്. ഇന്നു വൈകുന്നേരത്തെ നമ്മുടെ അതിഥി സത്യസന്ധനായ ഒരു മനുഷ്യനാണ്. എനിക്ക് അത് അയാളുടെ ശബ്ദത്തിൽ നിന്ന് പറയാൻ കഴിയും."

അയാൾ യേശുവിന്റെ നേർക്ക് തിരിഞ്ഞു: "എന്റെ കുട്ടിക്ക് സ്വാഗതം."

"നിങ്ങൾ ഒരു കച്ചവടക്കാരനാണോ?" മെൽചിസിഡക് ചോദിച്ചു. "നിങ്ങൾ എന്താണ് വില്ക്കുന്നത്?"

മുതിർന്നവർ സംസാരിച്ചു കൊണ്ടു നില്ക്കുമ്പോൾ ഗ്രാമത്തിലെ പ്രമുഖർ– അറിയപ്പെടുന്ന ഭൂഉടമകൾ – തുറന്നു കിടന്ന വാതിലിലൂടെ അകത്തു വന്നു. അവർ ഒരു അപരിചിതന്റെ വരവിനെപ്പറ്റി കേട്ടിരുന്നു. അവർ അയാൾ എവിടെ നിന്നാണ് വരുന്നതെന്നും എന്തൊക്കെയാണ് പറയുന്നതെന്നും മനസ്സിലാക്കിക്കൊണ്ട് സംസാരിച്ചു സമയം കളയാൻ വേണ്ടി ആഡംബരവേഷങ്ങൾ ധരിച്ചാണ് യേശുവിനെ കാണാൻ വന്നത്. അവർ കടന്നുവന്ന് മൂന്ന് മുതിർന്നവരുടെയും പിന്നിലായി മുട്ടുകുത്തി ഇരുന്നു.

"ഞാൻ ഒരു സാധനവും വില്ക്കുന്നില്ല." യേശു പറഞ്ഞു. "ഞാൻ എന്റെ ഗ്രാമത്തിൽ ഒരു ആശാരി ആയിരുന്നു. പക്ഷേ, ഞാൻ എന്റെ ജോലി ഉപേക്ഷിച്ചു. അമ്മയുടെ വീട് വേണ്ടെന്നു വച്ചിട്ട് ഞാൻ സ്വയം ദൈവത്തിന് സമർപ്പിച്ചു."

"എന്റെ കുട്ടി, ലോകത്തിൽ നിന്ന് രക്ഷപ്പെടാൻ നിങ്ങൾ ചെയ്തത് നന്നായി." അന്ധൻ പറഞ്ഞു. "പക്ഷേ, സൂക്ഷിക്കണം. കാരണം നിഷ്കളങ്കനായ നിങ്ങൾ ഇപ്പോൾ ദൈവം എന്നു പറയുന്ന ഈ മോശം പിശാചിനോട് ഒത്തുചേർന്നിരിക്കുന്നു. അയാളിൽ നിന്ന് നിങ്ങൾ എങ്ങനെ രക്ഷപ്പെടും?" അന്ധൻ പൊട്ടിച്ചിരിച്ചു.

ഇതുകേട്ടപ്പോൾ കിഴവൻ മെൽചിസിഡക് വിദ്വേഷം കൊണ്ട് പൊട്ടിത്തെറിക്കാൻ തയ്യാറായിരുന്നു. പക്ഷേ, അയാൾ നിശ്ശബ്ദത പാലിച്ചു.

"സന്ന്യാസിയാണോ?" രണ്ടാമത്തെ വൃദ്ധൻ പരിഹാസത്തോടെ ചീറ്റി. "നിങ്ങൾ [1]ലവിറ്റുകളിൽപ്പെട്ട മറ്റൊരാൾ ആണോ? ഒരു മതഭ്രാന്തൻ? ഒരു കള്ള പ്രവാചകൻ?"

"അല്ല പിതാവേ" യേശു അസ്വസ്ഥതയോടെ പറഞ്ഞു. "അല്ല, അല്ല!"

"പിന്നെ എന്താണ്?"

ഗ്രാമത്തിലെ സ്ത്രീകൾ എല്ലാ ആഭരണങ്ങളും അണിഞ്ഞ് അപരിചിതനെ കാണാൻ വേണ്ടിയും അയാൾക്ക് അവരെ കാണാൻ വേണ്ടിയും

ഇപ്പോൾ കടന്നുവന്നുകൊണ്ടിരുന്നു. അയാൾ വൃദ്ധനാണോ? ചെറുപ്പക്കാരനാണോ? സുന്ദരനാണോ? അയാൾ എന്താണ് വില്ക്കുന്നത്? അയാൾ സുന്ദരികളെങ്കിലും പ്രായം കൂടിക്കൊണ്ടിരിക്കുന്ന മാർത്തയുടെയും മറിയത്തിന്റെയും കൈ പിടിക്കാൻ യോഗ്യതയുള്ള കാമുകൻ ആണോ? അവരെ ഒരു പുരുഷൻ ആലിംഗനം ചെയ്തിട്ട് നൂറ്റാണ്ടുകൾ കഴിഞ്ഞിരിക്കുന്നു: പാവങ്ങൾ, അവർക്ക് ഭ്രാന്തു പിടിക്കും... നമുക്ക് പോയി നോക്കാം!

അവർ സ്വയം അണിഞ്ഞൊരുങ്ങി വന്ന് പുരുഷന്മാരുടെ പിന്നിൽ നിരന്നു നിന്നു.

"ഇനി എന്ത്?" വാർദ്ധക്യം ബാധിച്ച അണലി വീണ്ടും ചോദിച്ചു.

യേശുവിന് വളരെ പെട്ടെന്ന് ഒരു തണുപ്പ് അനുഭവപ്പെട്ടു. അദ്ദേഹം തീയുടെ മുമ്പിലേക്ക് കൈനീട്ടി. അദ്ദേഹത്തിന്റെ നനഞ്ഞ വസ്ത്രങ്ങളിൽ നിന്ന് ആവി പൊന്തി. അദ്ദേഹം കുറച്ചു സമയം ചിന്തിച്ചുകൊണ്ട് നിശ്ശബ്ദനായിരുന്നു. ഇത് സംസാരിക്കാൻ പറ്റിയ ഒരു നല്ല നിമിഷമാണ്. അദ്ദേഹം ആലോചിച്ചുകൊണ്ടിരുന്നു. ഇത് വ്യർത്ഥമായ താല്പര്യങ്ങൾ പിന്തുടർന്ന് സ്വയം നശിച്ച ഈ മനുഷ്യരുടെ ഉള്ളിൽ ഉറങ്ങുന്ന ദൈവത്തെ ഉണർത്താൻ വേണ്ടി ദൈവം എന്നെ വിശ്വസിച്ചേല്പിച്ച വാക്ക് പുറത്തു പറയാൻ പറ്റിയ നിമിഷമാണ്. അവർ ഞാൻ എന്താണ് വില്ക്കുന്നതെന്ന് ചോദിക്കുന്നു. ഞാൻ മറുപടി പറയും: സ്വർഗ്ഗരാജ്യം; ആത്മാവിന്റെ മോചനം; ശാശ്വതമായ ജീവിതം. അവർ ഈ മഹത്തായ മുത്ത് വാങ്ങാൻ വേണ്ടി അവരെ മൂടിയിരിക്കുന്ന വസ്ത്രങ്ങൾ അഴിച്ചുതരട്ടെ. അദ്ദേഹം വളരെപ്പെട്ടെന്ന് ചുറ്റുപാടും നോക്കി. വിളക്കിന്റെ വെളിച്ചത്തിലും തീയുടെ തിളക്കത്തിലും അദ്ദേഹം അവരുടെ മുഖങ്ങൾ കണ്ടു: കൗശലവും അത്യാർത്തിയും മനുഷ്യനെ വിഴുങ്ങുന്ന താല്പര്യങ്ങളുടെ അല്പത്വവും ഭയവും കൊണ്ട് ചുക്കിച്ചുളിഞ്ഞ മുഖങ്ങൾ. അദ്ദേഹത്തിന് അവരോട് അനുകമ്പ തോന്നി. അദ്ദേഹം എഴുന്നേറ്റു നിന്ന് സംസാരിക്കാൻ ആഗ്രഹിച്ചു. പക്ഷേ, ഈ രാത്രിയിൽ അദ്ദേഹം വളരെ അധികം ക്ഷീണിച്ചു പോയിരുന്നു. അദ്ദേഹം ഒരു മനുഷ്യജീവിയുടെ വീട്ടിൽ ഉറങ്ങിയിട്ട് വളരെ കൂടുതൽ ദിവസങ്ങൾ കഴിഞ്ഞിരുന്നു. ഒരു തലയണയിൽ തലവെച്ചിട്ട് വളരെ കൂടുതൽ ദിവസങ്ങൾ കഴിഞ്ഞിരിക്കുന്നു. അദ്ദേഹം ഉറക്കം വന്നിട്ട് പുകപിടിച്ച പുകക്കുഴലിന്റെ ഭിത്തിയിലേക്ക് ചാരിയിരുന്ന് കണ്ണടച്ചു.

"എന്റെ പിതാക്കന്മാരേ, അയാൾ ക്ഷീണിച്ചിരിക്കുകയാണ്. "മറിയം ഇടയ്ക്കുകയറി പറഞ്ഞുകൊണ്ട് വൃദ്ധന്മാരെ യാചനയോടെ നോക്കി. "അയാളെ ദ്രോഹിക്കരുത്...."

"ശരി!" മെൽചിസഡക് മുറുമുറുത്തു. അയാൾ വടികുത്തി എഴുന്നേറ്റ് സ്ഥലം വിടാൻ തുടങ്ങി "മറിയം പറഞ്ഞത് വളരെ ശരിയാണ്. അയാളുടെ വിധികർത്താക്കൾ ആണെന്നുള്ള രീതിയിലാണ് ഞങ്ങൾ സംസാരിച്ചുകൊണ്ടിരുന്നത്. ഞങ്ങൾ മറന്നുപോയി..." അയാൾ രണ്ടാമത്തെ

---

1. ഒരു വംശത്തിന്റെ പേര്. ആരാധനാലയങ്ങളിലെ പുരോഹിതരെ സഹായിച്ചിരുന്ന ഒരു വംശം.

വൃദ്ധന്റെ നേർക്ക് തിരിഞ്ഞു. "സാമുവൽ പിതാവേ, മാലാഖമാർ ഈ മനുഷ്യനെപ്പോലെ വിലകുറഞ്ഞ ഉള്ളുടുപ്പുമാത്രം ധരിച്ച് വടിയോ പണസഞ്ചിയോ ചെരിപ്പോ ഇല്ലാതെ ഇടയ്ക്കിടയ്ക്ക് ഭൂമിയിൽ വരാറുണ്ടെന്ന് നിങ്ങൾ മറന്നുപോയി. അതുകൊണ്ട് ഒരു മാലാഖയെപ്പോലെ ഈ അപരിചിതനെ ശ്രദ്ധിക്കുന്നതും സഹിക്കുന്നതും ശരിയായ കാര്യമാണ്. അത് വെറും വിവേകമാണ്."

"അത് കഴുതകളുടെ ബുദ്ധികൂടി ആണ്" അന്ധനായ വൃദ്ധൻ പൊട്ടിച്ചിരിച്ചുകൊണ്ട് ചാടിക്കയറി പറഞ്ഞു. "ഞാൻ പറയുന്നത് നമ്മൾ ഓരോ മനുഷ്യനെയും മാലാഖയായി കാണണമെന്നാണ്. ഓരോ മനുഷ്യനെയും. അതെ. വൃദ്ധനായ സാമുവലിനെ പോലും മാലാഖയായി കാണണം."

വിഷം ചീറ്റുന്ന വൃദ്ധന് ദേഷ്യം വന്നു. അയാൾ വായ് തുറക്കാൻ തയ്യാറായിരുന്നു. പക്ഷേ, ആലോചിച്ചപ്പോൾ അയാൾ മനസ്സു മാറ്റി. അന്ധനായ വെള്ളപ്പരുന്ത് സമ്പന്നനാണ്. ഒരു ദിവസം അയാൾക്ക് അന്ധന്റെ ആവശ്യം വന്നേക്കാം. കേട്ടില്ലെന്ന് നടിക്കുന്നതാണ് നല്ലത്- അത് വെറും വിവേകം മാത്രമാണ്.

തീനാളങ്ങളുടെ മധുരമുള്ള തിളക്കം യേശുവിന്റെ മുടിയിലും ബലിക്കാക്കയുടെ കറുപ്പുള്ള ചുരുണ്ട താടിയിലും നഗ്നമായ നെഞ്ചിലും വീണു.

"അയാൾ ദരിദ്രനാണെങ്കിലും സുന്ദരനാണ്." സ്ത്രീകൾ രഹസ്യമായി പരസ്പരം പറഞ്ഞു. "നീ അയാളുടെ കണ്ണുകൾ ശ്രദ്ധിച്ചോ? ഞാൻ കണ്ടിട്ടുള്ളതിൽവെച്ച് ഏറ്റവും മധുരമുള്ള കണ്ണുകൾ. എന്റെ ഭർത്താവ് എന്നെ കെട്ടിപ്പിടിക്കുന്ന സമയത്തുള്ളതിനേക്കാൾ മധുരമുള്ള കണ്ണുകൾ."

"ഞാൻ ഒരിക്കലും ഇതുപോലെ പരിഭ്രാന്തമായ കണ്ണുകൾ കണ്ടിട്ടില്ല." മറ്റൊരു സ്ത്രീ ഇടയ്ക്കു കയറി പറഞ്ഞു. "കണ്ണിൽ ഭയവും ഭീതിയും നിറഞ്ഞിരിക്കുന്നു. എല്ലാം ഉപേക്ഷിച്ചിട്ട് മലകളിലേക്ക് പോകാൻ നിങ്ങൾക്ക് തോന്നും."

"പ്രിയപ്പെട്ടവളെ, മാർത്ത അയാളെ കണ്ണുകൊണ്ട് തിന്നുന്നത് നീ ശ്രദ്ധിച്ചിരുന്നോ? പാവം. ഇന്നു രാത്രി അവൾക്ക് ഭ്രാന്തു പിടിക്കും."

"പക്ഷേ, അയാൾ മറിയത്തിനെ ഇടംകണ്ണിട്ട് നോക്കി." മറ്റൊരു സ്ത്രീ പറഞ്ഞു. "ഇന്നു രാത്രിയിൽ രണ്ടു സഹോദരിമാരും കൂടി അതിനെ തിന്നുതീർക്കും. എന്റെ വാക്കുകൾക്ക് അടിവര ഇട്ടോളൂ. ഞാൻ അവരുടെ അയൽക്കാരിയാണ്. ഞാൻ ഇന്ന് നിലവിളി കേൾക്കും."

"നമുക്ക് പോകാം." വൃദ്ധനായ മെൽചിസിഡക് ആജ്ഞാപിച്ചു. "ഇവിടെ വരാൻ ബുദ്ധിമുട്ടിയതുകൊണ്ട് പ്രയോജനം ഒന്നുമില്ല. സന്ദർശകൻ ഉറക്കം തൂങ്ങുകയാണ്. പ്രമാണിമാർക്ക് എഴുന്നേല്ക്കാം. നമുക്ക് പോകാം!" അയാൾ വടികൊണ്ട് ആളുകളെ ഇരുവശത്തേക്കും തള്ളിമാറ്റികൊണ്ട് കടന്നു പോകാനുള്ള വഴി ഉണ്ടാക്കി.

പക്ഷേ, അയാൾ വാതിലിനടുത്ത് എത്തിയ സമയത്ത് മുറ്റത്തുനിന്നും ആരോ ധൃതിയിൽ നടന്നുവരുന്ന ശബ്ദം കേട്ടു. ഒരു വിളറിയ മനുഷ്യൻ പാഞ്ഞുകയറി വന്ന് അടുപ്പിനടുത്ത് ശ്വാസം പോലും നഷ്ടപ്പെട്ട അവ

സ്ഥയിൽ ചുരുണ്ടുകൂടി താഴെവീണു. ഭയന്നുപോയ അയാളുടെ രണ്ടു സഹോദരിമാർ അയാളുടെ മുകളിൽ വീണ് അയാളെ കെട്ടിപ്പിടിച്ചു.

അവർ നിലവിളിച്ചു. "ചേട്ടന് എന്തു പറ്റി? ആരാണ് ചേട്ടനെ പിന്തുടരുന്നത്?"

മെൽചിസിഡക് നടത്തം നിർത്തി. അയാൾ വടികൊണ്ട് നവാഗതനെ തൊട്ടു. "മാനച്ചയിമിന്റെ മകൻ ലാസറസ് മോശം വാർത്ത കൊണ്ടുവന്നിരിക്കുകയാണെന്ന് തോന്നുന്നു. സ്ത്രീകൾ പോയിട്ട് പുരുഷന്മാർ മാത്രം ഇവിടെ നില്ക്കട്ടെ. അതുകഴിഞ്ഞ് നമുക്ക് അതു കേൾക്കാം."

"രാജാവ് സ്നാപകയോഹന്നാനെ പിടികൂടി തലവെട്ടിക്കളഞ്ഞു!" ലാസറസ് ഒറ്റശ്വാസത്തിൽ വിളിച്ചു പറഞ്ഞു.

അയാൾ വിറച്ചുകൊണ്ട് എഴുന്നേറ്റ് നിന്നു. അയാൾക്ക് പിത്തം പിടിച്ച് മണ്ണിന്റെ നിറമായിരുന്നു. അയാളുടെ പച്ചക്കണ്ണുകൾ തീജ്ജ്വാലകളുടെ മുമ്പിൽ ഒരു കാട്ടുപൂച്ചയുടെ കണ്ണുകൾ പോലെ തിളങ്ങി.

"എന്തായാലും നമ്മുടെ വൈകുന്നേരത്തിന് ഉപയോഗം ഇല്ലാതായില്ല. "അന്ധനായ വൃദ്ധൻ സംതൃപ്തിയോടെ പറഞ്ഞു. "നമ്മൾ രാവിലെ ഉണർന്നതു മുതൽ ഇപ്പോൾ വൈകുന്നേരത്ത് ഉറങ്ങാൻ പോകുന്നതു വരെയുള്ള സമയത്ത്, കുറഞ്ഞപക്ഷം അവസാനം എന്തെങ്കിലും സംഭവിച്ചിരിക്കുന്നു: ലോകം ചലിച്ചിരിക്കുന്നു. അതുകൊണ്ട് നമുക്കെല്ലാം സ്റ്റൂളുകളിൽ ഇരുന്ന് ലാസറസിന് പറയാനുള്ളത് കേൾക്കാം. എനിക്ക് വാർത്തകൾ ഇഷ്ടമാണ്. അത് മോശം വാർത്തകൾ ആണെങ്കിൽ പോലും."

അയാൾ ലാസറസിന്റെ അടുത്തേക്ക് നീങ്ങിയിരുന്നു. "വിശദമായി പറയൂ. എപ്പോൾ എവിടെവെച്ച് എന്തുകൊണ്ടാണ് ഈ ആപത്ത് സംഭവിച്ചതെന്ന് ഞങ്ങളോട് പറയൂ? എല്ലാം അതിന്റെ മുറയനുസരിച്ച് പറഞ്ഞാൽ മതി. തിടുക്കം വേണ്ട— ഞങ്ങളുടെ സമയം പോയിക്കിട്ടും. ഞങ്ങൾ ശ്രദ്ധിച്ചു കേൾക്കാം."

യേശു ഞെട്ടലോടെ ചാടി എഴുന്നേറ്റു കഴിഞ്ഞിരുന്നു. അദ്ദേഹം ലാസറസിനെ നോക്കി. അദ്ദേഹത്തിന്റെ ചുണ്ടുകൾ വിറച്ചിരുന്നു. ഇത് ദൈവം അദ്ദേഹത്തിനയച്ചുകൊടുത്ത ഒരു പുതിയ സൂചന ആയിരുന്നു. മുൻഗാമി ലോകത്തുനിന്നും തിരിച്ചുപോയിരിക്കുന്നു. ഇനിയിപ്പോൾ മുൻഗാമിയുടെ ആവശ്യം ഇല്ല. അയാൾ ചുമതല നിർവ്വഹിച്ചതിനുശേഷം വിട പറഞ്ഞിരിക്കുന്നു.... എന്റെ സമയം വന്നിരിക്കുന്നു. യേശു പേടിച്ചു വിറച്ചു കൊണ്ട് ആലോചിച്ചു. പക്ഷേ, അദ്ദേഹം സംസാരിച്ചില്ല. അദ്ദേഹത്തിന്റെ കണ്ണുകൾ ലാസറസിന്റെ വിളറിയ ചുണ്ടുകളിൽ തങ്ങിനിന്നു.

"അയാൾ കൊന്നു. അല്ലേ?" മെൽചിസിഡക് വടി തറയിൽ ഇടിച്ചു കൊണ്ട് കോപത്തോടെ മുറുമുറുത്തു. "എന്ത് അവസ്ഥയിലാണ് നമ്മൾ എത്തിച്ചേർന്നിരിക്കുന്നത്? അരുതാത്ത ബന്ധങ്ങളിൽ ഏർപ്പെടുന്ന വ്യഭിചാരികൾ വിശുദ്ധന്മാരെയും പോക്കിരികളായ സന്ന്യാസിമാരെയും കൊല്ലുന്നു! ഇത് ലോകത്തിന്റെ അവസാനമാണ്!"

ഭയത്തിനടിമപ്പെട്ട് സ്ത്രീകൾ നിലവിളിക്കാൻ തുടങ്ങി. അന്ധനായ

വൃദ്ധൻ അവരോട് സഹതപിച്ചു.

"മെൽചിസിഡക് അതിശയോക്തി കലർത്തി വർണ്ണിക്കുകയാണ്." അന്ധൻ പറഞ്ഞു. "ലോകം അതിന്റെ കാലിൽ ഉറച്ചു നില്ക്കുകയാണ്. സ്ത്രീകളാരും ഭയക്കരുത്!"

"ലോകത്തിന്റെ കഴുത്തു വെട്ടിയിരിക്കുന്നു" ലാസറസ് പരാതി പറഞ്ഞു. അയാളുടെ കണ്ണുകളിൽ നിന്ന് കണ്ണുനീർ അരുവിയായി ഒഴുകിക്കൊണ്ടിരുന്നു. "മരുഭൂമിയുടെ ശബ്ദം തല്ലിക്കെടുത്തപ്പെട്ടിരിക്കുന്നു. പാപികളായ നമ്മൾക്കുവേണ്ടി ഇനിമേൽ ആര് ദൈവത്തെ വിളിക്കും? ലോകം അനാഥമായിരിക്കുന്നു!"

"അധികാരത്തിനെതിരായി ഒരാളും കൈ ഉയർത്തരുത്" രണ്ടാമത്തെ വൃദ്ധൻ പറഞ്ഞു. "എന്ത് ബലപ്രയോഗം ഉണ്ടായാലും നങ്ങൾ കണ്ണുകൾ അടയ്ക്കണം. നോക്കരുത്. കാരണം ദൈവം നോക്കിക്കൊണ്ടിരിക്കുന്നു. സ്നാപകൻ സ്വന്തം കാര്യം മാത്രം നോക്കണമായിരുന്നു.... ശരിയായ ശിക്ഷയാണ് കിട്ടിയത്!"

"നമ്മൾ അടിമകളാണോ?" മെൽചിസിഡക് അലറി. "ദൈവം മനഷ്യർക്ക് കൈ നല്കിയത് എന്തിനാണെന്ന് നിങ്ങൾക്ക് പറയാമോ? എന്തിനാണെന്ന് ഞാൻ നിങ്ങൾക്ക് പറഞ്ഞു തരാം: അവർക്ക് സ്വേച്ഛാധിപതികളെ എതിർത്ത് കൈ ഉയർത്താൻ വേണ്ടിയാണ്!"

"പിതാക്കന്മാർ നിശ്ശബ്ദരാകണം. ഈ തിന്മ നടന്നത് എങ്ങനെയാണെന്ന് നമുക്ക് കേൾക്കാം" അന്ധനായ വൃദ്ധൻ അസ്വസ്ഥതയോടെ പറഞ്ഞു. "ലാസറസ് പറയൂ."

"ഞാൻ മറ്റുള്ളവരുടെ കൂടെ ജ്ഞാനസ്നാനം നടത്തിക്കാൻ പോകുകയായിരുന്നു." ലാസറസ് ആരംഭിച്ചു. "അതുകൊണ്ട് എന്റെ ആരോഗ്യം മെച്ചപ്പെടുമെന്ന് ഞാൻ പ്രതീക്ഷിച്ചു. അടുത്ത കാലത്ത് എനിക്ക് സുഖം ഉണ്ടായിരുന്നില്ലെന്ന് നിങ്ങൾക്ക് അറിയാമല്ലോ. സത്യത്തിൽ എന്റെ അവസ്ഥ കൂടുതൽ കൂടുതൽ മോശം ആകുകയായിരുന്നു. എനിക്ക് തളർച്ച തോന്നി. എന്റെ കണ്ണുകൾ മുകളിലേക്ക് മറഞ്ഞു. എന്റെ മൂത്രാശയം..."

"ശരി, ശരി, അതെല്ലാം ഞങ്ങൾക്ക് അറിയാം" അന്ധനായ കിഴവൻ പരിഹാസത്തോടെ പറഞ്ഞു. "കാര്യത്തിലേക്കു വരൂ!"

"ഞാൻ ജോർദ്ദാനിൽ എത്തിയത് ആൾക്കൂട്ടം ജ്ഞാനസ്നാനത്തിന് ഒത്തുകൂടുന്നതിനടുത്തുള്ള പാലത്തിലൂടെ ആയിരുന്നു. ഞാൻ നിലവിളികളും കരച്ചിലും കേട്ടപ്പോൾ സ്വയം പറഞ്ഞു. അത് സാരമില്ല. മിക്കവാറും ആളുകൾ കരഞ്ഞുകൊണ്ട് പാപങ്ങൾ ഏറ്റുപറയുന്നതായിരിക്കും. ഞാൻ അല്പം മുന്നോട്ടു നടന്നു. ഞാൻ എന്താണ് കണ്ടത്? ആണുങ്ങളും പെണ്ണുങ്ങളും നദിയിലെ ചേറിൽ കമഴ്ന്നു കിടന്ന് വിലപിച്ചു കൊണ്ടിരിക്കുന്നു.... ഞാൻ ചോദിച്ചു. "സഹോദരന്മാരേ, എന്താണ് കാര്യം? നിങ്ങൾ എന്തിനാണ് കരയുന്നത്?"

"പ്രവാചകൻ കൊല്ലപ്പെട്ടു."

"ആരാണ് കൊന്നത്."

"മഹാപാപി— ഹിറോഡ്"

"എങ്ങനെ എപ്പോൾ?"

"അയാൾക്ക് കുടിച്ച് ബോധം നശിച്ചിരുന്നു. അയാളുടെ വളർത്തുമകൾ സലോമി പൂർണ്ണ നഗ്നയായി അയാളുടെ മുമ്പിൽ നൃത്തം ചെയ്യുകയായിരുന്നു. അവളുടെ സൗന്ദര്യം നെറികെട്ട വ്യഭിചാരത്തിന് തയ്യാറുള്ള അയാളുടെ തിരിച്ചറിവിനെ പുറത്താക്കി. അയാൾ അവളെ മടിയിൽ പിടിച്ച് ഇരുത്തിക്കൊണ്ട് എന്താണ് അവൾക്ക് വേണ്ടതെന്ന് ചോദിച്ചു. അയാളുടെ രാജ്യത്തിന്റെ പകുതിയാണോ? അല്ല. അവൾ പറഞ്ഞു. അപ്പോൾ, എന്താണ് അവൾക്ക് വേണ്ടത്? അവൾ പറഞ്ഞു. സ്നാപകയോഹന്നാന്റെ തല. നിനക്ക് അത് കിട്ടും. അയാൾ അവളോടു പറഞ്ഞു. അയാൾ അതു ചെയ്തു. അത് ഒരു വെള്ളിത്താലത്തിൽ അയാൾ അയാൾക്ക് എത്തിച്ചു കൊടുത്തു."

ലാസറസ് സംസാരംകൊണ്ട് തളർന്നു. അയാൾ ഒരിക്കൽക്കൂടി ബോധം കെട്ട് നിലത്തു വീണു. ആരും സംസാരിച്ചില്ല. വിളക്ക് കരിന്തിരി എരിഞ്ഞ് അണഞ്ഞുപോകാൻ തുടങ്ങുകയായിരുന്നു. മാർത്ത എഴുന്നേറ്റു വന്ന് വീണ്ടും എണ്ണയൊഴിച്ചു. വീണ്ടും അതിന്റെ പ്രകാശം കൂടി.

"ഇത് ലോകവസാനമാണ്." വളരെനേരത്തെ നിശ്ശബ്ദതയ്ക്കു ശേഷം മെൽചിസിഡക് ആവർത്തിച്ചു. ഈ സമയം മുഴുവൻ അയാൾ നിശ്ശബ്ദനായി താടി തടവി കൊണ്ട് ലോകത്തിന്റെ അനീതികളെയും ലജ്ജയില്ലായ്മയെയും തൂക്കിനോക്കുകയായിരുന്നു. വിഗ്രഹാരാധകർ പവിത്രമായ ആരാധനാലയം കളങ്കപ്പെടുത്തുന്നതിന്റെ വാർത്തകൾ ജറുസലേമിൽ നിന്ന് ഇടയ്ക്കിടയ്ക്ക് വന്നിരുന്നു. എല്ലാ ദിവസവും രാവിലെ പുരോഹിതന്മാർ ഒരുകാളയുടെയും രണ്ട് ആടുകളുടെയും തലവെട്ടി ബലികൊടുത്തു. പക്ഷേ, അത് ദൈവത്തിനുള്ള ബലി ആയിരുന്നില്ല. ദൈവവിശ്വാസി അല്ലാത്ത ശപിക്കപ്പെട്ട റോമൻ ചക്രവർത്തിക്കുള്ള ബലി ആയിരുന്നു. ധനികർ വാതിൽ തുറന്ന് അവരുടെ വാതിൽപടിയിൽ തലേന്ന് രാത്രിയിൽ വിശപ്പുകൊണ്ട് മരിച്ച മനുഷ്യരുടെ ജഡങ്ങൾ കണ്ടു. അവർ അവരുടെ സിൽക്ക് വസ്ത്രങ്ങൾ ഉയർത്തിപ്പിടിച്ച് ശവങ്ങൾക്കു മുകളിലൂടെ കാലു കവച്ചുവച്ച് ആരാധനാലയത്തിനു ചുറ്റുമുള്ള മണ്ഡപങ്ങളിലൂടെ നടക്കാനിറങ്ങി... മെൽചിസിഡക് എല്ലാ കാര്യങ്ങളും മനസ്സിലിട്ട് തൂക്കിനോക്കിയതിനു ശേഷം തീരുമാനം എടുത്തു: ഇത് യഥാർത്ഥത്തിൽ ലോകത്തിന്റെ അവസാനമാണ്. അയാൾ യേശുവിന്റെ നേർക്ക് തിരിഞ്ഞു.

"ഇതിനെപ്പറ്റിയെല്ലാം നിങ്ങൾക്ക് എന്താണ് പറയാനുള്ളത്?"

പെട്ടെന്ന് വളരെകൂടുതൽ ആഴമുള്ളതായി മാറിയ ഒരു ശബ്ദത്തിൽ യേശു മറുപടി പറഞ്ഞു. അവർ എല്ലാവരും പെട്ടെന്ന് തിരിഞ്ഞ് അദ്ദേഹത്തെ തുറിച്ചു നോക്കി. "ഞാൻ അവരെ മരുഭൂമിയിൽവെച്ച് കണ്ടിട്ടാണ് വരുന്നത്. അതെ, മൂന്നുമാലാഖമാർ സ്വർഗ്ഗത്തിൽ നിന്ന് ഭൂമിയിൽ എത്താൻ വേണ്ടി തിരിച്ചുകഴിഞ്ഞു. ഞാൻ അവരെ ആകാശത്തിൽ അറ്റത്ത് എന്റെ സ്വന്തം കണ്ണുകൾ കൊണ്ട് കണ്ടു. അവർ വന്നുകൊണ്ടി

രിക്കയാണ്. ആദ്യത്തേത് കുഷ്ഠം. രണ്ടാമത്തേത് ഭ്രാന്ത്. ഏറ്റവും അനുകമ്പയുള്ള മൂന്നാമത്തേത് തീ ആണ്. അതിനോടൊപ്പം ഞാൻ ഒരു ശബ്ദം കേട്ടു: "ആശാരിയുടെ മകൻ ഒരു പെട്ടകം നിർമ്മിക്കണം. നിനക്ക് കണ്ടെത്താൻ കഴിയുന്നത്ര നല്ല മനുഷ്യരെ അതിനുള്ളിൽ കയറ്റണം— പക്ഷേ, പെട്ടെന്നു വേണം! ദൈവത്തിന്റെ ദിവസം എത്തിക്കഴിഞ്ഞു— എന്റെ ദിവസം. ഞാൻ വന്നു കൊണ്ടിരിക്കയാണ്."

വൃദ്ധന്മാർ മൂന്നുപേരും ഒന്നിച്ച് വിളിച്ചുകൂവി. ബാക്കിയുള്ളവർ ചമ്രം പിണഞ്ഞ് ഇരുന്നിരുന്ന തറയിൽനിന്നും എഴുന്നേറ്റു അവരുടെ പല്ലുകൾ കൂടിയിടിക്കുന്നുണ്ടായിരുന്നു. നിശ്ശബ്ദരായിപ്പോയ സ്ത്രീകൾ ഒന്നിച്ച് വാതിലിനടുത്തേക്ക് നീങ്ങി. മാർത്തയും മറിയവും യേശുവിന്റെ സംരക്ഷണം ആഗ്രഹിക്കുന്നതുപോലെ അദ്ദേഹത്തിന്റെ തൊട്ടടുത്തു നിലയുറപ്പിച്ചു. അവരെ പെട്ടകത്തിലേക്ക് കൊണ്ടുപോകാമെന്ന് അദ്ദേഹം വാക്കു കൊടുത്തിരുന്നില്ലേ? സമയം ആയിരിക്കുന്നു.

മെൽചിസിഡക് അയാളുടെ വെളുത്ത നെറ്റിയിൽ നിന്നും ഒഴുകിയിറങ്ങിയ വിയർപ്പ് തുടച്ചുമാറ്റി.

"അപരിചിതൻ പറയുന്നത് സത്യമാണ്." അയാൾ അലറി, "സത്യം! സഹോദരന്മാർ ഈ അത്ഭുതം ശ്രദ്ധിച്ചു കേൾക്കണം: ഇന്നു രാവിലെ ഞാൻ എഴുന്നേറ്റപ്പോൾ പതിവുപോലെ വിശുദ്ധ പുസ്തകം തുറന്നു നോക്കി. ജോയേൽ പ്രവാചകന്റെ ഈ വാക്കുകളാണ് എന്റെ കണ്ണിൽപ്പെട്ടത്. "ശിമയോനിന്റെ പെരുമ്പറ മുഴങ്ങട്ടെ, വിശുദ്ധപർവ്വതത്തിൽ അത് പ്രതിദ്ധ്വനിക്കട്ടെ. ഭൂമിയിൽ വസിക്കുന്നവരെല്ലാം വിറയ്ക്കട്ടെ. കാരണം ദൈവത്തിന്റെ ദിവസം ഇരുട്ടും മേഘങ്ങളും നിറഞ്ഞ ദിവസം— വന്നു കൊണ്ടിരിക്കുന്നു. അദ്ദേഹത്തിന്റെ മുന്നിൽ തീ അദ്ദേഹത്തിന്റെ പിന്നിൽ ജ്വാലകൾ. അവ കുതിരകളെപ്പോലെ പാഞ്ഞുവരും. അവ കല്ലുകൾക്കു മുകളിലെ യുദ്ധരഥങ്ങളെപ്പോലെ ഉച്ചത്തിൽ ശബ്ദം ഉണ്ടാക്കും. പർവ്വതങ്ങളുടെ കൊടുമുടികളിൽവെച്ച് തീജ്ജ്വാലകൾ പൊട്ടിത്തെറിച്ച് താഴോട്ടൊഴുകിവന്ന് കാട്ടുചൂരലുകളെ വിഴുങ്ങും... ദൈവത്തിന്റെ ദിവസം ഇങ്ങനെയാണ്!" ഈ ഭയാനകമായ സന്ദേശം ഞാൻരണ്ടു മൂന്നു തവണ വായിച്ചതിനുശേഷം എന്റെ മുറ്റത്ത് നഗ്നപാദനായി നിന്നുകൊണ്ട് സ്തോത്രം ചൊല്ലാൻ തുടങ്ങി. അതിനുശേഷം ഞാൻ കമഴ്ന്നുവീണ് പൊട്ടിക്കരഞ്ഞു: "ദൈവമേ, അങ്ങ് പെട്ടെന്നു വരാൻ പദ്ധതിയിടുന്നുണ്ടെങ്കിൽ എനിക്ക് അതിന്റെ ഒരു സൂചന അയച്ചുതരണം. എനിക്ക് സ്വയം തയ്യാറെടുക്കണം. എനിക്ക് നിശ്ചയമായും പാവങ്ങളോട് കരുണ കാണിക്കണം. കലവറകൾ തുറക്കണം. എന്റെ പാപങ്ങൾക്കുള്ള കടം വീട്ടണം.... എനിക്ക് മുന്നറിയിപ്പുതരാൻ വേണ്ടി ഇടിമുഴക്കത്തിന്റെ ശബ്ദത്തെ അല്ലെങ്കിൽ ഒരു മനുഷ്യനെ അങ്ങ് പറഞ്ഞുവിടണം. അതുകൊണ്ട് എനിക്ക് സമയത്തുതന്നെ എത്തിച്ചേരാൻ പറ്റും!"

അയാൾ യേശുവിന്റെ നേർക്ക് തിരിഞ്ഞു. "നിങ്ങളാണ് സൂചന. ദൈവം നിങ്ങളെ അയച്ചു തന്നിരിക്കുന്നു. എനിക്ക് സമയം ഉണ്ടോ? എന്റെ

കുട്ടി സ്വർഗ്ഗങ്ങൾ എപ്പോഴാണ് തുറക്കുന്നത്?"

"കടന്നുപോകുന്ന ഓരോ നിമിഷത്തിലും ഒരു സ്വർഗ്ഗം തുറക്കപ്പെടാൻ തയ്യാറെടുത്തു നില്ക്കുന്നു." യേശു മറുപടി പറഞ്ഞു. "ഓരോ നിമിഷത്തിലും കുഷ്ഠവും ഭ്രാന്തും തീയും ഒരുചുവടു കൂടി മുന്നോട്ടു വെച്ചുകൊണ്ടിരിക്കുന്നു. അവരുടെ ചിറകുകൾ ഇപ്പോൾതന്നെ എന്റെ തലമുടിയിൽ സ്പർശിക്കുന്നുണ്ട്."

ലാസറസ് അയാളുടെ മങ്ങിയ പച്ചക്കണ്ണുകൾ മലർക്കെത്തുറന്നു യേശുവിനെ തുറിച്ചു നോക്കുകയായിരുന്നു. അയാൾ ആത്മവിശ്വാസം ഇല്ലാതെ ഒരു ചുവട് മുന്നോട്ടുവെച്ചു.

"നിങ്ങൾ നസറേത്തിലെ യേശുവാകാനുള്ള എന്തെങ്കിലും സാദ്ധ്യത ഉണ്ടോ?" അയാൾ ചോദിച്ചു. "സ്നാപകന്റെ തലവെട്ടാൻ വേണ്ടി ആരാച്ചാർ കത്തി എടുത്തപ്പോൾ പ്രവാചകൻ മരുഭൂമിയിലേക്ക് കൈവിടർത്തിക്കൊണ്ടു ഇങ്ങനെ വിളിച്ചുപറഞ്ഞെന്നാണ് അവർ പറയുന്നത്- നസറേത്തിലെ യേശു, മരുഭൂമി ഉപേക്ഷിച്ച് മനുഷ്യവർഗ്ഗത്തിലേക്ക് മടങ്ങി വരൂ. വരണം— ഈ ലോകത്തെ നിങ്ങൾ കൈവിടരുത്." നിങ്ങൾ നസറേത്തിലെ യേശു ആണെങ്കിൽ നിങ്ങൾ നടക്കുന്ന ഈ സ്ഥലം അനുഗൃഹീതമാണ്. എന്റെ വീട് പരിപാവനമായിരിക്കുന്നു. ഞാൻ ജ്ഞാനസ്നാനം സ്വീകരിച്ച് ശുദ്ധീകരിക്കപ്പെട്ടിരിക്കുന്നു. ഞാൻ അങ്ങയുടെ പാദങ്ങളിൽ വീണ് ആരാധന നടത്തുന്നു!"

ഇതു പറഞ്ഞതിനുശേഷം അയാൾ യേശുവിന്റെ മുറിവുകൾ നിറഞ്ഞ പാദങ്ങളിൽ ചുംബിക്കാൻ വേണ്ടി കമഴ്ന്നു കിടന്നു.

പക്ഷേ, കൗശലക്കാരനായ കിഴവൻ സാമുവൽ പെട്ടെന്ന് തള്ളിക്കയറി മുന്നിൽ വന്നു. അയാളുടെ മനസ്സിന് നിമിഷനേരത്തേക്ക് ഒരു ചാഞ്ചാട്ടം വന്നു. പക്ഷേ, അയാൾ പെട്ടെന്ന് തന്നെ സ്വന്തം പാദങ്ങളിൽ ഉറച്ചു നിന്നു. പ്രവാചകന്മാരിൽ നമ്മൾ ആഗ്രഹിക്കുന്ന എല്ലാ കാര്യങ്ങളും നമുക്ക് കാണാൻ കഴിയും. അയാൾ ആലോചിച്ചു. 'ഒരു ഭാഗത്ത് ദൈവം അദ്ദേഹത്തിന്റെ ആളുകൾക്ക് എതിരെ ഭ്രാന്തെടുത്ത് അവരെ കശക്കിഞെരിക്കാൻ വേണ്ടി മുഷ്ടി ഉയർത്തുന്നു. അടുത്ത ഭാഗത്ത് അദ്ദേഹം പൂർണ്ണമായും പാലും തേനും ആകുന്നു. നമ്മുടെ പ്രഭാതത്തിലെ മാനസികാവസ്ഥയ്ക്ക് യോജിച്ച പ്രവചനങ്ങൾ നമ്മൾതന്നെ കണ്ടെത്തുന്നു— അതുകൊണ്ട് അതിന്റെ പേരിൽ നമുക്ക് ഉറക്കം നഷ്ടപ്പെടുത്തേണ്ട കാര്യം ഇല്ല.... അയാൾ കുതിരയെപ്പോലെ സ്വന്തം തല കുലുക്കി. അയാൾ സ്വന്തം താടിക്കുള്ളിൽ ഇരുന്ന് പൊള്ളച്ചിരി ചിരിച്ചു. പക്ഷേ, അയാൾ സംസാരിച്ചില്ല. ആളുകൾ ഭയക്കട്ടെ. അത് അവർക്ക് നല്ലതാണ്. ഭയം ഇല്ല... എണ്ണത്തിൽ കൂടുതലുള്ള ദരിദ്രർ കൂടുതൽ ശക്തരാണ്... നമ്മൾ തോറ്റുപോകും!"

അതുകൊണ്ട് അയാൾ നിശ്ശബ്ദത പാലിച്ചു. സന്ദർശകന്റെ പാദങ്ങളിൽ ചുംബിക്കുന്നതിനിടയിൽ അദ്ദേഹത്തോട് സംസാരിച്ചുകൊണ്ടിരുന്ന ലാസറസിനെ അയാൾ അവജ്ഞയോടെ നോക്കി:

"ജോർദ്ദാനിൽവെച്ച് ഞാൻ കണ്ട ഗലീലിക്കാർ നിങ്ങളുടെ ശിഷ്യന്മാരാണെങ്കിൽ ഞാൻ നിങ്ങളെ കാണാൻ ഇട വന്നാൽ നിങ്ങൾക്കു തരാൻ വേണ്ടി ഒരു സന്ദേശം തന്നുവിട്ടിരുന്നു. അവർ അവിടെനിന്നും വിട്ടുപോയി ജറുസലേമിൽ ഡേവിഡിന്റെ ഗേറ്റിനടുത്തുള്ള സിറേനിയാക്കാരൻ സൈമണിന്റെ മദ്യശാലയിൽ നിങ്ങൾക്കുവേണ്ടി കാത്തിരിക്കുമെന്ന് പറഞ്ഞു. പ്രവാചകന്റെ വധംകൊണ്ട് അവർ ശരിക്കും ഭയന്നുപോയിട്ടുണ്ട്. അവർ ഒളിക്കാൻ വേണ്ടിയാണ് ഒളിച്ചോടുന്നത്. പീഡനം തുടങ്ങിയിട്ടുണ്ട്."

ഇതിനിടയിൽ സ്ത്രീകൾ തിരിച്ചു പോകാൻ വേണ്ടി അവരുടെ ഭർത്താക്കന്മാരെ പിടിച്ചുവലിച്ചു. അവർക്ക് എല്ലാ കാര്യങ്ങളും മനസ്സിലായി. അവർ പരസ്പരം പറഞ്ഞു. "ഈ അന്യനാട്ടുകാരന് അണലിയുടെ കണ്ണുകളാണ്. അയാൾ നിങ്ങളെ നോക്കിയാൽ നിങ്ങൾക്ക് ഭ്രാന്തുപിടിക്കും. അയാൾ സംസാരിക്കുമ്പോൾ ലോകം തലകുത്തി വീഴുന്നു... നമുക്ക് രക്ഷപ്പെടാം!"

അന്ധനായ വൃദ്ധന് അവരെപ്പറ്റി അനുകമ്പ തോന്നി. "എന്റെ കുട്ടികളേ: ധൈര്യമായിരിക്കൂ" അയാൾ വിളിച്ചു പറഞ്ഞു. "ഞാൻ രാക്ഷസീയമായ കാര്യങ്ങൾ കേൾക്കുന്നു. പക്ഷേ, ഭയക്കണ്ട. എല്ലാം ഒരിക്കൽ കൂടി ശാന്തമാകുന്നത് നിങ്ങൾക്ക് കാണാൻ കഴിയും. ലോകം ഉറച്ചു നില്ക്കുകയാണ്. അതിന് ശക്തമായ അടിത്തറ ഉണ്ട്. ദൈവം നിലനില്ക്കുന്നതുവരെ ലോകം നിലനില്ക്കും. കാഴ്ചയുള്ളവർ പറയുന്നത് ശ്രദ്ധിക്കേണ്ട. അന്ധനായതുകൊണ്ട് നിങ്ങളേക്കാൾ നന്നായി കാണാൻ കഴിയുന്ന ഞാൻ പറയുന്നതു ശ്രദ്ധിച്ചു കേൾക്കുക. ഇസ്രയേലിന്റെ വംശം അനശ്വരമാണ് അത് ദൈവവുമായി കരാർ ഒപ്പിട്ടിട്ടുണ്ട്. ദൈവം അദ്ദേഹത്തിന്റെ മുദ്രപതിച്ച് ഈ ലോകത്തെ നമുക്ക് സമാനിച്ചതാണ്. അതുകൊണ്ട് ഭയക്കേണ്ട കാര്യം ഇല്ല. ഇപ്പോൾ ഏറക്കുറെ അർദ്ധരാത്രി ആയിരിക്കുന്നു– നമുക്ക് ഉറങ്ങാൻ പോകാം!" അയാൾ വടി ഊന്നിക്കൊണ്ട് വാതിലിന്റെ നേർക്ക് നടന്നു.

മൂന്ന് വൃദ്ധന്മാരും ആദ്യം സ്ഥലം വിട്ടു. പിന്നീട് ബാക്കിയുള്ള പുരുഷന്മാർ പോയി. ഏറ്റവും അവസാനം സ്ത്രീകൾ പോയി– അതോടെ വീട് ഒഴിഞ്ഞു.

രണ്ടു സഹോദരിമാരും കൂടി തടികൊണ്ടുള്ള തറയിൽ സന്ദർശകരുടെ കിടക്ക തയ്യാറാക്കി. മറിയം അവളുടെ പെട്ടിയിൽനിന്ന് അവളുടെ വിവാഹരാത്രിക്ക് വേണ്ടി കരുതിവെച്ചിരുന്ന സിൽക്ക് വിരിപ്പുകളും ലിനൻ വിരിപ്പുകളും പുറത്തെടുത്തു. മാർത്താ വളരെക്കാലമായി പ്രതീക്ഷിച്ചുകൊണ്ടിരിക്കുന്ന ആ രാത്രിയിൽ അവൾക്കും ഭർത്താവിനും ഒന്നിച്ചു മൂടിപ്പുതച്ചുകിടക്കാൻ വേണ്ടി വർഷങ്ങളായി തൊടാതെ സൂക്ഷിച്ചുവെച്ചിരുന്ന സാറ്റിൻ പുതപ്പ് എടുത്തുകൊണ്ടുവന്നു. ഇതു കൂടാതെ അവൾ തലയണയ്ക്കുള്ളിൽ സുഗന്ധ സസ്യങ്ങൾ കൊണ്ടുവന്ന് കുത്തിനിറയ്ക്കുകയും ചെയ്തു.

"അയാൾ ഇന്നു രാത്രിയിൽ ഒരു വരനെപോലെ ഉറങ്ങും" മാർത്ത

നെടുവീർപ്പിട്ടു കൊണ്ട് പറഞ്ഞു. മറിയവും നെടുവീർപ്പിട്ടു. പക്ഷേ, സംസാരിച്ചില്ല. "ദൈവമേ കണ്ണടച്ചോളൂ. അവൾ സ്വയം പിറുപിറുത്തു. എന്റെ നെടുവീർപ്പുകൾ ഒഴിവാക്കിയാൽ ലോകം നല്ലതാണ്. അതെ നല്ലതാണ്. പക്ഷേ, ഏകാന്തതയെ ഞാൻ അങ്ങേയറ്റം ഭയക്കുന്നു. കൂടാതെ ഈ സന്ദർശകനെ അങ്ങേയറ്റം ഇഷ്ടപ്പെടുന്നു..."

സഹോദരിമാർ ഉള്ളിലുള്ള ചെറിയ മുറിയിൽ പോയി അവരുടെ പരുക്കൻ പായകളിൽ കിടന്നു. പുരുഷന്മാർ രണ്ടുപേരും തടികൊണ്ടുള്ള തറയിൽ രണ്ട് അറ്റങ്ങളിലായി കിടന്നു. അവരുടെ പാദങ്ങൾ തമ്മിൽ സ്പർശിച്ചു. ലാസറസ് സന്തോഷവാനായിരുന്നു. വീടിനു മുകളിൽ എത്ര മാത്രം വിശുദ്ധവും സ്വർഗ്ഗീയവും ആയ അന്തരീക്ഷമാണ് തങ്ങി നില്ക്കുന്നത്! അയാൾ ആഴത്തിൽ ശാന്തമായി ശ്വസിച്ചു. അയാളുടെ കാൽപ്പാദങ്ങൾ വിശുദ്ധ കാൽപ്പാദങ്ങളിൽ മൃദുവായി സ്പർശിച്ചു. അയാൾക്ക് നിഗൂഢമായ ഒരു ശക്തി അനുഭവപ്പെട്ടു. ദിവ്യമായ ഒരു ബലം പാദങ്ങളിൽ നിന്ന് ഉയർന്നുവന്ന് അയാളുടെ ശരീരം മുഴുവൻ വ്യാപിച്ചു. ഇപ്പോൾ വൃക്കകൾ അയാളെ വേദനിപ്പിച്ചില്ല. അയാളുടെ ഹൃദയം മിടിപ്പ് അവസാനിപ്പിച്ചു. അയാളുടെ രക്തം ശാന്തമായി സംതൃപ്തിയോടെ തല മുതൽ പാദം വരെ ഒഴുകിയിറങ്ങി മഞ്ഞപ്പിത്തം പീഡിപ്പിച്ച ശരീരത്തെ നനച്ചു.

ഇതാണ് യഥാർത്ഥ ജ്ഞാനസ്നാനം. അയാൾ ആലോചിച്ചുകൊണ്ടിരുന്നു. ഈ രാത്രിയിൽ ഞാനും വീടും എന്റെ സഹോദരിമാരും ഉൾപ്പെടെ എല്ലാം തന്നെ ജ്ഞാനസ്നാനം ചെയ്യപ്പെട്ടിരിക്കുന്നു.

പക്ഷേ, രണ്ട് സഹോദരിമാർക്കും എങ്ങനെ കണ്ണടയ്ക്കാൻ പറ്റും! ഒരു അപരിചിതൻ അവരുടെ വീട്ടിൽ ഉറങ്ങിയിട്ട് വർഷങ്ങൾ കഴിഞ്ഞിരിക്കുന്നു. സന്ദർശകർ എപ്പോഴും ഗ്രാമത്തിലെ ഏതെങ്കിലും ഒരു പ്രമാണിയുടെ വീട്ടിലാണ് താമസിക്കുന്നത്. അവരുടെ വഴിയിൽ നിന്ന് അകന്നു മാറിയുള്ള ദരിദ്രമായ കുടിലിലേക്ക് ഒരിക്കലും സന്ദർശകർ കടന്നുവരാറില്ല. അതുകൂടാതെ അസുഖക്കാരനായ അവരുടെ സഹോദരന് അതിഥികളിൽ താല്പര്യം ഇല്ലായിരുന്നു. പക്ഷേ, ഇന്നുരാത്രിയിൽ ഒട്ടും പ്രതീക്ഷിക്കാത്ത ആഹ്ലാദമാണ് സംഭവിച്ചിരിക്കുന്നത്! വിറയ്ക്കുന്ന നാസാരന്ധ്രങ്ങളിലൂടെ അവർ അന്തരീക്ഷത്തിന്റെ ഗന്ധം നുകർന്നു. അതിന് എത്ര മാത്രം വ്യത്യാസം വന്നിരിക്കുന്നു. അതിന് എന്തുമാത്രം സുഗന്ധം ഉണ്ടായിരിക്കുന്നു. അത് സുഗന്ധ സസ്യങ്ങളുടെ ഗന്ധം ആയിരുന്നില്ല– അത് മനുഷ്യന്റെ ഗന്ധം സൃഷ്ടിച്ച സുഗന്ധം ആയിരുന്നു!

"ദൈവം അദ്ദേഹത്തെ പെട്ടകം നിർമ്മിക്കാൻ അയച്ചിരിക്കുകയാണെന്നാണ് പറഞ്ഞത്. നമ്മളെ അതിനുള്ളിൽ ആക്കാമെന്ന് അദ്ദേഹം വാക്കു തന്നിട്ടുണ്ട്... ഞാൻ പറയുന്നത് മറിയം കേൾക്കുന്നുണ്ടോ? അതോ ഉറക്കമായോ?"

"ഞാൻ ഉറങ്ങിയിട്ടില്ല." മറിയം മറുപടി പറഞ്ഞു. അവൾ മാറിടങ്ങൾ കൈപ്പത്തി കൊണ്ട് അമർത്തിപ്പിടിച്ചിരുന്നു. കാരണം അവളുടെ മാറിടങ്ങൾ വേദനിച്ചിരുന്നു.

“ദൈവമേ” മാർത്ത സംസാരം തുടർന്നു. “ലോകാവസാനം പെട്ടെന്നു വരട്ടെ. അങ്ങനെ സംഭവിച്ചാൽ ഞങ്ങൾക്ക് അദ്ദേഹത്തിന്റെ പെട്ടകത്തിനുള്ളിൽ കടക്കാൻ കഴിയും. ഞാൻ അദ്ദേഹത്തെ പരിചരിക്കും. എനിക്ക് അതിൽ ബുദ്ധിമുട്ടില്ല. മറിയത്തിന് അദ്ദേഹവുമായി കൂട്ടുകൂടാം. പെട്ടകം ഒഴുകിക്കൊണ്ടേയിരിക്കും. ഞാൻ അദ്ദേഹത്തെ ശാശ്വതമായി പരിചരിച്ചുകൊണ്ടിരിക്കും. നീ ശാശ്വതമായി അദ്ദേഹത്തിന്റെ കാൽച്ചുവട്ടിൽ ഇരിക്കുന്ന കൂട്ടുകാരി ആയിരിക്കും. ഞാൻ സങ്കല്പിക്കുന്ന സ്വർഗ്ഗം അങ്ങനെയാണ്. മറിയത്തിന്റെ സങ്കല്പവും അങ്ങനെയല്ലേ?”

“അതെ.” മറിയം കണ്ണടച്ചുകൊണ്ട് മറുപടി പറഞ്ഞു.

അവർ സംസാരിച്ചു. നെടുവീർപ്പിട്ടു. ഈ സമയത്ത് യേശു ഉറക്കത്തിലായിരുന്നെങ്കിലും എഴുന്നേറ്റിരിക്കുകയായിരുന്നു. അദ്ദേഹത്തിന് താൻ ഉറക്കത്തിലല്ലെന്ന് തോന്നി. പക്ഷേ, താൻ ജോർദ്ദാൻ നദിയിൽ മനസ്സിന്റെയും ശരീരത്തിന്റെയും ക്ഷീണം തീർത്ത് വിശ്രമിക്കുകയാണെന്ന് തോന്നി. മരുഭൂമിയിലെ മണ്ണ് ശരീരത്തിൽനിന്നും നീക്കം ചെയ്യപ്പെട്ടിരുന്നു. മനുഷ്യവർഗ്ഗത്തിന്റെ നന്മകളും തിന്മകളും അദ്ദേഹത്തിന്റെ ആത്മാവിൽനിന്നും നീക്കം ചെയ്യപ്പെട്ടിരുന്നു— ആത്മാവ് വീണ്ടും വിശുദ്ധമാക്കപ്പെട്ടിരുന്നു. പെട്ടെന്ന് ഉറക്കത്തിൽ അദ്ദേഹത്തിന് ജോർദ്ദാനിൽനിന്നും പുറത്തുവന്ന് ആരുംനടക്കാത്ത പച്ചവിരിച്ച ഒരുപാതയിലൂടെ നടന്ന് പൂത്തുലഞ്ഞ് പഴുത്ത പഴങ്ങൾ നിറഞ്ഞ നിബിഡമായ ഒരു തോട്ടത്തിൽ കടന്നു ചെന്നിരിക്കുകയാണെന്ന് തോന്നി. അതുകൂടാതെ അദ്ദേഹം അദ്ദേഹമല്ലെന്ന് തോന്നി. നസറേത്തിലെ മറിയത്തിന്റെ മകൻ യേശു അല്ലെന്നുള്ള തോന്നൽ ആയിരുന്നു. പക്ഷേ, ഏറക്കുറെ ആദ്യം സൃഷ്ടിച്ച ആദം എന്ന മനുഷ്യൻ ആണെന്നുള്ള തോന്നൽ ആയിരുന്നു. ദൈവത്തിന്റെ കൈകളിൽ നിന്നും അദ്ദേഹം കൃത്യം ആ നിമിഷത്തിൽ പുറത്തുവന്നതായിരുന്നു— അദ്ദേഹത്തിന്റെ മാംസം ഇപ്പോഴും പുതുമ പോകാത്ത കളിമണ്ണായിരുന്നു— അദ്ദേഹത്തിന്റെ എല്ലുകൾ കട്ടിയാക്കാനും മുഖത്ത് നിറം വരാനും ശരീരത്തിലെ എഴുപത്തിരണ്ടു സന്ധികൾക്ക് മുറുക്കം കിട്ടി എഴുന്നേറ്റ് നില്ക്കാനും നടക്കാനും ഉള്ള കഴിവ് ഉണ്ടാകാനും വേണ്ടി അദ്ദേഹത്തെ പൂക്കൾ വിരിഞ്ഞു നില്ക്കുന്ന പുൽത്തകിടിയിൽ കിടത്തി വെയിലുകൊള്ളിക്കുകയായിരുന്നു. അദ്ദേഹം സൂര്യനുതാഴെക്കിടന്ന് ബലം വെച്ചുകൊണ്ടിരിക്കുമ്പോൾ പക്ഷികൾ അദ്ദേഹത്തിന്റെ തലയ്ക്കു മുകളിലൂടെ ചിറകടിച്ചു പറന്നു. മരത്തിൽ നിന്ന് മരത്തിലേക്കു പറന്നു. വസന്തത്തിലെ പുൽത്തകിടിയിൽ മേനികാട്ടി ചുറ്റിത്തിരിഞ്ഞു. അവർ പരസ്പരം സംസാരിച്ചു. ചിലച്ചു. പുല്ലിൽകിടക്കുന്ന പുതിയ ജന്തുവിനെ നോക്കി. അയാളെ ജിജ്ഞാസയോടെ പരിശോധിച്ചു. ഓരോരുത്തർക്കും അവരവരുടെ അഭിപ്രായങ്ങൾ ഉണ്ടായിരുന്നു. അവർ അത് പറഞ്ഞുകൊണ്ടിരുന്നു. അവരുടെ ഭാഷയിൽ പണ്ഡിതനായിരുന്ന അദ്ദേഹം അവരുടെ സംസാരം കേട്ട് ആഹ്ലാദിച്ചു.

മയിൽ അതിന്റെ പീലിവിടർത്തിക്കൊണ്ട് അഹംഭാവത്തോടെ

അങ്ങോട്ടും ഇങ്ങോട്ടും നടന്നു. നിലത്തുകിടക്കുന്ന ആദമിനെ മയക്കുന്ന രീതിയിൽ തലചരിച്ച് നോക്കിക്കൊണ്ട് മയിൽ പറഞ്ഞു. “ഞാൻ ഒരുപിട ക്കോഴി ആയിരുന്നു. പക്ഷേ, ഞാൻ ഒരു മാലാഖയെ സ്നേഹിച്ചു മയിലായി മാറി. എന്നേക്കാൾ ഭംഗിയുള്ള മറ്റൊരു പക്ഷി ഉണ്ടോ? ഇല്ല!” മണിപ്രാവ് മരത്തിൽ നിന്ന് മരത്തിലേക്ക് പറന്നു നടന്നു. അത് സ്വർഗ്ഗത്തിലേക്ക് കഴുത്തുയർത്തി വിളിച്ചു പറഞ്ഞു. “സ്നേഹം! സ്നേഹം! സ്നേഹം!” കുയിൽ പറഞ്ഞു. “എല്ലാ കിളികളേക്കാളും നന്നായി പാടുന്നത് ഞാനാണ്.” തൂക്കണാം കുരുവി പറഞ്ഞു. “ഞാൻ ഇല്ലായിരുന്നെങ്കിൽ മരങ്ങൾ ഒരിക്കലും പൂക്കില്ലായിരുന്നു.” പൂവൻകോഴി പറഞ്ഞു. “ഞാൻ ഇല്ലായിരുന്നെങ്കിൽ ഒരിക്കലും നേരം വെളുക്കില്ലായിരുന്നു.” വാനമ്പാടി പറഞ്ഞു. “പുലരിയിൽ ഞാൻ പാടാൻ വേണ്ടി ആകാശത്തേക്ക് പറന്നുയരുമ്പോൾ ഞാൻ എന്റെ കുട്ടികളോട് വിട പറഞ്ഞിട്ടാണ് പോകുന്നത്. കാരണം ഞാൻ എന്റെ പാട്ടിൽനിന്നും ജീവനോടെ തിരിച്ചുവരുമോ എന്ന് ഒരു കാലത്തും എനിക്ക് അറിവുണ്ടായിരുന്നില്ല.” രാപ്പാടി പറഞ്ഞു. “എന്നെ ദരിദ്രമായ വസ്ത്രങ്ങൾ ധരിച്ചവരെ നോക്കുന്നതുപോലെ നോക്കരുത്. എനിക്കും തിളക്കമുള്ള വലിയ ചിറകുകൾ ഉണ്ടായിരുന്നു. പക്ഷേ, അതെല്ലാം ഞാൻ പാട്ടുകളാക്കി മാറ്റിയെടുത്തു.” നീണ്ട ചുണ്ടുള്ള ഒരു കറുത്തപക്ഷി ആദ്യമായി സൃഷ്ടിക്കപ്പെട്ട മനുഷ്യന്റെ തോളിൽ വന്ന് പറ്റിച്ചേർന്നു. അത് അയാളുടെ ചെവിയിലേക്ക് കുനിഞ്ഞ് ഒരു വലിയ രഹസ്യം വിശ്വസിച്ച് ഏല്പിക്കുന്നതുപോലെ പതുക്കെ പറഞ്ഞു.

“സ്വർഗ്ഗത്തിന്റെയും നരകത്തിന്റെയും വാതിലുകൾ അടുത്തടുത്താണ്. രണ്ടും ഒരു പോലെ ആണ്. രണ്ടും പച്ച നിറമാണ്. രണ്ടും സുന്ദരമാണ്. ആദമിന് ശ്രദ്ധ വേണം! ശ്രദ്ധ വേണം! ശ്രദ്ധ വേണം!”

കൃത്യം നേരം പുലരുന്ന ആ സമയത്ത് മനസ്സിൽ കറുത്തപക്ഷിയുടെ പാട്ടുമായി യേശു ഉണർന്നു.

പത്തൊൻപത്

ദൈവം മനുഷ്യനുമായി ഇടപെടുമ്പോൾ വലിയ കാര്യങ്ങൾ സംഭവിക്കുന്നു. മനുഷ്യൻ ഇല്ലായിരുന്നെങ്കിൽ അദ്ദേഹത്തിന്റെ ഭൂമിയിലുള്ള ജീവികളെപ്പറ്റി സ്പഷ്ടമായി ആലോചിക്കാനോ അദ്ദേഹത്തിന്റെ പരിമിതികളില്ലാത്ത ശക്തിയെ ഭയത്തോടെയാണെങ്കിലും സാഹസികമായി പരീക്ഷിക്കാനോ ദൈവത്തിന് മനസ്സുണ്ടാകുമായിരുന്നില്ല. അദ്ദേഹത്തിന് ഈ ഭൂമിയിൽ മറ്റുള്ളവരുടെ ബുദ്ധിമുട്ടുകളെപ്പറ്റി അനുകമ്പ തോന്നാനുള്ള ഹൃദയം ഉണ്ടാകുമായിരുന്നില്ല. ദൈവം ആഗ്രഹിക്കാത്തതോ മറന്നുപോയതോ രൂപപ്പെടുത്താൻ ഭയക്കുന്നതോ ആയ നന്മകളും കരുതലുകളും സൃഷ്ടിക്കാൻ അദ്ദേഹം മനസ്സ് കാണിക്കുമായിരുന്നില്ല. എന്തായാലും മനുഷ്യന് സൃഷ്ടി തുടരാനുള്ള ശക്തിയും ധീരതയും നല്കിക്കൊണ്ട്

അദ്ദേഹം അവന് ജീവൻ കൊടുത്തു.

പക്ഷേ, ദൈവം ഇല്ലാതെ ജനിച്ച മനുഷ്യൻ നിരായുധനായിരുന്നു. അവൻ വിശപ്പുകൊണ്ടും ഭയം കൊണ്ടും തണുപ്പുകൊണ്ടും തുടച്ചു മാറ്റപ്പെടുമായിരുന്നു. ഇതെല്ലാം മനുഷ്യൻ അതിജീവിച്ചാൽ അവൻ സിംഹങ്ങൾക്കും പേനുകൾക്കും നടുവിൽ ഒച്ചിനെപ്പോലെ ഇഴഞ്ഞു നടക്കുമായിരുന്നു. തുടർച്ചയായ പോരാട്ടത്തിലൂടെ അവന് അവന്റെ പിൻകാലിൽ എഴുന്നേറ്റു നില്ക്കാൻ കഴിഞ്ഞിരുന്നില്ലെങ്കിൽ അവന്റെ അമ്മയായ കുരങ്ങിന്റെ ഇളം ചൂടുള്ള മൃദുലമായ ആലിംഗനത്തിൽനിന്ന് ഒരിക്കലും അവന് രക്ഷപ്പെടാൻ കഴിയുമായിരുന്നില്ല.... ഇതെല്ലാം ആലോചിക്കുമ്പോൾ ദൈവത്തിനും മനുഷ്യനും ഒന്നാകാൻ പറ്റുമെന്നുള്ള മുമ്പൊരിക്കലും തോന്നാത്ത ഒരു തോന്നൽ യേശുവിന് തോന്നി.

അദ്ദേഹം അതിരാവിലെ ജറുസലേമിലേക്കുള്ള വഴിയിലൂടെ യാത്രതിരിച്ചു. അദ്ദേഹത്തിന്റെ ഇടത്തും വലത്തും ദൈവം ഉണ്ടായിരുന്നു. അദ്ദേഹത്തിന് തോളുകൊണ്ട് ദൈവത്തെ തൊടാൻ കഴിഞ്ഞിരുന്നു. അവർ ഒരേതരത്തിലുള്ള ഉൽക്കണ്ഠകളുമായി ഒന്നിച്ച് സഞ്ചരിക്കുകയായിരുന്നു. ലോകം വഴുതിവീണു പോയിരിക്കുന്നു. അത് സ്വർഗ്ഗത്തിലേക്ക് കയറാനുള്ളതിനു പകരം നരകത്തിലേക്ക് ഇറങ്ങിച്ചെന്നിരിക്കുന്നു. അവർക്കു രണ്ടുപേർക്കും— ദൈവത്തിനും ദൈവത്തിന്റെ മകനും— ലോകത്തെ ശരിയായ വഴിയിലേക്ക് ഒരിക്കൽക്കൂടി തിരിച്ചു കൊണ്ടുവരാൻ വേണ്ടി കഠിനമായി അദ്ധ്വാനിക്കേണ്ടിയിരിക്കുന്നു. അതുകൊണ്ടാണ് യേശു ഇത്രമാത്രം തിടുക്കം കൂട്ടിയത്. അദ്ദേഹം പോരാട്ടം തുടങ്ങാൻ വേണ്ടി കൂട്ടുകാരെ കാണാനുള്ള ആകാംക്ഷയോടെ അതിവേഗത്തിൽ നടന്നു. ചാവുകടലിൽനിന്ന് ഉദിക്കുന്ന സൂര്യൻ, പുതിയ വെളിച്ചം തട്ടി പാട്ടുപാടുന്ന പക്ഷികൾ, മരങ്ങളുടെ വിറകൊള്ളുന്ന ഇലകൾ, ജറുസലേമിലെ മതിലുകൾ ലക്ഷ്യമാക്കി ഉരുളുന്നതിന്റെ കൂടെ അദ്ദേഹത്തെക്കൂടി വലിച്ചുകൊണ്ടുപോകുന്ന വെളുത്ത വഴി— ഇതെല്ലാം ചേർന്ന് ഒന്നിച്ച് അദ്ദേഹത്തിനോട് വിളിച്ചു കൂവി. "വേഗം നടക്ക്! വേഗം നടക്ക്! ഞങ്ങൾ നശിച്ചുകൊണ്ടിരിക്കുകയാണ്."

"എനിക്കറിയാം, എനിക്കറിയാം" യേശു മറുപടി പറഞ്ഞു. "എനിക്കറിയാം. ഞാൻ വരുകയാണ്."

അന്ന് തന്നെ നേരം പുലർന്നു തുടങ്ങുമ്പോൾ അദ്ദേഹത്തിന്റെ കൂട്ടുകാർ ജറുസലേമിന്റെ മതിലിനോടുചേർന്നുള്ള ആളൊഴിഞ്ഞ ഇടവഴികളിലൂടെ തെന്നിനീങ്ങുകയായിരുന്നു. അവർ ഒന്നിച്ചായിരുന്നില്ല. രണ്ടുപേർ വീതമുള്ള കൂട്ടങ്ങളായാണ് അവർ നടന്നുകൊണ്ടിരുന്നത്— പീറ്ററും ആൻഡ്രുവും, ജേക്കബ്ബും ജോണും, ഏറ്റവും മുമ്പിൽ യൂദാസ് തനിച്ച്. അവർ ഭയത്തോടെ ആരെങ്കിലും പിൻതുടരുന്നുണ്ടോ എന്ന് നാലുചുറ്റും കണ്ണോടിച്ചുകൊണ്ട് ഓടുകയായിരുന്നു. ഡേവിഡിന്റെ കോട്ടവാതിൽ അവരുടെ മുമ്പിൽ ഉയർന്നുനിന്നിരുന്നു. അവർ ഇടതുവശത്തുള്ള ആദ്യത്തെ ഇടവഴിയിലൂടെ തിരിഞ്ഞ് സിറേനിയക്കാരൻ സൈമണിന്റെ മദ്യശാലയി

ലേക്ക് ഒളിച്ചു കയറി.

തടിച്ച് ഉള്ളിലേക്ക് വളഞ്ഞ സത്രം സൂക്ഷിപ്പുകാരൻ അയാളുടെ വയ്ക്കോൽ മെത്തയിൽനിന്ന് എഴുന്നേറ്റിരുന്നെങ്കിലും അയാൾ ഇപ്പോഴും പകുതി ഉറക്കത്തിലായിരുന്നു. അയാളുടെ കണ്ണും മൂക്കും ചുവന്നു തുടുത്തിരുന്നു. കാരണം അയാൾ ഇന്നലെ കുടിയന്മാരായ പതിവുകാരോടൊപ്പം വീഞ്ഞു കുടിച്ചുകൊണ്ടിരിക്കുകയായിരുന്നു. രാത്രി അവസാനിക്കുന്നതുവരെ അയാൾ പാടി. ബഹളം ഉണ്ടാക്കി. അയാൾ വളരെ താമസിച്ചാണ് ഉറങ്ങാൻ പോയത്. ഇപ്പോൾ മുറുമുറുത്തുകൊണ്ട് അയാൾ മേശ വൃത്തിയാക്കുകയായിരുന്നു. ആഘോഷത്തിന്റെ അവശിഷ്ടങ്ങൾ അയാൾ തുടച്ചുമാറ്റിക്കൊണ്ടിരുന്നു. അയാൾ നില്ക്കുന്നുണ്ടെങ്കിലും ഉറക്കം ഉണർന്നിരുന്നില്ല. കൈയിൽ റബ്ബർ കഷണവും പിടിച്ച് മേശ വൃത്തിയാക്കാൻ തുടങ്ങിയത്. സ്വപ്നത്തിലാണെന്ന് അയാൾക്ക് തോന്നി... പക്ഷേ, ഉറക്കത്തിനും ഉന്മേഷത്തിനും ഇടയ്ക്ക് ജോലി ചെയ്തുകൊണ്ടിരിക്കുമ്പോൾ ആളുകൾ സംസാരിച്ചുകൊണ്ട് മദ്യശാലയിലേക്ക് കടന്നു വരുന്നത് അയാൾ കേട്ടു. അയാൾ തിരിഞ്ഞുനോക്കി. അയാളുടെ കണ്ണുകൾ ഇപ്പോഴും നീറുന്നുണ്ടായിരുന്നു. അയാളുടെ നാക്ക് കൈയ്ക്കുന്നുണ്ടായിരുന്നു. അയാളുടെ താടിയിലെല്ലാം വറുത്ത മത്തങ്ങ കുരുക്കൾ പറ്റിപ്പിടിച്ചിരുന്നു.

“അവിടെ ആരാണ്?” അയാൾ പരുഷമായി മുരണ്ടു. “നിങ്ങൾ എന്നെ ഉപദ്രവിക്കരുത്. അതിരാവിലെ വെട്ടം വീണപ്പോൾ നിങ്ങൾ തിന്നാനും കുടിക്കാനും വന്നിരിക്കുകയാണ്. അല്ലേ? ശരി. ഞാൻ തയ്യാറല്ല. പെട്ടെന്ന് സ്ഥലം വിട്ടോളൂ.”

പക്ഷേ, സ്വന്തം അട്ടഹാസം സത്രം സൂക്ഷിപ്പുകാരനെ സാവധാനം ഉണർത്തി. അയാൾ പഴയ കൂട്ടുകാരൻ പീറ്ററിനെയും മറ്റ് ഗലീലിക്കാരെയും അല്പാല്പമായി തിരിച്ചറിയാൻ തുടങ്ങി. അയാൾ മുന്നോട്ടു വന്ന് അവരെ അടുത്തുനിന്ന് പരിശോധിച്ചതിനുശേഷം പൊട്ടിച്ചിരിച്ചു.

“ഹാ, ഏതൊക്കെ മോന്തകളാണ് ഞാൻ ഇവിടെ കാണുന്നത്! ആൺകുട്ടികളുടെ നാക്ക് വായിൽ കിടക്കണം. പേടിച്ച് പൊട്ടിത്തെറിക്കാതിരിക്കാൻ നിങ്ങളുടെ പൊക്കിളുകളിൽ പൊത്തിപ്പിടിച്ചോളൂ. എന്റെ ധീരന്മാരായ ഗലീലിക്കാരേ; നിങ്ങൾ അഭിമാനമുള്ള കൂട്ടരല്ലേ!”

“സൈമൺ ദൈവത്തെ ഓർത്ത് വിളിച്ചുകൂവി ലോകത്തെ വിളിച്ചുണർത്തരുത്.” പീറ്റർ സൈമണിന്റെ വായ് പൊത്തിപ്പിടിച്ചുകൊണ്ട് മറുപടി പറഞ്ഞു. “കതക് അടയ്ക്കൂ. രാജാവ് സ്നാപകനെ കൊന്നു. നീ ഇതുവരെ അത് മനസ്സിലാക്കിയിട്ടില്ലേ? അയാൾ സ്നാപകന്റെ തലവെട്ടി തളികയിൽ വെച്ചു...”

“അയാൾ അയാൾക്ക് ചെയ്യാവുന്നത് ചെയ്തു. സ്നാപകൻ രാജാവിന് സഹോദരന്റെ ഭാര്യയുമായുള്ള ഇടപാട് പറഞ്ഞ് ചെവി തിന്നുകയായിരുന്നു. ഇതൊക്കെ ആരാണ് ശ്രദ്ധിക്കുന്നത്! അയാൾ രാജാവാണ്. അയാൾക്ക് ഇഷ്ടമുള്ളത് അയാൾ ചെയ്യട്ടെ. വേറൊരു കാര്യം പറയട്ടെ—

ഇത് നമ്മൾ കൂട്ടുകാർ മാത്രം അറിഞ്ഞാൽ മതി— അയാൾ അയാളുടെ "പശ്ചാത്തപിക്കൂ! പശ്ചാത്തപിക്കൂ!" കൊണ്ട് എന്റെ ചെവിയും തിന്നു തീർത്തു... പക്ഷേ, എന്നെ എന്റെ വഴിക്ക് വിടുന്നതാണ് എന്റെ താല്പര്യം!"

"പക്ഷേ, അയാൾ ജ്ഞാനസ്നാനം ചെയ്തവരെ എല്ലാം വെട്ടിക്കൊല്ലാൻ പോകുകയാണെന്നാണ് അവർ പറയുന്നത്. ഞങ്ങൾ ജ്ഞാനസ്നാനം ചെയ്തവരാണ്... നിനക്ക് മനസ്സിലാകുന്നില്ലേ?"

"മഠയന്മാർ, ആരു പറഞ്ഞു നിങ്ങളോട് ജ്ഞാനസ്നാനം ചെയ്യിപ്പിക്കാൻ! അതിന്റെ ഫലമാണ് നിങ്ങൾ ഇപ്പോൾ അനുഭവിക്കുന്നത്!"

"എടാ വീഞ്ഞുഭരണി, നീയും ജ്ഞാനസ്നാനത്തിന് പോയിട്ടുണ്ട്." പീറ്റർ അവളോട് ദേഷ്യപ്പെട്ടു. "നീ തന്നെ അത് ഞങ്ങളോട് പറഞ്ഞിട്ടുണ്ട്. പിന്നീട് ഞങ്ങളോട് എന്തിനാണ് ഒച്ചവെക്കുന്നത്?"

"പക്ഷേ, കള്ളമീൻ കച്ചവടക്കാരൻ ഒരു കാര്യം മനസ്സിലാക്കണം. അതും ഇതും ഒരു പോലെ അല്ല. എന്നെ ജ്ഞാനസ്നാനം ചെയ്യിച്ചിട്ടില്ല. നിങ്ങൾ അത് ജ്ഞാനസ്നാനം ആണെന്നാണോ പറയുന്നത്? ഞാൻ വെള്ളത്തിൽ ഇറങ്ങി നീന്താൻ പോയിരുന്നു. കള്ളപ്രവാചകന്റെ സങ്കീർത്തനം എല്ലാം ഒരു ചെവിയിലൂടെ കയറി മറ്റേ ചെവിയിലൂടെ ഇറങ്ങിപ്പോയി. ബുദ്ധിയുള്ള ആരുടെ കാര്യത്തിലും അത് അങ്ങനെതന്നെയാണ്. പക്ഷേ, നിങ്ങൾ വിഡ്ഢികളാണ്... ഈ പിത്തലാട്ടക്കാർ നിങ്ങളോട് അവർക്ക് ആണാടിനെ കറന്ന് പാലെടുക്കാൻ പറ്റുമെന്ന് പറയുന്നു. ഏറ്റവും ആദ്യം അവരെ വിശ്വസിച്ചത് നിങ്ങളായിരുന്നു. അവർ നിങ്ങളോട് വെള്ളത്തിൽ ചാടി മുങ്ങാൻ ആജ്ഞാപിക്കുന്നു. നിങ്ങൾ മുങ്ങിക്കിടന്ന് ന്യൂമോണിയാ പിടിച്ച് മരിക്കുന്നു. ശാബത്ത് ദിവസം ചെള്ളിനെ കൊല്ലുന്നത് വലിയ പാപമാണെന്ന് അവർ പറയുന്നു. അതുകൊണ്ട് നിങ്ങൾ അതിനെ കൊല്ലുന്നില്ല. എന്നാൽ അവർ നിങ്ങളെ കൊല്ലുന്നു. തലവരിപ്പണം കൊടുക്കരുത്! നിങ്ങൾ അത് കൊടുക്കാതെ ബഹളം ഉണ്ടാക്കുന്നു! നിങ്ങളുടെ തല പോകുന്നു! നിങ്ങൾ അർഹിക്കുന്നത് നിങ്ങൾക്ക് കിട്ടുന്നു. ഇപ്പോൾ നമുക്ക് ഇവിടെ ഇരുന്ന് അല്പം കുടിക്കാം. നിങ്ങൾക്ക് ഉറച്ചു നില്ക്കാം. എനിക്ക് ഉറക്കം മാറാനും അത് അത്യാവശ്യമാണ്!"

മദ്യശാലയുടെ മൂലകളിൽ രണ്ട് തടിച്ച വീപ്പകൾ ഇരിക്കുന്നത് അവ്യക്തമായി കാണാൻ കഴിഞ്ഞിരുന്നു. ഒന്നിൽ ചുവന്ന നിറമുള്ള പൂവൻകോഴിയെ വരച്ചിരുന്നു. മറ്റേതിൽ ഇരുണ്ട കറുത്തനിറമുള്ള പന്നി ഉണ്ടായിരുന്നു. അയാൾ പൂവൻകോഴിയുള്ള വീപ്പയിൽ നിന്നും വീഞ്ഞ് കൂജയിൽ നിറച്ചു. ആറു ഗ്ലാസുകൾ കണ്ടുപിടിച്ച് അത് വൃത്തിയാക്കാൻ വേണ്ടി അഴുക്കുവെള്ളം ഇരുന്നിരുന്ന ഒരു പാത്രത്തിൽ മുക്കി. വീഞ്ഞിന്റെ മണം അയാളുടെ മൂക്കിൽ തട്ടി. അയാൾ ഉണർന്നു.

സത്രത്തിന്റെ വാതിലിൽ അന്ധനായ ഒരു മനുഷ്യൻ പ്രത്യക്ഷപ്പെട്ടു. അയാൾ വടി കാലുകളുടെ നടുക്ക് ഇട്ടതിനുശേഷം ഒരു പഴയ വിപഞ്ചിക എടുത്ത് സ്വരച്ചേർച്ച വരുത്താൻ തുടങ്ങി. ഇതിനിടയിൽ അയാൾ തൊണ്ട

തെളിയാൻ വേണ്ടി വെറുതെ ചുമച്ചു തുപ്പുന്നുണ്ടായിരുന്നു. ഇത് ചെറുപ്പത്തിൽ ഒട്ടകങ്ങളെ ഓടിച്ചിരുന്ന എലിയാകിം ആയിരുന്നു. എന്തായാലും ഒരു ദിവസം ഉച്ചസമയത്ത് അയാൾ മരുഭൂമിയിലൂടെ സഞ്ചരിക്കുമ്പോൾ ഒരു ഈന്തപ്പനയുടെ താഴെ ഉണ്ടായിരുന്ന കുഴിയിലെ വെള്ളത്തിൽ ഒരു സ്ത്രീ നഗ്നയായി നിന്ന് കളിക്കുന്നതു കണ്ടു. അയാൾ മുഖം തിരിക്കുന്നതിനുപകരം സുന്ദരിയായ ആ നാടോടിയിൽ നിന്നും കണ്ണെടുത്തില്ല. അവളുടെ ഭർത്താവ് ഒരു പാറയുടെ പിന്നിൽ ഇരുന്ന് അടുപ്പിൽ തീകത്തിച്ചുകൊണ്ടിരുന്നത് അയാളുടെ ഭാഗ്യം കൊണ്ടായിരുന്നു. ഒട്ടകക്കാരൻ ഭാര്യയുടെ അടുത്തേക്ക് വന്ന് അവളുടെ നഗ്നത കണ്ണുകൊണ്ട് വാരിവിഴുങ്ങുന്നതു കണ്ടപ്പോൾ അവളുടെ ഭർത്താവ് കത്തുന്ന രണ്ടു കൽക്കരിക്കഷണങ്ങളുമായി ഓടിവന്നു. അയാൾ അത് കുറ്റവാളിയുടെ കണ്ണിൽ കുത്തിക്കെടുത്തി.... ആ ദിവസം മുതൽ ഭാഗ്യദോഷിയായ എലിയാകിം സ്തോത്രങ്ങളിലേക്കും പാട്ടുകളിലേക്കും സ്വയം എടുത്തു ചാടി. അയാൾ വിപഞ്ചികയുമായി ജറുസലേമിലെ മദ്യശാലകളിലും വീടുകളിലും കയറി ഇറങ്ങി. ചിലപ്പോൾ അയാൾ ദൈവത്തിന്റെ കാരുണ്യം മൂളി. ചിലപ്പോൾ അയാൾ സ്ത്രീകളുടെ നഗ്നത പാടി. അയാൾക്ക് ഒരു കഷണം അപ്പവും കൈനിറയെ ഈന്തപ്പഴവും ഒന്നോ രണ്ടോ ഒലിവും കിട്ടും. അതിനുശേഷം അയാൾ യാത്ര തുടരും.

അയാൾ വിപഞ്ചിക മീട്ടി. തൊണ്ട ശരിയാക്കി. ശബ്ദം ഉയർത്തി. അയാൾ അയാളുടെ ഏറ്റവും ഇഷ്ടപ്പെട്ട സ്തോത്രം വിശാലമായി പാടാൻ തുടങ്ങി;

“ദൈവമേ, അങ്ങയുടെ മഹത്തായ കാരുണ്യത്തിന് അനുസൃതമായി എന്നോട് കരുണ കാണിക്കേണമേ,

അങ്ങയുടെ ധാരാളം അനുകമ്പകൾക്ക് അനുസൃതമായി എന്റെ പാപം മായ്ച്ചുകളയേണമേ.”

ആ നിമിഷത്തിൽ സത്രം നടത്തിപ്പുകാരൻ വീഞ്ഞുകൂജയും ഗ്ലാസുകളുമായി പ്രത്യക്ഷപ്പെട്ടു. അയാൾ സ്തോത്രം കേട്ടു. അയാൾക്ക് ദേഷ്യം വന്നു.

“മതി മതി” അയാൾ പൊട്ടിത്തെറിച്ചു. “നിങ്ങളാണ് എന്റെ ചെവി ചവച്ചുതിന്നുന്ന മറ്റൊരാൾ. എന്നും ഒരേ പാട്ടുതന്നെ. “എന്നോട് കരുണ കാണിക്കേണമേ, എന്നോട് കരുണ കാണിക്കേണമേ...” നരകം! ഹോ, പാപം ചെയ്തത് ഞാനാണോ? ഞാനാണോ വല്ലവന്റേം ഭാര്യ കുളിക്കുന്നത് നോക്കി നിന്നത്? ദൈവം നമുക്ക് കണ്ണുകൾ തന്നത് എപ്പോഴും അടച്ചുവെക്കാനാണ്.— നിങ്ങൾക്ക് ആ കാര്യം ഇതുവരെ മനസ്സിലായിട്ടില്ലേ? ശരി, നിങ്ങൾക്ക് കിട്ടാനുള്ളത് കിട്ടി. ഇവിടെ നിന്ന് പൊയ്ക്കോളൂ. പോയി മറ്റാരെയെങ്കിലും ബുദ്ധിമുട്ടിക്കൂ!”

അന്ധൻ വീണ്ടും വടി കൈയിൽ എടുത്തു. വിപഞ്ചിക കക്ഷത്തിൽ തിരുകിവെച്ചു. ഒരു വാക്കുപോലും പറയാതെ സ്ഥലംവിട്ടു.

“ദൈവമേ എന്നോട് കരുണ കാണിക്കേണമേ... എന്നോട് കരുണ

കാണിക്കേണമേ...” അസ്വസ്ഥനായ സത്രം സൂക്ഷിപ്പുകാരന്റെ തൊണ്ട ഇടറി. “ഡേവിഡ് മറ്റുള്ളവരുടെ ഭാര്യമാരെ കണ്ണുവെച്ചു. ഈ കണ്ണില്ലാത്ത വിഡ്ഢിയും അതുതന്നെയാണ് ചെയ്തത്– അതിന്റെ ബുദ്ധിമുട്ട് അനുഭവിക്കുന്നത് ഞങ്ങളാണ്. എന്റെ ദൈവമേ, എന്നെ ശല്യപ്പെടുത്തല്ലേ!”

അയാൾ അവസാനം ഗ്ലാസുകൾ നിറച്ചു. അവർ കുടിച്ചു. അയാൾ അയാളുടെ ഗ്ലാസ് വീണ്ടും നിറച്ച് കാലിയാക്കി താഴെ വെച്ചു.

“ഞാൻ നിങ്ങൾക്കു വേണ്ടി ഒരു ആട്ടിൻതല അടുപ്പിൽവെക്കാൻ പോകുന്നു. ഒന്നാം തരം ആട്ടിൻതല! ഒരമ്മ, കുട്ടിയുടെ വായിൽനിന്നും അത് മോഷ്ടിച്ചെടുക്കും!” അയാൾ മുറ്റത്തേക്ക് പറന്നു. അവിടെ അയാൾ തനിച്ച് നിർമ്മിച്ച ഒരു ചെറിയ അടുപ്പ് ഉണ്ടായിരുന്നു. ചുള്ളിക്കമ്പുകളും മുന്തിരിവള്ളികളും കൊണ്ടുവന്ന് അടുപ്പ് കത്തിച്ച് ആട്ടിൻതല ചട്ടിയിലിട്ട് വേവിക്കാൻ വെച്ചതിനുശേഷം അയാൾ കൂട്ടുകാരുടെ അടുത്തേക്ക് തിരിച്ചുവന്നു. അയാൾ വീഞ്ഞുകുടിക്കാനും സംസാരിക്കാനും വേണ്ടി മരിക്കുകയായിരുന്നു.

പക്ഷേ, കൂട്ടുകാർ അതിനുള്ള മാനസികാവസ്ഥയിൽ ആയിരുന്നില്ല. അവർ തീയുടെ ചുറ്റും കൂടിയിരുന്ന് പകുതി മനസ്സോടെ എന്തെങ്കിലും പിറുപിറുത്തു. അതിനുശേഷം വീണ്ടും മൗനം പാലിച്ചു. അവരുടെ അവസ്ഥ അവർ കത്തുന്ന കല്ക്കരിയുടെ മുകളിലൂടെ നടക്കുന്നതുപോലെ ആയിരുന്നു. അവർ പോകാനുള്ള ആകാംക്ഷയോടെ വാതിലിന്റെ നേർക്ക് നോക്കി. യൂദാസ് എഴുന്നേറ്റ് ഉമ്മറത്തു പോയിനിന്നു. അയാൾ ഭയം കൊണ്ട് തലകീഴായി മറിഞ്ഞുപോയ ഈ ഭീരുക്കളെ കാണാൻ പോലും ഇഷ്ടപ്പെട്ടില്ല. അവർ ഓടിയ ഓട്ടം നോക്കൂ! അവർ എത്രവേഗത്തിലാണ് ജോർദ്ദാനിൽ നിന്ന് ജറുസലേമിൽ എത്തിയതെന്ന് നോക്കൂ! അവർ അങ്ങേയറ്റം ഭയത്തോടെ ഒറ്റപ്പെട്ടു നില്ക്കുന്ന മദ്യശാലയിൽ വന്ന് ഒളിച്ചിരിക്കുന്നതു നോക്കൂ! ഇപ്പോൾ മുയലുകളുടെ ചെവിപോലെ എഴുന്നു നില്ക്കുന്ന ചെവികളുമായി അവർ ഒളിച്ചോടാൻ തയ്യാറെടുത്തു നിന്നുകൊണ്ട് വിറയ്ക്കുകയാണ്.... “ധീരന്മാരായ ഗലീലിക്കാരെ, നിങ്ങൾ നശിക്കും. അയാൾ സ്വയം പറഞ്ഞു. എന്നെ അവരെപ്പോലെ കരുപ്പിടിപ്പിക്കാത്തതിന് ഞാൻ ഇസ്രയേലിന്റെ ദൈവത്തിനോട് നന്ദി പറയുന്നു. ഞാൻ ജനിച്ചത് മരുഭൂമിയിൽ ആയിരുന്നു. എന്നെ സൃഷ്ടിച്ചത് ഗലീലിയിലെ മൃദുലമായ മണ്ണുകൊണ്ടല്ല. കരിങ്കല്ലുകൊണ്ടാണ് എന്നെ നിർമ്മിച്ചിരിക്കുന്നത്. നിങ്ങളിൽ ഓരോരുത്തരും ശപഥങ്ങളും ചുംബനങ്ങളുമായി അദ്ദേഹത്തിന്റെ സേവ പിടിച്ചു. എന്നാൽ ഇപ്പോൾ നിങ്ങളുടെ ആഗ്രഹം നിങ്ങളുടെ തൊലി രക്ഷിക്കണമെന്നു മാത്രമാണ്. പക്ഷേ, അപരിഷ്കൃതനും പിശാചും കഴുത്തറുക്കുന്നവനുമായ ഞാൻ അദ്ദേഹത്തെ കൈയൊഴിയുകയില്ല. യേശുവിന് എന്താണ് പറയാനുള്ളതെന്ന് അറിയാൻ വേണ്ടി ജോർദ്ദാൻ മരുഭൂമിയിൽനിന്ന് അദ്ദേഹം തിരിച്ചെത്തുന്നതുവരെ ഞാൻ ഇവിടെ കാത്തിരിക്കും. എനിക്ക് എന്റെ തൊലിയെപ്പറ്റി ഭയമില്ല. ഒരേ ഒരു കാര്യമാണ് എന്നെ പീഡിപ്പിക്കുന്നത്. അത് ഇസ്രയേലിന്റെ ദുരിതമാണ്.

അയാൾ മദ്യശാലയുടെ ഉള്ളിൽനിന്നും അടക്കിപ്പിടിച്ച ശബ്ദത്തിലുള്ള തർക്കങ്ങൾ കേട്ടു. അയാൾ ശ്രദ്ധിച്ചു.

"ഞാൻ പറയുന്നത് നമ്മൾ സുരക്ഷിതത്വം ഉള്ള ഗലീലിയിലേക്ക് തിരിച്ചു പോകണമെന്നാണ്." പീറ്റർ പറഞ്ഞു. "നമ്മുടെ തടാകത്തെ മറക്കാൻ പാടില്ല!" അയാൾ നെടുവീർപ്പിട്ടു. നീലത്തിരമാലകളിലൂടെ അയാളുടെ പച്ചബോട്ട് ഒഴുകുന്നത് പീറ്റർ കണ്ടു. അയാളുടെ മനസ്സ് വിങ്ങി. അയാൾ പാറക്കല്ലുകളും അരളിച്ചെടികളും മത്സ്യം നിറഞ്ഞ വലകളും കണ്ടു. അയാളുടെ കണ്ണുകൾ നിറഞ്ഞു. "കുട്ടികളേ, നമുക്ക് പോകാം" അയാൾ പറഞ്ഞു "വരൂ. നമുക്ക് പോകാം!"

"മദ്യശാലയിൽ കാത്തിരിക്കാമെന്ന് നമ്മൾ അദ്ദേഹത്തിന് വാക്കു കൊടുത്തിട്ടുണ്ട്." ജേക്കബ് പറഞ്ഞു. "നമ്മൾ വാക്കുപാലിക്കുന്നതാണ് ശരിയായ കാര്യം."

"നമുക്ക് കാര്യങ്ങൾ ക്രമീകരിക്കാൻ പറ്റും" പീറ്റർ അഭിപ്രായപ്പെട്ടു. "അദ്ദേഹം വരുകയാണെങ്കിൽ കാര്യങ്ങൾ പറയാൻ നമുക്ക് സൈറേനിയാക്കാരനെ ഇടപാടു ചെയ്യാം..."

"വേണ്ടാ വേണ്ടാ!" ആൻഡ്രു എതിർത്തു. "ഈ മെരുങ്ങാത്ത നഗരത്തിൽ നമുക്ക് അദ്ദേഹത്തെ എങ്ങനെ ഉപേക്ഷിക്കാൻ പറ്റും? നമുക്ക് അദ്ദേഹത്തിനു വേണ്ടി ഇവിടെ കാത്തിരിക്കാം."

"ഞാൻ പറയുന്നത് ഗലീലിയിലേക്ക് തിരിച്ചു പോകാമെന്നാണ്." പീറ്റർ പിടിവാശിയോടെ ആവർത്തിച്ചു.

ജോൺ മറ്റുള്ളവരുടെ കൈയിൽ പിടിച്ചു. തോളിൽ കൈവെച്ചു. "സഹോദരന്മാരേ" അയാൾ അവരോട് അപേക്ഷിച്ചു "സ്നാപകന്റെ അവസാന വാക്കുകൾ ആലോചിച്ചു നോക്കൂ. ആരാച്ചാരുടെ വാളിന്റെ താഴെ നില്ക്കുമ്പോൾ അദ്ദേഹം കൈ ഉയർത്തിക്കൊണ്ട് വിളിച്ചു പറഞ്ഞു: "നസറേത്തിലെ യേശു; മരുഭൂമി ഉപേക്ഷിക്കൂ. ഞാൻ പിരിഞ്ഞു പോകുകയാണ്. മനുഷ്യവർഗ്ഗത്തിലേക്ക് തിരിച്ചു വരൂ. ഈ ലോകത്തെ കൈവെടിയരുത്! തിരിച്ചു വരൂ!" കൂട്ടുകാരെ, ആ വാക്കുകൾക്ക് ആഴമുള്ള അർത്ഥം ഉണ്ട്. ഞാൻ ദൈവത്തെയാണ് ദുഷിക്കുന്നതെങ്കിൽ എന്നോട് ക്ഷമിക്കണം. പക്ഷേ..."

അയാളുടെ ഹൃദയം നിന്നു. ആൻഡ്രു അയാളുടെ കൈയിൽക്കയറി പിടിച്ചു:

"ജോൺ പറയൂ?" ആൻഡ്രു ആവശ്യപ്പെട്ടു. "നിങ്ങൾ പുറത്തു പറയാൻ ആഗ്രഹിക്കാത്ത ഭയാനകമായ ആ തോന്നൽ എന്താണ്?"

"പക്ഷേ, നമ്മുടെ ഗുരു..." അയാൾ വിക്കി.

"എന്താണെന്ന് പറയൂ?"

ജോണിന്റെ ശബ്ദം ഭയം കൊണ്ട് വീർപ്പുമുട്ടി.

"മിശിഹാ ആണെങ്കിൽ...!"

എല്ലാവരും ഞെട്ടിവിറച്ചു. മിശിഹായോ! എത്രയോ കാലമായി അവർ അദ്ദേഹത്തിന്റെ കൂടെ ഉണ്ട്. പക്ഷേ, ഈ ആശയം ഒരിക്കലും അവരുടെ

തലയ്ക്കുള്ളിൽ കടന്നുവന്നിരുന്നില്ല! തുടക്കത്തിൽ അവർ അദ്ദേഹത്തെ ഒരു നല്ല മനുഷ്യനെന്നാണ് പരിഗണിച്ചിരുന്നത്. ലോകത്ത് സ്നേഹം കൊണ്ടുവരുന്ന ഒരു വിശുദ്ധൻ. പഴയ കാലത്തെ പ്രാകൃതരായ പ്രവാചകന്മാരെപ്പോലെയുള്ള ഒരു പ്രവാചകനായല്ല അവർ അദ്ദേഹത്തെ കണക്കാക്കിയത്. വീട്ടിൽ താമസിപ്പിക്കാൻ പറ്റിയ സന്തോഷവാനായ ഒരു പ്രവാചകൻ. അദ്ദേഹം സ്വർഗ്ഗരാജ്യത്തെ ഭൂമിയിലേക്ക് ഇറക്കിക്കൊണ്ടുവരികയായിരുന്നു. മറ്റുവാക്കുകളിൽ പറഞ്ഞാൽ അദ്ദേഹം നീതിയും സംതൃപ്തിയും നിറഞ്ഞ ആശ്വാസകരമായ ഒരു ജീവിതരീതി നടപ്പിലാക്കുകയായിരുന്നു. ഇസ്രയേലിന്റെ കുലദൈവത്തെ അദ്ദേഹം "പിതാവ്" എന്നു വിളിച്ചു. അദ്ദേഹം അങ്ങനെ വിളിച്ച ഉടൻ തന്നെ ദുർവ്വാശിക്കാരനായ യഹോവാ മധുരതരമായി മാറുകയും എല്ലാവരും അദ്ദേഹത്തിന്റെ കുട്ടികളായിത്തീരുകയും ചെയ്തു.... പക്ഷേ, ജോണിന്റെ ചുണ്ടിൽ നിന്ന് രക്ഷപ്പെട്ട് പുറത്തു വന്ന ഈ വാക്ക് എന്തായിരുന്നു? മിശിഹാ! മറ്റു വാക്കുകളിൽ പറഞ്ഞാൽ: ഡേവിഡിന്റെ വാൾ, ഇസ്രയേലിന്റെ പരിമിതികൾ ഇല്ലാത്ത ശക്തി; യുദ്ധം! അതിനോടൊപ്പം അവർ എന്ന ശിഷ്യന്മാർ, അദ്ദേഹത്തിന്റെ ആദ്യത്തെ അനുയായികൾ: അവർ അദ്ദേഹത്തിന്റെ സിംഹാസനത്തിനു ചുറ്റുമുള്ള പ്രഭുക്കന്മാരും കുലപതികളും നാട്ടുരാജാക്കന്മാരും ആയിരുന്നു! സ്വർഗ്ഗത്തിൽ ദൈവത്തിന്റെ ചുറ്റും മാലാഖമാരും ദൈവദൂതന്മാരും ഉള്ളതുപോലെ ശിഷ്യന്മാരായ അവർ ആയിരുന്നു ഭൂമിയിലെ കുലപതികളും നാട്ടുരാജാക്കന്മാരും! അവരുടെ കണ്ണുകൾ തിളങ്ങി.

"കുട്ടികളേ, ഞാൻ പറഞ്ഞത് തിരിച്ചെടുക്കുന്നു" പീറ്റർ ലജ്ജയോടെ ഉറക്കെപ്പറഞ്ഞു. "ഞാൻ ഒരിക്കലും അദ്ദേഹത്തെ വിട്ടുപോകില്ല."

"ഞാനും ഇല്ല."

"ഞാനും ഇല്ല."

"ഞാനും ഇല്ല."

യൂദാസ് ദേഷ്യപ്പെട്ട് കാർക്കിച്ചു തുപ്പിക്കൊണ്ട് കതകിൽ മുഷ്ടിചുരുട്ടി ഇടിച്ചു. "നശിച്ച വിശ്വസ്തന്മാർ" അയാൾ അവരോട് ആക്രോശിച്ചു. നിങ്ങൾ അയാളെ കണ്ണുമടച്ച് വിശ്വസിക്കുന്ന കാലത്തോളം നിങ്ങൾക്ക് വേണ്ടത്ര വേഗതയിൽ വിട്ടുപോരാൻ കഴിയില്ല. പക്ഷേ, ഇപ്പോൾ നിങ്ങൾക്ക് മഹത്ത്വത്തിന്റെ ഗന്ധം അറിയാൻ കഴിയുന്നുണ്ട്. "ഞാൻ ഒരിക്കലും അദ്ദേഹത്തെ വിട്ടുപോകില്ല!" ഒരു ദിവസം നിങ്ങളിൽ ഓരോരുത്തരും അദ്ദേഹത്തെ കൈ വെടിയും— എന്റെ വാക്കുകൾക്ക് അടിവര ഇട്ടുകൊള്ളൂ- ചതിക്കാത്ത ഒരുത്തൻ ഞാൻ മാത്രം ആയിരിക്കും. എന്റെ സാക്ഷി സൈറേനിയക്കാരൻ സൈമൺ ആയിരിക്കും!"

സത്രം സൂക്ഷിപ്പുകാരൻ അവരുടെ സംസാരം ശ്രദ്ധിക്കുകയായിരുന്നു. അയാളുടെ വളർന്നിറങ്ങിയ മേൽമീശയ്ക്കു താഴെ സൈമൺ അടക്കിപ്പിടിച്ച് ചിരിക്കുകയായിരുന്നു. അയാൾ യൂദാസിന്റെ കണ്ണുകൾ കണ്ടെത്തി.

"ഹോ, അവയിലേക്ക് ഒന്നു നോക്കൂ! അവ ലോകത്തെ രക്ഷപ്പെടു

ത്താൻ ആഗ്രഹിക്കുന്നുണ്ട്!" സൈമൺ ആലോചിച്ചു. പക്ഷേ, അയാൾക്ക് അടുപ്പിൽ നിന്നു വരുന്ന മണം കിട്ടി. "തല വെന്തെരിയുകയാണ്!" സൈമൺ വിളിച്ചുകൂവിക്കൊണ്ട് ഒറ്റച്ചാട്ടത്തിന് മുറ്റത്ത് എത്തിക്കഴിഞ്ഞിരുന്നു.

അമ്പരന്നുപോയ കൂട്ടുകാർ പരസ്പരം നോക്കി.

"അപ്പോൾ അതുകൊണ്ടാണ് അദ്ദേഹത്തെ കണ്ടപ്പോൾ സ്നാപകൻ മരവിച്ചുപോയത്" നെറ്റിയിൽ അടിച്ചുകൊണ്ട് പീറ്റർ പറഞ്ഞു.

അവർ യാത്ര തുടങ്ങിയപ്പോൾ അവരുടെ മനസ്സുകൾ തിളച്ചു മറിഞ്ഞുകൊണ്ടിരുന്നു.

"അദ്ദേഹത്തെ ജ്ഞാനസ്നാനം ചെയ്യിപ്പിക്കുമ്പോൾ ഒരു പ്രാവ് തലയ്ക്ക് മുകളിൽ പറന്നിരുന്നത് നിങ്ങൾ എല്ലാവരും കണ്ടിരുന്നോ?"

"അത് പ്രാവ് ആയിരുന്നില്ല. അതൊരു മിന്നൽപ്പിണർ ആയിരുന്നു."

"അല്ല, അല്ല— അത് പ്രാവ് തന്നെ ആയിരുന്നു. അത് കുറുകുന്നുണ്ടായിരുന്നു."

"അത് കുറുകുകയായിരുന്നില്ല. സംസാരിക്കുകയായിരുന്നു. അത് ഞാൻ എന്റെ ചെവികൊണ്ട് കേട്ടതാണ്. "വിശുദ്ധൻ! വിശുദ്ധൻ! വിശുദ്ധൻ!"

"അത് പരിശുദ്ധാത്മാവാണ്!" പീറ്റർ പറഞ്ഞു. അയാളുടെ കണ്ണുകളിൽ സ്വർണ്ണച്ചിറകുകൾ നിറഞ്ഞു നില്ക്കുന്നുണ്ടായിരുന്നു. "പരിശുദ്ധാത്മാവ് സ്വർഗ്ഗത്തിൽ നിന്ന് ഇറങ്ങിവന്ന് നമ്മളെല്ലാം കല്ലായിമാറിയത് നിങ്ങൾ ഓർക്കുന്നില്ലേ! ഞാൻ ഒരു ചുവടുകൂടി മുന്നോട്ടു വെച്ച് കൂടുതൽ അടുത്തുചെല്ലാൻ ആഗ്രഹിച്ചിരുന്നു— പക്ഷേ, എന്റെ കാലുകൾ മരവിച്ചുപോയി-— എനിക്ക് എങ്ങനെ അനങ്ങാൻ പറ്റും! ഞാൻ നിലവിളിക്കാൻ ആഗ്രഹിച്ചു. പക്ഷേ, എന്റെ ചുണ്ടുകൾ അകന്നില്ല. അന്തരീക്ഷം നിശ്ചലമായി നിന്നു. കാട്ടുചൂരലും നദിയും മനുഷ്യരും പക്ഷികളും എല്ലാം തന്നെ ഭയംകൊണ്ട് കല്ലായി മാറി. ചലിക്കുന്ന ഏക വസ്തു സ്നാപകന്റെ കൈ ആയിരുന്നു. അത് പതുക്കെ പതുക്കെ ജ്ഞാനസ്നാനം ചെയ്യിച്ചു..."

"ഞാൻ ഒന്നും കണ്ടില്ല. ഞാൻ ഒന്നും കേട്ടില്ല." യൂദാസ് ദേഷ്യപ്പെട്ട് പറഞ്ഞു. "നിങ്ങളുടെ കണ്ണുകൾക്കും ചെവികൾക്കും വീഞ്ഞുകുടിച്ച് ബോധം പോയിട്ടുണ്ടാകും."

"നിങ്ങൾ കണ്ടില്ല. കാരണം നിങ്ങൾക്ക് കാണാൻ ആഗ്രഹം ഇല്ല." പീറ്റർ യൂദാസിനെ പഴിച്ചു.

"അങ്ങയ്ക്ക് കാണാൻ കഴിഞ്ഞത് അങ്ങ് കാണുമെന്ന് ആഗ്രഹിച്ചതുകൊണ്ട് ആയിരിക്കും. അങ്ങയ്ക്ക് പരിശുദ്ധാത്മാവിനെ കാണാനുള്ള ഒരു ആർത്തി ഉണ്ടായിരുന്നു. അതുകൊണ്ട് അങ്ങു കണ്ടത് പരിശുദ്ധാത്മാവിനെ ആയിരുന്നു. അതിനേക്കാൾ ഉപരിയായി അങ്ങ് ഇപ്പോൾ ഈ മരത്തലയന്മാരെയും അത് കാണിച്ചു കൊടുക്കുന്നു. അനന്തരഫലങ്ങൾക്ക് നിങ്ങൾതന്നെ മറുപടി പറയേണ്ടി വരും."

ജേക്കബ് ഇതുവരെ നഖം ചവച്ചുകൊണ്ട് സംസാരിക്കാതെ നിന്നു സംസാരം ശ്രദ്ധിക്കുകയായിരുന്നു. എന്തായാലും ഇപ്പോൾ അയാൾക്ക് സ്വയം നിയന്ത്രിക്കാൻ കഴിഞ്ഞില്ല.

"കുട്ടികൾ അല്പം ക്ഷമിക്കണം." അയാൾ പറഞ്ഞു. "വെടിമരുന്നു പോലെ പൊട്ടിത്തെറിക്കരുത്. ഈ കാര്യം നമുക്ക് യുക്തിപൂർവ്വം ചർച്ച ചെയ്യാം. സ്നാപകൻ ഈ വാക്കുകൾ പറഞ്ഞത് അവർ തലവെട്ടുന്നതിന്റെ തൊട്ടുമുമ്പാണെന്ന് നിങ്ങൾ സത്യത്തിൽ വിചാരിക്കുന്നുണ്ടോ? എനിക്ക് അങ്ങനെ സംഭവിക്കില്ലെന്ന് തോന്നുന്നു. ഒന്നാമതായി അയാൾ പറയുന്നത് കേൾക്കാൻ നമ്മളിൽ ആരാണ് അവിടെ ഉണ്ടായിരുന്നത്? അതു കൂടാതെ ഈ കാര്യം കൂടി ഉണ്ട്: അയാൾ ഈ വാക്കുകൾ പറഞ്ഞിട്ടുണ്ടെങ്കിൽ സ്വയം പറഞ്ഞിരിക്കാനാണ് സാദ്ധ്യത. ഒരിക്കലും അയാൾ അത് ഉറക്കെ പറയില്ല– കാരണം അത് രാജാവിന്റെ ചെവിയിലെത്തുമെന്ന് അയാൾക്ക് ആലോചിക്കാൻ പറ്റും. രാജാവ് ഈ മനുഷ്യനെ അന്വേഷിച്ച് മരുഭൂമിയിലേക്ക് ചാരന്മാരെ പറഞ്ഞയക്കുമെന്നും ഈ യേശുവിനെ പിടികൂടി തലവെട്ടുമെന്നും അയാൾക്ക് അറിയാം. എന്റെ അച്ഛൻ പറയുന്നതുപോലെ രണ്ടും രണ്ടും ചേർന്നാൽ നാലാണ്. നമുക്ക് കൂടുതൽ തലപുകയ്ക്കണ്ട."

പീറ്ററിന് ദേഷ്യം വന്നു. "രണ്ടും രണ്ടും ചേർന്നാൽ പതിനാലാണ്. എന്റെ അഭിപ്രായം അതാണ്. നാശം! നമ്മുടെ യുക്തിയും തലച്ചോറും അതിന്റെയൊക്കെ ആഗ്രഹം പോലെ പറയട്ടെ! ആൻഡ്രു, ഞങ്ങൾക്ക് കുടിക്കാൻ എന്തെങ്കിലും തരണം. ഞങ്ങൾക്കു കണ്ണു കാണണമെങ്കിൽ മനസ്സിനെ വീഞ്ഞിൽ മുക്കിക്കൊല്ലണം."

വെളുത്ത പുതപ്പു പുതച്ചിരുന്ന നഗ്നപാദനായ ഒരു കോലം കെട്ട മനുഷ്യൻ മദ്യശാലയിലേക്ക് ഓടിക്കയറി വന്ന് അഭിവാദനത്തിന്റെ സൂചനയായി നെഞ്ചത്ത് കൈവെച്ചു. അയാളുടെ കഴുത്തിൽ മന്ത്രത്തകിടുകൾ ഒരു ചരടിൽ കെട്ടിത്തൂക്കിയിരുന്നു.

"സഹോദരന്മാരേ, ഞാൻ പോകുകകയാണ്. ദൈവത്തിന്റെ അടുത്തേക്ക് പോകുന്നു. നിങ്ങൾക്ക് എന്നെ ചുമതലപ്പെടുത്താൻ എന്തെങ്കിലും ദൗത്യങ്ങൾ ഉണ്ടോ?"

മറുപടിക്കുവേണ്ടി കാത്തു നില്ക്കാതെ അയാൾ അവിടെനിന്നും ഇറങ്ങിയോടി അടുത്ത വീട്ടിലേക്ക് പാഞ്ഞുകയറി.

ഈ സമയത്ത് സത്രം സൂക്ഷിപ്പുകാരൻ ഒരു തളികയുമായി പ്രത്യക്ഷപ്പെട്ടു. വളരെ രുചികരമായ ഒരു മണം അന്തരീക്ഷത്തെ അതിക്രമിച്ചു കീഴടക്കി. അയാളുടെ കണ്ണുകൾ നീണ്ടുമെലിഞ്ഞ ഭ്രാന്തന്റെ മുകളിൽ പതിഞ്ഞു.

"ശുഭയാത്ര" അയാൾ ഭ്രാന്തനോടു വിളിച്ചു പറഞ്ഞു. "ഞങ്ങളുടെ സ്നേഹപൂർവ്വമുള്ള അന്വേഷണങ്ങൾ അറിയിക്കുക!...." അയാൾ പൊട്ടിച്ചിരിച്ചു. "ലോകാവസാനം തുടങ്ങിക്കഴിഞ്ഞിട്ടുണ്ടെന്നുള്ളത് സത്യമാണ്. ഇവിടെ മുഴുവൻ ഭ്രാന്തന്മാർ നിറഞ്ഞു കഴിഞ്ഞു. അയാൾ പറയുന്നത്

രണ്ടു ദിവസം മുമ്പ് രാത്രിയിൽ മൂത്രം ഒഴിക്കാൻ പോയപ്പോൾ ദൈവത്തെ നേരിട്ടു കണ്ടെന്നാണ് ആ നിമിഷം മുതൽ അയാൾക്ക് എങ്ങനെ ജീവിക്കാൻ പറ്റും! അയാൾ ആഹാരം പോലും കഴിക്കുന്നില്ല. "എന്നെ സ്വർഗ്ഗത്തിലേക്ക് ക്ഷണിച്ചിരിക്കുന്നു." അയാൾ പറയുന്നു "ഞാൻ അവിടെചെന്ന് ഭക്ഷണം കഴിക്കും." അയാൾ ഒരു പുതപ്പും പുതച്ച് വാതിലുകൾ തോറും ഓടി നടക്കുകയാണ്. അയാൾ ദൗത്യങ്ങൾ സ്വീകരിക്കുന്നു. അതിനു ശേഷം സ്ഥലം വിടുന്നു... നിങ്ങൾ ദൈവത്തിനോട് വളരെ അടുത്തുകഴിയുമ്പോൾ സംഭവിക്കുന്നത് നിങ്ങൾക്ക് കാണാൻ കഴിയുന്നുണ്ട്. കുട്ടികളെ, ശ്രദ്ധ വേണം– ഞാൻ നിങ്ങളുടെ നന്മയ്ക്കുവേണ്ടിയാണ് പറയുന്നത്– ദൈവത്തിന്റെ വളരെ അടുത്ത് പോകരുത്. ഞാൻ അദ്ദേഹത്തിന്റെ അനുഗ്രഹങ്ങളെ ആരാധിക്കുന്നു. പക്ഷേ, ദൂരെ നിന്ന്. അകലം പാലിച്ചിരിക്കണം!

അയാൾ ആട്ടിൻതല കൊണ്ടുവന്ന തളിക മേശപ്പുറത്തു വെച്ചു. അയാളുടെ കണ്ണുകളും ചുണ്ടുകളും ചെവികളും ചിരിച്ചുകൊണ്ടിരിക്കുകയായിരുന്നു.

"പരിശുദ്ധമായ തല" അയാൾ വിളിച്ചു പറഞ്ഞു. "സന്തോഷത്തോടെ കഴിക്കൂ! സ്നാപകന്റെ തല!"

ജോണിന് ഛർദ്ദിക്കാൻ തോന്നി. അയാൾ പിന്നോട്ടു മാറി. ആൻഡ്രു കൈനീട്ടി. പക്ഷേ, അയാൾ ആട്ടിൻ തലയിൽ സ്പർശിച്ചില്ല.

തളികയിൽ പ്രതിഷ്ഠിച്ചിരുന്ന ആട്ടിൻതലയുടെ നിശ്ചലമായി തുറന്നുവെച്ചിരുന്ന മങ്ങിയ കണ്ണുകൾ അവരെ ഓരോരുത്തരെയായി നോക്കുന്നുണ്ടായിരുന്നു.

"എടാ തെമ്മാടി" പീറ്റർ സൈമണോട് ഉറക്കെ പറഞ്ഞു. "നീ ഞങ്ങൾക്ക് ഓക്കാനം ഉണ്ടാക്കിത്തരും. ഞങ്ങൾക്ക് അത് തൊടാൻ പോലും. പറ്റില്ല. ഞാൻ ഇപ്പോൾ ഇതിന്റെ കണ്ണ് എങ്ങനെയാണ് പറിച്ചെടുക്കുന്നത്? എനിക്ക് അത് ഭക്ഷണത്തിനു മുമ്പ് കഴിക്കാൻ ഇഷ്ടമായിരുന്നു. പക്ഷേ, അത് സ്നാപകന്റെ കണ്ണു തിന്നുന്നതു പോലെ ആയിപ്പോകും."

സത്രം സൂക്ഷിപ്പുകാരൻ പൊട്ടിച്ചിരിച്ചു.

"പ്രിയപ്പെട്ട പീറ്റർ, അതോർത്ത് വിഷമിക്കണ്ട." അയാൾ പറഞ്ഞു. "അത് ഞാൻ തനിച്ച് തിന്നുകൊള്ളാം– പക്ഷേ, സ്വാദുള്ള നാക്ക് തിന്നു കഴിഞ്ഞിട്ടേ തിന്നുകയുള്ളൂ. "പശ്ചാത്തപിക്കൂ! പശ്ചാത്തപിക്കൂ! ലോകാവസാനം വന്നിരിക്കുന്നു." എന്നു വിളിച്ചു പറഞ്ഞ അതിനെ ആശീർവദിക്കണം. കഷ്ടകാലത്തിന് അയാളുടെ അവസാനമാണ് ആദ്യം വന്നത്. പാവം."

അയാൾ ഒരു കത്തിയെടുത്ത് നാക്കുമുറിച്ചെടുത്ത് ചവച്ചുതിന്നു. അതിനു ശേഷം ഒരു ഗ്ലാസ് വീഞ്ഞ് ഒറ്റവലിക്ക് കുടിച്ചു തീർത്തു. പിന്നീട് അയാളുടെ വീപ്പകളിലേക്ക് ആരാധനയോടെ നോക്കിയിരുന്നു.

"ശരി, എന്റെ കുട്ടികൾ ആ കാര്യം മറന്നു കളയണം. എനിക്ക് നിങ്ങ

ളെപ്പറ്റി വിഷമം തോന്നുന്നുണ്ട്. അതുകൊണ്ട് സ്നാപകന്റെ തല നിങ്ങളുടെ മനസ്സിൽ നിന്ന് പോകാൻ വേണ്ടി ഞാൻ വിഷയം മാറ്റാം. നിങ്ങൾക്ക് അപ്പോൾ ആട്ടിൻ തല... അതു മതിയാക്കാം. ആ വീപ്പകളുടെ പുറത്ത് നിങ്ങൾക്ക് താല്പര്യം തോന്നിയ ആ തുടുത്ത പൂവൻകോഴിയെയും പന്നിയെയും വരച്ചു വെച്ചത് ആരാണെന്ന് ഊഹിക്കാൻ പറ്റുന്നുണ്ടോ? അത് വരച്ചത് നിങ്ങളുടെ മഹാമനസ്കനായ ആതിഥേയനല്ലാതെ മറ്റാരും അല്ല. എന്തുകൊണ്ട് പൂവൻകോഴിയും പന്നിയും. നിങ്ങൾക്ക് ഊഹിക്കാൻ കഴിയുന്നുണ്ടോ? നിങ്ങളെപ്പോലെയുള്ള ഗലീലീക്കാരായ മണ്ടന്മാർക്ക് എങ്ങനെയാണ് ഊഹിക്കാൻ കഴിയുന്നത്! അതുകൊണ്ട് ഞാൻ നിശ്ചയമായും അതിന്റെ രഹസ്യം കുരുക്കഴിച്ച് നിങ്ങളുടെ അതിസൂക്ഷ്മമായ തലച്ചോറിലേക്ക് വെളിച്ചം വീശും!"

പീറ്റർ തലയിലേക്ക് നോക്കി ചുണ്ടുനനച്ചു. പക്ഷേ, അയാൾ ഇപ്പോഴും കണ്ണുകൾ അടർത്തിയെടുത്ത് തിന്നാനുള്ള ധൈര്യം കാണിച്ചില്ല. സ്നാപകൻ അയാളുടെ മനസ്സിൽ സ്ഥിരമായി ഉണ്ടായിരുന്നു. മനുഷ്യവർഗ്ഗത്തെ നിരീക്ഷിക്കുമ്പോൾ പ്രവാചകന്റെ കണ്ണുകളും ഇതേ രീതിയിലാണ് തുറിച്ചു നോക്കിയത്.

"നിങ്ങൾ ശ്രദ്ധിച്ചാൽ മതി. അതുകൊണ്ട് ഞാൻ പറയുന്നത് കാര്യങ്ങൾ കേട്ടു മനസ്സിലാക്കി അതിസൂക്ഷ്മമായ തലച്ചോറിലേക്ക് വെളിച്ചം കൊണ്ടുവരുക!" "സത്രം സൂക്ഷിപ്പുകാരൻ സംസാരം തുടർന്നു... "ദൈവം ലോകത്തിന്റെ അവസാന മിനുക്കുപണികൾ കഴിഞ്ഞപ്പോൾ (പുള്ളിക്കാരൻ ഈ ബുദ്ധിമുട്ടെല്ലാം എന്തിനാണ് സഹിച്ചതെന്ന് അറിയില്ല) അദ്ദേഹം പുതുതായി ജനിച്ച എല്ലാ ജന്തുക്കളെയും സ്വന്തം കൈയിലെ ചെളി കഴുകിക്കളയുന്നതിനിടയിൽ വിളിച്ചുവരുത്തി അഭിമാനത്തോടെ ചോദിച്ചു: "കിളികൾക്കും മൃഗങ്ങൾക്കും ഞാൻ നിർമ്മിച്ച ലോകം ഇഷ്ടപ്പെട്ടോ? നിങ്ങൾ അതിൽ എന്തെങ്കിലും തെറ്റുകുറ്റങ്ങൾ കാണുന്നുണ്ടോ?" അവർ ഉടൻ തന്നെ കരയാൻ തുടങ്ങി. പരുഷമായ ശബ്ദങ്ങൾ ഉണ്ടാക്കാൻ തുടങ്ങി. അമറാൻ തുടങ്ങി. കുരയ്ക്കാൻ തുടങ്ങി. ചിലയ്ക്കാൻ തുടങ്ങി. ഗർജ്ജിക്കാൻ തുടങ്ങി. "ഒന്നുമില്ല! ഒന്നുമില്ല! ഒന്നുമില്ല!"

"നിങ്ങൾ അനുഗൃഹീതരാണ്" അദ്ദേഹം പറഞ്ഞു. "എന്റെ വിശ്വാസത്തിന് ഞാനും തെറ്റുകുറ്റങ്ങൾ ഒന്നും കാണുന്നില്ല. എന്റെ കൈകൾ അഭിനന്ദനങ്ങൾ അർഹിക്കുന്നുണ്ട്." പക്ഷേ, അദ്ദേഹം ഒന്നും മിണ്ടാതെ തലകുനിച്ചു നില്ക്കുന്ന പന്നിയെയും പൂവൻ കോഴിയെയും കണ്ടു. "എഡോ പന്നി" ദൈവം വിളിച്ചു ചോദിച്ചു "എഡോ പൂവൻ കോഴി തിരുമനസ്സേ, നിങ്ങൾ രണ്ടുപേരും എന്താണ് സംസാരിക്കാത്തത്? ഒരുപക്ഷേ, ഞാൻ സൃഷ്ടിച്ച ലോകം നിങ്ങൾക്ക് ഇഷ്ടപ്പെട്ടില്ലായിരിക്കും? ഒരുപക്ഷേ, എന്തിന്റെയെങ്കിലും കുറവുണ്ടാരിക്കും?" പക്ഷേ, എന്നിട്ടും അവർ ഒരു വാക്കുപോലും പറഞ്ഞില്ല. നിങ്ങൾക്ക് ഒരു കാര്യം ഉറപ്പിക്കാം. നിശ്ചയമായും പിശാച് അവരുടെ ചെവിയിൽ നിർദ്ദേശങ്ങൾ ഊതിക്കയറ്റിയിട്ടുണ്ട്: "തീർച്ചയായും ചില കാര്യങ്ങളുടെ കുറവുണ്ടെന്ന് അയാളോട് പറയൂ—

നിങ്ങൾ ചവിട്ടിമെതിച്ച് വീപ്പകളിൽ നിറച്ച് വീഞ്ഞാക്കി മാറ്റിയെടുക്കുന്ന മുന്തിരിവിളയുന്ന ഒരു വള്ളിച്ചെടിയുടെ കുറവുണ്ടെന്ന് അയാളോട് പറയൂ."

"നിങ്ങൾ ഇങ്ങോട്ട് നോക്കണം! നിങ്ങൾ എന്താണ് സംസാരിക്കാത്തത്?" അദ്ദേഹത്തിന്റെ അതിബൃഹത്തായ കൈ ഉയർത്തിക്കൊണ്ട് ദൈവം വീണ്ടും വിളിച്ചു ചോദിച്ചു. അതിനുശേഷം അവസാനം അവർ രണ്ടുപേരും (പിശാച് അവർക്ക് ധൈര്യം കൊടുത്തു) തല ഉയർത്തി. "മഹാശില്പി, ഞങ്ങൾക്ക് അങ്ങയോട് എന്തു പറയാൻ കഴിയും? അങ്ങയുടെ കൈകൾക്ക് അഭിനന്ദനങ്ങൾ: അങ്ങയുടെ ലോകം മനോഹരമാണ്! പക്ഷേ, അതിന് ചവിട്ടിമെതിച്ച് വീപ്പകളിൽ നിറച്ച് വീഞ്ഞാക്കിമാറ്റുന്ന മുന്തിരി എന്ന വള്ളിച്ചെടിയുടെ കുറവുണ്ട്."

"ഓ, അതാണ് കാര്യം! ഞാൻ ഇപ്പോൾ തന്നെ നിങ്ങൾക്ക് കാണിച്ചു തരാം– തെമ്മാടികൾ" ദൈവം ദേഷ്യപ്പെട്ട് പറഞ്ഞു. നിങ്ങൾ എന്റെ കൈയിൽനിന്നും വീഞ്ഞും ലഹരിയും ബഹളവും ലഹളയും മനം പുരട്ടലുമാണ് ആഗ്രഹിക്കുന്നത്. അല്ലേ? മുന്തിരി ജനിക്കട്ടെ!" അദ്ദേഹം ഷർട്ടിന്റെ കൈ ചുരുട്ടിവെച്ചതിനുശേഷം അല്പം ചെളി കൈയിൽ എടുത്തു. അതുകൊണ്ട് ഒരു മുന്തിരിച്ചെടി ഉണ്ടാക്കി ഭൂമിയിൽ നട്ടു. "കുടിച്ച് ബോധം കെടുന്നവൻ ആരായാലും" അദ്ദേഹം പറഞ്ഞു. "അവൻ എന്റെ ശാപം കേൾക്കും:" "അവന് ഒരു പൂവൻ കോഴിയുടെ മനസ്സും ഒരു പന്നിയുടെ മൂക്കും ഉണ്ടാകട്ടെ!"

കൂട്ടുകാർ പൊട്ടിച്ചിരിച്ചു. അവർ സ്നാപകനെ മറന്നു. അവർ പൊരിച്ച ആട്ടിൻതലയിലേക്ക് കൂപ്പുകുത്തി വീണു. ഏറ്റവും ആദ്യം കൂപ്പുകുത്തിയത് യൂദാസ് ആയിരുന്നു. അയാൾ തലയോട്ടി രണ്ടായി പിളർന്ന് കൈനിറയെ ആടിന്റെ തലച്ചോറ് വാരിയെടുത്തു. അവരുടെ കൊള്ള കണ്ടപ്പോൾ സത്രം സൂക്ഷിപ്പുകാരൻ ഭയന്നുപോയി. അയാൾ വിചാരിച്ചു: "അവർ ഒരു എല്ലുപോലും എനിക്ക് ബാക്കി വെക്കില്ല."

അയാൾ വിളിച്ചുകൂവി. "കുട്ടികളേ, നിങ്ങൾ തിന്നുന്നതും കുടിക്കുന്നതും നല്ല കാര്യം. പക്ഷേ, സ്നാപകനെ മറക്കരുത്. ഹോ, അയാളുടെ പാവം തല!"

അയാൾ എല്ലാവരും അവരുടെ കൈയിൽ ഇരുന്നിരുന്ന തലയുടെ ഭാഗവും പിടിച്ച് മരവിച്ചിരുന്നു. കണ്ണുചവച്ചരച്ച് വിഴുങ്ങാൻ തുടങ്ങിയ പീറ്ററിന്റെ ശ്വാസം അടഞ്ഞു. അത് വിഴുങ്ങുന്നതിനോട് അയാൾക്ക് അറപ്പു തോന്നി. പക്ഷേ, അത് തുപ്പിക്കളയുന്നതും ബുദ്ധിമുട്ടാണ്. അയാൾ എന്ത് ചെയ്യും? അവരുടെ കൂട്ടത്തിൽ യൂദാസിനു മാത്രം കുലുക്കം ഇല്ലായിരുന്നു. സത്രം സൂക്ഷിപ്പുകാരൻ ഗ്ലാസുകൾ നിറച്ചു.

"അയാളുടെ പേര് നമ്മുടെ ഓർമ്മകളിൽ വളരെക്കാലം വിശുദ്ധിയോടെ നിലനില്ക്കട്ടെ... കഷ്ടം! അയാളുടെ വെട്ടിമാറ്റിയ പാവം തല... പക്ഷേ, ഇതെല്ലാം നിങ്ങൾക്കാണ് കുട്ടികളേ..."

"കിഴവൻ ചെന്നായേ, ഇത് നിനക്കുകൂടി വേണ്ടിയാണ്" കണ്ണ് വിഴുങ്ങിക്കൊണ്ട് പീറ്റർ പറഞ്ഞു.

"അതിനെപ്പറ്റി വിഷമിക്കേണ്ട." സത്രം സൂക്ഷിപ്പുകാരൻ മറുപടി പറഞ്ഞു. "എനിക്ക് അല്പം പോലും പേടിയില്ല. ദൈവത്തിന്റെ ഇടപാടുകളിൽ ഞാൻ തലയിടാറില്ല. ലോകത്തെ രക്ഷപ്പെടുത്തുന്നതിലൊന്നും എനിക്ക് യാതൊരു താല്പര്യവും ഇല്ല! ഞാൻ ഒരു സത്രം സൂക്ഷിപ്പുകാരനാണ്. ഒരു ദൈവദൂതനോ മാലാഖയോ അല്ല. കുറഞ്ഞപക്ഷം ആ വിധിയിൽ നിന്ന് ഞാൻ എന്നെ സ്വയം രക്ഷപ്പെടുത്തിയിട്ടുണ്ട്." ഇതുപറഞ്ഞതിനുശേഷം അയാൾ തലയുടെ ബാക്കിവന്ന ഭാഗം ചാടിയെടുത്തു.

പീറ്റർ മറുപടി പറയാൻ വേണ്ടി വായ് തുറന്നു. പക്ഷേ, പെട്ടെന്ന് അയാളുടെ ശ്വാസം നിന്നുപോയി. വസൂരിക്കലകളുള്ള ഒരു ആജാനുബാഹു ഉമ്മറത്ത് പ്രത്യക്ഷപ്പെട്ട് മുറിക്കുള്ളിലേക്ക് നോക്കുന്നുണ്ടായിരുന്നു. കൂട്ടുകാർ എല്ലാവരും ഒരു മൂലയിലേക്ക് പിൻവാങ്ങി. പീറ്റർ ജേക്കബ്ബിന്റെ വിരിഞ്ഞ തോളുകൾക്കു പിന്നിൽ ഒളിച്ചു.

"ബാറബ്ബാസ്!" യൂദാസ് നെറ്റി ചുളിച്ചുകൊണ്ട് മുറുമുറുത്തു. "അകത്തുവരൂ."

ബാറബ്ബാസ് അയാളുടെ തടിച്ച കഴുത്തു വളച്ച് അരണ്ട വെളിച്ചത്തിൽ ശിഷ്യന്മാരെ തിരിച്ചറിഞ്ഞു. അയാളുടെ വൃത്തികെട്ട മുഖം പരിഹാസത്തോടെ പൊട്ടിച്ചിരിച്ചു. "എന്റെ ആട്ടിൻകുട്ടികളേ, നിങ്ങളെ കണ്ടതിൽ എനിക്ക് സന്തോഷം ഉണ്ട്. നിങ്ങളെ കുത്തി പുറത്തു ചാടിക്കാൻ വേണ്ടി ഞാൻ ചൈനയിലേക്കുള്ള പകുതിദൂരം താണ്ടിയിരുന്നു."

സത്രം സൂക്ഷിപ്പുകാരൻ എഴുന്നേറ്റു. അയാൾ മുറുമുറുത്തു കൊണ്ട് ബാറബ്ബാസിനു വേണ്ടി ഒരു ഗ്ലാസ് എടുത്തുകൊണ്ടുവന്നു.

"ക്യാപ്റ്റൻ ബാറബ്ബാസ്, ഞങ്ങൾക്ക് ആവശ്യം നിങ്ങളെമാത്രം ആയിരുന്നു." അയാൾ പിറുപിറുത്തു. അയാൾക്ക് ബാറബ്ബാസിനോട് ഒരു പക ഉണ്ട്. കാരണം അയാൾ മദ്യശാലയിൽ വരുന്ന സമയത്തെല്ലാം അവിടെ എത്തുന്ന റോമൻ പട്ടാളക്കാരോട് അയാൾ വഴക്കുണ്ടാക്കും.- കുഴപ്പത്തിലാകുന്നത് സത്രം സൂക്ഷിപ്പുകാരൻ ആയിരുന്നു. "നിങ്ങളുടെ പഴയ വിദ്യകൾ വീണ്ടും ആരംഭിക്കരുത്." സത്രം സൂക്ഷിപ്പുകാരൻ പറഞ്ഞു.

"ശ്രദ്ധിച്ചു കേൾക്കണം. ഇസ്രയേലിലൂടെ അശുദ്ധിയുള്ളവർ നടക്കുന്ന കാലത്തോളം ഞാൻ എന്റെ കൈപ്പത്തികൾ ഉയർത്തിപ്പിടിച്ചിരിക്കും. അതുകൊണ്ട് മറ്റ് ആശയങ്ങളെല്ലാം നിങ്ങൾ തലയിൽ നിന്ന് കളഞ്ഞേക്കണം. ഭക്ഷണം കൊണ്ടുവരൂ!"

സത്രം സൂക്ഷിപ്പുകാരൻ എല്ലുകൾ നിറഞ്ഞ തളിക അയാളുടെ മുന്നിലേക്ക് തള്ളിനീക്കി. "നിങ്ങൾക്ക് പട്ടിയുടെ പല്ലുകൾപോലുള്ള പല്ലുകൾ ഉണ്ട്: ആ പല്ലു കൊണ്ട് എല്ലുകടിച്ചുപൊട്ടിക്കാൻ കഴിയും."

ബാറബ്ബാസ് ഒറ്റവലിക്ക് ഗ്ലാസ് കാലിയാക്കി. അയാൾ മീശ പിരിച്ചുകൊണ്ട് കൂട്ടുകാരുടെ നേർക്ക് തിരിഞ്ഞു. "എന്റെ ആട്ടിൻകുട്ടികളേ, നല്ല ഇടയൻ എവിടെ? എനിക്ക് അയാളോട് ഒരുപഴയ കണക്ക് തീർക്കാനുണ്ട്." ബാറബ്ബാസിന്റെ കണ്ണുകൾ തീ തുപ്പുന്നുണ്ടായിരുന്നു.

"നിങ്ങൾ കുടി തുടങ്ങുന്നതിനു മുമ്പുതന്നെ ലഹരിയിൽ ആയി

രുന്നു." യൂദാസ് അയാളോട് ഗൗരവത്തിൽ പറഞ്ഞു. "നിങ്ങളുടെ നെഞ്ചുറപ്പുള്ള അത്ഭുതകൃത്യങ്ങൾ ഇപ്പോൾത്തന്നെ ഞങ്ങളെ വേണ്ടത്ര വിഷമിപ്പിച്ചിട്ടുണ്ട്. അത് അവസാനിപ്പിക്കണം!"

"നിങ്ങൾക്ക് അദ്ദേഹത്തോടുള്ള ദേഷ്യം എന്താണ്?" ജോൺ ചോദിക്കാനുള്ള ധൈര്യം കാണിച്ചു. "അദ്ദേഹം ഒരു വിശുദ്ധനാണ്. അദ്ദേഹം ഉറുമ്പുകളെ ചവിട്ടാതിരിക്കാൻ വേണ്ടി നിലത്തു നോക്കിയാണ് നടക്കുന്നത്."

"അത് ഉറുമ്പ് അയാളുടെ ദേഹത്ത് കയറാതിരിക്കാനായിരിക്കും. അയാൾക്ക് ഭയമാണ്. അയാൾ ഒരു മനുഷ്യനാണോ?"

"അദ്ദേഹം നിങ്ങളുടെ പിടിയിൽനിന്നും മഗ്ദലനയെ രക്ഷിച്ചു. ഇപ്പോൾ നിങ്ങൾ തുളുമ്പിപ്പോയ പാലിനുവേണ്ടി മുറവിളി കൂട്ടുന്നു." ജേക്കബ്ബിന് അങ്ങനെ പറയാനുള്ള ധൈര്യം ഉണ്ടായിരുന്നു.

"അയാൾ എന്റെ കുറുകെനിന്നു." ബാറബാസ് മുറുമുറുത്തു. അയാളുടെ കണ്ണുകൾ കൂടുതൽ ഇരുണ്ടു. "അയാൾ എന്റെ കുറുകെ നിന്നു. അതിന്റെ ഫലം അയാൾ അനുഭവിക്കാൻ പോകുകയാണ്."

പക്ഷേ, യൂദാസ് അയാളുടെ കൈയ്ക്ക് പിടിച്ച് ഒരുവശത്തേക്ക് വലിച്ചുകൊണ്ടുപോയി. അയാൾ ബാറബാസിനോട് ശാന്തമായി സംസാരിച്ചു. പക്ഷേ, ഉള്ളിൽ അയാൾക്ക് ദേഷ്യം ഉണ്ടായിരുന്നു.

"ഇവിടെ നിങ്ങൾക്ക് എന്തുകാര്യം? നിങ്ങൾ എന്തിനാണ് ഗലീലിയിലെ പർവ്വതങ്ങൾ ഉപേക്ഷിച്ചത്? നിങ്ങളുടെ ഒളിത്താവളമായി സാഹോദര്യം തീരുമാനിച്ചത് ആ പർവ്വതങ്ങൾ ആയിരുന്നു. ജറുസലേം മറ്റു ചിലരെ ആണ് ഏല്പിച്ചിരിക്കുന്നത്."

"നമ്മൾ സ്വാതന്ത്ര്യത്തിനു വേണ്ടി പോരാടുകയാണോ? അതോ മറ്റെന്തെങ്കിലും ചെയ്യുകയാണോ?" ബാറബാസ് എതിർത്തു. "നമ്മൾ അതാണ് ചെയ്യുന്നതെങ്കിൽ എന്റെ തലയിൽ വരുന്നതെന്തും ചെയ്യാൻ എനിക്ക് സ്വാതന്ത്ര്യം ഉണ്ട്. ഈ സ്നാപകനെപ്പറ്റിയുള്ള സൂചനകളും അത്ഭുതങ്ങളും കേട്ട് അയാളെ നേരിട്ടു കാണാൻ വേണ്ടിയാണ് ഞാൻ വന്നത്. ഒരുപക്ഷേ, നമ്മൾ കാത്തിരിക്കുന്ന ഒരാൾ ഇയാളായിരിക്കാം. ഞാൻ സ്വയം പറഞ്ഞു. അങ്ങനെ ആണെങ്കിൽ കൂടുതൽ താമസിക്കാതെ അയാൾ മുന്നോട്ടുവന്ന് നേതൃത്വം ഏറ്റെടുത്തുകൊണ്ട് കൂട്ടക്കൊല ആരംഭിക്കട്ടെ. പക്ഷേ, ഞാൻ വരാൻ താമസിച്ചു പോയി: അവർ അയാളുടെ തല വെട്ടിയെടുത്തു. കഴിഞ്ഞു... യൂദാസ്, നിങ്ങളാണ് എന്റെ നേതാവ്—നിങ്ങൾക്ക് എന്താണ് പറയാനുള്ളത്?"

"ഞാൻ പറയുന്നത് നിങ്ങൾ എഴുന്നേറ്റു പോകണമെന്നാണ്. മറ്റുള്ളവരുടെ കാര്യങ്ങളിൽ ഇടപെടരുത്."

"ഞാൻ പോകണമെന്നാണോ പറയുന്നത്. നിങ്ങൾ കാര്യമായി പറയുകയാണോ? ഞാൻ വന്നത് സ്നാപകൻ കാരണമാണ്. വന്നപ്പോൾ ആശാരിയുടെ മകനെ കാണാൻ ഇടയായി. ഞാൻ യുഗങ്ങളായി അയാളെ വേട്ടയാടുകയായിരുന്നു. ഇപ്പോൾ ദൈവം അയാളെ നേരിട്ട് എന്റെ

മൂക്കിന്റെ മുമ്പിൽ എത്തിച്ചിരിക്കുന്നു. നിങ്ങൾ പറയുന്നത് ഞാൻ അയാളെ കൈവെടിയണമെന്നാണോ?"

"സ്ഥലം വിട്ടോളൂ." യൂദാസ് അയാളോട് ആജ്ഞാപിച്ചു. "ഇത് എന്റെ കാര്യമാണ്. അതിൽ നിങ്ങൾ തലയിടണ്ട."

"നിങ്ങളുടെ ഉദ്ദേശ്യം എന്താണ്?"

"നിങ്ങളുടെ അറിവിനു വേണ്ടി പറയുകയാണ്. സാഹോദര്യത്തിന്റെ ആഗ്രഹം അയാളെ തുടച്ചുമാറ്റണമെന്നാണ്. അയാൾ റോമാക്കാരുടെ ഒരു ഒറ്റുകാരനാണ്: സ്വർഗ്ഗരാജ്യത്തെപ്പറ്റി വിളിച്ചു കൂവാൻ അവർ അയാൾക്ക് പണം കൊടുക്കുന്നുണ്ട്. അതുകൊണ്ട് ആളുകളെ പറ്റിക്കാൻ പറ്റും. അവർ ഈ ഭൂമിയുടെ കാര്യവും നമ്മുടെ അടിമത്തത്തിന്റെ കാര്യവും മറന്നു പോകും. പക്ഷേ, ഇപ്പോൾ... നിങ്ങളുടെ ഉദ്ദേശ്യം എന്താണ്?"

"ഒന്നുമില്ല. എനിക്ക് സ്വന്തം കണക്ക് തീർക്കാനുണ്ട്!"

ബാറബാസ് ചെവികൂർപ്പിച്ച് ശ്രദ്ധിച്ചുകൊണ്ടിരുന്ന കൂട്ടുകാരുടെ നേർക്ക് അവസാനമായി തിരിഞ്ഞു നോക്കി.

"ആട്ടിൻകുട്ടികളേ, താമസിയാതെ വീണ്ടും കാണാം" അയാൾ അവരോട് വിദ്വേഷത്തോടെ വിളിച്ചു പറഞ്ഞു. "ആരും ബാറബാസിന്റെ കൈയിൽ നിന്ന് ഇതുപോലെ എളുപ്പത്തിൽ രക്ഷപ്പെടില്ല. നിങ്ങൾക്ക് കാണാം. നമ്മൾ ഈ കാര്യം വീണ്ടും പരിഗണിക്കും." അയാൾ ഡേവിഡ് ഗേറ്റിന്റെ ഭാഗത്തേക്ക് അപ്രത്യക്ഷപ്പെട്ടു.

സത്രം സൂക്ഷിപ്പുകാരൻ പീറ്ററിനെനോക്കി കണ്ണുചിമ്മി. "അയാൾ മറ്റേയാൾക്കുള്ള ആജ്ഞകൊടുത്തിരിക്കുന്നു." സത്രം സൂക്ഷിപ്പുകാരൻ പീറ്ററിനോട് സ്നേഹത്തോടെ പറഞ്ഞു. "ഇതിനെ സാഹോദര്യം എന്നാണ് പറയുന്നത്! അവർ ഒരു റോമാക്കാരനെ കൊല്ലുന്നു. റോമാക്കാർ പത്ത് ഇസ്രയേലുകാരെ കൊല്ലുന്നു. പത്തല്ല. പതിനഞ്ചുപേരെ കൊല്ലുന്നു! കുട്ടികളേ ശ്രദ്ധ വേണം!"

അയാൾ പീറ്ററിന്റെ പുറത്തേക്ക് ചരിഞ്ഞുനിന്ന് ചെവിയിൽ പറഞ്ഞു. "ഞാൻ പറയുന്നത് ശ്രദ്ധിച്ചു കേൾക്കണം. യൂദാസ് ഇസ്കാറിയറ്റിനെ വിശ്വസിക്കരുത്. ഈ ചുവന്ന താടിക്കാർ..."

പക്ഷേ, അയാൾ സംസാരം നിർത്തി. ചുവന്ന താടിക്കാരൻ അയാളുടെ സ്റ്റൂളിൽ വന്നിരുന്നത് ആ സമയത്ത് ആയിരുന്നു.

ജോൺ അസ്വസ്ഥനായിരുന്നു. അയാൾ എഴുന്നേറ്റ് വാതിൽപ്പടിയിൽ പോയി നിന്ന് അങ്ങോട്ടും ഇങ്ങോട്ടും നോക്കി. ഗുരുവിനെ എവിടെയും കാണാനുണ്ടായിരുന്നില്ല. പകൽ തുടങ്ങിക്കഴിഞ്ഞിരുന്നു. തെരുവുകളിൽ മനുഷ്യർ നിറഞ്ഞു. ഡേവിഡ് ഗേറ്റിനപ്പുറം വിജനമായിരുന്നു: പാറക്കല്ലുകളും പൊടിപടലങ്ങളും മാത്രം, ഇലയനക്കം പോലും ഇല്ല. പിന്നെ ഉള്ളത് കുത്തിനിർത്തിയിരിക്കുന്ന വെള്ളക്കല്ലുകൾ: സ്മാരകശിലകൾ. അന്തരീക്ഷത്തിന് പട്ടികളുടെയും ഒട്ടകങ്ങളുടെയും ശവങ്ങളുടെ മണം ഉണ്ടായിരുന്നു... ഇത്രമാത്രം വിജനമായ മരുഭൂമി ജോണിനെ പേടിപ്പെടുത്തി. ഇവിടെ ഉള്ളതെല്ലാം കല്ലായിരുന്നു. കല്ലുകൊണ്ടുള്ള മനുഷ്യമുഖങ്ങൾ,

കല്ലുകൊണ്ടുള്ള ഹൃദയങ്ങൾ, അവർ ആരാധിക്കുന്ന കല്ലുകൊണ്ടുള്ള ദൈവങ്ങൾ. ഗുരു അവർക്കുവേണ്ടി കൊണ്ടുവന്ന അനുകമ്പയുള്ള പിതാവ് എവിടെപോയിരിക്കുന്നു! ഗലീലിയിലേക്ക് തിരിച്ചു പോകാൻ പ്രിയപ്പെട്ട ഗുരു എപ്പോഴാണ് പ്രത്യക്ഷപ്പെടാൻ പോകുന്നത്!

പീറ്റർ എഴുന്നേറ്റു. അയാളുടെ ക്ഷമ തീർന്നു. "സഹോദരന്മാരേ, നമുക്ക് പോകാം. അദ്ദേഹം വരില്ല."

"അദ്ദേഹം അടുത്തേക്ക് വന്നുകൊണ്ടിരിക്കുന്നത് ഞാൻ കേൾക്കുന്നുണ്ട്..." ജോൺ ആത്മവിശ്വാസം ഇല്ലാതെ പറഞ്ഞു.

"അദ്ദേഹം വരുന്നത് അതീന്ദ്രിയ ജ്ഞാനി കേൾക്കുന്നുണ്ടെങ്കിൽ, എവിടെ നിന്നാണ് അത് കേട്ടുകൊണ്ടിരിക്കുന്നത്? സഹോദരന്റെ സ്വപ്ന തുല്യമായ വിചിത്രകല്പനകളെപ്പറ്റി അഭിപ്രായം ഇല്ലാത്ത ജേക്കബ് ചോദിച്ചു. പീറ്ററിനെപോലെ തടാകവും ബോട്ടുകളും കാണാൻ അയാൾക്കും തിടുക്കം ഉണ്ടായിരുന്നു. "എവിടെനിന്നാണ് കേൾക്കുന്നത്? എന്നോട് പറയാൻ പറ്റുമോ?"

"എന്റെ ഹൃദയത്തിൽ നിന്ന്" അനിയൻ മറുപടി പറഞ്ഞു. "അതാണ് എപ്പോഴും ആദ്യം കേൾക്കുന്നതും കാണുന്നതും."

ജേക്കബ്ബ് പീറ്ററും സംശയം പ്രകടമാക്കിക്കൊണ്ട് തോൾ വെട്ടിച്ചു. പക്ഷേ, സത്രം സൂക്ഷിപ്പുകാരൻ പൊട്ടിത്തെറിച്ചു: "പരിഹസിക്കണ്ട. അവൻ പറഞ്ഞത് ശരിയാണ്. ഞാനും അത് കേട്ടിട്ടുണ്ട്– നോഹയുടെ പെട്ടകം എന്ന് അവർ പറയുന്ന സാധനം എന്താണ്? അത് എന്താണെന്നാണ് നിങ്ങൾ വിചാരിക്കുന്നത്? നിശ്ചയമായും അത് മനുഷ്യന്റെ ഹൃദയം ആണ്! ദൈവം അദ്ദേഹത്തിന്റെ എല്ലാ ജന്തുക്കളുമായി അതിനുള്ളിൽ ഇരിക്കുന്നു. അതുമാത്രം അതിന്റെ ചരക്കുകളുമായി വെള്ളത്തിനു മുകളിലൂടെ ഒഴുകിനടക്കുമ്പോൾ സകല ജന്തുക്കളും മുങ്ങിച്ചത്ത് അടിത്തട്ടിലേക്ക് പോകുന്നു. ഈ മനുഷ്യന്റെ ഹൃദയത്തിന് എല്ലാ കാര്യങ്ങളും അറിയാം. അതെ! ചിരിക്കണ്ട– എല്ലാ കാര്യങ്ങളും!"

കാഹളം മുഴങ്ങി. ഒരു ശബ്ദകോലാഹലം ഉയർന്നു. തെരുവിലെ മനുഷ്യർ വഴി മാറി. കൂട്ടുകാർ സംശയത്തോടെ വാതിലിനടുത്തേക്ക് പറന്നു വന്നു. ചുറുചുറുക്കുള്ള സുന്ദരന്മാരായ ചെറുബാല്യക്കാർ സ്വർണ്ണം കൊണ്ട് അലങ്കരിച്ച ഒരു പല്ലക്ക് ചുമന്നുകൊണ്ട് പോകുന്നുണ്ടായിരുന്നു. അതിനുള്ളിൽ ഞാവൽപ്പഴം പോലെയുള്ള ഒരു പ്രമാണി സിൽക്കിൽ പൊതിഞ്ഞ് താടിതടവിക്കൊണ്ട് കിടന്നിരുന്നു. അയാൾക്ക് സ്വർണ്ണ വളയങ്ങളും ആഡംബരജീവിതം കൊണ്ട് വഴുവഴുത്തുപോയ മുഖവും ഉണ്ടായിരുന്നു.

"കെയാഫാസ്, ഉന്നത പുരോഹിതൻ!" സത്രം സൂക്ഷിപ്പുകാരൻ പറഞ്ഞു. "കുട്ടികളേ, നിങ്ങളുടെ മൂക്ക് പൊത്തിപ്പിടിക്കൂ. ആദ്യം നാറിത്തുടങ്ങുന്ന ഭാഗം മീനിന്റെ തലയാണ്." അയാൾ മൂക്കു പൊത്തിപ്പിടിച്ചുകൊണ്ട് തുപ്പി. "അയാൾ തിന്നാനും കുടിക്കാനും പോകുകയാണ്. സ്വന്തം തോട്ടത്തിലെത്തി സ്വന്തം സ്ത്രീകളുടെ കൂടെ അല്ലെങ്കിൽ ചന്തമുള്ള

ആൺകുട്ടികളുടെ കൂടെ കളിക്കാൻ പോകുന്ന വഴിയാണ്. ഞാൻ ദൈവം ആയിരുന്നെങ്കിൽ ഇത് ഞാൻ താറുമാറാക്കുമായിരുന്നു.... ഈ ലോകം ഒരു ചരടിൽ തൂങ്ങിക്കിടക്കുകയാണെങ്കിൽ ഞാൻ ആ ചരട് മുറിക്കും- അതെ, എന്റെ വീഞ്ഞുകൊണ്ട് ഞാൻ അത് മുറിക്കും!— ഞാൻ അത് മുറിച്ച് ലോകത്തെ ചെകുത്താന്റെ അടുത്തേക്ക് പറഞ്ഞു വിടും!"

"നമുക്ക് പോകാം" പീറ്റർ വീണ്ടും പറഞ്ഞു. "ഇവിടം സുരക്ഷിതമല്ല. എന്റെ ഹൃദയത്തിന് കണ്ണും ചെവിയും ഉണ്ട്. എന്നോട് അത് വിളിച്ചു പറയുന്നു. കഷ്ടപ്പെടുന്ന ജന്തുക്കളായ നിങ്ങൾ എല്ലാവരും ഇവിടെനിന്ന് സ്ഥലം വിടണം!"

അയാൾ അയാളുടെ ഹൃദയം പറയുന്നതു കേൾക്കുന്നുണ്ടെന്നു പറഞ്ഞു. ഇതു പറയുന്ന സമയത്തും സത്യത്തിൽ അയാൾ അത് കേൾക്കുകയാണെന്ന് പറഞ്ഞു. ഭയത്തോടെ അയാൾ ചാടി എഴുന്നേറ്റ് ഒരു മൂലയിൽ ഇരുന്നിരുന്നിരുന്ന വടി കൈയിൽ എടുത്തു. ഇതുകണ്ട് മറ്റുള്ളവരും ചാടി എഴുന്നേറ്റു. അയാളുടെ ഭയം പകരുന്നതായിരുന്നു.

"സൈമൺ, നിനക്ക് അദ്ദേഹത്തെ അറിയാം. അദ്ദേഹം വരുകയാണെങ്കിൽ ഞങ്ങൾ ഗലീലിയിലേക്ക് പോയെന്ന് പറയണം." പീറ്റർ നിർദ്ദേശിച്ചു.

സത്രം സൂക്ഷിപ്പുകാരൻ ജിജ്ഞാസയോടെ ചോദിച്ചു. "തലയ്ക്കും വീഞ്ഞിനും ആരാണ് പണം തരാൻ പോകുന്നത്..."

"സൈമൺ അടുത്ത ജന്മത്തെ ജീവിതത്തിൽ നീ വിശ്വസിക്കുന്നുണ്ടോ?" പീറ്റർ ചോദിച്ചു.

"തീർച്ചയായും ഞാൻ വിശ്വസിക്കുന്നുണ്ട്."

"അപ്പോൾ ഞാൻ നിനക്ക് വാക്കു തരുന്നു. അത് ഞാൻ നിനക്ക് അടുത്ത ജന്മത്തിൽ തരും. വേണമെങ്കിൽ ഞാൻ അത് എഴുതിത്തരാം."

സത്രം സൂക്ഷിപ്പുകാരൻ തല ചൊറിഞ്ഞു.

"എന്താണ് പ്രശ്നം? അടുത്ത ജന്മത്തിൽ നീ വിശ്വസിക്കുന്നില്ലേ?" പീറ്റർ ഗൗരവത്തിൽ ചോദിച്ചു.

"പീറ്റർ, ഞാൻ വിശ്വസിക്കുന്നുണ്ട്. നാശം, ഞാൻ വിശ്വസിക്കുന്നുണ്ട്— പക്ഷേ, അത്രയ്ക്ക് അങ്ങോട്ട് വിശ്വസിക്കുന്നില്ല..."

ഇരുപത്

പക്ഷേ, അവർ സംസാരിച്ചുകൊണ്ടിരുന്നപ്പോൾ വരാന്തയിൽ ഒരു നീലനിഴൽ പെട്ടെന്ന് പ്രത്യക്ഷപ്പെട്ടു. അവർ എല്ലാവരും പിന്നോട്ടു മാറി. ചോര ഒഴുകുന്ന കാലുകളും ചെളിപുരണ്ട വസ്ത്രങ്ങളും തിരിച്ചറിയാൻ കഴിയാത്ത മുഖവുമായി യേശു വാതിൽപടിയിൽ നിന്നു. ഇത് ആരായിരുന്നു: അപരിഷ്കൃതനായ സ്നാപകന്റെ പ്രിയപ്പെട്ട ഗുരു? അദ്ദേഹത്തിന്റെ തലമുടി തോളറ്റം വരെ ചുറ്റിപ്പിണഞ്ഞുകിടന്നു. അദ്ദേഹത്തിന്റെ തൊലി

വരണ്ടുണങ്ങി പരുപരുത്ത പോയിരുന്നു. അദ്ദേഹത്തിന്റെ കവിളുകൾ കുഴിഞ്ഞുപോയിരുന്നു. കണ്ണുകൾക്ക് വിസ്താരം കൂടി അദ്ദേഹത്തിന്റെ മുഖത്തെ അവ പൂർണ്ണമായും അതിക്രമിച്ച് കീഴടക്കിയിരുന്നു. അദ്ദേഹം ബലമായി മുഷ്ടി ചുരുട്ടിപ്പിടിച്ചിരുന്നു. അദ്ദേഹത്തിന്റെ തലമുടിയും കണ്ണുകളും കവിളുകളും സ്നാപകന്റെ മുടിക്കും കണ്ണിനും കവിളിനും തുല്യമായിരുന്നു. ശിഷ്യന്മാർ വായും പിളർന്ന് അദ്ദേഹത്തെ നോക്കിക്കൊണ്ടു നിന്നു. ആ രണ്ടു മനുഷ്യർക്കും കൂടി ഒന്നിച്ചുചേർന്ന് ഒന്നായി മാറാൻ കഴിയുമോ?

"സ്നാപകനെ കൊന്നത്, ഇയാൾ ആണ്... ഇയാൾ" അസ്വസ്ഥത ഉണ്ടാക്കുന്ന നവാഗതനു കടന്നു പോകാൻ വഴി മാറിക്കൊടുക്കുമ്പോൾ യൂദാസ് ആലോചിച്ചു. യേശു ഉമ്മറത്തു കൂടി നടന്നതെങ്ങനെയാണെന്നും അവരെ ഓരോരുത്തരെയും ഗൗരവത്തിൽ നോക്കിയതെങ്ങനെയാണെന്നും അദ്ദേഹം ചുണ്ടുകടിച്ചത് എങ്ങനെയാണെന്നും യൂദാസ് നിരീക്ഷിച്ചിരുന്നു... അദ്ദേഹം സ്നാപകനിൽ നിന്ന് എല്ലാം സ്വീകരിച്ചിരുന്നു... എല്ലാ കാര്യങ്ങളും. അദ്ദേഹം അയാളുടെ ശരീരത്തെ പിടിച്ചുപറിച്ചു സ്വന്തമാക്കി. യൂദാസ് ആലോചിച്ചു. പക്ഷേ, അയാളുടെ ആത്മാവും അനിയന്ത്രിതമായ സംസാരവും? അദ്ദേഹം ഇപ്പോൾ സംസാരിക്കും. നമുക്ക് നോക്കാം...

അല്പസമയത്തേക്ക് അവർ എല്ലാവരും നിശ്ശബ്ദരായിരുന്നു. മദ്യശാലയുടെ അന്തരീക്ഷത്തിന് വ്യത്യാസം വന്നു. സത്രം സൂക്ഷിപ്പുകാരൻ ഒരു മൂലയ്ക്കുപോയി ചുരുണ്ടുകൂടി ഇരുന്ന് ചുണ്ടുകടിച്ചുകൊണ്ട് സാവധാനം മുന്നോട്ടുവന്നുകൊണ്ടിരുന്ന യേശുവിനെ തുറിച്ചുനോക്കി. അദ്ദേഹത്തിന്റെ വന്യമായ പരുക്കൻ ശബ്ദം കേട്ടപ്പോൾ അയാളുടെ നെറ്റിയിലെ ഞരമ്പുകൾ വീർത്തു. പെട്ടെന്ന് അവർ എല്ലാവരും അദ്ദേഹത്തിന്റെ വന്യമായ പരുക്കൻ ശബ്ദം കേട്ടു. കൂട്ടുകാർ ഞെട്ടി. കാരണം അത് അദ്ദേഹത്തിന്റെ ശബ്ദം അല്ലായിരുന്നു. അത് പ്രവാചകൻ സ്നാപകന്റെ ഭയാനകമായ ശബ്ദം ആയിരുന്നു.

"നിങ്ങൾ വിടവാങ്ങുകയായിരുന്നോ?"

ആരും മറുപടി പറഞ്ഞില്ല. അവർ ഒന്നിനു പിറകിൽ ഒന്നായി നിന്ന് ഒരു സംരക്ഷണ മതിൽ തീർത്തിരുന്നു.

"നിങ്ങൾ പോകുകയാണോ?" അദ്ദേഹം വീണ്ടും ദേഷ്യപ്പെട്ടു. "പീറ്റർ പറയൂ!"

പീറ്റർ ആത്മവിശ്വാസം ഇല്ലാത്ത ശബ്ദത്തിൽ മറുപടി പറഞ്ഞു. "ജോൺ അയാളുടെ ഹൃദയത്തിൽ ആചാര്യന്റെ കാലൊച്ച കേട്ടു. ഞങ്ങൾ അങ്ങയെ സ്വീകരിക്കാൻ വേണ്ടി ഇറങ്ങുകയായിരുന്നു."

യേശു നെറ്റിചുളിച്ചു അദ്ദേഹത്തെ ദേഷ്യവും വിദ്വേഷവും കൂടി കീഴടക്കിയിരുന്നു. പക്ഷേ, അദ്ദേഹം സ്വയം നിയന്ത്രിച്ചു.

"നമുക്ക് പോകാം." വാതിലിന്റെ നേർക്ക് തിരിഞ്ഞു കൊണ്ട് യേശു പറഞ്ഞു. ഒരുവശത്തേക്ക് മാറി നിന്ന് തന്നെ നീലക്കണ്ണുകൾ കൊണ്ട്

നോക്കി നില്ക്കുന്ന യൂദാസിനെ യേശു കണ്ടു.

"യൂദാസ് വരുന്നുണ്ടോ?" അദ്ദേഹം അയാളോട് ചോദിച്ചു.

"ഞാൻ മരണം വരെ അങ്ങയോടൊപ്പം ഉണ്ട്. അത് അങ്ങയ്ക്ക് അറിയാം."

"അതു പോരാ, നിങ്ങൾ കേൾക്കുന്നുണ്ടോ അതുപോരാ... മരണത്തിനുശേഷവും ഉണ്ടായിരിക്കണം.! ... നമുക്ക് പോകാം.!"

വീഞ്ഞുവീപ്പകൾക്കിടയിൽനിന്നും സത്രം സൂക്ഷിപ്പുകാരൻ പുറത്തേക്ക് പറന്നുവന്നു. "നല്ലതുവരട്ടെ" അയാൾ വിളിച്ചു പറഞ്ഞു. "ഗലീലിക്കാരുടെ യാത്ര സുഖകരമാകട്ടെ. നല്ല സമയം വന്ന് നിങ്ങൾ സ്വർഗ്ഗത്തിൽ പ്രവേശിക്കുമ്പോൾ ഞാൻ നിങ്ങളെ സൽക്കരിച്ച വീഞ്ഞിന്റെയും തലയുടെയും കാര്യം മറക്കരുത്!"

"ഞാൻ നിങ്ങൾക്ക് വാക്കു തന്നിട്ടുണ്ട്." പീറ്റർ മറുപടി പറഞ്ഞു. അയാളുടെ മുഖത്ത് ഗൗരവവും വ്യഥയും ഉണ്ടായിരുന്നു. ഗുരുവിനോട് ഭയം കാരണം കള്ളം പറഞ്ഞതിൽ അയാൾക്ക് ലജ്ജതോന്നി. യേശു ദേഷ്യപ്പെട്ട് നെറ്റിചുളിച്ചത് അദ്ദേഹം കള്ളം തിരിച്ചറിഞ്ഞതിന്റെ വ്യക്തമായ സൂചന ആയിരുന്നു. അദ്ദേഹം നിശ്ശബ്ദനായി അയാളെ ശകാരിക്കുകയായിരുന്നു: "ഭീരുവും കള്ളം പറയുന്നവനും ചതിയനുമായ പീറ്ററെ, നീ എന്നാണ് ഒരു മനുഷ്യൻ ആകുന്നത്? നീ എന്നാണ് ഭയത്തെ കീഴടക്കുന്നത്? കാറ്റാടി നീ എന്നാണ് നിന്റെ കറക്കം അവസാനിപ്പിക്കുന്നത്!"

ഗുരു ഏതുവഴിക്ക് പോകുമെന്ന് അറിയാൻ വേണ്ടി പീറ്റർ മദ്യശാലയിലേക്കുള്ള വഴിയുടെ അറ്റത്തുനിന്നു പക്ഷേ, യേശു ഡേവിഡിന്റെ ഗേറ്റിനപ്പുറത്തുനിന്നുവരുന്ന പതറിയ ശബ്ദങ്ങളിലുള്ള കയ്പു നിറഞ്ഞ വിരസമായ സംഗീതം ശ്രദ്ധിക്കുകയായിരുന്നു. അത് കുഷ്ഠരോഗികൾ ആയിരുന്നു. അവർ സ്വയം മണലിൽ ചിതറിക്കിടന്ന് അവരുടെ പകുതി കൈകൾ കടന്നു പോകുന്നവരുടെ നേർക്ക് നീട്ടിക്കൊണ്ട് ഡേവിഡ് രാജാവിന്റെ പ്രതാപത്തെപ്പറ്റിയും അവരുടെ പാപങ്ങളുടെ കടം ഈ ഭൂമിയിൽ തന്നെ കൊടുത്തുതീർക്കാനുള്ള അവസരം ഉണ്ടാക്കിക്കൊടുത്ത ദൈവത്തിന്റെ കാരുണ്യത്തെപ്പറ്റിയും ശാന്തമായി പാടിക്കൊണ്ടിരുന്നു. അതുകൊണ്ട് നാളെ അവരുടെ ഭാവിജീവിതത്തിൽ അവരുടെ മുഖങ്ങൾ എന്നെന്നേക്കുമായി തിളങ്ങിക്കൊണ്ടിരിക്കും.

യേശു കൂടുതൽ അസ്വസ്ഥനായി. അദ്ദേഹം നഗരത്തിലേക്ക് തിരിഞ്ഞു. കടകളും പണിശാലകളും മദ്യശാലകളും തുറന്നുകഴിഞ്ഞിരുന്നു. നിരത്തുകൾ മനുഷ്യരെക്കൊണ്ട് നിറഞ്ഞിരുന്നു. അവർ എന്തിനാണ് ഓടിനടന്ന് വിളിച്ചുകൂവുന്നത്? എന്തിനാണ് അവരുടെ ശരീരങ്ങളിൽ നിന്ന് വിയർപ്പ് ഒഴുകിയിറങ്ങുന്നത്? അദ്ദേഹം കുതിരകളുടെയും മനുഷ്യരുടെയും കൊമ്പുവാദ്യങ്ങളുടെയും ഭയാനകമായ ഒരു മുഴക്കം കേട്ടു: വിശുദ്ധനഗരം അന്തർഭാഗങ്ങളിൽ കുഷ്ഠവും ഭ്രാന്തും മരണവും നിറഞ്ഞ് രോഗിയായി മാറിയ പേടിപ്പെടുത്തുന്ന ഒരു വന്യമൃഗമാണെന്ന് യേശുവിന് തോന്നി.

തെരുവുകളിലെ മുഴക്കം വർദ്ധിച്ചുകൊണ്ടിരുന്നു. മനുഷ്യർ

അങ്ങോട്ടും ഇങ്ങോട്ടും ഓടി. അവർ എന്തിനാണ് തിടുക്കം കൂട്ടുന്നത്? യേശു സ്വയം ചോദിച്ചു. അവർ ഓടുന്നത് എന്തിനാണ്? അവർ എവിടെ യാണ് പോകുന്നത്? അദ്ദേഹം നെടുവീർപ്പിട്ടു— എല്ലാവരും എല്ലാവരും— നരകത്തിലേക്ക്!

അദ്ദേഹം അസ്വസ്ഥനായിരുന്നു. ഈ മനുഷ്യനെ തിന്നുന്ന നഗര ത്തിൽ താമസിച്ച് ഇവിടുത്തെ ആരാധനാലയത്തിന്റെ മേൽക്കൂരയിൽ അള്ളിപ്പിടിച്ചു കയറിനിന്നുകൊണ്ട് "പശ്ചാത്തപിക്കൂ! ദൈവത്തിന്റെ ദിവസം വന്നിരിക്കുന്നു" എന്ന് വിളിച്ചുകൂവേണ്ടത് അദ്ദേഹത്തിന്റെ ചുമ തല ആയിരുന്നോ? ഗലീലിയിലെ ശാന്തരായ കൃഷിക്കാർക്കും മുക്കു വർക്കും ആവശ്യം ഉള്ളതിലും കൂടുതൽ പശ്ചാത്താപവും സാന്ത്വനവും ഈ തെരുവുകളിൽ കിതച്ചുകൊണ്ട് അങ്ങോട്ടും ഇങ്ങോട്ടും ഓടിനടക്കുന്ന ഭാഗ്യദോഷികളായ മനുഷ്യർക്ക് ഉണ്ട്. "ഞാൻ ഇവിടെത്തന്നെ താമ സിക്കും." യേശു ആലോചിച്ചു. "ലോകത്തിന്റെ വിനാശവും സ്വർഗ്ഗരാ ജ്യവും ഞാൻ ഇവിടെവെച്ച് ആദ്യമായി പ്രഖ്യാപിക്കും!"

ആൻഡ്രുവിന് സങ്കടം അടക്കി നിർത്താൻ കഴിഞ്ഞില്ല. അയാൾ യേശുവിന്റെ അടുത്തുചെന്നു. "ആചാര്യാ, അവർ സ്നാപകനെ പിടികൂടി കൊന്നു!"

"അതു സാരമില്ല." യേശു ശാന്തമായി മറുപടി പറഞ്ഞു. "സ്നാപ കന് അയാളുടെ ചുമതല നിർവ്വഹിക്കാൻ വേണ്ടത്ര സമയം കിട്ടിയിരുന്നു. ആൻഡ്രു, നമുക്ക് നമ്മുടെ ചുമതല നിർവ്വഹിക്കാൻ വേണ്ട സമയം കിട്ടു മെന്ന് പ്രതീക്ഷിക്കാം! "മുൻഗാമിയുടെ മുൻ ശിഷ്യന്റെ കണ്ണു നിറയു ന്നത് അദ്ദേഹം കണ്ടു. "ആൻഡ്രു ദുഃഖിക്കരുത്" അദ്ദേഹം ആൻഡ്രുവിന്റെ തോളിൽ തട്ടിക്കൊണ്ട് പറഞ്ഞു. "അയാൾ മരിക്കില്ല. അനശ്വരരാകാൻ കൂടുതൽ താമസിക്കുന്നവർ മാത്രമാണ് മരിക്കുന്നത്. അയാൾ കൂടുതൽ താമസിച്ചിട്ടില്ല. ദൈവം അയാൾക്ക് സമയം അനുവദിച്ചിരുന്നു."

ഇതു പറയുമ്പോൾ, അദ്ദേഹത്തിന്റെ മനസ്സ് പ്രകാശമാനമായി. സത്യ ത്തിൽ ഈ ലോകത്തെ എല്ലാ കാര്യങ്ങളും സമയത്തെ ആശ്രയിക്കു ന്നുണ്ട്. സമയം എല്ലാവരെയും പാകമാക്കുന്നു. നിങ്ങൾക്ക് സമയം ലഭി ക്കുകയാണെങ്കിൽ മനുഷ്യന്റെ ഉള്ളിലെ ചെളിയെ ആത്മാവാക്കി മാറ്റു ന്നതിൽ വിജയിക്കുന്നു. അപ്പോൾ നിങ്ങൾ മരണത്തെ ഭയക്കുന്നില്ല. നിങ്ങൾക്ക് സമയം ലഭിക്കുന്നില്ലെങ്കിൽ, നിങ്ങൾ നശിച്ചു... പ്രിയപ്പെട്ട ദൈവമേ; യേശു നിശ്ശബ്ദമായി യാചിച്ചു. എനിക്ക് സമയം തരണം. അത്ര മാത്രമാണ് ഞാൻ അങ്ങയോട് ചോദിക്കുന്നത്. എനിക്ക് സമയം തരണം... അദ്ദേഹത്തിന് എന്റെ ഉള്ളിൽ ഇപ്പോഴും കൂടുതൽ ചെളി ഉണ്ടെന്ന്, അതാ യത് കൂടുതൽ മനുഷ്യനുണ്ടെന്ന് തോന്നി. അദ്ദേഹം ഇപ്പോഴും ദേഷ്യ ത്തിനും ഭയത്തിനും അസൂയയ്ക്കും ഇരയാകുന്നുണ്ടായിരുന്നു. മഗ്ദല നയെപ്പറ്റി ആലോചിക്കുമ്പോൾ അദ്ദേഹത്തിന്റെ കണ്ണുകൾ ഈറന ണിഞ്ഞു. കഴിഞ്ഞ രാത്രിയിൽ അദ്ദേഹം രഹസ്യമായി ലാസറസിന്റെ സഹോദരി മറിയത്തിനെ നോക്കിയപ്പോൾ...

അദ്ദേഹത്തിന്റെ മുഖം നാണക്കേടുകൊണ്ട് തുടുത്തു. പെട്ടെന്നു തന്നെ അദ്ദേഹം തീരുമാനം എടുത്തു: ഈ നഗരം ഉപേക്ഷിക്കണം. ഇതു വരെ അദ്ദേഹത്തിന്റെ മരണസമയം എത്തിയിട്ടില്ല. അദ്ദേഹം ഇപ്പോഴും തയ്യാറായിരുന്നില്ല... പ്രിയപ്പെട്ട ദൈവമേ, അദ്ദേഹം വീണ്ടും യാചിച്ചു. എനിക്ക് സമയം തരണം. സമയം മാത്രം. മറ്റൊന്നും വേണ്ട.. അദ്ദേഹം കൂട്ടുകാരോട് തല കുലുക്കിക്കാണിച്ചു:

"എന്റെ കൂട്ടാളികൾ എന്നോടൊപ്പം വരൂ, നമുക്ക് ഗലീലിയിലേക്ക് തിരിച്ചു പോകാം. ദൈവത്തിന്റെ പേരിൽ നമുക്ക് തിരിച്ചു പോകാം!"

വിശന്നു പൊരിഞ്ഞ കുതിരകൾ അവരുടെ ഇഷ്ടപ്പെട്ട ലായത്തിലേക്ക് തിരിച്ചുപോകുന്നതുപോലെ കൂട്ടുകാർ ഗാനേസറത്തിലെ തടാകം ലക്ഷ്യമാക്കി മത്സരിച്ചു നടന്നു. വീണ്ടും ചുവന്ന താടിക്കാരൻ യൂദാസ് ആയിരുന്നു ഏറ്റവും മുന്നിൽ. അയാൾ ചൂളം അടിക്കുന്നുണ്ടായിരുന്നു. വർഷങ്ങളായി ഇത്രയും സംതൃപ്തി അയാളുടെ ഹൃദയം അനുഭവിച്ചിട്ടില്ല. മരുഭൂമിയിൽ നിന്ന് തിരിച്ചുവന്നതിനുശേഷമുള്ള ഗുരുവിന്റെ മുഖവും ശബ്ദവും തീവ്രതയും അയാളെ വളരെയധികം സന്തോഷിപ്പിച്ചിരുന്നു. അദ്ദേഹം സ്നാപകനെ കൊന്നു. അയാൾ വീണ്ടും വീണ്ടും സ്വയം പറഞ്ഞു. അദ്ദേഹം അയാളെ കൂടെകൂട്ടിയിരിക്കുന്നു. ആടും സിംഹവും യോജിച്ച് ഒന്നായി മാറിയിരിക്കുന്നു. പുരാതനകാലത്തെ വികൃത ജന്തുക്കളെപ്പോലെ ആടും സിംഹവും ചേർന്നതാണോ മിശിഹാ?... അയാൾ ചൂളം അടിച്ചുകൊണ്ട് മുന്നോട്ടു നടന്നു. ഇടയ്ക്കിടയ്ക്ക് അയാൾ മറ്റുള്ളവർക്കുവേണ്ടി കാത്തുനിന്നു. ഈ നിശ്ശബ്ദത അവസാനിക്കാതിരിക്കില്ല. അയാൾ ആലോചിച്ചു. നമ്മൾ തടാകത്തിൽ എത്തുന്നതിനുമുമ്പുള്ള ഏതെങ്കിലും ഒരു രാത്രിയിൽ അദ്ദേഹം അദ്ദേഹത്തിന്റെ വായ് തുറന്ന് സംസാരിക്കും. അദ്ദേഹം ആ രഹസ്യം ഞങ്ങളോട് പറയും: അദ്ദേഹം മരുഭൂമിയിൽ എന്തു ചെയ്തെന്നും ഇസ്രയേലിന്റെ ദൈവത്തെ കണ്ടെങ്കിൽ അവർ എന്താണ് സംസാരിച്ചതെന്നും അദ്ദേഹം ഞങ്ങളോട് പറയും. അതിനു ശേഷം ഞാൻ വിധി പറയും.

ആദ്യത്തെ രാത്രി കടന്നുപോയി. യേശു ഒന്നും സംസാരിക്കാതെ നക്ഷത്രങ്ങൾ നോക്കി ഇരുന്നു. ക്ഷീണിച്ചുപോയ കൂട്ടുകാർ അദ്ദേഹത്തിന്റെ ചുറ്റുംകിടന്ന് ഉറങ്ങി. പക്ഷേ, യൂദാസിന്റെ നീലക്കണ്ണുകൾ ഇരുട്ടിൽ തിളങ്ങി.... അയാളും യേശുവും രാത്രി മുഴുവൻ മുഖത്തോടു മുഖം നോക്കി എഴുന്നേറ്റിരുന്നു. പക്ഷേ, ഒരു വാക്കുപോലും ഉച്ചരിച്ചില്ല.

പുലരിയിൽ അവർ വീണ്ടും യാത്ര ആരംഭിച്ചു. അവർ യൂദയായിലെ കല്ലുകൾ ഉപേക്ഷിച്ചിട്ട് സമരിയായിലെ വെള്ള മണലിൽ എത്തിച്ചേർന്നു. ജേക്കബ്ബിന്റെ കിണറിൽ ആളനക്കം ഉണ്ടായിരുന്നില്ല. അവരുടെ ക്ഷീണം തീർക്കാനുള്ള വെള്ളം കോരാൻ വേണ്ടി ഒരു സ്ത്രീപോലും കിണറിനടുത്തേക്ക് വന്നില്ല. അവർ വളരെവേഗം മതനിന്ദയുടെ മണലിനു മുകളിലൂടെ നടന്നു. അതിനുശേഷം അവർ അവരുടെ പ്രിയപ്പെട്ട പർവ്വതങ്ങൾ കണ്ടു— മഞ്ഞുമൂടിയ ഹെർമോൻ, ചാരുതയുള്ള ടാബോർ, വിശുദ്ധ

കാർമ്മൽ.

പകൽവെളിച്ചം മങ്ങി. അവർ ഇടതിങ്ങിയ ഇലപ്പടർപ്പുള്ള ഒരു ദേവദാരു മരത്തിന്റെ അടിയിൽ കിടന്ന് അസ്തമയം ശ്രദ്ധിച്ചു. ജോൺ വൈകുന്നേരത്തെ പ്രാർത്ഥന ചൊല്ലി. "ദൈവമേ, അങ്ങയുടെ വാതിലുകൾ ഞങ്ങൾക്ക് തുറന്നു തന്നാലും, പകൽ ക്ഷയിക്കുന്നു. സൂര്യൻ അപ്രത്യക്ഷപ്പെടുന്നു. അവ ഞങ്ങൾക്കുവേണ്ടി തുറന്നാലും. ഞങ്ങൾക്ക് മാപ്പു തരാൻ അങ്ങയോട് ഞങ്ങൾ ശാശ്വതമായി യാചിക്കുന്നു. ഞങ്ങളോട് കരുണ തോന്നാൻ ശാശ്വതമായി യാചിക്കുന്നു. ഞങ്ങളെ രക്ഷിച്ചാലും!"

അന്തരീക്ഷത്തിന് ഇരുണ്ട നീലനിറം ആയിരുന്നു. ആകാശത്തിന് സൂര്യൻ നഷ്ടപ്പെട്ടിരുന്നു. എന്നാൽ ഇതുവരെ അത് നക്ഷത്രങ്ങളെ കണ്ടെത്തിയിരുന്നില്ല. അലങ്കാരങ്ങളില്ലാതെ അത് ഭൂമിയെ മൂടി. മണ്ണിൽ അമർന്നിരുന്ന യേശുവിന്റെ നീണ്ട വിരലുകൾ ഉള്ള വഴക്കമുള്ള കൈപ്പത്തിക്ക് അരണ്ടവെളിച്ചത്തിൽ വെളുപ്പു നിറം ആയിരുന്നു. അദ്ദേഹത്തിന്റെ ഉള്ളിൽ വൈകുന്നേരത്തെ പ്രാർത്ഥന ഇപ്പോഴും ചുറ്റിക്കറങ്ങി അതിന്റെ ജോലി ചെയ്തുകൊണ്ടിരുന്നു. ദൈവത്തിന്റെ വാതിലുകളിൽ മനുഷ്യരുടെ കൈകൾ തീവ്രനൈരാശ്യത്തോടെ മുട്ടിവിളിക്കുന്നത് അദ്ദേഹം കേട്ടു. പക്ഷേ, ആ വാതിലുകൾ തുറക്കപ്പെട്ടില്ല. മനുഷ്യർ വിളിച്ചുകൂവുന്നതിനിടയിൽ മുട്ടിവിളിച്ചുകൊണ്ടിരുന്നു. അവർ എന്താണ് വിളിച്ചുകൂവിയിരുന്നത്?

വ്യക്തമായി കേൾക്കാൻ വേണ്ടി അദ്ദേഹം കണ്ണടച്ചു. പക്ഷികൾ അവരുടെ കൂടുകളിലേക്ക് തിരിച്ചുപോയിരുന്നു. രാത്രിയിലെ പക്ഷികൾ ഇതുവരെ അവരുടെ കണ്ണു തുറന്നിരുന്നില്ല. മനുഷ്യവർഗ്ഗത്തിന്റെ ഗ്രാമങ്ങൾ അടുത്തെങ്ങും ഉണ്ടായിരുന്നില്ല; മനുഷ്യരുടെ ബഹളമോ പട്ടികളുടെ കുരയോ കേൾക്കാൻ ഉണ്ടായിരുന്നില്ല: കൂട്ടുകാർ വൈകുന്നേരത്തെ പ്രാർത്ഥന അവ്യക്തമായി പിറുപിറുത്തു. പക്ഷേ, അവർ ഉറക്കം തൂങ്ങുകയായിരുന്നു. ദൈവീകമായ വാക്കുകൾ പ്രതിദ്ധ്വനികൾ ഇല്ലാതെ അവരുടെ ഉള്ളിൽ മുങ്ങിപ്പോയി. എന്തായാലും മനുഷ്യർ ദൈവത്തിന്റെ വാതിലുകളിൽ മുട്ടിവിളിക്കുന്നത് യേശു കേട്ടു— അദ്ദേഹത്തിന്റെ സ്വന്തം ഹൃദയത്തിനു പുറത്താണ് അവർ മുട്ടിവിളിച്ചത്. അവർ അദ്ദേഹത്തിന്റെ ഇളം ചൂടുള്ള ഹൃദയത്തിനു മുകളിൽ മുട്ടിവിളിച്ചുകൊണ്ട് കരയുകയായിരുന്നു: "തുറക്കൂ! തുറക്കൂ! ഞങ്ങളെ രക്ഷിക്കൂ!"

യേശുവും സ്വന്തം ഹൃദയത്തിനോട് തുറക്കാൻ യാചിക്കുന്ന മട്ടിൽ നെഞ്ചത്ത് കൈവച്ചു. അദ്ദേഹം തനിച്ച് അവനവനിൽ തന്നെ വിശ്വസിക്കാനുള്ള പോരാട്ടം നടത്തിക്കൊണ്ടിരുന്നപ്പോൾ പിന്നിൽ നിന്നും ആരോ തന്നെ ശ്രദ്ധിക്കുന്നതായി അദ്ദേഹത്തിനു തോന്നി. യേശു തിരിഞ്ഞു നോക്കി. യൂദാസിന്റെ ജ്വലിക്കുന്ന തണുത്ത കണ്ണുകൾ അദ്ദേഹത്തിന്റെ പുറത്ത് തറച്ചു നില്ക്കുകയായിരുന്നു. യേശു ഞെട്ടി. ഈ ചുവന്ന താടിക്കാരൻ മെരുങ്ങാത്ത ഒരു അഭിമാനി ആയിരുന്നു. കൂട്ടുകാരിൽ വെച്ച് തന്നോട് ഏറ്റവും കൂടുതൽ അടുപ്പം അയാൾക്കാണെന്ന് യേശുവിന് തോന്നി. എന്നാൽ ഏറ്റവും കൂടുതൽ അകലവും അയാൾക്കായിരുന്നു.

അദ്ദേഹത്തിന് അയാളോടുമാത്രം സ്വയം വിശദീകരിക്കേണ്ട ആവശ്യം ഉണ്ടെന്ന് തോന്നി. അദ്ദേഹം വലതുകൈ നീട്ടി.

"എന്റെ സഹോദരനായ യൂദാസേ" അദ്ദേഹം പറഞ്ഞു. "നോക്കൂ: എന്റെ കൈയിൽ എന്താണിരിക്കുന്നത്?" യൂദാസ് അരണ്ട വെളിച്ചത്തിൽ കാണാൻ വേണ്ടി കഴുത്തു നീട്ടി ബുദ്ധിമുട്ടി.

"ഒന്നുമില്ല." അയാൾ മറുപടി പറഞ്ഞു. "ഞാൻ ഒന്നുംതന്നെ കാണുന്നില്ല."

"നിങ്ങൾ അത് താമസിയാതെ കാണും." യേശു പുഞ്ചിരിച്ചുകൊണ്ട് പറഞ്ഞു.

"സ്വർഗ്ഗരാജ്യം" ആൻഡ്രൂ പറഞ്ഞു.

"വിത്ത്. ജോൺ പറഞ്ഞു. തടാകക്കരയിൽവെച്ച് ആദ്യമായി ഞങ്ങളോട് സംസാരിക്കാൻ വേണ്ടി വായ് തുറന്നപ്പോൾ പറഞ്ഞകാര്യം അങ്ങ് ഓർക്കുന്നുണ്ടോ? വിതയ്ക്കുന്നവൻ അയാളുടെ വിത്തുവിതയ്ക്കാൻ വേണ്ടി പുറത്തുവന്നിട്ടുണ്ട്..."

"പീറ്റർ എന്തു പറയുന്നു?" യേശു ചോദിച്ചു.

"ഗുരുവിനോട് ഞാൻ എന്തു പറയാൻ? ഞാൻ എന്റെ കണ്ണുകളോട് ചോദിച്ചാൽ: ഗുരുവിന്റെ കൈയിൽ ഒന്നും ഇല്ല. ഹൃദയത്തോട് ചോദിച്ചാൽ: എല്ലാം ഉണ്ട്. ഇവയ്ക്കിടയിൽ എന്റെ മനസ്സ് ഒരു മണിപോലെ ആടിക്കൊണ്ടിരിക്കുന്നു."

"ജേക്കബ് എന്തു പറയുന്നു?"

"ആചാര്യൻ എന്നോട് ക്ഷമിക്കണം. ആചാര്യന്റെ കൈയിൽ ഒന്നും തന്നെ ഇല്ല."

"നോക്കൂ!" യേശു സംസാരിച്ചതിനിടയിൽ കൈകൾ അക്രമാസക്തമായി മുകളിലേക്ക് ഉയർത്തി. അതേ വേഗതയിൽ അദ്ദേഹം ശക്തിയോടെ കൈ അപ്പോൾ തന്നെ താഴോട്ടു കൊണ്ടുവന്നു. കൂട്ടുകാർ ഭയന്നു പോയിരുന്നു. യൂദാസിന്റെ മുഖം സന്തോഷംകൊണ്ട് തിളങ്ങുന്ന റോസാപ്പൂ പോലെ തുടുത്തു. അയാൾ യേശുവിന്റെ കൈ ബലമായി പിടിച്ചെടുത്ത് ചുംബിച്ചു.

അയാൾ വിളിച്ചു പറഞ്ഞു. "ആചാര്യന്റെ കൈയിൽ ഉണ്ടായിരുന്ന സാധനം ഞാൻ കണ്ടു. ഞാൻ കണ്ടു. ആചാര്യന്റെ കൈയിൽ സ്നാപകന്റെ കോടാലിയാണ് ഉണ്ടായിരുന്നത്."

പക്ഷേ, പെട്ടെന്ന് അയാൾക്ക് നാണക്കേടും കോപവും തോന്നി. കാരണം അയാൾക്ക് സന്തോഷം നിയന്ത്രിക്കാൻ കഴിഞ്ഞിരുന്നില്ല. അയാൾ വീണ്ടും പിൻവാങ്ങിക്കൊണ്ട് ദേവദാരുമരത്തിന്റെ തടിയിൽ ചാരി നിന്നു. ശാന്തവും ഗൗരവവും നിഴലിക്കുന്നതായ ശബ്ദം കേട്ടു. അത് യേശുവിന്റെ ശബ്ദം ആയിരുന്നു.

"അയാൾ അത് എന്റെ അടുത്തു കൊണ്ടുവന്നതിനുശേഷം ദ്രവിച്ച മരത്തിന്റെ വേരിൽ കൊണ്ടുപോയി വെച്ചു. അയാൾ ജനിച്ചത് അതിനു വേണ്ടിയാണ്: അത് എനിക്ക് കൊണ്ടുതരാൻ വേണ്ടി. അയാൾക്ക് കൂടുത

ലൊന്നും ചെയ്യാൻ കഴിയില്ല. ഞാൻ വന്ന് കോടാലി കുനിഞ്ഞെടുത്തു– ഞാൻ ജനിച്ചത് അതിനുവേണ്ടി ആയിരുന്നു. ഇപ്പോൾ എന്റെ ചുമതല തുടങ്ങുന്നു: ദ്രവിച്ച മരം മുറിച്ചു താഴെ ഇടണം... ഞാൻ ഒരു വരൻ ആയി രുന്നെന്ന് ഞാൻ വിശ്വസിച്ചു. അതുകൊണ്ട് പൂത്തുലഞ്ഞ ഒരു ബദാം ചില്ല ഞാൻ കൈയിൽ പിടിച്ചു. പക്ഷേ, ഈ സമയത്തെല്ലാം ഞാൻ ഒരു തടിവെട്ടുകാരൻ ആയിരുന്നു. ഗലീലിയിൽ നമ്മൾ ഭൂമിയും സ്വർഗ്ഗവും ഒന്നിക്കുന്നതും ലോകത്തിന്റെ ഭംഗിയും പ്രഖ്യാപിച്ചുകൊണ്ട് നൃത്തം ചെയ്തതും ചുറ്റിത്തിരിഞ്ഞതും നിങ്ങൾ ഓർക്കുന്നുണ്ടോ? സ്വർഗ്ഗം എങ്ങ നെയാണ് നമുക്ക് മുമ്പിൽ ഇപ്പോൾ തുറക്കപ്പെടാൻ പോകുന്നതെന്ന് വിളിച്ചു കൂവിയത് നിങ്ങൾ ഓർക്കുന്നുണ്ടോ? ചങ്ങാതിമാരെ അതു മുഴു വൻ ഒരു സ്വപ്നം ആയിരുന്നു. ഇപ്പോൾ നമ്മൾ ഉണർന്നിരിക്കുകയാണ്. ഉറങ്ങുകയല്ല."

"അപ്പോൾ സ്വർഗ്ഗരാജ്യം ഇല്ലേ?" പീറ്റർ ഭയന്നുപോയി. അയാൾ വിളിച്ചുകൂവി.

"ഉണ്ട്. സ്വർഗ്ഗരാജ്യം ഉണ്ട്. പീറ്റർ പേടിക്കണ്ട. പക്ഷേ, അത് നമ്മുടെ ഉള്ളിലാണ്. പിശാചിന്റെ രാജ്യം പുറത്താണ്. ഈ രണ്ടു രാജ്യങ്ങളും യുദ്ധം ചെയ്യുന്നു. യുദ്ധം! യുദ്ധം! നമ്മുടെ ആദ്യത്തെ ചുമതല ഈ കോടാ ലികൊണ്ട് സാത്താനെ വെട്ടിനുറുക്കുന്നതാണ്."

"ഏത് സാത്താനെ?"

"നമുക്ക് ചുറ്റുമുള്ള ഈ ലോകം. കൂട്ടുകാരെ, ധൈര്യം വേണം– ഞാൻ നിങ്ങളെ യുദ്ധം ചെയ്യാനാണ് ക്ഷണിച്ചത്. വിവാഹത്തിനല്ല. എന്നോട് ക്ഷമിക്കണം. കാരണം എനിക്കുപോലും അത് അറിയില്ലായി രുന്നു. നിങ്ങളിൽ ഒരാൾ ഭാര്യയെയും കുട്ടികളെയും ആനുകൂല്യങ്ങളെയും സന്തോഷങ്ങളെയും പറ്റി ആലോചിക്കുന്നുണ്ടെങ്കിൽ– അയാൾ വിട്ടുപോ കട്ടെ! അതിൽ ലജ്ജിക്കാൻ ഒന്നും ഇല്ല! അയാൾ എഴുന്നേറ്റ് നിന്ന് സൗമ്യ മായി വിടപറഞ്ഞ് നമ്മുടെ അനുഗ്രഹങ്ങളുമായി പിരിഞ്ഞുപോകട്ടെ! ഇനിയും സമയം ഉണ്ട്."

അദ്ദേഹം നിശ്ശബ്ദനായി. അദ്ദേഹം കൂട്ടുകാരുടെ പുറത്തുകൂടി കണ്ണോ ടിച്ചു. ആരും അനങ്ങിയില്ല. ശുക്രനക്ഷത്രം ഒരു വലിയ വെള്ളത്തുള്ളി പോലെ ദേവദാരുമരത്തിന്റെ ഇരുണ്ട ചില്ലകൾക്ക് പിന്നിലൂടെ വട്ടം തിരിഞ്ഞു. രാത്രിയിലെ പക്ഷികൾ അവരുടെ ഇരുണ്ട ചിറകുകൾ കുടഞ്ഞ് ഉറക്കം ഉണർന്നു. ഒരു തണുത്ത ഇളംകാറ്റ് പർവ്വതങ്ങളിൽ നിന്ന് താഴോട്ട് ഒഴുകി. പെട്ടെന്ന് സായാഹ്നത്തിന്റെ മാധുര്യത്തിനിടയിൽ പീറ്റർ മുന്നോട്ടു ചാടിവന്ന് വിളിച്ചുകൂവി:

"ആചാര്യാ, ഈ യുദ്ധത്തിൽ മരണംവരെ ഞാൻ അങ്ങയുടെ തൊട്ട ടുത്ത് ഉണ്ടായിരിക്കും."

"അതെല്ലാം പൊങ്ങച്ചമാണ് പീറ്റർ. എനിക്ക് അത്തരം വാക്കുകൾ ഇഷ്ടമല്ല. നമ്മൾ ബുദ്ധിമുട്ടുള്ള ഒരുവഴിയിലാണ് സഞ്ചരിച്ചു കൊണ്ടിരി ക്കുന്നത്. പീറ്റർ മനസ്സിലാക്കണം. മനുഷ്യർ നമ്മളെ എതിർക്കും– കാരണം

സ്വന്തം പാപമോചനം ആരെങ്കിലും ആഗ്രഹിക്കുന്നുണ്ടോ? എന്നെങ്കിലും മനുഷ്യർ കല്ലെറിഞ്ഞു കൊല്ലാത്ത ഒരു പ്രവാചകൻ അവരെ രക്ഷിക്കാൻ വേണ്ടി ഉയർന്നുവന്നിട്ടുണ്ടോ? നമ്മൾ ബുദ്ധിമുട്ടുള്ള ഒരു വഴിയിലൂടെയാണ് മുന്നോട്ടുപോകുന്നത്. പീറ്റർ, നല്ല ജീവിതത്തിനു വേണ്ടി നിങ്ങളുടെ ആത്മാവിനെ പിടിച്ചു നിർത്തുക- അത് രക്ഷപ്പെടാൻ പാടില്ല. മാംസം ദുർബ്ബലമാണ്, അതിനെ വിശ്വസിക്കരുത്... പീറ്റർ കേൾക്കുന്നുണ്ടോ? ഞാൻ സംസാരിക്കുന്നത് നിങ്ങളോടാണ്..."

പെട്ടെന്ന് പീറ്ററിന്റെ കണ്ണുകൾ തുളുമ്പി. "ആചാര്യന് എന്നെ വിശ്വാസം ഇല്ലേ?" അയാൾ പിറുപിറുത്തു. "അങ്ങയ്ക്ക് അത്തരത്തിൽ അവിശ്വാസം തോന്നുന്ന ഈ മനുഷ്യൻ: ഒരു ദിവസം അയാൾ അങ്ങേയ്ക്കു വേണ്ടി മരിക്കും."

യേശു കൈ നീട്ടി പീറ്ററിന്റെ കാൽമുട്ടിൽ തടവി.

"അത് സംഭവ്യമാണ്.... സംഭവിക്കാവുന്നതാണ്..." അദ്ദേഹം പിറുപിറുത്തു. "ഏറ്റവും പ്രിയപ്പെട്ട പീറ്റർ എനിക്ക് മാപ്പുതരണം."

അദ്ദേഹം മറ്റുള്ളവരുടെ നേർക്ക് തിരിഞ്ഞു. "സ്നാപകയോഹന്നാൻ വെള്ളം കൊണ്ട് ജ്ഞാനസ്നാനം ചെയ്യിച്ചു." അദ്ദേഹം പറഞ്ഞു. "അതിന് അവർ അയാളെ കൊന്നു. ഞാൻ തീകൊണ്ട് ജ്ഞാനസ്നാനം ചെയ്യിക്കും. ഇന്നു രാത്രിയിൽ ഞാൻ അത് നിങ്ങളോട് വ്യക്തമാക്കുകയാണ്. അതുകൊണ്ട് ഇരുണ്ടകാലം നമ്മളെ ഞെരിക്കുമ്പോൾ നിങ്ങൾ അത് മനസ്സിലാക്കിക്കൊണ്ട് എന്നോട് പരാതിപറയാതിരിക്കും. നമ്മൾ യാത്ര തുടങ്ങുന്നതിനു മുമ്പ് ഏത് വഴിക്കാണ് പോകുന്നതെന്ന് ഞാൻ നിങ്ങളെ അറിയിക്കുകയാണ്: മരണത്തിലേക്ക്— നമ്മൾ മരിച്ചുകഴിഞ്ഞാൽ അനശ്വരതയിലേക്ക്. ഇതാണ് വഴി. നിങ്ങൾ തയ്യാറാണോ?"

കൂട്ടുകാർ മരവിച്ചുപോയി. ഇപ്പോൾ കേട്ട ശബ്ദം ഗൗരവം ഉള്ളതായിരുന്നു. അതിൽ ഇപ്പോൾ കുസൃതിയോ പൊട്ടിച്ചിരിയോ ഉണ്ടായിരുന്നില്ല. അത് സ്വർഗ്ഗരാജ്യത്തിൽ കടന്നുചെല്ലാൻ വേണ്ടി അവരെ യുദ്ധത്തിന് ക്ഷണിക്കുകയായിരുന്നു. അതിനുശേഷം അവർക്ക് മരണത്തിന്റെ വഴിയിലൂടെ സഞ്ചരിക്കേണ്ടിവരുമോ? അവിടെ മറ്റ് വഴികൾ ഒന്നുംതന്നെ ഇല്ലേ? അവർ സാധാരണക്കാരായ മനുഷ്യർ ആയിരുന്നു. പാവപ്പെട്ട നിരക്ഷരരായ ദിവസക്കൂലിക്ക് ജോലി ചെയ്യുന്നവർ. ലോകം അവർക്ക് സമ്പന്നമായിരുന്നു. സർവ്വശക്തവുമായിരുന്നു— അവർക്ക് അതിനെതിരായി എങ്ങനെയാണ് ആയുധം എടുക്കാൻ കഴിയുന്നത്? അത് മാലാഖമാർ സ്വർഗ്ഗത്തിൽ നിന്ന് അവരുടെ സഹായത്തിനു വേണ്ടി ഇറങ്ങി വന്നാൽ മാത്രമേ കഴിയുകയുള്ളൂ! പക്ഷേ, ശിഷ്യന്മാരിൽ ആരും തന്നെ ഒരു മാലാഖ ഭൂമിയിൽ ഇറങ്ങി നടന്ന് പാവങ്ങളെയും നിന്ദിതരെയും സഹായിക്കുന്നത് ഇതുവരെ കണ്ടിട്ടില്ല. അതുകൊണ്ട് രഹസ്യമായി അതിലെ അപകടം വീണ്ടും വീണ്ടും അളന്നുനോക്കിക്കൊണ്ട് അവർ നിശ്ശബ്ദരായിരുന്നു. യൂദാസ് അവരെ ഇടംകണ്ണിട്ട് നോക്കിയതിനുശേഷം അഹംഭാവത്തോടെ അടക്കിപ്പിടിച്ച് ചിരിച്ചു. അയാൾ മാത്രം കണക്കുകൂട്ടലുകൾ

നടത്തിയില്ല. അയാൾ ശരീരമോ ആത്മാവോ കാര്യമാക്കിയില്ല. മരണത്തെ വകവെക്കാതെ യൂദാസ് യുദ്ധത്തിനു തയ്യാറായി. പക്ഷേ, അയാൾക്ക് ഒരു മഹത്തായ അഭിനിവേശം ഉണ്ടായിരുന്നു. ആ അഭിനിവേശത്തിനു വേണ്ടി സ്വയം നശിപ്പിക്കുന്നത് അയാൾക്ക് അങ്ങേയറ്റത്തെ ആഹ്ലാദം ആയിരിക്കും.

അവസാനം പീറ്റർ വായ് തുറന്നു. ആദ്യം സംസാരിച്ചത് അയാൾ ആയിരുന്നു:

"ആചാര്യാ, സ്വർഗ്ഗത്തിൽനിന്നും നമ്മളെ സഹായിക്കാൻ വേണ്ടി മാലാഖമാർ ഇറങ്ങിവരുമോ?"

"നമ്മൾ ദൈവത്തിന്റെ ഭൂമിയിലെ മാലാഖമാരാണ്. പീറ്ററിന് മനസ്സിലായോ?" യേശു മറുപടി പറഞ്ഞു. "മറ്റ് മാലാഖമാർ ഇല്ല."

"പക്ഷേ, നമുക്ക് തനിച്ച് എല്ലാം ക്രമീകരിക്കാൻ കഴിയുമെന്ന് ഗുരു വിചാരിക്കുന്നുണ്ടോ?" ജേക്കബ് ചോദിച്ചു.

യേശു എഴുന്നേറ്റു അദ്ദേഹത്തിന്റെ മൂക്കിന്റെ പാലം വിറയ്ക്കുന്നുണ്ടായിരുന്നു.

"പൊയ്ക്കോളൂ" അദ്ദേഹം അലറി "എന്നെ ഉപേക്ഷിച്ചോളൂ!"

"ആചാര്യനെ ഞാൻ കൈവെടിയുകയില്ല." ജോൺ ഉറക്കെ പറഞ്ഞു. "ഞാൻ മരണംവരെ അങ്ങയുടെ കൂടെയാണ്."

"ഞാനും" ആൻഡ്രു വിളിച്ചു പറഞ്ഞുകൊണ്ട് ഗുരുവിന്റെ കാൽമുട്ടുകളിൽ കെട്ടിപ്പിടിച്ചു.

രണ്ട് വലിയ കണ്ണുനീർത്തുള്ളികൾ പീറ്ററിന്റെ കണ്ണിൽനിന്ന് അടർന്നുവീണു. പക്ഷേ, അയാൾ സംസാരിച്ചില്ല. ശക്തനായ ചെറുപ്പക്കാരൻ ആയിരുന്ന ജേക്കബ് നാണക്കേടുകൊണ്ട് തലകുനിച്ചു.

"എന്റെ സഹോദരൻ യൂദാസ് എന്തു പറയുന്നു?" ചുവന്ന താടിക്കാരൻ മറ്റുള്ളവരെ ദേഷ്യപ്പെട്ട് നോക്കിക്കൊണ്ട് മിണ്ടാതെ നില്ക്കുന്നതു കണ്ടപ്പോൾ യേശു ചോദിച്ചു.

"ഞാൻ വെറുതെ വാചകം അടിക്കുന്നില്ല." യൂദാസ് വീമ്പിളക്കി. "ഞാൻ പീറ്ററിനെപ്പോലെ വിളിച്ചുകൂവില്ല. യേശുവിന്റെ കൈയിൽ കോടാലിയുള്ള കാലത്തോളം ഞാൻ കൂടെ ഉണ്ടാകും. എന്നെ ഒഴിവാക്കുമ്പോൾ ഞാനും ഒഴിവാക്കും. ഞാൻ യേശുവിനെ പിന്തുടരുന്നില്ല. അത് യേശുവിന് നല്ലപോലെ അറിയാം; ഞാൻ പിന്തുടരുന്നത് കോടാലിയെ ആണ്."

"ആചാര്യനോട് ഇതുപോലെ സംസാരിക്കാൻ നിങ്ങൾക്ക് ലജ്ജയില്ലേ?" പീറ്റർ ചോദിച്ചു.

പക്ഷേ, യേശുവിന് യൂദാസിന്റെ മറുപടി ഇഷ്ടപ്പെട്ടു. "യൂദാസ് പറഞ്ഞത് ശരിയാണ്." അദ്ദേഹം പറഞ്ഞു. "ചങ്ങാതിമാരേ, ഞാനും കോടാലിയെ സ്വയം പിന്തുടരുകയാണ്."

അവർ എല്ലാവരും ദേവദാരുവിന്റെ വേരുകളിൽ തലവെച്ച് മലർന്നു കിടന്നു. ആകാശത്ത് നക്ഷത്രങ്ങൾ പെരുകി.

യേശു പറഞ്ഞു. "ഈ നിമിഷം തൊട്ട് ദൈവത്തിന്റെ കൊടി വിടർത്തി

ക്കൊണ്ട് നമ്മൾ യുദ്ധത്തിന് പുറപ്പെടുന്നു. ദൈവത്തിന്റെ കൊടിയിൽ ഒരു കുരിശിന്റെയും നക്ഷത്രത്തിന്റെയും ചിത്രങ്ങൾ തുന്നിയിരുന്നു. ദൈവമേ, ഞങ്ങളോടൊപ്പം ഉണ്ടാകേണമേ!"

അവർ എല്ലാവരും നിശ്ശബ്ദരായിരുന്നു. അവർ അവരുടെ തീരുമാനങ്ങൾ എടുത്തുകഴിഞ്ഞിരുന്നു. അവരുടെ ഹൃദയങ്ങളിൽ ധീരത നിറഞ്ഞു.

"ഞാൻ ഒരിക്കൽകൂടി ഗുണപാഠകഥകളിലൂടെ സംസാരിക്കാം." ഇരുട്ടിൽ മുങ്ങിപ്പോയ കൂട്ടുകാരോട് യേശു അവസാനം പറഞ്ഞു. "നമ്മൾ യുദ്ധത്തിനുവേണ്ടി പിരിയുന്നതിനു മുമ്പുള്ള അവസാനത്തെ ഗുണപാഠകഥ ഭൂമിയെ ഒരു മിന്നൽപ്പിണരിനു മുകളിലുള്ള കൊടുങ്കാറ്റിനും കൊടുങ്കാറ്റിനു മുകളിലുള്ള കാറ്റുകൾക്കും, കാറ്റുകൾക്കുമുകളിലുള്ള മേഘങ്ങൾക്കും മേഘങ്ങൾക്കു മുകളിലുള്ള വെള്ളത്തിനും വെള്ളത്തിനു മുകളിലുള്ള ഏഴു തൂണുകൾക്കും മുകളിലാണ് ഉറപ്പിച്ചിരിക്കുന്നതെന്ന് അറിയാം. ആ മിന്നൽപ്പിണർ ദൈവത്തിന്റെ പാദങ്ങളിൽ ഒരുകോടാലി പോലെ നിലകൊള്ളുന്നു."

"എനിക്ക് മനസ്സിലാകുന്നില്ല" ജോൺ ലജ്ജയോടെ പറഞ്ഞു.

"മിന്നൽപ്പിണരിന്റെ മകനായ ജോൺ!" പ്രിയപ്പെട്ട കൂട്ടുകാരന്റെ തലമുടി തഴുകിക്കൊണ്ട് യേശു മറുപടി പറഞ്ഞു. "നിങ്ങൾ വാർദ്ധക്യത്തിൽ സന്ന്യാസിയാകാൻ വേണ്ടി ഒരു ദ്വീപിൽ പോയി. അവിടെവെച്ച് സ്വർഗ്ഗങ്ങൾ നിങ്ങൾക്കു മുകളിൽ തുറക്കപ്പെടുകയും നിങ്ങളുടെ മനസ്സിന് തീപിടിക്കുകയും ചെയ്യുമ്പോൾ നിങ്ങൾക്ക് മനസ്സിലാകും!"

യേശു നിശ്ശബ്ദനായി. ദൈവത്തിന്റെ മിന്നൽപ്പിണർ എന്താണെന്ന് ഇത്രയും വ്യക്തമായി അദ്ദേഹം ആദ്യമായി കാണുകയായിരുന്നു: ദൈവത്തിന്റെ കാല്ക്കൽ ഇരിക്കുന്ന കത്തുന്ന ഒരു കോടാലി, ഈ കോടാലിയിൽ നിന്നും ജപമണികൾ കോർത്ത ചരടുപോലെ കൊടുങ്കാറ്റും കാറ്റും മേഘവും വെള്ളവും തൂക്കിയിട്ടിരിക്കുന്നു: ഭൂമി മൊത്തമായി തൂക്കിയിട്ടിരിക്കുന്നു. മനുഷ്യരോടൊപ്പവും വിശുദ്ധഗ്രന്ഥങ്ങൾക്കൊപ്പവും വർഷങ്ങൾ ജീവിച്ചുകഴിഞ്ഞിട്ടും ഈ ഭയാനകമായ രഹസ്യം അദ്ദേഹത്തിനോട് ആരും വെളിപ്പെടുത്തിയിരുന്നില്ല. എന്ത് രഹസ്യം: മിന്നൽപ്പിണർ ദൈവത്തിന്റെ മകനാണെന്ന രഹസ്യം മിശിഹാ ആണെന്ന രഹസ്യം. അത് ലോകത്തെ ശുചീകരിക്കാൻ പോകുന്ന മിശിഹാ ആയിരുന്നു!

"ഒപ്പം ഉള്ള പങ്കാളികളേ" അദ്ദേഹം പറഞ്ഞു—ജ്വാലകൾ പോലെയുള്ള രണ്ടു കൊമ്പുകൾ പെട്ടെന്ന് നെറ്റിയിൽനിന്നും പറന്ന് പുറത്തുവന്നതായി പീറ്ററിന് അനുഭവപ്പെട്ടു. "നിങ്ങൾക്ക് അറിവുള്ളതുപോലെ ഞാൻ ദൈവത്തെ കാണാൻ മരുഭൂമിയിൽ പോയിരുന്നു. എനിക്ക് വിശപ്പും ദാഹവും പൊരിയുന്ന ഉഷ്ണവും ഉണ്ടായിരുന്നു. ഞാൻ ഒരുപാറയുടെ പുറത്ത് ചുരുണ്ടുകൂടിയിരുന്ന് ദൈവം പ്രത്യക്ഷപ്പെടാൻ വേണ്ടി വിളിച്ചു കൂവി. പിശാചുക്കളുടെ തിരമാലകൾ ഒന്നൊന്നായി എന്റെ പുറത്തുവന്ന് തട്ടി നുരഞ്ഞു പൊന്തിയതിനു ശേഷം തിരിച്ചുപോയി. ആദ്യം വന്നത് ശരീരത്തിന്റെ പിശാചുക്കൾ ആയിരുന്നു. അടുത്തത് മനസ്സിന്റെ പിശാചു

ക്കൾ. ഏറ്റവും അവസാനം സർവ്വശക്തിയുമുള്ള ഹൃദയത്തിന്റെ പിശാചുക്കൾ. പക്ഷേ, ദൈവത്തെ ഞാൻ വെള്ളോടുകൊണ്ടുള്ള ഒരു പരിച പോലെ എന്റെ മുന്നിൽ പിടിച്ചു. എന്റെ ചുറ്റുമുള്ള മണ്ണ് നഖങ്ങളും പല്ലുകളും കൊമ്പുകളും കൊണ്ട് നിറഞ്ഞു. അതിനുശേഷം മുകളിൽ നിന്ന് ഞാൻ ഒരു വലിയ ശബ്ദം കേട്ടു: "ഏഴുന്നേല്ക്കൂ, മുൻഗാമി നിങ്ങൾക്ക് കൊണ്ടുതന്ന കോടാലി എടുത്തു പ്രയോഗിക്കൂ!"

"ആരും രക്ഷപ്പെടില്ലേ?" പീറ്റർ നിലവിളിച്ചു പക്ഷേ, യേശു മറുപടി പറഞ്ഞില്ല.

"പെട്ടെന്ന് ആരോ എന്റെ കൈയിൽ ഒരു കോടാലി വെച്ചുതന്നതു പോലെ കൈയുടെ ഭാരം കൂടി. ഞാൻ എഴുന്നേല്ക്കാൻ ശ്രമിച്ചു. പക്ഷേ ഞാൻ അങ്ങനെ ചെയ്യുന്നതിനിടയിൽ ഒരിക്കൽകൂടി ആ ശബ്ദം കേട്ടു: "ആശാരിയുടെ മകനെ, ഒരു പുതിയ വേലിയേറ്റം പുറപ്പെട്ടിട്ടുണ്ട്. ഈ പ്രാവശ്യം അത് വെള്ളത്തിന്റെ വേലിയേറ്റം അല്ല. തീയുടേതാണ്. ഒരു പുതിയ പെട്ടകം പണിഞ്ഞ് വിശുദ്ധരെ തെരഞ്ഞെടുത്ത് അവരെ അതിനുള്ളിൽ സംരക്ഷിക്കൂ! ചങ്ങാതിമാരേ, തെരഞ്ഞെടുപ്പ് തുടങ്ങിക്കഴിഞ്ഞു. പെട്ടകം തയ്യാറാണ്. വാതിൽ ഇപ്പോഴും തുറന്നു കിടക്കുകയാണ്. കടന്നു വരൂ!"

അവർ കോലാഹലം കൂട്ടി. അവർ മുന്നോട്ട് ഇഴഞ്ഞുവന്ന് പെട്ടകം യേശുവാണെന്ന മട്ടിൽ തേനീച്ചകളെപോലെ അദ്ദേഹത്തെ പൊതിഞ്ഞു. അവർ അദ്ദേഹത്തിന്റെ അകത്തുകടക്കാൻ ശ്രമിക്കുകയാണെന്ന് തോന്നി.

"ഞാൻ ആ ശബ്ദം വീണ്ടും കേട്ടു. ഡേവിഡിന്റെ മകനേ, ജ്വാലകൾ അടങ്ങിയതിനുശേഷം പെട്ടകം പുതിയ ജറുസലേമിൽ നങ്കൂരമിടുമ്പോൾ — നിന്റെ പൈതൃകമായ സിംഹാസനത്തിൽ കയറി ഇരുന്ന് മനുഷ്യ വർഗ്ഗത്തെ നയിക്കുക. പഴയ ഭൂമി അപ്രത്യക്ഷപ്പെട്ടിരിക്കും. പഴയ ആകാശം അപ്രത്യക്ഷപ്പെട്ടിരിക്കും. വിശുദ്ധരുടെ തലയ്ക്ക് മുകളിൽ ഒരു പുതിയ സ്വർഗ്ഗം സ്വയം പരന്നുകിടക്കും. നക്ഷത്രങ്ങളും മനുഷ്യരുടെ കണ്ണുകളും എന്നത്തേതിലും ഏഴിരട്ടി തിളക്കത്തോടെ തിളങ്ങും."

"ആചാര്യാ" പീറ്റർ വീണ്ടും നിലവിളിച്ചു. "ആചാര്യന്റെകൂടെ യുദ്ധം ചെയ്ത ഞങ്ങളെല്ലാവരും ആ ദിവസം കാണുന്നതിനുമുമ്പ് നിശ്ചയമായും മരിക്കാൻ പാടില്ല. ഞങ്ങൾക്ക് അങ്ങയുടെ സിംഹാസനത്തിന്റെ ഇടത്തും വലത്തുമായി ഇരിക്കണം!"

പക്ഷേ, യേശു കേട്ടില്ല. മരുഭൂമിയുടെ ഉരുകുന്ന ദൃശ്യത്തിൽ മുങ്ങിപ്പോയിരുന്ന അദ്ദേഹം സംസാരം തുടർന്നു:

"എന്റെ തലയ്ക്ക് മുകളിൽ നിന്ന് അവസാനമായി ഞാൻ കേട്ട ശബ്ദം ഇതായിരുന്നു— ദൈവത്തിന്റെ മകനേ, എന്റെ അനുഗ്രഹം സ്വീകരിക്കൂ!"

ദൈവത്തിന്റെ മകൻ! ദൈവത്തിന്റെ മകൻ! ഓരോരുത്തരും മനസ്സിൽ വിളിച്ചുകൂവി. പക്ഷേ, വായ് തുറക്കാൻ ആരും ധൈര്യപ്പെട്ടില്ല.

ഇപ്പോൾ എല്ലാ നക്ഷത്രങ്ങളും പ്രത്യക്ഷപ്പെട്ടുകഴിഞ്ഞിരുന്നു. ഇന്നു രാത്രിയിൽ അവ ആകാശത്തിനും മനുഷ്യർക്കും ഇടയിൽ പകുതി

താഴോട്ടുവന്ന് തൂങ്ങിക്കിടക്കുകയായിരുന്നു.

ആൻഡ്രു ചോദിച്ചു. "ആചാര്യാ, ഇനിയിപ്പോൾ നമ്മുടെ സൈനിക ജീവിതം എവിടെ നിന്നാണ് തുടങ്ങുന്നത്?"

യേശു മറുപടി പറഞ്ഞു "ദൈവം നസറേത്തിൽ നിന്ന് മണ്ണെടുത്ത് എന്റെ ഈ ശരീരം രൂപപ്പെടുത്തി. അതുകൊണ്ട് നസറേത്തിൽനിന്ന് യുദ്ധം തുടങ്ങേണ്ടത് എന്റെ ചുമതലയാണ്. എന്റെ മാംസം ആത്മാവായി രൂപ മാറ്റം ആരംഭിക്കേണ്ടത് അവിടെ നിന്നാണ്."

"പിന്നീട് നമ്മൾ കാപ്പർനാമിൽ പോകും" ജേക്കബ് പറഞ്ഞു. "എന്റെ അച്ഛനമ്മമാരെ രക്ഷപ്പെടുത്താൻ.,"

"അതിനുശേഷം മഗ്ദലയിൽ പോകും" ആൻഡ്രു അഭിപ്രായപ്പെട്ടു. "പാവം മഗ്ദലനയെ പിടിച്ച് പെട്ടകത്തിനുള്ളിൽ ആക്കണം."

"അതിനുശേഷം ഈ ലോകം മുഴുവൻ പോകും" കിഴക്കോട്ടും പടി ഞ്ഞാറോട്ടും ചൂണ്ടിക്കാണിച്ചുകൊണ്ട് ജോൺ വിളിച്ചു പറഞ്ഞു.

പീറ്റർ അവരുടെ സംസാരം കേട്ട് പൊട്ടിച്ചിരിച്ചു. "ഞാൻ നമ്മുടെ വയറിനെപ്പറ്റിയാണ് അത്ഭുതപ്പെടുന്നത്." അയാൾ പറഞ്ഞു. "പെട്ടകത്തി നുള്ളിൽവെച്ച് നമ്മൾ എന്താണ് ഭക്ഷിക്കുന്നത്? നമ്മൾ തിന്നാൻ കൊള്ളാ വുന്ന മൃഗങ്ങളെമാത്രം കൂടെ കൊണ്ടുപോയാൽ മതിയെന്നാണ് എന്റെ അഭിപ്രായം. കൊതുകിനെയും സിംഹത്തെയും കൊണ്ടുപോയിട്ട് നമുക്ക് എന്തെങ്കിലും ഉപയോഗം ഉണ്ടോ?"

അയാൾക്ക് വിശക്കുന്നുണ്ടായിരുന്നു. അയാളുടെ മനസ്സും ചിന്തകളും ആഹാരത്തെപ്പറ്റി ആയിരുന്നു. മറ്റുള്ളവർ എല്ലാംകൂടി പൊട്ടിച്ചിരിച്ചു.

"നിങ്ങൾക്ക് ആലോചിക്കാൻ പറ്റുന്നത് ഭക്ഷണത്തെക്കുറിച്ച് മാത്ര മാണ്." ജേക്കബ് പീറ്ററിനെ ശകാരിച്ചു. "നമ്മൾ ഇവിടെ സംസാരിക്കു ന്നത് ലോകത്തിന്റെ മോചനത്തെപ്പറ്റിയാണ്."

"നിങ്ങളിൽ ബാക്കിയുള്ളവരെല്ലാം ഞാൻ ആലോചിച്ച കാര്യം തന്നെ യാണ് ആലോചിക്കുന്നത്" പീറ്റർ എതിർത്തു. "പക്ഷേ, നിങ്ങൾ അത് സമ്മതിച്ചുതരില്ല. ഞാൻ എന്റെ തലയിൽ വരുന്നത് നല്ലതായാലും ചീത്ത യായാലും തുറന്നു പറയുന്നു. എന്റെ മനസ്സ് വട്ടത്തിൽ ചുറ്റിത്തിരിയുന്നു. ഞാനും അതിന്റെ കൂടെ വട്ടത്തിൽ ചുറ്റിത്തിരിയുന്നു. അതുകൊണ്ടാണ് ഏഷണിക്കാർ എന്നെ കാറ്റാടി എന്ന് വിളിക്കുന്നത്. ഞാൻ പറയുന്നത് ശരിയാണോ തെറ്റാണോ? ആചാര്യൻ പറയട്ടെ!"

യേശുവിന്റെ മുഖത്ത് ഒരു പുഞ്ചിരിയുടെ തിളക്കം വന്നു. അദ്ദേഹ ത്തിന്റെ മനസ്സിലേക്ക് ഒരു പഴയ കഥ കടന്നുവന്നു:

"പണ്ടൊരിക്കൽ വൈദഗ്ദ്ധ്യത്തോടെ ഉറക്കെ കുഴലൂതാൻ കഴിവുള്ള ഒരു കുഴലൂത്തുകാരനെ കണ്ടെത്താൻ ആഗ്രഹിച്ച ഒരു ആചാര്യൻ ഉണ്ടാ യിരുന്നു. അതുകേട്ട് വിശ്വാസികൾ സിനഗോഗിലേക്ക് വരുമെന്നായിരുന്നു അദ്ദേഹം ആലോചിച്ചിരുന്നത്. അതുകൊണ്ട് എല്ലാ നല്ല കുഴലൂത്തുകാരും ഒരു നാദ പരീക്ഷയ്ക്ക് വേണ്ടി വന്നുചേരണമെന്ന് അദ്ദേഹം പ്രഖ്യാപിച്ചു. ആചാര്യൻ നേരിട്ട് ഏറ്റവും നല്ല കുഴലൂത്തുകാരനെ തീരുമാനിക്കും.

പട്ടണത്തിലെ ഏറ്റവും വിദഗ്ദ്ധരായ അഞ്ചുപേർ വന്നു. ഓരോരുത്തരും കുഴലെടുത്ത് ഊതിക്കേൾപ്പിച്ചു. അവർ വായന അവസാനിപ്പിച്ചപ്പോൾ ഓരോരുത്തരെയായി ആചാര്യൻ ചോദ്യംചെയ്തു. “കുഴൽ ഊതിയപ്പോൾ എന്റെ കുട്ടി എന്തിനെപ്പറ്റിയാണ് ആലോചിച്ചത്?” ഒന്നാമൻ പറഞ്ഞു: “ഞാൻ ദൈവത്തെപ്പറ്റി ആലോചിച്ചു:” രണ്ടാമൻ പറഞ്ഞു: “ഞാൻ ഇസ്രയേലിന്റെ വിമോചനത്തെപ്പറ്റി ആലോചിച്ചു.” മൂന്നാമൻ പറഞ്ഞു: “ഞാൻ പട്ടിണി കിടക്കുന്ന പാവങ്ങളെപ്പറ്റി ആലോചിച്ചു നാലാമൻ പറഞ്ഞു “ഞാൻ അനാഥരെപ്പറ്റിയും വിധവകളെപ്പറ്റിയും ആലോചിച്ചു...” അവരിൽ ഏറ്റവും മുഷിഞ്ഞ വേഷം ധരിച്ചിരുന്ന മനുഷ്യൻ ഒന്നും സംസാരിക്കാതെ എല്ലാവരുടെയും പിന്നിലായി നില്ക്കുകയായിരുന്നു. ആചാര്യൻ അയാളോട് ചോദിച്ചു. “കുഴൽ ഊതുമ്പോൾ നിങ്ങൾ എന്താണ് ആലോചിച്ചത്?” അയാൾ ലജ്ജയോടെ മുഖം താഴ്ത്തിക്കൊണ്ട് പറഞ്ഞു. “പിതാവേ, ഞാൻ ദരിദ്രനും അക്ഷരാഭ്യാസം ഇല്ലാത്തവനുമാണ്. എനിക്ക് നാലു പെൺമക്കൾ ഉണ്ട്. അവർക്ക് മറ്റുള്ളവരെപ്പോലെ വിവാഹിതരാകാനുള്ള സ്ത്രീധനം കൊടുക്കാൻ എനിക്ക് കഴിയുന്നില്ല. പാവങ്ങൾ. അതുകൊണ്ട് കുഴലൂതുമ്പോൾ ഞാൻ സ്വയം പറഞ്ഞു: ദൈവമേ, ഞാൻ അങ്ങയ്ക്കുവേണ്ടി എത്രമാത്രം കഷ്ടപ്പെട്ട് അടിമപ്പണി ചെയ്യുന്നുണ്ടെന്ന് അങ്ങ് മനസ്സിലാക്കുന്നുണ്ട്. ദയവായി എന്റെ നാലു പെൺമക്കൾക്ക് നാലു ഭർത്താക്കന്മാരെ അയച്ചു തന്നാലും!'' ‘‘എന്റെ അനുഗ്രഹങ്ങൾ നിങ്ങൾക്കുണ്ട്.” ആചാര്യൻ പറഞ്ഞു. “ഞാൻ നിങ്ങളെ തെരഞ്ഞെടുത്തിരിക്കുന്നു.”

യേശു പീറ്ററിനെ നോക്കി ചിരിച്ചു. “എന്റെ അനുഗ്രഹങ്ങൾ പീറ്ററിനുണ്ട്” അദ്ദേഹം പറഞ്ഞു. “ഞാൻ നിങ്ങളെ തെരഞ്ഞെടുത്തിരിക്കുന്നു. നിങ്ങളുടെ മനസ്സിൽ ഉണ്ടായിരുന്നത് ഭക്ഷണമാണ്. നിങ്ങൾ ഭക്ഷണത്തെപ്പറ്റി സംസാരിച്ചു. മനസ്സിൽ ദൈവം ഉള്ളപ്പോൾ നിങ്ങൾ ദൈവത്തെപ്പറ്റി സംസാരിക്കും. സബാഷ്! അതുകൊണ്ടാണ് നിങ്ങളെ ആളുകൾ കാറ്റാടി എന്ന് വിളിക്കുന്നത്... ഞാൻ നിങ്ങളെ തെരഞ്ഞെടുത്തിരിക്കുന്നു. നിങ്ങൾ ഗോതമ്പ് അരച്ച് മനുഷ്യർക്ക് കഴിക്കാൻ വേണ്ടി അപ്പം ഉണ്ടാക്കിയെടുക്കുന്ന കാറ്റാടിയാണ്!”

അവരുടെ കൈയിൽ ഒരുകഷണം അപ്പം ഉണ്ടായിരുന്നു. യേശു അത് പങ്കുവെച്ചു. ഓരോരുത്തരുടെയും പങ്ക് ഒരുതവണ ചവച്ചിറക്കാനുള്ള അപ്പം ആയിരുന്നു. പക്ഷേ, യേശു അതിനെ ആശീർവദിച്ചിരുന്നു. അവർ സംതൃപ്തരായി. അതിനുശേഷം അവർ പരസ്പരം തോളിൽ ചാരിക്കിടന്ന് ഉറങ്ങി,

എല്ലാ കാര്യങ്ങളും— കല്ലുകളും വെള്ളവും ആത്മാവുകളും പോലും — രാത്രിയിൽ ഉറങ്ങുന്നുണ്ട്. വിശ്രമിക്കുന്നുണ്ട്. വളരുന്നുണ്ട്. രാവിലെ കൂട്ടുകാർ ഉണർന്നപ്പോൾ അവരുടെ ആത്മാവുകൾ പടർന്നു പന്തലിച്ച് ശരീരത്തിന്റെ ഓരോ അണുവിനെയും ആക്രമിച്ച് കീഴടക്കിയിരുന്നു. ഇത് അവരിൽ ആത്മവിശ്വാസവും ആഹ്ലാദവും നിറച്ചു.

അവർ നേരം പുലരുന്നതിനു മുമ്പ് യാത്ര തുടങ്ങി. ഇന്നത്തെ അന്ത രീക്ഷത്തിന് തണുപ്പായിരുന്നു. മേഘങ്ങൾ ഒത്തുകൂടി– ഇന്ന് ശരല്ക്കാ ലത്തെ ആകാശം ആയിരുന്നു. താമസിച്ചു സഞ്ചരിക്കുന്ന കൊക്കുകൾ വിഴുങ്ങാനുള്ള ആഹാരവും ചുമന്നുകൊണ്ട് തെക്കോട്ട് പറന്നുപോയി. മനഃക്ലേശമോ ചുമതലകളോ ഇല്ലാത്ത ശിഷ്യന്മാർ സന്തോഷത്തോടെ സഞ്ചരിച്ചു: അവരുടെ ഹൃദയങ്ങളിൽ സ്വർഗ്ഗവും ഭൂമിയും ഒന്നിച്ചിരുന്നു. ഏറ്റവും എളിമയുള്ള കല്ലുപോലും ദൈവത്തിന്റെ സാന്നിദ്ധ്യംകൊണ്ട് തിളങ്ങി.

യേശു ഒറ്റയ്ക്ക് മുന്നിൽ നടന്നു. അദ്ദേഹത്തിന്റെ മനസ്സ് അലസമാ യിരുന്നു. അത് ദൈവത്തിന്റെ കാരുണ്യത്തിൽ തൂങ്ങിക്കിടന്നു. അവസാ നമായി അദ്ദേഹത്തിന്റെ പിന്നിൽ ഉണ്ടായിരുന്ന പാലങ്ങൾ ചുട്ടുകരി ച്ചെന്നും ഇനിയും തിരിച്ചു പോകാൻ കഴിയില്ലെന്നും യേശുവിന് അറിയാ മായിരുന്നു. അദ്ദേഹത്തിന്റെ വിധി മുന്നിൽ നടന്നു. അദ്ദേഹം അതിനെ പിന്തുടർന്നു. ദൈവം തീരുമാനിക്കുന്നത് എന്താണോ അതാണ് സംഭവി ക്കാൻ പോകുന്നത്... അദ്ദേഹത്തിന്റെ വിധി? പെട്ടെന്ന് വളരെക്കാലമായി അനുകമ്പയില്ലാതെ പിന്തുടർന്നു കൊണ്ടിരിക്കുന്ന നിഗൂഢമായ കാലൊച്ച അദ്ദേഹം കേട്ടു. അദ്ദേഹം ചെവിയോർത്തു. അവ ഉറച്ച തീരുമാനം എടുത്തമട്ടിലുള്ള അതിവേഗത്തിലുള്ള കാലൊച്ചകൾ ആയിരുന്നു. പക്ഷേ, ഇപ്പോൾ അവ അദ്ദേഹത്തിന്റെ പിന്നിൽ ആയിരുന്നില്ല. അവ അദ്ദേഹത്തെ നയിച്ചുകൊണ്ട് മുന്നിൽ ആയിരുന്നു... ഇത് കൂടുതൽ നല്ലതാണ്. അദ്ദേഹം ആലോചിച്ചു. കൂടുതൽ നല്ലതാണ്. ഇപ്പോൾ എനിക്ക് ഒരിക്കലും വഴി തെറ്റില്ല....

ആഹ്ലാദത്തോടെ അദ്ദേഹം നടത്തത്തിന്റെ വേഗത കൂട്ടി. കാലുകൾ തിടുക്കം കൂട്ടുന്നതായി അദ്ദേഹത്തിനു തോന്നി. അതുകൊണ്ട് അദ്ദേഹം തിടുക്കം കൂട്ടി. പാറകൾക്കു മുകളിൽ കാലിടറിയും കുഴികൾ ചാടിക്ക ടന്നും മുന്നോട്ട് അതിവേഗത്തിൽ ഓടിക്കൊണ്ടിരുന്ന അദൃശ്യനായ വഴി കാട്ടിയോട് മുന്നോട്ട്! മുന്നോട്ട്! എന്ന് മന്ത്രിച്ചുകൊണ്ട് അദ്ദേഹം മുന്നേറി. കാലുകളും കൈകളും ആണികൾകൊണ്ട് തുളയ്ക്കപ്പെടുന്നതുപോലെ യുള്ള അസഹ്യമായ വേദന അദ്ദേഹത്തിന് അനുഭവപ്പെട്ടു. തണുത്ത കണ ങ്ങളായി ഒഴുകി ഇറങ്ങുന്ന വിയർപ്പോടെ ഒരു പാറയുടെ മുകളിലേക്ക് അദ്ദേഹം മറിഞ്ഞു വീണു.... നിമിഷനേരത്തേക്ക് അദ്ദേഹത്തിന്റെ തല ചുറ്റി. അദ്ദേഹത്തിന്റെ പാദങ്ങൾക്ക് അടിയിൽ നിന്നും ഭൂമി ഒലിച്ചു പോയി. അദ്ദേഹത്തിന്റെ മുന്നിൽ തീവ്രമായ ഒരു ഇരുണ്ട സമുദ്രം സ്വയം പ്രത്യ ക്ഷപ്പെട്ടു. അത് വിജനമായിരുന്നു. ആകെ ഉണ്ടായിരുന്നത് ധൈര്യമായി ഒഴുകുന്ന ഒരു വളരെ ചെറിയ ചുവന്നവള്ളം ആയിരുന്നു. അതിന്റെ കപ്പൽപ്പായ പൊട്ടാൻ തയ്യാറെടുത്ത് വീർത്തു നിന്നിരുന്നു... യേശു വള രെനേരം ആലോചിച്ചുകൊണ്ടിരുന്നു. പിന്നീട് പുഞ്ചിരിച്ചു. “അത് എന്റെ ഹൃദയമാണ്” അദ്ദേഹം പിറുപിറുത്തു. “അത് എന്റെ ഹൃദയമാണ്.” വീണ്ടും അദ്ദേഹത്തിന്റെ ബുദ്ധിശക്തിക്ക് എകാഗ്രത കിട്ടി. വേദനകൾ

ശമിച്ചു. ശിഷ്യന്മാർ എത്തിച്ചേർന്നപ്പോൾ ഒരു പാറപ്പുറത്ത് ശാന്തമായി പുഞ്ചിരിച്ചുകൊണ്ടിരിക്കുന്ന അദ്ദേഹത്തിനെ അവർ കണ്ടു.

"കുട്ടികളേ, കൂടുതൽ വേഗത്തിൽ മുന്നോട്ട്!" അദ്ദേഹം എഴുന്നേല്ക്കുന്നതിനിടയിൽ പറഞ്ഞു.

ഇരുപത്തിയൊന്ന്

ശാബത്ത് ദിവസം ദൈവത്തിന്റെ കാൽമുട്ടിൽ വിശ്രമിക്കുന്ന ഒരു കൊഴുത്ത ആട്ടിൻകുട്ടിയാണെന്ന് പറയാറുണ്ട്. അന്ന് അയാളോടൊപ്പം വിയർപ്പും വിശ്രമിക്കുന്നു. കിളികൾ അവരുടെ കൂടുകൾ ഉണ്ടാക്കുന്നതിൽ നിന്ന് ഒഴിഞ്ഞു നില്ക്കുന്നു. മനുഷ്യർ ജോലി ചെയ്യുന്നില്ല. അവർ ഉടുത്തൊരുങ്ങി ആഭരണങ്ങൾ അണിഞ്ഞ് സിനഗോഗിൽ പോകുന്നു. അവിടെ ആചാര്യൻ കറുപ്പും ചുവപ്പും അക്ഷരങ്ങളിൽ ദൈവത്തിന്റെ നിയമം എഴുതിവെച്ചിട്ടുള്ള വിശുദ്ധചുരുളുകൾ നിവർത്തിവായിക്കുന്നു. പണ്ഡിതന്മാർ അതിലെ ഓരോ വാക്കിലും ഓരോ അക്ഷരത്തിലും മഹത്തായ കൗശലത്തോടെ ദൈവത്തിന്റെ ആഗ്രഹം കണ്ടെത്തുന്നു. അവർ വായനയും കണ്ടെത്തലുകളും ശ്രദ്ധിച്ചുകൊണ്ട് സിനഗോഗിൽ ഇരിക്കുന്നു.

ഇന്ന് ശാബത്ത് ദിവസമാണ്. ഈ നിമിഷത്തിൽ വിശ്വാസികൾ നസറേത്തിലെ സിനഗോഗിൽനിന്നും തിരിച്ചുപോകുകയാണ്. ഇപ്പോഴും അവരുടെ കണ്ണുകളിൽ വൃദ്ധനായ ആചാര്യൻ സിമിയോൻ അവരുടെ മുന്നിലേക്ക് വിളിച്ചുവരുത്തിയ സ്വപ്ന ദർശനങ്ങളുടെ തിളക്കം ഉണ്ടായിരുന്നു. അവരുടെ കണ്ണുകളിലെ വെളിച്ചം വളരെ ശക്തമായിരുന്നതുകൊണ്ട് അവർ അന്ധന്മാരെപ്പോലെ തപ്പിത്തടഞ്ഞു. അവർ ഗ്രാമം മുഴുവൻ ചിതറിത്തെറിച്ച് അവരുടെ സമചിത്തത വീണ്ടെടുക്കാൻ വേണ്ടി ഉയരമുള്ള ഈന്തപ്പനകളുടെ ഇടയിലൂടെ സാവധാനം ചുറ്റിത്തിരിഞ്ഞു.

ഇന്ന് ആചാര്യൻ ദിവ്യഗ്രന്ഥം അദ്ദേഹത്തിന് തുറന്നുകിട്ടിയ ഭാഗം മുതലാണ് വായിച്ചത്. പ്രവാചകൻ നാഹും ആണ് തുറന്നുകിട്ടിയത്. അദ്ദേഹം വീണ്ടും ഒരു പരീക്ഷ നടത്തി. അദ്ദേഹം വിരൽകൊണ്ട് ദിവ്യഗ്രന്ഥത്തിൽ തൊട്ടു. വിരൽ പതിച്ചത് ഈ പറയുന്ന ദിവ്യവചനത്തിൽ ആയിരുന്നു. "നോക്കൂ, നല്ല വാർത്തകൾ കൊണ്ടുവരുന്നവന്റെ കാലൊച്ച പർവ്വതങ്ങൾക്കു മുകളിൽ കേൾക്കുന്നു!" വൃദ്ധനായ ആചാര്യൻ ഈ വാക്കുകൾ വായിച്ചു. വീണ്ടും വായിച്ചു. തലപുകച്ചു.

"ഇത് മിശിഹാ ആണ്." അയാൾ ഉറക്കെ വിളിച്ചു പറഞ്ഞു. "അദ്ദേഹം വരുന്നുണ്ട്. നിങ്ങളുടെ നാലുചുറ്റും നോക്കൂ. നിങ്ങളുടെ ഉള്ളിലേക്ക് നോക്കൂ. എല്ലായിടത്തും അദ്ദേഹത്തിന്റെ സൂചനകൾ ഉണ്ട്. നമ്മുടെ ഉള്ളിൽ: അമർഷവും നാണക്കേടും പ്രതീക്ഷയും നിലവിളിയും നമുക്ക് വേണ്ടത്ര ആയിരിക്കുന്നു!... നമുക്ക് പുറത്ത്: നോക്കൂ! പിശാച് പ്രപഞ്ചത്തിന്റെ സിംഹാസനത്തിൽ ഇരിക്കുന്നു. അയാൾ മനുഷ്യന്റെ അഴുകിയ

ശരീരത്തെ ഒരു മുട്ടിൽ ഇരുത്തി തലോടുന്നു. മറ്റേ കാൽമുട്ടിൽ വ്യഭിചരിക്കപ്പെട്ട ആത്മാവിനെ ഇരുത്തി തലോടുന്നു. പ്രവാചകന്മാർ പ്രവചിച്ച വർഷങ്ങൾ വന്നിരിക്കുന്നു. പ്രവാചകന്മാരുടെ വായിലൂടെ സംസാരിക്കുന്നത് ദൈവമാണ്. ദിവ്യഗ്രന്ഥം തുറന്നുനോക്കൂ. അത് പറയുന്നത് എന്താണ്? ഇസ്രയേൽ അതിന്റെ സിംഹാസനത്തിൽ നിന്ന് വലിച്ചെറിയപ്പെടുകയും നമ്മുടെ വിശുദ്ധമായ മണ്ണ് പ്രാകൃതന്റെ ചവിട്ടേല്ക്കുകയും ചെയ്യുമ്പോൾ ലോകാവസാനം ആയിരിക്കും! ദിവ്യഗ്രന്ഥം എന്തൊക്കെ കൂടുതൽ കാര്യങ്ങൾ പറയുന്നു: അവസാനം രാജാവ് ദുർവൃത്തനും നിയമവിരുദ്ധനും നിരീശ്വരവാദിയും ആയിരിക്കും: അയാളുടെ കുട്ടികൾ അയോഗ്യരായിരിക്കും. ഇസ്രയേലിന്റെ തലയിൽ നിന്നും കിരീടം വഴുതി വീഴും." ദുർവൃത്തനും നിയമവിരുദ്ധനുമായ രാജാവ് വന്നു: ഹെറോഡ്! അയാളെ ചികിത്സിക്കാൻ വേണ്ടി എന്നെ ജറിച്ചോയിലേക്ക് വിളിച്ചപ്പോൾ ഞാൻ ഹെറോഡിനെ നേരിട്ടുകണ്ടു. ഞാൻ എന്റെ രഹസ്യ സസ്യങ്ങൾ കൂടെക്കൊണ്ടുപോയി. ഇത്തരം മരുന്നുകളെപ്പറ്റി എനിക്ക് എല്ലാം അറിയാം– ഞാൻ പോയി. ആ ദിവസം മുതൽ എനിക്ക് ഇറച്ചിതിന്നാൻ കഴിഞ്ഞിട്ടില്ല. കാരണം ഞാൻ അയാളുടെ ചീഞ്ഞു നാറിയ മാംസം കണ്ടു. എനിക്ക് വീഞ്ഞു കുടിക്കാൻ കഴിഞ്ഞിട്ടില്ല. കാരണം ഞാൻ അയാളുടെ പുഴുക്കൾ നിറഞ്ഞ രക്തം കണ്ടു. എന്റെ മൂക്കിൽ അയാളുടെ നാറ്റം മുപ്പതുവർഷമായി തങ്ങി നില്ക്കുന്നുണ്ട്– അയാൾ മരിച്ചു. അയാളുടെ ശവം അളിഞ്ഞു. അയാളുടെ മക്കൾ വന്നു: നിസ്സാരന്മാരും യോഗ്യത ഇല്ലാത്തവരുമായ കീടങ്ങൾ. അവരുടെ തലയിൽ നിന്ന് രാജകീയ കിരീടം വഴുതി വീണു..."

"അതുകൊണ്ട് പ്രവചനങ്ങൾ നിറവേറ്റപ്പെട്ടിരുന്നു: "ലോകാവസാനം ഇവിടെയാണ്.! "ഒരു ശബ്ദത്തെ ജോർദ്ദാൻ പ്രതിദ്ധ്വനിപ്പിച്ചു: "അദ്ദേഹം വരുന്നുണ്ട്!" ഒരു ശബ്ദം നമ്മുടെ ഉള്ളിൽ പ്രതിദ്ധ്വനിക്കുന്നു. അദ്ദേഹം വരുന്നുണ്ട്! ഇന്ന് ഞാൻ ദിവ്യഗ്രന്ഥം തുറന്നു. അക്ഷരങ്ങൾ ഒന്നിച്ചു ചേർന്ന് വിളിച്ചു കൂവി അദ്ദേഹം വരുന്നുണ്ട്! എനിക്ക് പ്രായമായി. കാഴ്ച മങ്ങി! പല്ലുകൾ കൊഴിഞ്ഞു. കാൽമുട്ടുകൾ അയഞ്ഞു. ഞാൻ ആഹ്ലാദിക്കുന്നു. ഞാൻ ആഹ്ലാദിക്കുന്നതിന്റെ കാരണം ദൈവം എനിക്ക് വാക്കു തന്നിട്ടുണ്ട്: "സിമിയോൻ" അദ്ദേഹം പറഞ്ഞു. "മിശിഹായെ കാണുന്നതിനുമുമ്പ് നീ മരിക്കില്ല." അതുകൊണ്ട് ഞാൻ മരണത്തോട് കൂടുതൽ അടുക്കുമ്പോൾ മിശിഹായുടെ വരവും കൂടുതൽ അടുത്തുകൊണ്ടിരിക്കുന്നു. എന്റെ കുട്ടികളേ, ധൈര്യമായിരിക്കണം. അവിടെ അടിമത്തം ഇല്ല. സാത്താൻ ഇല്ല, റോമാക്കാർ ഇല്ല, അവിടെ മിശിഹാ മാത്രമേ ഉള്ളൂ. അദ്ദേഹം വന്നുകൊണ്ടിരിക്കുകയാണ്! മനുഷ്യരേ, ആയുധങ്ങൾ അണിയൂ. ഇത് യുദ്ധമാണ്! സ്ത്രീകളേ വിളക്കുകൾ കൊളുത്തിവെക്കൂ. വരൻ വന്നുകൊണ്ടിരിക്കുന്നു! കൃത്യസമയവും നിമിഷവും നമുക്ക് അറിയില്ല– അത് ഇന്നായിരിക്കാം, നാളെ ആയിരിക്കാം. ജാഗ്രത ഉണ്ടായിരിക്കണം! അടുത്തുള്ള പർവ്വതങ്ങളിലെ കല്ലുകൾ അദ്ദേഹത്തിന്റെ കാലിനടിയിൽ തെറിച്ചു മാറുന്നത് ഞാൻ കേൾക്കുന്നുണ്ട്. അദ്ദേഹം വന്നുകൊണ്ടിരി

ക്കുകയാണ്. പുറത്തു പോകൂ, ഒരുപക്ഷേ, നിങ്ങൾ അദ്ദേഹത്തെ കാണും!"

ആളുകൾ പുറത്തുവന്ന് ഉയരമുള്ള ഈന്തപ്പനകളുടെ അടിയിൽ ചിന്നിച്ചിതറി. ആചാര്യന്റെ വാക്കുകൾ അങ്ങേയറ്റം ക്രമരഹിതം ആയിരുന്നു. അദ്ദേഹത്തിന്റെ ശ്രോതാക്കൾ അത് പൂർണ്ണമായും മറക്കാൻ പാടുപെട്ടു. അതുകൊണ്ട് ഇരച്ചുകയറുന്ന ജ്വാലകൾ അടങ്ങിയിട്ട് ദൈനംദിന കാര്യങ്ങളിലേക്ക് അവർക്ക് തിരിച്ചുപോകാൻ കഴിയും... അവർ വീട്ടിൽ തിരിച്ചെത്തി സംസാരിച്ചും തർക്കിച്ചും ഭക്ഷിച്ചും ആചാര്യന്റെ വിശുദ്ധ വാക്കുകൾ മറക്കാൻ കഴിയുമെന്ന പ്രതീക്ഷയോടെ ഉച്ചയാകാൻ വേണ്ടി ചുറ്റിത്തിരിഞ്ഞുകൊണ്ടിരുന്നപ്പോൾ— നോക്കൂ! കീറിപ്പറിഞ്ഞ വേഷവും നഗ്നമായ പാദങ്ങളും മുഖത്ത് മിന്നൽപ്പിണരിന്റെ ജ്വാലയുമായി മറിയത്തിന്റെ മകൻ അവിടെ എത്തിയിരിക്കുന്നു. നാലു ശിഷ്യന്മാർ അദ്ദേഹത്തിന്റെ പിന്നിൽ ഒത്തുകൂടിയിരിക്കുന്നു. ഏറ്റവും പിന്നിൽ മനുഷ്യപ്പറ്റില്ലാത്ത ചുവന്ന താടിക്കാരൻ യൂദാസ് തനിച്ചായിരുന്നു.

നഗരത്തിലെ മാന്യന്മാർ അത്ഭുതപ്പെട്ടുപോയിരുന്നു— ഈ ദാരിദ്ര്യവാസികൾ എവിടെനിന്ന് വരുന്നു?- അവരെ നയിക്കുന്നത് മറിയത്തിന്റെ മകൻ അല്ലേ?

"അവൻ നടക്കുന്നതു നോക്കൂ. അയാൾ കൈകൾ ഇരുവശത്തേക്കും വിടർത്തി ചിറകുകൾ പോലെ വീശുന്നു. ദൈവം അയാളുടെ തലച്ചോറിനെ ഇളക്കിമറിച്ചിരിക്കുന്നു. അയാൾ പറക്കാനാണ് ശ്രമിക്കുന്നത്."

"അയാൾ ഒരുപാറപ്പുറത്തു കയറി നിന്ന് ആംഗ്യം കാണിക്കുന്നു. അയാൾ സംസാരിക്കാൻ പോകുകയാണ്."

"നമുക്ക് തമാശ കാണാൻ പോകാം."

യേശു നിരപ്പുള്ള ഭൂമിയുടെ മദ്ധ്യത്തിലുള്ള പാറയുടെ മുകളിൽ കയറിക്കഴിഞ്ഞിരുന്നു. അതീന്ദ്രിയജ്ഞാനി എത്തിയതിൽ പൊട്ടിച്ചിരിച്ചുകൊണ്ട് ആളുകൾ നാലുചുറ്റും കൂടി. ഇപ്പോൾ ആചാര്യന്റെ ഗൗരവമുള്ള വാക്കുകൾ അവർക്ക് മറക്കാൻ കഴിയും. "ഇത് യുദ്ധമാണ്!" ആചാര്യൻ അവരോട് പറഞ്ഞിരുന്നു "ജാഗ്രത വേണം, അദ്ദേഹം വരുന്നുണ്ട്!" ആചാര്യൻ ഈ സ്തോത്രം വർഷങ്ങളായി മൂളിക്കൊണ്ടിരിക്കുകയാണ്. അവർക്ക് അത് കേട്ട് മടുത്തിരുന്നു. ഇപ്പോൾ ദൈവത്തിനു നന്ദി പറയണം— മറിയത്തിന്റെ മകൻ അവരുടെ മനസ്സുകൾക്ക് ആശ്വാസം കിട്ടാൻ സഹായിക്കും.

യേശു അവർ എല്ലാവരും അടുത്തു നില്ക്കാനുള്ള സൂചന നല്കിക്കൊണ്ട് കൈവീശി. അവിടെ മുഴുവൻ താടിക്കാരും തൊപ്പിക്കാരും നിറഞ്ഞു. ആൾക്കൂട്ടത്തിൽ ചിലർ അവരുടെ വിശപ്പിനെ വഞ്ചിക്കാൻ വേണ്ടി ഈന്തപ്പഴങ്ങൾ ചവയ്ക്കുന്നുണ്ടായിരുന്നു, മറ്റുള്ളവർ സൂര്യകാന്തിയുടെ വിത്തുകൾ. ഏറ്റവും പ്രായമുള്ള കൂടുതൽ ദൈവഭയം ഉള്ളവർ ദിവ്യഗ്രന്ഥത്തിൽ നിന്നുള്ള വചനങ്ങൾ ഉൾക്കൊള്ളുന്ന നീലത്തുണിയുടെ കുടുക്കുകൾ കൊണ്ടുള്ള ജപമാല തിരിച്ചുകൊണ്ടിരുന്നു.

യേശുവിന്റെ കണ്ണുകൾ ജ്വലിച്ചു. അദ്ദേഹം വളരെ വലിയ ഒരുജനക്കൂട്ടത്തിന്റെ മുമ്പിൽ ആയിരുന്നെങ്കിലും മനസ്സിൽ യാതൊരു ഭയവും

തോന്നുന്നുണ്ടായിരുന്നില്ല. അദ്ദേഹം ചുണ്ടുകൾ അകത്തി.

"സഹോദരന്മാരേ" അദ്ദേഹം വിളിച്ചു പറഞ്ഞു. "നിങ്ങൾ ചെവികൾ തുറക്കൂ, ഹൃദയങ്ങൾ തുറക്കൂ. ഞാൻ പറയാൻ പോകുന്നവാക്കുകൾ ശ്രദ്ധിക്കൂ. "ഏശയ്യ വിളിച്ചു പറഞ്ഞു. "ദൈവത്തിന്റെ ആത്മാവ് എന്റെ മുകളിലൂടെ ഒഴുകി. പാവങ്ങൾക്ക് നല്ല വാർത്തകൾ കൊണ്ടുവരാൻ വേണ്ടി അദ്ദേഹം എന്നെ തെരഞ്ഞെടുത്തു. അടിമകൾക്ക് സ്വാതന്ത്ര്യവും അന്ധർക്ക് വെളിച്ചവും പ്രഖ്യാപിക്കാൻ വേണ്ടി എന്നെ അദ്ദേഹം പറഞ്ഞുവിട്ടു!" സഹോദരന്മാരേ, പ്രവചിച്ചിരുന്ന ദിവസം വന്നിരിക്കുന്നു. നല്ല വാർത്തകൾ കൊണ്ടുവരാൻ ഇസ്രയേലിന്റെ ദൈവം എന്നെ അയച്ചിരിക്കുകയാണ്. അദ്ദേഹം ജോർദ്ദാൻ മരുഭൂമിയിൽവെച്ച് എന്നെ അഭിഷേകം ചെയ്തു. ഞാൻ വരുന്നത് അവിടെ നിന്നാണ്! എന്നെ അദ്ദേഹം മഹത്തായ രഹസ്യം ഏല്പിച്ചു. ഞാൻ അത് സ്വീകരിച്ചുകൊണ്ട് സമതലങ്ങളും പർവ്വതങ്ങളും കറുകെ കടന്ന് വന്നിരിക്കുന്നു- പർവ്വതങ്ങളിൽ നിങ്ങൾ എന്റെ കാലൊച്ച കേട്ടിരുന്നില്ലേ?— സന്തോഷവാർത്ത ഞാൻ ജനിച്ച ഗ്രാമത്തിൽ ആദ്യം പറയാൻ വേണ്ടി ഓടിവന്നതാണ്. എന്താണ് സന്തോഷവാർത്ത? സ്വർഗ്ഗരാജ്യം വന്നിരിക്കുന്നു!"

ഒരു ഒട്ടകത്തെപ്പോലെ ഇരട്ടക്കൂനുള്ള ഒരു കിഴവൻ ജപമാല ഉയർത്തിക്കൊണ്ട് വിളിച്ചുകൂവി:

"ആശാരിയുടെ മകൻ പറയുന്ന വാക്കുകൾക്ക് വ്യക്തത ഇല്ല. അടിസ്ഥാനമില്ലാത്ത വാക്കുകൾ. "സ്വർഗ്ഗരാജ്യം" "നീതി" "വിമോചനം" കുട്ടികളേ നിങ്ങൾക്ക് പറ്റുന്നത് ചാടിപ്പിടിക്കൂ. ഇതെല്ലാം സംസാരം മാത്രം ആണ്. ഞാൻ ധാരാളം കേട്ടിരിക്കുന്നു!... അത്ഭുതം! അത്ഭുതമാണ് വേണ്ടത്. ഈ നിമിഷത്തിൽ ഇവിടെവെച്ച് നിങ്ങൾ എന്തെങ്കിലും ചെയ്യണം. അതാണ് ഞാൻ ആഗ്രഹിക്കുന്നത്. നിങ്ങളിൽ ഞങ്ങൾക്ക് വിശ്വാസം ഉണ്ടാകാൻ എന്തെങ്കിലും അത്ഭുതം പ്രവർത്തിക്കൂ. അല്ലെങ്കിൽ വായടയ്ക്കൂ!"

"വൃദ്ധാ, എല്ലാ കാര്യങ്ങളും അത്ഭുതങ്ങളാണ്." യേശു മറുപടി പറഞ്ഞു. "നിങ്ങൾ എന്ത് അത്ഭുതമാണ് കൂടുതലായി ആഗ്രഹിക്കുന്നത്? നിങ്ങൾ താഴോട്ടു നോക്കൂ. ഏറ്റവും ചെറിയ പുൽനാമ്പിനുപോലും അതിനെ വളരാൻ സഹായിക്കുന്ന കാവൽമാലാഖ ഉണ്ട്. നിങ്ങൾ മുകളിലേക്ക് നോക്കൂ. നക്ഷത്രങ്ങൾ നിറഞ്ഞ ആകാശം എത്ര വലിയ അത്ഭുതമാണ്. നിങ്ങൾ കണ്ണടയ്ക്കുകയാണെങ്കിൽ നമ്മുടെ ഉള്ളിലുള്ള ലോകം എത്രമാത്രം അത്ഭുതകരമാണ്! നമ്മുടെ ഹൃദയം എന്ത് മാത്രം നക്ഷത്രങ്ങൾ നിറഞ്ഞ ആകാശമാണ്!"

അവർ അദ്ദേഹം പറഞ്ഞത് കേട്ട് അത്ഭുതപ്പെട്ടു. പരസ്പരം നോക്കി:

"ഇത് മറിയത്തിന്റെ മകൻ അല്ലേ? അയാൾ ഇത്രയും ആധികാരികമായി എങ്ങനെയാണ് സംസാരിക്കുന്നത്?"

"അയാളുടെ വായിലൂടെ പിശാചാണ് സംസാരിക്കുന്നത്. അയാൾ ആരെയെങ്കിലും കടിക്കാതിരിക്കാൻ വേണ്ടി പിടിച്ചുകെട്ടാൻ അയാളുടെ

സഹോദരന്മാർ എവിടെ?"

"അയാൾ വീണ്ടും വായ് തുറക്കുന്നു. മിണ്ടാതിരിക്കൂ."

"സഹോദരന്മാരേ, ദൈവത്തിന്റെ ദിവസം വന്നിരിക്കുന്നു. നിങ്ങൾ തയ്യാറാണോ? നിങ്ങൾക്ക് ഏതാനും മണിക്കൂറുകൾ ബാക്കിയുണ്ട്. പാവങ്ങളെ വിളിച്ച് നിങ്ങളുടെ ജംഗമസ്വത്തുക്കൾ പങ്കുവെച്ചുകൊടുക്കൂ. ഈ ഭൂമിയിലെ വസ്തുക്കളെപ്പറ്റി നിങ്ങൾ എന്തിനാണ് ശ്രദ്ധിക്കുന്നത്? അതെല്ലാം കത്തിക്കാൻ വേണ്ടി തീപിടിത്തം വരുന്നുണ്ട്! സ്വർഗ്ഗരാജ്യത്തിനു അഗ്നിരാജ്യം ഉണ്ട്. ദൈവത്തിന്റെ ദിവസത്തിൽ സമ്പന്നരുടെ വീടുകളുടെ കല്ലുകൾ എഴുന്നേറ്റ് വന്ന് വീട്ടിലെ താമസക്കാരെ ചതയ്ക്കും. സമ്പന്നരുടെ ഭണ്ഡാരത്തിലെ സ്വർണ്ണക്കട്ടികൾ വിയർക്കും. അഭിവൃദ്ധിയുടെ ആഗ്രഹത്തിനു മുകളിൽക്കൂടി പാവങ്ങളുടെ രക്തവും വിയർപ്പും ഒഴുകുന്നു. സ്വർഗ്ഗങ്ങൾ തുറക്കപ്പെടും. വെള്ളപ്പൊക്കവും തീജ്വാലകളും പുറത്തേക്ക് ഒഴുകും. പുതിയ പെട്ടകം തീജ്വാലകളുടെ മുകളിലൂടെ ഒഴുകി നടക്കും. താക്കോലുകൾ എന്റെ കൈവശം ഉണ്ട്. ഞാൻ പെട്ടകം തുറന്നുകൊണ്ട് തെരഞ്ഞെടുപ്പു നടത്തുന്നു. നസറേത്തിലെ എന്റെ സഹോദരന്മാരേ, ഞാൻ നിങ്ങളിൽ നിന്ന് തുടങ്ങുന്നു. ഞാൻ ആദ്യം ക്ഷണിക്കുന്നത് നിങ്ങളെ ആണ്. വരൂ, കടന്നുവരൂ. ദൈവത്തിന്റെ ജ്വാലകൾ അസ്തമിക്കാൻ തുടങ്ങിക്കഴിഞ്ഞിരിക്കുന്നു.!"

"ഹോ! ഹോ! മറിയത്തിന്റെ മകൻ നമ്മളെ രക്ഷിക്കാനാണ് വന്നിരിക്കുന്നത്! ആൾക്കൂട്ടം പൊട്ടിച്ചിരിയുടെ ആവേശത്തിനിടയിൽ കൂക്കിവിളിച്ചു. പലരും കല്ലുകൾ കുനിഞ്ഞെടുത്തുകൊണ്ട് കാത്തുനിന്നു.

ഓടുന്ന ഒരു മനുഷ്യരൂപം അവിടെ പ്രത്യക്ഷപ്പെട്ടു. അത് ഇടയൻ ഫിലിപ്പ് ആയിരുന്നു. അയാളുടെ ചങ്ങാതിയുടെ വരവ് കേട്ടപ്പോൾതന്നെ അയാൾ ഓടാൻ തുടങ്ങിയിരുന്നു. അയാളുടെ കണ്ണുകൾ തുടർച്ചയായ കരച്ചിൽ കൊണ്ട് ചുവന്നു വീർത്തിരുന്നു. കവിളുകൾ കുഴിഞ്ഞുപോയിരുന്നു. യേശുവിനോടും കൂട്ടുകാരോടും "ഞാൻ വരുന്നില്ല. എനിക്ക് ആടുകൾ ഉണ്ട്. അവയെ ഞാൻ എവിടെ ഉപേക്ഷിക്കും" എന്ന് തമാശ പറഞ്ഞ് വിട പറഞ്ഞ ദിവസം തന്നെ കൊള്ളക്കാർ ലാബനോനിൽ നിന്ന് പാഞ്ഞ് വന്ന് അയാളെ പിടികൂടി. ഇടയന്റെ വടി ഒഴിച്ച് ബാക്കിയെല്ലാം അവർ കൊണ്ടുപോയി. അയാൾ ഗ്രാമത്തിൽനിന്ന് ഗ്രാമത്തിലേക്കും പർവ്വതത്തിൽ നിന്ന് പർവ്വതത്തിലേക്കും ആട്ടിൻകൂട്ടത്തെ അന്വേഷിച്ച് സിംഹാസനം നഷ്ടപ്പെട്ട രാജാവിനെപ്പോലെ അലഞ്ഞുതിരിയുകയായിരുന്നു. അയാൾ ശപിച്ചു. ഭീഷണിപ്പെടുത്തി. അയാൾ ഒരു വലിയ കത്തിക്ക് മൂർച്ച കൂട്ടിക്കൊണ്ട് ലബനോനിലേക്ക് പോകുകയാണെന്ന് പറഞ്ഞു. പക്ഷേ, രാത്രിയിൽ അയാൾ പൊട്ടിക്കരഞ്ഞു.... ഇപ്പോൾ അയാൾ പഴയ കൂട്ടുകാരുടെ കൂടെ ഒന്നിച്ചുചേർന്ന് കഷ്ടപ്പാടുകൾ അവരെ ബോദ്ധ്യപ്പെടുത്തിക്കൊണ്ട് എല്ലാവർക്കും കൂടി ലബനോനിലേക്ക് യാത്ര തിരിക്കാമെന്ന ഉദ്ദേശ്യത്തോടെ ഓടിനടക്കുകയായിരുന്നു. അയാൾ പൊട്ടിച്ചിരിയും കോലാഹലവും കേട്ടു. "അവിടെ എന്താണ് സംഭവിക്കുന്നത്?" അയാൾ

പിറുപിറുത്തു. "അവർ എന്തിനാണ് ചിരിക്കുന്നത്?" അയാൾ കുറേക്കൂടി അടുത്തേക്ക് വന്നു. യേശു ഇപ്പോൾ കൂടുതൽ കോപത്തിൽ ആയിരുന്നു.

"നിങ്ങൾ എന്തുകാര്യത്തിനാണ് ചിരിക്കുന്നത്?" യേശു അലറി. "മനുഷ്യപുത്രനെ എറിയാൻ എന്തിനാണ് നിങ്ങൾ കല്ലുകൾ കൈയിൽ എടുത്തിരിക്കുന്നത്? നിങ്ങളുടെ വീടുകളെപ്പറ്റിയും ഒലിവ് തോട്ടങ്ങളെപ്പറ്റിയും മുന്തിരിത്തോപ്പുകളെപറ്റിയും എന്തിനാണ് നിങ്ങൾ പൊങ്ങച്ചം പറയുന്നത്? ചാരമാണ്! നിങ്ങളുടെ ആൺമക്കളും പെൺമക്കളും ചാരമാണ്! തീജ്വാലകൾ എന്ന വലിയ കൊള്ളക്കാർ പർവ്വതങ്ങളിൽ നിന്ന് നിങ്ങളുടെ ആടുകളെ തട്ടിയെടുക്കാൻ വേണ്ടി പാഞ്ഞുവരും!"

"ഏത് കൊള്ളക്കാർ? ഏത് ആടുകൾ?" യേശുവിന്റെ വാക്കുകൾ ശ്രദ്ധിച്ചുകൊണ്ടുനിന്ന ഫിലിപ്പ് പിറുപിറുത്തു. "അയാൾ നമുക്ക് കൊണ്ടുത്തരാൻ പോകുന്ന ഈ ജ്വാലകൾ എന്താണ്?"

യേശു സംസാരിച്ചുകൊണ്ടിരുന്നപ്പോൾ മണ്ണിന്റെ നിറമുള്ള ധാരാളം ചേരി നിവാസികൾ യേശുവിന്റെ സംസാരം കേൾക്കാൻ വേണ്ടി വന്നു ചേർന്നു. അവർ പാവങ്ങൾക്കുവേണ്ടിയുള്ള ഒരു പ്രവാചകൻ പ്രത്യക്ഷപ്പെട്ടിരിക്കുന്നതായി കേട്ടിരുന്നു. അവർ അദ്ദേഹത്തെ കാണാൻ വേണ്ടി ഓടി വന്നതായിരുന്നു. അദ്ദേഹം ഒരു കൈയിൽ സമ്പന്നരെ ചുട്ടെരിക്കാനുള്ള സ്വർഗ്ഗീയമായ തീജ്വാലകളും മറ്റേ കൈയ്യിൽ സാധനങ്ങൾ പാവങ്ങൾക്കു പങ്കിട്ടുകൊടുക്കാൻ വേണ്ടി ഒരു അളവ് പാത്രവും കരുതിയിരുന്നതായി പറയപ്പെട്ടിരുന്നു. അദ്ദേഹം പുതിയ മോശ ആയിരുന്നു. പുതിയ നിയമങ്ങൾ കൊണ്ടുവരുന്നവൻ. ആളുകൾ അയാളുടെ സംസാരത്തിലേക്ക് വശീകരിക്കപ്പെട്ടു. അവർ ശ്രദ്ധയോടെ കേട്ടു കൊണ്ടുനിന്നു. അത് വന്നു കഴിഞ്ഞിരിക്കുന്നു! പാവങ്ങളുടെ സാമ്രാജ്യം വന്നുകഴിഞ്ഞിരിക്കുന്നു!

പക്ഷേ, വീണ്ടും സംസാരിക്കാൻ വേണ്ടി യേശു വായ് തുറന്നപ്പോൾ നാലു കൈകൾ അദ്ദേഹത്തിന്റെ പുറത്തു വീണു. അവ അദ്ദേഹത്തെ പാറയുടെ മുകളിൽനിന്നും പിടിച്ച് താഴെയിറക്കി. വളരെപ്പെട്ടെന്ന് തടിച്ച ഒരു വടം അദ്ദേഹത്തെ വരിഞ്ഞു ചുറ്റി. യേശു തിരിഞ്ഞു നോക്കിയപ്പോൾ ജോസഫിന്റെ ആൺമക്കളും അദ്ദേഹത്തിന്റെ സ്വന്തം സഹോദരന്മാരും ആയ മുടന്തൻ സൈമണെയും ദൈവഭക്തൻ ജേക്കബ്ബിനെയും കണ്ടു.

"വീട്ടിലേക്ക് പോകാം. നിന്നെ പിശാചുക്കൾ കൈവശപ്പെടുത്തിയിരിക്കുകയാണ്." അവർ അദ്ദേഹത്തെ വലിച്ചുകൊണ്ടുപോകുന്നതിനിടയിൽ പറഞ്ഞു.

"എനിക്ക് വീടില്ല. എന്നെ വിട്ടയക്കൂ. ഇത് എന്റെ വീടാണ്. ഇവരെല്ലാം എന്റെ സഹോദരന്മാരാണ്." യേശു ആൾക്കൂട്ടത്തെ ചൂണ്ടിക്കൊണ്ട് പറഞ്ഞു.

"വീട്ടിൽ പോകൂ, വീട്ടിൽ പോകൂ!" പട്ടണത്തിലെ മാന്യന്മാർ വിളിച്ചു പറഞ്ഞു. അവർ ചിരിക്കുന്നുണ്ടായിരുന്നു. ഒരാൾ കൈ ഉയർത്തി കല്ലു വലിച്ചെറിഞ്ഞു. അത് യേശുവിന്റെ നെറ്റിയിൽ ഉരസി: ആദ്യ തുള്ളി രക്തം പുറത്തേക്ക് ഒഴുകി. ഇരട്ടക്കൂനുള്ള വൃദ്ധൻ നിലവിളിച്ചു:

"കൊല്ല്! കൊല്ല്! അയാൾ ഒരു മന്ത്രവാദി ആണ്. അയാൾ നമ്മളെ മന്ത്രശക്തികൊണ്ട് വശീകരിച്ചിരിക്കുകയാണ്. അയാൾ നമ്മളെ ചുടാൻ വേണ്ടി തീജ്വാലകളെ വിളിച്ചു വരുത്തുകയാണ്- അത് വരും!"

"കൊല്ല്! കൊല്ല്!" എന്ന നിലവിളി എല്ലാവശത്തുനിന്നും കേൾക്കുന്നുണ്ടായിരുന്നു.

പീറ്റർ മുന്നോട്ട് ഓടി വന്നു. "നിങ്ങളിൽ ഒരാൾക്കും ലജ്ജയില്ലേ?" അയാൾ വിളിച്ചു ചോദിച്ചു. "അദ്ദേഹം നിങ്ങളെ എന്തു ചെയ്തു? അദ്ദേഹം നിഷ്കളങ്കനാണ്."

കരുത്തനായ ഒരു ചെറുപ്പക്കാരൻ പീറ്ററിന്റെ നേർക്ക് ചാടി വീണു., "നീ അയാളുടെ ഭാഗത്താണെന്ന് തോന്നുന്നു. അല്ലേ?" അയാൾ പീറ്ററിന്റെ കഴുത്തിൽ കുത്തിപ്പിടിച്ചു.

"അല്ല! അല്ല! ഞാൻ അയാളുടെ ഭാഗത്തല്ല." കഴുത്തിൽനിന്നും വലിയ കൈപ്പത്തി അടർത്തിമാറ്റാൻ ശ്രമിച്ചുകൊണ്ട് പീറ്റർ നിലവിളിച്ചു.

യേശുവിന്റെ മറ്റു മൂന്നു കൂട്ടുകാർക്കും ഭയം കൊണ്ട് ബോധം നഷ്ടപ്പെട്ടിരുന്നു. ജേക്കബ്ബും ആൻഡ്രുവും അവരുടെ സംഘത്തിന്റെ കണക്കെടുത്തുകൊണ്ടുനിന്നു. ജോണിന്റെ കണ്ണുകളിൽ കണ്ണുനീർ നിറഞ്ഞു. പക്ഷേ, യൂദാസ് കൈകൊണ്ട് ആൾക്കൂട്ടത്തെ വകഞ്ഞു മാറ്റി വഴിയുണ്ടാക്കിക്കൊണ്ട് പരിഭ്രമിച്ചുനിന്ന സഹോദരന്മാരെ യേശുവിന്റെ അടുത്തുനിന്ന് വലിച്ചുമാറ്റിയതിനുശേഷം വടത്തിന്റെ കെട്ടഴിച്ചു.

"പെട്ടെന്ന് പോകൂ!" യൂദാസ് അവരോട് വിളിച്ചു പറഞ്ഞു. "അല്ലെങ്കിൽ ഞാൻ നിങ്ങളെ കൈകാര്യം ചെയ്യും. സ്ഥലം വിട്ടോ!"

"നിങ്ങൾക്ക് ഭരിക്കണമെങ്കിൽ നിങ്ങളുടെ പട്ടണത്തിൽ പോയി ഭരിക്കണം!" മുടന്തൻ സൈമൺ വിളിച്ചുകൂവി.

"എടാ മുടന്താ, എന്റെ കൈ ഉള്ള സ്ഥലത്തെല്ലാം ഞാൻ ഭരിക്കും!" യൂദാസ് ശിഷ്യന്മാരുടെ നേർക്ക് തിരിഞ്ഞു. "നിങ്ങൾക്ക് അദ്ദേഹത്തെ കരുതാത്തതിൽ ലജ്ജ തോന്നുന്നില്ലേ! മുന്നോട്ടു വരൂ! ആർക്കും അദ്ദേഹത്തെ തൊടാൻ പറ്റാത്തവിധത്തിൽ നാലുചുറ്റും വട്ടത്തിൽ നില്ക്കൂ!"

നാലുപേരും ലജ്ജിച്ചു. ഇരപ്പാളികളും കീറിപ്പറിഞ്ഞ വേഷക്കാരും വിളിച്ചു കൂവിക്കൊണ്ട് മുന്നോട്ടു ചാടി വന്നു. "സഹോദരന്മാരേ ഞങ്ങൾ നിങ്ങളുടെ ഭാഗത്താണ്! നമുക്ക് അവരെ കൊല്ലാം!"

"ഞാനും നിങ്ങളുടെ കൂടെ ഉണ്ട്." അപരിഷ്കൃതമായ ഒരു ശബ്ദം വിളിച്ചു പറഞ്ഞു. ഫിലിപ്പ് വടി ചുഴറ്റി ആൾക്കൂട്ടത്തെ ഇരുവശത്തേക്കും തള്ളി മാറ്റി കടന്നു പോകാനുള്ള വഴി ഉണ്ടാക്കിക്കൊണ്ട് അയാൾ വിളിച്ചു പറഞ്ഞു "ഞാനും വരുന്നുണ്ട്!"

"ഫിലിപ്പ് വരൂ!" യൂദാസ് അയാളോട് വിളിച്ചു പറഞ്ഞു. "ഞങ്ങളോടൊപ്പം ചേരൂ! പാവങ്ങളും പീഡിതരും— എല്ലാവരും ഒന്നിച്ച് ചേരൂ!"

ചേരിനിവാസികൾ അവർക്കെതിരെ ബഹളം ഉണ്ടാക്കുന്നതു കണ്ടപ്പോൾ പട്ടണത്തിലെ മാന്യന്മാർക്ക് ഭ്രാന്ത് പിടിച്ചു. "പാവങ്ങളുടെ തലയിലേക്ക് ആശയങ്ങൾ കടത്തിവിട്ട് ലോകത്തു നില്ക്കുന്ന വ്യവസ്ഥയെ

തകിടം മറിക്കാനാണ് ആശാരിയുടെ മകൻ വന്നിരിക്കുന്നത്. അയാൾ പുതിയ നിയമം കൊണ്ടുവന്നു കൊണ്ടിരിക്കുകയാണെന്ന് ആശാരിയുടെ മകൻ പറഞ്ഞില്ലേ? കൊല്ലണം! കൊല്ലണം!"

ചിലർ വടികളും ചിലർ കത്തികളും ചിലർ കല്ലുകളും കരുതിക്കൊണ്ട് കോപത്തോടെ മുന്നോട്ടു കുതിച്ചു. വൃദ്ധർ ഒരു വശത്തേക്കു മാറി നിന്നു കൊണ്ട് അവരെ പ്രോത്സാഹിപ്പിച്ചു. യേശു സ്വയം മുന്നോട്ടു നടന്നുചെന്ന് എതിർചേരികളുടെ മദ്ധ്യത്തിൽ നിലയുറപ്പിച്ചു. അദ്ദേഹം കൈവിടർത്തിക്കൊണ്ട് വിളിച്ചുകൂവി: "സഹോദരന്മാരേ, സഹോദരന്മാരേ!" പക്ഷേ, ആരും അദ്ദേഹത്തെ ശ്രദ്ധിച്ചില്ല. ഇപ്പോൾ കല്ലുകൾ അമർഷത്തോടെ വീശിയെറിയാൻ തുടങ്ങിയിരുന്നു. ആദ്യം മുറിവു പറ്റിയവർ ഞരങ്ങാൻ തുടങ്ങിക്കഴിഞ്ഞിരുന്നു.

ഒരു ഇടുങ്ങിയ വഴിയിൽ നിന്നും ഒരു സ്ത്രീ പറന്നുവന്നു. പകുതി വായും കണ്ണുനീരിൽ മുങ്ങിയ കറുത്ത കണ്ണുകളും മാത്രം പുറത്തു കാണിച്ചുകൊണ്ട് ഒരുചുവന്ന തൂവാല അവൾ മുഖത്ത് മുറുക്കിചുറ്റിയിരുന്നു.

"ദൈവത്തെ വിചാരിച്ച് അവനെ കൊല്ലരുത്!" അവൾ ഉറക്കെ വിളിച്ചുകൂവി.

"അത് അയാളുടെ അമ്മ മറിയം ആണ്!" ആളുകൾ പിറുപിറുത്തു.

പക്ഷേ, ഈ സന്ദർഭത്തിൽ വൃദ്ധർക്ക് യേശുവിന്റെ അമ്മയോട് എങ്ങനെ സഹതാപം തോന്നും? അവർക്ക് പേയിളകിക്കഴിഞ്ഞിരുന്നു. "കൊല്ലണം! കൊല്ലണം!" അവർ ഉറക്കെ കൂവി. "അയാൾ ആളുകളെ ഉണർത്തി ഒരു ലഹള ഉണ്ടാക്കാൻ വന്നിരിക്കുകയാണ്. നമ്മുടെ സാധനങ്ങൾ ഈ ചെരിപ്പിടാത്ത നീചന്മാർക്ക് പങ്കിട്ടു കൊടുക്കാനാണ് അയാളുടെ ഉദ്ദേശ്യം."

എതിരാളികൾ ഇപ്പോൾ മൽപ്പിടിത്തത്തിലേക്ക് കടന്നിരുന്നു. ജോസഫിന്റെ ആൺമക്കൾ രണ്ടുപേരും ഉറക്കെ വിളിച്ചുകൂവിക്കൊണ്ട് നിലത്തു കിടന്ന് ഉരുണ്ടു. ജേക്കബ് ഒരു കല്ലെടുത്ത് അവരുടെ തലകൾ ഇടിച്ചു പൊട്ടിച്ചു. യൂദാസ് ആരെയും അടുത്തുവരാൻ അനുവദിക്കാതെ യേശുവിന്റെ മുമ്പിൽ കഠാരയും പിടിച്ചു നിന്നു. ഫിലിപ്പ് അയാളുടെ ആടുകളെ ഓർമ്മിച്ചു. അയാൾ കണ്ണും അടച്ച് എതിരാളികളുടെ തലകളിലേക്ക് നിയന്ത്രണമില്ലാതെ വടി ചുഴറ്റി.

മറിയത്തിന്റെ ശബ്ദം വീണ്ടും കേട്ടു. "ദൈവത്തെ മുൻനിർത്തി പറയുകയാണ്. അവന് സുഖമില്ല! അവന്റെ ബുദ്ധി പതറിയിരിക്കുകയാണ്! അവനോട് കരുണ കാണിക്കണം!

പക്ഷേ, അവളുടെ കരച്ചിൽ ബഹളത്തിൽ മുങ്ങിപ്പോയി. യൂദാസ് ഇപ്പോൾ കരുത്തന്മാരിൽ ഏറ്റവും കരുത്തന്റെ മുകളിൽ ചവിട്ടിക്കൊണ്ട് കത്തി അയാളുടെ കഴുത്തിൽ വെച്ചിരിക്കുകയായിരുന്നു. പക്ഷേ, കൃത്യസമയത്ത് ചുവന്നതാടിക്കാരന്റെ കൈപിടിച്ചു മാറ്റാൻ വേണ്ടി യേശു അവിടെ എത്തി.

"എന്റെ സഹോദരൻ യൂദാസേ" അദ്ദേഹം ഉറക്കെ വിളിച്ചു പറഞ്ഞു.

"ചോര വേണ്ട! ചോര വേണ്ട" "പിന്നെ എന്താണ് വേണ്ടത്? വെള്ളം ആണോ?" ചുവന്ന താടിക്കാരൻ ദേഷ്യപ്പെട്ട് വിളിച്ചുകൂവി. "നിങ്ങളുടെ കൈയിൽ ഒരു കോടാലി ഉണ്ടെന്ന് മറന്നു പോയോ? സമയം ആയിരിക്കുന്നു!"

പീറ്റർക്കുപോലും അയാൾക്കു കിട്ടിയ അടികളുടെ പ്രചോദനം കൊണ്ട് കോപം വർദ്ധിച്ചിരുന്നു. അയാൾ ഒരു വലിയ കല്ലെടുത്ത് അവിടെ നിന്നിരുന്ന ഒരു കിഴവനെ ഉന്നംവെച്ചു. മറിയം ബഹളത്തിന്റെ നടുക്കുകൂടി അവളുടെ മകന്റെ അടുത്തേക്ക് ചെന്നു. അവൾ അവന്റെ കൈയിൽ പിടിച്ചു.

"എന്റെ കുട്ടി" അവൾ പറഞ്ഞു. "നിനക്ക് എന്തുപറ്റി? നിനക്ക് ഇത്ര മാത്രം അധഃപതിക്കാൻ എങ്ങനെ കഴിഞ്ഞു. വീട്ടിലേക്ക് തിരിച്ചുവന്ന് കുളിച്ചു വസ്ത്രം മാറ്റി കാലിൽ ചെരിപ്പിടണം. എന്റെ മകൻ സ്വയം വൃത്തികെട്ടിരിക്കുന്നു."

"എനിക്ക് വീടില്ല." അദ്ദേഹം പറഞ്ഞു. "എനിക്ക് അമ്മയില്ല. നിങ്ങൾ ആരാണ്?"

അമ്മ കരയാൻ തുടങ്ങി. അവൾ കവിളിൽ നഖം അമർത്തിക്കൊണ്ട് പിന്നീട് സംസാരിച്ചില്ല.

പീറ്റർ അയാളുടെ കല്ല് ഉന്നം നോക്കി എറിഞ്ഞു. അത് ഇരട്ടക്കൂനുള്ള കിഴവന്റെ കാൽപ്പത്തി ചതച്ചു. അയാൾ വേദനകൊണ്ട് അലറിവിളിച്ചു. അതിനുശേഷം ആചാര്യന്റെ വീട്ടിലേക്കുള്ള ഇടവഴിയിലൂടെ കൂനികൂനി നടന്നുപോയി. പക്ഷേ, ആ നിമിഷത്തിൽ ആചാര്യൻ കിതച്ചുകൊണ്ട് പ്രത്യക്ഷപ്പെട്ടു. അയാൾ കോലാഹലം കേട്ടിരുന്നു. അയാൾ ദിവ്യഗ്രന്ഥത്തിൽ മുഖം പൂഴ്ത്തി വെച്ചിരിക്കുകയായിരുന്നു. അതിലെ വാക്കുകളിൽ നിന്നും അക്ഷരങ്ങളിൽ നിന്നും ദൈവത്തിന്റെ ആഗ്രഹം പിഴിഞ്ഞെടുക്കാനുള്ള തീവ്രശ്രമം അവസാനിപ്പിച്ച് അയാൾ ചാടി എഴുന്നേറ്റു. പക്ഷേ, ബഹളം കൂടിയപ്പോൾ അയാൾ അംശവടി എടുത്തുകൊണ്ട് എന്താണ് സംഭവിക്കുന്നതെന്ന് അറിയാൻ പുറത്തേക്ക് ഓടിവന്നു. അയാൾ വഴിയിൽ വെച്ച് പരിക്കുപറ്റിയ പലരെയും കണ്ടുമുട്ടി. എല്ലാ കാര്യങ്ങളും മനസ്സിലാക്കി. ആചാര്യൻ ഇപ്പോൾ ആൾക്കൂട്ടത്തെ വശങ്ങളിലേക്ക് തള്ളിമാറ്റിക്കൊണ്ട് മറിയത്തിന്റെ മകനെ സമീപിച്ചു.

"യേശു ഇതെല്ലാം എന്താണ്?" ആചാര്യൻ ഗൗരവത്തിൽ ചോദിച്ചു. "ഈ നീയാണോ സ്നേഹം കൊണ്ടുവരുന്നവൻ? ഇത്തരം സ്നേഹമാണോ നീ കൊണ്ടുവരുന്നത്? നിനക്ക് ലജ്ജയില്ലേ?"

ആചാര്യൻ ആൾക്കൂട്ടത്തിന്റെ നേർക്ക് തിരിഞ്ഞു:

"എന്റെ കുട്ടികളേ, നിങ്ങളുടെ വീട്ടിലേക്ക് തിരിച്ചുപോകൂ. ഇത് എന്റെ അനന്തിരവൻ ആണ്. അവന് സുഖമില്ല. ഭാഗ്യദോഷി. വർഷങ്ങളായി അവൻ സുഖമില്ലാത്തവനാണ്. അവൻ പറഞ്ഞതിനൊന്നും അവനോട് വിരോധം വെച്ചുകൊണ്ടിരിക്കരുത്. അവനോട് ക്ഷമിക്കണം. അവനല്ല സംസാരിക്കുന്നത്. അവന്റെ വായ ഉപയോഗിക്കുന്ന മറ്റാരോ ആണ്."

"ദൈവമാണ്!" യേശു ഉറക്കെ പറഞ്ഞു.

"നീ മിണ്ടരുത്." ആചാര്യൻ പൊട്ടിത്തെറിച്ചു. അയാൾ തെറ്റുതിരുത്തുന്നതിനു വേണ്ടി അംശവടി കൊണ്ട് യേശുവിനെ തൊട്ടു.

ആചാര്യൻ വീണ്ടും ആൾക്കൂട്ടത്തിന്റെ നേർക്ക് തിരിഞ്ഞു:

"അവൻ തനിച്ചിരിക്കട്ടെ. കുട്ടികളേ, അവനോട് പക തോന്നരുത്. കാരണം അവൻ പറയുന്നതെന്തെന്ന് അവൻ അറിയുന്നില്ല. പാവങ്ങളും സമ്പന്നരുമായ നമ്മൾ എല്ലാവരും എബ്രഹാമിന്റെ വിത്തുകൾ ആണ്. നിങ്ങൾ പരസ്പരം കലഹിക്കരുത്. ഇപ്പോൾ ഉച്ചയായിരിക്കുന്നു. നിങ്ങളുടെ വീട്ടിലേക്ക് തിരിച്ചു പോകണം. ഞാൻ ഭാഗ്യദോഷിയായ ഈ മനുഷ്യനെ ചികിത്സിക്കാം."

അയാൾ മറിയത്തിന്റെ നേർക്ക് തിരിഞ്ഞു. "മറിയം വീട്ടിൽ പൊയ്ക്കോളൂ. ഞങ്ങൾ ഉടൻ തന്നെ വീട്ടിൽ എത്തും."

അമ്മ മകനെ അവസാനമായി നോക്കി. വലിയ പ്രതീക്ഷകളുടെ ഒരു നോട്ടം. അതു കണ്ടാൽ അവൾ എന്നെന്നേക്കുമായി അവനോട് വിട പറയുകയാണെന്ന് തോന്നും. അവൾ നെടുവീർപ്പിട്ടുകൊണ്ട് തൂവാല കടിച്ചു പറിച്ചു. അതിനു ശേഷം ഇടുങ്ങിയ ഇടവഴികളിൽ കയറി അപ്രത്യക്ഷപ്പെട്ടു.

മനുഷ്യർ പരസ്പരം കൊന്നുകൊണ്ടിരുന്നപ്പോൾ സ്വർഗ്ഗങ്ങളെ മേഘങ്ങൾ മൂടി. മഴ ഭൂമിയിലേക്ക് വീണു. പ്രകൃതിക്ക് ചൈതന്യം പകരാൻ തയ്യാറെടുക്കുകയായിരുന്നു. അത്തിമരത്തിന്റെ ചില്ലകളിലെ അവസാനത്തെ ഇലകൾ വേർപെടുത്തിക്കൊണ്ട് കാറ്റുവീശി. നിലത്തു മുഴുവൻ ഇലകൾ ചിതറി വീണുകിടന്നു. അവിടെ നിന്ന് മനുഷ്യർ ഒഴിഞ്ഞുപോയി. യേശു ഫിലിപ്പിന്റെ നേർക്ക് തിരിഞ്ഞു നിന്നുകൊണ്ട് അദ്ദേഹത്തിന്റെ കൈ നീട്ടി:

"എന്റെ സഹോദരൻ ഫിലിപ്പിന് സ്വാഗതം."

"ആചാര്യൻ, അങ്ങയെ കണ്ടതിൽ എനിക്ക് സന്തോഷമുണ്ട്." അയാൾ അദ്ദേഹത്തിന്റെ കൈപിടിച്ച് ഞെരിച്ചു കൊണ്ട് മറുപടി പറഞ്ഞു. ഫിലിപ്പ് അയാളുടെ വളഞ്ഞ വടി അദ്ദേഹത്തെ ഏല്പിച്ചുകൊണ്ട് പറഞ്ഞു.

"ഇത് എടുത്തുകൊള്ളൂ. കുത്തിനടക്കാൻ കൊള്ളാം."

"കൂട്ടുകാർ എല്ലാവരും കൂടെ വരൂ" യേശു പറഞ്ഞു. "നമുക്ക് പോകാം. കാലിലെ പൊടി തൂത്തുകളയണം. നസറേത്തിന് വിട!"

"നിങ്ങളെ ആരും ശല്യപ്പെടുത്താതിരിക്കാൻ വേണ്ടി ഞാൻ ഗ്രാമത്തിന്റെ അതിർത്തി വരെ വരാം." വൃദ്ധനായ ആചാര്യൻ പറഞ്ഞു.

ആചാര്യൻ യേശുവിന്റെ കൈ പിടിച്ചുകൊണ്ട് ഏറ്റവും മുന്നിൽ നടന്നു. ആചാര്യന് യേശുവിന്റെ കൈ പൊള്ളുന്നുണ്ടെന്ന് തോന്നി.

"എന്റെ മകൻ മറ്റുള്ളവരുടെ കാര്യങ്ങൾ ചുമക്കാൻ പോകരുത്. അവർ നിന്നെ വിഴുങ്ങും." ആചാര്യൻ പറഞ്ഞു.

"പിതാവേ, എനിക്ക് സ്വന്തം കാര്യങ്ങൾ ഇല്ല. മറ്റുള്ളവരുടേത് എന്നെ

വിഴുങ്ങട്ടെ."

അവർ നസറേത്തിന്റെ അറ്റത്തെത്തി. തോട്ടങ്ങളും തോട്ടങ്ങൾക്കപ്പുറമുള്ള പാടങ്ങളും കാഴ്ചയിൽ വന്നു. പിന്നിൽ ഉണ്ടായിരുന്ന ശിഷ്യന്മാർ മുറിവുകൾ കഴുകാൻ വേണ്ടി അരുവിയുടെ അടുത്ത് ഒരു നിമിഷം നിന്നു. അവരോടൊപ്പം ധാരാളം ഇരപ്പാളികളും വികലാംഗരും ഉണ്ടായിരുന്നു. ഇവരെ കൂടാതെ രണ്ട് അന്ധന്മാരും കൂട്ടത്തിൽ ഉണ്ടായിരുന്നു– അവർ എല്ലാവരും പുതിയ പ്രവാചകൻ അത്ഭുതങ്ങൾ നിറവേറ്റുന്നതു കാണാൻ വേണ്ടി സംസാരിച്ചുകൊണ്ട് കാത്തുനില്ക്കുകയായിരുന്നു. അവർ ഒരു വലിയ യുദ്ധം കഴിഞ്ഞ് തിരിച്ചുവരുന്നവരെപോലെ ആവേശത്തിലും ആഹ്ലാദത്തിലും ആയിരുന്നു.

പക്ഷേ, നാലു ശിഷ്യന്മാരും നിശ്ശബ്ദരായാണ് നടന്നുകൊണ്ടിരുന്നത്. അവർ ആചാര്യന്റെ അടുത്തെത്താൻ അസ്വസ്ഥതയോടെ തിടുക്കപ്പെട്ടിരുന്നു. അടുത്തെത്തിയാൽ അദ്ദേഹം അവരെ സാന്ത്വനപ്പെടുത്തും. ആചാര്യന്റെ സ്വദേശമായ നസറേത്ത് അവരെ കൂക്കിവിളിച്ച് നാടുകടത്തിയിരിക്കുന്നു: ഭാഗ്യദോഷത്തിന് അവർക്ക് എതിരായി ഒരു വലിയ പ്രചാരണം ആരംഭിച്ചു കഴിഞ്ഞിരുന്നു. ഗാനേസറത്തിലെ തടാകത്തിന്റെ ചുറ്റുമുള്ള കാപ്പർനാമിൽ നിന്നും കാനായിൽനിന്നും മറ്റു സ്ഥലങ്ങളിൽനിന്നും അവരെ വിരട്ടിയോടിക്കുകയാണെങ്കിൽ നമുക്ക് എന്ത് സംഭവിക്കുമെന്ന് അവർ ആലോചിച്ചുകൊണ്ടിരുന്നു. നമ്മൾ എവിടെപോകും? ദൈവത്തിന്റെ വാക്ക് നമ്മൾ ആരോട് പ്രഖ്യാപിക്കും? ഇസ്രയേലിലെ മനുഷ്യർ നമ്മളെ കൂക്കിവിളിച്ച് തള്ളിക്കളയുമ്പോൾ നമുക്ക് ആരുടെ കൂടെ ഒത്തുചേരാൻ പറ്റും? അവിശ്വാസികളുടെ കൂടെ ചേരാൻ പറ്റുമോ?

അവർ യേശുവിനെ നോക്കി. പക്ഷേ, ആരും സംസാരിക്കാൻ വേണ്ടി വായ് തുറന്നില്ല. യേശു അവരുടെ കണ്ണുകളിലെ ഭയം കണ്ടു. എന്തായാലും അദ്ദേഹം പീറ്ററിന്റെ കൈയിൽ പിടിച്ചു.

"അവിശ്വാസിയായ പീറ്ററിന്റെ കൃഷ്ണമണികൾക്കുള്ളിൽ കൂർത്ത രോമങ്ങളുള്ള ഒരു കാട്ടുമൃഗം ചുരുണ്ടുകൂടി ഇരുന്ന് വിറച്ചുകൊണ്ടിരിക്കുന്നുണ്ട്. അത് ഭയമാണ്. പീറ്ററിന് ഭയം ഉണ്ടോ?"

"ഞാൻ ആചാര്യനിൽ നിന്ന് അകലെ ആകുമ്പോൾ ഉണ്ട്. എനിക്ക് ഭയമുണ്ട്. അതുകൊണ്ടാണ് ഞാൻ അടുത്തേക്ക് വന്നത്. അതുകൊണ്ടാണ് ഞങ്ങൾ എല്ലാവരും അടുത്തേക്ക് വന്നത്. ഞങ്ങളോട് സംസാരിച്ച് ഞങ്ങളുടെ മനസ്സിനെ ഏകാഗ്രമാക്കൂ!"

യേശു പുഞ്ചിരിച്ചു. "ഞാൻ എന്റെ ആത്മാവിലേക്ക് കൂടുതൽ കുനിഞ്ഞു നോക്കുമ്പോൾ സത്യം എല്ലാ സമയത്തും എന്റെ ഉള്ളിൽ നിന്ന് പുറത്തേക്ക് വരുന്നത് ഒരു ഗുണപാഠകഥയുടെ രൂപത്തിലാണ്. എങ്ങനെ ഇത് സംഭവിക്കുന്നെന്നും എന്തുകൊണ്ട് ഇങ്ങനെ സംഭവിക്കുന്നെന്നും എനിക്ക് അറിയില്ല. അതുകൊണ്ട് ഞാൻ കൂട്ടുകാരോട് ഒരിക്കൽകൂടി ഗുണപാഠ കഥയിലൂടെ കാര്യം പറയാം."

ഒരു വലിയ കുലീനൻ മകന്റെ വിവാഹത്തിന് അയാളുടെ കൊട്ടാര

ത്തിൽവെച്ച് വിഭവസമൃദ്ധമായ ഒരു വിരുന്ന് കൊടുക്കാൻ ആജ്ഞാപിച്ചു. കാളകളെ കൊന്ന് മേശകൾ ഒരുക്കിക്കഴിഞ്ഞപ്പോൾ ക്ഷണിച്ചവരോട് വിവരം അറിയിക്കാൻ വേണ്ടി അയാൾ ജോലിക്കാരെ പറഞ്ഞുവിട്ടു: “എല്ലാം തയ്യാറായിരിക്കുന്നു. നിങ്ങൾ താല്പര്യത്തോടെ വിവാഹത്തിന് വരണം.” പക്ഷേ, ക്ഷണിച്ചവരെല്ലാം വരാതിരിക്കാനുള്ള ഓരോ ഒഴികഴിവ് കണ്ടുപിടിച്ചു. “ഞാൻ ഒരുപാടം വാങ്ങി. എനിക്ക് അത് കാണാൻ വേണ്ടി പോകണം.” ഒരാൾ പറഞ്ഞു. “ഞാൻ ഇന്നലെയാണ് വിവാഹിതനായത്. എനിക്ക് വരാൻ പറ്റില്ല.” അടുത്തയാൾ പറഞ്ഞു. “ഞാൻ അഞ്ചു ജോഡി കാളകളെ വാങ്ങി. ഞാൻ അവ എങ്ങനെയുണ്ടെന്ന് പരിശോധിക്കാൻ പോവുകയാണ്:” അടുത്തയാളുടെ ഒഴികഴിവ് ഇതായിരുന്നു. ജോലിക്കാർ തിരിച്ചുവന്ന് യജമാനനോട് പറഞ്ഞു. “ക്ഷണിച്ചവർക്ക് ആർക്കും വരാൻ പറ്റുന്നില്ല. അവർ എല്ലാവരും പറയുന്നത് അവർക്ക് തിരക്കുണ്ടെന്നാണ്. കുലീനനായ മനുഷ്യന് ദേഷ്യം വന്നു. “കവലകളിലും മൈതാനങ്ങളിലും ഓടി നടന്ന് പാവങ്ങളെയും അന്ധന്മാരെയും മുടന്തന്മാരെയും ആംഗവൈകല്യം ഉള്ളവരെയും വിളിച്ചുകൂട്ടി ഇവിടെ കൊണ്ടുവരണം. ഞാൻ എന്റെ കൂട്ടുകാരെ ക്ഷണിച്ചു. പക്ഷേ, അവർ നിരസിച്ചു. അതുകൊണ്ട് ക്ഷണിക്കാത്തവരെകൊണ്ട് ഞാൻ എന്റെ വീടു നിറയ്ക്കും. എന്റെ മകന്റെ വിവാഹത്തിന് അങ്ങനെ അവർക്ക് തിന്നും കുടിച്ചും ആഹ്ലാദിക്കാൻ പറ്റും.”

യേശു സംസാരം നിർത്തി. അദ്ദേഹം ശാന്തമായാണ് സംസാരിക്കാൻ ആരംഭിച്ചത്. പക്ഷേ, കൂടുതൽ സംസാരിച്ചപ്പോൾ അദ്ദേഹം നസറേത്തിനെപ്പറ്റിയും യഹൂദന്മാരെപ്പറ്റിയും കൂടുതൽ ആലോചിച്ചു. അദ്ദേഹത്തിന്റെ കണ്ണുകളിൽ പക ആളിക്കത്തി. ശിഷ്യന്മാർ അത്ഭുതത്തോടെ അദ്ദേഹത്തെ നോക്കി.

“ക്ഷണിക്കപ്പെട്ടവർ ആരാണ്? ക്ഷണിക്കപ്പെടാത്തവർ ആരാണ്? അത് എന്ത് വിവാഹം ആണ്? ആചാര്യൻ ഞങ്ങളോട് ക്ഷമിക്കണം— പക്ഷേ, ഞങ്ങൾക്ക് മനസ്സിലായില്ല.”

“നിങ്ങൾക്ക് മനസ്സിലാകും.” യേശു പറഞ്ഞു. “ഞാൻ ക്ഷണിക്കപ്പെട്ടവരെ പെട്ടകത്തിലേക്ക് കടന്നുവരാൻ ക്ഷണിക്കുമ്പോൾ അവർ അത് നിരസിക്കുന്നു. അവർ അതിന് പറയുന്ന കാരണം പാടങ്ങളും മുന്തിരിത്തോപ്പുകളും ഭാര്യമാരും ഉണ്ടെന്നുള്ളതാണ്. അതുകൂടാതെ അവരുടെ കണ്ണും ചെവിയും ചുണ്ടും മൂക്കും കൈയും ഉഴുതുകൊണ്ടിരിക്കുന്ന അഞ്ചു ജോഡി കാളകളാണെന്നാണ് അവർ പറയുന്നത്— എന്താണ് അവർ ഉഴുതുകൊണ്ടിരിക്കുന്നത്? അഗാധമായ നരകം?”

അദ്ദേഹം നെടുവീർപ്പിട്ടു. കൂട്ടുകാരെ നോക്കുമ്പോൾ താൻ പൂർണ്ണമായും ഒറ്റപ്പെട്ടു പോയിരിക്കുന്നതായി അദ്ദേഹത്തിനു തോന്നി.

“ഞാൻ സംസാരിക്കുന്നു.” അദ്ദേഹം പിറുപിറുത്തു. “പക്ഷേ, ആരോട്? അന്തരീക്ഷത്തിനോട്. അത് കേൾക്കുന്ന ഒരേ ഒരാൾ ഞാനാണ്. എന്നാണ് എന്റെ സംസാരം കേൾക്കാൻ മരുഭൂമിക്ക് ചെവി മുളയ്ക്കുന്നത്?”

“ആചാര്യൻ ഞങ്ങളോട് ക്ഷമിക്കണം” പീറ്റർ ആവർത്തിച്ചു. “പക്ഷേ, ഞങ്ങളുടെ മനസ്സുകൾ ചെളിക്കട്ടകൾ ആണ്. ക്ഷമ കാണിക്കണം: അവ പൂത്തു തളിർക്കും.”

യേശു വൃദ്ധനായ ആചാര്യനെ തിരിഞ്ഞു നോക്കി. പക്ഷേ, വൃദ്ധൻ നിലത്തു നോക്കി ഇരിക്കുകയായിരുന്നു. അയാൾക്ക് ഭയാനകമായ ഒളിഞ്ഞിരിക്കുന്ന അർത്ഥമുള്ള ഒരു അപകട സൂചന ലഭിച്ചിരുന്നു. അയാളുടെ വാർദ്ധക്യം ബാധിച്ച കൺപീലികൾ കൊഴിഞ്ഞ കണ്ണുകളിൽ കണ്ണുനീർ തുളുമ്പുന്നുണ്ടായിരുന്നു.

നസറേത്തിന്റെ അതിർത്തിയിൽ ഒരു തടിപ്പുരയുടെ മുമ്പിൽ നികുതി പിരിക്കുന്ന ഉദ്യോഗസ്ഥൻ നില്ക്കുന്നുണ്ടായിരുന്നു. മാത്യു എന്നായിരുന്നു അയാളുടെ പേര്. ഗ്രാമത്തിലേക്ക് വരുന്നവരും ഗ്രാമത്തിൽനിന്ന് പോകുന്നവരുമായ എല്ലാ കച്ചവടക്കാരും റോമാക്കാർക്ക് കരം കൊടുക്കണം. മാത്യു പൊക്കം കുറഞ്ഞ് വിളറിയ ഒരു തടിയൻ ആയിരുന്നു. അയാളുടെ കൈകൾ മൃദുലവും മഞ്ഞനിറമുള്ളതും ആയിരുന്നു. അയാളുടെ വിരലുകളിൽ മഷി പറ്റിയിരുന്നു. നഖങ്ങൾ കറുത്തുപോയിരുന്നു. അയാൾക്ക് രോമങ്ങൾ നിറഞ്ഞ ചെവികളും ഒരു നപുംസകത്തിന്റെ ശബ്ദവും ഉണ്ടായിരുന്നു. മുഴുവൻ ഗ്രാമവും അയാളെ വെറുത്തു. ആരും അയാൾക്ക് കൈ കൊടുത്തില്ല. തടിപ്പുരയുടെ മുന്നിലൂടെ കടന്നുപോയവർ മറുവശത്തേക്ക് നോക്കിക്കൊണ്ട് നടന്നുപോയി. ദിവ്യഗ്രന്ഥം ഇങ്ങനെ പറയുന്നില്ലേ: “ദൈവത്തിന് മാത്രം കരം കൊടുക്കുന്നതാണ് നമ്മുടെ ചുമതല; മനുഷ്യർക്ക് കൊടുക്കേണ്ടതില്ല?” ഈ മനുഷ്യൻ ഒരു ചുങ്കപ്പിരിവുകാരനാണ്. സ്വേച്ഛാധിപതിയുടെ പണിക്കാരനായ ഒരു കരം പിരിവുകാരൻ. അയാൾ നിയമത്തെ ചവിട്ടിത്തേക്കുന്നു. അയാൾ നിയമവിരുദ്ധമായി പണം സമ്പാദിക്കുന്നു. അയാൾക്കു ചുറ്റും ഏഴുമൈൽ ചുറ്റളവിൽ ഉള്ള അന്തരീക്ഷം ദുഷിച്ചിരിക്കുന്നു. “കുട്ടികളേ, വേഗം നടക്കൂ” പീറ്റർ പറഞ്ഞു. “ശ്വാസം വിടരുത്. നിങ്ങൾ മറുവശത്തേക്ക് നോക്കണം!”

പക്ഷേ, യേശു നടത്തം നിർത്തി. മാത്യു തടിപ്പുരയുടെ പുറത്ത് അയാളുടെ തൂവൽപേനയും കടിച്ചുപിടിച്ച് കൊണ്ട് നില്ക്കുന്നുണ്ടായിരുന്നു. അയാൾ എന്തുചെയ്യണമെന്നറിയാതെ അതിവേഗത്തിൽ ശ്വാസോച്ഛ്വാസം ചെയ്തു. അയാൾക്ക് നിന്നിരുന്ന സ്ഥലത്ത് നില്ക്കാനുള്ള ധൈര്യം ഉണ്ടായിരുന്നില്ല. എങ്കിലും തടിപ്പുരയുടെ ഉള്ളിൽ കയറാൻ അയാൾ ആഗ്രഹിച്ചില്ല. കാരണം എല്ലാ മനുഷ്യരും സഹോദരന്മാരാണെന്ന് പ്രഖ്യാപിച്ച പുതിയ പ്രവാചകനെ അടുത്തു കാണാൻ അയാൾ യുഗങ്ങളായി ആഗ്രഹിക്കുന്നുണ്ടായിരുന്നു. ഒരു ദിവസം ഇങ്ങനെ പറഞ്ഞത് അദ്ദേഹം ആയിരുന്നില്ലേ? “ഒരിക്കലും പാപം ചെയ്യാത്തവനേക്കാൾ ദൈവം സ്നേഹിക്കുന്നത് പശ്ചാത്തപിക്കുന്ന പാപിയെ ആണ്” മറ്റൊരു ദിവസം അദ്ദേഹം പറഞ്ഞില്ലേ? “ഞാൻ ഈ ലോകത്തു വന്നത് നീതിമാന്മാർക്ക് വേണ്ടി അല്ല. പാപികൾക്ക് വേണ്ടിയാണ്: എനിക്ക് ഇഷ്ടം അവരുടെ കൂടെ ഭക്ഷണം കഴിക്കാനും അവരോട് സംസാരിക്കാനും ആണ്.” മറ്റൊരു

ദിവസം "യഥാർത്ഥ ദൈവത്തിന്റെ പേരെന്താണെന്ന് ആചാര്യൻ പറഞ്ഞു തരുമോ?" എന്ന് ചോദിച്ചപ്പോൾ അദ്ദേഹം മറുപടി പറഞ്ഞു: "സ്നേഹം".

ധാരാളം പകലും രാത്രിയും ഈ വാക്കുകൾ മാത്യു വീണ്ടും വീണ്ടും മനസ്സിൽ തിരിച്ചും മറിച്ചും ആലോചിച്ചു. ഒടുവിൽ അയാൾ നെടുവീർപ്പി ട്ടുകൊണ്ട് പറഞ്ഞു: "ഞാൻ അദ്ദേഹത്തെ എന്നു കാണും! ഞാൻ എന്നാണ് അദ്ദേഹത്തിന്റെ പാദങ്ങളിൽ വീഴുന്നത്!" ഇപ്പോൾ അദ്ദേഹം അയാളുടെ മുമ്പിൽ വന്നിരിക്കുന്നു. പക്ഷേ, അദ്ദേഹത്തിന്റെ മുഖത്തേക്ക് തല ഉയർത്തി നോക്കാൻ മാത്യു ലജ്ജിച്ചു. അയാൾ തലകുനിച്ച് ചലനം ഇല്ലാതെ കാത്തു നിന്നു. അയാൾ എന്തിനു വേണ്ടിയാണ് കാത്തുനിന്നത്? പ്രവാചകൻ ഇപ്പോൾ പോകും. അയാൾക്ക് എന്നെന്നേക്കുമായി അദ്ദേ ഹത്തെ നഷ്ടപ്പെടും.

യേശു അയാളുടെ അടുത്തേക്ക് ഒരു ചുവടു വെച്ചുകൊണ്ട് പേരു വിളിച്ചു. "മാത്യു" അങ്ങേയറ്റം സൗമ്യമായ ആ ശബ്ദത്തിന്റെ മാധുര്യം കൊണ്ട് ചുങ്കപ്പിരിവുകാരന് അയാളുടെ ഹൃദയം ഉരുകിയൊലിക്കുന്നതു പോലെ തോന്നി. അയാൾ മുഖം ഉയർത്തി. യേശു അയാളെ നോക്കിക്കൊണ്ട് തൊട്ടുമുമ്പിൽ നില്ക്കുന്നുണ്ടായിരുന്നു. അദ്ദേഹത്തിന്റെ നോട്ടം അങ്ങേയറ്റം വാത്സല്യമുള്ളതും അതിശക്തവും ആയിരുന്നു: അത് ഉദ്യോഗസ്ഥന്റെ അടിവയറുവരെ ആഴ്ന്നിറങ്ങി അയാളുടെ ഹൃദയത്തിന് സമാധാനവും മനസ്സിന് വെളിച്ചവും നല്കി. അയാളുടെ ആന്തരാവയവ ങ്ങൾ വിറച്ചുകൊണ്ടിരിക്കുകയായിരുന്നു. പക്ഷേ, ഇപ്പോൾ അവയ്ക്കുമു കളിൽ സൂര്യരശ്മികൾ വീണ് ഇളംചൂട് പകർന്നുകൊടുത്തിരിക്കുന്നു. ഇത് എത്രമാത്രം ആഹ്ലാദകരം ആയിരുന്നു! എത്രമാത്രം തീർച്ചയുള്ള കാര്യം ആയിരുന്നു! എത്രമാത്രം സൗഹൃദം നിറഞ്ഞ കാര്യം ആയിരുന്നു! ലോകം ഇത്രമാത്രം ലളിതമായിരുന്നോ? മോചനം ഇത്രമാത്രം എളുപ്പമാ യിരുന്നോ?

മാത്യു അകത്തേക്ക് പോയി കണക്കുപുസ്തകങ്ങൾ അടച്ചുവെച്ചു. ഒന്നും എഴുതാത്ത ഒരു പുസ്തകം അയാൾ കക്ഷത്തിൽ അടുക്കിപ്പിടിച്ചു. വെള്ളോടുകൊണ്ടുള്ള മഷിക്കുപ്പി അയാൾ അരപ്പട്ടയിൽ തിരുകി. തൂവൽപ്പേന അയാൾ ചെവിയിൽ എടുത്തുവെച്ചു. അടുത്തതായി അയാൾ താക്കോൽ അരപ്പട്ടയിൽനിന്നും ഊരിയെടുത്ത് തടിപ്പുര പൂട്ടിയതിനു ശേഷം അത് തോട്ടത്തിലേക്ക് വലിച്ചെറിഞ്ഞു. എല്ലാം അവസാനിപ്പിച്ച തിനുശേഷം വിറയ്ക്കുന്ന കാൽമുട്ടുകളിൽ അയാൾ യേശുവിന്റെ അടു ത്തേക്ക് വന്നു. അയാൾ നടത്തം നിർത്തി. മുന്നോട്ടു പോകണോ അതോ പോകാതിരിക്കണോ? ഗുരു അയാളുടെ നേർക്ക് കൈ നീട്ടുമോ? അയാൾ മുഖം ഉയർത്തി അനുകമ്പ കാണിക്കണമെന്ന യാചനയോടെ യേശുവിനെ നോക്കി... യേശു അയാളെ നോക്കി പുഞ്ചിരിച്ചുകൊണ്ട് കൈ നീട്ടി.

"മാത്യുവിന് സ്വാഗതം, എന്റെ കൂടെ വരൂ."

ശിഷ്യന്മാർക്ക് ബുദ്ധിമുട്ടു തോന്നി. അവർ ഒരു വശത്തേക്ക് മാറി നിന്നു. വൃദ്ധനായ ആചാര്യൻ യേശുവിന്റെ അടുത്തേക്ക് കുനിഞ്ഞ് ചെവി

യിൽ പറഞ്ഞു. "എന്റെ കുട്ടീ, ഒരു കരം പിരിവുകാരൻ! അത് ഒരു വലിയ പാപം ആണ്. നിയമങ്ങൾ അനുസരിക്കണം."

"പിതാവേ" യേശു മറുപടി പറഞ്ഞു. "ഞാൻ എന്റെ സ്വന്തം ഹൃദയത്തെ അനുസരിക്കുന്നു."

അവർ നസറേത്ത് കടന്ന് മുന്നോട്ടു പോയി. തോട്ടങ്ങൾ താണ്ടി അവർ പാടങ്ങളിൽ എത്തിച്ചേർന്നു. ഒരു തണുത്ത കാറ്റ് വീശുന്നുണ്ടായിരുന്നു. ആദ്യത്തെ മഞ്ഞു കണങ്ങൾ പൊഴിഞ്ഞു വീണ ഹെർമോൻ കൊടുമുടി ദൂരത്തായി തിളങ്ങുന്നുണ്ടായിരുന്നു.

വൃദ്ധനായ ആചാര്യൻ ഒരിക്കൽ കൂടി യേശുവിന്റെ കൈയിൽ പിടിച്ചു. അവർ പിരിഞ്ഞുപോകുന്നതിനു മുമ്പ് യേശുവിനോട് സംസാരിക്കാൻ അയാൾ ആഗ്രഹിക്കുന്നുണ്ടായിരുന്നു... പക്ഷേ, അയാൾക്ക് എന്താണ് പറയാൻ കഴിയുന്നത്? അയാൾ എവിടെ നിന്ന് തുടങ്ങും? യഹൂദരുടെ മരുഭൂമിയിൽ വെച്ച് ഒരു കൈയിൽ തീജ്വാലകളും മറു കൈയിൽ വിത്തുകളുമായി ദൈവം യേശുവിനെ ചുമതലപ്പെടുത്തിയെന്നാണ് അദ്ദേഹം അവകാശപ്പെടുന്നത്. അദ്ദേഹം ഈ ലോകത്തെ എരിച്ചുകളഞ്ഞതിനു ശേഷം ഒരുപുതിയ ലോകത്തിന്റെ തൈ നടുമെന്നാണ് പറയുന്നത്... വൃദ്ധനായ ആചാര്യൻ യേശുവിനെ സംശയത്തോടെ പരിഗണിച്ചു. അയാൾ അദ്ദേഹത്തെ വിശ്വസിക്കണോ? ദൈവം തെരഞ്ഞെടുത്തവനെ കല്ലുകൾക്കിടയിൽ മുളച്ച ഉണങ്ങിയ മരം പോലെ ആളുകൾ വെറുക്കുമെന്നും ഉപേക്ഷിക്കുമെന്നും ദിവ്യഗ്രന്ഥങ്ങൾ പറയുന്നില്ലേ? അതുകൊണ്ട് ഇത് സംഭവ്യമാണ്. ഈ മനുഷ്യൻ ആ ഒരാൾ ആകാനുള്ള സാദ്ധ്യത...

ആചാര്യൻ യേശുവിന്റെ ശരീരത്തിലേക്ക് ചാരി നിന്നുകൊണ്ട് മറ്റുള്ളവർ കേൾക്കാതിരിക്കാൻ വേണ്ടി വളരെ പതുക്കെ ചോദിച്ചു. "നിങ്ങൾ ആരാണ്?"

"ഞാൻ ജനിച്ചതുമുതൽ സിമിയോൻ അമ്മാവൻ എന്റെ കൂടെ ഉണ്ടായിരുന്നു. എന്നിട്ടും അമ്മാവന് എന്നെ തിരിച്ചറിയാൻ കഴിഞ്ഞില്ലേ?"

വൃദ്ധന്റെ ഹൃദയം നിശ്ചലമായി. "ഇത് എന്റെ മനസ്സിന് താങ്ങാവുന്നതിലും കൂടുതലാണ്." അയാൾ പറഞ്ഞു. "അതിന് താങ്ങാൻ കഴിയുന്നതിലും കൂടുതൽ..."

"സിമിയോൻ അമ്മാവന്റെ ഹൃദയത്തിന് താങ്ങാൻ പറ്റുമോ?"

"എന്റെ കുട്ടി, ഞാൻ എന്റെ ഹൃദയം പറയുന്നത് ശ്രദ്ധിക്കാറില്ല. അത് ഒരാളെ നരകത്തിലേക്ക് നയിക്കുന്നു.

"ദൈവത്തിന്റെ നരകത്തിലേക്ക്– മോചനത്തിലേക്ക്" വൃദ്ധനെ അനുകമ്പയോടെ നോക്കിക്കൊണ്ട് യേശു പറഞ്ഞു. ഒരു നിമിഷത്തിനുള്ളിൽ അദ്ദേഹം കൂട്ടിച്ചേർത്തു: "പിതാവേ, ബാബിലോണിൽവെച്ച് ഒരു ദിവസം രാത്രിയിൽ ദാനിയേൽ പ്രവാചകൻ ഇസ്രയേലിലെ മനുഷ്യവർഗ്ഗത്തെപ്പറ്റി കണ്ട സ്വപ്നം ഓർമ്മയില്ലേ? ഏറ്റവും പ്രാചീനനായവൻ അയാളുടെ സിംഹാസനത്തിൽ ഇരിക്കുകയായിരുന്നു. അയാളുടെ വസ്ത്രം മഞ്ഞു

പോലെ വെളുത്തതും തലമുടി മുട്ടനാടിന്റെ വെളുത്ത രോമം പോലെ ഉള്ളതും ആയിരുന്നു. അയാളുടെ സിംഹാസനം തീജ്വാലകൾകൊണ്ട് നിർമ്മിച്ചതായിരുന്നു. കൂടാതെ തീജ്വാലകളുടെ ഒരു നദി അയാളുടെ കാല്ക്കൽകൂടി ഒഴുകി. ന്യായാധിപന്മാർ അയാളുടെ ഇടത്തും വലത്തുമായി ഉപവിഷ്ടരായിരുന്നു. അപ്പോൾ സ്വർഗ്ഗങ്ങൾ തുറന്നു. താഴോട്ട് ഒഴുകിവന്ന മേഘങ്ങൾക്കുമുകളിൽ— ആയിരുന്നു? പിതാവേ, അങ്ങ് ഓർക്കുന്നുണ്ടോ?

"മനുഷ്യപുത്രൻ" തലമുറകളായുള്ള ഈ സ്വപ്നത്തിന്റെ മുകളിൽ സ്വയം പരിപാലിച്ചുകൊണ്ടിരുന്ന വൃദ്ധനായ ആചാര്യൻ പറഞ്ഞു.

"പിതാവേ, ഈ മനുഷ്യപുത്രൻ ആരാണ്?"

വൃദ്ധനായ ആചാര്യൻ കീഴടങ്ങി. അയാൾ ഭയത്തോടെ ചെറുപ്പക്കാരനെ നോക്കി.

"ആരാണ്?" യേശുവിന്റെ ചോദ്യത്തിന്റെ ചുവടുപിടിച്ച് അയാൾ ശബ്ദം താഴ്ത്തി ചോദിച്ചു. "ആരാണ്?"

"ഞാൻ," യേശു ശാന്തമായി മറുപടി പറഞ്ഞു. അദ്ദേഹം വൃദ്ധനെ അനുഗ്രഹിക്കുന്നമട്ടിൽ അയാളുടെ തലയിൽ കൈവെച്ചു.

വൃദ്ധനായ ആചാര്യൻ സംസാരിക്കാൻ ആഗ്രഹിച്ചു. പക്ഷേ, അയാൾക്ക് വായ് തുറക്കാൻ പറ്റിയില്ല.

യേശു കൈനീട്ടിക്കൊണ്ട് പറഞ്ഞു. "പിതാവേ, ഞാൻ പോകുന്നു. സിമിയോൻ, നിങ്ങൾ നിശ്ചയമായും സന്തോഷവാനായ മനുഷ്യൻ ആയിരിക്കണം. കാരണം ദൈവം അദ്ദേഹത്തിന്റെ വാക്കു പാലിച്ചിരിക്കുന്നു. മരണത്തിനുമുമ്പ് കാണണമെന്ന് ജീവിതകാലം മുഴുവൻ നിങ്ങൾ ആഗ്രഹിച്ചിരുന്ന കാര്യം കാണുന്നതിന് നിങ്ങൾ യോഗ്യനാണെന്ന് ദൈവം വിശ്വസിക്കുന്നു."

ആചാര്യൻ അത്ഭുതത്തോടെ അദ്ദേഹത്തെ നോക്കിക്കൊണ്ടുനിന്നു... അദ്ദേഹത്തിന്റെ നാലുചുറ്റും എന്തൊക്കെയായിരുന്നു: സിംഹാസനങ്ങളും ചിറകുകളും മേഘങ്ങൾക്കു മുകളിലെ മനുഷ്യപുത്രനും? അയാൾ സ്വപ്നം കാണുകയായിരുന്നോ? അയാൾ ദാനിയേൽ പ്രവാചകൻ ആയിരുന്നോ? അകത്തേക്ക് നോക്കാൻ അനുവദിച്ചുകൊണ്ട് അയാളുടെ മുമ്പിൽ ഭാവിയുടെ വാതിലുകൾ തുറക്കപ്പെടുകയാണോ? അയാൾ നില്ക്കുന്നത് മണ്ണിൽ ആയിരുന്നില്ലേ: പക്ഷേ, മേഘങ്ങളിൽ ആയിരുന്നു. പുഞ്ചിരിച്ചുകൊണ്ട് കൈനീട്ടുന്ന ഈ ചെറുപ്പക്കാരൻ മറിയത്തിന്റെ മകൻ അല്ല. മനുഷ്യപുത്രൻ അയാളായിരുന്നു!

തലചുറ്റുന്നതായി തോന്നിയതുകൊണ്ട് ആചാര്യൻ അംശവടി നിലത്തു കുത്തിയിറക്കിയതിനുശേഷം വീഴാതിരിക്കാൻ വേണ്ടി അതിൽ സ്വയം ബലം കൊടുത്തുകൊണ്ട് നിന്നു. അതിനുശേഷം അയാൾ നോക്കി. ശരത്കാലത്തെ മരങ്ങൾക്ക് അടിയിലൂടെ ഇടയന്റെ വടിയും പിടിച്ച് നടന്നു നീങ്ങുന്ന യേശുവിനെ അയാൾ നോക്കി. സ്വർഗ്ഗങ്ങൾ ഇരുണ്ടു പോയിരുന്നു. മഴയ്ക്ക് ഇപ്പോൾ ആകാശത്ത് പിടിച്ചു നില്ക്കാൻ കഴിയാതായി

രുന്നു. വൃദ്ധനായ ആചാര്യന്റെ വസ്ത്രങ്ങൾ നനഞ്ഞു കുതിർന്ന് അയാളുടെ ശരീരത്തോട് പറ്റിച്ചേർന്നു. അയാളുടെ തലമുടിയിൽ നിന്ന് വെള്ളം താഴോട്ട് ഒഴുകിയിറങ്ങി. വിറയ്ക്കുന്നുണ്ടായിരുന്നെങ്കിലും അയാൾ വഴിയുടെ നടുക്ക് അനക്കം ഇല്ലാതെ നിന്നു. യേശു പിന്തുടരുന്ന കൂട്ടുകാരോടൊപ്പം മരങ്ങൾക്കു പിന്നിൽ അപ്രത്യക്ഷപ്പെട്ടുകഴിഞ്ഞിരുന്നു. പക്ഷേ, കാറ്റത്ത് മഴ നനഞ്ഞുകൊണ്ടുനിന്ന വൃദ്ധനായ ആചാര്യൻ അവരെ കണ്ടു. കീറിപ്പറിഞ്ഞ വേഷത്തിൽ നഗ്നപാദരായി അവർ മുന്നോട്ട് കയറ്റം കയറിക്കൊണ്ടിരിക്കുന്നു... അവർ എവിടെയാണ് പൊയ്ക്കൊണ്ടിരുന്നത്? ഏത് ദിശയിലാണ് പോയത്? ഈ നിരക്ഷരരും നഗ്നപാദരും ആയ ഇരപ്പാളികൾ ലോകത്തിന് തീവെക്കുമോ? ദൈവത്തിന്റെ പദ്ധതികൾ അഗാധ ഗർത്തങ്ങളാണ്...

"പിതാവേ" അയാൾ മന്ത്രിച്ചു. "പിതാവേ..." അതിനുശേഷം അയാളുടെ കണ്ണുനീർ ഒഴുകാൻ ആരംഭിച്ചു.

ഇരുപത്തിരണ്ട്

റോം രാഷ്ട്രങ്ങളുടെ മുകളിൽ കയറി ഇരുന്ന് അവളുടെ അസംതൃപ്തവും സർവ്വശക്തവുമായ കൈകൾ വിശാലമായി നിവർത്തിവെച്ച് ലോകത്തിന്റെയും കടലുകളുടെയും എല്ലാത്തരം ഉല്പന്നങ്ങളും സ്വീകരിച്ചുകൊണ്ടിരിക്കുന്നു. കൂടാതെ ബോട്ടുകളുടെയും സാർത്ഥവാഹക സംഘങ്ങളുടെയും ദൈവങ്ങളെയും അവൾ സ്വീകരിക്കുന്നുണ്ട്.

ഒരു ദൈവത്തിലും വിശ്വസിക്കാത്ത അവൾ ഭയം ഇല്ലാതെ സ്വന്തം പദവി വിട്ട് താഴെയിറങ്ങിവന്ന് എല്ലാ ദൈവങ്ങളെയും അവളുടെ നടുമുറ്റത്തേക്ക് സ്വീകരിച്ചാനയിക്കുന്നു. തീജ്വാലകളെ ആരാധിക്കുന്ന ദൂരെയുള്ള പേർഷ്യയിൽനിന്നും താമസിയാതെ മരിച്ചുപോകുന്ന ദൈവീകമായ കാളയുടെ മുകളിൽ ഇരിക്കുന്ന അഹുറാമസ്ദായുടെ സൂര്യമുഖമുള്ള മിത്രസ് എന്ന മകനെ അവൾ സ്വീകരിക്കുന്നു. ടൈഫോൻ തുണ്ടുതുണ്ടാക്കിയ ഭർത്താവിന്റെയും സഹോദരൻ ഓസിരിസിന്റെയും പതിനാലു കഷണങ്ങൾ വസന്തകാലത്തെ പൂത്തുലഞ്ഞ പാടങ്ങളിൽ അന്വേഷിച്ചു നടക്കുന്ന അകിടുകളുടെ ധാരാളിത്തം ഉള്ള നൈലിന്റെ ഭൂപ്രദേശത്തു നിന്നും വരുന്ന ഐസിസിനെ അവൾ സ്വീകരിക്കുന്നു. ഊതനിറം മങ്ങിപ്പോയ പൂക്കൾ കൊണ്ടു മൂടിയ ശവമഞ്ചത്തിൽ മലർന്നുകിടക്കുന്ന ഫ്രൈജിയായിലെ ആറ്റിസിനെ അവൾ സ്വീകരിക്കുന്നു. നാണമില്ലാത്ത ഫൊണീഷ്യയിലെ ആയിരം ഭർത്താക്കന്മാരുടെ ആസ്ട്രേറ്റിനെ അവൾ സ്വീകരിക്കുന്നു. ഏഷ്യയിലെയും ആഫ്രിക്കയിലെയും എല്ലാ പിശാചുക്കളെയും എല്ലാ ദൈവങ്ങളെയും അവൾ സ്വീകരിക്കുന്നു. ഗ്രീസിൽ നിന്ന് വെളുത്ത വേഷം ധരിച്ച ഒളിമ്പസിനെയും കറുത്ത ഹാഡസിനെയും അവൾ സ്വീകരിക്കുന്നു.

അവൾ എല്ലാ ദൈവങ്ങളെയും സ്വീകരിക്കുന്നു. അവൾ വഴികൾ തുറന്നു കൊടുക്കുന്നു. കടൽക്കൊള്ളക്കാരിൽനിന്നും പിടിച്ചു പറിക്കാരുടെ ദേശങ്ങളിൽനിന്നും കടലിനെ അവൾ സ്വതന്ത്രയാക്കി. അവൾ ലോകത്ത് സമാധാനവും നിയമവും കൊണ്ടുവന്നു. അവൾക്കു മുകളിൽ ആരും ഇല്ല— ദൈവം പോലും ഇല്ല. അവൾക്കു താഴെ— എല്ലാവരും ഉണ്ട്. ദൈവങ്ങളും മനുഷ്യരും ഉണ്ട്. എല്ലാവരും റോമിന്റെ അടിമകളും പൗരന്മാരും ആണ്. അവളുടെ കൈയ്ക്കുള്ളിൽ ഉജ്വലമായ തിളക്കത്തോടെ കാലത്തെയും കാലാന്തരത്തെയും ചുരുട്ടിപ്പിടിച്ചിരിക്കുന്നു. ഞാൻ അനശ്വരയാണ്. ഉടമസ്ഥയുടെ കാല്ക്കൽ ചോര പുരണ്ട ചിറകുകൾ അടച്ച് വിശ്രമിക്കുന്ന രണ്ടു തലകൾ ഉള്ള കഴുകനെ തലോടിക്കൊണ്ട് അവൾ വീമ്പു പറയുന്നു. സർവ്വശക്തിയുള്ളതും അനശ്വരമായതും ആകുന്നത് എത്രമാത്രം ഗംഭീരമാണ്. എത്രമാത്രം അചഞ്ചലമായ വിധത്തിൽ ആഹ്ലാദകരമാണ്. റോം ആലോചിക്കുന്നു. അവളുടെ മിനുക്കു പൊടി പുരട്ടിയ തുടുത്ത മുഖത്തേക്ക് വിശാലമായ ഒരു കൊഴുത്തു പുഞ്ചിരി ഒഴുകിയിറങ്ങുന്നു.

അവൾ സംതൃപ്തിയോടെ പുഞ്ചിരിക്കുന്നു... അതിനുശഷം മറക്കുന്നു. കടലിലെയും കരയിലെയും സഞ്ചാരപഥങ്ങൾ ആർക്കുവേണ്ടിയാണ് അവൾ തുറന്നുവെച്ചത്? ആർക്കു വേണ്ടിയാണ് ലോകത്ത് സമാധാനവും ക്ഷേമവും കൊണ്ടുവരാൻ വേണ്ടി യുഗങ്ങളായി അവൾ പരിശ്രമിച്ചത്? ആർക്കുവേണ്ടിയാണ്? ഇത് ഒരിക്കലും അവളുടെ മനസ്സിലൂടെ കടന്നുപോയില്ല. അവൾ കീഴടക്കി. അവൾ നിയമങ്ങൾ ഉണ്ടാക്കി. അവൾ ധനികയായി. പ്രപഞ്ചത്തിന്റെ മുകളിൽ അവൾ മലർന്നു കിടന്നു— ആർക്കു വേണ്ടി? ആർക്കുവേണ്ടി?

ഈ സമയത്ത് തേനീച്ചകളെ പോലെ ഇരമ്പുന്ന മുഷിഞ്ഞ വേഷക്കാരുടെ സംഘവുമായി നസറേത്തിൽനിന്ന് കാനായിലേയ്ക്കുള്ള ആളൊഴിഞ്ഞ വഴികളിലൂടെ നടന്നുപോകുന്ന നഗ്നപാദനായ മനുഷ്യനുവേണ്ടി ആണോ? അയാൾക്ക് ഉറങ്ങാൻ സ്ഥലം ഇല്ല. ധരിക്കാൻ വസ്ത്രം ഇല്ല. കഴിക്കാൻ ഭക്ഷണം ഇല്ല. അയാളുടെ കലവറകളും കുതിരകളും പട്ടുടുപ്പുകളും ഇപ്പോഴും സ്വർഗ്ഗത്തിലാണ്— പക്ഷേ, അവ താഴോട്ട് ഇറങ്ങി വരാൻ തുടങ്ങിയിരിക്കുന്നു.

കല്ലുകൾക്കും പൊടിപടലങ്ങൾക്കും ഇടയിലൂടെ ചോര ഒലിക്കുന്ന പാദങ്ങളുമായി ഇടയന്റെ വടിയും പിടിച്ച് അദ്ദേഹം നടന്നുനീങ്ങുന്നു. ചിലപ്പോൾ അദ്ദേഹം നടത്തം നിർത്തുന്നു. ഒന്നും സംസാരിക്കാതെ വടിയിൽ ചാരി നിന്നുകൊണ്ട് അദ്ദേഹം പർവ്വതങ്ങളിലൂടെ കണ്ണോടിക്കുന്നു. അതിനുശേഷം കൊടുമുടികൾക്ക് മുകളിലുള്ള വെളിച്ചത്തിലേക്ക് നോക്കുന്നു: ഉയരങ്ങളിൽ ഇരിക്കുന്ന ദൈവം മനുഷ്യരെ ശ്രദ്ധിക്കുന്നുണ്ട്. അദ്ദേഹം വടി ഉയർത്തി ദൈവത്തെ അഭിവാദനം ചെയ്യുന്നു. അതിനുശേഷം അദ്ദേഹം യാത്ര തുടരുന്നു...

അവർ അവസാനം കാനായിൽ എത്തി. ഗ്രാമത്തിനു പുറത്തുള്ള

കിണറ്റിൽ നിന്നും വീർത്ത വയറുള്ള ഒരു വിളറിയ ചെറുപ്പക്കാരി സന്തോഷത്തോടെ വെള്ളം കോരി കൂജയിൽ നിറയ്ക്കുന്നുണ്ടായിരുന്നു. അവർ അവളെ തിരിച്ചറിഞ്ഞു. അവൾ വേനലിൽ അവർ പങ്കെടുത്ത വിവാഹത്തിലെ പെൺകുട്ടി ആയിരുന്നു. അന്ന് അവൾക്ക് ഒരു മകൻ ഉണ്ടാകും എന്നുള്ള അനുഗ്രഹം അവർ പ്രകടിപ്പിച്ചിരുന്നു.

"ഞങ്ങളുടെ അനുഗ്രഹം നിറവേറ്റപ്പെട്ടിരിക്കുന്നു" യേശു അവളോട് പുഞ്ചിരിച്ചുകൊണ്ട് പറഞ്ഞു അവൾ ലജ്ജയോടെ അവർക്ക് ദാഹം ഉണ്ടോ എന്ന് ചോദിച്ചു. അവർക്ക് ദാഹം ഉണ്ടായിരുന്നില്ല. അതുകൊണ്ട് അവൾ കൂജ തലയിൽ എടുത്തുവെച്ചു കൊണ്ട് ഗ്രാമത്തിലേക്ക് പോയി. അവൾ കാഴ്ചയിൽ നിന്ന് മറഞ്ഞു.

വാതിൽപ്പടിയിൽ നിന്ന് വാതിൽപ്പടിയിലേക്ക് ഓടി നടന്ന് മുട്ടിവിളിക്കാൻ പീറ്റർ നേതൃത്വം ഏറ്റെടുത്തു. നിഗൂഢമായ ഒരു ലഹരി അയാളെ തട്ടിയെടുത്തിരുന്നു. അയാൾ നൃത്തം ചെയ്തുകൊണ്ട് വിളിച്ചുകൂവി. "തുറക്കൂ! തുറക്കൂ!"

വാതിലുകൾ തുറന്ന് സ്ത്രീകൾ പ്രത്യക്ഷപ്പെട്ടു. നേരം ഇരുട്ടിക്കൊണ്ടിരുന്നു. കൃഷിക്കാർ പാടത്തു നിന്ന് തിരിച്ചുപോകുന്നുണ്ടായിരുന്നു. "എന്താണ് ചങ്ങാതി?" അവർ അത്ഭുതത്തോടെ ചോദിച്ചു. "എന്തിനാണ് നിങ്ങൾ വാതിലുകളിൽ ഇടിക്കുന്നത്?"

"ദൈവത്തിന്റെ ദിവസം വന്നിരിക്കുന്നു. പീറ്റർ മറുപടി പറഞ്ഞു: "മനുഷ്യരേ, മഹാപ്രളയം വന്നിരിക്കുന്നു. ഞങ്ങൾ പുതിയ പെട്ടകം കൊണ്ടുവരുന്നു. എല്ലാ വിശ്വാസികളും അകത്തു പ്രവേശിക്കൂ. ശ്രദ്ധിക്കൂ! താക്കോൽ ഗുരുവിന്റെ കൈവശം ഉണ്ട്. ഇപ്പോൾ ഉത്സാഹത്തോടെ മുന്നോട്ടു പോകട്ടെ."

സ്ത്രീകൾ ഭയന്നുപോയിരുന്നു. പുരുഷന്മാർ ഈ സമയത്ത് ഒരു പാറപ്പുറത്തിരുന്ന് ആട്ടിടയന്റെ വടികൊണ്ട് കുരിശുകളും നക്ഷത്രങ്ങളും മണ്ണിൽ വരച്ചുകൊണ്ടിരുന്ന യേശുവിനെ സമീപിച്ചു.

ഗ്രാമത്തിൽനിന്നുള്ള മുഴുവൻ മുടന്തന്മാരും രോഗികളും അദ്ദേഹത്തിന്റെ ചുറ്റും കൂടി.

"ആചാര്യൻ ഞങ്ങളെ തൊടണം. അതുകൊണ്ട് ഞങ്ങൾ സുഖം പ്രാപിച്ചേക്കാം. ഞങ്ങൾ അന്ധന്മാരും വികലാംഗരും കുഷ്ഠരോഗികളും ആണെന്ന കാര്യം മറക്കാൻ വേണ്ടി ഞങ്ങളോട് കാരുണ്യമുള്ള ഒരുവാക്ക് പറയൂ."

അടിമുടി കറുത്ത വസ്ത്രംധരിച്ച, ഉയരമുള്ള ഒരു കുലീനയായ സ്ത്രീ നിലവിളിച്ചു. "എനിക്ക് ഒരു മകൻ ഉണ്ടായിരുന്നു. അവർ അവനെ കുരിശിലേറ്റി. അവനെ മരണത്തിൽ നിന്ന് എഴുന്നേല്പിക്കൂ!"

ഈ മാന്യയായ വൃദ്ധ ആരായിരുന്നു? അത്ഭുതപ്പെട്ടുപോയ കൃഷിക്കാർ പരസ്പരം നോക്കി. അവരുടെ ഗ്രാമത്തിൽനിന്ന് ആരും കുരിശിലേറ്റപ്പെട്ടിരുന്നില്ല. ശബ്ദം എവിടെനിന്ന് വന്നെന്ന് മനസ്സിലാക്കാൻ വേണ്ടി അവർ നാലുചുറ്റും നോക്കി. പക്ഷേ, വൃദ്ധ അരണ്ടവെളിച്ചത്തിൽ അപ്ര

ത്യക്ഷപ്പെട്ടുകഴിഞ്ഞിരുന്നു.

മണ്ണിലേക്ക് കുനിഞ്ഞിരുന്ന് കുരിശുകളും നക്ഷത്രങ്ങളും വരച്ചുകൊണ്ടിരുന്ന യേശു എതിർവശത്തുള്ള കുന്നിൽനിന്നും ഒരു യുദ്ധകാഹളം ഇറങ്ങിവരുന്നത് ശ്രദ്ധിച്ചു. അണി ചേർന്നു ചുവടുവെക്കുന്നതിന്റെ താളത്തിലുള്ള ശക്തമായ മുഴക്കം കേൾക്കുന്നുണ്ടായിരുന്നു. പെട്ടെന്ന് മൂവന്തിയുടെ വെളിച്ചത്തിൽ വെള്ളോടിന്റെ തൊപ്പികളും പരിചകളും മിന്നിത്തിളങ്ങി. ഗ്രാമീണർ തിരിഞ്ഞു നോക്കി. അവരുടെ മുഖങ്ങൾ കൂടുതൽ ഇരുണ്ടു.

"നാശം പിടിച്ച വേട്ടക്കാരൻ വേട്ടകഴിഞ്ഞ് തിരിച്ചുപോകുകയാണ്. അയാൾ വീണ്ടും നിയമത്തിനു വഴങ്ങാത്തവരെ പിടികൂടാൻ ഇറങ്ങിവന്നിരിക്കുകയാണ്."

"അയാൾ തളർന്നുപോയ അയാളുടെ മകളെ നമ്മുടെ ഗ്രാമത്തിലെ ശുദ്ധവായുകൊണ്ട് ചികിത്സിക്കാൻ വന്നിരുന്നു. അയാൾ അങ്ങനെയാണ് പറയുന്നത്. പക്ഷേ, ഇസ്രായേലിന്റെ ദൈവം കണക്കു പുസ്തകത്തിൽ കണക്കെഴുതി സൂക്ഷിക്കുന്നുണ്ട്. അദ്ദേഹം ക്ഷമിക്കില്ല. കാനായിലെ മണ്ണ് അവളെ കുഴിച്ചുമൂടും"

"വിളിച്ചു കൂവരുത്- അയാൾ ഇവിടെ എത്തിക്കഴിഞ്ഞു."

മൂന്നു കുതിരക്കാർ അവരുടെ മുമ്പിലൂടെ കടന്നുപോയി. മദ്ധ്യത്തിൽ നസറേത്തിലെ സൈന്യാധിപകൻ റുഫുസ് ഉണ്ടായിരുന്നു. അയാൾ കുതിരയെ കുതിരമുള്ളുകൊണ്ട് കുത്തി പായിച്ചുകൊണ്ട് കൃഷിക്കാരുടെ സംഘത്തിലേക്ക് കടന്നുചെന്നു.

"നിങ്ങൾ എന്തിനാണ് കൂട്ടം കൂടിയിരിക്കുന്നത്?" അയാൾ ചാട്ട ഉയർത്തിക്കൊണ്ട് അലറി. "പിരിഞ്ഞു പോകൂ!" അയാളുടെ മുഖത്ത് വിഷമം ഉണ്ടായിരുന്നു. ഏതാനും മാസങ്ങൾകൊണ്ട് അയാൾക്ക് പ്രായം കൂടിയിരുന്നു. അയാളുടെ തലമുടി നരച്ചുതുടങ്ങിയിരുന്നു. ഒരു ദിവസം രാവിലെ പെട്ടെന്ന് കിടക്കയിൽ തളർന്നുകിടന്ന ഏകമകളെപ്പറ്റിയുള്ള മാനസിക യാതനകൾ കൊണ്ട് അയാൾ തകർന്നുപോയിരുന്നു. അധികാരം പ്രയോഗിച്ച് ഗ്രാമീണരെ പിരിച്ചുവിട്ടുകഴിഞ്ഞപ്പോൾ ഒരു കല്ലിന്റെ മുകളിൽ അല്പം ദൂരെമാറി ഇരുന്നിരുന്ന യേശു അയാളുടെ കണ്ണിൽപെട്ടു. പെട്ടെന്ന് അയാളുടെ മുഖം തിളങ്ങി. അയാൾ കുതിരമുള്ളുകൊണ്ട് കുത്തി കുതിരയെ പ്രോത്സാഹിപ്പിച്ചു. റുഫുസ് യേശുവിന്റെ അടുത്തു പാഞ്ഞെത്തി.

"ആശാരിയുടെ മകൻ യൂദിയായിൽ നിന്ന് വരുകയല്ലേ— സ്വാഗതം!" അയാൾ പറഞ്ഞു. "ഞാൻ നിങ്ങളെ അന്വേഷിക്കുകയായിരുന്നു."

അയാൾ അവിടെ ഉണ്ടായിരുന്ന ഗ്രാമീണരുടെ നേർക്ക് തിരിഞ്ഞു. "എനിക്ക് ഇയാളോട് ചില കാര്യങ്ങൾ പറയാനുണ്ട്. നിങ്ങൾ ദൂരെ പോകണം!"

നസറേത്തിൽനിന്നും യേശുവിനെ പിന്തുടരുന്ന ശിഷ്യന്മാരെയും ഇരപ്പാളികളെയും അയാൾ കണ്ടു. അയാൾ പലരെയും തിരിച്ചറിഞ്ഞുകൊണ്ട്

നെറ്റി ചുളിച്ചു.

അയാൾ പറഞ്ഞു. "മറ്റുള്ളവരെ കുരിശിലേറ്റാൻ ആശാരിയുടെ മകൻ സഹായിച്ചിട്ടുണ്ട്. സ്വയം കുരിശിലേറ്റപ്പെടാതെ നിങ്ങൾ സൂക്ഷിക്കണം. ആളുകളോട് അടുക്കരുത്. അവരുടെ തലയിലേക്ക് ആശയങ്ങൾ ഇട്ടു കൊടുക്കരുത്. എന്റെ കൈ ഭാരം ഉള്ളതാണ്. റോം അനശ്വരവുമാണ്."

യേശു പുഞ്ചിരിച്ചു. റോം അനശ്വരമല്ലെന്ന് അദ്ദേഹത്തിന് നല്ലപോലെ അറിയാം. പക്ഷേ, അദ്ദേഹം സംസാരിച്ചില്ല.

മുറുമുറുത്തു കൊണ്ട് നിന്ന കൃഷിക്കാർ പിരിഞ്ഞുപോയിരുന്നു. അവർ ദൂരെ മാറിനിന്ന് സൈന്യം പിടികൂടിയ മൂന്നുവിപ്ലവകാരികളെ നോക്കിക്കൊണ്ട് നിന്നു— രണ്ടായി പിരിഞ്ഞ താടിയുള്ള ഒരു വൃദ്ധനും അയാളുടെ രണ്ട് ആൺമക്കളും. അവരെ സൈന്യം ചങ്ങലയ്ക്കിട്ട് കൊണ്ടു പോകുകയായിരുന്നു. എല്ലാവരും റോമൻ തൊപ്പികൾക്കു മുകളിലൂടെ ആൾക്കൂട്ടത്തെ കാണാൻ വേണ്ടി തല ഉയർത്തി നോക്കുന്നുണ്ടായിരുന്നു. പക്ഷേ, അന്തരീക്ഷത്തിൽ കോപത്തോടെ നിവർന്നു നില്ക്കുന്ന ഇസ്രയേലിന്റെ ദൈവത്തെ ഒഴിച്ച് മറ്റൊന്നും അവർ കണ്ടില്ല.

യൂദാസ് അവരെ തിരിച്ചറിഞ്ഞു. ഒരിക്കൽ അയാൾ അവരുടെ കൂടെ യുദ്ധം ചെയ്തിട്ടുണ്ട്. അയാൾ തലകുലുക്കി. പക്ഷേ, ദൈവത്തിന്റെ തേജസ്സുകൊണ്ട് അന്ധരായിപ്പോയിരുന്ന അവർ യൂദാസിനെ കണ്ടില്ല.

സൈന്യാധിപൻ കുതിരപ്പുറത്തിരുന്ന് കുനിഞ്ഞുകൊണ്ട് പറഞ്ഞു: "ആശാരിയുടെ മകൻ ഞാൻ പറയുന്നത് കേൾക്കുന്നുണ്ടോ? നമ്മളെ വെറുക്കുകയും കൊല്ലുകയും ചെയ്യുന്ന ദൈവങ്ങൾ ഉണ്ട്. മറ്റു ചില ദൈവങ്ങൾ താഴോട്ടു നോക്കി നമ്മളെ അനുഗ്രഹിക്കില്ല. മറ്റു ചിലർ നല്ല മനസ്സുള്ളവരാണ്. അവർ ഭാഗ്യദോഷികളായ മനുഷ്യരുടെ അസുഖങ്ങൾ സുഖപ്പെടുത്തുന്നവരും അങ്ങേയറ്റം കാരുണ്യം ഉള്ളവരും ആണ്. ആശാരിയുടെ മകന്റെ ദൈവം ഇതിൽ ഏതുവിഭാഗത്തിലാണ് ഉൾപ്പെടുന്നത്?"

യേശു മറുപടി പറഞ്ഞു. "ഉള്ളത് ഒരു ദൈവമാണ്. സൈന്യാധിപൻ ദൈവത്തെ നിന്ദിക്കരുത്!"

റുഫുസ് തലകുലുക്കി. "നിങ്ങളോട് ദൈവശാസ്ത്രപരമായ ഒരു ചർച്ച നടത്താൻ എനിക്ക് ഉദ്ദേശ്യം ഇല്ല." അയാൾ പറഞ്ഞു. ഞാൻ യഹൂദന്മാരെ വെറുക്കുന്നു. നിങ്ങൾ എല്ലാവരും തുടർച്ചയായി ദൈവത്തിന്റെ മുകളിൽ ഓരോ കാര്യങ്ങൾ പറഞ്ഞുകൊണ്ടിരിക്കുകയാണ്. ഞാൻ പറയുന്നത് കാര്യമാക്കണ്ട. ഞാൻ നിങ്ങളോട് ചോദിക്കാൻ ആഗ്രഹിച്ചിരുന്ന ഒരേ ഒരു കാര്യം ഇതായിരുന്നു: നിങ്ങളുടെ ദൈവത്തിന്..."

അയാൾ സംസാരം നിർത്തി. ഒരു യഹൂദനോട് പദവി വിട്ടിറങ്ങി വന്ന് ഒരു സഹായം ആവശ്യപ്പെടാൻ അയാൾക്ക് ലജ്ജ തോന്നിയിരുന്നു.

പക്ഷേ, അയാളുടെ മനസ്സിൽ വിശുദ്ധമായ ഒരു വീതികുറഞ്ഞ കിടക്ക ഉയർന്നുവന്നു. അതിൽ ചലനമില്ലാതെ തളർന്നുകിടക്കുന്ന ഒരു പെൺകുട്ടിയുടെ വിളറിയ ശരീരം ഉണ്ടായിരുന്നു. അവളുടെ വലിയ പച്ചക്കണ്ണുകൾ അയാളെ നോക്കിനോക്കി യാചിച്ചുകൊണ്ടിരുന്നു...

അയാൾ സ്വന്തം അഹംഭാവം വിഴുങ്ങിക്കൊണ്ട് കുതിരപ്പുറത്തിരുന്ന് കൂടുതൽ കുനിഞ്ഞു. "ആശാരിയുടെ മകന്റെ ദൈവത്തിന് രോഗികളെ സുഖപ്പെടുത്താൻ പറ്റുമോ?"

അയാൾ യേശുവിനെ തീവ്രവേദനയോടെ നോക്കി.

യേശു നിശ്ശബ്ദനായി നില്ക്കുന്നതു കണ്ടപ്പോൾ വീണ്ടും അയാൾ ചോദിച്ചു. "അദ്ദേഹത്തിന് പറ്റുമോ?"

യേശു ഇരുന്നിരുന്ന പാറയിൽ നിന്നും എഴുന്നേറ്റ് കുതിരക്കാരന്റെ അടുത്തേക്ക് വന്നു.

"പിതാക്കന്മാർ പുളിക്കുന്ന മുന്തിരിങ്ങ തിന്നാൽ കുട്ടികളുടെ പല്ലുകൾ പുളിക്കും. ദൈവത്തിന്റെ നിയമം അങ്ങനെയാണ്."

"അനീതി!" സൈന്യാധിപൻ അലറി.

"അല്ല. നീതി!" യേശു അയാളെ എതിർത്തു "പിതാവും പുത്രനും ഒരേ വേരിൽനിന്നാണ്. അവർ ഒന്നിച്ചാണ് സ്വർഗ്ഗത്തിലേക്ക് ഉയരുന്നത്. നരകത്തിലേക്ക് ഇറങ്ങുന്നതും ഒന്നിച്ചാണ്. ഒരാളെ വെട്ടിയാൽ രണ്ടു പേർക്കും മുറിവുണ്ടാകും. ഒരാൾ തെറ്റു ചെയ്താൽ രണ്ടുപേരും ശിക്ഷിക്കപ്പെടും. സൈന്യാധിപനായ നിങ്ങൾ ഞങ്ങളെ വേട്ടയാടി കൊല്ലുന്നു. ഇസ്രയേലിന്റെ ദൈവം നിങ്ങളുടെ മകളെ അടിച്ചു തളർത്തി കിടത്തുന്നു."

"ആശാരിയുടെ മകൻ പറയുന്നത് ബുദ്ധിമുട്ടുള്ള വാക്കുകളാണ്. ഒരിക്കൽ നസറേത്തിൽ വെച്ച് ഞാൻ നിങ്ങളുടെ സംസാരം കേൾക്കാൻ ഇടയായി. നിങ്ങളുടെ വാക്കുകളോട് ഒരു റോമാക്കാരന് യോജിക്കാൻ പറ്റില്ല. അവയ്ക്ക് കൂടുതൽ മാധുര്യം ഉള്ളതായി തോന്നി. പക്ഷേ, ഇപ്പോൾ..."

"അപ്പോൾ സംസാരിച്ചുകൊണ്ടിരുന്നത് സ്വർഗ്ഗരാജ്യത്തെപ്പറ്റി ആയിരുന്നു. ഇപ്പോൾ സംസാരിക്കുന്നത് ലോകാവസാനത്തെപ്പറ്റിയും. സൈന്യാധിപൻ എന്റെ സംസാരം കേട്ട ദിവസത്തിനുശേഷം സിംഹാസനത്തിൽ ഇരുന്നിരുന്ന നീതിമാനായ ന്യായാധിപൻ കണക്കുപുസ്തകങ്ങൾ തുറന്നുവെച്ച് ന്യായം അന്വേഷിച്ചു. ന്യായം കൈയിൽ വാളുമായി അദ്ദേഹത്തിന്റെ അടുത്തുവന്നുനിന്നു."

"അപ്പോൾ നിങ്ങളുടേത് ന്യായത്തിനപ്പുറത്തേക്ക് പോകാത്ത മറ്റൊരു ദൈവം ആണ്." സൈന്യാധിപൻ ദേഷ്യപ്പെട്ട് വിളിച്ചുകൂവി. "അയാൾ അതിനപ്പുറത്തേക്ക് പോകുന്നില്ല. അല്ലേ? അപ്പോൾ കഴിഞ്ഞ വേനലിൽ ഗലീലിയിൽ വെച്ച് നിങ്ങൾ പ്രഖ്യാപിച്ച പുതിയ സ്നേഹത്തിന്റെ സന്ദേശത്തിന് എന്തു സംഭവിച്ചു? എന്റെ മകൾക്ക് ദൈവത്തിന്റെ നീതിയുടെ ആവശ്യം ഇല്ല. ഞാൻ നീതിയെ മറികടന്ന് എന്റെ കുട്ടിയെ സുഖപ്പെടുത്താൻ കഴിയുന്ന ഒരു ദൈവത്തിനെ ആണ് അന്വേഷിക്കുന്നത്. അതുകൊണ്ടാണ് നിങ്ങളെ കണ്ടെത്താൻ വേണ്ടി ഞാൻ ഇസ്രയേലിലെ ഓരോ കല്ലും ഇളക്കി നോക്കിയത്. സ്നേഹമാണ് ദൈവത്തിനു വേണ്ടത്— നിങ്ങൾ കേൾക്കുന്നുണ്ടോ? സ്നേഹമാണ് വേണ്ടത്, നീതി അല്ല."

"സ്നേഹവും കാരുണ്യവും ഇല്ലാത്ത റോമിന്റെ സൈന്യാധിപന്റെ വായിലേക്ക് ഈ വാക്കുകൾ ആരാണ് വലിച്ചെറിഞ്ഞത്?"

"യാതനയും കുട്ടിയോടുള്ള എന്റെ സ്നേഹവും ഞാൻ എനിക്ക് വിശ്വസിക്കാൻ വേണ്ടി എന്റെ കുട്ടിയെ സുഖപ്പെടുത്തുന്ന ഒരു ദൈവത്തെ അന്വേഷിക്കുന്നു."

"അത്യത്ഭുതങ്ങൾ ഇല്ലാത്ത ദൈവത്തിൽ വിശ്വസിക്കുന്നവർ അനുഗൃഹീതരാണ്."

"അതെ. അവർ അനുഗൃഹീതരാണ്. പക്ഷേ, ഞാൻ പരുക്കനായ ഒരു മനുഷ്യനാണ്. എന്നെ എളുപ്പത്തിൽ ബോദ്ധ്യപ്പെടുത്താൻ കഴിയില്ല. ഞാൻ റോമിൽ ധാരാളം ദൈവങ്ങളെ കണ്ടിട്ടുണ്ട്– ഞങ്ങൾക്ക് കൂട്ടിൽ അടച്ചിട്ടിരിക്കുന്ന ആയിരക്കണക്കിന് ദൈവങ്ങൾ ഉണ്ട്– ഞാൻ അവരെപ്പറ്റി ധാരാളം മനസ്സിലാക്കിയിട്ടുണ്ട്!"

"നിങ്ങളുടെ മകൾ എവിടെയാണ്?"

"ഇവിടെയുണ്ട്. അവൾ ഗ്രാമത്തിലെ ഏറ്റവും ഉയർന്ന സ്ഥലത്തുള്ള ഒരു തോട്ടത്തിൽ ആണ്."

"നമുക്ക് അങ്ങോട്ട് പോകാം."

സൈന്യാധിപൻ ഉത്സാഹത്തോടെ സ്വയം തയ്യാറെടുത്തുകൊണ്ട് കുതിരപ്പുറത്തുനിന്ന് ചാടിയിറങ്ങി. അയാളും യേശുവും ഏറ്റവും മുന്നിൽ നടന്നു. അവരുടെ അല്പം പിന്നിലായി ശിഷ്യന്മാർ വന്നു. അവർക്കും പിന്നിൽ കൃഷിക്കാരുടെ സംഘം. ആൾക്കൂട്ടത്തിന്റെ പിൻനിരയുടെ പിന്നിൽ നിന്നും തോമസ് അത്യാഹ്ലാദത്തോടെ ഉയർന്നുവന്നു. അയാൾ വില്പനച്ചരക്കുകൾ അമിതലാഭത്തിൽ പട്ടാളക്കാർക്ക് വിറ്റുകൊണ്ട് അവരുടെ പിന്നിൽ നടക്കുന്നുണ്ടായിരുന്നു.

"തോമസ്" ശിഷ്യന്മാർ അയാളോട് വിളിച്ചു ചോദിച്ചു. "നിങ്ങൾ ഇപ്പോഴും ഞങ്ങളുടെ കൂടെ വരുന്നില്ലല്ലോ? ശരിയല്ലേ? ഇപ്പോൾ വന്നാൽ നിങ്ങൾക്ക് അത്ഭുതംകൊണ്ട് വിശ്വസിക്കാൻ പറ്റും."

"എനിക്ക് അത് ആദ്യം കാണണം." തോമസ് മറുപടി പറഞ്ഞു. "എനിക്ക് അത് തൊട്ടുനോക്കണം."

"എന്ത് തൊട്ടുനോക്കാൻ? നിങ്ങൾ കൗശലക്കാരനായ കച്ചവടക്കാരൻ തന്നെ."

"സത്യത്തെ..."

"സത്യത്തിന് ശരീരം ഉണ്ടോ? മരത്തലയൻ! നിങ്ങൾ എന്തൊക്കെയാണ് വിളിച്ചുപറയുന്നത്?

"അതിന് ശരീരം ഇല്ലെങ്കിൽ, എനിക്ക് അതിനെക്കൊണ്ട് എന്ത് കാര്യം ആഗ്രഹിക്കാൻ പറ്റും?" തോമസ് ചിരിച്ചുകൊണ്ട് പറഞ്ഞു. "എനിക്ക് വസ്തുക്കൾ തൊട്ടു നോക്കണം. ഞാൻ എന്റെ കണ്ണുകളേയും ചെവികളെയും വിശ്വസിക്കുന്നില്ല. എനിക്കു വിശ്വാസം എന്റെ കൈകളെ ആണ്."

അവർ ഗ്രാമത്തിന്റെ ഏറ്റവും ഉയരമുള്ള ഭാഗത്ത് എത്തി അവിടെ ഉണ്ടായിരുന്ന വെള്ള നിറം പൂശിയ ഒരു വീട്ടിൽ പ്രവേശിച്ചു.

ഏതാണ്ട് പന്ത്രണ്ട് വയസ്സ് തോന്നിക്കുന്ന ഒരുപെൺകുട്ടി തുറന്നിരിക്കുന്ന രണ്ട് വലിയ പച്ചനിറമുള്ള കണ്ണുകളുമായി ഒരു വെളുത്ത കിടക്ക

യിൽ കിടക്കുന്നുണ്ടായിരുന്നു. അച്ഛനെകണ്ടപ്പോൾ അവളുടെ മുഖത്ത് വെളിച്ചം വന്നു. തളർന്ന ശരീരം ഉയർത്താൻവേണ്ടി അവളുടെ ആത്മാവ് തീക്ഷ്ണമായി വിറച്ചു. പക്ഷേ, പ്രയോജനം ഉണ്ടായില്ല. അതോടെ അവളുടെ മുഖത്തെ ആഹ്ലാദം അണഞ്ഞു. യേശു കുനിഞ്ഞു നിന്ന് പെൺകുട്ടിയുടെ കൈ സ്വന്തം കൈപ്പത്തിയിൽ എടുത്തു. അദ്ദേഹത്തിന്റെ എല്ലാ ശക്തിയും സ്നേഹവും കാരുണ്യവും കൈപ്പത്തിയിൽ ഒന്നിച്ചുകൂടി. അദ്ദേഹം ഒന്നും സംസാരിച്ചില്ല. അദ്ദേഹത്തിന്റെ കണ്ണുകൾ പെൺകുട്ടിയുടെ പച്ചക്കണ്ണുകളിൽ തുളച്ചിറങ്ങി. അദ്ദേഹത്തിന്റെ വിരലുകളുടെ അറ്റത്തുനിന്നും സ്വന്തം ആത്മാവ് പെൺകുട്ടിയുടെ ശരീരത്തിലേക്ക് സാഹസികമായി ഒഴുകിയിറങ്ങുന്നതായി അദ്ദേഹത്തിനു തോന്നി. അവൾ അദ്ദേഹത്തെ തീവ്രമായി നോക്കി. അവളുടെ ചുണ്ടുകൾ ചെറുതായി അകന്നു. അവൾ പുഞ്ചിരിച്ചു.

ശിഷ്യന്മാർ ശബ്ദം ഉണ്ടാക്കാതെ മുറിക്കുള്ളിൽ കടന്നു. പുറത്ത് വില്പനച്ചരക്കുകളുടെ ചാക്കും അരപ്പട്ടയ്ക്കിടയിൽ കുഴൽ വാദ്യവുമായി തോമസ് ഏറ്റവും മുന്നിൽ ഉണ്ടായിരുന്നു. കർഷകർ തോട്ടത്തിലും ഇടുങ്ങിയ ഇടവഴികളിലുമായി ചിന്നിച്ചിതറി. എല്ലാവരും ശ്വാസം അടക്കി കാത്തു നില്ക്കുകയായിരുന്നു. സൈന്യാധിപൻ ഭിത്തിയിൽ ചാരി നിന്ന് മകളെ ശ്രദ്ധിച്ചുകൊണ്ട് അയാളുടെ തീവ്രവേദന ഒളിച്ചുവെക്കാനുള്ള പോരാട്ടം നടത്തി.

അല്പാല്പമായി പെൺകുട്ടിയുടെ കവിളുകൾ ചുവന്നുതുടങ്ങി. അവളുടെ മാറിടം ഇളകിമറിഞ്ഞു. അവളുടെ കൈയിൽനിന്നും ഹൃദയത്തിലേക്കും ഹൃദയത്തിൽനിന്നും പാദങ്ങളിലേക്കും മധുരമുള്ള ഒരു തരിപ്പ് കടന്നുചെന്ന് ശരീരം മുഴുവൻ പരന്നു. ഇളം കാറ്റിൽപ്പെട്ട ഒരു പോപ്ലാർ മരത്തിന്റെ ഇലകൾപോലെ അവളുടെ ആന്തരീകാവയവങ്ങൾ ഇളകി മറിഞ്ഞു. പെൺകുട്ടിയുടെ കൈ ഒരു ഹൃദയംപോലെ മിടിച്ചുകൊണ്ട് ജീവിതത്തിലേക്ക് തിരിച്ചുവരുന്നതായി യേശുവിന് അനുഭവപ്പെട്ടു.

“എന്റെ മകൾ എഴുന്നേല്ക്കൂ!” അദ്ദേഹം സൗമ്യമായി ആജ്ഞാപിച്ചു.

മരവിപ്പിൽനിന്നും രക്ഷപ്പെടുന്നതുപോലെ പെൺകുട്ടി സാവധാനം അനങ്ങി. ഉറക്കത്തിൽനിന്ന് ഉണർന്നു വരുന്നതുപോലെ അവൾ മൂരി നിവർന്നു. പിന്നീട് കിടക്കയിൽ കൈകുത്തി എഴുന്നേറ്റിരുന്നു– അവസാനം ഒറ്റക്കുതിപ്പിന് അവൾ അവളുടെ അച്ഛന്റെ കൈകൾക്കുള്ളിൽ ആയിരുന്നു. തോമസിന്റെ കോങ്കണ്ണ് പുറത്തേക്ക് തള്ളിവന്നു. പെൺകുട്ടി യാഥാർത്ഥ്യമാണെന്ന് ഉറപ്പാക്കാനുള്ള ആഗ്രഹംകൊണ്ട് അയാൾ അവളെ തൊട്ടുനോക്കി. ശിഷ്യന്മാർ അത്ഭുതപ്പെട്ടു. ഭയന്നു. നാലുചുറ്റും ഇരമ്പിക്കൊണ്ടിരുന്ന ആൾക്കൂട്ടം നിമിഷനേരത്തേക്ക് അലറി വിളിച്ചു. പിന്നീട് നിശ്ശബ്ദരായി. അവർ ഭയന്നുപോയിരുന്നു. അച്ഛനെ കെട്ടിപ്പിടിച്ച് ചുംബിക്കുന്നതിനിടയിലുള്ള പെൺകുട്ടിയുടെ– ചിരി ഒഴിച്ച് മറ്റൊന്നും നിങ്ങൾ കേട്ടില്ല.

യൂദാസ് യേശുവിന്റെ അടുത്തേക്ക് വന്നു അയാളുടെ മുഖത്ത്

ദേഷ്യവും ദുഷ്ടതയും ഉണ്ടായിരുന്നു.

“അങ്ങ് അവിശ്വാസികളുടെ മുകളിൽ അങ്ങയുടെ കരുത്ത് ധൂർത്തടിച്ചുകളയുന്നു. അങ്ങ് നമ്മുടെ ശത്രുക്കളെ സഹായിക്കുന്നു. ഇതാണോ അങ്ങ് ഞങ്ങൾക്കുവേണ്ടി കൊണ്ടുവന്ന ലോകാവസാനം? ഇതാണോ തീജ്വാലകൾ?”

പക്ഷേ, വിദൂരമായ ഇരുണ്ട ആകാശത്തിൽ അലഞ്ഞു തിരിഞ്ഞു കൊണ്ടിരുന്ന യേശു യൂദാസ് പറഞ്ഞത് കേട്ടില്ല. പെൺകുട്ടി കിടക്കയിൽ നിന്നും ചാടി എഴുന്നേല്ക്കുന്നതുകണ്ടപ്പോൾ അദ്ദേഹം മറ്റാരേക്കാളും ഭയന്നു പോയിരുന്നു. ശിഷ്യന്മാർ ആഹ്ലാദം അടക്കിവെക്കാൻ കഴിയാതെ അദ്ദേഹത്തിന്റെ ചുറ്റും വട്ടമിട്ടുനിന്ന് നൃത്തംചെയ്തു. അതോടെ എല്ലാം ഉപേക്ഷിച്ച് അദ്ദേഹത്തോടൊപ്പം ചേരാൻ അവർ തീരുമാനം എടുത്തു. അദ്ദേഹം സത്യാവസ്ഥ ആണ്: അദ്ദേഹം അത്ഭുതങ്ങൾ പ്രവർത്തിക്കുന്നു. തോമസ് മനസ്സിനുള്ളിൽ ഒരു തുലാസ് സ്ഥാപിച്ച് തൂക്കം നോക്കി. ഒരു തട്ടിൽ അയാൾ അയാളുടെ വില്പനച്ചരക്കുകൾ വെച്ചു. മറ്റേത്തട്ടിൽ സ്വർഗ്ഗരാജ്യവും വെച്ചു. തട്ടങ്ങൾ കുറച്ചു സമയത്തേക്ക് ചാഞ്ചാടിക്കൊണ്ടിരുന്നു. അവസാനം അനങ്ങാതെ നിന്നു. സ്വർഗ്ഗരാജ്യത്തിന് ഭാരം കൂടുതൽ ആയിരുന്നു. അതെ. അത് ഒരുമികച്ച സാഹസം ആയിരുന്നു: “ഞാൻ അഞ്ചു കൊടുത്തു. ഒരുപക്ഷേ, എനിക്ക് ആയിരം കിട്ടും. അപ്പോൾ ദൈവത്തിന്റെ പേരിൽ മുന്നോട്ട് പോകാം!”

അയാൾ യേശുവിന്റെ അടുത്തേക്ക് നടന്നു. “ഞാൻ അങ്ങയ്ക്കു വേണ്ടി എന്റെ ചരക്കുകൾ പാവങ്ങൾക്ക് ഭാഗിച്ചു കൊടുക്കും. നാളെ സ്വർഗ്ഗരാജ്യം വന്നുചേരുമ്പോൾ ദയവായി ഇത് മറന്നുപോകരുത്.” അയാൾ പറഞ്ഞു. “ഞാൻ അങ്ങയുടെ കൂടെ വരാൻ വേണ്ടി എല്ലാ കാര്യങ്ങളും ത്യജിക്കുകയാണ്. ഇന്ന് ഞാൻ സത്യം കണ്ടു. കൂടാതെ ഞാൻ അത് തൊട്ടുനോക്കുകയും ചെയ്തു.”

പക്ഷേ, യേശു അപ്പോഴും ദൂരത്തുതന്നെ ആയിരുന്നു. അദ്ദേഹം കേട്ടു. പക്ഷേ മറുപടി പറഞ്ഞില്ല.

“ഞാൻ എന്റെ കുഴൽ വാദ്യം മാത്രം കൈയിൽ സൂക്ഷിക്കുകയാണ്.” മുൻകാല കച്ചവടക്കാരൻ തുടർന്നു. “അതുകൊണ്ട് എനിക്ക് ആളുകളെ വിളിച്ചു കൂട്ടാൻ പറ്റും. നമ്മൾ പുതിയ ചരക്കുകൾ വില്ക്കുകയാണ്. അനശ്വരമായ ചരക്കുകൾ നമ്മൾ അത് സൗജന്യമായി കൊടുക്കുകയാണ്.”

സൈന്യാധിപൻ മകളെ ചേർത്തു പിടിച്ചുകൊണ്ട് യേശുവിന്റെ അടുത്തുവന്നു. “വിശുദ്ധനായ മനുഷ്യാ, നിങ്ങൾ എന്റെ മകൾക്ക് വീണ്ടും ജീവൻ കൊടുത്തു.” അയാൾ പറഞ്ഞു. “നിങ്ങൾക്ക് വേണ്ടി ഞാൻ എന്തു സഹായമാണ് ചെയ്യേണ്ടത്?”

“ഞാൻ നിങ്ങളുടെ മകളെ ചെകുത്താന്റെ ചങ്ങലയിൽനിന്നും മോചിപ്പിച്ചു.” യേശു പറഞ്ഞു. “സൈന്യാധിപൻ ആ മൂന്നു വിപ്ലവകാരികളെ റോമിന്റെ ചങ്ങലകളിൽ നിന്ന് മോചിപ്പിക്കുക.”

റുഫുസ് തലകുനിച്ചു കൊണ്ടു പറഞ്ഞു. “എനിക്ക് പറ്റില്ല.” അയാൾ

ദുഃഖത്തോടെ പിറുപിറുത്തു.

"സത്യത്തിൽ അത് എനിക്ക് കഴിയില്ല. നിങ്ങൾ ആരാധിക്കുന്ന ദൈവത്തിനോട് നിങ്ങൾ ശപഥം ചെയ്തതുപോലെ ഞാനും റോമൻ ചക്രവർത്തിയോട് ഒരു ശപഥം ചെയ്തിട്ടുണ്ട്. നിങ്ങൾ ആഗ്രഹിക്കുന്ന മറ്റ് എന്ത് സഹായവും ചോദിച്ചുകൊള്ളൂ. മറ്റന്നാൾ ഞാൻ ജറുസലേമിലേക്ക് പോകുകയാണ്. നിങ്ങൾക്കുള്ള സഹായം പോകുന്നതിനുമുമ്പ് ചെയ്യാൻ ഞാൻ ആഗ്രഹിക്കുന്നു."

യേശു മറുപടി പറഞ്ഞു. "ഒരു ദിവസം ബുദ്ധിമുട്ടുള്ള സമയത്ത് നമ്മൾ ജറുസലേമിൽ വെച്ച് കാണും. ആ സമയത്ത് ഞാൻ നിങ്ങളോട് സഹായം ചോദിക്കും. അതുവരെ ക്ഷമയോടെ കാത്തിരിക്കണം."

അദ്ദേഹം പെൺകുട്ടിയുടെ സ്വർണ്ണത്തലമുടിയിൽ കൈവെച്ചു. വളരെ നേരത്തേക്ക് അദ്ദേഹം കൈമാറ്റിയില്ല. അദ്ദേഹം കണ്ണുകൾ അടച്ചു. തലയുടെ ഇളംചൂടും തലമുടിയുടെ മാർദ്ദവവും സ്ത്രീത്വത്തിന്റെ മാധുര്യവും അദ്ദേഹത്തിന് അനുഭവപ്പെട്ടു.

"എന്റെ കുട്ടി" അവസാനം കണ്ണുതുറന്നുകൊണ്ട് അദ്ദേഹം പറഞ്ഞു. "നീ മറക്കാതിരിക്കണമെന്ന് ഞാൻ ആഗ്രഹിക്കുന്ന ഒരു കാര്യം നിന്നോട് പറയാൻ പോകുകയാണ്. നിന്റെ അച്ഛന്റെ കൈ പിടിച്ച സത്യത്തിന്റെ വഴിയിലേക്ക് നയിക്കുക."

"ഏതാണ് സത്യത്തിന്റെ വഴി?"

"സ്നേഹം"

സൈന്യാധിപൻ കല്പനകൾ പുറപ്പെടുവിച്ചു. ഭക്ഷണവും മദ്യവും മേശകളിൽ നിരന്നു.

"എന്റെ അതിഥികൾ ആകണം" അയാൾ യേശുവിനോടും ശിഷ്യന്മാരോടും ആവശ്യപ്പെട്ടു. "ഇന്നു രാത്രിയിൽ നിങ്ങൾ ഈ വീട്ടിൽനിന്ന് ഭക്ഷണം കഴിക്കണം. കുടിക്കണം. കാരണം ഞാൻ എന്റെ കുട്ടിയുടെ ഉയിർത്തെഴുന്നേല്പ് ആഘോഷിക്കുകയാണ്. വർഷങ്ങളായിട്ട് എനിക്ക് സന്തോഷം ഇല്ലായിരുന്നു. ഇന്ന് എന്റെ ഹൃദയം ആഹ്ലാദം നിറഞ്ഞ് തുളുമ്പിത്തുടങ്ങിയിരിക്കുന്നു. സ്വാഗതം!" അയാൾ യേശുവിന്റെ ശരീരത്തിലേക്ക് ചാരി നിന്നു. "നിങ്ങൾ ആരാധിക്കുന്ന ദൈവത്തിന് ഞാൻ ഒരു വലിയ കടക്കാരൻ ആയിരിക്കുന്നു." അയാൾ പറഞ്ഞു. "അദ്ദേഹത്തെ എനിക്കു തന്നാൽ എനിക്ക് അദ്ദേഹത്തെ മറ്റു ദൈവങ്ങളുടെ കൂടെ റോമിലേക്ക് അയയ്ക്കാൻ കഴിയും."

"അദ്ദേഹം അവിടെ തനിച്ച് വന്നുകൊള്ളും." യേശു മറുപടി പറഞ്ഞതിനുശേഷം കാറ്റുകൊള്ളാൻ വേണ്ടി മുറ്റത്തിറങ്ങി.

ഇരുട്ടുവീണു. നക്ഷത്രങ്ങൾ ആകാശത്തിലേക്ക് കയറിവരാൻ തുടങ്ങി. താഴെയുള്ള ചെറിയ ഗ്രാമത്തിൽ വിളക്കുകൾ കൊളുത്തിക്കഴിഞ്ഞിരുന്നു. മനുഷ്യരുടെ കണ്ണുകളിൽ തിളക്കം ഉണ്ടായിരുന്നു. ഇന്നു വൈകുന്നേരത്തെ അവരുടെ ദിവസേനയുള്ള സംസാരത്തിന് പതിവിലും കൂടുതൽ ശബ്ദം ഉണ്ടായിരുന്നു. കാരണം ദൈവം കാരുണ്യമുള്ള ഒരു

സിംഹത്തെപ്പോലെ അവരുടെ ഗ്രാമത്തിലേക്ക് കടന്നു വന്നിട്ടുണ്ടെന്ന് അവർക്ക് ബോദ്ധ്യപ്പെട്ടിരുന്നു.

മേശകൾ സജ്ജീകരിച്ചിരുന്നു. യേശു ശിഷ്യന്മാരുടെ കൂട്ടത്തിൽ ഇരുന്ന് അപ്പം പങ്കുവെച്ചു. പക്ഷേ, സംസാരിച്ചില്ല. അദ്ദേഹത്തിന്റെ ഉള്ളിൽ ഒരു വലിയ അപകടത്തിൽ നിന്ന് രക്ഷപ്പെട്ടതു പോലെ അല്ലെങ്കിൽ അപ്രതീക്ഷിതമായി ഒരു വലിയ വിജയം നേടിയെടുത്തതുപോലെ അദ്ദേഹത്തിന്റെ ആത്മാവ് ഇപ്പോഴും ഉൽക്കണ്ഠയോടെ ചിറകടിക്കുന്നുണ്ടായിരുന്നു. അദ്ദേഹത്തിന്റെ ചുറ്റും ഇരുന്ന ശിഷ്യന്മാരും സംസാരിച്ചില്ല. പക്ഷേ, അവരുടെ ഹൃദയങ്ങൾ ആഹ്ലാദത്തിനു വേണ്ടി കുതിച്ചു. ഈ പറയുന്ന ലോകാവസാനങ്ങളും സ്വർഗ്ഗരാജ്യങ്ങളും സ്വപ്നങ്ങൾ ആയിരുന്നില്ല. കേവലമായ ആവേശവും ആയിരുന്നില്ല. അവ എല്ലാം സത്യങ്ങൾ ആയിരുന്നു. അവരുടെ അടുത്തിരുന്ന് തിന്നുകയും സംസാരിക്കുകയും ചിരിക്കുകയും ചെയ്യുന്ന മറ്റു മനുഷ്യരെപ്പോലെ അവരോടൊപ്പം ഉറങ്ങുന്ന ഈ ഇരുണ്ട നിറമുള്ള ചെറുപ്പക്കാരൻ സത്യത്തിൽ ദൈവത്തിന്റെ അപ്പോസ്തലൻ ആയിരുന്നു.

ഭക്ഷണം കഴിഞ്ഞപ്പോൾ മറ്റെല്ലാവരും ഉറങ്ങാൻ കിടന്നു. മാത്യു വിളക്കിന്റെ അടുത്തു കുനിഞ്ഞിരുന്ന് അയാളുടെ ഷർട്ടിനടിയിൽ നിന്നും എഴുതാത്ത കുറിപ്പു പുസ്തകവും ചെവിയുടെ പിന്നിൽ നിന്ന് തൂവലും കൈയിൽ എടുത്തുകൊണ്ട് വളരെ നേരം ശൂന്യമായ താളിലേക്കു നോക്കി. ആലോചിച്ചുകൊണ്ടിരുന്നു. അയാൾ തുടങ്ങേണ്ടത് എങ്ങനെയാണ്? അയാൾ എവിടെനിന്നാണ് തുടങ്ങേണ്ടത്? ദൈവം അയാളെ ഈ പുണ്യവാന്റെ തൊട്ടടുത്ത് നിയോഗിച്ചിരിക്കുകയാണ്. അദ്ദേഹം പറയുന്ന വാക്കുകളും പ്രവർത്തിക്കുന്ന അത്ഭുതങ്ങളും സത്യസന്ധമായി എഴുതിവെക്കാനാണ് ദൈവം അയാളെ നിയോഗിച്ചിരിക്കുന്നത്. അതുകൊണ്ട് അവ നശിച്ചു പോകില്ല. കൂടാതെ ഭാവിതലമുറകൾക്ക് അവയെപ്പറ്റി പഠിക്കാനും അതിന്റെ ഫലമായി അവർക്ക് മോചനത്തിലേക്കുള്ള വഴി തെരഞ്ഞെടുക്കാനും പറ്റും. നിശ്ചയമായും ദൈവം അയാളെ ഈ ജോലി നിർവ്വഹിക്കാനാണ് ചുമതലപ്പെടുത്തിയിരിക്കുന്നത്. അയാൾക്ക് എഴുതാനും വായിക്കാനും അറിയാം. അതുകൊണ്ട് അയാൾക്ക് ഭാരിച്ച ചുമതല ഉണ്ടായിരുന്നു. നശിച്ചുപോകുന്നതെല്ലാം പേന കൊണ്ട് പിടിച്ചെടുത്ത് അവയെ അനശ്വരമാക്കാൻ വേണ്ടി കടലാസിൽ പകർത്തിവെക്കണം. ശിഷ്യന്മാർ അയാളെ വെറുത്തുകൊള്ളട്ടെ! ഒരിക്കൽ കരംപിരിവുകാരൻ ആയിരുന്നതുകൊണ്ട് അവർ അയാളെ ഒറ്റപ്പെടുത്തട്ടെ! പശ്ചാത്തപിക്കുന്ന പാപി പാപം ചെയ്യാത്തവനേക്കാൾ മെച്ചമാണെന്ന് അയാൾ അവർക്ക് കാണിച്ചുകൊടുക്കും.

അയാൾ തൂവൽ വെള്ളോടിന്റെ മഷിക്കുപ്പിയിൽ മുക്കി. അതോടെ വലതുവശത്തു നിന്നും ഒരു ചിറകടിയുടെ ശബ്ദം കേട്ടു. ഒരു മാലാഖ അയാളുടെ ചെവിയിൽ വന്ന് പറഞ്ഞ് എഴുതിപ്പിക്കുന്നതായി തോന്നി. അയാൾ അതിവേഗത്തിൽ ആത്മവിശ്വാസത്തോടെ എഴുതാൻ തുടങ്ങി:

"ഡേവിഡിന്റെ മകനും എബ്രഹാമിന്റെ മകനും ആയ യേശുക്രിസ്തുവിന്റെ ഉല്പത്തി പുസ്തകം..."

കിഴക്ക് ഭാഗം നീലയും വെള്ളയും ഇടകലർന്ന് തിളങ്ങുന്നതുവരെയും ആദ്യത്തെ പൂവൻകോഴിയുടെ കൂവൽ കേൾക്കുന്നതുവരെയും അയാൾ എഴുതിക്കൊണ്ടിരുന്നു.

ഏറ്റവും മുമ്പിൽ തോമസിന്റെ കുഴലുമായി അവർ പിരിഞ്ഞുപോയി. അയാൾ കുഴൽ ഊതി. ഗ്രാമം ഉണർന്നു. "വിട" അയാൾ വിളിച്ചുകൂവി," ഉടൻ തന്നെ നിങ്ങളെ സ്വർഗ്ഗരാജ്യത്തിൽ വെച്ച് കാണാം.'' യേശു ഇപ്പോഴും പിന്തുടർന്നുകൊണ്ടിരിക്കുന്ന ശിഷ്യന്മാരെയും നസറേത്തിൽ നിന്നുള്ള ജീർണ്ണവേഷധാരികളുടെയും വികലാംഗരുടെയും സംഘത്തിനെയും നയിച്ചുകൊണ്ട് വന്നുചേർന്നു. ഇപ്പോൾ കാനായിൽ നിന്നുള്ള പുതിയ മനുഷ്യരും അവരോടൊപ്പം ഉണ്ടായിരുന്നു. അവർ കാത്തുനില്ക്കുകയായിരുന്നു. അദ്ദേഹത്തിന് നമ്മളെ മറക്കാൻ കഴിയില്ല. അവർ പരസ്പരം പറഞ്ഞു. അദ്ദേഹം നമ്മളുടെ നേർക്ക് തിരിഞ്ഞുനോക്കി നമ്മളെക്കൂടി വിശപ്പിൽനിന്നും രോഗത്തിൽനിന്നും മോചിപ്പിക്കുന്ന അനുഗ്യഹീതമായ സമയം വരും. ഇന്ന് യൂദാസ് ഘോഷയാത്രയുടെ ഏറ്റവും പിന്നിൽ ആയിരുന്നു. അയാൾ ഏതാനും വലിയ യാത്രാസഞ്ചികൾ കണ്ടെത്തി ഓരോ വാതിലിന്റെയും മുമ്പിൽനിന്ന് വീട്ടുകാരികളോട് പകുതിയാചനയും പകുതി ഭീഷണിയും കലർന്ന ശബ്ദത്തിൽ സംസാരിച്ചു. "ഞങ്ങളുടെ ഭാഗം നോക്കിയാൽ ഞങ്ങൾ നിങ്ങൾക്കുവേണ്ടി ജോലി ചെയ്യുന്നു. അതുകൊണ്ട് നിങ്ങളെപ്പോലെയുള്ള പാവങ്ങൾക്ക് രക്ഷ കിട്ടുന്നു. നിങ്ങളുടെ ഭാഗത്തു നിന്നും നിങ്ങൾക്ക് ഞങ്ങളെ സഹായിക്കാൻ പറ്റും— ഞങ്ങളെ പട്ടിണി കിടന്ന് മരിക്കാതെ രക്ഷപ്പെടുത്താൻ പറ്റും. മനുഷ്യവർഗ്ഗത്തെ രക്ഷപ്പെടുത്താനുള്ള ശക്തി കിട്ടാൻ വേണ്ടി വിശുദ്ധന്മാർക്ക് പോലും ഭക്ഷണം വേണമെന്ന് നിങ്ങൾ മനസ്സിലാക്കണം. അല്പം അപ്പമോ, വെണ്ണയോ ഉണക്കമുന്തിരിയോ ഈന്തപ്പഴമോ ഒലിവോ എന്തായാലും കുഴപ്പമില്ല. അത് മതി. ദൈവം അത് എഴുതിവെച്ച് അടുത്ത ലോകത്തിൽ നിങ്ങൾക്ക് അത് തിരിച്ചുതരും. നിങ്ങൾ ഒരു കഷണം ഒലിവ് തന്നാൽ അദ്ദേഹം ഒരു തോട്ടം തന്നെ നിങ്ങൾക്ക് തിരിച്ചുതരും."

ഏതെങ്കിലും വീട്ടുകാരി അവരുടെ കലവറ തുറക്കാൻ താമസിച്ചാൽ അയാൾ അവളോട് ഉറക്കെവിളിച്ചുപറയും.

"എന്തിനാണ് ഇത്രയും പിശുക്ക് കാണിക്കുന്നത്? നാളെ അല്ലെങ്കിൽ മറ്റന്നാൾ അല്ലെങ്കിൽ ഒരുപക്ഷേ, ഇന്നു രാത്രിയിൽ തന്നെ സ്വർഗ്ഗങ്ങൾ തുറക്കപ്പെടും. തീപിടിത്തം ഉണ്ടാകും. നിങ്ങൾ ഞങ്ങൾക്കു തരുന്ന സാധനങ്ങൾ ഒഴിച്ച് നിങ്ങളുടെ മറ്റ് സാധനങ്ങളൊന്നും അവശേഷിക്കില്ല. നിങ്ങൾ രക്ഷപ്പെടുകയാണെങ്കിൽ അതിന് നിങ്ങൾ കടപ്പെട്ടിരിക്കുന്നത് എനിക്കു നിങ്ങൾ തരുന്ന അപ്പത്തിനോടും എണ്ണയോടും ഒലിവിനോടും ആണ്!"

ഭയന്നുപോയ സ്ത്രീകൾ അവരുടെ കലവറകൾ തുറന്നു. യൂദാസ്

ഗ്രാമത്തിന്റെ അതിർത്തിയിൽ എത്തുന്ന സമയംകൊണ്ട് അയാളുടെ ചാക്കുകൾ ദാനം കിട്ടിയ വസ്തുക്കൾ കൊണ്ട് നിറഞ്ഞു കവിഞ്ഞു.

ശൈത്യകാലം തുടങ്ങിക്കഴിഞ്ഞിരുന്നു: ഭൂമി വിറച്ചു. ധാരാളം മരങ്ങൾ ഇലകൊഴിഞ്ഞ് തണുത്തുവിറച്ചു നിന്നു. ഒലിവും ഈന്തപ്പനയും പൊങ്കമരവും പോലെയുള്ള മറ്റു ചില മരങ്ങൾ ദൈവം അനുഗ്രഹിച്ചവ ആയിരുന്നു. അവ വേനൽക്കാലത്തും ശൈത്യകാലത്തും അവയുടെ അലങ്കാരങ്ങൾക്ക് വ്യത്യാസം വരാതെ നിലനിർത്തി. മനുഷ്യരുടെ കാര്യവും ഇതുപോലെ ആയിരുന്നു. ഇലകൊഴിഞ്ഞ് കഷണ്ടി വന്ന മരങ്ങളെപ്പോലെ പാവങ്ങളെല്ലാം തണുത്തുവിറയ്ക്കുകയായിരുന്നു... ജോൺ അയാളുടെ കമ്പിളിപ്പുതപ്പുകൊണ്ട് യേശുവിനെ പുതപ്പിച്ചു. ഇപ്പോൾ അയാൾ വിറയലോടെ കാപ്പർനാമിലെത്തി അമ്മയുടെ പെട്ടികൾ തുറന്നു നോക്കാനുള്ള തിടുക്കത്തിൽ ആയിരുന്നു. വൃദ്ധയായ സലോമി അവരുടെ ജീവിതകാലത്ത് ധാരാളം സാധനങ്ങൾ നെയ്തിരുന്നു. കൂടാതെ അവരുടെ മനസ്സ് കുലീനമായിരുന്നു. അവർക്ക് ദാനശീലം ഉണ്ടായിരുന്നു. അയാൾ കൂട്ടുകാർക്ക് കമ്പിളി ഉടുപ്പുകൾ ഭാഗിച്ചുകൊടുക്കും. പിശുക്കൻ സബിദീ മുറുമുറുത്താൽ ആരും ശ്രദ്ധിക്കാൻ പോകുന്നില്ല. വീട് ഭരിച്ചിരുന്നത് വാശിയും സ്നേഹവും ഉള്ള സലോമി ആയിരുന്നു.

ഫിലിപ്പും തിടുക്കത്തിൽ ആയിരുന്നു. പകൽ മുഴുവൻ കാപ്പർ നാമിൽ മെതിയടിയും ചെരുപ്പും തുന്നിക്കൊണ്ടിരിക്കുന്ന അയാളുടെ പ്രാണസുഹൃത്ത് നതാനലിനെക്കുറിച്ചുള്ള ആലോചന അയാളുടെ മനസ്സിൽ കുന്നുകൂടി. അയാളുടെ ജീവിതം ഈ രീതിയിൽ നഷ്ടപ്പെട്ടുകൊണ്ടിരിക്കുകയായിരുന്നു. ദൈവത്തിലേക്ക് മനസ്സിനെ ഉയർത്താനും ജേക്കബ്ബിന്റെ ഏണി സ്വർഗ്ഗങ്ങളിലേക്ക് ചാരി കയറിപ്പോകാനും അയാൾക്ക് എവിടെനിന്ന് സമയം കിട്ടും! ഹോ, നിർഭാഗ്യവാനായ നതാനലിന് ആ വലിയ രഹസ്യം കാണിച്ചുകൊടുത്ത് അയാളെക്കൂടി രക്ഷപ്പെടുത്താൻ ഞാൻ എന്നാണ് കാപ്പർനാമിൽ എത്തിച്ചേരുന്നത്!

അവർ തിബേരിയാസിനെ പിന്നിലാക്കിക്കൊണ്ട് ഒരുവശത്തേക്ക് തിരിഞ്ഞു. സ്നാപകനെ കൊല ചെയ്ത് നരകത്തിലെ തീയിലേക്ക് ശിക്ഷിക്കപ്പെട്ട ഭരണാധികാരിയുള്ള ദൈവം വെറുക്കുന്ന തിബേരിയാസ്. ജോർദ്ദാൻ നദിയെപ്പറ്റിയും സ്നാപകനെപ്പറ്റിയും പീറ്ററിന് ഓർമ്മയുള്ള എല്ലാ കാര്യങ്ങളും ക്രമം തെറ്റാതെ എഴുതിവെക്കാൻ വേണ്ടി മാത്യു അയാളെ സമീപിച്ചു. പക്ഷേ, ചുങ്കപ്പിരിവുകാരന്റെ ഗന്ധം ഒഴിവാക്കാൻ വേണ്ടി പീറ്റർ മുഖം തിരിച്ചുകൊണ്ട് പിൻവാങ്ങി. മാത്യു ദുഃഖത്തോടെ പകുതി എഴുതിയ പുസ്തകം കക്ഷത്തിൽ തിരുകിവെച്ചു. തിബേരിയാസിലേക്ക് വന്നുപോയിക്കൊണ്ടിരിക്കുന്ന രണ്ട് വണ്ടിക്കാരെ കണ്ടപ്പോൾ കാര്യങ്ങൾ മനസ്സിലാക്കി പുസ്തകത്തിൽ എഴുതി വെക്കാൻ വേണ്ടി മാത്യു കുറേക്കൂടി പിന്നോട്ട് മാറി. അധാർമ്മികമായ ആ കൊലപാതകം എങ്ങനെയാണ് നടന്നത്? രാജാവ് മദ്യപിച്ച് ബോധം നശിച്ചെന്നും അയാളുടെ വളർത്തു മകൾ സലോമി അയാളുടെ മുമ്പിൽ നഗ്നയായി നൃത്തം

ചെയ്തെന്നും കേൾക്കുന്നത് സത്യമാണോ? കാര്യങ്ങൾ എല്ലാം എഴുതിവെച്ച് അനശ്വരമാക്കാൻ വേണ്ടി മാത്യുവിന് വിശദമായി അറിയേണ്ടിയിരിക്കുന്നു.

ഈ സമയം കൊണ്ട് അവർ മഗ്ദലനയുടെ പുറത്തുള്ള വലിയ കിണറിനു സമീപം എത്തിയിരുന്നു. സൂര്യനെ മേഘങ്ങൾ മൂടിയിരുന്നു: ഭൂമിയുടെ മുഖത്ത് ഒരു വിളറിയ ഇരുട്ട് കാണാനുണ്ടായിരുന്നു. ഭൂമിയെയും ആകാശത്തെയും ബന്ധിപ്പിച്ചുകൊണ്ട് മഴയുടെ കറുത്ത നൂലുകൾ തൂങ്ങിക്കിടന്നു... മഗ്ദലന അവളുടെ ആകാശത്തിന്റെ വെളിച്ചത്തിലേക്ക് നോക്കി. ആകാശം കറുത്തിരുളുന്നത് അവൾ കണ്ടു. “ശൈത്യകാലം വന്നിരിക്കുന്നു.” അവൾ പിറുപിറുത്തു. “ഞാൻ തീർച്ചയായും പെട്ടെന്ന് ജോലി ചെയ്യണം.” അവൾ വളരെ വേഗത്തിൽ അന്വേഷിച്ചുകണ്ടെത്തിയ കമ്പിളി നൂൽ ചുറ്റിവെച്ച്. അവൾ അവളുടെ പ്രിയപ്പെട്ടവന് തണുക്കാതിരിക്കാൻ വേണ്ടി ഒരുകമ്പിളി ഉടുപ്പ് നെയ്യാൻ ഉദ്ദേശിച്ചിരുന്നു. ഇടയ്ക്കിടയ്ക്ക് അവൾ മുറ്റത്തേക്ക് നോക്കി പഴങ്ങളുടെ ഭാരവും ചുമന്ന് നില്ക്കുന്ന അവളുടെ മാതളനാരകത്തെ അഭിനന്ദിച്ചു. അവൾ മാതളനാരകങ്ങൾ പറിച്ചെടുക്കാതെ സംരക്ഷിക്കുകയായിരുന്നു. കാരണം അവയെല്ലാം അവൾ യേശുവിന് പ്രതിജ്ഞ ചെയ്തിരുന്നു. ദൈവം അങ്ങേയറ്റം കാരുണ്യം ഉള്ളവനാണ്. അവൾ ആലോചിച്ചു. ഒരു ദിവസം എന്റെ പ്രിയപ്പെട്ടവൻ ഈ ഇടവഴിയിലൂടെ കടന്നുപോകും. ഞാൻ അപ്പോൾ കൈനിറയെ മാതളനാരങ്ങകൾ കൊണ്ടു ചെന്ന് അവന്റെ കാല്ക്കൽ വെക്കും. അവൻ അതിൽ നിന്ന് ഒരെണ്ണം കുനിഞ്ഞെടുത്ത് ക്ഷീണം തീർക്കും... നൂലുചുറ്റിക്കൊണ്ട് മാതള നാരകത്തെ പ്രകീർത്തിക്കുന്നതിനിടയിൽ അവൾ സ്വന്തം ജീവിതത്തെ മനസ്സിലിട്ട് തിരിച്ചും മറിച്ചും നോക്കി. അത് മറിയത്തിന്റെ മകൻ യേശുവിൽ തുടങ്ങുകയും അവസാനിക്കുകയും ചെയ്തു. അവർ എന്ത് ദുഃഖവും എന്ത് സന്തോഷവും ആയിരുന്നു അനുഭവിച്ചത്! ആ രാത്രിയിൽ അവളുടെ വാതിൽതുറന്ന് അദ്ദേഹം ഒരു ഭവനഭേദകനെപ്പോലെ ഒളിച്ചോടി അവളെ ഉപേക്ഷിച്ചത് എന്തിനായിരുന്നു! അദ്ദേഹം എവിടെയാണ് പോയിരിക്കുന്നത്! ഒരു ഭാര്യയെ സ്വന്തമാക്കി അവളുടെ അടുത്തുകിടന്ന് ഉറങ്ങുന്നതിനു പകരം (സ്ത്രീകളും ദൈവത്തിന്റെ ജന്തുക്കളാണ്) അദ്ദേഹം ആശാരിപ്പണി ചെയ്യുകയാണോ? അതോ കടലിൽ മീൻപിടിക്കുകയാണോ? അതോ അതിനുപകരം അദ്ദേഹം ഇപ്പോഴും മണ്ണു കുഴിക്കുകയാണോ? അതോ മണ്ണുകുഴിക്കുന്നതിനുപകരം അദ്ദേഹം ഇപ്പോഴും നിഴലുകളുമായി പോരാട്ടം നടത്തുകയാണോ? ഹോ, അദ്ദേഹം ഒരിക്കൽ കൂടി മഗ്ദലയിലൂടെ കടന്നുപോയെങ്കിൽ അവൾക്ക് ഓടിച്ചെന്ന് അവളുടെ മാതളനാരങ്ങകൾ അദ്ദേഹത്തിന്റെ ക്ഷീണം തീർക്കാൻ വേണ്ടി കാല്ക്കൽ സമർപ്പിക്കാൻ കഴിയുമായിരുന്നു!

അവൾ ഇതെല്ലാം ആലോചിച്ച് വിദഗ്ദ്ധമായ വിരലുകൾ കൊണ്ട് അതിവേഗത്തിൽ നൂലു ചുറ്റിക്കൊണ്ടിരിക്കുമ്പോൾ തെരുവിൽനിന്നും കാലൊച്ചകളും ആക്രോശങ്ങളും കേട്ടു. അതുകൂടാതെ ആരോ കുഴൽ

ഊതുന്നതും കേട്ടു... ഹൂ...! അത് ചരക്കുകൾ കൊണ്ടുനടന്ന് വില്ക്കുന്ന കോങ്കണ്ണൻ തോമസ് അല്ലേ! അതിനുശേഷം അവൾ ഒതു തുളച്ചിറങ്ങുന്ന ഒരു ശബ്ദം കേട്ടു:

"നിങ്ങളുടെ വാതിലുകൾ തുറക്കൂ! സ്വർഗ്ഗരാജ്യം വന്നിരിക്കുന്നു!"

മഗ്ദലന ചാടി എഴുന്നേറ്റു. അവളുടെ ഹൃദയം ആഹ്ലാദത്തിനുവേണ്ടി കുതിച്ചു ചാടി. അദ്ദേഹം വന്നിട്ടുണ്ട്! തണുപ്പും ചൂടും ഉള്ള വിറയലുകൾ അവളുടെ ശരീരത്തിലൂടെ അടിമുടി കടന്നുപോയി. ഉറുമാൽ അവൾ മറന്നു. തോളിലേക്ക് ഒഴുകിയിറങ്ങിയ തലമുടിയോടെ അവൾ പുറത്തേക്ക് ഓടി. അവൾ മുറ്റം മറി കടന്നു പടിവാതിലിൽ എത്തി. അപ്പോൾ അവൾ ദൈവത്തെ കണ്ടു. ആഹ്ലാദത്തിന്റെ ഒരു നിലവിളി ഉച്ചരിച്ചുകൊണ്ട് അവൾ അദ്ദേഹത്തിന്റെ കാല്ക്കൽ വീണു. "ആചാര്യാ, ആചാര്യാ" അവൾ പിറുപിറുത്തു. "സ്വാഗതം."

അവൾ അവളുടെ പ്രതിജ്ഞയും മാതള നാരങ്ങകളും മറന്നു പോയിരുന്നു. അവൾ ദൈവീകമായ കാൽമുട്ടുകളിൽ കെട്ടിപ്പിടിച്ചു. പഴയ ശപിക്കപ്പെട്ട സുഗന്ധദ്രവ്യങ്ങളുടെ ഗന്ധം വിട്ടുമാറാത്ത അവളുടെ തലമുടി നിലത്തു മുഴുവൻ പടർന്നുകിടന്നു.

"ആചാര്യന് സ്വാഗതം" അവൾ അദ്ദേഹത്തെ അവളുടെ ചെറിയ വീടിന്റെ ഭാഗത്തേക്ക് വലിച്ചുകൊണ്ട് പിറുപിറുത്തു.

യേശു അവളെ കുനിഞ്ഞുകൊണ്ട് കൈകൊണ്ട് പിടിച്ചുയർത്തി. പരിചയക്കുറവുള്ള വരൻ വധുവിനെ പിടിക്കുന്നതുപോലെ അദ്ദേഹം അവളെ പിടിച്ചത് ആത്മവിശ്വാസക്കുറവോടെ ആയിരുന്നു. അദ്ദേഹത്തിന്റെ ശരീരം അതിന്റെ വേരുകളിൽ നിന്നുപോലും ആഹ്ലാദിച്ചു. നിലത്തു നിന്നും അദ്ദേഹം പിടിച്ചുയർത്തിയത്. മഗ്ദലനയെ ആയിരുന്നില്ല. അത് മനുഷ്യന്റെ ആത്മാവിനെ ആയിരുന്നു– അദ്ദേഹം അതിന്റെ വരൻ ആയിരുന്നു. മഗ്ദലന വിറച്ചു. അവളുടെ മുഖം തുടുത്തു: അവൾ പെട്ടെന്ന് മുടികൊണ്ട് മാറുമറച്ചു. എല്ലാവരും അവളെ അത്ഭുതത്തോടെ നോക്കി. അവൾ എത്ര മാത്രം മെലിഞ്ഞുപോയിരിക്കുന്നു! അവൾക്ക് നിറം എത്രമാത്രം നഷ്ടപ്പെട്ടിരിക്കുന്നു! അവളുടെ കണ്ണുകൾക്കു ചുറ്റും ചുവന്ന വലയങ്ങൾ രൂപപ്പെട്ടിരുന്നു. അവളുടെ ഉറപ്പുള്ള നിറഞ്ഞ ചുണ്ടുകൾ നനവു കിട്ടാത്ത ഒരു പൂവിനെപ്പോലെ ചുളുങ്ങിപ്പോയിരിക്കുന്നു. യേശുവും അവളും കൂടി കൈപിടിച്ചു നടന്നപ്പോൾ അവർ സ്വപ്നത്തിലായിരുന്നെന്ന് അവർക്ക് തോന്നി. ഭൂമിയിൽ കാലുവെക്കുന്നതിനുപകരം അവർ ആകാശത്തുകൂടി പറന്നു മുന്നേറുകയായിരുന്നു. ഇത് ഒരു വിവാഹം ആയിരുന്നോ? അവരെ പിന്തുടരുന്ന കീറിപ്പറിഞ്ഞ വേഷക്കാരുടെ ഈ വലിയ ആൾക്കൂട്ടം അവരുടെ വിവാഹഘോഷയാത്രയാണോ? മുറ്റത്തു കാണുന്ന പഴങ്ങൾ നിറഞ്ഞ മാതളനാരകം എന്താണ്! അത് വീട്ടിൽ ഉപാസന നടത്തുന്ന ദേവതയാണോ? അതോ ഒരു അനുകമ്പയുള്ള ആത്മാവാണോ? അല്ലെങ്കിൽ ഒരുപക്ഷേ, അവരെ പ്രശംസിച്ചുകൊണ്ട് അവളുടെ മുറ്റത്തു നില്ക്കുന്ന മൂന്നുമടങ്ങ് ഭാഗ്യവതിയായ ആൺമക്കളും പെൺമക്കളും ഉള്ള ഒരു സാധാ

രണക്കാരി ആയിരിക്കുമോ?"

"മഗ്ദലന" യേശു സാവധാനത്തിൽ വിളിച്ചു. "നീ കൂടുതൽ സ്നേഹിച്ചതുകൊണ്ട് നിന്റെ എല്ലാ പാപങ്ങളും ക്ഷമിക്കപ്പെട്ടിരിക്കുന്നു."

അവൾ അത്ഭുതപ്പെടുത്തുന്ന ആഹ്ലാദത്തോടെ ചാരിനിന്നു. അവൾ പറയാൻ ആഗ്രഹിച്ചു. ഞാൻ ഒരു കന്യക ആണ്! പക്ഷേ, അമിതമായ ആഹ്ലാദം കൊണ്ട് അവൾക്ക് വായ് തുറക്കാൻ കഴിഞ്ഞില്ല.

അവൾ ഓടിച്ചെന്ന് മാതളനാരകത്തെ കൊള്ളയടിച്ചു. മേൽ വസ്ത്രത്തിൽ മാതള നാരങ്ങകൾ നിറച്ചുകൊണ്ട് തിരിച്ചുവന്ന് അവളുടെ പ്രിയപ്പെട്ടവന്റെ കാല്ക്കൽ കൂനകൂട്ടി. അടുത്തതായി സംഭവിച്ചത് അവൾ തീവ്രമായി ആഗ്രഹിച്ചിരുന്ന കാര്യംതന്നെ ആയിരുന്നു. യേശു ഒരു മാതള നാരങ്ങ കുനിഞ്ഞെടുത്ത് പൊട്ടിച്ച് കുരുക്കൾ കൈവെള്ളയിൽ കുടഞ്ഞിട്ട് അദ്ദേഹത്തിന്റെ തൊണ്ട കുളിർപ്പിച്ചു. അതിനുശേഷം ശിഷ്യന്മാർ അവരുടെ ഊഴം നോക്കി കുനിഞ്ഞു. ഓരോരുത്തരും ഓരോ മാതള നാരങ്ങ എടുത്ത് സ്വയം ക്ഷീണം തീർത്തു.

"മഗ്ദലന" യേശു ചോദിച്ചു. "എന്നോട് വിടപറയുന്നമട്ടിൽ അസ്വസ്ഥമായ കണ്ണുകൾ കൊണ്ട് നീ എന്നെ നോക്കുന്നത് എന്തിനാണ്?"

"ഞാൻ എന്റെ പ്രിയപ്പെട്ടവനായ നിങ്ങളോട് ജനിച്ച ദിവസം മുതൽ എല്ലാ നിമിഷത്തിലും സ്വാഗതവും വിടപറയലും തുടർന്നുകൊണ്ടിരിക്കുകയാണ്." അവൾ വളരെ പതുക്കെ പറഞ്ഞു. അതുകൊണ്ട് യേശുവും തൊട്ടടുത്തു നിന്നിരുന്ന ജോണും ഒഴിച്ച് മറ്റാരും അതു കേട്ടില്ല.

ഒരു നിമിഷത്തെ നിശ്ശബ്ദതയ്ക്കുശേഷം അവൾ തുടർന്നു. "ഞാൻ നിശ്ചയമായും നിങ്ങളെ നോക്കും. കാരണം പുരുഷന്റെ ശരീരത്തിൽ നിന്നും പുറത്തുവന്ന സ്ത്രീയുടെ ശരീരത്തിന് ഇപ്പോഴും പുരുഷന്റെ ശരീരത്തിൽനിന്നും അടർന്നുമാറാൻ കഴിഞ്ഞിട്ടില്ല. പക്ഷേ, നിങ്ങൾ സ്വർഗ്ഗത്തിലേക്ക് നോക്കണം. കാരണം നിങ്ങൾ ഒരു പുരുഷനാണ്. പുരുഷനെ സൃഷ്ടിച്ചത് ദൈവം ആയിരുന്നു. അതുകൊണ്ട് എന്റെ കുട്ടീ, നിങ്ങളെ നോക്കാൻ എന്നെ അനുവദിക്കണം."

അവൾ "എന്റെ കുട്ടി!" എന്ന ഗൗരവമുള്ള സംബോധന ഉച്ചരിച്ചത് വളരെ ശബ്ദം താഴ്ത്തിയായിരുന്നതുകൊണ്ട് യേശുവിനുപോലും അത് കേൾക്കാൻ കഴിഞ്ഞില്ല. പക്ഷേ, സ്വന്തം മകന് പാലുകൊടുക്കുന്നതുപോലെ അവളുടെ മാറിടം നിറഞ്ഞു തുളുമ്പി.

ആൾക്കൂട്ടത്തിൽനിന്നും ഒരു മർമ്മരം ഉയർന്നു. പുതിയ വികലാംഗർ എത്തി മുറ്റം കൈവശപ്പെടുത്തി.

പീറ്റർ യേശുവിനോട് പറഞ്ഞു. "ആളുകൾ അക്ഷമരാണ്. അവർ മുറുമുറുത്തുകൊണ്ടിരിക്കുകയാണ്."

"അവർക്ക് എന്താണ് വേണ്ടത്?"

"സ്നേഹമുള്ള ഒരു വാക്ക്, ഒരു അത്ഭുതം. അവരെ നോക്കൂ."

യേശു തിരിഞ്ഞുനോക്കി. വരാൻ പോകുന്ന മഴയുടെയും കാറ്റിന്റെയും കലങ്ങിയ അന്തരീക്ഷത്തിൽ പകുതി തുറന്നിരിക്കുന്ന ആഗ്രഹ

ങ്ങൾ നിറഞ്ഞ ധാരാളം വായകളും അദ്ദേഹത്തെ തീവ്രമായ വേദനയോടെ നോക്കുന്ന ധാരാളം കണ്ണുകളും യേശു തിരിച്ചറിഞ്ഞു. ആൾക്കൂട്ടത്തിനിടയിലൂടെ ഒരു വൃദ്ധൻ മുന്നോട്ടു വന്നു. അയാളുടെ കൺപീലികൾ പൊഴിഞ്ഞു പോയിരുന്നു. അയാളുടെ കണ്ണുകൾ രണ്ട് വ്രണങ്ങൾ പോലെ ആയിരുന്നു. അയാളുടെ അസ്ഥിപോലെയുള്ള കഴുത്തിൽ പത്തു മന്ത്രത്തകിടുകൾ തൂക്കിയിട്ടിരുന്നു— ഓരോന്നിലും പത്തുകല്പനകളിൽ ഒരെണ്ണം വീതം അടക്കംചെയ്തിരുന്നു. അയാൾ രണ്ടായി പിരിഞ്ഞ വടിയിൽ ചാരി പടിവാതിലിൽ നിന്നു.

അയാൾ ദുഃഖവും വേദനയും നിറഞ്ഞ ശബ്ദത്തിൽ പറഞ്ഞു. "ആചാര്യാ, എനിക്ക് നൂറു വയസ്സായി. എന്റെ കഴുത്തിൽ എല്ലാ സമയത്തും ദൈവത്തിന്റെ പത്തുകല്പനകൾ തൂങ്ങിക്കിടക്കുന്നുണ്ട്. ഞാൻ അവയിൽ ഒരെണ്ണം പോലും അനുസരിക്കാതിരുന്നിട്ടില്ല. എല്ലാ വർഷവും ഞാൻ ജറുസലേമിൽ പോകുന്നു. വിശുദ്ധ ശാബത്തിന് ഞാൻ യജ്ഞപരമായ ആണാടിനെ സമർപ്പിക്കുന്നുണ്ട്. ഞാൻ മെഴുകുതിരികൾ കൊളുത്തുകയും സുഗന്ധദ്രവ്യം പുകയ്ക്കുകയും ചെയ്യുന്നുണ്ട്. രാത്രിയിൽ ഉറങ്ങുന്നതിനുപകരം ഞാൻ സ്തോത്രങ്ങൾ എഴുതുന്നു. ഞാൻ ചിലപ്പോൾ നക്ഷത്രങ്ങളിലേക്കും ചിലപ്പോൾ പർവ്വതങ്ങളിലേക്കും നോക്കി കാത്തിരിക്കുന്നു. ദൈവം താഴോട്ട് ഇറങ്ങിവരുന്നത് കാണാൻ വേണ്ടി കാത്തിരിക്കുന്നു. ഞാൻ ആഗ്രഹിക്കുന്ന ഒരേയൊരു പ്രതിഫലം അതു മാത്രമാണ്... ഞാൻ ഇപ്പോൾ വളരെ വർഷങ്ങൾ കാത്തിരുന്നുകഴിഞ്ഞു. പക്ഷേ, പ്രയോജനം ഉണ്ടായില്ല. എന്റെ ഒരു കാൽ ശവക്കുഴിയിലാണ്. എന്നിട്ടും ഞാൻ അദ്ദേഹത്തെ കണ്ടിട്ടില്ല. എന്തു കൊണ്ട്? എന്റെ ദുഃഖം വളരെ വലുതാണ്. ആചാര്യൻ പറയണം. എനിക്ക് ദൈവത്തെ എന്നാണ് കാണാൻ കഴിയുന്നത്? എനിക്ക് എന്ന് സമാധാനം കിട്ടും?"

സംസാരിക്കുന്നതിനിടയിൽ അയാളുടെ ദേഷ്യം കൂടിക്കൊണ്ടിരിക്കുന്നു. കുറച്ചുസമയം രണ്ട് ശിഖരങ്ങളുള്ള വടി തറയിൽ ഇടിച്ചുകൊണ്ട് അയാൾ വിളിച്ചുകൂവുകയായിരുന്നു.

യേശു പുഞ്ചിരിച്ചു. അദ്ദേഹം മറുപടി പറഞ്ഞു. "പിതാവ് ശ്രദ്ധിച്ചു കേൾക്കണം. പണ്ടൊരിക്കൽ ഒരു പ്രധാന നഗരത്തിന്റെ വാതിലിൽ വെണ്ണക്കല്ലുകൊണ്ടുള്ള ഒരു സിംഹാസനം ഉണ്ടായിരുന്നു. ആ സിംഹാസനത്തിൽ വലതു കണ്ണിനു കാഴ്ചയില്ലാത്ത ആയിരം രാജാക്കന്മാരും ഇടതു കണ്ണിനു കാഴ്ചയില്ലാത്ത ആയിരം രാജാക്കന്മാരും രണ്ടു കണ്ണിനും കാഴ്ചയില്ലാത്ത ആയിരം രാജാക്കന്മാരും ഇരുന്നിട്ടുണ്ടായിരുന്നു. അവർ എല്ലാവരും അവർക്കു കാണാൻ പ്രത്യക്ഷപ്പെടണമെന്ന ആവശ്യം ദൈവത്തിന്റെ മുമ്പിൽ വെച്ചിരുന്നു. പക്ഷേ, എല്ലാവരും അവരുടെ ആഗ്രഹം നടക്കാതെ ശവക്കുഴികളിലേക്ക് പോയി. രാജാക്കന്മാരെല്ലാം മരിച്ചുകഴിഞ്ഞ്. വിശന്നു പൊരിഞ്ഞ നഗ്നപാദനായ ഒരു ഇരപ്പാളി വന്ന് സിംഹാസനത്തിൽ കയറി ഇരുന്നു. അയാൾ പറഞ്ഞു. "ദൈവമേ, മനുഷ്യന്റെ കണ്ണുകൾക്ക് സൂര്യനെ നേരിട്ട് നോക്കിനില്ക്കാൻ കഴിയില്ല. കാരണം അവയുടെ കാഴ്ച പോകും.

അപ്പോൾ സർവ്വശക്തനായ അങ്ങയെ അവർക്ക് എങ്ങനെ നേരിട്ട് നോക്കാൻ പറ്റും? അതുകൊണ്ട് ദരിദ്രനും പീഡിതനുമായ എനിക്ക് കാണാൻ കഴിയുന്ന തരത്തിൽ അങ്ങയുടെ ശക്തിയും പ്രതാപവും കുറയ്ക്കാനുള്ള ദയ കാണിച്ചാലും! അപ്പോൾ- പിതാവ് ശ്രദ്ധിച്ചു കേൾക്കണം - ദൈവം ഒരു കഷണം അപ്പമായും ഒരു കപ്പ് വെള്ളമായും ഒരു കമ്പിളി ഉടുപ്പായും ഒരു കുടിലായും കുടിലിന്റെ മുമ്പിൽ കുട്ടിക്ക് മുലയൂട്ടുന്ന ഒരു സ്ത്രീയായും രൂപം മാറി. ഇരപ്പാളി കൈരണ്ടും നീട്ടിക്കൊണ്ട് സന്തോഷത്തോടെ പുഞ്ചിരിച്ചു. “ദൈവത്തിന് നന്ദി” അയാൾ പിറുപിറുത്തു. “അങ്ങ് എനിക്കുവേണ്ടി സ്വയം വിനീതനായി.. അങ്ങ് എനിക്കുകാണാൻ വേണ്ടി അപ്പമായും വെള്ളമായും കമ്പിളി ഉടുപ്പായും കുടിലായും എന്റെ ഭാര്യയായും കുട്ടിയായും രൂപം മാറി. ഞാൻ അങ്ങനെ അങ്ങയെ നേരിട്ടു കണ്ടു. അങ്ങയുടെ അരുമയായ പലമുഖങ്ങളുള്ള മുഖത്തിനു മുമ്പിൽ ഞാൻ തലകുനിക്കുന്നു!”

ആരും സംസാരിച്ചില്ല. വൃദ്ധൻ ഒരു പോത്തിനെപ്പോലെ നെടുവീർപ്പിട്ടു. വൃദ്ധൻ രണ്ടു ശിഖരങ്ങളുള്ള വടിയും എടുത്ത് വളരെ ബുദ്ധിമുട്ടി ആൾക്കൂട്ടത്തിനുള്ളിൽ മറഞ്ഞു. അടുത്തത് പുതിയതായി വിവാഹം കഴിച്ച ഒരു ചെറുപ്പക്കാരൻ ആയിരുന്നു. അയാൾ കൈ ഉയർത്തിക്കൊണ്ട് വിളിച്ചു പറഞ്ഞു.

“ലോകത്തെ എരിച്ചു ചാമ്പലാക്കാനുള്ള തീ അങ്ങയുടെ കൈയിൽ ഉണ്ടെന്നാണ് അവർ പറയുന്നത്— ഞങ്ങളുടെ വീടുകളെയും കുട്ടികളെയും എരിച്ചു ചാമ്പലാക്കാനുള്ള തീ. ഈ രീതിയിലുള്ള സ്നേഹമാണോ അങ്ങ് ഞങ്ങൾക്ക് കൊണ്ടുതരുമെന്ന് അവകാശപ്പെടുന്നത്? ഇതാണോ നീതി എന്നു പറയുന്നത്: ഈ തീ?”

യേശുവിന്റെ കണ്ണുകളിൽ കണ്ണുനീർ നിറഞ്ഞു. പുതിയതായി വിവാഹം കഴിച്ച ഈ ചെറുപ്പക്കാരനോട് അദ്ദേഹം പരിതപിച്ചു. സത്യത്തിൽ അദ്ദേഹം കൊണ്ടുവന്ന നീതി ഇതായിരുന്നോ: ഈ തീജ്വാലകൾ? മോചനം കൈവരിക്കാൻ മറ്റു വഴികൾ ഉണ്ടായിരുന്നില്ലേ?

“രക്ഷപ്പെടുത്തപ്പെടാൻ എന്തുചെയ്യണമെന്ന് ഞങ്ങളോട് വ്യക്തമായി പറഞ്ഞു തരൂ.” ഒരു ഗൃഹനാഥൻ വിളിച്ചുകൂവി. അതിനുശേഷം കേൾവിക്കുറവ് ഉള്ളതുകൊണ്ട് ഉത്തരം അടുത്തുനിന്ന് കേൾക്കാൻ വേണ്ടി അയാൾ ആൾക്കൂട്ടത്തിനിടയിലൂടെ തള്ളിക്കയറി.

“നിങ്ങൾ ഹൃദയങ്ങൾ തുറന്നുവെക്കൂ” യേശു ഗർജ്ജിച്ചു. “നിങ്ങളുടെ കലവറകൾ തുറന്നുവെക്കൂ. നിങ്ങളുടെ വസ്തുക്കൾ പാവങ്ങൾക്കിടയിൽ പങ്കു വെക്കൂ! ദൈവത്തിന്റെ ദിവസം വന്നിരിക്കുന്നു! ഒരു കഷണം അപ്പമോ ഒരു ഭരണി എണ്ണയോ അവസാന മണിക്കൂറുകൾക്കു വേണ്ടി ഒരു തുണ്ട് ഭൂമിയോ പിശുക്കി സൂക്ഷിക്കുന്ന മനുഷ്യൻ ആരായാലും ആ അപ്പവും ഭരണിയും ഭൂമിയും കഴുത്തിൽ ചുറ്റിപ്പിടിച്ച് തൂങ്ങിക്കിടന്ന് നരകത്തിലേക്ക് വലിച്ചു താഴ്ത്തുന്നത് അയാൾക്ക് കാണേണ്ടിവരും.”

“എന്റെ ചെവി മൂളുന്നു.” ഗൃഹനാഥൻ പറഞ്ഞു. ”എന്നോട് ക്ഷമി

ക്കണം. എനിക്ക് തലചുറ്റുന്നതുപോലെ തോന്നുന്നു."

അയാൾ കോപത്തോടെ അയാളുടെ സമ്പന്നമായ ബംഗ്ലാവിലേക്ക് തിരിച്ചുപോയി. "അതു കേൾക്കൂ! നമ്മുടെ വസ്തുക്കൾ എല്ലാം ചൊറി പിടിച്ച പ്രാകൃതന്മാർക്ക് പങ്കുവെക്കാൻ! അത് എന്ത് നീതിയാണ്? അയാൾ നരകത്തിൽ പോയി നശിക്കട്ടെ!"

യേശു അയാൾ അപ്രത്യക്ഷനാകുന്നത് ശ്രദ്ധിച്ചു. "നരകത്തിന്റെ വാതിലിന് വിസ്താരം ഉണ്ട്." അദ്ദേഹം നെടുവീർപ്പിട്ടുകൊണ്ട് പറഞ്ഞു. "നരകത്തിലേക്കുള്ള വഴി വീതിയുള്ളതും പൂക്കൾ വിതറിയതുമാണ്. പക്ഷേ, ദൈവരാജ്യത്തിലേക്കുള്ള വഴി ഇടുങ്ങിയതാണ്, കയറ്റമാണ്. ജീവിക്കുമ്പോൾ നമുക്ക് തീരുമാനിക്കാം. കാരണം ജീവിതത്തിന്റെ അർത്ഥം സ്വാതന്ത്ര്യമാണ്. പക്ഷേ, മരണം വരുമ്പോൾ ചെയ്തത് ചെയ്തതാണ്. അവിടെ സ്വാതന്ത്ര്യം ഇല്ല."

"ഞാൻ വിശ്വസിക്കണമെന്ന് നിങ്ങൾക്ക് ആഗ്രഹം ഉണ്ടെങ്കിൽ" ഊന്നുവടിയിൽ നില്ക്കുന്ന ഒരു മനുഷ്യൻ അലറി. "ഒരു അത്ഭുതം പ്രവർത്തിച്ച് എന്നെ സുഖപ്പെടുത്തണം. എനിക്ക് തളന്തിത്തളന്തി സ്വർഗ്ഗ രാജ്യത്തിൽ കടന്നുചെല്ലാൻ പറ്റുമോ?"

"കുഷ്ഠരോഗിയായ എനിക്ക് പറ്റുമോ?"

"ഒറ്റകൈയനായ എനിക്ക് പറ്റുമോ?"

"അന്ധനായ എനിക്ക് പറ്റുമോ?"

വികലാംഗർ ഒന്നിച്ച് മുന്നോട്ടുവന്ന് ഭീഷണിപ്പെടുത്തുന്ന മട്ടിൽ അദ്ദേഹത്തിന്റെ മുമ്പിൽ നിരന്നുനിന്നു. അവർ എല്ലാ നിയന്ത്രണങ്ങളും നഷ്ടപ്പെട്ട് വിളിച്ചുകൂവാൻ തുടങ്ങി. അന്ധനായ വൃദ്ധൻ അയാളുടെ വടി ഉയർത്തി:

"ഞങ്ങളെ സുഖപ്പെടുത്തൂ" അയാൾ അലമുറയിട്ടു. "അല്ലെങ്കിൽ നിങ്ങൾ ഞങ്ങളുടെ ഗ്രാമം വിട്ടുപോകില്ല!"

പീറ്റർ വൃദ്ധന്റെ കൈയിൽനിന്നും വടി പിടിച്ചുപറിച്ചു. "നിങ്ങളുടെ മനസ്സു കാരണം ഒരിക്കലും നിങ്ങൾ വെളിച്ചം കാണുന്നില്ല."

വികലാംഗർ ഒന്നിച്ചു ചേർന്ന് കൂടുതൽ ക്രൂരതയുള്ളവരായി. ശിഷ്യന്മാരും തയ്യാറെടുത്തുകൊണ്ട് യേശുവിന്റെ അടുത്ത് നിലയുറപ്പിച്ചു. മഗ്ദലന കതക് കുറ്റിയിടാൻ വേണ്ടി ഭയത്തോടെ കൈ ഉയർത്തി. പക്ഷേ, യേശു അവളെ തടഞ്ഞു.

അദ്ദേഹം പറഞ്ഞു. "മഗ്ദലനാ, ഇത് ആപത്തു വരുത്തുന്ന ഒരു തലമുറ ആണ്- മൊത്തത്തിൽ മാംസം മാത്രം. ശീലങ്ങളും പാപങ്ങളും കൊഴുപ്പും അവരുടെ ആത്മാവുകളെ ഞെരിക്കുന്നു. ഞാൻ മാംസവും എല്ലുകളും കുടൽമാലയും ആത്മാവിനെ കണ്ടെത്താൻ വേണ്ടി തള്ളി മാറ്റി. അവസാനം ഞാൻ ഒന്നും കണ്ടില്ല. കഷ്ടം, ഏക പരിഹാരം തീജ്വാലകൾ ആണെന്ന് ഞാൻ ആലോചിച്ചുപോകുന്നു!"

അദ്ദേഹം ആൾക്കൂട്ടത്തിന്റെ നേർക്ക് തിരിഞ്ഞു. അദ്ദേഹത്തിന്റെ കണ്ണുകൾ ഇപ്പോൾ വരണ്ടുപോയിരുന്നു. അവയിൽ ആർദ്രത ഉണ്ടായിരു

ന്നില്ല.

"നമ്മൾ വിതയ്ക്കുന്നതിനു മുമ്പ് വിത്തുമുളച്ച് ശക്തിയോടെ വളർന്നു വരാൻ വേണ്ടി പാടങ്ങൾ തീയിടുന്നതുപോലെ ദൈവവും ഭൂമിക്ക് തീയിടുന്നു. അദ്ദേഹത്തിന് മുൾച്ചെടിയോടും കളകളോടും സുഗന്ധസസ്യങ്ങളോടും കരുണ ഇല്ല. അതാണ്. നീതിയുടെ അർത്ഥം. ഞാൻ യാത്ര പറയുന്നു!"

അദ്ദേഹം തോമസിന്റെ നേർക്ക് തിരിഞ്ഞു. "തോമസ് കുഴലൂതൂ. നമ്മൾ പോകുകയാണ്."

അദ്ദേഹം വടി കൈയിൽ എടുത്തു. മരവിച്ചു നിന്ന മനുഷ്യർ വഴിമാറിക്കൊടുത്തു. അദ്ദേഹം കടന്നുപോയി. മഗ്ദലന വീടിനുള്ളിലേക്ക് ഓടിക്കയറി ഉറുമാൽ കൈയിൽ എടുത്തു. പകുതി ചുറ്റിയ കമ്പിളി നൂലും അടുപ്പിന്റെ മുകളിൽ ഇരിക്കുന്ന കളിമൺപാത്രവും മുറ്റത്ത് തീറ്റകിട്ടാൻ നില്ക്കുന്ന വളർത്തു പക്ഷികളേയും ഉപേക്ഷിച്ചുകൊണ്ട് അവൾ വാതിലിന്റെ താക്കോൽ വഴിയുടെ മദ്ധ്യത്തിലേക്ക് വലിച്ചെറിഞ്ഞു. അതിനുശേഷം ഉറുമാൽ ബലമായി വരിഞ്ഞു ചുറ്റിക്കൊണ്ട് വീട്ടിലേക്ക് തിരിഞ്ഞു നോക്കാതെ അവൾ നിശ്ശബ്ദയായി മറിയത്തിന്റെ മകനെ പിന്തുടർന്നു.

ഇരുപത്തിമൂന്ന്

അവർ കാപ്പർനാമിൽ എത്തുമ്പോൾ രാത്രി അതിന്റെ ശൈശവത്തിൽ ആയിരുന്നു. കാറ്റും മഴയും അവരുടെ തലയ്ക്ക് മുകളിലൂടെ കടന്നു പോയിരുന്നു. വീശിയടിച്ച വടക്കൻകാറ്റ് അതിനെ തെക്കോട്ട് തള്ളിമാറ്റി.

"നമുക്ക് എല്ലാവർക്കും ഞങ്ങളുടെ വീട്ടിൽ ഉറങ്ങാം." സബിദീയുടെ ആൺമക്കൾ പറഞ്ഞു, "വലിയ വീടായതുകൊണ്ട് അവിടെ എല്ലാവർക്കും സ്ഥലം ഉണ്ട്. തല്ക്കാലം നമുക്ക് അവിടെ താമസിക്കാം."

"കിഴവൻ സബിദീയുടെ കാര്യം?" പീറ്റർ ചിരിച്ചുകൊണ്ട് പറഞ്ഞു. "അയാൾ ഒരു മാലാഖയ്ക്കു പോലും ഒരു തുള്ളി വെള്ളം കൊടുക്കില്ല."

ജോണിനു ദേഷ്യം വന്നു. "ആചാര്യനെ വിശ്വസിക്കൂ." അയാൾ പറഞ്ഞു. "അദ്ദേഹത്തിന്റെ ശ്വാസത്തിന് അയാളെ സ്വാധീനിക്കാൻ പറ്റും. നമുക്ക് നോക്കാം."

പക്ഷേ, യേശു കേട്ടില്ല. അദ്ദേഹം ഏറ്റവും മുന്നിൽ നടക്കുകയായിരുന്നു. അദ്ദേഹത്തിന്റെ കണ്ണുകളിൽ അന്ധരും മുടന്തരും കുഷ്ഠരോഗികളും നിറഞ്ഞു നിന്നു... ഹാ! എനിക്ക് എല്ലാ ആത്മാവുകളോടും ഉണർന്ന് എഴുന്നേല്ക്കാൻ പറയാൻ കഴിഞ്ഞിരുന്നെങ്കിൽ! അദ്ദേഹം ആലോചിച്ചു. അപ്പോൾ അവ ഉണരുകയാണെങ്കിൽ ശരീരം ആത്മാവായിമാറും. അവയ്ക്ക് സ്വാസ്ഥ്യം ലഭിക്കും.

അവർ വലിയ വാണിജ്യ നഗരത്തിലേക്ക് കടന്നപ്പോൾ തോമസ് ഊതാൻ വേണ്ടി അയാളുടെ കുഴലെടുത്ത് ചുണ്ടിൽവെച്ചു. പക്ഷേ, യേശു

കൈ കാണിച്ചു. “വേണ്ട” അദ്ദേഹം പറഞ്ഞു. “എനിക്ക് ക്ഷീണം ഉണ്ട്...” തീർച്ചയായും അദ്ദേഹത്തിന്റെ മുഖം വിളറിയിരുന്നു. അദ്ദേഹത്തിന്റെ കണ്ണിന്റെ നാലുചുറ്റും നീലനിറം വന്നിരുന്നു. മഗ്ദലന ഒരു കപ്പ് വെള്ളം ചോദിക്കാൻ വേണ്ടി ആദ്യത്തെ വാതിലിൽ മുട്ടി. യേശു വെള്ളം കുടിച്ചു. അദ്ദേഹത്തിന്റെ ശക്തി തിരിച്ചു വന്നു.

“മഗ്ദലന, ഞാൻ നിങ്ങൾക്ക് ഒരു കപ്പ് വെള്ളത്തിന്റെ കടക്കാരനായിരിക്കുന്നു.” അദ്ദേഹം പുഞ്ചിരിച്ചുകൊണ്ട് പറഞ്ഞു.

ജേക്കബ്ബിന്റെ കിണററിൽവെച്ച് സമരിയാക്കാരിയായ മറ്റേ സ്ത്രീയോട് എന്താണ് പറഞ്ഞതെന്ന് അദ്ദേഹം ഓർത്തു.

“ഞാൻ അനശ്വരമായ ഒരു കപ്പ് വെള്ളം നിങ്ങൾക്ക് തിരിച്ചു തരും.” അദ്ദേഹം കൂട്ടിച്ചേർത്തു.

“ആചാര്യൻ അത് എനിക്ക് വളരെക്കാലം മുമ്പുതന്നെ തന്നിട്ടുണ്ട്.” മഗ്ദലന ലജ്ജയോടെ പറഞ്ഞു.

അവർ നതാനലിന്റെ വീടിനടുത്തുകൂടി കടന്നുപോയി. വാതിൽ തുറന്നു കിടന്നു. വീട്ടുടമസ്ഥൻ മുറ്റത്തു നിന്നിരുന്ന അത്തിമരത്തിന്റെ ചുവട്ടിൽ നിന്നിരുന്നു. അയാൾ കൈയിൽ ഇരുന്ന തോട്ടികൊണ്ട് മരത്തിന്റെ ഉണങ്ങിയ കമ്പുകൾ ഒടിച്ചു കളയുകയായിരുന്നു. ഫിലിപ്പ് പെട്ടെന്ന് സഹയാത്രികരുടെ അടുത്തു നിന്നും തെന്നിമാറി നതാനലിന്റെ വീട്ടിലേക്ക് കടന്നുചെന്നു.

“നതാനൽ” അയാൾ പറഞ്ഞു. “എനിക്ക് ഒരു കാര്യം പറയാനുണ്ട്. കമ്പ് ഒടിക്കുന്നത് മതിയാക്കൂ.” അയാൾ വീട്ടിനുള്ളിലേക്ക് കയറി. നതാനൽ അയാളെ പിന്തുടർന്ന് അകത്തുകയറി വിളക്കുകത്തിച്ചു വെച്ചു. ഫിലിപ്പ് പറഞ്ഞു. “വിളക്കും അത്തിമരവും വീടും മറന്നിട്ട് എന്റെ കൂടെ വരൂ.”

“എവിടെ?”

“എവിടെ? പക്ഷേ, നിങ്ങൾ വാർത്തകൾ ഒന്നും കേട്ടില്ലേ? ലോകാവസാനം എത്തിയിരിക്കുന്നു! ഇന്നോ നാളെയോ സ്വർഗ്ഗങ്ങൾ തുറക്കപ്പെടും. ലോകം ചാമ്പലായി മാറും. പെട്ടെന്ന് പോയി പെട്ടകത്തിൽ കയറിയാൽ നിങ്ങൾക്ക് രക്ഷപ്പെടാൻ പറ്റും.”

“എന്തു പെട്ടകം?”

“മറിയത്തിന്റെ മകന്റെ നെഞ്ച്. ഡേവിഡിന്റെ മകന്റെ – നസറേത്തിൽ നിന്നുള്ള നമ്മുടെ ആചാര്യന്റെ നെഞ്ച്. മരുഭൂമിയിൽ നിന്ന് അദ്ദേഹം ഇപ്പോഴാണ് തിരിച്ചുവന്നത്. അവിടെവെച്ച് അദ്ദേഹം ദൈവത്തെ കണ്ടിരുന്നു. അവർ രണ്ടുപേരുംകൂടി സംസാരിച്ച് ലോകത്തിന്റെ നാശത്തെപ്പറ്റിയും മോചനത്തെപ്പറ്റിയും തീരുമാനങ്ങൾ എടുത്തിട്ടുണ്ട്. ദൈവം നമ്മുടെ ആചാര്യന്റെ തലയിൽ കൈവെച്ചുകൊണ്ട് പറഞ്ഞു. “പോയി രക്ഷപ്പെടുത്തേണ്ടവരെ തെരഞ്ഞെടുക്കൂ.” അദ്ദേഹം പറഞ്ഞു. “നിങ്ങളാണ് പുതിയ നോഹ. നോക്കൂ, പെട്ടകത്തിന്റെ താക്കോൽ ഇവിടെ ഉണ്ട്. അതുകൊണ്ട് നിങ്ങൾക്ക് പെട്ടകം തുറക്കാനും അടയ്ക്കാനും പറ്റും.”

അതിനുശേഷം അദ്ദേഹം സ്വർണ്ണംകൊണ്ടുള്ള ഒരു താക്കോൽ ആചാര്യനെ ഏല്പിച്ചു. ദൈവം അതു കഴുത്തിൽതൂക്കിയിട്ടിരുന്നു. പക്ഷേ, അത് മനുഷ്യന്റെ കണ്ണിന് കാണാൻ കഴിയില്ല.

"ഫിലിപ്പ്, വ്യക്തമായി പറയൂ. ഞാൻ ആകെ ചിന്താക്കുഴപ്പത്തിലാണ്. ഈ അത്ഭുതങ്ങൾ എല്ലാം എപ്പോഴാണ് നടന്നത്?"

"അടുത്തകാലത്ത്. ജോർദ്ദാൻ മരുഭൂമിയിൽവെച്ചാണ് ഇതെല്ലാം സംഭവിച്ചത്. അവർ സ്നാപകനെ കൊന്നു. അദ്ദേഹത്തിന്റെ ആത്മാവ് നമ്മുടെ ആചാര്യന്റെ ശരീരത്തിനുള്ളിൽ കയറി. കണ്ടാൽ നിങ്ങൾക്ക് അദ്ദേഹത്തെ തിരിച്ചറിയാൻ കഴിയില്ല. ആചാര്യന് വ്യത്യാസം വന്നു— അദ്ദേഹം കൂടുതൽ തീവ്രതയോടെ ഇടപെടുന്നു. എങ്കിലെന്ത്? അടുത്തകാലത്ത് നസറേത്തിലെ സൈന്യാധിപന്റെ തളർന്നുകിടക്കുന്ന മകളെ കാനായിൽവെച്ച് അദ്ദേഹം തൊട്ടു. ആ നിമിഷം അവൾ ചാടി എഴുന്നേറ്റ് നൃത്തം ചെയ്യാൻ തുടങ്ങി. ഞാൻ നമ്മുടെ ചങ്ങാത്തത്തിന്റെ മുകളിൽ സത്യം ചെയ്യുന്നു! നമ്മൾ നിശ്ചയമായും സമയം നഷ്ടപ്പെടുത്തരുത്. വരൂ!"

നതാനൽ നെടുവീർപ്പിട്ടു. "ഫിലിപ്പിന് അറിയാമോ? എനിക്ക് ഇവിടെ നല്ല ജോലി ഉണ്ടായിരുന്നു. എനിക്ക് ധാരാളം ജോലികൾ ചെയ്തുതീർക്കാനുണ്ട്. "നോക്കൂ, ഈ ചെരിപ്പുകളും സ്ത്രീകളുടെ പാദുകങ്ങളും എല്ലാം ചെയ്തുതീർക്കാനുള്ളതാണ്. എന്റെ കച്ചവടം നല്ല വേഗതയിൽ മുന്നോട്ടു പോകുകയായിരുന്നു. എന്നിട്ട് ഇപ്പോൾ..." അയാൾ സാവധാനം ചുറ്റുപാടും നോക്കി. അയാൾ പണി ആയുധങ്ങളിലേക്കും ജോലി ചെയ്യാനിരിക്കുന്ന സ്റ്റൂളിലേക്കും ചെരുപ്പുകുത്തിയുടെ തോലുളിയിലേക്കും, മെഴുകു പുരട്ടിയ നൂലിലേക്കും മുള്ളാണികളിലേക്കും നോക്കി... അയാൾ വീണ്ടും നെടുവീർപ്പിട്ടു.

"എനിക്ക് ഇവയെല്ലാം എങ്ങനെ ഉപേക്ഷിക്കാൻ പറ്റും?" അയാൾ മുറുമുറുത്തു.

"വിഷമിക്കേണ്ട. മുകളിൽ നിങ്ങൾക്ക് സ്വർണ്ണത്തിന്റെ പണിയായുധങ്ങൾ കിട്ടും. നിങ്ങൾക്ക് മാലാഖമാരുടെ സ്വർണ്ണച്ചെരുപ്പുകൾ നിർമ്മിക്കാം. നിങ്ങൾ ശാശ്വതമായി അസംഖ്യം ജോലികൾ കാണും. നിങ്ങൾക്ക് ജോലിയുടെ കുറവുണ്ടാകില്ല. പെട്ടെന്ന് ഗുരുവിന്റെ അടുത്തു ചെന്ന് പറയണമെന്നു മാത്രം "ഞാൻ അങ്ങയുടെ കൂടെ ഉണ്ട്! മറ്റൊന്നും വേണ്ട. ഞാൻ അങ്ങയുടെ കൂടെ ഉണ്ട്. അങ്ങ് എവിടെ പോയാലും ഞാൻ അങ്ങയെ പിന്തുടരും — മരണം വരെയും പിന്തുടരും! ഞങ്ങൾ എല്ലാവരും അതാണ് ശപഥം ചെയ്തിരിക്കുന്നത്."

"മരണം വരെ!" ചെരിപ്പുകുത്തി ഞെട്ടി. അയാൾക്ക് വലിയ ശരീരം ഉണ്ടായിരുന്നു. പക്ഷേ, അയാളുടെ ഹൃദയത്തിന് വലിപ്പം കുറവായിരുന്നു.

"അത് സംസാരിക്കുന്നതിന്റെ ഒരു രീതി ആണ്. പാവം. പേടിക്കേണ്ട" അയാളെ ആശ്വസിപ്പിക്കാൻ വേണ്ടി ആട്ടിടയൻ പറഞ്ഞു. "ഞങ്ങൾ എല്ലാവരും അതാണ് ശപഥം ചെയ്തിരിക്കുന്നത്. പക്ഷേ, ഭയക്കണ്ട. ഞങ്ങൾ നയിക്കപ്പെടുന്നത് ഐശ്വര്യത്തിലേക്കാണ്. മരണത്തിലേക്ക് അല്ല. എന്റെ

ചങ്ങാതിയായ ഈ മനുഷ്യൻ മനുഷ്യനല്ല. അല്ല. അദ്ദേഹം മനുഷ്യപുത്ര നാണ്!"

"രണ്ടും ഒന്നല്ലേ?"

"ഒന്നാകുന്നത് എങ്ങനെയാണ്? അങ്ങനെ പറയാൻ നിങ്ങൾക്ക് ലജ്ജ യില്ലേ? ആരെങ്കിലും ദാനിയേൽ പ്രവാചകനെ വായിക്കുന്നത് നിങ്ങൾ ഒരിക്കലും കേട്ടിട്ടില്ലേ? മനുഷ്യപുത്രന്റെ അർത്ഥം മിശിഹാ ആണ്. മറ്റു വാക്കുകളിൽ പറഞ്ഞാൽ രാജാവ്! അദ്ദേഹം വലിയ താമസം ഇല്ലാതെ പ്രപഞ്ചത്തിന്റെ സിംഹാസനത്തിൽ ഇരിക്കാൻ പോകുകയാണ്. അദ്ദേഹ ത്തോടൊപ്പം ചേരാൻ വിവേകം കാണിക്കുന്ന നമ്മുടെ കൂട്ടത്തിൽ ഉള്ള വർ സമ്പത്തും പദവികളും പങ്കിടാൻ പോകുകയാണ്. നിങ്ങൾ ഇനിയും നഗ്നപാദനായി നടക്കില്ല. നിങ്ങൾ സ്വർണ്ണംകൊണ്ടുള്ള ചെരിപ്പുകൾ ധരിക്കും. മാലാഖമാർ കുനിഞ്ഞുനിന്ന് നിങ്ങളുടെ ചെരിപ്പിന്റെ നാട കെട്ടും. നതാനൽ, ഇത് നിങ്ങൾക്ക് ഒരു നല്ല ഇടപാട് ആണെന്ന് ഞാൻ പറയും. അത് കൈയിൽനിന്ന് വഴുതിപ്പോകാൻ പാടില്ല. തോമസും ഞങ്ങ ളുടെകൂടെ ചേർന്നിട്ടുണ്ട്. അതിലും കൂടുതലായി ഞാൻ എന്തു പറയാ നാണ്? അയാൾ നല്ല കാര്യം എന്തോ മണത്തറിഞ്ഞിട്ടുണ്ട്. നെറികെട്ട വൻ ഷർട്ടുവരെ ഊരി പാവങ്ങൾക്ക് കൊടുത്തിട്ട് ഓടി വന്നിരിക്കുന്നു. അതുകൊണ്ട് നിങ്ങൾക്കും ഓടിവരാം. അയാൾ ഇപ്പോൾ സബിദീയുടെ വീട്ടിൽ ഉണ്ട്. വരൂ, നമുക്ക് പോകാം!"

പക്ഷേ, നതാനൽ തീരുമാനം എടുക്കാൻ കഴിയാതെ പിന്നോട്ടു മാറി. "നോക്കൂ ഫിലിപ്പ്, അനന്തരഫലങ്ങൾക്ക് നിങ്ങൾ മറുപടി പറയേണ്ടി വരും." അയാൾ അവസാനം പറഞ്ഞു. "ഞാൻ നിങ്ങളെ താക്കീതു ചെയ്യുന്നു: ഞാൻ നല്ലതിനുവേണ്ടി ഇതെല്ലാം ഉപേക്ഷിച്ചു വന്നിട്ട് മോശം അനുഭവമാണ് ഉണ്ടാകുന്നതെങ്കിൽ! ഞാൻ കുരിശിലേറ്റപ്പെടുന്നതൊഴിച്ച് മറ്റ് എന്തു കാര്യത്തിനും തയ്യാറാണ്."

"ശരി, ശരി," ഫിലിപ്പ് പറഞ്ഞു. "അങ്ങനെ ആണെങ്കിൽ നമുക്ക് സ്ഥലം വിടാം. എനിക്ക് ഭ്രാന്തു പിടിച്ചെന്ന് നിങ്ങൾ വിചാരിക്കുന്നുണ്ടോ?.... സമ്മതിച്ചോ? നമുക്ക് പോകാം!"

"ശരി, അപ്പോൾ– ദൈവത്തിനുവേണ്ടി!" അയാൾ വാതിൽ പൂട്ടി താക്കോൽ ഷർട്ടിനുള്ളിൽ വെച്ചു. അവർ രണ്ടുപേരും കൂടി കൈകോർത്തു പിടിച്ച് സബിദീയുടെ വീട്ടിലേക്ക് നടന്നു.

യേശുവും ശിഷ്യന്മാരും കത്തിച്ച തീക്കുണ്ഡത്തിന്റെ മുമ്പിൽ ഇരുന്ന് തീകായുമ്പോൾ വൃദ്ധയായ സലോമി ആഹ്ലാദത്തോടെ വീട്ടിനുള്ളി ലേക്കും പുറത്തേക്കും ഓടിനടന്നു. അവളുടെ എല്ലാ അസുഖങ്ങളും അപ്ര ത്യക്ഷപ്പെട്ടിരുന്നു. അവൾ ഓടിനടക്കുന്നതിനിടയിൽ മേശ തയ്യാറാക്കി. അവൾക്ക് ആൺമക്കളെപ്പറ്റിയുള്ള അഭിമാനത്തിന് അതിരില്ലായിരുന്നു. സ്വർഗ്ഗരാജ്യം കൊണ്ടുവരാൻ പോകുന്ന വിശുദ്ധനായ മനുഷ്യനെ സേവി ക്കാൻ പറ്റിയതിൽ അവൾ അങ്ങേയറ്റം സന്തോഷിച്ചു. ജോൺ അയാ ളുടെ അമ്മയുടെ ചെവിയിൽ കുനിഞ്ഞു നിന്ന് രഹസ്യം പറഞ്ഞു. ശിഷ്യ

ന്മാരെ നോക്കിക്കൊണ്ട് അവർ തണുത്തുവിറയ്ക്കുന്ന കാര്യം ജോൺ അമ്മയുടെ ശ്രദ്ധയിൽപ്പെടുത്തി. അവർ വേനൽക്കാലത്തിനു പറ്റിയ ലിനൻ വേഷങ്ങളാണ് ധരിച്ചിരുന്നത്. അമ്മ പുഞ്ചിരിച്ചുകൊണ്ട് അകത്തുപോയി പെട്ടിതുറന്ന് കമ്പിളി ഉടുപ്പുകൾ പുറത്തെടുത്തു. പിന്നീട് പെട്ടെന്ന് (അവളുടെ ഭർത്താവ് തിരിച്ചെത്തുന്നതിനുമുമ്പ്) അവൾ കമ്പിളി ഉടുപ്പുകൾ കൂട്ടുകാർക്കിടയിൽ പങ്കിട്ടുകൊടുത്തു. ഏറ്റവും കട്ടിയുള്ള വെളുത്ത കമ്പിളി ഉടുപ്പ് അവൾ യേശുവിന്റെ പുറത്തേക്ക് വാത്സല്യത്തോടെ എറിഞ്ഞു കൊടുത്തു. അദ്ദേഹം അവളെ തിരിഞ്ഞുനോക്കിക്കൊണ്ട് പുഞ്ചിരിച്ചു.

"അമ്മ സലോമിക്ക് അനുഗ്രഹങ്ങൾ ഉണ്ടാകട്ടെ" അദ്ദേഹം പറഞ്ഞു. "ശരീരം സൂക്ഷിക്കുന്നത് ന്യായമായ കാര്യമാണ്. മരുഭൂമിയിലൂടെ സഞ്ചരിക്കാൻ ആത്മാവ് കയറിയിരിക്കുന്ന ഒട്ടകമാണ് ശരീരം. അതുകൊണ്ട് അതിനെ ശ്രദ്ധിക്കണം."

കിഴവൻ സബിദീ അകത്തേക്ക് കടന്നുവന്ന് പ്രതീക്ഷിക്കാത്ത അതിഥികളെ നോക്കി. അയാൾ പകുതി മനസ്സോടെ അവരെ അഭിവാദനം ചെയ്തതിനുശേഷം ഒരു മൂലയിൽ ഇരുന്നു. ഈ കുറ്റവാളികളുടെ സംഘം (അയാൾ അവരെ വിളിക്കുന്നത് അങ്ങനെയാണ്) അയാളെ ഒട്ടുംതന്നെ സന്തോഷിപ്പിച്ചില്ല. ഇവിടെവന്ന് അയാളുടെ വീട് ഏറ്റെടുക്കാൻ അവരെ ആരാണ് ക്ഷണിച്ചത്? അയാളുടെ ധാരാളിയായ ഭാര്യ അവർക്ക് മനോഹരമായ ഒരു സദ്യ ഒരുക്കിക്കഴിഞ്ഞു! ഈ പുതിയ മതഭ്രാന്തൻ മുളച്ചുപൊങ്ങിയ ദിവസത്തെ ശപിക്കണം! അയാളുടെ ആൺമക്കളെ രണ്ടും ഈ ഭ്രാന്തൻ മോഷ്ടിച്ചെടുത്തു. അതുകൂടാതെ മക്കളുടെ ഭാഗം പിടിച്ച വിഡ്ഢിയായ ഭാര്യയുമായി ദിവസം മുഴുവൻ നീണ്ടു നില്ക്കുന്ന തർക്കങ്ങൾ ഉണ്ടായിരുന്നു. "അവരുടെ പ്രവൃത്തി ശരിയാണ്." അവൾ പറഞ്ഞു. ഈ മനുഷ്യൻ ശരിക്കും ഒരു പ്രവാചകൻ ആയിരുന്നു: അദ്ദേഹം രാജാവാകും. റോമാക്കാരെ പുറത്താക്കിയിട്ട് ഇസ്രയേലിന്റെ സിംഹാസനത്തിൽ അദ്ദേഹം ഇരിക്കും. അദ്ദേഹത്തിന്റെ വലതുവശത്ത് ജോണും ഇടതുവശത്ത് ജേക്കബും സിംഹാസനങ്ങളിൽ ഇരിക്കുന്നുണ്ടാകും - തുഴ വള്ളങ്ങളിലെ മുക്കുവരായിട്ടല്ല. വലിയ പ്രഭുക്കളായിട്ടായിരിക്കും; വളരെ പ്രാധാന്യമുള്ള പ്രഭുക്കളായിരിക്കും! അവരുടെ ജീവിതം മുഴുവൻ വെള്ളത്തിന്റെ മുകളിൽകിടന്ന് ചീഞ്ഞളിഞ്ഞു പോകണമെന്ന് നിങ്ങൾ എന്തിനാണ് വിചാരിക്കുന്നത്?... "പകലും രാത്രിയും ഇതിന്റെ പേരിൽ സബിദീ നിരന്തരം ഉപദ്രവിക്കപ്പെട്ടു. വിഡ്ഢിയായ കിഴവി കാൽ തറയിൽ ആഞ്ഞു ചവിട്ടിക്കൊണ്ട് അലറും. ചിലപ്പോൾ അയാൾ മുന്നിൽ കിട്ടിയതെന്തും വലിച്ചെറിഞ്ഞ് പൊട്ടിക്കും. ചിലപ്പോൾ അയാൾ എല്ലാം നിരാശയോടെ ഉപേക്ഷിച്ചിട്ട് ഒരു ഭ്രാന്തനെപ്പോലെ തടാകക്കരയിൽ ചുറ്റിത്തിരിയാൻ പോകും. അവസാനം അയാൾ മദ്യത്തിന്റെ മുമ്പിൽ സ്വയം ബലികൊടുത്തു... ഇനി ഇപ്പോൾ - അടുത്തതെന്ത്?— ഈ കുറ്റവാളിസംഘം അയാളുടെ വീട്ടിലേക്ക് സ്വയം വന്നുകയറിയിരിക്കുന്നു: അതോടൊപ്പം അവരുടെ കൂടെ

ആയിരം ചുംബനങ്ങളിൽ വിദഗ്ദ്ധയായ മഗ്ദലനയും ഉണ്ട്. അവർ മേശയുടെ ചുറ്റും വട്ടമിട്ട് ഇരിക്കുന്നു. അയാളെ അവർ തിരിഞ്ഞു നോക്കുന്നു പോലും ഇല്ല— വീട്ടുടമസ്ഥനായ അയാളോട് അനുവാദം പോലും ചോദിക്കുന്നില്ല. അപ്പോൾ അതിലേക്കാണ് നമ്മൾ വന്നുചേർന്നിരിക്കുന്നത്! അയാളും അയാളുടെ പൂർവ്വികരും വർഷങ്ങളോളം അടിമപ്പണിചെയ്തത് ഈ പരാന്നഭോജികൾക്കുവേണ്ടി ആയിരുന്നോ? അയാൾക്ക് ദേഷ്യം വന്നു. അയാൾ ചാടി എഴുന്നേറ്റുകൊണ്ട് അട്ടഹസിച്ചു.

"എന്റെ നല്ല ചങ്ങാതിമാർ ഒരു മിനിറ്റ് ഒന്നു ശ്രദ്ധിക്കണം- ഇത് ആരുടെ വീടാണ്? നിങ്ങളുടേതാണോ? അതോ എന്റേതാണോ? രണ്ടും രണ്ടും ചേർന്നാൽ നാലാണ്. നിങ്ങൾ എന്റെ ചോദ്യത്തിനുള്ള മറുപടി ഒന്നു പറഞ്ഞുതരാമോ?"

"ഇത് ദൈവത്തിന്റേതാണ്." അല്പം മദ്യപാനത്തിനുശേഷം സന്തോഷത്തിൽ ആയിരുന്ന പീറ്റർ മറുപടി പറഞ്ഞു. "സബിദീ, ഇത് ദൈവത്തിന്റെ വീടാണ്. നിങ്ങൾ വാർത്ത കേട്ടില്ലേ? ഇനി ഒന്നും തന്നെ നിങ്ങളുടേതുമല്ല, എന്റേതുമല്ല. എല്ലാം ദൈവത്തിന്റേതാണ്."

"മോശയുടെ നിയമം...." സബിദീ തുടക്കമിട്ടു. പക്ഷേ, അയാൾക്ക് പൂർത്തിയാക്കാൻ കഴിയുന്നതിനുമുമ്പ് പീറ്റർ തടസ്സപ്പെടുത്തി.

"എന്താണ് പറഞ്ഞത് - മോശയുടെ നിയമം! അത് അവസാനിച്ചു. സബിദീ, അത് കഴിഞ്ഞു. അത് വളരെ നീണ്ടു നില്ക്കുന്ന ഒരിക്കലും തിരിച്ചുവരാത്ത ഒരു നടത്തത്തിനു പോയി. ഇപ്പോൾ നമുക്ക് മനുഷ്യപുത്രന്റെ നിയമം ഉണ്ട്. മനസ്സിലായോ? നമ്മൾ എല്ലാവരും സഹോദരന്മാരാണ്! നമ്മുടെ ഹൃദയങ്ങൾ വിശാലമായിരിക്കുന്നു. നമ്മുടെ ഹൃദയങ്ങൾക്കൊപ്പം നിയമവും വിശാലമായിരിക്കുന്നു. ഇപ്പോൾ അത് മനുഷ്യവർഗ്ഗത്തെ മുഴുവൻ ആലിംഗനം ചെയ്യുന്നു. ഈ ലോകം പൂർണ്ണമായും വാഗ്ദത്തഭൂമി ആണ്. അതിർത്തികൾ ഇല്ലാതായിരിക്കുന്നു! സബിദീ, നിങ്ങളുടെ മുമ്പിൽ നില്ക്കുന്ന ഞാൻ എന്ന ഈ മനുഷ്യൻ രാജ്യങ്ങളിൽ നടന്ന് ദൈവവചനങ്ങൾ പ്രഖ്യാപിക്കും. ഞാൻ റോമിൽ ചെന്ന് കാര്യങ്ങൾ മനസ്സിലാക്കിക്കൊടുക്കും. അതെ, ചിരിക്കരുത്— ഞാൻ ചക്രവർത്തിയുടെ കഴുത്തിനു പിടിച്ച് അയാളെ ഇടിച്ചു താഴെയിടും. എന്നിട്ട് ഞാൻ തന്നെ സിംഹാസനത്തിൽ കയറി ഇരിക്കും. എന്തുകൊണ്ട് പാടില്ല! ഗുരു പറഞ്ഞതുപോലെ ഞങ്ങൾ ഇപ്പോൾ നിങ്ങളെപ്പോലെ മുക്കുവർ അല്ല. ഞങ്ങൾ മത്സ്യങ്ങളുടെ മുക്കുവർ അല്ല— ഞങ്ങൾ മനുഷ്യരുടെ മുക്കുവരാണ്. ഞങ്ങൾ മീൻ പിടിക്കുന്നില്ല. അറിവുള്ളവരോട് ഒരുവാക്ക്: ഞങ്ങളെ വാഴ്ത്തിപ്പറയുക, ഞങ്ങൾക്ക് ധാരാളം വീഞ്ഞും ആഹാരവും കൊണ്ടുത്തരുക, കാരണം വളരെ സമീപകാലത്തു തന്നെ ഞങ്ങൾ വലിയ പ്രഭുക്കന്മാരാകും. നിങ്ങൾ ഞങ്ങൾക്ക് ഒരു കഷണം ഉണക്ക അപ്പം തരുകയാണെങ്കിൽ കുറച്ചു ദിവസങ്ങൾക്കകം ഞങ്ങൾ ഒരു ചരുവം നിറയെ അപ്പം നിങ്ങൾക്ക് തിരിച്ചു തരും. അതോ ഏതുതരം അപ്പങ്ങൾ! അനശ്വരമായ അപ്പങ്ങൾ! നിങ്ങൾ എത്ര തിന്നാലും അവ ഒരിക്കലും തിന്നു

തീരില്ല."

"പാവം; നിങ്ങൾ ഇപ്പോൾതന്നെ തലകീഴായി കുരിശിലേറ്റപ്പെട്ടിരിക്കുകയാണെന്ന് എനിക്ക് മനസ്സിലായി" സബിദീ അയാളുടെ മൂലയിൽ പോയി പതുങ്ങി ഇരുന്നുകൊണ്ട് മുറുമുറുത്തു. പീറ്ററിന്റെ വാക്കുകൾകേട്ട് അയാൾ സാവധാനം ഭയക്കാൻ തുടങ്ങിയിരുന്നു. ഞാൻ എന്റെ വായ് അടച്ചുവയ്ക്കുന്നതാണ് കൂടുതൽ നല്ലത്. അയാൾ ആലോചിച്ചു. എന്താണ് സംഭവിക്കാൻ പോകുന്നതെന്ന് ഒരിക്കലും നിങ്ങൾക്ക് അറിയാൻ കഴിയില്ല. ലോകം തിരിഞ്ഞു കൊണ്ടിരിക്കുന്ന ഒരു ഗോളം ആണ്. ഒരു ദിവസം ഈ ഭ്രാന്തന്മാർ അതിന്റെ അകത്തു കടക്കാനുള്ള സാദ്ധ്യത ഉണ്ട്... അപ്പോൾ നമുക്ക് സൂക്ഷിച്ചു പെരുമാറാം!

ശിഷ്യന്മാർ അവരുടെ താടിക്കുള്ളിൽ ഇരുന്നു ചിരിച്ചു. പീറ്റർ സന്തോഷമുള്ള മാനസികാവസ്ഥയിലായിരുന്നതുകൊണ്ട് തമാശ പറയുകയാണെന്ന് അവർക്ക് നല്ലപോലെ അറിയാം. പക്ഷേ, ഇപ്പോൾ അവർ തുറന്നു പറയാൻ തക്കവണ്ണം മദ്യപിച്ചിരുന്നില്ലെങ്കിലും ഇതേ ചിന്തകൾ അവരുടെ ഉള്ളിലും രഹസ്യമായി ചുറ്റിത്തിരിയുന്നുണ്ടായിരുന്നു. പദവികൾ, സിൽക്ക് വസ്ത്രങ്ങൾ, സ്വർണ്ണമോതിരങ്ങൾ, ധാരാളം ഭക്ഷണം ഇവയെല്ലാം അവരുടെ മനസ്സിൽ പതിഞ്ഞിരുന്നു– കൂടാതെ ലോകം യഹൂദരുടെ കാൽച്ചുവട്ടിലാകണമെന്നുള്ള തോന്നലും: സ്വർഗ്ഗരാജ്യം അതായിരുന്നു.

കിഴവൻ സബിദീ അല്പം കൂടി വീഞ്ഞു കുടിച്ച് ധൈര്യം സംഭരിച്ചു.

അയാൾ പറഞ്ഞു. "ഗുരു വായ് തുറക്കാൻ പോകുന്നില്ലേ? ഇതെല്ലാം ആരംഭിച്ചത് നിങ്ങളാണ്. ഇപ്പോൾ മറ്റുള്ളവർ അതിനുവേണ്ടി കാത്തിരിക്കുമ്പോൾ നിങ്ങൾ ഒരു വെള്ളരിക്കയെപോലെ വെറുതെ ഇരിക്കുന്നു... നോക്കൂ, എന്റെ സാധനങ്ങൾ ചിന്നിച്ചിതറിക്കിടക്കുന്നതുകണ്ടിട്ട് അതിനെപ്പറ്റി നിലവിളിക്കാതിരിക്കുന്നത് എന്തിനാണെന്ന് ദൈവത്തെ വിചാരിച്ച് നിങ്ങൾ എനിക്കു പറഞ്ഞു തരാമോ?"

"സബിദീ" യേശു മറുപടി പറഞ്ഞു. "ഒരിക്കൽ വളരെ സമ്പന്നനായ ഒരു മനുഷ്യൻ ഉണ്ടായിരുന്നു. അയാൾ കൊയ്തു. മുന്തിരിവിളവെടുപ്പു നടത്തി. ഒലിവുകൾ ശേഖരിച്ചുവെച്ചു. കൂജകൾ നിറച്ചുവെച്ചു. തിന്നു കുടിച്ചു. അതിനുശേഷം അയാൾ അയാളുടെ മുറ്റത്തു മലർന്നുകിടന്നു. അയാൾ പറഞ്ഞു. എന്റെ ആത്മാവേ നിങ്ങൾക്ക് ധാരാളം സ്വത്തുക്കൾ ഉണ്ട്. തിന്നും കുടിച്ചും സന്തോഷിക്കൂ!" പക്ഷേ, ഇതു പറയുമ്പോൾ അയാൾ ആകാശത്തു നിന്ന് ഒരു ശബ്ദം കേട്ടു: "വിഡ്ഢീ- ഈ രാത്രിയിൽ നീ നിന്റെ ആത്മാവിനെ നരകത്തിന് അടിയറവെക്കും. നിങ്ങൾ ഒന്നിച്ചുകൂട്ടിയ ഈ സാധനങ്ങൾകൊണ്ട് നിങ്ങൾക്ക് എന്തു ചെയ്യാൻ പറ്റും?.... സബിദീ, നിങ്ങൾക്ക് ചെവിയുണ്ട്. ഞാൻ പറയുന്നത് നിങ്ങൾ കേൾക്കുന്നു. നിങ്ങൾക്ക് മനസ്സുണ്ട്. ഞാൻ ഉദ്ദേശിക്കുന്നത് നിങ്ങൾ മനസ്സിലാക്കുന്നു. സബിദീ, രാത്രിയും പകലും സ്വർഗ്ഗത്തിൽനിന്നുള്ള ഈ ശബ്ദം നിങ്ങളുടെ മുകളിൽ ഉണ്ടായിരിക്കട്ടെ!"

വൃദ്ധനായ വീട്ടുടമസ്ഥൻ തല താഴ്ത്തി. അയാൾ വീണ്ടും സംസാരിച്ചില്ല.

ആ സമയത്ത് വാതിൽ തുറന്നു കൊണ്ട് ഫിലിപ്പ് വാതിൽപടിയിൽ പ്രത്യക്ഷപ്പെട്ടു. അയാളുടെ പിന്നിൽ പൊക്കമുള്ള തടിയൻ നതാനൽ ജാഗ്രതയോടെ നില്ക്കുന്നുണ്ടായിരുന്നു. അയാളുടെ ഹൃദയത്തിൽ ഇപ്പോൾ രണ്ടു മണികൾ ഒന്നിച്ച് മുഴങ്ങുന്നില്ല. അയാൾ തീരുമാനം എടുത്തുകഴിഞ്ഞിരുന്നു. അയാൾ യേശുവിന്റെ അടുത്തുവന്ന് കുനിഞ്ഞുനിന്ന് അദ്ദേഹത്തിന്റെ പാദങ്ങളിൽ ചുംബിച്ചു.

അയാൾ പറഞ്ഞു. “ഞാൻ മരണംവരെ ഗുരുവിനോടൊപ്പം ഉണ്ട്.”

യേശു ചുരുണ്ട മുടിയുള്ള പോത്തിന്റെ തലപോലുള്ള തലയിൽ കൈവെച്ചു. “നതാനലിന് സ്വാഗതം. നിങ്ങൾ മറ്റുള്ളവർക്കെല്ലാം ചെരുപ്പ് നിർമ്മിച്ചുകൊടുത്തിട്ട് സ്വയം ചെരുപ്പില്ലാതെ നടക്കുന്നു. അത് എനിക്ക് വളരെ കൂടുതൽ ഇഷ്ടപ്പെട്ടു. എന്നോടൊപ്പം വരൂ!” അദ്ദേഹം അയാളെ വലതുവശത്തു പിടിച്ചിരുത്തിക്കൊണ്ട്, ഒരു കഷണം അപ്പവും ഒരു കപ്പ് വീഞ്ഞും കൊടുത്തു. “എന്റേതാകാൻ” അദ്ദേഹം പറഞ്ഞു. “ഈ അപ്പം കഴിച്ചിട്ട് വീഞ്ഞു കുടിക്കണം.”

നതാനൽ അപ്പം തിന്നു. വീഞ്ഞു കുടിച്ചു. അയാൾക്ക് ആ നിമിഷത്തിൽ അയാളുടെ എല്ലുകളിൽനിന്നും ആത്മാവിലേക്ക് ശക്തി ഒഴുകി ഇറങ്ങുന്നതായി തോന്നി. വീഞ്ഞ് സൂര്യനെപ്പോലെ ഉദിച്ചുയർന്ന് അയാളുടെ മനസ്സിലേക്ക് അരിച്ചിറങ്ങി. അപ്പവും വീഞ്ഞും ആത്മാവും ഒന്നായി മാറി.

അയാളുടെ മനസ്സ് ചുട്ടുപൊള്ളുകയായിരുന്നു. അയാൾ സംസാരിക്കാൻ ആഗ്രഹിച്ചു. പക്ഷേ, അയാൾക്ക് ആത്മവിശ്വാസം ഇല്ലായിരുന്നു.

“നതാനൽ സംസാരിക്കൂ.” ഗുരു പറഞ്ഞു. “നിങ്ങൾ ഹൃദയം തുറന്ന് സ്വയം ആശ്വസിപ്പിക്കൂ.”

അയാൾ മറുപടി പറഞ്ഞു. “ഞാൻ എല്ലാക്കാലത്തും ദരിദ്രൻ ആയിരുന്നെന്ന് അങ്ങ് മനസ്സിലാക്കണം. ഇത് എന്റെ ആഗ്രഹമാണ്. ഞാൻ അന്നന്ന് ജോലി ചെയ്താണ് ജീവിച്ചത്. അതുകൊണ്ട് എനിക്ക് ഒരിക്കലും നിയമം പഠിക്കാനുള്ള സമയം ഉണ്ടായിരുന്നില്ല.... അത് അങ്ങ് മനസ്സിലാക്കണമെന്നാണ് ഞാൻ ആഗ്രഹിച്ചത്. ഞാൻ പറയേണ്ടത് പറഞ്ഞുകഴിഞ്ഞപ്പോൾ കൂടുതൽ ആശ്വാസം തോന്നുന്നു.”

യേശു പുതിയതായി ബോധോദയം ഉണ്ടായ മനുഷ്യന്റെ വിരിഞ്ഞ തോളുകളിൽ തലോടി. “നതാനൽ നെടുവീർപ്പിടരുത്” അദ്ദേഹം ചിരിച്ചുകൊണ്ട് പറഞ്ഞു. “ദൈവത്തിന്റെ മാറിലേക്ക് രണ്ടു വഴികൾ നമ്മളെ നയിക്കുന്നുണ്ട്. ഒന്ന് മനസ്സിന്റെ വഴി, രണ്ടാമത്തേത് ഹൃദയത്തിന്റെ വഴി.... ഞാൻ നിങ്ങളോട് പറയാൻ പോകുന്ന കഥ ശ്രദ്ധിച്ചു കേൾക്കണം!”

“ഒരു ദരിദ്രനും ഒരു സമ്പന്നനും ഒരു ദുർവൃത്തനും ഒരേദിവസം മരിച്ച് ഒരേസമയത്ത് ദൈവത്തിന്റെ കോടതിയുടെ മുമ്പിൽ പ്രത്യക്ഷപ്പെട്ടു. അവരിൽ ആരും തന്നെ നിയമം ഒരിക്കലും പഠിച്ചിരുന്നില്ല. ദൈവം

നെറ്റിചുളിച്ചു കൊണ്ട് ദരിദ്രനോടു ചോദിച്ചു. "നിങ്ങൾ ജീവിച്ചിരുന്ന സമയത്ത് എന്തുകൊണ്ട് നിയമം പഠിച്ചില്ല?"

അയാൾ മറുപടി പറഞ്ഞു. "ദൈവമേ ഞാൻ ദരിദ്രനും വിശക്കുന്നവനും ആയിരുന്നു. ഞാൻ പകലും രാത്രിയും എന്റെ ഭാര്യയെയും കുട്ടികളെയും പോറ്റാൻ വേണ്ടി അടിമപ്പണി ചെയ്യുകയായിരുന്നു. എനിക്ക് സമയം ഉണ്ടായിരുന്നില്ല."

"നിങ്ങൾ എന്റെ വിശ്വസ്തനായ ജോലിക്കാരൻ ഹിലലിനേക്കാൾ ദരിദ്രനായിരുന്നോ?" ദൈവം ദേഷ്യപ്പെട്ട് ചോദിച്ചു. "അയാൾക്ക് സിനഗോഗിനുള്ളിൽ കയറി നിയമം വിശദീകരിക്കുന്നത് കേൾക്കുന്നതിനുള്ള പണം കൊടുക്കാൻ ഇല്ലായിരുന്നു. അതുകൊണ്ട് അയാൾ മേൽക്കൂരയുടെ മുകളിൽ കയറി കമഴ്ന്നു കിടന്നുകൊണ്ട് നിയമം വിശദീകരിക്കുന്നതു കേട്ടു. പക്ഷേ, മഞ്ഞുവീണു. അയാൾ കേട്ടുകൊണ്ടിരുന്ന കാര്യത്തിൽ അങ്ങേയറ്റം മുഴുകിയിരുന്നതുകൊണ്ട് മഞ്ഞുവീഴ്ച അയാൾ തിരിച്ചറിഞ്ഞില്ല. രാവിലെ ആചാര്യൻ സിനഗോഗിനുള്ളിൽ പ്രവേശിച്ചപ്പോൾ ഇരുട്ടായിരുന്നു. അയാൾ മുകളിലേക്ക് നോക്കിയപ്പോൾ കൂരജന്നലിനു പുറത്ത് ഒരു മനുഷ്യന്റെ ശരീരം കിടക്കുന്നതുകണ്ടു. അയാൾ മേൽക്കൂരയിൽ കയറി മഞ്ഞ് കുഴിച്ചു മാറ്റി ഹിലലിനെ തോണ്ടിയെടുത്തു. അയാൾ ഹിലാലിനെ കൈയിൽ എടുത്തു താഴെ കൊണ്ടുവന്ന് നെരിപ്പോടുകത്തിച്ച് അയാളെ ജീവിതത്തിലേക്ക് തിരികെക്കൊണ്ടു വന്നു. അതിനുശേഷം ആചാര്യൻ അയാൾക്ക് പണം കൊടുക്കാതെ സിനഗോഗിനുള്ളിൽ പ്രവേശിച്ച് കേൾക്കാനുള്ള അനുവാദം കൊടുത്തു. ഹിലൽ പിന്നീട് ലോകം അറിയുന്ന പ്രസിദ്ധനായ ആചാര്യനായി മാറി... അതിനെപ്പറ്റി നിങ്ങൾ എന്തു പറയന്നു?"

"ഒന്നും പറയുന്നില്ല." ദരിദ്രൻ പിറുപിറുത്തു. അതിനുശേഷം അയാൾ പൊട്ടിക്കരയാൻ തുടങ്ങി.

ദൈവം സമ്പന്നന്റെ നേർക്ക് തിരിഞ്ഞു. "നിങ്ങൾ ജീവിച്ചിരുന്ന സമയത്ത് നിയമം പഠിക്കാതിരുന്നത് എന്തുകൊണ്ടാണ്?"

"ഞാൻ വളരെകൂടുതൽ സമ്പന്നനായിരുന്നു. എനിക്ക് ധാരളം തോട്ടങ്ങളും ധാരാളം അടിമകളും ധാരാളം കാര്യങ്ങളും ഉണ്ടായിരുന്നു. എനിക്ക് എങ്ങനെ അതിനിടയിൽ പഠിക്കാൻ പറ്റും?"

"നിങ്ങൾ ആയിരം ഗ്രാമങ്ങളും ആയിരം കപ്പലുകളും പിന്തുടർച്ചയായി കിട്ടിയ ഹാർസോമിന്റെ മകൻ എലിയാസറിനേക്കാൾ സമ്പന്നൻ ആയിരുന്നോ?" ദൈവം പൊട്ടിത്തെറിച്ചു. "പക്ഷേ, നിയമം വിശദീകരിക്കുന്ന ഒരു ജ്ഞാനിയുടെ കാര്യങ്ങൾ മനസ്സിലാക്കിയപ്പോൾ അതെല്ലാം അയാൾ ഉപേക്ഷിച്ചു. നിങ്ങൾക്ക് അതിനെപ്പറ്റി എന്താണ് പറയാനുള്ളത്?"

"ഒന്നും ഇല്ല" സമ്പന്നൻ പിറുപിറുത്തു. അയാളും പൊട്ടിക്കരയാൻ തുടങ്ങി.

ദൈവം അപ്പോൾ ദുർവൃത്തന്റെ നേർക്ക് തിരിഞ്ഞു. "എന്റെ സുന്ദരൻ എന്താണ് നിയമം പഠിക്കാതിരുന്നത്?"

"ഞാൻ വളരെ കൂടുതൽ സുന്ദരനായിരുന്നു. ധാരാളം സ്ത്രീകൾ സ്വമനസ്സാലേ എന്റെ മുകളിൽ വന്നു വീണു. എനിക്ക് ഉണ്ടായിരുന്ന നേരം പോക്കുകൾക്കിടയിൽ നിയമം പഠിക്കാൻ എങ്ങനെ സമയം കിട്ടും?"

"നിങ്ങൾ പുറ്റിഫറിന്റെ ഭാര്യ പ്രണയിച്ച ജോസഫിനേക്കാൾ സുന്ദരൻ ആയിരുന്നോ? അയാളുടെ അങ്ങേയറ്റത്തെ സൗന്ദര്യംകൊണ്ട് അയാൾ സൂര്യനോടു പറഞ്ഞു. "സൂര്യൻ തിളങ്ങണം, അതുകൊണ്ട് ഞാനും തിളങ്ങും." അദ്ദേഹം നിയമം വെളിവാക്കിയപ്പോൾ അക്ഷരങ്ങൾ വാതിലുകൾപോലെ തുറന്ന് വെളിച്ചത്തിലും തീജ്വാലകളിലും പൊതിഞ്ഞ അർത്ഥം പുറത്തേക്കു വന്നു. നിങ്ങൾക്ക് എന്താണ് പറയാനുള്ളത്?"

"ഒന്നുമില്ല." ദുർവൃത്തങ്ങൾ മുറുമുറുത്തു. അയാളും പൊട്ടിക്കരയാൻ തുടങ്ങി.

ദൈവം കൈയടിച്ച് ഹിലലിനെയും എലിയാസറിനെയും ജോസഫിനെയും സ്വർഗ്ഗത്തിൽ നിന്ന് വിളിച്ചുവരുത്തി. അവർ വന്നുകഴിഞ്ഞപ്പോൾ അദ്ദേഹം പറഞ്ഞു. "ദാരിദ്ര്യവും സമ്പത്തും സൗന്ദര്യവും കാരണം നിയമം പഠിക്കാത്ത ഈ മനുഷ്യരെപ്പറ്റി വിധി കല്പിക്കൂ. ഹിലൽ സംസാരിക്കൂ. നിങ്ങൾ ദരിദ്രന്റെ വിധി കല്പിക്കൂ."

ഹിലൽ മറുപടി പറഞ്ഞു. "എനിക്ക് അയാളെ എങ്ങനെ ശിക്ഷിക്കാൻ പറ്റും? എനിക്ക് ദാരിദ്ര്യത്തിന്റെ അർത്ഥം അറിയാം. എനിക്ക് വിശപ്പിന്റെ അർത്ഥം അറിയാം. അയാൾക്ക് മാപ്പു കൊടുക്കണം!"

ദൈവം പറഞ്ഞു. "എലിയാസർ, ഇവിടെ ഒരു സമ്പന്നൻ ഉണ്ട്. അയാളെ ഞാൻ നിങ്ങളെ ഏല്പിക്കുന്നു."

എലിയാസർ മറുപടി പറഞ്ഞു. "ഞാൻ എങ്ങനെ അയാളെ ശിക്ഷിക്കും? എനിക്ക് സമ്പന്നനാകുന്നതിന്റെ അർത്ഥം അറിയാം- മരണം! അയാൾക്ക് മാപ്പു കൊടുക്കണം!"

"ഇനി ജോസഫിന്റെ ഊഴമാണ്. സുന്ദരൻ ഇവിടെ ഉണ്ട്!"

"ദൈവമേ, ഞാൻ എങ്ങനെയാണ് ഇയാളെ ശിക്ഷിക്കുന്നത്? ശരീരത്തിന്റെ സൗന്ദര്യത്തെ കീഴടക്കുന്നത് എത്രമാത്രം ബുദ്ധിമുട്ടാണെന്ന് എനിക്ക് അറിയാം. അത് എത്രമാത്രം ഭയാനകമായ രക്തസാക്ഷിത്വം ആണെന്ന് എനിക്ക് അറിയാം. അയാൾക്ക് മാപ്പു കൊടുക്കണം!"

യേശു നിശ്ശബ്ദനായി. അദ്ദേഹം പുഞ്ചിരിച്ചുകൊണ്ട് നതാനലിനെ നോക്കി. പക്ഷേ, ചെരുപ്പുകുത്തി അസ്വസ്ഥനായിരുന്നു.

"ശരി, അതിനുശേഷം ദൈവം എന്തുചെയ്തു?" നതാനൽ ചോദിച്ചു.

"നിങ്ങൾ ചെയ്യാനിടയുള്ളതുതന്നെ ദൈവവും ചെയ്തു." യേശു ചിരിച്ചുകൊണ്ട് മറുപടി പറഞ്ഞു.

നിഷ്കളങ്കനായ ചെരുപ്പുകുത്തിയും പൊട്ടിച്ചിരിച്ചു. "അതിന്റെ അർത്ഥം ഞാൻ മോചിപ്പിക്കപ്പെട്ടിരിക്കുന്നു!" അയാൾ യേശുവിന്റെ കൈകളിൽ പിടിച്ച് ശക്തിയായി ഞെരിച്ചു. അയാൾ വിളിച്ചുകൂവി. "ആചാര്യൻ പറഞ്ഞത് എനിക്ക് മനസ്സിലായി. അങ്ങ് ദൈവത്തിന്റെ മാറത്തേക്ക് നയിക്കുന്ന രണ്ട് വഴികൾ ഉണ്ടെന്ന് പറഞ്ഞു. മനസ്സിന്റെ വഴിയും ഹൃദയ

ത്തിന്റെ വഴിയും. ഞാൻ ഹൃദയത്തിന്റെ വഴി സ്വീകരിച്ച് അങ്ങയെ കണ്ടെത്തി!"

യേശു എഴുന്നേറ്റ് വാതിലിനടുത്തേക്ക് പോയി. ശക്തമായ ഒരു കാറ്റ് ഉയർന്നുവന്നു. തടാകം അലറുകയായിരുന്നു. ആകാശത്തെ നക്ഷത്രങ്ങൾ അസംഖ്യം മണൽത്തരികൾ ആയിരുന്നു. അദ്ദേഹത്തിന് മരുഭൂമിയുടെ ഓർമ്മ വന്നു. അദ്ദേഹം ഞെട്ടിവിറച്ചുകൊണ്ട് വാതിൽ അടച്ചു. "രാത്രി ദൈവത്തിൽ നിന്നുള്ള ഒരു വലിയ സമ്മാനം ആണ്." അദ്ദേഹം പറഞ്ഞു. "അതു മനുഷ്യനെ പുതപ്പിക്കാൻ വേണ്ടി നിശ്ശബ്ദയായി വാത്സല്യത്തോടെ വരുന്ന അമ്മയാണ്. രാത്രി അതിന്റെ തണുത്ത കൈപ്പത്തി മനുഷ്യന്റെ നെറ്റിയിൽ അമർത്തി അന്നത്തെ പകലിന്റെ ഉൽക്കണ്ഠകളെ ശരീരത്തിൽ നിന്നും ആത്മാവിൽനിന്നും തുടച്ചുമാറ്റുന്നു. സഹോദരന്മാരെ ഇത് രാത്രിയുടെ ആലിംഗനത്തിനു കീഴടങ്ങാനുള്ള സമയമാണ്."

വൃദ്ധയായ സലോമി അദ്ദേഹത്തിന്റെ സംസാരം കേട്ട് എഴുന്നേറ്റു. നെരിപ്പോടിന്റെ മൂലയിൽ കുനിഞ്ഞിരുന്ന് പ്രിയപ്പെട്ടവന്റെ ശബ്ദം സന്തോഷത്തോടെ കേട്ടുകൊണ്ടിരുന്ന മഗ്ദലനയും അവിടെനിന്ന് എഴുന്നേറ്റ് രണ്ടു സ്ത്രീകളും കൂടി പായകൾ വിരിച്ച് പുതപ്പുകൾ കൊണ്ടുവന്നു. ജേക്കബ് മുറ്റത്തിറങ്ങി ഒലിവ് തടിക്കഷണങ്ങൾ ശേഖരിച്ചു കൊണ്ടുവന്ന് നെരിപ്പോടിന്റെ അടുത്തു കൂട്ടിയിട്ടു. യേശു മുറിയുടെ നടുക്ക് ജറുസലേമിലേക്ക് തിരിഞ്ഞ് നിവർന്നുനിന്നുകൊണ്ട് കൈകൾ ഉയർത്തിപ്പിടിച്ച് ആഴമുള്ള ശബ്ദത്തിൽ വൈകുന്നേരത്തെ പ്രാർത്ഥന ചൊല്ലി: "ദൈവമേ, അങ്ങയുടെ വാതിലുകൾ ഞങ്ങൾക്കു വേണ്ടി തുറന്നിടേണമേ. പകൽ മുങ്ങുന്നു. സൂര്യൻ വീഴുന്നു. സൂര്യൻ അപ്രത്യക്ഷപ്പെടുന്നു. ഞങ്ങൾ അങ്ങയുടെ വാതിലിൽ ശാശ്വതമായി വരുന്നു. ഞങ്ങൾ അങ്ങയോട് യാചിക്കുന്നു: ഞങ്ങളോട് കരുണ വേണം. ഞങ്ങളെ രക്ഷിച്ചാലും!"

"ദൈവമേ, ഞങ്ങൾക്ക് നല്ല സ്വപ്നങ്ങൾ അയച്ചുതരേണമേ!" പീറ്റർ കൂട്ടിച്ചേർത്തു. "ദൈവമേ, ഉറക്കത്തിൽ എന്റെ പഴയ ബോട്ട് പുതിയ ബോട്ടാക്കിമാറ്റി ചുവന്ന കപ്പൽപ്പായയുമായി എനിക്ക് കാണിച്ചുതരേണമേ!" അയാൾ അമിതമായി കുടിച്ചിരുന്നതുകൊണ്ട് സന്തോഷമുള്ള മാനസികാവസ്ഥയിൽ ആയിരുന്നു.

യേശു ശിഷ്യന്മാരുടെ നടുക്ക് കിടന്നു. വീട് പൂർണ്ണമായും അവർ കൈവശപ്പെടുത്തിയിരുന്നു. സബിദീയും ഭാര്യയും സ്ഥലം കണ്ടെത്താൻ കഴിയാതെ പുറത്തുള്ള ഒരു കെട്ടിടത്തിലേക്ക് പോയി. മഗ്ദലനയും അവരോടൊപ്പം പോയി. വൃദ്ധൻ മുറുമുറുത്തു. അയാളുടെ സുഖസൗകര്യങ്ങൾ അപഹരിക്കപ്പെട്ടിരിക്കുന്നു. അയാൾ ഭാര്യയെ ദേഷ്യപ്പെട്ട് തിരിഞ്ഞു നോക്കിക്കൊണ്ട് മഗ്ദലന കൂടി കേൾക്കണമെന്ന ഉദ്ദേശ്യത്തോടെ ഉറക്കെ പറഞ്ഞു:

"ഇനി എന്ത്? എന്റെ സ്വന്തം വീട്ടിൽ അന്യർ കടന്നുവന്ന് എന്നെ പുറത്താക്കിയിരിക്കുന്നു. നമ്മൾ എത്രമാത്രം തരംതാഴ്ത്തപ്പെട്ടെന്ന് നോക്കൂ!"

പക്ഷേ, വൃദ്ധ ഭിത്തിയുടെ ഭാഗത്തേക്ക് തിരിഞ്ഞു കിടന്നു. അവർ മറുപടി പറഞ്ഞില്ല.

ഈ രാത്രിയിൽ മാത്യു വീണ്ടും ഉറങ്ങിയില്ല. അയാൾ ഷർട്ടിനടിയിൽനിന്ന് പകുതി എഴുതിയ ബുക്ക് പുറത്തെടുത്ത് വിളക്കിനടിയിൽ ഇരുന്ന് യേശു എങ്ങനെ കാപ്പർനാമിൽ എത്തിയെന്നും മഗ്ദലന എങ്ങനെ അവരോടൊപ്പം ചേർന്നെന്നും യേശു പറഞ്ഞ ഒരിക്കൽ ഒരു സമ്പന്നൻ ഉണ്ടായിരുന്നതിന്റെ കഥ എന്തായിരുന്നെന്നും വിശദമായി എഴുതാൻ ആരംഭിച്ചു... എഴുതിക്കഴിഞ്ഞപ്പോൾ അയാളും വിളക്കുകെടുത്തി ഉറങ്ങാൻ കിടന്നു. പക്ഷേ, അയാൾ അല്പം അകലെയാണ് കിടന്നത്. കാരണം അവർ അയാളുടെ കൂർക്കംവലിയുമായി ഇതുവരെ പൊരുത്തപ്പെട്ടിട്ടില്ലായിരുന്നു.

പീറ്റർ കണ്ണടച്ചപ്പോൾതന്നെ ഉറങ്ങി. ഉടൻതന്നെ ഒരു മാലാഖ സ്വർഗ്ഗത്തുനിന്നും ഇറങ്ങിവന്ന് അയാളുടെ നെറ്റി ശബ്ദം ഉണ്ടാക്കാതെതുറന്ന് ഒരു സ്വപ്നത്തിന്റെ രൂപത്തിൽ അകത്തു പ്രവേശിച്ചു. കടൽത്തീരത്ത് ഒരു വലിയ ജനക്കൂട്ടം കൂട്ടം കൂടി നില്ക്കുന്നതായി തോന്നി. വെള്ളത്തിൽ ചാഞ്ചാടിക്കൊണ്ടിരുന്ന ചുവന്ന കപ്പൽപ്പായ കെട്ടിയ പച്ചനിറമുള്ള പുതിയ ബോട്ടിനെ പ്രശംസിച്ചുകൊണ്ട് ആചാര്യനും അവിടെ നില്ക്കുന്നുണ്ടായിരുന്നു. അതിന്റെ അണിയത്തിന്റെ താഴെ പീറ്ററിന്റെ നെഞ്ചിൽ പച്ചകുത്തിയിരുന്ന മീനിനെപ്പോലെയുള്ള ഒരു മീനിന്റെ തിളങ്ങുന്ന ഒരു വലിയ ചിത്രം വരച്ചിട്ടുണ്ടായിരുന്നു. “ഈ മനോഹരമായ ബോട്ട് ആരുടേതാണ്?” യേശു ചോദിച്ചു. “അത് എന്റേതാണ്.” പീറ്റർ അഭിമാനത്തോടെ മറുപടി പറഞ്ഞു. “പീറ്റർ, കൂട്ടുകാരെയുംകൂട്ടി കടലിന്റെ മദ്ധ്യത്തിലേക്ക് സഞ്ചരിക്കൂ. അതുകൊണ്ട് എനിക്ക് നിങ്ങളുടെ ധൈര്യത്തെ പ്രശംസിക്കാൻ പറ്റും!”

“ആചാര്യനെ ഞാൻ സന്തോഷത്തോടെ അനുസരിക്കുന്നു.” പീറ്റർ പറഞ്ഞു. അയാൾ നങ്കൂരച്ചങ്ങല ഊരിമാറ്റി. മറ്റു കൂട്ടുകാർ അകത്തേക്ക് ചാടിക്കയറി. അനുകൂലമായ ഒരു കാറ്റ് അമരത്തിനു മുകളിൽക്കൂടി വീശി. കപ്പൽപ്പായ ഇളകിമറിഞ്ഞ് പുറത്തേക്ക് വിടർന്നുനിന്നു. അവർ പാട്ടു പാടിക്കൊണ്ട് തുറന്ന കടലിൽ എത്തിച്ചേർന്നു.

പക്ഷേ, പെട്ടെന്ന് ഒരു ചുഴലിക്കാറ്റ് രൂപപ്പെട്ടു. ബോട്ട് വട്ടത്തിൽ ചുറ്റിക്കറങ്ങി. ബോട്ടിന്റെ പള്ള കിരുകിരാ ശബ്ദം ഉണ്ടാക്കിക്കൊണ്ട് പിളർന്നു മാറാൻ തയ്യാറെടുത്തു: ബോട്ടിനുള്ളിലേക്ക് വെള്ളം ഇരച്ചുകയറി മുങ്ങാൻ തുടങ്ങി. ബോട്ടിന്റെ മേൽത്തട്ടിൽ കമഴ്ന്നുവീണ ശിഷ്യന്മാർ ഉറക്കെ നിലവിളിച്ചു. പീറ്റർ പായ്മരത്തിൽ പിടിച്ചുനിന്നുകൊണ്ട് വിളിച്ചുകൂവി. “ആചാര്യാ, ആചാര്യാ, സഹായിക്കണം!” അതാ! കൂരിരുട്ടിലൂടെ അവരുടെ അടുത്തേക്ക് വെളുത്ത വസ്ത്രം ധരിച്ച് വെള്ളത്തിനു മുകളിലൂടെ നടന്നടുക്കുന്ന ആചാര്യനെ പീറ്റർ തിരിച്ചറിഞ്ഞു. ശിഷ്യന്മാർ തല ഉയർത്തി അദ്ദേഹത്തെ കണ്ടു. “ഒരു പിശാച്! ഒരു പിശാച്!” അവർ വിറച്ചുകൊണ്ട് കൂവിവിളിച്ചു. “ഭയക്കണ്ട” യേശു അവരോടു പറഞ്ഞു. “ഇത്

ഞാനാണ്." പീറ്റർ അദ്ദേഹത്തിന് മറുപടി കൊടുത്തു.

"ഇത് സത്യത്തിൽ അങ്ങാണെങ്കിൽ എന്നോടും തിരമാലകൾക്കു മുകളിലൂടെ നടന്ന് അങ്ങയുടെ അടുത്തുവന്ന് നേരിട്ടുകാണാൻ ആജ്ഞാപിച്ചാലും!"

"വരൂ" യേശു ആജ്ഞാപിച്ചു. പീറ്റർ ബോട്ടിൽ നിന്നും എടുത്തു ചാടി തിരമാലകൾക്കു മുകളിലൂടെ നടക്കാൻ തുടങ്ങി. പക്ഷേ, ഇളകി മറിയുന്ന കടൽ കണ്ടപ്പോൾ അയാൾ ഭയംകൊണ്ട് തളർന്നുപോയി. അയാൾ മുങ്ങാൻ തുടങ്ങി. "ദൈവമേ, എന്നെ രക്ഷിക്കൂ." അയാൾ നില വിളിച്ചു. "ഞാൻ മുങ്ങിമരിച്ചുകൊണ്ടിരിക്കുകയാണ്." യേശു അയാൾക്ക് കൈനീട്ടിക്കൊടുത്ത് മുകളിലേക്ക് വലിച്ചുകയറ്റി. "വിശ്വാസം ഇല്ലാത്ത മനുഷ്യാ" അദ്ദേഹം പറഞ്ഞു. "നിങ്ങൾ എന്തു കൊണ്ടാണ് ഭയന്നുപോയത്? നിങ്ങൾക്ക് എന്നിൽ വിശ്വാസം ഇല്ലേ? നോക്കൂ!" അദ്ദേഹം തിരമാലകൾക്കു മുകളിൽ കൈനീട്ടിക്കൊണ്ട് പറഞ്ഞു. "നിശ്ചലമാകൂ!" ഉടൻതന്നെ കാറ്റിന്റെ ശക്തികുറഞ്ഞു. കടൽ ശാന്തമായി. പീറ്റർ പൊട്ടിക്കരഞ്ഞു. അയാളുടെ ആത്മാവ് ഒരിക്കൽകൂടി പരീക്ഷിക്കപ്പെടുകയായിരുന്നു. ഒരിക്കൽക്കൂടി അത് നാണക്കേട് ഉണ്ടാക്കിക്കൊണ്ട് വെളിവാക്കപ്പെട്ടിരിക്കുന്നു.

ഉറക്കെ വിളിച്ചുകൂവിക്കൊണ്ട് പീറ്റർ ഞെട്ടി ഉണർന്നു. അയാളുടെ താടിയിൽ കണ്ണുനീരിന്റെ നനവ് ഉണ്ടായിരുന്നു. അയാൾ പായയിൽ നിന്ന് എഴുന്നേറ്റ് ഭിത്തിയിൽ ചാരി ഇരുന്നുകൊണ്ട് നെടുവീർപ്പിട്ടു. ഉണർന്നു കിടന്നിരുന്ന മാത്യു അയാൾ നെടുവീർപ്പിടുന്നതുകേട്ടു.

"പീറ്റർ എന്തിനാണ് നെടുവീർപ്പിട്ടത്?" അയാൾ ചോദിച്ചു.

ഒരു നിമിഷം പീറ്റർ അതു കേട്ടില്ലെന്ന് ഭാവിക്കാൻ തീരുമാനിച്ചു. അയാൾ മറുപടി പറഞ്ഞില്ല. തീർച്ചയായും അയാൾ കരം പിരിവുകാരനുമായുള്ള സംസാരം ഇഷ്ടപ്പെട്ടിരുന്നില്ല. പക്ഷേ, സ്വപ്നം വീർപ്പുമുട്ടൽ ഉണ്ടാക്കുന്നതായിരുന്നു. അത് ഉള്ളിൽനിന്ന് വലിച്ചു പുറത്തിട്ടാൽ ആശ്വാസം കിട്ടുമെന്ന് അയാൾക്ക് തോന്നി. അതുകൊണ്ട് അയാൾ മാത്യുവിന്റെ അടുത്തേക്ക് നിരങ്ങിച്ചെന്ന് സ്വപ്നം വിവരിക്കാൻ ആരംഭിച്ചു. വിവരണം കൂടുന്നതിനൊത്ത് അയാൾ സ്വപ്നത്തെ കൂടുതൽ അലങ്കരിച്ചു. മാത്യു എല്ലാം മനസ്സിൽ കുറിച്ചിട്ടുകൊണ്ട് പീറ്ററിന്റെ സംസാരം ആർത്തിയോടെ കേട്ടു. നാളെ പകൽ സമയത്ത് ദൈവം അനുവദിക്കുകയാണെങ്കിൽ അതു മുഴുവൻ അയാൾ ബുക്കിൽ പകർത്തും.

പീറ്റർ സംസാരം അവസാനിപ്പിച്ചു. പക്ഷേ, നെഞ്ചിനുള്ളിൽ അയാളുടെ ഹൃദയം സ്വപ്നത്തിലെ ബോട്ട് ആടിയുലഞ്ഞതു പോലെ ചാഞ്ചാടിക്കൊണ്ടിരുന്നു. പെട്ടെന്ന് അയാൾ ഭയം കൊണ്ട് ഞെട്ടിവിറച്ചു.

"സത്യത്തിൽ ആചാര്യൻ എന്നെ പരീക്ഷിക്കാൻ വേണ്ടി കടലിലേക്ക് കൂട്ടിക്കൊണ്ടുപോയതായിരിക്കുമോ? എന്റെ ജീവിതത്തിൽ ഇതിനേക്കാൾ ജീവനുള്ള ഒരു കടൽ ഒരിക്കലും കണ്ടിട്ടില്ല. ഇതിനേക്കാൾ നല്ല ഒരു ബോട്ട് ഒരിക്കലും കണ്ടിട്ടില്ല. ഇതിനേക്കാൾ പ്രത്യക്ഷമായ ഒരു ഭയം ഒരി

ക്കലും അനുഭവിച്ചിട്ടില്ല. ഒരുപക്ഷേ, അത് സ്വപ്നം ആയിരിക്കില്ല... മാത്യുവിന്റെ അഭിപ്രായം എന്താണ്?"

"അത് ഉറപ്പായും സ്വപ്നം ആയിരുന്നില്ല. ഈ അത്ഭുതം നിശ്ചയമായും നടന്നതാണ്." മാത്യു മറുപടി പറഞ്ഞു. അടുത്ത ദിവസം ഇത് എങ്ങനെ കടലാസിലാക്കാൻ പറ്റുമെന്ന് അയാൾ ആഴത്തിൽ ആലോചിക്കാൻ ആരംഭിച്ചു. അത് അങ്ങേയറ്റം ബുദ്ധിമുട്ടായിരിക്കും. കാരണം അത് സ്വപ്നമാണോ യാഥാർത്ഥ്യമാണോ എന്ന് അയാൾക്ക് പൂർണ്ണമായും ഉറപ്പ് ഇല്ലായിരുന്നു. അത് രണ്ടുംകൂടി ആയിരുന്നു. അത്ഭുതം സംഭവിച്ചു. പക്ഷേ, അത് ഈ ഭൂമിയിലോ കടലിലോ അല്ല... മറ്റെവിടെയോ ആണ് സംഭവിച്ചത്— പക്ഷേ, എവിടെ?

അയാൾ ആലോചിച്ച് ഉത്തരം കണ്ടെത്താൻ വേണ്ടി കണ്ണുകൾ അടച്ചു. പക്ഷേ, ഉറക്കം അയാളെ കൂട്ടിക്കൊണ്ടുപോയി.

അടുത്ത ദിവസം ശക്തിയായ കാറ്റ് ഉണ്ടായിരുന്നു. മഴ നിർത്താതെ പെയ്തുകൊണ്ടിരുന്നു. മുക്കുവർ കടലിൽ പോയില്ല. അവർ കുടിലുകൾക്കുള്ളിൽ അടച്ചിരുന്ന് വലകളുടെ കേടുപാടുകൾ തീർത്തുകൊണ്ട് സബിദീയുടെ വീട്ടിലെ അപൂർവ്വ സന്ദർശകനെപ്പറ്റി സംസാരിച്ചുകൊണ്ടിരുന്നു. അയാൾ സ്നാപകയോഹന്നാൻ പുനർജ്ജനിച്ചതാണെന്ന് തോന്നി. ആരാച്ചാരുടെ തലോടൽ കഴിഞ്ഞ ഉടൻതന്നെ സ്നാപകൻ തല കുനിഞ്ഞെടുത്ത് കഴുത്തിൽ സ്ഥാപിച്ചതിനുശേഷം നിമിഷനേരംകൊണ്ട് അപ്രത്യക്ഷനായി. പക്ഷേ, വീണ്ടും ഹിറോഡ് അദ്ദേഹത്തെ പിടികൂടി തലവെട്ടാതിരിക്കാൻ വേണ്ടി നസറേത്തിലെ ആശാരിയുടെ മകന്റെ ശരീരത്തിൽ പ്രവേശിച്ച് അവർ ഒന്നായി മാറി. ആശാരിയുടെ മകനെ കണ്ടാൽ നിങ്ങൾക്ക് ഭ്രാന്തു പിടിക്കും. അദ്ദേഹം ഒരാളാണോ? അതോ രണ്ടു മനുഷ്യർ ആണോ? അത് അമ്പരപ്പുണ്ടാക്കി. നിങ്ങൾ നേരിട്ട് മുഖത്ത് നോക്കുകയാണെങ്കിൽ അദ്ദേഹം നിങ്ങളെ നോക്കി പുഞ്ചിരിക്കുന്ന ഒരു സാധാരണ മനുഷ്യൻ ആയിരുന്നു. നിങ്ങൾ കുറച്ചുകൂടി അടുത്തേക്ക് വന്നാൽ അദ്ദേഹത്തിന്റെ ഒരു കണ്ണു ക്രൂരമായി നിങ്ങളെ പിടിച്ചു തിന്നാൻ ആഗ്രഹിച്ചു. മറ്റേ കണ്ണ് കൂടുതൽ കൂടുതൽ അടുത്തു ചെല്ലാൻ വേണ്ടി നിങ്ങളെ പ്രോത്സാഹിപ്പിച്ചു. നിങ്ങൾ കൂടുതൽ അടുത്തേക്ക് ചെല്ലുന്നു. നിങ്ങളുടെ തല കൂടുതൽ കറങ്ങുന്നു. എന്താണ് സംഭവിക്കുന്നതെന്ന് മനസ്സിലാക്കുന്നതിനു മുമ്പ് നിങ്ങൾ നിങ്ങളുടെ വീട് ഉപേക്ഷിച്ച് അദ്ദേഹത്തെ പിന്തുടരുന്നു!

ഒരു വൃദ്ധനായ മുക്കുവൻ ഇതെല്ലാം കേട്ട് തലകുലുക്കി. "ഇത് വിവാഹം കഴിക്കാത്തവർക്ക് സംഭവിക്കുന്നതാണ്." അയാൾ പറഞ്ഞു. "എങ്ങനെയെങ്കിലും ലോകത്തെ രക്ഷപ്പെടുത്തണം എന്നതാണ് അവരുടെ ഏക ആഗ്രഹം. അതിന്റെ അണുക്കൾ അവരുടെ തലയിൽ ഉദിച്ച് തലച്ചോറിനെ ആക്രമിക്കുന്നു. ദൈവത്തെ ഓർത്ത് നിങ്ങൾ എല്ലാവരും വിവാഹം കഴിക്കണം. നിങ്ങളുടെ ശക്തികൾ സ്ത്രീകളുടെ മുകളിൽ ഉപേക്ഷിക്കപ്പെടട്ടെ! നിങ്ങളെ സ്വയം സാന്ത്വനപ്പെടുത്താൻ വേണ്ടി നിങ്ങൾക്ക്

കുട്ടികൾ ഉണ്ടാകട്ടെ!"

വൃദ്ധനായ യോനാ തലേന്ന് വൈകുന്നേരം വാർത്ത കേട്ടിരുന്നു. അയാൾ അയാളുടെ ചെറ്റക്കുടിലിൽ കാത്തു കാത്തിരുന്നു. ഇത് നീണ്ടു നില്ക്കില്ല. അയാൾ വിചാരിച്ചു. ഞാൻ മരിച്ചോ അതോ ജീവിച്ചിരിപ്പുണ്ടോ എന്ന് അറിയാൻ വേണ്ടി തീർച്ചയായും എന്റെ ആൺമക്കൾ വരും. അയാൾ രാത്രി മുഴുവൻ പ്രതീക്ഷയോടെ കാത്തിരുന്നു. അതിനുശേഷം അയാൾക്ക് പ്രതീക്ഷ നഷ്ടപ്പെട്ടു. രാവിലെ പണ്ട് വിവാഹിതനായപ്പോൾ ധരിച്ചിരുന്നതും മഹത്തായ സന്ദർഭങ്ങളിൽ മാത്രം ഉപയോഗിക്കുന്നതുമായ പട്ടാളമേധാവിയുടെ ഉയരമുള്ള ബൂട്ടുകളും മെഴുകുതുണിയിൽ തുന്നിയ കീറിയ ഉടുപ്പും അണിഞ്ഞുകൊണ്ട് അയാളുടെ ചങ്ങാതി സബ്ദീദിയുടെ വീട്ടിലേക്ക് മഴയത്ത് നടന്നുപോയി. വാതിൽ തുറന്നുകിടക്കുന്നതുകണ്ട് അയാൾ വീടിനുള്ളിൽ പ്രവേശിച്ചു.

നെരിപ്പോട് കത്തുന്നുണ്ടായിരുന്നു. പത്തോളം ആണുങ്ങളും രണ്ടു പെണ്ണുങ്ങളും നെരിപ്പോടിനു മുമ്പിൽ ചമ്രം പടിഞ്ഞ് ഇരിക്കുന്നുണ്ടായിരുന്നു. സ്ത്രീകളിൽ ഒരാളെ അയാൾ തിരിച്ചറിഞ്ഞു— അത് സലോമിത്തള്ള ആയിരുന്നു. മറ്റേയാൾ ചെറുപ്പമായിരുന്നു. അയാൾ അവളെ എവിടെയോവച്ച് കണ്ടിട്ടുണ്ട്. പക്ഷേ, എവിടെയാണെന്ന് അയാൾക്ക് ഓർക്കാൻ കഴിയുന്നില്ല. വീട് പകുതി ഇരുട്ടിൽ ആയിരുന്നു. അയാൾ അയാളുടെ രണ്ട് ആൺമക്കളെ തിരിച്ചറിഞ്ഞു. ആൻഡ്രുവും പീറ്ററും നിമിഷനേരത്തേക്ക് തിരിഞ്ഞു നോക്കിയപ്പോൾ അവരുടെ മുഖങ്ങളിൽ തീജ്വാലകളുടെ വെളിച്ചം വീണിരുന്നു. പക്ഷേ, അയാൾ കടന്നുവന്നതിന്റെ ശബ്ദം ആരും കേട്ടില്ല. ആരും തിരിഞ്ഞു നോക്കിയതും ഇല്ല. അയാൾക്ക് അഭിമുഖമായി ഇരുന്നിരുന്ന ആരുടെയോ സംസാരം അവർ ആകാംക്ഷയോടെ ശ്രദ്ധിക്കുകയായിരുന്നു. അയാൾ എന്താണ് സംസാരിച്ചുകൊണ്ടിരിക്കുന്നത്? വൃദ്ധനായ യോനാ ചെവി കൂർപ്പിച്ചു. ഇടയ്ക്കിടയ്ക്ക് ചില വാക്കുകൾ അയാൾ മനസ്സിലാക്കി: "നീതി" "ദൈവം" "സ്വർഗ്ഗരാജ്യം..." വർഷം മുഴുവൻ ഇതുതന്നെ! അയാൾക്ക് ഇതുകേട്ട്കേട്ട് മടുത്തിരുന്നു. എങ്ങനെ മീൻപിടിക്കണമെന്നോ എങ്ങനെ കപ്പൽ പായയുടെ കേടുപാടുകൾ തീർക്കണമെന്നോ എങ്ങനെ ബോട്ടിന്റെ ചോർച്ച മാറ്റണമെന്നോ എങ്ങനെ വിശപ്പും ജലദോഷവും ഒഴിവാക്കണമെന്നോ സംസാരിക്കുന്നതിനുപകരം— അവർ അവിടെ ഇരുന്ന് സ്വർഗ്ഗത്തെപ്പറ്റി സംസാരിച്ചു! ഈ ഭൂമിയെപ്പറ്റിയും കടലിനെപ്പറ്റിയും അവർക്ക് ഒരു കാര്യവും പറയാനില്ലേ? കിഴവൻ യോനയ്ക്ക് ദേഷ്യം വന്നു. അവർ ശബ്ദം കേട്ട് തിരിഞ്ഞു നോക്കാൻ വേണ്ടി അയാൾ ചുമച്ചു. ആരും തിരിഞ്ഞുനോക്കിയില്ല. അയാൾ കാലുയർത്തി പട്ടാളമേധാവിയുടെ ബൂട്ടുകൊണ്ട് തറയിൽ ആഞ്ഞു ചവിട്ടി— പക്ഷേ, പ്രയോജനം ഉണ്ടായില്ല. അവർ എല്ലാവരും വിളറിയ പ്രാസംഗികന്റെ ചുണ്ടുകളിൽ തൂങ്ങിക്കിടക്കുകയായിരുന്നു.

തിരിഞ്ഞുനോക്കിയ ഒരേ ഒരാൾ വൃദ്ധയായ സലോമി ആയിരുന്നു. അവൾ തിരിഞ്ഞുനോക്കി പക്ഷേ, അയാളെ കണ്ടില്ല. അതുകൊണ്ട് കിഴ

വൻ യോനാ മുന്നോട്ടു നടന്നുചെന്ന് നെരിപ്പോടിനു മുമ്പിൽ അയാളുടെ ആൺമക്കളുടെ തൊട്ടുപിന്നിൽ ഇരുന്നു. അയാൾ തന്റെ വലിയ കൈകൊണ്ട് പീറ്ററിന്റെ തോളിൽപിടിച്ച് കുലുക്കി. പീറ്റർ തിരിഞ്ഞുനോക്കി അച്ഛനെ കണ്ടു. അയാൾ വിരൽ ചുണ്ടിൽ വെച്ച് അച്ഛനോട് സംസാരിക്കാൻ പാടില്ലെന്നുള്ള സൂചന നല്കി. എന്നിട്ട് അത് സ്വന്തം അച്ഛൻ യോനാ അല്ലെന്നും അച്ഛനെ കണ്ടിട്ട് മാസങ്ങൾ കഴിഞ്ഞിട്ടില്ലെന്നും തോന്നുന്ന തരത്തിൽ അയാൾ വീണ്ടും വിളറിയ ചെറുപ്പക്കാരന്റെ സംസാരം കേൾക്കാൻ വേണ്ടി മുഖം തിരിച്ചു. ആദ്യം യോനായ്ക്ക് വിഷമം തോന്നി. അതിനു ശേഷം അയാൾക്ക് ദേഷ്യം വന്നു. അയാൾ ബൂട്ട് ഊരി മാറ്റി. (അത് ചൊറിച്ചിൽ ഉണ്ടാക്കുന്നുണ്ടായിരുന്നു). അത് അദ്ധ്യാപകന്റെ മുഖത്തേക്ക് വലിച്ചെറിഞ്ഞാൽ യോനായ്ക്ക് അയാളെ നിശ്ശബ്ദനാക്കിയിട്ട് സ്വന്തം കുട്ടികളോട് സംസാരിക്കാൻ പറ്റും. അയാൾ ബൂട്ടുകൾ ഉയർത്തിക്കഴിഞ്ഞിരുന്നു. ശക്തികിട്ടാൻ വേണ്ടി അവ ചുഴറ്റിക്കൊണ്ടിരിക്കുമ്പോൾ പിന്നിൽ നിന്നും ഒരു കൈ അയാളെ നിയന്ത്രിക്കുന്നതായി തോന്നി. തിരിഞ്ഞുനോക്കിയപ്പോൾ യോനാ കിഴവൻ സബിദീയെ കണ്ടു.

“യോനാ, എഴുന്നേല്ക്കൂ.” അയാളുടെ ചങ്ങാതി ചെവിയിൽ പറഞ്ഞു. “നമുക്ക് അകത്തു പോകാം. പാവം. എനിക്ക് നിങ്ങളോട് ചില കാര്യങ്ങൾ പറയാനുണ്ട്.”

വൃദ്ധൻ ബൂട്ട് കൈയിൽ എടുത്തു കൊണ്ട് സബിദീയെ പിന്തുടർന്നു. അവർ വീടിന്റെ ഉൾഭാഗത്ത് കടന്നുചെന്ന് സലോമിയുടെ പെട്ടിയുടെ മുകളിൽ അടുത്തടുത്തായി ഇരുന്നു.

“യോനാ” സബിദീ ആരംഭിച്ചു. അയാൾ ദേഷ്യം ശമിപ്പിക്കാനുള്ള ശ്രമത്തിനിടയിൽ കൂടുതൽ കുടിച്ചതുകൊണ്ട് വിക്കുന്നുണ്ടായിരുന്നു. “എന്റെ കൂടുതൽ പീഡനങ്ങളും സഹിച്ച ചങ്ങാതിയായ യോനാ, നിങ്ങൾക്ക് രണ്ട് ആൺമക്കൾ ഉണ്ടായിരുന്നു– അവരെ എഴുതിത്തള്ള്. എനിക്ക് രണ്ട് ആൺമക്കൾ ഉണ്ടായിരുന്നു. ഞാൻ അവരെ എഴുതിത്തള്ളി. അവരുടെ അച്ഛൻ ദൈവം ആണെന്ന്– തോന്നുന്നു. അതുകൊണ്ട് നമ്മൾ എന്തിനാണ് തള്ളിക്കയറുന്നത്? അവർ നമ്മളെ നോക്കുന്നത് “എഡോ നരച്ച താടിക്കാരാ, നിങ്ങൾ ആരാണ്?” എന്ന് ചോദിക്കുന്നതുപോലെ ആണ്... എന്റെ പാവം യോനാ, ഇത് ലോകാവസാനം ആണ്.”

“ആദ്യം എനിക്കും ദേഷ്യം വന്നു. എനിക്ക് ചാട്ടുളി പിടിച്ചു വാങ്ങിയിട്ട് അവരെ പുറത്താക്കണമെന്ന് തോന്നി. പക്ഷേ, പിന്നീട് പരിഹാരം ഇല്ലെന്ന് എനിക്ക് മനസ്സിലായി. ഞാൻ എന്റെ തോടിനുള്ളിലേക്ക് ഇഴഞ്ഞു കയറിക്കൊണ്ട് താക്കോൽ അവരെ ഏല്പിച്ചു. എന്റെ ഭാര്യയ്ക്ക് അവരുടെ കാഴ്ചപ്പാടാണ്. പാവം. അവൾക്ക് ചെറിയ തോതിൽ വാർദ്ധക്യം കൊണ്ടുള്ള ബുദ്ധിമാന്ദ്യം ഉണ്ടെന്ന് നിങ്ങൾക്ക് അറിയില്ലേ? അതുകൊണ്ട് വൃദ്ധനായ സബിദീ ഒന്നും പറയേണ്ട– വൃദ്ധനായ യോനായും ഒന്നും പറയേണ്ട– ഞാൻ അതാണ് നിങ്ങളോട് പറയാൻ ആഗ്രഹിച്ചത്. നമ്മൾ സ്വയം കബളിപ്പിച്ചതുകൊണ്ട് എന്തു പ്രയോജനം? രണ്ടും രണ്ടും

ചേർന്നാൽ നാലാണ്: നമ്മൾ തോറ്റിരിക്കുന്നു."

ഒരിക്കൽകൂടി കിഴവൻ യോനാ ബൂട്ടുകൾ ധരിച്ചു. മെഴുകുതുണിയിൽ ശരീരം പൊതിഞ്ഞു. അതിനുശേഷം കൂടുതൽ എന്തെങ്കിലും പറയാനുണ്ടോ എന്ന് മനസ്സിലാക്കാൻ വേണ്ടി അയാൾ സബിദീയെ നോക്കി. അയാൾക്ക് കൂടുതലൊന്നും പറയാനുണ്ടായിരുന്നില്ല. അതുകൊണ്ട് യോനാ വാതിൽ തുറന്ന് ആകാശത്തേക്കും ഭൂമിയിലേക്കും നോക്കി: കൂരിരുട്ടും മഴയും തണുപ്പും... അയാളുടെ ചുണ്ടുകൾ അനങ്ങി. "നമ്മൾ തോറ്റിരിക്കുന്നു." അയാൾ മുറുമുറുത്തു. "നമ്മൾ തോറ്റിരിക്കുന്നു..." അയാൾ മുറുമുറുത്തു. "നമ്മൾ തോറ്റിരിക്കുന്നു..." അയാൾ ചെളിതെറിപ്പിച്ചുകൊണ്ട് ചെറ്റക്കുടിലിലേക്ക് മടങ്ങി.

യോനാ കിതച്ചുകൊണ്ട് മുന്നോട്ടു പോകുമ്പോൾ തീജ്വാലകളിൽ ഒളിച്ചിരുന്ന് മനുഷ്യന് ചൂടു പകരുന്ന ദൈവത്തിന്റെ ആത്മാവിനോട് പ്രാർത്ഥിക്കുന്ന മട്ടിൽ മറിയത്തിന്റെ മകൻ നെരിപ്പോടിലെ തീയുടെ മുകളിലേക്ക് കൈപ്പത്തികൾ നീട്ടി. അദ്ദേഹത്തിന്റെ ഹൃദയം തുറന്നിരുന്നു. അദ്ദേഹം കൈപ്പത്തികൾ വിടർത്തിക്കൊണ്ട് സംസാരിച്ചു:

"ഞാൻ പ്രവാചകന്മാരുടെ നിയമങ്ങൾ ഇല്ലാതാക്കാൻ വന്നതാണെന്ന് ചിന്തിക്കരുത്. ഞാൻ പഴയ കല്പനകൾ ഇല്ലാതാക്കാൻ വന്നതല്ല. അവയെ വിശാലമാക്കാൻ വന്നതാണ്. മോശയുടെ പട്ടികകളിൽ കുറിച്ചിരിക്കുന്നത് നിങ്ങൾ മനസ്സിലാക്കിയിട്ടുണ്ട്: നിങ്ങൾ കൊല്ലരുത്! പക്ഷേ, ഞാൻ പറയുന്നത് സഹോദരനോടു ദേഷ്യം തോന്നി അയാളുടെ നേർക്ക് കൈ ഉയർത്തുന്നവൻ ആരായാലും അല്ലെങ്കിൽ അയാളോട് ക്രൂരമായി സംസാരിക്കുന്നവൻ ആരായാലും അയാൾ നരകത്തിലെ തീയിലേക്ക് വലിച്ചെറിയപ്പെടും. മോശയുടെ പട്ടികകളിൽ കുറിച്ചിരിക്കുന്നത് നിങ്ങൾ മനസ്സിലാക്കിയിട്ടുണ്ട്: നിങ്ങൾ വ്യഭിചരിക്കരുത്! പക്ഷേ, ഞാൻ പറയുന്നത് ഒരു സ്ത്രീയെ ലൈംഗികാസക്തിയോടെ നോക്കുന്നവൻ ആരാണെങ്കിലും അയാൾ അയാളുടെ ഹൃദയത്തിനുള്ളിൽ വ്യഭിചരിച്ചു കഴിഞ്ഞു. അശുദ്ധമായ നോട്ടം വ്യഭിചാരിയെ നരകത്തിലേക്ക് എടുത്തെറിയും...

"പഴയ നിയമം നിങ്ങളോട് അച്ഛനേയും അമ്മയേയും ബഹുമാനിക്കാൻ നിർദ്ദേശിക്കുന്നു. പക്ഷേ, ഞാൻ പറയുന്നു നിങ്ങളുടെ ഹൃദയത്തെ മാതാപിതാക്കളുടെ വീട്ടിൽ തടവിലാക്കരുത്. അത് മറനീക്കി പുറത്തുവന്ന് എല്ലാ വീടുകളിലും കടന്നുചെല്ലട്ടെ! അത് ഹെർമോൻ കൊടുമുടി മുതൽ ഇദുമിയാ മരുഭൂമി വരെയും അതിനപ്പുറവും ഉള്ള ഇസ്രയേലിനെ മൊത്തമായി ആലിംഗനം ചെയ്യട്ടെ: കിഴക്കും പടിഞ്ഞാറുമുള്ള മുഴുവൻ പ്രപഞ്ചത്തെയും ആലിംഗനം ചെയ്യട്ടെ. നമ്മുടെ പിതാവ് ദൈവം ആണ്. മാതാവ് ഭൂമിയും. അച്ഛനേയും അമ്മയേയും ബഹുമാനിക്കാൻ പറയുന്നതിന്റെ അർത്ഥം സ്വർഗ്ഗത്തെയും ഭൂമിയെയും ആദരിക്കാനാണ്."

വൃദ്ധയായ സലോമി നെടുവീർപ്പിട്ടു. "ആചാര്യന്റെ വാക്കുകൾ ഒരു അമ്മയ്ക്ക് കാഠിന്യം ഉള്ളവയാണ്."

“ദൈവത്തിന്റെ വാക്കുകൾക്ക് എപ്പോഴും കാഠിന്യം ഉണ്ട്.” യേശു പറഞ്ഞു.

“എന്റെ രണ്ട് ആൺമക്കളേയും എടുത്തുകൊള്ളൂ.” വൃദ്ധയായ അമ്മ മുറുമുറുത്തു. “അവരെ എടുത്തുകൊള്ളൂ. അവർ അങ്ങയുടെ ആണ്.”

യേശു അനാഥയാക്കപ്പെട്ട അമ്മയുടെ സംസാരം കേട്ടു. ലോകത്തിലെ എല്ലാ ആൺമക്കളും പെൺമക്കളും അദ്ദേഹത്തിന്റെ കഴുത്തിൽ തൂങ്ങിക്കിടക്കുകയാണെന്ന് തോന്നി. കഴുത്തിൽ കെട്ടിത്തൂക്കിയിരുന്ന നീലമന്ത്രത്തകിടുകൾക്കുള്ളിൽ അടക്കം ചെയ്ത മനുഷ്യരുടെ പാപങ്ങൾ ചുമക്കുന്ന കറുത്ത ആണാടിനെ മരുഭൂമിയിൽ വെച്ച് കണ്ടകാര്യം അദ്ദേഹത്തിന് ഓർമ്മവന്നു. ഒന്നും സംസാരിക്കാതെ രണ്ട് ആൺമക്കളെ അദ്ദേഹത്തിനു നല്കിയ വൃദ്ധയായ സലോമിയുടെ അടുത്തേക്ക് യേശു കുനിഞ്ഞു നിന്നു. അദ്ദേഹം അവളോട് പറയുന്നതുപോലെ തോന്നി. “നോക്കൂ, എന്റെ കഴുത്ത് ഇവിടെ ഉണ്ട്. നിങ്ങളുടെ ആൺമക്കളെ അതിൽ തൂക്കിയിട്ടോളൂ...”

അദ്ദേഹം ഒരുപിടി മുന്തിരിവള്ളികൾ തീയിലേക്ക് എറിഞ്ഞു. തീജ്വാലകൾ അവയുടെ മുകളിലൂടെ വീശി അടിച്ചു. തീ മുന്തിരിവള്ളികളെ സീൽക്കാരത്തോടെ എരിച്ചുകളയുന്നത് അദ്ദേഹം വളരെ നേരം നോക്കിക്കൊണ്ടു നിന്നു. അതിനുശേഷം അദ്ദേഹം കൂട്ടുകാരുടെ നേർക്ക് തിരിഞ്ഞു.

“അച്ഛനമ്മമാരെ എന്നേക്കാൾ കൂടുതൽ സ്നേഹിക്കുന്നവൻ എന്നോടൊപ്പം വരാൻ യോഗ്യനല്ല. ആൺമക്കളെയും പെൺമക്കളെയും എന്നേക്കാൾ കൂടുതൽ സ്നേഹിക്കുന്നവനും എന്നോടൊപ്പം വരാൻ യോഗ്യനല്ല. പഴയ കല്പനകൾക്ക് ഇപ്പോൾ നമ്മളെ പിടിച്ചു നിർത്താനുള്ള വലിപ്പം ഇല്ല. പഴയ സ്നേഹങ്ങൾക്കും അതില്ല.”

അദ്ദേഹം അല്പസമയം സംസാരിച്ചില്ല. അതിനുശേഷം തുടർന്നു. “മനുഷ്യൻ ഒരു അതിർത്തി ആണ്. ഭൂമി അവസാനിക്കുകയും സ്വർഗ്ഗം തുടങ്ങുകയും ചെയ്യുന്ന അതിർത്തി. പക്ഷേ, ഈ അതിർത്തി സ്വർഗ്ഗത്തിലേക്ക് സ്വയം മുന്നേറുന്നത് ഒരിക്കലും അവസാനിപ്പിക്കുന്നില്ല. അതിന്റെ കൂടെ ദൈവത്തിന്റെ കല്പനകളും സ്വയം സന്തോഷത്തോടെ മുന്നേറുന്നു. ഞാൻ മോശയുടെ കല്പനകളെ വിപുലീകരിച്ച് മുന്നോട്ട് കൊണ്ടുപോകുന്നു.”

“അപ്പോൾ ദൈവത്തിന്റെ ആഗ്രഹങ്ങൾക്ക് വ്യത്യാസം വരുമോ?” ജോൺ അത്ഭുതത്തോടെ ചോദിച്ചു.

“പ്രിയപ്പെട്ട ജോൺ, ദൈവത്തിന്റെ ആഗ്രഹങ്ങൾക്ക് വ്യത്യാസം വരുന്നില്ല. പക്ഷേ, മനുഷ്യന്റെ ഹൃദയം കൂടുതൽ വിശാലമാകുന്നു. അതിന് ദൈവത്തിന്റെ ആഗ്രഹങ്ങളെ കൂടുതൽ ഉൾക്കൊള്ളാൻ കഴിയുന്നു.”

“അപ്പോൾ മുന്നോട്ട് പോകാം.” പീറ്റർ ചാടി എഴുന്നേറ്റുകൊണ്ട് വിളിച്ചു പറഞ്ഞു. “നമ്മൾ എന്തിനാണ് ഇരിക്കുന്നത്? നമുക്ക് പുതിയ കല്പനകൾ ലോകത്ത് പ്രഖ്യാപിച്ചുകൊണ്ട് മുന്നോട്ടു പോകാം.”

"നനയാതിരിക്കാൻ വേണ്ടി മഴ തോരുന്നതുവരെ നമുക്ക് കാത്തിരിക്കാം" തോമസ് കളിയാക്കി.

യൂദാസ് ദേഷ്യപ്പെട്ട് തലകുലുക്കി "ആദ്യം നമുക്ക് റോമാക്കാരെ തുരത്തണം" അയാൾ പറഞ്ഞു. "നമുക്ക് ആത്മാവിനെ സ്വതന്ത്രമാക്കുന്നതിനു മുമ്പ് ശരീരത്തെ സ്വതന്ത്രമാക്കണം - ഓരോന്നും അതിന്റെ ശരിയായ ക്രമത്തിൽ വേണം. നമുക്ക് കെട്ടിടത്തിന്റെ മേൽക്കൂരയിൽ തുടങ്ങി താഴോട്ട് പണിയാൻ തുടങ്ങണ്ട. ആദ്യം അടിത്തറ നിർമ്മിക്കാം."

"യൂദാസ്, അടിത്തറ ആത്മാവാണ്."

"അടിത്തറ ശരീരമാണെന്നാണ് ഞാൻ പറയുന്നത്."

"നമ്മുടെ ഉള്ളിലെ ആത്മാവിന് വ്യത്യാസം വന്നില്ലെങ്കിൽ നമുക്ക് പുറത്തുള്ള ലോകത്തിനും വ്യത്യാസം വരില്ല. ശത്രു ഉള്ളിലാണ്. റോമാക്കാർ ഉള്ളിലാണ്. മോചനം തുടങ്ങുന്നത് ഉള്ളിൽനിന്നാണ്!"

യൂദാസ് തിളച്ചുകൊണ്ട് ചാടി എഴുന്നേറ്റു. വളരെനേരംകൊണ്ട് അയാൾ ഹൃദയത്തെ വിളിച്ചുകൂവാതെ തടഞ്ഞുവെച്ചിരിക്കുകയായിരുന്നു. അയാൾ എല്ലാ കാര്യങ്ങളും നെഞ്ചിൽ സംഭരിച്ചുവെച്ചുകൊണ്ട് കേട്ടുകൊണ്ടിരുന്നു. പക്ഷേ, ഇപ്പോൾ അയാൾക്ക് സഹിക്കാൻ കഴിഞ്ഞില്ല.

"ആദ്യം റോമാക്കാരെ തുരത്തണം!" അയാൾ വീണ്ടും വിളിച്ചു കൂവി. "ആദ്യം റോമാക്കാർ!"

"പക്ഷേ, നമുക്ക് അവരെ എങ്ങനെ പുറത്താക്കാൻ പറ്റും?" അസ്വസ്ഥത തോന്നി തുടങ്ങിയതുകൊണ്ട് വാതിലിനു നേരെ ചരിഞ്ഞുനോക്കിക്കൊണ്ടിരുന്ന നതാനൽ പറഞ്ഞു. "യൂദാസ്, അത് എങ്ങനെയാണെന്ന് ഞങ്ങളോട് പറയാമോ?"

"വിപ്ലവം! മക്കാബീകളെ ഓർമ്മിക്കുക! അവർ ഗ്രീക്കുകാരെ പുറത്താക്കി. ഇപ്പോൾ നമ്മുടെ ഊഴമാണ്. അത് പുതിയ മക്കാബീകൾക്ക് റോമാക്കാരെ അടിച്ചിറക്കാനുള്ള സമയം ആണ്. അതിനുശേഷം വീണ്ടും എല്ലാം നമ്മുടെ കൈയിൽ വന്നുകഴിയുമ്പോൾ സമ്പന്നന്റെയും ദരിദ്രന്റെയും കാര്യത്തിൽ നമുക്ക് വ്യവസ്ഥ ഉണ്ടാക്കാം. ദ്രോഹിക്കുന്നവന്റെയും ദ്രോഹിക്കപ്പെടുന്നവന്റെയും കാര്യത്തിൽ നമുക്ക് തീരുമാനം എടുക്കാം."

ആരും സംസാരിച്ചില്ല. രണ്ടു വഴികളിൽ ഏത് തെരഞ്ഞെടുക്കണമെന്ന് ശിഷ്യന്മാർക്ക് ഉറപ്പില്ലായിരുന്നു. അവർ ഗുരുവിനെ നോക്കിക്കൊണ്ട് കാത്തിരുന്നു. അദ്ദേഹം തീജ്വാലകളിൽ നിന്ന് കണ്ണെടുത്തില്ല... ദൃശ്യവും അദൃശ്യവുമായ രണ്ടു ലോകങ്ങളിലും നിലനില്ക്കുന്ന ഒരേ ഒരു വസ്തു ആത്മാവാണെന്ന് മനുഷ്യർ എന്നാണ് മനസ്സിലാക്കാൻ പോകുന്നത്!

പീറ്റർ എഴുന്നേറ്റു. "എന്നോട് ക്ഷമിക്കണം" അയാൾ പറഞ്ഞു. "ഇതെല്ലാം പക്ഷേ, സങ്കീർണ്ണമായ ചർച്ചകൾ ആണ്. എനിക്ക് ഇതൊന്നും മനസ്സിലാകുന്നില്ല. അടിസ്ഥാനം ഏതാണെന്ന് അനുഭവം നമ്മളെ പഠിപ്പിക്കും. നമുക്ക് കാത്തിരുന്ന് എന്ത് സംഭവിക്കുമെന്ന് നോക്കാം. ആചാര്യൻ മനുഷ്യർക്ക് നല്ല വാർത്ത എത്തിക്കാൻ വേണ്ടി സ്വയം പുറത്തുപോകാൻ നമുക്ക് അധികാരം തന്നിട്ടുണ്ട്. നമ്മൾ തിരിച്ചുവന്നുകഴിയു

മ്പോൾ ഇതെല്ലാം വീണ്ടും സംസാരിക്കാം."

യേശു തല ഉയർത്തി ശിഷ്യന്മാരുടെ മുകളിലൂടെ കണ്ണോടിച്ചു. അദ്ദേഹം പീറ്ററിനെയും ജോണിനെയും ജേക്കബ്ബിനെയും തലയാട്ടി വിളിച്ചു. അവർ മുന്നോട്ടുവന്നു. അദ്ദേഹം കൈപ്പത്തികൾ അവരുടെ തലയിൽ ശക്തിയായി അമർത്തി.

"എന്റെ ആശീർവാദത്തോടുകൂടി പോകൂ." അദ്ദേഹം പറഞ്ഞു. "നല്ല വാർത്ത മനുഷ്യരോട് വിളംബരം ചെയ്യൂ. ഭയക്കരുത്. ദൈവം നിങ്ങളെ നശിക്കാതെ അദ്ദേഹത്തിന്റെ കൈവെള്ളയിൽ സൂക്ഷിക്കും. ഒരു കുരുവി പോലും അദ്ദേഹം ആഗ്രഹിക്കാതെ ആകാശത്തുനിന്നും താഴെ വീഴില്ല. നിങ്ങൾക്ക് ധാരാളം കുരുവികളുടെ മൂല്യം ഉണ്ട്. ദൈവം നിങ്ങളോടൊപ്പം ഉണ്ടാകട്ടെ! പെട്ടെന്ന് തിരിച്ചുവരൂ. ആയിരക്കണക്കിന് ആത്മാവുകൾ നിങ്ങളുടെ കഴുത്തിൽ തൂങ്ങിക്കിടക്കാൻ ഇടവരട്ടെ! നിങ്ങൾ എന്റെ അപ്പോസ്തലന്മാരാണ്."

മൂന്ന് അപ്പോസ്തലന്മാരും അനുഗ്രഹങ്ങൾ സ്വീകരിച്ചു. അവർ വാതിൽ തുറന്ന് കൊടുങ്കാറ്റിലേക്ക് ഇറങ്ങിപ്പോയി. ഓരോരുത്തരും വ്യത്യസ്തമായ വഴികൾ തെരഞ്ഞെടുത്തു.

ദിവസങ്ങൾ കടന്നുപോയി. സബിദീയുടെ മുറ്റം രാവിലെ മനുഷ്യരെ കൊണ്ട് നിറഞ്ഞു. വൈകുന്നേരത്ത് അവർ ഒഴിഞ്ഞുപോയി. രോഗികളും മുടന്തന്മാരും പിശാചുബാധിച്ചവരും എല്ലാ ദിശകളിൽനിന്നും വന്നുചേർന്നു. ചിലർ കരഞ്ഞു. മറ്റു ചിലർ ദേഷ്യപ്പെട്ട് മനുഷ്യപുത്രനോട് അത്ഭുതം പ്രവർത്തിച്ച് അവരെ സുഖപ്പെടുത്താൻ വിളിച്ചുകൂവി. ദൈവം അദ്ദേഹത്തെ അയച്ചത് ഇതിനുവേണ്ടിയല്ലേ? അപ്പോൾ ദൈവം മുറ്റത്ത് പ്രത്യക്ഷപ്പെടട്ടെ!... എല്ലാ ദിവസവും അവരുടെ ഈ സംസാരം കേട്ട് യേശുവിന് ദുഃഖം തോന്നി. അദ്ദേഹം മുറ്റത്തിറങ്ങി നടന്ന് ഓരോരുത്തരെയും തൊട്ടു. അദ്ദേഹം അവരെ ഓരോരുത്തരെയും ആശീർവദിച്ചുകൊണ്ട് പറഞ്ഞു. "രണ്ട് തരം അത്ഭുതങ്ങൾ ഉണ്ട്. എന്റെ സഹോദരന്മാർ അറിഞ്ഞിരിക്കണം. ശരീരത്തിന്റെ അത്ഭുതങ്ങളും ആത്മാവിന്റെ അത്ഭുതങ്ങളും. ആത്മാവിന്റെ അത്ഭുതങ്ങളിൽ മാത്രം വിശ്വാസം ഉണ്ടായിരിക്കണം. പശ്ചാത്താപം കൊണ്ട് നിങ്ങളുടെ ആത്മാവുകളെ നിർമ്മലമാക്കൂ! നിങ്ങളുടെ ശരീരം അപ്പോൾ നിർമ്മലമാക്കപ്പെടും. ആത്മാവ് ഒരു മരം ആണ്. രോഗവും ആരോഗ്യവും സ്വർഗ്ഗവും നരകവും അതിലെ പഴങ്ങളാണ്."

പലരും വിശ്വസിച്ചു. അവർ വിശ്വസിച്ച നിമിഷത്തിൽ അവരുടെ രക്തം പെട്ടെന്ന് ഇരച്ചു പൊങ്ങി അവരുടെ മരവിച്ച ശരീരങ്ങളിൽ നിറഞ്ഞു. അവർ അവരുടെ ഊന്നുകോലുകൾ ദൂരെ എറിഞ്ഞിട്ട് നൃത്തം ചെയ്തു. മറ്റുള്ളവരിൽ കണ്ണില്ലാത്തവരുടെ അണഞ്ഞുപോയ കണ്ണുകളിൽ യേശു അദ്ദേഹത്തിന്റെ കൈപ്പത്തി തൊട്ടപ്പോൾ വിരലുകളുടെ അറ്റത്തുനിന്നും വെളിച്ചം കണ്ണുകളിലേക്ക് ഒഴുകിയിറങ്ങുന്നതുപോലെ അവർക്ക് തോന്നി. അവർ കൺപോളകൾ ഉയർത്തി ആഹ്ലാദത്തോടെ വിളിച്ചുകൂവി. കാരണം ഇപ്പോൾ അവർ ലോകം കണ്ടു!

മാത്യു അയാളുടെ തൂവൽ തയ്യാറാക്കി വെച്ചുകൊണ്ട് കണ്ണും കാതും തുറന്നുവെച്ചു. ഒരു വാക്കുപോലും തറയിൽ വീഴാൻ അയാൾ അനുവദിച്ചില്ല. എല്ലാം അയാൾ ശേഖരിച്ചെടുത്ത് കടലാസിൽ അടുക്കിവെച്ചു. അങ്ങനെ ദിവസം തോറും അല്പാല്പമായി സുവിശേഷം രചിക്കപ്പെട്ടു. അത് വേരുറച്ച് ചില്ലകൾ മുളപൊട്ടി ജനിച്ചവരെയും ജനിക്കാനിരിക്കുന്നവരെയും തീറ്റിപ്പോറ്റി വളർത്താനുള്ള പഴങ്ങൾ ഉണ്ടാക്കുന്ന മരമായി മാറി. മാത്യുവിന് വേദപുസ്തകം കാണാതെ അറിയാം. ഗുരുവിന്റെ വാക്കുകളും പ്രവൃത്തികളും നൂറ്റാണ്ടുകൾക്ക് മുമ്പുള്ള മറ്റു പ്രവാചകരുടെ വാക്കുകളും പ്രവൃത്തികളും ആണെന്ന് മാത്യു ശ്രദ്ധിച്ചു. എപ്പോഴെങ്കിലും യേശുവിന്റെ ജീവിതത്തിനോ പ്രവചനങ്ങൾക്കോ സാമ്യം ഇല്ലാതെ വന്നാൽ അതിന്റെ കാരണം വിശുദ്ധ ഗ്രന്ഥത്തിൽ ഒളിഞ്ഞിരിക്കുന്ന നിഗൂഢമായ അർത്ഥങ്ങൾ മനസ്സിലാക്കാൻ മനുഷ്യർക്ക് ഇപ്പോൾ താല്പര്യം ഇല്ലാത്തതുകൊണ്ടായിരുന്നു. ദൈവത്തിന്റെ വാക്കിന് ഏഴ് തലങ്ങളിലുള്ള അർത്ഥം ഉണ്ട്. പൊരുത്തമില്ലാത്ത അംശങ്ങൾക്ക് പൊരുത്തപ്പെടാൻ കഴിയുന്നത് ഏത് തലത്തിലാണെന്ന് കണ്ടെത്താൻ വേണ്ടി മാത്യു കഷ്ടപ്പെട്ടു. അയാൾ എപ്പോഴെങ്കിലും നിർബ്ബന്ധിച്ച് പൊരുത്തം കണ്ടെത്തിയാൽ പോലും ദൈവം അത് ക്ഷമിക്കും! ഓരോ തവണയും എഴുതാൻ വേണ്ടി തൂവൽ കൈയിൽ എടുക്കുമ്പോൾ അയാൾ എന്താണ് എഴുതേണ്ടത് എന്ന് പറഞ്ഞുകൊടുക്കാൻ ഒരു മാലാഖ വന്ന് ചെവിയുടെ അടുത്ത് കുനിഞ്ഞു നില്ക്കാറുണ്ടോ?

യേശുവിന്റെ ജീവിതവും കാലവും എങ്ങനെ എവിടെ തുടങ്ങണമെന്ന് ആദ്യമായി മാത്യു മനസ്സിലാക്കിയത് ഇന്നായിരുന്നു. ഏറ്റവും ആദ്യം അദ്ദേഹം എവിടെയാണ് ജനിച്ചത്? അദ്ദേഹത്തിന്റെ മാതാപിതാക്കളും പതിനാല് തലമുറയിലുള്ള പിതാമഹന്മാരും ആരൊക്കെയായിരുന്നു? അദ്ദേഹം നസറേത്തിൽ ദരിദ്രരായ മാതാപിതാക്കൾക്കാണ് ജനിച്ചത്— അദ്ദേഹം ജനിച്ചത് ആശാരി ജോസഫിനും ജൊവാച്ചിമിന്റെയും ആനിയുടെയും മകളായ മറിയത്തിന്റെയും മകനായിട്ടായിരുന്നു... മാത്യു തൂവൽ കൈയിൽ പിടിച്ചുകൊണ്ട് അയാളുടെ മനസ്സിന് വെളിച്ചം നല്കി എഴുതാനുള്ള ശക്തി കൊടുക്കാൻ വേണ്ടി ദൈവത്തിനെ വിളിച്ചു. പക്ഷേ ആദ്യത്തെ വാക്കുകൾ മനോഹരമായ കൈപ്പടയിൽ കടലാസിൽ കുറിക്കാൻ തുടങ്ങുമ്പോൾ അയാളുടെ കൈവിരലുകൾ മരവിച്ചു. മാലാഖ അയാളെ കൈവശപ്പെടുത്തിക്കഴിഞ്ഞിരുന്നു. അയാൾ അന്തരീക്ഷത്തിൽ കോപത്തോടെയുള്ള ചിറകടികൾ കേട്ടു. അയാളുടെ ചെവിയിൽ ഒരു ശബ്ദം മുഴങ്ങി. "ജോസഫിന്റെ മകൻ അല്ല! ഏശയ്യ പ്രവാചകൻ പറഞ്ഞത് എന്താണ് "നോക്കൂ, ഒരു കന്യക ഗർഭിണിയായി മകനെ പ്രസവിക്കും." എഴുതൂ: "മറിയം ഒരു കന്യകയായിരുന്നു. ഒരു പുരുഷനും അയാളെ സ്പർശിക്കുന്നതിനു മുമ്പ് പ്രധാന ദൈവദൂതൻ ഗബ്രിയേൽ അവളുടെ വീട്ടിലേക്ക് ഇറങ്ങിവന്ന് പറഞ്ഞു: "നന്മനിറഞ്ഞ മറിയമേ, ദൈവം നിന്റെ കൂടെ ഉണ്ട്!" പെട്ടെന്ന് അവളുടെ മനസ്സ് പൂത്തുലഞ്ഞു. ... നിങ്ങൾ

കേൾക്കുന്നുണ്ടോ? അങ്ങനെയാണ് നിങ്ങൾ എഴുതേണ്ടത്. അതിന്റെ കൂടെ അദ്ദേഹം ജനിച്ചത് നസറേത്തിൽ അല്ല. പ്രവാചകൻ മിക്കായെ മറക്കാൻ പാടില്ല: "യൂദായുടെ ആയിരക്കണക്കിനു പ്രദേശങ്ങളിൽ ഏറ്റവും ചെറിയ പ്രദേശമായ ബത്‌ലഹേം, നിന്നിൽനിന്നും ഇസ്രയേലിന്റെ ഭരണാധിപൻ പുറത്തേക്ക് വരും. അദ്ദേഹത്തിന്റെ വേരുകൾ അനശ്വരതയുടെ ദിവസങ്ങളിൽ നിന്ന് ആയിരിക്കും."... അതുകൊണ്ട് യേശു ജനിച്ചത് ബത്‌ലഹേമിലെ പുൽത്തൊഴുത്തിൽ ആയിരുന്നു. ഒരിക്കലും തെറ്റുപറ്റാത്ത സ്തോത്രം എന്തു പറയുന്നു. "അയാൾ അവനെ ജേക്കബ്ബിന്റെ പറ്റങ്ങളുടെ ഇടയനാക്കാൻ വേണ്ടി ആട്ടിൻകുട്ടികൾ പാലു കുടിച്ചുകൊണ്ടിരുന്ന തൊഴുത്തിൽ നിന്നും എടുത്തു. നിങ്ങൾ എന്താണ് എഴുത്തു നിർത്തിയത്? ഞാൻ നിങ്ങളുടെ വിരലുകളെ സ്വതന്ത്രമാക്കിയിട്ടുണ്ട്– എഴുതൂ!" പക്ഷേ, മാത്യുവിന് ദേഷ്യം വന്നു. അയാൾ ഉറക്കത്തിലായിരുന്ന ശിഷ്യന്മാർ കേൾക്കാതിരിക്കാൻ വേണ്ടി വലതുവശത്ത് ഉണ്ടായിരുന്ന അദൃശ്യമായ ചിറകുകളുടെ നേർക്ക് തിരിഞ്ഞുകൊണ്ട് പിറുപിറുത്തു. "ഇതു സത്യം അല്ല. ഞാൻ എഴുതാൻ ആഗ്രഹിക്കുന്നില്ല. ഞാൻ എഴുതില്ല!" അന്തരീക്ഷത്തിൽ നിന്ന് പരിഹാസച്ചിരിയും ശബ്ദവും കേട്ടു. "ഒരു പിടി ചാരമായ നിനക്ക് എന്താണ് എന്ന് സത്യം എന്ന് എങ്ങനെ മനസ്സിലാക്കാൻ പറ്റും? സത്യത്തിന് ഏഴ് തലങ്ങൾ ഉണ്ട്. ഏറ്റവും ഉയർന്ന തലത്തിൽ, ഏഴ് തലത്തിൽ ദൈവത്തിന്റെ സത്യം സിംഹാസനത്തിൽ ഇരിക്കുന്നു. അതിന് മനുഷ്യരുടെ സത്യവുമായി ഏറ്റവും ചെറിയ സാമ്യം പോലും ഇല്ല. ഈ സത്യമാണ് മാത്യു സുവിശേഷകനോട് ഞാൻ രഹസ്യമായി പറഞ്ഞത്. എഴുതൂ: "മൂന്നു ജ്ഞാനികൾ ഒരു വലിയ നക്ഷത്രത്തെ പിന്തുടർന്ന് കുഞ്ഞിനെ ആരാധിക്കാൻ വേണ്ടി എത്തി..."

മാത്യുവിന്റെ നെറ്റിയിൽ നിന്നും വിയർപ്പ് കുത്തിയൊഴുകി. "ഞാൻ എഴുതില്ല! ഞാൻ എഴുതില്ല!" അയാൾ വിളിച്ചുകൂവി. പക്ഷേ, അയാളുടെ കൈ കടലാസിന്റെ പുറത്ത് അതിവേഗത്തിൽ എഴുതിക്കൊണ്ടിരിക്കുകയായിരുന്നു.

യേശു ഉറക്കത്തിൽ മാത്യുവിന്റെ പോരാട്ടം കേട്ടു. അദ്ദേഹം കണ്ണു തുറന്നു. മാത്യു വിളക്കിന്റെ താഴെ കുനിഞ്ഞിരുന്ന് കിതയ്ക്കുന്നത് അദ്ദേഹം കണ്ടു. ഒടിയാൻ തയ്യാറെടുത്തുകൊണ്ട് കിറുകിറാ ശബ്ദം ഉണ്ടാക്കുന്ന തൂവൽപേന കടലാസിനു മുകളിലൂടെ അതിവേഗത്തിൽ പാഞ്ഞു പോകുന്നുണ്ടായിരുന്നു.

അദ്ദേഹം മാത്യുവിനോട് രഹസ്യമായി പറഞ്ഞു. "എന്റെ സഹോദരനായ മാത്യു, നിങ്ങൾ എന്തിനാണ് മുറുമുറുക്കുന്നത്? നിങ്ങളുടെ മുകളിൽ ആരാണ് ഉള്ളത്?"

"ആചാര്യൻ എന്നോട് ചോദിക്കരുത്." അയാൾ മറുപടി പറഞ്ഞു. അയാളുടെ തൂവൽപേന കടലാസിന്റെ പുറത്തുകൂടി. ഇപ്പോഴും ഓട്ടം തുടരുന്നുണ്ടായിരുന്നു. "ഞാൻ അല്പം തിടുക്കത്തിൽ ആണ്. ആചാര്യൻ ഉറങ്ങിക്കോളൂ!"

ദൈവം അയാളുടെ മുകളിൽ ഉണ്ടെന്നുള്ള ഒരു മുൻവിധി യേശുവിന് ഉണ്ടായിരുന്നു. ദൈവീകമായ ഇടപെടലിന് ബുദ്ധിമുട്ടാകാതിരിക്കാൻ വേണ്ടി അദ്ദേഹം കണ്ണുകൾ അടച്ചു.

ഇരുപത്തിനാല്

പകലുകളും രാത്രികളും കടന്നുപോയി. ഒരു ചന്ദ്രൻ വന്നതിനു ശേഷം തിരിച്ചു പോയി. അടുത്ത ചന്ദ്രൻ വന്നു. മഴയും തണുപ്പും കൊണ്ട് നെരിപ്പോടിൽ തീ അണഞ്ഞില്ല. വൃദ്ധയായ സലോമിയുടെ വീട് വിശുദ്ധനെപോലെ ഉറക്കമിളയ്ക്കുന്നു.. ആശ്വാസം നല്കുന്ന പുതിയ മനുഷ്യന്റെ സംസാരം കേൾക്കാൻ വേണ്ടി കാപ്പർനാമിലെ ദരിദ്രരും ദുഃഖിതരും ജോലി കഴിഞ്ഞ് വൈകുന്നേരം സലോമിയുടെ മുറ്റത്ത് എത്തുന്നു. അവർ ദരിദ്രരും ദുഃഖിതരുമായി വന്നു. അവർ അവരുടെ കുടിലുകളിലേക്ക് സമ്പന്നരും സമാശ്വസിപ്പിക്കപ്പെട്ടവരുമായി തിരിച്ചുപോയി. അദ്ദേഹം അവരുടെ മുന്തിരിത്തോട്ടങ്ങളെയും ബോട്ടുകളെയും ആഹ്ലാദങ്ങളെയും ഭൂമിയിൽ നിന്ന് സ്വർഗ്ഗത്തിലേക്ക് പറിച്ചുനട്ടു. സ്വർഗ്ഗം ഭൂമിയേക്കാൾ എത്രമാത്രം ഉറപ്പുള്ള കാര്യമാണെന്ന് അദ്ദേഹം അവരോട് വിശദീകരിച്ചു. ഹതഭാഗ്യരുടെ ഹൃദയങ്ങളിൽ ക്ഷമയും പ്രതീക്ഷയും നിറഞ്ഞു. സബിദീയുടെ കിരാതമായ ഹൃദയംപോലും മെരുങ്ങാൻ ആരംഭിച്ചു. യേശുവിന്റെ വാക്കുകൾ അയാളുടെ മനസ്സിനെ ചെറിയ തോതിൽ ലഹരിപിടിപ്പിച്ചുകൊണ്ട് തുളച്ചിറങ്ങി. ഈ ലോകം ശുഷ്കിച്ച് ഇല്ലാതായി. അയാളുടെ തലയ്ക്ക് മുകളിൽ അനശ്വരതയും ശാശ്വതമായ സമ്പത്തും ചിറകടിച്ചു പരന്നു കൊണ്ടിരിക്കുന്ന ഒരു പുതിയ ലോകം സൃഷ്ടിക്കപ്പെട്ടു. ഈ അസാധാരണമായ പുതിയ ലോകത്ത് സബിദീയും അയാളുടെ ആൺമക്കളും വൃദ്ധയായ സലോമിയും മാത്രമല്ല അയാളുടെ ബോട്ടുകളും പണപ്പെട്ടിയും പോലും എന്നെന്നേക്കും ജീവിച്ചുകൊണ്ടിരിക്കും. അതുകൊണ്ട് അയാളുടെ മേശയ്ക്കു ചുറ്റും പകലും രാത്രിയിലും ക്ഷണിക്കാതെ വന്ന് ചുറ്റിപ്പറ്റി ഇരിക്കുന്ന ഈ അതിഥികളെപ്പറ്റി മുറുമുറുക്കാതിരിക്കുന്നതാണ് ഏറ്റവും നല്ലത്. ഇതിനുള്ള പ്രത്യുപകാരം തീർച്ചയായും വരും.

ശിശിരത്തിന്റെ മദ്ധ്യത്തിൽ വെച്ച് സൂര്യൻ ലഹരി പിടിപ്പിക്കുന്ന എല്ലാ സമൃദ്ധിയും നിറഞ്ഞ ദിവസങ്ങൾ വന്നു. സൂര്യൻ തിളങ്ങികൊണ്ട് ഭൂമിയുടെ നഗ്നമായ എല്ലുകൾക്ക് ചൂടു പകർന്നു. പക്ഷേ, സബിദീയുടെ മുറ്റത്തെ ബദാംമരത്തെ കബളിപ്പിച്ചു. അത് വസന്തകാലം ആയെന്നു വിചാരിച്ച് മൊട്ടിടാൻ തുടങ്ങി. പൊന്മാനുകൾ ചൂടുള്ള കാരുണ്യം നിറഞ്ഞ ഈ ദിവസങ്ങൾക്കു വേണ്ടി കാത്തിരിക്കുകയായിരുന്നു. കാരണം അവരുടെ മുട്ടകൾ പാറകളെ വിശ്വസിച്ചേല്പിക്കാൻ അവ ആഗ്രഹിച്ചു. ദൈവത്തിന്റെ മറ്റെല്ലാ പക്ഷികളും വസന്തത്തിൽ സന്താനങ്ങളെ സൃഷ്ടിച്ചു. പൊന്മാൻ മാത്രം ശിശിരത്തിന്റെ മദ്ധ്യം തെരഞ്ഞെടുത്തു. ദൈവം അവരോട് അനുകമ്പ കാണിച്ചു. സൂര്യനെ അവർക്കുവേണ്ടി ശിശിരത്തിലെ

പല ദിവസങ്ങളിലും ചൂടുപകരാൻ അനുവദിക്കാമെന്ന് ദൈവം അവർക്ക് വാക്കു കൊടുത്തു. ഒരിക്കൽകൂടി അദ്ദേഹം വാക്കുപാലിച്ചതിന്റെ ആഹ്ലാദത്തിൽ ഗാനേസറത്തിലെ തടാകത്തിന്റെയും പാറകളുടെയും മുകളിലൂടെ പറന്നു നടന്നുകൊണ്ട് ദൈവത്തിനോടുള്ള നന്ദി അവ പാട്ടുപാടി അറിയിച്ചു.

ഈ മനോഹരമായ ദിവസങ്ങളിൽ മറ്റു ശിഷ്യന്മാർ അവരാൽ കഴിയുന്നതു ചെയ്യാൻ വേണ്ടി മീൻവള്ളങ്ങളിലും അടുത്തുള്ള ഗ്രാമങ്ങളിലുമായി ചിന്നിച്ചിതറി. ഫിലിപ്പും നതാനലും അവരുടെ കൂട്ടുകാരായ കൃഷിക്കാരോടും ഇടയന്മാരോടും ദൈവത്തിന്റെ വാക്ക് വിളംബരം ചെയ്യാൻ വേണ്ടി കരയിലൂടെ പുറപ്പെട്ടു. ആൻഡ്രൂവും തോമസും മുക്കുവരെ പിടികൂടാൻ വേണ്ടി തടാകത്തിലേക്ക് പോയി. മനുഷ്യപ്പറ്റില്ലാത്ത യൂദാസ് അയാളുടെ ദേഷ്യം തണുപ്പിക്കാൻ വേണ്ടി പർവ്വതങ്ങളിലേക്ക് ഒറ്റയ്ക്ക് കയറിപ്പോയി. ഗുരുവിന്റെ കൂടുതൽ പെരുമാറ്റങ്ങളും യൂദാസ് ഇഷ്ടപ്പെട്ടു. പക്ഷേ, ചില കാര്യങ്ങൾ അയാൾക്ക് ദഹിച്ചില്ല. ചില സമയങ്ങളിൽ പ്രാകൃതനായ സ്നാപകൻ യേശുവിന്റെ നാവിലൂടെ സംസാരിച്ചു. പക്ഷേ, ചില സമയങ്ങളിൽ പഴയ ആശാരിയുടെ മകനാണ് സംസാരിച്ചത്. "സ്നേഹം! സ്നേഹം! അതീന്ദ്രിയജ്ഞാനി പറയുന്നത് ഏത് സ്നേഹത്തെ പറ്റി ആണ്? ആരെ സ്നേഹിക്കാനാണ്? ലോകത്തിന്റെ അവയവങ്ങൾ ചീഞ്ഞ് അഴുകി ഇരിക്കുകയാണ്. ഇപ്പോൾ ആവശ്യമുള്ളത് കത്തിയാണ്!- അതാണ് എന്റെ അഭിപ്രായം!"

വീട്ടിൽ താമസിച്ചത് മാത്യു മാത്രം ആയിരുന്നു. അയാൾ വീട്ടിൽ നിന്ന് പോകാൻ ആഗ്രഹിച്ചില്ല. കാരണം ഗുരു സംസാരിക്കാൻ സാദ്ധ്യത ഉണ്ട്. അദ്ദേഹത്തിന്റെ വാക്കുകളെ തൂത്തുവാരിക്കൊണ്ടു പോകാൻ കാറ്റിനെ അനുവദിച്ചുകൂടാ! അദ്ദേഹം എന്തെങ്കിലും അത്ഭുതം പ്രവർത്തിക്കാൻ സാദ്ധ്യത ഉണ്ട്. മാത്യുവിന് അത് സ്വന്തം കണ്ണുകൊണ്ട് നേരിട്ട് കാണണം. അയാൾക്ക് അത് വിശദമായി എഴുതിവെക്കണം. അതുകൂടാതെ അയാൾക്ക് എവിടെ പോകാൻ പറ്റും? അയാൾക്ക് ആരോട് സംസാരിക്കാൻ പറ്റും? ആരും അയാളുടെ അടുത്തു വരില്ല. കാരണം ഒരുകാലത്ത് അയാൾ ഒരു വൃത്തികെട്ട ചുങ്കപ്പിരിവുകാരൻ ആയിരുന്നു. അതുകൊണ്ട് അയാൾ വീട്ടിൽ ഇരുന്നുകൊണ്ട് പൂക്കാൻ തുടങ്ങുന്ന ബദാംമരത്തിന്റെ താഴെ ഇരുന്നിരുന്ന യേശുവിനെ ഒളികണ്ണിട്ടു നോക്കി. മഗ്ദലന അദ്ദേഹത്തിന്റെ കാല്ക്കൽ ഉണ്ടായിരുന്നു. അദ്ദേഹം അവളോട് സൗമ്യമായി സംസാരിച്ചുകൊണ്ടിരുന്നു. മാത്യു അദ്ദേഹത്തിന്റെ ഏതെങ്കിലും ഒരു വാക്ക് പിടിച്ചെടുക്കാൻ വേണ്ടി അയാളുടെ വലിയ ചെവി കൂർപ്പിച്ചു. പക്ഷേ, പ്രയോജനം ഉണ്ടായില്ല. മഗ്ദലനയുടെ മുടി ഇടയ്ക്കിടയ്ക്ക് തഴുകിക്കൊണ്ടിരുന്ന ആചാര്യന്റെ കൈ അയാളുടെ ശ്രദ്ധയിൽപെട്ടു. ദുഃഖവും ഗൗരവവും നിറഞ്ഞ അദ്ദേഹത്തിന്റെ മുഖവും അയാൾ ശ്രദ്ധിച്ചു. അയാൾക്ക് ആകെ ചെയ്യാൻ കഴിഞ്ഞത് ഇത്രയും ആയിരുന്നു.

അന്ന് ശാബത്ത് ദിവസം ആയിരുന്നു. തീർത്ഥാടകർ ദൂരെയുള്ള ഗ്രാമ

ങ്ങളിൽനിന്നും യാത്ര തിരിച്ചുകഴിഞ്ഞിരുന്നു- തീമ്പേരിയാസിൽനിന്നുള്ള കർഷകർ, ഗാനേസറത്തിൽ നിന്നുള്ള മുക്കുവർ, പർവ്വതങ്ങളിൽനിന്നുള്ള ഇടയന്മാർ. പുതിയ പ്രവാചകൻ അവരോട് സ്വർഗ്ഗത്തെപ്പറ്റിയും നരകത്തെപ്പറ്റിയും, ഹതഭാഗ്യരായ മനുഷ്യവർഗ്ഗത്തെപ്പറ്റിയും, ദൈവത്തിന്റെ കാരുണ്യത്തെപ്പറ്റിയും സംസാരിക്കും. അവർ വരുന്നത് അത് കേൾക്കാൻ വേണ്ടി ആയിരുന്നു. അവർ അദ്ദേഹത്തെ കൊണ്ടു പോകും— സൂര്യനെ കാണാൻ ഉണ്ടായിരുന്നില്ല. അന്ന് പകിട്ടേറിയ ഒരു ദിവസം ആയിരുന്നു. അദ്ദേഹത്തെ അവർ പച്ചപിടിച്ച മലയോരംവരെ കൊണ്ടുപോകും. അവിടെ അവർക്ക് ഇളം ചൂടുള്ള പുൽത്തകിടിയിൽ ചിതറിക്കിടന്ന് അദ്ദേഹം പറയുന്നത് ശ്രദ്ധിക്കാൻ പറ്റും. ഒരുപക്ഷേ, വസന്തത്തിലെ മൈതാനത്ത് അവർക്ക് മധുരമായി ഉറങ്ങാൻപോലും പറ്റിയെന്നു വരും. അവർ അതുകൊണ്ട് പുറത്തു വഴിയിൽ കൂട്ടംകൂടി നിന്നു. കാരണം വാതിൽ അടച്ചിരിക്കുകയായിരുന്നു. അവർ ഗുരു പ്രത്യക്ഷപ്പെടാൻ വേണ്ടി വിളിച്ചുകൂവി.

യേശു പറഞ്ഞു. "എന്റെ സഹോദരി മഗ്ദലന, ശ്രദ്ധിച്ചു കേൾക്കൂ, എന്നെ കൊണ്ടു പോകാൻ മനുഷ്യർ വന്നിരിക്കുന്നു."

പക്ഷേ, ആചാര്യന്റെ കണ്ണുകളിൽ നഷ്ടപ്പെട്ടുപോയിരുന്ന മഗ്ദലന അദ്ദേഹം പറഞ്ഞത് കേട്ടില്ല. വളരെ നേരമായി അദ്ദേഹം സംസാരിച്ചുകൊണ്ടിരുന്ന ഒരു കാര്യവും അവൾ കേട്ടിരുന്നില്ല. അവൾ അദ്ദേഹത്തിന്റെ ശബ്ദത്തിൽ ലയിച്ചിരിക്കുകയായിരുന്നു; അദ്ദേഹത്തിന്റെ ശബ്ദം അവളോട് എല്ലാ കാര്യങ്ങളും പറഞ്ഞു. അവൾ ഒരു പുരുഷൻ ആയിരുന്നില്ല. അവൾക്ക് വാക്കുകളുടെ ആവശ്യം ഉണ്ടായിരുന്നില്ല. ഒരിക്കൽ അവൾ അദ്ദേഹത്തോട് പറഞ്ഞിട്ടുണ്ടായിരുന്നു.

"ആചാര്യൻ എന്തിനാണ് എന്നോട് ഭാവി ജീവിതത്തെപ്പറ്റി പറയുന്നത്? ഞങ്ങൾ പുരുഷന്മാർ അല്ല. ഞങ്ങൾക്ക് ശാശ്വതമായ മറ്റൊരു ജീവിതത്തിന്റെ ആവശ്യം ഇല്ല. ഞങ്ങൾ സ്ത്രീകളാണ്. ഞങ്ങൾക്ക് ഞങ്ങൾ സ്നേഹിക്കുന്ന പുരുഷനോടൊപ്പം ഉള്ള ഒരു നിമിഷംപോലും അനശ്വരമായ ഒരു ജീവിതം ആണ്. ഞങ്ങൾ സ്നേഹിക്കുന്ന പുരുഷനിൽനിന്നും അകന്നുപോകുന്ന ഒരു നിമിഷം ശാശ്വതമായ നരകവും ആണ്. ഇവിടെ ഈ ഭൂമിയിലാണ് ഞങ്ങൾ സ്ത്രീകൾ ശാശ്വതമായി ജീവിക്കുന്നത്."

"എന്റെ സഹോദരി മഗ്ദലന ആളുകൾ എന്നെ കൊണ്ടുപോകാൻ വന്നിരിക്കുന്നു." യേശു അവളോട് ആവർത്തിച്ചു. "എനിക്ക് പോകണം." അദ്ദേഹം എഴുന്നേറ്റ് വാതിൽ തുറന്നു. തീക്ഷ്ണമായ കണ്ണുകളും വിളിച്ചുകൂവുന്ന നാക്കുകളും കൈ നീട്ടിക്കൊണ്ട് നെടുവീർപ്പിടുന്ന രോഗികളും കൂടി വഴി പരിപൂർണ്ണമായും കീഴടക്കിക്കഴിഞ്ഞിരുന്നു..... മഗ്ദലന വാതിലിൽ പ്രത്യക്ഷപ്പെട്ടു. അവൾ നിലവിളിക്കാതിരിക്കാൻ വേണ്ടി കൈകൊണ്ട് വായ് പൊത്തിപ്പിടിച്ചു. "മനുഷ്യർ അദ്ദേഹത്തെ കടിച്ചുകീറിത്തിന്നുന്ന രക്തദാഹികളായ വന്യമൃഗങ്ങൾ ആണ്." അദ്ദേഹം ശാന്തമായി ഇരമ്പുന്ന ജനക്കൂട്ടത്തെ നയിച്ചുകൊണ്ട് നടന്നുനീങ്ങുന്നതു കണ്ടപ്പോൾ അവൾ

മുറുമുറുത്തു.

തടാകത്തിനു മുകളിൽ ഉയർന്നു നില്ക്കുന്ന പർവ്വതത്തിലേക്ക് യേശു ശാന്തമായി കടന്നുചെന്നു. ഒരിക്കൽ അദ്ദേഹം കൈവിടർത്തി ജനക്കൂട്ടത്തോട് "സ്നേഹം! സ്നേഹം!" എന്ന് വിളിച്ചു പറഞ്ഞത് ഈ പർവ്വതത്തിൽ വെച്ചായിരുന്നു. പക്ഷേ, അന്നത്തെ ദിവസത്തിനും ഇന്നത്തെ ദിവസത്തിനും ഇടയിൽ അദ്ദേഹത്തിന്റെ മനസ്സ് കൂടുതൽ തീവ്രമായിരിക്കുന്നു. മരുഭൂമി അദ്ദേഹത്തിന്റെ ഹൃദയത്തിന്റെ കട്ടി കൂട്ടിയിരിക്കുന്നു. സ്നാപകന്റെ ചുണ്ടുകൾ തന്റെ ചുണ്ടുകൾക്കു മുകളിലുള്ള രണ്ട് കത്തുന്ന കല്ക്കരിക്കഷണങ്ങളാണെന്നുള്ള തോന്നൽ ഇപ്പോഴും അദ്ദേഹത്തിന് ഉണ്ടായിരുന്നു. പ്രവചനങ്ങൾ അദ്ദേഹത്തിന്റെ ഉള്ളിൽ മിന്നിമറഞ്ഞു. അമാനുഷമായ ദൈവീക ഗർജ്ജനങ്ങൾ ഉയിർത്തെഴുന്നേറ്റിരിക്കുന്നു. ദൈവത്തിന്റെ മൂന്നു പെൺമക്കളായ കുഷ്ഠവും ഭ്രാന്തും അഗ്നിയും ആകാശങ്ങളെ കീറിമുറിച്ചു കൊണ്ട് താഴോട്ട് ഇറങ്ങിവരുന്നത് അദ്ദേഹം കണ്ടു.

അദ്ദേഹം കുന്നിന്റെ കൊടുമുടിയിൽ എത്തി വായ് തുറന്നപ്പോൾ പഴയ പ്രവാചകൻ ഉള്ളിൽനിന്നും കുതിച്ചുചാടിവന്ന് അലറി വിളിക്കാൻ തുടങ്ങി.

"ഭയാനകമായ പട്ടാളം ലോകത്തിന്റെ അതിർത്തികളിൽനിന്നും വളരെവേഗത്തിൽ ഇരമ്പിക്കൊണ്ട് തള്ളുന്നില്ല. ഒരാൾ പോലും ഉറങ്ങുന്നില്ല. അവർ ഒരിക്കലും ഉറങ്ങുന്നില്ല. ഒരു അരപ്പട്ട പോലും അയഞ്ഞിട്ടില്ല. ബൂട്ടിന്റെ ഒരു തുകൽ വാറുപോലും പൊട്ടിയിട്ടില്ല. അമ്പുകൾ മൂർച്ചയുള്ളവ ആണ്. വില്ലിന്റെ ഞാണുകൾ വലിഞ്ഞുമുറുകി നില്ക്കുകയാണ്. കുതിരകളുടെ കുളമ്പുകൾ കരിങ്കല്ലാണ്. രഥചക്രങ്ങൾ ചുഴലിക്കാറ്റുകളാണ്. അത് പിടികൂടുന്ന ആരേയും അതിന്റെ പല്ലിൽ കോർത്ത് മുകളിലേക്ക് ഉയർത്തുന്നു. ആരെക്കൊണ്ടും അവരെ രക്ഷപ്പെടുത്താൻ പറ്റില്ല!"

"ഇത് എന്ത് പട്ടാളം ആണ്?" വെളുത്ത തലമുടി എഴുന്നു നിന്നിരുന്ന ഒരു വൃദ്ധൻ വിളിച്ചുകൂവി.

"ഇത് എന്ത് പട്ടാളമാണ്? ബധിരരും അന്ധരും വിഡ്ഢികളുമായ മനുഷ്യർ അതാണോ ചോദിക്കുന്നത്?" യേശു ആകാശത്തേക്ക് കൈ ഉയർത്തി. "അധമന്മാരേ, ഇത് ദൈവത്തിന്റെ പട്ടാളമാണ്! ദൂരെനിന്ന് നോക്കുമ്പോൾ ദൈവത്തിന്റെ പോരാളികൾ മാലഖമാരാണെന്ന് തോന്നും. പക്ഷേ, അടുത്തെത്തുമ്പോൾ അവർ തീജ്വാലകൾ ആണ്. കഴിഞ്ഞ വേനല്ക്കാലത്ത് ഇതേ പാറയുടെ മുകളിൽ നില്ക്കുമ്പോൾ ഞാനും അവരെ മാലാഖമാരായി കണക്കാക്കിയിരുന്നു. ഞാൻ വിളിച്ചു പറഞ്ഞു. സ്നേഹിക്കൂ! സ്നേഹിക്കൂ! പക്ഷേ, ഇപ്പോൾ മരുഭൂമിയുടെ ദൈവം എന്റെ കണ്ണുതുറന്നിരിക്കുന്നു. ഞാൻ കണ്ടു അവർ തീജ്വാലകൾ ആണ്! "എനിക്ക് ഇനിയും നിങ്ങളെ സഹിക്കാൻ കഴിയില്ല" ദൈവം വിളിച്ചു കൂവുന്നു. "ഞാൻ താഴോട്ടു വരുകയാണ്!" വിലാപം ജറുസലേമിലും റോമിലും കേൾക്കുന്നു. പർവ്വതങ്ങളുടെ മുകളിലും ശവക്കല്ലറകളിലും കേൾക്കുന്നു. ഭൂമി അവളുടെ കുട്ടികൾക്കുവേണ്ടി ഏങ്ങലടിക്കുന്നു. ദൈവത്തിന്റെ മാലാ

ഖമാർ വെന്തെരിഞ്ഞ ഭൂമിയിലേക്ക് ഇറങ്ങിവരുന്നു. അവർ റോമും ജറുസലേമും എവിടെയായിരുന്നെന്ന് വിളക്കിന്റെ വെളിച്ചത്തിൽ അന്വേഷിക്കുന്നു. അവർ ചാരം വിരലുകൾക്കിടയിൽ ഞെരിച്ചുകൊണ്ട് മണപ്പിച്ചു നോക്കുന്നു... "ഇത് റോം ആയിരുന്നിരിക്കണം." അവർ പറയുന്നു. അതിനുശേഷം അവർ ചാരം കാറ്റിലേക്ക് കുടഞ്ഞുകളയുന്നു."

"അപ്പോൾ പാപമോചനം ഇല്ലേ?" കുഞ്ഞിനെ മാറത്ത് അമർത്തിക്കൊണ്ട് ചെറുപ്പക്കാരിയായ അമ്മ നിലവിളിച്ചു. "ഞാൻ എനിക്കുവേണ്ടിയല്ല എന്റെ മകനു വേണ്ടിയാണ് സംസാരിക്കുന്നത്."

"പാപമോചനം ഉണ്ട്" യേശു പറഞ്ഞു. "ഓരോ വെള്ളപ്പൊക്കത്തിലും ദൈവം ഒരു പെട്ടകം നിർമ്മിച്ച് അതിനെ ഭാവിലോകത്തെ സജീവമാക്കുന്നവനെ ഏല്പിക്കുന്നു. താക്കോൽ എന്റെ കൈവശം ഉണ്ട്!"

"സജീവമാകുന്നവൻ എന്ന നിലയിൽ ആരെ രക്ഷപ്പെടുത്തും?" അങ്ങ് ആരെ രക്ഷപ്പെടുത്തും? നമുക്ക് സമയം ഉണ്ടോ?" മറ്റൊരു വൃദ്ധൻ വിളിച്ചു ചോദിച്ചു. അയാളുടെ കീഴ്ത്താടി വിറച്ചു.

പ്രപഞ്ചം എന്റെ മുന്നിലൂടെ കടന്നുപോകുന്നു. ഞാൻ തെരഞ്ഞെടുക്കുന്നു. ഒരു ഭാഗത്ത് കൂടുതൽ തിന്ന് കൂടുതൽ കുടിച്ച് കൂടുതൽ ചുംബിച്ച എല്ലാ മനുഷ്യരും. മറുഭാഗത്ത് ലോകത്തിലെ മർദ്ദിതരും പട്ടിണികിടക്കുന്നവരും. ഞാൻ മർദ്ദിതരെയും പട്ടിണികിടക്കുന്നവരെയും തെരഞ്ഞെടുക്കുന്നു. ഞാൻ പുതിയ ജറുസലേം നിർമ്മിക്കാൻ ഉപയോഗിക്കുന്ന കല്ലുകൾ അവരാണ്."

"പുതിയ ജറുസലേം നിർമ്മിക്കുന്നുണ്ടോ?" ആളുകൾ തിളങ്ങുന്ന കണ്ണുകളുമായി വിളിച്ചു ചോദിച്ചു.

"അതെ. പുതിയ ജറുസലേം. മരുഭൂമിയിൽവെച്ച് ദൈവം എന്നോട് രഹസ്യം വെളിപ്പെടുത്തുന്നതുവരെ എനിക്കും അറിയില്ലായിരുന്നു. സ്നേഹം തീജ്വാലകൾക്ക് ശേഷമാണ് വരുന്നത്. ആദ്യം ദൈവം ലോകത്തെ ചാമ്പലാക്കി മാറ്റും. അതിനുശേഷം ദൈവം അദ്ദേഹത്തിന്റെ പുതിയ മുന്തിരിത്തോട്ടം നട്ടുപിടിപ്പിക്കും."

"ചാമ്പലിനേക്കാൾ നല്ല വളം ഇല്ല!" സന്തോഷമുള്ള ഒരു പരുക്കൻ ശബ്ദം പ്രതിദ്ധ്വനിച്ചു. അത് കൂടുതൽ ആഴവും സന്തോഷവും ഉള്ള അദ്ദേഹത്തിന്റെ ശബ്ദം പോലെ തോന്നി. അത്ഭുതത്തോടെ തിരിഞ്ഞുനോക്കിയ യേശു പിന്നിൽ നില്ക്കുന്ന യൂദാസിനെ കണ്ടു. അദ്ദേഹത്തിന് ഭയം തോന്നി. കാരണം യൂദാസിന്റെ മുഖം വരാൻ പോകുന്ന തീജ്വാലകൾ അയാളുടെ പുറത്തു വീണു കഴിഞ്ഞിരുന്നതുപോലെ മിന്നിത്തിളങ്ങി. അദ്ദേഹം മുന്നോട്ടു പാഞ്ഞുചെന്ന് യൂദാസിന്റെ കൈയിൽ പിടിച്ചു.

"ആചാര്യാ." അപ്രതീക്ഷിതമായ വാത്സല്യത്തിനടിമപ്പെട്ട് യൂദാസ് മന്ത്രിച്ചു. "എന്റെ ആചാര്യാ..."

ജീവിതത്തിൽ ഒരിക്കൽപോലും ഇത്രമാത്രം സ്നേഹത്തോടെ യൂദാസ് ആരോടും സംസാരിച്ചിട്ടില്ല. അയാൾക്ക് ലജ്ജ തോന്നി. അയാൾ തലകുനിച്ചു നിന്ന് ഏതോ കാര്യം ചോദിക്കുന്നതായി ഭാവിച്ചു. സത്യ

ത്തിൽ എന്താണ് ചോദിക്കുന്നതെന്ന് അയാൾക്കുപോലും അറിയില്ല. പിന്നീട് ഒരു പൂച്ചെടിയുടെ ചെറിയ തൈ കണ്ടപ്പോൾ അയാൾ വേരോടെ അത് പിഴുതെടുത്തു.

വൈകുന്നേരം യേശു തിരിച്ചുവന്ന് നെരിപ്പോടിനു മുമ്പിലുള്ള സ്റ്റൂളിൽ ഇരുന്ന് തീയിലേക്ക് നോക്കിക്കൊണ്ടിരുന്നപ്പോൾ അദ്ദേഹത്തിന്റെ ഉള്ളിലെ ദൈവത്തിന് തിടുക്കം ഉള്ളതായി അനുഭവപ്പെട്ടു. കൂടുതൽ കാത്തു നില്ക്കാൻ ദൈവം അദ്ദേഹത്തെ അനുവദിക്കില്ല. അദ്ദേഹത്തെ ദുഃഖവും ദേഷ്യവും നാണക്കേടും ചേർന്ന് പരാജയപ്പെടുത്തി. ഇന്ന് വീണ്ടും അദ്ദേഹം സംസാരിച്ചുകൊണ്ട് മനുഷ്യരുടെ തലയ്ക്ക് മുകളിലേക്ക് തീജ്വാലകൾ വീശിയിരിക്കുന്നു. സാധാരണക്കാരായ മുക്കുവരും കർഷകരും നിമിഷനേരത്തേക്ക് ഭയന്നുപോയിരുന്നു. പക്ഷേ, ഉടൻ തന്നെ അവർ ആത്മസംയമനം തിരിച്ചുപിടിച്ചു. ഈ ഭീഷണികളെല്ലാം അവർക്ക് ഒരു യക്ഷിക്കഥപോലെ തോന്നി. അവരിൽ പലരും അദ്ദേഹത്തിന്റെ ശബ്ദത്തിലെ താരാട്ടു കേട്ട് ഇളംചൂടുള്ള പുൽത്തകിടിയിൽ കിടന്ന് ഉറക്കം പിടിച്ചിരുന്നു.

അദ്ദേഹം നിശ്ശബ്ദനായി ഇരുന്ന് അസ്വസ്ഥതയോടെ തീജ്വാലകൾ ശ്രദ്ധിച്ചു. മഗ്ദലന ഒരു മൂലയിൽ നിന്നുകൊണ്ട് അദ്ദേഹത്തെ നോക്കി. അവൾ സംസാരിക്കാൻ ആഗ്രഹിച്ചു. പക്ഷേ, ധൈര്യം ഉണ്ടായിരുന്നില്ല. ചില സമയങ്ങളിൽ ഒരു സ്ത്രീയുടെ സംസാരം പുരുഷനെ സന്തോഷിപ്പിക്കും. ചില സമയങ്ങളിൽ അത് അയാളെ കോപാകുലനാക്കും. ഇത് മഗ്ദലനയ്ക്ക് അറിയാമായിരുന്നു. അവൾ നിശ്ശബ്ദയായി നിന്നു.

അവിടെ ശബ്ദം ഉണ്ടായിരുന്നില്ല. വീടിന് മീനിന്റെയും സുഗന്ധസസ്യത്തിന്റെയും മണം ഉണ്ടായിരുന്നു. മുറ്റത്തേക്ക് തുറക്കുന്ന ജനാല തുറന്നുകിടക്കുകയായിരുന്നു. അടുത്ത് എവിടെയോ ഏതോ മെഡ്‌ലാർ മരങ്ങൾ നിശ്ചയമായും പൂത്തിട്ടുണ്ടാകും. കാരണം വൈകുന്നേരത്തെ ഇളംകാറ്റിനൊപ്പം അതിന്റെ എരിവും മധുരവും ഉള്ള മണം കടന്നുവന്നിരുന്നു.

യേശു എഴുന്നേറ്റ് ജനൽ അടച്ചു. വസന്തകാലത്തെ എല്ലാ സുഗന്ധങ്ങളും പ്രലോഭനങ്ങളുടെ നിശ്വാസങ്ങളാണ്. അവ അദ്ദേഹത്തിന്റെ ആത്മാവിന് ഉചിതമായ അന്തരീക്ഷം അല്ല. ഇവിടം ഉപേക്ഷിച്ചുപോയി അദ്ദേഹത്തിനു യോജിച്ച അന്തരീക്ഷം കണ്ടെത്താനുള്ള സമയം ആയിരിക്കുന്നു. ദൈവം തിടുക്കത്തിൽ ആയിരുന്നു.

വാതിൽ തുറക്കപ്പെട്ടു. യൂദാസ് അകത്തു കടന്ന് നീലക്കണ്ണുകൾ കൊണ്ട് മുറിമൊത്തം പരിശോധിച്ചു. അയാൾ തീജ്വാലകളിൽ കണ്ണുകൾ ഉറപ്പിച്ചിരിക്കുന്ന ഗുരുവിനെ കണ്ടു. ഉയർന്ന നിതംബം ഉള്ള മഗ്ദലനയെ കണ്ടു. ഉറങ്ങിക്കിടന്ന് കൂർക്കം വലിക്കുന്ന സബിദീയെ കണ്ടു. വിളക്കിനടിയിൽ കടലാസ് ചുരണ്ടി ഒപ്പു കടലാസുകൊണ്ട് മഷി ഒപ്പിക്കൊണ്ടിരിക്കുന്ന എഴുത്തുകാരനെ കണ്ടു... അയാൾ തലകുലുക്കി. അവരുടെ മഹത്തായ സംഘടിത പ്രവർത്തനം ഇതായിരുന്നോ? ലോകം കീഴടക്കാൻ അവർ പുറപ്പെട്ടത് ഈ വഴിയിലൂടെ ആയിരുന്നോ? ഒരു അതീന്ദ്രിയ

ജ്ഞാനി; ഒരു ലേഖനം എഴുത്തുകാരൻ, സാന്മാർഗ്ഗികമായി സംശയിക്കപ്പെടുന്ന ഒരു സ്ത്രീ, ഏതാനും മുക്കുവർ, ഒരു ചെരിപ്പുകുത്തി എല്ലാവരും കാപ്പർനാമിൽ വിശ്രമിച്ചുകൊണ്ടിരിക്കുന്നു! അയാൾ ഒരു മൂലയിൽ ചെന്ന് ചുരുണ്ടുകൂടി ഇരുന്നു. വൃദ്ധയായ സലോമി മേശ തയ്യാറാക്കിക്കഴിഞ്ഞിരുന്നു.

"എനിക്ക് വിശക്കുന്നില്ല." അയാൾ മുറുമുറുത്തു "എനിക്ക് ഉറക്കം വരുന്നുണ്ട്." മറ്റുള്ളവരെ കാണാതിരിക്കാൻ വേണ്ടി അയാൾ കണ്ണുകൾ അടച്ചു. അവർ ഭക്ഷണം കഴിക്കാൻ ഇരുന്നുകഴിഞ്ഞിരുന്നു. ഒരു ഈയാംപാറ്റ വാതിലിലൂടെ അകത്തുവന്ന് വിളക്കിന്റെ നാളത്തിനുചുറ്റും ചിറകടിച്ചതിനുശേഷം ഒരു നിമിഷം യേശുവിന്റെ തലമുടിയിൽ പറ്റിപ്പിടിച്ചു. അതിനുശേഷം അത് മുറിക്കുള്ളിൽ ചുറ്റിക്കറങ്ങാൻ തുടങ്ങി.

"നമുക്ക് ഒരു സന്ദർശകൻ വരാൻ പോകുന്നുണ്ട്." സലോമി പറഞ്ഞു. "നമുക്ക് അയാളെ കാണുന്നത് സന്തോഷമായിരിക്കും."

യേശു അപ്പം അശീർവദിച്ചതിനുശേഷം ഭാഗം വെച്ചു. അവർ കഴിക്കാൻ തുടങ്ങി. ആരും സംസാരിച്ചില്ല. ആഹാരം കഴിക്കാൻ വേണ്ടി വിളിച്ചുണർത്തിയ സബിദീക്ക് മുറിക്കുള്ളിലെ നിശ്ശബ്ദത ശ്വാസം മുട്ടിക്കുന്നതായി തോന്നി. അയാൾക്ക് അത് താങ്ങാൻ കഴിഞ്ഞില്ല.

"കുട്ടികളേ സംസാരിക്കൂ" മേശപ്പുറത്ത് കൈപ്പത്തി ചുരുട്ടി ഇടിച്ചുകൊണ്ട് അയാൾ പറഞ്ഞു. "എന്താണ് കുഴപ്പം? നമ്മുടെ മുമ്പിൽ ഒരു ശവം കിടക്കുന്നുണ്ടോ? നിങ്ങൾ കേട്ടിട്ടില്ലേ. മൂന്നോ നാലോ ആളുകൾ ദൈവത്തെപ്പറ്റി സംസാരിക്കാതെ ഒന്നിച്ചിരുന്ന് തിന്നുകയാണെങ്കിൽ അവർ ഒരു ശവസംസ്കാരത്തിന്റെ അത്താഴം കഴിക്കുകയായിരിക്കും. നസറേത്തിലെ പഴയ ആചാര്യൻ (ദൈവം അദ്ദേഹത്തെ അനുഗ്രഹിക്കട്ടെ) ഒരിക്കൽ എന്നോട് പറഞ്ഞിരുന്നു. ഞാൻ അത് ഇപ്പോഴും ഓർക്കുന്നുണ്ട്. അതുകൊണ്ട് മറിയത്തിന്റെ മകൻ സംസാരിക്കണം. ദൈവത്തെ എന്റെ വീട്ടിലേക്ക് വീണ്ടും വിളിച്ചുകൊണ്ടുവരണം. ഞാൻ മറിയത്തിന്റെ മകൻ എന്നു വിളിച്ചതിന് മാപ്പുതരണം. പക്ഷേ, എനിക്ക് എന്താണ് വിളിക്കേണ്ടതെന്ന് ഇപ്പോഴും അറിയില്ല. ചിലർ ആശാരിയുടെ മകൻ എന്നു പറയുന്നു. മറ്റു ചിലർ ഡേവിഡിന്റെ മകൻ എന്നു വിളിക്കുന്നു. ദൈവപുത്രൻ, മനുഷ്യപുത്രൻ. എല്ലാവരും ചിന്താക്കുഴപ്പത്തിലാണ്. ലോകം ഇതുവരെ തീരുമാനം എടുത്തിട്ടില്ലെന്ന് വ്യക്തമാണ്."

"സബിദീ" യേശു മറുപടി പറഞ്ഞു. "ദൈവത്തിന്റെ സിംഹാസനത്തിനു ചുറ്റും മാലാഖമാരുടെ എണ്ണമറ്റ സംഘങ്ങൾ പറക്കുന്നുണ്ട്. അവരുടെ ശബ്ദം സ്വർണ്ണവും വെള്ളിയും ആണ്. അത് ഒഴുകിക്കൊണ്ടിരിക്കുന്ന വെള്ളത്തിന്റെ ശബ്ദമാണ്. അവർ ആ ശബ്ദത്തിൽ ദൈവത്തെ സ്തുതിക്കുന്നു. പക്ഷേ, അല്പം ദൂരെ നിന്നുകൊണ്ടാണ് സ്തുതിക്കുന്നത്. ഒന്നൊഴിച്ച് മറ്റൊരു മാലാഖയും വളരെ അടുത്തു ചെല്ലാൻ ധൈര്യപ്പെടുന്നില്ല."

"ഏത് മാലാഖ?" സബിദീ വീഞ്ഞ് തുളുമ്പുന്ന വലിയ കണ്ണുകൾ തുറന്നുകൊണ്ട് ചോദിച്ചു.

"നിശ്ശബ്ദതയുടെ മാലാഖ" യേശു മറുപടി പറഞ്ഞു. അതിനുശേഷം അദ്ദേഹം കൂടുതൽ സംസാരിച്ചില്ല.

വീട്ടുടമസ്ഥന് ശ്വാസംമുട്ടി. അയാൾ കപ്പിൽ വീഞ്ഞുനിറച്ച് ഒറ്റവലിക്ക് ഉള്ളിലാക്കി.

ഈ സന്ദർശകൻ നിശ്ചയമായും ഒരു ദോഷൈകദൃക്കാണ്. അയാൾ സ്വയം പറഞ്ഞു. നിങ്ങൾ ഒരു സിംഹത്തിന്റെ കൂടെ മേശയിൽ ഇരിക്കുകയാണെന്ന് തോന്നും... ഈ ആലോചന കടന്നു വന്ന ഉടൻതന്നെ സബിദീ എഴുന്നേറ്റു. അയാൾ ഭയന്നു പോയിരുന്നു.

"ഞാൻ കിഴവൻ യോനായെ കണ്ടുപിടിക്കാൻ പോകുന്നു. ഞങ്ങൾക്ക് മനുഷ്യജീവികളെപ്പോലെ കുറച്ചുസമയം സംസാരിക്കാൻ പറ്റും." വാതിലിനടുത്തേക്ക് നീങ്ങുമ്പോൾ അയാൾ പറഞ്ഞു. പക്ഷേ, ആ നിമിഷത്തിൽ മുറ്റത്തുനിന്നും ചില അവ്യക്തമായ കാലൊച്ചകൾ കേൾക്കുന്നുണ്ടായിരുന്നു.

"നോക്കൂ. നമ്മുടെ സന്ദർശകൻ എത്തിയിരിക്കുന്നു." സലോമി എഴുന്നേറ്റു കൊണ്ട് പറഞ്ഞു. അവർ എല്ലാവരും തിരിഞ്ഞുനോക്കി. ഉമ്മറപ്പടിയിൽ നസറേത്തിലെ പഴയ ആചാര്യൻ നില്ക്കുന്നുണ്ടായിരുന്നു.

അയാൾ എന്തുമാത്രം വൃദ്ധനായിരിക്കുന്നു! എന്തുമാത്രം മെലിഞ്ഞു പോയിരിക്കുന്നു! സൂര്യന്റെ ചൂടുകൊണ്ട് കരുവാളിച്ച തൊലിയിൽ പൊതിഞ്ഞ ഏതാനും എല്ലുകൾ ഒഴിച്ച് മറ്റൊന്നും അയാളിൽ അവശേഷിച്ചിരുന്നില്ല– ആത്മാവ് പറന്നുപോകാതെ പിടിച്ചുനിർത്താൻ അത്യാവശ്യമുള്ളവ മാത്രമാണ് അവശേഷിച്ചിരുന്നത്. അടുത്തകാലത്ത് ആചാര്യന് ഉറങ്ങാൻ കഴിഞ്ഞിരുന്നില്ല. ചിലപ്പോൾ ഉറങ്ങിയാൽപോലും അതിരാവിലെ അസാധാരണമായ ഒരു സ്വപ്നം അയാൾ തുടർച്ചയായി കണ്ടിരുന്നു: മാലാഖമാർ, തീജ്വാലകൾ...; മുറിവേറ്റ് മോങ്ങുന്ന ഒരു വന്യമൃഗത്തിന്റെ രൂപത്തിൽ സിയോൺ കൊടുമുടിയിലേക്ക് പറ്റിപ്പിടിച്ച് കയറുന്ന ജറുസലേം. ഇന്നലെ അതിരാവിലെ അയാൾ വീണ്ടും ഈ സ്വപ്നം കണ്ടിരുന്നു. അയാളുടെ സഹിക്കാനുള്ള കഴിവ് അവസാനിച്ചു. അയാൾ ചാടി എഴുന്നേറ്റ് വീടുവിട്ടിറങ്ങി പാടങ്ങളിലൂടെ എസ്ഡ്രേലോൺ സമതലം കുറുകെകടന്നു. ദൈവത്തിന്റെ ചവിട്ടുകൊണ്ട കാർമൽ കൊടുമുടി അയാളുടെ മുമ്പിൽ തല ഉയർത്തിനിന്നു. ഏലിയാ പ്രവാചകൻ നിശ്ചയമായും അതിന്റെ മുകളിൽ നില്ക്കുന്നുണ്ടാകും. ആചാര്യന് മലകയറാനുള്ള ശക്തികൊടുത്തു വലിച്ചുകയറ്റിയത് ഏലിയാ പ്രവാചകൻ ആയിരുന്നു. വൃദ്ധൻ പർവ്വതത്തിന്റെ മുകളിൽ എത്തിയപ്പോഴേക്കും സൂര്യൻ താഴോട്ടുപോയിരുന്നു. വിശുദ്ധിയുള്ള കൊടുമുടിയുടെ മുകളിൽ അൾത്താരയായി കുത്തനെ നില്ക്കുന്ന മൂന്നു പാറകൾ ഉണ്ടെന്ന് അയാൾക്ക് അറിയാം. അവയ്ക്ക് ചുറ്റും ബലികളുടെ അവശിഷ്ടങ്ങളായ അസ്ഥികളും കൊമ്പുകളും കിടക്കുന്നുണ്ടാകും. പക്ഷേ, അയാൾ കൂടുതൽ അടുത്തെത്തി തല ഉയർത്തിയപ്പോൾ അറിയാതെ വിളിച്ചുകൂവിപ്പോയി: പാറകൾ അപ്രത്യക്ഷപ്പെട്ടിരുന്നു! ഇന്നു വൈകുന്നേരം മൂന്ന് അതികായന്മാർ കൊടുമുടി

യിൽ നിന്നിരുന്നു. അവർ മഞ്ഞുപോലെ വെളുത്ത വസ്ത്രങ്ങൾ ധരിച്ചിരുന്നു. അവരുടെ മുഖങ്ങൾ പ്രകാശംകൊണ്ട് നിർമ്മിച്ചവയായിരുന്നു. നടുക്ക് മറിയത്തിന്റെ മകൻ യേശു ആയിരുന്നു. യേശുവിന്റെ ഇടതുവശത്ത് കൈയ്ക്കുള്ളിൽ കത്തുന്ന കല്ക്കരിയുമായി എലിയാപ്രവാചകൻ നിന്നിരുന്നു. വലതുവശത്ത് വളഞ്ഞ കൊമ്പുമായി മോശ. മോശ കൈയിൽ തീകൊണ്ട് അക്ഷരങ്ങൾ കുറിച്ച രണ്ട് പട്ടികകൾ പിടിച്ചിരുന്നു... ആചാര്യൻ കമഴ്ന്നു വീണു. "പിതാവേ! പിതാവേ!" അയാൾ വിറച്ചുകൊണ്ട്. പതുക്കെ പറഞ്ഞു. ഏലിയായും മോശയും മരിച്ചിട്ടില്ലെന്ന് അയാൾക്ക് അറിയാം. ദൈവത്തിന്റെ ഭയാനകമായ ദിവസത്തിൽ അവർ വീണ്ടും ഭൂമിയിൽ പ്രത്യക്ഷപ്പെടുമെന്നും അയാൾക്ക് അറിയാം. അത് ലോകാവസാനം ആയതിന്റെ ഒരുസൂചന ആയിരുന്നു. അവർ പ്രത്യക്ഷപ്പെട്ടിരിക്കുന്നു— അവിടെ അവർ ഉണ്ടായിരുന്നു!— ആചാര്യൻ പേടിച്ചുവിറച്ചു. അയാൾ നോക്കാൻ വേണ്ടി മുഖം ഉയർത്തി... മങ്ങിയവെളിച്ചത്തിൽ സൂര്യതാപം വേണ്ടുവോളം ഏറ്റ ആ മൂന്നുപാറകൾ കൊടുമുടിയുടെ മുകളിൽ തിളങ്ങുന്നുണ്ടായിരുന്നു.

ആചാര്യൻ ധാരാളം വർഷങ്ങളായി ദിവ്യഗ്രന്ഥങ്ങൾ തുറക്കുന്നുണ്ടായിരുന്നു. ധാരാളം വർഷങ്ങളായി അയാൾ യഹോവയുടെ നിശ്വാസം ശ്വസിക്കുന്നുണ്ടായിരുന്നു. ദൃശ്യവും അദൃശ്യവുമായ കാര്യങ്ങളുടെ പിന്നിൽ ഒളിച്ചു വെച്ചിരിക്കുന്ന ദൈവത്തിന്റെ അർത്ഥങ്ങൾ എങ്ങനെ കണ്ടുപിടിക്കണമെന്ന് അയാൾ അഭ്യസിച്ചിരുന്നു — ഇപ്പോൾ അയാൾ അത് മനസ്സിലാക്കിക്കഴിഞ്ഞു. അയാൾ നിലത്തുനിന്നും അംശവടി കൈയിൽ എടുത്തു. അയാളുടെ ജീർണ്ണിച്ച ശരീരം ഇത്രമാത്രം ശക്തി എവിടെനിന്ന് കണ്ടെത്തി? നസറേത്തിലും കാനായിലും മഗ്ദലയിലും കാപ്പർനാമിലും എല്ലാം അയാൾ മറിയത്തിന്റെ മകനെ കാണാൻ വേണ്ടി യാത്ര ചെയ്തിരുന്നു. യൂദിയായിലെ മരുഭൂമിയിൽ നിന്നു യേശു തിരിച്ചു വന്നതായി അയാൾ കേട്ടിരുന്നു. ഗലീലി മുഴുവനും ഇപ്പോൾ അയാൾ യേശുവിനെ പിന്തുടർന്നു വരുകയായിരുന്നു. കൃഷിക്കാരും മുക്കുവരും പുതിയ പ്രവാചകന്റെ പുരാവൃത്തം ആരംഭിച്ചുകഴിഞ്ഞതായി അയാൾ മനസ്സിലാക്കിയിരുന്നു; അദ്ദേഹം എന്തെല്ലാം അത്ഭുതങ്ങൾ പ്രവർത്തിച്ചു; എന്തെല്ലാം വചനങ്ങൾ ഉച്ചരിച്ചു; സംസാരിക്കാൻ വേണ്ടി അദ്ദേഹം ഏതു കല്ലിലാണ് കയറി നിന്നത്; ആ കല്ല് പെട്ടെന്ന് പൂക്കൾകൊണ്ട് എങ്ങനെയാണ് മൂടപ്പെട്ടത്... അയാൾ വഴിയിൽ വെച്ചുകണ്ട ഒരു വൃദ്ധനെ ചോദ്യം ചെയ്തിരുന്നു. വൃദ്ധൻ കൈകൾ ആകാശത്തേക്ക് ഉയർത്തി. "ഞാൻ അന്ധനായിരുന്നു. അദ്ദേഹം എന്റെ കൺപോളകളിൽ തൊട്ടുകൊണ്ട് എനിക്ക് കാഴ്ച തന്നു. അദ്ദേഹം എന്നോട് അതിനെപ്പറ്റി ഒരു വാക്കുപോലും പറയരുതെന്ന് നിർദ്ദേശിച്ചിരുന്നെങ്കിലും ഞാൻ എല്ലാവരോടും പറഞ്ഞുകൊണ്ട് ഗ്രാമം മുഴുവൻ ചുറ്റിത്തിരിയുകയാണ്."

"ഇപ്പോൾ അദ്ദേഹത്തെ എവിടെ ചെന്നാൽ കാണാൻ കഴിയുമെന്ന് നിങ്ങൾക്ക് എന്നോട് പറയാൻ കഴിയുമോ?"

"ഞാൻ വിട്ടുപോകുമ്പോൾ അദ്ദേഹം കാപ്പർനാമിലുള്ള സബിദീയുടെ വീട്ടിൽ ആയിരുന്നു. അദ്ദേഹം സ്വർഗ്ഗത്തിലേക്ക് കയറുന്നതിനു മുമ്പ് പിടികൂടണമെങ്കിൽ പെട്ടെന്ന് പോകണം."

ആചാര്യൻ പെട്ടെന്ന് നടന്നു. അസ്തമയം അയാളെ പിന്നിലാക്കി. ഇരുട്ടിൽ അയാൾ സബിദീയുടെ വീടു കണ്ടുപിടിച്ചു. അയാൾ വീടിനുള്ളിൽ പ്രവേശിച്ചു. സലോമി അയാളെ സ്വീകരിക്കാൻ വേണ്ടി ചാടി എഴുന്നേറ്റു.

"സലോമി" ഉമ്മറത്തുകൂടി നടന്നുകൊണ്ട് ആചാര്യൻ പറഞ്ഞു. "ഈ വീട്ടിൽ സമാധാനം നിറയട്ടെ. എബ്രഹാമിന്റെയും ഐസക്കിന്റെയും സമ്പത്ത് അതിന്റെ ഉടമസ്ഥർക്ക് ലഭിക്കട്ടെ."

അയാൾ തിരിഞ്ഞുനോക്കി. യേശുവിന്റെ സാന്നിദ്ധ്യം അയാളെ അത്ഭുതപ്പെടുത്തി.

"ധാരാളം പക്ഷികൾ നിങ്ങളെപ്പറ്റിയുള്ള വാർത്തകൾ തന്നുകൊണ്ട് എന്റെ മുകളിലൂടെ കടന്നുപോയി." അയാൾ പറഞ്ഞു. "എന്റെ കുട്ടീ, നിങ്ങൾ തെരഞ്ഞെടുത്തിരിക്കുന്ന വഴിക്ക് വളരെ കൂടുതൽ ദൈർഘ്യം ഉണ്ട്. അത് ധാരാളം കുന്നുംകുഴിയും ഉള്ള വഴിയാണ്. ദൈവം നിങ്ങളോടൊപ്പം ഉണ്ടാകട്ടെ!"

"ആമേൻ!" യേശു ഗൗരവമുള്ള ശബ്ദത്തിൽ മറുപടി പറഞ്ഞു.

വൃദ്ധനായ സബിദീ ഹൃദയത്തിനു മുകളിൽ കൈപ്പത്തി ചേർത്തു വെച്ചുകൊണ്ട് സന്ദർശകനെ ഉപചാരപൂർവ്വം സ്വാഗതംചെയ്തു. "പിതാവേ, എന്റെ വീട്ടിലേക്ക് വരാൻ എന്താണ് കാരണം?" അയാൾ ചോദിച്ചു.

പക്ഷേ, ആചാര്യൻ മറുപടി പറയാതെ നെരിപ്പോടിനടുത്ത് പോയി ഇരുന്നു. ഒരുപക്ഷേ, അയാൾ സബിദീ ചോദിച്ചത് കേട്ടുകാണില്ല. അയാൾക്ക് വിശപ്പും ദാഹവും ക്ഷീണവും ഉണ്ടായിരുന്നു. പക്ഷേ, അയാൾക്ക് കഴിക്കാൻ ആഗ്രഹം ഉണ്ടായിരുന്നില്ല. രണ്ടോ മൂന്നോ വഴികൾ അയാളുടെ മുമ്പിൽ നീണ്ടു കിടന്നിരുന്നു. അയാൾ ഏതു വഴി സ്വീകരിക്കണമെന്ന് അയാൾക്ക് അറിയില്ല.... എന്തിനാണ് അയാൾ യാത്ര പുറപ്പെട്ടത്? അയാളുടെ സ്വപ്നദർശനം യേശുവിനോട് വെളിപ്പെടുത്താൻ... പക്ഷേ, ഇത് ദൈവത്തിൽനിന്നുള്ള സ്വപ്നം അല്ലെങ്കിൽ? മനുഷ്യനെ കബളിപ്പിക്കാൻ വേണ്ടി ദൈവം ഇതൊക്കെ ചെയ്യുമെന്ന് ആചാര്യന് നല്ല പോലെ അറിയാം. അയാൾ കണ്ടതെല്ലാം യേശുവിനോട് വെളിപ്പെടുത്തിയാൽ അഹംഭാവത്തിന്റെ പിശാച് അയാളെ പിടികൂടും. അങ്ങനെ വന്നാൽ എല്ലാം പാഴാകും. ആചാര്യനായ അയാൾക്ക് അതിന്റെ മറുപടി കിട്ടാൻ പോകുന്നില്ല. അയാൾ രഹസ്യം ഒളിച്ചുവെച്ചുകൊണ്ട് യേശുവിനെ പിന്തുടരണോ? പക്ഷേ, നസറേത്തിലെ ആചാര്യനായ അയാൾ ഒരു പുതിയ നിയമം കൊണ്ടുവരുമെന്ന് പൊങ്ങച്ചം പറയുന്ന ഏറ്റവും തന്റേടമുള്ള ഈ വിപ്ലവകാരിയെ പിന്തുടരുന്നത് അയാളുടെ ഭാഗത്തുനിന്നും ശരിയായ കാര്യം ആണോ? ഇപ്പോൾ തന്നെ വരുന്ന വഴിക്ക് കാനായിൽ നിയമ

ത്തിനു വിരുദ്ധമായി യേശു എന്തോ പറഞ്ഞതിന്റെ ഒരു ചിന്താക്കുഴപ്പം അയാൾ കണ്ടിരുന്നില്ലേ? വിശുദ്ധ ശാബത്ത് ദിവസത്തിൽ യേശു പാടത്തേക്ക് ചെന്നപ്പോൾ ആരോ അവിടെ തോട്ടം നനയ്ക്കുന്നതും കുഴികൾ മൂടുന്നതും കാണാൻ ഇടയായി. യേശു അയാളോടു പറഞ്ഞു. "നിങ്ങൾ ചെയ്യുന്നത് എന്താണെന്ന് നിങ്ങൾക്ക് അറിയാമെങ്കിൽ നിങ്ങളുടെ മുകളിലേക്ക് ആഹ്ലാദം ഇറങ്ങിവരട്ടെ. നിങ്ങൾക്ക് അറിയില്ലെങ്കിൽ നിയമം ലംഘിച്ചതിന് നിങ്ങൾ ശപിക്കപ്പെടട്ടെ." ഇതുകേട്ടപ്പോൾ വൃദ്ധനായ ആചാര്യന് ബുദ്ധിമുട്ടു തോന്നി. ഈ വിപ്ലവകാരി അപകടകാരിയാണ്. അയാൾ ആലോചിച്ചു. "ശിമയോൻ, സൂക്ഷ്മമമായി മനസ്സിലാക്കണം. അല്ലെങ്കിൽ നിങ്ങൾ സ്വയം നശിച്ചതായി നിങ്ങൾക്ക് കാണേണ്ടിവരും— അതും നിങ്ങളുടെ ഈ പ്രായത്തിൽ."

യേശു ആചാര്യന്റെ അടുത്തു വന്ന് ഇരുന്നു. യൂദാസ് നിലത്തുകിടക്കുകയായിരുന്നു. അയാൾ കണ്ണടച്ചിരുന്നു. മാത്യു തൂവൽ കൈയിൽ പിടിച്ചുകൊണ്ട് വിളക്കിന്റെ താഴെ കാത്തിരിക്കുകയായിരുന്നു. പക്ഷേ, യേശു സംസാരിച്ചില്ല. അദ്ദേഹം വിറകിനെ തീജ്വാലകൾ വിഴുങ്ങുന്നതു ശ്രദ്ധിച്ചുകൊണ്ടിരുന്നു. ആചാര്യൻ ഇപ്പോഴും വഴിയിലൂടെ നടക്കുകയാണെന്നമട്ടിൽ കിതച്ചുകൊണ്ടിരിക്കുകയാണെന്ന് യേശുവിന് തോന്നി.

ഈ സമയംകൊണ്ട് സലോമി ആചാര്യനുവേണ്ടി ഒരുകിടക്ക തയ്യാറാക്കി. അയാൾ ഒരു വൃദ്ധനാണ്. അയാൾക്ക് തീർച്ചയായും ഒരു നല്ല മെത്തയും തലയണയും വേണം. അവൾ രാത്രിയിൽ അയാൾക്ക് ദാഹിക്കാതിരിക്കാൻ വേണ്ടി മെത്തയുടെ അടുത്ത് ഒരു ചെറിയ കുടത്തിൽ വെള്ളം നിറച്ചു വെച്ചു. പുതിയ സന്ദർശകൻ തന്നെ കാണാൻ വന്നതല്ലെന്ന് വൃദ്ധനായ സബിദീ മനസ്സിലാക്കി. അയാൾ തന്റെ കുറുവടിയുമെടുത്തുകൊണ്ട് യോനായെ കണ്ടുപിടിക്കാൻ വേണ്ടി പുറത്തേക്ക് ഇറങ്ങി. യോനായെ കണ്ടെത്തിയാൽ അയാൾക്ക് വീണ്ടും മനുഷ്യജീവികളോടൊപ്പം ശ്വസിക്കാൻ പറ്റും. അയാളുടെ വീട് സിംഹങ്ങളെക്കൊണ്ട് നിറഞ്ഞിരിക്കുന്നു. മഗ്ദലനയും സലോമിയും അകത്തുള്ള മുറികളിലേക്ക് മാറി. അതുകൊണ്ട് യേശുവിനും ആചാര്യനും തനിച്ചിരിക്കാൻ പറ്റും. അവർക്ക് രണ്ടും ഗൗരവമുള്ള രഹസ്യങ്ങൾ ചർച്ച ചെയ്യാനുണ്ടെന്നുള്ള ഒരു മുൻധാരണ മഗ്ദലനയ്ക്കും സലോമിക്കും ഉണ്ടായിരുന്നു.

പക്ഷേ, യേശുവും ആചാര്യനും സംസാരിച്ചില്ല. വാക്കുകൾക്ക് മനുഷ്യരുടെ ഹൃദയങ്ങളെ ഒരിക്കലും ശൂന്യമാക്കിക്കൊണ്ട് സാന്ത്വനപ്പെടുത്താൻ കഴിയില്ലെന്ന് അവർക്ക് നല്ലപോലെ അറിയാമായിരുന്നു. അതു ചെയ്യാൻ കഴിയുന്നത് നിശ്ശബ്ദതയ്ക്ക് മാത്രമാണ്. അതുകൊണ്ട് അവർ നിശ്ശബ്ദത പാലിച്ചു. മണിക്കൂറുകൾ കടന്നുപോയി. കൈയിൽ തൂവലും പിടിച്ച് മാത്യു ഉറക്കവും തുടങ്ങി. സബിദീ വേണ്ടത്ര സംസാരിച്ചതിനു ശേഷം തിരിച്ചു വന്ന് വൃദ്ധയായ ഭാര്യയുടെ അടുത്തു കിടന്നു. അപ്പോൾ അർദ്ധരാത്രി ആയിരുന്നു. ആചാര്യനും ആവശ്യത്തിനു സംസാരിച്ചുകഴിഞ്ഞിരുന്നു– നിശ്ശബ്ദതയുടെ ആശയവിനിമയം. അയാൾ എഴുന്നേറ്റു.

"ഇന്നു രാത്രിയിൽ നമ്മൾ ധാരാളം സംസാരിച്ചു." അയാൾ യേശുവിനോടു പറഞ്ഞു. "നമുക്ക് നാളെ തുടരാം!" അയാൾ കാലുവലിച്ചുവെച്ച് കിടക്കയുടെ അടുത്തേക്ക് നടന്നു.

സൂര്യൻ ഉണർന്ന് പർവ്വതത്തിന്റെ മുകളിൽ എത്തി. പക്ഷേ, ആചാര്യൻ ഇതുവരെ കണ്ണു തുറന്നിട്ടില്ല. യേശു മുക്കുവരുമായി സംസാരിക്കാൻ വേണ്ടി തടാകത്തിലേക്ക് പോയി. മീൻപിടിത്തത്തിൽ ഒരു കൈ സഹായിക്കാൻ വേണ്ടി അദ്ദേഹം യോനയുടെ ബോട്ടിൽ കയറി. യൂദാസ് ഒരു പെൺപട്ടിയെപ്പോലെ ലക്ഷ്യമില്ലാതെ ഒറ്റയ്ക്ക് ചുറ്റിത്തിരിഞ്ഞു.

സലോമി ആചാര്യന് ശ്വാസം ഉണ്ടോ എന്ന് പരിശോധിക്കാൻ വേണ്ടി അയാളുടെ മുകളിലേക്ക് കുനിഞ്ഞു നിന്നു. അയാൾ ശ്വസിക്കുന്നുണ്ടായിരുന്നു. "ദൈവത്തിനു സ്തുതി, അയാൾക്ക് ജീവനുണ്ട്." അവൾ പിറുപിറുത്തു. ആചാര്യൻ കണ്ണുതുറന്നപ്പോൾ അവൾ പോകാൻ തുടങ്ങുകയായിരുന്നു. അവൾ കുനിഞ്ഞു നില്ക്കുന്നതു കണ്ടപ്പോൾ ആചാര്യന് കാര്യം മനസ്സിലായി. അയാൾ പുഞ്ചിരിച്ചു.

"സലോമി പേടിക്കേണ്ട" അയാൾ പറഞ്ഞു. "ഞാൻ മരിച്ചിട്ടില്ല. എനിക്ക് ഇതുവരെ മരിക്കാൻ കഴിഞ്ഞില്ല."

"നമുക്ക് രണ്ടുപേർക്കും പ്രായമായി" സലോമി ഗൗരവത്തിൽ പറഞ്ഞു. "നമ്മൾ മനുഷ്യരിൽനിന്ന് കൂടുതൽ കൂടുതൽ അകന്നുകൊണ്ട് ദൈവത്തിനോട് അടുത്തുകൊണ്ടിരിക്കുകയാണ്. ആർക്കും ഏതു നിമിഷത്തിലാണെന്ന് പറയാൻ പറ്റില്ല. എനിക്ക് ഇതുവരെ മരിക്കാൻ കഴിഞ്ഞില്ലെന്ന് പറയുന്നത് ഒരു പാപം ആണെന്നാണ് ഞാൻ വിചാരിക്കുന്നത്."

"പ്രിയപ്പെട്ട സലോമി" ആചാര്യൻ ആവർത്തിച്ചു. "എനിക്ക് ഇതുവരെ മരിക്കാൻ കഴിഞ്ഞില്ല. ഇസ്രയേലിന്റെ ദൈവം എനിക്ക് വാക്ക് തന്നിരുന്നു; -ശിമയോൻ, നിങ്ങൾ മിശിഹായെ കാണാതെ മരിക്കില്ല."

പക്ഷേ, ഇതു പറഞ്ഞുകൊണ്ടിരിക്കുമ്പോൾ അയാളുടെ കണ്ണുകൾ ഭയംകൊണ്ട് വികസിച്ചു. അയാൾ ഇപ്പോൾ മിശിഹായെ കണ്ടുകഴിഞ്ഞിട്ടുണ്ടോ? യേശു മിശിഹാ ആയിരിക്കുമോ? കാർമൽ പർവ്വതത്തിന്റെ സ്വപ്നം ദൈവം അയച്ചുതന്ന സ്വപ്നം ആണോ? അങ്ങനെയാണെങ്കിൽ അയാൾക്ക് മരിക്കാനുള്ള സമയം ആയിട്ടുണ്ട്! ഒരു തണുത്ത വിയർപ്പിൽ അയാളുടെ ശരീരം മുഴുവൻ കുളിച്ച പോലെ നനഞ്ഞു. ആഹ്ലാദിക്കണോ അതോ കരയാൻ ആരംഭിക്കണോ എന്ന് അയാൾക്ക് അറിയില്ല. അയാളുടെ ആത്മാവ് ആഹ്ലാദിച്ചു. മിശിഹാ വന്നുകഴിഞ്ഞു! പക്ഷേ, അയാളുടെ ജീർണ്ണിച്ച ശരീരം മരിക്കാൻ ആഗ്രഹിച്ചില്ല. അയാൾ കിതച്ചുകൊണ്ട് എഴുന്നേറ്റിരുന്നു. വെയിൽ കൊള്ളാൻ വേണ്ടി അയാൾ ഉമ്മറത്തേക്ക് ഇഴഞ്ഞു ചെന്ന് ആഴത്തിലുള്ള ആലോചനയിലേക്ക് വീണു.

യേശു രാത്രിയോടെ തളർന്ന് തിരിച്ചെത്തി. പകൽ മുഴുവൻ അദ്ദേഹം യോനായുടെ കൂടെ മീൻ പിടിക്കുകയായിരുന്നു. ബോട്ടിനുള്ളിൽ മീൻ നിറഞ്ഞുകവിഞ്ഞു. യോനാ അത്യാഹ്ലാദത്തോടെ സംസാരിക്കാൻ വേണ്ടി

വായ് തുറന്നു. പക്ഷേ, അതിനുശേഷം അയാൾ മനസ്സ് മാറ്റി. അവസാനം അയാൾ മുട്ടോളം ആഴത്തിൽ പിടയുന്ന മീനിന്റെ ഇടയിലേക്ക് ബുദ്ധി മുട്ടി നടന്നുകൊണ്ട് യേശുവിന്റെ മുഖത്തേക്കു നോക്കി ചിരിച്ചു.

അടുത്തുള്ള ഗ്രാമങ്ങളിൽനിന്നും ശിഷ്യന്മാർ തിരിച്ചുവന്നത് അന്നു രാത്രിയിൽതന്നെ ആയിരുന്നു. അവർ യേശുവിന്റെ ചുറ്റും കൂടിയിരുന്ന് കണ്ടതും ചെയ്തതുമായ എല്ലാ കാര്യങ്ങളും വിവരിക്കാൻ തുടങ്ങി. അവർ കർഷകരെയും മുക്കുവരെയും ഭയപ്പെടുത്താൻ വേണ്ടി ശബ്ദത്തിന്റെ കാഠിന്യം കൂട്ടിക്കൊണ്ട് ദൈവത്തിന്റെ ദിവസം വന്നുകൊണ്ടിരിക്കുകയാ ണെന്ന് പ്രഖ്യാപിച്ചു. പക്ഷേ, അവരുടെ കേൾവിക്കാർ സമാധാനത്തോടെ വലയുടെ കേടുപാടുകൾ തീർത്തുകൊണ്ടിരുന്നു. അല്ലെങ്കിൽ തോട്ടത്തിൽ കുഴി തോണ്ടിക്കൊണ്ടുനിന്നു. ഇടയ്ക്കിടയ്ക്ക് അവർ തലകുലുക്കി ക്കൊണ്ട് പറഞ്ഞു. "നമുക്ക് നോക്കാം.. നമുക്ക് നോക്കാം." അതിനുശേഷം അവർ വിഷയം മാറ്റി.

ശിഷ്യന്മാർ ഇതു വിവരിച്ചുകൊണ്ടിരിക്കുമ്പോൾ അപ്പോസ്തലന്മാർ മൂന്നുപേരും പെട്ടെന്ന് തിരിച്ചുവന്നു. ഒരു വശത്ത് നിശ്ശബ്ദനായി ഒറ്റയ്ക്ക് ഇരുന്നിരുന്ന യൂദാസിന് അവരെ കണ്ടപ്പോൾ ചിരി അടക്കാൻ കഴിഞ്ഞില്ല.

"അപ്പോസ്തലന്മാരേ, നിങ്ങൾ എന്തു കുഴപ്പത്തിൽ പോയി ചാടി!" അയാൾ വിളിച്ചു ചോദിച്ചു. "പാവം ചെകുത്താന്മാർ, അവർ നിങ്ങളെ തല്ലിച്ചതച്ചിരിക്കുന്നു."

സത്യത്തിൽ പീറ്ററിന്റെ വലത്തെ കണ്ണ് വീർത്തിരിക്കുകയായിരുന്നു. കണ്ണിൽ നിന്നും വെള്ളം ഒഴുകിക്കൊണ്ടിരുന്നു. ജോണിന്റെ കവിളുമുഴു വൻ മുറിവുകളും രക്തവും ആയിരുന്നു. ജേക്കബ് മുടന്തുന്നുണ്ടായിരുന്നു.

പീറ്റർ നെടുവീർപ്പിട്ടുകൊണ്ട് പറഞ്ഞു. "ആചാര്യാ, ദൈവത്തിന്റെ വാക്ക് ഒരു വലിയ കഷ്ടപ്പാടാണ്, സത്യത്തിൽ കഷ്ടപ്പാടിന്റെ ഒരു പരമ്പര ആണ്."

അവർ എല്ലാവരും ചിരിച്ചു. പക്ഷേ, യേശു ആലോചനയോടെ അവ രുടെ മുഖങ്ങളിലേക്ക് നോക്കി.

"അവർ ഞങ്ങളെ തല്ലിച്ചതച്ചു." എല്ലാ കാര്യങ്ങളും വെളിപ്പെടുത്തി മനസ്സിന്റെ വിഷമം തീർക്കാൻ തിടുക്കം ഉണ്ടായിരുന്ന പീറ്റർ പറഞ്ഞു. "ആദ്യം ഓരോരുത്തരും അവരവരുടെ വഴി സ്വീകരിക്കാമെന്ന് ഞങ്ങൾ തീരുമാനിച്ചു. പക്ഷേ, അപ്പോൾ ഒറ്റയ്ക്ക് ഓരോരുത്തരായി പോകാൻ ഞങ്ങൾക്ക് ഭയം ആയിരുന്നു. അതോടെ ഞങ്ങൾ വീണ്ടും ഒന്നിച്ച് മത പ്രസംഗം ആരംഭിച്ചു. ഞാൻ ഗ്രാമത്തിലെ പൊതുസ്ഥലത്തുള്ള പാറ യിലോ മരത്തിലോ കയറിനിന്ന് കൊണ്ട് കൈകൊട്ടി. അല്ലെങ്കിൽ വായിൽ വിരലിട്ട് ചൂളം വിളിച്ചു. ആളുകൾ ഒന്നിച്ചുകൂടി. പെണ്ണുങ്ങൾ കൂടുതൽ ഉള്ളപ്പോൾ ജോണാണ് സംസാരിച്ചത്. അതുകൊണ്ടാണ് അയാളുടെ കവി ളിലെല്ലാം പോറൽ ഉള്ളത്. ആണുങ്ങൾ കൂടുതൽ ഉള്ളപ്പോൾ ആഴമുള്ള ശബ്ദം ഉള്ളതുകൊണ്ട് ജേക്കബ് ചുമതല ഏറ്റെടുത്തു. അയാളുടെ സംസാരം കൂടുതൽ പരുഷമാകുമ്പോൾ ഞാൻ എഴുന്നേറ്റ് സംസാരിച്ചു.

ഞങ്ങൾ എന്താണ് പറഞ്ഞത്? ആചാര്യൻ പറഞ്ഞ അതേ കാര്യങ്ങൾ. പക്ഷേ, അവർ ഞങ്ങളെ കൂവലും അളിഞ്ഞ ചെറുനാരങ്ങയും കൊണ്ടാണ് സ്വീകരിച്ചത്. അവർ പറയുന്ന കാരണം ഞങ്ങൾ ലോകത്തിന് നാശം കൊണ്ടുവരുമെന്നാണ്. കൈപ്പത്തി ചുരുട്ടിക്കൊണ്ട് ആണുങ്ങൾ ഞങ്ങളുടെ പുറത്ത് ചാടിവീണു. പെണ്ണുങ്ങൾ നഖങ്ങളാണ് ഉപയോഗിച്ചത്. ഇപ്പോൾ ഞങ്ങൾ ഏത് അവസ്ഥയിലാണെന്ന് ഒന്നു നോക്കൂ!"

യൂദാസ് വീണ്ടും പൊട്ടിച്ചിരിച്ചു. പക്ഷേ, യേശു തിരിഞ്ഞുനോക്കി. മര്യാദയില്ലാത്ത ചുണ്ടുകളെ അദ്ദേഹം ഗൗരവത്തിലുള്ള നോട്ടംകൊണ്ട് അടച്ചുവെപ്പിച്ചു.

"ഞാൻ നിങ്ങളെ ചെന്നായകളുടെ ഇടയിലേക്ക് ആട്ടിൻകുട്ടികളെ പറഞ്ഞുവിടുന്നതു പോലെയാണ് പറഞ്ഞുവിട്ടതെന്ന് എനിക്ക് അറിയാമായിരുന്നു." അദ്ദേഹം പറഞ്ഞു. "അവർ നിങ്ങളെ ചീത്തവിളിക്കും. കല്ലെറിയും. നിങ്ങൾ അധാർമ്മികതയോട് യുദ്ധം ചെയ്യുന്നതു കാരണം അവർ നിങ്ങളെ ദുർമ്മാർഗ്ഗിയെന്ന് വിളിക്കും. നമ്മുടെ വിശ്വാസം. പരിശുദ്ധവും കുടുംബം വിശാലവും പിതൃരാജ്യം ലോകവും ആയതുകൊണ്ട് നിങ്ങൾ വിശ്വാസവും കുടുംബവും പിതൃരാജ്യവും ഇല്ലാതാക്കാൻ ആഗ്രഹിക്കുന്നവരാണെന്ന് അവർ അപവാദം പ്രചരിപ്പിക്കും. സഖാക്കളേ, സ്വയം കച്ചകെട്ടി തയ്യാറെടുക്കുക. അപ്പത്തോടും ആഹ്ലാദത്തോടും സുരക്ഷിതത്വത്തോടും വിടപറയുക. നമ്മൾ യുദ്ധത്തിനു പോകുകയാണ്!"

നതാനൽ ഫിലിപ്പിനെ ഉൽക്കണ്ഠയോടെ നോക്കി. ഫിലിപ്പ് ഇങ്ങനെ മറുപടി പറയുന്നതിന്റെ ആംഗ്യങ്ങൾ കാണിച്ചു. വിഷമിക്കേണ്ട. അദ്ദേഹം നമ്മളെ പരിശോധിക്കാൻ പറയുന്നതാണ്...

വൃദ്ധനായ ആചാര്യൻ വളരെ അധികം തളർന്നുപോയിരുന്നു. അയാൾ വീണ്ടും കിടക്കയിൽ കിടക്കുകയായിരുന്നു: പക്ഷേ, അയാളുടെ മനസ്സ് വിശാലമായി തുറന്നിരുന്നു. അയാൾ എല്ലാ കാര്യങ്ങളും കണ്ടു. കേട്ടു. ഇപ്പോൾ അയാൾ അയാളുടേതായ തീരുമാനം എടുത്തുകഴിഞ്ഞിരുന്നു. അയാൾക്ക് സമാധാനം തോന്നി. ഒരു ശബ്ദം അയാളുടെ ഉള്ളിൽ നിന്നും ഉയർന്നുവന്നു. അത് അയാളുടെ സ്വന്തം ശബ്ദമാണോ? അതോ അത് ദൈവത്തിന്റെ ശബ്ദം ആണോ? ഒരുപക്ഷേ, അത് രണ്ടും കൂടി ആയിരിക്കാം— അത് അയാളോട് ആജ്ഞാപിച്ചു; ശിമയോൻ, അയാൾ എവിടെ പോയാലും അയാളെ പിന്തുടരുക.

പീറ്റർ വീണ്ടും വായ് തുറക്കാൻ തയ്യാറെടുത്തു. അയാൾക്ക് കൂടുതൽ പറയാനുണ്ട്. പക്ഷേ, യേശു ആംഗ്യം കാണിച്ചു.

"അതുമതി!" അദ്ദേഹം പറഞ്ഞു.

അദ്ദേഹം എഴുന്നേറ്റു. അദ്ദേഹത്തിന്റ കണ്ണിനുമുമ്പിൽ ജറുസലേം പ്രത്യക്ഷപ്പെട്ടു: പ്രാകൃതവും രക്തപങ്കിലവും നൈരാശ്യത്തിന്റെ കൊടുമുടിയിൽ എത്തിനില്ക്കുന്നതുമായ ജറുസലേം- ഇവിടെ നിന്നാണ് പ്രതീക്ഷ ആരംഭിക്കുന്നത്. കാപ്പർനാം അതിന്റെ സാധാരണക്കാരായ മുക്കുവരോടും കർഷകരോടുമൊപ്പം അപ്രത്യക്ഷപ്പെട്ടു. ഗാനേസറത്തിലെ

തടാകം അദ്ദേഹത്തിന്റെ ഉള്ളിൽ മുങ്ങിപ്പോയി. സബിദീയുടെ വീടിന്റെ വിസ്താരം കുറഞ്ഞു– നാലു ഭിത്തികളും പരസ്പരം അടുത്തുകൊണ്ട് അദ്ദേഹത്തെ സ്പർശിച്ചു. ശ്വാസംമുട്ടുംപോലെ അദ്ദേഹം നടന്നുചെന്ന് വാതിൽ തുറന്നു.

എന്തിനാണ് താൻ ഇവിടെ താമസിച്ച് ഭക്ഷണം കഴിക്കുന്നത്? എന്തി നാണ് രാത്രിയിൽ തനിക്കുവേണ്ടി നെരിപ്പോട് കത്തിക്കാനും മേശപ്പുറത്ത് ഭക്ഷണം ഒരുക്കാനും ഇടവരുത്തുന്നത്? താൻ ലക്ഷ്യം ഇല്ലാതെ സമയം പാഴാക്കുകയാണ്. ഈ രീതിയിലാണോ താൻ ലോകത്തെ രക്ഷിക്കാൻ ഉദ്ദേശിച്ചത്? തനിക്ക് സ്വയം ലജ്ജ തോന്നുന്നില്ലേ?

അദ്ദേഹം മുറ്റത്തേക്ക് ഇറങ്ങി നടന്നു. പൂവിടുന്ന മരങ്ങളുടെ ഗന്ധവും വഹിച്ചുകൊണ്ട് ഒരു കാറ്റ് വീശുന്നുണ്ടായിരുന്നു. നക്ഷത്രങ്ങൾ രാത്രി യുടെ കഴുത്തിലും കൈയിലും അണിഞ്ഞിരുന്ന മുത്തുകൾ കോർത്ത ചരടുകൾ ആയിരുന്നു. അദ്ദേഹത്തിന്റെ കാൽച്ചുവട്ടിൽ ആയിരം ചുണ്ടു കൾ അതിന്റെ മാറിടം വലിച്ചുകുടിക്കുന്നുണ്ടെന്ന മട്ടിൽ ഭൂമി കോരിത്ത രിച്ചു. അദ്ദേഹം പവിത്രമായ ജറുസലേം സ്ഥിതിചെയ്യുന്ന തെക്കുഭാഗ ത്തേക്ക് മുഖം തിരിച്ചു. അദ്ദേഹത്തിന്റെ മനസ്സ് ജറുസലേമിലെ രക്തക്കറ പിടിച്ച കല്ലുകളുടെ പരുക്കൻ മുഖം തിരിച്ചറിയാനുള്ള ശ്രമത്തിനിടയിൽ അതീവശ്രദ്ധയോടെ ചെവികൂർപ്പിക്കുന്നതുപോലെ തോന്നി. അദ്ദേഹ ത്തിന്റെ തീക്ഷ്ണവും നിരാശ നിഴലിക്കുന്നതുമായ മനസ്സ് പർവ്വതങ്ങളി ലൂടെയും സമതലങ്ങളിലൂടെയും ഒരു നദിപോലെ ഒഴുകി. അവസാനം വിശുദ്ധ നഗരത്തെ സ്പർശിക്കാൻ തുടങ്ങുന്ന സമയത്ത് പെട്ടെന്ന് മുറ്റത്ത് പൂവിടാൻ തുടങ്ങുന്ന ബദാം മരത്തിന്റെ ചുവട്ടിൽ ഒരു വലിയ നിഴൽ അനങ്ങുന്നത് കണ്ടതുപോലെ അദ്ദേഹത്തിന് തോന്നി. ഉടൻതന്നെ രാത്രി യേക്കാൾ ഇരുണ്ട എന്തോ ഒന്ന് (അദ്ദേഹത്തിന് അതിനെ തിരിച്ചറിയാൻ കഴിഞ്ഞത് അങ്ങനെ ആയിരുന്നു) കറുത്ത അന്തരീക്ഷത്തിലേക്ക് ഉയർന്നു വന്നു. അത് അദ്ദേഹത്തിന്റെ ഭയനാകമായ രൂപം ഉള്ള സഹയാത്രിക ആയിരുന്നു. ചലനം ഇല്ലാത്ത ഇരുട്ടിൽ അദ്ദേഹത്തിന് അവളുടെ നിശ്വാസം വ്യക്തമായി കേൾക്കാൻ കഴിഞ്ഞിരുന്നു. പക്ഷേ, അദ്ദേഹത്തിന് ഭയം ഉണ്ടായിരുന്നില്ല. കാലപ്പഴക്കം കൊണ്ട് അവളുടെ നിശ്വാസം അദ്ദേ ഹത്തിന് ഒരു ശീലമായി മാറിക്കഴിഞ്ഞിരുന്നു. അദ്ദേഹം കാത്തുനിന്നു. അതിനുശേഷം ബദാംമരത്തിന്റെ ചുവട്ടിൽ നിന്നും ശാന്തമായ ഒരു ശബ്ദം സാവധാനത്തിൽ ആജ്ഞാപിക്കുന്നതു കേട്ടു. "നമുക്കു പോകാം!"

ജോൺ ഉമ്മറത്ത് പ്രത്യക്ഷപ്പെട്ടിരുന്നു. അയാൾ ആകെ ചിന്താക്കു ഴപ്പത്തിൽ ആയിരുന്നു. ഇരുട്ടിൽ നിന്ന് ഒരു ശബ്ദം കേട്ടതായി അയാൾക്ക് തോന്നിയിരുന്നു. "ആചാര്യാ" രഹസ്യമായി ചോദിച്ചു. "അങ്ങ് ആരോ ടാണ് സംസാരിക്കുന്നത്?"

പക്ഷേ, യേശു വീട്ടിനുള്ളിൽ കടന്നുചെന്ന് ഒരു മൂലയിൽ ഇരുന്നി രുന്ന അദ്ദേഹത്തിന്റെ ഇടയന്റെ വടി കൈയിൽ എടുത്തു.

അദ്ദേഹം പറഞ്ഞു. "ചങ്ങാതിമാരേ, നമുക്ക് പോകാം!" അദ്ദേഹം

ആരെങ്കിലും തന്നെ പിന്തുടരുന്നുണ്ടോ എന്ന് തിരിഞ്ഞുനോക്കാതെ വാതിലിനടുത്തേക്ക് നടന്നു.

വൃദ്ധനായ നസറേത്തിലെ ആചാര്യൻ മെത്തയിൽ നിന്ന് ചാടി എഴുന്നേറ്റ് അരപ്പട്ട മുറുക്കിക്കെട്ടിക്കൊണ്ട് അംശവടി കൈയിൽ എടുത്തു. “എന്റെ കുട്ടീ, ഞാൻ നിന്റെ കൂടെ വരുന്നുണ്ട്.” അയാൾ പറഞ്ഞു. ആദ്യം വാതിലിനടുത്തേക്ക് കാൽവെച്ചത് അയാൾ ആയിരുന്നു.

വൃദ്ധയായ സലോമി നൂലു ചുറ്റുകയായിരുന്നു. അവൾ നെയ്ത്തുകോൽ പെട്ടിയുടെ പുറത്തുവെച്ചതിനുശേഷം പറഞ്ഞു. “ഞാനും വരുന്നുണ്ട്. സബിദീ, താക്കോൽ, ഞാൻ നിങ്ങളെ ഏല്പിക്കുന്നു. ഞാൻ പോകുന്നു!” അവൾ അരക്കെട്ടിൽ ചുറ്റിക്കെട്ടി വെച്ചിരുന്ന താക്കോൽക്കൂട്ടം അഴിച്ച് ഭർത്താവിന് തിരിച്ചുകൊടുത്തു. പിന്നീട് ഉറുമാൽ മുറുക്കിക്കെട്ടിക്കൊണ്ട് വീട് മൊത്തമായി ഒന്നു പരിശോധിച്ചു അതിനുശേഷം അവൾ തലയാട്ടിക്കൊണ്ട് വീടിനോട് വിട പറഞ്ഞു. പെട്ടെന്ന് അവളുടെ ഹൃദയം ഇരുപതു വയസ്സുള്ള ഒരു പെൺകുട്ടിയുടെ ഹൃദയമായി മാറിയിരുന്നു.

മഗ്ദലനയും സന്തോഷത്തോടെ നിശ്ശബ്ദയായി എഴുന്നേറ്റു. അസ്വസ്ഥരായിരുന്ന ശിഷ്യന്മാർ എഴുന്നേറ്റ് നിന്ന് പരസ്പരം നോക്കി.

“നമ്മൾ എങ്ങോട്ടാണ് പോവുന്നത്?” ഊതുന്ന കുഴൽ അരപ്പട്ടയിൽ തിരുകിക്കൊണ്ട് തോമസ് ചോദിച്ചു.

“ഈ രാത്രിയിൽ? ഇത്രമാത്രം തിടുക്കം എന്തിനാണ്? നാളെ രാവിലെ പോരെ?” നതാനൽ പറഞ്ഞു. അയാൾ കോപത്തോടെ ഫിലിപ്പിന്റെ മുഖത്തേക്ക് നോക്കി.

പക്ഷേ, യേശു മുറ്റം കുറുകെകടന്ന് അതിവേഗത്തിൽ തെക്കോട്ടു നടക്കാൻ തുടങ്ങിക്കഴിഞ്ഞിരുന്നു.

ഇരുപത്തിയഞ്ച്

ലോകത്തിന്റെ അടിത്തറ കുലുങ്ങി. കാരണം മനുഷ്യന്റെ ഹൃദയം കുലുങ്ങി. ജറുസലേം എന്ന് മനുഷ്യൻ വിളിക്കുന്ന കല്ലുകൾക്കു താഴെ ലോകം ചതഞ്ഞു. പ്രവചനങ്ങൾക്കും രണ്ടാം വരവുകൾക്കും വെറുക്കപ്പെട്ടവർക്കും ഫരിയേസർക്കും സദൂക്കായർക്കും തിന്നുന്ന സമ്പന്നർക്കും വിശക്കുന്ന ദരിദ്രർക്കും നൂറ്റാണ്ടുകളായി കുഴിയിലേക്ക് മനുഷ്യരക്തം ഒഴുകിവീണുകൊണ്ടിരിക്കുന്ന താടി മീശകളുള്ള യഹോവ ദൈവത്തിനും അടിയിൽ പെട്ട് ലോകം ചതഞ്ഞിരിക്കുന്നു. ഈ ദൈവത്തിന്റെ എവിടെ നിങ്ങൾ തൊട്ടാലും അദ്ദേഹം അലറി വിളിക്കും. നിങ്ങൾ അദ്ദേഹത്തോട് ഒരു നല്ലവാക്ക് പറഞ്ഞാൽ അദ്ദേഹം മുഷ്ടി ഉയർത്തിക്കൊണ്ട് അലറുന്നു. “എനിക്ക് ഇറച്ചി വേണം” നിങ്ങൾ ആടിനെയോ അല്ലെങ്കിൽ ആദ്യം ജനിച്ച നിങ്ങളുടെ മകനെയോ അദ്ദേഹത്തിന് ബലി കൊടുത്താൽ അദ്ദേഹം നിലവിളിക്കുന്നു. “എനിക്ക് ഇറച്ചിവേണ്ട. നിങ്ങൾ വസ്ത്രങ്ങൾ വലിച്ചുകീ

റണ്ട. ഹൃദയങ്ങൾ വലിച്ചുകീറുക. നിങ്ങളുടെ മാംസത്തെ ആത്മാവാക്കി മാറ്റുക. ആത്മാവിനെ പ്രാർത്ഥനയാക്കി മാറ്റുക. എന്നിട്ട് അതിനെ കാറ്റത്ത് തൂറ്റിവിടുക!"

അറുനൂറ്റി പതിമൂന്ന് എഴുതപ്പെട്ട ഹീബ്രു നിയമങ്ങളുടെ കല്പനകൾക്കും ആയിരക്കണക്കിന് എഴുതപ്പെടാത്ത കല്പനകൾക്കും അടിയിൽ മനുഷ്യന്റെ ഹൃദയം ചതഞ്ഞിരുന്നു. എന്നിട്ടും അത് കുലുങ്ങിയിരുന്നില്ല. ഉല്പത്തിക്കും ലേവ്യറിനും ന്യായാധിപന്മാർക്കും രാജാക്കന്മാർക്കും അടിയിൽ ചതഞ്ഞു. എന്നിട്ടും അത് കുലുങ്ങിയില്ല. അതിനു ശേഷം വളരെ പെട്ടെന്ന് തീരെ പ്രതീക്ഷിക്കാത്ത നിമിഷത്തിൽ ഒരു ചെറിയ ഇളം കാറ്റ് വീശി. അത് സ്വർഗ്ഗത്തിൽനിന്നും ആയിരുന്നില്ല. പക്ഷേ, താഴെ ഭൂമിയിൽനിന്നും ആയിരുന്നു. മനുഷ്യന്റെ ഹൃദയത്തിന്റെ എല്ലാ അറകളും കുലുക്കപ്പെട്ടു. ഉടൻ തന്നെ ന്യായാധിപന്മാരും രാജാക്കന്മാരും പ്രവചനങ്ങളും വെറുക്കപ്പെട്ടവരും ഫരിസേയരും സദൂക്കായരും മനുഷ്യർ ജറുസലേം എന്ന് വിളിക്കുന്ന കല്ലുകളും പിളർന്ന് നിലം പതിച്ചു— ആദ്യം ഹൃദയത്തിനുള്ളിൽ, അതിനുശേഷം മനസ്സിനുള്ളിൽ. അവസാനം ഭൂമിയുടെ മുകളിൽതന്നെ വീണു. ധിക്കാരിയായ യഹോവ ഒരിക്കൽകൂടി വിദഗ്ദ്ധനായ തുകൽപണിക്കാരൻ നിർമ്മിച്ച മേൽവസ്ത്രം ധരിച്ചു. വീണ്ടും അദ്ദേഹത്തിന്റെ അളവുകോൽ എടുത്തുകൊണ്ട് ഭൂമിയിലേക്ക് ഇറങ്ങിച്ചെന്ന് ഭൂതകാലത്തെ പൊളിച്ചുകളയാനും ഭാവിയെ നിർമ്മിക്കാനും മനുഷ്യരോടൊപ്പം ചേർന്ന് നേരിട്ട് സഹായിക്കാൻ ആരംഭിച്ചു. പക്ഷേ, മറ്റ് എല്ലാ കാര്യങ്ങൾക്കും മുമ്പ് അദ്ദേഹം യഹൂദന്മാരുടെ ജറുസലേമിലെ ആരാധനാലയത്തിൽനിന്നാണ് തുടക്കം ഇട്ടത്.

യേശു എല്ലാ ദിവസവും രക്തം ചിതറിവീണിരുന്ന കൽപ്പടവുകളിൽ പോയി നിന്നു. അദ്ദേഹം വളരെ വലിയ ആ ദേവാലയത്തിലേക്ക് നോക്കി. അദ്ദേഹത്തിന്റെ ഹൃദയം അത് വലിച്ചു താഴെ ഇടാൻ വേണ്ടി ചുറ്റികയെടുത്ത് അടിക്കുന്നതായി തോന്നി. എന്തായാലും സ്വർണ്ണക്കൊമ്പുകൾകൊണ്ട് അലങ്കരിച്ച ഒരു കാളക്കൂറ്റനെപ്പോലെ അത് അവിടെത്തന്നെ അനങ്ങാതെ നിന്നു. ഭിത്തികളെല്ലാം മേൽക്കൂരവരെ നീലവരകൾ ഉള്ള വെളുത്ത വെണ്ണക്കല്ലുകൊണ്ട് പൊതിഞ്ഞിരുന്നു: ദേവാലയം ഇളകിമറിയുന്ന കടലിനുമുകളിൽ ഒഴുകിനില്ക്കുകയാണെന്ന് തോന്നി. അദ്ദേഹത്തിന്റെ മുമ്പിൽ ഒന്നിനു മുകളിൽ ഒന്നായുള്ള അറകളുടെ മൂന്നു നിരകൾ ഉണ്ടായിരുന്നു. ഏറ്റവും വിശാലമായ താഴത്തെ നില വിഗ്രഹാരാധകർക്ക് വേണ്ടി ആയിരുന്നു. മദ്ധ്യത്തിലുള്ളത് ഇസ്രയേലിലെ ആളുകൾക്കു വേണ്ടി ആയിരുന്നു. ഏറ്റവും മുകളിൽ ഉള്ളത് എണ്ണത്തിൽ ഇരുപതിനായിരം വരുന്ന ലേവ്യർക്കു വേണ്ടിയായിരുന്നു. വിളക്കുകൾ കഴുകിത്തുടച്ച് കത്തിക്കുകയും കെടുത്തുകയും ദേവാലയം വൃത്തിയാക്കുകയും ചെയ്യുന്നത് അവർ ആയിരുന്നു. രാത്രിയും പകലും ഏഴുതരം സുഗന്ധദ്രവ്യങ്ങൾ പുകയ്ക്കുന്നുണ്ടായിരുന്നു. പുകയുടെ സാന്ദ്രതകൊണ്ട് ഏഴു മൈൽ ദൂരത്തു നില്ക്കുന്ന ആടുപോലും തുമ്മിയിരുന്നു.

നിയമം അടക്കംചെയ്തിരുന്ന ചെറിയ പെട്ടി അവരുടെ പൂർവ്വികർ മരുഭൂമിയിലൂടെ കടത്തിക്കൊണ്ടുവന്ന് സിയോൻ കൊടുമുടിയുടെ മുകളിൽ കുഴിച്ചിട്ടു. അതിന് വേരു പിടിച്ച് ശാഖകൾ മുളപൊട്ടി പൊങ്കമരത്തിന്റെ തടിയിലും സ്വർണ്ണത്തിലും വെണ്ണക്കല്ലിലും അണിഞ്ഞൊരുങ്ങി ദേവാലയമായി മാറി. തുടക്കത്തിൽ അപരിഷ്കൃതനായ മരുഭൂമിയിലെ ദൈവം ഒരു വീടിനുള്ളിൽ താമസിക്കാൻ മനസ്സു കാണിച്ചില്ല. പക്ഷേ, പൊങ്കമരത്തിന്റെ തടിയുടെ മണവും സുഗന്ധദ്രവ്യങ്ങളും കൊല ചെയ്യപ്പെടുന്ന വന്യമൃഗങ്ങളുടെ ഗന്ധവും വളരെ കൂടുതൽ ഇഷ്ടപ്പെട്ടിരുന്നതു കൊണ്ട് ഒരുദിവസം അദ്ദേഹം കാലുയർത്തിവെച്ച് കടന്നുവന്നു.

യേശു കാപ്പർനാമിൽ വന്നിട്ട് ഇപ്പോൾ രണ്ടുമാസം കഴിഞ്ഞിരുന്നു. ഓരോ ദിവസവും അദ്ദേഹം ദേവാലയത്തിന്റെ മുമ്പിൽ പോയിനിന്ന് നോക്കി. ഓരോ ദിവസവും അദ്ദേഹത്തിന് അത് ആദ്യം കാണുകയാണെന്നു തോന്നി. ഓരോ ദിവസവും ആ ദേവാലയം തകർന്നുവീണ് അതിന്റെ പുറത്തുകൂടി ഒരറ്റം മുതൽ മറ്റേ അറ്റം വരെ കയറി ഇറങ്ങാമെന്ന് അദ്ദേഹം പ്രതീക്ഷിക്കുന്നതുപോലെ തോന്നി. അദ്ദേഹത്തിന് അത് ഇനിയും കാണണമെന്ന് ആഗ്രഹം ഇല്ല. അദ്ദേഹം അതിനെ ഭയക്കുന്നും ഇല്ല. അദ്ദേഹത്തിന്റെ ഹൃദയത്തിനുള്ളിൽ അത് നശിപ്പിക്കപ്പെട്ടു കഴിഞ്ഞിരുന്നു. അദ്ദേഹത്തിന് ഇപ്പോൾ അത് കാണുന്നുള്ള ആഗ്രഹം ഇല്ല. വൃദ്ധനായ ആചാര്യൻ ഒരു ദിവസം എന്തുകൊണ്ട് ദൈവാരാധനയ്ക്കു പോകുന്നില്ലെന്ന് ചോദിച്ചപ്പോൾ അദ്ദേഹം തല കുലുക്കിക്കൊണ്ട് മറുപടി പറഞ്ഞു. “വർഷങ്ങളായി ഞാൻ ദേവാലയത്തെ വലം വെക്കുന്നു. ഇപ്പോൾ ദേവാലയം എന്നെ വലം വച്ചുകൊണ്ടിരിക്കുന്നു.”

“യേശു പറയുന്നത് പൊങ്ങച്ചമാണ്” വൃദ്ധനായ ആചാര്യൻ യേശുവിന്റെ നെഞ്ചത്തേക്ക് വാർദ്ധക്യം ബാധിച്ച തല ചേർത്തുവെച്ചുകൊണ്ട് പറഞ്ഞു. “നിങ്ങൾക്ക് ഭയം തോന്നുന്നില്ലേ?”

യേശു മറുപടി പറഞ്ഞു. “ഞാൻ ഞാനെന്ന് പറയുമ്പോൾ ഈ ശരീരത്തെപ്പറ്റി അല്ല പറയുന്നത്— ഇത് മണ്ണാണ്. ഞാൻ മറിയത്തിന്റെ മകനെ പറ്റി അല്ല പറയുന്നത്. ഒരു ചെറിയ തീപ്പൊരി വീണാൽ മറിയത്തിന്റെ മകനും മണ്ണാണ്. ആചാര്യൻ മനസ്സിലാക്കണം. എന്റെ വായിൽനിന്നുള്ള ഞാനിന്റെ അർത്ഥം ദൈവം എന്നാണ്.”

“അത് കൂടുതൽ വലിയ ദൈവനിന്ദ ആണ്.” ആചാര്യൻ മുഖം പൊത്തിക്കൊണ്ട് വിളിച്ചുകൂവി.

“ഞാൻ ദൈവനിന്ദയുടെ പുണ്യവാളൻ ആണ്. അത് മറക്കാൻ പാടില്ല.” യേശു ചിരിച്ചുകൊണ്ട് പറഞ്ഞു.

ഒരു ദിവസം അത്ഭുതാവഹമായ കെട്ടിടത്തിനു മുമ്പിൽ ശിഷ്യന്മാർ ആരാധനയോടെ വായും പിളർന്നു നില്ക്കുന്നതു കണ്ടപ്പോൾ അദ്ദേഹത്തിന് ദേഷ്യം വന്നു.,

“നിങ്ങൾക്ക് ദേവാലയം അത്ഭുതമായി തോന്നുന്നു. അല്ലേ?” അദ്ദേഹം അവരെ പരിഹസിച്ചു കൊണ്ട് പറഞ്ഞു. “അത് നിർമ്മിക്കാൻ

എത്ര വർഷം എടുത്തിട്ടുണ്ടാവും? ഇരുപത് വർഷം? പതിനായിരം ജോലിക്കാർ. ഞാൻ അതിനെ മൂന്നു ദിവസം കൊണ്ട് നശിപ്പിക്കാം. അതിനെ ശരിക്ക് നിരീക്ഷിക്കണം– കാരണം ഇത് അവസാനത്തെ നോട്ടം ആയിരിക്കും. അതിനോട് വിട പറഞ്ഞു കൊള്ളൂ. കാരണം ഇവിടെ ഒരു കല്ലിന്റെ മുകളിൽ മറ്റൊരു കല്ലുപോലും താഴെ വീഴാതെ അവശേഷിക്കില്ല!"

പേടിച്ചു പോയ ശിഷ്യന്മാർ പിന്നോട്ടു മാറി. ഗുരുവിന്റെ മനസ്സിന് എന്തെങ്കിലും കുഴപ്പം പറ്റിയിട്ടുണ്ടോ? ഈയിടെ അദ്ദേഹം അസാധാരണമായി പെരുമാറുന്നു. അങ്ങേയറ്റം പിടിവാശി കാണിക്കുന്നു. അസാധാരണമായി ചാഞ്ചാടിക്കൊണ്ടിരിക്കുന്ന കാറ്റുകൾ അദ്ദേഹത്തിന്റെ മുകളിലൂടെ വീശുന്നുണ്ട്. ചില സമയങ്ങളിൽ അദ്ദേഹത്തിന്റെ മുഖം ഉദയസൂര്യനെ പോലെ തിളങ്ങി. അദ്ദേഹത്തിനു ചുറ്റും ഉള്ള എല്ലാ കാര്യങ്ങളും പുലരിക്ക് ചേരുന്നതായിരുന്നു. മറ്റു ചിലപ്പോൾ അദ്ദേഹത്തിന്റെ നോട്ടം ഇരുണ്ടിരുന്നു. അദ്ദേഹത്തിന്റെ കണ്ണുകൾ കൊടും നൈരാശ്യത്തിൽ നീറിക്കൊണ്ടിരുന്നു.

"ആചാര്യന് അതിനെപ്പറ്റി വിഷമം തോന്നുന്നില്ലേ?" ജോൺ ധൈര്യം കാണിച്ചു.

"എന്തിനെപ്പറ്റി?"

"ദേവാലയത്തെപ്പറ്റി. അതു പൊളിച്ചു കളയാൻ ആചാര്യൻ ആഗ്രഹിക്കുന്നത് എന്തുകൊണ്ടാണ്?"

"അതുകൊണ്ട് എനിക്ക് പുതിയതായി ഒന്ന് നിർമ്മിക്കാൻ പറ്റും. ഞാൻ അത് മൂന്നുദിവസം കൊണ്ട് നിർമ്മിക്കും. പക്ഷേ, ഏറ്റവും ആദ്യം ഇത് ഇവിടെ നിന്ന് ഒഴിഞ്ഞു പോകണം."

അദ്ദേഹം ഫിലിപ്പ് സമ്മാനിച്ച ഇടയന്റെ വടി കൊണ്ട് കൽത്തറയിൽ അടിച്ചു. അദ്ദേഹത്തിന്റെ മുകളിലൂടെ ഇപ്പോൾ കോപത്തിന്റെ കാറ്റ് വീശിയിരുന്നു. ദൈവത്തിന്റെ അമിതമായ തേജസ്സ് കൊണ്ട് അന്ധരായിമാറി ഭിത്തികളിൽ ഇടിച്ച് സ്വയം പീഡനം ഏറ്റുവാങ്ങുന്ന ഫരിസേയരെ അദ്ദേഹം നോക്കി. "കപടനാട്യക്കാർ" അദ്ദേഹം അവരോട് വിളിച്ചു കൂവി. "ദൈവം ഒരു കത്തിയെടുത്ത് നിങ്ങളുടെ ഹൃദയങ്ങൾ കീറിമുറിച്ചാൽ അതിൽ നിന്ന് തേളുകളും വിഷപ്പാമ്പുകളും അഴുക്കും പുറത്തു ചാടും." ഫരിസേയർ കേട്ടു. അവർ ഇളകിമറിഞ്ഞു. ഭയമില്ലാത്ത വായ് അഴുക്ക് കൊണ്ട് അടയ്ക്കാൻ അവർ രഹസ്യമായി തീരുമാനിച്ചു.

വൃദ്ധനായ ആചാര്യൻ യേശുവിനെ നിശ്ശബ്ദനാക്കാൻ വേണ്ടി കൈപ്പത്തികൊണ്ട് ചുണ്ടുകൾ മൂടി.

"നിങ്ങൾ മരണത്തെ വിളിച്ചു വരുത്തുകയാണോ?" ഒരു ദിവസം ആചാര്യൻ യേശുവിനോടു ചോദിച്ചു. ആചാര്യന്റെ കണ്ണുകളിൽ കണ്ണുനീർ തുളുമ്പുന്നുണ്ടായിരുന്നു. "സ്ക്രൈബുകളും ഫരിസേയരും നിങ്ങളുടെ മരണം രുചിക്കാൻ വേണ്ടി ഊണും ഉറക്കവും ഇല്ലാതെ ഓടി നടക്കുകയാണെന്ന് നിങ്ങൾ തിരിച്ചറിയുന്നില്ലേ?"

"പിതാവേ, എനിക്ക് അറിയാം" യേശു മറുപടി പറഞ്ഞു. "പക്ഷേ,

എനിക്ക് അതിലും കൂടുതൽ അറിയാം, അതിലും കൂടുതൽ..."

തോമസിനോട് കുഴൽ ഊതാൻ ആവശ്യപ്പെട്ടതിനുശേഷം അദ്ദേഹം പതിവ് പ്രസംഗവേദിയായ സോളമന്റെ മണ്ഡപത്തിൽ കയറിനിന്ന് ഒരിക്കൽകൂടി പ്രഖ്യാപിക്കാൻ ആരംഭിച്ചു. "ദൈവത്തിന്റെ ദിവസം വന്നിരിക്കുന്നു!".... എല്ലാ ദിവസവും രാവിലെ മുതൽ സൂര്യൻ അസ്തമിക്കുന്നതുവരെ സ്വർഗ്ഗങ്ങൾ തുറന്നുകൊണ്ട് ജ്വാലകൾ ഭൂമിയിലേക്ക് വലിച്ചെറിയാനുള്ള മര്യാദ കാണിക്കാൻ വേണ്ടി അദ്ദേഹം വിളിച്ചുകൂവി– കാരണം മനുഷ്യന്റെ ശബ്ദത്തിന് അതിശക്തമായ ആകർഷണം ഉണ്ടെന്ന് അദ്ദേഹത്തിന് നല്ലപോലെ അറിയാം. നിങ്ങൾ തീജ്വാലയോടോ മഞ്ഞിനോടോ സ്വർഗ്ഗത്തിനോടോ നരകത്തിനോടോ ഉറക്കെ വിളിച്ചു പറയുന്നു. "വരൂ!" അത് വന്നുചേരുന്നു. അതുപോലെ അദ്ദേഹം തീജ്വാലകളെ വിളിക്കുകയായിരുന്നു. അത് ഭൂമിയെ ശുദ്ധീകരിച്ചുകൊണ്ട് സ്നേഹം പ്രത്യക്ഷപ്പെടാനുള്ള വഴി തുറക്കും. സ്നേഹത്തിന്റെ പാദങ്ങൾ എപ്പോഴും ചാമ്പലിൽ നടക്കാനാണ് ഇഷ്ടപ്പെടുന്നത്..

ഒരു ദിവസം ആൻഡ്രൂ അദ്ദേഹത്തോട് ചോദിച്ചു. "അങ്ങ് ഇപ്പോൾ എന്താണ് ചിരിക്കാത്തത്? അങ്ങയ്ക്ക് ഇപ്പോൾ പണ്ടത്തെപ്പോലെ സന്തോഷം എന്താണ് ഇല്ലാത്തത്? അങ്ങയ്ക്ക് ഇടയ്ക്കിടയ്ക്ക് ദേഷ്യം വന്നുകൊണ്ടിരിക്കുന്നത് എന്തുകൊണ്ടാണ്?"

പക്ഷേ, യേശു മറുപടി പറഞ്ഞില്ല. അദ്ദേഹത്തിന് എന്ത് മറുപടി പറയാൻ പറ്റും? ആൻഡ്രൂവിന്റെ നിഷ്കളങ്കമായ ഹൃദയത്തിന് എങ്ങനെ അത് മനസ്സിലാക്കാൻ പറ്റും? അദ്ദേഹം ആലോചിച്ചു. ഒരു പുതിയ ലോകം നട്ടുപിടിപ്പിക്കപ്പെടണമെങ്കിൽ നിശ്ചയമായും ഈ ലോകം നശിപ്പിക്കപ്പെടണം. പഴയ നിയമം തകർക്കണം. അത് തകർക്കേണ്ടത് ഞാനാണ്. ഹൃദയത്തിനുള്ളിൽ ഒരു പുതിയ നിയമം നിശ്ചയമായും കൊത്തിവെക്കപ്പെടണം. അത് കൊത്തിവെക്കണ്ടേത് ഞാനാണ്. ഞാൻ കൂട്ടുകാരെയും ശത്രുക്കളെയും യഹൂദന്മാരെയും വിഗ്രഹാരാധകരെയും ഉൾക്കൊള്ളാൻ കഴിയുന്ന തരത്തിൽ നിയമത്തെ വിശാലമാക്കും: പത്തു കല്പനകൾ പൂത്തുവിടരും! അതിനുവേണ്ടിയാണ് ഞാൻ ഇവിടെ ജറുസലേമിൽ വന്നിരിക്കുന്നത്. സ്വർഗ്ഗങ്ങൾ ഇവിടെയാണ് തുറക്കപ്പെടുന്നത്. സ്വർഗ്ഗത്തിൽ നിന്ന് എന്താണ് താഴോട്ട് ഇറങ്ങിവരുന്നത്– മഹത്തായ അത്യത്ഭുതം അല്ലെങ്കിൽ മരണം? അതിൽ ദൈവത്തിന്റെ തീരുമാനം ഏതാണോ അത് ഇറങ്ങിവരും. ഞാൻ സ്വർഗ്ഗത്തിലേക്ക് കയറാനും നരകത്തിലേക്ക് വലിച്ചെറിയപ്പെടാനും തയ്യാറാണ്. ദൈവം തീരുമാനിക്കട്ടെ!

പെസഹാ അടുത്തുകൊണ്ടിരിക്കുകയായിരുന്നു. അപ്രതീക്ഷിതമായ ഒരു വസന്തത്തിന്റെ മാധുര്യം യൂദിയായുടെ പരുക്കൻ മുഖത്ത് ഒഴുകിപ്പടർന്നു. കരയിലും കടലിലും ഉള്ള പ്രധാന വഴികൾ സഞ്ചാരയോഗ്യമാക്കപ്പെട്ടു. ഭക്തർ യഹൂദലോകത്തിന്റെ നാലു മൂലകളിൽ നിന്നും വന്നുചേർന്നു. ദേവാലയത്തിന്റെ അലറിവിളിക്കുന്ന നിരനിരയായുള്ള അറകളിൽ മനുഷ്യജീവികളുടെയും വധിക്കപ്പെട്ട മൃഗങ്ങളുടെയും ചാണകത്തി

ന്റെയും ഗന്ധം നിറഞ്ഞു.

ഇന്ന് സോളമന്റെ മണ്ഡപത്തിനു പുറത്ത് ധാരാളം കീറിപ്പറിഞ്ഞ വേഷക്കാരും മുടന്തന്മാരും തടിച്ചുകൂടിയിരുന്നു. വിശക്കുന്ന വിളറിയ മുഖങ്ങളും കത്തുന്ന കണ്ണുകളും ഉള്ള അവർ കൊഴുത്ത സദൂക്കായരെയും സമ്പന്നരായ ചിരിക്കുന്ന നഗരവാസികളെയും കഴുത്തിലെ സ്വർണ്ണത്തിന്റെ ഭാരം കൊണ്ട് കുനിഞ്ഞുപോയ അവരുടെ ഭാര്യമാരെയും വിദ്വേഷത്തോടെ നോക്കി.

"എത്രകാലം ചിരിക്കാമെന്നാണ് നിങ്ങൾ വിചാരിക്കുന്നത്?" ആരോ മുറുമുറുത്തു. "ഞങ്ങൾ വലിയ താമസം ഇല്ലാതെ നിങ്ങളുടെ കഴുത്തു വെട്ടും. ഗുരു അങ്ങനെ പറഞ്ഞു: ദരിദ്രർ സമ്പന്നരെ കൊന്ന് അവരുടെ വസ്തുക്കൾ പങ്കിടും."

"മനാസസ്, നിങ്ങൾ അത് ശരിക്കു കേട്ടില്ല" ആടിന്റെ കണ്ണുകളും മുടിയും ഉള്ള ഒരു വിളറിയ മനുഷ്യൻ പൊട്ടിത്തെറിച്ചു. "സമ്പന്നരും ദരിദ്രരും ഇനി ഉണ്ടാകില്ല. അവർ എല്ലാവരും ഒരുപോലെ ആയിരിക്കും. സ്വർഗ്ഗരാജ്യത്തിന്റെ അർത്ഥം അതാണ്."

"സ്വർഗ്ഗരാജ്യം" ഒരു കോലംകെട്ട മനുഷ്യൻ ഇടയ്ക്കു കയറി പറഞ്ഞു. "അതിന്റെ അർത്ഥം റോമാക്കാർ പുറത്താകുമെന്നാണ്. റോമാക്കാരുടെ കൂടെ ഒരു സ്വർഗ്ഗരാജ്യം അസാദ്ധ്യമായ കാര്യമാണ്."

"ഗുരു പറഞ്ഞ ഒരു കാര്യവും 'ആറോൻ' മനസ്സിലാക്കിയിട്ടില്ല." മുയലിന്റെ ചുണ്ടുകൾ ഉള്ള ആദരവ് തോന്നുന്ന വൃദ്ധൻ മറുപടി പറഞ്ഞു. അയാൾ കഷണ്ടിത്തലകുലുക്കി. "ഇസ്രയേലുകാരും റോമാക്കാരും ഗ്രീക്കുകാരം നിലനില്ക്കുന്നില്ല. നമ്മൾ എല്ലാവരും സഹോദരന്മാരാണ്!"

"നമ്മളെല്ലാം ചാമ്പലാണ്!" മറ്റൊരാൾ വിളിച്ചുകൂവി. "അതാണ് ഞാൻ മനസ്സിലാക്കിയത്. ഞാൻ അത് എന്റെ സ്വന്തം ചെവികൊണ്ട് കേട്ടതാണ്." ഗുരു പറഞ്ഞു. "സ്വർഗ്ഗങ്ങൾ തുറക്കപ്പെടും. ആദ്യത്തെ മഹാപ്രളയം വെള്ളത്തിന്റേത് ആയിരിക്കും. അടുത്തത് തീയായിരിക്കും. സമ്പന്നരും ദരിദ്രരും ഇസ്രയേലുകാരും റോമാക്കാരും എല്ലാം ചാമ്പലാകും?

"ഒലിവ് മരം കുലുങ്ങും. പക്ഷേ, ഏറ്റവും മുകളിലുള്ള കൊമ്പിൽ മൂന്നോ നാലോ ഒലിവുകൾ താഴെ വീഴാതെ ബാക്കി നില്ക്കും." ഏസയ്യ പ്രവാചകൻ അത് പറഞ്ഞിട്ടുണ്ട്... മനുഷ്യർ ധൈര്യമായിരിക്കണം. ബാക്കി നില്ക്കുന്ന ഒലിവുകൾ നമ്മളായിരിക്കും. നമ്മൾ ചെയ്യേണ്ടത് ഗുരു നമ്മളിൽ നിന്ന് അകന്നു പോകാതിരിക്കാൻ അദ്ദേഹത്തെ അടുത്തു പിടിച്ചു നിർത്തണം!" ഇതു പറഞ്ഞത് കരിക്കലത്തിന്റെ നിറമുള്ള ഒരു മനുഷ്യൻ ആയിരുന്നു. അയാൾ ഉന്തിയ വലിയ കണ്ണുകൾ കൊണ്ട് ബഥനിയിലേക്കു പോകുന്ന വെളുത്ത പൊടി നിറഞ്ഞ വഴിയിലേക്ക് നോക്കുന്നുണ്ടായിരുന്നു. "അദ്ദേഹം ഇന്ന് താമസിച്ചാണ്" അയാൾ പിറുപിറുത്തു. "അദ്ദേഹം താമസിച്ചാണ്. കുട്ടികളേ, ശ്രദ്ധ വേണം! നമ്മുടെ അടുത്തു നിന്നും അകന്നുപോകാൻ അദ്ദേഹത്തെ അനുവദിക്കരുത്!"

"അദ്ദേഹത്തിന് എവിടെ പോകാൻ പറ്റും?" മുയൽ ചുണ്ടൻ ചോദിച്ചു.

"ദൈവം അദ്ദേഹത്തോട് ജറുസലേമിൽ യുദ്ധം ചെയ്യാനാണ് പറഞ്ഞിരിക്കുന്നത്. ഇവിടെയാണ് അദ്ദേഹം യുദ്ധം ചെയ്യാൻ പോകുന്നത്."

സൂര്യൻ ആകാശത്തിന്റെ മദ്ധ്യത്തിൽ ആയിരുന്നു. കല്പടവുകൾ തിളച്ചു. വരണ്ട ചൂട് ദുർഗ്ഗന്ധം ഇരട്ടിയാക്കി. കൈകളിൽ മന്ത്രത്തകിടുകളുടെ ഭാരവുമായി ഫരിസേയനായ ജേക്കബ് പ്രത്യക്ഷപ്പെട്ടു. അയാൾ ഓരോന്നിന്റെയും പ്രത്യേക അനുഗ്രഹങ്ങൾ വിളിച്ചു പറയുന്നുണ്ടായിരുന്നു: ഇവ വസൂരിയും വയറുകടിയും കരപ്പനും സുഖപ്പെടുത്തുന്നു. ഇവ പിശാചുക്കളെ പുറത്താക്കുന്നു. ഏറ്റവും ശക്തവും വിലകൂടിയതുമായ മന്ത്രത്തകിട് നിങ്ങളുടെ ശത്രുക്കളെ കൊല്ലുന്നു. അയാൾ ജീർണ്ണവേഷധാരികളെയും വികലാംഗരെയും ശ്രദ്ധിച്ചു. അവരെ അയാൾ തിരിച്ചറിഞ്ഞു. അയാളുടെ വിഷം നിറഞ്ഞ ചുണ്ടുകൾ വിദ്വേഷത്തോടെ ചിലച്ചു. "നശിച്ചുപോകട്ടെ!" അതിനുശേഷം അവരെ ഒഴിവാക്കാൻവേണ്ടി മൂന്നു തവണ അന്തരീക്ഷത്തിലേക്ക് തുപ്പി.

ജീർണ്ണവേഷക്കാരിൽ ഓരോരുത്തരും അവരവരുടെ ഹൃദയത്തിന്റെ ആഗ്രഹത്തിനൊത്ത് ഗുരുവിന്റെ വാക്കുകളെ വളച്ചൊടിച്ച് ബഹളം ഉണ്ടാക്കിക്കൊണ്ടിരിക്കുമ്പോൾ ആരാദ്ധ്യനായ ഒരു മനുഷ്യൻ വിയർത്തൊലിച്ച് പൊടിയിൽ പൊതിഞ്ഞ് ഒരു വടിയുമായി അവരുടെ മുമ്പിൽ വന്ന് നിന്നു. അയാളുടെ ഈ പ്രായത്തിലും ചുളിവു വീഴാത്ത മുഖം മിന്നിത്തിളങ്ങിക്കൊണ്ടിരുന്നു.

"മെൽചിസഡക്" വൃദ്ധനായ മുയൽ ചുണ്ടൻ വിളിച്ചുകൂവി. "ബഥനിയിൽ നിന്നുള്ള നല്ല വാർത്തകൾ എന്തൊക്കെയാണ്. നിങ്ങളുടെ മുഖം തിളങ്ങുന്നുണ്ട്!"

"സന്തോഷിക്കൂ, ആഹ്ലാദിക്കൂ" വൃദ്ധനായ പ്രമാണി വിളിച്ചു പറഞ്ഞു. അയാൾ ഇടയ്ക്കിടയ്ക്ക് സങ്കടപ്പെട്ടുകൊണ്ട്, അവരെ എല്ലാവരെയും ആലിംഗനം ചെയ്യാൻ തുടങ്ങി. "ഒരു ശവം ഉയിർത്തെഴുന്നേറ്റു. ഞാൻ അത് എന്റെ സ്വന്തം കണ്ണുകൊണ്ട് കണ്ടു. അയാൾ ശവക്കുഴിയിൽനിന്നും എഴുന്നേറ്റ് നടന്നു! അവർ അയാൾക്ക് വെള്ളം കൊടുത്തു. അയാൾ കുടിച്ചു. അവർ അയാൾക്ക് അപ്പം കൊടുത്തു. അയാൾ അത് തിന്നതിനു ശേഷം സംസാരിച്ചു."

"ആരാണ്? ഉയിർത്തെഴുന്നേറ്റത് ആരായിരുന്നു?" പ്രമാണിയുടെ ചുറ്റും കൂടിക്കൊണ്ട് അവർ വിളിച്ചു ചോദിച്ചു. അടുത്തുള്ള എല്ലാ വഴികളിൽ ഉണ്ടായിരുന്നവരും കേട്ടു. ആണുങ്ങളും പെണ്ണുങ്ങളും ഓടിവന്നു. ധാരാളം ലേവ്യരും ഫരിസേയരും അടുത്തുകൂടി. ബാറബാസ് കടന്നു പോകുന്നുണ്ടായിരുന്നു. അയാൾ കോലാഹലം കേട്ടു. അയാളും ആൾക്കൂട്ടത്തോടൊപ്പം യോജിച്ചു. ഇത്രയും വലിയ ഒരു ആൾക്കൂട്ടം തന്റെ സംസാരം കേൾക്കാൻ തടിച്ചുകൂടിയതിൽ മെൽചിസഡക് ആഹ്ലാദിച്ചു. അയാൾ വടി കുത്തിപ്പിടിച്ചുനിന്നുകൊണ്ട് അഭിമാനത്തോടെ സംസാരിക്കാൻ തുടങ്ങി.

"എലിയാക്കിമിന്റെ മകൻ ലാസറസ്. ആർക്കെങ്കിലും അയാളെ പരി

ചയം ഉണ്ടോ? അയാൾ കുറച്ചുദിവസം മുമ്പു മരിച്ചു. ഞങ്ങൾ അയാളെ കുഴിച്ചിട്ടു. ഒരു ദിവസം കഴിഞ്ഞു. രണ്ടു മൂന്നു ദിവസം കഴിഞ്ഞു. ഞങ്ങൾ അയാളെ മറന്നു. പെട്ടെന്ന് നാലാം ദിവസം ഞങ്ങൾ തെരുവിൽ നിന്നും ഒരു ബഹളം കേട്ടു. ഞാൻ പുറത്തേക്ക് ഓടിവന്നപ്പോൾ നസറേത്തിലെ മറിയത്തിന്റെ മകൻ യേശുവിനെ കണ്ടു. ലാസറസിന്റെ സഹോദരിമാർ രണ്ടും കമഴ്ന്നുകിടന്ന് യേശുവിന്റെ പാദങ്ങളിൽ ചുംബിച്ചുകൊണ്ട് സഹോദരനുവേണ്ടി വിലപിക്കുന്നുണ്ടായിരുന്നു." ആചാര്യൻ ലാസറസിന്റെ കൂടെ ഉണ്ടായിരുന്നെങ്കിൽ ചേട്ടൻ ഒരിക്കലും മരിക്കില്ലായിരുന്നു. അവർ തലമുടി വലിച്ചു പറിച്ചുകൊണ്ട് അലമുറയിട്ടു. "ലാസറസിനെ ആചാര്യൻ നരകത്തിൽ നിന്ന് തിരിച്ചുകൊണ്ടുവരണം. ആചാര്യൻ വിളിച്ചാൽ ലാസറസ് വരും!"

യേശു അവരെ കൈയിൽ പിടിച്ച് എഴുന്നേല്പിച്ചു.

"നമുക്ക് പോകാം." അദ്ദേഹംപറഞ്ഞു.

"ശവക്കുഴിയുടെ അടുത്തെത്തുന്നതുവരെ ഞങ്ങൾ എല്ലാവരും അവരുടെ പിന്നാലെ ഓടി. അവിടെ എത്തിയപ്പോൾ യേശു നിന്നു. രക്തം മുഴുവൻ അദ്ദേഹത്തിന്റെ തലയിലേക്ക് ഇരച്ചുകയറി. അദ്ദേഹത്തിന്റെ കൃഷ്ണമണികൾ ഉരുണ്ട് കയറി അപ്രത്യക്ഷമായി. കണ്ണിന്റെ വെളുപ്പ് മാത്രം അവശേഷിച്ചു. അദ്ദേഹത്തിന്റെ തൊണ്ടയിൽ നിന്ന് ഉള്ളിൽ ഒരു കാള മുക്കറയിടുന്നതായി തോന്നുന്ന തരത്തിലുള്ള ഒരു ശബ്ദം പുറത്തു വന്നു. ഞങ്ങൾ എല്ലാവരും പേടിച്ചുപോയി. അതിനുശേഷം പെട്ടെന്ന് അദ്ദേഹം ആകെ വിറച്ചുകൊണ്ട് അദ്ദേഹം വന്യമായി വിളിച്ചുകൂവി. മറ്റൊരു ലോകത്തുനിന്നും വരുന്നതുപോലുള്ള ഒരു അസാധാരണമായ അലർച്ച. ദൈവദൂതന്മാർ ദേഷ്യം വരുമ്പോൾ ഇതുപോലെ അലറാൻ ഇടയുണ്ട്.... "ലാസറസ്" അദ്ദേഹം വിളിച്ചു. "പുറത്തു വരൂ!" ഉടൻതന്നെ ഭൂമിയും ശവക്കുഴിയും ഇളകിമറിഞ്ഞ് പിളർന്നുമാറുന്നത് ഞങ്ങൾ കേട്ടു. ശവക്കുഴി മൂടിയിരുന്ന കല്ല് അനങ്ങാൻ തുടങ്ങി. ആരോ അതിനെ സാവധാനം മുകളിലേക്ക് തള്ളി. ഭയന്നുവിറച്ചു പോയി.. ജീവിതത്തിലൊരിക്കലും മരണത്തെ ഞാൻ ഉയിർത്തെഴുന്നേല്പിനോളം ഭയന്നിട്ടില്ല. എന്നോട് സിംഹത്തെ കാണണോ അതോ ഉയിർത്തെഴുന്നേല്പ് കാണണോ എന്ന് ചോദിച്ചാൽ ഞാൻ തീർച്ചയായും സിംഹത്തെ കാണണമെന്ന് പറയും. സത്യം."

"ദൈവത്തിന് നമ്മളോട് കാരുണ്യം ഉണ്ട്! ദൈവത്തിന് നമ്മളോട് കാരുണ്യം ഉണ്ട്!" മനുഷ്യൻ ഏങ്ങലടിച്ചുകൊണ്ട് വിളിച്ചു കൂവി. "മെൽചിസഡക് പിതാവ് സംസാരിക്കണം!"

സ്ത്രീകൾ നിലവിളിച്ചു. ധാരാളം പുരുഷന്മാർ പാറകളുടെ പിന്നിൽ ഒളിച്ചു. ബാക്കി ഉണ്ടായിരുന്ന ഞങ്ങൾ പേടിച്ചു വിറച്ചു. ശവക്കുഴിയുടെ കല്ല് അല്പാല്പമായി ഉയർന്നു. ഞങ്ങൾ മഞ്ഞനിറമുള്ള രണ്ട് കൈപ്പത്തികളും അഴുക്കു പിടിച്ച് പച്ചനിറം വന്ന പൊട്ടിപ്പൊളിഞ്ഞ ഒരു തലയും കണ്ടു. അവസാനം ശവവസ്ത്രത്തിൽ പൊതിഞ്ഞ അസ്ഥികൂടം പോലെ

യുള്ള ഒരു ശരീരം ഉയർന്നു വന്നു... അത് ഒരു കാൽ മുന്നോട്ടുവെച്ചു. പിന്നീട് മറ്റൊന്ന് വെച്ചുകൊണ്ട് അത് പുറത്തുവന്നു. അത് ലാസറസ് ആയിരുന്നു."

പ്രമാണി വിയർപ്പ് തുടയ്ക്കാൻ വേണ്ടി ഒരു നിമിഷം സംസാരം നിർത്തി. അയാളുടെ നാലുചുറ്റും ആളുകൾ ഓരിയിടുകയായിരുന്നു. ചിലർ കരഞ്ഞു. മറ്റുള്ളവർ നൃത്തം ചെയ്തു. ബാറബാസ് അയാളുടെ രോമാവൃതമായ വലിയ കൈ ഉയർത്തി:

"കള്ളം! കള്ളം!" അയാൾ അലറി "അയാൾ റോമാക്കാർ പറയുന്നതുകേട്ട് ലാസറസിനെ കൈയിൽ എടുത്ത് കെട്ടിച്ചമച്ച കാര്യങ്ങളാണ്. ചതിയന്മാർ നശിക്കട്ടെ!"

"നീ വായടയ്ക്ക്!" അയാളുടെ പിന്നിൽനിന്നും പ്രാകൃതമായ ഒരു ശബ്ദം മുഴങ്ങി. "എന്ത് റോമാക്കാർ?"

എല്ലാവരും തിരിഞ്ഞു നോക്കി പക്ഷേ, ഉടൻ തന്നെ അവർ നോട്ടം പിൻവലിച്ചു. സൈന്യാധിപൻ റുഫുസ് ചാട്ട ഉയർത്തിപിടിച്ചുകൊണ്ട് ബാറബാസിന്റെ അടുത്തേക്ക് വന്നുകൊണ്ടിരിക്കുകയായിരുന്നു. സ്വർണ്ണത്തലമുടിയുള്ള ഒരു വിളറിയ പെൺകുട്ടി അയാളുടെ കൈയിൽ മുറുകെ പിടിച്ചിരുന്നു. വലിയ പച്ചക്കണ്ണുകളിൽനിന്നും കണ്ണുനീർ ഒഴുക്കിക്കൊണ്ട് വൃദ്ധനായ മെൽചിസഡക് പറയുന്നതു മുഴുവൻ അവൾ ശ്രദ്ധയോടെ കേട്ടുകൊണ്ട് നില്ക്കുകയായിരുന്നു. ബാറബാസ് ആൾക്കൂട്ടത്തിനുള്ളിലേക്ക് തെന്നിക്കയറി അപ്രത്യക്ഷപ്പെട്ടു. ഫരിസേയനായ ജേക്കബ്ബും അയാളുടെ മന്ത്രത്തകിടുകളും അയാളെ അതിവേഗത്തിൽ പിന്തുടർന്നു. ഒരു തൂണിന്റെ മറവിൽ വെച്ച് ജേക്കബ് അയാളുടെ മുന്നിലെത്തി. അവിടെ വെച്ച് രണ്ടുപേരും ശ്രദ്ധയോടെ സംസാരിക്കാൻ തുടങ്ങി. ആദ്യം ബാറബാസ് സംസാരിച്ചു.

"അത് സത്യമാണെന്ന് നിങ്ങൾ വിചാരിക്കുന്നുണ്ടോ?" അയാൾ ഉൽക്കണ്ഠയോടെ ചോദിച്ചു.

"എന്ത്?"

"അയാൾ ശവത്തെ ഉയിർത്തെഴുന്നേല്പിച്ചെന്ന് അവർ പറയുന്നത്."

"ഞാൻ നിങ്ങളോട് പറയാൻ പോകുന്ന കാര്യം ശ്രദ്ധിച്ച് കേൾക്കണം. ഞാൻ ഒരു ഫരിസേയൻ ആണ്. നിങ്ങൾ ഒരു മതഭ്രാന്തനും. ഇതുവരെ ഞാൻ എപ്പോഴും പറഞ്ഞിരുന്നത് പ്രാർത്ഥനയും ഉപവാസവും വിശുദ്ധ നിയമങ്ങളും കൊണ്ട് ഇസ്രയേൽ രക്ഷപ്പെടുമെന്നായിരുന്നു. പക്ഷേ, ഇപ്പോൾ..."

"പക്ഷേ, ഇപ്പോൾ?" ബാറബാസ് ചോദിച്ചു.

"ഇപ്പോൾ ഞാൻ നിങ്ങളുടെ രീതിയിൽ കാര്യങ്ങൾ കാണാൻ തുടങ്ങിയിരിക്കുന്നു. പ്രാർത്ഥനയും ഉപവാസവും മാത്രം പോരാ. ഇവിടെ ഒരു വാളിനെക്കൂടി ജോലിക്ക് നിയമിക്കണം. ഞാൻ പറയുന്നത് നിങ്ങൾക്ക് മനസ്സിലായോ?"

ബാറബാസ് പൊട്ടിച്ചിരിച്ചു. "നിങ്ങൾ എന്നോടാണോ ചോദിക്കു

ന്നത്? വാളിനേക്കാൾ മെച്ചപ്പെട്ട പ്രാർത്ഥന ഇല്ല. ശരി...?"

"നമുക്ക് അയാളിൽനിന്ന് തുടങ്ങാം."

"ആരിൽ നിന്ന്. തെളിച്ചു പറയൂ."

"ലാസറസ്. അയാളെ ഒരിക്കൽകൂടി മണ്ണിനടിയിൽ താഴ്ത്തുന്നതിനാണ് ഏറ്റവും കൂടുതൽ പ്രാധാന്യം. അയാളെ കാണുന്നിടത്തോളം കാലം ആളുകൾ പറഞ്ഞു കൊണ്ടിരിക്കും. "അയാൾ മരിച്ചതായിരുന്നു. പക്ഷേ, മറിയത്തിന്റെ മകൻ അയാളെ പുനരുജ്ജീവിപ്പിച്ചു. ഈ രീതിയിൽ കള്ള പ്രവാചകന്റെ കീർത്തി പടർന്നു പിടിക്കും... ബാറബാസ്, നിങ്ങൾ പറയുന്നത് ശരിയാണ്. റോമാക്കാരാണ് അയാളെക്കൊണ്ട് വിളിച്ചുകൂവിക്കുന്നത്. "ഭൂമിയിലെ രാജ്യത്തെപ്പറ്റി വിഷമിക്കരുത്." അയാൾ പറയുന്നു. "നിങ്ങൾ സ്വർഗ്ഗത്തിൽ കണ്ണുവെക്കുക!" അതിനുശേഷം നമ്മൾ ആകാശത്തു നോക്കി സമയം പാഴാക്കുമ്പോൾ റോമാക്കാർ നമ്മുടെ കഴുത്തിൽ കയറി ഇരിക്കും. മനസ്സിലായോ?"

"ശരി...? അയാൾ നിങ്ങളുടെ സഹോദരൻ ആണെങ്കിലും ഞങ്ങൾ അയാളെ ഇല്ലാതാക്കാൻ നിങ്ങൾ ആഗ്രഹിക്കുന്നുണ്ടോ?"

"അയാൾ എന്റെ സഹോദരൻ അല്ല. എനിക്ക് അയാളുടെ ഒന്നും വേണമെന്നില്ല." മേൽ വസ്ത്രം വലിച്ചു കീറാൻ പോകുന്നതായി അഭിനയിച്ചു കൊണ്ട് ഫരിസേയൻ വിളിച്ചു കൂവി. "ഞാൻ അയാളെ നിങ്ങളെ ഏല്പിക്കുന്നു!"

ഇതുപറഞ്ഞതിനു ശേഷം അയാൾ തൂണിന്റെ മറവിൽ നിന്ന് നടന്നു നീങ്ങിക്കൊണ്ട് വീണ്ടും മന്ത്രത്തകിടുകളുടെ ശക്തികൾ വിളിച്ചു കൂവാൻ തുടങ്ങി. അയാൾ ബാറബാസിന് ഉന്മേഷം കൂട്ടി. അതിൽ അയാൾക്ക് സംതൃപ്തി ഉണ്ടായിരുന്നു.

സോളമന്റെ മണ്ഡപത്തിനു പുറത്ത് ഉണ്ടായിരുന്ന ഇരപ്പാളികളുടെ കൂട്ടം യേശു വരുന്നതു കാണാമെന്നുള്ള പ്രതീക്ഷ ഉപേക്ഷിച്ച് പിരിഞ്ഞു പോകാൻ തുടങ്ങി. വളരെ വർഷങ്ങൾക്കുശേഷം ഒരു പുതിയ പ്രവാചകനെ അയച്ചുകൊടുത്ത് ഇസ്രയേലിലെ മനുഷ്യരോട് അനുകമ്പ കാണിച്ച ദൈവത്തിന് നന്ദി പറയാൻ മെൽചിസഡ്ക് തീരുമാനിച്ചു. അയാൾ ദൈവത്തിന് ബലി കൊടുക്കാൻവേണ്ടി രണ്ട് വെള്ള പ്രാവുകളെ വാങ്ങിയിരുന്നു.

കല്ലുകൾക്ക് തീ പിടിച്ചിരുന്നു. മനുഷ്യരുടെ മുഖങ്ങൾ അമിതമായ വെളിച്ചം കൊണ്ട് കാണാൻ കഴിഞ്ഞിരുന്നില്ല. പെട്ടെന്ന് ബഥനിയിൽ നിന്നുള്ള വഴിയിൽ നിന്ന് പൊടിപടലങ്ങൾ ഒരു മേഘം പോലെ ഉയർന്നു. സന്തോഷംകൊണ്ടുള്ള നിലവിളികൾ കേട്ടു. കടകൾ അടച്ച് ഗ്രാമം മൊത്തത്തിൽ വന്നുകൊണ്ടിരിക്കുകയായിരുന്നു. ആദ്യം പ്രത്യക്ഷപ്പെട്ടത് പനയോലകളുമായി വരുന്ന കുട്ടികൾ ആയിരുന്നു. പനയോലകൾക്കു പിന്നിൽ തിളങ്ങുന്ന മുഖവുമായി യേശു. കുറച്ചുകൂടി പിന്നിൽ ഓരോരുത്തരും ഓരോരോ ശവങ്ങളെ ഉയിർത്തെഴുന്നേല്പിച്ചിട്ടു വരുന്ന മട്ടിൽ വിയർത്തൊലിച്ച് ചുവന്ന മുഖങ്ങളുമായി ശിഷ്യന്മാർ; ഏറ്റവും അവസാനം അലറിവിളിച്ച് തൊണ്ട അടഞ്ഞുപോയ ബഥനിക്കാർ. അവർ എല്ലാവരും

ദേവാലയത്തിലേക്ക് തിടുക്കത്തിൽ നീങ്ങുകയായിരുന്നു. യേശു രണ്ട് കോവണിപ്പടികൾ വീതം ചാടിക്കയറി. ആദ്യത്തെ നില കഴിഞ്ഞ് രണ്ടാമത്തെ നിലയിൽ എത്തി. അദ്ദേഹത്തിന്റെ മുഖത്തുനിന്നും കൈകളിൽ നിന്നും പ്രാകൃതമായ ഒരു പ്രകാശം പുറത്തേക്ക് പ്രവഹിച്ചു. ആർക്കും അദ്ദേഹത്തിന്റെ അടുത്തു ചെല്ലാൻ സാധിച്ചില്ല. മറ്റുള്ളവരെപ്പോലെ അദ്ദേഹത്തിന്റെ പിന്നാലെ ശ്വാസം വിടാതെ ഓടിക്കൊണ്ടിരുന്ന വൃദ്ധനായ ആചാര്യൻ യേശുവിനെ വലയം ചെയ്തിരുന്ന അദൃശ്യമായ അരങ്ങിനുള്ളിലേക്ക് കടക്കാൻ ശ്രമിച്ചു. പക്ഷേ, തീജ്വാലകളിലേക്ക് പ്രവേശിച്ച മട്ടിൽ അയാൾ പെട്ടെന്ന് പിന്നോട്ട് മാറി.

യേശു ദൈവത്തിന്റെ ചൂളയിൽനിന്നും പുറത്തുവന്നിട്ട് അധികസമയം കഴിഞ്ഞിരുന്നില്ല. അദ്ദേഹത്തിന്റെ രക്തം ഇപ്പോഴും പതഞ്ഞു പൊങ്ങുന്നുണ്ടായിരുന്നു. അദ്ദേഹത്തിന് ഇപ്പോഴും അത് വിശ്വസിക്കാൻ കഴിഞ്ഞിരുന്നില്ല. അദ്ദേഹം അത് ആഗ്രഹിച്ചിരുന്നില്ല: ആത്മാവിന്റെ ശക്തി ഇത്രമാത്രം മഹനീയമാണോ? അതിന് പർവ്വതങ്ങളോട് "വരൂ!" എന്ന് ആജ്ഞാപിക്കാൻ കഴിയുമോ? അതിന് അവയെ ചലിപ്പിക്കാൻ കഴിയുമെന്ന് ഉറപ്പുണ്ടോ? അതിന് ഭൂമിയെ പിളർന്നുമാറ്റിക്കൊണ്ട് മരിച്ചവരെ പുറത്തു കൊണ്ടുവരാൻ പറ്റുമോ? അതിന് മൂന്നു ദിവസം കൊണ്ട് ഭൂമിയെ നശിപ്പിക്കാനും മൂന്നു ദിവസം കൊണ്ട് അതിന് വീണ്ടും പണിതുയർത്താനും കഴിവുണ്ടോ? പക്ഷേ, ആത്മാവിന്റെ ശക്തി സർവ്വശക്തമാണെങ്കിൽ സർവ്വനാശത്തിന്റെയും മോചനത്തിന്റെയും ഭാരം മനുഷ്യവർഗ്ഗത്തിന്റെ തോളിൽ വന്ന് വീഴും: ദൈവത്തിന്റെയും മനുഷ്യന്റെയും അതിരുകൾ ഒന്നായി മാറുന്നു. ഇത് ഭയപ്പെടുത്തുന്ന അപകടം പിടിച്ച ഒരു ആലോചന ആയിരുന്നു. യേശുവിന്റെ നെറ്റിയുടെ ഇരുവശത്തും പെരുമ്പറകൾ മുഴങ്ങി.

അദ്ദേഹം ലാസറസിനെ ശവവസ്ത്രത്തിനുള്ളിൽ ഉപേക്ഷിച്ചിട്ട് അസാധാരണമായ വേഗതയിൽ ജറുസലേമിലെ ദേവാലയത്തിലേക്ക് മടങ്ങുകയായിരുന്നു. അവസാനം ഈ ലോകം അതിന്റെ അന്ത്യം കാണണമെന്നും അതിനുശേഷം ശവക്കുഴികളിൽ നിന്ന് ഒരു പുതിയ ജറുസലേം ഉദയം കൊള്ളണമെന്നും അങ്ങേയറ്റം ശക്തിയോടെ അദ്ദേഹത്തിന് ആദ്യമായി അനുഭവപ്പെടുകയായിരുന്നു. ആ നിമിഷം വന്നു കഴിഞ്ഞു. അദ്ദേഹം ഈ സൂചനയ്ക്ക് വേണ്ടിയാണ് കാത്തിരുന്നത്. ആശയ്ക്ക് വകയില്ലാത്ത വിധത്തിൽ ചീഞ്ഞളിഞ്ഞ ലോകം ഒരു ലാസറസ് ആയിരുന്നു. അയാൾക്ക് വിളിച്ചു കൂവാനുള്ള സമയം വന്നുകഴിഞ്ഞു. "ലോകമേ, എഴുന്നേല്ക്കൂ!" അദ്ദേഹത്തിന് ഏറ്റവും ഭയാനകമായ കടപ്പാട് ഉണ്ടായിരുന്നു. അത് അദ്ദേഹം ഇപ്പോൾ മനസ്സിലാക്കി. അദ്ദേഹത്തിന് കരുത്തും ഉണ്ടായിരുന്നു. അദ്ദേഹത്തിന് ഇപ്പോൾ "എനിക്ക് കഴിവില്ല." എന്ന് പറഞ്ഞ് ഒരിക്കലും രക്ഷപ്പെടാൻ കഴിയില്ല! അദ്ദേഹത്തിന് കഴിവുണ്ട്. ലോകം സംരക്ഷിക്കപ്പെടാതിരുന്നാൽ മുഴുവൻ പാപവും അദ്ദേഹത്തിന്റെ പുറത്തു വീഴും.

രക്തം അദ്ദേഹത്തിന്റെ തലയിലേക്ക് ഇരച്ചുകയറി. എല്ലാ

വശത്തുനിന്നും ജീർണ്ണ വേഷധാരികളുടെയും മർദ്ദിതരുടെയും നോട്ടം അദ്ദേഹം കണ്ടു. അവർ എല്ലാ പ്രതീക്ഷകളും അദ്ദേഹത്തിൽ ഉറപ്പിച്ചു നിർത്തിയിരിക്കുകയായിരുന്നു. അപരിഷ്കൃതമായ ഒരു നിലവിളിയോടെ അദ്ദേഹം പ്രസംഗവേദിയിലേക്ക് ചാടിക്കയറി. ആളുകൾ അദ്ദേഹത്തെ പൊതിഞ്ഞു നിന്നുകൊണ്ട് തേനീച്ചകളെപ്പോലെ ഇരമ്പി. പണക്കാർ പൊള്ളച്ചിരി ചിരിച്ചുകൊണ്ട് യേശുവിന്റെ സംസാരം കേൾക്കാൻ വേണ്ടി കാത്തു നിന്നു. യേശു തിരിഞ്ഞുനോക്കിയപ്പോൾ അവരെ കണ്ടു. അദ്ദേഹം ചുരുട്ടിയ കൈപ്പത്തി ഉയർത്തിക്കാണിച്ചു.

"പണക്കാർ ശ്രദ്ധിച്ചു കേൾക്കുക." അദ്ദേഹം വിളിച്ചു പറഞ്ഞു. "ഈ ലോകത്തിന്റെ അധിപന്മാർ ശ്രദ്ധിക്കുക: അനീതിയും അപകീർത്തിയും വിശപ്പും അധികകാലം നീണ്ടു നില്ക്കില്ല. ദൈവം എന്റെ ചുണ്ടുകളിൽ എരിയുന്ന കൽക്കരികൊണ്ടു തലോടി. ഞാൻ കരഞ്ഞുവിളിച്ചു: എത്ര കാലം നിങ്ങൾ ആനക്കൊമ്പിന്റെ കട്ടിലിൽ മൃദുലമായ മെത്തവിരിച്ച് ചാരിക്കിടക്കും? എത്രകാലം അങ്ങ് പാവങ്ങളുടെ വിയർപ്പും രക്തവും കണ്ണുനീരും കുടിക്കും? എനിക്ക് ഇനിയും അങ്ങയെ സഹിക്കാൻ കഴിയുന്നില്ല. എന്റെ ദൈവം വിളിച്ചു പറയുന്നു. തീജ്വാലകൾ അടുത്തുവന്നു കൊണ്ടിരിക്കുന്നു. മരിച്ചവർ ഉയിർത്തെഴുന്നേല്പിക്കപ്പെടുന്നു. ലോകാവസാനം വന്നിരിക്കുന്നു!"

രണ്ട് അതികായന്മാരായ ജീർണ്ണവേഷധാരികൾ അദ്ദേഹത്തെ എടുത്തു തലയ്ക്ക് മുകളിലേക്ക് ഉയർത്തി. ആൾക്കൂട്ടം പനയോലകൾ വീശിക്കൊണ്ട് ചുറ്റുപാടും തടിച്ചുകൂടി. പ്രവാചകന്റെ ജ്വലിക്കുന്ന തലയിൽനിന്നും നീരാവി ഉയർന്നു.

"ഞാൻ വന്നത് ഈ ലോകത്ത് സമാധാനം കൊണ്ടുവരാനല്ല. ഒരു വാൾ കൊണ്ടുവരാനാണ്. ഞാൻ വീട്ടിനുള്ളിലേക്ക് കലഹിക്കാനുള്ള കാരണം എറിഞ്ഞു കൊടുക്കും. മകൻ അച്ഛനെതിരായി കൈ ഉയർത്തും. എനിക്കുവേണ്ടി മകൾ അമ്മയ്ക്കെതിരായും മരുമകൾ അമ്മാവി അമ്മയ്ക്ക് എതിരായും കൈ ഉയർത്തും. എന്നെ പിന്തുടരുന്നവർ എല്ലാ കാര്യങ്ങളും ഉപേക്ഷിക്കും. ഈ ലോകത്ത് ജീവിതം രക്ഷപ്പെടുത്താനുള്ള അന്വേഷണം നടത്തുന്നവന് അത് നഷ്ടപ്പെടും. എനിക്ക് വേണ്ടി താല്ക്കാലികമായ ജീവിതം നഷ്ടപ്പെടുത്തുന്നവൻ അനശ്വരമായ ജീവിതം നേടിയെടുക്കും."

"നിയമം എന്താണ് പറയുന്നത്?" വന്യമായ ഒരു ശബ്ദം വിളിച്ചുകൂവി. "വിശുദ്ധ ഗ്രന്ഥം എന്താണ് പറയുന്നത്?"

"ജറെമിയയെയും എസക്കിയേലിനെയും പോലെയുള്ള പ്രവാചകന്മാർ എന്താണ് പറയുന്നത്?" യേശു മറുപടി പറഞ്ഞു. അദ്ദേഹത്തിന്റെ കണ്ണുകൾ തിളങ്ങുന്നുണ്ടായിരുന്നു. "മോശ മുദ്രണം ചെയ്ത നിയമങ്ങൾ ഞാൻ നീക്കം ചെയ്യും. ഞാൻ മനുഷ്യഹൃദയത്തിൽ ഒരു പുതിയ നിയമം മുദ്രണം ചെയ്യും..." ഞാൻ ഇപ്പോൾ മനുഷ്യർക്കുള്ള കല്ലിന്റെ ഹൃദയം നീക്കം ചെയ്യും. അവർക്ക് ഞാൻ മാംസത്തിന്റെ ഹൃദയം പകരം കൊടുക്കും. ഈ ഹൃദയത്തിൽ ഞാൻ ഒരു പ്രതീക്ഷ നട്ടുപിടിപ്പിക്കും!

പുതിയ ഹൃദയങ്ങളിൽ പുതിയ നിയമം മുദ്രണം ചെയ്യുന്നവൻ ഞാനാണ്! പുതിയ പ്രതീക്ഷയും ഞാൻ തന്നെ ആണ്! ഞാൻ സ്നേഹത്തെ വ്യാപിപ്പിക്കുന്നു. ഞാൻ എല്ലാ രാജ്യങ്ങൾക്കും കടന്നുവരാൻ വേണ്ടി കിഴക്കും പിടിഞ്ഞാറും തെക്കും വടക്കും ഉള്ള ദൈവത്തിന്റെ നാല് വലിയ വാതിലുകളും തുറക്കുന്നു. ദൈവത്തിന്റെ നെഞ്ച് യഹൂദരുടെ സമ്മേളനസ്ഥലം അല്ല. അത് ലോകത്തെ മുഴുവൻ ആലിംഗനം ചെയ്യുന്നു. ദൈവം ഒരു ഇസ്രയേലുകാരൻ അല്ല. അദ്ദേഹം അനശ്വരമായ ആത്മാവാണ്!"

വൃദ്ധനായ ആചാര്യൻ കൈപ്പത്തികൾക്കുള്ളിൽ മുഖം ഒളിപ്പിച്ചു. അയാൾക്ക് വിളിച്ചു പറയണമെന്ന് തോന്നി: "യേശു, സംസാരം നിർത്തൂ. ഇത് വലിയ ദൈവനിന്ദയാണ്!" പക്ഷേ, വളരെ താമസിച്ചു പോയി. ആഹ്ലാദത്തിന്റെ വന്യമായ നിലവിളികൾ ഉയർന്നു കഴിഞ്ഞിരുന്നു. ദരിദ്രർ സന്തോഷം കൊണ്ട് വിളിച്ചുകൂവി. ലേവ്യർ പുച്ഛത്തോടെ കൂവി. ഫരിസേയനായ ജേക്കബ് മേൽവസ്ത്രം വലിച്ചുകീറിക്കൊണ്ട് അന്തരീക്ഷത്തിലേക്ക് തുപ്പി. വൃദ്ധനായ ആചാര്യൻ നിരാശനായി. അയാൾ കരഞ്ഞുകൊണ്ട് വിട പറഞ്ഞു. "അയാൾ അവസാനിച്ചു." പോകുന്നതിനിടയിൽ ആചാര്യൻ പിറുപിറുത്തു. "അയാളുടെ ഉള്ളിൽനിന്നും ഏത് പിശാചാണ് അലറുന്നത്? ഏത് ദൈവമാണ് അലറുന്നത്?"

അങ്ങേയറ്റം ക്ഷീണത്തോടെ അയാൾ തിരിച്ചു നടന്നു. ദിവസങ്ങളും ആഴ്ചകളും യേശു ആരാണെന്നു മനസ്സിലാക്കാൻ പോരാട്ടം നടത്തിക്കൊണ്ട് അയാൾ അദ്ദേഹത്തിന്റെ പിന്നാലെ ഓടിക്കൊണ്ടിരിക്കുകയായിരുന്നു. അയാളുടെ ജീർണ്ണിച്ച ശരീരം പൂർണ്ണമായും ഉരുകിത്തീർന്നു. സൂര്യന്റെ ചൂടുകൊണ്ട് കരുവാളിച്ച തൊലിയിൽ പൊതിഞ്ഞ കുറച്ച് എല്ലുകൾ മാത്രമാണ് അവശേഷിച്ചിരുന്നത്. ആത്മാവ് അതിൽ തൂങ്ങിക്കിടന്ന് കാത്തിരുന്നു. ദൈവം അയാൾക്ക് വാക്കുകൊടുത്തിരുന്ന മിശിഹാ ഈ മനുഷ്യൻ ആയിരുന്നോ? അല്ലെങ്കിൽ അത് അയാൾ ആയിരിക്കില്ലേ? അയാൾ നിറവേറ്റിയ എല്ലാ അത്ഭുതങ്ങളും ചെകുത്താന് നിറവേറ്റാൻ കഴിയും. ചെകുത്താന് മരിച്ചവരെ ഉയിർത്തെഴുന്നേല്പിക്കാൻ പറ്റും. അതുകൊണ്ട് അത്ഭുതങ്ങൾ ഒരു തീരുമാനം എടുക്കാൻ മതിയായ അടിസ്ഥാനം അല്ല. പ്രവാചകനെക്കൊണ്ടും അത് സാദ്ധ്യമല്ല. ചെകുത്താൻ അതിശക്തനും സൂത്രശാലിയുമായ ദൈവദൂതൻ ആണ്. ചെകുത്താന് മനുഷ്യവർഗ്ഗത്തെ വഞ്ചിക്കാൻ വേണ്ടി സ്വന്തം വാക്കുകളെയും പ്രവർത്തനങ്ങളെയും വിശുദ്ധ പ്രവചനങ്ങൾക്ക് അനുയോജ്യമാക്കാനുള്ള കഴിവ് ഉണ്ടായിരുന്നു. ഈ കാരണങ്ങൾകൊണ്ട് ആചാര്യൻ ഉറങ്ങാൻ കഴിയാതെ കിടക്കയിൽ രാത്രി മുഴുവൻ ഉണർന്നു കിടന്നുകൊണ്ട് അയാൾക്ക് കൃത്യമായ ഒരു സൂചന കാണിച്ചുകൊടുക്കാനുള്ള കരുണ കാണിക്കണമെന്ന് ദൈവത്തിനോട് യാചിച്ചു.... എന്ത് സൂചന? ആചാര്യൻ സ്വന്തം മരണം പൂർണ്ണമായും മനസ്സിലാക്കി. ഈ സൂചന മനസ്സിലേക്ക് കൊണ്ടു വന്നപ്പോൾ അയാൾ ഞെട്ടി.

അയാൾ പൊടിപടലങ്ങളുടെ മൂടാപ്പിലൂടെ ഇടറിഇടറി മുന്നോട്ടു

നടന്നു. സൂര്യൻ പൂർണ്ണമായി നശിപ്പിച്ച ബഥനി കുന്നിന്റെ മുകളിൽ നില്ക്കുകയാണെന്നുതോന്നി. അയാൾ കിതച്ചുകൊണ്ട് കയറ്റം കയറാൻ തുടങ്ങി.

ലാസറസിന്റെ വീട് തുറന്നുകിടക്കുകയായിരുന്നു. ഉയിർത്തെഴുന്നേറ്റ മനുഷ്യനെ കാണാനും തൊട്ടുനോക്കാനും അയാൾ ശ്വസിക്കുന്നുണ്ടെന്നും അയാൾക്ക് സംസാരിക്കാനുള്ള കഴിവുണ്ടെന്നും ഉറപ്പാക്കാൻ വേണ്ടി ആളുകൾ വീട്ടിനുള്ളിലേക്കും പുറത്തേക്കും ഓടുന്നുണ്ടായിരുന്നു. ലാസറസ് വീടിന്റെ ഏറ്റവും ഇരുണ്ട മൂലയിൽ ക്ഷീണിച്ചുതളർന്ന് നിശ്ശബ്ദനായി ഇരുന്നു. കാരണം വെളിച്ചം അയാളെ ശല്യപ്പെടുത്തി. അയാളുടെ കാലിനും കൈയ്ക്കും വയറിനും നാലു ദിവസം കഴിഞ്ഞ ഒരു ശവത്തെപ്പോലെ കറുത്ത പച്ചനിറം വന്നിരുന്നു. അയാളുടെ ചീർത്ത മുഖം മുഴുവൻ പോറലുകൾ ഉണ്ടായിരുന്നു. അതിൽനിന്നും ഒലിച്ചിറങ്ങുന്ന വെളുപ്പും മഞ്ഞയും കലർന്ന ദ്രാവകം അയാൾ ധരിച്ചിരുന്ന വെളുത്ത ശവവസ്ത്രത്തിൽ പറ്റിപ്പിടിച്ചിരുന്നു: അത് അയാളുടെ ശരീരത്തിൽ ഒട്ടിപ്പിടിച്ചതുകൊണ്ട് നീക്കം ചെയ്യാൻ കഴിഞ്ഞിരുന്നില്ല. ആദ്യം ഭയങ്കര ദുർഗ്ഗന്ധം ആയിരുന്നു. അടുത്തു വന്നവരെല്ലാം മൂക്കുപൊത്തി. പക്ഷേ അല്പാലപമായി ദുർഗ്ഗന്ധം കുറഞ്ഞു. അപ്പോൾ അയാൾക്ക് മണ്ണിന്റെയും സുഗന്ധദ്രവ്യങ്ങളുടെയും മണം ആയിരുന്നു. ഇടയ്ക്കിടയ്ക്ക് അയാൾ കൈ ഉയർത്തി താടിയിലും മുടിയിലും പറ്റിപ്പിടിച്ച പുൽനാമ്പുകൾ നീക്കം ചെയ്തു. അയാളുടെ സഹോദരിമാരായ മാർത്തായും മറിയവും ശരീരത്തിൽ ഒട്ടിപ്പിടിച്ച മണ്ണും മണ്ണിരകളും തുടച്ചുമാറ്റി. ഒരു അനുകമ്പയുള്ള അയൽക്കാരൻ അയാൾക്കു വേണ്ടി ഒരു കോഴിയെ കൊണ്ടുവന്നിരുന്നു. വൃദ്ധയായ സലോമി ഇപ്പോൾ അത് അടുപ്പിനടുത്തിരുന്ന് തിളപ്പിക്കുകയായിരുന്നു. ഉയിർത്തെഴുന്നേറ്റ മനുഷ്യന് കോഴിസൂപ്പ് കുടിച്ചാൽ അയാളുടെ ശക്തി വീണ്ടെടുക്കാൻ പറ്റും. കൃഷിക്കാർ അയാളെ കാണാനും പരിശോധിക്കാനും അതിനുശേഷം സംസാരിക്കാനും വേണ്ടി ഏതാനും നിമിഷങ്ങൾ ചെലവഴിച്ചു. അയാൾ അവരുടെ ചോദ്യങ്ങൾക്ക് "അതെ, അല്ല" എന്നിങ്ങനെയുള്ള ചുരുക്കം ചില വാക്കുകൾകൊണ്ട് മറുപടി പറഞ്ഞു. പിന്നീട് ചുറ്റുപാടും ഉള്ള ഗ്രാമങ്ങളിൽ നിന്നും നഗരങ്ങളിൽ നിന്നും മറ്റുള്ളവർ വന്നു.... ഇന്ന് അന്ധനായ ഗ്രാമപ്രമുഖനും വന്നിരുന്നു. അയാൾ ലാസറസിനെ താല്പര്യത്തോടെ തൊട്ടുനോക്കി. "നിങ്ങൾക്ക് നരകത്തിൽ സുഖവാസം ആയിരുന്നോ?" അയാൾ ചിരിച്ചുകൊണ്ട് ചോദിച്ചു. "ലാസറസ്, നിങ്ങൾ ഒരു ഭാഗ്യവാൻ ആണ്. നിങ്ങൾക്ക് ഇപ്പോൾ നരകത്തിലെ എല്ലാ രഹസ്യങ്ങളും അറിയാം. പക്ഷേ, അവയൊന്നും പുറത്തു പറയരുത്. പറഞ്ഞാൽ നിങ്ങൾ ഇവിടെയുള്ള എല്ലാവരെയും ഭ്രാന്തു പിടിപ്പിക്കും....." അയാൾ ലാസറസിന്റെ ചെവിയുടെ അടുത്തേക്ക് കുനിഞ്ഞുകൊണ്ട് തമാശമട്ടിൽ ചോദിച്ചു. "മണ്ണിരകൾ, അല്ലേ? മണ്ണിരകൾ മാത്രം...." അയാൾ ചെറുതായി വിറയ്ക്കുന്നുണ്ടായിരുന്നു. അയാൾ വളരെ നേരം കാത്തു നിന്നു. പക്ഷേ, ലാസറസ് മറുപടി പറഞ്ഞില്ല. അന്ധന്

ദേഷ്യം വന്നു. അയാൾ വടി എടുത്തുകൊണ്ട് സ്ഥലം വിട്ടു.

"മഗ്ദലന ജറുസലേമിലേക്ക് പോകുന്ന വഴിയിലേക്ക് നോക്കിക്കൊണ്ടു നിന്നു. അവളുടെ ഹൃദയം ഒരു കൊച്ചുകുഞ്ഞിനെപ്പോലെ കരയുകയായിരുന്നു. ഈ രാത്രികളിൽ എല്ലാം അവൾ ചീത്ത സ്വപ്നങ്ങൾ കണ്ടിരുന്നു. അവൾ യേശു വിവാഹം കഴിക്കുന്നത് കണ്ടു. അതിന്റെ അർത്ഥം മരണമാണ്. കഴിഞ്ഞ രാത്രിയിൽ അദ്ദേഹത്തെ അവൾ ചിറകുകൾ തുറന്ന് വെള്ളത്തിൽനിന്നും ചാടി കരയ്ക്ക് വീണ ഒരു പറക്കും മത്സ്യമായി സ്വപ്നം കണ്ടിരുന്നു. അത് ഒരിക്കൽക്കൂടി പ്രയോജനം ഇല്ലാതെ കുതിക്കാൻ ശ്രമിച്ചുകൊണ്ട് കടൽത്തീരത്തെ ചരൽക്കല്ലുകളിൽ ചിറകിട്ടടിച്ചു. ശ്വാസം കിട്ടാതെ അതിന്റെ കണ്ണുകൾ മങ്ങി. അത് അവളുടെ മുഖത്തേക്ക് തലതിരിച്ചു നോക്കി. പക്ഷേ, അതിനെ പിടിച്ച് കടലിലേക്ക് വിടാനുള്ള ശ്രമത്തിൽ അവൾ പരാജയപ്പെട്ടു. എന്തായാലും അവൾ കുനിഞ്ഞ് കൈയിൽ എടുത്തപ്പോഴേക്കും അത് ചത്തുകഴിഞ്ഞിരുന്നു. പക്ഷേ, ഈ സമയത്തെല്ലാം അവൾ അതിനെ അവളുടെ കണ്ണുനീരിൽ കുളിപ്പിക്കുകയായിരുന്നു. അത് അവളുടെ ആലിംഗനത്തിൽ വളർന്നു വലുതായി ഒരു മരിച്ച മനുഷ്യനായി മാറി.

"ഞാൻ അദ്ദേഹത്തെ ജറുസലേമിലേക്ക് തിരിച്ചയക്കില്ല... ഞാൻ തിരിച്ചയക്കില്ല." അവൾ അദ്ദേഹം വരുന്നുണ്ടോ എന്ന് കണ്ടെത്താൻ വേണ്ടി വെളുത്ത വഴിയിലേക്ക് നെടുവീർപ്പിട്ടുകൊണ്ട് നോക്കി.

പക്ഷേ, ജറുസലേമിൽനിന്നുള്ള വഴിയിൽ പ്രത്യക്ഷപ്പെട്ടത് അദ്ദേഹം ആയിരുന്നില്ല. പകരം അവളുടെ വൃദ്ധനായ അച്ഛൻ കൂനിപ്പിടിച്ച് ഇടറിയിടറി നടന്നുവരുന്നത് മഗ്ദലന കണ്ടു. പാവം. അവൾ വിചാരിച്ചു. ഈ ദാരുണമായ അവസ്ഥയിൽ ഒരു വിശ്വസ്തനായ നായയെപ്പോലെ നമ്മുടെ ആചാര്യനെ പിന്തുടരാൻ അച്ഛൻ എന്തിനാണ് ആഗ്രഹിക്കുന്നത്? അച്ഛൻ രാത്രിയിൽ മുറ്റത്തിറങ്ങി നമസ്കരിച്ചുകൊണ്ട് ദൈവത്തെ വിളിച്ച് നിലവിളിച്ചിരുന്നത് ഞാൻ കേട്ടിരുന്നു. "എന്നെ രക്ഷിക്കൂ. എനിക്ക് ഒരുസൂചന തരൂ!" പക്ഷേ, ദൈവം അച്ഛനെ സ്വയം പീഡിപ്പിക്കാനാണ് അനുവദിച്ചത്. ദൈവം അച്ഛനെ സ്നേഹിക്കുന്നതു കൊണ്ട് അച്ഛനെ ശിക്ഷിക്കുകയാണെന്ന് തോന്നുന്നു: ഈ രീതിയിൽ ആ പാവം മനുഷ്യനെ ദൈവം സാന്ത്വനപ്പെടുത്തുന്നു.

വൃദ്ധൻ ഇപ്പോൾ സ്വന്തം അംശവടിയിൽ ബലം കൊടുത്ത് കയറ്റം കയറുന്നത് അവൾ നോക്കിക്കൊണ്ടുനിന്നു. അയാൾ ഇടയ്ക്കിടയ്ക്ക് നടത്തം നിർത്തിക്കൊണ്ട് ജറുസലേമിലേക്ക് തിരിഞ്ഞു നോക്കിയതിനു ശേഷം ശ്വാസം കിട്ടാൻ വേണ്ടി കൈകൾ ഇരുവശത്തേക്കും വിടർത്തി... ഈ ദിവസങ്ങളിലെല്ലാം അച്ഛനും മകളും ബഥനിയിൽ ഒന്നിച്ചുണ്ടായിരുന്നു. അവർ രണ്ടുപേരും കഴിഞ്ഞതെല്ലാം മറന്ന് പരസ്പരം സംസാരിച്ചു. മകൾ തിന്മയുടെ വഴി ഉപേക്ഷിച്ചെന്ന് തിരിച്ചറിഞ്ഞപ്പോൾ ആചാര്യൻ അവൾക്ക് മാപ്പുകൊടുത്തു. കണ്ണുനീർ എല്ലാ പാപങ്ങളെയും കഴുകിക്കളയുമെന്ന് അയാൾക്ക് അറിയാം. മഗ്ദലന ഒരുപാട് കരഞ്ഞുകഴി

ഞ്ഞിരുന്നു.

വൃദ്ധൻ തിരിച്ചെത്തിയപ്പോൾ അണയ്ക്കുന്നുണ്ടായിരുന്നു. അയാൾക്ക് വാതിലിലൂടെ കടന്നുപോകാൻ വേണ്ടി മഗ്ദലന ഒരുവശത്തേക്ക് മാറിനിന്നു. പക്ഷേ, അയാൾ നടത്തം നിർത്തിക്കൊണ്ട് അവളുടെ കൈയിൽ പിടിച്ചു. യാചനയുടെ സ്വരത്തിൽ അയാൾ പറഞ്ഞു, "എന്റെ കുട്ടി, മഗ്ദലന, നീ ഒരു സ്ത്രീയാണ്. നിന്റെ കണ്ണുനീരിനും തലോടലിനും വലിയ ശക്തി ഉണ്ട്. യേശുവിന്റെ കാലിൽ വീണ് ജറുസലേമിൽ പോകരുതെന്ന് യാചിക്കണം. സ്ക്രൈബുകളും ഫരിസേയരും ഇന്ന് കൂടുതൽ നിർദ്ദയരായി വളർന്നിരിക്കുന്നു. അവർ വിഷം ഒഴുകിവീണു കൊണ്ടിരിക്കുന്ന ചുണ്ടുകൾ കൊണ്ട് രഹസ്യമായി പരസ്പരം സംസാരിക്കുന്നത് ഞാൻ കേട്ടിരുന്നു. അവർ യേശുവിന്റെ മരണത്തിന്റെ പദ്ധതി തയ്യാറാക്കുകയാണ്."

"അദ്ദേഹത്തിന്റെ മരണത്തിന്റെ പദ്ധതി തയ്യാറാക്കിയാൽ അദ്ദേഹത്തിന് മരിക്കാൻ പറ്റുമോ?" മഗ്ദലന അച്ഛനോട് ഉറക്കെ ചോദിച്ചു.

വൃദ്ധനായ ആചാര്യൻ മകളെ നോക്കി ദുഃഖത്തോടെ പുഞ്ചിരിച്ചു. "നമ്മൾ സ്നേഹിക്കുന്നവരെപ്പറ്റി എപ്പോഴും ആ രീതിയിൽ സംസാരിക്കും." അയാൾ പിറുപിറുത്തു. അതിനുശേഷം നിശ്ശബ്ദനായി.

"പക്ഷേ, അദ്ദേഹം മറ്റുള്ളവരെപ്പോലെയുള്ള മനുഷ്യൻ അല്ല! അദ്ദേഹം അങ്ങനെയുള്ള ആളല്ല!" മഗ്ദലന നിരാശയോടെ പറഞ്ഞു. "അദ്ദേഹം അങ്ങനെയുള്ള ആളല്ല! അല്ല!" അവളുടെ ആശങ്കകളെ ആകർഷിച്ചു പുറത്താക്കാൻ വേണ്ടി മഗ്ദലന ആവർത്തിച്ചുകൊണ്ടിരുന്നു.

"അത് നിനക്ക് എങ്ങനെ അറിയാം?" വൃദ്ധൻ ചോദിച്ചു. സ്ത്രീകളുടെ ആശങ്കകളിൽ അയാൾക്ക് വിശ്വാസം ഉണ്ടായിരുന്നതുകൊണ്ട് അവളുടെ മനസ്സ് കുതിച്ചു ചാടി.

"എനിക്ക് അറിയാം" മഗ്ദലന മറുപടി പറഞ്ഞു. "എങ്ങനെയാണെന്ന് എന്നോട് ചോദിക്കരുത്. അത് എനിക്ക് ഉറപ്പാണ്. അച്ഛൻ പേടിക്കേണ്ട. ലാസറസിനെ എഴുന്നേല്പിച്ചു കഴിഞ്ഞ് ഇപ്പോൾ അദ്ദേഹത്തെ തൊടാൻ ആർക്കു ധൈര്യം ഉണ്ടാകും?"

"ലാസറസിനെ എഴുന്നേല്പിച്ചുകഴിഞ്ഞപ്പോൾ അവർ കൂടുതൽ ഭ്രാന്തെടുത്തിരിക്കുകയാണ്. മുമ്പ് അയാളുടെ പ്രസംഗങ്ങൾ കേട്ടിട്ട് അവർ വിയോജിപ്പ് പ്രകടമാക്കിക്കൊണ്ട് തോളുകൾ ഉയർത്തി. പക്ഷേ, ഇപ്പോൾ ആളുകൾ ധൈര്യം കണ്ടെത്തിയിരിക്കുന്നു. "അദ്ദേഹം മിശിഹാ ആണ്" അവർ വിളിച്ചുകൂവുന്നു. "അദ്ദേഹം മരിച്ചവരെ ഉണർത്തുന്നു. അദ്ദേഹത്തിന്റെ ശക്തി ദൈവത്തിൽ നിന്നാണ്- നമുക്ക് പോയി അദ്ദേഹത്തിന്റെ കൂടെ ചേരാം." ഇന്ന് സ്ത്രീകളും പുരുഷന്മാരും പനയോലകൾ വീശിക്കൊണ്ട് അദ്ദേഹത്തിന്റെ പിന്നാലെ ഓടി. മുടന്തന്മാർ അവരുടെ ഊന്നുവടികൾ ഉയർത്തി. ദരിദ്രരെ നിയന്ത്രിക്കാൻ കഴിയാതായി... ഇതെല്ലാം കണ്ട് സ്ക്രൈബുകളും ഫരിസേയരും ഭ്രാന്തമായ വിദ്വേഷത്തോടെ ഓടി

നടന്നു. “നമ്മൾ അയാൾക്ക് കുറച്ചു സമയം കൂടി അനുവദിക്കുകയാണെങ്കിൽ നമ്മുടെ കഥ കഴിഞ്ഞു.” അവർ പറയുന്നു. അതിനുശേഷം അവർ അനാസിലേക്കും അനാസിൽനിന്ന് കെയാഫാസിലേക്കും കെയാഫാസിൽ നിന്ന് പിലാത്തോസിന്റെ അടുത്തേക്കും അദ്ദേഹത്തിന്റെ ശവക്കുഴി തോണ്ടാൻ വേണ്ടി ഓടി നടന്നു.

“എന്റെ കുട്ടി മഗ്ദലന യേശുവിന്റെ കാലിൽ നിന്ന് പിടിവിടരുത്. വീണ്ടും ജറുസലേമിൽ കടക്കാൻ യേശുവിനെ അനുവദിക്കരുത്. നമ്മൾ എല്ലാവരും തീർച്ചയായും ഗലീലിയിലേക്ക് തിരിച്ചു പോകണം!”

.... അയാൾക്ക് വസൂരിക്കുത്തുള്ള ഒരു ഇരുണ്ട മുഖം ഓർമ്മ വന്നു. “മഗ്ദലന” അയാൾ പറഞ്ഞു. “ഞാൻ ഇങ്ങോട്ട് വരുന്നവഴിക്കുവെച്ച് ബാറബാസിനെ കണ്ടു. അയാൾ മുഖം വീർപ്പിച്ചു കൊണ്ട് ചുറ്റിത്തിരിയുന്നുണ്ട്. എന്റെ കാലൊച്ച കേട്ടപ്പോൾ അയാൾ ഒരു കുറ്റിക്കാട്ടിൽ കയറി ഒളിച്ചു. അത് ഒരു നല്ല ലക്ഷണം അല്ല!”

അയാൾ തളർന്നു വീഴാൻ പോയി. അയാളുടെ മകൾ അയാളെ കയറിപ്പിടിച്ച് മുറിക്കുള്ളിൽ കൊണ്ടുവന്നു. അവൾ അയാൾക്കു വേണ്ടി ഒരു സ്റ്റൂൾ കണ്ടെത്തി. അയാൾ അതിൽ ഇരുന്നു. അവൾ അയാളുടെ വശം ചേർന്ന് മുട്ടുകുത്തി ഇരുന്നു.

“അദ്ദേഹം ഇപ്പോൾ എവിടെയാണ്?” അയാൾ ചോദിച്ചു. “അച്ഛൻ അദ്ദേഹത്തെ എവിടെയാണ് ഉപേക്ഷിച്ചത്?”

“ദേവാലയത്തിൽ. അയാൾ അലറുന്നു. അയാൾ കണ്ണിൽ നിന്നും തീജ്വാലകൾ പുറത്തേക്ക് എറിയുന്നു. വിശുദ്ധമായ ആ കെട്ടിടത്തിന് അയാൾ തീ വെക്കും! മോശയുടെ നിയമം ഇല്ലാതാക്കിയിട്ട് ഒരു പുതിയ നിയമം കൊണ്ടുവരുമെന്നാണ് അയാൾ പറയുന്നത്. അയാൾ ദൈവത്തെക്കാണാൻ സിനായ് കൊടുമുടിയിൽ പോകില്ല. അയാൾ ദൈവത്തെ സ്വന്തം ഹൃദയത്തിൽവെച്ചാണ് കണ്ടുമുട്ടുന്നത്.

വൃദ്ധൻ ശബ്ദം താഴ്ത്തി. അയാളുടെ തൊണ്ട ഇടറുന്നുണ്ടായിരുന്നു. എന്റെ കുട്ടീ, ചിലപ്പോൾ എനിക്ക് ഭ്രാന്ത് പിടിക്കുമെന്ന് ഞാൻ ഭയക്കുന്നു. ഒരുപക്ഷേ, അത് സാത്താൻ ആണെങ്കിൽ....”

“സംസാരിക്കേണ്ട! മഗ്ദലന ആജ്ഞാപിച്ചു. അവൾ വൃദ്ധന്റെ ചുണ്ടുകൾ കൈപ്പത്തികൊണ്ട് മൂടി.

ഒന്നിനു പിറകെ ഒന്നായി ശിഷ്യന്മാർ വാതിലിൽ പ്രത്യക്ഷപ്പെടുന്ന സമയത്തും അവർ സംസാരിച്ചുകൊണ്ടിരിക്കുകയായിരുന്നു. മഗ്ദലന ചാടി എഴുന്നേറ്റ് നോക്കി. പക്ഷേ, യേശു അവരുടെ കൂട്ടത്തിൽ ഉണ്ടായിരുന്നില്ല.

“ആചാര്യൻ എവിടെ?” അവൾ ഹൃദയഭേദകമായ ശബ്ദത്തിൽ ചോദിച്ചു “ആചാര്യൻ എവിടെ പോയിരിക്കുന്നു?”

“പേടിക്കേണ്ട” പീറ്റർ ഇരുണ്ട മുഖഭാവത്തോടെ അവളോട് മറുപടി പറഞ്ഞു. “അദ്ദേഹം വന്നുകൊണ്ടിരിക്കുകയാണ്.”

മറിയവും ചാടി എഴുന്നേറ്റു. അവൾ സഹോദരനെ ഉപേക്ഷിച്ചിട്ട് ശിഷ്യന്മാരുടെ അടുത്തെത്തി. അവരുടെ മുഖങ്ങൾ ഇരുണ്ടിരുന്നു. അവ

രുടെ കണ്ണുകൾക്ക് തെളിച്ചം ഉണ്ടായിരുന്നില്ല. അവൾ ഭിത്തിയിൽ ചാരി നിന്നു.

"ആചാര്യൻ എവിടെ?" അവൾ സംശയത്തോടെ ചോദിച്ചു.

"മറിയം, അദ്ദേഹം ഇപ്പോൾ വന്നുകൊണ്ടിരിക്കുകയാണ്." ജോൺ മറുപടി പറഞ്ഞു. "അദ്ദേഹത്തിന് എന്തെങ്കിലും സംഭവിച്ചാൽ ഞങ്ങൾ അദ്ദേഹത്തെ ഉപേക്ഷിച്ചിട്ട് വരുമോ?"

ശിഷ്യന്മാർ ഇരുണ്ട മുഖത്തോടെ വീടിന്റെ പല ഭാഗങ്ങളിലേക്ക് പരസ്പര ബന്ധം ഇല്ലാതെ ചിതറിപ്പോയി.

മാത്യു ഷർട്ടിനടിയിൽ നിന്ന് കടലാസുകൾ പുറത്തെടുത്ത് എഴുതാൻ തയ്യാറെടുത്തു.

വൃദ്ധനായ ആചാര്യൻ പറഞ്ഞു. "മാത്യു, എന്തെങ്കിലും കാര്യം പറയൂ, നിനക്ക് എന്റെ അനുഗ്രഹം ഉണ്ടാകും."

മാത്യു മറുപടി പറഞ്ഞു. "എന്റെ പിതാവേ, ഞങ്ങൾ എല്ലാവരും കൂടി ഇപ്പോൾ തിരിച്ചു വന്നുകൊണ്ടിരിക്കുമ്പോൾ ജറുസലേമിന്റെ ഗേറ്റിൽവെച്ച് സൈന്യാധിപൻ റുഫുസ് ഞങ്ങളുടെ മുന്നിൽ കയറി. "നില്ക്കൂ" അയാൾ വിളിച്ചു പറഞ്ഞു. "എനിക്ക് നിങ്ങളോട് ആജ്ഞ പുറപ്പെടുവിക്കാനുണ്ട്." ഞങ്ങൾ എല്ലാവരും ഭയം കൊണ്ട് തളർന്നുപോയി. പക്ഷേ, ആചാര്യൻ സമാധാനത്തോടെ ആ റോമാക്കാരന് കൈകൊടുത്തു. "സ്വാഗതം ചങ്ങാതി" അദ്ദേഹം പറഞ്ഞു. "നിങ്ങൾക്ക് എന്നെക്കൊണ്ട് എന്തുവേണം?"

"എനിക്കല്ല" റുഫുസ് മറുപടി പറഞ്ഞു. "പിലാത്തോസിനാണ് നിങ്ങളെ വേണ്ടത്. ദയവായി എന്റെ കൂടെ വരണം."

"ഞാൻ വരാം" യേശു ശാന്തമായി പറഞ്ഞു. അതിനുശേഷം അദ്ദേഹം ജറുസലേമിലേക്ക് നോക്കി.

"പക്ഷേ, ഞങ്ങൾ അദ്ദേഹത്തെ തടഞ്ഞു. "ആചാര്യൻ എവിടെയാണ് പോകുന്നത്?" ഞങ്ങൾ നിലവിളിച്ചു. "ഞങ്ങൾ അങ്ങയെ പോകാൻ അനുവദിക്കില്ല."

സൈന്യാധിപൻ ഞങ്ങളുടെ ഇടയ്ക്ക് കയറി നിന്നുകൊണ്ട് പറഞ്ഞു. "പേടിക്കേണ്ട. ഞാൻ വാക്കുതരുന്നു. അദ്ദേഹത്തിന് കുഴപ്പം ഒന്നും സംഭവിക്കില്ല."

"പോകൂ." യേശു ഞങ്ങളോട് ആജ്ഞാപിച്ചു. "പേടിക്കേണ്ട. സമയം ആയിട്ടില്ല."

പക്ഷേ, യൂദാസ് ഇടയ്ക്കുകയറി പറഞ്ഞു. "ഞാൻ ഗുരുവിന്റെ കൂടെ വരും. ഞാൻ അങ്ങയെ കൈയൊഴിയുകയില്ല."

"വരൂ." യേശു പറഞ്ഞു. "ഞാനും നിങ്ങളെ കൈയൊഴിയുകയില്ല." യേശുവിന്റെയും സൈന്യാധിപന്റെയും പിന്നിൽ ഒരു ആട്ടിടയന്റെ നായയെപ്പോലെ യൂദാസ് ജറുസലേമിലേക്ക് നടന്നു.

മാത്യു സംസാരിച്ചപ്പോൾ ശിഷ്യന്മാർ നിശ്ശബ്ദരായി അയാളുടെ അടുത്തെത്തി തറയിൽ മുട്ടുമടക്കി ഇരുന്നു.

"നിങ്ങളുടെ മുഖങ്ങൾ അസ്വസ്ഥമാണ്." വൃദ്ധനായ ആചാര്യൻ പറഞ്ഞു. "നിങ്ങൾ ഞങ്ങളിൽ നിന്ന് എന്തൊക്കെയോ ഒളിച്ചുവെക്കുന്നുണ്ട്."

"ഞങ്ങൾക്ക് മറ്റ് പ്രശ്നങ്ങൾ ഉണ്ട്..." പീറ്റർ പിറുപിറുത്തതിനുശേഷം നിശ്ശബ്ദനായി.

നിശ്ചയമായും ഇപ്പോൾ വഴിയിൽ വെച്ച് തിന്മനിറഞ്ഞ പിശാചുക്കൾ അവരിലേക്ക് കടന്നുചെന്നിരിക്കാം. മരിച്ചവർ ഉയിർത്തെഴുന്നേല്ക്കാൻ തുടങ്ങിയിരിക്കുന്നു. ദൈവത്തിന്റെ ദിവസം അടുത്തിട്ടുണ്ടെന്ന് വ്യക്തമാണ്. യജമാനൻ അദ്ദേഹത്തിന്റെ സിംഹാസനത്തിൽ ഇരിക്കും. അതുകൊണ്ട് അവരുടെ ബാക്കി ഇരിപ്പിടങ്ങൾ പങ്കുവെക്കാനുള്ള സമയം വന്നിരിക്കുന്നു. ഇവിടെ ഈ പങ്കു വെക്കൽ സംബന്ധിച്ചായിരുന്നു ശിഷ്യന്മാർ തമ്മിൽ വഴക്കുതുടങ്ങിയത്.

"ഞാൻ വലതുവശത്ത് ഇരിക്കും. അദ്ദേഹം എന്നെയാണ് ഏറ്റവും കൂടുതൽ സ്നേഹിക്കുന്നത്." ഒരാൾ പറഞ്ഞു. അവർ എല്ലാവരും മുന്നോട്ടു പാഞ്ഞുവന്നുകൊണ്ട് പറഞ്ഞു.

"അല്ലാ: എന്നെയാണ്! എന്നെയാണ്!"

"എന്നെയാണ്!"

"എന്നെയാണ്!"

"ആദ്യമായി അദ്ദേഹത്തെ ആചാര്യൻ എന്ന് വിളിച്ചത് ഞാനാണ്!" ആൻഡ്രൂ പറഞ്ഞു.

"നിന്റെ സ്വപ്നത്തിലേക്കാൾ കൂടുതൽ പ്രാവശ്യം അദ്ദേഹം എന്റെ സ്വപ്നത്തിലാണ് വന്നിരിക്കുന്നത്." പീറ്റർ എതിർത്തു.

"അദ്ദേഹം എന്നെ, 'പ്രിയപ്പെട്ടവർ' എന്നാണ് പറയുന്നത്." ജോൺ പറഞ്ഞു.

"എന്നെയും അങ്ങനെയാണ് പറയുന്നത്!"

"എന്നെയും അതുതന്നെയാണ് പറയുന്നത്!"

പീറ്ററിന്റെ രക്തം തിളയ്ക്കാൻ തുടങ്ങി. "നിങ്ങൾ എല്ലാവരും പിന്നോട്ട് മാറി നില്ക്കണം!" അയാൾ അലറി. "കഴിഞ്ഞ ദിവസം അദ്ദേഹം പറയുന്നത് കേട്ടില്ലേ. പീറ്ററേ, നീ പാറയാകുന്നു. നിന്റെ മുകളിൽ ഞാൻ പുതിയ ജറുസലേം പണിയും."

"പുതിയ ജറുസലേം എന്ന് അദ്ദേഹം പറഞ്ഞിരുന്നില്ല! അദ്ദേഹത്തിന്റെ വാക്കുകൾ ഞാൻ ഇവിടെ എഴുതി വെച്ചിട്ടുണ്ട്." ഷർട്ടിനടിയിൽ വെച്ചിരുന്ന നോട്ടുബുക്കിൽ തട്ടിക്കൊണ്ട് മാത്യു ഉറക്കെ പറഞ്ഞു.

"അപ്പോൾ അദ്ദേഹം എന്നോട് എന്താണ് പറഞ്ഞതെന്ന് എഴുത്തുകാരൻ പറയണം. ഞാൻ അങ്ങനെയാണ് കേട്ടത്!" പീറ്റർ ദേഷ്യപ്പെട്ടുകൊണ്ട് പറഞ്ഞു.

"അദ്ദേഹം പറഞ്ഞത് നീ പീറ്ററാണ്. ഈ പാറയുടെ മുകളിൽ ഞാൻ എന്റെ പള്ളി പണിയും!.... എന്റെ പള്ളി, ജറുസലേം അല്ല- തമ്മിൽ വലിയ വ്യത്യാസം ഉണ്ട്!"

"അദ്ദേഹം മറ്റ് എന്തൊക്കെയാണ് എനിക്ക് വാഗ്ദാനം ചെയ്തത്?" പീറ്റർ അലറി. "നിങ്ങൾ എന്താണ് നിർത്തിയത്? തുടർന്നുള്ള വായന നിങ്ങളുടെ താല്പര്യങ്ങൾക്ക് എതിരാകുന്നതു കൊണ്ടാണോ? താക്കോലുകളെപ്പറ്റി എന്താണ് പറഞ്ഞത്? പറയൂ!"

മാത്യു വലിയ താല്പര്യം ഇല്ലാതെ നോട്ടുബുക്ക് തുറന്നു വായിച്ചു. "സ്വർഗ്ഗരാജ്യത്തിന്റെ താക്കോൽ ഞാൻ നിനക്ക് തരാം..."

"വായിക്ക്! വായിക്ക്!" പീറ്റർ വിജയിയെപ്പോലെ വിളിച്ചു കൂവി.

മാത്യു തുപ്പൽ ഇറക്കിയതിനു ശേഷം അയാളുടെ നോട്ടുബുക്കിന്റെ മുകളിലേക്ക് കുനിഞ്ഞു. "നീ ഭൂമിയിൽ കടമപ്പെട്ടിരിക്കുന്നതെല്ലാം സ്വർഗ്ഗത്തിലും കടമപ്പെട്ടിരിക്കും. ഭൂമിയിൽ നീ നഷ്ടപ്പെടുത്തുന്നതെല്ലാം സ്വർഗ്ഗത്തിലും നഷ്ടപ്പെടും... അതാണ്- അത്രമാത്രം!"

"അത് നിങ്ങൾക്ക് ഒരു വെറും നിസ്സാര കാര്യമായാണോ തോന്നുന്നത്? ഞാൻ പറയാം - എല്ലാവരും ശ്രദ്ധിക്കണം- താക്കോലുകൾ ഞാനാണ് കൈവശം വച്ചിരിക്കുന്നത്. ഞാനാണ് സ്വർഗ്ഗത്തിന്റെ വാതിൽ തുറക്കുന്നതും അടയ്ക്കുന്നതും. ഞാൻ ആഗ്രഹിക്കുമ്പോൾ നിങ്ങളെ ഞാൻ ഉള്ളിലേക്ക് കടത്തിവിടും. അല്ലാത്തപ്പോൾ കടത്തിവിടില്ല."

ആ സന്ദർഭത്തിൽ ശിഷ്യന്മാർക്ക് ഭ്രാന്തു പിടിച്ചു. അവർ ബഥനിക്ക് സമീപം എത്തിക്കഴിഞ്ഞില്ലായിരുന്നെങ്കിൽ നിശ്ചയമായും അടിനടക്കുമായിരുന്നു. പക്ഷേ, അത് ഗ്രാമീണരുടെ മുമ്പിൽവെച്ച് സംഭവിക്കുന്നതിൽ അവർക്ക് നാണക്കേട് തോന്നി. ദേഷ്യം അവർ വിഴുങ്ങി. എങ്കിലും അവരുടെ മുഖങ്ങൾ ഇപ്പോഴും ഇരുണ്ടിരിക്കുകയായിരുന്നു.

ഇരുപത്തിയാറ്

ഈ സമയത്ത് യേശു സൈന്യാധിപനോടൊപ്പം മുന്നോട്ടു നടന്നു. ഇടയന്റെ നായയെപ്പോലെ യൂദാസ് അവരെ പിന്തുടർന്നു. അവർ ജറുസലേമിലെ ഇടുങ്ങിയ ഊടുവഴികളിൽ പ്രവേശിച്ച് ദേവാലയത്തിന്റെ ഭാഗത്തേക്ക് തിരിഞ്ഞ് പീലാത്തോസിന്റെ കൊട്ടാരത്തിന്റെ ഗോപുരം ലക്ഷ്യം വെച്ച് നടന്നു. ആദ്യം സംസാരിച്ചത് സൈന്യാധിപൻ ആയിരുന്നു.

"എന്റെ മകൾ പൂർണ്ണമായും സുഖം പ്രാപിച്ചു." അയാൾ പറഞ്ഞു. "അവൾ എപ്പോഴും അങ്ങയെപ്പറ്റി ചിന്തിക്കുന്നു. അങ്ങ് ആളുകളോട് സംസാരിക്കുന്നതായി അറിയുമ്പോഴെല്ലാം അവർ രഹസ്യമായി വീടുവിട്ടിറങ്ങി അങ്ങയുടെ പ്രസംഗം കേൾക്കാൻ ഓടിപ്പോകുന്നു. ഇന്ന് ഞാൻ അവളുടെ കൈയിൽ മുറുകെ പിടിച്ചിരിക്കുകയായിരുന്നു. ഞങ്ങൾ രണ്ടു പേരും കൂടി ദേവാലയത്തിലെ അങ്ങയുടെ പ്രസംഗം കേൾക്കുകയായിരുന്നു. അവൾ കുതറി ഓടി വന്ന് അങ്ങയുടെ പാദങ്ങൾ ചുംബിക്കാൻ ആഗ്രഹിച്ചിരുന്നു."

"നിങ്ങൾ എന്താണ് അവളെ അനുവദിക്കാതിരുന്നത്?" യേശു

ചോദിച്ചു. "ഒരു മനുഷ്യന്റെ ആത്മാവിനെ രക്ഷിക്കാൻ ഒരു നിമിഷം മതിയാകും. നിങ്ങൾ എന്താണ് ആ നിമിഷത്തെ പാഴാക്കിക്കളഞ്ഞത്?"

ഒരു റോമാക്കാരി പെണ്ണ് ഒരു യഹൂദന്റെ പാദങ്ങൾ ചുംബിക്കുന്നു! റുഫുസിന് ആലോചിച്ചപ്പോൾ നാണക്കേട് തോന്നി. പക്ഷേ, അയാൾ സംസാരിച്ചില്ല.

കൈയിൽ പിടിച്ചിരുന്ന ചെറിയ ചമ്മട്ടിവീശിക്കൊണ്ട് അയാൾ ശബ്ദം ഉണ്ടാക്കിക്കൊണ്ടിരുന്ന ആൾക്കൂട്ടത്തിനിടയിലൂടെ യേശുവിന് മുന്നോട്ടു പോകാനുള്ള വഴി ഉണ്ടാക്കി. അങ്ങേയറ്റത്തെ ചൂടുകൊണ്ട് നിങ്ങളുടെ ബോധംപോലും ഏറക്കുറെ നഷ്ടപ്പെട്ടിരുന്നു. യഹൂദർ തിങ്ങിനിറഞ്ഞ അന്തരീക്ഷത്തിലെ വായു ശ്വസിച്ചപ്പോൾ സൈന്യാധിപന് ഛർദ്ദിക്കാൻ തോന്നി. അയാൾ പാലസ്തീനിൽ വന്നിട്ട് ധാരാളം വർഷങ്ങൾ കഴിഞ്ഞിരുന്നു. എന്നിട്ടും യഹൂദരുമായി അയാൾ പരിചിതമായിക്കഴിഞ്ഞിരുന്നില്ല.... അവർ ഇപ്പോൾ അങ്ങാടിത്തെരുവിലൂടെ കടന്നുപോകുകയായിരുന്നു. അവിടം വയ്ക്കോൽ പായകൾ കൊണ്ട് മൂടിയിരുന്നു. അതുകൊണ്ട് ചൂട് കുറവായിരുന്നു. അവർ നടത്തത്തിന്റെ വേഗത കുറച്ചു.

"അങ്ങയ്ക്ക് എങ്ങനെയാണ് ഈ പട്ടികളുടെ അടുത്ത് സംസാരിക്കാൻ കഴിയുന്നത്?" സൈന്യാധിപൻ ചോദിച്ചു.

യേശുവിന്റെ മുഖം ചുവന്നു. "അവർ പട്ടികൾ അല്ല." അദ്ദേഹം പറഞ്ഞു. "പക്ഷേ, അവർ ദൈവത്തിന്റെ ചൈതന്യം ഉൾക്കൊള്ളുന്ന ആത്മാവുകളാണ്. സൈന്യാധിപൻ ഇതു മനസ്സിലാക്കണം. ദൈവം ഒരു കൊടുംതീപിടിത്തം ആണ്. ഓരോ ആത്മാവും ആദരിക്കപ്പെടേണ്ട ഓരോ തീപ്പൊരികളാണ്."

"ഞാൻ ഒരു റോമാക്കാരനാണ്." റുഫുസ് മറുപടി പറഞ്ഞു. "എന്റെ ദൈവം ഒരു റോമാക്കാരനാണ്- അദ്ദേഹം വഴികളും കെട്ടിടങ്ങളും തുറന്നിടുന്നു. പട്ടാള പാളയങ്ങൾ നിർമ്മിക്കുന്നു. നഗരങ്ങളിലേക്ക് വെള്ളം കൊണ്ടുവരുന്നു. ഓട്ടുകവചങ്ങൾ അണിഞ്ഞ് യുദ്ധത്തിനു പോകുന്നു. അദ്ദേഹം നയിക്കുന്നു. ഞങ്ങൾ പിന്തുടരുന്നു. അങ്ങ് സംസാരിക്കുന്ന ശരീരവും ആത്മാവും ഞങ്ങൾക്ക് ഒന്നു തന്നെ ആണ്. അവയുടെ മുകളിൽ റോമിന്റെ മുദ്ര ഉണ്ട്. ഞങ്ങൾ മരിക്കുമ്പോൾ ശരീരവും ആത്മാവും ഒന്നിച്ചാണ് മരിക്കുന്നത്— പക്ഷേ, ഞങ്ങളുടെ ആൺമക്കൾ അവശേഷിക്കും. ഞങ്ങൾ അനശ്വരത കൊണ്ട് അതാണ് ഉദ്ദേശിക്കുന്നത്. എനിക്ക് സങ്കടം ഉണ്ട്. പക്ഷേ, അങ്ങുപറയുന്ന സ്വർഗ്ഗരാജ്യം ഞങ്ങൾക്ക് ഒരു യക്ഷിക്കഥ പോലെയാണ് തോന്നുന്നത്."

അല്പസമയം നിശ്ശബ്ദനായതിനു ശേഷം അയാൾ സംസാരം തുടർന്നു. "മനുഷ്യരെ ഭരിക്കാനാണ് ഞങ്ങൾ റോമാക്കാർ സൃഷ്ടിക്കപ്പെട്ടിരിക്കുന്നത്. മനുഷ്യർ ഭരിക്കപ്പെടുന്നത് സ്നേഹംകൊണ്ടല്ല."

"സ്നേഹം ആയുധം ധരിക്കാതിരിക്കുന്നില്ല." യേശു സൈന്യാധിപന്റെ തണുത്ത നീലക്കണ്ണുകളിലേക്കും താടിവടിച്ചതിന്റെ പുതുമയുള്ള കവിളുകളിലേക്കും കൊഴുത്ത കൈവിരലുകളിലേക്കും നോക്കി.

“സ്നേഹവും യുദ്ധം സൃഷ്ടിക്കുന്നു. കൈയേറ്റം നടത്തുന്നു”

“അപ്പോൾ അത് സ്നേഹം അല്ല.” സൈന്യാധിപൻ പറഞ്ഞു.

യേശു തലതാഴ്ത്തി. എനിക്ക് തീർച്ചയായും പുതിയ വീഞ്ഞുസഞ്ചികൾ കണ്ടെത്തേണ്ടിയിരിക്കുന്നു. അദ്ദേഹം ആലോചിച്ചു. പുതിയ വീഞ്ഞുകൾ നിറയ്ക്കാൻ പുതിയ വീഞ്ഞു സഞ്ചികൾ വേണം. പുതിയ വീഞ്ഞു സഞ്ചികൾ; പുതിയ വാക്കുകൾ...

അവസാനം അവർ എത്തിച്ചേർന്നു. പെട്ടെന്ന് അവരുടെ മുമ്പിൽ കോട്ടയും കൊട്ടാരവും ഉയർന്നുനിന്നു. അത് ധിക്കാരിയായ റോമൻ ഭരണാധികാരി പീലാത്തോസിനെ ഉള്ളിൽ കാത്തു സംരക്ഷിക്കുന്ന കോട്ട ആയിരുന്നു. അയാൾ ജൂതവർഗ്ഗത്തെ വെറുത്തു. ജറുസലേമിലെ ഇടവഴികളിലൂടെ നടക്കുന്ന സമയത്തും യഹൂദരോടു സംസാരിക്കാൻ നിർബ്ബന്ധിതനാകുന്ന സമയത്തും അയാൾ മൂക്കിനുമുമ്പിൽ സുഗന്ധം പുരട്ടിയ തൂവാല പിടിച്ചിരുന്നു. അയാൾ ദൈവത്തിലോ, മനുഷ്യരിലോ, പീലാത്തോസിലോ മറ്റെന്തെങ്കിലും കാര്യത്തിലോ വിശ്വസിച്ചിരുന്നില്ല. അയാൾ കഴുത്തിൽ അണിഞ്ഞിരുന്ന ഭംഗിയുള്ള സ്വർണ്ണമാലയിൽ ഒരു മൂർച്ചയുള്ള കത്തി കെട്ടിത്തൂക്കിയിരുന്നു. തിന്നും കുടിച്ചും ഭരിച്ചും മടുക്കുമ്പോൾ അല്ലെങ്കിൽ ചക്രവർത്തി അയാളെ നാടു കടത്തുമ്പോൾ സ്വന്തം ഞരമ്പ് മുറിക്കാൻ വേണ്ടിയാണ് അയാൾ അത് സൂക്ഷിച്ചിരുന്നത്. യഹൂദന്മാർ പലപ്പോഴും അവരെ സ്വതന്ത്രരാക്കാൻ മിശിഹായോട് വിളിച്ചുകൂവുന്നത് അയാൾ കേട്ടിരുന്നു. അയാൾ അതുകേട്ട് ചിരിച്ചു. അയാൾ മൂർച്ചയുള്ള കത്തി ചൂണ്ടിക്കാണിച്ചുകൊണ്ട് ഭാര്യയോടും പറയും. “നോക്കൂ, എന്റെ രക്ഷകൻ മിശിഹാ ഇവിടെ ഉണ്ട്.” പക്ഷേ, അയാളുടെ ഭാര്യ മറുപടിയൊന്നും പറയാതെ മുഖം തിരിക്കും.

യേശു ഗോപുരത്തിന്റെ വലിയ വാതിലിന്റെ പുറത്തെത്തിയപ്പോൾ നടത്തം നിർത്തി. അദ്ദേഹം പറഞ്ഞു. “സൈന്യാധിപൻ എനിക്ക് ഒരു സഹായം മടക്കിത്തരാനുണ്ട്. നിങ്ങൾ ഓർക്കുന്നുണ്ടോ? അത് നിങ്ങളോട് ആവശ്യപ്പെടാനുള്ള സമയം ആയിരിക്കുന്നു.”

“ഞാൻ എന്റെ ജീവിതത്തിലെ എല്ലാ സന്തോഷങ്ങൾക്കും നസറേത്തിലെ യേശുവിനോട് കടപ്പെട്ടിരിക്കുന്നു.” റുഫുസ് മറുപടി പറഞ്ഞു. “പറയൂ; എനിക്ക് കഴിയുന്നതെന്തും ഞാൻ ചെയ്യും”

“അവർ എന്നെ പിടികൂടിയാൽ, അവർ എന്നെ ജയിലിൽ അടച്ചാൽ—എന്നെ കൊല്ലണം. എന്നെ രക്ഷപ്പെടുത്താൻ വേണ്ടി ഒന്നും ചെയ്യരുത്. നിങ്ങൾ എനിക്ക് വാക്കുതരുമോ?”

അവർ ഇപ്പോൾ ഗോപുരത്തിന്റെ വാതിലിലൂടെ കടന്നു പോകുകയായിരുന്നു. കാവല്ക്കാർ കൈ ഉയർത്തി സൈന്യാധിപനെ അഭിവാദനം ചെയ്തു.

“ഇതാണോ നിങ്ങൾ എന്നോട് ആവശ്യപ്പെടുന്ന സഹായം?” റുഫുസ് അത്ഭുതത്തോടെ ചോദിച്ചു. “നിങ്ങൾ യഹൂദന്മാരെ എനിക്ക് മനസ്സിലാക്കാൻ കഴിയുന്നില്ല.”

പീലാത്തോസിന്റെ വാതിലിനു പുറത്ത് അതികായന്മാരായ രണ്ട് നീഗ്രോകൾ കാവൽ ഉണ്ടായിരുന്നു.

“സൈന്യാധിപൻ ചെയ്യേണ്ട സഹായം അതാണ്” യേശു പറഞ്ഞു. “നിങ്ങൾ എനിക്ക് വാക്ക് തരുന്നുണ്ടോ?”

റൂഫുസ് കാവല്ക്കാരോട് വാതിൽ തുറക്കാൻ ആംഗ്യം കാണിച്ചു.

കഴുകന്മാരുടെ രൂപം പരുക്കനായി. കൊത്തുപണിചെയ്തിട്ടുള്ള ഉയർന്ന ഒരു സിംഹാസനത്തിൽ പീലാത്തോസ് വായിച്ചു കൊണ്ടിരിക്കുകയായിരുന്നു. താഴ്ന്ന നെറ്റിയും നരച്ചകണ്ണുകളും വരപോലെ നേർത്ത ചുണ്ടുകളും ക്ഷൗരം ചെയ്ത മുഖവും ഉള്ള അയാൾ മുമ്പിൽ നിന്നിരുന്ന യേശുവിനെ കാണാൻ വേണ്ടി തല ഉയർത്തി.

“യഹൂദന്മാരുടെ രാജാവായ നസറേത്തിലെ യേശു നിങ്ങളാണോ?” സുഗന്ധം പുരട്ടിയ തൂവാലകൊണ്ട് മൂക്കുപൊത്തിക്കൊണ്ട് അയാൾ പരിഹസിക്കുന്ന മട്ടിൽ ചോദിച്ചു.

“ഞാൻ ഒരു രാജാവല്ല.” യേശു മറുപടി പറഞ്ഞു.

“എന്ത്? നിങ്ങൾ മിശിഹാ അല്ലേ? നിങ്ങളുടെ നാട്ടുകാരും എബ്രഹാമിന്റെ സന്തതികളും റോമാക്കാരായ ഞങ്ങളെ പുറത്താക്കിക്കൊണ്ട് നിങ്ങളെ സ്വതന്ത്രരാക്കിയതിനുശേഷം ഇസ്രയേലിന്റെ സിംഹാസനത്തിൽ ഇരിക്കാൻ വേണ്ടി തലമുറകളായി കാത്തിരിക്കുന്ന മിശിഹാ നിങ്ങൾ അല്ലേ? അപ്പോൾ എന്തുകൊണ്ടാണ് നിങ്ങൾ രാജാവല്ലെന്നു പറയുന്നത്?”

“എന്റെ രാജ്യം ഭൂമിയിൽ അല്ല.”

“അപ്പോൾ എവിടെയാണ്? വെള്ളത്തിൽ ആണോ? വായുവിൽ ആണോ?” പീലാത്തോസ് പൊട്ടിച്ചിരിച്ചുകൊണ്ട് ചോദിച്ചു.

“സ്വർഗ്ഗത്തിൽ” യേശു ശാന്തമായി മറുപടി പറഞ്ഞു.

“കൊള്ളാം, നല്ല കാര്യം; സ്വർഗ്ഗം ഒരു സമ്മാനമായി നിങ്ങൾക്ക് സ്വീകരിക്കാം. പക്ഷേ, ഭൂമിയെ തൊടരുത്!”

അയാൾ തള്ളവിരലിൽ അണിഞ്ഞിരുന്ന കട്ടിയുള്ള മോതിരം ഊരിയെടുത്ത് വെളിച്ചത്തിലേക്ക് ഉയർത്തിപ്പിടിച്ചുകൊണ്ട് അതിന്റെ ചുവന്ന കല്ലിലേക്ക് നോക്കി. മോതിരത്തിന്റെ കല്ലിന്റെ മുകളിൽ ഒരു തലയോടും അതിനെ വലയം ചെയ്ത് വാക്കുകളും കൊത്തിവെച്ചിരുന്നു. “തിന്നും കുടിച്ചും സന്തോഷിക്കൂ. കാരണം നാളെ നിങ്ങൾ മരിച്ചു പോകാൻ ഇടയുണ്ട്.”

“എനിക്ക് യഹൂദന്മാരോട് വെറുപ്പാണ് തോന്നുന്നത്.” അയാൾ പറഞ്ഞു. “അവർ സ്വയം വൃത്തിയാക്കില്ല. അവർക്ക് സ്വന്തം പ്രതിബിംബത്തിൽ ഒരു ദൈവം ഉണ്ട്: കുളിക്കാതെ നടക്കുന്ന, അക്രമിയും പൊങ്ങച്ചക്കാരനും ഒട്ടകത്തെപ്പോലെ പ്രതികാര മനോഭാവവും ഉള്ള ഒരു ദൈവം.”

“ഈ ദൈവം റോമിന്റെ മുകളിൽ അദ്ദേഹത്തിന്റെ മുഷ്ടി ഉയർത്തിക്കഴിഞ്ഞിട്ടുണ്ടെന്ന് മനസ്സിലാക്കണം.” യേശു വീണ്ടും ശാന്തമായി പറഞ്ഞു.

“റോം അനശ്വരമാണ്.” പീലാത്തോസ് കോട്ടുവാ ഇട്ടുകൊണ്ട് മറു

പടി പറഞ്ഞു.

"റോം ദാനിയേൽ പ്രവാചകൻ സ്വപ്നദർശനത്തിൽ കണ്ട വലിയ പ്രതിമയാണ്."

"പ്രതിമ? എന്ത് പ്രതിമ? നിങ്ങൾ യഹൂദന്മാർ ഉണർന്നിരിക്കുമ്പോൾ ആശിക്കുന്ന വസ്തുക്കൾ ഉറക്കത്തിൽ നേരിട്ട് കാണും. നിങ്ങൾ സ്വപ്ന ദർശനങ്ങളിൽ ജീവിക്കുകയും മരിക്കുകയും ചെയ്യുന്നു."

"മനുഷ്യൻ അവന്റെ പ്രചാരണം തുടങ്ങുന്നത് ആ രീതിയിൽ ആണ്– സ്വപ്നങ്ങളുടെ കൂടെ. അല്പാല്പമായി നിഴലിന് കട്ടികൂടി അതിന് ഒരു രൂപം കൈവരുന്നു. ആത്മാവ് മാംസം സ്വീകരിച്ച് ഭൂമിയിലേക്ക് ഇറങ്ങിവരുന്നു. ദാനിയേൽ പ്രവാചകന് അദ്ദേഹത്തിന്റെ ഉൾക്കാഴ്ച ഉണ്ടായിരുന്നു. അദ്ദേഹത്തിന് അത് ഉണ്ടായിരുന്നു: അതാണ് കാര്യം!– ആത്മാവ് മാംസത്തിന്റെ ഉത്തരവാദിത്വം ഏറ്റെടുത്ത് ഭൂമിയിലേക്ക് ഇറങ്ങിവന്ന് റോമിനെ നശിപ്പിക്കുന്നു."

"നസറേത്തിലെ യേശുവിന്റെ സാഹസികതയെ ഞാൻ ആദരിക്കുന്നു– അല്ലെങ്കിൽ ഇത് വിഡ്ഢിത്തം ആകാൻ ഇടയുണ്ടോ? നിങ്ങൾ മരണത്തെ ഭയക്കുന്നില്ലെന്ന് തോന്നുന്നു. അതുകൊണ്ടാണ് നിങ്ങൾ ഇത്രയും സ്വാതന്ത്ര്യത്തോടെ സംസാരിക്കുന്നത്? "എനിക്ക് നിങ്ങളെ ഇഷ്ടപ്പെട്ടു. ശരി. എന്നോട് ദാനിയേലിന്റെ സ്വപ്ന ദർശനത്തെപ്പറ്റി പറയൂ."

"ഒരു ദിവസം രാത്രിയിൽ ദാനിയേൽ പ്രവാചകൻ ഒരു പ്രതിമ കണ്ടു. അതിന്റെ തല സ്വർണ്ണംകൊണ്ടായിരുന്നു. നെഞ്ചും കൈകളും വെള്ളിയായിരുന്നു. വയറും തുടകളും ഓടായിരുന്നു. കണങ്കാലുകൾ ഇരുമ്പായിരുന്നു. പക്ഷേ, ഏറ്റവും താഴെ അതിന്റെ പാദങ്ങൾ മണ്ണുകൊണ്ടായിരുന്നു. പെട്ടെന്ന് അദൃശ്യമായ ഒരു കൈ മണ്ണുകൊണ്ടുള്ള പാദങ്ങളിലേക്ക് കല്ലെടുത്തെറിഞ്ഞ് അവയെ നശിപ്പിച്ചു. ഉടൻതന്നെ സ്വർണ്ണത്തിലും വെള്ളിയിലും ഇരുമ്പിലും ഓട്ടിലും തീർത്ത പ്രതിമ നിലം പതിച്ചു.... പീലാത്തോസ് മനസ്സിലാക്കണം. അദൃശ്യമായ കൈ ഇസ്രയേലിന്റെ ദൈവം ആണ്. കല്ല് ഞാനാണ്. പ്രതിമ റോമാണ്."

പീലാത്തോസ് ഒരിക്കൽ കൂടി കോട്ടുവാ ഇട്ടു. "യഹൂദന്മാരുടെ രാജാവായ നസറേത്തിലെ യേശുവിന്റെ കളി എനിക്ക് മനസ്സിലായി." അയാൾ മടുപ്പോടെ പറഞ്ഞു. "നിങ്ങൾ എന്നെ ദേഷ്യം പിടിപ്പിക്കാൻ വേണ്ടി റോമിനെ പരിഹസിക്കുന്നു. അതുകൊണ്ട് ഞാൻ നിങ്ങളെ കുരിശിലേറ്റും. അങ്ങനെ നിങ്ങൾ വീരന്മാരുടെ പദവിയിലേക്ക് ഉയർത്തപ്പെടും. നിങ്ങൾ എല്ലാ കാര്യങ്ങളും ബുദ്ധിപൂർവ്വം തയ്യാറാക്കിയിരിക്കുന്നു. നിങ്ങൾ മരിച്ചവരെപ്പോലും പുനർജ്ജീവിപ്പിക്കാൻ തുടങ്ങിയിരിക്കുന്നതായി ഞാൻ കേട്ടു: അതെ, നിങ്ങൾ വഴി തെളിക്കുകയാണ്. പിന്നീട് നിങ്ങളുടെ ശിഷ്യന്മാർ നിങ്ങൾക്ക് മരണം ഇല്ലെന്നും ഇതേരീതിയിൽ നിങ്ങൾ പുനർജീവിച്ച് സ്വർഗ്ഗത്തിൽ കയറിച്ചെന്ന് പ്രചരിപ്പിക്കും... പക്ഷേ, എന്റെ പ്രിയപ്പെട്ട വഞ്ചകാ, നിങ്ങൾക്ക് തെറ്റിപ്പോയി. നിങ്ങളുടെ ചെപ്പടിവിദ്യകൾ കാലം കഴിഞ്ഞവയാണ്. അതുകൊണ്ട് നിങ്ങൾ പുതിയ വിദ്യകൾ കണ്ടെ

ത്തുന്നതാണ് കൂടുതൽ നല്ലത്. ഞാൻ നിങ്ങളെ കൊല്ലാൻ പോകുന്നില്ല. ഞാൻ നിങ്ങളെ ഒരു വീരപുരുഷൻ ആക്കാൻ പോകുന്നില്ല. നിങ്ങൾ ദൈവം ആകാൻ പോകുന്നില്ല– അതുകൊണ്ട് ആ ഉദ്ദേശ്യം തലയിൽ വെച്ചുകൊണ്ടിരിക്കേണ്ട."

യേശു സംസാരിച്ചില്ല. തുറന്നു കിടന്ന ജനാലയിലൂടെ വെയിലേറ്റ് ജ്വലിക്കുന്ന യഹോവയുടെ വലിയ ദേവാലയം അദ്ദേഹം കണ്ടു. വിശ്രമിക്കുന്ന ഒരു നരഭോജിയായ വന്യമൃഗത്തെപ്പോലെയുള്ള അതിന്റെ കറുത്ത വായിലൂടെ പല നിറങ്ങളുള്ള മനുഷ്യരുടെ സംഘങ്ങൾ അകത്തേക്കും പുറത്തേക്കും ചലിക്കുന്നുണ്ടായിരുന്നു. പീലാത്തോസ് അയാളുടെ നേർത്ത സ്വർണ്ണമാലയിൽ കളിച്ചുകൊണ്ടിരുന്നു. അയാളും സംസാരിച്ചില്ല. ഒരു യഹൂദന്റെ സഹായം ആവശ്യപ്പെടാൻ അയാൾക്ക് ലജ്ജ ഉണ്ടായിരുന്നു. പക്ഷേ, സഹായം ആവശ്യപ്പെടാമെന്ന് ഭാര്യയ്ക്ക് വാക്കുകൊടുത്തിരുന്നതുകൊണ്ട് ഇപ്പോൾ അയാൾക്ക് മറ്റുവഴികൾ ഇല്ല.

"എല്ലാം പറഞ്ഞുകഴിഞ്ഞോ?" യേശു ചോദിച്ചു. അദ്ദേഹം വാതിലിന്റെ നേർക്ക് തിരിഞ്ഞു.

പീലാത്തോസ് എഴുന്നേറ്റു. "പോകരുത്" അയാൾ പറഞ്ഞു. "എനിക്ക് നിങ്ങളോട് ചില കാര്യങ്ങൾ പറയാനുണ്ട്- അതുകൊണ്ടാണ് ഞാൻ നിങ്ങളെ ഇവിടെ വിളിപ്പിച്ചത്. എന്റെ ഭാര്യ എല്ലാ രാത്രിയിലും നിങ്ങളെപ്പറ്റി സ്വപ്നം കാണുന്നുണ്ടെന്നു പറഞ്ഞു. നിങ്ങൾ കാരണം അവൾക്ക് കണ്ണടയ്ക്കാൻ പേടിയാണ്. നിങ്ങളുടെ നാട്ടുകാരായ അന്നാസും കൈഫാസും നിങ്ങളുടെ മരണം ആഗ്രഹിക്കുന്നതായി നിങ്ങൾക്ക് പരാതിയുണ്ടെന്ന് അവൾ പറയുന്നു. എല്ലാ രാത്രിയിലും അവർ നിങ്ങളെ കൊല്ലാതിരിക്കാനുള്ള മറുപടി എന്നെക്കൊണ്ട് എടുപ്പിക്കണമെന്ന് നിങ്ങൾ അവളോട് യാചിക്കുന്നുണ്ടെന്നാണ് പറയുന്നത്. കഴിഞ്ഞ രാത്രിയിൽ എന്റെ ഭാര്യ അലറിക്കൊണ്ട് ഞെട്ടി ഉണർന്ന് കരയാൻ തുടങ്ങി. അവൾക്ക് നിങ്ങളോട് അനുകമ്പ ഉണ്ടെന്ന് തോന്നുന്നു. (കാരണം എനിക്ക് അറിയില്ല. പെണ്ണുങ്ങളുടെ മണ്ടത്തരങ്ങളിൽ ഞാൻ തലയിടാറില്ല.) എന്തായാലും നിങ്ങളെ വിളിപ്പിച്ച് ദൂരെ എവിടെയെങ്കിലും പറഞ്ഞു വിടാൻ വേണ്ടി അവൾ എന്റെ കാലിൽ വീണു... ജറുസലേമിലെ അന്തരീക്ഷം നസറേത്തിലെ യേശുവിന്റെ ആരോഗ്യത്തിനു ചേർന്നതല്ല. ഗലീലിയിലേക്ക് തിരിച്ചുപോകൂ! എനിക്ക് ബലം പ്രയോഗിക്കാൻ ആഗ്രഹം ഇല്ല– ഞാൻ ഒരു ചങ്ങാതിയെന്ന നിലയിലാണ് സംസാരിക്കുന്നത്. ഗലീലിയിലേക്ക് തിരിച്ചു പോകൂ!"

"ജീവിതം യുദ്ധമാണ്!" ഒരിക്കലും മാറാത്ത പ്രശാന്തമായ ശബ്ദത്തിൽ യേശു മറുപടി പറഞ്ഞു. "നിങ്ങൾ ഒരു പടയാളിയും റോമാക്കാരനും ആയതുകൊണ്ട് അത് നിങ്ങൾക്ക് അറിവുള്ള കാര്യമാണ്. പക്ഷേ, നിങ്ങൾക്ക് അറിവില്ലാത്ത കാര്യം ഇതാണ്: ദൈവം സൈന്യാധിപനും ഞങ്ങൾ സൈനികരും ആണ്. മനുഷ്യൻ ജനിച്ച നിമിഷം മുതൽ ദൈവം അവന് ഭൂമി കാണിച്ചുകൊടുക്കുന്നു. ഭൂമിയുടെ മുകളിലെ പട്ടണവും ഗ്രാമവും

പർവ്വതവും കടലും മരുഭൂമിയും കാണിച്ചുകൊടുത്തുകൊണ്ട് അവനോട് പറയുന്നു. “നീ ഇവിടെ യുദ്ധം ചെയ്യണം!” ദൈവം ഒരു ദിവസം രാത്രിയിൽ എന്നെ യൂദിയായിലെ ഗവർണ്ണറാക്കിക്കൊണ്ട് തലമുടിക്ക് പിടിച്ചു പൊക്കിയെടുത്ത് ജറുസലേമിലേക്ക് കൊണ്ടുവന്ന് ദേവാലയത്തിന്റെ മുമ്പിൽ ഇറക്കിവിട്ടുകൊണ്ട് പറഞ്ഞു. “നീ ഇവിടെ യുദ്ധം ചെയ്യണം!” ഞാൻ ഉപേക്ഷിക്കപ്പെട്ടവൻ അല്ല. യൂദിയായുടെ ഗവർണ്ണറാണ്. ഞാൻ എന്റെ യുദ്ധം നടത്തുന്നത് ഇവിടെയാണ്!”

പീലാത്തോസ് തോളുകൾ ചലിപ്പിച്ചു. ഒരു യഹൂദനോട് വീട്ടിലെ ഒരു രഹസ്യം പുറത്തു പറഞ്ഞ് സഹായം ആവശ്യപ്പെട്ടതിൽ അയാൾക്ക് ദുഃഖം ഉണ്ടായിരുന്നു. അയാളുടെ ശീലമായി മാറിക്കഴിഞ്ഞിരുന്ന കൈകൾ കൂട്ടിത്തിരുമ്മുന്നതിന്റെ തിരക്കിലൂടെ പീലാത്തോസ് കടന്നുപോയി.

“നിങ്ങൾക്ക് ഇഷ്ടമുള്ളതുപോലെ പ്രവർത്തിക്കാം.” അയാൾ പറഞ്ഞു. “ഞാൻ മൊത്തം കാര്യങ്ങളിൽനിന്നും കൈകഴുകുന്നു. പൊയ്ക്കോളൂ!”

യേശു കൈ ഉയർത്തിക്കൊണ്ട് വിട പറഞ്ഞു. പക്ഷേ, അദ്ദേഹം ഉമ്മറപ്പടി കുറുകെ കടക്കുമ്പോൾ പീലാത്തോസ് കളിയാക്കുന്ന മട്ടിൽ വിളിച്ചു പറഞ്ഞു. “മിശിഹാ, നിങ്ങൾ ലോകത്ത് കൊണ്ടുവരാൻ പോകുന്ന ഭയാനകമായ വാർത്ത ഞാൻ കേട്ടു. എന്താണിത്?”

“തീജ്ജ്വാലകൾ” യേശു ശാന്തമായി വീണ്ടും മറുപടി പറഞ്ഞു. “ലോകം തൂത്തുവാരി വൃത്തിയാക്കാനുള്ള തീജ്ജ്വാലകൾ.”

“റോമാക്കാരെ തൂത്തുവാരാനാണോ?”

“അല്ല അവിശ്വാസികളെയും അനീതിക്കാരെയും അനാദരവ് കാണിക്കുന്നവരെയും പരിപൂർണ്ണ സംതൃപ്തരെയും തൂത്തുവരാൻ.”

“അതിനുശേഷം...?”

“അതിനു ശേഷം വെന്തുരുകി പരിശുദ്ധമാക്കപ്പെട്ട ഭൂമി. പുതിയ ജറുസലേം തീർച്ചയായും പണിതുയർത്താം.”

“ആരാണ് പുതിയ ജറുസലേം പണിതുയർത്താൻ പോകുന്നത്?”

“ഞാനാണ് പണിതുയർത്താൻ പോകുന്നത്.”

പീലാത്തോസ് പൊട്ടിച്ചിരിച്ചു. “ശരി ശരി. നിങ്ങൾ അവർ പറയുന്നതുപോലെ കിറുക്കനാണെന്ന് ഞാൻ ഭാര്യയോട് പറഞ്ഞത് ശരിയായിരുന്നു. നിങ്ങൾ ഇടയ്ക്കിടയ്ക്ക് എന്നെ വന്ന് കാണണം— അത് എന്റെ സമയം കളയാൻ സഹായകമായിരിക്കും. ഇപ്പോൾ പൊയ്ക്കോളൂ. ഞാൻ നിങ്ങളെക്കൊണ്ട് മടുത്തിരിക്കുന്നു.”

അയാൾ കൈകൊട്ടി. രണ്ട് അതികായന്മാരായ കാപ്പിരികൾ കടന്നുവന്ന് യേശുവിന് വാതിൽ കാണിച്ചു കൊടുത്തു.

യൂദാസ് ജിജ്ഞാസയോടെ ഗോപുരത്തിനു പുറത്ത് കാത്തു നില്ക്കുകയായിരുന്നു. ഏതോ ഒളിഞ്ഞിരിക്കുന്ന പുഴു ഈയിടെ ഗുരുവിനെ തിന്നുകൊണ്ടിരിക്കുന്നുണ്ട്. ഓരോ ദിവസം കഴിയുന്തോറും അദ്ദേഹത്തിന്റെ മുഖത്ത് ചുളിവുകളുടെ എണ്ണം കൂടി. അദ്ദേഹത്തിന്റെ മുഖം കൂടുതൽ ക്രൂരമായി. അദ്ദേഹത്തിന്റെ വാക്കുകളിൽ ദുഃഖം കൂടി. ഭീഷണി വർദ്ധിച്ചു.

അദ്ദേഹം ഇടയ്ക്കിടയ്ക്ക് റോമാക്കാർ കലാപകാരികളെ തൂക്കിലേറ്റുന്ന ജറുസലേമിന് പുറത്തുള്ള ഗോൽഗോത്താ കുന്നിന്റെ മുകളിൽ തനിച്ചു കയറിച്ചെന്ന് വെറുതെ ഇരിക്കും. അദ്ദേഹത്തിനു ചുറ്റുമുള്ള പുരോഹിതരും ഉന്നത പുരോഹിതരും ഭ്രാന്തുപിടിച്ച് അദ്ദേഹത്തിന്റെ ശവക്കുഴി വളരെ ആഴത്തിൽ തോണ്ടുന്ന അവസ്ഥ പോലും അദ്ദേഹം കണ്ടു– അതിലും കൂടുതലായി പലതും കണ്ടു. അദ്ദേഹം അവരെ ആക്രമിച്ചോ! അദ്ദേഹം അവരെ വിഷമുള്ള അണലികളെന്നോ, കള്ളം പറയുന്നവരെന്നോ ഒരു കൊതുകിനെ വിഴുങ്ങുന്ന കാര്യം ആലോചിച്ച് വിറയ്ക്കുകയും പിന്നീട് ഒരു ഒട്ടകത്തിനെ വിഴുങ്ങാൻ മുന്നോട്ടുവരുകയും ചെയ്യുന്ന കപടനാട്യക്കാരെന്നോ വിളിച്ചിട്ടുണ്ടോ! എല്ലാ ദിവസവും പ്രഭാതം മുതൽ സന്ധ്യ വരെ ദേവാലയത്തിന്റെ പുറത്തു നിന്നുകൊണ്ട് സ്വന്തം മരണത്തെ ബോധപൂർവ്വം വിളിച്ചുവരുത്തുന്നതുപോലെ അദ്ദേഹം വന്യമായ വാക്കുകൾ വിളിച്ചുകൂവി. കുറച്ചു ദിവസം മുമ്പ് എന്നാണ് ആട്ടിൻതോൽ വലിച്ചെറിഞ്ഞ് എല്ലാ പ്രതാപത്തോടും കൂടി ഉള്ളിലെ സിംഹത്തെ പ്രത്യക്ഷപ്പെടുത്തുന്നതെന്ന് യൂദാസ് ചോദിച്ചപ്പോൾ അദ്ദേഹം തലകുലുക്കി. മനുഷ്യരുടെ ചുണ്ടിൽ നിന്നും അത്രമാത്രം കയ്പ് നിറഞ്ഞ ഒരുപുഞ്ചിരി പുറത്തുവരുന്നത് യൂദാസ് ജീവിതത്തിൽ മുമ്പൊരിക്കലും കണ്ടിട്ടുണ്ടായിരുന്നില്ല. അന്നുമുതൽ യൂദാസ് അദ്ദേഹത്തിന്റെ അടുത്തു നിന്ന് വിട്ടുമാറിയിട്ടില്ല. അദ്ദേഹം ഗോൽഗോത്താ മല കയറുന്നതു കാണുമ്പോഴെല്ലാം ഒളിഞ്ഞിരിക്കുന്ന ഏതെങ്കിലും ശത്രുവിന്റെ കൈ യേശുവിന്റെ നേർക്ക് ഉയരാതിരിക്കാൻ വേണ്ടി അയാൾ രഹസ്യമായി പിന്തുടർന്നു...

വെള്ളോടിന്റെ പടച്ചട്ടകളും ക്രൂരത നിഴലിക്കുന്ന മുഖങ്ങളുമായി ശപിക്കപ്പെട്ട ഗോപുരത്തിനു പുറത്തു നിശ്ചലരായി നില്ക്കുന്ന റോമാക്കാരായ കാവല്ക്കാരെ രൂക്ഷമായി നോക്കിക്കൊണ്ട് യൂദാസ് അങ്ങോട്ടും ഇങ്ങോട്ടും നടന്നു. അവരുടെ പിന്നിൽ ഉണ്ടായിരുന്ന കഴുകന്മാർ പാറിപ്പറക്കുന്ന ഉയരമുള്ള കൊടിമരം യൂദാസ് കാണുന്നുണ്ടായിരുന്നു. യേശുവിൽനിന്നും പീലാത്തോസ് എന്താണ് ആഗ്രഹിക്കുന്നത്? അയാൾ സ്വയം ആലോചിച്ചു. അയാൾ എന്തിനാണ് അദ്ദേഹത്തെ വിളിപ്പിച്ചത്? യൂദാസിന് അറിയാം- ജറുസലേമിലെ മതഭ്രാന്തന്മാർ അയാളെ വിവരങ്ങൾ ധരിപ്പിക്കുന്നുണ്ട്– അന്നാസും കൈഫാസും ഈ ഗോപുരത്തിലേക്ക് തുടർച്ചയായി വന്നും പോയും ഇരിക്കുന്നുണ്ട്. അവർ റോമാക്കാരെ പുറത്താക്കി സ്വയം രാജാവാകാൻ വേണ്ടി ഒരു വിപ്ലവം തുടങ്ങാൻ ആഗ്രഹിക്കുന്നതിന് യേശുവിനെ ശപിച്ചു. പക്ഷേ, പീലാത്തോസ് അതിനോട് യോജിച്ചില്ല. “അയാൾക്ക് മുഴുഭ്രാന്താണ്” പീലാത്തോസ് പറയും. റോമിന്റെ കാര്യങ്ങളിൽ അയാൾ ഇടപെടില്ല. ഒരിക്കൽ ഞാൻ അയാളോട് ചോദിക്കാൻ വേണ്ടി കരുതിക്കൂട്ടി ആളുകളെ പറഞ്ഞുവിട്ടു. “ഇസ്രയേലിന്റെ ദൈവം റോമാക്കാർക്ക് ഞങ്ങൾ നികുതികൾ കൊടുക്കണമെന്ന് ആഗ്രഹിക്കുന്നുണ്ടോ?” അയാൾ വളരെ ബുദ്ധിപൂർവ്വം സത്യസന്ധമായി മറുപടി പറഞ്ഞു. “സീസറിനുള്ളത് സീസറിനും ദൈവത്തിനുള്ളത് ദൈവ

ത്തിനും കൊടുക്കുക!..." അയാൾ ഒരു പുണ്യവാളനെപ്പോലെ വെറിപിടിച്ചവനല്ല. പീലാത്തോസ് പൊട്ടിച്ചിരിച്ചുകൊണ്ട് പറയും. "അയാൾക്ക് സന്ന്യാസത്തിന്റെ ഭ്രാന്താണ്. അയാൾ നിങ്ങളുടെ മതത്തിൽ ഇടപെടുകയാണെങ്കിൽ അയാളെ ശിക്ഷിക്കുക– ഞാൻ മൊത്തം കാര്യങ്ങളിൽ നിന്നും കൈകഴുകുന്നു. പക്ഷേ, അയാൾക്ക് റോമിനെപ്പറ്റി ഉൽക്കണ്ഠ ഇല്ല." അയാൾ അവരോട് എപ്പോഴും ഇതാണ് പറഞ്ഞുകൊണ്ടിരുന്നത്. പക്ഷേ, ഇപ്പോൾ.... അയാൾ മനസ്സുമാറ്റിയിരിക്കാൻ ഇടയുണ്ടോ!

യൂദാസ് അസ്വസ്ഥതയോടെ കൈപ്പത്തികൾ മടക്കിനിവർത്തിക്കൊണ്ട് ഗോപുരത്തിന്റെ എതിർവശത്തുള്ള മതിലിൽ ചാരിനിന്നു.

പെട്ടെന്ന് അയാൾ ഞെട്ടിത്തിരിഞ്ഞു. കാഹളം മുഴങ്ങി. ജനക്കൂട്ടം വഴിമാറിനിന്നു. നാലു ലേവ്യന്മാർ കടന്നുവന്ന് ഗോപുരവാതിലിൽ ഒരു സ്വർണ്ണം പൂശിയ പല്ലക്ക് ഇറക്കിവെച്ചു. സിൽക്ക് തിരശ്ശീലകൾ മാറ്റി മഞ്ഞ സിൽക്ക് വസ്ത്രം ധരിച്ച കയ്യാഫാസ് സാവധാനം ഇറങ്ങിവന്നു. അയാളുടെ അങ്ങേയറ്റത്തെ തടി കാരണം കണ്ണുകൾക്കു ചുറ്റും മാംസം തൂങ്ങിക്കിടന്നു. കൃത്യസമയത്തുതന്നെ ഭാരിച്ച ഇരട്ടവാതിൽ യേശുവിന് പുറത്തുവരാൻ വേണ്ടി തുറക്കപ്പെട്ടു. രണ്ടു മനുഷ്യരും ഉമ്മറപ്പടിയിൽവെച്ച് മുഖത്തോടുമുഖം കണ്ടു. യേശു നിന്നു. അദ്ദേഹം നഗ്നപാദനായിരുന്നു. അദ്ദേഹത്തിന്റെ വെളുത്ത വേഷം കീറിപ്പറിഞ്ഞിരുന്നു. അദ്ദേഹം ഉന്നത പുരോഹിതന്റെ കണ്ണുകളിലേക്ക് ആഴത്തിൽ നോക്കിക്കൊണ്ട് അനങ്ങാതെ നിന്നു. മറ്റേയാൾ ഭാരിച്ച കൺപോളകൾ ഉയർത്തി അദ്ദേഹത്തെ തിരിച്ചറിഞ്ഞുകൊണ്ട് അതിവേഗത്തിൽ പാദം മുതൽ തലവരെ കണ്ണോടിച്ചു. അയാളുടെ കോലാടിന്റെ ചുണ്ടുകൾ പോലെയുള്ള ചുണ്ടുകൾ അകന്നു.

"വിപ്ലവകാരിക്ക് ഇവിടെ എന്താണ് വേണ്ടത്?"

യേശു അനങ്ങിയില്ല. അദ്ദേഹം ദുഃഖം നിറഞ്ഞ വലിയ കണ്ണുകൾ കൊണ്ട് അയാളെ സൂക്ഷിച്ചു നോക്കി.

"ചെകുത്താന്റെ ഉന്നത പുരോഹിതനായ നിങ്ങളെ എനിക്ക് ഭയം ഇല്ല." അദ്ദേഹം മറുപടി പറഞ്ഞു.

"അയാളെ പുറത്തേക്ക് വലിച്ചെറിയൂ!" കയ്യാഫാസ് പല്ലക്കു ചുമക്കുന്നവരോട് ആക്രോശിച്ചു. അയാൾ മുറ്റത്തേക്ക് നടന്നു. വളഞ്ഞ കാലുള്ള ഒരു കുള്ളൻ. അയാളുടെ വലിയ പിൻഭാഗം ഏറക്കുറെ നിലത്ത് ഉരഞ്ഞു.

ചുമട്ടുകാർ യേശുവിന്റെ ചുറ്റും കൂടി. പക്ഷേ, യൂദാസ് മുന്നോട്ടു ചാടിവീണു. "തൊടരുത്" അയാൾ അലറി. അവരെ ഒരു വശത്തേക്ക് തള്ളിമാറ്റിക്കൊണ്ട് അയാൾ ഗുരുവിന്റെ കൈയിൽ കയറിപ്പിടിച്ചു.

"വരൂ." അയാൾ പറഞ്ഞു. "നമുക്ക് പോകാം."

യൂദാസ് ഒട്ടകങ്ങളുടെയും മനുഷ്യരുടെയും ആടുകളുടെയും ഇടയിലൂടെ തള്ളിക്കയറിക്കൊണ്ട് യേശുവിന് മുന്നോട്ടു നീങ്ങാനുള്ള വഴി ഉണ്ടാക്കി. അവർ പട്ടണത്തിന്റെ കോട്ടവാതിലിനടിയിലൂടെ നടന്ന്

സിഡ്രോൺ താഴ്വര ഇറങ്ങി എതിർവശത്തുള്ള കയറ്റം കയറി ബഥനി യിലേക്കുള്ള വഴിയിലൂടെ മുന്നോട്ടു നടന്നു.

"അയാൾക്ക് ആചാര്യനെക്കൊണ്ട് എന്താണ് ആവശ്യം?" കടുത്ത വിഷമത്തോടെ യേശുവിന്റെ കൈപിടിച്ച് അമർത്തിക്കൊണ്ട് യൂദാസ് ചോദിച്ചു.

ആഴമുള്ള ഒരു നിശ്ശബ്ദതയ്ക്ക് ശേഷം യേശു മറുപടി പറഞ്ഞു. "ഞാൻ ഇപ്പോൾ ഭയാനകമായ ഒരു രഹസ്യം യൂദാസിനോട് പറയാൻ പോകുകയാണ്."

യൂദാസ് അയാളുടെ ചുവന്ന തലമുടിയുള്ള തലകുനിച്ചുകൊണ്ട് വായും പിളർന്ന് നിന്നു.

"എല്ലാം കൂട്ടുകാരിലും വെച്ച് ഏറ്റവും ശക്തൻ നിങ്ങളാണ്. അത് താങ്ങാൻ നിങ്ങൾക്ക് മാത്രമേ കഴിയുകയുള്ളൂ എന്നാണ് ഞാൻ വിചാരി ക്കുന്നത്. ഞാൻ മറ്റുള്ളവരോട് ഒന്നും തന്നെ പറഞ്ഞിട്ടില്ല. പറയുകയു മില്ല. അവർക്ക് സഹനശക്തി ഇല്ല."

യൂദാസിന്റെ മുഖം സന്തോഷം കൊണ്ട് ചുവന്നുതുടുത്തു. "എന്നെ വിശ്വസിച്ചതിന് ആചാര്യനോട് നന്ദി പറയുന്നു." അയാൾ പറഞ്ഞു. "പറയൂ. എന്നെപ്പറ്റി ആചാര്യന് ലജ്ജിക്കേണ്ടി വരില്ല. അങ്ങയ്ക്ക് അത് മനസ്സിലാകും."

"ഞാൻ എന്റെ പ്രിയപ്പെട്ട ഗലീലി ഉപേക്ഷിച്ചിട്ട് ജറുസലേമിൽ വരാ നുള്ള കാരണം യൂദാസിന് അറിയാമോ?"

"അറിയാം." യൂദാസ് മറുപടി പറഞ്ഞു. "കാരണം ഇവിടെയാണ് സംഭവിക്കാനുള്ളത് സംഭവിക്കുന്നത്."

"അത് ശരിയാണ്. ദൈവത്തിന്റെ തീജ്വാലകൾ ഇവിടെ നിന്നാണ് തുടങ്ങുന്നത്. എനിക്ക് ഇനി മുതൽ ഉറങ്ങാൻ കഴിയില്ല. ഞാൻ അർദ്ധ രാത്രിയിൽ ഞെട്ടി ഉണർന്ന് ആകാശത്തേക്ക് നോക്കുന്നു. അത് ഇതു വരെ തുറന്നിട്ടില്ലേ? തീജ്വാലകൾ താഴോട്ട് ഒഴുകുന്നില്ലേ? നേരം പുലരു മ്പോൾ ഞാൻ ദേവാലയത്തിലേക്ക് ഓടുന്നു. ഞാൻ സംസാരിക്കുന്നു. ഭീഷണിപ്പെടുത്തുന്നു. ആകാശത്തേക്ക് വിരൽ ചൂണ്ടുന്നു. ആജ്ഞാപി ക്കുന്നു. യാചിക്കുന്നു. തീജ്വാലകളോട് താഴോട്ട് ഇറങ്ങിവരാൻ പ്രാർത്ഥി ക്കുന്നു. പക്ഷേ, എന്റെ ശബ്ദം എപ്പോഴും പാഴാകുന്നു. സ്വർഗ്ഗങ്ങൾ എനിക്ക് മുകളിൽ നിശ്ശബ്ദമായ ശാന്തതയോടെ അടഞ്ഞുതന്നെ കിട ക്കുന്നു. പിന്നീട് പെട്ടെന്ന് ഒരു ദിവസം..."

അദ്ദേഹത്തിന്റെ ശബ്ദം മുറിഞ്ഞു. യൂദാസ് കേൾക്കാൻ വേണ്ടി അദ്ദേ ഹത്തിന്റെ അടുത്തേക്ക് ചാഞ്ഞു. പക്ഷേ, യേശുവിന്റെ നിശ്വാസവും പല്ലു കളുടെ കിലുക്കവും മാത്രമാണ് അയാൾക്ക് തിരിച്ചറിയാൻ കഴിഞ്ഞത്.

"പറയൂ! പറയൂ!" യൂദാസ് കിതച്ചു.

യേശു ശ്വാസം എടുത്തു കൊണ്ട് തുടർന്നു. "ഒരു ദിവസം ഞാൻ ഗോൽഗോത്തായുടെ മുകളിൽ തനിച്ച് കിടക്കുകയായിരുന്നു. എന്റെ മന സ്സിൽ ഏശയ്യാ പ്രവാചകൻ വെളിപ്പെട്ടു- അല്ല. മനസ്സിലല്ല വെളിപ്പെട്ടത്:

അദ്ദേഹം എന്റെ മുന്നിലുള്ള പാറകളുടെ മുകളിൽ നില്ക്കുന്നത് ഞാൻ നേരിട്ട് കണ്ടു. അദ്ദേഹം തുന്നിച്ചേർത്ത ഒരു ആട്ടിൻ തോൽ പിടിച്ചിരുന്നു. കാറ്റു നിറച്ചിരുന്ന ആട്ടിൻതോൽ കാഴ്ചയിൽ അദ്ദേഹം മരുഭൂമിയിൽവെച്ചു കണ്ട ആണാടിനെപ്പോലെ തോന്നിച്ചു. തോലിന്റെ മുകളിൽ അക്ഷരങ്ങൾ ഉണ്ടായിരുന്നു. "വായിക്കൂ!" എന്റെ മുമ്പിൽ ആട്ടിൻതോൽ ഉയർത്തിപ്പിടിച്ചുകൊണ്ട് അദ്ദേഹം ആജ്ഞാപിച്ചു. പക്ഷേ, ശബ്ദം കേട്ട സമയത്ത് പ്രവാചകനും ആടും അപ്രത്യക്ഷപ്പെട്ടു. അന്തരീക്ഷത്തിൽ അക്ഷരങ്ങൾ മാത്രം അവശേഷിച്ചു- കറുപ്പും ചുവപ്പും നിറത്തിലുള്ള അക്ഷരങ്ങൾ."

യേശു വെളിച്ചത്തിലേക്ക് കണ്ണുകൾ ഉയർത്തി. അദ്ദേഹം വിളറിപ്പോയിരുന്നു. അദ്ദേഹം യൂദാസിന്റെ കൈയിൽ അമർത്തിക്കൊണ്ട് ഭയത്തോടെ ശബ്ദം താഴ്ത്തി പറഞ്ഞു. "അത് അവിടെ ഉണ്ട്! അത് അന്തരീക്ഷത്തിൽ നിറഞ്ഞു നില്ക്കുന്നു."

"വായിക്കൂ!" യൂദാസ് പറഞ്ഞു. അയാളും വിറയ്ക്കുന്നുണ്ടായിരുന്നു.

യേശു കിതച്ചുകൊണ്ട് വാക്കുകൾ ഉരുവിടാൻ തുടങ്ങി. അക്ഷരങ്ങൾ ജീവനുള്ള വന്യമൃഗങ്ങളെപ്പോലെ ആയിരുന്നു. അദ്ദേഹം അവയെ വേട്ടയാടി. അവ എതിർത്തുനിന്നു. തുടർച്ചയായി വിയർപ്പ് തുടച്ചു മാറ്റിക്കൊണ്ട് അദ്ദേഹം വായിച്ചു. "അവൻ ഞങ്ങളുടെ തെറ്റുകൾ വഹിച്ചു. ഞങ്ങളുടെ പാപങ്ങൾ കൊണ്ട് അവന് മുറിവേറ്റു. ഞങ്ങളുടെ അനീതികൾ അവന്റെ മനസ്സിൽ മുറിവേല്പിച്ചു. അവൻ പീഡിപ്പിക്കപ്പെട്ടു. എന്നിട്ടും അവൻ വായ് തുറന്നില്ല. എല്ലാവരാലും വെറുക്കപ്പെട്ടിട്ടും ഉപേക്ഷിക്കപ്പെട്ടിട്ടും അവൻ കശാപ്പു ചെയ്യാൻ നയിക്കപ്പെടുന്ന ആടിനെപ്പോലെ എതിർക്കാതെ മുന്നോട്ടു പോയി."

യേശു സംസാരം നിർത്തി. അദ്ദേഹം മാരകമായി വിളറിപ്പോയിരുന്നു.

"എനിക്ക് മനസ്സിലാകുന്നില്ല." വലിയ കാല്പത്തികൊണ്ട് ചരൽക്കല്ലുകൾ മാറ്റിയിട്ടുകൊണ്ട് യൂദാസ് പറഞ്ഞു. അയാൾ ഇപ്പോഴും നില്ക്കുകയായിരുന്നു. "കശാപ്പിനു കൊണ്ടു പോകുന്ന ആട് ആരാണ്? ആരാണ് മരിക്കാൻ പോകുന്നത്?"

യേശു സാവധാനം മറുപടി പറഞ്ഞു. "എന്റെ സഹോദരനായ യൂദാസേ, ഞാനാണ് മരിക്കാൻ പോകുന്നവൻ."

"ആചാര്യനോ?" യൂദാസ് പിന്നോട്ട് മാറിക്കൊണ്ട് പറഞ്ഞു. "അപ്പോൾ ആചാര്യൻ മിശിഹാ അല്ലേ?"

"ഞാൻ മിശിഹാതന്നെ ആണ്."

"എനിക്ക് മനസ്സിലാകുന്നില്ല!" യൂദാസ് ആവർത്തിച്ചു. അയാൾ കാൽവിരലുകൾ കല്ലുകളിൽ അമർത്തി വേദനിപ്പിച്ചു.

"യൂദാസ് വിളിച്ചുകൂവരുത്. ഇതാണ് വഴി. ലോകത്തെ രക്ഷപ്പെടുത്താൻ നിശ്ചയമായും എന്റെ ഇഷ്ടത്തിന് ഞാൻ മരിക്കണം. തുടക്കത്തിൽ എനിക്കും അത് മനസ്സിലായില്ല. ദൈവം പ്രയോജനമില്ലാതെ എനിക്ക് സൂചനകൾ അയച്ചുതന്നു: ചിലപ്പോൾ അന്തരീക്ഷത്തിലെ കാഴ്ചകൾ

ആയിരുന്നു. ചിലപ്പോൾ ഉറക്കത്തിലെ സ്വപ്നങ്ങൾ ആയിരുന്നു. അല്ലെങ്കിൽ മനുഷ്യരുടെ മൊത്തം പാപങ്ങളും കഴുത്തിൽ കെട്ടിത്തൂക്കിയ മരുഭൂമിയിൽ കാണാൻ ഇട വന്ന ആടിന്റെ ശവം ആയിരുന്നു. ഞാൻ അമ്മയുടെ വീട് ഉപേക്ഷിച്ച ദിവസം മുതൽ ഒരു നിഴൽ ഒരുപട്ടിയെപ്പോലെ എന്നെ പിൻതുടരുന്നുണ്ട്. ഇടയ്ക്കിടയ്ക്ക് എനിക്ക് വഴി കാണിച്ചുതരാൻ വേണ്ടി അത് മുന്നിൽക്കയറി ഓടിക്കൊണ്ടിരിക്കുന്നു. എന്തുവഴി? കുരിശിന്റെ വഴി!"

യേശു നാലുചുറ്റും ശുഷ്ക്കാന്തിയില്ലാത്ത ഒരു നോട്ടം നോക്കി. അദ്ദേഹത്തിന്റെ പിന്നിൽ ജറുസലേം ഉണ്ടായിരുന്നു; തിളങ്ങുന്ന വെളുത്ത തലയോടുകളുടെ ഒരു പർവ്വതം. അദ്ദേഹത്തിന്റെ മുന്നിൽ തിളങ്ങുന്ന ഇലകളുള്ള ഏതാനും ഒലിവ് മരങ്ങളും കറുത്ത ദേവദാരുമരങ്ങളും ഉണ്ടായിരുന്നു. ചോര നിറഞ്ഞ സൂര്യൻ അസ്തമിക്കാൻ തുടങ്ങിയിരുന്നു.

യൂദാസ് അയാളുടെ താടിയിൽനിന്നും രോമങ്ങൾ പിഴുത് എറിഞ്ഞുകൊണ്ടിരിക്കുകയായിരുന്നു. അയാൾ മറ്റൊരു മിശിഹായെ പ്രതീക്ഷിച്ചിരുന്നു. ഒരു വാൾ കൊണ്ടുനടക്കുന്ന മിശിഹാ. ആ മിശിഹായുടെ ഒരു നിലവിളികൊണ്ട് മരിച്ചവരുടെ തലമുറകൾ ശവക്കുഴികളിൽ നിന്ന് പറന്നു പുറത്തുവന്ന് ജീവിക്കുന്നവരോടൊപ്പം ഇടപഴകും. യഹൂദന്മാരുടെ കുതിരകളും ഒട്ടകങ്ങളും ഒരേസമയത്ത് പുനർജ്ജീവിക്കും. കാലാൾപ്പടയും കുതിരപ്പട്ടാളവും റോമാക്കാരെ കൂട്ടക്കൊല ചെയ്യാൻ വേണ്ടി മുന്നോട്ട് കുതിക്കും. മിശിഹാ ലോകത്തെ കാൽച്ചുവട്ടിലെ മെത്തയാക്കിക്കൊണ്ട് ഡേവിഡിന്റെ സിംഹാസനത്തിൽ ഇരിക്കും... യൂദാസ് പ്രതീക്ഷിച്ചിരുന്ന മിശിഹാ ഇതായിരുന്നു. എന്നാൽ ഇപ്പോൾ...

അയാൾ യേശുവിനെ രൂക്ഷമായി നോക്കി. ചുണ്ടിൽ നിന്നും നിർദ്ദയമായ ഒരു വാക്ക് രക്ഷപ്പെടാതിരിക്കാൻ വേണ്ടി അയാൾ ചുണ്ടുകൾ കടിച്ചു. അയാൾ വീണ്ടും ചരൽക്കല്ലുകൾ തട്ടിമാറ്റാൻ തുടങ്ങി. പക്ഷേ, ഈ പ്രാവശ്യം അയാൾ ഉപ്പൂറ്റികൊണ്ടാണ് കല്ലുകളുടെ സ്ഥാനം മാറ്റിയത്. യേശു അയാളെ നോക്കി സഹതപിച്ചു.

"യൂദാസേ, ധൈര്യമായിരിക്കൂ." ശബ്ദത്തിന്റെ മാധുര്യം കൂട്ടിക്കൊണ്ട് അദ്ദേഹം പറഞ്ഞു. "ഞാൻ അങ്ങനെ ചെയ്യുന്നു. മറ്റുവഴികൾ ഇല്ല: ഇതാണ് വഴി."

"പിന്നീട്?" യൂദാസ് പാറകളിലേക്ക് നോക്കിക്കൊണ്ട് ചോദിച്ചു.

"ജീവിക്കുന്നവർക്കും മരിച്ചവർക്കും തീരുമാനം എടുക്കാൻ വേണ്ടി ഞാൻ എന്റെ എല്ലാ പ്രതാപത്തോടും കൂടി തിരിച്ചുവരും."

"എപ്പോൾ?"

"ഈ തലമുറയിലെ പലരും എന്നെ കാണുന്നതിനു മുമ്പ് മരിക്കില്ല."

"നമുക്ക് പോകാം!" യൂദാസ് പറഞ്ഞു. അയാൾ നടത്തത്തിന്റെ വേഗത കൂട്ടി. യേശു അയാളോടൊപ്പം എത്താൻ വേണ്ടി കിതച്ചുകൊണ്ട് പിൻതുടർന്നു. സൂര്യൻ അവസാനം യൂദിയായിലെ പർവ്വതങ്ങൾക്കു പിന്നിൽ കമഴ്ന്നു വീഴാൻ തുടങ്ങുകയായിരുന്നു. ദൂരെ ചാവുകടലിൽ

നിന്ന് ആദ്യം ഉണർന്ന കുറുക്കന്മാരുടെ ഓരിയിടൽ കേൾക്കാൻ കഴിഞ്ഞിരുന്നു.

യൂദാസ് മുറുമുറുത്തുകൊണ്ട് മുമ്പിൽ നടന്നു. അയാളുടെ ഉള്ളിൽ ഒരു ഭൂമികുലുക്കം ഉണ്ടായിരുന്നു: എല്ലാ കാര്യങ്ങളും നിലംപതിച്ചു. അയാൾക്ക് മരണത്തിൽ വിശ്വാസം ഇല്ല– അത് ഏറ്റവും മോശം വഴിയാണെന്ന് അയാൾക്ക് തോന്നിയിരുന്നു. ഉയിർത്തെഴുന്നേറ്റ ലാസറസ് എല്ലാ മരിച്ചവരേക്കാളും വൃത്തികെട്ട ശവമാണെന്നാണ് അയാൾക്ക് തോന്നിയത്. അയാൾക്ക് ഓക്കാനം വന്നു. ഇപ്പോൾ ഇതാ മിശിഹാ സ്വയം *(കെയ്റെനുമായുള്ള ഈ യുദ്ധം തനിക്കു പറ്റുന്ന വിധത്തിൽ അദ്ദേഹത്തിന് എങ്ങനെ നടത്തിയെടുക്കാൻ പറ്റും?) ഒരിക്കലും ശരിയല്ല. മരണത്തെ ഒരു വഴിയായി സ്വീകരിക്കുന്നതിൽ യൂദാസിന് വിശ്വാസം ഇല്ല.

യൂദാസ് തിരിഞ്ഞു നിന്നു. അയാൾ എതിർക്കാൻ ആഗ്രഹിച്ചു. അയാൾക്ക് നാക്കിൽ എരിഞ്ഞുകൊണ്ടിരുന്ന ഗുരുതരമായ വാക്കുകൾ യേശുവിന്റെ നേർക്ക് വലിച്ചെറിയണമെന്ന് ഉണ്ടായിരുന്നു. ഒരുപക്ഷേ, അവ അദ്ദേഹത്തെ മരണത്തിന്റെ വഴിയിൽ നിന്ന് വ്യതിചലിപ്പിച്ചേക്കാം. എന്തായാലും തിരിഞ്ഞു നില്ക്കുന്നതിനിടയിൽ യൂദാസ് പേടിച്ച് നിലവിളിച്ചു. യേശുവിന്റെ ദേഹത്തുനിന്നും വളരെ വലിപ്പം ഉള്ള ഒരു നിഴൽ നിലത്തു വീണിരുന്നു. അത് ഒരു മനുഷ്യന്റെ നിഴൽ ആയിരുന്നില്ല. ഒരു വലിയ കുരിശിന്റെ നിഴൽ ആയിരുന്നു. അയാൾ യേശുവിന്റെ കൈയിൽ കയറി പിടിച്ചു.

"നോക്കൂ!" അയാൾ കൈ ചൂണ്ടിക്കൊണ്ട് പറഞ്ഞു.

യേശു ഞെട്ടി.

"എന്റെ സഹോദരൻ യൂദാസ് സംസാരിക്കാതിരിക്കണം."

അതിനു ശേഷം അവർ കൈകോർത്തു പിടിച്ചുകൊണ്ട് ബഥനിയിലേക്കുള്ള ചെറിയ കയറ്റം കയറാൻ തുടങ്ങി. യേശുവിന്റെ കാൽമുട്ടുകൾ തളർന്നു. യൂദാസ് അദ്ദേഹത്തെ താങ്ങി നിർത്തി. അവർ സംസാരിച്ചില്ല. ഒരുതവണ യേശു ചൂടുള്ള ഒരു കല്ല് കുനിഞ്ഞെടുത്ത് വളരെനേരം കൈയ്ക്കുള്ളിൽ അമർത്തിപ്പിടിച്ചിരുന്നു. ഇത് ഒരു കല്ലായിരുന്നോ? അതോ ഏതെങ്കിലും പ്രിയപ്പെട്ടവന്റെ കൈപ്പത്തി ആയിരുന്നോ? അദ്ദേഹം നാലുചുറ്റും നോക്കി. എല്ലായിടവും മഞ്ഞുകാലത്ത് മരിച്ചുപോയ മണൽ: അതിൽ ഇപ്പോൾ പുല്ലുകൾ മുളപൊട്ടി! എങ്ങനെ അത് തളിർത്തു!

അദ്ദേഹം പറഞ്ഞു. "യൂദാസ് വിഷമിക്കരുത്. ഭൂമിയിലേക്ക് ഗോതമ്പ് വരുന്നത് എങ്ങനെയാണെന്ന് നോക്കൂ. ദൈവം മഴയെ പറഞ്ഞുവിട്ട് ഭൂമിയെ കുതിർത്ത് പതയുന്ന മണ്ണിൽ നിന്നും മനുഷ്യവർഗ്ഗത്തെ തീറ്റിപ്പോറ്റാൻ വേണ്ടി ധാന്യങ്ങൾ മുളപൊട്ടി വളർത്തിയെടുക്കുന്നതു നോക്കൂ. ഗോതമ്പുമണി നശിച്ചില്ലെങ്കിൽ എന്നെങ്കിലും ഗോതമ്പു ചെടി വീണ്ടും കിളിച്ചുവരുമോ? മനുഷ്യപുത്രന്റെ കാര്യത്തിലും അത് അങ്ങനെതന്നെ ആണ്."

---

* യമലോകത്ത് സ്റ്റെക്സ് നദി കടത്തിവിടുന്ന കടത്തുകാരൻ

പക്ഷേ, യൂദാസിന് സാന്ത്വനം ലഭിച്ചില്ല. അയാൾ ഒന്നും സംസാരിക്കാതെ കയറ്റം കയറിക്കൊണ്ടിരുന്നു. സൂര്യൻ പർവ്വതങ്ങൾക്കു പിന്നിൽ നിലംപതിച്ചു. രാത്രി ഭൂമിയിൽനിന്ന് മുളച്ചുപൊങ്ങി. കുന്നിന്റെ കൊടുമുടിയിൽ ആദ്യത്തെ വിളക്കുകൾ മിന്നിത്തിളങ്ങാൻ തുടങ്ങിക്കഴിഞ്ഞിരുന്നു.

"ലാസറസിന്റെ ഓർമ്മ..." യേശു പറഞ്ഞു. പക്ഷേ, യൂദാസിന് ഓക്കാനിക്കാൻ തോന്നി. അയാൾ കാറിത്തുപ്പിക്കൊണ്ട് വേഗം നടന്നു.

മാർത്താ വിളക്കു കൊളുത്തി. ലാസറസ് കൈപ്പത്തിക്കൊണ്ട് കണ്ണുകൾ മറച്ചു-വെളിച്ചം അയാളുടെ കണ്ണുകളിൽ ഇപ്പോഴും മുറിവേല്പിക്കുന്നുണ്ടായിരുന്നു. പീറ്റർ മാത്യുവിന്റെ കൈയിൽ പിടിച്ചു. അവർ രണ്ടുപേരും കൂടി വിളക്കിന്റെ താഴെ ഇരുന്നു. സലോമി അമ്മൂമ്മ ഒരു കെട്ട് കറുത്ത ആട്ടിൻ രോമങ്ങൾ കണ്ടുപിടിച്ചുകൊണ്ടുവന്ന് അവരുടെ രണ്ട് ആൺമക്കളെപ്പറ്റി ആലോചിച്ചുകൊണ്ട് നൂൽ നൂല്ക്കുകയായിരുന്നു. എന്റെ ദേവീ, അവരെ എല്ലാ പ്രതാപത്തോടും കൂടി അവൾക്ക് കാണാൻ പറ്റുന്ന ദിവസം ഒരിക്കലും വരില്ലെന്നുണ്ടോ? അവരുടെ തലമുടിയിൽ സ്വർണ്ണനാടയുമായി ഗാനേസറത്തിലെ തടാകം പൂർണ്ണമായും അവരുടെ സ്വന്തമാകുന്ന ദിവസം വരാതിരിക്കാൻ ഇടയുണ്ടോ....?

മഗ്ദലന വഴിയിലൂടെ താഴോട്ട് ഇറങ്ങാൻ തുടങ്ങിയിരുന്നു. യേശു എത്തിച്ചേരാൻ താമസിച്ചിരുന്നു. അവൾ അനുഭവിച്ച അങ്ങേയറ്റത്തെ ബുദ്ധിമുട്ടുകൊണ്ട് വീട്ടിൽ ഇരിക്കാൻ തോന്നിയില്ല. അവൾ പ്രിയപ്പെട്ടവനെ കാണാമെന്നുള്ള പ്രതീക്ഷയിൽ താഴോട്ട് നടന്നിറങ്ങി. മുറ്റത്തു കുത്തിയിരുന്ന ശിഷ്യന്മാർ തെരുവിലേക്കുള്ള വാതിലിന്റെ നേർക്ക് ഇടംകണ്ണിട്ടുനോക്കിയതിനുശേഷം നിശ്ശബ്ദരായി താഴോട്ടു നോക്കിയിരുന്നു. അവരുടെ ഉള്ളിൽ ഇപ്പോഴും കോപം തിളയ്ക്കുന്നുണ്ടായിരുന്നു. വീടിനുള്ളിൽ ശാന്തത തളംകെട്ടിനിന്നു. ഒരു നിശ്വാസം പോലും കേൾക്കാൻ ഉണ്ടായിരുന്നില്ല. ഇത് ദിവസവും വൈകുന്നേരത്ത് കരംപിരിവുകാരൻ അയാളുടെ ചെറിയ നോട്ടുബുക്കിൽ കുറിച്ചുവെക്കുന്നത് പീറ്ററിന് കാണാൻ പറ്റുന്ന സമയം ആയിരുന്നു. പീറ്റർ അത് കാണാൻ വേണ്ടി പല ദിവസങ്ങളായി ആഗ്രഹിക്കുകയായിരുന്നു. ഇന്ന് രാത്രിയിൽ മറ്റുള്ളവരുമായുള്ള വഴക്കിനു ശേഷം അയാൾക്ക് വീണ്ടും അതിനു വേണ്ടി കാത്തിരിക്കാൻ കഴിയില്ല: മാത്യു അദ്ദേഹത്തെപ്പറ്റി എന്താണ് എഴുതിവെക്കുന്നതെന്ന് അയാൾക്ക് അറിയണം. ഈ കുത്തിക്കുറിക്കുന്നവർ ഒരു നാണംകെട്ട കൂട്ടരാണ്. വരും തലമുറകൾക്കു വേണ്ടി അദ്ദേഹത്തെ അധിക്ഷേപിച്ചിട്ടില്ലെന്ന് ഉറപ്പുവരുത്തണം. മാത്യു അത്തരത്തിൽ ഒരു കാര്യം ചെയ്യാൻ ധൈര്യപ്പെട്ടിട്ടുണ്ടെങ്കിൽ ബുക്കും പേനയും എല്ലാം കൂടി അയാൾ അടുപ്പിലേക്ക് വലിച്ചെറിയും. അതെ, ഇന്നു വൈകുന്നേരം തന്നെ...! അയാൾ ഒരു മുഖസ്തുതിക്കാരന്റെ കാപട്യത്തോടെ കരം പിരിവുകാരന്റെ കൈയിൽ പിടിച്ചു. അവർ രണ്ടുപേരുംകൂടി വിളക്കിന്റെ താഴെ ഇരുന്നു.

"ഗുരുവിനെപ്പറ്റി നിങ്ങൾ എഴുതുന്നത് എന്താണെന്ന് അറിയാൻ

എനിക്ക് ആഗ്രഹം ഉണ്ടെന്ന് നിങ്ങൾ മനസ്സിലാക്കണം. അത് മാത്യു എന്നെ വായിച്ചു കേൾപ്പിക്കണം."

ഇതു കേട്ടപ്പോൾ മാത്യു സന്തോഷിച്ചു. അയാൾ നോട്ടുബുക്ക് മേൽക്കുപ്പായത്തിനടിയിൽ നെഞ്ചിനടുത്തുള്ള സ്ഥാനത്തുനിന്നും പുറത്തെടുത്തു. അയാൾ ലാസറസിന്റെ സഹോദരി മറിയം അയാൾക്കു സമ്മാനിച്ച പെൺകുട്ടികളുടെ തൂവാലയ്ക്കുള്ളിൽ നോട്ടുബുക്ക് പൊതിഞ്ഞു വെച്ചിട്ട് അധികസമയം കഴിഞ്ഞിരുന്നില്ല. അയാൾ മുറിവേറ്റ ഏതോ ജീവിയുടെ കെട്ട് അഴിക്കുന്നതുപോലെ വളരെ ശ്രദ്ധയോടെ ഇപ്പോൾ തൂവാല അഴിച്ചെടുത്തു. അയാൾ നോട്ടുബുക്ക് തുറന്നു. അയാളുടെ ശരീരം മുന്നോട്ടും പിന്നോട്ടും ആടാൻ തുടങ്ങി. ആട്ടത്തിന്റെ വേഗതയിൽ സംതൃപ്തി തോന്നിയപ്പോൾ അയാൾ വായന ആരംഭിച്ചു.

"എബ്രഹാമിന്റെ പുത്രനായ ഡേവിഡിന്റെ പുത്രൻ യേശുവിന്റെ വംശാവലി പുസ്തകം. എബ്രഹാം ഐസക്കിന്റെ പിതാവായിരുന്നു. ഐസക് ജേക്കബ്ബിന്റെ പിതാവായിരുന്നു. ജേക്കബ് യൂദാസിന്റെയും സഹോദരന്മാരുടെയും പിതാവായിരുന്നു. യൂദാസ് ഫെരസിന്റെയും സാറയുടെയും പിതാവായിരുന്നു..."

പീറ്റർ കണ്ണടച്ചിരുന്ന് ശ്രദ്ധയോടെ കേട്ടു. യഹൂദന്മാരുടെ തലമുറകൾ അയാളുടെ മുന്നിലൂടെ കടന്നുപോയി: എബ്രഹാമിൽനിന്ന് ഡേവിഡ് വരെ പതിനാല് തലമുറകൾ; ഡേവിഡിൽ നിന്ന് ബാബിലോൺ പ്രവാസം വരെ പതിനാലു തലമുറകൾ; ബാബിലോൺ പ്രവാസം മുതൽ ക്രിസ്തു വരെ പതിനാലു തലമുറകൾ... എന്ത് പുരുഷാരം, എത്രമാത്രം അനശ്വരമായ എണ്ണിയാൽ അവസാനിക്കാത്ത തലമുറകളുടെ നിര! എത്രമാത്രം അളക്കാൻ പറ്റാത്ത ആഹ്ലാദം! യഹൂദരിൽ ഒരുവൻ ആയതിൽ എത്രമാത്രം അഭിമാനിക്കാനുണ്ട്! പീറ്റർ തല ഭിത്തിയിലേക്ക് ചാരിക്കൊണ്ട് ശ്രദ്ധിച്ചു കേട്ടു. തലമുറകൾ കടന്നുപോയി. യേശുവിന്റെ കാലത്തിൽ എത്തിച്ചേർന്നു. പീറ്റർ ശ്രദ്ധിച്ചു. എത്രമാത്രം അത്ഭുതങ്ങൾ സംഭവിച്ചുകഴിഞ്ഞിരിക്കുന്നു. അയാൾക്ക് ഒരിക്കലും അതിന്റെ പുകപോലും ലഭിച്ചിട്ടില്ല! അതുകൊണ്ട്... യേശു ജനിച്ചത് ബത്‌ലഹേമിൽ ആയിരുന്നു. അദ്ദേഹത്തിന്റെ അച്ഛൻ ആശാരി ജോസഫ് ആയിരുന്നില്ല. പക്ഷേ, അത് പരിശുദ്ധാത്മാവ് ആയിരുന്നു. മൂന്നു ജ്ഞാനികൾ വന്നു ചേർന്ന് അദ്ദേഹത്തെ ആരാധിച്ചു. ജ്ഞാനസ്നാനത്തിൽ സ്വർഗ്ഗത്തിൽനിന്നും മാടപ്രാവ് താഴോട്ട് എറിഞ്ഞ വാക്കുകൾ എന്തായിരുന്നു? അയാൾ (പീറ്റർ) അത് കേട്ടിട്ടില്ല. അവിടെ മാത്യു ഉണ്ടായിരുന്നില്ല.

മാത്യുവിനോട് ആ വാക്കുകൾ ആരാണ് പറഞ്ഞത്? അല്പാല്പമായി പീറ്റർ വാക്കുകൾ കേൾക്കാതായി. അയാൾ ഒരു താരാട്ടിന്റെ സംഗീതം മാത്രം കേട്ടു. വിരസവും ദുഃഖസൂചകവും ആയ ഒരു സംഗീതം– അതിനു ശേഷം അയാൾ ഉറക്കത്തിലേക്ക് വീണു... പിന്നീട് ഉറക്കത്തിൽ അയാൾ വാക്കുകളും സംഗീതവും വ്യക്തമായി കേട്ടു. ഓരോ വാക്കും ഒരു വർഷം മുമ്പ് അയാൾ ജറിച്ചോയിൽവെച്ച് ഭക്ഷിച്ച മാതളനാരങ്ങകൾപോലെ

ആണെന്ന് അയാൾക്ക് തോന്നി. അവയുടെ തോട് പൊളിച്ചപ്പോൾ ഉള്ളിൽ നിന്ന് ചിലപ്പോൾ തീജ്വാലകൾ പുറത്തുവന്നു. ചിലപ്പോൾ കാഹളങ്ങളുമായി ചിറകുള്ള മാലാഖമാർ...

പെട്ടെന്ന് ഉറക്കത്തിന്റെ മാധുര്യമുള്ള ആഴങ്ങളിൽ അയാൾ ആഹ്ലാദത്തിന്റെ ഒരു ബഹളം കേട്ടു. അയാൾ ഞെട്ടി ഉണർന്നു. നോട്ടുബുക്ക് മടിയിൽവെച്ച് വായന തുടർന്നുകൊണ്ടിരിക്കുന്ന മാത്യുവിനെ അയാൾ കണ്ടു. അയാൾക്ക് ഓർമ്മ വന്നു. അയാൾക്ക് ഉറങ്ങിപ്പോയതിൽ നാണക്കേടു തോന്നി. അയാൾ കരം പിരിവുകാരന്റെ കൈകളിലേക്ക് പറന്നുകയറിക്കൊണ്ട് അയാളുടെ ചുണ്ടുകളിൽ ചുംബിച്ചു.

"മാത്യു എന്നോട് ക്ഷമിക്കണം." അയാൾ പറഞ്ഞു. "സഹോദരൻ വായിക്കുന്നത് ശ്രദ്ധിച്ചുകൊണ്ടിരുന്നപ്പോൾ ഞാൻ സ്വർഗ്ഗത്തിൽ പ്രവേശിച്ചു."

യേശു പിന്നിൽ മഗ്ദലനയുമായി വാതിലിൽ പ്രത്യക്ഷപ്പെട്ടു. അവളുടെ മുഖത്ത് സന്തോഷം തുളുമ്പുന്നുണ്ടായിരുന്നു. അവളുടെ ചുണ്ടിലും നഗ്നമായ കഴുത്തിലും കണ്ണിലും നിന്ന് തീജ്വാലകൾ പറന്നു. പീറ്റർ കരം പിരിവുകാരനെ കെട്ടിപ്പിടിച്ച് ചുംബിക്കുന്നതു കണ്ടപ്പോൾ യേശുവിന്റെ മുഖഭാവം കൂടുതൽ ഉദാത്തമായി. അദ്ദേഹം കെട്ടിപ്പിടിച്ചുകൊണ്ടു നില്ക്കുന്ന രണ്ടു പുരുഷന്മാരുടെ നേർക്ക് വിരൽ ചൂണ്ടി.

അദ്ദേഹം പറഞ്ഞു. "അതാണ് സ്വർഗ്ഗരാജ്യം."

അദ്ദേഹം എഴുന്നേല്ക്കാൻ ശ്രമിക്കുന്ന ലാസറസിന്റെ അടുത്തേക്ക് ചെന്നു. പക്ഷേ, അയാളുടെ അരക്കെട്ടിലെ എല്ലുകൾ ഉടയുന്നതുപോലെയുള്ള ശബ്ദം കേട്ടു. അവ ഉടഞ്ഞുപോകുമെന്ന് അയാൾ ഭയന്നുപോയി. അയാൾ വീണ്ടും താഴെ ഇരുന്നു. അയാൾ കൈനീട്ടി വിരലിന്റെ അറ്റം കൊണ്ട് യേശുവിനെ തൊട്ടു. യേശു ഞെട്ടി. ലാസറസിന്റെ കൈപ്പത്തിക്ക് ഭയങ്കര തണുപ്പായിരുന്നു. അത് കറുത്തുപോയിരുന്നു. അതിന് ചെളിമണ്ണിന്റെ മണം ആയിരുന്നു.

യേശു കാറ്റുകൊള്ളാൻ വേണ്ടി വീണ്ടും മുറ്റത്തേക്ക് ഇറങ്ങി. ഉയിർത്തെഴുന്നേറ്റ മനുഷ്യൻ മരണത്തിനും ജീവിതത്തിനും ഇടയിൽ ഇപ്പോഴും ചാഞ്ചാടുകയായിരുന്നു. ദൈവത്തിന് അയാളുടെ ഉള്ളിലെ ചാഞ്ചാട്ടത്തെ പരാജയപ്പെടുത്താൻ കഴിഞ്ഞിരുന്നില്ല. ഈ മനുഷ്യന്റെ കാര്യത്തിൽ മരണം ഒരിക്കലും അതിന്റെ ശരിയായ ശക്തി വെളിപ്പെടുത്തിയിട്ടില്ല. യേശു തീക്ഷ്ണമായ ദുഃഖത്തിനും ഭയത്തിനും കീഴടങ്ങിയിരുന്നു.

വൃദ്ധയായ സലോമി യേശുവിന്റെ അടുത്തുവന്ന് രഹസ്യമായി ചെവിയിൽ പറഞ്ഞു:

"ആചാര്യാ" അവൾ ആരംഭിച്ചു. അദ്ദേഹം അവൾ പറയുന്നതു കേൾക്കാൻ വേണ്ടി കുനിഞ്ഞു.

"സലോമി പറയൂ."

"ആചാര്യാ, അങ്ങ് സ്വർഗ്ഗത്തിൽ പോകുമ്പോൾ എനിക്ക് ഒരു

സഹായം ചോദിക്കാനുണ്ട്. ആചാര്യനു വേണ്ടി ഞങ്ങൾ എന്തെല്ലാം ചെയ്തെന്ന് അങ്ങയ്ക്ക് മനസ്സിലായിട്ടുണ്ട്."

"സലോമി പറയൂ." യേശുവിന്റെ ഹൃദം പെട്ടെന്ന് മുറുകി. "നല്ല പ്രവൃത്തികൾ ഒരിക്കലും പ്രതിഫലം സ്വീകരിക്കില്ലെന്ന് മനുഷ്യർക്ക് തിരിച്ചറിയാൻ കഴിയില്ലേ?" അദ്ദേഹം സ്വയം ചോദിച്ചു.

"ഇപ്പോൾ എന്റെ കുട്ടി സിംഹാസനത്തിൽ കയറാൻ പോകുകയാണ്. എന്റെ ആൺമക്കളായ ജോണിനും ജേക്കബ്ബിനും ഇടത്തും വലത്തും ഉള്ള സ്ഥാനങ്ങൾ കൊടുക്കണം."

സംസാരിക്കാതിരിക്കാൻ വേണ്ടി യേശു ചുണ്ടുകടിച്ചുകൊണ്ട് നിലത്തേക്ക് നോക്കി.

"എന്റെ കുട്ടി ഞാൻ പറഞ്ഞത് കേട്ടോ? ജോണിനും..."

യേശു വളരെ പെട്ടെന്ന് നടന്ന് വീട്ടിനുള്ളിൽ പ്രവേശിച്ചു. മാത്യു ഈ സമയത്തും നോട്ടു ബുക്ക് മടിയിൽ വെച്ചുകൊണ്ട് ഇരിക്കുന്നത് യേശു കണ്ടു. അദ്ദേഹം നിന്നു. മാത്യുവിന്റെ കണ്ണുകൾ അടഞ്ഞിരിക്കുകയായിരുന്നു: അയാൾ ഇപ്പോഴും വായിച്ച കാര്യങ്ങളിൽ മുങ്ങിക്കിടക്കുകയായിരുന്നു.

"മാത്യു" യേശു വിളിച്ചു "നിങ്ങളുടെ നോട്ടുബുക്ക് കൊണ്ടുവരൂ. നിങ്ങൾ എന്താണ് എഴുതുന്നത്?"

മാത്യു എഴുന്നേറ്റ് അയാൾ എഴുതിയതെല്ലാം യേശുവിനെ ഏല്പിച്ചു. അയാൾ വളരെയധികം സന്തോഷത്തിലായിരുന്നു.

അയാൾ പറഞ്ഞു. "ഇവിടെ ഞാൻ ആചാര്യന്റെ ജീവിതം ഭാവിയിലെ മനുഷ്യർക്കു വേണ്ടി ആവർത്തിച്ചിരിക്കുന്നു."

യേശു വിളക്കിനടിയിൽ കുനിഞ്ഞിരുന്നുകൊണ്ട് വായിക്കാൻ തുടങ്ങി. ആദ്യത്തെ വാക്കുകളിൽ തന്നെ അദ്ദേഹം ഒന്നു ഞെട്ടി. അദ്ദേഹം താളുകൾ അക്രമാസക്തമായി മറിച്ചു കൊണ്ട് അതിവേഗത്തിൽ വായിച്ചു. അദ്ദേഹത്തിന്റെ മുഖം ദേഷ്യം കൊണ്ട് ചുവന്നുതുടുത്തു. യേശുവിന്റെ മുഖഭാവം കണ്ട് മാത്യു ഒരു മൂലയിൽ ചെന്ന് ഭയത്തോടെ ചുരുണ്ടുകൂടി കാത്തിരുന്നു. യേശു തിരക്കിട്ടു വായിച്ചതിനുശേഷം സ്വയം നിയന്ത്രിക്കാൻ കഴിയാതെ എഴുന്നേറ്റുനിന്ന് മാത്യുവിന്റെ നോട്ടുബുക്ക് ധാർമ്മികരോഷത്തോടെ നിലത്ത് വലിച്ചെറിഞ്ഞു.

"ഇത് എന്താണ്?" അദ്ദേഹം വിളിച്ചുകൂവി. "കള്ളം! കള്ളം! കള്ളം! മിശിഹായിക്ക് അത്ഭുതങ്ങളുടെ ആവശ്യം ഇല്ല. അത്ഭുതം അദ്ദേഹമാണ്— മറ്റ് അത്ഭുതങ്ങൾ ആവശ്യമില്ല! ഞാൻ നസറേത്തിലാണ് ജനിച്ചത്. ബത്ലഹേമിൽ അല്ല. ഞാൻ ഒരിക്കലും ബത്ലഹേമിൽ കാലുകുത്തിയിട്ടില്ല. ഞാൻ ഏതെങ്കിലും ജ്ഞാനിയെ ഓർക്കുന്നില്ല. ഞാൻ ജീവിതത്തിൽ ഒരിക്കലും ഈജിപ്തിൽ പോയിട്ടില്ല. എന്നെ ജ്ഞാനസ്നാനം ചെയ്യിച്ചുകൊണ്ടിരുന്നപ്പോൾ പ്രാവുവന്ന് "ഇത് എന്റെ മകനാണെന്ന്" എന്നോട് പറഞ്ഞതായി നിങ്ങൾ എന്തിനാണ് എഴുതിയിരിക്കുന്നത്— ആരാണ് നിങ്ങളോട് ഇത് വെളിപ്പെടുത്തിയത്? ഞാൻ പോലും വ്യക്തമായി കേട്ടിരു

ന്നില്ല. അവിടെ ആ സമയത്ത് ഇല്ലാത്ത നിങ്ങൾ എങ്ങനെയാണ് അത് കണ്ടെത്തിയത്?"

"അത് എന്നോട് ദൈവദൂതനാണ് വെളിപ്പെടുത്തിയത്."

"ദൈവദൂതനോ? ഏതു ദൈവദൂതൻ?"

"എല്ലാ രാത്രിയിലും ഞാൻ പേന എടുക്കുമ്പോൾ വന്നെത്തുന്ന ദൈവദൂതൻ. അദ്ദേഹം ഞാൻ എന്താണ് എഴുതേണ്ടതെന്ന് എന്റെ ചെവിയിൽ പറഞ്ഞുതരുന്നു."

"ഒരു ദൈവദൂതൻ പറഞ്ഞുതരുന്നുണ്ടോ?" യേശു അസ്വസ്ഥതയോടെ പറഞ്ഞു. "ഒരു ദൈവദൂതൻ പറഞ്ഞു തരുന്നു. നിങ്ങൾ അത് എഴുതിവെക്കുന്നു."

മാത്യു ധൈര്യം സംഭരിച്ചു. "അതെ, ഒരു ദൈവദൂതൻ. ചിലപ്പോൾ ഞാൻ അദ്ദേഹത്തെ നേരിട്ട് കാണാറുണ്ട്. എല്ലാ സമയത്തും ഞാൻ അദ്ദേഹം പറയുന്നത് കേൾക്കുന്നുണ്ട്: അദ്ദേഹത്തിന്റെ ചുണ്ടുകൾ എന്റെ വലതുചെവിയിൽ തൊടുന്നു. അദ്ദേഹത്തിന്റെ ചിറകുകൾ എന്നെ പൊതിയുന്നത് ഞാൻ അനുഭവിക്കുന്നു. ഒരു ശിശുവിനെപോലെ ദൈവദൂതന്റെ ചിറകുകൾ പുതച്ചുകൊണ്ട് ഞാൻ എഴുതുന്നു; ശരിയല്ല, ഞാൻ എഴുതുന്നില്ല— ഞാൻ അദ്ദേഹം പറയുന്നത് കുറിച്ചുവെക്കുന്നു. ആചാര്യൻ എന്താണ് വിചാരിച്ചത്? ഈ അത്ഭുതങ്ങൾ മുഴുവൻ തനിച്ച് എഴുതാൻ എനിക്ക് കഴിവുണ്ടോ?"

"ഒരു ദൈവദൂതൻ?" യേശു വീണ്ടും പിറുപിറുത്തുകൊണ്ട് ആലോചനയിൽ മുഴുകി. ബത്‌ലഹേം, ജ്ഞാനി, ഈജിപ്ത് അതിന്റെ കൂടെ നീ എന്റെ പ്രിയപ്പെട്ട മകനാണ്: ഇതെല്ലാം തന്നെ ഏറ്റവും സത്യമുള്ള സത്യം ആയിരുന്നെങ്കിൽ? ഇത് ദൈവം മാത്രം വസിക്കുന്ന സത്യത്തിന്റെ ഏറ്റവും ഉയർന്ന തലം ആയിരുന്നെങ്കിൽ..? നമ്മൾ സത്യം എന്നു വിളിക്കുന്നതിനെ ദൈവം കള്ളം എന്ന് വിളിച്ചിരുന്നെങ്കിൽ..?

അദ്ദേഹം സംസാരിച്ചില്ല. അദ്ദേഹം നിലത്ത് വലിച്ചെറിഞ്ഞ നോട്ട്ബുക്ക് കുനിഞ്ഞെടുത്ത് മാത്യുവിനെ ഏല്പിച്ചു. മാത്യു അത് ചിത്രത്തുന്നൽ നടത്തിയ തൂവാലയിൽ പൊതിഞ്ഞ് ഉടുപ്പിനടിയിൽ നെഞ്ചോടു ചേർത്ത് ഒളിപ്പിച്ച് വെച്ചു.

"ദൈവദൂതൻ പറയുന്നതെല്ലാം എഴുതിവെക്കണം." യേശു പറഞ്ഞു. "ഞാൻ കൂടുതൽ താമസിച്ചിരിക്കുന്നു..." പക്ഷേ, ബാക്കി ഭാഗം അദ്ദേഹം പറഞ്ഞില്ല.

ഇതിനിടയിൽ ശിഷ്യന്മാർ യൂദാസിന്റെ ചുറ്റും വട്ടംകൂടി നിന്ന് പീലാത്തോസ് ആചാര്യനെ എന്തിനാണ് വിളിപ്പിച്ചതെന്ന് ചോദിച്ചു. പക്ഷേ, യൂദാസ് അവരെ നോക്കുകപോലും ചെയ്യാതെ തെരുവിലേക്കുള്ള ഗേറ്റിൽ പോയി നിന്നു. അയാൾ അവരുടെ ശബ്ദവും കാഴ്ചയും വെറുത്തു അയാൾക്ക് ഇപ്പോൾ ആചാര്യനോടുമാത്രമേ സംസാരിക്കാൻ കഴിയുന്നുള്ളൂ. ഒരു ഭയാനകമായ രഹസ്യം അവരെ രണ്ടുപേരെയും ഒന്നിച്ചു ചേർത്തുകൊണ്ട് മറ്റുള്ളവരിൽനിന്നും അകറ്റി നിർത്തി... യൂദാസ്

ലോകത്തെ വിഴുങ്ങിക്കഴിഞ്ഞ രാത്രിയിലേക്ക് നോക്കി. അതിനുശേഷം അയാൾക്കു മുകളിൽ പ്രത്യക്ഷപ്പെട്ട ആദ്യനക്ഷത്രങ്ങളെ നോക്കി— തിളങ്ങാൻ തുടങ്ങുന്ന ചെറിയ ഇരുമ്പുവിളക്കുകൾ.

"ഇസ്രയേലിന്റെ ദൈവമേ.." അയാൾ സ്വയം പിറുപിറുത്തു. "എന്നെ സഹായിക്കണം. അല്ലെങ്കിൽ എനിക്ക് ഭ്രാന്തു പിടിക്കും."

മഗ്ദലന അസ്വസ്ഥയായി. അവൾ യൂദാസിന്റെ അടുത്തുപോയി നിന്നു. അയാൾ അവിടെനിന്ന് പോകാൻ തുടങ്ങി. പക്ഷേ, അവൾ അയാളുടെ മേലുടുപ്പിന്റെ അറ്റത്തു കയറി പിടിച്ചു.

"യൂദാസ്, നിങ്ങൾക്ക് ഭയം ഇല്ലാതെ രഹസ്യം എന്നോട് വെളിപ്പെടുത്താം. നിങ്ങൾക്ക് എന്നെ അറിയാം."

"എന്തു രഹസ്യം? പിലാത്തോസ് അദ്ദേഹം ശ്രദ്ധിക്കണമെന്ന് പറയാൻ ആഗ്രഹിച്ചു. കയ്യാഫാസ്."

"അതല്ല. മറ്റേ കാര്യം."

"എന്തു മറ്റേ കാര്യം? മഗ്ദലനാ, നീ വീണ്ടും ശല്യപ്പെടുത്തുകയാണ്. നിന്റെ കണ്ണുകൾ കത്തുന്ന കല്ക്കരിയാണ്." അയാൾ പകുതി മനസ്സോടെ ചിരിച്ചു. "കരയൂ, കരയൂ.. നിന്റെ കണ്ണുനീർ അവയെ കെടുത്തും."

പക്ഷേ, മഗ്ദലന അവളുടെ തൂവാല കടിച്ചു കീറി. "അദ്ദേഹം എന്തിനാണ് നിങ്ങളെ തെരഞ്ഞെടുത്തത്? നിങ്ങളെ, യൂദാസിനെ..."

ഇപ്പോൾ യൂദാസിന് ദേഷ്യം വന്നു. അയാൾ മഗ്ദലനയുടെ കൈയിൽ പിടിച്ച് ഞെരിച്ചു. "ആരെ തെരഞ്ഞെടുക്കണം? മഗ്ദലനയിലെ മറിയത്തെ അദ്ദേഹം തെരഞ്ഞെടുക്കണോ- കാറ്റാടി പീറ്ററിനെ തെരഞ്ഞെടുക്കണോ. അല്ലെങ്കിൽ മണ്ടൻ ജോണിനെ തെരഞ്ഞെടുക്കണോ... അതോ, നിന്റെ ആഗ്രഹം നിന്നെ തിരഞ്ഞെടുക്കണമെന്നാണോ. നിന്നെ, ഒരു പെണ്ണിനെ? ഞാൻ മരുഭൂമിയിൽനിന്നുള്ള തീക്കല്ലിന്റെ ഒരു കഷണം ആണ്: ഞാൻ ജീർണ്ണിച്ചുപോകില്ല. അതുകൊണ്ടാണ് അദ്ദേഹം എന്നെ തെരഞ്ഞെടുത്തത്!"

മഗ്ദലനയുടെ കണ്ണുകൾ നിറഞ്ഞു. "നിങ്ങൾ പറഞ്ഞത് ശരിയാണ്" അവൾ മുറുമുറുത്തു. "ഞാൻ ഒരു പെണ്ണാണ്. വ്രണങ്ങളുള്ള മുറിവേറ്റ ഒരു ജന്തു..." അവൾ അകത്തുപോയി അടുപ്പിനടുത്തു ചുരുണ്ടുകൂടി.

മാർത്താ അത്താഴത്തിനുള്ള മേശ ഒരുക്കി. ശിഷ്യന്മാർ മുറ്റത്തുനിന്ന് മുറിയിൽ പ്രവേശിച്ച് മുട്ടുകുത്തിനിന്നു. ലാസറസ് കോഴി സൂപ്പ് അകത്താക്കിക്കഴിഞ്ഞിരുന്നു. അത് അയാളുടെ ഉള്ളിൽ രക്തമായി മാറിയിരുന്നു. അയാൾ ഇപ്പോൾ നിലത്തു നിന്നും മുഖം ഉയർത്തിയിരിക്കുന്നു. അയാളുടെ തകർന്ന ശരീരം അല്പാല്പമായി അന്തരീക്ഷത്തോടും വെളിച്ചത്തോടും ഭക്ഷണത്തോടും ഉള്ള അകലം കുറച്ചുകൊണ്ട് ശക്തി നേടി.

അകത്തെ വാതിൽ തുറന്ന് വൃദ്ധനായ ആചാര്യൻ പ്രത്യക്ഷപ്പെട്ടു. അയാൾ ഒരു പ്രേതത്തെപോലെ വിളറിയിരുന്നു. കാൽമുട്ടുകൾക്ക് ബലം കുറഞ്ഞതുകൊണ്ട് അയാൾ അംശവടിയുടെ ബലത്തിലാണ് നില്ക്കുന്നത്. യേശുവിനെ കണ്ടപ്പോൾ അയാൾ സംസാരിക്കാൻ ആഗ്രഹിക്കുന്നതായി

സൂചന നല്കി. യേശു എഴുന്നേറ്റ് വൃദ്ധനെ പിടിച്ച് ഇരുത്തിയതിനുശേഷം ലാസറസിന്റെ അടുത്തുപോയി ഇരുന്നു.

"പിതാവേ" യേശു പറഞ്ഞു. "എനിക്കും ആചാര്യനോട് സംസാരിക്കാൻ ആഗ്രഹം ഉണ്ട്."

"എന്റെ കുട്ടീ, എനിക്ക് ഇന്ന് നിനക്ക് എതിരെ ഒരു പരാതി ഉണ്ട്." ഉറച്ച വാത്സല്യത്തോടെ അദ്ദേഹത്തെ നോക്കിക്കൊണ്ട് വൃദ്ധനായ ആചാര്യൻ പറഞ്ഞു. "ഞാൻ അത് എല്ലാവരുടെയും മുമ്പിൽ തുറന്നുപറയുന്നു. ആണുങ്ങളും പെണ്ണുങ്ങളും നമ്മൾ സംസാരിക്കുന്നതു കേൾക്കട്ടെ. ധാരാളം രഹസ്യങ്ങൾ മനസ്സിലാക്കിക്കൊണ്ട് ശവക്കുഴിയിൽ നിന്ന് എഴുന്നേറ്റുവന്ന് ലാസറസും കേൾക്കട്ടെ. നമ്മൾ സംസാരിക്കുന്നത് എല്ലാവരും കേൾക്കട്ടെ. എന്നിട്ട് തീരുമാനിക്കട്ടെ."

യേശു മറുപടി പറഞ്ഞു. "മനുഷ്യർക്ക് എന്തു കാര്യം മനസ്സിലാക്കാൻ പറ്റും? മാത്യുവിനോട് ചോദിച്ചു നോക്കൂ– വീട്ടിനുള്ളിലേക്ക് ഒരു ദൈവദൂതൻ പറന്നുവന്ന് എല്ലാം കേൾക്കുന്നുണ്ട്. അദ്ദേഹം തീരുമാനിക്കട്ടെ. പിതാവേ, അങ്ങയുടെ പരാതി എന്താണ്?"

"യേശു വിശുദ്ധ നിയമം റദ്ദാക്കാൻ ആഗ്രഹിക്കുന്നതിന്റെ കാരണം എന്താണ്? ഒരു മകൻ വൃദ്ധനായ അച്ഛനെ ബഹുമാനിക്കുന്നത് ശരിയായ കാര്യമാണ്. അതുപോലെ ഈ സമയംവരെ യേശു വിശുദ്ധനിയമത്തെ ബഹുമാനിച്ചിരുന്നു. പക്ഷേ, ഇന്ന് ദേവാലയത്തിന്റെ മുമ്പിൽ നിങ്ങൾ സ്വന്തം കൊടി ഉയർത്തി. നിങ്ങളുടെ ഹൃദയത്തിലെ ഈ വിപ്ലവം എവിടെ വരെയാണ് യേശുവിനെ നയിക്കാൻ പോകുന്നത്?"

"പിതാവേ, അത് സ്നേഹംവരെയാണ്. ദൈവത്തിന്റെ പാദങ്ങൾ വരെയാണ് അത് നയിക്കാൻ പോകുന്നത്. അവിടെ അതിന് പിന്തുണ കണ്ടെത്തി സാന്ത്വനം ലഭിക്കും?"

"വിശുദ്ധ നിയമത്തിലൂടെ നിങ്ങൾക്ക് അത്രയും ദൂരം എത്തിച്ചേരാൻ കഴിയില്ലേ? നമ്മുടെ വിശുദ്ധ ഗ്രന്ഥങ്ങൾ എന്താണ് പറയുന്നതെന്ന് നിങ്ങൾക്ക് അറിയില്ലേ? ദൈവം ലോകം സൃഷ്ടിക്കുന്നതിന് പതിനാല് തലമുറകൾക്ക് മുമ്പാണ് വിശുദ്ധ നിയമം എഴുതപ്പെട്ടത്. പക്ഷേ, അത് തോൽക്കടലാസിലോ മെഴുകുകടലാസിലോ അല്ല എഴുതിയിരുന്നത്. കാരണം ആ സമയത്ത് തോൽ ലഭിക്കാൻ മൃഗങ്ങളോ തടി ലഭിക്കാൻ മരങ്ങളോ ഉണ്ടായിരുന്നില്ല; കല്ലിനു മുകളിലും എഴുതാൻ കഴിയില്ല. അന്ന് കല്ലുകളും ഉണ്ടായിരുന്നില്ല. അത് ദൈവത്തിന്റെ ഇടതുകൈയുടെ പുറത്തെ വെളുത്ത തീയുടെ മുകളിൽ കറുത്ത ജ്വാലകൾ കൊണ്ടാണ് എഴുതിയിരിക്കുന്നത്. ഈ വിശുദ്ധ നിയമം അനുസരിച്ചാണ് ദൈവം ലോകം സൃഷ്ടിച്ചതെന്ന് നിങ്ങൾ മനസ്സിലാക്കണമെന്ന് ഞാൻ ആഗ്രഹിക്കുന്നു."

"വേണ്ട! വേണ്ട" സ്വയം നിയന്ത്രിക്കാൻ കഴിയാതെ യേശു വിളിച്ചുകൂവി. "വേണ്ട!"

വൃദ്ധനായ ആചാര്യൻ വാത്സല്യത്തോടെ യേശുവിന്റെ കൈയിൽ

കയറി പിടിച്ചു. "എന്റെ കുട്ടീ, നീ എന്തിനാണ് ഇങ്ങനെ അലറുന്നത്?"

യേശു ലജ്ജിച്ചു. കടിഞ്ഞാൺ അദ്ദേഹത്തിന്റെ കൈയിൽ നിന്ന് പോയിരിക്കുന്നു. അദ്ദേഹത്തിന് ആത്മാവിനെ നിലയ്ക്കു നിർത്താൻ ഇപ്പോൾ കഴിയുന്നില്ല. പാദം മുതൽ തല വരെ മുറിവുകൾ കൊണ്ട് മൂടി യിരിക്കുന്നതുപോലെയുള്ള അവസ്ഥ. നിങ്ങൾ എത്രമാത്രം മൃദുലമായി അദ്ദേഹത്തിന്റെ ഏതു ഭാഗത്ത് തൊട്ടാലും അദ്ദേഹം വേദനയോടെ നില വിളിക്കുന്നു.

ഈ തവണയും അദ്ദേഹം നിലവിളിച്ചു. പിന്നീട് ശാന്തമായി. അദ്ദേഹം വൃദ്ധനായ ആചാര്യന്റെ കൈയിൽ പിടിച്ചുകൊണ്ട് ശബ്ദം താഴ്ത്തി.

"പിതാവേ, വിശുദ്ധ ഗ്രന്ഥങ്ങൾ എന്റെ ഹൃദയത്തിന്റെ താളുകൾ ആണ്. മറ്റ് താളുകളെല്ലാം ഞാൻ കീറിമാറ്റി." പക്ഷേ, സംസാരിക്കുന്നതി നിടയിൽ അദ്ദേഹം മനസ്സു മാറ്റി. "ഞാനല്ല, ഞാനല്ല കീറിമാറ്റിയത്; പക്ഷേ, എന്നെ അയച്ച ദൈവമാണ്."

യേശുവിന്റെ തൊട്ടടുത്ത് കാൽമുട്ടുകൾ പരസ്പരം തൊട്ടിരിക്കുന്ന രീതിയിൽ ഇരുന്നിരുന്ന ആചാര്യന്, യേശുവിന്റെ ശരീരത്തിൽനിന്നും അസഹ്യമായ ഒരു പൊള്ളുന്ന ശക്തി പുറത്തേക്ക് പ്രവഹിക്കുന്നത് അനു ഭവപ്പെട്ടു. ഒരു ശക്തമായ കാറ്റ് ജനാലയിലൂടെ പെട്ടെന്ന് വീശിയടിച്ച് വിളക്കണച്ചപ്പോൾ മുറിയുടെ നടുക്ക് അഗ്നിയുടെ ഒരു സ്തൂപം പോലെ മറിയത്തിന്റെ മകൻ എല്ലാ ഗാംഭീര്യത്തോടും കൂടി കൂരിരുട്ടിൽ നിവർന്നു നില്ക്കുന്നത് ആചാര്യൻ കണ്ടു. മോശയും എലിയായും വീണ്ടും ഹാജ രായിട്ടുണ്ടോ എന്ന് മനസ്സിലാക്കാൻ വേണ്ടി അയാൾ വലത്തോട്ടും ഇട ത്തോട്ടും നോക്കി. പക്ഷേ, അവരിൽ ആരെയും അയാൾ കണ്ടില്ല. യേശു അദ്ദേഹത്തിന്റെ എല്ലാ ഗംഭീര്യത്തോടും കൂടി തനിച്ചായിരുന്നു. അദ്ദേഹ ത്തിന്റെ തല മച്ചിൽ തൊട്ടു. ചൂരലു കൊണ്ടുള്ള മച്ച് കത്തിജ്വലിച്ചു. വൃദ്ധ നായ ആചാര്യൻ നിലവിളിക്കാൻ തുടങ്ങുമ്പോൾ യേശു അദ്ദേഹത്തിന്റെ കൈകൾ വിടർത്തി. അദ്ദേഹം ഇപ്പോൾ ഒരു കുരിശായി പരിണമിച്ചിരുന്നു. അദ്ദേഹത്തെ തീജ്വാലകൾ നക്കിത്തുടച്ചു കൊണ്ടിരുന്നു.

മാർത്താ എഴുന്നേറ്റ് വീണ്ടും വിളക്ക് കൊളുത്തി. എല്ലാം പൂർവ്വസ്ഥി തിയിലായി. യേശു ഇപ്പോഴും ചിന്തിച്ചുകൊണ്ട് തലകുനിച്ച് ഇരിക്കുക യായിരുന്നു. ആചാര്യൻ നാലുചുറ്റും നോക്കി: ഇരുട്ടിൽ മറ്റാരും ഒന്നും തന്നെ കണ്ടിട്ടില്ല. മറ്റുള്ളവർ ശാന്തമായി മേശയ്ക്ക് ചുറ്റും ഇരുന്ന് സ്വയം ആഹാരം വിളമ്പാൻ തയ്യാറെടുക്കുകയായിരുന്നു. ദൈവം എന്നെ അദ്ദേ ഹത്തിന്റെ കൈയിൽ എടുത്ത് കളിക്കുന്നു. ആചാര്യൻ ആലോചിച്ചു. സത്യത്തിന് ഏഴ് തലങ്ങൾ ഉണ്ട്. അദ്ദേഹം എന്നെ ഒന്നിൽ നിന്ന് മറ്റൊ ന്നിലേക്ക് ഉയർത്തുന്നു. താഴ്ത്തുന്നു. അവസാനം എനിക്ക് തല ചുറ്റുന്നു...

യേശുവിന് വിശപ്പുണ്ടായിരുന്നില്ല. അദ്ദേഹം ഭക്ഷണം കഴിക്കാൻ ഇരുന്നില്ല. ആചാര്യനും ഇരുന്നില്ല. അവർ രണ്ടുപേരും ഉറക്കത്തിലാ ണെന്നു തോന്നുന്ന ലാസറസിന്റെ അടുത്ത് ഉണ്ടായിരുന്നു. പക്ഷേ, അയാൾ ഉറങ്ങിയിരുന്നില്ല. അയാൾ ആലോചിക്കുകയായിരുന്നു. അയാൾ

പൂർണ്ണമായും കണ്ട ഈ സ്വപ്നം എന്തായിരുന്നു? അയാൾ മരിച്ചിരുന്നോ? അയാൾ അത്ഭുതപ്പെട്ടു. അയാളെ ഭൂമിക്കടിയിൽ കിടത്തിയിരുന്നോ? അതിനുശേഷം അയാൾ "ലാസറസ്, പുറത്തു വരൂ!" എന്ന ഭയാനകമായ ശബ്ദം കേട്ടിരുന്നോ? അയാൾ സ്വപ്നത്തിൽ കണ്ട ശവവസ്ത്രം പുതച്ചു കൊണ്ടാണോ ഞെട്ടി ഉണർന്നത്? അതേ ശവവസ്ത്രത്തിലാണോ അയാൾ പുറത്തു വന്നത്? ഒരു പക്ഷേ, അത് സ്വപ്നം ആയിരുന്നില്ലേ? അയാൾ സത്യത്തിൽ നരകത്തിലേക്ക് താഴുകയായിരുന്നോ?

"എന്റെ കുട്ടീ, എന്തിനാണ് അയാളെ ശവക്കുഴിയിൽനിന്ന് പുറത്തു കൊണ്ടുവന്നത്?"

"ഞാൻ ആഗ്രഹിച്ചിരുന്നില്ല." യേശു സാവധാനം മറുപടി പറഞ്ഞു. "പിതാവേ, ഞാൻ ആഗ്രഹിച്ചിരുന്നില്ല. അയാൾ ശവക്കുഴിയുടെ കല്ല് ഉയർത്തുന്നതുകണ്ടപ്പോൾ ഞാൻ ഭയന്നുപോയി. എനിക്ക് ഓടിപ്പോകണമെന്ന് ഉണ്ടായിരുന്നു. പക്ഷേ, എനിക്ക് വലിയ നാണക്കേട് തോന്നി. ഞാൻ അവിടെ നിന്ന് വിറയ്ക്കുകയായിരുന്നു."

"എനിക്ക് ശരീരം അഴുകുന്നതിന്റെ ദുർഗ്ഗന്ധം ഒഴിച്ച് എന്തും സഹിക്കാൻ പറ്റും. ഞാൻ മറ്റൊരു ഭയാനകമായ ശരീരം കണ്ടിട്ടുണ്ട്. അത് തിന്നും കുടിച്ചും സംസാരിച്ചും നെടുവീർപ്പിട്ടും ഇരിക്കുന്ന സമയത്തു തന്നെ അഴുകിപ്പോയിരുന്നു. ഹെറോദേസ് രാജാവ്— നരകത്തിലേക്ക് ശിക്ഷിക്കപ്പെട്ട ഒരു വലിയ ആത്മാവ്. അയാൾ സ്നേഹിച്ചിരുന്ന സുന്ദരിയായ മരിയാനായെ കൊന്നു. അയാൾ അയാളുടെ ചങ്ങാതിമാരെയും പട്ടാള മേധാവികളെയും ആൺമക്കളെയും കൊന്നു. അയാൾ രാജ്യങ്ങൾ പിടിച്ചടക്കി. കോട്ടകളും കൊട്ടാരങ്ങളും പട്ടണങ്ങളും സോളമന്റെ പഴയ ദേവാലയത്തേക്കാൾ ഭംഗിയുള്ള വിശുദ്ധ ദേവാലയവും നിർമ്മിച്ചു. അയാൾ കല്ലുകളിൽ സ്വന്തം പേര് സ്വർണ്ണംകൊണ്ട് കൊത്തിവെച്ചു: അമരത്വത്തിനു വേണ്ടി ദാഹിച്ചു. പെട്ടെന്ന് അയാളുടെ കീർത്തിയുടെ ഔന്നത്യത്തിൽ ദൈവത്തിന്റെ വിരലുകൾ അയാളുടെ കഴുത്തിൽ തൊട്ടു. ഉടൻ തന്നെ അയാൾ അഴുകാൻ തുടങ്ങി. അയാൾക്ക് വിശപ്പ് മാറിയില്ല. അയാൾ തുടർച്ചയായി തിന്നുകൊണ്ടിരുന്നു. പക്ഷേ, ഒരിക്കലും അയാളുടെ വയർ നിറഞ്ഞില്ല. അയാളുടെ വൻകുടൽ ഒരു നിശ്ചലമായ ചീഞ്ഞളിഞ്ഞ മുറിവായിരുന്നു. അയാളുടെ വിശപ്പ് ഭയങ്കരമായിരുന്നു. രാത്രിയിൽ കുറുക്കന്മാർ അയാളുടെ അലർച്ച കേട്ട് വിറച്ചു. അയാളുടെ വയറും കാലുകളും കക്ഷങ്ങളും വീർക്കാൻ തുടങ്ങി. അയാളുടെ വൃഷണങ്ങളിൽ നിന്ന് പുഴുക്കൾ പുറത്തുവന്നു— ആദ്യം ചീഞ്ഞുനാറാൻ തുടങ്ങിയത് അവയായിരുന്നു. ദുർഗന്ധംകൊണ്ട് ഒരു മനുഷ്യജീവിക്കുപോലും അയാളുടെ അടുത്തു ചെല്ലാൻ കഴിഞ്ഞില്ല. അയാളുടെ അടിമകൾ ബോധം കെട്ടു വീണു. അയാളെ ജോർദ്ദാനിനടുത്തുള്ള ഇളംചൂടുള്ള അരുവിയിലേക്ക് എടുത്തുകൊണ്ടുപോയിരുന്നു. അതോടെ അയാളുടെ നില കൂടുതൽ വഷളായി. അവർ അയാളെ ഇളം ചൂടുള്ള എണ്ണയിൽ മുക്കി. അവസ്ഥ കൂടുതൽ മോശമായി. ആ സമയത്ത് രോഗങ്ങൾ മന്ത്രവാദം കൊണ്ട് സുഖ

പ്പെടുന്നതായി എനിക്ക് ഒരു പേര് ഉണ്ടായിരുന്നു. രാജാവ് ഈ കാര്യം അറിഞ്ഞിരുന്നു. അദ്ദേഹം എനിക്ക് വേണ്ടി ആളയച്ചു. അന്ന് അവർ അയാളെ ജറിച്ചോയിലെ തോട്ടത്തിൽ കിടത്തിയിരിക്കുകയായിരുന്നു. അയാളുടെ ദുർഗ്ഗന്ധം ജറുസലേമിൽ നിന്ന് ജോർദ്ദാൻവരെ എത്തിയിരുന്നു. ഞാൻ ആദ്യമായി അയാളെ സമീപിച്ചപ്പോൾ ബോധം കെട്ടുവീണു. ഞാൻ അടിമകളെക്കൊണ്ട് അയാളുടെ ശരീരത്തിൽ തൈലം പുരട്ടിച്ചു. ഞാൻ രഹസ്യമായി തലകുനിച്ച് ഛർദ്ദിച്ചു. ഇത് ഒരു രാജാവാണോ? ഞാൻ സ്വയം ചോദിച്ചു. മനുഷ്യൻ ഇതാണോ: അഴുക്കും ദുർഗന്ധവും? കാര്യങ്ങൾ ശരിയായ രീതിയിലാക്കാൻ ആത്മാവ് എവിടെ?"

ആചാര്യൻ അങ്ങേയറ്റം ശബ്ദം താഴ്ത്തിയാണ് സംസാരിച്ചത്. മറ്റുള്ളവർ ഭക്ഷണം കഴിച്ചു കൊണ്ടിരിക്കുമ്പോൾ ഇത്തരം സംസാരം കേൾക്കുന്നത് ശരിയല്ല. യേശു നിരാശയോടെ കുനിഞ്ഞിരുന്ന് ശ്രദ്ധിച്ചു കേട്ടു. ഇന്നു വൈകുന്നേരം അദ്ദേഹം ആചാര്യനോട് ചോദിക്കാൻ ഉദ്ദേശിച്ച സഹായം ഇതുതന്നെ ആയിരുന്നു: ആചാര്യനോട് മരണത്തെപ്പറ്റി സംസാരിക്കുക. അങ്ങനെ അദ്ദേഹത്തിന് ശക്തി കണ്ടെത്താൻ കഴിയുക. ഈ സമയത്ത് മരണവുമായി പൊരുത്തപ്പെടാൻ വേണ്ടി എല്ലാ സമയത്തും മരണം അദ്ദേഹത്തിന്റെ മുമ്പിൽ ഉണ്ടായിരിക്കേണ്ടതാണ്. പക്ഷേ, ഇപ്പോൾ ആചാര്യന്റെ സംസാരം അവസാനിപ്പിക്കാൻ വേണ്ടി അദ്ദേഹം ഇടപെടാൻ ആഗ്രഹിച്ചു: "മതിയാക്കൂ!" പക്ഷേ, ഈ സന്ദർഭത്തിൽ അദ്ദേഹത്തിന് ആചാര്യനെ എങ്ങനെ പിന്തിരിപ്പിക്കാൻ പറ്റും? ആചാര്യൻ അഴുക്കു മുഴുവൻ ഓർമ്മയിൽ നിന്ന് വാരിപ്പുറത്തിട്ട് എണ്ണിത്തിട്ടപ്പെടുത്തി സ്വയം ശുദ്ധമാകുന്നതുവരെ അദ്ദേഹത്തിന് കാത്തിരിക്കാൻ പറ്റില്ല.

"എന്റെ ലേപന തൈലങ്ങൾക്ക് പ്രയോജനം ഉണ്ടായില്ല. അതെല്ലാം പുഴുക്കൾ തിന്നു തീർത്തു. പക്ഷേ, ഈ അഴുകിയ മാംസത്തിനുള്ളിലും ഒരു പിശാച് സിംഹാസനത്തിൽ ഇരിക്കുന്നുണ്ടായിരുന്നു. അയാൾ ഇസ്രയേലിലെ സമ്പന്നരും ശക്തരും ഒന്നിച്ചു കൂടാൻ ആജ്ഞാപിച്ചു. അവരെ അയാൾ സ്വന്തം മുറ്റത്ത് തടവിലാക്കി. മരിച്ചുകൊണ്ടിരിക്കുന്ന അയാൾ സഹോദരി സലോമിയെ വിളിച്ചുവരുത്തി. "ഞാൻ മരിക്കുമ്പോൾ ഇവരെ എല്ലാവരെയും കൊല്ലണം. അതുകൊണ്ട് എന്റെ മരണത്തിൽ അവർക്ക് ആഹ്ലാദിക്കാൻ കഴിയില്ല." അയാൾ മരിച്ചു. യൂദിയായിലെ അവസാനത്തെ രാജാവ് ഹെറോദേസ് അവസാനിച്ചു. മോശ അയാളുടെ നിയമ സംഹിതയിൽ പ്രവചിച്ച അനുഗൃഹീതമായ മണിക്കൂർ വന്നിരിക്കുന്നു. "അവസാനം നെറികെട്ടവനും ദുർവൃത്തനുമായ ഒരു രാജാവ് വരും. അയാളുടെ ആൺമക്കൾ അയോഗ്യരായിരിക്കും. പടിഞ്ഞാറുനിന്നും വിശുദ്ധ ഭൂമി കൈവശം വയ്ക്കാൻ പ്രാകൃതരായ പട്ടാളക്കാരും ഒരു രാജാവും വരും. അതായിരിക്കും ലോകത്തിന്റെ അവസാനം!" മോശ പ്രവചിച്ചത് അതായിരുന്നു. അതെല്ലാം സംഭവിച്ചിരിക്കുന്നു. ലോകത്തിന്റെ അവസാനം വന്നിരിക്കുന്നു."

യേശു ഞെട്ടി. ഈ പ്രവചനം അദ്ദേഹം ആദ്യമായാണ് കേൾക്കു

ന്നത്. "ഇത് എവിടെയാണ് എഴുതിയിരിക്കുന്നത്?" അദ്ദേഹം അലറി. "ആരാണ് പ്രവചിച്ചത്? ഞാൻ ഇതിനെപ്പറ്റി ആദ്യം കേൾക്കുകയാണ്!"

"കുറച്ചു വർഷങ്ങൾക്കുമുമ്പ് യൂദിയാൻ മരുഭൂമിയിലെ ഒരു സന്ന്യാസി ഒരു മൺഭരണിക്കുള്ളിൽ പുരാതനമായ ഒരു തോൽക്കടലാസ് കണ്ടു. അയാൾ അത് നിവർത്തിനോക്കിയപ്പോൾ മുകളിൽ ചുവന്ന അക്ഷരങ്ങളിൽ *മോശയുടെ നിയമസംഹിത* എന്ന് എഴുതിയിരുന്നു. ആ വലിയ കുടുംബനാഥൻ അയാളുടെ അനന്തരാവകാശി നന്നിന്റെ മകനായ ജോഷ്വായെ വിളിച്ച് ഭാവിയിൽ നടക്കാൻ പോകുന്ന എല്ലാ കാര്യങ്ങളും പറഞ്ഞു കൊടുത്തു. ഇപ്പോൾ നമ്മൾ പ്രവചിച്ച വർഷങ്ങളിൽ എത്തിയിരിക്കുന്നു. നെറികെട്ട രാജാവ് ഹെറോദേസ് ആയിരുന്നു. പ്രാകൃതരായ പട്ടാളം റോമാക്കാർ. ലോകാവസാനത്തിന്റെ കാര്യം പറഞ്ഞാൽ തല ഉയർത്തിയാൽ അത് വാതിലിലൂടെ അകത്തേക്ക് വരുന്നത് നിങ്ങൾക്ക് കാണാം."

യേശു എഴുന്നേറ്റു. വീട് അദ്ദേഹത്തെ ഞെരിച്ചമർത്തി. ഒന്നും ശ്രദ്ധിക്കാതെ ഭക്ഷണം കഴിച്ചു കൊണ്ടിരുന്ന കൂട്ടുകാരെ മറികടന്ന് അദ്ദേഹം മുറ്റത്ത് പ്രത്യക്ഷപ്പെട്ടു. അവിടെ അദ്ദേഹം തല ഉയർത്തി. ദുഃഖിതനായ വലിയ ചന്ദ്രൻ ആ നിമിഷത്തിൽ മൊവാബിലെ പർവ്വതങ്ങളുടെ പിന്നിൽ നിന്നും ഉയർന്നുവരികയായിരുന്നു. അത് അവസാനം പെസഹാ ദിവസം പൂർണ്ണചന്ദ്രനായി പുറത്തുവരാൻ തുടങ്ങുകയായിരുന്നു.

അദ്ദേഹം ആദ്യം കാണുന്നമട്ടിൽ അത്ഭുതത്തോടെ ചന്ദ്രനെ നോക്കി. ഈ ചന്ദ്രൻ എന്താണ്? അദ്ദേഹം സ്വയം ചോദിച്ചു. പർവ്വതങ്ങളിൽ നിന്ന് ഉയർന്നുവന്ന് പേടിച്ചു പോയ പട്ടികളെ കാലുകൾക്കിടയിൽ വാലും ചുരുട്ടി നിന്ന് കുരയ്ക്കാൻ ഇടവരുത്തുന്ന ഈ ചന്ദ്രൻ എന്താണ്? അത് ഭയാനകമായ നിശ്ശബ്ദതയിൽ നിശ്ശബ്ദമായി ഉയർന്നുവന്ന് വിഷം ഒലിപ്പിക്കുന്നു. മനുഷ്യന്റെ ഹൃദയം വിഷം ഒഴുകി നിറഞ്ഞ ഒരു കുഴിയായി മാറുന്നു.... വിഷമുള്ള ഒരു നാക്ക് അദ്ദേഹത്തിന്റെ കവിളിലും കഴുത്തിലും കൈകളിലും നക്കിത്തുടയ്ക്കുന്നതായി യേശുവിന് അനുഭവപ്പെട്ടു. അത് അദ്ദേഹത്തിന്റെ മുഖവും ശരീരവും ഒരു വെളുത്ത വെളിച്ചത്തിൽ പൊതിഞ്ഞു. ഒരു വെളുത്ത ശവവസ്ത്രം.

ജോണിന് അയാളുടെ ഗുരുവിന്റെ കഷ്ടപ്പാടുകളെപറ്റി ഒരു മുൻധാരണ ഉണ്ടായിരുന്നു. അയാൾ മുറ്റത്ത് ഇറങ്ങിവന്ന് അദ്ദേഹത്തെ കണ്ടു. അദ്ദേഹത്തിന്റെ ശരീരം നിലാവിൽ മുങ്ങിയിരുന്നു. അദ്ദേഹം ഭയപ്പെടാതിരിക്കാൻ വേണ്ടി ശബ്ദം ഉണ്ടാക്കാതെ നടന്നടുത്തു കൊണ്ട് അയാൾ വിളിച്ചു. "ആചാര്യാ."

യേശു അയാളുടെ മുഖത്തേക്ക് തിരിഞ്ഞു നോക്കി. താടിയില്ലാത്ത കൗമാരക്കാരൻ അപ്രത്യക്ഷപ്പെട്ടിരുന്നു. ചന്ദ്രനു താഴെ മുറ്റത്തിന്റെ നടുക്ക് ഒരു വയോവൃദ്ധൻ നില്ക്കുന്നുണ്ടായിരുന്നു. അയാൾ ഒരു കൈയിൽ ഒരു എഴുതാത്ത ബുക്കും മറ്റേകൈയിൽ ചെമ്പ് കൊണ്ട് മുനവെച്ച ഒരു കുന്തത്തോളം നീളമുള്ള തൂവലും പിടിച്ചിരുന്നു. അയാളുടെ പൂർണ്ണമായും നര

ച്ചതാടി കാൽമുട്ടിൽ തൊടുന്നുണ്ടായിരുന്നു.

"ഇടിമുഴക്കത്തിന്റെ മകൻ" യേശു ഉള്ളിൽ തട്ടി വിളിച്ചുകൂവി. "എഴുതൂ: ആദിയും അന്ത്യവും ഞാനാണ്. ദൈവം ഞാൻ ആയിരുന്നു. ഞാനാണ്. ഞാൻ ആയിരിക്കും. നിങ്ങൾ കാഹളം മുഴങ്ങുന്നതുപോലുള്ള ഒരു വലിയ ശബ്ദം കേട്ടോ?"

ജോൺ ഭയന്നുപോയിരുന്നു. ആചാര്യന്റെ മനസ്സ് ഉലഞ്ഞുതുടങ്ങിയിരിക്കുന്നു! ചന്ദ്രൻ മത്തു പിടിപ്പിക്കുമെന്ന് അയാൾക്ക് അറിവുണ്ട്. അതുകൊണ്ടാണ് അയാൾ മുറ്റത്തേക്ക് ഇറങ്ങി വന്നത്: അദ്ദേഹത്തെ പിടികൂടി വീടിനുള്ളിലേക്ക് കൂട്ടിക്കൊണ്ടു വരാൻ. പക്ഷേ, കഷ്ടം! അയാൾ വരാൻ വളരെ താമസിച്ചുപോയി. "ആചാര്യൻ ഒന്നും പറയേണ്ട." അയാൾ പറഞ്ഞു. "ഞാൻ ആചാര്യന് ഇഷ്ടമുള്ള ജോണാണ്. നമുക്ക് അകത്തു പോകാം. ഇത് ലാസറസിന്റെ വീടാണ്."

"എഴുതൂ!" യേശു വീണ്ടും ആജ്ഞാപിച്ചു. "ദൈവത്തിന്റെ സിംഹാസനത്തിനു ചുറ്റും ഏഴ് ദൈവദൂതന്മാർ ഉണ്ട്. ഓരോരുത്തരുടെയും വായിൽ ഓരോ കുഴൽവാദ്യം ഉണ്ട്. ഇടിമുഴക്കത്തിന്റെ മകൻ അവരെ കാണുന്നുണ്ടോ! എഴുതിക്കോളൂ: ഒന്നാമത്തെ ദൈവദൂതൻ ഭൂമിയിലേക്ക് വീണു; ചോരയുമായി കൂടിക്കുഴഞ്ഞ കൊടുങ്കാറ്റും തീയും. ഭൂമിയുടെ മൂന്നിലൊന്ന് എരിഞ്ഞു തീർന്നു. മൂന്നിലൊന്ന് മരങ്ങളും മൂന്നിലൊന്ന് പച്ചപ്പുല്ലും എരിഞ്ഞു തീർന്നു. രണ്ടാമത്തെ ദൈവദൂതൻ കൊമ്പുവാദ്യം മുഴക്കി. തീയുടെ ഒരു പർവ്വതം കടലിൽ വീണു. കടലിന്റെ മൂന്നിലൊന്ന് ചോരയായി മാറി. മൂന്നിലൊന്ന് മീനുകൾ ചത്തു. മൂന്നിലൊന്ന് കപ്പലുകൾ മുങ്ങി. മൂന്നാമത്തെ ദൈവദൂതൻ അയാളുടെ കൊമ്പുവാദ്യം മുഴക്കി: സ്വർഗ്ഗത്തിൽനിന്നും ഒരു വലിയ നക്ഷത്രം വീണു. മൂന്നിലൊന്ന് നദികളിലും തടാകങ്ങളിലും ഉറവകളിലും വിഷം കലർന്നു. നാലാമൻ അയാളുടെ കൊമ്പുവാദ്യം മുഴക്കി: മൂന്നിലൊന്ന് സൂര്യൻ ഇരുണ്ടു. മൂന്നിലൊന്ന് ചന്ദ്രനും നക്ഷത്രങ്ങളും ഇരുണ്ടു. അഞ്ചാമൻ അയാളുടെ കൊമ്പുവാദ്യം മുഴക്കി: മറ്റൊരു നക്ഷത്രം വലിച്ചെറിയപ്പെട്ടു. അഗാധമായ കുഴി തുറക്കപ്പെട്ടു. അതിൽനിന്നും പുകയുടെ മേഘങ്ങൾ പ്രവഹിച്ചു. പുകയിൽനിന്നും മരങ്ങൾക്കും പുല്ലിനും മുകളിലൂടെ പറക്കാതെ മനുഷ്യരുടെ മുകളിലൂടെ പറക്കുന്ന വെട്ടുകിളികൾ പുറത്തേക്ക് ഒഴുകി. അവയുടെ രോമങ്ങൾ സ്ത്രീകളുടെ മുടിപോലെ നീളം ഉള്ളതായിരുന്നു. അവയുടെ പല്ലുകൾ സിംഹത്തിന്റെ പല്ലുകൾ പോലെ ആയിരുന്നു. അവ ഇരുമ്പു പടച്ചട്ടകൾ ധരിച്ചിരുന്നു. അവയുടെ ചിറകടി യുദ്ധത്തിനു പാഞ്ഞുപോകുന്ന ധാരാളം കുതിരകളെ കെട്ടിയ രഥങ്ങളുടെ ഇടിമുഴക്കം പോലെ ആയിരുന്നു. ആറാമത്തെ ദൈവദൂതൻ അയാളുടെ കൊമ്പുവാദ്യം മുഴക്കി."

പക്ഷേ, ജോണിന് കൂടുതൽ സഹിക്കാൻ കഴിയില്ല. അയാൾ പൊട്ടിക്കരഞ്ഞുകൊണ്ട് യേശുവിന്റെ കാല്ക്കൽ വീണു. അയാൾ നിലവിളിച്ചു. "ആചാര്യൻ ഒന്നും പറയേണ്ട. മിണ്ടാതിരുന്നാൽ മതി..."

യേശു കരച്ചിൽ കേട്ടു. അദ്ദേഹം വിറച്ചുകൊണ്ട് കുനിഞ്ഞു നോക്കി

യപ്പോൾ കാല്ക്കൽ കിടക്കുന്ന പ്രിയപ്പെട്ട ശിഷ്യനെ കണ്ടു.

"പ്രിയപ്പെട്ട ജോൺ, നിങ്ങൾ എന്തിനാണ് കരയുന്നത്?" അദ്ദേഹം ചോദിച്ചു.

ചന്ദ്രനുതാഴെ ഗുരുവിന്റെ മനസ്സ് ചഞ്ചലപ്പെട്ടെന്നു വെളിപ്പെടുത്താൻ അയാൾ അല്പസമയം അറച്ചു നിന്നു. അയാൾ പറഞ്ഞു. "ആചാര്യാ, നമുക്ക് അകത്തു പോകാം. വൃദ്ധൻ അങ്ങയ്ക്ക് എന്തു സംഭവിച്ചെന്ന് ചോദിച്ചുകൊണ്ടിരിക്കുന്നു. കൂടാതെ ശിഷ്യന്മാർക്ക് അങ്ങയെ കാണണമെന്നുണ്ട്."

"പ്രിയപ്പെട്ട ജോൺ കരയുന്നത് അതിനു വേണ്ടി ആണോ?.... നമുക്ക് അകത്തു പോകാം."

അദ്ദേഹം അകത്തുകടന്ന് ഒരിക്കൽ കൂടി വൃദ്ധനായ ആചാര്യന്റെ തൊട്ടടുത്ത് ഇരുന്നു. അദ്ദേഹം അങ്ങേയറ്റം ക്ഷീണിതനായിരുന്നു. അദ്ദേഹത്തിന്റെ കൈകൾ വിയർക്കുന്നുണ്ടായിരുന്നു; അദ്ദേഹം ആളിക്കത്തുകയായിരുന്നു— എന്നിട്ടും അദ്ദേഹം വിറച്ചുകൊണ്ടിരുന്നു. വൃദ്ധനായ ആചാര്യൻ ഭയത്തോടെ അദ്ദേഹത്തെ നോക്കി.

"എന്റെ കുട്ടീ, ചന്ദ്രനെ നോക്കരുത്." യേശുവിന്റെ വിയർപ്പ് ഇറ്റു വീഴുന്ന കൈയിൽ പിടിച്ചുകൊണ്ട് വൃദ്ധൻ പറഞ്ഞു. "അത് ചെകുത്താന്റെ പ്രധാന പ്രണയിനിയായ രാത്രിയുടെ മുലക്കണ്ണാണെന്നാണ് അവർ പറയുന്നത്. അതിൽ നിന്ന് ഒഴുകുന്നത്..."

പക്ഷേ, യേശുവിന്റെ മനസ്സ് മരണത്തിന്റെ മുകളിൽ ആയിരുന്നു.

അദ്ദേഹം പറഞ്ഞു. "പിതാവേ, അങ്ങ് മരണത്തെപ്പറ്റി മോശമായി സംസാരിച്ചെന്നാണ് ഞാൻ വിശ്വസിക്കുന്നത്. മരണം ഹെറോദേസിന്റെ മുഖം അണിയുന്നില്ല. ഇല്ലാ. അത് ഒരു വലിയ പ്രഭു ആണ്. ദൈവത്തിന്റെ താക്കോലുകളുടെ സൂക്ഷിപ്പുകാരൻ. അതാണ് വാതിൽ തുറക്കുന്നത്. പിതാവേ മറ്റു മരണങ്ങൾ ഓർക്കാൻ ശ്രമിക്കൂ. എന്നിട്ട് എന്നെ സാന്ത്വനപ്പെടുത്തൂ."

ശിഷ്യന്മാർ ഭക്ഷണം അവസാനിപ്പിച്ചു. അവർ ശ്രദ്ധിച്ചു കേൾക്കാൻ വേണ്ടി സംസാരം നിർത്തി. മാർത്താ ഊണുമേശ വൃത്തിയാക്കി മഗ്ദലനയും മറിയവും യേശുവിന്റെ കാല്ക്കൽ നിലംപതിച്ചു. ഇടയ്ക്കിടയ്ക്ക് ആരാണ് കൂടുതൽ സുന്ദരിയെന്ന് ഉൽക്കണ്ഠയോടെ കണക്കുകൂട്ടിക്കൊണ്ട് ഒരുവൾ മറ്റവളുടെ കൈകളിലും മാറിലും കണ്ണുകളിലും ചുണ്ടിലും തലമുടിയിലും ഇടംകണ്ണിട്ടു നോക്കി.

"എന്റെ കുട്ടീ, നീ പറഞ്ഞത് ശരിയാണ്" വൃദ്ധൻ പറഞ്ഞു. "ഞാൻ ദൈവത്തിന്റെ കറുത്ത ദൈവദൂതനെപ്പറ്റി മോശമായി സംസാരിച്ചു. അയാൾ എപ്പോഴും ഒരു മരിക്കാറായവന്റെ മുഖമാണ് അണിയുന്നത്. ഹെറോദേസ് മരിക്കുമ്പോൾ അയാൾ ഹെറോദേസ് ആയി മാറുന്നു. പക്ഷേ, ഒരു വിശുദ്ധൻ മരിക്കുകയാണെങ്കിൽ അയാളുടെ മുഖം ഏഴു സൂര്യന്മാരെപ്പോലെ തിളങ്ങുന്നു. അയാൾ ഒരു വലിയ പ്രഭുവായി അയാളുടെ രഥവുമായി വന്ന് വിശുദ്ധനെ നിലത്തുനിന്നും ഉയർത്തി സ്വർഗ്ഗ

ത്തിലേക്ക് കൊണ്ടുപോകുന്നു. അനശ്വരതയിൽ നിങ്ങൾക്കുള്ള മുഖം കാണാൻ നിങ്ങൾക്ക് ആഗ്രഹം ഉണ്ടോ? അപ്പോൾ അവസാനമണിക്കൂറിൽ മരണം എങ്ങനെയാണ് നിങ്ങളുടെ മുമ്പിൽ പ്രത്യക്ഷപ്പെടുന്നതെന്ന് നോക്കി മനസ്സിലാക്കുക."

അവർ എല്ലാവരും വാ പൊളിച്ച് ശ്രദ്ധിച്ചു കേട്ടു. ഓരോരുത്തരും അവരവരുടെ മനസ്സിൽ അവരവരുടെ ആത്മാവിനെ ഉൽക്കണ്ഠയോടെ തൂക്കിനോക്കി. വളരെ നേരത്തേക്ക് അവരുടെ എല്ലാം മുകളിൽ ഓരോരുത്തരും അവരവരുടെ മരണത്തിന്റെ മുഖം കാണിക്കാൻ അദ്ധ്വാനിക്കുന്നതുപോലെ നിശ്ശബ്ദത തളം കെട്ടിനിന്നു.

അവസാനം യേശു വായ് തുറന്ന് സംസാരിച്ചു. "പിതാവേ, ഒരിക്കൽ എനിക്ക് പന്ത്രണ്ട് വയസ്സുള്ളപ്പോൾ ഞാൻ സിനഗോഗിൽ എത്തി. ആചാര്യൻ ഏശയ്യാ പ്രവാചകന്റെ രക്തസാക്ഷിത്വത്തെപ്പറ്റിയും നസറേത്തിലെ മനുഷ്യരുടെ മരണത്തെപ്പറ്റിയും സംസാരിക്കുന്നത് കേട്ടിരുന്നു. പക്ഷേ, അത് വർഷങ്ങൾക്ക് മുമ്പായിരുന്നുകൊണ്ട് ഞാൻ അത് മറന്നുപോയിരുന്നു. ഇന്നു രാത്രിയിൽ അയാളുടെ അന്ത്യം ഒരിക്കൽ കൂടി കേൾക്കാൻ എനിക്ക് അതിയായ ആഗ്രഹം ഉണ്ട്. അതുകൊണ്ട് എന്റെ ആത്മാവിന് ഒരു പക്ഷേ, സാന്ത്വനം കിട്ടും. ഞാൻ മരണവുമായി പൊരുത്തപ്പെട്ടെന്നു വരും: കാരണം പിതാവ് ഹെറോദേസിനെപ്പറ്റി സംസാരിച്ച് എന്റെ ആത്മാവിനെ അങ്ങേയറ്റം ദേഷ്യം പിടിപ്പിച്ചിരുന്നു."

"ഇന്നു വൈകുന്നേരം എന്റെ കുട്ടി നമ്മൾ മരണത്തെപ്പറ്റി മാത്രം സംസാരിക്കാൻ ആഗ്രഹിക്കുന്നത് എന്തുകൊണ്ടാണ്? എന്റെ അടുത്തുനിന്നും ചോദിക്കാൻ ഉദ്ദേശിച്ച സഹായം ഇതാണോ?"

"കൃത്യമായും ഇതുതന്നെ ആണ്. ഇതിലും മഹത്തരമായി മറ്റൊന്നില്ല." അദ്ദേഹം ശിഷ്യന്മാരുടെ നേർക്ക് തിരിഞ്ഞു. "കൂട്ടുകാരേ, മരണത്തെ ഭയക്കരുത്. അത് അനുഗൃഹീതമാകട്ടെ! മരണം നിലനില്ക്കുന്നില്ലെങ്കിൽ നമ്മൾ എങ്ങനെയാണ് ദൈവത്തിന്റെ അടുത്തെത്തി ശാശ്വതമായി അവിടെ കഴിഞ്ഞുകൂടുന്നത്? ഞാൻ സത്യം നിങ്ങളോട് പറയുന്നു. താക്കോലുകൾ മരണത്തിന്റെ കൈയിലാണ് മരണമാണ് വാതിൽ തുറക്കുന്നത്."

വൃദ്ധനായ ആചാര്യൻ അത്ഭുതത്തോടെ അദ്ദേഹത്തെ നോക്കി. "ഇത്രയും സ്നേഹത്തോടും ഉറപ്പോടും യേശുവിന് മരണത്തെപ്പറ്റി എങ്ങനെയാണ് സംസാരിക്കാൻ കഴിയുന്നത്? എന്റെ കുട്ടിയുടെ ശബ്ദം ഇത്രമാത്രം ശാന്തമായി വളരെക്കാലത്തിനുശേഷമാണ് ഞാൻ കേൾക്കുന്നത്?"

"ഏശയ്യാ പ്രവാചകന്റെ മരണത്തെപ്പറ്റി നിങ്ങളോടു പറയൂ. ഞാൻ പറഞ്ഞത് ശരിയാണെന്ന് ആചാര്യന് മനസ്സിലാകും."

വൃദ്ധനായ ആചാര്യൻ ലാസറസിനെ തൊടാതിരിക്കാൻ വേണ്ടി ചെറിയ തോതിൽ സ്ഥാനം മാറി ഇരുന്നു.

ദൈവഭയം ഉള്ള "ഹെസക്കിയ"യുടെ മകനായ നീതിമാനല്ലാത്ത "മനാസ്സെ" രാജാവ് അയാളുടെ അച്ഛന്റെ കല്പനകൾ മറന്നു. പിശാച്

കടന്നുവന്ന് അയാളെ സ്വന്തമാക്കി. മനാസ്സെയ്ക്ക് ദൈവത്തിന്റെ ശബ്ദമായ ഏശയ്യയെ കേൾക്കുന്നത് സഹിക്കാൻ കഴിയാതായി. അയാൾ അതുകൊണ്ട് ഏശയ്യയെ കണ്ടുപിടിച്ച് കഴുത്തുവെട്ടാൻ വേണ്ടി യൂദിയാ മുഴുവനും കൊലയാളികളെ പറഞ്ഞു വിട്ടു. അതുകൊണ്ട് അയാൾക്ക് ഏശയ്യയുടെ വായടപ്പിക്കാൻ പറ്റും. പക്ഷേ, ഏശയ്യ ബത്‌ലഹേമിൽ ആയിരുന്നു. അയാൾ ഒരു വലിയ ദേവദാരു മരത്തിൽ ഒളിച്ചിരുന്ന് ദൈവത്തിന് കരുണ തോന്നി ഇസ്രയേലിനെ രക്ഷിക്കാൻ വേണ്ടി പ്രാർത്ഥിക്കുകയും ഉപവാസം ഇരിക്കുകയും ചെയ്തു. ഒരു ദിവസം അതുവഴി കടന്നുപോയ ഒരു നെറികെട്ട സമരിയാക്കാരൻ മരത്തിനുപുറത്തേക്ക് തള്ളിനിന്നു പ്രാർത്ഥിച്ചുകൊണ്ടിരുന്ന പ്രവാചകന്റെ കൈ കണ്ടു. നെറികെട്ട സമരിയാക്കാരൻ അതു കണ്ടവഴി ഓടി രാജാവിന്റെ അടുത്തെത്തി വിവരം ധരിപ്പിച്ചു. പ്രവാചകനെ പിടികൂടി രാജാവിന്റെ അടുത്ത് കൊണ്ടു ചെന്നു. “മരങ്ങൾ മുറിച്ചിടുന്ന വാൾ എടുത്തുകൊണ്ടുവന്ന് ഇയാളെ രണ്ടായി മുറിക്കട്ടെ!” ശപിക്കപ്പെട്ട ആ മനുഷ്യൻ ആജ്ഞാപിച്ചു. അവർ പ്രവാചകനെ താഴെ കിടത്തി. രണ്ടു മനുഷ്യർ വാളിന്റെ രണ്ടറ്റത്തും ഉള്ള കൈപ്പിടികളിൽ പിടിച്ച് അറക്കാൻ തുടങ്ങി. “നിങ്ങളുടെ പ്രവചനങ്ങൾ കൈവെടിയൂ.” രാജാവ് അലറി. “നിങ്ങൾക്ക് ജീവിതം ഞാൻ അനുവദിക്കാം!” പക്ഷേ, ഏശയ്യ സ്വർഗ്ഗത്തിൽ പ്രവേശിച്ചുകഴിഞ്ഞിരുന്നു. ഭൂമിയിലെ ശബ്ദങ്ങൾ അദ്ദേഹം കേട്ടിരുന്നില്ല. “ദൈവത്തെ നിരാകരിക്കൂ.” രാജാവ് വീണ്ടും അലറി. “എന്റെ പ്രജകൾ നിങ്ങളുടെ കാല്ക്കൽ വീണു കിടന്ന് ആരാധന നടത്തും.”

“നിങ്ങൾക്ക് എന്റെ ശരീരത്തെ കൊല്ലാനല്ലാതെ മറ്റ് യാതൊരു ശക്തിയും ഇല്ല.” പ്രവാചകൻ അപ്പോഴാണ് അയാളോട് മറുപടി പറഞ്ഞത്. “നിങ്ങൾക്ക് എന്റെ ആത്മാവിനെ തൊടാൻ കഴിയില്ല. നിങ്ങൾക്ക് എന്റെ ശബ്ദത്തെ ഇല്ലാതാക്കാൻ പറ്റില്ല. രണ്ടും അനശ്വരമാണ്. ഒന്ന് ദൈവത്തിന്റെ അടുത്തേക്ക് പോകും. മറ്റേത് എന്റെ ശബ്ദം ആണ്. അത് എന്നും ഭൂമിയിൽ ധർമ്മോപദേശം നടത്തും.” അദ്ദേഹം സംസാരിച്ചു കഴിഞ്ഞപ്പോൾ മരണം തലമുടിയിൽ സ്വർണ്ണം പൂശിയ ദേവദാരുവിന്റെ കിരീടവും ചൂടി അഗ്നിയുടെ രഥത്തിൽ വന്ന് അദ്ദേഹത്തെ കൂട്ടിക്കൊണ്ടുപോയി.”

യേശു എഴുന്നേറ്റു. അദ്ദേഹത്തിന്റെ കണ്ണുകൾ തിളങ്ങുന്നുണ്ടായിരുന്നു. ഒരു അഗ്നിരഥം അദ്ദേഹത്തിന്റെ മുകളിൽ തൂങ്ങിക്കിടന്നു.

“ചങ്ങാതിമാരേ” ഓരോ ശിഷ്യന്മാരെയും മാറിമാറി നോക്കിക്കൊണ്ട് അദ്ദേഹം പറഞ്ഞു. “പ്രിയപ്പെട്ട സഹയാത്രികരേ: നിങ്ങൾ എന്നെ സ്നേഹിക്കുന്നുണ്ടെങ്കിൽ ഞാൻ ഇന്നു രാത്രിയിൽ നിങ്ങളോടു പറയുന്ന വാക്കുകൾ ശ്രദ്ധിക്കുക. നിങ്ങൾ എപ്പോഴും തയ്യാറെടുത്തിരിക്കണം—ചെരുപ്പ് ഉള്ളവർ ചെരുപ്പും വടിയുള്ളവർ വടിയും കരുതിക്കൊണ്ട് ഒരു വലിയ യാത്രയ്ക്ക് തയ്യാറാകുക. ഈ ശരീരം എന്താണ്? ആത്മാവിന്റെ കൂടാരം. നമ്മൾ നമ്മുടെ കൂടാരങ്ങളും കൊണ്ട് പുറപ്പെടുന്നു! ഓരോ നിമിഷത്തിലും നിങ്ങൾ പറഞ്ഞുകൊണ്ടിരിക്കണം. “ഞങ്ങൾ പുറപ്പെടു

കയാണ് ഞങ്ങൾ ഞങ്ങളുടെ സ്വരാജ്യത്തേക്ക് തിരിച്ചു പോകുകയാണ്." ഏതു സ്വരാജ്യം? സ്വർഗ്ഗം!"

"ചങ്ങാതിമാരേ, ഇന്നു രാത്രിയിൽ ഞാൻ നിങ്ങളോട് പറയാൻ ആഗ്രഹിക്കുന്ന അവസാനം ഇതാണ്. നിങ്ങൾ സ്വയം ഒരു പ്രിയപ്പെട്ട ശവക്കുഴിയുടെ മുമ്പിൽ നില്ക്കുന്നതു കാണുമ്പോൾ കരയാൻ തുടങ്ങരുത്. നിങ്ങളുടെ മനസ്സിൽ ഈ വലിയ സാന്ത്വനം എന്നും സൂക്ഷിച്ചുവയ്ക്കണം. മരണം അനശ്വരതയിലേക്കുള്ള വാതിൽ ആണ്. അതിന് മറ്റുവാതിലുകൾ ഇല്ല. നിങ്ങളുടെ പ്രിയപ്പെട്ടവർ മരിക്കില്ല- അവൻ അനശ്വരരായി മാറുകയാണ്."

ഇരുപത്തിയേഴ്

സ്വർഗ്ഗീയമായ പുലരിയിൽ തുടങ്ങുന്ന പകലുകളിലും ആരാലും ശ്രദ്ധിക്കപ്പെടാതെ കടന്നുപോകുന്ന രാത്രികളിലും ഇസ്രയേലിന്റെ ഭൂമിയിലെ മണ്ണും പാറയും സാവധാനം തള്ളിമറ്റിക്കൊണ്ട് വസന്തം ഉയർന്നു വരുന്നുണ്ടായിരുന്നു. ഒരു രാത്രികൊണ്ട് സമരിയായിലെ ഷരാൺ സമതലവും ഗലീലിയിലെ എസ്ഡ്രലോൺ സമതലവും മഞ്ഞ ഡെയ്സിപ്പൂക്കളും കാട്ടുലില്ലിപ്പൂക്കളും കൊണ്ട് നിറഞ്ഞു. യൂദിയായിലെ ഇരുണ്ട പാറകൾക്കിടയിൽ വലിയ ചോരത്തുള്ളികൾ പോലെ അല്പായുസ്സായ നക്ഷത്രച്ചെടികൾ മുളച്ചുപൊന്തി. മുന്തിരിവള്ളികളിൽ ഉന്തി നില്ക്കുന്ന ഞണ്ടിന്റെ കണ്ണുകൾ പ്രത്യക്ഷപ്പെട്ടു. ഈ ചുവപ്പും പച്ചയും കലർന്ന മൊട്ടുകളിൽ ഉറങ്ങുന്ന മൂപ്പെത്താത്ത മുന്തിരിക്കുലകൾ വിളഞ്ഞ മുന്തിരിക്കുലകളും പുതിയ വീഞ്ഞും പൊട്ടി വിടരാനുള്ള ശക്തി സംഭരിച്ചു. ഓരോ മൊട്ടിന്റെയും ഹൃദയത്തിൽ കൂടുതൽ ആഴത്തിലായി മനുഷ്യരുടെ ഗാനങ്ങൾ ഉണ്ടായിരുന്നു. ഓരോ തീരെ ചെറിയ ഇലയുടെ അടുത്തും ഒരു കാവൽ മാലാഖ നില്ക്കുന്നുണ്ടായിരുന്നു. ആ മാലാഖ അതിനെ വളരാൻ സഹായിച്ചു. പുതിയതായി ഉഴുതുമറിച്ച മണ്ണിൽ മരങ്ങളും കാട്ടുപൂക്കളും പച്ചനിറവും കാണുമ്പോൾ ദൈവത്തിന്റെ വാക്കുകൾ ഓരോന്നും ഭൂമിയിൽ വീണ സൃഷ്ടിയുടെ ആദ്യ ദിവസങ്ങൾ തിരിച്ചു വരുകയാണെന്ന് നിങ്ങൾ വിചാരിക്കും.

ഇന്നു രാവിലെ വിശുദ്ധ ഗരീസിം പർവ്വതത്തിന്റെ ചുവട്ടിൽ സമരിയാക്കാരി വീണ്ടും ജേക്കബ്ബിന്റെ കിണറ്റിൽനിന്നും അവളുടെ കൂജയിൽ വെള്ളം നിറച്ചിരുന്നു. ഒരിക്കൽ അവളോട് അനശ്വരമായ വെള്ളത്തെപ്പറ്റി സംസാരിച്ച വിളറിയ ചെറുപ്പക്കാരനെ വീണ്ടും കാണാൻ ആഗ്രഹിക്കുന്നതു പോലെ അവൾ ഗലീലിയിലേക്കുള്ള വഴിയിലൂടെ താഴോട്ട് നോക്കുന്നുണ്ടായിരുന്നു. ഇപ്പോൾ വസന്തം ആയതുകൊണ്ട് ആർദ്രതയുള്ള ആ വിധവ അവളുടെ വിയർത്ത മാറിടത്തിന്റെ മേടുകളുടെ രഹസ്യം കൂടുതൽ വെളിപ്പെടുത്തിയിരുന്നു.

ഈ വസന്തകാല രാത്രിയിൽ ഇസ്രയേലിന്റെ അനശ്വരമായ ആത്മാവ്

ഒരു രാപ്പാടിയായി രൂപം മാറി അവിവാഹിതരായ ഓരോ യഹൂദയുവതിയുടെയും തുറന്നിട്ട ജനാലയിൽ ചേക്കേറി പാട്ടുകൾ പാടി നേരം പുലരുന്നതുവരെ അവളുടെ ഉറക്കം കെടുത്തി. നീ എന്തിനാണ് തനിച്ച് കിടക്കയിലേക്ക് പോയത്? അത് അവളെ ശകാരിച്ചുകൊണ്ട് ചിലച്ചു. നിനക്ക് ഞാൻ നീണ്ടമുടിയും മാറിടവും ഉരുണ്ട് വിശാലമായ അരക്കെട്ടും തന്നത് എന്തിനാണെന്നാണ് നീ വിചാരിക്കുന്നത്? എഴുന്നേല്ക്കൂ. നിന്റെ ആഭരണങ്ങൾ അണിയൂ. നിന്റെ ജനാലയിലൂടെ പുറത്തേക്ക് ചായൂ. പുലരിയിൽ ഉമ്മറത്ത് പോയി നിന്റെ കുടം എടുത്തുകൊണ്ട് കിണറിനടുത്തേക്ക് പോകൂ. വഴിയിൽ കണ്ടുമുട്ടുന്ന അവിവാഹിതനായ യഹൂദനുമായി ശൃംഗരിക്കൂ. അവരോടൊപ്പം ചേർന്ന് എനിക്കുവേണ്ടി കുട്ടികളെ സൃഷ്ടിക്കൂ. നമ്മൾ യഹൂദന്മാർക്ക് ധാരാളം ശത്രുക്കൾ ഉണ്ട്. പക്ഷേ, എന്റെ പെൺമക്കൾ എനിക്ക് കുട്ടികളെ തരുന്ന കാലത്തോളം ഞാൻ അനശ്വരനാണ്.

ഇദുമിയാ മരുഭൂമിയിലെ ദൈവം സംരക്ഷിക്കുന്ന ഹെബ്രോനിലെ എബ്രഹാമിന്റെ വിശുദ്ധ കല്ലറയ്ക്ക് ചുറ്റും അതിരാവിലെ ഉണർന്ന യഹൂദക്കുട്ടികൾ മിശിഹായുടെ കളി കളിച്ചു. അവർ അരളിക്കമ്പുകൊണ്ട് വില്ലുണ്ടാക്കി ചൂരൽ കൊണ്ടുള്ള അമ്പുകൾ മിശിഹാ വരാൻ വേണ്ടി വിളിച്ചുകൂവിക്കൊണ്ട് ആകാശത്തേക്ക് പായിച്ചു– ഇസ്രയേലിന്റെ രാജാവ് അവസാനം ഒരു നീളമുള്ള വാളും സ്വർണ്ണത്തിന്റെ തൊപ്പിയും ധരിച്ച് ഇറങ്ങിവരാൻ വേണ്ടിയാണ് അവർ വിളിച്ചുകൂവിയത്. അവർ അദ്ദേഹത്തിന് ഇരിക്കാൻ വേണ്ടി വിശുദ്ധ ശവക്കല്ലറയ്ക്ക് മുകളിൽ ആട്ടിൻതോൽ വിരിച്ച് ഒരു സിംഹാസനം ഉണ്ടാക്കി. അവർ അദ്ദേഹത്തിനുവേണ്ടി അസാധാരണമായ ഒരു പാട്ട് ചിട്ടപ്പെടുത്തി. അവർ അദ്ദേഹം വരാൻ വേണ്ടി കൈകൊട്ടി. പെട്ടെന്ന് ശവക്കല്ലറയുടെ പിന്നിൽനിന്നും ആർപ്പുവിളികളും ചെണ്ടകൊട്ടും മുഴങ്ങി. വയ്ക്കോലിന്റെ മേൽമീശയും താടിയും ഉള്ള അലറുന്ന മിശിഹാ വിക്കിവിക്കി അലറിക്കൊണ്ട് പുറത്തുവന്നു. മിശിഹായുടെ മുഖത്ത് നിർദ്ദയമായി നിറങ്ങൾ പൂശിയിരുന്നു. അദ്ദേഹം ഈന്തപ്പനയുടെ മടൽ കൊണ്ടുള്ള ഒരു നീളമുള്ള വാൾ കൈയിൽ പിടിച്ചിരുന്നു. മിശിഹാ ആ വാളുകൊണ്ട് കുട്ടികളുടെ കഴുത്തിൽ അടിച്ചു. അവർ ഓരോരുത്തരും കൊല ചെയ്യപ്പെട്ട് നിലത്തു വീണു.

ബഥനിയിലെ ലാസറസിന്റെ വീട്ടിലും നേരം പുലരുകയായിരുന്നു. പക്ഷേ, യേശു ഇതുവരെ കണ്ണടച്ചിരുന്നില്ല. അദ്ദേഹത്തിന്റെ ഉൽക്കണ്ഠ ശമിക്കാൻ കൂട്ടാക്കിയില്ല. അദ്ദേഹത്തിന്റെ മുമ്പിൽ ഒരു വഴി ഒഴിച്ച് മറ്റൊന്നും തുറന്നില്ല: മരണത്തിന്റെ വഴി. അദ്ദേഹം ആലോചിച്ചുകൊണ്ടിരുന്നു. ഈ പെസഹായ്ക്ക് ലോകത്തിന്റെ എല്ലാ പാപങ്ങളും സ്വയം വഹിച്ചുകൊണ്ട് കശാപ്പുചെയ്യപ്പെടാൻ പോകുന്ന ആട് ഞാനാണ്. ശരി, അങ്ങനെയെങ്കിൽ ആ ആട് ഒരു മണിക്കൂർ നേരത്തേ കശാപ്പുചെയ്യപ്പെടട്ടെ. മാംസം ദുർബ്ബലമാണ്. എനിക്ക് അതിൽ വിശ്വാസം ഇല്ല. അവസാന നിമിഷത്തിൽ അത് ഭയപ്പെട്ടുപോകാൻ ഇടയുണ്ട്. എന്റെ ആത്മാവ് നിവർന്നു നില്ക്കുന്ന സമയത്തുതന്നെ മരണം വരട്ടെ... ഹോ, സൂര്യൻ എപ്പോഴാണ്

ഉദിക്കാൻ പോകുന്നത്. ഉദിച്ചിരുന്നെങ്കിൽ എനിക്ക് ദേവാലയത്തിൽ പോകാമായിരുന്നു. എനിക്ക് എല്ലാ കാര്യങ്ങളും അവസാനിപ്പിക്കണം—ഇന്നു തന്നെ.

തീരുമാനം എടുത്തുകഴിഞ്ഞപ്പോൾ അദ്ദേഹത്തിന്റെ മനസ്സിന് സാമാന്യം ആശ്വാസം തോന്നി. അദ്ദേഹം കണ്ണടച്ച് ഉറങ്ങി. ഉറക്കത്തിൽ അദ്ദേഹം ഒരു സ്വപ്നം കണ്ടു. ആകാശം അഴിവേലികൊണ്ട് ചുറ്റപ്പെട്ട വന്യമൃഗങ്ങൾ നിറഞ്ഞ ഒരു തോട്ടം ആണെന്നു തോന്നി. അദ്ദേഹവും മറ്റു മൃഗങ്ങളുടെ കൂടെ തുള്ളിക്കളിക്കുന്ന ഒരു വന്യമൃഗം ആയിരുന്നു. തുള്ളിച്ചാടുന്നതിനിടയിൽ അദ്ദേഹം അഴിവേലിയുടെ മുകളിലൂടെ ചാടി തറയിൽ വീണു. മനുഷ്യർ അദ്ദേഹത്തെ കണ്ടപ്പോൾ അവർ പേടിച്ചു പോയി. സ്ത്രീകൾ നിലവിളിച്ചുകൊണ്ട് അവരുടെ കുട്ടികളെ മൃഗം തിന്നാതിരിക്കാൻ വേണ്ടി തെരുവിൽനിന്നും വാരി എടുത്തു. പുരുഷന്മാർ കുന്തങ്ങളും കല്ലുകളും വാളുകളും എടുത്തുകൊണ്ട് വേട്ടയാടൽ തുടങ്ങി... പെട്ടെന്ന് അദ്ദേഹം നിലത്ത് കമഴ്ന്നു വീഴുമ്പോൾ ശരീരത്തിൽ നിന്നും രക്തം ഒഴുകിക്കൊണ്ടിരിക്കുകയായിരുന്നു. പിന്നീട് അദ്ദേഹത്തിന്റെ കാര്യത്തിൽ ഒരു തീരുമാനം എടുക്കാൻ വേണ്ടി മദ്ധ്യസ്ഥർ ആ ശരീരത്തിനു ചുറ്റും കൂട്ടംകൂടി നില്ക്കുന്നതായി തോന്നി. അവർ എന്തായാലും മനുഷ്യർ ആയിരുന്നില്ല. പക്ഷേ, അവരെല്ലാം പട്ടികളും പന്നികളും കുറുക്കന്മാരും ചെന്നായ്ക്കളും ആയിരുന്നു. അവർ അദ്ദേഹത്തിന് മരണശിക്ഷ വിധിച്ചു. പക്ഷേ, അവർ അദ്ദേഹത്തെ വധിക്കാൻ വേണ്ടി കൊണ്ടുപോകുമ്പോൾ അദ്ദേഹത്തിന് മരിക്കാൻ കഴിയില്ലെന്നുള്ള കാര്യം ഓർമ്മ വന്നു: അദ്ദേഹം ഒരു സ്വർഗ്ഗസ്ഥനായ കാട്ടുമൃഗം ആയിരുന്നു. അദ്ദേഹം അനശ്വരനായിരുന്നു. അദ്ദേഹം ഈ കാര്യം ഓർമ്മിച്ചുകൊണ്ടിരുന്നപ്പോൾ ഒരു സ്ത്രീ അദ്ദേഹത്തിന്റെ കൈയിൽ പിടിച്ചു. അത് മഗ്ദലന മറിയം ആയിരുന്നു. അവൾ അദ്ദേഹത്തെ പട്ടണത്തിൽ നിന്നും പാടത്തേക്ക് കൂട്ടിക്കൊണ്ടു വന്നു. "സ്വർഗ്ഗത്തേക്ക് പോകരുത്." അവൾ അദ്ദേഹത്തോട് പറഞ്ഞു. "ഇവിടെ വസന്തം എത്തിയിരിക്കുന്നു. ഞങ്ങളോടൊപ്പം ഉണ്ടായിരിക്കണം." അവർ സമരിയായുടെ അതിർത്തിയിൽ എത്തുന്നതുവരെ നടന്നു. അവിടെ തോളിൽ കൂജയും ചുമന്നുകൊണ്ട് പഴയ സമരിയാക്കാരി പ്രത്യക്ഷപ്പെട്ടു. അവൾ അദ്ദേഹത്തിന് വെള്ളം കൊടുത്തു. അദ്ദേഹം കുടിച്ചു. അതിനുശേഷം അവളും അദ്ദേഹത്തിന്റെ കൈപിടിച്ച് ഒന്നും സംസാരിക്കാതെ ഗലീലിയുടെ അതിർത്തിവരെ കൊണ്ടുവന്നു. പിന്നീട് പഴയ പൂത്തുനില്ക്കുന്ന ഒലിവ് മരങ്ങളുടെ ഇടയിൽനിന്നും അദ്ദേഹത്തിന്റെ അമ്മ പുറത്തുവന്നു. അവർ ഒരു കറുത്ത ഉറുമാൽ ധരിച്ചിരുന്നു. അവർ കരയുകയായിരുന്നു. അദ്ദേഹത്തിന്റെ ശരീരത്തിലെ മുറിവുകളും രക്തവും തലമുടിയിലെ മുൾക്കിരീടവും കണ്ടപ്പോൾ അവർ പറഞ്ഞു. "നീ എന്നെ വ്രണപ്പെടുത്തിയതുകൊണ്ട് ദൈവം നിന്നെ വ്രണപ്പെടുത്തട്ടെ. എന്റെ പേര് മനുഷ്യരുടെ നാക്കിൽ എത്തിച്ചത് നീയാണ്. ലോകം മുഴുവൻ ഇരമ്പിക്കൊണ്ടിരിക്കുന്നു. നീ പിതൃരാജ്യത്തിനും നിയമത്തിനും

ഇസ്രയേലിന്റെ ദൈവത്തിനും എതിരായി കൈ ഉയർത്തി. നിനക്ക് ദൈവത്തെ ഭയമില്ലേ? മനുഷ്യരുടെ മുമ്പിൽ നിനക്ക് ലജ്ജ ഉണ്ടായിരുന്നില്ലേ? ഞാൻ നിന്നെ ശപിക്കുന്നു!" ഇത്രയും പറഞ്ഞതിനുശേഷം അമ്മ അപ്രത്യക്ഷപ്പെട്ടു.

അദ്ദേഹം വിയർത്തുകുളിച്ച് ഞെട്ടി ഉണർന്നു. അദ്ദേഹത്തിന്റെ ചുറ്റും ശിഷ്യന്മാർ മലർന്നു കിടന്ന് കൂർക്കം വലിക്കുന്നുണ്ടായിരുന്നു. മുറ്റത്തിനു പുറത്തുനിന്ന് പൂവൻകോഴി കൂവി. പീറ്റർ അത് കേട്ടിട്ട് പകുതിക്കണ്ണ് തുറന്നു. അയാൾ യേശു എഴുന്നേറ്റ് നില്ക്കുന്നത് കണ്ടു. അയാൾ പറഞ്ഞു. "പൂവൻകോഴി കൂവിയപ്പോൾ ഞാൻ സ്വപ്നം കാണുകയായിരുന്നു. ആചാര്യൻ രണ്ട് അഴിപ്പലകകൾ എടുത്തുകൊണ്ടു വരുന്നതുപോലെ തോന്നി. അങ്ങയുടെ കൈയിൽ അത് കമ്പിവാദ്യവും വില്ലുമായി മാറി. അങ്ങ് അത് വായിച്ചുകൊണ്ട് പാട്ടുപാടുകയായിരുന്നു. വന്യമൃഗങ്ങൾ അതു കേൾക്കാൻ വേണ്ടി ഭൂമിയുടെ അതിർത്തികളിൽനിന്നും എത്തി കൂട്ടം കൂടി നിന്നു... അതിന്റെ അർത്ഥം എന്താണ്? ഞാൻ പഴയ ആചാര്യനോട് ചോദിച്ചു നോക്കാം."

"പീറ്ററിന്റെ സ്വപ്നം അവിടെ അവസാനിക്കുന്നില്ല." യേശു പറഞ്ഞു. "നിങ്ങൾ എന്തിനാണ് ഉണരാൻ തിടുക്കം കൂട്ടിയത്? സ്വപ്നം മുന്നോട്ട് തുടരുന്നുണ്ട്."

"മുന്നോട്ടോ? എനിക്ക് മനസ്സിലാകുന്നില്ല. ഒരുപക്ഷേ, ആചാര്യൻ ആ സ്വപ്നം മുഴുവൻ കണ്ടിട്ടുണ്ടാകും?"

"വന്യമൃഗങ്ങൾ ആ പാട്ട് കേട്ടപ്പോൾ മുന്നോട്ട് പാഞ്ഞുവന്ന് പാട്ടുകാരനെ കടിച്ചുകീറി."

പീറ്ററിന്റെ കണ്ണുതള്ളി. അയാൾക്ക് ഹൃദയത്തിൽ അർത്ഥത്തെപ്പറ്റിയുള്ള ഒരു മുൻധാരണ ഉണ്ടായിരുന്നു. പക്ഷേ, മനസ്സ് സ്തംഭിച്ചുപോയി. "എനിക്ക് മനസ്സിലാകുന്നില്ല." അയാൾ പറഞ്ഞു.

"മറ്റൊരു പുലരിയിൽ പൂവൻകോഴി കൂവുന്നതു കേൾക്കുമ്പോൾ നിങ്ങൾക്ക് മനസ്സിലാകും." യേശു പറഞ്ഞു.

അദ്ദേഹം കൂട്ടുകാരെ ഓരോരുത്തരെയായി കൈകൊണ്ട് തട്ടിവിളിച്ചു. "മടിയന്മാർ എഴുന്നേല്ക്കൂ." അദ്ദേഹം പറഞ്ഞു. "ഇന്ന് നമുക്ക് ഒരുപാട് ജോലി ഉണ്ട്."

"നമ്മൾ ഇവിടെ നിന്ന് പോകുകയാണോ?" ഫിലിപ്പ് ചോദിച്ചു. "നമുക്ക് രക്ഷയ്ക്ക് ഗലീലിയിലേക്ക് തിരിച്ചുപോകണമെന്നാണ് ഞാൻ പറയുന്നത്."

യൂദാസ് പല്ലിറുമ്മി. പക്ഷേ, സംസാരിച്ചില്ല.

അകത്തെ മുറിയിൽ സ്ത്രീകൾ ഉണർന്നു ചിലയ്ക്കാൻ ആരംഭിച്ചു. വൃദ്ധയായ സലോമി വിറക് കത്തിക്കാൻ വേണ്ടി പുറത്തുവന്നു. ശിഷ്യന്മാർ മുറ്റത്ത് കൂട്ടം കൂടിക്കഴിഞ്ഞിരുന്നു. അവർ ആചാര്യന്റെ അടുത്തു കുനിഞ്ഞുനിന്ന് ശബ്ദം താഴ്ത്തി സംസാരിച്ചു കൊണ്ടിരുന്ന യേശുവിനു വേണ്ടി കാത്തുനില്ക്കുകയായിരുന്നു. ഗുരുതരാവസ്ഥയിലായിരുന്ന

വൃദ്ധൻ വീടിന്റെ പിൻവശത്തെ മൂലയിൽ കിടപ്പിലായിരുന്നു.

"എന്റെ കുട്ടീ; നിങ്ങൾ ഇപ്പോൾ എവിടെയാണ് പോകുന്നത്" ആചാര്യൻ ചോദിച്ചു. "നീ നിന്റെ പട്ടാളത്തെ എങ്ങോട്ടാണ് നയിക്കുന്നത്? ദേവാലയം തകർക്കാൻ വേണ്ടി നീ വീണ്ടും കൈ ഉയർത്താൻ പോകുകയാണോ? ഒരു മഹത്തായ ആത്മാവിൽനിന്നും വാക്കു പുറത്തുവരുമ്പോഴാണ് വാക്ക് പ്രവൃത്തിയായി മാറുന്നതെന്ന് നിനക്ക് അറിയാം— നിന്റെ ആത്മാവ് മഹത്തായ ഒന്നാണ്. നീ പറയുന്നതെല്ലാം നിന്റെ ബാദ്ധ്യതയാണ്. നീ ദേവാലയം തകർക്കപ്പെടും എന്ന് പ്രഖ്യാപിച്ചാൽ ഒരുദിവസം അത് നിശ്ചയമായും തകർക്കപ്പെടും. അതുകൊണ്ട് നീ വാക്കുകൾ അളന്ന് സംസാരിക്കണം!"

"പിതാവേ, ഞാൻ അങ്ങനെയാണ് സംസാരിക്കുന്നത്. ഞാൻ സംസാരിക്കുമ്പോൾ ഈ ലോകം മുഴുവൻ എന്റെ മനസ്സിലുണ്ട്. ശ്രദ്ധ വേണ്ടതും ശ്രദ്ധ വേണ്ടാത്തതും ഞാൻ വേർതിരിക്കുന്നു. എന്റെ സംസാരത്തിന്റെ ചുമതല ഞാൻ ഏറ്റെടുക്കുന്നു."

"ഹോ, നീ ആരാണെന്ന് മനസ്സിലാക്കാൻ കഴിയുന്ന കാലത്തോളം ഞാൻ ജീവിച്ചിരുന്നെങ്കിൽ! പക്ഷേ, എനിക്ക് പ്രായം ആയിരിക്കുന്നു. ലോകം എന്റെ തലയ്ക്കുള്ളിൽ പ്രവേശിക്കാൻ വേണ്ടി എനിക്കു ചുറ്റും അലിഞ്ഞുതിരിയുന്ന ഒരു മായക്കാഴ്ചയായി മാറിയിരിക്കുന്നു. പക്ഷേ, എല്ലാ വാതിലുകളും അടഞ്ഞു പോയി."

"പിതാവേ, കുറച്ചു ദിവസം കൂടി നീണ്ടുനില്ക്കാൻ ശ്രമിക്കൂ. പെസഹാ വരെ ഒഴിഞ്ഞു പോകാൻ ശ്രമിക്കുന്ന ആത്മാവിനെ പ്രിയപ്പെട്ട ജീവിതത്തിനു വേണ്ടി പിടിച്ചു നിർത്തു. ആചാര്യന് എല്ലാം മനസ്സിലാകും.... ഇതുവരെ സമയം ആയിട്ടില്ല."

ആചാര്യൻ തലകുലുക്കി. "എപ്പോഴാണ് സമയം ആകുന്നത്?" അയാൾ പരാതി പറഞ്ഞു. "ദൈവം എന്നെ ചതിച്ചോ? അദ്ദേഹത്തിന്റെ വാഗ്ദാനത്തിന് എന്ത് സംഭവിച്ചു? ഞാൻ മരിച്ചു കൊണ്ടിരിക്കുകയാണ്. മിശിഹാ എവിടെ?" അയാൾ അവശേഷിക്കുന്ന എല്ലാ ശക്തിയും എടുത്ത് യേശുവിന്റെ തോളിൽ പിടിച്ചു.

"പെസഹാ വരെ കാത്തിരിക്കൂ. ദൈവം വാക്കു പാലിക്കുന്നുണ്ടെന്ന് പിതാവിനു മനസ്സിലാകും." യേശു വൃദ്ധന്റെ പിടിയിൽ നിന്ന് രക്ഷപ്പെട്ട് മുറ്റത്തിറങ്ങി.

"നതാനലും ഫിലിപ്പും കൂടി ഗ്രാമത്തിലെ ഏറ്റവും അവസാനത്തെ വീടുവരെ പോകണം. അവിടെ വാതിലിന്റെ കൊളുത്തിൽ ഒരു കഴുതയെ കെട്ടിയിട്ടിരിക്കുന്നത് നിങ്ങൾക്ക് കാണാൻ കഴിയും. അവളെ അഴിച്ച് ഇവിടെ കൊണ്ടുവരണം. അവളെ എവിടെ കൊണ്ടുപോകുന്നെന്ന് ആരെങ്കിലും ചോദിച്ചാൽ മറുപടി പറയണം. ആചാര്യന് അവളെ ആവശ്യം ഉണ്ട്. ഞങ്ങൾ അവളെ വീണ്ടും തിരിച്ചുകൊണ്ടുതരും."

"നമ്മൾ സ്വയം കുഴപ്പത്തിൽ ചാടാൻ പോകുകയാണ്." നതാനൽ ഫിലിപ്പിന്റെ ചെവിയിൽ പറഞ്ഞു.

"നമുക്ക് പോകാം" ഫിലിപ്പ് പറഞ്ഞു "എന്തു സംഭവിച്ചാലും അദ്ദേഹം നമ്മളോട് ചെയ്യാൻ പറയുന്നത് ചെയ്യാം!"

മാത്യു രാവിലെതന്നെ പേനയും എടുത്ത് കണ്ണും കാതും കൂർപ്പിച്ച് ഇരിക്കുകയായിരുന്നു. അയാൾ ആലോചിച്ചു. ഇസ്രയേലിന്റെ ദൈവം പ്രകാശം കൊണ്ട് അലങ്കരിച്ച പ്രവാചകന്മാർ കൂട്ടിയിണക്കിയ ആകൃതിയിലാണ്! സഖറിയാ പ്രവാചകൻ എന്താണ് പറയുന്നത്: "സിയോണിന്റെ മകളേ, ആഹ്ലാദിക്കൂ ഉല്ലസിക്കൂ, ജറുസലേമിന്റെ മകളേ, സന്തോഷിക്കൂ. നോക്കൂ, നിങ്ങളുടെ രാജാവ് ഒരുജേതാവാണെങ്കിലും അദ്ദേഹം വിനീതനായി ഒരു കഴുതപ്പുറത്തു കയറി നിങ്ങളെ കാണാൻ വരുന്നു!"

മാത്യു ഗുരുവിനെ പരീക്ഷിക്കാൻ വേണ്ടി പറഞ്ഞു. "ആചാര്യന് ക്ഷീണം ഉണ്ടെന്ന് തോന്നുന്നു. ജറുസലേമിലേക്ക് നടന്നുപോകാൻ അങ്ങയ്ക്ക് കഴിയില്ലെന്നാണ് തോന്നുന്നത്."

"ഇല്ല. എനിക്ക് ക്ഷീണം ഇല്ല." യേശു മറുപടി പറഞ്ഞു. "നിങ്ങൾ എന്തിനാണ് എനിക്ക് ക്ഷീണം ഉണ്ടെന്ന് പറഞ്ഞത്? പെട്ടെന്ന് എനിക്ക് അങ്ങോട്ട് സവാരി നടത്താൻ തോന്നി."

"ആചാര്യൻ ഒരു വെള്ളക്കുതിരയുടെ പുറത്തുവേണം സവാരി നടത്താൻ!" പീറ്റർ ഇടയ്ക്കുയറി പറഞ്ഞു. "അങ്ങ് ഇസ്രയേലിലെ രാജാവാണ്. അല്ലേ? അതുകൊണ്ട് ഒരു വെള്ളക്കുതിരയുടെ പുറത്തുവേണം അങ്ങയുടെ തലസ്ഥാനത്തേക്ക് പ്രവേശിക്കാൻ."

യേശു പെട്ടെന്ന് യൂദാസിനെ നോക്കി. അദ്ദേഹം പീറ്ററിന് മറുപടി കൊടുത്തില്ല.

ഇതിനിടയിൽ മഗ്ദലന പുറത്തുവന്ന് ഉമ്മറത്ത് നിന്നു. രാത്രി മുഴുവൻ ഉറങ്ങാതിരുന്നതു കൊണ്ട് അവളുടെ കണ്ണുകൾ കലങ്ങിയിരുന്നു. കട്ടിളയിൽ ചാരിനിന്നുകൊണ്ട് അവൾ യേശുവിനോട് എന്നെന്നേക്കുമായി വിട പറയുന്ന മട്ടിൽ അദ്ദേഹത്തെ ഉറ്റുനോക്കി. അവൾ അദ്ദേഹത്തോട് പോകരുതെന്ന് പറയാൻ ആഗ്രഹിച്ചു. പക്ഷേ, അവളുടെ തൊണ്ട അടഞ്ഞു പോയതായി തോന്നി. അവൾ ഒരു വാക്കുപോലും പറയാൻ കഴിയാതെ വായ് തുറക്കുന്നതും അടയ്ക്കുന്നതും മാത്യു കണ്ടു. അയാൾക്ക് കാര്യം മനസ്സിലായി. പ്രവാചകന്മാർ അവളെ സംസാരിക്കാൻ അനുവദിക്കുന്നില്ല. അയാൾ ആലോചിച്ചു. അവരുടെ പ്രവചനങ്ങൾ നിർവ്വഹിക്കുന്നതിൽ നിന്ന് ആചാര്യനെ വിലക്കാൻ അവളെ പ്രവാചകന്മാർ അനുവദിക്കില്ല. മഗ്ദലന ആഗ്രഹിച്ചാലും ഇല്ലെങ്കിലും എന്നല്ല അദ്ദേഹം തന്നെ ആഗ്രഹിക്കുന്നുണ്ടെങ്കിലും ഇല്ലെങ്കിലും ആചാര്യൻ കഴുതപ്പുറത്തു കയറി ജറുസലേമിലേക്ക് പോകും. അത് എഴുതിവെച്ചിട്ടുള്ളതാണ്!

ആ നിമിഷത്തിൽ ഒരു കയറുകെട്ടി തള്ളക്കഴുതയെ വലിച്ചുകൊണ്ട് നതാനലും ഫിലിപ്പും സന്തോഷത്തോടെ തിരിച്ചുവന്നു. അമ്മയുടെ കൂടെ ജീനി ഇല്ലാത്ത കഴുതക്കുട്ടിയും ഉണ്ടായിരുന്നു. "ആചാര്യൻ പറഞ്ഞതു പോലെ എല്ലാം സംഭവിച്ചു." ഫിലിപ്പ് ഉറക്കെ പറഞ്ഞു. "പുറത്തു കയറൂ. നമുക്ക് പോകാം."

യേശു വീടിന്റെ ഭാഗത്തേക്ക് തിരിഞ്ഞുനോക്കി. സ്ത്രീകൾ നിശ്ശബ്ദരായി ദുഃഖത്തോടെ അവരെ ശ്രദ്ധിച്ചുകൊണ്ട് നില്ക്കുന്നുണ്ടായിരുന്നു. വൃദ്ധയായ സലോമിയും രണ്ടു സഹോദരിമാരും പിന്നിലായിരുന്നു. ഏറ്റവും മുന്നിൽ മഗ്ദലനയും....

"മാർത്താ, ഈ വീട്ടിൽ ഒരു ചാട്ട ഉണ്ടോ?" യേശു ചോദിച്ചു.

"ഇല്ല. എന്റെ ചേട്ടന്റെ കാളയുടെ വടി ഉണ്ട്."

"അത് എനിക്കു തരൂ."

ശിഷ്യന്മാർ ഗുരുവിന് മൃദുലമായ ഒരു ഇരിപ്പിടം ഉണ്ടാക്കാൻ വേണ്ടി അവരുടെ വസ്ത്രങ്ങൾ ഇണങ്ങിയ കഴുതയുടെ പുറത്ത് വിരിച്ചു. അതിന്റെ എല്ലാം മുകളിൽ മഗ്ദലന അവർ നെയ്തെടുത്ത കറുത്ത പൂക്കൾ കൊണ്ട് അലങ്കരിച്ച ഒരുചുവന്ന പുതപ്പ് പുതച്ചു.

"എല്ലാവരും തയ്യാറാണോ?" യേശു ചോദിച്ചു.

"അതെ." വഴി കാണിക്കാൻ വേണ്ടി കഴുതയുടെ മൂക്കുകയറിൽ പിടിച്ചുകൊണ്ട് ഏറ്റവും മുമ്പിൽ നടന്നു തുടങ്ങിയ പീറ്റർ മറുപടി പറഞ്ഞു.

ബഥനിക്കാർ ആൾക്കൂട്ടം കടന്നു പോകുന്നതുകേട്ട് വാതിൽ തുറന്നു.

"കുട്ടികളേ, നിങ്ങൾ എവിടെ പോകുന്നു? ഇന്ന് പ്രവാചകൻ എന്താണ് കഴുതപ്പുറത്ത് സവാരിചെയ്യുന്നത്?"

ശിഷ്യന്മാർ അവരോട് തിരിഞ്ഞുനിന്ന് രഹസ്യം വെളിപ്പെടുത്തി. "അദ്ദേഹം ഇന്ന് അദ്ദേഹത്തിന്റെ സിംഹാസനത്തിൽ ഇരിക്കാനാണ് പോകുന്നത്?"

"എന്ത് സിംഹാസനം!"

"അത് ഒരു രഹസ്യം ആണ്. നിങ്ങൾ നിങ്ങളുടെ മുമ്പിൽ കാണുന്ന മനുഷ്യൻ ഇസ്രയേലിന്റെ രാജാവാണ്"

"സത്യമാണോ! നമുക്ക് അദ്ദേഹത്തോടൊപ്പം പോകാം" ചെറുപ്പക്കാരികൾ വിളിച്ചു പറഞ്ഞു. കൂടുതൽ കൂടുതൽ മനുഷ്യർ സംഘത്തിൽ ചേർന്നു.

കുട്ടികൾ ഈന്തപ്പനയുടെ ഓലകൾ മുറിച്ചെടുത്തുകൊണ്ട് സന്തോഷത്തോടെ മുന്നിൽ നടന്നു: "ദൈവത്തിന്റെ പേരിൽ വരുന്നവൻ അനുഗൃഹീതനാണ്!" മനുഷ്യർ അദ്ദേഹത്തിനു കടന്നുപോകാൻ വേണ്ടി അവരുടെ മേൽവസ്ത്രങ്ങൾ ഊരി വഴിയിൽ വിരിച്ചു. അവർ എന്തു വേഗതയിലാണ് കടന്നു പോകുന്നത്! ഈ വർഷത്തെ വസന്തം എന്ത് വസന്തമാണ്! ഈ വർഷം എന്ത് പൊക്കത്തിലാണ് പൂക്കൾ വളർന്നിരിക്കുന്നത്! പക്ഷികൾ അവരുടെ പിന്നാലെ ജറുസലേമിലേക്ക് എന്തുകൊണ്ടാണ് പാട്ടുപാടിക്കൊണ്ട് പറന്നുപോകുന്നത്!

ജേക്കബ് സഹോദരന്റെ പുറത്തേക്ക് ചാഞ്ഞു. "നമ്മുടെ അമ്മ ഇന്നലെ അദ്ദേഹത്തോട് സംസാരിച്ചു. അദ്ദേഹം ഇപ്പോൾ കീർത്തിയുടെ സിംഹാസനത്തിൽ കയറാൻ പോകുന്നതുകൊണ്ട് നമുക്ക് അദ്ദേഹത്തിന്റെ ഇടതുവശത്തും വലതുവശത്തും ഇരിപ്പിടം തരണമെന്ന് അമ്മ അദ്ദേഹത്തോട് പറഞ്ഞു. പക്ഷേ, അദ്ദേഹം അമ്മയോട് മറുപടി പറഞ്ഞില്ല. അദ്ദേ

ഹത്തിന് ഒരുപക്ഷേ, ദേഷ്യം വന്നിട്ടുണ്ട്. അദ്ദേഹത്തിന്റെ മുഖം ഇരുളുന്നതായി തോന്നിയെന്ന് അമ്മ പറഞ്ഞു."

"തീർച്ചയായും അദ്ദേഹത്തിന് ദേഷ്യം വന്നിട്ടുണ്ട്." ജോൺ മറുപടി പറഞ്ഞു. "അമ്മ അങ്ങനെ പറയരുതായിരുന്നു."

"പിന്നെ എന്തുവേണം? അദ്ദേഹം നമ്മളെ ഇതുപോലെ ഉപേക്ഷിക്കാൻ പറയണോ? യൂദാസിന് മുൻഗണന കൊടുക്കില്ലെന്ന് ആർക്ക് പറയാൻ പറ്റും? ഈ ദിവസങ്ങളിലെല്ലാം അവർ രണ്ടുപേരും കൂടി രഹസ്യമായി സംസാരിച്ചു കൊണ്ടിരുന്നത് ജോൺ ശ്രദ്ധിച്ചിരുന്നോ? അവർക്ക് വേർപിരിയാൻ കഴിയില്ലെന്നുതോന്നി. ജോൺ ശ്രദ്ധിക്കണം. നമുക്ക് നഷ്ടം ഒന്നും വരാതിരിക്കാൻ വേണ്ടി ജോൺ അദ്ദേഹത്തിനോട് നേരിട്ട് സംസാരിക്കണം. പദവികൾ പങ്കുവെക്കാനുള്ള സമയം ആയിട്ടുണ്ട്."

പക്ഷേ, ജോൺ നിഷേധാർത്ഥത്തിൽ തലകുലുക്കി. അയാൾ പറഞ്ഞു. "അദ്ദേഹം എന്തുമാത്രം മാനസികമായി പീഡനം അനുഭവിക്കുന്നുണ്ടെന്ന് സഹോദരന് മനസ്സിലായില്ലേ? അദ്ദേഹം മരണത്തിലേക്ക് പോകുന്നതുപോലെയുണ്ട്."

"എനിക്ക് ഇപ്പോൾ സംഭവിക്കാൻ വിധിക്കപ്പെട്ടിരിക്കുന്നത് എന്താണെന്ന് അറിയാൻ ആഗ്രഹം ഉണ്ട്." അവരുടെ പിന്നിൽ ഒഴിഞ്ഞുമാറി ഒറ്റയ്ക്ക് നടന്നുകൊണ്ടിരുന്ന മാത്യു ആലോചിച്ചു. "പ്രവാചകന്മാർ അത് വ്യക്തമായി വിശദീകരിച്ചിട്ടില്ല. ചിലർ സിംഹാസനമെന്ന് പറയുന്നു. ചിലർ മരണമെന്ന് പറയുന്നു. അതിൽ ഏത് പ്രവചനത്തിന്റെ കുരുക്കാണ് അദ്ദേഹം അഴിക്കാൻ പോകുന്നത്? സംഭവം നടന്നതിനുശേഷം ഒരു പ്രവചനത്തെ ആർക്കും വ്യാഖ്യാനിക്കാൻ പറ്റില്ല. അപ്പോൾ മാത്രമാണ് പ്രവാചകൻ ഉദ്ദേശിച്ച കാര്യം നമ്മൾ മനസ്സിലാക്കുന്നത്. അതുകൊണ്ട്... എന്താണ് സംഭവിക്കുന്നതെന്ന് ഉറപ്പാക്കാൻ വേണ്ടി നമുക്ക് ക്ഷമയോടെ കാത്തിരിക്കാം. നമ്മൾ ഇന്നു രാത്രിയിൽ തിരിച്ചു വരുമ്പോൾ എല്ലാ കാര്യങ്ങളും എഴുതിവയ്ക്കാം."

ഈ സമയം കൊണ്ട് അടുത്തുള്ള ഗ്രാമങ്ങളിലെ മുന്തിരിപ്പാടങ്ങളിലും ഒലിവ് തോട്ടങ്ങളിലുമായി ചിതറിക്കിടന്നിരുന്ന എല്ലാ കുടിലുകളിലും ആ നല്ല വാർത്ത ചിറകുമുളച്ച് പറന്നെത്തിയിരുന്നു. കൃഷിക്കാർ എല്ലാ ദിശകളിൽനിന്നും ഓടിവന്ന് പ്രവാചകന് കടന്നുപോകാൻ വേണ്ടി മേൽവസ്ത്രങ്ങളും തൂവാലകളും വിരിച്ചു... അവരുടെ കൂട്ടത്തിൽ ധാരാളം മുടന്തന്മാരും രോഗികളും തെണ്ടികളും ഉണ്ടായിരുന്നു. യേശു ഇടയ്ക്കിടയ്ക്ക് അദ്ദേഹത്തിന്റെ പട്ടാളത്തെ തിരിഞ്ഞു നോക്കി. പെട്ടെന്ന് അദ്ദേഹത്തിന് അങ്ങേയറ്റത്തെ ഏകാന്തത തോന്നി. അദ്ദേഹം തിരിഞ്ഞുനിന്ന് ഉറക്കെ വിളിച്ചുകൂവി. "യൂദാസ്." പക്ഷേ, മറ്റുള്ളവരുമായി കൂടുതൽ ഇടപഴകാത്ത യൂദാസ് ഏറ്റവും പിന്നിൽ ആയിരുന്നു. അയാൾ കേട്ടില്ല.

"യൂദാസ്!" യേശു നിരാശയോടെ വീണ്ടും വിളിച്ചുകൂവി.

"ഇവിടെ ഉണ്ട്" യൂദാസ് മറുപടി പറഞ്ഞു. അയാൾ കടന്നുപോകാൻ വേണ്ടി മറ്റു ശിഷ്യന്മാരെ വശങ്ങളിലേക്ക് തള്ളിമാറ്റി.

“ആചാര്യൻ എന്നെ എന്തിനാണ് വിളിച്ചത്”

“യൂദാസ് എനിക്ക് കൂട്ടായി എന്റെ തൊട്ടടുത്ത് ഉണ്ടാകണം.”

“ആചാര്യൻ വിഷമിക്കേണ്ട. ഞാൻ അങ്ങയെ വിട്ടു പോകില്ല.” യൂദാസ് പീറ്ററിന്റെ കൈയിൽനിന്നും കയർ വാങ്ങികൊണ്ട് ഏറ്റവും മുന്നിൽ നടന്നു. “എന്റെ സഹോദരൻ യൂദാസ് എന്നെ കൈയൊഴിയരുത്.” യേശു ഒരിക്കൽകൂടി പറഞ്ഞു.

“ഞാൻ ആചാര്യനെ എന്തിനുവേണ്ടി കൈയൊഴിയണം. നമ്മൾ അതെല്ലാം തീരുമാനിച്ചു കഴിഞ്ഞതല്ലേ?’

അവസാനം അവർ ജറുസലേമിന് അടുത്തെത്തി. ശിമയോൻ പർവ്വതത്തിനു മുകളിൽ ദയയില്ലാത്ത സൂര്യനു താഴെ വെള്ളനിറത്തിൽ വെട്ടിത്തിളങ്ങുന്ന ജറുസലേം അവർക്കു മുന്നിൽ തല ഉയർത്തി നിന്നു. അവർ ഒരു ചെറിയ ചേരിപ്രദേശത്തുകൂടി കടന്നുപോയി. അതിന്റെ ഒരറ്റം മുതൽ മറ്റേ അറ്റം വരെ വസന്തത്തിലെ ചാറ്റൽമഴ പോലെയുള്ള ഒരു വിലാപഗാനം അവർ കേട്ടു.

“അവർ ആർക്കുവേണ്ടിയാണ് വിലപിക്കുന്നത്? ആരാണ് മരിച്ചത്?” യേശു ഒരു ഞെട്ടലോടെ ചോദിച്ചു. പക്ഷേ, അദ്ദേഹത്തിന്റെ പിന്നാലെ ഓടിക്കൊണ്ടിരുന്ന ഗ്രാമീണർ പൊട്ടിച്ചിരിച്ചു.

“ആചാര്യൻ വിഷമിക്കേണ്ട. ആരും മരിച്ചിട്ടില്ല. ഗ്രാമത്തിലെ പെൺകുട്ടികൾ തിരികല്ല് തിരിക്കുമ്പോൾ വിലാപ ഗാനം പാടുന്നതാണ്.”

“പക്ഷേ, എന്തിന്?”

“അത് പരിശീലിക്കാൻ. സമയമാകുമ്പോൾ എങ്ങനെയാണ് വിലപിക്കേണ്ടതെന്ന് മനസ്സിലാക്കിയിരിക്കാൻ വേണ്ടിയാണ്.”

അവർ ചരൽക്കല്ലുകൾ വിരിച്ച പാതയിലൂടെ കയറ്റം കയറി നരമാംസം ഭക്ഷിക്കുന്ന- പട്ടണത്തിൽ പ്രവേശിച്ചു. ലോകത്ത് യഹൂദർ താമസിക്കുന്ന എല്ലാ സ്ഥലങ്ങളിൽനിന്നും അവരവരുടെ സ്ഥലങ്ങളുടെ ഗന്ധവും അഴുക്കും ചുമന്നുകൊണ്ടു വരുന്ന ജനക്കൂട്ടങ്ങൾ പരസ്പരം കെട്ടിപ്പിടിച്ച് ചുംബിച്ചു കൊണ്ടിരിക്കുകയായിരുന്നു: എല്ലാ യഹൂദന്മാരും സഹോദരന്മാർ ആയിരുന്ന അനശ്വരമായ ഉത്സവം മറ്റന്നാൾ ആയിരുന്നു! പനയോലകൾ വീശുന്ന ആൾക്കൂട്ടത്തിന്റെ മുന്നിൽ വിനീതയായ കഴുതയുടെ മുകളിൽക്കയറി യേശു വരുന്നതുകണ്ടപ്പോൾ അവർ പൊട്ടിച്ചിരിച്ചു:

“ഇത് ലോകത്തിന്റെ ആരാണ്?”

പക്ഷേ, വികലാംഗരും രോഗികളും ജീർണ്ണവേഷ ധാരികളും മുഷ്ടി ഉയർത്തി ഭീഷണി മുഴക്കി: “നിങ്ങൾക്ക് ഉടൻതന്നെ കാണാൻ കഴിയും! ഇത് യഹൂദരുടെ രാജാവായ നസറേത്തിലെ യേശുവാണ്!”

യേശു കഴുതപ്പുറത്തു നിന്ന് ഇറങ്ങി അതിവേഗത്തിൽ ദേവാലയത്തിന്റെ പടവുകൾ കയറി. അദ്ദേഹം സോളമന്റെ നടപ്പന്തലിലെത്തി നടത്തം നിർത്തിക്കൊണ്ട് ചുറ്റുപാടും നോക്കി. വില്പനശാലകൾ പടുത്തുയർത്തിയിരുന്നു. ആയിരക്കണക്കിനു മനുഷ്യർ വില്ക്കുന്നുണ്ടായിരുന്നു. വാങ്ങുന്നുണ്ടായിരുന്നു. വില പേശുന്നുണ്ടായിരുന്നു. അവരുടെ

വില്പനച്ചരക്കുകൾ വില്ക്കാൻ വേണ്ടി വിളിച്ചു കൂവുന്നുണ്ടായിരുന്നു: അവർ കച്ചവടക്കാരും പണം ഇടപാടുകാരും സത്രം സൂക്ഷിപ്പുകാരും വേശ്യകളും ആയിരുന്നു. ദൈവീകമായ ഒരുകോപം യേശുവിനെ അടിമപ്പെടുത്തി. അദ്ദേഹം കൈയിൽ ഉണ്ടായിരുന്ന കാളയുടെ ചാട്ടകൊണ്ട് ഓരോ വീഞ്ഞു തട്ടുകളും തൂത്തു താഴെയിട്ടു. മേശകൾ മറിച്ചിട്ടു. കച്ചവടക്കാരെ ചാട്ട കൊണ്ട് അടിച്ചു. “പോകൂ! ഇവിടെ നിന്ന് പുറത്തുപോകൂ! ഇവിടെ നിന്ന് പുറത്തു പോകൂ!” ചാട്ടവീശി മുന്നേറിക്കൊണ്ട് അദ്ദേഹം അലറി. അദ്ദേഹത്തിന്റെ ഉള്ളിൽ കയ്പേറിയ ഒരു നിശ്ശബ്ദ പ്രാർത്ഥന ഉണ്ടായിരുന്നു: ദൈവമേ! അങ്ങ് തീരുമാനിച്ചത് സംഭവിക്കും. അത് സംഭവിക്കട്ടെ- പക്ഷേ, പെട്ടെന്ന് സംഭവിക്കണം. ഞാൻ മറ്റൊരു സഹായവും ചോദിക്കുന്നില്ല. പെട്ടെന്ന് വേണം— എന്റെ ശക്തി നിലനില്ക്കുന്ന ഈ സമയത്തു സംഭവിക്കണം.

ആൾക്കൂട്ടം അദ്ദേഹത്തിന്റെ പിന്നിൽ തിക്കിത്തിരക്കി. അവരും ഭ്രാന്തമായി നിലവിളിച്ചു. “ഇവിടെ നിന്ന് പുറത്തു പോകൂ! ഇവിടെ നിന്ന് പുറത്തുപോകൂ!” അവർ വില്പനശാലകൾ കൊള്ളയടിച്ചു. സിഡ്രോൺ താഴ്‌വരയുടെ മുകളിലുള്ള രാജകീയ മണ്ഡപത്തിൽ യേശു നടത്തം നിർത്തി. അദ്ദേഹത്തിന്റെ ശരീരത്തിൽനിന്നും പുക ഉയർന്നു. അദ്ദേഹത്തിന്റെ കറുത്ത നീണ്ട തലമുടി തോളറ്റംവരെ ഇളകിക്കൊണ്ടിരുന്നു. അദ്ദേഹത്തിന്റെ കണ്ണുകൾ തീജ്വാലകൾ പുറത്തേക്ക് വലിച്ചെറിഞ്ഞു. “ഞാൻ ഈ ലോകത്തിന് തീവെക്കാൻ വന്നതാണ്.” അദ്ദേഹം അലറി. “മരുഭൂമിയിൽ യോഹന്നാൻ പ്രഖ്യാപിച്ചു. ദൈവത്തിന്റെ ദിവസം അടുത്തുകൊണ്ടിരിക്കുന്നു. പശ്ചാത്തപിക്കൂ! പശ്ചാത്തപിക്കൂ!” പക്ഷേ, ഞാൻ നിങ്ങളോടു പറയുന്നു: നിങ്ങൾക്ക് ഇപ്പോൾ പശ്ചാത്തപിക്കാനുള്ള സമയം ലഭിക്കുന്നില്ല. അത് വന്നു കഴിഞ്ഞു. അത് വന്നുകഴിഞ്ഞു. ഞാനാണ് ദൈവത്തിന്റെ ദിവസം! മരുഭൂമിയിൽ യോഹന്നാൻ വെള്ളംകൊണ്ട് ജ്ഞാനസ്നാനം ചെയ്യിക്കുന്നു. ഞാൻ തീ കൊണ്ട് ജ്ഞാനസ്നാനം ചെയ്യിച്ചു. ഞാൻ മനുഷ്യരെയും പർവ്വതങ്ങളെയും പട്ടണങ്ങളെയും ബോട്ടുകളെയും ജ്ഞാനസ്നാനം ചെയ്യിക്കുന്നു. ഞാൻ ആത്മാവിന്റെ നാലുമൂലകളേയും ലോകത്തിന്റെ നാലുമൂലകളെയും തീ വിഴുങ്ങിക്കൊണ്ടിരിക്കുന്നത് കണ്ടു കഴിഞ്ഞു— ഞാൻ അതിൽ ആഹ്ലാദിക്കുന്നു. ദൈവത്തിന്റെ ദിവസം വന്നിരിക്കുന്നു. എന്റെ ദിവസം!”

“തീ! തീ” ആൾക്കൂട്ടം അലറി വിളിച്ചു. “തീ കൊണ്ടു വരൂ. ലോകത്തെ ചുട്ടെരിക്കൂ.” ലേവ്യന്മാർ കുന്തങ്ങളും വാളുകളും കൈയിൽ എടുത്തു. യേശുവിന്റെ സഹോദരനായ ജേക്കബ് കഴുത്തിൽ തൂങ്ങുന്ന മന്ത്രത്തകിടുകളുമായി നേതൃത്വം ഏറ്റെടുത്തു. അവർ യേശുവിനെ പിടികൂടാൻ വേണ്ടി പാഞ്ഞുവന്നു. പക്ഷേ, മനുഷ്യർ നിർദ്ദയരായി മാറി. ശിഷ്യന്മാർ ഒന്നിച്ചുകൂടി ധൈര്യം സംഭരിച്ചുകൊണ്ട് കലഹിക്കുന്നവർക്കൊപ്പം ചേരാൻ വേണ്ടി മുന്നോട്ടു കുതിച്ചു. കൊട്ടാരത്തിന്റെ ഉയരമുള്ള ഗോപുരങ്ങളിലെ റോമാക്കാരായ കാവൽഭടന്മാർ അവരെ നോക്കി പൊട്ടിച്ചിരിച്ചു.

പീറ്റർ ഏതോ ഒരു വില്പനശാലയിൽനിന്നും കത്തിച്ചുവെച്ച ഒരുവിളക്ക് കൈക്കലാക്കി. "സഹോദരന്മാരേ, അവരെ പിൻതുടരാം" അയാൾ വിളിച്ചുകൂവി. "കുട്ടികളേ, തീ വേണം. സമയം വന്നിരിക്കുന്നു!"

പിലാത്തോസിന്റെ ഗോപുരത്തിൽനിന്നും റോമൻ കാഹളം ഭീഷണിപ്പെടുത്തുന്ന തരത്തിൽ മുഴങ്ങിയിരുന്നില്ലെങ്കിൽ ദൈവത്തിന്റെ മുറ്റത്ത് ധാരാളം രക്തം ചൊരിയപ്പെടുമായിരുന്നു. ഉന്നത പുരോഹിതൻ കയ്യാഫാസ് ദേവാലയത്തിൽനിന്ന് പുറത്തുവന്ന് ലേവ്യരോട് ആയുധങ്ങൾ താഴെയിടാൻ ആജ്ഞാപിച്ചു, അയാൾ ആരവങ്ങൾ ഇല്ലാതെ കലാപകാരികളെ വീഴ്ത്താനുള്ള ഒരു കെണി അങ്ങേയറ്റത്തെ കൗശലത്തോടെ സ്വയം കുഴിച്ചു.

ശിഷ്യന്മാർ മാനസിക വേദനയോടെ യേശുവിന്റെ ചുറ്റും കൂട്ടം കൂടി നിന്നുകൊണ്ട് അദ്ദേഹത്തെ നോക്കി. അദ്ദേഹം സൂചന തരുമോ? അതോ തരാതിരിക്കുമോ? അദ്ദേഹം എന്തിനു വേണ്ടിയാണ് കാത്തു നില്ക്കുന്നത്? അദ്ദേഹം എത്രനേരം കാത്തുനില്ക്കും? അദ്ദേഹം എന്തിനാണ് വൈകിക്കുന്നത്? സ്വർഗ്ഗത്തിനുള്ള ഒരു സൂചനയായി കൈ ഉയർത്തുന്നതിനു പകരം അദ്ദേഹം നിലത്തു നോക്കിനില്ക്കുന്നത് എന്തിനു വേണ്ടി ആയിരുന്നു? അദ്ദേഹത്തിന് തിടുക്കം ഇല്ലെന്ന് ഉറപ്പായിരുന്നു— പക്ഷേ, അവർ എല്ലാം പരിത്യജിച്ച പാവപ്പെട്ട മനുഷ്യർ ആയിരുന്നു. അവർക്ക് പ്രതിഫലം മടക്കിക്കിട്ടാനുള്ള സമയം വന്നിരിക്കുന്നു.

വിയർത്തൊലിച്ചു കൊണ്ടിരുന്ന പീറ്റർ പറഞ്ഞു. "ആചാര്യൻ തീരുമാനം എടുത്തു കൊണ്ട് സൂചന തരണം."

യേശു യാതൊരു ചലനവും ഇല്ലാതെ കണ്ണുകൾ അടച്ചു. അദ്ദേഹത്തിന്റെ നെറ്റിയിൽ നിന്ന് വിയർപ്പുതുള്ളികൾ ഒഴുകിയിറങ്ങി. ദൈവമേ, അങ്ങയുടെ ദിവസം വന്നുകൊണ്ടിരിക്കുകയാണ്. അദ്ദേഹം വീണ്ടും വീണ്ടും സ്വയം പറഞ്ഞു. ലോകാവസാനം വന്നിരിക്കുന്നു. അത് ഞാനാണ് കൊണ്ടുവരാൻ പോകുന്നതെന്ന് എനിക്ക് അറിയാം. ഞാൻ— പക്ഷേ, മരണം കൊണ്ട് .... ഇത് വീണ്ടും വീണ്ടും പറഞ്ഞപ്പോൾ അദ്ദേഹത്തിന് ധൈര്യം കണ്ടെത്താൻ കഴിഞ്ഞു.

ജോണും അദ്ദേഹത്തിന്റെ അടുത്തുവരെ വന്നിരുന്നു. അയാൾ അദ്ദേഹം കണ്ണുതുറക്കാൻ വേണ്ടി തോളിൽ പിടിച്ചു. "അങ്ങ് ഇപ്പോൾ സൂചന തന്നില്ലെങ്കിൽ" അയാൾ പറഞ്ഞു. "ഞങ്ങളുടെ കഥ കഴിഞ്ഞു. അങ്ങ് ചെയ്തതിന്റെ അർത്ഥം മരണമാണ്."

"അതിന്റെ അർത്ഥം മരണം ആണ്." തോമസ് അയാളോട് യോജിച്ചു. "എന്നാൽ ഞങ്ങൾ മരിക്കാൻ ആഗ്രഹിക്കുന്നില്ലെന്ന് അങ്ങയെ അറിയിക്കുന്നു."

"മരണമോ!" നതാനലും ഫിലിപ്പും വിളിച്ചുകൂവി. "പക്ഷേ, നമ്മൾ ഇവിടെ വന്നത് ഭരിക്കാനല്ലേ!"

ജോൺ യേശുവിന്റെ നെഞ്ചിലേക്ക് ചേർന്നു നിന്നു. "ആചാര്യൻ എന്താണ് ആലോചിക്കുന്നത്?" അയാൾ ചോദിച്ചു.

പക്ഷേ, യേശു അയാളെ തള്ളിമാറ്റി. "യൂദാസ്, എന്റെ അടുത്തുവരണം." അദ്ദേഹം പറഞ്ഞു. അദ്ദേഹം യൂദാസിന്റെ ബലിഷ്ഠമായ കൈയിൽ കയറിപ്പിടിച്ചു.

"ആചാര്യൻ ധൈര്യം വെടിയരുത്" യൂദാസ് രഹസ്യമായി പറഞ്ഞു. "സമയം വന്നിരിക്കുന്നു. അവർക്ക് നമ്മളെപ്പറ്റി ലജ്ജിക്കാൻ ഇട വരുത്തരുത്."

ജേക്കബ് വെറുപ്പോടെ യൂദാസിനെ നോക്കി. മുമ്പ് ആചാര്യൻ അയാളെ നോക്കാൻ പോലും തയ്യാറായിട്ടില്ല. എന്നാൽ ഇപ്പോൾ ഈ സൗഹൃദവും രഹസ്യം പറയലും എന്താണ്? "അവർ രണ്ടുപേരും കൂടി എന്തൊക്കെയോ കെട്ടിച്ചമയ്ക്കുകയാണ്? മാത്യുവിന് എന്തു തോന്നുന്നു?"

"എനിക്ക് ഒന്നും തോന്നുന്നില്ല. ഞാൻ നിങ്ങൾ എല്ലാവരും പറയുന്നതും ചെയ്യുന്നതും ശ്രദ്ധയോടെ എഴുതിവെക്കുന്നു. എന്റെ ജോലി അതാണ്."

യേശു യൂദാസിന്റെ കൈയിൽ അമർത്തി. പെട്ടെന്ന് അദ്ദേഹത്തിന് തലചുറ്റുന്നതായി തോന്നി. യൂദാസ് അദ്ദേഹത്തെ താങ്ങി. "ആചാര്യന് ക്ഷീണം ഉണ്ടോ?" യൂദാസ് ചോദിച്ചു.

"അതെ, ഞാൻ ക്ഷീണിച്ചിരിക്കുന്നു."

"ദൈവത്തെപ്പറ്റി ആലോചിച്ചാൽ ക്ഷീണം മാറും." യൂദാസ് മറുപടി പറഞ്ഞു. യേശുവിന്റെ തലചുറ്റൽ മാറി. അദ്ദേഹം നിവർന്നു നിന്നുകൊണ്ട് ശിഷ്യന്മാരെ നോക്കി. "വരൂ, നമുക്ക് പോകാം." അദ്ദേഹം പറഞ്ഞു.

പക്ഷേ, ശിഷ്യന്മാർ അനങ്ങിയില്ല. അവർ പോകാൻ ആഗ്രഹിച്ചിരുന്നില്ല. എവിടെ? വീണ്ടും ബഥനിയിലേക്കോ? എത്ര കാലത്തേക്ക്?... അങ്ങോട്ടും ഇങ്ങോട്ടും ഉള്ള ഈ അലച്ചിൽ അവർക്ക് മടുത്തിരുന്നു.

"അദ്ദേഹം നമ്മളെ കളിയാക്കുകയാണെന്നാണ് എനിക്ക് തോന്നുന്നത്." നതാനൽ അയാളുടെ കൂട്ടുകാരനോട് ശബ്ദം താഴ്ത്തി പറഞ്ഞു. "ഞാൻ അഭിപ്രായം മാറ്റുന്നില്ല." ഇതു പറഞ്ഞതിനു ശേഷം അയാൾ നിശ്ശബ്ദരായി ബഥനിയിലേക്ക് തിരിച്ചു നടക്കാൻ തുടങ്ങിയിരുന്ന മറ്റു ശിഷ്യന്മാരെ പിന്തുടർന്നു.

അവർക്കു പിന്നിൽ ഫാരിസേയരും ലേവ്യരും പൊട്ടിച്ചിരിച്ചു. ഒരു വൃത്തികെട്ട ചെറുപ്പക്കാരനായ ലേവ്യർ ഒരു ചെറുനാരങ്ങാത്തോടെടുത്ത് വലിച്ചെറിഞ്ഞു. അത് പീറ്ററിന്റെ മുഖത്തു വന്നു കൊണ്ടു.

പീറ്റർ ആ ലേവ്യരെ ആക്രമിക്കാൻ വേണ്ടി തിരിഞ്ഞു. പക്ഷേ, ആൻഡ്രു അയാളെ പിടിച്ചു നിർത്തി. "ക്ഷമിക്ക് സഹോദരാ." അയാൾ പറഞ്ഞു. "നമുക്ക് അവസരം കിട്ടും."

"എപ്പോൾ കിട്ടുമെന്നാണ് ആൻഡ്രു പറയുന്നത്? നാശം" പീറ്റർ മുറുമുറുത്തു. "നമുക്ക് വന്നുപെട്ടിരിക്കുന്ന കുഴപ്പം നിങ്ങൾക്ക് മനസ്സിലാകുന്നില്ലേ?"

അപമാനിക്കപ്പെട്ടെന്നുള്ള തോന്നലോടെ അവർ നിശ്ശബ്ദരായി വഴിയിലേക്ക് ഇറങ്ങി. അവരുടെ പിന്നിൽ ഉണ്ടായിരുന്ന ആൾക്കൂട്ടം ശപിച്ചു

കൊണ്ട് പിരിഞ്ഞുപോയിക്കഴിഞ്ഞിരുന്നു. ആരുംതന്നെ അവരെ ഇപ്പോൾ പിന്തുടരുന്നില്ല. ആരും തന്നെ ആചാര്യനെ നടക്കാൻ വേണ്ടി അവരുടെ കീറിപ്പറിഞ്ഞ വസ്ത്രങ്ങൾ വിരിച്ചിട്ടില്ല. ഫിലിപ്പ് ഇപ്പോൾ കഴുതയെ മുന്നിൽനിന്ന് വലിച്ചു. നതാനൽ പിന്നിൽനിന്നും കഴുതയുടെ വാലിൽ പിടിച്ചു. രണ്ടുപേരും അവർ കുഴപ്പത്തിൽ പോയി ചാടാതിരിക്കാൻ വേണ്ടി കഴുതയെ കഴിയുന്നതും വേഗം അതിന്റെ ഉടമസ്ഥനെ തിരിച്ചേല്പിക്കാനുള്ള തിടുക്കത്തിൽ ആയിരുന്നു. സൂര്യൻ ജ്വലിക്കുകയായിരുന്നു. ഒരു ചൂടുകാറ്റ് വീശി. പൊടിമണ്ണ് മേഘം പോലെ ഉയർന്നുവന്ന് അവരെ ശ്വാസം മുട്ടിച്ചു. അവർ ബഥനിയോട് അടുത്തു കൊണ്ടിരിക്കുമ്പോൾ വലിയ മേൽമീശ വെച്ച രണ്ട് അപരിഷ്കൃതരായ കൂട്ടുകാരോടൊപ്പം തൊട്ടുമുമ്പിൽ ബാറബാസ് ഉണ്ടായിരുന്നു.

"നിങ്ങൾ നിങ്ങളുടെ ഗുരുവിനെ എവിടെയാണ് കൊണ്ടുപോകുന്നത്?" അയാൾ ഉറക്കെ വിളിച്ചു ചോദിച്ചു. "ഞങ്ങളോട് ദയ കാണിക്കണം! അദ്ദേഹം അങ്ങേയറ്റം ഭയന്നിരിക്കുകയാണ്."

"അവർ അദ്ദേഹത്തെ ലാസറസിനെ ഉയിർത്തെഴുന്നേല്പിക്കാൻ കൊണ്ടു പോകുകയാണ്." ബാറബാസിന്റെ കൂട്ടുകാർ പൊട്ടിച്ചിരിച്ചു കൊണ്ട് മറുപടി പറഞ്ഞു.

അവർ ബഥനിയിൽ എത്തി വീടിനുള്ളിൽ പ്രവേശിച്ചപ്പോൾ വൃദ്ധനായ ആചാര്യൻ അന്ത്യശ്വാസം വലിക്കുകയായിരുന്നു. സ്ത്രീകൾ അയാളുടെ ചുറ്റും മുട്ടുകാലിൽ ഇരുന്ന് ആചാര്യൻ വിടവാങ്ങുന്നത് നിശ്ശബ്ദരായി നോക്കിക്കൊണ്ട് നിന്നിരുന്നു. അയാളെ തിരിച്ചു കൊണ്ടുവരാൻ ഒന്നുംതന്നെ ചെയ്യാൻ കഴിയില്ലെന്ന് അവർക്ക് അറിയാം. യേശു അടുത്തു ചെന്ന് വൃദ്ധന്റെ നെറ്റിയിൽ കൈവെച്ചു. ആചാര്യൻ പുഞ്ചിരിച്ചു. പക്ഷേ, കണ്ണുതുറന്നില്ല.

ശിഷ്യന്മാർ അതൃപ്തിയോടെ മുറ്റത്ത് ഇരുന്നു. അവർ സംസാരിച്ചില്ല. യേശു യൂദാസിനെ നോക്കി തലയാട്ടി.

"എന്റെ സഹോദരൻ യൂദാസ് തയ്യാറാണോ? സമയമായിരിക്കുന്നു."

"ഞാൻ ഗുരുവിനോട് വീണ്ടും ചോദിക്കുന്നു: ഗുരു എന്തിനാണ് എന്നെ തെരഞ്ഞെടുത്തത്?"

"നിങ്ങളാണ് ഏറ്റവും ശക്തൻ എന്ന് നിങ്ങൾക്ക് അറിയാം. മറ്റുള്ളവർ ഉത്സാഹിക്കില്ല.... ഉന്നത പുരോഹിതൻ കയ്യാഫാസിനോട് സംസാരിക്കാൻ നിങ്ങൾ പോയിരുന്നോ?"

"പോയിരുന്നു. എപ്പോൾ എവിടെവെച്ച്, കാണാമെന്ന് അറിയിക്കണമെന്നാണ് അയാൾ പറഞ്ഞത്."

"പെസഹായുടെ തലേന്നാൾ അത്താഴം കഴിഞ്ഞ് ഗത്സേമനിയിൽ വെച്ച് കാണാമെന്ന് അയാളോട് പറയൂ. എന്റെ സഹോദരൻ യൂദാസ് ധൈര്യം കൈവെടിയരുത്. ഞാനും അതിന് ശ്രമിച്ചുകൊണ്ടിരിക്കുകയാണ്."

യൂദാസ് തലകുലുക്കിയതിനുശേഷം ചന്ദ്രൻ ഉദിക്കുന്നതുവരെ

കാത്തു നില്ക്കാൻ വേണ്ടി വഴിയിലേക്ക് ഇറങ്ങി നടന്നു.

"ജറുസലേമിൽ വെച്ച് എന്തു സംഭവിച്ചു?" വൃദ്ധയായ സലോമി അവരുടെ ആൺമക്കളോട് ചോദിച്ചു. "നിങ്ങളെ നിശ്ശബ്ദരാക്കുന്ന തരത്തിൽ അവിടെ എന്താണ് സംഭവിച്ചത്?"

"അമ്മേ, നമ്മൾ നമ്മുടെ വീടു പണിഞ്ഞത് മണലിന്റെ മുകളിലാണെന്ന് തോന്നുന്നു" ജേക്കബ് മറുപടി പറഞ്ഞു. "നഷ്ടം സംഭവിച്ചു കഴിഞ്ഞു."

"പ്രതാപവും സിംഹാസനവും എല്ലാം ഉള്ള ആചാര്യൻ?... അപ്പോൾ അയാൾ എന്നെ വഞ്ചിക്കുകയായിരുന്നോ?" വൃദ്ധ കൈകൊട്ടി ശബ്ദം ഉണ്ടാക്കിക്കൊണ്ട് അവരുടെ ആൺമക്കളോട് വിളിച്ചു ചോദിച്ചു. പക്ഷേ, അവരിൽ ഒരാളും അവർക്ക് മറുപടി കൊടുത്തില്ല.

മൊവാബ് പർവ്വതങ്ങളുടെ പിന്നിൽനിന്നും പൂർണ്ണചന്ദ്രൻ ദുഃഖത്തോടെ ഉയർന്നുവന്നു. പർവ്വതത്തിന്റെ കൊടുമുടിയിൽ അത് ഒരു നിമിഷം സംശയിച്ചുനിന്നതിനുശേഷം ലോകത്തെ നോക്കി വളരെ പെട്ടെന്ന് തീരുമാനം എടുത്തുകൊണ്ട് കൊടുമുടികളിൽ നിന്ന് അകന്നു മാറി ആകാശത്തേക്ക് ഉയർന്നു. ലാസറസിന്റെ ഇരുണ്ട ചേരിക്ക് പെട്ടെന്ന് വെള്ളപൂശിയതുപോലെ തിളങ്ങുന്ന വെള്ളനിറം വന്നു.

നേരം വെളുത്തപ്പോൾ ശിഷ്യന്മാർ ഗുരുവിന്റെ ചുറ്റും കൂട്ടംകൂടി. അദ്ദേഹം സംസാരിച്ചില്ല. പക്ഷേ, അദ്ദേഹം അവരെ ഒന്നൊന്നായി ആദ്യം കാണുന്നമട്ടിൽ അല്ലെങ്കിൽ അവസാനമായി കാണുന്നമട്ടിൽ നോക്കി. ഉച്ചയായപ്പോൾ അദ്ദേഹം വായ തുറന്നു. "ചങ്ങാതിമാരെ, ഞാൻ നിങ്ങളോടൊപ്പം പെസഹാ ആഘോഷിക്കാൻ ആഗ്രഹിക്കുന്നു. ഇതുപോലെ ഉള്ള ഒരുദിവസം നമ്മുടെ പൂർവ്വികർ അടിമത്തത്തിന്റെ ഭൂമി ഉപേക്ഷിച്ചിട്ട് മരുഭൂമിയുടെ സ്വാതന്ത്ര്യത്തിലേക്ക് കടന്നുചെന്നു. നമ്മളും ഈ പെസഹാ ദിവസത്തിൽ മറ്റൊരു അടിമത്തത്തിൽ നിന്ന് പുറത്തുവന്ന് മറ്റൊരു സ്വാതന്ത്ര്യത്തിലേക്ക് ആദ്യമായി പ്രവേശിക്കുകയാണ്. കേൾക്കാൻ ചെവിയുള്ളവർ കേൾക്കട്ടെ!"

ആരും സംസാരിച്ചില്ല. ഈ വാക്കുകൾ സ്പഷ്ടമല്ലായിരുന്നു. പുതിയ അടിമത്തം എന്തായിരുന്നു? പുതിയ സ്വാതന്ത്ര്യം എന്തായിരുന്നു? അവർക്ക് മനസ്സിലായില്ല. ഏതാനും നിമിഷങ്ങൾക്കു ശേഷം പീറ്റർ പറഞ്ഞു. "എനിക്ക് അറിയാവുന്ന ഒരുകാര്യം ഞാൻ ആചാര്യനോട് പറയുന്നു. ആടില്ലാത്ത പെസഹാ അസാദ്ധ്യമാണ്. ആടിനെ നമ്മൾ എവിടെ പോയി കണ്ടെത്തും?"

യേശു താല്പര്യം ഇല്ലാതെ പുഞ്ചിരിച്ചു. "പീറ്റർ, ആട് തയ്യാറായിക്കഴിഞ്ഞു. ഈ നിമിഷം അത് സ്വന്തം ഇഷ്ടത്തിന് ലോകത്തിലെ പാവങ്ങൾക്ക് പെസഹാ ആഘോഷിക്കാൻ വേണ്ടി കശാപ്പുകാരന്റെ അടുത്തേക്ക് യാത്ര ചെയ്യുകയാണ്, അതുകൊണ്ട് ആടിനെപ്പറ്റി വേവലാതി വേണ്ട!"

ഒന്നും മിണ്ടാതെ ഒരു മൂലയിൽ ഇരുന്നിരുന്ന ലാസറസ് എഴുന്നേറ്റ്

എല്ലിനു തുല്യമായ കൈ നെഞ്ചത്തു വെച്ചുകൊണ്ട് പറഞ്ഞു. "ഞാൻ എന്റെ ജീവിതത്തിന് അങ്ങയോട് കടപ്പെട്ടിരിക്കുന്നു. മോശപ്പെട്ട ജീവിതം ആണെങ്കിലും അത് നരകത്തിലെ ഇരുട്ടിനേക്കാൾ മെച്ചമാണ്. അതു കൊണ്ട് പെസഹായ്ക്കുള്ള ആടിനെ ഞാൻ അങ്ങയ്ക്ക് സമ്മാനമായി കൊണ്ടുവരാം. എന്റെ ഒരു ചങ്ങാതി ആട്ടിടയനാണ്. ഞാൻ അവന്റെ അടു ത്തേക്ക് പോകുകയാണ്."

ശിഷ്യന്മാർ അയാളെ അത്ഭുതത്തോടെ നോക്കി. ഈ ജീവിക്കുന്ന, മരിച്ച മനുഷ്യൻ എഴുന്നേറ്റ് വാതിലിനടുത്തേക്ക് നടക്കാൻ എവിടെനി ന്നാണ് ശക്തി കണ്ടെത്തുന്നത്? രണ്ടു സഹോദരിമാരും ചേർന്ന് അയാളെ തടഞ്ഞു. പക്ഷേ, അയാൾ അവരെ തള്ളിമാറ്റിയതിനുശേഷം കുത്തിനട ക്കാൻ ഒരുചൂരൽ എടുത്തുകൊണ്ട് ഉമ്മറപ്പടി കുറുകെ കടന്നു.

അയാൾ ഗ്രാമത്തിലെ ഇടവഴികളിലൂടെ മുന്നോട്ടു നീങ്ങി. അയാൾ നടക്കുന്ന വഴിയിലെ വാതിലുകൾ തുറക്കപ്പെട്ടു. ഭയന്നുപോയ സ്ത്രീകൾ പുറത്തുവന്നു. അയാളുടെ മെലിഞ്ഞ കാലുകൾക്ക് നടക്കാൻ കഴിയുന്ന തിലും വളഞ്ഞുപോയ നട്ടെല്ല് ഒടിയാതിരിക്കുന്നതിലും അവർ അത്ഭുത പ്പെട്ടു. അയാൾക്ക് വേദനിച്ചിരുന്നെങ്കിലും പുനർജ്ജീവിച്ചതിനുശേഷം താൻ എത്രമാത്രം ശക്തനാണെന്നു കാണിക്കാൻ വേണ്ടി ലാസറസ് ഇട യ്ക്കിടയ്ക്ക് ചൂളം അടിക്കാൻ ശ്രമിച്ചു. പക്ഷേ, അയാളുടെ ചുണ്ടുകൾക്ക് അതിനോടു യോജിക്കാൻ കഴിഞ്ഞില്ല. അതുകൊണ്ട് അയാൾ ചൂളം വിളി ഉപേക്ഷിച്ചു. അതിനുശേഷം മുഖത്ത് ഗൗരവം വരുത്തിക്കൊണ്ട് അയാ ളുടെ ചങ്ങാതിയുടെ ആട്ടിൻ തൊഴുത്തിലെത്താൻ വേണ്ടി മലകയറാൻ തുടങ്ങി.

എന്തായാലും അയാൾ ഒരു കല്ലേറിന്റെ ദൂരം മുന്നോട്ടു പോകുന്ന തിനു മുമ്പ് പൂത്തുനിന്ന ഒരു കുറ്റിച്ചെടിയുടെ പിന്നിൽനിന്നും ബാറബാസ് മുമ്പിൽ ചാടിവീണു. ഈ നിമിഷത്തിനുവേണ്ടി അയാൾ ഗ്രാമത്തിൽ എത്ര ദിവസങ്ങളായി കറങ്ങി നടക്കുന്നു. പുനർജ്ജീവിച്ച നാശം പിടിച്ച മനു ഷ്യൻ വീട്ടിൽ നിന്നും മൂക്ക് പുറത്തു കാണിക്കുമ്പോൾ അയാളെ നശിപ്പി ക്കാൻ വേണ്ടി ബാറബാസ് കാത്തു നില്ക്കുകയായിരുന്നു. ആളുകൾ അയാളെ കാണുന്നത് നിശ്ചയമായും തടയേണ്ടിയിരിക്കുന്നു. അത്ഭുതത്തെ പ്പറ്റിയുള്ള ഓർമ്മ അയാൾക്ക് തടസ്സപ്പെടുത്തണം. അയാളെ പുനർജ്ജീ വിപ്പിച്ച ദിവസം മുതൽ മറിയത്തിന്റെ മകന്റെ അനുയായികളുടെ സംഖ്യ നിശ്ചയമായും വർദ്ധിച്ചിട്ടുണ്ട്. അതുകൊണ്ട് ലാസറസിനെ എന്നെന്നേ ക്കുമായി ഒഴിവാക്കിക്കൊണ്ട് ശവക്കുഴിയിലേക്ക് പറഞ്ഞുവിട്ടേ പറ്റൂ.

"നരകം ഉപേക്ഷിച്ചു വന്ന നശിച്ച മനുഷ്യാ" ബാറബാസ് അയാ ളോട് അലറി. "നിന്നെ കണ്ടതിൽ വളരെ സന്തോഷം! അവിടെ ഭൂമിക്കടി യിൽ നിനക്ക് സുഖമായിരുന്നോ? ഏതാണ് കൂടുതൽ നല്ലത്? മരണ മാണോ? ജീവിതം ആണോ?"

ലാസറസ് കടന്നുപോകാൻ ഭാവിച്ചു. പക്ഷേ, ബാറബാസ് കൈ നീട്ടി അയാളെ തടഞ്ഞു നിർത്തി.

“എന്റെ പ്രിയപ്പെട്ട പ്രേതം എന്നോട് ക്ഷമിക്കണം” അയാൾ പറഞ്ഞു. “പക്ഷേ, പെസഹാ വന്നുകൊണ്ടിരിക്കുകയാണ്. എനിക്ക് ആടിനെ കിട്ടിയിട്ടില്ല. എനിക്ക് പെസഹാ ആഘോഷിക്കാൻ വേണ്ടി ആടിനുപകരം വഴിയിൽ കണ്ടുമുട്ടുന്ന ആദ്യത്തെ ജീവിയെ കശാപ്പു ചെയ്യുമെന്ന് ഇന്നുരാവിലെ ഞാൻ ദൈവത്തിന് വാക്കു കൊടുത്തു. നിനക്കാണ് ഭാഗ്യം കിട്ടിയത്. കഴുത്തു നീട്ടിപ്പിടിക്കണം. നീ ദൈവത്തിനുള്ള ഒരു ബലിദാനം ആയി മാറാൻ പോകുകയാണ്.”

ലാസറസ് നിലവിളിക്കാൻ തുടങ്ങി. ബാറബാസ് അയാളുടെ കഴുത്തിൽ കുത്തിപ്പിടിച്ചു. പക്ഷേ, പെട്ടെന്ന് ഭയം അയാളെ കീഴ്പ്പെടുത്തി. അയാൾ പഞ്ഞിപോലെ അങ്ങേയറ്റം മൃദുലമായ ഏതോ വസ്തുവിലാണ് കയറിപ്പിടിച്ചത് അല്ല— അതിലും മൃദുലമായ കാറ്റ് പോലെ ഏതോ ഒരു വസ്തു. ഒരു തുള്ളി രക്തം പോലും പുറത്തു വരാതെ അയാളുടെ കൈനഖങ്ങൾ പല തവണ അതിലേക്ക് ആഴ്ന്നിറങ്ങുകയും പുറത്തുവരുകയും ചെയ്തു. ഒരുപക്ഷേ, അയാൾ ഒരു പ്രേതാത്മാവ് ആയിരിക്കാം. അയാൾ ആലോചിച്ചു. അയാളുടെ വസൂരിക്കുത്തുകൾ നിറഞ്ഞ മുഖം കൂടുതൽ വിളറി.

“വേദനിച്ചില്ലേ?” അയാൾ ചോദിച്ചു.

“ഇല്ല.” രക്ഷപ്പെടാൻ വേണ്ടി ബാറബാസിന്റെ പിടിയിൽനിന്നും ഒഴിഞ്ഞുമാറിക്കൊണ്ട് ലാസറസ് മറുപടി പറഞ്ഞു.

“നില്ക്കൂ!” ഇപ്പോൾ അയാളുടെ തലമുടിയിൽ പിടിച്ചുകൊണ്ട് ബാറബാസ് മുറുമുറുത്തു. പക്ഷേ, തലമുടി തലയോടിനു മുകളിലെ തൊലിയോടൊപ്പം അയാളുടെ കൈയിൽ ഇരുന്നു. ലാസറസിന്റെ തലയോട്ടി സൂര്യപ്രകാശത്തിൽ മഞ്ഞയും വെളുപ്പും കലർന്ന നിറത്തിൽ തിളങ്ങി.

“നശിച്ചവൻ!” ബാറബാസ് വിറച്ചുകൊണ്ട് മുറുമുറുത്തു. “ഇവനെ തകർക്കണം! നീ ഒരു പ്രേതാത്മാവ് ആണോ?” അയാൾ ലാസറസിന്റെ വലതുകൈയിൽ പിടിച്ച് ക്രൂരമായി കുലുക്കി “നീ ഒരു പ്രേതാത്മാവ് ആണെന്ന് പറഞ്ഞാൽ മതി. ഞാൻ നിന്നെ സ്വതന്ത്രനാക്കാം.”

പക്ഷേ, ബാറബാസ് കൈയിൽ പിടിച്ച് കുലുക്കുമ്പോൾ കൈ ഇളകി അയാളുടെ കൈയിൽ ഇരുന്നു. അയാൾ ഭയത്തിന് അടിമപ്പെട്ടു. അയാൾ ദ്രവിച്ച കൈ പൂത്തുനില്ക്കുന്ന കുറ്റിച്ചെടിക്കുള്ളിലേക്ക് വലിച്ചെറിഞ്ഞതിനുശേഷം അറപ്പോടെ കാർക്കിച്ചുതുപ്പി. അയാൾ അങ്ങേയറ്റം പേടിച്ചുപോയതുകൊണ്ട് തലമുടി എഴുന്നുനിന്നു. അയാൾ കത്തി കൈയിൽ എടുത്തു. അയാളെ പെട്ടെന്ന് ഒഴിവാക്കാൻ ബാറബാസ് ആഗ്രഹിച്ചു. അയാൾ ശ്രദ്ധയോടെ പിടലിക്കു പിടിച്ച് ഒരു കല്ലിൽ കഴുത്ത് അമർത്തിവെച്ചുകൊണ്ട് കശാപ്പു ചെയ്യാൻ ആരംഭിച്ചു. അയാൾ വീണ്ടും വീണ്ടും അരിഞ്ഞു. പക്ഷേ, കത്തി തുളച്ചുകയറിയില്ല. അത് ചെമ്മരിയാടിന്റെ ജട കഷണങ്ങളാക്കാൻ ശ്രമിക്കുന്നതുപോലെ ആയിരുന്നു. ബാറബാസിന്റെ ചോര തണുത്തു. ഞാൻ ഒരു ശവത്തെ ആണോ കശാപ്പു ചെയ്യുന്നത്? അയാൾ സ്വയം ചോദിച്ചു. അയാൾ ഒളിച്ചോടാൻ വേണ്ടി കുന്നിറങ്ങാൻ

തുടങ്ങി. പക്ഷേ, ലാസറസിന് ഇപ്പോഴും അനക്കമുണ്ടെന്ന് അയാൾക്ക് മനസ്സിലായി. അയാളുടെ നശിച്ചു. കൂട്ടുകാരൻ വീണ്ടും ലാസറസിനെ കണ്ടെത്തി പുനർജ്ജീവിപ്പിക്കുമെന്നുള്ള ഭയം അയാളെ കീഴ്പ്പെടുത്തി. അയാൾ ഭയത്തെ കീഴടക്കിക്കൊണ്ട് ലാസറസിന്റെ കാലിലും തലയ്ക്കും പിടിച്ച് അടിയിൽ തുണിതോരാൻ ഇടുന്നതിനു മുമ്പ് പിഴിയുന്നതുപോലെ ശക്തിയായി പിഴിഞ്ഞു. അയാളുടെ നട്ടെല്ല് രണ്ടായി അടർന്നുമാറി ലാസറസ് രണ്ടു കഷണങ്ങളായി തീർന്നു. ബാറബാസ് ഈ കഷണങ്ങൾ കുറ്റിച്ചെടിയുടെ താഴെ ഒളിച്ചുവെച്ചതിനുശേഷം ഓടി. അയാൾ ഓടിക്കൊണ്ടിരുന്നു. അയാൾക്ക് ഭയം തോന്നുന്നത് ജീവിതത്തിൽ ആദ്യം ആയിരുന്നു. അയാൾ തിരിഞ്ഞു നോക്കാൻ ധൈര്യപ്പെട്ടില്ല. “ഹോ” അയാൾ മുറുമുറുത്തു. “എനിക്ക് ജറുസലേമിൽ എത്തി കഴിയുന്നതും എളുപ്പം ജേക്കബ്ബിനെ കണ്ടെത്താൻ കഴിഞ്ഞെങ്കിൽ! അയാൾ ഈ പിശാചിനെ ഉച്ചാടനം ചെയ്യാൻ എനിക്ക് ഒരു മന്ത്രത്തകിട് നിശ്ചയമായും തരും!”

ഈ സമയത്ത് ലാസറസിന്റെ വീട്ടിൽ യേശു ശിഷ്യന്മാരുടെ മുകളിൽ കുനിഞ്ഞു നിന്ന് അവരുടെ മനസ്സിനുള്ളിലേക്ക് അല്പം വെളിച്ചം എറിഞ്ഞുകൊടുക്കാനുള്ള ശ്രമത്തിലായിരുന്നു. അതുകൊണ്ട് കാണാൻ പോകുന്ന കാര്യങ്ങളോടുള്ള ഭയം കൊണ്ട് അവർ ചിന്നിച്ചിതറി പോകില്ല.

“ഞാനാണ് വഴി” അദ്ദേഹം അവരോടു പറഞ്ഞു. “ഒരാൾ നടന്നടുത്തു കൊണ്ടിരിക്കുന്ന വീടും ഞാനാണ്. ഒരാൾ കണ്ടെത്താൻ വേണ്ടി ഇറങ്ങിത്തിരിക്കുന്ന വഴികാട്ടിയും ഞാനാണ്. നിങ്ങൾ എല്ലാവരും എന്നിൽ വിശ്വസിക്കണം. നിങ്ങൾ കാണുന്നതൊന്നും കണ്ട് ഭയപ്പെടാൻ പാടില്ല. കാരണം എനിക്ക് മരിക്കാൻ കഴിയില്ല. നിങ്ങൾ കേൾക്കുന്നുണ്ടോ— എനിക്ക് മരിക്കാൻ കഴിയില്ല.”

യൂദാസ് മുറ്റത്ത് അല്പം ദൂരെ മാറി തനിച്ച് നില്ക്കുകയായിരുന്നു. അയാൾ വലിയ കാൽപ്പത്തികൊണ്ട് ചരൽക്കല്ലുകൾ ഇളക്കിയിട്ടുകൊണ്ടിരുന്നു. യേശു ഇടയ്ക്കിടയ്ക്ക് അയാളെ തിരിഞ്ഞു നോക്കി. അവാച്യമായ ഒരു ദുഃഖം അദ്ദേഹത്തിന്റെ മുഖത്തു പടർന്നു.

ജോൺ പരാതി പറഞ്ഞു. “ആചാര്യൻ എന്തിനാണ് അയാളെ എപ്പോഴും അടുത്തു നില്ക്കാൻ വേണ്ടി വിളിച്ചുകൊണ്ടിരിക്കുന്നത്? അയാളുടെ കൃഷ്ണമണിയിലേക്ക് നോക്കിയാൽ നിങ്ങൾക്ക് ഒരു കത്തി കാണാൻ കഴിയും.”

യേശു മറുപടി പറഞ്ഞു. “പ്രിയപ്പെട്ട ജോൺ കത്തിയല്ല- കുരിശാണ് ഉള്ളത്.”

ശിഷ്യന്മാർ സംഭ്രമത്തോടെ പരസ്പരം നോക്കി.

“കുരിശോ!” ഉറക്കെ ചോദിച്ചു കൊണ്ട് ജോൺ യേശുവിന്റെ നെഞ്ചത്തേക്ക് വീണു. “ആരാണ് കുരിശിലേറ്റപ്പെടാൻ പോകുന്നത്? ആചാര്യൻ പറഞ്ഞുതരണം.”

“ആ കണ്ണുകളിലേക്ക് സൂക്ഷിച്ചു നോക്കുന്നവൻ ആരായാലും കുരിശിൽ കിടക്കുന്ന അയാളുടെ സ്വന്തം മുഖം കാണും. ഞാൻ നോക്കി ഞാൻ എന്റെ മുഖം കണ്ടു.”

പക്ഷേ, ശിഷ്യന്മാർക്ക് മനസ്സിലായില്ല. പലരും പൊട്ടിച്ചിരിച്ചു.

"ആചാര്യൻ ഇത് ഞങ്ങളോട് പറഞ്ഞത് നല്ല കാര്യമാണ്." തോമസ് ഉറക്കെ പറഞ്ഞു. "എന്റെ കാര്യം പറഞ്ഞാൽ ഞാൻ ജീവിച്ചിരിക്കുന്ന കാലത്തോളം ചുവന്ന താടിക്കാരന്റെ കണ്ണിൽ നോക്കില്ല!"

"തോമസിന്റെ കുട്ടികളും പേരക്കുട്ടികളും നോക്കും" യേശു പറഞ്ഞു. അദ്ദേഹം ജനാലയിലൂടെ യൂദാസിനെ നോക്കി. അയാൾ ഇപ്പോൾ ജറുസലേമിലേക്ക് നോക്കിക്കൊണ്ട് വാതിൽപ്പടിയിൽ നില്ക്കുകയായിരുന്നു.

"ആചാര്യന്റെ വാക്കുകൾക്ക് വ്യക്തത ഇല്ല.," മാത്യു പരാതിപ്പെട്ടു.

യേശു താല്പര്യം ഇല്ലാതെ മറുപടി പറഞ്ഞു. "എഴുത്തുകാരെ പൂവൻ കോഴി എന്ന് വിളിക്കുന്നത് ശരിയായ കാര്യം ആണ്. നിങ്ങൾ കൂവിയില്ലെങ്കിൽ സൂര്യൻ ഉദിക്കില്ലെന്നാണ് നിങ്ങളുടെ വിചാരം. നിങ്ങളുടെ പേനയും കടലാസും എടുത്ത് അടുപ്പിൽ എറിയണമെന്നാണ് എനിക്ക് തോന്നുന്നത്."

മാത്യു പെട്ടെന്ന് എഴുതിയതെല്ലാം വാരി എടുത്തുകൊണ്ട് സ്ഥലം വിട്ടു.

യേശുവിന്റെ ദേഷ്യം കുറഞ്ഞില്ല. "ഞാൻ ഒരു കാര്യം പറയാം; നിങ്ങൾ വേറൊന്ന് എഴുതണം. നിങ്ങൾ എഴുതിയത് വായിക്കുന്നവർ മനസ്സിലാക്കുന്നത് മറ്റൊന്നാണ്! ഞാൻ പറയുന്നത്: കുരിശ്, മരണം, സ്വർഗ്ഗരാജ്യം, ദൈവം... അതുകൊണ്ട് നിങ്ങൾക്ക് എന്താണ് മനസ്സിലായത്? നിങ്ങളിൽ ഓരോരുത്തരും ഈ ദിവ്യമായ വാക്കുകളുടെ കൂടെ ഓരോരുത്തരുടെയും കഷ്ടപ്പാടുകളും താല്പര്യങ്ങളും ആഗ്രഹങ്ങളും കൂട്ടിച്ചേർക്കുന്നു. അതോടെ എന്റെ വാക്കുകൾ അപ്രത്യക്ഷപ്പെടുന്നു. എന്റെ ആത്മാവ് നഷ്ടപ്പെടുന്നു. എനിക്ക് ഇത് സഹിക്കാൻ കഴിയില്ല!"

അദ്ദേഹം വീർപ്പുമുട്ടലോടെ എഴുന്നേറ്റു. പെട്ടെന്ന് മനസ്സിലും ഹൃദയത്തിലും ധൈര്യം നിറയുന്നതായി അദ്ദേഹത്തിനു തോന്നി.

ശിഷ്യന്മാർ ഭയന്ന് പിന്നോട്ടുമാറി. അത് ശിഷ്യന്മാർക്ക് ആചാര്യൻ കൈയിൽ കരുതിയിരുന്ന വടികൊണ്ട് മടിയന്മാരായ കാളകളെ വേദനിപ്പിച്ച് നടക്കാൻ പ്രേരിപ്പിക്കുന്നതുപോലെയുള്ള ഒരു അനുഭവം ആയിരുന്നു. ലോകം അവരെ നുകത്തിൽകെട്ടിയിരിക്കുന്ന ഒരുകാളവണ്ടി ആയിരുന്നു. യേശു അവരെ കുത്തി നോവിച്ചു. അവർ നുകത്തിനടിയിൽ അങ്ങോട്ടും ഇങ്ങോട്ടും അനങ്ങി. പക്ഷേ, നീങ്ങിയില്ല. അവരെ നോക്കുമ്പോൾ യേശുവിന് ശക്തി മുഴുവൻ ചോർന്നു പോയതുപോലെ തോന്നി. ഭൂമിയിൽ നിന്നും സ്വർഗ്ഗത്തിലേക്കുള്ള വഴിക്ക് ദൈർഘ്യം കൂടുതലായിരുന്നു. അവിടെ അവർ നിശ്ചലരായിരുന്നു.

"എത്രകാലം എന്നെ നിങ്ങൾക്ക് കൂടെ നിർത്താൻ കഴിയും?" അദ്ദേഹം ഉറക്കെ ചോദിച്ചു. "ഗൗരവമുള്ള ഒരു ചോദ്യം ഉള്ളിൽ കാത്തുസൂക്ഷിക്കുന്നവർക്ക് പെട്ടെന്ന് ചോദിക്കാം. സ്നേഹമുള്ള ഒരു വാക്ക് എന്നോട് പറയാനുള്ളവർക്ക് ഉടൻ തന്നെ അത് പറയാം: അത് എനിക്ക് നന്മ ചെയ്യും. അത് പറയണം. അതുകൊണ്ട് ഞാൻ പോയതിനു ശേഷം

എന്നോട് സ്നേഹമുള്ള വാക്ക് പറയാനുള്ള അവസരം നഷ്ടപ്പെട്ടെന്ന് നിങ്ങൾക്ക് പറയേണ്ടിവരില്ല. നിങ്ങൾ എന്നെ എന്തുമാത്രം സ്നേഹിക്കുന്നുണ്ടെന്ന് മനസ്സിലാക്കിത്തരാൻ കഴിഞ്ഞില്ലെന്ന് പരാതി പറയേണ്ടിവരില്ല. അപ്പോഴേയ്ക്കും അത് വളരെ താമസിച്ചുപോകും."

സ്ത്രീകൾ ശ്രദ്ധിച്ചുകേട്ടു. അവർ കാൽമുട്ടുകൾക്കിടയിൽ താടി തിരുകിക്കൊണ്ട് ഒരു മൂലയിൽ കൂട്ടംകൂടി ഇരിക്കുകയായിരുന്നു. അവർ ഇടയ്ക്കിടയ്ക്ക് നെടുവീർപ്പിട്ടു. അവർക്ക് എല്ലാ കാര്യങ്ങളും മനസ്സിലായി. പക്ഷേ, ഒന്നും പറയാൻ കഴിഞ്ഞില്ല. പെട്ടെന്ന് മഗ്ദലന നിലവിളിച്ചു. ആദ്യമായി മുന്നറിവ് ലഭിച്ചത് അവൾക്കായിരുന്നു. ശ്മശാനയാത്രയുടെ വിലാപം അവളുടെ ഉള്ളിൽ പൊട്ടിപ്പുറപ്പെട്ടു. അവൾ ചാടി എഴുന്നേറ്റ് അകത്തെ മുറിയിലേക്ക് പോയി. തലയണയുടെ അടിയിൽ നിന്നും കൂടെക്കൊണ്ടുവന്ന സ്ഫടികക്കുപ്പി അവൾ കണ്ടുപിടിച്ചു. അതിൽ ഒരു രാത്രിയുടെ പ്രതിഫലമായി ഒരു പഴയ കാമുകൻ അവൾക്കു കൊടുത്ത അറേബ്യൻ സുഗന്ധദ്രവ്യം നിറച്ചുവെച്ചിരിക്കുകയായിരുന്നു. യേശുവിനെ പിന്തുടരുന്ന സമയത്തെല്ലാം അവൾ അത് കൂടെ കൊണ്ടുവന്നിരുന്നു. അതുകൂടാതെ അവൾ പറഞ്ഞുകൊണ്ടിരുന്നു: "ദൈവം മഹാനാണ്. എന്റെ പ്രിയപ്പെട്ടവന്റെ തലമുടി ഈ അമൂല്യമായ സുഗന്ധം കൊണ്ട് ഞാൻ കഴുകുന്ന ദിവസം എപ്പോൾ വരുമെന്ന് ആർക്ക് പറയാൻ പറ്റും? എന്റെ തൊട്ടടുത്ത് വരനായി നില്ക്കാൻ അദ്ദേഹം ആഗ്രഹിക്കുന്ന ദിവസം വരാൻ ഇടയുണ്ട്." അവളുടെ നെഞ്ചിൽ ഒളിച്ചുവെച്ചിരുന്ന മോഹങ്ങൾ ഇങ്ങനെയൊക്കെ ആയിരുന്നു. പക്ഷേ, ഇപ്പോൾ അവളുടെ പ്രിയപ്പെട്ടവന്റെ ശരീരത്തിനുപിന്നിൽ അവൾ മരണത്തെ കണ്ടു- അവിടെ കാമം ഇല്ല; ഉള്ളത് മരണം ആണ്. അതിനും വിവാഹത്തിനെന്നതുപോലെ സുഗന്ധദ്രവ്യത്തിന്റെ ആവശ്യം ഉണ്ട്. അവൾ സ്ഫടികക്കുപ്പി തലയണയുടെ അടിയിൽ നിന്നും എടുത്ത് നെഞ്ചത്ത് ചേർത്തുവെച്ചുകൊണ്ട് ഏങ്ങലടിക്കാൻ തുടങ്ങി. അവൾ മാറത്തു ചേർത്തുവെച്ചിരുന്ന കുപ്പിയിൽ ഒരു കുഞ്ഞിനെ തഴുകുന്നതുപോലെ തഴുകി. കരയുന്നത് പുറത്തു കേൾക്കാതിരിക്കാൻ വേണ്ടി അവൾ ശബ്ദം ഉണ്ടാക്കാതെ കരഞ്ഞു. പിന്നീട് അവൾ കണ്ണുതുടച്ചതിനുശേഷം പുറത്തുവന്ന് യേശുവിന്റെ കാല്ക്കൽ വീണു. അദ്ദേഹത്തിന് അവളെ പിടിച്ചു എഴുന്നേല്പിക്കാൻവേണ്ടി കുനിയാൻ കഴിയുന്നതിനുമുമ്പ് അവൾ സ്ഫടികക്കുപ്പി പൊട്ടിച്ചു. സുഗന്ധ തൈലം അദ്ദേഹത്തിന്റെ വിശുദ്ധ പാദങ്ങൾക്കു പുറത്തുകൂടി ഒഴുകി. പിന്നീട് അവൾ കരഞ്ഞുകൊണ്ട് അദ്ദേഹത്തിന്റെ വിശുദ്ധപാദങ്ങൾ സ്വന്തം മുടി അഴിച്ചിട്ട് തുടച്ചു. ബാക്കി വന്ന സുഗന്ധദ്രവ്യം കൊണ്ട് അവർ പ്രിയതമന്റെ തലകഴുകി. പെട്ടെന്ന് വീണ്ടും അവൾ അദ്ദേഹത്തിന്റെ കാല്ക്കൽ വീണ് പാദങ്ങളിൽ ചുംബിച്ചു.

ശിഷ്യന്മാർ പ്രകോപിപ്പിക്കപ്പെട്ടിരുന്നു.

"ഇത്രയധികം വിലപിടിപ്പുള്ള സുഗന്ധ ദ്രവ്യം നശിപ്പിച്ചത് നാണക്കേടാണ്." കച്ചവടക്കാരൻ തോമസ് പറഞ്ഞു. "അത് വിറ്റിരുന്നെങ്കിൽ

നമുക്ക് ധാരാളം ദരിദ്രർക്ക് ഭക്ഷണം കൊടുക്കാൻ കഴിയുമായിരുന്നു."

"അനാഥർക്ക് ദാനം ചെയ്യാൻ കഴിയുമായിരുന്നു" നതാനൽ പറഞ്ഞു.

"ആടുകളെ വാങ്ങാമായിരുന്നു." ഫിലിപ്പ് പറഞ്ഞു.

"അതു ഒരു മോശം സൂചന ആണ്." ജോൺ നെടുവീർപ്പിട്ടുകൊണ്ട് മുറുമുറുത്തു. "ഇത്തരം സുഗന്ധ ദ്രവ്യങ്ങൾ കൊണ്ടാണ് സമ്പന്നരുടെ ശവങ്ങൾ അഭിഷേകം ചെയ്യുന്നത്. മറിയം, നീ അത് ചെയ്യാൻ പാടില്ലായിരുന്നു. പ്രിയപ്പെട്ട സുഗന്ധം ശ്വസിച്ച് യമലോകത്തെ കടത്തുകാരൻ "കെയ്റെൻ" വരാൻ ഇടയുണ്ട്."

യേശു പുഞ്ചിരിച്ചു. "പാവങ്ങൾ നിങ്ങളോടൊപ്പം എന്നും ഉണ്ടാകും." അദ്ദേഹം പറഞ്ഞു. "പക്ഷേ, ഞാൻ എന്നും ഉണ്ടായിരിക്കില്ല. അതുകൊണ്ട് സുഗന്ധദ്രവ്യം എനിക്കുവേണ്ടി നശിപ്പിച്ചത് കാര്യമാക്കേണ്ട കാര്യം ഇല്ല. പ്രിയപ്പെട്ട ജോണിന് വിഷമം തോന്നരുത്. എന്നും മരണം വന്നുകൊണ്ടിരിക്കും. അത് തലമുടിക്ക് സുഗന്ധം ഉള്ളപ്പോൾ വരുന്നതാണ് കൂടുതൽ നല്ലത്."

വീടിന് ഐശ്വര്യമുള്ള ഒരു ശവകുടീരത്തിന്റെ സുഗന്ധം ഉണ്ടായിരുന്നു. യൂദാസ് പെട്ടെന്ന് പ്രത്യക്ഷപ്പെട്ട് ആചാര്യനെ നോക്കി. അദ്ദേഹം ശിഷ്യന്മാരോട് രഹസ്യം വെളിപ്പെടുത്തിയിരിക്കാൻ സാദ്ധ്യത ഉണ്ടോ? അവർ മരിക്കാറായവനെ ശവസംസ്കാരത്തിനുള്ള തൈലം കൊണ്ട് അഭിഷേകം ചെയ്യുകയാണോ? പക്ഷേ, യേശു പുഞ്ചിരിച്ചു.

അദ്ദേഹം പറഞ്ഞു. "സഹോദരനായ യൂദാസേ, ഭൂമിയിൽ മാനുകൾ ഓടുന്നതിനേക്കാൾ വേഗതയിൽ തൂക്കണാംകുരുവികൾ ആകാശത്തിൽ പറക്കും. തൂക്കണാം കുരുവിയേക്കാൾ വേഗതയിൽ മനുഷ്യന്റെ മനസ്സ് ചലിക്കും. മനുഷ്യന്റെ മനസ്സിനേക്കാൾ വേഗത്തിൽ സ്ത്രീയുടെ ഹൃദയം ചലിക്കും" സംസാരം അവസാനിപ്പിച്ചപ്പോൾ അദ്ദേഹം കണ്ണുകൊണ്ട് മഗ്ദലനയെ ചൂണ്ടിക്കാണിച്ചു.

പീറ്റർ വായ് തുറന്നു. "നമ്മൾ പല കാര്യങ്ങളും പറഞ്ഞു. പക്ഷേ, ഏറ്റവും പ്രധാനപ്പെട്ട കാര്യം മറന്നുപോയി. ജറുസലേമിൽ നമ്മുടെ പെസഹാ എവിടെയാണ് നടക്കുന്നത്? നമുക്ക് സിറേനിയാക്കാരൻ സൈമണിന്റെ മദ്യശാലയിൽ പോകാമെന്നാണ് ഞാൻ പറയുന്നത്."

"ദൈവം അത് മറ്റൊരു രീതിയിലാണ് ക്രമീകരിച്ചിരിക്കുന്നത്." യേശു പറഞ്ഞു. "പീറ്റർ എഴുന്നേറ്റ് ജോണിനെയും കൂട്ടി ജറുസലേമിലേക്ക് പോകണം. നിങ്ങൾ അവിടെ തോളിൽ ഒരു കുടം ചുമക്കുന്ന ഒരു മനുഷ്യനെ കാണും. അയാളെ പിന്തുടരണം. അയാൾ ഒരു വീട്ടിൽ കയറും. നിങ്ങളും ഉള്ളിൽ കടന്നുചെന്ന് ഉടമസ്ഥനോട് പറയണം. "ഞങ്ങളുടെ ഗുരു അഭിവാദ്യങ്ങൾ അറിയിച്ചുകൊണ്ട് നിങ്ങളോട് ചോദിക്കുന്നു: എന്റെ ശിഷ്യന്മാരോടൊപ്പം എനിക്ക് പെസഹാ അത്താഴം കഴിക്കാൻ എവിടെയാണ് മേശ തയ്യാറാക്കിയിരിക്കുന്നത്?" അയാൾ അതിന് മറുപടി പറയും. "നിങ്ങളുടെ ഗുരുവിന് എന്റെ അഭിവാദനങ്ങൾ. എല്ലാം തയ്യാറായിക്കഴിഞ്ഞു. ഞങ്ങൾ അദ്ദേഹത്തെ കാണാൻ കാത്തിരിക്കുകയാണ്."

ശിഷ്യന്മാർ പരസ്പരം തുറിച്ചു നോക്കി. ആരാധനകൊണ്ട് അവ

രുടെ കണ്ണുകൾ ശിശുക്കളുടെ കണ്ണുകൾപോലെ വിടർന്നുപോയിരുന്നു.

"ആചാര്യൻ കാര്യമായി പറയുന്നതാണോ?" പീറ്റർ ചോദിച്ചു. "എല്ലാം തയ്യാറാണെന്നാണോ പറയുന്നത്? ആടും ഇറച്ചി പൊരിക്കുന്ന കമ്പിയും വീഞ്ഞും — എല്ലാം തയ്യാറായിക്കഴിഞ്ഞിട്ടുണ്ടോ?"

"എല്ലാ കാര്യങ്ങളും തയ്യാറാണ്." യേശു പറഞ്ഞു. "പോകൂ. വിശ്വാസം വേണം. നമ്മൾ ഇവിടെ ഇരുന്ന് സംസാരിക്കുന്നു. പക്ഷേ, ദൈവം ഇരിക്കുന്നില്ല. സംസാരിക്കുന്നില്ല. ദൈവം മനുഷ്യനുവേണ്ടി ജോലി ചെയ്യുന്നു."

ആ നിമിഷത്തിൽ വീടിന്റെ പിൻവശത്തെ മൂലയിൽനിന്നും ഒരു നേർത്ത ശ്വാസോച്ഛ്വാസം കേട്ടു. അവർ എല്ലാവരും ലജ്ജയോടെ തിരിഞ്ഞു നോക്കി. ഇതുവരെ മരണയാതന അനുഭവിച്ചു കൊണ്ടിരുന്ന വൃദ്ധനായ ആചാര്യനെപ്പറ്റി അവർ മറന്നിരിക്കുകയായിരുന്നു. മഗ്ദലന മറ്റു മൂന്നു സ്ത്രീകളോടൊപ്പം ഓടി. ശിഷ്യന്മാർ കിടക്കയുടെ അടുത്തെത്തി. യേശു വൃദ്ധന്റെ തണുത്തുറഞ്ഞ ചുണ്ടുകൾക്ക് മുകളിൽ കൈപ്പത്തികൊണ്ട് തൊട്ടു. വൃദ്ധൻ കണ്ണുതുറന്ന് അദ്ദേഹത്തെ നോക്കി പുഞ്ചിരിച്ചു. അതിനുശേഷം പുരുഷന്മാരോടും സ്ത്രീകളോടും പുറത്തു പോകാൻ ആംഗ്യം കാണിച്ചു. അവർ തനിച്ചായപ്പോൾ യേശു അയാളുടെ ചുണ്ടിലും കണ്ണിലും നെറ്റിയിലും കുനിഞ്ഞുനിന്ന് ചുംബിച്ചു. വൃദ്ധൻ അദ്ദേഹത്തിന്റെ കണ്ണുകളിലേക്ക് നോക്കി. അയാളുടെ മുഖം തിളങ്ങുന്നുണ്ടായിരുന്നു.

"വീണ്ടും ഞാൻ മൂന്നുപേരെയും കണ്ടു— എലിയയേയും മോശയേയും അങ്ങയേയും. എനിക്ക് ഇപ്പോൾ ഉറപ്പായി... ഞാൻ പോകുന്നു."

"ദൈവം പിതാവിനെ അനുഗ്രഹിക്കട്ടെ. അങ്ങ് സന്തുഷ്ടനാണോ?"

"അതെ. ഞാൻ അങ്ങയുടെ കൈ ചുംബിക്കട്ടെ."

വൃദ്ധൻ യേശുവിന്റെ കൈപ്പത്തിയിൽ തണുത്തുറഞ്ഞ ചുണ്ടുകൾ വളരെ നേരം ചേർത്തുവെച്ചു. അയാൾ നിർവൃതിയോടെ നിശ്ശബ്ദമായി അദ്ദേഹത്തെ നോക്കി വിട പറഞ്ഞു. പക്ഷേ, ഒരു നിമിഷത്തിനുള്ളിൽ അയാൾ വീണ്ടും സംസാരിച്ചു.

"അങ്ങ് മുകളിലേക്ക് എന്നാണ് വരുന്നത്?"

"നാളെ പെസഹാ ദിവസം. പിതാവിനെ അന്ന് ഞാൻ കാണാം."

വൃദ്ധനായ ആചാര്യൻ കൈകൾ പിണച്ചു.

"അങ്ങയുടെ ജോലിക്കാരനെ സ്വതന്ത്രനാക്കൂ." അയാൾ പിറുപിറുത്തു. "എന്റെ കണ്ണുകൾ എന്റെ രക്ഷകനെ കണ്ടുകഴിഞ്ഞു!"

ഇരുപത്തിയെട്ട്

തിളങ്ങുന്ന ചുവപ്പു നിറത്തിൽ ചക്രവാളത്തിൽ എത്തിച്ചേർന്ന സൂര്യൻ അസ്തമിക്കാൻ തുടങ്ങുകയായിരുന്നു. എതിർവശത്ത് ആകാശത്തിന്റെ കിഴക്കേ മൂലയിൽ വെളുപ്പും നീലയും ഇടകലരുന്ന ഒരു തിളക്കം

പ്രത്യക്ഷപ്പെട്ടുകഴിഞ്ഞിരുന്നു. അല്പനേരത്തിനകം പൂർണ്ണചന്ദ്രൻ നിശ്ശബ്ദനായി ഉയർന്നുവരും. സൂര്യന്റെ വിളറിയ കിരണങ്ങൾ ഈ സമയത്തും വീടിനുള്ളിലേക്ക് കടന്നുവന്ന് യേശുവിന്റെ ക്ഷീണിച്ച മുഖത്തുകൂടി ചരിഞ്ഞു വീണ് ശിഷ്യന്മാരുടെ നെറ്റിയും കൈപ്പത്തികളും കടന്ന് വൃദ്ധനായ ആചാര്യന്റെ ശാന്തവും അനശ്വരവുമായ സന്തോഷമുള്ള മുഖം തലോടിക്കൊണ്ട് മുറിയുടെ മൂലയിലേക്ക് പോകുന്നുണ്ടായിരുന്നു. മറിയം അവളുടെ തറിയുടെ അടുത്ത് ഇരിക്കുകയായിരുന്നു. അവൾ ആഴമുള്ള ഒരു നിഴലിനുള്ളിൽ ആയിരുന്നതുകൊണ്ട് കവിളുകളിലൂടെ ശാന്തമായി ഒഴുകി പകുതി നെയ്ത തുണിയിൽ ഇറ്റുവീണുകൊണ്ടിരുന്ന കണ്ണുനീർ ആരും തന്നെ കണ്ടിരുന്നില്ല. വീടിനുള്ളിൽ ഇപ്പോഴും യേശുവിന്റെ കാൽവിരലിൽ പുരണ്ട സുഗന്ധദ്രവ്യത്തിന്റെ മണം ഉണ്ടായിരുന്നു.

രാത്രി അടുത്തു വരുന്നതിനൊപ്പം കൂടിക്കൊണ്ടിരുന്ന ദുഃഖത്തോടെ നിശ്ശബ്ദരായി ഇരുന്നിരുന്ന അവരുടെ ഇടയിലേക്ക് ജനാലയിലൂടെ കുത്തിയിറക്കിയ ഒരു വാളുപോലെ ഒരു മീവൽ പക്ഷി കടന്നുവന്ന് മൂന്നുതവണ അവരുടെ തലയ്ക്ക് മുകളിലൂടെ വട്ടംചുറ്റി. അത് ആഹ്ലാദത്തോടെ അവരെ ഒളിഞ്ഞുനോക്കിയതിനുശേഷം സൂര്യന്റെ നേർക്ക് തിരിഞ്ഞ് ഒരു ചാട്ടുളി പോലെ പുറത്തേക്ക് പറന്നു. അതിന്റെ വെളുത്തവയറും വിടർന്ന ചിറകുകളും കാണാനുള്ള സമയം പോലും അവർക്ക് കിട്ടിയില്ല.

അദ്ദേഹം കാത്തിരുന്ന നിഗൂഢമായ. സൂചന അതാണെന്ന മട്ടിൽ യേശു എഴുന്നേറ്റു. “സമയം വന്നിരിക്കുന്നു.” അദ്ദേഹം പറഞ്ഞു.

അദ്ദേഹം മുറിക്കുള്ളിൽ ഉണ്ടായിരുന്ന നെരിപ്പോടിലും, പള്ളിയായുധങ്ങളിലും, വീട്ടുപകരണങ്ങളിലും വെള്ളം നിറച്ച കൂജയിലും, തറിയിലും സാവധാനം കണ്ണോടിച്ചു. അതിനുശേഷം വൃദ്ധയായ സലോമിയെയും മാർത്തയെയും മഗ്ദലനയെയും നെയ്ത്തുകാരി മറിയത്തേയും നോക്കി. ഏറ്റവും അവസാനം യേശു ശാശ്വതമായ ജീവിതത്തിലേക്ക് പ്രവേശിച്ച നരച്ച താടിയുള്ള വെളുത്ത വൃദ്ധനെ നോക്കി.

അദ്ദേഹം കൈവീശിക്കൊണ്ട് പറഞ്ഞു. “വിട.”

ചെറുപ്പക്കാരികളായ മൂന്ന് സ്ത്രീകൾക്കും മറുപടി പറയാൻ കഴിഞ്ഞില്ല. പക്ഷേ, വൃദ്ധയായ സലോമി പറഞ്ഞു. “എന്റെ കുട്ടീ; ഞങ്ങളെ ഇങ്ങനെ നോക്കരുത്. യേശുവിന്റെ നോട്ടം കണ്ടാൽ ഞങ്ങളോട് എന്നെന്നേക്കുമായി വിട പറയുകയാണെന്ന് തോന്നും.”

“വിട” യേശു ആവർത്തിച്ചു. അദ്ദേഹം സ്ത്രീകളുടെ അടുത്തെത്തി ആദ്യം മഗ്ദലനയുടെ തലമുടിയിൽ കൈവെച്ചു. അടുത്തതായി മാർത്തയുടെ തലയിൽ കൈവച്ചു. നെയ്ത്തുകാരി എഴുന്നേറ്റ് അടുത്തുവന്നു. അവളും തല താഴ്ത്തി. അവർക്ക് അദ്ദേഹം അവരെ കെട്ടിപ്പിടിച്ച് അനുഗ്രഹിക്കുകയാണെന്ന് തോന്നി. കൂടാതെ അദ്ദേഹം അവരെ ശാശ്വതമായി കൂടെ കൊണ്ടുപോകാൻ തുടങ്ങുന്നതുപോലെ അവർക്ക് അനുഭവപ്പെട്ടു. പക്ഷേ, അതിനുശേഷം അവർ മൂന്നുപേരും പെട്ടെന്ന് വിലാപഗാനം ആലപിക്കാൻ ആരംഭിച്ചു.

അവർ മുറ്റത്തിറങ്ങി. ശിഷ്യന്മാർ അദ്ദേഹത്തെ പിന്തുടർന്നു. കിണറിനു മുകളിൽ നിന്നിരുന്ന കുറ്റിച്ചെടികൾക്കിടയിൽ ഒരു "ഹണി സക്കിൾ" ചെടി പൂത്തിട്ടുണ്ടായിരുന്നു. ഇപ്പോൾ രാത്രി എത്തിയപ്പോൾ അതിന്റെ സുഗന്ധം പുറത്തേക്ക് ഒഴുകി. യേശു കൈനീട്ടി അതിൽനിന്ന് ഒരു പൂവ് പറിച്ചെടുത്ത് പല്ലുകൾക്കിടയിൽ കടത്തിവച്ചു. ദൈവം എനിക്ക് ശക്തി തരട്ടെ. അദ്ദേഹം പ്രാർത്ഥിച്ചു. കുരിശിലേറ്റുന്നതിന്റെ വലിയ പ്രാണവേദനയ്ക്കിടയിൽ ഈ മൃദുവായ പൂവിൽ ഒരു കടി പോലും ഏല്ക്കാതെ പല്ലുകൾക്കിടയിൽ സംരക്ഷിച്ചു നിർത്താനുള്ള ശക്തി എനിക്ക് ദൈവം തരട്ടെ!

തെരുവിലേക്കിറങ്ങുന്ന വാതിൽപ്പടിയിൽ അദ്ദേഹം ഒരിക്കൽക്കൂടി നടത്തം നിർത്തി. അദ്ദേഹം കൈ ഉയർത്തിയതിനുശേഷം ആഴമുള്ള ശബ്ദത്തിൽ വിളിച്ചു പറഞ്ഞു:

"സ്ത്രീകളെ, വിട!"

അവരിൽ ഒരാളും മറുപടി പറഞ്ഞില്ല. അവരുടെ വിലാപങ്ങൾ നടുമുറ്റത്ത് പ്രതിദ്ധ്വനിച്ചു.

യേശു ഏറ്റവും മുന്നിൽ നടന്നു. സംഘം ജറുസലേമിലേക്കുള്ള വഴിയിലൂടെ മുന്നോട്ടു നടന്നു. മൊവാബ് പർവ്വതങ്ങളിൽനിന്നും പൂർണ്ണചന്ദ്രൻ ഉയർന്നുവന്നു. യൂദിയാ പർവ്വതങ്ങളുടെ പിന്നിൽ സൂര്യൻ അസ്തമിച്ചു. ആകാശത്തിലെ ആ വലിയ രണ്ട് രത്നങ്ങളും നിമിഷനേരത്തേക്ക് പരസ്പരം നോക്കിനിന്നു. എന്നിട്ട് ഒരാൾ മേലോട്ടുയർന്നു. മറ്റയാൾ താഴോട്ട് മുങ്ങി.

അടുത്തേക്ക് വന്ന് ഒപ്പം നടന്നുകൊണ്ടിരുന്ന യൂദാസിനെ നോക്കി യേശു തലകുലുക്കി. അവർക്ക് രണ്ടുപേർക്കും രഹസ്യങ്ങൾ കൈമാറാൻ ഉണ്ടായിരുന്നിരിക്കണം. കാരണം അവർ ശബ്ദം താഴ്ത്തിയാണ് സംസാരിച്ചത്. ചിലപ്പോൾ യേശു തലകുനിക്കും. ചിലപ്പോൾ യൂദാസും. ഓരോരുത്തരും മറ്റയാളോട് പറയുന്ന വാക്കുകളിൽ ഓരോന്നും ഓരോ സ്വർണ്ണക്കട്ടകൾ ആണെന്നുള്ള രീതിയിൽ ശ്രദ്ധാപൂർവ്വം തൂക്കിനോക്കി.

"യൂദാസേ, എനിക്ക് വിഷമം ഉണ്ട്." യേശു പറഞ്ഞു. "പക്ഷേ, ഇത് അനിവാര്യമാണ്."

"മറ്റ് വഴികൾ ഇല്ലേ എന്ന് ഞാൻ ആചാര്യനോട് വളരെ മുമ്പുതന്നെ ചോദിച്ചിരുന്നു."

"ഇല്ല. ഉണ്ടെങ്കിൽ ഞാനും ഇഷ്ടപ്പെടുമായിരുന്നു. ഇതുവരെ ഞാനും അങ്ങനെ ഒന്നിനുവേണ്ടി പ്രതീക്ഷയോടെ കാത്തിരിക്കുകയായിരുന്നു. പക്ഷേ, പ്രയോജനം ഇല്ല. ഇല്ല; മറ്റുവഴികൾ ഇല്ല. ലോകാവസാനം എത്തിയിരിക്കുന്നു. പിശാചിന്റെ രാജ്യം നശിപ്പിച്ചിട്ട് സ്വർഗ്ഗ രാജ്യം വന്നുചേരും. ഞാൻ അതിനെ കൊണ്ടുവരും? മരിക്കുന്നതിലൂടെ. മറ്റുവഴികൾ ഇല്ല. എന്റെ സഹോദരനായ യൂദാസ് വിറയ്ക്കരുത്. മൂന്നു ദിവസത്തിനകം ഞാൻ ഉയിർത്തെഴുന്നേല്ക്കും."

"അങ്ങ് എന്നോട് ഇങ്ങനെ പറയുന്നത് എന്നെ ആശ്വസിപ്പിക്കാനാണ്.

എന്റെ ഹൃദയം തകരാതെ അങ്ങയെ ഒറ്റിക്കൊടുക്കാൻ വേണ്ടിയാണ്. അങ്ങ് പറയുന്നത് എനിക്ക് സഹിക്കാൻ കഴിവുണ്ടെന്നാണ്– അത് എനിക്ക് ശക്തി തരാൻ വേണ്ടി അങ്ങ് പറയുന്നതാണ്. ഇല്ല. നമ്മൾ ആ ഭയാനകമായ നിമിഷത്തിലേക്ക് അടുത്തുകൊണ്ടിരിക്കുമ്പോൾ... പറ്റില്ല. എനിക്ക് സഹിക്കാൻ പറ്റില്ല."

"എന്റെ സഹോദരനായ യൂദാസിന് അത് പറ്റും. കുറവുള്ള ശക്തി ദൈവം യൂദാസിനു തരും. കാരണം ഇത് അനിവാര്യമാണ്– ഞാൻ കൊല്ലപ്പെടേണ്ടതും യൂദാസ് എന്നെ ഒറ്റിക്കൊടുക്കേണ്ടതും അനിവാര്യമാണ്. നമുക്ക് രണ്ടുപേർക്കും കൂടി ലോകത്തെ നിശ്ചയമായും രക്ഷപ്പെടുത്തേണ്ടതുണ്ട്. എന്നെ സഹായിക്കണം."

യൂദാസ് തലകുനിച്ചു. അര നിമിഷം കഴിഞ്ഞ് യൂദാസ് ചോദിച്ചു. "അങ്ങയ്ക്ക് അങ്ങയുടെ ഗുരുവിനെ ഒറ്റിക്കൊടുക്കേണ്ടിവന്നാൽ അങ്ങ് ചെയ്യുമോ?"

യേശു വളരെ നേരം ആലോചിച്ചു. അവസാനം അദ്ദേഹം പറഞ്ഞു. "ഇല്ല, എനിക്ക് അങ്ങനെ ചെയ്യാൻ കഴിയില്ലെന്ന് ഞാൻ ഭയക്കുന്നു. അതുകൊണ്ടാണ് ദൈവം കുരിശിലേറ്റപ്പെടുക എന്ന കൂടുതൽ എളുപ്പമുള്ള ജോലി എനിക്ക് തന്നത്."

യേശു യൂദാസിന്റെ കൈയിൽ പിടിച്ചുകൊണ്ട് അഭ്യർത്ഥിക്കുന്നരീതിയിൽ ശാന്തമായി പറഞ്ഞു. "എന്നെ ഉപേക്ഷിക്കരുത്. എന്നെ സഹായിക്കണം. യൂദാസ് ഉന്നത പുരോഹിതൻ കയ്യാഫാസിനോട് സംസാരിച്ചില്ലേ? എന്നെ പിടികൂടാനുള്ള ദേവാലയത്തിലെ അടിമകൾ ആയുധങ്ങളുമായി തയ്യാറല്ലേ? യൂദാസേ, എല്ലാം നമ്മൾ തീരുമാനിച്ചതുപോലെ സംഭവിച്ചില്ലേ? അതുകൊണ്ട് നമുക്ക് ഇന്നുരാത്രിയിൽ ഒന്നിച്ച് പെസഹാ ആഘോഷിക്കാം. എഴുന്നേറ്റ് പോയി അവരെ കൂട്ടിക്കൊണ്ടുവരാനുള്ള സൂചന ഞാൻ നിങ്ങൾക്ക് തരാം. മൂന്ന് ഇരുണ്ട ദിവസങ്ങളാണ് ഉള്ളത്. അവ മിന്നൽപ്പിണർ പോലെ കടന്നുപോകും. മൂന്നാം ദിവസം ഉയിർത്തെഴുന്നേല്പിന്റെ സമയത്ത് നമുക്ക് ആഹ്ലാദത്തോടെ ഒന്നിച്ച് നൃത്തം ചെയ്യാം!"

"മറ്റുള്ളവർ മനസ്സിലാക്കുമോ?" പിന്നിൽ ഉണ്ടായിരുന്ന ശിഷ്യന്മാരുടെ കൂട്ടത്തിലേക്ക് തള്ളവിരൽ ചൂണ്ടിക്കൊണ്ട് യൂദാസ് ചോദിച്ചു.

"ഞാൻ അവരോട് ഇന്നു രാത്രിയിൽ പറയും. ഭടന്മാരും ലേവ്യന്മാരും ചേർന്ന് എന്നെ പിടികൂടുമ്പോൾ അവരിൽ നിന്ന് എന്തെങ്കിലും എതിർപ്പ് ഉണ്ടാകാൻ ഞാൻ ആഗ്രഹിക്കുന്നില്ല."

യൂദാസ് പുച്ഛത്തോടെ ചുണ്ടുകൾ ചുളിച്ചു. "അവരുടെ എതിർപ്പ്! ആചാര്യൻ അവരെ എവിടെനിന്നാണ് കണ്ടെത്തിയത്? ഒരാൾ അടുത്തു ആളിനേക്കാൾ മോശമാണ്."

യേശു തല താഴ്ത്തി. അദ്ദേഹം മറുപടി പറഞ്ഞില്ല.

ചന്ദ്രൻ കല്ലുകളെയും മരങ്ങളെയും മനുഷ്യരെയും അഭിഷേകം ചെയ്തുകൊണ്ട് ഉയർന്നു വന്ന് ഭൂമിയുടെ മുകളിലൂടെ ഒഴുകി. ഇരുണ്ട നീലനിറമുള്ള നിഴലുകൾ ഭൂമിയുടെ മുകളിൽ വീണു. ശിഷ്യന്മാർ ഒരുഭാ

ഗത്ത് കൂട്ടം കൂടിയിരുന്ന് സംസാരിച്ചു. കലഹിച്ചു. ചിലർ സദ്യയെപ്പറ്റി ആലോചിച്ച് ചുണ്ടുനക്കി. ചിലർ യേശുവിന്റെ തുളച്ചിറങ്ങുന്ന വാക്കുകളെപ്പറ്റി ഉൽക്കണ്ഠയോടെ സംസാരിച്ചു. തോമസ് വൃദ്ധനായ പാവം ആചാര്യനെ ഓർമ്മിച്ചു.

"അദ്ദേഹത്തെ സംബന്ധിച്ചിടത്തോളം എല്ലാം അവസാനിച്ചു. ഇനി ഇപ്പോൾ നമ്മളുടെ ഊഴമാണ്."

"എന്ത്? നമ്മളും മരിക്കുമോ?" നതാനൽ അത്ഭുതത്തോടെ ചോദിച്ചു. "നമ്മളോട് പറഞ്ഞിരുന്നത് അനശ്വരതയിലേക്ക് നയിക്കപ്പെടുകയാണെന്നല്ലേ?"

"ശരിയാണ് പക്ഷേ, ആദ്യം നമുക്ക് മരണത്തിന്റെ വഴിയിലൂടെ പോകണമെന്നാണ് തോന്നുന്നത്." നതാനലിനോട് പീറ്റർ വിശദീകരിച്ചു.

നതാനൽ തലകുലുക്കി. "നമ്മൾ അനശ്വരതയിലേക്കുള്ള ഒരു മോശം വഴിയാണ് സ്വീകരിച്ചിരിക്കുന്നത്." അയാൾ പിറുപിറുത്തു. "എന്റെ വാക്കുകൾക്ക് അടിവര ഇട്ടുകൊള്ളൂ. താഴെയുള്ള നരകം നമ്മൾക്ക് അങ്ങേയറ്റം അരോചകമായിരിക്കും."

ഒരു പ്രേതാത്മാവിനെപ്പോലെ വെളുത്ത സുതാര്യമായ ജറുസലേം അവരുടെ മുന്നിൽ നിലാവിൽ കുളിച്ച് ഉയർന്നുനിന്നു. നിലാവിൽ കുളിച്ച വീടുകൾ ഭൂമിയിൽ നിന്ന് വേർപെടുത്തി അന്തരീക്ഷത്തിൽ തൂക്കിയിട്ടിരിക്കുകയാണെന്ന് തോന്നി. മനുഷ്യർ സ്തോത്രങ്ങൾ ചൊല്ലുന്ന ശബ്ദവും കശാപ്പു ചെയ്യപ്പെടാൻ പോകുന്ന മൃഗങ്ങളുടെ കരച്ചിലും ഒന്നിച്ചു ചേരുന്നതിന്റെ ഒരു ഇരമ്പൽ രാത്രിയിൽ കൂടുതൽ വ്യക്തതയോടെ ഉയർന്നു കേട്ടു.

പീറ്ററും ജോണും കിഴക്കുവശത്തെ കോട്ടവാതിലിൽ കാത്തുനിന്നിരുന്നു. തിളങ്ങുന്ന ചന്ദ്രനുതാഴെ സന്തോഷം കൊണ്ട് ജ്വലിക്കുന്ന മുഖങ്ങളുമായി പീറ്ററും ജോണും അവരെ സ്വീകരിക്കാൻ വേണ്ടി പുറത്തേക്ക് ഓടി. "ആചാര്യാ, അങ്ങു പറഞ്ഞിരുന്നതുപോലെ എല്ലാം സംഭവിച്ചു. മേശകൾ തയ്യാറാക്കിയിരിക്കുന്നു. അത്താഴം തയ്യാറായിരിക്കുന്നു!"

"ഗൃഹനാഥനെ കാണണമെന്ന് അങ്ങ് പറയുകയാണെങ്കിൽ" ജോൺ ചിരിച്ചുകൊണ്ട് കൂട്ടിച്ചേർത്തു. "അയാൾ എല്ലാ കാര്യങ്ങളും സജ്ജമാക്കിയതിനുശേഷം അപ്രത്യക്ഷനായിരിക്കുന്നു."

യേശു പുഞ്ചിരിച്ചു. "ആതിഥേയൻ അപ്രത്യക്ഷപ്പെടുന്നത് അങ്ങേയറ്റത്തെ ആതിഥ്യമര്യാദയാണ്."

അവർ എല്ലാവരും നടത്തത്തിന്റെ വേഗത കൂട്ടി. നിരത്തുകളിൽ മനുഷ്യരും റാന്തൽവിളക്കുകളും സുഗന്ധസസ്യങ്ങളും നിറഞ്ഞിരുന്നു. അടഞ്ഞ വാതിലുകൾക്ക് പിന്നിൽനിന്നും പെസഹാ സ്തോത്രങ്ങൾ വിജയാഹ്ലാദത്തോടെ പ്രതിദ്ധ്വനിച്ചു കൊണ്ടിരുന്നു.

ഇസ്രയേൽ ഈജിപ്തിനെ വിട്ടുപോയപ്പോൾ
ജേക്കബ്ബിന്റെ വീടിനെ പ്രാകൃതരിൽ നിന്ന് മോചിപ്പിച്ചപ്പോൾ
അതു കണ്ടിട്ട് കടൽ ഒളിച്ചോടി

ജോർദ്ദാൻ ഒഴുക്കിന്റെ ഗതി മാറ്റി.
പർവ്വതങ്ങൾ മുട്ടനാടുകളെപ്പോലെ തുള്ളി
കുന്നുകൾ ആട്ടിൻകുട്ടികളെപ്പോലെ തുള്ളി
കടലേ, എന്തു വിഷമം കൊണ്ടാണ് നീ ഒളിച്ചോടിയത്
ജോർദ്ദാനേ, നീ പിന്നോട്ട് ഒഴുകിയത് എന്ത് വിഷമം കൊണ്ടാണ്
പർവ്വതങ്ങളേ, നിങ്ങൾ എന്തുവിഷമം കൊണ്ടാണ്
മുട്ടനാടിനെ പോലെ ചാടിയത്
കുന്നുകളേ, നിങ്ങൾ ആട്ടിൻകുട്ടികളെപോലെ തുള്ളിയത്
എന്തു വിഷമം കൊണ്ടാണ്
സ്പർശനം കൊണ്ട് പാറകളെ തടാകങ്ങളാക്കി മാറ്റുന്ന
പാറകളിൽ നിന്ന് തണുത്ത വെള്ളം പ്രവഹിപ്പിക്കുന്ന
ദൈവത്തിനു മുമ്പിൽ— ഇസ്രയേലിന്റെ ദൈവത്തിനു മുമ്പിൽ
ഭൂമിക്ക് വിറകൊള്ളാം!

തെരുവുകളിലൂടെ ശിഷ്യന്മാർ നടന്നുനീങ്ങുമ്പോൾ അവരും പെസഹാ സ്തോത്രങ്ങൾ ചൊല്ലാൻ തുടങ്ങി. പീറ്ററും ജോണും അവരെ നയിച്ചുകൊണ്ടു മുന്നിൽ നടന്നു. യേശുവും യൂദാസും ഒഴിച്ച് മറ്റുള്ളവരെല്ലാം അവരുടെ ഭയങ്ങളും ഉൽക്കണ്ഠങ്ങളും മറന്നുകഴിഞ്ഞിരുന്നു. അവർ കാത്തു നില്ക്കുന്ന മേശകൾ ലക്ഷ്യമാക്കി ഓടുകയായിരുന്നു.

പീറ്ററും ജോണും നടത്തം അവസാനിപ്പിച്ചുകൊണ്ട് കൊല്ലപ്പെട്ട ആടിന്റെ രക്തത്തിൽ മുക്കി വിരലടയാളം പതിച്ച കതക് തള്ളിത്തുറന്ന് ഉള്ളിൽ പ്രവേശിച്ചു. അവർ മുറ്റം മറികടന്ന് ഒരു കല്ല് ഗോവണിയിലൂടെ മുകളിലത്തെ നിലയിലേക്ക് കയറി. യേശുവും വിശക്കുന്ന ആൾക്കൂട്ടവും അവരെ പിന്തുടർന്നു. മേശകൾ തയ്യാറാക്കിയിരുന്നു. ഏഴ് ശിഖരങ്ങളുള്ള മൂന്ന് മെഴുകുതിരി വിളക്കുകൾ ആടിന്റെ മുകളിലും വീഞ്ഞിലും പുളിക്കാത്ത അപ്പത്തിലും വെളിച്ചം വിതറിയിരുന്നു. അവർ ഒരു വലിയ യാത്രയ്ക്ക് വേണ്ടി പിരിഞ്ഞുപോകുന്നതുപോലെ ഭക്ഷണം കഴിക്കുന്നതിനിടയിൽ പിടിക്കാനുള്ള വടികളിൽ പോലും വെളിച്ചം ഉണ്ടായിരുന്നു.

“ഞങ്ങൾക്ക് നിങ്ങളെ കണ്ടുമുട്ടിയതിൽ സന്തോഷം ഉണ്ട്.” യേശു പറഞ്ഞു. അദ്ദേഹം കൈ ഉയർത്തി അദൃശ്യനായ ആതിഥേയനെ അനുഗ്രഹിച്ചു.

ശിഷ്യന്മാർ ചിരിച്ചു “ആചാര്യൻ ആരെയാണ് അഭിവാദനം ചെയ്യുന്നത്?”

“അദൃശ്യനെ” യേശു മറുപടി പറഞ്ഞു. അദ്ദേഹം അവരെ ഗൗരവത്തിൽ നോക്കി.

അദ്ദേഹം ഒരു വലിയ ടൗവ്വൽ എടുത്ത് അരയിൽ ചുറ്റിക്കെട്ടി. അദ്ദേഹം വെള്ളമെടുത്തുകൊണ്ട് കുനിഞ്ഞിരുന്ന് ശിഷ്യന്മാരുടെ പാദങ്ങൾ! കഴുകാൻ ആരംഭിച്ചു.

“ഞാൻ എന്റെ കാലുകൾ കഴുകാൻ ഒരിക്കലും ആചാര്യനെ അനുവദിക്കില്ല.” പീറ്റർ വിളിച്ചു കൂവി.

"പീറ്ററെ, ഞാൻ കാലു കഴുകിയില്ലെങ്കിൽ നിങ്ങൾ സ്വർഗ്ഗരാജ്യത്തിൽ എന്നോടൊപ്പം ഒന്നിക്കുകയില്ല."

"ശരി, അങ്ങനെയാണെങ്കിൽ എന്റെ കാലു മാത്രം കഴുകിയാൽ പോരാ. ആചാര്യൻ എന്റെ തലയും കൈയും കൂടി കഴുകണം."

അവർ എല്ലാവരും മേശകൾക്ക് ചുറ്റും ഇരുന്നു. അവർക്ക് വിശപ്പുണ്ടായിരുന്നു. പക്ഷേ, ഭക്ഷണത്തിൽ തൊടാൻ ആരുംതന്നെ ധൈര്യപ്പെട്ടില്ല. ഇന്നു വൈകുന്നേരം ഗുരുവിന്റെ മുഖഭാവം കർശനമായിരുന്നു. അദ്ദേഹത്തിന്റെ ചുണ്ടുകൾ അസ്വസ്ഥമായിരുന്നു. അദ്ദേഹം ശിഷ്യന്മാരെ ഓരോരുത്തരെയായി നോക്കി. ഇടതുവശത്തിരുന്ന പീറ്ററിനെയും വലതുവശത്തിരുന്ന ജോണിനെയും എതിർവശത്തിരുന്ന സമരസപ്പെടാത്ത കൂട്ടാളിയായ യൂദാസിനെയും നോക്കി. എല്ലാവരെയും നോക്കി.

അദ്ദേഹം പറഞ്ഞു. "അടിമത്തത്തിന്റെ നാട്ടിൽ നമ്മുടെ പിതാക്കന്മാർ ചൊരിഞ്ഞ കണ്ണുനീരിന്റെ ഓർമ്മയ്ക്കായി ആദ്യം നമ്മൾ ഉപ്പുവെള്ളം കുടിക്കണം."

അദ്ദേഹം ഉപ്പുവെള്ളത്തിന്റെ കൂജ എടുത്ത് യൂദാസിന്റെ ഗ്ലാസ് നിറഞ്ഞു തുളുമ്പുന്നതുവരെ നിറയ്ക്കാൻ ആരംഭിച്ചു. പിന്നീട് മറ്റുള്ളവരുടെ ഗ്ലാസിലെല്ലാം ഏതാനും കവിൾ വെള്ളം ഒഴിച്ചു വച്ചു. അവസാനം അദ്ദേഹത്തിന്റെ ഗ്ലാസിന്റെ വക്കുവരെ നിറച്ചു.

"സ്വാതന്ത്ര്യത്തിനുവേണ്ടി മനുഷ്യൻ സഹിച്ച കണ്ണുനീരും വേദനയും യാതനയും നമ്മൾ ഓർമ്മിക്കട്ടെ!" അദ്ദേഹം പറഞ്ഞു. അതിനുശേഷം അദ്ദേഹം ഒറ്റവലിക്ക് ഗ്ലാസ് കാലിയാക്കി.

മറ്റുള്ളവർ വക്രിച്ച ചുണ്ടുകൾ കൊണ്ട് ഉപ്പുവെള്ളം കുടിച്ചു. യേശുവിനെപോലെ യൂദാസും ഒറ്റവലിക്ക് ഗ്ലാസ് കാലിയാക്കി. അയാൾ അത് ഗുരുവിനെ കാണിച്ചശേഷം കമഴ്ത്തിവെച്ചു. ഒരുതുള്ളിപോലും അവശേഷിച്ചിരുന്നില്ല.

"യൂദാസേ, താങ്കൾ ഒരു ധീരനായ പോരാളി ആണ്." യേശു പുഞ്ചിരിച്ചുകൊണ്ടു പറഞ്ഞു. "നിങ്ങൾക്ക് ഏറ്റവും കഠിനമായ കയ്പുപോലും സഹിക്കാൻ പറ്റും."

അദ്ദേഹം പുളിക്കാത്ത അപ്പം എടുത്ത് പങ്കുവെച്ചു. പിന്നീട് അദ്ദേഹം ആട്ടിറച്ചിവിളമ്പി. നിയമം നിർദ്ദേശിക്കുന്ന ഔഷധികളിൽ നിന്നും ഓരോരുത്തരുടെയും പങ്ക് അവരവർ കൈനീട്ടി എടുത്തു: പനിക്കൂർക്കയും വഴനയിലയും കറിവേപ്പിലയും. അതിനു ശേഷം അവരുടെ പൂർവ്വികർ അടിമത്തത്തിന്റെ കാലത്ത് നിർമ്മിച്ച ചുവന്ന കട്ടകളുടെ സ്മരണയായി ഇറച്ചിയുടെ മുകളിൽ ചുവന്ന മസാലക്കറി കോരിയൊഴിച്ചു. അവർ നിയമം അനുശാസിക്കുന്ന രീതിയിൽ വളരെ തിടുക്കത്തിൽ ഭക്ഷണം കഴിച്ചു. ഓരോരുത്തരും പിരിഞ്ഞുപോകാൻ തയ്യാറായിക്കൊണ്ട് ഒരു കാൽ അന്തരീക്ഷത്തിൽ ഉയർത്തിപ്പിടിച്ചു. ഓരോരുത്തരും അവരവരുടെ വടിയിൽ ഒരു കൈകൊണ്ട് മുറുക്കെപ്പിടിച്ചിരുന്നു.

യേശു ഭക്ഷണം കഴിക്കാതെ അവർ ഭക്ഷിക്കുന്നത് നോക്കിയിരുന്നു.

അദ്ദേഹവും വലിയ യാത്രയ്ക്ക് തയ്യാറെടുത്തുകൊണ്ട് വടിയിൽ പിടിച്ചു കൊണ്ട് ഒരു കാൽ അന്തരീക്ഷത്തിലേക്ക് ഉയർത്തിയിരുന്നു. ആരും സംസാരിച്ചില്ല. താടിയെല്ലുകളും വീഞ്ഞുഗ്ലാസുകളും കൂട്ടിമുട്ടുന്നതിന്റെ ശബ്ദവും എല്ലുകൾ നക്കുന്നതിന്റെ ശബ്ദവും മാത്രമാണ് ഉയർന്നുകേട്ടത്. അവർക്കു മുകളിലെ നാട്ടുവെളിച്ചത്തിലൂടെ ചന്ദ്രൻ കടന്നുവന്നു. മേശ കളുടെ പകുതിഭാഗത്ത് വെളിച്ചം ഉണ്ടായിരുന്നു. പകുതി ഭാഗം ചുവന്ന ഇരുട്ടിൽ മുങ്ങിയിരുന്നു.

ആഴമുള്ള ഒരു നിശ്ശബ്ദയ്ക്ക് ശേഷം യേശു സംസാരിച്ചു. "എന്റെ വിശ്വസ്തരായ സഹയാത്രികരേ പെസഹായുടെ അർത്ഥം വഴി എന്നാണ്. ഇരുട്ടിൽ നിന്ന് വെളിച്ചത്തിലേക്കുള്ള വഴി. അടിമത്തത്തിൽ നിന്ന് സ്വാത ന്ത്ര്യത്തിലേക്കുള്ള വഴി. പക്ഷേ, ഇന്നു രാത്രിയിൽ നമ്മൾ ആഘോഷി ക്കുന്ന പെസഹാ കുറേക്കൂടി മുന്നോട്ട് പോകുന്നു. ഇന്നു രാത്രിയിലെ പെസഹായുടെ അർത്ഥം മരണത്തിൽനിന്ന് ശാശ്വതമായ ജീവിതത്തിലേ ക്കാണ്. സഖാക്കളേ, ഞാൻ മുന്നിൽ പോയി നിങ്ങൾക്കു വഴി തെളിക്കാം."

പീറ്റർ ഞെട്ടി. "ആചാര്യൻ വീണ്ടും മരണത്തെപ്പറ്റിയാണ് സംസാരി ക്കുന്നത്." പീറ്റർ പറഞ്ഞു. "ആചാര്യന്റെ വാക്കുകൾ വീണ്ടും ഇരുവ ശത്തും വായ്ത്തല ഉള്ള കത്തിയായിമാറിയിരിക്കുന്നു. അങ്ങയുടെ മുക ളിൽ എന്തെങ്കിലും അത്യാപത്ത് തൂങ്ങുന്നുണ്ടെങ്കിൽ തുറന്നു സംസാ രിക്കൂ. ഞങ്ങൾ മനുഷ്യരാണ്."

"പീറ്റർ പറഞ്ഞത് സത്യമാണ്." ജോൺ പറഞ്ഞു. "ആചാര്യന്റെ വാക്കുകൾ കയ്പുള്ള ഈ ഔഷധസസ്യങ്ങളേക്കാൾ കയ്പുള്ളവയാണ്. ദയവായി ഞങ്ങളോട് വ്യക്തമായി സംസാരിക്കണം."

യേശു ഇതുവരെ തൊടാതെ വെച്ചിരുന്ന അപ്പത്തിന്റെ സ്വന്തം പങ്ക് കൈയിൽ എടുത്ത് ശിഷ്യന്മാർക്കിടയിൽ വായിൽ കൊള്ളാവുന്ന തര ത്തിലുള്ള കഷണങ്ങളായി പങ്കുവെച്ചു.

"ഇത് കൈയിൽ എടുത്തുകഴിക്കൂ." അദ്ദേഹം പറഞ്ഞു. ഇത് എന്റെ ശരീരമാണ്."

യേശു അദ്ദേഹത്തിന്റെ നിറഞ്ഞിരിക്കുന്ന വീഞ്ഞുഗ്ലാസ് എടുത്ത് ശിഷ്യന്മാരുടെ ചുണ്ടിൽ നിന്ന് ചുണ്ടിലേക്ക് മാറിമാറി കടത്തിവിട്ടു.

"ഇത് കുടിക്കൂ." അദ്ദേഹം പറഞ്ഞു. "ഇത് എന്റെ രക്തമാണ്."

ശിഷ്യന്മാരിൽ ഓരോരുത്തരും അയാളുടെ പങ്ക് അപ്പവും വീഞ്ഞും കഴിച്ചു. അവരുടെ മനസ്സുകൾ ചാഞ്ചാടി. വീഞ്ഞ് അവർക്ക് രക്തം പോലെ കട്ടിയുള്ളതും ഉപ്പുരസം ഉള്ളതുമാണെന്ന് തോന്നി. അപ്പക്കഷണം അവ രുടെ കുടൽ വരെ കത്തുന്ന കൽക്കരി പോലെ ഇറങ്ങിപ്പോയി. പെട്ടെന്ന് യേശു അവരുടെ ഉള്ളിൽ വേരു പിടിച്ച് അന്തർഭാഗങ്ങളെ ആർത്തിയോടെ വിഴുങ്ങാൻ തുടങ്ങുന്നതുപോലെ അവർക്ക് അനുഭവപ്പെട്ടു. പീറ്റർ കൈമു ട്ടുകൾ മേശയിൽ ഊന്നി പൊട്ടിക്കരയാൻ തുടങ്ങി. ജോൺ യേശുവിന്റെ നെഞ്ചിലേക്ക് കുനിഞ്ഞിരുന്നു.

"ആചാര്യൻ വേർപിരിയാനാണ് ആഗ്രഹിക്കുന്നത്. അങ്ങ് വേർപി

രിയാൻ ആഗ്രഹിക്കുന്നു... വേർപിരിയാൻ” മറ്റൊന്നും പറയാനുള്ള കെല്പില്ലാതെ അയാൾ വീണ്ടും പിറുപിറുത്തു.

“അങ്ങ് എവിടെയും പോകാൻ പോകുന്നില്ല!” ആൻഡ്രു ഉറക്കെ വിളിച്ചു പറഞ്ഞു. “ഏതാനും ദിവസം മുമ്പ് അങ്ങ് പറഞ്ഞു– കത്തിയില്ലാത്തവൻ അത് വാങ്ങാൻ വേണ്ടി അവന്റെ മേൽവസ്ത്രം വില്ക്കട്ടെ! ഞങ്ങൾ ഞങ്ങളുടെ മേൽവസ്ത്രം വില്ക്കാം. ഞങ്ങൾ സ്വയം ആയുധധാരികളായി മാറാം. അതിനുശേഷം കെയ്റെൻ* വരട്ടെ- അങ്ങയെ തൊടാൻ ധൈര്യം ഉണ്ടെങ്കിൽ!”

“നിങ്ങൾ എല്ലാവരും എന്നെ കൈയൊഴിയും. യേശു പരാതി ഇല്ലാതെ പറഞ്ഞു. “എല്ലാവരും”

“ഞാൻ ഒരിക്കലും കൈയൊഴിയില്ല.” കണ്ണുനീർതുടച്ചുകൊണ്ട് പീറ്റർ അലറി.

“പീറ്റർ, കോഴി കൂവുന്നതിനു മുമ്പ് മൂന്നു പ്രാവശ്യം നീ എന്നെ തള്ളിപ്പറയും”

“ഞാനോ? ഞാനോ?” മുഷ്ടി ചുരുട്ടി നെഞ്ചത്തിടിച്ചുകൊണ്ട് പീറ്റർ ആക്രോശിച്ചു. “ഞാൻ അങ്ങനെ തള്ളിപ്പറയുമെന്നോ? ഞാൻ മരണം വരെ അങ്ങയോടൊപ്പം ഉണ്ട്!”

“മരണം വരെ ഉണ്ടാകും!” ശിഷ്യന്മാർ ചാടി എഴുന്നേറ്റുകൊണ്ട് വിളിച്ചു പറഞ്ഞു.

“ഇരിക്കൂ.” യേശു ശാന്തമായി പറഞ്ഞു. “സമയം ആയിട്ടില്ല. ഈ പെസഹായ്ക്ക് നിങ്ങളോട് എനിക്ക് ഒരു രഹസ്യം വെളിപ്പെടുത്താനുണ്ട്. മനസ്സും ഹൃദയവും തുറന്ന് കേൾക്കണം. ഭയക്കാൻ പാടില്ല!”

“ആചാര്യൻ പറയണം.” ആലില പോലെ വിറയ്ക്കുന്ന ഹൃദയത്തോടെ ജോൺ പിറുപിറുത്തു.

“നിങ്ങൾ ഭക്ഷണം കഴിച്ചുകഴിഞ്ഞു? നിങ്ങൾക്ക് ഇപ്പോൾ വിശപ്പില്ല? ശരീരം നിറഞ്ഞിരിക്കുന്നു? അവസാനം ഇത് നിങ്ങളുടെ ആത്മാവിനെ ശാന്തമായി ഞാൻ പറയുന്നത് കേൾക്കാൻ അനുവദിക്കുമോ?”

അവർ എല്ലാവരും വിറച്ചു. പക്ഷേ, യേശുവിന്റെ മുഖത്തു നിന്ന് കണ്ണെടുത്തില്ല.

“പ്രിയപ്പെട്ട കൂട്ടുകാരെ” അദ്ദേഹം വിളിച്ചു പറഞ്ഞു. “വിട! ഞാൻ വേർപിരിയുന്നു!”

ശിഷ്യന്മാർ ഉറക്കെ കരഞ്ഞു. അദ്ദേഹം ഉപേക്ഷിച്ചുപോകാതിരിക്കാൻ വേണ്ടി കാലിൽ കെട്ടിപ്പിടിച്ചു. പലരും വിതുമ്പുന്നുണ്ടായിരുന്നു. പക്ഷേ, യേശു ശാന്തമായി മാത്യുവിന്റെ നേർക്ക് തിരിഞ്ഞു:

“മാത്യു, നിങ്ങൾക്ക് വേദപുസ്തകങ്ങൾ മനഃപാഠം ആണല്ലോ. അവരുടെ ഹൃദയങ്ങൾ ഏകാഗ്രമാക്കാൻ വേണ്ടി ഏശയ്യയുടെ പ്രവചനപരമായ വാക്കുകൾ ഉറച്ച ശബ്ദത്തിൽ അവരോട് വിളിച്ചു പറയൂ. നിങ്ങൾക്ക് ഓർമ്മയില്ലേ: അവൻ ദൈവത്തിന്റെ കണ്ണിൽ ദുർബ്ബലമായ ചെറിയ മരം

* യമലോകത്തെ കടത്തുകാരൻ

പോലെ അവൻ വളർന്നു..."

മാത്യു ആഹ്ലാദത്തോടെ ചാടി എഴുന്നേറ്റു. അയാൾക്ക് കൂനുണ്ടായിരുന്നു. വളഞ്ഞ കാലുകൾ ആയിരുന്നു. അയാളുടെ നീളമുള്ള മെലിഞ്ഞ കൈവിരലുകളുടെ അറ്റം വരെ അഴുക്കുപുരണ്ടിരുന്നു. പക്ഷേ, പെട്ടെന്ന്— അയാൾ അങ്ങേയറ്റം നിവർന്നു നിന്നു! അയാളുടെ കവിളുകൾ തിളങ്ങി. അയാളുടെ കഴുത്തിന്റെ കനംകൂടി. ഉയർന്ന മച്ചുള്ള ആ മാളികയുടെ അന്തരീക്ഷത്തിൽ പ്രവാചകന്റെ കയ്പുനിറഞ്ഞ ശക്തമായ വാക്കുകൾ പ്രതിദ്ധ്വനിച്ചു.

ദൈവത്തിന്റെ കണ്ണിൽ വരണ്ടനിലത്തെ ദുർബ്ബലമായ
ചെറുമരംപോലെ അവൻ വളർന്നു
നമുക്ക് കാണാൻ വേണ്ടി കണ്ണുതിരിക്കാനുള്ള
സൗന്ദര്യമോ തിളക്കമോ അവന് ഉണ്ടായിരുന്നില്ല.
അവന്റെ മുഖത്ത് നമുക്ക് തൃപ്തി തരുന്ന ഒന്നും ഉണ്ടായിരുന്നില്ല.

മനുഷ്യരാൽ അവൻ നിന്ദിക്കപ്പെട്ടു; പരിത്യജിക്കപ്പെട്ടു. ദുഃഖം അനുഭവപ്പെടുത്തുന്ന ദുഃഖിതനായ ഒരു മനുഷ്യൻ നമ്മൾ അവനോട് മുഖം തിരിച്ചു. നമ്മൾ അവനെ ആദരിച്ചില്ല. പക്ഷേ, അവൻ നമ്മുടെ എല്ലാ വേദനകളും സ്വയം ഏറ്റെടുത്തു നമ്മുടെ പാപങ്ങൾക്കുവേണ്ടി അവൻ മുറിവേറ്റു നമ്മുടെ അനീതികൾക്കുവേണ്ടി അവൻ പരുക്കേല്പിക്കപ്പെട്ടു. അവന്റെ പീഡനങ്ങൾകൊണ്ട് നമ്മൾ സുഖപ്പെടുത്തപ്പെട്ടു. എന്നിട്ടും അവൻ വായ് തുറന്നില്ല.

കശാപ്പിന് നയിക്കപ്പെടുന്ന ആടിനെപ്പോലെ അവൻ വായ് തുറന്നില്ല...

"അത് മതി..." യേശു നെടുവീർപ്പിട്ടു കൊണ്ട് പറഞ്ഞു. അദ്ദേഹം കൂട്ടുകാരുടെ നേർക്ക് തിരിഞ്ഞു.

"അത് ഞാനാണ്" അദ്ദേഹം ശാന്തമായി പറഞ്ഞു. "ഏശയ്യ പ്രവാചകൻ എന്നെപ്പറ്റിയാണ് പറയുന്നത്. കശാപ്പിന് നയിക്കപ്പെടുന്ന ആട് ഞാനാണ്. ഞാൻ എന്റെ വായ് തുറക്കില്ല." അല്പസമയം കഴിഞ്ഞ് അദ്ദേഹം തുടർന്നു. "എന്റെ ജനന ദിവസം മുതൽ അവർ എന്നെ കശാപ്പിനു വേണ്ടി നയിച്ചുകൊണ്ടിരിക്കുകയായിരുന്നു."

അദ്ദേഹം അവരോട് പറഞ്ഞത് മനസ്സിലാക്കാൻ വേണ്ടി കഷ്ടപ്പെട്ടു കൊണ്ടിരുന്ന ശിഷ്യന്മാർ അത്ഭുതത്തോടെ അദ്ദേഹത്തെ വാ പിളർന്ന് നോക്കിക്കൊണ്ടുനിന്നു. പെട്ടെന്ന് എല്ലാവരും കൂടി മേശകളിൽ മുഖം ഒളിപ്പിച്ചുകൊണ്ട്— വിലാപഗാനം ഉയർത്തി.

ഒരു നിമിഷത്തേക്ക് യേശുവിനു പോലും വിഷമം തോന്നി. ഈ വിലപിക്കുന്ന കൂട്ടുകാരെ അദ്ദേഹത്തിന് എങ്ങനെ ഉപേക്ഷിക്കാൻ പറ്റും? അദ്ദേഹം മുഖം ഉയർത്തി യൂദാസിനെ നോക്കി. പക്ഷേ, മറ്റുള്ളവരുടെ കണ്ണുകൾ വളരെ നേരമായി യേശുവിൽ തറഞ്ഞു നില്ക്കുകയായിരുന്നു. ആചാര്യന്റെ ഉള്ളിൽ എന്താണ് സംഭവിച്ചിരുന്നതെന്നും സ്നേഹത്തിന് അദ്ദേഹത്തെ എത്ര പെട്ടെന്ന് തളർത്താൻ കഴിയുമെന്നും യൂദാസ് ഊഹിച്ചിരുന്നു. രണ്ടു നോട്ടങ്ങളും അന്തരീക്ഷത്തിൽവെച്ച് ഒന്നിച്ചുചേർന്ന് ഒരു

നിമിഷം മല്പിടുത്തം നടത്തി. അവയിൽ ഒന്ന് കർക്കശവും നിർദ്ദയവും ആയിരുന്നു. മറ്റേത് യാചനയും പീഡനവും നിറഞ്ഞതായിരുന്നു. ഒരു നിമിഷാംശം മാത്രം - വളരെ പെട്ടെന്ന് യേശു മുഖം തിരിച്ചു. അദ്ദേഹം യൂദാസിനെനോക്കി. ദുഃഖത്തോടെ പുഞ്ചിരിച്ചതിനുശേഷം വീണ്ടും ശിഷ്യന്മാരുടെ നേർക്ക് തിരിഞ്ഞു.

"നിങ്ങൾ എന്തിനാണ് കരയുന്നത്?" അദ്ദേഹം അവരോട് ചോദിച്ചു. "നിങ്ങൾ എന്തിനാണ് മരണത്തെ ഭയക്കുന്നത്? ദൈവത്തിന്റെ ഏറ്റവും അധികം അനുകമ്പയുള്ള ദൂതൻ അയാളാണ്. മനുഷ്യനെ ഏറ്റവും കൂടുതൽ സ്നേഹിക്കുന്നവൻ. ഞാൻ വഞ്ചിക്കപ്പെട്ട് കുരിശിലേറ്റപ്പെടേണ്ടത് അനിവാര്യമാണ്. അതിനുശേഷം ഞാൻ നരകത്തിലേക്ക് ഇറങ്ങിപ്പോകും. പക്ഷേ, മൂന്നുദിവസത്തിനുള്ളിൽ ഞാൻ എന്റെ ശവക്കല്ലറ ഇളക്കി പുറത്തുവന്ന് സ്വർഗ്ഗത്തിലേക്ക് കയറിച്ചെന്ന് പിതാവിന്റെ അടുത്തിരിക്കും."

"അങ്ങ് ഞങ്ങളെ വീണ്ടും ഉപേക്ഷിക്കാൻ പോകുകയാണോ?" ജോൺ കരഞ്ഞുകൊണ്ട് വിളിച്ചുകൂവി "നരകത്തിലും സ്വർഗ്ഗത്തിലും അങ്ങയോടൊപ്പം ഞങ്ങളെക്കൂടി കൊണ്ടുപോകൂ."

"പ്രിയപ്പെട്ട ജോൺ, ഭൂമിയിലെ കർത്തവ്യവും കനം ഉള്ളതാണ്. നിങ്ങൾ എല്ലാവരും ഈ മണ്ണിൽ താമസിച്ച് ജോലി ചെയ്യണം. ഈ ഭൂമിയിൽ പോരാട്ടം നടത്തണം, സ്നേഹിക്കണം, കാത്തു നില്ക്കണം— ഞാൻ തിരിച്ചുവരും!"

ജേക്കബ് ആചാര്യന്റെ മരണവുമായി പൊരുത്തപ്പെട്ടു കഴിഞ്ഞിരുന്നു. അയാൾ അദ്ദേഹം ഇല്ലാതെ അവർ ഭൂമിയിൽ ഉപേക്ഷിക്കപ്പെടുമ്പോൾ എന്തുചെയ്യാൻ കഴിയുമെന്ന് ചിന്തിച്ചു.

"നമുക്ക് ദൈവത്തിന്റെ ഇച്ഛയെ എതിർക്കാൻ കഴിയില്ല. ഗുരുവിന്റെ ആഗ്രഹത്തെയും എതിർക്കാൻ കഴിയില്ല. പ്രവാചകന്മാർ നമ്മളോട് പറയുന്നതനുസരിച്ച് "മരിക്കുന്നത് ആചാര്യാ-അങ്ങയുടെ ചുമതല ആണ്." അങ്ങു പറഞ്ഞ വാക്കുകൾ നശിക്കാതിരിക്കാൻ വേണ്ടി ജീവിക്കുന്നത് ഞങ്ങളുടെ ചുമതല ആണ്. ഞങ്ങൾ അത് പുതിയ വേദഗ്രന്ഥങ്ങളിൽ ശക്തമായി സമർത്ഥിക്കും. ഞങ്ങൾ നിയമങ്ങൾ ഉണ്ടാകും. ഞങ്ങൾ സ്വന്തം സിനഗോഗുകൾ നിർമ്മിക്കും. ഞങ്ങൾ സ്വന്തമായി ഉന്നത പുരോഹിതരേയും ഫരിസീയരേയും തെരഞ്ഞെടുക്കും."

യേശു സംഭ്രാന്തനായി. "ജേക്കബ് നിങ്ങൾ ആത്മാവിനെ കുരിശിലേറ്റുന്നു" അദ്ദേഹം അലറി. "ഇല്ല, ഇല്ല, ഞാൻ അത് ആഗ്രഹിക്കുന്നില്ല!"

"നമുക്ക് ആത്മാവ് അന്തരീക്ഷത്തിൽ ചുറ്റിത്തിരിഞ്ഞ് രക്ഷപ്പെടുന്നതു തടയാനുള്ള ഒരേയൊരു വഴി ഇതാണ്."

"പക്ഷേ, അത് ഇപ്പോൾ സ്വതന്ത്രമായിരിക്കില്ല; അത് ആത്മാവ് ആയിരിക്കില്ല."

"അത് കാര്യമാക്കേണ്ട. അത് ആത്മാവിനെപ്പോലെ തോന്നിക്കും. ഞങ്ങളുടെ ജോലിക്ക് അത് മതിയാകും."

യേശുവിന്റെ ശരീരം വിയർത്തൊഴുകി. അദ്ദേഹം ശിഷ്യന്മാരുടെ മുഖ

ത്തുകൂടി കണ്ണോടിച്ചു. ആരും എതിർക്കാൻ വേണ്ടി തല ഉയർത്തിയില്ല. പീറ്റർ സബിദീയുടെ മകനെ ആരാധനയോടെ നോക്കി. അയാളുടേത് സർഗ്ഗശക്തിയുള്ള മനസ്സ് ആയിരുന്നു: അയാൾക്ക് കപ്പിത്താനായ അച്ഛന്റെ എല്ലാ തിളക്കമുള്ള സ്വഭാവസവിശേഷതകളും കിട്ടിയിരുന്നു. ഇപ്പോൾ അയാൾ ഗുരുവിനുവേണ്ടിപോലും എല്ലാ കാര്യങ്ങളും ക്രമീകരിക്കാൻ തുടങ്ങുകയായിരുന്നെന്ന് നിങ്ങൾക്ക് കാണാൻ കഴിയും.... നിരാശനായ യേശു അദ്ദേഹത്തിന്റെ കൈകൾ ഉയർത്തി. അദ്ദേഹം സഹായം ആവശ്യപ്പെടുകയാണെന്ന് തോന്നി.

"ഞാൻ നിങ്ങൾക്ക് സത്യത്തിന്റെ ആത്മാവായ ഒരു ആശ്വാസകനെ അയച്ചുതരാം. അവൻ നിങ്ങൾക്ക് വഴി കാണിക്കും."

"ഞങ്ങൾക്ക് ആശ്വാസകനെ പെട്ടെന്ന് അയച്ചു തരണം." ജോൺ വിളിച്ചുകൂവി. "അതുകൊണ്ട് ഞങ്ങൾ വഴിവിട്ടുപോയി ആചാര്യനെ വീണ്ടും കാണാൻ കഴിയാത്ത അവസ്ഥ ഉണ്ടാകില്ല."

ജേക്കബ് അയാളുടെ പിടിവാശിയുള്ള പരുക്കൻ തല കുലുക്കി. "അങ്ങ് സംസാരിച്ചുകൊണ്ടിരിക്കുന്ന ഈ സത്യത്തിന്റെ ആത്മാവും കുരിശിലേറ്റപ്പെടും. മനുഷ്യൻ നിലനില്ക്കുന്ന കാലത്തോളം ആത്മാവ് കുരിശിലേറ്റപ്പെടുമെന്ന് ആചാര്യൻ തീർച്ചയായും മനസ്സിലാക്കണം. പക്ഷേ, അത് സാരമില്ല. എന്തെങ്കിലും കാര്യം എപ്പോഴും ബാക്കി നില്ക്കും. ഞങ്ങൾക്ക് അതുമതിയെന്നാണ് ഞാൻ പറയുന്നത്."

"എനിക്ക് അത് പോരാ!" യേശു ഹതാശനായി വിളിച്ചുകൂവി.

അസഹ്യമായ ആ നിലവിളി കേട്ടപ്പോൾ ജേക്കബ്ബിന് വിഷമം തോന്നി. അയാൾ അടുത്തുചെന്ന് ആചാര്യന്റെ കൈയിൽ പിടിച്ചു. "ശരിയാണ്, ആചാര്യന് അത് പോരാ" അയാൾ പറഞ്ഞു. "അതുകൊണ്ടാണ് അങ്ങ് കുരിശിലേറ്റപ്പെടുന്നത്. അങ്ങയെ നിഷേധിച്ചതിന് എന്നോട് ക്ഷമിക്കണം."

യേശു അദ്ദേഹത്തിന്റെ കൈ പിടിവാശിയുള്ള തലയിൽ വെച്ചു. "ദൈവം അത് ആഗ്രഹിക്കുന്നുണ്ടെങ്കിൽ ഈ ഭൂമിക്ക് മുകളിൽവെച്ചു തന്നെ ആത്മാവ് ശാശ്വതമായി കുരിശിലേറ്റപ്പെടട്ടെ! അതോടൊപ്പം കുരിശ് അനുഗൃഹീതമാകട്ടെ! നമുക്ക് അത് സ്നേഹത്തോടും ക്ഷമയോടും വിശ്വാസത്തോടും സഹിക്കാം. ഒരു ദിവസം അത് നമ്മുടെ തോളുകളിലെ ചിറകുകളായി പരിണമിക്കും."

അവർ സംസാരിച്ചില്ല. ചന്ദ്രൻ ഇപ്പോൾ ആകാശത്തിന്റെ ഉയരങ്ങളിൽ എത്തിയിരുന്നു. ഇരുളടഞ്ഞ വെളിച്ചം മേശകളുടെ മുകളിൽ ചിതറി വീണിരുന്നു. യേശു അദ്ദേഹത്തിന്റെ കൈകൾ പിണച്ചു.

"ഇന്നത്തെ ജോലി ചെയ്തുകഴിഞ്ഞു." അദ്ദേഹം പറഞ്ഞു. "എനിക്ക് ചെയ്യാനുള്ളത് ഞാൻ ചെയ്തു. എനിക്ക് സംസാരിക്കാനുള്ളത് ഞാൻ സംസാരിച്ചു. എന്റെ ചുമതല ഞാൻ നിർവ്വഹിച്ചതായി ഞാൻ വിചാരിക്കുന്നു. ഞാൻ ഇപ്പോൾ എന്റെ കൈകൾ പിണയ്ക്കുന്നു."

അദ്ദേഹം എതിർവശത്ത് ഇരുന്ന യൂദാസിനെ നോക്കി തലയാട്ടി. യുദാസ് എഴുന്നേറ്റ് തുകൽ ബാഗ് മുറുക്കിക്കൊണ്ട് അയാളുടെ അറ്റം

വളഞ്ഞ വടിയിൽ മുറുക്കെ പിടിച്ചു. യേശു വിടപറയുന്നതു പോലെ അയാളെ നോക്കി കൈവീശി.

അദ്ദേഹം പറഞ്ഞു. "ഇന്നു രാത്രിയിൽ നമ്മൾ ഗത്സേമനിയിലെ ഒലിവ് മരങ്ങളുടെ അടിയിൽ ഇരുന്ന് പ്രാർത്ഥിക്കും. എന്റെ സഹോദര നായ യൂദാസ്: ദൈവത്തിന്റെ അനുഗ്രഹത്തോടെ പോകൂ. ദൈവം നിങ്ങ ളോടൊപ്പം ഉണ്ടാകട്ടെ!"

യൂദാസ് ചുണ്ടുകൾ അകറ്റി. അയാൾ ഏതോ ഒരു കാര്യം പറയാൻ ആഗ്രഹിച്ചു. പക്ഷേ, അയാൾ മനസ്സു മാറ്റി. വാതിൽ തുറന്നുകിടന്നിരുന്നു. അയാൾ തിടുക്കത്തിൽ പുറത്തിറങ്ങി. അയാളുടെ വലിയ പാദങ്ങൾ കൽപ ടവുകളിൽ ശക്തമായി പതിക്കുന്നതിന്റെ ശബ്ദം കേൾക്കുന്നുണ്ടായിരുന്നു.

പീറ്ററിന് അസ്വസ്ഥത അനുഭവപ്പെട്ടു. "അയാൾ എവിടെയാണ് പോകുന്നത്?" പീറ്റർ അയാളെ പിന്തുടരാൻ വേണ്ടി എഴുന്നേല്ക്കാൻ തുടങ്ങി. പക്ഷേ, യേശു അയാളെ പിടിച്ചു നിർത്തി.

"ദൈവത്തിന്റെ ചക്രം ഉരുണ്ടു തുടങ്ങി. പീറ്റർ അത് മനസ്സിലാക്കണം. അതിന്റെ വഴിയിൽക്കയറി നില്ക്കരുത്."

ഒരു ഇളംകാറ്റ് ഉയർന്നിരുന്നു. ഏഴുശാലകളുള്ള മെഴുകുതിരി വിള ക്കിലെ തീനാളങ്ങൾ ചിറകടിച്ചു. പെട്ടെന്ന് ശക്തിയായി വീശിയ കാറ്റിൽ മെഴുകുതിരികൾ അണഞ്ഞു. ചന്ദ്രൻ പൂർണ്ണമായും മുറിക്കുള്ളിൽ പ്രവേ ശിച്ചു. നതാനൽ ഭയന്നുപോയി. അയാൾ ചങ്ങാതിയുടെ പുറത്തേക്ക് ചാഞ്ഞു.

"ഫിലിപ്പേ, ആ കാറ്റ് അതായിരുന്നു. ആരോ അകത്തു വന്നിട്ടുണ്ട്. ദൈവമേ! അത് കെയ്റെൻ ആണെന്ന് ഫിലിപ്പ് വിചാരിക്കുന്നുണ്ടോ?"

"ആണെങ്കിൽത്തന്നെ അങ്ങ് എന്തിനാണ് അത് ശ്രദ്ധിക്കുന്നത്!" ആട്ടിടയൻ മറുപടി പറഞ്ഞു. "അയാൾ അന്വേഷിക്കുന്നത് നമ്മളെ അല്ല. അയാൾ ഈ സമയത്തും സമചിത്തത കൈവരാത്ത് ചങ്ങാതിയുടെ പുറ ത്തുതട്ടി.

"വലിയ കപ്പലുകൾ വലിയ കൊടുങ്കാറ്റുകൾ" അദ്ദേഹം പറഞ്ഞു. "നമ്മൾ തുഴവഞ്ചികളും അണ്ടിത്തോടുകളും ആയതിന് ദൈവത്തിന് നന്ദി."

ചന്ദ്രൻ യേശുവിന്റെ മുഖത്തെ പിടികൂടി വിഴുങ്ങി. രണ്ട് കറുകറുത്ത കണ്ണുകൾ ഒഴിച്ച് മറ്റൊന്നും അവശേഷിച്ചിരുന്നില്ല. ജോൺ ഭയന്നുപോ യിരുന്നു. അയാൾ ഇപ്പോഴും യേശു ജീവനോടെയുണ്ടോ എന്ന് മനസ്സി ലാക്കാൻ വേണ്ടി ആചാര്യന്റെ മുഖത്തേക്ക് രഹസ്യമായി കൈനീട്ടി. അയാൾ പിറുപിറുത്തു "ആചാര്യൻ എവിടെയാണ്?"

"പ്രിയപ്പെട്ട ജോൺ, ഞാൻ ഇതുവരെ പോയിട്ടില്ല." യേശു മറുപടി പറഞ്ഞു. "ഞാൻ ഒരു നിമിഷം കാർമൽ പർവ്വതത്തിൽവെച്ച് ഒരു സന്ന്യാസി എന്നോട് പറഞ്ഞതു ചിന്തിച്ച് ഇരുന്നു പോയി. അയാൾ പറഞ്ഞു- എന്നെ ഒരു പന്നിയെപ്പോലെ എന്റെ ശരീരത്തിന്റെ അഞ്ചു വെള്ളത്തൊട്ടികളിൽ താഴ്ത്തിയിരുന്നു."

“അപ്പൂപ്പൻ എങ്ങനെയാണ് രക്ഷപ്പെട്ടത്?” ഞാൻ അയാളോട് ചോദിച്ചു. അത് വലിയ കഷ്ടപ്പാടായിരുന്നോ?”

“ഒരിക്കലും അല്ല; അയാൾ എന്നോട് മറുപടി പറഞ്ഞു— ഒരു ദിവസം രാവിലെ ഞാൻ ഒരു പൂത്തു നില്ക്കുന്ന ബദാംമരം കണ്ടു. ഞാൻ രക്ഷപ്പെട്ടു... പ്രിയപ്പെട്ട ജോൺ, ഒരു പൂത്തു നില്ക്കുന്ന ബദാം മരം: അല്പം മുമ്പ് നിമിഷനേരത്തേക്ക് മരണം അങ്ങനെയാണെന്നാണ് എനിക്ക് തോന്നിയത്.”

അദ്ദേഹം എഴുന്നേറ്റു. “നമുക്ക് പോകാം. സമയം ആയിരിക്കുന്നു. അദ്ദേഹം മുന്നിൽ നടന്നു. ശിഷ്യന്മാർ ആലോചനയിൽ മുഴുകി പിന്തുടർന്നു.

“നമുക്ക് വിട വാങ്ങാം.” നതാനൽ ചങ്ങാതിയോട് രഹസ്യം പറഞ്ഞു. “ഞാൻ കുഴപ്പങ്ങൾ ഉണ്ടെന്ന് സംശയിക്കുന്നു.”

“ഞാനും അതുതന്നെയാണ് ആലോചിച്ചു കൊണ്ടിരുന്നത്.” ഫിലിപ്പ് മറുപടി പറഞ്ഞു. “നമുക്ക് തോമസിനെയും കൊണ്ടുപോകാം.”

അവർ നിലാവിൽ തോമസിനെ കണ്ടെത്താൻ വേണ്ടി പരിശ്രമിച്ചു. പക്ഷേ, അയാൾ ഇടവഴികളിൽ എവിടെയോ അപ്രത്യക്ഷപ്പെട്ടുകഴിഞ്ഞിരുന്നു. അവർ സ്വയം പിന്നോട്ട് മാറി. സംഘം സിഡ്രോൺ താഴ്‌വരയിൽ എത്തിയപ്പോൾ അവർ മറ്റുള്ളവരെ വളരെ മുന്നിൽ എത്താൻ അനുവദിച്ചു. അതിനുശേഷം അവർ ജീവനുംകൊണ്ട് ഓടി.

യേശു ബാക്കിയുള്ളവരുടെ കൂടെ സിഡ്രോൺ താഴ്‌വര ഇറങ്ങി. അദ്ദേഹം എതിർവശത്തു കൂടി ഗത്സിമോനിലെ ഒലിവ് തോട്ടത്തിലേക്കുള്ള കയറ്റം കയറി. എത്രയോ തവണ പുരാതനമായ ആ ഒലിവ് മരങ്ങളുടെ താഴെ രാത്രിയിൽ ഉണർന്നിരുന്ന് അദ്ദേഹം ദൈവത്തിന്റെ കൃപയെ പറ്റിയും മനുഷ്യരുടെ അന്യായങ്ങളെപ്പറ്റിയും സംസാരിച്ചിരിക്കുന്നു.”

അവർ നടത്തം നിർത്തി. ഇന്നു വൈകുന്നേരം ശിഷ്യന്മാർ വളരെ കൂടുതൽ ഭക്ഷണം കഴിച്ചിരുന്നു. വളരെ കൂടുതൽ വീഞ്ഞു കുടിച്ചിരുന്നു. അവർ ഉറക്കം തൂങ്ങുന്നുണ്ടായിരുന്നു.

നാലുചുറ്റും പരിശോധിച്ചു കൊണ്ട് ഗുരു പറഞ്ഞു. “മൂന്നുപേരെ കാണുന്നില്ല. അവർക്ക് എന്തു സംഭവിച്ചു?”

“അവർ വിട്ടുപോയി” ആൻഡ്രു ദേഷ്യത്തോടെ മറുപടി പറഞ്ഞു.

യേശു പുഞ്ചിരിച്ചു. “ആൻഡ്രു, നിങ്ങൾ അവരെ കുറ്റപ്പെടുത്തരുത്. നിങ്ങൾക്ക് കാണാൻ കഴിയും: ഒരു ദിവസം മൂന്നുപേരും തിരിച്ചുവരും ഓരോരുത്തരം ഒരിക്കലും കേടുവരാത്തതും കിരീടങ്ങളിൽ വെച്ച് ഏറ്റവും രാജകീയവുമായ ഓരോ മുൾക്കിരീടം ധരിച്ചിട്ടുണ്ടാകും!” സംസാരിച്ചുകഴിഞ്ഞപ്പോൾ പെട്ടെന്ന് ക്ഷീണം തോന്നിയതുകൊണ്ട് അദ്ദേഹം ഒലിവ് മരത്തിൽ ചാരിനിന്നു.

ശിഷ്യന്മാർ കിടന്നുകഴിഞ്ഞിരുന്നു. അവർ വലിയ പാറകൾ തലയണയാക്കിക്കൊണ്ട് സ്വയം ആശ്വാസം കണ്ടെത്തി.

"ആചാര്യന് ഞങ്ങളുടെ കൂടെ കിടക്കാം." പീറ്റർ കോട്ടുവാ ഇട്ടു കൊണ്ട് പറഞ്ഞു. "ആൻഡ്രു ഉണർന്നിരുന്നുകൊള്ളും."

യേശു മരത്തിൽ നിന്ന് മാറിനിന്നു. അദ്ദേഹം പറഞ്ഞു. "പീറ്ററും ജേക്കബ്ബും ജോണും എന്റെ കൂടെ വരണം." അദ്ദേഹത്തിന്റെ ശബ്ദത്തിൽ അധികാരവും വ്യഥയും നിറഞ്ഞിരുന്നു.

പീറ്റർ കേട്ടതായി ഭാവിച്ചില്ല. അയാൾ തറയിൽ മലർന്നു കിടന്ന് വീണ്ടും കോട്ടുവാ ഇട്ടു. പക്ഷേ, സബിദീയുടെ പുത്രന്മാർ അയാളുടെ കൈയിൽ പിടിച്ച് എഴുന്നേല്പിച്ചു.

"നമുക്ക് പോകാം." അവൾ പറഞ്ഞു. "പീറ്ററിന് ലജ്ജ തോന്നു ന്നില്ലേ?"

പീറ്റർ അയാളുടെ സഹോദരന്റെ അടുത്തു ചെന്നു. "എന്താണ് സംഭ വിക്കാൻ പോകുന്നതെന്ന് അവർക്കറിയാം. അതുകൊണ്ട് ആൻഡ്രുവിന്റെ വാൾ എനിക്ക് തന്നേ പറ്റൂ."

യേശു ഏറ്റവും മുന്നിൽ നടന്നു. അവർ ഒലിവ് മരങ്ങൾ പിന്നിലാ ക്കിക്കൊണ്ട് ഒരു തറസ്സായ സ്ഥലത്തു ചെന്നു. അവരുടെ എതിർവശത്ത് നിലാവിൽ പൊതിഞ്ഞ ജറുസലേം തിളങ്ങി. ആകാശത്ത് നക്ഷത്രങ്ങൾ ഉണ്ടായിരുന്നില്ല. പൂർണ്ണചന്ദ്രൻ തിടുക്കത്തിൽ ഉയർന്നുവരുന്നത് അവർ നേരത്തെ കണ്ടിരുന്നു. ഇപ്പോൾ ആകാശത്തിന്റെ മദ്ധ്യത്തിൽ ചന്ദ്രൻ ചല നമില്ലാതെ തൂങ്ങിനിന്നിരുന്നു.

"പിതാവേ" യേശു പിറുപിറുത്തു "സ്വർഗ്ഗത്തിലും ഭൂമിക്ക് മുകളിലും ഉള്ള പിതാവേ: അങ്ങ് സൃഷ്ടിച്ച ഭൂമി മനോഹരമാണ്, ഞങ്ങൾ അത് കാണുന്നു. ഞങ്ങൾ കാണാത്ത ലോകവും മനോഹരമായിരിക്കും. എനിക്ക് അറിയില്ല- എന്നോട് ക്ഷമിക്കണം. പിതാവേ, ഏതാണ് കൂടുതൽ മനോ ഹരമെന്ന് എനിക്ക് അറിയില്ല."

അദ്ദേഹം ഒരു പിടി മണ്ണ് കുനിഞ്ഞ് കൈയിൽ എടുത്ത് മണപ്പിച്ചു. അതിന്റെ സുഗന്ധം അദ്ദേഹത്തിന്റെ കുടലിലേക്ക് വരെ ആഴത്തിൽ ഇറ ങ്ങിച്ചെന്നു. ഇവിടെ അടുത്ത് എവിടെയെങ്കിലും പിസ്ത്ത* ഉണ്ടായിരു ന്നിരിക്കണം. മണ്ണിന് മരക്കറയുടെയും തേനിന്റെയും മണം ഉണ്ടായിരുന്നു. അദ്ദേഹം മണ്ണ് കഴുത്തിലും കവിളിലും ചുണ്ടിലും തേച്ചു.

"എന്ത് സുഗന്ധം" അദ്ദേഹം പിറുപിറുത്തു. "എന്ത് തീക്ഷ്ണത, എന്ത് സാഹോദര്യം!"

അദ്ദേഹം പൊട്ടിക്കരയാൻ ആരംഭിച്ചു. അദ്ദേഹം മണ്ണിനോട് ഒരി ക്കലും വിടപറയാൻ ആഗ്രഹിക്കാത്തതുകൊണ്ട് ഒരു പിടിമണ്ണ് കൈപ്പ ത്തിക്കുള്ളിൽ ചുരുട്ടി പിടിച്ചു. "എന്റെ സഹോദരാ, നമുക്ക് ഒന്നിച്ചു മരിക്കാം. എനിക്ക് മറ്റ് ചങ്ങാതിമാർ ഇല്ല."

പീറ്റർ വളരെ നേരമായി നില്ക്കുകയായിരുന്നു. "ഞാൻ തളർന്നു." അയാൾ പറഞ്ഞു. "അദ്ദേഹം നമ്മളെ എവിടെയാണ് കൊണ്ടുപോകു

---

* ഒരുതരം അണ്ടിപ്പരിപ്പ്

ന്നത്? എനിക്ക് മുന്നോട്ടുപോകാൻ വയ്യ. ഞാൻ ഇവിടെത്തന്നെ കിടക്കാൻ പോകുകയാണ്."

പക്ഷേ, നാലുചുറ്റും മലർന്നുകിടക്കാൻ പറ്റിയ ഒരു സ്ഥലം അന്വേഷിക്കുന്നതിനിടയിൽ യേശു സാവധാനം അവരുടെ അടുത്തേക്ക് വരുന്നത് അയാൾ കണ്ടു. അയാൾ ഉടൻതന്നെ ശക്തി വീണ്ടെടുത്തു കൊണ്ട് അദ്ദേഹത്തെ കാണാൻ വേണ്ടി മറ്റുള്ളവർ തയ്യാറാകുന്നതിനുമുമ്പ് ഇറങ്ങിവന്നു.

"ഇപ്പോൾ ഏറക്കുറെ അർദ്ധരാത്രി ആയിരിക്കുന്നു." പീറ്റർ പറഞ്ഞു. "ഇത് നമുക്ക് ഉറങ്ങാൻ പറ്റിയ ഒരു നല്ല സ്ഥലമാണ്."

യേശു പറഞ്ഞു. "എന്റെ കുട്ടികളേ, എന്റെ ആത്മാവ് മാരകമായ ദുഃഖത്തിലാണ്. ഞാൻ ഇവിടെ തുറന്ന സ്ഥലത്ത് പ്രാർത്ഥിക്കുമ്പോൾ നിങ്ങൾക്ക് തിരിച്ചുപോയി മരങ്ങളുടെ താഴെ കിടക്കാം. പക്ഷേ, ഞാൻ നിങ്ങളോട് ഉറങ്ങരുതെന്ന് യാചിക്കുന്നു. ഇന്നു രാത്രിയിൽ ഉണർന്നിരുന്ന് എന്നോടൊപ്പം പ്രാർത്ഥിക്കണം. ഈ ബുദ്ധിമുട്ടുള്ള മണിക്കൂറിലൂടെ കടന്നുപോകാൻ എന്റെ കുട്ടികൾ എന്നെ സഹായിക്കണം."

അദ്ദേഹം ജറുസലേമിന്റെ നേർക്ക് മുഖം തിരിച്ചു. "പൊയ്ക്കോളൂ, എന്നെ തനിച്ചു വിടൂ."

ശിഷ്യന്മാർ ഒരു കല്ലേറു ദൂരത്തേക്ക് നീങ്ങി ഒലിവ് മരങ്ങൾക്കടിയിൽ പോയി കിടന്നു. പക്ഷേ, യേശു മണ്ണിലേക്ക് മുഖം അടിച്ച് കമഴ്ന്നു വീണു. അദ്ദേഹത്തിന് മനസ്സിനേയും ഹൃദയത്തേയും ചുണ്ടുകളേയും മണ്ണിൽ നിന്ന് വേർപെടുത്താൻ കഴിഞ്ഞില്ല— അവയെല്ലാം മണ്ണായി രൂപം മാറിയിരുന്നു.

"പിതാവേ" അദ്ദേഹം പറഞ്ഞു. "ഇവിടെ എനിക്ക് സുഖമാണ്: മണ്ണോടുമണ്ണ് എന്നെ ഉപേക്ഷിക്കൂ. എനിക്ക് അങ്ങുതന്ന പാനപാത്രം കയ്പു നിറഞ്ഞതാണ്. അങ്ങേയറ്റം കയ്പാണ്. എനിക്ക് സഹനശക്തി ഇല്ല. പിതാവേ, കഴിയുമെങ്കിൽ അത് എന്റെ ചുണ്ടുകളിൽനിന്ന് എടുത്തുമാറ്റൂ."

അദ്ദേഹം ശ്രദ്ധയോടെ നിശ്ശബ്ദനായി ഇരുന്നു. ഒരുപക്ഷേ, അദ്ദേഹത്തിന് ഇരുട്ടിൽ പിതാവിന്റെ ശബ്ദം കേൾക്കാൻ കഴിയുന്നുണ്ടാകും. ദൈവം സന്തോഷത്തിലല്ലെന്ന് ആർക്ക് പറയാൻ കഴിയും, പിതാവ് അദ്ദേഹത്തിന്റെ ഉള്ളിൽ കരുണാർദ്രമായി പുഞ്ചിരിച്ചുകൊണ്ട് പ്രത്യക്ഷപ്പെട്ട് തലയാട്ടി സമ്മതിച്ചെന്നുവരും. അദ്ദേഹം വിറച്ചുകൊണ്ട് വളരെനേരം കാത്തിരുന്നു. അദ്ദേഹം ഒന്നും കേട്ടില്ല. ഒന്നും കണ്ടില്ല. ഒറ്റപ്പെട്ടപ്പോൾ അദ്ദേഹം ചുറ്റുപാടും നോക്കി. പെട്ടെന്നുള്ള ഭയം അദ്ദേഹത്തെ പിടികൂടി. അദ്ദേഹം ഞെട്ടി എഴുന്നേറ്റ് മനസ്സിന്റെ ചാഞ്ചാട്ടം അവസാനിപ്പിക്കാൻ വേണ്ടി ചങ്ങാതിമാരെ കണ്ടെത്താൻ പുറപ്പെട്ടു. മൂന്നുപേരും ഉറങ്ങുന്നത് അദ്ദേഹം കണ്ടു. അദ്ദേഹം പീറ്ററിനെയും ജോണിനെയും ജേക്കബ്ബിനെയും കാലുകൊണ്ട് ഉന്തി.

"നിങ്ങൾക്ക് നിങ്ങളെപ്പറ്റി ലജ്ജ തോന്നുന്നില്ലേ?" അദ്ദേഹം വിദ്വേഷത്തോടെ ചോദിച്ചു. "അല്പസമയം എന്റെ കൂടെ പ്രാർത്ഥിക്കുന്നത് നിങ്ങൾക്ക് സഹിക്കാൻ കഴിയുന്നില്ലേ?"

കൺപോളകൾ അടയുന്നത് പിടിച്ചു നിർത്താൻ കഴിയാത്ത പീറ്റർ പറഞ്ഞു. "ആചാര്യനോടൊപ്പം ഉണർന്നിരുന്നു പ്രാർത്ഥിക്കാൻ ആത്മാവ് തയ്യാറാണ്. പക്ഷേ, ശരീരം തളർന്നിരിക്കുന്നു. ഞങ്ങളോട് ക്ഷമിക്കണം."

യേശു തുറസ്സായ സ്ഥലത്തേക്ക് തിരിച്ചു പോയി.

"പിതാവേ" അദ്ദേഹം വീണ്ടും ഉറക്കെ വിളിച്ചു പറഞ്ഞു. "അങ്ങ് എനിക്കു തന്ന പാനപാത്രം കയ്പാണ്. അങ്ങേയറ്റം കയ്പാണ്. എന്റെ ചുണ്ടുകളിൽ നിന്ന് അത് എടുത്തു മാറ്റണം."

സംസാരിച്ചുകൊണ്ടിരിക്കുന്നതിനിടയിൽ നിലാവിൽ മുകളിൽനിന്നും വിട്ടുവീഴ്ചയില്ലാത്ത വിളറിയ ഒരു മാലാഖ താഴോട്ടുവരുന്നത് അദ്ദേഹം കണ്ടു. അയാൾ കൈപ്പത്തികൾക്കുള്ളിൽ വീഞ്ഞുകുടിക്കാനുള്ള ഒരു വലിയ വെള്ളിപ്പാത്രം പിടിച്ചിരുന്നു. യേശു മുഖം പൊത്തിക്കൊണ്ട് നിലം പതിച്ചു.

"പിതാവേ ഇതാണോ അങ്ങയുടെ പ്രതികരണം? അങ്ങയ്ക്ക് ദയ ഇല്ലേ?"

അദ്ദേഹം അല്പസമയം കാത്തിരുന്നു. പിന്നീട് മാലാഖ ഇപ്പോഴും മുകളിൽ ഉണ്ടോ എന്ന് മനസ്സിലാക്കാൻ വേണ്ടി അല്പാല്പമായി കൈവിരലുകൾ അകറ്റി. സ്വർഗ്ഗത്തിൽ നിന്നുള്ള സന്ദർശകൻ കൂടുതൽ അടുത്തു വന്നിരുന്നു. ഇപ്പോൾ വെള്ളിപ്പാത്രം അദ്ദേഹത്തിന്റെ ചുണ്ടുകളിൽ സ്പർശിക്കുന്നുണ്ടായിരുന്നു. അദ്ദേഹം നിലവിളിച്ചുകൊണ്ട് മലർന്നു വീണു.

അദ്ദേഹം പൂർവ്വസ്ഥിതിയിലേക്ക് തിരിച്ചെത്തിയപ്പോൾ സ്വർഗ്ഗങ്ങളുടെ കൊടുമുടിയിൽ നിന്നും ചന്ദ്രൻ ഒരു ചാൺദൂരം നീങ്ങിയിരുന്നു. മാലാഖ നിലാവിൽ ലയിച്ചുകഴിഞ്ഞിരുന്നു. ദൂരെ ജറുസലേമിലേക്കുള്ള വഴിയിൽ വെളിച്ചം അങ്ങിങ്ങായി ചലിച്ചുകൊണ്ടിരിക്കുന്നത് അദ്ദേഹം കണ്ടു— തീർച്ചയായും കത്തുന്ന പന്തങ്ങളുടെ വെളിച്ചം ആയിരിക്കും. അവർ എന്തിനാണ് അദ്ദേഹത്തിന്റെ അടുത്തേക്ക് വരുന്നത്? അതോ അവർ അദ്ദേഹത്തെ വിട്ടുപോകുകയാണോ? മനുഷ്യനെ കാണാനും അവരുടെ ശബ്ദം കേൾക്കാനും സ്നേഹിക്കുന്നവരുടെ കൈകൾ സ്പർശിക്കാനും ഉള്ള ആഗ്രഹം കൊണ്ട് ഒരിക്കൽക്കൂടി അദ്ദേഹം ഭയത്തിനു കീഴടങ്ങി. അദ്ദേഹം കൂട്ടുകാരെ കാണാൻ വേണ്ടി കുതിച്ചു.

അവർ മൂന്നുപേരും വീണ്ടും ഉറക്കത്തിൽ ആയിരുന്നു. അവരുടെ ശാന്തമായ മുഖങ്ങൾ നിലാവിൽ കുളിച്ചിരുന്നു. ജോണിന് പീറ്ററിന്റെ തോൾ തലയണയായിരുന്നു. പീറ്ററിന് ജേക്കബ്ബിന്റെ നെഞ്ചും. ജേക്കബ്ബിന്റെ കറുത്ത മുടിയുള്ള തലയ്ക്ക് ഒരുകല്ലിന്റെ സഹായം കിട്ടിയിരുന്നു. അയാൾ സ്വർഗ്ഗങ്ങളെ ആലിംഗനം ചെയ്യാൻ പോകുന്നതുപോലെ

കൈകൾ വിടർത്തിവെച്ചിരുന്നു. അയാളുടെ കറുകറുത്ത താടി മീശകൾക്കിടയിലൂടെ തിളങ്ങുന്ന പല്ലുകൾ പുറത്തു കാണുന്നുണ്ടായിരുന്നു. അയാൾ വളരെ സന്തോഷകരമായ ഒരു സ്വപ്നം കണ്ടിട്ടുണ്ടാകും. കാരണം അയാൾ ചിരിക്കുന്നുണ്ടായിരുന്നു. യേശുവിന് അവരോട് അനുകമ്പ തോന്നി. ഈ പ്രാവശ്യം അവരെ ഉണർത്തുന്നതിൽ നിന്ന് അദ്ദേഹം പിന്മാറി. അദ്ദേഹം ശബ്ദം ഉണ്ടാക്കാതെ തിരിച്ചുനടന്നു. അതിനുശേഷം വീണ്ടും അദ്ദേഹം കമഴ്ന്നു വീണ് പൊട്ടിക്കരയാൻ തുടങ്ങി.

"പിതാവേ" ദൈവം കേൾക്കരുത് എന്ന് ആഗ്രഹിക്കുന്നമട്ടിൽ വളരെ ശബ്ദം താഴ്ത്തിയാണ് അദ്ദേഹം വിളിച്ചത്. "പിതാവേ, അങ്ങയുടെ ആഗ്രഹം നടക്കും. എന്റേതല്ല പിതാവേ— അങ്ങയുടേത്."

അദ്ദേഹം എഴുന്നേറ്റ് വീണ്ടും ജറുസലേമിലേമിലേക്കുള്ള വഴിയുടെ ദിശയിലേക്ക് നോക്കി. പന്തങ്ങൾ കൂടുതൽ അടുത്തേക്ക് വന്നിരുന്നു. അവയ്ക്കുചുറ്റും വിറച്ചു കൊണ്ടിരിക്കുന്ന നിഴലുകളും ഓടുകൊണ്ടുള്ള പടച്ചട്ടകളുടെ തിളക്കവും അദ്ദേഹത്തിന് വ്യക്തമായി കാണാൻ കഴഞ്ഞു.

"അവർ വരുന്നു, അവർ വരുന്നു" അദ്ദേഹം പിറുപിറുത്തു. അദ്ദേഹത്തിന്റെ കാൽമുട്ടുകൾ വഴങ്ങി. കൃത്യം ആ നിമിഷത്തിൽ ഒരു രാപ്പാടി അദ്ദേഹത്തിന്റെ എതിർവശത്തുനിന്നിരുന്ന ഒരു ചെറിയ പൊങ്കമരത്തിൽ ചേക്കേറി. അത് കഴുത്ത് വീർപ്പിച്ചുകൊണ്ട് പാടാൻ തുടങ്ങി. പൂർണ്ണചന്ദ്രനും വസന്തത്തിന്റെ സുഗന്ധവും ഇളംചൂടുള്ള നനവുള്ള രാത്രിയും എല്ലാംകൂടി അതിനെ ലഹരി പിടിപ്പിച്ചിരുന്നു. സ്വർഗ്ഗവും ഭൂമിയും മനുഷ്യരുടെ ആത്മാവും സൃഷ്ടിച്ച സർവ്വശക്തനായ ദൈവം അതിന്റെ ഉള്ളിലും ഉണ്ടായിരുന്നു. യേശു തല ഉയർത്തി ഏകാഗ്രതയോടെ ശ്രദ്ധിച്ചു. മണ്ണിനെയും, ശാന്തമായ ആലിംഗനങ്ങളെയും ഈ കിളികളുടെ തീരെ ചെറിയ മനസ്സിനെയും സ്നേഹിക്കുന്ന ദൈവം തന്നെ ആണോ യഥാർത്ഥത്തിൽ മനുഷ്യരുടേയും ദൈവം? പെട്ടെന്ന് കിളിയുടെ ക്ഷണത്തിനുള്ള ഈ മറുപടിയായി അദ്ദേഹത്തിന്റെ ആത്മാവിന്റെ ആഴങ്ങളിൽനിന്നും മറ്റൊരു രാപ്പാടി പാടിത്തുടങ്ങി. അതും ശാശ്വതമായ വേദനകളെപ്പറ്റിയും ആഹ്ലാദങ്ങളെപറ്റിയും പാടാൻ ആരംഭിച്ചു: "ദൈവം, സ്നേഹം, പ്രത്യാശ..."

അത് പാടിയപ്പോൾ യേശു വിറച്ചു. ഇത്തരം ആസ്തികളോ പ്രകടമാക്കപ്പെടാത്ത രമ്യമായ ആഹ്ലാദങ്ങളോ പാപങ്ങളോ തന്റെ ഉള്ളിൽ ഉണ്ടെന്ന് അദ്ദേഹം തിരിച്ചറിഞ്ഞിരുന്നില്ല. അദ്ദേഹത്തിന്റെ ഉള്ള് പുഷ്പിച്ചു. പൂവിട്ട ശാഖകളിൽ രാപ്പാടി കെട്ടിപ്പിണഞ്ഞു. അത് ഒരിക്കലും പറന്നുപോകാൻ ആഗ്രഹിച്ചില്ല. ഒരിക്കലും പറന്നുപോയില്ല. എവിടെ പോകാൻ? അത് എന്തിന് വിട്ടുപോകണം? ഈ ഭൂമി ഒരു പറുദീസ ആയിരുന്നു... പക്ഷേ, രണ്ട് രാപ്പാടികളുടെ പാട്ടും പിന്തുടർന്നുകൊണ്ടിരുന്നപ്പോൾ യേശു ശരീരം നഷ്ടപ്പെടുത്താതെ സ്വർഗ്ഗത്തിൽ പ്രവേശിച്ചു. പരുക്കൻ ശബ്ദങ്ങൾ കേൾക്കുന്നുണ്ടായിരുന്നു. കത്തുന്ന പന്തങ്ങളും ഓടിന്റെ

പടച്ചട്ടകളും അതുത്തെത്തിയിരുന്നു. തിളക്കങ്ങൾക്കും പുകപടല ങ്ങൾക്കും ഇടയിൽ യൂദാസിനെ കണ്ടതായി അദ്ദേഹത്തിനു തോന്നി: രണ്ട് ബലിഷ്ഠമായ കൈകൾ അദ്ദേഹത്തെ ചുറ്റിവരിഞ്ഞു. ഒരു ചുവന്ന താടി അദ്ദേഹത്തിന്റെ മുഖത്ത് ഉരസി. അദ്ദേഹം ഞരങ്ങി. നിമിഷനേരത്തേക്ക് അദ്ദേഹത്തിന് ബോധം നഷ്ടപ്പെട്ടു. അദ്ദേഹത്തിന് അങ്ങനെയാണ് തോന്നി യത്- പക്ഷേ, അത് വിമ്മിട്ടപ്പെടുന്ന യൂദാസിന്റെ ചുണ്ടുകൾ അദ്ദേഹ ത്തിന്റെ ചുണ്ടിൽ ഒട്ടിച്ചേർന്ന് നൈരാശ്യത്തോടെ ഇങ്ങനെ പറയുന്നതിന് മുമ്പായിരുന്നു. "ആചാര്യാ, അഭിവാദനം!"

ചന്ദ്രൻ ഇപ്പോൾ യുദിയായിലെ ഇളം നീലനിറങ്ങളുള്ള പർവ്വതങ്ങളെ സ്പർശിക്കാൻ തുടങ്ങുകയായിരുന്നു. മരവിപ്പിക്കുന്ന തണുപ്പുള്ള ഒരു കാറ്റ് ഉയർന്നു. യേശുവിന്റെ നഖങ്ങളും ചുണ്ടുകളും നീലനിറമായി. നിലാ വിൽ മാരകമായി വിളറിപ്പോയ ജറുസലേം വെളിച്ചം ഇല്ലാതെ ഉയർന്നു നിന്നു.

യേശു പടയാളികളെയും ലേവ്യരേയും തിരിഞ്ഞുനോക്കി.

"എന്റെ ദൈവത്തിന്റെ ദൂതന്മാർക്ക് സ്വാഗതം." അദ്ദേഹം പറഞ്ഞു. "നമുക്ക് പോകാം!"

പെട്ടെന്ന് ബഹളത്തിനിടയിൽ ലേവ്യന്മാരിൽ ഒരാളുടെ ചെവി മുറി ക്കാൻ വേണ്ടി പീറ്റർ വാൾ ഊരാൻ തുടങ്ങുകയാണെന്ന് അദ്ദേഹം ഊഹിച്ചു.

"വാൾ ഉറയിലിടൂ" അദ്ദേഹം അജ്ഞാപിച്ചു. "നമ്മൾ വാളിനെ വാളു കൊണ്ട് നേരിട്ടാൽ ഈ ലോകത്ത് എന്നെങ്കിലും വെട്ടുംകുത്തും ഒഴിവാ യിക്കിട്ടുമോ?"

ഇരുപത്തിയൊൻപത്

അവർ യേശുവിനെ പിടികൂടി. അവർ അദ്ദേഹത്തെ കൂക്കിവിളിച്ചു കൊണ്ട് ഒലിവ് മരങ്ങൾക്കും പൊങ്കമരങ്ങൾക്കും ഇടയിലൂടെ സിഡ്രോൺ താഴ്വരയിലെത്തി. അവിടെനിന്ന് ജറുസലേമിൽ എത്തി. പിന്നീട് നിഷേ ധിയുടെ കാര്യത്തിൽ തീരുമാനം എടുക്കാൻ വേണ്ടി ഉപദേശകസമിതി കാത്തിരിക്കുന്ന കയ്യാഫാസിന്റെ കൊട്ടാരത്തിലേക്ക് പാറകൾക്കു മുകളി ലൂടെ വലിച്ചിഴച്ചു കൊണ്ടു ചെന്നു.

അപ്പോൾ തണുപ്പായിരുന്നു. ജോലിക്കാർ മുൻകൂട്ടി മുറ്റത്തു തയ്യാ റാക്കിയിരുന്ന തീകുണ്ഡങ്ങളിൽ തീകാഞ്ഞു. ലേവ്യന്മാർ സംഭവക്കുറി പ്പുകളുമായി തുടർച്ചയായി പുറത്തുവന്നു. യേശുവിനെതിരായി കൊണ്ടു വന്ന തെളിവുകൾ മുടി എഴുന്നു നില്ക്കാൻ കാരണമാകുന്നവയായിരുന്നു: ദൈവീകമായ ശാപം കിട്ടിയ ഈ മനുഷ്യൻ ഇസ്രയേലിന്റെ ദൈവത്തെ പ്പറ്റി ഇത്തരത്തിലുള്ള നീചഭാഷണങ്ങൾ നടത്തി. ഇസ്രയേലിന്റെ നിയമ ങ്ങളെപ്പറ്റിയും ഇയാൾ തെറ്റായി സംസാരിച്ചു. കൂടാതെ ഇയാൾ വിശുദ്ധ

ദേവാലയം തകർത്തിട്ട് അവിടെ ഉപ്പുവിതയ്ക്കാൻ പോകുകയാണെന്ന് പറഞ്ഞു.

പീറ്റർ ചുരുണ്ടുകൂടി മുറ്റത്തേക്ക് തെന്നിക്കയറി. അയാൾ തലകുനിച്ചു കൊണ്ട് കൈകൾ തീകുണ്ഡത്തിന്റെ മുമ്പിൽ പിടിച്ച് സ്വയം ചൂടുപകർന്നു കൊണ്ട് സംഭവക്കുറിപ്പുകൾ ശ്രദ്ധിച്ചു കേട്ടു. അതുവഴി കടന്നുപോയ ഒരു ജോലിക്കാരി അയാളെ കണ്ടപ്പോൾ നടത്തം നിർത്തി.

“എഡോ കിഴവാ” അവൾ പറഞ്ഞു. “നിങ്ങൾ എന്തിനാണ് ഞങ്ങളിൽനിന്ന് ഒളിക്കുന്നത്? നിങ്ങൾ മുഖം ഉയർത്തിയാൽ ഞങ്ങൾക്ക് നിങ്ങളെ കാണാൻ പറ്റും. നിങ്ങൾ അയാളോടൊപ്പം ഉണ്ടായിരുന്നെന്ന് എനിക്ക് തോന്നുന്നു.”

ധാരാളം ലേവ്യന്മാർ അവളുടെ സംസാരം കേട്ടുകൊണ്ട് അടുത്തു വന്നു. പീറ്റർ ഭയന്നു പോയിരുന്നു. അയാൾ തല ഉയർത്തി.

“എനിക്ക് ആ മനുഷ്യനെ അറിയില്ലെന്ന് ഞാൻ സത്യം ചെയ്യുന്നു!” ഇതു പറയുന്നതിനിടയിൽ അയാൾ വാതിലിനടുത്തേക്ക് നീങ്ങി.

അതുവഴി കടന്നുപോയ മറ്റൊരു ജോലിക്കാരി അവൾ സ്ഥലം വിടാൻ ശ്രമിക്കുന്നതു മനസ്സിലാക്കി കൈകൊണ്ട് തടഞ്ഞു. “എഡോ കിഴവാ നിങ്ങൾ എവിടെ പോകുകയാണ്? നിങ്ങൾ അയാളോടൊപ്പം ഉണ്ടായിരുന്നു! ഞാൻ നിങ്ങളെ കണ്ടിട്ടുണ്ട്”

“ആ മനുഷ്യനെ എനിക്ക് അറിയില്ല.” പീറ്റർ വീണ്ടും വിളിച്ചു പറഞ്ഞു. അയാൾ പെൺകുട്ടിയെ വശത്തേക്ക് തള്ളിമാറ്റിക്കൊണ്ട് മുന്നോട്ടു പോയി. പക്ഷേ, വാതിലിൽ വെച്ച് രണ്ട് ലേവ്യന്മാർ അയാളെ തടഞ്ഞു. അവർ അയാളുടെ തോളിൽ പിടിച്ച് ബലമായി കുലുക്കി.

“നിങ്ങളുടെ ഉച്ചാരണം നിങ്ങളെ ചതിക്കുന്നു.” അവർ വിളിച്ചു പറഞ്ഞു. “നിങ്ങൾ ഗലീലിക്കാരനാണ്. അയാളുടെ ശിഷ്യന്മാരിൽ ഒരാൾ!”

പീറ്റർ സത്യം ചെയ്യാനും ശപിക്കാനും തുടങ്ങി. അയാൾ അലറി: “എനിക്ക് ആ മനുഷ്യനെ അറിയില്ല!”

ആ നിമിഷത്തിൽ മുറ്റത്തുനിന്നിരുന്ന പൂവൻകോഴി കൂവി. പീറ്റർ ഉറക്കെ നെടുവീർപ്പിട്ടു അയാൾ ആചാര്യന്റെ വാക്കുകൾ ഓർത്തു: “പീറ്റർ കോഴി കൂവുന്നതിനു മുമ്പ് പീറ്റർ മൂന്നുപ്രാവശ്യം എന്നെ തള്ളിപ്പറയും! അയാൾ തെരുവിൽ ഇറങ്ങി നിലത്തുവീണു കിടന്ന് പൊട്ടിക്കരഞ്ഞു.

നേരം വെളുക്കുകയായിരുന്നു. ആകാശം ചോരച്ചുവപ്പായി മാറി. ഒരു വിളറിയ ലേവ്യർ കൊട്ടാരത്തിനുള്ളിൽനിന്നും അലറിക്കൊണ്ട് പറന്നെത്തി. “ഉന്നത പുരോഹിതൻ അദ്ദേഹത്തിന്റെ വേഷം വലിച്ചുകീറിക്കൊണ്ടിരിക്കുന്നു. ആ കുറ്റവാളി ഇപ്പോൾ പറഞ്ഞതിനെപ്പറ്റി നിങ്ങൾ എന്താണ് വിചാരിക്കുന്നത്: ഞാനാണ് ക്രിസ്തു, ദൈവത്തിന്റെ മകൻ! മുതിർന്നവർ എല്ലാം ചാടി എഴുന്നേറ്റു. അവർ അവരുടെ വസ്ത്രങ്ങൾ വലിച്ചുകീറി അലറിക്കൊണ്ടിരിക്കുകയാണ്. “കൊല്ലണം! കൊല്ലണം!”

മറ്റൊരു ലേവ്യർ പ്രത്യക്ഷപ്പെട്ടു. “അവർ ഇപ്പോൾ അയാളെ പിടിച്ച്

പിലാത്തോസിന്റെ അടുത്തു കൊണ്ടുപോകാൻ തുടങ്ങുകയാണ്. അയാളെ കൊല്ലാൻ അവകാശമുള്ളത് അയാൾക്ക് മാത്രമാണ്. അവർക്ക് പോകാനുള്ള വഴി കൊടുക്കണം. വാതിലുകൾ തുറന്നുകൊണ്ടിരിക്കുകയാണ്!"

വാതിലുകൾ തുറന്ന് ഇസ്രയേലിന്റെ കുലീനവർഗ്ഗം പുറത്തുവന്നു. ഏറ്റവും ആദ്യം വന്നത് തളർച്ചയോടെ സാവധാനം നടന്നുകൊണ്ടിരുന്ന ഉന്നത പുരോഹിതൻ കയ്യാഫാസ് ആയിരുന്നു. അയാളുടെ പിന്നിൽ– ഒരു സംഘം താടികൾ, കൗശലം നിറഞ്ഞ വിലക്ഷണമായ കണ്ണുകൾ, പല്ലില്ലാത്ത വായകൾ, തിന്മനിറഞ്ഞ നാക്കുകൾ– മുതിർന്നവർ ആയിരുന്നു. അവർ എല്ലാവരും ദേഷ്യം കൊണ്ട് വിറയ്ക്കുകയായിരുന്നു. തിളച്ചുമറിയുകയായിരുന്നു. അവർക്കു പിന്നിൽ: ശാന്തനും ദുഃഖിതനുമായ യേശു. അദ്ദേഹത്തിന്റെ തലയിൽനിന്നും ചോര ഒഴുകുന്നുണ്ടായിരുന്നു. അവർ അദ്ദേഹത്തെ മർദ്ദിച്ചിരുന്നു.

മുറ്റത്ത് കൂക്കുവിളികളും ശാപവാക്കുകളും പൊട്ടിച്ചിരിയും പൊട്ടിപ്പുറപ്പെട്ടു. പീറ്റർ കണ്ണുനീർ ഒഴുക്കിക്കൊണ്ട് തെരുവിലേക്കുള്ള വാതിലിന്റെ കുറുക്കുപടിയിൽ പിടിച്ച് സ്വയം നിവർന്നു നിന്നു. "പീറ്റർ, പീറ്റർ" അയാൾ സ്വയം പിറുപിറുത്തു– "ഭീരു! കള്ളം പറയുന്നവൻ! വഞ്ചകൻ! എഴുന്നേറ്റ് നിന്ന് വിളിച്ചു കൂവൂ! അവർ നിന്നെ കൊന്നാലും ഞാൻ അദ്ദേഹത്തോടൊപ്പം ആണെന്ന് വിളിച്ചുകൂവൂ!" അയാൾ സ്വന്തം ആത്മാവിനെ ഉപദേശിച്ചു., ഉത്തേജിപ്പിച്ചു. പക്ഷേ, അയാളുടെ ശരീരം കട്ടിളപ്പടിയിൽ ചാരിനിന്ന് ചലിക്കാൻ കഴിയാതെ വിറച്ചു. യേശു ഉമ്മറപ്പടിയിൽ കാൽവഴുതി മുന്നോട്ടു വീണു. എന്തിലെങ്കിലും കയറിപ്പിടിക്കാൻ വേണ്ടി കൈനീട്ടിയപ്പോൾ അദ്ദേഹം പീറ്ററിന്റെ തോൾ കണ്ടെത്തി. പീറ്റർ വെണ്ണക്കല്ലായി മാറി. അയാൾ അനങ്ങിയില്ല. ആചാര്യന്റെ കൈ സ്വതന്ത്രമാകാൻ അനുവദിക്കാതെ അയാളെ കെണിയിലാക്കിയിരിക്കുന്നതായി പീറ്ററിനു തോന്നി. ഇതുവരെ നേരം ഇരുട്ടിയിരുന്നില്ല. നീലിമയാർന്ന ഇരുട്ടിൽ വീഴാതിരിക്കാൻ കയറിപ്പിടിച്ചത് എന്തിലായിരുന്നെന്ന് യേശു തിരിഞ്ഞുനോക്കിയില്ല. അദ്ദേഹം മുതിർന്നവരെ പിന്തുടർന്നുകൊണ്ട് വീണ്ടും കൊട്ടാരത്തിന്റെ കൊത്തളത്തിലേക്ക് പുറപ്പെട്ടു. അദ്ദേഹത്തെ പടയാളികൾ വലയം ചെയ്തിരുന്നു.

പീലാത്തോസ് ഉറക്കം ഉണർന്ന് കുളിച്ച് സുഗന്ധ തൈലത്തിൽ സ്വയം അഭിഷേകം ചെയ്ത് അയാളുടെ കോട്ടയുടെ മുകളിലെ സൂര്യശാലയിൽ പരിഭ്രമത്തോടെ അങ്ങോട്ടും ഇങ്ങോട്ടും നടക്കുകയായിരുന്നു. അയാൾ ഒരിക്കലും ഈ പെസഹാ ദിവസം ഇഷ്ടപ്പെട്ടിരുന്നില്ല. യഹൂദന്മാർ അവരുടെ ദൈവത്തിന്റെ കൂടെ മദ്യപിച്ച് സ്വയം ഉന്മത്തരായി വീണ്ടും റോമൻ പടയാളികളുമായി ഏറ്റുമുട്ടാൻ വരും– ഈ വർഷം റോമിന്റെ താല്പര്യങ്ങളിൽ ഉൾപ്പെടാത്ത മറ്റൊരു കൂട്ടക്കൊല പൊട്ടിപ്പുറപ്പെടാൻ ഇടയുണ്ട്. ഈ പെസഹായ്ക്ക് അയാൾക്ക് ഇതുകൂടാതെ മറ്റൊരു വേവ

ലാതികൂടി ഉണ്ട്. യഹൂദർ തീർച്ചയായും ആ പാവപ്പെട്ട നസറേത്തുകാരൻ ഭ്രാന്തനെ തൂക്കിലേറ്റും... നാണംകെട്ട വർഗ്ഗം!

പിലാത്തോസ് മുഷ്ടി ചുരുട്ടി. ഈ മന്ദബുദ്ധിയെ രക്ഷപ്പെടുത്താനുള്ള ഒരു അടങ്ങാത്ത ആഗ്രഹം അയാളെ കീഴടക്കി. അത് അയാളെ നിഷ്കളങ്കനായതു കൊണ്ടല്ല (നിഷ്കളങ്കത: അതിന്റെ അർത്ഥം എന്താണ്?) അയാളോട് അനുകമ്പ തോന്നിയതുകൊണ്ടും അല്ല. (കഷ്ടം! ഈ സന്ദർഭത്തിൽ അയാൾ യഹൂദരോട് അനുകമ്പ കാട്ടാൻ തുടങ്ങുകയാണെങ്കിൽ...) പക്ഷേ, അത് നാണംകെട്ട യഹൂദവർഗ്ഗത്തെ കുപിതരാക്കാൻ വേണ്ടി ആയിരുന്നു.

പീലാത്തോസ് കോട്ട ജനാലകൾക്ക് താഴെ ഒരു ബഹളം കേട്ടു. അയാൾ കുനിഞ്ഞു നോക്കിയപ്പോൾ മുറ്റം യഹൂദരെക്കൊണ്ട് നിറഞ്ഞിരിക്കുന്നത് കണ്ടു. ദേവാലയത്തിന്റെ നിരമുറികളിലും പൂമുഖങ്ങളിലും ഭ്രാന്തമായ ജനക്കൂട്ടം നിറഞ്ഞു തുളുമ്പാൻ തുടങ്ങുന്നതും അയാൾക്ക് കാണാൻ കഴിഞ്ഞു. വടികളും കവണകളും ആയുധങ്ങളാക്കിയ ജനക്കൂട്ടം റോമൻ പടയാളികളുടെ കാവലിൽ വലിയ കോട്ടവാതിലിലേക്ക് ഉന്തിത്തള്ളി കൊണ്ടു വന്നുകൊണ്ടിരുന്ന യേശുവിനെ വീണ്ടും പിടിച്ചു തള്ളി. ഇടിച്ചു. കൂക്കിവിളിച്ചു.

പീലാത്തോസ് ഉള്ളിൽക്കടന്ന് അയാളുടെ പരുക്കൻ കൊത്തു പണികളുള്ള സിംഹാസനത്തിൽ ഇരുന്നു. വാതിൽ തുറക്കപ്പെട്ടു. രണ്ട് അതികായന്മാരായ കാപ്പിരികൾ യേശുവിനെ തള്ളി അകത്തുകൊണ്ടുവന്നു. അദ്ദേഹത്തിന്റെ വസ്ത്രം കീറിപ്പറിഞ്ഞിരുന്നു. മുഖം ചോരയിൽ മുങ്ങിയിരുന്നു. പക്ഷേ, അദ്ദേഹം തല ഉയർത്തിപ്പിടിച്ചിരുന്നു. കൂടാതെ അദ്ദേഹത്തിന്റെ കണ്ണുകളിൽ മനുഷ്യരിൽ നിന്ന് വളരെ അകലം ഉള്ള ശാന്തമായ ഒരു വെളിച്ചം തിളങ്ങിയിരുന്നു. പീലാത്തോസ് പുഞ്ചിരിച്ചു.

"യഹൂദരുടെ രാജാവായ നസറേത്തിലെ യേശുവിനെ എന്റെ മുമ്പിൽ ഞാൻ വീണ്ടും കാണാൻ ഇടവന്നിരിക്കുന്നു. അവർ നിങ്ങളെ കൊല്ലാൻ ആഗ്രഹിക്കുന്നുണ്ടെന്ന് തോന്നുന്നു."

യേശു ജനാലയിലൂടെ ആകാശത്തേക്ക് നോക്കി. അദ്ദേഹത്തിന്റെ മനസ്സും ശരീരവും വേർപിരിഞ്ഞു കഴിഞ്ഞിരുന്നു. അദ്ദേഹം സംസാരിച്ചില്ല. പീലാത്തോസിന് ദേഷ്യം വന്നു.

"ആകാശത്തെ മറന്നു കളയണം." അയാൾ അലറി. "നിങ്ങൾ എന്നെ നോക്കുന്നതാണ് നല്ലത്. നിങ്ങളെ മോചിപ്പിക്കാനോ കുരിശിലേറ്റാനോ ഉള്ള അധികാരം എനിക്കുണ്ടെന്ന് നിങ്ങൾക്ക് അറിയില്ലേ?"

"എന്തായാലും എന്റെ മുകളിൽ നിങ്ങൾക്ക് അധികാരം ഇല്ല." യേശു ശാന്തമായി മറുപടി പറഞ്ഞു. "ദൈവം ഒഴിച്ച് മറ്റാർക്കും ഇല്ല."

താഴെനിന്നും ഭ്രാന്തമായ ആക്രോശങ്ങൾ ഉയരുന്നുണ്ടായിരുന്നു. "കൊല്ലണം! കൊല്ലണം!"

"അവർ എന്താണ് ഇങ്ങനെ ഭ്രാന്തെടുത്തിരിക്കുന്നത്?" പീലാത്തോസ് ചോദിച്ചു. "നിങ്ങൾ എന്തു ചെയ്തു?"

“ഞാൻ അവരോട് സത്യം വിളിച്ചുപറഞ്ഞു.” യേശു മറുപടി പറഞ്ഞു.

പീലാത്തോസ് പുഞ്ചിരിച്ചു. “എന്ത് സത്യം? എന്താണ് സത്യത്തിന്റെ അർത്ഥം.”

യേശുവിന്റെ ഹൃദയം ദുഃഖംകൊണ്ട് വലിഞ്ഞു മുറുകി. ലോകം ഇതായിരുന്നു. ഇവരാണ് ലോകത്തിന്റെ ഭരണാധികാരികൾ. അവർ സത്യം എന്താണെന്ന് ചോദിച്ചുകൊണ്ട് പൊട്ടിച്ചിരിക്കുന്നു.

പീലാത്തോസ് ജനലിന്റെ മുമ്പിൽ പോയി നിന്നു. ലാസറസിനെ കൊന്നതിന് ബാറബാസിനെ അവർ ഇന്നലെയാണ് പിടികൂടിയതെന്ന് പീലാത്തോസ് ഓർത്തു. പെസഹാ ദിവസം തടവുപുള്ളിയെ മോചിപ്പിക്കുന്നത് റോമാക്കാരുടെ ഇടയിൽ അംഗീകരിക്കപ്പെട്ട ഒരുആചാരം ആയിരുന്നു.

“ഞാൻ ആരെ മോചിപ്പിക്കണമെന്നാണ് നിങ്ങൾ ആഗ്രഹിക്കുന്നത്?” അയാൾ വിളിച്ചു ചോദിച്ചു. “നസറേത്തിലെ രാജാവായ യേശുവിനെ വേണോ അതോ കൊള്ളക്കാരനായ ബാറബാസിനെ വേണോ?”

“ബാറബാസ്! ബാറബാസ്!” ആളുകൾ വിളിച്ചുകൂവി.

പീലാത്തോസ് കാവല്ക്കാരെ വിളിച്ച് യേശുവിനെ ചൂണ്ടിക്കാണിച്ചു. “അയാളെ ചമ്മട്ടികൊണ്ട് അടിക്കുക” അയാൾ ആജ്ഞാപിച്ചു. “അയാളുടെ തലയിൽ ഒരു മുൾക്കിരീടം ഉറപ്പിക്കുക. അയാളെ കടുംചുവപ്പു തുണിയിൽ പൊതിഞ്ഞിട്ട് ചെങ്കോലായി പിടിക്കാൻ കൈയിൽ ഒരു വടി കൊടുക്കു. അയാൾ ഒരു രാജാവാണ്– ഒരു രാജാവിനെ പോലെ അയാളെ ഉടുത്തൊരുക്കണം!”

അദ്ദേഹത്തെ ഈ രീതിയിൽ ദയനീയമായ അവസ്ഥയിൽ പ്രദർശിപ്പിക്കാൻ പീലാത്തോസ് പദ്ധതിയിട്ടത് ആളുകൾക്ക് അദ്ദേഹത്തെപ്പറ്റി വിഷമം തോന്നുമെന്നുള്ള പ്രതീക്ഷയിൽ ആയിരുന്നു. അവർ ഒരു മുൾക്കിരീടം മെടഞ്ഞെടുത്ത് അദ്ദേഹത്തിന്റെ തലയിൽ കുത്തിയിറക്കി. നെറ്റിയിൽ നിന്നും ചെന്നിയിൽ നിന്നും ചോര പുറത്തേക്ക് ചീറ്റി. അവൽ ഒരു ചുവന്നതുണി അദ്ദേഹത്തിന്റെ പുറത്തുകൂടി ഇട്ടു. വിരലുകൾക്കിടയിൽ ഒരു നീണ്ട ചൂരൽ തിരുകിവെച്ചു. അതിനു ശേഷം വീണ്ടും പീലാത്തോസിന്റെ അടുത്തു തിരിച്ചു കൊണ്ടുവന്നു. റോമാക്കാരന് അദ്ദേഹത്തെ കണ്ടപ്പോൾ ചിരിക്കാതിരിക്കാൻ കഴിഞ്ഞില്ല.

“തിരുമനസ്സിന് സ്വാഗതം!” അയാൾ പറഞ്ഞു. “വന്നാലും, അങ്ങയുടെ പ്രജകളെ ഞാൻ കാണിച്ചുതരട്ടെ!”

അയാൾ അദ്ദേഹത്തിന്റെ കൈപിടിച്ചുകൊണ്ട് മട്ടുപ്പാവിലേക്ക് പോയി.

“ഈ മനുഷ്യനെ നോക്കൂ!” അയാൾ വിളിച്ചു കൂവി.

“അയാളെ കുരിശിലേറ്റണം! അയാളെ കുരിശിലേറ്റണം!” ആളുകൾ അലമുറയിടാൻ തുടങ്ങി.

പിലാത്തോസ് ഒരുതാലവും ഒരു കൂജ വെള്ളവും കൊണ്ടുവരാൻ

ആജ്ഞാപിച്ചു. അയാൾ കുനിഞ്ഞു ചെന്ന് ആൾക്കൂട്ടത്തിന്റെ മുന്നിൽ വെച്ച് കൈകൾ കഴുകി:

"ഞാൻ എന്റെ കൈ കഴുകുന്നു." പീലാത്തോസ് പറഞ്ഞു. "അയാളുടെ രക്തം വിതറിയത് ഞാനല്ല. എനിക്ക് അതിൽ പങ്കില്ല. പാപം നിങ്ങളുടെ മുകളിൽ വീഴട്ടെ!"

"അവന്റെ രക്തം ഞങ്ങളുടെയും ഞങ്ങളുടെ കുട്ടികളുടെയും തലയിൽ വീഴട്ടെ!" ആളുകൾ അലറിവിളിച്ചു.

"ഇയാളെ കൊണ്ടുപോകൂ." പീലാത്തോസ് പറഞ്ഞു. "എന്നെ കൂടുതൽ ശല്യപ്പെടുത്തരുത്!"

അവർ അദ്ദേഹത്തെ പിടികൂടി പുറത്തു കുരിശ് കയറ്റി വെച്ചു. തുപ്പിയും ചവിട്ടിയും അടിച്ചും അവർ അദ്ദേഹത്തെ ഗോൽഗോഥായിലേക്ക് കൊണ്ടുപോയി. കുരിശിന് ഭാരം ഉണ്ടായിരുന്നു. അദ്ദേഹം പരിഭ്രമത്തോടെ ചുറ്റും നോക്കി. ഒരുപക്ഷേ, അദ്ദേഹത്തിന്റെ ശിഷ്യന്മാരിൽ ഒരാളെ കണ്ടെത്തി തലയാട്ടാൻ കഴിഞ്ഞാൽ അയാൾക്ക് അദ്ദേഹത്തോട് അനുകമ്പ തോന്നിയേക്കും. അദ്ദേഹം നോക്കിനോക്കി തളർന്നു. ആരും ഇല്ല. അദ്ദേഹം നെടുവീർപ്പിട്ടു.

"മരണം അനുഗൃഹീതമാണ്" അദ്ദേഹം പിറുപിറുത്തു. "ദൈവത്തിന് സ്തുതി!"

അതിനിടയിൽ ശിഷ്യന്മാർ കിറേനാക്കാരൻ സൈമണിന്റെ മദ്യശാലയിൽ ഒളിച്ചു. അവർ കുരിശാരോഹണം കഴിഞ്ഞ് രാത്രിയാകാൻ കാത്തിരിക്കുകയായിരുന്നു. രാത്രിയായാൽ കണ്ടുപിടിക്കപ്പെടാതെ അവർക്ക് രക്ഷപ്പെടാം. വീപ്പകൾക്കു പിന്നിൽ ഒളിച്ചിരുന്ന് പുറത്ത് തെരുവിലൂടെ കടന്നുപോകുന്ന ജനക്കൂട്ടത്തിന്റെ സന്തോഷം നിറഞ്ഞ ആരവം അവർ ശ്രദ്ധിച്ചു കേട്ടു. സ്ത്രീകളും പുരുഷന്മാരും അടക്കമുള്ള നഗരം മുഴുവനും ഗോൽഗോഥായിലേക്ക് ഒഴുകാൻ തുടങ്ങിയിരുന്നു. ആളുകൾ മേന്മയുള്ള ഒരു പെസഹാ ആസ്വദിച്ചു. അവർ വേണ്ടതിലും കൂടുതൽ ഇറച്ചി കഴിച്ചു. വേണ്ടതിലും കൂടുതൽ വീഞ്ഞുകുടിച്ചു. കൂടാതെ ഇപ്പോൾ അവർക്ക് സമയം കളയാൻ വേണ്ടി കുരിശാരോഹണവും ഉണ്ടായിരുന്നു.

മനുഷ്യർ ഓടുന്നുണ്ടായിരുന്നു. ശിഷ്യന്മാർ തെരുവിൽനിന്നുള്ള ബഹളം കേട്ടുവിറച്ചു. ഇടയ്ക്കിടയ്ക്ക് ജോണിന്റെ അടക്കിപ്പിടിച്ച കരച്ചിൽ കേൾക്കാം. വല്ലപ്പോഴും ആൻഡ്രു എഴുന്നേറ്റ് മദ്യശാലയ്ക്കുള്ളിൽ ഭീഷണികൾ ഉരുവിട്ടുകൊണ്ട് അങ്ങോട്ടും ഇങ്ങോട്ടും നടന്നു. പീറ്റർ ഒരു ഭീരുവായി മാറി. ഗുരുവിനോടൊപ്പം കൊല്ലപ്പെടാൻ വേണ്ടി പുറത്തേക്ക് ഓടിച്ചെല്ലാൻ കഴിയാത്തതിൽ സ്വയം ശപിച്ചു. സ്വയം ചീത്ത വിളിച്ചു. എത്രപ്രാവശ്യം അയാൾ യേശുവിനോട് സത്യം ചെയ്തിരിക്കുന്നു. "മരണത്തിലേക്ക് ആചാര്യനോടൊപ്പം കാണും."

ജേക്കബ്ബിന്റെ ക്ഷമ നശിച്ചു. അയാൾ പറഞ്ഞു. "ജോൺ നിങ്ങളുടെ നിലവിളി അവസാനിപ്പിക്കണം— നിങ്ങൾ ഒരു പുരുഷൻ ആണ്." "ധീര

നായ ആൻഡ്രൂ, നിങ്ങൾ മേൽമീശ പിരിക്കരുത്. ഇരിക്കൂ. എല്ലാവരും ഇരിക്കൂ. നമുക്ക് ഒരു തീരുമാനത്തിൽ എത്താം. അദ്ദേഹം സത്യത്തിൽ മിശിഹാ ആണെന്ന് വിചാരിക്കുക... അദ്ദേഹം മൂന്നു ദിവസത്തിനുള്ളിൽ ഉയിർത്തെഴുന്നേല്ക്കുകയാണെങ്കിൽ നമ്മൾ എന്തുതരം മുഖവുമായി അദ്ദേഹത്തിന്റെ മുമ്പിൽ പ്രത്യക്ഷപ്പെടും. അതിനെപ്പറ്റി നിങ്ങൾ എന്നെങ്കിലും ആലോചിച്ചിട്ടുണ്ടോ? പീറ്റർ, നിങ്ങൾ എന്തു പറയുന്നു?"

"അദ്ദേഹം മിശിഹാ ആണെങ്കിൽ നമ്മുടെ കഥ കഴിഞ്ഞു– ഞാൻ അതാണ് പറയുന്നത്." പീറ്റർ നിരാശനായി മറുപടി പറഞ്ഞു. "ഞാൻ നിങ്ങളോട് പറഞ്ഞിരുന്നു. ഞാൻ മൂന്നുതവണ അദ്ദേഹത്തെ തള്ളിപ്പറഞ്ഞു കഴിഞ്ഞു."

"പക്ഷേ, അദ്ദേഹം മിശിഹാ അല്ലെങ്കിലും നമ്മുടെ കാര്യം കഴിഞ്ഞു." ജേക്കബ് പറഞ്ഞു. "നതാനൽ, നിങ്ങൾ എന്തു പറയുന്നു?"

"ഞാൻ പറയുന്നത് നമുക്ക് ഇവിടെ നിന്ന് പുറത്തു കടക്കണമെന്നാണ്. അദ്ദേഹം മിശിഹാ ആണെങ്കിലും അല്ലെങ്കിലും നമ്മുടെ കഥ കഴിഞ്ഞു." ജേക്കബ് പറഞ്ഞു.

"അദ്ദേഹത്തെ സംരക്ഷണമില്ലാതെ ഇങ്ങനെ ഉപേക്ഷിച്ചു പോകാനാണോ പറയുന്നത്? നിങ്ങളുടെ ഹൃദയങ്ങൾക്ക് എങ്ങനെ അത് സഹിക്കാൻ പറ്റും?'' വാതിലിനടുത്തേക്ക് തിടുക്കത്തിൽ നടന്നുകൊണ്ട് ആൻഡ്രു. പറഞ്ഞു.

പക്ഷേ, പീറ്റർ അയാളുടെ അയഞ്ഞ കുപ്പായത്തിൽ കയറിപ്പിടിച്ചു. "നിന്നെ ഞാൻ ആയിരം തുണ്ടാക്കുന്നതിനുമുമ്പ് ഇവിടെ ഇരിക്കുന്നതാണ് നല്ലത്! നമുക്ക് മറ്റൊരു പോംവഴി കണ്ടുപിടിക്കാം."

"ആത്മവഞ്ചകരും ഫരിസേയരും!" തോമസ് ചീറി. "എന്തു പോംവഴി? നമുക്ക് തുറന്നു സംസാരിക്കാം. അതിനെപ്പറ്റി. നമുക്ക് ലജ്ജ വേണ്ട: നമ്മൾ ഒരു വ്യാപാരം നടത്തി. അതെ: കച്ചവടം! എന്തിനാണ് എന്നെ തുറിച്ചു നോക്കുന്നത്?– നമ്മൾ ചെയ്തത് അതുതന്നെ ആണ്. നമ്മൾ ഒരു ചെറിയ കച്ചവടം നടത്തി. നിങ്ങൾ എനിക്കു തന്നു. ഞാൻ നിങ്ങൾക്ക് തന്നു. ഞാൻ എന്റെ ചീപ്പ്, നൂല്, കണ്ണാടി, നെയ്ത്തു കുഴൽ തുടങ്ങിയ വില്ക്കാനുള്ള ചരക്കുകൾ സ്വർഗ്ഗരാജ്യത്തിനു പകരമായി കൊടുത്തു. നിങ്ങൾ എല്ലാവരും അതാണ് ചെയ്തത്. ഒരാൾ അയാളുടെ ബോട്ട് കൊടുത്തു. മറ്റൊരാൾ ആടുകളെ കൊടുത്തു. മൂന്നാമതൊരാൾ മനഃസമാധാനം കൊടുത്തു. അതിനുശേഷം ഇപ്പോൾ മൊത്തം കാര്യങ്ങളും താറുമാറായി. നമ്മൾ പാപ്പരായി. നമ്മുടെ മുടക്കുമുതൽ ഓവുചാലിലൂടെ അപ്രത്യക്ഷപ്പെട്ടു. നോക്കൂ. വിലപേശലിൽ നമുക്ക് നമ്മുടെ ജീവൻ നഷ്ടമായില്ല. എനിക്ക് മനുഷ്യർക്ക് എന്ത് ഉപദേശം കൊടുക്കാൻ പറ്റും? യാത്രയ്ക്ക് സുഖം ഉള്ളപ്പോൾ യാത്ര ചെയ്യുക!"

"സമ്മതിച്ചു!" ഫിലിപ്പും നതാനലും വിളിച്ചു പറഞ്ഞു. "യാത്രയ്ക്ക് സുഖം ഉള്ളപ്പോൾ യാത്ര ചെയ്യുക."

പീറ്റർ ഉൽക്കണ്ഠയോടെ ഒരു ഭാഗത്തേക്ക് മാറി ഇരുന്നിരുന്ന മാത്യുവിനെ നോക്കി. അയാൾ ഒരു വാക്കുപോലും പറയാതെ ചെവികൂർപ്പിച്ച് ഇരിക്കുകയായിരുന്നു. പീറ്റർ പറഞ്ഞു. "മാത്യു ദൈവത്തെയോർത്ത് ഇതെല്ലാം എഴുതിവെക്കരുത്. കേട്ടില്ലെന്ന് ഭാവിച്ചാൽ മതി. ശാശ്വതമായി നമ്മളെ പരിഹാസ്യരാക്കരുത്!"

"വിഷമിക്കേണ്ട, ഞാൻ ചെയ്തുകൊണ്ടിരിക്കുന്നതിനെപ്പറ്റി എനിക്ക് ബോദ്ധ്യം ഉണ്ട്." മാത്യു പറഞ്ഞു. "ഞാൻ ധാരാളം കാര്യങ്ങൾ കാണുന്നു. കേൾക്കുന്നു. പക്ഷേ, ഞാൻ തെരഞ്ഞെടുക്കുന്നു... എന്തായാലും നിങ്ങളുടെ നന്മയ്ക്കുവേണ്ടി ഒരു കാര്യം പറയാം: മാന്യമായ ഒരു തീരുമാനത്തിലേക്ക് എത്തിച്ചേരുക; നിങ്ങളുടെ ധൈര്യം വെളിപ്പെടുത്തുക— അതുകൊണ്ട് എനിക്ക് അതിനെപ്പറ്റി എഴുതാൻ കഴിയും. അഗതികളായ നിങ്ങളെ വാഴ്ത്താൻ പറ്റും. നിങ്ങൾ അപ്പോസ്തലന്മാർ ആണ്; അത് ചെറിയ കാര്യം അല്ല!"

ആ സമയത്ത് കിറേനാക്കാരൻ സൈമൺ മദ്യശാലയുടെ വാതിൽ തള്ളിത്തറന്ന് അകത്തു പ്രവേശിച്ചു. അയാളുടെ വസ്ത്രങ്ങൾ പിഞ്ചിപ്പോയിരുന്നു. അയാളുടെ മുഖത്തും നെഞ്ചത്തും മുഴുവൻ രക്തം ആയിരുന്നു. അയാളുടെ വലത്തേക്കണ്ണ് വീങ്ങിയിരുന്നു. അതിൽനിന്നും കണ്ണുനീർ ഒഴുകിക്കൊണ്ടിരുന്നു. അയാൾ ശപിച്ചുകൊണ്ട് ശരീരത്തിൽ അവശേഷിച്ചിരുന്ന തുണികൾ പറിച്ചെടുത്തു. അയാൾ വീഞ്ഞു ഗ്ലാസുകൾ കഴുകാൻ ഉപയോഗിക്കുന്ന തൊട്ടിയിലേക്ക് മുഖം താഴ്ത്തിയതിനുശേഷം ഒരു ടൗവ്വൽ വലിച്ചെടുത്ത് നെഞ്ചും പുറവും തുടച്ചു. ഈ സമയം മുഴുവൻ അയാൾ തുപ്പിക്കൊണ്ടിരുന്നു, ചീത്തവിളിച്ചു കൊണ്ടിരുന്നു. അതിനുശേഷം അയാൾ വീപ്പയുടെ ടാപ്പിൽ നിന്നും മദ്യം കുടിച്ചു. വീപ്പകളുടെ പിന്നിൽനിന്നും ശബ്ദങ്ങൾ കേട്ടപ്പോൾ അയാൾ കുനിഞ്ഞുനോക്കി. പമ്മി ഇരിക്കുന്ന ശിഷ്യന്മാരുടെ സംഘത്തെകണ്ടപ്പോൾ അയാളുടെ നിയന്ത്രണം പോയി.

"വൃത്തികെട്ട പട്ടികളേ, നിങ്ങളെ എന്റെ കണ്ണിനു മുമ്പിൽ കാണരുത്!" അയാൾ അവരോട് അലറി. "ഇതാണോ നിങ്ങൾക്ക് ഗുരുവിനോടുള്ള ബന്ധം! യുദ്ധത്തിൽനിന്ന് ഒളിച്ചോടുന്ന അറപ്പു തോന്നുന്ന ഗലീലിക്കാരും സമരിയാക്കാരും. നിങ്ങൾ ജാരസന്തതികളാണ്!"

"ഞങ്ങളുടെ ആത്മാവുകൾക്ക് ആഗ്രഹം ഉണ്ടെന്ന് ദൈവത്തിനറിയാം." പീറ്റർ പറയാൻ ധൈര്യപ്പെട്ടു. "പക്ഷേ, ഞങ്ങളുടെ ശരീരം."

"വായാടികൾ! വായടയ്ക്ക്! ആത്മാവിന് ആഗ്രഹം ഉള്ളപ്പോൾ ശരീരത്തിന് കാര്യം ഒന്നും ഇല്ല. എല്ലാം ആത്മാവായി മാറും. നിങ്ങളുടെ കൈയിലെ ഗദയും നിങ്ങളുടെ പോർച്ചട്ടയും എന്നു വേണ്ട നിങ്ങൾ നടന്നുപോകുന്ന കല്ലുകൾ പോലും ആത്മാവായി മാറും. എല്ലാം! എല്ലാം! ഭീരുക്കൾ. എന്നെ നോക്കൂ: എന്റെ വസ്ത്രങ്ങൾ കീറിപ്പറിഞ്ഞു. എന്റെ കണ്ണുകൾ തലയിൽ നിന്ന് പുറത്തേക്ക് വീഴാൻ തുടങ്ങുന്നു. എന്തു

കൊണ്ട്? കാരണം, ഞാൻ നിങ്ങളുടെ ഗുരുവിനെ ന്യായീകരിച്ചു. ഞാൻ മൊത്തം മനുഷ്യരോടും പോരാടി— ഞാൻ, വൃത്തികെട്ട സത്രം സൂക്ഷിപ്പുകാരനായ കിറേനോക്കാരൻ! ഞാൻ എന്തിനാണ് അങ്ങനെ ചെയ്തത്? അയാൾ മിശിഹാ ആണെന്ന് ഞാൻ വിശ്വസിച്ചതുകൊണ്ടാണോ? നാളെ അയാൾ എന്നെ പ്രധാനിയും മഹാനും ആക്കും എന്ന് കരുതിയാണോ? ഒരിക്കലും അല്ല. അത് എന്റെ നാശംപിടിച്ച ആത്മാഭിമാനം എന്നെ പിടികൂടിയതുകൊണ്ടാണ്- എനിക്ക് അതിൽ യാതൊരു വിഷമവും ഇല്ല."

അയാൾ അങ്ങോട്ടും ഇങ്ങോട്ടും നടന്നു. സ്റ്റൂളിൽ തട്ടിവീണു. തുപ്പി. ശപിച്ചു. മാത്യുവിന്റെ സമാധാനം നഷ്ടപ്പെട്ടു. അയാൾ കയ്യാഫാസിന്റെ കൊട്ടാരത്തിലും പീലാത്തോസിന്റെ കൊട്ടാരത്തിലും നടന്നതെന്താണെന്നും ഗുരു എന്ത് പറഞ്ഞെന്നും, ജനങ്ങൾ എന്താണ് അലറിവിളിച്ചതെന്നും അറിയാൻ ആഗ്രഹിച്ചു... അത് മനസ്സിലാക്കിയാൽ ആ കാര്യങ്ങളെല്ലാം അയാൾക്ക് അയാളുടെ ബുക്കിൽ പകർത്തിവെക്കാം.

മാത്യു പറഞ്ഞു: "എന്റെ സഹോദരനായ സൈമൺ ദൈവത്തിൽ വിശ്വസിക്കുന്നുണ്ടെങ്കിൽ എന്താണ് സംഭവിച്ചതെന്ന് ശാന്തമായി ചിന്തിച്ച് ഞങ്ങളോട് പറയണം: എങ്ങനെ എപ്പോൾ എവിടെവെച്ച് ഗുരു എന്തെങ്കിലും പറഞ്ഞിട്ടുണ്ടെങ്കിൽ..."

"അദ്ദേഹം തീർച്ചയായും സംസാരിച്ചു." സൈമൺ പറഞ്ഞു. "നിങ്ങൾ നരകത്തിൽ പോയി തുലയട്ടെ, ശിഷ്യന്മാരാണു പോലും- അതാണ് അദ്ദേഹം പറഞ്ഞത്. ശരി— എഴുതൂ! നിങ്ങൾ എന്താണ് എന്നെ നോക്കിക്കൊണ്ടിരിക്കുന്നത്? നിങ്ങൾ പേന എടുത്ത് എഴുതാൻ നോക്ക്. നാശം!"

വീപ്പകളുടെ പിന്നിൽ നിന്നും വിലാപങ്ങൾ ഉയരാൻ തുടങ്ങി. ജോൺ തറയിൽ കിടന്ന് ഉരുണ്ടുകൊണ്ട് നിലവിളിച്ചുകൊണ്ടിരുന്നു. പീറ്റർ അയാളുടെ തല ഭിത്തിയിൽ ഇടിച്ചുകൊണ്ടിരുന്നു.

മാത്യു വീണ്ടും യാചിച്ചു. "സൈമൺ നിങ്ങൾ ദൈവത്തിൽ വിശ്വസിക്കുന്നുണ്ടെങ്കിൽ സത്യം പറയണം. അങ്ങനെ ചെയ്താൽ എനിക്ക് അത് പകർത്തിവെക്കാൻ കഴിയും. മുഴുവൻ ലോകത്തിന്റെയും ഭാവി ഈ നിമിഷത്തിൽ നിങ്ങൾ പറയാൻ പോകുന്നതനുസരിച്ചാണ് നില്ക്കുന്നതെന്ന് നിങ്ങൾക്ക് മനസ്സിലാകുന്നില്ലേ?"

പീറ്റർ ഇപ്പോഴും ഭിത്തിയിൽ തലയിട്ടടിക്കുന്നുണ്ടായിരുന്നു.

"പീറ്റർ നിരാശനാകരുത്. തല തല്ലിപ്പൊട്ടിക്കണം." സൈമൺ പീറ്ററിനോടു പറഞ്ഞു. "ശാശ്വതമായി കീർത്തി ലഭിക്കാൻ എന്തു ചെയ്യണമെന്ന് ഞാൻ നിങ്ങൾക്ക് പറഞ്ഞുതരാം. ശ്രദ്ധിച്ചു കേൾക്കണം. ഉടൻതന്നെ അവർ അദ്ദേഹത്തെ ഇതുവഴി കൊണ്ടുപോകാൻ പോകുകയാണ്- അതിന്റെ ബഹളം എനിക്ക് കേൾക്കാൻ കഴിയുന്നുണ്ട്. എഴുന്നേറ്റ് ആണുങ്ങളെ പോലെ വാതിൽ തുറന്ന് യേശുവിന്റെ തോളിൽനിന്നും കുരിശെടുത്ത് നിങ്ങളുടെ തോളിലേക്ക് മാറ്റുക. അതിന് ഭാരം ഉണ്ട്. നാശം നിങ്ങളുടെ ദൈവം വളരെ ദുർബ്ബലനും ക്ഷീണിതനും ആണ്."

അയാൾ ചിരിച്ചുകൊണ്ട് പീറ്ററിനെ പിടിച്ചുതള്ളി. "ഇത്രയും വലിയ ജനക്കൂട്ടം ഇല്ലായിരുന്നെങ്കിൽ ഞാൻ അത് ചെയ്യുമായിരുന്നു. ഞാൻ സത്യം ചെയ്യുന്നു." പീറ്റർ ആവലാതി പറഞ്ഞു. "അവർ എന്നെ അരിഞ്ഞ് പലഹാരം ഉണ്ടാക്കും"

കുപിതനായ സത്രം സൂക്ഷിപ്പുകാരൻ തുപ്പി. "നീയെല്ലാം നരകത്തിൽ പോകും!" അയാൾ അലറി "നിങ്ങളിൽ ഒരാളും അത് ചെയ്യില്ലേ? പേടിത്തൊണ്ടൻ നതാനൽ, നിങ്ങൾ അത് ചെയ്യില്ലേ? ആൻഡ്രു, കഴുത്തറുക്കാൻ ധൈര്യമുള്ള നിങ്ങൾ അത് ചെയ്യില്ലേ? ആരും ചെയ്യില്ലേ? ഫൂ നീയെല്ലാം നശിച്ചു പോകട്ടെ! എന്റെ പാവം മിശിഹാ, ലോകം കീഴടക്കാൻ സഹായിക്കാൻ വേണ്ടി അവിടുന്ന് തെരഞ്ഞെടുത്തത് എത്രമാത്രം മികച്ച സേനാനായകന്മാരെ ആണ്! എന്നെ തെരഞ്ഞെടുത്തിരുന്നെങ്കിൽ അത് കൂടുതൽ നല്ല തീരുമാനം ആകുമായിരുന്നു! ഞാൻ തൂക്കിലേറ്റപ്പെടാനും എന്റെ തല ഒരു കുറ്റിയിൽ കുത്തിയിറക്കി പ്രദർശിപ്പിക്കാനും അർഹനായിരിക്കാം. എന്നിരുന്നാലും എനിക്ക് അല്പം ആത്മാഭിമാനം ഉണ്ട്. ഒരു മനുഷ്യന് ആത്മാഭിമാനം ഉണ്ടെങ്കിൽ അയാൾ കുടിയനായാലും പിടിച്ചുപറിക്കാരനായാലും കള്ളം പറയുന്നവനായാലും അത് കാര്യമാക്കരുത്. നിങ്ങൾക്ക് ആത്മാഭിമാനം ഇല്ലെങ്കിൽ– നിങ്ങൾക്ക് നിഷ്കളങ്കനായ പ്രാവ് ആണെങ്കിൽ പോലും ആട്ടുകൊടുക്കണം. ഫൂ! നിങ്ങൾക്ക് പൊളിഞ്ഞു പോയ ചെരുപ്പിന്റെ വില പോലും ഇല്ല!"

വീണ്ടും തുപ്പിക്കൊണ്ട് അയാൾ വാതിൽ തുറന്ന് വരാന്തയിൽ ഇറങ്ങിനിന്ന് പുക ഊതി.

തെരുവ് മനുഷ്യരെക്കൊണ്ട് നിറഞ്ഞിരുന്നു. സ്ത്രീകളും പുരുഷന്മാരും ഓടുന്നുണ്ടായിരുന്നു. അവർ അലറി വിളിക്കുന്നുണ്ടായിരുന്നു. "അവൻ വരുന്നു. യഹൂദരുടെ രാജാവ് വരുന്നു. കൂ...! കൂ...!"

ശിഷ്യന്മാർ വീണ്ടും വീപ്പകളുടെ പിന്നിൽ ഒളിച്ചു. സൈമൺ നാലു ചുറ്റും കറങ്ങിനടന്നു. "ഹാ! നിങ്ങൾക്ക് അല്പംപോലും ആത്മാഭിമാനം ഇല്ലേ? നിങ്ങൾ യേശുവിനെ കാണാൻ പോലും പോകുന്നില്ലേ? ആ പാവത്തിന് ശിഷ്യന്മാരെ ഒരു നോക്ക് കണ്ടെന്നുള്ള ആശ്വാസം പോലും കൊടുക്കില്ലേ? ശരി– എങ്കിൽ ഞാൻ പുറത്തു പോകും. ഞാൻ യേശുവിനെ കൈവീശിക്കാണിക്കും- "ഇതു ഞാനാണ്. കിറേനാക്കാരൻ, സൈമൺ"– ഞാൻ പറയും– ഞാൻ എത്തിയിട്ടുണ്ട്!"

അയാൾ ഒറ്റക്കുതിപ്പിന് വഴിയിൽ എത്തി.

തിരമാലകൾപോലെ ജനക്കൂട്ടം കടന്നുപോയി. ഏറ്റവും മുന്നിൽ റോമൻ കുതിരപ്പട്ടാളം. അതിന്റെ പിന്നിൽ കുരിശ് ചുമന്നുകൊണ്ട് യേശു. അദ്ദേഹത്തിന്റെ പുറത്തുകൂടി ചോര ഒഴുകി. അദ്ദേഹത്തിന്റെ കുപ്പായം കീറിപ്പറിഞ്ഞ് തൂങ്ങിക്കിടന്നു. അദ്ദേഹത്തിന് നടക്കാനുള്ള ശക്തി ഉണ്ടായിരുന്നില്ല. അദ്ദേഹത്തിന്റെ മുഖം കൂടുതൽ കൂടുതൽ മുന്നോട്ടു ചാഞ്ഞു. അദ്ദേഹത്തിന്റെ കാലുകൾ തുടർച്ചയായി ഇടറി. അവർ തുടർച്ചയായി

അദ്ദേഹത്തെ വീണ്ടും നിവർത്തി നിർത്തിയതിനുശേഷം മുന്നോട്ടു ചവിട്ടി നീക്കിവിട്ടു. പിന്നിൽ മുടന്തന്മാരും ഞൊണ്ടികളും അന്ധന്മാരും കുപിതരായി ഓടുന്നുണ്ടായിരുന്നു. കാരണം അദ്ദേഹം അവരെ സുഖപ്പെടുത്തിയിരുന്നില്ല. അവർ അദ്ദേഹത്തെ ശപിച്ചു. അവരുടെ ഊന്നുവടികൾ കൊണ്ട് അദ്ദേഹത്തെ അടിച്ചു.- അദ്ദേഹം ഇടയ്ക്കിടയ്ക്ക് നാലുചുറ്റും നോക്കി. പ്രിയപ്പെട്ട കൂട്ടുകാരിൽ ഒരാളും ഹാജരായിട്ടില്ലേ? അവർക്ക് എന്ത് സംഭവിച്ചു?

സത്രം സൂക്ഷിപ്പുകാരൻ മദ്യശാലയ്ക്ക് പുറത്തു നിന്ന് തന്നോട് കൈവീശുന്നത് അദ്ദേഹം കണ്ടു. അദ്ദേഹത്തിന്റെ മനസ്സു നിറഞ്ഞു. അയാളോട് വിട പറയാൻ വേണ്ടി അദ്ദേഹം തലയാട്ടാൻ തുടങ്ങി. പക്ഷേ, ഒരു കല്ലിൽത്തട്ടി പുറത്തു കുരിശുമായി അദ്ദേഹം തറയിൽ വീണു. അദ്ദേഹം വേദന കൊണ്ട് ഞരങ്ങി.

കിറേനാക്കാരൻ ഓടിവന്ന് അദ്ദേഹത്തെ പിടിച്ചെഴുന്നേല്പിച്ചതിനുശേഷം കുരിശു പൊക്കിയെടുത്ത് സ്വന്തം തോളിൽ വെച്ചു. അതിനുശേഷം അയാൾ യേശുവിന്റെ മുഖത്തുനോക്കി പുഞ്ചിരിച്ചു. "ധൈര്യം കൈവിടരുത്" അയാൾ യേശുവിനോട് പറഞ്ഞു. "ഞാൻ ഇവിടെ ഉണ്ട്. ഭയക്കരുത്."

അവർ ഡേവിഡിന്റെ ഗേറ്റിലൂടെ പുറത്തിറങ്ങി ഗോൽഗോഥായുടെ കൊടുമുടിയിലേക്കുള്ള കയറ്റം കയറാൻ ആരംഭിച്ചു. ഗോൽഗോഥാ: കല്ലും മുള്ളും എല്ലും നിറഞ്ഞ ഗോൽഗോഥാ. നിഷേധികളെ കുരിശിലേറ്റിയതിനുശേഷം അവരുടെ ശവം കഴുകൻ ഉപേക്ഷിച്ചുകൊടുക്കുന്നത് ഇവിടെയായിരുന്നു. അന്തരീക്ഷത്തിൽ ചീഞ്ഞ മാംസത്തിന്റെ ദുർഗ്ഗന്ധം ഉണ്ടായിരുന്നു.

സൈമൺ കുരിശു താഴെവെച്ചു. രണ്ടു പട്ടാളക്കാർ അതിനെ പാറകൾക്കിടയിൽ കുഴിച്ചിടാൻ വേണ്ടി കുഴി തോണ്ടാൻ തുടങ്ങി. യേശു ഒരു പാറയുടെ പുറത്ത് കാത്തിരുന്നു. സൂര്യൻ അവരുടെ മുകളിൽ തൂങ്ങിക്കിടന്നു. കത്തിക്കൊണ്ടിരുന്ന ആകാശത്തിന് വെള്ള നിറം ആയിരുന്നു. സ്വർഗ്ഗം അടഞ്ഞുകിടന്നു. ഒരുതീജ്വാലയും ഇല്ല. ഒരു മാലാഖയും ഇല്ല. അവിടെ മുകളിലുള്ള ആരെങ്കിലും താഴെ ഭൂമിയിലെ സംഭവങ്ങൾ ശ്രദ്ധിക്കുന്നതിന്റെ ഒരുചെറിയ സൂചനപോലും ഇല്ല... വിരലുകൾക്കിടയിൽ ഒരു ചെറിയ മൺകട്ട തിരുമ്മിക്കൊണ്ട് അദ്ദേഹം കാത്തിരിക്കുന്നതിനിടയിൽ ആരോ മുമ്പിൽവന്ന് തന്നെ നോക്കിക്കൊണ്ടു നില്ക്കുന്നതായി അദ്ദേഹത്തിനു തോന്നി. തിടുക്കം കൂട്ടാതെ സാവധാനം തല ഉയർത്തിയപ്പോൾ അദ്ദേഹം അവളെ തിരിച്ചറിഞ്ഞു.

"വിശ്വസ്തയായ സഹയാത്രികയ്ക്ക് സ്വാഗതം" അദ്ദേഹം പിറുപിറുത്തു. "ഇവിടെ യാത്ര അവസാനിക്കുന്നു. നിങ്ങൾ ആഗ്രഹിച്ചത് പൂർത്തിയാക്കിയിട്ടുണ്ട്. ഞാൻ ആഗ്രഹിച്ചതും പൂർത്തിയാക്കിയിട്ടുണ്ട്. എന്റെ ജീവിതകാലം മുഴുവൻ ഞാൻ ശാപത്തെ അനുഗ്രഹമാക്കി മാറ്റാൻ വേണ്ടി

പ്രയത്നിച്ചു. ഞാൻ അത് ചെയ്തിരിക്കുന്നു. നമ്മൾ ഇപ്പോൾ കൂട്ടുകാരാണ്. അമ്മയോട് ഞാൻ വിടപറയുന്നു!"... അദ്ദേഹം പൈശാചികമായ ഒരു നിഴലിനു നേർക്ക് അലസമായി കൈവീശി.

രണ്ട് പട്ടാളക്കാർ അദ്ദേഹത്തിന്റെ തോളിൽ കയറിപ്പിടിച്ചു.

"തിരുമനസ്സ് എഴുന്നേറ്റാട്ടെ." അവർ അദ്ദേഹത്തോട് അലറി. "അങ്ങയുടെ സിംഹാസനത്തിലേക്ക് കയറൂ."

അവർ അദ്ദേഹത്തിന്റെ മെലിഞ്ഞ ശരീരം പ്രദർശിപ്പിച്ചുകൊണ്ട് വിവസ്ത്രനാക്കി. ശരീരം ചോരയിൽ മുങ്ങിയിരുന്നു.

തീക്ഷ്ണമായ ചൂടായിരുന്നു. മനുഷ്യർ അലറിവിളിച്ച് ക്ഷീണിച്ചുപോയതുകൊണ്ട് ജാഗ്രതയോടെ നിശ്ശബ്ദരായി നോക്കിനിന്നു.

"അയാൾക്ക് അല്പം വീഞ്ഞുകുടിച്ച് ശക്തി കിട്ടട്ടെ" ഒരു പട്ടാളക്കാരൻ അഭിപ്രായപ്പെട്ടു പക്ഷേ, യേശു കപ്പുതള്ളിമാറ്റിയതിനുശേഷം കുരിശിൽ രണ്ടു കൈയും വിടർത്തിവെച്ചു.

"പിതാവേ" അദ്ദേഹം പിറുപിറുത്തു. "അങ്ങയുടെ ആഗ്രഹം പൂർത്തീകരിക്കും."

അന്ധന്മാരും കുഷ്ഠരോഗികളും മുടന്തന്മാരും ഇപ്പോൾ ഓരിയിടാൻ ആരംഭിച്ചു.

"കള്ളം പറയുന്നവൻ, ചതിയൻ, മനുഷ്യരെ വഞ്ചിക്കുന്നവൻ!"

"സ്വർഗ്ഗരാജ്യം എവിടെ?" ജീർണ്ണിച്ച വേഷങ്ങൾ ധരിച്ചിരുന്നവർ ഓരിയിട്ടു. അവർ അദ്ദേഹത്തെ നാരങ്ങാത്തോടും കല്ലുകളും കൊണ്ട് മൂടി.

യേശു കൈവിടർത്തിവെച്ചുകൊണ്ട് ഉച്ചത്തിൽ വിളിച്ചു പറയാൻ വേണ്ടി വായ് തുറന്നു: "സഹോദരന്മാരേ!" പക്ഷേ, പട്ടാളക്കാർ അദ്ദേഹത്തെ പിടികൂടി കുരിശിലേക്ക് ഉയർത്തി. അതിനുശേഷം അവർ ആണികൾ കൊണ്ടുവന്നിരുന്ന നാടോടികളെ വിളിച്ചു- പക്ഷേ, ചുറ്റികകൾ ഉയർത്തി ആദ്യത്തെ അടി പുറത്തുകേട്ടപ്പോൾ സൂര്യൻ മുഖം മറച്ചു. രണ്ടാമത്തെ അടി കേട്ടപ്പോൾ ആകാശം ഇരുണ്ട് നക്ഷത്രങ്ങൾ പ്രത്യക്ഷപ്പെട്ടു: അവ നക്ഷത്രങ്ങൾ ആയിരുന്നില്ല. പക്ഷേ, ഭൂമിയുടെ മുകളിലേക്ക് അടർന്നുവീണ വലിയ കണ്ണുനീർത്തുള്ളികൾ ആയിരുന്നു.

ആൾക്കൂട്ടത്തെ ഭയം കീഴടക്കി. റോമാക്കാരുടെ കുതിരകൾ നിർദ്ദയരായി മാറി. അവ പിന്നോട്ട് നീങ്ങിയിട്ട് അതിവേഗത്തിൽ ചാഞ്ഞുചെന്ന് യഹൂദന്മാരെ ചവിട്ടിത്തേച്ചു. അതിനുശേഷം ഭൂമിയും ആകാശവും അന്തരീക്ഷവും പെട്ടെന്ന് ഒരു ഭൂമികുലുക്കത്തിന്റെ വരവ് അറിയുന്നതുപോലെ നിശ്ശബ്ദമായി. കിറേനാക്കാരൻ സൈമൺ കല്ലുകളുടെ മുകളിൽ കമഴ്ന്നു വീണു. അയാളുടെ പാദങ്ങൾക്ക് അടിയിൽ ലോകം പലതവണ കുലുങ്ങി. അയാൾ ഭയന്നുപോയി.

"കഷ്ടം! ഭൂമി ഇപ്പോൾ പിളർന്നു മാറി." നമ്മളെ എല്ലാം വിഴുങ്ങും. അയാൾ പിറുപിറുത്തു.

അയാൾ തല ഉയർത്തി നാലുചുറ്റും നോക്കി. ലോകം മോഹാ

ലസ്യപ്പെട്ടു കിടക്കുന്നതുപോലെ തോന്നി. നീലിമയാർന്ന ഇരുട്ടിൽനിന്നും മാരകമായ വിളറിയ വെളുപ്പ് ഇപ്പോൾ അപ്രത്യക്ഷപ്പെട്ടിരുന്നു. ആളുകളുടെ തലകൾ കാണാൻ ഉണ്ടായിരുന്നില്ല. കറുത്ത തുളകളായി മാറിയ അവരുടെ കണ്ണുകൾ മാത്രം അന്തരീക്ഷത്തിലൂടെ തുളച്ചിറങ്ങി. ചോരയുടെ മണംപിടിച്ച് ഗോൽഗോഥായിലേക്ക് പാഞ്ഞുവന്ന കാക്കകളുടെ വലിയ സംഘം ഇപ്പോൾ ഭയത്തോടെ പറന്നുപോയി. വളരെ നേർത്ത ഒരു പരാതിയുടെ നെടുവീർപ്പ് കുരിശിൽനിന്നും ഇറങ്ങിവന്നു. കിറേനാക്കാരൻ കരയാതിരിക്കാൻ വേണ്ടി മനസ്സിനെ കെട്ടിമുറുക്കിക്കൊണ്ട് തല ഉയർത്തി നോക്കി. പെട്ടെന്ന് അയാൾ ഒരു നിലവിളി പുറപ്പെടുവിച്ചു. നാടോടികൾ യേശുവിനെ കുരിശിൽ തറച്ചിരുന്നില്ല! അങ്ങനെ സംഭവിച്ചില്ല; കൈയിൽ ആണികളും ചുറ്റികകളുമായി ദൈവദൂതന്മാരുടെ ഒരു സംഘം സ്വർഗ്ഗത്തിൽ നിന്ന് ഇറങ്ങിവന്നിരുന്നു. അവർ യേശുവിനു ചുറ്റും പറന്നുനടന്ന് സന്തോഷത്തോടെ കൈകളിലും പാദങ്ങളിലും ചുറ്റിക കൊണ്ട് ആണി അടിച്ചു കയറ്റി. ചില ദൈവദൂതന്മാർ അദ്ദേഹം വീഴാതിരിക്കാൻ വേണ്ടി ശരീരം ബലമുള്ള ചരടുകൊണ്ട് കുരിശിൽ കെട്ടിവെച്ചു. ചുവന്ന കവിളുകളും ചുരുണ്ട സ്വർണ്ണമുടിയും ഉള്ള ഒരു കുഞ്ഞു ദൈവദൂതൻ തന്റെ കൈയിൽ പിടിച്ചിരുന്ന കുന്തംകൊണ്ട് യേശുവിന്റെ ഹൃദയം തുളച്ചു.

"ഇത് എന്താണ്?" സൈമൺ വിറച്ചുകൊണ്ട് പിറുപിറുത്തു. "ദൈവം അദ്ദേഹത്തെ സ്വയം കുരിശിലേറ്റുകയാണോ!"

അതിനുശേഷം— കിറേനാക്കാരൻ ജീവിതത്തിൽ ഒരിക്കലും ഇത്രയും തീക്ഷ്ണമായ വേദനയോ ഭയമോ അനുഭവിച്ചിട്ടില്ല— പരാതികൾ നിറഞ്ഞ ഹൃദയം പിളർക്കുന്ന ഒരു നിലവിളി ഭൂമി മുതൽ സ്വർഗ്ഗം വരെയുള്ള അന്തരീക്ഷത്തെ കീറിമുറിച്ചു.

"എന്റെ ദൈവമേ.... എന്റെ ദൈവമേ..."

പീഡിതന് തുടരാൻ കഴിഞ്ഞിരുന്നില്ല. അദ്ദേഹത്തിന് ആഗ്രഹം ഉണ്ടായിരുന്നു. പക്ഷേ, കഴിവ് ഉണ്ടായിരുന്നില്ല: അദ്ദേഹത്തിന് ശ്വാസം ഉണ്ടായിരുന്നില്ല.

കുരിശിലേറ്റപ്പെട്ടവന്റെ തല ചരിഞ്ഞു. ബോധം നശിച്ചു.

മുപ്പത്

അദ്ദേഹത്തിന്റെ കൺപോളകൾ ആഹ്ലാദവും അത്ഭുതവും കൊണ്ട് തുടിച്ചു. അത് ഒരു കുരിശ് ആയിരുന്നില്ല. അത് ഭൂമിയിൽ നിന്ന് സ്വർഗ്ഗം വരെ എത്തുന്ന ഒരു വലിയ മരം ആയിരുന്നു. വസന്തം എത്തിച്ചേർന്നിരുന്നു: മരം പൂർണ്ണമായും പൂങ്കുലകൾ കൊണ്ട് മൂടിയിരുന്നു. ഓരോരോ ശാഖകളുടെ ഓരോരോ ശിഖരങ്ങളുടെയും തുഞ്ചത്ത് ഓരോരോ കിളികൾ ഇരുന്ന് പാടി... അദ്ദേഹം ശരീരം പൂത്തുലഞ്ഞു നില്ക്കുന്ന മരത്തിൽ

ചാരിക്കൊണ്ട് നിവർന്നുനിന്നു. അദ്ദേഹം തല ഉയർത്തി നോക്കിക്കൊണ്ട് എണ്ണം എടുത്തു: ഒന്ന്, രണ്ട്, മൂന്ന്....

"മുപ്പത്തിമൂന്ന്" അദ്ദേഹം പിറുപിറുത്തു. "എന്റെ പ്രായത്തിനു തുല്യം. മുപ്പത്തിമൂന്ന് ശിഖരങ്ങൾ. പാട്ടുപാടുന്ന മുപ്പത്തിമൂന്നു ശിഖരങ്ങൾ."

അദ്ദേഹത്തിന്റെ കണ്ണുകൾ മുഖത്തിന്റെ അതിർത്തിക്ക് പുറത്തേക്ക് വിടർന്ന് മുഖത്തെ മൂടി. അദ്ദേഹത്തിന് തലതിരിക്കാതെതന്നെ എല്ലാ ദിശകളിലും ലോകം വിടർന്നുനില്ക്കുന്നത് കാണാൻ കഴിഞ്ഞു. രണ്ട് വളഞ്ഞ കക്കാത്തോടുപോലെയുള്ള ചെവികൾ ലോകത്തിന്റെ എല്ലാ നീചവചനങ്ങളും ബഹളങ്ങളും കരച്ചിലുകളും സ്വീകരിച്ച് അവയെ പാട്ടുകളാക്കി മാറ്റി. കുന്തം തുളച്ചിറങ്ങിയ അദ്ദേഹത്തിന്റെ ഹൃദയത്തിൽനിന്നും രക്തം പുറത്തേക്ക് ഒഴുകി.

കാറ്റ് വീശിയിരുന്നില്ല. പക്ഷേ, അനുകമ്പയുള്ള മരം അദ്ദേഹത്തിന്റെ മുള്ളുകൾ ചുറ്റിവരിഞ്ഞ മുടിയിലും ചോര ഒഴുകുന്ന കൈകളിലും സ്വന്തം പൂക്കൾ ഒന്നൊന്നായി കൊഴിച്ചു. ചിലയ്ക്കുന്ന പക്ഷികളുടെ ഇരമ്പലിലൂടെ താൻ ആരായിരുന്നെന്നും എവിടെയായിരുന്നെന്നും ഓർക്കാൻ പാടുപെടുന്നതിനിടയിൽ പെട്ടെന്ന് ചുഴലിക്കാറ്റു വീശി. വീശിയ ചുഴലിക്കാറ്റ് ഘനീഭവിച്ചു– അതിനു ശേഷം അദ്ദേഹത്തിന്റെ മുമ്പിൽ ഒരു ദൈവദൂതൻ നിന്നിരുന്നു.... ആ നിമിഷത്തിൽ നേരം വെളുത്തു.

അദ്ദേഹം ഉറങ്ങുമ്പോഴും ഉണർന്നിരിക്കുമ്പോഴും ധാരാളം മാലാഖമാരെ കണ്ടിട്ടുണ്ട്. പക്ഷേ, ഇതുപോലെ ഒരു ദൈവദൂതനെ അദ്ദേഹം ഒരിക്കലും കണ്ടിരുന്നില്ല.

എത്രമാത്രം മാനുഷികമായ സ്നേഹത്തിന്റെ സൗന്ദര്യം! അയാളുടെ കവിളുകളിലും മേൽച്ചുണ്ടിലും എത്രമാത്രം മൃദുലമായ രോമങ്ങൾ! കണ്ണുകൾ ആണെങ്കിൽ- വികാരം നിറഞ്ഞ അയാളുടെ കണ്ണുകൾ പ്രണയിക്കുന്ന ഒരു ചെറുപ്പക്കാരന്റെയോ ചെറുപ്പക്കാരിയുടെയോ കണ്ണുകൾ പോലെ എന്ത് സന്തോഷത്തോടെയാണ് തുള്ളിക്കളിക്കുന്നത്? അയാളുടെ ശരീരം ഉറപ്പും വഴക്കവും ഉള്ളതായിരുന്നു. അയാളുടെ കാലുകളെ കറുത്ത നീലനിറമുള്ള രോമങ്ങൾ പൊതിഞ്ഞിരുന്നു. അയാളുടെ കണങ്കാലിലും ഇരുണ്ട തുടകളിലും കക്ഷങ്ങളിലും മനുഷ്യരുടെ വിയർപ്പിന്റെ മണം ഉണ്ടായിരുന്നു.

യേശു അസംതൃപ്തനായിരുന്നു. "നിങ്ങൾ ആരാണ്?" അദ്ദേഹം ചോദിച്ചു. അദ്ദേഹത്തിന്റെ ഹൃദയം മിടിക്കുന്നുണ്ടായിരുന്നു.

ദൈവദൂതൻ പുഞ്ചിരിച്ചു. അയാളുടെ മുഖം ഒരു മനുഷ്യന്റെ മുഖം പോലെ മനോഹരമായി മാറി. യേശുവിനെ കൂടുതൽ ഭയപ്പെടുത്താൻ ആഗ്രഹിക്കാത്തതുപോലെ അയാൾ പച്ചനിറമുള്ള വലിയ ചിറകുകൾ രണ്ടും ശരീരത്തോട് ചേർത്ത് മടക്കിവെച്ചിരുന്നു.

"ഞാനും നിങ്ങളെപ്പോലെ ആണ്" അയാൾ പറഞ്ഞു. "നിങ്ങളുടെ കാവൽ മാലാഖ. വിശ്വസിക്കൂ."

അയാളുടെ ശബ്ദം ആഴമുള്ളതും കരുണാർദ്രവും സാന്ത്വനം നല്കുന്നതും പരിചിതവും ആയിരുന്നു— ഒരു മനുഷ്യന്റെ ശബ്ദം പോലെ. ഇതുവരെ യേശു കേട്ടിരുന്ന ദൈവദൂതന്മാരുടെ ശബ്ദങ്ങൾ എല്ലാം ഗൗരവം നിറഞ്ഞതായിരുന്നു. അവർ എല്ലാ സമയത്തും അദ്ദേഹത്തെ ശകാരിക്കുകയായിരുന്നു. അദ്ദേഹം ദൈവദൂതനെ അനുനയിപ്പിക്കുന്നമട്ടിൽ നോക്കിക്കൊണ്ട് അയാൾ വീണ്ടും സംസാരിക്കാൻ വേണ്ടി ആഹ്ലാദത്തോടെ കാത്തിരുന്നു.

ദൈവദൂതൻ ഈ കാര്യം ഊഹിച്ചു മനസ്സിലാക്കിക്കൊണ്ട് പുഞ്ചിരിയോടെ മനുഷ്യന്റെ ആഗ്രഹത്തെ അനുകൂലിച്ചു.

"ദൈവം എന്നെ നിങ്ങളുടെ ചുണ്ടുകളിൽ മാധുര്യം കൊണ്ടുവരാൻ വേണ്ടി അയച്ചിരിക്കുകയാണ്. മനുഷ്യർ നിങ്ങൾക്കു കുടിക്കാൻ ധാരാളം കയ്പ് തന്നു. സ്വർഗ്ഗങ്ങളും അതു തന്നെ ചെയ്തു. നിങ്ങൾ കഷ്ടപ്പെട്ടു. എതിർപ്പുകളെ നേരിട്ടു. ജീവിതത്തിൽ സന്തോഷമുള്ള ഒരുദിവസം പോലും നിങ്ങൾ കണ്ടിട്ടില്ല. നിങ്ങളുടെ അമ്മയും സഹോദരന്മാരും ശിഷ്യന്മാരും പട്ടിണിക്കാരും മുടന്തന്മാരും മർദ്ദിതരും ഉൾപ്പെടെ എല്ലാവരും നിങ്ങളെ ഭയാനകമായ അന്ത്യനിമിഷത്തിൽ ഉപേക്ഷിച്ചു. നിങ്ങൾ പൂർണ്ണമായും ഒറ്റപ്പെട്ട് സംരക്ഷണം കിട്ടാതെ ഒരു പാറപ്പുറത്ത് ഇരുന്നിരുന്നു. ആ സമയത്ത് പിതാവായ ദൈവം നിങ്ങളോട് അനുകമ്പ കാണിച്ചു. "അയാൾ എന്തിനാണ് ഇവിടെ ഇരിക്കുന്നത്?" ദൈവം എന്നോട് വിളിച്ചു ചോദിച്ചു. "നിങ്ങൾ അയാളുടെ കാവൽമാലാഖ അല്ലേ? താഴെപ്പോയി അയാളെ രക്ഷിക്കൂ. അയാൾ കുരിശിലേറ്റപ്പെടാൻ ഞാൻ ആഗ്രഹിക്കുന്നില്ല. ഇതു മതി!"

"ദൈവമേ!" ഞാൻ വിറച്ചുകൊണ്ട് മറുപടി പറഞ്ഞു. "അങ്ങ് അയാളെ ഭൂമിയിലേക്ക് അയച്ചത് മനുഷ്യവർഗ്ഗത്തെ രക്ഷപ്പെടുത്താൻ വേണ്ടി അവിടെവെച്ച് കുരിശിലേറ്റപ്പെടാനല്ലേ? അതുകൊണ്ടാണ് ഞാൻ ഇവിടെ അനങ്ങാതിരുന്നത്: അങ്ങയുടെ ആഗ്രഹം അതാണെന്നാണ് ഞാൻ വിചാരിച്ചത്."

"അയാൾ ഒരു സ്വപ്നത്തിൽ കുരിശിലേറ്റപ്പെടട്ടെ" ദൈവം മറുപടി പറഞ്ഞു. "അയാൾ അതിന്റെ ഭയവും വേദനയും മനസ്സിലാക്കട്ടെ."

"കാവൽ മാലാഖേ" ദൈവദൂതനെ നഷ്ടപ്പെടാതിരിക്കാൻ വേണ്ടി രണ്ടു കൈകൊണ്ടും അയാളുടെ തലയിൽ ബലമായി പിടിച്ചു കൊണ്ട് യേശു ഉറക്കെ ചോദിച്ചു. "കാവൽ മാലാഖേ, എന്റെ കുട്ടി: ഞാൻ സംഭ്രമിച്ചിരിക്കുകയാണ്— ഞാൻ കുരിശിലേറ്റപ്പെട്ടിട്ടില്ലേ?"

ദൈവദൂതൻ അയാളുടെ വെളുവെളുത്ത കൈ യേശുവിന്റെ ഇളകിമറിയുന്ന ഹൃദയത്തിന്റെ മുകളിൽ വെച്ചു.

"ശാന്തമാകൂ, പ്രിയപ്പെട്ടവൻ അസ്വസ്ഥനാകരുത്." ദൈവദൂതൻ പറഞ്ഞു. അയാളുടെ വശ്യമായ കണ്ണുകൾ തുടിച്ചു. "ഇല്ല, നിങ്ങൾ കുരിശിലേറ്റപ്പെട്ടിട്ടില്ല."

"അപ്പോൾ കുരിശും ആണികളും വേദനയും ഇരുണ്ടുപോയ സൂര്യനും എല്ലാം ഒരു സ്വപ്നം ആയിരുന്നോ?"

"അതെ, ഒരു സ്വപ്നം. സ്വപ്നത്തിൽ നിങ്ങളുടെ എല്ലാ അഭിനിവേശങ്ങളിലൂടെയും നിങ്ങൾ ജീവിച്ചു. നിങ്ങൾ സ്വപ്നത്തിൽ കുരിശിൽക്കയറി ആണിയടിക്കപ്പെട്ടിരുന്നു. കൈകളിലും പാദങ്ങളിലും നെഞ്ചിലും ഉള്ള അഞ്ചു മുറിവുകളും ഒരു സ്വപ്നത്തിൽ സൃഷ്ടിക്കപ്പെട്ടവ ആണ്. പക്ഷേ, അവ അങ്ങേയറ്റത്തെ ശക്തി പ്രയോഗിച്ചാണ് സൃഷ്ടിക്കപ്പെട്ടിരിക്കുന്നത്. നോക്കൂ! രക്തം ഇപ്പോഴും ഒഴുകിക്കൊണ്ടിരിക്കുകയാണ്..."

യേശു ഒരു മോഹനിദ്രയിൽ നാലുചുറ്റും നോക്കി. അയാൾ എവിടെയായിരുന്നു? പൂവിടുന്ന മരങ്ങളും അരുവികളും ഉള്ള ഒരു സമതലം ഏതായിരുന്നു? ജറുസലേം എവിടെ? തന്റെ ആത്മാവ് എവിടെ? അദ്ദേഹം ദൈവദൂതന്റെ നേർക്ക് തിരിഞ്ഞ് അയാളുടെ കൈയിൽ തൊട്ടു. അയാളുടെ ശരീരം എത്രമാത്രം തണുത്തിരിക്കുന്നു! അത് എത്രമാത്രം ഉറപ്പുള്ളതാണ്!"

"കാവൽ മാലാഖേ, എന്റെ കുട്ടീ" അദ്ദേഹം പറഞ്ഞു. "നിങ്ങൾ സംസാരിക്കുമ്പോൾ എന്റെ ശരീരത്തിന് ആശ്വാസം കിട്ടുന്നു. കുരിശ് ഒരുകുരിശിന്റെ നിഴലായി മാറുന്നു. ആണികൾ ആണികളുടെ നിഴലായി മാറുന്നു. കുരിശിലേറ്റൽ എന്റെ മുകളിലുള്ള ആകാശത്ത് ഒരു മേഘം പോലെ ഒഴുകി നടക്കുന്നു..."

"നമുക്ക് പോകാം." ദൈവദൂതൻ പറഞ്ഞു. അയാൾ പൂത്തുലയുന്ന പുൽത്തകിടിയിലൂടെ ചുറുചുറുക്കോടെ വേഗം നടക്കാൻ തുടങ്ങി. "നസറേത്തിലെ യേശു; നിങ്ങളെ വലിയ ആഹ്ലാദങ്ങൾ കാത്തിരിക്കുന്നു. നിങ്ങൾ എന്നും രഹസ്യമായി ആഗ്രഹിച്ചിരുന്ന ആഹ്ലാദങ്ങൾ അനുഭവിപ്പിക്കാനുള്ള സ്വാതന്ത്ര്യം ദൈവം എനിക്ക് തന്നിട്ടുണ്ട്... പ്രിയപ്പെട്ടവനേ; ഭൂമി നല്ലതാണ്– നിങ്ങൾക്ക് മനസ്സിലാകും. വീഞ്ഞും പൊട്ടിച്ചിരിയും, സ്ത്രീകളുടെ ചുണ്ടുകളും നിങ്ങളുടെ കാൽമുട്ടിൽ തുള്ളിക്കളിക്കുന്ന ആദ്യത്തെ മകനും.. എല്ലാം നല്ലതാണ്... ഞങ്ങൾ മാലാഖമാർ മുകളിൽ സ്വർഗ്ഗത്തിൽ നിന്നുകൊണ്ട് ഭൂമിയിലേക്ക് കുനിഞ്ഞു നോക്കാറുണ്ട്.. നോക്കി നെടുവീർപ്പിടാറുണ്ട്. നിങ്ങൾക്ക് വിശ്വസിക്കാൻ കഴിയുന്നുണ്ടോ?"

അയാളുടെ വലിയ ചിറകുകൾ വിടർന്നു വീശി യേശുവിനെ ആലിംഗനം ചെയ്തു. അയാൾ പറഞ്ഞു. "നിങ്ങൾ തലതിരിച്ച് പിന്നോട്ട് നോക്കൂ."

യേശു തലതിരിച്ചു- അദ്ദേഹം എന്താണ് കണ്ടത്? ദൂരെ ഉയരത്തിൽ ഉദയസൂര്യന്റെ കിരണങ്ങൾ തട്ടി നസറേത്തിലെ കുന്ന് തിളങ്ങിക്കൊണ്ടിരുന്നു. കോട്ടയുടെ കവാടം തുറന്നുകിടക്കുകയായിരുന്നു. ആയിരക്കണക്കിന് പ്രഭുക്കന്മാരുടെയും മാന്യവനിതകളുടെയും ഒരു സംഘം പുറത്തേക്ക് വന്നുകൊണ്ടിരുന്നു. അവർ സ്വർണ്ണത്തിൽ പൊതിഞ്ഞ് വെള്ളക്കുതിരകളുടെ പുറത്താണ് ഇരുന്നിരുന്നത്. തൂവെള്ള പട്ടുതുണിയിൽ സ്വർണ്ണനിറത്തിലുള്ള ലില്ലിപ്പൂക്കൾ കൊണ്ട് അലങ്കരിച്ച പതാകകൾ അന്ത

രീക്ഷത്തിൽ പാറിപ്പറക്കുന്നുണ്ടായിരുന്നു. ആ ഘോഷയാത്ര രാജകീയമായ കോട്ടകളും നദിക്കടവുകളും കടന്ന് കുന്നിൻചരിവുകളെ പുണർന്ന് പൂത്തുലയുന്ന പർവ്വതങ്ങളുടെ ഇടയിലൂടെ താഴോട്ട് ഇറങ്ങി. അദ്ദേഹം പൊട്ടിച്ചിരിയും പരുക്കൻ സംഭാഷണങ്ങളും മരക്കൂട്ടത്തിന്റെ പിന്നിൽ നിന്നും ഉയരുന്ന മാധുര്യമുള്ള നെടുവീർപ്പുകളും ഒന്നിക്കുന്ന ഒരു ശബ്ദ കോലാഹലം കേട്ടു.

അമ്പരന്നുപോയ യേശു ചോദിച്ചു. "കുലീനന്മാരുടെ ഈ ജനക്കൂട്ടം എന്താണ്? ഈ രാജാക്കന്മാരും രാജ്ഞിമാരും ആരാണ്? അവർ എവിടെയാണ് പോകുന്നത്?"

"അത് ഒരു കുലീന വിവാഹത്തിന്റെ ഘോഷയാത്രയാണ്." ദൈവദൂതൻ പുഞ്ചിരിച്ചുകൊണ്ട് മറുപടി പറഞ്ഞു. "അവർ ഒരു വിവാഹത്തിന് പോകുകയാണ്."

"ആരാണ് വിവാഹം കഴിക്കുന്നത്?"

"നിങ്ങൾ" അയാൾ പറഞ്ഞു. "ഞാൻ നിങ്ങൾക്ക് തരുന്ന ആദ്യത്തെ ആഹ്ലാദം ഇതാണ്."

രക്തം യേശുവിന്റെ തലയിലേക്ക് ഇരച്ചു കയറി. പെട്ടെന്ന് വധു ആരായിരിക്കുമെന്ന് അദ്ദേഹം ഊഹിച്ചു. അതോടെ അദ്ദേഹത്തിന്റെ ശരീരം ആഹ്ലാദിച്ചു. അദ്ദേഹം തിടുക്കത്തിൽ ആയിരുന്നു. "നമുക്ക് പോകാം." അദ്ദേഹം പറഞ്ഞു.

പെട്ടെന്ന് സ്വർണ്ണജീനിയും കടിഞ്ഞാണും ഉള്ള ഒരു വെള്ളക്കുതിരയുടെ മുകളിലാണ് താനും ഇരിക്കുന്നതെന്ന് അദ്ദേഹത്തിന് തോന്നി. അദ്ദേഹം സ്വയം പരിശോധിച്ചു. ഒരു നീലനിറമുള്ള തൂവൽ അദ്ദേഹത്തിന്റെ തലയ്ക്ക് മുകളിൽ പറന്നു നടക്കുന്നുണ്ടായിരുന്നു. ആയിരക്കണക്കിന് കീറലുകൾ ഉള്ള അദ്ദേഹത്തിന്റെ ദയനീയമായ മേൽവസ്ത്രം വെൽവറ്റും സ്വർണ്ണവും ആയി മാറിയിരുന്നു.

"ഞാൻ മനുഷ്യരോട് പ്രഖ്യാപിച്ച സ്വർഗ്ഗരാജ്യം ഇതാണോ?" അദ്ദേഹം ചോദിച്ചു.

"അല്ലേ അല്ല." ദൈവദൂതൻ ചിരിച്ചുകൊണ്ട് മറുപടി പറഞ്ഞു. "ഇത് ഭൂമി ആണ്."

"അതിന് എങ്ങനെയാണ് ഇത്ര അധികം വ്യത്യാസം വന്നത്?"

"അതിന് വ്യത്യാസം വന്നിട്ടില്ല. നിങ്ങൾക്കാണ് വ്യത്യാസം വന്നത്. ഒരു കാലത്ത് നിങ്ങളുടെ ഹൃദയം ഭൂമിയെ ആഗ്രഹിച്ചില്ല. അത് ഭൂമിയുടെ ആഗ്രഹത്തിന് എതിരായിരുന്നു. ഇപ്പോൾ ഹൃദയത്തിന് ഭൂമിയെ വേണം— അതാണ് അതിന്റെ രഹസ്യം. ഭൂമിയും ഹൃദയവും തമ്മിലുള്ള പൊരുത്തം: സ്വർഗ്ഗ രാജ്യം അതാണ്... പക്ഷേ, എന്തിനാണ് നിങ്ങൾ സംസാരിച്ച് സമയം കളയുന്നത്? വരൂ, വധു കാത്തിരിക്കുകയാണ്."

ദൈവദൂതൻ ഇപ്പോൾ ഒരു വെളുത്ത കുതിരപ്പുറത്ത് ഇരിക്കുകയായിരുന്നു. അവർ പുറപ്പെട്ടു. അദ്ദേഹത്തിന്റെ പിന്നിൽ ഇറക്കം ഇറങ്ങി

വരുന്ന കുലീനരായ കുതിരസവാരിസംഘത്തോടൊപ്പം പർവ്വതങ്ങൾ മുരണ്ടു. സ്ത്രീകളുടെ പൊട്ടിച്ചിരി വർദ്ധിച്ചിരുന്നു. അന്തരീക്ഷത്തിൽ ചിറകു വീശി പറക്കുന്ന പക്ഷികൾ എല്ലാ കാര്യങ്ങളും തെക്കോട്ട് കൊണ്ടു പോകുകയായിരുന്നു. അവ പാടി. "അവൻ വരുന്നുണ്ട്! അവൻ വരുന്നുണ്ട്! അവൻ വരുന്നുണ്ട്!" യേശുവിന്റെ ഹൃദയവും ഒരു പക്ഷി ആയിരുന്നു. അത് അദ്ദേഹത്തിന്റെ തലയിൽ ചേക്കേറിക്കൊണ്ട് ചിലച്ചു. "ഞാൻ വരുന്നു! ഞാൻ വരുന്നു! ഞാൻ വരുന്നു!"

പക്ഷേ, അദ്ദേഹം കുതിരസവാരി ചെയ്തുകൊണ്ടിരിക്കുമ്പോൾ പെട്ടെന്ന് ശിഷ്യന്മാരെ ഓർത്തു. അദ്ദേഹം പിന്നോട്ടു നോക്കി പ്രഭുക്കന്മാരുടെയും പ്രഭികളുടെയും സംഘത്തിൽ അവരെ കണ്ടെത്താൻ വേണ്ടിയുള്ള പരിശ്രമം നടത്തി- പക്ഷേ, അദ്ദേഹത്തിന് അവരെ കണ്ടെത്താൻ കഴിഞ്ഞില്ല. അദ്ദേഹം കൂട്ടുകാരനെ അത്ഭുതത്തോടെ നോക്കി.

അദ്ദേഹം ചോദിച്ചു. "എന്റെ ശിഷ്യന്മാർ? ഞാൻ അവരെ കാണുന്നില്ല. അവർ എവിടെയായിരിക്കും?

അദ്ദേഹത്തിനു കിട്ടിയ മറുപടിയുടെ കൂടെ പരിഹാസത്തിന്റെ പൊട്ടിച്ചിരി ഉണ്ടായിരുന്നു. "പിരിഞ്ഞു പോയി."

"എന്തുകൊണ്ട്?"

"ഭയം കൊണ്ട്."

"യൂദാസും പിരിഞ്ഞുപോയോ?"

"എല്ലാവരും. അവർ അവരുടെ വള്ളങ്ങളിലേക്ക് തിരിച്ചുപോയി. പിന്നീട് സ്വയം കുടിലുകളിൽ ഒളിച്ചു.... നിങ്ങൾ ഇപ്പോൾ മുതൽ പിന്നോട്ട് നോക്കരുത്. അവരെപ്പറ്റി മറക്കണം. മുന്നോട്ടു നോക്കുക."

പൂവിടുന്ന ചെറുനാരകങ്ങളുടെ ലഹരി പിടിപ്പിക്കുന്ന സുഗന്ധം അന്തരീക്ഷത്തെ കീഴടക്കി.

ദൈവദൂതൻ കുതിരപ്പുറത്തു നിന്ന് ഇറങ്ങിക്കൊണ്ട് പറഞ്ഞു. "നമ്മൾ ഇവിടെ എത്തി." അയാളുടെ കുതിര വെളിച്ചമായി മാറിക്കൊണ്ട് അപ്രത്യക്ഷപ്പെട്ടു.

ഒലിവ് തോട്ടത്തിനുള്ളിൽനിന്നും എല്ലാ ക്ലേശങ്ങളും മാധുര്യങ്ങളും നിറഞ്ഞ താഴ്ന്ന ശബ്ദത്തിലുള്ള ഒരു ആഴമുള്ള പരാതി പ്രതിദ്ധ്വനിച്ചു. യേശുവിന് ആധി അനുഭവപ്പെട്ടു. സ്വന്തം അന്തർഭാഗം സഹായത്തിനായി വിളിക്കുകയാണെന്ന് അദ്ദേഹത്തിന് തോന്നി. അദ്ദേഹം നോക്കി. വെളുത്ത മസ്തകവും ഉയർന്ന പൃഷ്ഠവും ഉള്ള ഒരു കറുത്ത കാളയെ ഒരു ഒലിവു മരത്തിൽ കെട്ടിയിരുന്നു. അവൻ വാൽ ഉയർത്തിപ്പിടിച്ചിരുന്നു. ഇത്രയും ശക്തിയും തിളക്കവും ഉറച്ച പേശികളും പൗരുഷം നിറഞ്ഞ കറുകറുത്ത കണ്ണുകളും യേശു ഒരിക്കലും കണ്ടിട്ടുണ്ടായിരുന്നില്ല. അദ്ദേഹം ഭയന്നു പോയി. ഇത് കാള അല്ല. അദ്ദേഹം ആലോചിച്ചു. ഇത് സർവ്വശക്തനായ ദൈവത്തിന്റെ മരണമില്ലാത്ത ഇരുണ്ട മുഖങ്ങളിൽ ഒരെണ്ണമാണ്.

ദൈവദൂതൻ അദ്ദേഹത്തിന്റെ അടുത്തു നിന്ന് കൗശലത്തോടെ

പുഞ്ചിരിച്ചു. "നസറേത്തിലെ യേശു, പേടിക്കേണ്ട. അത് ഒരു കാളയാണ്. അനുഭവജ്ഞാനം ഇല്ലാത്ത ഒരു ഇളംകാള. അവൻ എത്ര വേഗത്തിലാണ് നാക്കുകൊണ്ട് നനവുള്ള മൂക്ക് നക്കുന്നതെന്ന് നോക്കൂ. എങ്ങനെയാണ് അവൻ തലതാഴ്ത്തി ഒലിവ് മരത്തിനോട് യുദ്ധം ചെയ്യാനുള്ള ഉദ്വേഗം കൊണ്ട് മരത്തിൽ ഇടിക്കുന്നതെന്ന് നോക്കൂ. അവൻ എങ്ങനെയാണ് കയറു പൊട്ടിച്ചു രക്ഷപ്പെടാൻ വേണ്ടി സ്വയം ശരീരം കുലുക്കുന്നതെന്നു നോക്കൂ... അവിടെ താഴെയുള്ള പുൽത്തകിടി കണ്ടോ... നിങ്ങൾ എന്താണ് കാണുന്നത്?"

"പശുക്കുട്ടികൾ.. കൊച്ചു പശുക്കൾ.. അവ മേയുകയാണ്."

"അവ മേയുകയല്ല. അവ ഈ യുവാവായ കാള കയറു പൊട്ടിക്കാൻ വേണ്ടി കാത്തു നില്ക്കുകയാണ്. അവൻ മുക്കറയിടുന്നത് വീണ്ടും ശ്രദ്ധിക്കൂ. എന്ത് വാത്സല്യമാണ്! എന്ത് അഭ്യർത്ഥനയാണ്!എന്ത് ശക്തി യാണ്! സത്യത്തിൽ മുറിവേറ്റ ഒരു ഇരുണ്ട ദൈവത്തെപ്പോലെ തോന്നു ന്നു. നസറേത്തിലെ യേശു, നിങ്ങളുടെ മുഖത്തിന്റെ തീക്ഷ്ണത കൂടി യത് എന്തുകൊണ്ടാണ്? ചിരിയില്ലാത്ത ഇരുണ്ട കണ്ണുകൾ കൊണ്ട് നിങ്ങൾ എന്നെ എന്തിനാണ് നോക്കുന്നത്?"

"നമുക്ക് പോകാം." യേശു പറഞ്ഞു. അദ്ദേഹത്തിന്റെ ശബ്ദത്തിൽ വാത്സല്യവും അഭ്യർത്ഥനയും ശക്തിയും നിറഞ്ഞിരുന്നു.

"ആദ്യം ഞാൻ കാളയെ അഴിച്ചുവിടും" ദൈവദൂതൻ ചിരിച്ചുകൊണ്ട് പറഞ്ഞു. "നിങ്ങൾക്ക് അവനെപ്പറ്റി വിഷമം തോന്നുന്നില്ലേ?"

അയാൾ അടുത്തു ചെന്ന് കയർ അഴിച്ചു. ഒരു നിമിഷം കാള അന ങ്ങാതെ നിന്നു. പക്ഷേ, പെട്ടെന്ന് താൻ സ്വതന്ത്രനാണെന്ന് അവന് മന സ്സിലായി. ഒറ്റച്ചാട്ടത്തിന് അവൻ പുൽത്തകിടിയിലേക്ക് കുതിച്ചു.

കൃത്യം ആ നിമിഷത്തിൽ ചെറുനാരകത്തിന്റെ തോട്ടത്തിനുള്ളിൽ നിന്നും വളകളുടെ കിലുക്കം കേട്ടു. അദ്ദേഹം തിരിഞ്ഞു നോക്കി. ചെറു നാരകത്തിന്റെ പൂക്കളുടെ കിരീടവുമായി മഗ്ദലനമറിയം അദ്ദേഹത്തിന്റെ മുമ്പിൽ നാണിച്ചുവിറച്ച് നില്ക്കുന്നുണ്ടായിരുന്നു."

യേശു പെട്ടെന്ന് മുമ്പോട്ട് ചെന്ന് അവളെ കെട്ടിപ്പിടിച്ചു.

"മഗ്ദലന, പ്രിയപ്പെട്ട മഗ്ദലന" അദ്ദേഹം വിളിച്ചു പറഞ്ഞു. "ഈ നിമിഷത്തിനുവേണ്ടി ഞാൻ എത്ര വർഷങ്ങളായി കാത്തിരിക്കുന്നു! നമ്മുടെ ഇടയിൽ കടന്നുവന്ന് നമുക്ക് സ്വാതന്ത്ര്യം തരാൻ വിസമ്മതി ച്ചത് ആരായിരുന്നു. ദൈവം? നീ എന്തിനാണ് കരയുന്നത്?"

"പ്രിയപ്പെട്ടവനേ, എന്റെ വലിയ ആഹ്ലാദത്തിനുവേണ്ടി; എന്റെ വലിയ അഭിലാഷങ്ങൾക്കു വേണ്ടി. വരൂ!"

"നമുക്ക് പോകാം. എനിക്ക് വഴി കാണിച്ചുതരൂ!"

അദ്ദേഹം കൂട്ടുകാരനോട് വിട പറയാൻ വേണ്ടി തിരിഞ്ഞു നോക്കി. ദൈവദൂതൻ അന്തരീക്ഷത്തിൽ അപ്രത്യക്ഷനായിക്കഴിഞ്ഞിരുന്നു. അവർക്കു പിന്നിൽ ഉണ്ടായിരുന്ന പ്രഭുക്കന്മാരുടെയും പ്രഭികളുടെയും

രാജാക്കന്മാരുടെയും നിര അപ്രത്യക്ഷപ്പെട്ടിരുന്നു. വെളുത്ത കുതിരകളും ലില്ലിപ്പൂക്കളും കാണാൻ ഉണ്ടായിരുന്നില്ല. താഴെ പുൽത്തകിടിയിൽ കാള പശുക്കുട്ടികളുടെ പുറത്ത് ചാടിക്കയറുന്നുണ്ടായിരുന്നു.

"പ്രിയപ്പെട്ടവൻ ആരെയാണ് നോക്കുന്നത്? എന്തിനാണ് പിന്നോട്ട് നോക്കുന്നത്? ലോകത്ത് നമ്മൾ രണ്ടുപേർ മാത്രമാണ് ഉള്ളത്. ഞാൻ അങ്ങയുടെ പാദങ്ങളിലും കൈകളിലും ഹൃദയത്തിലും ഉള്ള അഞ്ചു മുറിവുകളിലും ചുംബിക്കുന്നു. ഇത് എന്ത് ആഹ്ലാദകരമാണ്! ഈ പെസഹാ എത്രമാത്രം സന്തോഷകരമാണ്! ലോകം മുഴുവനും ഉയിർത്തെഴുന്നേറ്റിരിക്കുന്നു! വരൂ!"

"എവിടേക്ക്? എന്റെ കൈയിൽ പിടിക്കൂ. എനിക്ക് വഴി കാണിക്കൂ. ഞാൻ നിന്നെ വിശ്വസിക്കുന്നു."

"ഒരു ഇടതിങ്ങിയ തോട്ടത്തിലേക്ക്. അങ്ങയെ അവർ വേട്ടയാടിക്കൊണ്ടിരിക്കുകയാണ്. അവർ അങ്ങയെ പിടികൂടാൻ ആഗ്രഹിക്കുന്നു. എല്ലാ കാര്യങ്ങളും തയ്യാറായിരുന്നു– കുരിശും ആണികളും ആൾക്കൂട്ടവും പീലാത്തോസും എല്ലാം തയ്യാറായിരുന്നു... പക്ഷേ, പെട്ടെന്ന് ഒരു ദൈവദൂതൻ വന്ന് അങ്ങയെ തട്ടിപ്പറിച്ചുകൊണ്ടുപോയി. സൂര്യൻ ഉയർന്നുവന്ന് അവർ അങ്ങയെ കാണുന്നതിനു മുമ്പ് – വരൂ. നമുക്ക് പോകാം. അവർക്ക് പേയിളകിയിരിക്കുകയാണ്. അവർ ആഗ്രഹിക്കുന്നത് അങ്ങയുടെ മരണമാണ്.

"ഞാൻ അവരോട് എന്തു ചെയ്തു?"

"അങ്ങ് അവരുടെ നന്മ ആഗ്രഹിച്ചു. അവരുടെ മോചനം ആഗ്രഹിച്ചു. അവർക്ക് എന്നെങ്കിലും അങ്ങയോട് ക്ഷമിക്കാൻ പറ്റുമോ? പ്രിയപ്പെട്ടവൻ എന്റെ കൈയിൽ പിടിക്കൂ. സ്ത്രീയെ പിന്തുടരാം. അവൾ എപ്പോഴും വഴി കണ്ടെത്തുമെന്ന് ഉറപ്പാണ്."

അവൾ അദ്ദേഹത്തിന്റെ കൈയിൽ പിടിച്ചു. അവളുടെ മനോഹരമായ ചുവന്ന ശിരോവസ്ത്രം ഉടൻതന്നെ ചെറുനാരങ്ങകൾ നിറയാൻ പോകുന്ന പൂത്തുലഞ്ഞു നില്ക്കുന്ന നാരകങ്ങൾക്കിടയിലൂടെ തിരക്കിട്ടു നടന്നു നീങ്ങുമ്പോൾ ഇളകി മറിഞ്ഞു. പുരുഷന്റെ വിരലുകളിൽ കെട്ടിപ്പിണയുന്ന അവളുടെ വിരലുകൾക്ക് കത്തുന്ന ചൂടായിരുന്നു. അവളുടെ ചുണ്ടുകൾക്ക് നാരകത്തിന്റെ ഇലകളുടെ മണം ഉണ്ടായിരുന്നു.

അവൾ ഒരു നിമിഷം നടത്തം നിർത്തിയതിനുശേഷം അണച്ചുകൊണ്ട് യേശുവിനെ നോക്കി. അദ്ദേഹം ഞെട്ടി. കാരണം അവളുടെ കണ്ണുകളിൽ ദൈവദൂതന്റെ കണ്ണുകളിലെ പോലെ കുസൃതി നിറഞ്ഞ കൗശലവും മോഹിപ്പിക്കുന്ന വശ്യതയും അദ്ദേഹം കണ്ടു. പക്ഷേ, അവൾ അദ്ദേഹത്തെ നോക്കി പുഞ്ചിരിച്ചു.

"പ്രിയപ്പെട്ടവൻ ഭയക്കണ്ട. വർഷങ്ങളായി ചില കാര്യങ്ങൾ എന്റെ നാക്കിന്റെ തുഞ്ചത്ത് ഇരിക്കുന്നുണ്ട്. പക്ഷേ, എനിക്ക് അത് അങ്ങയോട് വെളിപ്പെടുത്താനുള്ള ധൈര്യം ഒരിക്കലും ഉണ്ടായിരുന്നില്ല. ഇപ്പോൾ ഞാൻ അത് പറയാം."

"അത് എന്താണ്? പ്രിയപ്പെട്ടവൾ അത് ഭയക്കാതെ പറയൂ."

"നിങ്ങൾ ഏഴാം സ്വർഗ്ഗത്തിൽ ഇരിക്കുമ്പോൾ ഒരു വഴിയാത്രക്കാരൻ നിങ്ങളോട് ഒരു ഗ്ലാസ് വെള്ളം ചോദിച്ചാൽ അത് കൊടുക്കാൻ വേണ്ടി നിങ്ങൾ ഏഴാം സ്വർഗ്ഗത്തിൽ നിന്ന് താഴെ ഇറങ്ങിവരണം. നിങ്ങൾ ദിവ്യനായ പുണ്യവാളൻ ആണെങ്കിൽ ഒരു സ്ത്രീ നിങ്ങളോട് ഒരു ചുംബനം യാചിച്ചാൽ അവൾക്ക് അത് കൊടുക്കാൻ വേണ്ടി നിങ്ങൾ ദിവ്യത്വത്തിൽ നിന്ന് താഴോട്ടു വരണം. അല്ലാത്ത പക്ഷം നിങ്ങളെ മോചിപ്പിക്കാൻ കഴിയില്ല."

അദ്ദേഹം അവളെ പിടിച്ചു നിർത്തി തല പിന്നോട്ടു ചരിച്ച് ചുണ്ടുകളിൽ ചുംബിച്ചു.

അവർ രണ്ടുപേരും മാരകമായി വിളറിപ്പോയി. അവരുടെ കാൽമുട്ടുകൾ കീഴടങ്ങി. മുന്നോട്ടുപോകാൻ കഴിയാതെ അവർ പൂത്തുനില്ക്കുന്ന ചെറു നാരകങ്ങൾക്ക് താഴെ നിലത്തു കിടന്ന് ഉരുണ്ടു.

സൂര്യൻ അവരുടെ മുകളിൽ വന്ന് കാത്തുനിന്നു. ഒരു ഇളംകാറ്റ് വീശി. നഗ്നമായ രണ്ടു ശരീരങ്ങളിലും ധാരാളം ചെറുനാരകപ്പൂക്കൾ പൊഴിഞ്ഞു വീണു. ഒരു അരണ എതിർവശത്തുള്ള ഒരു കല്ലിന്റെ മുകളിൽ ഉറച്ചിരുന്ന് അതിന്റെ നിശ്ചലമായ ഉരുണ്ട കണ്ണുകൾ കൊണ്ട് അവരെ നോക്കി. ഇടയ്ക്കിടയ്ക്ക് ദൂരെനിന്നും ഇപ്പോൾ സംതൃപ്തിയോടെ വിശ്രമിക്കുന്ന കാള മുക്കറയിടുന്നതിന്റെ ശബ്ദം കേൾക്കാൻ കഴിഞ്ഞിരുന്നു. സൗമ്യമായ ഒരുചാറ്റൽ മഴ എരിയുന്ന രണ്ടു ശരീരങ്ങളെയും തണുപ്പിച്ചുകൊണ്ട് മണ്ണിന്റെ ഗന്ധം പുറത്തേക്ക് വലിച്ചുകൊണ്ടുവന്നു.

മഗ്ദലനമറിയം സന്തോഷത്തോടെ മുരണ്ടുകൊണ്ട് പുരുഷനെ കെട്ടിപ്പിടിച്ച് അയാളുടെ ശരീരം അവളുടെ ശരീരത്തോട് ഒട്ടിച്ചു ചേർത്തു.

"ഒരു മനുഷ്യനും എന്നെ ഒരിക്കലും ചുംബിച്ചിട്ടില്ല. ഒരു പുരുഷന്റെ താടി എന്റെ ചുണ്ടിലോ കവിളിലോ തൊടുന്നത് ഞാൻ ഒരിക്കലും അനുഭവിച്ചിട്ടില്ല. എന്റെ കാൽമുട്ടുകൾക്കിടയിൽ ഒരു പുരുഷന്റെ കാൽമുട്ട് ഞാൻ ഇതുവരെ അറിഞ്ഞിട്ടില്ല. ഇത് എന്റെ ജനനത്തിന്റെ ദിവസം ആണ്!... എന്റെ കുട്ടീ, നീ കരയുകയാണോ?"

"പ്രിയ പത്നീ, ലോകം ഇത്രമാത്രം മനോഹരം ആയിരുന്നെന്നോ, മാംസം ഇത്രമാത്രം പവിത്രമായിരുന്നെന്നോ എനിക്ക് ഒരിക്കലും അറിയില്ലായിരുന്നു. മാംസവും ദൈവത്തിന്റെ ഒരു മകളാണ്. ആത്മാവിന്റെ സുന്ദരിയായ ഒരു സഹോദരി... ശരീരത്തിന്റെ ആഹ്ലാദങ്ങൾ പാപം ആയിരുന്നില്ലെന്ന് ഞാൻ ഒരിക്കലും അറിഞ്ഞിരുന്നില്ല."

"അങ്ങ് എന്തിനാണ് സ്വർഗ്ഗത്തെ കീഴടക്കാൻ പുറപ്പെട്ടത്? എന്തിനാണ് നെടുവീർപ്പിടുന്നത്? എന്തിനാണ് അനശ്വരമായ ജീവിതത്തിന്റെ അത്ഭുതകരമായ വെള്ളം അന്വേഷിക്കുന്നത്? ആ വെള്ളം ഞാനാണ്. അങ്ങ് കുനിഞ്ഞു നിന്ന് വെള്ളം കുടിച്ചു സമാധാനം കണ്ടെത്തി... എന്റെ

കുട്ടീ ഇപ്പോഴും നെടുവീർപ്പ് ഇടുകയാണോ? അങ്ങ് എന്തിനെപ്പറ്റിയാണ് ആലോചിച്ചുകൊണ്ടിരിക്കുന്നത്?"

"എന്റെ ഹൃദയം വെള്ളത്തിലിട്ടാൽ വീണ്ടും വിടരുന്ന ജറിച്ചോ പട്ടണത്തിലെ ഉണങ്ങിയ റോസാപ്പൂ ആണ്. അനശ്വരമായ വെള്ളത്തിന്റെ ഉറവിടം സ്ത്രീയാണ്. എനിക്ക് ഇപ്പോൾ മനസ്സിലാകുന്നു."

"എന്റെ കുട്ടിക്ക് എന്ത് മനസ്സിലായെന്നാണ് പറയുന്നത്?"

"ഇതാണ് വഴിയെന്ന്."

"വഴി? പ്രിയപ്പെട്ട യേശു, എന്ത് വഴി?"

"മരണം ഉള്ളവർ മരണം ഇല്ലാത്തവരായി മാറുന്ന വഴി. ദൈവം മനുഷ്യന്റെ രൂപത്തിൽ ഭൂമിയിലേക്ക് ഇറങ്ങിവരുന്ന വഴി. ഞാൻ മാംസത്തിനു പുറത്തുള്ള ഒരു വഴി അന്വേഷിച്ചതു കാരണം വഴുതി വീണുപോയി. ഞാൻ മേഘങ്ങളുടെയും വലിയ ചിന്തകളുടെയും മരണത്തിന്റെയും വഴിയിലൂടെ പോകാൻ ആഗ്രഹിച്ചു. സ്ത്രീ ദൈവത്തിന്റെ അമൂല്യമായ സഹപ്രവർത്തക ആണ്: എന്നോട് ക്ഷമിക്കണം, ഞാൻ നിങ്ങളെ നമിക്കുന്നു. ആരാധിക്കുന്നു. ദൈവത്തിന്റെ മാതാവേ.. നമുക്ക് ഉണ്ടാകാൻ പോകുന്ന മകന് എന്ത് പേര് കൊടുക്കും?"

"അവനെ ജോർദ്ദാനിൽ കൊണ്ടുപോയി അങ്ങയുടെ ഇഷ്ടത്തിന് ജ്ഞാനസ്നാനം ചെയ്യിക്കൂ."

"നമുക്ക് അവനെ സഹായി എന്നു വിളിക്കാം. ആശ്വസിപ്പിക്കുന്നവൻ."

"ആരോ മരങ്ങളുടെ ഇടയിലൂടെ വരുന്നത് കേൾക്കുന്നുണ്ട്. അത് തീർച്ചയായും എന്റെ വിശ്വസ്തനായ കൊച്ചുകാപ്പിരി ആയിരിക്കും. ആരും അടുത്തേക്ക് വരാതിരിക്കാൻ വേണ്ടി ശ്രദ്ധിക്കണമെന്ന് ഞാൻ അവനോട് പറഞ്ഞിരുന്നു. അത് അവൻതന്നെയാണ്!"

"കൊച്ചമ്മേ, ഞാൻ വന്നു."

ആൺകുട്ടിയുടെ വെളുത്തു തിളക്കമുള്ള കണ്ണുകൾ നൃത്തം ചെയ്തു. അവന്റെ കൊഴുത്തുരുണ്ട ശരീരം ഓട്ടം കഴിഞ്ഞെത്തിയ കുതിരയുടെ ശരീരം പോലെ തിളച്ചുമറിഞ്ഞുകൊണ്ടിരിക്കുകയായിരുന്നു. മഗ്ദലന ചാടി എഴുന്നേറ്റ് അവന്റെ വായ് പൊത്തിപ്പിടിച്ചു.

"മിണ്ടാതിരിക്ക്!"

അവൾ യേശുവിന്റെ നേർക്ക് തിരിഞ്ഞു. "പ്രിയപ്പെട്ട ഭർത്താവ് ക്ഷീണിച്ചിട്ടുണ്ട്. ഉറങ്ങൂ. ഞാൻ പെട്ടെന്ന് തിരിച്ചുവരാം."

പക്ഷേ, യേശു അപ്പോഴേക്കും കണ്ണടച്ചുകഴിഞ്ഞിരുന്നു. ഒരു മധുരമായ ഉറക്കം അദ്ദേഹത്തിന്റെ കൺപോളകൾക്കും ചെന്നിക്കും മുകളിലൂടെ ഒഴുകിയിറങ്ങി. അതുകൊണ്ട് ചെറുനാരകങ്ങൾക്കിടയിലെ ആളൊഴിഞ്ഞ വഴിയിലൂടെ മഗ്ദലന അപ്രത്യക്ഷപ്പെടുന്നത് അദ്ദേഹം കണ്ടില്ല.

പക്ഷേ, അദ്ദേഹത്തിന്റെ മനസ്സ് ഇളകി മറിഞ്ഞു. ശരീരത്തെ ഉറങ്ങാൻ ഉപേക്ഷിച്ചുകൊണ്ട് അത് മഗ്ദലനയെ പിന്തുടർന്ന് പുറത്തേക്ക് ഇറങ്ങി.

അവൾ എവിടെയാണ് പോകുന്നത്? അവളുടെ കണ്ണുകളിൽ പെട്ടെന്ന് കണ്ണുനീർ എന്തുകൊണ്ടാണ് നിറഞ്ഞത്? ലോകം എന്തുകൊണ്ടാണ് മങ്ങിപ്പോയത്? അദ്ദേഹത്തിന്റെ മനസ്സ് ആ കണ്ണുകൾക്ക് മുകളിലൂടെ ഒരു പരുന്തിനെപോലെ പറന്നുകൊണ്ട് അവളെ രക്ഷപ്പെടാൻ അനുവദിച്ചില്ല.

ഭയന്നുപോയ കാപ്പിരിച്ചെറുക്കൻ മുമ്പിൽ നടന്നു. അവർ ഒലിവ് മരങ്ങൾ പിന്നിട്ടു. സൂര്യൻ ഇതുവരെ അസ്തമിച്ചിരുന്നില്ല. അവർ പുൽത്തകിടിയിൽ പ്രവേശിച്ചു. പശുക്കൾ അയവിറക്കിക്കൊണ്ട് പുല്ലിന്റെ മുകളിൽ കിടക്കുകയായിരുന്നു. അവർ നിഴലുള്ള ഒരു മലയിടുക്കിലൂടെ താഴോട്ട് ഇറങ്ങി. അവിടെ അവർ മനുഷ്യരുടെ നെടുവീർപ്പുകളും പട്ടികൾ കുരയ്ക്കുന്നതും കേട്ടു. നീഗ്രോയെ ഭയം പിടികൂടി. “ഞാൻ പോകുന്നു” എന്നു പറഞ്ഞുകൊണ്ട് അവർ ഓടിപ്പോയി.

മഗ്ദലന ഒറ്റപ്പെട്ടു. അവൾ നാലുചുറ്റും നോക്കി. പാറകൾ, തീക്കല്ല്, ഏതാനും മുൾച്ചെടികൾ. പാറയുടെ മുന്നിൽ ഒരു വന്യമായ അത്തിമരം പുറത്തേക്ക് തള്ളി നിന്നിരുന്നു. ഉന്തിനില്ക്കുന്ന പാറയുടെ ഏറ്റവും അനുകൂലമായ സ്ഥാനത്ത് ഇരുന്നിരുന്ന രണ്ട് മലങ്കാക്കകൾ— കാഴ്ചയിൽ അവ പാറയുടെ കാവല്ക്കാരാണെന്ന് തോന്നും— മഗ്ദലനയെ കണ്ടുകൊണ്ട് ഉച്ചത്തിൽ കൂക്കിവിളിക്കാൻ തുടങ്ങി. അവർ അവരുടെ ഇണകളെ വിളിക്കുകയാണെന്ന് തോന്നി.

അവൾ കല്ലുവലിച്ചെറിയുന്ന ശബ്ദം കേട്ടു. മനുഷ്യർ മലഞ്ചെരിവിലൂടെ കയറിവരുന്നുണ്ടായിരുന്നു. ചുവന്ന പുള്ളികളുള്ള ഒരു കറുത്ത പട്ടി പ്രത്യക്ഷപ്പെട്ടു. അതിന്റെ നാക്ക് പുറത്തേക്ക് ഞാന്നു കിടന്നിരുന്നു. മലയിടുക്ക് പൊങ്കമരവും പനയും നിറഞ്ഞ ഒരു ശ്മശാനം പോലെ ഉണ്ടായിരുന്നു.

സംതൃപ്തവും ശാന്തവുമായ ഒരു ശബ്ദം കേൾക്കുന്നുണ്ടായിരുന്നു: “സ്വാഗതം.”

മഗ്ദലന നാലുചുറ്റും നോക്കി. “ആരാണ് സംസാരിച്ചത്! ആരാണ് എന്നെ അഭിവാദനം ചെയ്തത്?”

“ഞാനാണ്?”

“നിങ്ങൾ ആരാണ്?”

“ദൈവം.”

“ദൈവം! ഞാൻ എന്റെ തലമുടി വിടർത്തിയിട്ട് നെഞ്ചു മറയ്ക്കട്ടെ. ദൈവമേ, അങ്ങ് എന്നെ കാണരുത്— എനിക്ക് ലജ്ജ തോന്നുന്നു. അങ്ങ് മുഖം തിരിക്കണം. അങ്ങ് എന്നെ എന്തിനാണ് ഈ പ്രാകൃതമായ വന്യതയിൽ കൊണ്ടുവന്നത്? ഞാൻ എവിടെയാണ്? ഞാൻ പൊങ്കമരങ്ങളും പനകളും ഒഴിച്ചു മറ്റൊന്നും കാണുന്നില്ല.”

“വളരെ ശരിയാണ്! മരണവും അനശ്വരതയും... മഹത്തായ രക്തസാക്ഷി, എനിക്ക് നിങ്ങളെ ആവശ്യമുള്ള സ്ഥലത്താണ് ഞാൻ നിങ്ങളെ കൃത്യമായി കൊണ്ടുവന്നിരിക്കുന്നത്. മരിക്കാൻ വേണ്ടി മഗ്ദലന സ്വയം

തയ്യാറെടുക്കണം. അതുകൊണ്ട് നിങ്ങൾ അനശ്വരയായി മാറും."

"ഞാൻ മരിക്കാൻ ആഗ്രഹിക്കുന്നില്ല. ഞാൻ അനശ്വരയാകാൻ ആഗ്രഹിക്കുന്നില്ല. ഞാൻ ഈ ലോകത്തിലെ ജീവിതം തുടരട്ടെ. അതിനുശേഷം ഞാൻ ചാരമായി മാറാം."

"മരണം സുഗന്ധവ്യഞ്ജനങ്ങളും സുഗന്ധദ്രവ്യങ്ങളും കയറ്റിവരുന്ന ഒരു സാർത്ഥവാഹകസംഘം ആണ്. മഗ്ദലന ഭയക്കരുത്. കറുത്ത ഒട്ടകത്തിന്റെ പുറത്തുകയറി സ്വർഗ്ഗത്തിന്റെ മരുഭൂമിയിലേക്ക് കടന്നു ചെല്ലുക."

"പൊങ്കമരങ്ങളുടെ പിന്നിൽനിന്നും പ്രത്യക്ഷപ്പെടുന്ന ഉന്മത്തരായ ആ സഞ്ചാരികൾ ആരാണ്?"

"മഗ്ദലന പേടിക്കേണ്ട. അവർ എന്റെ ഒട്ടകങ്ങളുടെ നോട്ടക്കാരാണ്. കൈപ്പത്തി കണ്ണിനു മുകളിൽ ചേർത്തുവെച്ച് നോക്കൂ. അവർ നയിച്ചു കൊണ്ടു വരുന്ന ചുവന്ന വെൽവെറ്റിന്റെ ജീനി ഉള്ള കറുത്ത ഒട്ടകത്തെ നിങ്ങൾ കാണുന്നില്ലേ? നിങ്ങൾ സഞ്ചരിക്കാൻ പോകുന്നത് അതിന്റെ പുറത്താണ്. എതിർക്കരുത്."

"ദൈവമേ, എനിക്ക് മരണത്തെപ്പറ്റി പേടി ഇല്ല. പക്ഷേ, എനിക്ക് ഒരു പരാതി ഉണ്ട്. അല്പം മുമ്പ് ആദ്യമായി എന്റെ മാംസത്തിനും ആത്മാവിനും കൂടി ഒരു ചുണ്ടുമതിയെന്ന് പരിഗണിക്കപ്പെട്ടിരുന്നു. അവർ രണ്ടും ഒരുമിച്ച് ചുംബിക്കപ്പെട്ടിരുന്നു– അതിനുശേഷം ഞാൻ മരിക്കണോ?"

"മഗ്ദലന, ഇത് നിങ്ങൾക്ക് മരിക്കാനുള്ള ഉൽകൃഷ്ടമായ നിമിഷം ആണ്. ഇതിലും മെച്ചപ്പെട്ട ഒരു നിമിഷം നിങ്ങൾക്ക് കണ്ടെത്താൻ കഴിയില്ല. അതുകൊണ്ട് എതിർക്കരുത്."

"ഹോ, ഞാൻ കേൾക്കുന്ന ആ നിലവിളികളും ഭീഷണികളും പൊട്ടിച്ചിരികളും എന്താണ്? ദൈവമേ, എന്നെ കൈയൊഴിയരുത്. അവർ എന്നെ കൊല്ലാൻ വരുന്നതാണ്!"

അവൾ ഇത്രത്തോളം ബഹളം ഉണ്ടായിട്ടും ശാന്തവും സംതൃപ്തവുമായി തുടരുന്ന ആ ശബ്ദം വീണ്ടും കേട്ടു. പക്ഷേ, ഇപ്പോൾ അത് കേൾക്കുന്നത് വളരെ അകലെനിന്നായിരുന്നു.

"മഗ്ദലന, നിന്റെ ജീവിതത്തിലെ ഏറ്റവും ഉയർന്ന ആഹ്ലാദം നീ കൈവരിച്ചിരിക്കുന്നു. നിനക്ക് കൂടുതൽ ഉയരത്തിലേക്ക് പോകാൻ കഴിയില്ല. മരണം അനുകമ്പയാണ്... നമ്മൾ വീണ്ടും കണ്ടുമുട്ടുന്നതുവരെ ആദ്യത്തെ രക്തസാക്ഷിക്ക് വിട!"

ശബ്ദം അപ്രത്യക്ഷപ്പെട്ടു. മലയിടുക്കിന്റെ ഒരു വളവിൽ നിന്നും വാളും മഴുവുമായി കയ്യാഫാസിന്റെ അടിമകളും ഉന്മത്തരായ ലേവ്യന്മാരും പ്രത്യക്ഷപ്പെട്ടു. അവർ മഗ്ദലനയെ കണ്ട വഴികാട്ടികളും ലേവ്യരന്മാരും പട്ടികളും മഗ്ദലനയുടെ പുറത്ത് ക്രൂരത കാട്ടി.

"മഗ്ദലനമറിയം, വേശ്യ!" അവർ അട്ടഹസിച്ചുകൊണ്ട് വിളിച്ചുകൂവി.

ഒരുകറുത്ത മേഘം സൂര്യനെ പൊതിഞ്ഞു. ഭൂമി കൂടുതൽ ഇരുണ്ടു.

"ഞാൻ വേശ്യ അല്ല. വേശ്യ അല്ല!" ഭാഗ്യദോഷിയായ സ്ത്രീ ഉറക്കെ

കരഞ്ഞു. "ഞാൻ ആയിരുന്നു. പക്ഷേ, ഇപ്പോൾ അല്ല. ഇന്ന് ഞാൻ ജനിക്കുകയായിരുന്നു."

"മഗ്ദലന മറിയം, വേശ്യ!"

"ഞാൻ ആയിരുന്നു. പക്ഷേ, ഇപ്പോൾ അല്ല. ഞാൻ സത്യം ചെയ്യുന്നു. എന്നെ കൊല്ലരുത്. ദയ കാണിക്കണം! നിങ്ങൾ ആരാണ്, കഷണ്ടിത്തലയുള്ള നിങ്ങൾ ആരാണ്, കുടവയറുള്ള നിങ്ങൾ ആരാണ്, വളഞ്ഞ കാലുള്ള നിങ്ങൾ— കൂനുള്ള നിങ്ങൾ— നിങ്ങൾ ആരാണ്? നിങ്ങൾ എന്നെ തൊടരുത്."

"വേശ്യേ! ഞാൻ സാവുൾ* ആണ്. ഇസ്രയേലിലെ ദൈവം എന്നെ ദമാസ്ക്കസിൽ നിന്നും പറഞ്ഞയച്ചതാണ്. കൂടാതെ ദൈവം എനിക്ക് അവനെ കൊല്ലാനുള്ള അധികാരം തന്നിട്ടുണ്ട്."

"ആരെ കൊല്ലാൻ?"

"നിന്റെ കാമുകനെ!"

അയാൾ അയാളുടെ സംഘത്തിന്റെ നേർക്ക് തിരിഞ്ഞു. "കുട്ടികളേ, അവളെ വിടരുത്! അവൾ അവന്റെ പ്രണയിനിയാണ്. അവൾക്ക് അറിവുണ്ടായിരിക്കും. വേശ്യേ! അവനെ നീ എവിടെയാണ് ഒളിപ്പിച്ചതെന്ന് പറയെടീ!"

"ഞാൻ പറയില്ല!"

"നിന്നെ ഞാൻ കൊല്ലും!"

"ബഥനിയിലാണ്!"

"കള്ളി! ഞങ്ങൾ ഇപ്പോൾ അവിടെനിന്നാണ് വരുന്നത്. നീ അവനെ ഇവിടെ അടുത്ത് എവിടെയോ ഒളിപ്പിച്ചിരിക്കുകയാണ്. ഇപ്പോൾ സത്യം പറയണം!"

"എന്റെ മുടി കൊഴിഞ്ഞു പോകട്ടെ! നിങ്ങൾ എന്തിനാണ് അദ്ദേഹത്തെ കൊല്ലാൻ ആഗ്രഹിക്കുന്നത്? അദ്ദേഹം നിങ്ങളോട് എന്ത് ചെയ്തു?"

"വിശുദ്ധ നിയമത്തിനെതിരെ ആരുതന്നെ കൈ ഉയർത്തിയാലും — മരണം?"

സംസാരിച്ചുകൊണ്ടിരിക്കുമ്പോൾ കൂനൻ കാമാതുരനായി അവളെ നോക്കി. അയാൾ കൂടുതൽ കൂടുതൽ അടുത്തേക്ക് വന്നു. അയാളുടെ ശ്വാസത്തിന് തീപിടിച്ചിരുന്നു. മഗ്ദലന കൺപോളകൾ ഇളക്കി.

"സാവുൾ" അവൾ പറഞ്ഞു. "എന്റെ നെഞ്ചിലും കൈകളിലും കഴുത്തിലും നോക്കൂ. അവ നശിച്ചാൽ അത് ഒരു നാണക്കേടാകില്ലേ? അവയെ നശിപ്പിക്കരുത്?"

സാവുൾ കൂടുതൽ അടുത്തേക്ക് വന്നു. അയാളുടെ പരുക്കൻ ശബ്ദം അടഞ്ഞുപോയി.

"അയാൾ എവിടെയാണെന്ന് ഏറ്റു പറയൂ. ഞാൻ നിന്നെ കൊല്ലില്ല.

* ഇസ്രയേലിലെ രാജാവ്

ഞാൻ നിന്റെ നെഞ്ചും കൈകളും കഴുത്തും ഇഷ്ടപ്പെടുന്നു. നിന്റെ സൗന്ദര്യത്തോട് ദയ തോന്നി സത്യം പറയൂ! നീ എന്തിനാണ് എന്നെ ഇങ്ങനെ നോക്കുന്നത്? നീ എന്താണ് ആലോചിക്കുന്നത്?

"സാവുൾ, ഞാൻ ആലോചിച്ചിരുന്നത്" അവൾ നെടുവീർപ്പിടുന്നു. "ദൈവം പെട്ടെന്ന് നിങ്ങളുടെ ഉള്ളിൽ ജ്വലിച്ച് നിങ്ങൾക്ക് സത്യം മനസ്സിലാകുകയാണെങ്കിൽ എന്ന് ആലോചിക്കുകയായിരുന്നു! ലോകത്തെ കീഴടക്കാൻ എന്റെ പ്രിയപ്പെട്ടവന് നിങ്ങളെപ്പോലെയുള്ള ശിഷ്യന്മാർ ആണ് വേണ്ടത്. മീൻ പിടിത്തക്കാരെയും സാധനങ്ങൾ കൊണ്ടു നടന്ന് വില്ക്കുന്നവരെയും ഇടയന്മാരെയും അല്ല. സാവുൾ ആ കാര്യം മനസ്സിലാക്കണം."

"ലോകം കീഴടക്കാനോ! അയാൾ ലോകം കീഴടക്കാൻ ആഗ്രഹിക്കുന്നോ? എങ്ങനെ? മഗ്ദലന പറഞ്ഞുകൊള്ളൂ. കാരണം ഞാനും അതു തന്നെയാണ് ചെയ്യാൻ ആഗ്രഹിക്കുന്നത്."

"സ്നേഹം കൊണ്ട്."

"സ്നേഹം കൊണ്ടോ?"

"സാവുൾ, ഞാൻ നിങ്ങളോട് പറയാൻ പോകുന്നത് ശ്രദ്ധിച്ചു കേൾക്കണം. മറ്റുള്ളവരെ പറഞ്ഞുവിടൂ— അവർ കേൾക്കണമെന്ന് ഞാൻ ആഗ്രഹിക്കുന്നില്ല. നിങ്ങൾ വേട്ടയാടി കൊല്ലാൻ ആഗ്രഹിക്കുന്ന ഈ മനുഷ്യൻ ദൈവത്തിന്റെ മകനാണ്. ലോകത്തിന്റെ രക്ഷകൻ. മിശിഹാ! അതെ, എന്നെ ദൈവത്തിന് അടിയറ വെപ്പിക്കുന്ന ആത്മാവ്!"

ശുഷ്കിച്ച നരച്ച താടിയുള്ള ക്ഷയം പിടിച്ച് എല്ലും തോലുമായി മാറിയ ഒരു ലേവ്യർ ചീറി. "സാവുൾ, സാവുൾ, അവളുടെ കൈകൾ "ചെന്നായ കെണി"യാണ്. സൂക്ഷിക്കണം."

"ദൂരെ പോകൂ!"

അയാൾ വീണ്ടും മഗ്ദലനയുടെ നേർക്ക് തിരിഞ്ഞു, "സ്നേഹം കൊണ്ടോ? ഞാനും ലോകം കീഴടക്കാൻ ആഗ്രഹിക്കുന്നു. ഞാൻ തുറമുഖങ്ങളിൽ പോകാറുണ്ട്. കപ്പലുകൾ തുറമുഖം വിടുന്നതു കാണുമ്പോൾ എന്റെ ഹൃദയം എരിയുന്നു. ഞാൻ ലോകത്തിന്റെ അറ്റങ്ങളിൽ എത്തിച്ചേരാൻ ആഗ്രഹിക്കുന്നു. പക്ഷേ, അത് ഭിക്ഷക്കാരനായ ഒരു യഹൂദ അടിമയായിട്ടല്ല. എന്റെ വാളുംപിടിച്ച് ഒരു രാജാവായിട്ടാണ്! പക്ഷേ, എങ്ങനെ. അത് സാദ്ധ്യമല്ല. എനിക്ക് അങ്ങേയറ്റത്തെ വല്ലായ്മ തോന്നുന്നു. ഞാൻ ആത്മഹത്യ ചെയ്യാൻ ആഗ്രഹിക്കുന്നു. ഇതിനിടയിൽ മറ്റുള്ളവരെക്കൊണ്ട് ഞാൻ ആശ്വാസം കണ്ടെത്തുന്നു."

അയാൾ ഒരു നിമിഷം സംസാരിച്ചില്ല. അതിനുശേഷം സ്ത്രീയുടെ അടുത്തേക്ക് കുറച്ചുകൂടി മുന്നേറിക്കൊണ്ട് പറഞ്ഞു.

"മഗ്ദലനാ, നിന്റെ ഗുരു എവിടെ?" അയാൾ സൗമ്യമായ ശബ്ദത്തിൽ ചോദിച്ചു. "എന്നോടു പറയൂ. അതുകൊണ്ട് അയാളെ പോയി കണ്ടുപിടിച്ച് സംസാരിക്കാൻ കഴിയും. അയാൾ എന്നോട് സ്നേഹം എന്താ

ണെന്നും ഏതുതരം സ്നേഹമാണ് ലോകത്തെ കീഴടക്കാൻ പോകുന്ന തെന്നും പറയണമെന്നാണ് എന്റെ ആഗ്രഹം... നീ എന്തിനാണ് കരയുന്നത്?"

"കാരണം അദ്ദേഹം എവിടെയാണെന്ന് നിങ്ങളോട് വെളിപ്പെടുത്ത ണമെന്നാണ് ഞാനും ആഗ്രഹിക്കുന്നത്. നിങ്ങൾ രണ്ടുപേരും കണ്ടുമുട്ട ണമെന്നാണ് എന്റെ ആഗ്രഹം. നിങ്ങൾ ഒന്നിച്ച് ലോകം കീഴടക്കും. പക്ഷേ, ഞാൻ നിങ്ങളെ വിശ്വസിക്കുന്നില്ല. ഇല്ല, ഞാൻ നിങ്ങളെ വിശ്വസിക്കുന്നില്ല; സാവുൾ— അതുകൊണ്ടാണ് ഞാൻ കരയുന്നത്."

ഒരു കല്ല് അന്തരീക്ഷത്തിലൂടെ ചൂളം വിളിച്ചുവന്ന് അവളുടെ താടിയെല്ല് തകർക്കുന്ന സമയത്തും അവൾ സംസാരം തുടരുകയായിരുന്നു.

"സഹോദരന്മാരേ, എബ്രഹാമിന്റെയും ഐസക്കിന്റെയും ജേക്കബ്ബിന്റെയും ദൈവത്തിന്റെ പേരിൽ എറിയൂ!" ക്ഷയം പിടിച്ച ലേവ്യർ അലറി. ആദ്യത്തെ കല്ല് എടുത്ത് അവളെ എറിഞ്ഞത് അയാൾ ആയിരുന്നു.

അന്തരീക്ഷത്തിൽ ഇടിമുഴങ്ങി. ദൂരെ അസ്തമയസൂര്യൻ രക്തത്തിൽ കുളിച്ചു നില്ക്കുകയായിരുന്നു.

"ഇത് അവളുടെ ആയിരങ്ങൾ ചുംബിച്ച ചുണ്ടുകൾക്ക് വേണ്ടി!" കയ്യാഫസിന്റെ അടിമകളിൽ ഒരാൾ വിളിച്ചുകൂവി. മഗ്ദലനയുടെ പല്ലുകൾ നിലത്ത് ചിതറി വീണു.

"അത് അവളുടെ വയറിനുവേണ്ടി!"

"ഇത് അവളുടെ മർമ്മത്തിനുവേണ്ടി!"

"ഇത് അവളുടെ മൂക്കിന്റെ പാലത്തിനു വേണ്ടി."

മഗ്ദലന മുഖം രക്ഷിക്കാൻ വേണ്ടി മാറത്തേക്ക് തലതാഴ്ത്തി. രക്തം അവളുടെ വായിൽനിന്നും മാറിൽനിന്നും വയറിൽനിന്നും പുറത്തേക്ക് ചീറ്റി. അന്ത്യശ്വാസം ആരംഭിച്ചു.

കഴുകൻ ചിറകടിച്ചു. അതിന്റെ ഉണ്ടക്കണ്ണുകൾ എല്ലാ സംഭവങ്ങളും കണ്ടിരുന്നു. തുളച്ചിറങ്ങുന്ന ഒരു നിലവിളിയോടെ അത് തിരിച്ചു വന്നു. ശരീരം ചെറുനാരകങ്ങൾക്ക് അടിയിൽ കിടക്കുന്നത് കഴുകൻ കണ്ടു. അത് മാംസത്തിലേക്ക് തുളച്ചുകയറി. ഒരു വലിയ മഴത്തുള്ളി അദ്ദേഹത്തിന്റെ ചുണ്ടിൽ വീണു. അദ്ദേഹം മനോഹരമായ ആ ശ്മശാനഭൂമിയിൽ ഉണർന്ന് എഴുന്നേറ്റിരുന്ന് ആലോചിച്ചു. അദ്ദേഹം ഇപ്പോൾ സ്വപ്നം കണ്ടത് എന്തായിരുന്നു? അദ്ദേഹത്തിന് ഓർക്കാൻ കഴിഞ്ഞില്ല. മനസ്സിൽ കല്ലുകളും സ്ത്രീയും രക്തവും ഒഴിച്ച് മറ്റൊന്നും തങ്ങി നില്ക്കുന്നില്ല... ആ സ്ത്രീ മഗ്ദലന ആയിരുന്നോ? അവളുടെ മുഖം ഓളങ്ങളായി മാറി വെള്ളം പോലെ ഒഴുകി. ഉറച്ചു നില്ക്കാത്തതുകൊണ്ട് അദ്ദേഹത്തിന് കാണാൻ കഴിഞ്ഞില്ല. അദ്ദേഹം അത് തിരിച്ചറിയാൻ വേണ്ടി ശ്രമിക്കുന്നതിനിടയിൽ കല്ലുകളും രക്തവും ഒരു യന്ത്രത്തറിയായി മാറുന്നതായി തോന്നി. ഇപ്പോൾ ആ സ്ത്രീ അവളുടെ യന്ത്രത്തറിയുടെ മുന്നിൽ പാടിക്കൊണ്ടിരിക്കുന്ന ഒരു നെയ്ത്തുകാരി ആയിരുന്നു. അവളുടെ ശബ്ദം ക്രമാതീതമായി മാധുര്യം ഉള്ളതായിരുന്നു.

അദ്ദേഹത്തിന്റെ മുകളിൽ ചെറുനാരകത്തിന്റെ ഇരുണ്ട ഇലകൾക്കിടയിൽ നാരങ്ങകൾ സ്വർണ്ണനിറത്തിൽ തിളങ്ങി. അദ്ദേഹം നനവുള്ള മണ്ണിൽ കൈപ്പത്തികൾ അമർത്തി. അദ്ദേഹം അതിന്റെ തണുപ്പും വസന്തകാലോചിതമായ ഇളംചൂടും അനുഭവിച്ചു. അദ്ദേഹം പെട്ടെന്ന് നാലു ചുറ്റും നോക്കി: ആരും ശ്രദ്ധിക്കുന്നില്ല. അദ്ദേഹം കുനിഞ്ഞ് ഭൂമിയെ ചുംബിച്ചു.

"അമ്മേ" അദ്ദേഹം മൃദുവായി പറഞ്ഞു. "എന്നെ ചേർത്തു പിടിക്കൂ. അമ്മയെ ഞാനും ചേർത്തു പിടിക്കാം. അമ്മേ, അമ്മയ്ക്ക് എന്തുകൊണ്ട് എന്റെ ദൈവം ആയിക്കൂടാ?"

ചെറുനാരകത്തിന്റെ ഇലകൾ അനങ്ങി. നനഞ്ഞ ഭൂമിയിൽ അവ്യക്തമായ കാലൊച്ചകൾ ഉണ്ടായിരുന്നു. അദൃശ്യമായ ഒരു കറുത്തപക്ഷി, ചൂളം അടിച്ചു. യേശു കണ്ണുകൾ ഉയർത്തി. പച്ചച്ചിറകുകളുള്ള കാവൽ മാലാഖ സംതൃപ്തനായി പുഞ്ചിരിച്ചുകൊണ്ട് മുമ്പിൽ നില്ക്കുന്നത് യേശു കണ്ടു. അയാളുടെ ശരീരത്തിലെ മൃദുവായ നേർത്ത മുടി അസ്തമയ സൂര്യന്റെ കിരണങ്ങൾ തട്ടിത്തിളങ്ങി.

യേശു പറഞ്ഞു. "ഹേ! നിങ്ങളുടെ മുഖം തിളങ്ങിക്കൊണ്ടിരുന്നു. നിങ്ങൾ ഏത് നല്ല വാർത്തയാണ് എനിക്ക് കൂടുതലായി കൊണ്ടുവന്നിരിക്കുന്നത്? എനിക്ക് നിങ്ങളിൽ ആശ്വാസം ഉണ്ട്. നിങ്ങളുടെ ചിറകുകളുടെ പച്ചനിറം ഭൂമിയുടെ പുൽത്തകിടി പോലെ ആണ്."

"ദൈവദൂതൻ ചിരിച്ചുകൊണ്ട് ചിറകുകൾ മടക്കി. അദ്ദേഹത്തിന്റെ അടുത്തിരുന്നുകൊണ്ട് അയാൾ ഒരു ചെറുനാരകത്തിന്റെ പൂവെടുത്ത് ഞെരടി ആസക്തിയോടെ മണത്തുനോക്കി. അതിനുശേഷം ഇപ്പോൾ പുളിപ്പുള്ള ചെറിപ്പഴങ്ങളുടെ നിറം ഉണ്ടായിരുന്ന പടിഞ്ഞാറു ഭാഗത്തെ ആകാശത്തേക്ക് നോക്കി ഇരുന്നു. ഒരു സൗമ്യമായ കാറ്റ് വീശി. ചെറുനാരകത്തിന്റെ എല്ലാ ഇലകളും പൊട്ടിച്ചിരിച്ചുകൊണ്ട് നൃത്തം ചെയ്തു.

"നിങ്ങൾ മനുഷ്യ ജീവികൾക്ക് എത്രമാത്രം സന്തോഷം ഉണ്ടായിരിക്കും." അയാൾ പറഞ്ഞു. "നിങ്ങൾ മണ്ണും വെള്ളവും കൊണ്ടാണ് സൃഷ്ടിക്കപ്പെട്ടിരിക്കുന്നത്. ഭൂമിയിലെ എല്ലാ കാര്യങ്ങളും സൃഷ്ടിച്ചിരിക്കുന്നതും മണ്ണും വെള്ളവും കൊണ്ടാണ്. അതുകൊണ്ടാണ് പുരുഷനും സ്ത്രീയും മാംസവും പച്ചക്കറിയും പഴവും എല്ലാം തമ്മിൽ പൊരുത്തപ്പെടുന്നത്... നിങ്ങൾ എല്ലാം ഒരേ മണ്ണിൽ നിന്നും ഒരേ വെള്ളത്തിൽ നിന്നും ഉള്ളവരല്ലേ? എല്ലാ കാര്യങ്ങളും ഒന്നിച്ചു ചേരാൻ ആഗ്രഹിക്കുന്നു. എന്തുകൊണ്ട്, ഇപ്പോൾ തന്നെ വരുന്ന വഴിക്ക് ഒരു സ്ത്രീ നിങ്ങളെ വിളിക്കുന്നത് ഞാൻ കേട്ടു."

"അവൾ എന്നെ എന്തിനാണ് വിളിച്ചിരുന്നത്? അവൾ എന്താണ് ആഗ്രഹിക്കുന്നത്?"

ദൈവദൂതൻ പുഞ്ചിരിച്ചു. "അവളുടെ വെള്ളവും മണ്ണും നിങ്ങളുടെ വെള്ളത്തിനേയും മണ്ണിനേയും ആണ് വിളിക്കുന്നത്. അവൾ അവളുടെ നെയ്ത്തുതറിയുടെ അടുത്തിരുന്ന് നെയ്തുകൊണ്ട് പാടിക്കൊണ്ടിരി

ക്കുന്നു. അവളുടെ പാട്ട് പർവ്വതങ്ങളെ തുളച്ചിറങ്ങി. നിങ്ങളെ അന്വേഷിച്ച് സമതലങ്ങളിലൂടെ ഒഴുകുന്നു. ശ്രദ്ധിച്ചു കേൾക്കൂ. ഒരു നിമിഷത്തിനുള്ളിൽ അത് ഇവിടെ ഈ ചെറുനാരകങ്ങൾക്കിടയിൽ എത്തിച്ചേരും. ശബ്ദിക്കാതിരിക്കൂ: അത് ഇവിടെ എത്തിയിരിക്കുന്നു. നിങ്ങൾ കേൾക്കുന്നുണ്ടോ? അവൾ പാടുകയായിരുന്നെന്ന് ഞാൻ വിചാരിച്ചു, പക്ഷേ, അവൾ പാടുകയായിരുന്നില്ല– അവൾ വിലപിക്കുകയായിരുന്നു. ശ്രദ്ധിച്ചു കേൾക്കൂ. നിങ്ങൾ എന്താണ് കേൾക്കുന്നത്?"

"ഞാൻ കിളികൾ ചേക്കേറാൻ വേണ്ടി തിരിച്ചു പോകുന്നത് കേൾക്കുന്നു. നേരം ഇരുട്ടിക്കൊണ്ടിരുന്നു."

"മറ്റൊന്നും കേൾക്കുന്നില്ലേ? നിങ്ങളുടെ എല്ലാ ശക്തിയുമെടുത്ത് ശ്രമിച്ചു നോക്കൂ. നിങ്ങളുടെ ആത്മാവ് ശരീരത്തിൽ നിന്ന് രക്ഷപ്പെടട്ടെ. രക്ഷപ്പെടുകയാണെങ്കിൽ അതിന് കേൾക്കാൻ കഴിഞ്ഞേക്കും."

"ഞാൻ കേൾക്കുന്നു! ഞാൻ കേൾക്കുന്നു. വളരെ ദൂരത്തു നിന്നും ഞാൻ ഒരു സ്ത്രീയുടെ ശബ്ദം കേൾക്കുന്നു– അവൾ വിലപിക്കുകയാണ്. പക്ഷേ എനിക്ക് വാക്കുകൾ വ്യക്തമാകുന്നില്ല."

"ഞാൻ അത് വ്യക്തമായി കേൾക്കുന്നു. നിങ്ങൾ അത് ശ്രദ്ധിച്ചു കേൾക്കൂ. അവൾ എന്താണ് വിലപിക്കുന്നത്?"

യേശു എഴുന്നറ്റ് എല്ലാ ശക്തിയും വിനിയോഗിച്ചു: അദ്ദേഹത്തിന്റെ ആത്മാവ് രക്ഷപ്പെട്ടു. അത് ഗ്രാമത്തിലെത്തി വീട്ടിൽ കടന്നുചെന്ന് മുറ്റത്ത് നിലയുറപ്പിച്ചു.

"ഞാൻ കേൾക്കുന്നു..." ചുണ്ടിൽ വിരൽ വെച്ചുകൊണ്ട് യേശു പറഞ്ഞു.

"പറയൂ.. എന്താണ് വിലപിക്കുന്നത്."

"വെള്ളിയുടെ ശവക്കല്ലറ, സ്വർണ്ണത്തിന്റെ ശവക്കല്ലറ,

സ്വർണ്ണം പൂശിയ ശവക്കല്ലറ. ചുവന്ന ചുണ്ടുകൾ തിന്നരുത്, കറുത്ത കണ്ണുകൾ തിന്നരുത്.

രാപ്പാടിയുടെ ശബ്ദം ഉള്ള അവന്റെ കുഞ്ഞു നാക്ക് തിന്നരുത്."

"നസറേത്തിലെ യേശു പാട്ടുകാരിയെ തിരിച്ചറിയുന്നുണ്ടോ?"

"തിരിച്ചറിയുന്നു"

"അത് ലാസറസിന്റെ സഹോദരി മറിയം ആണ്. അവൾ ഇപ്പോഴും അവളുടെ മന്ത്രകോടി നെയ്തു കൊണ്ടിരിക്കുകയാണ്. നിങ്ങൾ മരിച്ചെന്ന് വിചാരിച്ച് അവൾ കരഞ്ഞുകൊണ്ടിരിക്കുന്നു. അവളുടെ നിർമ്മലമായ കഴുത്ത് നഗ്നമാക്കപ്പെട്ടിരിക്കുന്നു. അവളുടെ വൈഢൂര്യമാല അവളുടെ നെഞ്ചുവരെ ഇറങ്ങിക്കിടക്കുന്നു. അവളുടെ ശരീരം മുഴുവൻ വിയർത്തിരിക്കുകയാണ്. ശരീരത്തിന് മണം ഉണ്ട്: അടുപ്പിൽ നിന്ന് ഉടൻതന്നെ പുറത്തെടുത്ത അപ്പത്തിന്റെയോ, പഴുത്ത ശീമമാതളത്തിന്റെയോ മഴയ്ക്ക് ശേഷമുള്ള മണ്ണിന്റെയോ മണം. എഴുന്നേല്ക്കൂ. നമുക്ക് പോയി അവളെ ആശ്വസിപ്പിക്കാം."

“മഗ്ദലന എവിടെ?” യേശു ഭയത്തോടെ വിളിച്ചു ചോദിച്ചു.

ദൈവദൂതൻ ഒരിക്കൽക്കൂടി യേശുവിന്റെ കൈ പിടിച്ചുകൊണ്ട് നിലത്തിരുന്നു.

“മഗ്ദലന” അയാൾ ശാന്തമായി പറഞ്ഞു. “ഓ ശരിയാണ്; ഞാൻ നിങ്ങളോട് പറയാൻ മറന്നു. പോയി. അവൾ മരിച്ചു.”

“മരിച്ചെന്നോ?”

“അവൾ കൊല്ലപ്പെടുകയായിരുന്നു. ഹേ, നസറേത്തിലെ യേശു, നിങ്ങൾ മുഷ്ടി ചുരുട്ടിപ്പിടിച്ചുകൊണ്ട് എവിടെയാണ് പോകുന്നത്? നിങ്ങൾ ആരെ കൊല്ലാനാണ് പോകുന്നത്. ദൈവത്തിനെ കൊല്ലാനാണോ? അവളെ കൊന്നത് അദ്ദേഹം ആയിരുന്നു. ഇരിക്കൂ. നിർമ്മലമായ ആത്മാവ് അവളുടെ സന്തോഷത്തിന്റെ കൊടുമുടിയിൽ വെച്ച് അമ്പെയ്ത് അവളെ തുളച്ചു. ഇപ്പോൾ അവൾ അനശ്വരയായി മുകളിൽ കഴിഞ്ഞുകൂടുന്നു. ഒരു സ്ത്രീക്ക് ഇതിലും വലിയ ആഹ്ലാദം കിട്ടാനുണ്ടോ? അവൾ അവളുടെ സ്നേഹം മാഞ്ഞുപോകുന്നതു കണ്ടില്ല. അവളുടെ ഹൃദയം ഭീരുവായി മാറുന്നത് കാണില്ല. അവളുടെ മാംസം ഇല്ലാതാകുന്നത് കാണില്ല. അദ്ദേഹം അവളെ കൊന്നു കൊണ്ടിരുന്ന സമയം മുഴുവൻ ഞാൻ അവിടെ ഉണ്ടായിരുന്നു. എന്താണ് സംഭവിച്ചതെന്ന് ഞാൻ കണ്ടു. അവൾ സ്വർഗ്ഗത്തേക്ക് കൈ ഉയർത്തിക്കൊണ്ട് വിളിച്ചുകൂവി. “ദൈവമേ, നന്ദി. ഞാൻ ആഗ്രഹിച്ചത് ഇതാണ്.”

പക്ഷേ, യേശു ആളിക്കത്തി:

“ഇത്തരത്തിൽ സമർപ്പണത്തിനുള്ള ആഗ്രഹം പട്ടികൾക്ക് മാത്രമാണ് ഉള്ളത്. പട്ടികൾക്കും ദൈവദൂതന്മാർക്കും! ഞാൻ ഒരു പട്ടിയല്ല! ഞാൻ ദൈവദൂതനും അല്ല! ഞാൻ മനുഷ്യനാണ്. ഞാൻ അതുകൊണ്ട് അലറുന്നു: അനീതി! അനീതി! സർവ്വശക്താ, അവളെ കൊന്നത് അവളുടെ ഭാഗത്തുനിന്നുള്ള അനീതിയാണ്. ഏറ്റവും പ്രാകൃതനായ മരംവെട്ടുകാരൻ പോലും ഒരു പൂത്തുനില്ക്കുന്ന മരം മുറിക്കാൻ വിറയ്ക്കും. മഗ്ദലനയുടെ വേരുകൾ മുതൽ ഏറ്റവും മുകളിലുള്ള ശാഖ വരെ പൂത്തുലയുകയായിരുന്നു!”

ദൈവദൂതൻ അദ്ദേഹത്തെ കെട്ടിപ്പിടിച്ച് തലമുടിയിലും തോളുകളിലും കാൽമുട്ടുകളിലും തലോടി. അദ്ദേഹത്തോട് ശബ്ദം താഴ്ത്തി വാത്സല്യത്തോടെ സംസാരിച്ചു. അവസാനം നേരം ഇരുട്ടി. ഒരു ഇളംകാറ്റ് വീശി. മേഘങ്ങൾ ചിതറിപ്പോയി. ഒരു വലിയ നക്ഷത്രം പ്രത്യക്ഷപ്പെട്ടു. അത് ശുക്രനക്ഷത്രം ആയിരുന്നിരിക്കണം.

“ക്ഷമ കാണിക്കൂ.” ദൈവദൂതൻ പറഞ്ഞു. “കീഴടങ്ങൂ. നിരാശനാകരുത്. ലോകത്ത് ഒരു സ്ത്രീ മാത്രമാണ് നിലനില്ക്കുന്നത്. അസംഖ്യം മുഖങ്ങളുള്ള ഒരു സ്ത്രീ. ഒരാൾ വീഴുന്നു. ഒരാൾ എഴുന്നേല്ക്കുന്നു. മഗ്ദലന മറിയം മരിച്ചു. ലാസറസിന്റെ സഹോദരി ജീവിക്കുന്നു. നമുക്കു വേണ്ടി കാത്തിരിക്കുന്നു— നിങ്ങൾക്കു വേണ്ടി കാത്തിരിക്കുന്നു. അവൾ മറ്റൊരു

മുഖം ഉള്ള മഗ്ദലന തന്നെയാണ്. ശ്രദ്ധിക്കൂ... അവൾ വീണ്ടും നെടു വീർപ്പിട്ടു. നമുക്ക് പോയി അവളെ ആശ്വസിപ്പിക്കാം. നസറേത്തിലെ യേശുവേ, അവൾ അവളുടെ ഗർഭപാത്രത്തിനുള്ളിൽ എല്ലാ ആഹ്ലാദങ്ങ ളിലും വെച്ച് ഉയർന്ന ആഹ്ലാദം നിങ്ങൾക്കു വേണ്ടി കരുതിയിരിക്കുന്നു— നിങ്ങളുടെ മകൻ. നമുക്ക് പോകാം."

ദൈവദൂതൻ അയാളുടെ കൂട്ടുകാരനെ വാത്സല്യത്തോടെ തലോടി ക്കൊണ്ട് സാവധാനം നിലത്തുനിന്ന് പിടിച്ച് എഴുന്നേല്പിച്ചു. അവർ രണ്ടു പേരും ഇപ്പോൾ ചെറുനാരകങ്ങൾക്കടിയിൽ ഒന്നിച്ച് എഴുന്നേറ്റ് നില്ക്കു കയായിരുന്നു. അവർക്കു മുകളിൽ ശുക്രനക്ഷത്രം ചിരിച്ചുകൊണ്ട് അസ്ത മിച്ചു.

യേശുവിന്റെ ഹൃദയം അല്പാല്പമായി മയപ്പെട്ടു. ഈർപ്പമുള്ള മങ്ങിയ ഇരുട്ടിൽ മഗ്ദലന മറിയത്തിന്റെ മുഖവും ലാസറസിന്റെ സഹോ ദരിയായ മറിയത്തിന്റെ മുഖവും തമ്മിൽ കൂടിക്കുഴഞ്ഞ് ഒന്നായി മാറി ക്കൊണ്ടിരുന്നു. എല്ലാ സുഗന്ധങ്ങളോടും കൂടി രാത്രി കടന്നുവന്ന് അവരെ മൂടി.

"വരൂ." യേശുവിന്റെ അരക്കെട്ടിൽ തന്റെ പതുപതുത്ത ഉരുണ്ട കൈ വെച്ചുകൊണ്ട് ദൈവദൂതൻ പിറുപിറുത്തു. അയാളുടെ ശ്വാസത്തിന് ജാതി ക്കയുടെയും മണ്ണിന്റെയും മണം ഉണ്ടായിരുന്നു. യേശു അയാളുടെ തോളി ലേക്ക് തല ചായ്ച്ചുകൊണ്ട് ആഴത്തിൽ ശ്വസിച്ചു. ദൈവദൂതനെ കുടലി നുള്ളിലേക്ക് വരെ ശ്വസിച്ച് ഇറക്കാൻ അദ്ദേഹം ആഗ്രഹിച്ചു.

ദൈവദൂതൻ പുഞ്ചിരിച്ചുകൊണ്ട് അയാളുടെ ചിറകുകളിൽ ഒരെണ്ണം വിടർത്തി. രാത്രിയോടൊപ്പം ഒരു ശക്തമായ മഞ്ഞുവീഴ്ച കടന്നുവന്നു. അയാൾ യേശുവിന് തണുക്കാതിരിക്കാൻ വേണ്ടി തന്റെ കട്ടിയുള്ള പച്ച ച്ചിറകുകൾ കൊണ്ട് അദ്ദേഹത്തെ പൊതിഞ്ഞു. ഒരിക്കൽക്കൂടി വസന്ത ത്തിലെ ശാന്തമായ ഒരു ചാറ്റമഴപോലെ നനഞ്ഞ അന്തരീക്ഷത്തിലൂടെ ആ സ്ത്രീയുടെ വിലാപം കേൾക്കാൻ കഴിഞ്ഞിരുന്നു.

"വെള്ളിയുടെ ശവക്കല്ലറ, സ്വർണ്ണത്തിന്റെ ശവക്കല്ലറ....

"നമുക്ക് പോകാം." യേശു പറഞ്ഞു. അയാൾ അതുകേട്ട് പുഞ്ചി രിച്ചു.

മുപ്പത്തിയൊന്ന്

രാത്രി മുഴുവൻ യേശു ദൈവദൂതനെ കെട്ടിപ്പിടിച്ച് പച്ചച്ചിറകുകൾ പുതച്ച് നിലത്തു കിടന്ന് ഉരുണ്ടു. ആകാശത്തേക്ക് ഒരു വലിയ ചന്ദ്രൻ കയറിവന്നിരുന്നു. ഇന്നു രാത്രിയിൽ അത് ഒറ്റപ്പെട്ടു പോയിരുന്നെങ്കിലും സന്തോഷവാനായിരുന്നു. അതിന്റെ മുകളിൽ ആബേലിനെ കെയിൻ കൊല്ലുന്നതു കാണുന്നതിനുപകരം സന്തുഷ്ടമായി തുറന്നിരിക്കുന്ന ഒരു വായും ശാന്തമായ രണ്ടു കണ്ണുകളും പ്രകാശത്തിൽ കുളിച്ചുനില്ക്കുന്ന

ശാന്തമായ തുടുത്ത കവിളുകളും ആണ് നിങ്ങൾക്ക് കാണാൻ കഴിഞ്ഞിരുന്നത്; ഇരുട്ടിലൂടെ അലഞ്ഞുതിരിയുന്ന പ്രണയിനിയായ ഒരു സ്ത്രീയുടെ പൂർണ്ണതയുള്ള വട്ടമുഖം. മരങ്ങൾ ഒളിച്ചോടി; രാത്രിയിലെ പക്ഷികൾഡ മനുഷ്യരെപ്പോലെ സംസാരിച്ചു. പർവ്വതങ്ങൾ പിളർന്ന് രാത്രിയിലെ രണ്ട് യാത്രക്കാരെയും വലിച്ച് ഉള്ളിലാക്കിക്കൊണ്ട് വീണ്ടും അടഞ്ഞു.

ഇത് എന്ത് ആഹ്ലാദം ആണ്: നമ്മൾ സ്വപ്നത്തിൽ ചെയ്യുന്നതുപോലെ ഭൂമിയുടെ മുകളിലൂടെ തെന്നിമാറിക്കൊണ്ട് പറക്കുക! ജീവിതം ഒരു സ്വപ്നം ആയിരിക്കുന്നു. ഇത് സ്വർഗ്ഗത്തിന്റെ അർത്ഥം ആണോ?.. അദ്ദേഹത്തിന് ദൈവദൂതനോട് ചോദിക്കണമെന്നുണ്ടായിരുന്നു. പക്ഷേ, ചോദിച്ചാൽ അയാൾ ഉണരും എന്നുള്ള ഭയം കൊണ്ട് അദ്ദേഹം സംസാരിച്ചില്ല.

അദ്ദേഹം ചുറ്റുപാടും നോക്കി. കല്ലുകളുടെയും അന്തരീക്ഷത്തിന്റെയും പർവ്വതത്തിന്റെയും ആത്മാവ് എത്രമാത്രം പ്രസന്നമായിരിക്കുന്നു. നിങ്ങൾ കൂട്ടുകാരോടൊപ്പം കാടുമൂടിയ ഹദയവുമായി ഇരിക്കുമ്പോൾ തണുത്ത വീഞ്ഞ് വരുന്നു. നിങ്ങൾ കുടിക്കുന്നു. അല്പാല്മായി നിങ്ങളുടെ മനസ്സിന്റെ ഭാരം കുറയുന്നു. അത് നിങ്ങളുടെ തലയ്ക്ക് മുകളിൽ ചിറകടിച്ചുയർന്ന് പറന്നു നില്ക്കുന്ന ഒരു ഇളം ചുവപ്പുനിറമുള്ള മേഘമായി മാറുന്നു. അതിനുശേഷം സ്വർണ്ണനിറമുള്ള സുതാര്യമായ ലോകം അതിൽ തട്ടി തലകീഴായി പ്രതിഫലിക്കുന്നു...

അദ്ദേഹം ഒരിക്കൽക്കൂടി ദൈവദൂതനോട് സംസാരിക്കാൻ വേണ്ടി മുഖം തിരിച്ചു. പക്ഷേ, മറ്റേയാൾ പുഞ്ചിരിച്ചുകൊണ്ട് ചുണ്ടത്ത് വിരൽവെച്ചു. ദൈവദൂതൻ അദ്ദേഹത്തോട് സംസാരിക്കാതിരിക്കാൻ ശാന്തമായി പറഞ്ഞു.

അവർ ഒരു ഗ്രാമത്തിനടുത്ത് എത്തിയിട്ടുണ്ടാകും. കാരണം പൂവൻ കോഴികൾ നേരം പുലർന്ന കാര്യം പ്രഖ്യാപിക്കുന്നുണ്ടായിരുന്നു. ചന്ദ്രൻ ഇപ്പോൾ പർവ്വതങ്ങൾക്ക് പിന്നിൽ ഉരുണ്ടുപോയിരുന്നു. പുലരി ലോകത്തെ ശാന്തമായ വെളിച്ചം കൊണ്ട് അലങ്കരിച്ചു. ഭൂമി വീണ്ടും പ്രശാന്തമായി. സമയം വീണ്ടും യുക്തിയുക്തമായി. പർവ്വതങ്ങളും ഗ്രാമവും ഒലിവ് തോട്ടങ്ങളും വീണ്ടും ലോകത്തിന്റെ അവസാനം പ്രതീക്ഷിച്ച് കാത്തു നില്ക്കാൻ വേണ്ടി ദൈവം അവരെ സ്ഥാപിച്ചിരുന്ന സ്ഥലങ്ങളിലേക്ക് തിരിച്ചുപോയി. പ്രിയപ്പെട്ട വഴിയും ഒലിവ് തോട്ടങ്ങൾക്കിടയിലുള്ള ബഥനിയും അത്തിമരങ്ങളും മുന്തിരിപ്പാടങ്ങളും ഇവിടെയായിരുന്നു. കൂടാതെ വിശുദ്ധമായ നെയ്ത്തുതറിയും കത്തുന്ന നെരിപ്പോടും അണയാത്ത തീനാളങ്ങളായ രണ്ട് സഹോദരിമാരും ഉള്ള സൗഹൃദം വീണ്ടും ഓർത്തെടുക്കാൻ പറ്റുന്ന വീടും ഇവിടെയായിരുന്നു...

“നമ്മൾ ഇവിടെ എത്തിയിരിക്കുന്നു.” ദൈവദൂതൻ പറഞ്ഞു.

മേൽക്കൂരയിലെ പുകക്കുഴലിൽ നിന്ന് പുക ഉയരുന്നുണ്ടായിരുന്നു. രണ്ട് സഹോദരിമാരും ഉണർന്നിരിക്കും. അവർ അടുപ്പ് കത്തിച്ചിരിക്കും.

"നസറേത്തിലെ യേശുവേ" ദൈവദൂതൻ യേശുവിനെ പൊതിഞ്ഞിരുന്ന ചിറകുകൾ വിടർത്തിക്കൊണ്ട് പറഞ്ഞു. "രണ്ടു സഹോദരിമാരും എഴുന്നേറ്റ് ആദ്യത്തെ ജോലിയായ പാൽകറന്നെടുത്ത് നിങ്ങൾക്കുവേണ്ടിയുള്ള പാൽ തയ്യാറാക്കിക്കൊണ്ടിരിക്കുകയാണ്. വഴിയിൽ വെച്ച് നിങ്ങൾ എന്നോട് സ്വർഗ്ഗത്തിന്റെ അർത്ഥം എന്താണെന്ന് ചോദിക്കാൻ ആഗ്രഹിച്ചിരുന്നില്ലേ? നസറേത്തിലെ യേശുവേ, അത് ആയിരം ചെറിയ ആഹ്ലാദങ്ങൾ ആണ്. ഒരു വാതിലിൽ മുട്ടുന്നത്, ഒരു സ്ത്രീ നിങ്ങൾക്കുവേണ്ടി ആ വാതിൽ തുറക്കുന്നത്, നിങ്ങൾക്കുവേണ്ടി മേശ ഒരുക്കുന്നതു ശ്രദ്ധിച്ചു കൊണ്ട് നെരിപ്പോടിനു മുന്നിൽ ഇരിക്കുന്നത്; നേരം ഇരുട്ടിക്കഴിയുമ്പോൾ അവൾ നിങ്ങളെ കെട്ടിപ്പിടിക്കുന്നതായി അനുഭവപ്പെടുന്നത്. രക്ഷകൻ വരുന്ന വഴി അതാണ്: സാവധാനം— ആലിംഗനത്തിൽ നിന്ന് ആലിംഗനത്തിലേക്ക്, മകനിൽ നിന്ന് മകനിലേക്ക്. അതാണ് വഴി."

"ഞാൻ മനസ്സിലാക്കുന്നു." യേശു പറഞ്ഞു. അദ്ദേഹം നീലച്ചായം പുരട്ടിയ വാതിലിനു മുന്നിൽ നടത്തം നിർത്തിക്കൊണ്ട് കതകുതട്ടിയിൽ കൈവെച്ചു. പക്ഷേ, ദൈവദൂതൻ അദ്ദേഹത്തെ തടഞ്ഞുനിർത്തി.

"തിടുക്കം കൂട്ടരുത്." അയാൾ പറഞ്ഞു. "കേൾക്കൂ; നമ്മൾ ഇനിയും വേർപിരിയില്ല. നിങ്ങളെ സുരക്ഷിതമല്ലാത്ത അവസ്ഥയിൽ തനിച്ചാക്കിപ്പോകാൻ എനിക്ക് ഭയമാണ്— അതുകൊണ്ട് ഞാനും നിങ്ങളോടൊപ്പം വരാം. ഞാൻ നിങ്ങൾ ചെറുനാരകങ്ങളുടെ ഇടയിൽവെച്ച് കണ്ട കാപ്പിരിപ്പയ്യനായി രൂപം മാറാം. നിങ്ങൾക്കു വേണ്ടി ദൂതനായി ഓടി നടക്കുന്ന അടിമയാണെന്ന് പറഞ്ഞാൽ മതി. തെറ്റായ വഴി വീണ്ടും തെരഞ്ഞെടുത്ത് നിങ്ങൾ നശിച്ചുപോകണമെന്ന് ഞാൻ ആഗ്രഹിക്കുന്നില്ല."

അയാൾ സംസാരിച്ചുകഴിയുന്നതിനു മുമ്പു തന്നെ ഒരുകാപ്പിരി പയ്യൻ യേശുവിന്റെ മുമ്പിൽ നിന്നിരുന്നു. അവന്റെ തല അദ്ദേഹത്തിന്റെ കാൽമുട്ടുവരെ ഉണ്ടായിരുന്നു. അവന് വീതിയുള്ള വെളുത്ത പല്ലുകളും ചെവിയിൽ രണ്ട് സ്വർണ്ണ വളയങ്ങളും ഉണ്ടായിരുന്നു. അവൻ കൈയിൽ നിറഞ്ഞുകവിയുന്ന ഒരു കുട പിടിച്ചിട്ടുണ്ടായിരുന്നു.

അവൻ പറഞ്ഞു. "ഇത് യജമാനന് രണ്ടു സഹോദരിമാരും കൂടി തന്നയച്ച സമ്മാനങ്ങൾ ആണ്. സിൽക്ക് വേഷങ്ങളും കാതിൽ അണിയുന്ന വളയങ്ങളും കൈത്തളകളും വിലമതിക്കാൻ പറ്റാത്ത തൂവലുകൾകൊണ്ടുള്ള വിശറികളും മറ്റും ആണ്— സ്ത്രീസഹജമായ ആവരണങ്ങൾ. ഇപ്പോൾ യജമാനന് വാതിലിൽ മുട്ടാം"

യേശു മുട്ടി. അദ്ദേഹം മുറ്റത്തുനിന്നും പട്ടികളുടെ കുര കേട്ടു. അതിനുശേഷം മാധുര്യമുള്ള ഒരു ശബ്ദം വിളിച്ചു ചോദിച്ചു. "അവിടെ ആരാണ്?"

യേശു ചുവന്നുതുടുത്തു. അദ്ദേഹം ശബ്ദം തിരിച്ചറിഞ്ഞു: അത് മറിയത്തിന്റെ ശബ്ദം ആയിരുന്നു. വാതിൽ തുറന്ന് പുറത്തിറങ്ങിയ രണ്ട് സഹോദരിമാരും കൂടി അദ്ദേഹത്തിന്റെ കാല്ക്കൽ വീണു.

"ആചാര്യന്റെ അഭിനിവേശത്തെ ഞങ്ങൾ ആരാധിക്കുന്നു. അങ്ങ

യുടെ വിശുദ്ധമായ ഉയിർത്തെഴുന്നേല്പിനെ ഞങ്ങൾ ആദരിക്കുന്നു. സ്വാഗതം!"

"ഇത് സത്യത്തിൽ ആചാര്യൻ തന്നെ ആണോ എന്ന് മനസ്സിലാക്കാൻ വേണ്ടി അങ്ങയുടെ നെഞ്ചിൽ തൊട്ടുനോക്കാൻ എന്നെ അനുവദിക്കണം." മറിയം പറഞ്ഞു.

"അദ്ദേഹം ശരിക്കും മാംസം ആണ്. മാംസം തന്നെ ആണ്. നമ്മളെപ്പോലെ. മറിയം കണ്ടില്ലേ? അങ്ങോട്ട് നോക്കൂ. നമ്മുടെ വാതിൽപ്പടിയിൽ അദ്ദേഹത്തിന്റെ നിഴൽ കാണുന്നുണ്ട്."

യേശു അവരുടെ സംസാരം കേട്ട് പുഞ്ചിരിച്ചു. രണ്ടു സഹോദരിമാരും കൂടി അദ്ദേഹത്തെ തൊട്ടു നോക്കുന്നതായും മണപ്പിച്ചു നോക്കുന്നതായും ആഹ്ലാദിക്കുന്നതായും അദ്ദേഹത്തിന് തോന്നി

"മാർത്തയും, മറിയവും ഇരട്ടപ്രേമഭാജനങ്ങൾ. നിങ്ങളെ കാണാൻ കഴിഞ്ഞത് നല്ലകാര്യമായി. പ്രശാന്ത സുന്ദരവും മര്യാദ പ്രകടമാക്കുന്നതും ആയ ഈ മനുഷ്യരുടെ വീട്— നിന്നെ കാണാൻ കഴിഞ്ഞതും നല്ല കാര്യമായി. ഞങ്ങൾ ഇപ്പോഴും ജീവനുള്ളവരാണ്. ഞങ്ങൾക്ക് ഇപ്പോഴും വിശപ്പുണ്ട്. ഞങ്ങൾ ഇപ്പോഴും പ്രവർത്തിക്കുന്നുണ്ട്. കരയുന്നുണ്ട്. ദൈവത്തിനു സ്തുതി!"

രണ്ട് സഹോദരിമാരെയും അഭിവാദനം ചെയ്തുകൊണ്ടുള്ള സംസാരത്തിനിടയിൽ അദ്ദേഹം വീട്ടിൽ പ്രവേശിച്ചു.

"നെരിപ്പോടും മേശയും കൂജയും പ്രിയപ്പെട്ട വിളക്കും ഇവയുടെ ഇടയിൽ കൂടിക്കുഴഞ്ഞു കിടക്കുന്ന കൈത്തറിയന്ത്രവും: ഇവയെ കാണാൻ കഴിഞ്ഞതും നല്ല കാര്യമായി! സ്ത്രീകളുടെ വിശ്വസ്തരായ പരിചാരകരെ, ഞാൻ നിങ്ങളുടെ അനുകമ്പയെ ആദരിക്കുന്നു. ആരാധിക്കുന്നു., സ്ത്രീകൾ സ്വർഗ്ഗത്തിന്റെ കവാടത്തിൽ എത്തിച്ചേരുമ്പോൾ നടത്തം നിർത്തിക്കൊണ്ട് അവർ ചോദിക്കും. "ദൈവമേ, എന്റെ കൂട്ടുകാർക്കും ഉള്ളിലേക്ക് പ്രവേശിക്കാമോ?"

"എന്ത് കൂട്ടുകാർ?" ദൈവം അവളോട് ചോദിക്കും.

"ഇവിടെയുണ്ട്. ഈ വെള്ളത്തൊട്ടിയും പിള്ളത്തൊട്ടിലും. കൈത്തറിയന്ത്രവും കൂജയും അവർ അകത്തേക്ക് വരുന്നില്ലെങ്കിൽ ഞാനും വരുന്നില്ല."

ഇതു കേൾക്കുമ്പോൾ നല്ല മനസ്സുള്ള ദൈവം പൊട്ടിച്ചിരിക്കും.

"നിങ്ങൾ സ്ത്രീകൾ ആണ്. എനിക്ക് നിങ്ങളുടെ ആനുകൂല്യം നിഷേധിക്കാൻ പറ്റുമോ? നിങ്ങൾക്ക് എല്ലാവർക്കും ഉള്ളിൽ പ്രവേശിക്കാം. വെള്ളത്തൊട്ടികളും പിള്ളത്തൊട്ടികളും കൈത്തറിയന്ത്രങ്ങളും കൊണ്ട് സ്വർഗ്ഗം നിറഞ്ഞുകവിയുകയാണ്. എനിക്ക് പുണ്യവാളന്മാർക്കു വേണ്ടിപോലും സ്ഥലം ബാക്കിയില്ല."

സ്ത്രീകൾ രണ്ടുപേരും കൂടി പൊട്ടിച്ചിരിച്ചു. തിരിഞ്ഞു നോക്കിയപ്പോൾ നിറഞ്ഞു കവിയുന്ന കുട്ടയുമായി നില്ക്കുന്ന നീഗ്രോ പയ്യനെ അവർ കണ്ടു.

"ആചാര്യാ, ഈ ആൺകുട്ടി ആരാണ്?" മറിയം ചോദിച്ചു. "എനിക്ക് അവന്റെ പല്ല് ഇഷ്ടപ്പെട്ടു."

യേശു നെരിപ്പോടിന്റെ മുന്നിൽ ഇരുന്നു. അവർ പാലും തേനും ഗോതമ്പിന്റെ അപ്പവും കൊണ്ടു വന്നു. യേശുവിന്റെ കണ്ണുകളിൽ കണ്ണുനീർ നിറഞ്ഞു.

"ഏഴ് സ്വർഗ്ഗങ്ങൾക്കും എനിക്ക് വേണ്ടത്ര വലിപ്പം ഉണ്ടായിരുന്നില്ല." അദ്ദേഹം പറഞ്ഞു. "ഏഴ് മഹത്തായ ധർമ്മങ്ങൾക്കും ഏഴ് മഹത്തായ ആശയങ്ങൾക്കും അത് ഉണ്ടായിരുന്നില്ല. എന്നാൽ സഹോദരിമാരെ, ഇത് എന്ത് അത്ഭുതം ആണ്? ഒരു ചെറിയ വീടിനും ഒരു വായ അപ്പത്തിനും സ്ത്രീകളുടെ ലളിതമായ വാക്കുകൾക്കും എനിക്ക് വേണ്ടത്ര വലിപ്പം ഉണ്ടായിരിക്കുന്നു!"

അദ്ദേഹം വീട്ടുടമസ്ഥനെപ്പോലെ അങ്ങോട്ടും ഇങ്ങോട്ടും നടന്നു. മുറ്റത്തുനിന്നും കൈനിറയെ മുന്തിരിവള്ളികൾ കൊണ്ടുവന്ന് നെരിപ്പോടിൽ ഇട്ടു. തീജ്വാലകൾ ആളിക്കത്തി. അദ്ദേഹം കിണറിനു മുകളിൽ കുനിഞ്ഞു നിന്ന് വെള്ളം കോരി കുടിച്ചു. അദ്ദേഹം കൈകൾ വിടർത്തി മാർത്തയുടെയും മറിയത്തിന്റെയും തോളിൽ വെച്ചുകൊണ്ട് അവരെ അടുപ്പിച്ചു നിർത്തി.

അദ്ദേഹം പറഞ്ഞു. "ഏറ്റവും പ്രിയപ്പെട്ട മാർത്തയും മറിയവും കേൾക്കണം. ഞാൻ എന്റെ പേര് മാറ്റാൻ പോകുന്നു. ഞാൻ ശവക്കല്ലറയിൽ നിന്ന് എഴുന്നേല്പിച്ച നിങ്ങളുടെ സഹോദരനെ അവർ കൊന്നു. ഞാൻ ഈ മൂലയിൽ അയാൾ ഇരുന്നിരുന്ന സ്ഥലത്ത് ഇരിക്കും. ഞാൻ അയാളുടെ ചാട്ട എടുക്കും. ഞാൻ അയാളുടെ പാടങ്ങൾ ഉഴുതുവിതച്ച് കൊയ്തെടുക്കും. ഞാൻ വൈകിട്ട് തിരിച്ചുവരുമ്പോൾ എന്റെ സഹോദരിമാർ ക്ഷീണിച്ച കാലുകൾ കഴുകുകയും എനിക്കുവേണ്ടി മേശ ഒരുക്കുകയും ചെയ്യും. അതിനുശേഷം ഞാൻ നെരിപ്പോടിനടുത്തു കിടന്ന അയാളുടെ സ്റ്റൂളിൽ ഇരിക്കും. എന്റെ പേര് ലാസറസ് എന്നാണ്."

അദ്ദേഹം സംസാരിച്ചു കൊണ്ടിരിക്കുമ്പോൾ കൊച്ചുകാപ്പിരി അവന്റെ വലിയ കണ്ണുകൾ കൊണ്ട് യേശുവിനെ ആകർഷിക്കാൻ ശ്രമിച്ചു. അവൻ കൂടുതൽ സമയം നോക്കുന്നതിന് അനുസരിച്ച് യേശുവിന്റെ മുഖത്തിന് വ്യത്യാസം വന്നു. അദ്ദേഹത്തിന്റെ തലയും നെഞ്ചും തുടകളും കൈകളും പാദങ്ങളും ഉൾപ്പെടെ ശരീരത്തിനു മുഴുവൻ വ്യത്യാസം വന്നു. അദ്ദേഹത്തിന് കൂടുതൽ കൂടുതൽ ലാസറസിനോട് സാമ്യം വരാൻ തുടങ്ങി— കൂടുതൽ ആരോഗ്യവും ശക്തിയും വെയിൽകൊണ്ട് കരുവാളിച്ച നെഞ്ചും കാളക്കഴുത്തും വലിയ പരുക്കൻ കൈകളും ഉള്ള ഒരു മുതിർന്ന ലാസറസ് സഹോദരിമാർ രണ്ടും അരണ്ട വെളിച്ചത്തിൽ ഈ രൂപമാറ്റം കൊണ്ട് വിറച്ചു കൊണ്ട് ശ്രദ്ധിച്ചു.

"എന്റെ ശരീരം മാറിയിരിക്കുന്നു. എന്റെ ആത്മാവ് മാറിയിരിക്കുന്നു. ശ്രദ്ധിക്കൂ! ഞാൻ ദാരിദ്ര്യത്തിനും ഉപവാസത്തിനും എതിരെ യുദ്ധം പ്രഖ്യാ

പിക്കുന്നു. ആത്മാവ് ചുറുചുറുക്കുള്ള ഒരു മൃഗം ആണ്. അത് ഭക്ഷണം കഴിക്കാൻ ആഗ്രഹിക്കുന്നു എന്റെ താടിക്കും മേൽമീശയ്ക്കും അടിയിലുള്ള ഈ വായ് ആത്മാവിന്റെ വായ് ആണ്. ആത്മാവിനുള്ള ഒരേയൊരു വായ് ഇതുമാത്രം ആണ്... ഞാൻ പാതിവ്രത്യത്തിനെതിരായി യുദ്ധം പ്രഖ്യാപിക്കുന്നു. ഓരോ സ്ത്രീയുടെ ഗർഭപാത്രത്തിലും ഒരു ശിശു മൂകമായി മരവിച്ച് ഇരിക്കുന്നു. വാതിലുകൾ തുറന്ന് അവനെ പുറത്തുവരാൻ അനുവദിക്കൂ!.. ജനിപ്പിക്കാത്തവൻ ആരായാലും അവൻ കൊലപാതകം ആണ് ചെയ്യുന്നത്... മറിയം, നീ കരയുകയാണോ?"

"മറ്റ് ഏത് രീതിയിൽ എനിക്ക് പ്രതികരിക്കാൻ കഴിയും? ആചാര്യൻ പറയണം. ഞങ്ങൾ സ്ത്രീകൾക്ക് മറ്റ് ഉത്തരങ്ങൾ ഇല്ല."

മാർത്താ അവളുടെ കൈകൾ വിശാലമായി വിടർത്തിപ്പിടിച്ചുകൊണ്ട് പറഞ്ഞു. "ഞങ്ങൾ സ്ത്രീകൾ ഒരിക്കലും അടയാതെ തുറന്നുപിടിച്ചിരിക്കുന്ന രണ്ട് കൈകൾ ആണ്. എന്റെ ആചാര്യൻ അതിനുള്ളിലേക്ക് കടന്നുവരണം. ഇരിക്കണം. ആജ്ഞാപിക്കണം. അങ്ങ് ഈ വീടിന്റെ ഉടമസ്ഥനാണ്."

യേശുവിന്റെ മുഖം തിളങ്ങി. "ഞാൻ ദൈവവുമായുള്ള മല്പിടിത്തം അവസാനിപ്പിച്ചിരിക്കുന്നു." അദ്ദേഹം പറഞ്ഞു. "ഞങ്ങൾ ചങ്ങാതിമാർ ആയിരിക്കുന്നു. ഞാൻ എന്തായാലും കുരിശുകൾ പണിയാൻ പോകുന്നില്ല. ഞാൻ വെള്ളത്തൊട്ടികളും പിള്ളത്തൊട്ടിലുകളും കട്ടിലുകളും നിർമ്മിക്കും. ഞാൻ എന്റെ പണി ആയുധങ്ങൾ നസറേത്തിൽനിന്നും കൊണ്ടുവരാൻ വേണ്ടി എഴുത്ത് അയയ്ക്കും. ഞാൻ കോപിച്ചിരിക്കുന്ന എന്റെ അമ്മയെക്കൂടി വിളിച്ചു കൊണ്ടുവരും. അതുകൊണ്ട് ആ പാവത്തിന് അവരുടെ പേരക്കുട്ടികളെ വളർത്തിക്കൊണ്ട് അവസാനകാലത്ത് ചുണ്ടുകളിൽ അല്പം മാധുര്യം അനുഭവിക്കാം. പാവം."

സ്ത്രീകളിൽ ഒരാൾ അവളുടെ മാറിടം അദ്ദേഹത്തിന്റെ കാൽമുട്ടുകളിലേക്ക് ചാരി. മറ്റവൾ പോകാൻ അനുവദിക്കാതെ അദ്ദേഹത്തിന്റെ കൈയിൽ കയറിപ്പിടിച്ചു. നെരിപ്പോടിന്റെ മുമ്പിൽ ഇരുന്നിരുന്ന കൊച്ചു കാപ്പിരി അവന്റെ കവിൾ അദ്ദേഹത്തിന്റെ കാൽമുട്ടിൽ ചേർത്തു വെച്ചുകൊണ്ട് ഉറങ്ങുന്നതായി അഭിനയിച്ചു. പക്ഷേ, നീണ്ട കൺപീലികൾക്ക് ഇടയിൽനിന്നും അവന്റെ കറുത്ത കണ്ണുകൾ യേശുവിനെയും സ്ത്രീകളെയും ശ്രദ്ധിച്ചു. കൗശലം നിഴലിക്കുന്ന സംതൃപ്തമായ ഒരു പുഞ്ചിരി അവന്റെ മുഖത്തു വ്യാപിച്ചു.

യേശുവിന്റെ കാൽമുട്ടുകളിൽ മാറിടം ചാരി ഇരുന്നിരുന്ന മറിയം സംസാരിച്ചുകൊണ്ടിരുന്നു.

"ഞാൻ ആചാര്യന്റെ അഭിനിവേശം അനുസരിച്ച് വെളുത്ത പുതപ്പിൽ നാലുചുറ്റും ആയിരക്കണക്കിന് മീവൽ പക്ഷികൾ പറക്കുന്ന ഒരു കുരിശിന്റെ ജോലിയുമായി കൈത്തറിയന്ത്രത്തിൽ ഇരിക്കുകയായിരുന്നു. ഞാൻ കറുപ്പും ചുവപ്പും നൂലുകൾ കോർത്തുകൊണ്ട് ഒരു വിലാപഗാനം

പാടിക്കൊണ്ടിരുന്നു. അതുകേട്ട് അനുകമ്പ തോന്നിയതുകൊണ്ട് ആചാര്യൻ കടന്നുവന്നു.”

സഹോദരി സംസാരം അവസാനിപ്പിക്കാൻ വേണ്ടി മാർത്താ നിശ്ശബ്ദയായി കാത്തിരുന്നു. അതിനുശേഷം അവൾ ആരംഭിച്ചു:

“എനിക്ക് അപ്പത്തിന് മാവ് കുഴയ്ക്കാനും തുണി കഴുകാനും സമ്മതം മൂളാനും ഒഴിച്ച് മറ്റൊന്നും അറിയില്ല. എന്റെ അനുഗ്രഹങ്ങൾ ഇവ മാത്രമാണെന്ന് ആചാര്യന് അറിവുള്ളതാണ്. അങ്ങ് ഭാര്യയായി എന്റെ സഹോദരിയെ തെരഞ്ഞെടുക്കുമെന്നുള്ള ഒരു തോന്നൽ എനിക്ക് ഉണ്ടായിരുന്നു. പക്ഷേ, നിങ്ങളോടൊപ്പം വൈവാഹിക ജീവിതത്തിന്റെ അന്തരീക്ഷം ശ്വസിക്കുവാൻ എന്നെ അനുവദിക്കണം: നിങ്ങളുടെ കിടക്ക കുടഞ്ഞു വിരിക്കാന് എനിക്ക് അനുവാദം തരണം. കുടുംബത്തിലെ ആവശ്യങ്ങളുടെ ചുമതല എനിക്ക് തരണം.”

അവൾ സംസാരം നിർത്തി. നെടുവീർപ്പിട്ടു. അതിനുശേഷം തുടർന്നു:

“ഞങ്ങളുടെ ഗ്രാമത്തിലെ പെൺകുട്ടികൾ ഒരു പാട്ടുപാടാറുണ്ട്. വളരെ കയ്പു നിറഞ്ഞ ഒരു പാട്ട്. അവർ കിളികൾ മുട്ടകൾക്ക് മുകളിൽ അടയിരിക്കുന്ന വസന്തകാലത്താണ് ഈ പാട്ട് പാടുന്നത്. അത് ഉരുവിടുന്നതിനുപകരം ആചാര്യന് വേണ്ടി ഞാൻ ആ പാട്ട് പാടാം. പാടിയാൽ അങ്ങയ്ക്ക് അത് മനസ്സിലാകും. കാരണം അതിന്റെ കയ്പ് കിടക്കുന്നത് അതിന്റെ ഈണത്തിലാണ്.

അല്ലയോ താടി ഇല്ലാത്ത കരുത്തന്മാരേ-
ഞാൻ എന്നെ വിറ്റുവിറ്റ് തളർന്നിരിക്കുന്നു
വാങ്ങാൻ ഒരാളെപ്പോലും കാണാതെ
ഞാൻ ഉൾപ്പെടെ എല്ലാ കാര്യങ്ങളും
ഒറ്റ വില പേശലിന് ഞാൻ നല്കുന്നു.
ആദ്യം വരുന്നവർക്ക് ആദ്യം കൊടുക്കുന്നു.
എനിക്ക് ഒരു മീവൽ പക്ഷിമുട്ട ആരുതന്നാലും
അവന് ഞാൻ എന്റെ ചുണ്ടുകൾ ദാനം ചെയ്യും.
എനിക്ക് ഒരു കഴുകന്റെ മുട്ട ആരുതന്നാലും
അവന് ഞാൻ എന്റെ മാറിടം ദാനം ചെയ്യും.
എനിക്ക് ഒരു മുറിവ് ആരുതന്നാലും
അവന് ഞാൻ എന്റെ ഹൃദയം ദാനം ചെയ്യും!”

അവളുടെ കണ്ണുകളിൽ കണ്ണുനീർ നിറഞ്ഞു. മറിയം അവളിൽ നിന്ന് അയാൾ അകന്നു പോകുമെന്ന് ഭയക്കുന്നതുപോലെ ആ മനുഷ്യന്റെ അരക്കെട്ടിൽ ചുറ്റിപ്പിടിച്ചു. മാർത്തയ്ക്ക് ഹൃദയത്തിനുള്ളിലേക്ക് ഒരു വാൾ തുളച്ചിറങ്ങുന്നതുപോലെ തോന്നി. പക്ഷേ, അവൾ വീണ്ടും ധൈര്യം സംഭരിച്ച് സംസാരിച്ചു.

“ഞാൻ ആചാര്യനോട് ഒരു കാര്യം കൂടി പറയാൻ ആഗ്രഹിക്കുന്നു. അതിനുശേഷം മറിയത്തെ ആചാര്യനോടൊപ്പം ഉപേക്ഷിച്ചിട്ട് ഞാൻ എഴു

ന്നേറ്റ് പോകും. ഒരിക്കൽ ഇവിടെ അടുത്ത് ബത്‌ലഹേമിൽ ബൗസ് എന്ന് പേരുള്ള കരുത്തനായ ഒരു ഭൂവുടമ ഉണ്ടായിരുന്നു. അന്ന് വേനൽക്കാലം ആയിരുന്നു. അയാളുടെ അടിമകൾ കൊയ്തു. മെതിച്ചു. പതിരു നീക്കി. അതിനുശേഷം വയ്ക്കോൽ മെതിക്കുന്ന തറയിൽ കൂനകൂട്ടിയിട്ടു. ഗോതമ്പ് മെതിക്കുന്ന തറയുടെ വലത്തുവശത്തും പതിര് ഇടതുവശത്തു മായി കൂട്ടിയിട്ടു. ഇടയിലായി വയ്ക്കോൽ വാരിയിട്ടതിനു ശേഷം അയാൾ ഉറങ്ങാൻ പോയി. അർദ്ധരാത്രിയായപ്പോൾ റൂത്ത് എന്ന് പേരുള്ള ഒരു പാവം സ്ത്രീ ശബ്ദം ഉണ്ടാക്കാതെ വന്ന് അയാളുടെ കാല്ക്കൽ ഇരുന്നു. അവൾ ഒരുപാട് കഷ്ടപ്പാടുകൾ സഹിച്ച ഒരു വിധവ ആയിരുന്നു. അയാൾ പാദങ്ങളിലൂടെ അവളുടെ ശരീരത്തിന്റെ ഇളംചൂട് അനുഭവിച്ചു. അയാൾ കൈകൾ താഴോട്ടു കൊണ്ടുവന്ന് പരിശോധിച്ചു. ഒടുവിൽ അവളെ കണ്ടെത്തി. അയാളുടെ നെഞ്ചിലേക്ക് ഉയർത്തിക്കിടത്തി.... ആചാര്യന് മനസ്സിലാകുന്നുണ്ടോ?"

"മനസ്സിലായി. കൂടുതൽ പറയണ്ട."

"ഞാൻ പോകുന്നു." എന്ന് പറഞ്ഞുകൊണ്ട് മാർത്താ എഴുന്നേറ്റു.

അവർ രണ്ടുപേരും മാത്രം ബാക്കിയായി. ഒരു പായയും, കുരിശും മീവൽ പക്ഷികളും കൊണ്ട് അലങ്കരിച്ച പുതപ്പും ചുമന്നുകൊണ്ട് അവർ വീടിന്റെ മേൽക്കൂരയിലേക്ക് കയറിപ്പോയി. അനുകമ്പയുള്ള ഒരു മേഘം സൂര്യനെ മൂടി. അവർ ദൈവം കാണാതിരിക്കാൻ വേണ്ടി അലങ്കാരത്ത യ്യൽ ഉള്ള പുതപ്പിനടിയിൽ ഒളിച്ചുകൊണ്ട് പരസ്പരം തഴുകാൻ തുടങ്ങി... ഒരിക്കൽ നിമിഷനേരത്തേക്ക് പുതപ്പ് തെന്നിമാറി. യേശു കണ്ണു തുറന്നു. വീടിന്റെ മേൽക്കൂരയുടെ അറ്റത്ത് കാപ്പിരിപ്പയ്യൻ ഇരിക്കുന്നത് അദ്ദേഹം കണ്ടു. അവൻ ദൂരെ ജറുസലേമിലേക്ക് നോക്കിയിരുന്ന് കൈയിൽ പിടി ച്ചിരുന്ന ആട്ടിടയന്റെ ഓടക്കുഴൽ വായിക്കുകയായിരുന്നു.

അടുത്ത ദിവസം ഗ്രാമം മുഴുവൻ പുതിയ ലാസറസിനെ അഭിനന്ദി ക്കാൻ വേണ്ടി എത്തി., കാപ്പിരിക്കുട്ടി അങ്ങോട്ടും ഇങ്ങോട്ടും ഓടിക്കൊ ണ്ടിരുന്നു. അവൻ കിണറ്റിൽ നിന്നും വെള്ളം കോരി. ആടുകളെ കറന്നു. അടുപ്പ് കത്തിക്കാൻ മാർത്തയെ സഹായിച്ചതിനു ശേഷം വാതിൽ പടി യിൽ ചുരുണ്ടു കൂടി ഇരുന്ന് അവന്റെ ഓടക്കുഴൽ വായിച്ചു. ഗ്രാമീണർ ചോളവും പാലും ഈന്തപ്പഴവും തേനും ലാസറസിനോട് സാമ്യമുള്ള അപരിചിതനായ പുതിയ സന്ദർശകനുള്ള സമ്മാനങ്ങളായി കൊണ്ടുവ ന്നിരുന്നു. അവർ വാതിൽപ്പടിയിൽ ഇരുന്നിരുന്ന കാപ്പിരിയെ കണ്ടു. അവർ അവനെ കളിയാക്കിച്ചിരിച്ചു. അവനും ചിരിച്ചു.

അന്ധനായ ഗ്രാമത്തലൻ കടന്നു.വന്നു. അയാൾ യേശുവിന്റെ കാൽമുട്ടുകളും തുടകളും തോളുകളും കൈനീട്ടി പരിശോധിച്ചു. അതി നുശേഷം അയാൾ തലകുലുക്കിക്കൊണ്ട് പൊട്ടിച്ചിരിച്ചു.

"ഹോ! നിങ്ങൾക്ക് ആർക്കും കണ്ണു കാണില്ലേ?" മുറ്റത്ത് തിങ്ങിനിറ ഞ്ഞിരുന്ന ഗ്രാമീണരോട് അയാൾ ഉച്ചത്തിൽ വിളിച്ചു പറഞ്ഞു. ഇത് ലാസ

റസ് അല്ല. അയാളുടെ ശ്വാസത്തിന്റെ ഗന്ധം ഇതല്ല. അയാളുടെ പേശികൾക്ക് വ്യത്യാസം ഉണ്ട്. ഇയാളുടെ എല്ലുകൾ ബലമായി ബന്ധിച്ചു നിർത്താൻ ധാരാളം മാംസം ഉണ്ട്. ഒരു ഇറച്ചിവെട്ടുന്ന കത്തിക്ക് പോലും ഇയാളെ വെട്ടിമുറിക്കാൻ പറ്റില്ല."

യേശു മുറ്റത്തിരുന്ന് സത്യങ്ങളും കള്ളങ്ങളും മെടഞ്ഞെടുത്തു കൊണ്ട് പൊട്ടിച്ചിരിച്ചു. "കുട്ടികളേ, ഭയം വേണ്ട. ഞാൻ ലാസറസ് അല്ല. അയാളുടെ കാര്യങ്ങൾ അവസാനിച്ചു. എന്റെ പേരും. ലാസറസ് എന്നാണ്. അങ്ങനെ സംഭവിച്ചുപോയതാണ്. ഞാൻ ആശാരിയാണ്. പച്ചച്ചിറകുകൾ ഉള്ള ഒരു ദൈവദൂതൻ എന്നെ ഈ വീട്ടിലേക്ക് നയിച്ചു കൊണ്ടുവന്നു. അങ്ങനെയാണ് ഞാൻ ഇവിടെ കടന്നുവന്നത്. അദ്ദേഹം കുനിഞ്ഞുകിടന്ന് ചിരിച്ചുകൊണ്ടിരുന്ന കാപ്പിരിയെ നോക്കി.

സമയം അക്ഷയമായ ജലപ്രവാഹം പോലെ ഒഴുകിയിറങ്ങി. ലോകത്തെ നനച്ചു ധാന്യങ്ങൾ വിളഞ്ഞു. മുന്തിരിക്കുലകൾ തിളങ്ങാൻ തുടങ്ങി. ഒലിവുകളിൽ എണ്ണ നിറഞ്ഞു. പൂത്തുലഞ്ഞ മാതള നാരകങ്ങളിൽ മാതള നാരങ്ങകൾ പ്രത്യക്ഷപ്പെട്ടു. ശരത്ക്കാലം അവരെ പിൻതള്ളി. മഞ്ഞുകാലം വന്നുചേർന്നു. അവരുടെ മകൻ ജനിച്ചുകഴിഞ്ഞിരുന്നു. നെയ്ത്തുകാരി മറിയം നവജാത ശിശുവിനെ തോരാത്ത വിസ്മത്തോടെ ആരാധിച്ചു. "എന്റെ ദൈവമേ, എന്റെ ഗർഭപാത്രത്തിൽ നിന്ന് ഈ അത്ഭുതം എങ്ങനെ പുറത്തു വന്നു. "ഞാൻ അനശ്വരമായ ജലം കുടിച്ചു" അവൾ ചിരിച്ചുകൊണ്ട് പറയും. "ഞാൻ അനശ്വരമായ ജലം കുടിച്ചു. ഞാൻ മരിക്കില്ല!"

ഇരുണ്ട രാത്രി. മഴ പെയ്തു കൊണ്ടിരുന്നു. സ്വർഗ്ഗത്തെ ഉദരത്തിനുള്ളിലേക്ക് സ്വാഗതം ചെയ്ത് ചെളിയാക്കി മാറ്റിക്കൊണ്ട് ഭൂമി വായും പിളർന്ന് കിടന്നു. പകുതി ജോലി പൂർത്തിയാക്കിയ വെള്ളത്തൊട്ടികൾക്കും പിള്ളത്തൊട്ടിലുകൾക്കും ഇടയിൽ കിടക്കുന്ന തടിച്ചീളുകൾക്കു മുകളിൽ മലർന്നു കിടന്നുകൊണ്ട് ലാസറസ് ഇടിമുഴക്കങ്ങൾ ശ്രദ്ധിക്കുന്നു. അദ്ദേഹം പണിപ്പുരയിൽ കിടന്ന് ദൈവത്തെപ്പറ്റിയും തന്റെ നവജാതനായ മകനെപ്പറ്റിയും ആലോചിക്കുന്നു. അദ്ദേഹത്തിന് സംതൃപ്തി തോന്നുന്നു. ദൈവം ഒരു ശിശുവിന്റെ രൂപത്തിൽ ആദ്യമായാണ് അദ്ദേഹത്തിന്റെ മനസ്സിലേക്ക് കടന്നുവരുന്നത്. തൊട്ടടുത്ത മുറിയിൽ അവൻ കരയുന്നതും ചിരിക്കുന്നതും അദ്ദേഹം കേൾക്കുന്നു. അമ്മയുടെ കാലുകളിൽ അവൻ നൃത്തം ചെയ്യുന്നത് കേൾക്കുന്നു. കറുത്ത താടി തടവിക്കൊണ്ട് അദ്ദേഹം ആലോചിക്കുന്നു. ദൈവം അപ്പോൾ ഇത്രമാത്രം അടുത്താണോ? അങ്ങയുടെ ഇളം ചുവപ്പുനിറമുള്ള കാൽപ്പാദങ്ങൾ ഇത്രമാത്രം മൃദുലമാണോ? അദ്ദേഹം ഇത്രമാത്രം എളുപ്പത്തിൽ ഇക്കിളിപ്പെടുത്തപ്പെടുന്നവനാണോ? മനുഷ്യന്റെ കൈവിരലുകൾ തലോടുമ്പോൾ സർവ്വശക്തനായ ദൈവം ഇത്രമാത്രം അനായാസമായി പൊട്ടിച്ചിരിക്കാറുണ്ടോ?

കാപ്പിരിച്ചെറുക്കൻ കോട്ടുവായിട്ടു അവൻ വാതിലിനടുത്തുള്ള മറ്റേ

മൂലയിൽ കിടന്ന് ഉറങ്ങുകയാണെന്ന് അഭിനയിക്കുകയായിരുന്നു. അയാൾ അമ്മ നവജാതശിശുവിനെ താലോലിക്കുന്നതുകേട്ട് സംതൃപ്തിയോടെ പുഞ്ചിരിച്ചു. രാത്രിയിൽ ആരും അയാളെ കാണാത്ത ഈ സമയത്ത് കാപ്പിരി വീണ്ടും ദൈവദൂതനായി മാറിക്കൊണ്ട് വിശ്രമിക്കുകയായിരുന്നു. അയാൾ പച്ചച്ചിറകുകൾ തടിച്ചീളുകൾക്കു മുകളിൽ വിടർത്തി വെച്ചിരുന്നു.

"യേശു നിങ്ങൾ ഉണർന്നിരിക്കുകയാണോ?" ദൈവദൂതൻ ഇരുട്ടിനുള്ളിൽ നിന്ന് മന്ത്രിച്ചു.

യേശു കേട്ടില്ലെന്ന് ഭാവിച്ചു. രാത്രിയുടെ നിശ്ശബ്ദതയിൽ നവജാതശിശുവിന്റെ ശബ്ദം കേട്ടുകൊണ്ട് നിശ്ശബ്ദനായിരിക്കുന്നതിൽ അദ്ദേഹത്തിന് സന്തോഷം തോന്നി. പക്ഷേ, അദ്ദേഹം പുഞ്ചിരിച്ചു. ഈ കാപ്പിരിയോട് അദ്ദേഹം വളരെ കൂടുതൽ അടുത്തുകഴിഞ്ഞിരുന്നു. പകൽ മുഴുവൻ അവൻ അദ്ദേഹത്തിന്റെ ദൂതനായി അങ്ങോട്ടും ഇങ്ങോട്ടും ഓടി. കൂടാതെ തടിപ്പണിയിൽ അദ്ദേഹത്തെ സഹായിച്ചു. വൈകിട്ട് ജോലി കഴിയുമ്പോൾ അവൻ വാതിൽപ്പടിയിൽ ഇരുന്ന് അദ്ദേഹത്തിനു വേണ്ടി ഓടക്കുഴൽ വായിച്ചു. അതുകേട്ട് യേശു അന്നത്തെ അദ്ധ്വാനം മറന്നു. അതിനുശേഷം ആദ്യനക്ഷത്രം പ്രത്യക്ഷപ്പെടുമ്പോൾ അവർ എല്ലാംകൂടി ഒരു മേശയിൽ ഒന്നിച്ചിരുന്ന് ഭക്ഷണം കഴിക്കും. കാപ്പിരി പാവം മാർത്തായെ അവളുടെ കന്യകാത്വത്തിന്റെ കാര്യം പറഞ്ഞ് കളിയാക്കും. പാവം മാർത്താ അമ്പരന്നു പോകും.

അവൻ മാർത്തയോട് ശൃംഗാരച്ചിരിച്ചിരിച്ചുകൊണ്ട് പറയും "എന്റെ മാതൃരാജ്യമായ ഏത്യോപ്യയിൽ ഞങ്ങൾ ഉള്ളിലെ ആഗ്രഹങ്ങൾ നിങ്ങൾ യഹൂദരെ പോലെ ഒളിച്ചുവെച്ചുകൊണ്ട് ഹൃദയവേദന അനുഭവിക്കില്ല. ഞങ്ങൾ ഞങ്ങളുടെ ആഗ്രഹങ്ങൾ സത്യസന്ധമായി ചർച്ച ചെയ്യും. അതനുസരിച്ച് പ്രവർത്തിക്കും. എനിക്ക് ഒരു ഏത്തപ്പഴം തിന്നാൻ ആഗ്രഹം ഉണ്ടെങ്കിൽ— അത് എന്റേതാണോ മറ്റൊരാളുടേതാണോ എന്ന് ആരും ശ്രദ്ധിക്കില്ല— ഞാൻ അത് തിന്നുന്നു. എനിക്ക് നീന്തണമെന്ന് തോന്നിയാൽ ഞാൻ നീന്തുന്നു. ഒരു സ്ത്രീയെ ചുംബിക്കണമെന്ന് തോന്നിയാൽ ഞാൻ അവളെ ചുംബിക്കുന്നു. ഞങ്ങളുടെ ദൈവം അതിന് ഞങ്ങളെ ശകാരിക്കാറില്ല. അദ്ദേഹം കറുത്തവനാണ്. കറുത്തവരെ അദ്ദേഹം സ്നേഹിക്കുന്നു. അദ്ദേഹം കാതിൽ സ്വർണ്ണവളയങ്ങൾ ധരിക്കുന്നു. അദ്ദേഹവും അദ്ദേഹത്തിന് ഇഷ്ടമുള്ളതെല്ലാം ചെയ്യുന്നു. അദ്ദേഹം ഞങ്ങളുടെ മൂത്ത സഹോദരൻ ആണ്. ഞങ്ങൾ രണ്ടുപേരുടെയും അമ്മ ഒന്നാണ്— രാത്രി."

"നിങ്ങളുടെ ദൈവം മരിക്കുമോ?" അവനെ കളിയാക്കാൻ വേണ്ടി ഒരു വൈകുന്നേരത്ത് മാർത്താ ചോദിച്ചു.

"ഒരു കാപ്പിരിയെങ്കിലും ജീവിച്ചിരിക്കുന്നകാലത്തോളം ഞങ്ങളുടെ ദൈവം മരിക്കില്ല.!" മാർത്തായുടെ കാൽവെള്ളയിൽ ഇക്കിളിയാക്കാൻ വേണ്ടി കുനിഞ്ഞുകൊണ്ട് കാപ്പിരി പറഞ്ഞു.

ഓരോ രാത്രിയിലും വിളക്കണച്ചുകഴിയുമ്പോൾ കാവൽമാലാഖ അയാളുടെ ചിറകുകൾ വിടർത്തിക്കൊണ്ടു കൂട്ടുകാരന്റെ അടുത്തുവന്ന് കിടക്കും. അവർരണ്ടുപേരും കൂടി മറ്റാരും കേൾക്കാതിരിക്കാൻ വേണ്ടി അടക്കിപ്പിടിച്ച് സംസാരിക്കും. ദൈവദൂതൻ അടുത്ത ദിവസത്തേക്കുള്ള ഉപദേശങ്ങൾ കൊടുക്കും. പിന്നീട് അയാൾ വീണ്ടും കാപ്പിരിയായി മാറി തടിച്ചീളുകൾക്കു മുകളിലൂടെ ഇഴഞ്ഞ് സ്വന്തം സ്ഥലത്ത് തിരിച്ചെത്തി അവിടെക്കിടന്ന് ഉറങ്ങും.

പക്ഷേ, ഇന്നുരാത്രിയിൽ അയാൾക്ക് ഉറങ്ങാൻ കഴിഞ്ഞില്ല. "യേശു നിങ്ങൾ ഉണർന്നിരിക്കുകയാണോ?" അയാൾ ഉച്ചത്തിൽ ആവർത്തിച്ചു കൊണ്ടിരുന്നു. മറുപടി കിട്ടുന്നില്ലെന്ന് മനസ്സിലായപ്പോൾ അയാൾ ചാടി എഴുന്നേറ്റ് യേശുവിന്റെ അടുത്തുവന്ന് അദ്ദേഹത്തിന് ഒരു തള്ളുകൊടുത്തു.

"ഹോ! ലാസറസ്, നിങ്ങൾ ഉറങ്ങിയിട്ടില്ലെന്ന് എനിക്ക് അറിയാം. നിങ്ങൾ എന്താണ് മറുപടി പറയാത്തത്?"

"ഞാൻ സംസാരിക്കാൻ ആഗ്രഹിക്കുന്നില്ല. ഞാൻ സംതൃപ്തനാണ്." യേശു കണ്ണടച്ചുകൊണ്ട് പറഞ്ഞു.

"നിങ്ങൾക്ക് എന്നെപ്പറ്റി സംതൃപ്തിയുണ്ടോ!" ദൈവദൂതൻ അഭിമാനത്തോടെ ചോദിച്ചു. "നിങ്ങൾക്ക് എന്തെങ്കിലും പരാതിയുണ്ടോ?"

"ഒന്നുമില്ല കുട്ടീ, ഒന്നും ഇല്ല..." അദ്ദേഹത്തിന്റെ ഹൃദയം സ്നേഹം കൊണ്ട് തളിർത്തു: "ദൈവത്തെ കണ്ടെത്താൻ എത്രമാത്രം മോശപ്പെട്ട വഴിയാണ് ഞാൻ തെരഞ്ഞെടുത്തത്?" അദ്ദേഹം പിറുപിറുത്തു.

"എത്രമാത്രം പരിത്യക്തമായ വഴി! എത്രമാത്രം കുണ്ടും കുഴിയും നിറഞ്ഞ വഴി! ഞാൻ ഉച്ചത്തിൽ വിളിച്ചുകൊണ്ടിരുന്നു. എന്റെ ശബ്ദം വിജനമായ പർവ്വതങ്ങളിൽ തട്ടി പ്രതിദ്ധ്വനിച്ചു. അത് എനിക്കുള്ള മറുപടിയാണെന്ന് ഞാൻ വിചാരിച്ചു!" ദൈവദൂതൻ ചിരിച്ചു:

"നിങ്ങൾക്ക് തനിയേ ദൈവത്തെ കണ്ടെത്താൻ കഴിയില്ല. രണ്ട് ആളുകളുടെ ആവശ്യം ഉണ്ട്. ഒരു പുരുഷനും ഒരു സ്ത്രീയും. അത് നിങ്ങൾക്ക് അറിയില്ലായിരുന്നു– അത് ഞാൻ നിങ്ങളെ പഠിപ്പിച്ചു. അതുകൊണ്ട് വളരെ അധികം വർഷങ്ങൾ ദൈവത്തെ അന്വേഷിച്ച് നടന്നതിനുശേഷം അവസാനം നിങ്ങൾ അദ്ദേഹത്തെ കണ്ടെത്തി– നിങ്ങൾ മറിയവുമായി ഒന്നിച്ചപ്പോൾ. ഇപ്പോൾ നിങ്ങൾ ഇരുട്ടിൽ ഇരുന്ന് അദ്ദേഹം ചിരിക്കുന്നതും കരയുന്നതും ശ്രദ്ധിക്കുന്നു. അതുകേട്ട് നിങ്ങൾ ആഹ്ലാദിക്കുന്നു.."

"ദൈവത്തിന്റെ അർത്ഥം അതാണ്." യേശു പിറുപിറുത്തു. "മനുഷ്യന്റെ അർത്ഥം അതാണ്. ഇതാണ് വഴി." അദ്ദേഹം വീണ്ടും കണ്ണുകൾ അടച്ചു.

കഴിഞ്ഞ കാലത്തെ ജീവിതം അദ്ദേഹത്തിന്റെ മനസ്സിലൂടെ മിന്നി മറഞ്ഞു. അദ്ദേഹം നെടുവീർപ്പിട്ടു. കൈനീട്ടിയപ്പോൾ അദ്ദേഹം ദൈവദൂതന്റെ കൈ കണ്ടെത്തി. "എന്റെ കാവൽ മാലാഖേ," അദ്ദേഹം സ്നേഹ

പൂർവ്വം പറഞ്ഞു. "എന്റെ കുട്ടീ, നിങ്ങൾ വന്നില്ലായിരുന്നെങ്കിൽ ഞാൻ നശിക്കുമായിരുന്നു. എപ്പോഴും എന്റെ അടുത്ത് ഉണ്ടാകണം."

"ഞാൻ ഉണ്ടാകും. ഭയക്കണ്ട. ഞാൻ നിങ്ങളെ ഉപേക്ഷിക്കില്ല. എനിക്ക് നിങ്ങളെ ഇഷ്ടമാണ്."

"ഈ സന്തോഷം എത്രകാലം നീണ്ടുനില്ക്കും."

"ഞാൻ നിങ്ങളോടൊപ്പവും നിങ്ങൾ എന്നോടൊപ്പവും ഉണ്ടാകുന്ന കാലംവരെയും നീണ്ടു നില്ക്കും."

"അനശ്വരതയോളം നീണ്ടു നില്ക്കുമോ?"

ദൈവദൂതൻ ചിരിച്ചു. "എന്താണ് ഈ അനശ്വരത? നസറേത്തിലെ യേശുവിന് വലിയ വാക്കുകളും വലിയ ആശയങ്ങളും സ്വർഗ്ഗരാജ്യവും ഒഴിവാക്കാൻ കഴിയുന്നില്ലേ? ഇതിന്റെ അർത്ഥം നിങ്ങളുടെ മകനുപോലും നിങ്ങളെ സുഖപ്പെടുത്തുന്നതിൽ വിജയിക്കാൻ കഴിയുന്നില്ലെന്നാണോ?" അയാൾ കൈമുഷ്ടികൊണ്ട് നിലത്തു ഇടിച്ചു. "സ്വർഗ്ഗരാജ്യം ഇവിടെയാണ്. ഈ ഭൂമി. ദൈവം ഇവിടെയാണ്: നിങ്ങളുടെ മകൻ. അനശ്വരത ഇവിടെയാണ്: നസറേത്തിലെ യേശുവേ, അത് കടന്നുപോകുന്ന ഓരോ നിമിഷവും ആണ്. നിമിഷങ്ങളിൽ നിങ്ങൾക്ക് തൃപ്തിയില്ലേ? അങ്ങനെയാണെങ്കിൽ അനശ്വരതയും ഉണ്ടാകില്ലെന്ന് നിങ്ങൾ തീർച്ചയായും മനസ്സിലാക്കണം."

അയാൾ നിശ്ശബ്ദനായി. മുറ്റത്തുനിന്നും നേർത്ത കാലൊച്ച കേൾക്കുന്നുണ്ടായിരുന്നു. നഗ്നമായ കാൽപ്പാദങ്ങൾ അടുത്തുവന്നുകൊണ്ടിരുന്നു.

"അവിടെ ആരാണ്?" യേശു എഴുന്നേറ്റുകൊണ്ട് ചോദിച്ചു.

"ഒരു സ്ത്രീ." ദൈവദൂതൻ പുഞ്ചിരിച്ചുകൊണ്ട് മറുപടി പറഞ്ഞു. അയാൾ നടന്നു ചെന്ന് വാതിൽ തുറന്നു.

"ഏത് സ്ത്രീ?"

ദൈവദൂതൻ അദ്ദേഹത്തെ ശകാരിക്കുന്നതുപോലെ കൈവിരൽ ഉയർത്തിക്കൊണ്ട് പറഞ്ഞു. "മുമ്പൊരിക്കൽ ഞാൻ നിങ്ങളോട് പറഞ്ഞിട്ടുണ്ട്– നിങ്ങൾ അത് മറന്നുപോയോ? ലോകത്ത് ഒരു സ്ത്രീ മാത്രമാണ് ഉള്ളത്. ഒരു സ്ത്രീ മാത്രം. അസംഖ്യം മുഖങ്ങളുള്ള ഒരു സ്ത്രീ. അതിൽ ഒരു മുഖം ആണ് വന്നുകൊണ്ടിരിക്കുന്നത്: എഴുന്നേറ്റ് ചെന്ന് അതിനെ എതിരേല്ക്കൂ! ഞാൻ പോകുകയാണ്."

അയാൾ തടിച്ചീളുകൾക്ക് ഇടയിലേക്ക് ഒരു പാമ്പിനെപോലെ വഴുതിക്കയറി അപ്രത്യക്ഷപ്പെട്ടു.

നഗ്നപാദങ്ങൾ വാതിലിനു പുറത്ത് നടത്തം അവസാനിപ്പിച്ചു. ഭിത്തിയുടെ നേർക്ക് ചരിഞ്ഞുകിടന്നുകൊണ്ട് യേശു കണ്ണടച്ച് ഉറങ്ങുകയാണെന്ന് ഭാവിച്ചു. ഒരു കൈ വാതിൽ തള്ളിത്തുറന്നു. ഒരു സ്ത്രീ ശ്വാസം അടക്കിപ്പിടിച്ചുകൊണ്ട് അകത്തേക്ക് പ്രവേശിച്ചു. അവൾ സാവധാനം മുന്നോട്ടു നടന്ന് യേശു കിടന്നിരുന്ന മൂലയിൽ എത്തി. അതിനു ശേഷം ഒന്നും മിണ്ടാതെ അദ്ദേഹത്തിന്റെ കാല്ക്കൽ സ്വയം ചുരുണ്ടുകൂടി.

കാൽവെള്ളയിൽ നിന്നും ഒരു ഇളംചൂട് കാൽമുട്ടുകളിലേക്കും തുട കളിലേക്കും ഹൃദയത്തിലേക്കും കഴുത്തിലേക്കും പടർന്നുയരുന്നതായി യേശുവിനു തോന്നി. അദ്ദേഹം ഇരുട്ടിൽ കൈകൾ താഴോട്ടു കൊണ്ടു വന്ന് സ്ത്രീയുടെ മുഖവും കഴുത്തും മാറിടവും പരിശോധിച്ചു. അവൾ എല്ലാ പ്രതീക്ഷകളോടും അനുസരണകളോടും കൂടി അദ്ദേഹത്തെ വണങ്ങി. അവൾ സംസാരിച്ചില്ല. പക്ഷേ, അവളുടെ ശരീരം വിറച്ചു. അവ ളുടെ ശരീരം പൂർണ്ണമായും തണുത്ത വിയർപ്പുകൊണ്ട് മൂടപ്പെട്ടിരുന്നു.

പുരുഷൻ അനുകമ്പയും വാത്സല്യവും നിറഞ്ഞ ശബ്ദത്തിൽ മൃദു വായി സംസാരിച്ചു:

"നിങ്ങൾ ആരാണ്?"

സ്ത്രീ വിറച്ചു. അവൾ സംസാരിച്ചില്ല. യേശുവിന് ചോദിച്ചതിൽ വിഷമം തോന്നി. കാരണം ഒരിക്കൽക്കൂടി അദ്ദേഹം ദൈവദൂതന്റെ വാക്കു കൾ മറന്നുപോയിരുന്നു. അവളുടെ പേരിനും സ്ഥലത്തിനും രൂപത്തിനും നിറത്തിനും മുഖത്തിന്റെ സൗന്ദര്യത്തിനും അല്ലെങ്കിൽ വൈരൂപ്യത്തിനും എന്ത് പ്രാധാന്യമാണ് ഉള്ളത്? അത് ഭൂമിയുടെ സ്ത്രൈണമായ മുഖം ആയിരുന്നു. അവളുടെ ഗർഭപാത്രം അവളെ ശ്വാസം മുട്ടിക്കുകയായിരുന്നു. അതിനുള്ളിൽ ധാരാളം ആൺമക്കളും പെൺമക്കളും പ്രത്യക്ഷമാകാൻ കഴിയാതെ ശ്വാസം മുട്ടുന്നുണ്ട്. അതുകൊണ്ട് അവർക്ക് ഒരു വഴി തുറന്നു കൊടുക്കും എന്നുള്ള പ്രതീക്ഷയിലാണ് അവൾ ഒരു പുരുഷന്റെ അടുത്ത് വന്നിരിക്കുന്നത്. യേശുവിന്റെ ഹൃദയം അനുകമ്പകൊണ്ട് നിറഞ്ഞുക വിഞ്ഞു.

"ഞാൻ റൂത്ത് ആണ്" സ്ത്രീ വിറച്ചുകൊണ്ട് പിറുപിറുത്തു.

"റൂത്ത്? ഏത് റൂത്ത്?"

"മാർത്താ."

മുപ്പത്തിരണ്ട്

ദിവസങ്ങളും മാസങ്ങളും വർഷങ്ങളും കടന്നുപോയി. ലാസറ സിന്റെ വീട്ടിൽ ആൺമക്കളും പെൺമക്കളും പെരുകി. മാർത്തയും മറി യവും ആര് കൂടുതൽ പ്രസവിക്കുമെന്ന് മത്സരിച്ചു. ഭർത്താവ് ചിലപ്പോൾ പണിപ്പുരയിൽ ദേവദാരു മരവും ചിലപ്പോൾ ഓക്കുമരവും ചിലപ്പോൾ പൊങ്കമരവുമായി മല്ലയുദ്ധം നടത്തി. അവയെ മനുഷ്യർക്കുള്ള ഉപകര ണങ്ങളായി മാറ്റാൻ വേണ്ടി ബലം പ്രയോഗിച്ചു. ചിലപ്പോൾ പാടത്തെ കാറ്റിനോടും പെരുച്ചാഴിയോടും കാടിത്തൂവയോടും യുദ്ധം ചെയ്തു. വൈകുന്നേരത്ത് അദ്ദേഹം ക്ഷീണിച്ച് തിരിച്ചുവന്ന് മുറ്റത്തിരിക്കും. സ്ത്രീകൾ അദ്ദേഹത്തിന്റെ കാൽ കഴുകിക്കൊടുക്കും. നെരിപ്പോട് കത്തിക്കും. അദ്ദേഹത്തിനു വേണ്ടി മേശ ഒരുക്കും. അതിനുശേഷം അവ രുടെ കൈകൾ വിടർത്തും. പിന്നീട് അദ്ദേഹം തടിക്കുള്ളിൽ ഉണ്ടായി

രുന്ന പിള്ളത്തൊട്ടിലുകളെ ജോലി ചെയ്ത് മോചിപ്പിച്ചതുപോലെ അല്ലെങ്കിൽ പാടത്തു ജോലി ചെയ്ത് മുന്തിരിക്കുലകളെയും ധാന്യങ്ങളുടെ കതിരുകളെയും സ്വതന്ത്രമാക്കിയതുപോലെ സ്ത്രീകളിൽ ജോലി ചെയ്ത് അവരുടെ ഉള്ളിൽ ഉള്ളതിനെ സ്വതന്ത്രമാക്കി: ദൈവത്തെ സ്വതന്ത്രമാക്കി.

"ഇത് എത്രമാത്രം സന്തോഷകരമാണ്." യേശു ആലോചിച്ചു. ശരീരവും ആത്മാവും തമ്മിലുള്ള എത്രമാത്രം ഗഹനമായ ഒരു യോജിപ്പ്. ഭൂമിയും മനുഷ്യനും തമ്മിലുള്ള എത്രമാത്രം നിഗൂഢമായ ഒരു കൊടുക്കൽ വാങ്ങൽ!" മാർത്തയും മറിയവും കൈനീട്ടി അവർ സ്നേഹിക്കുന്ന പുരുഷനെ തൊട്ടു. അവരുടെ ഗർഭപാത്രത്തിൽ നിന്ന് പുറത്തുവന്ന അവരോടു സാമ്യമുള്ള കുട്ടികളെ തൊട്ടുനോക്കി. ആ സ്പർശത്തിലൂടെ അവർ അനുഭവിക്കുന്ന ഈ ആഹ്ലാദവും മാധുര്യവും സത്യമാണോ എന്ന് സ്വയം മനസ്സിലാക്കുകയായിരുന്നു. ഇത്രയധികം സന്തോഷം അവർക്ക് വളരെ കൂടുതലാണെന്ന് തോന്നി. അവർ വിറച്ചു... ഒരു രാത്രിയിൽ മറിയം ഭയാനകമായ ഒരു സ്വപ്നം കണ്ടു. അവൾ എഴുന്നേറ്റ് മുറ്റത്തിറങ്ങിയപ്പോൾ സ്വയം കുളിച്ച് മണ്ണിൽ കൈപ്പത്തികൾ അമർത്തിവെച്ചുകൊണ്ട് സംതൃപ്തനായി ഇരിക്കുന്ന യേശുവിനെ കണ്ടു. അവൾ അദ്ദേഹത്തിന്റെ അടുത്തെത്തി. മണ്ണിൽ ഇരുന്നു. "ആചാര്യാ, സ്വപ്നങ്ങൾ എന്താണ്?" അവൾ അദ്ദേഹത്തോട് സൗമ്യമായി ചോദിച്ചു. "അവ നിർമ്മിക്കപ്പെട്ടിരിക്കുന്നത് എന്തുകൊണ്ടാണ്? അവയെ ആരാണ് പറഞ്ഞുവിടുന്നത്?"

"സ്വപ്നങ്ങൾ ദൈവദൂതന്മാരോ പിശാചുക്കളോ അല്ല." യേശു മറുപടി പറഞ്ഞു. "ലൂസിഫർ ദൈവത്തിനെതിരായുള്ള അയാളുടെ ലഹള തുടങ്ങിയപ്പോൾ സ്വപ്നങ്ങൾക്ക് ഏത് പക്ഷം പിടിക്കണമെന്ന് തീരുമാനം എടുക്കാൻ കഴിഞ്ഞില്ല. അവ പിശാചുക്കളുടെയും ദൈവദൂതന്മാരുടെയും മദ്ധ്യത്തിൽ നില്ക്കാൻ നിലപാട് എടുത്തു. അതോടെ ദൈവം അവരെ ഉറക്കത്തിന്റെ തീജ്വാലകളിലേക്ക് വലിച്ചെറിഞ്ഞു... എന്തിനാണ് ഇപ്പോൾ ചോദിച്ചത്? മറിയം എന്ത് സ്വപ്നമാണ് കണ്ടത്?"

പക്ഷേ, മറിയം പൊട്ടിച്ചിരിക്കുകയായിരുന്നു. അവൾ മറുപടി പറഞ്ഞില്ല. യേശു അവളുടെ കൈകൾ തലോടി. "മറിയം അതിനെ ഉള്ളിൽ സൂക്ഷിക്കുന്ന കാലത്തോളം അത് നിങ്ങളുടെ ഉൾഭാഗത്തെ തിന്നുതീർക്കും. അതിനെ പുറത്തെ വെളിച്ചത്തിലേക്ക് കൊണ്ടുവന്നാൽ നിങ്ങൾക്ക് അതിനെ ഒഴിവാക്കാൻ പറ്റും."

മറിയത്തിന് സംസാരിച്ചു തുടങ്ങണമെന്ന് ആഗ്രഹം ഉണ്ടായിരുന്നു. പക്ഷേ, അവൾക്ക് അങ്ങേയറ്റത്തെ ഭയം കാരണം ശ്വാസം വിടാൻപോലും കഴിയുന്നുണ്ടായിരുന്നില്ല. യേശു അവളെ തലോടി അവൾക്ക് ധൈര്യം കൊടുത്തു.

"രാത്രി മുഴുവൻ ചന്ദ്രന് തിളക്കം കൂടുതലായിരുന്നു. എനിക്ക് ഉറങ്ങാൻ കഴിഞ്ഞില്ല. പക്ഷേ, പുലരാറായപ്പോൾ ഞാൻ തീർച്ചയായും ഉറങ്ങിയിട്ടുണ്ടാകും. കാരണം ഞാൻ ഒരു പക്ഷിയെ കണ്ടു. അല്ല അത് ഒരു

പക്ഷി ആയിരുന്നില്ല. അതിന് ആറ് അഗ്നിച്ചിറകുകൾ ഉണ്ടായിരുന്നു– അത് ദൈവത്തിന്റെ സിംഹാസനത്തിനു ചുറ്റുമുള്ള ഏറ്റവും പ്രധാനപ്പെട്ട ദൈവദൂതന്മാരിൽ ഒരുവൻ ആയിരുന്നിരിക്കും. അയാൾ വന്ന് എന്റെ ചുറ്റും നിശ്ശബ്ദനായി പറന്നു നടന്നതിനുശേഷം താഴോട്ടു വന്ന് എന്റെ തല പൂർണ്ണമായും അയാളുടെ ചിറകുകൾക്കുള്ളിൽ പൊതിഞ്ഞു. അയാൾ കൊക്ക് എന്റെ ചെവിക്കുള്ളിലേക്ക് തിരുകിക്കൊണ്ട് എന്നോട് സംസാരിച്ചു... ആചാര്യാ, ഞാൻ സ്വയം സാഷ്ടാംഗം നമസ്കരിക്കുന്നു. ഞാൻ അങ്ങയുടെ പാദങ്ങൾ ചുംബിക്കുന്നു. എന്നോട് ശാന്തമാകാൻ ആജ്ഞാപിച്ചാലും!" മറിയത്തിന്റെ സംസാരം മുറിഞ്ഞു.

"മറിയം ധൈര്യമായിരിക്കൂ. ഞാൻ നിങ്ങളുടെ കൂടെ ഉണ്ട്. ഇല്ലേ? നിങ്ങൾ എന്തിനാണ് ഭയക്കുന്നത്? ശരി, അയാൾ സംസാരിച്ചു. അയാൾ എന്താണ് പറഞ്ഞത്?"

"ഇതെല്ലാം ആചാര്യന്റെ..."

അവൾക്ക് വീണ്ടും ശ്വാസം കിട്ടാതായി. അവൾ യേശുവിന്റെ കാൽമുട്ടുകളിൽ പിടിച്ച് ശക്തിയായി ഞെരിച്ചു.

"ഇതെല്ലാം... എന്താണ്? പ്രിയപ്പെട്ട മറിയം പറയൂ."

"ഒരു സ്വപ്നം." അവൾ പൊട്ടിക്കരഞ്ഞു.

യേശു ഞെട്ടി. "ഒരു സ്വപ്നം ആണെന്നോ?"

"അതെ ഇതെല്ലാം ഒരു സ്വപ്നം ആണ്."

"ഇതെല്ലാം എന്ന് പറയുന്നതുകൊണ്ട് മറിയം എന്താണ് ഉദ്ദേശിക്കുന്നത്?"

"ആചാര്യൻ, ഞാൻ, മാർത്ത, രാത്രിയിലെ നമ്മുടെ ആലിംഗനങ്ങൾ, കുട്ടികൾ... എല്ലാമെല്ലാം എല്ലാമെല്ലാം കള്ളമാണ്! നമ്മളെ വഞ്ചിക്കാൻ വേണ്ടി സാത്താൻ സൃഷ്ടിച്ച കള്ളങ്ങൾ! അയാൾ ഉറക്കത്തെയും മരണത്തെയും കാറ്റിനെയും കൈയിൽ എടുത്ത് രൂപപ്പെടുത്തിയവയാണ്– ആചാര്യൻ എന്നെ സഹായിക്കണം.!"

അവൾ നിലത്തു ചുരുണ്ടുകൂടി കിടന്ന് ഒരു നിമിഷം വിറച്ചതിനുശേഷം പെട്ടെന്നു കല്ലുപോലെ വിറങ്ങലിച്ചു. മാർത്ത വിനാഗിരിയുമായി ഓടിവന്ന് മറിയത്തിന്റെ നെറ്റിയിൽ തിരുമ്മി. മറിയം തിരിച്ചുവന്നു. അവൾ കണ്ണുകൾ തുറന്നു. യേശുവിനെ കണ്ടതും അവൾ അദ്ദേഹത്തിന്റെ കാലുകളിൽ പിടിമുറുക്കി.

"ആചാര്യാ," അവൾ ചുണ്ടനക്കി. മാർത്ത പറഞ്ഞു. "കുനിഞ്ഞു നില്ക്കൂ. അവൾക്ക് ആചാര്യനോട് എന്തോ പറയാനുണ്ട്."

യേശു കുനിഞ്ഞുനിന്ന് അവളുടെ തല പിടിച്ച് ഉയർത്തി. അവൾ ചുണ്ടനക്കി. "പ്രിയപ്പെട്ട മറിയം. നീ എന്താണ് പറയുന്നത്. എനിക്ക് കേൾക്കാൻ കഴിയുന്നില്ല."

മറിയം അവളുടെ എല്ലാ ശക്തിയും സംഭരിച്ചു. "അതുകൂടാതെ ആചാര്യൻ."

"പറയൂ, ഞാൻ എന്താണ്?"

".... കുരിശിലേറ്റപ്പെട്ടിരുന്നു!" ഇത് പറഞ്ഞതിനുശേഷം അവൾ വീണ്ടും മോഹാലസ്യപ്പെട്ട് തറയിൽ ചുരുണ്ടുകൂടി.

അവർ അവളെ അവളുടെ കിടക്കയിൽ കിടത്തി. മാർത്ത അവളുടെ കൂടെ ഇരുന്നു. യേശു കതകു തുറന്ന് പാടത്തേക്ക് പോയി. അദ്ദേഹത്തിന് ശ്വാസം മുട്ടുന്നുണ്ടായിരുന്നു. പിന്നിൽനിന്നും അദ്ദേഹം കാലൊച്ചകൾ കേട്ടു. തിരിഞ്ഞു നോക്കിയപ്പോൾ അദ്ദേഹം കാപ്പിരി പയ്യനെ കണ്ടു.

"എന്താണിത്?" അദ്ദേഹം അവനോട് ദേഷ്യപ്പെട്ടു. "എനിക്ക് തനിച്ചിരിക്കണം."

"നസറേത്തിലെ യേശുവിനെ തനിച്ചാക്കിയിട്ട് പോകാൻ എനിക്ക് പേടിയാണ്."

കാപ്പിരി മറുപടി പറഞ്ഞു. അവന്റെ കണ്ണുകൾ മിന്നിത്തിളങ്ങുന്നുണ്ടായിരുന്നു. "ഇത് ബുദ്ധിമുട്ടുള്ള ഒരു നിമിഷം ആണ്. നിങ്ങളുടെ മനസ്സ് പതറാൻ സാദ്ധ്യത ഉണ്ട്."

"അതുതന്നെയാണ് ഞാനും ആഗ്രഹിക്കുന്നത്. പലപ്പോഴും എന്റെ നാശം പിടിച്ച മനസ്സ് എന്റെ കാഴ്ചയെ തടസ്സപ്പെടുത്തുന്നു."

കാപ്പിരി ചിരിച്ചു. "നിങ്ങൾ ഒരു സ്ത്രീ ആണോ? നിങ്ങൾ സ്വപ്നങ്ങളിൽ വിശ്വസിക്കുന്നുണ്ടോ? സ്ത്രീകളെ കരയാൻ അനുവദിക്കൂ. അവർ സ്ത്രീകളാണ് അവർക്ക് വലിയ ആഹ്ലാദങ്ങൾ സഹിക്കാൻ കഴിയില്ല. അതുകൊണ്ട് അവർ കരയുന്നു. പക്ഷേ, നമ്മൾ, സഹിക്കുന്നു. ശരിയല്ലേ?"

"ശരിയാണ്. നിശ്ശബ്ദമായിരിക്കൂ."

അവർ പെട്ടെന്ന് മുന്നോട്ടു നടന്ന് ഒരു പച്ചക്കുന്നിന്റെ മുകളിലേക്ക് കയറി. പുല്ലിൽ മുക്കുറ്റിപ്പൂക്കളും മഞ്ഞ ഡെയ്സികളും ചിതറിക്കിടന്നിരുന്നു. ഭൂമിക്ക് ഔഷധസസ്യങ്ങളുടെ സുഗന്ധം ഉണ്ടായിരുന്നു. യേശുവിന് അദ്ദേഹത്തിന്റെ വീട് നില്ക്കുന്നത് ഒലിവ് മരങ്ങൾക്ക് ഇടയിലൂടെയ കാണാൻ കഴിഞ്ഞു. മേൽക്കൂരയിൽനിന്നും സാവധാനം പുക ഉയർന്നു. യേശുവിന്റെ ആത്മാവിന് ആശ്വാസം തോന്നി. സ്ത്രീകൾ അവരുടെ ശക്തികൾ വീണ്ടെടുത്തിരിക്കുന്നു. അദ്ദേഹം ആലോചിച്ചു. അവർ അടുപ്പിന്റെ മുന്നിൽ ഇരുന്ന് തീകത്തിച്ചിരിക്കുന്നു.... "നമുക്ക് കൂടുതൽ സംസാരിക്കാതെ തിരിച്ചുപോകാം?" അദ്ദേഹം കാപ്പിരിയോട് പറഞ്ഞു. "അവർ സ്ത്രീകളാണ്. അവരോട് അനുകമ്പ വേണം."

ദിവസങ്ങൾ കഴിഞ്ഞുപോയി. ഒരു വൈകുന്നേരത്ത് പകുതി മദ്യപിച്ച അപരിചിതനായ ഒരു വഴിപോക്കൻ പ്രത്യക്ഷപ്പെട്ടു. അന്ന് ശാബത്ത് ആയിരുന്നു. യേശു ജോലി ചെയ്യുന്നുണ്ടായിരുന്നില്ല. അദ്ദേഹം ഏറ്റവും ഇളയ മകളെയും മകനെയും കാൽമുട്ടുകളിൽ ഇരുത്തിക്കളിപ്പിച്ചുകൊണ്ട് വാതിൽ പടിയിൽ ഇരിക്കുകയായിരുന്നു. രാവിലെ മഴ പെയ്തിരുന്നു. പക്ഷേ, ഉച്ചതിരിഞ്ഞപ്പോൾ ആകാശം തെളിഞ്ഞു. അതിനുശേഷം ഇപ്പോൾ ചെറിപ്പഴത്തിന്റെ നിറമുള്ള മേഘങ്ങൾ പടിഞ്ഞാറോട്ട് ഒഴുകു

ന്നുണ്ടായിരുന്നു. അവയ്ക്കിടയിലുള്ള ആകാശത്തിന് പുൽത്തകിടിയുടെ പച്ചനിറമായിരുന്നു. രണ്ട് മാടപ്രാവുകൾ മേൽക്കൂരയിലിരുന്ന് കുറുകുന്നുണ്ടായിരുന്നു. മറിയം നിറഞ്ഞു തുളുമ്പുന്ന മാറിടങ്ങളുമായി യേശുവിന്റെ അടുത്ത് ഇരിക്കുകയായിരുന്നു.

വഴിപോക്കർ നടത്തം നിർത്തിയതിനുശേഷം യേശുവിനെ വിദ്വേഷത്തോടെ നോക്കി.

"ഹേ, ലാസറസ്" അയാൾ വിക്കലോടെ പറഞ്ഞു. "നിങ്ങൾക്ക് തീർച്ചയായും ഭാഗ്യം ഉണ്ട്! നിങ്ങൾ ഭാര്യമാരായ ലെയായ്ക്കും റാഹേലിനും ഒപ്പം ഇരിക്കുന്ന കുലപതിയായ യാക്കോബിനെപ്പോലെ ആണ്. നിങ്ങൾ അങ്ങനെ ഇരിക്കുമ്പോൾ വർഷങ്ങൾ നിങ്ങളുടെ വാതിലിനു മുന്നിലൂടെ കടന്നുപോകുന്നു. നിങ്ങൾക്കും രണ്ട് ഭാര്യമാർ ഉണ്ട്– മാർത്തായും മറിയവും. അതിൽ ഒരാൾക്ക് വീടിന്റെ ചുമതലയും മറ്റേയാൾക്ക് നിങ്ങളുടെ ചുമതലയും ആണെന്നാണ് ഞാൻ കേട്ടത്. തടി, കൃഷിഭൂമി, ഭാര്യമാർ, ദൈവം എന്നിങ്ങനെയുള്ള എല്ലാ കാര്യങ്ങളുടെയും ചുമതല നിങ്ങൾക്കാണെന്നും ഞാൻ മനസ്സിലാക്കിയിട്ടുണ്ട്. പക്ഷേ, നിങ്ങൾ അല്പസമയം വാതിലിനു പുറത്തുവന്ന് കാര്യങ്ങൾ മനസ്സിലാക്കണം. നിങ്ങൾ സൂര്യനെ തടഞ്ഞുനിർത്താൻ വേണ്ടി കണ്ണുകൾക്ക് മുകളിൽ കൈപ്പത്തിചേർത്തുകൊണ്ട് ലോകത്ത് നടക്കുന്നതെന്താണെന്ന് അറിയാൻ വേണ്ടി സൂക്ഷിച്ചു നോക്കണം.... നിങ്ങൾ എന്നെങ്കിലും പീലാത്തോസിനെ പറ്റി കേട്ടിട്ടുണ്ടോ? അവന്റെ എല്ലുകൾ ടാറിൽ ചുട്ടുപഴുക്കട്ടെ!"

പകുതി മദ്യപിച്ചിരുന്ന വഴിപോക്കനെ യേശു തിരിച്ചറിഞ്ഞു. അദ്ദേഹം പുഞ്ചിരിച്ചു.

"ദൈവവിശ്വാസിയും മദ്യപാനിയും ആയ കിറേനാക്കാരൻ ശിമയോന് (സൈമൺ) സ്വാഗതം! ഒരു സ്റ്റൂൾ എടുത്തിട്ട് ഇരിക്കൂ. മാർത്താ. എന്റെ പഴയ ചങ്ങാതിക്ക് ഒരുകപ്പ് വീഞ്ഞ്."

വഴിപോക്കൻ സ്റ്റൂളിൽ ഇരുന്ന് കൊണ്ട് കപ്പ് കൈപ്പത്തികൾക്കുള്ളിൽ എടുത്തു.

"ലോകത്തിനു മുഴുവൻ എന്നെ അറിയാം." അയാൾ അഭിമാനത്തോടെ പറഞ്ഞു. "എല്ലാവരും ആരാധന നടത്താൻ വേണ്ടി എന്റെ മദ്യശാലയിൽ വന്നിട്ടുണ്ട്. നിങ്ങളും വന്നുകാണും. പക്ഷേ, ലാസറസ് വിഷയം മാറ്റരുത്. ഞാൻ നിങ്ങളോട് പീലാത്തോസിനെപ്പറ്റി കേട്ടിട്ടുണ്ടോ എന്ന് ചോദിക്കുകയായിരുന്നു. നിങ്ങൾ എന്നെങ്കിലും അയാളെ കണ്ടിട്ടുണ്ടോ?"

കാപ്പിരി പ്രത്യക്ഷപ്പെട്ടു. അവൻ കട്ടിളപ്പടിയിൽ ചാരിനിന്നു കൊണ്ട് ശ്രദ്ധിച്ചു കേട്ടു.

"ഒരു നേർത്ത മേഘം എന്റെ മനസ്സിലൂടെ കടന്നുപോകുന്നു." ഓർമ്മിച്ചെടുക്കാൻ കഷ്ടപ്പെട്ടുകൊണ്ട് യേശു പറഞ്ഞു. "ഒരു കഴുകൻ കണ്ണുകൾ പോലെ നിർജ്ജീവമായ ചാരനിറമുള്ള കണ്ണുകൾ, പരിഹാസം നിറഞ്ഞ ചിരി, ഒരു സ്വർണ്ണമോതിരം. മറ്റൊന്നും എനിക്ക് ഓർമ്മയില്ല.

ഓ; ശരിയാണ് അയാൾക്ക് കൈ കഴുകാൻ വേണ്ടി ഒരു വെള്ളിത്താലം കൊണ്ടുവന്നിരുന്നു. മറ്റൊന്നും ഇല്ല. അത് ഒരു സ്വപ്നം ആയിരുന്നിരിക്കണം. മനസ്സിന്റെ പൊടിമഞ്ഞ്. സൂര്യൻ മുകളിൽ എത്തിയിരുന്നു. ഇപ്പോൾ അത് അപ്രത്യക്ഷപ്പെട്ടു. പക്ഷേ, നിങ്ങൾ ഇപ്പോൾ അയാളെപ്പറ്റി എന്നെ ഓർമ്മപ്പെടുത്തിയിരിക്കുന്നു. കിറേനാക്കാരൻ പറയുന്ന മനുഷ്യനെ എനിക്ക് ഓർമ്മയുണ്ട്: പീലാത്തോസ്, അയാൾ ഉറക്കത്തിൽ എന്നെ ഭയങ്കരമായി പീഡിപ്പിച്ചിട്ടുണ്ട്."

"അവൻ നശിക്കട്ടെ! ദൈവത്തിന്റെ കണ്ണിൽ സ്വപ്നങ്ങൾക്ക് യാഥാർത്ഥ്യങ്ങളേക്കാൾ ഭാരം ഉണ്ടെന്ന് ഞാൻ കേട്ടിട്ടുണ്ട്. എന്തായാലും പീലാത്തോസിനെ ദൈവം ശിക്ഷിച്ചു. അയാൾ കുരിശിലേറ്റപ്പെട്ടിരിക്കുന്നു."

യേശു ഉറക്കെ ചോദിച്ചു. "കുരിശിലേറ്റപ്പെട്ടോ!"

"ആവേശം എന്തിനാണ്? അയാൾ അത് അർഹിക്കുന്നുണ്ട്! അവർ ഇന്നലെ അയാളെ കണ്ടെത്തി കുരിശിലേറ്റി. അയാളുടെ മനസ്സ് ഇടറാൻ തുടങ്ങിയെന്നാണ് തോന്നുന്നത്. അയാൾക്ക് ഉറങ്ങാൻ കഴിഞ്ഞിരുന്നില്ല. അയാൾ കിടക്കയിൽ നിന്ന് എഴുന്നേറ്റ് ഒരു താലം കണ്ടുപിടിച്ച് കൈകഴുകിക്കൊണ്ട് അലറിക്കൊണ്ടിരിക്കും. "ഞാൻ എന്റെ കൈ കഴുകുന്നു. ഞാൻ നിരപരാധിയാണ്!" പക്ഷേ, രക്തം അയാളുടെ കൈകളിൽ പറ്റിപ്പിടിച്ചിരുന്നു. അയാൾ കൂടുതൽ വെള്ളം കൊണ്ടുവന്ന് വീണ്ടും കൈകഴുകിക്കൊണ്ടിരിക്കും... പിന്നീട് അയാൾ ഗോൽഗോഥായിൽ എത്തി ചുറ്റിത്തിരിയും. അയാൾക്ക് സമാധാനം കിട്ടിയില്ല. എല്ലാ രാത്രികളിലും വിശ്വസ്തരായ രണ്ട് കാപ്പിരി അടിമകളോട് ചാട്ട കൊണ്ട് തന്നെ അടിക്കാൻ അയാൾ ആജ്ഞാപിച്ചു. അയാൾ മുള്ളുകൾ ശേഖരിച്ച് ഒരു കിരീടം ഉണ്ടാക്കി സ്വന്തം തലയിൽ തറച്ചുവെച്ചു. രക്തം ഒഴുകി."

"എനിക്ക് ഓർമ്മയുണ്ട്. ഓർമ്മയുണ്ട്." യേശു ഇടയ്ക്കിടയ്ക്ക് പിറുപിറുത്തു. അദ്ദേഹം കട്ടിളപ്പടിയിൽ ചാരി നിന്നിരുന്ന കാപ്പിരിച്ചെറുക്കനെ ഒളികണ്ണിട്ടു നോക്കി.

"അതിനുശേഷം അയാൾ മദ്യത്തിൽ മുങ്ങി. മദ്യശാലയിൽ ചുറ്റിത്തിരിഞ്ഞു. എന്റെ കടയിലും അയാൾ വന്നിരുന്നു. അയാൾ മദ്യം കഴിച്ചു പന്നിയിറച്ചി തിന്നു. അയാളുടെ ഭാര്യ വെറുപ്പുകൊണ്ട് അയാളെ ഉപേക്ഷിച്ചു. പിന്നീട് റോമിൽ നിന്നും അയാളെ പിരിച്ചുവിടാനുള്ള ആജ്ഞ വന്നു.... ലാസറസ്, ഞാൻ പറയുന്നത് ശ്രദ്ധിക്കുന്നുണ്ടോ? നിങ്ങൾ എന്തിനാണ് നെടുവീർപ്പിടുന്നത്?"

യേശു മറുപടി പറഞ്ഞില്ല. അദ്ദേഹം തറയിലേക്ക് നോക്കി ഇരുന്നു. കാപ്പിരിച്ചെറുക്കൻ സൈമണിന്റെ കപ്പ് നിറച്ചു. "സംസാരിക്കരുത്!" അവൻ സൈമണിന്റെ ചെവിയിൽ പറഞ്ഞു. "പൊയ്ക്കോളൂ!"

പക്ഷേ, സൈമണ് ദേഷ്യം വന്നു. "ഞാൻ എന്തിനാണ് സംസാരിക്കാതിരിക്കുന്നത്.. ചുരുക്കം പറഞ്ഞാൽ നിങ്ങളുടെ ചങ്ങാതി പീലാത്തോ

സിനെ ഇന്നലെ വെളുപ്പിന് ഗോൽഗോഥായിൽ കുരിശിലേറ്റപ്പെട്ട നിലയിൽ കണ്ടെത്തി."

പെട്ടെന്ന് ഹൃദയത്തിൽ കുന്തം കൊണ്ട് കുത്തുകിട്ടിയതുപോലെ യേശുവിന് തോന്നി. അദ്ദേഹത്തിന്റെ കൈകളിലേയും കാലുകളിലേയും നീലനിറത്തിലുള്ള നാല് അടയാളങ്ങളും പെട്ടെന്ന് വീങ്ങിയിട്ട് ചുവപ്പു നിറമായി മാറിയതായി തോന്നി.

അദ്ദേഹം വിളറുന്നത് മറിയം കണ്ടു. അവൾ അടുത്തുചെന്ന് അദ്ദേഹത്തിന്റെ കാൽമുട്ടുകൾ തലോടി. "അങ്ങ് ക്ഷീണിച്ചിരിക്കുന്നു. അകത്തു വന്ന് കിടക്കൂ."

സൂര്യൻ അസ്തമിച്ചിരുന്നു. അന്തരീക്ഷം കൂടുതൽ തണുത്തു. കുടിച്ച് ബോധം കെട്ട കിറേനാക്കാരൻ ഇപ്പോൾ സംസാരിച്ച് തളർന്നു പോയിരിക്കുന്നു. അയാൾ ഉറങ്ങി വീണു. കാപ്പിരി അയാളുടെ കൈപിടിച്ച് ഉയർത്തി വലിച്ചെടുത്ത് ഗ്രാമത്തിനു പുറത്തുകൊണ്ടുപോയി.

"നിങ്ങൾക്ക് ഭ്രാന്താണ്" അയാൾ ദേഷ്യപ്പെട്ട് ജറുസലേമിലേക്കുള്ള വഴി ചൂണ്ടിക്കാണിച്ചുകൊണ്ട് പറഞ്ഞു. "പൊയ്ക്കോളൂ."

അവൻ ഉടൻതന്നെ വീട്ടിലേക്ക് തിരിച്ചുവന്നു. യേശു പണിപ്പുരയ്ക്കുള്ളിൽ പുറത്തേക്ക് നോക്കി മലർന്നുകിടന്നിരുന്നു. മാർത്ത അത്താഴം ഒരുക്കുകയായിരുന്നു. മറിയം ഏറ്റവും ഇളയ കുട്ടിയെ മൂലയൂട്ടിക്കൊണ്ട് യേശുവിനെ ശ്രദ്ധിച്ചു കൊണ്ടിരുന്നു.

"അയാൾ പോയി." കാപ്പിരി പറഞ്ഞു. "അയാൾക്ക് കുടിച്ച് ബോധം പോയിരിക്കുന്നു. അയാൾ പറയുന്നത് എന്താണെന്ന് അയാൾക്കു പോലും അറിയില്ല."

യേശു മനോവേദനയോടെ കാപ്പിരിയുടെ മുഖത്തേക്ക് തിരിഞ്ഞു നോക്കി. വായ് തുറന്ന് സംസാരിക്കാനുള്ള ധൈര്യം ഉണ്ടാകാതിരിക്കാൻ വേണ്ടി അദ്ദേഹം ചുണ്ടുകൾ കടിച്ചു. ഒരിക്കൽകൂടി അദ്ദേഹം കാപ്പിരിയെ തിരിഞ്ഞു നോക്കി. പക്ഷേ, കാപ്പിരി ചുണ്ടത്തു വിരൽവച്ചുകൊണ്ട് അദ്ദേഹത്തെ നോക്കി പുഞ്ചിരിച്ചു.

"ഉറങ്ങൂ..." കാപ്പിരി പറഞ്ഞു. "ഉറങ്ങൂ..."

യേശു കണ്ണുകൾ അടച്ചു. അദ്ദേഹത്തിന്റെ ചുണ്ടുകൾ വിശ്രമിച്ചു. അദ്ദേഹത്തിന്റെ നെറ്റിയിലെ ചുളിവുകൾ അപ്രത്യക്ഷപ്പെട്ടു. അദ്ദേഹം ഉറങ്ങി. അടുത്ത പുലരിയിൽ ഉണർന്നപ്പോൾ അദ്ദേഹത്തിന് ഒരു വലിയ അപകടത്തിൽനിന്നും രക്ഷപ്പെട്ടതുപോലുള്ള ആശ്വാസവും ആഹ്ലാദവും തോന്നി. കാപ്പിരിയും ഉണർന്നുകഴിഞ്ഞിരുന്നു. അയാൾ സ്വയം ചിരിച്ചുകൊണ്ട് പണിപ്പുര വൃത്തിയാക്കുകയായിരുന്നു.

"എന്തിനാണ് ചിരിക്കുന്നത്?" യേശു കണ്ണിമ ചുളിച്ചുകൊണ്ട് കാപ്പിരിയോട് ചോദിച്ചു.

"ഞാൻ മനുഷ്യവർഗ്ഗത്തെനോക്കി ചിരിക്കുകയാണ്" സ്ത്രീകൾ കേൾക്കാതിരിക്കാൻ വേണ്ടി ശബ്ദം താഴ്ത്തിക്കൊണ്ട് അയാൾ യേശുവി

നോടു പറഞ്ഞു. "നിങ്ങളുടെ മോശപ്പെട്ട മനസ്സുകൾക്ക് ഓരോ നിമിഷവും എത്രമാത്രം മഹാഭയങ്ങളിലൂടെയാണ് കടന്നുപോകേണ്ടിവരുന്നത്! വലത്തും ഇടത്തും പിന്നിലും കിഴുക്കാംതൂക്കായ പാറകൾ ആണ്. മുന്നിലേക്ക് മാത്രമാണ് നിങ്ങൾക്ക് വഴിയുള്ളത്: അവിടെയുള്ളത് അഗാധമായ ഗർത്തത്തിന് മുകളിലൂടെ വലിച്ചുകെട്ടിയിരിക്കുന്ന ഒരു നാടമാത്രമാണ്!"

യേശുവും ചിരിച്ചുകൊണ്ട് മറുപടി പറഞ്ഞു. "ഒരു നിമിഷം എന്റെ മനസ്സ് നിങ്ങളുടെ നാടയുടെ മുകളിൽവെച്ച് വഴുതിവീഴേണ്ടതായിരുന്നു. പക്ഷേ, ഞാൻ രക്ഷപ്പെട്ടു.!"

സ്ത്രീകൾ കടന്നുവന്നു. സംസാരം മറ്റൊരു വഴിക്ക് തിരിഞ്ഞു. അടുപ്പു കത്തിച്ചു. ദിവസം ആരംഭിച്ചു. പൊട്ടിച്ചിരിക്കുന്ന കുട്ടികളുടെ ഒരു സംഘം മുറ്റത്തേക്ക് പറന്നിറങ്ങി "കണ്ണുപൊട്ടന്റെ കാള" കളിക്കാൻ ആരംഭിച്ചു.

"മറിയം നമുക്ക് ഇത്രയും കുട്ടികൾ ഉണ്ടോ?" യേശു ചിരിച്ചുകൊണ്ട് പറഞ്ഞു. "മാർത്ത, മുറ്റം നിറഞ്ഞിരിക്കുന്നു. നമുക്ക് ഒന്നുകിൽ വീടു വലുതാക്കണം. അല്ലെങ്കിൽ പ്രസവം നിർത്തണം."

"നമുക്ക് വീടു വലുതാക്കാം." മാർത്ത മറുപടി പറഞ്ഞു.

"അവർ അണ്ണാനെപ്പോലെ മരത്തിലും മതിലിലും ചാടിക്കയറാറായിരിക്കുന്നു. മറിയം, നമ്മൾ മരണവുമായി യുദ്ധം പ്രഖ്യാപിച്ചിരിക്കുകയാണ്. സ്ത്രീകൾ അനുഗൃഹീതരാണ്. മീനുകളെപ്പോലെ അവരുടെ ഉള്ളിൽ മുട്ടകൾ നിറഞ്ഞിരിക്കുന്നു. ഓരോ മുട്ടയും ഓരോ മനുഷ്യനാണ്. മരണത്തിന് നമ്മളെ കീഴ്പ്പെടുത്താൻ കഴിയില്ല."

"ഇല്ല മരണം നമ്മളെ കീഴ്പ്പെടുത്തില്ല. പ്രിയപ്പെട്ടവൻ സ്വയം ഒന്ന് സൂക്ഷിച്ചാൽ മതിയാകും." മറിയം മറുപടി പറഞ്ഞു.

യേശു നല്ല മനോഭാവത്തിൽ ആയിരുന്നു. അദ്ദേഹം അവളെ കളിയാക്കാൻ ആഗ്രഹിച്ചു. കൂടാതെ പകുതി ഉറക്കത്തിലായിരുന്ന അവൾ ഇന്നു രാവിലെ തന്റെ മുന്നിൽ നിന്നുകൊണ്ട് തലമുടി മാടി ഒതുക്കിയത് അദ്ദേഹത്തിന് ഇഷ്ടപ്പെട്ടു.

അദ്ദേഹം പറഞ്ഞു. "മറിയം, നീ എന്നെങ്കിലും മരണത്തെപ്പറ്റി ആലോചിച്ചിട്ടുണ്ടോ? നീ ദൈവത്തിന്റെ കാരുണ്യം അന്വേഷിക്കാറില്ലേ? അടുത്ത ലോകത്ത് നിനക്ക് സംഭവിക്കാൻ പോകുന്നതിനെപ്പറ്റി വിഷമിക്കാറില്ലേ?"

മറിയം അവളുടെ നീണ്ട തലമുടി കുടഞ്ഞുകൊണ്ട് പൊട്ടിച്ചിരിച്ചു. "അതൊക്കെ, ആണുങ്ങളുടെ കാര്യം ആണ്." അവൾ പറഞ്ഞു. "ഇല്ല. ഞാൻ ദൈവത്തിന്റെ കാരുണ്യം അന്വേഷിക്കാറില്ല. ഞാൻ ഒരു സ്ത്രീ ആണ്. ഞാൻ എന്റെ ഭർത്താവിന്റെ കാരുണ്യമാണ് അന്വേഷിക്കുന്നത്. ഞാൻ സ്വർഗ്ഗത്തിലെ ആഹ്ലാദങ്ങൾക്കുവേണ്ടി ഒരു തെണ്ടിയെപ്പോലെ ദൈവത്തിന്റെ വാതിലിൽ മുട്ടിവിളിക്കാറില്ല. ഞാൻ സ്നേഹിക്കുന്ന ഭർത്താവിനെ കെട്ടിപ്പിടിക്കുന്നു. ഞാൻ മറ്റ് സ്വർഗ്ഗങ്ങളൊന്നും ആഗ്രഹിക്കുന്നില്ല. നമുക്ക് ശാശ്വതമായ ആഹ്ലാദങ്ങൾ ഭർത്താക്കന്മാർക്ക് വിട്ടുകൊടുക്കാം!"

"മനുഷ്യരുടെ ശാശ്വതമായ ആഹ്ലാദങ്ങൾ?" അവളുടെ നഗ്നമായ തോളുകൾ തഴുകിക്കൊണ്ട് അദ്ദേഹംപറഞ്ഞു. "പ്രിയമുള്ളവളേ, ഭൂമി ഒരു ഇടുങ്ങിയ മെതിക്കളം ആണ്. നിങ്ങൾക്ക് എങ്ങനെ ഇവിടെ സ്വയം നിങ്ങളെ പൂട്ടിയിട്ടുകൊണ്ട് രക്ഷപ്പെടേണ്ടെന്ന് ആഗ്രഹിക്കാൻ കഴിയും?"

"ഒരു സ്ത്രീ സന്തോഷിക്കുന്നത് അതിരുകൾക്ക് ഉള്ളിലാണ്. ആചാര്യന് ആ കാര്യം അറിയാം. ഒരു സ്ത്രീ ഒരു ജലസംഭരണി ആണ്. അവൾ ഒരു നീരുറവ അല്ല."

മാർത്ത ഓടിക്കിതച്ചുകൊണ്ട് കടന്നുവന്നു. "ആരോ ഒരാൾ നമ്മുടെ വീട് അന്വേഷിക്കുന്നുണ്ട്." അവൾ പറഞ്ഞു. "തടിച്ചുപൊക്കം കുറഞ്ഞ് കൂനും മുട്ടത്തോട് പോലെ കഷണ്ടിയും ഉള്ള ഒരാൾ. അയാൾ വളഞ്ഞ കാലിൽ ചുറുചുറുക്കോടെ നടന്നുവരികയാണ്. അയാൾ ഒരുമിനിറ്റിനുള്ളിൽ ഇവിടെ എത്തും."

കാപ്പിരിയും കിതച്ചുകൊണ്ട് ഓടി വന്നു. "എനിക്ക് അയാളുടെ നോട്ടം ഇഷ്ടപ്പെടുന്നില്ല. ഞാൻ അയാളുടെ മുഖത്ത് കതക് അടയ്ക്കാൻ പോകുകയാണ്. അയാൾ എല്ലാ കാര്യങ്ങളും തകിടം മറിക്കുന്ന മറ്റൊരാൾ ആണ്."

യേശു കാപ്പിരിച്ചെറുക്കനെ തുളച്ചിറങ്ങുന്ന നോട്ടം നോക്കി. "നീ എന്തിനാണ് പേടിക്കുന്നത്?" അദ്ദേഹം ചോദിച്ചു. "നീ അയാളെ പേടിക്കാൻ അയാൾ ആരാണ്? വാതിൽ തുറക്കൂ!"

കാപ്പിരി അദ്ദേഹത്തെ നോക്കി കണ്ണുചിമ്മി. "അയാളെ ആട്ടിപ്പായിക്ക്!" അവൻ യേശുവിനോട് സൗമ്യമായി പറഞ്ഞു.

"എന്തിന്? അയാൾ ആരാണ്?"

"ആട്ടിപ്പായിക്കൂ." കാപ്പിരി ആവർത്തിച്ചു. "ചോദ്യങ്ങൾ ചോദിക്കരുത്!

യേശുവിന് ദേഷ്യം വന്നു. "ഞാൻ സ്വതന്ത്രനല്ലേ? എനിക്ക് ഇഷ്ടമുള്ളത് ചെയ്യാൻ പാടില്ലേ? വാതിൽ തുറക്കൂ!"

ഈ സമയത്ത് വഴിയിൽ കാലൊച്ചകൾ കേൾക്കുന്നുണ്ടായിരുന്നു. അവ അവസാനിച്ചു. വാതിലിൽ ആരോ മുട്ടിവിളിച്ചു.

"അവിടെ ആരാണ്?" മുറ്റത്തേക്ക് ഓടിയിറങ്ങിക്കൊണ്ട് യേശു വിളിച്ചു ചോദിച്ചു.

"പരുഷമായ ഒരു ശബ്ദം ഉറക്കെ മറുപടി പറഞ്ഞു. "ദൈവം അയച്ച ഒരാൾ ആണ് വാതിൽ തുറക്കൂ!"

വാതിൽ തുറന്നു കഷണ്ടി ഉണ്ടെങ്കിലും ചെറുപ്പം വിട്ടുമാറാത്ത ഒരു തടിച്ച കൂനൻ വരാന്തയിൽ നില്ക്കുന്നുണ്ടായിരുന്നു. അയാളുടെ കണ്ണുകൾ തീതുപ്പിക്കൊണ്ടിരുന്നു. അയാളെ കാണാൻ വേണ്ടി ഓടിവന്ന രണ്ട് സ്ത്രീകളും പിന്നോട്ടുമാറി.

"സഹോദരന്മാരേ, സന്തോഷിക്കൂ; ഉല്ലസിക്കൂ!" സന്ദർശകൻ കൈകൾ വിടർത്തിപ്പിടിച്ചുകൊണ്ട് പറഞ്ഞു. "ഞാൻ നിങ്ങൾക്ക് നല്ല

വാർത്ത കൊണ്ടുവന്നിരിക്കുന്നു!"

അയാളെ കണ്ടുമുട്ടിയത് എവിടെവെച്ചാണെന്ന് ഓർമ്മിക്കാൻ ബുദ്ധി മുട്ടിക്കൊണ്ട് യേശു അയാളുടെ മുഖത്തേക്ക് നോക്കി. അദ്ദേഹത്തിന്റെ നട്ടെല്ലിലൂടെ തണുത്ത വിറയലുകൾ അങ്ങോട്ടും ഇങ്ങോട്ടും ഒഴുകി. "നിങ്ങൾ ആരാണ്? നിങ്ങളെ എവിടെയോവെച്ച് കണ്ടിട്ടുണ്ടെന്നാണ് ഞാൻ വിചാരിക്കുന്നത്. ഒരുകുരിശിലേറ്റലിന്റെ സമയത്ത് കയ്യാഫാസിന്റെ കൊട്ടാരത്തിൽവെച്ച് ആയിരുന്നോ?"

മുറ്റത്തിന്റെ ഒരു മൂലയ്ക്ക് ചുരുണ്ടു കൂടി കിടന്നിരുന്ന കാപ്പിരിച്ചെറുക്കൻ അവജ്ഞയോടെ പറഞ്ഞു. "അത് സാവുൾ ആണ്. രക്തദാഹിയായ സാവുൾ!"

"ഞാൻ രക്തദാഹിയായ സാവുൾ ആയിരുന്നു. പക്ഷേ, ഇപ്പോൾ അല്ല. ഞാൻ യഥാർത്ഥ വെളിച്ചം കണ്ടുകഴിഞ്ഞു. ഞാൻ പോൾ ആണ്. ഞാൻ മോചിപ്പിക്കപ്പെട്ടിരിക്കുന്നു— ദൈവത്തിന് സ്തുതി!— അതിനു ശേഷം ഇപ്പോൾ ഞാൻ ലോകത്തിന്റെ മോചനത്തിനുവേണ്ടി യാത്ര തിരിച്ചിരിക്കുകയാണ്. ഞാൻ കൊണ്ടുവരുന്ന നല്ല വാർത്തകൾക്ക് കടലുകളും ദൂരെയുള്ള നഗരങ്ങളും ആവശ്യമാണ്. അത്രമാത്രം സ്ഥലസൗകര്യം വേണം. ലാസറസ്, നിങ്ങൾ തലയാട്ടരുത്; ചിരിക്കരുത്; പരിഹസിക്കരുത്. അതെ, ഞാൻ ലോകത്തെ രക്ഷിക്കും!"

യേശു മറുപടി പറഞ്ഞു: "എന്റെ നല്ലവനായ ചെറുപ്പക്കാരാ, ഞാൻ നിങ്ങൾ പോകാൻ പോകുന്നിടത്തുനിന്നും തിരിച്ചെത്തിക്കഴിഞ്ഞവനാണ്. ഞാനും നിങ്ങളെപ്പോലെ ചെറുപ്പം ആയിരുന്നപ്പോൾ ലോകത്തെ രക്ഷിക്കാൻ യാത്ര തിരിച്ചത് എനിക്ക് ഓർമ്മയുണ്ട്. ചെറുപ്പത്തിന്റെ അർത്ഥം അതല്ലേ- ലോകത്തെ രക്ഷപ്പെടുത്താനുള്ള ആഗ്രഹം? ഞാൻപഴയ പ്രവാചകന്മാരെപോലെ ആണികൾ നിറഞ്ഞ അരപ്പട്ടയും ചുറ്റിക്കെട്ടി കീറിപ്പറിഞ്ഞ വസ്ത്രങ്ങളും ധരിച്ച് നഗ്നപാദനായി അലഞ്ഞുതിരിഞ്ഞു. ഞാൻ അലറി. "സ്നേഹം! സ്നേഹം!" അതുകൂടാതെ ഞാൻ ഇപ്പോൾ ഓർമ്മിക്കാൻ ആഗ്രഹിക്കാത്ത മറ്റുപലതും വിളിച്ചു പറഞ്ഞു. അവർ ചെറുനാരങ്ങയുടെ തോട് വലിച്ചെറിഞ്ഞുകൊണ്ട് എന്നെ തുരുതുരാ ചോദ്യം ചെയ്തു. എന്നെ തല്ലിച്ചതച്ചു. ഞാൻ സ്വയം കുരിശിലേറ്റപ്പെടുന്നതിൽ നിന്നും ഒരു തലനാരിഴയുടെ വ്യത്യാസം ആണ് ഉണ്ടായിരുന്നത്. എന്റെ നല്ലവനായ ചെറുപ്പക്കാരാ നിങ്ങൾക്കും അതുതന്നെ സംഭവിക്കും!"

അദ്ദേഹം സംസാരിക്കാനുള്ള ശക്തി സംഭരിച്ചുകഴിഞ്ഞിരുന്നു. ലാസറസിന്റെ രൂപത്തിലുള്ള അഭിനയഭാഗം മറന്നുകൊണ്ട് അദ്ദേഹം സ്വന്തം രഹസ്യം ഒരു അപരിചിതനോട് വെളിപ്പെടുത്തുകയായിരുന്നു.

ഭയന്നുപോയ കാപ്പിരി അവർക്കിടയിൽ കടന്നുവന്ന് സംസാരത്തിന്റെ ഗതി മാറ്റി:

"ഗുരു അയാളോട് സംസാരിക്കരുത്. എനിക്ക് അയാളോട് ചില കാര്യങ്ങൾ ചോദിക്കാനുണ്ട്. ഞാൻ അയാളോട് സംസാരിക്കട്ടെ."

കാപ്പിരി അപരിചിതന്റെ നേർക്ക് തിരിഞ്ഞു. “അങ്ങേയറ്റം അന്യായമായി മഗ്ദലനമറിയത്തെ കൊലപ്പെടുത്തിയ മഹാദുഷ്ടൻ നിങ്ങളല്ലേ? നിങ്ങളുടെ കൈകളിൽ നിന്ന് ചോര ഇറ്റുവീണുകൊണ്ടിരിക്കുന്നു. ഞങ്ങളുടെ മാന്യതയുള്ള സ്ഥലത്തുനിന്നും പുറത്തുപോകണം.”

“നിങ്ങൾ? നിങ്ങൾ?” യേശു വിറച്ചുകൊണ്ട് പറഞ്ഞു.

“അതെ ഞാൻ തന്നെ.” ആഴത്തിൽ നെടുവീർപ്പിട്ടുകൊണ്ട് പോൾ പറഞ്ഞു. “ഞാൻ എന്റെ നെഞ്ചത്തടിച്ച് കരഞ്ഞുകൊണ്ട് വസ്ത്രങ്ങൾ വലിച്ചുകീറുന്നു. ഞാൻ പാപം ചെയ്തിരിക്കുന്നു! പാപം ചെയ്തിരിക്കുന്നു! എനിക്ക് മോശയുടെ നിയമങ്ങൾ തെറ്റിക്കുന്ന ആരെയും വധിക്കാനുള്ള നിർദ്ദേശങ്ങൾ അടങ്ങിയ എഴുത്തുകൾ ലഭിച്ചിട്ടുണ്ട്. എനിക്ക് കൊല്ലാൻ കഴിയുന്ന എല്ലാവരെയും ഞാൻ കൊന്നതിനുശേഷം ഞാൻ ദമാസ്കസിലേക്ക് തിരിച്ചുപോകുമ്പോൾ പെട്ടെന്ന് ഒരു മിന്നൽപ്പിണർ ആകാശത്തുനിന്നും ഉന്നംവെച്ച് പാഞ്ഞുവന്ന് എന്നെ നിലത്തു വലിച്ചെറിഞ്ഞു. വലിയ തിളക്കം കൊണ്ട് എന്റെ കാഴ്ച നഷ്ടപ്പെട്ടു. ഞാൻ ഒന്നും കണ്ടില്ല. പക്ഷേ, തലയ്ക്ക് മുകളിൽ ഞാൻ ഒരു കുറ്റപ്പെടുത്തൽ കേട്ടു. “സാവുൾ, സാവുൾ” നിങ്ങൾ എന്തിനാണ് എന്നെ പിന്തുടരുന്നത്? ഞാൻ നിങ്ങളോട് എന്തു ചെയ്തു?”

“അങ്ങ് ആരാണ്?” ഞാൻ വിളിച്ചു ചോദിച്ചു.

“ഞാൻ നിങ്ങൾ പിന്തുടരുന്ന യേശു ആണ്. എഴുന്നേല്ക്കൂ. ദമാസ്ക്കസിലേക്ക് പോകൂ. അവിടെ എന്റെ വിശ്വസ്തർ നിങ്ങൾ എന്തു ചെയ്യണമെന്ന് പറഞ്ഞുതരും. ഞാൻ വിറച്ചു കൊണ്ട് ചാടി എഴുന്നേറ്റു. എന്റെ കണ്ണുകൾ തുറന്നിരിക്കുകയായിരുന്നു. പക്ഷേ, ഞാൻ ഒന്നും കാണുന്നുണ്ടായിരുന്നില്ല. എന്റെ കൂട്ടുകാർ കൈപിടിച്ച് ദമാസ്കസിൽ കൊണ്ടുവന്നു. യേശുവിന്റെ ശിഷ്യന്മാരിൽ ഒരാളായ അനാനിയാസ് ഞാൻ താമസിച്ചിരുന്ന കുടിലിൽ വന്നു. അയാൾ എന്റെ തലയിൽ കൈവെച്ച് പ്രാർത്ഥിച്ചു. “ക്രിസ്തുവേ, ഇയാൾക്ക് കാഴ്ച കൊടുക്കൂ. അതുകൊണ്ട് അയാൾ ലോകം മുഴുവൻ സഞ്ചരിച്ച് സുവിശേഷം അറിയിക്കും!” അയാൾ സംസാരിച്ചുകൊണ്ടിരിക്കുമ്പോൾ എന്റെ കണ്ണുകളിൽ നിന്നും പാളികൾ അടർന്നുവീണു. എനിക്ക് കാഴ്ച കിട്ടി. ഞാൻ ജ്ഞാനസ്നാനം ചെയ്യിച്ചു. ഞാൻ ദേശവാസികൾക്കുള്ള പ്രവാചകൻ പോൾ ആയിത്തീർന്നു. ഞാൻ കടലിലും കരയിലും പ്രസംഗിക്കുന്നു– ഞാൻ സുവിശേഷം പ്രസംഗിക്കുന്നു... നിങ്ങൾ എന്തിനാണ് എന്നെ അങ്ങനെ നോക്കുന്നത്? നിങ്ങളുടെ കണ്ണുകൾ പുറത്തേക്ക് തള്ളിയിരിക്കുന്നു. ലാസറസ്, നിങ്ങൾ ഇതുപോലെ ദേഷ്യപ്പെട്ട് എഴുന്നേല്ക്കാൻ കാരണം എന്താണ്?”

കൈപ്പത്തികൾ ചുരുട്ടിപ്പിടിച്ച് മുറുമുറുത്തുകൊണ്ട് യേശു മുറ്റത്തിറങ്ങി നടന്നു. ഒരു മൂലയിൽ വിളറിയ പെണ്ണുങ്ങൾ നില്ക്കുന്നത് അദ്ദേഹം കണ്ടു. കുട്ടികൾ കരഞ്ഞുകൊണ്ട് അവരുടെ അമ്മമാരെ മുറുകെ പിടിക്കുന്നത് അദ്ദേഹം കണ്ടു. അദ്ദേഹം അവരോട് ആജ്ഞാപിച്ചു. “ഞങ്ങളെ

തനിച്ചാക്കിയിട്ട് അകത്തേക്ക് പോകൂ!" തളർന്നുപോയിരുന്ന കാപ്പിരി അദ്ദേഹവുമായി സംസാരിക്കാൻ വേണ്ടി അടുത്തേക്ക് വന്നു. പക്ഷേ, അദ്ദേഹം കോപത്തോടെ അവനെ ഒരുവശത്തേക്ക് പിടിച്ചുതള്ളി. "എനിക്ക് സ്വാതന്ത്ര്യം ഇല്ലേ?" അദ്ദേഹം പറഞ്ഞു. "ഞാൻ വേണ്ടുവോളം അനുസരിച്ചു കഴിഞ്ഞു. ഞാൻ സംസാരിക്കാൻ പോകുകയാണ്!"

അദ്ദേഹം പോളിന്റെ നേർക്ക് തിരിഞ്ഞു. വിറയ്ക്കുന്ന ശബ്ദത്തിൽ അദ്ദേഹം ചോദിച്ചു. "നല്ല വാർത്തകൾ എന്തുണ്ട്?"

"നസറേത്തിലെ യേശു ജോസഫിന്റെയും മറിയത്തിന്റെയും മകൻ അല്ല— നിങ്ങൾ യേശുവിനെപ്പറ്റി കേട്ടിട്ടുണ്ടാകും. അദ്ദേഹം ഭൂമിയിലേക്ക് ഇറങ്ങി വന്ന് മനുഷ്യവർഗ്ഗത്തെ രക്ഷപ്പെടുത്താൻ വേണ്ടി മനുഷ്യരൂപം സ്വീകരിച്ചു. ദുഷ്ടന്മാരായ പുരോഹിതന്മാരും ഫരിസേയരും കൂടി അദ്ദേഹത്തെ പിടികൂടി പീലാത്തോസിന്റെ അടുത്തുകൊണ്ടുപോയി കുരിശിലേറ്റി. പക്ഷേ, മൂന്നാം ദിവസം അദ്ദേഹം മരണത്തിൽ നിന്ന് എഴുന്നേറ്റ് സ്വർഗ്ഗത്തിലേക്ക് കയറിപ്പോയി. സഹോദരന്മാരെ, മരണം കീഴടക്കപ്പെട്ടിരുന്നു. പാപങ്ങൾക്ക് മാപ്പു നല്കപ്പെട്ടിരുന്നു. സ്വർഗ്ഗത്തിന്റെ വാതിലുകൾ മലർക്കെ തുറന്നിരുന്നു."

"ഉയിർത്തെഴുന്നേറ്റ, ഈ പറയുന്ന നസറേത്തിലെ യേശുവിനെ നിങ്ങൾ കണ്ടിട്ടുണ്ടോ?" യേശു ഉറക്കെ ചോദിച്ചു. "നിങ്ങൾ സ്വന്തം കണ്ണുകൊണ്ട് കണ്ടിട്ടുണ്ടോ?" അയാൾ കാഴ്ചയിൽ എങ്ങനെയായിരുന്നു?"

"ഒരു മിന്നൽപ്പിണർ— സംസാരിക്കുന്ന ഒരു മിന്നൽപ്പിണർ."

"നുണ!"

"അദ്ദേഹത്തിന്റെ ശിഷ്യന്മാർ കണ്ടു. അവർ കുരിശിലേറ്റലിനു ശേഷം ഒരു മച്ചിന്റെ മുകളിൽ വാതിലുകൾ എല്ലാം അടച്ച് സമ്മേളനം നടത്തി. പെട്ടെന്ന് അദ്ദേഹം അവിടെ എത്തിച്ചേർന്ന് അവർക്കിടയിൽ നിന്നുകൊണ്ട് പറഞ്ഞു. "നിങ്ങൾക്ക് സമാധാനം കിട്ടട്ടെ!" അവർ എല്ലാവരും അദ്ദേഹത്തെ കണ്ടു. അവർ അത്ഭുതപ്പെട്ടുപോയിരുന്നു. പക്ഷേ, തോമസിന് വിശ്വാസം വന്നില്ല. അയാൾ അദ്ദേഹത്തിന്റെ മുറിവുകളിൽ വിരൽ അമർത്തി. അദ്ദേഹത്തിന് അല്പം മീൻ കൊടുത്തു. അദ്ദേഹം അതു കഴിച്ചു."

"കള്ളം."

"പക്ഷേ, പോളിനു ദേഷ്യം വന്നു. അയാളുടെ കണ്ണുകൾ ജ്വലിച്ചു. അയാളുടെ വളഞ്ഞ ശരീരം സ്വയം നിവർന്നുനിന്നു.

"അദ്ദേഹം മനുഷ്യനു ജനിച്ചവൻ അല്ല: അദ്ദേഹത്തിന്റെ അമ്മ ഒരു കന്യക ആയിരുന്നു. ഗബ്രിയേൽ ദൈവദൂതൻ താഴെ ഇറങ്ങി വന്ന് വിളിച്ചു. "കന്യാമറിയമേ" ആ വിളി ഒരു വിത്തുപോലെ അവളുടെ ഗർഭപാത്രത്തിൽ വീണു. അദ്ദേഹം അങ്ങനെയാണ് ജനിച്ചത്."

"കള്ളൻ! കള്ളൻ!"

അത്ഭുതപ്പെട്ടുപോയ പോളിന് അനങ്ങാനുള്ള ശേഷി ഉണ്ടായിരു

ന്നില്ല. കാപ്പിരി എഴുന്നേറ്റ് വന്ന് വാതിൽ കുറ്റിയിട്ടു. അയൽവാസികൾ വിളിച്ചു കൂവൽ കേട്ട് വാതിലുകൾ തുറന്ന് ചെവികൂർപ്പിച്ചു. ഭയന്നുപോയ ഭാര്യമാർ രണ്ടും വീണ്ടും മുറ്റത്ത് പ്രത്യക്ഷപ്പെട്ടു. പക്ഷേ, കാപ്പിരി അവരെ വീണ്ടും അകത്തേക്ക് പറഞ്ഞയച്ചു. യേശു ദേഷ്യം കൊണ്ട് പെരുകി. അദ്ദേഹത്തിന് ഹൃദയം തണുപ്പിക്കാൻ കഴിഞ്ഞില്ല. അദ്ദേഹം പോളിന്റെ അടുത്തുചെന്ന് തോളിൽ കയറിപ്പിടിച്ച് ബലമായി കുലുക്കി.

"കള്ളൻ! കള്ളൻ!" അദ്ദേഹം അലറി. "ഞാനാണ് നസറേത്തിലെ യേശു. ഞാൻ ഒരിക്കലും കുരിശിലേറ്റപ്പെട്ടിട്ടില്ല. ഒരിക്കലും ഉയിർത്തെഴുന്നേറ്റിട്ടില്ല. ഞാൻ നസറേത്തിലെ ആശാരി ജോസഫിന്റെയും മറിയത്തിന്റെയും മകനാണ്. ഞാൻ ദൈവത്തിന്റെ മകൻ അല്ല. മറ്റുള്ള എല്ലാവരെയുംപോലെ ഞാൻ മനുഷ്യന്റെ മകൻ ആണ്. നിങ്ങൾ പറയുന്നത് എന്ത് ദൈവനിന്ദകൾ ആണ്! എന്ത് ധിക്കാരങ്ങൾ ആണ്. "എന്ത് കള്ളങ്ങൾ ആണ്! ഇത്തരം കള്ളങ്ങൾ കൊണ്ടാണോ നിങ്ങൾ ലോകത്തെ രക്ഷിക്കാൻ പോകുന്നത്?"

"നിങ്ങൾ- നിങ്ങൾ?" അമ്പരന്നുപോയ പോൾ പിറുപിറുത്തു. ലാസറസ് ദേഷ്യപ്പെട്ട് സംസാരിക്കുന്നതിനിടയിൽ അയാളുടെ കൈപ്പത്തികളിലും കാൽപ്പാദങ്ങളിലും ഉണ്ടായിരുന്ന ആണി തുളച്ചിറങ്ങിയതിന്റെ നീല അടയാളങ്ങൾ പോളിന്റെ ശ്രദ്ധയിൽ പെട്ടിരുന്നു. അതുകൂടാതെ അയാളുടെ ഹൃദയത്തിനു മുകളിലും ഒരു മുറിപ്പാട് ഉണ്ടായിരുന്നു.

"നിങ്ങൾ എന്തിനാണ് കണ്ണുരുട്ടുന്നത്?" യേശു ഉറക്കെ ചോദിച്ചു. "നിങ്ങൾ എന്തിനാണ് എന്റെ കൈയിലും കാലിലും സൂക്ഷിച്ചു നോക്കുന്നത്? നിങ്ങൾ കാണുന്ന ആ അടയാളങ്ങൾ ഞാൻ ഉറങ്ങുന്ന സമയത്ത് ദൈവം മുദ്രകുത്തിയതാണ്. അത് ചെയ്തത് ദൈവം ആണോ അതോ സാത്താൻ ആണോ എന്ന് ഇതുവരെ എനിക്ക് വ്യക്തമായിട്ടില്ല. ഞാൻ കുരിശിൽ വേദനകൊണ്ട് പുളയുന്നതായി സ്വപ്നം കണ്ടിരുന്നു. ഞാൻ ഉച്ചത്തിൽ നിലവിളിച്ചുകൊണ്ട് ഉണർന്നു. അതോടെ എന്റെ വേദന അപ്രത്യക്ഷപ്പെട്ടു. ഞാൻ ഉണർന്നിരിക്കുമ്പോൾ അനുഭവിക്കേണ്ടത് ഉറക്കത്തിൽ അനുഭവിച്ചു— അങ്ങനെ ഞാൻ രക്ഷപ്പെട്ടു!"

"സംസാരിക്കേണ്ട!" പോൾ നെറ്റി പൊട്ടിത്തെറിക്കും എന്ന് ഭയന്നു. അയാൾ നെറ്റിയിൽ അമർത്തിപ്പിടിച്ചുകൊണ്ട് ദേഷ്യപ്പെട്ടു.

പക്ഷേ, യേശുവിന് എങ്ങനെ സംസാരിക്കാതിരിക്കാൻ കഴിയും. അദ്ദേഹത്തിന് ഈ വാക്കുകൾ എല്ലാം വർഷങ്ങളായി നെഞ്ചിൽ അടച്ചുപൂട്ടി വെച്ചിരിക്കുകയായിരുന്നെന്ന് തോന്നി. ഇപ്പോൾ അദ്ദേഹത്തിന്റെ ഹൃദയം തുറന്ന് അവ പുറത്തേക്ക് പ്രവഹിക്കുകയായിരുന്നു. കാപ്പിരി അദ്ദേഹത്തിന്റെ കൈയിൽ പിടിച്ചുവലിച്ചു. "സംസാരിക്കരുത്!" അവൻ അദ്ദേഹത്തോട് പറഞ്ഞു. പക്ഷേ, യേശു ഒറ്റത്തള്ളിന് അവനെ നിലത്ത് തള്ളിയിട്ടതിനുശേഷം പോളിന്റെ നേർക്ക് തിരിഞ്ഞു.

"ശരി, ശരി. ഞാൻ എല്ലാ കാര്യങ്ങളും പറയും! എനിക്ക് ആശ്വാസം

കണ്ടെത്തണം! ഉണർന്നിരിക്കുമ്പോൾ അനുഭവിക്കേണ്ടത് ഞാൻ ഉറക്കത്തിൽ അനുഭവിച്ചു. ഞാൻ രക്ഷപ്പെട്ടു. ഞാൻ മറ്റൊരു പേരും മറ്റൊരു ശരീരവും കൊണ്ടാണ് ഈ ചെറിയ ഗ്രാമത്തിൽ വന്നത്. ഇവിടെ ഞാൻ ഒരു മനുഷ്യന്റെ ജീവിതം ജീവിച്ചു: ഞാൻ തിന്നു. കുടിച്ചു. ജോലിചെയ്തു. എനിക്ക് കുട്ടികൾ ഉണ്ടായി. ആ വലിയ അഗ്നിബാധ ശമിച്ചു. ഞാനും ശാന്തമായ ഒരു തീനാളമായി മാറി. ഞാൻ നെരിപ്പോടിനടുത്ത് ചുരുണ്ടു കിടന്നു. എന്റെ ഭാര്യ കുട്ടികൾക്കുള്ള ഭക്ഷണം പാകം ചെയ്തു. ഞാൻ ലോകത്തെ കീഴടക്കാൻ വേണ്ടി സമുദ്രത്തിലൂടെ യാത്ര തിരിച്ചു. പക്ഷേ, ഈ വീട്ടിലെ വെള്ളത്തൊട്ടിയിൽ നങ്കൂരമിട്ടു. അതാണ് സംഭവിച്ചത്.- പക്ഷേ, എനിക്ക് പരാതി ഇല്ല. ഞാൻ മനുഷ്യന്റെ മകനാണെന്ന് നിങ്ങളോട് പറയുന്നു. ദൈവത്തിന്റെ മകൻ അല്ല... അതു കൂടാതെ കള്ളങ്ങൾ പ്രചരിപ്പിക്കാൻ വേണ്ടി ഈ ലോകം മുഴുവൻ ചുറ്റിത്തിരിയരുത്. ഞാൻ എഴുന്നേറ്റു നിന്ന് സത്യം വിളിച്ചു പറയും!"

ഇപ്പോൾ പോളിന് പൊട്ടിത്തെറിക്കാനുള്ള അവസരം ആയിരുന്നു.

"നിങ്ങളുടെ നാണംകെട്ട വായ അടച്ചു വെക്കണം!" അദ്ദേഹത്തിന്റെ നേർക്ക് പാഞ്ഞുവന്നുകൊണ്ട് അയാൾ അലറി. "മിണ്ടരുത്. അല്ലെങ്കിൽ നിങ്ങളുടെ സംസാരം മനുഷ്യർ കേൾക്കും. അവർ പേടിച്ചു മരിക്കും. ഈ ലോകത്തിന്റെ അനീതിയുടെയും ദാരിദ്ര്യത്തിന്റെയും അധഃപതനത്തിൽ കുരിശിലേറ്റപ്പെട്ടവനും ഉയിർത്തെഴുന്നേല്ക്കപ്പെട്ടവനുമായ യേശു സത്യസന്ധരായ മനുഷ്യർക്കും തെറ്റുചെയ്ത മനുഷ്യർക്കും ഒരേപോലെ അമൂല്യമായ ഒരു സാന്ത്വനം ആയിരുന്നു. സത്യമോ കളവോ- ഞാൻ എന്തിനാണ് ശ്രദ്ധിക്കുന്നത്! ലോകം രക്ഷിക്കപ്പെടുമെങ്കിൽ അത് തന്നെ ധാരാളമാണ്!"

"കള്ളം കൊണ്ട് ലോകം രക്ഷപ്പെടുന്നതിലും നല്ലത് സത്യം കൊണ്ട് ലോകം നശിക്കുന്നതാണ്. ഇത്തരത്തിലുള്ള ഒരു മോചനത്തിന്റെ ഹൃദയഭാഗത്താണ് സാത്താൻ എന്ന വലിയ ഇഴജന്തുവിന്റെ ഇരിപ്പിടം. മനുഷ്യന് ചിറകുകൾ നല്കുന്നതും വലിയ പ്രവർത്തനങ്ങളും വലിയ ആത്മാവുകളും സൃഷ്ടിക്കുന്നതും ഭൂമിക്ക് മുകളിലേക്ക് നമ്മൾ മനുഷ്യരെ ഒരാൾ പൊക്കത്തിൽ എടുത്തുയർത്തുന്നതും എന്തെല്ലാം കാര്യങ്ങൾ ആണോ — അവയെല്ലാം സത്യം ആണ്. മനുഷ്യന്റെ ചിറകുകൾ മുറിക്കുന്നത് എന്തെല്ലാം കാര്യങ്ങൾ ആണോ— അവയെല്ലാം കള്ളം ആണ്."

"സാത്താന്റെ മകൻ സംസാരിക്കാതിരിക്കില്ലേ! നിങ്ങൾ പറഞ്ഞുകൊണ്ടിരിക്കുന്ന ഈ ചിറകുകൾ ലൂസിഫറിന്റെ ചിറകുകൾ പോലെ ആണ്."

"ഇല്ല. ഞാൻ സംസാരിക്കാതിരിക്കില്ല. എന്താണ് സത്യമെന്നും എന്താണ് കള്ളമെന്നും എന്നതിനെച്ചൊല്ലി ഞാൻ ബഹളം ഉണ്ടാക്കില്ല. ഞാൻ നിങ്ങളെ കണ്ടിട്ടുണ്ടോ എന്നതും നിങ്ങൾ കുരിശിലേറ്റപ്പെട്ടിരുന്നോ എന്നതും എനിക്ക് തർക്കവിഷയങ്ങൾ അല്ല. ഞാൻ സത്യം സൃഷ്ടിക്കുന്നു. ഞാൻ അതിനെ പിടിവാശിയിൽനിന്നും ആഗ്രഹത്തിൽനിന്നും വിശ്വാസ

ത്തിൽനിന്നും സൃഷ്ടിക്കുന്നു. ഞാൻ അത് കണ്ടെത്താൻ വേണ്ടി പോരാടുന്നില്ല— ഞാൻ അത് പണിയുന്നു. ഞാൻ അത് മനുഷ്യനേക്കാൾ പൊക്കത്തിൽ പണിയുന്നു. അങ്ങനെ ഞാൻ മനുഷ്യനെ ശക്തിപ്പെടുത്തുന്നു. ലോകത്തെ രക്ഷിക്കണമെങ്കിൽ (നിങ്ങൾ കേൾക്കുന്നുണ്ടോ)— നിങ്ങൾ കുരിശിലേറ്റപ്പെടേണ്ടത് വളരെ അത്യാവശ്യമാണ്. അതുകൊണ്ട് ഞാൻ നിങ്ങളെ കുരിശിലേറ്റും. നിങ്ങൾ ഇഷ്ടപ്പെട്ടാലും ഇല്ലെങ്കിലും നിങ്ങൾ ഉയിർത്തെഴുന്നേല്പിക്കപ്പെടേണ്ടത് ആവശ്യമാണ്. അതുകൊണ്ട് ഞാൻ നിങ്ങളെ ഉയിർത്തെഴുന്നേല്പിക്കും. നിങ്ങൾക്ക് ഈ ദുരിതം പിടിച്ച ഗ്രാമത്തിൽ ഇരുന്ന് പിള്ളത്തൊട്ടിലുകളും വെള്ളത്തൊട്ടികളും ഉണ്ടാക്കാം. മക്കളെയും സൃഷ്ടിക്കാം. നിങ്ങൾക്ക് അറിയണമെന്നുണ്ടെങ്കിൽ ഞാൻ പറയാം. അന്തരീക്ഷത്തോട് നിങ്ങളുടെ രൂപം സ്വീകരിക്കാൻ ഞാൻ നിർബ്ബന്ധിക്കാം. ശരീരവും മുൾക്കിരീടവും അണികളും രക്തവും എല്ലാം തന്നെ ഇപ്പോൾ ഈ മൊത്തം പ്രവർത്തനങ്ങളും മോചനത്തിന്റെ സംഘടിത ഘടനയുടെ ഭാഗം ആണ്— എല്ലാ കാര്യങ്ങളും ഒഴിച്ചുകൂടാൻ പറ്റാത്തവയാണ്. ലോകത്തിന്റെ ഓരോ മൂലയിൽനിന്നും അസംഖ്യം കണ്ണുകൾ മുകളിലേക്ക് നോക്കി നിങ്ങൾ അന്തരീക്ഷത്തിൽ കുരിശിലേറ്റപ്പെട്ടിരിക്കുന്നതു കാണും. അവർ കരയും. കണ്ണുനീർ അവരുടെ ആത്മാവുക്കളെയും പാപങ്ങളെയും കഴുകി വൃത്തിയാക്കും. പക്ഷേ, മൂന്നാം ദിവസം ഞാൻ നിങ്ങളെ മരണത്തിൽനിന്നും എഴുന്നേല്പിക്കും. കാരണം ഒരു ഉയിർത്തെഴുന്നേല്പില്ലാതെ മോചനം ഇല്ല. ഏറ്റവും ഭയാനകമായ അവസാന ശത്രു മരണം ആണ്. ഞാൻ മരണത്തെ ഇല്ലാതാക്കും. എങ്ങനെ? നിങ്ങളെ ദൈവത്തിന്റെ മകനായ മിശിഹായുടെ മകനായ— യേശുവായി ഉയിർത്തെഴുന്നേല്പിച്ചുകൊണ്ട് ഞാൻ മരണത്തെ ഇല്ലാതാക്കും."

"ഇത് സത്യം അല്ല. എന്നെ കുരിശിലേറ്റിയിട്ടില്ലെന്ന് ഞാൻ എഴുന്നേറ്റു നിന്ന് വിളിച്ചുപറയും. മരണത്തിൽ നിന്ന് എഴുന്നേറ്റില്ലെന്നും ഞാൻ ദൈവം അല്ലെന്നും വിളിച്ചു പറയും?.,.. നിങ്ങൾ എന്തിനാണ് ചിരിക്കുന്നത്?"

"നിങ്ങൾക്ക് ആഗ്രഹം ഉള്ളതെല്ലാം വിളിച്ചു കൂവാം. എനിക്ക് ഇപ്പോൾ നിങ്ങളുടെ ആവശ്യം പോലും ഇല്ല. നിങ്ങൾ ഉരുട്ടിവിട്ട ചക്രം വേഗത കൈവരിച്ചിരിക്കുന്നു: ഇപ്പോൾ അതിനെ നിയന്ത്രിക്കാൻ ആർക്കാണ് കഴിയുന്നത്. സത്യം പറഞ്ഞാൽ സംസാരിക്കുന്നതിനിടയിൽ നിങ്ങൾ വ്യക്തിത്വം വെളിപ്പെടുത്തിക്കൊണ്ട് പാവപ്പെട്ട മനുഷ്യവർഗ്ഗത്തിന് നിങ്ങൾ കുരിശിലേറ്റപ്പെട്ടിട്ടില്ലെന്ന് വ്യക്തമാക്കുകയാണെങ്കിൽ നിങ്ങളുടെ പുറത്തേക്ക് ചാടിവീണ് കഴുത്തുഞെരിക്കണമെന്ന് പോലും എനിക്ക് അല്പസമയം തോന്നിയിരുന്നു. പക്ഷേ, ഞാൻ പെട്ടെന്ന് തന്നെ ശാന്തനായി. അയാൾ എന്തിന് വിളിച്ചുകൂവാതിരിക്കണം? ഞാൻ സ്വയം ചോദിച്ചു. വിശ്വാസികൾ നിങ്ങളെ പിടികൂടി ദൈവത്തെ നിന്ദിക്കുന്നവൻ എന്ന നിലയിൽ ചിതയിൽ തള്ളിയിട്ട് കത്തിക്കും!"

"ഞാൻ ഒരു വാക്കാണ് ആകെ പറഞ്ഞത്. ഒരു സന്ദേശമാണ് ആകെ കൊണ്ടുവന്നത്. സ്നേഹം- സ്നേഹം— മറ്റൊന്നും ഇല്ല."

"നിങ്ങൾ, സ്നേഹം" എന്ന് പറഞ്ഞതുകാരണം മനുഷ്യവർഗ്ഗത്തിന്റെ ഉള്ളിൽ ഉറങ്ങിക്കിടന്നിരുന്ന എല്ലാ മാലാഖമാരെയും പിശാചുക്കളെയും നിങ്ങൾ സ്വതന്ത്രരാക്കി. സ്നേഹം നിങ്ങൾ വിചാരിക്കുന്നതുപോലെ ശാന്തവും ലളിതവും ആയ ഒരു വാക്ക് അല്ല. അതിനുള്ളിൽ കൂട്ടക്കൊല ചെയ്യപ്പെട്ട സൈന്യങ്ങളും എരിച്ചുകളഞ്ഞ നഗരങ്ങളും ധാരാളം രക്തവും കിടക്കുന്നുണ്ട്. ചോരയുടെയും കണ്ണുനീരിന്റെയും നദികൾ ഒഴുകുന്നുണ്ട്: ലോകത്തിന്റെ മുഖം മാറിയിരിക്കുന്നു. ഇപ്പോൾ നിങ്ങൾക്ക് ഇഷ്ടം പോലെ കരയാം, നിങ്ങൾക്ക് സ്വയം പരുക്കൻ ശബ്ദത്തിൽ കൂക്കിവിളിക്കാം: "ഞാൻ അത് പറയാൻ ആഗ്രഹിച്ചില്ല— അത് സ്നേഹം അല്ല. പരസ്പരം കൊല്ലരുത്! നമ്മൾ എല്ലാവരും സഹോദരന്മാരാണ്! നിർത്തൂ!" പക്ഷേ, അവർക്ക് എങ്ങനെ നിർത്താൻ പറ്റും. ചെയ്തതെല്ലാം ചെയ്തുകഴിഞ്ഞു!"

"നിങ്ങൾ ഒരു പിശാചിനെപ്പോലെ ചിരിക്കുന്നു."

"അല്ല. ഒരു പ്രവാചകനെപ്പോലെയാണ് ചിരിക്കുന്നത്. നിങ്ങൾക്ക് ഇഷ്ടപ്പെട്ടാലും ഇല്ലെങ്കിലും ഞാൻ നിങ്ങളുടെ പ്രവാചകനായി മാറും. ഞാൻ എന്റെ ആഗ്രഹം പോലെ നിങ്ങളെയും നിങ്ങളുടെ ജീവിതത്തെയും നിങ്ങളുടെ ഉപദേശങ്ങളെയും നിങ്ങളുടെ കുരിശാരോഹണത്തെയും നിങ്ങളുടെ ഉയിർത്തെഴുന്നേല്പിനെയും രൂപകല്പന ചെയ്യും. നസറേത്തിലെ ആശാരി ജോസഫ് അല്ല നിങ്ങളെ സൃഷ്ടിച്ചത്; ഞാനാണ് നിങ്ങളെ സൃഷ്ടിച്ചത് ഞാൻ. സിലിസിയായിലെ ടാർസസിൽ നിന്നും വരുന്ന പകർപ്പെഴുത്തുകാരൻ പോൾ."

"പറ്റില്ല! പറ്റില്ല!"

"ആരെങ്കിലും നിങ്ങളോട് ആവശ്യപ്പെട്ടോ? എനിക്ക് നിങ്ങളുടെ അനുവാദം ആവശ്യം ഇല്ല. എന്റെ കാര്യങ്ങളിൽ നിങ്ങൾ എന്തിനാണ് തലയിടുന്നത്."

യേശു ധാന്യം ഉണക്കുന്ന തറയിലേക്ക് നിലംപതിച്ചു. അദ്ദേഹം ആശ നശിച്ച് തല കാൽമുട്ടുകൾക്കിടയിൽ പൂഴ്ത്തി. ഈ പിശാചുമായി അദ്ദേഹത്തിന് എങ്ങനെ മല്പിടുത്തം നടത്താൻ കഴിയും?

പോൾ കമഴ്ന്നു കിടക്കുന്ന യേശുവിന്റെ അടുത്തു നിന്നുകൊണ്ട് അദ്ദേഹത്തെ നീചമായി സംബോധന ചെയ്തു. "ലാസറസ്, നിങ്ങൾ എങ്ങനെയാണ് ലോകത്തെ രക്ഷിക്കുന്നത്? ഈ ലോകം നിങ്ങളെ പിന്തുടരാൻ വേണ്ടി ഉന്നതമായ എന്ത് ഉദാഹരണമാണ് അവർക്ക് വാഗ്ദാനം ചെയ്യുന്നത്? നിങ്ങളോടൊപ്പം ലോകത്തിന് അതിന്റെ സ്വന്തം ശീലങ്ങളെ മറികടക്കാൻ പറ്റുമോ? നിങ്ങൾ ഉണ്ടെങ്കിൽ ലോകത്തിന് ചിറകുകൾ മുളയ്ക്കുമോ? ലോകം രക്ഷപ്പെടാൻ ആഗ്രഹിക്കുന്നുണ്ടെങ്കിൽ അത് ഞാൻ പറയുന്നത് ശ്രദ്ധിക്കും - ഞാൻ പറയുന്നത്."

അദ്ദേഹം നാലുചുറ്റും നോക്കി. മുറ്റം ശൂന്യമായിരുന്നു. ഒരു മൂല

യിൽ ചുരുണ്ടുകൂടിക്കിടന്നിരുന്ന കാപ്പിരി തിളക്കമുള്ള വെള്ളക്കണ്ണുകൾ വട്ടം തിരിച്ചുകൊണ്ട് പൂട്ടിയിട്ടിരിക്കുന്ന പെൺപട്ടിയെപ്പോലെ മുരളുന്നുണ്ടായിരുന്നു. സ്ത്രീകൾ ഒളിവിലായിരുന്നു. അയൽക്കാർ ഒളിച്ചോടിയിരുന്നു. പക്ഷേ, പോൾ- മുറ്റം മനുഷ്യരെക്കൊണ്ടു നിറഞ്ഞ ഒരു വലിയ മൈതാനം ആണെന്നുള്ള മട്ടിൽ— ഒറ്റക്കുതിപ്പിന് ഉയർന്ന സ്ഥലത്തേക്ക് ചാടിക്കയറി അദൃശ്യരായ ജനക്കൂട്ടത്തോട് പ്രസംഗിക്കാൻ തുടങ്ങി. "സഹോദരന്മാരേ, കണ്ണുകൾ ഉയർത്തിനോക്കൂ! ഒരുഭാഗത്ത് ലാസറസ്, മറുഭാഗത്ത് ക്രിസ്തുവിന്റെ ഭൃത്യനായ പോൾ. തെരഞ്ഞെടുക്കൂ! നിങ്ങൾ ലാസറസിന്റെ കൂടെ പോകുകയാണെങ്കിൽ നിങ്ങൾ തിരികല്ലാകാൻ നിർബ്ബന്ധിതരാകും. നിങ്ങൾ ഇല്ലായ്മയുടെ ഒരു ജീവിതം നയിക്കും. നിങ്ങൾ ആട് ജീവിച്ചുമരിക്കുന്നതുപോലെ ജീവിച്ചു മരിക്കും- അവ അല്പം കമ്പിളിയും ഏതാനും കരച്ചിലുകളും ധാരാളം ആട്ടിൻപുഴുക്കകളും ഉപേക്ഷിച്ചിട്ടുപോകും. നിങ്ങൾ എന്നോടൊപ്പം വരുകയാണെങ്കിൽ: സ്നേഹം, പോരാട്ടം, യുദ്ധം- നമ്മൾ ലോകത്തെ കീഴടക്കും! തെരഞ്ഞെടുക്കൂ! ഒരു ഭാഗത്ത് ക്രിസ്തു, ദൈവത്തിന്റെ മകൻ, ലോകത്തിന്റെ മോചനം. മറുഭാഗത്ത് ലാസറസ്!"

അയാൾക്ക് തീ പിടിച്ചു. അയാൾ ഉരുണ്ട കഴുകൻ കണ്ണുകൾ അദൃശ്യരായ ആൾക്കൂട്ടത്തിനു മുകളിലൂടെ വലിച്ചിഴച്ചു. അയാളുടെ രക്തം തിളയ്ക്കുകയായിരുന്നു. മുറ്റത്തിന്റെ മതിലുകൾ തകർന്നുപൊടിഞ്ഞു നിലംപതിച്ചു; കാപ്പിരി ചെറുക്കനും ലാസറസും അപ്രത്യക്ഷപ്പെട്ടു. അയാൾ അന്തരീക്ഷത്തിൽ ഒരു ശബ്ദം കേട്ടു.

"ജനതകളുടെ അപ്പോസ്തലനായ മഹാനായ ആത്മാവേ! കള്ളത്തെ നിങ്ങൾ സ്വന്തം രക്തവും കണ്ണുനീരുമായി കൂട്ടിക്കുഴച്ച് സത്യമാക്കിയിരിക്കുന്നു: ഞങ്ങളെ നയിച്ചുകൊണ്ട് ഞങ്ങൾക്ക് വഴി കാണിക്കൂ. നമ്മൾ എത്രദൂരം സഞ്ചരിക്കും?"

പോൾ കൈകൾ വിടർത്തി. ലോകത്തെ മുഴുവൻ ആലിംഗനം ചെയ്തുകൊണ്ട് അയാൾ നിലവിളിച്ചു. "മനുഷ്യന്റെ കണ്ണുകൾക്ക് എത്തിച്ചേരാൻ കഴിയുന്ന ദൂരം സഞ്ചരിക്കും. അതിനേക്കാൾ മുന്നോട്ടു പോകും. മനുഷ്യന്റെ ഹൃദയത്തിന് എത്തിച്ചേരാൻ കഴിയുന്ന ദൂരം പോകും! ലോകം വലുതാണ്- ദൈവത്തിനു സ്തുതി. ഇസ്രയേലിന്റെ മണ്ണിനപ്പുറത്ത് ഈജിപ്തും സിറിയയും ഫൊണീഷ്യയും ഏഷ്യാ മൈനെറും ഗ്രീസ്, സമ്പത്തുള്ള ദ്വീപുകളായ സൈപ്രസും റോഡ്സും ഉണ്ട്. കൂടുതൽ ദൂരത്തായി റോം ഉണ്ട്. അതിനേക്കാൾ ദൂരത്ത് നീണ്ട സ്വർണ്ണത്തലമുടിച്ചുരുളുകളും ഇരുവശത്തും മൂർച്ചയുള്ള കോടാലികളുമായി പ്രാകൃതർ ഉണ്ട്... കടലുകളുടെയും പർവ്വതങ്ങളുടെയും കാറ്റ് നമ്മുടെ മുഖങ്ങളിൽ ഏറ്റുവാങ്ങിക്കൊണ്ട് അതിരാവിലെ പാറകളിലും മനുഷ്യഹൃദയങ്ങളിലും കുരിശ് കുഴിച്ചിട്ട് ലോകത്തെ കൈവശപ്പെടുത്താൻ വേണ്ടി ഇറങ്ങിത്തിരിക്കാൻ എന്ത് ആഹ്ലാദമാണ്! പരിത്യജിക്കപ്പെട്ട് മർദ്ദനമേറ്റ് ആഴമുള്ള

കുഴികളിൽ കിടന്ന് ക്രിസ്തുവിനു വേണ്ടി കൊല്ലപ്പെടാൻ എന്ത് ആഹ്ലാദ മാണ്!"

അയാൾ ശാന്തനായി. പ്രസംഗം അവസാനിപ്പിച്ചു. അദൃശ്യരായ ജന ക്കൂട്ടം അന്തരീക്ഷത്തിൽ അപ്രത്യക്ഷപ്പെട്ടു. അയാൾ തിരിഞ്ഞുനോക്കി യപ്പോൾ യേശുവിനെ കണ്ടു. അദ്ദേഹം ഇപ്പോൾ അയാളുടെ സംസാരം ശ്രദ്ധിച്ചു കൊണ്ട് അമ്പരപ്പോടെ മതിലിൽ ചാരി നില്ക്കുകയായിരുന്നു.

"ക്രിസ്തുവിനു വേണ്ടിയാണ്. ലാസറസ് എന്ന നിങ്ങൾക്കുവേണ്ടി അല്ല. ക്രിസ്തുവിനു വേണ്ടിയാണ്. എന്റെ ക്രിസ്തുവിനു വേണ്ടി!"

സ്വയം നിയന്ത്രിക്കാൻ കഴിയാതെ യേശു തേങ്ങിക്കരഞ്ഞു. കാപ്പിരി അദ്ദേഹത്തിന്റെ അടുത്തെത്തി. "നസറേത്തിലെ യേശുവേ," അയാൾ സൗമ്യമായി പറഞ്ഞു. "നിങ്ങൾ എന്തിനാണ് കരയുന്നത്?"

യേശു പിറുപിറുത്തു. "കൂട്ടുകാരാ, ലോകത്തെ രക്ഷപ്പെടുത്താനുള്ള ഏകവഴി മനസ്സിലാക്കിക്കൊണ്ട് ആർക്കെങ്കിലും എങ്ങനെയാണ് തേങ്ങി ക്കരയാതിരിക്കാൻ കഴിയുന്നത്?"

പോൾ ഇപ്പോൾ ഉയർന്ന സ്ഥലത്തുനിന്നും താഴെ ഇറങ്ങി. അയാ ളുടെ വിരളമായ മുടിയിഴകൾ എഴുന്നു നിന്നിരുന്നു. അയാൾ ചെരുപ്പ് ഊരി മണ്ണുതട്ടിക്കുടഞ്ഞുകൊണ്ട് തെരുവിലേക്കു തുറക്കുന്ന വാതിലിന്റെ നേർക്ക് തിരിഞ്ഞു.

"ഞാൻ എന്റെ ചെരുപ്പിൽനിന്നും നിങ്ങളുടെ വീട്ടിലെ മണ്ണു തട്ടിക്ക ളഞ്ഞു." മുറ്റത്ത് പരിഭ്രമിച്ചു നിന്നിരുന്ന യേശുവിനോട് അയാൾ പറഞ്ഞു. "ഞാൻ പോകുന്നു! നല്ല ഭക്ഷണത്തിലേക്കും നല്ല വീഞ്ഞിലേക്കും നല്ല ചുംബനങ്ങളിലേക്കും— നല്ല ഒരു വാർദ്ധക്യത്തിലേക്കും ഞാൻ പോകുന്നു! ലാസറസ് എന്റെ പ്രവർത്തനത്തിൽ ഇടപെടാൻ ധൈര്യപ്പെടരുത്. അങ്ങനെ ഇടപെട്ടാൽ, നിങ്ങളുടെ കഥകഴിഞ്ഞു. ലാസറസ് നിങ്ങൾ കേൾക്കുന്നുണ്ടോ നിങ്ങളുടെ കഥ കഴിഞ്ഞു. പക്ഷേ, തെറ്റായ ആശയം നിങ്ങൾക്ക് ഉണ്ടാകരുത്. നിങ്ങളെ കണ്ടതിൽ ആഹ്ലാദം ഉണ്ട്. ഞാൻ സ്വയം സ്വതന്ത്രനായി. ഞാൻ ആഗ്രഹിച്ചിരുന്നതും ഇതുതന്നെ ആണ്: നിങ്ങളെ ഒഴിവാക്കണമെന്നായിരുന്നു എന്റെ ആഗ്രഹം, ശരി. എനിക്ക് നിങ്ങളെ ഒഴിവാക്കാൻ പറ്റിയിരിക്കുന്നു. ഇപ്പോൾ ഞാൻ സ്വതന്ത്രനാണ്. ഞാൻ എന്റെ യജമാനൻ ആണ്. ഞാൻ പോകുന്നു!"

ഇതു പറഞ്ഞതിനുശേഷം അയാൾ കതകു തുറന്ന് ഒറ്റ കുതിപ്പിന് ജറുസലേമിലേക്കുള്ള പ്രധാന വഴിയിൽ എത്തിയിരുന്നു.

"അയാൾക്ക് എന്ത് തിടുക്കമാണ്." വാതിലിനടുത്തെത്തി ദേഷ്യപ്പെട്ടു നോക്കിക്കൊണ്ട് കാപ്പിരി പറഞ്ഞു. "അയാൾ ഈ ലോകത്തെ തിന്നു തീർക്കാൻ വേണ്ടി പട്ടിണി കിടക്കുന്ന ചെന്നായയെ പോലെ ഉടുപ്പിന്റെ കൈ ചുരുട്ടിവെച്ചുകൊണ്ട് ഓടുകയാണ്."

കാപ്പിരി യേശുവിനെ തന്റെ കൗശലംകൊണ്ട് പൊതിഞ്ഞ് സ്വർഗ്ഗ ത്തിൽനിന്നും അദ്ദേഹത്തെ ശല്യപ്പെടുത്താൻ വന്ന അപകടകാരിയായ

ആത്മാവിനെ ആവാഹിച്ചു പുറത്താക്കാൻ വേണ്ടി അദ്ദേഹത്തിന്റെ നേർക്ക് തിരിഞ്ഞു. പക്ഷേ, യേശു അപ്പോഴേക്കും വരാന്ത മറികടന്നിരുന്നു. അദ്ദേഹം വഴിയുടെ നടുക്കു നിന്നുകൊണ്ട് അച്ചടക്കം ഇല്ലാത്ത അപ്പോസ്തലൻ അകലങ്ങളിലേക്ക് ഓടിമറയുന്നത് മനോവേദനയോടെ നോക്കുകയായിരുന്നു. പൂർണ്ണമായും മറന്നിരുന്ന ഭയാനകമായ ഓർമ്മകളും തീവ്രമായ അഭിലാഷങ്ങളും ഇപ്പോൾ അദ്ദേഹത്തിന്റെ ഉള്ളിൽ നിന്നും വീണ്ടും ഉയർന്നുവന്നു.

കാപ്പിരി ഭയന്നു പോയിരുന്നു. അയാൾ യേശുവിന്റെ കൈയിൽ കയറിപിടിച്ചു. “നസറേത്തിലെ യേശു. നിങ്ങളുടെ മനസ്സ് പതറിക്കൊണ്ടിരിക്കുന്നു. നിങ്ങൾ എന്താണ് നോക്കിക്കൊണ്ടിരിക്കുന്നത്? അകത്തേക്ക് വരൂ?”

പക്ഷേ, യേശു വിളറിപ്പോയിരുന്നു. അദ്ദേഹം നിശ്ശബ്ദനായി കൈ പിൻവലിച്ചുകൊണ്ട് ദൈവദൂതൻ കൈ തട്ടി മാറ്റി.

“അകത്തുവരൂ!” മറ്റേയാൾ കോപത്തോടെ ആവർത്തിച്ചു. “നിങ്ങൾ ഞാൻ പറയുന്നത് ശ്രദ്ധിക്കുന്നതാണ് കൂടുതൽ നല്ലത്: ഞാൻ ആരാണെന്ന് നിങ്ങൾക്ക് വളരെ വ്യക്തമായി അറിയാം.”

“എന്നെ ഒറ്റയ്ക്ക് വിടുക” അവസാനം വഴിയുടെ അറ്റത്ത് അപ്രത്യക്ഷപ്പെടാൻ തുടങ്ങുന്ന പോളിനെ നോക്കിക്കൊണ്ട് യേശു വിളിച്ചുകൂവി.

“നിങ്ങൾ അവളോടൊപ്പം പോകാൻ ആഗ്രഹിക്കുന്നുണ്ടോ?”

“എന്നെ തനിച്ചു വിട്ടേക്കൂ.” യേശു ഒരിക്കൽക്കൂടി ഗർജ്ജിച്ചു. അദ്ദേഹത്തിന്റെ പല്ലുകൾ കൂട്ടിയിടിച്ചു: അദ്ദേഹത്തിന് വളരെ പെട്ടെന്ന് ഒരു കൊടുംതണുപ്പ് അനുഭവപ്പെട്ടു.

“മറിയം!” കാപ്പിരി ഉറക്കെ വിളിച്ചു. “മാർത്താ” അയാൾ യേശു രക്ഷപ്പെടാതിരിക്കാൻ വേണ്ടി അരക്കെട്ടിൽ ബലമായി ചുറ്റിപ്പിടിച്ചു.

രണ്ടു സ്ത്രീകളും അവരുടെ പിന്നിൽ കുട്ടികളുടെ ജനാവലിയുമായി കാപ്പിരിയുടെ വിളികേട്ട് ഓടിവന്നു. അടുത്ത വീടുകളിലെ വാതിലുകൾ തുറക്കപ്പെട്ടു. അയല്ക്കാർ പ്രത്യക്ഷപ്പെട്ടു. അവർ വഴിയുടെ നടുക്ക് നിന്നിരുന്ന യേശുവിനു ചുറ്റും ഒരു വലയം സൃഷ്ടിച്ചു. പെട്ടെന്ന് വിളറിയ കൺപോളകൾ അടഞ്ഞു. അദ്ദേഹം സാവധാനം തറയിൽ ചുരുണ്ടുകൂടി.

ആരോ എടുത്തുയർത്തി കിടക്കയിൽ കിടത്തി. ഓറഞ്ചു പൂക്കളുടെ സത്ത നെറ്റിയിൽ തളിക്കുന്നതായും മൂക്കിനു മുമ്പിൽ റോസ് വിനാഗിരി മരണപ്പിക്കുന്നതായും അദ്ദേഹത്തിന് സ്വയം തോന്നി. അദ്ദേഹം കണ്ണു തുറന്നു. അദ്ദേഹം രണ്ടു ഭാര്യമാരെയും കണ്ടു. അദ്ദേഹം പുഞ്ചിരിച്ചു. അദ്ദേഹം കാപ്പിരിച്ചെറുക്കന്റെ നേർക്ക് കണ്ണോടിച്ചപ്പോൾ അവൻ അദ്ദേഹത്തിന്റെ കൈയിൽ മുറുകെപ്പിടിച്ചു.

“എന്നെ ശരിക്ക് മുറുകെപിടിച്ചു കൊള്ളൂ.” അദ്ദേഹം പറഞ്ഞു. “എന്നെ വിട്ടു പോകാൻ അനുവദിക്കരുത്. എനിക്ക് ഇവിടെ സുഖമാണ്.”

മുപ്പത്തിമൂന്ന്

യേശു മുറ്റത്തെ പഴയ മുന്തിരി വള്ളിക്കുടിലിന്റെ അടിയിൽ ഇരിക്കുകയായിരുന്നു. അദ്ദേഹത്തിന്റെ വെളുത്തതാടി നഗ്നമായ നെഞ്ചിനു മുകളിൽ പടർന്നുകിടന്നു. അന്ന് പെസഹാ ദിവസം ആയിരുന്നു. അദ്ദേഹം കുളിച്ച് മുടിയിലും താടിയിലും കക്ഷങ്ങളിലും സുഗന്ധ ദ്രവ്യങ്ങൾ പുരട്ടി വൃത്തിയുള്ള വേഷങ്ങളിലേക്ക് മാറിയിരുന്നു. വാതിൽ അടച്ചിട്ടിരിക്കുകയായിരുന്നു. അദ്ദേഹത്തിന്റെ ഭാര്യമാരും കുട്ടികളും പേരക്കുട്ടികളും വീടിന്റെ പിൻവശത്ത് പൊട്ടിച്ചിരിച്ചുകൊണ്ട് കളിച്ചു. അതിരാവിലെ മേൽക്കൂരയുടെ ഇറമ്പിൽ പിടിച്ചുകയറിയ കാപ്പിരി നിശ്ശബ്ദനായി ജറുസലേമിലേക്ക് ദേഷ്യപ്പെട്ട് നോക്കി.

യേശു അദ്ദേഹത്തിന്റെ കൈകളിലേക്ക് നോക്കി. അത് വളരെ കൂടുതൽ തടിക്കുകയും പരുപരുത്തു പോകുകയും ചെയ്തിരുന്നു. കറുപ്പും നീലയും കലർന്ന ഉണങ്ങിയ ഞരമ്പുകൾ എഴുന്നു നില്ക്കുന്നുണ്ടായിരുന്നു. ഓരോ കൈപ്പത്തിയുടെയും പിൻവശത്ത് പഴയ നിഗൂഢമായ മുറിപ്പാടുകൾ മാഞ്ഞുമാഞ്ഞ് അപ്രത്യക്ഷപ്പെടാൻ തുടങ്ങിയിരുന്നു. അദ്ദേഹം പരുക്കൻ മുഖഭാവം ഉള്ള നരച്ച തല കുലുക്കിക്കൊണ്ട് നെടുവീർപ്പിട്ടു.

"വർഷങ്ങൾ കടന്നുപോയത് എത്ര പെട്ടെന്നാണ്. എത്ര പെട്ടെന്നാണ് എനിക്ക് പ്രായമായത്! ഞാൻ മാത്രം അല്ല. ഈ മുറ്റത്തെ മരങ്ങൾക്കും എന്റെ ഭാര്യമാർക്കും ഈ ജനാലകൾക്കും വാതിലുകൾക്കും എന്നുവേണ്ട ഞാൻ നടക്കുന്ന ഈ കല്ലുകൾക്ക് പോലും പ്രായം ആയിരിക്കുന്നു...."

അദ്ദേഹം ഭയത്തോടെ കണ്ണുകൾ അടച്ചു. സമയം അദ്ദേഹത്തിന്റെ മനസ്സെന്ന ഉയർന്ന ഉറവിടത്തിൽ നിന്നും വെള്ളം പോലെ കഴുത്തിലും നെഞ്ചിലും അരക്കെട്ടിലും തുടകളിലും കൂടി ഒഴുകി ഇറങ്ങി. ഒടുവിൽ കാല്പാദങ്ങളിലൂടെ പുറത്തേക്ക് പോയി...

മുറ്റത്ത് കാലൊച്ചകൾ കേട്ട് അദ്ദേഹം കണ്ണു തുറന്നു. അത് മറിയം ആയിരുന്നു. അദ്ദേഹം ഗാഢമായ ആലോചനയിൽ മുഴുകിയിരിക്കുന്നത് അവൾ കണ്ടിരുന്നു. അവൾ അദ്ദേഹത്തിന്റെ കാൽച്ചുവട്ടിൽ ഇരുന്നു. യേശു അദ്ദേഹത്തിന്റെ കൈ അവളുടെ തലമുടിയിൽ വെച്ചു. മലങ്കാക്കയെ പോലെ കറുത്ത തലമുടി ഇപ്പോൾ അദ്ദേഹത്തിന്റെ മുടിപോലെ വെളുത്തുപോയിരുന്നു. അവാച്യമായ ഒരു വാത്സല്യത്തിന് അദ്ദേഹം അടിമപ്പെട്ടു. എന്റെ കൈകളിൽ അവളുടെ മുടി വെളുത്തു. അദ്ദേഹം ആലോചിച്ചു. അദ്ദേഹം തലകുനിച്ച് അവളോട് സംസാരിച്ചു.

"പ്രിയപ്പെട്ട മറിയം, ഞാൻ നിന്റെ വീടിന്റെ യജമാനനായി ഉമ്മറം കുറുകെക്കടന്ന് ഉള്ളിൽ വന്ന ധന്യമായ ദിവസത്തിനു ശേഷം തൂക്കണാം കുരുവികൾ എത്ര തവണ ഇവിടെ വന്നിട്ടുണ്ടെന്ന് നിനക്ക് ഓർമ്മയുണ്ടോ? നമ്മൾ എത്ര തവണ ഒന്നിച്ച് വിതച്ചിരിക്കുന്നു? ഒന്നിച്ച് കൊയ്തിരിക്കുന്നു? ഒന്നിച്ച് മുന്തിരിവിളവെടുപ്പ് നടത്തിയിരിക്കുന്നു? ഒന്നിച്ച് ഒലിവുകൾ ശേഖ

രിച്ചിരിക്കുന്നു? പ്രിയപ്പെട്ട മറിയം, നിന്റെ തലമുടി വെളുത്തു പോയിരിക്കുന്നു. ധീരയായ മാർത്തായുടെ മുടിയും വെളുത്തിട്ടുണ്ട്."

"അതെ, ഞങ്ങൾ നരച്ചു." മറിയം മറുപടി പറഞ്ഞു. "നമ്മൾ വർഷങ്ങൾക്കു മുമ്പു നട്ട മുന്തിരിയുടെ തണലിലാണ് ഇപ്പോൾ ഇരിക്കുന്നത്. വർഷങ്ങൾ കടന്നുപോയിരിക്കുന്നു... ആ നശിച്ച കൂനൻ വന്ന ദിവസമാണ് നമ്മൾ ഇതു നട്ടത്? നിങ്ങളുടെ പുറത്ത് മന്ത്രശക്തി പ്രയോഗിച്ച് ബോധം കെടുത്തിയ ആ ശപിക്കപ്പെട്ട കൂനനെ ഓർക്കുന്നുണ്ടോ? എത്ര വർഷങ്ങളായി നമ്മൾ ഇതിന്റെ മുന്തിരിക്കുലകൾ തിന്നുകൊണ്ടിരിക്കുന്നു?

കാപ്പിരി മേൽക്കൂരയുടെ ഓരത്തു നിന്നും ശബ്ദം ഉണ്ടാക്കാതെ തെന്നി ഇറങ്ങി വന്ന് അവരുടെ മുമ്പിൽ നിന്നു. മറിയം അവിടെ നിന്ന് എഴുന്നേറ്റു പോയി ദത്തെടുത്ത ഈ അന്യദേശക്കാരനായ കുട്ടിയെ അവൾക്ക് ഇഷ്ടമായിരുന്നില്ല. അവൻ വളർന്നില്ല. അവന് പ്രായം കൂടിയില്ല. അവൻ ഒരു മനുഷ്യൻ ആയിരുന്നില്ല. അവൻ ഒരുദുർഭൂതം ആയിരുന്നു— വീട്ടിൽ കടന്നുവന്ന് തിരിച്ചുപോകാൻ കൂട്ടാക്കാത്ത ഒരു ദുർഭൂതം. അവന്റെ പരിഹാസം നിറഞ്ഞ കുസൃതിക്കണ്ണുകൾ അവൾക്ക് ഇഷ്ടമായിരുന്നില്ല. കൂടാതെ രാത്രിയിൽ യേശുവുമായുള്ള അവന്റെ രഹസ്യ സംഭാഷണങ്ങളും അവൾ ഇഷ്ടപ്പെട്ടിരുന്നില്ല.

കണ്ണുനിറയെ പരിഹാസവുമായി കാപ്പിരി അടുത്തുവന്നു. അവന്റെ വെള്ളനിറമുള്ള കൂർത്ത പല്ലുകൾ തിളങ്ങുന്നുണ്ടായിരുന്നു.

"നസറേത്തിലെ യേശു; അവസാനം അടുത്തിരിക്കുന്നു." അവൻ ആർദ്രമായി പറഞ്ഞു.

യേശു വിസ്മയത്തോടെ നോക്കി. "എന്തിന്റെ അവസാനം?"

കാപ്പിരി ചുണ്ടത്ത് വിരൽവെച്ചു. "അവസാനം അടുത്തിരിക്കുന്നു" അവൻ ആവർത്തിച്ചു. അവൻ ചിരിച്ചുകൊണ്ട് യേശുവിന്റെ എതിർവശത്തിരുന്ന് അദ്ദേഹത്തെ നോക്കി.

"നീ എന്നെ ഉപേക്ഷിച്ച് പോകുകയാണോ?" യേശു ചോദിച്ചു. ചോദിച്ചുകഴിഞ്ഞപ്പോൾ അദ്ദേഹത്തിന് വളരെ പെട്ടെന്ന് അസാധാരണമായ സന്തോഷവും സമാധാനവും തോന്നി.

"അതെ. അവസാനം എത്തിയിരിക്കുന്നു. നസറേത്തിലെ യേശു, എന്തുകൊണ്ടാണ് നിങ്ങൾ ചിരിക്കുന്നത്?"

"യാത്ര സുഖകരമായിരിക്കട്ടെ. എനിക്ക് ഞാൻ ആഗ്രഹിച്ചത് നിങ്ങളിൽ നിന്ന് കിട്ടി. ഇനി എനിക്ക് നിങ്ങളുടെ ആവശ്യം ഇല്ല."

"നിങ്ങൾ ഈ രീതിയിലാണോ എന്നെ യാത്രയാക്കുന്നത്? നിങ്ങൾക്ക് ഇത്രമാത്രം നന്ദിയില്ലാത്തവൻ ആകാൻ കഴിയുമോ? നിങ്ങൾക്കു വേണ്ടിയുള്ള എന്റെ ഇത്രയും വർഷങ്ങളുടെ അദ്ധ്വാനവും നിങ്ങൾ ആഗ്രഹിച്ച എല്ലാ ആഹ്ലാദങ്ങളും നല്കാൻ വേണ്ടിയുള്ള എന്റെ പരിശ്രമങ്ങളും പാഴായിരിക്കുകയാണോ?"

"നിങ്ങളുടെ ഉദ്ദേശ്യം എന്നെ ഒരു തേനീച്ചയെപ്പോലെ തേനിൽ മുക്കി

ശ്വാസം മുട്ടിക്കാനായിരുന്നെങ്കിൽ നിങ്ങളുടെ എല്ലാ പരിശ്രമങ്ങളും പാഴായി. ഞാൻ ആഗ്രഹിച്ച തേൻ മുഴുവനും കുടിച്ചു. പക്ഷേ, ഞാൻ എന്റെ ചിറകുകൾ തേനിൽ മുക്കിയില്ല."

"എന്തു ചിറകുകൾ?"

"എന്റെ ആത്മാവ്."

കാപ്പിരി വിദ്വേഷത്തോടെ ഉറക്കെ ചിരിച്ചു. "നിസ്സാരൻ. നിങ്ങൾക്ക് ആത്മാവുണ്ടെന്നാണോ വിചാരിക്കുന്നത്?"

"എനിക്കുണ്ട്. കൂടാതെ അതിന് കാവൽ മാലാഖമാരുടെയോ കാപ്പിരിച്ചെറുക്കന്മാരുടെയോ ആവശ്യം ഇല്ല."

കാവൽ മാലാഖ ദേഷ്യംകൊണ്ട് തുള്ളി.

"നിഷേധി" അയാൾ അലറി. അയാൾ മുറ്റത്തുനിന്നും ഒരു കല്ല് ഇളക്കിയെടുത്ത് കൈപ്പത്തികൾ കൊണ്ട് ഞെരിച്ച് പൊടിയാക്കി അന്തരീക്ഷത്തിൽ പറത്തി. "ശരി" അയാൾ പറഞ്ഞു. "നമുക്ക് നോക്കാം" അയാൾ ശപിച്ചുകൊണ്ട് വാതിലിന്റെ നേർക്ക് നടന്നു.

വന്യമായ നിലവിളികൾ, മുറവിളികൾ, വിലാപങ്ങൾ... കുതിരകൾ ചിനച്ചു. പ്രധാനവഴി ഓടുന്ന ആൾക്കൂട്ടത്തെക്കൊണ്ട് നിറഞ്ഞു. "ജറുസലേം കത്തി എരിയുകയാണ്!" അവർ വിളിച്ചു കൂവി. "അവർ ജറുസലേം കൈക്കലാക്കി. നമ്മുടെ കഥ കഴിഞ്ഞു!"

റോമാക്കാർ മാസങ്ങളായി ആ പട്ടണത്തെ വളഞ്ഞിരുന്നു. പക്ഷേ, ഇസ്രയേലുകാർ അവരുടെ പ്രതീക്ഷകൾ യഹോവയിൽ അർപ്പിച്ചു. അവർ സുരക്ഷിതരായിരുന്നു. വിശുദ്ധ നഗരം കത്തിക്കാൻ കഴിയില്ല. വിശുദ്ധ നഗരത്തിന് ഭയങ്ങൾ ഇല്ല. അവളുടെ ഓരോ കവാടത്തിലും അരിവാളുമായി ഓരോ ദൈവദൂതന്മാർ നില്ക്കുന്നുണ്ട്. പിന്നീട് ഇപ്പോൾ...

സ്ത്രീകൾ തലമുടി വലിച്ചു പറിച്ച് നിലവിളിച്ചുകൊണ്ട് തെരുവിലേക്ക് ചാടി ഇറങ്ങി. പുരുഷന്മാർ വസ്ത്രങ്ങൾ കീറിപ്പറിച്ചുകൊണ്ട് ദൈവത്തിനോട് പ്രത്യക്ഷപ്പെടാൻ ആവശ്യപ്പെട്ടുകൊണ്ട് വിളിച്ചുകൂവി. യേശു എഴുന്നേറ്റു. മറിയത്തിന്റെയും മാർത്തയുടെയും കൈപിടിച്ച് അവരെ അകത്തുകൊണ്ടു വന്നതിനുശേഷം വാതിൽ അടച്ചുകുറ്റിയിട്ടു.

"നിങ്ങൾ എന്തിനാണ് കരയുന്നത്?" അദ്ദേഹം സഹാനുഭൂതിയോടെ അവരോടു ചോദിച്ചു. "നിങ്ങൾ എന്തിനാണ് ദൈവത്തിന്റെ ആഗ്രഹത്തെ എതിർക്കുന്നത്? ഞാൻ നിങ്ങളോട് പറയാൻ പോകുന്നത് ശ്രദ്ധിച്ചു കേൾക്കണം. ഭയക്കരുത്. പ്രിയപ്പെട്ട ഭാര്യമാരേ, കാലം ഒരു തീപിടുത്തം ആണ്. ദൈവമാണ് പന്തം പിടിച്ചിരിക്കുന്നത്. ഓരോ വർഷവും അദ്ദേഹം ഒരു പെസഹാ ആടിന്റെ ഊഴം തീരുമാനിക്കുന്നു. ഈ വർഷത്തെ പെസഹാ ആട് ജറുസലേം ആണ്. അടുത്തവർഷം അത് റോം ആയിരിക്കും. അതിനടുത്തവർഷം..."

മറിയം നിലവിളിച്ചു. "ഞങ്ങൾ സ്ത്രീകളാണെന്നും ദുർബ്ബലരാണെന്നും ആചാര്യൻ മറന്നു..."

"മറിയം എന്നോട് ക്ഷമിക്കണം" യേശു പറഞ്ഞു. "ഞാൻ മറന്നു പോയി. മനസ്സ് ദുഷ്കരമായ കയറ്റങ്ങൾ കയറുമ്പോൾ അതിന് മറവി പറ്റുന്നു. കൂടാതെ അതിന് അനുകമ്പ ഇല്ലാതാകുന്നു."

അദ്ദേഹം സംസാരിച്ചുകൊണ്ടിരിക്കുമ്പോൾ പുറത്ത് തെരുവിൽ നിന്നും കനത്ത കാലൊച്ചകൾ കേൾക്കുന്നുണ്ടായിരുന്നു. മനുഷ്യൻ കിതയ്ക്കുന്നതിന്റെ ശബ്ദം ഉയരുന്നുണ്ടായിരുന്നു. വാതിലിൽ ബലമുള്ള വടികൾ കൊണ്ട് ആരൊക്കെയോ മുട്ടിവിളിച്ചു.

കാപ്പിരി ചാടി എഴുന്നേറ്റ് വാതിലിന്റെ സാക്ഷയിൽ പിടിച്ചുകൊണ്ട് യേശുവിനെ നോക്കി പരിഹാസത്തോടെ പുഞ്ചിരിച്ചു.

"ഞാൻ വാതിൽ തുറക്കട്ടെ?" ചിരി നിയന്ത്രിക്കാൻ പാടുപെട്ടു കൊണ്ട് അയാൾ ചോദിച്ചു. "ഇത് നസറേത്തിലെ യേശുവിന്റെ പഴയ കൂട്ടുകാർ ആണ്."

"എന്റെ പഴയ കൂട്ടുകാർ!"

"നിങ്ങൾക്ക് അവരെ കാണാം!" കാപ്പിരി പറഞ്ഞു. അതിനുശേഷം അയാൾ വാതിൽ വലിച്ചു തുറന്നു.

വൃത്തികെട്ട കിഴവന്മാരുടെ ഒരു സംഘം ഉമ്മറത്തു പ്രത്യക്ഷപ്പെട്ടു. തിരിച്ചറിയാൻ പറ്റാത്തവിധത്തിൽ അധഃപതിച്ച അവർ പരസ്പരം താങ്ങിപ്പിടിച്ചുകൊണ്ട് മുറ്റത്തേക്ക് ഇഴഞ്ഞു കയറി. അവർ ഇളക്കി മാറ്റാൻ പറ്റാത്ത തരത്തിൽ ഒട്ടിപ്പിടിച്ചിരിക്കുകയാണെന്ന് തോന്നി.

യേശു ഒരുചുവട് മുന്നോട്ടുവെച്ചതിനുശേഷം നടത്തം നിർത്തി. അവരെ സ്വാഗതം ചെയ്യാൻ വേണ്ടി കൈ ഉയർത്താൻ അദ്ദേഹം ആഗ്രഹിച്ചു. പക്ഷേ, പെട്ടെന്ന് സഹിക്കാൻ പറ്റാത്ത കയ്പ് കൊണ്ട് അദ്ദേഹത്തിന്റെ ആത്മാവ് ഞെരിക്കപ്പെടുന്നതായി തോന്നി – കയ്പും ധാർമ്മിക രോഷവും അനുകമ്പയും ചേർന്ന് അദ്ദേഹത്തിന്റെ ആത്മാവിനെ ഞെരിച്ചു. അദ്ദേഹം മുഷ്ടി ചുരുട്ടിക്കൊണ്ട് കാത്തുനിന്നു. അവിടെ തടി കരിയുന്നതിന്റെയും കരിയാത്ത വ്രണങ്ങളുടെയും ചീഞ്ഞമണം ഉണ്ടായിരുന്നു. അന്തരീക്ഷത്തിൽ ദുർഗ്ഗന്ധം നിറഞ്ഞു നിന്നു. കാപ്പിരി കുതിരപ്പുറത്തു കയറാനുള്ള ഉയർന്ന തിട്ടയുടെ മുകളിൽ കയറി. അയാൾ അവരെ നോക്കി ചിരിച്ചു.

ഒരു ചുവടു കൂടി മുമ്പോട്ടു വെച്ചു കൊണ്ട് യേശു ഏറ്റവും മുന്നിൽ നിന്നിരുന്ന കിഴവന്റെ നേർക്ക് തിരിഞ്ഞു. "മുന്നിൽ നില്ക്കുന്ന നിങ്ങൾ ഇവിടെ വന്ന് അനങ്ങാതെ നില്ക്കണം. ഞാൻ കാലത്തിന്റെ അവശിഷ്ടങ്ങൾ വകഞ്ഞു മാറ്റി നിങ്ങൾ ആരാണെന്ന് മനസ്സിലാക്കുന്നതുവരെ അനങ്ങാൻ പാടില്ല. എന്റെ ഹൃദയം പൊടിയുന്നു. പക്ഷേ, ഈ തൂങ്ങിക്കിടക്കുന്ന മാംസവും പീളകെട്ടിയ ഈ കണ്ണുകളും — എനിക്ക് ഇതൊന്നും പരിചിതമല്ല."

"എന്റെ ആചാര്യന് എന്നെ തിരിച്ചറിയാൻ കഴിയുന്നില്ലേ?"

"പീറ്റർ! ഒരു കാലത്ത് എന്റെ ചെറുപ്പത്തിന്റെ അവിവേകം കൊണ്ട്

എന്റെ പള്ളി പണിയാൻ ഞാൻ ആഗ്രഹിച്ച പാറ നിങ്ങളാണോ? യോനായുടെ മകനായ നിങ്ങൾ എത്രമാത്രം അധഃപതിച്ചിരിക്കുന്നു! ഇപ്പോൾ നിങ്ങൾ പാറയല്ല. പക്ഷേ, തുളകൾ നിറഞ്ഞ ഒരു പഞ്ഞിക്കെട്ടാണ്!"

"വർഷങ്ങൾ..."

"എന്ത്, വർഷങ്ങൾ. വർഷങ്ങളെ അല്ല കുറ്റപ്പെടുത്തേണ്ടത്. ആത്മാവ് നിവർന്നു നില്ക്കുന്ന കാലത്തോളം അത് ശരീരത്തെ ഉയർത്തിപ്പിടിക്കും. വർഷങ്ങളെ അതിൽ തൊടാൻ പോലും അനുവദിക്കില്ല. പീറ്റർ, നിങ്ങളുടെ ആത്മാവ് തളർന്നു. അതാണ് കാരണം."

"ലോകത്തിന്റെ ബുദ്ധിമുട്ടുകൾ എന്നെ കണ്ടെത്തി. ഞാൻ വിവാഹം കഴിച്ചു. മുറിവുകൾ ഏറ്റുവാങ്ങി. ജറുസലേം കത്തി എരിയുന്നതു കണ്ടു. ഞാൻ മനുഷ്യനാണ്... അതെല്ലാംകൂടി എന്നെ തകർത്തു കളഞ്ഞു."

"ശരിയാണ് നിങ്ങൾ മനുഷ്യനാണ്. എല്ലാ കാര്യങ്ങളും കൂടി നിങ്ങളെ തകർത്തിരിക്കുന്നു." യേശു സഹതാപത്തോടെ പിറുപിറുത്തു. "ലോകം ഇന്ന് എത്തിപ്പെട്ടിരിക്കുന്ന അവസ്ഥയിൽ മുന്നോട്ടു പോകാൻ നിങ്ങൾ ഒരേ സമയം ദൈവവും പിശാചും ആയിരിക്കണം."

അദ്ദേഹം പീറ്ററിന്റെ പിന്നിൽനിന്നും പുറത്തുവന്ന അടുത്ത മനുഷ്യന്റെ നേർക്ക് തിരിഞ്ഞു.

അദ്ദേഹം പറഞ്ഞു. "നിങ്ങൾ? അവർ നിങ്ങളുടെ മൂക്ക് മുറിച്ചെന്നു തോന്നുന്നു. നിങ്ങളുടെ മുഖം ഒരു തലയോടായി മാറിയിരിക്കുന്നു— മൊത്തം തുളവീണിരിക്കുന്നു. ഞാൻ തിരിച്ചറിയുമെന്ന് നിങ്ങൾക്ക് എങ്ങനെ പ്രതീക്ഷിക്കാൻ പറ്റും? പഴയ ചങ്ങാതി സംസാരിക്കൂ. "ആചാര്യാ" എന്ന് വിളിക്കൂ. ഒരുപക്ഷേ, എനിക്ക് നിങ്ങളെ ഓർമ്മിച്ചെടുക്കാൻ പറ്റും!"

ജീർണ്ണിച്ച മനുഷ്യരൂപം ഘോരമായി നിലവിളിച്ചു. "ആചാര്യാ" അതിനു ശേഷം അയാൾ തലതാഴ്ത്തി അനങ്ങാതെ നിന്നു.

"ജേക്കബ്! സബിദീയുടെ ഏറ്റവും മൂത്തമകൻ ആജാനബാഹു!"

"അയാളുടെ അവശിഷ്ടങ്ങൾ ആണ്" ജേക്കബ് മൂക്കുചീറ്റിക്കൊണ്ട് പറഞ്ഞു. "ഒരു വലിയ കൊടുങ്കാറ്റ് എനിക്ക് അംഗഭംഗം വരുത്തി. അടിമരം തകർന്നു. പള്ള പിളർന്നു. പായ്മരം ഒടിഞ്ഞു വീണു. ഞാൻ തുണ്ടം തുണ്ടമായാണ് തുറമുഖത്ത് തിരിച്ചെത്തിയത്."

"ഏത് തുറമുഖം?"

"ആചാര്യൻ എന്ന തുറമുഖം."

"നിങ്ങൾക്കു വേണ്ടി എനിക്ക് എന്തു ചെയ്യാൻ കഴിയും? ഞാൻ നിങ്ങളുടെ കേടുപാടുകൾ തീർത്ത് വിള്ളൽ അടയ്ക്കാൻ പറ്റിയ ഒരു കപ്പൽ നിർമ്മാണ കേന്ദ്രം അല്ല. എനിക്ക് ജേക്കബ്ബിനോട് എന്താണ് പറയാൻ കഴിയുന്നത്? എന്തായാലും അത് വൈഷമ്യം ഉണ്ടാക്കും. പക്ഷേ, ന്യായമാണ്: നിങ്ങൾക്കുള്ള ഒരേയൊരു തുറമുഖം കടലിന്റെ അടിത്തട്ടാണ്. നിങ്ങളുടെ അച്ഛൻ പറയുന്നതുപോലെ രണ്ടും രണ്ടും ചേർന്നാൽ നാലാണ്"

പെട്ടെന്ന് അമർഷവും സങ്കടവും കൂടി അദ്ദേഹത്തെ കീഴടക്കി. അദ്ദേഹം കിഴവന്മാരുടെ രണ്ടാമത്തെ സംഘത്തിന്റെ നേർക്ക് തിരിഞ്ഞു.

"നിങ്ങൾ മൂന്നുപേർ? ഹോ! നിങ്ങൾ, നിങ്ങൾ വിടുവായനായ ചുള്ളിക്കമ്പ്! ഒരുകാലത്ത് നിങ്ങൾ നതാനൽ ആയിരുന്നില്ലേ? നിങ്ങൾ ഇറുന്നു പറിഞ്ഞുപോയിരിക്കുന്നു. നിങ്ങളുടെ ചീർത്തു തൂങ്ങിയ പിൻഭാഗവും ഇരട്ടത്താടിയും വയറും കണ്ടാൽ മതി! നതാനൽ, നിങ്ങൾക്ക് ഉണ്ടായിരുന്ന ഉറച്ച മാംസപേശികൾക്ക് എന്താണ് സംഭവിച്ചത്? നിങ്ങൾ ഇപ്പോൾ ഒരു മൂന്നുനില കെട്ടിടത്തിന്റെ അസ്ഥി മാത്രമാണ്. അതെ, പണിയാനുള്ള പലകത്തട്ട് മാത്രം അവശേഷിച്ചിരിക്കുന്നു. പക്ഷേ, നെടുവീർപ്പിടരുത്- നതാനൽ, സ്വർഗ്ഗത്തിൽ പോകാൻ ഇതൊക്കെത്തന്നെ ധാരാളം ആണ്."

പക്ഷേ, നതാനലിന് ദേഷ്യം വന്നു. "ഏത് സ്വർഗ്ഗം? എന്റെ ഒരു കണ്ണും ചെവികളും വിരലുകളും നഷ്ടപ്പെട്ടതു പോരെന്നാണോ! അല്ല; അതുകൂടാതെ നിങ്ങൾ ഞങ്ങളുടെ ഉള്ളിൽ കുത്തിനിറച്ചതും എല്ലാം നഷ്ടപ്പെട്ടു: പ്രതാപവും ആഡംബരവും സ്വർഗ്ഗരാജ്യവും എല്ലാം— എല്ലാം ലഹരിയുടെ അവസ്ഥയായിരുന്നു. ഇപ്പോൾ ഞങ്ങൾക്ക് ബോധം തിരിച്ചു വന്നു!.... ഫിലിപ്പിന്റെ അഭിപ്രായം എന്താണ്? ഞാൻ പറഞ്ഞത് ശരിയല്ലേ?"

"നതാനൽ, ഞാൻ എന്തു പറയാനാണ്?" സംഘത്തിന്റെ മദ്ധ്യത്തിലായിരുന്നതുകൊണ്ട് പുറത്തു കാണാതിരുന്ന പൊക്കം കുറഞ്ഞ കിഴവൻ നെടുവീർപ്പിട്ടു. "സഹോദരാ, എനിക്ക് എന്ത് പറയാൻ പറ്റും? നിങ്ങൾ ഞങ്ങളോടൊപ്പം ചേർന്നതിന് ഉത്തരം പറയേണ്ടവൻ ഞാനാണ്."

യേശു അനുകമ്പയോടെ തല കുലുക്കിക്കൊണ്ട് അവർ ഫിലിപ്പെന്ന് വിളിച്ച കിഴവന്റെ കൈയിൽ കടന്നുപിടിച്ചു. "ഞാൻ ഫിലിപ്പുമായി അസാദ്ധ്യമായ സ്നേഹത്തിലേക്ക് കൂപ്പുകുത്തിയിരുന്നു. ഏറ്റവും നല്ല ഇടയൻ നിങ്ങൾ ആയിരുന്നു. കാരണം നിങ്ങൾക്ക് ആടുകൾ ഇല്ലായിരുന്നു. നിങ്ങൾക്ക് ഇടയന്റെ വളഞ്ഞ വടി മാത്രമാണ് ഉണ്ടായിരുന്നത്. നിങ്ങൾ അന്തരീക്ഷത്തെ തടുത്തു കൂട്ടി നയിച്ചുകൊണ്ടുപോയി. രാത്രിയിൽ നിങ്ങൾ കാറ്റുകളെ പുൽത്തകിടിയിൽ മേയാൻ വേണ്ടി പുറത്തുവിട്ടു. നിങ്ങൾ സങ്കല്പത്തിൽ അടുപ്പുകൾ കൂട്ടി. സങ്കല്പത്തിൽ അതിന്റെ മുകളിൽ വലിയ കുട്ടകങ്ങൾ പിടിച്ചുവെച്ചു. സങ്കല്പത്തിൽ പാലു തിളപ്പിച്ച് പർവ്വതങ്ങളുടെ മുകളിൽ നിന്ന് സമതലങ്ങളിലേക്ക് പാവങ്ങൾക്ക് കുടിക്കാൻ വേണ്ടി ഒഴുക്കിവിട്ടു. നിങ്ങളുടെ എല്ലാ സമ്പത്തും ഹൃദയത്തിനുള്ളിൽ ആയിരുന്നു. പുറത്ത് ദാരിദ്ര്യവും പരിഹാസവും ഏകാന്തതയും വിശപ്പും മാത്രം. എന്റെ ശിഷ്യൻ ആകുന്നതിന്റെ അർത്ഥം അതാണ്. അതിനുശേഷം ഇപ്പോൾ... ഏറ്റവും നല്ല ഇടയനായ ഫിലിപ്പ്, നിങ്ങൾ എങ്ങനെ അധഃപതിച്ചു! നിങ്ങൾ കാത്തിരുന്നു. യഥാർത്ഥ ആടിനുവേണ്ടി കാത്തിരുന്നു. മാംസവും കമ്പിളിയും നിങ്ങൾക്ക് മുറുകെ പിടിക്കാൻ കഴിയുന്ന യഥാർത്ഥ ആടിനു വേണ്ടി കാത്തിരുന്നു— പക്ഷേ, നിങ്ങൾ നശിച്ചു.!"

“എനിക്ക് വിശന്നു.” ഫിലിപ്പ് മറുപടി പറഞ്ഞു. “ഞാൻ എന്തു ചെയ്യണമെന്നാണ് നിങ്ങൾ പ്രതീക്ഷിക്കുന്നത്.”

“ദൈവത്തെപ്പറ്റി ആലോചിക്കൂ. നിങ്ങൾക്ക് നിറയും.” യേശു മറുപടി പറഞ്ഞു. അതിനുശേഷം പെട്ടെന്ന് അദ്ദേഹത്തിന്റെ ഹൃദയം വീണ്ടും പരുക്കനായി.

അദ്ദേഹം വെള്ളത്തൊട്ടിയിൽ വീണ് വിറച്ചുകൊണ്ടിരുന്ന കൂനുള്ള കിഴവന്റെ നേർക്ക് തിരിഞ്ഞു. അദ്ദേഹം അയാൾ പുതച്ചിരുന്ന കീറത്തുണി ഉയർത്തി കണ്ണുകളിലേക്ക് നോക്കി. പക്ഷേ, അയാൾ ആരായിരുന്നെന്ന് അദ്ദേഹത്തിന് മനസ്സിലാക്കാൻ കഴിഞ്ഞില്ല. എന്തായാലും അദ്ദേഹം തല മുടിക്കുള്ളിൽ പരതിയപ്പോൾ ഒരു പഴയ ഒടിഞ്ഞ തൂവൽ തിരുകി വെച്ചിരുന്ന ഒരു വലിയ ചെവി കണ്ടെത്തി അദ്ദേഹം ചിരിച്ചു.

“മഹാചെവിയന് സ്വാഗതം.” അദ്ദേഹം അയാളെ അഭിവാദനം ചെയ്തുകൊണ്ട് പറഞ്ഞു. “രോമം നിറഞ്ഞതും നിവർന്നുനില്ക്കുന്നതുമായ ആ വലിയ ചെവി ഒരു മുയലിന്റെ ചെവി പോലെ ജിജ്ഞാസയും ഭയവും വിശപ്പും കൊണ്ട് വിറയ്ക്കാറുണ്ടായിരുന്നു. മഷി പുരണ്ട വിരലുകൾക്കും മഷിനിറഞ്ഞിരിക്കുന്ന ഹൃദയത്തിനും സ്വാഗതം! എന്റെ പകർപ്പെഴുത്തുകാരൻ മാത്യു, നിങ്ങൾ ഇപ്പോഴും കടലാസുകൾ ഒപ്പു കടലാസുകൊണ്ട് ഒപ്പിക്കൊണ്ടിരിക്കുകയാണോ? ഒടിഞ്ഞുപോയ ഒരു തൂവൽ ഇപ്പോഴും നിങ്ങളുടെ ചെവിയിൽ തിരുകി വെച്ചിരിക്കുന്നു. ഇത് നിങ്ങളുടെ കുന്തം ആക്കിക്കൊണ്ട് യുദ്ധം ചെയ്തുകൊണ്ടിരിക്കുകയാണോ?”

“നിങ്ങൾ എന്തിനാണ് എന്നെ കളിയാക്കുന്നത്” മറ്റേയാൾ മുഖം വീർപ്പിച്ചുകൊണ്ട് പറഞ്ഞു. “ഞങ്ങളെ ശകാരിക്കുന്നത് നിങ്ങൾ ഒരിക്കലും അവസാനിപ്പിക്കില്ലേ? നിങ്ങളുടെ ജീവിതത്തെയും കാലത്തെയും കുറിച്ച് ഞാൻ എഴുതാൻ തുടങ്ങിയതിന്റെ മഹിമയെപ്പറ്റി ആലോചിച്ചു നോക്കൂ. എനിക്കും നിങ്ങളോടൊപ്പം അനശ്വരൻ ആകാമായിരുന്നു. എന്നാൽ ഇപ്പോൾ...: മയിലിന് പീലികൾ നഷ്ടമായിരിക്കുന്നു. അത് ഒരു മയിൽ ആയിരുന്നില്ല. അത് ഒരുകോഴി ആയിരുന്നു. ഞാൻ ഇത്രമാത്രം കഷ്ടപ്പെട്ട് പണിയെടുത്തത് എന്ത് നാണക്കേടായിപ്പോയി?”

യേശുവിന് കാൽമുട്ടുകൾ പെട്ടെന്ന് തളരുന്നതുപോലെ തോന്നി. അദ്ദേഹം തല കുനിച്ചു. പക്ഷേ, അതിനു ശേഷം പെട്ടെന്ന് തല ഉയർത്തി മാത്യുവിന്റെ നേർക്ക് വിരൽ ചൂണ്ടികൊണ്ട് ദേഷ്യപ്പെട്ടു.

“മിണ്ടരുത്!” അദ്ദേഹം പറഞ്ഞു. “നിങ്ങൾക്ക് എങ്ങനെ ധൈര്യം കിട്ടി!”

ഒരു മെലിഞ്ഞ കോങ്കണ്ണൻ കിഴവൻ നതാനലിന്റെ പിന്നിൽനിന്നും അടക്കിപ്പിടിച്ച് ചിരിച്ചു. യേശു തിരിഞ്ഞു. നോക്കിയപ്പോൾ അയാളെ കണ്ടു. അദ്ദേഹത്തിന് ഉടൻ തന്നെ അയാളെ തിരിച്ചറിയാൻ കഴിഞ്ഞു.

“എന്റെ ഏഴുമാസം പ്രായമുള്ള ശിശുവായ തോമസിനു സ്വാഗതം! നിങ്ങൾ പല്ലുകൾ എവിടെയാണ് വിതച്ചിരിക്കുന്നത്? തലയോട്ടിയിൽ ഉണ്ടാ

യിരുന്ന രണ്ട് തലമുടി നിങ്ങൾ എന്തുചെയ്തു? താടിയിൽ നിന്ന് തൂങ്ങിക്കിടക്കുന്ന എണ്ണമയമുള്ള രോമങ്ങൾ ഏത് കോലാടിന്റെ ദേഹത്തുനിന്നും നിങ്ങൾ പിഴുതെടുത്തതാണ്? രണ്ടു മുഖവും കൗശലം നിറഞ്ഞ ഏഴു കണ്ണുകളും ഉള്ള തോമസ്, ഇത് നിങ്ങൾ തന്നെ ആണോ?"

"ഞാൻ തന്നെ ആണ്! പല്ലുകൾ മാത്രം നഷ്ടപ്പെട്ടുപോയി– അവയെല്ലാം വഴിയിൽ വെച്ച് കൊഴിഞ്ഞുപോയി. അതുകൂടാതെ രണ്ട് മുടി ഉണ്ടായിരുന്നതും പോയി. മറ്റ് വ്യത്യാസം ഒന്നും ഇല്ല."

"മനസ്സ്?"

"അത് ഒരു യഥാർത്ഥ പൂവൻകോഴി ആണ്. സൂര്യനെ വിളിച്ചുകൊണ്ടു വരുന്നത് താനല്ലെന്ന് വ്യക്തമായി മനസ്സിലാക്കിക്കൊണ്ടാണ് അത് മാലിന്യക്കൂമ്പാരത്തിനു മുകളിൽ ചാടിക്കയറുന്നത്. പക്ഷേ, എന്നാലും അത് ദിവസവും രാവിലെ സൂര്യനെ കൂവി വിളിച്ചു കൊണ്ടുവരാതിരിക്കില്ല– കാരണം അതിന് കൂവാനുള്ള സമയം കൃത്യമായി അറിയാം."

"വീരന്മാരുടെ വീരനായ നിങ്ങൾ ജറുസലേമിനെ രക്ഷപ്പെടുത്താൻ വേണ്ടി യുദ്ധം ചെയ്തിരുന്നോ?"

"ഞാൻ യുദ്ധം ചെയ്യുമെന്ന് വിചാരിക്കുന്നുണ്ടോ? ഞാൻ മടിയൻ ആണോ? ഞാൻ പ്രവാചകന്റെ ഭാഗം അഭിനയിച്ചു."

"പ്രവാചകനായോ? അപ്പോൾ പൊടി ഉറുമ്പിന്റെ മനസ്സിന് ചിറകുകൾ മുളച്ചു. ദൈവം നിങ്ങളെ നിന്ദിച്ചില്ലേ?

"ദൈവത്തിന് ഇതിൽ എന്താണ് കാര്യം? എന്റെ ബുദ്ധികൊണ്ട് മാത്രമാണ് രഹസ്യം കണ്ടെത്തിയത്?"

"എന്ത് രഹസ്യം?"

"ഒരു പ്രവാചകൻ ആകുന്നതിന്റെ അർത്ഥം. ഒരിക്കൽ വിശുദ്ധി ഉണ്ടായിരുന്നപ്പോൾ നിങ്ങൾക്കും അത് അറിയാമായിരുന്നു. പക്ഷേ, ഇപ്പോൾ മറന്നുപോയിക്കാണും എന്നാണ് ഞാൻ വിചാരിക്കുന്നത്."

"ശരി. കൗശലക്കാരനായ തോമസ് എന്നെ ഓർമ്മിപ്പിച്ചതു നന്നായി. അത് ഒരുപക്ഷേ, വീണ്ടും കൈവശം വരാൻ ഇടയുണ്ട്. എന്താണ് പ്രവാചകൻ?

"മറ്റുള്ളവരെല്ലാം നിരാശരാകുമ്പോൾ പ്രതീക്ഷ കൈവിടാത്ത ഒരുവനാണ് പ്രവാചകൻ. മറ്റുള്ളവരെല്ലാം പ്രതീക്ഷിക്കുമ്പോൾ അവൻ നിരാശനാകുന്നു. എന്തുകൊണ്ടാണെന്ന് നിങ്ങൾ ചോദിക്കും? കാരണം ചക്രം തിരിഞ്ഞുകൊണ്ടിരിക്കുന്നു എന്ന വലിയ രഹസ്യം അയാൾ സ്വായത്തമാക്കിയിട്ടുണ്ട്."

"തോമസ്, നിങ്ങളോട് സംസാരിക്കുന്നത് ഒരു മനുഷ്യനെ സംബന്ധിച്ചിടത്തോളം അപകടകരമായ കാര്യമാണ്." യേശു കണ്ണു ചിമ്മിക്കൊണ്ട് പറഞ്ഞു. "നിങ്ങളുടെ ചുറുചുറുക്കും സൂക്ഷ്മതയും ഉള്ള കോങ്കണ്ണുകൾക്കുള്ളിൽ ഒരു വാലും രണ്ടു കൊമ്പുകളും ഞാൻ കാണുന്നു. അതുകൂടാതെ ആളിക്കത്തുന്ന വെളിച്ചത്തിന്റെ ഒരു തീപ്പൊരിയും ഞാൻ കാണുന്നു."

"സത്യത്തിന്റെ വെളിച്ചം എരിയുന്നു. ആചാര്യന് അത് അറിയാം. പക്ഷേ, നിങ്ങൾ മനുഷ്യവർഗ്ഗത്തോട് സഹതപിക്കുന്നു. ഹൃദയം സഹത പിക്കുന്നു: അതുകൊണ്ടാണ് ലോകം സ്വയം ഇരുട്ടിലായിപ്പോകുന്നത്. മനസ്സ് സഹതപിക്കുന്നില്ല: അതുകൊണ്ടാണ് ലോകത്തിന് തീപിടിച്ചിരി ക്കുന്നത്... ങാ, നിങ്ങൾ എന്നോട് മിണ്ടാതിരിക്കാൻ ആംഗ്യം കാണി ക്കുന്നു. നിങ്ങൾ ചെയ്തത് ശരിയാണ്. ഞാൻ മിണ്ടാതിരിക്കാം. നമ്മൾ ഇത്തരം രഹസ്യങ്ങൾ ഈ ശുദ്ധാത്മാക്കളുടെ മുമ്പിൽ തുറന്നു കാട്ടാൻ പാടില്ല. അവരിൽ ആർക്കും തന്നെ സഹിക്കാനുള്ള കഴിവില്ല– ഒരാൾക്ക് ഒഴിച്ച്: അയാൾക്ക് മാത്രം അതിനുള്ള കഴിവുണ്ട്."

"അയാൾ ആരാണ്?"

തോമസ് തെരുവിലേക്കുള്ള വാതിൽ വരെ സ്വയം വലിച്ചിഴച്ചതിനു ശേഷം ഇടി വെട്ടി ഉണങ്ങിപ്പോയ ഒരു മരം പോലെ നിന്നിരുന്ന അതികാ യനെ ചൂണ്ടിക്കാണിച്ചു. അയാളുടെ മുടിയുടെയും താടിയുടെയും വേരു കൾക്ക് ഇപ്പോഴും ചുവപ്പുനിറം ആയിരുന്നു.

"അയാൾ!" പിന്നോട്ട് ഒഴിഞ്ഞു മാറിക്കൊണ്ട് തോമസ് പറഞ്ഞു. "യൂദാസ്! ഇപ്പോഴും നിവർന്നു നില്ക്കുന്ന ഒരേ ഒരാൾ യൂദാസ് ആണ്. ആചാര്യൻ ശ്രദ്ധിക്കണം. അയാൾ പൗരുഷം നിറഞ്ഞവനാണ്– കീഴട ങ്ങാത്തവനാണ്. അയാളോട് സൗമ്യമായി സംസാരിക്കണം. അയാളെ ആചാര്യൻ നേരിട്ട് പാട്ടിലാക്കണം. നോക്കൂ. അയാളുടെ വഴങ്ങാത്ത തല യോട് കോപംകൊണ്ട് തിളച്ചുമറിയുകയാണ്."

"ശരി, അപ്പോൾ ഒരു മെരുക്കിയ സിംഹത്തെ പറഞ്ഞുവിട്ട് ഈ മരു ഭൂമിയിലെ സിംഹത്തെ നമുക്ക് പിടികൂടാം. നമ്മൾ ഈ കാര്യത്തിലേക്ക് ഇറങ്ങി വന്നിട്ടുണ്ടോ?" അദ്ദേഹം ശബ്ദം ഉയർത്തി.

"എന്റെ സഹോദരൻ യൂദാസേ, സമയം മനുഷ്യനെ തിന്നുന്ന ഒരു രാജകീയ കടുവയാണ്. അവൻ മനുഷ്യരെക്കൊണ്ട് തൃപ്തനല്ല. അവൻ നഗരങ്ങളെയും രാഷ്ട്രീയങ്ങളെയും മാത്രമല്ല, ദൈവങ്ങളെപ്പോലും വിഴു ങ്ങുന്നു! (ദൈവം എന്നോട് ക്ഷമിക്കണം) പക്ഷേ, നിങ്ങളെ അവൻ തൊട്ടി ട്ടില്ല. നിങ്ങളുടെ കോപം തിളച്ച് ആവിയായിപ്പോകാൻ കൂട്ടാക്കുന്നില്ല. ഈ ലോകവുമായി നിങ്ങൾ ഒരിക്കലും സമാധാനത്തിൽ എത്തിയിട്ടില്ല. ഞാൻ ഇപ്പോഴും നിങ്ങളുടെ നെഞ്ചിൽ കീഴടങ്ങാത്ത വാൾ ഇരിക്കുന്നത് കാണുന്നു. ഞാൻ നിങ്ങളുടെ കണ്ണിൽ ചെറുപ്പത്തിന്റെ തീക്കനലുകളായ വെറുപ്പും അമർഷവും പ്രതീക്ഷയും കാണുന്നു.. സ്വാഗതം!"

"യൂദാസ്, നിങ്ങൾക്ക് കേൾക്കാൻ കഴിയുന്നില്ലേ?" യേശുവിന്റെ കാല്ക്കൽ നിലംപതിച്ചുകഴിഞ്ഞിരുന്ന ജോൺ പിറുപിറുത്തു. വെളുത്ത താടിയും കഴുത്തിലും കവിളിലും ഉള്ള ആഴമുള്ള രണ്ട് മുറിവുകളുമായി അയാൾ തിരിച്ചറിയാൻ പറ്റാത്ത അവസ്ഥയിൽ ആയിരുന്നു. "യൂദാസിന് കേൾക്കാൻ കഴിയുന്നില്ലേ? ഗുരു നിങ്ങളെ അഭിവാദനം ചെയ്യുകയാണ്. തിരിച്ച് അഭിവാദനം ചെയ്യൂ!"

"അയാൾ ഒരു കോവർ കഴുതയെപ്പോലെ മന്ദബുദ്ധിയും ദുർവ്വാശിക്കാരനും ആണ്." പീറ്റർ പറഞ്ഞു "അയാൾ സംസാരത്തിൽ നിന്ന് ഒഴിഞ്ഞു നില്ക്കാൻ വേണ്ടി സ്വന്തം ചുണ്ട് കടിക്കും."

പക്ഷേ, യേശു അദ്ദേഹത്തിന്റെ അപരിഷ്കൃതനായ പഴയ സ്നേഹിതന്റെ പുറത്ത് കണ്ണുകൾ ഉറപ്പിച്ചുകൊണ്ട് മധുരമായി സംസാരിക്കുകയായിരുന്നു:

"യൂദാസ്, എന്റെ വീടിന്റെ മേൽക്കൂരയ്ക്ക് മുകളിലൂടെ പറന്നുപോയ ചിലയ്ക്കുന്ന ദേശാടനപ്പക്ഷികൾ സന്ദേശങ്ങൾ എന്റെ മുറ്റത്തേക്ക് എറിഞ്ഞുതന്നു. നിങ്ങൾ പർവ്വതങ്ങൾ കയറി സ്വദേശികളും വിദേശികളും ആയ സ്വേച്ഛാധിപതികൾക്ക് എതിരെ യുദ്ധം ചെയ്യുകയായിരുന്നെന്ന് തോന്നുന്നു. പിന്നീട് നിങ്ങൾ ജറുസലേമിലേക്ക് പോയി ഒറ്റുകാരായ സദൂക്കായരെ പിടികൂടി അവരുടെ കഴുത്തിൽ ചുവന്ന നാടകെട്ടിയതിനുശേഷം ഇസ്രയേലിന്റെ ദൈവത്തിന്റെ അൾത്താരയിൽ ആടുകളെ പോലെ കശാപ്പുചെയ്തു. യൂദാസ്, നിങ്ങൾ സങ്കടവും നിരാശയും നിറഞ്ഞ ഉൽകൃഷ്ടമായ ഒരു ആത്മാവാണ്. നമ്മൾ വേർപിരിഞ്ഞ ദിവസത്തിനു ശേഷം നിങ്ങൾ സന്തോഷത്തിന്റെ ഒരു ദിവസംപോലും കണ്ടിട്ടില്ല. എന്റെ സഹോദരൻ യൂദാസേ, നിങ്ങളുടെ അഭാവം എന്നെ വളരെക്കൂടുതൽ വിഷമിപ്പിച്ചിരുന്നു. സ്വാഗതം!"

ജോണിന്റെ ഭയന്നുപോയ കണ്ണുകൾ സംസാരിക്കാതിരിക്കാൻ വേണ്ടി ഇപ്പോഴും ചുണ്ടുകടിച്ചുകൊണ്ടു നിന്നിരുന്ന യൂദാസിനെ കരുതലോടെ നോക്കി. "അയാളുടെ തലയ്ക്ക് മുകളിലേക്ക് ഉയരുന്ന നിബിഡമായ പുകച്ചുരുളുകൾ ഒരിക്കലും അവസാനിക്കില്ല." ജോൺ പിറുപിറുത്തു. അയാൾ മറ്റുള്ളവരുടെ അടുത്തേക്ക് സ്വയം പാടുപെട്ട് നീങ്ങി.

"ആചാര്യൻ സൂക്ഷിക്കണം." പീറ്റർ പറഞ്ഞു. "അയാൾ ആചാര്യനെ എല്ലാ കോണിൽ നിന്നും നോക്കുന്നുണ്ട്. ആദ്യം എവിടെനിന്ന് ആക്രമണം തുടങ്ങണമെന്ന് അയാൾ ആലോചിക്കുകയാണ്."

"ഞാൻ സഹോദരനായ യൂദാസിനോടാണ് സംസാരിക്കുന്നത്." യേശു സംസാരം തുടർന്നു. "നിങ്ങൾ കേൾക്കുന്നില്ലേ? ഞാൻ നിങ്ങളെ അഭിവാദനം ചെയ്തു. പക്ഷേ, നിങ്ങൾ എന്നെ കണ്ടതിൽ സന്തോഷം ഉണ്ടെന്ന് പറഞ്ഞില്ല. ചുണ്ടുകൾ കടിക്കരുത്. നിങ്ങൾ ഒരു ആണാണ്. സഹിക്കണം. വിലാപങ്ങളിലേക്ക് പോകരുത്. നിങ്ങൾ നിങ്ങളുടെ ചുമതല ധൈര്യപൂർവ്വം ചെയ്തു. നിങ്ങളുടെ മുഖത്തും നെഞ്ചത്തും കൈകളിലും ആഴമുള്ള മുറിവുകൾ ഉണ്ട്.

എല്ലാ മുറിവുകളും നിങ്ങളുടെ മുൻവശത്താണ്. അവ നിങ്ങൾ ഒരു സിംഹത്തെപ്പോലെ പോരാടിയെന്ന് വിളിച്ചുപറയുന്നു. പക്ഷേ, ഒരു മനുഷ്യന് ദൈവത്തിനെതിരായി എന്തു ചെയ്യാൻ കഴിയും. ജറുസലേമിനെ രക്ഷപ്പെടുത്താൻ പോരാടുമ്പോൾ നിങ്ങൾ ദൈവത്തിനെതിരായാണ്

പോരാട്ടം നടത്തുന്നത്. അദ്ദേഹത്തിന്റെ മനസ്സിൽ ജറുസലേം എന്ന വിശുദ്ധ നഗരം വർഷങ്ങൾക്കു മുമ്പ് ചാമ്പലായിപ്പോയി."

"നോക്കൂ. അയാൾ മുന്നോട്ടു കുതിക്കാൻ പോകുകയാണ്." ഭയത്തോടെ ഫിലിപ്പ് പിറുപിറുത്തു. "അയാൾ ഒരു കാളയെപ്പോലെ തല കുനിക്കുന്നു. അയാൾ ഇപ്പോൾ ആക്രമിക്കും."

"നമുക്ക് ഒരുവശത്തേക്ക് മാറാം." നതാനൽ പറഞ്ഞു. "അയാൾ ഇപ്പോൾ മുഷ്ടി ഉയർത്തിക്കൊണ്ടിരിക്കുന്നു."

"ആചാര്യാ, ആചാര്യാ, സൂക്ഷിക്കണം." മാർത്തയും മറിയവും മുന്നോട്ടു വന്നുകൊണ്ട് വിളിച്ചു പറഞ്ഞു.

പക്ഷേ, യേശു ശാന്തമായി സംസാരം തുടർന്നു. അദ്ദേഹത്തിന്റെ ചുണ്ടുകൾ ഏതു വിധമായാലും കാണാൻ കഴിയുന്നതരത്തിൽ വിറയ്ക്കാൻ തുടങ്ങിയിരുന്നു.

"എന്റെ സഹോദരാ, ഞാനും എനിക്ക് കഴിയുന്ന വിധത്തിൽ പോരാടിയിട്ടുണ്ട്. എന്റെ ചെറുപ്പത്തിൽ ഞാൻ ഒരു ചെറുപ്പക്കാരനെപ്പോലെ ലോകത്തെ രക്ഷിക്കാൻ ഇറങ്ങിത്തിരിച്ചു. അതിനുശേഷം എന്റെ മനസ്സ് മുതിർന്നപ്പോൾ ഞാൻ നിരയിലേക്ക് കയറി നിന്നു– മനുഷ്യരുടെ നിര. ഞാൻ ജോലി ചെയ്യാൻ പോയി. നിലം ഉഴുതു. കിണറുകൾ കുഴിച്ചു. മുന്തിരിയും ഒലിവും നട്ടുപിടിപ്പിച്ചു. ഞാൻ സ്ത്രീയുടെ ശരീരം എന്റെ കൈകളിലേക്ക് സ്വീകരിച്ച് കൊണ്ട് മനുഷ്യനെ സൃഷ്ടിച്ചു– അങ്ങനെ ഞാൻ മരണത്തെ കീഴടക്കി!"

യൂദാസ് പെട്ടെന്ന് മുന്നോട്ടു ചാടി വന്ന് യേശുവിന്റെ മുന്നിൽ ഇരുന്നിരുന്ന പീറ്ററിനെയും സ്ത്രീകളെയും തള്ളിമാറ്റിക്കൊണ്ട് ഉച്ചത്തിൽ വിളിച്ചുകൂവി.

"ചതിയൻ!"

അവർ എല്ലാവരും കല്ലായി മാറി. യേശു വിളറിപ്പോയി. അദ്ദേഹം നെഞ്ചത്ത് കൈവെച്ചുകൊണ്ട് ചോദിച്ചു.

"ഞാനോ? ഞാനോ? യൂദാസ്, ഞാനാണോ ചതിയൻ" അദ്ദേഹം പിറുപിറുത്തു. "നിങ്ങൾ ഗുരുതരമായ ഒരു വാക്ക് പറഞ്ഞു. അത് തിരിച്ചെടുക്കണം!"

"ചതിയൻ! ഒളിച്ചോടിയവൻ!"

പൊക്കം കുറഞ്ഞ കിഴവൻ വിളറിയ മുഖത്തോടെ വാതിലിനടുത്തേക്ക് നടന്നു. തോമസ് തെരുവിൽ എത്തിക്കഴിഞ്ഞിരുന്നു. രണ്ടും സ്ത്രീകളും ഒന്നിച്ചു മുന്നോട്ടുവന്നു.

"സഹോദരന്മാരേ, പോകരുത്" മറിയം കരഞ്ഞു. "സാത്താൻ ആചാര്യനെ എതിർത്ത് കൈ ഉയർത്തിയിരിക്കുന്നു. അവൻ അദ്ദേഹത്തെ അടിക്കാൻ പോകുകയാണ്!"

പീറ്റർ രക്ഷപ്പെടാൻ വേണ്ടി വാതിലിനടുത്തേക്ക് പതുങ്ങി പതുങ്ങി പോകുകയായിരുന്നു. "നിങ്ങൾ എവിടെയാണ് പോകുന്നത്?" മാർത്ത

അയാളെ പിടികൂടിക്കൊണ്ട് ചോദിച്ചു. “നിങ്ങൾ വീണ്ടും അദ്ദേഹത്തെ തള്ളി പറയുമോ വീണ്ടും?”

“ഞാൻ ഈ കാര്യത്തിൽ ഇടപെടുന്നില്ല” ഫിലിപ്പ് പറഞ്ഞു. “യൂദാസിന്റെ കൈ നല്ല ബലം ഉള്ളതാണ്. എനിക്കാണെങ്കിൽ പ്രായമായി. നതാനൽ നമുക്ക് പോകാം.”

യേശുവും യൂദാസും ഇപ്പോൾ മുഖാമുഖം നില്ക്കുകയായിരുന്നു. യൂദാസിന്റെ ശരീരം തിളച്ചു. അതിന് വിയർപ്പിന്റെയും അഴുകുന്ന വ്രണങ്ങളുടെയും ഗന്ധം ഉണ്ടായിരുന്നു.

“ചതിയൻ! ഒളിച്ചോടിയവൻ!” അയാൾ വീണ്ടും അലറി. “നിങ്ങളുടെ സ്ഥാനം കുരിശിന്റെ പുറത്തായിരുന്നു. ഇസ്രയേലിന്റെ ദൈവം നിങ്ങളെ യുദ്ധം ചെയ്യാൻ നിയോഗിച്ചത് അവിടെയായിരുന്നു. പക്ഷേ, മരണം അതിന്റെ തലപൊക്കിയ നിമിഷത്തിൽ നിങ്ങൾ ഭീരുവായി മാറി. വേണ്ടത്ര വേഗതയിൽ നിങ്ങൾക്ക് ആ ഭയത്തിൽനിന്നും രക്ഷപ്പെടാൻ കഴിഞ്ഞില്ല! നിങ്ങൾ ഓടി വന്ന് മാർത്തയുടെയും മറിയത്തിന്റെയും പാവാടയ്ക്കുള്ളിൽ ഒളിച്ചു— ഭീരു. അതുകൂടാതെ നിങ്ങൾ നിങ്ങളുടെ മുഖവും പേരും മാറി. നിങ്ങൾ സ്വയം രക്ഷപ്പെടാൻ വേണ്ടി വ്യാജ ലാസറസിനെ സൃഷ്ടിച്ചു.”

“യൂദാസ്” ഈ സന്ദർഭത്തിൽ പീറ്റർ ഇടയ്ക്കുകയറി പറഞ്ഞു. “സ്ത്രീകളാണ് അയാൾക്ക് ധൈര്യം നല്കിയത്. യൂദാസ്, ഒരുവൻ ആചാര്യനോട് സംസാരിക്കേണ്ട രീതി ഇതാണോ? നിങ്ങൾക്ക് യാതൊരു ബഹുമാനവും ഇല്ലേ?”

“എന്ത് ആചാര്യൻ!” യൂദാസ് അയാളുടെ കൈപ്പത്തി ചുരുട്ടി വീശിക്കൊണ്ട് വിളിച്ചുകൂവി. “അയാളാണോ ആചാര്യൻ? പക്ഷേ, നിങ്ങൾക്ക് കാണാൻ കണ്ണുകൾ ഇല്ലെന്നുണ്ടോ? തീരുമാനം എടുക്കാൻ മനസ്സും ഇല്ലേ? അയാൾ ആചാര്യനാണുപോലും. അയാൾ നമ്മളോട് എന്താണ് പറഞ്ഞത്? അയാൾ എന്താണ് നമുക്ക് വാഗ്ദാനം ചെയ്തത്? ഇസ്രയേലിനെ രക്ഷിക്കാൻ വേണ്ടി താഴെ ഇറങ്ങി വരുമെന്ന് കരുതിയിരുന്ന മാലാഖമാരുടെ പട്ടാളം എവിടെ? സ്വർഗ്ഗത്തിലേക്കുള്ള നമ്മുടെ ചൂണ്ടുപലകയാകുമെന്ന് വിചാരിച്ച കുരിശ് എവിടെ? കുരിശിനോട് അഭിമുഖം നിന്നപ്പോൾ ഈ കള്ളമിശിഹാ തലകറങ്ങിബോധംകെട്ട് വീണു. അതിനുശേഷം സ്ത്രീകൾ അയാളെ കണ്ടെത്തി അവർക്കുവേണ്ടി കുട്ടികളെ ഉല്പാദിപ്പിക്കാൻ നിയോഗിച്ചു. അയാൾ പറയുന്നത് അയാൾ ധൈര്യപൂർവ്വം യുദ്ധം ചെയ്തെന്നാണ്. അയാൾ കോഴിക്കൂട്ടിലെ പൂവൻ കോഴിയെപോലെ പൊങ്ങച്ചം നടിക്കുന്നു. പക്ഷേ, ഒളിച്ചോടിയവൻ എന്ന നിലയിൽ നിങ്ങളുടെ സ്ഥാനം കുരിശിന്റെ മുകളിൽ ആയിരുന്നു. അത് നിങ്ങൾക്ക് അറിവുള്ളതാണ്. മറ്റുള്ളവർക്ക് തരിശുഭൂമി കൃഷിയോഗ്യമാക്കാം. പ്രസവിക്കാത്ത സ്ത്രീകളെ സന്മാർഗ്ഗത്തിലേക്ക് നയിക്കാം. നിങ്ങളുടെ ചുമതല കുരിശ് ഉയർത്തുകയായിരുന്നു— ഞാൻ പറഞ്ഞത് ആ കാര്യം ആണ്! നിങ്ങൾ മരണത്തെ കീഴടക്കിയെന്ന് പൊങ്ങച്ചം പറയുന്നു. വിപത്ത് നിങ്ങ

ളാണ്. ഇതാണോ മരണത്തെ കീഴടക്കാനുള്ള വഴി– കുട്ടികളെ നിർമ്മിക്കുന്നതാണോ മരണത്തെ കീഴടക്കാനുള്ള വഴി! അവർ എല്ലാം കെയ്റെന്റെ ഉരുളകളാണ്! കെയ്റെന്റെ ഉരുളകൾ! അതാണ് ഒരുകുട്ടി– *കെയ്റെനു വേണ്ടിയുള്ള ഒരു ഉരുള! നിങ്ങൾ അയാളുടെ ഇറച്ചി ചന്തയിലേക്ക് സ്വയം കടന്നുചെന്ന് അയാൾക്ക് തിന്നാൻ ഉരുളകൾ വിതരണം ചെയ്തു. ചതിയൻ! ഒളിച്ചോടിയവൻ! ഭീരു!"

"യൂദാസേ, സഹോദരാ," ഇപ്പോൾ വിറയ്ക്കാൻ തുടങ്ങിക്കൊണ്ട് യേശു പിറുപിറുത്തു. "എന്റെ സഹോദരാ, യൂദാസേ, കുറച്ചുകൂടി സ്നേഹപൂർവ്വം സംസാരിക്കൂ."

"ആശാരിയുടെ മകനേ, നിങ്ങൾ എന്റെ ഹൃദയം തകർത്തു." യൂദാസ് അലറി. "ഞാൻ നിങ്ങളോട് സ്നേഹപൂർവ്വം സംസാരിക്കുമെന്ന് എങ്ങനെയാണ് നിങ്ങൾക്ക് പ്രതീക്ഷിക്കാൻ കഴിയുന്നത്? ചിലപ്പോൾ ഞാൻ പാറയിൽ തലതല്ലിക്കൊണ്ട് വിധവയെപ്പോലെ നിലവിളിക്കാൻ ആഗ്രഹിച്ചിട്ടുണ്ട്! നിങ്ങൾ ജനിച്ച ദിവസത്തെ ശപിക്കണം! ഞാൻ ജനിച്ച ദിവസത്തെ ശപിക്കണം. നിങ്ങളും ഞാനും കണ്ടുമുട്ടി എന്റെ ഹൃദയത്തിൽ നിങ്ങൾ പ്രതീക്ഷകൾ നിറച്ച ആ മണിക്കൂറിനെ ശപിക്കണം! നിങ്ങൾ ഞങ്ങളെ വലിച്ചിഴച്ചു കൊണ്ട് സ്വർഗ്ഗത്തെപ്പറ്റിയും ഭൂമിയെപ്പറ്റിയും ഞങ്ങളോട് സംസാരിച്ച് മുന്നിൽ നടക്കുന്നത് പതിവാക്കിയിരുന്ന കാലം എത്രമാത്രം ആഹ്ലാദകരം ആയിരുന്നു! എത്രമാത്രം സ്വതന്ത്രമായിരുന്നു! എത്രമാത്രം സമ്പന്നമായിരുന്നു! മുന്തിരിക്കുലകൾക്ക് പന്ത്രണ്ടു വയസ്സുള്ള ആൺകുട്ടികളോളം വലിപ്പം ഉണ്ടെന്നു തോന്നിയിരുന്നു. ഒരു ഗോതമ്പുമണികൊണ്ട് ഞങ്ങൾക്ക് നിറയുമായിരുന്നു. ഒരു ദിവസം നമുക്ക് അഞ്ച് അപ്പം കിട്ടിയിരുന്നു: നമ്മൾ ആയിരങ്ങളുടെ ഒരു ആൾക്കൂട്ടത്തിന് ആഹാരം കൊടുത്തു. ഒടുവിൽ നിറഞ്ഞ പന്ത്രണ്ടുകൂടകൾ ബാക്കിവന്നു. അന്ന് നക്ഷത്രങ്ങൾക്ക് എന്ത് ശോഭയായിരുന്നു! ആകാശത്ത് വെളിച്ചത്തിന്റെ എന്തു കുത്തൊഴുക്കായിരുന്നു! അവർ നക്ഷത്രങ്ങൾ ആയിരുന്നില്ല. അവർ മാലാഖമാർ ആയിരുന്നു. അല്ല, അവർ മാലാഖമാർ ആയിരുന്നില്ല. അവർ ഞങ്ങൾ ആയിരുന്നു- ഞങ്ങൾ. നിങ്ങളുടെ ശിഷ്യന്മാർ. ഞങ്ങൾ ഉദിച്ചു. അസ്മതിച്ചു. നിങ്ങൾ ധ്രുവനക്ഷത്രത്തെപ്പോലെ ഞങ്ങളുടെ മദ്ധ്യത്തിൽ ഉറച്ചു നില്ക്കുന്നുണ്ടായിരുന്നു. ഞങ്ങൾ നിങ്ങളുടെ നാലുചുറ്റും നൃത്തം ചെയ്യുകയായിരുന്നു. നിങ്ങൾ എന്നെ നിങ്ങളുടെ കൈകൾകൊണ്ട് ചേർത്തുപിടിച്ചു– നിങ്ങൾ ഓർക്കുന്നുണ്ടോ? നിങ്ങൾ യാചിച്ചു: "എന്നെ വഞ്ചിക്കൂ, എന്നെ വഞ്ചിക്കൂ. ഞാൻ നിശ്ചയമായും കുരിശിലേറ്റപ്പെടുകയും ഉയിർത്തെഴുന്നേല്ക്കപ്പെടുകയും ചെയ്യണം. അതുകൊണ്ട് നമുക്ക് ലോകത്തെ രക്ഷിക്കാൻ കഴിയും!"

യൂദാസ് നിമിഷനേരത്തേക്ക് സംസാരം നിർത്തിയതിനുശേഷം നെടുവീർപ്പിട്ടു. അയാളുടെ മുറിവുകൾ വീണ്ടും തുറന്ന് ഒഴുകാൻ തുടങ്ങിയി

* സ്വർഗ്ഗത്തിലേക്കുള്ള നദിയുടെ കടത്തുകാരൻ

രുന്നു. നിന്ദ്യരായ കിഴവന്മാർ വീണ്ടും ഒന്നുചേർന്ന് തലകുനിച്ചുപിടിച്ച് ഓർമ്മകൾ തിരിച്ചുകൊണ്ടുവന്ന് അവരെ സ്വയം രക്ഷപ്പെടുത്താൻ വേണ്ടി പോരാടി.

ഓരോ കണ്ണുനീർത്തുള്ളികൾ പെട്ടെന്ന് യൂദാസിന്റെ കണ്ണുകളിൽ നിറഞ്ഞു. അതിനെ ദേഷ്യപ്പെട്ട് ഞെരിച്ചുകളഞ്ഞുകൊണ്ട് അയാൾ വീണ്ടും അട്ടഹാസം തുടർന്നു.

"ഞാൻ ദൈവത്തിന്റെ ആടാണ്; നിങ്ങൾ ആട് കരയുന്നതുപോലെ കരഞ്ഞു, - ഞാൻ കശാപ്പു ചെയ്യപ്പെടാൻ വേണ്ടി പോകുന്നു. അതുകൊണ്ട് ഞാൻ ലോകത്തെ രക്ഷപ്പെടുത്തിയെന്ന് വരാം. എന്റെ സഹോദരനായ യൂദാസ് ഭയക്കരുത്. അനശ്വരതയിലേക്കുള്ള വാതിൽ മരണം ആണ്. എനിക്ക് ഈ വാതിലിലൂടെ നിശ്ചയമായും കടന്നുപോയേ പറ്റൂ. എന്നെ സഹായിക്കണം!" അവസാനം ഞാൻ നിങ്ങളെ വളരെ അധികം സ്നേഹിച്ചതുകൊണ്ടും വിശ്വസിച്ചതു കൊണ്ടും പറയുകയായിരുന്നു. "ശരി." അതിനുശേഷം ഞാൻ വഞ്ചിക്കാൻ പോയി... പക്ഷേ, നിങ്ങളോ നിങ്ങൾ.."

അയാളുടെ ചുണ്ടുകളിൽ നിന്നും നുരയും പതയും പുറത്തേക്ക് ഒഴുകി. അയാൾ യേശുവിന്റെ തോളിൽ പിടിച്ച് ശക്തിയായി കുലുക്കി ഭിത്തിയിൽ ചേർത്ത് നിർത്തിക്കൊണ്ട് വീണ്ടും അലറാൻ തുടങ്ങി;

"നിങ്ങൾക്ക് ഇവിടെ എന്താണ് കാര്യം? നിങ്ങൾ എന്തുകൊണ്ട് കുരിശിലേറ്റപ്പെട്ടില്ല ഭീരു! ഒളിച്ചോടിയവൻ! ചതിയൻ! നിങ്ങൾ ഇതാണോ നേടിയത്? നിങ്ങൾക്ക് നാണം ഇല്ലേ? ഞാൻ മുഷ്ടി ചുരുട്ടിക്കൊണ്ട് ചോദിക്കുന്നു: നിങ്ങൾ എന്തുകൊണ്ട് കുരിശിലേറ്റപ്പെട്ടില്ല."

"ബഹളം ഉണ്ടാക്കരുത്." യേശു യാചിച്ചു. അദ്ദേഹത്തിന്റെ അഞ്ചു മുറിവുകളിൽ നിന്നും രക്തം ഒഴുകാൻ തുടങ്ങി.

"യൂദാസ്" പീറ്റർ വീണ്ടും ഇടയ്ക്കുകയറി പറഞ്ഞു. "നിങ്ങൾക്ക് അനുകമ്പ ഇല്ലേ? അദ്ദേഹത്തിന്റെ കൈകളും കാലുകളും നിങ്ങൾ കാണുന്നില്ലേ? നിങ്ങൾക്ക് വിശ്വാസം ഇല്ലെങ്കിൽ അദ്ദേഹത്തിന്റെ നെഞ്ചത്ത് തൊട്ടു നോക്കൂ. രക്തം ഒഴുകിക്കൊണ്ടിരിക്കുകയാണ്."

യൂദാസ് ചിരിക്കാൻ വേണ്ടി സ്വയം പണിപ്പെട്ടു. അതിനുശേഷം അയാൾ നിലത്തുതുപ്പിക്കൊണ്ട് വിളിച്ചു കൂവി.

"ആശാരിയുടെ മകൻ എന്റെ മുകളിൽ ഒന്നും നിർദ്ദേശിക്കുന്നില്ല. ഇല്ല! നിങ്ങളുടെ കാവൽമാലാഖ രാത്രിയിൽ വന്നിരുന്നു...."

യേശു വിറച്ചു.

"എന്റെ കാവൽ മാലാഖയോ...?" അദ്ദേഹം ഞെട്ടി.

"അതെ, നിങ്ങളുടെ കാവൽ മാലാഖ, സാത്താൻ. അയാൾ നിങ്ങളുടെ കൈകളിലും കാലുകളിലും നെഞ്ചത്തും ചുവന്ന അടയാളങ്ങൾ പതിച്ചു. അതുകൊണ്ട് നിങ്ങൾക്ക് ലോകത്തെ ചതിക്കാനും സ്വയം ചതിക്കപ്പെടാനും പറ്റും. നിങ്ങൾ എന്തിനാണ് എന്നെ ഇങ്ങനെ നോക്കുന്നത്?

നിങ്ങൾ എന്താണ് മറുപടി പറയാത്തത്? ഭീരു! ഒളിച്ചോടിയവൻ! ചതിയൻ!"

യേശു കണ്ണുകൾ അടച്ചു. അദ്ദേഹത്തിന് ബോധം നഷ്ടപ്പെടുന്നതു പോലെ തോന്നി. പക്ഷേ, അദ്ദേഹം താഴെവീഴാതെ പിടിച്ചു നിന്നു. അദ്ദേഹം വിറച്ചുകൊണ്ട് പറഞ്ഞു. "യൂദാസ്, നിങ്ങൾ എന്നും അനുസരണ ഇല്ലാത്തവനും മെരുങ്ങാത്തവനും ആയിരുന്നു. മനുഷ്യന്റെ പരിമിതികൾ നിങ്ങൾ ഒരിക്കലും സമ്മതിച്ചുതന്നിട്ടില്ല. മനുഷ്യന്റെ ആത്മാവ് ഒരു അമ്പാണെന്ന കാര്യം നിങ്ങൾ മറന്നു: സ്വർഗ്ഗത്തിലെത്താൻ വേണ്ടി കഴിയുന്നത്ര ഉയരത്തിലേക്ക് കുതിക്കുന്നു. പക്ഷേ, എപ്പോഴും വീണ്ടും ഭൂമിയിലേക്ക് തിരിച്ചുവീഴും. ഒരുവന്റെ ചിറകുകൾ അരിയുന്നതാണ് ഭൂമിയിലെ ജീവിതം കൊണ്ട് അർത്ഥമാക്കുന്നത്."

ഇതു കേട്ടപ്പോൾ യൂദാസിന് ഭ്രാന്തു പിടിച്ചു. "നിങ്ങൾക്ക് നാണം ഇല്ലേ!" അയാൾ നിലവിളിച്ചു. "ഇതിനാണോ ഡേവിഡിന്റെ മകനും ദൈവത്തിന്റെ മകനും മിശിഹായും ആയ നിങ്ങൾ വന്നത്! ഭൂമിയിലെ ജീവിതത്തിന്റെ അർത്ഥം അപ്പം തിന്നുന്നതും തിന്ന അപ്പത്തെ ചിറകുകൾ ആക്കി മാറ്റുന്നതും ആണ്. വെള്ളം കുടിക്കുന്നതും കുടിക്കുന്ന വെള്ളത്തെ ചിറകുകളാക്കി മാറ്റുന്നതും ആണ്. ഭൂമിയിലെ ജീവിതത്തിന്റെ അർത്ഥം ചിറകുകൾ മുളയ്ക്കുന്നതാണ്. നിങ്ങൾ ഞങ്ങളോട് പറഞ്ഞത്. അങ്ങനെയായിരുന്നു— നിങ്ങൾ അങ്ങനെയാണ് പറഞ്ഞത്. ചതിയൻ! അതൊന്നും എന്റെ വാക്കുകൾ അല്ല. നിങ്ങളുടേതാണ്. നിങ്ങൾ അത് മറന്നിട്ടുണ്ടെങ്കിൽ ഞാൻ ഓർമ്മപ്പെടുത്തുന്നു!"

"പകർപ്പെഴുത്തുകാരൻ മാത്യു എവിടെ? മാത്യു ഇങ്ങോട്ടു വരണം. നിങ്ങളുടെ ഗൗരവമുള്ള പുസ്തകം തുറക്കൂ... ഞാൻ വാളുകൊണ്ടു നടക്കുന്നതുപോലെ നിങ്ങൾ അത് എപ്പോഴും നെഞ്ചിൽ ചേർത്തുവെക്കുമായിരുന്നു. നിങ്ങൾ എഴുതിയത് തുറക്കൂ. അതെല്ലാം പാറ്റയും വിയർപ്പും കൂടി തിന്നു നശിപ്പിച്ചിട്ടുണ്ട്. പക്ഷേ, കുറേ വാക്കുകൾ ഇപ്പോഴും കാണാൻ കഴിയും. മാത്യു അത് തുറന്ന് സംശയം ഉള്ള ഈ മാന്യനെ വായിച്ചു കേൾപ്പിക്കണം. കേൾക്കുകയാണെങ്കിൽ അയാൾക്ക് ഓർമ്മിക്കാൻ കഴിയും. ഒരു രാത്രിയിൽ നിക്കോഡിമസ് എന്ന് പേരുള്ള ജറുസലേമിലെ ഒരു പ്രമുഖൻ രഹസ്യമായി ഇദ്ദേഹത്തിന്റെ അടുത്തുവന്ന് ചോദിച്ചു. "നിങ്ങൾ ആരാണ്? നിങ്ങളുടെ ജോലി എന്താണ്?" ആശാരിയുടെ മകനായ നിങ്ങൾ മറുപടി പറഞ്ഞു - ഓർക്കുന്നുണ്ടോ– "ഞാൻ ചിറകുകൾക്ക് രൂപം നല്കുന്നു!" നിങ്ങൾ അത് പറഞ്ഞപ്പോൾ ഞങ്ങളുടെ എല്ലാം പിന്നിൽ നിന്നും ചിറകുകൾ മുളച്ചു വരുന്നതായി തോന്നി. ഇപ്പോൾ നിങ്ങൾ എവിടെ എത്തിയിരിക്കുന്നു. നിങ്ങൾ പൂവൻ കോഴിയുടെ തൂവൽ പിഴുതെടുത്തിരിക്കുന്നു! നിങ്ങൾ പരാതിപ്പെട്ടുകൊണ്ട് പിറുപിറുക്കുന്നു. "ഭൂമിയിലെ ജീവിതത്തിന്റെ അർത്ഥം ഒരുവന്റെ ചിറകുകൾ അരിയുന്നതാണ്." ങാ! എനിക്ക് കാണേണ്ട, ഭീരു! ജീവിതം ഇടിയും മിന്നലും അല്ലേ

ങ്കിൽ അതുകൊണ്ട് എനിക്ക് എന്താണ് ആഗ്രഹിക്കാനുള്ളത്? കാറ്റാടി പീറ്ററും വീരനായ ആൻഡ്രൂവും എന്റെ അടുത്ത് വരാൻ പാടില്ല. സ്ത്രീകൾ കിടന്നു നിലവിളിക്കരുത്. ഞാൻ അയാളെ ശല്യപ്പെടുത്തില്ല. ഞാൻ എന്തിനാണ് അയാൾക്ക് എതിരെ കൈ ഉയർത്തുന്നത്? അയാൾ മരിച്ച് കുഴിച്ചിട്ടു കഴിഞ്ഞു. എന്നിട്ടും അയാൾ എഴുന്നേറ്റു നില്ക്കുന്നു, സംസാരിക്കുന്നു: കരയുന്നു— പക്ഷേ, അയാൾ മരിച്ചതാണ്. ദൈവം അയാളോട് ക്ഷമിക്കട്ടെ- ദൈവം ക്ഷമിക്കട്ടെ, കാരണം എനിക്ക് പറ്റില്ല. ഇസ്രയേലിന്റെ രക്തവും കണ്ണുനീരും ചാരവും അയാളുടെ തലയിൽ വീഴട്ടെ!"

വിനീതരായ കിഴവന്മാരുടെ സഹനശക്തി ക്ഷയിച്ചു. അവർ ഒരു കൂനയായി നിലത്തുവീണു. അവരുടെ ഓർമ്മകൾ വീണ്ടും ഉണർത്തപ്പെട്ടു. അവർക്ക് വീണ്ടും ചെറുപ്പമായെന്ന് തോന്നിത്തുടങ്ങിയിരുന്നു. അവർക്ക് സ്വർഗ്ഗരാജ്യവും സിംഹാസനങ്ങളും പ്രതാപങ്ങളും ഓർമ്മ വന്നു. പെട്ടെന്ന് അവരുടെ ഇടയിൽനിന്ന് ഒരു ചരമഗീതം പൊട്ടിപ്പുറപ്പെട്ടു. അവർ മനോവേദനയോടെ നിലവിളിച്ചുകൊണ്ട് നെറ്റി കല്ലിൽ ഇടിച്ചു.

മുന്നറിയിപ്പില്ലാതെ യേശുവും ഏങ്ങലടിച്ചു കരഞ്ഞു. അദ്ദേഹം വിളിച്ചു പറഞ്ഞു. "എന്റെ സഹോദരനായ യൂദാസ് എന്നോട് ക്ഷമിക്കണം!" ചുവന്ന താടിക്കാരന്റെ കരങ്ങളിലേക്ക് അദ്ദേഹം തിടുക്കത്തിൽ കുതിച്ചു. പക്ഷേ, യൂദാസ് പിന്നോട്ടു കുതിച്ചുചാടി. അയാൾ അദ്ദേഹം അടുത്തു ചെല്ലാതിരിക്കാൻ വേണ്ടി ഒഴിഞ്ഞുമാറി. "എന്നെ തൊടരുത്" അയാൾ വിളിച്ചുകൂവി. "ഞാൻ ഒരുകാര്യത്തിലും ഒട്ടും തന്നെ വിശ്വസിക്കുന്നില്ല. ഞാൻ ഒരുത്തനേയും വിശ്വസിക്കുന്നില്ല. നിങ്ങൾ എന്റെ ഹൃദയം തകർത്തു!"

യേശുവിന്റെ കാലിടറി. അദ്ദേഹം പിടിച്ചു നില്ക്കാൻ എന്തെങ്കിലും കിട്ടാൻ വേണ്ടി അന്വേഷിച്ചു കൊണ്ടു നാലുചുറ്റും നോക്കി. സ്ത്രീകൾ നിലത്തു കമഴ്ന്നുകിടന്ന് തലമുടി വലിച്ചു പറിച്ചു കൊണ്ട് നിലവിളിക്കുകയായിരുന്നു. ശിഷ്യന്മാർ കോപവും വെറുപ്പും നിഴലിക്കുന്ന കണ്ണുകൾ ഉയർത്തി അദ്ദേഹത്തെ നോക്കിക്കൊണ്ടിരിക്കുകയായിരുന്നു. കാപ്പിരിച്ചെറുക്കൻ അപ്രത്യക്ഷപ്പെട്ടുകഴിഞ്ഞിരുന്നു.

"ഞാൻ ഒരു ചതിയനും ഒളിച്ചോടിയവും ഭീരുവും ആണ്" യേശു പിറുപിറുത്തു. "അത് ഞാൻ ഇപ്പോൾ തിരിച്ചറിയുന്നു: ഞാൻ പരാജയപ്പെട്ടിരിക്കുന്നു. ശരിയാണ്. ഞാൻ കുരിശിലേറ്റപ്പെടേണ്ടതായിരുന്നു. പക്ഷേ, എനിക്ക് ധൈര്യം ഉണ്ടായിരുന്നില്ല. ഞാൻ ഒളിച്ചോടി... സഹോദരന്മാർ എനിക്ക് മാപ്പുതരണം. ഞാൻ നിങ്ങളെ ചതിച്ചു.... ഹോ! എനിക്ക് ഒരിക്കൽക്കൂടി ജീവിതം തുടക്കം മുതൽ ആവർത്തിക്കാൻ കഴിഞ്ഞിരുന്നെങ്കിൽ!"

സംസാരിച്ചുകൊണ്ടിരിക്കുന്നതിനിടയിൽ അദ്ദേഹം നിലംപതിച്ചിരുന്നു. അതിനുശേഷം ഇപ്പോൾ അദ്ദേഹം മുറ്റത്തെ ചരൽക്കല്ലുകളിൽ തലയിട്ടടിക്കുകയായിരുന്നു.

"എന്റെ പഴയ കൂട്ടാളികളായ ചങ്ങാതിമാരേ, ഒരു നല്ലവാക്ക് പറഞ്ഞ് നിങ്ങൾ എന്നെ സാന്ത്വനപ്പെടുത്തണം. ഞാൻ നശിച്ചിരിക്കുന്നു. ഞാൻ പരാജയപ്പെട്ടിരിക്കുന്നു. നിങ്ങളിൽ ഒരാളും സ്വന്തം കൈപ്പത്തി എന്റെ കൈപ്പത്തിയിൽ വെക്കാൻ വേണ്ടി കൈ ഉയർത്തുന്നില്ലേ? അല്ലെങ്കിൽ അനുകമ്പയുള്ള ഒരു വാക്ക് എന്നോട് പറയുന്നില്ലേ? അരും ഇല്ല. ആരും ഇല്ല. പ്രിയപ്പെട്ട ജോൺ, നിങ്ങൾ പോലും ഇല്ല. പീറ്റർ, നിങ്ങളും ഇല്ല."

"എനിക്ക് എങ്ങനെ സംസാരിക്കാൻ പറ്റും? എന്താണ് പറയാൻ ഉള്ളത്?" പ്രിയപ്പെട്ട ശിഷ്യൻ നിലവിളിച്ചു. "മറിയത്തിന്റെ മകൻ എന്ത് മന്ത്രവാദമാണ് ഞങ്ങളുടെ പുറത്തേക്ക് വലിച്ചെറിഞ്ഞിരുന്നത്?"

"നിങ്ങൾ ഞങ്ങളെ ചതിച്ചു." പീറ്റർ കണ്ണുനീർ തുടച്ചുകൊണ്ട് പറഞ്ഞു. "യൂദാസ് പറഞ്ഞത് ശരിയാണ്. നിങ്ങൾ വാക്കുപാലിച്ചില്ല. ഞങ്ങളുടെ ജീവിതം പാഴായിപ്പോയി."

ഒരു മുന്നറിയിപ്പുമില്ലാതെ കിഴവന്മാരുടെ കൂട്ടത്തിൽനിന്നും പരാതി നിറഞ്ഞ ഒരു ഇരമ്പൽ ഉയർന്നു.

"ഭീരു! ഒളിച്ചോടിയവൻ! ചതിയൻ!"

"ഭീരു! ഒളിച്ചോടിയവൻ! ചതിയൻ!"

അതിന്റെ അവസാനം മാത്യു വിലപിച്ചു. "എന്റെ ജോലി മുഴുവൻ പാഴായിപ്പോയി, പാഴായിപ്പോയി! നിങ്ങളുടെ വാക്കുകളെ ഞാൻ പ്രവാചകന്മാരുടെ പ്രവൃത്തികളുമായി എത്ര വിദഗ്ദ്ധമായാണ് ചേർത്തുവെച്ചത്! അത് അങ്ങേയറ്റം ബുദ്ധിമുട്ട് ആയിരുന്നു. ഭാവിയിലെ സിനഗോഗുകളിൽ വിശ്വാസികൾ സ്വർണ്ണത്തിൽ പൊതിഞ്ഞ തടിച്ച ഗ്രന്ഥങ്ങൾ തുറന്നുവെച്ച് കൊണ്ട് "ഇന്നത്തെ പാഠം മാത്യുവിന്റെ സുവിശേഷത്തിൽ നിന്നാണ്" എന്ന് പറയുമെന്ന് ഞാൻ സ്വയം പറയാറുണ്ടായിരുന്നു! ഈ ചിന്ത എനിക്ക് ചിറകുകൾ തന്നു. ഞാൻ എഴുതി. പക്ഷേ, ഇപ്പോൾ ആ പ്രതാപങ്ങളെല്ലാം പുകഞ്ഞു പോയിരിക്കുന്നു. അതിന് നന്ദിയില്ലാത്ത, ചതിയനായ നിങ്ങളെയാണ് കുറ്റപ്പെടുത്തേണ്ടത്. നിങ്ങൾ കുരിശിലേറ്റപ്പെടേണ്ടതായിരുന്നു. അതെ, എനിക്കുവേണ്ടിയെങ്കിലും നിങ്ങൾ കുരിശിലേറ്റപ്പെടേണ്ടതായിരുന്നു. അതുകൊണ്ട് ഞാൻ എഴുതിയതെല്ലാം സംരക്ഷിക്കപ്പെടുമായിരുന്നു!"

ഒരിക്കൽ കൂടി കിഴന്മാരുടെ സംഘത്തിൽനിന്ന് ഒന്നിച്ചുള്ള പരാതി നിറഞ്ഞ ഇരമ്പൽ ഉയർന്നു:

"ഭീരു ഒളിച്ചോടിയവൻ! ചതിയൻ!"

"ഭീരു! ഒളിച്ചോടിയവൻ! ചതിയൻ!"

ആ നിമിഷത്തിൽ തോമസ്, ഉമ്മറത്തുനിന്നും ഉള്ളിലേക്ക് ഓടിവന്നു. "ആചാര്യാ" അയാൾ വിളിച്ചുപറഞ്ഞു. "എല്ലാവരും ആചാര്യനെ ചതിയൻ എന്ന് വിളിച്ച് ഉപേക്ഷിച്ച് പോയാലും ഞാൻ ഉപേക്ഷിക്കില്ല! ഇല്ല, ഞാൻ ആചാര്യനെ ഉപേക്ഷിക്കില്ല. ഞാൻ ഉപേക്ഷിക്കില്ല. പ്രവാചകൻ തോമസ് ഉപേക്ഷിക്കില്ല. ചക്രം കറങ്ങുമെന്ന് നമ്മൾ പറഞ്ഞിരുന്നു. അതു

കൊണ്ടാണ് ഞാൻ ആചാര്യനെ വിട്ടുപോകാത്തത്. ഞാൻ ചക്രം കറങ്ങാൻ വേണ്ടി കാത്തിരിക്കുകയാണ്."

പീറ്റർ എഴുന്നേറ്റു "നമുക്കു പോകാം." അയാൾ അലറി. "യൂദാസ്, മുന്നിൽ നടക്കൂ! ഞങ്ങളെ നയിക്കൂ!"

കിഴവന്മാർ കിതച്ചുകൊണ്ട് എഴുന്നേറ്റു. യേശു കൈകൾ വിടർത്തിവെച്ച് നിലത്ത് കമഴ്ന്നുകിടക്കുകയായിരുന്നു. അവർ അദ്ദേഹത്തിന്റെ പുറത്ത് കൈ അമർത്തിക്കൊണ്ട് വിളിച്ചു പറഞ്ഞു.

"ഭീരു! ഒളിച്ചോടിയവൻ! ചതിയൻ!"

"ഭീരു! ഒളിച്ചോടിയവൻ! ചതിയൻ!"

അവർ ഓരോരുത്തായി അലറി.

"ഭീരു! ഒളിച്ചോടിയവൻ! ചതിയൻ!"— അവർ അപ്രത്യക്ഷപ്പെട്ടു.

യേശു തീവ്രമായ മാനസികവേദനയോടെ നാലുപാടും നോക്കി. അദ്ദേഹം തനിച്ചായിരുന്നു. മുറ്റവും വീടും മരങ്ങളും ഗ്രാമവാതിലുകളും ഗ്രാമം പോലും അവിടെ കാണാൻ ഉണ്ടായിരുന്നില്ല. അദ്ദേഹത്തിന്റെ പാദങ്ങൾക്കടിയിലെ രക്തം പുരണ്ട കല്ലുകളും കുറേക്കൂടി താഴെയായി ദൂരത്ത് നില്ക്കുന്ന ആൾക്കൂട്ടവും ഒഴിച്ച് മറ്റൊന്നും തന്നെ അവശേഷിച്ചിരുന്നില്ല: ഇരുട്ടിൽ കാണാൻ കഴിയുന്ന ആയിരക്കണക്കിന് തലകൾ.

അദ്ദേഹം എല്ലാശക്തിയും എടുത്ത് താൻ എവിടെയാണെന്നും ആരാണെന്നും എന്തുകൊണ്ട് വേദനിക്കുന്നെന്നും കണ്ടെത്താൻ വേണ്ടി പരിശ്രമിച്ചു. അദ്ദേഹം അദ്ദേഹത്തിന്റെ രോദനം പൂർത്തിയാക്കാൻ ആഗ്രഹിച്ചു. "...., ..., അങ്ങ് എന്തിനാണ് എന്നെ കൈവിട്ടത്" അദ്ദേഹം ചുണ്ടുകൾ അനക്കാൻ ശ്രമിച്ചു, പക്ഷേ, കഴിഞ്ഞില്ല. അദ്ദേഹത്തിന്റെ തലകറങ്ങി. ബോധം നശിക്കാൻ തുടങ്ങി. അദ്ദേഹം താഴോട്ട് വലിച്ചെറിയപ്പെട്ട് മരിക്കുകയാണെന്ന് തോന്നി...

പക്ഷേ, അദ്ദേഹം വീണു മരിച്ചുകൊണ്ടിരിക്കുമ്പോൾ താഴെ നിലത്തുണ്ടായിരുന്ന ആർക്കോ നിശ്ചയമായും അനുകമ്പ തോന്നി. കാരണം അദ്ദേഹത്തിനു പിടിച്ചുനില്ക്കാൻ ഒരു മുള തൊട്ടുമുമ്പിൽ നീട്ടിപ്പിടിച്ചിരുന്നു. ചുണ്ടുകളിലും നാസാരന്ധ്രങ്ങളിലും വിനാഗിരിയിൽ കുതിർത്ത പഞ്ഞി ഇരിക്കുന്നതായി അദ്ദേഹത്തിന് അനുഭവപ്പെട്ടു. കയ്പുള്ള ഗന്ധം അദ്ദേഹം ആഴത്തിൽ ശ്വസിച്ചു. അത് അദ്ദേഹത്തെ പുനർജ്ജീവിപ്പിച്ചു. അദ്ദേഹം ആകാശത്തേക്ക് നോക്കിക്കൊണ്ട് ഹൃദയഭേദകമായി നിലവിളിച്ചു: "എന്നെ എന്തിന് കൈയൊഴിഞ്ഞു!"

പിന്നീട് തളർന്നുപോയ അദ്ദേഹം പെട്ടെന്ന് തല ചരിച്ചുവെച്ചു.

അദ്ദേഹത്തിന് കൈകളിലും കാലുകളിലും ഹൃദയത്തിലും അതിഭയങ്കരമായ വേദന തോന്നി: അദ്ദേഹം മുൾക്കിരീടവും രക്തവും കുരിശും കണ്ടു. അദ്ദേഹത്തിന്റെ കാഴ്ച തെളിഞ്ഞു. ഇരുണ്ടുപോയ സൂര്യന്റെ ഇരുട്ടിൽ ചെവിയിൽ തൂങ്ങുന്ന രണ്ടു സ്വർണ്ണവളയങ്ങളും രണ്ടു നിര വെളുത്ത തിളക്കമുള്ള കൂർത്ത പല്ലുകളും മിന്നിത്തിളങ്ങി. വളരെ ശാന്തമായ ഒരു

പരിഹാസച്ചിരി അദ്ദേഹം കേട്ടു. അതോടെ വളയങ്ങളും പല്ലും അപ്രത്യക്ഷപ്പെട്ടു. യേശു അന്തരീക്ഷത്തിൽ തനിച്ച് തൂങ്ങിക്കിടന്നു.

അദ്ദേഹത്തിന്റെ തല വിറച്ചു. പെട്ടെന്ന് അദ്ദേഹം എവിടെയായിരുന്നെന്ന് ഓർമ്മിച്ചു. അദ്ദേഹം ആരാണെന്നും എന്തുകൊണ്ട് വേദന തോന്നുന്നെന്നും ഓർമ്മ വന്നു. അജയ്യമായ, ഒരു വന്യമായ ആഹ്ലാദം അദ്ദേഹത്തെ കീഴടക്കി. അല്ല. അല്ല. അദ്ദേഹം ഭീരു ആയിരുന്നില്ല. ഒളിച്ചോടിയവൻ ആയിരുന്നില്ല. ചതിയൻ ആയിരുന്നില്ല. ഒരിക്കലും അല്ല. അദ്ദേഹത്തെ കുരിശിൽ തറച്ചിരിക്കുകയായിരുന്നു. അവസാനം വരെ അദ്ദേഹം അദ്ദേഹത്തിന്റെ രംഗത്ത് ആദരണീയമായ നിലയിൽ കാലുറപ്പിച്ച് നിന്നിരുന്നു. അദ്ദേഹം അദ്ദേഹത്തിന്റെ വാക്കുപാലിച്ചിട്ടുണ്ട്. ദൈവമേ, ദൈവമേ, എന്ന് നിലവിളിച്ചുകൊണ്ട് ബോധംകെട്ട നിമിഷത്തിൽ അരസെക്കന്റ് സമയത്തേക്ക് പ്രലോഭനം അദ്ദേഹത്തെ കീഴടക്കി. അദ്ദേഹം വഴുതി വീണു. ആഹ്ലാദങ്ങളും വിവാഹങ്ങളും കുട്ടികളും എല്ലാം കള്ളങ്ങൾ ആയിരുന്നു. അദ്ദേഹത്തെ ഭീരുവെന്നും ഒളിച്ചോടിയവനെന്നും ചതിയനെന്നും വിളിച്ച, ജീർണ്ണിച്ച പടുകിഴവന്മാർ കള്ളങ്ങൾ ആയിരുന്നു. എല്ലാം— എല്ലാം പിശാച് പറഞ്ഞയച്ച മിഥ്യകൾ ആയിരുന്നു. അദ്ദേഹത്തിന്റെ ശിഷ്യന്മാർ ജീവിച്ചിരിക്കുന്നുണ്ടായിരുന്നു. അവർ പെരുകുകയായിരുന്നു. അവർ കടലും കരയും താണ്ടി നല്ല വാർത്ത വിളിച്ചു പറയുകയായിരുന്നു. എല്ലാ കാര്യങ്ങളും സംഭവിക്കേണ്ടതു പോലെ സംഭവിച്ചിരിക്കുന്നു. ദൈവത്തിനു സ്തുതി!

അദ്ദേഹം ഒരു വിജയിയെപ്പോലെ ഉറക്കെ പറഞ്ഞു: "അത് പൂർത്തിയാക്കി."

എന്നാൽ അത് അദ്ദേഹം ഇങ്ങനെ പറയുന്നതുപോലെ ആയിരുന്നു. "എല്ലാ കാര്യങ്ങളും ആരംഭിച്ചിരിക്കുന്നു."

www.ingramcontent.com/pod-product-compliance
Ingram Content Group UK Ltd.
Pitfield, Milton Keynes, MK11 3LW, UK
UKHW042139021026
15589UKWH00003B/935

9 789394 753280